குற்றமும் தண்டனையும்

ஃபியோதர் தஸ்தயெவ்ஸ்கி

ரஷ்ய சமூகத்தில் 19ஆம் நூற்றாண்டில் நிலவிய சமூக பொருளாதார ஆன்மிகப் பின்புலச் சூழலை மனதில்கொண்டு, மனித மன அமைப்பை, அதன் வினோதங்களைக் கண்டறிய முயன்ற ஃபியோதர் தஸ்தயெவ்ஸ்கி, உலக இலக்கியத் தளத்தில் மிகச் சிறந்த ஒரு மனோதத்துவ அறிஞர் என விமரிசகர்களால் அங்கீகரிக்கப்பட்ட பெருமைகொண்டவர்.

20ஆம் நூற்றாண்டு இருப்பியல் வாதத்தின் முன்னோடி எனக் கொண்டாடப்படுபவர். வறுமையிலும் வாழ்க்கைப் போராட்டத் திலும் அலைக்கழிவுபட்ட ஃபியோதர் தஸ்தயெவ்ஸ்கியின் வாழ்வும்கூட அவருடைய நாவல்களைப் போன்றே துயர் கப்பிய, திருப்பங்கள் மலிந்த தருணங்களைக்கொண்டிருப்பதுதான்.

லிதுவேனியாவைச் சேர்ந்த பிரபுக்கள் வம்சத்தில் ஓர் இராணுவ மருத்துவரின் மகனாக 1821ஆம் ஆண்டு அக்டோபர் மாதம் 30ஆம் தேதி பிறந்தவர் தஸ்தயெவ்ஸ்கி. அவருடன் உடன்பிறந்தோர் ஏழு பேர். காசநோயாளியான அன்னை, முன் கோபியான தந்தை என அமைந்த குடும்பச் சூழலில் இளம் வயதிலேயே ஏழ்மை, துன்பம், மரணம் இவற்றோடு பரிச்சயம் கொண்டிருந்ததால் மகிழ்ச்சியும் உற்சாகமும் அற்ற இளமைப் பருவமே தஸ்தயெவ்ஸ்கிக்கு வாய்த்தது.

பதினாறு வயதில் தாயை இழந்தபின், இவரையும் இவரின் சகோதரரையும் இராணுவப் பொறியியல் கல்லூரியில் சேர்த்து விட்டார் இவரின் தந்தை. மதுவில் மூழ்கிய தந்தை தனது அன்றாடத் தேவைகளைக்கூடக் கண்டுகொள்ளாததால், வறுமை, கண்ணீர், அச்சம் இவற்றில் ஊடாடியபடியே தஸ்தயெவ்ஸ்கியின் வாழ்வு நகர்ந்தது. தந்தையின் கொடூர நடவடிக்கைகளைப் பொறுத்துக்கொள்ள முடியாத அவரது சொந்த வேலையாட்களே அவரைக் கொன்றுவிட, அன்றுமுதல் தஸ்தயெவ்ஸ்கியைக் காக்காய் வலிப்புநோய் தாக்கத் தொடங்கியது. காலம் முழுவதும் அந்த வலிப்புநோய் அவரை வாட்டியும் வதைத்தும் வந்தது.

பட்டம் பெற்றபிறகு, இராணுவ வேலையைக் கைவிட்டு, இளம் பருவம் முதலே தன் மனதை ஆக்கிரமித்திருந்த இலக்கியத்

துறையில் ஈடுபடத் தொடங்கினார் தஸ்தயெவ்ஸ்கி. நெக்ரசோவ் என்னும் இலக்கிய விமரிசகரின் துணையால் அவரது முதல் நாவலான 'ஏழை மக்கள்' (Poor Folk) The Contemporary இதழில் (1846 ஆம் ஆண்டு) வெளியானதுடன் நல்ல வரவேற்பையும் பெற்றது.

இடையே முடியாட்சிக்கு எதிரான புரட்சியில் பங்கேற்றதற் காக அரசாங்கம் இவரைக் கைது செய்து மரண தண்டனையும் விதித்தது. தண்டனை நிறைவேற்றத்தின் கடைசிக் கணத்தில் அதிலிருந்து விடுவிக்கப்பட்ட தஸ்தயெவ்ஸ்கி, கைவிலங்குடன் சைபீரியப் பாலைவனச் சிறைக்கு அனுப்பிவைக்கப்பட்டார். அந்தக் காலகட்டத்தில் அவரது இலக்கியப் படைப்பில் சற்றுத் தேக்கம் ஏற்பட்டாலும் அவரது மனம் உறுதிபெற்றது அப்போது தான். பிராயச்சித்தம், பாவம், தவறு, மன்னிப்பு முதலிய மனிதாபி மானப் பண்புகள் அவரது உள்ளத்தில் மேலோங்கி எழுச்சிபெற்றது அந்தக் காலகட்டத்திலேதான்.

சிறையிலிருந்து மீண்டபிறகு மேரியா டிமிட்ரிவ்னா இஸாயவா என்ற விதவையை மணந்துகொண்ட தஸ்த யெவ்ஸ்கிக்குத் திருமண வாழ்வும் மகிழ்ச்சியை அளிப்பதாயில்லை. கடனும் வறுமையும், மனைவியின் காச நோயும், தொடர்ந்து அவளது மரணமும், தனது சூதாடும் பழக்கமும் அவரை அலைக்கழித்தன. கடன்தொல்லையிலிருந்து காத்துக்கொள்ள அவருக்குக் கிடைத்த ஒரே ஆயுதம் எழுத்து மட்டுமே. குற்றமும் தண்டனையும் 1866, அசடன் 1868–69, கரமஸோவ் சகோதரர்கள் 1879–80 ஆகிய உலகப் பேரிலக்கியங்களை உருவாக்க, கடனாலும் சூதாட்டத்தாலும் விளைந்த வாழ்க்கை நெருக்குதல்களும் பணத் தேவையுமே அவருக்குக் காரணமாய் அமைந்தன.

'சூதாடி' நாவலை 26 நாட்களில் எழுதி முடித்த தஸ்த யெவ்ஸ்கி அதில் தனக்கு உதவிய அன்னாவைத் தன் வாழ்க்கைத் துணைவியாக்கிக்கொண்டார்.

உலகின் சிறந்த எழுத்தாளர்களெல்லாம் தஸ்தயெவ்ஸ்கியை மதித்துப் போற்றத் தொடங்கிவிட்டிருந்த நிலையில், புகழின் உச்சத்தில் இருக்கும்போது நுரையீரல் பாதிப்பினால் மரண மடைந்த [1881] அவரது இறுதி ஊர்வலத்தில் வரலாறு கண்டிராத அளவுக்கு 50000க்கும் அதிகமான மக்கள் கலந்துகொண்டு ஓர் ஒப்பற்ற எழுத்தாளனுக்குத் தங்கள் இறுதி அஞ்சலியைச் செலுத்தினர்.

ரஷ்ய இலக்கியத்தில் மட்டுமன்றி உலக இலக்கியத்தின் பக்கங்களிலும் அமரத்துவம் வாய்ந்த ஒரு சிருஷ்டிகர்த்தாவாக நிலைத்த புகழ்பெற்றார் தஸ்தயெவ்ஸ்கி.

எம்.ஏ. சுசீலா
மொழிபெயர்ப்பாளர்

மதுரையிலுள்ள பாத்திமா கல்லூரியில் 36 ஆண்டுக் காலம் தமிழ்த்துறைப் பேராசிரியராகப் பணியாற்றியவர்.

இவரது முதல் சிறுகதையான 'ஓர் உயிர் விலை போகிறது' என்னும் ஆக்கம், 1979ஆம் ஆண்டு கல்கி வார இதழ் நடத்திய அமரர் கல்கி நினைவுச் சிறுகதைப்போட்டியில் முதற்பரிசு பெற, இவர் அறிமுக எழுத்தாளராக அங்கீகாரம் பெற்றார். தொடர்ந்து எண்பதுக்கும் மேற்பட்ட இவருடைய சிறுகதைகளும், கட்டுரை களும் பல வார, மாத இதழ்களில் வெளிவந்துள்ளன; இவருடைய சில கதைகள், மலையாளம், கன்னடம், வங்காளம், இந்தி, ஆங்கிலம் முதலிய மொழிகளிலும் மொழிபெயர்க்கப்பட்டுள்ளன. 'கண் திறந்திட வேண்டும்' என்னும் இவரது சிறுகதை, பாலு மகேந்திராவின் 'கதை நேரம்' தொலைக்காட்சித்தொடர் வழி, 'நான் படிக்கணும்' என்ற தலைப்பில் ஒளி வடிவம் பெற்றுள்ளது.

நான்கு சிறுகதைத் தொகுப்புகள், நான்கு கட்டுரை நூல்கள், இவற்றோடு பணிநிறைவு பெற்றபின் ஃபியோதர் தஸ்தயெவ்ஸ்கியின் 'குற்றமும் தண்டனையும்'[2007], அசடன்[2011], தஸ்தயெவ்ஸ்கி கதைகள், நிலவறைக் குறிப்புகள் ஆகிய உலகப் பேரிலக்கியங்களை தமிழில் மொழிபெயர்த்திருக்கிறார். இவரது 'யாதுமாகி' நாவல் அண்மையில் வெளிவந்திருக்கிறது.

'அசடன்' நாவலின் மொழிபெயர்ப்புக்காக கனடா தமிழ் இலக்கியத் தோட்ட விருது, நல்லி திசை எட்டும் மொழியாக்க விருது, எஸ்.ஆர்.எம். பல்கலைக்கழகத் தமிழ்ப்பேராயத்தின் ஜி.யூ. போப் விருது ஆகிய மூன்று விருதுகளை இவர் பெற்றிருக் கிறார்.

குற்றமும் தண்டனையும்

ஃபியோதர் தஸ்தயெவ்ஸ்கி

தமிழில்:
எம்.ஏ. சுசீலா

நற்றிணை பதிப்பகம்

குற்றமும் தண்டனையும் * நாவல் * ஃபியோதர் தஸ்தயெவ்ஸ்கி * தமிழில்: எம்.ஏ. சுசீலா * மொழிபெயர்ப்புரிமை: எம்.ஏ. சுசீலா© * நற்றிணை முதல் பதிப்பு: பிப்ரவரி 2017 * இரண்டாம் (குறும்) பதிப்பு : ஜூன் 2021 * நற்றிணை பதிப்பகம் (பி)லிட்., * எண். 6/84, மல்லன் பொன்னப்பன் தெரு, திருவல்லிக்கேணி, சென்னை –600005.

Kutramum dhandanaiyum * Novel * Fyodor Dostoyevsky * Translated by: M.A. Suseela© * First Edition: February 2017 * Second Edition : June 2021 * Size: Demi 1/8 * Paper: 18.6kg maplitho * Pages: 1072 * Published by Natrinai Pathippagam Pvt. Ltd., No. 6/84, Mallan Ponnappan Street, Triplicane, Chennai-600005

* E-mail: natrinaipathippagam@gmail.com
* Printed at: Sai Thendral Printers, Chennai - 600005

இருமுனை அறப்போராட்டம்

உலகச் செவ்வியல் நாவல்களின் தர வரிசைப்பட்டியல் எந்த மொழியில் எவரால் தயாரிக்கப்பட்டிருந்தாலும் அதன் முதல் பத்து இடங்களுக்குள் தவறாமல் இடம் பெறும் மகத்தான தகுதியைப் பெற்றிருப்பது நாவல் பேராசான் ஃபியதோர் தஸ்த யெவ்ஸ்கியின் குற்றமும் தண்டனையும் என்னும் பேரிலக்கியம்.

ஒரு குற்றத்தைச் செய்யப் போய் இரண்டு கொலைகளைச் செய்துவிட்டுத் தன்னை விடாமல் தொடர்ந்தபடி இருக்கும் மனச் சாட்சியின் உறுத்தலுக்கு ஆளாகி இறுதியில் சரணடையத் துணியும் ஒரு மனிதனின் கதை என்ற ஒரு வரிக்குள்ளோ அந்த ஒற்றைப் பரிமாணத்துக்குள்ளோ இந்த நாவலை அடக்க முயல்வது இந்தப் பேராக்கத்துக்கு இழைக்கப்படும் மாபெரும் அநீதியாக மட்டுமே இருக்க முடியும்.

குற்றம் / தண்டனை ஆகிய இருமைகளைக் குறித்து விரிவான சமூகவியல் உளவியல் பின்னணிகளோடு கூடிய தர்க்க பூர்வமான இரு தரப்பு வாதங்களையும் முன் வைத்து கதைக் கட்டுக்கோப்பு சற்றும் குலையாதவண்ணம் இந்நாவலில் மிக விரிவான ஆழமான ஆராய்ச்சி ஒன்றையே நிகழ்த்தியிருக்கிறார் தஸ்தயெவ்ஸ்கி. ஒரு செயல் எப்போது குற்றமாகிறது... அப்படி அது குற்றம் என்று கருதப்படுமானால் அதற்கான தண்டனை வர வேண்டியது எங்கிருந்து என்பது போன்ற சிந்தனைகளின் பாதிப்புகளால் இந்நாவலின் மெய்யான வாசகர்கள் அலைக் கழிக்கப்படுவதே இந்நாவலின் வெற்றி.

எந்தக் குறிப்பான இலக்குகளும் இன்றித் தேடிச்சோறு நிதம் தின்று சின்னஞ்சிறுகதைகள் பேசி கொடுங்கூற்றுக்கிரையென மாயும் மனிதர்கள் ஒரு சாரார்; மற்றொரு சாரார் சற்று அசா தாரணமானவர்கள்; எந்த வரையறைக்குள்ளும் தங்களைக் கட்டுப் படுத்திக் கொள்ள விரும்பாதவர்கள். தங்களது கோட்பாடுகளை நிலைநாட்டுவதற்காகவும், மனித இனத்தின் மேன்மை கருதியும் சட்டங்களை மீறவும், தேவை ஏற்பட்டால் ஒருவனைக் கொலை செய்வதற்கும்கூடத் தங்களுக்கு உரிமை இருக்கிறது என

எண்ணுபவர்கள்; தான் வரித்துக்கொண்டிருக்கும் இந்தக்கருத்தை ஒரு கட்டுரையாக வடிக்கிறான் இந்நாவலின் கதைத்தலைவன் ரஸ்கோல்னிகோவ். ஆனால் அது பற்றி நண்பன் ரஸூமிகின் மற்றும் போர்ஃபிரி பெத்ரோவிச் ஆகியோருடன் விவாதிக்கும் போது, "தங்கள் செயலால் பாதிக்கப்பட்டவர்கள் மீது அவர் களுக்கும் இரக்கம் ஏற்பட்டால்" அதில் தவறில்லை என்றும் "விசாலமான அறிவும் மிகுதியாக உணர்ச்சிவசப்படும் நிலையும் உடையவர்களுக்குத் துன்பம் வலி ஆகியவைகளெல்லாம் கட்டா யம் சுமக்க வேண்டியவைகளாகி விடுகின்றன; இந்த உலகத்தில் மிக அதிகமான துன்பத்தை அனுபவிப்பவர்கள் உண்மையிலேயே மிகப்பெரிய மனிதர்கள்தான்" என்றும் கூடவே சொல்கிறான். நாவல் நெடுகிலும் அவனை ஆட்டி வைத்து வதைப்பது இந்த இருமுனை அறப்போராட்டமே.

நெப்போலியனைப்போல எதையோ சாதிக்கப் பிறந்த வனாகத் தன்னை எண்ணியபடி அசாதாரணமான ஓர் உணர்வின் தூண்டுதலால் பேனை நசுக்குவதைப்போல மிக எளிதாக வட்டிக் கடைக்கிழவியைக் கொன்றுவிட்டபோதும் அவனிடம் இயல்பாகக் குடிகொண்டிருக்கும் கருணையும் இரக்கமும் அவனைத் துரத்த அவன் நோய்வாய்ப்படுகிறான். திரும்பத் திரும்ப கொலை நடந்த அந்த வீட்டுக்குச் சென்று பார்க்கிறான். அறிவுஜீவியைப்போல நீதிபதியிடம் வாதம் செய்தாலும் வேறொருவன் மீது விழுந்து விட்ட கொலைப்பழி அவனுக்கு உறுத்தலைத் தருகிறது. இறுதியில் மிக எளியவளும் பாலியல் தொழிலுக்குத் தள்ளப்பட்டவளுமான சோனியா, "இந்தக்கணமே... முச்சந்தியில் போய் மண்டியிட்டு நீங்கள் மாசுபடுத்திவிட்ட இந்த மண்ணை முத்தமிடுங்கள். பிறகு இந்த உலகம் முழுவதையும் பூமியின் நான்கு திசைகளையும் பார்த்துப்பணிந்து மண்டியிட்டு வணக்கம் செலுத்துங்கள். பிறகு இந்த உலகிலுள்ள எல்லோரும் கேட்கும்படியாக நான் ஒரு கொலைகாரன் என்று உரக்கச் சொல்லுங்கள். அதன் பிறகு கடவுள் உங்களுக்கு மறுவாழ்வு தருவார்" என்ற தன் கூற்றால் அவனது மனச்சான்றை மீட்டெடுக்க முயல்கிறாள்; அவனது செயல் மனித குலத்துக்கே எதிரானது என்று உறுதிபடக்கூறி அவள் அவனது மனப்போராட்டத்தை முடித்து வைக்க அவனும் எவராலும், எந்த ஆதாரத்தாலும் நிரூபிக்கவே முடியாமல் போன தன் குற்றத்தை ஏற்று தண்டனைக்கு ஆட்படுகிறான். ஆனால், நாவல் முடிந்தபின் பின்கதையாக தஸ்தயெவ்ஸ்கி விவரிக்கும் பகுதியிலும்கூடத் தான் செய்த கொலை நியாயமானது என்றும், ஏதோ ஒரு பலவீனமான கணத்தில் தான் உண்மையை ஒத்துக் கொண்டு தண்டனையை வரவழைத்துக் கொண்டதாகவும் எண்ணும் மனப்போக்கு அவனுக்குள் தொடர்ந்துகொண்டேதான் இருக்கிறது.

கதையின் மையமாகச் சுழித்துச்சுழித்துச் செல்லும் இந்தப் போராட்டத்தோடு விளிம்பு நிலையில் வாழும் மர்மலோதோவின் பரிதாபகரமான குடும்பச்சூழல், கீழ் மத்தியதர வாழ்வின் துயரங்களுக்கு ஆளாகும் ரஸ்கோல்னிகோவின் தாயும், தங்கை துனியாவும் படும் துயரங்கள் ஆகிய சித்தரிப்புகளும் மனித வாழ்வின் இருண்ட பகுதிகளை வெளிப்படுத்துபவை. கண்டிப்பை மட்டுமே காட்ட வேண்டிய நிலையில் இருக்கும் நீதிபதி போர்ஃபிரி பெத்ரோவிச், காமுகனான ஸ்விட்ரிகைலோவ் ஆகியோரிடம்கூட வற்றாமல் சுரக்கும் மானுடக் கருணையின் தெறிப்புகளையும் தன் படைப்பில் மிக இயல்பாகச் சித்தரித்திருக்கிறார் தஸ்தயெவ்ஸ்கி.

ஒரு மனநிலைச் சித்திரிப்பு, உடனேயே அதற்கு நேர் எதிரான மற்றொரு மனநிலைச் சித்திரிப்பு, மிக எளிமையாகத் துவங்கி அப்படியே தத்துவார்த்த தளத்திற்கு உயர்ந்துவிடும் உரையாடல்கள் என்று தீவிரமான மொழிநடையோடும் செறிவான கதைப்பின்னலோடும் உருவாகியிருக்கும் இந்தப் படைப்பை இதுவரை இருபத்தாறு உலக மொழிகளில் பெயர்க்கப்பட்டிருக்கும் இந்த நாவலை முதன் முதலாகத் தமிழில் மொழிபெயர்க்க வாய்த்தது நான் செய்த நற்பேறு.

இப்படைப்பை என் மொழியாக்கத்தில் (2007இல்) கொண்டு வர முயற்சி மேற்கொண்டு முதல் பதிப்பை வெளியிட்ட மதுரை பாரதி புக் ஹவுஸ் திரு. துரைப்பாண்டி அவர்களுக்கு என் நன்றி.

தற்போது அது தொடர்ந்து வெளிவருவதற்காகப் பெரு முயற்சி மேற்கொண்டு குற்றமும் தண்டனையும் நாவலை செம் பதிப்பாகக் கொண்டு வரும் நண்பர் திரு. யுகன் அவர்களுக்கும் அவரது நற்றிணை பதிப்பகத்தார்க்கும் என் நெஞ்சார்ந்த நன்றிகள்.

(ரஷிய மூலத்திலிருந்து ஆங்கிலம் வழியாக இதை மொழி மாற்றம் செய்ய CARNACE GARNETT இன் மொழி பெயர்ப்பே எனக்குப் பெரிதும் துணை நின்றது; அதை அடி யொற்றியே என் மொழியாக்கம் அமைந்திருக்கிறது என்பதை இங்கே பதிவு செய்ய விழைகிறேன்.)

எம்.ஏ. சுசீலா
susila27@gmail.com

பாகம் – 1

அத்தியாயம் – 1

ஜூலை மாதத் தொடக்கத்தின் கசகசப்பான ஒரு மாலை வேளை. “ஸ்டோல்யார்னி” சந்தில் அமைந்திருந்த கட்டடத்தின் மேல் மாடியிலிருந்த தனது அறையிலிருந்து வெளிப்பட்ட அந்த இளைஞன், அந்தக் கட்டடத்தைவிட்டு அகன்று, மெல்லத் திரும்பி, அடுத்து எங்கு செல்வது என்ற எந்தத் தீர்மானத்திற்கும் வந்திராத வனாக, காமென்னி பாலத்தை நோக்கி நடக்க ஆரம்பித்தான்.

மாடியிலிருந்த தனது அறையிலிருந்து கீழே இறங்கி வரும் பொழுது, எப்போதும் அவனை எதிர்கொண்டு ஏசத் தொடங்கும்– அவன் குடியிருக்கும் வீட்டுச் சொந்தக்காரியுடன் போராட வேண்டிய நிலை அதிர்ஷ்டவசமாக அன்று தவிர்க்கப்பட்டு விட்டது. உயரமான அந்த ஐந்து மாடிக் கட்டடத்தின் கூரைக்குக் கீழே, ஓர் அலமாரியைப் போன்ற சிறிய அறையே அவனுக்குக் கிடைத்திருந்தது. அந்த அறையை அவனுக்கு வாடகைக்கு விட்டு விட்டு, அவனுக்கு உணவு மற்றும் இதர வசதிகளையும் செய்து கொடுத்திருந்தாள் அந்த வீட்டுக்காரப் பெண்மணி. அவள் அந்த வீட்டின் கீழ்த்தளத்தில், அந்த இளைஞனின் அறைக்குக் கீழே இருந்த பகுதியில்தான் வசித்து வந்தாள். ஒவ்வொரு முறையும் படிகளில் இறங்கி அவன் வெளியே செல்லும் போதெல்லாம் அவளது சமையலறையைத் தாண்டியே அவன் செல்ல வேண்டி இருந்தது. அவளது சமையலறையின் வாயிற்கதவு எப்போதும் திறந்தே இருக்கும். அந்த இடத்தைக் கடந்து செல்லும் ஒவ்வொரு கணமும் சங்கடமும், சற்றே அச்சமும் கலந்த உணர்வுக்கும் ஆட் பட்டு, முகச்சுளிப்புக்கு அவன் ஆளாக நேர்ந்தது. அந்த வீட்டுக் காரப் பெண்மணியிடம் அவன் நிறையக் கடன்பட்டிருந்தான். அவளுக்கு அவன் தரவேண்டிய கடன் தொகையின் அழுத்தமே, அவளுடனான சந்திப்பை எதிர்கொள்ளச் சாத்தியமற்றவனாக அவனை ஆக்கிக் கூனிக் குறுக வைத்துக்கொண்டிருந்தது.

சாதுவாக இருப்பதும், பயந்தவன் போல நடந்துகொள்வதும் அவனுடைய உண்மையான, இயல்பான குணத்திற்கு நேர்மாறான செய்கைகள்தான். ஆனாலும் சிறிது காலமாக எதிலும் முழுமை

காண முடியாத இனந்தெரியாத எரிச்சலுடனும் பதற்றத்துடனும் தான் அவன் இருந்துகொண்டிருந்தான். மீள முடியாத ஏதோ ஒன்றில் அவன் சிக்கிக்கொண்டிருப்பதாகக் கருதிக்கொண்டு, ஓயாத மனக்குழப்பங்களுடன் மனநிலை பாதிக்கப்பட்டவனாக, நரம்புத் தளர்ச்சி நோயால் பாதிக்கப்பட்டவனாக அவன் இருந்து வந்தான். இதனால் தன்னுடைய வீட்டுக்காரப் பெண்மணியை மட்டுமல்ல, வேறு எவரையுமே சந்திக்க அவன் பயந்தான். மற்றவர்களிடமிருந்து தன்னை முழுமையாகத் துண்டித்துக் கொண்டு, தனக்குள்ளாகவே ஒடுங்கிப் போயிருந்த அவன், எவருட னும் தொடர்புகொள்வதற்கு விருப்பமற்றவனாக ஒரு கூட்டுக்குள் தன்னைச் சுருக்கிக்கொண்டவனாகவே நடமாடி வந்தான். வறுமை ஏற்கனவே அவனைக் கசக்கிப் பிழிந்து, அடித்து வீழ்த்தியிருந்தது. இதனால் மிகவும் மனநிலை பாதிக்கப்பட்டு அவன் மனம் மரத்துப் போயிருந்தது. எனவே தன்னைச் சூழ்ந்துகொண்டிருக்கும் துயரங் களையும் துன்பங்களையும் பற்றிச் சிறிதும் உணராதவனாகவே அவன் நடமாடி வந்தான். சிறிது காலமாக, அவனது அன்றாட நடைமுறை வாழ்க்கையிலிருந்தும்கூட அவனது கவனம் விலகத் தொடங்கியிருந்தது. எதிலும் நாட்டமின்றி, விருப்பமின்றி, உணர் வற்றவனாகவே அவன் நடமாடி வந்தான்.

வீட்டுக்காரப் பெண்மணி தனக்கு எதிராகத் தீட்டும் சதித் திட்டங்களைப் பற்றி அவன் சிறிதும் அஞ்சவில்லை. ஆனால் தப்பித்தவறி, அவனுக்கு முன்பாக அவள் எதிர்ப்பட்டுவிடும் தருணங்களில், தனது முகத்திற்கு நேராக அவள் கடுமையாக வைக்கும் புகார்கள், அச்சுறுத்தல்கள், அவளுக்கு அவன் தர வேண்டியிருப்பதும் மேலே மேலே ஏறிக்கொண்டிருப்பதுமான வாடகைப் பணத்தை உடனடியாக அவளுக்கு அவன் கொடுத்து விடவேண்டும் என்று அவள் விடுக்கும் மிரட்டல்கள் போன்றவை களைத்தான் அவனால் சகித்துக்கொள்ள முடியவில்லை. அவள் தினந்தோறும் அவனைப் பார்க்கின்ற பொழுதுகளில் எல்லாம் மிகவும் தொந்தரவு செய்தாள். தாறுமாறாகப் பேசி அவன் மனதை மிகவும் வேதனைப்படுத்தினாள். இவ்வாறு அவன் அவளிடம் நேருக்கு நேராகச் சிக்கிக்கொள்ளும் தருணங்களில் அவன் அவமானத்தினாலும் வெட்கத்தினாலும் எரிச்சல்களினாலும் வளைந்து நெளிவான். மிகவும் கூனிக்குறுகிக் கூச்சப்பட்டுப் போவான். அவளிடமிருந்து தப்பிச் செல்வதற்காகப் பொய்களும், புனை சுருட்டுகளும் கலந்த சால்ஜாப்புகளைத் தயங்காது அள்ளி வீசுவான். பொறுத்துக்கொள்ளும்படி கெஞ்சிக் கதறுவான். இது போன்ற ஒரு கேவலமான சூழ்நிலைக்குத் தான் தள்ளப்

பட்டிருப்பது அவனை மேலும் மேலும் எரிச்சலடையச் செய்தது. இப்படி அவளிடம் சிக்கிக்கொண்டு, சின்னாபின்னப்பட்டு, அவமானம் அடைவதற்குப் பதிலாக, மாடிப்படிகளில், ஒரு பூனையைப் போல சப்தமில்லாமல், எவர் கவனத்தையும் ஈர்க்காமல், மெல்ல நழுவி, அவள் கண்ணில் படாமல் வீட்டை விட்டு வெளியேறி விடுவதையே அவன் விரும்பினான்.

இன்று மாலையும்கூட அவ்வாறே மிகக் கவனமாக வெளிப்பட்டு, அவள் பார்வையில் பட்டுவிடாமல், தப்பித்து, வீதியை அடைந்தபொழுது அவன் அதற்காகத் தனக்குத்தானே மகிழ்ந்து போனான். அவளிடம் அவன்கொண்டிருக்கும் பயத்தைப் பற்றி நினைத்துப் பார்த்தபொழுது, அது அவனுக்கு வியப்பை அளிப்பதாகவே இருந்தது.

"அதுபோன்ற" ஒரு செயலைச் செய்வதற்குத் துணிந்திருக்கும் நான், கேவலம் இதுபோன்ற அற்பமான விஷயங்களுக்கெல்லாம் அஞ்சுவது ஏன்?' என்ற எண்ணங்கள்தான் அப்போது அவனது மனதினுள் எழுந்தன. இவ்வாறு அவன் தனக்குள் நினைத்தபோது ஒரு வினோதமான புன்னகை அவனது இதழ்களில் அரும்பியது.

"எல்லாமே மனிதனின் கைகளில்தான் இருக்கிறது. மனிதன் தனக்குள் வைத்திருக்கும் திறமைகளுக்கும் சக்திகளுக்கும் ஓர் எல்லையே கிடையாதுதான். நினைத்ததைச் சாதிப்பவனும் அவன் தான். அதேசமயம், தனது அநாவசிய பயங்களினாலும் கோழைத் தனத்தாலும் தனக்குக் கிடைக்கின்ற நல்ல வாய்ப்புகளையெல்லாம் கைநழுவிப் போக விட்டுவிடுபவனும் அவன்தான்! ஆமாம், இது எல்லோராலும் ஏற்றுக்கொள்ளப்பட்ட உண்மைதான்! இந்த மனிதர்கள் எதைப் பார்த்தெல்லாம் பயப்படுகிறார்கள் என்பதை நினைத்துப் பார்த்தால் எனக்கு வேடிக்கையாகத்தான் தெரிகிறது. ஏதாவது ஒரு செயலைச் செய்வதற்கு முதல் அடி எடுத்து வைக்கும் பொழுதும் அஞ்சுகிறார்கள்; புதிதாக ஏதாவது ஒரு விஷயத்தைப் பற்றிக் கேள்விப்படும் பொழுதும்கூட இந்த மனிதர்கள் மிகவும் அச்சப்பட்டுப் போகிறார்கள். ஆனாலும் நான் நிறையத்தான் பேசுகிறேன், இல்லையா? இப்படி அதிகம் பேசுவதனால்தான் எந்தக் காரியத்தையும் செய்ய முடியாதவனாக, வீணாய்ப் போன வெட்டி ஆளாக நான் இருக்கிறேனோ என்னவோ...? அல்லது ஒரு காரியத் திற்கும் நான் லாயக்கற்றவனாக இருப்பதனால்தான் இப்படி ஓயாமல் பேசிக்கொண்டிருக்கிறேனோ...? ஒன்றும் புரியவில்லை. சோம்பேறித்தனத்தில் பிறப்பதுதான் இந்த வெட்டிப் பேச்சுகள் எல்லாம் என்றுதான் நான் நினைக்கிறேன். ஆமாம்... உண்மை

தான்! கடந்த ஒரு மாத காலமாக, நான் நாள்கணக்காக, ஒரு வேலையுமின்றி, வீட்டில் ஒரு மூலையிலேயே முடங்கிக் கிடந்தேன். அப்போது, கண்ட, கண்ட குப்பையான எண்ணங்களையெல்லாம் மனதுக்குள் அசை போட்டுக்கொண்டே இருந்ததில், இவ்வாறு எனக்குள் தொண தொணப்பாகப் பேசிக்கொண்டிருப்பது எனக்கு ஒரு பழக்கமாகவே வந்து படிந்து விட்டது போலத் தோன்று கிறது." "இப்போது அங்கே நான் ஏன் போய்க்கொண்டிருக்கிறேன்? அதற்கு நான் பொருத்தமானவன்தானா? அந்தச் செயலின் முக்கியத்துவத்தை நான் உணர்ந்திருக்கிறேனா? இல்லை...! அதற்கு நான் பொருத்தமானவன் இல்லை. அந்தச் செயலின் முக்கியத் துவத்தையும், அந்தச் செயலின் தன்மைகளையும் விளைவுகளையும் பற்றிப் புரிந்துகொண்டவனாக நான் இல்லை. உண்மையில் எனக்கு மகிழ்ச்சியைக் கொடுத்து, வியப்பில் ஆழ்த்தும், வினோத மான, குழந்தைத்தனமான ஒரு விளையாட்டாகவே அது தோன்று கிறது. ஆமாம், அது விளையாட்டுதான்!"

தெருக்களில் நிலவிய வெப்பம் மூச்சுத்திணறலை ஏற்படுத்து வதாக இருந்தது. அங்கே சூழ்ந்திருந்த புழுக்கம், மெல்ல நகர்ந்து கொண்டிருந்த கூட்ட நெரிசல், கட்டுமான வேலைகளிலிருந்து கிளம்பிய செங்கல் தூசி என்று கோடைக் காலத்திற்கே உரித்தான பிரத்தியேகமான இந்தச் சூழ்நிலை, பீட்டர்ஸ்பர்க் நகரத்தின் அந்தக் குறிப்பிட்ட பகுதியைத் தாண்டிச் செல்லும் எல்லோருக் குமே பழகிப்போன ஒன்றுதான். ஆனால், இன்று அந்தச் சூழ் நிலை, இந்த இளைஞனின் நரம்புகளில் பொங்கி எழுந்தும், தாழ்ந் தும்கொண்டிருந்த மனப் பதற்றத்தையும் எரிச்சலையும் மேலும் கூடுதலாக்குவதாக இருந்தது. சாராயக் கடைகளிலிருந்து வரும் சகிக்கமுடியாத துர்நாற்றமும் – இந்தப் பகுதியில் சாராயக்கடைகள் மிக அதிகமான அளவில் காணப்பட்டன – அன்று விடுமுறையாக இல்லாவிட்டாலும்கூட, வரம்பு மீறிக் குடித்துவிட்டுக் குடியிருப்பு கள் அமைந்திருந்த சந்துகளின் ஒவ்வொரு திருப்பத்திலும் திடீர், திடீரென்று வெளிப்பட்ட குடிகாரர்களுமாக, இவன் காண நேர்ந்த காட்சிகள் எல்லாமே அவனது அப்போதைய எரிச்சலான மன நிலைக்குத் தூபம் போடுவதாகவும், மேலும், மேலும் எரிச்சலூட்டு வதாகவுமே அமைந்திருந்தன.

ஒரு கணம் அந்த இளைஞனின் நுண்ணிய முகபாவம் மிகவும் ஆழமான வெறுப்பை உமிழ்ந்தது. ஒரு காலத்தில் அவனும் கூட மிக அழகான வாலிபனாக இருந்தவன்தான். கருப்பு நிறக் கண்களும் பழுப்பு நிறத் தலைமுடியும், சராசரிக்கும் சற்று

கூடுதலான உயரமுமாகக் காண்போரை ஈர்க்கும் வசீகரம் அவனிடமும்கூட அப்போது நிறைந்துதான் இருந்தது.

சரேலென மீண்டும் ஆழமான சிந்தனைகளில் மூழ்கிப் போனான் அவன். சுற்றுப்புறத்தைப் பற்றிய பிரக்ஞை சிறிதுமின்றி, சுற்றுப்புறத்தைக் கவனிக்கும் ஆர்வமும் இன்றி அவன் நடந்து கொண்டிருந்தான். ஓரிருமுறை தனக்குத்தானே ஏதோ முனகிக் கொள்ளவும் செய்தான். சற்று முன் அவனே நினைத்துப் பார்த்தது போல, தனக்குத்தானே தொணதொணப்பாகப் பேசிக்கொள்வது அவனுக்கு ஒரு பழக்கமாகவே ஆகிவிட்டிருந்தது. சில வேளை களில் தன் எண்ணங்களில் குழப்பம் ஏற்படுவதையும், தான் மிகவும் பலவீனமாக இருப்பதையும் அவன் உணரத் தவறவில்லை. கடந்த இரண்டு நாட்களாக அவன் எந்த உணவையுமே உட் கொள்ளவில்லை. அவன் அணிந்திருந்த உடைகள், மிகவும் மோசமாக காணப்பட்டன. இதுபோன்ற கிழிந்த ஆடைகளை மட்டுமே அணிந்து பழக்கப்பட்டவர்களும்கூடப் பகல் வேளைகளில், இப்போது அவன் அணிந்திருப்பது போன்ற கிழிந்த ஆடைகளை அணிந்துகொண்டு வீதிகளில் செல்ல வெட்கப்படுவார்கள். அந்த அளவுக்கு மோசமாக அவனது ஆடைகள் கிழிந்தும், அழுக்கேறியும், அவலட்சணமுமாகக் காணப்பட்டன. பீட்டர்ஸ்பர்க் நகரத்தின் மையத்தில், மிகவும் பரபரப்பான இந்தப் பகுதியில் ஒருவர் அணிந்திருக்கும் உடைகள், மற்றவர்களின் கவனத்தை அதிகமாக ஈர்ப்பதில்லை. நெருக்கமான சந்துகளும், கண்டுகொள்ளப்படாத குச்சு வீடுகளும் நிறைந்த பகுதி அது. மத்தியில் சந்தை ஒன்றும், பக்கவாட்டில் வரிசை வரிசைகளாகச் சிறிய குடியிருப்புகள் அதிகமாக நிறைந்த சந்துகளும் அமைந்து இருந்தன. நிறைய சாராயக் கடைகள் இருந்தன. அந்த சந்தைப் பகுதியில் எத்தனை வித்தியாசமாகவும், அழகாகவும் உடை உடுத்தி வந்தாலும் சரி, அல்லது மிக மோசமான உடைகளை அணிந்துகொண்டு வந்தாலும் சரி, அதைக் கண்டு எவரும் ஆச்சரியப்படப் போவதில்லை. கூலியாட்களும், கருமான்களும், தச்சுத் தொழிலாளிகளும்தான் அந்த சந்துகளிலிருந்த கூண்டு போன்ற வீடுகளில் அதிகமாக வசித்து வந்தனர். ஆனாலும் அந்த இளைஞனிடம் நிரம்பி வழிந்துகொண்டிருந்த வெறுப்புணர்ச்சி, வாலிபப் பருவத்திற்கே உரித்தான கூச்ச சுபாவத்தையும்கூடக் கடந்து போன நிலைக்கு அவனை இட்டுச் சென்றுவிட்டதால் இவ்வாறான மோசமான ஆடைகளை அணிந்துகொண்டு தெருவில் நடந்து செல்வதில் அவனுக்கு எந்த விதமான சங்கடமும், கூச்சமும் ஏற்படவில்லை. ஒருவேளை அவன் தவிர்க்க விரும்பிய அவனது முன்னாள் நண்பர்களை

இப்படிப்பட்ட நிலையில் சந்திக்க நேர்ந்திருந்தால் அப்போது அவனுடைய மனநிலை வேறு மாதிரியாக இருந்திருக்கக்கூடும்.

அவன் சற்றும் எதிர்பாராாத அந்த நேரத்தில், ஆஜானு பாகுவான – மிகவும் உயரமான, வலுவான தோற்றத்தைக்கொண்ட குதிரை பூட்டப்பட்ட பெரிய பார வண்டியொன்றை வெகு வேகமாக ஓட்டிச் சென்ற ஒரு குடிகாரன், "ஹேய்... இங்கே பார்... ஜெர்மன் தொப்பிக்காரன்!" என்று உரக்கக் கத்தியபடி, கைகளை உயர்த்தி இந்த இளைஞனைச் சுட்டிக்காட்டியபடி சென்றான்.

திடீரென்று "கடகட"வென்ற பயங்கரமான ஓசையுடன் கடந்து சென்ற அந்த பிரமாண்டமான பார வண்டியினைக் கண்டு துணுக்குற்ற அந்த இளைஞன், வண்டியிலிருந்த குடிகாரன் தன்னைச் சுட்டிக்காட்டிக் கத்திக்கொண்டு போனதைக் கண்டு ஒரு கணம் திகைத்துச் செயலிழந்து போனான். ஜுர வேகம் கொண்டவனைப் போல நடுக்கமுற்றுத் தன் தலையில் இருந்த தொப்பியைத் தன் கையினால் ஒரு கணம் அழுத்திக்கொண்டான். உயரமான, அந்த வட்ட வடிவத் தொப்பி 'ஷிம்மர்மேன்' என்ற பிரபலமான தொப்பிக் கம்பெனியினரால் தயாரிக்கப்பட்டது. நாள் பட்டுப் போனதால் அழுக்கும் பிசுக்கும் ஏறிக் கறைகள் படிந்து, ஓட்டைகளோடு அந்தத் தொப்பி காணப்பட்டாலும், அதன் விளிம் பின் ஒரு பகுதி மட்டும் வண்ணச் சிறகுகளைக் கொண்டதாக, கவனத்தை ஈர்க்கக்கூடிய வண்ணத்தில், விலை உயர்ந்த தயாரிப்பு அது என்பதைப் பறைசாற்றிக்கொண்டிருந்தது. திடீரென்று தனது தோற்றத்தைப் பற்றி அவனுக்குள் ஏற்பட்டுவிட்ட இந்தக் கூச்ச உணர்வுகளைப் புறந்தள்ளிவிட்டு, வேறொரு அச்ச உணர்வு அவனை இப்போது பற்றிக்கொண்டுவிட்டது.

"எனக்குத் தெரியும்!" – என்று அவன் மனக் குழப்பத்துடன் தனக்குள் முனகிக்கொண்டான். "இதைப் போல ஏதோ நடக்கப் போகிறதென்பது நான் எதிர்பார்த்ததுதான். ஆனால் நான் எதிர் பார்த்ததையும் விட இது மோசமானது. ஆபத்தானது. இந்தத் தொப்பி... இது ஒன்றுக்கும் பயனில்லாத தொப்பிதான்; உருப் படாத ஒன்றுதான். ஆனால் இந்த உருப்படாத ஒன்றினால் எனது முழுத் திட்டமுமே நாசமாகிப் போய்விடுமே! ஆமாம், இந்தத் தொப்பி எவருடைய கவனத்தையும் மிக எளிதாக ஈர்ப்பதாக இருக்கிறது. பார்ப்பதற்கு மிகவும் வேடிக்கையானதாகவும், மிகவும் பரிகசிக்கத்தக்க ஒன்றாகவும், எளிதில் எவரையும் கவர்ந்து விடுவ தாகவும் இந்தத் தொப்பி இருக்கிறது. எனது கந்தலான இந்த உடையுடன் ஒத்துப் போகும்படியான வேறு ஏதாவது ஒரு பழைய, துணியிலான தொப்பியைத்தான் நான் அணிந்துகொண்டு

வந்திருக்க வேண்டுமே தவிர, இத்தனை விநோதமான ஒன்றை நான் அணிந்துகொண்டு வந்திருக்கக்கூடாது. துணியிலான பழைய தொப்பியாக இருந்தாலும் இதுபோன்ற பயங்கரமான விளைவு களை ஏற்படுத்தாததாக அது இருந்திருக்கும். பொதுவாக இதைப் போன்ற தொப்பியை அதிகமாக எவருமே அணிந்துகொள்ள மாட்டார்கள். ஒரு மைல் தூரத்திலிருந்து பார்த்தாலும்கூட இந்தத் தொப்பியை அடையாளம் கண்டுகொள்ள முடியும். இந்தத் தொப்பி அணிந்தவனை எளிதில் எல்லோரும் நினைவில் வைத் திருக்க முடியும். அற்பமான விஷயம்தான். ஆனால் அதுவே 'அவர்கள்' ஊகித்து அறிவதற்கு எளிதாகக் கிடைக்கும் ஒரு துப்பாகவும் தடயமாகவும்கூட ஆகிவிடக் கூடுமல்லவா? 'இது போன்ற' செயல்களில் ஈடுபடும் ஒருவன், முடிந்த அளவுக்கு எப் போதும் எச்சரிக்கையாக இருக்க வேண்டும். யார் கவனத்திலும் எளிதாகப் பட்டுவிடாத வகையில் நான் இருந்தாக வேண்டும்... அற்பமான விஷயங்கள்தானே என்று எதையும் நினைத்து விடக் கூடாது. ஆனால், அந்த அற்பமான விஷயங்கள்தான் எப்போதும் எல்லாவற்றையுமே நாசப்படுத்திவிடுகின்றன."

அவன் செல்ல வேண்டிய இடம் அதிக தூரத்தில் இல்லை. தான் தங்கியிருந்த வீட்டு வாயிலிலிருந்து எழுநூற்று முப்பது தப் படி தூரம்தான் என்பதைக்கூட அவன் ஏற்கனவே அளந்து வைத் திருந்தான். முதன்முதலாக எப்பொழுது தனது கற்பனாசக்திக்குக் கட்டற்ற விடுதலையைக் கொடுக்கத் தொடங்கினானோ அப்பொழுதே அந்தத் தூரத்தையும் அவன் கணக்கிட்டு வைத்து விட்டான். அவனது கற்பனையில் அந்தத் திட்டம் முதலில் உருவானபொழுது, அதை நிறைவேற்றுவதற்குரிய மனோதிடம் தன்னிடம் இருக்கிறதா என்பதிலேயே அவன் சந்தேகம்கொண்ட துண்டு. அதை எப்படியாவது செய்து முடித்தாக வேண்டும் என்ற சாகச உந்துதல் ஒருபுறமும், தன்னால் அது இயலுமா என்ற தயக்கம் மறுபுறமுமாக அவன் எரிச்சல்கொண்டவனாகவே இருந்து வந்தான். இப்பொழுது, இந்த ஒரு மாதத்திற்குப் பின், அதையே பிறிதொரு வெளிச்சத்தில் காணும் முதிர்ச்சி அவனிடம் கைகூடத் தொடங்கியிருந்தது. அவனது பயங்கரமான அந்தக் கனவை நிச்சயமாகச் செயல்வடிவத்திற்குக் கொண்டு வந்தே ஆக வேண்டும் என்று இப்பொழுது அவன் திடங்கொள்ள ஆரம்பித் திருந்தான். ஆனாலும், அது தனக்குச் சாத்தியமானதுதானா என்ற அவநம்பிக்கையும், இறுதி முடிவெடுக்க முடியாத ஊசலாட்டமான மனநிலையும் அவனிடம் அவ்வப்போது தலைகாட்டியபடியேதான் இருந்தன. தற்போது, தன்னுடைய திட்டத்தைச் செயல்படுத்து

வது குறித்து, ‘ஒத்திகை’ பார்க்கும் படலத்தில் அவன் முனைந்திருந்த நிலையில், இப்போது, திடீரென்று அவனது மனதில் ஒருவிதமான, பதற்றமும் தயக்கமும் மேலெழுந்தன. மேலும் அவன் ஒவ்வொரு அடி எடுத்து வைக்கும் பொழுதும் அது மேலும், மேலும் கூடுதலாகிக்கொண்டே போயிற்று.

படபடக்கும் இதயத்தோடும், நாடி நரம்புகளில் ஜிவ்வெனப் பரவி ஓடும் நடுக்கத்தோடும் பிரம்மாண்டமான அந்தக் கட்டடத்தை அவன் நெருங்கினான். அதன் முன்புறம் சிறியதோர் ஓடையும், மறுபுறம் சதோவயா வீதியும் அமைந்திருந்தன. அந்தப் பெரிய கட்டடம், சிறு சிறு குடியிருப்புகளாகப் பகுக்கப்பட்டு, வாடகைக்கு விடப்பட்டிருந்தது. அந்த வாடகைக் குடியிருப்புகளில் தையற்காரர்கள், பூட்டு தயாரிப்பவர்கள், சமையற்காரர்கள், வெவ்வேறு வகையான கைவினைப் பணிகளில் ஈடுபட்டிருந்த ஜெர்மானியக் கலைஞர்கள், விலைமாதர்கள், குமாஸ்தாக்கள் எனப் பல வகையான தொழில்களைச் செய்யும் மக்கள் குடியிருந்தனர். அந்தக் கட்டடத்தின் இருவாயில்களிலும் எப்போது பார்த்தாலும் மக்கள் உள்ளே நுழைந்துகொண்டும், வெளியேறிச் சென்றுகொண்டும் இருந்தனர். இந்தக் கட்டடத்திற்கு மூன்று அல்லது நான்கு வாயிற்காவலர்கள் இருந்த போதிலும், அதிர்ஷ்டவசமாக எவரது கண்ணிலும் படாமல் வெகு சாமர்த்தியமாக உள்ளே நுழைந்து விட்ட அந்த இளைஞன், தனது இந்தச் சாமர்த்தியமான செயலுக்காகத் தனக்குள் மகிழ்ந்தபடி வலப்புறத்தில் முதலாவதாக இருந்த மாடிப்படிகளை நோக்கிச் சென்றான். அந்தப் படிக்கட்டுப்பாதை மிகக் குறுகியதாகவும், இருளடைந்ததாகவும் இருந்தது. அது ஏற்கனவே அவனுக்குப் பழக்கப்பட்டதுதான். பிறரது துளைக்கும் பார்வைகளிலிருந்து தப்பித்துக்கொள்ள அப்படிப்பட்ட சூழ்நிலை அவனுக்கு மிகவும் வசதியாகவும் அமைந்திருந்தது.

“இந்தக் கணத்திலேயே எனக்கு இத்தனை பயம் இருக்குமானால், உண்மையாகவே ‘அந்தச் செயலை’ நிறைவேற்றும் முயற்சியில் ஈடுபடும் ‘அந்த’ நேரத்தில் நான் எப்படி இருக்கப் போகிறேன்?” என்ற இந்த எண்ணம் அவனுக்குள் எழுந்தபொழுது அவன் நான்காவது தளத்தை அடைந்திருந்தான். அங்கே இரண்டு கூலியாட்கள் – அவர்கள் முன்னாள் இராணுவ வீரர்களாகப் பணியாற்றியவர்கள் – மிகப் பெரிய பீரோக்கள், மேஜைகள் போன்றவற்றை ஒரு குடியிருப்பிலிருந்து வெளியேற்றும் முயற்சியில் ஈடுபட்டிருந்தார்கள். அந்தத் தளத்தில், நடைபாதை முழுவதுமே உடைத்துப் போட்டாற்போல மரச்சாமான்களால் நிறைந்து கிடந்தது. அந்தக் குடியிருப்பில் ஜெர்மானிய குமாஸ்தா ஒருவன்

தன் குடும்பத்தோடு வசித்து வந்ததை அவன் அறிவான். "அப்படி யானால் இந்த ஜெர்மானியனும்கூட இந்தக் குடியிருப்பைக் காலி செய்துகொண்டு வெளியேறுகிறான் என்று தெரிகிறது. எனவே இன்னும் கொஞ்ச நாட்களுக்கு இந்தக் கிழவியின் குடியிருப்பு மட்டும்தான் இந்த நான்காவது தளத்தில் இருக்கும் என்று நினைக் கிறேன். இந்த விஷயத்தில் இதுவும் நல்லதுதான்..." என்று தனக்குள் நினைத்தபடி, அந்த முதியவளின் குடியிருப்பு வாசலில் இருந்த அழைப்பு மணியை அடித்தான் அந்த இளைஞன்.

அந்த அழைப்பு மணியிலிருந்து எழுந்த ஒலி தாமிரத்தி லிருந்து ஒலிப்பது போலல்லாமல், தகரத்தில் தட்டியது போன்ற ஒலியை அங்கு ஏற்படுத்தியது. இந்தக் குடியிருப்பில் அமைக்கப் பட்டிருந்தது போன்ற அழைப்புமணிகளே பெரும்பாலும் மற்ற அனைத்துக் குடியிருப்புகளிலும் அமைக்கப்பட்டிருந்தன. இது போன்ற அழைப்புமணிகளின் ஒலியை அவன் முற்றிலுமாக மறந்தே போய்விட்டிருந்த இந்தத் தருணத்தில், இப்போது உள்ளே கேட்ட நாராசமான இந்த ஒலி, அவனுடைய பழைய நினைவு களில் ஒன்றை, மிகத் துல்லியமாகக் கிளர்ந்தெழச் செய்து, ஒரு கணம் அவனைத் துணுக்குற வைத்தது. நரம்புத் தளர்ச்சி வந்த வனைப் போல அப்போது அவன் நடுக்கமுற்றான்.

சிறிது நேர இடைவெளிக்குப்பின் 'கிரீச்' என்ற ஒலியுடன் கதவு இலேசாகத் திறந்தது. கதவை முழுவதுமாகத் திறக்காமல், சிறிது இடைவெளி மட்டும் விட்டுத் திறந்து, வந்திருந்த விருந் தாளியைச் சந்தேகப் பார்வையுடன் நோட்டமிட்டாள் அந்தப் பெண்மணி. சந்தேகப்படும்படியாக அவளுக்கு ஒன்றும் தோன்ற வில்லை. அவளுடைய சிறிய அந்தக் கண்கள், கதவுக்குப்பின் இருந்த அந்த அரை இருளில் மின்னலைப் போல ஒளிர்ந்தன. நடைபாதையில் வேறு சிலரும் நடமாடிக்கொண்டிருப்பதைப் பார்த்த அந்தப் பெண் சற்றுத் தைரியமடைந்தவளாகக் கதவை விரியத் திறந்தாள். இளைஞன் வாயிலைத் தாண்டி முன்கூடத் திற்குள் நுழைந்தான். அந்தக் கூடத்தின் மற்றொரு பகுதி சிறிய தொரு சமையலறையாகத் தடுக்கப்பட்டிருந்தது. அந்த முதியவள் அங்கே நின்றபடியே, 'உனக்கு என்ன வேண்டும்?' என்று கேட்பது போலக் கேள்விக்குறியுடன் அவனை மிக அமைதியாக உற்று நோக்கினாள்.

அவளுக்குக் கிட்டத்தட்ட அறுபது வயதிருக்கலாம். மிகவும் குறுகிச் சிறுத்த உருவத்தினளாக, முதுமையினால் உலர்ந்த சருகு போல மிகவும் பலவீனமடைந்து போனவளாக அவள் இருந்தாள்.

எடுப்பான நாசியும், காண்போரைத் துளைக்கும் குறுகுறுப்பான கூரிய பார்வையும் அவளுக்கு வாய்த்திருந்தன. எண்ணெய்ப் பிசுக்கேறி, நரைக்கத் தொடங்கியிருந்த அவளது தலைமுடியை மூடி மறைத்துக்கொள்ளும்வண்ணம் தலையில் எதையும் அவள் அணிந்திருக்கவில்லை. கோழியின் கால் போன்ற சுருக்கங்கள் நிறைந்த மஞ்சள் நிறக் கம்பளித் துண்டு ஒன்று, அவளது மெலிதான கழுத்தைச் சுற்றியிருந்தது. அது கோடைகாலமாக இருந்தபோதிலும், பழுப்பேறி, நைந்து போயிருந்த பழைய கம்பளிச் சட்டை ஒன்றைத் தன் தோளிலிருந்து அவள் தொங்கவிட்டிருந்தாள். இருமலும், தொண்டைச் செருமலும் தொடர்ச்சியாக அவளிடமிருந்து வெளிப்பட்டவண்ணம் இருந்தன. அந்த இளைஞன் அவளை மிகவும் வினோதமாகவும், மிகவும் விசித்திரமாகவும் பார்த்தான். அவனது அந்தப் பார்வை அவளுக்கு மீண்டும் அவன் மேல் சந்தேகத்தைத் தூண்டி விட, அவளது கண்களில் இப்போது அவநம்பிக்கையின் நிழல் தென்பட்டது.

"நான் ஒரு மாணவன். என் பெயர் ரஸ்கோல்னிகோவ். ஒரு மாதத்திற்கு முன்புகூட நான் இங்கே வந்திருந்தேன்" என்று மிகவும் பணிவாக, உடலைப் பாதியாக வளைத்துத் தன்னைக் குறுக்கிக்கொண்டு மிக வேகமாகச் சொன்னான் அந்த இளைஞன். தான் மிகவும் பணிவானவன் என்பதை அவளுக்கு நினைவுபடுத்தும் வண்ணம் அவன் மிகவும் பணிவாக வளைந்து நெளிந்தான்.

"நினைவிருக்கிறது... நினைவிருக்கிறது... நன்றாகவே நினைவிருக்கிறது" என்று வறட்சியான குரலில், அவன் முகத்தின் மேல் பதிந்திருந்த தனது கண்களை அகற்றாமலேயே அந்த முதியவள் பதிலளித்தாள்.

"இப்போதும்கூட... அதே விஷயமாகத்தான் வந்திருக்கிறேன்" என்று அந்தப் பெண்மணியின் அவநம்பிக்கைக்கு உரிய காரணம் விளங்காமல் மனதில் ஒரு சிறிய குழப்பமும் வியப்பும் மேலிட ரஸ்கோல்னிகோவ் தொடர்ந்து இவ்வாறு அவளிடம் சொன்னான். "ஒரு வேளை எப்பொழுதுமே இவள் இப்படித்தான் எல்லோரையுமே சந்தேகக் கண்கொண்டு பார்ப்பவளாக இருப்பாளோ என்னவோ...? முதலில் வந்தபோது நான்தான் இதைச் சரியாகக் கவனிக்காமல் இருந்திருக்கக்கூடும்" என்று தனக்குள் சொல்லிக்கொண்டு தன்னைத்தானே சமாதானப்படுத்திக்கொள்ள முயன்றான் அவன்.

அமைதியாகவும், இன்னமும்கூடச் சந்தேகம் அகலாதவளாகவும் காணப்பட்ட அந்தப் பெண்மணி, சுவர் ஓரமாக ஒதுங்கி

நின்றுகொண்டு, பக்கத்திலிருந்த அறையின் கதவைச் சுட்டிக்காட்டி, "உள்ளே வா" என்றாள்.

கூடத்தைத் தாண்டி அந்த அறைக்குள் சென்றான் இளைஞன். மஞ்சள் நிறமான சுவர்த்தாள் ஒட்டப்பட்டு, மலர்க் கொத்துகளாலும், மஸ்லின் திரைச்சீலைகளாலும் அழகுபடுத்தப் பட்டிருந்த அந்த அறை, மறைந்துகொண்டிருக்கும் மாலைச் சூரியனின் ஒளிக்கதிர்கள் பட்டுப் பிரகாசமாகக் காட்சியளித்தது.

"அப்படியானால் 'அந்தச் சமயத்திலும்'கூட சூரியன் இப்படித்தான் சுடர்விட்டுப் பிரகாசிக்குமோ...?" என்று பளீ ரென்று ஓர் எண்ணம் அவனது மனதில் திடீரென்று தோன்றி யது. அதேசமயம், மிக வேகமாக அந்த அறை முழுவதும் தன் பார்வையைச் சுழலவிட்டான் ரஸ்கோல்னிகோவ். ஒவ்வொரு பொருளையும் தன்னுடைய எக்ஸ்–ரே கண்களுக்குள் பதிவு செய்து கொண்டான் அவன். ஆனால் குறிப்பிட்டுச் சொல்லுமளவுக்கு அந்த அறையில் எதுவுமில்லை. அங்கிருந்த மரச்சாமான்கள் எல்லாம் மிகவும் பழமையானவைகளாக இருந்தன. வளைவான, வேலைப்பாடு செய்யப்பட்ட மரச் சாய்மானத்துடன் கூடிய மிகப் பெரிய சோஃபா ஒன்று சுவர் ஓரமாகப் போடப்பட்டிருந்தது. அதற்கு முன்னால் முட்டை வடிவம்கொண்ட மரத்திலான சிறிய மேசை ஒன்று இருந்தது. இரு சன்னல்களுக்கு இடையே, சுவரில் பொருத்தப்பட்டிருந்த சிறிய கண்ணாடியுடன் கூடிய ஒப்பனை மேசை இருந்தது. தவிர சுவரை ஒட்டி சில நாற்காலிகளும் போடப் பட்டிருந்தன. மஞ்சள் நிற 'பிரேம்' போடப்பட்ட மூன்று அல்லது நான்கு புகைப்படங்கள் சுவரில் மாட்டப்பட்டிருந்தன. பறவை களைக் கையில் ஏந்தியபடி சில ஜெர்மானிய இளம் பெண்கள் அந்தப் புகைப்படங்களில் காட்சி தந்தார்கள். மூலையில் வைக்கப் பட்டிருந்த ஒரு சிறிய தெய்வச் சிலையின் முன்னால் சிறிய விளக்கு ஒன்று எரிந்துகொண்டிருந்தது. அங்கேயிருந்த பொருள்கள் எல்லாம் மிகவும் சீராகப் பராமரிக்கப்பட்டு, மிகவும் சுத்தமாகக் காணப்பட்டன. எல்லாமே பார்க்கும்படியாக அழகாக இருந்தன. தரையும் நாற்காலியும் புது மெருகு போடப்பட்டது போல ஒளிர்ந்துகொண்டிருந்தன.

'இதெல்லாம் லிஸாவெதாவின் வேலையாகத்தான் இருக்கும்' என்று நினைத்துக்கொண்டான் அந்த இளைஞன். எந்தவிதமான அழுக்கோ, கறைகளோ இன்றி அந்தக் குடியிருப்பு முழுவதுமே மிகவும் சுத்தமாக இருந்தது. 'வயதான இந்த விதவைப் பெண்கள் தான் எவ்வளவு அக்கறையுடன் இந்த வீட்டைப் பராமரிக்

கிறார்கள்' என்று தனக்குள் மீண்டும் வியந்துகொண்டான் ரஸ்கோல்னிகோவ்.

சிந்தனைகளைத் தொடர்ச்சியாக ஓடவிட்டவண்ணமிருந்த அவனது கவனம், தனக்கு அருகாமையில், எதிர்ப்புறம் இருந்த மற்றொரு சிறிய அறையின் முன் தொங்கிக்கொண்டிருந்த திரைச் சீலையின் மீது பதிந்தது.

'அந்த அறைக்குள்தான் இந்தப் பெண்மணியின் படுக்கையும், பணப் பெட்டகங்களும் இருக்கக்கூடும்' என்ற எண்ணம் அவனுக் குள் ஓடினாலும், வலிந்து அந்த அறையை எட்டிப்பார்க்க அவன் எந்த முயற்சியையும் மேற்கொள்ளவில்லை. அந்த இரண்டு அறை களை மட்டுமே கொண்டதாக அந்தக் குடியிருப்பு இருந்தது.

'உனக்கு என்ன வேண்டும்?' என்று மிகவும் தீவிரமாக அந்த இளைஞனை விசாரிக்கத் தொடங்கினாள் அந்தப் பெண். அவனுக் குப் பின்னால் நின்றுகொண்டிருந்த அவள் மிக வேகமாக அவனுக்கு முன்னால் வந்து, அறையின் மத்தியில் நின்றுகொண்டு அவனுடைய முகத்தை நேருக்கு நேராகப் பார்த்துக்கொண்டு இவ்வாறு கேட்டாள்.

"ஒரு பொருளை அடகு வைப்பதற்காக நான் இப்போது இங்கே வந்திருக்கிறேன்" என்று கூறியபடி, தனது நீண்ட கால் சட்டையிலிருந்து, தட்டையான, வெள்ளியிலான, பழைய கைக் கடிகாரம் ஒன்றை வெளியிலெடுத்தான் ரஸ்கோல்னிகோவ். கடி காரத்தின் அடிப்புறத்தில் பூமி உருண்டையின் உருவம் பொறிக்கப் பட்டிருந்தது. ஸ்டீல் செயின் பொருத்தப்பட்டிருந்தது.

"இதற்கு முன்பாக அடகு வைத்திருந்த பொருளையே இன்னும் நீ மீட்டுக்கொள்ளவில்லையே... அதை மீட்டுக்கொள் வதற்கான தவணைக் காலம் முடிந்து இரண்டு நாட்களாகி விட்டன, என்பது உனக்குத் தெரியுமா?"

"இன்னும் ஒரு மாதத்திற்கான வட்டியையும் சேர்த்துக் கொடுத்து விடுகிறேன். தயவுசெய்து பொறுத்துக்கொள்ளுங்கள்."

"நான் பொறுத்துக்கொள்வதைப் பற்றி என்ன இருக்கிறது. நீ பொருளை மீட்டுக்கொள்ளாவிட்டால், நான் அதை விற்று விடப்போகிறேன். அவ்வளவுதானே!"

"சரி, அதை விடுங்கள்! இதோ, இந்தக் கடிகாரத்துக்கு நீங்கள் எனக்கு அதிகமாகத் தர வேண்டும் அல்யோனா இவா னோவ்னா!"

"நீ எப்பொழுதும் இதுபோன்ற குப்பைகளைத்தானே எடுத்துக்கொண்டு வருவாய்...? சரி இதற்குப் போய் நான் என்ன பணம் தர முடியும்? உண்மையிலேயே இது உருப்படியில்லாத, ஒன்றுக்கும் தேறாத சமாச்சாரம்தான். சென்ற தடவை நீ கொடுத்த மோதிரத்திற்கு நான் இரண்டு ரூபிள்கள் கொடுத்தேன். ஆனால் அதே போன்ற புதிய மோதிரத்தை நகைக் கடையில் ஒருவர் ஒன்றரை ரூபிளுக்கு வாங்கியதாகச் சொன்னார்."

"இந்தக் கடிகாரத்துக்கு எனக்கு நான்கு ரூபிள்கள் தர வேண்டும், அல்யோனா இவானோவ்னா. நான் சீக்கிரமாகவே வந்து இதனை மீட்டுக்கொண்டு விடுவேன். இந்தக் கடிகாரம் என்னுடைய தந்தையுடையது. எனக்குக் கொஞ்சம் பணம் வர வேண்டி இருக்கிறது. வெகுசீக்கிரத்திலேயே அது எனக்குக் கிடைத்து விடும்."

"இதோபார்! நீ ரொம்பவும் வேண்டிக் கேட்பதால் சொல் கிறேன். இதற்கு ஒன்றரை ரூபிள்கள்தான் தருவேன். அதுவும் வட்டியை முன்னதாகவே எடுத்துக்கொள்வேன். உனக்கு சம்மதமா?"

"ஒன்றரை ரூபிளா...?" என்று அதிர்ச்சியுடன் உரக்கக் கத்தி னான் ரஸ்கோல்னிகோவ்.

"அவ்வளவுதான் தரமுடியும். அப்புறம் உன் இஷ்டம்!" என்று சொன்ன அவள், கடிகாரத்தை அவன் கையில் திரும்பக் கொடுத்துவிட்டாள்.

அவனுக்கு வந்த கோபத்தில் உடனடியாக அந்த இடத்தை விட்டுச் சென்றுவிடவேண்டும் என்று தோன்றியது. ஆனாலும் வேறு வழியில்லை என்பதாலும், தான் இப்போது இங்கு வந்தது இதற்காக அல்ல, வேறொரு முக்கியமான காரியத்திற்காக என்ப தும் நினைவுக்கு வந்ததாலும் அவன் தனது மனதை மாற்றிக் கொண்டான்.

"சரி, உங்கள் இஷ்டப்படியே கொடுங்கள்" என்று இறுகிப் போன குரலில் அவளிடம் சொன்னான்.

இடுப்புக்குக் கீழ்வரையிலும் நீளமாகத் தொங்கிய சட்டைப் பையில் கையை விட்டுத் துழாவி, சாவிக் கொத்து ஒன்றை வெளியி லெடுத்த அந்தப் பெண்மணி மெல்ல நடந்து திரைச்சீலைக்குப் பின்னாலிருந்த அறைக்குள் நுழைந்தாள். தனியே விடப்பட்ட அவன், தன் காதுகளைக் கூர்மையாக்கிக்கொண்டு, அவளது நட மாட்டங்களைக் கற்பனை செய்யத் தொடங்கினான். வரிசையாக

அமைந்திருந்த இழுப்பறைகளோடு கூடிய பெட்டகத்தைச் சாவிகளால் அவள் திறக்கும் ஓசைகள் அவனுக்குத் துல்லியமாகக் கேட்டன.

'மேலாக உள்ள முதல் இழுப்பறையை அவள் இப்போது திறந்துகொண்டிருக்கக்கூடும்' என்று ஓசைகளை வைத்து அவன் முடிவு செய்தான். "அப்படியானால் அவள், சாவிக்கொத்தைத் தனது சட்டையின் வலதுபுறம் உள்ள பாக்கெட்டினுள்தான் வைத்துக்கொண்டிருக்கிறாள். எல்லா சாவிகளையும் ஒரே இரும்பு வளையத்தில் கோத்து மொத்தமாக வைத்திருக்கிறாள். அந்தச் சாவிகளில் ஒன்று மட்டும் அதிகமான பிளவுகளைக்கொண்டதாகவும், மற்ற சாவிகளைவிட மூன்று மடங்கு பெரியதாகவும் இருக்கும். நிச்சயமாக இந்த இழுப்பறைப் பெட்டகத்தின் சாவியாக அது இருக்க முடியாது, வேறொரு பணப் பெட்டகமோ அல்லது பெரிய மரப் பெட்டியோ அங்கே இருந்தாக வேண்டும். ஆமாம்... உறுதியாக அப்படித்தான் நான் நினைக்கிறேன். பெரிய அளவிலான மரப் பெட்டிகளுக்குத்தான் இப்படிப்பட்ட சாவிகள் இருக்கும். சே... என்ன வெட்கக்கேடான வேலை இது... இதற்கெல்லாம் போய்... இப்படிச் சிந்தனைகளை ஓட விடுவதுதான் எத்தனை அலுப்பூட்டுவதாக இருக்கிறது?"

முதியவள் அந்த அறையிலிருந்து திரும்பி வந்தாள்.

"இதோபார்! ஒரு ரூபிளுக்கு ஒரு மாத வட்டி பத்து கோபெக்குகள். இந்தக் கணக்குப்படி நீ இப்போது வாங்கும் கடன் ஒன்றரை ரூபிள்களுக்கான வட்டி பதினைந்து கோபெக்குகள். இதே கணக்குப்படி, ஏற்கனவே நீ வாங்கியிருக்கும் இரண்டு ரூபிள்களுக்கு, இந்த மாதத்திற்கான வட்டித் தொகை இருபது கோபெக்குகள். ஆக எல்லாம் சேர்த்து மொத்தமாக முப்பத்தைந்து கோபெக்குகள் வட்டித் தொகையை இப்போது இந்தக் கடிகாரத்திற்காக நீ வாங்கும் ஒன்றரை ரூபிள் பணத்திலிருந்து எடுத்துக்கொண்டு விட்டேன். மீதமுள்ள தொகை ஒரு ரூபிளும் பதினைந்து கோபெக்குகளும் இதோ உள்ளது. எடுத்துக்கொள்."

"என்னது... ஒரு ரூபிளும், பதினைந்து கோபெக்குகளும் மட்டும்தானா...?"

"மிகவும் சரி! அதேதான்!"

அதற்கு மேலும் அவளிடம் விவாதம் செய்ய விரும்பாதவனாக வேறொன்றுமே பேசாமல் பணத்தை எடுத்துக்கொண்டான் அந்த இளைஞன். உடனேயே புறப்பட்டுப் போக வேண்டிய

அவசரம் இல்லாதவனாக, அவளிடம் சொல்வதற்கோ, செய்வதற்கோ வேறு ஏதோ ஒன்று எஞ்சியிருப்பதான பாவனையில் அவளைப் பார்த்தபடியே இருந்தான் அவன். ஆனாலும் தான் சொல்ல வேண்டியதோ, செய்ய வேண்டியதோ இன்னதுதான் என்பது இன்னமும்கூட அவனுக்குத் தெளிவாகப் புலப்படவில்லை என்பது போல, அதைப் பற்றிச் சிந்திப்பவன் போல அவளை அவன் பார்த்தான். பிறகு அவளைப் பார்த்துச் சொன்னான்.

"நான் மேலும் ஒரு பொருளை உங்களிடம் அடகு வைப்பதற்காக இன்னும் ஓரிரு நாளில் மீண்டும் இங்கே வருவேன் அல்யோனா இவானோவ்னா! அது ரொம்பவும் விலை மதிப்பான பொருள். வெள்ளியிலான சிகரெட் பெட்டி. எனது நண்பன் ஒருவனிடமிருந்து அது எனக்குத் திரும்ப வரவேண்டி இருக்கிறது" என்று சொன்ன அவன் தனக்குள் மிகவும் சங்கடமான உணர்வுகள் எழுவதை உணர்ந்து சற்று அமைதியானான்.

"நல்லது. அதைப்பற்றி நாம் அந்தப் பொருள் உனக்குக் கிடைத்த பின்பு பேசிக்கொள்ளலாம்."

"நல்லது. நான் புறப்படுகிறேன் அல்யோனா இவானோவ்னா. வீட்டில் நீங்கள் எப்போதும் தனியாகத்தான் இருப்பீர்களோ? உங்களுடைய சகோதரி இப்போது உங்களோடு வீட்டில் இருப்பது இல்லையா?" என்று மிகச் சாதாரணமாகக் கேட்பது போல அவளைக் கேட்டான் அவன்.

"அவளிடம் உனக்கென்ன வேலை?" என்று சற்று கோபத்துடனேயே கேட்டாள் அந்தப் பெண்.

"ஓ... ஒன்றுமில்லை... ஒன்றுமில்லை... சும்மாதான் கேட்டேன். நீங்கள் உடனே... நல்லது. குட்பை, அல்யோனா இவானோவ்னா!"

ரஸ்கோல்னிகோவ் குழப்பமான மனநிலையில்தான் அங்கிருந்து புறப்பட்டான். அந்த மனக்குழப்பமும், அதனால் விளைந்த, மனச்சஞ்சலமும் அவனிடம் மேலும் மேலும் அதிகமாகிக் கொண்டே சென்றன. படிக்கட்டுகளின் வழியாகக் கீழே இறங்கிக் கீழ்த்தளத்தை அடைவதற்குள், இரண்டு அல்லது மூன்று தடவைகள் ஆங்காங்கே நின்று தன்னை ஆசுவாசப்படுத்திக்கொண்டுதான் தொடர்ந்து கீழே இறங்க அவனால் முடிந்தது. அவன் ஏதோ சில எண்ணங்களினால் திடீரென்று தாக்குண்டு போயிருந்தான். கட்டடத்தைவிட்டுக் கடந்து வீதியை அடைந்ததும் தன்னையும் அறியாமல் அவன் மனம் வெடித்துக் கதறினான்.

“ஓ... கடவுளே! எவ்வளவு கேவலமான அருவருப்பான செயல்கள் இவையெல்லாம்! இதை என்னால் எப்படிச் செய்ய முடியும்? இல்லை... இது அபத்தமானது... கேவலமானது. இப்படிப் பட்ட கொடூரமான எண்ணம் எப்படி என் மனதினுள் நுழைந் தது? எப்படிப்பட்ட அசுத்தங்களுக்கெல்லாம் என் இதயம் இடம் கொடுத்துவிட்டது...? சே... சே... மோசம்... கேவலம்... அபத்தம்! இந்த அபத்தமான எண்ணங்களுடனேயே கடந்த ஒரு மாத காலமாக நான் இருந்து வந்திருக்கிறேன்...! ஐயோ...”

அவனுடைய மனச்சஞ்சலங்களை வெளிப்படுத்த இந்த வார்த்தைகள் போதாது, இந்த விளக்கங்கள் போதாது. அவனிட மிருந்து வெளிப்பட்ட அந்தச் சொற்கள் உணர்வுபூர்வமானவை களாக இருந்த போதிலும் அவை அவனது மனப் போராட்டத் திற்கு ஏற்ற முழுமையான வடிகால்களாக அமைந்திருக்கவில்லை. அந்த முதிய பெண்ணின் இல்லத்திற்குச் செல்லும் வழி நெடுகிலும் சுமையாக அவனை அழுத்தியபடி, அவனைச் சித்திரவதை செய்து கொண்டிருந்த அந்த எண்ணங்கள் – அதனால் தன்மீதிலேயே அவனுக்குள் வளர்ந்து விட்ட அந்த மிகையான வெறுப்புணர்வு கள் ஆகியவை இப்போது மேலும் உச்சகட்டத்தை அடைந்திருக்க, அதன் பிடியிலிருந்து – அந்த சுயவெறுப்பின் ஆக்கிரமிப்பிலிருந்து, அந்த இழிவான மனோநிலையிலிருந்து தப்பித்துக்கொள்ளும் வழி தெரியாமல், தன் நிதானம் முழுவதையும் இழந்த நிலையில், அவன் தன்னுணர்வின்றி நடந்துகொண்டிருந்தான்.

நடைபாதையில், ஒரு குடிகாரனைப் போல நடந்து சென்று கொண்டிருந்த அவன், தனக்கு எதிரில் வருகிறவர்கள் மீதும்கூட மோதிக்கொண்டும், இடித்துக்கொண்டும், உரசிக்கொண்டும் நடந்துகொண்டிருந்தான். சிறிது நேரம் நடந்து சென்ற பின்பு, சட்டென்று சுய உணர்வு பெற்ற அவன், ஒரு நிமிடம் நின்று, தான் நிற்கும் இடத்தைச் சுற்றிலும் நிதானமாக உற்று நோக்கினான். தான் இப்போது அடுத்த தெருவிற்கு வந்துவிட்டதைத் தெரிந்து கொண்டான். ஒரு சாராயக் கடையின் முன்னால் நிற்பதையும் தெரிந்துகொண்டான். உயரமான அந்தச் சாலையின் ஒரு ஓரமாகத் தாழ்ந்து சறுக்கலாகக் கீழே இறங்கிச் செல்லும் பாதை, சாராயக் கடையின் தரைத் தளத்தை நோக்கிச் சென்றது. அவன் இந்தப் பாதையைப் பார்த்துக்கொண்டிருந்த அதேகணம், அந்தப் பாதை யின் வழியே உயரமான சாலைக்கு மேலேறி வந்த இரண்டு குடிகாரர்கள், ஒருவரை ஒருவர் தாங்கிப் பிடித்துக்கொண்டும், ஒருவரை மற்றவர் திட்டிக்கொண்டும், தட்டுத் தடுமாறியும் நடந்து வந்தனர். அந்த இருவரும் வேகமாக வந்து ரஸ்கோல்னிகோவின் அருகே, சாலையில், தரையில் விழுந்தனர்.

ஒரு கணம் தயங்கி நின்ற ரஸ்கோல்னிகோவ், பிறகு வேக மாகக் கீழே தாழ்ந்து செல்லும் அந்தப் பாதையில் இறங்கி சாராயக் கடையை நோக்கி நடந்தான். தன் வாழ்நாளில், இதுவரை ஒரு முறைகூட இதுபோன்ற ஒரு சாராயக் கடைக்குள் அவன் வந்ததே கிடையாது. தொண்டை மிகவும் வறண்டு போய்க் கடுமையான தாகமும், தலை சுற்றலுமாக மிகவும் கிறங்கிப் போயிருந்த அவனது மனம் உடனடியாகக் குளிர்ச்சியாக ஒரு கோப்பை பீர் குடிக்க வேண்டும் என்று ஏங்கிக்கொண்டிருந்தது. நீண்ட நேரமாக எந்த உணவுமே உட்கொள்ளாமல், பட்டினியாக இருந்ததால் ஏற்பட்டி ருந்த களைப்பும் அவனைக் கடுமையாகத் தாக்கிக்கொண்டிருந்தது.

இருளும் புழுதியும் மண்டிப் போயிருந்த ஒரு மூலையில், பிசுக்கேறிப் போயிருந்த ஒரு சிறிய மேசையின் முன் போய் உட் கார்ந்துகொண்ட அவன் பீர்கொண்டு வரும்படி ஆர்டர் கொடுத் தான். ஒரு கோப்பை பீரையும் ஒரே மூச்சில் குடித்து முடித்த வுடன் சற்றுத் தெம்பு கிடைத்ததைப் போல உணர்ந்தான். அவனு டைய எண்ணங்களிலும்கூடத் தெளிவு பிறக்கத் தொடங்கியது. அவனது மனக் குழப்பங்களும் இப்போது அவனிடமிருந்து ஓடிப் போயிருந்தன. இப்போது அவன் மிகத் தெளிவாகச் சிந்திக்கத் தொடங்கினான்.

“சே... நான் இதுவரையில் சிந்தித்ததெல்லாம் வெறும் அபத்தம்தான். அர்த்தமற்றவைதான்” என்று மிகவும் நம்பிக்கை யுடன் ஆணித்தரமான குரலில் சொன்னான் ரஸ்கோல்னிகோவ். “கவலைப்படுவதற்கு இதில் ஒன்றும் இல்லை. இதற்குப் போய் நான் இத்தனை பதற்றப்பட வேண்டியதும் இல்லை. உண்மையில் எனக்கு ஏற்பட்டிருந்தது வெறும் உடல் ரீதியான பலவீனம்தான். ஒரு கோப்பை பீரும், ஒரு துண்டு காய்ந்த ரொட்டியும் சாப்பிட்ட மாத்திரத்தில், ஒரு கணத்தில் என்னுடைய சிந்தை தெளிவாகி விட்டது. மனக்குழப்பங்கள் ஓடிவிட்டன. நான் எடுத்த முடிவு சரியானது என்பதும் உறுதியாகிவிட்டது. ப்பூ... அற்பமான விஷயம் சற்று நேரத்தில் என்னைப் பாடாய்படுத்திவிட்டதே!” என்று தனக்குள் கூறிக்கொண்ட அவனிடம் சற்று முன்பு இருந்த சுயவெறுப்பு காணாமல் போயிருந்தது. இப்போது புத்துணர்வு திரும்பியிருந்தது. அவனது மன நிலையும்கூட மிக இனிமையான தாகவும், மிக உற்சாகமுள்ளதாகவும் மாறிவிட்டதை அவன் உணர்ந்துகொண்டான். தாங்கிக்கொள்ள முடியாத, மிகவும் பயங் கரமான சுமையிலிருந்து விடுதலை பெற்றவனைப் போலக் காணப் பட்ட அவனால் அந்த நீண்ட ஹாலிலிருந்த மற்றவர்களையும் கூட மிக நேசமான பார்வையுடன் பார்க்க முடிந்தது.

ஆனாலும், அந்தக் கணத்தில் தன்னிடம் ஏற்பட்டிருந்த அந்த உற்சாகமான, இனிமையான மனோநிலையும்கூடத் தன் உள்ளத்தோடு ஒன்றியதாக முழுமையானதாக இல்லாமல் – அதிலும்கூட உணர்வுக்குப் புலப்படாத ஏதோ ஒரு விபரீதமான அறிகுறி தென்படுவதை அவன் உணர்ந்தான்.

இப்போது அந்த ஹாலில் மிகச் சிலர் மட்டுமே எஞ்சியிருந்தார்கள். அவன் உள்ளே வரும்போது வெளிப்பட்ட அந்த இரண்டு குடிகாரர்களைப் போல, ஐந்து ஆண்கள் மற்றும் அக்கார்டியன் வாசித்துக்கொண்டிருந்த ஒரு பெண் என்று மேலும் சிலர் அந்த ஹாலிலிருந்து கும்பலாக வெளியேறிச் சென்றுகொண்டிருந்தனர். இப்போது அந்த ஹால் வெறிச்சோடிப் போய் மிக அமைதியுடன் காணப்பட்டது. ஒரு சிலர் மட்டுமே அந்த ஹாலில், மூலைக்கு ஒருவராக உட்கார்ந்திருந்தனர். அளவுக்கதிகமாகக் குடித்துவிட்டு, போதை ஏறிப் போயிருந்த ஒருவன் மயக்க நிலையிலேயே, மேசையின் மேலிருந்த மற்றொரு மது பாட்டிலை வெறித்துப் பார்த்தபடி உட்கார்ந்திருந்தான். தெருவில் கூவிச் சென்று பொருள்களை விற்கும் வியாபாரியைப் போல அவன் இருந்தான். அவனுடன் கூடவே அவனது நண்பன் ஒருவனும் உட்கார்ந்திருந்தான். அவன் ஆஜானுபாகுவான உருவம்கொண்ட, பருத்த மனிதனாக இருந்தான். நரைத்த தாடியுடன் காணப்பட்ட அவன், நீண்ட சைபீரிய மேலங்கி அணிந்திருந்தான். அளவு கடந்த போதையினால் கண்கள் செருகிப் போயிருந்த நிலையில் உட்கார்ந்திருந்த அவன், அவ்வப்போது மிகவும் சிரமப்பட்டுக் கண்களை விழித்துப் பார்ப்பதும், கைகளை உயர்த்திக்கொள்வதும், இரு கை விரல்களையும் ஒன்று சேர்த்து நெட்டி முறிப்பதுமாக இருந்தான். அவ்வப்பொழுது அரைகுறையாகத் தன் நினைவிலிருந்த ஏதோ ஒரு மோசமான பாடலை மிகவும் சிரமத்துடன் தன் நினைவுக்குக்கொண்டு வந்து முரட்டுக் குரலில் கடூரமான ஒரு ராகத்துடன் அவன் முணுமுணுத்தான்.

“வருஷமெல்லாம் காதலிச்சேன் என்
பொண்டாட்டியை நானும் தானே,
கா–த–லி–ச்–சே–ன் ஒரு வருஷம் –மு–ழு–வ–து–ம்
அவளை நானே!”

என்று பாடிக்கொண்டிருந்தவன் திடீரென்று எழுந்து நின்று விழித்துப் பார்த்தபடி, மேலும் தொடர்ந்து பாடினான்:

“போகும் வழியில் சாலையிலே
சந்தித்தேனே என் பழைய காதலியை...”

என்று மிகவும் உல்லாசமாக அவன் பாடிக்கொண்டிருந்தான்.

ஆனால் அவனது அந்த உல்லாசமான பாடலைக் கேட்டு அவனோடு சந்தோஷத்தைப் பகிர்ந்துகொள்வதற்கு வேறு எவருமே அங்கில்லை. போதை ஏறிப் போயிருந்த அவனது நண்பன்கூட அவனது நடவடிக்கைகளை மிகவும் வினோதமாகவும் சந்தேகத் துடனும் பார்த்தபடி இருந்தான்.

ரஸ்கோல்னிகோவுக்கு எதிராக, சற்றுத் தள்ளியிருந்த மேசை யொன்றில், முன்னாள் அரசாங்க குமாஸ்தாவைப் போலக் காணப் பட்ட மற்றொருவன் வோட்கா மது பாட்டிலைக் கையில் பிடித்த படி உட்கார்ந்திருந்தான். அவ்வப்பொழுது பாட்டிலைக் கவிழ்த்து ஒரு மிடறு குடிப்பதும், பிறகு சுற்றுமுற்றும் பார்வையைச் சுழல விடுவதுமாக அவனிருந்தான். அவனும்கூட மிகவும் குழப்பமான மனநிலையில் இருப்பவனாகவே தென்பட்டான்.

அத்தியாயம் – 2

இதுநாள் வரையில் ரஸ்கோல்னிகோவ், மக்கள் கூட்டம் நிறைந்த பொது இடங்களுக்கு அதிகம் சென்று பழக்கப்பட்ட தில்லை. மேலும், சமீபகாலமாக – நேற்று வரை, அவன் சமூகத்தில் வாழும் எவரிடத்தும் நெருங்கிப் பழகுவதையும் முற்றிலுமாகத் தவிர்த்து வந்தான். ஆனால் இப்பொழுது மக்கள் எல்லோரிடத் திலும் மிக நெருங்கிப் பழக வேண்டும் என்று அவன் மிகவும் விருப்பப்பட்டான். ஏதோ ஒரு புதியதான மாற்றம் அவனுக்குள் நிகழ்ந்து விட்டிருந்தது. அவன் இப்போது எல்லோருடனும் நெருங்கிப் பழக வேண்டும் என்று மிகுந்த தாகமும் ஆர்வமும் கொண்டான். மக்களோடு சேர்ந்திருக்க வேண்டும் என்று விரும்பி னான். கிட்டத்தட்ட ஒரு மாத காலமாக வெளியில் எங்கும் தலைகாட்டாமல், தன்மேல்கொண்ட சுய வெறுப்புடன் உற்சாக மற்று, தனக்குள்ளாகவே ஒடுங்கிப் போய்க் கடுமையான மனப் போராட்டங்களுடன் சித்திரவதையை அனுபவித்துக்கொண்டி ருந்த அவனுக்குக் கண நேரமாவது இந்த இருட்டைவிட்டு வெளி யேறிச்சென்று, வேறொரு புதிய உலகத்தினுள் நுழைந்து, சுதந்திர மான காற்றைச் சுவாசிக்க வேண்டும் என்ற ஆவல் திடீரென்று தோன்றியிருந்தது. எனவே, இதோ, இப்போது இந்த அசுத்தமான, மிகவும் மோசமான சுற்றுச் சூழ்நிலையுடன் காணப்படும் இந்த மதுபானக் கடைக்குள் உட்கார்ந்திருப்பதுகூட அவனுக்கு மகிழ்ச்சி யையே கொடுத்தது.

இந்த மதுபானக் கடையின் உரிமையாளன், மேல் தளத்தி லிருந்த மற்றொரு தனியறையில் தங்கியிருந்தான். அவன் அவ்வப் பொழுது தனது அறையிலிருந்து வெளியேறிக் கீழ்த்தளத்தில் இருக்கும் கடைக்கு வருவதும் போவதுமாக இருந்தான். அவன் படிகளில் இறங்கி வரும்பொழுது, பிசுக்குப் பிடித்த அவனது காலணிகளும், அவற்றின் மேல் பட்டையிலிருந்த அகலமான சிவப்புப் பட்டைகளுமே முதலில் கண்ணுக்குப் புலப்படும். நீள மான ரஷ்ய மேலங்கியையும் அதற்கு மேலே எண்ணெய்ப் பிசுக் கேறிய காலரில்லாத கறுப்பு நிற சாட்டின் துணியிலான மேல்

கோட்டு ஒன்றையும் அவன் அணிந்திருந்தான். அவனுடைய முகம் முழுவதும் எண்ணெய்ப் பிசுக்கேறி, ஆங்காங்கே திட்டுத் திட்டாகக் கறைகள் படிந்த இரும்புப் பூட்டைப் போலக் காட்சியளித்தது. கல்லாவில் பதினான்கு வயதே மதிக்கக்கூடிய ஒரு சிறுவன் உட்கார்ந்திருந்தான். அவனது வயதை ஒட்டிய மற்றொரு சிறுவனும் அங்கே வேலை பார்த்துக்கொண்டிருந்தான். வரும் வாடிக்கையாளர்களின் தேவைகளைக் கவனித்துக் கேட்டு அவற்றைக் கொண்டு வந்து கொடுப்பதும் மேசைகளைச் சுத்தம் செய்வதுமாகச் சுறுசுறுப்பாக அவன் வேலை செய்துகொண்டிருந்தான். கல்லா மேசையின் மேலே உள்ள தட்டுகளில், நறுக்கப்பட்ட வெள்ளரித் துண்டுகள், கறுப்பு ரொட்டியில் செய்யப்பட்ட ரஸ்க்குகள், சிறு துண்டுகளாகப் பொரிக்கப்பட்ட மீன்கள் ஆகியவை வைக்கப்பட்டிருந்தன. எல்லாமே மோசமாக நாற்றமடித்தன. ஆல்கஹாலின் நெடி அந்த ஹால் முழுவதுமே பரவியிருந்தது. அந்த ஹாலுக்குள் நுழைந்து ஐந்து நிமிடங்கள் இருந்தால்கூட அந்தச் சூழலே ஒரு மனிதனைக் குடிக்கும்படி செய்துவிடும்.

சில சமயங்களில், முன்பின் பார்த்திராத, இதற்கு முன்னால் ஒரு வார்த்தைகூடப் பேசியிராத, சில அந்நிய மனிதர்களைப் பார்த்த மாத்திரத்திலேயே அவர்களிடம் போய்ப் பேச வேண்டும், பழக வேண்டும் என்ற ஆர்வமும் விருப்பமும் தோன்றுவதுண்டு. அதுபோன்ற ஓர் ஆர்வம், தனக்கு எதிராகச் சற்றுத் தள்ளியிருந்த மேசையில் உட்கார்ந்து குடித்துக்கொண்டிருந்த, ஓய்வு பெற்ற அரசாங்க குமாஸ்தாவைப் போன்றிருந்த அந்த மனிதனைப் பார்த்தபோதும், ரஸ்கோல்னிகோவுக்குத் தோன்றியது. தனக்கு ஏன் இப்படித் தோன்றுகிறது என்பதற்கான காரணத்தைப் பற்றிச் சிந்தித்தபடியே அந்த மனிதனின் முகத்தை மீண்டும் மீண்டும் பார்த்துக்கொண்டிருந்தான் ரஸ்கோல்னிகோவ். அதேசமயம் அந்த மனிதனும் தன்னையே திரும்பத் திரும்பப் பார்த்துக்கொண்டிருப்பதையும், அவனது முகபாவங்களிலிருந்து தன்னைப் போலவே அந்த மனிதனுக்கும் தன்னோடு பேச வேண்டும் என்ற விருப்பம் ஏற்பட்டிருப்பதையும் ரஸ்கோல்னிகோவ் புரிந்துகொண்டான். அந்த மனிதன், அந்த ஹாலில் இருந்த, அந்த மதுக்கடையின் உரிமையாளன் உட்பட வேறு எந்த ஆளையும் ஒரு பொருட்டாகவே கருதவில்லை. ஏற்கனவே அவர்களுடன் பழகியிருப்பதாலோ என்னவோ, ஒருவித சலிப்புடனும், வெறுப்புடனுமே அவன் அவர்களைப் பார்த்தான். அந்தஸ்திலோ, படிப்பிலோ தன்னையும் விடக் கீழான அவர்களோடு பேசுவதால் தனக்கு எந்தப் பயனும் இல்லை என்பது போல மிகவும் அலட்சியத்துடன்

ஃபியோதர் தஸ்தயெவ்ஸ்கி ● 33

அவர்களைப் பார்த்தான் அந்த மனிதன். அவனுக்கு ஐம்பது வயதுக்கும் மேலிருக்கும். நடுத்தரமான உயரமும், சதைப்பற்றான உடலும், நரைத்த முடியுமாக இருந்தான். தொடர்ச்சியான குடியினால் அவனது முகம் ஊதிப் போயிருந்தது. மஞ்சள் நிறமும், இலேசான பச்சை நிறமும் கலந்ததைப் போன்ற உடல் அவனுக்கு இருந்தது. வீங்கிப் புடைத்திருந்த அவனது கண் இமைகளுக்கு நடுவே சிவந்த, சிறிய கண்கள் மட்டும் உயிர்த்துடிப்போடு இயங்கிக்கொண்டிருந்தன. ஆனாலும், அவனிடத்தில் 'ஏதோ ஒன்று' வினோதமாகத் தென்பட்டது. அவனுடைய கண்களில் தெரிந்த அந்த ஒளி அவனை ஒரு புத்திக் கூர்மையான மனிதன் என்று வெளிப்படுத்தியது. ஆனால் அதேசமயம் ஒருவிதமான கிறுக்குத்தனத்தின் சாயலும் அவனிடத்தில் தென்பட்டது. நைந்து போய், இற்றுப் போயிருந்த கறுப்பு நிற மேலங்கியை அவன் அணிந்திருந்தான். அதன் நடுவில் இருந்த ஒரு பொத்தானைத் தவிர மற்றவை எல்லாம் காணாமல் போயிருந்தன. தன்னிடம் எஞ்சியுள்ள சொத்தை இறுக்கிப் பிடித்துக்கொள்வது போலத் தனது மேலங்கியைத் தன்னோடு சேர்த்து இறுக அணைத்துப் பிடித்துக்கொண்டிருந்தான் அந்த மனிதன். நிறையச் சுருக்கங் களைக்கொண்ட, கறைபடிந்த அவனது சட்டை, கையில்லாத அவனது மேல் கோட்டிற்கு வெளியில் பிதுங்கிக்கொண்டு தெரிந் தது. ஒரு காலத்தில், நன்றாக மழுங்கச் சிரைக்கப்பட்டு, மிகவும் வழுவழுப்பாக இருந்திருக்கக்கூடிய அவனது கன்னங்களிலும் தாடையிலும் கொத்துக் கொத்தாக நரை முடிகள் படர்ந்து கிடந்தன. அவை கத்தியைக் கண்டு பல மாதங்களாகி விட்டன என்பதை மெய்ப்பித்துக்கொண்டிருந்தன. அவனுடைய முக பாவனைகளும் தோற்றமும் ஒரு காலத்தில் அவன் பொறுப்புள்ள, மதிப்பிற்குரிய அரசாங்க அதிகாரியாக இருந்திருக்க வேண்டும் என்று எண்ணச் செய்தன. அவன் ஒரு நிலையில் இல்லாமல், மன உளைச்சல்களினால் தவித்துக்கொண்டிருப்பவனைப் போலத் தென்பட்டான். தனது தலைமுடியை அடிக்கொரு தடவை தனது கைகளினால் தடவிவிட்டுக்கொண்டான். தன் முழங்கைகளை மேசையில் ஊன்றித் தன் விரிந்த கரங்களுக்குள் முகத்தைப் புதைத்துக்கொண்டான்.

இவ்வாறு சிறிது நேரம் கழிந்த பிறகு, அவன் இப்போது நேருக்கு நேராக ரஸ்கோல்னிகோவின் முகத்தைப் பார்த்து உரத்த குரலில், மிகவும் துணிச்சலாகப் பேசத் தொடங்கினான்: "தம்பி, உன்னோடு கொஞ்சம் பேச விரும்புகிறேன். எனக்கு அனுமதி தருவாயா, தம்பி? உன் வெளித்தோற்றம் சற்று ஏறுக்குமாறாக

இருந்தாலும், என் அனுபவத்திலிருந்து பார்க்கும்போது, நீ நன்கு படித்த மனிதனாக–இதுபோன்ற குடிப்பழக்கம் ஏதும் இல்லாத வனாகத்தான் இருக்க வேண்டும் என்று எண்ணத் தோன்றுகிறது. நான் எப்போதுமே கல்வியையும், நேர்மையான குணங்களையும் மதிப்பவன். என் பெயர் மர்மெலாதோவ். கௌரவப் பட்டம் பெற்ற கவுன்சிலராக இருந்தவன். இன்னும் அவ்வாறே இருக் கிறேன். நீ ஏதும் அரசாங்கப் பணியில் இருக்கிறாயா என்ன?"

"இல்லை. நான் படித்துக்கொண்டிருக்கிறேன்" என்று பதிலளித்தான் இளைஞன். அந்த மனிதன் துணிந்து தன்னுடன் நேரடியாக உரையாடத் தொடங்கியது குறித்து வியப்பும், அவனது தங்குதடையற்ற தெளிவான சொற்களையும், பேச்சுத் திறமையை யும் கண்டு திகைப்பும் அடைந்தான் ரஸ்கோல்னிகோவ். மற்றவர் களோடு பேச வேண்டும், பழக வேண்டும் என்று சற்று முன்பாக அவனிடத்தில் ஏற்பட்டிருந்த அந்த ஆர்வம், இந்த மனிதனது உரையாடலால் அடியோடு கலைந்து போயிற்று. வழக்கம் போல அவனிடம் படிந்து கிடக்கும் அந்த எரிச்சல் உணர்வுகள் ஒரு கணத்தில் மேலெழுந்துவிட்டன. தனது அனுமதியின்றி, தனது அந்தரங்க எல்லைக்குள் நுழைபவர்கள் மீதும், தனது அந்தரங் கத்தைக் கிளறிப் பார்க்க முனைவோர் மீதும் எழும் கோபமும் வெறுப்பும் இப்போது அவனிடத்தில் பொங்கி எழுந்தன.

"நினைத்தேன்! ஒரு மாணவன் அல்லது முன்னாள் மாணவ னாகத்தான் இருக்க வேண்டும்" என்று மிக உற்சாகத்துடன் உரக்கக் கத்தினான் அந்த முன்னாள் அரசு ஊழியன், "கொஞ்சம் முன்பு நான் அதைத்தான் நினைத்தேன் தெரியுமா? எல்லாம் அனுபவம்! நான் அளவற்ற அனுபவசாலி, தெரியுமா உனக்கு?" என்று மிகவும் பெருமையாகச் சொல்லிக்கொண்ட அவன் தனது நெற்றியில் விரல்களால் தாளமிட்டுக்கொண்டு தன்னைத்தானே பாராட்டிக்கொண்டான். "நீயே ஒரு நல்ல மாணவனாக இருக் கிறாய், இன்னும் நன்கு படித்தவர்களோடு பழகிக்கொண்டும் இருப் பாய், இல்லையா!... அப்படியானால் இப்போது நான் சொல் வதையும் கொஞ்சம் கேளேன்..." என்று எழுந்த அவன், சற்று தள்ளாடினான். பின்பு சமாளித்தபடி, தான் குடித்துக்கொண்டி ருந்த மது பாட்டிலை ஒரு கையிலும், கோப்பையை மற்றொரு கையிலும் எடுத்துக்கொண்டு, நடந்து வந்து ரஸ்கோல்னிகோவின் எதிரில் இருந்த இருக்கையில் வந்து உட்கார்ந்துகொண்டான்.

அவன் நிறைய குடித்திருந்தாலும், தடையில்லாமல் மிகத் தெளிவாகப் பேசினான். மிக உறுதியாகவும், ஆணித்தரமாகவும்

பேசினான். ஆரம்பத்தில் ஒரு சில வார்த்தைகளில் தடுமாற்றம் இருந்தாலும் அதனைத் தொடர்ந்து வந்த வார்த்தைகளும் வாக்கியங்களும் அருவி போல மளமளவென்று வந்து விழுந்தன. ரஸ்கோல்னிகோவிடம் அவன், இவ்வளவு ஆர்வமாகவும், ஆசை யாகவும் பேசிக்கொண்டிருப்பதைப் பார்க்கும் பொழுது, அவன் கடந்த ஒரு மாத காலமாகவே எந்த ஓர் ஆன்மாவிடமும் பேசி யிருக்க மாட்டான் என்றே எண்ணத் தோன்றியது.

"மதிப்பிற்குரிய நண்பனே!" என்று மிகவும் பணிவோடு, மிக முக்கியமான, பவித்திரமான ஒன்றைப் பற்றிப் பேசப் போகும் தொனியோடு, அந்த இளைஞனிடம் கொண்டுவிட்ட ஆழ்ந்த நம்பிக்கையோடு அவன் பேசத் தொடங்கினான்; "வறுமை என்பது ஒரு குற்றமில்லை. இது ஓர் உண்மையான பொன்மொழிதான். ஏற்றுக்கொள்கிறேன். நான் அறிந்தவரையில் குடிப்பழக்கமும்கூட ஒரு தீமையான செயல் இல்லை. அதுவும் ஒரு குணம்தான் என்று நான் கூறுவேன். ஆனால் பிச்சை எடுப்பது...? அன்புக்குரிய நண்பனே, பிச்சை எடுப்பதுதான் மிகப் பெரிய குற்றம். வறுமைப் பட்ட நிலையிலும்கூடப் பிறவியிலேயே அமைந்திருக்கும் நல்லுணர் வுகளையும் பண்புகளையும் ஒருவனால் காப்பாற்றிக்கொள்ள முடியும். ஆனால், பிச்சையெடுக்கும் நிலையில், நிச்சயமாக ஒருவ னால் அதுபோன்று நல்லுணர்வுகளையும் பண்புகளையும் காப் பாற்றிக்கொள்ள முடியாது, நிச்சயமாக எவருக்கும் அது சாத்திய மில்லை. பிச்சையெடுக்கும் மனிதன் சமூகத்தினரால் தடிகொண்டு விரட்டப்படுகிறான். இன்னும் மோசமாக, மிக மிக மோசமாகத் துடைப்பக் கட்டையினால் அடித்துத் துரத்தப்படுகிறான். கேவலப் படுத்தப்படுகிறான். நானும் பிச்சைக்காரனாகி, என்னை நானே இழிவுபடுத்திக்கொண்டேன். ம்... ஒருவகையில் இது எனக்கு வழங்கப்பட்ட நியாயமாகக்கூட இருக்கலாம். அதனால்தான் இப் போது இங்கு வந்து உட்கார்ந்திருக்கிறேன். மதிப்பிற்குரிய நண்பனே, ஒரு மாதத்திற்கு முன்பு லெபஸியாட்னிகோவ் என்பவ ரிடம் என் மனைவி மிகக்கடுமையாக அடிவாங்க நேரிட்டது. என்னைப் போல, என் மனைவியையும் ஒரு சாதாரணப் பெண் என்று மட்டும் நினைத்து விடாதே! எனக்கு எதிர்மாறானவள் அவள். சரி... அது ஒரு பக்கம் இருக்கட்டும். உன்னிடம் மற்றொரு கேள்வியைக் கேட்க வேண்டும் என்று மிகுந்த ஆவலுடன் இருக்கிறேன். கேட்கட்டுமா? நீ எப்போதாவது, நேவாவில் உள்ள வைக்கோல் ஏற்றும் படகில் ஒரு முழு இரவு நேரத்தையும் கழித்த துண்டா?"

"இல்லை. இதுவரையில் எனக்கு அப்படி ஓர் அனுபவம் ஏற்படவில்லை" என்று பதிலளித்தான் ரஸ்கோல்னிகோவ்.

“எதற்காகக் கேட்கிறீர்கள்?”

“அங்கே ஐந்து இரவுகளைக் கழித்துவிட்டு, இப்போதுதான் இங்கே திரும்ப வந்திருக்கிறேன்” என்று சொன்ன அவன், தன் கையிலிருந்த மதுவைக் கோப்பையில் ஊற்றி நிரப்பினான். பிறகு அதனை எடுத்து ஒரே மூச்சில் குடித்து முடித்தான். பின்பு எங்கோ பார்த்தபடி தனது எண்ணங்களில் முழுமையாக மூழ்கிப் போனான். அவனது ஆடைகளிலும் தலைமுடிகளிலும் இன்னமும் கூட ஒட்டிக்கொண்டிருந்த வைக்கோல் தூசி, அவன் சொல்வது உண்மைதான் என்பதற்குச் சாட்சியாகக் காட்சியளித்துக்கொண்டிருந்தது. கடந்த ஐந்து நாட்களாகவே அவன் குளிக்கவோ, உடை மாற்றவோ இல்லை என்பதை அவனது தோற்றமும் எடுத்துக் காட்டியது. பிசுக்கேறிய அவனது சிவந்த கரங்கள் அழுக்குப் படிந்தும், நகக் கணுக்களில் கருமை படர்ந்தும் காணப்பட்டன.

அவனுடைய பேச்சு, சற்று மந்தகதியில் பயணித்தாலும், பொதுவாக ஆர்வமூட்டுவதாகவும், பிறர் கவனத்தை ஈர்க்கக் கூடியதாகவும் இருந்தது. மதுபானக் கடையில் உதவியாளர்களாகப் பணிபுரிந்துகொண்டிருந்த சிறுவர்கள், அவனது பேச்சைக் கேட்டுத் தங்களது சிரிப்பை அடக்க முடியாமல் திணறிக்கொண்டிருந்தனர். இந்த நகைச்சுவைக் காட்சியைக் காண்பதற்காகவே அந்த மது பானக் கடையின் உரிமையாளனும்கூட, மாடியிலிருந்த தனது அறையைவிட்டுக் கீழிறங்கி வந்து, தான் முதலாளி என்ற பெருமையை விட்டுக் கொடுக்காமல், சற்றுத் தள்ளியிருந்த ஓர் இருக்கையில் அமர்ந்து, சோம்பலாகக் கொட்டாவி விட்டபடி அந்த வேடிக்கை மனிதனின் பேச்சை ரசித்துக்கொண்டிருந்தான்.

மர்மெலாதோவ் அங்கே இருந்த அனைவருக்கும் ஏற்கனவே அறிமுகமானவன், பரிச்சயமானவன் என்பது இப்போது வெளிப் படையாகத் தெரிந்தது. அங்கே குடிக்க வருகின்ற அந்நியர்களிடம் தொடர்ந்து எதையாவது பகட்டாகப் பேசிக்கொண்டிருப்பதையே ஒரு வழக்கமாகக்கொண்டவன் அவன். இது அவனுக்கு ஒரு பழக்க மாகவே ஆகிவிட்டிருந்ததால் இங்கே வருகின்ற அந்நியர்களிடம் கொஞ்சமும் தயக்கமின்றி, கூச்சமின்றி, தங்குதடையின்றி, அலங் கார வார்த்தைகளோடு அருவியைப் போல அவன் பேச்சு தொடர்ந்துகொண்டிருந்தது. வீட்டில் மிகவும் கடுமையாக நடத்தப் பட்டு, ஆதிக்கத்திற்கு ஆட்பட நேரும் சில குடிகாரர்களுக்கு, இப்படிப் பொது இடங்களில் பழக்கமில்லாதவர்களிடம் பேசுவது ஓர் இன்றியமையாத தேவையாகவேகூட மாறிப் போய் விடுகிறது. மற்ற குடிகாரர்களுடன் சேர்ந்திருக்கும் பொழுது தாங்கள்

குடிப்பதை நியாயப்படுத்திக்கொள்வதற்கும்– முடிந்தால் அவர் களது மனங்களில் தங்களைப் பற்றி ஒரு மதிப்பை ஏற்படுத்து வதற்கும்கூட இவ்வாறான பேச்சுகளை அவர்கள் பயன்படுத்து வது உண்டு.

“வேடிக்கையான மனிதன்தான் நீ! சரி... நீ ஏன் எந்த வேலைக்கும் போகாமல் இருக்கிறாய்? நீ அரசாங்கத்தில் வேலை பார்ப்பவன் என்றால் உன்னுடைய வேலைகளை நீ ஒழுங்காகச் செய்ய வேண்டாமா?” என்று அந்த மதுக்கடை உரிமையாளன் அவனிடம் சற்று உரக்கவே கேட்டான்.

“மதிப்பிற்குரிய நண்பனே, நான் ஏன் வேலைக்குப் போவ தில்லை என்று உனக்குத் தெரியுமா?” என்று துவங்கிய மர்மெலா தோவ் தொடர்ந்து பேசிக்கொண்டே போனான். மதுக்கடை உரிமையாளன் அந்தக் கேள்வியை அவனிடம் கேட்டாலும், அந்தக் கேள்வியை ரஸ்கோல்னிகோவ்தான் அவனிடம் கேட்டது போல, ரஸ்கோல்னிகோவையே பார்த்தபடி பதில் சொன்னான் அவன். “நான் ஏன் எந்த வேலையும் பார்ப்பதில்லை தெரியுமா? ஒதுக்கப் பட்ட ஒரு ஜீவனாக நினைத்து எல்லோரும், ஒரு குப்பையைப் போல என்னைத் தூக்கி எறிந்து விட்டார்கள். அதனால் என் இதயத்திலிருந்து இரத்தம் வடிந்துகொண்டிருக்கிறது தம்பி. இரத்தம் வடிந்துகொண்டிருக்கிறது. ஒரு மாதத்திற்கு முன்பு லெபஸி யாட்னிகோவ் என்பவர் என் மனைவியைத் தன் இரு கைகளால் அடித்து நொறுக்கியபோது, நான் மூச்சு முட்டக் குடித்துவிட்டுத் தரையில் விழுந்து கிடந்தேன். என் மனம் அப்போது என்ன வெல்லாம் பாடுபட்டது தெரியுமா? என் அன்புக்குரிய இளம் நண்பனே! நீதான் சொல்லவேண்டும் உனக்கு இது மாதிரி எதுவும் நடந்திருக்கிறதா? கடன் கேட்டால் ஒரு காசுகூடப் பெயராது என்று தெரிந்த பிறகும் நம்பிக்கையில்லாமல் மீண்டும் மீண்டும் அந்த இடத்திலேயே கடன் கேட்டுக் கெஞ்சிக் கெஞ்சிப் போராடிக் கொண்டிருக்கும் கஷ்டத்தைப் பற்றி உனக்குத் தெரியுமா?”

“ம்... ஆமாம்... எனக்கும்கூட இந்த அனுபவம் உண்டு. ஆனால், ‘நம்பிக்கை இல்லாமல்’ என்று ஏன் சொல்கிறீர்கள் என்பதுதான் விளங்கவில்லை” என்றான் ரஸ்கோல்னிகோவ்.

“உண்மையாகத்தான் சொல்கிறேன், தம்பி. ‘நம்பிக்கையில் லாமல்’ என்பதை முழுவதுமாக உணர்ந்த பின்புதான் நான் சொல்கிறேன். கீர்த்திவாய்ந்த–மிகவும் உயர்வான–இந்த நகரிலேயே புகழ் பெற்ற இந்த மனிதரிடமிருந்து எதையும் வாங்கிவிட முடியாது என்று உனக்குத் தெரியும். மிகவும் நன்றாகவே தெரியும்.

இவ்வாறு தெரிந்த பின்னும் அவரிடம் கெஞ்சிக் கேட்டுப் பெற்று விட நினைப்பதை எப்படிச் சொல்லுவது? அவர் ஒரு போதும் உனக்கு உதவ வேண்டும் என்று நினைக்கமாட்டார். உனக்குப் பணமும் தர மாட்டார். நான் உன்னைக் கேட்கிறேன், அவர் ஏன் தர வேண்டும்? எல்லாம் அவருக்குத் தெரியும். நான் அந்தப் பணத்தை அவருக்குத் திரும்பத் தர மாட்டேன் என்று அவருக்கு மிக நன்றாகவே தெரியும். அது தெரிந்த பின்னும் எவ்வாறு கொடுப்பார்? இரக்கத்தினாலா? இந்த லெபஸியாட்னிகோவ் இருக்கிறாரே, அவர் எல்லாம் அறிந்தவர். சமீபத்தில் உலகத்தில் தோன்றி வருகின்ற புதுப்புதுச் சிந்தனைகளைகூடத் தெரிந்து வைத்திருப்பவர். அவற்றைப் படித்தும் வருபவர். மாறிவரும் இன்றைய விஞ்ஞான யுகத்தில், இரக்கம் முதலிய பண்புகளெல்லாம் காலாவதியாகி விட்டதாக அவர் சொல்கிறார். குறிப்பாக அரசியல் பொருளாதாரக்கொள்கைகள் புதிதாக உருவாகிவரும் இங்கிலாந்தில்* அப்படிப்பட்ட வாழ்க்கைதான் இருப்பதாக அவர் சொல்கிறார். அதற்குப் பிறகும் அவரிடம் நான் போய்ப் பணம் கேட்க முடியுமா? நான் உன்னைக் கேட்கிறேன், அவர் எனக்குப் பணம் தருவாரா? எனக்குத் தெரியும் அவர் தரமாட்டார். அதன் பின்னும் நீ அவரது வீட்டு வாசற்படியை மிதித்தால் வேறென்ன நடக்கும்?"

"அப்புறம் எதற்காக அங்கே போகவேண்டும்?" என்று கேட்டான் ரஸ்கோல்னிகோவ்.

"வேறுவழியில்லை. மாற்று வழியில்லாதபோது, ஒருவன் எங்குதான் செல்வான்? ஒவ்வொரு மனிதனும் தனது தேவைகளுக்காக இதைப்போல எங்காவது ஓரிடத்திற்குப் போய்த்தானே ஆக வேண்டி இருக்கிறது?. சில வேளைகளில் ஏதாவது ஓர் இடத்திற்கு நிச்சயமாகப் போய்த்தான் ஆக வேண்டும் என்ற கட்டாயமான சூழ்நிலைகள் அமைந்து விடுகின்றன. முதன்முதலாக என்னுடைய சொந்த மகள், மஞ்சள் டிக்கட்*டுடன் வீதிக்கு வந்தாள். தொடர்ந்து நானும் வீதிக்கு வந்தேன். என் மகள்.. என் மகள் ஒரு விலைமகளாகிப் போனாள், தம்பி... விலைமகளாகிப் போனாள்..." என்று அந்த மனிதன் சொன்ன அந்த அதிர்ச்சியான

---

*விக்டோரியாவின் காலத்தைச் சேர்ந்த பிரிட்டனில் நிலவிய பொருளாதாரக் கொள்கைகளை இது சுட்டுகிறது. குறிப்பாக 1848ஆம் ஆண்டில் ஜான்ஸ்டூவர்ட் மில் எழுதிய 'அரசியல் பொருளாதாரக் கோட்பாடுகள்' என்ற நூலின் கருத்து இதற்கு மூலமாக உள்ளது.

* மஞ்சள் டிக்கட் என்பது விலைமாதர்களுக்கு வழங்கப்படும் அதிகாரப் பூர்வமான அனுமதிச்சீட்டு – லைசென்ஸ் ஆகும்.

செய்தியைக் கேட்டு அதிர்ந்து போன அந்த இளைஞன் சங்கடப் பட்டு நெளிந்தான்.

"ஒன்றுமில்லை தம்பி... ஒன்றுமில்லை..." என்று அந்த இளைஞனின் சங்கடத்தைக் கண்டு, அவனைச் சமாதானப்படுத்த இவ்வாறு சொன்னான் அவன். "சரி... அதை விட்டுத்தள்ளு, தம்பி, விட்டுத்தள்ளு. அதைப்பற்றி நினைத்து என்னவாகப் போகிறது" என்று வேகமாகச் சொன்னான் அந்த மனிதன். அவனது இந்தச் சொற்களில் வேகமிருந்தாலும், வெளிப்பார்வைக்கு அவன் அமைதி யாகவே காணப்பட்டான்.

அவனது பேச்சைக் கேட்டு அந்த மதுக்கடையில் வேலை பார்க்கும் சிறுவர்கள் இருவரும் அடக்கமாட்டாமல் சிரித்தார்கள். அங்கே நின்றிருந்த மதுக்கடையின் உரிமையாளனும்கூடக் குறுநகை புரிந்தான்.

"விட்டுத்தள்ளு தம்பி, இவர்களைப் பற்றியெல்லாம் நினைத்துக் கவலைப்பட வேண்டாம். இதையெல்லாம் நான் பொருட்படுத்துவதே இல்லை தம்பி. நான் சொல்லுவதையெல் லாம் தலையை ஆட்டிக்கொண்டு ரசித்துக் கேட்பதும், என்னைக் கேவலமாக நடத்துவதும்... எல்லாமே எனக்குப் பழகிப் போன விஷயங்கள்தான். இங்கேயுள்ள எல்லோருக்கும் என்னைப் பற்றிய எல்லாமே தெரியும். எல்லா இரகசியங்களும் அம்பலத்துக்கு வந்து விட்டன. நானும் வெறுப்பை வெளிக்காட்டாமல் பொறுத்துக் கொண்டு, இதையெல்லாம் சகித்துக்கொள்ளத்தான் முயற்சி செய்கிறேன். இங்கேபார்! என்னைப் பார்! தம்பி! ஒன்றே ஒன்றை மட்டும் உன்னிடம் கேட்பதற்கு எனக்கு அனுமதி கொடு, தம்பி! மனதில் எதையும் மறைக்காமல் சொல்! எதையும் தாங்கும் அளவுக்கு எனது நெஞ்சிலே உறுதியை வரவழைத்துக்கொண்டு தான் உன்னைக் கேட்கிறேன். தயங்காமல் சொல். இந்தக் கணத்தில் என்னைப் பார்த்தால் உனக்கு ஒரு பன்றியைப் போலத் தோன்றுகிறதா, இல்லையா?"

ரஸ்கோல்னிகோவ் அவனது இந்தக் கேள்விகளுக்கு எந்தப் பதிலையும் சொல்லாமல் சங்கடப்பட்டு நெளிந்தான். மீண்டும் அந்த ஹாலில் இருந்த எல்லோரும் அடக்க முடியாமல் சிரித்தனர். குடிமயக்கத்தில் இருந்தாலும், தன் வார்த்தைகள் உண்டாக்கிய சிரிப்பலைகளின் சப்தம் ஓய்வதற்காக சற்று நேரம் காத்திருந்த அந்தச் சொற்பொழிவாளன் சிரிப்பலைகள் ஓய்ந்த பின்னர், மீண்டும் தொடர்ந்தான்:

“நல்லது, நான் பன்றியைவிடக் கேவலமானவன்தான். ஒப்புக் கொள்கிறேன். ஆனால், அவள் ஒரு பெண். நான் ஒரு மிருகத்தைப் போன்றவன்தான். ஆனால், அவள்... காதரீனா இவானோவ்னா, என் மனைவி, நிறையப் படித்தவள்; பண்பானவள்; நாகரிகம் தெரிந்த பெண். பெரிய அதிகாரியின் மகள். நான், கெட்டவனாக, அயோக்கியனாக, போக்கிரியாக இருக்கலாம். ஆனால், அவள் உயர்ந்த இதயம் படைத்தவள். கற்ற கல்வியினால் புடம் போடப் பட்ட பெண். நல்ல உணர்வுகள் நிரம்பியவள். ஆனாலும்கூட அவள் என்னிடம் கொஞ்சம் பரிவு காட்டியிருந்தால் எப்படி இருந்திருக்கும், தெரியுமா? ஒவ்வொரு மனிதனிடத்திலும் அன்பு காட்ட, பரிவு காட்ட, ஓர் இடம்... ஒரே ஓர் இடமாவது வேண் டாமா, தம்பி! என் மனைவி காதரீனா இவானோவ்னா பெருந் தன்மையான பெண்தான். ஆனால், அவள் என்னிடத்தில் நியாய மாக நடந்துகொள்ளவில்லையே... என் தலைமுடியைப் பற்றி அவள் இழுக்கும் வேளைகளில்கூட, என்மீதுகொண்ட கரிசனத் தால்தான் அவள் அப்படிச் செய்கிறாள் என்று நான் நினைத்திருக் கிறேன். ஆமாம், தம்பி! நான் வெட்கப்படாமல் மறுபடியும் சொல் கிறேன், அவள் கொஞ்சம்கூட யோசிக்காமல்–கணவனாயிற்றே என்று சங்கடப்படாமல் என் தலைமுடியைப் பற்றிப் பிடித்து இழுப்பாள் தெரியுமா?”

இவ்வாறு அவன் சொன்னவுடனேயே அந்த ஹாலில் கூடி யிருந்தவர்கள் கடகடவென்று அடக்க முடியாமல் சிரித்தனர். அவனைப் பரிகாசம் செய்தனர். சிரிப்பலைகளுக்கு நடுவே, வலு வில் வரவழைத்துக்கொண்ட பெரிய மனிதத் தோரணையோடு, தனக்கு நிகழ்ந்த துன்பத்தைப் பற்றித் தொடர்ந்து சொல்லிக் கொண்டிருந்தான் அவன்.

“ஓ, கடவுளே! அவள் மட்டும் ஒரு தடவையாவது என்னிடத் தில் நியாயமாக நடந்துகொண்டிருந்தால்... இல்லை... இல்லை. இது வீணான பேச்சு. ஆமாம்! இவையெல்லாம் பயனற்ற பேச்சுக் கள்தான். இப்படிப் பேசுவதில் எந்தவிதமான பயனும் இல்லை. ஆனால் உண்மையில் அவள் என்னிடம் பரிவு காட்டினாள். இரக்கம் காட்டினாள். ஒரு முறை மட்டும் அல்ல. பல தடவைகள். என்னுடைய விருப்பங்களையெல்லாம்கூட அவள் நிறைவேற்றித் தந்திருக்கிறாள். ஒரு தடவை மட்டும் அல்ல, பல தடவைகள் அவள் எனக்காக வருத்தப்பட்டிருக்கிறாள். அதுதான் உண்மை. ஆனால் நான்தான் இப்படி மிருக குணம் படைத்தவனாக இருக்கிறேனே... என்ன செய்வது...? அதுதான் என்னுடைய விதி போலிருக்கிறது!”

“மிகச் சரியாகச் சொன்னாய்!” என்று குறுக்கிட்டுச் சொன்னான் அந்த மதுக்கடை உரிமையாளன். மர்மெலாதோவ் தனது முஷ்டியினால் மேசையில் ஓங்கி ஒரு குத்து குத்தினான்.

“ஆமாம், அதுதான் என் குணம். உனக்குத் தெரியுமா? அவளுடைய (காலணியின்) காலுறைகளைக்கூட விற்று நான் குடித்திருக்கிறேன். பூட்ஸுகளையோ அல்லது வேறு எந்தப் பொருளையுமோ விற்றுக்கூடக் குடிக்கலாம். ஆனால் காலுறைகளை விற்று யாரேனும் குடிப்பார்களா? நான் அவற்றையும் விற்றுக் குடித்திருக்கிறேன். அவளுடைய சால்வையை விற்றுக் குடித்திருக்கிறேன். அது அவளுக்கு நான் வாங்கிக் கொடுத்ததுகூட அல்ல. ரொம்ப நாட்களுக்கு முன்பு யாரோ அவளுக்குப் பரிசாகக் கொடுத்தது அது. அவளுக்கே சொந்தமானது அது. என்னுடையது அல்ல. அதையும் விற்றுக் குடித்தேன். நாங்கள் வசிக்கும் அறையில் குளிர் அதிகமாகத் தாக்கும். சால்வை இல்லாமல் அவள் குளிரில் நடுங்கிப் போனாள். அவள் இருமினாள், தொடர்ந்து இருமினாள். இருமலில் இரத்தம்கூட வந்தது. எங்களுக்கு மூன்று சிறிய குழந்தைகள் இருந்தார்கள். காதரீனா இவானோவ்னா, காலை முதல் இரவு வரை தொடர்ந்து வேலைகள் செய்வாள். பெருக்குவதும் துடைப்பதும், குழந்தைகளைக் குளிப்பாட்டுவதும் என்று எந்த நேரமும் ஓயாது வேலைகள் செய்வாள். சிறுவயது முதலே சுத்தமாக இருந்தே பழக்கப்பட்டவள் அவள். ஆனால் அவளது நெஞ்சு மிகவும் பலவீனமானது. அவளுக்கு அடிக்கடி சளி பிடித்துக்கொள்ளும். சயரோகம் வந்தவளைப் போல அந்தச் சமயங்களில் மூச்சுத் திணறுவாள். இதை உணர்ந்தவன்தான் நான். நான் இதை உணர்ந்திருக்க மாட்டேன் என்று நீ நினைக்கிறாயா என்ன...? நான் எவ்வளவு அதிகமாகக் குடிக்கிறேனோ அவ்வளவுக்கு அதிகமாக அவளது சிரமங்களை எல்லாம் நான் புரிந்துகொண்டிருக்கிறேன். அதிகமாக உணர்ந்திருக்கிறேன் என்றுதான் அர்த்தம். அதனாலேயே, இந்தக் கவலைகளினாலேயே நான் மேலும் அதிகமாகக் குடிக்கிறேன். இரக்கத்தையும் நிம்மதியையும், நல்ல உணர்வுகளையும் தேடிக் கண்டடைவதற்காக நான் குடிக்கிறேன்... என் துன்பங்கள் இரு மடங்காகப் பெருக வேண்டும் என்பதற்காகவே நான் குடிக்கிறேன்” என்று மிகுந்த துயரம் தொனிக்கக் கூறிய அவன் குனிந்து தனது தலையை மேசையில் பதித்துக்கொண்டான்.

“இளைஞனே!” சற்று நேரம் தலை கவிழ்ந்து சாய்ந்து தன்னை ஆசுவாசப்படுத்திக்கொண்ட அவன், தலையை நிமிர்த்திக் கொண்டு தொடர்ந்து பேசத் தொடங்கினான். “உன் முகத்தைப்

பார்த்தே, உன்னுடைய உள்ளத்தில் நீ அனுபவிக்கின்ற துன்பங் களையும், மன வேதனைகளையும் என்னால் புரிந்துகொள்ள முடிந் தது. நீ உள்ளே நுழையும்போதே இதை நான் கவனித்து விட்டேன். அதனாலேயே உன்னுடன் பேச விரும்பினேன். இதோ இந்தச் சோம்பேறிகள் கேட்டுச் சிரிப்பதற்காக மிகக் கேவலமான என் வாழ்க்கைக் கதையை நான் சொல்லவில்லை. என்னுடைய கேவல மான வாழ்க்கையை முழுவதும் அறிந்தவர்கள்தான் இவர்கள் எல்லோரும். நன்கு படித்த – உணர்வுகளை மதிக்கத் தெரிந்த ஒரு மனிதனைத்தான் நான் தேடிக்கொண்டிருந்தேன். உனக்கு ஒன்று தெரியுமா? என் மனைவி, மிக உயர்ந்த மனிதர்கள், பிரபுக் களின் பிள்ளைகள் – அதாவது பிறப்பால் உயர்ந்தவர்கள்– படிக் கின்ற மாநிலக் கல்விக் கழகத்தின் பள்ளிக்கூடத்தில் படித்தவள். கல்வி ஆண்டின் இறுதியில், கற்றுத் தேறியவர்களுக்குப் பட்ட மளிக்கும் விழாவில் – கற்றுத் தேறியவர்கள் (அதாவது பட்டம் பெறுவதற்குத் தகுதியானவர்கள் – பட்டம் பெறப் போகிறவர்கள்) நடனமாடும் நிகழ்ச்சியில் ஆளுநர் மற்றும் உயர்ந்த அந்தஸ்துள்ள பிரமுகர்களின் முன்னால் சால்வை நடனம்* பட்டமளிப்பு விழா நடனமாடி கல்விக்கான தங்கப்பதக்கமும் சிறப்புச் சான்றிதழும் பெற்றவள் என் மனைவி. அந்த மெடல்... ம்... அதனை விற்று ரொம்ப காலமாகிவிட்டது. ஆனால் அந்தச் சான்றிதழை அவள் இன்று வரையிலும் தன்னுடைய டிரங்குப் பெட்டியில் பத்திரப் படுத்தி வைத்துக்கொண்டிருக்கிறாள். சமீபத்தில்கூட வீட்டுக்காரப் பெண்மணியிடம் அவள் அதனைக் காட்டிக்கொண்டிருந்தாள்.

"இத்தனைக்கும் அந்த வீட்டுக்காரி, நாங்கள் சரிவர வாடகைப் பணம் தராத காரணத்தினால் எங்களுடன் விரோத பாவத்துடன் இருந்து வருபவள்தான். இருப்பினும், கடந்த காலப் பெருமைகளையும், கடந்து போன சந்தோஷமான அந்த நாட்களை யும் சந்தோஷமான நினைவுகளையும் பகிர்ந்துகொள்ள அவளுக்கு யாராவது ஓர் ஆள் வேண்டுமல்லவா? எனவே என் மனைவி அருகில் இருக்கும் வீட்டுச் சொந்தக்காரியிடம் தன் பெருமை களைப் பேசி மகிழ்வாள். இதற்காக நான் அவளைக் கண்டிக்க வில்லை. நான் அவளைக் குற்றம் சொல்லவில்லை. ஆமாம், நான் அவளை எதுவுமே சொல்லவில்லை. கடந்த காலங்களைப் பற்றி அவளிடம் எஞ்சியிருப்பவை, இனிமையான அந்தப் பழைய நினைவுகள் மட்டும்தான். மற்றவைகளெல்லாம் எப்போதோ

---

* சால்வை நடனம் ஆடுவதென்பது, அந்தப் பெண் உயர்ந்த வர்க் கத்தைச் சேர்ந்தவள் என்பதற்கும் பள்ளி இறுதிவகுப்பை முடிக்கிறாள் என்பதற்கும் அடையாளம்.

காற்றில் கலந்தாகிவிட்டது. என் மனைவி நிறைய ஆசைகளைத் தேக்கி வைத்திருக்கும் ஒரு பெண்தான். அதேசமயம் தன்மான உணர்ச்சியும் மிகுதியாகக்கொண்டவள். எங்களுடைய வறுமை யான சூழ்நிலையிலும் சாப்பிடுவதற்கு வீட்டில் கறுப்பு ரொட்டி கூட இல்லை என்றாலும்கூடத் தன் கையாலேயே வீட்டின் தரையைக் கழுவித் துடைத்து சுத்தமாகப் பேணிப் பராமரிக்கக்கூடியவள் அவள். அதேசமயம் தன்னை வேறு எவருமே மரியாதைக் குறை வாக நடத்துவதை அவளால் சகித்துக்கொள்ள முடியாது. அதனாலேதான் லெபஸியாட்னிகோவ், அவளிடம் காட்டுமிராண் டித்தனமாக நடந்துகொண்டதை அவளால் பொறுத்துக்கொள்ள முடியவில்லை. அவரிடம் பெற்ற அடிகளினால் ஏற்பட்ட காயங் களுக்காக அவள் வேதனைப்படவில்லை. ஆனால், மனதில் விழுந்த அடிகளின் வலி பொறுக்க முடியாமல்தான் அவள் அதைத் தீவிரமாக எடுத்துக்கொண்டாள்.

"நான் அவளைத் திருமணம் செய்துகொண்டபொழுது, மூன்று சின்னக் குழந்தைகளுடன் ஒரு விதவையாக அவள் இருந் தாள். அவளது முதல் கணவன் காலாட்படை அதிகாரியாகப் பணிபுரிந்தவன். அவன்மீது கொண்ட காதலால், அவள் தனது தந்தையின் வீட்டை விட்டு ஓடிவந்து இந்த அதிகாரியைத் திருமணம் செய்துகொண்டாள். அளவுக்கு அதிகமாக அவனை நேசிக்கவும் செய்தாள். ஆனால், அவனோ சூதாட்டத்திற்கு அடிமையாகி, அதனாலேயே கோர்ட்டுக்குக் கொண்டு வரப்பட்டு விசாரிக்கப்பட்டு அப்படியே ஒருநாள் இறந்தும் போனான். தனது இறுதிக்காலத்தில் அவன் அவளை அடித்துத் துன்புறுத்தவும் செய்திருக்கிறான். இவளும் சும்மா இல்லை, பதிலுக்கு நன்றாகவே திருப்பிக் கொடுத்திருக்கிறாள். அதற்கு எழுத்துபூர்வமான ஆதாரம் கூட என்னிடத்தில் இருக்கிறது. ஆனாலும், இன்று வரையிலும் கூட அவனைப் பற்றி நினைக்கும் ஒவ்வொரு தடவையும், கண்ணீ ரோடு அவள் அவனை நினைவு கூர்கிறாள். அவள் அவனோடு வாழ்ந்த நாட்களைத்தான் தனது வாழ்வின் மகிழ்ச்சியான நாட்கள் என்று கூறிக்கொள்வாள். அந்த நாட்களைக் கண்ணீரோடு மீண்டும் நினைத்து மகிழ்ந்துகொள்வாள். என்னை அவமானப் படுத்த வேண்டுமென்று நினைக்கும்போதெல்லாம் அவனைப் பற்றிய நினைவுகளை அவள் பயன்படுத்தத் தவறுவதில்லை. ஆனாலும், இதுபற்றி எனக்குச் சந்தோஷம்தான்! மிகவும் சந்தோஷம்தான்! ஏதோ கடந்த காலத்திலாவது தான் மகிழ்ச்சியாக வாழ்ந்திருப்பதாக அவள் கற்பனையிலாவது நினைத்து சந்தோஷப் பட்டுக்கொள்ளட்டுமே! இதற்காக நான் வருத்தப்படவில்லை.

நான் சந்தோஷமே அடைந்தேன். நாட்டின் தொலைதூரத்தில் இருந்த அந்த மிகவும் பின்தங்கிய, மோசமான மாவட்டத்தில் அவளையும், அவளது மூன்று குழந்தைகளையும் தவிக்கவிட்டு விட்டு அவன் இறந்து போனான். அப்போது நான் அந்த ஊரில் இருந்தேன். தன் மூன்று குழந்தைகளுடன் திக்குத்திசை தெரியாமல், நிராதரவாக அவள் அப்போது தவித்துக்கொண்டிருந்தாள். வறுமையினால் மிகவும் சொல்லொணாத துன்பங்களை அவள் அப்போது அனுபவித்தாள். பரந்துபட்ட, பல வகையான அனு பவங்களைச் சந்தித்துப் பழகியிருப்பவன் நான். திடமான மனம் கொண்ட என்னையும்கூட, அன்று அவள் இருந்த அநாதரவான நிலை உலுக்கிவிட்டது. அப்போது அவள் பட்ட கஷ்டங்களைப் பற்றி விவரித்துச் சொல்ல சரியான வார்த்தைகள் இப்போது என்னிடத்தில் இல்லை. அவளுடைய பெற்றோர்கள், மற்றும் அவளுடைய உறவினர்கள் எல்லோருமே அவளைக் கைவிட்ட பின்னரும்கூட அவள் கஷ்டங்களைப் பொறுத்துக்கொண்டு தன் மானத்துடன் வாழ்ந்து வந்தாள். நானும் அப்போது எனது முதல் மனைவியை இழந்திருந்தேன். பதினான்கு வயதான மகளை என் கையில் ஒப்படைத்துவிட்டு என் மனைவி இறந்து போயிருந்தாள். அப்போது தன் மூன்று குழந்தைகளுடன் இவள் பட்ட கஷ்டங் களைக் கண்கொண்டு பார்க்கச் சகிக்காமல்தான் நான் இவளுக்குக் கை கொடுத்தேன். நல்ல படிப்பும், மிகவும் உயர்வான சிறந்த குடும்பப் பின்னணியும் கொண்டிருந்த அவளே, மிகவும் கேவல மான வாழ்க்கை வாழ்ந்துகொண்டிருந்த என்னைத் திருமணம் செய்ய முன்வந்திருக்கிறாள் என்றால் அவள் பட்ட துயரங்கள் எந்த அளவுக்கு இருந்திருக்கும் என்பதை நீயே நினைத்துப் பார்த் துப் புரிந்துகொள்ளலாம். அழுதுகொண்டும், புலம்பிக்கொண்டும் யாருமே இல்லாத தனது ஆதரவற்ற நிலையை எண்ணி நொந்து கொண்டும், வறுமை அவளைக் கசக்கிப் பிழிந்துகொண்டிருந்த நிலையில், அந்த நிலையிலிருந்து மீள்வதற்காக, வேறு வழியின்றி என்னைத் திருமணம் செய்துகொண்டாள். எந்தப் புகலிடமும் இல்லாமல், எங்கே போவது என்று தெரியாமல் இருப்பதென்பது எவ்வளவு கொடுமை தெரியுமா? இதை உன்னால் புரிந்துகொள்ள முடிகிறதா? இல்லை... அப்படி ஒரு நிலையை நிச்சயமாக உன்னால் புரிந்துகொள்ளவே முடியாது. ஓர் ஆண்டுக்காலம் முழு வதும் அவளோடு ஏற்படுத்திக்கொண்டுவிட்ட அந்தத் திருமண பந்தத்தை மதித்து, அதற்குரிய கடமைகளை நான் பொறுப்பாக, நிறைவேற்றி வந்தேன். இதோ, இந்தச் சனியன் பிடித்த பாட்டிலை அப்போது நான் விரலால்கூடத் தீண்டியதில்லை" என்று சொன்ன அவன் மது பாட்டிலை எடுத்து அதன் மேல் தன் விரல்களினால்

தாளமிட்டான். "எனக்கும் மனது என்ற ஒன்று இருக்கிற தல்லவா...? அதற்குள் உணர்ச்சிகளும் இருக்கிறதல்லவா? ஆனால் இப்படி இருந்தபொழுதும்கூட அவளை என்னால் மகிழ்ச்சியாக வைத்திருக்க முடியவில்லை. அதற்குப் பிறகு என்னுடைய நிலையும் மிகவும் மோசமாகப் போயிற்று. நான் பார்த்துக்கொண்டிருந்த வேலையும் போயிற்று. அதற்கு நான் எந்தவிதத்திலும் காரண மில்லை. நான் எந்தத் தவறும் செய்யவில்லை. அரசாங்கம் வேலைச் சீரமைப்புகளுக்காகச் சில மாற்றங்களைக்கொண்டு வந்த போது, அதில் நானும் பலியாகி என்னுடைய வேலையை இழந் தேன். அதன் பிறகுதான் நான் இந்தப் பாட்டிலைக் கையிலெடுத் தேன். பிறகு, கிட்டத்தட்ட ஒன்றரை ஆண்டுக்காலம் எங்கெல் லாமோ பல இடங்களில் அலைந்து திரிந்து, தவித்து நிறைய கஷ்டங்களையும் அனுபவித்து, அதன் பின்னர்தான் இந்த ஊருக்கு– நினைவுச் சின்னங்களால் நிரம்பியிருக்கும் இந்தத் தலை நகரத்துக்கு – நாங்கள் வந்து சேர்ந்தோம். இங்கே வந்தவுடன் எனக்கும் ஒரு வேலை கிடைத்தது. ஆனால், விரைவிலேயே அந்த வேலையையும் நான் இழந்தேன். உன்னால் புரிந்துகொள்ள முடிகிறதா? இந்தத் தடவை என் வேலை பறிபோனதற்கு நான் தான் காரணம். தவறு என்னுடையதுதான். என்னுடைய இந்தப் பலவீனம் மீண்டும் அப்போது தலைதூக்கியதுதான் காரணம். நாங்கள் இப்போது அமாலியா பியோதோரவ்னா லிப்பேவெ செல்ஸின் வீட்டில் ஓர் அறை போன்ற பகுதியில் ஒண்டிக் குடித் தனமாக வசித்து வருகிறோம். அங்கே எப்படி எங்கள் வாழ்க்கை நடக்கிறது, எப்படி வாடகை கொடுக்கிறோம் என்பதெல்லாம் எனக்குத் தெரியாது. எங்களைப் போன்ற நிலையிலிருக்கும் நிறையபேர் அங்கே குடியிருக்கிறார்கள்! வசிப்பதற்குக் கொஞ்சம் கூட லாயக்கில்லாத, மிகவும் அசுத்தமான, சந்தடி மிகுந்த அந்தப் பகுதியில் நாங்கள் வாழ்ந்து வருகிறோம். இந்தச் சூழ்நிலையில், என்னுடைய முதல் மனைவியின் மூலமாகப் பிறந்த எனது மகள் வளர்ந்து பெரிய மனுஷியாகிவிட்டாள். பாவம், அந்தப் பெண் குழந்தை! அவள் வளர்ந்து வரும் காலத்தில் தன்னுடைய சித்தியிடம் பட்டபாடுகளை எப்படித்தான் அவள் தாங்கிக்கொண் டாளோ...? காதரீனா இவானோவ்னா நல்ல பெண்தான். குணமும்கூட நல்ல குணம்தான். ஆனால் எளிதில் உணர்ச்சி வசப்பட்டு விடக்கூடியவள். எதற்கெடுத்தாலும் எரிச்சல் அடை பவள். முன்கோபம் அதிகம் அவளுக்கு. கடுமையான வார்த்தை களை, எரிச்சலோடு, நெருப்பாகக் கொட்டி விடுவாள். சரி இப் பொழுது அதைப்பற்றியெல்லாம் பேசி என்ன ஆகப் போகிறது? என் மகள் சோனியாவை என்னால் படிக்க வைக்க முடியவில்லை.

நான்கு வருடங்களுக்கு முன்பு, நான் அவளுடன் உட்கார்ந்து கொஞ்சம் பூகோளமும், உலக சரித்திரமும் கற்பிக்க ஆரம்பித்தேன். நானேகூட இந்தப் பாடங்களைப் பற்றிப் போதுமான கல்வியறிவு இல்லாதவனாக இருந்தேன். சொல்லிக் கொடுப்பதற்கு ஏற்றபடி சரியான பாடப்புத்தகங்களும்கூட எங்களிடத்தில் இல்லை. அவ்வளவுதான், அதோடு அவளது படிப்புக்கும் முற்றுப்புள்ளி விழுந்துவிட்டது. பெர்ஷிய நாட்டு அரசன் சைரஸ்* பற்றிப் படித்த தோடு, நாங்கள் படிப்பதையே நிறுத்திக்கொண்டுவிட்டோம். வளர்ந்த பிறகு அவளாக சில நாவல்களைப் படித்தாள். லெபஸி யாட்னிகோவ் அவளிடம் சற்றுக் கரிசனம் காட்டியதால், 'லூயிஸி'ன் 'உடற்கூறு இயல்'* பற்றிய புத்தகத்தை அவள் மிகவும் ஆர்வத்தோடு படித்தாள். உனக்கும்கூட அந்தப் புத்தகத்தைப் பற்றித் தெரிந்திருக்குமே. அதிலிருந்து சில பகுதிகளை அவள் எங்களிடத்தில் மிகவும் உரக்க வாசித்துக் காட்டுவதும் உண்டு. அவளது படிப்பெல்லாம் அந்த அளவுக்குத்தான்! என் மதிப்பிற் குரிய இளம் நண்பனே! இப்போது என் சார்பிலிருந்து, மிகவும் அந்தரங்கமான கேள்வி ஒன்றை உன்னிடம் கேட்கப் போகிறேன். கௌரவமான குடும்பத்தில் பிறந்த ஏழைப்பெண், நேர்மையான முறையில் உழைத்துச் சம்பாதிக்க இந்த உலகத்தில் ஏதாவது வழி இருக்கிறதா? தன் கைகளுக்கு ஒரு நிமிடம்கூட ஓய்வு கொடுக் காமல், நியாயமாக உழைத்தும்கூட ஒரு நாளைக்குப் பதினைந்து கோபெக்குகளுக்கும் மேல் அவளால் சம்பாதிக்க முடியவில்லை. உழைப்பைத் தவிர விசேஷமான தகுதிகள் வேறு எதுவும் அவளிடத்தில் இல்லை. வேறு என்ன செய்வது...? இப்படி அவள் மாடாக உழைத்தும் அந்த இவான் இவானிச் கிளோப் ஸ்டோக், அவன்தான் தம்பி, அந்த மாநிலக் கவுன்சிலர் (பொதுமக்களுக்கான சமூகப் பணியில் ஈடுபடும் மாநில அமைப்பில் (The fifth highest grade in civil service) ஆலோசகராகவும் உறுப்பினராகவும் இருப்ப வன்) அவனைப் பற்றி நீகூடக் கேள்விப்பட்டிருப்பாய். அவள் உழைத்த உழைப்பிற்கு அவன் இதுவரை பணமே கொடுக்க

---

* சைரஸ்: புராதனமான பெர்ஷிய சாம்ராஜ்யத்தை நிறுவியவன். பாபிலோனிலிருந்து யூதர்களை விடுவித்தவன்

* லூயிஸ்: ஜார்ஜ் ஹென்றிலூயிஸ் (1817–78) எழுதிய 'உடற்கூறு இயல்', 'அன்றாட வாழ்க்கைக்கான உடற்கூறு இயல்' ஆகிய நூல்கள் 1861ஆம் ஆண்டில் ரஷ்ய மொழியில் மொழிபெயர்க்கப்பட்டு இளந் தலை முறையினரால் ஆர்வமுடன் படிக்கப்பட்டு வந்தன. ரஷ்ய சமூக மனப் போக்கில் ஆங்கிலச் சிந்தனை ஏற்படுத்திய தாக்கத்திற்கு இதுவும் ஒரு சான்று.

வில்லை. அரை டஜன் லினன் சட்டைகளை அவள் அவனுக்குத் தைத்துக் கொடுத்திருக்கிறாள், தம்பி! அதற்கு அவளுக்குக் கூலி கொடுக்காததோடு, அவளைக் கண்டபடி சத்தம் போட்டு, வீட்டை விட்டு விரட்டவும் செய்திருக்கிறான். ஏதோ, சட்டையின் காலர்களெல்லாம் சரியான அளவில் அமையாமல் போய்விட்டதாம். இங்கே எங்கள் வீட்டிலோ, என் மனைவி காதரீனா இவானோவ்னா கைகளைப் பிசைந்துகொண்டு, அறையின் குறுக்கிலும் நெடுக்கிலும் நடந்தபடி கத்திக்கொண்டிருக்கிறாள். வழக்கமான மூச்சுத்திணறல் பிரச்சினைகளினால் அவளது கன்னங்கள் சிவந்திருந்தன. சோனியா வீட்டிற்குள் நுழைந்ததுமே அவள் கண்டபடி கத்தத் தொடங்கினாள். "வந்தாயிற்றா... தண்டச்சோறு! சும்மா சாப்பிடுவது, குடிப்பது, தூங்குவது... இதைத் தவிர உன்னால் என்ன பிரயோசனம்...?" என்று காட்டுக் கூச்சலிட்டாள் காதரீனா. ஆனால் நிஜத்தில் எங்கள் வீட்டில், அவள் சொன்னதைப் போல, சாப்பிடவும் குடிக்கவும் என்ன இருந்தது? வீட்டிலிருக்கும் சின்னக் குழந்தைகள் ஒரு சிறிய காய்ந்த ரொட்டித் துண்டைப் பார்த்துக் கூட ரொம்ப நாளாகிப் போயிருந்தது. இந்தப் பேச்சுவார்த்தைகள் நடந்துகொண்டிருந்தபொழுது நான் நல்ல போதையிலிருந்தேன். ஆனாலும், சோனியா பேசுவதை என்னால் தெளிவாகக் கேட்க முடிந்தது. சோனியாவின் குரல் எப்பொழுதுமே மென்மையாகத்தான் இருக்கும். சிறியதான அவளது முகம் மெலிந்தும் வெளுத்தும் போயிருந்தது. அவள் மெதுவாகச் சொன்னாள்: "அந்தத் தொழிலுக்குப் போவதைத் தவிர வேறு வழியே இல்லையா?" காவல் துறையோடு நன்கு பழக்கம் வைத்திருந்த தார்யா ஃப்ரன்ட் சோவ்னா என்ற தீய குணங்கள் நிறைந்த பெண், வீட்டுச் சொந்தக்காரியின் உதவியுடன் சோனியாவைத் தவறான வழிகளில் ஈடுபடுத்துவதற்காக இரண்டு அல்லது மூன்று தடவைகள் முயற்சித்தது உண்டு. அதைக் கேள்விப்பட்ட காதரீனா, "ஏன், அப்படிச் செய்தால்தான் என்ன தப்பு? அதனால் என்ன குறைந்துவிடப் போகிறது? அப்படிப் பூட்டிப் பூட்டிப் பாதுகாத்து வைப்பதற்கு இங்கே என்ன புதையலா இருக்கிறது, காணாமல் போவதற்கு", என்று குரூரமாகவும் நக்கலாகவும் சொன்னதும் உண்டு. "இந்தச் சொற்களை அவள் இரக்கமில்லாமல் சொல்லியிருந்தாலும்கூடத் தயவுசெய்து அதற்காக அவளைத் திட்டிவிடாதே, தம்பி! அவளைக் குற்றமும் சொல்ல வேண்டாம். அவள் தானாக விரும்பி இவ்வாறெல்லாம் சொல்லவில்லை. அவளது துன்பங்களும் வறுமையும், குழந்தைகளின் பசிக்குரல்களும்தான் அவளை இப்படிப் பேச வைக்கின்றன. மேலும் எதற்கெடுத்தாலும் ஆத்திரப்படுகின்ற, கோபம்கொள்ளுகின்ற அவளது குணத்தின் வெளிப்

பாடாகவும் அது இருக்கலாம். அதிகமான வெறுப்பு மற்றும் விரக்தியின் விளைவாக வெளிப்பட்ட இந்த வார்த்தைகள், அந்த நேரத்தில் சோனியாவின் மனதைப் புண்படுத்த வேண்டும் என்றுதான் சொல்லப்பட்டதே தவிர, உண்மையிலேயே சோனி யாவை 'அந்தத் தொழிலில்' ஈடுபடுத்த வேண்டும் என்று நினைத்து, அந்த வார்த்தைகளை அவள் சொல்லவில்லை. அது என் மனைவி யின் நோக்கமும் இல்லை. அவளது குணம் அப்படி! குழந்தைகள் பசியால் அழுதால்கூட அவர்களை உடனடியாக அறைந்து விடு வதுதான் அவளது இயல்பு. மாலை ஆறு மணிக்கு சோனியா எழுந்து புறப்பட்டாள். தனது தலையில் தொப்பியை அணிந்து கொண்டாள். கைக்குட்டையை வைத்து முகத்தை மறைத்துக் கொண்டு, அவள் வெளியே போவதை நான் பார்த்தேன். பிறகு இரவு எட்டு மணியளவில், மீண்டும் அவள் வீட்டுக்குத் திரும்பி வந்ததையும் பார்த்தேன். வீட்டிற்குள் வந்ததும் நேராகக் காதரீனா இவானோவ்னாவிடம் சென்றாள் சோனியா. ஒன்றுமே பேசாமல், அவளருகில் இருந்த மேசையின் மேல் முப்பது ரூபிள் நோட்டு களை வைத்தாள் சோனியா. பிறகு ஒரு கணம் என் மனைவியை நிமிர்ந்து பார்த்தவள், எதுவுமே பேசாமல் மெல்ல நடந்து போய், எங்கள் எல்லோருக்கும் பொதுவானதாக இருந்த அந்த ஒரே ஒரு பச்சை நிறக் கம்பளியைத் தனது தலையின் மீதும் உடலின் மீதும் சுற்றிக்கொண்டு படுக்கையில் படுத்துக்கொண்டு, சுவரை நோக்கித் திரும்பிக்கொண்டாள். அவளது இளந்தோள்களும் பூவுடலும் நடுங்கிக்கொண்டிருப்பதை என்னால் காண முடிந்தது. நான் மீண்டும் எனது படுக்கைக்குச் சென்று, முன்பு படுத்துக் கிடந்தது போலப் படுத்துக்கொண்டு அசையாமல் கிடந்தேன். பிறகு கொஞ்ச நேரம் கழித்து, என் மனைவி காதரீனா எழுந்து மெல்ல சோனியாவிடம் செல்வதைப் பார்த்தேன். ஒரு வார்த்தைகூடப் பேசாமல் சோனியாவையே பார்த்துக்கொண்டிருந்தாள் காதரீனா. அன்றிரவு வெகுநேரம் வரையில் காதரீனா, சோனியாவின் படுக்கை அருகே முழந்தாளிட்டு நின்றுகொண்டிருந்ததையும், சோனியாவின் பாதங்களில் அடிக்கடி அவள் முத்தமிட்டுக் கொண்டிருந்ததையும் நான் பார்த்தேன். பின்பு ஒருவரை ஒருவர் அணைத்தபடி, ஒருவர் மற்றவரின் தோளின்மீது தலையை வைத்துக்கொண்டு, இருவருமே உறங்கிப் போனதை நான் பார்த் தேன். ஆமாம், தம்பி! இருவரும் ஒன்றாக... இருவருமே ஒன்றாக உறங்கிப் போனார்கள் தம்பி! நானும்கூடக் குடிபோதையில் விடியும் வரையில் விழுந்து கிடந்தேன்." மர்மெலாதோவ் சற்று நிறுத்தினான். அவனது தொண்டை வற்றி வறண்டு போயிருந்தது. வார்த்தைகள் மேலெழும்பவில்லை. அவசரமாகக் கோப்பையில்

மதுவை ஊற்றி நிரப்பினான். நிமிடத்தில் குடித்து முடித்துத் தொண்டையைச் சரி செய்துகொண்டான்.

"அப்போது முதல்" என்று துவங்கிய அவன் சற்று நிறுத்தி, ஒரு சிறிய இடைவேளைக்குப் பிறகு மீண்டும் தொடர்ந்தான். "அந்தத் துரதிர்ஷ்டமான சம்பவம் நடந்ததற்குப் பின்பு, தீய எண்ணங்களைக்கொண்டவர்களின் – குறிப்பாக எங்கள் மீது மிகவும் காட்டமாக இருந்த தார்யா ஃப்ரன்ட்சோவ்னா போன்றவர்களின் புகார்களினால் என் மகள் சோபியா செமினோவ்னா (சோனியா), 'விலைமகள்' என்ற மஞ்சள் அட்டையை எப்போதும் அணிந்துகொள்ள வேண்டியதாயிற்று. அந்தக் காரணத்தினாலேயே அவளும் எங்களோடு சேர்ந்து வசிக்க முடியாமல் போய் விட்டது. வீட்டுச் சொந்தக்காரியான 'அமாலியா பியோதோவ்னா' இதற்கு முன்பு, இதேபோன்ற – விலைமகள் என்ற – நிலையிலிருக்கும் தார்யாஃப்ரன்ட்சோவ்னாவைத் தனது வீட்டில் தங்குவதற்கு அனுமதித்திருந்தவள்தான். ஆனால், ஏனோ அவள், என் மகள் இந்த வீட்டில் எங்களோடு தங்குவதற்கு அனுமதிக்கவில்லை. போதாக்குறைக்கு இந்த லெபஸியாட்னிகோவ் வேறு எங்களுக்குத் தொல்லைகளைக் கொடுத்தார். என் மகள் சோனியாவைக் காரணமாகக் கொண்டுதான் அவளுக்கும் என் மனைவி காதரீனாவுக்கும் இடையில் தகராறு ஏற்பட்டது. சோனியாவைத் தனது பிடிக்குள் வளைத்துப் போடவேண்டும் என்று முதலில் நினைத்தவர் இந்த லெபஸியாட்னிகோவ்தான். "சே... இத்தனை கேவலமான தொழில் செய்யும் ஒரு பெண், என்னைப் போலப் பண்பாடுகள் மிக்க மனிதர்கள் வாழும் இடத்தில் ஒன்றாகக் குடியிருப்பதா?" என்று ஒரேயடியாக முறுக்கிக்கொண்டார் லெபஸியாட்னிகோவ். காதரீனாவால் இதனைச் சிறிதும் பொறுத்துக்கொள்ள முடியவில்லை. அவளும் குறுக்கிட்டுப் பேச, பிரச்சினை பெரிதாகிவிட்டது. இப்பொழுதெல்லாம் நன்றாக இருட்டிப் போன பிறகுதான், சோனியா எங்களைப் பார்ப்பதற்கு வருகிறாள். காதரீனாவைச் சமாதானப்படுத்திவிட்டுத் தன்னால் முடிந்த அளவுக்குப் பணமும் கொடுத்துவிட்டு, அவள் புறப்பட்டுப் போய் விடுவாள். காபெர் நவுமோவ் என்ற தையற்காரனின் வீட்டில் ஓர் அறையை வாடகைக்கு எடுத்துக்கொண்டு, ஒண்டுக் குடித்தனமாக அவள் அங்கே தங்கியிருக்கிறாள். அந்தத் தையற்காரன் காபெர் நவுமோவ் ஒரு கால் ஊனமுற்றவன். திக்குவாயும் கூட. அவனைப் போலவே அவனது மனைவியும், குழந்தைகளும் கூடத் திக்குவாய்கொண்டவர்கள்தான். அவர்கள் எல்லோருமே ஒரே அறையில்தான் வசிக்கிறார்கள். ம்ம்... ஆமாம்...! அவர்கள்

மிகவும் ஏழைகள்... பாவம்! குடும்பத்தில் எல்லோருமே திக்குவாய் கொண்டவர்களும்கூட...! மறுநாள் காலையில் எழுந்து நான் வெளியில் புறப்பட்டேன். என்னுடைய கந்தல் ஆடையை அணிந்துகொண்டேன். கைகளை உயர்த்தி வானத்தைப் பார்த்து ஆண்டவரை வணங்கிவிட்டு மேன்மைதங்கிய ஆளுநர் இவான் அஃப்னாஸிவிச்சைச் சந்திக்கப் புறப்பட்டுப் போனேன். மேன்மை தங்கிய ஆளுநர் அஃப்னாஸிவிச் அவர்களை உனக்குத் தெரியு மல்லவா...? இல்லையா...? அப்படியானால் தேவதூதர் ஒருவரை நீ தெரிந்து வைத்திருக்கவில்லை என்றுதான் அர்த்தம். மிகுந்த கடவுள் பக்தி உள்ளவர். தேவாலயத்திற்குள் நுழைந்து விட்டார் என்றால் கடவுளின் முன்னால் அப்படியே உருகிக் கரைந்து போவார். என் கதையைக் கேட்டதும் அவரது கண்கள் பனித்துப் போயின. கண்ணீர் திரண்டு விட்டது. "மர்மெலாதோவ், ஏற் கனவே வேலை பார்த்த பொழுது, என்னுடைய எதிர்பார்ப்பு களுக்கு ஏற்றவனாக நீ நடந்துகொள்ளவில்லை. என்னை நீ ஏமாற்றி விட்டாய். மீண்டும் ஒரு முறை, என்னுடைய சொந்தப் பொறுப்பில் உன்னை வேலையில் சேர்த்துக்கொள்கிறேன். இதை நினைவில் வைத்துக்கொண்டு நீ பணியாற்ற வேண்டும். இப்போது நீ போய் வரலாம்" என்று அவர் சொன்னபோது, நான் நெகிழ்ந்து போனேன். எல்லையற்ற மகிழ்ச்சியடைந்தேன். உடனே அவரது பாதத்தை முத்தமிட்டு, அதில் படிந்திருக்கும் தூசிகளைத் துடைப் பதாக நான் மனதில் கற்பனை செய்துகொண்டேன். அவர் மிகப் பெரிய ராஜதந்திரி. மாநிலத்தின் பொறுப்பான அதிகாரி, புதிய அரசியல் சிந்தனைகளைக்கொண்டவர். உண்மையில் இதையெல் லாம் அவர் விரும்ப மாட்டார், அனுமதிக்க மாட்டார் என்பது எனக்குத் தெரியும். எனவே என் மனதில் இவ்வாறு அவருக்கு நான் நன்றி கூறினேன். அதன்பின் அங்கிருந்து புறப்பட்டு என் வீட்டிற்கு வந்தேன். நான் மீண்டும் வேலையில் சேர்க்கப்பட்டி ருப்பதையும், இனிமேல் எனக்குத் தொடர்ந்து சம்பளம் கிடைக்கும் என்பதையும் வீட்டில் எல்லோருக்கும் அறிவித்தேன். அதைக் கேட்டபோது வீட்டில் இருந்தவர்கள் அடைந்த சந்தோஷத்தை எப்படி விவரிப்பதென்றே எனக்குத் தெரியவில்லை. ஓ... என் ஆண்டவரே, உமக்கு நன்றி!"

மிகவும் உணர்ச்சிவசப்பட்டுப் போன மர்மெலாதோவ் தன் பேச்சைச் சற்று நிறுத்தினான். அதேகணம், ஏற்கனவே அளவு கடந்து குடித்துவிட்டு, மிகுந்த போதையுடன், ஆரவாரத்துடனும் ஆட்டம் பாட்டங்களுடனும் கும்பலாகப் பலர் வீதியிலிருந்து, மதுக்கடைக்குள் நுழைந்துகொண்டிருந்தனர். கதவருகே வாடகை இசைக் கருவிகளின் ஒலியும், ஏழு வயதுக் குழந்தையின் மெல்லிய

குரலில் பாடப்பட்ட 'சின்னக் குடிசை'* என்ற புகழ்பெற்ற அந்தப் பாடலின் வரிகளும் மிகவும் சப்தமாகக் கேட்டன. சில விநாடி களில் அந்த ஹால் முழுவதுமே ஒரே இரைச்சலாகப் போய் விட்டது. மதுக்கடை உரிமையாளனும், பணியாட்களும் புதிதாக வந்து சேர்ந்த தமது வாடிக்கையாளர்களைக் கவனிப்பதில் மும்முரமாயினர்.

புதிதாக வந்து சேர்ந்துவிட்ட இந்தக் கும்பலைப் பற்றி மர்மெலாதோவ் கொஞ்சமும் கவலைப்படவில்லை. அவன் தனது கதையைத் தொடர்ந்தான். அவன் இப்போது மிகவும் பலவீன மாகக் காணப்பட்டான். அதேசமயம், அவன் மேலும் அதிகமாகக் குடிக்கக் குடிக்க, மேலும், மேலும் அதிகமாகப் பேசுகிறவனாகப் பேசிக்கொண்டே இருந்தான். அவனுக்கு மீண்டும் வேலை கிடைத்தது பற்றிய வெற்றிச் செய்தியை அவன் சொன்னபோது, புதுத்தெம்பு கிடைத்தது போல அவன் புத்துணர்வு பெற்றிருந்தான். அவனது முகம் முழுவதும் ஒரு புதிய ஒளி, ஒரு பிரகாசம் படருவதை அந்தக் கணத்தில் கவனித்தான் ரஸ்கோல்னிகோவ்.

"இதெல்லாம் ஐந்து வாரங்களுக்கு முன்னால் நடந்தவை. ஆமாம்!... இதையெல்லாம் கேட்டு மிகவும் மகிழ்ச்சியடைந்த காதரீனா இவானோவ்னாவும் சோனியாவும் கடவுள் நம்மிடத்தில் கருணை காட்டுகிறார் என்று கூறி மிகுந்த மகிழ்ச்சியடைந்தனர். சொர்க்கத்திற்குள் நுழைந்து விட்டதாகவே நான் உணர்ந்தேன். இதற்கு முன்பெல்லாம் வசவுகள்தான் எனக்குக் கிடைக்கும். ஒரு பன்றியைப் போலத்தான் நான் அங்கே வீழ்ந்து கிடப்பேன். ஆனால் இப்போதோ எனக்கு எந்தவிதமான சிரமங்களும் ஏற் படாமல் அவர்கள் என்னைப் பார்த்துக்கொண்டனர். அவர்கள் நடக்கின்ற ஓசைகூடத் தூங்கிக்கொண்டிருக்கின்ற என்னைத் துன்புறுத்திவிடக்கூடாது, எனது தூக்கம் கலைந்து விடக்கூடாது என்பதற்காக வீட்டிலுள்ளவர்கள் எல்லாருமே நுனிக்கால்களினால் மிகக் கவனமாக ஓசையெழுப்பிவிடாமல் நடந்தனர். "உஷ்! சத்தம் போடாதீர்கள் செமியோன் ஸகோரோவிச்" (மர்மெலாதோவ்) வேலை பார்த்துவிட்டு வந்து களைப்புடன் ஓய்வெடுத்துக்கொண்டி ருக்கிறார். அவருக்குத் தொந்தரவு கொடுக்க வேண்டாம்" என்று குழந்தைகளைப் பெரியவர்கள் கண்டித்தார்கள். நான் வேலைக்குப் புறப்பட்டுச் செல்லும்போது, சத்தான பாலேட்டுடன் கூடிய பாலில் காபி தயாரித்துக் கொடுத்தார்கள். பால், வெண்ணெய்,

---

* சின்னக்குடிசை: காதலைப் பற்றியும், பழிவாங்குவதைப் பற்றியும் எழுதப்பட்ட பிரபலமான இந்த இசைப்பாடல், கிராமியக் கவிஞராகிய ஏ.வி. கோல்ட்சோவ் என்பவரால் இயற்றப்பட்டது.

நல்ல உணவுகள் எல்லாம் எங்களுக்குக் கிடைக்கத் துவங்கி விட்டன. இதையெல்லாம் நினைத்துப் பார்க்கும் பொழுது எவ்வளவு சந்தோஷமாக இருக்கிறது? நான் அணிந்துகொள்வதற் கேற்ற காலணிகள், உயர்ரக காலிகோ சட்டை, மிக நேர்த்தியான சீருடை என்று எங்கிருந்தோ பதினொன்றரை ரூபிள்களைத் தேடித் திரட்டி எனக்காக வாங்கி வந்தனர். இந்தப் பணத்தை எப்படித் தான் புரட்டினார்களோ, எனக்குத் தெரியவில்லை. முதல் நாள் வேலை முடிந்து வீடு திரும்பிய எனக்கு இரவு உணவில், சூப், பன்றி இறைச்சி, சுவையான முள்ளங்கி என, இதுவரையில் நாங்கள் கனவில்கூடப் பார்த்திராத, சுவைத்தே அறியாதவற்றையெல்லாம் செய்து பிரமாதப்படுத்தியிருந்தாள் காதரீனா. நல்லதாக ஓர் உடுப்புகூட அவளிடத்தில் இல்லை... ஆமாம்... ஒன்றுகூட அவளிடத்தில் இல்லை. ஆனாலும் அன்றைக்கென்னவோ ஏதோ விருந்துக்குப் போவது போல வெகு நேர்த்தியாகத் தன்னை அழகு படுத்திக்கொண்டிருந்தாள். அலங்கரித்துக்கொள்வதற்கு ஏற்ற எந்தப் பொருளும், நல்ல உடையும் அவளிடம் இல்லாத நிலை யிலும்கூட, அந்தப் பற்றாக்குறை சிறிதும் வெளியில் தென்படாத வண்ணம், அவள் தன்னை அழகுபடுத்திக்கொண்டிருந்தாள். தலை முடியை ஒழுங்காகச் சீவி, சுத்தமான காலர், கஃப் முதலியவை களை அணிந்திருந்த அவள், இப்போது பார்ப்பதற்கு சோனியாவை விட மிகவும் இளமையான பெண்ணாக, மிகவும் வித்தியாசமான அழகுடன் அன்று தோன்றினாள். என்னுடைய பிரியத்திற்குரிய மகள் சோனியா வீட்டுச் செலவுகளுக்குப் பண உதவி மட்டுமே செய்து வந்தாள். "இப்போதைக்கு உங்களையெல்லாம் பார்ப்பதற்கு நான் அங்கு வராமலிருப்பதுதான் நல்லது. முடிந்தால் யாருக்கும் தெரியாமல் இரவு வேளைகளில் வருகிறேன்" என்று சொல்லி விட்டாள். கேட்டாயா, தம்பி? கேட்டாயா...? அவளை நினைத் தால் எனக்கு மிகவும் வேதனையாக இருக்கிறது. இரவு உணவு முடிந்ததும், நான் சற்று உறக்கத்தில் ஆழ்ந்திருந்தேன். ஒரு வாரத் திற்கு முன்புதான் தன்னோடு மகாமோசமாகச் சண்டை போட்டி ருந்த வீட்டுக்காரப் பெண்மணி அமாலியா பியோதோரவ்னாவைக் காபி குடிக்க எங்கள் வீட்டிற்கு அழைத்திருந்தாள் என் மனைவி காதரீனா. அமாலியா அப்போது வீட்டிற்கு வந்தாள். இரண்டு மணி நேரத்திற்கும் மேலாக அவர்கள் இருவரும் உட்கார்ந்து பேசிக் கொண்டிருந்தனர். "செமியோன் ஸகோரோவிச் திரும்பவும் வேலையில் சேர்ந்து விட்டார் தெரியுமா? சம்பளம்கூட வாங்க ஆரம்பித்துவிட்டார். மேன்மை தங்கிய ஆளுநரைப் பார்ப்பதற்காக என் கணவர் அவரது வீட்டிற்குப் போனபோது, ஆளுநரே வீட்டிற்கு வெளியே வந்து இவரது கைகளைப் பற்றி வீட்டிற்குள்

அழைத்துச் சென்றிருக்கிறார். ஆளுநரைப் பார்க்க வந்த மற்றவர் களைக் காத்திருக்க வைத்துவிட்டு, இவரைத் தன்னுடைய படிப் பறைக்கு அழைத்துச் சென்று பேசியிருக்கிறார். ஆளுநர் இவரிடம் என்ன சொன்னார் தெரியுமா...? செமியோன் ஸகோரவிச்! உங்களது முந்தைய பணி அனுபவங்களை வைத்துப் பார்க்கும் பொழுது, ஏதோ ஒரு பலவீனத்தால்தான் நீங்கள் பொறுப் பில்லாமல் நடந்துகொண்டிருப்பது புரிந்தது. போனது போகட்டும். உங்களுடைய வாக்குறுதிகளை இப்போது நான் நம்புகிறேன். நீங்கள் இல்லாமல் எங்களுக்கும் மிகவும் சிரமமாகத்தான் இருக் கிறது. (கேட்டாயா... கேட்டாயா... அவர் என்ன சொல்கிறார் என்று) இவ்வாறாக வீட்டுக்காரப் பெண்மணியிடம் நிறைய கதை களைப் பேசிக்கொண்டிருந்தாள் என் மனைவி. வெறுமனே பெருமையடித்துக்கொள்வதற்காக அவள் இப்படி சொல்லியிருப் பாள் என்று நான் நினைக்கவில்லை. நான் அவளிடம் சொல்லிய வார்த்தைகளை வைத்து, உண்மையில் அப்படித்தான் நடந்திருக்க வேண்டும் என்று அவள் மனதார நம்பியதையே, தன்னுடைய கற்பனையில் கொஞ்சம் மெருகுகூட்டி வீட்டுக்காரப் பெண்மணி யிடம் சொல்லியிருக்க வேண்டும். அதற்காக அவளை நான் குறை சொல்ல மாட்டேன். ஆமாம், அவளைக் குறை சொல்லவே மாட் டேன். ஆறு நாட்களுக்கு முன்பு, என்னுடைய முதல் சம்பளம் இருபத்து மூன்று ரூபிள்கள் மற்றும் நாற்பது கோபெக்குகளை முழுவதுமாகக் கொண்டுவந்து என்னுடைய மனைவியிடம் கொடுத்தபொழுது, அவள் மிகவும் மகிழ்ச்சி அடைந்தாள். "என் செல்லக்குட்டி!" என்று என்னைப் பிரியமாக அழைத்தாள். "நீ எவ்வளவு இனிமையானவன்" என்று செல்லமாக என்னுடைய தாடையைக் கிள்ளிக் கிள்ளித் தன் கையில் முத்தமிட்டுக்கொண் டாள். இதெல்லாம் எங்களுக்குள் அந்தரங்கமாக நடந்தது என்பதை நீ புரிந்துகொண்டிருப்பாய். நான் பார்ப்பதற்கு அவ்வளவு அழகானவன் என்றும் சொல்ல முடியாது. இருப்பினும் அன்பின் மிகுதியால் அவள் என்னிடம் கொஞ்சலாக, "நீ எவ்வளவு இனிமையானவன்" என்று பலமுறை சொல்லியபடியே இருந்தாள். மர்மெலாதோவ் இப்போது பேச்சைச் சற்று நிறுத்திவிட்டு, மெல்லி தாக ஒரு புன்னகை செய்தான். அவன் மனைவி செல்லமாகக் கிள்ளிய அவனது தாடை இப்போதும்கூட லேசாகத் துடிப்பது நன்றாகத் தெரிந்தது. அவன் தன்னைக் கட்டுப்படுத்திக்கொள்ள முயன்றான்.

மதுக்கடையின் ஹாலில் நிலவியிருந்த இரைச்சல், மர்மெலா தோவின் முகத்தில் படர்ந்திருந்த விரக்தி மற்றும் ஏமாற்றம் கலந்த உணர்வுகள், வைக்கோல் படகில் அவன் கழித்த ஐந்து இரவு களைப் பற்றிய அவலம், மேலும், மேலும் ஏறிக்கொண்டிருந்த

அவனது போதை, தன் மனைவி மற்றும் குடும்பத்தினரோடு அவனுக்கிருந்த வலிமிகுந்த உறவுகள் பற்றிய அவனது வேதனைக் கதைகள் அனைத்தும் சேர்ந்து அவ்வளவு நேரமாக அவனது பேச்சுகளைக் கேட்டுக்கொண்டிருந்த ரஸ்கோல்னிகோவை மிகவும் உலுக்கிவிட்டன. அவன் மனம் மேலும் மேலும் துன்பத்தில் ஆழ்ந் தது. இந்த மதுக்கடைக்குள் இந்தச் சமயத்தில் வந்துவிட்டதற்காக அவன் வருந்தி மனம் வெறுப்புற்றுத் தன்னையே நொந்துகொண் டான்.

"நண்பனே, என்னுடைய அன்பிற்குரியவனே!" மர்மெலா தோவ், தன்னுடைய மனதை அழுத்திக்கொண்டிருந்த சோகங்களி லிருந்து தன்னை மீட்டுக்கொள்ள முயன்றவனாக, மிகவும் வாஞ்சையுடன் அவனை அழைத்தான். "இங்கே உள்ள மற்றவர் களைப் போலவே உனக்கும்கூட என்னுடைய கதை வேடிக்கை யாகத் தோன்றுகிறதா, நண்பனே! ம்... பாவப்பட்ட, மிகவும் கேவல மான என்னுடைய குடும்ப வாழ்க்கையின் ஒவ்வொரு துன்பமான நிகழ்வையும் உன்னிடம் கூறுவதன் மூலம் உன்னையும் நான் வருத்தப்படச் செய்கின்றேன் என்றுதான் நான் நினைக்கிறேன். ஆனால் எனக்கு இவையெல்லாம் வேடிக்கையான விஷயங்கள் இல்லை. எல்லாவற்றையும் நினைத்து நான் மிகவும் வருந்துகிறேன். ஆனால் அந்த நாளை – நான் முதன்முதலாகச் சம்பளம் வாங்கி வந்த அந்த நாளை ஒரு சொர்க்க தினமாக – என் வாழ்நாளின் மிகச் சிறந்த நாளாக – இன்ப நாளாக நான் நினைக்கிறேன். அன்று மாலை முழுவதுமே நான் என்னுடைய எதிர்காலம் பற்றிய கனவுகளில் சஞ்சரித்துக்கொண்டிருந்தேன். இனிமேல் நான் என்னுடைய வாழ்க்கையை எப்படி அமைத்துக்கொள்ளப் போகிறேன் – என்னுடைய குழந்தைகளுக்கு எப்படியெல்லாம் உடைகளை வாங்கித் தரப் போகிறேன், என்னுடைய மனைவியின் தேவைகளை எப்படியெல்லாம் நிறைவேற்றப் போகிறேன், ஓயாத வேலைகளிலிருந்து எப்படி நான் அவளுக்கு ஓய்வு கொடுக்கப் போகிறேன், எப்படி அவளுக்கு நிம்மதியை வழங்கப் போகிறேன், என் அன்பு மகளுக்கு நேர்ந்துவிட்ட கறையைத் துடைத்து அவளுக்கு ஓர் இயல்பான நல்ல குடும்ப வாழ்க்கையை நான் எப்படி ஏற்படுத்தித் தரப் போகிறேன்... என்று இன்னும் பல மிகப் பெரிய செயல்கள் பற்றியெல்லாம் நான் கனவுகளில் மிதந் தேன்... இவையெல்லாம் ஏற்றுக்கொள்ளக்கூடியவைதான், மன்னிக்கக் கூடியவைதான். ஆனால் அதன்பிறகு நடந்தது..." என்று நிறுத்திய மர்மெலாதோவ் நிமிர்ந்து, தனது கதையைக் கேட்டுக்கொண்டிருந்த அந்த இளைஞனை ஒரு கணம் ஆழ்ந்து உற்றுப்பார்த்தான். "ஆமாம், நான் கனவுகளில் மிதந்த அந்த

நாளுக்கு அடுத்த நாள்—சரியாகச் சொன்னால் ஐந்து தினங்களுக்கு முன்னால், மாலை நேரம், இரவு நேரத்தில் வருகின்ற திருடனைப் போல மிகவும் தந்திரமாக, காதரீனா இவானோவ்னாவின் பெட்டிச் சாவியை, அவளையறியாமல் எடுத்துக்கொண்ட நான், பெட்டியைத் திறந்து, அதிலிருந்த பணம் – நான் முதல் நாள் வாங்கி வந்த சம்பளப் பணத்தில் செலவு போக மீதமிருந்த அந்தத் தொகை முழுவதையுமே எடுத்துக்கொண்டேன். அது எவ்வளவு என்பதை நான் மறந்து விட்டேன். அன்று பணத்துடன் வெளி யேறிய நான், இதோ இப்போது இந்த நிலையில் உன்னோடு பேசிக்கொண்டிருக்கிறேன். நான் வீட்டைவிட்டு வெளியே வந்து, இன்றுடன் ஐந்து நாட்களாகி விட்டன. என் வீட்டில் உள்ளவர்கள் எல்லோரும் என்னைத் தேடிக்கொண்டிருப்பார்கள். இவ்வாறு நான் வந்துவிட்டதால், எனக்கு மீண்டும் கிடைத்த அந்த வேலை யும் என்னை விட்டுப் போய்விட்டது. கடைசியாக எகிப்தியப் பாலத்தில் இருக்கும் சாராயக் கடையில் என்னுடைய சீருடையை யும் கொடுத்து, சாராயம் வாங்கிக் குடித்துவிட்டு இதோ இப்போது, இந்தக் கந்தல் ஆடைக்கு மாறியிருக்கிறேன்... ஆமாம்... இப்போது எல்லாம் முடிந்து விட்டது. எல்லாவற்றுக்கும் முடிவு ஏற்பட்டு விட்டது!" என்று மிகவும் சோகமாகச் சொன்ன மர்மெலாதோவ் தனது கையின் முஷ்டியினால் தனது நெற்றியில் ஓங்கிக் குத்திக்கொண்டான், கண்களை மூடிக்கொண்டு பற்களை 'நறநற'வென்று கடித்துக்கொண்டான். தன் இரு முழங்கைகளையும் மேசையின் மேல் மிகவும் அழுத்தமாக ஊன்றிக்கொண்டான்.

ஒரு கணத்திற்குள் அவன் தன்னுடைய முகபாவத்தை முற்றிலுமாக மாற்றிக்கொண்டான். இவையெல்லாம் தனக்கு மிகவும் சாதாரணமானவை என்பது போலவும், தன்னை எதுவுமே பாதிக்காதது போலவும், எதுவுமே நடக்காதது போலவும், மிகவும் இயல்பான நிலையில் தான் இருப்பது போலவும், செயற்கையான துணிச்சலைத் தன்னுடைய முகத்தில் காட்டிக்கொள்ள அவன் முயல்வது அப்பட்டமாகத் தெரிந்தது. சங்கடமான உணர்வுகளைத் தவிர்த்தபடி, ரஸ்கோல்னிகோவைப் பார்த்துச் சிரித்த மர்மெலா தோவ் சொன்னான்: "இன்று காலையில் நான் சோனியாவைப் பார்க்கச் சென்றிருந்தேன். எனக்குப் புத்துணர்ச்சியூட்டிக் கொள் வதற்காக அவளிடம் கொஞ்சம் பணம் கேட்கலாம் என்று போனேன். ஹி–ஹி–ஹி!"

"சும்மா சொல்லாதே... அவள் உனக்குப் பணம் கொடுத் தாளா... என்ன" – புதிதாக வந்து சேர்ந்திருந்த அந்தக் கும்பலி லிருந்த ஒருவன் கெக்கேபிக்கேயென்று சிரித்தபடி, உரக்கக் கத்திக் கேட்டான். "இதோ, இப்போது நான் முடித்துக்கொண்டிருக்கும் இந்தப் புட்டி அவள் கொடுத்த பணத்தில் வாங்கியதுதான்" என்று

ரஸ்கோல்னிகோவைப் பார்த்துச் சொன்னான் மர்மெலாதோவ். "முப்பது கோபெக்குகளை அவள் எனக்குக் கொடுத்தாள். தன் கரங்களினாலேயே எடுத்துக் கொடுத்தாள். அவளிடம் அப்போது இருந்த கடைசிப் பணம் இதுதான். தனக்கென்று எதுவுமே வைத்துக்கொள்ளாமல்... என்னை வெறுமனே ஒரு பார்வை மட்டுமே பார்த்தபடி ஏன், எதற்கென்று கேட்காமல்... ஏன் ஒன்றுமே பேசாமல் தன்னிடமிருந்த பணத்தையெல்லாம் என்னிடம் அவள் கொடுத்து விட்டாள். அவளது அந்தப் பார்வை – இந்த மண்ணுலகில் இருப்பவர்கள் பார்க்கும் பார்வையே இல்லை. தொலைதூரத்திலிருந்து, வானத்திலிருந்து பார்க்கும் பார்வை அது. மனித குலம் முழுமைக்காகவும் வருத்தப்பட்டுக் கண்ணீர் சிந்தும் பார்வை அது. அப்படிப்பட்ட மனிதர்கள், தவறு செய்தவர்களைப் புண்படுத்துவதே இல்லை. அவர்களைக் குற்றம் சுமத்துவதும் இல்லை. ஆனால், அவர்களது அந்தப் பார்வை குற்றமிழைத்த வர்களைக் காயப்படுத்துகிறது. ஆமாம்... மேலும் மேலும் காயப் படுத்துகிறது. என் மகளது அந்தப் பார்வை – எதுவுமே குற்றம் சொல்லாத அவளது அந்தப் பார்வை, என்னைக் காயப்படுத்தி விட்டது. ஆழமாகக் காயப்படுத்திவிட்டது. முப்பது கோபெக்குகள்... அது இப்போது அவளுக்குத் தேவைப்படவும் கூடும்... நீ என்ன நினைக்கிறாய்...? சொல் நண்பனே! தன்னுடைய தோற்றத்தை எடுப்பாகவும் கவர்ச்சியாகவும் சுத்தமாகவும் வைத்துக்கொள்ள வேண்டியது இப்போது அவளுக்கு ஒரு கட்டாயத் தேவையாகிவிட்டது, இல்லையா? அப்படிப் பிரத்தி யேகமான கவனத்தோடு தன்னுடைய அழகையும் ஆரோக்கியத் தையும் பராமரிப்பதற்கு அவளுக்குப் பணம் அவசியம் தேவை யில்லையா? உன்னால் அதைப்புரிந்துகொள்ள முடிகிறதல்லவா? அவள் "ரூஜ்" வாங்கியாக வேண்டும், கஞ்சிப்பசை போட்ட விறைப்பான மடிப்புக் கலையாத, சுத்தமான ஆடைகளை, உள்ளாடைகளை அவள் அணிந்தாக வேண்டும். சேறும், சகதியு மான பகுதிகளைக் கடந்து செல்வதற்கு ஏற்ற வசதியான காலணிகள் அவளுக்குத் தேவை. இவ்வாறெல்லாம் தனது புறத் தோற்றத்தை, எடுப்பாக, செழுமையாக செம்மையாக அவள் பராமரித்துக்கொள்ள வேண்டியது எதற்காக என்பது உனக்கு விளங்கியிருக்குமென்று நினைக்கிறேன். நிலைமைகள் இப்படி யெல்லாம் இருக்கும்பொழுது அவளது தந்தையாகிய நான், குடிப் பதற்காக, முப்பது கோபெக்குகளை அவளிடமிருந்து பிடுங்கிக் கொண்டு வந்து விட்டேன். அதை வைத்துக் குடிக்கிறேன். இதோ நிறைய குடித்துவிட்டேன். என்னைப் போன்ற மனிதர்கள் மீது இரக்கப்படுபவர்கள் இங்கே யாரேனும் இருக்கிறார்களா...? சொல்... நீ எனக்காக வருத்தப்படுகிறாயா... இல்லையா...? சொல்

என் அருமை நண்பனே, சொல். நீ எனக்காக அனுதாபப்படு கிறாயா இல்லையா?"

அவன் தன் கையிலிருந்த மதுப்புட்டியைக் கோப்பைக்கு மேலாக வைத்துக் கவிழ்த்துக் கோப்பையை நிறைத்துக்கொள்ள முயன்றான். ஒரு துளிகூடக் கோப்பையில் விழவில்லை. ஏற்கனவே புட்டி காலியாகி இருந்தது.

"எதற்காக உன்னிடத்தில் அனுதாபப்பட வேண்டும்?" என்று உரக்கக் கேட்டான் மீண்டும் அங்கே வந்து நின்றுகொண்டி ருந்த மதுக்கடை உரிமையாளன். கூடியிருந்தவர்கள் எல்லோரும் கடகடவென்று சிரித்தனர். பலர் வசைமாரி பொழிந்தனர். கதை யைத் தொடர்ந்து கேட்டுக்கொண்டிருந்தவர்களும், எதையும் கேட் காமல் அவனது கேவலமான நடவடிக்கைகளைப் பார்த்துக் கொண்டிருந்தவர்களும் இப்போது அவனைப் பரிகாசம் செய்து உரக்கச் சிரித்தனர். பழித்துப் பேசினர். கூனிக்குறுகிப் போய் உட் கார்ந்திருந்தான் அந்த ஓய்வு பெற்ற அரசு ஊழியனான மர்மெலா தோவ். "ஆமாம், உண்மைதான்... ஏன் என்னிடம் இரக்கம் காட்ட வேண்டும்?" இந்தக் கேள்விகளுக்காகவே காத்திருந்தது போல எழுந்து நின்று கைகளை உயர்த்தி ஆட்டிக்கொண்டு பேசத் தொடங்கினான் மர்மெலாதோவ்.

"யாரும் என்னிடம் அனுதாபம்கொள்ள வேண்டியதில்லை. சிலுவையில் அறையப்பட வேண்டியவன் நான். கடுமையாகத் தண்டிக்கப்பட வேண்டியவன் நான். நீதிபதிகளே! என்னைத் தாராளமாகத் தண்டியுங்கள்! சிலுவையில்கூட அறையுங்கள்! ஆனால், தண்டனைக்குரிய இந்தக் குற்றவாளியின் மேல் கொஞ்சம் கரிசனம் காட்டுங்கள். அதை மட்டும் நீங்கள் செய்தால் உங்கள் தண்டனையை நானே வலுவில் வந்து ஏற்றுக்கொள்கிறேன். எந்தவிதமான சந்தோஷத்தையும், உல்லாசத்தையும் விரும்பி, நான் இங்கே வரவில்லை. கடுமையான துன்பத்தையும் வேதனைகளை யும் கண்ணீரையும் தேடியே இங்கே நான் வந்தேன். என்னைக் கடுமையான துன்பத்திற்குள், வேதனைகளுக்குள் மூழ்கடித்துக் கொள்ளவே, ஆட்படுத்திக்கொள்ளவே நான் இங்கு வந்தேன். நீங்கள் விற்கிறீர்களே இந்த மது, இதோ, இந்த மதுப்புட்டி! இது எனக்குச் சந்தோஷத்தைக் கொடுத்தது என்று நினைக்கிறீர்களா? இது எனக்கு இன்பத்தையும் இனிமையையும் கொடுத்தது என்று நினைக்கிறீர்களா? இல்லவே இல்லை. இந்த மதுப்புட்டியிலிருந்த மதுவின் கடைசித் துளி வரையில் நான் தேடிக் கண்டடைய முனைந்தது கண்ணீரையும் துன்பத்தையும்தான். நான் தேடிய

அவற்றை இதில் கண்டேன். எனவேதான் இதை நான் குடிக் கிறேன். யார் என்னிடம் இரக்கம் காட்டாவிட்டாலும் சரி. அவர் எங்களிடம் இரக்கம் காட்டுவார். எல்லோரிடத்திலும், எல்லா மனிதர்களிடத்திலும் இரக்கம் காட்டும் ஆண்டவன் எங்களிடத் தும் இரக்கம் காட்டுவார். எல்லா மனிதர்களைப் பற்றியும், எல்லாப் பொருள்களைப் பற்றியும் அவர் அறிவார். எல்லாம் அறிந்தவர் அவர் ஒருவரே. உண்மையான நீதிபதியும் அவர் ஒருவர் மட்டும்தான். நியாயத்தீர்ப்பு வழங்கும் நாளில் அவர் வருவார். அவர் என்னைக் கேட்பார். "எங்கே உன் மகள்... எல்லோருக்காகவும், தன்னையே சிலுவையில் அறையும்படியாக ஒப்புக் கொடுத்த அந்த மகள் எங்கே? எப்போதும் சிடுசிடுக்கும், சயரோகம் பிடித்த சிற்றன்னைக்காகவும், வேறொருவனின் சிறிய குழந்தைகளுக்காகவும் அவர்களின் பாவங்களுக்காகவும் தன்னைச் சிலுவைக்கு ஒப்புக் கொடுத்த அந்த மகள் எங்கே? அவலட்சணம் பிடித்த, அசுத்தமான இந்தப் பூமியிலே அவளுக்குத் தந்தையாக இருந்த அந்த அருவருப்பான குடிகாரனுக்கு இரக்கம் காட்டிய அந்த மகள் எங்கே?" என்று அவர் கேட்பார். என் மகளை அவர் அழைப்பார். "வா, என்னிடத்தில் வா! உன்னை ஏற்கனவே நான் மன்னித்து விட்டேன். ஆமாம், உன்னை நான் ஏற்கனவே மன்னித்துவிட்டேன். வா, என்னிடத்தில்! உன்னிடத்தில் எத்தனையோ பாவங்கள் இருந்தாலும், அத்தனையையும் நான் மன்னித்துவிட்டேன். உன்னை முழுமையாக நான் மன்னித்து விட்டேன்... ஏனென்றால் உன்னிடத்தில் அன்பு நிறைய இருந்த காரணத்தினால் உன்னை முழுமையாக நான் மன்னித்து விட்டேன்" என்பார் அந்த ஆண்டவர்... எனக்குத் தெரியும்... என் சோனியாவை ஆண்டவர் மன்னிப்பார். நிச்சயம் மன்னிப் பார். இதை நான் அவளைச் சற்று முன் சந்தித்தபோது, என் இதயத்தில் தன்னிச்சையாக உணர்ந்துகொண்டேன். அவர் எல்லோருக்கும் நியாயம் வழங்குவார். தீர்ப்புச் சொல்லுவார். எல்லோரையும் அவர் மன்னிப்பார். நல்லவர்களையும் தீயவர் களையும் புத்திசாலிகளையும் முட்டாள்களையும் எல்லோரையும் அவர் மன்னிப்பார்... எல்லோருக்கும் நியாயத் தீர்ப்பளிக்கும் அவர் எங்களையும் அழைப்பார். "நீங்களும் என் அருகில் வாருங்கள்" என்று அழைப்பார். "குடிகாரர்களே, நீங்கள் எல்லோருமே என் னிடத்தில் வாருங்கள்... பலவீனர்களே அவமானத்தின் பிள்ளை களே... நெறி பிறழ்ந்து போனவர்களே, எல்லோரும் என்னிடத்தில் வாருங்கள்!" என்று அவர் எங்களைத் தன்னருகில் அழைப்பார். வெட்கம் ஏதுமின்றி நாங்களும் அவர் முன்னால் நிற்போம். எங்களைப் பார்த்து அவர் சொல்வார். "பன்றியைப் போன்ற

வர்களே, மிருகங்களைப் போன்ற உருவத்துடன் உருவாக்கப்பட்ட நீங்கள் அந்த மிருகங்களின் குணத்தையேகொண்டிருக்கிறீர்கள்... நீங்களும் என்னிடத்தில் வாருங்கள்... உங்களையும் நான் மன்னித்தேன்” என்பார் ஆண்டவர். அப்போது ஆண்டவரின் அருகிலேயே நிற்கும் அறிவாளிகளும் ஞானிகளும் அவரைக் கேட்பார்கள்: “ஆண்டவரே, இவ்வளவு கேவலமானவர்களை ஏன் ஏற்றுக்கொள்கிறீர்கள்?” அதற்கு ஆண்டவரும் பதில் சொல்வார்: “அறிவாளிகளே, ஞானிகளே... நான் இவர்களை ஏன் ஏற்றுக்கொண்டேன், தெரியுமா? இவர்களில் ஒருவன்கூடத் தன்னைப் பற்றி உயர்வாக, பெருமையாக நினைத்துக்கொண்டதில்லை என்பதால்தான்.” ஆண்டவர் தனது அன்புக் கரங்களை விரித்து எங்களைத் தன்னருகில் அழைத்துத் தனக்குள் அடைக்கலம் தருவார். நாங்கள் அவரின் முன்னால், அவரது பாதத்தில் வீழ்ந்து கிடப்போம். கண்ணீர் வடிப்போம்... எல்லாவற்றையும் நாங்கள் அறிந்துகொள்வோம். எல்லாவற்றையும் நாங்கள் புரிந்துகொள்வோம். எல்லோரும் புரிந்துகொள்வார்கள். காதரீனா இவானோவ்னாவும் புரிந்துகொள்வாள்... ஆண்டவரே, உமது ராஜ்யம் இங்கு வருவதாக!” எழுந்திருக்க முயன்ற அவன் தடுமாறி அந்தப் பெஞ்சின் மீதே விழுந்தான். தனது சக்தி முழுவதையும் இழந்து மிகவும் பலவீனமாக ஆகிப்போன அவன் அந்தப் பெஞ்சிலேயே சுருண்டுகொண்டான். சுற்றுப்புறத்தை முற்றிலும் மறந்தவனாக ஆழமான சிந்தனைகளில் அவன் மூழ்கிப் போனான். அவனுடைய வார்த்தைகள் அங்கே ஒருவிதமான பாதிப்பைத் தோற்றுவித்திருந்தன. ஒரு கணம் அங்கே பேரமைதி நிலவியது. அடுத்த கணம் அங்கே மீண்டும் பலத்த சிரிப்பொலிகளும் வசைமொழிகளும் ஓங்கி ஒலித்தன.

“அட! எவ்வளவு பெரிய அறிவாளியைப் போலப் பேசுகிறான்!”

“எல்லாம் குப்பை! பிதற்றல்!”

“இவன் அரசாங்க ஊழியனாம்... பார்த்துக்கொள்ளுங்கள்!” – இப்படியே பலரும் பலவாறு சொன்னார்கள்.

“நாம் போகலாமா, தம்பி” என்று தலையை உயர்த்தி, ரஸ்கோல்னிகோவைப் பார்த்துக் கேட்டான் மர்மெலாதோவ். “என்னைக் கொஞ்சம் என்னுடைய வீட்டில் வந்து விட்டுவிட முடியுமா? கோஷெல் வீட்டின் பின்புறம்தான் இருக்கிறது என் வீடு. நான் காதரீனா இவானோவ்னாவிடம் உடனே போயாக வேண்டும்.”

வெகுநேரத்திற்கு முன்பாகவே இங்கிருந்து கிளம்பிவிட வேண்டும் என்ற எண்ணம் ரஸ்கோல்னிகோவுக்குத் தோன்றி விட்டது. மர்மெலாதோவுக்கு உதவ வேண்டும் என்ற எண்ணமும் அவனுக்கு இருந்தது. மர்மெலாதோவின் பேச்சில் இருந்த தடு மாற்றத்தைவிட, அவனது கால்கள் மிகவும் அதிகமாகத் தள் ளாடின. ஒரு நிலையில் அவனால் நிற்க முடியவில்லை. ரஸ் கோல்னிகோவின் தோளில் தன் உடல்பாரம் முழுவதையுமே சாய்த்துக்கொண்டான். அவர்கள் மெல்ல நடந்தனர். இருநூறு அல்லது முன்னூறு தப்படி தூரம் அவர்கள் நடந்து செல்ல வேண்டி இருந்தது. வீட்டை நெருங்க, நெருங்க, அந்தக் குடிகார னின் பதற்றம் மேலும் மேலும் அதிகரித்துக்கொண்டே போயிற்று. அவனால் தன்னை ஒருநிலைப்படுத்திக்கொள்ள முடியவே இல்லை.

"காதரீனா இவானோவ்னாவை நினைத்து நான் இப்போது பயப்படவில்லை" என்று முணுமுணுப்பாகச் சொன்னான் மர்மெலாதோவ். மிகுந்த மன சஞ்சலங்களுடன் அவன் நடந்து கொண்டிருந்தான். "அவள் மீண்டும் என் முடியைப் பற்றி இழுக்கத் தொடங்குவாள். அதைப் பற்றியும் நான் கவலைப்படவில்லை. அதில் என்ன இருக்கிறது? உண்மையைச் சொன்னால், அவள் என் தலைமுடியைப் பற்றி இழுத்தால்கூட நல்லது என்றுதான் நான் நினைக்கிறேன். அதற்காக நான் பயப்படவில்லை. அவளது கண்கள்... ஆமாம்... அவளது கண்களை நினைத்தே நான் பயப்படு கிறேன்... அவளது கன்னங்களில் படரும் அந்தச் சிவப்பு நிறம்கூட என்னை அச்சுறுத்துகிறது. அவளுடைய சுவாசத்தைப் பற்றி நினைத்தும்கூட பயப்படுகிறேன்...! சுவாசக் கோளாறு உள்ள வர்கள் மிகுந்த மன உளைச்சல்களுக்கு ஆளாகும்போது அவர்கள் படுகின்ற கஷ்டங்களை, துன்பங்களை நீ பார்த்திருக்கிறாயா...? குழந்தைகளின் கதறல்களை நினைத்தும் நான் பயப்படுகிறேன். ஒரு வேளை சோனியா அவர்களுடைய உணவுக்கு ஏற்பாடு செய் யாமல் போயிருந்தால்... என்ன நடந்திருக்கும் என்பதும் எனக்குத் தெரியாது. எனக்குத் தெரியவே தெரியாது. ஆனால், அடிகள் வாங்குவதற்கும் வசை மொழிகளைக் கேட்பதற்கும் சத்தியமாக நான் பயப்படவில்லை. அடிகளும் திட்டுகளும் என்னைத் துன் புறுத்துவதில்லை. மாறாக அவை எனக்கு மகிழ்ச்சியைத்தான் தருகின்றன. அவை இல்லாமல் இருப்பதும் எனக்குக் கஷ்டம்தான். அது நல்லதும்கூட. அவள் என்னை நன்றாக அடிக்கட்டும்! அழுத்தி வைக்கப்பட்டிருக்கும் அவளது உணர்ச்சிகளுக்கு அதனால் ஒரு வடிகால் கிடைத்து, அதனால் அவளது இதயத்தில்

இருக்கும் வலிகளிலிருந்து அவளுக்கு விடுதலை கிடைக்குமல்லவா? அது நல்லது அல்லவா? அதோ அந்த வீடுதான் ஜெர்மன் பூட்டுத் தயாரிப்பாளர் கோஷெலின் வீடு. என்னைக் கொஞ்சம் உள்ளே அழைத்துச் செல்ல முடியுமா?"

வீட்டின் முன்பகுதியிலிருந்து அவர்கள் நான்காம் தளத்தை நோக்கிச் சென்றனர். மேலே செல்லச் செல்லப் படிக்கட்டுகளில் பரவியிருந்த இருளின் அடர்த்தி அதிகமாகிக்கொண்டே சென்றது. இப்போது இரவு பதினோரு மணி ஆகியிருந்தது. பொதுவாக அந்தப் பருவகாலத்தில் பீட்டர்ஸ்பர்க் நகரம் அத்தனை சீக்கிரம் இருள் போர்வைக்குள் மூழ்கிவிடுவதில்லை. ஆனால் இங்கே... கடைசித் தளத்தில் படிக்கட்டுகளின் உச்சியில் இருள் அப்பிக் கிடந்தது.

படிக்கட்டுகள் முடியும் இடத்திலிருந்த அந்தச் சிறிய கரிபடிந்த கதவு இலேசாகத் திறந்திருந்தது. அந்தக் கதவுக்கு நேர் எதிராக ஒரு சிறிய அறை தென்பட்டது. பத்து அடி நீளம்கொண்டதாக அந்த அறை இருந்தது. ஒரு மெழுகுவர்த்தியின் முனையிலிருந்து வெளிப்பட்ட வெளிச்சம் அந்த அறை முழுவதும் பரவியிருந்தது. படிக்கட்டு முடிவடையும் இடத்திலிருந்தே அந்த அறையைப் பார்க்க முடிந்தது. ஒழுங்கில்லாமல் காணப்பட்ட அந்த அறை நெடுகிலும் குழந்தைகளின் கிழிசல் துணிகள் அசுத்தமாய் இறைந்து கிடந்தன. அறையின் பின் பகுதியில் இருந்த மூலையில் கிழிந்த போர்வை ஒன்று விரிக்கப்பட்டிருந்தது. அதனை ஒட்டியேதான் படுக்கையும் இருக்கும் என்று அனுமானிக்க முடிந்தது. இரண்டு நாற்காலிகள், எண்ணெய்ப் பிசுக்குப் படிந்து கிழிந்து போன துணி உறையால் போர்த்தப்பட்டிருந்த சோஃபா, அதற்கு முன்பாக வண்ணம் பூசப்படாத, துணி விரிக்கப்படாத ஒரு சமையல் மேசை, இவற்றைத் தவிர வேறெந்தப் பொருளும் அந்த அறையில் இல்லை. மேசையின் முனை ஒன்றில் இரும்புத் தாங்கியில் வைக்கப்பட்டிருந்த கொழுப்பால் ஆன மெழுகுவர்த்தியின் ஒளி அந்த அறை முழுவதும் வெளிச்சம் தந்துகொண்டிருந்தது. சிறு சிறு அறைகள்தான் இந்தப் பகுதியில் வீடுகளாகப் பாவிக்கப்பட்டு வந்தன. அந்தக் குடும்பம் அவர்களுக்கான அந்த அறையில் தங்கியிருந்தது என்பது போலத் தோற்றமளித்தாலும் அந்த அறையைத் தனி அறை என்று சொல்ல முடியாது. அந்த அறையின் ஊடாக நடந்துதான் அந்தத் தளத்தில் இருந்த பிற குடியிருப்புகளுக்குச் செல்ல முடியும். எனவே அவர்களது அறையை ஒரு நடைபாதை என்று தாரளமாகச் சொல்லலாம். அவ்வாறு அமைந்திருந்தது அந்த அறை. அந்த அறையிலிருந்து

பிற அறைகளுக்கு – அறை என்ற பெயரில் இருக்கும் முயல் வளைகளுக்குச் செல்லும் பாதையின் கதவு ஓரளவு திறந்திருந்தது. பக்கத்தில் இருந்தது, அமாலியா லிப்பேவெசெல்ஸின் குடியிருப்புப் பகுதி. அந்தப் பகுதியிலிருந்து பேச்சு சப்தமும் சிரிப்பொலிகளும் மிகுதியாக வந்துகொண்டிருந்தன. அங்கே சிலர் அரட்டையடித்த படி, சீட்டு விளையாடிக்கொண்டும், தேநீர் அருந்திக்கொண்டும் இருந்தனர். சில சமயங்களில் அநாகரிகமான சொற்களும்கூட அந்தக் கதவுகளின் வழியே வெளியே மிதந்து வந்தன.

பார்த்தவுடனேயே காதரீனா இவானோவ்னாவை அடையாளம் தெரிந்துகொண்டான் ரஸ்கோல்னிகோவ். அவள், கூடுதலான உயரமும், மெலிந்த உடல்வாகும்கொண்ட அழகான பெண்ணாகவே காட்சியளித்தாள். அழகான உருவ அமைப்பும், கரும்பழுப்பு நிறத் தலைமுடியும், சிவந்த நிறமும் கன்னங்களும் ஒரு காலத்தில் அவள்கொண்டிருந்த எழிலான தோற்றத்திற்குச் சாட்சியம் பகர்ந்தபடி இருந்தன. நெஞ்சில் தனது கைகளை வைத்து அழுத்திக்கொண்டு, அந்தச் சிறிய அறையில் குறுக்கும் நெடுக்குமாக அவள் நடந்துகொண்டிருந்தாள். மூச்சு விடுவதில் சிரமம் இருந்ததால் மிகவும் கஷ்டப்பட்டுக்கொண்டிருந்த அவளது உதடுகள் வெடித்திருந்தன. கண்களில் குறிப்பிட்டுச் சொல்லத்தக்க பிரகாசம் இருந்தபோதிலும், அவளது பார்வை கடுமையானதாகவும், நிலைகுத்தியும் இருந்தது. படபடத்து எரிந்துகொண்டிருந்த மெழுகுவர்த்தியின் கடைசி ஒளிக்கீற்றுகள் அவளது முகத்தை வெளிச்சமிட்டுக் காட்டியதோடு அவள் அணிந்திருந்த கண்ணாடியிலும் பிரதிபலித்துக்கொண்டிருந்தன. அவள் முப்பது வயது மதிக்கத்தக்கவளாகத் தென்பட்டாள். நிச்சயமாக அவள் மர்மெலா தோவுக்குப் பொருத்தமில்லாத மனைவிதான்...! அவர்கள் உள்ளே வந்ததையோ அவர்களின் காலடி ஓசைகளையோ அவள் கவனித்ததாகத் தெரியவில்லை. அவள் ஆழ்ந்த சிந்தனையில் மூழ்கியிருந்ததால் எதிலும் கவனமின்றிக் காணப்பட்டாள். அறையில் புழுக்கம் அதிகமாக இருந்தபோதிலும் ஜன்னல்களை அவள் திறந்திருக்கவில்லை. மாடிப்படிகளிலிருந்து பலவகையான துர்நாற்றங்கள் வந்துகொண்டிருந்தன. அவளது அறையிலிருந்து உள்ளறைகளுக்குச் செல்லும் பாதை சரியாக மூடப்படாமல், பாதி திறந்திருந்தது. அதன் வழியே, உள் அறைகளிலிருந்து வெளிப்பட்ட புகையிலை மணமும், புகை மண்டலமும் இவர்களது அறைக்குள் வந்து கொண்டிருந்தது. ஆறு வயதுள்ள, சிறிய பெண் குழந்தை ஒன்று தரையில் உட்கார்ந்தபடி, தலையை மட்டும் சோஃபாவில் சாய்த்துக்கொண்டு, உடலை வளைத்துக்கொண்டு உறங்கிக்

கொண்டிருந்தது. அந்தக் குழந்தையை விட ஒரு வயது மூத்த வனாகத் தென்பட்ட சிறுவன் ஒருவன், மூலையில் நின்றபடி அழுதுகொண்டும், நடுங்கிக்கொண்டும் இருந்தான். சற்று முன்பு தான் அவன் நன்றாக அடிவாங்கியிருக்க வேண்டுமென்பது வெளிப்படையாகத் தெரிந்தது. அவனுக்கு அருகிலேயே – அவனை விட மூத்த பெண் குழந்தை – அவளுக்கு ஒன்பது வயதிருக்கும்– தன் சகோதரனின் அருகில் நின்றுகொண்டு, தீக்குச்சியைக் காட்டிலும் மெலிதாயிருந்த தன் கரங்களினால் அவனது கழுத்தை வளைத்துக்கொண்டிருந்தாள். காண்பவர்கள் பரிதாபப்படும் அளவிற்கு மெலிந்து காணப்பட்ட அந்த உயரமான பெண், கிழிந்து போய், இற்றுப் போயிருந்த 'ஷிம்மீஸ்' ஒன்றை மட்டுமே அணிந் திருந்தாள். வெறுமையாகக் காணப்பட்ட அவளது தோள்களைச் சுற்றித் தொங்கிக்கொண்டிருந்த பழைய கம்பளி ஆடை, இரண்டு ஆண்டுகளுக்கு முன்பு வேண்டுமானால் அவளுக்குப் பொருத்த மாக இருந்திருக்கக்கூடும். ஆனால் இப்பொழுது, அவளது முழங் கால்களை மறைக்கக்கூட அவளுக்கு அது போதுமானதாக இல்லை. தம்பியின் காதில் இரகசியமாக எதையோ கிசுகிசுத்தபடி, அவனைச் சமாதானப்படுத்த அவள் முயன்றுகொண்டிருந்தாள். முடிந்த வரையில் அவன் மீண்டும் கூக்குரலிட்டு அழாமல் இருப் பதற்குத் தன்னால் முடிந்த எல்லாவற்றையும் செய்துகொண்டி ருந்தாள் அந்தப் பெண். மிரட்சியுடன் தாயின் ஒவ்வொரு அசை வையும் எச்சரிக்கையுடன் கவனமாக ஊன்றிக் கவனித்துக் கொண்டிருந்தாள் அவள்.

மர்மெலாதோவ் கதவைத்தாண்டி உள்ளே வரவில்லை. அச்சமும் தயக்கமும் அவனைத் தடுமாற வைத்தன. ரஸ்கோல்னி கோவைத் தனக்கு முன்னால் உள்ளே தள்ளிவிட்டு, அவன் கதவுக் கருகில் முழந்தாளிட்டு உட்கார்ந்துகொண்டான். முன்பின் தெரி யாத அந்நியன் ஒருவன் உள்ளே வருவதைக் கண்ட காதரீனா சற்றுப் பின்வாங்கியபடி, அவனை உற்றுப்பார்த்தாள். அவன் யாரென்று புரியாமல் வியப்புற்றாள். ஆனால் அவர்களது அறை, பிற அறைகளுக்குச் செல்லும் நடைபாதையாகப் பயன்பட்டு வந்த காரணத்தால், ஒரு வேளை அவன் அங்கு குடியிருக்கும் வேறு யாரையேனும் பார்ப்பதற்காக வந்திருக்கக்கூடும் என்று நினைத்துக் கொண்டாள். அதனால் அவன் மீது மேலும் கவனம் செலுத் தாமல் வெளிக் கதவை அடைப்பதற்காக முன்னே நடந்தவள், அங்கே முழந்தாளிட்டுத் தலை கவிழ்ந்து கிடந்த தனது கண வனைக் கண்டு, கதறி அழுதபடி கூச்சலிட்டாள்.

"ஆ! திரும்பவும் வந்து விட்டாயா...! மிருகமே...! திருட்டு நாயே!... பணத்தை என்ன செய்தாய்? எங்கே? உன் சட்டைப்

பையில் என்ன இருக்கிறதென்று காட்டு...! இதெல்லாம் உன்னுடைய உடைகள் இல்லையே...? எங்கே உன்னுடைய உடைகள்? எங்கே சொல்... பணமெல்லாம் எங்கே? ஏதாவது பேசித்தொலையேன்... பேசு!"

அவள் கீழே உட்கார்ந்து, அவனது சட்டைப் பைகளையெல்லாம் சோதனையிடத் தொடங்கினாள். அதற்கு அவளுக்கு வசதியாக இருக்கும்படி கைகளை மேலே உயர்த்திப் பணிவோடும் அடக்கத்தோடும் திரும்பித் திரும்பி நின்றான் மர்மெலாதோவ். அவனது பையில் ஒரு கோபெக் காசுகூட மிச்சமிருக்கவில்லை.

"அப்படியானால் பணமெல்லாம் எங்கே போயிற்று...! கடவுளே, எங்களிடத்தில் கருணை காட்டு! அந்தக் காசு முழுவதற்கும் இவன் குடித்திருக்க முடியாதே... என்னுடைய பெட்டியில் பன்னிரண்டு வெள்ளி ரூபிள்கள் பாக்கியிருந்ததே..."

ஆவேசமாகச் சுற்றிச் சுழன்ற அவள், அவனது தலைமுடியைக் கொத்தாகப் பற்றிப் பிடித்தாள். அவனைத் தர தரவென்று அறைக்குள் இழுத்தாள். அவள் இழுத்துச் செல்வதற்கு வசதியாக முழங்காலிட்டபடியே நகர்ந்து கொடுத்தான் மர்மெலாதோவ்.

"இதெல்லாம் எனக்குத் துன்பம் இல்லை, தம்பி! எனக்கு இது சந்தோஷம்தான். இது எனக்கு சந்தோஷம்தான்!" என்று அவன் ரஸ்கோல்னிகோவைப் பார்த்து உரக்கக்கத்தினான். தலையைப் பற்றி இழுத்துச் செல்லப்பட்டபோது ஒருமுறை அவனது நெற்றி தரையில் மோதியது. தரையில் படுத்திருந்த குழந்தை ஓசை கேட்டு எழுந்து, அதிர்ச்சியுடன் அலறி அழுதது. அறையின் மூலையில் நின்றுகொண்டிருந்த அந்தச் சிறுவன், அந்தக் காட்சியைக் காணச் சகிக்காமல் தன் சகோதரியின் கைகளுக்குள் அடைக்கலமாகியிருந்தான். சிறுமியும்கூட இளந்தளிரைப் போல பயத்தால் வெடவெடவென்று நடுங்கிக்கொண்டிருந்தாள்.

"எல்லாப் பணத்தையும் குடித்தே தீர்த்து விட்டாய். எல்லாம் போய் விட்டது. அப்படித்தானே...?" பாவப்பட்ட அந்தப் பெண்மணி, பொறுக்க முடியாத வேதனையாலும் துயரத்தினாலும் கூச்சலிட்டாள்.

"இந்த உடைகள் உன்னுடையதில்லையே... இதோ இந்தக் குழந்தைகளைப் பார்த்தாயா...? இவர்கள் பசியினால் செத்துக் கொண்டிருக்கிறார்கள் என்று உனக்குத் தெரியுமா?" என்று தனது குழந்தைகளைச் சுட்டிக்காட்டியபடி, கைகளைப் பிசைந்தபடி அவள் கதறினாள்.

“ஓ... எவ்வளவு கேவலமான... சபிக்கப்பட்ட நரக வாழ்க்கை இது! இப்படி இருப்பதற்காக உனக்குக் கொஞ்சம்கூட வெட்கமோ, அவமானமோ ஏற்படவில்லையா...?” என்று வேதனையுடன் புலம்பிக்கொண்டிருந்தவள் அங்கே நின்றுகொண்டிருந்த ரஸ் கோல்னிகோவைப் பார்த்து விட்டாள். “நீயும் சாராயக் கடையி லிருந்துதானே வருகிறாய்...? அவனோடு சேர்ந்து குடித்தவன் தானே நீயும்? இங்கிருந்து முதலில் போய்த்தொலை!” என்று உரக்கக் கத்தினாள்.

எந்தப் பதிலும் பேசாமல் அவன் அந்த இடத்திலிருந்து விரைவாக நகர்ந்தான். அதே நேரத்தில், உள் அறைகளுக்குச் செல் லும் நடைபாதைக் கதவு விரியத் திறந்தது. கைகளில் புகை பிடிக்கும் பைப்புகளையும் சிகரெட்டுகளையும் வைத்துப் புகைத்துக் கொண்டிருந்த முகங்களும், தலையில் தொப்பியை வைத்துக் கொண்டிருந்த முகங்களும்கொண்ட மனிதர்கள் கதவுக்கு அருகில் கூடி நின்றுகொண்டு, இந்த அவலமான காட்சிகளை வேடிக்கை பார்த்துச் சிரித்துக்கொண்டிருந்தனர். அந்த மனிதர்களில் சிலர் சரியாக முடிச்சிடப்படாத இரவு உடைகளை அணிந்திருந்தனர்; வேறு சிலர் அநாகரிகமான முறையில் மிகக் குறைவான உடை களையே அணிந்திருந்தனர். அந்தக் கூட்டத்தில் சீட்டாடிக் கொண்டிருந்தவர்களும் உண்டு. கையில் சீட்டுக் கட்டுடன் வந்து நின்று வேடிக்கை பார்த்துக்கொண்டிருந்தார்கள் அவர்கள். தலை முடியைப் பிடித்துத் தன் மனைவி தன்னை இழுத்துக்கொண்டு போனது தனக்குச் சந்தோஷத்தையே கொடுத்தது என்று மர்மெலாதோவ் கூறியதைக் கேட்டு விழுந்து விழுந்து சிரித்துக் கூத்தாடினர் சிலர். அவர்களில் சிலர் நெருக்கியடித்துக்கொண்டு அந்த அறைக்குள் நுழைந்து வேடிக்கை பார்க்கவும் முயன்றனர்.

இறுதியாக அந்தக் குடியிருப்பில் எப்போதும் ஓங்கி ஒலிக்கும் வஞ்சனையான ஆர்ப்பாட்டக் குரல் அதட்டலாகக் கேட்டது. அது அமாலியா லிப்பேவெசல்ஸுக்குச் சொந்தமானது. மற்றவர் களை விலக்கித் தள்ளிக்கொண்டு முன்னால் வந்த அவள், தனக்கே உரிய பாணியில் அங்கே நிலவிய கசமுசப்பைச் சீர் செய்ய முனைந் தாள். பாவப்பட்ட பெண்ணான காதரீனாவைப் பார்த்து மறுநாளே அவள் குடியிருப்பைக் காலி செய்தாக வேண்டும் என்று நூறாவது முறையாக எச்சரித்தாள் அமாலியா. அவ்வாறே சத்தியம் செய்து தரும்படி அவளை வற்புறுத்தவும் செய்தாள்.

ரஸ்கோல்னிகோவ் அந்த இடத்தைவிட்டு வெளியேறும் முன்பாக, தன் சட்டைப் பையைத் துழாவி, மதுக்கடையில் ஒரு ரூபிளை மாற்றும் பொழுது கிடைத்திருந்த செப்புக் காசுகளைத் திரட்டியெடுத்து, யாரும் பார்க்காதபடி, ஜன்னல் திட்டில் வைத்து

விட்டுச் சென்றான். ஆனால், படிகளில் இறங்கும்பொழுது, தான் அப்படிச் செய்ததை நினைத்துத் தனக்குத்தானே வருத்தப்பட்டு நொந்துகொள்ளவும் செய்தான். "சே... என்ன முட்டாள்தனம்! அவர்களுக்குத்தான் சம்பாதித்துப் போட சோனியா இருக் கிறாளே! எனக்கு இந்தப் பணம் அவசியம் தேவையானதில் லையா?" என்று வருத்தப்பட்டுக்கொண்டான். ஆனாலும் அங்கே மீண்டும் சென்று அந்தப் பணத்தை எடுக்க அவனுக்கு மனம் வராததால், தோள்களைக் குலுக்கியபடி தன் வீட்டை நோக்கி நடக்கத் தொடங்கினான்.

"எப்படியோ, சோனியாவுக்கும்கூட 'ரூஜ்' வாங்குவதற்குப் பணம் தேவைப்படும்தானே" என்று தனக்குள் கிண்டலாக நினைத்துச் சிரித்துக்கொண்டான் அவன். "ம்...! அவள் தன் தோற்றத்தைச் சீராக வைத்துக்கொண்டால்தானே பணம் கிடைக் கும். என்ன செய்வது...? ஒருவேளை இன்றைக்கு சோனியா வெறுங்கையோடு திரும்புமாறும் நேரலாம்! இப்படிப்பட்ட வேட்டைகளுக்குப் போகிறபோது... அவ்வாறான ஆபத்தும்கூடவே இருக்கிறதே... அப்படி ஒரு வேளை நடந்து விட்டால் நான் பணம் வைக்காது போனால் அவர்கள் நாளைய செலவுக்குத் திண்டாடித் தானே போவார்கள்! பாவம், சோனியா! ஒரு தங்கச் சுரங்கத்தைப் போல அல்லவா அவளைப் பயன்படுத்திப் பணத்தைத் தோண்டி எடுக்கிறார்கள்! அவளுடைய தொழிலால் அவர்கள்தான் லாப மடைகிறார்கள். ஆமாம்... அவர்கள்தான் லாபமடைகிறார்கள். அதுவும்கூட அவர்களுக்கு இப்போது பழகிப் போய்விட்டது. முதல்முறை வேண்டுமானால் அழுதிருப்பார்கள்! இப்போது அதற்குப் பழகிவிட்டார்கள். இந்த மனிதர்கள்தான் எத்தனை மோசமானவர்கள்...? எதுவுமே பழகிப் போய்விட்டால் அது அவர்களுக்குச் சரியாகப்பட்டுவிடுகிறது. அயோக்கியர்கள்!"

அவன் சிந்தனையில் மூழ்கிப் போனான். "ஒருவேளை நான் இப்போது நினைப்பது தவறாக இருக்குமானால்..." என்று ஆவேச மாக நினைத்த அவன் மீண்டும் ஒரு கணம் சிந்தித்தான்: "உண்மை யாகவே மனிதர்கள் நான் நினைத்தபடி அயோக்கியர்களாக இல்லாதிருந்தால்–ஒட்டு மொத்த மனித குலமே பவித்திரமாக இருந்தால்– பிறகு எல்லாமே நாமாகக் கற்பனை செய்து, முன் கூட்டியே அனுமானித்துக்கொள்ளும் முடிவுகள்தானே? இவை யெல்லாம் பொய்யான பிரமைகளும், கற்பனை பயங்களும்தானே? அப்படியானால், அவ்வாறாக இருந்துவிட்டால் உண்மையான தடைகள் என்று எதுவுமே இல்லாமல் போய்விடும்... ஆமாம், அப்படித்தான் இருக்க வேண்டும்!"

அத்தியாயம் – 3

மறுநாள் காலை மிகவும் தாமதமாகவே தூக்கத்திலிருந்து விழித்தெழுந்தான் ரஸ்கோல்னிகோவ். இடையிடையே விழிப்பும் தூக்கமுமாக இருந்த தொடர்ச்சியற்ற தூக்கம் அவனுக்குப் புத்துணர்ச்சியைத் தரவில்லை. சிடுசிடுப்புடனும் எரிச்சலுடனும் எழுந்த அவன், வெறுப்புடன் அந்த அறையைப் பார்த்தான். ஆறு தப்படி நீளமேகொண்ட, ஒரு சிறிய அலமாரியைப் போன்றிருந்தது அந்த அறை. சுவர்களில் ஒட்டப்பட்டிருந்த மஞ்சள் நிறத்தாள் கிழிந்து தொங்க தூசு படிந்து கிடக்கும் சுவர்கள், அறைக்குள் நுழைந்தவுடன் எந்த நேரம் மேற்கூரையில் தலையை இடித்துக் கொள்வோமோ என்று சராசரி உயரமுள்ளவர்கள்கூட ஒவ்வொரு கணமும் அஞ்சும்படியாக மிகவும் தாழ்வாக அமைக்கப்பட்டிருந்த மேற்கூரை போன்றவற்றுடன் வறுமையை வெளிப்படுத்தும் தோற்றத்தைக்கொண்டிருந்தது அந்த அறை. லொட லொடத்துப் போன மூன்று பழைய நாற்காலிகளும், மூலையில் கிடந்த பெயிண்ட் அடிக்கப்பட்ட அந்த மேசையும்தான் அந்த அறையின் பாரம்பரிய சொத்தாகத் தொடர்ந்து இருந்து வருகின்றன. மேசையின் மேல் சில கையெழுத்துப் பிரதிகளும், சில புத்தகங்களும் வைக்கப்பட்டிருந்தன. அவற்றின் மேலே படர்ந்திருந்த தூசு, அவை ரொம்ப நாட்களாகத் தீண்டுவாரற்றுக் கிடப்பதை வெளிப்படுத்திக் கொண்டிருந்தது. அந்த அறையில் ஒருபக்கச் சுவர் ஓரமாகக் கிட்டத்தட்ட சுவரளவுக்கு நீளம்கொண்ட மிகப் பெரிய சோஃபா ஒன்று அந்த அறையின் பாதிப் பரப்பளவை ஆக்கிரமித்துக் கொண்டிருந்தது. ஒரு காலத்தில் பூக்களால் அச்சிடப்பட்ட சீட்டித் துணியால் மேலுறை போடப்பட்டு அழகாகக் காட்சியளித்த அந்த சோஃபா இப்போது அழுக்கேறிக் கிழிந்து போய்ப் பொத்தல் பொத்தலாகிப் போன மேலுறையுடன் மிகவும் அவலட்சணமாகக் காணப்பட்டது. அது இப்போது ரஸ்கோல்னிகோவின் படுக்கையாகப் பயன்படுத்தப்பட்டு வந்தது. தான் அணிந்துள்ள உடைகளைக்கூடக் களைந்துகொள்ளாமல், மாணவப் பருவத்தில் பயன்படுத்திய, கிழிந்த மேல் கோட்டை அணிந்தபடியே விரிப்புகளையோ அல்லது போர்வைகளையோ விரித்துக்கொள்ளாமல்,

அந்த சோஃபாவில் படுத்துக்கொள்வது அவனுக்கு வழக்கம். தன்னிடமிருந்த சுத்தமான மற்றும் அழுக்கான உடைகள் எல்லா வற்றையும் ஒன்றாகத் திரட்டி, மொத்தமாகச் சேர்த்து வைத்து, ஒரு திண்டுபோலக் கட்டி, அதைத் தலையணையாக வைத்துக் கொண்டு அவன் உறங்குவான். அந்தப் பெரிய சோஃபாவிற்கு முன்னால் ஒரு சிறிய மேசை போடப்பட்டிருந்தது.

ரஸ்கோல்னிகோவ் வாழ்ந்துகொண்டிருப்பதைப் போன்ற இழிவான, அவமானகரமான, பரிதாபமான ஒரு வாழ்க்கையைக் கற்பனை செய்துகூடப் பார்க்க முடியாது. ஆனால் அவனது தற்போதைய மனநிலைக்கு இதுவே உகந்ததாகவும் மகிழ்ச்சி தருவதாகவும் அவனுக்குத் தோன்றியது. ஆமை ஒன்று, தனது முதுகிலிருக்கும் ஓட்டுக்குள் ஒடுங்கிக்கொள்வதைப் போல, மனிதத் தொடர்புகள் எல்லாவற்றிலுமிருந்தும் தன்னை வலுக்கட்டாயமாக விலக்கிக்கொண்டு, தனது அறைக்குள்ளேயே முடங்கிக் கிடந்தான் அவன். அவனுடைய சின்னச் சின்னத் தேவைகளை நிறைவேற்று வதற்காக அவ்வப்போது அவனது அறைக்குள் வரும் வேலைக் காரப் பெண்ணின் பார்வையில் பட்டால்கூட அவன் நடுங்கிச் சுருங்கிப்போனான்.

தாங்கள் மேற்கொண்டிருக்கும் குறிப்பிட்ட ஒரு செயலைத் தவிர, வேறெந்த நினைவும் எண்ணமும் அற்றவர்களாக, அதில் மட்டுமே தங்களது கவனம், சக்தி ஆகிய அனைத்தையும் செலுத்தி அந்தக் காரியத்திலேயே முனைந்திருக்கும் சில காரியக் கிறுக்கு களிடம் காணக்கூடிய இயல்பே அவனிடமும் அப்போது மேலோங்கியிருந்தது.

இரண்டு வாரங்களுக்கு முன்பாகவே அவனுக்கு உணவு அனுப்புவதை அந்த வீட்டுக்காரப் பெண்மணி நிறுத்தி விட்டிருந் தாள். இதுகுறித்து அவளிடம் போய் சிநேக பாவத்துடன் பேசி, மீண்டும் உணவு அனுப்பும்படி சொல்ல வேண்டும் என்ற எண்ணம் அவனிடத்தில் இதுவரையில் எழவே இல்லை. சமையற் காரியும் அந்த வீட்டுச் சொந்தக்காரியின் ஒரே வேலைக்காரியு மான, நஸ்டாஸியாவும்கூடத் தன் எஜமானியின் மன நிலைக் கேற்றபடி அனுசரித்து நடந்துகொண்டாள். அவனது அறையைப் பெருக்கித் துடைப்பதும்கூட அநேகமாக நின்று போய்விட்டி ருந்தது.

இப்போதெல்லாம் வாரத்தில் ஒரு முறை, அதுவும் அவள் நினைத்த நேரத்தில், அவள் துடைப்பத்தோடு அங்கே காட்சி யளிப்பதோடு சரி. அவள்தான் இப்பொழுது வந்து ரஸ்கோல்னி கோவைத் தூக்கத்திலிருந்து எழுப்பினாள்.

"எழுந்திரு, இன்னுமா தூங்கிக்கொண்டிருக்கிறாய்?" என்று உரக்க அவனை அழைத்தாள். "இதோ பார்... மணி ஒன்பதுக்கும் மேலாகிவிட்டது! நான் கொஞ்சம் தேநீர் கொண்டுவந்திருக் கிறேன்... குடிக்கிறாயா...? நீ ஏன் இப்படி உன்னையே வீணடித்துக் கொண்டிருக்கிறாய்?"

ரஸ்கோல்னிகோவ் மெல்லக் கண்களைத் திறந்து பார்த்தான். எதிரே நிற்பது நஸ்டாஸியா என்பதைத் தெரிந்துகொண்டான்.

அசதியோடு, மெல்ல எழுந்து சோஃபாவில் உட்கார்ந்து கொண்டான் ரஸ்கோல்னிகோவ். "வீட்டுக்காரியா தேநீர் அனுப்பி வைத்தாள்?" என்று அவளைக் கேட்டான்.

"ஆமாம்! ஏன்கூடாதா?" என்று பதிலளித்தபடி அவன் முன்பு இருந்த சிறிய மேசையில் விரிசல் விழுந்திருந்த தேநீர் ஜாடியை அவள் வைத்தாள். அதன் அருகிலேயே மஞ்சள் நிறத்தி லிருந்த இரண்டு சர்க்கரைக் கட்டிகளையும் வைத்தாள்.

தன் உடைகளை மாற்றாமலேயே உறங்கிவிட்ட அவன், தன் சட்டைப் பைகளைத் துழாவி, அவற்றிலிருந்து சில செப்புக் காசு களை எடுத்து நஸ்டாஸியாவிடம் கொடுத்தான். "நஸ்டாஸியா, இதை எடுத்துக்கொள், வேகமாக ஓடிப்போய் எனக்கு ஒரு ரொட்டித்துண்டு வாங்கி வா... அப்படியே பன்றி இறைச்சிக் கடைக்குப் போய், ரொம்ப மலிவானதாகப் பார்த்துத் தொட்டுக் கொள்ள இறைச்சித் துண்டுகள் கொண்டுவா!"

"ஒரு சில நிமிடங்களில் உனக்கு ரொட்டித் துண்டு வாங்கி வந்து விடுகிறேன். ஆனால் இறைச்சிக்குப் பதிலாக நீ கொஞ்சம் சூப் குடிக்கிறாயா? நல்ல சூப்தான். நேற்று தயாரித்தது. நேற்று இரவில் உனக்காகவே நான் பத்திரமாக எடுத்து வைத்திருந்தேன். நீ வருவதற்குத்தான் தாமதமாகிவிட்டது. ரொம்ப நல்ல சூப் அது!"

நஸ்டாஸியா சூப் கொண்டு வந்தாள். அவன் சாவகாசமாக சூப்பை எடுத்து ருசித்துக் குடிக்கத் தொடங்கினான். நஸ்டாஸியா சோஃபாவில் அவனுக்குப் பக்கத்திலேயே உட்கார்ந்துகொண்டாள். அவள் நகரத்தைச் சேர்ந்த பெண் அல்ல. விவசாயக் குடும்பத்தைச் சேர்ந்த கிராமத்துப் பெண்ணான அவளுக்கு அரட்டையடிப்பதில் விருப்பம் அதிகம்.

"பிரஸ்கோவியா பாவ்லோவ்னா உன்னைப் பற்றிப் போலீசிடம் புகார் கொடுக்கப் போகிறாளாம்..." என்றாள் நஸ்டாஸியா.

அவன் ஒரு கணம் திடுக்கிட்டுப் போனான்.

"போலீசிடமா...? எதற்காக...? அவளுக்கு என்ன வேண்டுமாம்...?"

"அவளுக்குக் கொடுக்க வேண்டிய பணத்தை நீ தராமல் இருக்கிறாய்...! அறையையும் காலி செய்ய மறுக்கிறாய். அப்புறம் அவள் ஏன் போலீசுக்குப் போக மாட்டாள்? காரணம்தான் தெளிவாகத் தெரிகிறதே? அவள் நிச்சயம், தான் சொன்னபடி செய்வாள். இது உறுதி."

"சே... அது ஒன்றுதான் பாக்கி..." என்று தனக்குள் முணு முணுத்துக்கொண்டவன் பற்களை "நறநற"வென்று கடித்துக் கொண்டான். "இந்தக் கணத்தில் என்னால் எதுவும் செய்ய முடி யாது. அவள் ஒரு முட்டாள்... இன்றைக்கே நான் அவளைப் பார்க்கிறேன். இதுபற்றிப் பேசுகிறேன்." என்று உரக்கச் சொன் னான் ரஸ்கோல்னிகோவ்.

"அவள் முட்டாள்தான். நான் ஒப்புக்கொள்கிறேன். நானும்கூட அவளைப் போலத்தான். ஆனால் நீதான் புத்திசாலி யாயிற்றே. உன் கெட்டிக்காரத்தனத்தையெல்லாம் கொஞ்சம்கூட வெளியே காட்டாமல் ஏன் இப்படி அழுக்கு மூட்டை போல இங்கே கிடந்து சாகிறாய்...? குழந்தைகளுக்கெல்லாம் பாடம் சொல்லிக் கொடுத்துக்கொண்டிருப்பதாக முன்பு சொன்னாயே...? இப்போது நீ ஏன் எதுவுமே செய்வதில்லை...?"

"நான் செய்துகொண்டுதான் இருக்கிறேன்...!" இறுக்கமும் அழுத்தமும் கலந்த தொனியில் ரஸ்கோல்னிகோவ் பதிலளித்தான்.

"என்ன செய்கிறாய்...?"

"வேலை..."

"என்ன மாதிரியான வேலை...?"

கண நேர சிந்தனைக்குப் பிறகு அவன் பதிலளித்தான்: "அதைப் பற்றித்தான் யோசித்துக்கொண்டிருக்கிறேன்."

அவனது பதிலைக் கேட்டதும் நஸ்டாஸியா குலுங்கிக் குலுங்கிச் சிரித்தாள். அவளுக்கு ஆச்சரியமூட்டுவதான செய்தி எதுவாக இருந்தாலும் சரி, கேட்டவுடனேயே தன்னை அடக்க முடியாமல் அவள் சிரித்து விடுவாள். அவள் சிரிக்கும்போது எந்த விதச் சப்தமும் வராது. உடல் மட்டும் பயங்கரமாக நடுங்கிக் குலுங்கும். இந்தச் சிரிப்பு மிதமிஞ்சும்பொழுது, சில சமயங்களில் அவளுக்கு மூச்சுத் திணறல்கள்கூட ஏற்பட்டுவிடுவதுண்டு.

ஒருவழியாகத் தன்னைச் சரிசெய்துகொண்டு அவள் கேட்டாள். "சரி, நிறையப் பணம் சம்பாதிப்பது எப்படி என்று எப்பொழுதாவது நீ யோசித்திருக்கிறாயா?"

"காலுக்கு அணிந்துகொள்ள நல்ல பூட்ஸ்கூட இல்லாமல் எப்படி வெளியே போய்ப் பாடம் சொல்லித் தர முடியும்? அது மட்டும் காரணமில்லை. எனக்கேகூட அந்த வேலை வெறுப்பாகத் தான் இருந்தது."

"இப்படி உணவுக்குப் (ரொட்டிக்கும் வெண்ணெய்க்கும்) போராடிக்கொண்டிருப்பது நன்றாகவா இருக்கிறது?"

"பாடங்கள் சொல்லித்தருவதற்கு அவர்கள் கொஞ்சம்தான் பணம் கொடுக்கிறார்கள். அந்த ஒரு சில செப்புக்காசுகளால் என்ன பயன்?" என்று தன்னுள் எழுந்த எண்ணங்களுக்குத் தானே பதில் அளிப்பவன் போல அவன் மிகவும் வேண்டா வெறுப்பாகப் பேசிக்கொண்டு போனான்.

"எல்லா அதிர்ஷ்டங்களும் உனக்கு ஒரே சமயத்தில் கிடைத்துவிடவேண்டும். உடனே பெரிய பணக்காரனாகிவிட வேண்டும் என்று நீ நினைக்கிறாய்... அப்படித்தானே?"

அவன் அவளை வினோதமாகப் பார்த்தான்.

சிறிது நேர சிந்தனைக்குப்பின் அவன் உறுதியான குரலில் சொன்னான்: "ஆமாம், அப்படித்தான் நினைக்கிறேன்."

"இதைப் போல நீ மிகவும் அவசரப்படக்கூடாது. நீ என்னை ரொம்பவும்தான் பயமுறுத்துகிறாய். சரி... நீ உன் விருப்பப்படி செய்துகொள்... இப்பொழுது உனக்கு ரொட்டி வாங்கி வரப் போகட்டுமா, வேண்டாமா?"

"தயவுசெய்து உடனே போ!"

"ஆ... ஒரு விஷயத்தை மறந்து விட்டேன்... உனக்கு ஒரு கடிதம் வந்திருக்கிறது. நேற்று நீ வெளியே போயிருந்தபோது வந்தது."

"கடிதமா? எனக்கா? யாரிடமிருந்து?"

"அது எனக்குத் தெரியாது. தபால்காரனுக்கு நான் மூன்று கோபெக்குகள் கொடுத்துத்தான் அதை வாங்கினேன். அதை நீ எனக்குத் திருப்பிக் கொடுத்துவிடுவாய் அல்லவா?"

"தயவுசெய்து உடனே அதைக்கொண்டு வா" என்று உரக்கச் சொன்ன அவன் மிகவும் பரபரப்படைந்திருந்தான். "ஓ... கடவுளே!"

ஒரு நிமிடத்தில் அந்தக் கடிதத்தைக் கொண்டுவந்து அவனிடம் கொடுத்தாள் நஸ்டாஸியா. அவன் நினைத்தபடியே, அதே மாகாணத்தில், கிராமத்தில் வசிக்கும் அவனுடைய அம்மாவிடமிருந்துதான் அந்தக் கடிதம் வந்திருந்தது. அதைக் கையில் வாங்கிய உடனேயே அவனது முகமெல்லாம் வெளுத்துப் போயிற்று. அவனுக்குக் கடிதம் வந்தே பல காலம் ஆகிவிட்டிருந்தது. ஆனால் அதேசமயம், திடீரென்று எழுந்த வேறொரு உணர்வு, அவனது இதயத்தைத் தாக்கி அவனைத் தடுமாற வைத்திருந்தது.

"நஸ்டாஸியா, என்னைக் கொஞ்சம் தனிமையில் இருக்க விடு. இதோ, உன்னுடைய மூன்று ரூபிள்கள், எடுத்துக்கொள். எனக்காகப் பொறுத்துக்கொண்டு, கோபித்துக்கொள்ளாமல் சீக்கிரமாக இடத்தைக் காலி செய்!"

நடுங்கிக்கொண்டிருந்த அவனது கரங்களுக்குள் அந்தக் கடிதம் படபடத்துக்கொண்டிருந்தது. அவளுக்கு முன்பாக அந்தக் கடிதத்தைப் பிரித்துப் படிக்க அவன் விரும்பவில்லை. அவன் அந்தக் கடிதத்துடன் தனிமையில் இருக்க விரும்பினான். நஸ்டாஸியா போன பின்பு, அவன் அந்தக் கடிதத்தை எடுத்துத் தன் உதடுகளில் பதித்துப் பலமுறை அதை முத்தமிட்டான். கடித உறையில் எழுதப்பட்டிருந்த முகவரியை ஆவலுடன் பார்த்தான். அந்தச் சிறிய, சாய்வான கையெழுத்தையே வெகுநேரம் வெறித்துப் பார்த்தபடி உட்கார்ந்திருந்தான். அந்தக் கையெழுத்து, அவனுக்குப் பரிச்சயமான, அவனுக்கு மிகவும் பிரியமான– ஒரு காலத்தில் அவனுக்கு எழுதவும் படிக்கவும் கற்றுத் தந்த அவனது அன்புக்குரிய அன்னையின் கையெழுத்து. எதையோ நினைத்து அச்சப்பட்டுக் கலங்குபவனாகக் காட்சியளித்த அவன், கடித உறையைப் பிரித்துப் படிப்பதற்கு அஞ்சியபடி, சற்றுத் தாமதித்தான். பிறகு கடித உறையைப் பிரித்தான். கனமான, மிக நீண்ட கடிதமாக அது இருந்தது. நோட்டுப் புத்தகத்திலிருந்து கிழிக்கப்பட்ட பெரிய தாள்களில் அம்மா எழுதி இருந்தாள். சிறிய, பொடிப் பொடியான கையெழுத்தில் அம்மா எழுதியிருந்தாள்:

'என் அன்புள்ள ரோட்யா' என்று தனது மிக நீண்ட கடிதத்தை அம்மா துவங்கியிருந்தாள்:

'கடிதம் மூலமாக உன்னோடு பேசி, இரண்டு மாதங்களுக்கும் மேலாகிவிட்டது. இவ்வாறு வெகுநாட்களாகக் கடிதம் எழுதாமலிருப்பது என் மனதை மிகவும் வேதனைப்படுத்திக் கொண்டே இருக்கிறது. சில சமயங்களில் இதை நினைத்து,

இரவுகளில் எனக்குத் தூக்கம்கூட வருவதில்லை. நடு இரவுகளில் எழுந்து உட்கார்ந்து உன்னையே நினைத்துக்கொண்டிருக்கிறேன். தவிர்க்க முடியாத, எனது இந்த மௌனத்திற்காக நீ என்னைக் குற்றம் சொல்ல மாட்டாய் என்று எனக்கு உறுதியாகத் தெரியும். நான் உன்னை எவ்வளவு நேசிக்கிறேன் என்பது உனக்கே நன்றாகத் தெரியும். எங்களுக்கு – எனக்கும், துனியாவுக்கும் உன்னை விட்டால் வேறு யார் இருக்கிறார்கள்? எங்களுக்கு நீதான் எல்லாமும். எங்களுடைய ஒரே நம்பிக்கையும்– எங்களுடைய வாழ்வும், இருப்பும் எல்லாமே நீ மட்டும்தான். எங்களுடைய நம்பிக்கையின் ஆதாரமாக உன்னைத்தானே நாங்கள் நினைத்துக்கொண்டிருக்கிறோம்? பணம் இல்லாத காரணத்தால் சில மாதங்களுக்கு முன்பாக நீ உனது பல்கலைக்கழகப் படிப்பைத் தொடராமல் விட்டுவிட்டதை அறிந்த போதும், உன்னுடைய அன்றாடச் செலவுகளைச் சமாளிக்கக் குழந்தைகளுக்குப் பாடம் சொல்லித் தருவதன் மூலமும், பிற வேலைகளின் மூலமும் நீ ஈட்டி வந்த வருமானத்திற்கான வழிகளும் அடைபட்டுப் போனதைக் கேள்விப்பட்ட போதும் நான் அளவு கடந்த வருத்தமடைந்தேன். எனக்கு வருடத்திற்கு ஒரு முறை கிடைக்கும் நூற்று இருபது ரூபிள்கள் பென்ஷனில் உனக்கெப்படி நான் உதவ முடியும்? நான்கு மாதங்களுக்கு முன்பு நான் உனக்கு அனுப்பிய பதினைந்து ரூபிள்களை, வாசிலி இவானோவிச் வக்ருஷின் என்ற வியாபாரியிடம், என் பென்ஷன் அனுமதிச் சீட்டைப் பிணையாக வைத்துக் கடன் வாங்கித்தான் அனுப்பினேன். அவர் கருணையுள்ளம் படைத்த மனிதர்தான்! உன்னுடைய அப்பாவின் நண்பரும்கூட. ஆனால் என்னுடைய பென்ஷன் பணத்தைப் பெறும் உரிமையை அவர் பெயரில் நான் எழுதிக்கொடுத்துவிட்டதால், கடன் தொகை அடைபடும் வரையில் நான் காத்திருக்க வேண்டியதாகிவிட்டது. அது இப்போதுதான் அடைபட்டது. எனவேதான் இடைப்பட்ட இந்தக் காலத்தில் உனக்கு நான் எந்தவிதமான பணத்தையும் அனுப்ப முடியவில்லை. ஆனால், இப்போது, கடவுளின் கருணையால், உனக்குக் கூடுதலாகக் கொஞ்சம் பணம் அனுப்ப முடியும் என்று நான் நம்புகிறேன். இனிமேல் நம் எல்லோருடைய எதிர்காலத்திலும் மிகப் பிரகாசமான திருப்பம் இருக்கப் போவதால், நாம் ஒருவருக்கொருவர் வாழ்த்துச் சொல்லிச் சந்தோஷப்பட வேண்டிய நேரம் இது என்பதை உனக்கு நான் தெரிவித்துக்கொள்கிறேன். அதைப் பற்றி உனக்கு உடனடியாகச் சொல்லத்தான் இந்தக் கடிதத்தை நான் விரைவாக எழுதுகிறேன்.

அன்பு ரோட்யா, முதலில், உன்னால் கொஞ்சம்கூட ஊகிக்க முடியாத ஒரு செய்தியை எழுதுகிறேன். உன்னுடைய சகோதரி, கடந்த ஆறு வாரங்களாக என்னுடன்தான் இருக்கிறாள். எதிர்

காலத்திலும் நாங்கள் பிரியாமல் சேர்ந்தே இருப்போம். அவளுடைய துன்பங்களெல்லாம் முடிந்துவிட்டன. அதற்காக நாம் கடவுளுக்கு நன்றி சொல்வோம். அவளுக்கு நேர்ந்த துன்பங்கள் எல்லாவற்றையும் இப்போது நான் உனக்கு ஒவ் வொன்றாக வரிசைப்படுத்திச் சொல்கிறேன். முதலில் இருந்து ஒவ்வொன்றைப் பற்றியும் விளக்கமாகச் சொன்னால்தான் இதுவரையில் நாங்கள் உன்னிடமிருந்து மறைத்து வைத்திருந்த அந்த விஷயங்கள் ஒவ்வொன்றும் எப்படி நடந்தது என்று உனக்குப் புரியும். உன் தங்கை துனியா வேலைபார்க்கும் ஸ்விட்ரி கைலோஸின் வீட்டில் அவள் மிகவும் மோசமாக நடத்தப் படுகிறாள் என்று யாரோ ஒருவரின் மூலம் கேள்விப்பட்டு, அது பற்றிய முழுவிவரமும் கேட்டு நீ எனக்கு இரண்டு மாதங்களுக்கு முன்பு கடிதம் எழுதியிருந்தாயே...? அதற்கு உனக்கு நான் என்ன பதிலை எப்படி எழுதுவேன்? நான் அப்போது எல்லா உண்மை களையும் உனக்கு எழுதியிருந்தால் என்ன நடக்கும்? நீ எல்லா வற்றையும் தூக்கி எறிந்துவிட்டு எங்களைப் பார்க்க உடனே வந் திருப்பாய். அவ்வளவு தூரமும் நடந்தே வரவேண்டும் என்றாலும் கூட, அதையும் பொருட்படுத்தாமல் நீ நடந்தேகூட வந்திருப்பாய். உன்னுடைய இயற்கையான குணத்தையும், உணர்வுகளையும் பற்றி எனக்குத் தெரியும். உன் சகோதரி அவமானப்படுவதை ஒரு பொழுதும் நீ அனுமதிக்க மாட்டாய் என்று எனக்குத் தெரியும். ஆனால் அப்போது நானே மிகவும் மனம் பேதலித்து நம்பிக்கை யிழந்து போயிருந்த நிலையில் நான் என்னதான் செய்துவிட முடியும்? அதோடு நானும்கூட இந்த விவகாரங்கள் குறித்த முழு உண்மைகளும் அறியாதவளாகத்தான் இருந்தேன். மேலும், துனியா கடந்த ஆண்டு அந்த வீட்டின் மேற்பார்வையாளராக வேலையில் சேர்ந்தவுடனேயே முழுதாக நூறு ரூபிள் பணம் அட்வான்ஸ் தொகையாக அவர்களிடம் வாங்கியிருந்தாள். ஒவ்வொரு மாதச் சம்பளத்திலும் அந்த அட்வான்ஸ் தொகையைக் கழித்துக்கொள் வதாக ஒப்புக்கொண்டு வாங்கிய பணம் அது. அவ்வாறே அவர்கள் அந்த அட்வான்ஸ் தொகையை அவளது சம்பளத்தில் கழித்துக்கொண்டிருந்தனர். அந்தக் கடன் தொகையைத் திருப்பிச் செலுத்தாமல் உடனடியாக வேலையைவிட்டு வந்து விடுவதும் முடியாத காரியம். அந்தப் பணத்தை அப்படி அவசரமாக அவள் அட்வான்ஸாக வாங்கியது எதற்குத் தெரியுமா? கடந்த வருடம், உனக்கு, மிக அவசரமாகப் பணம் தேவை என்று கேட்டபோது நாங்கள் உனக்கு அறுபது ரூபிள்கள் அனுப்பியிருந்தோமே, அது இங்கு வாங்கிய அந்த அட்வான்ஸ் பணம்தான். துனியா சேமித்து வைத்திருந்த பணத்திலிருந்து எடுத்து உனக்கு அனுப்பியிருப்பதாகச்

சொல்லி உன்னை அப்போது நாங்கள் ஏமாற்றியிருந்தோம். ஆனால் அது உண்மையில்லை. கடவுளின் கருணையினால் இப்போது எல்லாமே திடீரென்று நல்லதாக நடக்கத் துவங்கி இருப்பதால், நான் உனக்கு எல்லா விஷயங்களையும் சொல்லிக் கொண்டிருக்கிறேன். துனியா உன்னை எவ்வளவு நேசிக்கிறாள் என்பதையும், அவளது இதயம் விலைமதிக்க முடியாத ஒரு பொக்கிஷம் என்பதையும் நீ அவசியம் அறிந்துகொள்ள வேண்டும் என்பதற்காவும் இதனை உன்னிடம் நான் இப்போது சொல்லு கிறேன். தொடக்கத்தில் ஸ்விட்ரிகைலோவ், நிஜமாகவே துனியா விடம் சற்றுக் கடுமையாகத்தான் நடந்துகொண்டிருக்கிறார். நாகரிகமற்ற, குத்தலான சொற்களை, அவள் அங்கு வேலை பார்த்துக்கொண்டிருக்கும் பொழுது அவளிடம் கூறியிருக்கிறார். அவளை மிகவும் மரியாதைக் குறைவாக நடத்தியிருக்கிறார்.

அந்த வேதனை தரும் விஷயங்கள் எல்லாவற்றையும் இப்போது உன்னிடத்தில் கூறி, உன்னை வருத்தப்பட வைக்க நான் விரும்பவில்லை. இப்போது அவையெல்லாம் முடிந்து விட்டன. எல்லாம் சரியாகி விட்டது. ஸ்விட்ரிகைலோவின் மனைவி மார்ஃபா பெத்ரோவ்னாவின் கருணையினாலும், பெருந் தன்மையான நடத்தையினாலும், அந்த வீட்டில் உள்ள மற்றவர் களின் அன்பாலும் இப்போது எல்லாம் சரியாகிவிட்டது. ஸ்விட்ரி கைலோவின் மனைவி மார்ஃபா பெத்ரோவ்னாவும், வீட்டிலுள்ள மற்றவர்களும் துனியாவிடம் அன்பு காட்டிப் பெருந்தன்மையாக நடத்தியபோதும், ஸ்விட்ரிகைலோவினால் துனியா பட்ட கஷ்டங்கள் கொஞ்சநஞ்சமல்ல.

முன்பு இராணுவத்தில் பணியாற்றியவர் என்பதால் அதற்குரிய கெடுபிடிகளை வீட்டிலும் அவர் காட்டி வந்தார். மதுக்கடவுள் 'பாக்க'ஸின் பாதிப்பு – அதாவது குடியின் பாதிப்பு– அவரிடம் நிறைய இருந்தது. குடிபோதையில் இருக்கும்போது அவர் மிகவும் மோசமாக நடந்துகொண்டார். அதன்பிறகு நடந்த வற்றைச் சொன்னால் நீ என்ன நினைப்பாய் என்று எனக்குத் தெரியவில்லை. அந்தப் பைத்தியக்கார மனிதரின் மனதில், ஆரம் பத்தில், துனியாவிடத்தில் கட்டுக்கடங்காத மோகம் ஏற்பட்டிருந் திருக்கிறது. அதை வெளிக்காட்டாமல் உள்ளே அடைகாத்து வந்த அவர், அது வெளிப்பட்டு விடக்கூடுமோ என்ற அச்சத்திலேதான் அவளிடம் கடுமையாகவும், வெறுப்பாகவும் இருப்பது போல வெளியே காட்டிக்கொண்டிருந்திருக்கிறார். வயது முதிர்ந்து, ஒரு குடும்பத்திற்கே தலைவனாக இருக்கும் நிலையில், இப்படிப்பட்ட பொறுப்பற்ற ஆசைகளைத் தான் கொண்டிருப்பது, அவருக்கே

அவமானகரமானதாகத் தோன்றியிருக்க வேண்டும்! அதனால் ஏற்பட்ட பயமும்கூடத் துனியாவிடம் விரோதம் காட்டுகிற ஒரு மனப்போக்கை அவரிடம் உண்டாக்கியிருக்கலாம் அல்லது இவ்வாறு அவளிடம் வெறுப்பாகவும், முரட்டுத்தனமாகவும் நடந்துகொள்வதன் மூலம் இந்த உண்மைகளையெல்லாம் மற்றவர்களிடமிருந்து மறைத்து விடலாம் என்றுகூட அவர் எதிர்பார்த்திருக்கக்கூடும்.

கடைசியில் தனது எல்லா மனக்கட்டுப்பாடுகளையும் இழந்தவராக நேரடியாக துனியாவிடம் சென்று பல்வேறு விதமான பொய்யான உறுதிமொழிகளைக் கூறித் தன் விருப்பத்திற்கு அவள் இணங்குவதானால் பதிலுக்கு அவளுக்கு என்ன வேண்டுமானாலும் செய்துதரத்தயார் என்றும் அவளுக்காக எல்லாவற்றையும் தூக்கி எறிந்துவிட்டுத் தன்னுடைய மற்றொரு எஸ்டேட்டிற்கோ அல்லது வெளிநாட்டிற்கோ அவளை அழைத்துச் சென்று விடுவதாகவும் அவளிடம் அவர் கூறியிருக்கிறார். இந்தச் சூழ்நிலையில் துனியா எவ்வளவெல்லாம் சிரமப்பட்டிருப்பாள் என்பதை நீயே கற்பனை செய்து பார்த்துக்கொள். இந்த வேலையைவிட்டு உடனே விலகி விடுவது என்பதும் அவளுக்கு முடியாத சூழ்நிலையாக இருந்தது. கடன் மட்டுமே அதற்குக் காரணம் இல்லை.

மார்ஃபா பெத்ரோவ்னாவின் மீது துனியா உண்மையான கரிசனம்கொண்டிருந்தாள். இந்த விஷயத்தில் மார்ஃபா பெத்ரோவ்னாவுக்கு ஏதேனும் சந்தேகம் ஏற்பட்டு, அதனால் குடும்பத்தின் நிம்மதி குலைந்து விடக்கூடாது என்று துனியா நினைத்தாள். அவ்வாறு செய்திருந்தால் துனியாவுக்கும் கெட்ட பெயர் ஏற்பட்டிருக்கும். வம்புப் பேச்சுகள் கிளம்புவதையும் தடுக்க முடியாது. அவள் வேலையை உடனடியாக விட்டு விடாமல் இருந்ததற்கும், அந்தக் கொடுமையான வீட்டிலிருந்து ஆறு வாரங்களுக்கு முன்பே தப்பித்து வராமல் இருந்ததற்கும் இப்படிப் பல காரணங்கள் இருக்கின்றன.

உனக்குத்தான் துனியாவைப் பற்றி நன்றாகத் தெரியுமே! அவளுடைய புத்திசாலித்தனத்தையும், பிடிவாதமான குணத்தையும் பற்றித்தான் நீ நன்றாக அறிவாயே. துனியாவுக்கு மிக அதிகமான சகிப்புத்தன்மை உண்டு. மிக மோசமான, மிக நெருக்கடியான சூழ்நிலைகளிலும்கூடத் தன் உயர்ந்த பண்பையும் மன உறுதியையும் தக்க வைத்துக்கொள்ள அவளால் முடியும். தான் எடுத்துக்கொண்ட முடிவுகளிலிருந்து கொஞ்சமும் மாறாமல் தன்னை நிலைப்படுத்திக்கொள்ளவும் அவளால் முடியும். நான் அதிர்ச்சியடைந்து போவேன் என்று அஞ்சியதால் என்னிடத்தில்

கூட அவள் எல்லாவற்றையும் சொல்லவில்லை. இத்தனைக்கும் நாங்கள் அடிக்கடி கடிதம் மூலம் தொடர்பு வைத்துக்கொண்டு தான் இருந்தோம்.

கொஞ்சமும் எதிர்பாராத விதத்தில் இவை அனைத்திற்கும் ஒரு முடிவு ஏற்பட்டுவிட்டது. ஒரு நாள், தற்செயலாகத் தோட்டத் திற்கு வந்த மார்ஃபா பெத்ரோவ்னா, அங்கே தன்னுடைய கணவன் துனியாவிடம் கெஞ்சி மன்றாடிக்கொண்டிருப்பதைக் கேட்க நேர்ந்தது. அவளது ஆத்திரத்தைத் தூண்டிய அந்தக் காட்சியைத் தொடர்ந்து, அவள் எல்லாவற்றையும் பற்றித் தவறான விளக்கங்களைத் தனக்குத்தானே கற்பித்துக்கொண்டாள். துனி யாவை அழைத்துக் கண்டபடி திட்டத் துவங்கினாள். அவளை அடிக்கவும் செய்தாள். துனியா கூற வந்த விளக்கங்கள் எவற்றை யுமே அவள் செவிகொடுத்துக் கேட்கவில்லை. கிட்டத்தட்ட ஒரு மணி நேரம் அவள் துனியாவைத் திட்டித் தீர்த்தாள். உடனே அங்கிருந்து போய்விட வேண்டும் என்று துனியாவுக்கு அவள் கட்டளையிட்டாள். அவளே போய் துனியாவின் பொருள்களை யெல்லாம் தேடி எடுத்தாள். அவளது உடைகள் எல்லாவற்றையும் மடித்துக்கூடப் பெட்டியில் வைக்காமல் குப்பையைப் போலத் திரட்டி, மேற்கூரையில்லாத ஒரு விவசாயியின் பார வண்டியில் தூக்கி எறிந்து, துனியாவையும் அதில் ஏற்றி என்னிடம் அனுப்பி வைத்துவிட்டாள். கடுமையான மழை பெய்துகொண்டிருந்த அந்த வேளையில் மழையில் நனைந்தபடி அந்தப் பார வண்டியில் பதினேழு வெர்ஸ்ட்டுகள் (மைல்கள்) தூரம் பயணித்து அவள் வந்து சேர்ந்தாள். இப்போது நினைத்துப் பார்... இரண்டு மாதங் களுக்கு முன்பு நீ எனக்கு எழுதிய அந்தக் கடிதத்திற்கு நான் என்ன பதில் எழுதியிருக்க முடியும்? எனக்கு என்ன செய்வ தென்றே புலப்படவில்லை. நான் மிகவும் மனம் வெறுத்துப் போயிருந்தேன். உனக்கு உண்மையை எழுதுவதற்கு என் மனம் துணியவில்லை. இதனை அறிந்தால் நீ மிகவும் வருத்தப்படுவாய். கோபப்படுவாய். உன்னையே நீ வீணடித்துக்கொள்வதைத் தவிர உன்னால் வேறென்ன செய்திருக்க முடியும்? எனவே நான் உனக்கு எதையும் எழுதவில்லை. துனியாவும்கூட உனக்கு எழுதுவதற்கு என்னை அனுமதிக்கவில்லை. மேலும் என் மனம் வேதனை களினால் மிகவும் கனத்துக்கிடந்த இந்தச் சமயத்தில் இப்படிப் பட்ட பிரச்சினைகளையும் அன்றாட நடப்புகளையும் கடிதத்தில் இறக்கி வைக்க என்னால் முடியவில்லை. கிட்டத்தட்ட ஒரு மாத காலம் நகரம் முழுவதும் இந்தப் பேச்சுதான் அடிபட்டது. நாளாக ஆக, அந்தப் பேச்சு மேலும் அதிகமாகிக்கொண்டே போனதால் என்னாலும், துனியாவாலும் வேறு எங்குமே வெளியில் செல்ல முடியவில்லை. தேவாலயத்திற்குச் செல்லக்கூட மனம் துணிய

வில்லை. வெறுப்பான பார்வைகள், கிசுகிசுப்பான பேச்சுகள்... சில சமயங்கள் எங்கள் காதுகளில் விழும்படியாக மிக உரக்கவே பேசப்படும் வசைமொழிகள்; எங்களைப் பற்றிய விமரிசனங்கள். அக்கம்பக்கத்தில் யாரும் எங்களோடு பேசுவதில்லை. தெருவே எங்களை ஒதுக்கி வைத்துவிட்டது. சில கடைக்காரர்களும், சில குமாஸ்தாக்களும் நம் வீட்டின் கதவின் மீது தார்பூசி நம்மைக் கேவலப்படுத்த முயற்சிப்பதாகவும்கூடக் கேள்விப்பட்டேன். அப்போதுதானே வீட்டுச் சொந்தக்காரர்கள், குடியிருப்பைக் காலி செய்யுமாறு நம்மை வற்புறுத்த முடியும்?

இதற்கெல்லாம் மூலகாரணம் மார்ஃபா பெத்ரோவ்னாதான். ஊரிலுள்ள ஒவ்வொரு குடும்பத்தினரிடையேயும் போய் துனியாவைப் பற்றி அவதூறுகளைக் கூறி, துனியாவின் முகத்தில் புழுதி வாரி வீசும்படியாக அவள் செய்து வந்தாள். இங்கு உள்ள எல்லாக் குடும்பத்தினரையும் அவளுக்கு நன்றாகத் தெரியும். அந்த மாதம் முழுவதுமே அவள் தினசரி நகரத்திலிருந்து இங்கு வந்துகொண்டிருந்தாள். இங்குள்ள ஒவ்வொரு குடும்பத்தினரிடமும் பேசினாள். சாதாரணமாகவே அவள் ஒரு வாயாடிப் பெண்தான். தன்னுடைய குடும்பத்தைப் பற்றிய கதைகளையும் குறிப்பாகத் தன்னுடைய கணவனைப் பற்றிய புகார்களையும்கூட மற்றவர்களிடத்தில் பேசுவதில் அவள் மிகவும் ஆர்வம் காட்டுவாள். அதில் தனி இன்பத்தை அவள் அனுபவிப்பாள். கிட்டத்தட்ட ஒரு மாத காலம் அவள் இங்கேதான் சுற்றித் திரிந்தாள். மிகக் குறுகிய காலத்திற்குள் இந்த நகரம் முழுவதும் மட்டுமல்ல, இந்த மாவட்டத்தைச் சுற்றியுள்ள எல்லா ஊர் மக்களிடையேயும் அவள் துனியாவைப்பற்றிய அவதூறான கதைகளைப் பரவச் செய்து விட்டாள்.

என்னால் இவற்றையெல்லாம் கொஞ்சமும் தாங்கிக்கொள்ள முடியவில்லை. ஆனால் துனியா அவற்றையெல்லாம் தாங்கிக் கொண்டதுடன் என்னையும் சமாதானப்படுத்த முயன்றதையும், உற்சாகப்படுத்த முயன்றதையும் நீ பார்த்திருக்க வேண்டும்... அவள் உண்மையாகவே ஒரு தேவதைதான்.

கடவுளின் கருணையால் நமது துன்பங்களெல்லாம் இப்போது ஒரு முடிவுக்கு வந்துவிட்டன. ஸ்விட்ரிகைலோவ் திடீரென்று தனது மனதை மாற்றிக்கொண்டு விட்டார். தனது செயல்களுக்காக அவர் துனியாவிடம் மன்னிப்புக் கேட்டார். வருத்தம் தெரிவித்தார். துனியாவிடத்தில் உண்மையாகவே அவருக்கு இரக்கம் ஏற்பட்டு விட்டது. துனியா குற்றமற்றவள், அப்பாவி, ஒன்றுமறியாதவள் என்பதை வெளிப்படுத்தக்கூடிய ஓர் ஆதாரத்தையும்கூட அவர் தன் மனைவி மார்ஃபா பெத்ரோவ்னாவிடத்தில் ஒப்படைத்துவிட்டார். அது ஒரு கடிதம்.

ஸ்விட்ரிகைலோவ் தன்னிடம் நடந்துகொள்ளும் முறைகளைக் கண்டித்து அவருக்கு, துனியா மிகவும் கோபத்துடன் எழுதியிருந்த கடிதம் அது. அன்று கடைசியாகத் தோட்டத்தில் துனியாவிடம், ஸ்விட்ரிகைலோவ் மன்றாடிக்கொண்டிருந்த போது—அது மார்ஃபா பெத்ரோவ்னா பார்வையில் பட்டபோது, அவரிடம் துனியா கொடுத்த கடிதம் அது. துனியா வீட்டிலிருந்து அனுப்பப்பட்ட பின்பும், ஸ்விட்ரிகைலோவிடம் அந்தக் கடிதம் இருந்தது. அந்தக் கடிதத்தில் உறுதியாகவும் கோபமாகவும் அவரது மோசமான நடத்தைகளைச் சாடியிருந்தாள் துனியா. மனைவியாகிய மார்ஃபா பெத்ரோவ்னாவிடம் அவர் உண்மையாக நடந்துகொள்ள வேண்டுமென்பதையும், உண்மையான கணவராகவும், பிள்ளைகளுக்கு நல்ல தந்தையாகவும் நடந்துகொள்ள வேண்டிய பொறுப்பு அவருக்கு இருப்பதையும் அதில் அவள் சுட்டிக்காட்டியிருந்தாள். ஒரு பாவமும் அறியாத, வாழ்க்கையில் ஏற்கனவே மிகுந்த துன்பங்களை அனுபவித்து விட்ட தன்னைப் போன்ற ஒரு பெண்ணை இந்த அளவுக்குத் துன்பப்படுத்தும் கீழ்த்தரமான செயலை அவர் செய்யக்கூடாது என்றும் அதில் அவள் குறிப்பிட்டிருந்தாள்.

“ரோட்யா, சுருக்கமாகச் சொல்ல வேண்டும் என்றால் அவளது அந்தக் கடிதம் நெஞ்சை நெகிழவைக்கிற உயர்வான கடிதம். நான் அழுதுகொண்டேதான் அதைப் படித்தேன். இதோ, இன்றும்கூடக் கண்ணீரை வடிக்காமல் அந்தக் கடிதத்தை என்னால் படிக்க முடியவில்லை. அந்தக் கடிதம் மட்டுமல்லாமல், வீட்டிலிருந்த சில வேலைக்காரர்களுக்கும்கூட – எல்லா வீடுகளையும் போலவே – ஸ்விட்ரிகைலோவின் மோசமான நடத்தைகள் தெரிந்திருந்ததால் அவர்கள் மூலமாகவும் துனியா ஒருவாறாக அந்தப் பழியிலிருந்து விடுவிக்கப்பட்டுவிட்டாள்.

விஷயம் முழுவதையும் அறிந்த பிறகு மார்ஃபா பெத்ரோவ்னா இடி விழுந்தது போல அதிர்ந்து போனாள். தான் மீண்டும் நசுக்கப்பட்டு விட்டதாகவும், கசக்கிப் பிழியப்பட்டு விட்டதாகவும் அவள் எங்களிடம் சொன்னாள். துனியாவின் கபடமற்ற தன்மைகளை அவள் முழுமையாகப் புரிந்து கொண்டாள். துனியா மீது அபாண்டமாகப் பழி சுமத்தியதற்காக எங்களிடம் மன்னிப்புக் கேட்டுக்கொண்டாள். மறுநாளே வந்த ஞாயிற்றுக் கிழமை காலையில் அவள் தேவாலயத்திற்குச் சென்று முழந்தாளிட்டு வணங்கிக் கண்ணீர் வழியப் பிரார்த்தனை செய்தாள். தனக்குப் புதிதாக நேர்ந்திருக்கும் இந்தச் சோதனைகளைத் தாங்கிக்கொள்ளவும், தொடர்ந்து தனது பாவங்களுக்குப்

பரிகாரம் தேடும் முயற்சிகளில், தனது கடமைகளை நிறைவேற்றத் தேவையான சக்தியையும் வழிகாட்டுதலையும் வழங்கும்படியும் கண்ணீர்விட்டு தேவமாதாவிடம் பிரார்த்தனை செய்தாள் மார்ஃபா பெத்ரோவ்னா. பின்பு தேவாலயத்திலிருந்து நேரே எங்களிடம் வந்து, எல்லாவற்றையும் கூறித் தனது பாவச் செயல்களுக்காக வருந்தி அழுதாள். துனியாவைக் கட்டித் தழுவிக் கொண்டு, தன்னை மன்னித்து விடுமாறு வேண்டிக்கொண்டாள். அதேநாள் காலையில் – சற்றும் தாமதம் செய்யாமல் ஊரிலுள்ள அனைத்து வீடுகளுக்கும் சென்றாள். எல்லோரிடத்திலும் கண்ணீரோடு துனியாவின் குற்றமற்ற தன்மைகளைப் பற்றியும் அவளது மிக உயர்ந்த பண்புகளைப் பற்றியும், அவளது நன்னடத்தைகளைப் பற்றியும் விளக்கிச் சொன்னாள். ஒருபடி மேலே போய் ஸ்விட்ரிகைலோவுக்கு துனியா எழுதிய கடிதத்தை ஒவ்வொருவருக்கும் காட்டினாள். சிலருக்குத் தானே உரக்கப்படித்தும் காட்டினாள். சிலர் அந்தக் கடிதத்தை நகல் எடுத்துக்கொள்ளவும்கூட அவள் அனுமதித்தாள். (எனக்கென்னவோ இதெல்லாம் கொஞ்சம் அதிகப்படியாகத்தான் தோன்றியது.) இப்படிச் செய்வதிலேயே சில நாட்கள் அவள் மிக மும்முரமாக ஈடுபட்டிருந்தாள். ஊர் முழுவதும் இருந்த எல்லா வீடுகளுக்கும் அவள் சென்றாள். அந்தக் கடிதத்தை எல்லோருக்கும் வாசித்துக் காட்டினாள். இதற்கிடையில், அவள் சிலருக்குத்தான் அந்தக் கடிதத்தைக் காட்டுகிறாள்... தங்களிடம் காட்டவில்லை என்று சிலர் புகார் வேறு சொன்னார்கள். அதனால் எந்த வீட்டுக்கு, அவள் என்றைக்கு, எப்போது வந்து கடிதத்தை வாசிப்பாள் என்பது பற்றிக்கூட அட்டவணையிடப்பட்டு வழங்கப்பட்டது. மனிதர்கள் அவளது வருகைக்காகக் காத்திருந்தனர். எந்த நாளில், எங்கே, எப்போது அவள் கடிதத்தை வாசிப்பாள் என்பது எல்லோருக்கும் இப்போது தெரிந்திருந்தது. ஒவ்வொரு முறை அவள் கடிதத்தைக் காட்டும் பொழுதும், வாசிக்கும் பொழுதும் தங்கள் வீட்டிலோ... வேறொரு வீட்டிலோ அதைப் பார்த்திருந்தாலும், கேட்டிருந்தாலும்கூடத் திரும்பக் கேட்கும் ஆர்வத்தோடு மக்கள் வந்துகொண்டிருந்தனர். இதைப் பற்றிய என்னுடைய கருத்து என்னவென்றால் – உண்மையில் இது மிகப் பெரிய வேலைதான் என்றாலும்–இது தேவையற்ற வேலை என்றுதான் சொல்லுவேன். ஆனால் இதுதான் மார்ஃபா பெத்ரோவ்னாவின் தனிப்பட்ட குணம். எப்படியோ... தான் மேற்கொண்ட இந்தப் பணியில் அவள் வெற்றியடைந்தாள் என்றுதான் சொல்ல வேண்டும். அழிந்து போயிருந்த துனியாவின் மதிப்பை, மரியாதையை அவள் மீட்டுக் கொடுத்தாள்.

ஆனால் இதற்கெல்லாம் – மூலகாரணமான குற்றவாளி என்று அவள் முன்னிறுத்தியது அவளுடைய கணவனைத்தானே? இதனால் அவளுடைய கணவருக்கு நீங்காத பழியையும் அவமானத்தையும் மனைவியாகிய அவளே தேடிக் கொடுத்தாள். இதனை நினைத்தால் எனக்குக்கூட அவர் மீது பரிதாப உணர்வுகள் தோன்றுகின்றன. அவர் மீது இரக்கம் தோன்றுகிறது. அவர் குற்றவாளிதான்! ஆனாலும் அவருக்கு இது சற்று அதிகப்படியான தண்டனைதான்.

அதன்பிறகு துனியாவைத் தங்கள் பிள்ளைகளுக்குப் பாடம் சொல்லித் தர வரும்படி கூறி பல வீடுகளிலிருந்தும் அழைப்புகள் வந்தன. ஆனால் துனியா அனைத்தையும் மறுத்துவிட்டாள். எல்லாமே சடாரென்று மாறிவிட்டது. மக்கள் அவளுக்கு மதிப்பும் மரியாதையும் கொடுத்து நடந்துகொண்டனர்.

மேலே குறிப்பிட்ட எல்லாம் சேர்ந்து, நம் தலையெழுத் தையே மாற்றி அமைக்கப் போகிற வேறொரு நல்ல காரியத்தைப் பெருமளவுக்கு சாத்தியமானதாக்கி விட்டன. அதைப் பற்றித்தான் நான் இப்போது உனக்குச் சொல்லப் போகிறேன். அன்பு ரோட்யா, நம் துனியாவைத் திருமணம் செய்துகொள்ள ஒருவர் தானாகவே முன் வந்திருக்கிறார். துனியாவும்கூடத் தனது சம்மதத்தைத் தெரி வித்து விட்டாள். உன்னோடு கலந்து ஆலோசிக்காமல் மிகத் துரிதமாக இந்த விஷயத்தில் முடிவெடுக்க வேண்டியதாகி விட்டது. இதற்காக நீ என்னிடத்திலும், உன் சகோதரியிடத்திலும் வருத்தப்பட்டுக்கொள்ள மாட்டாய் என்றே நான் நினைக்கிறேன். உனக்கு இதையெல்லாம் தெரிவித்து உன்னிடமிருந்து பதில் வரும் வரையில் இந்த விஷயத்தில் எந்தவிதமான முடிவும் செய்யாமல் காத்திருக்கும் அளவுக்கு எங்களுக்கு அவகாசம் இல்லை என்ப தால், மிக அவசரமாக முடிவெடுக்க வேண்டியதாயிற்று. மேலும் நீ இந்த இடத்தில் இல்லாமல் இதுபற்றி உன்னால் சரியான முடி வெடுக்கவும் முடியாது. இதெல்லாம் எப்படி நடந்தது என்பதை இப்போது நான் உனக்குச் சொல்லுகிறேன். பீட்டர் பெத்ரோவிச் லூசின் என்பது அவரது பெயர். சிவில் கவுன்சிலர் என்ற நீதி மன்றக் குழுவின் ஆலோசகராக அவர் இருக்கிறார். இராணுவத்தி லிருக்கும் லெப்டினன்ட் கர்னல் பதவிக்குச் சமமான பதவி இது. மார்ஃபா பெத்ரோவ்னாவின் தூரத்து உறவினர் இவர். அவள் தான் இந்த விஷயத்தில் மிகுந்த ஆர்வம் காட்டி வருகிறாள். அவளிடத்தில்தான் நம்மைச் சந்திக்க வேண்டும் என்ற தனது விருப்பத்தை இவர் முதலில் வெளிப்படுத்தினார். நாங்களும் அவரை நல்ல முறையில் வரவேற்று உபசரித்தோம். எங்களோடு காபி குடித்து விட்டுச் சென்ற மறுநாளே எங்களுக்கு ஒரு கடிதத்தை அனுப்பி வைத்தார். துனியாவை மணந்துகொள்ள

வேண்டும் என்ற தனது விருப்பத்தை மிகவும் கௌரவமாக அந்தக் கடிதத்தில் அவர் வெளிப்படுத்தி இருந்தார். மேலும் இந்த திருமணம் பற்றிய எங்களது தெளிவான உறுதியான பதிலை விரை வாகத் தெரிவிக்க வேண்டும் என்றும் அவர் வேண்டுகோள் விடுத் திருந்தார். அவர் எப்போதும் பரபரப்பாகச் செயல்படும் மனிதராக இருக்கிறார். ஓயாத வேலைகள் எப்போதும் அவருக்கு இருந்தன. இப்பொழுதும் மிகவும் அவசரமாக அவர் பீட்டர்ஸ்பர்க் நகரத் திற்குத் திரும்பிச் செல்ல வேண்டியிருந்ததால், ஒவ்வொரு நிமிடமும் அவருக்கு முக்கியமானதாக இருந்தது. முதலில் எங்க ளுக்கு இவை ஒவ்வொன்றுமே மிகவும் ஆச்சரியத்தைக் கொடுத்தன. நாங்கள் கொஞ்சமும் எதிர்பாராதவண்ணம் இந்த விஷயங்கள் எல்லாம் மிகவும் வேகமாகவும், திடீரென்றும் நடந்துவிட்டன. எல்லாவற்றையும் பார்த்து எங்களுக்குப் பிரமிப் பாகப் போய்விட்டது.

அந்த நாள் முழுவதுமே நாங்கள் இந்த விஷயங்கள் குறித்துச் சிந்தித்துக்கொண்டும் பேசிக்கொண்டும், இவையெல்லாம் சரியானதுதானா என்று எடை போட்டுக்கொண்டும் இருந்தோம். அவர் மிகவும் வசதியான வாழ்க்கை வாழ்பவராகவும், மிகவும் நம்பகமான மனிதராகவும் இருக்கிறார். ஏற்கனவே சொந்தமாகக் கொஞ்சம் மூலதனமும் வைத்திருக்கிறார். நாற்பத்தைந்து வய தானவர் என்பது உண்மைதான். ஆனால் அவரது தோற்றம் இனிமையானதாகவும், பெண்களைக் கவரக்கூடியதாகவும் இருக் கிறது. திடகாத்திரமானவராகவும் எல்லோராலும் பாராட்டப்படு பவராகவும், மதிப்பு மிக்கவராகவும் அவர் இருக்கிறார். கொஞ்சம் சிடுசிடுப்பான, முரட்டுத்தனமான குணமும் கர்வமும் மற்றவர் களை அடக்கியாளும் ஆதிக்க மனோபாவமும் இருப்பது போலத் தோன்றுகிறது. முதன்முதலாக அவரைப் பார்த்தவுடனேயே, எடுத்த எடுப்பில் தோன்றிய அபிப்பிராயமாகக்கூட இது இருக்க லாம்.

அன்பு ரோட்யா! உனக்கு முன்னதாக ஒன்றைச் சொல்ல விரும்புகிறேன். அவர் பீட்டர்ஸ்பர்க் வரும்பொழுது – சீக்கிரத் திலே அவர் அங்கு வரவிருக்கிறார் – அவரைப் பார்க்கும் முதல் பார்வையில் – அவரிடத்தில் ஏதோ குறை இருப்பதாக அவசரப் பட்டு முடிவு செய்து விடாதே என்று உன்னை நான் எச்சரிக்க விரும்புகிறேன். எப்பொழுதுமே நீ அப்படிப்பட்ட அவசரக்காரன் தானே? அவரைப் பற்றி ஒரு நல்ல அபிப்பிராயம்தான் உனக்கு ஏற்படும் என்ற நம்பிக்கை எனக்கு இருக்கிறது. பொதுவான முன் எச்சரிக்கையாகத்தான் இதனை உனக்கு நான் சொல்லுகிறேன். ஒரு மனிதனைப் பற்றி முழுமையாகத் தெரிந்துகொள்ள வேண்டு மானால் அவசரப்படாமல், நிதானமாகவும் கவனமாகவும்

செயல்பட வேண்டும். அவசரப்பட்டுத் தவறான முடிவுகளையும் வெறுப்புணர்வையும் ஏற்படுத்திக்கொண்டுவிட்டால், பிறகு காலத்திற்கும் அவற்றை அழிக்கவோ, திருத்திக்கொள்ளவோ முடியாமல் போய்விடும். பீட்டர்பெத்ரோவிச்சைப் பொறுத்தமட்டில் மனதளவில் அவர் எல்லோராலும் மதிக்கப்பட வேண்டிய ஒரு மனிதர்தான். அவர் முதன்முதலாக நம் வீட்டுக்கு வந்தபொழுது, தனக்கென்று உறுதியான சில அபிப்பிராயங்கள் இருந்தபொழுதிலும், இன்றைய இளைய தலைமுறையினரின் எண்ணங்களைத் தான் புரிந்து வைத்திருப்பதாகவும், எதன் மீதும் வெறுப்புக்கொள்ளும் பண்பு தன்னிடம் இல்லை என்றும் அவர் எங்களிடம் விளக்கிக் கூறினார். மேலும் மேலும் எவ்வளவோ அவர் பேசிக்கொண்டே போனார். தன் பேச்சை எல்லோரும் கவனிக்க வேண்டும், தன் பேச்சை எல்லோரும் விரும்ப வேண்டும் என்று தனக்குள் நினைக்கிற ஒரு தற்பெருமைக்கார மனிதராகவே அவர் இருப்பார் என்று எனக்கு எண்ணத் தோன்றுகிறது. அதை ஒரு பெரிய குற்றமாகக் கருத முடியாது. அவர் பேசிய நிறைய விஷயங்கள் எனக்குப் புரியவே இல்லை. அவர் போன பிறகு துனியாதான் அவற்றை எனக்கு விளக்கிச் சொன்னாள். அவர் அதிகமாகப் படிக்கவில்லை என்றாலும்கூட, புத்திசாலியாகவும் நல்லவராகவும், அன்புள்ளவராகவுமே தோன்றுகிறார். உனக்குத் தான் உன் சகோதரியின் குணத்தைப் பற்றித் தெரியுமே... மிகுந்த மன உறுதியும் நேர்மையும் நுண்ணுணர்வுகளும், பொறுமையும் சகிப்புத் தன்மையும் பெருந்தன்மையும் மிக்க பெண் அவள். சில சமயங்களில் அவள் மிகவும் உணர்ச்சிவயப்பட்டு முடிவெடுப்பதும் உண்டு. அவர்கள் இருவருக்கும்கூட ஒருவர் மீது மற்றவருக்குக் குறிப்பிட்டுச் சொல்லும் அளவுக்குக் காதல் ஒன்றும் ஏற்பட்டுவிட வில்லை. அவர் மட்டும் (தன் மனைவியென்று) கொஞ்சம் கரிசனத் துடன் அவளிடம் அன்பு காட்டினால் போதும், நல்ல பண்பு களைப் பெற்றிருக்கும் தேவதையைப் போன்ற நம் துனியாவும் பிறகு கெட்டிக்காரியாக நடந்துகொள்வாள். கணவரின் மகிழ்ச்சி யையே தன் கடமையாக ஏற்றுக்கொண்டு விடுவாள். இந்த விஷயம் கொஞ்சம் விரைவாக முடிவு செய்யப்பட்டு விட்டது என்பதை நான் மறைக்காமல் ஒப்புக்கொள்கிறேன். ஆனாலும் மேலே சொன்ன விஷயத்தில் எனக்கு எந்தவித சந்தேகமும் இல்லை. மேலும் அவரும்கூட எல்லாம் தெரிந்த தெளிவான மனித ராகத்தான் இருக்கிறார். அதனால், துனியா மகிழ்ச்சியாக இருப் பதைப் பொறுத்துத்தான் தன் திருமண வாழ்க்கையும் சந்தோஷ மாக இருக்கும் என்பதை நிச்சயம் புரிந்துகொள்வார். அதற் கேற்றபடியே நடந்துகொள்வார். அவர்கள் இருவரது குணங்களி லும் பழக்கவழக்கங்களிலும் மனப்போக்குகளிலும்கூட வேறு பாடுகள், அபிப்பிராய பேதங்கள் இருக்கக்கூடும். மனம் ஒருமித்துக்

காதலித்து இணைந்த மகிழ்ச்சியான தம்பதிகளுக்கிடையேயும்கூட இதுபோன்ற கருத்து வேற்றுமைகள் தவிர்க்க முடியாததுதான். இதைப்பற்றிக் கவலைப்பட வேண்டாமென்றும், தன் மீது தனக்கு நம்பிக்கை இருப்பதாகவும் துனியா என்னிடம் சொல்லி யிருக்கிறாள். தங்கள் இருவருக்கிடையேயான எதிர்கால உறவுகள் கௌரவமானதாகவும், ஒளிவுமறைவின்றி நேர்மையானதாகவும் அமைந்துவிட்டால் போதும், பிறகு எது வந்தாலும், எல்லா வற்றையும் தன்னால் சமாளித்து விட முடியும் என்பதே அவளது எண்ணம். உதாரணத்திற்குச் சொல்லப்போனால், முதல் தடவை அவரைப் பார்த்தபொழுது, கொஞ்சம் நாகரிகமில்லாதவரைப் போலத்தான் எனக்குத் தோன்றியது. ஆனால் அதற்கான காரணம் அதன்பிறகு எனக்கு விளங்கிவிட்டது. ஆமாம்...! அவர் எதையும் வெளிப்படையாகப் பேசிவிடுபவராக இருக்கிறார்...! அதுதான் அதற்கான காரணம்...! இதுபோன்று வெளிப்படையாகப் பேசும் மனிதர்கள் இப்படித்தான் இருப்பார்கள். அவரது வேண்டுகோளை நாங்கள் ஏற்றுக்கொண்ட பிறகு, திருமணத்திற்குத் துனியாவின் சம்மதம் கிடைத்த பின்பு, இரண்டாவது தடவையாக அவர் நம் வீட்டிற்கு வந்தார். உண்மையான, நேர்மையான ஒரு பெண்ணைப் பணமோ, பொருளோ எதுவுமே வாங்காமல், தனக்கு மனைவி யாக்கிக்கொள்ள வேண்டும் என்றே தான் எப்போதும் நினைத்து வந்ததாக அவர் எங்களோடு பேசிக்கொண்டிருக்கும்பொழுது குறிப்பிட்டுச் சொன்னார்.

துனியாவைப் பற்றித் தெரிந்துகொள்வதற்கு முன்பாகவே அப்படி ஓர் எண்ணம் தன்னிடத்தில் இருந்து வருவதாகவும் அவர் சொன்னார். தனக்கு மனைவியாக வருபவளுக்கு வறுமை என்றால் என்னவென்று புரிந்திருக்க வேண்டும்; மனைவியாக இருப்பவள் தன் கணவனைப் பாதுகாவலனாக எண்ண வேண்டுமே தவிர, அவனை எந்த வகையிலுமே கட்டுப்படுத்தக்கூடாது என்றும் அவர் கூறினார். இப்படி அவர் மேலும் மேலும் தொடர்ந்து பேசிக்கொண்டிருந்தார். இந்த விஷயங்களை, இந்த அளவுக்குப் பச்சையாகவும், கடுமையான தொனியிலும் அவர் சொல்லவில்லை என்பதையும் நான் இங்கே குறிப்பிட்டாக வேண்டும். எனக்கு இப்பொழுது அவர் சொன்ன விஷயம் மட்டும்தான் நினைவில் இருக்கிறது. பேசும்பொழுது எந்த வார்த்தைகளையெல்லாம் அவர் பயன்படுத்தினார் என்பதெல்லாம் இப்போது மறந்து போய் விட்டது. மேலும் இப்படியெல்லாம் பேச வேண்டும் என்று திட்டம் போட்டுக்கொண்டு அவர் பேசவில்லை. ஏதோ, சூடாகப் போய்க்கொண்டிருந்த உரையாடலுக்கு இடையே இப்படிப்பட்ட சில சொற்கள் அவரையும் அறியாமல் அவரிடத்திலிருந்து வெளிப் பட்டுவிட்டன என்றுதான் சொல்ல வேண்டும். ஆனால்

உடனேயே தனது இந்தத் தவறைப் புரிந்துகொண்ட அவர், தொடர்ந்து பேசும் பொழுது அந்தத் தவறைச் சரி செய்துகொண்டு, மிகவும் மென்மையாகப் பேசத் தொடங்கினார். ஆனாலும் அவர் அப்படிப் பேசியது எனக்குக் கொஞ்சம் அநாகரிகமாகத்தான் பட்டது. அவர் சென்றபிறகு துனியாவிடமும் இதை நான் சொன்னேன். ஆனால் இதை நான் துனியாவிடம் சொன்னதும் அவளுக்குக் கோபம் வந்துவிட்டது. சொற்களை வைத்து மனிதர்களின் நடத்தையை எடை போடக்கூடாது என்று வெடுக்கென்று சொல்லிவிட்டாள். ஒருவகையில் அதுவும் உண்மைதான்.'

துனியா இந்த முடிவுக்கு வருவதற்கு முதல்நாள் இரவு அவள் கொஞ்சம்கூடத் தூங்கவில்லை. நான் தூங்கி விட்டதாக நினைத்துக்கொண்டு, படுக்கையைவிட்டு எழுந்து அறைக்குள் மேலும் கீழுமாக நடந்துகொண்டே இருந்தாள். கடைசியில் அங்கே யிருந்த மாதாவின் சிலைக்குக் கீழே மண்டியிட்டு வணங்கி, மனம் உருகிப் பிரார்த்தனை செய்தாள். காலையில் எழுந்தவுடன் அதைப் பற்றிய உறுதியான தீர்மானத்திற்குத் தான் வந்துவிட்டதாக என்னிடம் கூறினாள்.

நான் முதலிலேயே எழுதியிருந்தபடி, இப்பொழுது பீட்டர் பெத்ரோவிச், செயிண்ட்பீட்டர்ஸ்பர்க் நகரத்துக்கு வந்து கொண்டிருக்கிறார். அங்கே அவருக்கு முக்கியமான வேலை இருக்கிறது. மேலும் அங்கே சட்ட அலுவலகம் ஒன்றைத் தொடங்கவும் அவர் திட்டமிட்டிருக்கிறார். அவர் பல ஆண்டுகளாகவே பொதுவான சட்டம் மற்றும் வணிகம் தொடர்பான பல நீதிமன்ற வழக்குகளைப் பொறுப்பேற்று, அவற்றின் நியாயமான தீர்வுகளுக்காகப் பாடுபட்டு வருகிறார். சமீபத்தில்கூட தலைநகரில் – பீட்டர்ஸ்பர்க்கில் – நடந்த வழக்கு ஒன்றில் வெற்றியும் பெற்றிருக்கிறார். இப்பொழுதும்கூட செனட்டின்* நேரடிப் பார்வையில் நடக்க இருக்கும் வழக்கு ஒன்றிற்காகவே அவர் பீட்டர்ஸ்பர்க் புறப்பட்டு வந்துகொண்டிருக்கிறார்.

எனவே, அன்பு ரோட்யா, எல்லா வகையிலும் அவர் உனக்கு மிகவும் உதவியாக இருப்பார் என்றே கருதுகிறேன். உன் எதிர்கால வேலைத்திட்டம், உன் வாழ்க்கை எல்லாமே இன்று முதல் நல்ல திசை நோக்கி நடைபோடப் போகிறதென்றும் உன்னுடைய எதிர்காலம் பிரகாசமாக ஒளிரப் போகிறதென்றும்

---

* 'செனட்' என்பது மிக உயர்ந்த நீதிமன்ற அமைப்பு. முக்கியமான பிரச்சினைகளை குறித்துச் சக்கரவர்த்தி எடுக்கும் முடிவுகளில் அதுகுறித்துப் பதில் சொல்லவும் விளக்கமளிக்கவும் வேண்டிய கடமைகள்கொண்ட அமைப்பு.

நானும் துனியாவும் ஆசையோடு எதிர்பார்த்துக்கொண்டிருக்கிறோம். ஓ... நம்முடைய எதிர்பார்ப்புகள் எல்லாம் உண்மையாகவே நிறைவேறுமானால் எப்படி இருக்கும்...! அது நமக்குக் கிடைத்த ஒரு வரமாகவே அமையும். கடவுளிடமிருந்து நேரடியாக நமக்குக் கிடைத்த ஓர் ஆசீர்வாதமாகவே அதனை நாம் கொள்ள வேண்டும்.

துனியாவுக்கு இதைத்தவிர வேறு கனவுகளே இல்லை. இதைப்பற்றி பீட்டர் பெத்ரோவிச்சிடம் சில வார்த்தைகள் பேசுவதற்குக்கூட நாங்கள் முயற்சி செய்து பார்த்தோம். அதற்கு அவர் மிகவும் கவனமாகத்தான் பதில் அளித்தார். அவர் சொன்னது என்னவென்றால், அவருக்கு ஒரு செயலாளர் அவசியம் தேவைதான். செயலாளர் இன்றி அவரால் எதுவும் செய்ய முடியாது. அதற்கான ஊதியத்தை முன்பின் தெரியாத ஒருவருக்குக் கொடுப்பதைக் காட்டிலும் தன் உறவினர் ஒருவருக்குக் கொடுப்பதற்கு அவருக்கும் சம்மதம்தான். ஆனால் செயலாளராக வருபவர், அந்தப் பதவிக்குப் பொருத்தமானவராக, தன் கடமைகளைச் சரிவர நிறைவேற்றுபவராக இருக்க வேண்டும். அவ்வளவுதான். உன்னால் அவற்றை நிறைவேற்ற முடியாதா... என்ன? ஆனால் நீ பல்கலைக்கழகத்தில் படித்துக்கொண்டிருப்பதால், அவரது அலுவலகத்தில் வேலை பார்க்க உன்னால் எந்த அளவுக்கு நேரத்தை ஒதுக்க முடியும் என்பதிலேதான் அவருக்குக் கொஞ்சம் சந்தேகம். அப்போதைக்கு அந்தப் பேச்சு அந்த அளவோடு முடிந்துவிட்டாலும், துனியா அதைப்பற்றித்தான் எப்போதும் நினைத்துக் கொண்டிருக்கிறாள். காய்ச்சல் வந்தவளைப் போலப் பல நாட்களாக அதையே நினைத்துக் கிளர்ச்சியுற்றபடியே அவள் இருக்கிறாள். உன் எதிர்கால வாழ்க்கைக்கான முழுமையான திட்டத்தையும் அவள் தன் மனதினுள் தீட்டி வைத்துவிட்டாள். நீ பீட்டர் பெத்ரோவிச்சுடன் இணைந்து வேலை பார்ப்பதாகவும், அவருடைய சட்டத் தொழிலில் நீயும் கூட்டாளியாகி விடுவது போலவும் இப்பொழுதே அவள் கற்பனை செய்யத் தொடங்கி விட்டாள். நீயும் சட்டக் கல்வி படிக்கும் மாணவன்தானே! அதனால்தான் அப்படிப்பட்ட நினைப்புகள் அவளிடத்தில் ஏற்பட்டிருக்கின்றன. ரோட்யா, அவளைப் போலவே நானும்கூட இந்த விஷயத்தில் திட்டங்களையும், நம்பிக்கைகளையும் வளர்த்துக்கொண்டிருக்கிறேன். வெகு சீக்கிரத்தில் அவை நிறைவேறிவிடுமென்றும் எண்ணுகிறேன்.

பீட்டர் பெத்ரோவிச் இதற்கெல்லாம் இன்னும் வெளிப்படையாகச் சம்மதம் கூறவில்லையென்றாலும் (ஆனால் இதுவரை

அவருக்கு உன்னைப் பற்றி எதுவுமே தெரியாதல்லவா!) வருங் காலக் கணவனிடம் நல்லபடி பேசி, இதைச் சாதித்து விட முடியு மென்ற நம்பிக்கை துனியாவிடம் உறுதியாக இருக்கிறது. இப்படிப் பட்ட தொலைதூரக் கனவுகளையெல்லாம் வளர்த்துக்கொண்டி ருப்பதைப் பீட்டர் பெத்ரோவிச்சிடம் வெளிப்படுத்தாமல் நாங்கள் கவனமாகவே இருக்கிறோம். குறிப்பாக நீ அவரது கூட்டாளியாக வேண்டும் என்று நாங்கள் நினைப்பதைப் பற்றிக் கொஞ்சம்கூட இன்னும் நாங்கள் மூச்சுக்காட்டவில்லை. அவர் கொஞ்சம் இறுக்க மான மனிதர். எங்கள் பகற்கனவுகள் அவருக்குப் பேராசையாகக் கூடத் தோன்றலாம். அவற்றை அவர் எப்படி எடுத்துக்கொள் வாரோ என்ற நினைப்பில்தான் நாங்கள் எதையும் அவரிடம் சொல்லாமல் இருக்கிறோம். அதேபோல் நீ பல்கலைக்கழகத்தில் படிக்கும் வரை, அவர் உனக்குப் பண உதவி செய்ய வேண்டும் என்று நாங்கள் கொண்டிருக்கும் வற்றாத நம்பிக்கைகளைப் பற்றியும்கூட நானும் துனியாவும் இன்னும் அவரிடம் ஒரு வார்த்தைகூடப் பேசவில்லை. காரணம், அது பிற்பாடு தானாகவே நடந்து விடும். யாருடைய தூண்டுதலும் இல்லாமல் அவராகவே அப்படிச் செய்ய முன்வந்து விடுவார். துனியாவின் விருப்பம் அது என்றால் அதை அவரால் மறுத்துவிட முடியுமா? அலு வலகத்தில் அவருக்கு நீ வலதுகரமாகவே ஆகிவிட்ட பிறகு அதை ஓர் உதவியாக நீ எண்ணிக்கொள்ள வேண்டியதில்லை. உன்னுடைய சொந்த உழைப்புக்காக நீ பெறும் ஊதியமாக அதனை நீ கருதிக்கொள்ளலாம். நாங்கள் இந்த விஷயத்தைப் பற்றி அவரிடம் பேசாமலிருப்பதற்கு மற்றொரு காரணமும் உண்டு. நீங்கள் இருவரும் சீக்கிரத்திலேயே சந்தித்து ஒருவரை ஒருவர் அறிமுகம் செய்துகொள்ளப் போகிறீர்கள். அப்போது நீங்கள் இரண்டு பேருமே சம அந்தஸ்தோடு இருக்க வேண்டும் என்பது எங்கள் ஆசை! துனியா, அவரிடம் உன்னைப் பற்றிப் பேச முயன்ற போதெல்லாம், ஒருவரை நேரடியாக, மிக நெருக்கமாகச் சந்தித்துப் பேசாமல் அவரைப் பற்றி ஒருவர் எந்த முடிவுக்கும் வர முடியாது என்றும் உன்னை நேரில் சந்தித்த பின்பு உன்னைப் பற்றிய தன் அபிப்பிராயத்தைக் கூறுவதாகவும் அவர் துனியாவிடம் கூறி விட்டார்.

நான் என் மனதில் என்ன நினைத்துக்கொண்டிருக்கிறேன் என்று உனக்குத் தெரியுமா, என் அன்பு ரோட்யா! இப்போது நான் சொல்லப் போகும் விஷயத்திற்கும் பீட்டர் பெத்ரோவிச் சுக்கும் எந்த சம்பந்தமும் இல்லை. இது என்னுடைய தனிப்பட்ட விருப்பம். ஒருவேளை இது, வயதான முதியவள் ஒருத்தியின்

முட்டாள்தனமான ஆசையாகவும் இருக்கலாம். இவர்களது திருமணத்திற்குப் பிறகு இவர்களோடு சேர்ந்து வசிக்காமல், இப்போது போலத் தனியாகவே வசிக்க வேண்டும் என்று நான் நினைத்துக்கொண்டிருக்கிறேன். அவர்களோடு சேர்ந்திருப்பதில் எனக்குச் சம்மதமில்லை. மகளைப் பிரிந்து தனியே வசிக்க வேண்டாம் என்றும், எதிர்காலம் முழுவதும் மகளுடனேயே சேர்ந்து வசிக்க வேண்டும் என்றும் அவர் பெருந்தன்மையுடன், மனம் திறந்து வேண்டிக்கொள்வார், என்னை வற்புறுத்தித் தங்களோடு சேர்ந்து வசிக்கும்படி வேண்டிக்கொள்வார் என்றே நான் நினைக்கிறேன். ஆனால் இதுவரை அவர் அப்படிச் சொல்லவில்லை யென்றாலும் – அவருடைய இந்த மௌனத்திற்குக் காரணம் நான் அவர்களுடன் சேர்ந்து வசிப்பது என்றே முடிவெடுப்பேன் என்று அதை அவர் இயல்பாக எடுத்துக்கொண்டிருக்கலாம். ஆனால் நான் நிச்சயமாக அதை ஏற்றுக்கொள்ள மாட்டேன். பொதுவாகக் கணவர்களுக்கெல்லாம், தங்களது மாமியார்களை அவ்வளவாகப் பிடிப்பதில்லை. இது என் வாழ்க்கையில் பல முறை நேரடியாகவே கண்ட உண்மை. எவருடைய வாழ்க்கையிலும் ஒரு சிறிய சுமை யாகக்கூட இருக்க எனக்கு விருப்பமில்லை. 'எனக்கு நான்' அல்லது 'நானே எனக்கு எல்லாமுமாக' – எவரையும் சார்ந்து இருக்காத, ஒரு சுதந்திரமான வாழ்க்கையை வாழவே நான் ஆசைப்படுகிறேன். சாப்பிடுவதற்கு எனக்கான காய்ந்த ரொட்டியை நானே சம்பாதித்துக்கொள்ள விரும்புகிறேன். நேசிப்பதற்கு என் அன்புச் செல்வங்களான நீயும் துனியாவும் போதும் எனக்கு. இதைத்தவிர எனக்கு வேறு என்ன தேவை இருக்க முடியும்? முடிந்தால் உங்கள் இருவருக்கும் அருகாமையிலேயே ஓர் இடம் பார்த்து, அங்கேயே நான் தங்கிக்கொள்வேன்.

என் அன்பு ரோட்யா, மனதிற்கு மிகுந்த சந்தோஷத்தைத் தரக்கூடிய ஒரு செய்தியை இந்தக் கடிதத்தின் இறுதியிலேயே எழுத வேண்டும் என்று அதை நினைவில் வைத்துக்கொண்டே இந்தக் கடிதத்தை இதுவரையில் எழுதிக்கொண்டிருக்கிறேன். நாம் மூன்றாண்டுக் காலம் பிரிந்திருந்த பிறகு, இதோ, சீக்கிரத்திலேயே, இன்னும் கொஞ்ச நாட்களிலேயே, நாம் மூன்று பேரும் ஒன்று சேர்ந்து விடப் போகிறோம். அதன்பிறகு தணியாத தாகத்தோடு ஒருவரை ஒருவர் ஆரத்தழுவிக்கொள்ளப் போகிறோம். நானும் துனியாவும் பீட்டர்ஸ்பர்க் நகரத்துக்கு வருவது உறுதியாகி விட்டது. எந்த நாளில் வருவோம் என்று குறிப்பிட்டுச் சொல்ல எனக்குத் தெரியவில்லை, என்றாலும் சீக்கிரத்திலேயே வெகு சீக்கிரத்திலேயே அநேகமாக இந்த வாரத்திலேயே ஒரு நாள்

நாங்கள் அங்கு வந்துவிடுவோம் என்றே நான் நினைக்கிறேன். பீட்டர் பெத்ரோவிச்சின் ஏற்பாடுகளைப் பொறுத்துத்தான் அது இருக்கிறது. வசிப்பதற்கு வீடு ஒன்றை ஏற்பாடு செய்வதற்குப் பீட்டர்ஸ்பர்க்கைச் சுற்றிப் பார்க்க அவருக்கு நேரம் கிடைத்து, சரியான இடமும் அமைந்த பிறகு எங்களுக்கு அவர் தெரிவிப்பார். பல காரணங்களை உத்தேசித்து வெகுசீக்கிரத்திலேயே திரு மணத்தை வைத்துக்கொள்ள வேண்டுமென்று அவர் அவசரப் படுகிறார். முடிந்தால் அடுத்து வரப்போகும் தேவமாதாவின் திருவிழா நோன்புக்கு முன்னதாகக்கூட அது இருக்கலாம். ஒரு வேளை, அதற்குள் ஏற்பாடு செய்ய இயலாவிட்டால் தேவமாதா வின் திருவிழா முடிந்ததும் திருமணம் நடக்கும் என்று நான் நினைக்கிறேன். விரைவில் உன்னைச் சந்திக்கப் போவதை நினைத்து, என் நெஞ்சோடு உன்னை ஆரத்தழுவிக்கொள்ளப் போவதை நினைத்து என் இதயம் எப்படி மகிழ்ச்சியில் திளைத்துக் கொண்டிருக்கிறது, தெரியுமா! உன்னைச் சந்திக்கப் போவதை நினைத்து மிகவும் மனக் கிளர்ச்சியுடன், அளவு கடந்த சந்தோஷத் தில் இருக்கிறாள் துனியா. இதற்காகவேகூடப் பீட்டர்பெத் ரோவிச்சைத் திருமணம் செய்துகொள்ள அவள் தயாராக இருப்ப தாக ஒரு நாள் அவள் வேடிக்கையாகச் சொன்னாள். உண்மை யிலேயே அவள் ஒரு தேவதைதான். இப்போது அவள் உனக்கு எதுவும் எழுதவில்லை. உன்னிடம் பேச வேண்டிய விஷயங்கள் கொள்ளைகொள்ளையாகக் குவிந்திருப்பதாகவும் சில வரிகள் மட்டுமே கடிதத்தில் எழுதுவதில் மனத்திருப்தி கிடைக்காதென்றும், அவ்வாறு ஒருசில வரிகள் மட்டுமே எழுதுவது, அவளது மனதினை உலுக்கித் தொந்தரவு செய்வதாக அமைந்து விடும் என்றும் என்னிடம் சொல்லி, அவள் பேனாவைக் கையிலெடுக்க மறுத்துவிட்டாள். தன்னுடைய அன்பையும், எண்ணிலடங்காத முத்தங்களையும் உனக்கு இத்துடன் அனுப்பி இருப்பதாக எழுதும்படி என்னிடம் அவள் சொன்னாள்.

ஒருவேளை, மிக விரைவிலேயே நாம் ஒருவரையொருவர் பார்த்துக்கொள்ள முடியலாம் என்றாலும்கூட இன்னும் ஒரு நாள் அல்லது இரண்டு நாட்களில் என்னால் எவ்வளவு முடியுமோ அவ்வளவு பணத்தை உனக்கு நான் அனுப்பி வைக்கிறேன். துனியா, பீட்டர் பெத்ரோவிச்சைத் திருமணம் செய்துகொள்ளப் போகும் விஷயம் இப்போது எல்லோருக்கும் தெரிந்து விட்டதால் திடீரென்று எனக்கு செல்வாக்கும் பெருமையும், கூடிவிட்டது. அஃப்னாஸி இவானோவிச், என் பென்ஷன் அனுமதி (அட்டை)யைப் பிணையாக வைத்துக்கொண்டு மேலும் எழுபத்

தைந்து ரூபிள்களை எனக்கு முன் பணமாகத் தரக்கூடுமென்று நான் உறுதியாக இருக்கிறேன். அதில் இருபத்தைந்து அல்லது முப்பது ரூபிள்களை என்னால் உனக்கு அனுப்ப முடியும். இன்னும் கூடுதலாகப் பணம் அனுப்பலாம் என்று நான் விரும்பி னாலும், எங்களது பிரயாணச் செலவை நினைத்து நான் பயப் படுகிறேன். இத்தனைக்கும் தலைநகரத்துக்கு வரும் எங்களுக்கான செலவில் ஒரு பகுதியைப் பீட்டர் பெத்ரோவிச் பகிர்ந்துகொண்டி ருக்கிறார். எங்களது பயண மூட்டைகள், சாமான்கள், பெரிய டிரங்குப் பெட்டிகள் போன்றவற்றையெல்லாம் தனக்கு ஏற்கெனவே அறிமுகமாகியுள்ள (போக்குவரத்து) அலுவலகங்கள் மூலமாகக் கொண்டுசேர்க்கும் பொறுப்பை அவர் ஏற்றுக்கொண்டி ருக்கிறார். அது அவரது நல்ல மனதுக்கு ஒரு சாட்சி. ஆனாலும் செயிண்ட் பீட்டர்ஸ்பர்க் நகரத்துக்கு வந்து சேர்ந்த பிறகு எங்களது நிலை என்ன? ஒரு 'ஃபார்திங்' பணம்கூட இல்லாமல் அங்கே ஒன்றிரண்டு நாட்கள்கூடக் காலம் தள்ள முடியாது. ஆனால் எப்படியோ துனியாவும் நானும் எல்லா விஷயங்களையும் விசாரித்து வைத்துவிட்டோம். பிரயாணத்திற்கு ஆகும் செலவு அவ்வளவு கூடுதலாக இருக்கப் போவதில்லை. இங்கிருந்து இரயில்வே ஸ்டேஷனுக்குச் செல்ல வேண்டிய தொன்னூறு வெர்ஸ்ட் தூரத்திற்கு எங்களுக்குத் தெரிந்த ஒரு விவசாயியின் பாரவண்டியை ஏற்பாடு செய்திருக்கிறோம். அவன் வழக்கமாக இப்படி ஏற்றிக்கொண்டு செல்பவன்தான். பிறகு அங்கிருந்து ரயிலில் மூன்றாம் வகுப்பில் பயணம் செய்து பீட்டர்ஸ்பர்க் வரு வதில் எங்களுக்கு எந்தக் கஷ்டமுமில்லை. சந்தோஷம்தான். இதனால் உனக்கு ஒருவேளை இருபத்தைந்து ரூபிள்களுக்குப் பதிலாக முப்பது ரூபிள்கள்கூட அனுப்ப முடியும்.

என் கண்ணே ரோட்யா! விரைவிலேயே நாம் மீண்டும் இணையும் வரை இந்த அன்னையின் அரவணைப்பையும் அன்பையும் ஆசிகளையும் இப்பொழுது உனக்குத் தெரிவிக்கிறேன். ரோட்யா, உன் சகோதரி எந்த அளவுக்கு உன்னை நேசிக்கிறாளோ, அதுபோலவே நீயும் அவளை நேசிக்க வேண்டும்! அவள் உன்னிடத்தில் கொண்டிருக்கும் அன்பு எல்லை இல்லாதது. தன்னைவிடவும் அதிகமாக அவள் உன்னை நேசிக்கிறாள். அவள் ஒரு தேவதை ரோட்யா! அதேசமயம், நீ... நீ ஒருவன்தான் எங்களுக்கு எல்லாமே! எங்களது எல்லா நம்பிக்கைகளுமே உன் ஒருவனை வைத்துத்தான். நீ மகிழ்ச்சியாக இருந்தால்தான் நாங்களும் சந்தோஷமாக இருக்க முடியும். நீ முன்பு போல, இப்பொழுதும் கடவுளிடம் பிரார்த்தனை செய்கிறாயா, ரோட்யா.

நம்மைப் படைத்தும் காத்தும் வருகின்ற ஆண்டவரின் அளவற்ற கருணையின் மீது இன்னும் உனக்கு நம்பிக்கை இருக்கிறதல்லவா? எனக்கென்னவோ மனதினுள் சற்று பயமாகத்தான் இருக்கிறது. இன்றைய நவீன வாழ்க்கையின் ஒரு நாகரிகமாக மாறிப்போய் விட்ட நாத்திகவாதம் உன்னையும் பற்றிக்கொண்டு விட்டதோ என்று நான் அஞ்சுகிறேன். ஒருவேளை நீ அப்படி மாறியிருந்தால் நான் உனக்காகவும் பிரார்த்தனை செய்வேன். சின்னக் குழந்தை யாக இருந்தபொழுது, உன் தந்தையும் உயிரோடிருந்த அந்தக் காலத்தில், என் முழங்காலருகே வந்து, மழலைக் குரலில் நீ பிரார்த் தனை ஜெபத்தை முணுமுணுப்பாயே, உனக்கு அது நினைவிருக் கிறதா, ரோட்யா! ம்... அந்த நாட்களில்தான் நாம் எவ்வளவு சந்தோஷமாக வாழ்ந்திருந்தோம்! உன்னை மீண்டும் சந்திக்கும் வரையில், என் அன்பையும் அரவணைப்பையும் அன்பு முத்தங் களையும் இத்துடன் அனுப்பி விடை பெறுகிறேன், ரோட்யா!'

என்றும் உன் அம்மா
பல்கேரியா ரஸ்கோல்னிகோவா.

அந்தக் கடிதத்தைப் படிக்கத் துவங்கியது முதல் இப்போது வரையிலும் முழுநேரமும் ரஸ்கோல்னிகோவின் முகம் கண்ணீரின் ஈரம் தோய்ந்ததாகவே இருந்தது. கடிதத்தின் இறுதிப் பகுதிக்கு வந்தபொழுது, அவன் முகம் முழுவதுமாக வெளிறிப் போய், ஆங்காரமான அலைக்கழிப்பில் சிக்கிக்கொண்ட ஓடத்தைப் போல உணர்ச்சிகள் அலைமோதிக்கொண்டிருந்தன. வலிப்பு வந்து விகாரமாகிப் போனது போல அவன் முகம் தோற்றமளித்தது. கடிதத்தைப் படித்து முடித்தவுடன் வெறுப்பும் கோபமும் கலந்த புன்னகை ஒன்று அவனது இதழுக்கிடையில் விரிந்தது. கசங்கிப் போயிருந்த, மெலிந்த தலையணைக்குள் தன் தலையைப் புதைத்துக்கொண்டபடி வெகுநேரம் சிந்தித்துக்கொண்டே படுத் திருந்தான் ரஸ்கோல்னிகோவ். அவனது எண்ணங்களும் தாறு மாறான அலைக்கழிப்புக்கு ஆளாகிக்கொண்டிருந்தன. இறுதியாக, மூச்சைத் திணறவைக்கும் அலங்கோலமான, அந்த அலமாரியைப் போன்ற சிறிய அறைக்குள் தான் அடைபட்டிருப்பதே அவனால் பொறுத்துக்கொள்ள முடியாத ஒன்றாகத் தோன்ற ஆரம்பித்தது. அவனது கண்களும் சிந்தனைகளும் ஒரு விரிந்த, பரந்த இடத்தைத் தேடித் தவிக்கத் தொடங்கின. அவசரமாகத் தன் தொப்பியை எடுத்து அணிந்துகொண்ட அவன், வெளியே கிளம்பிச் சென்றான். இம்முறை படிக்கட்டில் எவரையும் எதிர்கொண்டு விடுவோமோ என்ற அச்சம்கூட அவனிடத்தில் இல்லை. அவன் அதையெல் லாம் அப்பொழுது முழுமையாக மறந்திருந்தான். வாசிலியேவ்ஸ்கி

தீவை நோக்கிய திசையில் வாஸ்னெஸென்ஸ்கி (பிராஸ்பெக்ட்) சதுக்கத்தின் வழியாகத் தன் கால்களைச் செல்லவிட்ட அவன், ஏதோ அவசர வேலையின் காரணமாக அங்கே விரைந்து செல்பவனைப் போல வேகமாக நடந்து சென்றுகொண்டிருந்தான். ஆனாலும் தன்னுடைய வழக்கப்படியே, தான் செல்வது எங்கே என்ற நோக்கமின்றி, எண்ணமின்றி யாரையும், எதையும் கவனிக்காதவனாகவே அவன் நடந்துகொண்டிருந்தான். சில வேளைகளில் முணுமுணுப்பாகவும், சில சமயங்களில் வாய்விட்டுத் தனக்குத்தானே உரக்கவும் அவன் பேசிக்கொண்டு சென்றது, வழியில் செல்பவர்களுக்கு வினோதமாகத் தென்பட்டது. அவர்களில் பலரும் அவன் அதிகமாகக் குடித்திருப்பான் என்றே நினைத்துக்கொண்டனர்.

அத்தியாயம் – 4

அம்மாவின் கடிதம் அவனுக்குள் பெருத்த மன உளைச்சலை ஏற்படுத்தி விட்டிருந்தது. அந்த நீண்ட கடிதத்தைப் படித்துக் கொண்டிருந்த நேரத்திலேயே, அந்தக் கடிதத்தில் குறிப்பிட்டிருக்கும் முக்கியமான, அடிப்படையான விஷயத்தைப் பற்றி அவன் கொஞ்சம்கூடச் சந்தேகமின்றி ஒரு தெளிவு பெற்றுவிட்டான். அந்த அடிப்படையான, முக்கியமான விஷயம் குறித்து அவன் மனதில் எழுந்த ஒரு கேள்விக்கு, அவன் மனதிற்குள்ளேயே ஒரு தீர்க்கமான பதில் முடிவு செய்யப்பட்டு, அது அவனது மனதி லேயே உறுதி செய்யப்பட்டும் விட்டது. "நான் உயிரோடு இருக்கும் வரை இந்தத் திருமணம் நிச்சயமாக நடக்கப் போவதில்லை. அந்த பீட்டர் பெத்ரோவிச் எக்கேடு கெட்டும் போகட்டும்!"

"ஏனென்றால், விஷயம்தான் வெட்டவெளிச்சமாக இருக் கிறதே" என்று அவன் தனக்குள் முணுமுணுத்துக்கொண்டான். தான் தன் மனதினுள் தீர்க்கமாக முடிவு செய்துள்ளபடிதான் இந்த விஷயம் நடக்கப் போகிறது என்ற நினைப்பில், வெற்றிக் களிப்புடன் கூடிய ஒரு மெல்லிய புன்னகை அவனது இதழ்களில் வெளிப்பட்டு, முகமெல்லாம் பரவியது.

"...இல்லை அம்மா,... இல்லை துனியா... நீங்கள் என்னை ஏமாற்ற முடியாது..." என்று உரக்கச் சொல்லிக்கொண்டான் அவன்.

"அவர்கள் என்னிடம் ஆலோசனை கேட்காததற்கும், என்னுடைய சம்மதமின்றித் தாங்களாகவே இந்த முடிவை எடுத்ததற்காகவும் மன்னிப்புக் கேட்கிறார்கள். இப்போது எல்லா ஏற்பாடுகளும் செய்யப்பட்டு விட்டன. இனி ஒருபோதும் இதை மாற்ற முடியாது என்று அவர்கள் நினைத்துக்கொண்டிருக்கிறார் கள் போலிருக்கிறது. இது நடக்குமா அல்லது நடக்காமல் போகப் போகிறதா என்பதை நாம் பார்க்கத்தானே போகிறோம். உண்மையைப் போன்ற போலியான காரணங்களைச் சொல்லி எப்படியெல்லாம் இவர்கள் சமாளிக்கிறார்கள்... பீட்டர் பெத்ரோ விச்சுக்கு வேலைகள் அதிகமாம்... ஆமாம், திருமணம் செய்து

கொள்வதைக்கூட அவசரக் கோலத்தில் முடித்துக்கொள்ளும் அளவுக்குப் பரபரப்பான வேலை நெருக்கடிகள் உள்ள மனிதராம் அவர்... எல்லாமே அவருக்கு எக்ஸ்பிரஸ் ரயில் வேகத்தில்தான் நடந்தாக வேண்டுமாம்... இல்லை, துனியா! எனக்கு இப்போது எல்லாமே நன்றாகப் புரிகிறது. நீ என்னிடம் கொள்ளைகொள்ளை யாகச் சொல்ல நினைப்பது என்ன என்பது பற்றி இப்போது எனக்குத் தெளிவாகப் புரிகிறது. இரவு முழுவதும் தூங்காமல், அறையைக் கால்களால் அளந்துகொண்டும், அம்மாவின் படுக்கை யறையில் இருக்கும் கஸான்* நகரத்துப் புனிதமாதாவின் காலடியில் மண்டியிட்டுப் பிரார்த்தனை செய்துகொண்டும் நீ என்னவெல் லாம் சிந்தித்துக்கொண்டிருந்திருப்பாய் என்பதையும் என்னால் இப்போது விளங்கிக்கொள்ள முடிகிறது. "கோல்கோத்தாவுக்குச்"* செல்லும் வழி கடுமையானதுதானே...? ம்...ம்...! அப்படியானால் எல்லாம் இப்போது இறுதி செய்யப்பட்டு விட்டது. நீ உலகத் தோடு ஒட்டி வாழுகின்ற யதார்த்தவாதியான ஒரு வர்த்தகரைத் திருமணம் செய்வது என்று தீர்மானித்துவிட்டாய், அப்படித்தானே, அவ்தோத்யா ரொமானோவ்னா (துனியா)? சொத்துகள் உள்ள ஓர் ஆளாம்...! ஏற்கனவே அவருக்கு சொத்துகள் இருப்பது, ஒரு கூடுதலான தகுதியாக இவர்களுக்குத் தோன்றுகிறது. இரண்டு வகையான தொழில்களில் அவர் ஈடுபட்டிருக்கிறாராம்...! இளைஞர்களுடைய அபிப்பிராயங்களுக்கு மதிப்புக் கொடுக்கிற வராம்...! அம்மா சொல்கிறாள்...! பார்த்தால் நல்லவராகவும் அன்புள்ளவராகவும் தோன்றுகிறார் என்று துனியா சொல்கிறா ளாம்...! எல்லாம் வெறுமனே 'தோன்றுவதுதான்...!' தோன்றுவ தெல்லாம் ரொம்பவும் பெரியதாகவும், உயர்வாகவும் தான் இருக் கிறது. துனியா அப்படித் தோன்றுவதைத்தான் திருமணம் செய்து கொள்ளப் போகிறாள்...! பார்வைக்குப் பெரியதாகத் தோன்று வதை...! அற்புதம்...! அற்புதம்!

"புதிய தலைமுறையினரைப் பற்றி அம்மா ஏன் குறிப்பிட்டிருக்கிறாள் என்பதைத் தெரிந்துகொள்ள எனக்கு ஆசை. ஒருவேளை, உண்மையாகவே அது அந்த மனிதரின் இயல்பான குணமாகவும்கூட இருக்கலாம், அல்லது பீட்டர் பெத்ரோவிச்சைப்

---

* செயிண்ட் பீட்டர்ஸ் பர்க் நகரத்திலுள்ள கஸான் மாதா ஆலயத்தில் தீட்டப்பட்டிருக்கும் புகழ்மிக்க ஓவிய உருவம், இங்கே குறிப்பிடப்பட்டிருக்கிறது.

* கோல்கோத்தா என்பது, இயேசுவை சிலுவையில் அறைந்த இடம். மனிதர்களின் துன்பங்களில் மிக உச்சகட்டமான துன்பத்தை இயேசு சிலுவையில் அறையப்பட்ட துன்பத்தோடு ஒப்பிட்டுக் கூறுவார்கள்.

பற்றி என்னிடத்தில் நல்ல எண்ணத்தை ஏற்படுத்துவதற்காகக்கூட அம்மா அவ்வாறு எழுதியிருக்கலாம். இல்லையா? எப்படிப்பட்ட தந்திரமான உத்தி இது? எனக்கு இப்போது ஒரே ஒரு விஷயத்தைப் பற்றி மட்டும் தெளிவாகத் தெரிந்தாக வேண்டும். அதாவது, இந்த முடிவுக்கு வருவதற்கு முன்பு, அவர்கள் இருவரும் எந்த அளவுக்குத் தங்களின் மனம் திறந்து வெளிப்படையாக இந்த விஷயத்தைப் பற்றி, அந்தப் பகலிலும் இரவிலும் கலந்து பேசியிருப்பார்கள் என்று தெரிந்துகொள்ள நான் விரும்புகிறேன். அவர்கள் இருவரிடத்திலும் அலைமோதிக்கொண்டிருந்த எண்ணங்களை, ஒருவருக்கொருவர் வார்த்தைகளில் வெளிப்படுத்திக்கொண்டார்களா? அல்லது அவர்கள் தங்களது இதயங்களிலும் மனங்களிலும் இருப்பது ஒரே வகையான எண்ணம்தான் என்பதைப் புரிந்துகொண்டவர்களாய், அதை வெளிப்படையாகப் பேசுவதும் விவாதிப்பதும் வேண்டாம் என்று தவிர்த்து விட்டார்களா? அல்லது பேசாமலிருப்பதுதான் நல்லது என்று கருதித் தந்திரமாக ஒருவருக்கொருவர் பேசாமலிருந்து விட்டார்களா? ஆமாம், அப்படித்தான் இருக்க வேண்டும்... ஒரு சிறிதளவேனும் நான் நினைப்பதுபோல்தான் இருக்க வேணடும். கடிதத்திலேயே இது வெளிப்பட்டிருக்கிறதே...? அந்த ஆள் கொஞ்சம் முரட்டுத்தனமாக இருப்பதாக அம்மாவுக்குத் தோன்றியிருக்கிறது. தன் மனதில் பட்டதை அவளும் அப்பாவித்தனமாக, அப்படியே போய் துனியாவிடம் பகிர்ந்துகொண்டிருக்கிறாள். துனியாவுக்குக் கோபம் வந்து வெடுக்கென்று பதில் சொல்லியிருக்கிறாள்... நியாயம்தானே...! எல்லோருக்கும் வெளிப்படையாகத் தெரிந்திருக்கும் ஒரு விஷயத்தை – எல்லாவற்றையும் தீர்மானம் செய்த பின்பு கேட்பதால் என்ன பயன் விளைந்துவிடப் போகிறது? அதனால்தான் துனியா எரிச்சலடைந்திருக்க வேண்டும். 'ரோட்யா, நீ, துனியாவை நேசிக்க வேண்டும். அவள் தன்னை விடவும் அதிகமாக உன்னை நேசிக்கிறாள்' என்று அம்மா ஏன் எழுத வேண்டும்? ஒருவேளை தன் மகனுக்காக வேண்டித் தன் மகளைத் தியாகம் செய்ய உடன்பட்டதற்காக அவளது மனச்சாட்சியே அவளைத் தொந்தரவு செய்திருக்குமோ? 'எங்களுக்கு எல்லாமே நீதான்! எங்கள் ஒரே ஆதாரமும், எங்கள் நம்பிக்கையும், எல்லாமே நீதான்' என்றெல்லாம் அம்மா சொல்லியிருப்பது இதனால்தானோ? ஓ, அம்மா...!"

ஒருவிதமான கோபமும், ஆத்திரமுமான மனநிலை அவனிடத்தில் உருவாகியிருந்தது. அந்தக் கணத்தில் மட்டும் பீட்டர்பெத்ரோவிச்சை, ரஸ்கோல்னிகோவ் சந்தித்திருந்தால் அவரைக் கொன்றுகூடப் போட்டிருப்பான். அந்த அளவுக்கு அவர் மேல் அவன் ஆத்திரம்கொண்டிருந்தான்.

"ம்... அதென்னவோ உண்மைதான்" தன் மூளைக்குள் சுழன்றுகொண்டிருந்த எண்ணங்களைத் தொடர்ந்து பயணித்தபடி அவன் சொன்னான்: "ஒருவரைப் பற்றி நன்றாகத் தெரிந்துகொள்ள வேண்டுமென்றால், கவனமாகவும் மெதுவாகவும்தான் அதனைச் செய்ய வேண்டுமாம்! ஆனால் லூசினைப் பற்றி மட்டும் எல்லாமே உடனடியாகவும் வெளிப்படையாகவும் இவர்களுக்குத் தெரிகிறது. உலக நடைமுறை வாழ்க்கைக்கு மிகவும் பொருந்தி வாழ்கின்ற மனிதராக இவர் இருக்கிறார். நல்லவராகவும், அன்புள்ளவராகவும் தோன்றுகிறார். அவர்களுடைய மூட்டை, முடிச்சுகளையும், பெரிய டிரங்குப் பெட்டியையும் கொண்டுசேர்க்கும் பொறுப்பை அவர் ஏற்றுக்கொண்டிருக்கிறாரே... அதென்ன சாதாரண விஷயமா? உண்மையாகவே அவர் நல்லவர்தான், அன்புடையவர்தான்! அதேசமயம், அவர் திருமணம் செய்து கொள்ளப் போகிற மணமகளும், அவளுடைய தாயும் மட்டும் ஒரு விவசாயியின் பாயால் மூடப்பட்ட பார வண்டியில் பயணம் செய்வார்களாம்... (பார வண்டியில் பயணம் செய்வது பற்றி எனக்கும் தெரியும். நானும்கூட அதில் பயணம் செய்திருக்கிறேன்). இது ஒன்றும் பெரிய விஷயமில்லை.. தொன்னூறு வெர்ஸ்ட்டுகள் தூரம்தானே! 'அதன்பின், அங்கிருந்து நானும் துனியாவும் இரயிலில் மூன்றாம் வகுப்பில் வசதியாகப் பயணம் செய்வோம்' என்று எழுதியிருக்கிறாள் அம்மா. அதுவும் பெரிய விஷயமில்லை. ஓர் ஆயிரம் வெர்ஸ்ட்டுகள் தூரம்தானே... இது ரொம்பப் புத்திசாலித்தனமான முடிவுதான்! (அவரவர் விரலுக்குத்தக்க வீக்கம் என்பதைப் போல) – ஒருவனுக்குக் கோட்டு தைக்க வேண்டுமென்றால், அவனிடம் இருக்கும் துணிக்கு ஏற்றபடிதானே, அதனை வெட்ட வேணடும்? ஆனால் நீங்கள் என்ன சொல்கிறீர்கள், மிஸ்டர் லூசின்? என்ன இருந்தாலும் அவள் உங்களது மணப்பெண். அவளது அம்மாவின் ஓய்வூதியத்தை (ஓய்வூதிய அனுமதி அட்டையை) அடகு வைத்துக் கடன் வாங்கி, அந்தப் பணத்தைக்கொண்டு பயணம் செய்வதை நீங்கள் எப்படித் தெரிந்துகொள்ளாமல் போகலாம்? நீங்கள் அவர்களோடு செய்து கொண்டிருப்பது, முற்றிலும் வியாபார ஒப்பந்தம் மாதிரியானதுதான். இரண்டு பேருக்கும் அதில் பங்கு இருக்கிறது. இரண்டு பேருக்கும் அதில் லாபம் கிடைக்கிறது. அப்படியானால் செலவுகளையும் சமமாகப் பகிர்ந்துகொள்ள வேண்டியதுதானே நியாயம்...? ஒரு ரஷ்யப் பழமொழி சொல்கிறது: 'ரொட்டியும் உப்பும் பொதுவானது. ஆனால் நீ புகைக்கின்ற புகையிலைக்கு நீதான் பணம் கொடுக்க வேண்டும்' என்று. இந்த எதார்த்தவாதி, ஒரு சிறிய சூழ்ச்சியை இங்கே தந்திரமாக நிறைவேற்றிவிட்டிருக்கிறார், அதுதான் உண்மை. சாமான்களைக் கொண்டுவர ஆகும்

செலவு, அவர்களது பயணச் செலவைவிடவும் குறைவானதுதான். ஒருவேளை எந்தச் செலவும் இல்லாமலேகூட அவற்றை அவர் கொண்டு செல்வதும் முடியலாம். இதையெல்லாம் அவர்கள் (அம்மாவும் துனியாவும்) ஏன் பார்க்க மறுக்கிறார்கள்? அல்லது ஒருவேளை, இதையெல்லாம் பார்க்க விரும்பாதவர்களாக, பார்வை யற்றவர்களைப் போல வேறுபுறம் திரும்பிக்கொண்டிருக்கிறார் களோ என்னவோ? ஆனால் இதற்காக அவரை அவர்கள் பாராட்டுகிறார்கள். மேலும் மேலும் பாராட்டுகிறார்கள், புகழ் கிறார்கள். மனத்திருப்தியடைந்துகொள்கிறார்கள். இதுதான் ஆரம்பம் என்றும், போகப் போக நிறைய பலன்கள் இதனால் கிடைக்கப் போகின்றன என்றும் அவர்கள் கனவு கண்டு கொண்டிருக்கிறார்கள்.

இந்த விஷயத்தைப் பொறுத்தவரையில் நெருடலாக இருப்பது, இந்த லூசினுடைய கேவலமான குணங்களோ, கருமித் தனமோகூட இல்லை. எல்லாவற்றுக்கும் அடியில் மறைந்து கிடக்கும் மர்மமான வேறொரு தொனிதான் நெருடலை ஏற்படுத்து கிறது. திருமணம் முடிந்த பின்பு அவர்களது வாழ்க்கை எப்படி அமையப் போகிறது என்பதைப் பற்றி முன்னறிவிப்பு செய்வதாக, கோடிட்டுக் காட்டுவதாக இவையெல்லாம் இருக்கின்றன... ஆமாம்!

"அம்மா, நீங்கள் இவ்வளவு மனத்திருப்தி அடையும்படியாக இதில் என்ன இருக்கிறது?"

செயிண்ட் பீட்டர்ஸ்பர்க்குக்கு அம்மா எப்படி வரப் போகி றாள்? கையிலே அவள் வைத்திருக்கப் போகிற மூன்று வெள்ளி ரூபிள் காசு, இல்லையென்றால் இரண்டு ரூபிள் நோட்டுகளை வைத்துக்கொண்டு அந்த வயதான பெண்மணி, செயிண்ட் பீட்டர்ஸ்பர்க்கில் எப்படித்தான் வாழப்போவதாக உத்தேசித்திருக் கிறாள்? துனியாவின் திருமணத்திற்குப் பின்பு, அவளோடு சேர்ந்து வாழத் தன்னால் முடியாது என்பதை ஏதோ ஒன்று அவளுக்கு உணர்த்தியிருக்க வேண்டும். அந்த 'அன்புள்ள மனிதர்' அதனை வெளிப்படையாகவே தெளிவுபடுத்தியிருப்பார். மிகவும் கௌரவ மாக, அவர் இதை அவர்களுக்கு ஜாடையாகக் குறிப்பிட்டிருக்க வேண்டும். தற்செயலாக அவர் இதனைச் சொல்லாமல் விட்டது போல் அம்மா இப்படிப் பூசி மெழுகுகிறாள். தங்களோடுகூட வந்து இருக்கும்படி அவர் வற்புறுத்திச் சொன்னாலும், தான் அதனை மறுத்துவிடுவேன் என்று அம்மா கூறுகிறாள். எதிர் காலத்தில் எதைச் சார்ந்து வாழப் போவதாக அம்மா நினைத்துக் கொண்டிருக்கிறாள்? அவளுக்குக் கிடைக்கும் ஓய்வூதியத்தில் ஒரு பகுதியை அஃப்னாஸி இவானோவிச் தன்னிடம் வாங்கிய கடனுக்

காகப் பிடித்துக்கொள்வார். கம்பளிகளைப் பின்னுவதிலும், கைப் பகுதிகளுக்கு எம்பிராய்டரி செய்வதிலுமாக தன்னுடைய வயதான காலத்தில், மிகவும் முதிர்ந்த தன்னுடைய கண்களைச் சிரமப் படுத்திக்கொண்டு அவள் எவ்வளவுதான் பாடுபட்டாலும், ஓய்வூதியமாகக் கிடைக்கின்ற நூற்றி இருபது ரூபிள்களுக்கும் மேலாக, ஓர் இருபது ரூபிள்கள்தான் அவளால் சம்பாதிக்க முடி கிறது. அப்படியானால் இவ்வளவுக்கும் பிறகு அவளுக்கு லூசி னுடைய பெருந்தன்மை உணர்வின் மீது நம்பிக்கை இருக்கிறது போலிருக்கிறது.

'அவர், என்னையும் அவர்களோடு வந்து வசிக்குமாறு கூப் பிடுவார், என்னை அதற்காக அவர் நிச்சயம் கட்டாயப்படுத்து வார்' என்று அம்மா குறிப்பிடுவதிலிருந்தே தெரிகிறது. லூசி னுடைய 'பெருந்தன்மையின்' மீது நம்பிக்கை வைத்தே அவள் தன்னுடைய மாளிகையைக் கட்டிக்கொண்டிருக்கிறாள் என்பது புரிகிறது! அம்மா! அதற்காக நீ ரொம்ப காலங்கள் காத்திருக்க வேண்டியதிருக்கும்.

இவ்வளவு அழகான, இவ்வளவு பரிசுத்தமான இந்த ஜீவன் களெல்லாம், எப்போதுமே இப்படித்தான் இருக்கும். கடைசி நிமிடம் வரை எல்லோரையும் இளஞ்சிவப்பு நிறக் கண்ணாடியில் பார்ப்பதுதான் இவர்களது வழக்கம். இறுதிக்கணம் வரையிலும் கெட்டதை மறந்துவிட்டு, நல்லது நடக்கும் என்று எதிர்பார்ப்பதே இவர்களது இயல்பு. ஒரு விஷயத்தின் மறுபக்கத்தைப் பற்றிச் சந்தேகம் எழுந்தாலும்கூட, அதைத் தங்களது மனதிற்குள்ளேயே தாங்களாகவே மறுத்துவிடுபவர்கள் இவர்கள். இவர்களால் இலட்சியவாதியாகச் சித்தரிக்கப்பட்ட அந்த மனிதன் தன் உண்மையான உருவத்தோடு நேரடியாகத் தங்களுக்கு முன்பாக வெளிப்பட்டுத் தங்களுக்குப் பாதிப்பு ஏற்படுத்தும் வரை தங்களது மனதிற்குத் தட்டுப்படும் உண்மையை இரு கரங்களாலும் இவர்கள் புறந்தள்ளிக்கொண்டுதான் இருப்பார்கள்.

மிஸ்டர் லூசின் தன்னுடைய திறமைகளுக்காக ஏதேனும் பதக்கங்கள் பெற்றிருக்கிறாரா என்பதைத் தெரிந்துகொள்ள நான் விரும்புகிறேன். அவ்வாறு மிஸ்டர் லூசினிடம் ஏதாவது தங்கப் பதக்கம் இருந்தாலும் இல்லாவிட்டாலும் 'புனித – ஆனியின் விருதுக்கான பதக்கம்'* நிச்சயம், உறுதியாக அவரிடம் இருக்கும் என்று நான் பந்தயம் வேண்டுமானாலும் வைக்கிறேன். அதனைத் தனது சட்டைப் பொத்தானில் அணிந்துகொண்டுதான் அவர்

---

* 'புனித ஆனி விருது' – சிவில் பதவியிலும், இராணுவ வேலையிலும் நான்கு நிலைகளை எட்டியவர்கள் அணியும் பதக்கங்கள்.

ஒப்பந்தக்காரர்கள், மற்றும் வியாபாரிகளுக்கு நடத்தப்படும் விருந்து களிலும் கலந்துகொள்வார் என்று நான் உறுதியாகக் கூறுகிறேன். தனது திருமணத்தின்போதும்கூட நிச்சயமாக அவர் அதை அணிந்துகொண்டுதான் வருவார் என்றும் நான் உறுதியாகக் கூறு கிறேன். சரி, அதைப்பற்றி எனக்கென்ன... அவர் எக்கேடு கெட்டும் போகட்டும்!"

"சரி, அம்மா அப்படியொரு முடிவுக்கு வந்திருக்கிறாளென் றால் அதுபற்றி நான் வியப்படைய மாட்டேன். ஏனென்றால் அவள் வாழ்ந்த விதம் அப்படி. எனவே அவள் அப்படித்தான் இருப்பாள். ஆனால் துனியாவுக்கு என்ன? துனியா, என் அன்புச் சகோதரியே, உன்னைப் பற்றித்தான் எனக்கு மிக நன்றாகத் தெரி யுமே! நான் உன்னைக் கடைசியாகச் சந்தித்தபோது நீ இருபது வயதை எட்டவில்லை. அப்போது பத்தொன்பது வயது உனக்கு! அப்போதே உன் குணம் இன்னதுதான் என்பதை நான் நன்றாகப் புரிந்துகொண்டுவிட்டேன். 'துனியாவுக்கு எதையும் சகித்துக் கொண்டு, பொறுத்துப் போகும் குணம் நிறையவே உண்டு' என்று அம்மா எழுதியிருக்கிறாளே, அதுவும் எனக்கு நன்றாகத் தெரியும். இரண்டரை வருடங்களுக்கு முன்பாகவே எனக்கு அவளைப் பற்றித் தெரியும்.

'துனியா எதையும் சகித்துக்கொண்டு, பொறுத்துக்கொண்டு போகிறவள்' என்பதைப் பற்றியேதான் கடந்த இரண்டரை ஆண்டுகளாக நானும் சிந்தித்துக்கொண்டிருக்கிறேன். ஸ்விட்ரிகை லோவிடத்தில் அவள் பணிபுரிந்தபோதுகூட மிகுந்த பொறுமை யையும் சகிப்புத் தன்மையையும் கடைப்பிடித்தாள். இப்போது அம்மாவுடன் சேர்ந்து, பொறுமையையும் சகிப்புத் தன்மையையும் தொடர்ந்து தன் தலை மேற்கொண்டிருக்கிறாள். இவர்களின் பொறுமையும் சகிப்புத் தன்மையும் இன்னும் எந்த அளவுக்கு நீட்சியடைந்திருக்கிறது தெரியுமா? ஆதரவற்ற நிலையில், வறுமை யில் தவிக்கும் (பெண்களை) மனைவியரை, ஆதரித்துக் காப்பாற்று பவர்களாகத்தான் கணவர்கள் இருக்கிறார்கள், நானும்கூட அதைப் போலத்தான் என்பதாக முதல் சந்திப்பிலேயே பேச்சோடு பேச் சாகக் கூறியிருக்கிறார் மிஸ்டர் லூசின். இதையும்கூட துனியாவும் அம்மாவும் மிகவும் பொறுமையோடும் சகிப்புத் தன்மையோடும் கேட்டுக்கொண்டிருந்திருக்கிறார்கள். அவரது வாய் தவறி வந்து விட்ட வார்த்தைகள் அவை என்று அதற்குச் சமாதானம் கூறிக் கொள்கிறார்கள். ஆனால் உண்மையில் அவை வாய் தவறி வந்த வார்த்தைகள் அல்ல. தன்னைப்பற்றி மிஸ்டர் லூசின் தெளிவாக வெளிப்படுத்திக்கொண்ட உண்மையான வார்த்தைகள் அவை.

(அவர் ஓர் எதார்த்தவாதியாக இருப்பதால், பேச்சுவாக்கில் அந்த விஷயம் வேண்டுமென்றேதான் சொல்லப்பட்டிருக்க வேண்டும். எடுத்த எடுப்பிலேயே தன் நிலைப்பாடு இதுதான் என்பதைத் தெளிவுபடுத்துவதுகூட அவரது நோக்கமாக இருக்க லாம்) துனியாவின் நிலை என்ன? கூட வாழப் போகிற மனிதன், இப்படிப்பட்டவன் என்று நன்றாகத் தெரிந்துகொண்ட பிறகு தானே அவள் அவனோடு வாழ்வதற்குத் துணிய முடியும்? அவள் எப்போதும் போல இந்தக் காய்ந்து போன கறுப்பு ரொட்டியையும் தண்ணீரையும் சாப்பிட்டுக்கொண்டு தனது வாழ்க்கையை வாழ்ந் தாலும் வாழ்வாளே தவிர, வசதியான வாழ்க்கைக்காகத் தனது ஆன்மாவையும், தன்னுடைய நியாயமான உணர்வுகளையும் விற்றுவிடமாட்டாள். ஷெல்ஸ்விக்–ஹோல்ஸ்டெய்ன்* எல்லைத் தகராறுக்காகக்கூட விட்டுக்கொடுக்க முடியாத சுதந்திரத்தைக் கேவலம் பணத்திற்காக லூசினிடம் விட்டுக் கொடுத்துவிடுவாளா என்ன...? இல்லை... இல்லை..! நானறிந்த துனியா அப்படிப் பட்டவளல்ல. இப்போதும்கூட அவள், வேறுவிதமாக, மாறியிருக்க மாட்டாளென்றே நான் நினைக்கிறேன். இதையெல்லாம் பார்க்கும் பொழுது ஸ்விட்ரிகைலோவின் வீட்டில் அவள் பணிபுரிந்த காலத் தில் எவ்வளவு துன்பப்பட்டிருப்பாள் என்பதைக் கொஞ்சமும் மறுக்க முடியாது என்றே தோன்றுகிறது. அற்பத்தொகையாகிய இருநூறு ரூபிள்கள் பணம் சம்பாதிப்பதற்காக, ஓர் ஆண்டு முழுவதும் இதைப் போலப் பல பகுதிகளில் இருக்கும் வீடுகளில் ஒருத்தி தன் வாழ்நாள் முழுவதும், பணிப் பெண்ணாகப் பணி புரிவது என்பது எளிதான காரியம் இல்லை. எனக்கு என் சகோதரியைப் பற்றி மிக நன்றாகத் தெரியும். இவ்வாறு தனது ஆன்மாவுக்கு ஓர் இழிவைத் தேடிக்கொண்டு, நியாயமான தன் உணர்வுகளைத் தூக்கி எறிந்துவிட்டு, தன்னுடைய மதிப்பையும் மரியாதையையும் இழந்துவிட்டு, மிகக் கேவலமாக இதைப் போல வாழ்வதை விட ஏதாவது ஒரு பால்டிக் ஜெர்மானிய எஸ்டேட் உரிமையாளரின் வீட்டில் ஓர் அடிமையைப் போலவோ, பண்ணை வேலைக்காரியாகவோ இருந்துவிடலாம் என்றுதான் அவள் நினைப்பாள். லூசின் என்ற இந்த மனிதர் சொக்கத் தங்கத்தினால் உருவாக்கப்பட்ட ஒரு மனிதராகவோ அல்லது வைரத்தினால் வடிவமைக்கப்பட்ட ஒரு மனிதராகவோ இருந்தாலும் சரி, இதுபோன்று அவரது சட்ட பூர்வமான வைப்பாட்டியாக இருப் பதற்கு அவள் ஒரு பொழுதும் சம்மதிக்க மாட்டாள். ஆனால்,

* ஷெல்ஸ்விக் – ஹோல்ஸ்டெய்ன் என்பது, பிரஷியாவுக்கும், டென்மார்க்குக்கும் இடையில் ஏற்பட்ட எல்லைத் தகராறு (1864)

அவள் இப்பொழுது சம்மதித்து இருப்பது ஏன்? இதற்கான காரணம்தான் என்ன? இந்தப் புதிரை விடுவிக்கும் வழிதான் என்ன? ஆனால் ஒன்று மட்டும் உறுதி! அவள் தனக்காகவோ, தனது வசதியான வாழ்க்கை வசதிகளுக்காகவோ மரணத்திலிருந்து தன்னைக் காப்பாற்றிக்கொள்வதற்காகவோ இந்த முடிவினை ஏற்றுக்கொண்டிருக்க மாட்டாள். அதற்கு வேறு ஏதோ ஒரு முக்கியமான காரணம் இருக்க வேண்டும். தான் மிகவும் நேசிக்கின்ற ஒருவருக்காக அல்லது தான் மிகவும் மதிக்கின்ற ஒருவருக்காகத்தான் இதைப் போலத் தன்னை விற்றுக்கொள்ள அவள் முடிவு செய்திருக்க வேண்டும். அப்படிப் பார்த்தால் தன்னுடைய சகோதரனுக்காகவோ, தன்னுடைய அம்மாவுக்காகவோதான் கொஞ்சமும் தயங்காமல் அவள் தன்னை விற்றுக்கொள்ள முன் வருவாள். அவர்களுக்காக அவள் தன்னுடைய எல்லாவற்றையும்கூட எந்தவிதத் தயக்கமும் இல்லாமல் தியாகம் செய்யக் கூடியவள்தான். இதுபோன்ற சூழல்களில், தேவையென்றால் நமது நியாய உணர்வுகளைத் தூக்கி எறிந்துவிட்டு, நமது சுதந்திரத்தையும் அமைதியையும் மனச்சாட்சியையும் இன்னும் உள்ள எல்லாவற்றையும் விற்பதற்கு நாம் எல்லோருமே, எல்லாவற்றையும் சந்தைக்குக் கொண்டுவந்துவிடுகிறோம், இல்லையா?

நம்முடைய வாழ்க்கை எக்கேடாவது கெட்டுப் போகட்டும், நாம் நேசிக்கும் ஜீவன்கள் நன்றாக இருந்தால் போதும் என்ற உணர்வு அப்போது நமக்கு ஏற்பட்டு விடுகிறது. அதுமட்டுமல்லாமல் நாம் அப்படிச் செய்வதற்கு ஒரு நியாயமான காரணத்தையும் நாம் நமக்குள்ளாகவே கற்பித்துக்கொண்டும் விடுகின்றோம். நமக்கு அப்போது எழுகின்ற நியாயமான சந்தேகங்களையும் கூட, மேலும் எழாமல் அழுத்திப் போட்டு அமுக்கி விடுகிறோம். நாம் அன்றாடம் பார்க்கின்ற துறவிகளிடமிருந்து இதற்கான பாடத்தை நாம் ஏற்கனவே கற்றுக்கொண்டிருக்கிறோம் அல்லவா? அதாவது – நல்ல நோக்கத்திற்காக, நல்ல செயலுக்காக, மிக அவசியமாக இதைச் செய்துதானாக வேண்டும் என்கின்ற அவசியத்தினால் நாம் இதைச் செய்வதாக – நம்மை நாமே சமாதானப்படுத்திக்கொண்டு விடுகிறோம். நாமெல்லோரும் வந்த வழி அப்படிப்பட்டதுதானே?

இப்போது எல்லா விஷயங்களும் வெட்ட வெளிச்சமாகி விட்டன. 'ரோடியன் ரொமொனோவிச் ரஸ்கோல்னிகோவ்' என்ற ஒரு மனிதன்தான் இந்தச் செயல்களுக்கெல்லாம் மூல காரணமாக, மையப் புள்ளியாக நிலைகொண்டிருப்பவன். வேறு எவருமல்ல என்பது மிகத் தெளிவாகத் தெரிந்துவிட்டது. அவள், அவனது

சந்தோஷத்தை– மகிழ்ச்சியான வாழ்க்கையை உறுதிப்படுத்த விரும்புகிறாள். அவனுடைய பல்கலைக்கழகப் படிப்பை முடிக்கவும், அலுவலகத்தில் ஒரு கூட்டாளியாக மாறவும், அவனுடைய எதிர்காலம் மிகச் சிறப்பானதாக, பாதுகாப்பானதாக அமையவும், பிற்காலத்தில் அவன் பெரும் செல்வந்தனாகவும், புகழ்பெற்ற மனிதனாகவும் வாழ வேண்டும் என்று விருப்பம்கொண்டுதான் அவள் இவ்வாறு தன்னை மாற்றிக்கொண்டு இருக்கிறாள்.

அம்மா...? அவளுக்கு எல்லாமே இந்த ரோட்யாதான்! அவளுக்கு அவன் விலைமதிக்க முடியாத செல்வம். அவளுக்கு முதலில் பிறந்த குழந்தை! அருமையும் பெருமையுமான இந்த மகனுக்காக, மிக அருமையான தனது மகளையும்கூடத் தியாகம் செய்ய அம்மா தயாராக இருக்கிறாள். ஓ... அன்பானவர்களே, உங்களுக்கு ஏன் இந்தப் பாரபட்சம்? எனக்காக, என் பொருட்டு, அந்த சோனியாவைப் போல– தன்னைப் பலிகொடுத்து, உலகில் அழியாத பாவச் சின்னமாக நிலைத்துவிட்ட சோனியா மர்மெலாதோவினுடைய விதியைப் போல– அவளுடைய விதிக்குக் கொஞ்சமும் குறையாத ஒரு முடிவு–என்னுடைய சகோதரிக்கும் ஏற்பட வேண்டுமா? அதை நாங்கள் அனுமதித்து விடுவோமா என்ன? அன்புச் சகோதரி துனியா, இதுசரியா? உன்னால் இதைத் தாங்கிக்கொள்ள முடியுமா? இதனால் ஏதும் பயன் விளையும் என்று நீ நினைக்கிறாயா? இதைப் பற்றி நீ ஏதும் உணர்ந்திருக்கிறாயா? சொல் என்னிடம். மிஸ்டர் லூசினுடன் நீ வாழப் போகும் வாழ்க்கை, சோனியாவின் வாழ்க்கைக்கு எந்த விதத்திலும் குறைவான ஒரு வாழ்க்கை இல்லை. ‘அவர்கள் இருவருக்குமிடையே குறிப்பிட்டுச் சொல்லும் அளவுக்குக் ‘காதல் என்று எதுவும் இல்லை’யென்று அம்மா எழுதியிருக்கிறாள். இருவருக்கும் இடையே காதலும் இல்லை, பரஸ்பரம் மரியாதையும் இல்லை என்றால் பிறகு அங்கே என்னதான் இருக்கும்? எரிச்சலும் வெறுப்பும் அவமானமும்தான் அங்கு இருக்கும். ‘ஒருவர் தன் புனிதத்தையும் தூய்மையையும் பாதுகாத்தாக வேண்டியது அவசியமல்லவா?’ என்று அடுத்தடுத்துப் பல தடவைகள் குறிப்பிட்டிருக்கிறாள் அம்மா! ஆமாம்... உண்மைதான்! அது வேண்டாம் என்று யார் சொல்வார்கள்? ஆனால் தூய்மை என்பது என்னவென்று உங்களுக்குத் தெரியுமா? திருமதி லூசினின் தூய்மை, சோனியாவின் தூய்மையை ஒத்ததுதான் என்பதை உங்களால் புரிந்துகொள்ள முடியுமா? இது ஒருவகையில் அதையும்விட மோசமானது, நாற்றமடிப்பது, வெறுக்கத்தக்கது. ஏன் தெரியுமா? துனியா தனக்குக் கிடைக்கப் போகும் வசதிகளுக்காகத் தன்னைப் பேரம்

பேசுகிறாள். அந்த சோனியாவோ தன் குடும்பம் பட்டினி கிடந்து சாவதைத் தடுப்பதற்காகத் தன் வாழ்வைப் பணயம் வைத்திருக்கிறாள். அவளது தூய்மைக்கு மதிப்பு அதிகம் துனியா! சரி, நீ உடன்பட்டுப் போகிற இந்த உறவுக்கு ஈடு கொடுக்கும் அளவுக்கு உனக்கு வலிமை இல்லாமல் போய்... நீ வருந்த வேண்டிய நிலை வருமானால் அப்போது நீ என்ன செய்யப் போகிறாய்?"

"நீ மார்ஃபா பெத்ரோவ்னாவைப் போல வசதியாகப் பிறக்காத காரணத்தினால் எத்தனை துன்பங்கள், எத்தனை புலம்பல்கள், எத்தனை சாபங்கள், எத்தனை கண்ணீரை இந்த உலகத்தின் பார்வையிலிருந்து மறைத்துக்கொண்டாக வேண்டியிருக்கிறது? நமது அம்மா...? இப்பொழுதும்கூட அவள் மிகுந்த கவலையுடனும், மன வேதனைகளுடனும்தான் இருக்கிறாள். எல்லாமே வெளிப்படையாகத் தெரியும்பொழுது வேறு எப்படித்தான் இருக்க முடியும்? என்னைப் பற்றிச் சொல். நீ என்னைப் பற்றி இப்போது என்னதான் நினைத்துக்கொண்டிருக்கிறாய்? துனியா, உன் தியாகத்தை நிச்சயமாக என்னால் ஏற்றுக்கொள்ள முடியாது. அம்மா, உனக்கும் சொல்கிறேன். எனக்கு இதில் கொஞ்சமும் விருப்பம் கிடையாது. நான் உயிருடன் இருக்கும் வரை இது நடக்காது... நடக்கவே நடக்காது. நான் இதற்குச் சம்மதிக்க மாட்டேன்."

திடீரென்று தன்னுடைய சிந்தனைகளிலிருந்து விடுபட்டுப் போனான் அவன். சற்று நேரம் அமைதியாகக் கழிந்தது. பிறகு மீண்டும் அவனது சிந்தனைகள் தொடர்ந்தன.

"சரி. இது நடக்காது. ஆனால் இது நடக்காமலிருக்கத் தடுப்பு நடவடிக்கையாக நீ என்ன செய்யப் போகிறாய்? நீ இதை உறுதியாகத் தடுக்கப் போகிறாயா? அதற்கு உனக்கு என்ன உரிமை இருக்கிறது. அவர்கள் உனக்கு இந்த உரிமையைக் கொடுக்க, நீ அவர்களுக்கு என்ன செய்யப் போகிறாய்? எந்த வாக்குறுதியைக் கொடுக்கப் போகிறாய், நிறைவேற்றப் போகிறாய்...? நீ உன்னுடைய படிப்பை முடித்து, ஏதாவது ஒரு வேலை பார்த்துக்கொண்டிருந்தாலாவது உன்னுடைய வாழ்க்கை முழுவதையும் உன் எதிர்காலம் முழுவதையுமே, அவர்களுக்காக அர்ப்பணித்து விடுவதாக நீ சொல்லிக்கொள்ளலாம். ஆமாம், நாங்களும்கூட இதையெல்லாம் முன்பு கேட்டிருக்கிறோம். எல்லாமே வார்த்தைகளில்தான். ஆனால் இப்போது உன் நிலை என்ன? அதை நீயே புரிந்து கொண்டிருப்பாய். இப்போது நீ என்ன செய்துகொண்டிருக்கிறாய் என்பது உனக்கே தெரியும். அவர்களின் உதவியில் இப்போது நீ

வாழ்ந்துகொண்டிருக்கிறாய். அம்மா தனக்குக் கிடைக்கும் நூற்றி இருபது ரூபிள்கள் பென்ஷனில் கடன் வாங்கி உனக்கு அனுப்பு கிறாள். உன் சகோதரி, ஸ்விட்ரிகைலோவிடம் பெறும் சம்பளத்தில் முன் பணமாகக் கடன் வாங்கி உனக்கு அனுப்புகிறாள். இந்த நிலையில், ஸ்விட்ரிகைலோவ்களிடமிருந்தும், அஃப்னாஸி இவா னோவிச்வக்ரூஷின்களிடமிருந்தும் அவர்களை எப்படி நீ காப் பாற்றப் போகிறாய். எதிர்கால லட்சாதிபதியாக மாறப்போகும் நீ இப்போது அவர்களை எப்படிக் காப்பாற்றப் போகிறாய்? அவர் களின் விதியை மாற்றும் வல்லமை உள்ளவனாக இருக்க நீ என்ன சீயஸ் தெய்வமா? நீ விரும்பியதையெல்லாம் அவர்களுக்கு நீ செய்ய ஒரு பத்து ஆண்டுக் காலமாவது தேவைப்படாதா...? அதற் குள் உன் அம்மா கம்பளிகளைப் பின்னியும், கண்ணீர் விட்டும் தன் கண்களைக் கெடுத்துக்கொண்டு, கண்கள் குருடாகிப் போனா லும் போய் விடுவாள். பட்டினி கிடந்து பரிதாபமானவளாகப் போய்விடுவாள். உன் சகோதரி...? பத்து வருடங்களுக்குப் பிறகு அவளுக்கு என்ன நடக்கும்? ஏன் இந்தப் பத்து வருடங்களுக்கு உள்ளாகவே அவளுக்கு என்னவெல்லாம் நேர்ந்துவிடும் என்பதை ஒரு கணம் நீயே சிந்தித்துப் பார்... உன்னால் புரிந்துகொள்ள முடிகிறதா?"

இந்த ரீதியில், தன்னுடைய பிரச்சினைளைக் குறித்துத் தனக்குத்தானே சிந்தித்துக்கொண்டும், பலவிதமான கேள்விகளை எழுப்பி, அவற்றைப் பற்றித் தனக்குத்தானே விவாதித்துக்கொண் டும் அவன் இருந்தான். இதில் ஒருவிதமான சந்தோஷத்தையும் அவன் கண்டான். இந்தக் கேள்விகள் எல்லாம் அவனுக்குப் புதிதானவைகளோ திடீரென்று அவன் முன்னால் தோன்றி அவனைத் துன்புறுத்துபவைகளோ இல்லை. அவை அவனுக்கு மிகவும் பழக்கப்பட்ட, அவனறிந்த வலிகள்தான். நீண்ட காலத் திற்கு முன்பாக அவனது இதயத்தில் எழுந்து இன்றுவரை அவ னுடைய இதயத்தில் வலியை ஏற்படுத்திக்கொண்டிருப்பவைதான் அவை. இப்போது பூதாகரமாக, விசுவரூபமெடுத்து அவனைக் கடுமையாகச் சித்திரவதை செய்துகொண்டிருக்கும் இந்தக் கேள்வி களுக்கான, விதை, நீண்ட நெடுங்காலத்திற்கு முன்பே அவனுடைய இதயத்தில் ஊன்றப்பட்ட ஒன்றுதான். இதயத்தின் அடியாழத்தில் கிடந்து விசுவரூபமாக வளர்ந்துவிட்ட இந்தப் பிரச்சினைகள், இந்தக் கேள்விகள் இப்போது அபாரமான சக்தியுடன் மேலெ ழுந்து, வினோதமான பல கேள்விகளை அவனிடம் கேட்டுக் கொண்டிருக்கின்றன. அவை அவனது இதயத்தையும் மனதையும் பிடித்து உலுக்கித் தனது கேள்விகளுக்கான பதிலை அவனிடத்தில்

கேட்டுக்கொண்டிருக்கின்றன. இதோ, இப்பொழுது வந்திருக்கும் அம்மாவின் இந்தக் கடிதம் பேரிடியாகத் தாக்கி அவனை நிலை குலையச் செய்துவிட்டது. இப்போது ஒன்று நன்றாகத் தெளிவாகி விட்டது. இனியும், தீர்க்க முடியாத இந்தக் கேள்விகளைப் பற்றிச் சிந்தித்துக்கொண்டும், கவலைப்பட்டுக்கொண்டும் வெறுமனே காலத்தைக் கழிக்க முடியாது. ஏதாவது செய்தாக வேண்டும், அதுவும் உடனே, இப்பொழுதே ஏதாவது செய்ய வேண்டும். இல்லையேல்...

"இல்லையென்றால் எல்லாவற்றோடும் இந்த வாழ்க்கை யையும் தூக்கி எறிந்து விட வேண்டியதுதான்..." ஏதோ ஒன்றால் தூண்டப்பட்டவன் போல இவ்வாறு கூறிய அவன் தொடர்ந்தான்: "வருவது வரட்டும் என்று முடிவெடுத்து, விதியின் கரங்களிலே நம்மை ஒப்புக் கொடுத்துவிட்டு உள்ளுக்குள்ளேயே போராடிக் கொண்டிருக்க வேண்டியதுதான். செயல்படுவது, வாழ்க்கை நடத்துவது, எல்லா உரிமைகளையும் உதறித் தூக்கிப் போட்டுவிட வேண்டியதுதான்!"

அவனுக்குத் திடீரென்று, முந்திய நாளன்று மர்மெலாதோவ் கேட்ட அந்தக் கேள்வி நினைவுக்கு வந்தது. 'ஒரு விஷயத்தை நீ புரிந்துகொண்டிருக்கிறாயா தம்பி, புரிந்துகொண்டிருக்கிறாயா... சொல், தம்பி! ஒரு மனிதன், தான் பிழைப்பதற்கு எந்த வழியுமே அமையாமல் போகும்போது, நிர்க்கதியாக நிற்கும் பொழுது என்ன செய்வான்? ஏதாவது ஒரு வழியில், அல்லது ஒரு திசையில் அவன் சென்றுதானே ஆக வேணடும்!'

அவன் உடம்பு ஒரு கணம் உலுக்கிப் போட்டாற்போல இருந்தது. நேற்று முதலாக அவனது மனதில் அலை பாய்ந்து கொண்டிருந்த வேறொரு எண்ணம் இப்போது, மீண்டும் அவன் மனதில் எழுந்தது. அவன் உடலில் சற்று முன்பு ஏற்பட்ட சிலிர்ப் புக்கு அந்த எண்ணம் அவனிடத்தில் திரும்ப வந்தது மட்டுமே காரணமில்லை. அந்த எண்ணம் தன்னுள் மீண்டும் தலைதூக்கும் என்பதை அவன் ஏற்கனவே அறிந்திருந்தான். அதையே அவன் எதிர்பார்த்துக்கொண்டும் இருந்தான். ஏனென்றால் அது நேற்றைய எண்ணம் மட்டுமில்லை. ஒரு மாதத்திற்கு முன்பு... ஏன் நேற்று வரைகூட 'ஒரு கெட்ட கனவாக' மட்டுமே அது இருந்தது. ஆனால் இப்போது..., இப்போது அது கனவாகத் தோற்ற மளிக்கவில்லை. இப்போது அது முற்றிலும் புதியதாக, பயமுறுத்து கின்ற ஒரு புதிய வடிவத்தில் தோற்றமளித்தது. அதுதான் வேறு பாடு. அந்த வேறுபாட்டை, அந்த உண்மையை அவனால் நன்கு

உணர்ந்துகொள்ள முடிந்தது. தலைக்கு உள்ளே சம்மட்டியால் அடிப்பது போன்ற ஒரு வலியை அவன் அப்போது உணர்ந்தான். கண்களுக்கு முன்னால் எல்லாமே இருண்டுகொண்டு வருவது போல அவனுக்குத் தோன்றியது.

அவசரம், அவசரமாகத் தன்னைச் சுற்றிலும் அவன் தன் பார்வையைச் சுழலவிட்டான். அவசரமாக எதையோ தேடுவது போலக் காட்சியளித்தான் அவன். எங்காவது உட்கார வேண்டும் போல அவனுக்குத் தோன்றியது. அருகில், கண்ணுக்கு எட்டிய தொலைவில் ஏதேனும் இருக்கை இருக்கிறதா என்று அவனது கண்கள் ஏக்கத்துடன் தேடின. கொனாக்வர்தேய்ஸ்கி சாலையில் அவன் அப்போது நடந்து சென்றுகொண்டிருந்தான். அவனுக்கு முன்னால் நூறு தப்படிகள் தூரத்தில் ஒரு பெஞ்சு இருப்பது அவனது கண்களில் தென்பட்டது. அதை அடைந்து விட வேண்டும் என்ற எண்ணத்துடன் வேகமாக எட்டு வைத்து நடந்த போது நடுவில் கண்ட ஒரு காட்சி அவனது கவனத்தைத் திருப்பி, நடக்கவொட்டாமல் அவனைத் தடுத்து நிறுத்தியது.

நூறு தப்படிகள் தூரத்தில் அந்தப் பெஞ்சை அவன் பார்த்தபொழுதே, அவனுக்கு சுமார் இருபத்தைந்து தப்படிகள் முன்பாக ஒரு பெண்ணும் அங்கே நடந்து சென்றுகொண்டிருப் பதை அவன் பார்த்தான். அவன் வழக்கம் போலச் சிந்தனை வயப்பட்டவனாகத் தனக்கு எதிரிலும், அருகிலும் தென்படுகின்ற எந்தப் பொருளின் மீதும் கவனம் இல்லாமல்தான் நடந்துகொண்டி ருந்தான். எனவே முன்னால் சென்றுகொண்டிருந்த அந்தப் பெண்ணிடத்திலும் அவன் கவனம் செலுத்தவில்லை. ஒவ்வொரு முறையும், வீடு திரும்பும் பொழுதுகூட சாலையில் நடந்து செல்லும் போது வருவோர், போவோர், இருமருங்கிலும் உள்ள கடைகள் மற்றும் மனிதர்கள் இவர்களிடத்தில் எந்தவிதக் கவனமும் இன்றி, இயந்திரம் போல அவன் நடந்து சென்று விடுவான். இப்படியே அவனுக்குப் பழக்கமாகிவிட்டிருந்தது. தன் முன்னால் சென்றுகொண்டிருக்கும் பெண்ணைப் பார்த்த முதல் பார்வையிலேயே ஏதோ வினோதமாகவும் வித்தியாசமாகவும் புலப் பட்டதால் சிறிது, சிறிதாக அவனது கவனம் அவள் மீது பதிய லாயிற்று. முதலில் வேண்டா வெறுப்புடனும் எரிச்சலுடனும் அவளைக் கவனித்த அவன், இப்போது மிகுந்த ஆவலுடன், கூடுதலான கவனத்துடன் அவளைப் பார்க்கத் தொடங்கினான். அவளிடம் அப்படி வித்தியாசமாகத் தெரிவது என்ன என்பதை அறிந்துகொள்ளும் ஆவலுடன் அவன் மிகுந்த கவனத்தோடு

அவளைப் பார்த்தான். அவன் கவனத்தை ஈர்த்த விஷயங்களில் முதலாவது, அவள் இளம் பெண்ணாக இருந்தாள் என்பது. அடுத்து, அந்தக் கடுமையான வெயிலில் தலையில் தொப்பி அணிந்துகொள்ளாமலும், குடை ஏதுமின்றி மிகவும் சர்வசாதாரண மாக அந்தக் கோடையின் வெப்பத்தை அலட்சியப்படுத்திக் கொண்டு அவள் நடந்துகொண்டிருந்ததும், அவனுக்கு வியப்பை ஏற்படுத்தியது. மெல்லிய பட்டுத் துணியாலான ஆடையை அவள் உடுத்தியிருந்த விதமும்கூடச் சரியானதாக இல்லை. அந்த ஆடை யின் பெரும்பகுதி, அவளது உடலோடு ஒட்டிக்கொள்ளாமல், தளர்ச்சியாகத் தொங்கிக்கொண்டிருந்தது. முதுகுப் புறத்தில், அவளது கீழாடையின் மேல் பகுதியில் கிழிசல் ஒன்றும் காணப் பட்டது. அவளது கழுத்தைச் சிறிய கைக்குட்டை ஒன்றினால் அவள் சுற்றிக்கொண்டிருந்தாள். அதன் ஒரு பகுதி அவளது தோளில் தொங்கிக்கொண்டிருந்தது. அவள் நடையில் ஒரு விதமான தள்ளாட்டமும் தடுமாற்றமும் தென்பட்டது. மாறி மாறி இருபக்கமும் அசைந்து, அசைந்து அவள் நடந்துகொண்டிருந்தாள்.

ரஸ்கோல்னிகோவின் முழுக் கவனமும் இப்போது அவ ளிடத்தில் பதிந்து போயிற்று. அந்த பெஞ்சை நெருங்கும் வரையில் அவளைப் பின்தொடர்ந்து நடந்துகொண்டிருந்தான். அந்தப் பெண் பெஞ்சை நெருங்கியதும் அதன் மூலையில் பொத்தென்று விழுந்து தன் உடலைக் கிடத்தினாள். பின், பெஞ்சில் சரிந்து உட்கார்ந்துகொண்டு, தலையைப் பின்புறம் சாய்த்து வானத்தைப் பார்த்தபடி, மிகவும் களைப்புற்றவளாகக் கண்களை மூடிக் கொண்டு, ஓய்வுகொண்டாள். மிகவும் நெருக்கத்தில் அவளைப் பார்த்த ரஸ்கோல்னிகோவ், அவள் முழுமையான குடி மயக்கத்தில் இருப்பதை உடனே தெரிந்துகொண்டான். அந்தக் காட்சி அவ னுக்கு மிகவும் வினோதமாகவும், அதிர்ச்சியளிப்பதாகவுமே இருந் தது. ஒருவேளை தன் பார்வையில் ஏதும் தவறு இருக்கிறதோ என்று ஒரு கணம் திகைத்த அவன், மிகக்கூர்மையாக கவனித்துத் தான் நினைத்தது, பார்த்தது எல்லாம் உண்மைதான், தான் தவறு செய்யவில்லை என்று முழுவதுமாக நம்பிக்கைகொண்டான். அவனுக்கு முன்னால் இருப்பது ஓர் அழகிய இளம் பெண்; அவளுக்கு வயது பதினைந்துக்கு மேல் பதினாறு வயதுக்குள்தான் இருக்கும். அழகான கேசத்துடனும், சிறிய அழகிய முகத்துடனும் மிக அழகான இளம்பெண்ணாக அவள் இருந்தாள். அவளது சிவந்த முகம் வீங்கிப் போய் உப்பியிருந்தது. தான் இப்போது இருக்கின்ற சூழ்நிலை பற்றிய எந்தப் பிரக்ஞையும், உணர்வு

மற்றவளாக அவள் அப்போது இருந்தாள். தன் ஒரு காலின் மேல் மற்றொரு காலைத் தூக்கிப் போட்டபடி அவள் உட்கார்ந்திருந்த அந்தக் கோலம், மறைத்துக்கொள்ள வேண்டிய அங்கங்களையெல் லாம் வெளிச்சம் போட்டுக் காட்டியபடி இருந்தது. தான் தெருவில் கிடக்கிறோம் என்ற சுயஉணர்வின்றி அவள் இருக்கிறாள் என்பதை ரஸ்கோல்னிகோவ் புரிந்துகொண்டான்.

அங்கு உட்காரவும் முடியாமல், அந்த இடத்தைவிட்டு அகன்று செல்லவும் மனம் இல்லாதவனாக, மிகவும் மனக்கலக்கத் துடன் அவளுக்கு முன்னாலேயே நின்றுகொண்டிருந்தான் ரஸ் கோல்னிகோவ். அந்தச் சாலை, ஆள் நடமாட்டமின்றி வெறிச் சோடிப் போயிருந்தது. அதுவும் பகல் இரண்டு மணியாகியிருந்த அந்த வேளையில் சுட்டெரிக்கும் வெயிலின் காரணத்தினால் முற்றிலும் வெறுமையாகத் தோற்றமளித்தது. பதினைந்து தப்படி களுக்கு அப்பால் நடைபாதையின் விளிம்பில் நின்றபடி, இந்தப் பக்கமே பார்வையைப் பதித்திருந்த ஒரு மனிதனைப் பார்த்தால் இந்தப் பெண் மீது அவன் குறி வைத்திருக்கிறான் என்பதைப் புரிந்துகொள்ள முடிந்தது. அவன் வெகுதொலைவிலிருந்தே அவளைப் பின் தொடர்ந்து வந்திருப்பதாகவே ரஸ்கோல்னி கோவுக்குத் தோன்றியது. இப்போது அவனுடைய பாதையில் ரஸ்கோல்னிகோவ் இடையூறாக வந்து சேர்ந்துவிட்டதை அவனும் தெரிந்துகொண்டான். மிகவும் ஆத்திரமும் கோபமும் பொங்க அவன் ரஸ்கோல்னிகோவை வெறித்துப் பார்த்தான். அதேசமயம் ரஸ்கோல்னிகோவின் பார்வையிலிருந்து தப்பித்துக்கொள்ளவும் முயற்சி செய்தான். எதிர்பாராமல் வந்துவிட்ட இந்தப் பக்கிரித் தோற்றம்கொண்ட மனிதன் எப்போது இந்த இடத்தைவிட்டு அகன்று போவான், தனக்கு எப்போது சந்தர்ப்பம் வாய்க்கும் என்று எதிர்பார்த்தபடி அங்கு நின்றுகொண்டிருந்தான். ரஸ் கோல்னிகோவ் தன் மனதில் அந்த மனிதனைப் பற்றி நினைத்த தில் தவறில்லை. அவனுடைய நோக்கம் இப்போது வெளிப்படை யாகத் தெரிந்துவிட்டது. அவனுக்கு முப்பது வயதிருக்கும்; கட்டு றுதியான பருத்த உடலமைப்புகொண்டவனாகவும், இளஞ் சிவப்பும் வெண்மையும் கலந்த நிறத்தவனாகவும் அவன் இருந் தான். அவனது உதடுகள் சிவப்பாகக் காணப்பட்டன. சிறிய மீசை யுடன் ஆடம்பரமான உடை அணிந்திருந்தான். ரஸ்கோல்னி கோவின் கோபம் சிறிது அதிகரித்தது. அந்த ஆடம்பரமான தடி யனைச் சற்று சீண்டிப் பார்க்கும் ஆர்வம் அவனது மனதினுள் எழுந்தது. அவன் அந்தப் பெண்ணை அங்கேயே விட்டுவிட்டு, அந்த மனிதனை நோக்கி நடந்தான்.

“ஏய், ஸ்விட்ரிகைலோவ்! இங்கே என்ன வேலை உனக்கு?” என்று உரக்கச் சத்தமிட்டபடி தன் முஷ்டியை உயர்த்தி, உதடுகளை நெரித்தபடி வன்மத்தோடு அவனை நெருங்கினான் ரஸ்கோல்னி கோவ்.

“நீ என்ன சொல்கிறாய்?” என்று தானும் கடுமையான குரலில், வெறுப்புடன் முகத்தைச் சுளித்துக்கொண்டு, அகங்காரத் துடன் கேட்டான் அந்த மனிதன். திகைப்பும் ஆச்சரியமும் அடைந்து, அவனது முகத்தில் ஒருவித பரபரப்பும் காணப்பட்டது. இதனை அவன் எதிர்பார்க்கவில்லை.

“முதலில் இந்த இடத்தைவிட்டுப் போய்விடு, அதுதான் நான் சொல்வதற்கு அர்த்தம்!”

“என்ன தைரியம் உனக்கு, ஏய் இழிந்த பிறவியே!” என்று கடுமையாகச் சொல்லியபடியே தன் கரத்திலிருந்த பிரம்பை, ரஸ் கோல்னிகோவை நோக்கி ஓங்கினான் அந்த மனிதன். அதற்குள் ரஸ்கோல்னிகோவ் தன்னுடைய இரு முஷ்டிகளாலும் அந்த மனிதனைத் தாக்கத் தொடங்கியிருந்தான். அந்தப் பருத்த மனிதன், தன்னைப்போல இரண்டு மனிதர்களைக்கூட ஒரே நேரத்தில் சமாளிக்க முடியும் என்பது அந்த நேரத்தில் அவனுக்குத் தோன்ற வில்லை. அதேசமயம், யாரோ பின்னாலிருந்து தன்னைப் பிடித்து அப்பால் தள்ளுவதை உணர்ந்து திரும்பிப் பார்த்தான் ரஸ்கோல்னி கோவ். இப்போது இந்த இருவருக்கும் இடையில் வந்து நின்றான், அவனைப் பின்னால் தள்ளிய அந்தப் போலீஸ்காரன். “போதும், போதும்! நிறுத்துங்கள் உங்கள் சண்டையை! பொதுமக்கள் கூடும் இடத்தில் ஏன் சண்டை போட்டுக்கொண்டிருக்கிறீர்கள். யார் நீங்களெல்லாம்? என்ன வேண்டும் உங்களுக்கு?” என்று கடுமை யான குரலில் ரஸ்கோல்னிகோவைப் பார்த்துக் கேட்ட அந்தப் போலீஸ்காரன் ரஸ்கோல்னிகோவின் அந்தக் கந்தலான உடையை வெறித்துப் பார்த்தான்.

ரஸ்கோல்னிகோவ் மிகவும் ஆர்வமுடன் அந்தப் போலீஸ் காரனைப் பார்த்தான். பார்வைக்கு மிகவும் நல்லவனாக, நேர்மை யானவனாக, அழுத்தமான மனிதனாகத் தென்பட்டான் அந்தப் போலீஸ்காரன். பெரிய கிருதாவும் தாடியும் வைத்திருந்தான்.

“எனக்கு வேண்டிய நபர் நீங்கள்தான்” என்று உரக்கக் கத்திய ரஸ்கோல்னிகோவ் அந்தப் போலீஸ்காரனின் கரத்தைப் பற்றிக்கொண்டான். “நான் ஒரு மாணவன். பெயர் ரஸ்கோல்னி கோவ்... நீயும்கூடத் தெரிந்துகொள்” என்று அந்தத் தடித்த மனிதனைப் பார்த்துச் சொன்ன அவன், போலீஸ்காரனை நோக்கித் திரும்பினான். “என்னுடன்கூட வாருங்கள். உங்களுக்கு

ஒரு காட்சியைக் காட்டுகிறேன்” என்று அந்தப் போலீஸ்காரனின் கரத்தைப் பற்றியபடியே அவனை அந்தப் பெண்ணின் அருகே அழைத்துச் சென்றான்.

“இதோ பாருங்கள்! அளவுக்கதிகமாகக் குடித்துவிட்டு, நிதானமின்றிக் கிடக்கும் இந்தப் பெண்ணைப் பாருங்கள். இப்போதுதான் இந்தச் சாலை வழியே இவள் வந்தாள். இவள் யார், என்ன என்பதெல்லாம் எனக்குத் தெரியாது. இவள் வேசைத் தொழில் செய்யும் விலைமாதாகவும் தென்படவில்லை. ஆனால் யாரோ இவளை ஏமாற்றி, நன்றாகக் குடிக்க வைத்துத் தங்களது இச்சைகளைத் தீர்த்துக்கொள்வதற்காகத் தவறாகப் பயன்படுத்தியிருக்க வேண்டும். இவளுக்கு இதுதான் முதல்முறையாகக்கூட இருக்கலாம். உங்களுக்கு இதை விளங்கிக்கொள்ள முடிகிறதா? தங்களது வேலை முடிந்த பிறகு, இந்த நிலையில் இவளை அநாதரவாகத் தெருவில் தூக்கி வீசி எறிந்திருக்க வேண்டும். பாருங்கள்! அவளது ஆடை கிழிந்திருக்கிறது. அதை அவள் எப்படி அணிந்திருக்கிறாள் என்பதையும் கொஞ்சம் பாருங்கள். தன்னுடைய ஆடைகளைக்கூட அவள் தானாக உடுத்திக்கொள்ளவில்லை... எவரோ உடுத்தி விட்டிருக்கிறார்கள். பழக்கமே இல்லாத ஓர் ஆணின் கரத்தால் அவளது ஆடை அவளுக்கு அணிவிக்கப்பட்டிருக்கிறது என்பது வெளிப்படையாகத் தெரிகிறது. சரி, இது ஒருபக்கம் இருக்கட்டும். அங்கே பாருங்கள். நான் இப்போது சண்டை போட்டேனே, அந்த டாம்பீகமான உடை அணிந்த அந்த மனிதனைப் பாருங்கள். அவனை யாரென்று எனக்குத் தெரியாது. இப்போதுதான் இவனை நான் முதன்முதலில் பார்க்கிறேன். அவன் சாலையில் நின்றபடி அவளையே பார்த்துக்கொண்டிருந்தான். அவனது பார்வையே சரியில்லை. நிலைகுலைந்து போய்த் தன்வசமில்லாமல் காணப்பட்ட இவளை, எப்படியாவது தன் வசப்படுத்தி எங்காவது கொண்டுபோய்விடும் நோக்கத்துடன் இங்கே அவன் சுற்றிக்கொண்டிருந்தான். இதுதான் உண்மை, ஐயா! என்னை நம்புங்கள். நான் தவறாகச் சொல்லவில்லை. அவளையே பார்த்துக்கொண்டிருந்தான் அவன். நான் இங்கிருந்து போனவுடன் அவளை நெருங்கலாம் என்று, நான் போவதற்காக அவன் காத்துக்கொண்டிருந்தான். இதோ பாருங்கள், ஏதோ சிகரெட் பற்றவைக்கச் செல்பவன் போலச் சற்றுத் தள்ளிச் சென்றவன், அங்கேயே நின்றுகொண்டிருக்கிறான் பாருங்கள்! இப்போது சொல்லுங்கள். அவனது கைகளிலிருந்து அவளை எப்படிக் காப்பாற்றப் போகிறோம்? அவளை எப்படி அவளது வீட்டில் கொண்டுபோய்ச் சேர்க்கப் போகிறோம்?”

நிலைமையை உடனடியாக உணர்ந்துகொண்டான் அந்தப் போலீஸ்காரன். அதுபற்றி ஆலோசித்தான். அந்தப் பருத்த

மனிதன், தான் நினைத்ததை முடிக்க வேண்டும் என்பதிலேயே உறுதியாக இருப்பது தெளிவாகப் புலப்பட்டது. பெஞ்சில் சாய்ந் திருந்த அந்தப் பெண்ணை மிக நெருக்கமாகக் குனிந்து முழுவதும் உற்றுக் கவனித்தான் போலீஸ்காரன். அவனுடைய முகம் முழு வதிலும் உண்மையான இரக்கமும் கருணையும் பரவிப்படர்ந்தது.

"சே... என்ன பரிதாபம்" என்ற அவன், தலையை ஒரு தரம் உலுக்கிக்கொண்டான். "ஒரு குழந்தையைப்போல இருக் கிறாள்! இவளைப் போய் ஏமாற்றியிருக்கிறார்களே. இங்கே பார், என்னைக் கவனி, பெண்ணே! நீ எங்கே வசிக்கிறாய், உனது முகவரி என்ன?" என்றான் போலீஸ்காரன்.

அந்தப் பெண், சோர்வான, நீர் மல்கி வீங்கிப் போயிருந்த இமைகளை விரித்துக் கண்களைத் திறந்துகொண்டாள். கேள்வி கேட்டவனை மிகவும் மந்தகதியில், பார்த்து, மறுப்பதுபோலக் கைகளை ஆட்டினாள்.

தன் சட்டைப் பைகளைக் குடைந்து, அதிலிருந்து இருபது கோபெக்குகளை எடுத்துப் போலீஸ்காரனின் முன்பு நீட்டினான் ரஸ்கோல்னிகோவ். "நான் சொல்வதைக் கேளுங்கள். முதலில் ஒரு வண்டியைப் பிடித்து இவளை அவளது வீட்டில் விட்டுவர ஏற்பாடு செய்யுங்கள். அவளுடைய முகவரி மட்டும் எப்படியாவது தெரிந்தால் போதும்!"

"ஏ பெண்ணே, சின்னப் பெண்ணே!" என்று மீண்டும் அவளை அழைத்தான் போலீஸ்காரன். ரஸ்கோல்னிகோவ் நீட்டிய காசுகளைத் தன் கையில் எடுத்துக்கொண்டான். "நான் ஒரு வண்டியை அழைத்து வந்து, உன்னை உன் வீட்டில்கொண்டு போய் விட்டு விடுகிறேன். எங்கே உன்னை அழைத்துப் போவது, சொல். உன்னுடைய வீட்டு முகவரியைச் சொல்!"

"ஓ, போய்விடு, தொந்தரவு செய்யாதே!" என்று முணு முணுத்தபடி மீண்டும் கைகளை ஆட்டி மறுத்தாள் அந்தப் பெண்.

"இது மோசமான தொழில் அம்மா. மோசமான தொழில், வெட்கக்கேடானது, பெண்ணே! வெட்கக்கேடானது!" என்று சொன்ன அந்தப் போலீஸ்காரன் மீண்டும் தனது தலையை ஒரு முறை உலுக்கிக்கொண்டான். பரிதாபத்துடனும், கண்டிப்பு, வெறுப்பு, கோபம் எல்லாம் கலந்த ஓர் உணர்வுடனும் அவன் அவளைப் பார்த்து இவ்வாறு சொன்னான். "பார்த்தாயா, இதெல் லாம் மிகவும் சிரமமான வேலை..." என்று ரஸ்கோல்னிகோவைப் பார்த்துக் கூறிவிட்டு, அவனை மேலும் கீழுமாகப் பார்த்தான்.

இவனும்கூட ஒரு வினோதமான மனிதனாகவே அந்தப் போலீஸ் காரனுக்குத் தோன்றினான். "கந்தலான கிழிந்த உடை அணிந்திருக் கிறான். காசுகளைத் தாராளமாக எடுத்து நீட்டுகிறான்!" "இங் கிருந்து வெகுதூரத்திலேயே நீ இவளைப் பார்த்து விட்டாயோ" என்று ரஸ்கோல்னிகோவைக் கேட்டான் போலீஸ்காரன்.

"நான் முதலிலேயே சொன்னேன் அல்லவா? சாலையில் எனக்கு முன்னால் தள்ளாடியபடி இவள் நடந்து சென்று கொண்டிருந்தாள். இந்தப் பெஞ்சின் அருகில் வந்தவுடன், அப்படியே சுருண்டு பெஞ்சில் விழுந்துவிட்டாள்."

"ஓ, கடவுளே, எவ்வளவு கேவலமான செயல்கள் எல்லாம் இப்போது நடக்கின்றன! எவ்வளவு சின்னப் பெண்? மிகவும் இளமையான பெண்! இப்படிக் குடித்துவிட்டுக் கிடக்கிறாளே. யாரோ இவளை நாசப்படுத்தியிருக்கிறார்கள். இவளது உடைகள் எல்லாம் எப்படிக் கிழிந்து அலங்கோலமாகக் கிடக்கிறது பார்த் தாயா! இப்போதெல்லாம் எவ்வளவு மோசமான பாவச் செயல்கள் மலிந்து கிடக்கின்றன பார்த்தாயா? இவள் ஒரு நல்ல குடும்பத்திலிருந்து – ஏழ்மையான குடும்பத்திலிருந்து வந்த பெண் ணாகத் தானிருப்பாள். இவளைப்போல நிறையப் பெண்கள் இப்படி ஆகிவிடுகிறார்கள். இப்போது இவளைப் பார்க்கும் பொழுது நன்கு கண்ணியமாக வளர்க்கப்பட்ட பெண்ணாகவே தெரிகிறது. எவ்வளவு நல்ல, சின்னப் பெண்ணாக இவள் இருக் கிறாள்...!" என்று அவளைப் பற்றி மீண்டும் மீண்டும் கூறிக் கொண்டு அதையே சிந்தித்துக்கொண்டு புலம்பிக்கொண்டிருந் தான் அந்தப் போலீஸ்காரன்.

ஒருவேளை அவனது குடும்பத்தில் அவனுக்கேகூட இவளைப் போன்ற வயதில் கண்ணியமாக, பண்பாடு மிக்கவர் களாக வளர்க்கப்பட்ட, மகள்கள் இருக்கக்கூடும். அவர்கள், உரிமைகள் என்ற பெயரில் கட்டுப்பாடுகளை மீறி, நாகரிகத்தின் அவலங்களுக்குள் பிரவேசிக்க முயல்பவர்களாகவும் இருக்கக்கூடும் என்ற எண்ணம் ரஸ்கோல்னிகோவுக்கு அப்போது தோன்றியது.

"இப்போது நாம் செய்ய வேண்டிய முதல் வேலை இந்தப் பெண்ணை அந்தப் போக்கிரியின் கைகளில் அகப்பட்டுக்கொள் ளாமல் பாதுகாக்க வேண்டியதுதான்! அவன் இவளை மறுபடியும் சீரழித்து விடுவான். அவன் விரும்புவது என்னவென்பதுதான் வெளிப்படையாகத் தெரிகிறதே. பாருங்கள், இங்கிருந்து அகன்று போகாமல் நின்றுகொண்டே இருக்கிறான். பாருங்கள்!"

ரஸ்கோல்னிகோவ் உரத்த குரலில், அவனைச் சுட்டிக் காட்டியபடி இதைச் சொன்னான். இதைக் கேட்டுவிட்ட அந்த

மனிதன், மிகவும் கோபமுற்று உணர்ச்சிவசப்பட்டு ஏதோ கூற நினைத்தவன், மறுகணமே தன்னைத்தானே கட்டுப்படுத்திக் கொண்டு, மிதமிஞ்சிய வெறுப்புக் கலந்த ஒரு பார்வையை மட்டும் வீசியதோடு அமைதியடைந்துகொண்டான். பிறகு மெல்ல மேலும் பத்து தப்படிகள் அப்பால் நகர்ந்து சென்று, மீண்டும் அங்கேயே நின்றுகொண்டான். “சரி, சரி, அதையெல்லாம் நான் பார்த்துக் கொள்கிறேன். அவள் தன்னை எங்கே கொண்டுபோய்விட வேண்டும் என்று கூறிவிட்டால் போதும். இல்லாவிட்டால்...” என்று கூறியபடி மீண்டும் அவளருகே சென்று குனிந்து, “ஏ, பெண்ணே...!” என்று அழைத்தான் அந்தப் போலீஸ்காரன்.

திடீரென்று அந்தப் பெண் தனது கண்களை முழுவதுமாக அகலத் திறந்தாள். ஏதோ ஒரு விஷயத்தை இப்போதுதான் உள் வாங்கிக்கொண்டது போன்ற ஒரு பாவனை அவளது கண்களில் தெரிந்தது. சட்டென்று எழுந்து நின்ற அவள், தான் வந்த வழி யிலேயே திரும்பவும் நடக்கத் தொடங்கினாள். “ஓ, எவ்வளவு கேவலமான மனிதர்கள்! என்னைத் தனிமையிலிருக்க விடாமல் மிகவும் தொந்தரவு செய்கிறார்கள்...” என்று கூறியபடி, மறுபடியும் கைகளை வீசிக்கொண்டு அவள் நடக்க முயன்றாலும் அவளால் நடக்க முடியவில்லை. முன்பு போலவே தள்ளாடியபடியேதான் அவள் நடந்துகொண்டிருந்தாள். அவளுக்கு எதிர்ப்புறம், சாலை யின் மறுபுறம் – மீண்டும் அவளைத் தொடர்ந்தபடியே அந்தப் பருத்த மனிதனும் நடந்துகொண்டிருந்தான். அவள்மீது பதிந்த கண்களை விலக்காதவனாக அவன் தொடர்ந்து நடந்துகொண்டி ருந்தான்.

“நீ கவலைப்படாதே, நான் இதை அனுமதிக்க மாட்டேன்!” என்று கூறிய அந்தக் கிருதா வைத்த போலீஸ்காரன் விடாமல் அவர்களைத் தொடர்ந்து செல்ல முயன்றான்.

“சே, இந்தக் காலத்தில் எப்படிப்பட்ட போக்கிரித்தனங்களை யெல்லாம் பார்க்க நேருகிறது” என்று உரத்த குரலில் பெரு மூச்சுடன் கூறினான் அந்தப் போலீஸ்காரன்.

இந்தக் கணத்தில் திடீரென்று ரஸ்கோல்னிகோவின் உள்ளத்தில் தலையெடுத்த எதிர்மறையான உணர்வு, அவனைத் தேள் கொடுக்கு போலக் கடுமையாகத் தாக்கியது. “ஏய், கொஞ்சம் நில்லு!” ”என்று மீசை வைத்திருந்த அந்தப் போலீஸ்காரனைப் பார்த்து உரக்கக் கத்தினான் ரஸ்கோல்னிகோவ்.

போலீஸ்காரன் நின்றான். ரஸ்கோல்னிகோவைத் திரும்பிப் பார்த்தான். “வேண்டாம் நிறுத்து. அவர்களைப் போகவிடு.

அதைப் பற்றி உனக்கென்ன வந்தது? விட்டுத் தொலை... அவன் (அந்த தடித்த மனிதனைச் சுட்டிக்காட்டியபடி) சந்தோஷமாக இருந்துவிட்டுப் போகட்டும்! தடுக்காதே! உன் வேலையை நீ பார்!" என்று உரக்கச் சொன்னான் ரஸ்கோல்னிகோவ்.

"இவனுக்கென்னவாயிற்று?" என்று திகைப்புடன் கண்களை அகல விரித்து ரஸ்கோல்னிகோவைப் பார்த்தான் போலீஸ்காரன்.

ரஸ்கோல்னிகோவ் சிரித்தான்.

"நல்லது!" என்று உரக்கக் கத்திவிட்டு, மீண்டும் வேகமாக அந்தப் பருத்த மனிதனையும் அந்தப் பெண்ணையும் பின் தொடர்ந்து ஓடினான் அந்தப் போலீஸ்காரன். இவன் பைத்திய மாக இருக்க வேண்டும் அல்லது அதையும் விட மோசமான மனச்சிதைவு உள்ளவனாக இருக்க வேண்டும் என்று ரஸ்கோல்னி கோவைப் பற்றி நினைத்துக்கொண்டான் அந்தப் போலீஸ்காரன்.

"என்னுடைய இருபது கோபெக்குகளையும் எடுத்துக் கொண்டு போய்விட்டான்" என்று போலீஸ்காரனை நினைத்துப் புலம்பிக்கொண்டிருந்தான் ரஸ்கோல்னிகோவ். "இப்போது அவன் அந்த மனிதனிடமிருந்தும்கூட ஏதாவது பணம் வாங்கிக்கொண்டு அந்தப் பெண்ணை அவனுடனேயே அனுப்பிவிடலாம். அதுதான் இந்தக் கதையின் முடிவாக இருக்கும். நான் ஏன் இந்த விஷயத்தில் தலையிட்டேன்? இதனால் எனக்கு என்ன வந்தது? இப்படி உதவி செய்ய எனக்கு என்ன உரிமை இருக்கிறது? அவர்கள் ஒருவரை ஒருவர் உயிரோடு அடித்துக்கூடத் தின்றுகொள்ளட்டுமே, அதனால் எனக்கென்ன வந்தது? அந்த இருபது கோபெக்குகளை யும்கூடக் கொடுத்துவிடுவதற்கு நான் எப்படித் துணிந்தேன்? அவற்றைக் கொடுப்பதற்கு எனக்கு என்ன உரிமை இருக்கிறது? உண்மையில் அது என்னுடைய பணமா என்ன?"

இவ்வாறு தனக்குள் மிக விநோதமான கேள்விகளை எழுப்பியபடியே காலியாக இருந்த பெஞ்சில் அப்படியே உட் கார்ந்துகொண்டான் ரஸ்கோல்னிகோவ். அவனுடைய இதயம் முழுவதும் கனத்துப் போயிருந்தது. அவனுடைய சிந்தனைகளும் கூட மிகவும் குழம்பிப் போய்த் தறிகெட்டுப் போயிருந்தன. ஒரே மாதிரியாக அந்தக் கணத்தில் அவனால் சிந்திக்க முடியவில்லை. முழுவதுமாகத் தன்னையே மறந்து எல்லாவற்றையும் மறந்து தூங்கி விட அவன் விரும்பினான். தூங்கி எழும் பொழுது எந்தவிதப் பிரச்சினைகளுமின்றிப் பரிசுத்தமான மனதோடு எழ வேண்டும். அதன் பின் தனது வாழ்வைப் புதிதாகத் தொடங்க வேண்டும் என்று அவன் விரும்பினான்.

பெஞ்சின் மூலையில் அவள் சாய்ந்து உட்கார்ந்திருந்த அந்தக் காலியிடத்தைப் பார்த்து, "பாவம் அந்தப் பெண்" என்று தனக்குள் சொல்லிக்கொண்டான். அந்தப் பெண்ணுக்குச் சுய உணர்வு வந்தவுடன் முதலில் அழுவாள். அதன்பின் அவளது தாய் எல்லா விஷயங்களையும் கண்டுபிடித்துவிடுவாள். அதன்பின் அவள் அம்மா, அவளை அடித்து நொறுக்குவாள். பொறுக்க முடியாத வலியும் அவமானமும் அவளுக்கு ஏற்படும். அதன்பின் அவளைக் கழுத்தைப் பிடித்துக் கதவுக்கு வெளியிலே தள்ளி விடுவார்கள். வீட்டை விட்டே அவளைத் துரத்தி விடுவார்கள். அப்படி அவள் துரத்தப்படாவிட்டாலும், தார்யா ஃப்ரன்ட் சோவ்னா போன்றவர்கள் அவளை மோப்பம் பிடித்து வேறு வழியில் அவளை வேட்டையாடி விடுவார்கள். அப்புறம் இருக் கவே இருக்கிறது ஆஸ்பத்திரி. (கண்ணியமான தாய்மார்களுடன் வாழும் பெண்களுக்குத் தங்கள் குற்றங்களைப் பிறரறியாமல் மூடி மறைக்க எப்போதுமே இப்படி ஒரு வழி இருக்கிறது) அப்புறம் திரும்பத் திரும்ப ஆஸ்பத்திரி... வோட்கா... மதுக்கடைகள் மீண்டும் ஆஸ்பத்திரி! இவ்வாறு இரண்டு, மூன்று வருடத்திற்குள் சீரழிந்து போய்ப் பதினெட்டு, அல்லது பத்தொன்பது வயதுக்குள் அவளது வாழ்க்கையே முடிந்துவிடும். இந்தப் பெண்ணைப்போல எத்தனையோ பெண்களை நான் பார்த்திருக்கிறேன். அவர்களின் கதி என்ன ஆயிற்றோ, அதேகதிதான் இந்தப் பெண்ணுக்கும் நேரும். இவர்களெல்லாம் ஏன் இப்படி வளர்க்கப்படுகிறார்கள்? ஏனென்றால் இவர்களைப் பெற்றவர்களும் அதுபோன்றே வளர்க்கப்பட்டிருப்பார்கள். அதனால்தான் இவர்களும் இப்படி அதேபோன்ற நிலைக்கு வந்துவிடுகிறார்கள். ஏன் இப்படியெல்லாம் நேருகிறது என்று கேட்டால் அது அப்படித்தான் நேரும் என்று அவர்கள் சொல்கிறார்கள். "மக்களில், ஒரு குறிப்பிட்ட சதவிகிதத் தினர்* இந்த வழியில் சாத்தானிடம் ஒவ்வொரு ஆண்டும் போய்ச் சேர வேண்டுமாம்". ஒருவேளை இப்படி ஒரு பகுதியினர் கெட்டழிந்து போனால்தான் மீதமுள்ள மக்கள் கற்புடனும் தூய்மையாகவும் வாழ முடியும் போலிருக்கிறது என்று நான் நினைக்கிறேன். சதவிகிதத்தினர்! என்ன அற்புதமான வார்த்தை இது? விஞ்ஞான பூர்வமானதாகவும், ஆறுதலளிப்பதாகவும் இந்த வார்த்தைகள் அமைந்திருக்கின்றன. சதவிகிதம் என்ற வார்த் தைக்குப் பதிலாக வேறு ஏதேனும் ஒரு வார்த்தையைப் பயன் படுத்தியிருந்தால், ஒருவேளை அது மனதிற்குத் தொந்தரவு

* 1865ஆம் ஆண்டில் சமூகம் சம்பந்தப்பட்ட கேள்விகளுக்குப் புள்ளியியல் அணுகுமுறையைக் கையாளுவதைப் பற்றி ரஷ்யப் பத்திரிகைகள் விவாதித்துக்கொண்டிருந்தன.

தருவதாக இருந்திருக்கக்கூடும். துனியாவும்கூட இந்தச் சதவிகிதத்தில் ஏதேனும் ஒன்றில் இடம்பெற்றுவிட்டால்தான் என்ன? அதாவது மற்றொரு சதவிகிதத்தில்... ஒருவேளை மற்றொன்றில் இல்லாவிட்டால் அந்தச் சதவிகிதத்தில் இருப்பவர்களிலேயே ஒருத்தியாக...?

"ஆனால், இப்போது நான் எங்கே போய்க்கொண்டிருக்கிறேன்?" என்று திடீரென்று ஓர் எண்ணம் அவனிடத்தில் தோன்றியது. ஏதோ ஒரு காரணத்துக்காகத்தானே நான் வெளியே வந்திருக்க வேண்டும். கடிதத்தைப் படித்து முடித்தவுடன் நான் வெளியேறி வந்தேன். வாசிலியேவ்ஸ்கி தீவுக்கு ரஸுமிகினைப் பார்ப்பதற்காகத்தான் நான் போய்க்கொண்டிருந்தேன். எனக்கு இப்போது அது நினைவுக்கு வந்துவிட்டது. ஆனால் எதற்காக...? ரஸுமிகினைப் பார்க்க வேண்டும் என்ற எண்ணம் எதற்காக இந்த நேரத்தில் எனக்குத் தோன்றியது என்றுதான் எனக்குப் புரியவில்லை. வினோதமாக, ஒரே குழப்பமாக இருக்கிறதே?"

அவன் தன் செயலைப் பார்த்துத் தானே ஆச்சரியப்பட்டுக்கொண்டிருந்தான். ரஸுமிகின் அவனுடன் பல்கலைக்கழகத்தில் படித்த அவனது பழைய நண்பன். பல்கலைக்கழகத்தைப் பொறுத்த வரையில் ரஸ்கோல்னிகோவுக்கு நண்பர்கள் அதிகமாகக் கிடையாது. தன்னுடன் படிக்கும் எந்த மாணவனுடனும் அவன் மிக நெருக்கமாகப் பழகுவதில்லை. எல்லோருடைய நட்பையும் அவன் தவிர்த்தான். யாரும் அவனை அழைப்பதும் இல்லை. இவனைப் பார்க்கவும் எவரும் வருவதில்லை. வெகுசீக்கிரமே தான் தனிமையில் விடப்பட்டதை அவன் உணர்ந்துகொண்டான். மாணவர்கள் கூடும் கூட்டங்களில், விவாதங்களில், கேளிக்கை நிகழ்ச்சிகளில் எதிலும் இவன் கலந்துகொள்வதே இல்லை. தன்னை வருத்திக்கொண்டு விடாமுயற்சியுடன் மிகக் கடுமையாக உழைத்ததற்காகப் பிறரால் மதிக்கப்பட்டானே தவிர, எவராலும் அவன் விரும்பப்படவே இல்லை. மிகுந்த வறுமையில் இருந்த அவன், பிறரால் வெறுக்கத்தக்க அளவுக்குத் தன்முனைப்பும் கர்வமும் கொண்டவனாகவும், எல்லாவற்றிலிருந்தும் ஒதுங்கிப் போகிறவனாகவுமே இருந்தான். அறிவிலும், முன்னேற்றத்திலும், கொண்டிருந்த கொள்கைகளிலும், சக மாணவர்களைக் காட்டிலும் தன்னை உயர்ந்தவனாகக் கருதிக்கொண்டு, சக மாணவர்களின் ஆர்வங்களையும் கருத்துகளையும் மிகவும் தாழ்வாக அவன் எடைபோட்டு வந்ததால் அவன் ஒன்றும் தெரியாத குழந்தைகளைப் போல மிகவும் குறைவாகத் தங்களை மதிப்பிட்டு வைத்திருக்கிறான் என்ற எண்ணம் அவர்களிடையே ஏற்பட்டிருந்தது.

எப்படியோ ரஸுமிகின் மட்டும் அவனுக்கு நண்பனாகி விட்டான். அதையும் பலமான நட்பு என்று கூறிவிட முடியாது. பிறரிடம் பேசிப் பழகுவதை விட ரஸுமிகினிடம் அவனால் சற்று வெளிப்படையாகவும், கூடுதலாகவும் உரையாட முடிந்தது அவ்வளவுதான்! ரஸுமிகினிடம் வேறுவகையாக எவராலுமே பழக முடியாது. ரஸுமிகின் உல்லாசமும், உற்சாகமுமான உணர்வு களை அதிகம்கொண்டவன். எல்லோராலும் சிநேகிக்கத்தக்க குணங்களைக்கொண்டவன். மிகவும் நல்ல மனம் படைத்தவன். மிகவும் எளிமையானவன். ஆனால் அவனது அந்த எளிமை, அவனது நுண்ணறிவையும், பெருந்தன்மையையும் திரை போட்டு மறைத்துக்கொண்டிருந்தது. அவனது சகமாணவர்களில் சிறந்தவர் களான எல்லோருக்கும் இந்த உண்மை தெரிந்திருந்ததால் அனை வருமே அவனை மிகவும் நேசித்தனர். முட்டாள்தனங்களுக்கெல் லாம் அப்பாற்பட்டவனாக அவன் இருந்த போதிலும், சிலவேளை களில், உண்மையாகவே சில விஷயங்கள் பற்றித் தெரியாமல், அப்பாவியாக அவன் விழிப்பதும் உண்டு. கருநிற முடியும், ஒல்லி யும், உயரமுமாக எடுப்பான தோற்றமும்கொண்ட அவன், ஒழுங் காகச் சவரம் செய்துகொள்வதில்லை. ஆக்ரோஷமான பல சண்டைகளை எதிர்கொண்டிருக்கும் அவன், அற்புதமான உடல் வலிமைக்காக அனைவராலும் பாராட்டப்பட்டிருப்பவன். ஒருமுறை, இரவு நேரத்தில் தன்னுடைய நண்பர்கள் சிலருடன் வெளியே சென்ற அவன், ஆஜானுபாகுவான ஆறடி உயரம் கொண்ட போலீஸ்காரன் ஒருவனைக் கடுமையாகத் தாக்கி இருக் கிறான். முடிவே இல்லாமல் குடித்துக்கொண்டு, குடிபோதை யிலேயே தொடர்ச்சியாகப் பல காலம் மிதந்துகொண்டே இருக்க வும் அவனால் முடியும். அதேபோலக் குடிக்காமலே பல காலம் இருக்கவும் அவனால் முடியும். சில சமயங்களில் அவனது கிறுக்குத்தனங்கள் கட்டுக்கடங்காமல் எல்லை மீறிப் போவதும் உண்டு. அதுபோலவே எந்தவிதமான கிறுக்குத்தனங்களிலும் ஈடு படாமல் தீவிரமாக ஒதுங்கியிருக்கவும் அவனால் முடியும். ரஸுமிகினைப் பற்றிச் சிறப்பாகக் குறிப்பிட வேண்டிய மற்றொரு விஷயம் என்னவென்றால், தோல்விகள் அவனை ஒருபொழுதும் துவளச் செய்ததில்லை. நெருக்கடியான சந்தர்ப்ப சூழ்நிலைகளால் அவன் என்றுமே மூச்சுத்திணறிப் போனதில்லை. அவனால் ஒரு கூரையின்மீதுகூடக் குடியிருந்துகொண்டு, மிகக் கடுமையான உச்சபட்சப் பசியையும், குளிரையும்கூடச் சகித்துக்கொள்ள முடியும். உண்மையில் ஏழ்மை நிலையிலிருந்த அவனுக்கு, வரு வாய்க்கே வேறுவழியில்லை. அவன் எல்லாவகையான வேலைக ளையும் ஏற்றுக்கொண்டு செய்வான். இப்போது ஒரு வகையான

வேலை கிடைக்கிறது என்றால் அதனைச் செய்வான். மறுநாள் வேறு வகையான வேலை கிடைத்தால் அதனையும் ஏற்றுக் கொண்டு செய்வான். பணம் சம்பாதிப்பதற்கு ஆயிரத்தோரு வழிகள் உண்டு, அதற்கு ஒரு முடிவு எதுவும் கிடையாது என்பதை அவன் அறிந்து வைத்திருந்தான். ஒருமுறை, குளிர்காலம் முழுவதும், வெப்பமூட்டிக்கொள்ளும் (Heater) வசதியில்லாத அறையில் தங்கியிருந்து குளிரிலேயே அந்தக் காலத்தைக் கழித்துவிட்ட அவன், அதையே தான் விரும்பியதாகவும், குளிரில் தான் தன்னால் நன்றாகத் தூங்க முடியும் என்றும் சத்தியம் செய்தான். இப்போது அவனுக்கும்கூடப் பல்கலைக்கழகப் படிப்பை விட்டு விலகியிருக்க வேண்டிய சூழல் நேர்ந்திருக்கிறது. ஆனால் இந்த இடைவெளி, குறுகிய காலத்திற்கு மட்டும்தான்! அவன் கடுமையாக உழைத்துப் பல்கலைக்கழகப் படிப்புக்கு வேண்டிய பணத்தைச் சேமித்துக்கொண்டு, திரும்பவும் வந்து தனது படிப்பைத் தொடருவான் என்பது உறுதி.

கடந்த நான்கு மாதங்களாக ரஸ்கோல்னிகோவ் அவனைப் பார்க்கவில்லை. ரஸுமிகினுக்கும்கூட இவனது முகவரி தெரியாது. இரண்டு மாதங்களுக்கு முன்னால் இவர்கள் இருவரும் தெருவில், நேருக்கு நேர் எதிர்ப்படும் சந்தர்ப்பம் ஒன்று வாய்த்தது. ஆனால் நண்பனது பார்வையில் படுவதைத் தவிர்க்க எண்ணிய ரஸ்கோல்னிகோவ் திரும்பி நடந்து, மறுபுறம் கடந்து சென்றுவிட்டான். ரஸுமிகின் அவனைப் பார்த்துவிட்டபோதும், நண்பனைத் தொந்தரவு செய்ய விரும்பாமல் தன்வழியே அவனும் தாண்டிச் சென்றுவிட்டான்.

அத்தியாயம் – 5

"ரஸுமிகினிடம் சென்று எனக்கு ஏதாவது ஒரு வேலை – பாடம் சொல்லிக் கொடுப்பதோ (ட்யூஷன்) அல்லது வேறு ஏதாவது ஒரு வேலையோ கிடைக்க உதவுமாறு கேட்க வேண்டும் என்று இத்தனை நாளாக எனக்குத் தோன்றவில்லையே" என்று ரஸ்கோல்னிகோவ் தன் மனதிற்குள் நினைத்துக்கொண்டான். அவனாலும் இப்போது எனக்கு என்ன உதவி செய்ய முடியப் போகிறது? ஒருவேளை பாடம் சொல்லிக் கொடுக்கிற வேலையை அவன் எனக்கு ஏற்பாடு செய்து தரலாம். அல்லது தன்னிடம் கடைசியாக ஏதும் பணம் மிச்சமிருந்தால் அதனை எனக்கு அவன் தரலாம்; ஒருவேளை அப்படி ஏதாவது அவன் பணம் தந்தால் அதை வைத்து ட்யூஷனுக்குச் செல்வதற்கு ஏற்றபடியாக எனக்கு பூட்ஸ்களும் உடைகளும் வாங்கிக்கொள்ளலாம். ம்... அதன்பின் என்ன நடக்கப் போகிறது? அதன்மூலம் சம்பாதிக்கும் சில செப்புக் காசுகளை வைத்துக்கொண்டு நான் என்ன செய்யப் போகிறேன்? நான் இப்போது விரும்புவது அதுவல்ல. என்னுடைய தேவை களை அவற்றால் நிச்சயமாக நிறைவேற்ற இயலாது. உண்மை யிலேயே ரஸுமிகினைப் பார்க்க நான் போய்க்கொண்டிருப்பது மிகவும் வேடிக்கையாகத்தான் இருக்கிறது."

சற்று யோசிக்கத் தொடங்கிய பிறகு, ரஸுமிகினைப் பார்ப் பதற்காகத் தான் சென்றுகொண்டிருப்பது ஏன்? என்ற கேள்வியே அவனை அதிகமாகத் தொந்தரவு செய்யத் தொடங்கியது. ஒரு வேளை, ஏதேனும் ஒரு கெட்ட சகுனம்தான் தன்னை இப்படி ரஸுமிகினைப் பார்ப்பதற்காகச் செலுத்திக்கொண்டிருக்கிறதோ என்னவோ என்ற வினோதமான ஓர் எண்ணமும் அவனுக்குள் எழுந்தது.

"ரஸுமிகினிடமிருந்து கொஞ்சம் உதவியைப் பெறுவதி னாலேயே என் பிரச்சினைகள் எல்லாவற்றையும் தீர்த்துக்கொண்டு விட முடியும் என்று நான் உண்மையாகவே நினைக்கிறேனா...? என் சிக்கல்களுக்கெல்லாம் ஒரு வழியைக் கண்டுபிடித்து விட்ட தாகவா நான் எண்ணிக்கொண்டிருக்கிறேன்?" என்று சற்று வியப்புடன் அவன் தன்னைத்தானே கேட்டுக்கொண்டான்.

தன்னுடைய முன் நெற்றியைத் தன் கரத்தினால் அழுத்தித் தேய்த்துக்கொண்டே சிந்தனையில் ஆழ்ந்திருந்த அவனுக்குச் சற்றும் எதிர்பாராத, மிகவும் அற்புதமான ஓர் எண்ணம் சிந்தையில் உதித்தது.

"ம். நான் நிச்சயமாக அவனைப் பார்க்கச் செல்வேன்!" என்று அவன் திடீரென்று முடிவுக்கு வந்தான். ஆனால் மிக அமைதியாக, நிதானமாக அவன் இறுதி முடிவு எடுத்தான். "ஆமாம், நிச்சயமாக நான் ரஸூமிகினைப் பார்க்கச் செல்வேன். ஆனால் இப்போது அல்ல. "அந்த நாளைக்குப்" பிறகு...! "அந்தச் செயல்" முடிந்த பிறகு...! எல்லாமே வித்தியாசமாக மாறிய பிறகு, உறுதியாக நான் அவனைப் பார்க்கப் போவேன்."

தான் சொன்னது என்னவென்பதை உணர்ந்ததும் அவனே ஒரு கணம் திடுக்கிட்டுப் போனான். "அதன் பிறகா?" என்று உரக்கக் கத்திய அவன் அந்தப் பெஞ்சிலிருந்து சடக்கென்று எழுந்து நின்றுகொண்டான். "அதன் பிறகா...? அப்படியானால் "அது" நடக்கப் போகிறதா? உண்மையாகவே "அந்தச் செயல்" நிகழப் போகிறதா?"

பெஞ்சு இருந்த இடத்தை விட்டு அகன்று, கிட்டத்தட்ட ஓட்டமும் நடையுமாக அவன் சென்றுகொண்டிருந்தான். தன்னுடைய வீட்டிற்குத் திரும்பிச் செல்ல அவன் விரும்பினான். ஆனால் வீட்டிற்குத் திரும்பிச் செல்ல வேண்டும் என்ற எண்ணமும் அவனால் பொறுத்துக்கொள்ள முடியாததாக இருந்தது. "அது" – "அந்த எண்ணம்" அவனுக்கு அங்கேதானே முதலில் தோன்றியது? சிறிய அலமாரியைப் போன்ற அந்த அறையில்தானே கடந்த ஒரு மாத காலமாக அவனுள் அந்த எண்ணம் வளர்ந்து, முற்றியது?

எங்கே செல்லுகிறோம் என்றே அறியாதவனாக அவன் வேகமாக நடக்கத் தொடங்கினான்.

வெடவெடத்துக்கொண்டிருந்த நரம்புகள் அவனுள் காய்ச்சலைத் தோற்றுவித்திருக்க வேண்டும். அவனுக்குக் குளிர்வது போல இருந்தது. மிகக் கடுமையான அந்தக் கோடை வெயில் வேளையிலும்கூட அவனது உடல் குளிரினால் நடுங்கியது. உள்ளுணர்வால் இயக்கப்பட்டவனாகத் தன்னைச் சுற்றியிருந்த மனிதர்கள் மீதும், பொருள்கள் மீதும் அவன் கவனம் செலுத்த முயன்றான். அதில் அவன் சிறிதளவு வெற்றியடைந்தாலும் முழுமையாக வெற்றியடைய முடியவில்லை. திரும்பத் திரும்பத்

தொடர்ச்சியான ஆழமான சிந்தனைகளுக்குள்ளேயே அவன் வீழ்ந்துகொண்டிருந்தான். அவன் தலையை நிமிர்த்தித் தன்னைச் சுற்றிலும் பார்த்தபொழுது, சற்றுமுன் அவன் நினைத்துக்கொண்டி ருந்தது எது என்பதுகூட அவனுக்கு மறந்து விட்டிருந்தது. தான் எந்த வழியாக அங்கே வந்தோம் என்பதும்கூட அவனுக்கு நினை வுக்கு வரவில்லை. இதேரீதியில் வாசிலியேவ்ஸ்கி தீவின் நேர் குறுக்கே நடந்து, "லிட்டில் நேவா" நதியின் குறுக்கே உள்ள பாலத்தைக் கடந்து சென்று, வாசிலியேவ்ஸ்கி தீவைத் திரும்பிப் பார்த்தான் அவன்.

முதல் பார்வையிலேயே பச்சைப்பசேலென்று செழுமை யாகத் தெரிந்த அந்தத் தீவின் சூழல் அவன் கண்ணைக் கட்டிப் போடுவதாக இருந்தது. நெருக்கியடித்துக்கொண்டு அமைந்திருந்த நகரின் காரை வீடுகளையும், பெரிய பெரிய நான்கு மாடிக் கட்டடங்களையும், அழுக்கும் பிசுக்குமான அதன் சுற்றுப்புறங் களையுமே பார்த்துப் பழகிச் சோர்ந்து போயிருந்த அவனது கண் களுக்கு அது ஆறுதலளித்தது. புழுக்கமோ, கெட்ட வாசனை களோ, கள்ளுக்கடைகளோ எதுவுமே இங்கில்லை. சற்றுநேரம் தன்னை மறந்து அந்தக் காட்சிகளில் ஒன்றிப் போயிருந்தான் அவன். விரைவில் அவனது இனிமையான உணர்வுகள், வேதனை தருபவைகளாகவும் எரிச்சலூட்டுவனவாகவும் மாறிப் போயின. நடந்துகொண்டிருந்தபோது வழியில் அழகான சித்திரம்போல அமைந்திருக்கும் பண்ணை வீடுகளைக் காணும் பொழுது, அங்கே அவனையும் அறியாமல் அவனது கால்கள் மேலே நடக்காமல் நின்றுகொள்ளும். வீட்டின் வராண்டாக்களிலும், மாடியில் உள்ள முற்றங்களிலும் சஞ்சரிக்கும் அழகான உடைகளை அணிந்த பெண் களையும், தோட்டத்தில் ஓடி விளையாடிக்கொண்டிருக்கும் குழந்தைகளையும் வீட்டின் வெளிப்புறம் அமைந்திருக்கும் வேலிக்கு அருகில் சென்றபடி வெறித்துப் பார்த்தான் ரஸ்கோல்னிகோவ். பூக்களின் மீது மிகுந்த ஆசைகொண்டிருந்த அவனது கவனத்தை அந்தத் தோட்டத்துப் பூக்கள் விசேஷமாகக் கவர்ந்தன. மற்றவை களைக் காட்டிலும் பூக்களையே அவன் நீண்ட நேரம் ரசித்துப் பார்த்துக்கொண்டிருந்தான். ஆடம்பரமான கோச்சு வண்டி களிலும், திடகாத்திரமான குதிரைகளிலும், ஜோடிகளாகப் பயணித்துச் செல்லுகின்ற ஆண்களும் பெண்களும் சாலையில் அவனை எதிர்கொண்டு சென்றனர். கண்களில் ஆர்வம் மின்ன லிட அவர்களை மிகவும் ஆவலுடன் கவனித்துப் பார்த்தான் அவன். தனது பார்வையிலிருந்து மறையும் வரை அவர்களைப் பார்த்துக்கொண்டிருந்துவிட்டு உடனடியாக மறுவிநாடியே அவர்

களை மறந்தும் போனான். இடையில் ஓரிடத்தில் நின்று, தன்னிட மிருந்த பணத்தைக் கணக்கிட்டுப் பார்த்தான். அவன் கையில் முப்பது கோபெக்குகள் இருந்தன.

"போலீஸ்காரனுக்கு இருபது கோபெக்குகள், நஸ்டாஸியா வுக்குக் கடிதத்திற்காக மூன்று கோபெக்குகள்... அப்புறம் மர்மெலா தோவினுடைய குடும்பத்திற்கு நாற்பத்து ஏழு அல்லது ஐம்பது கோபெக்குகள் கொடுத்திருப்பேன் என்று நினைக்கிறேன்" என்று கணக்கிட்டுக்கொண்டே வந்தவன், ஏதோ ஒரு காரணத்திற்காகத் தானே தனது சட்டைப் பையிலிருந்து காசுகளைத் துழாவி எடுத்துக் கணக்கிட்டுப் பார்த்தான். அதற்கான காரணம் என்ன வென்பது – ஏன் இப்போது கணக்குப் பார்த்தோம் என்பது அவனுக்கு இப்போது மறந்துபோய் விட்டிருந்தது. இதனை மீண்டும் நினைவுக்குக் கொண்டுவர முயன்றபடியே நடந்து கொண்டிருந்த அவன், வழியில் ஒரு சிற்றுண்டிச் சாலையைப் பார்த்தவுடன், தான் மிகவும் பசியுடன் இருப்பதை உணர்ந்தான். உடனே உணவகத்தினுள் சென்று ஒரு கோப்பை வோட்கா மதுவை அருந்தியபடி, ஒரு கேக் துண்டை வாங்கிக் கடித்தான். வோட்காவை அவன் ருசி பார்த்துப் பல காலம் ஆகியிருந்தது. அவன் குடித்தது ஒரு கோப்பை வோட்காதானென்றாலும், உடனடியாக அது அவனைப் பாதிக்கத் தொடங்கியது, அவனது கால்கள் திடீரென்று பாரமாக, கனத்துப் போனது போன்ற ஓர் உணர்வு அவனுக்கு ஏற்பட்டது. கட்டுப்படுத்த முடியாத ஒருவித தூக்கக்கலக்கமும் தோன்றியது. எங்காவது படுத்து சிறிது நேரம் தூங்க வேண்டும் என்ற விருப்பம் ஏற்பட்டது. வீட்டை நோக்கித் திரும்பிச் செல்ல அவன் முற்பட்டபோதும், பெட்ரோவ்ஸ்கி தீவை நெருங்குவதற்குள்ளாகவே அவன் மிகவும் களைத்துப் போனான். தொடர்ந்து நடக்க முடியாத நிலையில் கால்கள் தள்ளாட, பாதையிலிருந்து விலகி அங்கேயிருந்த ஒரு புதருக்குள் விழுந்து அப்படியே உறங்கிப் போனான்.

உடல் நலம் குன்றியிருக்கும் வேளையில் ஒரு மனிதனுக்கு ஏற்படும் கனவுகள், மிகவும் அபூர்வமானவைகளாகவும், வெளிப் படையாகவும், தெளிவாகவும், உண்மையாகவே வாழ்க்கையில் நடப்பதைப் போலவும் இருப்பதுண்டு. கனவில் தோன்றும் காட்சி களில் இயற்கைக்கு மாறான, ஒன்றுக்கொன்று சம்பந்தமில்லாத விஷயங்கள் இருந்தாலும், காட்சியின் பின்புலமும், காட்சியின் வெளிப்பாடும் மிகவும் தெளிவானவைகளாக இருக்கும். மிக நுணுக்கமான விஷயங்களைக்கூட அவை விரிவாகக் காட்டும். கனவு முழுவதுமே கலைநயத்தோடு – தொடுக்கப்பட்டுக் கண்

ணுக்குள் விரிவது பிரமிப்பூட்டுவதாக இருக்கும். கனவு காண்பவன் புஷ்கினைப் போலவோ, துர்க்கனேவைப் போலவோ ஒரு கலைஞ னாக இருந்தாலும்கூட இதுபோன்ற ஒரு கற்பனைக் காட்சியை அவனாகவே உருவாக்குவது என்பது சாத்தியமில்லாத ஒன்றாகவே இருக்கும். அத்தகைய கனவுகள், ஏற்கனவே மன உளைச்சலோடும் எழுச்சியான மன உணர்வுகளோடும் இருக்கும் மனிதனிடம் அதிக மான தாக்கத்தை ஏற்படுத்துவதோடு, வெகு காலங்களுக்கு அவனால் நினைவு கூரப்படுவனவாகவும் இருக்கும்.

ரஸ்கோல்னிகோவ் ஒரு பயங்கரமான கனவு கண்டான். தான் மீண்டும் தனது குழந்தைப் பருவத்தில் இருப்பதாக, தான் பிறந்த அதே சிறிய நகரத்தில் வசிப்பதாக அவன் கனவு கண்டான். அவன் ஏழுவயதுப் பையனாக, ஒரு விடுமுறை நாளின் பிற்பகல் நேரத்தில் தன் தந்தையுடன் ஊருக்குள் நடந்து சென்றுகொண்டி ருந்தான். பிற்பகல் நேரம் என்பதால் கடுமையான வெப்பமும் புழுக்கமுமாக அன்றைய சூழல் இருந்தது. அவன் நடந்து சென்று கொண்டிருந்த அந்த இடம், இப்போது அவன் நினைத்துப் பார்க்கும் பொழுது அவனது நினைவில் புலப்படுவதைவிட, அவனது கனவில் மிகவும் தெளிவாக இருந்தது. அந்தச் சிறிய நகரம் – ஏதோ அதை அவன் தன் உள்ளங்கையில் வைத்துக் கொண்டிருப்பதைப்போல, மிகத் தெளிவாக அவனுக்கு நினை வுக்கு வந்தது. எங்கும் ஒரு மரம்கூட இல்லை. வெகுதூரத்தில் தொடுவானத்தை உரசியபடி, சிறியதான ஒரு காடு கறுப்பாகத் தென்பட்டது. கடைசியாக இருந்த காய்கறித் தோட்டத்திற்குச் சில அடிகள் தள்ளி ஒரு மதுபானக்கடை இருந்தது. மிகப் பெரிய மதுபானக்கடை அது. அவன் தந்தையோடு அந்த வீதியில் அந்த மதுபானக்கடையினைக் கடந்து செல்லும் போதெல்லாம் அவனுக்குள் ஒருவிதமான வெறுப்புணர்வைத் தூண்டுவதாகவே அந்த மதுபானக் கடை இருந்திருக்கிறது. ஒரு சில சமயங்களில் அவனுக்கு மிகவும் அச்சம் தருவதாகவும் அது இருந்திருக்கிறது. எப்பொழுதும் அங்கே கூட்டம் நிரம்பி வழியும். கூச்சலும் கும்மாள மும் கேலியும் கிண்டலும் வசை மொழிகளும், கடூரமான முரட்டுக் குரலில் பாடும் குரலோசைகளுமாக அங்கே எப்போதும் ஒரே இரைச்சலாகவே காணப்படும். சில சமயங்களில் ஒருவருடன் மற்றொருவர் மோதிச் சண்டையிட்டுக்கொண்டும் இருப்பார்கள். குடிகாரர்களும், அவலட்சணமான தோற்றத்தைக்கொண்ட மனிதர் கள் பலரும் எப்போதும் அங்கு ஆட்டம் போட்டுக்கொண்டிருப் பார்கள். அங்கு அவர்களைப் பார்க்கும் போதெல்லாம், பயந்து நடுங்கியபடி தனது தந்தையோடு அவன் ஒட்டிக்கொள்வான்.

மதுக்கடையைத் தாண்டிய பிறகு, அந்தச் சாலை ஒழுங்காகப் பண்படுத்தப்படாமல் மிக மோசமான நிலையில் குண்டும், குழியுமாகப் புழுதி நிறைந்து காணப்படும். அந்தப் புழுதி மட்டும் எப்போதுமே கறுப்பு நிறம் உடையதாகவே இருக்கும். அங்கிருந்து முன்னூறு தப்படிகள் தூரம் தள்ளி, வலதுபுறமாக வளைந்து செல்கின்ற அந்தச் சாலை, ஒரு கல்லறையை நோக்கிச் சென்றது. அந்தக் கல்லறையின் மையப் பகுதியில் கற்களால் கட்டப்பட்ட ஒரு தேவாலயம் இருந்தது. பச்சை நிறக் கற்களால் அமைக்கப் பட்டிருந்த ஒரு வளைவான மண்டபத்துடன் அந்தத் தேவாலயம் அமைக்கப்பட்டிருந்தது. அங்கு நடைபெறும் பிரார்த்தனைக் கூட்டங்களுக்கு நீண்ட நாட்களுக்கு முன்பே மரித்துப்போன, அவன் பார்த்தேயிராத, அவனது பாட்டியின் ஆன்ம இளைப் பாறுதலுக்காகப் பிரார்த்தனை செய்வதற்காகத் தன் அப்பா அம்மாவுடன் அவன் செல்வான். எப்படியும், வருடத்திற்கு இரண்டு அல்லது மூன்று தடவைகள் நிச்சயமாக இந்தப் பிரார்த் தனைக் கூட்டங்களில் அவன் கலந்துகொள்வான். அப்படிப்பட்ட சந்தர்ப்பங்களில் வெள்ளை நிறமான பாத்திரம் நிறைய சர்க்கரைச் சோறு வைத்து, அதனை வெள்ளை நிறக் கைத்துண்டு ஒன்றினால் சுற்றி எடுத்துக்கொண்டு, அந்தப் பாத்திரத்திற்கு மேலே, சிலுவை வடிவில் திராட்சைப் பழக் கொத்துகளை அமைத்து எடுத்துக் கொண்டு பிரார்த்தனைக்குச் செல்வார்கள். அவனுக்கு அந்த மிகப் பழமையான தேவாலயத்தையும் அந்தத் தேவாலயத்தின் சுவர் களில் மாட்டப்பட்டிருக்கும் சட்டமிடப்படாத உருவப்படங்களை யும், (வயதான காரணத்தினால்) தலையை ஆட்டிக்கொண்டு நடுக்கத்துடன் – பூசையில் ஈடுபடும் அந்த மிகவும் வயதான பாதிரியாரையும்– எல்லாவற்றையுமே அவனுக்கு மிகவும் பிடிக்கும். பாட்டியின் கல்லறைக்கு அருகிலேயே கல்வெட்டுப் பதிக்கப்பட்ட, சிறிய கல்லறை ஒன்றும் இருந்தது. அது, பிறந்து ஆறு மாதங் களிலேயே இறந்துவிட்ட அவனது தம்பியின் கல்லறை. இப்போது அவனுக்கு அந்தச் சின்னத் தம்பியை நினைவில் இல்லை. ஆனால் வீட்டில் அவனைப்பற்றி நிறையச் சொல்லியிருக்கிறார்கள். ஒவ்வொரு முறை அந்தக் கல்லறைக்கு வரும்பொழுதும் மிகுந்த பயபக்தியுடன் அந்தக் கல்லறையின் முன்பு மண்டியிட்டு வணங்கி, நெஞ்சில் சிலுவைக் குறியிட்டுக்கொண்டு, குனிந்து அந்தச் சிறிய கல்லறையை முத்தமிடுவது அவனது வழக்கம்.

இப்போது கனவில், தனது தந்தையுடன் கல்லறைக்கு நடந்து சென்றுகொண்டிருந்த அவன், வழியில் அந்த மதுபானக் கடையைக் கடந்து சென்றுகொண்டிருந்தான். அவன் தனது

தந்தையின் கரத்தை இறுகப் பற்றிக்கொண்டு நடந்தபடியே பின்னால் இருந்த அந்த மதுபானக் கடையை அச்சத்துடன் திரும்பிப் பார்த்தான். அங்கே ஒரு வினோதமான காட்சி, அவனது கவனத்தைக் கவர்ந்தது. நகரவாசிகளும் கிராமத்துவாசிகளுமாக ஒரு பெருங்கூட்டம் அங்கு கூடியிருந்தது. கணவன் மனைவியராக அங்கு கூடியிருந்த மக்கள் எல்லோருமே தங்களது விடுமுறைக் காலத்துக்கான சிறந்த உடைகளை அணிந்திருந்தனர். எல்லாவிதத் திலும் மிகவும் தாழ்ந்துபோன இழிந்த பிறவிகளாக அவர்கள் இருந்தனர். அவர்கள் எல்லோருமே– எல்லோருமே – சிலர் குறை வாகவும், சிலர் அளவுக்குமிஞ்சியும் – குடித்திருந்தனர். மதுபானக் கடையின் முகப்பில் ஒரு வண்டி – ஆனால் மிக வினோதமான வண்டி – நின்றுகொண்டிருந்தது. அது விவசாய விளை பொருள் களைக் கொண்டுசெல்லும் சாதாரண வண்டியல்ல. மிகப் பெரிய மரத்திலான பொருள்களையும், மதுபானப் பீப்பாய்களையும் நிறைய ஏற்றிச் செல்லும் பார வண்டி அது. அவனுக்கு இது போன்ற பெரிய பார வண்டிகளை இழுத்துச் செல்லும் பலம் பொருந்திய கொழுத்த குதிரைகளைப் பார்ப்பது மிகவும் பிடிக்கும். நீண்டு அடர்ந்த பிடரி மயிரைச் சிலிர்த்துக்கொண்டு, உரமேறிய வலுவான கால்களுடன், சீரான வேகத்தில் அழுத்தமான அடி எடுத்து வைத்து, மலை அளவு பொருள்களையும்கூட அவை மிக எளிதாக இழுத்துக்கொண்டு செல்லும் காட்சியைக் கண்டு அவன் எப்போதுமே வியப்பதுண்டு. காலியான, வெறும் வண்டியை இழுப்பதைப் போன்ற லாவகத்தோடு, பெரும்பாரம் ஏற்றிய வண்டி களையும் அவை சுலபமாக இழுத்துச் செல்லும்.

ஆனால் இப்போது இங்கே இவன் கண்ட காட்சி மிகவும் வினோதமாக இருந்தது. ஒரு சிறிய, ஒல்லியான, வலுவற்ற விவசாயி யின் மட்டக் குதிரை ஒன்று அங்கே நின்றிருந்த மிகப்பெரிய பார வண்டியை இழுத்துச் செல்வதற்காக, முளையில் கட்டப்பட்டி ருந்தது. இதுபோன்ற குதிரைகள், வண்டி நிறைய இருக்கும் வைக் கோல் பொதிகளையும், விறகுக் கட்டுகளையும் மிகுந்த சிரமத் துடன் இழுத்துச் செல்லும் காட்சியை அவன் பார்த்திருக்கிறான். சில சமயங்களில் கற்களில் இடறிக்கொண்டோ, சேறும், சகதியு மான பள்ளங்களில் அழுந்திக்கொண்டோ எழுந்திருக்க முடி யாமல் தத்தளித்தபடி, கடுமையான சிரமங்களுடன் இதுபோன்ற குதிரைகள் வண்டியை இழுத்துச் செல்லும். அப்படிப்பட்ட சந்தர்ப்பங்களில் குதிரைக்காரனான விவசாயி, கொஞ்சமும் இரக்க மில்லாமல் அதைத் தனது சவுக்கினால் அடிப்பான். சில சமயங் களில் அதன் தலையிலும் கண்களிலும்கூட அடி விழுவதுண்டு.

அப்போதெல்லாம் இவன், அந்தக் குதிரைக்காக இரக்கப்படுவான். சில சமயங்களில் அதன் துன்பம் தாளாது அழக்கூடச் செய்வான். தொடர்ந்து அவனை அந்தக் காட்சியைப் பார்க்க விடாமல் அவனுடைய அம்மா, ஜன்னலில் இருந்து அவனை எடுத்துச் சென்று விடுவாள்.

திடீரென்று பெருங்கூச்சல் உள்ளேயிருந்து எழுந்தது. "பலாலைக்கா" இசைக் கருவியின் முழக்கமும், கடூரமான குரலில் பாடும் குரல்களும் கேட்டன. பருத்த மனிதர்களின் (விவசாயி களின்) கூட்டம் ஒன்று மிதமிஞ்சிய குடி வெறியில் கும்மாளமிட்ட படியே அந்த மதுபானக் கடையிலிருந்து வெளியேறியது. அவர்கள் சிவப்பு மற்றும் நீலநிறச் சட்டைகளை அணிந்திருந்தனர். மேல் கோட்டுகள் அவர்களுடைய தோள்களில் தொங்கிக்கொண்டி ருந்தன.

"ஏறிக்கொள்ளுங்கள், எல்லோரும் ஏறிக்கொள்ளுங்கள்!" சதைப்பற்றுடன் உறுதியான கழுத்தும், பீட்ரூட் போலச் சிவந்த முகமும்கொண்ட ஓர் இளைஞன் அவர்களை நோக்கி உரக்கக் கத்தினான், "உங்கள் எல்லோரையுமே கொண்டு போய்ச் சேர்த்து விடுகிறேன், எல்லோரும் வண்டியில் ஏறிக்கொள்ளுங்கள்!"

அதைக் கேட்ட மாத்திரத்தில் வெடிச்சிரிப்புகளும் கூச்சல் களும் அங்கே எழுந்தன. பலரும் பலவிதமான கருத்துகளை ஒரே சமயத்தில் பேசிக்கொண்டனர்.

"இந்தக் கிழட்டு மிருகத்தை வைத்துக்கொண்டா எங்கள் எல்லோரையும் கொண்டுபோய்ச் சேர்க்கப் போகிறாய்!"

"மிகோல்கா! இப்படிப்பட்ட ஒரு சின்னக் குதிரையை, அதுவும் கிழட்டுக் குதிரையை இந்த வண்டியில் பூட்டியிருக் கிறாயே, உனக்கென்ன பைத்தியமா பிடித்திருக்கிறது?"

"இன்று ஒருநாளை இது கழித்துவிட்டால் போதும். இந்தப் பாவப்பட்ட கிழட்டுக் குதிரைக்கு இருபது வயது பூர்த்தியாகி விடும்!"

"ம்... எல்லோரும் ஏறிக்கொள்ளுங்கள். உங்கள் எல்லோரை யும் நான் கொண்டுபோய்ச் சேர்த்து விடுகிறேன்!" என்று மிகோல்கா மீண்டும் உரக்கக் கத்தினான். முதல் ஆளாக, அவன் வண்டிக்குள் எம்பிக் குதித்தான். கடிவாளத்தைக் கையிலெடுத்துக் கொண்டு மீண்டும் உரக்கச் சத்தமிட்டான். "இதோ, குதிரையைக் கிளப்புகிறேன், பாருங்கள்" என்று மேலும் உரக்கச் சொன்னான். "இந்தக் கிழட்டுக் குதிரை, என்னுடைய இதயத்தையே உடைத்து

நொறுக்கிக்கொண்டிருக்கிறது. நான் இதை அடித்தே கொன்று விடுவேனோ என்று எனக்குப் பயமாக இருக்கிறது. இது, தானே தன் முடிவைத் தேடிக்கொள்ளப் பார்க்கிறது. இப்போதுதான் வயிறு நிறையச் சாப்பிட்டு முடித்தது. எல்லோரும் ஏறிக்கொள் ளுங்கள். இதை எப்படி ஓட வைக்கிறேன் பாருங்கள்! இது மிக நன்றாக ஓடும்!"

"ஏறிக்கொள்ளுங்கள்! வாருங்கள்!"

கும்பல் ஓங்கிச் சிரித்தது. "கேட்டாயா? இந்தக் குதிரை ஓடுமாம்...!"

"சரி, பின்னே என்ன... ஏறித்தான் பார்ப்போமே..." கும்பல் மீண்டும் வெடிச் சிரிப்பு சிரித்தது. "அவன்தான் ஓடச் செய்வதாகச் சொல்லிவிட்டானே! அதை நீங்கள் கேட்டீர்கள் அல்லவா? ஏறிக் கொள்ளுங்கள்!"

"பத்து வருஷமாக அந்தக் குதிரை சவாரி போனதில்லை என்று என்னால் அடித்துச் சொல்ல முடியும்!"

"இப்பத்தான் சவாரி போகப் போகிறதே...!"

"வாருங்கள், பசங்களா! உங்கள் சவுக்குகளையும் எடுத்துக் கொள்ளுங்கள். கொஞ்சம்கூட இரக்கம் காட்டாதீர்கள்!"

"அதுதான் சரி. நன்றாகக் கொடுங்கள் அதற்கு!"

கும்மாளமும், கேலியுமாக அவர்கள் எல்லோரும் நெருக்கி யடித்துக்கொண்டு வண்டிக்குள் ஏறிக்கொண்டார்கள். அவர்கள் மொத்தம் ஆறு பேர் இருந்தனர். இன்னும் பலருக்குக்கூட வண்டி யில் இடமிருந்தது. சிவந்த முகமும், பருத்த உடலும்கொண்ட விவசாயப் பெண் ஒருத்தியையும் அதன்பின் வண்டியில் ஏற்றிக் கொண்டார்கள். சிவப்பு நிறப் பருத்தி உடை அணிந்திருந்த அவள், தன் தலைக் கேசத்தை மணப் பெண்ணைப் போல-கிரீடம் வைத்ததுபோல - அழகுபடுத்திக்கொண்டிருந்தாள். குன்று போல உயர்ந்து இருந்த அதன் விளிம்புகளில் பாசிகளைத் தொங்க விட்டி ருந்தாள். பாதங்களிலும் கொலுசு போன்ற ஓர் ஆபரணத்தை அணிந்திருந்தாள். பருமனான தோலினால் ஆன காலணிகளை அணிந்திருந்தாள். அவள் வேடிக்கையாக ஏதோ கூறிச் சிரித்துக் கொண்டிருந்தாள். அந்தக் கூட்டம் முழுவதுமே கேலியும் கிண்டலு மாக ஆர்ப்பரித்துக்கொண்டுதான் இருந்தது. "அந்தப் பாவப்பட்ட குதிரை எப்படி இவ்வளவு ஆட்களின் சுமை மிகுந்த வண்டியை இழுக்கப் போகிறது? அதுவும் துள்ளிக் குதித்து வேகமாக எப்படி

வண்டியை அது இழுத்துச் செல்லப் போகிறது?" என்பதைச் சொல்லிச் சொல்லி அவர்கள் கேலி பேசிச் சிரித்தனர்.

வண்டியில் ஏறியிருந்த இரண்டு இளைஞர்கள் கையில் சவுக்குகளுடன் மிகோல்காவுக்கு உதவுவதற்குத் தயாரானார்கள்.

"ம்... கிளம்பு!" என்று எல்லோரும் சேர்ந்தாற்போல உரத்துக் கூச்சலிட, குதிரை தன் சக்தியையெல்லாம் திரட்டி மெல்ல எழுந்து வண்டி நிறைய இருந்த சுமையை இழுக்க முயன்றது. குதித்து எழுவதோ, ஓடுவதோ ஒருபுறமிருக்க, விரைவாக நகரக்கூட இயலாமல், கால்களை வெறுமே தரையில் தேய்த்தபடி, கனைத்தபடி மேலே நடக்க இயலாமல் சுருங்கிச் சுருண்டு தரையில் படுத்துக் கொண்டது. மூன்று சாட்டைகளிலிருந்து விழுந்த அடிகளும்கூட அதனைக் கிளப்புவதற்குச் சற்றும் துணை புரியவில்லை. வண்டியில் ஏறியிருந்தவர்களிடமிருந்தும், சுற்றிலும் கூடியிருந்தவர்களிடமிருந்துமாக எழுந்த சிரிப்பொலி இப்போது இருமடங்காகியிருந்தது. உண்மையிலேயே அந்தக் குதிரை தாவிக் குதித்து ஓடப் போகிறது என்று நினைத்து, எதிர்பார்த்து, ஏமாந்தவன் போலக் கடுமையான கோபத்தின் வசப்பட்ட மிகோல்கா, தன்னிடமிருந்த சவுக்கினால் மிகவும் மூர்க்கமாக அதை அடித்து நொறுக்கினான்.

"நானும் மேலே வரலாமா?" என்று சுற்றி நின்று இந்த விளையாட்டைப் பார்த்துக்கொண்டிருந்த கும்பலிலிருந்து ஒருவன் ஆவலுடன் கேட்டான்.

"வாருங்கள், யார் வேண்டுமானாலும் வந்து மேலே ஏறிக் கொள்ளுங்கள்!" என்று உரக்கக் கத்தினான் மிகோல்கா. "உங்கள் எல்லோரையுமே இந்தக் குதிரை இழுத்துச் செல்லப் போகிறது பாருங்கள்! இல்லையென்றால் சாகிற வரைக்கும் அதை நான் அடித்துக்கொண்டுதானிருப்பேன்!"

அவன் மேலும், மேலும் ஆத்திரம் பொங்க, அந்தக் குதிரையை அடித்து விளாசிக்கொண்டிருந்தான்.

"அப்பா, அப்பா!" ஏழு வயதுச் சிறுவனாக இருந்த அவன் (ரஸ்கோல்னிகோவ்) அச்சத்தினால் அலறினான். "அப்பா, அவர்கள் என்ன செய்கிறார்கள் என்று பாருங்கள். பாவம் அந்தக் குதிரை"

"நீ வா, நாம் போய்விடலாம்" என்றார் அவனுடைய அப்பா. "அவர்கள் குடிகாரர்கள். முட்டாள்தனமாக அவர்கள் விளையாடிக்கொண்டிருக்கிறார்கள். நீ அங்கே பார்க்காதே வா,

நாம் இங்கிருந்து போய்விடலாம்!" என்று கூறியபடி அவனது தந்தை அவனை அங்கிருந்து அப்பால் அழைத்துச் சென்றுவிட முயற்சி செய்தார்.

ஆனால் அவரது பிடியிலிருந்து தன்னை வலுவாக விடுவித்துக்கொண்ட சிறுவன் வேகமாகக் குதிரையை நோக்கி ஓடினான். பாவப்பட்ட அந்த ஜீவன் மிகவும் மோசமான நிலையில் இருந்தது. அதற்கு மூச்சிரைத்தது. விட்டுவிட்டு மூச்சு வாங்கியது. அசையாமல் நின்றுகொண்டிருந்த அந்தக் குதிரை சற்று இழுக்கவும் முயன்றது. பின்பு முடியாமல் எந்த நேரமும் கீழே விழுந்து விடும் நிலையில் தடுமாறிக்கொண்டிருந்தது.

"சாகிற வரைக்கும் இதை அடிக்காமல் விடப்போவதில்லை" என்று கத்தினான் மிகோல்கா. "அதற்கு வேண்டியது அதுதான். இப்போது நான் அதைத்தான் செய்யப் போகிறேன்!"

"ஒழுங்கான ஒரு கிறிஸ்தவனாக நீ நடந்துகொள்ளவில்லையே..." – கூட்டத்திலிருந்த முதியவர் ஒருவர் அவனைப் பார்த்து உரக்கச் சப்தமிட்டார். "இப்படிப்பட்ட ஒரு குதிரை, இதுமாதிரி பெரிய அளவிலான பாரத்தை இழுக்க முடியும் என்ற நினைப்பே தவறானது, மோசமானதில்லையா? இது எவருக்கும் தெரியுமே. உனக்குத் தெரியவில்லையா? பாவப்பட்ட, வயதான அந்தக் குதிரையை நீ கொல்லத்தான் போகிறாய்!" என்று மூன்றாமவரின் குரலும் கேட்டது.

"இதில் யாரும் அநாவசியமாகத் தலையிட வேண்டாம். தள்ளிப் போய்விடுங்கள்! இது என்னுடைய குதிரை. இதை நான் என்ன வேண்டுமானாலும் செய்வேன். சரி, எல்லோரும் மேலே ஏறிக்கொள்ளுங்கள்! இன்னும், இன்னும் கொஞ்சம் ஏறிக்கொள்ளுங்கள்... ம்... எல்லோரும் ஏறிக்கொள்ளுங்கள். இந்தக் குதிரையைத் தாவிக் குதித்து ஓடச் செய்யப் போகிறேன்... ஆமாம்!"

அங்கிருந்த எல்லோரும் குபீரென்று பொங்கிச் சிரித்தனர். எல்லாவற்றையும் மூழ்கடித்து விடுவதுபோல – சுற்றிலும் பரவிப் படர்ந்தது சிரிப்பொலி. தன் மீது விழுந்த சவுக்கடிகளை எதிர்த்துச் சண்டித்தனம் செய்வதுபோலக் குளம்புடன் கூடிய தனது கால்களை மடக்கிக்கொண்டு, முடங்கிக்கொண்டது குதிரை. அதற்கு ஆதரவாகப் பேசிய முதியவராலும்கூடச் சிரிப்பை அடக்க முடியவில்லை. நாட்களை எண்ணிக்கொண்டிருக்கும் அந்தக் கிழட்டுக் குதிரைக்கு இன்னும்கூடக் கொடுக்க வேண்டிய அடிகள்

பாக்கியிருக்கிறதோ என்று எண்ணிப் பார்த்த கூட்டத்தினர் மேலும் அடக்கமாட்டாமல் சிரித்தனர்.

இப்போது, கூடியிருந்த கூட்டத்திலிருந்து மேலும் இரண்டு இளைஞர்கள் கைகளில் சவுக்குகளுடன் குதிரையை நோக்கி ஓடினார்கள். ஆளுக்கு ஒருபுறம் நின்றுகொண்டு, குதிரையின் விலா எலும்புகளில் சவுக்குகளினால் ஓங்கி அடிக்கத் துவங்கினார்கள்.

"குதிரையின் மூக்கிலே ஓர் அடி அடியுங்கள், கண்ணுக்குக் குறுக்காக ஓர் அடி அடியுங்கள்... கண்ணிலே அடியுங்கள்!" என்று வெறிபிடித்தவனாகக் கத்தினான் மிகோல்கா. "பசங்களா... இப்ப ஒரு பாட்டுப் பாடலாமா?" என்று வண்டியிலிருந்து ஒரு குரல் கேட்க, வண்டியிலிருந்த மற்றவர்களும், உடன் சேர்ந்துகொள்ள, கொச்சையான ஒரு பாடலை வண்டியிலிருந்த எவரோ ஒருவர் பாடத் துவங்க, கஞ்சிரா ஒலிக்க, விசில் ஒலிகள் சுற்றிலும் எழ, களியாட்டம் நடந்தது. பருமனான அந்தப் பெண்ணும் ஏதோ கேலிப் பேச்சுகளைப் பேசிச் சிரித்துக்கொண்டிருந்தாள்.

அந்தச் சிறுவன் (ரஸ்கோல்னிகோவ்) குதிரையை நெருங்கி வந்தான். அதனைச் சுற்றிச் சுற்றி வந்தான். குதிரையின் கண்களில் குறுக்காகவும், கண்களுக்குள்ளும் தொடர்ந்து சவுக்கினால் அடித்துக்கொண்டிருந்தார்கள். அந்தக் காட்சியைக் கண்டு, மனம் துடிக்க, அவன் அழத் தொடங்கினான். அவனது இதயமே அவனது தொண்டைக்குள் வந்து அடைத்துக்கொண்டது போல அவன் உணர்ந்தான். கண்ணீர் ஆறாகப் பெருகிக்கொண்டிருந்தது. சவுக்கால் அடித்துக்கொண்டிருந்த அந்த மனிதர்களில் ஒருவனின் சவுக்கு, சிறுவனின் முகத்தில் பாய்ந்தது. வெட்டுப்பட்டதுபோல அவனது முகத்தின் குறுக்காக ஒரு காயத்தை அந்தச் சவுக்கு ஏற்படுத்தியது. ஆனால் அந்தத் தாக்குதலை அவன் உணர்ந்துகொண்டதாகத் தெரியவில்லை. கைகளைப் பிசைந்தபடி, சப்தமாகக் கதறி அழுதபடி, முன்பு குதிரைக்கு ஆதரவாகப் பேசிய அந்த முதியவரை நோக்கி ஓடினான் சிறுவன். அவனைப் போலவே அவரும்கூட, இப்போது நடைபெறும் இந்தச் சித்திரவதைகளுக்கு மறுப்புத் தெரிவிப்பவராகத் தலையை அசைத்துக்கொண்டிருந்தார். கிராமத்துப் பெண் ஒருத்தி அவனைப் பற்றிப் பிடித்துத் தூக்கிக்கொண்டு, அந்த இடத்திலிருந்து அவனை வலுக்கட்டாயமாக வெளியேற்ற முயற்சி செய்தாள். ஆனால் அவளது பிடியிலிருந்து நழுவிக்கொண்டு அவன் குதிரையிடமே நெருங்கிப் போனான். இறுதி மூச்சை விட்டுக்கொண்டிருந்த அந்தக் குதிரை, அந்த நிலையிலும்கூடக் கால்களை உதைத்துக்கொண்டிருந்தது.

"இரு, எப்படி உதைப்பது என்று உனக்கு நான் சொல்லித் தருகிறேன்" என்று மிகோல்கா, குரூரமாக, மூர்க்கத்தனமாகக் கத்தினான். தன் கையிலிருந்த சவுக்கைத் தூக்கி எறிந்துவிட்டு, வண்டியினருகில் சென்று, குனிந்து வண்டியின் அடிப்புறத்திலிருந்து, வண்டியின் பாரத்தைத் தாங்குவதற்காக அமைக்கப்பட்டிருந்த, நீண்ட, மிகவும் பருமனான மிகவும் உறுதியான மரத்தடி ஒன்றை உருவி வெளியே எடுத்துக்கொண்டு, குதிரையின் அருகில் வந்தான். அதன் ஒரு முனையை இரு கரங்களினாலும் வலுவாகப் பற்றிப் பிடித்துக்கொண்டு, மறு முனையைக் குதிரையின் முகத்துக்கு நேராகக் காட்டி, சுழற்றி ஆட்டி அடிக்கப் போவதுபோலப் பாவனை செய்து குதிரையைப் பயமுறுத்தினான்.

"அவன் அந்தக் குதிரையை அப்படியே நசுக்கிவிடப் போகிறான்" என்று உரக்கச் சப்தமிட்டபடி அவனைச் சூழ்ந்து நின்று கொண்டனர் சிலர். "அவன் அதைக் கொன்றுவிடுவான்!"

"இது என்னுடைய சொத்து!" என்று எக்காளமிட்டான் மிகோல்கா.

பிறகு அந்த, பருமனான, நீண்ட தடியைக் கீழே கிடந்த குதிரைக்கு மேலாக, உயரத்தில் தூக்கி ஆட்டினான். பின்பு கீழே விழுந்து கிடக்கும் குதிரையின் விலா எலும்புகளை உடைத்து நொறுக்கும் எண்ணத்துடன், அதை உயரத் தூக்கிச் சுழற்றிப் பலவீனமான அந்த ஜீவனின் முதுகில் அடித்தான் மிகோல்கா. தொப்பு தொப்பெனக் கட்டையினால் குதிரையை அடிக்கும் சப்தம் பலமாகக் கேட்டது.

"அடி, நன்றாக அடித்து நொறுக்கு அதை... ஏன் நிறுத்தி விட்டாய்? அடி!" என்று உரத்த குரல்கள் கூடியிருந்த கூட்டத்தினரிடையே இருந்து வந்தன. மிகோல்கா, இப்போது, இரண்டாவது தடவையாக அந்த நீண்ட மரத்துண்டை, குதிரைக்கு மேலாகத் தூக்கிச் சுழற்றி, அதிர்ஷ்டமில்லாத அந்தக் குதிரையின் முதுகெலும்பை உடைக்கும்படியாக அந்த மரத்தடியினால் ஓங்கி அடித்தான். குதிரையின் இடுப்பு எலும்பிலும் புட்டத்திலும் பலமான அடிவிழுந்தது.

கீழே விழுந்த குதிரை, மீண்டும் எழ முயன்றது. முதலில் முன்னங்கால்களையும், பின்பு ஒவ்வொரு பின்னங்காலையும் நடுக்கத்துடன் ஊன்றியபடி தன்னுடைய சக்தி அனைத்தையும் திரட்டித் தட்டுத் தடுமாறி எழுந்து நின்றது குதிரை. வண்டியை இழுக்கவும்கூட முயற்சி செய்தது. ஆனால், ஆறு சவுக்குகள் அதனை எல்லாத் திசைகளிலிருந்தும் தாக்கின. கூடவே மிகோல்கா

வும் அந்த நீண்ட மரத்தண்டை உயரத் தூக்கிச் சுழற்றி மூன்றாவது தடவையாகவும், நான்காவது தடவையாகவும் குதிரையின் எலும்புகளை நொறுக்கும் வண்ணம் அடித்து நொறுக்கினான். ஒரே அடியில் அந்தக் குதிரையைக் கொல்ல முடியவில்லை என்று வெறிபிடித்தவனைப் போல ஆத்திரத்துடன் இருந்தான் மிகோல்கா. "அது லேசுப்பட்ட குதிரையல்ல, மிகவும் முரடு" என்று கூட்டத்திலிருந்து ஒரு குரல் வந்தது.

"இன்னும் ஒரு நிமிடத்தில் அது விழுந்துவிடும். ஆமாம், அதற்கு முடிவு நெருங்கிவிட்டது" என்று மற்றொரு குரல் சொன்னது.

"ஒரு கோடாரியை எடுத்து வந்து, ஒரே போடாகப் போட்டு, அதைத் தீர்த்துக்கட்டு!" என்றது மூன்றாவதாக ஒரு குரல்.

"கொஞ்சம் பொறு. நான் யாரென்று உனக்குக் காட்டுகிறேன்!" என்று பைத்தியம் பிடித்தவனைப்போல மூர்க்கத்துடன் உரக்கக் கத்திய மிகோல்கா அந்த நீண்ட மரத்தடியைத் தூக்கி எறிந்தான். வண்டிக்கு அடியில் குனிந்து, அங்கிருந்து ஓர் இரும்புக் கடப்பாறையை வெளியே இழுத்து எடுத்தான்.

"இப்போது பார்" என்று தனது முழு பலத்தையும் பிரயோகித்து கடப்பாறையை ஓங்கி அழுத்தமாக, மிகவும் வலுவாக அந்தப் பாவப்பட்ட குதிரையின் விலாவில் குத்தினான். குதிரை தள்ளாடிக் கீழே விழுந்தது. மீண்டும் எழ முயன்றது. மறுபடியும் கடப்பாறையின் வலுவான தாக்குதலினால் நிலை குலைந்து கீழே கட்டைபோலக் கிடந்தது.

"ஒழிந்தது!" என்று உரக்கச் சத்தமிட்டுவிட்டு வண்டியின் மேலேயிருந்து கீழே குதித்தான் மிகோல்கா.

அப்போது, அதிகமாகக் குடித்து, முகம் சிவந்து போயிருந்த சில இளைஞர்கள் சவுக்கு, மற்றும் பெரிய தடிகளைக் கையில் எடுத்துக்கொண்டு செத்துக்கொண்டிருந்த அந்தக் குதிரையை நெருங்கிச் சென்றார்கள். மிகோல்கா கீழே ஒரு பக்கமாக நின்று கொண்டு, தனது கையிலிருந்த கடப்பாறையினால் தொடர்ந்து குதிரையை அடித்துக்கொண்டிருந்தான். விழுந்து கிடந்த குதிரை தலையை லேசாக உயர்த்திப் பார்த்துவிட்டு மீண்டும் தரையில் மரமாய்ச் சாய்ந்து போயிற்று. ஒரு நீண்ட பெருமூச்சை வெளிப்படுத்திவிட்டு இறுதியாகத் தன் உயிரை விட்டது அந்தக் குதிரை.

"கடைசியாக நீ அதனைக் கொன்று தீர்த்துவிட்டாய்" என்று கூட்டத்திலிருந்து ஒரு குரல் வந்தது.

ஃபியோதர் தஸ்தயெவ்ஸ்கி ● 133

"அது ஜடமில்லை என்பதற்காக அதைக் கொன்றுவிட்டாய்."

"அது என்னுடைய சொத்து" என்று சொல்லிய மிகோல்கா கடப்பாறையைக் கையில் ஏந்தியபடி, கண்களில் இரத்த வெறி பொங்க அதைச் சுழற்றினான். இனி அடிப்பதற்கு வேறு எதுவுமே இல்லை என்ற நிலையில் மனப்பொருமலுடன் அவன் அங்கு நின்றுகொண்டிருந்தான்.

"இது ஒன்றும் தவறில்லை. நீ இதைப்பற்றிக் கவலைப்பட வேண்டாம். நீதான் கிறிஸ்தவன் இல்லையே" என்று நிறையக் குரல்கள் கூட்டத்திலிருந்து வெளிப்பட்டன.

பாவப்பட்ட அந்தச் சிறுவன் அங்கு அருகிலேயேதான் நின்றுகொண்டிருந்தான். கூட்டத்தை விலக்கிக்கொண்டு விழுந்து கிடந்த குதிரையை நெருங்கினான்; தன்னுடைய கரங்களால் இரத்தம் வழிந்தபடி இறந்து கிடந்த குதிரையின் தலையை வளைத்துத் தன்னோடு அணைத்துக்கொண்டான். அதன் தலை யிலும் கண்களிலும் வாயிலும் முத்தமிட்டான். பின்பு, எம்பிக் குதித்துத் தன் முஷ்டியை உயர்த்திக்கொண்டு மிகோல்காவை நோக்கி ஓடினான். அவனது செயல்களை இதுவரையில் அமைதி யாகக் கவனித்துக்கொண்டிருந்த அவனுடைய தந்தை, இந்தத் தருணத்தில் வேகமாக வந்து அவனைத் தடுத்துப்பிடித்தபடி, கும்ப லுக்கு அப்பால் தூக்கிச் சென்றார்.

"வா, என்னோடு வா, நாம் வீட்டுக்குப் போய்விடலாம்" என்றார் தந்தை, சிறுவனிடம்.

அவன் கண்ணீர் வழியத் தேம்பியபடி இருந்தான். "அப்பா, பாவம் இல்லையா அந்தக் குதிரை...? அதை ஏன் அவர்கள் கொன்றார்கள்?" என்று கேட்டபடி மீண்டும் அவன் தேம்பி அழுதான். அழுகையினால் தொண்டை அடைத்துப் போனதால் சொற்கள் திக்கித் திணறியபடியே அவனிடமிருந்து வெளிப் பட்டன.

"அவர்களெல்லாம் குடிகாரர்கள்... அவர்கள் பெரும் முட்டாள்கள்... இது நமது வேலையில்லை...?" என்றார் அவனது தந்தை.

அவன் தனது தந்தையைத் தன் இரு கரங்களினாலும் சுற்றி வளைத்து அணைத்துக்கொண்டான். துக்கத்தினால் அவனது தொண்டை அடைத்துக்கொண்டது. அவன் முயற்சி செய்து மூச்சை இழுத்து சுவாசித்தான். பின்பு கதறி அழுதான். அதன்பின் எழுந்துகொண்டான்.

மூச்சிரைத்தபடி, உடலெல்லாம் வெள்ளம்போல வியர்வை பெருக்கெடுத்து ஓட, தூக்கத்திலிருந்தும் கனவிலிருந்தும் கண் விழித்தான் ரஸ்கோல்னிகோவ். வியர்வையினால் முழுவதும் நனைந்து ஈரமாகிப்போன தலைமுடிதான் இப்போது அவனை எழுப்பிவிட்டிருந்தது.

"கடவுளுக்கு நன்றி. நல்லவேளை அது ஒரு வெறும் கனவு தான்." – ஒரு மரத்தினடியில் உட்கார்ந்து, நெடுமூச்சு வாங்கிய படி அவன் சொன்னான், "இப்படி ஒரு கனவு வரக் காரணம் என்ன? எனக்குக் காய்ச்சல் ஏதாவது வரப் போகிறதா? என்ன ஒரு பயங்கரமான கனவு...?"

அவனது உடல் முழுவதும், மூட்டுக்கு மூட்டு வலி எடுத்தது. அவனது ஆன்மா முழுவதிலும் இருள் மண்டிக் கிடப்பதாகவும் குழப்பங்கள் மிகுந்து கிடப்பதாகவும் அவன் உணர்ந்தான். முழங்கைகளை, முழங்காலில் ஊன்றியபடித் தன்னுடைய முகத்தை விரிந்திருந்த தனது கைகளுக்குள் புதைத்துக்கொண்டான் அவன்.

"கடவுளே, அது முடியுமா? அது முடியுமா? உண்மையி லேயே நான் கோடாரியைக் கையிலெடுத்துக் கொள்வேனா? அதைவைத்து அவளை... அவளது தலையில் தாக்குவேனா...? அவளது கபாலத்தை உடைத்துத் திறப்பேனா...? அவளது பிசு பிசுப்பான, சூடான இரத்தத்தில் நடந்து சென்று, இரும்புப் பெட்டி யின் பூட்டை அந்தக் கோடாரியால் உடைப்பேனா...? பெட்டியில் இருக்கும் பணத்தையெல்லாம் திருடுவேனா...? சிதறிக் கிடக்கும் இரத்தக் கறைகளையெல்லாம் மறைக்க முயலுவேனா...? கடவுளே... இது என்னால் முடியுமா?"

இதைச் சொல்லும்போது, சூறைக்காற்றிலே படபடக்கும் இலையைப்போல அவன் பதற்றப்பட்டு நடுங்கிக்கொண்டிருந்தான்.

"நான் ஏன் இப்படி மாறிக்கொண்டிருக்கிறேன்?" என்று சொன்ன அவன், தன்னைக் கண்டு தானே ஆச்சரியப்படுபவனைப் போலத் திகைத்துப் போனான். இருக்கையில் நன்றாகச் சாய்ந்து உட்கார்ந்துகொண்டு தொடர்ந்தான்; "என்னால் இந்தக் காரியத் தைச் செய்ய முடியாது என்பதை நான் முன்பே நன்றாக உணர்ந் திருக்க வேண்டும். பிறகு ஏன் இவ்வாறு என்னை நானே சித்திர வதை செய்துகொண்டிருக்க வேண்டும்? நேற்றுக்கூட... ஆமாம், நேற்று நான் இதனை ஒத்திகை பார்ப்பதற்காகத்தானே அங்கே போனேன். போய் வந்த பிறகாவது இது என்னால் முடியாத காரியம் என்பதை உணர்ந்திருக்க வேண்டும். இதை என்னால்

செய்ய முடியாது என்ற முடிவுக்கு வந்திருக்க வேண்டும். பிறகு ஏன் இப்போது அதைப்பற்றி பேசிக்கொண்டிருக்கிறேன்? இன்று ஏன் சந்தேகங்களிலேயே நான் உழன்றுகொண்டிருக்கிறேன். நேற்று அந்த மாடிப்படிகளில் கீழிறங்கி வந்த பொழுதே அந்தச் செயல் மோசமானது, வெறுக்கத்தக்கது, கீழ்த்தரமானது என்று எனக்குள் நானே சொல்லிக்கொள்ளவில்லையா? அந்த நினைப்பே என்னைப் பாதித்து ஒரு நோயாளியைப் போல என்னை ஆக்கவில்லையா? எந்தக் கனவும் காணாமல் நல்ல விழிப்பு நிலையில் இருக்கும் போதும்கூட அந்த எண்ணம் என்னை நடுநடுங்கச் செய்யவில்லையா? இல்லை... நான் அதைச் செய்யப் போவதில்லை. நான் அதைச் செய்யமாட்டேன். இத்தனை நாளும் நான் போட்டு வைத்திருக்கும் கணக்குகளில் எந்தச் சந்தேகமும் இல்லாமல்கூட இருக்கட்டும் – கடந்த ஒரு மாத காலமாக நான் சிந்தித்து முடிவு செய்த விஷயங்கள் இவை. மிகத் தெளிவாக, எளிதாக இருந்தாலும்கூட, என்னால் அதைச் செய்ய முடியாது. நான் அதைச் செய்யமாட்டேன். நான் அதைச் செய்யவே மாட்டேன். பிறகு ஏன் இன்னமும் எனக்குள் ஏதோ..."

அவன் எழுந்து நின்று, சுற்றிலும் தன் பார்வையை ஓட விட்டான். அவனுக்கு வியப்பாகவும், மிகவும் ஆச்சரியமாகவும் இருந்தது. இந்த இடத்திற்குத் தான் இப்போது வந்து சேர்ந்தது எப்படி என்பது அவனுக்குச் சற்றும் விளங்கவில்லை. அவன் டச்கோவ் பாலத்தை நோக்கி நடக்கத் துவங்கினான். அவன் உடல் வெளிறிப் போயிருந்தது. கண்கள் பளபளத்துக்கொண்டிருந்தன. ஆனால் தனது உடலின் ஒவ்வொரு அங்கமும் சோர்ந்து போயிருப்பதை அவன் உணர்ந்தான். இப்போது தன்னால் மிக எளிதாக சுவாசிக்க முடிவதை அவன் உணர்ந்துகொண்டான். இத்தனை நாட்களாகச் சுமையாகத் தன்னை அழுத்திக்கொண்டிருந்த பயங்கரமான பாரம் ஒன்றைத் தூக்கி எறிந்துவிட்டது போலவும், அதனால் தன்னுடைய இதயம் மிகவும் இலேசாகிப் போனதைப் போலவும் விடுதலை உணர்வும், அமைதியும் அவனது ஆன்மாவில் இப்போது குடிகொண்டு இருப்பதைப் போலவும், அவனால் உணர முடிந்தது.

"கடவுளே, எனக்கு வழிகாட்டுங்கள்! சபிக்கப்பட்ட, குரூரமான இந்தக் கனவுகளிலிருந்தும் பிரமைகளிலிருந்தும் விடுபட எனக்கு வழிகாட்டுங்கள்!" என்று கடவுளை நோக்கிப் பிரார்த்தித்த படியே அவன் நடந்துகொண்டிருந்தான். பார்வையில் கலக்கமோ, சஞ்சலமோ இன்றி மனத்தெளிவுடன் அவன் நேவா நதியின் அழகை ரசித்துப் பார்த்தான். தகதகத்துக்கொண்டிருந்த சிவப்புச்

சூரியன் வானத்திலே அடைக்கலமாகிக்கொண்டிருந்தது. அவன் மிகவும் பலவீனமாக இருந்தாலும், தான் சோர்வாக, பலவீனமாக இருக்கிறோம் என்ற உணர்வுகூட இல்லாதவனாக அப்போது இருந்தான். கடந்த ஒரு மாதத்திற்கு முன்பு அவனது இதயத்தில் உருவாகியிருந்த அந்தச் சீழ்படிந்த கட்டி, இன்று திடீரென்று உடைந்து போயிற்று. விடுதலை! விடுதலை! தன்னை இத்தனை நாளாகக் கட்டிப் போட்டிருந்த கெட்ட ஆவிகளிடமிருந்தும், மாய மந்திரக் கண்கட்டு வித்தைகளிலிருந்தும், பிரமைகளிலிருந்தும், தீய சபலங்களிலிருந்தும் அவனுக்கு விடுதலை கிடைத்துவிட்டது.

இந்த நேரத்தையும், இந்தச் சில நாட்களில் நடந்தவற்றையும், ஒவ்வொன்றாக, ஒவ்வொரு காட்சியாக, ஒவ்வொரு நிமிடமாக, வருங்காலத்தில் அவன் அசைபோட்டுப் பார்க்கும் பொழுது அவனையே ஸ்தம்பிக்க வைக்கக்கூடிய சூழ்நிலை ஒன்று அப்போது வாய்த்தது. அது மிகவும் இயல்பான சம்பவமாக நடந்த போதும், பின்னாளில் நினைத்துப் பார்க்கையில், அதுவே அவனது விதியை முடிவு செய்துவிட்ட ஒன்றாக அமைந்துவிட்ட அதிசயத்தை அவன் எப்போதும் எண்ணத் தவறுவதில்லை.

மிகவும் களைப்பாகவும் மனச் சோர்வாகவும் இருந்த அவன், வீட்டுக்கு விரைவாகச் செல்லும் நேர்வழி இருக்கும் பொழுது, அதனை விட்டுவிட்டு வைக்கோல் சந்தையின் வழியாகச் செல்லும் சுற்றுப் பாதையைத் தேர்ந்தெடுத்தது ஏன் என்பது அவனுக்கே விளங்கவில்லை. தன்னுள் எழும் ஐயத்திற்கு அவனாலேயே விடை தர இயலவில்லை. அந்த வேற்றுப்பாதையின் வழியாகச் செல்வது வெகு தொலைவு இல்லை என்ற போதிலும் அது தேவையற்ற சுற்றுதானே? இதற்கு முன்பும்கூடச் சில சமயங்களில், எந்த வீதிகளின் வழியாகத் தான் சென்றோம் என்ற உணர்வுகூட அற்றவனாக இதுபோன்று சுற்றுப் பாதைகளில் அநாவசியமாக அலைந்தபடியே அவன் தனது வீட்டுக்குச் சென்றதுண்டு. ஆனால் இப்படிப்பட்ட முக்கியத்துவம் வாய்ந்த– அவனது விதியையே தீர்மானம் செய்யக்கூடிய ஒரு சந்திப்பு, அந்த வைக்கோல் சந்தையில் அன்று ஏன் நிகழ்ந்தது என்று பின்னாளில் அவன் தனக்குத்தானே கேட்டுக்கொள்வது வழக்கம். அவனது மனநிலையோடும் சூழ்நிலைகளோடும், மிகச் சரியாக ஒத்திருக்கக்கூடிய ஒரு நிகழ்வு, சரியான ஒரு நேரத்தில் அவனது வாழ்க்கையின் இப்படிப்பட்ட தருணத்தில் நேரிட்டு, அவனது "விதியிலேயே" பாதிப்பை ஏற்படுத்தி, முடிவு செய்யும் சக்தி படைத்ததாக அன்று அமைந்தது ஏன்? ஏதோ, விதியே தன் ஆச்சரியமான கரங்களால் அவனை அணைத்துக்கொள்வது போல அல்லவா அன்று அச்சந்தர்ப்பம் நிகழ்ந்தது?

சந்தைப் பகுதியை அவன் கடக்கும்போது இரவு ஒன்பது மணி ஆகிவிட்டிருந்தது. பெட்டிக் கடைக்காரர்கள், சாலையோர வியாபாரிகள், தள்ளு வண்டிக்காரர்கள், என எல்லோருமே தேவை யில்லாத பொருள்களைத் தம் கடைகளிலிருந்து அப்புறப்படுத்தி வெளியே தூக்கி எறிந்துவிட்டுக் கடைகளைப் பூட்டிவிட்டுத் தங்கள் பொருள்களை மீண்டும் கட்டி எடுத்துக்கொண்டு வீடு திரும்பிக்கொண்டிருந்தனர். குப்பை பொறுக்குவோர் மற்றும் நடைபாதை வியாபாரிகள் சிலரும், தூங்குவதற்காக, உணவு விடுதி களின் கீழ்த்தளங்களிலும், தூசு படிந்து நாற்றமடித்துக்கொண்டி ருந்த மதுபானக் கடைகளின் முன்புறங்களிலும், சந்தைச் சதுக்கத்தி லிருந்த பொது இடங்களிலும் இடம் தேடி, முடங்கிக்கொண்டி ருந்தனர். இம்மாதிரியான இடங்களையும், அடுத்தடுத்து உள்ள தெருக்களையும் சந்துகளையும் பற்றி ரஸ்கோல்னிகோவ் நன்கு அறிந்து வைத்திருந்தான். அவையெல்லாம் இலக்கு எதுவுமின்றிச் சுற்றித் திரிந்த காலங்களில் அவன் அறிந்துகொண்டவை. குறிப் பிட்டுச் சொல்வதானால் இந்தப் பகுதியை ரஸ்கோல்னிகோவுக்கு மிகவும் பிடிக்கும். இங்கே அவனது கிழிந்த ஆடைகளைக் கண்டு எவரும் அருவருப்புக்கொள்வதில்லை. அதேபோல இந்தப் பகுதி யில் எவரும், எந்த உடையிலும் செல்ல முடிகிறது. யாரும் எவரை யும் அவதூறு செய்வதில்லை.

கென்னி தெருவின் மூலையில், நூல் கண்டுகள், நாடாக்கள், பருத்திக் கைக்குட்டைகள் ஆகியவற்றை இரண்டு மேசைகளின் மீது பரப்பி விற்றுக்கொண்டிருந்தான் ஒரு நடைபாதை வியாபாரி. அவனும், கிராமத்துப் பெண்மணியைப் போலக் காணப்பட்ட அவன் மனைவியும் கடையைக் கட்டிக்கொண்டு கிளம்பிக் கொண்டிருந்தார்கள். அந்த நேரத்தில், பழக்கப்பட்ட ஓர் ஆள் அங்கு வந்துவிட்டதால் கொஞ்சம் நின்று பேசத் தொடங்கி னார்கள். அந்த ஆள், அந்தப் பெண் வேறு யாருமல்ல லிசா வெதா என்று எல்லோராலும் அறியப்படும் லிசாவெதா இவானோவ்னாதான் அவள். அடகுக் கடைக்காரி அல்யோனா இவானோவ்னா என்ற அந்த முதியவளின் இளைய சகோதரிதான் இந்த லிசாவெதா. அல்யோனா இவானோவ்னாவின் வீட்டிற்குத் தான் ரஸ்கோல்னிகோவ், தன்னுடைய “வாட்சை” அடகு வைக்கவும், “அந்தக்” காரியத்திற்கான ஒத்திகை பார்க்கவும், முதல் நாளன்று சென்று திரும்பியிருந்தான். பல நாட்களுக்கு முன்ன தாகவே லிசாவெதாவைப் பற்றிய அனைத்து விஷயங்களையும் அவன் அறிந்து வைத்திருந்தான். ஆனால் அவளுக்கு அவனைப் பற்றி அதிகம் தெரியாது. அவலட்சணமான தோற்றம்கொண்ட அவள், சற்று உயரமானவள். பார்வைக்குப் பயந்த சுபாவம் கொண்டவளாகவும், அடங்கிப் போகிறவளாகவும், கோழை

மனம்கொண்டவளாகவும் அவள் தென்பட்டாள். முப்பத்து ஐந்து வயது நிரம்பிய, இன்னமும் திருமணம் ஆகாத பெண் அவள். முழுக்க முழுக்கத் தனது சகோதரிக்கு ஓர் அடிமைபோலவே அவள் இருந்து வந்தாள். இரவும் பகலும் தன் சகோதரிக்காகவே பாடுபட்டு வந்த அவள், தன் சகோதரியைக் கண்டாலே அஞ்சி நடுங்குவாள். சில சமயங்களில், தன் சகோதரியிடம் அவள் அடி வாங்குவதுகூட உண்டு.

அந்த லிஸாவெதாதான், இப்போது இந்த நடைபாதை வியாபாரியிடமும், அவனது மனைவியிடமும் பேசிக்கொண்டு நின்றுகொண்டிருந்தாள். கையில் மூட்டை ஒன்றை அவள் வைத் திருந்தாள். மக்களுக்கு அவசியமாகத் தேவைப்படும் பொருள்களை நிறைய வாங்கி வைத்துக்கொண்டு, ஊர் ஊராகச் சென்று, விற்பனை செய்து பிழைப்பு நடத்தி வந்தனர் அந்தத் தம்பதிகள். அவர்கள் ஏதோ ஒரு விஷயத்தை மிகுந்த அக்கறையோடு அவளி டம் சொல்லிக்கொண்டிருந்தனர். அங்கே அவளைப் பார்க்க நேர்ந்ததில் ஆச்சரியப்படுவதற்கு எதுவுமில்லை என்ற பொழுதும், ஒரு வினோதமான உணர்வு அவனிடத்தில் எழுந்து, அவனை வியப்படையச் செய்தது.

"உனக்காக, நீதான் முடிவெடுக்க வேண்டும் லிஸாவெதா" என்று அந்த நடைபாதை வியாபாரி, மிகவும் உரக்க அவளிடம் சொன்னான், "நாளை ஒரு ஏழு மணியளவில் இங்கே ஒரு சுற்று சுற்றி வா! அவர்களும்கூட நாளை இங்குதான் இருப்பார்கள்!"

"நாளைக்கா..." மிகவும் மெதுவாகவும், ஏதோ சிந்தனை யுடனும் கேட்டாள் லிஸாவெதா. அதைப்பற்றி அவளால் உடனடி யாக உறுதியாக முடிவு செய்ய இயலவில்லை.

"ஏய்...! சரிதான்! அந்த அல்யோனா இவானோவ்னா உன்னை நன்றாகத்தான் பயமுறுத்தி வைத்திருக்கிறாள்!" என்று அந்த வியாபாரியின் கெட்டிக்கார மனைவி லிஸாவெதாவைக் கேலி செய்தாள். "யாராவது உன்னைப் பார்த்தால், சின்னக் குழந்தை என்று சொல்லப் போகிறார்கள், போ! இத்தனைக்கும் அவள் உன்னுடைய சொந்தச் சகோதரிகூட இல்லை. மாற்றாந் தாயின் மகள்! அப்படியிருந்தும் உன்னைத் தன்னுடைய கட்டை விரல் நுனியால் அவள் ஆட்டி வைக்கிறாள் பார்!"

"ஆனால் இந்தத் தடவை நீ அல்யோனா இவானோவ்னா விடம் ஒரு வார்த்தைகூடச் சொல்லாமல் வந்துவிடு" என்று குறுக் கிட்டுச் சொன்னான் அவளது கணவன். "இது என்னுடைய அறிவுரை. ஆமாம். எதுவுமே கேட்காமல் எங்களோடு வந்து சுற்றிக் கொண்டிரு. அது உனக்கு நல்லது. நிறைய லாபம் சம்பாதிக்கலாம்.

இதையெல்லாம் பார்த்தபிறகு உன் சகோதரியும்கூட இதில் ஈடுபட முன் வரலாம்!"

"அப்ப நான் புறப்படவா?"

"நாளைக்கு ஏழு மணிபோல் நீ வந்துவிடு. அவர்களும் இங்கே இருப்பார்கள். நீயாகவே விஷயத்தை முடிவு செய்து கொண்டுவிடலாம்!"

"சரி, தேநீர் குடிக்கலாமா?" என்றாள் அவனுடைய மனைவி.

"சரி, நாளை வருகிறேன்!" என்று கூறியபடி இன்னமும் சந்தேகம் அகலாதவளாகச் சிந்தித்தபடியே மெல்ல அங்கிருந்து நகர்ந்தாள் லிஸாவெதா.

ரஸ்கோல்னிகோவ் அவர்களைத் தாண்டிச் சென்றுவிட்ட தால் அதற்குமேல் அவள் பேசியது எதையும் அவன் கேட்க முடியவில்லை. அவர்கள் கவனிக்காதபடி மெல்ல அவர்களைத் தாண்டி நடந்து சென்ற அவன், எந்த ஒரு வார்த்தையையும் தவற விட்டுவிடாமல் கவனமாகக் கேட்டிருந்தான். முதலில் அவனுக்குள் ஏற்பட்டிருந்த வியப்பு அவன் இப்போது கேட்ட வார்த்தைகளின் விளைவாக இப்போது படிப்படியாகப் பெரும் அச்சமாக உருப் பெற்று, அவனுடைய முதுகுத்தண்டு சில்லிட்டுப் போயிற்று. அவனுக்கு ஒரு செய்தி கிடைத்திருக்கிறது! ஆமாம்! திடீரென்று எதிர்பாராதவிதமாக இப்போது அவனுக்கு ஒரு செய்தி கிடைத் திருக்கிறது! "மறுநாள் மாலை ஏழு மணிக்கு அந்த முதியவளின் சகோதரியும் அவளது ஒரே ஒரு துணையுமான இந்த லிஸாவெதா வெளியே செல்லப் போகிறாள். அப்படியென்றால் மாலை ஏழு மணிக்கு அந்தக் கிழவி மட்டும்தான் வீட்டில் தனியே இருக்கப் போகிறாள்."

இதோ, அவன் தங்கியிருக்கும் அறை இருந்த கட்டடம் சில காலடிகள் தூரத்தில்தான் இருந்தது. மரண தண்டனையை நிறைவேற்றத் தூக்கு மேடைக்குக் கொண்டு செல்லப்படும் ஒரு கைதியைப்போல அவன் தன்னுடைய அறைக்குள் நுழைந்தான், எதைப் பற்றியும் அவன் சிந்திக்கவில்லை. சிந்திக்க இயலாத நிலை யில் இப்போது அவனிருந்தான். தான் தன் வசமிழந்து இருப்பதாக அவன் உணர்ந்தான். சுதந்திரமான சிந்தனைகளும், சுதந்திரமான செயல்களும் விருப்பங்களும் திடீரென்று தன்னை விட்டுப் போய் விட்டதாக அவன் உணர்ந்தான். நடப்பவை எல்லாமே ஏற்கனவே தீர்மானிக்கப்பட்ட மாற்ற முடியாத விஷயங்களாக இருப்பதாக அவன் உணர்ந்தான்.

தனது திட்டத்தை நிறைவேற்றுவதற்கு ஏற்ற ஒரு சந்தர்ப்பத்தை எதிர்நோக்கி ஆண்டுக்கணக்காகக் காத்திருந்தாலும் கிடைக்காத ஒரு வாய்ப்பு, இப்போது, இத்தருணத்தில், தானாகவே வலுவில் வந்து கிடைத்திருக்கிறது.

யாரிடமும் அபாயகரமான கேள்விகளைக் கேட்காமல் அபாயம் தரக்கூடிய வேறு எந்தவிதமான விசாரணையிலும் ஈடுபடாமல், வேறு வழியிலும் துப்பறிந்துகொண்டிருக்காமல் அவன் யார் மீது தாக்குதல் தொடுக்க நினைத்திருந்தானோ அந்த முதிய பெண், தன் வீட்டில், ஒரு குறிப்பிட்ட நேரத்தில் தனியாக, முற்றிலும் தனியாக இருப்பாள் என்ற செய்தி, மிகத் துல்லியமாகவும், எந்தவித ஆபத்தும், சிரமமும் இல்லாமல் அவனுக்கு இப்போது கிடைத்திருக்கிறது.

அத்தியாயம் – 6

லிஸாவெதாவை மறுநாள் வந்து பார்க்குமாறு, அந்த நடைபாதை வியாபாரியும், அவனுடைய மனைவியும் எதற்காகச் சொன்னார்கள் என்பதைப் பற்றி ரஸ்கோல்னிகோவ் பின்னால் அறிய நேர்ந்தது. அது மிகவும் சாதாரணமான விஷயம்தான். அபூர்வமான விஷயம் எதுவும் அதில் இல்லை. அண்மையில் பீட்டர்ஸ்பர்க் நகருக்கு வந்து சேர்ந்திருந்த மிகவும் வறுமைப்பட்ட ஒரு குடும்பத்தினர், தங்களிடமிருந்த பெண்கள் அணியும் உடுப்பு களையும், வேறு சில பொருள்களையும் விற்றுக் காசாக்க விரும்பி னர். நேரடியாக சந்தைக்குச் சென்று விற்றால் போதிய பணம் கிடைக்காது என்பதால் அவர்கள் ஒரு வியாபாரியின் உதவியை நாடினர். லிஸாவெதா, கமிஷன் அடிப்படையில் இதுபோன்ற வியாபாரங்களைச் செய்துகொண்டிருந்தாள். அங்கங்கே பல இடங் களுக்குச் சென்று, வியாபாரிகளைச் சந்தித்து வியாபாரத்தைக் கச்சிதமாக அவள் முடித்து விடுவாள். அவளுடைய நேர்மையான குணமும், அதிகம் பேரம் பேசாத போக்கும் அவளுக்கு நிறைய வாடிக்கையாளர்களைப் பெற்றுத்தந்திருந்தது. பேரம் பேச மாட் டாளே தவிர, விலை இன்னது என்று மட்டும் கறாராகக் கூறி விட்டுப் பேசாமலிருந்து விடுவாள். முன்பே குறிப்பிட்டதுபோல அதிகம் பேசாத, பயந்த சுபாவமுள்ள பெண்தான் லிஸாவெதா.

சமீபகாலமாக ரஸ்கோல்னிகோவ் மூட நம்பிக்கைகளில் பிடிப்புள்ளவனாக மாறிக்கொண்டிருந்தான். பின்னரும், நெடுங் காலத்துக்கு, அந்த மூட நம்பிக்கைகளின் சாயல்கள் அழிக்கவே இயலாதபடி அவனுள் நிலைத்துப் போய்விட்டன. பின்னால் வந்த நாட்களில் அவன் நினைத்துப் பார்க்கும் பொழுது, இந்தக் குறிப்பிட்ட காலகட்டத்தில் நிகழ்ந்த எல்லாவற்றிலும் வெளிப் படையாகச் சொல்ல முடியாத அளவுக்கு வினோதமும் மர்மமும் பொதிந்திருந்ததையும், தற்செயலாக நிகழ்ந்தவைகளும்கூட வியக்கத் தக்க வகையில் சூழலோடு ஒத்துப்போனதாய் அமைந்து, அவனுள் எப்படி ஒரு தாக்கத்தை ஏற்படுத்திவிட்டன என்பதையும் அவன் உணர்வதுண்டு.

சென்ற குளிர்காலத்துக்குச் சற்று முன்பு, அவனோடு படித்த "பொகோரேவ்" என்ற மாணவன், "ஹார்க்கோவ்" நகரத்துக்குச் செல்வதற்காகக் கிளம்பிக்கொண்டிருந்தான். அந்த நேரத்தில், தற்செயலாக, அவன், அல்யோனா இவானோவ்னாவைப்பற்றிக் ரஸ்கோல்னிகோவிடம் கூறி, அவளது முகவரியையும் கொடுத்து, அவனுக்கு ஏதேனும் அடகு வைக்க வேண்டிய நிலை ஏற்பட்டால் அவளை அணுகலாம் என்று சொல்லியிருந்தான். ஆனால் அது நடந்து நீண்ட நாளாயிருந்தது. ரஸ்கோல்னிகோவுக்கும் அவளைப் பார்க்க வேண்டிய அவசியம் இல்லாமலிருந்தது. ஏனென்றால் அப்போது அவன் சிலருக்கு "ட்யூஷன்" சொல்லிக் கொடுத்து வந்ததால், அதில் கிடைத்த பணத்தைக்கொண்டு தன்னுடைய தேவைகளைச் சமாளித்து வந்தான். ஆறு வாரங்களுக்கு முன்னால்தான் அவளது முகவரியைப் பற்றிய நினைவு அவனுக்கு வந்தது. அடகு வைப்பதற்கு ஏற்றவைகளாக அவனிடம் இரண்டு பொருள்கள் இருந்தன. ஒன்று, அவனது தந்தை வைத்திருந்த பழைய, வெள்ளிக் கைக்கடிகாரம். மற்றொன்று, ஊரிலிருந்து, படிப் பதற்காக இங்கு புறப்பட்டு வரும்போது தன் நினைவாக அவனுக்கு அவள் சகோதரி பரிசாகக் கொடுத்திருந்த, மூன்று சிவப்புக் கற்கள் பதித்த தங்க மோதிரம். மோதிரத்தை முதலில் அடகு வைக்க முடிவு செய்த அவன் அவளைப் பார்க்கச் சென்றான். அவளைப் பற்றி எதுவும் அறிந்திராத அந்த முதல் சந்திப்பிலேயே, அவளிடத் தில் அளவு கடந்த வெறுப்பு அவனுக்கு ஏற்பட்டுவிட்டது. அடகுப் பொருளுக்கு மாற்றாக இரண்டு ரூபிள் நோட்டுகளை அவளிட மிருந்து பெற்றுக்கொண்ட அவன், தன் வீட்டிற்குச் செல்லும் வழியில் இருந்த மிக மோசமான விடுதி ஒன்றினுள் நுழைந்தான். தேநீர் கொண்டுவருமாறு சொல்லிவிட்டு அங்கிருந்த இருக்கையில் அமர்ந்துகொண்ட அவன், ஆழ்ந்த சிந்தனையில் மூழ்கிவிட்டான். ஒரு வினோதமான எண்ணம், முட்டையை உடைத்துக்கொண்டு வெளிவரத் துடிக்கும் கோழிக் குஞ்சைப் போல அவனது மூளைக் குள் பிராண்டிக்கொண்டிருப்பதை அவன் உணர்ந்தான்.

அவனுக்கு மிக அருகில், அடுத்த மேசையில், ஒரு மாணவன் உட்கார்ந்திருந்தான். அவனுடன் இளம் அதிகாரி ஒருவரும் உட்கார்ந்திருந்தார். அந்த மாணவன் யாரென்று இவனுக்குத் தெரியவில்லை. அவர்கள் இருவரும் பில்லியர்ட்ஸ் விளையாடிக் கொண்டே தேநீர் பருகிக்கொண்டிருந்தார்கள். திடீரென்று அந்த மாணவன் அல்யோனா இவானோவ்னாவைப் பற்றி அந்த அதிகாரியிடம் பேசுவதும், அவளது முகவரியை அவரிடம் கூறுவதும், ரஸ்கோல்னிகோவின் காதில் விழுந்தது. இந்த நிகழ்வு,

ரஸ்கோல்னிகோவுக்கு மிகவும் விசித்திரமாகப்பட்டது. மிகவும் வினோதமாகத் தோன்றியது. அவன் இப்போதுதான் அவளைப் பார்த்துவிட்டு வருகிறான். இங்கேயோ எதிர்பாராமல் அவளு டைய பெயர் சொல்லப்படுகிறது. ஒரே சமயத்தில் நேரும் இந்த யதேச்சையான ஒற்றுமை தற்செயலாக நிகழ்ந்த ஒன்றாகக்கூட இருக்கலாம். ஆனால் அவளது சந்திப்பினால் தனக்குள் நேர்ந் திருந்த வழக்கத்திற்கு மாறான பாதிப்பிலிருந்து தான் விடுபட முடியாமல் தவித்துக்கொண்டிருந்த அதே கணத்தில், அந்த மாணவன் தன் நண்பரிடம் அதே அல்யோனா இவானோவ்னா வைப் பற்றிப் பேசிக்கொண்டிருந்தது – யாரோ அவனுக்காகச் சொன்னது போலவே இவனுக்குத் தோன்றியது.

இப்போது அந்த மாணவன், தனது நண்பரிடம், அல்யோனா இவானோவ்னாவைப் பற்றி இன்னும் அதிகமான விஷயங்களைச் சொல்லத் தொடங்கினான்.

“அவள் ரொம்பப் பிரபலமான பெண்” என்று தொடங்கி னான் அந்த மாணவன். “நீங்கள் எப்போதும் அவளிடம் கடன் பெற்றுக்கொள்ளலாம். ஒரு யூதனைப் போல அவளும் பெரும் பணக்காரி. ஒரே சமயத்தில், உடனடியாக, ஐயாயிரம் ரூபிள்களை அவளால் கொடுக்க முடியும். ஆனாலும் ஒரு ரூபிளுக்கு உண் டான வட்டியைக்கூட அவள் குறைத்து வாங்கிக்கொள்ளவே மாட்டாள். எங்களுடைய நண்பர்களில் நிறைய பேர் அவளிடத் தில் வட்டிக்குக் கடன் வாங்கியிருக்கிறார்கள்! ஆனால்... ரொம்பக் கெட்ட கிழவி அவள்!”

அவள் எந்த அளவுக்கு வெறுக்கத்தக்கவள் என்பது பற்றியும், அவளது கோணல் புத்தியைப் பற்றியும் அவன் தொடர்ந்து பேச ஆரம்பித்தான். பணம் செலுத்த வேண்டிய தவணை ஒருநாள் தாண்டிப் போனாலும்கூட அடகுப் பொருள் மூழ்கிப் போய்விடும் என்றும், பொருளின் மதிப்பு எத்தனை உண்டோ அதில் கால் பகுதியை மட்டுமே அவள் கடனாகத் தருவாள் என்றும், மாதத் திற்கு ஐந்து அல்லது ஏழு சதவிகித வட்டியைக்கூட அவள் கறந்து விடுவது உண்டு என்றும் அவளைப் பற்றிய நிறைய விஷயங்களைச் சொல்லிக்கொண்டு இருந்தான் அந்த மாணவன். பேசுவதில் மிகவும் விருப்பம் உள்ளவனாக இருந்த அவன் நிறையப் பேசி னான். அந்தக் கிழவிக்கு லிஸாவெதா என்ற தங்கை இருக்கிறாள் என்றும் அவளைக் கிட்டத்தட்டத் தன் அடிமையைப் போல இந்தக் கொடுமைக்காரக் கிழவி நடத்தி வருவதாகவும் எப்பொழு தும், அவளை அடித்துக்கொண்டே இருப்பதாகவும், லிஸாவெதா

என்ற அந்தப் பெண் ஐந்து அடி பத்து அங்குலத்திற்கும் மேல் உயரமானவளாக இருந்தாலும்கூட, அவளை இன்னமும் ஒரு குழந்தையைப் போலவே இந்தக் கிழவி நடத்தி வருவதாகவும் அவன் விவரித்தான்.

“உனக்குத் தெரியுமா... அவள் அபூர்வமான தோற்றம் கொண்ட வினோதமான பிறவியாக்கும்” என்று உரக்கச் சொல்லி விட்டுக் கடகடவென்று சிரித்தான் அந்த மாணவன்.

அதன்பிறகு அவர்கள் லிஸாவெதாவைப் பற்றிப் பேசத் தொடங்கினார்கள். ஒரு வித்தியாசமான சுவையுடன் மிகவும் ரசனையோடு சிரித்துக்கொண்டே விஷயங்களைச் சொல்லிக் கொண்டிருந்தான் அந்த மாணவன். அவன் கூறியவற்றை மிகுந்த ஆர்வத்தோடு கேட்டுக்கொண்டிருந்த அந்த இளம் அதிகாரி, தன்னிடமுள்ள துணிகளைத் தைப்பதற்கு அவளை அனுப்பி வைக்குமாறு அவனைக் கேட்டுக்கொண்டார். அவர்கள் பேசிய விஷயங்கள் அனைத்தையும் ஒரு வார்த்தை விடாமல் கேட்டான் ரஸ்கோல்னிகோவ். லிஸாவெதாவைப் பற்றிய விவரங்கள் அனைத் தையும் அவன் தெரிந்துகொண்டான்.

லிஸாவெதா அந்தக் கிழவியின் உடன் பிறந்த தங்கை அல்ல. அவளது ஒன்று விட்ட தங்கை. (வேறொரு தாய்க்குப் பிறந்த பெண்). முப்பத்தைந்து வயது நிரம்பிய பெண்ணாகிய அவள், இரவும் பகலும் தனது சகோதரிக்காகவே உழைத்தாள். தவிர வீட்டில் சமையல் செய்வது, துணி துவைப்பது எல்லாமே அவள் தான். அதைத் தவிர மற்றவர்களுக்குத் துணிகள் தைத்துத் தரும் வேலைகளையும், சில வீடுகளில் தரையைக் கழுவும் வேலைகளை யும்கூட அவள் செய்வது உண்டு. தான் சம்பாதிக்கும் அனைத் தையும் அவள் தன்னுடைய சகோதரியிடமே கொடுத்து விடுவாள். கிழவியின் அனுமதி இல்லாமல் எந்தப் பொறுப்பையும், எந்த வேலையையும் அவள் ஏற்றுக்கொள்ள மாட்டாள். அந்தக் கிழவி ஏற்கனவே (தன்னுடைய சொத்துகளுக்கான) உயிலை எழுதி வைத்திருக்கிறாள். அந்த உயில் பற்றிய விவரம் முழுவதும்கூட லிஸாவெதாவுக்குத் தெரியும். வீட்டிலுள்ள நாற்காலிகள், பாத் திரங்கள், தட்டுமுட்டுச் சாமான்ள் ஆகியவற்றை மட்டுமே அவள் பெயரில் எழுதிவிட்டு, தன்னுடைய பணம் முழுவதையும் வடக்கு மாகாணத்திலுள்ள ஒரு மடாலயத்திற்கு அவள் எழுதி வைத்திருக் கிறாள். தான் இறந்த பின்பு – தன் ஆத்மா அமைதி பெறுவதற்காக – மடாலயத்திற்கு நன்கொடையாக இதனை எழுதியிருப்பதாக அந்த உயிலில் அவள் குறிப்பிட்டிருப்பதையும் லிஸாவெதா

அறிவாள். லிஸாவெதா அவளது சகோதரியைவிடத் தாழ்ந்த, மிகச் சாதாரணமான, உழைக்கும் வர்க்கத்தைச் சேர்ந்த குடும்பத்தி லிருந்து வந்தவள். படிக்காதவள், திருமணமாகாதவள். அசாதாரண மான உயரமும், கொஞ்சம் அவலட்சணமான தோற்றமும் கொண்டவள் லிஸாவெதா. ஆட்டுத் தோலினால் செய்யப்பட்ட நீண்ட காலணிகளினால் நீண்டு, பருத்து, எத்திக்கொண்டிருந்த தனது பாதங்களை அவள் மறைத்துக்கொண்டிருந்தாள். அவள் எப்போதும் மிகவும் சுத்தமாகத் தன்னை வைத்துக்கொள்வாள். லிஸாவெதாவைப் பற்றிய விஷயங்களில் அந்த மாணவனை ஆச்சரியப்படவும், அதிசயப்படவும் வைத்த உண்மை என்னவென் றால் அவள் கருவுற்றிருந்தாள் என்பதுதான்.

"ஆனால் நீ அவள் விகாரமான, அவலட்சணம் பிடித்த ராட்சஸியைப் போன்ற தோற்றத்தைக்கொண்டவள் என்றுதானே சொன்னாய்?" என்று கேட்டார் அந்த இளம் அதிகாரி.

"அவள் மிகவும் கறுப்பாக, மாறு வேடத்தில் இருக்கும் இராணுவ வீரரைப் போல, வாட்டசாட்டமான தோற்றத்துடன் இருப்பதென்னவோ உண்மைதான். ஆனால் அவள் ராட்சஸி யில்லை. அவளுக்கு, இனிய அன்பான முகமும், கண்களும் உண்டு. பார்க்கக் கவர்ச்சியாகக்கூட இருப்பாள் அவள்! நிறைய ஜனங்கள் அவளை விரும்புவதே இதற்குச் சாட்சி. அமைதியும் நளினமும் பொறுமையும்கொண்ட அவள், எந்த விஷயத்திலும் உடன்பட்டுப் போகக் கூடியவள். அவளுடைய சிரிப்பு உண்மையிலேயே மிகவும் இனிமையானதாக இருக்கும்!"

"அவள் உன்னைக் கவர்ந்துவிட்டாள்!" என்று சொல்லி விட்டு அந்த இளம் அதிகாரி சிரித்தார். "காரணம் அவள் கொஞ்சம் வித்தியாசமாக இருப்பதுதான். அது இருக்கட்டும்! நான் சொல்வதைக் கொஞ்சம் கேளுங்கள்! அந்தப் பொல்லாத குணமுள்ள கிழவியைக் கொன்று போட்டுவிட்டு, அவளிடம் உள்ள பணத்தையெல்லாம் திருடிக்கொண்டு, கொஞ்சம்கூட மனச் சாட்சியின் உறுத்தல்கள் இல்லாமல் என்னால் இருக்க முடியும். வேண்டுமானால் இதற்காகப் பந்தயம் கட்டக்கூட நான் தயாராக இருக்கின்றேன்" என்று அந்த மாணவன் சூடான தொனியில் பிரகடனம் செய்வதைப் போலச் சொன்னான்.

அந்த இளம் அதிகாரி மீண்டும் சிரித்தார். ரஸ்கோல்னி கோவ் அதிர்ச்சியடைந்து போனான். "என்ன வினோதம் இது!" ரஸ்கோல்னிகோவின் உடல் நடுங்கியது.

மேலும் சூடாக, அந்த மாணவன் தொடர்ந்து சொன்னான்: "உங்களிடம் மிக முக்கியமான கேள்வி ஒன்றைக் கேட்கப் போகிறேன். இதுவரை உங்களிடம் நான் வேடிக்கையாகப் பேசினேன் என்பது உண்மைதான். ஆனால் இப்போது நான் சொல்லுவதைக் கொஞ்சம் சிந்தித்துப் பாருங்கள்! ஒருபுறம் பார்த்தால் இப்படிப்பட்ட ஒருமுட்டாள்தனமான உணர்ச்சியற்ற, எதற்கும் பயனில்லாத, வெறுப்பூட்டக்கூடிய, பயங்கரமான கிழவி! இவளால் மற்றவர்களுக்கு எந்தப் பயனும் இல்லாதது மட்டுமல்ல! மற்றவர்களுக்கு எப்போதும் தீங்கையே செய்துகொண்டிருக்கும் பெண் இவள். தான் எதற்காக வாழுகின்றோம் என்ற வாழ்வின் அர்த்தமே தெரியாத ஒரு பெண். இன்னும் ஒரு நாளிலோ அல்லது இரண்டு நாளிலோ எப்படியும் ஒருநாள் சாகப் போகிற பெண்தானே? என்ன... நான் சொல்வது உங்களுக்குப் புரிகிறதா?"

"ஆமாம், ஆமாம்! எனக்குப் புரிகிறது." என்று மிகவும் உணர்ச்சிவசப்பட்டுப் போயிருந்த தனது நண்பனைப் பார்த்தபடி பதில் கூறினார் இளம் அதிகாரி.

"அப்படியானால் இன்னும் கேளுங்கள், ஒரு பக்கம் இப்படி ஒரு கிழவி. மற்றொரு பக்கம், பண பலமும், தகுந்த பின்னணியும் இல்லாமல், தூக்கியெறியப்பட்டிருக்கும் ஆயிரக்கணக்கான இளைஞர்கள், உதவி வேண்டி எல்லாத் திசைகளிலும் தவியாய்த் தவித்துக்கொண்டிருக்கிறார்கள். நூற்றுக்கணக்கான, ஆயிரக்கணக்கான நல்ல காரியங்களை இந்தக் கிழவியின் பணத்தின் மூலம் செய்ய முடியும். அவ்வளவு பணமும் வீணாக இப்போது அந்த மடாலயத்தில் போய் முடங்கப் போகிறது! இந்தக் கிழவியின் பணத்தினால் நூற்றுக்கணக்கான, ஆயிரக்கணக்கான இளைஞர்களைச் சரியான பாதையில் செலுத்த முடியும். டஜன் கணக்கான குடும்பங்களை வறுமையிலிருந்து காப்பாற்ற முடியும். நாசத்திலிருந்து காப்பாற்ற முடியும், கெட்ட நடத்தைகளிலிருந்து காப்பாற்ற முடியும், மருத்துவமனைகளின் கதவுகளை அவர்களுக்காகத் திறந்துவிட முடியும். இத்தனை காரியங்களையும் அவளிடமிருக்கும் பணத்தால் செய்ய முடியும். அவளைக் கொன்றுவிட்டு அவளிடம் இருக்கிற அனைத்துப் பணத்தையும் எடுத்துக்கொண்டு விட வேண்டும். இதைச் செய்யும் ஒருவன் மனித குலத்துக்குச் சேவை செய்வதற்காகத் தன்னை முழுவதுமாக அர்ப்பணித்துக் கொள்ளும் நல்ல மனம் படைத்தவனாக இருக்க வேண்டும். நீங்கள் என்ன நினைக்கிறீர்கள்? சொல்லுங்கள்! ஒரு சிறிய குற்றத்தைச் செய்வதனால் ஏற்படும் பாவக்கறையை ஆயிரம் நல்ல செயல்கள் துடைத்து எறிந்துவிடாதா என்ன? ஓர் உயிரைப்

பறிப்பதால், ஆயிரம் உயிர்களை அழிவிலிருந்தும், சுரண்டலிலிருந்தும் காப்பாற்ற முடியும். ஒரு சாவுக்கு மாற்றாக நூறு பேருக்கு வாழ்க்கை – இது ஒரு சிறிய கணிதச் சமன்பாடுதானே... தீய குணம்கொண்ட, அந்த முட்டாள் கிழவியின் உயிரோடு, பொது நன்மையை வைத்து எடை போட்டுப் பார்த்தால் அதற்கு என்ன தான் மதிப்பு இருக்கிறது? அற்பமான புழு, கரப்பான் பூச்சி ஆகிய வற்றின் வாழ்க்கையை விடக் கேவலமான வாழ்க்கையில்லையா அவளது வாழ்க்கை? ஏனென்றால் இந்தக் கிழவி தீமைகளையே செய்கிறாள். அடுத்தவர்களின் வாழ்க்கைக்கு முட்டுக்கட்டை போடும் அவள் நிச்சயமாக ஒரு கொடூரமான தீய சக்திதான். சில நாட்களுக்கு முன்பு ஏதோ ஒரு கோபத்தில் அவள் லிஸா வெதாவின் விரலையே கடித்துக் குதறிவிட்டாள். பிறகு அந்த விரலின் பெரும் பகுதியைத் துண்டித்து எடுக்க வேண்டிய தாயிற்று."

"உண்மையிலேயே அவள் வாழத் தகுதியில்லாதவள்தான். ஆனாலும் நீ கொஞ்சம் யோசித்துப்பார். இந்த உலக இயற்கை இப்படித்தானே இருக்கிறது!" என்று சுட்டிக்காட்டினார் அந்த இளம் அதிகாரி. "இருக்கலாம் சகோதரரே! ஆனால் இந்த உலக இயல்பைச் சீராக்கிச் சரிசெய்ய வேண்டுமல்லவா! இல்லா விட்டால் இப்படிப்பட்ட வன்மங்களே நம்மை, நம் வாழ்வை யெல்லாம் அடித்துக்கொண்டு போய் விடுமே? அப்புறம் சிறந்த மனிதன் என்று ஒருத்தனைக்கூடச் சொல்ல முடியாது. சிறந்த மனிதர் என்று ஒருவரும் இருக்க மாட்டார்கள். கடமையைப் பற்றியும், மனச்சாட்சியைப் பற்றியும் எல்லோரும் பெரிதாகப் பேசிக்கொண்டிருக்கிறார்கள். இந்தக் "கடமைக்கும்" "மனச் சாட்சிக்கும்" எதிராக எதையும் நான் சொல்ல விரும்பவில்லை. ஆனால் அவற்றையெல்லாம் உள்வாங்கிக்கொண்டிருப்பதால் பெரிதாக நமக்கு இப்போது என்ன பயன் கிடைத்திருக்கிறது? கொஞ்சம் பொறுங்கள், உங்களிடம் நான் மற்றொரு கேள்வி ஒன்றைக் கேட்கப் போகிறேன்."

"நீ கொஞ்சம் நிறுத்து. இப்போது நான் உன்னிடம் ஒரு கேள்வி கேட்கப் போகிறேன். கொஞ்சம் நான் சொல்வதைக் கவனி."

"சரி, கேளுங்கள்!"

"இப்போது நீ நிறையப் பேசினாய், ஒரு நீண்ட சொற் பொழிவே நிகழ்த்திவிட்டாய், எனக்கு இதை மட்டும் சொல் போதும்! அந்த வயதான பெண்ணை நீயே நேரடியாகப் போய்க் கொல்ல முடியுமா?"

“ஐயையோ! நிச்சயமாக என்னால் முடியாது. நான் அதி லுள்ள பொதுவான நியாயத்தைப் பற்றித்தான் சொன்னேனே தவிர, இதை நான் செய்வேனா என்ற கேள்விக்கே இடமில்லை.”

“இப்போது நான் என்ன நினைக்கிறேன் என்றால் எப்போது அந்தச் செயலை உன்னால் செய்ய முடியாது என்று கூறிவிட் டாயோ அதன்பிறகு இதிலுள்ள நியாயத்தைப்பற்றிப் பேசுவதும் நியாயமில்லை. நாம் இந்தப் பேச்சை விட்டுவிட்டு வேறு விளை யாட்டு விளையாடுவோம்” என்றார் அந்த இளம் அதிகாரி.

மேற்குறித்த உரையாடலால் ரஸ்கோல்னிகோவ் ஆழமாகப் பாதிக்கப்பட்டிருந்தான். அவர்கள் பேசிக்கொண்டிருந்ததில் புதிதாக அவன் தெரிந்துகொள்ள வேண்டிய விஷயம் எதுவு மில்லை என்பது உண்மைதான். இளைஞர்கள் வழக்கமாக இப்படிப்பட்ட சிந்தனைகளுடன் பேசிக்கொள்வதைப் பலமுறை, பல இடங்களில் அவன் கேட்டிருக்கிறான். வெவ்வேறு பொருள் களைக் குறித்தும், வெவ்வேறு வகையாக இளைஞர்கள் விவாதிப் பதையும் அவன் கேட்க நேர்ந்ததுண்டு. ஆனாலும் குறிப்பிட்ட இந்த உரையாடல், குறிப்பிட்ட இந்த நேரத்தில் நிகழ்ந்து, அதை அவனும் கேட்கும்படியாக நேரிட்டது ஏன்? அதிலும் குறிப்பாக அப்போது பேசப்பட்ட கருத்துகள், அவனது மூளையில் அப் போதுதான் உதித்திருந்த எண்ணங்களுடன் முழுக்க, முழுக்க ஒத்திருந்ததற்கான காரணம்தான் என்ன? அந்த முதியவளின் வீட்டிலிருந்து இப்படிப்பட்ட சிந்தனை விதையைச் சுமந்தபடி அவன் வெளியேறிய அடுத்தகணத்திலேயே அவளைப்பற்றிய இப்படி ஓர் உரையாடலை அவன் கேட்க நேர்ந்திருப்பதுதான் எப்படி? இந்த ஒத்திசைவான நிகழ்வுகள் அவனுக்கு இப்போது வினோதமாகவே தென்பட்டன. நிச்சயமாக எல்லாமே விதிப்படி, முன்கூட்டியே தீர்மானிக்கப்பட்டவை போல அவனுக்குத் தோன்றின. இல்லையென்றால் இந்த மதுக்கடையில் தற்செயலாக அவன் கேட்க நேர்ந்த ஓர் உரையாடல், பின்னால் அவன் நிகழ்த்தப் போகும் செயல்களில் அளவற்ற தாக்கத்தை ஏற்படுத்துவ தாக அமைந்திருக்குமா என்ன?

வைக்கோல் சந்தையிலிருந்து வீடு திரும்பிய பிறகு சோஃபா வில் களைத்து விழுந்த ரஸ்கோல்னிகோவ், கொஞ்சம்கூட அசை யாமல், ஒரு மணி நேரம் அப்படியே உட்கார்ந்திருந்தான். பொழுது இருட்டாகியிருந்தது. அவனிடம் மெழுகுவர்த்தியும் கிடையாது. அப்படி இருந்திருந்தாலும் அதனைப் பொருத்தி வைக்க வேண்டும் என்ற எண்ணமும் இப்போது அவனிடம் தோன்றியிருந்திருக்காது. பின்னாளில் இந்த நேரத்தை நினைத்துப் பார்க்கும் பொழுது,

குறிப்பாக எதையும் அந்த நேரத்தில் அவன் யோசித்துக்கொண்டிருந்ததாக அவனுக்கு நினைவில்லை. நீண்ட நேரம் கழிந்தபின், சற்று முன்பு தனக்கு ஏற்பட்டிருந்த குளிரும் காய்ச்சலும் மீண்டும் வந்துவிட்டதை அவன் உணர்ந்தான். தான் இப்போது உட்கார்ந்திருக்கும் சோஃபாவிலேயே அப்படியே உடனேயே தான் படுத்துக்கொள்ள முடியும் என்ற உணர்வே அவனுக்கு ஆறுதலை அளித்தது. கனமான உறக்கத்தின் பிடியில் மிகச் சீக்கிரமாகவே அவன் ஆழ்ந்து போனான்.

அவன் வழக்கத்திற்கு விரோதமாகக் கனவுகள் ஏதுமின்றி, நீண்ட நேரம் மிக அற்புதமாகத் தூங்கிக்கொண்டிருந்தான். அடுத்த நாள் காலை பத்து மணியளவில் அவனது அறைக்குள் வந்த நஸ்டாஸியா அவனை உலுக்கித்தான் எழுப்ப வேண்டியிருந்தது. அவனுக்காக அவள் ரொட்டியும் தேநீரும் கொண்டு வந்திருந்தாள். எப்பொழுதும் போலவே அவளுடைய தேநீர் ஜாடியில் மிஞ்சிப் போயிருந்த தேநீர்தான் அது.

"என்ன இது... இவன் இவ்வளவு தூக்கம் தூங்குகிறான்?" என்று கோபத்துடன் கத்தினாள் நஸ்டாஸியா.

"எப்பொழுது பார்த்தாலும் தூக்கம்தான் இவனுக்கு"

கஷ்டப்பட்டு நிமிர்ந்து உட்கார்ந்த அவனுக்குத் தலை பாரமாக வலித்தது. எழுந்து சில அடிகள் நடக்க முயற்சி செய்தவன், மீண்டும் சோஃபாவிலேயே சுருண்டு விழுந்தான்.

"மறுபடியும் தூங்கப் போகிறாயா?" என்று உரக்கக் கத்தினாள் நஸ்டாஸியா. "உனக்கு உடம்புக்கு முடியவில்லையா, என்ன?"

அவன் பதிலேதும் கூறவில்லை.

"கொஞ்சம் தேநீர் சாப்பிடுகிறாயா?"

"அப்புறம் பார்த்துக்கொள்ளலாம்" என்ற பதிலை மிகுந்த சிரமத்தோடு சொன்னவன், கண்களை மூடிக்கொண்டு சுவர்ப் பக்கம் திரும்பிப் படுத்துக்கொண்டான்.

நஸ்டாஸியா அவனைப் பார்த்தபடியே அவனருகே நின்று கொண்டிருந்தாள்.

"ஒருவேளை, உண்மையிலேயே இவனுக்கு உடம்புக்கு முடியாமல்தான் இருக்கும் போலிருக்கிறது." என்று சொல்லிக் கொண்டே வெளியேறிச் சென்றாள் அவள்.

மதியம் இரண்டு மணிக்குக் கொஞ்சம் சூப்பை எடுத்துக் கொண்டு நஸ்டாஸியா திரும்பவும் வந்தாள். அவன் முன்பு இருந்த அதே நிலையிலேயே படுத்திருந்தான். தேநீர் ஜாடி தொடப் படாமல் அப்படியே இருந்தது. அதனால் சற்று வருத்தமடைந்த நஸ்டாஸியா மீண்டும் முரட்டுத்தனமாக அவனை உலுக்கத் தொடங்கினாள்.

"எப்பொழுது பார்த்தாலும் ஏன் இப்படித் தூங்கிக் கொண்டே இருக்கிறாய்?" கோபத்துடன் உரக்கக் கத்திய அவள் அவனை வெறுப்புடன் பார்த்தபடி நின்றுகொண்டிருந்தாள்.

அவன் எழுந்து உட்கார்ந்துகொண்டான். அவளிடம் ஒன்றுமே பேசாமல் தரையை வெறித்துப் பார்த்துக் கொண்டிருந் தான்.

"உனக்கு உடம்பு சரியில்லையா, என்ன?" என்று கேட்டாள் நஸ்டாஸியா.

இப்பொழுதும் அவளது கேள்விக்கு எந்தப் பதிலும் கிடைக்கவில்லை.

"கொஞ்சம் வெளியே போய் நல்ல காற்றை சுவாசித்து விட்டு வர வேண்டும் என்பது போலத் தோன்றுகிறதா?" என்று கேட்டாள் அவள்.

மீண்டும் மௌனம்.

"சரி இதைச் சாப்பிடு! சாப்பிடுவாயா, மாட்டாயா?"

"அப்புறம் சாப்பிடுகிறேன்" என்று மிகவும் பலவீனமான குரலில் அவன் சொன்னான். "நீ போ" என்று சொல்லியபடி தன் கைகளை அசைத்து அவளை வெளியேறுமாறு சைகை காட்டினான்.

அவள் மேலும் சிறிது நேரம் அங்கேயே நின்றபடி, அவனை இரக்கத்தோடு பார்த்துக்கொண்டிருந்தாள். பிறகு வெளியேறிச் சென்றுவிட்டாள்.

சில நிமிடங்களுக்குப் பிறகு கண்களைத் திறந்து பார்த்த அவன், தனக்கு முன்னால் இருந்த தேநீரையும் சூப்பையும் நீண்ட நேரம் வெறித்துப் பார்த்துக்கொண்டிருந்தான். அதன் பின்பு ரொட்டியையும், ஒரு ஸ்பூனையும் எடுத்துக்கொண்டு, ரொட்டி யைச் சாப்பிட ஆரம்பித்தான்.

அவனுக்குப் பசிக்கவே இல்லை. இருந்தாலும் இயந்திரத் தனமாக மூன்று அல்லது நான்கு ஸ்பூன் ரொட்டியைச் சாப்பிட் டான். அவனது தலைவலி இப்போது சற்றுக் குறைந்திருந்தது. சாப்பிட்டு முடித்தவுடன், சோஃபாவில் தன்னைக் கிடத்திக் கொண்டு காலை நீட்டிப் படுத்துக்கொண்டான். ஆனால் மறு படியும் அவனுக்குத் தூக்கம் வரவில்லை. தலையணையில் தலையைச் சாய்த்துக்கொண்டு, தரையையே பார்த்துக்கொண்டி ருந்தான். விழித்திருக்கும் நிலையிலேயே பகல் கனவுகள் அவனை வேட்டையாடத் தொடங்கின. வினோதமான பகல் கனவுகள்! அவற்றில் திரும்பத் திரும்ப வந்த கனவு ஒன்றில், அவன் ஆப்பிரிக் காவிலோ, எகிப்திலோ உள்ள பாலைவனச் சோலை ஒன்றில் இருந்தான். வழிப்போக்கர்களின் கூட்டம் ஒன்று அங்கே ஓய் வெடுத்துக்கொண்டிருந்தது. பக்கத்திலேயே ஒட்டகங்கள் அமைதி யாகப் படுத்திருந்தன. சுற்றிலும், மிகப் பெரிய, வட்டங்களாகப் பனை மரங்கள் சூழ்ந்திருந்தன. தனக்கு அருகாமையில் சுழித்துக் கொண்டு ஓடிக்கொண்டிருந்த நீரோடையிலிருந்து அவன் தண்ணீரை அள்ளிப் பருகினான். அந்த நீர் மிகவும் துல்லிய மாகவும் குளிர்ச்சியாகவும் இருந்தது. பல வண்ணக் கற்களுக்கு மேலே படிந்து தக தகவென்று மின்னிக்கொண்டிருந்த பொன்னிற மணலின் மேலே தவழ்ந்து ஓடி வந்துகொண்டிருந்தது தெளிந்த, சுத்தமான அந்த நீரோடை.

திடீரென்று ஒலித்த கடிகாரத்தின் மிகக் கனமான மணி யோசை கேட்டுக் கனவிலிருந்து விழித்தான் அவன். தலையை உயர்த்தி, ஜன்னலின் வழியாக வெளியே பார்த்து நேரம் என்ன வாக இருக்கும் என்று அனுமானிக்க முயன்றான். யாரோ அவனைப் பிடித்துத் தள்ளுவது போலிருந்தது. உடனே துள்ளிக் குதித்து சோஃபாவிலிருந்து எழுந்து நின்றான். தனது நுனிக்கால் களால் கதவு வரை மெல்ல ஊர்ந்து சென்று கதவை ஓசையின்றி மெல்லத் திறந்து மாடியில் ஏதேனும் ஓசைகள் கேட்கிறதா என்று கவனமாகக் கேட்டான். அவனுடைய இதயம் பயங்கரமாகத் துடித்துக்கொண்டிருந்தது. எல்லோருமே நன்கு தூங்கிக்கொண்டி ருப்பதைப் போல மாடிப்பகுதி முழுவதுமே மிகவும் அமைதியாகக் காணப்பட்டது. எந்தவிதமான தயாரிப்பு வேலைகளும் செய்யாமல் மொத்தத்தில் எதுவுமே செய்யாமல், எல்லாவற்றையும் மறந்து விட்டு, முந்தின நாள் இரவிலிருந்து தான் உறங்கிக்கொண்டே இருந்துவிட்டது அவனுக்கு மிகவும் வினோதமாக இருந்தது; நம்ப முடியாத வியப்பை அளித்தது. இப்பொழுது அடித்த கடிகார மணி ஆறு மணியாகிவிட்டது என்பதை அவனுக்கு உணர்த்தும்

அறிவிப்பாகக்கூட இருக்கலாம் என்று அவன் மனம் நினைத்தது. இவ்வளவு நேரமாக அவனைப் பிடித்திருந்த தூக்கக் கலக்கம், பெரும் திகைப்பு ஆகியவற்றைத் தொடர்ந்து அசாதாரணமான ஜுரம் அவனைப் பற்றிக்கொண்டாற்போல அவன் உணர்ந்தான். செய்ய வேண்டிய காரியங்களைக் குறித்த அவசரமும் வேகமும் மனக் குழப்பங்களுமாக அவன் மனம் அமைதியற்று இருந்தது. ஆயத்த ஏற்பாடுகள் ஒன்றும் அவ்வளவு அதிகமானவை அல்ல. ஒரு சில மட்டும்தான். அவன் தன் சக்தியையெல்லாம் ஒரு நிலைப் படுத்தி எல்லாவற்றையும் பற்றிச் சிந்தித்து முடிவெடுத்து வைத்திருந் தான். எதையும் அவன் மறந்துவிடவில்லை. அவனது இதயம் படபடவென்று மிக வேகமாகத் துடித்துக்கொண்டிருந்தது. இந்தப் படபடப்பினால் மூச்சு விடுவதற்குக்கூட அவன் சிரமப்பட்டான். முதல் காரியமாக அவன் ஒரு வளையத்தைச் செய்து தனது மேல் கோட்டில் வைத்துத் தைத்துக்கொள்ள வேண்டும். அது ஒரு விநாடி நேரம்தான்... தனது தலையணை மூட்டைக்குள் கையை விட்டுத் துழாவி, அதில் அடைக்கப்பட்டிருந்த லினன் சட்டைக் குவியலிலிருந்து, ஒரு பழைய துவைக்கப்படாத சட்டையை அவன் வெளியே இழுத்தான். கிழிந்து தொங்கிக்கொண்டிருந்த அந்தச் சட்டையின் ஒரு பக்கத்திலிருந்து பன்னிரண்டு அங்குல நீளமும், ஒன்றரை அங்குல அகலமும்கொண்ட ஒரு துண்டுத் துணியைக் கிழித்தெடுத்தான். அதை இரண்டாக மடித்துக்கொண்டான். தான் அணிந்திருந்த ஒரே ஒரு மேலங்கியைக் கழற்றினான். கோடைக் காலத்தில் அணியக்கூடிய, தொளதொளப்பான அந்த மேல் கோட்டு, கனத்த பருத்தித் துணியினால் தைக்கப்பட்டிருந்தது. அந்த மேல்கோட்டின் உட்புறத்தில், இடது தோள் பட்டைக்குக் கீழே, தான் கிழித்த துணியின் இரு முனைகளையும் “வளையம்” போலத் தொங்கும்படியாகப் பொருத்தி, ஊசி நூலால் தைத்தான். அவன் தைக்கும் பொழுது அவனது கைகள் நடுங்கியபோதும் அவன் மிகச் சரியாக அதனைத் தைத்து முடித்தான். தைத்து முடித்ததும் அந்த மேல் கோட்டை அணிந்து பார்த்தான். தைத்த இடத்தில் வித்தியாசமாக, ஒன்றும் தெரியவில்லை. தைப்பதற்கான ஊசி, நூலைக்கூட ஒரு வாரத்திற்கு முன்பே எடுத்துத் தனது மேசையின் மேல் அவன் தயாராக வைத்திருந்தான். இந்தத் துணி வளையம் அவனது புத்திசாலித்தனத்தினால் அவனே கண்டு பிடித்த புதிய கண்டுபிடிப்பு. கோடாரியைத் தொங்கவிட்டுக்கொள் வதற்காக இந்த வளையத்தை அவன் அமைத்தான். கோடாரியைக் கைகளில் தாங்கிக்கொண்டு தெருக்களில் செல்வது அவனால் முடியாத காரியம். மேல் கோட்டுக்குள் வைத்து மறைத்துக் கொண்டாலும், அது விழாதபடி கைகளால் வேறு அழுத்தமாகப்

பிடித்துக்கொள்ள வேண்டும். அதை எளிதாக மற்றவர்கள் கவனித்து விடலாம். ஆனால் இப்பொழுதோ அவன் அதை மிக எளிதாக அந்த வளையத்திற்குள், கோடாரியின் தலைப்பகுதி இருக்கும்படியாக மாட்டித் தொங்கவிட்டுக்கொள்ளலாம். வழி நெடுக எவருக்கும் தெரியாமல் அது இப்போது மிக அமைதியாக அவனது கைக்கு அடியில் பத்திரமாக இருக்கும். கையைக் கோட்டுப் பையில் வைத்துக்கொண்டபடி, கோடாரியின் மறு முனையை அவன் சற்றுப் பிடித்துக்கொண்டால், அது ஆடாமல் இருக்கும். மேல் கோட்டு மிகவும் அகலமாகவும், சாக்குப் போலவும் தொங்கிக்கொண்டு இருந்ததால் அதன் பைக்குள் அவன் எதையோ பிடித்துக்கொண்டிருப்பதை எவராலும் அனு மானிக்க முடியாது. இரண்டு வாரங்களுக்கு முன்பே இந்த வளையத்தைப் பற்றி அவன் யோசித்து வைத்துவிட்டான்.

அந்த வேலை முடிந்ததும், துருக்கிய பாணியில் அமைந் திருந்த அந்த சோஃபாவுக்கும், தரைக்கும் இடையிலிருந்த அந்தக் குறுகிய இடைவெளிக்குள் கையைவிட்டுத் தன் விரல்களால் துழாவி, அதன் இடது மூலையிலிருந்து, தான் முன்பே தயாரித்து வைத்திருந்த அடகுப் பொருளை அவன் வெளியில் எடுத்தான். அது உண்மையில் அடகு வைப்பதற்கு ஏற்ற பொருளே இல்லை. வழுவழுப்பான மேற்புறம்கொண்ட மிகச் சிறிய மரத்துண்டு அது. அதன் பருமனும் வடிவமும் கிட்டத்தட்ட வெள்ளியால் செய்யப் பட்ட சிகரெட் பெட்டியை ஒத்ததாக இருந்தது. அவன் வெளியே சென்றபோது, தற்செயலாக, ஒரு கட்டடத்தின் வெளிப்பகுதியில் அமைந்திருந்த தொழிற்கூடத்துக்கு முன்னால் கிடந்த அந்த மரத்துண்டை எடுத்துக்கொண்டு வந்திருந்தான். அதேசமயத்தில் மெல்லிய, வழுவழுப்பான இரும்புத் துண்டு ஒன்றையும் தெருவி லிருந்து அவன் பொறுக்கி வைத்திருந்தான். மரத்துண்டைக் காட்டி லும் சிறியதாக இருந்த அந்த இரும்புத்துண்டு, ஏதோ ஒரு பொருளின் உடைந்த பகுதியாக இருக்க வேண்டும். இந்த இரண்டு துண்டுகளையும் – ஒன்றின் மீது மற்றொன்றை வைத்து நூலால் கட்டி சுத்தமான வெள்ளைத்தாள் ஒன்றில் அவன் அழகாகப் பொதிந்து வைத்திருந்தான். அந்தப் பார்சலுக்கு மேல் மீண்டும் ஒரு மெல்லிய நூலால், எளிதில் அவிழ்க்க முடியாதபடி சிக்கலான ஒரு முடிச்சையும் அவன் போட்டு வைத்திருந்தான். அந்தக் கிழவி யின் கவனத்தை சிறிது நேரத்துக்குத் திசை திருப்பி, அந்த முடிச்சை அவிழ்ப்பதற்கு அவள் முயற்சித்துக்கொண்டிருக்கும் வேளையில், தன் காரியத்தை முடிப்பதற்குச் சாதகமான ஒரு தருணத்தைத் தேடிக்கொள்வதற்காகவே இப்படி ஓர் ஏற்பாடு! அடகுப்

பொருளைக் கையில் எடுத்தவுடன், அது மரத்தால் செய்யப்பட்டிருப்பது என்பதை அவள் கண்டுபிடிக்காமல் இருக்க வேண்டும் என்பதற்காகவே இந்த இரும்புத்துண்டும் அதோடு இணைக்கப் பட்டிருந்தது. தனக்குத் தேவைப்படும்போது எடுத்துக்கொள்ள லாம் என்று கருதி, சோஃபாவின் அடியில் இதையெல்லாம் அவன் மறைத்து வைத்திருந்தான். அதை அவன் வெளியில் எடுக்கும் போது வாயிலின் முன் பகுதியிலிருந்த திறந்த வெளியில் யாரோ சத்தமாகப் பேசிக்கொண்டிருந்தது கேட்டது.

“அது ஆறு தலைமுறைக்கு முன்னால் நடந்த விஷயம்!”

“அடக்கடவுளே, அத்தனை காலம் ஆகிவிட்டதா?” கதவோடு கதவாக ஒட்டிக்கொண்டு அந்தப் பேச்சைக் கேட்டுக் கொண்டிருந்த அவன், தன் தொப்பியை எடுத்துக்கொண்டு, கீழே செல்லும் பதின்மூன்று படிகளிலும் ஒரு பூனையைப் போல ஊர்ந்து சென்றான். அதற்கு முன்னால் மற்றொரு முக்கியமான காரியம் ஒன்று பாக்கி இருந்தது. அது சமையலறையிலிருந்து கோடாரியைத் திருடுவதுதான். தன்னுடைய திட்டத்தை நிறை வேற்றுவதற்கு ஒரு கோடாரி நிச்சயம் தேவை என்று அவன் நீண்ட நாட்களுக்கு முன்பாகவே முடிவு செய்து வைத்திருந்தான். அவனிடம் ஏற்கனவே கைக்கு அடக்கமான சிறிய கத்தி ஒன்று இருந்தது. ஆனால் அதை மட்டுமே நம்பிக் காரியத்தில் இறங்க அவனுக்குத் துணிவில்லை. அதைக் கையாளக்கூடிய பலம் தன்னிடத்தில் உண்டு என்ற நம்பிக்கையும் அவனிடத்தில் இல்லை. எனவே இறுதியாகக் கோடாரிதான் சரியான ஆயுதம் என்று அவன் முடிவுக்கு வந்திருந்தான்.

இந்தக் காரியத்தைப் பொறுத்தவரையில், அவன் எடுத்த எல்லா இறுதி முடிவுகளிலுமே குறிப்பிடக்கூடிய வகையிலான ஒரு தனித்தன்மை இருந்தது. அதாவது அந்த முடிவுகளை அவன் எடுத்து முடித்த மறுகணமே அவையெல்லாம் அவன் கண்களுக்கு அபத்தமாகவும் குழப்பமாகவும் தோன்ற ஆரம்பித்துவிடும்! தன்னைத் துன்புறுத்தி, அலைக்கழித்துக்கொண்டிருந்த மனப் போராட்டங்களை எல்லாம் மீறி அவற்றை எல்லாம் தாண்டிக் கொண்டு, தான் வகுத்து வைத்திருந்த திட்டங்களில் ஒன்றையாவது தன்னால் நடைமுறைப்படுத்த முடியுமா என்பதில் எப்போதுமே அவனுக்குச் சந்தேகம் இருந்து வந்தது.

ஒருவேளை அந்தத் திட்டம் முழுவதும் கச்சிதமாக ஆராயப் பட்டு, எந்தச் சந்தேகமுமே மீதமில்லாத அளவுக்கு, நுணுக்கமான விஷயங்கள்கூட அலசப்பட்டு, இறுதியாக்கப்பட்டிருந்தால், அப்

பொழுது இப்படி ஓர் எண்ணத்தையேகூட அவன் தூக்கி வீசியெறிந்திருக்கலாம். அதன் அபத்தமும் பிரமாண்டமும் நடைமுறைச் சாத்தியமற்றதான அதன் இயல்பும் அப்போதும்கூட அவனை அச்சுறுத்தியிருக்கும். ஆனால், இப்பொழுதோ, நிஜத்தில், நிறையச் சந்தேகங்களும், முடிவு செய்யப்படாத விஷயங்களும் பாக்கி இருந்தன.

முதலாவதாகக் கோடாரியை எங்கே போய்த் தேடுவது? அதைப்பற்றி அவன் ஒன்றும் அதிகமாக அலட்டிக்கொள்ளவில்லை. வேறெதையும் விட அதனை ஏற்பாடு செய்வது மிகவும் சுலபமானது என்றுதான் அவன் எண்ணிக்கொண்டிருந்தான். நஸ்டாஸியா பெரும்பாலும் வீட்டிலேயே இருக்கமாட்டாள். அடிக்கடி வெளியே போய் விடுவாள். குறிப்பாக மாலை வேளைகளில் நிச்சயம் இருக்க மாட்டாள். அக்கம்பக்கத்திலுள்ள வீடுகளுக்குச் சென்று விடுவாள். அல்லது கடைகளுக்கு ஓடிக்கொண்டிருப்பாள். கதவு எப்போதும் திறந்தேதான் கிடக்கும். வீட்டின் சொந்தக்காரி அவளிடம் சண்டை போடுவதற்கான காரணமே இப்படி அவள் அடிக்கடி வெளியில் போய்விடுவதுதான். உரிய நேரம் வரும்பொழுது, சமையலறைக்குள் மிக அமைதியாக, மெல்ல நுழைந்து கோடாரியை எடுத்துக்கொண்டு வந்துவிட வேண்டியதுதான். அதன்பிறகு ஒரு மணிநேரத்திற்குப் பின்பு, அல்லது “அந்தக்” காரியம் எப்போது முடிகிறதோ, அதன் பின்பு அதைத் திருப்பிக் கொணடு வந்து வைத்துவிட வேண்டும், அவ்வளவுதான்! ஆனால் ஒரு மணிநேரம் கழித்து அவன் கோடாரியைத் திரும்ப வைப்பதற்காக வரும்பொழுது நஸ்டாஸியா வீட்டிலிருந்து அவளது கண்களில் தான் பட்டுவிட்டால் என்ன செய்வது? அப்படி அவள் அங்கு இருந்தால் அவளைக் கடந்து சென்று விட வேண்டியதுதான். அதன்பின் அவள் மீண்டும் வெளியே செல்லும் சந்தர்ப்பத்திற்காகக் காத்திருக்க வேண்டியதுதான். ஒருவேளை அதற்குள் கோடாரியின் நினைவு வந்து அல்லது எதற்காகவாவது அது அவளுக்குத் தேவையாக இருந்து, அதைத் தேடி அவள் கூச்சல் போட்டுவிட்டால்... என்ன செய்வது? அது சந்தேகத்தை ஏற்படுத்தி விடுமே? குறைந்தபட்சம் சந்தேகப்படுவதற்கான வாய்ப்புகளையாவது அது உண்டாக்கிவிடக் கூடுமே?

இப்படிப்பட்ட அற்பமான குழப்பங்களைப் பற்றியெல்லாம் இதுவரை அவன் சிந்திக்கவே தொடங்கவில்லை. இப்பொழுதோ சிந்திப்பதற்கு அவனுக்குப் போதிய நேரமில்லை. இத்தனை நாட்களாக முக்கியமான “அந்த” முதன்மையான செயலைப் பற்றித்தான் அவன் நினைத்துக்கொண்டிருந்தான். அந்தச் செயலைச்

செய்வதற்குத் தனது மனம் முழுமையாக ஒத்துக்கொண்ட பிறகு, மற்ற விஷயங்களை முடிவு செய்துகொள்ளலாம் என்று அவற்றை யெல்லாம் அவன் ஒதுக்கி வைத்திருந்தான். இப்பொழுது "அதற்கான" இந்த இறுதிக்கட்டம் நெருங்கிவிட்ட நிலையில், எதையும் தெளிவாகப் புரிந்துகொள்ளவோ, உணர்ந்துகொள்ளவோ தன்னால் முடியாது என்பது போல அவனுக்குத் தோன்றியது.

சிந்திப்பதைக் கைவிட்டுவிட்டுத் தான் அங்கே கிளம்பிச் செல்வது போன்ற காட்சி – எந்தவிதமான ஆயுதமும் இன்றித் தான் வெறுமனே கிளம்பிச் செல்வது போன்ற காட்சி – அவனது மனக்கண்ணில் இடைவிடாமல் ஒவ்வொரு நிமிடமும் தோன்றிய படியே இருந்தது. சமீபத்தில் அவன் நடத்திய ஒத்திகையும்கூட (அந்தச் சம்பவம் நிகழவிருந்த இடத்தை இறுதியாக அவன் காணச் சென்றது) மிகச் சாதாரணமான ஒரு பரிசோதனை நிகழ்வாகவே அமைந்திருந்ததே தவிர – தீவிரமான போக்கு அதில் சற்றும் இல்லை. "இங்கு உட்கார்ந்துகொண்டு கனவுகண்டுகொண்டு இருப்பதைவிடப் போய் முயற்சி செய்து பார்ப்போம்!" என்றுதான் அவன் அப்போது அங்கு புறப்பட்டுப் போனான். மனம் சஞ்சல முற்று, எரிச்சலும், கோபமுமாகத் திரும்பி வந்தான்.

ஆனாலும் இந்தப் பிரச்சினையின் நியாயபூர்வமான விவாதம் தனக்குள் முற்றுப் பெற்றுவிட்டதென்றே அவனுக்குத் தோன்றியது. அவனது மனச்சாட்சி கத்தியின் ஒரு விளிம்பைப் போலக் கூர்மையாக இருந்தது. அதன் எதிர்ப்புக் குரல் எதுவும் இப்பொழுது அவனுக்குள்ளிருந்து எழவில்லை.

கடைசியாக அவன் தன் மீதே நம்பிக்கை இழந்திருந்தான். ஏதோ ஒரு நிர்ப்பந்தத்திற்கு ஆட்பட்டவனைப் போல, எல்லாத் திசைகளிலிருந்தும் தனக்கு எதிர்ப்புகளே நேரப் போகிறது என்று எதிர்பார்த்துக்கொண்டு, அதற்கான சாக்குப் போக்குளை அவன் தேடிக்கொண்டிருந்தான். ஆனால் இப்போது இந்தக் கடைசி நாளன்று எதிர்பாராத வகையில் அவனிடம் ஏற்பட்டிருந்த எதிர் வினைகளும் மாற்றங்களும் எல்லாவற்றையுமே சரி செய்துவிட்டன. ஒரேயடியாகச் சரி செய்து விட்டன. யாரோ தனது கையைப் பிடித்துக்கொண்டு, தன்னால் தடுத்துக்கொள்ள முடியாதபடி– எதிர்த்துப் போராட இடமே கொடுக்காத வகையில், பலமாக, இயற்கைக்கு மீறிய சக்தியுடன் குருட்டுத்தனமாகத் தன்னை இழுத்துக்கொண்டு போவதைப் போல அவன் உணர்ந்தான். இப்படிப்பட்ட தன்னுணர்வே இல்லாத இயந்திரகதியில்தான் அவனது செயல்பாடுகள் அமைந்திருந்தன. அவன் உடுத்தியிருந்த துணியின் ஒரு பகுதி இயந்திரத்தின் சக்கரத்தில் மாட்டிக்கொண்டு

விட்டதைப் போலவும், அதனால் இழுத்துச் செல்லப்படுபவனைப் போலவும் அவன் இயங்கிக்கொண்டிருந்தான்.

குற்றங்கள் மிக எளிதாகக் கண்டுகொள்ளப்பட்டு விடுவது எவ்வாறு என்பதும், எப்படிப்பட்ட குற்றவாளியும்கூட ஏதாவது ஒரு தெளிவான தடயத்தால் சிக்கிக்கொண்டுவிடுவது எப்படி என்பதும் நீண்ட நாட்களாகவே அவனை உறுத்திக்கொண்டிருந்த கேள்விகளே! அது குறித்துப் படிப்படியாக சிந்தித்துப் பலதரப் பட்ட சுவாரசியமான முடிவுகளுக்கு அவன் வந்திருந்தான். குற்றங் களை மறைக்க முடியாமல் போவதற்கு, வெளிவிஷயங்களைக் காட்டிலும் (வெளியில் விட்டு வைக்கும் தடயங்களைக் காட்டி லும்) குற்றம் செய்தவனிடமே இருக்கும் ஏதோ ஓர் இயல்புதான் அவன் மாட்டிக்கொள்வதற்குக் காரணமாகி விடுகிறது என்பது தான் அதைப் பற்றிய அவனது கருத்தாக இருந்தது. எந்த ஒரு குற்றவாளிக்கும் குற்றம் செய்யும் சரியான தருணத்தில், மன உறுதியும் ஆராயும் திறனும் எப்படியோ கழன்று போய்விடு கின்றன. எந்தச் சமயத்தில் அதிகமான எச்சரிக்கை உணர்வும், கூர்மையாக விரைந்து முடிவெடுக்கும் திறனும் மிக அவசியமாகத் தேவையோ அப்பொழுது அதற்கு நேர்மாறாக–கிட்டத்தட்ட எல்லாக் குற்றவாளிகளுக்குமே குழந்தைத்தனமான அவசரம் தொற்றிக்கொண்டுவிடுகிறது. அந்த நேரத்தில், கிரகணம் பிடித்தது போலப் பகுத்தறியும் சக்தி மங்கிப்போய் மன உறுதியும் குறைந்து விடுகிறது. இவையெல்லாம் படிப்படியாக ஒரு நோயைப் போல வளர்ந்துகொண்டே வந்து குற்றம் செய்யும் நேரத்திற்குச் சற்று முன்பாக உச்சத்தையே எட்டி விடுகின்றன. சிலருக்குக் குற்றம் செய்கின்ற நேரத்திலும், வேறு சிலருக்கு அதன்பிறகும்கூட இந்த நிலை மாறாமல் நீடிக்கிறது. தனிப்பட்ட மனிதர்களைப் பொறுத்து இது மாறுபடுகிறது. அவர்களது அடுத்தகட்ட நடவடிக்கைகளும் கூட நோய் பிடித்தது போலவே அமைந்து விடுகின்றன. குற்றத்தை விதைப்பதே இப்படி ஒரு நோய்தானா அல்லது குற்றத்தின் தன்மை இப்படிப்பட்ட நோயின் தாக்கத்தோடு சேருகையில் வேறு வகை யாக முடிந்து விடுகிறதா என்ற கேள்விக்கு அவனிடம் தெளிவான முடிவு எதுவுமில்லை.

இப்படி ஒரு முடிவுக்கு வந்தபிறகு தன்னைத் திசை திருப்பி அலைக்கழிக்கும் நோய் பிடித்த அழிவுச் சிந்தனைகளுக்கு ஒரு போதும் தான் பணியப் போவதில்லை என்று அவன் உறுதி கொண்டான். அவனது திட்டங்கள் நிறைவேற்றப்படும் வரையில் அவனது தீர்மானமும் மனத்திட்பமும் நிலையாக, ஒரேசீராக உறுதியாகவே இருக்கும். காரணம், அவன் திட்டமிட்டிருப்பது

ஒரு "குற்றமே இல்லை"! அவன் எவ்வாறெல்லாம் ஆராய்ச்சி செய்த பிறகு இந்த இறுதித் தீர்ப்புக்கு வந்தான் என்பதை இங்கே விட்டுவிடலாம். காரணம், அதுபற்றி ஏற்கனவே நிறையப் பேசியாகிவிட்டது. நடைமுறையில் எதிர்ப்படக்கூடிய சிக்கல் களைப் பற்றி அவன் அதிகமாக அலட்டிக்கொள்ளவில்லை என்பதை மட்டும் குறிப்பிட்டால் போதுமானது. அவனுடைய எண்ண ஓட்டத்தில், இரண்டாவது இடத்திலேயே அவை இருந்தன.

"என் கவனத்தையும் எண்ணத்தையும் சிதறவிடாமல் ஆழமாகப் பதித்தால் போதும். நேரம் வரும் போது – நடக்க விருக்கும் விஷயத்தைப் பற்றிய விவரங்கள் எல்லாம் என் கைக்குள் இருந்தாக வேண்டிய அந்தக் கடைசி நிமிடம் வரும் பொழுது, எல்லாச் சிக்கல்களையும் என்னால் எளிதாகக் கடந்து விட முடியும்!"

ஆனால் செயலளவில் அவற்றில் அவன் எந்த முன்னேற்றத் தையும் காட்டவில்லை. இறுதியாக்கிக்கொள்ள வேண்டிய முடிவு களில் தொடர்ந்து அவனது நம்பிக்கை மிகமிகக் குறைந்து கொண்டே வந்தது. காரியம் நடந்தாக வேண்டிய கணம் வந்து கதவைத் தட்டிய பொழுது எல்லாமே சிக்கலாகவும் குழப்ப மாகவும், கொஞ்சம்கூட எதிர்பாராத விதத்திலும் நடப்பதாகத் தோன்றியது.

படிக்கட்டின் கீழ்ப்பகுதியை அடைவதற்குள்ளேயே சின்ன தொரு சூழ்நிலைக் குழப்பம் அவனுடைய கணக்கீடுகளில் தடுமாற்றத்தை ஏற்படுத்தி விட்டது. வீட்டுக்காரப் பெண்மணியின் சமையலறைக் கதவை ஒட்டியிருந்த இடத்தை அவன் நெருங்கிய பொழுது, எப்பொழுதும் போலவே அது திறந்து கிடந்தது. சமைய லறைக்குள் நஸ்டாஸியா இருக்கிறாளா? நஸ்டாஸியா இல்லா விட்டாலும்கூட ஒருவேளை அங்கே அந்த வீட்டுக்காரி இருந்து விடக்கூடும். வீட்டுக்காரி அங்கே இருக்கிறாளா? அப்படி சமைய லறையில் வீட்டுக்காரி இல்லை என்றாலும்கூடத் தனது அறையில் இருக்கிறாளா? தனது அறையிலிருந்துகொண்டே, இங்கே சமைய லறைக்குள் நான் நுழைந்து கோடாரியை எடுப்பதைப் பார்த்துவிட முடியாதபடி வீட்டுக்காரியின் அறைக்கதவு மூடியிருக்கிறதா என்றெல்லாம் அவன் நோட்டமிட்டான். ஆனால் நஸ்டாஸியா வீட்டைவிட்டு வெளியில் போகாமல் வீட்டிலேயேதான் இருந் தாள். வீட்டின் சமையலறையில் அவள் இருந்ததைக் கண்டு பெருந் திகைப்பு அடைந்தான் அவன். ஒரு கூடையிலிருந்து துவைக்கப் பட்ட லினன் துணிகளை எடுத்து உலரவைப்பதற்காகக் கொடியில்

வரிசையாகத் தொங்கவிட்டுக்கொண்டிருந்தாள் அவள். அவனைப் பார்த்தவுடன் தான் செய்துகொண்டிருந்த வேலையை விட்டு விட்டு அவன் பக்கம் திரும்பிப் பார்த்த அவள், அவன் முழுவது மாகக் கடந்து செல்லும் வரையில் அவனையே பார்த்துக்கொண்டி ருந்தாள். நஸ்டாஸியாவைப் பார்த்ததும் தனது பார்வையை நேராகப் பாதையை நோக்கித் திருப்பிக்கொண்ட அவன், வேறு எதையுமே பார்க்கவில்லை. ஆனால்... இப்போது எல்லாமே முடிந்துவிட்டது. அவனிடம் கோடாரி இல்லை. கோடாரி கிடைக் காமல் போனது, அவனுக்குத் தாங்கிக்கொள்ளவே முடியாத ஒன்றாகப் போய்விட்டது.

"அப்படி ஓர் எண்ணம் எனக்கெப்படி ஏற்பட்டது?" என்று வாயிற்கதவினருகில் சென்றுகொண்டிருந்த பொழுது தனக்குள் கேட்டுக்கொண்டான் அவன். "அவள் உறுதியாக இந்த நேரத்தில் வீட்டிலிருக்க மாட்டாள் என்று எனக்கு எப்படி நினைக்கத் தோன்றியது? அது ஏன்? ஏன் அந்த விஷயத்தை அவ்வளவு உறுதி யாக, தீர்மானமாக நான் நினைத்துக்கொண்டேன்?" தன்னைத் தானே பரிகசித்துக்கொண்ட அவன், தன்னைப் பார்த்துத் தானே வன்மமாகச் சிரித்துக்கொண்டான்; தன்மீதிலேயே கடுங்கோபம் கொண்டு மனம் வெறுப்புற்றான். பிறகு எந்த ஒரு தீர்மானத்திற்கும் வந்திராதவனாக வெளி வாயிலின் அருகே தயங்கி நின்றான். இப்பொழுது இப்படியே வெளியே சென்று தெருக்களில் சுற்றித் திரிந்து விட்டு மீண்டும் அறைக்குத் திரும்பி விடுவதைப் போல பாவனை செய்வதும் அவனது மனதிற்கு உகந்ததாக இல்லை.

"எப்படிப்பட்ட ஒரு சந்தர்ப்பம் நழுவிப் போய் விட்டது? இனிமேல் எப்போதும் இதுபோன்ற சந்தர்ப்பம் கிடைக்காது!" என்று தனக்குள் முணுமுணுத்தபடி வெளிவாயிலில் இருந்த காவலாளியின் இருட்டான சிறிய அறைக்கு நேர் எதிரே, எங்கு செல்வது என்று புரியாத நிலையில் நின்றுகொண்டிருந்தான் அவன். காவலாளியின் அந்தச் சிறிய அறையும்கூடத் திறந்தே கிடந்தது. அந்த அறையை வெறித்துப் பார்த்துக்கொண்டிருந்த அவனுடைய கண்களில் அறையின் உள்ளே இருந்த பெஞ்சுக்குக் கீழே மின்னிக்கொண்டிருந்த "அது" தென்பட்டது. அவன் நின்று கொண்டிருந்த இடத்திலிருந்து, இரண்டு தப்படிகள் தூரத்திலிருந்த அந்தச் சிறிய அறையைச் சுற்றுமுற்றும் பார்த்தான். அங்கே யாருமே இல்லை. காவலாளியின் அறைக்குள் நுனிக் கால்களால் அடியெடுத்து வைத்து உள்ளே நுழைந்த அவன், அங்கிருந்த இரண்டு படிகளில், கீழே இறங்கிச் சென்று மெல்லிய குரலில் காவலாளியை அழைத்தான். "ஆமாம், அவன் வெளியேதான்

போயிருக்க வேண்டும். ஆனால், இங்கேதான், பக்கத்தில் எங்கே யாவது, வீட்டுக்கு முன்னால் இருக்க வேண்டும். அதனால்தான் கதவு இப்படித் திறந்துகிடக்கிறது!" என்று தனக்குள் பேசியபடி, ஒரே பாய்ச்சலில் தாவிச் சென்று பெஞ்சுக்குக் கீழே, இரண்டு மரத் துண்டுகளுக்கு இடையில் நீட்டிக்கொண்டிருந்த அந்தச் சிறிய கைக் கோடாரியை வேகமாக ஆர்வத்துடன் பற்றி இழுத்தான். ஆமாம், அது ஒரு கோடாரிதான்! அறையை விட்டு வெளியே செல்வதற்கு முன்னால், தன்னுடைய மேல் கோட்டின் உள்ளே வைத்துத் தைக்கப்பட்டிருந்த அந்த வளையத்தில் அந்தச் சிறிய கோடாரியைத் தொங்கவிட்டுக்கொண்டான். பிறகு இரண்டு கைகளையும் பாக்கெட்டுகளில் நுழைத்தபடி அறையை விட்டு வெளியேறினான். ஒருவருமே அவனைக் கவனிக்கவில்லை. "இது நான் போட்ட திட்டமல்ல! சாத்தானுடைய திட்டம்! அதனால் தான் அதைச் சாத்தானே நிறைவேற்றி வைக்கிறது!" என்று நினைத்தபடி அவன் தனக்குள் மர்மமாகச் சிரித்துக்கொண்டான். எதிர்பாராதவிதமாகக் கிடைத்த இந்த வாய்ப்பு அவனுடைய உற்சாகத்தை அதிகப்படுத்தியது. விரைவாகச் செல்வதன் மூலம் மற்றவர்களிடத்தில் சந்தேகத்தை ஏற்படுத்திவிடக்கூடாது என்பதற் காக மிக அமைதியாகவும் அவசரப்படாமலும் நிதானமாக நடந்து சென்றுகொண்டிருந்தான் அவன். வழியில் தன்னைக் கடந்து செல்பவர்களை நிமிர்ந்து பார்க்காமல் தவிர்த்துக்கொண்டு தன் வழியே அவன் நடந்துகொண்டிருந்தான். அவர்கள் தன்னைக் கவனிப்பதைத் தவிர்ப்பதற்காக இவ்வாறு அவன் செய்தான். திடீரென்று அவனுக்குத் தனது தொப்பியின் நினைவு வந்தது. "அடக்கடவுளே! இரண்டு நாட்களுக்கு முன்னால்கூட என்னிடம் பணம் இருந்ததே... அதைக்கொண்டு வேறு தொப்பி வாங்கிக் கொள்ளாமல் போய்விட்டேனே...!" என்று அவனது அடி மனதி லிருந்து அவனது ஆன்மா அவனைச் சபித்துக்கொண்டது.

வழியில் ஒரு கடைக்குள் தற்செயலாகப் பார்வையை ஓட விட்ட அவன், அங்கே சுவரில் மாட்டியிருந்த கடிகாரத்திலிருந்து மணி ஏழு–பத்து என்பதைத் தெரிந்துகொண்டான். அவன் சற்று விரைவாகச் சென்றாக வேண்டும். அதேசமயம், அந்த வீட்டின் பின்புற வழியாக வீட்டிற்குள் நுழைய அவன் திட்டமிட்டிருந்த தால், சற்று சுற்றிச் செல்ல வேண்டியதிருந்தது.

இந்தச் செயலை நடத்துவது பற்றி அவன் இதற்கு முன்பாகப் பல தடவைகள் கற்பனை செய்து பார்த்திருக்கிறான். அப்போதெல் லாம், இந்தச் செயல் நிறைவேற்றப்படும் நேரத்தில் "தான் மிகுந்த அச்சத்தோடுதான் இருப்போம்" என்று ஒவ்வொருமுறை

சிந்திக்கும்போதும் அவன் நினைப்பான். ஆனால் அது உண்மை யில்லாமல் போய்விட்டிருந்தது. இதோ, அந்தவேளை நெருங்கி விட்டது. தன்னிடத்தில் சிறிதுகூட அச்சம் இல்லையே? ஆமாம்... நான் எதற்கும் பயப்படவில்லை. இதற்கு முன்பெல்லாம், தொடர் பில்லாத சிந்தனைகளினாலும், எண்ண ஓட்டங்களினாலும் அலைக்கழிக்கப்பட்டு வந்த அவனது மனமும்கூட இப்போது எந்தவித அலைக்கழிப்புமின்றி இருந்தது.

யுசுமோவ் பூங்காவைத் தாண்டுகையில் எல்லாச் சதுக்கங் களிலும் உயரமான நீரூற்றுகள் அமைப்பதைப் பற்றிய சிந்தனை யிலும் அப்படி அமைந்தால் அவற்றால் காற்று எப்படித் தூய்மைப் படும் என்ற எண்ணத்திலும் அவன் ஆழ்ந்தான். புகைவண்டித் தொடர் போன்ற அந்த எண்ணங்களைத் தொடர்ந்து அவன் ஒரு முடிவுக்கு வந்தான்.

கோடைக்காலப் பூங்காவை "மார்ஸ்பீல்டு" சதுக்கம் வரை நேர் குறுக்காக விரிவாக்கி அப்படியே மிஹாலோவ்ஸ்கி அரண் மனை வரை இணைத்துவிட்டால் அது நகரத்தின் அழகைப் பெருமளவுக்கு அதிகரிக்கும். மேலும் அது நகரத்திற்கு ஒரு சொத் தாகவும் அமைந்துவிடும். பெரிய நகரங்களில் வாழும் மனிதர்கள் பூங்காக்களும் தோட்டங்களும் உள்ள இடத்தில் வசிக்காமல் குப்பைகள் மண்டிப்போய் நாற்றமடித்தபடி எல்லாவிதமான அசிங்கங்களும் மலிந்து கிடக்கும் இடங்களைத் தாங்களாகவே ஏன் தேடிப் போகிறார்கள் என்று அவன் திடீரென்று ஆச்சரியப் படத் தொடங்கினான். வைக்கோல் சந்தையின் வழியாக தான் நடந்து திரிந்ததை இது அவனது நினைவுக்குக் கொண்டுவந்தது. ஒரு கணம் திகைத்த அவன் மீண்டும் சுய நினைவுக்கு வந்தான். "என்ன இது முட்டாள்தனம்!" என்று நினைத்துக்கொண்டவன் "வேறு எதைப் பற்றியும் இப்போது சிந்திக்காமலிருப்பதுதான் நல்லது!" என்று தனக்குள் தீர்மானித்துக்கொண்டான்.

"ஒரு செயலை முடிப்பதற்கு எண்ணி அதற்காகச் செல்லும் மனிதர்கள், வழியில் எந்த விஷயத்தைக் காணும் வாய்ப்பு நேரிட்டாலும் அதன்மீது உண்மையான ஆர்வம் காட்டுவார்கள் என்பது உண்மைதான்!" என்று மின்னலைப் போல அவன் மனதில் தோன்றிய சிந்தனையை வேகமாகத் தன் மனதிலிருந்து அகற்றினான் அவன்.

இதோ, அவன் மிக அருகே நெருங்கிவிட்டான். இதோ, வாயிற்கதவு இங்கேதான் இருக்கிறது! திடீரென்று, கடிகாரத்தின் மணியோசை ஒருமுறை ஓங்கி ஒலித்துக் கேட்டது. "அதற்குள்

ஏழரை மணியாகிவிட்டதா? இருக்க முடியாது. அந்தக் கடிகாரம் வேகமாகச் சென்றுகொண்டிருக்க வேண்டும்!"

வாயிலுக்குள் நுழைவதற்காக அவன் திரும்பிய வேளையில் அதிர்ஷ்டம் மீண்டும் அவனுக்குத் துணை செய்தது. மிகச் சரியான தருணத்தில், திட்டம் போட்டுச் செய்தாற்போல, மிகப் பெரிய வைக்கோல் பொதி ஏற்றிய வண்டி ஒன்று அவனுக்கு முன்னதாக அங்கே திரும்பியது. வாயிலின் முன் வளைவை அவன் கடக்கும் நேரத்தில், அது, அவனை முழுமையாக மறைத்துக்கொண்டது. அந்த வண்டி, வாயிலைத் தாண்டி முன்புறம் வருவதற்குள் அவன் வலப்புறமாக நழுவி உள்ளே சென்றிருந்தான். வண்டியின் முன்புறம் கூச்சலும், சண்டையுமாகப் பல குரல்கள் கேட்டன. யாரும் அவனைக் கவனிக்கவில்லை. அவன் சென்ற வழியிலும் எவரும் அவனை எதிர்கொள்ளவுமில்லை. வீட்டின் முன்பகுதியை நோக்கியபடி இருந்த பெரும்பாலான ஜன்னல்கள் திறந்திருந்தன. ஆனாலும், தனது தலையை உயர்த்தி, நிமிர்ந்து பார்க்கும் சக்தி அப்போது அவனிடத்தில் இல்லை. அந்த முதியவளின் குடியிருப்புப் பகுதிக்குச் செல்லும் படிக்கட்டு, வாயிற்கதவுக்கு மிகவும் பக்கத்தில், அதன் வலதுபுறமாக இருந்தது. அவன் வேகமாகச் சென்று அந்தப் படிகளில் ஏறத் தொடங்கினான். மிக நீண்டதாக மூச்சை இழுத்துச் சுவாசித்துக்கொண்டிருந்த அவன், படபடத்துக்கொண்டிருந்த இதயத்தின் நெஞ்சுப் பகுதியைத் தன் விரல்களால் ஒருமுறை அழுத்திக்கொண்டான். கோடாரி, அதற்குரிய வளையத்தில் ஒழுங்காகப் பொருந்தியிருக் கிறதா என்பதை மறுபடியும் தடவிப் பார்த்து விட்டுச் சுற்று முற்றும் கவனமாகப் பார்த்துக்கொண்டு ஒவ்வொரு படியாக ஏறத் தொடங்கினான். ஒவ்வொரு நிமிடமும் மிகக் கவனமாக நடந்தான். படிக்கட்டுகள் வெறிச்சோடிக் கிடந்தன. குடியிருப்புகளின் எல்லாக் கதவுகளும் அடைக்கப்பட்டிருந்தன. யாரையும் அவன் சந்திக்க வில்லை. முதல் தளத்தில் இருந்த ஒரு குடியிருப்பில் பெயிண்ட் அடிக்கும் வேலை நடந்துகொண்டிருந்தது. பெயிண்ட்டர்கள் வேலையில் ஈடுபட்டிருந்தனர். ஒருவன்கூட இவனைப் பார்க்க வில்லை. ஒரு நிமிடம் நின்று சிந்தித்த அவன், பின்பு தொடர்ந்து நடந்தான்.

"இந்த இடத்தில் அவர்களும்கூட இல்லாமல் போயிருந்தால் இன்னும் நன்றாக இருந்திருக்கும். சரி, பரவாயில்லை. இதற்கு மேலும் இரண்டு தளங்கள் இருக்கிறதே!"

இதோ, நான்காவது தளம் வந்துவிட்டது. இதோ கதவு, இதோ எதிர்ப்புறமுள்ள காலிமனை.

அந்த முதியவளின் குடியிருப்புக்கு நேர் கீழே மூன்றாவது தளத்திலிருக்கும் குடியிருப்பும்கூடக் காலியாகி இருப்பதைப் போன்றே தோன்றியது. கதவிலிருந்த பெயர்ச்சீட்டு எடுக்கப்பட்டிருந்தது. அங்கே குடியிருந்தவர்கள் காலி செய்து போய்விட்டார்கள் என்றே தெரிந்தது. ஒரு கணம் அவன் மூச்சற்றுப் போனான். அவனது மனதிலிருந்து மிதந்து வந்தது அந்த எண்ணம்: "நான் திரும்பிப் போய்விடவா?" அவனது இந்தக் கேள்விக்கு அந்த நொடியில் அவனது உள் மனதிலிருந்து எந்தப் பதிலும் கிடைக்கவில்லை. அந்த வயதான பெண்ணின் குடியிருப்பின் கதவிற்கு அருகே சென்று உள்ளே ஏதும் ஓசை கேட்கிறதா என்று உற்றுக் கவனித்தான் அவன்.

அங்கே மரண அமைதி நிலவியிருந்தது. மீண்டும் படிக்கட்டைப் பார்த்தான். மீண்டும், மீண்டும், நீண்ட நேரம் மிகவும் கவனமாகப் பார்த்தான். பிறகு கதவருகே மிக நெருக்கமாக வந்து, அதை ஒட்டியபடி நின்றுகொண்டான். தன் உடைகளைச் சரிப்படுத்தியபடி வளையத்தில் தொங்கும் கோடாரியைத் தொட்டுப் பார்த்துக்கொண்டான். "நான் மிகவும் உடல் வெளிறிப் போயிருக்கிறேனோ? பதற்றமாகக் காணப்படுகிறேனா?" என்று தனக்குத் தானே கேட்டுக்கொண்டான். அந்த முதியவள் எதிலும் நம்பிக்கையற்றவள். இயல்பாகவே யாரையும் எளிதில் நம்பி விடாதவள். இன்னும் சற்று நேரம் நான் காத்திருக்கட்டுமா... இதோ... எனது இந்த இதயப்படபடப்பு அடங்கும் வரைக்கும் நான் சிறிது நேரம் காத்திருக்கட்டுமா...?"

ஆனால் அவனது இதயத்தின் படபடப்பு கொஞ்சமும் குறையவில்லை. நேரம் செல்லச் செல்ல அது மிகவும் கடுமையாக அதிகரித்துக்கொண்டே சென்றது. அதற்கு மேலும் அவனால் அங்கு காத்துக்கொண்டு நிற்க முடியவில்லை. அவன் மிக மெதுவாக அழைப்பு மணியில் கையை வைத்தான். மணியை அடித்தான். சிறிது நேரம் கழித்து மற்றும் ஒருமுறை அந்த மணியைப் பலமாக அடித்தான்.

உள்ளே இருந்து எந்தப் பதிலும் இல்லை. வீணாக அழைப்பு மணியைத் திரும்பத் திரும்ப அடித்துக்கொண்டிருப்பதில் எந்தப் பயனும் இல்லை. அந்த முதியவள் நிச்சயமாக வீட்டில்தான் இருக்கிறாள். அவள் மிகப் பெரிய சந்தேகப் பேர்வழி. அதிலும் தனிமையாக வேறு இருக்கிறாள். அவளது பழக்க வழக்கங்களைப் பற்றி அவன் முன்பே கொஞ்சம் தெரிந்து வைத்திருந்தான். அவன் மீண்டும் கதவின் மீது தனது காதைப் பொருத்தி உற்றுக் கேட்டான். அதிசயிக்கத்தக்க அளவுக்கு அவனது காதுகள் துல்லிய

மாகிவிட்டதா அல்லது அந்தச் சத்தம் உண்மையிலேயே தெளிவாகக் கேட்டதா என்பது தெரியவில்லை. ஆனால் உள்ளே இருக்கும் பூட்டின் கைப்பிடியில், யாரோ கவனமாகக் கையை வைக்கும் சத்தமும், கதவுக்குப் பக்கத்தில் துணி சரசரக்கும் சப்தமும் கேட்டது. கதவின் உட்புறம் யாரோ ஓசைப்படுத்தாமல் அமைதியாக நின்றுகொண்டிருப்பதையும், வெளியிலிருந்து தான் கவனித்துக்கொண்டிருப்பதைப் போலவே, உள்ளிருந்து யாரோ கவனித்துக்கொண்டிருப்பதையும் அவனால் உணர முடிந்தது. தன்னைப் போலவே அந்தப் பெண்மணியும் தன்னுடைய மூச்சைப் பிடித்துக்கொண்டு, காதுகளைக் கதவில் பொருத்திக் கொண்டு வெளியே நடப்பதைக் கவனித்துக்கொண்டிருக்க வேண்டும். வேண்டுமென்றே சற்று நகர்ந்து நின்றுகொண்டான் அவன். சற்று உரத்தக் குரலில் எதையோ முணுமுணுத்துக் கொண்டான் அவன். வெளியில் நிற்பவர் யாரோ ஒரு மர்ம மனிதர் என்ற அபிப்பிராயம் ஏற்படாமலிருப்பதற்காக இவ்வாறு அவன் செய்தான். பிறகு மூன்றாவது முறையாக அமைதியாகவும் அழுத்தமாகவும் பதற்றத்தைக் கொஞ்சம்கூட வெளிக்காட்டிக் கொள்ளாமலும் அழைப்பு மணியை அடித்தான். பின்னாட்களில், இந்தச் சம்பவத்தைப் பற்றித் தெளிவாகவும் வெளிப்படையாகவும் அசை போட்டுப் பார்க்கும் பொழுது, இந்த நிமிடம் மட்டும் அவனது நினைவில் மிக மிக அழுத்தமாகப் பதிந்து விட்டதாக அவனுக்குத் தோன்றியது. தன்னிலை மறந்தவனாக–ஏன் உடம்பு பற்றிய உணர்வே மரத்துப் போய், சிந்திக்கும் சக்தி அற்றதாக மனம் இருள் மூடிக் கிடந்த அந்த வேளையில் இவ்வளவு தந்திர மாகத் தன்னால் எப்படிச் செயல்பட முடிந்தது என்பது உண்மை யில் அவனுக்கே விளங்காத ஒரு புதிராகத்தான் இருந்தது... ஒரு நிமிடம் கடந்த பிறகு, உள் தாழ்ப்பாள் திறக்கப்படும் ஓசை அவனுக்குக் கேட்டது.

அத்தியாயம் – 7

கடந்த முறை போலவே இப்போதும் இலேசான "கிறீச்" ஒலியுடன் கதவு திறந்துகொண்டது. படர்ந்திருந்த இருளைத் துளைத்துக்கொண்டு, அவநம்பிக்கைகொண்ட, சந்தேகங்கள் நிரம்பிய, கூர்மையான இரண்டு விழிகள் அவனை வெறித்துப் பார்த்தன. மனம் படபடக்க, பதற்றத்துடன் நின்றுகொண்டிருந்த ரஸ்கோல்னிகோவ் மிகத் தவறாக ஆகியிருக்கக்கூடிய ஒரு காரியத்தை – ஒரு தவறை – அப்போது செய்தான்.

தான் தனிமையாக வாழ்வதினாலேயே கலவரப்பட்டுக் கொண்டிருக்கும் அந்த முதியவளுக்குத் தனது வருகை இன்னும் கவலையளிக்கக்கூடும் என்பதால், தன்னைப் பார்த்தவுடன் அவள் வெளிக்கதவைப் பூட்டிக்கொள்வாளென்று அவன் ஊகித் திருந்தான். அதனாலேயே திறந்த கதவை, அழுத்தமாகப் பற்றிக் கொண்டு, அதைத் தன்பக்கமாக இழுத்தான் ரஸ்கோல்னிகோவ். அவள் கதவை இழுத்து மூட முற்படவில்லையென்றபோதும், அதன் தாழ்ப்பாளைத் தளரவிட்டுவிடாமல் பற்றிக்கொண்டிருந்த தால், கதவை ரஸ்கோல்னிகோவ் இழுத்தவுடன், கதவுடன் அவளும் சேர்ந்தாற் போல நடைபாதையை நோக்கி வர நேர்ந்தது. கதவோடு சேர்ந்து இழுத்து வரப்பட்ட அவள், சரியாக உள்ளே நுழையுமிடத்தில்–வாயிலில் இப்போது நின்றுகொண்டிருந்தாள். அவளைத் தாண்டிக்கொண்டு வந்துவிட முடியாதபடி வாயிலை மறித்து அவள் நின்றுகொண்டிருப்பதைப் பார்த்த அவன், நேராக அவளை நோக்கி எட்டு வைத்தான். அவன் தன்னை நெருங்கு வதைப் பார்த்த அவள் அச்சத்துடன் பின்னுக்கு நகர்ந்தாள்.

"மாலை வணக்கம், அல்யோனா இவானோவ்னா!" என்று மிக இயல்பாகப் பேச்சைத் தொடங்க அவன் முயன்றபோதும் அவனது குரல் அதற்கு ஒத்துழைக்க மறுத்து உடைந்து நடுக்கத் துடன் ஒலித்தது.

"நான், உங்களிடம் கொடுப்பதற்கு ஒரு பொருளைக் கொண்டு வந்திருக்கிறேன்... ஆனால்... நாம் கொஞ்சம் உள்ளே போனால் நல்லது. அங்கே அதிக வெளிச்சமாகவும் இருக்கும்!"

என்று சொன்ன அவன் அவளைக் கடந்து அவளது அழைப்பையும் சம்மதத்தையும் கேட்காமல் அவளுக்கு முன்னே அறைக்குள் போனான்.

"அடக்கடவுளே! உனக்கு என்ன வேண்டும்? நீ யார்? உனக்கு என்ன வேண்டும் சொல்!"

"மன்னியுங்கள், அல்யோனா இவானோவ்னா! உங்களுக்கு என்னைத் தெரியும். நான்தான் ரஸ்கோல்னிகோவ்! இங்கே, பாருங்கள்! அன்றைக்கு உங்களிடம் வாக்களித்திருந்தபடி, இதோ, இந்த அடகுப் பொருளோடு தற்போது வந்திருக்கிறேன்" என்று சொன்னபடி அடகுப் பொருளை எடுத்து அவளிடம் நீட்டினான்.

அந்த முதிய பெண் ஒரு கணம் அந்த அடகுப் பொருளை ஒரு பார்வை பார்த்துவிட்டு, உடனடியாகத் தனது கண்களை மீண்டும் அந்த அழையா விருந்தாளியின் மீது பதித்தாள். அவனை மிகக் கவனமாகவும் வெறுப்போடும் அவநம்பிக்கையுடனும் அவள் பார்த்தாள். ஓரிரு மணித்துளிகள் இவ்வாறே கடந்தன. நடக்கப் போவதை முன்பே ஊகித்துக்கொண்டுவிட்டதைப் போல அவளது கண்களில் ஒருவிதமான ஏளனமும் பரிகாசமும் மின்னலடிப்பதாக அவன் நினைத்தான். நரம்புத் தளர்ச்சி வந்தவனைப் போல் அவனது உடல் நடுங்கியது. அவனை அச்சம் முழுமையாகப் பற்றிக்கொண்டது. மேலும் தொடர்ந்து ஓர் அரை நிமிடம் இதேமாதிரி அவள் அவனைப் பார்த்திருந்தால் அவன் அந்த இடத்தை விட்டே வெளியில் ஓடிப் போயிருப்பான்.

"என்னை அடையாளம் தெரியாததைப் போல ஏன் இப்படிப் பார்த்துக்கொண்டிருக்கிறீர்கள்?" அவன் எந்தவித யோசனையுமின்றிக் கோபத்துடன் அவளைப் பார்த்துக் கேட்டான். "உங்களுக்கு விருப்பமிருந்தால் இதனை எடுத்துக்கொள் ளுங்கள். இல்லையென்றால் நான் எங்காவது வேறொரு இடத்தில் போய் அடகு வைத்துக்கொள்கிறேன். நேரத்தை வீணாக்க நான் விரும்பவில்லை" இப்படி அவளிடம் சொல்ல வேண்டும் என்று அவன் நினைக்காத நிலையிலும், வார்த்தைகள் தானே வெடித்துக்கொண்டு வெளிப்பட்டு விட்டன.

அந்த முதியவள், கொஞ்சம் தன்னைச் சமநிலைப்படுத்திக் கொண்டாள். வந்திருப்பவனின் உறுதியான தொனி அவளது அவநம்பிக்கையைச் சற்றே குறைத்திருக்க வேண்டும்.

"ஏன் இப்படி அவசரப்படுகிறாய் தம்பி? சரி, என்ன பொருள் அது?" என்று அவன் கையிலிருந்த சிறிய பாக்கெட்டைப் பார்த்துக் கேட்டாள், அந்த முதியவள்.

ஃபியோதர் தஸ்தயெவ்ஸ்கி

“வெள்ளி சிகரெட் பெட்டி! போன தடவை வந்தபோது உங்களிடம் சொன்னேன் அல்லவா?”

அவள் அதை வாங்கிக்கொள்ளத் தன் கையை நீட்டினாள்.

“ஏன் நீ இப்படி வெளிறிப் போய் இருக்கிறாய்? உன் கைகள் வேறு நடுங்கிக்கொண்டிருக்கின்றன. உனக்கு உடல் நலமில்லையா அல்லது வேறேதாவது...?

“காய்ச்சல்” என்று மட்டும் சட்டென்று பதிலளித்தான் அவன். “சாப்பிட ஒன்றுமே இல்லாதபோது வெளிறிப் போகாமல் வேறு எப்படி இருக்க முடியும்?” இதையும்கூடவே சேர்த்து அவன் சொன்னபோதும், அவள் காதில் விழும்படியாக அந்த வார்த்தை களை அவனால் உச்சரிக்க முடியவில்லை. அவனிடமிருந்த சக்தி மீண்டும் காணாமல் போயிருந்தது. அந்த வயதான பெண் அவனிடமிருந்து அந்தப் பாக்கெட்டைப் பெற்றுக்கொண்டாள்.

“என்ன இது?” என்று தன் கைகளால் அதை எடை போட்டுப் பார்த்துக்கொண்டே ரஸ்கோல்னிகோவின் மீது தன் கண்களை அழுத்தமாகப் பதித்தாள்.

“அது... சிகரெட் பெட்டி... வெள்ளி... அதைப் பாருங்கள்.”

“இது வெள்ளி மாதிரித் தெரியவில்லையே...? கடவுளே, இந்த முடிச்சை ஏன் இப்படி இவ்வளவு இறுக்கமாகப் போட்டிருக் கிறார்கள்...” என்று சொன்னவாறே முடிச்சை அவிழ்ப்பதற்கு முயற்சித்த அவள், வெளிச்சத்திற்காக ஜன்னலை நோக்கித் திரும்பி னாள். கடுமையான வெப்பம் நிலவியபோதும் அறையிலிருந்த எல்லா ஜன்னல்களுமே அடைக்கப்பட்டிருந்தன. அவனிடமிருந்து நகர்ந்து சென்றிருந்த அவள், அவனுக்கு முதுகைக் காட்டியபடி நின்றிருந்தாள். அவன் தனது மேல்கோட்டின் பட்டன்களைக் கழற்றி உள்ளே வளையத்தில் தொங்கிக்கொண்டிருந்த கோடாரியை வெளியே எடுத்துவிடாமல் அதே சமயம் தனது வலக்கையை அதன்மீது தாங்கிப் பிடித்தபடி தனது மேல் கோட்டிற்குள்ளேயே மறைவாக வைத்திருந்தான். தனது கைகளிரண்டும் வலுவிழந்து போய்விட்டதைப் போலவும், ஒவ்வொரு வினாடியும் அவை மேலும் மேலும் மரத்துப் போய் இறுகிக்கொண்டு வருவதைப் போலவும் அவன் உணர்ந்தான். கோடாரி தன் கையிலிருந்து நழுவிக் கீழே விழுந்துவிடுமோ என்றுகூட அவன் அஞ்சினான். தலை சுற்றுவது போலவும், தான் மயங்கி விழுந்துவிடப் போவது போலவும் அவனுக்குத் தோன்றியது.

"ஏன் இதை இப்படி இறுக்கமாகச் சுற்றி வைத்திருக் கிறார்கள்?" என்று வெடுக்கென்று எரிச்சலாகக் கேட்டபடி அவனை நோக்கித் திரும்பினாள் முதியவள். இனி ஒரு நிமிடத் தைக்கூட அவன் நழுவவிட்டு விடக்கூடாது. சட்டென்று மேல் கோட்டை நீக்கிக் கோடாரியை வெளியே எடுத்த அவன் அதை இரண்டு கைகளாலும் சுழற்றியபடி தான் என்ன செய்துகொண்டி ருக்கிறோம் என்ற சுய உணர்வின்றி, இயந்திரம் போலக் கொஞ்சம் கூடத் தன் வலுவை முழுவதும் பிரயோகிக்காமல் அந்தக் கோடாரி யின் மழுங்கிய முனையினால் அவளது தலையில் ஒரு போடு போட்டான். அவனை விட்டுக் காணாமல் போயிருந்த அவனது சக்தி முழுவதும், கோடாரி அவளது தலையின் மீது இறங்கிய அந்தக் கணத்தில் அவனிடம் திரும்ப வந்துவிட்டதைப் போல அவன் உணர்ந்தான்.

வழக்கம் போலவே அந்த வயதான பெண்மணி தன் தலைக்கு மேல் எதுவும் அணிந்துகொண்டிருக்கவில்லை. அவளது தலைமுடி அப்போதுதான் நரைக்கத் தொடங்கியிருந்தது! மெலிந்து போய்ப் பிசுக்கேறிக் கிடந்த அந்த முடியை மான் கொம்பினால் செய்யப்பட்ட சீப்பைக்கொண்டு வாரி, எலிவால் போலப் பின்னிக் கொண்டு கழுத்திற்குப் பின்புறமாக முடிச்சுப் போட்டு வைத்திருந் தாள் அவள்.

அந்தப் பெண் மிகவும் குட்டையாக இருந்ததால் சரியாக அவளது உச்சி மண்டையின் (கபாலத்தின்) மீது கோடாரியின் அடி விழுந்திருந்தது. தனது இரு கைகளையும் உயர்த்தித் தலையைப் பற்றியபடி மிகவும் பரிதாபமாக, தீனமான குரலில் கத்தியபடி சரிந்து ஒரு குவியலாகச் சுருண்டு கீழே விழுந்தாள் அந்தப் பெண். அவளது ஒரு கரத்தில் இப்போதும்கூட அந்தப் பொருள் இருந்தது. அவன் மீண்டும், மீண்டும் கோடாரியின் அந்த மழுங்கிய முனைப் பகுதியினால், அடி விழுந்த அதே இடத் திலேயே மறுபடியும் மறுபடியும் தாக்கினான். கவிழ்ந்துவிட்ட கண்ணாடிக் கோப்பையிலிருந்து கொட்டுவது போல அவளது தலையிலிருந்து இரத்தம் குபு குபுவென்று வெளியே வழிந்து கொண்டிருந்தது. அவளது உடல் தலை குப்புறச் சரிந்து விழுந்தது. அவளது உடல் கீழே விழுந்தபோது, சட்டென்று ஒதுங்கிக் கொண்ட அவன், பிறகு அவளருகே குனிந்து அவளது முகத்தைப் பார்த்தான். அவள் இறந்திருந்தாள். விரியத் திறந்து கிடந்த அவளது விழிகள், பிதுங்கி வெளியே வந்துவிடத் தயாராக இருப் பதைப் போலக் காணப்பட்டன. அவளது முன் நெற்றி, சுருக்கங் களோடு இருந்தது. முகம் முழுவதும் மிகக் கொடூரமாகச் சிதைந்து போயிருந்தது.

அவளது உடலுக்கு அருகே, தரையில், கோடாரியைக் கிடத்திய அவன் தன் மீது இரத்தக்கறை படிந்து விடாதபடி, மிகுந்த கவனத்தோடு, அவளது சட்டையின் வலது கைப்புறம் இருந்த பாக்கெட்டினுள் கையைவிட்டுத் துழாவினான். கடந்த முறை அவன் வந்திருந்தபோது, அதிலிருந்துதான் அவள் சாவிக் கொத்துகளை எடுத்தாள். இப்போது அவன் மிகவும் நிதான மாகவே செயல்பட்டுக்கொண்டிருந்தான். அவனது அறிவில் இப் பொழுது எந்தவிதமான மேகமூட்டமும் இல்லை. அவனுக்குத் தலை சுற்றலும் இல்லை. ஆனால் அவனது கைகள் மட்டும் இன்னும்கூட நடுங்கிக்கொண்டிருந்தன.

தன் மீது இரத்தக்கறை பட்டுவிடாமல் இருப்பதற்காகத் தான் எவ்வளவு சிரத்தை எடுத்துக்கொண்டோம் என்பதைப் பின்னாட் களில் அவன் நினைத்துப் பார்ப்பதுண்டு.

அவன் சாவிகளை வெளியில் எடுத்தான். எல்லாச் சாவி களும் முன்பிருந்தது போலவே ஒரே இரும்பு வளையத்தில் கோர்க்கப்பட்டு ஒரே கொத்தில் இருந்தன. சாவிகளை எடுத்துக் கொண்டு நேராகப் படுக்கை அறையை நோக்கி ஓடினான். அது மிகச்சிறிய அறையாக இருந்தது. அறையில் ஒரு சுவர் முழுவதிலும் கண்ணாடிப் பெட்டிகளில் வைக்கப்பட்ட தெய்வ உருவங்கள் வரிசையாக மாட்டப்பட்டிருந்தன. எதிர்ப்புற சுவரோரமாகப் பெரிய கட்டில் ஒன்று போடப்பட்டிருந்தது. கட்டிலின் மேலே சுத்தமான பட்டுத்துணிகளினால் ஒட்டு வேலை செய்யப்பட்டிருந்த படுக்கை விரிப்பும் மெத்தையும் போடப்பட்டிருந்தது. மூன்றாவது சுவரை ஒட்டி அடுக்கடுக்கான இழுப்பறைகள்கொண்ட பெட்டகம் இருந்தது. சாவிகளைப் பெட்டகத்தின் இழுப்பறைகளில் பொருத்தி நுழைக்கும்போது அவை குலுங்கும் ஓசையைக் கேட்டு அவனுக்கு உடல் முழுவதும் நடுக்கம் ஏற்பட்டது. இழுப்பு வருவது போலக் கால்களும் கைகளும் நடு நடுங்கின. மனம் பேதலித்தது. எல்லா வற்றையும் அப்படியே விட்டுவிட்டுப் போய்விடலாமா என்றுகூட அவனுக்குள் ஓர் எண்ணம் ஓடியது. ஆனால் இந்த எண்ண மெல்லாம் ஒரே ஒரு கணம் மட்டும்தான். இவ்வளவு தூரம் நடந்த பிறகு, விட்டுவிட்டுப் பின் வாங்கிச் செல்வது என்ற பேச்சுக்கு இனிமேல் இடமில்லை. இது மிகவும் தாமதமான சிந்தனை என்று நினைத்துக்கொண்ட அவன், தனது அசட்டுத்தனமான எண்ணத்தை நினைத்துத் தானே ஏளனமாகச் சிரித்துக்கொண் டான். திடீரென்று அவனது மூளையில் துணுக்குற வைக்கும் ஓர் எண்ணம் தோன்றியது. அவனது உள்ளுணர்வு அவனைக் கடுமையாக எச்சரித்தது.

"ஒருவேளை அந்தப் பெண் இன்னும் உயிருடன் இருப் பாளோ? மீண்டும் அவளுக்கு உணர்வுகள் திரும்பியிருக்குமோ?"

சாவியைப் பெட்டகத்திலேயே தொங்க விட்டுவிட்டுத் திரும்பி, அவளது உடல் கிடந்த இடத்தை நோக்கி அவன் ஓடினான். கோடாரியை வேகமாக எடுத்து, அவள் மீது தாக்க மேலே ஓங்கினான். ஆனால் கோடாரியைக் கீழே இறக்கி மீண்டும் தாக்கிவிடாமல் சற்று நிதானித்து அவளை மீண்டும் உற்று நோக்கினான்.

சந்தேகமே இல்லை. அவள் இறந்துவிட்டாள். குனிந்து அவளை முழுவதுமாக ஒருமுறை உற்றுப் பார்த்துக்கொண்டான். அவளது தலை–கபாலம், இரண்டாகப் பிளந்திருந்தது. அதிலும் ஒரு பக்கம் முற்றிலுமாக உருக்குலைந்து, சிதைந்து போயிருந்தை அவனால் தெளிவாகப் பார்க்க முடிந்தது.

அவளைத் தொடுவதற்காகக் கையை நீட்டிவிட்டு, உடனேயே கையை இழுத்துக்கொண்டான். அவளைத் தொடா மலேயே, நடந்திருப்பது என்னவென்று அவனுக்கு நன்றாகவே புரிந்தது. இதற்குள் தரையில் ரத்தம் ஒரு குளம் போலத் தேங்கி விட்டிருந்தது. அவளது கழுத்தில் கயிறு ஒன்று இருப்பதை அவன் கவனித்தான். அதைப் பிடித்து இழுத்தான். அதனை அறுத்து எடுக்கவும் முயற்சி செய்தான். ஆனால் கயிறு மிகவும் உறுதியான தாக இருந்ததால் அதனைக் கைகளால் அறுக்க முடியவில்லை. மேலும் அது வழுக்கவும் செய்தது. காரணம் அது அவளது தலையிலிருந்து வழிந்த இரத்தத்தில் முழுவதும் தோய்ந்திருந்தது. அவளது மேலாடைக்குள் தொங்கிக்கொண்டிருந்த அந்தக் கயிற்றை ஆடையிலிருந்து வெளியே இழுக்க அவன் முயன்றான். அது வேறெதிலோ சிக்கிக்கொண்டிருந்ததால் வெளியே எடுக்க முடிய வில்லை. பொறுமையிழந்த அவன், மீண்டும் கோடாரியை எடுத்து அதனை உயர்த்தி, அந்தக் கயிற்றை அவளது உடலிலிருந்து வெட்டி எடுக்க முயன்றான். ஆனால் அவனால் முடியவில்லை. மேலும் இரண்டு நிமிடங்கள் சிரமப்பட்டு அவனது கைகளும் கோடாரியும் முழுக்க, முழுக்க இரத்தத்தில் மூழ்கிப் போன பிறகுதான் அவளது உடலில் கோடாரியின் வெட்டுப்படாமல், கயிற்றை மட்டும் வெட்டி வெளியே எடுக்க முடிந்தது. இரத்தத்தில் தனது கை படாமலிருப்பதற்காக இவ்வளவு சிரமப்பட்டாலும் அது முடிய வில்லை. இப்பொழுது கயிற்றை முழுவதுமாக அவளது உடலி லிருந்து வெளியே இழுத்தான். அவன் நினைத்தபடியே அந்தக் கயிற்றில் ஒரு பர்ஸ் தொங்கிக்கொண்டிருந்தது. கூடவே இரண்டு சிறிய சிலுவைகளும் அதில் சேர்க்கப்பட்டிருந்தன. ஒரு சிலுவை,

சைப்ரஸ் மரத்தினால் செய்யப்பட்டிருந்தது. மேலும் கிறிஸ்துவின் உருவம் பதிக்கப்பட்ட ஒரு சிறிய பதக்கமும் அந்தக் கயிற்றில் சேர்க்கப்பட்டிருந்தது. அந்தச் சிறிய பர்ஸ் ஆட்டுத் தோலினால் தயாரிக்கப்பட்டிருந்தது. ஓரங்களில் இரும்பு முனைகள் பொருத்தப் பட்டிருந்தன. மத்தியில் ஒரு சிறிய இரும்பு வளையம் அமைக்கப் பட்டிருந்தது. வளையத்தில் கயிறு நுழைக்கப்பட்டிருந்தது. பர்ஸ் மிகவும் நைந்து, இற்றுப் போயிருந்தது. உள்ளே எதையோ திணித்து வைத்திருப்பதைப் போலப் பிதுங்கிக்கொண்டிருந்தது அந்த பர்ஸ்.

பர்ஸைப் புரட்டிப் பார்க்காமல், அதில் என்ன இருக்கிறது என்பதைக்கூடப் பரிசோதித்துப் பார்க்காமல், தனது கோட்டுப் பைக்குள் அப்படியே திணித்துக்கொண்டான் ரஸ்கோல்னிகோவ். சிலுவைகளை அந்தப் பெண்ணின் உடலின் மேலேயே தூக்கிப் போட்டுவிட்டு அவன் படுக்கையறையை நோக்கி ஓடினான். இம் முறை கோடாரியைத் தன் கையோடு எடுத்துக்கொண்டு போனான் அவன்.

அவன் கடுமையான அவசரத்தில் இருந்தான். அவசர அவசரமாகச் சாவிகளை எடுத்துத் தனது முயற்சிகளைத் தொடர்ந் தான். அவனுடைய முயற்சிகள் வீணாகிக்கொண்டிருந்தன. அவனது கைகள் நடுங்கிக்கொண்டிருந்தன. அதற்குக் காரண மில்லை. அவனது எண்ணங்கள் திசைமாறி அலைபாய்ந்து கொண்டிருந்ததே அதற்குக் காரணம். அவசரத்தில் அவன் தொடர்ந்து தவறுகளையே செய்துகொண்டிருந்தான். ஒரு பெரிய சாவியை எடுத்து இழுப்பறையின் பூட்டில் பொருத்த முயன்றான். அதைப் பார்த்தவுடனேயே இந்தப் பூட்டிற்கு, இந்தச் சாவி பொருத்தமானது கிடையாது என்று அவனுக்குத் தெரிந்துவிடும். அப்படித் தெரிந்த பின்னும்கூட அதே சாவியை அந்தப் பூட்டில் நுழைத்து அதனைத் திறப்பதற்கு முயற்சி செய்வான். அது எப்படித் திறக்கும்? அந்தச் சாவி அந்தப் பூட்டில் பொருந்தவே இல்லை. அவனும் விடாமல் அதனுடன் போராடிக்கொண்டிருந்தான். திடீரென்று பிற சாவிகளோடு தொங்கிக்கொண்டிருந்த அதிகமான பிளவுகள்கொண்ட அந்தப் பெரிய சாவியின் நினைவு அவனுக்கு வந்தது. இழுப்பறைகளோடு கூடிய பெட்டகத்துக்கு உரியதாக அந்தப் பெரிய சாவி இருக்க முடியாது என்றும், வேறு ஏதேனும் பெரிய, உறுதியான பெட்டிக்குரிய சாவியாகத்தான் அது இருக்க வேண்டும் என்றும் போன தடவை இங்கு வந்தபோது நினைத்ததைப் போலவே இப்போதும் அவன் நினைத்தான். அந்தப் பெட்டியில்தான் எல்லாப் பொருள்களும் பதுக்கிவைக்கப்பட் டிருக்க வேண்டும். அந்தப் பெட்டி எங்கே இருக்கிறது? சட்டென்று

பெட்டகங்களை விட்டுவிட்டுப் பெரிய பெட்டி எங்கே வைக்கப் பட்டிருக்கிறது என்று அவன் தேடத் தொடங்கினான். படுக்கைக்கு அடியில் குனிந்து பார்த்தான். அந்த முதியவள் தன் பெட்டிகளை அங்கேதான் வைப்பது வழக்கம் என்பதை அவன் அறிந்திருந்தான். அவன் நினைத்தது சரியாகவே இருந்தது.

கம்பீரமான தோற்றத்தைக்கொண்ட இரண்டு அடிகளுக்கும் மேலே நீளமும், நல்ல அகலமும்கொண்ட பெரிய பெட்டி ஒன்று கட்டிலுக்குக் கீழே இருந்தது. இரும்புச் சட்டமிடப்பட்ட சிவப்பு நிறத் தோலினால் செய்யப்பட்ட வளைவான மூடியினால் மூடப் பட்டிருந்த அந்தப் பெட்டி, அகன்ற தலையுள்ள இரும்பு ஆணி களால் சுற்றிலும் அடிக்கப்பட்டிருந்தது. பிளவுபட்ட பற்களைக் கொண்ட அந்தப் பெரிய சாவி, அந்தப் பெட்டியின் பூட்டுக்குச் சரியாகப் பொருந்திவிட, பெட்டி திறந்துகொண்டது. பெட்டியின் மேல்புறத்தில் வெண்மையான ஒரு விரிப்பின் கீழே, சிவப்பு நிற முயல் தோலினால் ஆன, ஓரங்கள் முழுவதும் தைக்கப்பட்டு எம்பிராய்டரி செய்யப்பட்ட கம்பளிக் கோட்டு ஒன்று வைக்கப் பட்டிருந்தது. அதற்குக் கீழே ஒரு பட்டாடையும் அதற்கும் கீழே ஒரு சால்வையும் வைக்கப்பட்டிருந்தன. அதற்கும் கீழே கந்தலான, கிழிந்த துணிக் குவியல் ஒன்றும் இருந்தது. பார்ப்பதற்குத் துணிகள் வைக்கப்பட்டிருக்கும் பெட்டி போலத் தோற்றம் அளிக்கட்டும் என்ற எண்ணத்தில் அப்படித் துணிகளை அடுக்கி வைத்திருக் கிறாள் அந்த வயதானவள் என்று நினைத்துக்கொண்டான் ரஸ் கோல்னிகோவ். முதல்காரியமாக, அந்தச் சிவப்பு நிற முயல்தோல் கோட்டில், தன்னுடைய கையில் படிந்திருந்த இரத்தக்கறையைத் துடைத்து விட முயன்றான் ரஸ்கோல்னிகோவ். சிவப்பு நிறமான கம்பளி என்பதால் தெரியாது என்று தனக்குள் நினைத்துக் கொண்ட அவன், திடீரென்று ஏதோ நினைவு வந்தவனாய்ப் பதற்றம் அடைந்தான். கம்பளியை அப்பால் தள்ளினான்.

"அடக்கடவுளே, எனக்கென்ன பைத்தியம் பிடித்துவிட்டதா என்ன?"

அவன் அந்தத் துணிகளைக் கலைத்துப் பார்த்தான். அவன் கையிலெடுத்த அந்த ஆட்டுத்தோல் கோட்டிலிருந்து ஒரு தங்கக் கடிகாரம் வழுக்கிக்கொண்டு கீழே விழுந்தது. உடனே அவன் அந்தப் பெட்டியைக் கொட்டிக் கவிழ்த்துக் கலைத்துப் பார்த்தான். அந்தக் கந்தல் துணிகளுக்கு இடையில் தங்கத்தினால் செய்யப் பட்ட எக்கச்சக்கமான பொருள்கள் குவிந்துகிடந்தன. அடகுப் பொருள்கள், அடகு வைத்தவர்கள் மீட்க முடியாமல் போன

பொருள்கள், விரைவில் மீட்கப்பட வேண்டிய பொருள்கள், தங்க வளையல்கள், கங்கணங்கள், காப்புகள், சங்கிலிகள், தோடுகள், ஊசிகள் இன்னும் பொட்டலங்களாகக் கட்டப்பட்டிருந்த நகைகள், செய்திப் பத்திரிகைகளில் கட்டி வைக்கப்பட்டிருந்தவை என இன்னும் ஏராளமான பொருள்கள், அழகாகச் சிறுசிறு பாக்கெட்டு களாகவும், காகிதங்களில் மடித்தும் ஒழுங்காக அடுக்கி வைக்கப்பட்டிருந்தன. ஒவ்வொரு பொட்டலமும் ஒரு தனிக் கயிற்றால் சுற்றப்பட்டுக் கட்டப்பட்டிருந்தது. அங்கிருந்த பொருள் களை வேகவேகமாகத் தனது கால்சட்டைப் பைகளிலும் சட்டைப் பைகளிலும் மேல் கோட்டுப் பைகளிலும் அள்ளி அள்ளிப் போட்டு அவன் நிரப்பிக்கொண்டான். எவ்வளவு நிரப்ப முடியுமோ அவ்வளவையும் அள்ளி நிரப்பினான். பெட்டிகளையும் பொட்டலங்களையும் பிரித்து உள்ளே என்ன இருக்கிறது என்று பார்க்க அவனுக்கு நேரமில்லாததால் அவற்றை அப்படியே அள்ளித் திணித்துக்கொண்டான். இன்னும்கூட அள்ளிக்கொள் வதற்கு நிறையப் பொருள்கள் இருந்தாலும் அவற்றை அள்ளிக் கொள்ள அவனால் முடியவில்லை.

அந்த முதியவளின் உடல் கிடந்த அறையில் காலடிச் சத்தம் கேட்பது போல இருந்தது. தன்னுடைய இயக்கங்களைச் சட் டென்று நிறுத்திவிட்டுச் சற்றும் அசையாமல் செத்தவன் போல நின்றான் ரஸ்கோல்னிகோவ். ஆனால் எல்லாமே மிகவும் அமைதி யாகத்தான் தென்பட்டது. அப்படியானால் இது தானாவே செய்து கொண்ட கற்பனையாகத்தான் இருக்க வேண்டும் என்று நினைத்துக்கொண்டான். இப்படி அவன் தனக்குள் நினைத்துக் கொண்டிருந்த அதேநேரத்தில் மெலிதான விசும்பல் ஒலி மிகவும் தெளிவாகக் கேட்டது. மேலும் தொடர்ந்து யாரோ மிகவும் பரிதாபமாக அழுது புலம்புவது போலவும் ஒரு ஓசை கேட்டது. ஒரு கணம்தான். மறு கணம் மீண்டும் அமைதி! மரண அமைதி நிலவியது. ஒரு நிமிடம்... இரண்டு நிமிடங்கள் கடந்தன. மூச்சை அடக்கிக்கொண்டு காதுகளைக் கூர்மையாக்கிக்கொண்டு மிகக் கவனமாகக் காத்திருந்த அவன் திடீரென்று கோடாரியை வேக மாக பற்றிக்கொண்டு படுக்கை அறையைவிட்டு வெளியே ஓடினான்.

முன் அறையின் நடுவில், கையில் ஒரு துணி மூட்டையுடன் நின்றுகொண்டிருந்தாள் லிஸாவெதா. கொலையுண்டு கிடக்கும் தனது சகோதரியை வெறித்துப் பார்த்தபடி திகைத்துப் போய் நின்றிருந்தாள் அவள். அவளது முகம் வெள்ளைத்தாளைப் போல வெளிறிப் போய் இருந்தது. உரக்கக் கத்தவும் சக்தியின்றிப் பீதியில்

உறைந்து போயிருந்தாள் லிஸாவெதா. படுக்கையறையிலிருந்து அவன் ஓடிவருவதைப் பார்த்த அவளது உடல் சூறாவளியிலே சிக்கிக்கொண்ட தளிரைப் போல நடுநடுங்கிப் போயிற்று. நடுக்கமும் அச்சமும் மின்னலைப் போல அவளது முகம் முழுவதும் பாய்ந்து பரவியது.

அச்சத்தினால் கூச்சலிட்டு விடாமலிருப்பதற்காகத் தன் கைகளால் தன்னுடைய வாயை மூடிக்கொள்ள அவள் முயன்றாலும் எந்தச் சத்தமும் அவளது தொண்டையிலிருந்து வெளிப்படவில்லை. அழுவதற்குக்கூடச் சக்தியற்றவளாக அவள் விக்கித்துப் போயிருந்தாள். அவனிடமிருந்து மெல்லப் பின்வாங்கி அறையின் ஒரு மூலையை நோக்கிப் போனாள் அவள்.

கோடாரியை ஓங்கியபடி அவளை அவன் நெருங்கிச் சென்றான். சின்னக் குழந்தை ஒன்று, தன்னைப் பயமுறுத்துகின்ற ஒன்றைப் பார்த்தவுடன், அச்சத்துடன் வாயைத் திறந்துகொண்டு, கத்தவும் திராணியற்றுப் போய், தன்னைப் பயமுறுத்துகின்ற அந்தப் பொருளின் மீதே தன்னுடைய பார்வை முழுவதையும் நிலையாகப் பதித்தபடி, அழுவதற்குத் தயாரான நிலையில் இருக்கும். அதுபோன்றே தன்னைத் தாக்கக் கொலை வெறியோடு, கோடாரியுடன் நெருங்கி வருகின்ற அவனைப் பார்த்தவுடன் நெஞ்சம் பதற, ஓங்கிக் கத்தவும் முடியாமல், வாயைத் திறந்த அவளது உதடுகள் அச்சத்தினால் பரிதாபமாகச் சுளித்துக் கொண்டன. துரதிர்ஷ்டம் பிடித்த, கோழை மனம் படைத்த, அப்பாவிப் பெண்ணான லிஸாவெதா, தான் இப்போது பார்த்த காட்சிகளினால் மிகவும் பாதிக்கப்பட்டு, பயத்தினாலும், வேதனை களினாலும் மிகவும் கசக்கிப் பிழியப்பட்ட நிலையில் பிரமை பிடித்தவளாக – தன்னுடைய முகத்தை நோக்கி உயர்த்தப்பட்ட கோடாரியின் தாக்குதலிலிருந்து தன்னுடைய முகத்தைப் பாது காப்பதற்கு அதைச் சட்டென்று தனது இரண்டு கரங்களினாலும் மறைத்துக்கொள்ள வேண்டுமென்ற, அந்தக் கணத்திற்கு அவசிய மான, இயற்கையாக, இயல்பாக தன்னிச்சையாக எழுகின்ற அந்த எச்சரிக்கை உணர்வுகூட இல்லாமல் நின்றிருந்தாள். தன்னுடைய இடது கரத்தினால் அவனை அப்பால் பிடித்துத் தள்ள முயற்சி செய்பவளைப் போலக் கையை முன்னால் நீட்டினாள். ஆனால் அதற்குள் பாய்ந்து அவள் முன்னால் வந்துவிட்டான் ரஸ்கோல்னி கோவ். அவனது ஓங்கிய கையிலிருந்த கோடாரியின் கூரான முனை அவளது கபாலத்தின் உச்சியில் விழுந்தது. ஒரே ஓர் அடியில் அவளது கபாலம் முழுவதுமே உடைந்து சிதறிப்

போயிற்று. அவளது உடலும் அதே வேகத்தில் தரையில் விழுந்தது. தான் என்ன செய்துகொண்டிருக்கிறோம் என்ற சுய உணர்வற்றுப் போன நிலையிலிருந்த ரஸ்கோல்னிகோவ், அவளது கையிலிருந்த மூட்டையைப் படக்கென்று பறித்தான். பின்பு மீண்டும் அதனைத் தூக்கி எறிந்துவிட்டு ஹாலுக்குள் ஓடினான்.

அச்சம் இப்போது மேலும் மேலும் அதிகமாகி, அவனை முழுமையாகப் பற்றிக்கொண்டு, அவனைத் தனது ஆளுமைக்குள் கொண்டு சென்றது. அதிலும் கொஞ்சமும் எதிர்பாராத திட்ட மிடப்படாத இந்த இரண்டாவது கொலைக்குப் பிறகு அவன் மிகவும் அதிர்ந்து போனான். எவ்வளவு சீக்கிரமாக இந்த இடத்தை விட்டு ஓடிவிடமுடியுமோ அவ்வளவு விரைவாக இங்கிருந்து ஓடிவிட வேண்டும் என்று அவன் விரும்பினான்.

அந்த நொடியில் விஷயங்களைக் கூர்மையாக அலசிப் பார்த்து, முடிவுக்கு வரும் திறன் மட்டும் அவனுக்கு இருந்திருந் தால் – தன்னுடைய நிலைமை எத்தனை சிக்கலானது, அபாயகர மானது, அபத்தமானது என்பதை அவன் அப்போது உணர்ந் திருந்தால் – தான் ஈடுபட்டிருக்கும் இந்தக் காரியத்தில், தான் இன்னும் எத்தனை தடைகளைத் தாண்ட வேண்டியதிருக்கும் என்பதையும், அந்த வீட்டிலிருந்து பத்திரமாக வெளியேறி, அவனது வீட்டிற்குச் செல்வதற்குள் அவன் இன்னும் எத்தனை குற்றங்களைக் கடந்து செல்ல வேண்டியதிருக்கும் என்பதையும் அவன் புரிந்துகொண்டிருந்தால், நிச்சயமாக இந்தச் செயலை அவன் செய்திருக்க மாட்டான். அத்தனையையும் தூக்கி வீசி விட வேண்டும் என்றும் எல்லாவற்றையும் கைவிட்டு விடலாம் என்றும்தான் அவன் முடிவெடுத்திருப்பான்.

ஒருவேளை, இவ்வாறு அவன் இதனைக் கைவிட நேர்ந்தால், அதற்கு, அவன் தன் மீதேகொண்டிருக்கும் அச்சம் நிச்சயமாகக் காரணமாக இருக்காது. அந்தச் செயலை நினைத்த மாத்திரத்தில் அவனுக்குள் ஏற்படும் அருவருப்பும், வெறுப்புணர்ச்சியுமே அதற் கான காரணமாக இருக்கும். அந்த வெறுப்பு ஒவ்வொரு நிமிடமும் அவனது உள்ளத்தில் அதிகமாக மேலும் அதிகமாக வளர்ந்து கொண்டே போயிற்று. இந்த உலகத்தில் உள்ள எந்தப் பொருளை விலையாகக் கொடுத்தாலும் இப்போது அந்த நகைப் பெட்டிக்கு அருகிலோ அல்லது அந்த அறைக்கோ மீண்டும் செல்வதற்கு அவன் துணியமாட்டான்.

தனது சிந்தனா சக்திகளை இழக்கும் அளவுக்குக் கனவில் சஞ்சரித்துக்கொண்டிருப்பது போன்ற தன்னிலை மறக்கின்ற –

ஒருவிதமான கவனச்சிதறல் நிலை, அவனைப் படிப்படியாக ஆக்கிரமித்துக்கொள்ளத் துவங்கியிருந்தது. அதுபோன்ற நொடிகளில், தான் என்ன செய்துகொண்டிருக்கிறோம் என்பதை மறந்துவிடுபவனாகவும் முக்கியமான விஷயங்களை விட்டுவிட்டு அற்பமான விஷயங்களைப் பற்றிச் சிந்திப்பவனாகவும் அவன் இருந்தான்.

சமையலறையின் அருகில் தற்செயலாக அவனது பார்வை படிந்தபோது, அங்கே ஒரு பெஞ்சின் மேல் ஒரு வாளி நிறையத் தண்ணீர் நிரப்பி வைக்கப்பட்டிருப்பதை அவன் கண்டான். அதைப் பார்த்தபொழுது, தன் கைகளையும் கோடாரியையும் கழுவிக்கொள்ள வேண்டும் என்ற எண்ணம் அவனுக்குத் தோன்றியது. அவனது கைகளில் இரத்தக் கறை படிந்து இருந்தது. கோடாரியை முழுவதுமாகத் தண்ணீருக்குள் போட்டான். ஜன்னல் திட்டின் மீது இருந்த ஓர் உடைந்த பீங்கான் தட்டிலிருந்த சோப்புத் துண்டை எடுத்துத் தனது கைகளை வாளியில் இருந்த தண்ணீரில் தேய்த்துக் கழுவினான். கைகள் சுத்தமானதும், கோடாரியை எடுத்து நன்கு தேய்த்துக் கழுவினான். கோடாரியின் கூரான முனையை, அது இணைக்கப்பட்டிருந்த மரப்பிடிகளை ஆங்காங்கே துளிகளாகப் படிந்திருந்த இரத்தக் கறை முழுவதையும் நன்கு தேய்த்துச் சுத்தம் செய்தான். கிட்டத்தட்ட மூன்று நிமிடங்களுக்கு மேல் அவன் அதைத் தேய்த்துக் கழுவிக்கொண்டிருந்தான். சமையலறையின் மூலையில் உலருவதற்காகப் போட்டிருந்த லினன் துணி ஒன்றை எடுத்துக் கோடாரி முழுவதையும் நன்றாகத் துடைத்தான். அதன்பின், ஜன்னலருகே நின்றுகொண்டு கோடாரி முழுவதையும் நன்கு பரிசீலித்தான். இரத்தக்கறை சிறிதுகூட இப்போது இல்லை. தண்ணீரில் கழுவிய ஈரத்தைத் தவிர வேறு எதுவுமில்லை. மிகவும் கவனத்துடன் தன் மேல் கோட்டின் உள்ளேயிருந்த வளையத்தில் அதைச் செருகித் தொங்கவிட்டுக் கொண்டான். சமையலறையில் இருந்த அந்த விளக்கின் மங்கிய வெளிச்சத்தில், தனது மேல் கோட்டு, கால் சட்டை, பூட்ஸ் ஆகியவற்றை ஒருமுறை நன்கு பரிசோதித்தான். முதல் பார்வையில் அப்படி ஒன்றும் தெரியவில்லை. மறுபடி கூர்ந்து பார்த்த பொழுது பூட்ஸுகளில் மட்டும் சிறிது இரத்தக் கறை இருப்பது தெரிந்தது. ஒரு கந்தல் துணியை எடுத்து அதைத் துடைத்தான். தன்னால் தனது உடைகளைச் சரியாகப் பரிசோதிக்க முடியவில்லை என்பதையும் தன் கண்ணில் படாமல் கண்களை உறுத்தக்கூடிய அளவிற்குக் கறைகள் ஏதேனும் வேறு சில இடங்களில் இருக்கக் கூடும் என்பதையும் அவன் உணர்ந்துதான் இருந்தான். மெள்ள நடந்து அறையின் நடுவில் நின்றுகொண்டான் அவன். கவலை

தரக்கூடிய, இருண்ட சிந்தனைகள் அவனது மனதில் தோன்றிக் கொண்டிருந்தன. தனக்குப் புத்திபிசகிப் போனதாகவும், பகுத் தறியும் சக்தியும், தன்னைப் பாதுகாத்துக்கொள்ளும் திறமையும் தன்னிடம் இப்போது இல்லாமல் போய்விட்டதாகவும் ஓர் எண்ணம் அவனிடத்தில் அப்போது தோன்றியது. ஒருவேளை, என்ன செய்ய வேண்டுமோ அதை விட்டுவிட்டு அதற்குச் சம்பந்த மில்லாத வேறு ஒன்றைத் தான் செய்துகொண்டிருக்கிறோமோ? என்ற எண்ணமும் அவனுக்குள் தோன்றிக்கொண்டேயிருந்தது.

"ஓ, கடவுளே!" அவன் முணுமுணுத்தான். "நான் உடனே இங்கிருந்து பறந்துபோய்விட வேண்டும். ஆமாம், உடனே பறந்து விட வேண்டும்," என்றபடி வேகமாக முன் ஹாலுக்கு ஓடினான். ஆனால் அங்கு இதற்கு முன் அவன் அறிந்தேயிராத ஒரு படுபயங் கரம் அவனுக்காகக் காத்துக்கொண்டிருந்தது.

அந்தக் காட்சியைக் கண்டு தன் கண்களையே நம்பாத வனாக, நிலைகுத்திப் போய் நின்றான் ரஸ்கோல்னிகோவ். கதவு திறந்தே கிடந்தது. ஆம். அந்தக் குடியிருப்பின் முகப்புக்கதவு – அவன் நடைபாதையில் அழைப்பு மணி அடித்துவிட்டுக் காத் திருந்த அந்த முகப்புக் கதவு கிட்டத்தட்ட ஆறு 'இன்ச்சு' அகலத் திற்குத் திறந்தே இருந்தது. தாளிடப்படாமல், விரியத் திறந்தே இருந்தது. எல்லா நேரங்களிலும் ஆமாம், எல்லா நேரங்களிலும்! இவ்வளவு நேரம் வரையிலும் – அந்தக் கதவு திறந்தேதான் இருந் திருக்கிறது. அவன் உள்ளே வந்தபின்பு, அவன் பின்னாலேயே வந்த முதிய பெண் ஒருவித எச்சரிக்கை உணர்வுடன் அந்தக் கதவைச் சாத்தாமலேயே வந்திருக்க வேண்டும். "ஆனால்... அடக் கடவுளே, அதற்குப்பின் லிஸாவெதாவைப் பார்த்தேனே... அப் போது எனக்கு ஏன் இது தோன்றாமல் போனது...? எப்படி எனக்கு இது தோன்றாமல் போனது...? அவள் எப்படி உள்ளே வந்திருக்க முடியும்? சுவரை ஊடுருவிக்கொண்டா அவள் உள்ளே வந்திருப்பாள்...!"

அவன் வேகமாக ஓடிவந்து, கதவைத் தள்ளி மோதிச் சாத்தித் தாளிட்டான்.

"இல்லை... இது சரியில்லை. எல்லாமே தவறாக நடந்து கொண்டிருக்கிறது. நான் உடனே இந்த இடத்தைவிட்டுப் போய் விட வேண்டும். உடனே போய்விட வேண்டும்."

இப்போது தாழ்ப்பாளை நீக்கிக் கதவைத் திறந்த அவன், மாடியில் நடைபாதையைக் கவனித்துப் பார்த்தான்.

நீண்ட நேரம் அங்கே அவன் நின்று கவனித்துக்கொண்டிருந் தான். எங்கோ சற்றுத் தள்ளி, அநேகமாக வாயிற்கதவுக்கு அருகில் இரண்டு குரல்கள் மிகவும் உரத்த குரலில் கூச்சலிட்டுக்கொண்டி ருப்பது கேட்டது. அவர்கள் எதையோ பற்றி மிகவும் தீவிரமாக விவாதித்துக்கொண்டிருப்பது போல் தோன்றியது. சண்டை போடுவது போல, சச்சரவு செய்வது போலக் கடுமையாக அவர்கள் பேசிக்கொண்டிருந்தனர்.

"அவர்கள் என்னதான் செய்துகொண்டிருக்கிறார்கள்?" என்று அவன் அதை மிகவும் அமைதியாகக் கவனித்துக் கேட்டான்.

இறுதியாக, சட்டென்று துண்டிக்கப்பட்டு விட்டதைப் போலப் பேச்சுக்குரல்கள் நின்று போயின. அமைதி நிலவியது. அவர்கள் பிரிந்து போயிருக்க வேண்டும் 'ஒருவேளை அங்கிருந்து போய்விட்டார்களோ?' என்று அவன் நினைத்துக்கொண்டான். ஆனால் திடீரென்று, கீழ்த்தளத்தில் ஒரு கதவு ஓசையுடன் திறக்கும் சப்தம் கேட்டது. யாரோ, ஒரு ராகத்தை முணுமுணுத்தபடி கீழே இறங்கிச் செல்லும் ஒலி கேட்டது.

'ஏன் இப்படி எல்லோரும், சத்தம் போட்டுக்கொண்டிருக் கிறார்கள்?' என்ற ஒரு கேள்வி அவனிடத்தில் தோன்றியது. அமைதியாகக் கதவை மூடிவிட்டுக் கதவுக்கு அருகிலேயே காத் திருந்தான். முடிவில் எல்லாம் அமைதியாகிவிட்டது. ஓர் ஆள்கூட அந்தப் பக்கம் இருப்பதாகத் தெரியவில்லை.

சற்றுப் பொறுத்து, அவன் மீண்டும் கதவுக்கு வெளியே அடியெடுத்து வைத்தபொழுது மீண்டும் புதிதாக வந்த காலடி யோசைகளை அவன் கேட்டான்.

சப்தம் வெகுதூரத்திலிருந்து, அதாவது அந்தக் கட்டடத்தின் கீழ்த்தளத்திலிருந்து வருவது போலத் தோன்றியது...

ஆனால், பின்னாளில் அது அவனுக்கு நன்றாக – மிகத் தெளிவாக – நினைவிருந்தது. கீழ்த்தளத்தில் முதன்முதலாக அந்தச் சத்தத்தைக் கேட்டவுடனேயே, ஏதோ ஒரு காரணத்தினால் அவன் சந்தேகப்பட்டு, யாரோ ஒருவன் இங்கேதான் – இந்த நான்காவது தளத்திற்கு – இந்த முதியவளின் குடியிருப்பை நோக்கித்தான் வருகிறான் என்பதை மிகச்சரியாக ஊகித்தது பின்னாளில் அவனுக்கு நன்றாக நினைவுக்கு வந்தது.

ஏன்? எப்படி?

ஃபியோதர் தஸ்தயெவ்ஸ்கி ● 179

அந்தக் காலடி ஓசைகள் மிக வினோதமாக வித்தியாசமாகக் குறிப்பிட்டுச் சொல்லும்படியாக ஒலித்தன.

ஒரேசீராக, கனமாக, அவசரமில்லாமல் நிதானமாகப் படிகளில் ஒலித்தன.

இதோ மேமேலேறி வருபவன் இப்போது முதல்தளத்தைக் கடந்துவிட்டான்...

இப்போது அவன் படிகளில் மேலேறிக்கொண்டிருக்கிறான். இப்போது அவனது காலடியோசைகள் மேலும் உச்சமாக, மேலும், மேலும் தெளிவாகக் கேட்கத் தொடங்கின.

தன்னுடைய இதயம் இப்போது மிக வேகமாக மிகவும் கனமாகத் துடித்துக்கொண்டிருப்பதைக் கேட்டான்!

இப்போது மூன்றாவது தளத்தை வந்தடைந்தாகிவிட்டது.

இதோ, இங்கேதான் வந்துகொண்டிருக்கிறான்!

கடுமையாக விரட்டப்பட்டுக் கொலை மிரட்டலுக்கு ஆளாவதைப் போலத் தூக்கத்தில் கனவு கண்டுகொண்டிருக்கும் ஒரு மனிதன் எப்படி உறைந்து போவானோ, அதைப்போலத் தானும் திடீரென்று ஒரு கல்லாக மாறி விட்டதை அவன் உணர்ந் தான். தான் நின்றுகொண்டிருந்த இடத்திலேயே வேரோடிப் போய்விட்டதைப் போல, ஒரு சுண்டு விரலை அசைக்கும் சக்தி கூட இல்லாதவனாக அவன் அங்கேயே நின்றுகொண்டிருந்தான்.

கடைசியாக, யாரென்று தெரியாத அந்த அந்நியன் நான்காவது தளத்தில் காலடியெடுத்து வைத்துவிட்டான்.

ரஸ்கோல்னிகோவ் வேகமாகத் திரும்பி, ஓசையின்றி நடந்து அந்த முதியவளின் குடியிருப்புக்குள் நுழைந்து கதவை அடைத்துக்கொண்டான். பிறகு தாழ்ப்பாளைக் கையிலெடுத்து, மெதுவாக ஓசை எதுவும் எழாத வகையில் ஓட்டைக்குள் நுழைத் தான். இதைச் செய்த பின்பு, தன்னுடைய மூச்சை இறுகப் பிடித்துக்கொண்டு கதவுக்குப் பின்னாலேயே நின்றுகொண்டான்.

அந்த அந்நிய மனிதனும் இப்போது கதவுக்குப் பக்கத்தில் வந்து நின்றுகொண்டான். இருவரும் எதிர்எதிராக நின்றுகொண்டி ருந்தனர். சற்று முன்னதாக அவனும், அந்த முதிய பெண்ணும் நின்றுகொண்டிருந்ததைப் போல, அந்தக் கதவுதான் இருவரையும் பிரித்து வைத்திருந்தது. அவன் மிகவும் கூர்ந்து கவனித்தபடி நின்றிருந்தான்.

வந்திருப்பவன் நின்றபடி, மூச்சு வாங்கிக்கொண்டிருந்தான்.

'அவன் நல்ல உயரமான, தடித்த மனிதனாக இருக்க வேண்டும்!' என்று தனக்குள் நினைத்துக்கொண்டான் ரஸ்கோல்னிகோவ். கோடாரியைப் பலமாகப் பற்றிக்கொண்டான். எல்லாமே ஒரு கனவில் நடப்பதைப் போல அவனுக்குத் தோன்றியது. வந்திருப்பவன் அழைப்பு மணியைச் சத்தமாக அடித்தான்.

அழைப்பு மணியில் தகரச் சத்தம் ஒலித்து ஓய்ந்தது. அதனைத் தொடர்ந்து அறைக்குள் ஏதோ ஒன்று அசைவதைப் போல ரஸ்கோல்னிகோவுக்குத் தோன்றியது. உண்மையாகவே அப்படி இருக்கக்கூடுமோ என்று கொஞ்சம் தீவிரமாகவே அறைக்குள் கவனித்துப் பார்த்தான் ரஸ்கோல்னிகோவ்.

வந்திருப்பவன் மீண்டும் அழைப்பு மணியை அடித்தான்; சிறிது நேரம் காத்திருந்தான். பின்பு பொறுமையிழந்தவனாக, வெளியிலிருந்து கதவின் கைப்பிடியைப் பிடித்து பலமாக உலுக்க ஆரம்பித்தான். திகிலடைந்து போன ரஸ்கோல்னிகோவ் ஓட்டைக்குள் செருகப்பட்டிருந்த அந்தத் தாழ்ப்பாள் குலுங்கிக் கொண்டிருப்பதையே பார்த்துக்கொண்டு நின்றிருந்தான். எந்த நிமிடத்தில் அந்த ஓட்டையில் செருகப்பட்டிருக்கும் தாழ்ப்பாள் ஓட்டையிலிருந்து நழுவிக் கீழே விழுந்து கதவு திறந்து விடுமோ என்ற அச்சத்துடன் அவன் இருந்தான். மிகப் பலமாக இழுத்தால் அது நிச்சயம் விழுந்துவிடும் வாய்ப்பு இருந்தது.

இப்படிக் கதவின் தாழ்ப்பாள் உலுக்கப்படுவதை உடனே நிறுத்தியாக வேண்டும் என்று ஆத்திரம் அடைந்து கடுங்கோப முற்றான் ரஸ்கோல்னிகோவ். ஆனால் அதேசமயம் அதைத் தவிர்க்கவும் அவன் விரும்பினான்.

அச்சமும் ஆத்திரமும் அவனை நிதானமிழக்கச் செய்து கொண்டிருந்தன. தலை சுற்றியது. மயக்கம் வருவது போலிருந்தது. 'நான் கீழே விழுந்து விடுவேனோ...' என்ற எண்ணம் அவன் மனதினுள் ஓடிக்கொண்டிருந்த அதே வேளையில், வந்திருந்தவன் தனக்குத்தானே உரக்கப் பேசத் தொடங்கினான்: "என்ன... உள்ளே யாருமே இல்லையா? தூங்கிவிட்டார்களா? அல்லது கொலை செய்யப்பட்டுவிட்டார்களா...? முட்டாள்கள்!" என்று உரத்த குரலில் கூக்குரலிட்டான். "ஏ, அல்யோனா இவானோவ்னா! ஏ கிழட்டு சூனியக் காரியே! லிஸாவெதா இவானோவ்னா, என் அழகு தேவதையே! கதவைத் திறவுங்கள்! ஏய்... என்ன செய்கிறீர்கள், முட்டாள்களே! என்ன... தூங்கிக்கொண்டிருக் கிறார்களா? அல்லது வேறு என்னவாயிற்று அவர்களுக்கு?"

கடுங்கோபமடைந்த அவன், தன்னுடைய சக்தியையெல்லாம் சேர்த்து, மிகவும் சத்தமாக ஓசையெழும்பும்படி ஒரு டஜன் தடவைகளுக்கும் மேலாக அழைப்பு மணியை அடித்தான். அந்த வீட்டில் உள்ளவர்களோடு மிக நெருக்கமான பழக்கம் உள்ளவன் போலவும், அவர்களிடத்தில் அதிக உரிமை உள்ளவன் போலவும், மிகவும் அதிகாரம் தொனிக்க அவன் நடந்துகொண்டான்.

இந்தச் சமயத்தில், மற்றொருவன் அங்கு வரும் காலடி யோசை கேட்டது. மிகவும் வேகமாக, ஆனால் மெல்லிய, இலே சான காலடிகள் வைத்து வேறு ஒருவன் அங்கு வரும் ஓசை கேட்டது.

"வீட்டில் யாரும் இல்லையா?" என்று கேட்டபடியே வந்தான் அந்த இரண்டாமவன்.

ஆனால், முதலாவது நபர் மீண்டும் மீண்டும் அழைப்பு மணியை அடித்துக்கொண்டே இருந்தான். பின்பு நிமிர்ந்து இரண்டாமவனைப் பார்த்தான்.

"வணக்கம், கோச்!" என்றான் இரண்டாமவன்.

அவனுடைய குரலிலிருந்து அவன் இப்போதுதான் இளமைப் பருவத்தை எட்டியிருக்கும் இளைஞனாக இருக்க வேண்டும் என்று ரஸ்கோல்னிகோவ் நினைத்துக்கொண்டான்.

"கடவுளுக்குத்தான் தெரியும்! நான் கிட்டத்தட்டக் கதவையே உடைத்துவிட்டேன்" என்று பதிலளித்த கோச், "அது சரி, உனக்கு என்னை எப்படித் தெரியும்?" என்று இரண்டாம வனிடம் கேட்டான்.

"உண்மையாகவே என்னை உங்களுக்கு நினைவில்லையா? நேற்றைக்கு முந்தின தினம் கேம்ப்ரினஸில் பில்லியர்ட்ஸ் ஆட்டத் தின்போது மூன்று முறை உங்களைத் தோற்கடித்தேனே... இப் போது நினைவு வருகிறதா?"

"ஓ!"

"அப்படியானால் அவர்கள் வீட்டில் இல்லையா? ஆச்சரிய மாகத்தான் இருக்கிறது. வினோதமாகவும்கூடத் தெரிகிறது. எங்கே போய்விட்டாள் அந்த முதியவள்? நான் அவளிடம் ஒரு காரிய மாக வந்திருக்கிறேன்"

"ஆமாம்! நானும்கூட அப்படித்தான் ஒரு காரியமாக அவளைத் தேடி வந்திருக்கிறேன்"

"இப்போது நாம் என்ன செய்வது? போக வேண்டியது தானா? ம்... அவளிடம் கொஞ்சம் பணம் பெற்றுக்கொள்ளலாம் என்று வந்தேன்..." என்றான் அந்த இளைஞன்.

"நிச்சயமாக நாம் திரும்பித்தான் போக வேண்டும். வேறு வழி...? ஆனால், அவள் ஏன் இந்த நேரத்தை நம்மைச் சந்திப்பதற்கு ஒதுக்கிக் கொடுத்திருக்க வேண்டும்? அந்தக் கிழட்டு சூனியக்காரி அவளாகவேதான் இந்த நேரத்தை எனக்கு ஒதுக்கிக் கொடுத்தாள். எவ்வளவு தூரத்திலிருந்து நான் வந்திருக்கிறேன் தெரியுமா? அந்தச் சைத்தான் போவதற்கு ஓர் இடமும் இல்லாத போது எங்கேதான் போய்த் தொலைந்தாளோ தெரியவில்லை. தளர்ந்து போன கால்களை வைத்துக்கொண்டு அல்லும் பகலும் இந்தக் கிழவி எங்கேயும் போகாமல் இங்கேயேதானே உட்கார்ந்து கொண்டிருப்பாள்? ஒரு சுண்டு விரலைக்கூட அசைக்கமாட்டாள். இப்போது என்ன திடீரென்று ஊர்சுற்றப் புறப்பட்டுவிட்டாள்?"

"வேண்டுமானால் காவலாளியிடம் கேட்டுப் பார்க்கலாமா?"

"என்னவென்று கேட்பது?"

"அவள் எங்கே போயிருக்கிறாள்? எப்பொழுது திரும்ப வருவாள் என்று கேட்போம்."

"உம்... சைத்தான்! சரி, அவனையே போய்க் கேட்போம். ஆனால் அவள் எப்பொழுதுமே, எங்கேயுமே போகமாட் டாளே...!" என்று கூறியபடி மீண்டும் கைப்பிடியை இழுத்துப் பார்த்தான் அவன். "இனிமேலும் பிரயோசனப்படாது. நாம் திரும்பிப் போய்த்தானாக வேண்டும்!"

அவர்கள் புறப்படத் தயாராயினார்கள்.

"கொஞ்சம் இருங்கள்!" திடீரென்று அந்த இளைஞன் கூச்ச லிட்டான். "இதோ பாருங்கள், நீங்கள் இழுக்கும்போது, உள்ளே தாழ்ப்பாள் குலுங்குகிறது பார்த்தீர்களா?"

"சரி, அதனாலென்ன?"

"அப்படியென்றால் கதவு உட்புறமாகத் தாளிடப்பட்டிருக் கிறது... பூட்டப்படவில்லை - என்றுதான் அர்த்தம். தாழ்ப்பாள் எப்படிக் குலுங்குகிறது பார்த்தீர்களா? சத்தம் கேட்கிறதா உங்களுக்கு?"

"ஆமாம், அதனாலென்ன...?"

“உங்களுக்கு இன்னும் புரியவில்லையா? யாரோ ஒருவர் வீட்டுக்குள் இருக்க வேண்டும் என்பதைத்தான் இது காட்டுகிறது. எல்லோருமே வெளியில் போயிருந்தால் கதவு வெளிப்புறமாக அல்லவா பூட்டப்பட்டிருக்க வேண்டும். உட்புறத் தாழ்ப்பாள் போடப்பட்டிருப்பது ஏன்? ஆனால், ம்... இப்பொழுது தாழ்ப்பாள் குலுங்கும் ஓசை கேட்கிறதா உங்களுக்கு...”

“ஆமாம். அப்படியானால்...”

“உங்களுக்கு இன்னும் புரியவில்லையா? அவர்களில் யாரோ ஒருவர் வீட்டுக்குள் இருக்கிறார்கள் என்பதைத்தான் இது காட்டு கிறது. அவர்கள் இரண்டு பேருமே வெளியில் போயிருந்தார்கள் என்றால் அவர்கள் சாவியை வைத்து வெளியே பூட்டிவிட்டுப் போயிருப்பார்கள். உள்ளே கொக்கியினால் உள் தாளிட்டுக்கொண் டிருக்க மாட்டார்கள். நீங்கள்தான் கொக்கி குலுங்கும் சத்தத்தைக் கேட்டீர்கள் அல்லவா? கொக்கியினால் உள்ளே தாளிடப்பட்டிருப் பதால், அவர்கள் வீட்டில்தான் இருக்கிறார்கள், இல்லையா? எனவே அவர்கள் உள்ளே இருந்துகொண்டுதான் கதவைத் திறக் காமல் இருக்கிறார்கள்!”

“ம்... நீ சொல்வது ரொம்பச் சரிதான்” என்று வியப்புடன் கத்தினான் கோச். “அப்படியென்றால் உள்ளே என்ன எழவுதான் செய்துகொண்டிருக்கிறார்கள்?” என்று சொன்ன அவன் இப் போது ஆத்திரம் மேலிட மிகவும் கோபத்துடன் கதவை உலுக்கி னான். “கொஞ்சம் பொறுங்கள்!” இளைஞன் மறுபடியும் உரக்கக் கத்தினான். “கதவை இழுக்க வேண்டாம். இங்கே ஏதோ தவறு நடந்திருக்கிறது. நீங்கள் பலமுறை அழைப்பு மணியை அடித்தும், கதவை உலுக்கியும் அவர்கள் வந்து கதவைத் திறக்கவில்லை யென்றால், ஒன்று அவர்கள் மயங்கிப் போய்க் கிடக்க வேண்டும், அல்லது...”

“என்ன...?”

“என்னவாக இருக்குமென்று நான் பிறகு சொல்கிறேன். முதலில் இருவரும் சென்று காவற்காரனை அழைத்து வருவோம். அவனை வைத்து இவர்களை எழுப்பச் சொல்வோம்!”

“சரி... சரி... வா, அப்படியே செய்யலாம்.”

இருவரும் கீழே செல்லப் புறப்பட்டனர்.

“கொஞ்சம் பொறுங்கள். நீங்கள் வர வேண்டாம். இங்கேயே நின்றுகொண்டிருங்கள். நான் கீழே ஓடிப் போய்க் காவல்காரனை அழைத்து வருகிறேன்.”

“எதற்காக?”

“அதுதான் நல்லது. நீங்கள் இங்கேயே இருங்கள்!”

“சரி, சரி, அப்படியே செய்!”

“நான் சட்டம் படித்துக்கொண்டிருக்கிறேன். இங்கே ஏதோ தவறு நடந்திருக்கிறது என்பது வெளிப்படையாகவே தெரிகிறது. ஆமாம்... ஏதோ தவறு நடந்திருக்கிறதென்று, வெளிப்படையாகவே தெரிகிறது,” என்று மிகவும் சூடாகச் சொல்லிவிட்டு அந்த இளைஞன் படிகளில் கீழே இறங்கினான்.

கோச் மட்டும் நின்றுகொண்டிருந்தான். அவன் அழைப்பு மணியை மீண்டும் ஒருமுறை அடிக்க முயன்றான். பிறகு இளைஞன் சொன்ன விஷயத்தை ஆலோசித்துப் பார்த்த அவன், கதவு உட்புறத்தில்தான் தாளிடப்பட்டிருக்கிறது என்பதை உறுதி செய்துகொள்வதற்காகக் கதவின் கைப்பிடியைத் தன் பக்கமாக வலிந்து இழுத்தும், பிறகு தளர்வாக விட்டும் பரிசோதித்துப் பார்த்தான். அதன் பின்னர் கீழே குனிந்து மோப்பம் பிடித்தும் பார்த்தான். சாவித் துவாரத்தின் வழியே உள்ளே பார்க்க முயன்றான். உள்ளே, அந்தத் துவாரத்தினுள் சாவி செருகப்பட்டிருந்ததால் உள்ளே பார்க்க முடியவில்லை.

கோடாரியை இறுகப் பற்றிக்கொண்டான் ரஸ்கோல்னிகோவ். அவனுக்கு ஜுரம் வந்துவிட்டதைப் போல இருந்தது. அவர்கள் உள்ளே வந்தால் அவர்களுடன் மோதுவதற்கு அவன் தயாராக இருந்தான். அவர்கள் கதவைத் தட்டியபடியும், இழுத்தபடியும், தங்களுக்குள் பேசிக்கொண்டிருந்தபோதே இதற்கு உடனே ஒரு முடிவு கட்ட வேண்டும் என்று அவன் நினைத்துக்கொண்டுதான் இருந்தான். உள்ளே இருந்தபடியே அவர்களின் முட்டாள்தனத்தைப் பற்றிப் பேசி அவர்களைக் கேலி செய்ய வேண்டும் என்றுகூட அவன் மனதில் ஒரு கிளர்ச்சியான எண்ணம் தோன்றியது. ‘அவர்கள் வரட்டும் பார்த்துக்கொள்வோம்!’ என்று எதற்கும் துணிச்சலான ஓர் எண்ணம் அவனது மனதில் பளிச்சிட்டது. அவன் அவர்களை எதிர்பார்த்துக் காத்துக்கொண்டிருந்தான்.

“அந்த சைத்தான் எங்கே போய்விட்டான்...?” என்று கீழே போனவனை எதிர்பார்த்து நிலைகொள்ளாமல் தவித்துக்கொண்டிருந்தான் கோச். நேரம் கடந்துகொண்டிருந்தது. ஒரு நிமிடம், இரண்டு நிமிடம்... கீழேயிருந்து ஒருவரும் வரவில்லை. கோச் அமைதியற்றுத் தவித்துக்கொண்டிருந்தான்.

"அந்தச் சைத்தானுக்கு என்னதான் ஆனது?" என்று அவன் உரக்கவே கத்தினான். இங்கே நின்றுகொண்டு காவல் காத்துக் கொண்டிருக்க அவனுக்கு மேலும் பொறுமையில்லாமல் போய் விட்டது. தன் பூட்ஸ் கால்கள் ஓங்கி ஓசை எழுப்ப தட தட வென்று கீழே இறங்கினான். அவனது காலடி ஓசைகள் இப்போது கேட்கவில்லை. கீழே இறங்கிவிட்டான் போலத் தெரிந்தது.

"கடவுளுக்கு நன்றி! இப்போது நான் என்ன செய்வது?"

கொக்கியை அகற்றிக் கதவைத் திறந்தான் ரஸ்கோல்னி கோவ். நடைபாதையில் ஓசை எதுவும் இல்லை. வேறு எதைப் பற்றியும் யோசிக்காமல் அவன் வேகமாக வெளியே வந்தான். தன்னால் முடிந்த அளவுக்கு அழுத்தமாகக் கதவை மூடிவைத் தான். பின்பு வேகமாகப் படிகளில் கீழே இறங்கினான். கீழே இருந்த மூன்றாவது தளம் வரை அவன் இறங்கிவிட்டான். கீழே யிருந்து பெருங்கூச்சல் கேட்டது. ஐயோ! இப்போது எங்கே போய் ஒளிந்துகொள்வது? ஒளிந்துகொள்வதற்கு ஓர் இடத்தையும் காணாமே. மறுபடியும் அந்த முதியவளின் குடியிருப்புக்குத்தான் திரும்ப வேண்டுமோ?"

"ஏய்! அதோபார். பிடி அந்தக் காட்டுமிராண்டியை..." கீழே யிருந்த, ஏதோ ஒரு குடியிருப்பிலிருந்து வேகமாக வெளிப்பட்ட யாரோ ஒருவன் உரத்த குரலில் கத்தியபடி, கீழே விழுந்து, பின் எழுந்து ஓடுவது போல ஓசை கேட்டது. உச்சஸ்தாயியில் அவனது குரலும் கேட்டது. "மிட்கா, மிட்கா, மிட்கா! பிடி அவனை!" கிரீச்சிடும் ஒலி மிக உச்சமாகக் கேட்டது. கடைசியாகக்கேட்ட ஓசைகள் கீழே வீட்டின் முன்பகுதியிலிருந்து வந்தன. அதன்பிறகு எல்லாம் ஓய்ந்து போனதைப் போலத் தோன்றியது. எல்லாம் அமைதியாக இருந்தது. ஒரு கணம்தான்...! மறுகணம் நிறைய மனிதர்கள் உரக்கப் பேசியபடி மாடிப்படிகளில் மேலேறி வருகின்ற சப்தம் கேட்டது. அவர்களில் மூன்று அல்லது நான்கு நபர்கள் இருக்கலாம். கேட்ட அந்தக் குரல்களில் அந்த இளைஞனின் குரலை ரஸ்கோல்னிகோவ் இனம் கண்டுகொண்டான்.

"இது அவர்கள்தான்!"

அவன் நம்பிக்கையிழந்து போனான். "வருவது வரட்டும்" என்று அவர்கள் முன்னால் நேரிலேயே போய்ப் பார்த்து விட வேண்டியதுதான் என்று அவன் திடீரென்று எண்ணினான். ஒருவேளை அவர்கள் அவனைத் தடுத்து நிறுத்திவிட்டால் – எல்லாமே தொலைந்தது!

ஒருவேளை அவனை அவர்கள் போக அனுமதித்துவிட்டால் - அப்போதும்கூட அவனுக்கு ஆபத்துதான். ஏனென்றால் அவனை அவர்கள் அடையாளம் கண்டுகொள்வார்கள். அவர்கள் வந்துகொண்டிருந்தனர்.

இன்னும் ஒரு படிக்கட்டு ஏற்றம் மட்டும்தான்! அவர்கள் மேலேறிக்கொண்டிருந்தனர். சட்டென்று அவனுக்கு ஒரு வழி கிடைத்துவிட்டது. அவன் தப்பித்துக்கொண்டான். அவன் நின்றுகொண்டிருந்த இடத்திற்கு வலதுபுறம் காலியாகக் கிடந்த அந்தக் குடியிருப்பின் வாயிற்கதவு, திறந்தே கிடந்தது. அங்கே பெயிண்ட் அடித்துக்கொண்டிருந்த சிலர், கொஞ்சம் முன்புதான் அங்கிருந்து வெளியேறிச் சென்றிருந்தனர். சற்று முன்னால் கூச்சல் போட்டுக்கொண்டு வெளியேறியவர்கள் இந்தப் பெயிண்டர்களாகத்தானிருக்க வேண்டும். தரையில் சற்றுமுன்தான் பெயிண்ட் அடித்து முடித்திருப்பார்கள் போலிருந்தது. அறையின் நடுவில் சிறிய அகன்ற தொட்டி ஒன்று இருந்தது. மண் சட்டியில் வண்ணச் சாயங்களும் பெயிண்ட் அடிக்கும் பிரஷும் இருந்தன. மின்னலைப் போல அந்த அறைக்குள் நுழைந்துவிட்ட அவன், சுவருக்குப் பின்னே பதுங்கிக்கொண்டான். படிக்கட்டில் மேலேறி வந்தவர்கள், நடைபாதையைக் கடந்து, உரக்கப் பேசியபடி மூன்றாவது தளத் திற்கு மேலேறிச் செல்லும் படிகளில் ஏறிச் சென்றுகொண்டி ருந்தனர். மிகச் சரியான கடைசித் தருணம் அது என்றுதான் சொல்ல வேண்டும். அவர்கள் மேலே ஏறிவரும் கடைசிப் படிக் கட்டை நெருங்கிவிட்டிருந்தனர். இப்போது அவர்கள் மூன்றாவது தளத்தைக் கடந்து, நான்காவது தளத்திற்கு மேலேறிச் செல்லும் படிகளில் ஏறிக்கொண்டிருந்தனர். சத்தமாகப் பேசியபடி அவர்கள் படிக்கட்டைத் தாண்டி நான்காவது தளத்தின் நடைபாதையில் பிரவேசித்து விட்டனர். அவன் சிறிது நேரம் காத்திருந்து பின்னர், நுனிக்காலால் நடந்து வெளியேறிக் கீழ்த் தளத்திற்குப் படிகளில் இறங்கி ஓடினான்.

படிக்கட்டிலும், முன் வாயிலிலும் எவருமே இல்லை. அவன் விரைவாக நடந்து தெருவின் இடப்பக்கமாகத் திரும்பினான்.

அவர்கள் இந்நேரம் அந்த முதியவளின் குடியிருப்புக்குப் போயிருப்பார்கள்...! சற்று முன்பு பார்த்தபொழுது தாளிடப்பட்டி ருந்த கதவு இப்போது தாளிடப்படாமல் திறந்திருப்பதைக் கண்டு அதிசயிப்பார்கள்...! வீட்டுக்குள் கிடக்கும் உடல்களைப் பார்த்த மறுவிநாடியே தங்களது சந்தேகத்திற்கான உண்மையான பதில் தெரிந்துவிடும். கொலைகாரன், சற்று முன்பு வரை அங்கேயே

தான் மறைந்திருக்க வேண்டுமென்பதையும் தாங்கள் அங்கிருந்து வெளியேறிய அந்தச் சமயத்தில்தான் அங்கிருந்து நழுவித் தப்பித்துச் சென்றிருக்க வேண்டுமென்பதையும் அவர்கள் இந்த நேரத்திற்குள் ஊகித்து அறிந்துகொண்டிருப்பார்கள். ஒருவேளை தாங்கள் மாடிக்குப் படியேறிக்கொண்டிருந்த நேரத்தில் அந்தக் காலியான வீட்டில் கொலைகாரன் ஒளிந்திருக்கலாம் என்றும்கூட அவர்கள் ஊகித்திருப்பார்கள்.

அங்கே இப்படித்தான் நடந்திருக்கும் என்று ரஸ்கோல்னிகோவ் உறுதியாக நினைத்தான்.

தெருவின் முதல் திருப்பத்தை அடைவதற்கு இன்னும் நூறு கஜ தூரமே மீதமிருந்தபோதும் தன் நடையின் வேகத்தைக் கூட்டுவதற்கு அவன் துணியவில்லை.

"நான் வேறு ஏதாவது ஒரு வீட்டின் வாசலுக்குள் நுழைந்து, அங்கிருக்கும் படிக்கட்டுப் பகுதியில் ஒளிந்துகொள்வது ஒரு வேளை சரியாக இருக்குமா? சே... சே... அது இன்னும் ஆபத்தானது... ஆமாம்!"

"சரி, இந்தக் கோடாரியை எங்காவது தூக்கி எறிந்து விடலாமா? ஒரு வாடகை வண்டியைப் பிடித்துக்கொண்டு போய் விடலாமா? சே, அது இன்னும் அதிகமான அபாயத்தைத் தரக் கூடியது அல்லவா?"

பக்கத்திலிருந்த மற்றொரு தெருவுக்குள் திரும்பி நடந்த பொழுது, கிட்டத்தட்ட பாதிப் பிணமாகவே அவன் காணப் பட்டான். இப்போது தான் ஒருபாதியளவுக்கேனும் பத்திரமான இடத்திற்கு வந்துவிட்டோம் என்று புரிந்துகொண்டு தன் மனதை ஆறுதல்படுத்திக்கொண்டான். அது, அபாயம் குறைவான ஓரிடம். ஏனென்றால் அங்கே மக்கள் கூட்டம் நிரம்பியிருந்தது. மணலிலே கிடக்கும் ஒரு மணற்துகள் போல, அவன், அந்த மனிதக் கூட்டத்தினுள் கலந்து மறைந்துவிட்டான். ஆனால் அவனை ஆட்கொண்டிருந்த அந்தப் பரபரப்பு அவனது சக்தி முழுவதையுமே உறிஞ்சிவிட்டிருந்ததால் அவன் மிகவும் பலவீனமுற்றிருந்தான். அவனால் வேகமாக நகரக்கூட முடியவில்லை. அவனது உடல் முழுவதும் வியர்வை ஆறாக ஓடிக்கொண்டிருந்தது.

"ஆனாலும் உனக்கு ரொம்பவும்தான் வியர்த்திருக்கிறது!" என்று கால்வாய்ப் பக்கத்திலிருந்து அவன் வெளிப்பட்டு வரும் பொழுது எவனோ ஒருவன் அவனைப் பார்த்துச் சொல்லிக் கொண்டு போனான்.

தான் என்ன செய்துகொண்டிருக்கிறோம் என்பதே இவனுக்கு விளங்கவில்லை. தொடர்ந்து செல்லச் செல்ல அவனது நிலைமை மோசமாகிக்கொண்டே வந்தது.

பின்னாளில் – இந்தச் சம்பவம் பற்றி நினைத்துப் பார்க்கும் பொழுது, கால்வாயின் கரை அருகே மிகச் சிலர் மட்டுமே இருந்த தால், அவர்கள் பார்வையில் தான் பளிச்சென்று பட்டுவிடக் கூடுமென்ற பயத்தால், சற்று முன்பு எந்தத் தெருவிலிருந்து வந்தானோ, அங்கேயே, தான் திரும்பச் சென்றுவிட்டதை அவன் நினைவுபடுத்திக்கொண்டான்.

அவனுக்குக் கொஞ்சம்கூட நடக்க முடியவில்லையென் றாலும், அவன் ஒரு சுற்று வழியைத் தேர்ந்தெடுத்து, முழுக்க முழுக்க வழக்கத்திற்கு மாறான திசையின் வழியாகத் தன் வீட்டுக்கு வந்து சேர்ந்தான்.

அவனது வீட்டின் நுழைவு வாயிலைக் கடந்துகொண்டி ருந்தபோதுகூட அவன் முழுமையான தன்னுணர்வுகளோடு இல்லை. உள்ளுணர்வின் வழிகாட்டுதலோடு அவன் நடந்து சென்றுகொண்டிருந்தான். குறைந்தபட்சம் அந்தக் கோடாரியைப் பற்றிக்கூட யோசித்துப் பார்க்காமல் மாடிப்படிகளில் ஏறிச் செல்ல அவன் முயன்றான். மிக மிக முக்கியமான பிரச்சினை ஒன்று அவனுக்கு முன்னால் இப்போது நின்றிருந்தது. இந்தக் கோடாரியை யாருமே பார்க்காதவண்ணம் எடுத்த இடத்திலேயே திரும்ப வைப்பதுதான் அந்தப் பிரச்சினை.

'நல்லவேளையாக, முன்பு இருந்த இடத்திலேயே அதனை வைக்காமல், (இப்போது தன்னோடு கொண்டுபோய்விட்டு) பின்னாளில் அதனை வேறு ஒருவரது இடத்தில் தூக்கிப் போட்டுவிடுவது நல்லதாக இருக்குமோ' என்ற எண்ணம் எந்தச் சந்தர்ப்பத்திலுமே அவனிடம் ஏற்படவில்லை. அதிர்ஷ்டவசமாக எல்லாமே மிக நல்லபடியாக நடந்துவிட்டன.

காவலாளியின் அறைக்கதவு மூடியிருந்ததே தவிர பூட்டப் பட்டிருக்கவில்லை. அநேகமாக அந்த நேரத்தில் அவன் பெரும் பாலும் தன் வீட்டில்தான் இருப்பான். ஆனால் சிந்திக்கும் திறனையே முழுவதுமாக இழந்திருந்த ரஸ்கோல்னிகோவ், நேரே திரும்பிக் காவலாளியின் அறையை நோக்கி நடந்து சென்று, கதவைத் திறந்தான். ஒருவேளை இப்போது காவலாளி அங்கே இருந்து வெளியே வந்து, 'உனக்கு என்ன வேண்டும்?' என்று இவனிடம் கேட்டிருந்தால், இவன் ஒன்றுமே பேசாமல் கோடாரியை அவனிடம் கொடுத்திருப்பான். ஆனால் இப்போதும்

கூடக் காவலாளி அங்கே இல்லை. எங்கோ வெளியே போய் விட்டிருந்தான். ரஸ்கோல்னிகோவ் உள்ளே நுழைந்து பெஞ்சின் அடியில் ஏற்கனவே அந்தக் கோடாரி இருந்தது போலவே வைத்து விட்டு அதன் மேலே மரக்கட்டைகளால் மறைத்தாற்போலச் செய்துவிட்டு அறையைவிட்டு வெளியேறினான்.

அதன்பிறகு தனது அறைக்குச் செல்லும் வழியில் அவன் யாரையும் சந்திக்கவில்லை. ஒரு ஆளும் வழியில் தென்படவில்லை. வீட்டுக்காரியின் குடியிருப்புக் கதவும்கூட சாத்தியே இருந்தது. தன்னுடைய அறைக்குள் நுழைந்த அவன், எப்போதும் போலவே சோஃபாவில் தன்னைக் கிடத்திக்கொண்டான். அவன் தூங்க வில்லை. ஆனால் எந்தவித உணர்ச்சியுமின்றி, திக் பிரமை பிடித்த வனாக அவன் படுத்துக்கிடந்தான். யாரேனும் அந்த நேரத்தில் அவனது அறைக்குள் வந்திருந்தால் அவர்களைப் பார்த்தவுடன் எழுந்து வந்து அவன் தன்னையும் மறந்து கதறி அழுதிருப்பான். ஒன்றுக்கொன்று தொடர்பற்ற, துண்டு துண்டான எண்ணச் சிதறல்கள் அவனது மனதில் மிதந்துகொண்டிருந்தன. ஆனால் அவை எவற்றிலும் தன்னை ஈடுபடுத்திக்கொள்ளாதவனாக, உணர் வற்ற நிலையில், சக்தியும்கூட இழந்த நிலையில் அவன் விழித்துக் கிடந்தான்.

பாகம் – 2

அத்தியாயம் – 1

அவன் நீண்ட நேரம் அங்கே படுத்துக் கிடந்தான். அவ்வப்பொழுது கண் விழிக்கும் நேரங்களில் இரவு நேரத்தின் பெரும்பகுதி கழிந்துவிட்டிருப்பது அவனது கண்ணில்படும், இருப்பினும் படுக்கையைவிட்டு எழுந்திருக்க வேண்டும் என்ற எண்ணம் அவனிடத்தில் தோன்றவில்லை. இறுதியாக வெளிச்சம் எங்கும் பரவத் தொடங்கியிருப்பதையும் அவன் கண்டான்.

அவன் மல்லாக்காகப் படுத்திருந்தான். இன்னும்கூட அவனது பிரமை பிடித்த நிலையிலிருந்து அவன் மீளவில்லை. கீழேயிருந்து ஆத்திரத்துடன், மிகவும் உக்கிரமாக வாதாடிக் கொண்டிருக்கும் சப்தமும் கூக்குரல்களும் கேட்டுக்கொண்டிருந்தன. இது வழக்கமாக வரும் சப்தங்கள்தான். ஒவ்வொரு நாள் இரவிலும், இரவு இரண்டு மணிக்கு மேல், ஜன்னல்களுக்கு அருகே நின்றபடி இவனும்கூட இதுபோன்ற கூக்குரல்களைக் கேட்டுக் கொண்டுதானிருந்திருக்கிறான். அந்தச் சப்தங்கள்தான் அவனை இப்போது எழுப்பிவிட்டன.

“ஆஹா! குடிகாரர்கள் மதுக்கடைகளிலிருந்து வெளிவரத் தொடங்கி விட்டார்களே...” என்று தனக்குள் அவன் நினைத்துக் கொண்டான். “அப்படியானால் மணி இரவு இரண்டுக்கும் மேலாகிவிட்டது” என்று சொல்லியபடி ஒரே துள்ளலில், யாரோ அவனைப்பிடித்து இழுத்தது போல சோஃபாவிலிருந்து குதித்து எழுந்து நின்றான்.

“ஆமாம், இரண்டு மணிக்கும் மேலாகிவிட்டது!” என்று சொல்லியபடியே, மீண்டும் சோஃபாவில் உட்கார்ந்துகொண்டான். அவன் உட்கார்ந்த அந்தக் கணமே அவன் இழந்துவிட்டிருந்த அனைத்தும் அவனிடத்தில் மீண்டுவிட்டன. ஆமாம், அனைத்தும் மீண்டுவிட்டன. எல்லாம் ஒரே நேரத்தில்! ஒரு மின்னலைப் போல அவன் எல்லாவற்றையும் திரும்பப் பெற்றுவிட்டான்.

முதல் நொடியில் “தான் ஒரு பைத்தியக்காரனாக மாறிக் கொண்டிருக்கின்றோமோ?” என்றுகூட அவன் நினைத்தான்.

சில்லிட வைக்கும் கடுமையான குளிர் இப்போது அவனைச் சூழ்ந்துகொண்டது. திடீரென்று தன்னைப் பற்றியிருக்கும் இந்தக் குளிர், நீண்ட நாட்களாகத் தான் தூங்கிக்கொண்டிருக்கும் வேளை களில் வருகின்ற காய்ச்சலின் காரணமாகவே வந்துள்ள குளிராக இருக்கலாம்... என்று அவன் நினைத்துக்கொண்டான். இப்போது, மிகக் கடுமையான குளிரினால் அவன் நடுங்கத் தொடங்கினான். அவனுடைய பற்கள் கடகடவென்று மேலும் கீழுமாக ஒன்றோ டொன்று மோதிக்கொண்டிருந்தன. அவனுடைய அங்கங்கள் எல்லாமே கிடுகிடுவென்று நடுங்கிக்கொண்டிருந்தன.

அவன் கதவைத் திறந்து வெளியில் பார்த்தான். அந்தக் கட்டடத்தின் அனைத்துக் குடியிருப்புகளிலும் இருந்த எல்லோ ருமே தூங்கிக்கொண்டிருந்தனர். தன்னையும் தன்னைச் சுற்றிலும் தனது அறை முழுவதிலும் இருந்த ஒவ்வொன்றையும் இப்போது ஒருமுறை கூர்ந்து கவனித்து அவன் திகைத்துப் போனான். அறைக்குள் நுழைந்ததும் கதவைத் தாளிட்டுக்கொள்ளாமல், உடை களைக்கூடக் களைந்துகொள்ளாமல் தொப்பியையும் கழற்றாமல் அப்படியே சோஃபாவில் விழுந்து விட்டதை இப்போது அவன் நினைத்துக்கொண்டான். தொப்பி தலையணைக்குக் கீழே தரையில் விழுந்துகிடந்தது.

"உள்ளே யாராவது வந்திருந்தால் இதையெல்லாம் பார்த் தால் என்ன நினைப்பார்கள்... நான் குடித்துவிட்டு இப்படிக் கிடப்பதாகத்தானே நினைப்பார்கள். ஆனால்..." போதுமான வெளிச்சம் பரவியிருந்தது. அவன் அவசரம் அவசரமாகத் தன்னைத்தானே, தனது கால் முதல் தலைவரை பரிசோதித்துக் கொள்ளத் தொடங்கினான். அவற்றில் தடயங்கள் ஏதும் இல்லை யென்றாலும்கூட, அவனால் அவற்றைக் கவனமாகப் பரிசீலிக்க முடியவில்லை. குளிர் அவனைப் படாதபாடுபடுத்தியது, இருப் பினும் அவன் நடுங்கிக்கொண்டே, தனது ஆடைகள் எல்லா வற்றையும் கழற்றிப் போட்டு, ஒவ்வொன்றாகப் புரட்டிப் பார்த்து பரிசோதனை செய்தான். உடையின் ஒவ்வொரு நூலையும்கூடப் பரிசோதித்தான். தன்னைத்தானேகூட நம்பாமல், திரும்பத் திரும்ப மூன்று தடவைகள் அவன் அவற்றைப் பரிசோதனை செய்தான்.

ஆனால் அவற்றில் எந்தத் தடயமும் இல்லை. அவன் அணிந்திருந்த கால்சராயின் கிழிந்த நுனிப்பகுதிகள் மட்டும் வெகுநேரம் இரத்தத்திலேயே தோய்ந்து கிடந்ததால், இரத்தம் உறைந்து போய் இறுகிக் காணப்பட்டன. தன்னிடமிருந்த கைப்பிடி வைத்த கத்தியை எடுத்து அவன் அந்த நுனிப்பகுதிகளை வெட்டி விட்டான். இப்போது அதில் ஒன்றும் புலப்படவில்லை.

சடாரென்று அவனுக்கு, அந்த முதியவளின் பெட்டியி லிருந்து எடுத்துத் தனது சட்டைப் பாக்கெட்டுகளில் வைத்துக் கொண்ட பர்ஸ் மற்றும் பிற பொருள்களைப் பற்றிய நினைவு வந்தது. அதைப் பற்றிய சிந்தனையே – அவற்றை வெளியே எடுக்க வேண்டும், எங்காவது ஓரிடத்தில் மறைத்து வைக்க வேண்டும் – என்ற சிந்தனையே அவனுக்கு இதுவரை தோன்றவில்லை. தன்னுடைய உடைகளிலெல்லாம் தடயங்கள் இருக்கிறதா என்று பரிசோதித்துக்கொண்டிருந்தபோதுகூட அவனுக்கு இந்த எண்ணம் தோன்றவில்லை.

"இனி என்ன செய்வது?"

உடனே வேகமாகத் தன் சட்டைப் பைகளிலிருந்து அவற்றை எடுத்து மேசை மீது போட்டான். பைகளை நன்றாகத் துழாவிப் பார்த்து, புரட்டிப் பார்த்து அவற்றில் ஏதும் எஞ்சி நின்றுவிட வில்லை என்பதை உறுதிப்படுத்திக்கொண்டான். எல்லாவற்றையும் ஒன்றாகக் குவித்து எடுத்து, அறையின் ஒரு மூலைக்குக்கொண்டு போனான். அங்கே சுவரில் கிழிந்து தொங்கிக்கொண்டிருந்த சுவர்த் தாளின் அடியில் சுவரில் இருந்த பொந்துக்குள் இவை எல்லா வற்றையும் திணித்தான். எல்லாப் பொருள்களையுமே அந்தப் பொந்துக்குள் நுழைத்துவிட முடிந்தது. "எல்லாவற்றையுமே உள்ளே வைத்து மறைத்துவிட்டேன். ஆமாம்... பர்ஸ் உள்பட எல்லா வற்றையுமே எவர் கண்ணிலும் படாமல் உள்ளே வைத்து மறைத்து விட்டேன்!" என்று தனக்குள் நினைத்து சந்தோஷப்பட்டுக் கொண்டான்.

கிழிந்து போயிருந்த அந்தச் சுவர்த் தாள், எப்போதையும் விட சற்று உப்பலாக வெளியே நீட்டிக்கொண்டு இப்போது காட்சி யளித்தது.

திடீரென்று தோன்றிய அந்த எண்ணத்தினால், திடுக்கிட்டுப் போன அவன் அச்சமுற்று, இன்னும் அதிகமாக நடுங்கத் தொடங்கினான். "கடவுளே!" என்று தனக்குள் முணுமுணுத்துக் கொண்ட அவன் தன்மேலேயே மேலும் வெறுப்புற்றான். "எனக்கு என்னவாயிற்று? மறைப்பதற்கு இந்த இடம்தானா கிடைத்தது? இதுபோன்ற வழிகளில்தான் பொருள்களை மறைத்து வைப்பார் களா என்ன?"

உண்மையில் அவன் இம்மாதிரி நகைகளும் பொருள்களும் தனக்குக் கிடைக்கும் என்று நினைக்கவில்லை. எதிர்பார்க்க வில்லை. அவன் பணம் ஒன்றைப் பற்றித்தான் நினைத்திருந்தான். எனவே இதுபோன்ற பொருள்களை ஒளித்து வைப்பது பற்றி

ஃபியோதர் தஸ்தயெவ்ஸ்கி ● 193

அவன் திட்டமிடவில்லை. எனவே அவன் அதற்குரிய ஏற்பாடு களைச் செய்து வைத்திருக்கவில்லை.

"நான் இந்த அளவு சந்தோஷப்படும்படி மிகப் பத்திரமான இடத்தில்தான் அவற்றை ஒளித்து வைத்து விட்டேனா என்ன? இல்லை... மறைத்துவைக்க ஏற்ற இடம் இதுவல்ல... உண்மை யிலேயே எனக்கு புத்தி பேதலித்துத்தான் போய்விட்டது!"

தனது சக்தியையெல்லாம் இழந்து போனவனாக அவன் சோர்வும் அசதியும் மேலிட சோஃபாவில் உட்கார்ந்துகொண் டான். கொதிக்கின்ற சிந்தனைகளும், அச்சமும் அவனது காய்ச் சலை மேலும் அதிகப்படுத்தியிருந்தன. திடீரென்று, கொஞ்சமும் தாங்கிக்கொள்ள முடியாத அளவுக்கு அவனது உடல் குளிரி னால் நடுங்கியது. பற்கள் கடகடத்தன. வேகமாகச் சென்று பக்கத் திலே இருந்த நாற்காலியின் மேல் கிடந்த, தனது மாணவப் பருவத்து மேல் கோட்டை எடுத்து அணிந்துகொண்டு, நன்கு இழுத்து மூடிக்கொள்ள முயன்றான். கிழிந்து போயிருந்தாலும்கூட சற்று இதமான கதகதப்பை அது கொடுத்தது. நடுக்கத்திலிருந்து அவனைக் காப்பாற்றியது. சோர்வும் காய்ச்சலும் அசதியும் மேலிட சோஃபாவில் சாய்ந்தவன் சற்று நேரம் நினைவிழந்து கிடந்தான்.

ஐந்து நிமிடங்கள் என்றுகூடச் சொல்ல முடியாது, கிட்டத் தட்ட ஐந்து நிமிடங்கள் அப்படிக் கிடந்தவன், திடீரென்று இரண்டாவது தடவையாகத் துள்ளிக் குதித்து எழுந்து நின்றான். பரீசிலிப்பதற்காக ஏற்கெனவே கழட்டிப் போட்டிருந்த உடைகளை நோக்கிப் பைத்தியம் பிடித்தவனைப் போலப் பாய்ந்து சென்றான்.

"எதையுமே சரியாகச் செய்து முடிக்காமல் எப்படி என்னால் தூங்க முடிகிறது...? ஆமாம்... ஆமாம், நான் நினைத்தது சரிதான்! மேல் கோட்டிலிருந்த வளையத்தை நான் இன்னமும் நீக்கவில்லை. அதை நான் மறந்தே போய்விட்டேன். அப்படி ஒரு தடயத்தை எப்படி என்னால் மறக்க முடிந்தது!"

மேல் கோட்டின் உள்ளே அடைக்கப்பட்டிருந்த வளை யத்தை அவன் உடனே கிழித்து நீக்கினான். அதைச் சிறுசிறு துண்டுகளாக கிழித்துத் தனது தலையணைக்கு அடியிலிருந்த லினன் துணிகளோடு அதனையும் திணித்து வைத்தான்.

"தலையணைக்குக் கீழே இந்த அளவுக்கு நைந்து கிடக்கும் கிழிசல் துண்டுகள் நிச்சயமாக சந்தேகத்தை ஏற்படுத்தாது என்று தான் நான் நினைக்கிறேன். இல்லை... இல்லை... அப்படி நினைக்க வில்லை! அப்படி நினைக்க முடியாது!"

அறையின் நடுவே நின்றுகொண்டு அவன் இதையே திரும்பத் திரும்பச் சொல்லிக்கொண்டிருந்தான். பிறகு தரையையும், சுற்றுமுற்றும் உள்ள பிற இடங்களையும் கவனமாக ஆராயத் தொடங்கினான். மறதியாக எந்த ஒரு தடயத்தையும் விட்டுவிடக் கூடாது என்பதே அவனது நோக்கமாக இருந்தது.

அவனிடமிருந்த திறன்கள் – குறிப்பாக அவனது ஞாபகசக்தி, பலவற்றையும் நினைத்துப் பார்த்துச் செயல்படும் திறன் ஆகிய எல்லாமே தன்னைவிட்டுப் போய்விட்டதாக உணர்ந்தபோது அவன் தாங்க முடியாத அலைக்கழிப்புக்கு ஆளானான்.

"ஒருவேளை, நான் செய்த தவறுக்கான தண்டனையின் செயல்பாடுகள் ஏற்கனவே துவங்கிவிட்டதா என்ன? உண்மை தானே... இல்லாவிட்டால் இதோ, இது ஏன் இப்படிக் கிடக்கிறது?"

அவன் வெட்டிப் போட்ட, கால் சட்டையின் இரத்தக்கறை படிந்த துண்டுகள், எல்லோரது பார்வையிலும் படும்படியாகத் தரையில் சிதறிக்கிடந்தன.

"எனக்கு என்னதான் ஆகிவிட்டது?" என்று அவன் மனம் வெடித்துக் கதறினான்.

திடீரென்று அவனுக்குள் மற்றொரு எண்ணம் தோன்றியது. "ஒருவேளை என்னுடைய உடைகள் அனைத்திலும்கூட இரத்தக் கறை படிந்திருக்கிறதோ? குழப்பமான, துண்டு துண்டாகச் சிதறிப் போன, தெளிவற்ற மனநிலையில் அவனால் எதையும் தெளிவாகப் பார்க்க முடியவில்லை.

அவனுக்குச் சடாரென்று மற்றொன்றும் நினைவுக்கு வந்தது. அந்தப் பர்ஸிலும்கூட இரத்தம் படிந்திருந்ததே... "ஓ... அப்படி யானால் எனது கால்சட்டைப் பையின் உள்ளேயும்கூட இரத்தக் கறைகள் இருக்குமே... அந்தப் பர்ஸை அப்படியே உலராத இரத்தத் துடனேயே எடுத்துத்தானே பாக்கெட்டினுள் நுழைத்துக்கொண் டேன்."

மின்னலைப் போல, அவன் தனது கால்சட்டைப் பையின் உட்புறத்தை, வெளியே எடுத்துப் புரட்டிப் பார்த்தான். ஆமாம்! அங்கே அந்தத் தடயங்கள் – இரத்தக் கறைகள் படிந்து காணப் பட்டன.

"அப்படியானால் என்னுடைய அறிவு, என்னுடைய புத்திக் கூர்மை ஆகியவை முற்றிலுமாக என்னைக் கைவிட்டுப் போய்விட வில்லை. என்னுடைய உணர்வுகளும், என்னுடைய நினைவாற்ற லும் எதுவும் என்னைவிட்டுப் போய்விடவில்லை. இதோ இப் போதும்கூட நானாகத்தானே அதை நினைவுக்குக்கொண்டு

வந்திருக்கிறேன்!" என்று தனக்குத்தானே கூறிக்கொண்டு, ஒரு நிம்மதிப் பெருமூச்சுவிட்டான்.

"இதெல்லாம் காய்ச்சலினால் வந்த பலவீனங்களே. ஒரு நொடியில் எல்லாம் மறைந்துவிடும்" என்று தனக்குள் சொல்லிக் கொண்டே, கால் சட்டைப் பையில் கறைபடிந்திருந்த அந்தப் பகுதியை "டர்ரென்று" கிழித்தெடுத்தான். அதே சமயம் அறைக் குள்ளே விழுந்த சூரிய ஒளி அவனது இடது கால் பூட்ஸ் மீது பரவலாக விழுந்தது. அந்த வெளிச்சத்தில் பூட்ஸுக்கு வெளியே நீட்டிக்கொண்டிருந்த சாக்ஸின் மீது இரத்தக்கறை படிந்திருப்பது தெரிந்தது. சாக்ஸின் நுனிப்பகுதி முழுவதும் இரத்தத்தில் நனைந் திருந்தது. இரத்தம் தேங்கியிருந்த இடத்தில் அவன் இன்னும் சிறிது கவனமாகக் கால் வைத்து நடந்திருக்க வேண்டும்... "இப்போது இதை நான் என்ன செய்வது? இந்த சாக்ஸையும் கால் சட்டைப் பையின் இந்தக் கிழிந்த துண்டுகளையும் நான் எங்கே போடுவது?"

அவன் அவற்றை எல்லாம் தனது கையில் ஏந்தியபடி அந்த அறையின் நடுவில் நின்றுகொண்டிருந்தான்.

"இவற்றை அப்படியே அடுப்பில் போட்டுவிடுவோமா? ஆனால் சோதனைபோட வருபவர்கள் முதலில் அடுப்படியைத் தான் சோதனையிட ஆரம்பிப்பார்கள். அப்படியானால் எரித்து விடலாமா? ஆனால் எதை வைத்து நான் எரிப்பேன்? என்னிடம் தீக்குச்சிகள்கூடக் கிடையாதே... வேண்டாம், வெளியே எங்காவது தூரத்தில்கொண்டுபோய் தூக்கி எறிந்து விடுவதுதான் சரியானது. ஆமாம், தூக்கி எறிந்து விடுவதுதான் சரியானது" என்று அவன் தனக்குத்தானே திரும்பத் திரும்பச் சொல்லியபடியே சோஃபாவில் உட்கார்ந்துகொண்ட அவன், "உடனே இந்த நிமிடமே, எந்தவிதத் தயக்கமும் இல்லாமல் இவற்றைத் தூக்கி எறிந்து விடுவதுதான் சரியானது" என்று மீண்டும் சொல்லிக்கொண்டான்.

ஆனால், திடீரென்று அந்த நிமிடமே அவனால் கொஞ் சமும் தாங்கிக்கொள்ள முடியாத அந்தக் குளிரும் நடுக்கமும் சூழ்ந்து அவனைக் கவிழ்த்துப் போட்டன. மயக்கமாகத் தலை யணையின் மேல் சாய்ந்தான். மீண்டும் தன்னுடைய மேல் கோட்டினால் நன்றாகப் போர்த்திக்கொண்டான்.

அதன்பின் நீண்ட நேரம் – சில மணி நேரங்கள் அப்படியே மயக்க நிலையில் சோர்வுற்றுப் படுத்திருந்தான். அவன் மயக்க நிலையில் படுத்திருந்தாலும், அவனது உள் மனதில் எழுந்த அந்த உணர்வுகள் அவனை விடாமல் உலுக்கி வேட்டையாடிக்கொண்

டிருந்தன. "உடனே புறப்படு, எங்காவது தூரத்தில் உள்ள இடத்திற்குச் சென்று, யார் கண்ணிலும் படாதபடி இவற்றைத் தூக்கி எறிந்துவிடு. புறப்படு உடனே, இந்த நொடியிலேயே, புறப்படு! ம்... உடனே செய், உடனே செய்!" என்று அவனது மனக்குரல் அவனுக்கு உத்தரவிட்டுக்கொண்டே இருந்தது. அவன் சோஃபாவிலிருந்து எழுந்துகொள்ளப் பல தடவைகள் முயற்சி செய்தான், ஆனால் அவனால் முடியவில்லை.

இறுதியாக அவனுடைய அறைக்கதவு மிகவும் மூர்க்கமாகத் தட்டப்படும் ஓசை கேட்டுத்தான் அவன் முழு நினைவுடன் தனது படுக்கையிலிருந்து எழுந்தான்.

"கதவைத்திற. நீ உயிருடன்தான் இருக்கிறாயா, அல்லது செத்துப் போய்விட்டாயா? எப்பொழுதும் இவனுக்குத் தூக்கம் தான்" என்று உரக்கக்கத்திய நஸ்டாஸியா தன்னுடைய முஷ்டியை மடக்கி, ஓங்கி அந்தக் கதவில் ஒரு குத்துவிட்டாள். "நாயைப் போலக் குறட்டை விட்டபடி நாள் முழுவதும் தூங்கிக்கொண்டிருப்பான். இவனும்கூட ஒரு நாய்தான். கதவைத் திறக்கப் போகிறாயா, இல்லையா, உடனே வந்து கதவைத்திற. மணி பத்துக்கும் மேலாகிவிட்டது."

"ஒருவேளை அவன் வீட்டில் இல்லையோ?" வேறொரு மனிதனின் குரல் கேட்டது.

"ஆ... இது காவலாளியின் குரல் அல்லவா? இவனுக்கு என்ன வேண்டுமாம்?" குதித்து எழுந்த அவன், மீண்டும் சோஃபாவில் உட்கார்ந்துகொண்டான்.

"அவன் வீட்டில் இல்லாவிட்டால் பிறகு கதவை அடைத்துக்கொண்டு உள்ளே இருப்பது யார்? இப்போதெல்லாம் கதவை அடைத்துத் தாளிட்டுக்கொண்டு தூங்க ஆரம்பித்து விடுகிறான். தூங்கும் போது இவனை யாரோ தூக்கிக்கொண்டு ஓடிவிடப் போவது போல இப்போது கதவைப் பூட்டிக்கொள்கிறான். ம்... கதவைத்திற! உடனே வந்து கதவைத்திற!"

"இவர்களுக்கு இப்போது என்ன வேண்டுமாம்? அந்தக் காவலாளி ஏன் இங்கே வந்திருக்கிறான்? ஒருவேளை எல்லாவற்றையும் கண்டுபிடித்து விட்டார்களோ? கதவைத் திறக்கலாமா... வேண்டாமா...? திறப்போம். பிறகு என்னதான் நடக்கிறதென்று பார்ப்போம்..."

படுக்கையிலிருந்தபடியே முதுகை வளைத்துக் கைகளை நீட்டித் தாழ்ப்பாளைத் திறந்துவிட்டான். அவனுடைய அறை

மிகச்சிறியது என்பதால், படுக்கையிலிருந்து எழுந்து செல்லாம லேயே இவ்வாறு அவனால் கதவைத் திறக்க முடிந்தது.

ஆமாம்! வாசலில் அந்தக் காவலாளியும் நஸ்டாஸியாவும் நின்றுகொண்டிருந்தனர்.

நஸ்டாஸியா இவனை மிகவும் வினோதமாகப் பார்த்தாள். மிகவும் அலட்சியமாக, எதையும் பொருட்படுத்தாதவனைப் போல இகழ்ச்சியுடன் இவன் அந்தக் காவலாளியைப் பார்த்தான். காவலாளி, தன் கையில் வைத்திருந்த– இரண்டாக மடிக்கப்பட்டு, அரக்கு சீல் வைக்கப்பட்டிருந்த சாம்பல் நிறக் கடிதம் ஒன்றை அவனிடம் கொடுத்தான்.

“அலுவலகத்திலிருந்து ஒரு சம்மன் வந்திருக்கிறது,” என்றான் காவலாளி.

“எந்த அலுவலகத்திலிருந்து?”

“போலீஸ் அலுவலகத்திலிருந்து அனுப்பப்பட்டுள்ளது. இப்போது தெரிகிறதா எந்த அலுவலகமென்று...”

“போலீஸ் அலுவலகத்திலிருந்தா... எதற்காக?”

“எனக்கெப்படித் தெரியும். நோட்டீஸ் உனக்குத்தான் அனுப்பப்பட்டுள்ளது. அதனால் நீ போய்ப் பார்.”

அந்தக் காவலாளி இவனை ஒருமுறை நேருக்கு நேர் கவன மாகப் பார்த்தான். பின்பு அந்த அறை முழுவதையும் ஒரு பார்வை பார்த்துவிட்டுத் திரும்பி வெளியேறிச் சென்றுவிட்டான்.

“உண்மையிலேயே இவன் உடல் நலமின்றித்தான் இருக் கிறான்” என்று அவனை உற்றுப்பார்த்து உணர்ந்துகொண்ட நஸ்டாஸியா, அவனிடத்தில் பதிந்திருந்த தனது பார்வையை அகற் றாமலேயே உரக்கச் சொன்னாள். வெளியே சென்றுகொண்டிருந்த காவலாளி ஒரு நொடி நின்று திரும்பிப் பார்த்தான். “நேற்று முதலே இவன் காய்ச்சலில் விழுந்து கிடக்கிறான்” என்று மேலும் தொடர்ந்து சொன்னாள் நஸ்டாஸியா.

ரஸ்கோல்னிகோவ் எந்தவித உணர்ச்சியையும் வெளிப்படுத் தாமல், கையிலே பிரிக்கப்படாத அந்த சீலிட்ட கடிதத்தை வைத்துக்கொண்டு உட்கார்ந்திருந்தான்.

அவன் மிகுந்த சிரமத்துடன் சோஃபாவுக்குக் கீழே தரையில் கால்களை ஊன்றி எழுந்திருக்க முயல்வதைக் கண்ட நஸ்டாஸியா, “உன்னால் முடியவில்லையென்றால் ஏன் எழுந்திருக்கிறாய்?” என்று மிகவும் கருணையுடனும் இரக்கத்துடனும் கேட்டாள்.

"நீதான் ரொம்பவும் உடல் நலமின்றி இருக்கின்றாய் அல்லவா... எனவே நீ எங்கும் போக வேண்டாம். அப்படி ஒன்றும் அவசரமாக அங்கே நீ போக வேண்டியதில்லை. அவர்கள் காத்திருக்கட்டும். உன் கையில் வைத்திருக்கிறாயே அது என்ன?"

அவன் தனது வலது கையில் வைத்திருந்த கால் சட்டையின் வெட்டப்பட்ட துண்டுகளையும், கிழித்தெடுக்கப்பட்ட சாக்ஸ், கிழிந்த சட்டைப் பாக்கெட் துண்டுகள் ஆகியவற்றையும் பார்த்தான். அவன் அவற்றைக் கையில் வைத்துக்கொண்டே உறங்கிப் போயிருந்தான். பின்னர் தூக்கத்திலேயே நினைவு வந்தபோது, விழித்துப் பார்த்தவன் அவற்றை இறுகப் பற்றிக்கொண்டு மறு படியும் ஆழ்ந்த உறக்கத்தில் மூழ்கிவிட்டான்.

"இங்கேபாரு, பெரிய புதையலைக் கையிலே வைத்திருப்பது போல இந்தக் கந்தல் துண்டுகளைக் கையிலே வைத்துக்கொண்டு இவன் தூங்கியிருக்கிறான்!" என்று கேலியாக அவனைப் பார்த்துச் சொல்லிவிட்டு வெடிச்சிரிப்பு சிரித்தாள் நஸ்டாஸியா. அவளது பார்வையில் படாமல் சட்டென்று, தான் அணிந்துகொண்டிருந்த அந்தப் பெரிய மேல் கோட்டின் பைக்குள் அவற்றைப் போட்டுக் கொண்ட அவன், தன் பார்வையை முழுமையாக அவளிடத்தில் பதித்தான்.

அப்போது, அந்தத் தருணத்தில் என்ன நடந்துகொண்டி ருக்கிறது என்று அவனுக்கு ஒன்றுமே விளங்கவில்லை. தன்னைக் கைது செய்வதுதான் போலீசின் நோக்கமாக இருந்திருந்தால் தான் இதைப்போல நடத்தப்பட்டிருக்க மாட்டோம் என்பதை மட்டும் அவன் நன்றாகப் புரிந்துகொண்டான்.

"ஆனால்... பிறகு ஏன்... போலீஸ்?"

"கொஞ்சம் தேநீர் குடிக்கிறாயா? கொஞ்சம் தேநீர் குடி. என்னிடத்தில் மிச்சமிருக்கிறது. உடனே கொண்டுவந்து தருகிறேன்."

"வேண்டாம். நான் வெளியில் போகப் போகிறேன். இதோ, இப்போதே கிளம்பி விட்டேன்."

"வெளியே போகிறாயா? உன்னால் இந்தக் கட்டடத்தின் கீழ்த்தளம் வரையிலும்கூடப் போக முடியாது."

"இல்லை நான் போகிறேன்."

"பிறகு உன் விருப்பம்."

வாயிற்காவலனைத் தொடர்ந்து அவளும் போய்விட்டாள்.

அவன் அந்தக் கிழிந்த சாக்ஸையும், கந்தல் துண்டுகளையும் எடுத்து வெளிச்சத்தில் வைத்து உற்றுப் பார்த்தான்.

"இதில் கறைகள் இருக்கின்றன. ஆனால் சட்டென்று பார்த்தால் தெரியும்படியாக அவை இல்லை. இந்தத் துண்டுகள் அழுக்குப் படிந்து, கந்தலாக இருப்பதால் இவை என்னவென்று யாராலும் எளிதில் கண்டுபிடித்து விட முடியாது. முன்கூட்டியே அவர்களுக்கு ஏதாவது தெரிந்திருந்து, எதையாவது அவர்கள் ஊகித்துக்கொண்டு வந்திருந்தால்தான் அது சாத்தியமாகும். நல்ல வேளை! நஸ்டாஸியா இருந்த இடத்திலிருந்து இவற்றையெல்லாம் பார்த்திருக்க முடியாது! கடவுளுக்கு நன்றி!"

பிறகு பயத்துடனும் கலவரத்துடனும் சீலிடப்பட்ட அந்த சம்மனை அவன் பிரித்துப் படித்தான். அதைப் படித்து முடிக்க அவனுக்கு நீண்ட நேரமாயிற்று! அது ஒரு சாதாரணமான உத்தரவுதான். அந்த நகரத்தின் போலீஸ் நிலையத்திலிருந்து அது அனுப்பப்பட்டிருந்தது. இந்தச் சம்மன் கிடைத்த இதேநாளில், அதாவது இன்று காலை ஒன்பதரை மணிக்குள் மாவட்ட போலீஸ் அதிகாரியின் அலுவலகத்திற்கு அவன் ஆஜராகி, அதிகாரியைச் சந்திக்க வேண்டும் என்று உத்தரவிடப்பட்டிருந்தது.

"இதைப்போன்று ஒரு போதும் எனக்கு நேர்ந்ததில்லை. போலீஸ் துறையினரோடு எனக்கு எப்போதுமே எந்தவிதமான தொடர்புகளும் இருந்தது கிடையாது. பிறகு ஏன் இன்று மட்டும் இப்படி ஒரு சூழ்நிலை?" என்று எதுவும் புரியாத நிலையில் அவன் தவித்தான். பிறகு, "கடவுளே, இவற்றையெல்லாம் நல்லபடியாக வெகுசீக்கிரத்திலேயே முடித்துக் கொடு!" என்று கடவுளை வேண்டிக்கொண்டான். தரையில் முழந்தாளிட்டு கடவுளை வேண்டிப் பிரார்த்தனை செய்தான். திடீரென்று தனக்குள் நேர்ந்து கொண்டிருக்கும் இந்த மாற்றங்களை நினைத்து தன்னைப் பார்த்தோ தன்னை எண்ணியோ அவன் சிரித்துக்கொண்டான்.

அதன்பின் வேகமாக அவன் உடைகளை அணிந்துகொண்டான். "என்ன நடக்கப் போகிறதோ, அது அவ்வாறே நடக்கட்டும். நான் அதைப் பற்றிக் கவலைப்படப் போவதில்லை. சரி! இந்த சாக்ஸையும் அணிந்துகொள்ளலாமா?" என்று தனக்குள் தோன்றிய எண்ணத்தைப் பற்றி வியந்தபடியே அவன் அந்த சாக்ஸையும் அணிந்துகொண்டான்.

"ஏற்கனவே இது அழுக்குப் படிந்து கிடக்கிறது. இதை அணியும்போது மேலும் மேலும் அழுக்குப் பிடித்து இதில்

இருக்கிற இந்தச் சிறிய கறைகள், தடயங்கள்கூட மறைந்து போய்விடும்!" என்று தனக்குள் சொல்லிக்கொண்டான்.

ஆனால் அதை அணிந்துகொண்ட மறுவிநாடியே, பயத்தினாலும் வெறுப்பினாலும் அதனை மீண்டும் இழுத்து அவிழ்த்தான். ஆனால், இப்போது அணிந்துகொள்வதற்கு வேறு சாக்ஸ் எதுவும் தன்னிடத்தில் இல்லை என்பதை உணர்ந்துகொண்டதும் மீண்டும் அந்த சாக்ஸை எடுத்து அணிந்துகொண்டான். பிறகு தன்னைத்தானே நினைத்து விரக்தியுடன் சிரித்துக்கொண்டான்.

"இவையெல்லாமே என்ன நடக்குமோ என்ற அச்சம் காரணமாக எனக்குள்ளே தோன்றுகின்ற எண்ணங்கள்தான், வெறும் பிரமைகள்தான்" என்ற ஓர் எண்ணம் அவன் மனதில் மின்னலாகத் தோன்றியது. அதன்பின் "எல்லாம் முடிந்து போய்விட்டது" என்று சொல்லியபடி அவன் சிரித்தான்.

ஆனால் அவனுடைய சிரிப்பு வெகுநேரம் நீடிக்கவில்லை. திடீரென்று ஏற்பட்ட ஒரு சந்தேகம் அவனது நம்பிக்கைகளை இழக்கச் செய்தது.

"இல்லை இதெல்லாம் எனக்குத் தேவையற்றது..." என்ற எண்ணம் அவனது மனதினுள் தோன்றியது.

"எல்லாம் பயத்தினால்தான்..." அவன் தனக்குள் முணுமுணுத்துக்கொண்டான். அவனுக்குத் தலை சுற்றியது. தலைவலியுடன் மயக்கம் வருவது போலிருந்தது.

"இது ஒரு தந்திரம்! அவர்கள் என்னைச் சாதுரியமாகத் தங்களது பொறியில் சிக்க வைக்க முயற்சி செய்கிறார்கள்" என்று தனக்குள் தொடர்ந்து நினைத்துக்கொண்டே நடக்கத் தொடங்கிய அவன், இப்போது நடைபாதைக்கு வந்து சேர்ந்திருந்தான். "இப்போது நான் ஜுரவேகத்தில் சிந்தை குழம்பிப் போய்க் கிட்டத்தட்ட ஒரு பைத்தியக்காரனைப் போல இருப்பதுதான் பிரச்சினையாக இருக்கிறது. ஏதாவது அற்பத்தனமான பொய்யில்கூட நான் மாட்டிக்கொண்டு விடக்கூடும்."

கீழே இறங்கிச் செல்லும்பொழுது, சுவர்த்தாளுக்குப் பின்னே எல்லாப் பொருள்களையும் தான் ஒளித்துவைத்திருப்பது அவனது நினைவுக்கு வந்தது.

"ஒருவேளை தன்னை வேண்டுமென்றே வெளியே அனுப்பிவிட்டுத் தன் அறையைச் சோதனை போடும் முயற்சியாகக்கூட இது இருக்கலாமே?" என்ற எண்ணம் அவனுக்குத் திடீரென்று தோன்றியதால் அவன் மேற்கொண்டு நடக்காமல் சற்று நின்றான். ஆனால் அவனை ஆட்கொண்டிருந்த அவநம்பிக்கையும், விரக்தி

மனப்பான்மையும் அவ்வாறு திரும்பிச் செல்வதற்கு இடம் அளிக்காததால் வெறுமனே தோள்களைக் குலுக்கியபடி அவன் தொடர்ந்து நடக்கத் தொடங்கினான்.

தெருவில் நிலவிய வெப்பம் மிகக் கடுமையானதாக இருந்தது. சில நாட்களாக ஒரு துளிகூட மழை பெய்யவில்லை. மீண்டும் புழுதி, செங்கல் மற்றும் சுண்ணாம்புத் தூசிகள், சாராயக் கடைகள், மதுக்கடைகளிலிருந்து வரும் துர்நாற்றங்கள், எங்கு பார்த்தாலும் குடிகாரர்கள் அங்கும் இங்குமாக நடந்துகொண்டிருந்தார்கள். பின்லாந்து நாட்டைச் சேர்ந்த வியாபாரிகள், உடைந்து போன பழைய வண்டிகளின் குவியல்கள்... இவற்றினூடே அவன் நடந்துகொண்டிருந்தான். உச்சியிலிருந்த சூரியனின் ஒளி நேராக அவனது கண்களில் விழுந்து எரிச்சலையும் வேதனையையும் ஏற்படுத்தியது. இது போன்ற கடுமையான வெயிலில், உடலில் காய்ச்சல் தகிக்க வெளிவந்த ஒருவனுக்குத் தலைசுற்றல் ஏற்படாமல் என்ன செய்யும், தலை சுற்றலும் மயக்கமும் எரிச்சலும் பொங்க அவன் நடந்துகொண்டிருந்தான்.

நேற்றைய சம்பவம் நடந்த அந்த வீதியை அடைந்த பொழுது, "அந்த" வீட்டைப் பயத்தோடும் நடுக்கத்துடனும் அவன் பார்த்தான். வேதனை தாங்க முடியாதவனாக மறுகணமே தனது பார்வையை வேறுபுறம் திருப்பிக்கொண்டான்.

ஒருவேளை அவர்கள் "அதைப்பற்றி" என்னிடம் கேள்விகள் கேட்டால் நான் எல்லாவற்றையும் சொல்லி விடுவேன்" என்று காவல் நிலையத்தை நெருங்கிக்கொண்டிருந்தபோது தனக்குள் நினைத்துக்கொண்டான் அவன்.

அவன் வசித்த இடத்திலிருந்து காவல் நிலையம் வெகு தூரத்தில் இல்லை. மிக அருகில் – கால் வெர்ஸ்ட் தூரத்தில்தான் இருந்தது. ஒரு புதிய கட்டடத்தின் நான்காவது தளத்தில் இருந்த ஒரு குடியிருப்புக்கு மாறி இருந்தது. பல நாட்களுக்கு முன்பாகப் பழைய காவல் நிலையத்திற்கு ஒருமுறை அவன் போயிருக்கிறான். இவன் வாயிலைக் கடந்து திரும்பி உள்ளே போனபோது, வலதுபுறம் இருந்த படிக்கட்டில் ஒருவன், கையில் ஒரு நீண்ட நோட்டுப் புத்தகத்துடன் படிகளில் இறங்கிச் சென்றுகொண்டிருப்பதைப் பார்த்தான். "அந்த மனிதனைப் பார்த்தால் வீட்டுக் காவலாளி போலத் தென்படுகிறதே அப்படியானால் காவல் நிலையம் இங்குதான் இருக்க வேணடும்" என்று தனக்குள் நினைத்துக்கொண்ட அவன், படிகளில் மேலேறிச் சென்றான். வேறு எவரிடமும் விசாரிக்க அவன் விரும்பவில்லை.

"நான் உள்ளே போனவுடன், மண்டியிட்டு வணங்கி, எல்லா வற்றையும் சொல்லிவிடுவேன்..." என்று தனக்குள் நினைத்தபடி, நான்காவது தளத்தைச் சென்றடைந்தான்.

மாடிப்படிகள் செங்குத்தாகவும் குறுகலாகவும் இருந்தன. தேங்கிப் போன தண்ணீரின் துர்நாற்றம் அங்கே இருந்தது. நான்கு தளங்களிலும் இருந்த எல்லா வீடுகளின் சமையலறைக் கதவுகளும் படிக்கட்டுப் பக்கமாக விரியத் திறந்து கிடந்தன. பெரும்பாலும் நாள் முழுவதுமே அவை அவ்வாறு திறந்து கிடப்பதால் சகித்துக் கொள்ள முடியாத புழுக்கம் அங்கேயிருந்தது. வாயிற் காவ லாளிகள் பலர் தங்களது பதிவு நோட்டுகளுடன் மேலும் கீழுமாகப் போய்க்கொண்டும், வந்துகொண்டும் இருந்தனர். தவிர போலீஸ்காரர்களும் பிற மனிதர்களும் ஆண்களும் பெண்களுமாக நிறைய பேர்கள் அங்கே வந்து போய்க்கொண்டிருந்தனர். காவல் நிலைய அலுவலகமும் விரியத் திறந்துதான் கிடந்தது. அவன் அந்த அலுவலகத்தினுள் நுழைந்து முன்னறையில் நின்றான். விவசாயிகள் பலர் அங்கே காத்துக்கொண்டிருந்தனர். அங்கேயும் புழுக்கமாகத்தான் இருந்தது. அத்துடன் "ரான்சிட்" எண்ணெ யுடன் சேர்த்து அடிக்கப்பட்டிருந்த புதிய பெயிண்ட்டின் மூக்கைத் துளைக்கும் வாசனையும் சகித்துக்கொள்ளமுடியாத அளவுக்குப் பரவியிருந்தது. சற்று நேரம் அங்கே காத்திருந்த அவன், அடுத்த அறைக்குச் செல்லலாம் என்று புறப்பட்டான். எல்லா அறை களுமே மிகச் சிறியவையாகவும், தாழ்வான மேற்கூரைகளைக் கொண்டவையாகவும் இருந்தன. எவருமே அவனைக் கவனிக்க வில்லை. ஏனென்று கேட்கவில்லை. அவன் மேலும்... மேலும் பொறுமையிழந்து போனான். இரண்டாவது அறையில் சில அலுவலர்கள் – குமாஸ்தாக்கள் – உட்கார்ந்து ஏதோ எழுதிக் கொண்டிருந்தனர். அவனை விட, ஓரளவுக்கு நல்ல உடைகளை அவர்கள் உடுத்தியிருந்தபோதும், வினோதமான மனிதர்களாகவே அவனுக்குத் தென்பட்டனர். அவர்களில் ஒருவனை நோக்கி அவன் நடந்து சென்றான்.

"உனக்கு என்ன வேண்டும்?" என்று இவனை விசாரித்தான் அந்த மனிதன்.

ரஸ்கோல்னிகோவ் தன்னுடைய கையிலிருந்த அந்த சம்மனை அவனிடம் நீட்டினான்.

"நீ மாணவனா?" சம்மனைப் படித்துப் பார்த்த அவன் ரஸ்கோல்னிகோவைப் பார்த்துக் கேட்டான்.

"ஆமாம், முன்னாள் மாணவன்."

அந்தக் குமாஸ்தா ரஸ்கோல்னிகோவை உற்றுப் பார்த்தான். ஆனால் அந்தப் பார்வையில் எந்தவித ஆர்வமோ, உற்சாகமோ இல்லை.

தலைவாரிக்கொள்ளாமல் பரட்டையாக, முகச்சவரம் செய்துகொள்ளாமல் எதிலும் அக்கறையற்ற மனிதனாக ரஸ்கோல்னிகோவ் இருந்தான்.

"இவனிடமிருந்து எதையும் தெரிந்துகொள்ள முடியாது போல் அல்லவா தெரிகிறது. எதிலுமே ஆர்வமற்றவனாக, அக்கறை யில்லாதவனைப் போல் அல்லவா இவன் இருக்கிறான்" என்று தனக்குள் நினைத்துக்கொண்டான் ரஸ்கோல்னிகோவ்.

"உள்ளே போ. அங்கே தலைமைக் குமாஸ்தா இருக்கிறார்" என்றான் அந்தக் குமாஸ்தா. அவனது கரம் அடுத்தாற்போல உள்ளே இருந்த மற்றொரு அறையைச் சுட்டிக்காட்டியது.

ரஸ்கோல்னிகோவ் உள்ளே போனான். முன்னறையிலிருந்து வரிசையாகப் பார்த்தால் அது நான்காவது அறை. அது ஒரு சிறிய அறை. நெருக்கியடித்துக்கொண்டு நிறைய பேர் அங்கே இருந்தனர். முன்னறையில் இருந்தவர்களைக் காட்டிலும் இவர்கள் கொஞ்சம் வசதியானவர்களைப் போல நல்ல தோற்றத்துடன் காணப்பட்டனர். அவர்களில் இருவர் பெண்கள். ஒருத்தி மிகவும் எளிமையாக, துக்கம் அனுஷ்டிக்கும் உடையில் இருந்தாள். தலைமைக் குமாஸ்தாவிற்கு எதிரில் உட்கார்ந்தபடி, அவர் எதையோ சொல்லச் சொல்ல அவள் எழுதிக்கொண்டிருந்தாள். மற்றொருத்தி பருமனானவள். சற்றே பகட்டாக, டாம்பீகமான உடையுடன் காட்சியளித்த அவள் நீலம் கலந்த சிவப்பு நிறத்த வளாகவும் இருந்தாள். உடையின் மார்பகப் பகுதியில் சிறிய வட்ட மான தட்டளவுக்கு வேலைப்பாடுகள் கொண்ட "புரூச்" ஒன்றை அவள் அணிந்திருந்தாள். அவள் தலைமைக் குமாஸ்தாவிற்குப் பக்கத்திலேயே, தலைமைக் குமாஸ்தாவிடம் ஏதோ கேட்பதற்காக வந்தவளைப் போல நின்றிருந்தாள்.

ரஸ்கோல்னிகோவ் தலைமைக் குமாஸ்தாவின் முன்பு அந்தச் சம்மனை நீட்டினான். ஒரு நொடி அந்தக் காகிதத்தில் பார்வையை ஓடவிட்ட தலைமைக் குமாஸ்தா, "ஒரு நிமிடம் பொறு" என்று அவனிடம் கூறிவிட்டு மீண்டும், அந்தத் துக்கம் அனுஷ்டிக்கும் பெண்ணிடம் பேசத் தொடங்கினான்.

ரஸ்கோல்னிகோவ் இப்போது நிம்மதியாக மூச்சுவிட்டான். "இது அதற்கான விசாரணை அல்ல."

இதன்பின் கொஞ்சம் கொஞ்சமாக அவன் நம்பிக்கையடைந்தான். தன்னைத்தானே தேற்றிக்கொண்டு, தனது இழந்த தைரியத்தையும் துணிவையும் மீட்டெடுத்துக்கொள்ளவும், சஞ்சலத்துடன் தவிக்கும் மனதை அமைதிப்படுத்திக்கொள்ளவும் முயன்றான்.

"என்னுடைய முட்டாள்தனத்தினாலும், அவசர புத்தியினாலும் என்னை நானே காட்டிக் கொடுத்துக்கொள்ள இருந்தேன். ம்ம்... நல்லவேளை...! சே... இங்கே கொஞ்சம்கூட காற்றே இல்லையே. ஒரே புழுக்கமாக இருக்கிறது... இப்படி இருந்தால் ஒருவனுக்குத் தலை சுற்றலும் மயக்கமும் வரத்தானே செய்யும்... அதோடு ஒருவனின் மனமும்கூட குழம்பித்தான் போகும்."

தான் மிகுந்த மனக் கலக்கத்திற்கும் மனக் குழப்பங்களுக்கும் ஆளாகியிருப்பதை அவன் உணர்ந்துதானிருந்தான். தனது நிதானத்தையும், மனக் கட்டுப்பாட்டினையும் இழந்து விடுவோமோ என்று அவன் அஞ்சினான். அவன் இதிலெல்லாம் சம்பந்தப்படாத வித்தியாசமான வேறொன்றில் தனது கவனத்தை செலுத்தி அதில் முழுவதும் தன்னை ஈடுபடுத்திக்கொள்வதன் மூலம், தன்னை நிதானத்தில் வைத்துக்கொள்ளலாம், தன்னைக் கட்டுப்படுத்திக் கொள்ளலாம் என்று எண்ணினான். ஆனால் அதில் அவனால் வெற்றிபெற முடியவில்லை.

இப்போது இந்தத் தலைமைக் குமாஸ்தாவின் மேல் இவனுக்கு மிகவும் ஆர்வம் ஏற்பட்டுவிட்டது. அவனது முகத்தைப் பார்த்தே அவன் நினைப்பதையெல்லாம் ஊகித்து அறிந்துகொள்ள முயற்சி செய்யலாம் என்று தனக்குள் நினைத்துக்கொண்டான் ரஸ்கோல்னிகோவ்.

தலைமைக் குமாஸ்தா மிகவும் இளைஞனாக இருந்தான். அவனுக்கு இருபத்து இரண்டு வயதிருக்கும். கரிய நிறம்கொண்டவனாகவும் அடிக்கடி முகபாவங்களை மாற்றிக்கொள்பவனாகவும் அவனிருந்தான். பார்ப்பதற்கு மிகவும் வயதானவன் போலத் தோன்றினான். மிகவும் நாகரிகமாகவும், அதேசமயம் கண்ணியமாகவும் உடை அணிந்திருந்தான். கிரீம் பூசிய தலைமுடியைப் பின்வகிடெடுத்து முன்புறமாக வாரியிருந்தான். நன்கு சுத்தமாகப் பராமரிக்கப்பட்டிருந்த விரல்களில் நிறைய மோதிரங்களை அணிந்திருந்தான். இடுப்புவரை அணிந்திருக்கும், கையற்ற அவனது மேல் கோட்டில் ஒரு தங்கச் செயினை அணிந்திருந்தான்.

அங்கே வந்திருந்த ஒரு வெளிநாட்டுக்காரரிடம் பிரெஞ்சு மொழி யில், மிகவும் சரியாக, மிகவும் தெளிவாகப் பேசினான்.

"லூயிஸா இவானோவ்னா, நீங்கள், அப்படி உட்கார்ந்து கொள்ளுங்களேன்!" என்று அவனுக்கு அருகிலேயே நின்றுகொண் டிருந்த, அந்த நாகரிகமான உடையணிந்த நீலம் கலந்த சிவப்பு நிறத்தவளான அந்தப் பெண்ணிடம் சொல்லியபடி, அவளுக்குப் பக்கத்திலேயே இருந்த நாற்காலியைச் சுட்டிக் காட்டினான் தலைமைக் குமாஸ்தா.

"நன்றி" என்று சொல்லிவிட்டு பட்டாடை சரசரக்க அந்த நாற்காலியில் மிக மென்மையாக உட்கார்ந்துகொண்டாள் அந்தப் பெண். விளிம்பில் வெள்ளை நிற "லேஸ்" வைத்துத் தைக்கப்பட்டி ருந்த அவளது வெளிர் நீல உடை, நாற்காலியில் அவள் உட்காரும் பொழுது, காற்றில் பலூன் போல உப்பிப் பருத்து பாதிக்கு மேற் பட்ட அறையை நிறைத்தது. வாசனைத் திரவியத்தின் மெலிதான வாசம் அவளிடம் கமழ்ந்துகொண்டிருந்தது. தன்னுடைய உடையும், தன்னிடமிருந்து வெளிப்பட்ட அந்த வாசனையும் அந்த அறையை நிறைத்துக்கொண்டிருப்பதை உணர்ந்து அவள் கூச்சமடைந்தாள். "தன்னைப் பொறுத்துக்கொள்" என்று கெஞ்சு வது போல, ஆனால் வெட்கமின்றி நளினமாக அவள் சிரித்தாள்.

துக்கத்தை அனுஷ்டிக்கும் உடையணிந்திருந்த அந்தப் பெண் தனது வேலையை முடித்துவிட்டு எழுந்துகொண்டாள். எல்லாம் ஒரே சமயத்தில் நடந்து முடிந்தன. அந்த நொடியில், மிகவும் ஆரவாரமாக உள்ளே நுழைந்தார் ஓர் அதிகாரி. நடக்கும்போது அவரது தோள்பட்டைகள் மேலும் கீழுமாக ஏறி, இறங்கின. தன்னுடைய சீருடையுடன் கூடிய அந்தத் தலைப்பாகையைக் கழற்றி மேசையின் மேல் எறிந்துவிட்டு அங்கிருந்த கைவைத்த நாற்காலியில் உட்கார்ந்துகொண்டார். அவரைப் பார்த்தவுடன் மிகவும் உற்சாகத்துடன் இருக்கையிலிருந்து துள்ளி எழுந்தாள், அந்த நாகரிகமான பட்டாடை உடுத்தியிருந்த பெண்ணான லூயிஸா இவானோவ்னா. தன் உடலை வளைத்து அவருக்கு, வணக்கம் சொன்னாள். ஆனால் அந்த அதிகாரி அவளைச் சிறிது கூட கவனிக்கவில்லை. அவளை அவர் அலட்சியப்படுத்தினார். அவர் முன்னால் உட்காருவது மரியாதைக் குறைவு என்று நினைத்து, அவள் மீண்டும் இருக்கையில் உட்காராமல் நின்று கொண்டிருந்தாள். அவர் காவல்துறையில் துணைக் கண்காணிப் பாளராகப் பதவி வகித்துக்கொண்டிருந்தார். சிவந்த முடிகொண்ட கிருதா அவரது கன்னங்களின் இருபுறமும் படிந்திருந்தது. அலட் சிய மனோபாவமும், முரட்டுத்தனமும் கர்வமும் தவிர அவரிடத்

தில் வேறு எதுவும் இருப்பதாகத் தெரியவில்லை. வெறுப்புடனும் சந்தேகத்துடனும் அவர் ரஸ்கோல்னிகோவைப் பார்த்தார்.

ரஸ்கோல்னிகோவ் பணிவுடனும், அடக்கத்துடனும் இருந் தாலும் அவனது அழுக்கான உடைகள் ஒரு கௌரவமான மனிதனாக அவனைக் காட்டவில்லை. அடுத்து நடக்கவிருப்பதைப் பறறிக் கொஞ்சமும் கவலைப்படாதவனாக, குற்றத்தை ஒப்புக் கொள்ளத் தயாராக இருப்பவனைப் போல அவனும், அந்த அதிகாரியை நேருக்கு நேராகப் பார்த்துக்கொண்டிருந்தான்.

தன்னுடைய அதிகார தோரணை, மிடுக்கு மற்றும் அலட் சியப் பார்வைகளால் கொஞ்சமும் பாதிக்கப்படாமல் அலட்சிய மாக நின்றிருந்த கந்தலாடை அணிந்திருந்த ரஸ்கோல்னிகோவை வியப்புடனும், மிகுந்த வெறுப்புடனும் பார்த்த அந்த அதிகாரி, “உனக்கு என்ன வேண்டும்?” என்று மிகவும் உரக்கக் கேட்டார். “எனக்கு... இங்கே... வருமாறு... சம்மன் அனுப்பப்பட்டிருந்தது” என்று தயங்கித் தயங்கிச் சொன்னான் ரஸ்கோல்னிகோவ். அந்த நோட்டீஸை அதிகாரியிடம் நீட்டினான்.

“இந்த மாணவனிடமிருந்து வசூலிக்க வேண்டிய பணத் திற்காக அனுப்பப்பட்ட சம்மன் அது” என்று, தான் பார்த்துக் கொண்டிருந்த தாள்களிலிருந்து கவனத்தைத் திருப்பி, அதிகாரி யைப் பார்த்துச் சொன்னான் தலைமைக் குமாஸ்தா. “இதைப் பார்” என்று ஒரு கடன் பத்திரப் பேப்பரை* (I.O.U.பத்திரம்) அவனிடம் காண்பித்தார் தலைமை அதிகாரி “இதோ, இதைப்படி” என்று அந்தக் காகிதத்தில் ஒரு பகுதியைச் சுட்டிக் காட்டினார்.

“பணமா? என்ன பணம்?” என்று தனக்குள் நினைத்துக் கொண்ட ரஸ்கோல்னிகோவ் “ஆனால்... இது நிச்சயமாக “அதற் கான” விசாரணை இல்லை” என்று தன்னை ஆறுதல்படுத்திக் கொண்டான். அப்போது அவனுடைய உடல் சந்தோஷத்தினால் நடுங்கியது. விவரிக்க முடியாத ஒரு சிரமத்திலிருந்து விடுபட்டது போல ஓர் உணர்வு அவனுக்குத் தோன்றியது. தனது தோளில் அழுத்திக்கொண்டிருந்த பெரும் சுமை நீங்கிவிட்டது போல அவன் உணர்ந்தான். “உன்னை எப்போது வரச் சொல்லி சம்மன் அனுப்பியிருந்தோம் பார்த்தாயா? காலை ஒன்பது மணிக்கு வரச் சொல்லியிருந்தோம். இப்போது பன்னிரண்டு மணியாகி விட்டது.”

---

* ஐ.ஓ.யு என்னும் கடன் பத்திரம் – ‘I Owe You’

"ஆனால் என்னிடம் அந்தச் சம்மன் அரைமணி நேரத்துக்கு முன்புதான் தரப்பட்டது" என்று ரஸ்கோல்னிகோவ் எரிச்சலுடன் உரத்த குரலில் சொன்னான். திடீரென்று தான் கோபப்பட்டு விட்டதை நினைத்துத் தானே ஆச்சரியப்பட்டுக்கொண்டான் ரஸ்கோல்னிகோவ். இதில் ஒரு சந்தோஷத்தையும் அவன் அனுப வித்தான். "அதோடு மிகுந்த காய்ச்சலில் அவதிப்பட்டுக்கொண்டி ருந்த நான் உடனே புறப்பட்டு வந்திருக்கிறேன் தெரியுமா?"

"தயவுசெய்து இப்படிச் சத்தம் போட்டுப் பேசாதே!"

"நான் ஒன்றும் சத்தம் போடவில்லை. நான் மிகவும் அமைதி யாகப் பேசிக்கொண்டிருக்கிறேன். நீங்கள்தான் என்னிடத்தில் சத்தம் போட்டுக்கொண்டிருக்கிறீர்கள். நான் ஒரு மாணவன். இது போன்று என்னிடம் சத்தம் போட்டுப் பேசுவதற்கு யாரையும் நான் அனுமதிக்க முடியாது."

அவன் சொன்னதைக் கேட்டதும், அதிர்ச்சியில் ஒரு நொடி நேரம் வாயடைத்துப் போனார் அந்தத் துணைக் கண்காணிப் பாளர். பின்பு கடுமையான கோபத்துடன் தனது இருக்கையி லிருந்து எழுந்துகொண்டார். "வாயை மூடு. சத்தம் போடாதே. அமைதியாகப் பேசு. நீ அரசாங்க அலுவலகத்தில் இருக்கிறாய் என்பதை நினைவில் வைத்துக்கொள். துடுக்குத்தனமாகப் பேசாதே!"

"நீங்களும்கூட அரசாங்க அலுவலகத்தில்தான் இருக் கிறீர்கள்" என்று மேலும் கத்தினான் ரஸ்கோல்னிகோவ். "அதோடு சிகரெட்டும் புகைத்துக்கொண்டிருக்கிறீர்கள். அது இங்கிருக்கும் எல்லோரையும் அவமதிப்பதாகும்" இதைச் சொல்லும் பொழுது, விவரிக்க முடியாத சந்தோஷத்தை, மனத் திருப்தியை அவன் பெற்றான்.

தலைமைக் குமாஸ்தா புன்னகைத்தபடி ரஸ்கோல்னி கோவைப் பார்த்தான். அந்தக் கோபக்காரத் துணைக் கண்காணிப் பாளரோ திகைத்துப் போனார். அவரது மனம் அமைதியிழந்து போயிருந்தது வெளிப்படையாகத் தெரிந்தது.

"இது உன் வேலையல்ல" என்று செயற்கையாக வேண்டு மென்றே உரக்கக் கத்தினார். "உன் மேல் புகார் வந்திருக்கிறது. உன் பெயரில் இருக்கின்ற கடன்களை நீ இன்னும் திருப்பிச் செலுத் தாமல் இருக்கிறாய். அதற்கான விளக்கத்தைக்கூறி உறுதிமொழிப் பத்திரம் எழுதிக்கொடுத்துவிட்டுச் செல். அலெக்ஸாண்டர் கிரிகோரிவிச், அதை இவனிடம் காட்டுங்கள். நீ மிக அற்புதமான

மனிதன்தான்... ஆனால் கடன்களை மட்டும் திருப்பிச் செலுத்த மாட்டாய்...”

ஆனால் இப்போது அவர் சொன்ன எதையும் அவன் கவனிக்கவே இல்லை. அவன் கண்கள் பரபரப்பாக அந்தக் காகிதத்தில் எழுதப்பட்டிருப்பவற்றைப் படிப்பதிலும் அதற்கான விளக்கத்தைக் கண்டுபிடிப்பதிலும் ஈடுபட்டிருந்தன. அவன் அதனை ஒருமுறை நன்றாகப் படித்தான். பின் மீண்டும் இரண்டாவது தடவையும் படித்தான். அப்போதும்கூட அவனால் அதனை விளங்கிக்கொள்ள முடியவில்லை.

“என்ன இது?” என்று அவன் தலைமைக் குமாஸ்தாவைக் கேட்டான்.

ஒரு பத்திரத்தின் பேரில் வாங்கப்பட்டிருந்த தொகையைத் திரும்பத்தரச் சொல்லிக் கேட்கின்ற “டிமாண்ட் நோட்டீஸ்” இது! நீ செலுத்த வேண்டிய தொகை, மற்றும் இதற்கான அபராதச் செலவுகள் அனைத்தையும் நீ உடனே செலுத்த வேண்டும். அல்லது இதனை எப்பொழுது செலுத்துவாய் என்று நீ உறுதி மொழி எழுதித்தர வேண்டும். அவ்வாறு அந்தப் பணத்தை திருப்பிச் செலுத்தும் வரையில் உன்னுடைய சொத்துகளை மறைத்து வைக்கவோ, விற்கவோ கூடாது. கடன் கொடுத்தவர் மட்டுமே உன்னிடமுள்ள பொருள்களை விற்பதற்கும், உன்மீது சட்டப்படி நடவடிக்கைகளை மேற்கொள்ளவும் உரிமை படைத்தவர்.”

“ஆனால் நான்... யாருக்கும் எந்தக் கடனும் தரவேண்டியதில்லையே!”

“அது எங்களுடைய வேலையில்லை. நூற்றுப்பதினைந்து ரூபிள்களை உன்னிடமிருந்து திரும்பவும் பெற்றுத்தர வேண்டுமென்று எங்களுக்கு விண்ணப்பம் வந்திருக்கிறது. கல்லூரிகளை மதிப்பீடு செய்பவராக இருந்த ஸர்நிட்ஸின் என்பவரது விதவை மனைவியிடம் எழுதிக் கொடுத்து, ஒன்பது மாதங்களுக்கு முன்பு நீ அந்தப் பணத்தை வாங்கியிருக்கிறாய். அதற்குரிய தவணைக் காலம் முடிந்த பின்னும் நீ பணத்தைத் திரும்பச் செலுத்தவில்லை. விதவையாகிய திருமதி ஸர்நிட்ஸின், தான் செலுத்த வேண்டிய கடனுக்காக அந்தப் பத்திரத்தை சிவில் கவுன்சிலரான செபெரோவ் என்பவருக்கு எழுதிக் கொடுத்துவிட்டாள். இப்போது அந்த செபெரோவ் உன்னிடமிருந்து பணத்தை வசூலிப்பதற்காகக் கொடுத்த புகாருக்குப் பதிலளிப்பதற்காகவே நீ இங்கு வந்திருக்கிறாய்.”

"அவள் நான் குடியிருக்கும் வீட்டின் சொந்தக்காரி."

"அதில் என்ன இருக்கிறது?"

தலைமைக் குமாஸ்தா அவனைப் பார்த்துக் கருணையும் இரக்கமும் மேலிட ஒரு புன்னகை செய்தான். அதேசமயம் புதிதாக வேலைக்கு வந்த ஒருவன் அனுபவக் குறைவினால் கிடுக்கிப் பிடியில் மாட்டிக்கொள்ளும்போது, அந்தச் சூழலில், புதியவனைப் பார்த்து, "என்ன எப்படி இருக்கிறது...?" என்று கேலியாகக் கேட்பதைப் போன்ற ஒரு மிதப்பான தோரணையும்கூட அப்போது அந்தத் தலைமைக் குமாஸ்தாவிடம் தென்பட்டது. ஆனால் இந்த உறுதிமொழிப்பத்திரமும், காவல் நிலைய சம்மனும்கூட எந்த ஓர் அச்சத்தையோ, கவலையையோ ஏற்படுத்தாததைப் போல, ரஸ்கோல்னிகோவ் மிகுந்த அலட்சியமாக இருந்தான். அவன் அந்தத் தாளைப் படித்துக்கொண்டும் அவர்கள் சொல்வதைக் கேட்டுக்கொண்டும், கேள்விகளுக்குப் பதிலளித்துக்கொண்டு மிருந்தான். சிலசமயம் தனக்குள்ளேயே கேள்விகளை எழுப்பிக் கொண்டும் இருந்தான். ஆனால் இவையெல்லாமே இயந்திர கதியில்தான் நடந்துகொண்டிருந்தன.

தனக்காகக் காத்துக்கொண்டிருக்கும் மிகப் பெரிய ஆபத்து ஒன்றிலிருந்து தற்காலிகமாகத் தான் தப்பித்துக்கொண்டுவிட்டதை உணர்ந்துகொண்டதும் அவன் மிகுந்த சந்தோஷம் அடைந்தான். அந்த சந்தோஷம் நொடியில் அவனது ஆன்மாவில் முழுவதுமாக நிறைந்தது. அந்த நொடியில், அவனைப் பெரும் கவலைக்கு ஆளாக்கிக்கொண்டிருந்த எதிர்காலம் பற்றிய சிந்தனைகள், அனு மானங்கள், சந்தேகங்கள், கேள்விகள் ஆகிய அனைத்தையும் அவன் மறந்து போனான். அந்த சந்தோஷம், எதிர்பாராமல் அவனுக்குக் கிடைத்த, மிக அற்புதமான, இயற்கையான சந்தோஷம் என்று அவன் கருதினான்.

ரஸ்கோல்னிகோவினால் மிகவும் அவமரியாதைக்கு ஆளாகிப் போன அந்தத் துணைக் கண்காணிப்பாளர் இன்னும் கடுகடுப்போடு இருந்தார். காயப்படுத்தப்பட்டுவிட்ட தனது கௌரவத்தை உடனே மீண்டும் நிலைநிறுத்திக்கொள்ள விரும்பிய அவர் அலுவலகத்திற்குள் நுழைந்தது முதலே அவரைப் பார்த்து அசட்டுத்தனமாகப் புன்னகை புரிந்துகொண்டிருந்த, அந்த டாம் பீகமான உடை அணிந்துகொண்டிருந்த, துரதிர்ஷ்டம் பிடித்த பெண்ணின் மேல் தனது கோபத்தைக் காட்டினார். துக்கத்தை அனுஷ்டிக்கும் உடை அணிந்திருந்த பெண் அப்போது வெளி யேறிச் சென்றிருந்தாள். துணைக் கண்காணிப்பாளரின் சொல்

வெடிகள் இப்போது அந்த டாம்பீகமாக உடையணிந்திருந்த பெண்ணை நோக்கிப் பாயத் தொடங்கின.

"ஏய், வெட்கங்கெட்ட பெண்ணே!" என்று மிகவும் உரத்த குரலில் அவளைப் பார்த்துக் கூச்சலிட்டார் அந்த அதிகாரி. "நேற் றிரவு உன் வீட்டில் என்ன நடந்தது? மறுபடியும் உன்னால் அந்தத் தெரு முழுவதுமே அவமானம் ஏற்பட்டிருக்கிறது. மறுபடியும் மறுபடியும் குடிப்பதும், சண்டை போடுவதும்..! உனக்கு நாங்கள் சரியான பாடம் புகட்ட வேண்டும் என்று நீ விரும்புகிறாயா...? இதற்கு மேலும் நீ கெஞ்சுவதில் அர்த்தமில்லை. பத்து தடவை களுக்கும் மேலாக உன்னை நான் எச்சரித்துவிட்டேன். பதினோ ராவது தடவை உன்னை நான் மன்னிக்க மாட்டேன், உரிய தண்டனை வாங்கிக் கொடுப்பேன் என்று எச்சரித்திருக்கிறேன். அதற்குப்பிறகும் நீ மறுபடியும், இவ்வாறு செய்துகொண்டிருக் கிறாய்... உன்னை... உன்னை..."

ரஸ்கோல்னிகோவின் கைப்பிடியில் இருந்த அந்தக் காகிதம் நழுவிக் கீழே விழுந்தது. திடீரென்று மிகவும் மரியாதையற்ற முறை யில், மிகவும் கேவலமாக வசைபாடப்பட்ட அந்த நாகரிகமான பெண்மணி என்ன பதில் சொல்லப் போகிறாள் என்பதைப் பார்க்கும் ஆர்வமுடன் அவன் வெறிக்கத் தொடங்கினான். ஆனால் சீக்கிரத்திலேயே அவர்கள் பேசிக்கொண்டிருப்பது என்னவென்று புரிந்துவிட்டதால் அவனுக்கு அதில் ஒருவகையான சுவாரசியம்கூட ஏற்படத் தொடங்கிவிட்டது. மிகுந்த சந்தோஷத் துடன் அவற்றைக் கவனித்துக்கொண்டிருந்த அவனுக்கு நன்றாக வாய்விட்டுச் சிரிக்க வேண்டும் போலத் தோன்றியது. அடுத்து நடக்கவிருப்பது என்னவென்று அறிந்துகொள்ளும் ஆர்வத்தில் அவனது நரம்புகள் துடித்துக்கொண்டிருந்தன.

"இலியா பெத்ரோவிச்" என்று எதையோ சொல்ல ஆரம் பித்த தலைமைக் குமாஸ்தா, சட்டென்று அப்படியே நிறுத்திக் கொண்டான். தான் சொல்ல வந்த விஷயத்தைத் துணைக் கண்காணிப்பாளர் விசாரிக்கத் தொடங்கிய பின்பு, தான் அதில் தலையிட்டுப் பேசுவது சரியானதாக இருக்காது என்பதை முந்தைய அனுபவங்கள் அவனுக்கு உணர்த்தியிருந்ததால் மேலும் பேசாமல் நிறுத்திக்கொண்டான்.

தொடக்கத்தில் தன் மீது இடிபோன்று வந்து தாக்கிய சொற்களால் மிரண்டு போயிருந்த அந்தப் பெண் அடுத்தடுத்து, வெறித்தனமான முறையில் மிகக் கேவலமான வசைகள் தன் மீது சுமத்தப்பட்ட பிறகு, மிகவும் ஆச்சரியம் தரக்கூடிய வகையில்

இயல்பு நிலைக்குத் திரும்பி விட்டிருந்தாள். அவளது பார்வையில் இப்போது மிகவும் பணிவும் அடக்கமும் இருந்தது. இடிபோலக் குமுறிக்கொண்டிருந்த அந்தத் துணைக் கண்காணிப்பாளரை அவள் மிகவும் பணிவுடன் பார்த்து, அழகாக, மிகவும் வசீகரமாக ஒரு புன்னகை செய்தாள். பணிந்து மண்டியிட்டாள். தனது முழங் கால்கள் தரையில் படுமாறு கீழே விழுந்து வணங்கினாள். அவரிடம் ஒரு வார்த்தையேனும் பேசுவதற்குத் தனக்குச் சந்தர்ப்பம் கிடைக்காதா என்று நினைத்தவளாகப் பொறுமையிழந்து தத்தளித்துக்கொண்டிருந்தாள். இறுதியில் அவளுக்கு அந்த சந்தர்ப்பமும் கிடைத்தது.

"என் வீட்டில் எந்தவிதமான கூச்சலும் சண்டையும் இல்லை. மிஸ்டர் கேப்டன்!" அவள் கலகலவென்று பேசத் தொடங்கினாள். கிலுகிலுப்பைக்குள் மணி உருள்வதைப் போல அவளது வாயிலிருந்து சொற்கள் உருண்டோடி வந்தன. அவள் பேசிய ரஷ்யமொழி எளிமையாகவும், தங்குதடையில்லாமலும் இருந்தாலும் கொஞ்சம் ஜெர்மானிய உச்சரிப்போடும் இருந்தது. "அந்த மாதிரி வம்பு தும்பு எதுவுமே நடக்கவில்லை. ஆனால்... அவன் குடித்துவிட்டு வந்து விடுகிறான். நான் உங்களிடம் எல்லா உண்மைகளையும் சொல்லுகிறேன் மிஸ்டர் கேப்டன். நான் உறுதியாகச் சொல்லுகிறேன். நான் குற்றம் எதுவும் செய்யவில்லை. என்னுடைய வீடு கௌரவமான வீடு, மிஸ்டர் கேப்டன். நல்ல பழக்கவழக்கங்களைக்கொண்ட வீடு எங்களுடையது மிஸ்டர் கேப்டன். நான் எப்பொழுதும், அந்த மாதிரியான வம்பு வழக்கு களுக்கெல்லாம் போவதே இல்லை. ஆனால் என்ன செய்வது? அவன் வரும்போது நன்றாகக் குடித்துவிட்டு வந்துவிடுகிறான். வந்தவுடன் மீண்டும் மூன்று பாட்டில்கள் வேண்டும் என்று கேட்கிறான். பிறகு தன் கால்களை உயர்த்திக்கொண்டு ஒரு காலால் பியானோ வாசிக்க ஆரம்பித்து விடுகின்றான். நம்மைப் போன்ற கௌரவமானவர்கள் வசிக்கின்ற வீட்டில் இவையெல் லாம் சரியானது அல்ல என்று அவனிடம் நான் சொல்லிக் கொண்டேதான் இருக்கிறேன். நான் சொன்னதற்காகக் கோபம் கொண்ட அவன் பியானோவை உடைத்தெறிந்து விட்டான். இதெல்லாம் கெட்ட பழக்கங்கள் என்று உண்மையாகவே நான் சொல்லிக்கொண்டுதான் இருக்கிறேன். அப்புறம் ஒரு பாட்டிலை எடுத்துக்கொண்டு அதை வைத்து எல்லோரையும் குத்துகிறான். அதன்பின் நான் காவலாளியை அழைத்தேன். கார்ல் வந்தான். அவனையும் கண்களில் குத்திவிட்டான். ஹென்றியேட்டிற்கும் கூடக் கண்ணிலே அடிவிழுந்தது. என்னுடைய கன்னத்திலும்கூட ஐந்து அறைகள் விழுந்தன. இதெல்லாம் கௌரவமான வீட்டில் வசிக்கும் கௌரவமான மனிதர்களுக்கு ஏற்ற செயல்கள்தானா,

மிஸ்டர் கேப்டன்! நானோ அழுது கதறிக்கொண்டிருக்கிறேன். அவன், கால்வாயைப் பார்த்தபடி இருக்கும் அந்த ஜன்னலைத் திறந்துகொண்டு அதில் நின்றபடி பன்றியைப் போலக் கீச்கீச்சென்று கத்திக்கொண்டிருக்கிறான். அது மிகவும் கேவலமாகத்தான் இருந்தது. ஜன்னலில் நின்றுகொண்டு எப்படித் தான் தெருவைப் பார்த்து இவனால் கூச்சலிட முடிகிறதோ சீ... சீ...! பிறகு கார்ல்தான் அவனுக்குப் பின்னால் சென்று அவனது மேல் கோட்டைப் பிடித்து இழுத்து ஜன்னல் பக்கத்திலிருந்து வெளியே கொண்டுவந்தான். இது உண்மை, மிஸ்டர் கேப்டன்! அவனுடைய மேல் கோட்டுகூடப் பின்புறம் கிழிந்துபோய்விட்டது. பிறகு அதற்காகப் பதினைந்து ரூபிள்கள் தந்தாக வேண்டுமென்று சத்தம் போட ஆரம்பித்தான். அப்புறம் நான்தான் அந்த மேல் கோட்டுக்காக ஐந்து ரூபிள்கள் கொடுத்தேன். மிஸ்டர் கேப்டன்! அவன் மரியாதைக்குரிய விருந்தாளியே இல்லை மிஸ்டர் கேப்டன், அவன்தான் இந்த வம்பு வழக்குகளுக்கெல்லாம் காரணம். என்னைப் பற்றி எல்லா செய்தித்தாள்களிலும் அவதூறாக* எழுதப் போவதாக என்னை அவன் மிரட்டிக்கொண்டிருக்கிறான்."

"அவன் ஓர் எழுத்தாளன் என்றா சொல்கிறாய்?"

"ஆமாம், மிஸ்டர் கேப்டன், அத்தோடு, கௌரவமான வீட்டிற்கு வருகை தருகின்ற கண்ணியமற்ற விருந்தாளி அவன் என்றும் நான் சொல்கிறேன்."

"சரி, சரி, போதும். இத்துடன் நிறுத்திக்கொள். நான் ஏற்கனவே உன்னிடம் சொல்லியிருக்கிறேன்..."

"இலியா பெத்ரோவிச்!" மீண்டும் தலைமைக் குமாஸ்தா அவரது பெயரை அழுத்தமாகச் சொல்லி அழைத்தான்.

வேகமாகத் தலைமைக் குமாஸ்தாவைத் திரும்பிப் பார்த்தார் துணைக் கண்காணிப்பாளர். தலைமைக் குமாஸ்தா லேசாகத் தலையை ஆட்டினான்.

"எனவே நான் உனக்கு மீண்டும் சொல்கிறேன்! மிகுந்த மரியாதைக்குரிய, லூயிஸா இவானோவ்னாவே கேள்! இது உனக்கு நான் கடைசித் தடவையாகச் சொல்லுவது என்பதையும் நன்றாகப் புரிந்துகொள். மறுபடியும் உனது கௌரவமான வீட்டில் இதுபோன்ற சண்டைகளும், சச்சரவுகளும் கூச்சலும் எழுந்தால், நிச்சயமாக நான் உன்னைச் சிறையில் அடைத்துவிடுவேன். பிறகு,

* பிறரைப் பற்றி அவதூறாக இலக்கியம் படைப்பது, அந்தக் காலகட்டத்தின் ஒரு பாணியாக இருந்திருக்கிறது.

உங்களுடைய மரியாதைக்குரிய சமுதாயத்தினர் சொல்வது போல, நீ கிடுக்கிப்பிடியில் மாட்டிக்கொண்டுவிடுவாய்...! நீ அதுபற்றிக் கேள்விப்பட்டிருக்கிறாய் அல்லவா? அப்படியானால் நீ சொல்வதன்படி படித்த அறிவு ஜீவியான ஒரு மனிதன், அதிலும் ஓர் எழுத்தாளன், தனது மேல் கோட்டுக் கிழிசலுக்காக இப்படி ஒரு "கௌரவமான வீட்டிலிருந்து" ஐந்து ரூபிளை வசூலித்துவிட்டான். அப்படித்தானே...? இந்த எழுத்தாளர்கள் எல்லோருமே இது போன்றவர்கள்தான்" என்று சொல்லிய அந்த அதிகாரி ஓரக் கண்ணால் ரஸ்கோல்னிகோவை வெறுப்புடன் பார்த்துக் கொண்டார். "இப்படித்தான் நேற்று முன்தினம், ஓர் ஓட்டலில் ஒருத்தன் நன்றாகச் சாப்பிட்டுவிட்டுப் பணம் தர மறுத்திருக்கிறான். கேட்டால் "உன்னைப் பற்றி நான் செய்திப் பத்திரிகையில் (அவதூறு) எழுதுவேன் என்று பயமுறுத்துகிறான். போன வாரம், இதே போன்று மற்றொருவன் நீராவிக் கப்பலில் சென்று கொண்டிருந்தபோது மரியாதைக்குரிய குடும்பத்தைச் சேர்ந்த மாநிலக் கவுன்சிலரின் மனைவி மற்றும் மகளைப்பற்றிக் கண்டபடி பேசிப் புண்படுத்திவிட்டான். சற்று முன்பு இவர்களைப் போன்ற ஒருவனை ஒரு பேக்கரியிலிருந்து தூக்கி வெளியே எறிந்தனர். ஏன் சொல்லுகிறேன் என்றால், படிப்பாளிகள், அறிவுஜீவிகள், எழுத்தாளர்கள் என்ற இவர்கள் எல்லோருமே பொது மக்களுக்காகக் குரல் கொடுக்கிறோம் என்று நகரில் கத்திக்கொண்டிருப்பவர்கள்– இவர்கள் எல்லோருமே இப்படிப்பட்டவர்கள்தான். என்ன செய்வது...? நீ இப்போது போகலாம். ஆனால் நான் உன் மீது எப்பொழுதும் ஒரு கண் வைத்தபடிதான் இருப்பேன். கவனமாக இரு. கவனமாக இரு, என்ன... நான் சொல்வதைக் கேட்டுக்கொண்டிருக்கிறாய் அல்லவா?"

லூயிஸா இவானோவ்னா வேகமாக அவர் முன் வந்து மண்டியிட்டு சுற்றிச் சுற்றி அவரை எல்லாத் திசைகளிலும் நின்று வணங்கினாள். அப்படியே திரும்பாமல் இவரைப் பார்த்தபடியே முதுகுப்புறமாகவே – பின் வாங்கி வெளியேற முயன்றாள். கதவுக்கு அருகில், அப்போதுதான் உள்ளே வந்த அடர்ந்த மீசை வைத்திருந்த மற்றொரு இளம் அதிகாரியின் மீது அவள் மோதிக்கொள்ள நேர்ந்தது. அந்த அதிகாரியின் பெயர் நிகோடிம் போமீச். மாவட்டக் கண்காணிப்பாளராக காவல்துறையில் தலைமைப் பதவியில் இருப்பவர் அவர். லூயிஸா பயந்து போனவளாகத் தரையில் கீழே விழுந்து அவருக்கு வணக்கம் செலுத்தினாள். பின்பு மெல்லப் பூனை போல மெதுவான அடிகள் வைத்து நழுவிச் சென்றாள்.

“மீண்டும் இடி, மின்னல், புயல்...” என்று இலியா பெத்ரோவிச்சைப் பார்த்து நட்புடன் சிரித்தபடி சொன்னார் நிகோடிம் போமீச். “மறுபடியும் நீங்கள் கோபப்பட்டுப் பொறுமையிழந்து விட்டீர்கள் போலிருக்கிறதே... உங்கள் சத்தத்தைப் படிக்கட்டில் ஏறும்போதே என்னால் கேட்க முடிந்தது.”

“ஆமாம், பிறகென்ன செய்வது?” என்று மிக அலட்சியமாகத் தனது மேசையிலிருந்த சில காகிதக் கற்றைகளை எடுத்துக் கொண்டு, தன் வழக்கப்படி மேலும் கீழுமாகச் சாய்ந்து நடந்த இலியா பெத்ரோவிச், மற்றொரு மேசையில் அந்தக் காகிதக் கற்றைகளைப் போட்டார். “இதோ, நீங்களே இதைப் பாருங்கள். ஓர் எழுத்தாளன் இல்லை... இல்லை... ஒரு மாணவனோ அல்லது முன்னாள் மாணவனோ தெரியவில்லை, இவன் எழுதிக் கொடுத்திருந்த கடன் பத்திரத்திற்கான காலக்கெடு முடிந்த பிறகும்கூடக் கடனாக வாங்கிய தொகையை இன்னும் இவன் திருப்பிக் கொடுக்கவில்லை. தான் குடியிருக்கும் இடத்தைக் காலி செய்வதாகவும் இல்லை. அவன் மீது தொடர்ச்சியாக நிறைய புகார்கள். ஆனால் இங்கே வந்து அவனுக்கு எதிராக நான் புகைபிடிக்கிறேன் என்று என் மீது குற்றச்சாட்டை வைக்கிறான். இவனே மரியாதைக் குறைவாக நடந்துவிட்டு மற்றவர்களைக் கேள்வி கேட்கிறான். அதோ நிற்கிறானே அந்த ஜென்டில்மேன்தான். ஆள் நல்ல கவர்ச்சியாக இருக்கிறான்... இல்லையா!”

“வறுமை ஒன்றும் பெரிய குற்றம் இல்லை, நண்பரே! எல்லோருக்கும் உங்களைப் பற்றித்தான் தெரியுமே. வெடிக்கத் தயார் நிலையிலுள்ள வெடிமருந்தைப் போலத்தான் நீங்கள் எப்பொழுதும் இருப்பீர்கள். அவன் மீது நீங்கள் குற்றம் சுமத்துகிறீர்கள். ஆனால் உங்களைக் கட்டுப்படுத்திக்கொள்ள மறந்து விட்டீர்கள்” இவ்வாறு நிகோடிம் போமீச் சொல்லிக்கொண்டே போனார். பிறகு ரஸ்கோல்னிகோவை நட்புணர்வுடன் பார்த்துச் சொன்னார். “நீ உன் இஷ்டம் போல நினைத்ததையெல்லாம் கொட்டிவிட்டாய். ஆனால் நீ நினைத்தது சரியில்லை. அவர் எவ்வளவு இனிமையான உயர்ந்த மனிதர் தெரியுமா? எனக்கு நன்றாகத் தெரியும். அதை உறுதியாகச் சொல்வேன். வெடிமருந்தைப் போலச் “சுறுசுறு”வென்று இருப்பவர் அவர். கொஞ்சம் சீறுவார்... கத்துவார்... இடியும் மின்னலும் தோன்றி மறையும் அவ்வளவுதான். எல்லாம் உடனே முடிந்துவிடும். எல்லாம் மாறி விடும் உடனேயே அவர் குளிர்ந்து விடுவார். அவருடைய இதயம் தங்கத்தைப் போன்றது. இராணுவத்தில் அவருக்கு இருந்த பட்டப் பெயர் என்ன தெரியுமா? “கேப்டன் ஊசிப்பட்டாசு” என்பதாகும்.

"ஆஹா... எப்படிப்பட்ட படைப்பிரிவு அது தெரியுமா...?" என்ற நிகோடிம் போமீச்சின் இதமான கேலிப் பேச்சில் கொஞ்சம் நெகிழ்ந்து போன இலியா பெத்ரோவிச்சின் முகத்தில் சிறிது மகிழ்ச்சி தென்பட்டபோதும் அவரிடம் இன்னமும்கூட இலேசான இறுக்கம் நிலவியதைக் காண முடிந்தது.

அங்கிருந்த அனைவரையும் திருப்திப்படுத்தும் வகையிலும் அவர்களுக்கு ஏற்ற விதத்திலும் ஏதேனும் சொல்ல வேண்டும் என்று ரஸ்கோல்னிகோவுக்குத் திடீரென்று ஒரு விருப்பம் ஏற்பட்டது.

"மன்னியுங்கள், கேப்டன்" என்ற நிகோடிம் போமீச்சைப் பார்த்து மிக எளிதாக அவன் பேசத் தொடங்கினான். என்னுடைய நிலைமையைக் கொஞ்சம் யோசித்துப் பாருங்கள். நான் ஏதாவது தவறாக நடந்திருந்தால் அவரிடம் மன்னிப்புக் கேட்கக் கூட நான் தயாராக இருக்கிறேன். நான் ஓர் ஏழை மாணவன். நோயாளி. வறுமையால் நசுக்கப்பட்டவன். (இந்த இடத்தில் "நசுக்கப்பட்ட" என்ற வார்த்தையையே அவன் பயன்படுத்தினான்) என்னைப் பராமரித்துக்கொள்ளவே முடியாத நிலையில், செலவுக்குப் பணம் இல்லாததால் படிப்பைப் பாதியிலேயே கைவிட வேண்டிய நிலை எனக்கு ஏற்பட்டது. ஆனாலும் எனக்குக் கொஞ்சம் பணம் கிடைத்துக்கொண்டுதான் இருந்தது. மாகாணத்தில் இருக்கும் என்னுடைய அம்மாவும், என்னுடைய சகோதரியும் எனக்குப் பணம் அனுப்பிக்கொண்டுதான் இருக்கிறார்கள். சீக்கிரமே அவர்கள் எனக்குப் பணம் அனுப்புவார்கள். நான் அதனை வைத்து – இந்தக் கடனைக் கொடுத்து விடுவேன். நான் குடியிருக்கும் வீட்டின் சொந்தக்காரி நல்ல இதயம் படைத்தவள் தான். ஆனால் நான் வீட்டுப்பாடங்கள் சொல்லிக் கொடுக்கும் வேலையை விட்டுவிட்டதாலும், கடந்த நான்கு மாதங்களாக நான் வாடகையே கொடுக்காததாலும் என்னிடம் சற்று எரிச்சலடைந்து விட்டாள். அதனால் மாடியிலுள்ள எனது அறைக்கு சாப்பாடு அனுப்புவதைக்கூட அவள் நிறுத்திவிட்டாள்! அதற்குமேல் இந்தக் கடன் பத்திர விவகாரம் எல்லாம் எனக்குப் புரியவில்லை. இப்போது இந்தக் கடன் பத்திரத்தின் பேரில் அவள் என்னிடம் பணம் கேட்கிறாள். நான் எப்படி அவளுக்கு இதைக் கொடுக்க முடியும். நீங்களே சொல்லுங்கள்."

"ஆனால், அது எங்களுடைய வேலை இல்லை என்பதை நீ தெரிந்துகொள்." எனறான் தலைமைக் குமாஸ்தா.

"ஆமாம், ஆமாம். அதை நான் நன்றாகவே அறிவேன். ஆனால் சில விஷயங்களை விளக்கமாகச் சொல்லத் தாங்கள் என்னை அனுமதிக்க வேண்டும்...?" என்று தலைமைக் குமாஸ்தா

வின் பேச்சுக்கு இடையில் குறுக்கிட்டுச் சொன்னான் ரஸ்கோல்னி கோவ். இப்போதும் அவன் நிகோடிம் போமீச்சைப் பார்த்தே பேசினான். அதேசமயம், இலியா பெத்ரோவிச்சிடம் நல்லவிதமாகப் பேச வேண்டும் என்றும் அவன் முயற்சி செய்தான். தன்னால் முடிந்தவரையில் இலியா பெத்ரோவிச்சின் கவனத்தைத் தன் பக்கம் ஈர்ப்பதற்குக்கூட அவன் முயற்சித்துக்கொண்டிருந்தான். ஆனால் அவரோ இப்படிப்பட்ட ஒரு கேவலமான மனிதனிடத்தில் தனது கவனத்தைத் திருப்ப மனம் இல்லாதவராக மேஜையிலிருந்த தாள்களைப் புரட்டுவது போல வலுவில் பாவனை செய்துகொண்டிருந்தார்.

அவன் தன் பேச்சைத் தொடர்ந்தான். "என் தரப்பிலுள்ள விஷயங்களைச் சொல்ல என்னைக் கொஞ்சம் அனுமதியுங்கள். நான் என்னுடைய மாகாணத்திலிருந்து இங்கே வந்து சேர்ந்தது முதல், கடந்த மூன்று வருடங்களாக அவளுடைய வீட்டில்தான் குடியிருந்து வருகிறேன். முதலில்... ஆரம்பத்தில்... சரி, இப்பொழுது அதை ஒப்புக்கொண்டு, இனியும் மறைக்காமல், வெளிப்படையாகச் சொல்லி விடுவதில்தான் என்ன தவறு? ஆரம்பத்தில் அவளுடைய மகளைத் திருமணம் செய்துகொள்வதாக அவளுக்கு நான் வாக்களித்திருந்தேன். வெறும் வாய் மொழியில் கொடுத்த வாக்குறுதிதான் அது. ஆனால் அது எந்தவிதத்திலும் என்னைக் கட்டுப்படுத்தாது. அவள் ஒரு சின்னப்பெண். அவளை நான் மிகவும் விரும்பினேன். ஆனால் அவளை நான் காதலிக்கவில்லை. ஒரு வார்த்தையில் சொன்னால் – நான் ஓர் இளைஞன். இளமை வேகத்தில் இருந்தேன். அதனால்... அப்படி இருந்தேன். வீட்டுக் காரி எனக்கு மிகத் தாராளமாக நிறையக் கடன் கொடுத்துக் கொண்டிருந்தாள். நானும் ஒரு சுகமான வாழ்க்கையை நடத்திக் கொண்டிருந்தேன். அதேசமயம் நான் கொஞ்சம்கூடப் பொறுப்பற்றவனாகவும் அப்போது இருந்தேன்."

"இத்தனை அந்தரங்கமான, நுணுக்கமான தகவல்களை, உன்னுடைய தனிப்பட்ட விஷயங்களை நாங்கள் உன்னிடம் கேட்கவில்லை. அவற்றைக் கேட்டு வீணாக்குவதற்கு எங்களுக்கு நேரமும் இல்லை" என்று மிகவும் முரட்டுத்தனமான தொனியில், அதிகார தோரணையில் இலியா பெத்ரோவிச் அவனுடைய பேச்சை இடை மறித்தபோதும் ரஸ்கோல்னிகோவ் அவரை நிறுத்திவிட்டுத் தனது பேச்சைச் சூடாகத் தொடர்ந்தான். பேச்சைத் தொடர்வது அவனுக்குச் சற்று சிக்கலாக இருந்தபோதும் அவன் தொடர்ந்து பேசிக்கொண்டேதான் இருந்தான்.

"கொஞ்சம் பொறுத்துக்கொள்ளுங்கள்! என்னை மேலும் கொஞ்சம் பேசவிடுங்கள்! இவையெல்லாம் எப்படி நடந்தது என்று

விளக்குவதற்கு என்னை அனுமதியுங்கள். நான் சொல்வதெல்லாம் உங்களுக்கு முக்கியமில்லாத விஷயங்களாக, தேவையற்ற விஷயங் களாக இருக்கலாம். ஆனால் என் தரப்பில் என்ன நடந்தது என்பதை நான் சொல்லியாக வேண்டும் அல்லவா? கடந்த ஒரு வருடத்திற்கு முன்னால் அந்தப் பெண் "டைஃபாய்டு" நோயினால் இறந்து போனாள். ஆனாலும் நான் எப்போதும் போலத் தொடர்ந்து அங்கேயே குடியிருந்து வந்தேன். வீட்டின் சொந்தக் காரி, இப்பொழுது அவள் குடியிருக்கும் இடத்துக்கு மாறி வந்த பிறகு, என்னை எல்லா வகையிலும் முழுமையாக நம்புவதாக நட்புணர்வோடு என்னிடம் சொன்னாள். அதுவரையிலும் நான் அவளுக்கு அந்த நூற்றுப் பதினைந்து ரூபிள்களுக்கு கடன் பத்திரம் எழுதிக் கொடுக்காமல்தான் இருந்தேன். என்னை முழுமையாக நம்புவதாக அவள் என்னிடம் சொன்ன பிறகு, நான் அவளுக்கு அந்த நூற்றுப் பதினைந்து ரூபிள்களுக்குக் கடன் பத்திரம் எழுதிக் கொடுத்தால் அவள் என்மேல் மேலும் அதிக நம்பிக்கை வைத்து, நான் விரும்புகின்ற அளவுக்கு, எவ்வளவு வேண்டுமானாலும் எனக்குக் கடன் தரத் தயாராக இருப்பதாக சொன்னாள். நானாக அவளது பணத்தைத் திருப்பித் தரும் வரையில் – அந்தச் சீட்டை எப்பொழுதும், எந்தச் சந்தர்ப்பத்திலும் – இதெல்லாம் அவள் சொன்ன வார்த்தைகள் – தானாகப் பயன்படுத்திக்கொள்ள மாட் டேன் என்றும், அவள் எனக்கு உறுதியளித்தாள். நான் இப்போது வீட்டுப்பாடங்கள் சொல்லிக் கொடுக்கும் வேலைகளையும் இழந்து விட்டேன். சாப்பிடுவதற்குக்கூட என்னிடம் பணமில்லாமல் போய்விட்டது. இந்த நிலையில், நான் பணத்தைத் திருப்பித்தர வேண்டும் என்று எனக்கு எதிராக அவள் நடவடிக்கைகளை எடுத்திருக்கிறாள். இதைப்பற்றி நான் என்ன சொல்வது?"

"இதுபோன்ற உணர்ச்சிகரமான சம்பவங்களும் தகவல்களும் எங்களுக்குக் கொஞ்சமும் தேவையில்லை" என்று இலியா பெத் ரோவிச் முரட்டுத்தனமாகக் குறுக்கிட்டார். "நீ அந்தப் பணத்தைக் கட்டாயம் திருப்பி தந்துவிடுவதாக ஓர் உறுதிமொழிப் பத்திரம் எழுதித் தர வேணடும். எங்களுக்கு வேண்டியது அவ்வளவுதான். உனது காதல் விவகாரங்களும், நீ விவரித்த சோகமான சம்பவங் களும் எங்களுக்குச் சிறிதும் தேவையற்றவை."

"ஆனாலும் நீங்கள் ரொம்பவும்தான் முரட்டுத்தனமாக நடந்துகொள்கிறீர்கள்" என்று முணுமுணுத்துக்கொண்ட நிகோடிம் போமீச் படாரென்று நாற்காலியில் உட்கார்ந்துகொண்டு மேசை யில் இருந்த சில தாள்களில் கையெழுத்திடத் தொடங்கினார்.

இலியா பெத்ரோவிச்சின் கடுமைக்காக இவர் மிகவும் சங்கடப்பட்டார்; வெட்கப்பட்டார்.

"எழுது!" என்று ரஸ்கோல்னிகோவைப் பார்த்துச் சொன்னான் தலைமைக் குமாஸ்தா.

"எதை எழுத...?" என்று கரகரத்த குரலில் கேட்டான் ரஸ்கோல்னிகோவ்.

"நான் சொல்லிக்கொண்டே வருகிறேன். அதை அப்படியே நீ எழுது."

முன்பு தனக்கு நடந்ததையெல்லாம், தான் உள்ளபடியே ஒப்புக்கொண்டு அவர்களிடம் விவரித்த காரணத்தினாலேயே அந்தத் தலைமைக் குமாஸ்தா இப்படி மனம் போனபோக்கில், ஏனோதானோவென்று, வெறுப்பாகத் தன்னிடம் நடந்துகொள்வதாக ரஸ்கோல்னிகோவுக்குத் தோன்றியது. ஆனால் முற்றிலும் வினோதமாக, தன்னைப் பற்றிய எவருடைய அபிப்பிராயத்தையும் பொருட்படுத்தாத ஒரு மனநிலை அவனுக்கு ஏற்பட்டுப் போயிருந்தது. அவ்வாறான மாற்றம் ஒரு நொடியில் அவனுக்குள் நேர்ந்திருந்தது. அவன் மட்டும் சற்று நிறுத்தி, நிதானமாக யோசித்திருந்தால், சில நிமிடங்களுக்கு முன்பு, தான் அவர்களிடம் பேசிய பேச்சுகளும், கொட்டித்தீர்த்த உணர்ச்சிகளும் எங்கிருந்துதான் தனக்கு வந்ததோ என்று அவனேகூட வியந்து போயிருப்பான்.

இப்பொழுது அந்த அறை, போலீஸ் அதிகாரிகளால் நிறைந்திருக்காமல் அவனது நண்பர்களால் நிறைந்திருந்தாலும்கூட, அவர்களிடம் பேச ஒரு வார்த்தையும் இல்லாதபடி தன் இதயம் வெறுமையாகப் போய்விட்டிருப்பதை அவன் உணர்ந்தான். தன் ஆத்மாவுக்குள் நிரந்தரமான தனிமை உணர்வும், பிறரிடமிருந்து விலகிப் போகும் இயல்புமே எப்பொழுதும் குடிகொண்டிருப்பதை அவன் நடுக்கத்துடன் உணர்ந்தே இருந்தான். இலியா பெத்ரோவிச் தன்னை அலட்சியப்படுத்தும் வகையில் அவரது முன்னிலையில் தன்னுடைய உணர்வுகளைக் கொட்டித் தீர்த்ததனாலோ அல்லது இலியா பெத்ரோவிச்சுக்குத் தன்னை வெற்றிகொண்ட பெருமித உணர்வு ஏற்பட்டதனாலோ இவ்வாறான மாற்றம் அவனுக்கு ஏற்படவில்லை. அது எப்பொழுதுமே அவனுக்குள் நிரந்தரமாகக் குடியிருந்து வரும் உணர்வுதான். தன்னுடைய கீழ்த்தரமான நடத்தையைக் குறித்தோ, பிறரின் பேராசைகள் குறித்தோ, அந்தத் துணைக் கண்காணிப்பாளர் இலியா பெத்ரோவிச் குறித்தோ, அந்த ஜெர்மானியப் பெண் லூயிஸா இவானோவ்னா பற்றியோ, கடன்

பத்திர நடவடிக்கைகள் குறித்தோ அல்லது மற்ற போலீஸ் அதிகாரிகள் குறித்தோ, அல்லது அங்கே நடக்கும் மற்ற விஷயங்களிலோ அவனது கவனம் இல்லை. இந்த வேளையில் அவன் எரிக்கப்பட வேண்டும் என்று உத்தரவு பிறப்பிக்கப்பட்டாலும்– அதுவும்கூட– அவனைக் கொஞ்சமும் அசைத்திருக்காது. அவன் அதனைக் காது கொடுத்துக் கேட்டிருப்பானா என்பதுகூடச் சந்தேகமே. அவன் இதுவரை அறிந்திராத முற்றிலும் புதிதான ஏதோ ஒன்று திடீரென்று அவனுக்குள் நிகழ்ந்து விட்டது. சற்று முன்பு ஏதோ ஓர் உந்துதல் காரணமாகத் தன் உணர்ச்சிகள் எல்லாவற்றையும் அங்குள்ள மனிதர்களிடம் கொட்டித் தீர்த்ததைப் போல, இனிமேல் தான் செய்யப் போவதில்லை, தன்னால் அதைச் செய்ய முடியாது என்று உணர்வுபூர்வமாகப் புரிந்துகொள்ளும் மன நிலையிலும் அவன் இல்லை. அவர்கள் போலீஸ்காரர்களாக இல்லாமல் தனது சொந்த சகோதர, சகோதரிகளாக இருந்தாலும் கூட, எந்தச் சூழலிலும் அதுபோன்று நடந்துகொள்வது அவனால் முடியவே முடியாத ஒன்றுதான். இப்படிப்பட்ட வினோதமான, பயங்கரமான உணர்வை இதுவரை அவன் அனுபவித்ததில்லை. அதில் பொதிந்திருந்த சோகத்தைச் சொல்ல வேண்டும் என்றால், அது உடனடியாக அவனுக்குள் ஏற்பட்ட ஓர் உணர்வுதானே தவிர, அதை அவனுக்கு ஏற்பட்ட அறிவு என்றோ... புத்திசாலித்தனமான புரிதல் என்றோ கூறிவிட முடியாது.

இதுபோன்ற வழக்குகளில், நடைமுறையில் இருக்கின்ற சட்ட முறைப்படி, உறுதி மொழிப் பத்திரம் எழுதப்பட வேண்டும் என்பதற்காகத் தலைமைக் குமாஸ்தா உறுதிமொழிப் பத்திரத்திற்கான வார்த்தைகளைச் சொல்லச் சொல்ல, ரஸ்கோல்னிகோவ் எழுதிக் கொடுத்தான். அந்த உறுதிமொழிப் பத்திரம் பின்வருமாறு இருந்தது.

"என்னால் இப்பொழுது கடனைத் திரும்பச் செலுத்த இயலவில்லை. ஆனால்... குறிப்பிட்டிருக்கும் இந்த நாளுக்குள் இந்தக் கடனை நான் செலுத்திவிடுகிறேன் என்று உறுதி கூறுகிறேன். அதுவரை நகரத்தைவிட்டுச் செல்ல மாட்டேன். என் சொத்துக்களை விற்கவோ, பிறரிடம் தரவோ மாட்டேன்."

"உன்னால் சரியாக எழுத முடியவில்லை போலத் தெரிகிறதே? பேனாவைக்கூடச் சரியாகப் பிடிக்க முடியவில்லையே உன்னால்" என்று ரஸ்கோல்னிகோவைப் பார்த்துக் கேட்டான் அந்தத் தலைமைக் குமாஸ்தா. "உனக்கு உடம்பு சரியில்லையா?"

"ஆமாம். எனக்குத் தலைசுற்றலாக உள்ளது. பரவாயில்லை. நீங்கள் தொடர்ந்து சொல்லுங்கள்!"

"அவ்வளவுதான். நீ இப்பொழுது கையெழுத்துப் போட லாம்."

கையெழுத்துப் போட்டுவிட்டுப் பேனாவைத் திருப்பிக் கொடுத்த ரஸ்கோல்னிகோவ், எழுந்து செல்லாமல் மேஜைமீது தன் முழங்கைகளை ஊன்றிக்கொண்டு தனது விரிந்த கரங் களுக்குள் தன் முகத்தைப் புதைத்துக்கொண்டான். தனது உச்சந் தலையில் ஆணியால் அறைந்ததைப் போன்ற வேதனையை அவன் உணர்ந்தான். ஒரு வினோதமான சிந்தனை அவனது மூளையில் அப்போது, திடீரென்று உதயமானது. "உடனே எழுந்து நேரே நிகோடிம் போமீச்சிடம் சென்று அவரிடம் எல்லாவற்றையும் – நேற்று நடந்த எல்லாவற்றையும் ஒன்றுவிடாமல் சொல்லி விட வேண்டும் என்றும், அதன்பிறகு அவரையும் தன்னோடு தனது அறைக்கு அழைத்துச் சென்று, அங்கே சுவர்த்தாளுக்குப் பின்னே அந்தப் பொந்தில் தான் ஒளித்து வைத்திருக்கும் பொருள்கள் அனைத்தையும் காட்ட வேண்டும் என்றும் ஓர் எண்ணம் அவனது மனதில் தோன்றி அதனை உடனே செயல்படுத்துமாறு அவனைத் தூண்டியது. அந்த எண்ணம் மிகவும் வலுவாக அவனைப் பிடித்துத் தள்ளியது. அதனைச் செயல்படுத்தும் முடிவோடு அவன் வேகமாகத் தனது இருக்கையிலிருந்து எழுந்து நின்றான்.

"ஒரு நிமிடம் இதைப் பற்றி நான் கொஞ்சம் யோசித்தால் நன்றாக இருக்குமோ?" என்று திடீரென்று ஓர் எண்ணம் அவனது மனதில் மின்னலடித்தது. "இல்லை, இதைப் பற்றி மேலும் சிந்தித்துக்கொண்டிருக்காமல் உடனே செயல்படுத்துவதுதான் என்னை அழுத்திக்கொண்டிருக்கும் மனச் சுமைகளை நீக்கு வதற்கான நல்ல வழி!"

ஆனால் அதன்பின் ஓர் அடிகூட எடுத்து வைக்க முடியாத வனாக, நிலத்தில் வேரூன்றிப் போன மரம் போல அசையாமல் நின்றுவிட்டான் அவன்.

நிகோடிம் போமீச், இலியா பெத்ரோவிச்சுடன் மிகவும் தீவிர மாக ஏதோ பேசிக்கொண்டிருந்தது அவனுக்குக் கேட்டது. அந்த வார்த்தைகள் அவனது காதுகளில் விழுந்தன.

"நிச்சயம் அப்படி நடந்திருக்கவே முடியாது. அந்த இரண்டு பேரையும் விடுவித்து விடலாம். ஆரம்பத்திலிருந்தே இந்த விஷயத் தில் எல்லாமே முன்னுக்குப் பின் முரணாகவே உள்ளது. அவர்கள் "அதை"ச் செய்திருந்தால், அவர்கள் ஏன் வாயிற்காவலனைப் போய் அழைத்து வர வேண்டும்? தங்களுக்கு எதிராகத் திரும்பக் கூடிய ஒரு விஷயத்தை அவர்கள் செய்வார்களா? அல்லது (நம்மை

யெல்லாம்) ஏமாற்றும் தந்திரமா? இல்லை... இல்லை... இது தந்திரமாகத் தோன்றவில்லை! இரண்டு வாயிற்காவலர்களும் மற்றொரு பெண்ணும்கூடப் பெஸ்ட்ரியாகோவ் என்ற மாணவன், அந்த நுழைவுவாயில் வழியாகச் செல்வதைப் பார்த்திருக்கிறார்கள்.

அவன் தன்னுடன், தனது மூன்று நண்பர்களுடன் வந்திருக் கிறான். ஆனால் அவனது நண்பர்கள் வாயிற்கதவுக்குள் அவன் நுழைந்ததும் திரும்பிப் போய்விட்டார்கள். ஆனால் அவன் தன் நண்பர்களுக்கு முன்னாலேயே, வாயிற்காவலாளியிடம் அந்த வீட்டில் அவன் தேடி வந்திருப்பவர்களைப் பற்றி விசாரித்துத் தனக்கு வழிகாட்ட வேண்டும் என்று வேண்டியிருக்கிறான். "இது போன்ற ஓர் எண்ணத்துடன்" செல்லுகின்ற அவன், இப்படி வாயிற்காவலனிடம் விசாரிப்பானா? "கோச்சைப்" பொறுத்த மட்டில், அவர் அந்த முதியவளின் குடியிருப்புக்குச் செல்வதற்கு முன்பு, கிட்டத்தட்ட அரை மணிநேரம், கீழ்த்தளத்தில் அந்த வெள்ளி வேலை செய்பவனோடு பேசிக்கொண்டிருந்திருக்கிறார். சரியாக எட்டுமணி ஆவதற்குக் கால் மணி நேரத்திற்கு முன்புதான் அவர் அந்த வெள்ளி வேலை செய்பவனிடம் விடை பெற்றுக் கொண்டு மேலே போயிருக்கிறார். இப்பொழுது கொஞ்சம் யோசித்துப் பாருங்கள்..."

"மன்னித்துக்கொள்ளுங்கள்... அவர்கள் கொடுத்திருக்கும் இந்த வாக்குமூலத்தில் இருக்கும் இந்த முரண்பாடுகளை எனக்கு நீங்கள் கொஞ்சம் விளக்க வேண்டும். அவர்கள் கதவைத் தட்டிய போது, கதவு உள்ளே அடைக்கப்பட்டிருந்தது என்பதை அவர்கள் உறுதியாகச் சொல்கிறார்கள். ஆனால் மூன்று நிமிடங்கள் கழித்து அவர்கள் வாயிற் காவலாளியை அழைத்துக்கொண்டு அங்கே போனபோது கதவு தாளிடப்படாமல் இருந்திருக்கிறது."

"அதிலேதான் விஷயமே இருக்கிறது. கொலைகாரன் அப்போது கதவைத் தாளிட்டுக்கொண்டு உள்ளேயேதான் இருந் திருக்க வேண்டும். இந்த கோச் மட்டும் முட்டாள்தனமாகக் காவ லாளியைக் கூப்பிடுவதற்குப் போகாமலிருந்திருந்தால் அவர்கள் நிச்சயமாகக் கொலைகாரனைப் பிடித்திருப்பார்கள். அந்த இடை வெளி நேரத்திற்குள் அவன் எப்படியோ கீழே இறங்கி, அவர்கள் கண்ணில் படாமல் நழுவிப் போயிருக்க வேண்டும். 'நான் அங்கேயே இன்னும் கொஞ்ச நேரம் நின்றிருந்தால் அந்தக் கொலை காரன் என் மீது பாய்ந்து, அவனது கோடாரியினால் என்னையும் வெட்டிக் கொன்றிருப்பான்' என்று கூறியபடி கோச் தனது நெஞ்சில் சிலுவைக் குறியிட்டுக்கொண்டு கடவுளுக்கு நன்றி கூறிக்கொண்டிருக்கிறார் ஹா...ஹா...ஹா !"

“அப்படியானால் கொலையாளியை எவருமே பார்க்க வில்லை... அப்படித்தானே!”

“எப்படிப் பார்த்திருக்க முடியும்? அந்த வீடு நோவாவின் கப்பலைப் போன்றது!” என்று தனது இருக்கையில் இருந்தபடியே அவர்களது உரையாடலைக் கேட்டுக்கொண்டிருந்த தலைமைக் குமாஸ்தா குறுக்கிட்டுச் சொன்னான். “இப்போது எல்லாம் தெளி வாகிவிட்டது. நன்றாகத் தெளிவாகிவிட்டது!” என்று அமைதி யாகச் சொன்னார் நிகோடிம் போமீச்.

“இல்லை. இதில் எதுவுமே தெளிவாகவில்லை. கொஞ்சம் கூடத் தெளிவாகவில்லை” என்றார் இலியா பெத்ரோவிச்.

ரஸ்கோல்னிகோவ் தனது தொப்பியைக் கையிலெடுத்துக் கொண்டு கதவை நோக்கி நடந்தான். ஆனால் அவன் கதவை அடைவதற்குள்...

அவனுக்கு நினைவு திரும்பியபோது, தான் ஒரு நாற்காலியில் உட்கார வைக்கப்பட்டிருப்பதை அவன் கண்டான். அவனுக்கு வலதுபுறமாக ஒருவன் நின்றபடி அவனைத் தாங்கிப் பிடித்துக் கொண்டிருந்தான். அவனது இடது புறத்தில் யாரோ ஒருவன், மஞ்சள் நிறத்தண்ணீருடன் இருந்த மஞ்சள் நிற டம்ளர் ஒன்றைக் கையில் பிடித்தபடி நின்றிருந்தான். நிகோடிம் போமீச் அவனை மிகவும் கவனத்தோடு உற்றுப் பார்த்தபடி அவனுக்கு எதிரில் நின்றுகொண்டிருந்தார். அவன் நாற்காலியிலிருந்து எழுந்து நின்றான்.

“என்ன இது? உனக்கு உடல்நலமில்லையா?” என்று மிக வேகமாகக் கேட்டார் நிகோடிம் போமீச்.

“அவன் கையெழுத்துப் போடும் போதுகூட அவனால் பேனாவைக் கையில் பிடிக்க முடியவில்லை” என்று சொன்ன தலைமைக் குமாஸ்தா தனது இருக்கையில் நன்றாகச் சாய்ந்து கொண்டு, மீண்டும் தனது வேலைகளைத் தொடர்ந்தான்.

“ரொம்ப நாட்களாகவே நீ உடல் நலமில்லாமல் இருக் கிறாயா?” என்று தன்னுடைய இருக்கையில் உட்கார்ந்து அலு வலகக் காகிதங்களைப் புரட்டியபடியே இவனைப் பார்த்து உரக்கக் கேட்டார் இலியா பெத்ரோவிச். அவன் மயக்கமடைந்தது முதல் அவரும் அவனை அருகிலிருந்து கவனித்துக் கொண்டி ருந்தார். அவனுக்கு நினைவு திரும்பியவுடன்தான் தனது இருக் கைக்குச் சென்றிருந்தார் அவர்.

“நேற்றிலிருந்து உடல் நலமில்லை” என்று முணுமுணுப்பாகப் பதில் சொன்னான் ரஸ்கோல்னிகோவ்.

“நேற்று வெளியே சென்றிருந்தாயோ?”

“ஆமாம்!”

“உடம்புக்கு முடியாமல் இருக்கும் நிலையிலும்...!

“ஆமாம்!”

“எந்த நேரத்தில்...?”

“மாலை ஏழு மணி இருக்கும்.”

“எங்கே சென்றிருந்தாய் என்று தெரிந்துகொள்ளலாமா?”

“சும்மா... வீதிவழியே போய்க்கொண்டிருந்தேன்.”

“சுருக்கமான, தெளிவான பதில் வேண்டும்!

ரஸ்கோல்னிகோவின் முகம் வெண்மையான கைக்குட்டை போல வெளுத்துப் போயிருந்தது.

இலியா பெத்ரோவிச்சின் கூர்மையான பார்வையில், தனது கருமை படிந்து, களைத்துப் போன கண்கள் படாமல் தவிர்க்க விரும்பினான் ரஸ்கோல்னிகோவ்.

“அவன் நிற்கவே முடியாமல் தடுமாறிக்கொண்டிருக்கிறான். ஆனால் நீங்கள்...” என்று சொல்லத் துவங்கினார் நிகோடிம் போமீச்.

“சரி, சரி ஒன்றுமில்லை” என்று வினோதமான குரலில் பதிலளித்தார் இலியா பெத்ரோவிச். நிகோடிம் போமீச் இன்னமும் இலியா பெத்ரோவிச்சின் செயல்களை ஆட்சேபித்து ஏதோ சொல்ல விரும்பினார். ஆனால் தலைமைக் குமாஸ்தாவைத் தற்செயலாகப் பார்த்த பொழுது, அவனது பார்வை தன் மீதே பதிந்திருப்பதைக் கண்டு, வாயை மூடிக்கொண்டார். அங்கே திடீரென்று அமைதி நிலவியது. அது மிகவும் வினோதமாகத் தென்பட்டது.

“சரி, நல்லது. நாங்கள் உன்னை வெகுநேரம் தாமதப்படுத்த விரும்பவில்லை” என்று இலியா பெத்ரோவிச் தன்னுடைய பேச்சை முடித்துக்கொண்டார்.

ரஸ்கோல்னிகோவ் வெளியே வந்தான். அவன் வெளியே வந்தபோது உள்ளே மிகுந்த சப்தத்துடன் அவர்கள் பேசிக் கொள்வது அவனுக்கும் கேட்டது, நிகோடிம் போமீச்சின் விசாரணைக் குரலே பிற எல்லாவற்றையும் விட ஓங்கி ஒலித்துக்

கொண்டிருப்பதையும் அவன் கேட்டான். தெருவில் இறங்கி நடந்துகொண்டிருந்தபோது, தன்னைப் பற்றியிருந்த அந்த மயக்க நிலை முற்றிலுமாகத் தன்னைவிட்டு அகன்றுவிட்டதை அவன் உணர்ந்தான்.

"சோதனை, உடனே அங்கே போய் ஒரு தேடுதல் வேட்டை நடத்தப் போகிறார்கள்" என்று திரும்பத் திரும்பச் சொன்னான் ரஸ்கோல்னிகோவ்.

"இந்த மிருகங்களுக்கு சந்தேகம் தோன்றிவிட்டது."

அவனை எப்போதும் சூழ்ந்திருக்கும் அந்த பயங்கரமான அச்ச உணர்வுகள் மீண்டும் அவனை முழுமையாகப் பற்றிக் கொண்டன.

அத்தியாயம் – 2

"அவர்கள் ஏற்கெனவே தேடுதல் வேட்டையைத் தொடங்கி விட்டார்கள். இப்போது என் அறையில் அவர்களைப் பார்க்க நேர்ந்தால் நான் என்ன செய்வது?"

இதோ, அவனது அறைக்கு வந்து சேர்ந்துவிட்டான். அங்கே எதுவும் நடந்திருப்பதாகத் தெரியவில்லை. அங்கே ஒருவரும் இல்லை. ஒருவரும் வந்து மறைந்திருந்து எட்டிப் பார்க்கவில்லை. நஸ்டாஸியாவும்கூட வந்திருக்கவில்லை. "அடக்கடவுளே... எப்படித்தான் இந்தப் பொருள்களையெல்லாம் இந்தப் பொந்திலே ஒளித்து வைத்தேனோ...?"

அவன் வேகமாக அறையின் "அந்த" மூலைக்குப் போனான். சுவர்த்தாளுக்குக் கீழே கையைவிட்டான். உள்ளே போட்டிருந்த அந்தப் பொருள்கள் எல்லாவற்றையும் வெளியே எடுத்தான். தனது பாக்கெட்டுகளில் அத்தனையையும் போட்டு நிரப்பிக்கொண் டான். மொத்தம் எட்டுப் பொருள்கள் இருந்தன. இரண்டு சிறிய பெட்டிகளில் காதுத் தோடுகள், வளையங்கள் மற்றும் அதைப் போன்ற வேறு பொருள்கள் இருந்தன. அவற்றை நுணுக்கமாக அவன் ஆராய்ச்சி செய்துகொண்டிருக்கவில்லை. பிறகு நான்கு சிறிய மொராக்கோ தோலினால் செய்யப்பட்டிருந்த பெட்டிகளும், செய்தித்தாளில் சுற்றப்பட்டிருந்த ஒரு சங்கிலியும், இன்னுமொரு செய்தித் தாளில் தனியே வைத்துக் கட்டப்பட்டிருந்த, மெடல் போன்ற, பெரிய ஏதோ ஓர் ஆபரணமும் இருந்தன. தனது மேல் கோட்டிலிருந்த பல பாக்கெட்டுகளில் அவற்றை அள்ளிப் போட்டுக்கொண்டான். தவிர மீதமிருந்தவற்றைத் தனது கால் சட்டைப் பாக்கெட்டுகளிலும் போட்டு வெளியே தெரியாதபடி மறைத்துக்கொண்டான். அந்தப் பர்சையும்கூட எடுத்து வைத்துக் கொண்டான். அதன்பின் தனது அறைக் கதவு திறந்தே கிடக்க, தனது அறையைவிட்டு வெளியேறிச் சென்றான்.

கடுமையான அசதியும் களைப்பும் அவனை அழுத்திக் கொண்டிருந்தாலும், அவனது புலன்கள் கூர்மையாக விழிந்

திருந்ததால், அவன் விரைவாகவும் உறுதியோடும் நடந்துகொண்டிருந்தான். தன்னை யாரும் பின் தொடர்கிறார்களோ என்று அவன் பயந்தான். இப்போது இல்லாவிட்டாலும் இன்னும் கால் மணி நேரம் அல்லது அரை மணி நேரத்திற்குள்ளாக தன்னைப் பின் தொடரும்படி உத்தரவுகள் பிறக்கப்பட்டுவிடும் அதன்பின், தன்னை எல்லா இடங்களிலும் தேடத் தொடங்கி விடுவார்கள். அதற்குள்ளாக எல்லாத் தடயங்களையும் தான் மறைத்து விட வேண்டும். தன்னிடம் இன்னும் எஞ்சியிருக்கும் அறிவையும் புத்திச் சாலித்தனத்தையும், உடலின் பலத்தையும் பயன்படுத்தி இதை அவன் செய்தாக வேண்டும். "நான் இப்போது எங்கே செல்வது?"

"எல்லாவற்றையும் கால்வாயில் தூக்கிப் போட்டு விட்டால், எல்லாத் தடயங்களும் தண்ணீருக்குள் மறைந்து போய்விடும். அத்துடன் எல்லாமே ஒரு முடிவுக்கு வந்துவிடும்" என்று அவன் ஏற்கனவே சிந்தித்து முடிவு செய்து வைத்திருந்தான். நேற்று இரவே இவற்றையெல்லாம் அப்புறப்படுத்திவிட வேண்டும் என்ற எண்ணம் பலமுறை அவனிடத்தில் தோன்றியிருந்தாலும் எழுந்திருக்க முடியாதபடி தான் களைத்துப் போய் விழுந்து கிடந்ததும் அவனது நினைவுக்கு வந்தது.

ஏகடெரினின்ஸ்கி வாய்க்காலின் கரையோரமாக அரை மணிநேரமோ அல்லது அதற்கும் கூடுதலான நேரமோ சுற்றித் திரிந்தபடி தண்ணீருக்குள் இறங்கும் வழிகளை அவன் நோட்டம் விட்டுக்கொண்டிருந்தான். அவன் பல தடவை அந்தப் பகுதி முழுவதும் சுற்றிப் பார்த்துவிட்டான். ஆனால் அவன் நினைத்த காரியத்தை அவ்வளவு சுலபமாக நிறைவேற்றி விடும்படியான நிலைமை அங்கே இல்லை என்பதை அவன் தெளிவாகக் கண்டு கொண்டான். அங்கே பரபரப்பான சூழ்நிலையே எப்போதும் நிலவியிருந்தது. ஒருபுறம் கட்டுமரப் படகுகள் நிறைய நிறுத்தப் பட்டுப் பொருள்களை எடுத்துச் செல்வதும், கொண்டு வந்து வைப்பதுமாக ஆட்கள் நடமாடிக்கொண்டிருந்தனர். மறுபுறம் படித்துறைகளின் கீழ்ப்பகுதியில் பெண்கள் துணிகளைத் துவைத்துக்கொண்டிருந்தனர். கரையோரப் பகுதிகள் முழுவதுமே மக்கள் கூட்டம் கூட்டமாகக் காணப்பட்டனர். அவன் அங்கிருப் பதை எல்லாத் திசைகளில் இருக்கும் மக்களாலும் பார்க்க முடியும். இப்போதும்கூடப் பல திசைகளிலிருந்தும் பலர் அவனைப் பார்த்துக்கொண்டுதான் இருப்பார்கள். தரையில் வெறுமனே இருப்பவர்களைப் பற்றி எவரும் கவலைப்படுவதில்லை. ஆனால் ஒரு மனிதன் தண்ணீருக்குள் இறங்கிச் சென்று ஆழமான பகுதியில் எதையேனும் தூக்கி எறிந்தால் அது சந்தேகப்பட

வைக்கும் அல்லவா? இந்தச் சிறிய பெட்டிகளெல்லாம் நீருக்குள் மூழ்காமல் மிதந்துகொண்டே கரைப்பக்கம் வரும். அது அப்படித் தானே நடக்கும்? எல்லோரும் அவற்றைப் பார்த்துவிடுவார்கள். இப்பொழுதுகூட அவன் எதிர்ப்பட நேர்ந்த ஒவ்வொருவரும் அவனைக் கூர்ந்து முழுவதுமாக உற்றுப் பார்க்கின்றனர். அவனிடத்தில் தங்களுக்கு ஏதோ வேலையிருப்பது போலப் பார்வையினாலேயே அவனைப் பின் தொடருகின்றனர். "ஏன் அப்படி...? அல்லது நான்தான் இவ்வாறு கற்பனை செய்துகொள் கிறேனோ...?" என்று அவன் நினைத்துக்கொண்டான்.

இறுதியாக, நேவா நதிக்கரைப் பகுதிக்கு சென்றுவிடுவது சரியாக இருக்கும் என்று அவனுக்குத் தோன்றியது. அங்கே மிகக் குறைவான ஆட்கள்தான் இருப்பார்கள். எனவே அவனை அங்கே யாரும் கவனிக்க மாட்டார்கள். மேலும் எந்த வழியில் பார்த் தாலும் அந்த இடம் மிகவும் வசதியானது. இந்தக் காரியத்திற்கு மிகவும் உகந்தது. இதில் சிரமம் என்னவென்றால் அது கொஞ்சம் தூரத்தில் இருந்தது என்பதுதான். தனக்கிருந்த பதற்றத்தினாலும் கவலையினாலும் இதை முதலிலேயே யோசிக்காமல் கடந்த அரைமணி நேரமாக இப்படிப்பட்ட ஆபத்தான இடங்களில் தான் சுற்றிக்கொண்டிருந்ததை நினைத்து அவனுக்கே ஆச்சரியமாக இருந்தது. தூக்கக் கலக்கத்தினாலோ, ஜன்னி காணும் அளவுக்குக் கொதித்துக்கொண்டிருந்த ஜுர வேகத்தினாலோ இதுபோன்ற தவறான முடிவுக்கு வந்து, அவசரமாக அதற்கான செயலில் ஈடுபட்டு அந்த அரைமணிநேரத்தை அவன் வீணாக்கியிருந்தான். அவன் இப்போதெல்லாம் மனக் குழப்பங்களால் பல விஷயங் களை உரிய காலத்தில் செய்வதற்கு மறந்து போகின்ற நிலைக்கு ஆளாகியிருந்தான். அதனைத் தவிர்க்க அவன் பெரிதும் விரும்பி னான். இப்பொழுது இந்த வேலையை விரைவாக முடித்துவிட வேண்டும் என்ற உறுதியான முடிவுடன் அவன் வேகமாக நடந்தான்.

அவன் வி–நெடுஞ்சாலை வழியாக நேவா நதிக்கரையை நோக்கி விரைவாகச் சென்றுகொண்டிருந்தான். செல்லும் வழியில், திடீரென்று "ஏன் நேவா நதியின் தண்ணீரில் போட வேண்டும்? எங்காவது வெகுதூரத்தில் தீவுப்பக்கமாகச் சென்று, ஏதாவது ஒரு காட்டுப் பகுதியில் ஏதேனும் ஒரு புதருக்குள் இதனைப் புதைத்து வைத்துவிட்டுப் புதைத்த இடத்தைக் குறியிட்டு வைத்துக்கொள்வது பொருத்தமானது அல்லவா!" என்ற எண்ணம் அவனுள் தோன்றியது.

இந்த எண்ணத்தில் தவறு இருப்பதாக அவனுக்குத் தோன்றவில்லை. ஆனாலும் இந்தக் கணத்தில் தன்னால் தெளிவாகவும், ஆழமாகவும் யோசிக்க முடியவில்லை என்பதையும் அவன் உணர்ந்தே இருந்தான். அவன் முடிவு செய்தபடி தீவுக்குள் செல்லவில்லை. அங்கே செல்வதற்குள், வேறொரு இடம் அவனது கண்ணில்பட்டது. வாஸ்னெஸென்ஸ்கி நெடுஞ்சாலையிலிருந்து வெளிப்பட்டு ஒரு சதுக்கத்தினுள் திரும்பும் பொழுது இடது புறத்தில் ஒரு பாதை, இருபுறமும் உயரமான சுவர்களால் வளைக்கப்பட்டு இருந்த ஒரு காலி இடத்தின் முன் வாயிலை நோக்கிச் சென்றது. அந்த வாயிலின் வலதுபுறத்தை ஒட்டினாற் போல் அடுத்ததாக இருந்த நான்கு மாடிக் கட்டடத்தின் ஜன்னல்களற்ற நீண்ட சுவர்ப்பகுதி அமைந்திருந்தது. அந்தச் சுவருக்கு இணையாக இடது புறத்தில் வாயிலை ஒட்டி இருபது தப்படிகள் நீளம்கொண்ட மரத்தினாலான விளம்பரப் பலகை நிறுத்தி வைக்கப்பட்டிருந்தது. இடது புறமாக, அது சற்றே வளைந்திருந்தது. அந்த இடம் வேலியிடப்பட்டு இருந்தாலும், எவராலும் பயன்படுத்தப்படாத வெற்று மனையாக, தேவையற்ற, குப்பைகளைக் கொட்டுகிற இடம் போலவே காட்சியளித்தது. அந்தக் காலி மனையின் உள்ளே, வெகு தூரத்தில், ஒரு மூலையில், தாழ்வான கரியழுக்குப் படிந்த கல் கட்டடம் ஒன்றும் காணப்பட்டது. வேலிக்குப் பின்னால் தெரிந்த பணிமனை ஒன்றின் பகுதியாக அது இருக்கக்கூடுமென்று அவன் நினைத்துக்கொண்டான். அநேகமாக அது பாரவண்டிகளைத் தயாரிக்கும் தச்சுப்பட்டறையாகவோ, அல்லது வேறு ஏதேனும் தச்சு வேலைகள் செய்யும் பட்டறையாகவோ இருந்திருக்க வேண்டும். எங்கு பார்த்தாலும், வாசல் வரையிலும்கூடக் கரித்துகள்கள் படிந்திருந்தன. இந்தப் பொருள்களை எல்லாம் தூர எறிந்துவிட இந்த இடம்தான் சரியான இடமாக இருக்கும் என்ற எண்ணம் அவனுக்குத் தோன்றியது. அந்தக் காலியான மைதானத்தில் எவருமே இல்லை என்பதை உறுதிப்படுத்திக்கொண்ட அவன், அதன் பின் வாயிலுக்குள் நுழைந்தான்.

வாயிற்கதவுக்கு அருகில் ஒரு கழிவு நீர்த்தொட்டி இருப்பதை அவன் பார்த்தான். பெரிய பட்டறையாக அது இருந்திருந்தால் அங்கு நிறைய பேர் பணிபுரிந்திருக்க வேண்டும். அதிகமான ஆட்கள் பணி செய்கின்ற, அதுபோன்ற இடங்களில் இதுபோன்ற கழிவு நீர்த் தொட்டிகள் இருப்பது வழக்கம்தான். பெரிதாக நிறுத்தப்பட்டிருந்த விளம்பரப் பலகைக்குக் கீழே சாக்கடையோ அல்லது கால்வாயோ இருந்ததற்கான அடையாளம் இருந்தது.

அந்த விளம்பரப் பலகையில் "இங்கே யாரும் குப்பைகளைக் கொட்ட வேண்டாம்" என்று யாரோ குறும்பாக எழுதி வைத் திருந்தனர். அந்தப் பகுதியில் அவன் நின்றிருப்பதைக்கூட எவரும் சந்தேகக்கண்ணோடு பார்க்க மாட்டார்கள். எனவே இது ஒரு நல்ல இடம்தான். எல்லாவற்றையும் மொத்தமாகக் கீழே எறிந்து விட ஏற்ற இடம் தான் என்று அவன் முடிவு செய்தான்.

மீண்டும் ஒருமுறை சுற்று முற்றும் பார்த்தபடி பைகளுக்குள் தன் கைகளைத் திணித்துக்கொண்டவன் திடீரென்று அதைப் பார்த்தான். வெளிச்சுவரை ஒட்டி வாயிற் கதவுக்கும் சாக்கடைப் பள்ளத்துக்கும் இடையே இருந்த முப்பது அங்குல இடைவெளி யில், அறுபது பவுண்ட் எடை இருக்கக்கூடிய மிகப் பெரிய பாறாங்கல் ஒன்று கிடந்தது. சுவரைத் தாண்டி, மறுபுறத்தில் தெரு அமைந்திருந்ததால், நடைபாதையில் செல்பவர்களின் சத்தம் அவ்வப்பொழுது கேட்டுக்கொண்டே இருந்தது. தெருவிலிருந்து நேரடியாக உள்ளே வந்து பார்த்தாலன்றி வெளியிலிருந்தபடியே வாயிற்கதவுக்குப் பின்னாலிருக்கும் அவனைப் பார்க்க முடியாது. ஆனால், அப்படி யாரேனும் வந்து விடக்கூடுமென்ற சாத்தியம் இருந்த காரணத்தினால், அவன் வேகமாகச் செயல்பட முனைந் தான்.

கீழே குனிந்து, கல்லின் மேல்புறத்தை இரு கைகளாலும் வலுவாகப் பிடித்து இழுத்துத் தன் சக்தி முழுவதையும் பயன் படுத்தி, அந்தக் கல்லைப் புரட்டிப் போட்டான். கல்லுக்குக் கீழே இருந்த சிறிய குழியில், தன் பைகளிலிருந்த பொருள்களையெல் லாம் எடுத்துப் போட்டான். எல்லாவற்றிற்கும் மேலாக அந்தப் பர்ஸ் கிடந்தது. இப்போதும்கூட அந்தக் குழி நிறைந்துவிடவில்லை. அவன் மீண்டும் அந்தக் கல்லைப் புரட்டி அந்தக் குழிக்கு மேலே வைத்தான். முன்பு கிடந்ததைப் போல அதே இடத்தில் அந்தக் கல் இப்போது வைக்கப்பட்டுவிட்டது. ஆனால் முன்பு இருந்ததை விடச் சற்று உயரமாக உப்பிக்கொண்டு நிற்பது போலத் தோன்றி யது. அவன் கீழே தரையைக் கொஞ்சம் சுரண்டி விட்டுக் கல்லின் மீது கைகளை வைத்து அழுத்தினான். இப்போது முன்பு போலவே கல் சரியாகப் பொருந்திவிட்டது. யாரும் இந்த மாற்றத்தைக் கண்டுபிடிக்க முடியாது.

அதன்பின்பு அந்த இடத்தைவிட்டு அவன் வெளியேறினான். சதுக்கத்தை நோக்கித் திரும்பிச் சென்றான். இப்போது அவன் நிம்மதியடைந்திருந்தான். வார்த்தைகளால் விவரிக்க இயலாத ஒரு மகிழ்ச்சியை, அளவு கடந்த சந்தோஷத்தை இப்போது அவனது

மனம் அனுபவித்தது. சற்று முன்பு போலீஸ் அலுவலகத்தில் அவனுக்கு ஏற்பட்ட அந்த சந்தோஷத்தைப் போல இதுவும் இருந்தது.

"என்னுடைய தடயங்களையெல்லாம் நான் புதைத்து விட்டேன். இந்தக் கல்லுக்குக் கீழே தோண்டிப் பார்க்க வேண்டும் என்று எவருக்குத் தோன்றப் போகிறது? அந்த வீடு கட்டப்பட்ட நாள் முதலாக அந்தக் கல் அங்கேயேதான் கிடந்திருக்கும் போலத் தெரிகிறது. இன்னும் எத்தனை வருஷங்கள் அந்தக் கல் அப்படியே கிடக்கப் போகிறதோ? ஒருவேளை அவை கண்டுபிடிக்கப் பட்டாலும் அவற்றை மறைத்து வைத்தது நான்தான் என்று யார் நினைக்கப் போகிறார்கள்? எல்லாம் இப்போது முடிந்துவிட்டது. இனி ஒரு தடயமும் இல்லை. ஒரு சாட்சியும் இல்லை" என்று சொல்லிவிட்டு அவன் சிரித்தான்.

பின்னாளில் இந்தச் சம்பவத்தைப் பற்றி நினைவுபடுத்திப் பார்க்கும் பொழுது, தான் அதிக நேரம் சிரித்துக்கொண்டிருந்ததும், அந்தச் சிரிப்பு மிக நீண்டதாகவும் அந்தச் சதுக்கத்தை தாண்டிச் செல்லும் வரையில் நீடித்ததாகவும் ஆழமற்றதாகவும் மேலோட்ட மானதாகவும் அச்சமும் நடுக்கமும் கொண்டதாகவும் இருந்த தென்பது அவனுக்கு நினைவு வந்தது.

இரண்டு நாட்களுக்கு முன்னதாக, அந்த இளம் பெண்ணைச் சந்தித்த, அந்த "கே" (கொனாக்வர்தேயிஸ்கி) நெடுஞ் சாலைக்கு இப்போது அவன் வந்து சேர்ந்திருந்தான். அங்கு வந்தவுடன் அவனது சிரிப்பு சட்டென்று காணாமல் போனது. வேறு எண்ணங்கள் அவனது மனதில் முளைவிட்டன. அந்த இளம் பெண் கிளம்பிப் போன பின்பு, தான் கொஞ்ச நேரம் உட்கார்ந்திருந்த அந்த பெஞ்சைக் கடந்து செல்லும் பொழுது அவன் கடுமையான வெறுப்பும் விரக்தியும் அடைந்தான். இருபது கோபெக்குகளைக் கொடுத்துத் தான் அனுப்பி வைத்த அந்த கிருதாக்கார போலீஸ்காரனைப் பற்றியும் அவனுக்கு நினைவு வந்தது. அவன் மட்டும் இப்போது எதிர்ப்பட நேர்ந்தால்... "தொலையட்டும்... சனியன்... அவனோடு அந்தக் காசுகளும் நரகத்திற்குத் தொலையட்டும்..."

அவன் நடந்துகொண்டிருந்தான். தன்னைத்தானே வெறுப் புடன் பார்த்துக்கொண்டு, தன்னைத் தானே வன்மத்துடன் திட்டிக்கொண்டு அவன் நடந்துகொண்டிருந்தான். அவனுடைய எண்ணங்கள் முழுவதும் இப்போது ஒரே ஒரு வட்டத்துக்குள் ஒரே ஒரு புள்ளியில் மையப்பட்டிருந்தன. அதன் முக்கியத்துவத்தை

அவன் முழுமையாக உணர்ந்திருந்தான். கடந்த இரண்டு மாதங் களுக்குப் பிறகு, முதல் முறையாக அதை நேருக்கு நேராக எதிர் கொள்ள வேண்டிய தருணம் தனக்கு ஏற்பட்டுவிட்டதை அவன் உணர்ந்துகொண்டான்.

"எல்லாம் நாசமாகப் போகட்டும்!" என்று கட்டுப்படுத்திக் கொள்ள முடியாத எரிச்சலோடு தனக்குள் நினைத்துக்கொண் டான். "என்ன நடக்க வேண்டுமோ, அது நடக்கத் தொடங்கி விட்டது. யாருக்கு வேண்டும் அந்தப் புதிய வாழ்க்கை! தூக்கிப் போடு அந்தப் புதிய வாழ்க்கையை! ஓ கடவுளே, எவ்வளவு அபத் தங்கள் நிகழ்ந்துவிட்டன. நான் எவ்வளவு மோசமானவனாக மாறிப் போய் விட்டேன்? இன்று நான் எவ்வளவு பொய்களைச் சொல்லியிருக்கிறேன். கேவலம், போயும் போயும் அந்த இலியா பெத்ரோவிச்சிடம் போய் மண்டியிட்டுப் பணிந்து கெஞ்சியிருக் கிறேன். ஆனால் அத்தனையும் பொய்யான நடிப்புத்தான் என்றாலும், மிகவும் கேவலமான, அருவருப்பான காரியம் என்று தான் நான் நினைக்கிறேன். இவர்களையெல்லாம் ஒரு பொருட் டாக நான் ஏன் நினைக்க வேண்டும்? எல்லாம் வெறும் குப்பை! அவர்கள் மீதெல்லாம் நான் காறி உமிழ்ந்திருக்க வேண்டும். அதேபோல அருவருப்பாக, நடந்துகொண்ட என்மீதும்தான்! எதுவுமே சரியாக இல்லை. எல்லாமே வெறும் குளறுபடியாகி விட்டது."

நடந்துகொண்டிருந்தவன் திடீரென்று நின்றான். முற்றிலும் எதிர்பாராத, மிக மிக எளிமையான புதிய கேள்வி ஒன்று அவனுக் குள் எழுந்து மனக்குழப்பத்தையும் திகைப்பையும் ஏற்படுத்தியது.

"நீ செய்த காரியங்களை எல்லாம் உண்மையிலேயே மிகுந்த நிதானத்தோடு, ஆழமாகச் சிந்தித்துத்தான் செய்திருக்கிறாய். முட்டாள்தனமாக எதையும் செய்யவில்லை. ஆனால் நீ செய் திருக்கும் இந்தச் செயல்களுக்கு முக்கியமான நோக்கம் நிச்சயமாக இருந்திருக்க வேண்டும். அப்படியானால் அந்தப் பர்ஸை நீ ஏன் சரியாகப் பார்க்காமல் விட்டுவிட்டாய்? அதற்குள் என்ன இருந்தது என்பதைப் பற்றி உனக்குத் தெரிந்திருக்க வேண்டாமா? இத்தனை மன உளைச்சல்களுக்கும் அலைக்கழிப்புகளுக்கும் உன்னை ஆட்படுத்திக்கொண்டு, இவ்வளவு மோசமான, கேவலமான செயலைச் செய்துவிட்டு, அதனால் நீ அடைந்திருக்கும் பயன் என்ன என்பதைக் கொஞ்சம்கூட யோசிக்காமல் இருக்க உன்னால் எப்படி முடிந்தது? எல்லாப் பொருள்களையும் தூக்கி எறியத் துணிந்த நீ, அந்தப் பொருள்களோடு அந்தப் பர்ஸையும்கூடத் தூக்கி எறிவதாகத்தான் இருந்தாய்! அந்தப் பர்ஸினுள் என்ன இருக்கிறது என்பதைக்கூட அறிந்துகொள்ளாமல் அதையும் தூக்கி

எறிவது என்ற முடிவுக்கு எப்படி வந்தாய்? ஏன்? இது எப்படி... இதை என்னவென்று நினைப்பது?"

"ஆமாம், அது உண்மைதான்!" எல்லாமே உண்மைதான்! ஆனால் எல்லாவற்றையும் அவன் முன்னதாகவே அறிந்திருந்தான். எனவே இந்தக் கேள்வி ஒன்றும் அவனுக்குப் புதிதான கேள்வி யல்ல. இவற்றையெல்லாம் தண்ணீரில் தூக்கி எறிய வேண்டும் என்று முதல்நாள் இரவே எந்தவிதத் தயக்கமும் மறு யோசனையும் இன்றி அவன் முடிவு செய்திருந்தான். இதனை இப்படித்தான் செய்ய முடியும், வேறுவகையில் இதனைச் செய்ய முடியாது... ஆமாம்... அவனுக்கு இவை எல்லாம் முன்பே தெரிந்ததுதான், யோசித்ததுதான், புரிந்துகொண்டதுதான். ஆமாம். இவை யெல்லாம் முதல்நாள், கீழே குனிந்து பெட்டியிலிருந்து நகைகளை யும் இந்தப் பொருள்களையும் வெளியே இழுத்த அந்த நொடி யிலேயே முடிவு செய்யப்பட்டுவிட்டன. "ஆமாம், அதனால்தான் இப்படி."

"ஏன் இப்படியெல்லாம் எண்ணங்கள் தோன்றுகின்றன என்று கேட்டால், நான் நோயுற்று இருப்பதால்தான்..." என்று இறுதியில் அவன் தனக்குள் முடிவு செய்துகொண்டான். "எனக் குள் நானே எரிச்சல்பட்டுக்கொண்டும், வருத்தப்பட்டுக்கொண்டு மிருக்கிறேன். நான் இனி என்ன செய்வது என்று எனக்குப் புரியவே இல்லை... நேற்றும், நேற்றைக்கு முந்திய தினமும், இப்போதும் எல்லா நேரங்களிலும் நான் என்னைப் பற்றியேதான் கவலைப்பட்டுக்கொண்டிருக்கின்றேன். என் உடல் நலம் மட்டும் நன்றாக இருந்திருந்தால், நான் கவலைப்படவே மாட்டேன். ஆனால், என் உடல்நிலை சரியாகாமலேயே போய்விடுமோ? ஓ. கடவுளே, இவையெல்லாவற்றாலும் நான் மிகவும் களைப்புற்றுப் போனேன். மிகவும் தளர்ந்து போனேன். ஓ... கடவுளே...!"

அவன் ஓய்வின்றி நடந்துகொண்டிருந்தான். தனது சிந்தனைகளை வேறு திசையில் திருப்ப வேண்டும் என்று அவன் மிகவும் ஏக்கம்கொண்டான். ஆனால் எதைச் செய்வது, எப்படிச் செய்வது என்று எதுவுமே அவனுக்குப் புரியவில்லை. தன்னைச் சுற்றிலும் இருந்த அனைத்துப் பொருள்களின் மீதும் அளவற்ற அருவருப்பு உணர்வு புதிதாக அவனிடத்தில் தோன்றியது. அந்த அருவருப்பு உணர்வு அளவிட முடியாததாக இருந்தது. ஒவ்வொரு நொடியிலும், அந்த அருவருப்பு உணர்வு மேலும் மேலும் அதிகரித்துக்கொண்டே சென்றது. வழியில் அவன் சந்தித்த எல் லோரிடத்திலுமே அவனுக்கு வெறுப்புத்தான் ஏற்பட்டது. அவர் களுடைய முகங்களை, அவர்களின் இயக்கங்களை, நடப்பதை, பார்ப்பதை, அவர்களுடைய உடலமைப்பை, மொத்தத்தில் அவர்

களுடைய நடை, உடை, பாவனைகள் அனைத்தையுமே அவன் வெறுத்தான். அப்போது எவராவது அவனைப் பெயர் சொல்லி அழைத்திருந்தால் அவர்கள் மீது மிருகத்தைப் போல அவன் பாய்ந்திருப்பான், அவர்களை மோதி வீழ்த்திவிட்டுக் காறி உமிழ்ந்திருப்பான் என்பதைத்தான் அவனது உணர்வு அவனுக்கு உரைத்து. அந்த அளவுக்கு வெறுப்பும், அருவருப்பு உணர்வுகளும் அவனைப் பற்றிக்கொண்டு அவனை ஆளுமை செய்துகொண்டிருந்தன.

"லிட்டில் நேவா" நதிக்கரையைத் தாண்டி "வாசிலியேவ்ஸ்கி ஆஸ்ட்ரோவ்" தீவுக்குச் செல்லும் பாலத்திற்கு அருகில் வந்ததும் அவன் அப்படியே நின்றுவிட்டான்.

"என்ன இது…! நான் இங்கே வந்துவிட்டேன். இங்குதானே அவன் குடியிருக்கிறான். அதோ அந்த வீட்டில்…" என்று அவன் தன் மனதிற்குள் கேட்டுக்கொண்டான். "ஏன்… எப்படி இங்கே வந்தேன். ரஸுமிகினுடைய வீட்டுக்குப் போக வேண்டும் என்று நான் சிந்திக்கவே இல்லையே.. ஆனால் அவனுடைய வீட்டிற்கே நான் வந்து சேர்ந்திருக்கிறேன்… முன்பு ஒருமுறை நடந்தது போலவே இப்போதும் நடந்திருக்கிறது. உண்மையிலேயே இங்கே வர வேண்டும் என்று நினைத்துக்கொண்டுதான் நான் இங்கே வந்திருக்கிறேனா… அல்லது எங்கோ சென்றுகொண்டிருந்தவன், தற்செயலாக இங்கே வந்து சேர்ந்திருக்கிறேனா… சரி, போகட்டும் இப்போது அதைப்பற்றிக் கவலைப்பட வேண்டாம். நேற்றைக்கு முதல்நாள், இன்னும் ஒரு நாள் கழித்து, "இந்தச் செயலை"ச் செய்து முடித்தபின், ஒருநாள் ரஸுமிகினைப் பார்க்க வேண்டும் என்று சொல்லிக்கொண்டிருந்தேன் அல்லவா? சொன்னபடியே இதோ இப்போது அவனைப் பார்க்க வந்து சேர்ந்திருக்கிறேன். ஏனென்றால் இனிமேலும் என்னால் தொடர்ந்து நடந்துகொண்டிருக்க முடியாது…?"

ஐந்தாவது மாடியில் இருந்த ரஸுமிகினுடைய அறைக்கு அவன் போனான். இவன் அறைக் கதவைத் தட்டியபோது அவன் அறைக்குள்தான் இருந்தான்.

மிகவும் சிறியதான தன்னுடைய அந்த அறையில் உட்கார்ந்து எதையோ மிகவும் மும்முரமாக எழுதிக்கொண்டிருந்தான் ரஸுமிகின். அவனே எழுந்து வந்து கதவைத் திறந்தான். அவர்கள் இருவரும், ஒருவரை ஒருவர் பார்த்து – இன்று வரை – நான்கு மாதங்களாகிவிட்டன. அவன் கிழிந்து போன மேலங்கி ஒன்றை அணிந்திருந்தான். கால்களில் செருப்பு அணிந்திருந்தான். சவரம் செய்துகொள்ளாமல், குளிக்காமல் தலைவாராமல் பரட்டையாகக்

காட்சியளித்தான். இவனைப் பார்த்ததும் மிகுந்த ஆச்சரியத்தில் ஆழ்ந்து போனான்.

"அட... நீயா? என்ன இங்கே இவ்வளவு தூரம்?" தன்னுடைய நண்பனை மிகுந்த ஆச்சரியத்துடன் தலை முதல் கால் வரை ஒருமுறை பார்த்த அவன், சற்றுப் பொறுத்து, சந்தோஷமிகுதியினால் விசில் அடித்தான்.

"என்ன இப்படி இருக்கிறாய்? உன் நிலைமை இவ்வளவு மோசமாகவா இருக்கிறது? என் பிரியத்திற்குரிய தோழனே! எங்கள் எல்லோரையும் விட நீதானே எப்போதும் நன்றாகவும், கச்சித மாகவும் உடை உடுத்தியிருப்பாய்?" என்று ரஸ்கோல்னிகோவின் கிழிந்த ஆடைகளைப் பார்த்துச் சொன்னான் ரஸுமிகின். "வா, வந்து உட்கார். மிகவும் களைப்பாகக் காணப்படுகிறாய்."

அமெரிக்கத் தோலினால் தயாரிக்கப்பட்டிருந்த அந்த சோஃபாவில் சாய்ந்து உட்கார்ந்திருந்த ரஸ்கோல்னிகோவ் திடீ ரென்று சோஃபாவிலிருந்து சரிந்து விழுந்தான். தன்னைவிட மிகவும் மோசமாக இருக்கும் தனது நண்பனைக் கண்டு பயந்து போனான் ரஸுமிகின். மேலும் அவன் மிகவும் உடல்நலமின்றி இருப்பதைக் கண்டு மிகவும் வருத்தமடைந்தான்.

"உன் உடல் நிலை மிகவும் மோசமாக இருக்கிறது, தெரியுமா உனக்கு?" என்று சொன்னபடி, அவனது நாடியைப் பற்றிப் பரி சோதிக்க முயன்றான் ரஸுமிகின்.

அவனது அந்தப் பிடியிலிருந்து தனது கைகளை வெடுக் கென்று விடுவித்துக்கொண்டான் ரஸ்கோல்னிகோவ்.

"வேண்டாம், அது ஒன்றுமில்லை. இதற்காக நான் உன்னைப் பார்க்க வரவில்லை. இப்போதுள்ள நிலைமை என்னவென்றால் வீட்டுப் பாடங்கள் கற்றுக் கொடுப்பதற்கு மாணவர்கள் இல்லை. இப்போது அதற்கு மாணவர்கள் வேண்டும். ஆனால் உண்மையில் வீட்டுப்பாடங்களைக் கற்றுக் கொடுக்கும் வேலையில் எனக்குச் சிறிதும் விருப்பமில்லை..."

"நான் சொல்வதைக் கேள்...! இப்போதுகூட நீ ஜுர வேகத்தில்தான் பிதற்றிக்கொண்டிருக்கிறாய், தெரியுமா?" என்றான் ரஸுமிகின். அவன் ரஸ்கோல்னிகோவை மிகவும் கவனமாக உற்றுப் பார்த்தான்.

"இல்லை. எனக்கு ஒன்றுமில்லை."

ரஸ்கோல்னிகோவ் சோஃபாவிலிருந்து எழுந்துகொண்டான். ரஸுமிகினுடைய அறையை நோக்கி அவன் படிகளில் மேலேறி

வந்தபோது, ரஸுமிகின் அறையில் இருப்பான், அவனை நேருக்கு நேர் சந்திக்கப் போகிறோம் என்ற எண்ணமே இல்லாமல்தான் வந்தான். அவன் அறையில் இருக்கமாட்டான் என்று நினைத்துத் தான் வந்தான். இந்த உலகத்தில் வாழும் எவருடனும், தனிப்பட்ட முறையில் உறவுகொண்டாடுவதில் தனக்குக் கொஞ்சம்கூட நாட்ட மில்லை என்பதை இங்கே வந்த பிறகு, இதோ இந்த நொடியில் தான் அவன் விளங்கிக்கொண்டான். அவனுடைய அந்த அரு வருப்பு உணர்வு – வெறுப்பு உணர்வு அவனுக்குள் விழித்து எழுந்துகொண்டது. ரஸுமிகினின் வீட்டு முன் பகுதியைத் தாண்டி உள்ளே வரும் பொழுதே, தன் மீது தானே கொண்டிருந்த கோபத் தால் அவனுக்கு மூச்சுத் திணறுவது போல இருந்தது.

திடுமென எழுந்த ரஸ்கோல்னிகோவ் "நான் புறப்படுகிறேன்" என்று வெடுக்கென்று கூறிவிட்டு வேகமாக அறைக்கதவை நோக்கிச் சென்றான்.

"நில், நில், ஏன் அவசரப்படுகிறாய். கொஞ்ச நேரம் இருந்து விட்டுப் போயேன். ஏன் இப்படிக் கிறுக்குத்தனமாக நடந்துகொள் கிறாய்?" என்று கூறியபடி வேகமாக வந்து அவனது கரத்தைப் பற்றிக்கொண்டான் ரஸுமிகின்.

"வேண்டாம். நான் புறப்படுகிறேன்" என்று வேகமாகச் சொல்லியபடி தன் கரத்தை மீண்டும் வெடுக்கென்று இழுத்துக் கொண்டான் ரஸ்கோல்னிகோவ்.

"பிறகு ஏன் பிசாசே நீ இங்கே வந்தாய்? உனக்குப் பைத்தியம் பிடித்துவிட்டதா என்ன? சொல், உனக்கு என்னவாயிற்று? ஏன் இப்படி நடந்துகொள்கிறாய்...? எனக்கு மிகவும் அவமானமாக இருக்கிறது. உன்னை இந்த நிலையில் போக நான் அனுமதிக்க மாட்டேன்."

"நல்லது... கேட்டுக்கொள்! எனக்கு உதவக் கூடியவர்கள் யாருமே இல்லாததால் உன்னிடம் வந்தேன். அதற்கு முதல் காரணம் என்னவென்றால் நீதான் எல்லோரையும் விட நல்லவ னாகவும் புத்திசாலியாகவும், நல்லது, கெட்டவைகளை ஆராய்ந்து பார்த்து முடிவெடுக்கக் கூடியவனாகவும் இருக்கிறாய்... இப் பொழுது எனக்கு எதுவுமே வேண்டாமென்று நான் நினைக் கிறேன். உனக்கு நான் சொல்வது கேட்கிறதா...? எனக்கு எதுவுமே தேவையில்லை. யாருடைய உதவியும் எனக்கு வேண்டாம்... யாருடைய அனுதாபமும் எனக்கு வேண்டாம். நான் மட்டும் தனியே இருந்தால் போதும் எனக்கு... என்னைத் தனியே இருக்க விடு... என்னை விடு!"

"ஏ, துடைப்பக் கட்டையே, நிறுத்து, ஒரு நிமிடம் பொறு. உனக்கு நிச்சயமாகப் பைத்தியம்தான் பிடித்திருக்கிறது. என்னைப் பொறுத்தவரையில், என்னை நீ என்ன வேண்டுமானாலும் செய்து கொள்... அதைப் பற்றி நான் கவலைப்பட மாட்டேன். எனக்கும் கூட வீட்டுப்பாடங்கள் சொல்லிக் கொடுக்கும் வேலைகள் கிடைக்கவில்லை. அதற்காக நான் வருத்தப்படவில்லை. ஆனால் பழைய சாமான்கள் விற்பனை செய்யும் கடை வீதியில் ஒரு புத்தக வியாபாரி இருக்கிறார்... ஹெருவிமோவ் என்பது அவரது பெயர். அவரிடத்தில் எனக்கு வேலை கிடைத்திருக்கிறது. பாடம் சொல்லிக் கொடுக்கிற வேலையைக் காட்டிலும் அவர் தருகின்ற வேலை எனக்கு மிகவும் பிடித்திருக்கிறது. ஐந்து மாணவர்களுக்குப் பாடம் சொல்லிக் கொடுக்கும் வேலைவாய்ப்பு எனக்குக் கிடைத் தாலும் சரி, இவர் தருகிற வேலைக்குப் பதிலாக அதைச் செய் வதற்கு நான் சம்மதிக்க மாட்டேன்! அவர் சில புத்தகங்களைக் கூடப் பதிப்பித்து வெளியிட்டு வருகிறார். இயற்கை விஞ்ஞானம் பற்றிய சின்னச் சின்னப் புத்தகங்களை ஏற்கெனவே அவர் வெளி யிட்டிருக்கிறார். அவையெல்லாம் எவ்வளவு அதிகமாக விற்பனை யாகின்றன தெரியுமா? ஆனால் அவையெல்லாம் எப்படித்தான் விற்றுப் போகின்றன என்றுதான் எனக்குத் தெரியவில்லை. ஏனென்றால் அந்தப் புத்தகங்களின் தலைப்புகள் மட்டும்தான் நன்றாக இருக்கின்றன... நீ எப்பொழுதுமே என்னை ஒரு முட்டாள் என்றுதானே நினைத்துக்கொண்டு வந்திருக்கிறாய். ஆனால் இப்போது நான் சொல்வதைக் கேட்டுக்கொள், எனது நேசத்திற் குரிய நண்பனே. என்னை விட மிகப்பெரிய முட்டாள்கள் நிறைய பேர் இருக்கிறார்கள்! முற்போக்கான சிந்தனை என்றால் நல்ல வியாபாரம் ஆகக்கூடியது என்று அந்த மனிதர் அர்த்தம் செய்து கொண்டிருக்கிறார். ஆனால் அதைப்பற்றி அவருக்குத் துளிக்கூட அறிவு கிடையாது. அவருக்கு அத்தகைய அறிவுரையை நான்தான் வழங்கி, ஊக்கப்படுத்தி வருகிறேன். இதோ ஜெர்மன் மொழியில் எழுதப்பட்ட இரண்டு சிறு புத்தகங்கள் இருக்கின்றன. இதைப் பற்றிய என்னுடைய அபிப்பிராயம் இதுதான். எந்தவிதமான, ஆழமான அறிவும் இல்லாமல், அப்படி இருப்பது போலப் போலி யாக வெளிக்காட்டிக்கொண்டு எழுதப்பட்டுள்ள நூல் இது. அவ்வளவுதான்! ஒரே வார்த்தையில் சொல்கிறேன், கேள். "பெண் என்பவள் ஒரு மனித உயிரா?" என்ற கேள்வியை விவாதித்து, ஆழமற்ற அறிவின்றி, மிகப்பெரும் அறிவாளிபோல ஒன்றுக்கு மில்லாத விஷயங்களை விவாதித்து, "அவளும் ஒரு மனித உயிரே!" என்று முடிவில் வெற்றிகரமாக நிரூபிப்பதாக அமைந்திருக்கும் நூல் இது. பெண்ணின் மறுமலர்ச்சிக்குத் தனது பங்களிப்பாக

ஃபியோதர் தஸ்தயெவ்ஸ்கி ● 237

ஹெருவிமோவ் இதைப் பதிப்பிக்கப் போகிறார். நான்தான் இதனை மொழி பெயர்த்துக்கொண்டிருக்கிறேன். இந்த இரண்டரைப் பக்கங் களை அவர் ஆறு பக்கங்கள் வரை நீட்டி விடுவார். அப்புறம் அரைப் பக்கத்துக்குப் பகட்டான தலைப்புக் கொடுத்து, ஆடம்பர மாக வெளியிட்டு அரை ரூபிளுக்கு இதை விற்று விடுவோம். இதுவும் விற்றுப் போய்விடும். ஒரு பக்கத்துக்கு ஆறு ரூபிள்கள் என்ற கணக்கில் மொழிபெயர்ப்புச் செய்ய மொத்தமாக எனக்குப் பதினைந்து ரூபிள்கள் கிடைக்கும். அதில் ஆறு ரூபிள்களை நான் முன் பணமாகவே பெற்றுக்கொண்டுவிட்டேன். இதை முடித்த பிறகு சுறாமீன்களைப் பற்றிய புத்தகத்தைத் தொடங்கப் போகி றோம். அதற்குப் பிறகு "ஒப்புதல் வாக்குமூலங்கள்"* என்ற நூலின் இரண்டாவது பகுதியில் காணப்படும் சில சலிப்பூட்டும் வம்பு களை நாங்கள் மொழிபெயர்ப்பதாக இருக்கிறோம். ஒருவகையில் ரூஸோவைப் போன்றவர்தான் "ராடிஷேவும்"* என்று எவரோ ஒருவர் ஹெருவிமோவிடம் சொல்லியிருப்பார் போலிருக்கிறது. "இருக்கட்டும் அதை நான் மறுக்கப் போவதில்லை. அவர் எக்கேடும் கெட்டுப் போகட்டும். சரி... இப்பொழுது நீ வேண்டு மானால் "பெண் – அவள் ஒரு மனித உயிரா?" என்ற நூலின் இரண்டாவது பக்கத்தை மொழி பெயர்க்கிறாயா? உனக்கு அதில் விருப்பம் இருந்தால் இதோ மூலப்பிரதி, பேனா, பேப்பர் எல்லா வற்றையும் எடுத்துக்கொள்! எழுதுவதற்காக அவை எல்லாமே கொடுக்கப்படுகின்றன. இப்பொழுது இரண்டு பக்கங்களுக்குமாகச் சேர்த்து நான் வாங்கியிருக்கும் முன் பணத்திலிருந்து மூன்று ரூபிள் களை வாங்கிக்கொள். பாக்கியுள்ள மூன்று ரூபிள்களை வேலையை முடித்தபிறகு வாங்கிக்கொள். இதில் இன்னொரு விஷயம் இருக் கிறது. உனக்கு ஒரு நல்ல திருப்பத்தை ஏற்படுத்திக் கொடுப்பதற் காகத்தான் இதையெல்லாம் நான் செய்கிறேன் என்று நினைத்து விட வேண்டாம். உண்மையில் அதற்கு நேர்மாறாகத்தான் நான் யோசிக்கிறேன். நீ எந்த அளவுக்கு எனக்கு உதவியாக இருப்பாய் என்பதை நீ உள்ளே வந்த உடனேயே நான் சிந்திக்கத் தொடங்கி

* 'ஒப்புதல் வாக்குமூலங்கள்', என்பது ரூஸோ எழுதிய சுயசரிதை நூலின் ஒரு பகுதியாகும்.

* ஏ.என். ராடிஷேவ் என்பவர் ரஷ்ய வரலாற்று ஆசிரியர் – விமர்சகர். (1749–1802) ரஷ்ய நாட்டு அறிவாளிகளின் தந்தை என்று மதிக்கப்படுபவர். 'செயிண்ட் பீட்டர்ஸ்பர்க் முதல் மாஸ்கோ வரை ஒரு பயணம்' என்ற தனது நூலுக்காக சைபீரியாவுக்கு நாடு கடத்தப் பட்டவர். அந்த நூலில் விவசாயிகளின் வேதனைகளை அவர் பதிவு செய்திருந்தார். அவரை, ரூஸோவுடன் சிலர் ஒப்பிட்டுப் பேசுவதுண்டு.

விட்டேன். முதலாவதாக எனக்கு எழுத்துப் பிழைகள் அதிகமாக இருக்கும். அடுத்ததாகச் சொல்ல வேண்டும் என்றால் எனக்கு அறிவு கொஞ்சம் குறைவுதான். அதனால் நிறையப் பகுதிகளை நானாகவே கற்பனை செய்து எழுதி நிரப்பிவிடுவேன். பிறகு நான் நன்றாகத் தேறிவிட்டேன் என்று எனக்கு நானே சமாதானம் செய்துகொள்வேன். ஆனால், நான் அதனை நன்றாக செழுமைப் படுத்தி எழுதியிருக்கிறேனா அல்லது அதனைக் கெடுத்து மோச மாக்கியிருக்கிறேனா என்பது யாருக்குத் தெரியும்? சரி, இந்த வேலையை நீ எடுத்துக்கொள்கிறாயா? மாட்டாயா?"

ஒரு வார்த்தைகூடப் பேசாமல், ஜெர்மானிய மொழியிலிருந்த அந்தத் தாள்களையும், மூன்று ரூபிள்களையும் எடுத்துக்கொண்டு வெளியே போனான் ரஸ்கோல்னிகோவ். ரஸுமிகின் வியப்போடு அவனைப் பார்த்தபடி இருந்தான். அடுத்து இருந்த ஃபர்ஸ்ட் லைன்* என்று அழைக்கப்படும் – தெருவிற்குப் போய்விட்ட ரஸ்கோல்னிகோவ் திடீரென்று திரும்பி, மீண்டும் ரஸுமிகின் இருந்த தெருவிற்கு வந்து, மாடிப்படிகளில் ஏறி, ரஸுமிகினுடைய அறைக்குள் நுழைந்தான். அந்தத் தாள்களையும், மூன்று ரூபிள் களையும் மேஜையின் மேல் வைத்துவிட்டு, ஒரு வார்த்தைகூடப் பேசாமல் வெளியே சென்றான்.

"உனக்கு ஜன்னி கண்டதால் பைத்தியம் பிடித்துவிட்டது, இல்லையா?" என்று கோபமாகக் கத்தினான் ரஸுமிகின். "என்ன இது...? ஒரே கேலிக்கூத்தாக இருக்கிறது. நீ என்னையும்கூட பைத்தியக்காரனாக்கி விடுவாய் போலத் தெரிகிறது. பின் எதற்காக என்னைப் பார்க்க வந்தாய், சனியனே!"

"எனக்கு மொழிபெயர்ப்புகளைச் செய்வதில் விருப்ப மில்லை" என்று முணுமுணுத்துக்கொண்டே – அதற்குள் பாதிப் படிகளில் கீழே இறங்கிவிட்டிருந்தான் ரஸ்கோல்னிகோவ்.

"அப்புறம் உனக்கு என்னதான் வேண்டும், பிசாசே?" என்று மேலே மாடிப்படிகளின் உச்சியில் இருந்தபடியே கத்தினான் ரஸுமிகின்.

ரஸ்கோல்னிகோவ் அமைதியாகத் தொடர்ந்து படிகளில் இறங்கிச் சென்றுவிட்டான்.

"ஏய், நில்லு, இப்போது நீ எங்கே குடியிருக்கிறாய்?"

---

* 'ஃபர்ஸ்ட் லைன்' தெரு – அந்தத்தீவில் இருக்கும் அகன்ற தெருக்கள் ஒரே வரிசையாக அமைக்கப்பட்டிருந்தன. அதில் முதல் தெருதான், இந்த ஃபர்ஸ்ட் லைன் தெரு.

அதற்கு ரஸ்கோல்னிகோவ் பதிலொன்றும் சொல்லவில்லை.

"சரி, சரி, தொலைந்துபோ!"

ரஸ்கோல்னிகோவ் தெருவில் இறங்கி நடந்துகொண்டிருந் தான். எரிச்சலான, வெறுப்பான உணர்வுகளினால் பாதிக்கப்பட்ட வனாகத் தன்னிச்சையாக அவன் நடந்துகொண்டிருந்தான். அவன் நிதானத்திற்கு வந்தபோது, தான் நிகோலாய் பாலத்தின் மீது இருப்பதை அறிந்துகொண்டான். அவன் சாலையின் குறுக்காக நடந்துகொண்டிருந்தபோது, திடீரென்று கோச்சு வண்டி ஒன்று அவனுக்கு எதிரே வந்தது. கோச்சு வண்டிக்காரன் இரண்டு மூன்று தடவைகள் உரக்கக் கத்தியதையும் பொருட்படுத்தாமல் அவன் வண்டியை நோக்கி நேராக நடந்து வந்து குதிரையின் காலடியிலேயே விழுந்துவிட்டதைக் கவனித்த வண்டிக்காரன், தன்னுடைய கையிலிருந்த சவுக்கினால் அவனது முதுகில் ஒரு விளாசு விளாசினான்.

தன் மீது விழுந்த அடியினால் ஆக்ரோஷமடைந்த அவன், வெறிகொண்டவனாக நறநறவென்று தனது பற்களைக் கடித்தபடி நடைபாதையை நோக்கித் தவழ்ந்து சென்றான். இன்னதென்று விளக்க முடியாத ஏதோ ஒரு காரணத்தால் கவனமின்றி போக்குவரத்து மிகுந்த அந்தச் சாலையின் நடுவில் அவன் நடந்துகொண்டிருந்ததால் வந்த விளைவுகளே இவை. வழியில் சென்றுகொண்டிருந்தவர்கள் அவனைப் பார்த்துச் சிரித்தனர். அவனைக் கேலி செய்தனர்.

"நன்றாக உதைக்க வேண்டும் அவனை!"

"நாகரிகம் தெரியாத காலிப்பயல்!"

"எல்லாம் பழைய தந்திரம்தான். குடித்திருப்பவனைப் போலப் பாசாங்கு செய்து வண்டிக்கு முன்னால் குறுக்கே வந்து தடுமாறி விழுவது, அதன் பிறகு அடிபட்டதற்காக அபராதத் தொகையை வசூலிப்பது."

"இதைத் தொழிலாகவே செய்து பிழைப்பு நடத்திக் கொண்டிருக்கிறார்கள்."

அவன் நடைபாதையிலேயே நின்றுகொண்டிருந்தான். அடிபட்டிருக்கும் தனது முதுகைத் தடவிக் கொடுத்தபடி வேக மாகச் சென்றுகொண்டிருக்கும் அந்தக் கோச்சு வண்டியையே வெறித்துப் பார்த்தபடி அவன் நின்றிருந்தான். அப்போது யாரோ தன்னுடைய கையில் ஒரு நாணயத்தை வைத்து அழுத்திக்கொண்டி ருப்பதை உணர்ந்து திரும்பினான். அவள் ஒரு வயதான பெண்.

அவள் தன்னுடைய மகளோடு இவனுக்கு எதிரே நின்றுகொண்டி ருந்தாள். வியாபாரிகள் வர்க்கத்தைச் சேர்ந்தவளாக அவள் தென் பட்டாள். கேசத்தை நீண்ட கைக்குட்டையினால் இறுக்கக் கட்டிக் கொண்டிருந்தாள். மொராக்கோ தோலினால் செய்யப்பட்ட காலணிகளை அணிந்திருந்தாள். அந்தச் சிறுமி தொப்பி அணிந்திருந்தாள். கையில் பச்சை நிறமான குடை ஒன்றையும் வைத்திருந்தாள்.

"ஏசுவின் பெயரால் இதை வைத்துக்கொள்!" என்றாள் அந்த முதிய பெண்மணி.

கையிலிருந்த அந்த நாணயத்தை எடுத்துப் பார்த்தான்.

அது, இருபது கோபெக் நாணயம்.

அவர்கள் போய்விட்டார்கள்.

அவனுடைய உடையும் தோற்றமும் அவனைத் தெருவில் பிச்சை கேட்டு அலையும் ஒரு பிச்சைக்காரன் என்றே அவர்களை நினைக்க வைத்துவிட்டது. பரிசாகக் கிடைத்திருக்கும் இந்த இருபது கோபெக்குகள், சவுக்கடியால் தனக்கு நேர்ந்த துன்பத் திற்குக் கிடைத்த அனுதாபத்தின் விளைவே என்பதால் அவன் அதனை நன்றியோடு ஏற்றுக்கொண்டான்.

உள்ளங்கையில் இருந்த அந்த நாணயத்தை அப்படியே கரத் தினுள் வைத்து மூடிக்கொண்டபடி, அப்படியே பத்துத் தப்படிகள் மெல்ல நடந்தான். நேவா நதிக்கரையை நோக்கித் திரும்பினான். எதிரிலிருந்த அந்தப் பனிக்கால அரண்மனையின் ஊடாகப் பார்த் தான். மேகங்களற்று, நீண்டு கிடந்த நீல வானம் பார்க்க மிகவும் ரம்மியமாக இருந்தது. நேவா நதியின் தண்ணீரும்கூடக் கிட்டத் தட்ட முழு நீல நிறமாகவே காட்சிளித்தது. இதுபோன்ற காட்சிகள் நேவாவில் எப்போதாவதுதான் தென்படும். நேவாவின் நடுவில் இருந்த பாலத்திலிருந்து இருபது தப்படிகள் தள்ளி இருந்த அந்த புனித ஐசக் தேவாலயத்தின் கோபுரங்கள், குறிப்பிட்ட இடத்தி லிருந்து பார்க்கும் பொழுது, மிகவும் அற்புதமாகக் காட்சியளித் தன. சூரிய ஒளியில் அந்தக் கோபுரத்தில் செய்யப்பட்டிருந்த நுணுக்கமான வேலைப்பாடுகளைத் தெளிவாகப் பார்க்க முடிந்தது.

சவுக்கடியின் வலி சற்று குறைந்திருந்ததால் அவ்வாறு தான் அடிவாங்கியதையே மறந்திருந்தான் ரஸ்கோல்னிகோவ். அமைதி யற்ற – வெறுமையான ஓர் எண்ணம் அவனது மனம் முழுவதும் வியாபித்திருந்தது. அங்கேயே நின்றபடி, நீண்ட தூரத்திற்குத் தன் பார்வையை ஓடவிட்ட அவன், நீண்டு கிடக்கும் நேவா நதியையே

வெறித்துப் பார்த்தபடி நின்றிருந்தான். அந்த இடம் அவனுக்கு மிகவும் பரிச்சயமானது. பல்கலைக் கழகத்தில் படித்துக்கொண்டிருந்தபோது, தினமும் பல்கலைக்கழகத்திற்கு செல்லும் வழியிலும் வீட்டுக்குத் திரும்பும்போதும் கிட்டத்தட்ட நூறு தடவைகளாவது, இந்த இடத்தில் நின்றபடி, இதோ வெகுதூரத்தில் புலனாகின்ற மகத்தானதும், அற்புதமானதுமான இந்தக் காட்சியின் மீது கண்பதித்தபடி அவன் லயித்துப் போய் இருந்ததுண்டு. அந்தக் காட்சியினைக் காண நேரிடும் போதெல்லாம், தனது உள்ளத்தில் கிளர்ந்தெழும் வினோதமான– வார்த்தைகளில் விவரிக்க முடியாத உணர்வுகளை எண்ணி அவன் அதிசயித்துப் போவான். அந்த உன்னதமான சூழல், விவரிக்க முடியாத சிலிர்க்க வைக்கும் உணர்வுகளை அவனிடத்தில் உண்டாக்கும். அழகான அந்த பிம்பத்திற்குள், ஓசையற்ற, மௌனமான ஓர் ஆன்ம உணர்வு பொதிந்திருப்பதை அவன் உள்வாங்கிக்கொள்வான். ஒவ்வொரு முறையும் அந்தக் காட்சி, ஏதோ நிழலான, இருண்மையான ஒரு தாக்கத்தைத் தன்பால் ஏற்படுத்துவது குறித்து அவன் அதிசயித்துப் போவான். பிறகு, தன் மீதே நம்பிக்கை இல்லாதவனாக, அந்தப் புதிரை வேறு ஏதாவது ஒரு சமயத்தில் – பின்னால் – பார்த்துக் கொள்ளலாம் என்று ஒத்தி வைத்துவிடுவான்.

முன்பு கழிந்த அந்தப் பழைய நாட்களில், அந்தக் காட்சியைக் கண்டதும் அவனுக்குள் எழுந்திருந்த கேள்விகளும் குழப்பங்களும் இப்பொழுது, அவனது நினைவில் மிகத் தெளிவாக மீண்டும் எழுந்தன. அந்த நினைவுகள் தற்செயலாக ஏற்பட்டதாக இருக்க முடியாது என்று அவனுக்குத் தோன்றியது. சில காலம் முன்பு (மிக அண்மைக் காலத்திலேதான்) தான் வழக்கமாக வந்து நின்றுகொண்டிருக்கும் அந்த இடத்திற்கு வந்து நின்றபடி – அப்பொழுது தனக்குள் தோன்றிய எண்ணங்களும், தனக்குச் சுவாரசியமாகத் தோன்றிய சிந்தனைகளும், தன் மனதில் (கற்பனை செய்துகொண்ட) காட்சிகளும் பிம்பங்களும் இப்பொழுதும் தோன்றுகின்றதா என்று தான் எண்ணிப் பார்த்துக் கொண்டிருந்தது அவனுக்கு வினோதமாகவும் வியப்பாகவும் இருந்தது.

தன்னுடைய இந்தச் செயலைப் பார்த்து ஒரு பக்கம் அவன் சிரித்துக்கொண்டிருந்தாலும், அவனுடைய இதயமோ வலியினால் துடித்துக்கொண்டிருந்தது.

அவனுடைய கடந்த காலம், அப்பொழுது அவன்கொண்டிருந்த லட்சியங்கள், சிக்கல்கள், சிந்தனைகள், உணர்ச்சிகள், இந்த மகத்தான புறக்காட்சியின் மீதான லயிப்பு, அவனுக்கே உரித்தான சுயம் என்று எல்லாமே, எல்லாமே, தன் கால்களுக்குக் கீழே உள்ள, கண்ணுக்குப் புலப்படாத ஓர் ஆழமான, அதலபாதாளத்

திற்குள் அழுந்திப் போய்விட்டதைப் போல அவனுக்குத் தோன்றியது.

அவற்றையெல்லாம் விட்டுவிட்டுத் தான் எங்கோ, உயரத்தில் பறந்துகொண்டிருப்பது போலவும், அவை எல்லாம் தன்னுடைய பார்வையிலிருந்து மறைந்து விட்டது போலவும் அவன் உணர்ந்தான். அனிச்சையாகத் தன் கைகளை நீட்டி அவன் ஏதோ சைகை செய்தான்.

அப்போதுதான் அந்த இருபது கோபெக் நாணயத்தைத் தன் உள்ளங்கைக்குள் இன்னும் இறுகப் பிடித்துக்கொண்டிருப்பது அவனது உணர்வில் உறைத்தது. கையை விரித்து அந்த நாணயத்தையே சற்று உற்றுநோக்கியவன், பிறகு ஒரே வீச்சில் அந்த நாணயத்தைத் தண்ணீருக்குள் வீசியெறிந்துவிட்டு வீட்டை நோக்கித் திரும்பிச் செல்லத் தொடங்கினான். அப்போது அவனிடத்தில் தோன்றிய அந்த உணர்வு... அது... எல்லோரிடமிருந்தும், எல்லாவற்றிடமிருந்தும் தன்னை ஒரு கத்தியினால் துண்டித்துக்கொண்டு விட்டதைப் போன்ற அந்த உணர்வை அப்போது அவன் உணர்ந்தான்.

அவன் வீடு வந்து சேர்ந்தபொழுது, மாலை மணி ஆறு ஆகியிருந்தது. அப்படியானால் அவன் ஆறு மணி நேரம் நடந்திருக்க வேண்டும்.

தான் எந்த வழியாக, எப்படி வந்து சேர்ந்தோம் என்பது, பின்னாளில் அவனுக்கு ஞாபகம் வரவே இல்லை.

உடைகளைக் களைந்துவிட்டுப் படுத்தவன், மிகுதியாக ஓடிவிட்ட ஒரு குதிரையைப் போல வெடவெடத்துக்கொண்டிருந்தான். குளிர்காலத்திற்கு ஏற்றதான தன்னுடைய மேல்கோட்டை இழுத்துப் போர்த்திக்கொண்டு அவன் உடனடியாக உறங்கிப் போனான்.

நடுங்க வைக்கக்கூடிய, பயங்கரமான, அந்த வீறிடும் ஓலத்தைக் கேட்டு அவன் திடுக்கிட்டுக் கண் விழித்தபோது, மாலைப் பொழுது அப்பொழுதுதான் கடந்து இருட்டாகி விட்டிருந்தது. கடவுளே, இது என்ன பயங்கரம்! இதுபோன்ற கொடூரமான, வெறித்தனமான, ஆவேசம் மிகுந்த ஒரு கூக்குரலை இதற்கு முன்னால் அவன் கற்பனை செய்துகூடப் பார்த்ததில்லை. நெஞ்சை உறைய வைக்கும் அச்சத்துடன் அவன் படுக்கையில் உட்கார்ந்திருந்தான். ஆனால் அந்த ஓசை! (யாரோ) வெறித்தனமாக மோதிக்கொள்ளும் ஓசைகளும், அடித்துத் துவைத்து துவம்சம் செய்யும் கூக்குரல்களும் புலம்பல்களும், திட்டிக்கொண்டு

சாபம் விடும் சப்தங்களும், வெறித்தனமான மூர்க்கமான தாக்கு தல்களும், வலியினால் துடிக்கும் அலறல்களும் நொடிக்கு நொடி மேலும் மேலும் உச்சமாகக் கேட்டுக்கொண்டிருந்தன. அந்தக் குரலைச் சட்டென்று அடையாளம் கண்டுகொண்ட அவன் திகைப்படைந்து போனான். அது, அவன் குடியிருக்கும் அந்த வீட்டுச் சொந்தக்காரியின் குரல்தான்! அங்கே வீறிட்டு அலறிக் கொண்டும், புலம்பிக்கொண்டுமிருந்தவள் அவள்தான். அவளது வாயிலிருந்து மிக வேகமாக, வெள்ளம் போல வார்த்தைகள் வந்து கொட்டிக்கொண்டிருந்தன. எனவே அவள் என்ன சொல்லுகிறாள் என்று அவனால் சரியாக விளங்கிக்கொள்ள முடியவில்லை. சம்பந்தா சம்பந்தம் இல்லாமல் புலம்பிக்கொண்டிருந்தாள் அவள். வெளிப்புறப் படிகளில் தன்னை இரக்கமில்லாமல் அடித்துக் கொண்டிருந்த எவரிடமோ, தன்னை அடிப்பதை நிறுத்துமாறு அவள் மன்றாடிக்கொண்டிருந்தாள். அவளைத் தாக்கிக்கொண்டி ருந்தவனும்கூட ஆவேசமாக, ஆக்ரோஷமாக உறுமிக்கொண்டிருந் தான். வேகமாக வெளிவந்துகொண்டிருந்த அவனுடைய வார்த் தைகள்கூடத் தெளிவில்லாதவைகளாகத்தான் இருந்தன. அந்தக் குரலைச் சட்டென்று அடையாளம் கண்டுகொண்ட ரஸ்கோல்னி கோவின் உடல் நடுங்கத் தொடங்கியது. அந்தக் குரல், இலியா பெத்ரோவிச்சினுடையது. ஆமாம், வீட்டுக்காரப் பெண்ணை அடித்து, உதைத்துக்கொண்டிருந்த அந்த மனிதர், இலியா பெத் ரோவிச்தான். அவளைக் கடுமையாக உதைப்பதும், படிக்கட்டு களில் மோதித் தள்ளுவதுமாக இருந்தார் அவர். அங்கே எழும் ஓசைகளிலிருந்தும், கூக்குரல்களிலிருந்தும், அடிகளிலிருந்தும் இது தெளிவாகப் புரிந்துவிட்டது. இதெல்லாம் என்ன? இந்த உலகம் முழுவதுமே தலைகீழாகப் போய்விட்டதா என்ன? படிக்கட்டு களிலும், அந்தக் கட்டடத்தின் பிற தளங்களிலும் மக்கள் கூட்டம் கூட்டமாக அங்கும் இங்குமாக ஓடிக்கொண்டிருந்தனர். பலவகை யான குரல்களும் கூப்பாடுகளும் ஆச்சரியக் குரல்களும் கதவு களைத் தட்டும் ஓசைகளும், ஒருவருடன் ஒருவர் மோதிக்கொள் ளும் சப்தங்களும் தொடர்ச்சியாகக் கேட்டன.

"ஆனால் இதெல்லாம் எதற்காக...? ஏன் இப்படி நடக்கிறது? இப்படியெல்லாம் எப்படி நடக்க முடியும்? திரும்பத் திரும்ப இந்தக் கேள்விகளைத் தனக்குள் எழுப்பிக்கொண்டிருந்த அவன் தனக்குப் பைத்தியம் பிடித்துவிட்டதோ என்றுகூடத் தீவிரமாகச் சிந்திக்கத் துவங்கியிருந்தான். "இல்லை, அதெல்லாம் இல்லை. இதோ அந்தச் சத்தங்கள்தான் மிகத் தெளிவாகக் கேட்கிறதே... சரி, இவையெல் லாம் உண்மையாகவே நடக்கிறது என்று வைத்துக்கொண்டாலும்

அவர்கள், இலியா பெத்ரோவிச் – நேரே என்னிடத்தில் அல்லவா வந்திருக்க வேண்டும்... காரணம், இவை எல்லாமே சந்தேக மில்லாமல் நேற்று நடந்ததன் தொடர்ச்சிதான். கடவுளே!"

தனது அறையின் கதவைத் தள்ளி அடைக்க வேண்டும் என்று அவன் நினைத்தபோதும் அவனால் தனது கையைக்கூடத் தூக்க முடியவில்லை.

"இனிமேல் அதனால் என்ன பயன் இருக்கப் போகிறது?" என்று நினைத்த அவனுடைய மனதைப் பயம் வந்து கவ்விக் கொண்டது. அந்தப் பயம் அவனது நாடி நரம்புகளில் நடுக்கத்தை ஏற்படுத்தியது. அவனது சக்தி முழுவதையும் மரத்துப் போக வைத் தது. ஆனால் இந்தக் கூச்சல்களும் குழப்பங்களும் பத்து நிமிடங் கள் வரை நீடித்தன. பின்பு படிப்படியாகத் தேய்ந்து மறைந்து போயின. வீட்டுக்காரப் பெண் இன்னும் முக்கிக்கொண்டும் முனகிக்கொண்டும் புலம்பிக்கொண்டும்தானிருந்தாள். இலியா பெத்ரோவிச்சும்கூட உதைப்பதும், மிரட்டுவதுமாகக் தானிருந்தார். இறுதியில் அவரும்கூட அமைதியாகிப் போனார். இப்பொழுது அவருடைய சப்தங்கள் எதுவும் கேட்கவில்லை.

அப்படியானால் அவர் போய் விட்டாரா? ஓ... கடவுளே! ஆமாம், அழுது புலம்பிக்கொண்டிருந்த வீட்டுக்காரப் பெண்ணும் கூடப் போய்விட்டதாகத்தான் தோன்றுகிறது. இதோ அவளுடைய குடியிருப்புக் கதவு மூடப்படும் ஓசைகூடக் கேட்கிறதே... இப்போது கூடியிருந்த கூட்டத்தினர்கூடத் தங்களுடைய குடியிருப்புகளுக்கு செல்லும் ஓசைகளும் கேட்கின்றன. குடியிருப்பவர்களின் ஆச்சரியக் குரல்களும் விவாதங்களும் ஒருவரை ஒருவர் அழைக் கும் குரல்களும், ஓங்கி அறைந்து பேசும் குரல்களும் அந்தக் கட்ட டத்தில் குடியிருக்கும் அனைவரின் குரல்களும் கேட்டன.

"கடவுளே... இதெல்லாம் எப்படி நடக்க முடியும்? அவர் ஏன்... ஏன் இங்கு வந்தார்?"

ரஸ்கோல்னிகோவ் மிகுந்த களைப்புடன் சோஃபாவில் சரிந்து படுத்துக்கொண்டான். ஆனால் கண்களை மூடிக்கொள்ள வில்லை. விழித்தபடியே படுத்திருந்தான். பல்வேறு மன வேதனை களுடன் இனம் புரியாத, முடிவற்ற அச்சம் ஆட்டிப்படைக்க அப்படியே அசையாது படுத்திருந்தான். திடீரென்று மிகப் பிரகாசமான வெளிச்சம் ஒன்று அறைக்குள் வந்தது. ஒரு கையில் எரிந்துகொண்டிருக்கும் மெழுகுவர்த்தி, மறு கையிலிருந்த தட்டில் ரொட்டி, ஸ்பூன், உப்பு மற்றும் சூப் ஆகியவற்றுடன் நஸ்டாஸி யாதான் அறைக்குள் வந்துகொண்டிருந்தாள். அவனைக் கவனித்த

அவள், அவன் தூங்கவில்லை என்பதைத் தெரிந்துகொண்டு தான் எடுத்து வந்திருந்தவற்றையெல்லாம் மேசையின் மேல் பரப்பி வைக்கத் தொடங்கினாள்.

"நேற்று முதலே நீ எதுவும் சாப்பிடவில்லை என்று நினைக்கிறேன். அதோடு இன்று முழுநாளும் நீ சுற்றி அலைந்து திரிந்துகொண்டிருந்திருக்கிறாய். அதனால் இப்போது காய்ச்சல் மேலும் அதிகமாகி விட்டது உனக்கு..." என்றாள் நஸ்டாஸியா.

"நஸ்டாஸியா... ஏன் அவர்கள் வீட்டுச் சொந்தக்காரியை அடித்துக்கொண்டிருந்தார்கள்?"

அவள் அவனை மிகவும் ஆழமாக உற்றுப் பார்த்தாள்.

"யார் வீட்டுக்காரியை அடித்தது?" என்று நஸ்டாஸியா அவனைக் கேட்டாள்.

"இப்போதுதான்... அரை மணிநேரத்திற்கு முன்பு. காவல் துறையின் மாவட்டக் கண்காணிப்பாளர் இலியா பெத்ரோவிச், படிக்கட்டுகளில் வைத்து அவளை அடித்தார். ஏன் அவர் இவ்வளவு மோசமாக அவளிடம் நடந்துகொண்டார்? அவர் எதற் காக இங்கே வந்தார்?"

நஸ்டாஸியா மீண்டும் அவனை மிகவும் கவனமாக, அமைதி யாக நீண்ட நேரம் உற்று நோக்கினாள். பின் உச்சுக் கொட்டிய படி, முகத்தைச் சுளித்துக்கொண்டாள். தன்னிடத்தில் எதையோ தேடும் அவளது பார்வையைக் கண்டு சஞ்சலமடைந்த அவன் மன அமைதியிழந்து போனான். அச்சமடைந்தான்.

"நஸ்டாஸியா, ஏன் பேசாமலிருக்கிறாய்" என்று தயக்கத் துடன் மெல்ல ஓசையின்றிக் கேட்டான்.

"இது இரத்தக்கோளாறுதான்..." என்று தனக்குத்தானே பதில் சொல்லிக்கொண்டாள் அவள்.

"இரத்தமா? என்ன இரத்தம்?" என்று முணுமுணுத்த அவனது முகம் வெளுத்துப் போயிற்று. சுவரைப் பார்த்துத் திரும்பிக்கொண்டான்.

நஸ்டாஸியா எதுவுமே பேசாமல் இன்னும் அவனையே உற்றுப் பார்த்தபடி இருந்தாள்.

"யாருமே வீட்டுச் சொந்தக்காரியை அடிக்கவில்லை" என்று கடைசியில் மிகவும் தீர்க்கமான குரலில் சொன்னாள் நஸ்டாஸியா.

அவனுக்கு மூச்சடைப்பது போல இருந்தது. மிகவும் சிரமப்பட்டு சுவாசத்தை இழுத்துவிட்டான்.

"நான் என் காதுகளால் கேட்டேன், நான் தூங்கவே இல்லை... நான் சோஃபாவின் மேல் உட்கார்ந்திருந்தேன்... ரொம்ப நேரம் அதை நான் கவனித்தேன். துணைக் கண்காணிப்பாளர் வந்தார்... எல்லாக் குடியிருப்புகளிலும் குடியிருக்கும் எல்லோரும் வந்து அதைப் பார்த்தனர்."

"யாரும் வரவில்லை. உன் இரத்தம்தான் அப்படியெல்லாம் சத்தம் போடுகிறது. அதற்கு வேறு வடிகால் இல்லாதபோது இப்படி உறைந்து போக ஆரம்பிக்கிறது. பிறகு உனக்கும் இப்படிப் பட்ட பிரமைகள் ஏற்படுகின்றன. சரி, இப்பொழுது உனக்குச் சாப்பிட ஏதாவது வேண்டுமா இல்லையா?"

அவன் பதில் ஒன்றும் சொல்லவில்லை. நஸ்டாஸியா அவனுக்குப் பக்கத்தில் நின்றபடி அவனையே பார்த்துக்கொண்டிருந்தாள்.

"குடிப்பதற்கு ஏதாவது தருகிறாயா, நஸ்டாஸியா!" என்றான் ரஸ்கோல்னிகோவ்.

அவள் கீழே இறங்கிப் போனாள். பின்பு ஒரு மண் ஜாடியில் தண்ணீரை எடுத்துக்கொண்டு மேலே வந்தாள். அவனுக்கு அந்தக் குளிர்ந்த தண்ணீரை லேசாக உறிஞ்சிக் குடித்தது மட்டும்தான் நினைவு இருந்தது. ஒரு சில துளிகள் அவனது மார்பில் தெறித்தன. அதன்பின்பு அவன் நினைவிழந்து போனான்.

அத்தியாயம் – 3

நோய்வாய்ப்பட்டிருந்த காலம் முழுவதும் அவன் சுய உணர்வை ஒரேடியாக இழந்திருக்கவில்லை. காய்ச்சலின் ஜுர வேகத்தில் படுத்திருக்கும்போதுகூட அவன் பாதியளவுக்கு சுய உணர்வுடன்தான் இருந்தான்.

பின்னாட்களில் இதனைப் பற்றி அவன் அதிகமாக நினைவு கூர முடிந்தது.

சில சமயங்களில், அவனைச் சுற்றிலும் நிறைய பேர் இருப்பது போலவும் அவனை அவர்கள் வேறு எங்கோ ஓரிடத்துக்கு எடுத்துச் சென்றது போலவும், அங்கே அவனைப் பற்றி வீணான விவாதங்களைச் செய்து, கடுமையாகச் சண்டை போடுவது போலவும் அவனுக்குத் தோன்றியது. அதன்பின் அவன் தனது அறையில் தனிமையில் இருப்பது போலவும் அவர்கள் எல்லோரும் அவனைக் கண்டு பயந்து, திரும்பிப் போய் விட்டது போலவும், அவ்வப்பொழுது அவர்கள் அவனது அறைக்கதவை இலேசாகத் திறந்து அவனை எட்டிப் பார்ப்பது போலவும், அவனைப் பயமுறுத்துவது போலவும், தங்களுக்குள் எதையோ பேசிக்கொண்டு, அவனைப் பார்த்துச் சிரிப்பது போலவும், கேலி செய்வது போலவும் இப்படி ஏதேதோ நினைவுகளில் அவன் மூழ்கிக்கிடந்தான். நஸ்டாஸியா பெரும்பாலும் தனது படுக்கைக்கு எப்பொழுதும் பக்கத்திலேயே இருந்தாள் என்பது அவனுக்கு நன்றாக நினைவிருந்தது. அவனுடன் வம்பு செய்தவர்களில், அவனுக்கு மிகவும் அறிமுகமான ஒரு மனிதனும் இருந்ததை இனங்காண முடிந்தாலும் அவன் யாரென்பதை மட்டும் இவனால் நினைவுக்குக்கொண்டுவர முடியவில்லை. இது அவனைக் கவலைப்பட்டுக் கண்ணீர் சிந்தக்கூட வைத்தது.

தான் ஒரு மாத காலமாக இவ்வாறு படுத்துக் கிடப்பதாக ஒருமுறை இவனுக்குத் தோன்றும். அடுத்தமுறை, அது – அந்தநாள், தான் நோய்வாய்ப்பட்ட அதே நாள்தான் என்றும் அவனுக்குத் தோன்றும்.

"அதை..." "அதை" அவன் முற்றிலும் மறந்துவிட்டிருந்தான். ஆனால், மறக்கக்கூடாத ஒன்றை அவன் மறந்துவிட்டதாக ஓர் உள்ளுணர்வு மட்டும் அவனை ஒவ்வொரு நிமிடமும் வாட்டிக் கொண்டிருந்தது. அதற்காக அவன் மிகவும் வருத்தப்பட்டுத் தன்னைத்தானே சித்திரவதை செய்துகொண்டு மறந்துவிட்டதை நினைவுக்குக்கொண்டுவர முயன்றான். வேதனைப்பட்டுப் புலம்பி னான். தன் மேல் தானே கோபம்கொண்டு, தன்னைத்தானே திட்டிக்கொண்டான். பைத்தியம் பிடித்தவனைப் போல எழுந்து ஓட முயன்றான். அப்போதெல்லாம் அவனது அருகிலிருக்கும் யாரேனும் அவனைத் தடுத்து நிறுத்துவார்கள். பிறகு தனது சக்தியையெல்லாம் இழந்தவனாக, மீண்டும் மறதி என்னும் நோய் பற்றிக்கொள்ள நினைவிழந்து படுக்கையில் வீழ்வான். இறுதியில் ஒரு வழியாக அவன் முழுமையான சுய உணர்வு பெற்றான்.

இது நிகழ்ந்தபோது காலை பத்து மணி இருக்கும். சீதோஷ்ண நிலை மிக நன்றாக இருக்கும் நாட்களில், இந்த நேரத்தில் சூரியனின் ஒளிக்கதிர்கள் ஒரு மெல்லிய கோடு போல, அவனது அறையின் வலது பக்கச் சுவரின் மூலையில் கதவருகில் விழும். அறையெல்லாம் ஒளி வெள்ளம் பரவும்.

இன்றும் அதுபோலவே சூரியனின் ஒளிக்கதிர்கள் மெல்லிய கோடாக அறைக்குள் விழுந்து, அறை முழுவதும் வெளிச்சம் பரவிக்கொண்டிருந்தது. அவனது படுக்கைக்கு அருகில் நஸ் டாஸியா, முற்றிலும் யாரென்றே தெரியாத அந்நிய மனிதன் ஒருவனுடன் நின்றுகொண்டிருந்தாள். அந்த அந்நியன் மிகவும் ஆவலுடன் ரஸ்கோல்னிகோவை உற்றுப் பார்த்துக்கொண்டிருந் தான். அந்த அந்நியன் ஓர் இளைஞன். அவன் நீண்ட "கஃப் தான்" உடை அணிந்திருந்தான். செய்திகளை எடுத்துச் செல்லும் தூதுவனைப் போல அவன் காணப்பட்டான். வீட்டுக்காரி, பாதி திறந்திருந்த கதவின் வழியாக அறைக்குள்ளே எட்டிப் பார்த்துக் கொண்டிருந்தாள். ரஸ்கோல்னிகோவ் எழுந்து உட்கார்ந்துகொண் டான். "இது யார், நஸ்டாஸியா?" என்று அந்த அந்நிய இளைஞனைச் சுட்டிக்காட்டியபடி கேட்டான் ரஸ்கோல்னிகோவ்.

"நான் சொன்னேன் அல்லவா? அவனுக்கு மீண்டும் நினைவு திரும்பிவிட்டது!" என்றாள் நஸ்டாஸியா.

"ஆமாம். அவனுக்கு நினைவு திரும்பிவிட்டது!" என்று அந்த அந்நியனும் எதிரொலித்தான்.

அவனுக்கு நினைவு திரும்பிவிட்டதை அறிந்துகொண்டதும், வீட்டுக்காரி கதவைச் சாத்திக்கொண்டு தன்னை மறைத்துக்

கொண்டாள். அவள் எப்பொழுதுமே கூச்ச சுபாவம் மிக்கவள். அந்நியர்களுடனான உரையாடல்களையும் பேச்சுவார்த்தை களையும் தவிர்த்து விடுபவள் அவள். நாற்பது வயது நிரம்பிய பருமனான பெண்ணான அவள் கருநிறக் கண்களும் தலைமுடியும் கொண்ட அழகான தோற்றமுடையவள். குண்டாகவும் சோம் பேறித்தனமாகவும் இருப்பவர்களிடம் பொதுவாகக் காணக்கூடிய நல்லியல்புகள் அவளிடமும் இருந்தபோதும், அவளிடம் கூச்ச சுபாவம் அதிகமாக இருந்தது.

"யார் நீ?" என்று அந்த அந்நிய மனிதனைப் பார்த்து ரஸ்கோல்னிகோவ் விசாரிக்கத் தொடங்கினான். அந்த நொடியில் கதவு விரியத் திறந்தது. உயரமாக இருந்த காரணத்தினால் சற்று குனிந்தபடி உள்ளே நுழைந்தான் ரஸுமிகின்.

"என்ன அறை இது...!" என்று கத்தினான் அவன். "நான் எப்பொழுதும் என் தலையை இதில் இடித்துக்கொண்டுதான் உள்ளே வர நேர்கிறது. இதைப்போய் விடுதி என்று நீ சொல் கிறாய்! சரி, இப்போது சுயஉணர்வுக்கு வந்துவிட்டாயா, என் அன்புச் சகோதரனே? கொஞ்சம் முன்புதான் பாஷென்காவின்* மூலம் செய்தியைத் தெரிந்துகொண்டேன்."

"இப்போதுதான் அவனுக்கு நினைவு திரும்பியது!" என்றாள் நஸ்டாஸியா.

"ஆமாம், இப்போதுதான் இவனுக்கு நினைவு திரும்பியது" என்று சிறிய புன்னகை செய்தபடி மீண்டும் எதிரொலித்தான் அந்த அந்நிய இளைஞன்.

"தாங்கள் யாரென்று நான் தெரிந்துகொள்ளலாமா? என்று அந்த அந்நியனை நோக்கித் திரும்பிக் கேட்ட ரஸுமிகின். "முதலில் என்னை நான் அறிமுகப்படுத்திக்கொள்கிறேன். நான் ரஸுமிகின், ஒரு மாணவன். கண்ணியமான ஒரு மனிதன் நான். இவன் எனது நண்பன். தாங்கள் யாரென்பதைச் சொல்ல வேண்டும்?"

"நான் "ஷெலோபயேவ்" என்ற வணிகரிடம், அவரது கணக்குப்பிரிவில் கண்காணிப்பாளராக பணிபுரிந்துகொண்டிருக் கிறேன். எனது அலுவலக வேலையாக இங்கே வந்தேன்" என்றான் அந்தப் புதியவன்.

"தயவுசெய்து உட்காருங்கள்!" என்று அவனுக்கு மேசை யருகே இருந்த நாற்காலி ஒன்றைக் காட்டிவிட்டு மேசைக்கு மறு புறம் இருந்த மற்றொரு நாற்காலியில் ரஸுமிகின் உட்கார்ந்து கொண்டான்.

---

* பாஷென்கா என்று வீட்டுக்காரியின் பெயரைத்தான் ரஸுமிகின் குறிப்பிட்டான்.

“உனக்கு மறுபடியும் தானாகவே நினைவு திரும்பிவிட்டது குறித்து எனக்கு ரொம்பவும் மகிழ்ச்சி, சகோதரா, ரொம்பவும் மகிழ்ச்சி”, என்று ரஸ்கோல்னிகோவைப் பார்த்துச் சொன்னான் ரஸுமிகின். “கடந்த நான்கு நாட்களாக நீ எதுவுமே சாப்பிட வில்லை. எதுவுமே குடிக்கவில்லை. நாங்கள் கரண்டியில் தேநீரை எடுத்து உனக்குப் புகட்டிக்கொண்டிருந்தோம். உன்னைப் பார்ப் பதற்காக ஜோஸிமோவை இரண்டு தடவை இங்கே நான் அழைத்து வந்துவிட்டேன். ஜோசிமோவை உனக்கு நினைவிருக் கிறது அல்லவா? அவன் உன்னை மிகவும் நன்றாகச் சோதித்துப் பார்த்துவிட்டான். கவலைப்படும்படியாக ஒன்றும் இல்லை என்று சொன்னான். ஆனால் உனது தலையில்தான் ஏதோ, சில குழப்பங்கள் இருக்கின்றன என்று சொன்னான். அதற்கு ஏதாவது நரம்புக் கோளாறுகள் காரணமாக இருக்கலாம். அல்லது நீ சாப் பிட்டதில் ஏதாவது தவறு இருக்கலாம். அல்லது நீ ஒழுங்காக உணவு சாப்பிடாததும் காரணமாக இருக்கலாம் என்றும் சொன் னான், போதுமான அளவிற்கு நீ பீர் குடிக்கவில்லை. முள்ளங்கி போன்ற காய்கறிகளை நிறைய சாப்பிடாமல், பட்டினி கிடந்ததும் கூட இதற்குக் காரணமாக இருக்கலாம். இதெல்லாம் சேர்ந்துதான் உன்னை நோயாளியாக்கிவிட்டது. எல்லாம் சரியாகிவிடும். நீ மறுபடியும் நன்றாகத் தேறிவிடுவாய். அந்த ஜோஸிமோவ் முதல் தரமான மனிதன். மிகவும் கெட்டிக்காரன். எல்லா இடத்திலும் அவனுக்கு நல்ல பெயர்தான். எல்லாம் சரியாகிவிடும்” என்று சொன்ன ரஸுமிகின், புதியவனைப் பார்த்துச் சொன்னான். “தயவுசெய்து இப்போது இவனிடம் தாங்கள் வந்த விஷயத்தைச் சொல்லலாம். ரோட்யா, இவரது அலுவலகத்தில் இருந்து உன்னைப் பார்ப்பதற்காக வந்திருக்கும் இரண்டாவது மனிதர் இவர். இதற்கு முன்னால் வேறு ஒருவர் வந்திருந்தார். நானும்கூட அவரோடு பேசியிருக்கிறேன்!” என்று ரஸ்கோல்னிகோவைப் பார்த்துச் சொல்லிவிட்டுப், புதியவரை நோக்கிக் கேட்டான். “இதற்குமுன்பு வந்திருந்தவர் யார்?”

“அவர் நேற்றைக்கு முந்தின நாள் வந்திருப்பார். ஆமாம், சரிதான்... அவர் பெயர் அலெக்ஸி செமீனோவிச். அவரும் என்னுடைய அலுவலகத்தைச் சேர்ந்தவர்தான்!”

“உங்களைவிட அவர் கொஞ்சம் புத்திசாலி என்று நான் நினைக்கிறேன். என்ன, நான் சொல்வது சரிதானா?”

“ஆமாம், அது சரிதான். அவர் என்னைவிடக் கொஞ்சம் தகுதி கூடுதலானவர்தான்!”

“சரி, மேலே சொல்லுங்கள்!”

“உங்களுடைய அம்மா கேட்டுக்கொண்டபடி, அஃப்னாஸி இவானோவிச் வக்ரூஷின் என்பவர் மூலம் – அவரைப் பற்றி நீங்கள் பலமுறை கேள்விப்பட்டிருப்பீர்கள் என்று நினைக்கிறேன்– எங்கள் அலுவலகத்திற்குப் பணம் அனுப்பப்பட்டிருக்கிறது. அதை உங்களுக்குப் பட்டுவாடா செய்ய வேண்டும். இப்பொழுது தாங்கள் சுய உணர்வு பெற்றுத் தெளிவான மனநிலையில் இருந்தீர்களென்றால் நான் உங்களிடம் அந்த முப்பத்தைந்து ரூபிள்கள் பணத்தைக் கொடுக்க முடியும். அஃப்னாஸி இவானோவிச், உங்களுடைய அம்மாவின் வேண்டுகோளின்படி அந்தப் பணத்தை வழங்கும் பொறுப்பை செமியோன் செமீனோவிச்சிடம் அளித்திருக்கிறார். அதற்காகவே நான் வந்திருக்கிறேன். இந்தத் தகவலை உங்களிடம் நான் இப்போது தெரிவித்துவிட்டேன்.”

“ஆமாம், எனக்கு வக்ரூஷினை நினைவிருக்கிறது” என்று சற்று யோசித்துப் பார்த்தபடி சொன்னான் ரஸ்கோல்னிகோவ்.

“கேட்டீர்களா? அவனுக்கு வக்ரூஷினைத் தெரிந்திருக்கிறது. நினைவிருக்கிறது” என்று உற்சாகமாகச் சொன்னான் ரஸுமிகின். “அவனுக்கு இன்னும் சுயநினைவு வரவில்லை என்று யார் சொன்னது? உங்களைப் பார்க்கும் பொழுது நீங்களும்கூடக் கெட்டிக்காரராகத்தான் தோன்றுகிறீர்கள்! இதுபோன்ற அறிவார்ந்த வார்த்தைகளைக் கேட்பதுவும்கூட மகிழ்ச்சி தருவதே ஆகும்.”

“நீங்கள் சொல்லும் அதே கனவான்தான் இந்த வக்ரூஷின் அஃப்னாஸி இவானோவிச். உங்கள் அம்மாவின் வேண்டுகோளின்படி, நான் சற்று முன்பு குறிப்பிட்ட ரீதியில் முன்பு ஒரு முறைகூட அவர் பணம் அனுப்பியிருந்தார். இம்முறையும் அதே போன்று செய்ய அவர் மறுக்கவில்லை. செமியோன் செமீனோவிச் மூலமாக அந்தப் பணத்தைக் குறிப்பிட்ட நாளுக்குள் மாற்றித் தருமாறு அவர் சொல்லியிருக்கிறார். எல்லாம் நல்லபடியாக இருந்தால் அந்த முப்பத்தைந்து ரூபிள்களை உங்களுக்குத் தர முடியும்.”

“அப்பாடி...! “நல்லபடியாக இருந்தால்” என்று சொன்னதுதான் நீங்கள் பேசியதிலேயே சிறந்த விஷயம். அம்மாவைப் பற்றி நீங்கள் குறிப்பிட்டதையும் மோசம் என்று சொல்லிவிட முடியாது! சரி, இப்பொழுது உங்கள் அபிப்பிராயம்தான் என்ன? அவன் சுய உணர்வோடு இருக்கிறான் என்று நினைக்கிறீர்களா, இல்லையா?”

"எல்லாம் சரிதான். எனக்கு அதற்குத் தர வேண்டிய ரசீதை அவர் எழுதிக் கொடுத்துவிட்டால் போதும்!"

"அவன் எப்படியாவது தனது பெயரைக் கிறுக்கிக் கொடுத்து விடுவான். உங்களிடம் ரசீதுப்புத்தகம் போல ஏதும் இருக்கிறதா?"

"ஆமாம். இதோ இருக்கிறது."

"அதைக் கொடுங்கள் இப்படி! ரோட்யா, எழுந்து உட்காரு. நான் உன்னைப் பிடித்துக்கொள்கிறேன். அந்தப் பேனாவை எடுத்து "ரஸ்கோல்னிகோவ்" என்று அந்த ரசீதில் கிறுக்கிக் கொடுத்துவிடு. இந்தா, பேனாவை எடுத்துக்கொள் சகோதரா. இந்த நேரம் பணம்தான் நமக்குத் தேனை விட இனிப்பானது. தெரிந்துகொள்!"

"எனக்கு அது தேவையில்லை" என்று பேனாவைத் தள்ளி விட்டான் ரஸ்கோல்னிகோவ்.

"வேண்டாமா?"

"ஆமாம், வேண்டாம். என்னால் அதில் கையெழுத்திட முடியாது."

"அடப்பிசாசே, இதில் கையெழுத்துப் போடாமல் பிறகு நீ என்ன செய்யப் போகிறாய்?"

"எனக்கு வேண்டாம்... அந்தப் பணம்."

"பணம் வேண்டாமா? ஏய், தம்பி! இது முட்டாள்தனம் என்று உனக்குத் தெரியவில்லையா? என்னிடம் இப்படியெல்லாம் பொய் சொல்லாதே. எனக்கு எல்லாம் தெரியும்."

"நீங்கள் கவலைப்படாதீர்கள் ஐயா! அவன் இப்படிப் பேசு வதற்குக் காரணம், மறுபடியும் அவனது மூளை வேறெங்கோ சஞ்சரிக்கத் தொடங்கிவிட்டதுதான். நன்றாக விழித்துக்கொண்டி ருக்கும் வேளையிலேயே இவன் கனவுலகில் சஞ்சரிக்கத் தொடங்கி விடுவான். இது அவனுக்கு வழக்கம்தான். நீங்கள் அதைப் புரிந்து கொள்ளும் புத்திக்கூர்மை உடையவர்தானே! அவன் கையைப் பிடித்துக்கொண்டு கையெழுத்திட வைத்துவிடலாம். எல்லாவற்றை யும் முடித்துவிடலாம்... வாருங்கள். அவன் கையைப் பிடியுங்கள்."

"வேண்டுமானால் நான் இன்னொரு தடவை வருகிறேனே."

"இல்லை... இல்லை... உங்களுக்கு நாங்கள் ஏன் தொந்தரவு தர வேண்டும். நீங்கள் புத்திசாலி. விஷயங்களை எளிதாக முடிவு

செய்யக்கூடியவர். சரி, ரோட்யா, அவரை அதிக நேரம் காக்க வைத்துக்கொண்டிருக்காதே. பார்... அவர் ரொம்ப நேரமாகக் காத்துக்கொண்டிருக்கிறார்” என்று மிகவும் தீவிரமாக ரஸ்கோல்னி கோவின் கையைப்பற்றிக்கொண்டு அவனுக்கு உதவ முன் வந்தான் ரஸுமிகின்.

“நிறுத்து... நானே கையெழுத்திட்டு விடுவேன்” என்று சொன்ன ரஸ்கோல்னிகோவ், பேனாவை எடுத்துத் தன் பெயரைக் கையெழுத்திட்டான்.

வந்த தூதுவன் அந்த ரசீதைப் பெற்றுக்கொண்டு, பணத்தை எடுத்துக் கொடுத்துவிட்டு வெளியே போய்விட்டான்.

“சபாஷ்! இப்போது ஏதேனும் சாப்பிடுகிறாயா, தம்பி, உனக்குப் பசிக்கவில்லையா என்ன?”

“ஆமாம். சாப்பிடுகிறேன்” என்று பதிலளித்தான் ரஸ்கோல்னிகோவ்.

“சூப் ஏதேனும் வைத்திருக்கிறாயா?”

“நேற்று வைத்தது கொஞ்சம் இருக்கிறது” என்றாள் நஸ்டாஸியா. அவள் இன்னும் போகாமல் அங்கேயேதான் நின்று கொண்டிருந்தாள்.

“அரிசியும் உருளைக் கிழங்கும் சேர்த்துத் தயாரிக்கப்பட்டது தானே?”

“ஆமாம்!” என்றாள் நஸ்டாஸியா.

“எனக்குத்தான் இது மனப்பாடமாகத் தெரியுமே... சரி, சரி... உடனேகொண்டுவா. கூடவே தேநீரும் வேண்டும்.”

“ஆகட்டும்!”

ரஸ்கோல்னிகோவ் இவற்றையெல்லாம் மிகவும் தெளி வோடும், மிகவும் வியப்போடும் பார்த்துக்கொண்டிருந்தான். சுறுசுறுப்பின்றி மந்தமாகவும், காரணமற்ற பயத்துடனும் அவன் காணப்பட்டான். எதையுமே சொல்ல வேண்டாமென்றும் அடுத்து என்ன நடக்கப் போகிறதென்பதை அமைதியுடன் கவனிப்ப தென்றும் தன் மனதினுள் அவன் தீர்மானம் செய்து வைத்திருந் தான். “இப்பொழுது நான் ஜுர வேகத்தில் இருப்பது போலத் தோன்றவில்லை. என் கண் முன் நடப்பவைகளெல்லாம் உண்மை யாகத்தான் தோன்றுகின்றன.”

இரண்டு நிமிடங்களில் நஸ்டாஸியா, சூப் மற்றும் மாட்டி றைச்சியுடன் வந்து சேர்ந்தாள். தேநீரும்கூடத் தயாராகிவிட்டது என்று தெரிவித்தாள். சூப் மற்றும் மாட்டிறைச்சியுடன் இரண்டு ஸ்பூன்கள், தட்டுகள் முதலியவற்றையும், உணவுக்கு வேண்டிய துணைப் பொருள்களான உப்பு, மிளகு, மாட்டிறைச்சிக்குத் தேவைப்படும் கடுகு ஆகியவைகளையும் தட்டில் வைத்துக் கொண்டு வந்திருந்தாள். இப்படி ஒழுங்காக மேசையில் அனைத் தையும் வைத்துச் சாப்பிட்டு வெகுநாட்களாகியிருந்தன. மேசை விரிப்பும்கூடச் சுத்தமாக இருந்தது.

"பிரஸ்கோவியா பாவ்லோவ்னா எங்களுக்கு இரண்டு பீர் பாட்டில்களை அனுப்பி வைத்தாள் என்றால் ரொம்பவும் நன்றாக இருக்குமென்று நினைக்கிறேன் நஸ்டாஸியா. நாங்கள் இருவரு மாகக் குடித்துக்கொள்வோம்" என்று நஸ்டாஸியாவிடம் சொன் னான் ரஸுமிகின்.

"சரிதான்... திமிரைப்பாரு!" என்று முணுமுணுத்தபடி அவன் சொன்னதை ஏற்றுக்கொண்டு வெளியே சென்றாள் நஸ்டாஸியா.

மிகுந்த கவனத்துடன் அங்கு நடப்பதையெல்லாம் உற்றுக் கவனித்துக்கொண்டிருந்தான் ரஸ்கோல்னிகோவ். அதற்குள் ரஸுமிகின் எழுந்து வந்து அவனருகில் சோஃபாவில் உட்கார்ந்திருந்தான். ஒரு கரடியைப் போல விகாரமாகக் காட்சியளித்த அவன், தனது நண்பனின் தலையை இடக்கரத்தால் அணைத்துத் தூக்கிப் பிடித்தபடி, வலது கரத்தால் அவனது வாயருகே ஸ்பூனில் சூப்பை வைத்துக்கொண்டு, ஊதி, ஊதி அதன் சூட்டைத் தணித்து, ஆற்றி அவனது வாயில் புகட்டிக்கொண்டிருந்தான். உண்மையில் அந்த சூப், குடிக்கக்கூடிய அளவுக்கு இதமான சூட்டில்தான் இருந்தது.

ரஸ்கோல்னிகோவ் மிகுந்த ஆவலுடன் ஒரு ஸ்பூன் பருகி விட்டு, அடுத்தடுத்து இரண்டு, மூன்று ஸ்பூன்கள் சூப்பைக் குடித் தான். அவன் இன்னும் கொஞ்சம் அருந்திய பிறகு, ரஸுமிகின் அவனுக்கு சூப் தருவதை நிறுத்தி விட்டான். இனிமேல் கொடுக்க முடியாது. கொடுப்பது என்றால் டாக்டர் ஜோஸிமோவைப் பார்த்துக் கலந்து ஆலோசித்த பிறகே கொடுக்க வேண்டும் என்று தன் செயலுக்கு விளக்கமளித்தான்.

அப்பொழுது இரண்டு பீர் பாட்டில்களை எடுத்துக் கொண்டு நஸ்டாஸியா உள்ளே வந்தாள்.

“உனக்குத் தேநீர் வேண்டுமா?” என்று ரஸ்கோல்னி கோவைப் பார்த்துக் கேட்டான் ரஸுமிகின்.

“ஆமாம், கட்டாயம் வேண்டும்” என்றான் ரஸ்கோல்னி கோவ்.

“நஸ்டாஸியா, ஓடிப்போய்க் கொஞ்சம் தேநீர்கொண்டு வாயேன்! அவன் தேநீர் குடிப்பதற்கு டாக்டரின் அனுமதி தேவை யில்லை என்றுதான் நினைக்கிறேன். ஆனால் எனக்கு பீர் இருக்கிறது” என்றபடி தான் உட்கார்ந்திருந்த நாற்காலியின் பக்கம் நகர்ந்து சென்று, சூப்பையும் இறைச்சியையும் தன் பக்கமாக இழுத்துக்கொண்டு மூன்று நாட்கள் பட்டினி கிடந்தவனைப் போன்ற வெறியுடன் அவற்றைச் சாப்பிடத் தொடங்கினான் ரஸுமிகின்.

“இப்போதெல்லாம், இதேபோன்று தினமும் உன் வீட்டில் தான் எனக்குச் சாப்பாடு, ரோட்யா!” என்று வாய் நிறைய இறைச்சியை அடைத்துக்கொண்டு முணுமுணுத்தான் ரஸுமிகின். “உன்னுடைய வீட்டின் சொந்தக்காரி பாஷென்கா இருக்கிறாளே, அவள் மிகவும் இனிமையானவள். அவள்தான் எனக்குத் தினமும் சாப்பாடு தந்தவள். எனக்கு உணவு படைப்பதில் அவளுக்கு மிகவும் மகிழ்ச்சி. நானாக வேண்டுமென்று கேட்கவும் மாட்டேன். அவளாகக் கொடுத்தால் மறுக்கவும் மாட்டேன். இதோ... நஸ்டாஸியா தேநீருடன் வந்துவிட்டாளே...! எத்தனை வேகம்! நஸ்டாஸியா, என் அன்பே! நீ கொஞ்சம் பீர் சாப்பிடுகிறாயா?”

“உன் முட்டாள்தனமான பேச்சுகளையெல்லாம் மூட்டை கட்டி வைத்துவிடு. உனக்கு ஒரு கப் தேநீர் போதுமா? வேறு எதுவும் வேண்டுமா?”

“ஒரு கோப்பை தேநீர் போதும்!”

“ஊற்றிக்கொள்... இரு... நானே வந்து ஊற்றுகிறேன்! உட்கார்” என்று சொல்லிய அவள், இரண்டு கோப்பைகளில் தேநீரை ஊற்றி நிரப்பினாள்.

ரஸுமிகின் பிறகு தனது உணவை அப்படியே வைத்துவிட்டு, எழுந்து இவனருகில் வந்து சோஃபாவில் உட்கார்ந்துகொண்டான். முன்பு செய்ததைப் போலவே மீண்டும் தனது இடது கரத்தால் நோயாளியின் தலையைத் தூக்கிப்பிடித்துக்கொண்டு ஸ்பூன் வழியாகத் தேநீரை ஊற்றத் தொடங்கினான். அவன் ஒவ்வொரு ஸ்பூன் தேநீரை ஊற்றும்போதும் அதனை ஊதி, சற்று இதத் துடன் நண்பனுக்குப் புகட்டிக்கொண்டிருந்தான். எந்த சிரமத்

தையும் பாராது தனது நண்பன் நோயிலிருந்து விரைவில் குணமாக வேண்டும் என்ற அக்கறையுடன் மட்டுமே அவன் நடந்து கொண்டான்.

ரஸ்கோல்னிகோவ் எந்த வகையான எதிர்ப்பும் காட்டாமல் அமைதியுடனேயே இருந்தான். பிறருடைய உதவி ஏதுமின்றி எழுந்து உட்காரும் அளவுக்குத் தான் வலுவுடன் இருப்பதையும், ஸ்பூனைப் பிடித்துக்கொள்ள மட்டுமல்லாமல், நடந்து செல்லக் கூடிய அளவுக்குத் தன் உடல் உறுப்புகள் மீது தனக்குக் கட்டுப் பாடு இருப்பதையும் அவன் தெளிவாக உணர்ந்தே இருந்தான். ஆனால் அவனிடம் தோன்றிய, கொடிய, வினோதமான எண்ணம் ஒன்று, தனது சக்தியை வெளிக்காட்டிக்கொள்ளாமல் மறைத்துக் கொள்ளுமாறு அவனைத் தூண்டியது. அதனால் பலவீனமான வனைப் போல நடித்துக்கொண்டும், தேவைப்பட்டால் – இன்னும் கூட முழுமையான சுய உணர்வு அடையாதவனைப் போல பாவனை செய்துகொண்டும் அவன் இருந்தான். அதேசமயத்தில் தன்னைச் சுற்றி நடப்பதைக் கவனித்துக்கொண்டும், தொடர்ந்து என்ன நடக்கப் போகிறது என்பதை அறியும் ஆவலுடனும் அவன் மிக அமைதியாகக் காத்திருந்தான். உணர்வுகளை வெளிக் காட்டாமல் இருப்பதில் அவனால் வெற்றியடைய முடியவில்லை.

கிட்டத்தட்ட பன்னிரண்டு ஸ்பூன்கள் தேநீரை உறிஞ்சிக் குடித்த பின்னர், தனது தலையை உலுக்கி, விடுவித்துக்கொண்டு, எரிச்சலோடு ஸ்பூனைத் தள்ளிவிட்டு மீண்டும் தலையணை மீது கவிழ்ந்து படுத்துக்கொண்டான் அவன். இப்போது அது உண்மை யான தலையணையாக இருந்தது. மிருதுவான இறகுகளால் நிரப்பப்பட்டு, சுத்தமான தலையணை உறை இடப்பட்டு, அவனது தலைக்கு அடியில் அது இருந்தது. பல விஷயங்களைப் புரிந்து கொள்ள முயற்சித்து வந்த அவன், இதையும் தன் கவனத்தில் குறித்துக்கொண்டான்.

"பாஷென்கா இன்றைக்கு எங்களுக்குக் கட்டாயமாக, ராஸ்பெர்ரி ஜாம் கொஞ்சம் அனுப்ப வேண்டும். அது இருந்தால் இவனுக்குக் கொஞ்சம் "ராஸ்பெர்ரி தேநீர்" செய்து கொடுக்க லாம்" என்றான் ரஸுமிகின். மீண்டும் தன்னுடைய நாற்காலியில் சென்று அமர்ந்துகொண்டு தன்னுடைய சூப்பையும் பீரையும் ஒரு கை பார்க்கத் தொடங்கினான்.

"உனக்குக் கொடுக்க அவளுக்கு எங்கிருந்து ராஸ்பெர்ரி பழங்கள் கிடைக்கும்?" என்று அவனைக் கேட்ட நஸ்டாஸியா

தான் பிடித்திருந்த தேநீர்க் கோப்பையின் அடித்தட்டைத் தனது ஒரு கரத்தின் ஐந்து விரல்களால் ஏந்திப்பிடித்தபடி கோப்பைக்குள் பெருமளவில் கிடந்த சர்க்கரையை ஒதுக்கிவிட்டுத் தேநீரை மட்டும் உறிஞ்சிக் குடித்தாள்.

"அவள் எல்லாவற்றையும் கடையிலிருந்து வாங்கி விடுவாள், என் அன்பான பெண்ணே! நீ வேண்டுமானால் பாரேன்! இதோ பார் ரோட்யா! நீ இங்கே மயக்கமாகப் படுத்துக் கிடக்கும்போது நிறைய விஷயங்கள் நடந்துவிட்டன. அன்றைக்கு நீ என்னிடம் ரொம்பவும் அடாவடித்தனமாக நடந்துகொண்டதோடு, உனது வீட்டு முகவரியைக்கூடக் கொடுக்காமல் மறுத்து விட்டாய்! அதனால் எனக்கு உன்மேல் கடுமையான கோபம் உண்டாகி விட்டது. உன்னைத் தேடிக் கண்டுபிடித்து, உன்னைத் தண்டிப்பது என்று முடிவு செய்தேன். அன்றைக்கே அதனை முடிப்பது என்று கிளம்பியும் விட்டேன். பல இடங்களிலும் அலைந்து திரிந்து உன்னைப் பற்றி விசாரித்தேன். உன்னுடைய இப்போதைய முகவரியை நான் மறந்துவிட்டேன். அதில் ஆச்சரியப்பட ஒன்று மில்லை. ஏனென்றால் அது எப்போதுமே எனக்குத் தெரியாத ஒன்றுதான். முன்பு நீ குடியிருந்த இடத்தைப் பற்றி நினைவு படுத்திப் பார்த்த பொழுது அது "ஐந்து மூலை" என்ற இடத்தின் அருகே, உள்ள "ஹார்லமோவ்" என்பவரின் வீடாக இருக்கலாம் என்று நானாகவே ஒரு முடிவுக்கு வந்தேன். கடைசியில் அது "ஹார்லமோ"வுடைய வீடுகூட இல்லை.. "புஷ்" என்பவருடைய தாம் அது. சில வேளைகளில் சில ஒலிச் சேர்க்கைகளை வைத்துக் கொண்டு நாம்தான் எப்படித் தடுமாறிப் போகிறோம்? சரி... அப்புறம் நான் மிகவும் குழப்பமடைந்தேன். மறுநாள் முகவரிகளின் பதிவாளர் அலுவலகத்தில் விசாரிக்கலாம் என்று அந்த அலுவலகத்திற்குப் போனேன். உன்னால் கற்பனைக்கூடச் செய்ய முடியாது! இரண்டே நிமிடங்களில் உன் இருப்பிடத்தை அவர்கள் எனக்குக் கண்டுபிடித்துக் கொடுத்து விட்டார்கள். அவர்களிடம் உன் முகவரி பதிவாகி இருக்கிறது."

"என்னுடைய பெயரா?"

"ஆமாம். உண்மையாகவே அங்கே அது பதிவாகியிருக்கிறது. ஆனால் நான் அங்கே இருக்கும்போது ஒன்றைப் பார்த்தேன். அவர்களும்கூட "ஜெனரல் கோபெலோவ்" என்பவருடைய முகவரியைக் கண்டுபிடிக்க முடியாமல் திணறிக்கொண்டிருந் தார்கள். நல்லது. அது ஒரு நீண்ட கதை. ஒரு வழியாக இந்த முகவரியைக் கண்டுபிடித்து இங்கே வந்து சேர்ந்துவிட்டேன். இங்கு வந்த பின்புதான் உன்னைப் பற்றி எல்லாவற்றையும் தெரிந்து

கொள்ள முடிந்தது. எல்லாவற்றையும்... எல்லாவற்றையும்! நஸ்டாஸியா உன்னைப் பற்றிச் சொன்னாள். நிகோடிம் போமீச், இலியா பெத்ரோவிச், இந்த வீட்டின் காவலாளி, மிஸ்டர் சமெ டோவ், அலெக்ஸாண்டர் கிரிகோரிவிச், போலீஸ் அலுவலகத் தலைமைக் குமாஸ்தா, இறுதியாக – ஆனால் எல்லாவற்றிற்கும் சிகரம் வைத்தாற்போல இந்த வீட்டுச் சொந்தக்காரி பாஷென்கா ஆகிய எல்லோரையும் நான் அறிமுகம் செய்துகொண்டேன். இங்கே நஸ்டாஸியாவுக்கு இவை எல்லாமே தெரியும்!"

"அவளைத்தான் நீ வளைத்துப் போட்டுவிட்டாயே!" என்று இரகசியமாகச் சிரித்தபடி முணுமுணுத்துக்கொண்டாள் நஸ்டாஸியா.

"நீ ஏன் சர்க்கரைக் கட்டியை உனது தேநீரில் போட மறுக்கிறாய், நஸ்டாஸியா நிகிபோரோவ்னா!"

"என்னது நீ என்னை இப்படி அழைக்கிறாய்? நான் "நிகிபோ ரோவ்னா" கிடையாது, "பெத்ரோவ்னா" என்று சிரிப்புக்கு நடுவே சொன்னாள் நஸ்டாஸியா.

"சரி, நீ சொன்னதை நான் நினைவில் வைத்துக்கொள் கிறேன். இனிமேல் அதனை நான் சரி செய்துகொள்ளுகிறேன், பெண்ணே!" என்ற அவன் ரஸ்கோல்னிகோவைப் பார்த்துச் சொன்னான்: "இங்கே பார், தம்பி, மிக நீண்ட கதையை இப்போது வெட்டிச் சுருக்கமாகச் சொல்கிறேன், கேள். இந்த இடத்தில் சிலந்தி வலை போலப் பின்னிக் கிடந்த வெறுப்புணர்ச்சிகளையெல்லாம் அப்புறப்படுத்திவிட்டு, எல்லோரையும் கவருவது எனது விருப்ப மாக இருந்தது. இங்கு வந்த பின்பு அதிலேயேதான் நான் முனைப் பாக இருந்தேன். ஆனால் இந்தப் பாஷென்காவை வளைப்பது மட்டும் எனக்கு மிகவும் கஷ்டமாக இருந்தது. ஆனால் பிறகு பார்த்தால், நான் நினைக்கவே இல்லை! அவள் இவ்வளவு இனிமையானவளாக, இப்படி மனதைக் கவர்பவளாக இருப்பாள் என்று நான் நினைக்கவே இல்லை. என்ன, தம்பி! நீ என்ன நினைக்கிறாய்?"

ரஸ்கோல்னிகோவ் ஒன்றுமே பேசவில்லை. அவனது கண்கள் ரஸூமிகின் மேல் முழுமையாகப் பதிந்திருந்தன. தவிர அவன் மிகுந்த எச்சரிக்கையுடன் எல்லாவற்றையும் கவனித்துக் கொண்டிருந்தான். அவனது அமைதியைக் கொஞ்சமும் லட்சியம் செய்யாத ரஸூமிகின், ஏதோ தனக்கு பதில் கிடைத்துவிட்டது போலவும், அதனை ஒட்டியே தானும் பேசுவது போலவும் எண்ணிக்கொண்டு பேச்சைத் தொடர்ந்தான்.

“ஆமாம், அவள் உண்மையிலேயே எல்லா வகையிலும் மிக நேர்த்தியான நல்ல ஜீவன்தான்!” “ஏய், தந்திரக்கார நாயே, நீகூட அப்படித்தான்!” என்று செல்லமாக அவனைத் திட்டினாள் நஸ்டாஸியா.

அவளுக்கு இந்த உரையாடல் மிகுந்த சந்தோஷத்தைக் கொடுத்தது.

“என் அருமை நண்பனே, தொடக்கத்திலிருந்தே இங்குள்ள சூழ்நிலையை எப்படிக் கையாளுவது என்று நீ புரிந்துகொள் ளாமல் போனது, ஒரு பரிதாபம்தான். உன்னுடைய அணுகுமுறை முற்றிலும் வித்தியாசமானதாக இருந்திருக்க வேண்டும். உனக்குத் தெரியுமா? இதை நான் எப்படிச் சொல்லுவது என்று எனக்குத் தெரியவில்லை. அவள் கொஞ்சமும் எதிர்பாராத மிகவும் அற்புத மான பண்புகள்கொண்ட பெண். சரி, இதைப் பற்றி நாம் பிறகு பேசிக்கொள்வோம். உனக்குச் சாப்பாடு அனுப்புவதையே நிறுத்தும் அளவுக்கு விஷயங்கள் முற்றிப் போய்விட்டதுதான் எப்படி என்று தெரியவில்லை. பிறகு அந்தக் கடன் உறுதிமொழிப் பத்திரம் பற்றிய விஷயங்கள். அதுபோன்ற உறுதிமொழிப் பத்திரத்தில் கையொப்பம் இடுவது என்றால், உனக்கு நிச்சயமாக மூளை பிசகிப் போய்விட்டது என்றுதான் சொல்ல வேண்டும். அதேபோன்று அவளுடைய மகள் நடால்யா எகோரோவ்னாவைத் திருமணம் செய்துகொள்வதாக நீ கொடுத்த வாக்குறுதி...! அவள் இப்போது உயிரோடு இருக்கிறாளா என்ன? எனக்கு எல்லாம் தெரியும். சே... நான் ஒரு கழுதை. தொடவேகூடாத உணர்ச்சி கரமான ஒரு விஷயத்தைப் போய் நான் தொட்டுவிட்டேன். நீ கட்டாயம் என்னை மன்னித்தே ஆக வேண்டும். ஆனால் முட்டாள்தனத்தைப் பற்றிப் பேசும்பொழுது இதைச் சொல்லாம லிருக்க முடியவில்லை. இந்தப் பிரஸ்கோவியா பாவ்லோவ்னாவை முதல்முதலாக எடுத்த எடுப்பில் பார்க்கும்போது நமக்கு தோன்று கிற அளவுக்கு அவள் ஒன்றும் அப்படி முட்டாளில்லை. இது உனக்குத் தெரியுமா?”

“இல்லை!” என்று எங்கோ பார்த்தபடி சொன்னான் ரஸ்கோல்னிகோவ். இந்த உரையாடலை இப்படியே தொடரச் செய்ய வேண்டும் என்ற விருப்பத்துடன் அவன் இவ்வாறு சொன் னான்.

“அவள் அப்படி இல்லை, அதைத்தானே ஒப்புக்கொள் கிறாய்?” – தான் குறிப்பிட்ட விஷயத்தை அவன் ஒப்புக்கொண்டு விட்டான், தான் எதிர்பார்த்த ஒரு பதில் அவனிடமிருந்து

கிடைத்துவிட்டது என்ற சந்தோஷத்தினால் அவன் மிக உற்சாக மாகக் கத்தினான். "ஆனால், அந்த அளவுக்கு அவள் புத்திசாலி யாக இல்லை என்பதும் உண்மை. சரியா? அவள் கொஞ்சம்கூட எதிர்பார்க்க முடியாத பண்புகளைக்கொண்ட பெண் என்பது உண்மைதானே? உன்னிடம் இப்போது சொல்கிறேன், என் தலையேகூடக் கொஞ்சம் சுற்ற ஆரம்பித்துவிட்டது. நான் உறுதி யாகச் சொல்கிறேன்... அவளுக்கு நிச்சயமாக நாற்பது வயது இருக்க வேண்டும். ஆனால் அவள் முப்பத்தாறு வயது என்றுதான் சொல்லுகிறாள். அதேசமயம் தன்னைப் பற்றி என்ன வேண்டு மானாலும் சொல்வதற்கு அவளுக்கு உரிமை இருக்கிறது. ஆனால் அவள் வேண்டுமென்றே அப்படிச் சொல்லமாட்டாள் என்றுதான் நான் நினைக்கிறேன். எப்படியோ அவளோடு நான்கொண்டுள்ள உறவு, முழுக்க முழுக்க உணர்வுபூர்வமானது என்று மட்டும்தான் என்று நான் சத்தியம் செய்யக்கூடத் தயாராக இருக்கிறேன். ஆனால் ஒரு வகையில் பார்த்தால் நீ போடும் அல்ஜீப்ரா ஃபார் முலாக்களைவிட மிகவும் குழப்பமாகவும், கொஞ்சம்கூட அறிவுக்கு எட்டாததாகவும் இருக்கிறது. சரி, இதெல்லாமே அபத்தங்கள்தான்! விட்டுத்தள்ளு. இப்போது நடக்க வேண்டிய விஷயங்களைப் பற்றிச் சிந்திப்போம். அவள் ஏன் உன்னிடம் இது போன்று நடந்து கொண்டாள்...? நீ உன்னுடைய படிப்பைத் தொடராமல், பிள்ளை களுக்குப் பாடம் சொல்லிக் கொடுக்கும் வேலைகளையும் விட்டுவிட்டு, உடுத்திக்கொள்ள நல்ல உடைகளும்கூட இல்லாம லிருப்பதைப் பார்த்த அவளுக்கு பயம் ஏற்பட்டுவிட்டது. அவளு டைய மகளும் இறந்த பிறகு உன்னைத் தன்னுடைய குடும்பத்தில் ஒருவனாக அவளால் நினைக்க முடியவில்லை. உன் பங்குக்கு நீயும், அவளுடன் இருந்த எல்லாத் தொடர்புகளையும் விட்டு விட்டு, உனது இருண்ட அறையின் மூலையில் போய் பதுங்கிக் கொண்டு, பழைய வாழ்க்கையின் சுவடுகளைக்கூட நினைக்காத வனாக இருந்துவிட்டாய். எனவே பயந்து போன அவள் உன் னுடனிருந்த தனது தொடர்புகளை நீக்கிவிட்டு, உன்னிடமிருந்து விலகிக்கொள்வது என்ற முடிவுக்கு வந்து விட்டாள். அப்படி ஓர் எண்ணம் கொஞ்சகாலமாகவே அவளுக்குள் ஏற்பட்டு விட்டது. ஆனால்... அந்த ஒப்பந்தப் பத்திரத்திலிருந்து உனக்கு விடுதலையளிக்க அவளுக்கு விருப்பமில்லை. காரணம் உன் அம்மா அதைத் திருப்பிக் கொடுத்துவிடுவார்கள் என்று நீ உறுதி யளித்திருந்தாய்."

"அப்படி நான் சொன்னது, எனது பெரிய தவறுதான். ஏதோ பிச்சையெடுக்காமல் பிழைக்கக்கூடிய அளவுக்குத்தான் என்னு

டைய அம்மாவிடம் பணம் இருக்கிறது. இங்கே தொடர்ந்து வசிப் பதற்கும், உணவு தருவதற்கும் அவள் சம்மதிக்க வேண்டும். அனு மதிக்க வேண்டும் என்பதற்காகத்தான் அப்படி ஒரு பொய்யை நான் சொன்னேன்."

"சரி... சரி, அந்த வகையில் நீ புத்திசாலித்தனமாகத்தான் நடந்துகொண்டிருக்கிறாய். ஆனால் அதற்கு நேரிட்ட ஒரே ஒரு தடை, வியாபாரியும், சிவில் கவுன்சிலருமான ஷெபரோவ் குறுக்கே வந்ததுதான். அவர் இல்லையென்றால் நிச்சயம் இப்படி ஒரு காரியத்தைச் செய்ய பாஷென்கா கூச்சப்பட்டு விலகியிருப்பாள். வியாபாரம் செய்யும் மனிதர்களுக்குத்தான் கூச்சம் என்பதே கொஞ்சமும் கிடையாதே! அவரது முதல் கேள்வியே என்ன தெரியுமா? அந்தப் பத்திரத்தில் குறிப்பிட்டிருக்கும் பணத்தை வசூலிக்க ஏதாவது வாய்ப்பு இருக்கிறதா அவனுக்கு அதற்கேற்ற வசதி இருக்கிறதா, வசூலிக்க முடியும் என்று ஏதாவது நம்பிக்கை இருக்கிறதா என்பதுதான்! அதற்குப் பதிலும் இருந்தது: "ஆமாம் ரோட்யாவைக் காப்பாற்ற அவனுடைய அம்மா இருக்கிறாள்" என்பதுதான் அந்தப் பதில். ஆமாம், அவனுடைய அம்மா அவனுக்கு உதவி செய்வாள். சாப்பிட எதுவுமின்றித் தான் தவித்துக் கிடந்தாலும், தனக்குக் கிடைக்கும் நூற்று இருபத்தைந்து ரூபிள்கள் பென்ஷனைத் தருவதற்கு அவள் முன் வருவாள்; அதேபோல அவனது சகோதரியும்கூடத் தன்னை விற்று அடிமை யாக்கிக்கொண்டாவது தன்னுடைய சகோதரனின் நலத்திற்காக எதுவும் செய்வாள். இது போதாதா அவருக்கு? உடனே இதற்கான நடவடிக்கைகளைத் துவங்கிவிட்டார். நான் உன்னுடைய உள்ளும் புறமும் பற்றிய அனைத்தையும் இப்போது தெரிந்துகொண்டுவிட் டேன். இதற்காகப் பதற்றப்படாதே, என்னுடைய அன்பு நண்பனே; பாஷென்காவின் குடும்பத்தில் ஒருவனாக நீ இருந்தபோதே உன் மனதை அவளுக்கு நீ திறந்து காட்டியிருக்க வேண்டும். ஒரு நண்பனாகத்தான் இவையெல்லாவற்றையும் நான் உன்னிடம் சொல்லிக்கொண்டிருக்கிறேன்... பொதுவாக என்ன நடக்கிறதென்றால் – உணர்ச்சிவசப்பட்ட, உண்மையான ஒரு மனிதன் தன் உள்ளத்தைத் திறந்து காட்டும்போது, காரியத்திலேயே குறியாக இருக்கும் மற்றொரு மனிதன், எல்லாவற்றையும் கவனமாகக் கேட்டுக்கொண்டு, அதிலுள்ள எல்லா விஷயங்களை யும் கிரகித்துக்கொண்டு, கடைசியில் நேர்மையான அந்த மனித னுக்கே உலைவைத்து விடுகிறான். பாஷென்கா, தான் அந்த வியா பாரிக்குத் தர வேண்டிய வேறோரு கடனுக்கு மாற்றாக உன் னுடைய உறுதிமொழிப் பத்திரத்தை அவனுக்குத் தந்துவிட்டாள்.

அந்தப் பணத்தை வசூலிக்க அவனும் முறைப்படி நடவடிக்கைகளை எடுக்கத் துவங்கிவிட்டான். இனி அதைத் தள்ளிப் போட முடியாது. இதையெல்லாம் தெரிந்துகொண்ட பின்பு நான் அவரிடம் – அந்த வியாபாரியிடம் – போய் என் மனம் திறந்து பேசிப் பணத்தை வசூலிக்கும் நடவடிக்கைகளில் ஈடுபடுவதைத் தடுக்க எண்ணினேன். ஆனால் அதற்குள்ளாக எனக்கும், பாஷென்காவிற்கும் இடையில் ஏற்பட்ட நேசத்தினால் நாங்கள் இருவரும் கருத்தொருமித்தவர்களாக ஆகிவிட்டதால் இந்த முயற்சியை நான் நிறுத்திக்கொண்டுவிட்டேன். நீ பணத்தைத் திரும்பக் கொடுத்துவிடுவாயென்று உத்தரவாதமளித்துப் பணம் வசூலிப்பதற்காக எடுக்கும் நடவடிக்கைகளை உடனே நிறுத்தும்படி அவளை நான் வற்புறுத்தினேன். நான் உனக்காக உத்தரவாதம் தந்திருக்கிறேன் சகோதரா! நீ இதனைப் புரிந்துகொண்டாயல்லவா? உடனே நாங்கள் ஷெபரோவை அழைத்து, பத்து ரூபிள்களை விட்டெறிந்து, அந்தக் கடன் உறுதிமொழிப் பத்திரத்தை அவரிடமிருந்து திரும்ப வாங்கிக்கொண்டுவிட்டோம். அதை இப்பொழுது சந்தோஷமாக நான் உனக்குத் தருகிறேன். நீ எப்படியும் பணத்தைத் திரும்பத் தந்துவிடுவாய் என்ற உத்தரவாதத்தை அதற்கு சாட்சியளித்ததன் மூலமாக நானும் அவர்களுக்கு உறுதிப்படுத்தியிருக்கிறேன். இனிமேல் அவர்கள் உன் வார்த்தையை மட்டுமே நம்பியிருக்கிறார்கள். இதோ, பார் இந்தக் கடன் உறுதிமொழிப் பத்திரத்தை எடுத்துக்கொள். இனிமேல் இந்தத் தாளுக்கு மதிப்பில்லை."

ரஸுமிகின் அந்த உறுதிமொழிப் பத்திரத்தை மேசையின் மேல் வைத்தான். ரஸ்கோல்னிகோவ் திரும்பி ரஸுமிகினைப் பார்த்தான். பிறகு ஒரு வார்த்தைகூடப் பேசாமல் சுவரைப் பார்த்துத் திரும்பிக்கொண்டான். ரஸுமிகினுக்கு அவனது செய்கை அதிர்ச்சியளித்தது. அவன் நெஞ்சு வலித்தது.

"எனக்குப் புரிகிறது, தம்பி" என்று நொடி நேரம் இடைவெளி விட்டுப் பின் தொடர்ந்து பேசினான், ரஸுமிகின். "திரும்பவும் நான் என்னையே முட்டாளாக்கிக்கொண்டுவிட்டேன். என்னுடைய வேடிக்கைப் பேச்சுகளால் உன்னைச் சந்தோஷப்படுத்தலாம் என்று நினைத்தேன். ஆனால் இப்பொழுது என்னவோ நான் உன்னைத் தொந்தரவு செய்துவிட்டதாகத்தான் எனக்குத் தோன்றுகிறது."

"எனக்கு ஜன்னி கண்டிருந்தபோது, உன்னை யாரென்று நான் அடையாளம் கண்டுகொள்ளாமல் போனேனா?" – சில விநாடிகள் கழிந்த பின் சுவரின் பக்கமிருந்து திரும்பாமலேயே ரஸுமிகினிடம் கேட்டான் ரஸ்கோல்னிகோவ்.

“ஆமாம். அதைப்பற்றி நீ கிளர்ச்சியும் கோபமும் குழப்பமும் அடைந்தவனாக இருந்தாய்... குறிப்பாக ஒரு நாள், நான் சமெ டோவை என்னுடன் அழைத்து வந்தபோது...”

“சமெடோவ்? அந்தத் தலைமைக் குமாஸ்தா... அவனை ஏன் அழைத்து வந்தாய்?” வேகமாகச் சுழன்று திரும்பிய ரஸ் கோல்னிகோவ், ரஸுமிகினை வெறித்துப் பார்த்தான்.

“என்ன ஆயிற்று உனக்கு...? எதற்காக இத்தனை கலவரப் படுகிறாய்? அவன் என்னுடன் நட்புடன் பழக விரும்பினான். ஏனென்றால் நான் அவனிடம் உன்னைப் பற்றி நிறைய பேசியிருந் தேன்... உன்னைப் பற்றி இத்தனை விஷயங்களை வேறு யாரிட மிருந்து என்னால் தெரிந்துகொள்ள முடிந்ததென்று நினைக்கிறாய்? அவன் முதல்தரமான மனிதன். நாகரிகமானவன். நல்ல மனிதன். ஆனால் அவனுக்கென்று ஒரு வழிமுறை இருக்கிறது, அவ்வளவு தான். இப்போது நாங்கள் இருவரும் நண்பர்களாகிவிட்டோம். பெரும்பாலும் தினந்தோறும் ஒருவரை ஒருவர் பார்த்துக்கொள் கிறோம். உனக்குத் தெரியுமா? இப்போது நான் இந்தப் பகுதிக்கே குடிவந்து விட்டேன். இப்போது கொஞ்சம் முன்னால்தான் இங்கே குடிபெயர்ந்து வந்தேன். லூயிஸாவைப் பார்ப்பதற்குக்கூட இரண்டு தடவைகள் அவனோடு சென்றிருந்தேன். லூயிஸாவை உனக்கு நினைவிருக்கிறதா... லூயிஸா இவானோவ்னா.”

“ஜுர வேகத்தில் நான் ஏதாவது சொன்னேனா?”

“ஆமாம். நீயே சித்தப் பிரமை பிடித்தவனைப் போலத் தானே இருந்தாய்.”

“நான் என்ன சொன்னேன்?”

“என்ன சொன்னாயா...? ஜன்னி கண்டிருக்கும் நிலையில் எல்லோரும் எப்படிப் பிதற்றுவார்களோ, அப்படித்தான் நீயும் ஏதோ உளறினாய்! சரி, சகோதரா, இதில் போய் நான் நேரத்தை வீணாக்க மாட்டேன். வேலையைத் துவக்க வேண்டும் அல்லவா?”

அவன் மேசையிலிருந்து எழுந்துகொண்டான். தொப்பியை எடுத்துக்கொண்டான்.

“உனக்கே தெரியும், திரும்பத் திரும்ப நீ அதையே பேத்திக் கொண்டிருக்கிறாயென்று. ஏன் ஏதாவது இரகசியத்தைச் சொல்லி விட்டோமோ என்று கவலைப்படுகிறாயா? பயப்படாதே. “இந்தப் பிரபுவின் மனைவி யார்” என்பதைப் பற்றியெல்லாம் நீ சொல்ல வில்லை. வேட்டை நாய், காதுத் தோடுகள் செயின்கள், கிரெஸ் டோவ்ஸ்கி தீவு, கொஞ்சம் காவலாளிகள், நிகாடிம் போமீச்,

இலியா பெத்ரோவிச், போலீஸ் துணைக் கண்காணிப்பாளர் என்று பலரைக் குறித்தும் நீ உளறிக்கொண்டிருந்தாய். காவல் துறைத் தலைவர் இலியா பெத்ரோவிச்சைப் பற்றித்தான் நீ அதிக மாகப் பேசினாய். அதையெல்லாம் தவிர, நீ உன் சாக்ஸைப் பற்றித்தான் மிகுந்த ஆர்வத்துடன் இருந்தாய். "அந்த சாக்ஸை மட்டும் என்னிடம் தந்துவிடுங்கள். நான் விரும்புவதெல்லாம் அதுதான்" என்று நீ முனகினாய். சமெடோவ்தான் தானாகவே முன் வந்து உன் அறை முழுவதும் தேடுதல் வேட்டை நடத்தி உன் சாக்ஸைக் கண்டுபிடித்தான். கடைசியில், நறுமணம் வீசுகின்ற, மோதிரங்கள் ஜொலிக்கின்ற, சுத்தமான தனது கையினால் அந்த கிழிசலைத் தொட்டுத்தூக்கி உன்னிடம் கொடுத்தான். அதற்குப் பிறகுதான் நீ சற்றே அமைதியடைந்தாய். அடுத்து வந்த இருபத்து நான்கு மணி நேரமும் அந்த அருவருக்கத்தக்க கிழிசலை நீ உன் கையிலேயே பிடித்துக்கொண்டிருந்தாய். அதை உன்னிடமிருந்து பறிக்க எங்களால் முடியவில்லை. இப்போதும்கூட உன் போர்வை யின் அடியில் எங்கேயாவது அது இருக்கும். அப்புறம், மறுபடியும் நீ உன் கால் சட்டையின் கிழிந்த துண்டுகள் வேண்டுமென்று கண்களில் நீர் மல்கக் கேட்டாய்! அவை எந்த மாதிரித் துண்டுகள் என்று எங்களுக்குத் தெரியாததால், நாங்கள் அதைப்பற்றி உன்னிடம் கேட்டோம். ஆனால் எங்களால் எதையும் புரிந்து கொள்ள முடியவில்லை. நல்லது, இத்துடன் நீ கேட்ட விஷயங்கள் எல்லாம் முடிந்து போய்விட்டன. இனி அதையெல்லாம் விட்டு விட்டுக் காரியத்துக்கு வரலாம். இதோ நம்மிடம் இருக்கிறது முப்பத்தைந்து ரூபிள்கள். நான் இதில் பத்து ரூபிள்களை மட்டும் எடுத்துக்கொள்கிறேன். இன்னும் ஒரு மணிநேரம் அல்லது இரண்டு மணி நேரத்தில் அதற்குரிய கணக்கை உன்னிடம் ஒப்படைத்து விடுகிறேன். அதேநேரத்தில் ஜோஸிமோவிடமும் விஷயத்தைக் கூறிவிட வேண்டும். அவன் வெகுநேரத்திற்கு முன்பே இங்கே வந்திருக்க வேண்டியவன். இப்போது மணி பன்னிரண்டு! நஸ்டாஸியா, நான் வெளியே போயிருக்கும்போது நீ இவனருகில் இருந்து மிகவும் கவனமாகப் பார்த்துக்கொள்ள வேண்டும். குடிப்பதற்கு ஏதாவது வேண்டுமா? அல்லது வேறு ஏதாவது வேண்டுமா என்று கட்டாயம் விசாரிக்க வேண்டும். நான் பாஷென்காவிடம் எனக்கு என்ன வேண்டும் என்று சொல்லி விட்டுப் போகிறேன். சரி வருகிறேன்!"

"அவளைப் 'பாஷென்கா' என்று எவ்வளவு செல்லமாகக் கூப்பிடுகிறான் பார்" என்று தனக்குள் பொறாமையுடன் சொல்லிக்கொண்டாள் நஸ்டாஸியா. பிறகு கதவைத் திறந்து வெளி

யில் நின்று கீழே கவனித்தாள். பின்பு பொறுமையின்றி அவனைத் தொடர்ந்து கீழே ஓடினாள். வீட்டுக்காரப் பெண்ணிடம் ரஸூமிகின் என்ன சொல்கிறான் என்பதைத் தன் காதால் கேட்க வேண்டும் என்ற ஆர்வ மிகுதியால் அவள் வேகமாகக் கீழே ஓடினாள். ரஸூமிகின் அவளையும்கூட ஈர்த்து விட்டிருந்தது வெளிப் படையாகத் தெரிந்தது.

அவள் எப்போது வெளியேறுவாள் என்று எதிர்பார்த்துக் காத்திருந்தவனைப் போல, அவள் அறையைவிட்டு வெளியேறியதும் படுக்கையிலிருந்து துள்ளி எழுந்தான் ரஸ்கோல்னிகோவ். தன்னைப் போர்த்தியிருந்த போர்வைகளைத் தூக்கி வீசிவிட்டு ஒரு பைத்தியக்காரனைப் போலப் படுக்கையிலிருந்து குதித்தான். எரிகின்ற இதயத்துடனும், உதறலெடுக்கும் நடுக்கத்துடனும் பொறுமையிழந்தவனாக அவர்கள் எப்போது இந்த அறையை விட்டு வெளியேறுவார்கள் என்று தவிக்கின்ற உள்ளத்துடனும் ஜுரவேகத்துடனும் அவன் காத்துக்கொண்டிருந்தான். அவர்கள் வெளியேறிய உடனேயே தான் செய்ய வேண்டிய வேலைகளில் முழுமையாக ஈடுபட வேண்டுமென்று அவன் துடித்துக்கொண்டிருந்தான். ஆனால் இப்போது...? அவன் என்ன செய்ய வேண்டும் என்பது அவனுக்கு மறந்துவிட்டது. “அது என்ன...? நான் செய்ய வேண்டியதுதான் என்ன?” அவனுக்கு அது முழுமையாகவே மறந்துவிட்டதாகத்தான் தோன்றியது.

“ஓ, கடவுளே... ஒரே ஒரு விஷயத்தை மட்டும் எனக்குச் சொல்லிவிடுங்கள்... அவர்களுக்கு எல்லா விஷயங்களும் தெரியுமா, தெரியாதா? ஒரு வேளை எல்லாவற்றையும் முன்னரே தெரிந்து வைத்துக்கொண்டு, நான் படுக்கையில் படுத்திருக்கும் இந்த வேளையில் தங்களுக்கு ஒன்றுமே தெரியாதது போல நடித்துக்கொண்டும் எனனைப் பரிகசித்துக்கொண்டும் இருக்கிறார்களோ? ஒரு வேளை அவர்கள் இப்போது இங்கே வந்து, தங்களுக்கு முன்னரே எல்லாம் தெரியும் என்றும், வேண்டுமென்றுதான் தாங்கள் எல்லோரும் ஒன்றுமே தெரியாதது போல நடித்தோம் என்றும் சொல்லி விட்டால்... சரி, இப்போது நான் உடனே செய்ய வேண்டிய காரியம் என்ன...? ஐயோ, அதை நான் மறந்துவிட்டேனே... ஒரு நிமிடத்திற்கு முன்புகூட அது எனக்குத் தெரிந்திருந்ததே... இப் போது அந்த நினைவு என்னைவிட்டு நழுவிப் போய்விட்டதே...”

அறையின் நடுவே நின்றுகொண்டு, எதையும் இறுதியாகத் தீர்மானிக்க முடியாத மனப்பதற்றத்துடன் அவன் சுற்றிலும் பார்த்தான். கதவருகே சென்று, அதைத் திறந்துகொண்டு வெளியே போய் நின்று கவனித்தான். ஆனால் அவன் செய்ய நினைத்தது அதுவல்ல. திடீரென்று நினைவுக்கு வந்தவனைப் போல,

அறையின் மூலைக்கு விரைந்து, சுவரில் ஒட்டப்பட்டிருந்த தாளில், கிழிசல் இருந்த இடத்தைக் கவனமாகப் பரிசீலித்தபடி, தன் கையை அந்த இடைவெளிக்குள் விட்டுத் துழாவினான். ஆனால் அவன் செய்ய நினைத்தது அதுவுமல்ல. கணப்பின் அருகே சென்று, அதைத் திறந்து, அங்கிருந்த சாம்பல்களினூடே அவன் எதையோ தேடினான். அவனது கால் சட்டை நுனியின் துணுக்குகளும், அவனது மேல் கோட்டுப் பையிலிருந்து கிழிக்கப்பட்டிருந்த சிறிய துண்டும், அவன் அவற்றை எறிந்த இடத்திலேயே, அப்படியே கிடந்தன. அதன்பிறகு, அதை வேறு யாருமே பார்க்கவில்லை. சாக்ஸைப் பற்றி ரஸுமிகின் பேசிக்கொண்டிருந்தது அவனது நினைவுக்கு வந்தது. ஆமாம்... அது, சோஃபாவில், போர்வைக்கு அடியில் இருந்தது. முன்னைவிடவும் கசங்கியும், அழுக்குப் படிந்தும் அது இருந்ததால், சமெடோவ், குறிப்பாக எதையும் கவனித்திருக்க முடியாது.

"ஆ... சமெடோவ்! அந்தப் போலீஸ் அதிகாரி! அந்த அலுவலகத்திற்கு வரும்படி என்னை ஏன் அழைத்தார்கள்? அந்தச் 'சம்மன்' எங்கே? ஓ... நான் எல்லாவற்றையும் ஒன்றாகக் குழப்பி விட்டுவிட்டேனோ...? அது முன்னால் நடந்தது! பிறகு... நான் சாக்ஸை நன்றாகப் பரிசோதித்துப் பார்த்தேன். அப்புறம் இப் போது நான் உடல் நலமின்றி இருக்கிறேன்... ஆனால் சமெடோவ் இங்கு எதற்கு வர வேண்டும்? ரஸுமிகின் சமெடோவை ஏன் அழைத்து வந்தான்?" செய்வதறியாமல் முணுமுணுத்தபடி மீண்டும் சோஃபாவில் உட்கார்ந்துகொண்டான் ரஸ்கோல்னி கோவ். "ஆனால்... இதெல்லாம் என்ன? நான் இன்னமும் சுய நினைவு இல்லாமல்தான் இருக்கிறேனா...? அல்லது இதெல்லாம் உண்மையா? ஆமாம், உண்மைதான். உண்மை போலத்தான் தெரிகிறது. ஆ... எனக்கு நினைவு வந்துவிட்டது, நான் உடனே இங்கிருந்து தப்பித்து ஓடிவிட வேண்டும். ஆமாம், உடனே... உடனே தப்பித்து ஓட வேண்டும். ஆமாம்... ஆனால் எங்கே போவது? என்னுடைய உடைகளெல்லாம் எங்கே? என்னுடைய பூட்ஸ்களும்கூட இங்கே இல்லை... அவற்றை எங்கோ வெளியில் தூக்கிப் போட்டுவிட்டார்கள்! ஆமாம், அவற்றை அவர்கள் எங்கோ ஒளித்து வைத்திருக்கிறார்கள்...! ஆமாம், எனக்கு நன்றாகப் புரிகிறது! ஆ... இதோ இருக்கிறதே என்னுடைய மேல்கோட்டு...! இதனை அவர்கள் பார்க்காமல் விட்டுவிட்டார்களோ? இதோ, மேசையின் மேல் பணமும் இருக்கிறதே! ஓ. கடவுளே உனக்கு நன்றி! இதோ அந்தக் கடன் உறுதி மொழிப்பத்திரமும் இருக் கிறது!... இந்தப் பணத்தை எடுத்துக்கொண்டு நான் உடனே இங்

கிருந்து ஓடிவிட வேண்டியதுதான். வேறு எங்காவது விடுதியில் போய் தங்கிக்கொள்ள வேண்டியதுதான்! அவர்களால் என்னைக் கண்டுபிடிக்கவே முடியாது!... ஆமாம், ஆனால், அந்த முகவரி களின் பதிவாளர் அலுவலகத்தினர் என்னைக் கண்டுபிடித்து விடுவார்களே... ரஸுமிகினும்கூட என்னை நிச்சயம் கண்டுபிடித்து விடுவான். இவர்கள் எவருமே கண்டுபிடிக்க முடியாதபடி எங்காவது வெகு தொலைவிலுள்ள இடத்திற்குச் சென்று விட வேண்டியதுதான்... அமெரிக்காவுக்குப் போய்விடலாமா? ஆமாம்... அப்படி வெகுதூரம் ஓடிப்போனால்தான் இவர்களை விட்டுத் தொலைய முடியும்! ஆமாம்... இந்த கடன் உறுதி மொழிப் பத்திரத்தையும் எடுத்துக்கொண்டு போய் விட வேண்டும்! அங்கே இது ஏதாவது பயன்படக்கூடும்... இன்னும் வேறு எவற்றை யெல்லாம் நான் எடுத்துக்கொள்ள வேண்டும்? நான் மிகவும் உடல் நலமில்லாமல் கிடப்பதாகத்தான் அவர்கள் நினைத்துக் கொண்டிருக்கிறார்கள்...! என்னால் நன்றாக நடந்து செல்ல முடியும் என்பது அவர்களுக்குத் தெரியவே இல்லை... ஹா... ஹா... ஹா! அவர்களுக்கு எல்லா விஷயங்களும் தெரிந்துவிட்டது என்பதை அவர்களது கண்களை வைத்தே நான் தெரிந்துகொண்டு விட்டேன். என்னால் மட்டும் கீழே போக முடிந்தால்...? என்னைக் கண்காணிப்பதற்கு யாரேனும் ஆட்களை நியமித்திருப்பார் களோ...? போலீஸ்காரர்கள் யாரேனும் மறைந்திருந்து பார்த்துக் கொண்டிருப்பார்களோ...? என்ன இந்தத் தேநீர் நன்றாக இல்லையே... அதோ, பீர் இருக்கிறதே, கிட்டத்தட்ட அரை பாட்டில் இருக்கிறதே. ம்... நல்ல குளிர்ச்சியாக இருக்கிறது!"

அவன் அந்த பாட்டிலைத் திறந்து, கோப்பையில் ஊற்றினான். ஒரு கோப்பை முழுவதும் நிரம்பிவிட்டது. அதைக் கையிலெடுத்துத் தனது நெஞ்சில் எரிந்துகொண்டிருக்கும் நெருப்பை அணைக்க முயல்பவன் போல, ஒரே மடக்கில் குடித்து முடித்தான். பீர், அவனது மண்டைக்குள் போய் ஒரு நிமிடம் ஆவதற்குள் இலேசான, இனிமையான நடுக்கம் ஒன்று அவனது முதுகுத் தண்டிற்குள் ஊடுருவிச் சென்றது. அவன் படுத்துக் கொண்டு, போர்வையைத் தனக்கு மேலே இழுத்துப் போர்த்திக் கொண்டான். ஒன்றுக்கொன்று தொடர்பில்லாத, அலைக்கழிப் பான எண்ணங்கள் அவனிடம் மேலும் மேலும் குழப்பமாகப் பெருகியபடி இருந்தன. விரைவாக இலகுவான இனிமையான தூக்கம் அவனைத் தழுவிக்கொண்டது. புதிதாகத் தனக்கு இப் போது கிடைத்துள்ள வசதிகளை அவன் இப்போது அனுபவித்துக் கொண்டிருந்தான். படுக்கையில் போடப்பட்டிருந்த மிருதுவான

தலையணையில் தனது தலையைச் சாய்த்துக்கொண்டான். கிழிந்த துணிகளுக்குப் பதிலாகப் பஞ்சு போன்ற இறகுகளால் நிரப்பப் பட்டுப் புதிதாக உறை போடப்பட்டுச் சுத்தமாக இருந்தது அந்தத் தலையணை. போர்த்திக்கொண்டிருந்த கிழிசல் கோட்டுக்குப் பதிலாக புதிதாக இருந்த பஞ்சு போன்ற மென்மையான கம்பளிப் போர்வையினால் நன்றாகப் போர்த்திக்கொண்டு, மிக மென்மை யாக, நீண்டதொரு பெருமூச்சுவிட்டபடி ஆழ்ந்த, சுகமான உறக்கத்தில் அவன் மூழ்கிப் போனான்.

யாரோ தன் அறைக்குள் நுழையும் சத்தத்தைக் கேட்டு அவன் கண் விழித்துப் பார்த்தபோது, வாயிற்கதவைத் திறந்து கொண்டு உள்ளே வரலாமா, வேண்டாமா என்று யோசித்தபடி நின்றுகொண்டிருந்தான் ரஸூமிகின். ரஸ்கோல்னிகோவ் பாதித் தூக்கத்துடன் எழுந்து உட்கார்ந்து, எதையோ நினைவுபடுத்திக் கொள்பவனைப் போல அவனைப் பார்த்தான்.

"ஓ, நீ தூங்கவில்லையா? இதோ... நான் வந்துவிட்டேன்! நஸ்டாஸியா, அந்தப் பார்சலைக் கொண்டுவா!" என்று ரஸூமிகின் கீழே பார்த்துக் கத்தினான். "நீயே அந்தக் கணக்குளை நேரடியாகப் பார்த்துவிடலாம்...!"

"இப்பொழுது மணி என்ன?" என்று சுற்றுமுற்றும் கலவரத் தோடு பார்த்தபடி கேட்டான் ரஸ்கோல்னிகோவ்.

"நீ செமையான தூக்கம் போட்டிருக்கிறாயப்பா! இப்போது சாயங்காலமாகிவிட்டது! ஆறு மணி இருக்கும்! நீ ஆறு மணி நேரத்திற்கும் மேல் தூங்கியிருக்கிறாய்!"

"கடவுளே! நானா இவ்வளவு நேரம் தூங்கிவிட்டேன்?"

"அதைப்பற்றி என்ன? உனக்கு அது நல்லதுதான்! இப் பொழுது என்ன அவசரம் உனக்கு? யாரையாவது குறிப்பிட்ட நேரத்தில் சந்திக்க வேண்டுமா என்ன? அல்லது வேறு ஏதாவது வேலை இருக்கிறதா? நம்முடைய முழு நேரமும் நம் வசத்தில்தான் இருக்கிறது. நான் மூன்று மணி நேரமாக உனக்காகக் காத்துக் கொண்டிருந்தேன். இரண்டு முறை இங்கே வந்து எட்டிப் பார்த் தேன். நீ நன்றாகத் தூங்கிக்கொண்டிருந்தாய். ஜோஸிமோவைப் பார்க்க நான் இரண்டு தடவை சென்றிருந்தேன். அவனும்கூட அங்கு இல்லை. அதைப் பற்றி ஒன்றுமில்லை. அவன் வந்து விடுவான். நான் என்னுடைய சின்னச் சின்ன வேலைகள் சில வற்றைப் பார்த்துக்கொண்டிருந்தேன். வீடு மாற்றும் வேலை இன் றோடு முடிந்துவிட்டது. எனது மாமாவுடன் நான் வந்துவிட்டேன்.

எனது மாமா இனிமேல் என்னோடுதான் வசிக்கப் போகிறார். அதெல்லாம் கிடக்கட்டும், இப்போது நாம் நமது வேலையைப் பார்ப்போம். நஸ்டாஸியா, அந்தப் பார்சலை இங்குகொண்டுவா! இப்போது நாம் அதைப் பிரிப்போம். அதிருக்கட்டும், என் அருமைச் சகோதரா. உனக்கு இப்போது உடல் நலம் எப்படி இருக்கிறது?"

"நான் இப்போது மிகவும் நன்றாக இருக்கின்றேன். காய்ச்சல் எதுவும் இல்லை. ரஸுமிகின் நீ ரொம்ப காலமாக இங்கேயேதான் இருக்கிறாயா?"

"நான்தான் முதலிலேயே உன்னிடம் சொன்னேன் அல்லவா? நான் மூன்று மணி நேரமாக உனக்காகக் காத்துக் கொண்டிருந்தேன்."

"நான் அதைக் கேட்கவில்லை. அதற்கு முன்னால்..."

"நீ என்ன கேட்கிறாய்?"

"எவ்வளவு நாட்களாக நீ இங்கே வந்துகொண்டிருக்கிறாய்?"

"ஏன், நான்தான் காலையிலேயே உன்னிடம் எல்லாவற்றையும் சொன்னேனே... உனக்கு நினைவில்லையா?"

ரஸ்கோல்னிகோவ் யோசித்துப் பார்த்தான். காலை நேரம் முழுவதுமே அவனுக்கு ஒரு கனவாகத்தான் தோற்றமளித்தது. எந்த உதவியுமின்றி நிச்சயமாக அவனால் அவற்றை நினைவுக்குக் கொண்டுவர இயலாது என்பது போலத் தோன்றியது. அவன் 'என்ன நடந்தது என்பதைச் சொல்' என்பது போல ரஸுமிகினை மிகவும் பரிதாபமாக ஒரு பார்வை பார்த்தான்.

"ம்...ம்..!" என்றான் ரஸுமிகின். "இவன் எல்லாவற்றையும் மறந்துவிட்டான். இன்னும் உனக்கு முழுமையாக சுய உணர்வு வரவில்லை என்று இப்பொழுதுதான் நான் நினைத்தேன். ஆனால் இப்போது நீ தூங்கிய நல்ல தூக்கம் உனக்கு நன்றாக உதவி செய்திருக்கிறது. இப்போது நீ உண்மையாகவே தெளிவாகத்தான் இருக்கிறாய்... ரொம்பவும் நன்றாக இருக்கிறாய். ஆமாம், முதல் தரமாக இருக்கிறாய்! சரி, நாம், விஷயத்திற்கு வருவோம். இதோ பார், சகோதரா!"என்ற அவன் பார்சலை ஆர்வத்துடன் பிரிக்கத் தொடங்கினான்.

"அன்புத் தோழா, என்னை நீ நம்ப வேண்டும்! என் இதயத்தில் எப்போதுமே நீங்காமல் இடம் பிடித்திருக்கும் விஷயம் இது. ஆமாம். நாங்கள் எல்லோரும் உன்னைச் சிறந்த மனிதனாக்க

வேண்டும் என்று திட்டமிட்டுக்கொண்டிருக்கிறோம். நீ இந்தத் தொப்பியைப் பார்க்கிறாயா?" என்று சொல்லியபடி அந்தப் பார்சலிலிருந்து ஒரு தொப்பியை வெளியே எடுத்தான். மிகச் சாதாரணமான, விலை மலிவான தொப்பி என்றாலும் பார்க்க மிகவும் நன்றாக இருந்தது அந்தத் தொப்பி.

"சரியாக இருக்கிறதா என்று தலையில் அணிந்துதான் பாரேன்!"

"இப்போது வேண்டாம். பிறகு பார்த்துக்கொள்ளலாம்" என்று எரிச்சலுடன் கையசைத்து மறுத்தான் ரஸ்கோல்னிகோவ்.

"வேண்டாம் ரோட்யா, என் அன்பு நண்பா! மறுக்காதே, இப்போதே போட்டுப்பார். பின்னால் என்பது ரொம்பத் தாமத மாகிவிடும். அப்புறம் நான் இரவு முழுவதுமே தூங்க முடியாமல் போய்விடும்! அதை வாங்கும் பொழுது உன் அளவை ஏதோ ஒரு மாதிரியாக ஊகித்துக்கொண்டுதான் வாங்கினேன்! இப் போதே போட்டுப் பார்த்துவிடலாம்" என்று சொன்னபடியே தொப்பியை ரஸ்கோல்னிகோவின் தலையில் வைத்துப் பார்த்து விட்டு, மகிழ்ச்சி பொங்க உற்சாகத்துடன் கத்தினான் ரஸுமிகின். "அளவு மிகச் சரியாக இருக்கிறது. நண்பனே, நாம் அணியும் உடைகளிலேயே நாம் தலையில் அணியும் இந்த அணிகலனுக்குத் தான் சிறப்பான முக்கியத்துவம் தர வேண்டும். காரணம் அது நமக்கு ஓர் அறிமுகம் போலச் செயல்படுகிறது எனது நண்பன் டால்ஸ்டியாகோவ் பொதுக் கழிப்பறைகளுக்குச் செல்லும் போதெல்லாம் தனது தலைத் தொப்பியை எடுத்துவிடுவான். பொதுவாக அந்தச் சமயம் எல்லோருமே தொப்பியைக் கட்டாயம் அணிந்துகொள்வதுதான் வழக்கம். அவன் இப்படிச் செய்வதற்கு அவனது தன்னடக்கம்தான் காரணம் என்று மற்றவர்கள் நினைப் பார்கள். ஆனால் உண்மையில், புறாக்கூடு போன்ற ஒன்றைத் தலையில் அணிவதா என்று வெட்கப்பட்டுக்கொண்டுதான் அவன் தலையில் தொப்பி அணிவதில்லை. அவன் ரொம்பவும் கூச்ச சுபாவம் உள்ளவன். சரி, நஸ்டாஸியா, இதோபார், இங்கே மாதிரிக்கு இரண்டு தொப்பிகள் இருக்கின்றன. ஒன்று இந்த பாமெர்ஸ்டோன் என்று சொல்லியபடி மூலையில் கிடந்த ரஸ்கோல்னிகோவின் வட்டவடிவமான பழைய தொப்பியை எடுத்துக் காண்பித்தான்.

ஏதோ ஓர் இனம்புரியாத காரணத்தால் ரஸ்கோல்னி கோவின் நைந்து போன அந்த வட்டவடிவத் தொப்பிக்கு அப்படி ஒரு பெயரிட்டிருந்தான் ரஸுமிகின். "இதோ மற்றொரு, தங்கமான

தொப்பி! இதன் விலை என்னவென்று ஊகித்துச் சொல் பார்க்க லாம்? என்று சொன்னவன், ரஸ்கோல்னிகோவ் பேசாமலிருக்கவே, "இதற்கு நான் என்ன விலை கொடுத்திருப்பேனென்று நினைக் கிறாய், நஸ்டாஸியா!" என்று திரும்பி, அவளைப் பார்த்துக் கேட்டான் ரஸுமிகின்.

"இருபது கோபெக்குகள் இருக்குமென்று நினைக்கிறேன்" என்று பதிலளித்தாள் நஸ்டாஸியா.

"இருபது கோபெக்குகளா? சரியான முட்டாளாக இருக் கிறாயே" என்று புண்பட்டுப் போனவனைப் போலக் கத்தினான் ரஸுமிகின்.

"இப்பொழுதெல்லாம் உனக்குக்கூட அதைவிட அதிகமான விலை கிடைக்கும். இதன் விலை எண்பது கோபெக்குகள்! அதுவும்கூட இது பழைய தொப்பி என்பதால்தான்! ஆனால் இதோடு ஓர் உறுதிமொழி தரப்படுகிறது என்பது நிஜம்! இப்பொழுது இதை அணிந்துகொண்டு இது கிழிந்துவிட்டால் அடுத்த வருஷம் இன்னொன்று இலவசமாகக் கிடைக்கும். ஆமாம், நான் இங்கே இப்போது நின்றுகொண்டிருப்பது எவ்வளவு உண்மையோ, அதுபோல இதுவும் உண்மைதான்! சரி, சரி, இப் பொழுது 'அமெரிக்காவுக்கு' வருவோம். அப்படித்தான் பள்ளிக் கூடத்தில் இவற்றை நாங்கள் குறிப்பிடுவோம். உண்மையிலேயே இந்தக் கால் சட்டைகளை வாங்கியதை நினைத்தால் எனக்குப் பெருமையாக உள்ளது" என்று சொன்னபடி கனமில்லாத கம்பளி யால் செய்யப்பட்ட சாம்பல் வண்ணக் கால் சட்டைகளை ரஸ் கோல்னிகோவுக்கு முன்பாகப் பரப்பினான் ரஸுமிகின். "பார்த்துக் கொள்! ஒரு ஓட்டையும் இல்லை. எந்தவகையான அழுக்கும் கறையும் இல்லை. முன்பு யாரோ அணிந்திருந்ததாக இருந்தாலும் இன்னும்கூட உழைக்கக்கூடியதுதான். அப்பொழுது இருந்த நாகரிக பாணியில், மிக எளிமையானதாகத்தான் இருக்கிறது. உண்மையில் யாரோ உடுத்திப் பழகியது என்பதால் விறைப்பாக, முரடாக இல்லாமல் மென்மையாக இருக்கிறது. இதோ பார், ரோட்யா! இந்த உலகத்தின் போக்கை ஒட்டி வாழ்வதற்கு இந்த உடை போதுமானது என்றும், இப்போதுள்ள பருவ நிலைகளுக்குப் பொருத்தமானது என்றும்தான் நான் நினைக்கிறேன். 'ஜனவரி மாதத்தில் போய்த் தோட்டத்துக் கீரைதான் வேண்டுமென்று நீ கேட்காமலிருந்தால், சில ரூபிள்களை நீ மிச்சப்படுத்திவிடலாம்!' அப்படி யோசித்துத்தான் நான் இவற்றை வாங்கினேன். இப்போது கோடை காலம். எனவே கோடைக்கு ஏற்ற உடைகளை நான் வாங்கியிருக்கிறேன். எப்படியும் பனிக்காலத்தில் கதகதப்பான

உடைகள்தான் வேண்டும். அப்போது இந்த உடைகளை நீ தூக்கி எறிந்துவிட வேண்டியதுதான். அதற்குள் இவைகளெல்லாம் இற்றுப் போய்விடும். வேறுவிதமான உடைகளை நாடியோ அல்லது இவற்றைச் சரியாக பராமரிக்காத காரணத்தாலோ நீயும் இவற்றைப் புறக்கணித்து விடுவாய்! நல்லது. இவையெல்லாம் என்ன விலை தெரியுமா? இரண்டு ரூபிள்களும் இருபத்தைந்து கோபெக்குகளும் மட்டும்தான். மேலும் இவைகளெல்லாம் இற்றுப் போனால், அடுத்தவருடம் நீ எதுவுமே தராமலேயே புதியதைப் பெற்றுக்கொள்ளலாம் என்று தொப்பிகளைப் போலவே – அதே வகையான உறுதிமொழியுடன் இதுவும் கிடைத்திருக்கிறது. பதேயீவுடைய கடையில் எப்போதும் இதுபோன்ற பேரங்களுடன் தான் அவர்கள் வியாபாரம் செய்கிறார்கள். ஒரு முறை ஏதாவது வாங்குவதற்கு நீ பணம் கொடுத்துவிட்டால், அது உன் ஆயுள் வரை செல்லுபடியாகும். காரணம் நீ பிற்பாடு அங்கே போகவே மாட்டாய். சரி, இப்பொழுது பூட்சுகளைப் பார்ப்போம். இவற்றைப் பற்றி நீ என்ன நினைக்கிறாய்? இவை புதியவை இல்லை என்பது, நீ பார்த்தவுடனேயே தெரிந்துவிடும். அது உண்மைதான்! ஆனால் இரண்டு அல்லது மூன்று மாதங்களுக்காவது நன்றாக இது உழைக்கும். இதன் வேலைப்பாடு, மூலப் பொருள் எல்லாமே வெளிநாட்டைச் சேர்ந்தது. ஆங்கிலேயத் தூதரகத்தின் செயலாளர் போனவாரம் இவற்றை விற்றுவிட்டார். அவர் இவற்றை ஆறே நாட்கள்தான் அணிந்திருந்தார்! ஆனால் அவசரமாகப் பணம் தேவைப்பட்டதால் அவற்றைக் கொடுத்துவிட்டார்! இதன் விலை, ஒரு ரூபிள், ஐம்பது கோபெக்குகள்தான். இப்போது சொல். நான் அதிர்ஷ்டசாலியா, இல்லையா?"

"அளவு சரியாக இல்லை போலத் தெரிகிறதே?" என்றாள் நஸ்டாஸியா.

"என்ன சொன்னாய்...? தவறான அளவா...? பிறகு இது என்னவாம்?" என்றபடி தன் பைக்குள்ளிருந்த ரஸ்கோல்னி கோவின் சாம்பல் நிற பூட்ஸ் ஒன்றை வெளியே உருவிக் காட்டி னான் ரஸுமிகின். சுருக்கங்கள் நிறைந்ததாகவும், பொத்தல்கள் விழுந்ததாகவும் அது இருந்தது. பொத்தல்கள் எல்லாம் களி மண்ணால் அடைக்கப்பட்டிருந்தன.

"மாதிரிக்கு நான் இவனுடைய பூட்ஸ் ஒன்றைக்கொண்டு போயிருந்ததால், இந்தப் 'பயங்கரமான' பொருளை வைத்து, அவர்கள் சரியான அளவை உறுதிப்படுத்திக்கொண்டு கொடுத் தார்கள். இதுவரை எல்லாமே சரியாகத்தான் போய்க்கொண்டிருக்

கிறது. லினன் சட்டைகளைப் பொறுத்தவரையில், இதோ, இந்த மூன்று சட்டைகளில் ஆரம்பிக்கலாம். துணிகள் கொஞ்சம் முரடாக இருந்தாலும், முன் பகுதி நல்ல நாகரிகமான பாணியில் சரியாகத் தைக்கப்பட்டிருக்கிறது. சரி, எல்லாவற்றையும் கூட்டிப் பார்க்கலாம். தொப்பிக்கு எண்பது கோபெக்குகள், மற்ற துணி களுக்கு இரண்டு ரூபிள், இருபத்தைந்து கோபெக்குகள் ஆக மொத்தம் மூன்று ரூபிள், ஐந்து கோபெக்குகள், அப்புறம் பூட்ஸுக்கு ஒன்றரை ரூபிள்கள் – காரணம் நிஜமாகவே அவை நல்ல தரமுடையவை. மொத்தம் நான்கு ரூபிள்கள், ஐம்பத்தைந்து கோபெக்குகள். சட்டைகள் எல்லாவற்றுக்கும் ஐந்து ரூபிள்கள். அவற்றை நான் மொத்த விலைக்கு வாங்கினேன். எல்லாவற்றையும் சேர்த்துப் பார்த்தால் மொத்தம் ஒன்பது ரூபிள்களும் ஐம்பத்தைந்து கோபெக்குகளும் ஆகியிருக்கின்றன. இதோ பாக்கியுள்ள சில்லறைச் செப்புக் காசுகள் நாற்பத்தைந்து கோபெக்குகளை வாங்கிக்கொள்! ரோட்யா, இப்பொழுது உன் உடைகள் மிகப் பொருத்தமாக அமைந்துவிட்டன. வெளியே செல்ல ஏற்ற தகுதி யுடன் இருக்கின்றன. உன்னுடைய மேல் கோட்டு நன்றாக உழைக்கக்கூடியது மட்டுமில்லை. அதில் ஒரு பணக்காரத் தோரணையும் கலந்திருக்கிறது! 'ஷார்மரில்' உடைகள் வாங்குவதில் அதுதான் ஒரு நன்மை! இன்னும் சாக்ஸ் மற்றும் அதைப் போன்ற பிற பொருள்கள் வாங்குவதை நான் உன்னிடமே விட்டுவிடு கிறேன். நம்மிடம் இன்னும் இருபத்தைந்து ரூபிள்கள் மிச்சமிருக்கின்றன. பாஷென்காவைப் பற்றியோ, அவளுக்குத் தர வேண்டிய வாடகைப் பணத்தைப் பற்றியோ நீ கவலைப்பட வேண்டாம். உன் கணக்கிலுள்ள பணம் முழுவதும் இன்னும் செலவாகிவிடவில்லை என்பதையும் உன்னிடம் சொல்லி விட்டேன். என் அன்புச் சகோதரா! இப்போது எழுந்து இந்தச் சட்டையை மாட்டிக்கொள்கிறாயா? பழைய சட்டையைக் கழற்றி எறி, அத்துடன் உனது வியாதிகளையும் தூக்கி எறிந்துவிடு."

"என்னை விட்டுவிடு. எதையும் போட்டுக்கொள்ள நான் விரும்பவில்லை" என்று இவ்வளவு நேரமும் தான் வாங்கி வந்த பொருள்கள் பற்றி, ரஸுமிகின் வேடிக்கையும், விளையாட்டுமாகச் சொல்லிக்கொண்டு வந்ததையெல்லாம் வெறுப்புடன் கேட்டுக் கொண்டிருந்த ரஸ்கோல்னிகோவ் இப்பொழுது கடுமையாகக் கைகளை ஆட்டி மறுப்புத் தெரிவித்தான்.

"வா, சகோதரா, எழுந்திரு! மாட்டேன் என்று சொல்லாதே. இதற்காகவா நான் மிகவும் பிரயாசைப்பட்டுக் கால்கள் தேய, வலியெடுக்க நடந்து திரிந்து உனக்காக இதையெல்லாம் வாங்கி

வந்திருக்கிறேன்” என்று சொல்லியபடி ரஸுமிகின் அவனை எழுந் திருக்கும்படி வற்புறுத்தினான். “நஸ்டாஸியா, சும்மா கல் போல உட்கார்ந்திருக்காதே. எழுந்து வந்து எனக்கு உதவி செய். பிடி அவனை... உம்... அப்படித்தான்.” ரஸ்கோல்னிகோவின் எதிர்ப் பையும் மீறி, அவனை வலுவாகப் பிடித்துக்கொண்டு, அவனுக்கு அந்தப் புதிய லினன் சட்டையை ரஸுமிகினும் நஸ்டாஸியாவும், அணிவித்து விட்டனர். ரஸ்கோல்னிகோவ் தலையணை மீது விழுந்து கிடந்தான். ஓரிரு நிமிடங்கள் எதுவுமே பேசாமல் அப்படியே அசையாமல் கிடந்தான் அவன்.

“என்னைத் தனியே விட்டுவிட்டுச் செல்லாமல் இவ்வளவு நேரமாக ஏன் இவர்கள் இங்கேயே இருக்கிறார்கள்?” என்று தனக் குள்ளேயே சிந்தித்துக்கொண்டிருந்த ரஸ்கோல்னிகோவ், “இவ் வளவும் வாங்குவதற்கு எங்கிருந்து வந்தது பணம்?” என்று கேட்டபடி அவனையே வெறித்துப் பார்த்தான்.

“பணமா? கெட்டது போ...! இது உண்மையாகவே உனது சொந்தப் பணமப்பா! இன்று வக்ருஷின் மூலமாக உன் அம்மா அனுப்பினார்கள் என்று தூதுவன் ஒருவன் கொண்டுவந்தானே அந்தப் பணம். அதையும்கூட நீ மறந்துவிட்டாயா?”

“ஆமாம், இப்போது நினைவு வந்துவிட்டது” என்று நீண்ட அமைதிக்குப் பின் சொன்னான் ரஸ்கோல்னிகோவ்.

ரஸுமிகின் சற்றுக் கோபத்துடனும் வெறுப்புடனும் அவனைப் பார்த்தான்.

அப்போது அறைக்கதவு திறந்துகொண்டது.

ஓர் உயரமான, தடித்த, ரஸ்கோல்னிகோவுக்கு மிகவும் அறிமுகமானவனைப் போல இருந்த ஒரு மனிதன் உள்ளே வந்தான்.

“இதோ, ஜோஸிமோவே வந்துவிட்டான்!” என்று குதூகலத் துடன் கத்தினான் ரஸுமிகின்.

அத்தியாயம் – 4

ஜோஸிமோவ் உயரமாகவும் பருமனாகவும் இருந்தான். வெளிறிப் போய் ஊதிப் போயிருந்த அவனது முகம் மழுங்கச் சவரம் செய்யப்பட்டிருந்தது. அவனது தலைமுடி நேராகவும், வெளிர் மஞ்சள் நிறம்கொண்டதாகவும் இருந்தது. அவன் கண்ணாடி அணிந்திருந்தான். அவனது உருண்டு திரண்டிருந்த கை விரலில் பெரிய தங்க மோதிரம் ஒன்று அணிந்திருந்தான். அவனுக்கு இருபத்தேழு வயதிருக்கும். தொளதொளப்பான, மெல்லிதான, நாகரிக பாணியில் வடிவமைக்கப்பட்டிருந்த மேல் கோட்டும், வெளிர் நிறம்கொண்ட கோடை காலத்திற்கே உரித்தான கால் சட்டையும் அணிந்திருந்தான். மொத்தத்தில் அவனது உடைகள் மிக நவீனமாகவும், இறுகப்பிடிக்காத வகையிலும், சுத்தமாகவும் காட்சியளித்தன. அவன் அணிந்திருந்த லினன் சட்டை மிகவும் கச்சிதமாக அவனுக்குப் பொருந்தியிருந்தது. அவனது கடிகாரத்தின் செயினும்கூட மிகவும் கனமாகத்தான் இருந்தது.

சோம்பலா அல்லது அலட்சியமா என்று இனம் தெரிந்து கொள்ள முடியாதபடி ஒரு மந்தகதியான போக்கு அவனிடத்தில் காணப்பட்டது. தனது படாடோபத்தை மறைத்துக்கொள்ள சிரமத்தோடு அவன் முயன்றுகொண்டிருந்தாலும், அது வெளிப்படையாகவே புலப்பட்டது. அவன் ஒரு சோம்பலான பேர்வழி தான் என்றாலும், ஒரு காரியம் என்று வரும்பொழுது மிகவும் புத்திசாலித்தனமாகச் செயல்பட்டு அதை முடிப்பதில் மிகவும் கெட்டிக்காரன் என்று நன்கு அறிந்தவர்கள் சொன்னார்கள்.

ஜோஸிமோவ் கடந்த ஆண்டுதான் தன்னுடைய மருத்துவப் படிப்பை முடித்த மாணவன். சமீபத்தில்தான் தன்னுடைய மருத்துவ சேவையைத் துவங்கியிருந்தான். ரஸுமிகினுக்கு மிக நெருங்கிய நண்பன். எனவே ரஸ்கோல்னிகோவுக்கும் நண்பன்.

"இன்று நான் உன்னை இரண்டு தடவைகள் உன் வீட்டிற்குத் தேடி வந்துவிட்டேன், சகோதரனே! இதோ, பார்! இவனுக்கு நினைவு திரும்பிவிட்டது" என்று உரக்கக் கத்தினான் ரஸுமிகின்.

"அப்படியா, நல்லது. இப்போது எப்படி இருக்கிறது...? ம்..." என்று ஜோஸிமோவ், ரஸ்கோல்னிகோவைப் பார்த்துக் கேட்டான். ரஸ்கோல்னிகோவின் காலடியில் இருந்த குறுகிய சோஃபா ஒன்றில் தனக்கு வசதியாக உட்கார்ந்துகொண்டான் ஜோஸிமோவ்.

"ஆனால், இவன் இன்னமும்கூட உற்சாகமில்லாமல்தான் இருக்கிறான். இதோ, இப்பொழுது நாங்கள் இவனுக்குச் சட்டை போட்டுவிடும்போதுகூட இவன் கத்தி ஆர்ப்பாட்டம் செய்து விட்டான்."

"அது இயல்பாக நடக்கக் கூடியதுதான். இவனுக்கு விருப்ப மில்லையென்றால், நீ அதை வற்புறுத்தியிருக்கக்கூடாது...! ம்... நாடித்துடிப்பு நன்றாகத்தான் இருக்கிறது. தலை இன்னும் வலிக் கிறதா?" என்று ரஸ்கோல்னிகோவைப் பார்த்துக் கேட்டான் ஜோஸிமோவ்.

"நான் நன்றாகத்தான் இருக்கிறேன்! மிகவும் நன்றாக இருக் கிறேன்!" என்று மிகவும் வேகமாகவும் உறுதிபடவும் சொன்னான் ரஸ்கோல்னிகோவ். உட்கார்ந்திருந்த சோஃபாவிலிருந்து சடா ரென்று எழுந்து நின்ற அவன், தன்னுடைய கண்கள் மின்ன இருவரையும் மாறி மாறிப் பார்த்தான். ஆனால் உடனடியாகத் தன் தலையணை மீது சுருண்டு விழுந்து சுவரைப் பார்த்துத் திரும்பிக்கொண்டான்.

ஜோஸிமோவ் அவனையே கவனித்துக்கொண்டிருந்தான். "நல்லது. இப்போது இவனுடைய உடல் நலம் சற்று முன்னேற்ற மடைந்திருக்கிறது" என்று மிகவும் சோம்பலாகச் சொன்னான் ஜோஸிமோவ். "இவன் எதுவும் சாப்பிட்டானா?"

அவர்கள், தாங்கள் ரஸ்கோல்னிகோவுக்குக் கொடுத்த உணவு வகைகளைப் பற்றிக் கூறினார்கள். நோயாளிக்கு எந்த வகையான உணவுகளைக் கொடுக்கலாம் என்பது பற்றி ஜோஸி மோவிடம் விசாரித்தனர்.

"எல்லாம் கொடுக்கலாம். சூப், தேநீர்! ஆனால் காளான் களையும், வெள்ளரிக்காய்களையும் கண்டிப்பாகத் தரக்கூடாது. மாட்டிறைச்சியைத் தராமல் இருப்பது நல்லது. சரி, இதெல்லாம் உங்களுக்குச் சொல்ல வேண்டியதில்லை."

ரஸுமிகினும் டாக்டர் ஜோஸிமோவும் ஒருவரை ஒருவர் பார்த்துக்கொண்டனர். ஜோஸிமோவ் தொடர்ந்து சொன்னான்: "மருந்தோ வேறு எதுவுமோ இனிமேல் தேவையில்லை. நாளைக்கு நான் வந்து பார்க்கிறேன். ஒருவேளை இன்றைக்கு... சரி, ஒன்றும் கவலைப்பட வேண்டியதில்லை."

“நாளை மாலை நான் இவனைக் கொஞ்சம் வெளியில் சும்மா காற்றாட நடப்பதற்காக அழைத்துச் செல்லலாம் என்றிருக் கிறேன்” என்றான் ரஸுமிகின். “முதலில் நாங்கள் யூஸுபோவ் தோட்டத்திற்குச் செல்லலாம் என்றும் பிறகு கிறிஸ்டல் பேலஸுக்குப் போகலாம் என்றும் நான் நினைத்திருக்கிறேன்.”

“நாளை அவன் இங்கிருந்து நகர்ந்து செல்வதற்கு நான் அனுமதிக்க முடியாது. கொஞ்சம் உடம்பு நன்றாகட்டுமே...? பிறகு பார்த்துக்கொள்ளலாம்.”

“இது எனக்கு ஏமாற்றமாகத்தான் இருக்கிறது. உன்னோடு எனக்குத் தொல்லைதான். சரி, இன்று இரவில் எனது புது வீட்டில் நான் புதிதாகக் குடியேறுவதற்கான விருந்துக்கு ஏற்பாடு செய் திருக்கிறேனே, உனக்குத் தெரியுமல்லவா? இங்கிருந்து ஓர் அடி தூரத்தில்தான் அந்த வீடு இருக்கிறது. அதற்கு அவன் வர லாமில்லையா? அவன் அங்கே இருக்க வேண்டும் என்பது என் ஆசை. எங்களோடு அவனும் ஒருவனாகச் சும்மா சோஃபாவில் படுத்துக் கிடந்தால்கூடப் போதும். நீயும் வந்து விடுவாயல்லவா? ஆமாம்! உறுதியாக வந்துவிடு, எனக்கு நீ வாக்களித்திருக்கிறாய், மறந்துவிடக்கூடாது!”

“சரி, நான் வருகிறேன். ஆனால் கொஞ்சம் தாமதமாக நான் வந்து சேர்ந்துகொள்கிறேன். என்னென்ன ஏற்பாடுகள் செய்து வைத்திருக்கிறாய்?”

“ஒன்றும் அதிகமில்லை. தேநீர், வோட்கா, கடல் மீன்கள், சில கேக்குகள் அவ்வளவுதான்! சில பழைய நண்பர்கள் மட்டும் வருவார்கள்”

“யாரெல்லாம் வருவார்கள் என்று சரியாகச் சொல்?”

“அவர்கள் எல்லோருமே இந்த இடத்தைச் சுற்றி இருப்ப வர்கள்தான். இன்னும் சரியாகச் சொன்னால் எல்லோருமே எனது புதிய நண்பர்கள், என்னுடைய மாமாவைத் தவிர! ஏன் என் னுடைய மாமாவும்கூட இங்கு புதியவர்தான். அவர் தன்னுடைய வேலையின் காரணமாக நேற்றுத்தான் பீட்டர்ஸ்பர்க் நகருக்கு வந்து சேர்ந்திருக்கிறார். கடந்த ஐந்து வருடங்களுக்குப் பிறகு இப் போதுதான் நான் அவரைச் சந்திக்கிறேன்.”

“அவர் என்ன வேலை செய்கிறார்?”

“ஓ, அவர் வாழ்நாள் முழுவதையுமே மாவட்டத் தபால் துறை அதிகாரியாக வேலை பார்த்து வீணடித்துவிட்டவர். ஏதோ கொஞ்சம் ஓய்வூதியம் வாங்குகிறார். வயது அறுபத்தைந்து

இருக்கும். இதற்கு மேல் அவரைப் பற்றிச் சொல்ல ஒன்றுமில்லை. ஆனால் அதே நேரத்தில் எனக்கு அவர்மீது மிகுந்த பாசம் உண்டு. போர்ஃபிரி பெத்ரோவிச்சும் வருவார். அவர் இங்கே விசாரணை நீதிபதியாகப் பணியாற்றிக்கொண்டிருக்கிறார். சட்டக் கல்லூரியில் படித்துப் பட்டம் பெற்றவர் அவர். உனக்கு அவரைக் கட்டாயம் தெரிந்திருக்கும்."

"அவரும்கூட உனக்கு உறவினரா?"

"ஆமாம். தூரத்து உறவினர். ஏன் முறைக்கிறாய்? ஒருமுறை நீகூட அவருடன் கடுமையாகப் பேசிக்கொண்டு சண்டை போட்டுக்கொண்டாயே... அவரேதான். அதற்காகச் சங்கடப் பட்டுக்கொண்டு வராமலிருந்துவிடாதே!"

"சே, சே... அவரைப் பற்றி நான் கொஞ்சம்கூடக் கவலைப் படவில்லை."

"அப்படியென்றால் சரிதான்! அப்புறம் சில மாணவர்கள் வருவார்கள்! ஓர் ஆசிரியர், ஓர் அரசு ஊழியர், ஓர் இசைக் கலைஞர், ஓர் அதிகாரி, அப்புறம் சமெடோவ்."

"தயவுசெய்து இதை மட்டும் சொல். உனக்கோ, (–ரஸ்கோல்னிகோவைச் சுட்டிக்காட்டி–) இதோ இவனுக்கோ சமெடோவைப் போன்ற ஒருவனிடம் என்ன தொடர்பு இருக்கிறது?"

"ஓ...? நீ எதையும் சட்டென்று வெளிப்படுத்திக்கொள்ளாத முணுமுணுப்புப் பேர்வழி அல்லவா...? நீங்களெல்லாம் சில கொள்கைகளைக் கூறிக்கொண்டு அலைபவர்கள் அல்லவா...? நீயும் உனது கொள்கைகளும்...! தூக்கிப் போடு அவற்றை! உனது லட்சியங்களெல்லாம் வற்றாத ஊற்றுகள் என்று நினைத்துக் கொண்டு, அவற்றையே பிடித்துத் தொங்கிக்கொண்டிருப்பதுதானே உங்களுக்கு வழக்கம்? மனிதர்களின் சொந்த விருப்பங்கள் பற்றியும் தன்னிச்சையாக முடிவெடுப்பது பற்றியும் நீங்கள் யோசிக்கவே மாட்டீர்கள்...! என்னைப் பொறுத்தவரையில் சமெடோவ் நல்லவன் என்பதுதான் எனது கொள்கை. வேறு எதையும் தெரிந்து கொள்ள எனக்கு விருப்பமில்லை. சமெடோவ் ஓர் அற்புதமான மனிதன்!"

"அவன் ஒரு லஞ்சப் பேர்வழி!"

"சரி, அப்படி இருந்தால்தான் என்ன?" என்று திடீரென எரிச்சலடைந்து கத்தினான் ரஸுமிகின். "அவன் சுயநலமாக

இருப்பதற்காக நான் என்ன இப்போது அவனைப் பாராட்டிக் கொண்டா இருக்கிறேன்? அவன் வழியில் அவன் நல்லவன் என்றுதானே சொன்னேன். இப்போது உன்னை நேரடியாகவே கேட்கிறேன், நன்றாக யோசித்துச் சொல். உண்மையாகவே நல்ல மனிதர்கள் என்று நிறைய பேர் இங்கே இன்னும் எஞ்சியிருக் கிறார்களா என்ன? என்னையே பேரம் பேசி விற்பதற்காக நான் போனால், மிஞ்சிப் போனால் ஒரு சமைத்த வெங்காயத்திற்கு மேல் எதுவும் கிடைக்காதென்பதை நான் நன்றாகவே அறிந்து வைத்திருக்கிறேன்.”

“அது ரொம்பவும் குறைச்சல். நானாக இருந்தால் உனக்கு இரண்டு தருவேன்.”

“ஆனால் நான் உனக்கு ஒன்றுக்கு மேல் தரவே மாட்டேன். சரி! வேடிக்கைப் பேச்சுகள் போதும். சமெடோவ் இன்னும் ஒரு சிறுவனைப் போலத்தான் இருக்கிறான். அவனை ஒரு சமயம் நான் தலைமுடியைப் பிடித்து ஆட்டினாலும், மற்றொரு சமயம் நளினமாகப் பேசித்தான் நடந்துகொள்கிறேன். ஒரு மனிதனை எப்போதும் எதிர்த்துக்கொண்டே இருப்பதைவிட, அவனைக் கவர்ந்து வெற்றிகொள்வதுதான் நல்லது. ஒரு மனிதனிடம் எதிர்ப் புணர்ச்சியுடனேயே நடந்துகொண்டிருந்தால் அவனைச் சரி செய்வது கடினம். அதுவும் சிறுவர்களிடம் அது மிகவும் கடினம். சிறுவர்களிடம் நீங்கள் இரண்டு மடங்கு கவனமாக இருக்க வேண்டும். ஓ, முற்போக்கு முட்டாள்களே! மந்த புத்திக்காரர்களே! உங்களுக்கு எதுவுமே புரியாது. நீங்கள் மதிப்புத் தருவது அந்த மனிதனுக்கு அல்ல. அவன் வேலை பார்க்கும் அலுவலகத்துக்கு! அதனால் நீங்கள், உங்களையே கேவலப்படுத்திக்கொள்கிறீர்கள். உங்களுக்குத் தெரிந்துகொள்ள விருப்பமிருந்தால், நான் சொல் கிறேன், கேளுங்கள். ஒரு குறிப்பிட்ட விஷயத்தில் நாங்கள் இருவரும் காட்டிய ஆர்வம்தான் எங்களை இணைத்தது.”

“அது என்னவென்று நான் தெரிந்துகொள்ளலாமா?”

“அது... அந்தப் பெயிண்டரைப் பற்றிய விவகாரம். நாங்கள் எப்படியும் அவனை வெளியே கொண்டுவந்து விடுவோம். இப்போது அதில் எந்தப் பிரச்சினையும் இல்லை. விஷயம் மிகவும் தெளிவாகவும் வெளிப்படையாகவும் இருக்கிறது. இன்னும் கொஞ்சம் அழுத்தம் கொடுத்தால் போதும்!”

“பெயிண்டரா? யார் அது?”

“ஓ, உனக்கு நான் அதைப் பற்றிச் சொல்லவில்லையோ...? உனக்கு அந்தப் பிரச்சினையின் ஆரம்பத்தை மட்டும் சொல்லி

இருக்கிறேன். அந்த அடகுக் கடைக்காரப் பெண்ணின் கொலையைப் பற்றி உனக்குத் தெரியுமல்லவா? அந்தக் கொலை யில் இப்போது இந்தப் பெயிண்டரையும் போட்டுக் குழப்பிக் கொண்டிருக்கிறார்கள். அவன் அந்தக் கொலையில் சம்பந்தப் பட்டிருப்பதாகச் சொல்கிறார்கள்."

"நீங்கள் சொல்வதற்கு முன்பாகவே அந்தக் கொலையைப் பற்றி நான் கேள்விப்பட்டிருக்கிறேன். எனக்கும் அதைப் பற்றித் தெரிந்துகொள்ள ஆர்வம் உண்டு. செய்தித்தாள்களில் அதைப் பற்றிப் படித்திருந்தாலும்கூட உன் மூலமாகவும் தெரிந்துகொள்ள எனக்கு ஆசைதான்."

"அந்த லிஸாவெதாவும்கூடக் கொலை செய்யப்பட்டு விட்டாள்" என்று திடீரென்று ரஸ்கோல்னிகோவைப் பார்த்துச் சொன்னாள் நஸ்டாஸியா.

இத்தனை நேரமும் கதவருகே நின்று இவர்களையே கவனித்தபடி, இந்த அறைக்குள்ளேயே இருந்த நஸ்டாஸியா திடீரென்று குறுக்கிட்டுச் சொன்னாள்.

"லிஸாவெதா..." ரஸ்கோல்னிகோவின் முணுமுணுப்பு மெல்லக் கேட்டது.

"ஆமாம்! இங்கே கீழேயெல்லாம்கூட வந்து வியாபாரம் செய்வாளே...? அந்த லிஸாவெதாதான்."

"உனக்குக்கூட அவளைத் தெரியுமே. ஒரு தடவை உன் சட்டையைக்கூட அவள் சரிசெய்து தைத்துக் கொடுத்தாளே..."

ரஸ்கோல்னிகோவ் சுவரைப் பார்த்துத் திரும்பிக்கொண் டான். சுவரில் ஒட்டப்பட்டிருந்த மெல்லிய, பழுப்பு வண்ணம் கொண்ட வெள்ளைப் பூ ஒன்றைத் தேர்ந்தெடுத்துக்கொண்டு, அதில் எத்தனை இதழ்கள் இருக்கின்றன என்றும் ஒவ்வொரு இதழின் விளிம்பிலும் இருக்கும் அடுக்கு வரிசைகளும், சிறிய பழுப்பு வண்ணக் கோடுகளும் எத்தனை என்பதையும் வெகு மும்முரமாக அவன் எண்ணத் தொடங்கினான். தனது கைகளும் கால்களும்கூட அவற்றுக்கு உரிய இடத்தில் இல்லாமல் போனது போலவும், அவை மரத்துப் போய்விட்டதைப் போலவும் அவன் உணர்ந்தான். சிறிதும் அசையாமல் அந்தப் பூவையே வெறித்துப் பார்த்துக்கொண்டிருந்தான் ரஸ்கோல்னிகோவ்.

"சரி அந்தப் பெயிண்டருக்கு என்னவாயிற்று" என்று நஸ்டாஸியாவின் அரட்டைக்கு இடையில் குறுக்கிட்டு, எரிச்ச லுடன் அவளைப் பார்த்துக் கேட்டான் ஜோஸிமோவ்.

“அந்தப் பெயிண்டரையே கொலைகாரன் என்று முடிவு செய்து அவனுக்கு ஆணி அடித்துவிட்டார்கள். பாவம்...” என்று ஆத்திரத்துடன் சற்றுச்சூடாகவே சொன்னான் ரஸுமிகின்.

“அவனுக்கு எதிராக ஏதேனும் சாட்சிகள் உண்டா?”

“சாட்சியெல்லாம் உண்மை என்றா நினைக்கிறாய்? சாட்சி என்று பார்த்தால் அவர்கள் கொண்டு வருவதெல்லாம் ஒழுங் கான, உண்மையான சாட்சிகளே இல்லை என்று உறுதியாகக்கூறி விடலாம். அதைத்தான் அவர்கள் செய்து வருவதெல்லாம் எப்படிப்பட்ட அபத்தங்கள் என்றுதான் பிட்டுப்பிட்டு வைக்கப் போகிறோம். எடுத்த எடுப்பிலேயே அவர்கள் அந்த இரண்டு பேர் மேலும் சந்தேகப்பட்டார்கள். அவர்களுடைய பெய ரென்ன...? ம்... ஒருவன் கோச்! மற்றொருவன் பெஸ்ட்ரியாகோவ்! சே... எவ்வளவு முட்டாள்தனமாக இந்த விஷயங்களை அவர்கள் கையாண்டு வருகிறார்கள் தெரியுமா? இதில் ஆர்வமே இல்லாத ஒரு பார்வையாளனுக்குக்கூட இவர்களது செய்கை வெறுப் பூட்டுவதாகத்தான் இருக்கிறது. அந்தப் பெஸ்ட்ரியாகோவ் ஒருவேளை என்னைப் பார்க்க வீட்டிற்கு வந்தாலும் வரலாம்.”

“ம்... ரோட்யா! இந்தச் செய்தி உனக்கும் தெரியும்தானே! நீ உடல் நலமில்லாமல் படுப்பதற்கு முன்னால் இது நடந்தது. காவல்துறை அலுவலகத்தில் அவர்கள் இந்தச் சம்பவத்தைப் பற்றிப் பேசிக்கொண்டிருக்கும்போதுதானே நீ மயக்கம் போட்டு விழுந்தாய். அதற்கு முந்தின நாள்தான் இது நடந்திருக்கிறது.”

ஜோஸிமோவ் மிகுந்த ஆர்வத்துடன் ரஸ்கோல்னிகோவைப் பார்த்தான். அவன் கொஞ்சமும் அசையாமலிருந்தான். பிறகு ரஸுமிகினைப் பார்த்துச் சொன்னான் ஜோஸிமோவ். “ரஸுமிகின்! இப்போது நீயும்கூட மிகவும் பரபரப்பான ஆசாமியாகப் போய் விட்டாய். மர்மமான விஷயங்களையெல்லாம்கூடத் தெளிவு படுத்தக் கிளம்பிவிட்டாய்?!” என்று மிகுந்த ஆச்சரியத்துடன் சொன்னான் ஜோஸிமோவ்.

“ஆமாம், நான் அப்படித்தான்! ஆனால் ஒன்று உறுதி! நாங்கள் நிச்சயமாக அவனை இதிலிருந்து வெளியே கொண்டு வருவோம்!” என்று சபதம் செய்வது போலத் தனது முஷ்டியைக் குவித்து மேசையில் குத்தியபடி ஆவேசமாகச் சொன்னான் ரஸுமிகின். இதில் மிகவும் ஆத்திரமூட்டக்கூடியது அவர்கள் சொல்லும் பொய்களல்ல. பொய்களை ஒருவனால் எப்பொழுதும் சகித்துக்கொள்ள முடியும். பொய்கள் மகிழ்ச்சியையும் சந்தோஷத் தையும் தரக்கூடியவை. ஏனென்றால் அவை நம்மை உண்மையை நோக்கி நடத்திச் செல்கின்றன. இதில் ஆத்திரமூட்டக்கூடியது

எது என்றால் பொய்யான ஒன்றை உருவாக்கியதோடு நில்லாமல், தாங்கள் உருவாக்கிய அந்தப் பொய்யையே அவர்கள் வழிபடவும் ஆராதனை செய்யவும் தொடங்கிவிட்டார்கள் என்பதுதான். எனக்குப் போர்ஃபிரி மீது மிகுந்த மதிப்பு உண்டு. ஆனால் எடுத்த எடுப்பிலேயே அவர்கள் தவறான முடிவுகளுக்குச் செல்லக் காரணம் என்ன? கதவு முதலில் அடைக்கப்பட்டிருக்கிறது. ஆனால் காவலாளியோடு அவர்கள் வந்தபோது அது திறந் திருக்கிறது. ஆகவே கோச்சும், பெஸ்ட்ரியாகோவும்தான் கொலை காரர்கள் என்று அவர்கள் சொல்லுகிறார்கள். இப்படிப்பட்ட தர்க்கங்களைத்தான் அவர்கள் பின்பற்றுகிறார்கள்!"

"அதற்காக நீ ஏன் ஆத்திரப்படுகிறாய். அவர்களைச் சும்மா கொஞ்சம் காவலில் வைத்திருக்கிறார்கள் அவ்வளவுதான். இப்படி யெல்லாம் உடனடியாக ஒருவர் மீது முடிவு செய்துவிட முடியாது. அது இருக்கட்டும். இந்தக் கோச் என்பவனை இதற்கு முன்பாக நான் சந்தித்திருக்கிறேன் என்று நினைக்கிறேன். அந்தக் கிழவியிடம் அடகு வைத்து, மீட்டுக்கொள்ளாமல் போன பொருள்களை யெல்லாம் அவளிடமிருந்து இவன் வாங்கிக்கொள்வது வழக்கம் என்பது இப்போது வெளிச்சத்திற்கு வந்திருக்கிறதல்லவா?"

"ஆமாம். அவனும் ஒரு ஏமாற்றுக்காரன்தான். அந்தக் கடன் பத்திரங்களையெல்லாம்கூட அவன் வாங்கிக்கொள்வதுண்டு. லாபத்திற்காக அவன் எதையும் செய்யக்கூடியவன்தான். அவன் எக்கேடு கெட்டும் போகட்டும். என் கோபத்திற்கு என்ன காரணம் என்பதை இப்போது நான் சொல்கிறேன். அவர்களது வழக்கமான அணுகுமுறைகளும், பத்தாம்பசலித்தனமான, மிகச் சாதாரணமான, இறுக்கமான நடைமுறைகளும்தான்... இதெல்லாம்தான் எனது கோபத்திற்குக் காரணம். இந்தக் குறிப்பிட்ட வழக்கைப் பொறுத்த மட்டில், ஒரு புதிய கோணத்தில் இதை அணுகியாக வேண்டும். சரியான இடத்தைப் பிடிப்பதற்கு மனோதத்துவ அடிப்படையி லான சில தகவல்களும்கூடப் பயன்படக்கூடும். "எங்களிடம் உண்மையான தகவல்கள் இருக்கின்றன" என்று அவர்கள் சொல் கிறார்கள். ஆனால் அவை மட்டுமே போதுமானதாகிவிடாது. அவற்றை வைத்துக்கொண்டு என்ன செய்கிறோம் என்பதைப் பொறுத்துத்தான் வழக்கில் பாதிபகுதியாவது அமைந்திருக்கிறது."

"அந்த உண்மைத் தகவல்களை வைத்துக்கொண்டு என்ன செய்வது என்று உனக்குத் தெரியுமா?"

"நிச்சயமாகத் தெரியும்! உள்ளுணர்வினால் சில விஷயங் களை அறிந்துகொள்ள முடியும்போது, அதை உணர்ந்து, உதவவும் முடியும் என்கிறபோது, வாயை மூடிக்கொண்டு அமைதியாக இருப்பது, முடியாத ஒன்றுதான். ஒருவேளை...? சரி, இந்த

வழக்கின் எல்லா விவரங்களும், உனக்குத் தெரியுமா? முதலில் அதைச் சொல், எனக்கு.”

“நீ முதலில் அந்தப் பெயிண்டரைப் பற்றிச் சொல்! வெகு நேரமாக அதைத் தெரிந்துகொள்ள வேண்டும் என்று காத்துக் கொண்டிருக்கிறேன்.”

“நல்லது தாராளமாகச் சொல்கிறேன்! இப்போது அந்தக் கதையைக் கேள். கொலை நடந்த மூன்றாவது நாள் காலையில், கொஞ்சம்கூட எதிர்பாராத ஓர் உண்மை வெளிச்சத்துக்கு வந்தது. அப்போதுகூட அவர்கள் – கோச்சும் பெஸ்ட்ரியாகோவும்தான் குற்றவாளிகள் என்று திரும்பத் திரும்பச் சொல்லிக்கொண்டி ருந்தார்கள். நடந்த சம்பவத்தின் ஒவ்வொரு அடியிலுமே அவர்கள் ஆராய்ந்தபோது, ஒவ்வொரு அடி வைப்பிலும் அவர்களுக்கு வலுவான சாட்சிகள் கிடைத்ததாம். எதிர்பாராத ஒரு வலுவான சாட்சி அவர்களைத் தேடி வந்ததாம். ஆமாம்! டஷ்கின் என்ற ஒரு கிராமத்து விவசாயி அன்று போலீஸ் அலுவலகத்துக்கு வந்தான். அவன் கொலை நடந்த வீட்டிற்கு எதிரிலுள்ள உணவு விடுதி ஒன்றின் உரிமையாளன். தங்கத் தோடுகள்கொண்ட நகைப் பெட்டி ஒன்றுடன் போலீசிடம் வந்த அவன் நீண்ட கதை ஒன்றைச் சொன்னான். “நேற்று முன்தினம் மாலை 8 மணிக்கு (அவன் கூறுகின்ற அந்த நாளையும் நேரத்தையும் நினைவில் வைத்துக்கொள்ளுங்கள்) என் கடைக்கு மிகோலாய் என்ற பெயிண்ட் தொழிலாளி வந்தான். இந்தச் சிறு பெட்டியையும் அவன் தன்னுடன் எடுத்து வந்திருந்தான். இதிலுள்ள சின்னச் சின்னக் கற்கள் பதிக்கப்பட்டிருந்த தங்கத்தோடுகளைப் பிணை யாக வைத்துக்கொண்டு, தனக்கு இரண்டு ரூபிள் கடனாகத் தருமாறு அவன் கேட்டான். அவனுக்கு அது எவ்வாறு கிடைத்தது என்று கேட்டதற்குத் தெருவில் கிடந்து, தான் எடுத்ததாகச் சொன் னான். அவனை நான் வேறெந்தக் கேள்வியும் கேட்கவில்லை.” டஷ்கின் இப்படித்தான் சொன்னான். டஷ்கின் தொடர்ந்தான்: “நான் அவனுக்குப் பண நோட்டு ஒன்றைக் கொடுத்தேன் (ஒரு ரூபிள் நோட்டு என்பதையே அவன் நோட்டு என்று குறிப் பிட்டான்) நான் அப்படிப் பணம் கொடுத்ததற்குக் காரணம், நான் அதைத் தரவில்லை என்றால் அவன் வேறு யாரிடமாவது போய் இதே காரியத்தைச் சாதித்துக்கொண்டுவிடுவான் என்று நான் நினைத்தேன். அவன் அதைக் குடித்தே அழித்துவிடுவான். எனவே அந்தப் பொருள் என்னிடமிருப்பதே நல்லது என்று கருதி நான் அவனுக்குப் பணம் கொடுத்துவிட்டு ‘அதனை’ வாங்கி வைத்திருந்தேன். அதனைப் பத்திரமாக ஒளித்து வைப்பது என்றும்,

தேவை ஏற்படும்போது அதனை எடுக்கலாம் என்றும் நினைத் தேன். இதனால் ஏதாவது நடந்திருக்கிறது என்று தெரிந்தாலோ– அல்லது இதனைப் பற்றி ஏதாவது செய்திகளைக் கேள்விப் பட்டாலோ நான் இதனை உடனே போலீசில் ஒப்படைத்து விடுவது என்று நினைத்திருந்தேன்" என்று அவன் போலீஸ் அலுவலகத்தில் கூறி இருக்கிறான். "ஆனால் இப்படி அவன் பேசிய தெல்லாம் வெறும் குப்பை என்று எனக்கு நன்றாகத் தெரியும். அவன் வெறுமனே கதை விடுகிறான். நான் இந்த டஷ்கினைப் பற்றிக் கொஞ்சம் தெரிந்து வைத்திருக்கிறேன். அவனும் அடகு பிடிக்கும் தொழிலைச் செய்து வருபவன்தான். இதுபோன்ற திருட்டுப் பொருள்களை வாங்குபவன்தான். அதேசமயத்தில் கொஞ்சம் கவனமாகவும் இருப்பவன். முப்பத்தைந்து ரூபிள் பெறு மானமுள்ள ஒரு பொருளை இங்கே ஒப்படைப்பதற்காக அவன் மிகோலாயை ஏமாற்றவில்லை. அவன் பயந்துவிட்டான், அதுதான் விஷயம்! சரி அதை விட்டுத்தள்ளுங்கள்! அதன்பிறகு டஷ்கின் என்ன சொன்னான் என்பதைக் கேளுங்கள்.

"மிகோலாய் டெமண்ட்ரியேவ் என்ற இந்தக் கிராமத்தானை வெகுநாட்களாகவே எனக்குத் தெரியும். நாங்கள் குழந்தைகளாக இருந்த நாள் முதலாகவே ஒருவரை ஒருவர் அறிந்திருக்கிறோம். 'சாராய்ஸ்க்' மாநிலத்தின் 'சாராய்ஸ்க்' மாவட்டத்தைச் சேர்ந்த, 'ரியாசன்' என்ற ஊர்க்காரர்கள் நாங்கள். மிகோலாயை முழுமை யான குடிகாரன் என்று கூறிவிட முடியாது. அவன் குடிப்பான். அவன் வீடுகளுக்குப் பெயிண்ட் அடிக்கும் வேலையைச் செய்து வந்தான். அவன் மித்ரேய் என்ற இன்னொரு பெயிண்டருடன் சேர்ந்து, 'அந்த வீட்டில்' வேலை பார்த்துக்கொண்டிருந்தது எனக்குத் தெரியும். மித்ரேயும்கூட அந்த ஊரிலிருந்து வருபவன் தான். ஆனால் அன்றைக்கு என்னிடம் பணம் வாங்கிக்கொண்டு, இரண்டு கோப்பைகள் வோட்கா அருந்திவிட்டு பாக்கிச் சில்ல றையை வாங்கிக்கொண்டு அவன் போனபோது மித்ரேயை நான் அவனுடன் பார்க்கவில்லை...! மறுநாள் அல்யோனா இவானோவ் னாவும், அவளது சகோதரி லிஸாவெதா இவானோவ்னாவும் கோடாரியால் கொலை செய்யப்பட்ட செய்தியைக் கேள்விப் பட்டேன். அவர்களை எனக்கு நன்றாகத் தெரியும். எனக்கு அப் பொழுதே இந்தக் காதுத் தோடுகளைப் பற்றிச் சந்தேகம் வந்து விட்டது. ஏனென்றால் கொலை செய்யப்பட்டுள்ள பெண், அடகுப் பொருள்களைப் பிணையாக வைத்துக் கடன் கொடுப் பவள் என்று எனக்குத் தெரியும். உடனே நான் அந்த வீட்டிற்குப் போனேன். மிகவும் கவனமாக, எவரிடமும் எதுவுமே சொல்லிக்

கொள்ளாமல் அங்கு நான் விசாரிக்கத் தொடங்கினேன். எல்லாவற்றிற்கும் முன்னதாக மிகோலாய் அன்று அங்கிருந்தானா? என்று விசாரித்தேன். எங்கோ கேளிக்கைக்குப் போவதாகச் சொன்ன அவன் விடியும் வரையில் வீட்டுக்கே வரவில்லை என்று மித்ரேய் சொன்னான். விடியும் வேளையில்தான் அவன் திரும்பி வந்ததாகவும், அப்போது அவன் நிறையக் குடித்திருந்ததாகவும், அப்பொழுதுகூட அவன் பத்து நிமிடங்கள் மட்டுமே இருந்துவிட்டுப் போய் விட்டானென்றும், அதன்பின் அவனைத் தான் பார்க்கவே இல்லை என்றும், அந்த வீட்டின் பெயிண்ட்டிங் வேலைகளைக்கூட தான் ஒருவனாகவே செய்து முடித்ததாகவும் மித்ரேய் சொன்னான். கொலை நடந்த குடியிருப்பு உள்ள அந்த வீட்டில் அதே படிக்கட்டுப் பகுதியில், இரண்டாம் தளத்தில் இருந்த ஒரு குடியிருப்பில்தான் அவர்கள் பெயிண்ட் வேலை செய்துகொண்டிருந்தனர். எல்லாவற்றையும் கவனித்து, விசாரித்துப் புரிந்துகொண்டாலும், நான் எவரிடமும் ஒரு வார்த்தைகூடச் சொல்லவில்லை. கொலையைப் பற்றி என்னால் முடிந்த அளவுக்குச் செய்திகளைத் திரட்டிக்கொண்டு வீட்டிற்குச் சென்று விட்டேன். ஆனால் இன்னமும்கூட எனக்கென்னவோ சந்தேகமாகவே இருக்கிறது! பிறகு இன்று காலை எட்டு மணிக்கு – அது கொலை நடந்த மூன்றாவது நாள் என்பதை நீங்கள் புரிந்துகொள்ள வேண்டும் – எனது கடைக்குள்ளே மிகோலாய் வருவதைப் பார்த்தேன். அவன் வருத்தமாகவும் தென்படவில்லை. அதிகமாகக் குடித்திருந்ததாகவும் தெரியவில்லை. பிறர் சொல்வது என்னவென்பதைப் புரிந்துகொள்ளும் நிலையில்தான் அவன் இருந்தான். அங்கிருந்த பெஞ்சில் அவன் உட்கார்ந்துகொண்டான். ஒரு வார்த்தைகூட அவன் பேசவில்லை. கடையில் ஒரே ஓர் அந்நியன் மட்டும் இருந்தான். எனக்கு மிகவும் தெரிந்த ஒருவன், ஒரு பெஞ்சில் படுத்து உறங்கிக்கொண்டிருந்தான். பிறகு எங்களுடைய இரண்டு பையன்கள் இருந்தனர். நான் மிகோலாயிடம் சென்று, "நீ மித்ரேயைப் பார்த்தாயா?" என்று கேட்டேன். "நான் பார்க்கவில்லை" என்று அவன் பதில் சொன்னான். "நீ இங்கே இல்லையோ" என்று கேட்டதற்கு, "முந்தாநாள் முதல் இங்கே இல்லை" என்று அவன் பதில் சொன்னான். "நேற்றிரவு எங்கே தங்கியிருந்தாய்?" என்று கேட்டதற்குப் "படகுகளுக்கு அருகே மணல் வெளியில்" என்று பதில் சொன்னான். "அந்தத் தோடுகள் உனக்கு எங்கிருந்து கிடைத்தன" என்று கேட்டதற்கு, "தெருவிலிருந்து அவற்றை நான் கண்டெடுத்தேன்" என்று பதிலளித்தான். இந்தப் பதிலை அவன் இயல்பாகக் கூறவில்லை. அவனது குரல் மிகவும் வினோதமாக இருந்தது. அவன் எனது முகத்தைப் பார்த்தே பேசவில்லை. "அந்த

நாள் மாலையில், அந்த நேரத்தில், அந்தப் படிக்கட்டுகளின் பக்கத்தில், இப்படி ஒரு சம்பவம் நடந்திருப்பதை நீ கேள்விப் பட்டாய் அல்லவா?" என்று நான் கேட்டதற்கு, "இல்லை! நான் அதைக் கேள்விப்படவே இல்லை" என்று சொன்ன அவன், நான் அதை விவரித்ததை விழி பிதுங்கக் கேட்டுக்கொண்டிருந்தான். அவனது முகம் "சாக்பீஸைப்" போல வெளுத்துப் போய்விட்டது. நடந்த எல்லாவற்றையும் சொல்லிவிட்டு அவனை நான் பார்த்த போது, அவன் தனது தொப்பியை எடுத்துக்கொண்டு வெளியேற முற்பட்டான். நான் அவனை இங்கேயே நிறுத்தி வைக்க வேண்டும் என்று நினைத்தேன். எனவே அவனிடம், "கொஞ்சம் பொறு, மிகோலாய், நீ இன்னும் குடித்து முடிக்கவில்லையே..." என்று கூறியபடியே, என்னுடைய கடைப் பையனிடம், வாயிற்கதவை அடைக்கும்படி சைகை செய்து விட்டுக் கல்லாவிற்குப் பின்புறத்தி லிருந்து நான் வெளியேறி வருவதற்குள் அவன் தெருவில் இறங்கி விட்டான். தெரு முனையைக் கடந்தவுடன் அவன் வேகமாக ஓடத் தொடங்கிவிட்டான். ஓடியே போயும் விட்டான். எனது எல்லாச் சந்தேகங்களும் தீர்ந்து போய்விட்டது. நிச்சயமாக அவன்தான் குற்றவாளி என்பதற்கு இதுவே போதுமான ஆதாரம்."

டஷ்கின் இவ்வாறு விவரித்ததை, ரஸுமிகின் ஜோஸி மோவிடம் சொல்லி முடித்தான்.

"நானும் அப்படித்தான் நினைக்கிறேன்" என்றான் ஜோஸி மோவ்.

"கொஞ்சம் பொறு. இறுதி வரையில் கேட்டு விடு" என்று தொடர்ந்து சொல்லத் தொடங்கினான் ரஸுமிகின்: "உடனேயே அவர்கள் மிகோலாயைத் துரத்திப் பிடிக்க முனைந்து விட்டார்கள். டஷ்கினை நிறுத்திவைத்துவிட்டு, அவனது கடையை முழுவது மாகச் சோதனை போட்டிருக்கிறார்கள். அதேபோல மித்ரேயையும் விசாரித்திருக்கின்றனர். மித்ரேயைக் கைது செய்துவிட்டனர். படகு களையெல்லாம் புரட்டிப் போட்டுச் சோதித்துப் பார்த்தவர்கள், ஒரு வழியாக இரண்டு நாட்கள் கழித்து மிகோலாயைப் பிடித்துக் கொண்டு வந்துவிட்டார்கள். சுங்கச் சாவடிக்குப் பக்கத்திலிருந்த ஒரு சத்திரத்திலிருந்து அவனை மடக்கிப் பிடித்திருக்கிறார்கள். அவன் அந்தச் சத்திரத்திற்குள்ளே போய், தான் அணிந்திருந்த வெள்ளிச் சிலுவையை வைத்துக்கொண்டு ஒரு கோப்பை வோட்கா தருமாறு கேட்டிருக்கிறான். அவர்களும் கொடுத்திருக்

கிறார்கள். சில நிமிடங்கள் கழித்து அங்கிருந்த மாட்டுக் கொட்டிலுக்குச் சென்ற ஒரு பெண்மணி, அதை ஒட்டியிருந்த வண்டிக் கொட்டகைக்குள்ளே, வெளியில் இருந்த ஒரு பெரிய விரிசலின் வழியாகத் தற்செயலாகப் பார்த்திருக்கிறாள். அங்கே, மிகோலாய் தன் இடுப்புப் பட்டியை உத்தரத்தில் கட்டிவிட்டு, ஒரு மரக்கட்டை மீது ஏறி நின்றபடி அந்த வளையத்திற்குள் தன் கழுத்தை நுழைத்துக்கொள்ள முயன்றுகொண்டிருந்தான். அந்தப் பெண் மணி கூச்சல் போட்டதைக் கேட்டு எல்லோரும் ஓடி வந்திருக் கிறார்கள். "ஆமாம், அது நான்தான்..! இதோ என்னைப் பிடித்துக் கொள்ளுங்கள். போலீஸ் ஸ்டேஷனுக்குக் கொண்டுசெல்லுங்கள். அங்கு நான் எல்லாவற்றையும் சொல்லி விடுகிறேன்" என்று அவன் சொல்லிவிட, உரிய சடங்குகளோடு அவனை இந்தப் போலீஸ் ஸ்டேஷனுக்குக் கூட்டிவந்திருக்கிறார்கள். அங்கே அவனை வழக்கம் போல விசாரிக்கத் தொடங்கினர். அவனுடைய வயது இருபத்திரண்டு என்பதில் ஆரம்பித்து, அப்படி இப்படி என்று வழக்கம் போல விசாரித்திருக்கின்றனர் அந்த விசாரணை இதுதான்!

கேள்வி: மித்ரேயுடன் நீ வேலை பார்த்துக்கொண்டிருக்கும் போது, குறிப்பிட்ட நேரத்தில் யாராவது படிக்கட்டில் போவதைப் பார்த்தாயா?"

பதில்: "நிச்சயமாக யாராவது போயிருக்கக்கூடும். ஆனால் அவர்களைக் கவனிப்பதைவிட வேறு முக்கியமான வேலை எங்களுக்கிருந்தது."

கேள்வி: "ஏதாவது வித்தியாசமான சத்தம் கேட்டதா?"

பதில்: "அப்படிக் குறிப்பாக எதையும் நாங்கள் கவனிக்க வில்லை."

கேள்வி: "அதேநாளில், ஒரு விதவைப் பெண்ணும், அவளது சகோதரியும் கொலை செய்யப்பட்டிருப்பதும், அவர்களது வீடு கொள்ளையடிக்கப்பட்டிருப்பதும் குறிப்பிட்ட அதே நேரத்தில் நடந்திருப்பது உனக்குத் தெரியுமா மிகோலாய்...?"

பதில்: "எனக்கு அதைப் பற்றி ஒன்றுமே தெரியாது. இரண்டு நாட்களுக்குப் பிறகு, மதுக்கடையில் அப்னாசி பாவ்லோவிச் மூலமாகத்தான் முதல்முதலாக நான் அதை அறிந்துகொண்டேன்."

கேள்வி: "இந்தத் தோடுகள் உனக்கு எப்படிக் கிடைத்தன?"

பதில்: "அவற்றை நான் தெருவிலிருந்து கண்டெடுத்தேன்."

கேள்வி: "மறுநாள் நீ வேலைக்குப் போகாததற்கு என்ன காரணம்?"

பதில்: "நான் வெளியே போய்விட்டேன்."

கேள்வி: "எங்கே போயிருந்தாய்?"

பதில்: "சும்மா இங்கே, அங்கே என்று சுற்றிக்கொண்டிருந்தேன்."

"கேள்வி: "டஷ்கினிடமிருந்து நீ ஏன் ஓடிப் போனாய்?"

பதில்: "நான் மிகவும் பயந்து போயிருந்தேன்."

கேள்வி: "உன் பயத்துக்கு என்ன காரணம்?"

பதில்: "நான்தான் 'அதைச்' செய்ததாக ஜனங்கள் பேசிக் கொண்டிருந்தார்கள்."

கேள்வி: "நீ குற்றமற்றவன் என்பதை நீ அறிந்திருக்கும்போது பயப்படுவதற்கு என்ன அவசியமிருக்கிறது?"

"ஜோஸிமோவ், நீ நம்பினால் நம்பு. நம்பாவிட்டால் விட்டு விடு. இப்படித்தான் அவனிடம் கேள்விகள் கேட்கப்பட்டிருக் கின்றன. இந்தத் தகவல் எனக்கு நன்றாகத் தெரியும். இது மிகவும் நம்பகமான செய்தி. சரி! இப்பொழுது உன்னைக் கேட்கிறேன். இதிலிருந்து உனக்கு எதுவும் புலப்படுகிறதா?"

"தாராளமாகச் சொல்கிறேன். எனக்கென்னவோ இதில் உண்மை இருப்பதைப் போலத்தான் தோன்றுகிறது" என்றான் ஜோஸிமோவ்.

"நான் இப்போது சாட்சியத்தைப் பற்றியே பேசவில்லை. அந்தக் கேள்வியைப் பற்றித்தான் பேசிக்கொண்டிருக்கிறேன். உண்மையான நடப்புகளை அவர்கள் எப்படியெல்லாம் புரிந்து கொள்கிறார்கள் என்பதைப் பற்றித்தான் சொல்லிக்கொண்டிருக் கிறேன். சரி, அது போகட்டும், பிறகு அவர்கள் அவனை நசுக்கிப் பிழிந்து, அவன் உண்மையைச் சொல்லும் வரையில் அவனைப் புரட்டி எடுத்துவிட்டார்கள். அவன் உண்மையைச் சொன்னான்: "அந்தத் தோடுகள் தெருவில் கிடைக்கவில்லை. நானும் மித்ரேயும் வேலை செய்துகொண்டிருந்த வீட்டிலிருந்துதான் அவற்றை நான் கண்டெடுத்தேன்" என்று அவன் ஒப்புக்கொண்டான்.

"அது எப்படி நடந்தது?"

“அவன் சொன்னது இதுதான்...! நானும், மித்ரேயும் நாள் முழுவதும் அங்கே பெயிண்ட்டை அடித்துக்கொண்டிருந்தோம். இரவு எட்டு மணி ஆனதும் வேலையை முடித்துக்கொண்டு புறப் பட்டுச் செல்ல ஆயத்தம் செய்துகொண்டிருந்தோம். திடீரென்று மித்ரேய் ஒரு பிரஷை எடுத்து அதிலிருந்த பெயிண்டை என் முகத்தில் பூசிவிட்டு, வேகமாக ஓடினான். நானும் வெறிபிடித்தது போலக் கூச்சலிட்டுக்கொண்டு அவனை விரட்டிக்கொண்டு அவனுக்குப் பின்னால் ஓடினேன். கீழே ஓடியபோது, எதிரில் வந்துகொண்டிருந்த காவலாளியின் மீதும், அவனுடன் வந்து கொண்டிருந்த சில மனிதர்களின் மீதும் – அவர்கள் எத்தனை பேர்கள் என்பது எனக்கு நினைவில்லை – மோதிக்கொண்டேன். காவலாளி என்னைப் பார்த்துச் சத்தம் போட்டான். இன்னொரு காவலாளியும்கூட என்னைத் திட்டினான். வேகமாக வெளியே வந்த காவலாளியின் மனைவியும்கூட என்னைத் திட்டினாள். நானும் மித்ரேயும் வாயிலுக்குக் குறுக்காகப் படுத்துக்கொண்டு வழியை மறைத்தபடி சண்டை போட்டுக்கொண்டிருந்ததால், வாயில் வழியே ஒரு பெண்மணியோடு உள்ளே வந்த ஒரு மனிதரும்கூட எங்களைக் கடிந்துகொண்டார். மித்ரேயின் தலை முடியைப் பற்றிக் கீழே வீழ்த்திய நான், அவனை அடித்தேன். மித்ரேயும்கூட என்னுடைய தலைமுடியைப் பற்றிக்கொண்டு என்னை அடித்தான். ஆனால் நாங்கள் கோபத்தில் அடித்துக் கொள்ளவில்லை. சும்மா விளையாட்டுக்காகச் செல்லமாகவும் நட்புடனும்தான் அடித்துக்கொண்டோம். பிறகு என் பிடியிலிருந்து தப்பித்துக்கொண்ட மித்ரேய் வேகமாகத் தெருவில் ஓடினான். நானும் அவனை விரட்டிக்கொண்டு ஓடினேன். என்னால் அவனைப் பிடிக்க முடியவில்லை. நான் மட்டும் தனியாக நாங்கள் பெயிண்ட் அடித்துக்கொண்டிருந்த குடியிருப்புக்குத் திரும்பினேன். அலங்கோலமாக இருந்த எனது உடைகளைச் சரி செய்துகொண்டு, எங்களது பொருள்களையெல்லாம் ஒழுங்குபடுத்திவிட்டு, மித்ரேய் வந்துவிடுவானென்று அவனை எதிர்பார்த்துக் காத்திருந்தேன். அப்பொழுதுதான் சுவரை ஒட்டி, வாயிற்கதவருகே ஒரு மூலையில் இந்தப் பெட்டி கிடந்ததைப் பார்க்க நேர்ந்தது. ஒரு தாளில் சுற்றப் பட்டிருந்த பெட்டியைப் பிரித்து நான் பார்த்த பொழுது, பெட்டியைச் சுற்றிலும் சிறு வளையங்கள் இருந்தது புலப்பட்டது. வளையங்களை நீக்கிப் பெட்டியைத் திறந்தபோதுதான் உள்ளே தோடுகள் இருப்பதைக் கண்டேன்...!”

“கதவுக்குப் பின்னாலா? அல்லது கதவுக்கு நேர் பின்புறமா? கதவுக்குப் பின்னாலென்றா நீ சொன்னாய்?” என்று மெள்ளத்

தன் கைகளை ஊன்றி எழுந்தபடி, ஆச்சரியத்தோடு கத்தினான் ரஸ்கோல்னிகோவ். திடீரென்று ஏதேதோ உணர்வுகள் தோன்ற, கவலையும் பயமும் தோய்ந்த பார்வையோடு ரஸுமிகினை வெறித்துப் பார்த்தான் ரஸ்கோல்னிகோவ்.

"ஆமாம்... ஏன்? என்ன விஷயம்? நீ ஏன் அதைக் கேட்கிறாய்? உனக்கு என்ன ஆயிற்று?" என்று பதறிக் கேட்டபடி ரஸுமிகினும்கூடத் தான் உட்கார்ந்திருந்த இருக்கையிலிருந்து எழுந்துவிட்டான்.

"ஒன்றுமில்லை" என்று மிக மெலிதான குரலில் முனகிவிட்டு, மீண்டும் படுக்கையில் சரிந்து, சுவர்ப்பக்கமாகத் திரும்பிக் கொண்டான் ரஸ்கோல்னிகோவ்.

எல்லோரும் ஒரு கணம் திகைத்துப் போய்விட்டனர்.

கொஞ்ச நேரம் அங்கே அமைதி நிலவியது.

"அவன் ஏதோ கனவு கண்டு உளறியிருக்கிறான்" என்று சொன்ன ரஸுமிகின் ஜோஸிமோவைக் கேள்விக்குறியோடு நோக்கினான். "ஆமாம்" என்று சொல்வது போல ஜோஸிமோவும் தலையை அசைத்தான்.

"நல்லது. மேலே சொல்" என்றான் ஜோஸிமோவ். "அப்புறம் என்ன நடந்தது?"

"அப்புறம் என்ன? தோடுகளைப் பார்த்தவுடன் அவன் மித்ரேயையும் மறந்து போய்விட்டான். தனது தொப்பியை எடுத்துப் போட்டுக்கொண்டு டஷ்கினிடம் ஓடியிருக்கிறான். அப்பொழுது சொன்னதைப் போலத் தோடுகளைத் தெருவிலிருந்து கண்டெடுத்ததாகச் சொல்லிவிட்டு, அவனிடமிருந்து ஒரு ரூபிளைப் பெற்றுக்கொண்டு, எங்கோ கூத்தடிக்கப் போய்விட்டான். கொலையைப் பொறுத்தவரையில் அவன் முதலிலேயே இப்படி உறுதியாகக் கூறிவிட்டான் – "எனக்கு அதைப் பற்றிச் சுத்தமாக எதுவும் தெரியாது. இரண்டு நாட்கள் பொறுத்துத்தான் அதைப் பற்றி நான் தெரிந்துகொண்டேன்." "நீ ஏன் முன்னாலேயே வரவில்லை?" – "பயத்தால்" – "நீ ஏன் தூக்குப் போட்டுக் கொள்ள முயற்சித்தாய்?" – "ஏதோ நினைத்துக்கொண்டேன்." – "என்ன நினைத்தாய்?" – "என்மீது பழி சுமத்தப்பட்டுவிடுமோ என்று நினைத்துக்கொண்டுதான்." "சரி, நடந்த முழுக்கதையும் இவ்வளவுதான்! இதிலிருந்து அவர்கள் என்ன கண்டுபிடித்து விட்டதாக நீங்கள் நினைக்கிறீர்கள்?"

“நான் நினைப்பதற்கு என்ன இருக்கிறது? இதில் ஊகம் செய்வதற்கு ஏதோ ஒரு தடயம் இருக்கிறது! அதிகமாக இல்லை யென்றாலும்கூட ஏதோ ஒன்று இருக்கிறது. ஆனாலும்... அதற் காக... அந்தப் பெயிண்டரை அவர்கள் வெளியேவிட்டு விட வேண்டுமென்று நீ எப்படி நினைக்கலாம்?”

“ஆனால் அவர்கள் இப்போது அந்தக் கொலைப் பழியையே அவன் மீதல்லவா சுமத்துகிறார்கள். அதைப் பற்றி அவர்களுக்குக் கொஞ்சம்கூடச் சந்தேகம் ஏற்படவில்லையே!”

“அபத்தமாய்ப் பேசாதே. நீ மிகவும் உணர்ச்சிவசப்பட்டி ருக்கிறாய். அந்தத் தோடுகளைப் பற்றி நினைத்துப் பார். அந்தத் தோடுகள், குறிப்பிட்ட அந்த நேரத்தில், கிழவியின் பெட்டியி லிருந்து மிகோலாயால் எடுக்கப்படவில்லையென்றால் அவை அங்கே வேறு எப்படித்தான் வந்திருக்க முடியும் என்பது விளங்க வேண்டாமா? இந்த மாதிரியான சூழலில் இதை அற்ப விஷய மாகப் புறந்தள்ள முடியாது.”

“அவை அங்கே எப்படி வந்திருக்கும்? எப்படி வந்திருக் கும்...?” என்று கூச்சலிட்டான் ரஸூமிகின். “ஒரு டாக்டர் என்ற நிலையில் மனிதர்களைப் பற்றிப் படிப்பதுதான், உன்னைப் போன்ற டாக்டர்களின் முதல் பணியாக இருக்கும். பிற சாதாரண மனிதர்களைவிடவும் கூடுதலாக மனித இயல்புகளைப் புரிந்து கொள்வதற்கான வாய்ப்பு உங்களுக்குத்தான் அதிகம். அப்படி இருக்கும்போது இந்த மிகோலாய் எப்படிப்பட்டவன் என்பதைப் பகுத்துணர்ந்து பார்க்க உன்னால் முடியவில்லையா? குறுக்கு விசாரணையின்போது அவன் சொன்னது எல்லாமே பொய்க் கலப்பில்லாத, அப்பட்டமான உண்மை என்பது, எடுத்த எடுப் பிலேயே, முதல் பார்வையிலேயே உனக்குப் புலப்படவில்லையா என்ன? அவன் விவரித்துச் சொன்ன முறையிலேதான், தோடுகள் அவனது கைக்குக் கிடைத்திருக்கின்றன. பெட்டி காலில் இடறி யதைப் பார்த்து அவன் அதை அங்கிருந்து பொறுக்கி எடுத் திருக்கிறான்”

“அப்பட்டமான உண்மை...! ஆனால் தொடக்கத்தில் பொய் சொன்னதாக அவனே ஒத்துக்கொண்டானல்லவா?”

“நான் சொல்வதைக் கொஞ்சம் கேள். கவனமாகக் கேள். அந்த வீட்டின் காவலாளி, கோச், பெஸ்ட்ரியாகோவ், இரண் டாவது காவலாளி, முதல் காவலாளியின் மனைவி, அவளுடன் அந்த நேரத்தில் வீட்டிலிருந்த இன்னுமொரு பெண், அதே

நேரத்தில் ஒரு வண்டியிலிருந்து இறங்கித் தன் கரங்களில் ஒரு பெண்மணியைப் பற்றியபடி வாயிலுக்குள் நுழைந்த சிவில் கவுன்சிலர் கிரியூகோவ்... இப்படி எட்டு அல்லது பத்து சாட்சி களும் ஒரே மாதிரிச் சொல்வது இதுதான்! அந்தத் தருணத்தில் மிகோலாய், மித்ரேயைத் தரையில் வீழ்த்தி, அவன் மீது உட்கார்ந்து அவனை அடித்துக்கொண்டிருந்தானென்றும், அதுபோலவே மிகோலாயினுடைய தலைமுடியைப் பற்றி மித்ரேய் அடித்துக் கொண்டிருந்தானென்றும் சொல்கின்றனர். அவர்கள் இருவரும் வாயிலை அடைத்துக்கொண்டு, வழியின் குறுக்கே தரையில் கிடந்தபடி கட்டிப் புரண்டுகொண்டிருக்கின்றனர். எல்லாப் பக்கங் களிலிருந்தும் வந்த மனிதர்கள் இந்த இருவரையும் திட்டியிருக் கின்றனர். ஆனால் இவர்களோ சின்னஞ்சிறுவர்களைப் போல (சாட்சிகள் குறிப்பிட்ட அதே வார்த்தை இது!) ஒருவர் மீது ஒருவர் ஏறி மிதித்துக்கொண்டும், "கீச், மூச்" சென்று கத்திக்கொண்டும், கால்களால் துவைத்துக்கொண்டும், சிரித்துக்கொண்டும் ஒருவரை யொருவர் விரட்டிக்கொண்டும் ஓடிக்கொண்டும் கும்மாளமிட்டுக் கொண்டிருந்திருக்கின்றனர். இரண்டு பேரும் அந்த நேரம் முழு வதும் அடக்கமாட்டாமல் சிரித்துக்கொண்டும், வேடிக்கையாக ஒருவரை ஒருவர் பழிப்புக் காட்டிக்கொண்டும் வீதியில் குழந்தை களைப் போல ஓடிக்கொண்டுமிருந்திருக்கின்றனர். கேட்டீர்களா? இப்போது விஷயத்தைக் கவனியுங்கள்...! அந்த நேரத்தில் கொலை செய்யப்பட்ட உடல்கள் மாடியில், உடம்புச்சூடு குறையாமல் கிடந் திருக்கின்றன. கேட்டீர்களா...? உடம்புச்சூடு குறையாமல்...! அப்படித்தான் அவர்கள் அவற்றைப் பார்த்திருக்கிறார்கள். இந்தப் பெயிண்டர்கள் இருவருமோ, அல்லது மிகோலாய் மட்டுமோ இந்தக் கொலைகளைச் செய்துவிட்டுப் பெட்டியை உடைத்துத் திருடியிருந்தால் அல்லது அந்தக் கொலை, கொள்ளையில் அவர் களுக்குப் பங்கு ஏதேனும் இருந்திருக்குமானால்... இந்த இடத்தில் ஒரே ஒரு கேள்வியை மட்டும் நீ கேட்டுக்கொள்ள வேண்டும்...! சிரித்துக் களித்துக்கொண்டு, வாசலருகே குழந்தைகளைப் போலக் கூச்சல் போட்டுக்கொண்டு, கும்மாளமடித்துக்கொண்டிருந்த அவர் களின் மனநிலை – கோடாரி, இரத்தம், மோசமான தந்திரச் செயல்கள், எச்சரிக்கையோடு செயல்படுதல், திருட்டு ஆகிய வற்றோடு எந்த வகையில் ஒத்துப் போவதாகச் சொல்ல முடியும்? ஐந்து அல்லது பத்து நிமிடங்களுக்கு முன்புதான் அந்தக் கொலையைச் செய்திருப்பவர்களாக இருந்தால் (உடல்கள் சூடாக இருந்ததிலிருந்து இந்த உண்மை வெளிப்படுகிறது) அந்த உடல் களையும், இரத்தம், கோடாரி, ஆகிய அச்சம் தரும் மாபாதகச் செயல்களையும் உடனே மறந்துவிட்டு – கொலைப் பழியில் சிக்கிச்

ஃபியோதர் தஸ்தயெவ்ஸ்கி ● 293

கொள்ளப் போகிறோமே என்ற அச்சம் சிறிதுமின்றி – உடனே இங்கிருந்து தப்பிச் செல்ல வேண்டும் என்ற எண்ணம் எதுவுமின்றி, அங்கே மனித நடமாட்டம் இருக்கிறது என்று தெரிந்தும் சாமான்களையும், எங்கெங்கோ போட்டுவிட்டுச் சின்னக் குழந்தைகளைப் போல மண்ணில் புரண்டு விளையாடி, சிரித்துக்கொண்டும், கூச்சலிட்டுக்கொண்டும், கொஞ்சம்கூடக் கவலையின்றியும், அச்ச மின்றியும், மனக் கலவரமின்றியும் இருப்பார்களா? ஆனால் அவர்கள் விளையாட்டும் வேடிக்கையுமாகத்தான் இருந்தார்கள் என்பதற்குச் சாட்சியங்கள் இருக்கின்றன.

"வினோதமாகத்தான் இருக்கிறது...! நீ சொல்வது போல இது முடியாத காரியம்தான். ஆனால்..."

"இல்லை, நண்பனே! ஆனால் என்பதற்கு இடமே இல்லை. அந்த நாளன்று மிகோலாயின் கையிலிருந்த தோடுகள் அவனுக்கு எதிராக உள்ள முக்கியமான சாட்சியம் என்று வைத்துக்கொண்டால் – அதுகுறித்து அவன் தனது வாக்குமூலத்தில் மிகத் தெளிவாக விளக்கியிருக்கிறான். ஆனால் இன்னும்கூட அந்த சாட்சியம் பற்றிய சர்ச்சை விடுபடாமல்தான் இருக்கிறது. அவன் தரப்புக்குச் சாதகமாக உள்ள விஷயங்கள் பற்றியும் நாம் கணக்கிலெடுத்துக் கொள்ள வேண்டாமா? அந்தத் தகவல்களும்கூட அவ்வளவு எளிதாக ஒதுக்கிவிடக் கூடியவை என்று சொல்லிவிட முடியாது. ஆனால் நீதி வழங்கும் அதிகாரப் பொறுப்பில் இருப்பவர்கள், கண்ணுக்கு எதிரே வெட்ட வெளிச்சமாகப் புலனாகும் சாட்சியங்களையெல்லாம் விட்டுவிட்டு, இப்படிப்பட்ட மனோதத்துவ அடிப்படையிலான, 'மனநிலை' சம்பந்தப்பட்ட வாதங்களை ஏற்பார்கள் என்று நீங்கள் நினைக்கிறீர்களா, என்ன? இல்லை! ஒருபோதும் அவர்கள் இதையெல்லாம் ஏற்றுக்கொள்ள மாட்டார்கள். அவர்களைப் பொறுத்தவரை, ஒரு பெட்டி கண்டுபிடிக்கப்பட்டிருக்கிறது. அதோடு சம்பந்தப்பட்ட ஒரு மனிதன் தூக்குப் போட்டுக்கொள்ள முயற்சி செய்திருக்கிறான்...! அவ்வளவுதான்! அதுவே அவர்களுக்குப் போதுமானது. "அவன் குற்றவாளி இல்லையென்றால் அவன் ஏன் அப்படிச் செய்ய வேண்டும்?" இதுதான் அவர்கள் எழுப்பக்கூடிய ஆதாரமான ஒரே ஒரு கேள்வி! அந்தக் காரணத்தினாலேதான் அவர்கள் மீது நானும் ஆவேசம்கொள்கிறேன். தயவுசெய்து என்னைப் புரிந்துகொள்ள முயற்சி செய்."

"சரி, சரி... நீ உணர்ச்சி வசப்பட்டிருப்பது நன்றாகவே தெரிகிறது எனக்கு! கொஞ்சம் பொறு. உன்னிடம் ஒன்றைக் கேட்க

நான் மறந்துவிட்டேன். அந்தப் பெட்டியும், அதிலிருந்த அந்தக் காதணிகளும் அந்த முதியவளின் பெட்டியிலிருந்துதான் எடுக்கப் பட்டவை என்பதற்கு என்ன ஆதாரம் இருக்கிறது?"

"அது நிரூபிக்கப்பட்டுவிட்டது!" என்று தயக்கத்துடனும் வேண்டாவெறுப்புடனும் முகத்தைச் சுளித்துக்கொண்டு சொன் னான் ரஸுமிகின். "கோச் அந்த அடகுப் பொருளை அடையாளம் காட்டியதோடு, அதை அடகு வைத்தவனையும் இனம் காட்டி விட்டான். அவனும் அது தன்னுடையதுதான் என்று உறுதிப் படுத்திவிட்டான்.

"சேச்சே... அது ரொம்ப மோசம்! இப்பொழுது இன்னொரு விஷயம் கேட்கிறேன். கோச்சும் பெஸ்ட்ரியாகோவும் மேலே ஏறிப் போகும்போது, மிகோலாயை யாருமே பார்க்கவில்லையா? அப்படிப் பார்த்திருந்தால் அதை எப்படியாவது நிரூபிக்க முடியு மல்லவா?

"விஷயமே அதுதான்! யாருமே அவனைப் பார்க்கவில்லை" என்று சற்றுக் கலவரத்தோடு பதிலளித்தான் ரஸுமிகின்.

"அதுவும் பாதகமாகத்தான் இருக்கிறது! கோச்சும் பெஸ்ட்ரியாகோவும் சொல்லும் சாட்சியத்தை இப்போது அதிக மாக யாரும் பொருட்படுத்த மாட்டார்கள் என்றபோதும் அவர் களும்கூட மாடிக்குச் செல்லும் வழியில், யாரையும் பார்க்கவில்லை என்றுதான் சொல்கிறார்கள். "ஒரு குடியிருப்பு திறந்து கிடந்ததை நாங்கள் பார்த்தோம். அங்கே ஏதேனும் வேலை நடந்துகொண்டி ருக்க வேண்டும் என்று நாங்கள் நினைத்தோம். ஆனால் அதனைத் தாண்டிச் செல்லும் பொழுது நாங்கள் அந்தக் குடியிருப்பின் மீது எந்தக் கவனமும் செலுத்தாததால், அந்த நேரத்தில் தொழி லாளிகள் யாராவது அங்கே வேலை செய்துகொண்டிருந்தார்களா என்பதை எங்களால் நினைவுபடுத்திக்கொள்ள முடியவில்லை." என்றுதான் அவர்கள் சொன்னார்கள்"

"ஹ்ம்!... யோசித்துப் பார்த்தால், அவர்களுக்குச் சாதகமாக உள்ள ஒரு விஷயம், அவர்கள் ஒருவரை ஒருவர் அடித்துக் கொண்டும், துரத்திக்கொண்டும் விளையாடிக்கொண்டிருந்தது தான்! அது ஒரு வலுவான சாட்சியம் என்றே வைத்துக்கொள் வோம். ஆனால் இப்போது நான் உன்னைக் கேட்கிறேன். இந்த முழுக் கதைக்கும் நீ எப்படி விளக்கம் தரப் போகிறாய்? அவனது வாக்குமூலத்தின்படியே அந்தத் தோடுகளை அவன் அவர்கள் வேலை செய்துகொண்டிருந்த இடத்திலிருந்துதான் கண்டெடுத் திருக்கிறானென்றால் அவை அங்கே எப்படிப் போயின? அல்லது அது கிடைக்கும் வாய்ப்பு அவனுக்கு எப்படி ஏற்பட்டது? இதற்கு விளக்கம் சொல்.

"நான் ஏன் அதற்கு விளக்கம் தர வேண்டும்? அதில் விளக்கம் சொல்ல எதுவுமே இல்லையே...? எல்லாமே தெளிவாக வெட்ட வெளிச்சமாகத்தானே இருக்கிறது! இனிமேல் எந்தப் பாதையில் விசாரணை தெளிவாகத் தொடர வேண்டும் என்பதையே அந்தப் பெட்டிதான் உண்மையில் காட்டிக் கொடுத் திருக்கிறது. உண்மையான கொலையாளி, அந்தத் தோடுகளை அங்கே தவற விட்டிருக்கின்றான். கோச்சும் பெஸ்ட்ரியாகோவும் கதவைத் தட்டியபோது, அந்தக் கொலைகாரன் தாளிடப்பட்ட கதவுக்குப் பின்னால்தான் இருந்திருக்க வேண்டும். கோச் முட்டாள்தனமாகக் கீழே இறங்கிச் சென்ற வேளையில்தான் கொலைகாரன் போயிருக்க வேண்டும். அவனுக்கு அப்படிச் செய் வதைத்தவிர வெளியே வருவதற்கு வேறு வழியே இல்லை. அவன் கீழே இறங்கிப் போகும்போது முதலில் கீழே சென்று காவலாளி யுடன் மீண்டும் மாடிக்கு வந்துகொண்டிருந்த கோச், பெஸ்ட்ரி யாகோவ் ஆகியோரது கண்களிலிருந்து தப்பித்துக்கொள்வதற்காக – அந்தக் கொலைகாரன், திறந்து கிடந்த பெயிண்டர்கள் வேலை பார்த்துக்கொண்டிருந்த அந்தக் குடியிருப்புக்குள் நுழைந்து மறைந்துகொண்டிருக்க வேண்டும். சரியாக அந்த நேரத்தில், சில விநாடிகளுக்கு முன்புதான் மிகோலாயும் மித்ரேயும் அங்கேயிருந்து கீழே ஓடிப் போயிருக்க வேண்டும். மேலே வந்துகொண்டிருந்த கோச், பெஸ்ட்ரியாகோவ் மற்றும் காவலாளி ஆகியோர் கொலை காரன் மறைந்திருந்த அந்தக் குடியிருப்பைக் கடந்து மேலே செல்லும் வரையில் காத்திருந்த அந்தக் கொலைகாரன், படிகளின் வழியாகச் சென்ற அவர்களின் காலடியோசை அடங்கிய மறு கணமே மறைவிடத்தைவிட்டு வெளியேறிக் கீழே இறங்கிப் போயிருக்க வேண்டும். அதற்குள் கீழே, மிகோலாய், மித்ரேய் இருவருடைய ஆர்ப்பாட்டங்களால் கூடியிருந்த கூட்டம் அவர்கள் ஒருவரை ஒருவர் துரத்திக்கொண்டு ஓடியபோது வாயிலைவிட்டுக் கலைந்து போயிருக்க வேண்டும். எனவே, கொலைகாரன் கீழே இறங்கி வந்தபோது, வாயிலில் எவருமே இருந்திருக்க மாட்டார்கள். எனவே அவன் எந்தவிதத் தடையுமின்றி, எவர் கண்ணிலும் படாமல் நழுவி மிக எளிதாக அந்தக் கட்டடத்தை விட்டே வெளி யேறிப் போயிருக்க வேண்டும். பல பேர் போவதும் வருவதுமாக இருந்த அந்த இடத்தில் அந்தக் கொலைகாரனை எவராவது பார்த்திருந்தாலும்கூடக் குறிப்பாகக் கவனித்திருக்க முடியாது. பெயிண்டர்கள் வேலை பார்த்துக்கொண்டிருந்த அந்தக் குடி யிருப்புக்குள் ஓடி வந்த கொலைகாரன், கதவுக்குப் பின்னால் ஒளிந்துகொண்டபோது அந்தப் பெட்டியை அங்கே தவறவிட்டி ருக்கலாம். வேறு விஷயங்களைப் பற்றி யோசித்துக்கொண்டிருந்த தால் அது அவனது கவனத்தில் படாமல் தவறிப் போயிருக்கலாம்.

ஆனால் அந்தப் பெட்டியை வைத்துப் பார்க்கும்போது, அது கிடந்த இடத்தில்தான் அவன் நின்றுகொண்டிருக்க வேண்டும் என்பது தெளிவாகத் தெரிகிறது. இப்போதைக்கு இதைப் பற்றி இவ்வளவுதான் சொல்ல முடிகிறது."

"புத்திசாலித்தனமான வாதம்தான், தம்பி. நீ ரொம்பவும் கூர்ந்த புத்திசாலிதான் தம்பி. உன்னுடைய கற்பனை உலகம் மிகப் பிரமாதமாக உள்ளது. ரொம்ப கெட்டிக்காரன்தான் நீ! அதிலுள்ள சந்தேகங்கள் எல்லாவற்றையும் உடைத்தெறிந்து விட்டாய்!"

"எப்படிச் சொல்கிறாய்?"

"ஏனென்றால் எல்லாச் சந்தேகங்களுக்கும் மிகப் பொருத்தமாக நீ விளக்கம் சொல்லிவிட்டாய். அனைத்தும் மிகவும் கச்சிதமாகப் பொருந்திவிட்டன. மிக அற்புதமான ஒரு நாடகம் போல நீ கதையைப் புனைந்துவிட்டாய்!"

"ஓ...ஹ்ஹோ!" என்று அலுத்துக்கொண்டபடி, ரஸுமிகின் பேசத் தொடங்கிய வேளையில் கதவு திறந்துகொள்ள, அந்த அறையிலிருந்த அனைவருக்கும் அறிமுகமே இல்லாத அந்நியன் ஒருவன் உள்ளே நுழைந்தான்.

அத்தியாயம் – 5

உள்ளே நுழைந்த அந்த மனிதன், இளமைப் பருவத்தைக் கடந்துவிட்டவனாக இருந்தான். விறைப்பான, ஆடம்பரமான தோற்றத்தைக்கொண்டிருந்த அவனது முகம், எச்சரிக்கை உணர்வையும், சற்று எரிச்சலையும் வெளிப்படுத்திக்கொண்டிருந்தது. கதவைத்தாண்டி உள்ளே வந்தவன் சற்று நின்று, அந்த அறை முழுவதையும் நோட்டமிட்டான். ‘இந்த பூமியில் இப்படியும் ஓர் இடம் இருக்கிறதா...?’ இப்படி ஓர் இடத்திற்கா நான் வந்து சேர்ந்திருக்கிறேன்...?’ என்ற கேள்வியும் வியப்பும் அவனது முகம் முழுவதும் பரவியிருந்தது. சிறிய குடிசையைப் போன்ற, மிகவும் தாழ்வான கூரையைக்கொண்ட, சிறிய பொந்து போன்ற, மிகவும் குறுகலான அந்த அறையைப் பார்த்து அதிர்ச்சியடைந்தவனாகவும், இப்படி ஓர் அறையில் ஒரு மனிதன் எப்படி வாழ்கிறான் என்பதை நம்ப முடியாதவனாகவும் திகைத்துப் போனான். அதே வியப்போடு, அங்கே – அந்தப் பரிதாபமான, மிகவும் அழுக்கேறிப் போய் கிடந்த சோஃபாவில் படுத்துக் கிடந்த ரஸ்கோல்னிகோவின் மீதும் தனது பார்வையைப் படரவிட்டான். சரியாக உடை அணிந்துகொள்ளாமலும், முகச்சவரம் செய்துகொள்ளாமலும், குளிக்காமலும், ஒருவிதச் சோம்பல் படர்ந்திருக்க, வாரப்படாத பரட்டைத் தலையுடன் காணப்பட்டான் ரஸ்கோல்னிகோவ். ஒரு நிமிடம் அந்த அந்நியனின் பார்வை ரஸ்கோல்னிகோவின் முகத்திலேயே நிலைத்து நின்றது. பிறகு அதே வியப்போடு பக்கத்தில் பரட்டைத் தலையுடன் உட்கார்ந்திருந்த ரஸுமிகினிடத்தில் தனது பார்வையைப் பதித்து அவனைப் பரிசீலிக்கும் நோக்குடன் குறுகுறுவெனக் கூர்ந்து நோக்கினான் அந்த அந்நியன். தனது இருக்கையிலிருந்து எழுந்திருக்காமல் தன் பார்வையாலேயே ‘என்ன விஷயமாக வந்திருக்கிறாய்?’ என்று விசாரிக்கும் பாவனையில் அதேசமயம் மிகக் கடுமையாகவும் அந்த அந்நிய மனிதனைப் பார்த்தான் ரஸுமிகின். இரண்டு நிமிடங்கள் நீடித்த இந்தப் பார்வைப் பரிமாற்றங்களுக்குப் பின்னர், இறுக்கமான அந்தச் சூழ்நிலையில் சிறியதொரு மாற்றம் ஏற்படத் தொடங்கியது. அந்த அறையில் தென்பட்ட இலேசான, ஆனால் அழுத்தமான அறிகுறிகள், தான் இப்படி அளவுக்கு அதிகமான இறுக்கம் காட்டுவது

சரியல்ல என்பதை அந்த அந்நியனுக்கு உணர்த்தியிருக்க வேண்டும். இந்தக் குடிசை போன்ற வீட்டில், தான் இப்படி வீண் ஜம்பமாகத் தோற்றம் காட்டினால் வந்த காரியம் நடக்காது என்பதை அந்த அந்நியன் புரிந்துகொண்டானோ என்னவோ, தனது அணுகுமுறையைச் சற்று மென்மையாக மாற்றிக்கொண்டு– அப்போதும்கூட சற்று இறுக்கத்துடனேயே, அவன் ஜோஸி மோவைப் பார்த்துக் கேட்டான்:

“ரோடியன் ரொமோனோவிச் ரஸ்கோல்னிகோவ் என்பது யார்? மாணவன், அல்லது முன்னாள் மாணவன்...?”

ஜோஸிமோவ் சோம்பலாக அசைந்து நெளிந்துகொண்டு பதிலளிப்பதற்குள், வந்தவன் தன்னைக் கேட்காதபோதும், முந்திக்கொண்டு பதில் சொன்னான் ரஸுமிகின்: “அதோ அந்த சோஃபாவில் கிடக்கிறானே, அவன்தான்! என்ன வேண்டும் உங்களுக்கு?”

பழகிய மனிதனைப் போல “என்ன வேண்டும் உங்களுக்கு?” என்று படபடப்பாக ரஸுமிகின் கேட்டது, ஒரு கணம் அந்தப் புதிய மனிதனை அதிரவைத்துவிட்டது. சமூகத்தில் தான் ஒருவனே சிறந்த மனிதன் என்று எண்ணிக்கொண்டிருக்கும் கன வானின் பாதத்தின் கீழே இருக்கும் பூமியைத் திடீரென்று வெட்டி யெடுத்தாற்போல ஒரு கணம் அந்த அந்நியன் துணுக்குற்றுப் போனான். இவனை – ரஸுமிகினைப் – பின்னால் சரியான நேரத்தில் கவனித்துக்கொள்ளலாம் என்று மனதினுள் வன்மம் வைத்துக்கொண்டு, மீண்டும் ஜோஸிமோவை நோக்கித் திரும்பினான் அந்த அந்நியன்.

“இவன்தான் ரஸ்கோல்னிகோவ்” என்று முணுமுணுப்பாகக் கூறத் தொடங்கிய அந்த நேரத்தில் கொட்டாவி வந்துவிடவே, வார்த்தைகளை இழுத்தாற்போலக் கூறியபடி, தலையை அசைத்து, ரஸ்கோல்னிகோவைச் சுட்டிக்காட்டிவிட்டுப் பெரிதாக வாயைத் திறந்து கொட்டாவி விட்டான் ஜோஸிமோவ். பிறகு மிக மெது வாகத் தனது கையில்லாத நீண்ட மேல் கோட்டின் பையிலிருந்து, ஒரு சிறிய வட்டவடிவமான பெட்டியை வெளியே எடுத்துத் திறந்து, பெட்டிக்குள்ளிருந்த தனது தங்கத்தினாலான சிறிய கடிகாரத்தில் நேரத்தைப் பார்த்துவிட்டு, டப்பாவை மூடி மீண்டும் கோட்டுப் பைக்குள் வைத்துக்கொண்டான்.

ரஸ்கோல்னிகோவ் அப்படியே, அசையாமல், மல்லாக்காகப் படுத்திருந்தான். எதுவுமே பேசாமல் வந்தவனின் முகத்தையே வைத்த கண் மாறாமல் பார்த்துக்கொண்டிருந்தான். ‘இவன் யார்?’ என்ற சிந்தனையில் ஆழ்ந்திருந்தது அவன் மனம்.

சுவர்த்தாளில் வரையப்பட்டிருந்த அந்த வினோதமான பூவைப் பார்ப்பதிலிருந்து அவனது கவனம் இப்போது வேறு திசைக்கு மாறியிருந்தது. ஆனால் அவனது முகம் இப்போது மிக அதிகமாக வெளுத்துப் போயிருந்தது. தாங்க முடியாத துன்பத்தின் வேதனையை அவனது முகம் அந்தக் கணத்தில் வெளிப்படுத்திக் கொண்டிருந்தது. கடுமையான வலிமிகுந்த அறுவை சிகிச்சைக்கு ஆளாகிக்கொண்டிருந்த ஒருவனைப் போலவோ அல்லது மிகக் கொடூரமான சித்திரவதைக்கு ஆளாகிக்கொண்டிருப்பவனைப் போலவோ முகமெல்லாம் வலியின் வேதனை உணர்வுகள் வெளிப்பட அவன் தோற்றமளித்தான். பிறகு படிப்படியாகத் தன்னை நிதானப்படுத்திக்கொண்டு, புதிதாக வந்தவனைக் கவனமாகப் பார்க்கத் தொடங்கினான். அவனுடைய முகபாவங்கள் அந்த நொடி நேரத்தில் பல வகையான உணர்வுகளை வெளிப்படுத்தி விட்டன. முதலில் வியப்பும், அதன்பிறகு சந்தேக உணர்வுகளும், கடைசியாக எச்சரிக்கை உணர்வுகளும் அவனிடத்தில் தோன்றின. ஜோஸிமோவ் "இவன்தான் ரஸ்கோல்னிகோவ்!" என்று கூறியவுடன் வேகமாகத் துள்ளி எழுந்து மீண்டும் சோஃபாவில் உட்கார்ந்துகொண்டான் ரஸ்கோல்னிகோவ். இப்போது பலவீனமான, உடைந்த, அதேசமயம் மிகவும் தாழ்ந்த குரலில் பேசத் தொடங்கினான் ரஸ்கோல்னிகோவ்.

"ஆமாம், நான்தான் ரஸ்கோல்னிகோவ்! உங்களுக்கு என்ன வேண்டும்?"

ரஸ்கோல்னிகோவை ஆழ்ந்து நோக்கியபடி, மிகவும் கவனமாகவும், கருத்தை ஈர்க்கும் வண்ணமும் பேசத் தொடங்கினான் புதியவன்: "என் பெயர் பீட்டர் பெத்ரோவிச் லூசின். என் பெயர் உனக்கு முன்னரே தெரிந்திருக்கும் என்று நான் நம்புகிறேன்."

முற்றிலும் வித்தியாசமான ஒன்றை எதிர்பார்த்துக் காத்திருந்த ரஸ்கோல்னிகோவ், இப்பொழுதுதான் முதன்முதலாகப் பீட்டர் பெத்ரோவிச் என்ற பெயரைக் கேட்பவனைப் போல மிகவும் சாதாரணமாக அவனைப் பார்த்தான்.

"என்ன...? என்னைப் பற்றிக் குறிப்பிட்டு உனக்கு இது வரையில் கடிதம் ஏதும் வரவில்லையா?" என்று மனக் குழப்பத்துடன் கேட்டான் பீட்டர் பெத்ரோவிச்.

அதற்குப் பதிலாகப் பின்னால் நகர்ந்து, தனது தலையணையில் சரிந்துகொண்டு, தன் கைகளைத் தலைக்குப் பின்னால் கோர்த்துக்கொண்டபடி உத்தரத்தைப் பார்க்கத் தொடங்கினான் ரஸ்கோல்னிகோவ். லூசினுடைய முகம் பரபரப்பாகக் காணப் பட்டது. ஜோஸிமோவும் ரஸுமிகினும் முன்பை விடவும், மிகுந்த

ஆர்வத்தோடு அவனைக் கவனித்துக்கொண்டிருந்தனர். ஒரு வழி யாகத் தனது முரட்டுத்தனமான பார்வையை ஒதுக்கி வைத்து விட்டவனைப் போலத் தோன்றினான் லூசின்.

"அந்தக் கடிதம் உனக்கு வந்து சேர்ந்திருக்குமென்றுதான் நான் நினைத்தேன்... அந்த நாட்களைக்கூட ஏற்கனவே கணக்கிட்டு வைத்திருந்தேன்... அந்தக் கடிதம் தபாலில் சேர்க்கப்பட்டுப் பத்து நாட்களுக்கும் மேலாகிவிட்டது... கிட்டத்தட்ட இரண்டு வாரங் களாகி விட்டன."

"நீங்கள் ஏன் இன்னும் கதவின் பக்கத்திலேயே நின்று கொண்டிருக்கிறீர்கள்?" என்று இடைமறித்துப் பேசினான் ரஸுமிகின். "உங்களுக்கு ஏதாவது சொல்ல வேண்டுமானால் வந்து உட்காருங்கள். நஸ்டாஸியாவும், நீங்களும் ஒருவர் வழியை ஒருவர் மறித்துக்கொண்டு நின்றுகொண்டிருக்கிறீர்கள். நஸ்டாஸியா கொஞ்சம் நகர்ந்துகொள்! அவர் உள்ளே வர வழிவிடு! இப்படி வாருங்கள், இதோ ஒரு நாற்காலி இருக்கிறது. கொஞ்சம் அந்த நாற்காலியை நெருக்கித் தள்ளிக்கொண்டு உள்ளே வாருங்கள்!"

மேசை அருகிலிருந்த நாற்காலியைத் தள்ளிய அவன், மேசைக்கும், தன் கால்களுக்கும் இடையே மிகச்சிறிய இடை வெளியை மட்டும் ஏற்படுத்திக்கொண்டு அந்தச் சின்ன இடை வெளிக்குள்ளேயும், லூசினால் நெருக்கியடித்துக்கொண்டுதான் உள்ளே நுழைய முடியும் என்பதைப் புரிந்துகொண்டு தன்னை இன்னும் குறுக்கிக்கொண்டு லூசினுக்கு வழியை ஏற்படுத்தித் தர முயல்வதற்குள் அந்த இடைவெளியின் வழியாக உள்ளே புகுந்த லூசின் தட்டுத்தடுமாறி ரஸுமிகின் மேல் முட்டிக்கொண்டு, தள்ளாடியபடி நாற்காலியில் சரிந்து உட்கார்ந்தான். அதில் உட் காருவதைத் தவிர லூசினுக்கு வேறு வழி எதுவும் இருக்கவில்லை. நிமிர்ந்த அவன் ரஸுமிகினைச் சந்தேகத்துடன் பார்த்தான்.

"நீங்கள் ஒன்றும் கலவரப்பட வேண்டாம்" என்றபடி, ரஸுமிகின் வந்தவனுக்கு விஷயத்தைத் தெளிவுபடுத்தத் தொடங்கி னான். "கடந்த ஐந்து நாட்களாகவே ரோட்யாவுக்கு உடம்புக்கு முடியவில்லை. மூன்று நாட்களாக ஜன்னி கண்டு நினைவு திரும்பாமலேயே இருந்தான். இப்பொழுது கொஞ்சம் பரவா யில்லை. பசியெடுக்கக்கூடத் தொடங்கியிருக்கிறது. இவர்தான் அவனைக் கவனித்துக்கொண்ட டாக்டர். இன்று இவனது உடல் நிலை எப்படி இருக்கிறது என்று பார்க்க வந்திருக்கிறார். நான், ரோட்யாவின் நண்பன். நானும் இவனைப் போலவே முன்னாள் மாணவன்தான். இப்போது நான்தான் இவனுடன்கூட இருந்து, இவனைக் கவனித்துக்கொண்டிருக்கிறேன். நாங்கள் இங்கிருக்

கிறோமே என்று எண்ணாமல் நீங்கள் வந்த வேலையைப் பாருங்கள்!"

"நன்றி. ஆனால் நான் இங்கே இப்போது வந்திருப்பதும் பேசுவதும் நோயாளிக்குத் தொந்தரவாகிவிடுமோ?" என்று ஜோஸிமோவைப் பார்த்துக் கேட்டான் பீட்டர் பெத்ரோவிச். "இ-ல்-லை" என்று முணுமுணுத்தான் ஜோஸிமோவ். "நீங்கள் இவனை உற்சாகப்படுத்தும் காரியத்தைக்கூடச் செய்யலாம்" என்று கூறி விட்டு மீண்டும் கொட்டாவி விட்டான் ஜோஸிமோவ்.

"அவனுக்கு நினைவு திரும்பி ரொம்ப நேரமாகிவிட்டது. சரியாகச் சொன்னால், இன்று காலை முதலே இவன் நன்றாகத் தான் இருக்கிறான்." பழகியவனைப் போல இப்படி இயல்பாக ரஸுமிகின் பேசுவதற்கு, எளிமையான, உண்மையான அவனுடைய இதயமே காரணம் என்று இப்போது புரிந்துகொள்ளத் தொடங்கியிருந்தான் பீட்டர் பெத்ரோவிச். பக்கிரித் தோற்றத்தி லிருந்த ரஸுமிகின் தன்னை ஒரு மாணவன் என அறிமுகம் செய்து கொண்டதால் தனக்கு அவன் மீது ஏற்பட்டிருந்த அவநம்பிக்கையையும் மாற்றிக்கொள்ள முற்பட்டான் அவன்.

"உன் அம்மா...!" என்று தொடங்கினான் லூசின்.

"ஹ்ம்..." என்று செருமிக்கொண்டு தனது தொண்டை அடைப்பைச் சரி செய்துகொண்டான் ரஸுமிகின்.

லூசின் 'என்ன?' என்பது போலக் கேள்விக்குறியோடு பார்த்தான். "ஒன்றுமில்லை. மேலே சொல்லுங்கள்" என்றான் ரஸுமிகின்.

லூசின் அவனது தோள்களைக் குலுக்கிக்கொண்டான். "உனது அம்மா, உங்கள் ஊரில் நான் கொஞ்சகாலம் தங்கியிருந்த போதே உனக்கு அந்தக் கடிதத்தை எழுதிவிட்டார்கள். நான் இங்கு வந்த பிறகும்கூட உடனே உன்னை வந்து பார்க்காமல் வேண்டு மென்றே சில நாட்களைக் கடத்திக்கொண்டிருந்தேன். காரணம் நீ அந்தக் கடிதத்தைப் படித்து, அதில் உள்ள விஷயங்களைப் புரிந்துகொண்டு, தெளிவான மன நிலையில் இருக்கும்போதுதான் உன்னை வந்து பார்க்க வேண்டும் என்று நான் நினைத்திருந்தேன். ஆனால் இப்போதோ... எனக்கு மிகவும் அதிர்ச்சியாக இருக்கிறது..."

"எனக்குத் தெரியும், எனக்குத் தெரியும்!" என்று பொறுமையிழந்து வெறுப்போடு கத்தினான் ரஸ்கோல்னிகோவ். "அப்படியானால் அந்த மணமகன் நீங்கள்தான்! அப்படித்தானே? நல்லது. எனக்குத் தெரியும். மேலே எதுவும் தேவையில்லை!"

இதைக் கேட்டவுடன் பீட்டர் பெத்ரோவிச், கடுமையான தாக்குதலுக்கு ஆளாவதைப்போலப் பாதிக்கப்பட்டான் என்ற போதும் அவன் ஒன்றுமே பேசாமல் மௌனமாக இருந்தான். ஆனாலும் இதற்கெல்லாம் என்ன அர்த்தம் என்பதைப் புரிந்து கொள்ளும் முயற்சியுடன் அவன் அமைதியாக உட்கார்ந்திருந்தான். நொடி நேரம் அங்கே அமைதி நிலவியது.

ஓரப்பார்வை பார்த்தபடி லூசினுக்குப் பதில் சொன்ன ரஸ்கோல்னிகோவ், இப்போது தனது பார்வையை நேரடியாகவே லூசினின் முகத்தில் பதித்தான். அடுத்து அவன் என்ன செய்யப் போகிறான் என்பதை அறியும் ஓர் ஆர்வம் அந்தப் பார்வையில் தெரிந்தது. இப்போதும்கூட அவன் மேல் நல்ல அபிப்பிராயத் துடன் அவனை ரஸ்கோல்னிகோவ் பார்க்கவில்லை. அவன் எப்படியெல்லாம் குழம்பப் போகிறான், பாதிக்கப்படப் போகிறான் மேலும் புதிதாக என்ன உணர்வுகள் அவனுக்குள் எழுகின்றன என்பதைத் தெரிந்துகொள்ளும் எண்ணத்துடன் அவனைப் பார்த் தான் ரஸ்கோல்னிகோவ். இந்த ஆர்வம் மேலிடத் தலையணையை விட்டு எழுந்துகொண்டு லூசினைப் பரிசீலிக்கும்வண்ணம் நேரடி யாகவே அவனது முகத்தில் தன் பார்வையைப் பதித்தான் ரஸ்கோல்னிகோவ்.

பீட்டர் பெத்ரோவிச் லூசினுடைய ஒட்டுமொத்தமான தோற்றமும் சிறப்பானதாகவும், கவனத்தைக் கவரும் வகையிலும் தான் அமைந்திருந்தது. சம்பிரதாயத்துக்கு முரணாக இருந்தாலும் கூடப் 'புது மணமகன்' என்று சமீபத்தில் அவனுக்குச் சூட்டப் பட்டிருந்த பட்டத்துக்கு ஏற்றவகையிலேதான் அவனுடைய தோற்றமும் இப்போது இருந்தது. தலைநகரத்துக்கு வந்து சேர்ந்த உடனேயே திருமணத்துக்குத் தன்னைத் தகுதிப்படுத்திக்கொள்ள வும், மணப்பெண் வந்து சேரும் முன்பு தன்னை நேர்த்தியாக ஆயத்தம் செய்துகொள்ளவும் சில நாட்களை அவன் செலவிட்டி ருக்க வேண்டும் என்பது கண்கூடாக, வெளிப்படையாகத் தெரிந்தது. அதில் எந்தத் தவறுமில்லை. அது எல்லோரும் ஏற்றுக் கொள்ளக்கூடியதுதான். பீட்டர்பெத்ரோவிச் இப்போது புது மாப்பிள்ளைகள் பட்டியலில் இருப்பதால் தனது சொந்த மனத் திருப்திக்காகக்கூடத் தன்னை நன்றாகக் காட்டிக்கொள்ள வேண்டு மென்று நினைத்திருக்கலாம். இப்படிப்பட்ட சூழலில், அவன் தன் சுய திருப்திக்காக இந்த அளவுக்குப் பாடுபட்டிருப்பதும்கூட மன்னித்து ஏற்கக்கூடியதுதான். அவனுடைய உடைகள் எல்லாம் அப்போதுதான் தையற்காரரிடமிருந்து தைத்து வாங்கப்பட்டி ருந்தன. மிகவும் நன்றாகவும், மிகவும் புதியதாகவும் இருந்த அவை யெல்லாமே ஒரு குறிப்பிட்ட நோக்கத்திற்காகவே வடிவமைக்கப் பட்டிருப்பதைப் போலத் தோற்றமளித்தன. படு சுத்தமானதாகவும்,

மிக நேர்த்தியாகவும் இருந்த அவனது பகட்டான தொப்பியும்கூட அந்த நோக்கத்திற்கு ஒரு சாட்சியாகக் காட்சியளித்துக்கொண்டிருந்தது. அந்தத் தொப்பியைத் தன் கரங்களுக்குள் அரவணைத்துப் பிடித்தபடி அதைக் கௌரவமான முறையில் அவன் கையாண்டு கொண்டிருந்தான். மிக அழகான, மிக நேர்த்தியான, 'லாவெண்டர்' மணக்கும் அவனது கையுறைகளும்கூட இதே கதையைத்தான் சொல்லிக்கொண்டிருந்தன. இதற்காகவே அவன் அவற்றைக் கைகளில் அணிந்துகொள்ளாமல் எல்லோருடைய பார்வையிலும் படும்படியாக ஜம்பமாகக் கைகளில் ஏந்திக்கொண்டிருந்தான். பீட்டர் பெத்ரோவிச்சின் உடைகளில் வெளிர் நிறங்களும், இளைஞர்கள் விரும்பும் வண்ணங்களுமே மேலோங்கிக் காணப்பட்டன. அழகான வெளிர் பழுப்பு நிறத்தில் கோடை காலத்திற்கேற்ற மேலங்கியையும், அழுத்தமான வண்ணத்தில் மெலிதான, எடை குறைவான கால் சட்டையையும் கையில்லாத நீண்ட மேல் கோட்டையும், கழுத்துப் பகுதிகளில் இளம் சிவப்புக் கோடுகளுடன், அழகான சித்திர வேலைப்பாடுகள் செய்யப்பட்ட, புதுமையான, அற்புதமான லினன் சட்டையையும் அவன் அணிந்திருந்தான். அந்தச் சிறப்பான உடைகள் அனைத்துமே பீட்டர்பெத்ரோ விச்சுக்கு மிகவும் கச்சிதமாகப் பொருந்தியிருந்தன. ஒருவரை இளமையாகக் காட்டும் அந்த ஆடைகளின் துணை இல்லாமலே கூட அழகும் செழுமையும் புத்துணர்ச்சியும்கொண்டிருந்த அவனது முகம், அவனை நாற்பத்தைந்து வயதுக்கும் குறைந்தவனாகவே காட்டிக்கொண்டிருந்தது. அவனது கன்னங்களை அலங்கரித்துக்கொண்டிருந்த கிருதா, மழுங்கச் சவரம் செய்யப் பட்டுப் பளபளத்துக்கொண்டிருந்த அவனது தாடைகளின் இரு புறமும் அழகாக, அடர்த்தியாகப் படர்ந்திருந்தது. அவனது நெற்றி யிலிருந்து பின்னோக்கி வாரப்பட்டிருந்த தலைமுடி ஒழுங்காகச் சீவப்பட்டு, முடிவெட்டுபவனால் சுருள் சுருளாக்கப்பட்டிருந்தது. இது ஒன்றும் அவனுக்கு வேடிக்கையான தோற்றத்தைத் தரவில்லை. மாறாக, சுருளாக்கப்பட்ட அவனது கேசம் அவனைத் திருமணக் கோலத்திலிருக்கும் ஓர் அழகிய ஜெர்மானியனைப் போலக் கவர்ச்சிகரமாகக் காட்டியது.

அமைதியாகவும் அழகாகவும் இருந்த அவனது தோற்றத்தில் குறை சொல்ல ஏதும் இல்லையென்றபோதும், அவன் மீது அதிருப்தியும் வெறுப்பும் ஏற்படுவதற்கு முற்றிலும் வேறான சில காரணங்கள் ரஸ்கோல்னிகோவுக்கு இருந்தன. மரியாதை சிறிது மின்றி, சம்பிரதாயத்துக்கு மாறான பாணியில் லூசினைத் தலை முதல் கால் வரையிலும் துருவிப் பார்த்த பிறகு, விஷமத்தனமான புன்னகையுடன் தனது தலையணையில் சரிந்துகொண்ட அவன், முன்பு செய்ததைப் போலவே உத்தரத்தை வெறிக்கத் தொடங்கி னான்.

ரஸ்கோல்னிகோவின் இதுபோன்ற செயல்களினால் தான் மிகவும் அவமானப்படுத்தப்பட்டுவிட்டதாக உணர்ந்தாலும்கூட இவற்றை எல்லாம் வெளிக்காட்டிக்கொள்ளாமல், தனது இதயத்தைத் திடப்படுத்திக்கொண்டான் லூசின். தன்னை மிகுந்த உறுதியுடன் கட்டுப்படுத்திக்கொண்ட லூசின், இப்படிப்பட்ட வினோதமான நடத்தைகளை இப்போதைக்குச் சட்டை செய்யக் கூடாதென்று தீர்மானித்தவனைப் போலக் காணப்பட்டான்.

"உன்னை இதுபோன்ற நிலையில் பார்ப்பதற்காக நான் மிகவும் வருந்துகிறேன்" என்று துவங்கிய லூசின், அங்கே நிலவி யிருந்த அமைதியை உடைக்க முற்பட்டான்.

"உனக்கு உடல் நலமில்லை என்பது தெரிந்திருந்தால் இன்னும் முன்னாலேயேகூட உன்னைப் பார்க்க நான் வந்திருப் பேன். எனது வியாபார வேலைகளைப் பற்றி உனக்குத் தெரியும்! அதைத் தவிர செனட்டில்* மிக முக்கியமான ஒரு வழக்கையும் நான் பார்க்க வேண்டியிருந்தது. எனது மற்ற வேலைகளைப் பற்றி நான் உனக்குச் சொல்ல வேண்டியதில்லை. நீயே ஊகித்துக் கொள்வாய் என்று நினைக்கிறேன். உன் அம்மாவும் சகோதரியும் எந்த நேரத்திலும் இங்கே வந்துவிடலாம். அவர்களையும் நான் எதிர்பார்த்துக்கொண்டுதான் இருக்கிறேன்."

ரஸ்கோல்னிகோவ் சற்றே அசைந்து, ஏதோ சொல்ல முற்படு பவனைப் போலத் தென்பட்டான். ஆனால் அவனது முகம் இனம் புரியாத சில குழப்பங்களுடன் காட்சியளித்தது.

பீட்டர்பெத்ரோவிச் தன் பேச்சை நிறுத்திவிட்டு ரஸ் கோல்னிகோவ் ஏதேனும் பேசுவான் என்று எதிர்பார்த்துக் காத் திருந்தான். ஆனால் ஒருவரும் பேசவில்லை. எனவே அவனே தொடர்ந்தான்: "எந்த நிமிஷத்திலும் அவர்கள் வந்துவிடலாம் என்பதால், தற்காலிகமாக அவர்கள் தங்கிக்கொள்வதற்கு நான் இடம் தேடி வைத்திருக்கிறேன்!"

"எங்கே?" என்று பலவீனமான குரலில் கேட்டான் ரஸ்கோல்னிகோவ்.

"இங்கேயிருந்து பக்கம்தான்... பகலீயெவின் வீட்டில்."

"அது வாஸ்னெஸென்ஸ்கி நெடுஞ்சாலையில் அல்லவா இருக்கிறது" என்று குறுக்கிட்டான் ரஸுமிகின். "அங்கே அந்தக் கட்டடத்தில் இரண்டு தளங்களிலும் மலிவான தங்கும் விடுதி ஒன்று இருக்கிறது. யுஷின் என்ற ஒரு வியாபாரிதான் அதை நடத்தி வருகிறான். நான் அங்கே போயிருக்கிறேன்."

---

* செனட் – 1711ஆம் ஆண்டில் 'பீட்டர் தி கிரேட்' என்ற அரசரால் நிறுவப்பட்ட நாட்டின் தலைமை நீதிமன்றம்.

“ஆமாம்! அது, தங்கும் – விடுதிதான்...”

“அது மோசமான இடமாயிற்றே...? அழுக்கும் குப்பைகளும் நாற்றமுமாகவல்லவா அது இருக்கும்? மேலும் அது கொஞ்சம் சந்தேகத்துக்கிடமான இடமல்லவா? மர்மமான நிறைய சம்பவங்கள் அங்கே நடந்திருக்கின்றன. அங்கே தங்குபவர்களைப் பற்றிச் சாத்தானுக்குத்தான் தெரியும். சந்தேகத்துக்குரிய, எல்லா வகைப்பட்ட மனிதர்களும் அங்கே தங்குவார்கள். அங்கே நான் போக நேர்ந்ததுகூட ஒரு கேவலமான விஷயத்தை ஒட்டித்தான். ஆனால் அங்கே அறைகளுக்கான வாடகை மட்டும் குறைவு... மிக, மிகக் குறைவு!”

“நான் இந்த இடத்திற்குப் புதியவன் என்பதால் நிஜமாகவே எனக்கு இந்த விவரங்களெல்லாம் தெரியாது” என்று சுருக்கென்று, அதேசமயம் மனதைத் தொடும்வண்ணம் பதில் சொன்னான் பீட்டர்பெத்ரோவிச். “எப்படியோ மிகவும் சுத்தமான, பார்ப்பதற்கு நன்றாக உள்ள இரண்டு அறைகளை நான் வாடகைக்கு எடுத்திருக்கிறேன். அதுவும்கூடக் குறைவான நாட்களுக்குத்தான். நாங்கள் நிஜமாகவே வாழப்போகும் எங்கள் எதிர்கால வீட்டை நான் ஏற்கனவே தேடி வைத்துவிட்டேன்” என்று சொன்னபடி ரஸ்கோல்னிகோவின் பக்கம் திரும்பிக்கொண்டு பேச்சைத் தொடர்ந்தான் பீட்டர்பெத்ரோவிச்: “அந்த வீடு எங்களுக்காக அழகுபடுத்தப்பட்டுக்கொண்டிருக்கிறது. அதேசமயம் நானும்கூடப் பக்கத்திலிருக்கும் வசதி குறைவான ஒரு வீட்டில் – திருமதி லிப்பேவெசெல்ஸின் வீட்டில் இருக்கும் ஓர் அறையில் தங்கியிருக்கும் இளைஞனான எனது நண்பன் ஆண்ட்ரீ செமினோவிச் லெபஸியாட்னிகோவ்கூடத்தான் தங்கியிருக்கின்றேன். அவன் தான் எனக்கு இந்த விடுதியைச் சொன்னான்.”

“லெபஸியாட்னிகோவ்...?” ஏதோ நினைவு வந்தவனாக மெல்லச் சொன்னான் ரஸ்கோல்னிகோவ்.

“ஆமாம்! ஆண்ட்ரி செமீனோவிச் லெபஸியாட்னிகோவ்! அமைச்சரகம் ஒன்றில் அவன் வேலை செய்கிறான். உனக்கு அவனைத் தெரியுமா?”

“ஆமாம்! இல்லை...” என்று ரஸ்கோல்னிகோவ் தடுமாற்றத்துடன் பதிலளித்தான்.

“மன்னித்துக்கொள்! நீ கேட்டதிலிருந்து உனக்கு அவனைத் தெரிந்திருக்குமென்று நினைத்தேன். ஒருதடவை நான் அவனுக்குக் கார்டியனாகக்கூட இருந்ததுண்டு. மிகவும் இனிமையான இளைஞன் அவன். பொதுக் காரியங்களில் ஆர்வம்கொண்டிருப்பவன். எனக்கு எப்போதுமே இளைஞர்களைச் சந்திப்பது மிகவும்

மகிழ்ச்சியைக் கொடுக்கும். புதிய விஷயங்களையெல்லாம் அவர்களிடமிருந்து கற்றுக்கொள்ளலாம்" என்று தன்னைச் சுற்றிலும் உள்ள அனைவரையும் பார்த்து நம்பிக்கையுடன் சொன்னான் லூசின்.

"எப்படிச் சொல்லுகிறீர்கள்?" என்று கேள்வி எழுப்பினான் ரஸுமிகின்.

"மிகத் தீவிரமான மற்றும் மிக அவசியமான விஷயங்களில்!" என்று தன்னிடம் கேட்கப்பட்ட அந்தக் கேள்வியினால் மிகவும் மகிழ்ச்சியடைந்தவனாகப் பதில் சொன்னான் பீட்டர் பெத்ரோவிச். "இதோ பாருங்கள், பத்து வருடங்களுக்குப் பிறகு, இப்போதுதான் நான் பீட்டர்ஸ்பர்க் நகருக்கு வந்திருக்கிறேன். இப்போதுள்ள புதிய சிந்தனைகள், சீர்த்திருத்தங்கள், கோட்பாடுகள் ஆகிய எல்லாமே நாங்கள் வசிக்கும் மாகாணங்களுக்கும் ஊடுருவி, எங்களிடமும் வந்து சேர்ந்துவிட்டன. ஆனாலும் அவற்றின் முழுமையான வடிவத்தை ஒருவன் பார்க்க வேண்டும் என்றால், அவன் கட்டாயம் இந்தத் தலைநகரத்தில்தான் இருந்தாக வேணடும். நான் என்ன சொல்ல வருகிறேனென்றால் இளைய தலைமுறையைக் கவனிப்பதன் மூலமாக நீங்கள் நிறைய விஷயங்களை அறிந்துகொள்ள முடியும். கற்றுக்கொள்ள முடியும் என்றுதான் சொல்ல வருகிறேன். எனக்கு அதில் அதிகமான மகிழ்ச்சி ஏற்படுகிறது என்பதை நான் உண்மையாக ஒப்புக்கொள்கிறேன்."

"குறிப்பாக எதைப்பற்றிச் சொல்கிறீர்கள்?"

"உங்கள் கேள்வி புரிந்துகொள்வதற்குச் சற்றுக் கடினமாக இருக்கிறது. என்னை நீங்கள் தவறாகக்கூட எடுத்துக்கொண்டிருக்கலாம். ஆனால் எனக்கென்னவோ ஒரு தெளிவான பார்வை கிடைத்ததைப் போலத்தான் தோன்றுகிறது. இன்னும் சொல்லப் போனால் விமரிசனத்தோடு கூடிய அணுகுமுறை... மிகுதியான அனுபவத்திறன் என்றுகூடச் சொல்லலாம்!"

"அது உண்மைதான்!" என்று ஆமோதித்தான் ஜோஸிமோவ்.

"அபத்தம்! அப்படியெல்லாம் அனுபவத்திறன் என்று ஒன்றுமில்லை" என்று ரஸுமிகின் அவன் மீது பாய்ந்தான்.

"அனுபவத்திறன் என்பது கடும் உழைப்பால் பெறக்கூடியது. அது ஒன்றும் வானத்திலிருந்து குதித்துவிடுவதில்லை. கிட்டத்தட்ட இருநூறு வருஷங்களாக நடைமுறையிலுள்ள விஷயங்களையெல்லாம் நாம் ஒன்றும் செய்து கிழிக்காமல்தான் இருக்கிறோம். ஆனால் புளித்துப் போன சிந்தனைகள் மட்டும் ஏராளமாக

உலவிக்கொண்டுதான் இருக்கின்றன. அவற்றிற்குப் பஞ்சமில்லை" என்று பீட்டர்பெத்ரோவிச்சைப் பார்த்தபடி அவன் பேச்சைத் தொடர்ந்தான். "நமக்கு நடுவே எத்தனையோ அயோக்கியர்கள் இருந்தாலும், அவர்களுக்கு நடுவிலும்கூடக் குழந்தைகளைப் போல நல்லவர்களாக இருக்க வேண்டும் என்ற விருப்பமும், நேர்மை உணர்வும் உள்ளவர்களும்கூடக் கொஞ்சம் பேர் இருக்கத்தான் செய்கிறார்கள். அதை மறுக்கவில்லை. ஆனால் அனுபவத்திறன் என்பது மட்டும் இல்லவே இல்லை! யதார்த்தவாதிகள், வியாபாரத் திறமை வாய்ந்தவர்கள் ஆகியோர் மட்டும் அழுக்குப்படாமல் தொழில் ('வெள்ளைக் காலர்') செய்து கொழிக்கிறார்கள்!"

"நீங்கள் கூறுவதை நான் ஏற்றுக்கொள்ள மாட்டேன்." என்று அதை மறுத்துப் பேசிய பீட்டர் பெத்ரோவிச் அப்படித் தான் பேசியதை வெளிப்படையாகவே ரசித்துக்கொண்டும் இருந் தான். "சில பேர் இப்படித்தான் தீவிரமான எல்லை வரை போய் விடுகிறார்கள்! ஒழுங்கீனர்கள் இல்லாமல் இல்லை. ஆனால் நாமும் கொஞ்சம் நீக்குப் போக்காகத் தாராளமனதுடன் இருக்க வேண்டியிருக்கிறது. நோக்கத்தில் மட்டுமே அக்கறை காட்டித் தீவிரமாக நடந்துகொண்டால், அசாதாரணமான சூழ்நிலைகளில் காரியம் நடப்பதில்லை. நோக்கம் மட்டுமே அப்போது எஞ்சி நின்று விடுகிறது. சில மாற்றங்கள்தான் நடந்திருக்கின்றன என்றால், அவற்றைச் சாதிக்க மட்டும்தான் நேரம் இருந்திருக்கிறது. வழிமுறைகளைப் பற்றி இங்கே நான் பேசவில்லை. என் சொந்த அபிப்பிராயத்தை நீங்கள் தெரிந்துகொள்ள விரும்பினால், நிஜமாகவே ஏதோ சில காரியங்கள் நிறைவேற்றப்பட்டிருக்கின்றன என்றுதான் சொல்வேன். புதுமையான, லாபம் தரக்கூடிய கருத்து களும், நவீனமான, உருப்படியான எழுத்துகளும் எல்லா இடங் களுக்கும் பரப்பப்பட்டிருக்கின்றன. போய்ச் சேர்ந்திருக்கின்றன. பழைய பாணியில் அமைந்த கற்பனைக் கட்டுக் கதைகளின் இடத்தை அவை இப்போது பிடித்துக்கொண்டுவிட்டன. இலக் கியம் இப்போது இலேசான முதிர்ச்சியைப் பெற்றிருக்கிறது! ஆபத்தை ஊட்டக்கூடிய வெறுப்புணர்வுகள் பலவும் வேரோடு களையப்பட்டு நகைப்புக்குரிய இடமாக இன்று ஆக்கப்பட்டு விட்டன. சுருக்கமாகச் சொல்லப் போனால், நாம் பழமையான பிற்போக்குப் பாதைக்கு இனிமேல் திரும்பவே முடியாதபடி துண்டித்துக்கொண்டுவிட்டோம்! என்னைப் பொறுத்தவரையில் அதுவே ஒரு சாதனைதான்!"

"கிளிப்பிள்ளை மாதிரி பேசுவதைப் பார்! தன் மீது ஒரு நல்ல எண்ணத்தை ஏற்படுத்திக்கொள்வதற்காகத்தான் அவன் இப்படிப் பாடுபட்டுக்கொண்டிருக்கிறான்" என்று திடீரென்று கூறினான் ரஸ்கோல்னிகோவ்.

அவன் சொன்னதைச் சரியாகக் காதில் வாங்கிக்கொள்ளாத பீட்டர் பெத்ரோவிச் "என்ன?" என்று கேட்க, அதற்கான பதில் அவனுக்குக் கிடைக்கவிலலை.

"நீங்கள் சொன்னதெல்லாமே ரொம்ப நியாயமான விஷயம் தான்" ஜோஸிமோவ் அவசரமாகக் குறுக்கிட்டுப் பேசினான்.

"என்ன சரிதானே? நான் சொன்னது உண்மைதானே?" என்று கேட்டபடியே ஜோஸிமோவின் மீது தோழமையுடன் பார்வையைப் படரவிட்டான் பீட்டர் பெத்ரோவிச். "நீயும்கூட இதனை ஒத்துக்கொள்ளப் போகிறாய்" என்றபடி மீண்டும் ரஸுமி கினின் பக்கம் திரும்பி, வெற்றி பெற்றவனைப் போன்ற தோரணை யோடு அவன் தொடர்ந்து பேசத் தொடங்கினான். நல்லவேளை யாக "இதைக் கேள், இளைஞனே" என்று அழைப்பதை மட்டும் தவிர்த்துவிட்டதால் அவன் தப்பித்துக் கெண்டான். "அறிவியல் வளர்ச்சியாலும், பொருளாதாரக்கொள்கைகளாலும் முற்போக்கு என்று குறிப்பிடும்படியாக ஏதோ சில முன்னேற்றங்கள் நடந்து தான் இருக்கின்றன. அதை நீ மறுக்க முடியுமா?"

"சாமானியர்களின் கதி...?"

"இல்லை. உதாரணத்துக்கு இதையே எடுத்துக்கொள்ளுங் களேன், முன்பெல்லாம் 'அயலானை நேசி' என்றுதான் எனக்குச் சொல்லித் தரப்பட்டது. நானும் அதைப் போலத்தான் நடந்து கொண்டேன். ஆனால் அதனால் என்ன பலன் கிடைத்தது?" என்றபடி மிகவும் வேகத்தோடு தன் பேச்சைத் தொடர்ந்து கொண்டிருந்தான் பீட்டர் பெத்ரோவிச். "என்ன பயன் கிடைத்தது தெரியுமா? நான் அணிந்துகொண்டிருந்த மேலங்கியில் ஒரு பாதியைக் கிழித்து என் அயலானுக்குத் தந்தேன். கடைசியில் இரண்டு பேருமே அரை நிர்வாணமாகிவிட்டது தான் மிச்சம்! 'நீ இரண்டு முயல்களைத் துரத்திக்கொண்டு ஓடினால் ஒன்றைக் கூடப் பிடிக்க முடியாது' என்று ஒரு ரஷ்யப் பழமொழிகூட இருக்கிறது. ஆனால் அறிவியலோ வேறுவிதமாகச் சொல்கிறது. இந்த உலகம் முழுவதுமே தனி மனித ஆசைகளின் அடிப்படையில் கட்டமைக்கப்பட்டிருப்பதால் 'முதலாவதாக உன்னை நேசி!' என்கிறது அது. நீ உன்னை மட்டுமே நேசித்தால், உன் காரியங் களை நீ ஒழுங்காகச் செய்து விடுவாய். அப்பொழுது நீ அணிந்து கொள்ளும் மேலங்கி முழுமையாக உன்னுடையதாகவே இருக்கும். பொருளாதாரக் கொள்கையும்கூட இந்தக் கருத்துக்கு வலுச் சேர்ப்பதாகத்தான் இருக்கிறது. தனியார் தொழில்கள் மிகுதியாக நிறுவப்படும்போது, தன்னிறைவு பெற்ற மனிதர்களின்

எண்ணிக்கை சமூகத்தில் அதிகரிக்கும்போது, அதன் அஸ்திவாரம் உறுதியாகிறது. அதைக்கொண்டு பொதுநன்மைக்கான செயல்களையும் மிகுதியாகச் செய்துகொள்ள முடியும். உள்ளபடி சொல்லப் போனால், என்னுடைய லாபங்களிலும், நான் பெறும் நன்மைகளிலும் மட்டுமே நான் கருத்துச் செலுத்தும் அதேவேளையில் சமுதாயம் முழுவதுமே என்னால் பலன் பெறுகிறது. கிழிந்த ஓர் அரை ஆடையைவிட நல்லதான வேறொன்றைப் பெறும் வாய்ப்பும் என் அயலானுக்கு உறுதியாகக் கிடைக்கிறது. இது தனிப்பட்ட ஒருவனின் கருணையால் கிடைக்கவில்லை. ஒட்டு மொத்தமான பொருளாதார முன்னேற்றத்தின் விளைவால்தான் இது சாத்தியமாகிறது. இப்படிப்பட்ட சிந்தனை என்னவோ எளிதானதுதான். ஆனால் துரதிர்ஷ்டவசமாக இதை ஏற்றுக்கொள்வதற்குத்தான் நிறையத் தடை இருக்கிறது. காலமும் ஆகிறது! காற்றோடு கரைந்து போகும் விளங்காத இலட்சியங்களும், தவறாக வழிகாட்டும் உற்சாக எழுச்சிகளுமே இதற்குத் தடையாக இருக்கின்றன. இதை உள்ளபடி உணர்ந்துகொள்ள வேண்டுமானால், சற்று புத்திக்கூர்மை அவசியம் தேவை!"

"என்னை மன்னியுங்கள்! என் சுயபுத்தியும்கூட அவ்வளவு கூர்மையானதல்ல" என்று சொன்னபடி முரட்டுத்தனமாகக் குறுக்கிட்டான் ரஸுமிகின். "அதனால் இத்துடன் இந்த விஷயத்தைப் பேசுவதை நாம் நிறுத்திக்கொள்வதுதான் நல்லது. இப்படி நான் சொல்வதற்குக் காரணம் இருக்கிறது. கடந்த மூன்று வருடங்களாகவே இப்படி, இதை மேன்மைப்படுத்திப் பேசும் உளறல்களையும், வற்றாத ஊற்றுகளைப் போலப் பெருகி வரும் ஒன்றுமில்லாத வறட்டுமொழிகளையும் அலுப்பு ஏற்படும் அளவுக்குத் திரும்பத் திரும்பப் பேசுவதைக் கேட்டுக் கேட்டு எனக்கும் புளித்துப் போய் விட்டது. மீண்டும் திரும்பத் திரும்ப அதைக் கேட்க நேர்ந்தால் கோபத்தில் நான் என்ன செய்வேன் என்று எனக்கே தெரியாது. உங்களுக்குத் தெரிந்த விஷயங்களைச் சொல்லிச் சொல்லி உங்கள் அறிவை வெளிப்படுத்திக்கொள்வதன்மூலம் உங்கள் மீது ஒரு நல்ல அபிப்பிராயத்தை ஏற்படுத்திக்கொள்வதிலேயே நீங்கள் குறியாகவும் ஆர்வமாகவும் இருக்கிறீர்கள். அவ்வளவுதான். அதை மட்டும் தான் என்னால் மன்னிக்க முடியும். அதற்காக நான் உங்களைக் குறை சொல்லவில்லை. நீங்கள் எப்படிப்பட்ட மனிதர் என்று கண்டுபிடிப்பதற்காகத்தான் நான் முயற்சி செய்துகொண்டிருந்தேன். இந்தச் சமூகத்தில் இருக்கும் விதவிதமான சந்தர்ப்பவாதிகள் பொதுவான ஒரு நோக்கத்திற்கு முட்டுக்கட்டை போட்டுவிட்டு, அதை முற்றிலுமாகக் கலைத்துப் போட்டுப் பாதகம் ஏற்படுத்தி விட்டுத் தங்கள் சுய விருப்பங்களை மட்டும் நிறைவேற்றிக்கொண்டு விடுகிறார்கள். அவ்வாறு செய்வதன் மூலம் அந்த நோக்கத்தையே

மாசுபடுத்திக் களங்கப்படுத்தி விடுகிறார்கள்! சரி... சரி... இதைப்பற்றி இந்த அளவு பேசியது போதும்."

"மன்னிக்க வேண்டும்" – தான் கடுமையாக அவமானப் படுத்தப்பட்டதை உணர்ந்த பிறகும், மிகவும் பொறுமையாக – தான் ஒரு கண்ணியமான மனிதன் என்பதை வெளிப்படுத்திக் கொள்ளும்வண்ணம் பேசத்தொடங்கினான் பீட்டர் பெத்ரோவிச்.

"அப்படியானால்... நீங்கள் என்ன சொல்ல வருகிறீர்கள்? ஒரு மரியாதைக்காகக்கூடப் பார்க்காமல், நானும்கூட அப்படிப் பட்டவன்தான் என்று சுற்றி வளைத்துச் சொல்ல முயற்சிக் கிறீர்களா...?"

"ஓ, என் அன்பு நண்பரே... நான் அதை எப்படி...? சரி, சரி போதும்..." என்று அந்த விஷயத்தைப் பேசுவதைத் தவிர்த்துவிட்டு, ஜோஸிமோவுடன் ஏற்கனவே பேசிக்கொண்டிருந்த விஷயத்தைத் தொடர்ந்து பேசத் தொடங்கினான் ரஸுமிகின்.

அவனது இந்த மறுப்பினைப் புரிந்துகொள்ளும் அளவுக்குப் புத்தி இருந்ததால் ஓரிரு நிமிடங்களில் இங்கிருந்து புறப்பட்டு விட வேண்டும் என்று தனக்குள் முடிவு செய்துகொண்டான் பீட்டர் பெத்ரோவிச்.

"இப்பொழுது நமக்குள் ஓரளவுக்கு அறிமுகமாகி விட்டது" என்று ரஸ்கோல்னிகோவைப் பார்த்துச் சொன்னான் பீட்டர் பெத்ரோவிச். "நீ உடல் நலம் பெற்ற பிறகு நமது உறவு இன்னும் நெருக்கமாகத் தொடரும் என்று நம்புகிறேன். உனக்கே தெரியும், இனிமேல் அதற்கான சந்தர்ப்பங்களும் விரைவாகவே நமக்கு வாய்க்கப் போகின்றன. சரி... நீ விரைவாக குணமடைய என் வாழ்த்துகள்..."

அவன் ரஸ்கோல்னிகோவைப் பார்த்தே பேசினாலும்கூட, ரஸ்கோல்னிகோவ் தனது தலையைக்கூட அவன் பக்கமாகத் திருப்பவில்லை. பீட்டர் பெத்ரோவிச் தனது நாற்காலியிலிருந்து எழுந்துகொள்ள ஆயத்தமானான்.

"அவளது வாடிக்கையாளர்களில் ஒருவன்தான் அவளைக் கொலை செய்திருக்க வேண்டும்" என்று ஜோஸிமோவ் உறுதி யுடன் சொன்னான்.

"ஆமாம். அதில் ஒன்றும் சந்தேகம் இல்லை" என்று பதில் சொன்னான் ரஸுமிகின். "பொதுவாகப் போர்ஃபிரி தனது கருத்து களை மாற்றிக்கொள்வதில்லை. ஆனால் இப்போது அந்த முதியவளிடம் பொருள்களை அடமானம் வைத்திருக்கும் எல்லோ ரிடமுமே அவர் குறுக்கு விசாரணை செய்துகொண்டிருக்கிறார்"

"அவர்கள் எல்லோரையுமா விசாரணை செய்கிறார்?" என்று மிகவும் சத்தமாகக் கேட்டான் ரஸ்கோல்னிகோவ்.

"ஆமாம். அதற்கென்ன?"

"ஒன்றுமில்லை."

"அவர்களை அவர் எப்படிக் கண்டுபிடிக்கிறார்?" என்று கேட்டான் ஜோஸிமோவ்.

"அவர்களில் சில பேரைக் கோச் சுட்டிக் காட்டியிருக்கிறார். சிலரது பெயர்கள் அடகுப் பொருள்களில் சுற்றப்பட்டுள்ள தாள் களிலேயே எழுதப்பட்டிருக்கின்றன. இன்னும் சில பேர் விஷயத்தைக் கேள்விப்பட்டுத் தாங்களாகவும் வருகின்றனர்."

"ஆனாலும் அந்தக் கொலைகாரன் ரொம்பவும் அனுபவப் பட்ட, தந்திரங்கள் தெரிந்த, போக்கிரியாகத்தான் இருக்க வேண்டும். எவ்வளவு துணிச்சல் அவனுக்கு? எவ்வளவு நெஞ் சழுத்தமாக இதைச் செய்திருக்கிறான்?"

"உண்மையில் அவன் அப்படிப்பட்டவனாகவே இருக்க முடியாது" என்று குறுக்கிட்டான் ரஸுமிகின். "இந்த இடத்திலே தான் நீங்கள் எல்லோருமே தப்பு செய்கிறீர்கள். அவன் கசமுசா வென்று குளறுபடியாகவும், அனுபவமே இல்லாமலும்தான் இதைச் செய்திருக்கிறான் என்று நான் சொல்வேன். பெரும்பாலும் இதுதான் அவனது முதல் முயற்சியாகக்கூட இருக்கும். அவனு டைய இடத்தில் புத்திக் கூர்மையுள்ள, நன்றாகத் திட்டமிடுகிற வேறோர் அயோக்கியன் மட்டும் இருந்திருந்தால் இந்தக் காரியம் முழுக்க இந்த மாதிரியே நிகழ்ந்து இருக்காது! இந்தக் கொலையைச் செய்தவன் அனுபவமில்லாதவன் என்று வைத்துக்கொண்டால், தற்செயலான அதிர்ஷ்டம்தான் அவனைச் சிக்கலிலிருந்து தப்பிக்க வைத்திருக்க முடியும். அதிர்ஷ்டம் மட்டும் இருந்தால் எதுதான் நடக்காது? ஒருவேளை, தான் எந்த மாதிரித் தடைகளையெல்லாம் எதிர்ப்பட வேண்டியிருக்கும் என்பதை அவன் முன்கூட்டியே ஆலோசித்துப்பார்க்காமல்கூட இருந்திருக்கலாம். இந்தக் காரி யத்தை அவன் எப்படிக் கையாண்டிருக்கிறான் என்றுதான் பாருங் களேன்! அந்த முதியவளின் பெட்டியில் பழந்துணிகளோடு திணித்து வைக்கப்பட்டிருந்த பத்து, இருபது ரூபிள்கள் மதிப்புள்ள பொருள்களை மட்டுமே அவன் தன்னுடைய பாக்கெட்டுகளில் பதுக்கிக்கொண்டிருக்கிறான். வரிசையான இழுப்பறைகள்கொண்ட அந்தப் பணப் பெட்டகத்தின் மேலாக உள்ள இழுப்பறையில், ஒரு பெட்டியில் ஆயிரத்து ஐநூறு ரூபிள்கள் பணமாகவே இருந் திருக்கின்றன. கூடவே இன்னும் சில நோட்டுகளும் இருந்தன! அவனுக்குக் கொள்ளையடிப்பது எப்படி என்றுகூடத் தெரிந்திருக்க

வில்லை. கொலையை மட்டும்தான் செய்ய முடிந்திருக்கிறது. இதுதான் அவனுடைய முதல் முயற்சி என்று நிச்சயமாக நான் சொல்வேன். இதுதான் அவனுடைய முதல் முயற்சி என்பதனாலேதான் மூளை குழம்பிப் போய்விட்டது அவனுக்கு! திட்டமிட்டுச் செயல்பட்டதால் ஒன்றும் அவன் பிழைத்துக்கொள்ளவில்லை! ஏதோ அதிர்ஷ்டவசத்தால்தான் தப்பித்துக்கொண்டிருக்கிறான்.

"சமீபத்தில் வயதான பெண்மணி ஒருத்தி கொலை செய்யப்பட்டாளே...? அந்தச் சம்பவத்தைப் பற்றித்தான் நீங்கள் பேசிக் கொண்டிருக்கிறீர்கள் என்று நினைக்கிறேன்... அப்படித்தானே!" என்று ஜோஸிமோவிடம் விசாரித்தபடி, தானும் அந்த உரையாடலுக்குள் புகுந்துகொள்ள முற்பட்டான் பீட்டர்பெத்ரோவிச்.

தன்னுடைய தொப்பியையும் கையுறைகளையும் கையிலெடுத்துக்கொண்டு கிளம்பத் தயாராக இருந்த அவன், அங்கிருந்து விடைபெறுவதற்கு முன்பு, தன் புத்திசாலித்தனத்தை வார்த்தைகளால் வெளிப்படுத்த இன்னும் சிறிது வாய்ப்புக் கிடைக்காதா என்று காத்துக்கொண்டிருந்தான். தன்மீது சாதகமான அபிப்பிராயம் ஏற்பட வேண்டும் என்பதற்காக அவன் உண்மையாகவே சிரத்தை எடுத்துக்கொண்டு, ஏங்கிக்கொண்டு காத்திருந்தான். ஆனாலும் அவனது அகம்பாவம் அவனிடமிருந்த நல்ல பண்புகளை வெற்றிகொண்டுவிட்டிருந்தது.

"ஆமாம்! நீங்களும் அதைப் பற்றிக் கேள்விப்பட்டீர்களா?"

"அந்தச் சம்பவத்தைப் பற்றி மற்றவர்கள் பேசிக்கொண்டிருந்ததைக் கேட்டேன்."

"அதன் முழு விவரங்களும் உங்களுக்குத் தெரியுமா?"

"அதெல்லாம் எனக்குத் தெரியாது. நான் இதில் ஆர்வம் காட்டுவதற்குக் காரணமே வித்தியாசமானது. இப்படி ஒரு சம்பவம் நடக்கக் காரணமாக இருக்கும் பிரச்சினையைப் பற்றி முழுமையாக நான் சிந்தித்துப் பார்க்கிறேன். கடந்த ஐந்து ஆண்டுகளிலோ அல்லது அதற்குச் சற்று முன்பாகவோ, கீழ் மட்டத்தைச் சேர்ந்த மக்களிடம் பெருகிவரும் குற்றங்களைப் பற்றி நான் இங்கே பேசவில்லை. சங்கிலித் தொடர் போல நிகழ்ந்து வரும் கொள்ளைச் சம்பவங்கள், சீரழிவுகள் பற்றியும் நான் இங்கே பேசவில்லை. எனக்கு வியப்பாக இருப்பது இந்த விஷயம்தான்! முன்பு நான் சொன்னதற்கு இணையாக – அதே வகையில் – மேல்மட்டச் சமூகங்களிலும் குற்றங்கள் மிகுந்து வருவதுதான் எனக்கு வினோதமாகத் தெரிகிறது. படித்த ஒருவன், போஸ்ட்மாஸ்டரைக் கொலை செய்த சம்பவம் ஓரிடத்தில் நடக்கிறது.

இன்னோர் இடத்தில் பிரபலமான அந்தஸ்தில் இருப்பவர்கள் பண நோட்டை மோசடி செய்யும் வேலையில் ஈடுபடுகிறார்கள். மாஸ்கோவில் சென்றமுறை பரிசுக் குலுக்கல் நடந்த பொழுது கட்டுக் கட்டாகப் போலிச் சீட்டுகள் பிடிபட்டிருக்கின்றன. அதற்கு மூளையாக இருந்து செயல்பட்டவர், உலக வரலாறு கற்பிக்கும் பேராசிரியராம்! மற்றொரு இடத்தில் நமது தூதரகத்தைச் சேர்ந்த செயலாளர் ஒருவர் மர்மமான பொருளாதாரக் காரணங்களுக் காகக் கொலை செய்யப்படுகிறார். இந்த அடகு பிடிக்கும் முதிய வள், ஒருவேளை அவளுடைய வாடிக்கையாளனால் கொல்லப் பட்டிருந்தால் கொலை செய்த அந்த மனிதன், ஏதோ ஒரு சமூக நிலைப்பாட்டைச் சேர்ந்தவனாகத்தான் இருக்க வேண்டும்! காரணம் கிராமத்தவர்கள் அடகு வைக்கும் பொருள்கள் அவ்வளவு விலை மதிப்புடையவைகளாக இருப்பதில்லை. நம் சமூகத்தில் 'நாகரிகமடைந்தவர்கள்' என்று சொல்லிக்கொள்ளும் பிரிவினரிடமும்கூட இப்படிப்பட்ட சீரழிவுகள் நிலவுகிறதே? இதற்கெல்லாம் நாம் எந்த வகையில் விளக்கம் தரப் போகிறோம்?"

"நிறையப் பொருளாதார மாற்றங்கள் நிகழ்ந்து வருவது இதற்குக் காரணமாக இருக்கலாம்" என்று ஜோஸிமோவ் சொன் னான்.

"இதை எப்படி விளக்குவதென்றால்..." என்றபடி பேச்சின் இடையே நுழைந்தான் ரஸூமிகின். "சுருக்கமாக இதைப் பற்றிக் கூற வேண்டுமென்றால் அனுபவத்தால் விளையும் திறமையும் மதி நுட்பமும் நம்மிடம் சுத்தமாக இல்லாமல் போனதுதான் இதற்குக் காரணம் என்று சொல்லலாம்!"

"அது எப்படி?"

"சரி, கேளுங்கள்! நீங்கள் அப்போது குறிப்பிட்டீர்களே. அந்த மாஸ்கோ பேராசிரியரைப் பற்றி! அவர் பிடிபட்டபோது, தான் அப்படிப் போலிச்சீட்டுகளைத் தயாரித்ததற்கு என்ன காரணம் சொன்னார்? 'ஒவ்வொருவரும் பல்வேறு வழி முறைகளைக் கையாண்டு பணக்காரர்களாகிறார்கள். நாங்களும் எவ்வளவு விரைவாக ஆக முடியுமோ அவ்வளவு விரைவாகப் பணக்காரர்களாக ஆசைப்படுகிறோம்' என்றல்லவா சொன்னார். அவர் சொன்ன அதே வார்த்தைகள் எனக்கு நினைவில்லை. ஆனாலும் அதன் பின்னாலிருக்கும் எண்ணம் என்ன? தான் கொஞ்சமும் உழைக்காமல் அடுத்தவரைச் சுரண்டி, வேகமாக மேலே போக வேண்டும் என்பது தானே? அவர்களுக்கெல்லாம் இப்படியே பழகிப் போய்விட்டது. எல்லாவற்றையும் வேறு யாரோ அவர்களுக்குச் செய்து கொடுத்துவிடுவார்கள். வாயில் ஊட்டி கூட விடுவார்கள். சாட்டைக் கயிறு மட்டும் அவர்கள் கையில்

இருக்கும்! மகத்தான அந்த நேரத்திற்கான மணி * அடித்தபோது, அவர்கள் யாரென்பதை அவர்களே, வெளிப்படுத்திக்கொள்ள வேண்டியதாகிவிட்டது."

"ஆனால் ஒழுக்க நெறிமுறைகள், கொள்கைகள் ஆகிய வற்றைப் பற்றி என்ன சொல்லப் போகிறாய்?"

"அதைப் பற்றி நீங்கள் ஏன் இப்படி அலட்டிக்கொள் கிறீர்கள்?"

எதிர்பாராத நிலையில் திடீரென்று வெடித்தான் ரஸ்கோல்னிகோவ்.

"நீங்கள் இவ்வளவு நேரமும் பேசிய உங்களது சொந்தக் கருத்தை ஒட்டித்தான் அதுவும் அமைந்திருக்கிறது!"

"நான் சொன்ன கருத்தை ஒட்டி என்று நீ எப்படிச் சொல்ல முடியும்? எதை வைத்து அப்படி அர்த்தப்படுத்துகிறாய்?"

"நீங்கள் இவ்வளவு நேரமும் உபதேசித்துக்கொண்டிருந்த திலிருந்து பெறக்கூடிய தர்க்கபூர்வமான முடிவு என்ன தெரியுமா? நீங்கள் மற்றவர்களின் கழுத்தை அறுக்கக்கூடியவர் என்பதுதான்."

"பாருங்கள்... எவ்வளவு கீழ்த்தரமாகப் பேசுகிறான் இவன்" என்று கூக்குரலிட்டான் லூசின்.

"இல்லை... இல்லை... அப்படி இல்லை!" என்று தடுமாறி னான் ஜோஸிமோவ்.

ரஸ்கோல்னிகோவின் முகம் முழுவதும் வெளுத்துப் போய் விட்டது. அவனது மேலுதடு நடுங்கிக்கொண்டிருந்தது. மூச்சு விடுவதற்கும்கூட அவன் சிரமப்பட்டுக்கொண்டிருந்தான்.

"எல்லாவற்றுக்கும் ஒரு காரண காரியம் வேண்டும்" என்று சூடாகத் தனது பேச்சைத் தொடர்ந்தான் லூசின். "ஒரு பொருளா தார சிந்தனையை முன் வைப்பதால் கொலை செய்வதையும்கூட விருப்பத்தோடு ஏற்கக்கூடியவன் என்று பொருளாகிவிடாது. இப்படியெல்லாம் நாமாக ஊகம் செய்ய ஆரம்பித்தால்..."

"இது உண்மையா சொல்லுங்கள்...?" கோபத்தால் நடுங்கிக் கொண்டிருக்கும் குரலுடன் மீண்டும் லூசினை இடைமறித்துப் பேசினான் ரஸ்கோல்னிகோவ். அப்படி லூசினை அவமானப்

---

* 1861ஆம் ஆண்டு மார்ச் 17 அன்று கொண்டுவரப்பட்ட அடிமைக் கூலிகளை முன்னேற்றுவதற்கான சட்டத்தை இது குறிப்பிடுகிறது. நாட்டின் பொருளாதார அடிப்படையிலேயே இது குறிப்பிடத்தக்க மாற்றத்தை ஏற்படுத்தியது.

படுத்துவதில் தனக்கு ஒரு வகையான தனிப்பட்ட மகிழ்ச்சி ஏற்படு வதைப் போல உணர்ந்தான் ரஸ்கோல்னிகோவ். "இது உண்மையா சொல்லுங்கள்! நீங்கள் மணந்துகொள்ளப் போகும் பெண்ணிட மிருந்து உங்களுக்குச் சம்மதம் கிடைத்த அந்த ஒரு மணிநேரத் திற்குள், நீங்கள், உங்களது மணப் பெண்ணாக வரவிருக்கும் அந்தப் பெண்ணிடத்தில்... உங்களது மகிழ்ச்சிக்கு முக்கியக் காரணம் அவள் ஏழையாக இருப்பதுதான் என்று சொன்னீர்கள் அல்லவா...? மனைவியாக இருப்பவள் வறுமைச் சூழலிலிருந்து வாய்க்கும்போதுதான் பிற்பாடு அவள் மீது ஆதிக்கம் செலுத்த முடியும் என்றும், நீங்கள் அவளிடம் கொட்டிக் குவிக்கும் சலுகைகளை வைத்துக்கொண்டுதான் அதற்குப் பின்னால் அவளைக் குத்திக்காட்ட முடியுமென்றும் நீங்கள் அவளிடம் சொன்னீர்களா இல்லையா?"

"நான் சொன்ன எந்த வார்த்தைகளின் அடிப்படையில் நீ இதைச் சொல்கிறாய்...?" என்று கோபமும் எரிச்சலும் கொண்ட வனாகக் கத்தினான் லூசின். ஆத்திரம், கோபம், குழப்பம் ஆகிய வற்றால் அவனது முகம் முழுவதும் இரத்தமாய்ச் சிவந்து போயிற்று. "நான் சொன்ன வார்த்தையின் பொருள் இப்படியா சிதைந்து போக வேண்டும்? முதலில் என்னை நீ கொஞ்சம் பொறுத்துக்கொள்ள வேண்டும். அடுத்து என்னைப் பற்றி உனக்குக் கிடைத்திருக்கும் செய்திக்கு உரிய விளக்கத்தை அளிக்க எனக்கு நீ அனுமதியளிக்க வேண்டும். நான் சொல்வதைக் கொஞ்சம் கேள். என்னைப்பற்றி உன்னை வந்தடைந்திருக்கும் வதந்திகளோ, அல்லது சொல்லப்பட்டிருக்கும் செய்திகளோ கொஞ்சம்கூட ஆதாரமில்லாதவை என்பதை இங்கே நான் கட்டாயம், உன்னிடம் வெளிப்படையாகச் சொல்லித்தான் ஆக வேண்டும். எனக்கு உள்ள சந்தேகம்... இந்த அம்பை எய்தது யாராக இருக்கும் என்பதுதான்! அது யாரென்று எனக்குத் தெரியும். ஒரே வார்த்தையில் சொல்ல வேண்டும் என்றால்... அது உன் அம்மாவாகத்தான் இருக்க முடியும் என்று நான் சொல் கிறேன். நான் பார்த்த பொழுது மிகவும் நல்ல பண்புடையவளாகத் தான் அவள் காணப்பட்டாள். ஆனால் கொஞ்சம் உணர்ச்சி வசப்பட்டவள் என்பதையும், அதீதமான கற்பனை உள்ளம் கொண்டவள் என்பதையும் அப்பொழுதே நான் கொஞ்சம் கண்டுகொண்டேன். ஆனாலும், இப்படி வினோதமான முறையில் இந்தச் செய்தியை அவள் வக்கிரமாக அர்த்தப்படுத்தியிருக்கக் கூடுமென்பது எனக்குத் தோன்றவே இல்லை. முடிவாக... முடி வாகச் சொல்ல வேண்டுமென்றால்..."

"நீ என்ன பேசிக்கொண்டிருக்கிறாய் என்பது உனக்குத் தெரிகிறதா?" என்று ஆத்திரம் பொங்கக் கோபத்துடன் தனது தலையணையை விட்டு எழுந்தான் ரஸ்கோல்னிகோவ். கூர்மையான, பளபளப்பான அவனது கண்கள் லூசினின் முகத்தில் பதிந்தன. "நீ என்ன பேசிக்கொண்டிருக்கிறாய் என்று தெரிகிறதா, உனக்கு?"

"என்ன?"- என்று தயக்கத்துடன் கேட்ட லூசின், காயப்பட்டுப் போன மனதுடன் குழம்பியவனாக அசையாமலேயே நின்றிருந்தான். சில விநாடிகள் அமைதியாகக் கழிந்தன.

"இன்னும் ஒரு தடவை... என் தாயைப் பற்றி நீ ஒரு வார்த்தை சொல்லத் துணிந்தால்கூட உன்னைத் தூக்கி வீசி விடுவேன்" என்றான் ரஸ்கோல்னிகோவ்.

"உனக்கு என்ன ஆயிற்று?" என்று வேகமாகக் கத்தினான் ரஸுமிகின்.

லூசினின் முகம் வெளிறிப் போய்விட்டது. அவன் உதட்டைக் கடித்துக்கொண்டான். "அது எப்படி நடந்திருக்கிறது என்று நான் சொல்கிறேன், கேள்" என்றபடி அவன் வலுவில் பேசத்தொடங்கினான். தன்னைக் கட்டுப்படுத்திக்கொள்வதற்கு அவன் பெரிதும் முயற்சி செய்தபோதும், சினத்தினால் அவன் கொந்தளித்துக்கொண்டிருந்தது நன்றாகவே புலப்பட்டது. "எடுத்த எடுப்பிலேயே-நீ என்னிடம் விரோதபாவத்துடனேயே நடந்து கொள்கிறாய் என்பதை நான் புரிந்துகொண்டேன். ஆனாலும் உன்னைப் பற்றி மேலும் அதிகமாகத் தெரிந்துகொள்ளும் நோக்கத்துடனேயே நான் இங்கே இவ்வளவு நேரமும் காத்திருந்தேன். ஒரு நோயாளி..., அதுவும் உறவுக்காரர் என்பதால் பல விஷயங்களைப் பொருட்படுத்தாமல் உன்னை மன்னித்து விடலாம் என்றுகூட இருந்தேன். ஆனால் கடைசியாக, இப்போது நீ நடந்து கொண்டவிதம், நான் நினைத்தே பார்க்க முடியாதது. இதற்குப் பிறகும்..."

"நான் ஒன்றும் நோயாளி இல்லை" என்று கத்தினான் ரஸ்கோல்னிகோவ்.

"அப்படியானால் இன்னும் மோசம்...!"

"முதலில் இங்கிருந்து வெளியே போ, எக்கேடு கெட்டும் போய்த்தொலை...!"

தான் சொல்லத் தொடங்கிய விஷயத்தைக்கூடச் சொல்லி முடிக்க காத்துக்கொண்டிருக்காமல் ஏற்கனவே புறப்பட்டு

விட்டான் லூசின். நெருக்கடியான இடத்தில் உட்கார்ந்திருந்த அவன், அந்த சோஃபா மற்றும் மேசைக்கு இடையில் புகுந்து நெருக்கியடித்துக் கொண்டு வெளியே வரவேண்டியிருந்தது. இந்தத் தடவை ரஸுமிகின் எழுந்து நின்று அவன் தாண்டிச் செல்வதற்கு வழி செய்து கொடுத்தான். வெளியே செல்லும்போது, அங்கிருந்த எவரையும் அவன் ஏறெடுத்துக்கூடப் பார்க்கவில்லை. நோயாளியைத் தனியாக விட்டுவிட்டுச் சென்று விடுமாறு சிறிது நேரமாகவே ஜோஸிமோவ், லூசினிடம் சைகை காட்டிக்கொண்டிருந்தான். ஜோஸிமோவைப் பார்த்து அவன் தலையை அசைத்துக்கூட விடை பெற்றுக்கொள்ளவில்லை. கதவு வழியாகப் போகும்பொழுது குனிந்து செல்ல வேண்டியிருந்ததால் மிகுந்த கவனத்தோடு தன் தொப்பியைக் கழற்றிக்கொண்டு, தோள் மட்டத்திற்குத் தன்னைத் தாழ்த்திக்கொண்டு அவன் வெளியேறினான். அதிர்ச்சியூட்டும் வகையில் இவ்வளவு கேவலமாக அவமானப்படுத்தப்பட்டுவிட்டதால் விளைந்த ஆத்திரத்தை அவனது முதுகின் வளைவுகூட எடுத்துக் காட்டிக்கொண்டிருந்தது.

“ஆனாலும் மனிதர்களால் இவ்வளவு மோசமாக நடந்து கொள்ள முடியுமா என்ன...?” என்று மனக் கலவரத்துடன் தடுமாறியபடி, தலையை அசைத்துக்கொண்டு சொன்னான் ரஸுமிகின்.

“போய் விடுங்கள் எல்லோரும்...! இங்கிருந்து உடனே போய் விடுங்கள் எல்லோரும்!” என்று வெறிபிடித்தவனைப் போல உரக்கக் கத்தினான் ரஸ்கோல்னிகோவ். “நீங்கள் எல்லோருமே என்னைச் சித்திரவதை செய்கிறீர்கள். என்னைக் கொஞ்சம் தனியே இருக்க விடுங்கள். நான் ஒன்றும் உங்களைப் பார்த்துப் பயப்படவில்லை. நான் இப்போது யாரைப் பார்த்தும் பயப்படவில்லை, ஆமாம், இப்போது யாரைப் பார்த்தும் பயப்படவில்லை. எல்லோரும் போய்விடுங்கள்! என்னை விட்டுவிட்டு வெளியே போய் விடுங்கள்! நான் தனிமையில் இருக்க விரும்புகிறேன். என்னைத் தனியே விட்டுவிடுங்கள்! தனியே... தனியே... தனியே விட்டு விடுங்கள்!”

“சரி... சரி... வா... போகலாம்” என்று ரஸுமிகினுக்குச் சைகை காட்டினான் ஜோஸிமோவ்.

“ஆனாலும் இந்த நிலையில் இவனைத் தனியே விட்டு விட்டா போவது...?” என்றான் ரஸுமிகின்.

“நீ... வா... முதலில்” என்று உறுதியான குரலில் திரும்பவும் கூறிவிட்டு வெளியேறினான் ஜோஸிமோவ்.

ரஸுமிகின் ஒரு நிமிடம் நின்று யோசித்துப் பார்த்தவன், பின்பு வேகமாக வெளியேறி ஜோஸிமோவை முந்திக்கொண்டு செல்ல முயன்றான்.

"இந்த நிலையில் நாமும் அவனிடம் குறுக்கிட்டுப் பேசினால் நிலைமை இன்னும் மோசமாகிவிடும்" – படிகளில் இறங்கிக் கொண்டே ரஸுமிகினிடம் சொன்னான் ஜோஸிமோவ். "அவன் ஏதோ ஒரு வகையில் மிகவும் எரிச்சலடைந்து போயிருக்கிறான்."

"அவனுக்கு இப்போது என்ன பிரச்சினை?"

"அவனைச் சரியான திசையில் கொண்டு செல்ல முடிந்தால் நல்லது. இப்போது தேவைப்படுவது அதுதான். இந்த நேரம்... அவனிடம் எக்கச்சக்கமான சக்தி பொங்கி வழிந்துகொண்டிருக் கிறது. உனக்குப் புரிகிறதா...? அவன், தன் மனதிலே ஏதோ ஒன்றை மறைத்து வைத்திருக்கிறான்! அதுதான் அவனது நெஞ்சை விட்டு அசையாமல் அங்கிருந்து நீங்காமல் அவனைப் பாரமாக அழுத்திக்கொண்டிருக்கிறது. குறிப்பாக அதைப் பற்றித்தான் மிகவும் கவலைப்படுகிறேன்... பயப்படுகிறேன்" என்றான் ஜோஸி மோவ்.

டாக்டரான அவனது மனம் மருத்துவரீதியாகச் சிந்தித்து நண்பனுக்காகக் கவலைப்பட்டது.

"இப்போது வந்து சென்றானே, பீட்டர் பெத்ரோவிச், இவன் வேறு அவனைக் கலவரப்படுத்தி விட்டான். அவர்கள் பேசிக் கொண்டதிலிருந்து பார்த்தால் இவன்தான் ரோட்யாவின் சகோதரியை மணக்கப் போகிறவன் என்று தெரிகிறது. உடல் நலம் சரியில்லாமல் போவதற்குக் கொஞ்சம் முன்புதான் இதுபற்றி ரோட்யாவுக்குக் கடிதம் வந்திருக்கிறது..."

"ஆமாம்... சாத்தான்தான் அவனைச் சரியாக இந்த நேரத்திற்கு அனுப்பி வைத்திருக்க வேண்டும்."

"எல்லாவற்றையும் குலைத்துப் போடப் பார்த்தான். ஆனால் நீ ஒன்றைக் கவனித்தாயா? வேறு விஷயங்களைப் பற்றி நாம் பேசும்போதெல்லாம் ரஸ்கோல்னிகோவ் கண்டுகொள்ளவில்லை. பேசவுமில்லை. ஆனால் ஒரே ஒரு விஷயம் மட்டும் அவனை முழுசாக உசுப்பி விட்டுவிடுகிறது பார்த்தாயா? அது... அதுதான்... அந்தக் கொலைதான்."

"ஆமாம், ஆமாம்" என்று ரஸுமிகின் அதை ஆமோதித் தான். "நானும் அதைக் கவனித்தேன். அவனுக்கு அதைத் தெரிந்து கொள்ள ஆர்வமும் இருக்கிறது. பயப்படவும் செய்கிறான். அன்று

போலீஸ் ஸ்டேஷனில்கூட இந்தக் கொலை பற்றிய பேச்சைக் கேட்டுத்தானே அதிர்ச்சியடைந்து மயக்கமடைந்தான்?"

"இன்று மாலை இதைப் பற்றி நீ எனக்கு நிறைய சொல்ல வேண்டும். அதன்பிறகு எனக்கும் உன்னிடத்தில் சொல்லியாக வேண்டிய ஒரு விஷயம் இருக்கிறது! இவனது நடத்தை எனக்கு மிகுந்த சுவாரசியத்தை ஏற்படுத்தியிருக்கிறது! நான் திரும்பவும் அரை மணிநேரம் கழிந்து வந்து அவனைப் பார்க்கிறேன். காய்ச்ச லெல்லாம் இனிமேல் இருக்காது என்றாலும்..."

"ரொம்ப நன்றி! அதே வேளையில் நானும் பாஷென்காவின் வீட்டில் காத்திருக்கிறேன். அவ்வப்பொழுது நஸ்டாஸியா வழியாக அவன் எப்படி இருக்கிறான் என்பதைக் கண்காணித்துக் கொள்கிறேன்!"

அவர்கள் கிளம்பிச் சென்ற பிறகு, நஸ்டாஸியாவும் போய் விடுவாள் என்ற எதிர்பார்ப்புடன் பொறுமையிழந்தவனாக அவளையே பார்த்துக்கொண்டிருந்தான் ரஸ்கோல்னிகோவ். ஆனால் அவளோ சற்றும் அசையாமல் தயங்கியபடியே அங்கே உட்கார்ந்திருந்தாள்.

"இப்பொழுது கொஞ்சம் தேநீர் வேண்டுமா?" என்று அவனைக் கேட்டாள்.

"பிறகு பார்த்துக்கொள்ளலாம்! இப்போது எனக்குத் தூக்கக் கலக்கமாக இருக்கிறது. என்னை விட்டுவிட்டுப் போ!" என்று அவளிடம் சொல்லிவிட்டுப் படுத்துக்கொண்டு சுவரை நோக்கித் திரும்பிக்கொண்டான் ரஸ்கோல்னிகோவ்.

நஸ்டாஸியா அங்கிருந்து வெளியேறிச் சென்றாள்.

அத்தியாயம் – 6

அவள் வெளியேறிய அடுத்த கணமே எழுந்துகொண்ட அவன், கதவைத் தாளிட்டு விட்டு, ரஸுமிகின் கொண்டுவந்த பார்சலைப் பிரித்து அதிலிருந்த உடைகளை வெளியில் எடுத்து அணிந்துகொள்ளத் தொடங்கினான்.

ஆச்சரியப்படத்தக்க வண்ணம் இப்பொழுது அவன் முழுக்க, முழுக்க மிகவும் அமைதியாகக் காட்சியளித்தான். கொஞ்ச காலத்துக்கு முன்பாகக் காணப்பட்ட அரைப்பைத்தியப் பிதற்றல்களும், கடந்த சில நாட்களாக அவனுக்கு ஏற்பட்டிருந்த திகிலும் அச்சமும் அனைத்தும் இப்போது அவனிடமிருந்து சிறிய சுவடுகூட இல்லாமல் மறைந்துவிட்டிருந்தன. மிக வினோதமான அமைதி நிலவிய முதல் நிமிடமாக, அந்த நிமிடம் இருந்தது. அவனது இயக்கங்கள் நேர்த்தியாகவும் கச்சிதமாகவும் இருந்தன. ஓர் உறுதியான நோக்கம் அவனது அந்த இயக்கங்களில் தென் பட்டது. "இன்றைக்கு... இன்றைக்கு" என்று அவன் தனக்குள் ளேயே முணுமுணுத்துக்கொண்டான். தான் இன்னும்கூடப் பலவீனமாகவே இருப்பது அவனுக்குத் தெரியவில்லை. ஆனால் அவனது உள் மனதில் அவனுக்கிருந்த ஆழ்ந்த, அசைக்க முடி யாத மனஉறுதி, அவனை வெறிபிடித்தவளைப் போல இயங்கச் செய்தது. அவனுக்குக் கூடுதல் பலத்தையும் தன்னம்பிக்கையையும் கூட அது வழங்கியது.

புதிய உடைகளை அணிந்துகொண்ட பிறகு, மேஜையில் இருந்த பணத்தைப் பார்த்துக் கண நேரம் தயங்கி நின்ற அவன், பிறகு அதை எடுத்துத் தனது சட்டைப் பையில் போட்டுக்கொண் டான். மொத்தம் இருபத்தைந்து ரூபிள்கள் இருந்தன. ரஸுமிகின் துணிகளுக்காகச் செலவழித்திருந்த பத்து ரூபிள்களில் மீதமிருந்த செப்புக் காசுகளையும் எடுத்துப் போட்டுக்கொண்டான். பிறகு அமைதியாகத் தாழ்ப்பாளை விலக்கிக் கதவைத் திறந்துகொண்டு வெளியேறினான். மெதுவாகப் படிகளில் இறங்கினான். வீட்டுச் சொந்தக்காரியின் சமையலறைக் கதவு திறந்து கிடந்தது. நஸ்டாஸியா வெளிப்புறத்திற்கு முதுகைக் காட்டியபடி நின்று

கொண்டு தேநீர்ப் பாத்திரத்தைச் சூடுபடுத்திக்கொண்டிருந்தாள். அவளுக்கு எந்தச் சத்தமும் கேட்டிருக்க முடியாது. மேலும் அவன் இந்த நிலையில் வெளியே போகக்கூடுமென்று எவர்தான் நினைக்க முடியும்? அடுத்தநொடியில் அவன் வீதியில் இறங்கியிருந்தான்.

இரவு எட்டு மணி இருக்கலாம். சூரியன் மறைந்து விட்டிருந்தது. இருப்பினும் சுற்றுப்புறம் வெப்பமாகவே தகித்துக்கொண்டிருந்தது. ஆனாலும் அவன், புழுதியும் அழுக்கும் மிகுந்து, நாற்ற மடித்துக்கொண்டிருந்த நகரத்தின் காற்றைப் பேராசைகொண்ட வனைப் போல ஆழமாக உள்ளிழுத்து நுகர்ந்தான். அவன் தலை இலேசாகச் சுற்றுவதைப் போலிருந்தது. அவனது குழி விழுந்த கண்களிலும், வாடிப் போயிருந்த முகத்திலும் ஆவேசமான ஒரு சக்தி திடீரெனப் பிறந்திருந்தது.

அவன் எங்கே போய்க்கொண்டிருக்கிறானென்று அவனுக்கே தெரியவில்லை. அதுகுறித்து அவன் நின்று, நிதான மாக யோசிக்கவுமில்லை. ஒன்றைப் பற்றி மட்டுமே அவன் தெளி வாக இருந்தான். அது, உடனடியாக, இன்றைக்கே இதற்கெல்லாம் அவன் ஒரு முடிவுகட்டியாக வேண்டும், ஒரேயடியாக முடிவு கட்டியாக வேண்டும் என்பதுதான். இதை முடிக்காமல் வீடு திரும்புவதில்லை என்று இவன் உறுதி எடுத்துக்கொண்டான். காரணம், இதேமாதிரி இனியும் வாழ்க்கையைத் தொடர்வது அவனுக்குச் சாத்தியமில்லை. ஆனால் "அதை" எப்படி முடிப்பது? அதற்கு என்ன செய்ய வேண்டும்? அதைப் பற்றி எந்தத் திட்டமும் இப்போது அவனிடத்தில் இல்லை. ஆனால் அதைப் பற்றிச் சிந்திக்க அவன் இப்போது தயாராக இல்லை. இனி எதைப் பற்றிச் சிந்தித்துப் பார்க்கவும் அவன் விரும்பவில்லை. சிந்தனைகள் அவனை மிகவும் அலைக்கழிப்புச் செய்தன. எல்லாம் அவனுக்குத் தெரியும். எல்லாவற்றையும் உடனடியாக மாற்றிவிட வேண்டும் என்று அவன் நினைத்தான். – "எப்படியாவது" – "எந்தவழியிலா வது" – இதனை மாற்றியே தீரவேண்டும் என்று, துணிச்சலோடும் அசைக்க முடியாத தன்னம்பிக்கையோடும் தன் மனதினுள் திரும்பத் திரும்பச் சொல்லிக்கொண்டான் ரஸ்கோல்னிகோவ்.

பழக்கதோஷத்தால் வைக்கோல் சந்தையின் பக்கம் திரும்பி நடந்துகொண்டிருந்த அவன் ஏதோ நினைத்தவனாக சற்று நின்று யோசித்தான். பிறகு ஏதோ ஒரு முடிவுடன் தான் எப்பொழுதும் செல்லும் அதே பாதையிலேயே தொடர்ந்து நடக்க ஆரம்பித்தான். வைக்கோல் சந்தையை நெருங்குவதற்கு முன்பு, மளிகைக் கடைக்கு எதிரில் கறுத்த தலைமுடியுடன் வீதியில் நின்றுகொண்டிருந்த ஓர் இளைஞனை அவன் எதிர்ப்பட நேர்ந்தது. அந்த இளைஞன், தான் வைத்திருந்த இசைக்கருவியில் மிகவும் உணர்ச்சிகரமான

பாடல் ஒன்றை இசைத்துக்கொண்டிருந்தான். அவனோடுகூடப் பதினைந்து வயது மதிக்கத்தக்க ஒரு சிறுமியும் நின்றுகொண்டி ருந்தாள். அவனுக்கு எதிரில் நடைபாதையில் அவள் நின்றுகொண்டி ருந்தாள். இளம் சீமாட்டியைப் போல அவள் உடையணிந்து கொண்டிருந்தாள். தளர்வான நீண்ட அங்கியும் அணிந்திருந்தாள். தலையில் இருந்த வைக்கோல் தொப்பியில் தீச்சுடரின் நிறத்தில் இறகு ஒன்றையும் செருகியிருந்தாள். ஆனால் அவள் அணிந்திருந்த உடைகள் அனைத்துமே மிகவும் பழையதாகவும் கிழிந்து போயும் இருந்தன. அவளது குரல் பண்படாததாக இருந்தாலும் இனிமை யானதாகவும் இருந்தது. அந்தக் கடையிலிருந்து ஒரு கோபெக் செப்புக் காசையாவது பெற்றுவிடலாம் என்ற நம்பிக்கையோடு அவள் பாடிக்கொண்டிருந்தாள். அங்கே நின்று பாடலைக் கேட்டுக்கொண்டிருந்த வேறு இரண்டு, மூன்று நபர்களுடன் தானும் சேர்ந்து நின்றுகொண்டு அந்தப் பெண்ணின் பாடலை ரசித்துக் கேட்டான் ரஸ்கோல்னிகோவ். தனது சட்டைப் பையி லிருந்து ஐந்து கோபெக் செப்பு நாணயம் ஒன்றை எடுத்து அந்தப் பெண்ணின் கையில் போட்டான். மிகவும் பரிவோடு தனக்கு அளிக்கப்பட்ட அந்த அதிகபட்சத் தொகையைப் பார்த்தவுடன், தனது பாடலை நிறுத்திக்கொண்ட அந்தப் பெண், இசைக் கருவியை இசைத்துக்கொண்டிருந்த தன் கூட்டாளியைப் பார்த்துக் கொச்சையாகப் "போதும் போதும்!" என்று கூவினாள். இரு வரும் மெல்ல அசைந்தபடி அடுத்த கடையை நோக்கிச் சென்றனர்.

"உனக்குத் தெருப்பாடல்களில் விருப்பமுண்டா?" என்று தன்னருகில் சோம்பலாக நின்றுகொண்டிருந்த நடுத்தர வயதுக் காரனைப் பார்த்துக் கேட்டான் ரஸ்கோல்னிகோவ். இந்தக் கேள்வியால் பெரிதும் வியப்படைந்த அவன், ரஸ்கோல்னிகோவை வித்தியாசமாகப் பார்த்தான். "எனக்குப் பிடிக்கும்" என்று சொல் லியபடி தனது பேச்சைத் தொடர்ந்தான். தெருப்பாடல்களை விட முக்கியமான வேறு ஒன்றைப் பற்றிப் பேசுபவனைப் போன்ற தீவிரமான முகபாவனையுடன் ரஸ்கோல்னிகோவ் பேசிக்கொண்டி ருந்தான். "இப்படிப்பட்ட வாத்தியக் கருவியின் இசையை இலை யுதிர்காலத்தின்போது, குளிர்ந்த, இருள் படர்ந்த இரவில் கேட்பது எனக்கு மிகவும் பிடிக்கும். சுற்றுப்புறம் முழுவதும் ஈரப்பதமாக இருக்க வேண்டும். வழியில் சென்றுகொண்டிருப்பவர்களின் முகங்கள் பசுமையாகவும், களைத்துப் போயும் தென்படும். காற்று வீசாமல் மேலேயிருந்து பனிக்கட்டிகள் நேரடியாகவே பூமியில் விழுந்துகொண்டிருக்கும். தெரு விளக்குகளின் ஒளி இந்தப் பனிச் சிதறல்களினூடே விட்டு விட்டுப் பிரகாசிக்கும்... அந்த நேரத்தில் இந்த இசையைக் கேட்க வேண்டும்! அது எப்படி இருக்கும்

தெரியுமா...?" என்று சொல்லியபடி கற்பனையில் லயித்துப் போனான் ரஸ்கோல்னிகோவ்.

"எனக்கு அதுகுறித்து எதுவும் தெரியாதய்யா... தயுவு செய்து மன்னியுங்கள்..." என்று அந்த மனிதன் முணுமுணுத்தான். ரஸ்கோல்னிகோவின் வித்தியாசமான தோற்றத்தாலும், அவனிட மிருந்து பிறந்த கேள்வியாலும் சற்றே கலவரமடைந்த அந்த மனிதன் வீதியைக் கடந்து அதன் மறுபக்கம் செல்லத் தொடங்கி னான்.

ரஸ்கோல்னிகோவ் அப்படியே நேராக நடந்து சென்றான். வைக்கோல் சந்தையின் மூலையில், அந்தச் சாலையோர வியா பாரியும், அவனது மனைவியும், லிஸாவெதாவுடன் பேசிக் கொண்டிருந்த அந்த இடத்திற்கு வந்து நின்றான். அங்கே அந்த வியாபாரியையும் அவனது மனைவியையும் காணவில்லை. அது அந்த இடம்தான் என்று உறுதியாகத் தெரிந்துகொண்ட அவன், அங்கே நின்றபடி சுற்றிலும் நோட்டமிட்டான். அங்கேயிருந்த ஒரு சில்லறைத் தானிய விற்பனைக்கடையின் வாயிலில் நின்று கொண்டு கொட்டாவி விட்டுக்கொண்டிருந்த ஒரு சிவப்புச் சட்டை அணிந்திருந்த சிறுவனை அழைத்து விசாரித்தான்.

"இதோ, இந்த மூலையில் ஒருவன் தன் மனைவியோடு வியா பாரம் செய்துகொண்டிருப்பானே...? அவள்கூடக் கிராமப் புறத்தைச் சேர்ந்தவளாக இருப்பாளே...? அவர்கள் இங்கே இல்லையா?"

"எத்தனையோ வகையான ஜனங்கள் இங்கே வியாபாரம் செய்கிறார்கள். யாரென்று சொல்வது...? ஆமாம்! அவனை எப்படிக் கூப்பிடுவார்கள்...? அவன் பெயர் என்ன?" என்றான் சிறுவன்.

"நீ நிச்சயமாக சாராய்ஸ்கி பகுதியிலிருந்து வந்தவனாகத் தான் இருக்க வேண்டும்...! அப்படி இல்லையென்றால் வேறு எந்த மாகாணத்தைச் சேர்ந்தவன் நீ...?" என்று அந்தச் சிறுவனைப் பார்த்துக் கேட்டான் ரஸ்கோல்னிகோவ்.

அந்தச் சிறுவன் ரஸ்கோல்னிகோவை நிமிர்ந்து பார்த்தான்.

எங்கள் பக்கமெல்லாம் மாகாணங்கள் கிடையாது, கவர்னர் அவர்களே! எங்களுக்கெல்லாம் மாவட்டங்கள்தான் உண்டு! என்னுடைய சகோதரன்தான் கொஞ்சம் சுறுசுறுப்பாக வேலைக் கெல்லாம் போவான்! நான் வீட்டிலேயேதான் இருப்பேன்... அதனால் எனக்கு எதுவும் தெரியாது. தயவுசெய்து, அருள்கூர்ந்து, என்னை மன்னியுங்கள், கவர்னர் அவர்களே!"

"அங்கே, மேலே, மாடியில் மதுக்கடையா இருக்கிறது?"

"ஆமாம். அதைத்தவிர உணவு விடுதியும், பில்லியர்ட்ஸ் அறையும்கூட இருக்கின்றன. "இளவரசிகளைக்"*கூட நீங்கள் அங்கே பார்க்கலாம்... லா... லா... லா..."

ரஸ்கோல்னிகோவ் சதுக்கத்தைக் கடந்து சென்றான். மூலையில் சிலர் கூட்டமாக நின்றுகொண்டிருந்தார்கள். அவர்கள் எல்லோருமே கிராமத்து மனிதர்கள். அவர்களுக்கிடையே நுழைந்து, அந்த மக்களின் முகங்களை அவன் உற்றுப் பார்த்தான் அவனுக்கு அங்கிருந்த ஒவ்வொருவருடனும் பேச வேண்டும் போலத் தோன்றியது. ஆனால் அந்த நாட்டுப்புறத்து ஆட்கள் அவனைக் கவனிக்கவில்லை. அவர்கள், சிறு சிறு குழுக்களாகக் கூடித் தங்களுக்குள் எதையோ உரக்கப் பேசிக்கொண்டிருந்தார்கள். அவன் சற்று நின்றான். ஒரு நிமிடம் எதையோ யோசித்துவிட்டு வாஸ்னெஸென்ஸ்கி நெடுஞ்சாலையை நோக்கிச் செல்லத் தொடங்கினான். சதுக்கத்தைத் தாண்டிய பிறகு ஒரு சந்துக்குள் நுழைந்தான்.

அவன் இதற்கு முன்பும்கூட இந்தச் சிறிய வீதியின் வழியாகச் சென்றிருக்கிறான். சதுக்கத்திலிருந்து வளைந்து செல்லும் அந்தச் சந்து, சதோவயா வீதியில் வந்து முடியும். எப்பொழுதெல்லாம் சுற்றியுள்ள விஷயங்கள் அவனை அலுப்படையச் செய்கின்றனவோ, அப்பொழுதெல்லாம் இந்தப் பகுதிகளில் சுற்றிக் கொண்டிருப்பது, சமீபகாலத்தில் அவனுக்கு ஒரு வழக்கமாகியிருந்தது. இங்கே சுற்றித்திரியும்போது அவனுக்கு இன்னும்கூட அலுப்பாகவும் அருவருப்பாகவும் உணர நேரும். ஆனால் இப்போதென்னவோ இந்த வீதியின் வழியாகத் திரும்பி நடக்கும்போது இவன் எதைப் பற்றியும் யோசித்துக்கொண்டிருக்கவில்லை.

அங்கே மிகப் பெரிய கட்டடம் ஒன்று காணப்பட்டது. அந்தக் கட்டடம் முழுவதும் கடைகளால் நிரம்பியிருந்தது. மதுக் கடைகள், உணவு விடுதிகள், களியாட்ட விடுதிகள் ஆகியவை அங்கே அமைந்திருந்தன. அங்கிருந்து பல பெண்கள் தொடர்ச்சியாக உள்ளே வந்துகொண்டும், வெளியே போய்க்கொண்டும் இருந்தனர். ஏதோ அவசர வேலையாக அடுத்த வீட்டிற்குச் செல்பவர்களைப் போல மிகச் சாதாரணமான உடைகளையே அவர்கள் அணிந்துகொண்டிருந்தனர். தலைகளில் தொப்பி அணியாமல் வெறுமையான தலையுடன், வீட்டிற்குள் அணிந்துகொள்ளும் சாதாரண உடையுடனேயே அவர்கள் ஓடிக்கொண்டிருந்தனர். உடைகளுக்கு மேலே வேறு மேலங்கிகள் எதையும் அவர்கள்

---

* இளவரசிகள் என்ற இச்சொல் இங்கே விலைமகளிரைக் குறிப்பிடுகிறது.

அணிந்துகொண்டிருக்கவில்லை. நடைபாதையில் ஆங்காங்கே கூட்டம் கூட்டமாக அவர்கள் நின்றுகொண்டிருந்தனர். கீழ்த்தளத் திலுள்ள முகப்பு வாயிலுக்குப் பக்கத்தில்தான் அவர்கள் அதிகமாக நின்றிருந்தார்கள். அந்த முகப்பின் வழியாகப் படியேறித்தான் அங்குள்ள பிற பொழுதுபோக்கு விடுதிகளுக்குச் செல்ல வேண்டும் என்பதால், இந்த முகப்பு வாயிலில் நிறைய பேர் நின்றுகொண்டி ருந்தனர். அந்த விடுதிக்குள்ளிருந்து எழுந்த கூச்சல்களும் ஆர வாரங்களும் தெருவையே நிறைத்துக்கொண்டிருந்தன. கிடாரின் இசை ஒருபுறமும், எவரோ உச்சஸ்தாயியில் பாடுகின்ற ஓசை ஒரு புறமுமாக எங்கும் ஒரே கொண்டாட்டமாகக் காணப்பட்டது. வாயிலைச் சுற்றிலும் பெரும் கூட்டமாகப் பெண்கள் காணப் பட்டனர். சிலர் படிகளிலும், சிலர் நடைபாதையிலும், வேறு சிலர் நின்றுகொண்டும் பேசிக்கொண்டிருந்தனர்.

நன்றாகக் குடித்துவிட்டுத் தள்ளாடியபடி, கையில் சிகரெட்டு புகைந்துகொண்டிருக்கக் கூச்சலிட்டபடி இருந்த ஒரு போர் வீரன் அங்கே வந்தான். தெருவில் சென்றுகொண்டிருந்த அவன், தான் செல்லுமிடம் எதுவென்று மறந்துவிட்டதால், அதைக் கண்டு பிடிக்கும் நோக்கத்துடன் அங்கே நின்றபடி கூச்சலிட்டுக்கொண்டி ருந்தான். ஒரு பிச்சைக்காரன், மற்றொருவனோடு சண்டையிட்டுக் கொண்டிருந்தான். முழுக்கக் குடித்துவிட்டு நிதானத்தை முழுவது மாக இழந்திருந்த ஒரு குடிகாரன், வலதுபுறம் சாலையின் குறுக்கே விழுந்து கிடந்தான். ரஸ்கோல்னிகோவ் அந்தப் பெண்கள் கூட்டத் தினுள் வந்து நின்றான். கடூரமான குரல்களில் அந்தப் பெண்கள் பேசிக்கொண்டிருந்தனர்.

அவர்கள் தங்களது கால்களில் ஆட்டுத்தோலால் செய்யப் பட்ட காலணிகளை அணிந்திருந்தனர். எவர் தலையிலும் தொப்பி இல்லை. நாற்பது வயதுக்குள் மதிப்பிடக்கூடிய சில பெண்களும், பதினேழு வயதுக்கு மேற்பட்ட சிலரும் அங்கே இருந்தனர். கிட்டத்தட்ட எல்லோருமே கரிய நிறக் கண்களைக் கொண்டவர் களாகவே இருந்தனர்.

அங்கே நிலவிய ஆரவாரங்கள், ஒலிகள், கூச்சல்கள், சந்தடி கள், பாடல்கள் ஆகிய அனைத்தும் அவனைக் கவர்ந்தன. சிரிப் பொலிகளுக்கும் கூச்சல்களுக்கும் இடையேகூட அங்கே எவரோ கட்டுப்பாடற்ற களிப்போடு நடனமாடிக்கொண்டிருப்பதைக் காலணிகளின் தாளமிட்ட ஓசையினை வைத்து அவனால் தெருவி லிருந்தே ஊகிக்க முடிந்தது. கிடாரின் பின்னணி ஓசையோடு, உச்சஸ்தாயியில் எவரோ உணர்ச்சியோடு பாடும் ஓசையும் தொலைவிலிருந்து அவனுக்குக் கேட்டது.

அவன் அந்தப் பாடலை ஒருவித ஏக்கத்துடனும் விசனத் துடனும் கேட்டபடி, ஆர்வமுடன் கட்டட வாயிலுக்குள் குனிந்து படிகளில் மேலேறி வந்தான்.

பாடலைப் பாடிக்கொண்டிருந்தவனின் குரல் மிக மென்மை யாக அவனது காதுகளில் நுழைந்தது.

"ஓ, என் அழகான போர்ப் படை வீரனே,
ஒன்றுமில்லாததற்கெல்லாம்
என்னை அடிக்காதே, அது வீணே!"

ஏதோ, அந்தப் பாடலின் வரிகள் மிக மிக முக்கியமானவை என்பது போல, மிகக் கடுமையான சிரத்தை எடுத்து, அந்த வார்த் தைகளை உற்றுக் கேட்டுக்கொண்டிருந்தான் ரஸ்கோல்னிகோவ்.

"நான் உள்ளே போகலாமா?" என்று தனக்குத் தானே கேட்டுக்கொண்டான். "எல்லோரும் சந்தோஷமாகச் சிரித்துக் கொண்டிருக்கிறார்கள்! குடித்துக்கொண்டும் கும்மாளமிட்டுக் கொண்டும் மகிழ்ச்சியோடிருக்கிறார்கள்! உண்மைதான்...! நானும் கொஞ்சம் குடித்தால் நன்றாக இருக்குமல்லவா?"

"அன்பானவரே, நீங்களும் உள்ளே வரலாமில்லையா?" முற்றிலும் கரகரப்பானதாக இல்லாத சற்றுத் தெளிவான குரலில், அந்தப் பெண்களில் ஒருத்தி, இவனை உள்ளே அழைத்தாள். அவள் இளமையாகவும் கவர்ச்சியாகவும் இருந்ததோடு அந்தப் பெண்கள் கூட்டத்திலிருந்து, சற்று தனிப்பட்டவளாகவும் வித்தியாசமானவளாகவும் தெரிந்தாள்.

"அட, இங்கேபாரு, எத்தனை அழகான பொண்ணு!" என்று சந்தோஷம் பொங்கச் சொல்லியபடி, தலையை உயர்த்தி அவளை நிமிர்ந்து பார்த்தான் ரஸ்கோல்னிகோவ்.

அவள் சிரித்தாள். அவனுடைய பாராட்டுகளில் மிகவும் மகிழ்ந்து போனாள். "நீங்களும்கூடப் பார்ப்பதற்கு நன்றாகத்தான் இருக்கிறீர்கள்!" என்று சொன்னாள்.

"ஆனாலும்... எத்தனை ஒல்லியாக இருக்கிறார்...!" அடித் தொண்டையிலிருந்து வெளிப்பட்ட கரகரப்பான குரலில் இப்படிச் சொன்னாள் இன்னொருத்தி. "நீங்களென்ன இப்போதுதான் ஆஸ்பத்திரியிலிருந்து குணமாகி வருகிறீர்களோ? இல்லையென் றால் வேறு ஏதாவதா?"

"நீங்களும்தான் மிகப் பெரிய தளபதியின் மகள்களைப் போல இருப்பதற்கு முயற்சி செய்கிறீர்கள்...! ஆனால் உங்கள் சப்பை மூக்குகளைப் பற்றி என்ன சொல்லுகிறீர்கள்?" என்று

அப்போதுதான் உள்ளே நுழைந்த ஒரு கிராமத்தான், அந்தப் பெண்களைப் பார்த்துக் கிண்டலடித்தான். கபடமான எண்ணத்தோடு பல்லைக் காட்டி இளித்துக்கொண்டு உள்ளே வந்த அவன், நல்ல குடிபோதையிலிருந்தான். அவன் அணிந்திருந்த மேலங்கி, பொத்தான்கள் போடப்படாமல் தொங்கிக்கொண்டிருந்தது.

"மீண்டும் வந்து விட்டாயா நீ? ஒழுங்காகத் திரும்பிப் போய் விடு! போகப் போகிறாயா... இல்லையா?"

"போகிறேன், போகிறேன், என் சர்க்கரைக் கட்டிகளே!" என்று கூறியபடியே தள்ளாடிய அவன் படிகளில் உருண்டான்.

ரஸ்கோல்னிகோவ் மெல்ல அங்கிருந்து நகன்றான். "ஒரு நிமிடம் இதைக் கொஞ்சம் கேளுங்கள், கனவானே!" – என்று பின்னாலிருந்து ஒரு பெண் அவனைக் கூப்பிட்டாள்.

"என்ன வேண்டும் உனக்கு?"

அவனது இந்தக் கேள்வியால் அவள் குழம்பிப் போனாள்.

"கருணையுள்ள கனவானே, உங்களோடு ஒரு மணி நேரத்தைக் கழிக்க நான் எப்பொழுதுமே தயாராகத்தான் இருக்கிறேன். ஆனால்... இப்போது வேண்டாம். என் மனச்சாட்சிப்படி இப்போது உங்களை அதற்குக் கூப்பிட எனக்கு விருப்பமில்லை. ஆனால், ஓர் அன்பான காதலனைப் போலக் குடிப்பதற்காக எனக்கு ஆறு கோபெக்குகள் மட்டும் தருகிறீர்களா?"

ரஸ்கோல்னிகோவ் தன் சட்டைப் பைக்குள் கையை விட்டுக் கொஞ்சம் செப்புக் காசுகளை வெளியிலெடுத்தான்.

ஐந்து கோபெக் நாணயங்கள் மூன்று – மொத்தம் பதினைந்து கோபெக்குகள் இருந்தன. அவற்றை அப்படியே அவளிடம் கொடுத்தான்.

"அட... எத்தனை அன்புள்ளம்கொண்ட மனிதர் இவர்!"

"உன் பெயர் என்ன?"

"டக்ளிடா" என்று கேளுங்கள்!"

"சே... இதெல்லாம் என்ன மாதிரியான மோசமான பழக்கம்..." என்று ஒருத்தி டக்ளிடாவைச் சுட்டிக்காட்டிச் சொல்லிக்கொண்டிருந்தாள். "இவளால் எப்படி இப்படியெல்லாம் போய்ப் பல்லை இளித்துக்கொண்டுப் பணம் கேட்க முடிகிறது? கேவலம், இது ஒரு வாழ்க்கையா? இப்படி வாழவேண்டுமா? இதைப் பார்க்கும்போது அவமானத்தால் மண்ணுக்குள் தலையைப் புதைத்துக்கொள்ள வேண்டும் போலத் தோன்றுகிறது."

ரஸ்கோல்னிகோவ் ஆர்வத்தோடு தனது பார்வையை அந்தப் பெண்ணின் மீது ஓடவிட்டான். அம்மைத் தழும்புகளுடன் காணப்பட்ட அந்தப் பெண்ணுக்கு முப்பது வயதிருக்கலாம். அவளது உதடுகள் அழுத்தமாக நசுக்கப்பட்டு, கருமையாக இரத்தம் கட்டிப் போய் இருந்தன. மிக அமைதியாகவும், அதே சமயம் கண்டிக்கும் தொனியிலும் டக்ளிடாவைப் பார்த்துத் தனது கண்டனத்தை வெளிப்படுத்திக்கொண்டிருந்தாள் அவள்.

“இதை எங்கோ நான் படித்திருக்கிறேன்...?” என்று நினைத்துச் சிரித்தபடியே நடந்துகொண்டிருந்தான் ரஸ்கோல்னி கோவ். “மரணமடையப் போகும் ஒருவன், தனது மரணத்திற்கு ஒரு மணி நேரத்திற்கு முன்பு, மரணத்தைக் கண்டனம் செய்து சொல்லுவதாக இந்தப் பகுதி அமைந்திருக்கும். அது என்ன...? இதோ, நினைவு வந்துவிட்டது...”

“மிகவும் உயரமான, செங்குத்தான மலையின் உச்சியில் வாழும்படியாக நேர்ந்தாலும் மிகவும் குறுகலான ஒரு சதுர அடி பரப்பு மட்டுமே மிஞ்சியுள்ள ஒரு பாறையின் விளிம்பில் வாழ்நாள் முழுவதுமே நின்றுகொண்டிருக்க நேர்ந்தாலும், எனது காலடியில் ஒருபுறம் அதலபாதாளமும், மறுபுறம் என்னை விழுங்கத் துடிக்கும், ஆர்ப்பரிக்கும் சமுத்திரமும் இருந்தாலும், என்றும் சாசுவதமான, நிலையான இருள் எப்பொழுதும் என்னைச் சூழ்ந்திருந்தாலும் சரி, முற்றிலும் தனிமையிலேயே வாழ்நாள் முழுவதும் நான் வாழ நேர்ந்தாலும், எப்பொழுதும் வீசிக்கொண்டிருக்கும் சூறாவளிக்கும், கொடூரமான புயலுக்கும் நடுவில் நான் வாழ நேர்ந்தாலும் அத்தனையையும் ஏற்றுக்கொண்டு, அத்தனை துன்பங்களையும் துயரங்களையும் சகித்துக்கொண்டு, ஆயிரம் ஆண்டுகள்கூட நான் வாழவே விரும்புகின்றேன். ஒரே நொடியில் செத்துப்போய், இந்த வாழ்க்கையை முடித்துக்கொள்வதைவிட அத்தனை துயரங் களோடும் ஓராயிரம் ஆண்டுகள் நான் வாழ வேண்டும் என்று தான் நான் விரும்புகிறேன். ஒரே ஒரு நொடியில் செத்துப் போவதை விடப் பல ஆண்டுகள் உயிர் வாழ்வது நல்லதுதானே! சிறந்ததுதானே! ஆமாம், நான் வாழவே விரும்புகிறேன். உடனே, ஒரு நொடியில் இறந்துவிடுவதை நான் விரும்பவில்லை. நான் வாழ விரும்புகிறேன். வாழ்வதற்காகவே வாழ விரும்புகின்றேன். வாழ்க்கையை நான் நேசிக்கிறேன். “வாழ வேண்டும்! வாழ வேண்டும்! வாழ்க்கை எப்படியிருந்தாலும் சரி, வாழ வேண்டும்!” எத்தனை உண்மையான வார்த்தை இது! ஓ, கடவுளே! எத்தனை உண்மையான வார்த்தை இது!”

தனக்குள் இவ்வாறு நினைத்துப் பார்த்தபடி நடந்துகொண்டி ருந்த ரஸ்கோல்னிகோவ் ஒரு நொடி நின்று, மீண்டும் தனக்குள்

இவ்வாறு சொல்லிக்கொண்டான். "மனிதன் ஏன் இப்படிக் கீழான வனாகப் போய் விட்டான்? மனிதன் ஓர் இழிவான மிருகம் என்று சொல்கிறார்கள். உண்மையில், மனிதனை மிருகம் என்று சொல்லுகிற அந்த இன்னொரு மனிதன்தான் இழிவான மிருகம் என்று நான் சொல்கிறேன்."

அவன் இப்போது மற்றொரு தெருவுக்கு வந்து சேர்ந் திருந்தான். "ஆ! இது "கிறிஸ்டல் மாளிகை" அல்லவா? ரஸூமிகின் இந்த இடத்தைப் பற்றித்தானே பேசிக்கொண்டிருந்தான். இங்கே நான் செய்ய என்ன இருக்கிறது? ஆமாம், ஏதோ ஒன்றைப் பற்றி இங்கு வந்து படிக்க வேணடும் என்று நினைத்திருந்தேன். என்ன அது...? ஆங்...! நினைவு வந்துவிட்டது... செய்தித்தாள்களில் "அதைப்" பற்றிப் படித்ததாக ஜோஸிமோவ் சொன்னானே... அதைப் படிக்க வேண்டும்."

எதிரில் தென்பட்ட மிகப் பெரிய சத்திரத்தினுள் நுழைந்தான் ரஸ்கோல்னிகோவ். ஒரு மேசையின் முன் அமர்ந்துகொண்ட அவன் "இங்கே செய்தித்தாள்கள் கிடைக்குமா?" என்று விசாரித் தான்.

மிகவும் விசாலமான, ஒழுங்கான அமைப்புடன் கட்டப் பட்டிருந்த சத்திரம் அது. தங்கும் அறைகளும் உணவு விடுதியும், மது மற்றும் சாராயக் கடைகளும் கொண்டதாக அந்தச் சத்திரம் இருந்தது. கிட்டத்தட்ட அங்கிருந்த எல்லா அறைகளுமே ஆட் களின்றிக் காலியாகத்தான் கிடந்தன. ஒன்று அல்லது மூன்று வாடிக்கையாளர்கள்தான் இங்கே உட்கார்ந்து தேநீர் அருந்திக் கொண்டிருந்தனர். சற்றுத் தொலைவிலிருந்த ஓர் அறையில், நான் கைந்து பேர் கூட்டமாக உட்கார்ந்து "ஷாம்பெய்ன்" அருந்தியபடி அரட்டையடித்துக்கொண்டிருந்தனர். அவர்களில் சமெடோவும் இருப்பதாக ரஸ்கோல்னிகோவுக்குத் தோன்றியபோதும், அவர்கள் தொலைவில் இருந்ததால் அவனால் அதை உறுதிப்படுத்திக் கொள்ள முடியவில்லை.

"சரி, அவன் இருந்தால்தான் என்ன...?" என்று தனக்குள் நினைத்துக்கொண்டு அந்த நினைப்பைப் புறந்தள்ளினான் ரஸ்கோல்னிகோவ்.

"வோட்கா வேண்டுமா, ஐயா" என்று பணியாள் வந்து அவனிடம் கேட்டான்.

"நான், தேநீர் குடிக்கிறேன். அதோடு எனக்குச் சில செய்தித் தாள்களும் கொண்டுவா! கடந்த ஐந்து நாட்களாக வந்த பழைய இதழ்களும் எனக்கு வேண்டும்! உன்னை அதற்காகத் தனியே கவனித்துக்கொள்கிறேன்!" என்றான் ரஸ்கோல்னிகோவ்.

தேநீரும் செய்தித்தாள்களும் கொண்டுவந்து வைக்கப்பட்டு விட்டன. ரஸ்கோல்னிகோவ் செய்திப் பத்திரிகைகளைப் புரட்டத் தொடங்கினான்.

அந்தச் செய்திப் பத்திரிகைகளில் செய்திகளுடன், விளம் பரங்கள் நிறைய இருந்தன. "இஸ்லர்... இஸ்லர்... அஸ்டெக்ஸ்... அஸ்டெக்ஸ்... இஸ்லர்... பர்த்தோலா... மெசியோ... அஸ்டெக்ஸ்... இஸ்லர்... சே... எங்கே அந்தச் சனியன்... ம்... இங்கே சில செய்தி கள் இருக்கின்றன. பார்ப்போம்... பெண் ஒருத்தி மாடியிலிருந்து விழுந்தாள். வோட்கா குடித்த தொழிலாளி மரணம்... பெஸ்கி மாவட்டத்தில் தீ விபத்து... பீட்டர்ஸ்பர்க்கில் தீ விபத்து... பீட்டர்ஸ்பர்க்கில் மேலும் ஒரு தீ விபத்து... இஸ்லர்... இஸ்லர்... மேசியே... ஆ, இதோ இங்கே இருக்கிறது....?" கடைசியாக அவன் தேடிக்கொண்டிருந்த செய்தியைக் கண்டுபிடித்துப் படிக்கத் தொடங்கினான். அவன் கண்ணெதிரே செய்தித்தாளிலுள்ள வரிகள் நர்த்தனமாடியபோதும், அவன் செய்தி முழுவதையும் படித்து முடித்தான். தொடர்ச்சியை அடுத்தடுத்த இதழ்களில் மிகுந்த ஆவலோடு புரட்டிப் படித்தான். பக்கங்களைத் திருப்பு கையில் பொறுமை இழந்து அவன் கைகள் நடுங்கின. திடீரென்று யாரோ ஒருவன் அவனது மேசையில் அவனருகே வந்து அமர்ந்தான்.

ரஸ்கோல்னிகோவ் நிமிர்ந்து பார்த்தான்.

அது சமெடோவ்தான்!

எப்போதும் போலவே மோதிரங்களும், கடிகாரமும் சங்கிலி யும் அணிந்துகொண்டிருந்தான் அவன். கருமையான சுருண்ட தலைமுடியைக் கிரீம் தடவி, வகிடெடுத்துப் படிய வாரிக் கொண்டிருந்தான். நாகரிகமான, கையில்லாத மேல் கோட்டு அணிந்திருந்தான். அவனது மேலங்கியும், உள் சட்டையும் மட்டும் சற்று சுருக்கங்களோடு பழையதாகக் காணப்பட்டன. அவன் எப்போதும் நல்ல நகைச்சுவை உணர்வுகளுடனேயே காணப் படுவான். எப்போதும் அவனுடைய இதழ்களில் ஒரு மெல்லிய சிரிப்பு குடியிருக்கும். அதுபோல் இன்றும் அவன் முழு உற்சாக மாகவே தென்பட்டான். "ஷாம்பெய்ன்" குடித்திருந்ததால் அவனது பழுப்பு நிறம்கொண்ட முகம்கூடச் சற்று ஊதிப் போனதைப் போலத் தோன்றியது.

"அட, நீ இங்கே எப்படி....?" என்று அவனைப் பார்த்து மிகவும் ஆச்சரியப்பட்ட சமெடோவ், அவனோடு வாழ்நாள் முழுவதுமே பழகிக்கொண்டிருப்பவனைப் போல மிகவும்

ஆர்வத்துடன் பேசத் தொடங்கினான். "நீ இன்னும்கூட நினைவு திரும்பாமல் கிடப்பதாக நேற்று ரஸுமிகின் என்னைப் பார்த்த போதுகூடச் சொன்னானே...? என்ன ஆச்சரியம்? நீ எப்படி இங்கே வந்தாய்? நான் உன்னைப் பார்க்க உனது அறைக்கு வந்தேன்! தெரியுமா, உனக்கு?"

அவன் தன்னைப் பார்க்க வந்திருந்ததை ஏற்கெனவே ரஸ்கோல்னிகோவ் அறிந்திருந்தான். தான் பார்த்துக்கொண்டிருந்த செய்தித்தாள்களை மேசையில் வைத்து விட்டு, சமெடோவை நோக்கித் திரும்பினான்.

அவனது இதழ்களில் இலேசான புன்னகை அரும்பிய போதும் அவனது முகத்தில் எரிச்சலும் கோபமும் வெளிப்படவே செய்தன.

"நீங்கள் என்னைப் பார்க்க வந்திருந்தது பற்றி நானும்கூடக் கேள்விப்பட்டேன்" என்றான் அவன்

"ரஸுமிகின் சொன்னான். எனக்காக என்னுடைய சாக்ஸைக்கூட அறைமுழுவதும் தேடிக் கண்டெடுத்துக் கொடுத்தீர் களாம். ரஸுமிகின் எப்போதும் உங்களைப் பற்றித்தான் சொல்லிக் கொண்டிருக்கிறான். அவனுக்கு உங்களை ரொம்பவும் பிடித்து விட்டது. லூயிஸா இவானோவ்னாவிடம்கூட நீங்கள்தான் அவனை அழைத்துச் சென்றீர்களாம். அன்றைக்கு உங்கள் அலு வலகத்தில் நாம் கடைசியாகப் பார்த்தபொழுதுகூட அவளுக்கு உதவுவதற்காக நீங்கள் பெரும்பாடுபட்டுக்கொண்டிருந்தீர்கள்...! அந்த ஊசிப் பட்டாசு லெப்டினென்டிடம் நீங்கள் எவ்வளவோ கண் ஜாடை காட்டியும் அவர் அதைப் புரிந்துகொள்ளவே இல்லை. உங்களுக்கு ஞாபகமிருக்கிறதா? ஏன் அவரால் அதைப் புரிந்துகொள்ளவே முடியவில்லை? அது ஏன் என்றுதான் எனக்கு விளங்கவில்லை. ஆனால் அது மிகவும் தெளிவாக இருந்தது...! அப்படித்தானே... இல்லையா?"

"ஆனாலும் எப்பேர்ப்பட்ட துணிச்சல்காரன் அவன்!"

"யார்...? அந்த ஊசிப்பட்டாசா?"

"இல்லை... உன் நண்பன் ரஸுமிகின்தான்?"

"நீங்கள் வாழ்க்கையை நன்றாக உல்லாசமாக அனுபவிக் கிறீர்கள் சமெடோவ்! செலவே இல்லாமல் எல்லா நல்ல இடங் களுக்கும் சென்று வந்து விடுகிறீர்கள். சற்று முன்பாக உங்களுக்கு "ஷாம்பெய்னை" ஊற்றி ஊற்றிக் கொடுத்துக்கொண்டிருந்தது யார்?"

"இல்லை. நாங்கள் சும்மா குடித்துக்கொண்டிருந்தோம். கொஞ்சம் அதிகமாகிவிட்டது... அவ்வளவுதான்."

"கூடுதல் போனஸ்! அப்படித்தானே...! சரியான சாமர்த்திய சாலி ஐயா, நீங்கள்! எல்லாவற்றையும் உங்களுக்குச் சாதகமாகத் திருப்பிக்கொண்டுவிடுகிறீர்கள். சரி, சரி! அதை விட்டுத் தள்ளுங் கள்" என்று அவனது தோளில் செல்லமாகத் தட்டிக் கொடுத்து விட்டுச் சிரித்தான் ரஸ்கோல்னிகோவ். "நான் ஒன்றும் விரோத மனப்பான்மையோடு இதைச் சொல்லவில்லை. பிரியத்தோடு, விளையாட்டாகத்தான் சொன்னேன். எப்படித் தெரியுமா? அந்த முதியவளின் கொலை வழக்கில் மித்ரேயைச் செல்லமாக அடித்த, மிகோலாய் உங்களிடம் வாக்குமூலம் கொடுத்தானே... அதைப் போல என்று வைத்துக்கொள்ளுங்களேன்."

"அது உனக்கெப்படித் தெரியும்?"

"ஒருவேளை, உங்களுக்குத் தெரிந்ததைவிடக் கூடுதலாகக் கூட எனக்குத் தெரிந்திருக்கலாம்."

"மிகவும் வினோதமான ஆள்தான் நீ...! நிஜமாகவே அப்படித்தான்! எனக்கென்னவோ நீ இன்னும் உடல் நலமில் லாமல் இருப்பதைப் போலத்தான் தெரிகிறது. இந்த நிலையில் நீ வெளியே வந்திருக்கவேகூடாது!"

"ஏன்? உங்கள் பார்வைக்கு என்னிடம் எதுவும் வித்தி யாசமாகத் தெரிகிறதா?"

"ஆமாம், என்ன செய்துகொண்டிருக்கிறாய்...? செய்தித் தாளைப் படிக்கிறாயா?"

"ஆமாம்!"

"தீ விபத்துகளைப் பற்றித்தான் நிறையச் செய்திகள் இருக்கின்றன."

"இல்லை, நான் தீ விபத்துகளைப் பற்றிப் படிக்கவில்லை" என்று சொல்லி நிறுத்திய அவன் சமெடோவை மர்மமாக நோக்கி னான். அவனை எள்ளி நகையாடும் புன்னகை ஒன்று அவனது இதழ்களுக்கிடையில் ஜனித்தது. கண்களைச் சிமிட்டியபடி அவன் தொடர்ந்தான். "இல்லை! நான் தீ விபத்துகளைப் பற்றிப் படிக்க வில்லை. ஐயா... இளைஞரே, கொஞ்சம் வெளிப்படையாகத்தான் ஒத்துக்கொள்ளுங்களேன்...! நான் என்ன படித்துக்கொண்டிருக் கிறேன் என்பதை அறிய உங்களுக்கு உண்மையாகவே அளவு கடந்த ஆர்வம் இருக்கிறது அப்படித்தானே...?"

ஃபியோதர் தஸ்தயெவஸ்கி ● 333

"சே... சே... எனக்கு அதில் துளிகூட ஆர்வமில்லை! ஏதோ சும்மா கேட்டேன்! அதுகூடவா கேட்கக்கூடாது....? நீ ஏன் இப்படி விடாமல் தொண தொணத்துக்கொண்டிருக்கிறாய்...?"

"இதைக் கேளுங்கள், நீங்கள் நன்றாகப் படித்த மனிதர் தானே! நீங்கள் இலக்கியத்தில் ஆர்வமுள்ளவரா, இல்லையா?"

"நான் உடற்கல்வியில் ஆறாம் நிலையைத் தாண்டியவன்!"

"ஆறாம் நிலையா...? அட என் அழகான சிட்டுக்குருவியே! தலைமுடியையெல்லாம் நன்றாகச் சீவிச் சுருளாக்கிக்கொண்டு, மோதிரமெல்லாம் போட்டுக்கொண்டு, பெரிய பணக்காரனாகத் தான் நீ இருக்கிறாய்! ப்பூ... என்ன ஓர் அழகான இளைஞனாக நீ இருக்கிறாய்...!" என்று சொல்லிவிட்டு சமெடோவின் முகத் துக்கு நேராக வெறிபிடித்தவனைப் போலச் சிரித்தான் ரஸ்கோல்னி கோவ். தான் பகிரங்கமாக அவமதிக்கப்பட்டது போல உணர்ந் தாலும் சமெடோவிடம் பெரும் வியப்பும், அதிர்ச்சியுமே மேலோங்கியது.

"என்னப்பா நீ... இப்படி வினோதமாக நடந்துகொள்கிறாய்? இன்னும்கூட உனக்கு ஜன்னி குறையவில்லை என்றுதான் நான் நினைக்கிறேன்" என்றான் சமெடோவ்.

"ஜன்னியா...? பொய்...! பொய் சொல்லுகிறீர்கள் எனது அழகான சிட்டுக்குருவியே! பொய் சொல்லுகிறீர்கள்...! அப்படி யானால் உங்கள் கண்களுக்கு நான் வினோதமான ஆளாகத் தெரிகிறேன்... அப்படித்தானே? ஆனால் உங்களுக்கென்னவோ என்னைப் பற்றித் தெரிந்துகொள்ள மிகவும் ஆவலாக இருக்கிறது... உண்டா... இல்லையா...? அப்படித்தானே?"

"ஆமாம்... ரொம்பவுமே!"

"நல்லது. நான் செய்தித்தாள்களில் எதைத் தேடிக்கொண்டி ருந்தேன், எதைப் படித்துக்கொண்டிருந்தேன் என்பதைச் சொல்லவா? இங்கே பார்த்தீர்களா, எத்தனை நாளிதழ்களைக் கொண்டு வரச் செய்திருக்கிறேனென்று பார்த்தீர்களா? உங்களுக்கு ஏதோ சந்தேகமாக இருக்கிறது. அப்படித்தானே?"

"நல்லது... சொல்."

"காதைத் தீட்டிக்கொண்டு காத்திருக்கிறீர்கள். அப்படித் தானே!"

"ஏன் அப்படிச் சொல்கிறாய்? நான் ஏன் காதைத் தீட்டிக் கொள்ள வேண்டும்?"

"அதைப் பற்றி நான் பிறகு சொல்கிறேன்... ஆனால் இப்போது நான் உங்களிடம் ஒரு செய்தியைப் பிரகடனப்படுத்துகிறேன். இல்லை... இல்லை... உங்களிடம் வெளிப்படையாகவே ஒத்துக்கொள்கிறேன். இல்லை, அதுவும்கூடச் சரியில்லை. நான் உங்களிடம் வாக்குமூலம் அளிக்கப் போகிறேன். நீங்கள் வேண்டுமானால் அதை எழுதிக்கொள்ளுங்கள்! ஆமாம், அதுதான் சரி! நான் படித்துக்கொண்டிருந்தது... நான் ஆர்வமாக இருந்தது... நான் தேடிக்கொண்டிருந்தது என்னவென்றால்..." தன் கண்களைக் குறுக்கிக்கொண்டு சமெடோவை ஒரு பார்வை பார்த்தபடி சற்றுத் தாமதித்தான் ரஸ்கோல்னிகோவ். பிறகு தொடர்ந்தான்: "அந்தக் கிழவி – அவள்தான், வட்டிக்குப் பணம் தருகிறாளே அந்த முதியவள் – அவள் கொலை செய்யப்பட்ட விவகாரத்தைப் பற்றிய செய்திகளைத்தான் நான் இந்தச் செய்திப் பத்திரிகைகளில் தேடிக்கொண்டிருந்தேன். செய்திப் பத்திரிக்கைகளைப் படிப்பதற்காகத்தான் இங்கு வந்தேன்..." – இறுதியாகக் கிசு கிசுப்பான குரலில் தன் பேச்சை முடித்த அவன், சமெடோவின் முகத்துக்கு மிக நெருக்கமாகத் தன் முகத்தைக் கொண்டுவந்தான். தானும், சற்றும் அகலாமலும், தன் முகத்தை விலக்கிக்கொள்ள முயலாமலும், சமெடோவ், அவனையே வெறித்துப் பார்த்துக்கொண்டிருந்தான். இவ்வாறு சற்றும் அசையாமல் மிக நெருக்கமாக அவர்கள் இருவரும் ஒருவரை ஒருவர் பார்த்துக்கொண்டிருந்த அந்தச் சூழ்நிலையில், அவர்களுக்கிடையே நீடித்து நிலவிய அந்த மௌனமும் அமைதியும்தான் இவையெல்லாவற்றையும்விடவும் சமெடோவுக்கு வினோதமாகப்பட்டது.

"நீ எதைப் படித்தால்தான் எனக்கென்ன ஆகப் போகிறது?" என்று எரிச்சலோடு சொன்னான் சமெடோவ். அதைப்பற்றி எனக்கு ஒன்றுமில்லை. நீ என்னதான் சொல்ல வருகிறாய்? முதலில் அதைச் சொல்..."

சமெடோவ் போட்ட சப்தத்தையும், அவன் சொன்ன விளக்கத்தையும் கேட்டு ரஸ்கோல்னிகோவ் பின் வாங்கிவிடவில்லை. அதே கிசுகிசுப்பான தொனியில் பேச்சை மேலும் தொடர்ந்தான். "அன்றைக்கு, போலீஸ் ஸ்டேஷனில் நான் மயக்கம் போட்டு விழுந்தபோது நீங்கள் யாரைப் பற்றிப் பேசிக்கொண்டிருந்தீர்கள் என்பது உங்களுக்கு ஞாபகம் இருக்கிறதா? அந்த முதியவளின் கொலையைப் பற்றிப் பேசிக்கொண்டிருந்தீர்கள் அல்லவா? அந்தக் கிழவியின் கொலையைப் பற்றித்தான் படித்துக்கொண்டிருக்கிறேன். இப்போது உங்களுக்குப் புரிகிறதா?"

“என்ன சொல்லுகிறாய் நீ? “புரிகிறதா” என்று எதைப்பற்றிக் கேட்கிறாய் நீ...?” – கிட்டத்தட்டக் கலவரமடைந்தவனாகப் பேசினான் சமெடோவ்.

அமைதி குடிகொண்டிருந்த ரஸ்கோல்னிகோவின் முகம் சட்டென்று விகாரமாக மாறிப்போயிற்று. முன்பு போலவே வெறி பிடித்தாற் போல அவன் சிரிக்கத் தொடங்கினான். திடீரென்று மின்னலடித்ததைப் போல – விவரிக்க இயலாத, உணர்ச்சிகரமான அந்த “நொடி” அவனது எண்ணத்திலே காட்சியாகத் தெரிந்தது.

அன்று அந்தக் கொலைகளைச் செய்த பிறகு, கதவு தட்டப் பட்டுக்கொண்டிருக்க, கதவுக்குப் பின்னே இவன் கோடாரியுடன் நின்றுகொண்டிருந்தான்...! தாழ்ப்பாள் குலுங்கி ஓசையெழுப்ப, கதவுக்கு வெளியே நின்று கொண்டிருந்தவர்கள் கன்னாபின்னா வென்று திட்டிக்கொண்டு, பலவந்தமாக உள்ளே நுழைய முயற் சித்துக்கொண்டிருந்த அந்தக்கணம்...! அந்த நொடியில், அவனுக்குள் திடீரென்று ஏற்பட்டுவிட்ட அந்த “வக்கிரமான ஆசை”! – உடனே கதவைத் திறந்துகொண்டு வெளியே போய், வெளியில் நின்றுகொண்டிருப்பவர்களைத் திட்ட வேண்டும்..., அவர்களது முட்டாள்தனத்தை இடித்துரைத்து, அவர்களை எள்ளி நகையாடி, ஓங்கிக் குரலெடுத்து மனம் வெடிக்கச் சிரிக்க வேண்டும் என்ற ஆசை, அவனிடத்தில் வெறித்தனமாகத் தோன்றியதே அந்த நொடி! இன்று போலவே! “ஹாஹ்ஹா... ஹா.... ஹாஹ்... ஹா... ஹா...!”

“உனக்குப் பைத்தியம் பிடித்துவிட்டதா என்ன...? அல்லது...” என்று சொல்லத் துவங்கிய சமெடோவ், தனது சிந்தையில் “பளிச்” சென்று மின்வெட்டுப் போலத் தோன்றிய ஓர் எண்ணத்தினால் அதிர்ச்சியுற்று, எதுவும் பேசாமல், அப்படியே அசையாமல் நின்று விட்டான்.

“அல்லது... என்ன...? என்னவென்று சொல்லுங்கள்... அல்லது... அல்லது என்ன? சொல்லுங்கள்... ம்... சொல்லுங்கள்...”

“ஒன்றுமில்லை” என்று கோபத்தோடு சொன்னான் சமெ டோவ். “நாம் ஏதோ முட்டாள்தனமாகப் பேசிக்கொண்டிருக் கிறோம் என்று நினைக்கிறேன்.”

சட்டென்று அங்கு அமைதி நிலவியது. இருவருமே ஒன்றும் பேசவில்லை.

வலிப்பு வந்தாற்போலக் கட கடவென்று தொடர்ச்சியாகச் சிரித்துவிட்டு ஓய்ந்த ரஸ்கோல்னிகோவ் திடீரென்று அமைதி

யானான். எதையோ யோசிப்பவனைப் போலவும், எதையோ நினைத்துக் கவலைப்படுபவன் போலவும் திடீரென்று அவன் காட்சியளித்தான். தனது முழங்கைகளை மேசையில் பதித்து, விரிந்த அந்தக் கைகளுக்குள் தனது முகத்தைப் புதைத்துக்கொண் டான். சமெடோவ் என்ற ஒருவன் அங்கு இருப்பதையே அவன் மறந்துவிட்டதைப் போலத் தோன்றியது. அங்கே அமைதி நீடித்தது.

"நீ ஏன் தேநீர் குடிக்காமலேயே இருக்கிறாய்...? ஆறிப் போய் விடப் போகிறது!" என்றான் சமெடோவ்.

"என்னது...? ஓ... தேநீரா... ஆமாம்... ஆமாம்..." என்று சொன்னபடி, தேநீர்க் கோப்பையைக் கையிலெடுத்து, உறிஞ்சி ஒரு மிடறு குடித்தான் ரஸ்கோல்னிகோவ். பிறகு ஒரு துண்டு ரொட்டியை வாயில் போட்டுக்கொண்டான். அசை போட்டுக் கொண்டே சமெடோவைப் பார்த்தான் ரஸ்கோல்னிகோவ்.

சமெடோவைப் பார்த்ததும் சடாரென்று தான் செய்து கொண்டிருந்த அனைத்தும் அவனது நினைவுக்கு வந்தது. அனைத் தையும் புறந்தள்ளிவிட்டுத் தன்னை நிதானப்படுத்திக்கொள்ள முயன்றான். அவனது முகத்தில் இப்போது மீண்டும் அமைதி குடியேறியது.

அதேவேளையில், அவனுக்கே உரித்தான ஏளனப் புன்ன கையும் அவனது முகத்தில் குடியேறி விட்டிருந்தது! தொடர்ந்து தேநீரைச் சுவைத்துக் குடித்துக்கொண்டிருந்தான் ரஸ்கோல்னி கோவ்.

"சமீபகாலமாக மோசடி வழக்குகள் மிகவும் அதிகரித்துக் கொண்டே வருகின்றன" என்றான் சமெடோவ். "மோசடிப் பேர் வழிகள்கொண்ட ஒரு பெரிய கூட்டமே பிடிபட்டதாக நான் 'மாஸ்கோ ஜர்னலில்' படித்தேன். நிறைய பேர் அந்தக் கூட்டத் தில் இருந்தார்கள். அவர்கள் எல்லோருமே கள்ள நோட்டுப் பேர்வழிகள்!"

"ஓ, அது நடந்து ரொம்ப நாட்களாகிவிட்டதே...! ஒரு மாதத்திற்கு முன்பு அல்லவா அதைப் பற்றி நான் படித்தேன்" என்று அமைதியாகப் பதிலளித்த ரஸ்கோல்னிகோவ், ஒரு புன்ன கையுடன் கேட்டான்; "அப்படியானால் உங்கள் அபிப்பிராயத்தில் அவர்களெல்லாம் சுரண்டல் பேர்வழிகள் அப்படித்தானே...?"

"அவர்களை வேறு எப்படிக் குறிப்பிட முடியும்?"

"அவர்களெல்லோருமே வெறும் குழந்தைகள்... அனுபவமே இல்லாத ஏமாளிகள்! இதுபோன்ற காரியங்களுக்குப் பயன்படுத்த

மட்டமான ஆசாமிகளை அவர்கள் தேடிக் கண்டுபிடித்திருக்கிறார்கள். இந்த ஏமாளிகளைப் பயன்படுத்துவதில் நம்பகத்தன்மை எப்படி இருக்க முடியும்? இப்படிப்பட்ட காரியங்களைச் செய்ய மூன்று பேர் இருந்தாலே அதிகம்தான்! அப்போதும்கூட, அவர்கள் ஒவ்வொருவரும், மற்றவர்கள் மீது, தங்கள் மீது வைத்திருப்பதைவிட மிகுதியான நம்பிக்கையை வைத்தாக வேண்டும்! இல்லாவிட்டால்... ஒரே ஒருவன், ஏடாகூடமாக ஏதாவது உளறிவிட்டாலும்கூட அவ்வளவும் நாசமாகிவிடும். ஏமாளிகள்! நம்ப முடியாத ஆட்களைப் போய்க் கூலிக்கு அமர்த்திக்கொண்டு வங்கியில் பணத்தை மாற்றச் செய்திருக்கிறார்கள்! எவன் எளிதாகக் கிடைக்கிறானோ... அவனையெல்லாம் பிடித்துக்கொண்டு, அவனிடமெல்லாம் ஒப்படைக்கிற வேலையா இது? இந்தத் தொழிலுக்கே புதிதான இவர்கள், ஒரு மாதிரியாக, எப்படியோ ஜெயிக்கிறார்கள் என்றே ஒரு பேச்சுக்கு வைத்துக்கொள்வோம்! ஒவ்வொரு மனிதனும் ஒரு கோடி ரூபிள் மதிப்புக்கொண்ட கள்ள நோட்டுகளை மாற்றிவிட்டான் என்றே வைத்துக்கொள்வோம், ஆனால் அதன்பிறகு என்ன ஆகும்? பாக்கியுள்ள அவர்களது வாழ்நாள் முழுவதும் எப்படிப் போகும்? ஒவ்வொருவனும், தன் வாழ்நாள் முழுக்க, அடுத்தவனைச் சார்ந்துதான் வாழ வேண்டியதாகிவிடும். அதற்குப் பதிலாகத் தூக்கு போட்டுக்கொண்டு தொங்கிவிடுவது உத்தமம். ஆனால் இந்தக் குறிப்பிட்ட வழக்கில், அவர்களுக்குக் கள்ள நோட்டுகளை மாற்றத் தெரியவில்லை. ஒருவன் வங்கியில் பணத்தை மாற்றுகிறான். கள்ளப் பணத்திற்கு மாற்றாக ஐயாயிரத்தைக் கைகளில் வாங்கும்போது, அவனது கைகள் நடுங்குகின்றன. நாலாயிரம் வரை எண்ணிப் பார்த்தவன், பாக்கிப் பணத்தைச், சரியாகத்தான் இருக்கும் என்ற நம்பிக்கையில் எண்ணிக்கூடப் பார்க்காமல் பையில் திணித்துக்கொண்டு வெளியேறுகிறான். உடனே வங்கிப் பொறுப்பாளருக்குச் சந்தேகம் வந்துவிடுகிறது. ஒரே ஒரு முட்டாளால் எல்லாத் திட்டமும் நாசமாகிவிடுகிறது. இப்படி எங்காவது நடக்குமா?"

"இப்படிக் கைகள் நடுங்குவதைப் பற்றியா கேட்கிறாய்?" என்று கேட்டான் சமெடோவ். "இவ்வாறு நடப்பதற்குச் சாத்தியம் இருக்கிறது. நான் இதை உணர்ந்துதான் சொல்கிறேன். உறுதியாக இவ்வாறு நடக்க முடியும்! சில சமயங்களில் ஒருவனால் இதையெல்லாம் தாங்கிக்கொள்ள முடியாமல்கூடப் போய்விடும்."

"என்ன...? தாங்கிக்கொள்ள முடியாதா?"

"ஆமாம், ஏன் கேட்கிறாய்? உன்னால் முடியுமா? எனக்குத் தெரியும். என்னால் இதெல்லாம் செய்ய முடியாது. ஒரு நூறு

ரூபிள் சம்பளத்திற்காக இவ்வளவு பயங்கரமான சோதனையில் இறங்க வேண்டுமா என்ன? போலியான கள்ள நோட்டை மாற்றுவதாம்...! அதுவும் எங்கே...? வங்கியில்! இப்படிப்பட்ட காரியங்களில் கைதேர்ந்த ஆட்கள் உள்ள ஓர் இடத்தில்...! முடியாது. என்னால் அதைச் செய்ய முடியாது. உன்னால் முடியுமா?" என்று கேட்டான் சமெடோவ்.

ரஸ்கோல்னிகோவுக்கு மீண்டும் ஒரு முறை, தனது அடிமனதில் மறைந்து கிடக்கும் ரகசியங்கள் அனைத்தையும், வாயைத் திறந்து வெளியே கொட்டிவிட வேண்டும் என்பது போன்ற எழுச்சியான உணர்வுகள் சிலிர்த்துக்கொண்டிருந்தன. அவை, அவனுடைய முதுகுத் தண்டில் – நரம்புகளில், சில்லென வும், மிகவும் சூடாகவும் பரவின. அவனுடைய மூளை நரம்புகள் அனைத்திலும் நொடியில் பாய்ந்து பரவி அவனை உலுப்பி விட்டன.

"நான் இப்படி நடந்துகொள்ள மாட்டேன்" என்று தொடங்கினான் ரஸ்கோல்னிகோவ். "நான் இதை முற்றிலும் வித்தியாசமான முறையில் செய்வேன். நான் இந்தக் கள்ள நோட்டுகளை இப்படித்தான் மாற்றுவேன். முதல் ஆயிரத்தை மிகவும் கவனமாக எண்ண வேண்டும். ஒவ்வொரு நோட்டையும் நன்றாகத் துருவித் துருவிப் பார்க்க வேண்டும். பிறகு இரண்டாவது ஆயிரத்தை எண்ண வேண்டும்... பாதி எண்ணி முடித்த பிறகு ஒரு நோட்டை உருவி எடுத்து, வெளிச்சத்தில் பிடித்து, மீண்டும் மீண்டும் திருப்பிப் பார்க்க வேண்டும். அது கள்ள நோட்டா, இல்லையா என்று உறுதிப்படுத்திக்கொள்வதைப் போல அப்படிச் செய்ய வேண்டும். பிறகு நான் சொல்வேன், "இந்தக் கள்ள நோட்டு என்றாலே பயம்தான். என் சொந்தக்காரர் ஒருவர், இப்படித்தான் ஒரு தடவை இருபத்தைந்து ரூபிள்களை இழந்துவிட்டார்" என்று பேச்சுவாக்கில் கதைவிடுவேன். பிறகு மூன்றாவது ஆயிரத்தை எண்ணத் தொடங்கிவிட்டுக் "கொஞ்சம் பொறுங்கள்! போன ஆயிரத்தில் ஒரு நூறாவது நோட்டு வரும்போது நான் ஏதோ தப்பாக எண்ணி விட்டேன் போலிருக்கிறது" என்று சொல்வேன். சந்தேகம் அதிகரித்துக்கொண்டே போவதை உணர்ந்தவன் போல, மூன்றாவது ஆயிரத்தை எண்ணுவதைப் பாதியில் விட்டு விட்டு, மீண்டும் இரண்டாவது ஆயிரத்தை எடுத்துக்கொண்டு விடுவேன்! இப்படியே ஐந்து ஆயிரம் நோட்டுகளை எண்ணும்போதும் பாவனை செய்வேன். ஒரு வழியாக எல்லாவற்றையும் எண்ணி முடித்த பிறகும், ஐந்தாவது ஆயிரத்திலிருந்து ஒரு நோட்டையும், இரண்டாவது ஆயிரத்திலிருந்து ஒன்றையும் உருவி எடுத்து

வெளிச்சத்தில் பிடித்து, அவற்றைச் சந்தேகமாகப் பார்த்தபடி, இந்த நோட்டுகளுக்குப் பதிலாகத் தயவுசெய்து எனக்கு வேறு நோட்டு கொடுத்து விடுங்கள்" என்று சொல்வேன். கேஷியரை நான் போட்டுக் குழப்புகிற குழப்பில் அவர் தலையைப் பிய்த்துக் கொண்டு, நான் போய்த் தொலைந்தால் போதும் என்று எண்ணி விட வேண்டும்! எல்லாம் முடிந்து நான் கதவருகே சென்று அதைத் திறந்த பிறகும், ஏதோ இன்னும்கூடச் சந்தேகம் பாக்கி யிருப்பதைப் போல, மீண்டும் திரும்பிவந்து, ஏதாவது கேள்வி கேட்க வேண்டும். நானாக இருந்தால் அப்படித்தான் சாதுரிய மாகச் செய்வேன்.

"அப்பாடி! எவ்வளவு பயங்கரமான விஷயங்களையெல்லாம் நீ சொல்கிறாய்" என்று சொல்லிவிட்டு சமெடோவ் சிரித்தான். "ஆனால் இதெல்லாம் பேசுவதற்கு வேண்டுமானால் நன்றாக இருக்கும். நிஜத்தில் செயல்படுத்தும்போது நிச்சயமாக நீ இடறி விழ வேண்டியதாகத்தான் இருக்கும். நான் சொல்கிறேன் கேள். எனக்கும் உனக்கும் மட்டுமில்லை. எதற்கும் துணிந்த, அனுபவ சாலியான மனிதனுக்கும்கூட இப்படிப்பட்ட காரியங்களைச் செம்மையாகக் கையாளுவது கடினம்தான். இதோ இங்கே, நம் கைக்குள் இருக்கக்கூடிய உதாரணத்தையேகூட எடுத்துக்கொள் ளேன். இந்த ஊரின் ஒரு பகுதியில் வயதான பெண்மணி ஒருத்தி கொலை செய்யப்பட்டிருக்கிறாள். அதைச் செய்த துணிச்சலான போக்கிரியோ நல்ல வெளிச்சமாக இருக்கும் நேரத்தில் எதைப் பற்றியும் கவலைப்படாமல், அசட்டையாக இப்படிப்பட்ட திடுக் கிட வைக்கும் காரியத்தைத் துணிந்து செய்திருக்கிறான். ஏதோ ஓர் அதிசயத்தினால்தான் அவன் தப்பித்திருக்க வேண்டும்! ஆனால் அவன் கொள்ளையடிக்க முயன்ற பொருளை அவனால் அங்கிருந்து எடுத்துச் செல்ல முடியவில்லையே... அவனது கைகளும் நடுங்கியிருக்கின்றன. கொள்ளையடிப்பதில் அவனால் வெற்றியடைய முடியவில்லை. அதற்குமேல் அவனால் அங்கு தாக்குப்பிடிக்க முடியவில்லை என்பதைத்தான் இந்தச் சம்பவம் தெளிவாகக் காட்டுகிறது."

ரஸ்கோல்னிகோவ் தாக்குண்டவனைப் போலக் காட்சியளித் தான். "தெளிவாகி விட்டதல்லவா? பின்னே என்ன... போய் அவனைப் பிடித்துவிட வேண்டியதுதானே?" என்று உரக்கக் கத்தினான் ரஸ்கோல்னிகோவ்.

சமெடோவை இப்படித் தூண்டி விடுவதில் கபடமான ஓர் இன்பம் அவனுக்குக் கிடைத்தது.

"உறுதியாக அவன் பிடிபட்டுவிடுவான். அதில் சந்தேகமே இல்லை!" என்றான் சமெடோவ்.

"யார் அதைச் செய்யப் போவது? நீங்களா? நீங்களா அவனைப் பிடிக்கப் போகிறீர்கள்? அதற்கு முயற்சி செய்யும் நிலையிலேயே நீங்கள் அலுப்படைந்து விடுவீர்கள். உங்களுக்கு அது கடினமான வேலையாகத்தான் இருக்கும் என்று நான் நினைக்கிறேன். நீங்கள் அந்தக் கொலையைப் பற்றி ஆராயும் போது முக்கியமான துப்பு என்று எதைப் பதிவு செய்வீர்கள் என்று சொல்லவா...? யாராவது ஒரு மனிதன் விருந்து, கேளிக்கை, களியாட்டம் எனத் தகாத வழிகளில் அநாவசியமாகச் செலவு செய்கின்றானா என்று பார்ப்பீர்கள்! பணமில்லாத யாராவது ஒருவன், இதுபோன்ற வழிகளில், திடீரென்று பணத்தைச் செலவு செய்துகொண்டிருந்தால், அவன்தான் இந்தக் குற்றவாளி என்று நீங்கள் முடிவு செய்வீர்கள். இப்படிப்பட்ட தர்க்கபூர்வமான முடிவுகளை மேற்கொள்ளும் உங்களை ஒரு குழந்தைகூடத் திசை திருப்பிவிடவும், உங்கள் முடிவுகளைச் சிதைத்துப் போட்டுவிடவும் முடியும்."

"ஆனால், அது அப்படித்தானே நடக்கிறது. குற்றவாளிகள் எல்லோரும் அப்படித்தானே நடந்துகொள்கிறார்கள்!" என்று சமெடோவ் பதிலளித்தான்.

தன்னுடைய உயிரையேகூடத் துச்சமாக மதித்து, இது போன்ற அபாயகரமான வேலைகளில் ஈடுபடுவது, புத்திசாலித் தனமாகக் கொலை செய்வது, பிறகு நேரே சாராயக் கடையைத் தேடிப் போய் விடுவது... லட்சியம் செய்யாமல் பணத்தைத் தண்ணீராகச் செலவு செய்வது... இதுபோன்று பணத்தைச் செலவு செய்வதால்தான் அவர்கள் சிக்கிக்கொள்ளுகிறார்கள். இதுபோன்ற குற்றவாளிகள், எப்போதுமே, நீ சொல்வது போலத் தந்திரமாக நடந்துகொள்வதில்லை – அவர்களுக்கு அவ்வாறு நடந்து கொள்ளத் தெரிவதில்லை. அதை முதலில் தெரிந்துகொள். நீயாக இருந்தால் இது போன்று மதுக்கடைக்கு ஓடியிருக்க மாட்டாய், அப்படித்தானே?

ரஸ்கோல்னிகோவ் முகம் வெளுத்துப் போனான். சமெடோவையே வெறித்துப் பார்த்தான்.

"என்னுடைய வழிமுறைகளை நீங்கள் மிகவும் இரசிக்க ஆரம்பித்துவிட்டதாகத் தோன்றுகிறது! இந்த விஷயத்திலும்கூட நானாக இருந்திருந்தால் என்ன செய்திருப்பேனென்று தெரிந்து

கொள்ள உங்களுக்கு ஆசை... அப்படித்தானே?" என்று வெறுப்பான தொனியில் வார்த்தைகளைக் கொட்டினான் ரஸ்கோல்னிகோவ்.

"ஆமாம். அதை நான் கட்டாயம் தெரிந்துகொள்ள விரும்புகிறேன்!" என்று உறுதியுடன் பதிலளித்தான் சமெடோவ். அவனது பாவனைகளும் பேசிய தொனியும்கூட இந்த விஷயத்தில் அவன் தீவிரமாக இருக்கிறானென்பதையே காட்டியது.

"அவ்வளவு அதிகமான ஆர்வமா?"

"ஆமாம். மிகுந்த ஆர்வம்தான்!"

"நல்லது, நானாக இருந்திருந்தால் இப்படித்தான் நடந்து கொண்டிருப்பேன்" என்று சொல்லத் தொடங்கினான் ரஸ்கோல்னிகோவ். மறுபடியும் முன் போலவே தனது முகத்தை சமெடோவின் முகத்துக்கு மிக நெருக்கமாக வைத்துக்கொண்டு, அவனது முகத்தில் தனது பார்வையை நிலையாகப் பதித்தபடி, கிசுகிசுப்பான குரலில் அவன் பேசினான். ஆனால் இம்முறை அவன் பேசிய பாணி, கேட்பவர்களைக் குலை நடுங்கச் செய்வதாக அமைந்திருந்தது. "இப்படித்தான் நான் செய்திருப்பேன்: "அங்கே இருந்த பணத்தையும் பொருள்களையும் எடுத்துக்கொண்டு, அந்த இடத்தை விட்டு வெளியே வந்த உடனேயே வேறு எங்கும் போகாமல், தகுந்த இடம் ஒன்றைத் தேடி நான் சென்று விடுவேன். கவனிக்கப்படாத இடமாக அது இருந்தபோதிலும், அதிகமாக ஆள் நடமாட்டமில்லாத, சுற்றிலும் வேலி போட்ட இடமாக அது இருக்கும். சந்தைப் பகுதியிலிருக்கும் தோட்டமாகவோ, அல்லது அதைப் போன்ற ஒன்றாகவோ அந்த இடம் இருக்கும். முன்பே அப்படி ஒரு திறந்த வெளியைத் தேர்ந்தெடுத்து, நூறு பவுண்டுக்கு மேல் எடையுள்ள பாறாங்கல் ஒன்று அங்கு கிடப்பதையும் கண்டுபிடித்து வைத்திருப்பேன். வீடு கட்டும்போது விடுபட்டுப் போன அந்தக் கல், வேலியினருகே ஒரு மூலையில் கிடக்கும். அதற்கடியில் ஒரு சிறிய பள்ளமும் இருந்தாக வேண்டும். அந்தக் கல்லை நகர்த்தி விட்டு, நான் கொள்ளையடித்து எடுத்து வந்த எல்லாப் பொருள்களையும் அந்தப் பள்ளத்திற்குள் வைத்து விடுவேன். அந்தப் பள்ளத்தை மறைத்து முதலில் அந்தக் கல் இருந்த இடத்திலேயே வைத்து விட்டு எனது பாதங்களால் அதை நன்றாக அழுத்திவிட்டு அங்கிருந்து போய்விடுவேன். பிறகு ஒரு வருடமோ, இரண்டு வருடமோ அதிலிருந்து எதையுமே நான் எடுக்கக்கூடாது. மூன்று வருடங்கள் கழிந்தாலும்கூட நல்லதுதான். இப்போது தேடுங்கள் பார்ப்போம் அந்தக் கொலைகாரனை!!

காற்றோடு காற்றாக மறைந்து போய் விடுவான் அவன்! ஒரு சிறிய துப்பு கூட உங்களால் கண்டுபிடிக்க முடியாது."

"உனக்குப் பைத்தியம்தான் பிடித்திருக்கிறது" என்று தானும் கூட ஏதோ ஒரு காரணத்தால், கிசுகிசுப்பான, இரகசியமான குரலில் சொன்னான் சமெடோவ். பிறகு உடனேயே ரஸ்கோல்னி கோவுக்கு அருகிலிருந்து நகர்ந்து பின் வாங்கிக்கொண்டான். ரஸ்கோல்னிகோவின் கண்கள் பளபளத்துக்கொண்டிருந்தன. அதிர்ச்சியூட்டும் வகையில் வெளிறிப் போன அவனது மேலுதடு துடித்துக்கொண்டும் நெளிந்துகொண்டும் இருந்தது. சமெடோவின் பக்கம் நெருங்கி அவனது முகத்துக்கு நேராகக் குனிந்து, ஏதோ சொல்ல முயன்றான். அவனது உதடுகள் துடித்தனவே தவிர வார்த்தைகள் வாயிலிருந்து வெளிவரவில்லை.

ஓர் அரை நிமிடம் இது நீடித்தது. தான் என்ன செய்து கொண்டிருக்கிறோம் என்பதை அவன் அறிந்தே இருந்தான். ஆனால் அவனால் தன்னைக் கட்டுப்படுத்திக்கொள்ள முடிய வில்லை. அந்தப் பயங்கரமான வார்த்தை அவனது உதடுகளை விட்டு வெளிவராமல் – அன்று அந்தத் தாழ்ப்பாள் கதவில் அசைந்து அசைந்து நடுங்கிக்கொண்டிருந்ததே அதைப்போல், அவனது உதடுகளில் நடுங்கிக்கொண்டிருந்தது. இதோ, இதோ அந்தத் தாழ்ப்பாள் திறந்துகொண்டுவிடப்போகிறது... அதேபோல் அந்த வார்த்தையும்... அந்தப் பயங்கரமான வார்த்தையும் அவனது உதடுகளை விட்டு வெளியே நழுவிவிடப் போகிறது... அதைச் சொல்ல வேண்டியது மட்டும்தான் மிச்சம்...! இதோ அதைச் சொல்லியும் விட்டான்...

"ஒருவேளை அந்தக் கிழவியையும் லிஸாவெதாவையும் கொலை செய்தது நானாக இருந்துவிட்டால்", திடீரென்று இப்படிச் சொல்லிவிட்ட அவன், உடனேயே – அதைச் சொல்லி முடித்தவுடனேயே தன் சுய உணர்வுக்கு மீண்டான்.

இந்த வார்த்தைகளைக் கேட்டதும் சமெடோவின் முகம் காகிதத்தைப் போல வெளுத்துப் போயிற்று. ஒரு நிமிடம் அவனையே மூர்க்கமாகப் பார்த்தபடி நின்றுகொண்டிருந்த சமெடோவின் முகத்தில் வஞ்சகமான புன்னகை ஒன்று விரிந்து பரந்தது.

"ஒருவேளை... இப்படியும்கூட நடக்கக் கூடுமா என்ன?" மிகவும் மெதுவான குரலில் கேட்டான் சமெடோவ்.

ரஸ்கோல்னிகோவ் கடுமையான கோபம் பொங்க சமெடோவை வெறித்துப் பார்த்தான்.

“நான் சொன்னதை நீங்கள் நம்பி விட்டீர்கள் என்று ஒப்புக் கொள்ளுங்கள்...! ஆமாம், நீங்கள் நம்பிவிட்டீர்கள்... அப்படித் தானே...”

“சே... சே... இல்லவே இல்லை! இப்போது நான் அதைத் துளிக்கூட நம்பவில்லை” என்று வேகமாகக் கத்தினான் சமெடோவ்.

“கடைசியில் ஒரு வழியாகப் பிடிபட்டு விட்டீர்கள்...! ஆமாம், இந்தச் சிட்டுக்குருவி பிடிபட்டுவிட்டது! இப்போது நம்ப வில்லை” என்று நீங்கள் சொல்வதானால் இதற்கு முன்பு நீங்கள் இதை நம்பியதாகத்தானே அர்த்தம்?”

“இல்லை... நிச்சயமாக இல்லை...” என்று வெளிப்படை யாகப் புலப்பட்ட குழப்பத்தோடு உரக்கச் சப்தமிட்டான் சமெடோவ். “இதில் கொண்டுவந்து முடிப்பதற்காகத்தான் என்னை இவ்வளவு நேரமும் இப்படி பயமுறுத்தினாயா?”

“சரி...! அப்படியானால் நீங்கள் இதை நம்பவில்லை. அப்படித்தானே? ஆனால் அன்று நான் போலீஸ் ஸ்டேஷனை விட்டு வெளியேறியபோது நீங்கள் என்னவோ சொல்லத் தொடங்கினீர்களே... அது என்ன? நான் மயக்கம் போட்டு விழுந்த பிறகும் அந்த ஊசிப் பட்டாசுத் தளபதி என்னைக் குறுக்கு விசாரணை செய்தாரே... அது ஏன்?” என்று சொன்ன ரஸ்கோல்னிகோவ், பரிமாறுபவனை அழைத்து, “எவ்வளவு தர வேண்டும்?” என்று கேட்டபடி, தன்னுடைய தொப்பியை எடுத்துக் கொண்டு எழுந்தான்.

“எல்லாமாகச் சேர்த்து முப்பது கோபெக்குகள், ஐயா” என்றான் பரிமாறுபவன்.

“இதோ, நீ சொன்னதற்குக் கூடுதலாக இருபது கோபெக்கு கள், உனக்காக வைத்துக்கொள்!” என்று பரிமாறுபவனிடம் காசு களைக் கொடுத்துவிட்டுச் சட்டைப் பையிலிருந்த பணத்தை எடுத்து சமெடோவிடம் சுட்டிக் காட்டினான் ரஸ்கோல்னிகோவ். “இதோ, பாருங்கள் எவ்வளவு பணமென்று! சிவப்பு நோட்டுகள், நீல நோட்டுகள்... இருபத்தைந்து ரூபிள்கள்! இவையெல்லாம் எங்கிருந்து வந்தன? இதோ... இந்தப் புதிய ஆடைகளெல்லாம் எங்கிருந்து முளைத்தன? நிஜமாக... உங்களுக்கே தெரியும்... என்னிடம் ஒரு கோபெக்குகூட இல்லையென்று...! நான் குடி யிருக்கும் வீட்டுக்காரியிடமும் விசாரணை நடந்திருக்குமென்பதில் எனக்குச் சந்தேகமே இல்லை. நல்லது, இதோடு நிறுத்திக்கொள்ள

லாம். நமது அடுத்த சந்திப்பு... இனிமையான அந்தச் சந்திப்பு நிகழும் வரை... வாழ்த்துகள் கூறி விடைபெற்றுக்கொள்கிறேன். குட்பை!"

கடுமையான மனநிலைப் பாதிப்புடனும், வெறித்தனமான– வக்கிரமான – சமெடோவைக் கலங்க வைத்த அரக்கத்தனமான சந்தோஷத்தோடும் தள்ளாடியபடியே அவன் சென்றான். காக்காய் வலிப்பு வந்தவனைப் போல அவன் முகம் கோணிப் போயிருந்தது. அவன் மிகவும் கடுமையாகக் களைத்துப் போயிருந்தான். ஏதாவது ஓர் அதிர்ச்சியோ அல்லது அவனைச் சட்டென்று எரிச்சலூட்டக் கூடிய ஒரு நிகழ்ச்சியோ நடந்தால் உடனடியாகத் தற்போது இருக்கும் இந்த உற்சாகமற்ற நிலையிலிருந்து அவன் மீண்டுவிட முடியும். அப்படி ஒரு நிலை ஏற்பட்டால் அந்த நொடியிலேயே அவனது சக்தியனைத்தும் உத்வேகத்துடன் வெளிப்பட்டுவிடும் என்று தோன்றும்படியாக அவனது நிலை அப்போது இருந்தது. ஆனால் அவன் இப்போது உற்சாகத்தையும் சக்தியையும் இழந்தவனாகப் படிகளில் இறங்கிக்கொண்டிருந்தான்.

தனித்து விடப்பட்ட சமெடோவ், மிகுந்த மனக்குழப்பத் தோடு, அங்கேயே வெகுநேரம் உட்கார்ந்திருந்தான். சற்றும் எதிர் பாராதவகையில், குறிப்பிட்ட விஷயம் பற்றிய சமெடோவின் அபிப்பிராயங்கள் அத்தனையையும் ரஸ்கோல்னிகோவ் புரட்டிப் போட்டுவிட்டுப் போயிருந்தான். ஒரு வகையில் அவன் செய்தது, ஒரு தெளிவான முடிவுக்கு வருவதற்கு சமெடோவுக்குத் துணை செய்தது.

"இலியா பெத்ரோவிச் ஒரு மடையன்!" என்று இறுதியாகத் தனக்குள் தீர்மானித்துக்கொண்டான் சமெடோவ்.

வாயிலை நோக்கிப் படிகளில் இறங்கிக்கொண்டிருந்த ரஸ்கோல்னிகோவ், வாயிற்கதவைத் திறந்தவுடன் எதிரில் படிகளில் வந்துகொண்டிருந்த ரஸுமிகின் மீது நேருக்கு நேராக மோதிக் கொள்ளும்படியாக நேர்ந்தது. ஒருவருக்கொருவர் மோதிக்கொள் ளும் வரையில் அவர்கள் இருவரும் தங்களைப் பார்த்துக் கொள்ளவே இல்லை. எதிரில் ஆள்வருவதைக் கவனிக்காமல் ஆழ்ந்த சிந்தனையில் வந்த இருவருமே மோதிக்கொண்டவுடன் விழித்துப் பார்த்தனர். ரஸுமிகினுக்கு ரஸ்கோல்னிகோவை இங்கு கண்டதும் மிகுதியான வியப்பே முதலில் ஏற்பட்டது. அடுத்த வினாடி அவன் மேல் கடுமையான கோபம் வெடித்துச் சிதறியது.

"அப்படியானால், நீ இங்கேதான் இருக்கிறாயா?" – என்று உச்சபட்சக்குரலில் கத்தினான் ரஸுமிகின். "படுக்கையில் இருக்க வேண்டிய நீ இப்படி ஓடி வந்திருக்கிறாய்...! நான் அங்கே உன்னை

சோஃபாவுக்கு அடியிலும், மேல் மாடியிலும் பால்கனிகளிலும் தேடிக்கொண்டிருக்கிறேன். உன்னால் நஸ்டாஸியாவுக்கு வேறு நல்ல அடி கிடைத்தது. இப்போது பார்த்தால் நீ இங்கே இருக்கிறாய்...! ரோட்யா, இதற்கெல்லாம் என்ன அர்த்தம்? உண்மையைச் சொல்! வெளிப்படையாக ஒத்துக்கொள்... என்ன...? நான் பேசுவது கேட்கிறதா?"

"என்ன அர்த்தம் தெரியுமா? நீங்களெல்லோரும் சேர்ந்து அலுத்துப் போகிற அளவுக்குப் பேசி என்னைக் கொன்று விட்டீர்கள். நான் தனிமையில் இருக்க விரும்புகிறேன்." என்று மிக அமைதியாகப் பதிலளித்தான் ரஸ்கோல்னிகோவ்.

"தனியாகவா? உன்னால் இன்னும் சரியாகக்கூட நடக்க முடியவில்லை. உன்னுடைய முகம் வெள்ளைத்தாளைப் போல வெளுத்துக்கிடக்கிறது. மூச்சுவிடவே நீ திணறிக்கொண்டிருக்கிறாய்... இந்த நிலையில் நீ தனியாக இருப்பதா? கிறிஸ்டல் பேலஸில் இப்போது உனக்கு என்ன வேலை...? சட்டென்று சொல்!"

"கொஞ்சம் வழிவிடுகிறாயா?" என்று சொல்லியபடி ரஸ்கோல்னிகோவ் அவனைக் கடந்து செல்ல முயற்சித்தான். அதைப் பார்த்த ரஸுமிகின் பின்னால் இருந்து அவனது தோள்களைப் பற்றி வலுக்கட்டாயமாகப் பிடித்து இழுக்க முற்பட்டான்.

"உன்னைப் போகவிடுவதா? இந்த நிமிடம் உன்னை நான் என்ன செய்யப் போகிறேன், தெரியுமா? உன்னை அப்படியே அலாக்காகத் தூக்கி, ஒரு மூட்டையாகக் கட்டிக்கொண்டு போய், வீட்டுக்குள்ளே போட்டுப் பூட்டி வைக்கப்போகிறேன்!"

"இதைக் கொஞ்சம் கேட்டுக்கொள், ரஸுமிகின்" என்று, தான் நிதானமாக இருப்பது அவனுக்குப் புலப்படும்வண்ணம், மிக அமைதியாக, மிகவும் பொறுமையாகப் பேசத் தொடங்கினான் ரஸ்கோல்னிகோவ். "நீ இப்படி அன்பு செலுத்துவதை நான் விரும்பவில்லை என்று உனக்குத் தெரியவில்லையா? நீ செய்கிற நல்ல காரியங்கள் மீது எச்சில் துப்பி, எரிச்சல் படுகிற மனிதர்களிடத்தில் – ஏன் விடாப்பிடியாக நல்லதையே செய்ய வேண்டும் என்று நீ நினைக்கிறாய்? நீ இப்படிப் பிரியம் காட்டுவதுகூட ஒரு வகையில் பொறுத்துக்கொள்ள முடியாததாகத்தான் இருக்கிறது! நான் உடல் நலம் பாதிக்கப்பட்டிருந்த ஆரம்ப நிலையில் நீ என்னைத் தேடி வந்தது ஏன் என்று சொல்! செத்துப் போக முடிந்தால் நான் சந்தோஷப்பட்டிருப்பேன் என்பது உனக்கே நன்றாகத் தெரியும். இன்றைக்கு, உன்னிடம் நான் தெளிவாகவும் உறுதியாகவும் நீ என்னைத் தொந்தரவு செய்கிறாய் என்பதைக்

காட்டிக்கொண்டுவிட்டேன். போதும்... உன்னைக் கண்டாலே எனக்குச் சலிப்பாக இருக்கிறது. அடுத்தவர்களை நச்சரித்துப் பிடுங்குவதற்குத்தான் உண்மையில் நீ முயற்சித்துக்கொண்டிருக் கிறாய். நீ செய்வதெல்லாம் ஒரு வகையில் நான் குணமடை வதற்குத் தடையாக இருக்கிறதென்றுகூட நான் உறுதியாகச் சொல் வேன். காரணம், ஓயாத நச்சரிப்பு! உனக்கே தெரியும்... என்னை எரிச்சல் படுத்தக்கூடாது என்பதற்காகத்தானே சற்றுமுன் ஜோஸிமோவ் விலகிச் சென்றார். கடவுள் மீது ஆணையிட்டுச் சொல் கிறேன், நீயும் அதேபோல விலகிப் போய்த் தொலை. பலவந்தமாக என்னை இப்படிக் கட்டுப்படுத்த உனக்கு என்ன உரிமை இருக் கிறது? நான் பூரணமான நினைவோடுதான் இதைப் பேசிக் கொண்டிருக்கிறேன் என்பது உனக்குத் தெரியவில்லையா? என்னை வற்புறுத்திப் பலவந்தப்படுத்துவதையும், எனக்கு நல்லது செய்ய வேண்டுமென்று முயற்சிப்பதையும் தயவுசெய்து நிறுத்தி விடு என்று நான் உன்னிடம் எப்படித்தான் மன்றாட வேண்டும் என்று நீயே சொல்! ஒருவேளை நான் நன்றியில்லாதவனாக, இழிந்தவனாக, கீழ்த்தரமானவனாகக்கூட இருக்கலாம்! ஆனாலும், தயவுசெய்து நீங்கள் எல்லோரும் என்னைத் தனியே விட்டுவிடுங்கள்! என்னைத் தனியே விட்டுவிடுங்கள்!"

தன் மனதிலுள்ள வன்மங்களையெல்லாம் கொட்டித்தீர்க்க ஆயத்தம் செய்தபடி, அதிலேயே ஒரு சுகத்தைக் கண்டபடி அமைதியாகப் பேசத் தொடங்கிய அவன், பேச்சை முடிக்கும் தருணத்தில் பைத்தியக்காரத்தனமாக, ஆவேசமான சினத்தின் பிடியில் அகப்பட்டவனாக, முன்பு லூசினிடம் பேசும்போது செய்ததைப்போலக் கன்னாபின்னாவென்று பிதற்றிக்கொண்டி ருந்தான்.

ஒரு கணம் சற்றே பொறுத்திருந்துவிட்டுத் தன் கையை அவனிடம் இருந்து மெல்ல விடுவித்துக்கொண்டான் ரஸுமிகின்.

"அப்படியானால் எங்கே வேண்டுமானாலும் போய்த் தொலை" என்று அமைதியாகவும், ஏதோ யோசனையோடும் கூறிய அவன், ரஸ்கோல்னிகோவ் அங்கிருந்து நகருவதற்குள் "நில்" என்று திடீரென்று கூப்பிட்டான். "இதைக் கொஞ்சம் கேட்டுக் கொள்! உன்னைப் போன்ற மனிதர்கள் எல்லோருமே வெறும் வாய்ப்பேச்சு வீரர்கள்தான் என்றும், வீணாகத் தற்பெருமை பேசு பவர்கள்தான் என்றும் நான் சொல்வேன்! ஒரு சின்ன விஷயம் தவறாகப் போனாலும்கூட அடைகாக்கும் கோழியைப் போல நீங்கள் எல்லோரும் பெரிதாக அலட்டிக்கொண்டு ஆர்ப்பாட்டம் செய்து விடுவீர்கள். அதுவும்கூட நீங்கள் சொந்தமாகப் பேச

மாட்டீர்கள்... வேறு எவரோ எழுதியிருப்பதிலிருந்து திருடித்தான் அதையும் செய்வீர்கள். எதற்கும், எவரையும், எதையும் சாராமல் இருப்பதற்கான எந்த அறிகுறியும் உங்களிடம் இருக்காது. நீங்கள் எல்லாம் வெறும் மெழுகு பொம்மைகள்... உங்கள் நரம்புகளில் இரத்தத்திற்குப் பதிலாக மோர்தான் ஓடிக்கொண்டிருக்கிறது. உங்களில் ஓர் ஆளைக்கூட நான் நம்பமாட்டேன். எப்படிப்பட்ட சூழலிலும் நீங்கள் கவனம் செலுத்துவது என்னவென்றால் பிற மனிதர்களைப் போல இல்லாமல் இருப்பது எப்படி என்பதைப் பற்றித்தான்...! கொஞ்சம் பொ—று—!" என்று ரஸ்கோல்னிகோவ் மீண்டும் போகத் தொடங்கியதைப் பார்த்துவிட்டு, இருமடங்கு ஆவேசத்துடன் உரக்கக் கத்தினான் ரஸுமிகின்.

"நான் சொல்வதை முழுவதும் கேட்டுவிடு, இன்று புதுவீடு குடியேறுவதற்காக நான் ஒரு விருந்து ஏற்பாடு செய்திருப்பது உனக்கே தெரியும்! சில நண்பர்கள் அதற்கு வருவார்கள். ஒரு வேளை இதற்குள்ளேயே அவர்கள் வந்தும்கூட இருக்கலாம். விருந் தாளிகளை வரவேற்பதற்காக என் மாமாவை அங்கே விட்டு விட்டுச் சற்று முன்புதான் இங்கே நான் வந்தேன். இதோபார், ரோட்யா! நீ கெட்டிக்காரன் என்பதை நான் ஒத்துக்கொள்கிறேன். ஆனாலும் நீ ஒரு முட்டாள்! உண்மையிலேயே நீ ஒரு முட்டாள், இல்லையென்றால் முழு மூடன் நீ! இப்படியெல்லாம் இலக்கே இல்லாமல் எங்கெங்கோ ஓடிக்கொண்டிருப்பதை விட்டுவிட்டு, இன்று மாலை நீ என் வீட்டுக்கு வா. மாலை நேரத்தை அங்கே இனிமையாகக் கழிக்கலாம். எப்படியோ வெளியில் வந்து விட் டாய். அதனால் அங்கே வருவதில் என்ன சிரமம் இருக்கப் போகிறது? நீ உட்காருவதற்கு இதமான சாய்வு நாற்காலி ஒன்றை என் வீட்டுக்காரரிடமிருந்து வாங்கித் தருகிறேன்! ஒரு கோப்பைத் தேநீர், நண்பர்களின் சந்திப்பு என்று பொழுது நன்றாகக் கழியும். அதிலும் உனக்கு விருப்பம் இல்லையென்றால் சோஃபாவில் படுத்துக்கொள். எப்படியானாலும் சரி, இன்று மாலை எங்களோடு நீ சேர்ந்திருக்க வேண்டும், அவ்வளவுதான்! அதுதான் எனது விருப்பம். மேலும் ஜோஸிமோவும் அங்கே இருப்பான்! நீ வருவாய் அல்லவா?"

"இல்லை."

"அபத்தமாகப் பேசாதே!" என்று பொறுமையிழந்தவனாக உரக்கச் சப்தமிட்டான் ரஸுமிகின். "நீ என்ன செய்யப் போகிறாய் என்பது உனக்கே தெரியாது. உனது கேள்விக்கு உன்னாலேயே பதில் சொல்ல முடியவில்லை. எதையுமே உன்னால் புரிந்து

கொள்ளவும் முடியவில்லை. இப்படிப்பட்ட மனிதர்களோடு நான் ஆயிரம் தடவை சண்டை போட்டிருக்கிறேன். அதன்பின்னும் அவர்கள் பின்னேயே ஓடியிருக்கிறேன். அவமானம்தான் என்றாலும் அப்படித்தான் நடக்கிறது. மறந்துவிடாதே! நினைவில் வைத்துக்கொள்! போச்சின்கோவின் வீட்டில் மூன்றாவது தளம்!"

"உண்மையாகவே இப்போது எனக்கு என்ன தோன்றுகிறது தெரியுமா, ரஸுமிகின்? மற்றவர்களுக்கு நல்லது செய்தோம் என்ற திருப்தி உனக்குக் கிடைப்பதற்காக அவர்களிடம் அடி வாங்கக்கூட நீ தயங்கமாட்டாய் போலிருக்கிறதே...?"

"யார்...? நானா...? அப்படியெல்லாம் எவனாவது கனவு கண்டால் அவனது மூக்கைத் திருகிவிடுவேனாக்கும்...! போச்சின்கோவுடைய வீடு, எண் 47. பபுஷ்கீனுடைய குடியிருப்பு!"

"நான் வரமாட்டேன் ரஸுமிகின்!" என்று உரக்கச் சொல்லி விட்டுத் திரும்பி நடந்தான் ரஸ்கோல்னிகோவ்.

ரஸுமிகின் பின்னாலிருந்து கத்தினான்: "நான் சவால் விடுகிறேன். நீ கட்டாயம் வருவாய்! அப்படி நீ வராவிட்டால் அதற்குப் பிறகு உனக்கும், எனக்கும் எந்தச் சம்பந்தமும் இல்லை. அவ்வளவுதான்! அதுசரி, சமெடோவ் இங்கேயா இருக்கிறான்?"

"ஆமாம்!"

"நீ அவனைப் பார்த்தாயா?"

"ம்..."

"பேசினாயா?

"ஆமாம்!"

"எதைப்பற்றி...? பரவாயில்லை. அது எக்கேடு கெட்டும் போகட்டும்! என்னிடம் நீ ஒன்றும் சொல்ல வேண்டியதில்லை. சரி... நினைவில் வைத்துக்கொள்! போச்சின்கோவின் வீடு, 47, பபுஷ்கீன் குடியிருப்பு...!"

ரஸ்கோல்னிகோவ் நடக்கத் தொடங்கினான். மூலையில் திரும்பி சதோவயா வீதிக்குள் சென்றுவிட்டான்.

ரஸ்கோல்னிகோவ் செல்வதையே பார்த்துக்கொண்டிருந்த ரஸுமிகின், அவன் மூலையில் திரும்பியதும், கைகளை விரக்தியாக அசைத்தபடி, திரும்பி மீண்டும் கிறிஸ்டல் பேலஸுக்குள் செல்லும் படிகளில் ஏறத்தொடங்கினான். "சரியான சைத்தான் அவன்!" என்று தனக்குத்தானே சற்று உரத்தக் குரலில் கூறிக்கொண்டான்.

"அவன் புத்திசாலித்தனமாகவும் பேசுகிறான்! ஆனால்... ஒரு வேளை...? உண்மையாகவே நானும்கூட ஒரு முட்டாள்தான்! பைத்தியக்காரர்கள் புத்திசாலித்தனமாகப் பேசக்கூடாதா என்ன? இப்படி ஏதாவது நடந்துவிடும் என்றுதான் ஜோஸிமோவ் பயப் பட்டானென்று இப்போது நான் நினைத்துப் பார்க்கிறேன்" என்று சொல்லிக்கொண்ட ரஸுமிகின், தன் கைவிரல்களால் நெற்றியைத் தேய்த்துக்கொண்டான். "சரி... ஒருவேளை....! ஐயையோ... அவனைத் தனியே செல்லுமாறு நான் எப்படி விட்டுவிட்டேன்? ஒருவேளை அவன் எதிலாவது விழுந்து மூழ்கிப் போய்விட்டால்... தொடர்ந்து அவனைக் கவனித்துக்கொண்டிருந்துவிட்டு இப்போது அவனை நான் தவறவிட்டுவிட்டேனே... அது சரியில்லை." என்று தனக்குள் கூறியபடியே ரஸ்கோல்னிகோவைத் தேடிக்கொண்டு, அவன் சென்ற திசையில் ஓடத் தொடங்கினான் ரஸுமிகின். ஆனால் அவன் சென்ற சுவடுகளைக்கூடக் காணோம். காறி உமிழ்ந்துவிட்டு, அவன் விரைவாக அடியெடுத்து வைத்துத் திரும்பினான். கிறிஸ்டல் பேலஸின் உள்ளிருந்த சமெடோவிடத்தி லாவது போய்ச் சீக்கிரமாக எதையேனும் கேட்டுத் தெரிந்து கொள்ள வேண்டும் என்று நினைத்தபடி அங்கே நுழைந்தான்.

ரஸ்கோல்னிகோவ் நேரே வாஸ்னெஸென்ஸ்கி பாலத்துக்குச் சென்று, அதன் நடுவில் நின்றான். கைப்பிடிச் சுவரில் தன் முழங் கைகளை ஊன்றிக்கொண்டபடி நீரோடையை உற்று நோக்கி னான். ரஸுமிகினிடமிருந்து விடைபெற்றுக்கொண்டு வந்தபிறகு, கொஞ்சம்கூட நடக்க இயலாதபடி மிகவும் பலவீனமாக இருப்ப தாக உணர்ந்தான். எங்காவது உட்கார வேண்டும் என்பது போலவும் அல்லது தெருவிலாவது படுத்துவிடவேண்டும் என்றும் மனம் ஏங்கியது. பாலத்தின் மீது சாய்ந்தபடியே தண்ணீரில் தெரிந்த சூரிய அஸ்தமனத்தின் இளஞ்சிவப்பு நிறப் பிரதி பலிப்புகளை அவன் இயந்திரத்தனமாகப் பார்த்துக்கொண்டி ருந்தான். நீரோடைக்குள் வரிசையாகத் தெரிந்த கட்டடங்களின் நிழல் பிம்பங்கள், சூரிய ஒளி மங்கிக்கொண்டு வர வர இருட் டாகத் தெரியத் தொடங்கின. இடது பக்கக் கரையோரமாக, வெகுதூரத்தில், உயரமான ஓரிடத்தில் இருந்த ஜன்னல் ஒன்று, மாலைக் கதிரவனின் கடைசிக் கதிர்பட்டு ஒளிப்பிழம்பை ஒரு கணம் நீரோடைக்குள் பிரதிபலித்தது. மிகக் கவனமாகத் தண்ணீருக்குள் அவன் துருவித் துருவிப் பார்த்துக்கொண்டி ருந்தான். இறுதியில் அவனது கண்களுக்கு முன்னால் செந்நிற வளையங்கள் மின்னலடித்தன. ஓடையில் தெரிந்த வீடுகளின் நிழல்கள் நகர்ந்து சென்றுகொண்டிருப்பது போலத் தோன்றியது. வழிப்போக்கர்கள், வண்டிகள், படித்துறைகள் ஆகிய அனைத்தும்

அவன் கண்களுக்கு முன்னால் நர்த்தனமாடுவது போலத் தோன்றின. அவன் தண்ணீரையே வெறித்துப் பார்த்தபடி நின்றிருந்தான். அவனுக்கு வலதுபுறத்தில் யாரோ வந்து நிற்பது போல அவன் உணர்ந்தான். அவன் திரும்பிப் பார்த்தான். ஓர் உயரமான பெண், தலையில் கைக்குட்டையைக் கட்டிக்கொண்டு நின்றிருந்தாள். நீளமான, மஞ்சள் நிற முகமும், சிவப்புக் கோடுகள் படிந்த குழிந்த கண்களும்கொண்டவளாக அவள் காட்சி தந்தாள். திடீரென்று தனது வலது கையைக் கைப்பிடிச் சுவரில் வைத்த அவள், தனது வலது காலைத் தடுப்பைத் தாண்டித் தூக்கிப் போட்டுவிட்டு, இடது காலையும் அவ்வாறே செய்தவண்ணம், நீரோடைக்குள் குதித்தாள். நொடிநேரம்தான்! தண்ணீர் இரண்டாகப் பிளந்து அவளை விழுங்கிக்கொண்டது போலத் தோன்றினாலும், சீக்கிரமாகவே அவள் தண்ணீரின் மேல் மட்டத்திற்குள் வந்து, நீரின் போக்குடன் மிதந்து செல்லத் தொடங்கினாள். அவளது முகம் மேல் நோக்கி இருக்க, உடலும் கால்களும் நீருக்குள் இருந்தன. அவள் அணிந்திருந்த 'ஸ்கர்ட்' தலையணையைப் போலப் பருத்து உப்பியிருந்தது.

"ஒரு பெண் தண்ணீருக்குள் குதித்துவிட்டாள், ஒரு பெண் தண்ணீருக்குள் குதித்துவிட்டாள்!" என்று டஜன்கணக்கான குரல்கள் திடீரென்று ஓங்கி ஒலித்தன. இருகரைகளிலும் மக்கள் அங்கும் இங்குமாக ஓடத்துவங்கினர். பாலத்தில் மக்கள் கூட்டம் பெருமளவில் கூடிவிட்டது. மக்களின் நெருக்குதலில் பிதுங்கி வெளியே வந்தான் ரஸ்கோல்னிகோவ்.

"காப்பாற்றுங்கள்! காப்பாற்றுங்கள்! அது எங்கள் அப்ரோஸின்யா! காப்பாற்றுங்கள்! கருணை காட்டுங்கள்! தயவுசெய்து அவளை வெளியே இழுத்து விடுங்கள், ஐயா!" என்று ஒரு முதியவள் கதறிக்கொண்டிருந்தாள்.

கூட்டத்திலிருந்து கூச்சல்கள் கேட்டன: "படகு... படகு கொண்டு வாருங்கள்... ம்... படகு வேண்டும்!"

ஆனால் படகுக்கு அங்கே தேவையிருக்கவில்லை. ஏற்கெனவே ஒரு போலீஸ்காரன், நீரோடையின் விளிம்புவரையில் செல்லும் படிகளில் வேகமாக இறங்கித் தனது பூட்ஸையும் பெரிய கோட்டையும் கழற்றி ஓரமாக எறிந்துவிட்டுத் தண்ணீருக்குள் குதித்திருந்தான். அவனுடைய வேலை சுலபமாகவே இருந்தது. காரணம் படிகளுக்கு அடியில் இரண்டடி தூரத்தில், அந்தப் பெண் மணியை நீரோட்டமே கொண்டு வந்து சேர்த்திருந்தது. தன்னுடைய சகா ஒருவன் நீட்டிய கழியைத் தனது இடது கையால் பற்றிக்கொண்டபடி, வலது கையால் அவளது ஆடைகளைப் பற்றி

ஃபியோதர் தஸ்தயெவ்ஸ்கி ● 351

அவளை இழுத்தான். மூழ்கிக்கொண்டிருந்த அந்தப் பெண்மணி விரைவாகவே நீரோடைக்கு வெளியில் கொண்டுவரப்பட்டாள். கரையோரமாக இருந்த கருங்கல் பலகையில் அவள் கிடத்தப் பட்டாள். மிக விரைவாகவே நினைவு திரும்பிவிட்ட அவள், மூக்கை உறிஞ்சிக்கொண்டும் தும்மல் போட்டுக்கொண்டும் எழுந்து உட்கார்ந்தாள். மடத்தனமாக, நனைந்து போயிருந்த தனது துணி களில் கைகளைத் துடைத்துக்கொள்ள அவள் முயற்சி செய்து கொண்டிருந்தாள். அவள் எதுவுமே பேசவில்லை.

"அவள் தன்னைத்தானே அழித்துக்கொள்ளத்தான் இப்படிச் செய்திருக்கிறாள். தன்னை அழித்துக்கொள்ளத்தான் இப்படிச் செய்திருக்கிறாள்" என்று அஃப்ரேசின்யாவுக்கு அருகே உட்கார்ந்து புலம்பிக்கொண்டிருந்தாள் அந்த முதியவள். கொஞ்ச நாட்களுக்கு முன்னால்தான் தூக்குப் போட்டுக்கொள்ள முயற்சி செய்தாள். இதோ... இப்போதுதான் நான் கடைக்குப் போக வெளியே வந்தேன். அப்படியும்கூட இவளைப் பார்த்துக்கொள்ள ஒரு சின்னப்பெண்ணை விட்டுவிட்டுத்தான் வந்தேன். ஆனாலும் பாருங்கள்... எப்படிப்பட்ட பயங்கரமான விஷயம் இப்போது சம்பவித்து விட்டதென்று! அவள் கௌரவமான குடும்பத்தைச் சேர்ந்தவள். வேலை பார்ப்பவள். நாங்கள் ரொம்பப் பக்கத்தில் வசிப்பவர்கள்தான். மூலையிலிருந்து இரண்டாவது வீடு... இதோ இங்கேதான்!"

கூட்டம் கலைந்து போயிருந்தது. போலீஸ்காரர்கள் மட்டும் அந்தப் பெண் குறித்த விஷயத்தை வழக்குப்பதிவு செய்து அதற் கான வேலையில் ஈடுபட்டிருந்தனர். போலீஸ் ஸ்டேஷனுக்கு சாட்சி சொல்ல வருவதாக யாரோ கூவிக்கொண்டிருந்தனர்.

ரஸ்கோல்னிகோவ் அலட்சியமாக, விட்டேற்றியாக, வினோத மான உணர்வுடன் இவற்றையெல்லாம் பார்த்துக்கொண்டிருந் தான். இப்பொழுது அவனுக்குள் எதிர்ப்புணர்வு தோன்றியிருந்தது. "சே... ரொம்ப வெறுப்பாக உள்ளது. இந்தத் தண்ணீர்... நல்லதே இல்லை" என்று அவன் தனக்குள் முணுமுணுத்துக்கொண்டான். "ஒன்றும் நடக்காது! நான் எதையும் எதிர்பார்க்க வேண்டிய தேவையில்லை. இந்தப் போலீசால் என்ன செய்துவிட முடியும்? ஏன் சமெடோவ் ஆபீசில் இல்லாமல் இருக்கிறான்? அது பத்து மணி வரையில் திறந்திருக்குமே."

கைப்பிடிச் சுவருக்கு முதுகு காட்டியபடி நின்றுகொண்டி ருந்த அவன் சுற்றுமுற்றும் பார்த்தான். "நல்லது... பரவாயில்லை" என்று தனக்குள் கூறிக்கொண்ட அவன், பாலத்திலிருந்து விலகி வந்து போலீஸ் ஸ்டேஷன் பக்கம் திரும்பினான். அவனது இதயம்

வெறுமையாக – வெற்றிடத்தைப் போல இருப்பதாக அவன் உணர்ந்தான். எதைப் பற்றியும் அவன் சிந்திக்க விரும்பவில்லை. விரக்தியான உணர்வுகூட இப்போது அவனை விட்டு விலகிப் போயிருந்தது. வீட்டை விட்டுக் கிளம்பும்போது 'அதற்கு ஒரு முடிவு கட்ட வேண்டும்' என்ற எண்ணத்தோடும், அதற்குரிய சக்தியோடும் கிளம்பிய அவனிடத்தில் இப்போது சுத்தமாக சக்தியே இல்லை. உணர்வுகள் மரத்துப் போன நிலையே அவனைப் பூரணமாக ஆக்கிரமித்திருந்தது.

"நல்லது! யோசித்துப் பார்த்தால் அதுவும்கூட ஒரு வழி தானே!" என்று கரையோரமாக மெதுவாகவும் ஊக்கமின்றியும் நடந்து சென்றுகொண்டிருந்தபோது அவன் தனக்குள் நினைத்துக் கொண்டான். "அதேநேரத்தில், அப்படி நான் செய்துவிட்டால் அதோடு என் கதை முடிந்துவிடும் என்பதென்னவோ உண்மை தான். ஆனால் உண்மையிலேயே அந்த வழி ஒன்றுதான் இருக் கிறதா? சரி, பரவாயில்லை...! ஏதோ ஒரு கையகல இடமாவது எனக்கென்று இருக்குமில்லையா...? ஆனாலும் எப்படிப்பட்ட முடிவு இது? உண்மையிலேயே இதுதான் முடிவா...? நான் அவர்களிடம் சொல்லப் போகிறேனா, இல்லையா? சே! நிஜத்தில் நான் களைத்துத்தான் போய்விட்டேன். சீக்கிரமாகவே எங்காவது போய்ப் படுக்க வேண்டும் அல்லது உட்காரவாவது வேண்டும். இதில் மிகவும் வெட்கப்படக்கூடிய விஷயம், நான் அந்தக் காரியத்தை இவ்வளவு முட்டாள்தனமாகச் செய்திருப்பதுதான்! சரி... இனிமேல் அதைப் பற்றிக் கவலைப்பட்டு என்ன செய்வது? எக்கேடு கெட்டும் தொலையட்டும். சே... எப்படிப்பட்ட அபத்த மான எண்ணங்களெல்லாம் என் மண்டையைக் குடைந்து கொண்டிருக்கின்றன!"

போலீஸ் ஸ்டேஷனுக்குச் செல்வதற்கு, அவன் நேரே சென்று, இடதுபுறமாக இருக்கும் இரண்டாவது திருப்பத்தில் தொடர்ந்து போக வேண்டும். அதன்பிறகு சில அடிகள் தூரம் நடந்தால் போதும். ஆனால் முதல் திருப்பத்தை அடைந்த அளவி லேயே சற்று நின்று, எதையோ யோசித்த அவன், சந்துக்குள் திரும்பிச் சுற்றுவழியில் இன்னும் இரண்டு மூன்று வீதிகள் வழியே செல்லத் தொடங்கினான். இலக்கில்லாத அவனுடைய இந்தப் பயணம், நேரத்தை ஒரு நிமிடமாவது சற்று நீட்டிவிட வேண்டும் என்ற நோக்கத்துடன் அவன் இயங்கிக்கொண்டிருந்ததையே எடுத்துக்காட்டுவதாக இருந்தது. தரை மீது கண்களைப் பதித்தபடி நடந்துகொண்டிருந்த அவனது காதுகளில் யாரோ ஒருவர், ஏதோ கிசுகிசுப்பதைப் போலத் தோன்றியது. அவன் தலையை நிமிர்த்திப் பார்த்தபோது, 'அந்த வீட்டின்' (கொலை நடந்த வீட்டின்) வாயில்

கதவுக்கு முன்னால் நின்றுகொண்டிருப்பதைக் கண்டான். அன்று மாலை அங்கே வந்ததற்குப் பிறகு, அவன் இங்கே வருவது, இதுதான் முதல் முறை!

கட்டுப்படுத்தமுடியாத, அளவிடமுடியாத ஏதோ ஒரு தூண்டுதல் அவனது மனதில் எழுந்து அவனை நடத்திக்கொண்டு சென்றது. வாயிலுக்குள் நுழைந்து, வலது புறமாக இருக்கும் முதலாவது படிக்கட்டுகளின் வழியே முதல் தளத்தை நோக்கி ஏறத் தொடங்கினான் அவன். செங்குத்தான, குறுகலான அந்தப் படிகள் மிகவும் இருட்டாக இருந்தன. ஒவ்வொரு தளத்திலும் படிக்கட்டுகளுக்கிடையிலுள்ள இடம் வரும்போது சற்றே நின்று, ஆர்வமுடன் சுற்றுமுற்றும் உற்று நோக்கினான் அவன். முதல் தளத்தில் இருந்த ஜன்னல் சட்டம் நீக்கப்பட்டிருந்தது. 'அப்போது' இது இப்படி இல்லையே என்று அவன் நினைத்துக்கொண்டான். இரண்டாம் தளத்தில் மிகோலாயும் மித்ரேயும் வேலை செய்துகொண்டிருந்த குடியிருப்பைக் கடந்தான். "அடைத்திருக்கிறது. கதவு புதிதாக வண்ணமடிக்கப்பட்டிருக்கிறது. வாடகைக்கு விடுவார்கள் போலிருக்கிறது!"

"இதோ, மூன்றாவது தளம்... பிறகு நான்காவது... இதோ, இங்கேதான்..." மனக்குழப்பத்தின் உச்சியில் இருந்தான் அவன். 'அந்தக் குடியிருப்பின்' கதவு விரியத் திறந்திருந்தது. யாரோ சில மனிதர்கள் உள்ளே இருந்தனர். உள்ளே பேசும் குரல்களின் ஒலி களை அவனால் கேட்க முடிந்தது. அவன் இதைக் கொஞ்சமும் எதிர்பார்க்கவில்லை. ஒரு சிறிய தயக்கத்திற்குப் பிறகு அவன் கடைசிப் படிகளில் ஏறி அந்தக் குடியிருப்பினுள் நுழைந்தான். அந்தக் குடியிருப்பும்கூடப் புதுப்பிக்கப்பட்டுக்கொண்டிருந்தது. தொழிலாளர்கள் உள்ளே வேலை செய்துகொண்டிருந்தனர். இந்தச் சூழ்நிலை அவனுக்கு மிகவும் வினோதமாக, வியப்பூட்டுவதாக இருந்தது. அவன் விட்டுவிட்டுப் போன நிலையிலேயே எல்லாம் இருக்குமென்று – எப்படியோ – அவன் நினைத்துக்கொண்டிருந்தான். தரையில், அன்று கிடந்த அதே இடத்திலேயே அந்தப் பிணங்களும்கூடக் கிடக்குமென்று கிறுக்குத்தனமாக அவன் நினைத்துக்கொண்டிருந்தான். ஆனால் இப்போது, வெறிச்சென்றிருந்த சுவர்களும், காலியான அறைகளும்... அவனுக்கு மிகவும் வினோதமாகத் தோன்றின. ஜன்னலருகே சென்று, அங்குள்ள திட்டில் அவன் உட்கார்ந்துகொண்டான்.

அங்கே இரண்டு தொழிலாளர்கள் வேலை செய்துகொண்டிருந்தனர். இருவருமே இளைஞர்கள். ஆனால் ஒருவன், மற்றொருவனைவிட வயதில் சிறியவனாக இருந்தான். முன்பு சுவரில்

ஒட்டப்பட்டிருந்த, பழைய, கிழிந்து சாயம் போயிருந்த சுவர்த் தாளுக்குப் பதிலாகச் சிறிய வயலட் வண்ணப் பூக்கள்கொண்ட புதிய வெள்ளை நிற சுவர்த்தாளை ஒட்டும் பணியில் அவர்கள் ஈடுபட்டிருந்தனர். ரஸ்கோல்னிகோவுக்கு அந்தச் செயலை எதனாலோ ஏற்றுக்கொள்ளவே முடியவில்லை. புதிய சுவர்த் தாளை விரோதமான மனோபாவத்துடன் பார்த்தான். அங்குள்ள பொருள்கள் அனைத்துமே வேறு மாதிரியாக மாற்றப்படுவது அவனுக்கு வருத்தம் தருவதைப் போல அவன் உணர்ந்தான்.

அந்தத் தொழிலாளர்களுக்கு, அன்றைய பணி முடிவதற் குரிய நேரமாகி விட்டதாகத் தெரிந்தது. அவர்கள் அவசர அவசர மாக ஒட்டிக்கொண்டிருந்த சுவர்த்தாளைச் சுருட்டி வைத்துவிட்டு, வீட்டுக்குப் புறப்பட ஆயத்தம் செய்துகொண்டிருந்தனர். ரஸ் கோல்னிகோவ் குடியிருப்புக்குள் நுழைந்ததையே அவர்கள் கவனிக்கவில்லை. பேசிக்கொண்டே வேலையில் மும்முரமாய் இருந்ததால் அவனை அவர்கள் கவனிக்கவில்லை. ரஸ்கோல்னி கோவ் தன் கைகளைக் குறுக்காகக் கட்டிக்கொண்டு அவர்களுக்கு எதிராக உட்கார்ந்துகொண்டு அவர்கள் பேசுவதைக் கவனித்துக் கொண்டிருந்தான்.

அவர்கள் இருவரில் மூத்தவன் சொன்னான்: "அவள் இப்படித்தான். காலை வேளைகளில் என்னிடம் வருகிறாள். "இதெல்லாம் என்ன...? நீ ஏன் எனக்கு முன்னால் இப்படி மேலும், கீழுமாக ஒயிலாக நடந்து காட்டுகிறாய்?" என்று நான் அவளைக் கேட்கிறேன். அதற்கு அவள் இவ்வாறு சொல்கிறாள், "டிட் வாஸிலிச் அவர்களே! இன்று முதல் நான் உங்கள் ஆணைப்படி தான் நடந்துகொள்வேன். உங்களைச் சந்தோஷப்படுத்த நான் எதையும் செய்வேன் என்கிறாள். இது எப்படி இருக்கிறது? ஃபேஷன் புத்தகத்தில் இடம் பெறும் நவநாகரிக உடையணிந்த நங்கையர் தோன்றும் ஃபேஷன் விளம்பரங்களைப் போல இல்லையா?"

"ஃபேஷன் புத்தகம் என்று நீங்கள் எதைச் சொல்கிறீர்கள். மாமா?" என்று கேட்டான் இளையவன். தொழிலில் அவன் மூத்தவன் என்பதால் 'மாமா' என்று மரியாதையோடு அவனை இளையவன் அழைத்திருக்க வேண்டும்.

"தம்பி, ஃபேஷன் புத்தகம் என்றால் படங்கள், அழகான வண்ணப் படங்கள் நிறைந்த புத்தகம். இந்தத் தையற்காரன் இருக் கிறானே, அவனுக்கு ஒவ்வொரு சனிக்கிழமையும் வெளிநாட்டி லிருந்து அதெல்லாம் வருவது உனக்குத் தெரியுமா? ஆண்கள், பெண்கள் ஆகிய எல்லோரும் எந்த வகையான உடைகளை

அணிந்துகொள்ள வேண்டுமென்று அதில் போட்டிருக்கிறது தெரியுமா? அதிலுள்ள படங்களைப் பற்றித்தான் நான் சொல்கிறேன்! ஆண்கள் குட்டையான, சிறிய ரோமத்தாலான மேல் கோட்டுகளில்தான் எல்லாப் படங்களிலும் காணப்படுகிறார்கள். ஆனால், தம்பி! இந்தப் பெண்கள் எப்படி வித விதமான நேர்த்தியான உடைகளில் இருக்கிறார்கள் தெரியுமா? அவர்களைச் சும்மா பார்ப்பதற்கே நீ ஒரு வாரச் சம்பளத்தைக் கொடுத்துவிடுவாய்!"

"இங்கே செயிண்ட் பீட்டர்ஸ்பர்க்கிலேயே இவைகளெல்லாம் இருக்கிறதே?" என்று உற்சாகத்தோடு கூவினான் இளையவன். "நீங்கள் நினைக்கிற எல்லாமுமே இங்கே உண்டு. அம்மா, அப்பாவைத் தவிர எல்லாம் இங்கேயே கிடைக்கும்!"

"உண்மைதான் தம்பி, அவர்களைத் தவிர, எல்லாம் இங்கே கிடைக்கும்தான்!" என்று மூத்தவனும் அதனை ஆமோதித்தான்.

ரஸ்கோல்னிகோவ் எழுந்து அடுத்த அறைக்குள் சென்றான். அங்கேதான் பெட்டி படுக்கை, வரிசையான இழுப்பறைகள் கொண்ட பெட்டகம் ஆகியவை 'அப்போது' இருந்தன. இப்போது அவையெல்லாம் இல்லாததால் அந்தச் சிறிய அறை வெறிச்சோடிக் காணப்பட்டது. சுவர்த்தாள் இன்னும் மாற்றப்பட்டிருக்கவில்லை. மூலையில் கடவுள் வடிவத்தைத் தாங்கிக்கொண்டு முன்பு வைக்கப்பட்டிருந்த ஸ்டாண்ட், இப்போது அங்கு இல்லை. ஆனால் அந்த ஸ்டாண்ட் அது சாய்த்து வைக்கப்பட்டிருந்த இடத்தில் – சுவர்த்தாளில் அழுத்தமான கோடுகளைப் பதித்து விட்டிருந்தது. எல்லாவற்றையும் சுற்றிப் பார்த்துவிட்டு மீண்டும் ஜன்னலருகே திரும்பிவந்தான் ரஸ்கோல்னிகோவ்.

சட்டென்று அவனைக் கவனித்துவிட்ட மூத்தவன் பதறிப் போனான். ரஸ்கோல்னிகோவின் மேல் அவனுக்கு ஏதோ சந்தேகம் ஏற்பட்டுவிட்டது. சடாரென்று அவன் முன் வந்து கேட்டான். "உங்களுக்கு என்ன வேண்டும், ஐயா?"

அவனுடைய கேள்விக்கு பதில் ஒன்றும் சொல்லாமல் ரஸ்கோல்னிகோவ் கதவருகே சென்று அழைப்பு மணியை இழுத்துப் பார்த்தான். அதே மணி... அதே தகரச் சத்தம்! மீண்டும் ஒருமுறை அதை இழுத்தான். பிறகு திரும்பவும் மூன்றாவது முறை அந்தச் சத்தத்தைக் கேட்டபடி, பழைய விஷயங்களைத் திரும்பத் திரும்ப அவன் நினைவுபடுத்திப் பார்த்தான். முன்பு அவனைப் பயமுறுத்தி, உளைச்சலுக்கு ஆளாக்கிய அதே உணர்வுகள்...!!! பழைய நினைவுகளை மிகத் தெளிவாகவும், மிக அதிகமாகவும் அழைப்பு மணியினை அடிக்கும்போது அந்த மணியோசை

இப்போது அவன்முன் கொண்டுவந்து நிறுத்துவதை அவன் உணர்ந்தான். மணியடிக்கும் ஒவ்வொரு முறையும் அவன் வெடவெடத்துப் போனான். ஆனாலும்கூட அந்தச் சத்தத்தைக் கேட்பதில் ஒரு வக்கிரமான சந்தோஷமும் அவனுக்கு ஏற்பட்டது.

"யார் நீங்கள்...? உங்களுக்கு என்ன வேண்டும்?" என்று கதவுக்கு வெளியே நின்றுகொண்டிருந்த அவனிடம் நெருங்கிவந்து கூச்சலிட்டான் அந்தத் தொழிலாளி.

ரஸ்கோல்னிகோவ் மீண்டும் உள்ளே போனான். "நான் இந்த வீட்டை வாடகைக்கு எடுத்துக்கொள்ளப் போகிறேன். அதனால் சும்மா சுற்றிப் பார்க்கிறேன்" என்றான் ரஸ்கோல்னிகோவ்.

"இரவு நேரத்தில் எவரும் வாடகைக்கு வீடு எடுப்பதில்லை, மேலும் நீ காவற்காரனிடத்திலல்லவா முதலில் அதைப் பற்றிக் கேட்க வேண்டும்?"

"தரை நன்றாகக் கழுவப்பட்டிருக்கிறதே... நீங்கள் அதற்கு வண்ணம் பூசப் போகிறீர்களா?" என்று மேலும் தொடர்ந்தான் ரஸ்கோல்னிகோவ், "இங்கே இரத்தக்கறை எதுவுமில்லையா?"

"என்ன, இரத்தமா?"

"அந்தக் கிழவியும், அவளது சகோதரியும் இங்கேதான் கொலை செய்யப்பட்டார்கள். இங்கே ஒரு குளம் போல இரத்தம் தேங்கியிருந்தது!"

"ஆனால், நீங்கள் யார் என்று முதலில் சொல்லுங்கள்?" என்று பதற்றத்துடன் கேட்டான் அந்தத் தொழிலாளி.

"நான் யார் என்றா கேட்கிறாய்?"

"ஆமாம்."

"உனக்கு நான் யார் என்று தெரிய வேண்டும் அப்படித் தானே? நல்லது! இருவருமாகப் போலீஸ் ஸ்டேஷன் போகலாம். அங்கே வைத்து உனக்குச் சொல்லுகிறேன், நான் யாரென்று!"

அந்தத் தொழிலாளி அவனை விநோதமாகப் பார்த்தான்.

"இந்த நேரம் நாங்கள் போயிருக்க வேண்டும் ஐயா! எங்களுக்கு நேரமாகிவிட்டது. கிளம்பு, அல்யோஷ்கா! நாம் கதவைப் பூட்ட வேண்டும்" என்றான் பெரியவன்.

"சரி, அப்படியானால் வாருங்கள் போகலாம்" என்று அசட்டையாகப் பதிலளித்த ரஸ்கோல்னிகோவ், முதல் ஆளாக வெளியேறிப் படிகளில் இறங்கத் தொடங்கினான். வாயிலுக்கு

அருகே வந்ததும், "ஏ... காவல்காரா...?" என்று குரல் கொடுத்து அழைத்தான்.

வாயிலுக்கு அருகே, தெருவில் செல்பவர்களை வேடிக்கை பார்த்தபடி நிறையப் பேர் நின்றுகொண்டிருந்தனர். காவலாளிகள், ஒரு கிராமத்துப் பெண், நீண்ட அங்கியணிந்த ஒரு மனிதர் ஆகியோருடன் வேறு சிலரும் அங்கிருந்தனர்.

ரஸ்கோல்னிகோவ் நேரே அவர்களை நோக்கிச் சென்றான்.

"உங்களுக்கு என்ன வேண்டும்?" என்று ஒரு காவலாளி அவனைக் கேட்டான்.

"நீ போலீஸ் ஸ்டேஷனுக்கா போயிருந்தாய்?"

"சற்று முன்புதான் நான் அங்கே இருந்து வந்தேன்! உங்களுக்கு என்ன வேண்டும்?"

"அது திறந்திருக்கிறதா?"

"ஆமாம்."

"அந்த உதவியாளர் அங்கே இருந்தாரா?"

"சிறிது நேரம்... ஏன்?"

ரஸ்கோல்னிகோவ் பதில் கூறாமல் ஏதோ யோசித்தபடி அவனருகே நின்றிருந்தான்.

அவர்களை நோக்கி வந்த மூத்த தொழிலாளி, "அவர் வீடு பார்ப்பதற்காக வந்திருக்கிறார்" என்றான்.

"எந்த வீடு?"

"அதுதான்... நாங்கள் வேலை பார்த்துக்கொண்டிருந்தோமே அந்த வீட்டைத்தான்! அப்புறம், அந்த இரத்தத்தை ஏன் கழுவி விட்டீர்கள் என்று கேட்கிறார். இங்கேதான் கொலை நடந்தது என்று சொல்கிறார். அதை வாடகைக்கு எடுத்துக்கொள்ள வந்தேன் என்கிறார். அழைப்பு மணியை ஓயாமல் இழுத்து, இழுத்துப் பல முறை அடித்துவிட்டார். கிட்டத்தட்ட அதை வெளியிலேயே இழுத்துப் போட்டுவிட்டார் என்றுதான் சொல்ல வேண்டும். நீங்கள் யார் என்று கேட்டால், 'போலீஸ் ஸ்டேஷனுக்கு வா, சொல்கிறேன்' என்கிறார். நான் கேட்கிற கேள்விக்கு அவர் பதில் சொல்லவே இல்லை. என்னை அவர் சட்டை செய்யவே இல்லை. அங்கு நடந்ததைச் சொல்லிவிட்டேன். இனி நீங்களே இவரைக் கேட்டுக்கொள்ளுங்கள்" என்று காவலாளி யிடம் சொன்னான் அந்தத் தொழிலாளி.

குழப்பமும் கோபமும் அடைந்த காவலாளி, ரஸ்கோல்னி கோவை உற்றுப் பார்த்தான்.

"யார் நீங்கள்?" என்று பயமுறுத்தும் பாணியில் ரஸ் கோல்னிகோவைக் கேட்டான் அந்தக் காவலாளி.

"நான் ரோடியன் ரொமொனோவிச் ரஸ்கோல்னிகோவ். பக்கத்துத் தெருவில்தான் 14ஆம் எண்ணுள்ள வீட்டில் குடியிருக் கிறேன். அந்தக் காவல்காரனைக் கேட்டுப்பார்... அவனுக்கு என்னைத் தெரியும்" இருள் படர்ந்துவரும் தெருவின் மீது தன் கண்களை ஓடவிட்டபடி மந்தமான குரலில், வேறு ஏதோ யோசனை செய்தபடி இவ்வளவையும் சொல்லி முடித்தான் ரஸ்கோல்னிகோவ்.

"நீங்கள் அந்த வீட்டிற்குச் சென்றது ஏன்?"

"சும்மா... பார்ப்பதற்காக..."

"அங்கே பார்ப்பதற்கு என்ன இருக்கிறது?"

"நீங்கள் ஏன் அவனைப் போலீசிடம் கொண்டு போகக் கூடாது?" என்று திடீரென்று வெடித்தான், அந்த நீண்ட அங்கி யணிந்த மனிதன். பிறகு அவன் மீண்டும் மௌனமாகிப் போனான்.

தன் தலையை அசைக்காமல், கண்களை மட்டும் அந்த மனிதனின் பக்கமாகத் திருப்பிக் கவனமாக அவனைப் பரிசீலித்த ரஸ்கோல்னிகோவ், அதே அமைதியான மந்தமான தொனியில் "வாருங்கள், போகலாம்" என்றான்.

"நீங்கள் கட்டாயம் அவனை அங்கே கூட்டிக்கொண்டு போய்த்தான் ஆக வேண்டும்" என்று மிகத் தைரியமாகவும் உறுதி யுடனும் கூறினான் நீண்ட அங்கி அணிந்த அந்த மனிதன். "அதைப் பற்றி இவன் ஏன் சொல்லிக்கொண்டிருக்கிறான்? இவன் மனதிற்குள் ஏதேனும் இருக்குமோ?"

"அந்த மனிதன் குடித்திருக்கவும் இல்லை. ஆனால் அவன் தன் மனதிற்குள் என்ன வைத்திருக்கிறானோ அது கடவுளுக்குத் தான் தெரியும்!" என்று முணுமுணுத்தான் அந்தத் தொழிலாளி.

"உனக்கு என்ன வேண்டும்?" என்று உண்மையிலேயே கடுமையான கோபம்கொண்டு கத்தினான் அந்தக் காவலாளி. "ஏன் இங்கே வந்து சுற்றிக்கொண்டிருக்கிறாய்?"

"அப்படியானால் போலீசுக்குப் போக நீங்கள் பயப்படு கிறீர்களா?" என்றான் ரஸ்கோல்னிகோவ்.

"நான் ஏன் பயப்பட வேண்டும்...? நீ ஏன் இங்கே சுற்றிக் கொண்டிருக்கிறாய்? அதைத்தான் நான் கேட்கிறேன்" என்றான் காவலாளி.

"அவன் ஒரு போக்கிரியாக இருப்பான் போலத் தெரிகிறது!" என்று கூச்சலிட்டாள் ஒரு கிராமத்துப் பெண்.

"அவனிடம் சும்மா பேசிக்கொண்டு காலத்தை வீணாக்கு கிறீர்கள்..." என்று கத்தினான் மற்றொரு காவலாளி. அவன் தன் இடுப்பில் கொத்துச் சாவிகளைத் தொங்க விட்டிருந்தான். அவனது மேலங்கி, திறந்தபடி தொங்கிக்கொண்டிருந்தது. "இங்கி ருந்து போகப் போகிறாயா, இல்லையா? நீ இங்கே... ஏதோ விளை யாடிப் பார்க்க வந்திருந்தாலும் சரி, அல்லது எதற்கு வந்திருந் தாலும் சரி... போ, இங்கிருந்து!" என்று ரஸ்கோல்னிகோவைப் பார்த்துச் சத்தம் போட்ட அவன், அவனது தோள்களைப் பற்றி இழுத்து, முரட்டுத்தனமாக வாயிற்கதவுக்கு வெளியே தள்ளி விட்டான்.

தரையிலே வந்து விழுந்தான் ரஸ்கோல்னிகோவ். எழுந்து நின்று கூட்டத்தினரை முறைத்துப் பார்த்த ரஸ்கோல்னிகோவ் அமைதியாகத் திரும்பி நடந்தான்.

"வினோதமான மனிதன்!" என்று சொன்னான் அந்தத் தொழிலாளி.

"இப்பொழுதெல்லாம் இதுபோன்ற பையன்கள் எல்லாம் மிகவும் வினோதமாகத்தான் நடந்துகொள்கிறார்கள்!" என்றாள் அந்தக் கிராமத்துப் பெண்.

"எப்படியிருந்தாலும் அவனைப் போலீசிடம் கொண்டு சென்றிருக்க வேண்டும்" என்றார் அந்த நீண்ட அங்கி அணிந் திருந்தவர். மீண்டும் பெரியவனாக இருந்த காவலாளி உறுதியான குரலில் சொன்னான்: "எதையும், எதிலும் போட்டுக் குழப்பிக் கொள்ள எங்களுக்கு விருப்பமில்லை. அவன் ஏதோ ஒரு நோக்கத் துடன்தான் இங்கே வந்திருக்கிறான் என்பது உண்மைதான்! அதேநேரம் அவன் தனக்கும் இதனால் ஒரு சிக்கலை வர வழைத்துக்கொள்கிறான் என்பதும் நிஜம்தான். ஆனால் அதைப் போய் வேறு ஏதாவது ஒன்றோடு முடிச்சுப் போட நினைத்தால்... அவ்வளவு சுலபமாக அதைத் தெளிவுபடுத்த முடியாமல் போய் விடும் என்பது எங்களுக்குத் தெரியும்!"

ஒரு திருப்பத்தில், சாலையின் நடுவே நின்றுகொண்டு சிந்தித்துக்கொண்டிருந்தான் ரஸ்கோல்னிகோவ். "இப்பொழுது நான் செல்வதா, வேண்டாமா?" என எண்ணியபடி சுற்றுமுற்றும் பார்த்துக்கொண்டிருந்தான் அவன். ஏதோ ஒரு தீர்மானமான வார்த்தையை எவரிடமிருந்தோ எதிர்பார்த்துக் காத்திருப்பவனைப் போல அவன் இப்போது காணப்பட்டான். ஆனால், எந்த இடத்திலிருந்தும், எந்த மறுமொழியும் அவனுக்கு வரவில்லை. எல்லாமே வெறுமையாகவும், செத்த பிணம் மாதிரியும் தோற்றம் காட்டின. அவன் மிதித்துக்கொண்டு சென்ற கற்களைப் போல எல்லாமே செத்தவைகளாக – அவனுக்குப் பதில் சொல்ல முடியாமல், அவன் காரணமாகவே உறைந்து போனவைகளாக அவை அவனுக்குப் பட்டன.

திடீரென்று வீதியின் மறுமுனையில், இங்கிருந்து இருநூறடி தூரத்தில், இப்போதுதான் பரவிக்கொண்டிருந்த இருளுக்கு ஊடாக மனிதர்களின் கூட்டத்தையும், அவர்களின் பெருங்குரல்களையும் கூச்சல்களையும் அவனால் கேட்க முடிந்தது. அந்தக் கூட்டத்தின் நடுவே ஒரு கோச்சு வண்டி நின்றுகொண்டிருப்பதும் தெரிந்தது. அங்கே வெளிச்சம் மின்னலடித்துக்கொண்டிருந்தது.

"அது என்னவாக இருக்கும்?" என்ற கேள்வியுடன் கூட்டத்தினரை நெருங்கிப் போனான் ரஸ்கோல்னிகோவ். எதையும் விழுங்கிச் சீரணித்துக்கொள்வதற்குத் தான் இப்போது தயாராகி விட்டதை நினைத்த அளவில் ஒரு திடமான புன்னகை அவனிடத்தில் அரும்பியது. காரணம்... போலீசிடம் சென்றுவிட வேண்டும் என்ற எண்ணம் அவனது உள்ளத்தில் உறுதியாக அப்போது வலுப்பட்டு விட்டிருந்தது.

எல்லாமே சீக்கிரத்தில் ஒரு முடிவுக்கு வந்துவிடப் போவதையும் அவன் தெளிவாக உணர்ந்திருந்தான்.

அத்தியாயம் – 7

தெருவின் நடுவே மிகவும் நேர்த்தியான கோச்சு வண்டி ஒன்று நின்றுகொண்டிருந்தது. உற்சாகம் கொப்பளிக்கும், வலுவான, நல்ல பருமனான ஒரு ஜோடிக் குதிரைகள் வண்டியில் பூட்டப்பட்டிருந்தன. அந்த வண்டியில் பயணிகள் எவருமில்லை. வண்டிக்காரனும்கூடத் தனது இருக்கையிலிருந்து இறங்கிவந்து, வண்டியின் அருகே கீழே நின்றிருந்தான். அந்த இடத்தைச் சுற்றிக் கூட்டமாக மனிதர்கள் மொய்த்துக்கொண்டிருக்க, போலீஸ் காரர்கள் எல்லோருக்கும் முன்னால் நின்றுகொண்டிருந்தனர். அவர்களில் ஒருவன், எரிந்துகொண்டிருந்த லாந்தர் விளக்கைத் தனது கைகளில் பிடித்துக்கொண்டு, வண்டியின் சக்கரங்களுக்குக் கீழே தரையில் கிடந்த ஏதோ ஒன்றின் மீது வெளிச்சம் படுமாறு செய்துகொண்டிருந்தான். தொடர்ச்சியான கூக்குரல்களும் ஓலங்களும் பெருமூச்சுகளும் அங்கே எழுந்தபடி இருந்தன. நடந்து போன அந்தச் சம்பவம் அந்தக் கோச்சு வண்டிக்காரனை நிலை தடுமாற வைத்திருந்தது. அவன் மிகுந்த வேதனையுடன் புலம்பிக் கொண்டிருந்தான்.

"என்ன துரதிர்ஷ்டம்... என்ன துரதிர்ஷ்டம்! ஓ, கடவுளே எவ்வளவு பயங்கரம்...!" என்று அவன் திரும்பத் திரும்பச் சொல்லிக்கொண்டே இருந்தான்.

தன்னால் முடிந்தவரை, கூட்டத்தினுள் முண்டியடித்துக் கொண்டு முன்னோக்கிச் சென்றான் ரஸ்கோல்னிகோவ். இத்தனை கலவரத்துக்கும், கூட்டத்தினரின் ஆர்வத்துக்கும் காரணமாக அமைந்துவிட்ட விஷயம் என்னவென்பதைக் கடைசியாக ஒரு வழியாகப் பார்த்துவிட்டான் ரஸ்கோல்னிகோவ். அங்கே தரையில் ஒரு மனிதன் விழுந்து கிடந்தான். கோச்சு வண்டியின் சக்கரங்கள் அவன் மேல் ஏறியிருந்தன. அவனது தலையிலிருந்தும் முகத்தி லிருந்தும் இரத்தம் வடிந்துகொண்டிருந்தது. அவனது தலை நசுங்கிப் போய் உருக்குலைந்து விகாரமாகக் காணப்பட்டது. முகத்திலும் கோடுகளாய் இரத்த விளாறல்கள் இருந்தன. மிகவும்

மோசமான, அழுக்கான கிழிந்த உடைகளையே அவன் அணிந் திருந்தான். அவனது உடைகள் முழுவதும் இரத்த வெள்ளத்தில் மூழ்கிக் கிடந்தன. அவனுக்கு ஏற்பட்டிருந்த காயங்கள் மிகக் கடுமையானவை என்பது நன்றாகப் புலப்பட்டது.

"கடவுளே..." என்று புலம்பிக்கொண்டிருந்தான் வண்டிக் காரன். "இதற்கு மேல் நான் என்னதான் செய்வேன்? நான் வண்டியை வேகமாக ஓட்டி வந்ததனாலா இப்படி நடந்தது? அவனைப் பார்த்து வண்டி வருகிறது, ஒதுங்கு என்று நான் சத்தமிடவில்லையா...? நான் அமைதியாக, மிகவும் மெதுவாகத் தான் வண்டியை ஓட்டிக்கொண்டு வந்தேன். நான் வேகமாகவோ, அவசரமாகவோ வண்டியை ஓட்டவில்லை. எல்லோருமே அதைப் பார்த்திருக்கிறார்கள். அவர்களால் எனக்காகச் சாட்சி சொல்லவும் முடியும். அளவுக்கு மிஞ்சிக் குடித்த ஒருவனால் ஒழுங்காகவும் நேராகவும் எப்படி நடக்க முடியும்! அவன் அளவுக்கும் மிஞ்சிக் குடித்திருக்கிறான். அவன் வீதியைக் குறுக்காகக் கடந்துகொண்டி ருப்பதை நான் பார்த்தேன். அவன் தள்ளாடி நடந்துகொண்டிருந் தான். நான் சத்தம் போட்டேன். மறுபடியும் மறுபடியும் அதே போல் மூன்று முறை நான் பெருங்குரலெடுத்துக் கத்தினேன். அதன்பிறகு வேகமாகக் கடிவாளத்தைப் பிடித்து நிறுத்தினேன். ஆனால் அதற்கு முன்பாக அவன் குதிரையின் கால்களில் நேராகப் போய் விழுந்துவிட்டான். அவன் வேண்டுமென்றே போய்விழுந்தானோ, அல்லது குடிமயக்கத்தில் தள்ளாடி விழுந் தானோ, எனக்குத் தெரியாது. எனது குதிரைகள் வயதில் மிகச் சிறியவை. அவனது அலறலைக் கேட்டதும் அவை அதிகமாவே மிரண்டு போய்விட்டன. நடந்தது இதுதான்! இந்தச் சம்பவம் நடந்தது இப்படித்தான்"

"ஆமாம்... இப்படித்தான் நடந்தது" என்று கூட்டத்திலிருந்து எழுந்த ஒரு குரலும் அவனது கூற்றை உறுதிப்படுத்தியது.

"வண்டிக்காரன் சத்தம் போட்டது உண்மைதான்! மூன்று தடவைகள் அவனைப் பார்த்துக் கத்தினான் இவன்" என்று மற்றொருவனும் கூறினான்.

"எல்லோருக்குமே கேட்டது. சரியாக மூன்று தடவைகள் அவனைப் பார்த்துச் சத்தம் போட்டான் வண்டிக்காரன்" என்று மூன்றாவது நபரும் சொன்னார்.

வண்டிக்காரனைப் பார்த்தால், கலவரப்பட்டதாகவும், பயந்து போனதாகவும் தோன்றவில்லை. அந்த வண்டிக்குச் சொந்தக்காரன் பெரும் பணக்காரனாகவும், செல்வாக்குப் படைத்தவனாகவும் இருக்க வேண்டுமென்பது இதன் மூலமாகத்

தெளிவாகத் தெரிந்தது. இந்த வண்டியை எதிர்பார்த்து, அதன் வருகைக்காக எங்காவது ஓர் இடத்தில் அவன் காத்துக்கொண்டு கூட இருக்கலாம். போலீஸ்காரர்களுமே அதற்கு உதவி செய்வதில் தான் ஆர்வமாக இருந்தார்கள் என்பது நிச்சயம். காயப்பட்ட மனிதனைப் போலீஸ் ஸ்டேஷனுக்கும் பிறகு மருத்துவமனைக்கும் அழைத்துப் போக வேண்டியது மட்டுமே பாக்கியிருந்தது. அந்த மனிதனின் பெயர் எவருக்கும் தெரியவில்லை.

இதற்குள் கூட்டத்திற்குள் புகுந்து முன்னால் வந்துவிட்ட ரஸ்கோல்னிகோவ், விழுந்து கிடந்தவனைக் குனிந்து பார்த்தான். அதேசமயம் அந்த லாந்தர் விளக்கின் ஒளி, துரதிர்ஷ்டசாலியான அந்த மனிதனின் முகத்தில் பட, அவன் யாரென்பதைச் சட்டென்று தெரிந்துகொண்டான் ரஸ்கோல்னிகோவ். எல்லோரை யும் தள்ளிக்கொண்டு முன்னால் வந்த அவன், “எனக்கு இவரைத் தெரியும், எனக்கு இவரைத் தெரியும்!” என்று உரக்கக் கத்தினான். ‘இவர் ஓய்வு பெற்ற அரசாங்க குமாஸ்தா. பெயர் மர்மெலாதோவ். இங்கேதான் மிகவும் பக்கத்தில் ‘கோஷெல்’ என்பவருடைய வீட்டில் குடியிருக்கிறார். உடனடியாக ஒரு டாக்டரைக் கூப் பிடுங்கள். நான் பணம் தருகிறேன்! இதோ பாருங்கள்!” என்று கூறியபடியே தன் பையிலிலிருந்து கொஞ்சம் பணத்தை உருவிப் போலீஸ்காரனிடம் காட்டினான். ரஸ்கோல்னிகோவ் மிகக் கடுமை யான மனக் கிளர்ச்சிக்கு ஆட்பட்டிருந்தான். அவனது மனம் கலவரமடைந்திருந்தது.

காயமடைந்து கிடக்கும் அந்த மனிதன் இன்னாரென அறிந்துகொண்டதில் போலீசுக்கு சற்று நிம்மதி கிடைத்தது. ரஸ்கோல்னிகோவ் தனது பெயர், முகவரி முதலிய எல்லாவற்றை யும்கூட அவர்களுக்குக் குறித்துத் தந்தான். நினைவில்லாமல் கிடந்த மர்மெலாதோவை அவனது வீட்டுக்குக் கொண்டு செல் வதற்காகப் போலீஸ்காரர்களை அவன் தீவிரமாக வற்புறுத்திக் கொண்டிருந்தான். அவனது தந்தையே இப்படிப்பட்ட ஆபத்தில் சிக்கிக்கொண்டதைப் போல அவனது தவிப்பு அப்போது இருந்தது.

“இதோ இங்கேதான், மூன்று வீடுகள் தாண்டி” என்று மன்றாடியபடி, அவர்களை வழிநடத்திக்கொண்டிருந்தான் ரஸ்கோல்னிகோவ். “கோஷெல் என்ற ஜெர்மானியப் பணக் காரரின் வீடுதான் அது! இவன் எப்பொழுதுமே இப்படி நன்றாகக் குடித்துவிட்டுத்தான் வீட்டுக்குப் போவான். பெரிய குடிகாரன் இவன். இவனுடைய குடும்பம் இங்கே இருக்கிறது. இவனுடைய மனைவியும் குழந்தைகளும் இங்கே இருக்கிறார்கள். இவர்களைத் தவிர இன்னொரு மகளும்கூட இவனுக்கு உண்டு. இவனை

இப்போது மருத்துவமனைக்குக் கொண்டுசென்று சிகிச்சை செய்வது என்றால் அதற்கு ரொம்ப நேரமாகிவிடும். ஆனால் இவன் குடியிருக்கும் வீட்டிலேயே ஒரு டாக்டரும் குடியிருக்கிறார் என்பது எனக்கு உறுதியாகத் தெரியும். நான் பணம் கொடுக்கிறேன்! நான் பணம் கொடுக்கிறேன்! வீட்டுக்கு மட்டும் கொண்டுபோய்விட்டால் அவனுடைய குடும்பத்தினர் இவனை நன்றாகக் கவனித்துக்கொள்வார்கள். ஆனால் நீங்கள் இவனை மருத்துவமனைக்குக் கொண்டு செல்ல முயன்றால், மருத்துவமனையை அடைவதற்குள் இவன் இறந்துவிடக்கூட நேரலாம்" என்று சொல்லிக்கொண்டே யாரும் பார்க்காத சமயத்தில் அந்தப் போலீஸ்காரனின் கையில் சிறிது பணத்தைத் திணித்துச் சமாளித்தான் ரஸ்கோல்னிகோவ். மேலும் அவன் பரிந்துரைத்த வழியும்கூடச் சட்டத்திற்கு உட்பட்டதாகத்தான் இருந்தது. அடிபட்டவனுக்கு உதவி கிடைப்பதற்கான வாய்ப்பு இருந்ததால் எல்லோருக்குமே இந்த ஆலோசனையை ஏற்றுக் கொள்ள முடிந்தது. எனவே இந்த யோசனை உடனே ஏற்றுக் கொள்ளப்பட்டு, உதவிக்கு வருபவர்களைத் தேடிப் பிடித்துக் காயப் பட்ட மனிதனைத் தூக்கிக்கொண்டு நடந்தார்கள். ரஸ்கோல்னி கோவ் காயப்பட்டவனின் தலையைத் தாங்கிப் பிடித்தபடி, வழியைச் சொல்லிக்கொண்டே பின்னால் நடந்து வந்தான்.

"ம்... இதுதான்... இந்த வழிதான்! படிகளில் தலைப்பக்கம் தான் முதலில் போக வேண்டும். சுற்றித் திருப்புங்கள்... ம்... அப்படித்தான்! நான் பணம் தருகிறேன்... நீங்கள் செய்வது பெரிய உதவியாக இருக்கும்!"

காதரீனா இவானோவ்னா வழக்கம் போலத் தனது சிறிய அறைக்குள் நடந்துகொண்டிருந்தாள். கொஞ்ச நேரம் ஓய்வு கிடைத்தாலும்கூட உடனடியாக இவ்வாறு குறுக்கும் நெடுக்குமாக நடப்பது அவளுக்கு வழக்கமாகி விட்டிருந்தது. தன் கைகளைக் குறுக்காக நெஞ்சின் மீது வைத்து அழுத்தியபடி, தனக்குள்ளேயே பேசிக்கொண்டும், இருமிக்கொண்டும், ஜன்னலிலிருந்து கணப்புக்கும், மீண்டும் கணப்பிலிருந்து ஜன்னலுக்குமாக அவள் நடந்துகொண்டிருந்தாள். அண்மைக்காலமாகத் தனது பத்து வயது மகள் போலென்காவுடன் அவள் அடிக்கடி, நிறைய, நிறைய விஷயங்களைப் பேசிக்கொண்டிருந்தாள். அந்தச் சிறு பெண்ணால், அவள் பேசும் எல்லா விஷயங்களையும் புரிந்துகொள்ள முடிய வில்லை என்றாலும்கூட, அம்மாவுக்கு அந்த வேளையில் தன் துணை தேவையாக இருப்பதைமட்டும் அவள் நன்றாகவே உணர்ந் திருந்தாள். அதனாலேயே தன் அம்மா, அறைக்குள் போவதையும்

வருவதையும் தன் அகன்ற, அறிவார்ந்த விழிகளால் தொடர்ந்து பார்த்தபடி, அவள் சொல்லும் எல்லாவற்றையும் புரிந்துகொண்ட தாகக் காட்டிக்கொள்ள மிகுந்த முயற்சி எடுத்து, அப்படியே நடித்துக்கொண்டிருந்தாள் அந்தச் சிறுமி.

இந்த நேரத்தில், படுக்கைக்குச் செல்லவிருந்த தனது குட்டித் தம்பியின் உடைகளைக் கழற்றும் முயற்சியில் இருந்தாள் போலென்கா. அன்று முழுவதுமே உடல்நலமில்லாமல் இருந்த அந்தப் பையன், தன் சகோதரி, தனது சட்டையைக் கழற்றுவதற் காகக் காத்துக்கொண்டிருந்தான். அந்தச் சட்டையை இரவில் துவைத்துப் போட வேண்டியிருந்தது. உடைகளைக் கழற்றுவதற் காக வந்த அவளை அழைத்து ஏதோ சொல்லிக்கொண்டிருந்தாள் அம்மா. தூக்கம் கண்களைச் சுழற்ற, மிகவும் எரிச்சலுடன் தனது சகோதரி வந்து தனது சட்டையைக் கழற்றுவதற்காகச் சிறுவன் காத்துக்கொண்டிருந்தான். மிகவும் அமைதியாக நாற்காலியில் உட்கார்ந்துகொண்டு, கால்களை நேராக நீட்டிக்கொண்டு அவன் தயாராக உட்கார்ந்திருந்தான். அம்மா, தனது சகோதரியிடம் என்னதான் சொல்லிக்கொண்டிருக்கிறாள் என்பதை அவன் மீண்டும் எரிச்சலுடன் திரும்பிப் பார்த்தான். தூக்கம் கண்களை அழுத்த, மிகவும் முயற்சி செய்து தனது சிறிய விழிகளை அகல மாகத் திறந்துகொண்டு, உதடுகளைப் பிதுக்கிக்கொண்டு, இரவில் தூக்கம் வந்தவுடன், மற்ற சிறுவர்களெல்லாம் எப்படி நடந்து கொள்வார்களோ அதேபோல எரிச்சலுடனும் கோபத்துடனும் தன்னுடைய சகோதரிக்காகக் காத்துக்கொண்டிருந்தான் அந்தச் சிறுவன். மற்றொரு குட்டிப் பெண்ணும்கூட முழுக்க முழுக்கக் கிழிசலான உடைகளையே அணிந்திருந்தாள். அடுத்துத் தன் னுடைய உடைகளைக் கழற்றிக்கொள்வதற்காக அவள் காத்துக் கொண்டு நின்றிருந்தாள். பக்கத்துக் குடியிருப்புகளிலிருந்து வெளி வந்துகொண்டிருந்த புகையிலைப் புகை, இவர்களது குடியிருப்பில் தங்கவிடாமல் வெளியேறிச் செல்வதற்காக–அந்தப் புகை, காசநோய்க்காரியான காதரீனா இவானோவ்னாவைப் பாதித்து விடக்கூடாது என்பதற்காக–இவர்களது குடியிருப்பின் பின்கதவு இலேசாகத் திறந்து வைக்கப்பட்டிருந்தது. கடந்த ஒரு வாரத்திற்குள் காதரீனா இவானோவ்னா மிக அதிகமாக இளைத்துப் போயிருந்தாள். அவளது கன்னங்களில் சிவப்பான திட்டுகள் முன்னைவிடவும் அதிகமாகவும், பளிச்சென்றும் தெரிந்தன.

அறையில் நடந்துகொண்டே அவள் தன் மகள் போலென்கா விடம் சொன்னாள்: “நீ நம்பவே மாட்டாய், போலென்கா, உன் னால் கற்பனை செய்யக்கூட முடியாது. என் அப்பாவுடன் எங்கள்

வீட்டில் வாழ்ந்தபோது நாங்கள் எவ்வளவு சந்தோஷமாக, எவ்வளவு வசதியாக வாழ்ந்தோம் தெரியுமா...? இப்பொழுது இந்தக் குடிகாரன் என்னைச் சீரழித்துவிட்டான்... உங்கள் எல்லோரையும் இவன் சீரழிக்கப் போகிறான். என் அப்பா சிவில் கர்னலாக இருந்தவர். கிட்டத்தட்ட கவர்னர் நிலையை எட்டிய வர். உத்தியோகத்தில் ஒரே ஒருபடிதான் அவர் மேலே போக வேண்டியிருந்தது. அதனால் ஒவ்வொருவரும் அவரிடம் வந்து, "இவான் மிஹைலோவிச்! உங்களை நாங்கள் ஏற்கனவே கவர்னரைப் போலத்தான் பார்க்கிறோம்" என்று அவரிடம் சொல்வது வழக்கம். எப்பொழுது நான்... எப்பொழுது நான்.." என்று சொல்லிக்கொண்டு வந்தவளைக் கடுமையான இருமல் வந்து தொண்டையை அடைத்துக்கொண்டது. கடுமையாக அவள் இருமினாள். "சே... என்ன, சாபக்கேடான வாழ்க்கை இது" என்று அவள் மனம் உடைந்து கதறினாள். செருமிக்கொண்டு தொண் டையைச் சரி செய்துகொள்ள முயன்றாள். நெஞ்சைக் கையால் அழுத்திக்கொண்டாள். சளியைத் துப்பிவிட்டு வந்து, மீண்டும் தொடர்ந்து சொல்லத் தொடங்கினாள். "என்னுடைய நடனம்..., மார்ஷலின் முன்னிலையில் நடந்தது.. எனது அந்தக் கடைசி நடனம்...! எனது நடனத்தைப் பார்த்த இளவரசி பெஸ்ஸிமெல்னி என்னைக் கண்டு வாழ்த்தவும் செய்தாள். பிற்பாடு நான் உன் தந்தையை மணந்துகொண்டபோது அவள் என்னை உடனடியாக அடையாளம் தெரிந்துகொண்டாள். போல்யா! அவள் உடனே என்னிடம் கேட்டாள்: 'ஆண்டு விழாவில் சால்வையை வைத்துக் கொண்டு நடனமாடிய பெண்தானே, நீ' என்று என்னை விசாரித் தாள். 'இதோ பார், கிழிசலையெல்லம் நீ தைக்க வேண்டும். ஊசியை எடுத்து நான் சொல்லிக் கொடுத்தபடி இன்றோ, அல்லது நாளையோ தைத்துவிடு இல்லையென்றால் அவன் அதைப் பெரிய ஓட்டையாக ஆக்கிவிடுவான்' என்று சொன்ன அவள் மேலும் தொடர்ந்து இருமினாள். தொண்டையைச் செருமிக்கொண்டு, தெளிவாகப் பேச முயன்றாள். இளவரசர் ஷேகோல்ஸ்கோய் அப்போதுதான் பீட்டர்ஸ்பர்க் வந்திருந்தார். என்னுடன் 'மஸூர்க்கா' நடனம் ஆடிய அவர், மறுநாள் வந்து என்னைப் பெண் கேட்க விரும்பினார். அதற்காக மிகுந்த பவ்யத்தோடு அவருக்கு நன்றி தெரிவித்த நான், என் இதயம் வேறொருவருக்குச் சொந்தமாகிவிட்டதென்பதைக் கூறிவிட்டேன். அந்த வேறொருவர் வேறு யாருமில்லை, உன் தந்தைதான், போல்யா! நான் அப்படிச் சொன்னதில் என் அப்பாவுக்குப் பயங்கர கோபம்... என்ன... தண்ணீர் தயாராக இருக்கிறதா? சட்டையைக் கொடு... சாக்ஸ் எங்கே...? லிடா..." என்று தனது இளைய மகனின் பக்கம்

திரும்பிப் பேசத் தொடங்கினாள். "எப்படியிருந்தாலும் நீ இன்று சட்டை போடாமல்தான் தூங்கியாக வேண்டும்... கையோடு ஸ்டாக்கிங்க்ஸையும் எடுத்துப் போட்டுவிட்டால் எல்லாவற்றையும் மொத்தமாகத் துவைத்துப் போட்டுவிடலாம். என்ன...? இன்னும் அந்தக் குடிகாரப் பக்கிரியைக் காணவில்லை? அவன் சட்டை, கரித்துணியைப் போல ஆகும் வரையில் அதனைப் போட்டுக் கொள்கிறான்! அது இப்போது கிழிந்தும் போய்விட்டது. எல்லாத் துணிகளையும் ஒரேடியாகத் துவைத்துப் போட்டு விட்டேனென்றால் அப்புறம் இரண்டு இரவுகள் நான் என்னைச் சிரமப்படுத்திக்கொள்ள வேண்டியிருக்காது. கடவுளே..." இருமல்... இருமல்... இருமல்... "இதென்ன மறுபடியும்...?" வீட்டு வாயிலில் கூடிய கூட்டத்தையும், ஏதோ ஒன்றைத் தூக்கியபடி அறைக்குள் சிலர் நுழைவதையும் கண்டு அவள் கிரீச்சிட்டாள்.

"இதெல்லாம் என்ன? அவர்கள் எதை எடுத்துக்கொண்டு வருகிறார்கள்... கடவுளே" என்று அவள் திகிலடைந்து கத்தினாள்.

"இவரை எங்கே கிடத்துவது?" என்று சுற்றுமுற்றும் பார்த்த படி அவளைப் போலீஸ்காரர்கள் கேட்டனர்.

நினைவிழந்த நிலையில் இரத்தம் வடிந்துகொண்டிருக்க, சிலர் மர்மெலாதோவைச் சுமந்துகொண்டு, போலீஸ்காரர்களுக்குப் பின்னே நின்றுகொண்டிருந்தனர்.

"சோஃபா மீது...! இதோ இந்த சோஃபா மீது நேராகக் கிடத்துங்கள்! தலை இந்தப் பக்கமாக இருக்கட்டும்..." என்று வேகமாக முன்னால் வந்த ரஸ்கோல்னிகோவ், அவர்கள் செய்ய வேண்டியதைச் சொன்னான்.

"நன்றாகக் குடித்திருந்த நிலையில், தெருவில் அவர் வண்டிக்குக்கீழே விழுந்து, அடிபட்டு விட்டார்" என்று எவரோ அவளிடம் உரத்த குரலில் சொன்னார்கள்.

காதரீனா இவானோவ்னா முகம் வெளிறிப் போனவளாக, மூச்சுத்திணறிக்கொண்டிருந்தாள். குழந்தைகள் மிரண்டு போயி ருந்தனர். குட்டிப் பெண்ணான லிடா சத்தமாக அழுதுகொண்டே போலென்காவிடம் ஓடி அவளருகில் நின்றுகொண்டாள். அவளது உடல் நடுங்கிக்கொண்டிருந்தது.

மர்மெலாதோவ் உரிய முறையில் படுக்க வைக்கப்பட்ட பிறகு, ரஸ்கோல்னிகோவ் காதரீனா இவானோவ்னாவின் பக்கம் திரும்பினான்.

"தயவுசெய்து அமைதியாக இருங்கள்! கலவரப்படாதீர்கள்" என்று வேகமாகச் சொன்னான். "அவர் சாலையைக் கடந்து கொண்டிருக்கும்போது, அவர் மீது வண்டி ஏறிவிட்டது. பதற்றப் பட வேண்டாம். அவருக்கு நினைவு திரும்பிவிடும். நான்தான் இவரை இங்கே கொண்டு வருமாறு சொன்னேன். முன்பு நான் இங்கே வந்திருக்கிறேனே... உங்களுக்கு நினைவு இருக்கிறதா? அவர் சரியாகிவிடுவார். அதற்கு ஆகும் செலவை நான் ஏற்றுக்கொள் கிறேன்."

"இந்த நேரத்தில் இப்படிச் செய்து விட்டாரே....?" என்று நம்பிக்கையிழந்தவளாகக் கதறி அழுதபடி தன் கணவனை நெருங்கிச் சென்றாள் காதரீனா இவானோவ்னா.

இப்படிப்பட்ட சூழ்நிலையில் உடனடியாக மூர்ச்சித்துவிடும் சாதாரணப் பெண்கள் கூட்டத்தைச் சேர்ந்தவளில்லை அவள் என்பதை ரஸ்கோல்னிகோவ் உடனடியாகக் கண்டுகொண்டான். துரதிர்ஷ்டம் பிடித்த தனது கணவனின் தலைக்குக்கீழே அவள் உடனடியாக ஒரு தலையணையைக் கொண்டு வந்து வைத்தாள். இதை யாரும் யோசித்துக்கூடப் பார்க்கவில்லை. இரத்தம் படிந் திருந்த அவனது உடைகளைக் கழற்றினாள். அவசரத்தில், பதற்றத்தில், அதிர்ச்சியினால் தன்னுடைய புத்தியை இழக்காமல் தன் கணவனின் உடலைச் சோதித்துப் பார்ப்பதில் மும்முரமாக ஈடுபட்டாள் அவள். நடுங்கும் உதடுகளைக் கடித்தபடி, தொண்டை யிலிருந்து வெளிவரத் துடித்த அழுகையை கடும் முயற்சியுடன் கட்டுப்படுத்திக்கொண்டு அவள் தன் கணவனைக் கவனித்துக் கொண்டிருந்தாள்.

அதற்குள் மருத்துவரைத் தேடி அழைத்து வருவதற்காக ரஸ்கோல்னிகோவ் அங்கிருந்த ஒருவரை அனுப்பி வைத்திருந்தான். மருத்துவர் அடுத்த வீட்டிற்கும் அடுத்த வீட்டில் இருந்தார்.

"நான் மருத்துவரை அழைத்து வர ஆள் அனுப்பி இருக் கிறேன். மருத்துவர் வந்து விடுவார். நீங்கள் பதற்றப்படாமல் இருங்கள். நான் மருத்துவருக்குப் பணம் கொடுக்கிறேன். தண்ணீர் இருக்கிறதா...? பிறகு ஒரு சிறு துணியோ அல்லது துண்டோ இருந்தால் கொஞ்சம் வேகமாகக் கொடுங்கள்... அவருடைய காயங்கள் எப்படி இருக்குமென்று எனக்குத் தெரியாது. அவர் அடிபட்டிருக்கிறார். ஆனால் கொல்லப்படவில்லை. அதில் உங்களுக்குச் சந்தேகம் வேண்டாம். டாக்டர் என்ன சொல்கிறா ரென்று பார்ப்போம்!"

காதரீனா இவானோவ்னா வேகமாக ஜன்னலை நோக்கி ஓடினாள். அங்கே ஒரு மூலையில், உடைந்து போன நாற்காலி

ஒன்றின் மீது பெரிய மண் பாண்டத்தில் நீர் நிறைத்து வைக்கப் பட்டிருந்தது. அவளுடைய கணவருடைய சட்டையும், குழந்தை களுடைய சட்டைகளும், இரவு நேரத்தில் துவைப்பதற்காக அங்கே ஆயத்தமாக வைக்கப்பட்டிருந்தன. வாரம் இருமுறையாவது, இவ்வாறு துணி துவைக்கும் வேலைகளைத் தன் கைகளாலேயே செய்வதென்பது அவளது வழக்கமாகவே ஆகிவிட்டிருந்தது. அதுவும் சமீபகாலமாக வீட்டின் நிலைமை மிகவும் மோசமாகி விட்டிருந்தது. அவர்களிடம் மாற்றிக்கொள்ள வேறு மாற்று உடைகள்கூட இல்லாமல் போயிருந்தது. ஒவ்வொருவருக்கும் ஒரே ஓர் உடுப்பு மட்டுமே இருக்கும் பரிதாப நிலையில் அவர்கள் இருந்தார்கள். காதரீனா இவானோவ்னாவால் அழுக்கையும், அசுத்தத்தையும் எப்பொழுதுமே பொறுத்துக்கொள்ள முடியாது என்பதால், தனது சக்திக்கு மீறிய காரியமாக இருந்தாலும்கூட, இரவு நேரங்களில் அனைவரும் உறங்கிய பிறகு, தன்னை வருத்திக் கொண்டு, குடும்பத்தில் உள்ள அனைவருடைய உடுப்புகளையும் துவைத்து விடுவாள். அவை உலர்ந்ததும், காலையில் அவர்கள் அணிந்துகொள்வதற்குச் சுத்தமாக அவற்றை அவள் தருவாள். அலங்கோலமாக, அழுக்காக வீட்டைப் பார்ப்பதை விடத் தன்னை சிரமப்படுத்திக்கொண்டாலும் பரவாயில்லை என்று இவ்வாறு இரவிலும் அவள் கடுமையாக உழைத்தாள். ரஸ்கோல்னிகோவிடம் கொடுப்பதற்காக அந்தத் தண்ணீர் நிறைந்த பாத்திரத்தைத் தூக்கியவள், அதன் சுமை தாங்காமல் கீழே விழுந்துவிட்டாள். ஆனால் அதற்குள்ளாகவே ஒரு துணியை எடுத்து நீரில் நனைத்து, மர்மெலாதோவின் முகத்தில் படிந்திருந்த இரத்தத்தைத் துடைக்க ஆரம்பித்திருந்தான் ரஸ்கோல்னிகோவ்.

காதரீனா இவானோவ்னா அருகில் நின்றுகொண்டு, தன் கரங்களால் மார்பை அழுத்தியபடி, மிகுந்த வலியுடன் நெடு மூச்செறிந்துகொண்டிருந்தாள். அவளுக்கே பிறரது உதவி தேவையாக இருந்தது. இந்த நிலையில் காயம்பட்ட மனிதனை அங்கே கொண்டுவந்து போடுமாறு தான் கூறியது தவறுதான் என்பதைப் புரிந்துகொள்ளத் தொடங்கியிருந்தான் ரஸ்கோல்னி கோவ். போலீஸ்காரர்களும்கூட அவ்வாறே நினைப்பதாகத் தோன்றியது.

"போல்யா!" என்று உரக்கக் குரல் கொடுத்து மகளை அழைத்தாள் காதரீனா இவானோவ்னா. "வேகமாக சோனியாவின் வீட்டுக்குப் போ. அவள் வீட்டில் இல்லாவிட்டாலும் பரவா யில்லை. பக்கத்தில் உள்ளவர்களிடம் – அவளது அப்பாவின் மீது வண்டி ஏறிக் காயப்பட்டுக்கிடக்கிறார் என்றும் உடனே அவள் வந்தாக வேண்டும் என்றும் சொல்லச் சொன்னதாகச்

சொல்லிவிட்டு வந்துவிடு. சீக்கிரம், ஓடு, போல்யா! இந்தா, உன் தலை மீது ஒரு கைக்குட்டையைப் போட்டுக்கொள்.”

“உன்னால் எவ்வளவு முடியுமோ... அத்தனை வேகமாக ஓடு” – என்று திடீரென்று தான் உட்கார்ந்திருந்த நாற்காலியி லிருந்து அவளது குட்டித்தம்பி எழுந்து போல்யாவைப் பார்த்து உரக்கக் கத்தினான். பின்பு மீண்டும் அமைதியாக விழிகளை அகல விரித்துக்கொண்டு, கால்களை நீட்டிக்கொண்டு பழைய நிலை யிலேயே உட்கார்ந்துகொண்டான்.

அதற்குள் அந்த அறையில் ஓரங்குல இடம்கூடக் காலியாக இல்லாமல், அறை முழுவதுமே மக்களால் நிறைந்துவிட்டது. மர்மெலாதோவைத் தூக்கிக்கொண்டு வந்தவர்களில் ஒரு போலீஸ் காரனைத் தவிர மற்றவர்கள் எல்லோரும் அங்கிருந்து போய்விட்டி ருந்தனர். போலீஸ்காரன், படிகளிலெல்லாம் நின்றுகொண்டு, நெருக்கியடித்துக்கொண்டு கூட்டம் போட்டுக்கொண்டிருந்தவர் களையெல்லாம் அங்கிருந்து விரட்ட முயற்சித்துக் கொண்டி ருந்தான். திருமதி லிப்பேவெஸெல்ஸின் குடியிருப்பில் இருந்த அனைவருமே உள்ளறைகளிலிருந்து வெளிப்பட்டு– முதலில் வாயி லிலேயே கூடி அரட்டையடித்துக்கொண்டிருந்துவிட்டுப் பிறகு மொத்தமாக அந்த அறைக்குள்ளேயே நுழையத் தொடங்கியிருந் தார்கள். இவர்களைக் கண்டதும் காதரீனா இவானோவ்னாவின் கோபம் மடை உடைத்துக்கொண்டு பெருகியது.

“நீங்களெல்லாம் ஒரு மனிதன் சாகும்போதாவது கொஞ்சம் நிம்மதியாக, அமைதியாகச் சாவதற்கு விடமாட்டீர்களா?” என்று கூட்டத்தினரைப் பார்த்து அவள் கத்தினாள். “வாயில் சிகரெட்டுக் களையும் வைத்துக்கொண்டு, எதை வேடிக்கை பார்ப்பதற்காக இங்கே வந்துவிட்டீர்கள், எல்லோரும்” – இருமல், இருமல், இருமல் “நன்றாயிருக்கிறது உங்களைப் பார்க்க...! நன்றாகத் தொப்பி களையும் போட்டுக்கொண்டு...! அங்கே பார்... அங்கேயும் ஒருவன் தொப்பியோடு நிற்பதைப் பார்... செத்துகொண்டிருப்பவருக்குக் கொஞ்சமாவது மரியாதை காட்ட வேண்டாமா?”

தொடர்ந்து வந்த இருமல் அவளைப் பேசவிடாமல் செய்த போதும், அவளது கண்டனத்திற்குச் சிறிது பயனில்லாமலும் போக வில்லை. உள்ளே வந்த அவர்கள் எல்லோரும் அப்படியே அச்சத் துடன் நின்றுவிட்டனர். பிறகு ஒருவர் பின் ஒருவராகக் கதவை நோக்கிப் பின் வாங்கத் தொடங்கினார்கள். அடுத்தவர்கள் மீது காட்டும் இரக்கமும் அனுதாபமும் உண்மையாகவே இருந்தாலும் கூடத் திடீரென்று ஒருவனுக்குப் பெருந்துன்பம் ஒன்று நேரிடு கையில், எத்தனை பிரியமானவர்களாக இருந்தாலும்கூடத் துன்பப்

படுபவர்களைக் கண்டு, அவர்களது துயரங்களைக் கண்டு மனிதர்கள் உள்ளூர மகிழ்ச்சிகொள்வதும், வினோதமான மனத் திருப்திகொள்வதும் உண்டு. இத்தகைய மனித இயல்புக்கு விலக் கானவர்கள் எவருமில்லை! அத்தகைய அற்ப சந்தோஷத்தின் வெளிப்பாட்டை இப்போது வந்து சென்ற இவர்களின் முகங் களிலும் காணமுடிந்தது.

கதவுக்கு வெளியிலிருந்து காயப்பட்டவரை மருத்துவ மனைக்கு அழைத்துச் செல்ல வலியுறுத்தும் குரல்களும், ஒன்று மில்லாத விஷயத்திற்காக வீட்டுக்குள் இப்படிக் கலாட்டா செய்யக் கூடாதென்று வாதாடும் குரல்களும்கூடக் கலவையாகக் கேட்டுக் கொண்டிருந்தன.

"மனுஷங்க நிம்மதியா சாகக்கூடாதா?" என்று குமுறிய வண்ணம் ஆவேசத்துடன் கதவைப் பிடித்திழுக்க முற்பட்டாள் காதரீனா இவானோவ்னா. சரியாக அதேநேரத்தில் உள்ளே நுழைந்த திருமதி லிப்பேவெஸெல்ஸ் மீது அவள் மோதிக் கொண்டாள். ஒரு சூறாவளியே உள்ளே பிரவேசித்துவிட்டதைப் போன்ற தோரணையில் அந்தப் பெண்மணி உள்ளே நுழைந்தாள். அந்தச் சம்பவத்தைப் பற்றி அப்போதுதான் கேள்விப்பட்ட அவள், இங்கே இந்தக் கூட்டத்தையெல்லாம் ஒழுங்குபடுத்தும் எண்ணத் துடன் விரைந்து வந்திருந்தாள். அவள் நெறிமுறைகளற்ற ஒரு சண்டைக்காரப் பெண்மணி.

தன் கைகளை ஆட்டியபடி அவள் கூச்சலிட்டாள். "அடக் கடவுளே, உன் குடிகாரப் புருஷனைக் குதிரை மிதித்து விட்ட தாமே? அவனை ஆஸ்பத்திரிக்கல்லவா கொண்டு போயிருக்க வேண்டும்...? இது, என் வீடு! தெரியுமா?"

"அமாலியா லுட்விகோவ்னா, நீங்கள் என்ன பேசிக் கொண்டிருக்கிறீர்கள் என்பதைத் தயவுசெய்து கொஞ்சம் யோசித்துப் பாருங்கள்" என்று சற்று கர்வமான தொனியில் பேசத் தொடங்கினாள் காதரீனா இவானோவ்னா.

வீட்டுக்காரியிடம் பேசும்போதெல்லாம் இப்படிப்பட்ட தொனியில் பேசுவதையே அவள் வழக்கமாக வைத்திருந்தாள். காரணம், அந்த வீட்டுக்காரி 'தனக்குரிய இடம்' எது என்பதை மறந்துவிடக்கூடாது என்பதற்காகத்தான். இப்படிப்பட்ட சூழ் நிலையிலும்கூட, அந்த மாதிரிப் பேசுவதில் தனக்குக் கிடைக்கும் ஆனந்தத்தை மறுதலிக்க அவளுக்கு மனம் வரவில்லை. "அமாலியா லுட்விகோவ்னா...?"

"இப்படி நீ என்னை அழைக்கக்கூடாதென்று இதற்கு முன்னால் உனக்கு நான் கண்டித்துச் சொல்லியிருக்கிறேன் அல்லவா? அமாலியா இவானோவ்னா என்று கூப்பிடு."

"நீங்கள் ஒன்றும் அமாலியா இவானோவ்னா கிடையாது. அமாலியா லுட்விகோவ்னாதான்! இப்பொழுது கதவுக்குப் பின்னாலிருந்து சிரித்துக்கொண்டிருக்கும் லெபஸியாட்னி கோவைப் போல உங்களைக் கீழ்த்தரமான முறையில் காக்காய் பிடிக்க வேண்டிய அவசியம் ஒன்றும் எனக்கில்லை."

உண்மையிலேயே கதவுக்கு வெளியிலிருந்து சிரிப்பும் கூச்சலும் எழுந்தது. "மறுபடியும் ஆரம்பித்துவிட்டார்கள் யுத்தத்தை" என்று யாரோ கிண்டலாகச் சொல்வதும்கூடக் கேட்டது.

"நான் உங்களை எப்பொழுதுமே அமாலியா லுட்வி கோவ்னா என்றுதான் கூப்பிடுவேன். அப்படி நான் அழைப்பதில் நீங்கள் அதிருப்தியடைய என்ன காரணம் என்பது எனக்கு விளங்கவில்லை. செமியோன் ஸகோரோவிச் அவர்களுக்கு என்ன ஆகியிருக்கிறது என்று இதோ நீங்களே பாருங்கள். அவர் இறந்து போய்க்கொண்டிருக்கிறார். அமைதியாக இறந்து போவதற்காவது அவரைச் சற்று அனுமதியுங்கள். தயவுசெய்து உடனடியாகக் கதவை மூடுங்கள். உள்ளே வர எவரையும் அனுமதிக்காதீர்கள்! இல்லாவிட்டால் மேதகு கவர்னர் அவர்களின் முன்பாக உங்களை நான் அழைத்துச் செல்ல வேண்டியிருக்குமென்பது உறுதி! இளவரசர் அவர்கள் இளம்பிராயத்திலிருந்து எனக்குத் தெரிந்தவர்! செமியோன் ஸகோரோவிச்சையும் ஞாபகம் வைத்துக்கொண்டு, அவரிடம் அன்பு காட்டி, அதிகமாக உதவி செய்திருப்பவர். செமியோன் ஸகோரோவிச்சுக்கு நிறைய நண்பர்கள் உண்டு. அவருக்கு உதவக்கூடியவர்களும் அதிகம் பேர் உண்டு. தன் னுடைய பலவீனத்தால், வாழ்க்கையும் இப்படி சந்தோஷமில் லாமல் அமைந்து, கொஞ்சம் தோற்றும் போய்விட்டதால், சுய கௌரவம் பாராட்டிக்கொண்டு அவர்களிடம் செல்லாமல், அவர்களையெல்லாம் அவர் புறக்கணித்துக்கொண்டிருந்தார். ஆனாலும் இதோ பாருங்கள், இப்பொழுது நல்ல மனதுடைய இந்த இளைஞர் எங்களுக்கு உதவி செய்திருக்கின்றார்" என்று சொன்னபடி ரஸ்கோல்னிகோவைச் சுட்டிக்காட்டினாள். "அவருக்கு நல்ல வசதியும் செல்வாக்கும் இருக்கிறது! செமியோன் ஸகோரோவிச்சுக்கு அவரைக் குழந்தைப் பருவத்திலிருந்து தெரியும். உண்மையாகத்தான் சொல்கிறேன். அமாலியா லுட்விகோவ்னா...!

தங்குதடையற்ற வேகத்தோடு, தன் பேச்சை நிறுத்தாமல் பேசிக்கொண்டிருந்தாள் காதரீனா இவானோவ்னா. முடிவாக அவளைக் கடுமையாகத் தாக்கிய இருமல், அவளது நீண்ட பேச்சுக்கு ஒரு முற்றுப் புள்ளியை வைத்தது. அதற்குள் இறந்து கொண்டிருந்த அந்த மனிதன், சற்றே நினைவு வரப் பெற்றவனாக ஏதோ முணுமுணுக்க, அவள் அவனிடம் ஓடினாள்.

காயம்பட்டுக் கிடந்த அந்த மனிதன் தன் கண்களைத் திறந்து பார்த்தான். தன்னைக் குனிந்து பார்த்துக்கொண்டிருந்த ரஸ்கோல்னிகோவை யாரென்று புரிந்துகொள்ளவும், அடையாளம் தெரிந்துகொள்ளவும் அவனால் முடியவில்லை. நீண்ட இடைவெளிவிட்டு மிகுந்த சிரமத்தோடு ஆழமாக மூச்சு வாங்கிக் கொண்டிருந்தான் அவன். அவனது கடைவாயிலிருந்து இரத்தத் துளிகள் தெறித்தபடியும் நெற்றியில் முத்துமுத்தாக வேர்த்துக் கொட்டியபடியும் இருந்ததால் ரஸ்கோல்னிகோவை அவனால் அடையாளம் கண்டுகொள்ளவே முடியவில்லை. அவனுடைய கண்கள் தன்னைச் சுற்றிலும் அலைபாய்ந்துகொண்டிருந்தன. காதரீனா இவானோவ்னாவின் பார்வையில் சோகம் அப்பிக் கிடந்தது. ஆனால் அதனை வெளிப்படுத்திக்கொள்ளாமல், முகத் தில் ஒரு வெறுமையை வெளிப்படுத்தியபடி கணவனைப் பார்த்தாள். கண்களிலிருந்து கண்ணீர் அருவியாய்க் கொட்டிக் கொண்டிருந்தது. “கடவுளே... இவருடைய நெஞ்சு முழுவதுமே நசுங்கிப் போய் கிடக்கிறதே.... இரத்தம் என்னமாக வழிந்து கொண்டிருக்கிறது” என்று அவள் மிகவும் துயரத்தோடு புலம்பி னாள். ‘அவர் மீது அணிந்திருக்கும் ஆடையைக் கழற்றிவிட வேண்டும்’ என்று தனக்குத்தானே சொல்லிக்கொண்ட அவள் நோயாளியிடம் அதை வேண்டினாள்.

“செமியோன் ஸகோரோவிச், முடிந்தால் கொஞ்சம் அப்படித் திரும்பிக்கொள்கிறீர்களா?” என்று அவள் அழுதுகொண்டே அவனிடம் கூறினாள்.

மர்மெலாதோவ் அவளை இனங்கண்டுகொண்டான்.

“பாதிரியாரைக் கூட்டி வர வேண்டும்” – அடித் தொண்டை யில் அவன் முணுமுணுத்தான்.

ஜன்னலை நோக்கிச் சென்று அதன் சட்டத்தில் தன் தலையைப் புதைத்துக்கொண்ட காதரீனா இவானோவ்னா பொறுக்க முடியாத துயரத்தினால் வீறிட்டு அழுதாள். “ஐயோ... எந்த மாதிரியான சபிக்கப்பட்ட வாழ்க்கை இது...” “பாதிரியார்...” நொடி நேர அமைதிக்குப் பின்பு மீண்டும் முணுமுணுத்தான் இறந்துகொண்டிருந்த மனிதன்.

“பாதிரியாரை அழைத்து வர ஆட்கள் போயிருக்கிறார்கள்” என்று காதரீனா அவனைப் பார்த்து உரக்கக் கத்தினாள். அவளுடைய அந்தக் கூச்சலைக் கேட்டு அவன் அமைதியடைந் தான். கவலையும் வருத்தமும் அச்சமும் தவழ அவனது கண்கள் அவளைத் தேடின. அவள் அவனருகே, தலையணைக்கருகில் வந்து நின்றுகொண்டாள். அவன் வலி ஏதுமின்றித் தன் உடல்நிலைச் சற்றுநேரம் சீராக இருப்பது போல உணர்ந்தான். ஆனால் அது வெகுநேரம் நீடிக்கவில்லை. அலைபாய்ந்துகொண்டிருந்த அவனது கண்களின் பார்வை குட்டிப் பெண் லிடாவின் மீது பட்டு நிலைத்து நின்றது. அவள் அவனது செல்லப் பெண். காய்ச்சல் வந்ததைப் போல நடுங்கிக்கொண்டு, ஒரு மூலையில் நின்றுகொண் டிருந்த அவள், குழந்தைகளுக்கே உரிய ஆர்வத்தோடு கண்கள் மின்ன, வியப்போடு அவனையே வினோதமாகக் கவனித்துக் கொண்டிருந்தாள்.

“ஆ...ஆ...” என்று அவளைப் பார்த்து ஏதோ சொல்ல முயன்றும், சொல்ல வார்த்தைகள் வராமல், நீண்டதொரு பெரு மூச்சுவிட்டான் அவன்.

“உங்களுக்கு இப்போது என்ன வேண்டும்?” என்று கேட்டாள் காதரீனா இவானோவ்னா.

“வெறுங்காலோடு இருக்கிறாள், வெறுங்காலோடு...” என்று அரை மயக்க நிலையில் தன் கண்களை அச்சிறுமியின் கால்களின் மீதும், பாதங்களின் மீதும் பதித்தபடி முணுமுணுத்தான் மர்மெலா தோவ்.

“கொஞ்சம் அமைதியாக இருக்கிறீர்களா?” – என்று எரிச்ச லோடு கத்தினாள் காதரீனா இவானோவ்னா. “அவள் ஏன் இப்படி வெறுங்காலோடு நிற்கிறாள் என்று உங்களுக்கே தெரியும்!”

“நல்ல வேளை, டாக்டர் வந்துவிட்டார். கடவுளுக்கு நன்றி!” மிகுந்த மகிழ்ச்சியோடு சொன்னான் ரஸ்கோல்னிகோவ். ஒரு பெரிய கவலையிலிருந்து விடுபட்டது போலிருந்தது அவனுக்கு.

டாக்டர் உள்ளே வந்தார். அவர் மிகவும் வயதான ஒரு ஜெர்மன்காரரர்.

அந்த டாக்டர் குள்ளமாக இருந்தார். சற்று அவ நம்பிக்கை யான முகபாவனையுடன்தான் அவர் உள்ளே வந்தார். காயம் பட்ட மனிதனிடம் நேரே சென்று நாடி பிடித்துப் பார்த்துவிட்டுத் தலையையும் தொட்டுப் பார்த்தார். பிறகு காதரீனா இவானோவ் னாவின் உதவியோடு, காயம்பட்டவனின் நெஞ்சில் ஒட்டிக் கிடந்த

இரத்தம் தோய்ந்த சட்டையைக் கழற்றிவிட்டு வெறும் உடம்போடு அவனைப் படுக்க வைத்தார். அவனது மார்புப் பகுதி முழுவதும் நசுக்கப்பட்டும் மிதித்துத் துவைக்கப்பட்டும், கிழித்துப் புண்ணாக் கப்பட்டும் இருந்தது. வலது புறமிருந்த பல விலா எலும்புகள் நொறுங்கிப் போயிருந்தன. இடதுபுறம் இதயத்திற்குச் சற்று மேலாக உள்ள பகுதியில், மிகவும் பெரியதாகக் கருமஞ்சள் நிறத்தில் பெரிய காயம் ஒன்று காணப்பட்டது. குதிரையின் குளம்புகளால் மிதித்து நசுக்கப்பட்டிருந்த இடம் அதுதான். டாக்டர் முகம் சுளித்தார். துரதிர்ஷ்டசாலியான அந்த மனிதன், வண்டிச் சக்கரத்தின் கீழே சிக்கிக்கொண்டுள்ளதையும், கிட்டத்தட்ட முப்பது மீட்டர் தூரம் வரை இழுத்துச் செல்லப்பட்டதையும் போலீஸ்காரன் அவரிடம் விளக்கமாகக் கூறினான்.

“அவனுக்கு நினைவு திரும்ப வந்தது என்ற விஷயமே மிகவும் ஆச்சரியமானதாகத்தான் இருக்கிறது” என்று டாக்டர், ரஸ்கோல்னிகோவிடம் சற்று முணுமுணுப்பாகச் சொன்னார்.

“நீங்கள் என்ன நினைக்கிறீர்கள்?” என்று டாக்டரைக் கேட்டான் ரஸ்கோல்னிகோவ்.

“அவன் இப்பொழுது இறந்துகொண்டிருக்கிறான்!”

“நிஜமாகவே, கொஞ்சம்கூட நம்பிக்கைக்கு இடமில் லையா...?”

“சுத்தமாக இல்லை! அவன் மரணத்தருவாயை நெருங்கி விட்டான். தலையும் மிகவும் மோசமாகக் காயப்பட்டிருக்கிறது. ஹும்... ஒரு வேளை கொஞ்சம் இரத்தம் செலுத்தலாம்... அதனால்கூட எந்தப் பலனும் இல்லை என்றுதான் சொல்ல வேண்டும். இன்னொரு ஐந்து அல்லது பத்து நிமிடங்களில் அவன் நிச்சயமாக இறந்துவிடுவான்.”

“ஆனால் குறைந்தபட்சம் நீங்கள் சொன்னபடி முயற்சிக்க வாவது வேண்டும்.”

“செய்யலாம்தான்... ஆனால் அதனால் பயனே இல்லை என்று உறுதியாகச் சொல்ல முடியும்!”

படிகளில் யாரோ ஏறிவரும் ஓசை கேட்டதும், வாயிலருகே கூடியிருந்த கூட்டம் விலகி வழிவிட்டது.

நரைமுடியுடனிருந்த, குள்ளமான, வயதான பாதிரியார் கையில் பைபிளுடன் உள்ளே நுழைந்தார். மரணமடையும் வேளை யில் ஆத்மசுத்திக்காக செய்யப்படும் பாவமன்னிப்புக்கான மதச்

சடங்கிற்காக அவர் வந்திருந்தார். விபத்து நடந்த இடத்திலிருந்து, காயம்பட்டவனை இங்கே கொண்டு வரும் போதே ஒரு போலீஸ் காரர் பாதிரியாரை அழைத்து வரப் போய்விட்டார். அந்தப் போலீஸ்காரரின் அழைப்பின்பேரிலேயே பாதிரியார் அங்கு வந் திருந்தார். பாதிரியார் முன்னே வருவதற்கு விலகி வழி கொடுத்த டாக்டர், பொருள் பொதிந்த பார்வை ஒன்றை அவருடன் பரி மாறிக்கொண்டார். உடனே புறப்பட்டுவிடாமல், சிறிது நேரமாவது இங்கே இருந்துவிட்டுச் செல்லுமாறு டாக்டரை ரஸ்கோல்னிகோவ் கெஞ்சிக் கேட்டுக்கொண்டான். தன் தோள்களைக் குலுக்கியபடி டாக்டரும் அதற்கு ஒப்புக்கொண்டார்.

அவர்கள் அனைவரும் அந்த மனிதனின் பக்கத்தில் நின்றிருந்தனர். இறந்துகொண்டிருந்த மனிதனின் பாவமன்னிப்பு மிகவும் சுருக்கமாக அமைந்திருந்தது. என்ன நடந்துகொண்டி ருக்கிறது என்பதைப் பற்றிய தெளிவான சிந்தனை அவனுக்கு இருந்திருக்குமா என்பதுகூடச் சந்தேகம்தான். உடைந்த, தெளிவற்ற குரலில் சில சப்தங்களை மட்டுமே அவனால் எழுப்ப முடிந்தது. காதரீனா இவானோவ்னா, சிறுமி லிடாவையும், குட்டிப் பையனையும் தூக்கிக்கொண்டு கணப்பருகே சென்று, அங்குள்ள மூலையில் மண்டியிட்டாள். குழந்தைகளையும் தனக்கு முன்பு நிறுத்தி, அவ்வாறே மண்டியிடச் செய்தாள். அந்தச் சிறிய பெண் மட்டும்தான் நடுங்கிக்கொண்டிருந்தாள். ஆனால் அந்தச் சிறுவன், தன்னுடைய வெறுமையான முழங்கால்கள் தரையில் படுமாறு பணிந்து, மண்டியிட்டுக் கைகளை உயர்த்தி வணங்கி, நெஞ்சில் சிலுவைக் குறியிட்டுக்கொண்டான். அப்படிச் செய்தது அவனுக்கு மனத் திருப்தியை அளித்ததைப் போலத் தோன்றியது. காதரீனா இவானோவ்னா தனது உதட்டைக் கடித்துக்கொண்டு, மிகுந்த பிரயாசையுடன் குமுறி வரும் அழுகையை அடக்கிக்கொண்டு, பிரார்த்தனையில் ஈடுபட்டிருந்தாள். அவ்வப்போது அந்தச் சிறு வனின் சட்டையை நீவிவிட்டுச் சரிப்படுத்திக்கொண்டிருந்த அவள், சின்னப் பெண்ணின் வெறுமையான தோள்களை மூடு வதற்காக அலமாரியிலிருந்து ஒரு சால்வையை எடுத்துப் போர்த்தி விட்டாள். மண்டியிட்டிருந்த தனது கால்களை உயர்த்தாமல், பிரார்த்தனையையும் நிறுத்தாமல், மிகவும் லாவகத்துடன் அதைச் செய்தாள் காதரீனா.

உள் அறைகளுக்குச் செல்லும் வழியை மூடிக்கொண்டிருந்த அந்தக் கதவு மீண்டும் திறக்கப்பட்டது. உள்ளே மற்ற குடியிருப்பு களில் இருந்தவர்கள் இப்போது இங்கே வந்தனர். நடைபாதை முழுவதுமே மக்கள் கூட்டம் அதிகமாகிவிட்டிருந்தது. படிக்கட்டை

ஒட்டியிருந்த ஒவ்வொரு குடியிருப்பிலுமிருந்த மனிதர்களும் அங்கே கூடியிருந்தனர். ஆயினும் வாயிலைத் தாண்டி அறைக்குள் நுழைய எவரும் முயலவில்லை. அந்த இடத்தில் ஒரே ஒரு மெழுகுவர்த்தி மட்டும் ஒளியூட்டிக்கொண்டிருந்தது. தன் சகோதரியைத் தேடிச் சென்றிருந்த போலென்கா அந்தத் தருணத்தில் கூட்டத்தைத் தள்ளிக்கொண்டு வேகமாக உள்ளே வந்தாள். ஓடி வந்ததால் அவளுக்கு மூச்சு இரைத்துக்கொண்டிருந்தது. அறைக்குள் நுழைந்த அவள், தலையிலிருந்த கைக்குட்டையை எடுத்துவிட்டுத் தன் அம்மா எங்கே என்று சுற்றுமுற்றும் பார்த்துவிட்டு அம்மாவிடம் சென்று விஷயத்தைச் சொல்லத் தொடங்கினாள். "சோனியா வந்துகொண்டிருக்கிறாள்! வீதியிலேயே நான் அவளைப் பார்த்து விட்டேன்!"

போலென்காவையும்கூடத் தன்னருகே மண்டியிடச் செய்தாள் அவளது அன்னை. ஆரவாரமில்லாமல் மிகவும் பயந்து போன முகத்தினளாக ஓர் இளம் பெண் உள்ளே வந்தாள். வறுமைக்கும் கிழிசல் துணிகளுக்கும் சாவுக்கும் துன்பத்திற்கும் இடையே அவளது திடீர் வருகை, அந்த அறையைப் பொறுத்த வரை மிகவும் வினோதமான ஒன்றாகவே இருந்தது. அவளது துணிகளும்கூடக் கந்தையாகத்தான் இருந்தன. என்றாலும்கூட, மிக மலிவான அலங்காரப் பொருள்களால் அவள் தன்னை மட்டமான ஒரு ரசனையுடன் கொஞ்சம் அழகுபடுத்திக்கொண்டிருந்தாள். வீதியில் திரியும் வேறோர் உலகத்தைச் சேர்ந்தவள் அவள் என்பதையும், அப்படிப்பட்ட உடைகளை எந்த நோக்கத்திற்காக அவள் அணிந்திருக்கிறாள் என்பதையும் அவளது அலங்காரம், பட்டவர்த்தனமாகவும் வெட்கம் கெட்ட முறையிலும் பறைசாற்றிக் கொண்டிருந்தது. சோனியா, வாசல் கதவைத் தாண்டி அறைக்கு உள்ளே வராமல் கதவுக்கு வெளியிலேயே நின்றுகொண்டாள். கதியற்றவளாக, சுற்றுப்புறம் குறித்த உணர்வுகளை இழந்தவளாக புத்தி பேதலித்தவளைப் போல அவள் நின்றுகொண்டிருந்தாள். பரிகாசம் செய்து சிரிக்கக்கூடிய அளவுக்குத் தரையில் புரண்டபடி கிடக்கும் நீண்ட மேலங்கியையும், நான்கு பேர் பயன்படுத்திய பளபளப்பான – நிறம் மங்கிய பட்டாடையையும் அவள் அணிந்திருந்தாள். நீண்ட மேலங்கி காற்றில் பறக்க வாயிலை அடைத்துக் கொண்டு தான் நின்றுகொண்டிருப்பதை உணர்ந்துகொள்ளாதவளாக மனம் கலங்கிப் போய் அவள் நின்றிருந்தாள். அதேபோல் அவள் அணிந்துகொண்டிருந்த வெளிர் நிறக் காலணிகள், இரவில் தேவைப்படாது என்றாலும்கூடக் கையில் அவள் ஏந்திக் கொண்டிருந்த சிறு குடை, 'பளிச்'சென்ற தீச்சுடர் நிறத்தில் இறகு செருகப்பட்டிருந்த அபத்தமான தோற்றம் தந்த சிறிய வட்டமான தொப்பி ஆகிய எல்லாமே–அந்த இடத்தில், அசந்தர்ப்பமாக, அசாதாரணமாக–முகத்தைச் சுளிக்க வைப்பவையாகத் தோற்றம்

தந்தன. இதையெல்லாம் சிந்தித்துப் பகுத்துணரும் தன்மைகளை இழந்தவளாக அவள் நின்றிருந்தாள். சிறு பையன்கள் அணிவதைப் போல ஒரு புறம் சாய்த்து அவள் அணிந்துகொண்டிருந்த அந்தத் தொப்பிக்குக் கீழே தெரிந்த அச்சத்தால் மிகவும் வெளிறிப் போயிருந்த சிறிய முகம் ஒளியிழந்து போயிருந்தது. திகைப்பில் வாய் பிளந்திருக்க, கண்கள் அச்சத்தால் நிலைகுத்தியிருக்க அவள் மிரண்டுபோனவளாகக் காட்சி தந்தாள்.

பதினெட்டு வயது நிரம்பிய இளம் பெண்ணான சோனியா சற்று மெலிவாக இருந்தபோதும், அழகான தலைமுடியும், நீல நிறக் கண்களும்கொண்டவளாக, மிக அழகாகவே இருந்தாள். அவளது கண்கள் படுக்கையில் கிடந்த மர்மெலாதோவ் மீதும், அருகில் இருந்த பாதிரியாரின் மீதும் பதிந்திருந்தது. மிக வேகமாக ஓடி வந்ததால் அவளுக்கும்கூட மூச்சிரைத்துக்கொண்டிருந்தது. இறுதியாகக் கூட்டத்தினரின் முணுமுணுப்புகளைக் கேட்டுத் தன்னுணர்வு பெற்ற அவள், வாசலைத் தாண்டி அறைக்குள் நுழைந்தாள். அப்போதும்கூடக் கதவுக்குப் பக்கத்திலேயே அவள் நின்றுகொண்டாள்.

இறந்துகொண்டிருந்த மனிதனின் பாவ மன்னிப்பு ஏற்கப் பட்டு, மதச் சடங்குகள் முழுமையாக முடிந்துவிட்டன. காதரீனா இவானோவ்னா மீண்டும் தன் கணவன் படுத்திருந்த இடத்தை நெருங்கி வந்தாள். பாதிரியார் அங்கிருந்து சற்று நகர்ந்து நின்று கொண்டார். அவளைப் பார்த்து அவளுக்கு ஆறுதலளிக்கும் விதத்தில் சில வார்த்தைகளைப் பாதிரியார் சொன்னார்.

"அதெல்லாம் இருக்கட்டும்... இந்தச் சின்னஞ்சிறிய குழந்தை களை வைத்துக்கொண்டு எப்படி நான் வாழப்போகிறேன்?" என்று குழந்தைகளைச் சுட்டிக்காட்டியபடி எரிச்சலுடன், வெடுக்கென்று அவரது பேச்சின் இடையில் குறுக்கிட்டுக் கேட்டாள் காதரீனா இவானோவ்னா.

"கடவுள் கருணைமிக்கவர்! நம்மைக் கைவிட்டுவிட மாட்டார்! நம்மையெல்லாம் விட மேலான சக்தியின் மீது நம்பிக்கை வைக்க வேண்டும், அம்மா!" என்று தொடங்கினார் பாதிரியார்.

"ஆ... கருணையானவர்தான்! ஆனால் எங்களுக்கு மட்டும் ஏனோ அந்தக் கருணை கிடைக்கவே இல்லை!"

"சே... சே... அப்படிப்பட்ட பாவச் சொற்களை, மோசமான வார்த்தைகளைப் பேசாதே. அது பாவம்" என்று அதற்கு மறுப்பாகத் தலையை ஆட்டிக்கொண்டே அவர் சொன்னார்.

"இதோ இது பாவமில்லையா... எங்களுக்கு ஒரே ஆதரவாக இருந்த இவரை இந்தக் கதிக்கு ஆளாக்கிவிட்டார்களே இது பாவமில்லையா? இதற்கு இப்போது என்ன சொல்கிறீர்கள்?" என்று தன் கணவனைச் சுட்டிக்காட்டியபடி கூக்குரலிட்டாள் காதரீனா இவானோவ்னா.

"இந்தத் துன்பத்தை, அறியாமல் இழைத்தவர்கள் யாரோ, அவர்கள் உனக்கு நஷ்டஈடு தந்து, உனக்கு உதவி செய்ய முன் வருவார்களென்றுதான் நினைக்கிறேன். உனது வருவாய் இழப்பை ஓரளவு அவர்களால் ஈடுகட்ட முடியும்."

"நீங்கள் எதையும் புரிந்துகொள்ளவில்லை" என்று கோபத் துடன் கைகளை வீசிக்கொண்டு எரிச்சலோடு சொன்னாள் காதரீனா இவானோவ்னா. "எதற்காக அவர்கள் எனக்கு நஷ்டஈடு கொடுக்க வேண்டும்? இவர் நன்றாகக் குடித்திருந்தார். குதிரை களுக்கு நடுவே போய்த் தானாகவே சிக்கிக்கொண்டார்... சொல்லப் போனால், பெரிதாக அவரும்தான் என்ன சம்பாதித்து விட்டார்? எனக்கு அவரிடமிருந்து கிடைத்ததெல்லாம் துன்பம் மட்டும்தான்! அவர் மகாப் பெரிய குடிகாரர். தன்னிடம் இருந்த எல்லாவற்றையும் குடியிலேயே அழித்தவர். எங்களையும் எங்களிட மிருந்த பணத்தையும்கூடக் கொள்ளையடித்து அந்தப் பணத்தை யும் சாராயக் கடையிலே கொண்டுபோய்க் கொட்டியவர். தன்னுடைய வாழ்க்கையையும், எங்களுடைய வாழ்க்கையையும் சாராயக் கடையிலேயே பணயம் வைத்து அழித்தவர் இவர். இவர் இறப்பதற்காகக் கடவுளுக்கு நன்றிதான் சொல்ல வேண்டும். இனிமேல் எங்களுக்கு அதிகமான இழப்பு ஏற்படாது!"

"இறக்கும் தருவாயில் அவரை நீங்கள் மன்னித்துவிட வேண்டும் அம்மா! இப்படிப்பட்ட உணர்ச்சிகளைப் போய் இந்த நேரத்தில் நீங்கள் வெளிப்படுத்துவதென்பது பாவம் அம்மா, மிகப் பெரிய பாவம்."

காதரீனா இவானோவ்னா காயப்பட்டுக் கிடந்த கண வனைக் கவனிப்பதில் மும்முரமாக முனைந்திருந்தாள். அவன் குடிப்பதற்கு எதையோ கொடுத்து, அவனைக் குடிக்கச் செய்தாள். அவன் முகத்திலிருந்து வழிந்த வியர்வையையும், இரத்தத்தையும் துடைத்துவிட்டாள். அவனது தலையணையை நேராக வைத்தாள். இப்படியெல்லாம் செய்துகொண்டே அவ்வப்பொழுது பாதிரி யாருடனும் ஓரிரு வார்த்தைகள் உரையாடிக்கொண்டிருந்தாள் அவள். இப்பொழுது முழுதாக அவரது பக்கம் திரும்பிப் பேசத் தொடங்கினாள்:

"ஐயோ, கடவுளே, நான் புலம்புவதெல்லாம் வெறும் வாய் வார்த்தைகள்தானே தவிர, எதையும் தீவிரமாக நினைத்துக்

கொண்டு நான் பேசவில்லை. என்னை மன்னித்துவிடுங்கள். இப்படி அவர் வண்டியில் அடிபடவில்லையென்றால், நன்றாகக் குடித்துவிட்டுத், தள்ளாடியபடியே வீட்டுக்கு வந்து, தன்னிடமுள்ள ஒரே ஓர் அழுக்கான கந்தைச் சட்டையுடன் ஒரு நாயைப் போலப் படுக்கையில் சுருண்டு படுத்துக்கொண்டு உறங்கிப் போயிருப்பார். நான் விடிகிற வரையிலும் அவருடைய பழந்துணிகளையும், குழந்தைகளின் உடுப்புகளையும் துவைத்துச் சன்னலில் காயப் போட்டுக்கொண்டிருப்பேன். வெளிச்சம் வந்த பிறகு அவற்றிலுள்ள கிழிசல்களைத் தைப்பதற்கு உட்கார்ந்திருப்பேன். என்னுடைய இரவு நேரம் இப்படித்தான் கழிந்திருக்கும். அதனால் மன்னிப்பைப் பற்றியெல்லாம் இங்கே பேசுவதற்குக்கூட அவசியமில்லை. அதற்கு அர்த்தமும் இல்லை! நான் அவரை மன்னித்துவிட்டேன்."

மிகக் கடுமையான, தொடர்ச்சியான இருமல் குறுக்கிட்டு அவளது வார்த்தைகளை இடைமறித்தது. அவள் தனது ஒரு கரத்தினால் கைக்குட்டையை எடுத்து, தனது உதடுகளை அழுத்த மாகத் துடைத்துக்கொண்டாள். மறு கரத்தினால் கடுமையாக வலிக்கும் தனது இதயத்தை, மார்பை அழுத்திப் பிடித்தபடி கண் களை மூடிக்கொண்டவள், அதை இதமாகத் தடவி விட்டுக்கொண் டாள். அவளுடைய கைக்குட்டை முழுவதும் – அவளது இருமலி னால் வெளிப்பட்ட இரத்தமாகக் காட்சியளித்தது. இதைப் பார்த்து வேதனையுடன் தலையைத் தாழ்த்திக்கொண்டார் பாதிரியார். அவர் ஒன்றுமே பேசவில்லை.

மர்மெலாதோவ் தனது கடைசி நிமிட அவஸ்தையில் இருந்தான். தன்னையே குனிந்து பார்த்துக்கொண்டிருந்த தனது மனைவி காதரீனா இவானோவ்னாவின் முகத்தில் பதிந்திருந்த தனது பார்வையை அவன் கொஞ்சமும் அகற்றவில்லை. அவளி டம் ஏதோ சொல்ல வேண்டும் என்று அவன் முயற்சித்தான். மிகுந்த சிரமங்களுடன் தனது நாக்கையும் உதடுகளையும் அசைத்துப் பேச முயன்றான். அவன் தன்னிடம் மன்னிப்புக் கேட்பதற்கு விரும்புகிறான் என்பது போலக் காதரீனா இவா னோவ்னா இதனைப் புரிந்துகொண்டாள். உடனடியாக அவனுக்கு ஆணையிடும் தொனியில் கூச்சலிட்டாள்: "வேண்டாம், அமைதியாக இருங்கள்... நீங்கள் சொல்லவிரும்புவது என்ன வென்று எனக்குத் தெரியும்."

இறந்துகொண்டிருந்த மனிதன் அமைதியானான். ஆனால் அதன்பிறகும் அலைபாய்ந்துகொண்டிருந்த அவனது பார்வை கதவருகே நின்றுகொண்டிருந்த சோனியாவை இனம் கண்டு கொண்டு, அவள் மீது பதிந்தது. அந்தக் கணம் வரையில் அவளை அவன் கவனித்திருக்கவில்லை. அவள் நிழலான ஒரு மூலையில் நின்றுகொண்டிருந்தாள்.

ஃபியோதர் தஸ்தயெவ்ஸ்கி

“யாரது? அது யார்...?” என்று அடித்தொண்டையில் பேசியபடி, மூச்சுத்திணறல்களுக்கிடையே, அவன் மிகவும் முயன்று வார்த்தைகளை வெளிப்படுத்தினான். அவனது மகள் நின்றிருந்த அந்த இடத்தை நோக்கியே கலவரமான அவனது பார்வை படிந்து நின்றது. படுத்திருந்த இடத்திலிருந்து எழுந்திருக்கக்கூட அவன் முயற்சி செய்தான்.

“படுத்துக்கொள்ளுங்கள்! பேசாமல் படுத்துக்கொள்ளுங்கள்” என்று சத்தம் போட்டாள் காதரீனா இவானோவ்னா.

ஆனால் நம்பமுடியாத பலத்தோடு, வலிமையோடு, தன்கையை ஊன்றி எழுந்துகொண்டான் மர்மெலாதோவ். அவனது மூர்க்கமான, வெறித்த பார்வை அவனது மகளின் மீதே பதிந்திருந்தது. அவள் யாரென்று அடையாளம் தெரியாதவனைப் போல அவளையே வெறித்துப் பார்த்துக்கொண்டிருந்தான் மர்மெலாதோவ். உண்மையில் இப்படிப்பட்ட அலங்காரத்தில்– அவளை இதுவரையில் அவன் கண்டதேயில்லை. திடீரென்று அவளை அடையாளம் தெரிந்துகொண்ட அவன், இப்படிப்பட்ட பகட்டான உடையுடன் நின்றுகொண்டிருந்த அவளைப் பார்த்ததும், அதற்கான காரணத்தை நினைத்து – அவமான உணர்ச்சியினால் கூனிக் குறுகிப் போனான். அடக்க, ஒடுக்கமாகத் தன் தந்தைக்கு இறுதி விடை தருவதற்காக அதற்குரிய தன் முறை வருவதற்காகக் காத்துக்கொண்டு நின்றிருந்த அவளைப் பார்க்கப் பார்க்க, முடிவில்லாத துயரம் அவனது முகத்தில் படர்ந்தது.

“சோனியா... என் மகளே... என்னை மன்னித்துவிடம்மா...” என்று அழுதுபுலம்பியபடி தன் கைகளை அவளை நோக்கி நீட்ட முயன்றான் அவன். ஆனால் பற்றிக்கொள்வதற்குப் பிடிமானம் இல்லாமல் போனதால், சாய்ந்துவிட்ட அவன் சோஃபாவில் தலைகுப்புறக் கவிழ்ந்து விழுந்தான். சுற்றியிருந்தவர்கள் அவனைத் தூக்கி எடுத்துப் படுக்க வைத்தார்கள். அவன் இறந்து போய்க்கொண்டிருந்தான். தீனமான குரலில் அழுதபடி, அவனை நோக்கி ஓடிய சோனியா, தனது கைகளை அவனது முதுகைச் சுற்றி வளைத்துத் தன்னோடு சேர்த்து அவனைக் கட்டிக்கொண்டாள். சற்றுநேரம் அவளது அரவணைப்பிலேயே இருந்த அவன், அவளது கைகளுக்குள் மரணமடைந்தான்.

“இப்படி ஒரு விதியை அவர் தானாகவே தேடிக்கொண்டார்” என்று தன் கணவனின் சடலத்தைப் பார்த்தபடி புலம்பினாள் காதரீனா இவானோவ்னா. “இப்பொழுது நான் என்ன செய்வேன்? இவரை எப்படி நான் அடக்கம் செய்யப் போகிறேன்? நாளைக்கு எப்படி இவர்களுக்கு நான் உணவு கொடுக்கப் போகிறேன்?”

ரஸ்கோல்னிகோவ் அவளை நெருங்கிச் சென்றான். "காதரீனா இவானோவ்னா..." என்று அவளை அழைத்தபடி அவன் பேசத் தொடங்கினாள்: "இறந்த உங்கள் கணவர், போன வாரம்தான் உங்கள் கதையைப் பற்றி, நீங்கள் நடத்தும் வாழ்க்கையைப் பற்றி–ஒன்றுவிடாமல் எல்லாவற்றையும் என்னிடம் சொன்னார். உங்களைப் பற்றிப் பேசும்பொழுது மிகவும் மரியாதையோடும், உங்களைப் பாராட்டும் முறையிலும்தான் அவர் பேசினார். அதில் உங்களுக்குச் சந்தேகமே வேண்டாம். உங்கள் அனைவரின் மீதும் அவர் எத்தனை ஈடுபாட்டுடன் இருக்கிறார் என்பதையும், குறிப்பாக உங்களை எந்த அளவுக்கு அவர் நேசிக்கிறார், பெருமையாக நினைக்கிறார் என்பதையும் நான் புரிந்து கொண்ட அன்று மாலையிலிருந்து, துரதிர்ஷ்டவசமான அவரது பலவீனத்தையும் பொருட்படுத்தாமல் நாங்கள் நண்பர்களாகி விட்டோம். இப்பொழுது இறந்து போன என் நண்பருக்கு நன்றிக் கடன் செலுத்த தயவுசெய்து என்னை அனுமதியுங்கள், காதரீனா இவானோவ்னா! இதோ இருபது ரூபிள்கள் இருக்கின்றன... எடுத்துக்கொள்ளுங்கள்! நிச்சயம் இந்தத் தொகை உங்களுக்குச் சிறிதளவாவது உதவியாக இருக்கும். அப்புறம், நான் பிறகு வருகிறேன். நிச்சயமாக நான் திரும்ப வருவேன்... ஒருவேளை நாளைக்கேகூட நான் வரலாம்... போய் வருகிறேன்."

அறையைவிட்டு விரைவாக வெளியேறிய அவன், கூட்டத்தைத் தள்ளி வழி செய்துகொண்டு, மிகவும் வேகமாகப் படிகளை நோக்கிச் செல்லத் தொடங்கினான். கூட்ட நெரிசலில் திடீரென்று நிகோடிம் போமீச் மீது அவன் மோதிக்கொள்ள நேர்ந்தது. அவர் அந்த விபத்தைப் பற்றிக் கேள்விபட்டு, நேரில் வந்து சில சட்ட நடவடிக்கைகளை, இறுதி செய்வதற்காக அங்கே வந்திருந்தார். அன்று அலுவலகத்தில் நடந்தேறிய அந்த நாடகத்திற்குப் பிறகு அவர்கள் இருவரும் சந்திப்பதற்கான சந்தர்ப்பம் வாய்த்திருக்கவில்லையென்றாலும்கூட நிகோடிம் போமீச் அவனை உடனடியாக அடையாளம் கண்டுகொண்டார்.

"ஓ, நீயா" என்றார் அவர்.

"அவன் இறந்து போய்விட்டான்" என்று பதிலளித்தான் ரஸ்கோல்னிகோவ். "டாக்டரும், பாதிரியாரும் இங்கேதான் இருக்கிறார்கள். எல்லாம் ஒரு மாதிரி ஒழுங்காகத்தான் இருக்கிறது. ஏற்கெனவே ரொம்பவும் நொந்து போயிருக்கும் காசநோயாளியான அந்தப் பெண்மணியை மேலும் தொந்தரவு படுத்திவிடாதீர்கள். முடிந்தால் அவளுக்கு ஆதரவாகப் பேசுங்கள். நீங்கள் நல்ல மனிதரென்பது எனக்குத் தெரியும்" என்று அவரது கண்களை நேருக்கு நேராகப் பார்த்தபடி புன்னகையுடன் சொன்னான் அவன்.

“ஆனால் இதெல்லாம் என்ன? நீ ஏன் இப்படி இரத்தத்தில் நனைந்திருக்கிறாய்?” லாந்தர் விளக்கின் ஒளியில், ரஸ்கோல்னிகோவ் அணிந்திருந்த மேல் கோட்டின் மீது காணப்பட்ட இன்னமும் உலராத இரத்தக்கறைகளைப் பார்த்தபடி அவர் கேட்டார்.

“ஆமாம்... என் மீது முழுக்கவும் இரத்தக்கறைகளாகத்தான் இருக்கின்றன” என்று வினோதமான முகபாவனையுடன் பதிலளித்த ரஸ்கோல்னிகோவ், புன்னகை செய்தபடி தலையசைத்து அவரிடம் விடைபெற்றுக்கொண்டு படிகளை நோக்கித் திரும்பினான்.

சற்றும் அவசரப்படாமல் அமைதியாகப் படிகளில் இறங்கிக் கொண்டிருந்தான் அவன். திரும்பவும் அவனுக்குக் காய்ச்சல் ஏற்பட்டிருந்தாலும் அதைப் பற்றிய பிரக்ஞை அவனிடம் இல்லை. மரண தண்டனை விதிக்கப்பட்டிருந்த ஒரு மனிதன் சற்றும் எதிர்பாராதவகையில் அதிலிருந்து விடுதலை பெற்றதைப் போல, எல்லையற்ற உயிரோட்டமான ஒரு சக்தியும், குதூகலமான உணர்ச்சியும் அவனுள் பொங்கித் ததும்பிக்கொண்டிருந்தன. தன் வீட்டிற்குச் சென்றுகொண்டிருந்த பாதிரியார் படிக்கட்டின் பாதி வழியில் அவனைக் கடந்து சென்றார். அவர் தன்னைத் தாண்டிச் செல்வதற்கு அமைதியாக வழி செய்து கொடுத்தான் அவன். இருவரும் எதுவும் பேசாமல் தலை தாழ்த்தி வணக்கம் கூறிக் கொண்டனர். அவன் இறங்கிச் செல்வதற்கு இன்னும் சில படிகளே மீதமிருக்கும் நிலையில், அவன் பின்னால் எவரோ ஓடி வரும் சத்தம் அவனுக்குக் கேட்டது. திரும்பிப் பார்த்தான். “கொஞ்சம் நில்லுங்கள்! நில்லுங்கள்!” என்று உரக்கச் சத்தமிட்டபடி போலென்கா அவனை நோக்கி ஓடிவந்துகொண்டிருந்தாள்.

அவன் திரும்பி நின்றபடி அவளுக்காகக் காத்திருந்தான். அவனது அருகிலே வந்துவிட்ட அவள், இரண்டு படிகளுக்கு மேலேயே நின்றுகொண்டாள். முற்றத்திலிருந்து மங்கலான வெளிச்சம் வந்துகொண்டிருந்தது.

சின்னஞ்சிறிய அந்தக் குழந்தை, உற்சாகத்துடன் அவனிடம் ஒரு செய்தி சொல்ல ஓடிவந்திருந்தாள். அதில் அவளுக்கு மகிழ்ச்சியும் இருந்ததென்பது அவனுக்கு நன்றாகப் புரிந்தது. கபடமற்ற அந்தச் சிறுமியின் வெள்ளைச் சிரிப்பில் தன்னை மறந்தவனாக மகிழ்ச்சியுடன் அவளை உற்றுப்பார்த்தான் ரஸ்கோல்னிகோவ்.

“உங்கள் பெயரென்ன...? அப்புறம் நீங்கள் எங்கே இருக்கிறீர்கள்?”

அவன் தனது இரண்டு கரங்களாலும் அவளுடைய இரு சிறிய தோள்களையும் மிக மிருதுவாகப் பற்றிக்கொண்டு, நெஞ்சிலே சந்தோஷத்தோடும், மகிழ்ச்சியோடும் அவளைக் கனிவுடன் பார்த்தான். தனக்கு ஏன் இந்த மகிழ்ச்சி என்பதை அவனால் புரிந்துகொள்ள இயலவில்லை.

"உன்னை அனுப்பியது யார்?"

"எனது சகோதரி சோனியா" என்று மேலும் கூடுதலான சந்தோஷத்துடன் புன்னகைத்தபடியே சொன்னாள் அந்தச் சிறுமி.

"எனக்குத் தெரியும். உன் சகோதரி சோனியாதான் உன்னை அனுப்பி இருப்பாளென்று...!"

"அம்மாவும்தான் என்னைப் போகச் சொன்னாள். சோனியா என்னை உங்களிடம் போகும்படி சொல்லிக்கொண்டிருக்கும்போது, அம்மாவும் அங்கு வந்து, "உன்னால் எத்தனை வேகமாக ஓட முடியுமோ அத்தனை வேகமாகப் போ, போலென்கா" என்று சொன்னாள்."

"உனக்கு உன் சகோதரி சோனியாவைப் பிடிக்குமா?"

"மற்ற எல்லோரையும் விட அதிகமாக எனக்கு அவளைத்தான் பிடிக்கும்!" என்று மிகவும் மகிழ்ச்சியாகவும் உறுதியாகவும் பதிலளித்த போலென்காவின் முகம் திடீரென்று மிகவும் தீவிரமாக மாறியது.

"நீ என் மீதும் அன்பு காட்டுவாயா?"

அதற்கு மறுமொழி கூறும்வண்ணம், அந்தச் சிறுமியின் சிறிய முகம் அவனருகே வந்ததையும், அவனுக்கு முத்தம் தருவதற்காகக் கள்ளம்கபடமில்லாமல் அவளது இதழ்கள் விரிந்ததையும் அவன் கண்டான். மெலிந்த, தீக்குச்சி போன்ற தனது கரங்களால் திடீரென்று அவனது கழுத்தை இறுக்கிக் கட்டிக்கொண்ட அந்தச் சிறுமி, அமைதியாக அழத் தொடங்கினாள்.

"பாவம்... அப்பா..." என்று ஒரு நிமிடம் கழிந்த பிறகு கூறிய அந்தச் சிறுமி, கண்ணீர்க்கறை படிந்திருந்த தனது சிறிய முகத்தை அவனிடமிருந்து விலக்கிக்கொண்டு, தனது கண்ணீரைத் துடைத்துக்கொண்டாள்.

"இப்பொழுதெல்லாம் இப்படிப்பட்ட பயங்கரமான சம்பவங்கள் அதிகமாக நடக்க ஆரம்பித்துவிட்டன" என்று எதிர்பாராத வகையில் அவள் குறிப்பிட்டாள். சின்னக் குழந்தைகள் பெரியவர்களைப் போலப் பேச விரும்புகையில் எப்படிப்பட்ட முகபாவனை

களையும், தோரணையையும் வரவழைத்துக்கொள்வார்களோ அப்படிப்பட்ட, நிதானமான தொனியுடன் அவள் சொன்னாள்.

"உன் அப்பாவுக்கு உன்னைப் பிடிக்குமா?"

"எங்கள் எல்லோரையும் விட லிடாவைத்தான் அவருக்கு ரொம்பவும் பிடிக்கும்" என்று மிகவும் தீவிரமாக ஆனால் புன்னகை ஏதுமின்றிப் பெரியவர்களைப் போலப் பதில் சொன்னாள் சிறுமி போலென்கா. "அவர் அவளைத்தான் ரொம்பவும் பிரியமுடன் வைத்திருப்பார், ஏனென்றால் அவள் குட்டிப் பெண் அல்லவா? மேலும் அவள் மிகவும் உடல்நலமில்லாதவளாகவும் இருந்தாள். அவர் எப்போதும் அவளுக்கு ஏதாவது பரிசுப் பொருள் வாங்கி வந்து தருவார். ஆனால் அவர் எங்களுக்குப் படிப்பு சொல்லிக் கொடுத்தார். எனக்கு இலக்கணமும் வேதாகமமும் அவர்தான் கற்றுக் கொடுத்தார்!" என்று சற்றுப் பெருமையுடன் சொல்லிக்கொண்டு போனாள் அந்தச்சிறுமி. "அம்மா எதுவுமே சொல்ல மாட்டாள். ஆனால் அப்பா இப்படிச் சொல்லிக் கொடுப்பது அம்மாவுக்குப் பிடிக்கும். இது அப்பாவுக்கும் தெரியும். அம்மா எனக்குப் பிரெஞ்சு கற்றுத்தர ஆசைப் பட்டாள். காரணம் நான் கல்வி கற்க வேண்டிய சரியான தருணம் இது என்பது அவளது எண்ணம்."

"உனக்கு ஜெபம் செய்யத் தெரியுமா?"

"ஏன் தெரியாது? நாங்கள் எப்போதும் ஜெபம் செய்வோம்! ரொம்ப நாட்களாகவே நாங்கள் ஜெபம் செய்துகொண்டுதான் இருக்கிறோம். நான் பெரிய பெண்ணாகிவிட்டதால் எனக்குள்ளேயே நான் பிரார்த்தனை செய்வேன். கோல்யாவும் லிடாவும் வாய்விட்டுச் சத்தமாக அம்மாவோடு சேர்ந்து ஜெபம் சொல்வார்கள். முதலில் அன்னை மேரியை விளிக்கும் ஜெபத்தை (ஹெய்ல் மேரி – பிரார்த்தனை) சொல்வார்கள். பிறகு, "கடவுளே... எங்கள் சகோதரி சோனியாவை மன்னித்து ஆசீர்வதியும்" என்று சொல்வோம்."

"அப்புறம் "கடவுளே... எங்கள் இன்னொரு அப்பாவை மன்னித்து ஆசீர்வதியுங்கள்" என்று ஒரு ஜெபம்! எங்களது பழைய அப்பா இறந்து போய்விட்டதால், இது எங்களுக்கு இன்னொரு அப்பாதானே! நாங்கள் அந்தப் பழைய அப்பாவுக்காகவும்கூடப் பிரார்த்தனை செய்வோம்!"

"போலென்கா, என் பெயர் ரோடியான்! எனக்காகவும்கூட எப்பொழுதாவது பிரார்த்தனை செய். உனது பிரார்த்தனையின் போது 'உனது ஊழியன் ரோடியான்' என்று மட்டும் சேர்த்துக் கொள். அதுபோதும்."

"நான் என் வாழ்க்கை முழுவதும் உங்களுக்காகப் பிரார்த்திப்பேன்" என்று உணர்ச்சிவசப்பட்டவளாகக் கூறினாள் அந்தச் சிறுமி. பிறகு மீண்டும் சிரித்துக்கொண்டு திடீரென்று அவன் மீது சாய்ந்து மறுபடியும் ஒரு முறை அவனை இறுக அணைத்துக் கொண்டாள்.

தன் பெயரையும், முகவரியையும் அவளுக்கு அளித்த ரஸ்கோல்னிகோவ், மறுநாள் தான் கட்டாயம் வருவதாக வாக்களித்தான். அந்தக் குழந்தை மிகவும் பரவசத்தோடு அவனிடமிருந்து பிரிந்து சென்றாள். அவன் தெருவில் இறங்கி நடந்த போது மணி பத்துக்கும் மேலாகிவிட்டது. அடுத்த ஐந்து நிமிடங்களில், அவன் பாலத்தின் மேல் – அந்தப் பெண் தடுப்பின் மீது ஏறி நீரோடைக்குள் குதித்த அந்த இடத்தில் – நின்றுகொண்டிருந்தான்.

"போதும்... எல்லாம் போதும்!" அமைதியாகவும், உறுதியாகவும் வாய்விட்டே சொல்லிக்கொண்டான் ரஸ்கோல்னிகோவ். "என்னுடைய பிரமைகள், கற்பனையான பயங்கள், என்னுள் எழுகின்ற மாயத் தோற்றங்கள் எல்லாமும் தொலையட்டும். வாழ்க்கை இன்னும்கூட மிச்சமிருக்கிறது. இப்போது, இதோ இந்தக் கணத்தில் நான் வாழ்ந்துகொண்டிருக்கவில்லையா? அந்த முதியவளோடு என்னுடைய வாழ்க்கையும் செத்துப் போய்விடவில்லை. அவளது ஆத்மா சாந்தியடையட்டும். போதும் சீமாட்டியே, போதும்! உனக்குப் போவதற்கான நேரம் வந்துவிட்டது. போய்விட்டாய்! அவ்வளவுதான்! இப்போது பகுத்தறிவும், புத்தியில் தெளிவும் வெளிச்சமும் ஆட்சி செய்யும் நேரம். நான் விடுதலையும் சக்தியும் பெற்றுவிட்டதாக உணரும் நேரம். இப்பொழுது பார்த்துவிடலாம்... நமது சக்தி என்னவென்பதை அளந்துவிடலாம்" என்று ஏதோ தன் கண் முன்னால் இருக்கும் தீய சக்தி ஒன்றுடன் பேசிக்கொண்டிருப்பதைப் போல அவன் சவால்விட்டுப் பேசிக் கொண்டிருந்தான்.

"இதோ, இந்த நொடியில் நான் பலவீனமாக இருப்பதென்னவோ உண்மைதான். ஆனால் என்னுடைய நோயெல்லாம் போய்விட்டதைப் போலத்தான் தோன்றுகிறது. சற்று முன்பு வெளியில் வரும்போதே அதை நான் உணர்ந்துகொண்டு விட்டேன். அது போகட்டும்...! போச்சின்கோவின் வீடு இன்னும் சில அடி தூரத்தில்தான் இருக்கிறது. அது இன்னும் அதிக அளவு தூரத்தில் இருந்தாலும்கூட ரஸுமிகினைப் பார்ப்பதற்காக நான் போய்த்தான் ஆக வேண்டும். பந்தயத்தில் அவன்தான் கொஞ்சம் ஜெயித்துவிட்டுப் போகட்டுமே...! என்னைப் பார்த்துப் பரிகாசம் செய்வான், சிரிப்பான்... அவ்வளவுதானே! சிரிக்கட்டுமே,

அதனால் என்ன இப்போது? எனக்கு இப்பொழுது தேவைப் படுவதெல்லாம் பலம், சக்தி... சக்தி மட்டும்தான்! போதிய பல மில்லாவிட்டால் எதையுமே செய்ய முடியாது. சக்தியை வைத்துக் கொண்டுதான் மேலும் கூடுதலான சக்தியை அடைய முடியும். இந்த விஷயம்தான் அவர்களுக்குத் தெரியவில்லை" என்று அவன் பெருமிதத்தோடும், தன்னம்பிக்கையோடும் தனக்குள் கூறிக் கொண்டு பாலத்திலிருந்து நடக்கத் தொடங்கினான். தற்பெருமை யும் தன்னம்பிக்கையும் அவனுள் மேலும் மேலும் வளர்ந்து கொண்டிருந்தன. ஒவ்வொரு வினாடியும் அவன் முற்றிலும் புதிய மனிதனாக, வித்தியாசமான மனிதனாக உருவாகிக்கொண்டி ருந்தான். ஆனால்... இதெல்லாம் எப்படி? அவனுள் நடந்து கொண்டிருக்கும் இந்த மாற்றங்களுக்கு, அவனுக்குள் ஏற்பட்டி ருக்கும் இந்தப் புரட்சிகரமான மாற்றங்களுக்கு என்ன காரணம்? அது அவனுக்கேகூடத் தெரியவில்லை. திடீரென்று அவனுள் இந்த மாற்றம் ஏற்பட்டிருந்தது. 'தன்னாலும்' வாழ முடியும். இன்ன மும்கூடத் தனக்கு வாழ்க்கை இருக்கிறது, அந்த முதியவளோடு தன் வாழ்க்கையும் முடிந்துவிடவில்லை என்பது போன்ற சிந்தனை களும்கூட இதற்குக் காரணமாக இருக்கலாம். கடலில் தத்தளித்துக் கொண்டிருக்கும் ஒருவன், ஒரு சிறு துரும்பைப் பிடித்துக்கொண்டு, நம்பிக்கையுடன் கரை ஏறுவதைப் போல, இவனது இந்தச் சிந்தனைகளும்கூட அவனது புரட்சிகரமான மாற்றத்திற்குக் காரண மாக இருக்கலாம். இப்படி ஒரு முடிவுக்கு வந்ததில் அவன் மிகவும் அவசரப்பட்டு விட்டதாகக்கூட இருக்கலாம். ஆனால் அதைப் பற்றி எதுவும் அவன் சிந்தித்துப்பார்க்கவில்லை.

"பிரார்த்தனையின்போது 'உன் ஊழியன் ரோடியான்' என்று நினைவுபடுத்தி எனக்காக வேண்டிக்கொள்ள வேண்டும் என்றல்லவா நான் சொன்னேன்...?" போலென்காவிடம் தான் அவ்வாறு கூறியிருந்தது, ஒரு கணம் அவனது நினைவில் பளிச் சிட்டது. "சரி, சரி... அதற்கு அவசியம் ஏற்படும்போது பார்த்துக் கொள்ளலாம்" என்று சொல்லிக்கொண்ட அவன், சிறுபிள்ளைத் தனமான தனது உளறலை நினைத்துச் சிரித்தான். அளவு கடந்த உற்சாகம் அவனுள் பொங்கித் ததும்பிக்கொண்டிருந்தது.

ரஸுமிகினின் புதிய வீட்டை மிக எளிதாகக் கண்டுபிடித்து விட்டான் ரஸ்கோல்னிகோவ். போச்சின்கோவின் வீட்டில் உள்ள வர்களுக்கு ரஸுமிகின் ஏற்கனெவே அறிமுகமாகியிருந்ததால், ரஸுமிகினின் வீடு என்று கேட்டவுடனேயே காவலாளி அவனுக்கு வழிகாட்டிவிட்டான். மேலே, மாடிக்குச் செல்வதற்காகப் பாதிப் படிகளில் ஏறிய உடனேயே கூட்டமாகக் கூடியிருந்த மனிதர்களின் ஆரவாரமும் உற்சாகமான உரையாடல்களும் அந்த இடம் எது என்பதை உடனே இனம் காட்டிவிட்டன. படிக்கட்டுக்குச்

செல்லும் கதவு திறந்திருந்ததால் அங்கே விவாதம் செய்துகொண்டி ருந்த மனிதர்களின் உரத்த குரல்களும் அவனுக்குக் கேட்டன.

ரஸூமிகினின் அறை சற்றுப் பெரியதாகவே இருந்தது. கிட்டத்தட்டப் பதினைந்து பேர் அறைக்குள்ளே கூடியிருந்தனர். அங்கிருந்த சிறியகூடத்திற்குள் வந்து நின்றான் ரஸ்கோல்னிகோவ்.

பணியாளர் இருவர் உணவு பரிமாறுவதற்கான ஆயத்தங் களில் மும்முரமாக ஈடுபட்டிருந்தனர். இரண்டு பெரிய சமோ வார்கள் (ஜாடிகள்), நிறைய பாட்டில்கள், தட்டுகள், பதார்த்தங்கள், ஸ்டுவார்ட்ஸ் மது போன்ற பலவும் வீட்டுக்காரரின் சமையலறை யிலிருந்து அங்கே கொண்டு வரப்பட்டிருந்தன. ரஸ்கோல்னிகோவ் தான் வந்திருப்பதைச் சொல்லி அனுப்பிய உடனேயே மிகவும் மகிழ்ச்சியோடு விரைந்தோடி வந்தான் ரஸூமிகின். வழக்கத்தை விட அன்று அவன் அதிகமாகக் குடித்திருந்தான் என்பது எடுத்த எடுப்பிலேயே தெளிவாகத் தெரிந்தது. அதிகமான குடிபோதையில் அவன் ஆழ்ந்துவிடமாட்டானென்றாலும் இன்று சற்று அதிக மாகவே பாதிக்கப்பட்டவனைப் போல அவன் காணப்பட்டான்.

“கொஞ்சம் நீ இதைக் கேட்டுக்கொள்” என்று சற்று வேக மாகச் சொன்னான் ரஸ்கோல்னிகோவ். “நீ உன் பந்தயத்தில் ஜெயித்துவிட்டாயென்று சொல்வதற்குத்தான் நான் இங்கே வந்தேன். நாம் என்ன செய்கிறோமென்று நமக்கே தெரியாது என்பது ஒரு வகையில் உண்மைதான். ஆனால் என்னால் உள்ளே வர முடியாது. நிற்கக்கூட முடியாமல் எனக்கு மயக்கம் வருகிறது. அதனால் நாளைக்கு வந்து என்னைப் பார்” என்றான் ரஸ் கோல்னிகோவ். “ஆனால் நீ எந்த அளவுக்கு முடியாமலிருக்கிறாய் என்று முதலில் உனக்குத் தெரியுமா? நான் வீடு வரையிலும் உன்கூடவே வந்து வீட்டில் உன்னைச் சேர்த்துவிடுகிறேன். பலவீன மாக இருப்பதாக நீயே வேறு சொல்கிறாய்” என்றான் ரஸூமிகின்.

“உன் விருந்தாளிகளை யார் கவனித்துக்கொள்வார்கள்? ஆமாம், இந்தப் பக்கமாகப் பார்த்துக்கொண்டிருந்தானே, அந்தச் சுருட்டை முடிக்காரன்... அவன் யார்?”

“அவனா...? அவன் யாரென்று கடவுளுக்குத்தான் தெரியும்! என் மாமாவுக்குத் தெரிந்தவனாக இருப்பான். அல்லது ஒரு வேளை, அழைப்பில்லாமல் வந்த விருந்தாளியாகவும்கூட இருக்க லாம்! வந்திருக்கும் விருந்தினர்களை என் மாமாவின் பொறுப்பில் விட்டு விட்டு வந்து விடுகிறேன். அவர், விலை மதிக்க முடியாத ஒரு மனிதர் தெரியுமா? உனக்கு அவரை இப்போது அறிமுகம் செய்ய முடியவில்லையே என்பதுதான் எனக்குச் சற்று வருத்தத்தைத் தருகிறது. சரி, எல்லோரும் எப்படியோ போகட்டும்!

இப்போது அவர்களைப் பற்றிக் கவலைப்பட என்னால் முடியாது. மேலும் எனக்கும் கொஞ்சம் காற்றாட வெளியே போக வேண்டும். நீ மிகச் சரியான நேரத்தில்தான் வந்து சேர்ந்திருக்கிறாய். நீ இன்னும் இரண்டு நிமிடம் தாமதமாக வந்திருந்தாலும்கூட நிச்சய மாக நான் ஒரு சண்டையில் இறங்கியிருப்பேன். அங்கே எல் லோரும் ஒரே குழப்பமாகவும், அபத்தமாகவும் பேசிக்கொண்டிருக் கிறார்கள். முட்டாள்தனமாக, அபத்தமாக உளறுவதில் மனிதர் களால் இந்த அளவு வரை போக முடியுமா என்று உன்னால் கற்பனை செய்துகூடப் பார்க்க முடியாது. ஆனால் ஒருவகையில் பார்த்தால், உன்னால் அதை உறுதியாகக் கற்பனை செய்து பார்க்க முடியும் என்றுதான் சொல்வேன். நாமேகூட அப்படியெல்லாம் மோசமாகப் பேசிக்கொள்வதில்லையா என்ன? சரி, அவர்கள் என்ன விரும்புகிறார்களோ... அதைப் பேசிவிட்டுப் போகட்டும். கடைசியிலாவது கொஞ்சம் புத்திசாலித்தனமாகப் பேச்சை முடிப்பார்கள் என்று நினைக்கிறேன். அதில் எனக்கு சந்தேக மில்லை. சரி, கொஞ்சம் உட்கார்ந்துகொள்... நான் ஜோஸி மோவைக் கூட்டிக்கொண்டு வருகிறேன்."

ரஸ்கோல்னிகோவைப் பார்ப்பதற்காக மிகுந்த ஆர்வத்துடன் விரைந்து வந்தான் ஜோஸிமோவ். அவன் ரஸ்கோல்னிகோவின் மேல் விசேஷமான ஈடுபாடுகொண்டிருந்தான். அவனிடத்தில் ஏதேனும் மாற்றங்கள் ஏற்பட்டிருக்கிறதா என்பதைக் காண எதிர் பார்ப்புகளுடன் அவன் காத்திருந்தான். ரஸ்கோல்னிகோவிடம் பேசிய பிறகு அவன் முகம் திருப்தியுடன் ஒளிவிட்டுப் பிரகாசித்தது.

"கொஞ்சம்கூடத் தாமதிக்காமல், இப்போது உடனடியாக நீ தூங்கியாக வேண்டும்" நோயாளியைத் தன்னால் முடிந்த வரை யில் பரிசோதித்த பிறகு, ஒரு டாக்டராக ஜோஸிமோவ் இதைச் சொன்னான். "தூங்கப் போவதற்கு முன்பு ஒரு 'டோஸ்' மருந்து சாப்பிட்டுவிடு, என்ன சாப்பிடுகிறாயா? சிறிது நேரத்திற்கு முன்பு தான் அதைத் தயாரித்து வைத்திருக்கிறேன். அது ஒரு மருந்துப் பொடி!"

"நீ விரும்பினால் இரண்டு டோஸ் மருந்துகூடச் சாப்பிட்டு விடுகிறேன்" என்று பதிலளித்தான் ரஸ்கோல்னிகோவ். உடனே மருந்துப் பொடி அங்கே வரவழைக்கப்பட்டது.

"நீயும் வீடுவரை அவனோடு துணைக்குப்போவது நல்லது தான்!" என்று ரஸுமிகினிடம் குறிப்பிட்டான் ஜோஸிமோவ். "நாளைக்கு நிலைமை எப்படி என்று பார்ப்போம். இன்று பார்க்கும்போது அவ்வளவு மோசமாக எதுவும் இல்லை. சிறிது நேரத்திற்கு முன்பு ஏதோ ஓர் உறுதியான மாற்றம் அவனிடத்தில்

ஏற்பட்டிருக்கிறது. சரி, வாழ்க்கையை அதன் போக்கில் ஏற்றுக் கொண்டு நாமும் எல்லாவற்றையும் கற்றுக்கொள்வோம்!"

அவர்கள் இருவரும் வீதியை அடைந்ததும் ரஸுமிகின் வளவளவென்று பேச ஆரம்பித்தான். "நாம் வெளியே வந்தபோது ஜோஸிமோவ் இரகசியமாக என்ன சொன்னான் தெரியுமா? அவன் ஒரு முட்டாள் என்பதால் இதை நான் வெளிப்படையாகச் சொல்கிறேன். உன்னோடு சேர்ந்து போகும் பொழுது, வழியெல் லாம் உன்னிடம் தாராளமாகப் பேச்சுக் கொடுத்துக்கொண்டு செல்லும்படியும், உன்னையும் அப்படியே பேச வைக்கும்படியும், நீ சொல்லிய விஷயங்களையெல்லாம் பிறகு அவனிடம் தனியாக வந்து சொல்லும்படியும் என்னிடம் கேட்டுக்கொண்டிருக்கிறான். உனக்கு மன நிலையில் பிறழ்ச்சி ஏற்பட்டிருப்பதாகவோ அல்லது விரைவில் மனப் பிறழ்வு ஏற்படும் ஒரு நிலையை நீ நெருங்கிக் கொண்டிருப்பதாகவோ அவனுக்கு எப்படியோ ஒரு சந்தேகம் ஏற்பட்டிருக்கிறது. ஆனால், சே! என்னால் அப்படி நினைத்துக் கூடப் பார்க்க முடியவில்லை. சொல்லப்போனால் நீ அவனை விட மூன்று மடங்கு புத்திசாலி! அடுத்தது என்னவென்றால், உனக்கு உண்மையிலேயே மனநிலையில் பிறழ்ச்சி இல்லையென் றால் ஜோஸிமோவின் மண்டைக்குள் இருக்கும் அபத்தமான எண்ணங்களைப் பற்றி நீ ஏன் கவலைப்பட வேண்டும்? மூன்றாவ தாகச் சொல்லப் போனால், அந்த மாமிசமலை இதுவரை அறுவை சிகிச்சையில்தான் சிறப்பாக ஈடுபட்டிருந்தது. சமீபகாலமாகத்தான் மன நோய்களைப் பற்றி அதிகமாகச் சத்தம் போட்டுக்கொண்டி ருக்கிறது. இன்றைக்கு நீ சமெடோவிடம் பேசிக்கொண்டிருந்ததைத் தானாகவே உறுதிப்படுத்திக்கொண்டு உன்னையும் அந்தப் பட்டியலில் சேர்த்திருக்க வேண்டும்!"

"நான் பேசியதைப் பற்றி சமெடோவ் உன்னிடம் ஏதும் சொன்னானா?"

"ஒன்றுவிடாமல் எல்லாவற்றையும் சொன்னான். அவன் சொன்னது சரிதான். அதற்குள் புதைந்திருந்த எல்லா விஷயங் களையும் நான் அலசிப் பார்த்து விளங்கிக்கொண்டுவிட்டேன். சமெடோவும் அதேமாதிரிதான்! ரோட்யா, ஒரே வார்த்தையில் சொல்லப்போனால்..., விஷயம் என்னவென்றால்..., இன்று நான் கொஞ்சம் அதிகமாகக் குடித்துவிட்டேன்...! அதுதான்...! பரவா யில்லை..., அதைப் பற்றி ஒன்றுமில்லை. இப்பொழுது பார்...! அந்த எண்ணம் உனக்குப் புரிகிறதா? அவர்கள் மனதில் உள்ளது என்ன என்பது புரிகிறதா? யாருக்கும் அதைப் பற்றி உரத்துப் பேசத் துணிச்சல் இல்லை. அவ்வளவுதான்! அந்தப் பெயிண்ட ரைக் கைது செய்துவிட்டு, ஏதோ நெருப்பை அணைத்து

விட்டதைப் போலக் கதையை முடித்துவிட்டார்கள். அது, விவேகமே இல்லாத ஒரு கேலிக்கூத்து என்பதை எவராலும் வெளிப்படையாகச் சுட்டிக் காட்ட முடியவில்லை. ஆனால் இவர்கள் ஏன் இப்படி முட்டாள்தனமாக இருக்க வேண்டும்? நான் சமெடோவை அந்த நேரத்தில் கொஞ்சம் விளாசிவிட்டேன். சகோதரா! இந்த விஷயம் நமக்குள் மட்டும் இருக்கட்டும். உனக்குத் தெரிந்திருப்பதாக ஜாடைமாடையாகக்கூட காட்டிக்கொள்ளாதே! அவன் சரியான தொட்டாச் சுருங்கி என்பதை நான் அறிந்திருக் கிறேன். அது லூயிஸாவின் வீட்டில் வைத்து நடந்தது. ஆனால் இன்றைக்கு... இன்றைக்கு எல்லாம் சரியாகப் போய்விட்டது. தெளிவாகிவிட்டது. அதற்கு அந்த இலியா பெத்ரோவிச்தான் முதல் காரணகர்த்தா. நீ அன்று போலீஸ் ஸ்டேஷனில் மயக்கம் போட்டுவிழுந்த நேரத்தில், அவர் அதைத் தனக்குச் சாதகமாக்கிக் கொண்டார். ஆனால் பின்னால் அதைப் பற்றி நினைத்து அவரும் கூட வெட்கப்பட்டார். இது எனக்கு நிச்சயமாகத் தெரியும்."

அவன் பேசுவதை மிகுந்த ஆவலோடு கேட்டுக்கொண்டிருந் தான் ரஸ்கோல்னிகோவ். ரஸுமிகின் நிறைய குடித்திருந்தான். விஷயங்கள் அவனிடமிருந்து கொட்டிக்கொண்டிருந்தன.

"அங்கே ரொம்பப் புழுக்கமாக இருந்ததாலும், பெயிண்ட் வாடையைச் சகிக்க முடியாததாலும்தான் நான் மயக்கம் போட்டு விழுந்தேன்."

"நீ இவ்வளவு சிரமப்பட்டு அதை விளக்க வேண்டிய அவசியமே இல்லை. அதில் ஒன்றுமே இல்லை. கிட்டத்தட்ட ஒரு மாத காலமாகவே நீ முடியாமல்தான் இருக்கிறாய்...! ஜோஸிமோவே அதற்குச் சாட்சி. அந்த சமெடோவ் பையன் நீ பேசியதால் எப்படிப் பாதிக்கப்பட்டு இருக்கிறான் தெரியுமா? 'அவனுடைய சுண்டு விரலுக்குக்கூட நான் தகுதியில்லை' என்று உன்னைப் பற்றித்தான் சொல்லுகிறான் அவன். சகோதரா! சில சமயம் பார்க்கும்போது, அவன் அவ்வளவு மோசமில்லை என்று தான் எனக்குப்படுகிறது. பேலஸில் நீ அவனுக்குக் கற்றுக் கொடுத்த பாடம் அவனை இன்னும் கொஞ்சம் செம்மையாக்கி விட்டது அவ்வளவுதான். முதலில் நீ அவனைக் கொஞ்சம் பயமுறுத்தியிருக்கிறாய்! ஜுரம் வருகிற அளவுக்கு அவனை மிரண்டுபோகச் செய்திருக்கிறாய். அவன் குறிப்பிட்ட அதே மோசமான, அபத்தமான விஷயங்களையே அவன் ஏற்றுக் கொள்ளும் வகையில் சொல்லிக்கொண்டு வந்த நீ, சடாரென்று உன் நாக்கைச் சுழற்றி வார்த்தைகளை அவன் மீது வீசியிருக் கிறாய்... 'பார்த்தாயா, பிடிபட்டு விட்டாயல்லவா' என்று அவனை மடக்கியிருக்கிறாய்! ரொம்பச் சரி...! அவனைக் கெட்டிக் காரத்தனமாக மடக்கிய சாமர்த்தியசாலிதான் நீ என்று நான்

சத்தியம்கூடச் செய்யத் தயார்! உண்மையிலேயே அவர்களுக்கு அது வேண்டியதுதான்! ஐயோ, அதைப் பார்க்க நான் அங்கே இல்லாமல் போய்விட்டேனே...? உன்னை இப்போது பார்ப்பதற் காகப் பொறுமையில்லாமல் தவித்தபடி காத்துக்கொண்டிருந்தான் அவன். போர்ஃபிரியும் உன்னை அறிமுகப்படுத்திக்கொள்ள விரும்பினார்..."

"அவரும்கூடவா...? அது இருக்கட்டும்! ஜோஸிமோவ் என்னைப் பைத்தியம் என்று நினைப்பதற்கு என்ன காரணம்?"

"இல்லை... இல்லை... முழுக்க முழுக்கப் பைத்தியம் என்று ஒன்றும் சொல்லிவிடவில்லை... கொஞ்சம் அதுபோலத் தோன்றி யிருக்கிறது. அவ்வளவுதான்! சகோதரா! ஒரு குறிப்பிட்ட விஷயத்தில் மட்டும் நீ மிகுதியாக ஆர்வம் காட்டியதால், அவன் திகைத்துப் போய் அப்படி நினைத்துவிட்டான்... உன்னுடைய ஆர்வத்துக்கு என்ன காரணம் என்பது இப்பொழுது தெளிவாகி விட்டது. சூழ்நிலைகளை வைத்துப் பார்க்கும் பொழுது, அந்த நேரத்தில் நீ முடியாமல் இருந்ததால் அது உன்னை அதிகமாக எரிச்சல்படுத்திவிட்டது. நோயோடு அதுவும் சேர்ந்துகொண்டு விட்டது. அவ்வளவுதான்! சகோதரா! எனக்குக் கொஞ்சம் போதை அதிகமாக இருக்கிறது. இதோ பார், அவன்பாட்டுக்கு அவன் போக்கில் எதையாவது நினைத்துக்கொண்டிருந்துவிட்டுப் போகட்டும். அது என்னவென்று கடவுளுக்குத்தான் தெரியும். மன நோய் பற்றித் தெரிந்துகொள்வதில் அவன் பைத்தியமாக இருக்கிறான் என்று நான் சொன்னேனல்லவா? அதனால்தான் அப்படி அவன் இருக்கிறான். நீ அவனைப் பற்றியெல்லாம் கவலைப்பட வேண்டாம்!"

ஓர் அரைநிமிடம் இருவருமே அமைதியாக இருந்தனர்.

"இதை மட்டும் கேட்டுக்கொள், ரஸுமிகின்" என்று தொடங் கினான் ரஸ்கோல்னிகோவ். "உன்னிடம் ஒரு விஷயத்தை வெளிப் படையாகச் சொல்லப் போகிறேன். நான் இப்பொழுது ஒரு சாவு வீட்டிலிருந்து வருகிறேன். குமாஸ்தா ஒருவர் இறந்து போய் விட்டார். என்னிடமிருந்த பணம் அனைத்தையும் அந்தக் குடும்பத் தினரிடம் கொடுத்துவிட்டேன். இன்னொரு விஷயம் தெரியுமா? நான் யாரையாவது கொன்றிருந்தால்கூடப் பொருட்படுத்தாமல் என்னை நேசிக்கக்கூடிய ஒரு ஜீவன், எனக்கு முத்தம் கொடுத் திருக்கிறது. இன்னொன்றையும் கேள்! தீச்சுடர் வண்ணத்தில் இறகு வைத்துக்கொண்டிருந்த மற்றொரு ஜீவனையும் நான் சந்தித்தேன்... நான் முட்டாள்தனமாக ஏதேதோ பேசிக்கொண்டிருக்கிறேன் என்று நினைக்கிறேன்...! நான் மிகவும் பலவீனமடைந்து விட்டேன்...! எனக்குக் கொஞ்சம் உதவி செய்... உன் கையைக் கொடேன். இதோ, படிக்கட்டு வந்துவிட்டது."

“என்னவிஷயம்? உனக்கு என்ன ஆகிவிட்டது?” என்று பதற்றத்தோடு கேட்டான் ரஸுமிகின்.

“என் தலை இலேசாகச் சுற்றுகிறது. ஆனால் அது ஒன்று மில்லை. நான் ஒரு பெண்ணைப் போல மிகவும் வருத்தமாக, கவலையாக இருக்கிறேன். அதுதான் காரணமாக இருக்கும்! உண்மையாகவே அப்படித்தானிருக்கும்! அதோபார்...! அது என்ன...? அங்கே பார்!”

“நீ என்ன சொல்கிறாய்?”

“உன் கண்களில் அது படவில்லையா? என் அறையில் விளக்கு எரிவது அந்த ஓட்டையின் வழியாக உனக்குத் தெரிய வில்லையா?”

வீட்டுக்காரியின் வாயிற்கதவை ஒட்டிய படிக்கட்டுகளின் கடைசி ஏற்றத்தில் உள்ள படிகளில் அவர்கள் இப்போது நின்று கொண்டிருந்தனர். கீழிருந்தபடியே ரஸ்கோல்னிகோவின் அறையில் விளக்கு எரிவதை அவர்களால் பார்க்க முடிந்தது.

“அதிசயமாகத்தான் இருக்கிறது. ஒருவேளை நஸ்டாஸியா வாக இருக்கலாம்” என்றான் ரஸுமிகின்.

“இந்த நேரத்தில் அவள் என் அறைப் பக்கமே வரமாட் டாளே...? ரொம்ப நேரத்துக்கு முன்னாலேயே அவள் தூங்கப் போயிருப்பாளே...! ஆனால்... சரி பரவாயில்லை! நான் பார்த்துக் கொள்கிறேன். நீ போய்விட்டுவா, குட்பை.”

“நீ என்னதான் நினைத்துக்கொண்டிருக்கிறாய்? நான் உன்னை வீட்டில் கொண்டுபோய் விட்டுவிட்டுத்தான் போவேன்...! வா... நானும் உன்னோடு வருகிறேன்.”

நீ வருவாயென்று எனக்குத் தெரியும். ஆனால் இப்போதே, இங்கேயே உனக்குக் கைகுலுக்கி விடையளிக்கத்தான் நான் விரும்புகிறேன். நல்லது, எங்கே உன் கையைக் கொடு, போய்வா, குட்பை!”

“ரோட்யா, உனக்கு என்னதான் ஆயிற்று?”

“ஒன்றுமில்லை! சரி, சரி... நீயும் வா! நீயும் அதற்கு ஒரு சாட்சியாக இருந்துவிட்டுப் போ!”

அவர்கள் படிகளில் ஏறும் பொழுது, ‘ஒருவேளை, ஜோஸி மோவ் சொன்னது போல இருக்குமோ’ என்ற எண்ணம் ரஸுமிகி னிடம் தோன்றியது. ‘சே, சே... கொஞ்சம் அதிகமான அரட்டைப் பேச்சால் அவனைக் கொஞ்சம் தடுமாற வைத்துவிட்டேன் போலிருக்கிறது?’ என்று தனக்குள் முணுமுணுத்துக்கொண்டான்

ரஸுமிகின். கதவை அவர்கள் நெருங்கிய மாத்திரத்தில் உள்ளே யிருந்து சிலர் பேசிக்கொள்ளும் குரல்கள் கேட்டன.

“என்ன இது?” என்று கத்தினான் ரஸுமிகின்.

கதவுக்கு அருகே முதலாவதாகச் சென்ற ரஸ்கோல்னிகோவ் அதை விரியத் திறந்தான். திறந்த உடனேயே திகைத்துப் போன வனாய் வாயிலில் அப்படியே நின்றான். சோஃபாவில் அவனது தாயும் சகோதரியும் அமர்ந்திருந்தனர்.

அவனது வருகைக்காகக் கடந்த ஒன்றரை மணிநேரமாக அவர்கள் காத்துக்கொண்டிருந்தனர். அவர்கள் வருவார்கள் என்பதைப் பற்றி அவன் எதிர்பார்க்காமல் இருந்துவிட்டது ஏன்? இத்தனைக்கும் அவர்கள் வந்துகொண்டிருக்கிறார்கள், பாதி வழியில் இருக்கிறார்கள்... வந்து சேர்ந்துவிடுவார்கள் என்பது போன்ற விஷயங்கள் திரும்பத் திரும்ப அவனுக்குச் சொல்லப்பட்டி ருந்தன. அப்படியிருந்தும் அவர்களது வரவைப் பற்றி அவன் நினைத்துப் பார்க்காததற்குக் காரணம் என்ன?

இவனது வருகைக்காக அவர்கள் காத்திருந்த அந்த ஒன்றரை மணி நேரத்தில் நஸ்டாஸியாவைக் கேள்விக் கணைகளால் துளைத் தெடுத்து முழு விவரங்களையும் ஒன்றுவிடாமல் தெரிந்துகொண்டு விட்டார்கள். அவளும், அவர்களுக்கு எதிரிலேதான் இப்போது நின்றுகொண்டிருந்தாள். நோயாளியாகவும், நினைவு தப்பிய நிலையிலும் அவன் இருந்தானென்று நஸ்டாஸியா அவர்களிடம் ஏற்கனெவே சொல்லியிருந்ததால், “இன்று அவன் எழுந்து எங்கோ வெளியில் ஓடிப் போய் விட்டான்” என்று அவள் சொன்னதும், அவர்கள் இருவருமே அளவு கடந்த பீதியடைந்திருந்தார்கள். “கடவுளே, அவனுக்கு என்ன நடந்ததோ...” என்று அழுது புலம்பியபடி அந்த ஒன்றரை மணி நேரக் காத்திருப்பின்போது சொல்ல முடியாத துன்பங்களை அவர்கள் அனுபவித்துக்கொண்டி ருந்தனர்.

ரஸ்கோல்னிகோவை அறையின் வாசலில் கண்டவுடன், அளவற்ற மகிழ்ச்சியினால் உரத்த குரலெடுத்துக் கத்திய அவர்கள், ஆனந்தக் கூத்தாடினார்கள். தாவி அணைத்துக்கொள்ளும் ஆர்வத் துடன் அவனை நோக்கி ஓடினார்கள். ஆனால் அவனோ திடீ ரென்று இடி விழுந்தாற் போல, கொஞ்சமும் தாங்கிக்கொள்ள முடியாத ஏதோ ஓர் உணர்வு தாக்க, செத்த பிணம் போல அசை யாமல் நின்றுகொண்டிருந்தான். அவர்களைத் தழுவிக்கொள்வதற் காகத் தன் கைகளைத் தூக்கக்கூட அவனால் முடியவில்லை. அவனால் அது முடியவே இல்லை.

அவனது தாயும், சகோதரியும் அவனது தோள்களைப் பற்றிக் கொண்டு, அவனை முத்தமிட்டுக்கொண்டும், சிரித்துக்கொண்டும், அன்பின் மிகுதியினால் கூச்சலிட்டுக்கொண்டும் அழுதுகொண்டும் இருந்தனர். அவன் அவர்களை நோக்கி ஓர் அடி முன்னால் காலடி எடுத்து வைத்ததும், தள்ளாடியபடி, தரையில் மயங்கி விழுந்தான்.

பதற்றமான கலவரக் குரல்களும் அழுகைச் சத்தங்களும் முணுமுணுப்புகளும் திடீரென்று அங்கே எழுந்தன. வாசலில் நின்றுகொண்டிருந்த ரஸுமிகின் வேகமாக உள்ளே ஓடி வந்தான். தனது வலுவான கரங்களால் ரஸ்கோல்னிகோவைத் தூக்கி எடுத்து, நிமிட நேரத்திற்குள் சோஃபாவில் கிடத்தினான்.

“இது ஒன்றுமில்லை, ஒன்றுமில்லை” என்று உரக்க அம்மா விடமும் சகோதரியிடமும் சொன்னான். “இது வெறும் மயக்கம் தான். பயப்பட ஒன்றுமில்லை. அற்ப விஷயம்தான்! அவன் நன்றாக இருப்பதாகவும், முன்பை விட எவ்வளவோ பரவாயில்லை என்றும் டாக்டர் இப்போதுதான் சொன்னார். கொஞ்சம் தண்ணீர் வேண்டும்! இதோ பாருங்கள்... அவனுக்கு நினைவு திரும்புகிறது. பாருங்கள்! இப்பொழுது நினைவு முழுதாகத் திரும்பி விடும், பாருங்கள்!”

சந்தோஷம் மற்றும் ஆர்வத்தின் காரணமாகத் துனியாவின் கையைப் பலமாகப் பற்றி இழுத்து, அவளை வலுக்கட்டாயமாக ரஸ்கோல்னிகோவின் முகத்துக்கு நேராக அவளைக் குனியச் செய்து, அவன் மீண்டும் சுய நினைவு அடைந்துவிட்டான் என்பதை அவளே பார்க்கும்படி செய்தான் ரஸுமிகின். அம்மா வும் சகோதரியும் மிகவும் நன்றியோடு உணர்ச்சிவசப்பட்டவர் களாக ரஸுமிகினைப் பார்த்தார்கள். தங்களது ரோட்யா, உடல் நலமின்றி இருந்தபோது இந்தக் ‘கெட்டிக்கார இளைஞன்’ (அன்று மாலை தன் மகள் துனியாவுடன் பேசிக்கொண்டிருந்த போது, அம்மா பல்கேரியா அலெக்ஸாண்ட்ரோவ்னா ரஸ்கோல்னி கோவா, இந்தப் பெயரை அவனுக்குச் சூட்டியிருந்தாள்) எப்படி யெல்லாம் அவனுக்கு உதவியாக இருந்தானென்பதை நஸ்டாஸியா வின் மூலமாக அவர்கள் அறிந்திருந்தார்கள்.

பாகம் – 3

அத்தியாயம் – 1

ரஸ்கோல்னிகோவ் எழுந்து சோஃபாவின் மீது உட்கார்ந் தான். அவனது அம்மாவிடமும், சகோதரியிடமும் அவர்களுக்கு ஆறுதலளிக்கும் விதத்தில், ஒன்றுக்கொன்று தொடர்பில்லாமல் தொடர்ந்து பேசிக்கொண்டிருந்த ரஸுமிகினைச் சற்று சுருக்க மாகப் பேசும்படி அவன் ஜாடை காட்டினான். பிறகு அம்மா, சகோதரி இருவருடைய கைகளையும் அன்புடன் பற்றிக்கொண்டு ஓரிரு நிமிடங்கள் அவர்கள் இருவரையுமே மாறி மாறிப் பார்த்த படி இருந்தான். அவனது இந்தப் பார்வை, அவனது தாயைக் கலவரப்படுத்தியது. ஆழமான மன வருத்தத்தின் வெளிப்பாடாக மட்டுமே அது அவளுக்குத் தோன்றவில்லை. புத்தி பேதலித்துப் போன ஒருவனின் நிலைகுத்திய பார்வையைப் போலவும் அது இருந்தது. பல்கேரியா அலெக்ஸாண்ட்ரோவ்னாவுக்கு அழுகை பீறிட்டுக்கொண்டு வந்தது. அவள் கதறி அழத் தொடங்கினாள். அவ்தோத்யா ரொமனோவ்னா (துனியா)வின் முகமும் வெளுத்துப் போய்விட்டது. சகோதரனின் பிடிக்குள் இருந்த அவளது கரம் நடுங்கிக்கொண்டிருந்தது.

“அவனோடு... வீட்டுக்குப் போய் விடுங்கள்” – என்று உடைந்த குரலில் ரஸுமிகினைச் சுட்டிக்காட்டியபடி சொன்னான் ரஸ்கோல்னிகோவ். “நாளை வரைக்கும்தான்! நாளைக்கு எல்லாம் சரியாகிவிடும். ஆமாம்... நீங்கள் எப்பொழுது வந்தீர்கள்?”

“இன்றைக்கு சாயங்காலம்தான் வந்தோம், ரோட்யா” என்று பதிலளித்தாள் பல்கேரியா அலெக்ஸாண்ட்ரோவ்னா. “ரயில் ரொம்பவும் லேட்டாக வந்தது. ஆனால், ரோட்யா! இப்பொழுது எந்தக் காரணத்துக்காவும் உன்னை விட்டுவிட்டு நான் போக முடியாது. இன்று இரவு முழுவதுமே இங்கேதான்–உனக்கு அருகி லேயேதான் நான் இருக்கப் போகிறேன்.”

“என்னைத் தொல்லைபடுத்தாதீர்கள்” என்று எரிச்சலான முகபாவனையோடு சிடுசிடுத்தான் ரஸ்கோல்னிகோவ்.

“நான் அவனோடு தங்கிக்கொள்கிறேன்” என்றான் ரஸுமிகின். “ஒரு நிமிடம்கூட அவனை விட்டுவிட்டு நான் எங்கே

யும் போக மாட்டேன். என் வீட்டிற்கு வந்திருக்கும் விருந்தினர்கள் எப்படி வேண்டுமானாலும் போகட்டும்! அதைப் பற்றி நான் கவலைப்படவில்லை. அவர்கள் அதைத் தவறாக நினைத்தாலும் நினைத்துவிட்டுப் போகட்டும். அவர்களைப் பார்த்துக்கொள்ள என்னுடைய மாமா அங்கிருக்கிறார். எனவே கவலைப்பட வேண்டாம்."

"ஓ! உனக்கு நான் எப்படித்தான் நன்றி சொல்லப் போகி றேனோ..." என்று மறுபடியும் ரஸூமிகினுடைய கையைப் பிடித்துக்கொண்டு பேசத் தொடங்கினாள் பல்கேரியா அலெக் ஸாண்ட்ரோவ்னா. ஆனால் அதற்குள் மீண்டும் இடைமறித்துப் பேசத் தொடங்கினான் ரஸ்கோல்னிகோவ்.

"என்னால் இதையெல்லாம் சகித்துக்கொள்ளவே முடியாது. ஆமாம். சகித்துக்கொள்ள முடியாது" என்று அவன் எரிச்சலோடு திரும்பத் திரும்பச் சொன்னான். " என்னைத் தொந்தரவு செய்யா தீர்கள். என்னைப் பற்றிக் கவலைப்படாதீர்கள். போதும்! தயவுசெய்து போய்விடுங்கள். இதற்கு மேல் என்னால் தாங்க முடியாது."

"அம்மா... பேசாமல் வா! கொஞ்ச நேரத்துக்காவது இந்த அறையைவிட்டுப் போய்விடுவோம். நீயே பார்... நம்மைப் பார்த் தாலே அவனுக்குச் சங்கடமாக இருக்கிறது!" மிகவும் பயந்து போய்விட்ட துனியா, தாயிடம் இரகசியமாக முணுமுணுத்தாள்.

"மூன்று வருஷம் கழித்து நான் அவனைப் பார்க்கிறேன். அவனை நான் கொஞ்ச நேரம் பார்த்துக்கொண்டிருக்கக் கூடாதா?" என்றபடி தேம்பி அழுதாள் பல்கேரியா அலெக் ஸாண்ட்ரோவ்னா.

"சரி, சரி, போதும், நிறுத்துங்கள்" என்று மீண்டும் குறுக் கிட்டான் ரஸ்கோல்னிகோவ். "நீங்கள் குறுக்கே குறுக்கே என்ன வெல்லாமோ பேசிக்கொண்டிருக்கிறீர்கள். என் மனதுக்கு அது ரொம்பக் குழப்பமாக இருக்கிறது. ஆமாம், நீங்கள், லூசினைப் பார்த்துவிட்டீர்களா?"

"இல்லை, ரோட்யா! ஆனால் நாங்கள் வந்து சேர்ந்து விட்டது அவருக்குத் தெரியும். பீட்டர் பெத்ரோவிச், ரொம்பப் பெருந்தன்மையோடு நேற்று வந்து உன்னைப் பார்த்தாராமே? கேள்விப்பட்டோம்!" என்று உண்மையிலேயே அப்பாவித்தன மாகக் கேட்டாள் பல்கேரியா அலெக்ஸாண்ட்ரோவ்னா.

"ஆமாம், அவர் ரொம்பப் பெருந்தன்மையானவர்தான்...! துனியா, நான் லூசினிடம் என்ன சொன்னேன் தெரியுமா?

அப்படியே அவனைத் தூக்கிப் படிகளில் வீசிவிடப் போகிறே னென்று கத்தினேன். உடனே இங்கிருந்து போய்த் தொலை என்று தான் சொல்லி அனுப்பினேன் அவனை..."

"ரோட்யா, நீ என்ன சொல்கிறாய்? அது நிஜம்தானா...? நீ அப்படியா சொன்னாய்? அப்படிப் போய்ப் பேசலாமா?" என்று கலவரத்தோடு தொடங்கிய பல்கேரியா அலெக்ஸாண்ட்ரோவ்னா, துனியாவைப் பார்த்துவிட்டுப் பேச்சை நிறுத்திக்கொண்டாள்.

அவ்தோத்யா ரொமனோவ்னா, தன் சகோதரன் மீது பதித் திருந்த விழிகளை அகற்றாதவளாய் அப்படியே அசைவற்று இருந்தாள். நடந்த சண்டையைப் பற்றித் தான் புரிந்து கொண்ட அளவுக்கு, அதனை அப்படியே அவர்கள் இருவரிடமும் ஏற் கெனவே முழுமையாகக் கூறியிருந்தாள் நஸ்டாஸியா. அதனா லேயே இந்தக் கணத்தைச் சந்தேகத்தோடும், கலவரம் நிறைந்த ஆர்வத்தோடும் இருவருமே எதிர்பார்த்துக்கொண்டிருந்தனர்.

"துனியா" என்று பெரும் முயற்சி எடுத்துக்கொண்டு, தனது சக்தியைத் திரட்டிக்கொண்டு பேசினான் ரஸ்கோல்னிகோவ்: "நான் இந்தக் கல்யாணத்தை நடக்கவிடப் போவதில்லை. அதனால் நாளைக்கு நீ லூசினைப் பார்த்தவுடனேயே முதலில் இதைப் பற்றிச் சொல்லித் திருமண ஏற்பாட்டை ரத்து செய்துவிட வேண்டும். அதன்பிறகு எப்போதுமே அவனைப் பற்றித் திரும்பத் திரும்பப் பேச வேண்டிய அவசியம் நமக்கு இருக்காது."

"கடவுளே..." என்று கூச்சலிட்டாள் பல்கேரியா அலெக் ஸாண்ட்ரோவ்னா.

"நீ என்ன பேசுகிறாய் என்பதைக் கொஞ்சம் நினைத்துப் பார் அண்ணா!" என்று சற்றுக் கோபத்துடனேயே பேச்சைத் தொடங்கினாள் அவ்தோத்யா ரொமனோவ்னா. ஆனால் உடனடி யாக, மறு நிமிடமே தன்னை அவள் கட்டுப்படுத்திக்கொண்டாள்.

"இப்பொழுது அதைப் பற்றி உன்னிடம் பேசுவது அவ்வளவு சரியில்லை. நீ மிகவும் களைப்பாக இருக்கிறாய்" என்று மென்மை யாகக் கூறினாள் துனியா.

"நான் என்ன இப்போது பிதற்றுகிறேன் என்றா நினைக் கிறாய்? இல்லவே இல்லை! நீ லூசினைத் திருமணம் செய்து கொள்ளப்போவது எனக்காக, என் நன்மைக்காக. ஆனால் அப்படி ஒரு தியாகத்தை ஏற்றுக்கொள்ள நான் தயாராக இல்லை. அதனால் நாளைக்குள் அவனுக்கு ஒரு கடிதம் எழுதி, அவனை ஒதுக்கித் தள்ளிவிடு. காலையில் என்னிடம் அந்தக் கடிதத்தைப் படிக்கக் கொடு. இந்த விஷயத்திற்கு அதுவே முடிவாக இருக் கட்டும்!"

"அப்படி நான் செய்ய முடியாது" என்று புண்பட்டுப் போனவளாக அந்த இளம் பெண் கூச்சலிட்டாள். "அதை நான் எப்படிச் சொல்ல முடியும்...?"

"துனியா... இப்போது நீயே ஆத்திரம்கொண்டவளாகத் தென்படுகிறாய். இப்போது வேண்டாம்...! நிறுத்து இந்தப் பேச்சை...! நாளை பார்த்துக்கொள்ளலாம். இவனைப் பார்த்தாலே உனக்குத் தெரியவில்லையா" என்று துனியாவிடம் விரைந்து சென்று கலவரத்தோடு, அவள் பேசுவதைத் தடுக்க முற்பட்டாள் அம்மா.

"சரி, சரி, நாம் போய்விடுவதுதான் நல்லது."

"அவன் பிதற்றிக்கொண்டிருக்கிறான்" என்று குடிபோதை யில் இருந்த ரஸுமிகின் குரல் கொடுத்தான். "இல்லாவிட்டால் இப்படிச் சொல்வதற்கு அவனுக்கு எப்படித் துணிச்சல் வரும். அவன் மூளைக்குள் இருக்கும் குடைச்சல் நாளைக்குள் சரியாகி விடும். ஆனால் இன்றைக்கு அந்த ஆளை இவன் விரட்டியடித்தது நிஜம்தான். லூசினும்கூட அதன்பிறகு கொஞ்சம் கோபப்பட்டு விட்டான். பெரிய அறிவாளியைப் போலப் பேசிக்கொண்டிருந்த அவன், அதற்குப் பிறகு வாலைச் சுருட்டிக்கொண்டு ஓடிப் போய் விட்டான்."

"அப்படியானால் அது உண்மைதானா?" என்று உரக்கக் கத்தினாள் அம்மா பல்கேரியா அலெக்ஸாண்ட்ரோவ்னா.

"நாளைக்குப் பார்த்துக்கொள்ளலாம் அண்ணா" என்று மிகவும் கனிவுடன் கூறிய துனியா, "அம்மா, வா, போகலாம்! போய்வருகிறோம், ரோட்யா!" என்று எழுந்துகொண்டாள்.

"இதை மட்டும் கேட்டுவிட்டுப் போ, சகோதரி!" என்றபடி, தன்னிடம் எஞ்சியிருந்த சக்தியனைத்தையும் திரட்டிக்கொண்டு— அவள் விடைபெற்றுக்கொண்ட அந்த வேளையில் சொன்னான் ரஸ்கோல்னிகோவ். "நான் ஒன்றும் உளறவில்லை... பிதற்றவில்லை. இந்தக் கல்யாணம் நிச்சயமாக உருப்படியில்லாத ஒன்றுதான். நான் வேண்டுமானால் உருப்படாதவனாகப் போயிருக்கலாம். ஆனால் நீயும் அப்படி ஆகிவிடக்கூடாது. ஒருவர் கெட்டுப் போனதே போதும், நான் உருப்படாமல் போய்விட்டேன். என் னுடைய வாழ்க்கையை நானே நாசப்படுத்திக்கொண்டுவிட்டேன். என் தங்கையின் வாழ்க்கை சீரழிந்து போவதை என்னால் ஏற்றுக் கொள்ள முடியாது. நானா, அல்லது லூசினா யார் வேண்டும் என்பதை முடிவு செய்துகொள். இப்போது புறப்படு!"

"நிச்சயமாக உனக்குப் புத்தி பிசகித்தான் போயிருக்கிறது. இப்படி ஒரு கொடுங்கோலனைப் போல நடந்துகொள்கிறாயே" என்று திட்டினான் ரஸுமிகின்.

ரஸ்கோல்னிகோவ் அதற்குப் பதிலளிக்கவில்லை. பதிலளிப்பதற்குரிய சக்தியும்கூட அவனிடத்தில் இல்லை. தனது சக்தி முழுவதும் வடிந்தவனாகப் படுக்கையில் படுத்துக்கொண்டு சுவரைப் பார்த்துத் திரும்பிக்கொண்டான். அவ்தோத்யா ரொமனோவ்னா கேள்விக்குறியுடன் ரஸுமிகினை நோக்கினாள். அவளது கருவிழிகள் மின்னிக்கொண்டிருந்தன. அவளது அந்தப் பார்வையிலேயே அடிபட்டுப் போனான் ரஸுமிகின். பல்கேரியா அலெக்ஸாண்ட்ரோவ்னா அந்த இடத்தைவிட்டு நகருவதற்கு மனமில்லாதவளாக, அங்கேயே அசையாமல் நின்றுகொண்டிருந்தாள்.

"என்னால் இங்கிருந்து வரவே முடியாது" என்று மிகவும் அவலமான தொனியில் கிசுகிசுப்பாக ரஸுமிகினிடம் சொன்னாள் அவள். "நான் இங்கேயே எங்காவது ஓரிடத்தில் இருந்துகொள்கிறேன். துனியாவை மட்டும் கூட்டிக்கொண்டு வீட்டுக்குப் போ!"

"அப்புறம் எல்லாம் நாசமாகப் போக வேண்டியதுதான். நீங்களே காரியத்தைக் கெடுத்துவிடுவீர்கள் போலத் தெரிகிறது." தன் வழக்கமான இயல்புக்கு மாறாக ரஸுமிகினும் சற்றுப் பொறுமையிழந்தவனாக இப்படிச் சொன்னாலும், கிசுகிசுப்பான குரலிலேயே பேசிக்கொண்டிருந்தான். "தயவுசெய்து படிக்கட்டுப் பக்கத்திலாவது வந்துவிடுங்கள். நஸ்டாஸியா, எங்களுக்கு ஒரு விளக்கு வேண்டும்! இதோ பாருங்கள், நான் நிஜமாகவே உங்களுக்கு மனமார ஓர் உண்மையைச் சொல்கிறேன் கேளுங்கள்!" – அவர்கள் அறைக்கு வெளியில் வந்துவிட்டாலும் கொஞ்சம்கூடச் சத்தமின்றிக் கிசுகிசுப்பான குரலில் தொடர்ந்து சொல்லத் தொடங்கினான் ரஸுமிகின். "இன்று பகல் நேரத்தில் அவன் டாக்டரையும், என்னையும் அடிப்பதற்குக்கூட வந்துவிட்டான் தெரியுமா? என்ன புரிகிறதா...? டாக்டரைக்கூட....! அந்த டாக்டரும்கூட இவனது நிலையைப் புரிந்துகொண்டு, அவனைத் தொந்தரவு செய்யக்கூடாதென்று போய்விட்டார். நான் இவனுக்கு ஒரு பாதுகாப்பாக இருப்பதற்காகக் கீழ்த்தளத்திலேயே தங்கிக் கொண்டுவிட்டேன். ஆனாலும் அவன் எப்படியோ எழுந்து உடையணிந்துகொண்டு நழுவிப் போய்விட்டான். இப்பொழுது நீங்கள் அவனை உங்களது பேச்சுகளால் நிலைதடுமாறச் செய்துவிட்டால் மீண்டும் இரவோடு இரவாக அவன் நழுவிப் போய்த் தனக்குத் தானே ஏதாவது தீங்கைக்கூடத் தேடிக்கொண்டுவிடுவான்."

"நீ என்ன சொல்கிறாய்?"

"இதோ பாருங்கள்... இதில் இன்னொரு சிக்கலும்கூட இருக்கிறது. நீங்கள், துணை ஏதும் இல்லாமல் அவ்தோத்யா ரோமனோவ்னாவை அதுபோன்ற விடுதி அறையில் தங்க வைக்க முடியாது. நீங்கள் தங்கியுள்ள இடம் எப்படிப்பட்டதென்பதைக் கொஞ்சம் நினைத்துப் பாருங்கள். அந்த அயோக்கியன் பீட்டர் பெத்ரோவிச், நீங்கள் தங்குவதற்கு நிச்சயம் இதைவிடக் கொஞ்சம் கௌரவமான இடத்தை ஏற்பாடு செய்திருக்க வேண்டும்... மன்னித்துக்கொள்ளுங்கள். நான் கொஞ்சம் குடித்திருப்பதால் இப்படியெல்லாம் கேவலமாகப் பேசிவிட்டேன். அதைப் பெரிது படுத்த வேண்டாம்..."

"நான் வேண்டுமானால் இந்த வீட்டுக்கார அம்மாவிடம் போய், இன்றிரவு மட்டும் தங்குவதற்கு எனக்கும், துனியாவிற்கும் ஒரு மூலையிலாவது ஒரு சிறிய இடத்தை ஒதுக்கித் தருமாறு கேட்கிறேன். இந்த நிலையில் அவனை விட்டுவிட்டு என்னால் போகவே முடியாது. ஆமாம், நிச்சயமாகப் போக முடியாது" என்றாள் அம்மா.

வீட்டுக்காரி குடியிருக்கும் வீட்டின் வாசல் பகுதியில் உள்ள படிக்கட்டுகளின் ஏற்றப் பகுதியில் நின்றுகொண்டு இவ்வாறு பேசிக்கொண்டிருந்தாள் அம்மா. நஸ்டாஸியா இவர்களுக்காக ஒரு விளக்கை ஏந்திக்கொண்டு கீழ்ப்படியில் நின்றுகொண்டிருந்தாள். ரஸூமிகின் குடிபோதையின் காரணமாக மிகவும் கிளர்ச்சியுற்ற நிலையில் இருந்தான். அன்று மாலை, அவன் வழக்கத்தைவிட சற்று அதிகமாகக் குடித்திருந்தாலும்கூடச் சற்று முன்பு ரஸ்கோல்னிகோவை வீட்டில் கொண்டுவந்து விடுவதற்காக, அவனுடன் சேர்ந்து வந்தபோது, ஏதோ தொண தொணவென்று பேசிக்கொண்டிருந்தானே தவிர, மற்றபடி உற்சாகமும், தெளிவாகவுமே அவன் இருந்தான். ஆனால் இப்பொழுதோ போதையின் தாக்கம் அவனிடம் மிகக் கடுமையாக இருந்தது. அவன் குடித்திருந்த வோட்கா முழுவதும் இருமடங்கு சக்தியுடன் அவனது தலைக்குள் ஏறிக்கொண்டு அவனை ஆட்டிவைப்பதைப் போலிருந்தது. அங்கிருந்த அந்த இரண்டு பெண்களின் ஒவ்வொரு கையையும் தன் கைகளால் பிடித்துக்கொண்டு, விஷயங்களை மிகவும் தெளிவாக, அவர்கள் புரிந்துகொண்டு ஏற்றுக்கொள்ளும் வண்ணம் விவரித்துக்கொண்டிருந்தான் அவன். ஆனாலும்கூட, அவர்கள் அதனை அவசியம் ஏற்றுக்கொண்டாக வேண்டும் என்று வலியுறுத்தும்படி, ஒவ்வொரு வார்த்தையைப் பேசும் பொழுதும் அவர்களின் கரங்களை மிக வலுவாக அழுத்தி – ஏதோ தவறான செயலில் ஈடுபட்டிருப்பவனைப் போல – அழுத்தமாக முறுக்கிக்கொண்டிருந்தான். அவன் அவ்வாறு பேசும்

பொழுது, அவ்தோத்யா ரொமனோவ்னாவை அவனது கண்கள் விழுங்கிக்கொண்டிருந்தாலும் அதையெல்லாம் பொருட்படுத்தக் கூடிய நிலையில் அவள் இல்லை. அவனது பிடியினால் ஏற்பட்ட வலி பொறுக்க முடியாமல் அவர்கள் ஓரிருமுறை, அவனது பெரிய எலும்புக் கரங்களிலிருந்து தங்களது கரங்களை விடுவித்துக் கொள்ள முயற்சி செய்தார்கள். ஆனால் அவனோ அதைப் பற்றிய உணர்ச்சியே இல்லாமல் இன்னும் வலுவாக அவர்களைத் தன் பக்கமாக இழுத்துக்கொண்டிருந்தான். ஒருவேளை, அந்தப் படி களில் அவன் தலைகுப்புறக் குதிக்க வேண்டும் என்று அவர்கள் ஆணையிட்டாலும்கூடப் பதில் கேள்வி கேட்காமல், விவாதம் செய்யாமல் உடனடியாக அந்தக் கட்டளையை ஏற்றுச் செயல் படுத்தி விடுபவனைப் போல இருந்தான் அவன். பல்கேரியா அலெக்ஸாண்ட்ரோவ்னா, தன்னுடைய மகன் ரோட்யாவைப் பற்றிய கவலையிலேயே மூழ்கிக் கிடந்ததால், இந்த இளைஞன் கொஞ்சம் கிறுக்குத்தனமாக நடந்துகொள்வதையும், வலிக்கும்படி யாகத் தன்னுடைய கைகளை அழுத்துவதையும் உணர்ந்திருந் தாலும்கூட, இப்படிப்பட்ட சின்னப் பைத்தியக்காரத்தனங்களைப் பொருட்படுத்திக்கொள்ளவில்லை. மேலும், தன்னுடைய மகனைக் காப்பாற்றுவதற்காகக் கடவுளே அவனை அனுப்பி வைத்ததாக அவள் நினைத்துக்கொண்டிருந்ததால், அவனது செயல்களுக்கு அதிக முக்கியத்துவம் தரவில்லை. அவ்தோத்யா ரொமனோவ் னாவும்கூடத் தன் சகோதரனைப் பற்றிக் கவலைகொண்டிருந்த போதும், ரஸுமிகினின் இந்தச் செயல் அவளுக்குத் திகைப்பையே ஏற்படுத்தியது. அவள் துணிச்சல்காரிதான் என்றாலும்கூடப் பள பளக்கும் கண்களுடன், வெறிபிடித்தாற் போலப் பார்த்துக் கொண்டிருந்த அவனைக் கண்டு அவள் பயப்படத்தான் செய் தாள். நஸ்டாஸியாவிடம் பேசிக்கொண்டிருந்தபோது அவர்களது உள்ளங்களில் அவனைப் பற்றி அவள் ஏற்படுத்தியிருந்த அளவற்ற நம்பிக்கை ஒன்று மட்டுமே தன் அம்மாவை இழுத்துக்கொண்டு ஓடிவிடலாமா என்று முயற்சித்த அவளது எண்ணத்தைத் தடுத்துக்கொண்டிருந்தது. இப்பொழுது அவனிடமிருந்து தப்பித்து ஓடிவிடுவதும்கூடக் கடினமானதே என்பதும் அவளுக்குப் புரிந்து போயிருந்தது. ஒருவழியாகப் பத்து நிமிடங்கள் சென்ற பிறகு சற்று சமாதானமாக அவள் உணர்ந்தாள். ரஸுமிகின் எப்படிப்பட்ட மன நிலையில் இருந்தாலும்கூட அவன் எந்த அளவுக்கு நல்லவன் என்பதையும், எப்படிப்பட்ட ஒரு மனிதனோடு அவன் போராடிக் கொண்டிருக்கிறான் என்பதையும் அவர்கள் அவன் பேச்சிலிருந்து புரிந்துகொண்டார்கள். அதை விளக்கிச் சொல்லக்கூடிய புத்தி சுவாதீனமும் அவனிடமிருந்ததால் ஒரே கணத்தில் அதைச் சொல்லி முடித்தான் அவன்.

"அப்படியெல்லாம் வீட்டுக்காரியின் துணையைத் தேடி நீங்கள் அவ்வளவு சுலபமாகப் போய்விட முடியாது. அவ்வாறு செய்தால் அது சரியான முட்டாள்தனமான செய்கையாகத்தான் இருக்கும்" என்று பல்கேரியா அலெக்ஸாண்ட்ரோவ்னாவைத் தன் வழிக்குக் கொண்டுவர முயற்சித்தபடி அவன் பேசத் தொடங்கினான். "நீங்கள் அவனுடைய அம்மாவாகவே இருந்தாலும்கூட, இப்போது அவனோடு தங்கியிருந்தால் அவனுடைய எண்ணங்கள் தாறுமாறாகச் சிதறிப் போய் அவனுக்குப் பைத்தியம் பிடிப்பதற்குத்தான் அது வழி செய்துவிடும். அப்புறம் என்ன நடக்குமோ அது கடவுளுக்குத்தான் தெரியும். இப்போது என்ன செய்யலாம் என்று நான் சொல்வதைக் கொஞ்சம் கேளுங்கள். இப்போது நஸ்டாஸியா அவனுடன் இருந்து பார்த்துக்கொண்டிருப்பாள். இந்த நேரத்தில் வீதியில் நீங்கள் இருவரும் தனியாகப் போக முடியாதென்பதால், நான் உங்களுடன் கூட வந்து உங்களை விடுதியில் கொண்டுவந்து விட்டுவிடுகிறேன். இங்கே, செயிண்ட் பீட்டர்ஸ்பர்க்கில் இந்நிலை கொஞ்சம் மோசம்தான்... சரி, அதை விடுங்கள்! பிறகு நான் விரைவாக இங்கே திரும்ப வந்து பார்த்துவிட்டு மறுபடியும் ஒரு கால் மணி நேரத்திற்குள் உங்களிடம் வந்து, அவன் தூங்கிக்கொண்டிருக்கிறானா? அல்லது என்ன செய்கிறான் என்று சொல்கிறேன். அப்புறம் கேளுங்கள்...! பிறகு உடனடியாக நான் என்னுடைய அறைக்குப் போகிறேன். அங்கே சில விருந்தாளிகள் இருக்கிறார்கள். ஆனால் எல்லோருமே குடித்திருக்கிறார்கள். அங்கிருந்து இவனைக் கவனித்துக்கொண்டிருக்கும் டாக்டர் ஜோஸிமோவைக் கூட்டிக்கொண்டு வருகிறேன். அவரும் அங்கேதான் இருக்கிறார். ஆனால் அவர் குடிக்கவில்லை. எப்போதுமே அவர் குடிப்பதில்லை. அவரை, ரோட்யாவிடம் அழைத்துவந்து காட்டிவிட்டுப் பிறகு அவரை உங்களிடமும் கூட்டி வருகிறேன். அப்படிச் செய்வதால் உங்களுக்கு அவனைப்பற்றி இரண்டு வழிகளில் தகவல் கிடைக்கும்! ஒன்று, நேரடியாக டாக்டரிடமிருந்தே கிடைக்கும் தகவல் மூலம் ரோட்யாவின் உடல்நிலை பற்றி நீங்கள் புரிந்துகொள்ள முடியும். நான் முதலில் சொன்ன தகவலைப் போல இல்லாமல் டாக்டரே உங்களுக்கு அவனது உடல் நிலை பற்றி உண்மைத் தகவல்களைச் சொல்லுவார். ஒரு வேளை, அவர் சொல்லும் அந்தச் செய்தி மோசமானதாக இருந்துவிட்டால், உங்களை நானே இந்த இடத்திற்குத் திரும்ப அழைத்து வருவேன் என்று நிஜமாகச் சத்தியம் செய்கிறேன். நாங்கள் தருவது நல்ல செய்தியாக இருந்தால், அப்போது நீங்கள் நிம்மதியாகத் தூங்கச் சென்று விடலாம். நான் இந்த நடைபாதையிலேயே இரவு நேரத்தைக் கழித்துக்கொள்கிறேன். அப்போது நான் இருப்பதே அவனுக்குத் தெரியாது. என்னுடைய பேச்சுகளும் அவனுக்குக்

கேட்காது. அவசர உதவிக்கு டாக்டர் வேண்டும் என்பதால் டாக்டர் ஜோஸிமோவை, வீட்டுக்காரியின் வீட்டில் தங்கியிருக்கும் படியாக நான் ஏற்பாடு செய்துகொள்கிறேன். சரி, இப்போது சொல்லுங்கள், எது நல்லது அவனுக்கு? நீங்கள் இங்கே தங்குவதா அல்லது டாக்டரின் துணையோடு அவன் இருப்பதா? டாக்டர் இருப்பதுதான் மிக மிக உதவியாக இருக்குமென்று நீங்களே புரிந்து கொண்டிருப்பீர்கள்! சரி, இப்போது வீட்டுக்குப் போகலாம் வாருங்கள். இந்த வீட்டுச் சொந்தக்காரியிடம் நீங்கள் போக முடியாது. என்னால் போக முடியும். அவள் உங்களை அனுமதிக்க மாட்டாள். ஏனென்றால் அவள் ஒரு முட்டாள். நீங்கள் விரும்பி னால் சொல்கிறேன்...! என்னைக் காரணமாக வைத்து அவ் தோத்யா ரொமனோவ்னாவின் மீது அவளுக்குப் பொறாமை இருக்கிறது. உங்கள் மீதும்கூடத்தான்! ஆனாலும் குறிப்பாகச் சொன்னால் அவ்தோத்யா ரொமனோவ்னாவின் மீதுதான் அவளுக்குப் பொறாமை என்று சொல்ல வேண்டும். அவள் கொஞ்சம்கூட எதிர்பார்க்காத, வினோதமான குணங்களை கொண்டவள். நானும்கூட ஒரு முட்டாள்தான்! சரி வாருங்கள். நாம் புறப்படுவோம். நீங்கள் என்னை நம்புகிறீர்கள் அல்லவா? ம்... சொல்லுங்கள், நீங்கள் என்னை நம்புகிறீர்களா? இல்லையா?”

“அம்மா, வா போகலாம்” என்றாள் அவ்தோத்யா ரொம னோவ்னா. “அவர் தந்திருக்கும் உறுதிமொழியின்படி நடப்பா ரென்ற நம்பிக்கை எனக்கு இருக்கிறது. ஏற்கனவே அவர்தானே அண்ணாவின் உயிரைக் காப்பாற்றியிருக்கிறார். இரவு நேரத்தில் டாக்டரே இங்கு தங்கப் போகிறார் என்ற பிறகு அதைவிட நல்ல தாக வேறென்ன இருக்க முடியும்?”

“பார்த்தாயா...? நீ..., நீ நன்றாகப் புரிந்துகொண்டு விட்டாய்! காரணம், நீ நிச்சயமாக ஒரு தேவதை என்பதால்தான்...” – பரவசத்தோடு கூச்சலிட்டான் ரஸுமிகின். “வாருங்கள் போகலாம்! நஸ்டாஸியா... ஒரு விளக்கோடு இங்கேயே–மேலே இவனோடு கொஞ்சம் உட்கார்ந்துகொண்டிரு. நான் ஒரு கால் மணி நேரத்தில் வந்துவிடுகிறேன்.”

பல்கேரியா அலெக்ஸாண்ட்ரோவ்னா முழுமையாகச் சமாதானம் அடைந்துவிடவில்லை என்றாலும் அதற்கு எதிர்ப்புத் தெரிவிக்கவில்லை. ரஸுமிகின் அவர்கள் இருவரது கைகளையும் பற்றிக்கொண்டு படிகளில் இறங்கினான்.

‘இவன் அன்பானவனாகவும், திறமைசாலியாகவும் இருக்க லாம். ஆனால் இவன் இப்போது இருக்கும் நிலைமையைப் பார்த்தால் கொடுத்த வாக்குறுதியை அவனால் நிறைவேற்ற

முடியுமா என்று சந்தேகமாக இருக்கிறதே...' என்று அவன் இருந்த நிலையைப் பார்த்துக் கவலைப்பட்டாள் அம்மா.

"சரி, சரி... எனக்கு விளங்காமலில்லை. நான் போதையிலிருக்கிறேன் என்று பயப்படுகிறீர்கள்! அப்படித்தானே...?" என, அவளது எண்ணங்களைப் படித்துவிட்டவனைப் போல வெளிப்படையாகப் பேசினான் ரஸூமிகின்.

கால்களை அகற்றி வைத்தபடி, நடைபாதையில் மிக விரைவாகச் சென்ற அவனுடைய நடைக்கு ஈடு கொடுத்து நடக்க அந்தப் பெண்களால் முடியாமலிருப்பதைக் கவனிக்காமல் அவன் பாட்டுக்கு, அவன் போக்கில் நடந்துகொண்டிருந்தான்.

"அபத்தமாக இருக்கிறது. குடிகாரனென்றும், முட்டாளென்றும் என்னைப் பார்த்து நீங்கள் பயப்படுவது தேவையில்லை. சரி, இப்போது அது முக்கியமில்லை. குடித்திருந்தாலும் கூட எனக்குப் போதை எதுவுமில்லை. ஆனால் உங்களை எப்போது பார்த்தேனோ அப்பொழுதே அது என் மண்டையில் ஏறிவிட்டது. சரி, விட்டுத் தள்ளுங்கள். இதையெல்லாம் போய்ப் பெரிதுபடுத்தாதீர்கள். நான் ஏதோ அபத்தமாக உளறிக்கொண்டிருக்கிறேன். நான் உங்களைவிடக் கீழானவன்தான். உங்களை வீட்டில் கொண்டுபோய்ச் சேர்த்ததும் இங்குள்ள கால்வாயிலிருந்து இரண்டு வாளித் தண்ணீரை எடுத்துத் தலையில் கொட்டிக் கொண்டால் சரியாகப் போய்விடுவேன். உங்கள் இரண்டு பேர் மீதும் நான் எவ்வளவு அன்பு வைத்திருக்கிறேன் என்று மட்டும் நீங்கள் புரிந்துகொண்டால் அதுவே எனக்குப் போதும். என்னைப் பார்த்துச் சிரிக்காதீர்கள். கோபமும் படாதீர்கள். வேறு எவரோடு வேண்டுமானாலும் கோபப்படுங்கள். ஆனால் என்னிடம் மட்டும் வேண்டாம். நான் அவனுடைய நண்பனில்லையா...? அப்படியென்றால் நான் உங்களுக்கும் சொந்தக்காரன்தான். அப்படி என்னை நீங்கள் நினைக்க வேண்டும் என்றுதான் நான் ஆசைப்படுகிறேன். எனக்கு ஏதோ ஓர் உள்ளுணர்வு...! போன வருஷம்...! ஆனாலும் அது உள்ளுணர்வாக நிச்சயம் இருக்க முடியாது. ஏனென்றால் நீங்கள் இருவரும் ஏதோ வானத்திலிருந்து குதித்து வந்திருப்பவர்களைப் போல எனக்குத் தோன்றுகிறது. ஒருவேளை, எனக்கு ராத்திரி முழுவதும் தூங்க முடியாமல்கூடப் போய்விடலாம். அதிருக்கட்டும். ஜோஸிமோவ் சமீபத்தில்கூட என்னிடம் என்ன சொன்னார் தெரியுமா...? ரஸ்கோல்னிகோவுக்கு மனப் பிறழ்வு ஏற்பட்டு விடக்கூடுமோ என்று அவருக்கு பயமாக இருக்கிறதாம். அதனால்தான் இவன் எரிச்சலடையாமல் பார்த்துக் கொள்ள வேண்டியிருக்கிறது!"

“நீ என்னப்பா சொல்கிறாய்?” என்று கத்தினாள் அம்மா.

“டாக்டர் நிஜமாகவே அப்படியா சொன்னார்?” என்று மிகவும் கலவரமடைந்தவளாகக் கேட்டாள் அவ்தோத்யா ரொமனோவ்னா.

“ஆமாம். அப்படித்தான் அவர் சொன்னார். ஆனால் அவர் சொன்னது முழுக்க முழுக்கத் தவறு. அவனுக்கு அவர் ஏதோ ஒரு மருந்துப் பொடியைக் கொடுத்ததைப் பார்த்தேன். அப்புறம் தான் நீங்கள் வந்துவிட்டீர்கள்! சே! நாளைக்கு நீங்கள் வந்திருந் தால் நன்றாக இருந்திருக்கும். நல்லவேளை நாம் அங்கிருந்து வந்து விட்டதுதான் மிகவும் நல்லது. இன்னும் ஒரு மணிநேரத்திற்குள் ஜோஸிமோவ் வந்து எல்லாவற்றையும் உங்களுக்குத் தெளிவாக அறிவித்துவிடுவார். அவர் குடிக்க மாட்டார். நானும்கூட அதிகம் குடிக்க மாட்டேன்தான். ஆனால் இப்போது ஏன் இப்படி அதிக மாகக் குடித்துவிட்டேன்? விருந்துக்கு வந்திருந்த அந்தக் கிறுக்குப் பயல்கள் என்னை ஒரு விவாதத்திற்குள் சிக்க வைத்துவிட்டார்கள். அவர்கள் சொல்வதை ஏற்றுக்கொள்ளவே முடியாத அளவுக்கு அபத்தமாக எதையோ அவர்கள் பேசினார்கள். கிட்டத்தட்ட அவர்களை நான் அடிக்கக்கூடப் போய்விட்டேன். இப்பொழுது எனது மாமா அந்தக் கூட்டத்திற்குத் தலைமைவகித்துக் கொண்டி ருக்கிறார்... சரி... உங்களால் இதை நம்ப முடிகிறதா சொல்லுங்கள்! மனிதர்கள் முழுக்க முழுக்கத் தன் வயப்பட்டவர்களாக இருக்கவேகூடாது என்று அவர்கள் சொல்கிறார்கள். கொஞ்சம் கூடத் தன் வயப்படாமல் மனிதனால் வேறு எப்படித்தான் இருக்க முடியும்? ஆனால் அதைத்தான் முழுமை பெற்ற முற்போக்கு என்று அவர்கள் கூறுகிறார்கள். அவர்கள் அந்த அபத்தத்தை மட்டும் பேசினால்கூடப் பரவாயில்லையே...? ஆனால் இன்னும் கூட அல்லவா....?”

“இதோ பார்..” என்று சற்றுத் தயக்கத்தோடு அவனை இடைமறித்தாள் பல்கேரியா அலெக்ஸாண்ட்ரோவ்னா. ஆனால் அவளது அந்த இடைமறிப்பு அவனது ஆவேசத்தை மேலும் அதிகரித்ததைப் போல ஆகிவிட்டது.

“நீங்கள் என்ன நினைக்கிறீர்கள்?” என்று இன்னும் உரத்த குரலில் கத்தினான் ரஸுமிகின். “அப்படி அபத்தமாகப் பேசியதால் நான் பாதிக்கப்பட்டு விட்டேனென்றா நீங்கள் நினைக்கிறீர்கள்? கிடையவே கிடையாது! மனிதர்கள் பொருளே இல்லாமல் அபத்த மாகப் பேசிக்கொள்வது, பொதுவாக எனக்குப் பிடிக்கும்! அது மனித குலத்துக்கே உரிய தனிப்பட்ட உரிமை! பிற உயிர்களிடத்தில்

காண முடியாத தன்மை. பொய்மையையே தொடர்ந்துகொண்டிருக்கும்போது கடைசியில் அது உண்மையில் போய்த்தான் முடியும்! என்னிடம் தவறு இருக்கிறது என்பதுதான் உண்மையில் என்னை ஒரு மனிதன் என்று காட்டுகிறது. குறைந்தபட்சம் பதினான்கு தவறான வாதங்களையாவது எடுத்து வைத்தால்தான் ஒரு சரியான உண்மை உங்களுக்குக் கிடைக்கும்! நூற்றுப் பதினான்கு தவறான கருத்துகளைக் கூறினாலும்கூட ஒரு வகையில் அதுவும்கூடக் கௌரவமானதாகவே இருக்கும்! ஆனால் தவறாகப் பேசுவதைக்கூட நம் மூளையைப் பயன்படுத்தி நாம் பேசுவதில்லை என்பதுதான் இதிலுள்ள விஷயம்! மிகத் தவறான ஒரு குப்பையை என்னிடம் நீங்கள் பேசினாலும்கூட அது உங்கள் சொந்தக் கருத்தாக இருந்துவிட்டால் நான் உங்களை அரவணைத்துக்கொண்டு பாராட்டுவேன். யாரோ சொல்லிவிட்டுப் போன உண்மையைச் சொல்லிக்கொண்டிருப்பதைவிட, உங்களுக்குச் சொந்தமான பொய்களை நீங்கள் பேசுவது உத்தமம்! அப்படிப் பேசும் பொழுதுதான் நீங்கள் உண்மையான மனிதர்களாக இருக்கிறீர்கள்... இல்லாவிட்டால், சொன்னதைச் சொல்லும் கிளிப்பிள்ளைகளுக்கும், உங்களுக்கும் என்ன வித்தியாசம்? வாழ்க்கை என்பது மூச்சை நெரிப்பதாக இருக்கலாம். ஆனால் உண்மை எப்போதும் உன்னைத் தப்பவிட்டுவிடாது. இதற்கு நிறைய சம்பவங்களை உதாரணமாகக் காட்டலாம். சரி, இப்போது நாமெல்லோரும் எப்படி இருக்கிறோம்? ஒரு வகையில் எல்லோருமே தொடக்கப் பள்ளியில் கல்வி பயிலும் குழந்தைகளைப் போலத்தான் இருக்கிறோம். விஞ்ஞானம், சமூகத்தின் வளர்ச்சி, சிந்தனை, கண்டுபிடிப்பு, கொள்கைகள், குறிக்கோள்கள், மிதவாதம், சட்டம், நீதி, அனுபவம் ஆகிய அனைத்திலுமே நாம் அப்படித்தான் இருக்கிறோம். யாரோ சொன்ன கருத்துகளைச் சுரண்டிக்கொண்டிருப்பதிலேயே திருப்தியடைந்தவர்களாய் நாமெல்லாம் துருப்பிடித்துப் போய்விட்டோம்! அப்படித்தானே? சொல்லுங்கள்! நான் சொல்வது சரியா, இல்லையா...?"

"ஐயோ... சாமி! இதைப் பற்றியெல்லாம் எனக்குத் தெரியாதப்பா..." என்றாள் பாவப்பட்ட பல்கேரியா அலெக்ஸாண்ட்ரோவ்னா.

"ஆமாம், ஆமாம்!... நீங்கள் சொன்ன எல்லாவற்றையும் என்னால் ஏற்றுக்கொள்ள முடியாதென்றாலும், நீங்கள் கூறியதில் உண்மை இல்லாமலில்லை" என்று மனப்பூர்வமாகவும் சற்றுத் துணிச்சலோடும் சொன்னாள் அவ்தோத்யா ரொமனோவ்னா. அதேசமயம் ஆர்வ மிகுதியால் அவளது கரத்தைச் சற்று பலமாக

அவன் அமுத்திவிட, வலி தாங்காமல் இலேசாகக் கத்தினாள் துனியா.

"உண்மைதானே...? அது உண்மை என்றுதானே நீ சொல் கிறாய். பார்! இதற்கப்புறம் நீ... நீ..?" பரவச நிலையடைந்தவனாக அவன் கத்தினான்: "தூய்மை, அறிவு, நல்லியல்புகள் ஆகியற்றின் ஊற்றுக் கண்ணாக இருப்பவள் நீ! எங்கே உன் கையைக் கொடு... உங்களுடைய கையையும் கொடுங்கள்! நான் இதே இடத்தில் முழங்காலிட்டு உங்கள் கரத்தில் முத்தமிட்டாக வேண்டும்."

உடனே நடைபாதையிலேயே முழந்தாளிட்டுவிட்டான் அவன். நல்லவேளையாக அந்த நேரத்தில் அந்தப் பாதை முழுவதுமே வெறிச்சோடிப் போய்க்கிடந்தது.

"தயவுசெய்து உன்னைக் கெஞ்சிக் கேட்டுக்கொள்கிறேன். நீ செய்துகொண்டிருப்பதை நிறுத்து. நீ இப்பொழுது என்ன செய் கிறாய் தெரியுமா" என்று மிகுந்த கலவரத்தோடு அவனைச் சத்தம் போட்டாள் அம்மா – பல்கேரியா அலெக்ஸாண்ட்ரோவ்னா.

"எழுந்திருங்கள், ம்... எழுந்திருங்கள்!" என்று கூறிய துனியா சிரித்துக்கொண்டிருந்தாலும்கூடச் சற்றுக் கலவரத்தோடுதான் காணப்பட்டாள்.

"நான் எழுந்திருக்க மாட்டேன். ஆமாம். உன் கைகளை முத்தமிடும் வரையில் எதற்காகவும் நான் எழுந்திருக்க மாட்டேன்... அதுதான் வேண்டும்.... போதும்! இப்போது எழுந்துவிடுவேன். நாமெல்லோரும் புறப்படுவோம்! நான் ஓர் அதிர்ஷ்டமில்லாத முட்டாள்தான் உன்னைவிடக் கீழானவன்தான். குடிகாரனும்கூட. நான் வெட்கப்படுகிறேன்... ஆமாம், உன்னை நேசிக்கத் தகுதி யில்லாதவனாக நான் இருப்பதற்காக வெட்கப்படுகிறேன். ஆனால் வெறிபிடித்த மிருகமாக இல்லாத எந்த மனிதனாக இருந்தாலும் உன்னை அவன் கட்டாயமாக வழிபாடு செய்துதான் தீருவான். நானும்கூட உன்னை வழிபாடு செய்கிறேன்... இதோ விடுதி வந்து விட்டது. இப்படி ஒரு மோசமான இடத்தில் உங்களைத் தங்க வைக்க பீட்டர் பெத்ரோவிச் ஏற்பாடு செய்திருப்பதைப் பார்க்கும் பொழுது, ரோட்யா அவனுக்குச் செய்த அவமானம் சரியானது என்றுதான் தோன்றுகிறது. இப்படி ஒரு கேவலமான இடத்திற்கு அனுப்ப அவன் எப்படித்தான் துணிந்தானோ? எனக்கு ரொம்ப அவமானமாக இருக்கிறது. இந்த இடத்திற்கு எந்த மாதிரியான ஆட்கள் வருவார்களென்று உங்களுக்குத் தெரியுமா...? இத்தனைக் கும் நீ அவனை மணக்கப் போகிற பெண்! உங்களுக்குள் திருமண மும் உறுதி செய்யப்பட்டு விட்டது... அப்படித்தானே?

ஆனாலும்... இதை நான் உன்னிடம் இதற்குப் பிறகும் சொல்லாம லிருக்க முடியாது. உன்னைக் கல்யாணம் செய்துகொள்ளப் போகிறவன், ஒரு பெரிய அயோக்கியன்."

"ரஸுமிகின்... நீ உன்னுடைய வசத்தில் இல்லை..." என்று தொடங்கினாள் பல்கேரியா அலெக்ஸாண்ட்ரோவ்னா.

"ஆமாம், ஆமாம்! நீங்கள் சொல்வது சரிதான். நான் என்னையே மறந்துதான் போய்விட்டேன். அதற்காக உங்களிடம் நான் மன்னிப்புக் கேட்டுக்கொள்கிறேன்" – தன்னைக் கொஞ்சம் நிதானப்படுத்திக்கொண்டு பேசத் தொடங்கினான் ரஸுமிகின். ஆனால்... "ஆனால்... நான் என்ன செய்தேன் என்பதைச் சொன் னால் நீங்கள் நிச்சயமாகக் கோபப்பட மாட்டீர்கள். காரணம், நான் உண்மைகளைப் பேசிக்கொண்டிருக்கிறேன். மேலும் எப்படிப் பார்த்தாலும் அதனை இழிவானது என்றோ, அகௌரவமானது என்றோ எவரும் சொல்லிவிட முடியாது. இன்னும் உள்ளபடி சொல்லப்போனால் அது உங்களோடு சம்பந்தப்பட்டது. சரி, இருக் கட்டும். நான் அதைப்பற்றிச் சொல்ல வேண்டாம்... உங்கள் மனதுக்கே தெரியும்! அது எப்படி என்று நான் சொல்ல மாட் டேன். நீங்களே அதை அறிந்திருப்பீர்கள். ஆனால், அன்றைக்கு அவன் அறைக்குள்ளே வந்தபோது, அவன் நம்முடைய உலகத் தைச் சேர்ந்தவனில்லை என்பது மட்டும் எங்கள் எல்லோருக்கும் தெரிந்தது. முடி திருத்துபவனிடம் சென்று அவன் தன் முடியைச் சுருள் சுருளாகச் செய்துகொண்டதாலோ, அல்லது தான் எப்படிப் பட்ட ஓர் அறிவாளி என்று காட்டிக்கொள்ள அவன் பட்ட அவசரத்தாலோ அப்படி எங்களுக்குத் தோன்றவில்லை. ஆனால், அவன் கொள்ளை லாபத்தில் குறியாக இருக்கிற ஒரு பகற் கொள்ளைக்கார வியாபாரியைப் போலத் தோன்றினான். அவன் அப்பட்டமான ஒரு யூதனாகவும், போலி வைத்தியனைப் போல வும் நடந்துகொண்டதனால்தான் அப்படி ஓர் எண்ணம் எங்களிடம் தோன்றியது. நீங்கள் என்ன அவன் புத்திசாலியென்றா நினைக்கிறீர்கள்? அவன் ஒரு முட்டாளம்மா, முட்டாள்! கடவுளே, நீங்கள்தான் இந்தப் பெண்களைக் காப்பாற்ற வேண்டும்" என்ற அவன், தன்னுடைய பேச்சைச் சிறிது நிறுத்தினான். சாலையி லிருந்து விடுதிக்குச் செல்லும் பாதையின் படிக்கட்டுகளில் அவர்கள் நின்றுகொண்டிருந்தனர். ரஸுமிகின் மீண்டும் தொடர்ந் தான்: "என்னுடைய விருந்தாளிகள் குடிகாரர்களாக இருந்தாலும் கூட நேர்மையானவர்கள்! நாங்கள் தவறு செய்தாலும் – ஏன் நானுமே தவறு செய்தாலும்கூட அந்தத் தவறுகளை விடாமல் செய்துகொண்டே போய் இறுதியாக நாங்கள் உண்மையை எட்டி

விடுவோம். ஆனால் பீட்டர் பெத்ரோவிச் செல்லும் பாதை சரியானதல்ல. வீட்டு விருந்தாளிகளை சற்றுமுன் நான் திட்டிக் கொண்டிருந்தாலும்கூட அவர்கள் அனைவரின் மீதும் எனக்கு மரியாதை உண்டு. சமெடோவுக்கு நான் மரியாதை கொடுப்ப தில்லையென்றாலும், அவன் ஒரு நாய்க்குட்டியைப் போல இருப்ப தால் அவனையும்கூட நான் விரும்புகிறேன். இந்த முட்டாள் ஜோஸிமோவும்கூட நேர்மையானவன்தான்! வேலை தெரிந்தவன். சரி... சரி... அது போதும். எல்லாம் சொல்லி முடித்தாயிற்று. மன்னிக்கவும் செய்தாயிற்று. அப்படித்தானே? மன்னித்து விட்டீர்கள்தானே? இப்போது வாருங்கள்! தாழ்வாரத்திற்கு இந்த வழியாகச் செல்ல வேண்டும். எனக்கு இந்த இடம் நன்றாகத் தெரியும். இங்கேதான் மூன்றாம் எண்ணுள்ள அறையில் ஒரு போக்கிரிப் பயல் இருந்தான்! ஆமாம்... நீங்கள் தங்கியிருக்கும் அறை எண் என்ன? எட்டா...? சரி, ராத்திரி அறையைப் பூட்டி வைத்துக்கொள்ளுங்கள். உள்ளே எவரையும் விட வேண்டாம். நான் ஒரு கால் மணி நேரத்திற்குள் உங்களுக்குத் தகவல் கொண்டு வருகிறேன். அப்புறம் மறுபடியும் ஓர் அரை மணிநேரத்திற்குப் பிறகு ஜோஸிமோவை அழைத்துகொண்டு வருகிறேன். நீங்கள் பார்க்கத்தானே போகிறீர்கள் அதை...! சரி, வருகிறேன்."

"கடவுளே... துனியா என்னதான் நடக்கப் போகிறதோ...? ஒன்றுமே விளங்கவில்லை..." என்றாள் பல்கேரியா அலெக் ஸாண்ட்ரோவ்னா. மகளை நோக்கித் திரும்பிய அவள் முகம் முழுவதும் அச்சமும் பரபரப்பும் பரவிக்கிடந்தன.

தனது மேலங்கியையும் தொப்பியையும் கழற்றி வைத்தபடி "வருத்தப்படாதே, அம்மா" என்றாள் துனியா. "நண்பர்களோடு சேர்ந்து குடித்துக்கொண்டிருந்த இடத்திலிருந்து இவர் நேராக வந்திருக்கிறார், அவ்வளவுதான்! மற்றபடி கடவுளாய்ப் பார்த்துத் தான் இவரை நம்மிடம் அனுப்பி வைத்திருக்கிறார். நாம் நிச்சய மாக இவரை நம்பலாம் என்றுதான் நான் நினைக்கிறேன். என் அண்ணாவுக்கும்கூட இவர்தானே எல்லா உதவிகளையும் செய்திருக்கிறார்?"

"ம்... துனியா, எனக்குச் சந்தேகமாகத்தான் இருக்கிறது. அவன் திரும்பி வருவானா என்பது கடவுளுக்குத்தான் தெரியும். சே... எப்படித்தான் ரோட்யாவை விட்டுவிட்டு வருவதற்கு என்னால் முடிந்ததோ...? அவனை இந்த நிலையில் பார்க்கப் போகிறேனென்று நான் எதிர்பார்க்கவே இல்லை. நம்மைப் பார்ப் பதில் மகிழ்ச்சியே இல்லாதவனைப் போல எப்படி நம்மிடமிருந்து விலகிப் போய்விட்டான்?"

அம்மாவின் கண்களில் கண்ணீர் பெருகியது.

"இல்லையம்மா, நீ நினைப்பது போல இல்லை. நீ முழு நேரமும் அழுதுகொண்டே இருந்ததால் அவனை ஒழுங்காகக் கவனித்துப் பார்க்கவில்லை. ரொம்பவும் முடியாமல் இருந்ததால் அவன் ஒரு மாதிரியாக நிலைதடுமாறிப் போயிருக்கிறான், அதுதான் காரணம்! வேறொன்றுமில்லை."

"ஐயோ, இந்த வியாதிக்குப் பின்னால் பயங்கரமான ஏதோ ஒன்று நடக்கப் போகிறது...! ஏதோ ஒரு பயங்கரம் அதில் ஒளிந்திருக்கிறது. அவன் உன்னிடம் எப்படியெல்லாம் பேசினான் பார்த்தாயா, துனியா...?" ரோட்யா அவளை எடுத்தெறிந்து பேசியது அம்மாவிற்கு மிகுந்த வேதனையைத் தந்திருந்தது. இதனால் மகளின் மனம் புண்பட்டுப் போயிருக்குமோ என்ற எண்ணத்தில், அதனை அறிந்துகொள்ளும் நோக்கத்தோடு, தன்னுடைய மகளின் கண்களைப் பயத்தோடு பார்த்தபடி, அவளது மனதிலே ஓடிக்கொண்டிருக்கும் எண்ணங்களை, அவளது முகத்தைப் பார்த்தே படித்துவிடும் எண்ணத்தோடு அவளை உற்றுப் பார்த்தாள் அம்மா.

ரோட்யாவின் மீது குற்றம் சுமத்தாமல், அவனை ஆதரிப்ப வளைப் போலவே, "எல்லாம் இந்த நோயினால்தான் அவன் இப்படிப் பேசுகிறான்" என்று துனியா பேசிக்கொண்டிருந்தது ஏற்கெனவே அம்மாவிற்குச் சற்று ஆறுதலளித்திருந்தது.

அவள் அப்படிப் பேசவேண்டுமென்றால் துனியா அவனை மன்னித்துவிட்டாள் என்றுதானே அர்த்தம் என்று தனக்குள் நினைத்துக்கொண்டாள் அம்மா. இன்னும்கூட அவளது உள்ளத்தைத் துருவிப் பார்க்கும் எண்ணத்தோடு மீண்டும் அம்மா சொன்னாள்: "நாளைக்கு அவன் நல்லபடியாக, முன்போலவே ஆகிவிடுவான் என்றுதான் நான் நினைக்கிறேன்."

"ஆனால் நான் என்ன நினைக்கிறேன் என்றால், அந்த விஷயத்தைப் (பீட்டர் பெத்ரோவிச்சோடு தனது திருமணத்தைப்) பொறுத்தவரையில் நாளைக்கும்கூட அவன் அதையேதான் சொல்லப் போகிறான் என்றுதான் எனக்கு நிச்சயமாகத் தோன்று கிறது" என்று உறுதிபடச் சொன்னாள் அவ்தோத்யா ரோமனோவ்னா. அது உண்மையிலேயே சற்று நெருடலான விஷயம் தான். அதனாலேதான் பல்கேரியா அலெக்ஸாண்ட்ரோவ்னா இப்பொழுது அதைப் பற்றித் துனியாவிடம் விவாதிக்கத் தயங்கிக் கொண்டிருந்தாள்.

துனியா தனது அன்னையிடம் நெருங்கிச் சென்று அவளை முத்தமிட்டாள். அன்னையும்கூட வேறு எதுவுமே பேசாமல் மகளை ஆரத்தழுவிக்கொண்டாள். அதன்பிறகு அம்மா கீழே உட்கார்ந்தபடி ரஸுமிகினின் வரவை எதிர்பார்க்கத் தொடங்கி னாள். சிந்தனைவயப்பட்டவளாகத் தன் கைகளை மார்பின் குறுக்காக மடக்கிக்கொண்டு, அறையின் குறுக்கே, இங்கும் அங்கு மாக நடந்துகொண்டிருந்த தனது மகளின் அசைவுகளை அவளது கண்கள் அச்சத்தோடு எடை போட்டுக்கொண்டிருந்தன. குறுக்கும் நெடுக்குமாக நடந்துகொண்டே சிந்தனையில் ஈடுபடுவது, அவ்தோத்யா ரொமனோவ்னாவின் நடைமுறைப் பழக்கமாகவே இருந்தது. அந்த வேளைகளில், அவளது சிந்தனைகளைக் கலைப் பதற்கு அம்மா எப்போதுமே துணிந்ததில்லை. ரஸுமிகின் குடி போதையுடன், அவ்தோத்யா ரொமனோவ்னாவிடம் தீவிரமான மோகத்துடன் பேசியது உண்மையிலேயே வேடிக்கையானதுதான்! ஆனால் அவள் இப்பொழுது தன் கைகளை மடக்கிக்கொண்டபடி ஆழ்ந்த சிந்தனையுடனும், வருத்தத்துடனும் நடந்துகொண்டிருந்த காட்சியைப் பாத்தால், அவனுடைய திடீர் மோகத்திற்கும், தாபத் திற்கும் குடிபோதையைத் தவிரப் பிற காரணங்களும் இருப்பதைத் தெளிவாக விளங்கிக்கொள்ள முடியும். அவளது தோற்றம் மிகச் சிறந்த அழகியாக அவளை எடுத்துக் காட்டியது. மிகச் சரியான உருவ அமைப்புடனும் உயரமாகவும் தன்னம்பிக்கையுடனும், மன உறுதிபடைத்தவளாகவும் அவள் இருந்தாள். அவளது அந்த மன உறுதி, இந்தச் சோகமான மன நிலையிலும்கூட அவளை முற்றிலும் தளர்ந்துவிடாமல், புத்துணர்ச்சியுடன் தோற்றமளிக்கச் செய்தது. அவளது நளினமும் மென்மையும்கொண்ட அசைவுகள், அவளது அழகை மேலும் கூட்டி, மற்றவர்களை அவளை நோக்கிப் பார்க்கும் படி செய்தன. முகச்சாயலில் தன் சகோதரனை அப்படியே ஒத்திருந்தாலும் அவளை அழகானவள் என்று கூறாமல் இருக்க எவராலும் இயலாது. அவளது தலைமுடி, பழுப்பு வண்ணத்தில் தன் சகோதரனின் முடியைவிடவும் சற்று வெளிர் நிறத்தில் காணப் பட்டது. அவளது மின்னும் கருவிழிகள் கம்பீரமாக இருந்தன. சில வேளைகளில் அளவு கடந்த பரிவையும் கருணையையும் வெளிப்படுத்திக்கொண்டிருந்தன. சற்றே வெளிறிக் காணப் பட்டாலும், நோயாளி போன்ற தோற்றம் அவளிடத்தில் இல்லை. அவளது முகம் பரிசுத்தமாகவும் பிரகாசமாகவும் காணப்பட்டது. சிறிய, அழகான செவ்விதழ்களைக்கொண்ட வாயில், கீழுதடு ரொம்பவும் இரத்தமாகச் சிவந்திருந்தது. அது அவளது முக வாயைப் போலவே சற்று முன்னோக்கிப் பிதுங்கியபடி இருந்தது. அவளது அழகான முகத்தில் அது ஒன்றுதான் குறையாக இருந் தது. அதுதான் அவளுக்குத் தனித்தன்மையையும், சிறிது கர்வமான

தோரணையையும் கொடுத்துக்கொண்டிருந்தது. தீவிரமான சிந்தனையும் வருத்தமும் அவளைப் பற்றிக்கொண்டிருந்த இந்த நிலையிலேயே அவள் இத்தனை அழகாகத் தோற்றமளித்தாளென்றால் உண்மையிலேயே மகிழ்ச்சியான மன நிலையுடன், முகத்தில் புன்னகையுடன் இருந்தால் இளமையான அவளது அழகு, இன்னும்கூட அதிகமாகச் சுடர் விட்டுப் பிரகாசித்திருக்கக்கூடும்.

ரஸுமிகினைப் போன்ற வெளிப்படையான துணிச்சல் – மிகுந்த தெளிவும் நேர்மையும்கொண்ட ஒருவன் தற்காலிகமாகக் குடிபோதையில் தன்னை இழந்திருந்தாலும், முதற்பார்வையிலேயே அவளிடம் தன் மனதைப் பறிகொடுத்ததில் வியப்பில்லை. காரணம், அவளைப் போன்ற ஒருத்தியை இதுவரையில் அவன் சந்தித்ததில்லை.

மேலும், தன் சகோதரனை நெடுநாளைக்குப் பிறகு சந்திக்கிற மகிழ்ச்சியில், அன்பும், பூரிப்புமாக அவள் ஒளிர்ந்துகொண்டிருந்த அபூர்வமான ஒரு தருணத்தில் அவளைச் சந்திக்கும் வாய்ப்பு அவனுக்குத் தற்செயலாக ஏற்பட்டுவிட்டிருந்தது. ரோட்யாவின் மூர்க்கத்தனத்தினாலும், கொஞ்சம்கூட இரக்கமற்ற கட்டளைகளினாலும் அதிர்ச்சியுற்ற அவள், தன் கீழுதடு வெறுப்பால் துடிதுடிக்க அழுதுகொண்டிருந்த காட்சியையும் பிற்பாடு அவன் காணநேர்ந்தது. அவளது துன்பத்தை அவனால் தாங்கிக்கொள்ள முடியவில்லை.

ரஸ்கோல்னிகோவ் குடியிருந்த வீட்டின் சொந்தக்காரி பிரஸ்கோவ்யா பாவ்லோவ்னா, அவ்தோத்யா ரொமனோவ்னாவின் மீது மட்டுமின்றி, பல்கேரியா அலெக்ஸாண்ட்ரோவ்னாவின் மீதும்கூடப் பொறாமைப்படுவாள் என்று படிகளில் இறங்கிக்கொண்டிருந்தபோது ரஸுமிகின் குடிபோதையில் உளறியிருந்தாலும், அதிலும் உண்மை இல்லாமலில்லை. பல்கேரியா அலெக்ஸாண்ட்ரோவ்னாவுக்கு நாற்பத்து மூன்று வயதான போதும், அவள் ஒரு காலத்தில் மிகவும் அழகாக இருந்ததற்கான தடயங்கள், இன்னும்கூட அவளது முகத்தில் எஞ்சியிருந்தன. வயதான பருவத்திலும்கூட மனதில் தெளிவும், சிந்தனைகளில் உற்சாகமும்கொண்டு, அவற்றை விடாமல் கைக்கொண்டபடி வாழ்ந்துவிடும் பெண்களில் அவளும் ஒருத்தியாக இருந்த காரணத்தால், தன் வயதைவிட இளமையாகவே அவள் காட்சியளித்துக்கொண்டிருந்தாள். சுருங்கச் சொன்னால் மேற்சொன்ன விஷயங்களைப் பாதுகாத்து வைத்திருப்பதுதான் முதுமைப் பருவத்திலும்கூட ஒருவருக்கு அழகூட்டுகிறது என்று கூறிவிடலாம். அவளது

முடி நரைக்கத் தொடங்கியிருந்தது. கண்களைச் சுற்றிச் சுருக்கங் களோடு கூடிய வளையங்கள் காணப்பட்டன. கவலை, ஆர்வம், எதிர்பார்ப்பு முதலிய உணர்வுகளின் அலைக்கழிப்பால் அவளது கன்னங்கள் குழிவிழுந்து வற்றிப் போயிருந்தன. ஆனாலும்கூட அவளது முகம் அழகாகவே இருந்தது. துனியாவின் கீழுதட்டுப் பிதுக்கத்தை மட்டும் நீக்கிவிட்டுப் பார்த்தால் மிகச்சரியாக இருபது ஆண்டுகளுக்குப் பிந்தைய துனியாவின் ஓவியம் போலவே அது காட்சியளித்தது. அவள் உணர்ச்சிவசப்படுபவள்தான். ஆனால் மிதமிஞ்சி அப்படி நடந்துகொள்பவளில்லை. அவள் விட்டுக் கொடுத்துப் பொறுத்துப் போகிறவள்தான். தன் எண்ணங்களுக்கு மாறான விஷயங்களைக்கூட ஏற்றுக்கொண்டு அனுசரித்துப் போகிறவள்தான். ஆனாலும் அதற்கும் ஓர் எல்லை உண்டு. உள்ளத்தில் அவள் கொண்டுள்ள நேர்மை, உறுதியான முடிவு, இலட்சியம் ஆகியவற்றை எதற்காகவும் விட்டுத்தர அவள் எப்போதும் துணிந்ததில்லை. ரஸுமிகின் அவர்களை விட்டுச் சென்ற பிறகு, சரியாக இருபது நிமிடங்கள் கழித்துக் கதவை இருமுறை எவரோ அமைதியாக, ஆனால் விரைவாகத் தட்டும் ஓசை கேட்டது. அவன் திரும்பி வந்திருந்தான்.

"நான் உள்ளே வரவில்லை...! அதற்கு இப்போது நேர மில்லை" என்று மிக வேகமாகச் சொன்ன அவன், மேலும் தொடர்ந்து பேசினான். "அவன் மிகவும் நன்றாக, அமைதியாக, ஒரு குழந்தையைப் போலத் தூங்கிக்கொண்டிருக்கிறான். கடவுளின் கருணையினால் அவன் பத்து மணிநேரம்கூட நன்றாகத் தூங்கு வான் என்றுதான் நான் நினைக்கிறேன். நஸ்டாஸியா அவனுடன் இருக்கிறாள். நான் வரும் வரையில் அவனை விட்டுவிட்டுப் போய்விடக்கூடாது என்று அவளிடம் கூறிவிட்டு வந்தேன். இப் போது நான் போய் ஜோஸிமோவை அழைத்து வருகிறேன். உங் களுக்கு இவனது உடல்நிலையைப் பற்றி ஜோஸிமோவ் சொன்ன பிறகு, நீங்கள் கொஞ்சம் நிம்மதியாகத் தூங்கலாம். நீங்கள் ரொம்ப வும் களைப்படைந்து இருக்கிறீர்களென்பது எனக்கு நன்றாகத் தெரிகிறது!"

அவன் திரும்பி நடைபாதையில் ஓடினான். அவனைப் பார்த்து மிகவும் சந்தோஷத்தோடு சொன்னாள் பல்கேரியா அலெக்ஸாண்ட்ரோவ்னா: "எப்படி ஒரு திறமைசாலியான மனிதன் இவன்...! உண்மையிலேயே நிஜமான ஈடுபாட்டோடுதான் உதவு கிறான் இந்த இளைஞன்!" என்று கூறி மிகவும் மனத்திருப்தியும் மகிழ்ச்சியும் அடைந்தாள் அம்மா.

“மிகவும் அற்புதமான மனிதராகத்தான் அவர் தெரிகிறார்!” என்று மிகவும் அமைதியாகச் சொன்னாள் இன்னமும் அறைக்குள் குறுக்கும் நெடுக்குமாக நடந்துகொண்டிருந்த அவ்தோத்யா ரொமனோவ்னா.

ஒரு மணிநேரத்திற்குப் பிறகு அறையின் வாசலில் மீண்டும் காலடிச் சத்தங்கள் கேட்டன. தொடர்ந்து யாரோ கதவைத் தட்டும் சப்தமும் கேட்டது. இம்முறை ரஸுமிகின் கொடுத்திருந்த வாக்குறுதியில் உறுதியான நம்பிக்கைகொண்டவர்களாக அந்த இரு பெண்களும் காத்துக்கொண்டிருந்தார்கள்.

ஜோஸிமோவை அழைத்து வருவதிலும்கூட உண்மை யாகவே அவன் ஜெயித்துவிட்டான். அவன் சொன்னவுடனேயே ஜோஸிமோவும்கூட உடனே சம்மதித்து அந்த மது விருந்துக் களி யாட்டக் கும்பலை விட்டுவிட்டு உடனே அவனோடு, ரஸ்கோல்னி கோவைப் பார்க்கப் புறப்பட்டு விட்டான். ஆனாலும்கூட அந்தப் பெண்கள் தங்கியிருந்த அறைக்கு வருவதில் ஜோஸிமோவுக்கு விருப்பமில்லை. குடிபோதையில் ரஸுமிகின் அவர்களுக்குத் தந்திருந்த உறுதிமொழிகள் மீதும்கூட ஜோஸிமோவுக்கு நம்பிக்கை யில்லை. ஆனால், அங்கு வந்து அந்தப் பெண்களைப் பார்த்த வுடனேயே தனது எண்ணம் தவறானது என்பதை அவன் புரிந்து கொண்டுவிட்டான். தான் அவர்களால் புகழப்பட்டதிலும் அவன் மகிழ்ச்சி அடைந்தான். அவர்கள் ஒரு தேவ வாக்குக்காகக் காத் திருப்பவர்களைப் போலத் தனது வருகையையும், வார்த்தைகளை யும் எதிர்பார்த்துக் காத்திருந்ததைக் கண்டு அவன் மிகவும் நெகிழ்ச்சியடைந்து போய்விட்டான். சரியாகப் பத்துநிமிடங்கள் அவர்களோடு உட்கார்ந்து பல்கேரியா அலெக்ஸாண்ட்ரோவ் னாவைச் சமாதானப்படுத்தினான் அவன். ரஸ்கோல்னிகோவின் உடல் நிலை விரைவில் சரியாகிவிடும் என்று கூறி அவர்களுக்கு ஆறுதல் அளித்தான். மிகுந்த பரிவோடு அவன் அந்தப் பெண் களோடு பேசினாலும், ஒரு டாக்டருக்கே உரிய தீவிரமான தொனி யும், இரண்டு பெண்களுக்கு இடையில் இருக்கிறோம். தவறான கருத்துக்கு இடம் கொடுத்துவிடக்கூடாது என்ற எண்ணமும் இருந்ததால் தான் பேசிக்கொண்டிருந்த விஷயத்திலிருந்து ஒரு வார்த்தைகூட விலகிச் செல்லாமல், அந்த இரண்டு பெண் களோடும் நெருக்கமாக உறவாடுவதில் விருப்பம் காட்டாமல், இருபத்தேழு வயதுடைய ஓர் இளம் மருத்துவர் தனது முக்கிய மான மருத்துவ ஆலோசனையை எப்படி வழங்குவாரோ, அந்த வகையிலேயே அவன் அவர்களிடம் பேசிக்கொண்டிருந்தான். அறையின் உள்ளே நுழைந்தவுடனேயே அவ்தோத்யா ரொமனோவ்

னாவின் பிரமிக்கத்தக்க அழகான தோற்றத்தை அவன் பாராட்டிப் பேசியிருந்தாலும் உடனடியாகவே தனது அந்தப் போக்கை மாற்றிக்கொள்ள அவன் வலிந்து முயற்சி மேற்கொண்டு விட்டான். அவன் அங்கே தங்கியிருந்த மீதி நேரம் முழுவதுமே அவளைப் பார்ப்பதைத் தவிர்த்தபடி பல்கேரியா அலெக்ஸாண்ட்ரோவ் னாவை நோக்கியே பேசிக்கொண்டிருந்தான். இதெல்லாம் அவளுக்கு அளவு கடந்த மனத்திருப்தியை ஏற்படுத்தியிருந்தன. தனது நோயாளியின் நிலைமை திருப்திகரமாக இருப்பதை அவன் அவர்களிடம் எடுத்துச் சொன்னான். கடந்த சில மாதங்களாகவே மிக மோசமானதொரு சூழலில் வாழ்க்கை நடத்தி வரும் தனது நோயாளிக்கு, அந்தப் புறக்காரணங்களோடு, உளவியல் ரீதியான வேறு சில காரணங்களும் சேர்ந்துகொண்டதே அவனது நோய்க்கு அடிப்படையாகிவிட்டதென்று தனக்குத் தோன்றுவதாக ஜோஸி மோவ் அவர்களிடம் குறிப்பிட்டான். “உள்ளபடி சொல்ல வேண்டு மென்றால் அவனுடைய மனோபாவங்கள் அதாவது, ஒழுக்க ரீதியான சிந்தனைகள் போராட்டங்கள், எதிர்பார்ப்புகள், கவலைகள், தொல்லைகள், பல்வேறுவிதமான சிந்தனைகளின் போராட்டங்கள் ஆகியவைகள்தான் ரஸ்கோல்னிகோவின் இந்த மனநிலைப் பாதிப்புக்குக் காரணம்” என்று அவர்களுக்கு விளக்கி னான் ஜோஸிமோவ்.

“அவனுக்கு மனப்பிறழ்வு ஏற்பட்டிருக்குமோ?” என்று டாக்டரின் சந்தேகத்திற்கான காரணத்தை விளக்கும்படி அப்பாவித்தனமாகவும், மிகுந்த கவலையோடும் அம்மா கேட்டாள். அதற்கு அவன் அமைதியாகவும், கள்ளமில்லாமலும் புன்னகைத்தபடி தனது சொற்கள் மிகைப்படுத்தப்பட்டு அவர் களுக்குச் சொல்லப்பட்டுவிட்டன என்று சொன்னான். குறிப் பிட்ட ஒரு விஷயத்தில் மட்டுமே தனிக் கவனத்தைச் செலுத்திக் கொண்டு, வெறியோடு அதிலேயே முனைந்திருக்கும் ‘மோனோ மேனியா’ என்ற மனநோயின் அறிகுறிகளை அவனிடம் தான் கண்டிருப்பது நிஜம்தானென்றும், மிகச் சுவாரசியமான அந்த ‘மன நோய் மருத்துவத்துறையில்’ தான் ஆர்வம் காட்டிவருவதால் அது உண்மையாக இருக்கக்கூடுமென்றாலும், இன்று வரையிலும் அவன் ஜன்னி கண்டவனைப் போல இருப்பதையும் கருத்தில் கொள்ள வேண்டியதாக இருக்கிறது என்றும் ஜோஸிமோவ் அவர்களுக்கு விளக்கினான். அவனது குடும்பத்தினரின் வருகை யால் அவனது உடல்நிலையில் அனுகூலமான நன்மை பயக்கும் முடிவு ஒன்று ஏற்படுமென்ற தனது நம்பிக்கையையும் அவன் அவர்களிடம் வெளிப்படுத்தினான். புதிது புதிதாக அதிர்ச்சி தரும் விஷயங்களை அவன் எதிர்ப்படாமல் இருந்தால் நல்லது என்று குறிப்பாகச் சுட்டிக் காட்டவும் செய்தான் ஜோஸிமோவ். அதன்

பிறகு எழுந்திருந்து அமைதியாகவும், பணிவாகவும் தலைதாழ்த்தி வணக்கம் கூறி விடைபெற்றுக்கொண்டான். அவன் வெளியேறு கையில் வாழ்த்துகளும் வேண்டுதல்களும் நன்றிகளும் அவர் களிடமிருந்து அவனைப் பின் தொடர்ந்து வந்துகொண்டிருந்தன. அவ்தோத்யா ரொமனோவ்னா, அவன் விடைபெறும் முன் தானாகவே முன்வந்து தன் சிறிய கரங்களை அவனிடத்தில் நீட்டினாள். அந்தக் கரங்களை அன்போடு அழுத்திவிட்டு அங்கி ருந்து அவன் விடைபெற்றுக்கொண்டான். அவனது வருகையும், அவனது பேச்சும் அவளுக்கு மிகுந்த நிம்மதியை ஏற்படுத்தி யிருந்தன.

“நாளை மீதியைப் பேசிக்கொள்ளலாம். இப்பொழுது நீங்கள் கட்டாயம் தூங்கியாக வேண்டும்” என்று ஜோஸிமோவுடன் கிளம்பிய ரஸுமிகின் வற்புறுத்தினான். “நாளைக் காலையில் எத்தனை சீக்கிரம் முடியுமோ, அத்தனை விரைவாக நான் இங்கே தகவல்கொண்டு வந்து விடுகிறேன்” என்றான் ரஸுமிகின்.

அவர்கள் வீதியை அடைந்ததும் “ஆனாலும் அவ்தோத்யா ரொமனோவ்னா மிக அழகான பெண்தான்” என்று கிட்டத் தட்டத் தனது உதடுகளில் எச்சில் ஊறக் குறிப்பிட்டான் ஜோஸி மோவ்.

“அழகானவளா...? அப்படியா சொன்னாய்?” என்று கோபத் துடன் உறுமினான் ரஸுமிகின். ஜோஸிமோவின் மீது பாய்ந்து அவனது குரல்வளையைப் பற்றி நெருக்கியபடி சொன்னான்.... “இந்த மாதிரித் துணிச்சலாக ஏதாவது செய்தாயென்றால்...? என்ன புரிகிறதா உனக்கு...” என்று இரைந்தபடி ஜோஸிமோவின் சட்டைக்காலரைப் பற்றி உலுக்கிச் சுவரோடு மோதினான். “நான் சொல்வது கேட்கிறதா?”

“ஏ, குடிகாரப் பிசாசே... முதலில் என்னை விடு!” என்று அவன் பிடியிலிருந்து தன்னை விடுவித்துக்கொள்ளப் போராடிய படி ஜோஸிமோவ் சொன்னான். ஒருவழியாக, ரஸுமிகின் தனது பிடியை விட்டதும், அவனை உற்றுப்பார்த்தபடி உரக்கச் சிரிக்கத் தொடங்கினான். கைகளைத் தொங்கவிட்டபடி, வருத்தம் மிகுந்த, கடுமையான சிந்தனையில் ஆழ்ந்து போய் நின்றிருந்தான் ரஸுமிகின்.

“நிஜமாகவே நான் ஒரு கழுதைதான். ஆனால் நீயும்கூட அப்படித்தான்!” – நடந்ததை நினைத்தபடி, இடி முழக்கம் போலக் கர்ஜித்தான் அவன்.

“கிடையவே கிடையாது தம்பி. நீ நினைப்பது சரியில்லை. நிறைவேற முடியாத கனவுகளையெல்லாம் பொதுவாக நான் காண்பதில்லை”

அதன்பிறகு இருவரும் அமைதியாக நடந்து சென்றனர். ரஸ்கோல்னிகோவின் அறையை நெருங்கிய பொழுது மிகவும் சங்கடப்பட்டவனாகப் பேசத் தொடங்கினான் ரஸுமிகின். “இதோ, பார்! நீ நல்லவன்தான். ஆனாலும் உன்னிடம் உள்ள தீய குணங்களோடு பெண்கள் விஷயத்தில் நீ மிகவும் மோசமானவன் என்பதுவும் சேர்ந்துகொண்டிருக்கிறது. எனக்கே அந்த ஆபாசத்தைப் பற்றித் தெரியும். நீ பலவீனமான, முதுகெலும்பில்லாத ஒரு கோழை. நிலையான புத்தி இல்லாதவன். உன் சுகம்தான் பெரிதென்று நினைக்கும் குணம்கொண்ட நீ, உனக்குத் தேவைப்படுவதாகத் தோன்றுகிற எதையும் விட்டு வைக்காதவன். அதைத்தான் நான் கேவலம் என்று சொல்கிறேன். காரணம், அந்தக் குணம் உன்னைச் சாக்கடையாக்கி விடுகிறது. இப்படி சொகுசாக வளர்ந்திருக்கும் நீ, எப்படி ஒரு டாக்டராக, தன்னலமற்ற டாக்டராக இருக்க முடிகிறதென்பதுதான் எனக்கு இன்னமும் புரியவில்லை. பஞ்சு மெத்தையில் சுகமாய்ப்படுத்துக்கொண்டிருப்பவன் நீ! நீயெல்லாம் ஒரு டாக்டர்! ஆனாலும் நோயாளியைப் பார்க்க வேண்டும் என்றால் படுக்கையைவிட்டு உடனே எழுந்து போய் விடுகிறாய்... ஆனால் இன்றும் மூன்று வருடம் போனபின்னால் அப்படிக்கூட நீ செய்யமாட்டாய். சரி, சரி, அது கிடக்கட்டும். அது பெரிய விஷயமில்லை. இப்போது நாம் என்ன செய்ய வேண்டும் என்று நான் சொல்கிறேன், கேட்டுக்கொள்! வீட்டுச் சொந்தக்காரியின் குடியிருப்பில்தான் நீ தங்க வேண்டும்! இதற்கு நான் அவளைக் கஷ்டப்பட்டுத்தான் சம்மதிக்கச் செய்திருக்கிறேன்! நான் அடுப்படியில் தங்கிக்கொள்கிறேன். அவளோடு அந்தரங்கமாக அறிமுகம் செய்துகொள்ள உனக்கு வாய்ப்புகள் கிடைக்கும். ஆனால் நீ நினைக்கிற வழியில் கிடைக்காது. துளிகூட அந்த மாதிரியெல்லாம் நினைத்துவிடாதே தம்பி!”

“நான் எப்படியும் நினைத்துக்கொள்ளவில்லை!”

“தம்பி, இந்தப் பெண்மணி ரொம்பவும் அடக்கமானவள். அமைதியானவள். கூச்சமும், ஒழுக்கமான நெறிமுறைகளும் கொண்டவள். அதேநேரத்தில் சில ஏக்கப் பெருமூச்சுகளை விட்டபடி மெழுகைப்போல அவள் உருகிப்போவதும் உண்டு. ஆமாம், மெழுகைப் போல. என்னை மட்டும் அவளிடமிருந்து காப்பாற்றி விடு...! நரகத்தில் குடியிருக்கும் எல்லாச் சாத்தான்களின் பெயராலும் உன்னைக் கேட்டுக்கொள்கிறேன்! என்னைக் காப்பாற்று. ஆனால் கொஞ்சம் விலைமதிப்பு அதிகமுள்ள ஜீவன்தான் அவள்.

யாரையும் மிக எளிதில் கவர்ந்து விடுவாள். யாரிடத்திலும் மிக எளிதில் வசப்பட்டுவிடவும் செய்வாள். அவளிடமிருந்து என்னைக் காப்பாற்று! பதிலுக்குத் தேவைப்பட்டால் என் உயிரைக்கூடத் தருவதற்கு நான் தயாராக இருக்கிறேன்!"

"அப்படியானால் நீ தப்பித்துக்கொண்டுவிட்டாய்! அப்படித் தானே...? என்னை மட்டும் ஏன் இப்படி மாட்டிவிடுகிறாய்?"

"இதோபார், உனக்கு அதிக சிரமம் இருக்காது என்று என் னால் உறுதியாகச் சொல்ல முடியும். உன் இஷ்டப்படி எத்தனை மோசமான அபத்தத்தையும்கூட நீ அவள் பக்கத்தில் உட்கார்ந்து கொண்டு பேசிக்கொண்டே இருக்கலாம். அவளது அருகில் இருந்து பேச வேண்டும்! அதுதான் விஷயம். நீ ஒரு டாக்டராகவும் இருப்பதால் அவளுடைய வியாதியைக் குணப்படுத்தும் முறை யிலும்கூட நீ அவளோடு பேசிக்கொண்டிருக்கலாம். நீ அது குறித்து வருத்தப்படமாட்டாயென்பது எனக்கு நிச்சயம் தெரியும். அவளிடம் ஒரு பியானோ இருக்கிறது. நான் கன்னாபின்னா வென்று கொஞ்சம் வாசிப்பேனென்று உனக்குத் தெரியும்! அந்தப் பியானோவில் அசலான ரஷ்யப் பாடலொன்றை – 'நான் விடும் கண்ணீர் சுடுகிறது' – என்ற பாடலை அவளுக்கு நான் வாசித்துக் காட்டினேன். அப்படித்தான் அவளோடு எனக்குப் பழக்கம் ஏற் பட்டது. அசலான ரஷ்யப் பாடல்கள் மீது அவளுக்குப் பிரியம் அதிகம். நீயோ பியானோ வாசிப்பதில் மிகவும் கெட்டிக்காரன்... நீ அதில் ஒரு மேஸ்ட்ரோ... ரூபின்ஸ்டீன்... அப்புறம் என்ன? அதற்காக நீ நிச்சயம் வருத்தப்பட வேண்டியிருக்காது பார்!"

"நீ என்ன அவளுக்கு ஏதாவது வாக்குறுதி கொடுத்திருக் கிறாயா? அல்லது அவளுக்கு ஏதேனும் உறுதிமொழி எழுதிக் கையெழுத்திட்டுக் கொடுத்திருக்கிறாயா?"

"சே... சே... அப்படியெல்லாம் எதுவுமே இல்லை. அவளும் அந்த மாதிரி ரகத்தைச் சேர்ந்தவளில்லை. ஷெபரோவ் ஏற்கெனவே ஒருமுறை அந்த நோக்கத்தில் அவளை அணுகியதுண்டு..."

"சரி, அப்படியானால் அவளை விட்டுவிட வேண்டியது தானே...?"

"இல்லை, அப்படியெல்லாம் நான் அவளை விட்டுவிட முடியாது."

"ஏன் உன்னால் முடியாது?"

"அது அப்படித்தான்! இந்த மாதிரி விஷயத்தில் ஏதோ ஒருவகையான கவர்ச்சி இருக்கிறது பையா!"

"அப்புறம் ஏன் அவளை மயக்கிக் கவிழ்க்க வேண்டும் என்று அலைகிறாய்?"

"நான் ஒன்றும் அப்படிச் செய்யவில்லை. ஒருவேளை நான் ஏமாளியாகி அவளிடம் தோற்றுப் போயிருக்கலாம். ஆனால் அவளைப் பொறுத்தவரையிலும் நானாக இருந்தாலும் சரி, நீயாக இருந்தாலும் சரி, அவளுக்கு எந்த வித்தியாசமும் இல்லை. யாராவது ஒருவர் அவளது பக்கத்திலேயே இருந்துகொண்டு, அவள்மீது இரக்கப்பட்டுப் பெருமூச்செறிந்துகொண்டே இருக்க வேண்டும். அவ்வளவுதான். இதோபார் தம்பி, இதற்கு மேல் இதை உனக்கு எப்படிச் சொல்வதென்று எனக்குத் தெரியவில்லை. ஆனாலும் கேள்! உனக்குக் கணிதம் பற்றி நிறையச் செய்திகள் தெரியுமல்லவா? இன்னும்கூட அதைப் பற்றி நீ படித்துக்கொண்டிருப்பது எனக்குத் தெரியும். 'இன்டெக்ரல் கால்குலஸ்' பற்றி அவளோடு பேசத் தொடங்கு! நான் சும்மா ஜோக்கடிக்கிறேன் என்று நினைத்துவிடாதே! உண்மையாகவே சொல்கிறேன். எதைப் பற்றி அவளிடம் பேசினாலும் அவளுக்கு எந்த வித்தியாசமும் இல்லை. அவள் பாட்டுக்கு வருஷம்பூராவும் உன் முகத்தைப் பார்த்துக்கொண்டு பெருமூச்சுவிட்டுக்கொண்டே இருப்பாள்! நான் மற்ற விஷயங்களோடு சேர்த்து, மிக விரிவாக நோபிள்களின் 'பிரஸ்யன் சேம்பர்' பற்றி இரண்டு நாட்களுக்கு அவளோடு பேசிக் கொண்டிருந்ததுண்டு (வேறு எதைப்பற்றித்தான் அவளோடு எவராலும் பேச இயலும்?) அவள் வெறுமனே பெருமூச்சுவிட்ட படி, கண்கள் மின்னப் பார்த்துக்கொண்டிருந்தாள். அவளைப் பற்றி ஒரே ஒரு விஷயம் உன்னிடம் சொல்லியாக வேண்டும். ஆமாம், தப்பித் தவறிக்கூடக் காதலைப் பற்றி மட்டும் அவளிடம் பேசிவிடாதே."

"அவள் மிகவும் வெட்கப்பட்டுப் போய்விடுவாள். அவளிடமிருந்து பிரிந்து செல்ல முடியாதவனைப் போல, – அப்படிச் செய்யக் கொஞ்சமும் விருப்பமில்லாதவனைப் போல முகத்தை வைத்துக்கொள்! அதுபோதும்! அங்கே நீ மிக நல்ல வசதிகளோடு இருக்கமுடியும். உன் சொந்த வீடு மாதிரியே அது உனக்கு இருக்கும்! படி, உட்கார்; சோஃபாவில் படுத்துக்கொள். எழுது. என்ன வேண்டுமானாலும் செய்துகொள். நீ கொஞ்சம் கவனமாக இருந்தால் அவளை முத்தமிடக்கூடச் செய்யலாம்!"

"நான் ஏன் இதையெல்லாம் செய்ய வேணடும்?"

"ஓ... நான் எப்படிச் சொன்னாலும் இன்னும் தெளிவாக உனக்கு விளங்கவில்லையென்றுதான் தோன்றுகிறது! இதோபார்,

நீங்கள் இருவரும் கிட்டத்தட்ட ஒரே மாதிரியாகத்தான் இருக் கிறீர்கள்! சீக்கிரமாகவோ, அல்லது தாமதமாகவோ உன் வழியும் அதிலேதான் முடியப் போகிறது. உன்னைப் பற்றி ரொம்ப காலத் துக்கு முன்பே இப்படி நான் எடைபோட்டு வைத்துவிட்டேன். இதோபார், தம்பி! பின்னால் நீ நடத்தப் போகிற சுகபோகமான வாழ்க்கைக்கு இது ஓர் ஆரம்பமாக இருக்கும் என்று வைத்துக் கொள்ளேன். இல்லை, அதைவிடவும்கூட இது சுகமானதாக இருக்கலாம்! நீயாக இப்போது அதற்குள் இழுத்துச் செல்லப்படப் போகிறாய்! இங்கேதான் உலகத்தின் நிறைவான முடிவே இருக்கிறது! இதுதான் இளைப்பாறிக்கொள்வதற்கு ஓர் இதமான துறைமுகம்! அமைதியான புகலிடம் இது! பூமியின் மையப் புள்ளியே இதுதான்! எந்த மூன்று ஆரோக்கியமான விஷயங்களின் ஆதாரத்தில் இந்த உலகம் கட்டமைக்கப்பட்டிருக்கிறதோ, அந்த மூன்றும் இங்கேயும் உண்டு! நல்ல ருசியான பதார்த்தங்கள், சூடான பானங்கள், அமைதிப் பெருமூச்சுகள், அப்புறம், இதமான மேலாடைகள், படுத்துக்கொள்ளக் கணப்போடு கூடிய வெம்மை யான இடம்! இங்கே நீ இறந்தவனைப் போலவும் இருக்கலாம்! உயிரோடு 'வாழ்ந்துகொண்டும்' இருக்கலாம். ஒரே நேரத்தில் இப்படிப்பட்ட இரு நிலைகளிலும் இருக்கக்கூடிய வாய்ப்பும் நன்மையும் உனக்குக் கிடைக்கும்! சும்மா ஒத்துக்கொள் தம்பி! இன்று முழுவதும் நான் ஓடிக்கொண்டே இருந்திருக்கிறேன். நாம் தூங்கப் போக நேரமாகிவிட்டது. ஒருவேளை நான் இரவில் விழித்தாலும் விழிக்கலாம்! ஒருவேளை நான் எழுந்திருத்தால் அவனைப் போய் ஒரு பார்வை பார்த்துவிட்டு வருகிறேன்! ஆனால் அதற்குத் தேவையே இருக்காது. எல்லாம் சரியாகத்தான் இருக்கிறது. குறிப்பாக அதை எண்ணி அலட்டிக்கொள்ளாதே! உனக்குத் தோன்றும் பொழுது தாராளமாக அவனைப் போய்ப் பார்த்துக்கொள்! ஜன்னி கண்டிருப்பதைப் போல ஏதாவது வித்தியாசமாகத் தோன்றினாலோ, காய்ச்சல் எதுவும் இருந்தாலோ உடனடியாக என்னை எழுப்பிவிடு! ஆனால் அப்படியெல்லாம் எதுவும் நேராது."

அத்தியாயம் - 2

வேதனையளிக்கிற உணர்வுகள் மனதைத் தொந்தரவு செய்யக் குழப்பமான மன நிலையுடன், காலை எட்டு மணியளவில் உறக்கத்திலிருந்து விழித்துக்கொண்டான் ரஸுமிகின். சற்றும் எதிர் பாராத, புதிதான குழப்பங்கள் அவனது மனதினுள் எழுந்து, அவனுக்கு எதிராகக் கலக்கமான குரல்களை எழுப்பிக்கொண்டி ருந்தன. அவனது மனம், மிகுந்த சஞ்சலத்துடன் அலைபாய்ந்து கொண்டிருந்தது. காலை நேரத்தில் இப்படிப்பட்ட, சங்கடமான மன உணர்வுகளுடன் விழித்தெழுவோம் என்பதை அவன் கொஞ்சமும் எதிர்பார்க்கவில்லை. முதல்நாள் நடந்த ஒவ்வொரு விஷயமும் அவனுக்கு ஞாபகத்தில் இருந்தது. உண்மையிலேயே மிகவும் வித்தியாசமான புதுமையான, புதிய அனுபவம் ஒன்று முதல்நாள் அவனுக்குள் நிகழ்ந்திருப்பதை அவனால் உணர முடிந்தது. அதன் விளைவாக அவனுடைய உள்ளத்தினுள், இதற்கு முன்பு அவன் அறிந்திராத புதிய எண்ணம் ஒன்று முகிழ்ந்திருப் பதையும் அவனால் புரிந்துகொள்ள முடிந்தது. ஆனால் அவனது கற்பனா மண்டலத்திலே தீயாகப் பற்றிக்கொண்ட அந்த எண்ணம் நிறைவேறக்கூடிய ஒன்றாக அவனுக்குத் தோன்றவில்லை. நிறைவேற இயலாத அந்த எண்ணம் - அந்த ஆசை - தனக்குள் தோன்றிவிட்டதற்காக அது தன்னுள் முகிழ்ந்துவிட்டதற்காக - அவன் வெட்கப்பட்டான். எனவே அதனைத் தனது மனதிலிருந்து விலக்கிவிட்டு, மூன்று வகைகளில் சபிக்கப்பட்டதாக அமைந்துவிட்ட நேற்றைய தினத்தில் நேர்ந்துவிட்ட கவலைதரும் பிரச்சினைகள் மீதும், அவசரமாகச் செய்து முடிக்க வேண்டிய வேறு சில காரியங்கள் மீதும் தனது கவனத்தைத் திருப்பிக்கொள்ள முயன்றான்.

நேற்று நடந்த விஷயங்களை அவன் மீண்டும் நினைவு படுத்திப் பார்த்தபொழுது அவனைப் பெரிதும் சங்கடப்படுத்திய விஷயம், அவனது நடத்தைகள்தான்! எந்த அளவுக்கு அவன் அகௌரவமாகவும், வெறுப்பூட்டும் விதத்திலும் நடந்துகொண்டு விட்டிருக்கிறான்? குடித்ததினால் மட்டுமே அவன் அப்படி நடந்து கொண்டுவிட்டதாகச் சொல்ல முடியாது. இளம் பெண் ஒருத்தி யின் நிர்க்கதியான சந்தர்ப்ப சூழ்நிலைகளைத் தனக்குச் சாதக

மாக்கிக்கொண்டு, அவள் திருமணம் செய்துகொள்ளப் போகிற மனிதனை, அவளது முகத்துக்கு நேராக அவதூறாகப் பேசியதற்கு அவனது முட்டாள்தனமும், அவசர கோலத்தில் அவனிடத்தில் உருவாகிவிட்ட பொறாமையுமே காரணங்களாகி விட்டிருந்தன.

இத்தனைக்கும் அவர்களுக்கிடையே இருந்த பரஸ்பர உறவுகள் பற்றியும், அவளுக்கு மணமகனாக உறுதி செய்யப் பட்டுள்ள அந்த மனிதனைப் பற்றியும் எந்த ஒரு விஷயமுமே அவனுக்குத் தெரியாத நிலையில், அந்த மனிதனை இத்தனை விரைவாகவும், முன்யோசனை இல்லாமலும் நிந்திப்பதற்கு, ரஸுமிகினுக்கு என்ன உரிமை இருக்கிறது? அவனை இப்படி ஒரு நீதிபதியின் ஸ்தானத்தில் நியமித்தது யார்? எந்தவிதமான பணவசதியுமில்லாத ஒரு மனிதனை, அவ்தோத்யா ரொமானோவ்னா போன்ற ஒரு பெண் திருமணம் செய்துகொள்ளத் துணிவாளா என்பதை அவன் நினைத்துப் பார்க்க வேண்டாமா? அதனால் அவனிடம் நிச்சயமாக ஏதோ ஒரு தகுதி இருந்தே ஆக வேண்டும். ஆனால்... இதுபோன்ற மோசமான விடுதியில் ஏன் அவளை பீட்டர் பெத்ரோவிச் தங்க வைத்திருக்கிறான்...? ஒரு வேளை அது இப்படிப்பட்ட இடம் என்பது பீட்டர் பெத்ரோ விச்சுக்கு எப்படித் தெரிந்திருக்க முடியும்? எப்படியும் திருமணம் முடிந்தபின் எல்லோரும் சேர்ந்து வசிப்பதற்காக வசதிகளுடன் ஒரு குடியிருப்பை அவன் ஆயத்தம் செய்துகொண்டுதானிருக் கிறான்! 'சே... எத்தனை மோசமாக நான் நடந்துகொண்டு விட்டேன்...? குடித்திருந்த காரணத்தினாலேயே இப்படியெல்லாம் நான் நடந்துகொண்டு விட்டேன் என்று என்னுடைய செயல்களை நியாயப்படுத்திவிட முடியாது. அது ஒரு முட்டாள்தனமான சாக்காக வேண்டுமானால் இருக்கலாம். அதுவும்கூட என்னை இன்னும் கீழ்த்தரமானவனாகத்தான் எடுத்துக்காட்டும்! எனது காட்டுமிராண்டித்தனமான, பொறாமை பிடித்த மனம் ரொம்பவும் அப்பட்டமாக வெளிப்படுத்தப்பட்டு விட்டது என்பதுதான் நிஜம்!'

'இப்படியெல்லாம் கனவு காண்பதற்குத் தனக்கு உரிமை இருக்கிறதா என்ன? நேற்று அப்படி ஒரு குடிகார அயோக்கி யனாகத் தற்பெருமை பேசிக்கொண்டு, டம்பமடித்துக்கொள் பவனாக நடந்துகொண்ட நான் அந்தப் பெண்ணுக்கு எந்த வகையில் தகுதியானவனாக இருக்க முடியும்?' என்று தனக்குத் தானே கேட்டுக்கொண்டான் ரஸுமிகின். 'கொஞ்சம்கூடப் பொருத்தமே இல்லாத, வெட்கக்கேடான இப்படிப்பட்ட ஓர் ஒப்பீட்டைச் செய்வதுகூடச் சரியில்லையே?' இந்த எண்ணத்தில் அவனது முகம் வெட்கிச் சிவந்தது. நேற்று மாடிப்படிகளில் வைத்து அவ்தோத்யா ரொமனோவ்னாவின் மீது, தன்னைக்

காரணமாக வைத்து, வீட்டுச் சொந்தக்காரிக்குப் பொறாமை ஏற்படக்கூடுமென்று தான் கூறியது அவனுக்கு நினைவு வந்தது. அது சகித்துக்கொள்ளவே முடியாத அசட்டுத்தனமாக இப்போது அவனுக்குத் தோன்றியது. தன் மீதே கோபம்கொண்ட அவன், தனது முஷ்டியால் கணப்பை ஓங்கிக் குத்தித் தன் கையைக் காயப் படுத்திக்கொண்டான். அவன் குத்திய வேகத்தில் கணப்பிலிருந்து செங்கல் ஒன்று பெயர்ந்து வெளியே பறந்துவந்து விழுந்தது.

தனக்குத்தானே அவமானப்படுத்தப்பட்டவன் போல, மிகவும் மனம் சங்கடப்பட்டுப் போனான் ரஸுமிகின். பின்பு தனக்குத்தானே முணுமுணுத்துக்கொண்டான்: 'நடந்து போன இந்த அசிங்கத்தையெல்லாம் இப்போது மட்டுமல்ல, எப்போதுமே பூசி மெழுகி மறைத்துவிடவோ, துடைத்துப் போட்டுவிடவோ முடியப் போவதில்லை. அதனால் அதைப் பற்றி நினைத்துப் பார்ப்பதால் எந்தப் பயனும் விளையப் போவதில்லை. அவர் களிடம் அமைதியாகச் சென்று, எனக்குரிய கடமைகளை மட்டும் அமைதியாக நிறைவேற்றிவிட்டு வந்துவிட வேண்டும். அவர் களிடம் எதுவுமே பேசக்கூடாது. மன்னிப்புக்கூடக் கேட்கக் கூடாது. உண்மையில் இப்பொழுது எல்லாமே நாசமாகிப் போய் விட்டது!'

ஆனாலும் குளியலறையில் வழக்கத்தைவிட மிகுதியான நேரத்தை எடுத்துக்கொண்டு அவன் தன்னையும், தன் உடுப்பு களையும் சீர் செய்துகொண்டான். அவனிடம் வேறு உடைகள் கிடையாது. அப்படியே இருந்திருந்தாலும்கூட இன்று அவற்றை அவன் அணிந்துகொண்டிருக்க மாட்டான். வேண்டுமென்றே அவற்றை அவன் தவிர்த்து விட்டிருப்பான். ஆனாலும், மிக அழுக் கான தோற்றத்துடனும், சோம்பேறியைப் போலவும், எதிலும் பிடிப் பற்றவனைப் போலவும் அவனால் அவர்களுக்கு முன்பு செல்ல முடியாது. அதிலும் குறிப்பாக அவர்களுக்கு அவனது உதவி தேவைப்படும் வேளையில் – அவன் தங்களை வந்து பார்க்க வேண்டும் என்று அவர்கள் அவனை அழைத்திருக்கும் சந்தர்ப் பத்தில் – அவர்களது நுட்பமான உணர்ச்சிகளைப் புண்படுத்த அவனுக்கு உரிமையில்லை. தன் உடைகளை அவன் மிகுந்த கவனத்துடன் துவைத்துக்கொண்டான். அவன் அணிந்திருந்த சட்டை எப்பொழுதுமே கொஞ்சம் பார்க்கும்படியாகத்தான் இருக்கும். அந்த விஷயத்தில் மட்டும் அவன் எப்போதுமே நேர்த்தி யாகவும் சுத்தமாகவும்தான் இருந்தான்!

காலையில் நஸ்டாஸியாவிடமிருந்து சோப்பை வாங்கிக் கொண்டு, மிகுந்த கவனத்தோடு அவன் குளித்திருந்தான். தனது தலைமுடி, கழுத்து ஆகியவற்றையும் – குறிப்பாகக் கைகளையும்–

சிறப்பான கவனமெடுத்து, நன்றாகச் சோப்பு போட்டுச் சுத்தம் செய்துகொண்டான். தனது தாடையில் வளர்ந்திருந்த முடி களையும்கூட நன்றாக 'ஷேவிங்' செய்துகொண்டு போகலாமா? என்று யோசித்தான். வீட்டுக்காரி பிரஸ்கோவ்யா பாவ்லோவ்னா, இறந்து போன தனது கணவன் பயன்படுத்திக்கொண்டிருந்த மிக விசேஷமான 'ரேஸரைக்'கூடப் பத்திரமாக வைத்திருந்தாள். அதை வாங்கிப் பயன்படுத்தலாம். ஆனால் இறுதியாக ஷேவ் செய்து கொண்டு போக வேண்டாம் என்று அவன் உறுதியான முடிவெடுத்தான். இப்படியேதான் இருந்துவிட்டுப் போகட்டுமே! நான் முகச்சவரம் செய்துகொண்டு வந்ததை அவர்கள் வேறுமாதிரி நினைத்துவிட்டால்...? நிச்சயம் அப்படித்தான் நினைப்பார்கள்...! ஐயையோ... நான் அப்படிச் செய்யவே மாட்டேன்!"

இதில் முக்கியமாகக் குறிப்பிட வேண்டிய விஷயம் என்ன வென்றால், அவன் அழுக்கான உடைகளும், வாரப்படாத தலையுமாக – வழக்கமாக சாராயக் கடையில் காணப்படும் மனிதர்களைப் போல, ஒரு முரட்டுத்தனமான மனிதனாகவே எப்போதும் காட்சியளிப்பான். ஆனால் இவற்றையெல்லாம் தாண்டி கனவான்களுக்கே உரிய சில விசேஷமான தன்மைகள் தன்னிடத்திலும்கூடப் பொதிந்து கிடப்பதாக அவன் எப்போதும் தனக்குள் நினைத்துக்கொண்டிருப்பான். சற்று உயர்ந்தவனாகவும், கண்ணியமுள்ளவனாகவும், தன்னைப் பற்றி அவன் நினைத்துக் கொண்டிருக்கலாம். ஆனால் இப்படியெல்லாம் கௌரவமான வனாகக் காட்டிக்கொள்வதிலும், பெருமைப்பட்டுக்கொள்வதிலும் என்ன இருக்கிறது? எல்லோருமே கண்ணியமுள்ளவர்களாக இருக்க வேண்டியவர்கள்தானே? அவன் கண்ணியமுள்ளவன் தான்! கௌரவமானவன்தான்! ஆனால் அவனும்கூடச் சிறு பிள்ளைத்தனமாக சில விஷயங்களில் நடந்துகொண்டுவிட்டானே? (அவனுக்கு முதல்நாள் துனியாவிடத்திலும், அவளுடைய அம்மா விடத்திலும் தான் குடிபோதையில் நடந்துகொண்ட விஷயங்கள் நினைவுக்கு வந்தன.) இந்தச் செயல்களைக் கண்ணியக் குறை வானவை என்று நேரடியாகச் சொல்ல முடியாவிட்டாலும்கூட அவையெல்லாம் அந்த வகையைச் சேர்ந்தவைதானே...? சே... அதற்குள்ளாக எப்படிப்பட்ட திட்டங்களையெல்லாம் அவன் போட்டுவிட்டான்? "ஹ்ம்... இப்படிப்பட்ட பலவீனங்களையெல் லாம் கொண்டிருக்கும் எனக்கு, அவ்தோத்யா ரொமனோவ்னா வின் அருகில் இருக்கக்கூட யோக்கியதை இருக்கிறதா என்ன? சே... சனியன்! என் தோற்றம் இப்படியே இருந்துவிட்டுப் போகட்டும்! வேண்டுமென்றே அழுக்காக, அசிங்கமாகக் குடிகாரனைப் போலத்தான் இருக்கப் போகிறேன்! முடிந்தால்

இன்னும் மோசமாகக்கூட... இன்னும் மோசமாகக்கூட நான் தோற்றம் தருவேன்!"

ரஸூமிகின் இவ்வாறு தனக்குத்தானே பேசிக்கொண்டிருந்த போது உள்ளே வந்தான் ஜோஸிமோவ். அவன் முதல்நாள் இரவைப் பிரஸ்கோவ்யா பாவ்லோவ்னாவின் வரவேற்பு அறையில் தூங்கிக் கழித்துவிட்டு இப்போது எழுந்து வந்திருந்தான். வீட்டுக்குத் திரும்புவதற்கு முன்பாக முதலில் நோயாளியை விரைவாகப் பார்த்துவிட வேண்டுமென்பதற்காக அவன் வந்திருந்தான். ரஸ்கோல்னிகோவ் ஆழ்ந்த உறக்கத்தில் இருப்பதை ரஸூமிகின் மூலமாகத் தெரிந்துகொண்ட ஜோஸிமோவ், அவன் கண் விழிக்கும் வரையில் எவரும் அவனைத் தொந்தரவு செய்யக்கூடாதென்றும் தான் மீண்டும் காலை பத்து மணியிலிருந்து பதினோரு மணிக்குள் திரும்பவும் வந்து பார்ப்பதாகவும் உறுதி அளித்தான்.

"அப்படி அவனை நான் பார்க்க வேண்டும் என்றால் அவன் இங்கே வீட்டில் இருந்தால்தானே சாத்தியம்?" என்று ரஸூமிகினைக் கேட்ட ஜோஸிமோவ், மேலும் தொடர்ந்தான். "நோயாளியைக் கட்டுக்குள் வைக்க முடியாத நிலையில் எப்படி வைத்தியம் செய்வது? இவன் அங்கே போகப் போகிறானா அல்லது அவர்கள் இங்கே வரப் போகிறார்களா? அதைப்பற்றி உனக்கு எதுவும் தெரியுமா?"

அவனது அந்தக் கேள்வியின் நோக்கத்தைப் புரிந்துகொண்டு பதிலளித்தான் ரஸூமிகின். "அவர்கள்தான் இங்கு வருவார்கள் என்று நான் நினைக்கிறேன். அவர்கள் ஏதேனும் குடும்ப விஷயத்தைப் பேசிக்கொண்டிருப்பார்கள். அதனால் நான் அவர்களை அழைத்து வந்து, இங்கே விட்டுவிட்டுப் போய்விடுவேன். டாக்டர் என்ற முறையில் உனக்கு என்னைவிட நிறைய உரிமை இருப்பதால், நீ அவர்களோடு கூட இருக்கலாம்."

"அவர்களுடைய வாக்குமூலத்தையெல்லாம் கேட்டுக் கொண்டிருக்க நான் என்ன பாதிரியாரா? நான் சும்மா வந்து விட்டு, உடனே போய் விடுவேன். எனக்கு வேறு வேலைகள் நிறைய இருக்கின்றன" என்றான் ஜோஸிமோவ்.

"ஒரு விஷயம் எனக்குக் கொஞ்சம் கவலையளிப்பதாக இருக்கிறது" என்று முகத்தைச் சற்றே சுளித்துக்கொண்டபடி குறுக்கிட்டுச் சொன்னான் ரஸூமிகின். "நேற்று நான் குடிபோதையில் இருந்ததால், அவனை வீட்டில்விட்டுச் செல்வதற்கு வந்தபொழுது வழியில் கிறுக்குத்தனமாக அவனிடம் என்னவெல்லாமோ உளறிக் கொட்டிவிட்டேன். முக்கியமாக அவனுக்கு மனப் பிறழ்ச்சி இருக்குமோ என்ற உனது சந்தேகத்தையும் பற்றிக்கூட அவனிடம் சொல்லிவிட்டேன்."

“நேற்று அந்த விஷயத்தை அந்தப் பெண்களிடமும்கூடச் சொல்லிவிட்டாயா?”

“அட, ஆமாம்...! அதுதான் நான் செய்த மாபெரும் தவறு என்று நினைக்கிறேன். வேண்டுமானால் அப்படிச் சொன்னதற்காக என்னை நீ சவுக்கால் நன்றாக அடித்துவிடு. சரி, அவனுக்கு அப்படி இருப்பதாக உறுதியாக நீ நினைக்கிறாயா என்ன?”

“என்ன அபத்தம் இது...? உறுதியான அபிப்பிராயம் என்று அதை எப்படிக்கொள்வது...? என்னை அவனிடம் அழைத்துச் சென்ற பொழுது, குறிப்பிட்ட ஒரே ஒரு விஷயத்தில் மட்டும் நாட்டம் செலுத்தும் ‘மோனோமேனியாக்’வைப் போல அவன் நடந்துகொள்வதாக நீதான் அவனைப் பற்றி என்னிடம் விவரித் தாய். நேற்று அந்தப் பெயிண்டரைப் பற்றிய கதைகளையெல்லாம் அவனுக்கு முன்னால் பேசிக்கொண்டிருந்ததன் மூலம் எரிகிற நெருப்பில் எண்ணெயை ஊற்றிவிட்டோம். நம்முடைய உரை யாடலில் முக்கியமாகப் பேசப்பட்ட அந்த விஷயம்கூட அவன் புத்தி தடுமாறிப் போனதற்கு முதற்காரணமாக இருக்கலாம். காவல் நிலையத்தில் முன்பு நடந்த விஷயங்கள் மட்டும் எனக்கு முதலி லேயே தெரிந்திருந்தால் – எவனோ அயோக்கியன் இவன் மீது சந்தேகப்பட்டு, இவனைப் புண்படுத்தியிருக்கிறான் என்று எனக்கு முன்பே தெரிந்திருந்தால் – நேற்று அப்படிப்பட்ட பேச்சுகளை அவனுக்கு முன்னால் பேச உன்னை நான் அனுமதித்திருக்கவே மாட்டேன். இப்படிப்பட்ட (மோனோமேனியா) மனப் பிறழ்ச்சி உடையவர்கள் ஒரு சின்ன விஷயத்தைக்கூடப் போட்டுக் குழப்பிப் பெரிய சமுத்திரம் போல ஆக்கிக்கொண்டு கஷ்டப்படுவார்கள். நடக்கவே முடியாத அதீத கற்பனைகளையும் பிரமைகளையும் மனதில் வளர்த்துக்கொண்டு, நிஜமாகவே அவை நடந்ததாக நம்பவும் தொடங்கிவிடுவார்கள்! நேற்று சமெடோவ் சொன்ன கதையைக் கேட்ட பிறகுதான் பாதி விஷயம் தெளிவாகிவிட்டதாக நான் நினைக்கிறேன். மனபாதிப்புக்கொண்ட நாற்பது வயது மனிதன் ஒருவன் என்ன செய்தான் தெரியுமா? உணவு மேசையில் தன் எட்டு வயதுப் பையன் சந்தோஷமாக அரட்டையடித்துக் கொண்டிருப்பதைப் பொறுக்க முடியாதவனாக நாளுக்கு நாள் எரிச்சலடைந்துகொண்டே வந்து, பிறகு அவனை ஒரு நாள் கொன்றே போட்டுவிட்டான். இப்போது, இந்த விஷயத்தை எடுத்துக்கொண்டால் கந்தல் உடையில் ஒரு மனிதன், பிறகு துடுக் கான ஒரு போலீஸ் அதிகாரி, நோயின் பிடியில் சிக்கியிருக்கும் ஒருவன் மீது படர்ந்திருக்கும் மோசமானதொரு சந்தேகம்... இவையெல்லாம் சேர்ந்து மனநிலை பாதிக்கப்பட்ட ஒருவனைத் தாக்கும்போது அவன் முழு மனப்பிறழ்ச்சி அடைவதற்கான வாய்ப்புகளையும் சந்தர்ப்பங்களையும்தானே உருவாக்கும்?

நோயுற்றிருக்கும் மனிதனிடம் இப்படி அரக்கத்தனமாகவும் கிறுக்குத்தனமாகவும் நடந்துகொள்ளும் ஒருவனைப் பற்றி – அவனது அகம்பாவத்தைப் பற்றி நாம் என்ன சொல்ல முடியும்! இதற்கு அவனது அகம்பாவத்தையும், திமிரான போக்கையும் தவிர வேறு எதைக் காரணமாகச் சொல்ல முடியும்..? ஆனாலும், ஒரு வேளை... நோயைப் போக்குவதற்குச் சில சமயங்களில் இதுவேகூட ஒரு காரணமாக ஆகிவிடலாம். யாருக்குத் தெரியும்? அது ஒரு பக்கம் இருக்கட்டும். சமெடோவ், ஒரு நல்ல இளைஞன்தான். ஆனாலும் அவன் அந்த விஷயத்தைப் பற்றித் திரும்பத் திரும்பச் சொல்லிக்கொண்டிருக்க வேண்டிய அவசியமே இல்லை. அவன் பெரிய உளறுவாயன்!"

"சமெடோவ் அப்படி யாரிடத்தில் அவற்றைச் சொன்னான்? உன்னிடமும், என்னிடமும்தானே...?"

"இல்லை, போர்ஃபிரியிடமும்கூடச் சொல்லியிருக்கிறான்."

"சரி, போர்ஃபிரியிடம் சொன்னதில் என்ன தவறு?"

"அதிருக்கட்டும், இவனுடைய அம்மாவிடமும், சகோதரி யிடமும் நீ கொஞ்சம் நன்றாகப் பழகக்கூடியவன் தானே...? இன்றைக்கு இவனிடம் அவர்கள் மிகவும் கவனமாக நடந்து கொள்ளும்படி நீ சொல்ல வேண்டும்."

"அவர்களிடம் அதைச் சொல்லிவிடலாம்" ரஸுமிகின் சற்றுத் தயக்கத்தோடு பதிலளித்தான்.

"ஆனால், லூசினிடம் அவன் நேற்று ஏன் அப்படி நடந்துகொள்ள வேண்டும்? ஒரு பணக்கார மனிதனை அவன் வெறுத்து ஒதுக்கிவிடுவானென்று நான் நினைக்கவில்லை. அவர் களிடம் காசு, பணம் எதுவுமே இல்லை. அந்த நிலையில் போய்... என்ன? உண்மைதானே நான் சொல்லுவது? அவர்களிடம் எதுவுமே இல்லைதானே...?" என்றான் ஜோஸிமோவ்.

"இந்தக் கேள்விகளையெல்லாம் என்னிடம் ஏன் கேட் கிறாய்?" என்று எரிச்சலோடு வெடித்தான் ரஸுமிகின். "அவர் களிடம் பணம், காசு இருக்கிறதா? இல்லையா என்று எனக் கெப்படித் தெரியும்? உனக்குத் தேவைப்பட்டால் நீயே அவர்களிடம் கேட்டு விஷயத்தைத் தெரிந்துகொள்!"

"சே..., சில சமயம் நீ ஏன் இப்படி முட்டாள்தனமாகப் பேசுகிறாய்? நேற்றுக் குடித்ததன் பாதிப்பு இன்னும்கூட உன்னிடத்தில் மிச்சமிருக்கிறது. சரி, வருகிறேன்! உன்னுடைய பிரஸ்கோவ்யா பாவ்லோவ்னாவிடம் அவள் செய்த உபசாரங் களுக்காக நான் நன்றி தெரிவித்ததாகச் சொல்! அவள் கதவைப்

பூட்டிக்கொண்டு உள்ளேயேதான் இருந்தாள். இன்று காலையில் கதவு வழியாக அவளைப் பார்த்து நான் காலை வணக்கம் சொன்னபோதுகூட அவள் பதிலளிக்கவில்லை. ஆனாலும் ஏழு மணிக்கெல்லாம் அவள் எழுந்துவிட்டாளென்றுதான் நினைக் கிறேன். சமையலறையிலிருந்து நடைபாதை வழியாக அவளுக்கு சமோவர் (தேநீர் ஜாடி) எடுத்துச் செல்லப்பட்டதை நான் பார்த் தேன். காலையில் என்னைப் பார்த்து வணக்கம் சொல்லுகிற அளவுக்கு என்னைத் தகுதியானவனாகவும், கௌரவமானவனாக வும் அவள் நினைக்கவில்லை போலிருக்கிறது."

சரியாக ஒன்பது மணிக்கு பகலீயெவின் விடுதிக்குச் சென்றான் ரஸ்கோல்நிகோவ். அந்தப் பெண்கள் மிகுந்த ஆதங்கத்தோடு, பொறுமை இழந்தவர்களாக அவனுக்காக வெகுநேரமாகக் காத்துக்கொண்டிருந்தனர். ஏழு மணிக்கோ அல்லது அதற்கு முன்பாகவோ அவர்கள் தூக்கம் கலைந்து எழுந்துவிட்டிருந்தனர். இடி முழக்கத்தோடு உலவும் கரிய மேகத்தைப் போல திடீரென்று அவர்கள் முன்னால் போய் அவலட்சணமான ஒரு தோற்றத்துடன் பணிந்து அவர்களுக்கு வணக்கம் செலுத்தினான் ரஸ்கோல்நிகோவ். தான் அப்படிச் செய்ததற்காக உடனேயே தன்னைத்தானே நொந்து கொண்டு தன்மேலேயே வெறுப்புற்றான் ரஸ்கோல்நிகோவ். ஆனால் அவனை வரச் சொல்லியிருந்த அந்தப் பெண்களோ அவனைப் பற்றிச் சரியாகவே கணித்து வைத்திருந்தனர். பல்கேரியா அலெக் ஸாண்ட்ரோவ்னா கிட்டத்தட்ட அவனை இறுகத் தழுவியபடி அவனது இரு கரங்களையும் பற்றிக்கொண்டு அவற்றில் முத்தமிட முற்பட்டாள். அவன் அவ்தோத்யா ரொமனோவ்னாவை அப்பாவித்தனமாக ஏறிட்டுப் பார்த்தான். பெருமிதமான அவளது முகமும்கூட அவன் மீதுகொண்ட நன்றியுணர்வையும், நட்புணர் வையும் முழு மனதோடு வெளிப்படுத்திக்கொண்டிருந்தது. எதிர்பாராமல் தனக்குச் செய்யப்பட்ட இந்த மரியாதையை விடவும் இகழ்ச்சியான, வெறுப்பான பார்வைகளையே அவர் களிடம் அவன் எதிர்பார்த்திருந்தான். அவனை அவர்கள் பழித் திருந்தால்கூட அவனுக்குச் சந்தோஷமாக இருந்திருக்கும். இப் பொழுது தன் நடத்தையை நினைத்து அவனுக்கு வெட்கமாக இருந்தது. நல்லவேளையாக அடுத்துப் பேசுவதற்குச் சில செய்திகள் இருந்ததால் அவன் அவசரமாக அதில் தன் கவனத்தைத் திருப்பிக் கொண்டான்.

தன் மகன் தூக்கத்திலிருந்து இன்னும் எழுந்திருக்கவில்லை என்பதையும், அவனது உடல்நலம் இப்போது நன்றாக உள்ளது என்றும் கேள்விப்பட்டவுடன் பல்கேரியா அலெக்ஸாண்ட்

ரோவ்னா நிம்மதியடைந்தாள். மற்ற எந்த விஷயங்களையும் விடத் தன் மகனைப் பற்றித் தெரிந்துகொள்வதற்குத்தான் அவள் மிகவும் ஆர்வம் காட்டினாள். அதைத் தெரிந்துகொண்ட பின்புதான் மற்ற விஷயங்களில் அவளது கவனம் சென்றது. ரஸுமிகின் காலை உணவு சாப்பிட்டானா? என்று விசாரித்தாள். தங்களுடன் உணவு சாப்பிடும்படி இருவருமே அவனுக்கு அழைப்புவிடுத்தனர்.

அவ்தோத்யா ரொமனோவ்னா அழைப்பு மணியை அடித்ததும், கந்தலாடை அணிந்த, சோம்பலாகக் காணப்பட்ட ஓர் ஊழியன் உள்ளே வந்தான். தேநீர் கொண்டுவரும்படி சொன்னாள் அவ்தோத்யா ரொமனோவ்னா. வெகுநேரம் கடந்த பின்பு, மிக மோசமாக, சுகாதாரமற்ற முறையில் அந்தத் தேநீரைக்கொண்டு வந்து அவன் பரிமாறியபோது அந்தப் பெண்கள் அவமானத்தால் வெட்கிப் போனார்கள். அந்த விடுதியைப் பற்றி மிக மோசமாகத் திட்டித் தீர்த்தான் ரஸுமிகின். ஆனால் லூசினைப் பற்றி நினைத்துக்கொண்டவுடன் உடனே அந்தப் பேச்சை நிறுத்திக் கொண்டான். கொஞ்சம் கூச்சப்பட்டான். அதன்பிறகு பல்கேரியா அலெக்ஸாண்ட்ரோவ்னா அருவியைப் போலப் பொழிந்த கேள்விகளுக்கெல்லாம் பொறுமையாகப் பதில் சொன்னான். அதில் மகிழ்ச்சியும் அடைந்தான்.

கிட்டத்தட்ட முக்கால் மணிநேரம் அவன் அவர்களோடு பேசிக்கொண்டிருந்தான். அவன் பேசும் பொழுது அவ்வப்போது குறுக்கிட்டு நிறையக் கேள்விகளை அந்தப் பெண்கள் அவனிடம் கேட்டுக்கொண்டிருந்தார்கள். ரஸ்கோல்னிகோவின் வாழ்க்கையில் கடந்த வருடங்களில் நடந்த முக்கியமான விஷயங்கள் குறித்துத் தான் அறிந்த எல்லாவற்றையும் அவன் அவர்களிடம் விவரித்தான். சமீபத்தில் அவன் நோயுற்றது வரையில் அனைத்தையும் அவன் விவரித்துச் சொன்னான். ஆனாலும்கூடச் சில தகவல்களைச் சொல்லாமல் விட்டுவிடுவதே புத்திசாலித்தனம் என்று கருதி அவ்வாறே செய்தான். குறிப்பாகக் காவல் நிலையத்தில் நடந்தேறிய நாடகத்தையும், அதன் விளைவுகளையும் அவன் அவர்களிடம் கூற முற்படவில்லை. அவன் சொன்ன கதையை அவர்கள் ஆர்வத்துடன் கேட்டுக்கொண்டிருந்தனர். அவன் எல்லாவற்றையும் சொல்லி முடித்து, அவர்களைத் திருப்திப்படுத்திவிட்டதாக நினைத்த பொழுது, அவர்களுக்கென்னவோ அவன் அப்போதுதான் சொல்லத் தொடங்கியதாகவே தோன்றியது.

"சொல்லப்பா... சொல். இந்த விஷயத்தில் நீ என்ன நினைக்கிறாய்? ஓ, என்னை மன்னித்துவிடு. இதுவரையில் உன் பெயரைக் கூடக் கேட்டுத் தெரிந்துகொள்ளாமல் இருந்துவிட்டேன்" என்று வேகமாகத் தொடங்கினாள் பல்கேரியா அலெக்ஸாண்ட்ரோவ்னா.

"திமீத்ரி புரோகோஃபிச்"

"நல்லது, திமீத்ரி புரோகோஃபிச், பொதுவாக மற்ற விஷயங் களிலெல்லாம் அவன் எப்படி இருக்கிறான் என்பதைக் கட்டாயம் தெரிந்துகொள்ள வேண்டுமென்று நான் ஆசைப்படுகிறேன்!... ம்... அதை இன்னும் விளக்கமாக எப்படிச் சொல்வது? சரி, இப்படிக் கேட்கிறேன். அவனுடைய விருப்பு, வெறுப்புகளைப் பற்றி உனக்கு ஏதாவது தெரியுமா? எப்பொழுதுமே இப்படி எரிச்சலோடுதான் அவன் இருக்கிறானா? அவனுடைய ஆசைகள், கனவுகள், அவனைப் பாதிக்கும் விஷயங்கள் இவற்றையெல்லாம் நான் தெரிந்துகொள்ள வேண்டும்?"

"ஐயோ, அம்மா.. எத்தனை கேள்விகளைக் கேட்கிறீர்கள்? அத்தனைக்கும் அவர் ஒரே மூச்சில் பதில் சொல்ல முடியுமா என்ன?" என்றாள் துனியா.

"ஓ, கடவுளே...! அவனை இந்த நிலையில் நான் சந்திக்கப் போகிறேன் என்று கொஞ்சமும் எதிர்பார்க்கவில்லை. இந்தக் கேள்விகள் மூலமாக அவனைப் பற்றிப் புரிந்துகொள்ள முடிகிறதா என்று பார்க்கிறேன் திமீத்ரி புரோகோஃபிச்" என்றாள் அம்மா.

"அது இயற்கைதானே?" என்றான் ரஸுமிகின். "எனக்கு அம்மா இல்லை. ஆனால் என் மாமா என்னைப் பார்க்க ஒவ்வொரு ஆண்டும் இங்கே வருவதுண்டு. கிட்டத்தட்ட இங்கே வரும் ஒவ்வொரு முறையும் என் தோற்றத்தை அடையாளம் கண்டுபிடிக்க முடியாமல் அவர் திணறிப் போவார். இத்தனைக்கும் அவர் ஒரு புத்திசாலியான மனிதர்தான்! அம்மா... நீங்கள் உங்கள் மகனைப் பிரிந்திருந்த இந்த மூன்றாண்டுக் காலத்தில் அவனது வாழ்க்கையில் எவ்வளவோ விஷயங்கள் நடந்திருக்கலாம்... ஆனால் அதையெல்லாம் நான் எப்படிச் சொல்ல முடியும்? எனக்கே ரோட்யாவைக் கடந்த ஒன்றரை ஆண்டுக் காலமாகத் தான் தெரியும். எப்பொழுதுமே எதையாவது யோசித்தபடி, வருத்தம் தோய்ந்தவனாகத்தான் அவன் காணப்படுவான். கொஞ்சம் கர்வக்காரன். எடுத்தெறிந்து பேசுவான். சமீபகாலமாக (அல்லது நான் அவனைச் சந்திப்பதற்குச் சற்று முன்பிருந்தேகூட இருக்கலாம்) மிகுந்த மனச் சோர்வுக்கு ஆளாகிப் போயிருந்தான் அவன். தனது ஆரோக்கியத்தைப் பற்றி அவன் மிகவும் கவலைப் பட்டுக்கொண்டிருந்தான். அவன் அன்பானவன்; தாராள குண முடையவன்; தனது அந்தரங்கமான உணர்வுகளை வெளிக் காட்டிக்கொள்ள அவன் விரும்புவதில்லை. அவற்றைப் பற்றிப் பேசுவதை விட இதயமற்றவனாகத் தன்னைக் காட்டிக்கொள்ளவே அவன் முற்படுவான். சில வேளைகளில் அவனுக்கு மனப் பிறழ்ச்சி

இல்லாவிட்டாலும்கூட, மனிதத் தன்மையே இல்லாத ஜடம் போலவும், உணர்ச்சிகளே அற்றுப் போனவனைப் போலவும் நடந்துகொள்வான். உண்மையில் அவன் ஒருவனிடத்திலேயே இரண்டு விதமான குணாதிசயங்கள் மாறி மாறிக் காணக் கூடியதாக இருக்கும். சில வேளைகளில் அவன் யாரோடும் பேசிப் பழகாமல் தனியாகவே இருப்பதுண்டு. ஏதோ அவனுக்கு அதற் கெல்லாம் நேரமே இல்லாதது போலவும் பிற மனிதர்கள் அவனை இடையூறு செய்வது போலவும் அப்போது அவன் நினைத்துக் கொள்வான். அதேசமயம் தனது அறையில், எதுவுமே செய்யாமல் வெறுமனே படுத்துக் கிடப்பான். அவன் மகிழ்ச்சியாகவும், களிப்பாகவும் இருப்பதே இல்லை, அதற்கான குறும்புத்தனமும் அறிவும் அவனிடம் இல்லையென்று சொல்லிவிடவும் முடியாது. ஆனால் அப்படிப்பட்ட அற்ப விஷயங்களுக்கெல்லாம் தனக்கு நேரமில்லை என்று நினைக்கிறான், அவ்வளவுதான்! மற்றவர்கள் பேசுவது எதையும் அவன் காது கொடுத்துக் கேட்பதே இல்லை. பொதுவாகப் பிற மனிதர்கள் எல்லாம் எவற்றில் ஆர்வம் காட்டு வார்களோ அவற்றில் எப்போதுமே அவன் ஆர்வம் காட்ட முற்படுவதில்லை. தன்னை அதற்கெல்லாம் அப்பாற்பட்டவனாக, சாதாரண மனிதர்களை விடவும் தன்னை உயர்ந்தவனாக அவன் மதிப்பிட்டுக்கொண்டிருக்கிறான். அதற்கு நிச்சயமாக ஏதாவது அடிப்படைக் காரணம் இல்லாமல் இருக்காது. சரி, உங்களுக்கு நான் சொல்ல இன்னும் என்ன பாக்கியிருக்கிறது? நீங்கள் இப்போது வந்திருப்பது அவனிடத்தில் வரவேற்கத்தக்க மாற்றத்தை நிச்சயம் ஏற்படுத்துமென்று நான் நினைக்கிறேன்."

"கடவுளின் சித்தம் அது போல இருக்கட்டும்" என்று கூறிவிட்டுக் கண்ணீர் விட்டாள் பல்கேரியா அலெக்ஸாண்ட் ரோவ்னா. ரோட்யாவைப் பற்றி ரஸுமிகின் விவரித்ததையெல் லாம் கேட்டு மிகுந்த மனத்துன்பத்துக்கு ஆளாகியிருந்தாள் அவள். எல்லாவற்றையும் சொல்லி முடித்துவிட்ட கலக்கத்துடன் அவ்தோத்யா ரொமனோவ்னாவைப் பார்த்தான் ரஸுமிகின். அவன் பேசிக்கொண்டிருந்த பொழுதும்கூட, அவ்வப்போது அவனது பார்வை அவள் மீது படிந்தாலும்கூட, உடனேயே விரை வாக, ஒரு நொடியில் தனது பார்வையை விலக்கிக்கொள்வான். பின்பு பேசியபடியே மீண்டும் அவளைப் பார்ப்பான். இவ்வாறு பேசி முடித்த அவன், இப்போது தன் பார்வையை முழுமையாக அவளிடத்தில் பதித்தான்.

மேசையருகே அமர்ந்து அவன் பேச்சைக் கவனமாகக் கேட்டுக்கொண்டிருந்த அவள், இப்பொழுது மெல்ல எழுந்து, தன்

வழக்கமான பாணியில் கைகளை மடக்கிக்கொண்டு, உதடுகளை இறுக்கி அழுத்தியபடி, அறைக்குள் மீண்டும் நடைபயிலத் தொடங்கியிருந்தாள். ஆழ்ந்த சிந்தனையோடு கூடிய அந்த நடைக்கு நடுவே, தன் எண்ண ஓட்டத்திற்கு இடையூறு ஏற்பட்டு விடாத வகையில் அவ்வப்போது ஏதாவது கேள்விகளை ரஸுமிகி னிடம் அவள் கேட்டுக்கொண்டிருந்தாள். பிறர் பேசும்பொழுது அதை இறுதி வரையில் ஒழுங்காகக் காது கொடுத்துக் கேட்கும் பழக்கம் அவளிடம் இல்லை. மென்மையான துணியினாலான கறுப்பு நிற உடை ஒன்றை அணிந்திருந்த அவள், தன் கழுத்தைச் சுற்றி மெலிதான வெள்ளைச் சால்வை ஒன்றை முடிச்சுப் போட்டு கட்டியிருந்தாள்.

அந்த இரண்டு பெண்களும் மிகவும் வறுமையான சூழலில் வாழ்ந்துகொண்டிருக்கிறார்களென்பதை ரஸுமிகினால் தெளிவாகவே உணர முடிந்தது. அதற்கான அறிகுறிகளை அவர் களது உடைகள், பொருள்கள் போன்றவற்றிலிருந்து ரஸுமிகின் புரிந்துகொண்டான். அவ்தோத்யா ரொமனோவ்னா ஒரு ராணியைப் போல ஆடம்பரமாகக் காட்சியளித்திருந்தால்கூட அவன் அவ்வளவு பயந்திருக்க மாட்டான். ஆனால் இப்பொழுது இவ்வளவு சாதாரணமாக அவள் உடையணிந்துகொண்டிருந்த தாலும், அவர்களது சூழல்கள், நெருக்கடிகள் பற்றி அவன் நன்றாக அறிந்திருந்ததாலும் அவனது உள்ளத்தில் பயமும், கவலையுமே மேலோங்கியிருந்தன. தான் கூறும் ஒவ்வொரு வார்த்தையிலும், தனது ஒவ்வொரு செயலிலும் அவன் மிகவும் கவனமாக இருக்க வேண்டியிருந்தது. தனது வார்த்தைகள் மேலும் அவர்களைத் துன்பப்படுத்திவிடக்கூடாது என்பதற்காக அவன் பயந்தான்.

“என் அண்ணாவுடைய இயல்புகளைப் பற்றி நீங்கள் நிறைய விஷயங்களைச் சொன்னீர்கள்! பாரபட்சமின்றிச் சொன்னீர்கள். எனக்கு அது மிகவும் சந்தோஷமாக இருக்கிறது. நீங்கள் அப்படிச் சொன்னதுதான் எனக்கு மகிழ்ச்சியைக் கொடுத்தது. வெறுமனே அவனை நீங்கள் ஆராதித்துக்கொண்டிருப்பதாகத்தான் இது வரையில் நான் நினைத்திருந்தேன்” என்று சொன்ன அவள் மெல்லியதாக ஒரு புன்னகை செய்தாள். “எனக்கென்னவோ அவனுக்கு ஏதோ ஒரு பெண் மீது நாட்டம் இருக்கக்கூடுமோ என்று தோன்றுகிறது” என்று ஏதோ ஒன்றைச் சற்று நினைத்துப் பார்த்துவிட்டு ரஸுமிகினிடம் சொன்னாள் அவ்தோத்யா ரொமனோவ்னா.

“நான் அப்படிச் சொல்லவில்லையே...? ஒருவேளை நீ சொல்வது சரியாகக்கூட இருக்கலாம்! ஆனால்..?”

"என்ன?"

"அவன் உண்மையில் யாரையுமே நேசிக்கவில்லை. ஒரு வேளை எப்போதுமே அவன் அப்படித்தானோ என்னவோ...?"

"அவனால் யாரையுமே நேசிக்க முடியாதென்றா சொல்ல வருகிறீர்கள்?"

"இதோ பார், அவ்தோத்யா ரொமனோவ்னா, நீ எல்லா விதத்திலும் அப்படியே உன் அண்ணனைப் போலவே இருக் கிறாய்" – என்று தனக்கு ஏற்பட்ட வியப்பை அடக்கமாட்டாமல் அவன் மெதுவாகக் கூறினான். அவளது அண்ணனைப் பற்றித் தான் அவளிடம் இப்போது சொல்லிக்கொண்டிருந்தது என்ன வென்பதை உடனடியாக நினைத்துப் பார்த்த அவன், குழப்பத்தால் முகம் சிவந்து போனான். அவனை இந்த நிலையில் பார்த்த அவ்தோத்யா ரொமனோவ்னாவால் தனது சிரிப்பைக் கட்டுப் படுத்திக்கொள்ள முடியவில்லை.

"ரோட்யாவைப் பற்றி நீங்கள் இருவருமே சரியாகப் புரிந்து கொள்ளவில்லை என்றுதான் படுகிறது" என்று அவர்களது பேச்சைக் கேட்டு அதிர்ச்சியடைந்தவளைப் போலத் தோன்றிய பல்கேரியா அலெக்ஸாண்ட்ரோவ்னா கூறினாள்.

"துனியா! இப்பொழுது நடந்துகொண்டிருப்பதை மட்டும் வைத்து இதை நான் சொல்லவில்லை. பீட்டர் பெத்ரோவிச் இந்தக் கடிதத்தில் எழுதியிருப்பதும், நானும், நீயும் அவனைப் பற்றி நினைப்பதும் வேண்டுமானால் உண்மையில்லாமல் இருக்கலாம். ஆனால் திமீத்ரி புரோகோஃபிச், உன்னால் அதைக் கற்பனை செய்துகூடப் பார்க்க முடியாது! அவன் சில சமயங்களில் எப்படி யெல்லாம் மனம் போன போக்கில், ஏறுக்குமாறாகக் கிறுக்குத் தனமாக நடந்துகொள்வான் தெரியுமா? அவனுக்குப் பதினைந்து வயதாக இருக்கும்போதுகூட அவனுடைய குணத்தை என்னால் புரிந்துகொள்ள முடிந்ததில்லை. வேறெந்த மனிதனும் செய்யத் துணியாத, நினைத்துக்கூடப் பார்க்காத ஒரு காரியத்தைத் திடீ ரென்று அவன் செய்துவிடக்கூடுமென்று நான் அறிந்து வைத்திருக் கிறேன். அதற்கு ரொம்ப தூரம் போவானேன்...? சமீபத்தில் நடந்த ஒரு விஷயமே அதற்கு உதாரணமாக இருக்கிறது. திடீரென்று, அந்தப் பெண்ணை – அதுதான் அந்த வீட்டுக்காரியின் மகளைத் திருமணம் செய்துகொள்ள வேண்டும் என்ற எண்ணம் அவனது மண்டையில் தோன்றிவிட்டது. அதை அறிய நேர்ந்தபொழுது நான் எவ்வளவு ஆச்சரியமும் அதிர்ச்சியும் அடைந்திருப்பே னென்று உனக்குத் தெரியுமா? அந்த விஷயம் கிட்டத்தட்ட

என்னைக் கொன்று போட்டுவிட்டது என்றுகூடச் சொல்லி விடலாம்.”

“அந்தக் கதை முழுவதும் உங்களுக்குத் தெரியுமா?” என்று ரஸுமிகினைக் கேட்டாள் அவ்தோத்யா ரொமனோவ்னா.

“நீ அதைப் பற்றி என்ன நினைக்கிறாய், சொல்...” என்றபடி மீண்டும் கொதிப்போடு தன் பேச்சைத் தொடர்ந்தாள் பல்கேரியா அலெக்ஸாண்ட்ரோவ்னா. “என் கண்ணீர், என் பிரார்த்தனை, என் உடல் நிலை, வறுமையாலும், துன்பத்தாலும் நாங்கள் செத்துக் கொண்டிருந்த சூழ்நிலை இவையெல்லாம்கூட அப்படி ஒரு செயலைச் செய்வதிலிருந்து அவனைத் தடுத்திருக்குமென்றா நீ நினைக்கிறாய்? இல்லையப்பா... இல்லை! அந்த மாதிரித் தடை களையெல்லாம் மிகவும் சுலபமாக மிதித்துப் போட்டுவிட்டு அவன் தன்னுடைய விருப்பத்தை நிறைவேற்றிக்கொண்டிருப்பான். ஆனால், ஒரு பக்கம் பார்த்தால் அவன் எங்கள் மீது அன்பு வைத்திருக்கிறான் என்பதும் நிஜம்தான்!

“அந்த விஷயத்தைப் பற்றி இதுவரை அவன் எதுவுமே என்னிடம் சொன்னதில்லை” என்றான் ரஸுமிகின். “ஆனால், திருமதி ஸர்நிட்ஸியானாவிடமிருந்து அதைப் பற்றி நான் கொஞ்சம் கேள்விப்பட்டிருக்கிறேன். அவள் ஒன்றும் அப்படி அதிகமாகப் பேசக் கூடியவள் இல்லை. ஆனால் நான் கேள்விப்பட்டது என்னவோ கொஞ்சம் வினோதமாகத்தான் இருந்தது.”

“அப்படி என்னதான் கேள்விப்பட்டீர்கள்?” என்று இரண்டு பெண்களுமே ஒரே சமயத்தில் அவனிடம் கேட்டார்கள்.

“அது ஒன்றும் அவ்வளவு முக்கியமான விஷயமில்லை. எனக்குத் தெரியவந்தது என்னவென்றால், திருமண ஏற்பாடுகள் எல்லாம் முடிந்து, கிட்டத்தட்ட உறுதி செய்யப்பட்டுவிட்ட நிலையில் மணப் பெண்ணின் எதிர்பாராத மரணத்தால் அது தடைப்பட்டுப் போய்விட்டது. அந்தத் திருமணத்தில் திருமதி ஸர்நிட்சியானாவிற்கு விருப்பமே இல்லை என்பதுதான் நான் தெரிந்துகொண்ட செய்தி. அந்தப் பெண் அழகானவள் இல்லை. ரொம்பவும் சாதாரணமான பெண்தான்! பெரிய நோயாளியும் கூட! ஆனால் கொஞ்சம் வித்தியாசமானவள்! சில நல்ல பண்பு களைக் கொண்டவளாகவும் அவள் இருந்திருக்கிறாள். ஆமாம்... கட்டாயம் அவள் அப்படித்தான் இருந்திருக்க வேண்டும். இல்லா விட்டால் அவர்களுக்கிடையே இப்படி ஒரு பந்தம் ஏற்பட்டிருக்க முடியாது என்பதை என்னால் புரிந்துகொள்ள முடியும். அவனுக்குச் சீதனமாகக் கொடுப்பதற்கு அவளிடம் பணம், காசு

எதுவும் இல்லை. அவனும் அப்படி வாங்கக்கூடியவன் இல்லை. இந்த மாதிரி விஷயத்தில் ஒரு தெளிவான தீர்மானத்திற்கு வருவதென்பது மிகவும் கடினமானதுதான்."

"நிச்சயம் அவளிடத்தில் மிகச்சிறந்த குணங்கள் இருந்திருக்க வேண்டும்" என்று சுருக்கமாகக் குறிப்பிட்டாள் அவ்தோத்யா ரொமனோவ்னா.

"கடவுள் என்னை மன்னிக்கட்டும்! ஆனால் அவள் இறந்து போனபோது நான் சந்தோஷப்பட்டேன். இல்லாவிட்டால் அந்த இருவரில் யாரை யார் நாசப்படுத்துவார்கள் என்பதை என்னால் சொல்ல முடியாது. அவள் அழிந்து போக அவன் காரணமாக இருப்பானா? அல்லது அவள் அவனை அழித்திருப்பாளா? எனக்குத் தெரியாது" என்று ஒருவழியாக அந்தப் பேச்சை முடித் தாள் பல்கேரியா அலெக்ஸாண்ட்ரோவ்னா. பிறகு முதல்நாள் நடந்த பேச்சுவார்த்தைகளைப் பற்றிய தனது சந்தேகங்களை மீண்டும் தொடர்ந்து கேட்கத் தொடங்கினாள்.

அந்தப் பேச்சில் மகள் துனியாவுக்கு விருப்பமில்லை என்ப தால் இடையிடையே, அவளைப் பார்த்துக்கொண்டே, மிகுந்த தயக்கத்தோடு தன் கேள்விகளை முன் வைத்துக்கொண்டிருந்தாள் அவள். மற்ற எல்லா விஷயங்களையும் விட இந்தச் சம்பவம்தான் அவளை அதிகமான கவலைக்குள்ளாக்கியிருந்தது. அதை எண்ணி மிகுந்த கலவரமும் பதற்றமும் அடைந்தவளாக அவள் காட்சி யளித்தாள். திரும்பவும் முழுக்கதையையும் சொல்லி முடித்த ரஸுமிகின், இம்முறை தன் சொந்த அபிப்பிராயங்களையும் முடிவில் சேர்த்துக்கொண்டான். பீட்டர் பெத்ரோவிச்சை வேண்டு மென்றே புண்படுத்திவிட்டதற்காக ரஸ்கோல்னிகோவைக் குற்றம் சாட்டிய ரஸுமிகின், அவன் நோய்வாய்ப்பட்டிருந்ததை இதற்கு ஒரு பெரிய காரணமாகக்கொள்ள முடியாதென்றும் கூறினான்.

"நோய்ப்படுக்கையில் விழுவதற்கு முன்பாகவே இப்படிச் செய்ய வேண்டுமென்று அவன் திட்டம் போட்டு வைத்து விட்டான்" என்றும்கூடவே சேர்த்துக்கொண்டான் ரஸுமிகின்.

"நானும்கூட அப்படித்தான் நினைக்கிறேன்" என்று விரக்தி யான தொனியில் குறிப்பிட்டாள் பல்கேரியா அலெக்ஸாண்ட் ரோவ்னா. ஆனால் இம்முறை ரஸுமிகின் பேசும்பொழுது பீட்டர் பெத்ரோவிச்சைப் பற்றி மிகுந்த கவனத்தோடும், சற்று மரியாதை யான தொனியிலும் பேசியது அவளுக்கும் அவ்தோத்யா ரொம னோவ்னாவுக்கும் வியப்பாகவே இருந்தது.

தன்னைக் கட்டுப்படுத்திக்கொள்ள முடியாதவளாக அவனிடம் அதுபற்றி பல்கேரியா அலெக்ஸாண்ட்ரோவ்னா கேட்டே விட்டாள். "அப்படியென்றால் பீட்டர் பெத்ரோவிச்சைப் பற்றி நீ கௌரவமாகத்தான் நினைக்கிறாயா?"

"உங்கள் மகளின் வருங்காலக் கணவரைப் பற்றி நான் வேறெப்படிச் சொல்ல முடியும்?" என்று உறுதியாகவும் சற்று சூடாகவும் பதிலளித்தான் ரஸுமிகின். "ஒரு மரியாதைக்காக நான் அப்படிச் சொல்லவில்லை. அதற்கு ஒரே ஒரு காரணம் மட்டும் தான் உண்டு! அவ்தோத்யா ரொமனோவ்னா தன் சொந்த விருப்பத்தினால் அவரைத் திருமணம் செய்துகொள்ள முன் வந்திருக்கிறாள், அவரைத் தேர்ந்தெடுத்திருக்கிறாள். நான் நேற்று அவரைப் பற்றி முரட்டுத்தனமாகப் பேசிவிட்டேன். காரணம் நேற்று மிக மோசமான அளவுக்கு நான் குடித்திருந்தேன். அதனால் சுத்தக் கிறுக்கனாகவே நான் மாறிவிட்டிருந்தேன். என் அறிவை நான் அப்போது மொத்தமாக இழந்துவிட்டிருந்தேன். எனவே அப்படிக் கடுமையாகப் பேசிவிட்டேன். இன்று காலை புத்தி தெளிந்து, அதை நினைத்து நான் மிகவும் வருத்தமடைந்தேன். அவ்வாறு நடந்துகொண்டதற்காக அப்படி முரட்டுத்தனமாகப் பேசியதற்காக நான் வெட்கப்படுகிறேன்" என்று அவன் வருத்த முடன் கூறிவிட்டுக் கூச்சப்பட்டுக்கொண்டு அதற்கு மேல் எதுவும் பேசாமல் அமைதியானான். அவ்தோத்யா ரொமனோவ்னாவும் கூட சற்று முகம் சிவந்தபோதும் அந்த மௌனத்தை உடைக்க அவள் முன்வரவில்லை. லூசினைப் பற்றிய பேச்சு தொடங்கிய கணத்திலிருந்து அவள் ஒரு வார்த்தைகூடப் பேசவில்லை.

அந்தப் பேச்சுக்குத் தன் மகள் தனக்குத் துணைவராமல் போய்விட்டதால் பல்கேரியா அலெக்ஸாண்ட்ரோவ்னாவினால் அதைப் பற்றி எந்த முடிவுக்கும் வர முடியவில்லை. வெகுநேரம் கழித்து, மகள் மீது கண்களைப் பதிந்தபடி, ஒரே ஒரு விஷயம்தான் தனக்கு மிகவும் கவலையளிப்பதாகச் சற்றுத் தடுமாற்றத்துடன் விளக்கத் தொடங்கினாள்.

"இதோபார், திமீத்ரி புரோகோஃபிச்" என்று தொடங்கிய அவள், "துனியா, இவரிடம் நான் வெளிப்படையாகப் பேசலாம் அல்லவா?" என்று மகளிடம் அதற்கு அனுமதி கோரினாள்.

"பேசுங்கள் அம்மா" என்று தயக்கமின்றிப் பதிலளித்தாள் அவ்தோத்யா ரொமனோவ்னா.

"இதுதானப்பா விஷயம்" என்று பேச்சை ஆரம்பித்தாள் அம்மா. இப்படி ஓர் அனுமதி கிடைத்துவிட்டதால் தனது தோளி

லுள்ள பாரத்தைக் கொஞ்சமாவது இறக்கிவைக்க வாய்ப்புக் கிடைத்ததே என்ற நிம்மதியுடன் விரைவாகப் பேச்சைத் தொடர்ந் தாள் அம்மா: "இன்று அதிகாலையில் பீட்டர் பெத்ரோவிச் எங்களுக்கு ஒரு கடிதத்தை அனுப்பி வைத்திருந்தார். இங்கே நாங்கள் வந்து சேர்ந்துவிட்டோம் என்ற எங்களது தகவலுக்குப் பதிலளிக்கும்வண்ணம் இந்தக் கடிதத்தை அவர் எங்களுக்கு எழுதி அனுப்பியிருந்தார். சரியாகச் சொன்னால் புகை வண்டி நிலையத் திற்கே அவர் வந்திருக்க வேண்டும். அங்கேயே வந்து எங்களை அவர் சந்தித்திருக்க வேண்டும். முதலில் அவர் அப்படித்தான் எங்களுக்கு வாக்களித்திருந்தார். ஆனால் அப்படிச் செய்யாமல், தன்னுடைய பணியாள் ஒருவனை இரயில் நிலையத்திற்கு அனுப்பி, எங்களை இந்த முகவரியில் கொண்டுவந்து விடும்படி சொல்லி அனுப்பியிருந்தார். இன்று காலையில் இங்கே வந்து எங்களைச் சந்திப்பதாகவும் அந்தப் பணியாள் மூலமாகவே எங்களுக்குச் செய்தியும் அனுப்பியிருந்தார். ஆனால் இப்பொழுது பார்த்தால் இந்தக் கடிதம்தான் எங்களுக்கு இன்று காலை வந்து சேர்ந்தது. இதை நீ முழுவதும் படித்துப் பார்ப்பதுதான் சரியாக இருக்கும். அதிலுள்ள ஒரு விஷயம் எனக்கு மிகவும் கவலையளிக் கிறது. கடிதத்தைப் படித்தவுடனேயே அந்த விஷயம் என்ன வென்பதை நீயே புரிந்துகொள்வாய். அதற்குப் பிறகு உன் அபிப் பிராயத்தை நீ மிகவும் வெளிப்படையாகச் சொல்ல வேண்டும் திமீத்ரி புரேகோஃபிச்! ரோட்யாவின் குணத்தைப் பற்றி உனக்கு மிக நன்றாகத் தெரியும். அதனால் இந்த விஷயத்தில் எங்களுக்குத் தெளிவான ஆலோசனையை நீதான் தர முடியும்! இதைப் படித்த உடனேயே துனியா உறுதியான ஒரு முடிவுக்கு வந்துவிட்டாள் என்பதையும் நான் உனக்குச் சொல்லியாக வேண்டும். ஆனால் எனக்குத்தான் என்ன செய்வதென்று இன்னும் விளங்கவில்லை. நான் உனக்காகத்தான் காத்துக்கொண்டிருந்தேன்".

ரஸுமிகின் அந்தக் கடிதத்தைப் பிரித்துப் படிக்கத் தொடங்கி னான். நேற்றைய தேதியோடு காணப்பட்ட அந்தக் கடிதத்தில் இவ்வாறு எழுதப்பட்டிருந்தது.

'அன்பிற்குரிய மேடம் பல்கேரியா அலெக்ஸாண்ட் ரோவ்னா! எதிர்பாராமல் நேர்ந்துவிட்ட சில சிக்கல்களின் காரண மாக உங்களை இரயில் நிலையத்தில் சந்திக்கும் வாய்ப்பு எனக்குக் கிடைக்கவில்லை என்பதை உங்களுக்குத் தெரிவித்துக்கொள்ள விரும்புகிறேன். ஆனாலும் உங்களுக்கு உதவி செய்வதற்காக மிகவும் தகுதியான ஒரு நபரை நான் அனுப்பி வைத்திருந்தேன். இன்று காலையிலும்கூட உங்களைக் காணக்கூடிய அதிர்ஷ்டம் எனக்குக் கிட்டாமல் போய்விட்டது. செனட்டில் மிகுதியான வேலைப்பளு இருந்தது ஒரு காரணம். மற்றொன்று, வெகுகாலத்

திற்குப் பிறகு உங்கள் குடும்பம் ஒன்றுசேர்ந்து – நீங்கள் உங்கள் மகளையும், அவ்தோத்யா ரொமனோவ்னா, அவளது அண்ணனையும் சந்திக்கும் அபூர்வமான வேளையில் நான் அதற்கு இடையில் ஒரு குறுக்கீடாக இருக்க விரும்பவில்லை. நாளை உங்களைப் பார்ப்பதற்கும் உங்களுக்கு என் மரியாதையைத் தெரிவிப்பதற்கும் நான் கட்டாயம் வந்து விடுவேன். நாளை மாலை சரியாக எட்டு மணிக்கு உங்களைச் சந்திக்க எண்ணியிருக்கிறேன். ஆனால் இத்துடன் உங்களுக்கு ஒரு வேண்டுகோளை மனப்பூர்வமாக வைக்க நான் துணிந்திருக்கிறேன். இது மிகவும் கண்டிப்பான, தட்டமுடியாத ஒரு கோரிக்கை என்றுகூட நீங்கள் வைத்துக் கொள்ளலாம். நமது சந்திப்பின்போது ரோடியன் ரொமனோவிச் கட்டாயம் அங்கே இருக்கக்கூடாதென்பதுதான் என் வேண்டு கோள்! நோய்ப்படுக்கையிலிருந்த அவனை நேற்று நான் போய்ப் பார்த்த பொழுது என்னிடத்தில் அவன் மூர்க்கமாகவும், காட்டு மிராண்டித்தனமாகவும் நடந்துகொண்டான். அதுமட்டுமல்லாமல் குறிப்பிட்ட ஒரு விஷயத்தைப் பற்றிய மிக முக்கியமானதொரு விளக்கத்தை அதற்குரிய தகுந்த சூழல் பின்னணியோடு உங்களிட மிருந்து நான் பெற வேண்டியிருக்கிறது. அது பற்றிய உங்கள் அபிப்பிராயத்தை அறிந்துகொள்ளவும் நான் விரும்புகிறேன். முன்கூட்டியே இதைப்பற்றி உங்களிடம் தெரிவிக்க நான் இந்த அளவுக்கு சிரத்தை எடுத்துக்கொள்வதற்குக் காரணம் இருக்கிறது. என் கோரிக்கையையும் மீறி ரோடியன் ரொமனோவிச்சை நான் அங்கு சந்திக்க நேருமானால் நமக்குள் ஏற்பட்ட ஒப்பந்தத்திலிருந்து என்னை விலக்கிக்கொள்வதைத் தவிர எனக்கு வேறு வழியில்லை என்பதையும் இதன் வழியாகத் தெரிவித்துக்கொள்கிறேன். அதன் விளைவுகள் உங்கள் தலையிலேதான் வந்துவிடியும். நான் சென்றி ருந்த பொழுது மிகவும் உடல் நலம் இல்லாதவன் போலக் காணப் பட்ட ரோடியன் ரொமனோவிச் இரண்டு மணி நேர இடை வெளிக்குள்ளேயே பூரண குணம் பெற்று விட்டதால் – நீங்கள் தங்கியிருந்த விடுதிக்கு வந்து உங்களையும் பார்த்திருப்பான் என்ற எண்ணத்திலேயே இதை நான் எழுதுகிறேன். இதை இந்த அளவுக்கு நான் உறுதியாக எழுத என் கண்களே சாட்சி! வண்டி யில் அடிபட்டுச் செத்துக்கொண்டிருந்த ஒரு குடிகாரனின் குடி யிருப்பில் அவனை நானே என் கண்களால் பார்த்தேன். தன் கெட்ட நடத்தையில் ஊரறிந்தவளான அந்தக் குடிகாரனின் மகளிடம் இறுதிச் சடங்கு செய்வதற்காக இருபத்தைந்து ரூபிள் களை அவன் தந்ததை நான் காண நேர்ந்தது. நீங்கள் எத்தனை சிரமப்பட்டு அந்தப் பணத்தைச் சேர்த்தீர்களென்பது எனக்குத் தெரியுமென்பதால், அவனது அந்தச் செயல் எனக்கு மிகவும் ஆச்சரியமாக இருந்தது. முடிவாக, மரியாதையுடன் என் வாழ்த்துக்

களை அவ்தோத்யா ரொமனோவ்னாவுக்குத் தெரிவித்துக்கொள் கிறேன். உங்கள் மீது நான் வைத்துள்ள விசுவாசத்தையும், நன் மதிப்பையும் உறுதியாக நம்ப வேண்டுமெனக் கேட்டுக்கொள் கிறேன்.'

உங்கள் பணிவான ஊழியன்
பி. லூசின்

"இதற்கு இப்பொழுது நான் என்ன செய்வதென்று சொல் திமீத்ரி புரோகோஃபிச்!" என்று கண்களில் நீர்மல்கக் கேட்டாள் பல்கேரியா அலெக்ஸாண்ட்ரோவ்னா. "ரோட்யாவை வரக்கூடா தென்று அவனிடம் நான் எப்படிச் சொல்வேன்? பீட்டர் பெத்ரோ விச்சை நிராகரித்துவிட வேண்டுமென்று நேற்று அவன் எங்களை மிகவும் வற்புறுத்தினான். இப்பொழுது இவரோ அவன் இங்கே வரக்கூடாதென்று கூறுகிறார். அவனுக்கு மட்டும் இதைப் பற்றித் தெரிந்துவிட்டால் வேண்டுமென்றே வந்துவிடுவான்... அப்போது என்ன நடக்குமோ?"

"இதை அவ்தோத்யா ரொமனோவ்னாவின் முடிவுக்கே விட்டு விடுங்கள்" என்று உடனடியாக, அமைதியான முறையில் பதிலளித்தான் ரஸுமிகின்.

"அடக்கண்ணே! அவள் என்ன சொல்கிறாள் தெரியுமா...? அவள் சொல்வது என்னவென்று கடவுளுக்குத்தான் புரியும். அவள் அப்படிச் சொல்வதற்கான காரணத்தை விளக்கவும் மறுக் கிறாள். ஆனாலும் ஏதோ ஒரு விஷயத்தை மனதில் வைத்திருக்கும் அவள், ரோட்யா கட்டாயமாக எட்டு மணிக்கு இங்கே வந்துவிட வேண்டுமென்றும், அவர்கள் சந்தித்தே ஆக வேண்டுமென்றும் சொல்கிறாள். அவளது எண்ணப்படி அதுதான் சரியானது என்றும், மிகவும் நல்லது என்றும் அவள் நினைக்கிறாள். ஆனால் அவனிடம் அந்தக் கடிதத்தைக் காட்ட எனக்கு விருப்பமே இல்லை. உன் உதவியுடன் தந்திரமாக எதையாவது செய்து அவன் வராமலிருக்க வழி பார்ப்பதைத்தான் நான் விரும்புகிறேன். காரணம் அவன் மிக எளிதாக நிலை தடுமாறிப் போய் விடு கிறான்...! அப்புறம் அந்த விபத்தில் இறந்து போன குடிகாரன் யார்? அவனது மகள் யார்? அவளிடம் எப்படி இவன் தன்னிடம் கடைசியாக மிச்சமிருந்த பணத்தையும் கொடுத்துவிட்டான் என்பதெல்லாம் எனக்குக் கொஞ்சம்கூடப் புரியவில்லையப்பா... என்னைப் பொறுத்தவரையில் அந்தப் பணம் என்பது..."

"உன்னைப் பொறுத்தவரையில் அந்தப் பணம் மிகவும் அருமையானது! அப்படித்தானே அம்மா?" என்று அதைத் தொடர்ந்து கூறி முடித்தாள் அவ்தோத்யா ரொமனோவ்னா.

“நேற்று அவன் தன் வசத்திலேயே இல்லை” என்று சிறிது யோசனையோடு சொன்னான் ரஸூமிகின். “அந்த உணவு விடுதியில் அவன் எப்படி நடந்துகொண்டான் என்பது மட்டும் உங்களுக்குத் தெரிய வந்தால் என்ன நினைப்பீர்களோ? ஆனால் அதிலும்கூட அவனது புத்திசாலித்தனம் வெளிப்படாமல் போகவில்லை! ...ஹ்ம்... நாங்கள் வீட்டுக்குத் திரும்பிக்கொண்டிருக்கும் வழியில் இறந்து போன ஒரு மனிதனைப் பற்றியும், அவனது மகளைப் பற்றியும் அவன் ஏதோ பேசிக்கொண்டுதான் வந்தான். ஆனால் என்னால் அதில் ஒரு வார்த்தையைக்கூடப் புரிந்துகொள்ள முடியவில்லை. போதாக்குறைக்கு நேற்று நானும்கூட...”

“அம்மா, இப்போது நாம் உடனே போய் அவனைப் பார்ப்பதுதான் நல்லது. அதற்குப் பிறகு, நாம் என்ன செய்யலாமென்பது நமக்குப் புரிந்துவிடும் என்று நான் நினைக்கிறேன். மேலும் இப்போதே நேரம் அதிகமாகிவிட்டதே...” என்று சொல்லியபடி தனது கழுத்தைச் சுற்றி அணிந்திருந்த ‘வெனிஸிய’ச் சங்கிலியில் தொங்கிக்கொண்டிருந்த தங்கமும் எனாமலும் கலந்து செய்யப்பட்ட அந்தக் கடிகாரத்தைப் பார்த்தபடி சப்தமாகச் சொன்னாள் துனியா. அந்தக் கடிகாரம் அவளது பிற அலங்காரங்களுக்குப் பொருத்தமற்ற வகையில் அமைந்திருந்தது. ‘ஒருவேளை அது, அவளைத் திருமணம் செய்துகொள்ளப் போகிறவன் அன்பளிப்பாகக் கொடுத்ததாக இருக்கக்கூடும்’ என்று நினைத்துக் கொண்டான் ரஸூமிகின்.

“ஐயோ, நாம் இதற்குள் அங்கே போயிருக்க வேண்டும். ரொம்ப நேரமாகிவிட்டது, துனியா!” என்று அமைதியிழந்தவளாகக் கவலையோடு கூச்சலிட்டாள் பல்கேரியா அலெக் ஸாண்ட்ரோவ்னா. “நேற்று நடந்ததில் நாம் மிகவும் கோபத்தோடு இருப்பதால்தான் அவனைப் போய்ப் பார்க்க இத்தனை நேரமாகிவிட்டது என்று நினைத்துக்கொள்ளப் போகிறான். ஐயோ, என் கண்ணே...” பேசிக்கொண்டே மிகவும் சுறுசுறுப்பாக இயங்கிய அவள், தனது தொப்பியையும், மேலங்கியையும் எடுத்து அணிந்துகொண்டாள். அதற்குள் துனியா தானும்கூடப் புறப்படுவதற்குத் தயாராகிவிட்டிருந்தாள். அவளது கையுறைகள் அழுக்காக இருந்ததோடு பல பொத்தல்களும் காணப்பட்டதை ரஸூமிகின் கவனித்தான். ஆனால் வறுமைக் கோலத்துடன் கூடிய எளிமையான அந்த ஆடைகளும்கூட அந்தப் பெண்களுக்குத் தனியான, ஒரு சிறப்பான, மரியாதையைத் தருகின்ற ஒரு தோற்றத்தையே கொடுத்திருந்தன. காரணம் எளிமையான உடைகளைக்கூடக் கண்ணியமாகவும் நன்றாகவும் உடுத்திக்கொள்ளும் கலை அவர்களுக்குத் தெரிந்திருந்தது. மரியாதை கலந்த பணிவோடு

துனியாவைப் பார்த்துக்கொண்டிருந்த ரஸுமிகின் அவளுக்கு வழிகாட்டியாகச் செல்லப் போவதில் பெருமிதம் கொண்டிருந்தான். 'சிறையில் தன் ஸ்டாக்கிங்ஸைத் தானே தைத்துக் கொண்ட அந்த அரசி, வெற்றிக் களிப்போடு அரசவையில் வீற்றிருந்த தருணத்தை விடவும் முதலில் சொன்ன தருணத்திலேதான் உண்மையான அரசியைப் போலத் தோற்றமளித்தாள்'* என்று அவளைக் குறித்து நினைத்துக்கொண்டான் அவன்.

பல்கேரியா அலெக்ஸாண்ட்ரோவ்னா அவனை நோக்கி ஆதங்கத்தோடு புலம்பினாள்: "தம்பி, என் சொந்த மகனை, என் பிரியமான ரோட்யாவைச் சந்திப்பதற்கு இந்த அளவுக்குப் பயந்து நடுங்க வேண்டியிருக்குமென்று நான் கொஞ்சம்கூட நினைத்துப் பார்க்கவில்லையப்பா. இப்போது நிலைமை இப்படியல்லவா ஆகியிருக்கிறது. எனக்கு ரொம்பவும் பயமாக இருக்கிறது திமீத்ரி புரோகோஃபிச்" என்று மிகவும் மனம் நொந்த நிலையில் குறிப்பிட்டாள் அவள்.

"பயப்படாதே, அம்மா!" என்று தனது அன்னையை முத்தமிட்டுக்கொண்டு கூறினாள் துனியா. "அவன் மீது நம்பிக்கை வை! நான் அவனை நம்புகிறேன்" என்றாள் துனியா.

"எனக்கு அவனிடத்தில் நம்பிக்கை இருக்கிறது, கண்ணே! ஆனாலும் இவற்றையெல்லாம் நினைத்து இரவு முழுவதுமே நான் தூங்கவில்லை" என்று மிகுந்த வருத்தமுடன் உரக்கச் சொன்னாள் அந்தப் பாவப்பட்ட அன்னை.

அவர்கள் விடுதியைவிட்டு வெளியே வந்தார்கள்.

"உனக்கு ஒன்று தெரியுமா, துனியா! காலையில் நான் என்னையும் அறியாமல் கொஞ்சம் கண்ணயர்ந்த பொழுது மார்ஃபா பெத்ரோவ்னா என்னுடைய கனவில் வந்தாள். முழுவதும் வெள்ளை உடை தரித்திருந்த அவள் என்னிடம் வந்து என் கையைப் பற்றிக்கொண்டு, என்னைப் பார்த்துத் தலையை அசைத்தாள். அவள் எதற்காகவோ என்னைக் குற்றம் சாட்டுவது போலிருந்தது. இந்தக் கனவு, வரப்போகும் நன்மைக்கு அறிகுறியா? அல்லது தீமைக்கான முன்னறிவிப்பா என்று தெரியவில்லையே... தம்பி, திமீத்ரி புரோகோஃபிச், உனக்கு இன்னும் ஒரு விஷயம் தெரியாதல்லவா? மார்ஃபா பெத்ரோவ்னா இறந்துவிட்டாள் தெரியுமா?"

---

* சிறையிலிருந்த அரசி: 16ஆம் லூயி மன்னரின் மனைவியாகிய மேரி அண்டாய்னெட் பிரெஞ்சுப் புரட்சியின்போது கைது செய்யப்பட்டு சிறையிலடைக்கப்பட்டாள். பின்பு 'கில்லட்'டினால் கொல்லப்பட்டாள்.

"இல்லையே... எனக்குத் தெரியாதே...? யாரந்த மார்ஃபா பெத்ரோவ்னா?"

"திடீரென்று அது நடந்து விட்டது. அவளது மரணம் கொஞ்சம் வினோதமாகவும் இருந்தது...!"

"அம்மா, அதைப்பற்றி அப்புறம் பேசிக்கொள்ளலாமே...?" என்றாள் துனியா. "மார்ஃபா பெத்ரோவ்னா யார் என்பதுகூட அவருக்குத் தெரியாது?"

"ஓ, உனக்குத் தெரியாதோ? உனக்கு எங்களைப் பற்றி எல்லாமே தெரிந்திருக்கும் என்று நான் நினைத்துக்கொண்டு விட்டேன். மன்னித்துக்கொள், திமீத்ரி புரோகோஃபிச்! கடந்த ஒன்றிரண்டு நாட்களாக எனது மூளையே சரியாக வேலை செய்ய வில்லை. எங்களுக்காகவே அவதாரமெடுத்து வந்த கடவுளைப் போல உன்னை நான் நினைத்துக்கொண்டிருப்பதால் உனக்கு எங்களைப் பற்றி எல்லாமே தெரியும் என்று நான் நினைத்துக் கொண்டு விட்டேன். உன்னை எங்கள் குடும்பத்தில் ஒருவனாகவே நான் நினைத்துக்கொண்டிருக்கிறேன். அப்படிச் சொல்வதற்காக என் மீது கோபப்பட்டுவிடாதே. அடக்கடவுளே, உன்னுடைய வலது கையில் என்ன... என்ன அது காயம்? எங்கேயாவது இடித்துக்கொண்டுவிட்டாயா?"

"ஆமாம்" என்று முணுமுணுத்தான், மிகுந்த மகிழ்ச்சியில் திளைத்துக்கொண்டிருந்த ரஸுமிகின்.

"சில சமயங்களில் நான் வெளிப்படையாக மனம்விட்டுப் பேசிவிடுவேன். அதற்காக துனியா என்மீது கோபப்படுவாள்... ஆனாலும் அவன் எப்படி எலிப்பொந்து போன்ற ஓர் இடத்தில் குடியிருக்கிறான்? இப்பொழுதுகூட அவன் விழித்துக்கொண்டிருப் பானோ, என்னவோ? எனக்குச் சந்தேகமாகத்தான் இருக்கிறது. ம்... அந்தப் பொந்தைப் போய் ஓர் அறை என்று சொல்கிறாள். அந்தப் பெண், அவள்தான் அந்த வீட்டுக்காரி. சரி, இதைக் கொஞ்சம் கவனி. தன்னுடைய உணர்ச்சிகளை வெளிக்காட்டிக் கொள்ள அவன் விரும்புவதில்லையென்று நீ சொன்னாயல்லவா? அதனால் ஒரு வேளை நானும்கூட அவனை, என்னுடைய பல வீனத்தின் காரணமாகத் தொல்லை செய்கிறேனோ என்று எனக்கு பயமாக இருக்கிறது. இதோ பார், திமீத்ரி புரோகோஃபிச், அவனிடம் நான் எப்படி நடந்துகொள்வதென்று எனக்கு நீதான் சொல்ல வேண்டும். நான் முற்றிலுமாக மனம் குழம்பிப் போய்ப் பித்துப் பிடித்தவளாகிப் போயிருக்கிறேன் தெரியுமா உனக்கு?"

"அவன் கோபமாகவும் வெறுப்பாகவும் இருப்பது போலத் தோன்றினால் நீங்கள் அதிகமாகத் துருவித் துருவி எதுவும்

கேள்விகள் கேட்காதீர்கள். அதிலும் குறிப்பாக அவனுடைய உடல் நிலையைப் பற்றி அதிகமாக எதுவும் கேட்காதீர்கள். அவனுக்கு அது பிடிக்காது."

"ஓ.. திமீத்ரி புரோகோஃபிச்! எவ்வளவு கஷ்டம்... ஓர் அம்மாவின் ஸ்தானத்தில் இருப்பதுதான் எவ்வளவு கஷ்டமானது? இதோ படிக்கட்டு வந்துவிட்டது. சே... என்ன மோசமான படிக் கட்டுகளாக இவை இருக்கின்றன?"

"அம்மா, நீ ரொம்பவும் வெறுத்துப் போய் இருக்கிறாய்... தயவுசெய்து கொஞ்சம் மனதை அமைதியாய் வைத்துக்கொள், அம்மா" என்றாள் துனியா. தனது கைகளால் தாயை அணைத்துப் பிடித்துக்கொண்டாள். "நிச்சயம் உன்னைப் பார்த்தால் அவனுக்குச் சந்தோஷமாகத்தான் இருக்கும். வீணாக உன்னை நீயே போட்டு அலைக்கழித்துக்கொள்ளாதே."

"இங்கே கொஞ்ச நேரம் காத்திருங்கள். முதலில் நான் போய் அவன் விழித்து விட்டானா என்று எட்டிப்பார்த்துவிட்டு வருகிறேன்" என்று மாடிப்படிகளில் ஏறினான் ரஸுமிகின்.

மாடிப்படிகளில் ரஸுமிகினைப் பின் தொடர்ந்து சென்ற அந்தப் பெண்கள் நான்காவது தளத்தில் வீட்டுக்காரி குடியிருக்கும் இடத்தை ஒட்டி வந்த பொழுது, அவளது வீட்டின் கதவு, ஒருக் களித்த நிலையில் திறந்திருந்தது. அந்த இடைவெளியின் வழியாக, உள்ளே இருந்த இருட்டிலிருந்து இரண்டு கரிய விழிகள் இவர் களையே கவனித்தபடி இருந்தன. அவர்களது பார்வைகள் சந்தித்த நேரத்தில் திடீரென்று அந்தக் கதவு பெருத்த ஓசையுடன் அறைந்து சாத்தப்பட்டது. அந்த ஓசையைக் கேட்டு பல்கேரியா அலெக் ஸாண்ட்ரோவ்னா கண நேரம் மிரண்டு போய்க் கூச்சலிடும் நிலைக்கு வந்துவிட்டாள்.

அத்தியாயம் – 3

"அவனுக்கு உடம்பு பரவாயில்லை. இப்பொழுது மிகவும் நன்றாக இருக்கிறான்" என்று அவர்கள் அறைக்குள் நுழையும் போது மிகவும் உற்சாகமாகக் குரல் கொடுத்தான் ஜோஸிமோவ். பத்து நிமிடங்களுக்கு முன்பு அங்கே வந்து சேர்ந்திருந்த அவன், வழக்கம் போலத் தனது பழைய இடத்தில் – எப்போதும் உட்காருவது போல சோஃபாவின் ஒரு ஓரத்தில் உட்கார்ந்திருந்தான். சோஃபாவின் இன்னொரு ஓரத்தில் உட்கார்ந்திருந்தான் ரஸ் கோல்னிகோவ்.

முதல் நாள் இருந்ததைக் காட்டிலும் இன்று ரஸ்கோல்னி கோவ் உடல் நிலை தேறித்தான் இருந்தான். ஆனாலும் அவன் முகம் இன்றும்கூட வெளுத்துப் போய்த்தான் காணப்பட்டது. வருத்தமாகவும், சோம்பலாகவுமே அவன் தென்பட்டான். பொறுக்க முடியாத உடல் உபாதையினால் மிகவும் நொந்து போனவனாகவுமிருந்தான். அவனது புருவங்கள் முடிச்சிட்டுக் கொண்டிருந்தன. உதடுகள் வற்றிப்போய்க் கண்களில் குழிவிழுந்து போயிருந்தன. ஏதோ ஒரு நிர்பந்தத்தின் பேரில், கடமைக்காகப் பேசுபவனைப் போல மிகவும் சுருக்கமாகவும், ஆனால் உறுதி தொனிக்கவும் அவன் பேசிக்கொண்டிருந்தான். அவனது இயக் கங்கள் அனைத்திலும் ஓர் அமைதியற்ற தன்மை தென்பட்டது. முழு உடைகளையும் அணிந்துகொண்டிருந்தான். ரொம்ப நாட் களுக்குப் பிறகு சீப்பினால் தலையை வாரிச் சீவிக்கொண்டிருந் தான். அந்த அறை திடீரென்று மனிதர்களால் நிரம்பிவிட்டதைப் போலத் தோன்றியது. ஆனாலும் நஸ்டாஸியா மட்டும் எப்படியோ வந்த விருந்தாளிகளுக்கு நடுவே நெருக்கியடித்துக்கொண்டு இடம்பிடித்தபடி அவர்கள் பேசுவதைக் கேட்க ஆயத்தமாக இருந்தாள்.

கை ஒடிந்தவனுக்குப் போடப்படும் தூளியைப் போன்ற ஒரு மாவுக்கட்டோ அல்லது விஷக்கடியால் பாதிக்கப்பட்ட வனுக்கு விரலைச்சுற்றிப் போடப்படும் ஒரு கட்டோ – இவற்றுள் ஏதாவது ஒன்று அவனுக்குப் போடப்பட்டிருந்தால் – விரல்

களிலோ, கைகளிலோ காயப்பட்டவனைப் போலவே அவன் தோற்றமளித்திருப்பான். அவனுடைய தாயும் தங்கையும் அறைக்குள் நுழைந்த போது, வெளுத்துப் போய் வருத்தம் தோய்ந்திருந்த அவனுடைய முகமும்கூடச் சற்றே மகிழ்ச்சியால் ஒளிர்ந்தது. ஆனாலும் அவர்களுடைய வருகையால், சற்றுக் குறைந்திருந்த அவனது மன வேதனை மீண்டும் அதிகரிக்கவே செய்தது. அவனுடைய உள்ளத்தில் அவன் அனுபவித்துக்கொண்டிருந்த சித்ரவதை மேலும் கூடிப் போனது. அவனது முகத்தில் சற்று முன் தென்பட்ட ஒளியும்கூட மங்கிப்போய்க் கவலைகளின் அலைக் கழிப்பு அவனை முழுவதுமாக ஆட்கொள்ளத் தொடங்கியது. மிகச் சமீபத்திலேதான் தொழிலைத் தொடங்கிய ஓர் இளம் டாக்டருக்கே உரிய ஆர்வத்தோடு ஜோஸிமோவ் தனது நோயாளியைக் கவனித்துக்கொண்டிருந்தான். அவனுடைய குடும்ப உறுப்பினர்கள் உள்ளே வந்தபோதுகூட அவனுடைய முகத்தில் அதிகமான மகிழ்ச்சி காணப்படவில்லை என்பதை டாக்டர் ஜோஸிமோவ் வியப்போடு தன் மனதில் பதிந்துகொண்டான். இன்னும் ஒரு புதிய சித்ரவதையைக் கிட்டத்தட்ட இன்னும் ஒரு மணி நேரமாவது தாங்கிக்கொண்டாக வேண்டுமே என்ற சலிப்பும், அதைப் பொறுத்துக்கொண்டுதான் ஆக வேண்டும் என்ற மன உறுதியும் மட்டுமே ரஸ்கோல்னிகோவிடம் மறைந்திருந்தன. இதையும் ஜோஸிமோவ் இனங்கண்டுகொண்டான். அதன்பிறகு நடந்த உரையாடலின் ஒவ்வொரு வார்த்தையும், ஏதோ ஒரு வகையில் புண்பட்டுப் போயிருந்த அவனது இதயத்தின் ஏதோ ஒரு மூலையைச் சீண்டிப்பார்த்து எரிச்சலூட்டிக்கொண்டிருந்தது என்பதையும் ஜோஸிமோவ் விளங்கிக்கொண்டான்.

முந்தைய நாள், மனப்பிறழ்ச்சி கொண்டவனைப் போல ஒவ்வொரு வார்த்தைக்கும் கோபப்பட்டுப் பைத்தியம் போல ஆவேசப்பட்டுக்கொண்டும் பிதற்றிக்கொண்டும் இருந்த அவன், இன்று மிக அற்புதமாகத் தனது உணர்ச்சிகளைக் கட்டுப்படுத்திக் கொண்டும், உணர்ச்சிகளை வெளிக்காட்டாமல் மறைத்துக்கொண்டும் மிகச் சாதாரணமானவனைப் போல இருக்க முடிந்ததைக் கண்டு ஜோஸிமோவுக்கு மிகவும் வியப்பாக இருந்தது.

"பார்த்தீர்களா, இப்போது எனக்கு உடல்நலம் முற்றிலும் சரியாகிவிட்டது!" என்று சொன்ன ரஸ்கோல்னிகோவ் தனது தாயையும், தங்கையையும் வரவேற்கும்வண்ணம் அவர்களது நெற்றியில் முத்தமிட்டான். பல்கேரியா அலெக்ஸாண்ட்ரோவ்னாவின் முகம் நொடியில் பிரகாசமடைந்தது.

"இதை நேற்றுச் சொன்னது போல இப்போது நான் சொல்லவில்லை" என்று தொடர்ந்து சொன்னபடி ரஸுமிகின் பக்கம் திரும்பி, அவனது கையைப் பற்றி அன்போடு அழுத்தினான் ரஸ்கோல்னிகோவ்.

"இன்றைக்கு இவனைப் பார்த்தால் எனக்கே ஆச்சரியமாகத்தான் இருக்கிறது!" என்றான் ஜோஸிமோவ்... ஒருவகையில், ரஸ்கோல்னிகோவைப் பார்க்க வந்திருப்பவர்களைக் கண்டு அவன் நிம்மதியும் மகிழ்ச்சியும் அடைந்தான் என்றே சொல்ல வேண்டும். காரணம் தன்னுடைய நோயாளியோடு, ஒரு பத்து நிமிடங்களுக்கு மேல் தொடர்ந்து பேசுவது என்பது அவனுக்குச் சாத்தியமானதாகத் தெரியவில்லை. தொடர்ந்து இரண்டு மூன்று நாட்கள் இவன் இதேமாதிரி உற்சாகமாக இருந்தால், இரண்டு, மூன்று மாதங்களுக்கு முன்பு எப்படி இருந்தானோ, அப்படியே ஆகிவிடுவான்!" என்று வந்தவர்களிடம் சொன்ன ஜோஸிமோவ், ரஸ்கோல்னிகோவைப் பார்த்துக் கேட்டான்: "இப்படி ஒரு நோய் உனக்கு வெகுநாட்களாகவே இருந்திருக்கிறது. அப்படித்தானே? ஒருவேளை இந்த நிலை ஏற்படுவதற்கு நீயேகூடக் காரணமாக இருக்கலாம்! அதை நீ ஒத்துக்கொள்ள வேண்டும்!" என்று மிகக் கவனமாகவும் புன்சிரிப்போடும், தனது நோயாளி எரிச்சலடைந்து விடக்கூடாதே என்ற பயத்தோடும் இவ்வாறு சொன்னான் ஜோஸிமோவ்.

"ஒருவேளை நீ சொன்னமாதிரிகூட இருக்கலாம்" என்று சற்று இறுக்கத்துடன் பதிலளித்தான் ரஸ்கோல்னிகோவ்.

"இப்படி நான் சொல்வதற்குக் காரணம் இருக்கிறது!" என்று விரிவாகத் தனது பேச்சைத் தொடர்ந்தான் ஜோஸிமோவ். "இப்பொழுது நீ பூரண குணம் அடைவது முழுக்க முழுக்க உன் கையில்தான் இருக்கிறது. இப்போது உன்னோடு கொஞ்சம் பேசமுடிவதால் இதை நான் சொல்கிறேன். இந்த அளவுக்கு நீ முடியாமல் போவதற்கு அடிப்படைக் காரணம் எதுவோ, அதிலிருந்து நீ முதலில் விடுபட்டாக வேண்டும். அப்பொழுதுதான் நீ குணமடைய முடியும். இல்லாவிட்டால் நிலைமை இன்னும் மோசமாகிவிடும். உன் நோய்க்கு ஆதாரமான அந்தக் காரணங்கள் என்னவென்று எனக்குத் தெரியாது. ஆனால் உனக்கு நிச்சயம் தெரிந்திருக்கும். நீ நல்ல புத்திசாலி. உன்னைப்பற்றி உனக்கே நன்றாகப் புரிந்துதான் இருக்கும். அதை நீயே கவனித்து இருப்பாய், நீ முதன்முதலாக எப்போது பல்கலைக்கழகத்தைவிட்டு வெளியே வந்தாயோ, அப்போதே இந்த நோயும் தொடங்கி இருக்கலாம் என்று எனக்குத் தோன்றுகிறது. வேலையே பார்க்காமல் சும்மா இருப்பது உனக்கு நல்லதில்லையே! கடினமான வேலை,

உறுதியான இலட்சியம் ஆகியவற்றை வைத்துக்கொண்டு செயல் படுவதுதான் இந்த நேரத்தில் உனக்கு உதவியாக இருக்கும்!"

"ஆமாம், ஆமாம், நீ சொல்வதெல்லாம் ரொம்பச் சரியானது தான். எவ்வளவு சீக்கிரம் முடியுமோ, அவ்வளவு சீக்கிரம் நான் பல்கலைக்கழகத்திற்குத் திரும்பப் போய்விடுகிறேன். அப்புறம் எல்லாமே சுலபமாக நடந்துவிடும்!" என்றான் ரஸ்கோல்னிகோவ்.

அந்த இரண்டு பெண்களும் கேட்டுக்கொண்டிருக்கிறார்கள் என்பதற்காகவே ஒரு ஞானியைப் போலப் புத்தி சொல்லிக் கொண்டிருந்த ஜோஸிமோவ், ரஸ்கோல்னிகோவின் இந்த வார்த் தைகளையும், அவனது குரலின் தொனியையும் அவனது முகத்தில் தென்பட்ட பரிகாசத்தையும், கேலிப் பார்வையையும் கண்டு மனக் குழப்பம் அடைந்தான். ஆனால் அந்த உணர்வு ஒரு நொடிநேரம் தான் நீடித்தது. அதற்குள் பல்கேரியா அலெக்ஸாண்ட்ரோவ்னா குறுக்கிட்டு, ஜோஸிமோவுக்கு நன்றி தெரிவிக்கத் தொடங்கினாள். குறிப்பாக முதல்நாள் இரவு அவர்கள் தங்கியிருந்த விடுதிக்கே வந்து அவர்களிடம் ரஸ்கோல்னிகோவின் உடல் நிலையில் அபி விருத்தி அடைந்திருப்பதைக் கூறியதற்காக நன்றியைத் தெரிவித் தாள்.

"என்ன? ராத்திரி அவன் வந்து உங்களைப் பார்த்தானா?" என்று சற்றே அமைதியிழந்தவனாகக் கேட்டான் ரஸ்கோல்னி கோவ். "அப்படியென்றால் பிரயாணம் செய்து இங்கே வந்த பிறகு நீங்கள் தூங்கவே இல்லையா?"

"ஓ, ரோட்யா, அதெல்லாம் இரவு இரண்டு மணிக்கு முன்னால் நடந்த விஷயம். வீட்டிலும்கூட நானும் துனியாவும் இரண்டு மணிக்கு முன்பாகத் தூங்கப் போனதே இல்லை!"

"ஜோஸிமோவுக்கு எப்படி நன்றி சொல்வதென்றே எனக்குத் தெரியவில்லை" என்று வெறுப்போடு தரையைப் பார்த்தபடி ரஸ்கோல்னிகோவ் பேச்சைத் தொடர்ந்தான். "உனக்குப் பணம் தருவது ஒருபுறம் இருக்கட்டும்" என்று சொல்லியபடி ஜோஸி மோவின் பக்கம் திரும்பிக்கொண்டு தொடர்ந்தான் ரஸ்கோல்னி கோவ்: "இந்த அளவுக்கு என்னைத் தனிப்பட்ட முறையில் நீ கவனித்துக் கொள்வதற்கு நான் தகுதியுடையவன்தானா என்பதே எனக்குத் தெரியவில்லை. என்னால் இதைப் புரிந்துகொள்ளவே முடியவில்லை. அவ்வாறு புரிந்துகொள்ள முடியாமலிருப்பது வேறு என்னைச் சுமையாக அழுத்துகிறது. நான் உன்னிடத்தில் வெளிப்படையாகப் பேசுகிறேன்."

"இதற்கெல்லாம் நீ வருத்தப்படாதே" என்று வலிந்து வரவழைத்துக்கொண்ட சிரிப்புடன் சொன்னான் ஜோஸிமோவ்.

“நீதான் என்னுடைய முதல் நோயாளி என்று வைத்துக் கொள்ளேன்! முதல்முதலாக வைத்தியத் தொழிலைத் தொடங்கும் என்னைப் போன்ற இளம் டாக்டர்கள் தங்களது முதல் நோயாளி களைச் சொந்தக் குழந்தைகள் போலவே எண்ணிக்கொள்வோம். எங்களில் சிலருக்கு அவர்கள் மீது நேசம்கூட ஏற்பட்டுவிடும். உனக்கே தெரியும், எனக்கு ஒன்றும் அதிகமாக நோயாளிகள் இல்லை.”

“அவனைப் பற்றி நான் எதுவுமே சொல்லவில்லையே” என்றபடி ரஸுமிகினைச் சுட்டிக்காட்டிய ரஸ்கோல்னிகோவ். “என்னிடமிருந்து அவனுக்குக் கிடைத்ததெல்லாம் வீண் அவ மானமும் துன்பமும்தான்” என்றான்.

“சே... என்ன இப்படி முட்டாள்தனமாகப் பேசிக்கொண்டி ருக்கிறாய். இன்று நீ ரொம்ப உணர்ச்சிவசப்பட்டிருக்கிறாய்... அப்படித்தானே?”

ரஸுமிகினுக்கு மட்டும் மனங்களை ஊடுருவிப் பார்க்கும் சக்தி இன்னும் சற்றுக் கூடுதலாக இருந்திருந்தால், அது உணர்ச்சி வயப்பட்ட மனோநிலை அல்ல என்பதையும் – அது அதற்கு நேர் எதிரானது என்பதையும் உணர்ந்துகொண்டிருப்பான். ஆனால் அவ்தோத்யா ரொமனோவ்னா அதைக் கவனித்து விட்டாள். அவளது கண்கள் ஆர்வத்தோடும் கவலையோடும் அண்ணனின் மீதே பதிந்திருந்தன.

பின்பு தனது அன்னையை நோக்கித் திரும்பினான். “அப்புறம்... அம்மா... உங்களிடம் பேசுவதற்குக் கொஞ்சமும் தைரியமில்லாதவனாக, துணிச்சலில்லாதவனாக நான் இருக் கிறேன்” என்று காலையிலிருந்தே ஒரு பாடத்தை மனதினுள் திரும்பத் திரும்பப் படித்து உருப்போட்டு, பின்பு ஒப்பிக்கும் மாண வனைப் போல அவன் கடகடவென்று பேசத் தொடங்கினான்: “நேற்று நான் வெளியிலிருந்து திரும்ப வருவேன் என்று எனக்காக அறையில் நீங்கள் காத்துக்கொண்டிருக்கும்போது எப்படியெல் லாம் மனக்கஷ்டங்களுக்கு, மனவேதனைகளுக்கு ஆளாகியிருப் பீர்கள் என்பதை இன்று காலையில்தான் என்னால் புரிந்து கொள்ள முடிந்தது.” இவ்வாறு பேசியபடியே, மெல்லிய புன்னகை யோடு தன் சகோதரியை நோக்கித் தன் கையை நீட்டினான்– இம்முறை அவனது அந்தப் புன்னகை, உண்மையானதாகவும், பாசாங்கில்லாததாகவும், பாச உணர்வின் வெளிப்பாடாகவுமே ஒளிர்ந்தது.

துனியா மகிழ்ச்சியோடும், நன்றியோடும் தன் முன் நீண்ட அவனது கையைப் பற்றி அன்போடு, இதமாக அழுத்தினாள். முதல்நாள் எந்த விஷயத்திலுமே உடன்பாடற்றவனாகப் பேசிக் கொண்டிருந்த அவன், அவளிடம் இப்போது முதல்முறையாகக் கொஞ்சம் சமாதானமாகப் பேசிக்கொண்டிருந்தான். ஆரவாரமில் லாமல், எந்தவிதமான பேச்சுமின்றி அண்ணனும் தங்கையும் தங்களது நீண்ட பிரிவுக்குப் பின்பு அன்பை வெளிப்படுத்திக் கொண்ட அந்தக் காட்சியைக் கண்டு பரவசமடைந்தவளாக உள்ளம் நெகிழ்ந்து மகிழ்ந்தாள் அம்மா. அவளது கண்களில் மகிழ்ச்சியின் ஒளி பொங்கிச் சிதறியது. "இதுதான்... இப்படி நடந்து கொள்வதுதான், அவனிடம் எனக்கு மிகவும் பிடித்த விஷயம்" என்று மிகவும் உணர்ச்சிவசப்பட்டு முணுமுணுத்தபடி, தான் அமர்ந்திருந்த நாற்காலியிலிருந்து துள்ளிக் குதித்தான் ரஸுமிகின். எல்லாவற்றையும் மிகையாக்கியே பார்க்கும் தனது வழக்கமான இயல்பின்படி "எப்பொழுதுமே இப்படி நன்றாக நடந்துகொள்ளக் கூடிய இயல்புடையவன்தான் அவன்" என்று நண்பனைப் பாராட்டவும் செய்தான்.

"அவனிடம் இப்போது நல்ல மாற்றம் ஏற்பட்டிருக்கிறது. எல்லாவற்றையும் அவன் எப்படி நல்லவிதமாகச் செய்கிறான்!" என்று அம்மா தனக்குள் நினைத்துப் பரவசப்பட்டுக்கொண்டாள். 'அவன்தான் எவ்வளவு பெருந்தன்மையோடு நடந்துகொள்கிறான். நேற்று தனது தங்கையோடு ஏற்பட்ட கோபத்தை இப்போது அவளது கையைப் பிடித்துக்கொண்டு, இனிமையாகச் சிரித்தபடி, அமைதியுடன் அன்பு தவழப் பார்த்தபடி, எவ்வளவு எளிதாகவும் நுட்பமாகவும் அந்தக் கோபத்தைப் போக்கிவிட்டான். அவனுடைய கண்கள்தான் எத்தனை கவர்ச்சியாக இருக்கின்றன. துனியாவைவிடவும்கூட அவன்தான் அதிகமான அழகு! ஆனால், கடவுளே... அவன் என்ன மாதிரியான உடைகளை அணிந்திருக் கின்றான்? எவ்வளவு மோசமான, கந்தலான உடைகளை அவன் அணிந்திருக்கின்றான். அஃப்னாஸி இவானோவிச்சின் கடையில் வேலைபார்க்கும் வாஸ்யாகூட இதைவிட நன்றாக உடுத்தி யிருப்பாளே?'

'எனது மகனிடம் ஓடிச் சென்று, அவனை என்னோடு சேர்த்து இறுக அணைத்துக்கொண்டு, கதறியழ வேண்டும் போல எனது மனம் துடிக்கிறது... ஆனால்... ஆனால் எனக்கு ஏனோ அச்சமாக இருக்கிறது... மகனே... என் அன்பே... உனக்கு என்ன ஆயிற்று... ஏன் இப்படி இருக்கின்றாய்? ஏன் இப்படி வினோத மாகப் போய்விட்டாய்? அதோ, அவன் அன்பாகத்தான்

பேசிக்கொண்டிருக்கிறான். ஆனால் நான்தான் பயப்படுகிறேன்...! ஏன்... எதற்காக நான் இப்படிப் பயப்பட வேண்டும்...?'

"ரோட்யா, உன்னால் அதைக் கற்பனை செய்துகூடப் பார்க்க முடியாது..." என்று அவன் கடைசியாகக் குறிப்பிட்ட விஷயத்திற்கு பதில் சொல்லும் விதமாகப் பேசத் தொடங்கினாள் அம்மா: "நேற்று நானும் துனியாவும் எவ்வளவு வருத்தமாக இருந் தோம் தெரியுமா? ஆனால் இப்போது ஒன்றுமில்லை, எல்லாம் தான் சரியாகிவிட்டதே! இப்போது நாம் மறுபடியும் சந்தோஷமாக இருக்கிறோம் இல்லையா! சரி, நடந்ததையெல்லாம் இப்போது சொல்கிறேன், கேட்டுக் கொள். இதை மட்டும் நீ கொஞ்சம் நினைத்துப் பார். நாங்கள் இரயிலைவிட்டு நேரே இங்கே உன் னிடத்தில் ஓடிவந்து, உன்னைக் கட்டியணைத்துக்கொள்ள வேண்டும் என்று மிக ஆவலாய் இருந்தோம். இங்கே வந்தால்... இங்கே, அந்தப் பெண்... ஆ... அவள்தான் இதோ இங்கிருக் கிறாளே...! வணக்கம் நஸ்டாஸியா... இவள்தான் எங்களுக்கு எல்லாவற்றையும் சொன்னாள். நீ மிகவும் உடல் நலமில்லாமல் படுத்திருந்தாய் என்றும், அதிகமான குளிர் ஜுரத்தினால் பிதற்றிக் கொண்டும், ஜன்னியினால் நடுங்கிக்கொண்டும் இருந்தாய் என்றும், அந்த நிலையிலேயே யாருக்கும் தெரியாமல் டாக்ட ருக்கும்கூடத் தெரியாமல் வீட்டைவிட்டு நழுவிப் போய்விட்டா யென்றும், எல்லோரும் உன்னைத் தேடிக்கொண்டிருப்பதாகவும் சொன்னாள். ஓ, அந்தச் செய்தி எங்களை எப்படி வேதனைப் படச் செய்திருக்கும் என்று யோசித்துப்பார். உன்னால் நம்பவே முடியாது... எனக்கு உடனடியாக லெப்டினென்ட் பொடென் சிக்கோவின் சோகமான முடிவுதான் ஞாபகத்திற்கு வந்தது. அவர் நமக்கெல்லாம் மிக நன்றாகத் தெரிந்தவர். உன் தந்தையின் நண்பர். உனக்கு அவரை நினைவிருக்காது ரோட்யா, அவருக்கும் இது போன்றுதான்... ஜன்னி கண்டு, நினைவு தப்பிப் போய்விட்டது. அதோடு அவர் வீட்டைவிட்டு ஓடிப் போய் வாசல் பகுதியி லிருந்த கிணற்றுக்குள் விழுந்துவிட்டார். மறுநாள் வரையிலும்கூட அவரது உடலைக் கண்டுபிடித்து மீட்க முடியவில்லை. ஒருவேளை நான் விஷயங்களை இன்னும் கொஞ்சம் கூடுதலாக, மிகைப் படுத்திக்கொண்டுவிட்டதாகக்கூட இருக்கலாம்... ஆனாலும் எங்களுக்குப் பதற்றத்தில் என்ன செய்வது என்று புரியவில்லை. உடனே பீட்டர் பெத்ரோவிச்சிடம் விரைந்து சென்று உன்னைத் தேடுவதற்கு அவரது உதவியையாவது கேட்கலாம் என்று நாங்கள் நினைத்தோம். உனக்கே தெரியுமல்லவா...? நாங்கள் தனியாக... மிகத் தனியாக இங்கே வந்திருந்தோம்..." என்று அவள்

எல்லாவற்றையும் தெளிவாக, மிகவும் வெளிப்படையாகச் சொல்லிக்கொண்டே வந்தவள் இந்த இடத்தில் சற்று நிறுத்திக் கொண்டாள் – பீட்டர் பெத்ரோவிச்சைப் பற்றிப் பேசுவது – அதுவும் தாங்கள் இப்போது மீண்டும் சந்தோஷமாக இருக்கும் சூழ்நிலையில் பேசுவது ஆபத்தாகிவிடும் என்ற எண்ணத்தில், திடீரென்று தனது பேச்சை மிகவும் சுருக்கமாக முடித்துக் கொண்டாள்.

"ஆமாம், ஆமாம்! உண்மையிலேயே உங்களுக்கு அது மிகவும் கஷ்டமாகத்தான் இருந்திருக்கும்" என்று பதிலுக்கு ரஸ்கோல்னிகோவ் முணுமுணுத்துக்கொண்டான். ஆனாலும் அவன் இந்தப் பேச்சில் சற்றும் கவனமில்லாமல் வேறு ஏதோ ஒரு சிந்தனையில் இருப்பதுபோலத் தென்பட்டதை துனியா தெரிந்துகொண்டாள். அவனைக் குழப்பத்துடன் உற்றுப் பார்த்தாள்.

"சே... வேறு எதையோ சொல்ல நினைத்து அடக்கடவுளே, அதற்குள்ளே மறந்துவிட்டேனே...!" என்று தான் கூறவந்த விஷயத்தை மிகுந்த பிரயாசைப்பட்டு நினைவுப்படுத்திக்கொண்டு தொடர்ந்து சொல்லத் தொடங்கினான் அவன். "ம்.. நினைவு வந்துவிட்டது... அம்மா... துனியா நீயும் கேட்டுக்கொள். இன்று காலை உங்களை வந்து பார்க்க, எனக்கு இஷ்டமில்லை என்று மட்டும் தயவுசெய்து நினைத்துவிடாதீர்கள். நீங்கள் முதலில் இங்கே வந்து விட வேண்டுமென்றுதான் நான் காத்துக்கொண்டிருந்தேன்."

"ரோட்யா, அதையெல்லாம் நீ விளக்கிச் சொல்ல வேண்டும் என்ற அவசியமே இல்லை!" என்று ஆச்சரியத்துடன் உரக்கக் கத்தினாள் அம்மா.

'இதையெல்லாம் அவன் வெறும் கடமைக்காக, ஒப்புக்காகத் தான் சொல்லிக்கொண்டிருக்கிறானோ?' என்று துனியாவின் மனதினுள் ஓர் எண்ணம் தோன்றியது. 'சமாதானம் செய்வதற்காக இவ்வாறு அவன் மன்னிப்புக் கேட்கிறானா? அல்லது தனக்குள்ள கடமையை நிறைவேற்றுவதற்காக, ஒரு சடங்கைப் போல இதையெல்லாம் செய்கின்றானா...? இதையெல்லாம் மனப்பாடம் செய்து ஒப்புவிக்கும் மாணவனைப் போல அல்லவா இவன் நடந்துகொள்கிறான்...?'

"நான் தூங்கி எழுந்தவுடனேயே உங்களைப் பார்க்க வர வேண்டும் என்றுதான் நினைத்திருந்தேன். ஆனால் என்னுடைய உடைகளின் காரணமாகத்தான் நான் புறப்படுவதில் தாமதம்

ஏற்பட்டுவிட்டது. உடைகளிலிருந்த இரத்தக் கறைகளை அலசிப் போட வேண்டும் என்று நான் நேற்றே நஸ்டாஸியாவிடம் சொல்ல மறந்துவிட்டேன்.”

“இரத்தக் கறையா? இரத்தம் எப்படி வந்தது?” என்று பதறிப் போனவளாகக் கேட்டாள் பல்கேரியா அலெக்ஸாண்ட்ரோவ்னா.

“அது ஒன்றுமில்லை. கவலைப்பட வேண்டாம். நேற்று நான் ஜுரத்தோடு, ஜன்னியினால் பாதிக்கப்பட்டவனாக நடந்து கொண்டிருந்தேன். அந்த வேளையில், சாலைவிபத்தில் அடிபட்ட ஒரு குமாஸ்தாவைப் பார்க்க நேர்ந்தது...”

“ஜன்னியா...? ஆனால் உனக்கு எல்லாமே நினை விருக்கிறதே...” என்று குறுக்கிட்டுக் கேட்டான் ரஸுமிகின்.

“ஆமாம்... ஆனால் அது உண்மை...” என்று பதிலளித்தான் ரஸ்கேல்னிகோவ். அதன்பின் தொடர்ந்து மிகவும் கவனமாகப் பேசத் தொடங்கினான்: எனக்கு எல்லாமே ஞாபகம் இருக்கிறது. சின்னச்சின்ன விஷயங்கள் உட்பட எல்லாமே நன்றாக எனக்கு ஞாபகமிருக்கிறது. ஆனாலும் நான் எதற்காகப் போனேன்? எங்கே போனேன்? என்ன செய்தேன் என்றெல்லாம் என்னைக் கேட்டால் எனக்குத் தெளிவான விளக்கம் தரமுடியுமென்று தோன்றவில்லை”

“இது வழக்கமாக நடைபெறுவதுதான்” என்று சொல்லிய படி தானும் பேச்சில் இணைந்துகொண்டான் ஜோஸிமோவ். “சில நேரங்களில், இப்படிப்பட்டவர்கள் செய்யும் செயல்கள் மிகவும் திறமையாகவும், மிகவும் புத்திசாலித்தனமான செயல்களாகவும் இருக்கும். ஆனால் அந்தக் காரியங்களுக்கான நோக்கம், அவற்றுக் கான அடிப்படைக் காரணங்கள் இவையெல்லாம் குழப்பமான தாக இருக்கும். நோயின் பாதிப்புகளைப் பொறுத்தவைதான் இதுபோன்ற செயல்கள் எல்லாம். ஏதோ கனவு கண்டது போல் இருக்கும்.”

‘என்னை ஒரு பைத்தியம் என்றோ அல்லது அதைப் போன்றவன் என்றோ இவன் ஊகிப்பதுவும்கூட ஒருவகையில் நல்லதாகத்தான் போயிற்று’ என்று தனக்குள் நினைத்துக் கொண்டான் ரஸ்கோல்னிகோவ்.

“ஆனால் நல்ல உடல் நலத்துடன், நன்றாக இருக்கிற மனிதர் களிடமும்கூடச் சில சமயங்களில் இப்படிப்பட்ட நடத்தைகளைப் பார்க்க முடிகிறதே?” என்று கவலை தோய்ந்த முகத்துடன் கேட்டாள் துனியா.

"மிகச்சரியாகக் கவனித்திருக்கிறீர்கள்" என்று அவளுக்குப் பதிலளித்தான் ஜோஸிமோவ். "உண்மையைச் சொல்லப் போனால் நாம் எல்லோருமே அடிக்கடி கிட்டத்தட்ட கிறுக்குகளைப் போலத்தான் நடந்துகொள்கிறோம். என்ன வித்தியாசம் என்றால் உடம்பு முடியாதவர்கள் நம்மைவிடக் கொஞ்சம் கூடுதலான கிறுக்குத் தனத்தோடு நடந்துகொள்கிறார்கள். அவ்வளவுதான்! அங்கேதான் எல்லைக்கோடு வகுக்கப்பட்டு விடுகிறது. ஆனால் முழுக்க, முழுக்கக் கட்டுப்பாடான மனிதனிடம் இப்படிப்பட்ட இயல்பு களைப் பார்க்க முடியாது. ஆனால் இப்படிப்பட்ட கட்டுப் பாடுள்ள மனிதர் பத்தில் ஒருவராகத்தான் இருக்கிறார். இல்லா விட்டால் நூறில், ஆயிரத்தில் ஒருவரைத்தான் நீங்கள் பார்க்க முடியும். ஆனால் அந்த மனிதரும்கூட அப்படி ரொம்பவும் சரியான மனிதராக இருப்பாரென்று சொல்லிவிடவும் முடியாது."

ஜோஸிமோவ் தனக்குப் பிடித்தமான இந்த 'மனநோய்' பற்றிய கருத்துகளை மிகவும் ஆர்வமாகச் சொல்லிக்கொண்டி ருந்தான். தன்னுடைய ஆர்வமான பேச்சின் ஊடே 'கிறுக்குத் தனமாக' என்ற சொல்லைக் கவனமின்றி அவன் நழுவவிட்டு விட்டான். அது அங்கிருந்தவர்களின் நெற்றியைச் சுருங்க வைத்தது.

வெளுத்துப் போன தனது உதடுகளில் வினோதமான ஒரு புன்னகையைத் தவழ விட்டபடி, வேறு ஏதோ ஒரு சிந்தனையில் மூழ்கிப் போயிருந்த ரஸ்கோல்னிகோவ் இதையெல்லாம் சிறிது கூடக் கவனிக்கவே இல்லை. தனது எண்ணங்களுக்குள்ளேயே அவன் முழுமையாக மூழ்கிப் போயிருந்தான்.

"அது சரி! வீதியில் அப்படி அடிபட்டுப் போன அந்த மனிதன் யார்? அவனுக்கு என்ன ஆயிற்று? அப்போதே நான் அதைப் பற்றிக் கேட்டேனே" என்று ரஸுமிகின் வேகமாகக் கேட்டான். "என்ன?" என்று.

தனது சிந்தனையிலிருந்து விடுபட்ட ரஸ்கோல்னிகோவ் சுய நினைவு பெற்றவனாகப் பேச ஆரம்பித்தான்... "ம்... ஆமாம்... அவனைத் தூக்கிக்கொண்டு போனபோது, அவனிடமிருந்து கொட்டிய இரத்தம்தான் எனது உடைகளின் மீது பட்டுவிட்டது. ஆனாலும், அம்மா, நான் நேற்று மன்னிக்கவே முடியாத ஒரு காரியத்தைச் செய்துவிட்டேன், ஆமாம், நிச்சயமாக எனக்குப் புத்தி பேதலித்துத்தான் போயிருக்க வேண்டும். நீங்கள் எனக்கு அனுப்பி வைத்த பணம் முழுவதையும் அவனது மனைவியிடம் அவனது இறுதிக்காரியங்களுக்காகக் கொடுத்துவிட்டேன்!

இப்போது விதவையாகிவிட்ட அவள் ஒரு பாவப்பட்ட ஜீவன். ஒரு காச நோயாளி. அனாதைகளாக்கப்பட்ட மூன்று சின்னக் குழந்தைகளுடன் வெறுமையான வீட்டில் அவள் மட்டும் இருக் கிறாள். வறுமையைத் தவிர வேறொன்றுமே அந்த வீட்டில் இல்லை. அவர்களுக்கு இன்னொரு மகளும்கூட இருக்கிறாள்... அப்படிப்பட்ட சூழ்நிலையை நீங்கள் பார்த்தீர்களென்றால் நீங்களேகூட அவளுக்கு அந்தப் பணத்தைக் கொடுத்திருப்பீர்கள்! ஆனாலும் அந்தப் பணத்தை எனக்குத் தருவதற்காக நீங்கள் எவ்வளவு கஷ்டப்பட்டிருப்பீர்கள் என்று நினைக்கும் பொழுது எனக்கு அப்படிச் செய்வதற்கு எந்த வகையிலும் உரிமை இல்லை தான். ஒருவன், மற்ற மனிதர்களுக்கு உதவி செய்ய வேண்டும் என்று விரும்பினாலும்கூட முதலில் அவனுக்கு அதற்கான உரிமை இருக்க வேண்டும். 'உங்களுக்குச் சந்தோஷம் இல்லையென்றால் செத்து ஒழியுங்கள் நாய்களே!' என்ற பிரெஞ்சுப் பழமொழியைப் போல வாழ்வதற்கு வசதி இல்லையென்றால் செத்துவிடத்தான் வேண்டுமா அம்மா!" என்று சொல்லிவிட்டு அவன் சிரித்தான். "இதுதான் சரி, இல்லையா...? சொல்" என்று தனது சகோதரியைப் பார்த்துக் கேட்டான் ரஸ்கோல்னிகோவ்.

"இல்லை... நிச்சயமாக அப்படி இல்லை!" என்று உறுதி யாகப் பதிலளித்தாள் துனியா.

"அட, உனக்கென்று சொந்தமான யோசனைகூட இருக் கிறதே...?" என்று அவளைப் பார்த்துக் கேலியான புன்னகை யோடும், சற்று வெறுப்பான பார்வையோடும் முணுமுணுத்தான் ரஸ்கோல்னிகோவ். "அப்படி நான் நினைக்கவே இல்லையே.. சரி, சரி, அப்படி இருக்குமானால் அதைப் பாராட்ட வேண்டியது தான்! உனக்கும்கூட அதுதான் நல்லது. துனியா, நீ ஓர் எல்லை வரையில் எப்படியோ வந்து விடுகிறாய். அப்புறம் அந்த எல்லையைத் தாண்ட முடியாமல் போய் வருத்தம் அடைந்து விடுகிறாய். ஒரு வேளை அந்த எல்லையைத் தாண்ட முடிந்தால் இன்னும்கூட அதிகமாக வருத்தப்படுவோயோ என்று எனக்குத் தோன்றுகிறது! எப்படியோ இதெல்லாமே உப்புப் பெறாத விஷயங் கள்தான்" என்று எரிச்சலோடு கூறியபடி பேச்சின் போக்கு திசைமாறிப் போவதற்குத் தான் காரணமாகிவிட்டதற்காக வருத்தம் தெரிவித்தபடி பேசினான். "அம்மா, நான் சொல்ல வந்தது இதுதான்! நீங்கள் என்னை மன்னித்துவிட வேண்டும்!" என்று வெடுக்கென்று கூறிவிட்டுத் தனது பேச்சை முடித்துக் கொண்டான் ரஸ்கோல்னிகோவ்.

"ரோட்யா, இப்படியெல்லாம் நீ சொல்ல வேண்டிய தேவையே இல்லை! நீ செய்வது எல்லாமே சரியாகத்தான் இருக்கு

மென்ற நம்பிக்கை எனக்கு இருக்கிறது!" என்றாள் அவனது அம்மா.

"அப்படியெல்லாம் ரொம்பவும் நம்பிக்கை வைத்து விடா தீர்கள்!" என்று முகத்தைச் சுளித்துக்கொண்டு புன்னகைத்தபடி பதிலளித்தான் ரஸ்கோல்னிகோவ்.

அங்கே சிறிதுநேரம் அமைதி நிலவியது. அங்கே நடந்த பேச்சுவார்த்தை, அங்கு பரவியிருந்த அமைதி, அவர்களோடு இணக்கமாகப் பேசி அவன் மன்னிப்புக் கேட்ட விதம் ஆகிய எல்லாவற்றிலுமே, விருப்பமில்லாத, ஏதோ ஒரு செயற்கையான தோரணை, வலுக்கட்டாயமாக வரவழைத்துக்கொண்ட ஒரு பாவனை ஆகியவையே மேலோங்கியிருந்தன. அது, அங்கிருந்த எல்லோருக்குமே நன்றாகப் புரிந்திருந்தது.

'என்னைப் பார்த்து அவர்கள் ஏதோ பயப்படுகிறார்கள் போலிருக்கிறது' என்று நினைத்துக்கொண்ட ரஸ்கோல்னிகோவ் தன் தாயையும், சகோதரியையும் சற்றுக் கோபத்தோடு பார்த்தான். பேச்சை அடக்கிக்கொண்டு அமைதியாக இருக்க வேண்டுமென்று முயற்சி செய்யச் செய்ய இன்னும்கூடக் கோழையாகிக்கொண்டே வந்தாள் பல்கேரியா அலெக்ஸாண்ட்ரோவ்னா.

அவர்கள் அருகில் இல்லாதபோதுதான், தான் அவர்களை அதிகம் நேசித்தோமென்று அவனுக்குத் தோன்றியது.

"ரோட்யா, உனக்குத் தெரியுமா, மார்ஃபா பெத்ரோவ்னா இறந்து போய்விட்டாள்."

"யார் அந்த மார்ஃபா பெத்ரோவ்னா?"

"அடக்கடவுளே! மார்ஃபா பெத்ரோவ்னா ஸ்விட்ரி கைலோவ்! நான்கூட அவளைப் பற்றி உனக்கு நிறைய எழுதி யிருந்தேனே...?"

"ஓ... எனக்கு நினைவிருக்கிறது! அவள் இறந்து போய் விட்டாளென்றா சொல்கிறீர்கள்...?" இப்பொழுதுதான் தூக்கத்தி லிருந்து விழித்தெழுந்தது போல ரஸ்கோல்னிகோவ் கேட்டான். "நிஜமாகவே இறந்துவிட்டாளா? அவள் எப்படி இறந்தாள்?"

"இதைக் கேள்... அவளுக்குத் திடீரென்று வலிப்பு நோய் வந்து தாக்கிவிட்டது." இந்தப் பேச்சில் அவன் ஆர்வம் காட்டி யதைக் கண்டு திருப்தியடைந்த பல்கேரியா அலெக்ஸாண்ட் ரோவ்னா மேலும் தொடர்ந்தாள்: உனக்கு நான் கடிதம் எழுதி அனுப்பினேன் அல்லவா? சரியாக அதேநாள், அதே நேரத்தில் அவள் இறந்துவிட்டாள். அந்தப் பாழாய்ப் போன மனிதன்தான்

அவளது சாவுக்கும் காரணமாகி இருப்பானென்று தோன்றுகிறது! அவன் அவளை மிகப் பயங்கரமாக அடித்ததாக எல்லோரும் சொல்கிறார்கள்."

தன் தங்கையின் பக்கமாகத் திரும்பி அவன் கேட்டான்: "உண்மையிலேயே அவர்களது வாழ்க்கை அப்படித்தான் அமைந் திருந்ததா?"

"இல்லையில்லை! அவர்களது வாழ்க்கை நிஜமாகவே அதற்கு நேர்மாறாகத்தான் இருந்தது. அவர் அவளிடம் மிகவும் பொறுமையாகவும், கண்ணியமாகவும்தான் நடந்துகொண்டார். கடந்த ஏழு ஆண்டுகளில் எத்தனையோமுறை அவர் அவளுக்கு விட்டுக் கொடுத்துப் பொறுமையாகவும்கூட நடந்துகொண்டிருக் கிறார். அப்புறம் திடீரென்று எப்படியோ பொறுமையிழந்து விட்டார்."

"ஏழு வருடங்கள் அவன் அப்படித் தன்னை அடக்கிக் கட்டுப்படுத்திக்கொண்டிருந்துவிட்டதால் அவன் பயங்கரமான வனல்ல என்று நீ சொல்கிறாய். அப்படித்தானே? துனியா, நீ அவனுக்கு ஆதரவாகப் பேசுவது போலத் தோன்றுகிறதே?"

"இல்லையில்லை. அவர் ஒரு பயங்கரமான மனிதர்தான். ஆனாலும் இவ்வளவு கொடூரமான, மோசமான ஒன்றை என்னால் கற்பனை செய்ய முடியவில்லை. அவ்வளவுதான்" என்று பதிலளித்தபோது துனியாவின் உடல் நடுங்கிக்கொண்டிருந்தது. பின்பு, புருவங்களைச் சுளித்துக்கொண்டு சிந்தனையில் மூழ்கிப் போனாள் துனியா.

"அது ஒரு காலை நேரத்தில் நடந்தது" என்றபடி பல்கேரியா அலெக்ஸாண்ட்ரோவ்னா வேகமாக விவரிக்கத் தொடங்கினாள்: "அவள் அவரிடம் நன்றாக அடிவாங்கிய அந்தச் சம்பவத்திற்குப் பிறகு அவள் சாப்பிட்டுவிட்டு டவுனுக்குப் போவதற்காகக் குதிரை களை வண்டியில் பூட்டி தயார்படுத்தச் சொல்லிவிட்டுச் சாப்பிடச் சென்றிருக்கிறாள். எப்போதுமே இப்படி ஏதாவது நடந்துவிட்டால் உடனே டவுனுக்குச் சவாரி போய்விடுவது அவளது வழக்கம்! அன்றைக்கு அவள் நன்றாகச் சாப்பிட்டதாகச் சொல்கிறார்கள்."

"இத்தனை அடிகளை வாங்கிய பிறகா...?"

"அது எப்போதுமே அவளுடைய வழக்கம்தான்! சாப்பிட்டு முடிந்தவுடன் வெளியே போகத் தாமதமாகிவிடக்கூடாதென் பதற்காக உடனேயே குளிக்கச் சென்றிருக்கிறாள். குளிக்கும் சிகிச்சை ஏதோ ஒன்றைத் தொடர்ந்து அவள் செய்து வந்திருக் கிறாள். அதற்காகவென்றே அவர்களது வீட்டில் ஒரு குளிர்ச்சியான

நீரூற்றுகூட இருந்தது. தினமும் அதிலேதான் குளிப்பாள். அன்றைக்கு அந்தத் தண்ணீருக்குள் அவள் இறங்கிய உடனேயே அவளுக்கு வலிப்பு வந்து விட்டது.”

“அப்படித்தான் நினைத்துக்கொள்ள வேண்டியிருக்கிறது” என்றான் ஜோஸிமோவ்.

“அவன் அவளை மிகக் கடுமையாக அடித்தானா?”

“ஒரு வகையில் அப்படியே நடந்திருந்தாலும்தான் என்ன இப்போது?”

“ஹ்ம்...! அம்மா, இப்படிப்பட்ட அற்பத்தனமான வம்பு களைப் பற்றிப் பேச நீ ஏன் இப்படி ஆசைப்படுகிறாய்?” என்று சற்றும் எதிர்பாராமல், திடீரென்று ஏற்பட்ட எரிச்சலோடு கேட்டான் ரஸ்கோல்னிகோவ்.

“ஓ, கண்ணே!... நிஜமாகவே எனக்கு என்ன பேசுவதென்றே தெரியவில்லையப்பா” என்று வெடித்துப் புலம்பினாள் பல்கேரியா அலெக்ஸாண்ட்ரோவ்னா.

“நீங்கள் என்னைக் கண்டோ அல்லது வேறு ஏதாவது ஒரு விஷயத்திற்காகவோ பயப்படுகிறீர்களா?” என்று மர்மமான ஒரு புன்னகையோடு கேட்டான் ரஸ்கோல்னிகோவ்.

“உள்ளபடி சொல்லப் போனால் அதுதான் உண்மை” என்று தன் சகோதரனை நேருக்கு நேராகக் கோபமாகப் பார்த்தபடி சொன்னாள் துனியா. “மாடிப்படிகளில் ஏறும் பொழுதே அம்மா பயந்து நடுங்கியபடி சிலுவைக் குறி போட்டுக்கொண்டு வந்தாள், தெரியுமா?”

அவனது முகம் இழுப்பு வந்ததைப் போல முறுக்கிக் கொண்டது.

“ஏய், துனியா, நீ ஏன் அதைப் போய்ச் சொன்னாய்? ரோட்யா, தயவுசெய்து கோபப்படாதே! துனியா, ஏன் இப்படி நடந்துகொண்டாய்?” பல்கேரியா அலெக்ஸாண்ட்ரோவ்னா மனக் குழப்பத்துடன் பேசினாள். “இரயிலில் வரும்போது நாம் ஒருவரை ஒருவர் நெடுநாட்களுக்குப் பிறகு பார்த்துக்கொள்ளப்போவதைப் பற்றியும், எல்லா விஷயங்களையும் பேசிக்கொள்ளப் போவது பற்றி யும் முழுநேரமும் நான் நினைத்துக்கொண்டே வந்தேன். ரொம்ப மகிழ்ச்சியாக இருந்தேன். அதனால் பிரயாணக் களைப்பைக்கூட நான் பொருட்படுத்தவில்லை. ஆனால்... இப்போது நான் என்ன சொல்லிக்கொண்டிருக்கிறேன்...? இப்போதும்கூட நான் சந்தோஷ

மாகத்தான் இருக்கிறேன். என்ன இருந்தாலும் நீ அதைச் சொல்லி யிருக்கக்கூடாது, துனியா! ரோட்யா, உன்னைச் சும்மா பார்த்துக் கொண்டிருந்தாலே போதும். அதுவே எனக்குச் சந்தோஷமாகத் தான் இருக்கிறது!"

"ஸ்ஸ்... அம்மா போதும், அம்மா, போதும்.. கொஞ்சம் பொறுத்துக்கொள்ளுங்கள். நாம் பேசுவதற்கு இனிமேல் நிறைய நேரம் இருக்கிறது. நாம் பேசுவோம், எல்லாவற்றையும் பேசுவோம். எந்தவிதமான இடையூறுமின்றித் தெளிவாகப் பேசுவோம்!" என்று முணுமுணுத்தான் ரஸ்கோல்னிகோவ். மனக் குழப்பத்துடன் அம்மாவைப் பார்க்காமலேயே அவன் பேசினான். ஆனால் அவளது கரங்களை மெல்லப் பற்றி அழுத்தியபடி தன் அன்பை அவன் தெரிவித்துக்கொண்டான். இதைச் சொல்லி முடித்தவுடன் திடீரென்று ஏற்பட்ட எல்லை கடந்த மனக்குழப்பங்களினால் அவன் முகம் சடாரென்று வெளுத்துப் போனது. முன்பு அவனுக்கு ஏற்பட்ட அதே பயங்கரமான உணர்வு அவனுக்குள்ளே கடுமையாகத் தாக்கியது. கடுமையான சில்லென்ற ஒருவிதமான குளிர்ச்சி அவனது உடலுக்குள் பாய்ந்து பரவி அவனது ஆன்மா விற்குள்ளும் ஊடுருவியது. சற்றுமுன் தான் சொன்னது ஒரு பயங் கரமான பொய் என்பதை அவன் மிகத் தெளிவாகவும் அழுத்த மாகவும் உணர்ந்திருந்தான். இனிமேல் எவரிடமும் எதையும் பேசக் கூடாத நிலைதான் தனக்கு நேரப் போகிறதே தவிர, மனம் விட்டுப் பேசும் தருணம் தனக்கு வாய்க்கவே போவதில்லை என்ற எண்ணம் அவனைக் கடுமையாகத் தாக்கியது. அதன் அலைக் கழிப்பில் ஒரு கணம் தன்னை மறந்தவனாய் எழுந்துகொண்ட அவன் யாரையும் பார்க்காமல் கதவை நோக்கி நடக்கத் தொடங்கி னான்.

"உனக்கு என்ன ஆயிற்று?" என்று உரக்கக் கத்தியபடி ஓடிச் சென்று அவனது தோளைப் பற்றி நிறுத்தினான் ரஸுமிகின். மீண்டும் தான் உட்கார்ந்திருந்த இடத்திலேயே வந்து உட்கார்ந்து கொண்ட ரஸ்கோல்னிகோவ், தன்னைத்தானே ஒருமுறை பார்த்துக்கொண்டான். எல்லோரும், மனதில் குழப்பம் மேலிட மிக அமைதியாக அவனையே உற்றுப் பார்த்துக்கொண்டிருந்தனர்.

"ஏன் இப்படி எல்லோரும் ஒரேடியாய் அலுப்புற்றுப் போய்க் கிடக்கிறீர்கள்?" என்று திடீரென்று எல்லோரையும் பார்த்து உரக்கக் கத்தினான் ரஸ்கோல்னிகோவ். இதை யாரும் கொஞ்சமும் எதிர்பார்க்கவில்லை. "ஏதாவது பேசுங்கள்!.. இப்படிச் சும்மா உட்கார்ந்திருப்பதால் என்ன பயன்? வாருங்கள், பேசுங்கள். உம்ம்...

நாம் எல்லோருமே பேசலாம்... எதுவுமே பேசாமல் இப்படிச் சும்மா உட்கார்ந்திருப்பதற்காகவா நாமெல்லோரும் ஒன்று சேர்ந்திருக்கிறோம்? எதையாவது பேசுங்கள்!"

"கடவுள்தான் காப்பாற்றினார். நேற்றுப் போலவே ஏதாவது நடந்துவிடுமோ என்று நான் பயந்துகொண்டிருந்தேன்" என்று சொல்லியபடி நெஞ்சில் சிலுவைக் குறியிட்டுக்கொண்டாள் பல்கேரியா அலெக்ஸாண்ட்ரோவ்னா.

"என்ன பிரச்சினை, ரோட்யா, உனக்கு?" என்று அவன் மீது நம்பிக்கை இல்லாதவளாகக் கேட்டாள் அவ்தோத்யா ரொமனோவ்னா.

"ஓ... ஒன்றுமில்லை. வேறேதோ ஒன்று திடீரென்று ஞாபகம் வந்துவிட்டது!" என்று பதிலளித்தபடி சிரித்தான் ரஸ்கோல்னிகோவ்.

"அப்படியென்றால் சரிதான். இல்லாவிட்டால் நான் வேறு விதமாக நினைத்திருப்பேன்" என்று முணுமுணுத்தபடி எழுந்தான் ஜோஸிமோவ். "நேரமாகிவிட்டது நான் கிளம்புகிறேன். ஒருவேளை, திரும்ப உன்னைப் பார்க்க வந்தாலும் வருவேன்" என்று சற்று பணிவாகக் குனிந்து, எல்லோரிடமும் பார்வையினாலேயே விடை பெற்றுக்கொண்டு, அறையைவிட்டு வெளி யேறினான் ஜோஸிமோவ்.

"என்ன ஓர் அற்புதமான மனிதர் இவர்!" என்றாள் பல்கேரியா அலெக்ஸாண்ட்ரோவ்னா.

"ஆமாம், ரொம்ப நல்லவர், மிகவும் கெட்டிக்காரர். நன்கு படித்தவர், புத்திசாலி!" என்று முன் எப்போதும் காட்டியிராத உற்சாகத்தோடும், வேகத்தோடும் அடுக்கிக்கொண்டே போனான் ரஸ்கோல்னிகோவ். நான் நோய்வாய்ப்படுவதற்கு முன்பே இவரைச் சந்தித்திருக்கிறேன். ஆனால் எங்கே என்றுதான் ஞாபகமில்லை. ஆனால் எங்கேயோ அவரை முன்பே சந்தித்திருக்கிறேன் என்று தான் நினைக்கிறேன். இதோ, இன்னொரு அருமையான மனிதன்" என்று ரஸுமிகினைச் சுட்டிக்காட்டியபடி கூறினான் ரஸ்கோல்னி கோவ். "உனக்கு இவனைப் பிடித்திருக்கிறதா, துனியா?" என்று அவளைப் பார்த்துக் கேட்ட அவன், என்னவென்று அறியாத ஏதோ ஒரு காரணத்தைத் தனக்குள் நினைத்துக்கொண்டவனாகத் திடீரென்று சிரித்தான்.

"ஆமாம், பிடித்திருக்கிறது" என்று துனியா பதிலளித்தாள்.

"ப்பூ! – எப்படிப்பட்ட பன்றிப் பயல் நீ!" என்று மிகவும் கூச்சத்துடன் அவனைப் பார்த்துச் சொன்ன ரஸுமிகின் சங்கடமாக உணர்ந்தான். மனக்குழப்பத்துடன் நாற்காலியிலிருந்து மெல்ல எழுந்திருக்கவும் செய்தான்.

பல்கேரியா அலெக்ஸாண்ட்ரோவ்னா மிக இலேசாகப் புன்னகைத்தாள். ஆனால் ரஸ்கோல்னிகோவோ அடக்க முடியாமல் குமுறிக் குமுறிச் சிரித்துக்கொண்டிருந்தான்.

"ஆமாம், நீ எங்கே கிளம்பிவிட்டாய்?" என்று ரஸுமிகினைப் பார்த்துக் கேட்டான் ரஸ்கோல்னிகோவ்.

"நானும் போயாக வேண்டுமல்லவா?"

"இப்போது நீ போவதற்கு எந்த அவசியமும் நேர்ந்துவிடவில்லை. பேசாமல், சும்மா இங்கேயே இரு. ஜோஸிமோவ் போய்விட்டால் நீயும் போயாக வேண்டுமா? வேண்டாம். ஆமாம்... இப்பொழுது நேரம் என்ன? பன்னிரெண்டு மணிதான் ஆகிறதா? துனியா, எத்தனை அழகான, சிறிய கடிகாரம் வைத்திருக்கிறாய் நீ! ஆமாம், மறுபடியும் ஏன் நீங்களெல்லோரும் இப்படி அமைதியாகிவிட்டீர்கள்! என்னை மட்டும் பேசவைத்துக்கொண்டே இருக்கிறீர்கள்!"

"இந்தக் கடிகாரம், மார்ஃபா பெத்ரோவ்னா எனக்குத் தந்த அன்பளிப்பு" என்று துனியா பதிலளித்தாள்.

"ரொம்ப விலை மதிப்புள்ளதும்கூட..." என்றுகூடவே சொன்னாள் அம்மா.

"ஆ... பெண்கள் அணியும் கடிகாரத்தைப் போல அல்லாமல் ரொம்பப் பெரியதாக இருக்கிறது!"

"எனக்கு இப்படி இருப்பதுதான் பிடித்திருக்கிறது" என்றாள் துனியா.

"அப்படியானால் இது அவளைக் கல்யாணம் செய்து கொள்ளப் போகிறவர் கொடுத்த பரிசு கிடையாது" என்று தனக்குள் நினைத்துக்கொண்டான் ரஸுமிகின். ஏதோ ஒரு காரணத்தால் அவனுக்கு அதில் சற்று மகிழ்ச்சியும் ஏற்பட்டிருந்தது.

"ஒருவேளை, இது லூசின் தந்த அன்பளிப்பாக இருக்குமோ என்று நினைத்தேன்" என்று வெளிப்படையாகவே அதைக் குறிப்பிட்டான் ரஸ்கோல்னிகோவ்.

"இல்லை... இதுவரைக்கும் துனியாவுக்கு அவர் எந்த விதமான அன்பளிப்புகளையும் கொடுக்கவில்லை."

“ஆ... அம்மா, நான் முன்பொருமுறை காதல் வயப்பட்டதும், கல்யாணம் செய்துகொள்ள ஆசைப்பட்டதும் உனக்கு நினைவிருக்கிறதா?” என்று தன் அம்மாவைப் பார்த்தபடியே அவன் கேட்டான். திடீரென்று வேறொரு விஷயத்திற்குத் தாவிவிட்ட தன் மகனையும், அவனது மாறிவிட்ட தொனியையும் கண்டு ஒரு கணம் குழப்பமடைந்து போனாள் அம்மா.

“ஓ, ஆமாம், என் கண்ணே, எனக்கு அது நன்றாக நினைவிருக்கிறது” என்ற பல்கேரியா அலெக்ஸாண்ட்ரோவ்னா துனியாவுடனும், ரஸுமிகினுடனும் தனது பார்வைகளைப் பரிமாறிக்கொண்டாள்.

“ஹ்ம்...! ஆமாம்! அவளைப் பற்றி உங்களிடம் நான் என்னவென்று சொல்வது? எனக்கு அதிகமாக ஞாபகம்கூட இல்லை. அவள் கொஞ்சம் பலவீனமானவள்” என்று மீண்டும் தன் கனவு காணும் கண்களைத் தரையை நோக்கித் தாழ்த்திக்கொண்டு பழைய காதலியின் நினைவுகளில் மிதந்தவண்ணம் அவளைப் பற்றித் தொடர்ந்து பேசிக்கொண்டிருந்தான் அவன். எப்பொழுதுமே ஏதோ உடல் நலம் குன்றியவளாகவே அவள் இருந்துகொண்டிருந்தாள். பிச்சைக்காரர்களுக்குத் தானம் கொடுப்பது அவளுக்கு ரொம்பப் பிடிக்கும்! எப்பொழுதும் அவள் ஏதோ ஓர் ஆசிரமத்தைப் பற்றிக் கனவு கண்டுகொண்டே இருப்பாள். ஒரு முறை அதைப் பற்றி என்னிடம் சொல்லத் தொடங்கியபோது கண்ணீர் பெருக, அவள் உடைந்து போனாள். ஆமாம், எனக்கு ஞாபகம் இருக்கிறது! அவள் மிகவும் சாதாரணமானவள்தான். என்னை அவள் பால் ஈர்த்தது எதுவென்று எனக்கு உண்மையாகவே தெரியாது. அவள் எப்போதுமே ஒரு நோயாளியாக இருந்ததனால்கூட எனக்கு அப்படிப்பட்ட உணர்வு அவளிடம் ஏற்பட்டிருக்கலாம். ஒருவேளை அவள் முடமானவளாகவோ, கூன் முதுகு உடையவளாகவோ இருந்திருந்தால் – இன்னும்கூட அதிகமாக நான் அவளை நேசித்திருக்கக்கூடும் (அவன் நினைத்துப் பார்த்துப் புன்னகை செய்துகொண்டான்) அது வெறுமனே ஒரு பருவக் கோளாறுதான்!”

“இல்லை.” அந்தக் காதல் நிச்சயமாக அப்படிப்பட்டதாக இருக்க முடியாது!” என்று மிகவும் வேகமாக மறுத்து உறுதிபடக் கூறினாள் துனியா.

அவன் தனது தங்கையை ஆழமாகக் கவனித்துக்கொண்டிருந்தது போலத் தோன்றினாலும், அவளுடைய இந்தச் சொற்கள் அவனது செவிகளில் விழுந்ததாகவோ, அவற்றை அவன் புரிந்துகொண்டதாகவோ தெரியவில்லை. பிறகு ஆழ்ந்த வருத்தத்தினால்

பொங்கி வழிந்துகொண்டிருப்பவனைப் போன்ற தோரணையுடன் எழுந்து நேரே தன் தாயிடம் சென்று அவளுக்கு ஒரு முத்தம் கொடுத்துவிட்டுத் திரும்பவும் தனது இடத்திற்கு வந்து உட்கார்ந்து கொண்டான்.

"நீ இன்னும் அவளை நேசிக்கிறாயா?" என்று நெகிழ்ந்து போனவளாகக் கேட்டாள் பல்கேரியா அலெக்ஸாண்ட்ரோவ்னா.

"அவள் யார்? இன்னும் என்றால் என்ன அர்த்தம்... ஓ... நீங்கள் அவளைப் பற்றிப் பேசிக்கொண்டிருக்கிறீர்கள், இல்லையா...? இல்லை! அதெல்லாம் இப்போது இன்னொரு உலகத்தின் சமாச்சாரங்களாகி விட்டன. வெகுகாலத்திற்கு முன்பாக நடந்த விஷயங்களாகத் தென்படுகின்றன. ஆமாம், இப் போதெல்லாம் என்னைச் சுற்றி நடக்கிற எல்லாமே, வேறெங்கோ நடந்துகொண்டிருப்பதைப் போலத்தான் எனக்குத் தோன்றுகிறது."

அவன் அவர்களைத் துளைப்பதைப் போலப் பார்த்தான். மீண்டும் தொடர்ந்தான்: "உங்களையெல்லாம்கூட நான் ஆயிரம் மைல்களுக்கு அப்பாலிருந்து பார்த்துக்கொண்டிருப்பது போலத் தான் இருக்கிறது. ஆனால் நாம் ஏன் இதைப் பற்றியெல்லாம் பேசிக்கொண்டிருக்கிறோம் என்பது கடவுளுக்குத்தான் தெரியும். ஏன் இப்படி என்னிடம் கேள்விகளாகக் கேட்டுக்கொண்டே இருக் கிறீர்கள்?" என்று திடீரென்று எரிச்சலோடு கூறிய அவன், நகத்தைக் கடித்துக்கொண்டு மீண்டும் சிந்தனையில் ஆழ்ந்தபடி மௌனமாகிப் போனான்.

"ரோட்யா, உன்னுடைய அறைதான் எப்படிப் பயங்கர மானதாக இருக்கிறது... ஒரு சவப் பெட்டியைப் போல...!" அங்கே நிலவிய அமைதியைக் கலைத்தபடி பல்கேரியா அலெக்ஸாண்ட் ரோவ்னாதான் இவ்வாறு தன் மகனிடம் பேசினாள். "உன்னுடைய மனச் சோர்வுக்குப் பாதிக்கு மேல் இந்த அறைதான் காரணமாக இருக்குமென்று எனக்கு உறுதியாகப்படுகிறது!"

"என்னுடைய அறைதானே?" என்று மிகவும் சலிப்புடன் சொன்னான் ரஸ்கோல்னிகோவ். "ஆமாம், உண்மைதான், இந்த அறைக்கும் அதில் ஒரு பெரிய பங்கு உண்டுதான்! அதைப் பற்றி நான்கூட நினைத்ததுண்டு! எப்படி ஒரு வினோதமான விஷயத்தை நீங்கள் சொல்லியிருக்கிறீர்கள் என்பது மட்டும் உங்களுக்குப் புரிய வந்தால்..." என்று மர்மமான ஒரு புன்னகையுடன் அரைகுறையாக அவன் பேசிக்கொண்டிருந்தான்.

மூன்றாண்டுகளுக்கும் மேலாக அவனைப் பிரிந்திருந்த குடும் பத்தினர் மீண்டும் அவனோடு சேர்ந்திருக்கும் அந்த வேளையில்

எந்த விஷயத்தைப் பற்றிப் பேசினாலும் கவனத்தோடு யோசித்துத் தான் பேசவேண்டியதாக இருந்தது. உண்மையாகவே அவர்கள் எது குறித்து மிக அவசியமாகப் பேசியாக வேண்டுமோ, அதைப் பற்றி அவர்களால் பேச முடியவே இல்லை. அவர்கள் மிக நெருக்க மான தொனியில் பேசிக்கொண்டிருந்தாலும்கூடச் சம்பந்தமே இல்லாமல் வேறு எதையெதையோ பற்றித்தான் பேசிக் கொண்டிருந்தார்கள். அது எல்லோராலுமே பொறுத்துக்கொள்ள முடியாததாகத்தான் இருந்தது. ஆனாலும் குறிப்பிட்ட ஒரு விஷயத்தைப் பற்றி அன்றே அவசரமாக, அவசியமாகப் பேச வேண்டி இருந்தது. அதை ஏதாவது ஒருவிதத்தில் முடிவுக்குக் கொண்டுவந்தாக வேண்டிய கட்டாயமும் அவர்களுக்கு இருந்தது. ரஸ்கோல்னிகோவ் உறக்கத்திலிருந்து விழித்தெழுந்தபோதே தன் மனதை அதற்கு ஆயத்தப்படுத்திக்கொண்டிருந்தான். இப்போது தன் முன்னால் உள்ள சிக்கல்களிலிருந்து தப்பித்துக்கொள்ள ஒரு வழியாகப் பேச்சை அந்தப் பக்கம் திருப்புவதில் அவன் நிம்மதியும் மகிழ்ச்சியும் அடைந்திருந்தான்.

"இதோபார், துனியா" என்று வறண்டுபோன தொனியில், மிகத் தீவிரமாகப் பேச்சைத் தொடங்கினான் அவன். "நேற்று அப்படி நடந்துகொண்டதற்காக உன்னிடம் உண்மையிலேயே நான் மன்னிப்புக் கேட்டுக்கொள்கிறேன். ஆனால் எனக்குள்ள கடமையைப் பொறுத்தமட்டில் நான் என்னுடைய முடிவினை யாருக்காகவும் விட்டுத்தர மாட்டேன். இதையும் உன்னிடம் தெளிவுபடுத்திவிட வேண்டும் என்பதே என் விருப்பம். உனக்கு நான் வேண்டுமா அல்லது அந்த லூசின் வேண்டுமா என்று நீ முடிவு செய்துவிட வேண்டும். நான்தான் எதற்கும் உதவாத வனாகப் போய்விட்டேன். என்னுடைய வாழ்க்கை நாசமாகிப் போய்விட்டது. ஆனால் உன்னுடைய வாழ்க்கை அப்படி ஆகி விடக்கூடாது. ஒருத்தருடைய வாழ்க்கை வீணானது போதும். லூசினை மட்டும் நீ திருமணம் செய்துகொண்டாய் என்றால் அந்த நிமிடமே உன்னை என் தங்கை என்று சொல்வதையும் நான் நிறுத்திவிடுவேன்."

"ரோட்யா, ரோட்யா! என்ன இது? மறுபடியும் எல்லாமே நேற்று மாதிரியே நடக்க ஆரம்பித்துவிட்டதே?" என்று கவலை யோடு கண்ணீர் விட்டுக் கதறினாள் பல்கேரியா அலெக்ஸாண்ட் ரோவ்னா. "நீ எதற்கும் உதவாதவன் என்று திரும்பத் திரும்ப அதையே ஏன் சொல்லிக்கொண்டிருக்கிறாய்? என்னால் அதைச் சகித்துக்கொள்ளவே முடியவில்லை. நேற்று நடந்தது போலவே தான் இன்றும் நடந்துகொண்டிருக்கிறது."

"அண்ணா" என்று உறுதியாகவும் தன் சகோதரனைப் போலவே வறட்சியான குரலிலும் அழைத்தாள் துனியா. "இந்த

இடத்தில்... உன் பங்குக்கு நீ ஒரு தவறு செய்கிறாய். நேற்று ராத்திரியிலிருந்து நான் அந்தத் தவறைத் திருத்தவும் முயற்சி செய்துகொண்டிருக்கிறேன். யாருக்காகவோ நான் என்னையே தியாகம் செய்ய முன் வந்திருப்பதாக நீ நினைத்துக்கொண்டி ருக்கிறாய். அதுதான் சிக்கலுக்குக் காரணம். அப்படிப்பட்ட நினைப்பு, முழுக்க முழுக்கத் தவறானது. நான் எனக்காக மட்டும் தான் திருமணம் செய்துகொள்கிறேன். வாழ்க்கையில் எனக்குச் சில பிரச்சினைகள் இருப்பதுதான் அதற்குக் காரணம். ஒருவேளை இந்தத் திருமணத்தால் என் குடும்பத்தினருக்குச் சிறிது உதவி கிடைக்குமானால் அது உண்மையாகவே எனக்கும் திருப்தியாகத் தான் இருக்கும். ஆனால் நான் எடுத்த முடிவுக்கு அது மட்டுமே ஒரு முக்கியக் காரணமில்லை."

'இவள் பொய் சொல்கிறாள்!' என்று தனக்குள் நினைத்துக் கொண்ட அவன் ஆத்திரத்துடன் நகத்தைக் கடித்துக்கொண்டான். 'இவள் ஒரு கர்வக்காரி. இந்தத் திருமணத்தால் எனக்குப் பலன் கிடைக்க வேண்டும் என்று தான் விரும்புவதை ஒப்புக்கொள்ள இவளுக்கு விருப்பமில்லை. என்ன ஓர் ஆணவம்! கொஞ்சம்கூட கௌரவமில்லாத போக்கு. இவர்களுடைய அன்புகூட எனக்கு வெறுப்பைத்தான் தருகிறது. ஓ... எப்படி... நான் இவர்களை வெறுக்கிறேன். இவர்கள் எல்லோரையும் நான் வெறுக்கிறேன்.'

"இதோ பார், பீட்டர் பெத்ரோவிச்சை நான் திருமணம் செய்துகொள்ளத்தான் போகிறேன். இரண்டு தீமைகளில் மிகக் குறைவான ஒன்றை நான் தேர்ந்தெடுத்திருக்கிறேன்! அவர் என்னிடம் என்னவெல்லாம் எதிர்பார்க்கின்றாரோ அவற்றையெல் லாம் கௌரவமான முறையில் நிறைவேற்ற நான் தயாராக இருக் கிறேன். நான் அவரை ஏமாற்றப் போவதில்லை. ஆமாம், எதற்காக நீ இப்பொழுது சிரித்தாய்?"

கோபத்தால் சிவந்து போன அவளுடைய கண்கள் சினத்தைக் கக்கிக்கொண்டிருந்தன.

"அப்படியென்றால்... அவன் எதிர்பார்ப்பதையெல்லாம் நீ நிறைவேற்றிவிடுவாய்...! அப்படித்தானே?" என்று வெறுப்பான புன்னகையோடு அவன் அவளைக் கேட்டான்.

அதுவும்கூட ஓர் எல்லைக்கு உட்பட்டுத்தான். பீட்டர் பெத் ரோவிச் என்னைப் பெண் கேட்ட தோரணையும், அவரது போக்கும் அவருக்கு வேண்டியது என்ன என்பதை எனக்குத் தெளிவாகக் காட்டிவிட்டன. அவர் தன்னைப்பற்றிக் கொஞ்சம் அதிகமாக நினைத்துக்கொண்டிருப்பதென்னவோ உண்மைதான். ஆனால் என்னையும் அதுபோல மிக உயர்வாக மதிப்பதாகத்தான் நான் நம்புகிறேன். ஆமாம், ஏன் மறுபடியும் சிரித்தாய்?"

“அதுசரி, ஆனால் இதைச் சொல்வதற்குள் நீ எத்தனை கூச்சப்படுகிறாய்…? எத்தனை கூச்சப்படுகிறாய்…? இதிலிருந்து எல்லாம் நன்றாகத் தெரிகிறது. நீ பொய் சொல்லுகிறாய், சகோதரி! துணிந்து பொய் சொல்லுகிறாய்! பெண்களுக்கே உரிய வீண் பிடிவாதத்தோடு, உன் வழியில் எனக்கு நன்மை செய்வதாக நினைத்து எனக்கு எதிராக நீ வேண்டுமென்றே இப்படி நடந்து கொள்கிறாய். லூசினுக்கு மரியாதை செய்து, மதிப்புக் கொடுத்து அவனை உன்னால் ஏற்றுக்கொள்ளவே முடியாது. மிகவும் கீழ்த்தரமானவன் அவன். அவனைப் பார்த்ததிலிருந்து, அவனோடு பேசியதிலிருந்து இதனை மிகத் தெளிவாக நான் புரிந்துகொண்டு விட்டேன். அவனை நீ மனப்பூர்வமாக ஏற்றுக்கொள்ளவில்லை. பணத்திற்காக உன்னை நீயே அவனிடம் விற்றுக்கொள்கிறாய். எந்த வகையில் பார்த்தாலும் இது மிகவும் கீழ்த்தரமான நடத்தையே ஆகும். அதுதான் உண்மை! ஏதோ அதற்காக நீ கொஞ்சமாவது வெட்கப்படுகிறாயே…! இதனை நினைத்து நான் சந்தோஷப்படுகிறேன்!”

“நீ சொல்வதில் கொஞ்சம்கூட உண்மையில்லை. நான் ஒன்றும் பொய் சொல்லவில்லை” என்று முற்றிலும் பொறுமை யிழந்தவளாக உரக்கக் கத்தினாள் துனியா.

“அவர் என்னை உயர்வாகவும் கௌரவமாகவும் நடத்துவார் என்ற நம்பிக்கையில்லாமல் நான் அவரைத் திருமணம் செய்து கொள்ளப் போவதில்லை. அதேபோல அவரை நான் மதிக்க முடியும், மரியாதை கொடுக்க முடியும் என்று தோன்றவில்லை யென்றாலும்கூட நான் அவரை மணந்துகொள்ள மாட்டேன்! அதிர்ஷ்டவசமாக அந்த விஷயங்களில் சந்தேகமே இல்லை என்று இன்றைக்கு, இப்போது என்னால் அடித்துச் சொல்ல முடியும். அப்படிப்பட்ட திருமணம் நீ சொல்வதைப் போல நிச்சயமாக அகௌரவமானதாக இருக்கவே முடியாது!

ஒருவேளை நீ சொல்வது நிஜமாகவே இருந்து, நான் கீழ்த் தரமான ஒரு விஷயத்திற்கே உடன்பட்டு போயிருக்கிறேன் என்று வைத்துக்கொண்டாலும்கூட, இப்படி இரக்கமில்லாத கொடூரத் துடன் இப்போது நீ பேசியதைப் போல நடந்துகொள்வது முறை யானதுதானா? உன்னால்கூடச் செய்ய முடியாத, உன்னால்கூட மேற்கொள்ள முடியாத ஒரு வீரதீர சாகசத்தை என்னிடமிருந்து நீ ஏன் எதிர்பார்க்கிறாய்? ஒரு கொடுங்கோலனைப் போல, ஒரு சர்வாதிகாரியைப் போல நீ ஏன் நடந்துகொள்கிறாய்? ஒருவேளை நான் யாரையாவது அழிப்பதாக இருந்தாலும்கூட நான் என்னையேதான் அழித்துக்கொள்வேனே தவிர வேறு எவரையும் அழிக்கமாட்டேன். நான் யாரையும் கொல்லவில்லை!… நீ ஏன்

என்னை இப்படிப் பார்க்கிறாய்? நீ ஏன் இப்படி வெளிறிப் போய் விட்டாய்... ரோட்யா, என் அன்பே, உனக்கு என்னாயிற்று... ரோட்யா... ரோட்யா..."

"அவன் இப்போது மயக்கம் போட்டு விழப் போகிறான்... தப்பு உன்மேல்தான்..." என்று பல்கேரியா அலெக்ஸாண்ட்ரோவ்னா உரக்கக் கத்தினாள்.

"இல்லை, இல்லை, ஒன்றுமில்லை. எதற்கெடுத்தாலும் நான் மயக்கம் போட்டு விழுந்துவிடுவேன் என்றே எப்போது பார்த்தாலும் நீங்கள் நினைத்துக்கொண்டே இருக்கிறீர்கள். ஹ்ம்... ஆமாம், இப்போது நான் என்ன சொல்லிக்கொண்டிருந்தேன்? ஓ... ஆமாம்... அவன் உன்னை மதிக்கிறானென்றும், உன்னாலும் அவனை மதிக்க முடியும் என்றும் எப்படி உன்னால் இன்று உன்னை சமாதானப்படுத்திக்கொள்ள முடிந்தது? 'இன்றைக்கு' என்று நீ மிகவும் குறிப்பாகச் சொல்வதற்கு என்ன காரணம்? அப்படி நீ சொன்னதாகத்தான் நான் நினைக்கிறேன். இல்லை யென்றால் எனக்குத்தான் தவறாக அப்படிக் காதில் விழுந்து விட்டதா?"

"அம்மா, பீட்டர் பெத்ரோவிச்சின் கடிதத்தை அண்ணனிடம் காட்டுங்கள்" என்றாள் துனியா.

நடுங்கும் கரங்களுடன் அவனிடம் அந்தக் கடிதத்தைக் கொடுத்தாள் அம்மா. மிகவும் ஆர்வத்தோடு அந்தக் கடிதத்தை வாங்கிக்கொண்ட அவன், அதைப் பிரிப்பதற்கு முன்பு, சடா ரென்று திரும்பி துனியாவின் முகத்தை மிகவும் வியப்போடும், ஆச்சரியத்தோடும் உற்று நோக்கினான்.

"ரொம்ப ஆச்சரியமாகத்தான் இருக்கிறது" என்று அமைதி யாகக்கூறிய அவன், தனது சிந்தனையில் அப்போதுதான் தோன்றிய ஒரு புதிய கருத்தினால் பாதிக்கப்பட்டவனாக, இப்படிச் சொன்னான்: "இதற்குப் போய் நான் ஏன் இவ்வளவு அலட்டிக் கொள்ள வேண்டும்? உனக்கு யாரைப் பிடிக்கிறதோ அவரை நீ திருமணம் செய்துகொள்ளேன்!"

இதனை அவன் தனக்குத்தானே சொல்லிக்கொண்ட போதும், அதனை அவன் சற்று உரக்கவே சொன்னான். உடனேயே திரும்பித் தனது சகோதரியைப் பார்த்தவன், சில நொடிகள் அவளையே வைத்த கண் மாறாமல் பார்த்துக் கொண்டிருந்தான்.

இறுதியாக, இன்னும்கூடத் தனது ஆச்சரியம் விலகியிராத முகபாவனையுடன் கடிதத்தைப் பிரித்து, மிகவும் மெதுவாக,

மிகவும் நிதானமாக, மிகவும் கவனமாகப் படிக்கத் தொடங்கினான். முழுதாக இரண்டு தடவைகள் அந்தக் கடிதத்தை அவன் படித்தான். பல்கேரியா அலெக்ஸாண்ட்ரோவ்னா மிகவும் குழப்ப மடைந்தவளாகக் காணப்பட்டாள். ஏதோ அசாதாரணமான ஒன்று நிகழப் போகிறது என்று அங்கிருந்த அனைவருமே எதிர் பார்த்துக்கொண்டிருப்பதைப் போல இருந்தது அங்கிருந்த சூழ்நிலை. ஒரு கலக்கம் தரும் அமைதி அங்கே நிலவியிருந்தது.

"எனக்கு மிகவும் ஆச்சரியமாக இருக்கிறது!" என்று எந்தவித மான கோபமோ, பதற்றமோ இல்லாமல், மிக நிதானமாகத் திரும்பித் தனது அம்மாவிடம் அந்தக் கடிதத்தைக் கொடுத்தான் ரஸ்கோல்னிகோவ். அதன்பின், யாரையும் நேரடியாகப் பார்த்துப் பேசாமல், எங்கோ பார்த்தபடி அவன் பேசத் தொடங்கினான்: "அவன் ஒரு வியாபாரி, ஒரு வக்கீலும்கூட. அவனுடைய பேச்சு வார்த்தை எல்லாமே செயற்கையாகத்தான் இருந்தது. ஆனால் அவன் எழுதியிருக்கும் இந்தக் கடிதத்தைப் பார்த்தால் ஏதோ படிப்பறிவில்லாதவன் எழுதியிருப்பது போல இல்லையா?"

அங்கிருந்த எவரும் இவன் இப்படிச் சொல்லுவான் என்று எதிர்பார்க்கவில்லை. இதற்கு நேர்மாறாக எதையாவது சொல் வான் என்று அவர்கள் எதிர்பார்த்திருந்தனர். எனவே திடீரென்று அங்கே ஒரு சலசலப்பு ஏற்பட்டது.

"ஆமாம், அப்படித்தான் தெரிகிறது. ஆனால் அவர் களெல்லாம் இப்படி எழுதுவதுதான் வழக்கம்!" என்று சட் டென்று சொன்னான் ரஸுமிகின்.

"நீ அதைப் படித்துப் பார்த்தாயா?"

"ஆமாம்!"

"ரோட்யா, நாங்கள்தான் சற்று முன்பு அந்தக் கடிதத்தை அவனிடம் காட்டி ஆலோசனை கேட்டோம்" என்று சற்று சங்கடத்துடன் அவனிடம் சொன்னாள் அம்மா.

"இது சட்டத்துறையோடு சம்பந்தப்பட்டவர்களுக்கே உரியதான தனிப்பட்ட மொழி நடையில் இருக்கிறது!" என்று குறுக்கிட்டுச் சொன்னான் ரஸுமிகின். "சட்ட ஆவணங்கள் எல்லாமே இப்படி எழுதப்படுவது வழக்கம்."

"சட்டத்துறை...? ஆமாம், ஆமாம். இது சட்ட அறிக்கையை போலவோ, வியாபாரத் தோரணையிலோதான் இருக்கிறது. அதற்காக ரொம்பவும் முட்டாள்தனமானது என்றும் இதைச் சொல்ல முடியாது. ஆனால் நன்றாகப் படித்தவர்கள் எழுதக்கூடிய முறையில் இது இல்லை! சுத்த வியாபாரத்தனமாக இருக்கிறது!"

“பீட்டர் பெத்ரோவிச் ஒன்றும் அதிகம் படித்தவர் இல்லை. அதைக் காட்டிக்கொள்ளாமல் மறைத்து வைக்கவும் அவர் முயற்சி செய்யவில்லை. தான் சுய முயற்சியிலேயே உருவாகி வந்த மனிதர் என்பதிலேதான் அவருக்குப் பெருமை!” தனது அண்ணனின் பேச்சில் காணப்பட்ட புதிய தொனியில் சிறிது பாதிக்கப்பட்டிருந்த அவ்தோத்யா ரொமனோவ்னா இவ்வாறு குறிப்பிட்டாள்.

“அது சரி, அவர் இப்படி இருக்கிறார் என்றால் அதற்கு ஏதாவது ஒரு காரணம் இல்லாமல் இருக்காது! அதைப் பற்றி எனக்கு ஒன்றுமில்லை. ஆனால்... கடிதத்தைப் படித்தபிறகு, அதில் முக்கியமே இல்லாத ஒரு விஷயத்தைப் பற்றி நான் கேலியாகப் பேசி விட்டதால் நீ இப்போது புண்பட்டுவிட்டதைப் போலத் தோன்றுகிறது. ஏதோ வீண் வெறுப்பினாலும் உன்னைக் குத்திக் காட்டுவதற்காகவும் இப்படிப்பட்ட அற்ப விஷயங்களை நான் வேண்டுமென்றே பெரிதுபடுத்திக்கொண்டிருக்கிறேன் என்றுகூட நீ நினைத்துக்கொள்ளலாம். ஆனால் அது இல்லை. இந்தக் காரியத்தைப் பொறுத்தவரையில் கடிதத்தின் மொழியோடும், நடையோடும் நேரடியாக சம்பந்தப்பட்டிருக்கும் மையமான வேறொரு செய்திதான் உண்மையிலேயே எனக்கு உறுத்தலாக இருக்கிறது! கடிதத்தில் ஒரு விஷயம் மட்டும் எவ்வளவு தெளிவாகவும் அப்பட்டமாகவும் எழுதப்பட்டிருக்கிறது பார்... ‘அதன் விளைவுகள் உங்கள் தலையிலேதான் வந்து விடியும்’ என்று எழுதியிருக்கிறானே... அதற்குப்பின்னால் ஒளிந்திருக்கிற பயமுறுத்தல் என்ன தெரியுமா? ‘நான் அங்கே வந்தால், அவன் உடனடியாக வெளியேறிவிடுவானாம்!’ இப்படி அவன் சொல்வதற்கு என்ன அர்த்தம்? அவனுடைய பேச்சை நீங்கள் இரண்டு பேரும் கேட்காவிட்டால் உங்களைக் ‘கைகழுவி விடுவேன்’ என்பதைத்தான் அவன் இப்படிக் குறிப்பிட்டிருக்கிறான். அதுவும் செயிண்ட் பீட்டர்ஸ்பர்க் வரை உங்களை வரச் செய்துவிட்டு, இப்படியா அவன் எழுதுவது? இந்த மாதிரி ஒரு விஷயத்தை, இதோ, இங்கிருக்கும் இவனோ (ரஸுமிகினைச் சுட்டிக் காட்டிச் சொன்னான்) அல்லது ஜோஸிமோவோ, இல்லையென்றால் நம்மில் யாராவதோ எழுதியிருந்தால் இதை ஒரு குற்றமாகப் பொருட்படுத்தாமல் இருந்திருக்க முடியுமா உங்களால்...? சொல்லுங்கள்!”

“அது, அப்படி இல்லை...” என்று மிகுந்த உற்சாகத்துடன் பதிலளித்தாள் துனியா: “அது சூதுவாது இல்லாமல்தான் எழுதப்பட்டிருக்கிறது. எனக்கு அது நன்றாகப் புரிகிறது. ஒருவேளை இப்படியெல்லாம் கடிதம் எழுதுவதில் அவர் தேர்ச்சி பெற்றவராகக்கூட இல்லாமல் இருக்கலாம். ஆனாலும் ஒரு வகையில் நீ சொன்னது சரிதான் அண்ணா! உண்மையிலேயே இப்படி ஒன்றை நான் எதிர்பார்க்கவில்லை.”

“சரி, இந்தக் கடிதம் சட்ட சம்பந்தமான மொழியில் இருக்கிறது. அந்த மொழியில் அப்படி எழுதப்படுவதுதான் வழக்கம் என்றே வைத்துக்கொள்வோம்! ஆனால் அது ஏற்படுத்துகிற விளைவு அவன் விரும்பியது போல் இல்லாமல் நாகரிகமில்லாததாகவும், முரட்டுத்தனமாகவுமல்லவா இருக்கிறது? எப்படியோ உன்னிடத்தில் இருக்கும் சில பிரமைகளை இப்போது நான் கொஞ்சம் கலைத்துத்தானாக வேண்டும்! அந்தக் கடிதத்தில் உள்ள இன்னொரு வாசகம், என் மீது அவதூறு சொல்வதாகவும், மிக மிகக் கீழ்த்தரமானதாகவும் இருக்கிறது! விதிவசத்தால் வாழ்க்கையில் சீரழிந்து போன காசநோயாளியான ஒரு விதவைப் பெண்ணுக்கு நேற்று நான் கொஞ்சம் பணம் கொடுத்தது உண்மைதான்! இறந்து போன அவளது கணவனுக்கு இறுதிச்சடங்கு செய்வதற்கான ‘போர்வையில்’ அதனை நான் அவளுக்குத் தரவில்லை. இறுதிச் சடங்குகளைச் செய்வதற்காகவே அதை நான் கொடுத்தேன். அதையும் அவர் குறிப்பிட்டிருப்பது போலக் ‘கெட்ட பெயரெடுத்துள்ள’ அந்தப் பெண்ணின் கையில் கொடுக்கவில்லை. (அவளையே நேற்றுத்தான் நான் பார்த்தேன்) பணத்தை நான் அந்த விதவைப் பெண்ணிடம்தான் கொடுத்தேன். இதையெல்லாம் பார்க்கும் பொழுது எனக்கு அவச் சொல்லை ஏற்படுத்துவதில் அவன் அளவு கடந்த ஆர்வம் கொண்டிருப்பதாகத்தான் தோன்றுகிறது. இப்படிச் செய்வதன்மூலம் நமக்குள் பிரச்சினைகளை உண்டாக்கவும் அவன் விரும்புகிறானென்றே தெரிகின்றது. ஆனால் சட்டபூர்வமான அறிக்கைக்கே உரிய தன்மையில் அந்த விஷயமும்கூட வெளிப்படையாகச் சொல்லப்பட்டிருக்கிறது என்றும், சூதுவாது இல்லாமல் விரைவாக எழுதப்பட்டிருக்கிறது என்றும் மீண்டும் நீ அதற்கு சமாதானம் சொல்லலாம். அவன் ரொம்பவும் கெட்டிக்காரன்தான்! ஆனால் அறிவு பூர்வமாகச் செயல்படுவதற்குக் கெட்டிக்காரத்தனம் மட்டும் போதாது. இவையெல்லாம் அவன் எப்படிப்பட்ட மனிதன் என்பதை நமக்குத் தெளிவாகப் புரிய வைத்துவிட்டன. அவ்வளவுதான்! எனக்கொன்றும் அவன் உன்னை உயர்வாக மதிப்பவனைப் போலத் தோன்றவில்லை. இதையெல்லாம் நான் உண்மையிலேயே உன் சொந்த நலனை வேண்டி, உன்னை எச்சரிப்பதற்காகவே சொல்கிறேன். காரணம் நீ நிஜமாகவே நன்றாக இருக்க வேண்டும் என்பதுதான் எனது விருப்பம்.”

துனியா பதில் எதுவும் சொல்லவில்லை. அவள் ஏற்கனவே முடிவெடுத்து விட்டிருந்தாள். அன்று மாலை நேரம் எப்போது வரும் என்றே எதிர்பார்த்துக் காத்திருந்தாள்.

“அப்படியானால் நீ என்ன முடிவு செய்திருக்கிறாய், ரோட்யா?” என்று கேட்டாள் பல்கேரியா அலெக்ஸாண்ட்

ரோவ்னா. இப்படி அவன் திடீரென்று காரியார்த்தமாக, மிகத் தெளிவாகப் பேசத் தொடங்கியதைக் கண்டு முன்னை விடவும் மிகுந்த கவலையடைந்து, கலங்கிப் போயிருந்தாள்.

"முடிவு என்று எதைச் சொல்கிறீர்கள்?"

"இதோபார், மாலையில் அவர் எங்களைப் பார்க்க வரும் பொழுது, நீ எங்களுடன் இருக்கக்கூடாது என்றும், நீ அங்கே இருந்தால் தான் அங்கிருந்து உடனே திரும்பிப் போய்விடப் போவதாகவும் பீட்டர் பெத்ரோவிச் கடிதம் எழுதியிருக்கிறார்... நீ அங்கே இருக்கப் போகிறாயா...? இல்லையா?"

"இது நான் முடிவு செய்ய வேண்டிய விஷயமே இல்லை. பீட்டர் பெத்ரோவிச் இப்படி எழுதியிருப்பது - அதாவது இப்படி ஒரு கோரிக்கையை முன் வைத்திருப்பது முதலில் உங்களைப் புண்படுத்தியதா, இல்லையா? அடுத்தாற்போல துனியாவையும் புண்படுத்தியதா, இல்லையா? என்பதுதான் இங்கு முக்கியம். நீங்கள் எது நல்லதென்று நினைக்கிறீர்களோ, அதன்படி நான் நடந்துகொள்கிறேன்" என்று வறண்ட குரலில் தொடர்ந்து சொன்னான் ரஸ்கோல்னிகோவ்.

"துனியா ஏற்கனவே முடிவு செய்துவிட்டாள். நானும் அதை முழுமையாக ஏற்றுக்கொண்டுவிட்டேன்" என்று வேகமாகச் சொன்னாள் அம்மா.

"அந்தச் சந்திப்பின்போது நீ தவறாமல் எங்களோடு இருக்க வேண்டுமென்பதுதான் என் விருப்பம். அதுதான் என் வேண்டுகோள், கட்டாயம் நீ வருவாயல்லவா?" என்றாள் துனியா.

"சரி, நான் அவசியம் வருகிறேன்."

"எட்டு மணிக்கெல்லாம் நீ அங்கே வந்துவிட வேண்டும்" என்ற அவள் ரஸுமிகினின் பக்கம் திரும்பிப் பார்த்துச் சொன்னாள். "அம்மா, நான் இவரையும்கூட அங்கு வரும்படி அழைக்கிறேன்."

"ரொம்பச் சரி, துனியா அதுவும் நல்லதுதான்" என்று பதிலளித்தாள் பல்கேரியா அலெக்ஸாண்ட்ரோவ்னா. "நீ எப்படித் தீர்மானிக்கிறாயோ அப்படியே இருக்கட்டும். எனக்கும்கூட அப்போதுதான் நிம்மதியாக இருக்கும். எனக்குப் பொய், பாசாங்கு இதெல்லாம் சுத்தமாகப் பிடிக்காது. உள்ளது உள்ளபடி நிஜத்தைப் பேசுவதுதான் நல்லது. பீட்டர் பெத்ரோவிச்சுக்குக் கோபம் வந்தால் வரட்டும். அவருக்கு விருப்பம் போல என்ன வேண்டுமோ அதைச் செய்துகொள்ளட்டும்!"

அத்தியாயம் – 4

அந்தக் கணத்தில் அறைக் கதவு மெல்லத் திறந்தது. இளம் பெண் ஒருத்தி, ஓசையின்றிக் காலடிகளை எடுத்து வைத்து உள்ளே வந்தாள். கண்களிலே மிரட்சியுடன், அச்சத்துடன் உள்ளே இருந்த வர்களைக் கவனித்துப் பார்த்தாள். அங்கிருந்த அனைவருமே வியப்போடு அவளைப் பார்த்துக்கொண்டிருந்தனர். ரஸ்கோல்னி கோவுக்கு முதலில் அவளை யாரென்று அடையாளம் தெரிய வில்லை. சோஃபியா செமினோவ்னா மர்மெலாதோவ்தான் அவள்! முந்தையநாள்தான் அவளை அவன் முதன்முதலாகப் பார்த்திருந்தான். முதல் நாளில், மிக மோசமான ஒரு சூழ்நிலையில் வித்தியாசமான தோற்றத்தோடும், உடையோடும் அவளைப் பார்த் திருந்ததால் அவன் மனதில் பதிந்திருந்த அவளது பிம்பம் முற்றி லும் வேறு மாதிரியாகத்தான் இருந்தது. ஆனால் இன்று மிக அடக்கமாக, மிக எளிமையான உடையில், மிகவும் இளமையான பெண்ணாக அவள் காட்சியளித்தாள். கிட்டத்தட்ட ஒரு குழந் தையைப் போல அவள் இருந்தாள். அவளது முகம் பளிச்சென்று இருந்தாலும்கூட அதில் பயமும் பரவியிருந்தது. வீட்டில் அணிந்து கொள்ளும் சாதாரண உடையையும், பழசாகிப் போன, நாகரிக பாணியில் இல்லாத தொப்பியையும் அவள் அணிந்திருந்தாள். இன்றும்கூட, நேற்று அங்கு பார்த்தது போலவே சிறிய குடை ஒன்றை அவள் தன் கைகளில் வைத்துக்கொண்டிருந்தாள். அந்த அறைக்குள் நிறைய பேர்கள் இருப்பார்கள் என்பதை அவள் கொஞ்சமும் எதிர்பார்க்காத காரணத்தால் முதலில் சங்கடமாக உணர்ந்த அவள், பின்பு அளவுக்கும் அதிகமாக, ஒரு சிறிய குழந்தை போல வெட்கப்பட்டாள். குழம்பிப் போனவளாக அங்கிருந்து வெளியேறிச் செல்லவும் முயன்றாள்.

"ஓ, நீயா!" என்று அதீத வியப்புடன் கூவிய ரஸ்கோல்னி கோவ் மிகுந்த ஆச்சரியமும் திகைப்பும் அடைந்து போனான். சிறிது குழம்பியும் போனான். லூசினின் கடிதத்தின் மூலமாக அவனது தாயும், தங்கையும்கூடக் கெட்ட நடத்தையால் ஊரறிந்த வளான ஒரு பெண்ணைப் பற்றி ஏதோ அறிந்து வைத்திருப்பது அவனுக்கு நினைவு வந்தது. தன் மீது அவதூறு கூறி எழுதப் பட்டிருந்த லூசினுடைய கடிதத்திற்குச் சற்று முன்புதான் அவன்

தனது தாயிடமும், தங்கையிடமும் எதிர்ப்புத் தெரி வித்துக்கொண்டிருந்தான். தான் அந்தப் பெண்ணை ஒருமுறை மட்டுமே பார்த்திருப்பதாக அவன் அவர்களிடம் உறுதியாகச் சொல்லிக்கொண்டிருந்த அதேநேரத்தில், எதிர்பாராதவிதமாக அந்தப் பெண்ணே திடீரென்று அவனுடைய அறைக்குள் நுழைந்து விட்டாள். தன் கெட்ட நடத்தையால் ஊரறிந்த பெண் என்று அந்தக் கடிதத்தில் குறிப்பிட்டிருந்த வார்த்தைகளுக்கு தான் மறுப் பேதும் கூறவில்லை என்பது அவனது நினைவுக்கு வந்தது. இவ் வாறான எண்ணங்கள் எல்லாமே ஏதோ மின்னல் அடித்ததைப் போல அவனது மூளையில் பளீரிட்டுத் தோன்றின. மற்றவர்களால் இழிவாகப் பேசப்பட்டுப் பழி தூற்றப்பட்ட அந்த ஜீவனை மிக நெருக்கமாகப் பார்த்தபொழுது அவளது பரிதாபகரமான, எளிய தோற்றம் அவன் உள்ளத்தில் இரக்கத்தை ஏற்படுத்தியது. அங் கிருந்து அச்சத்தோடு அவள் திரும்பிச் செல்ல முயன்றதைப் பார்த்தபோது, அவனுடைய இதயத்தில் கடுமையான வலி ஏற்பட்டதைப் போல உணர்ந்தான்.

"நான் உன்னை எதிர்பார்க்கவில்லை" என்று அவன் வேக மாகச் சொன்னவுடன் அவனைத் திரும்பிப் பார்த்த அவள் அப்படியே நின்றுவிட்டாள். "தயவுசெய்து உட்கார்ந்துகொள். உன்னை இங்கே அனுப்பி வைத்தது காதரீனா இவானோவ்னா என்றுதான் நினைக்கிறேன்! ம்... மன்னித்துக்கொள், அங்கே வேண்டாம். இதோ, இங்கே வந்து உட்கார்..."

சோனியா உள்ளே வந்தவுடன் கதவுக்கு மிக நெருக்கமாக ஒரு நாற்காலியில் உட்கார்ந்திருந்த ரஸுமிகின் எழுந்து நின்று அவளுக்கு வழிவிட்டான். சோஃபாவின் ஒரு முனையில் முன்பு ஜோஸிமோவ் உட்கார்ந்திருந்த இடத்தில் அவளை உட்காரச் சொல்லத்தான் ரஸ்கோல்னிகோவ் எண்ணியிருந்தான். ஆனாலும்– அந்த சோஃபா அவனது படுக்கையாகவும் பயன்பட்டு வந்ததால் அத்தனை நெருக்கமான இடம் வேண்டாமென்று முடிவு செய்த படி, ரஸுமிகின் அமர்ந்திருந்த நாற்காலியை அவளுக்குச் சுட்டிக்காட்டி, அதில் உட்காருமாறு கூறினான்.

"நீ இங்கே உட்கார்ந்துகொள்" என்று ஜோஸிமோவின் இடத்தில் ரஸுமிகினை உட்கார வைத்தான்.

கிட்டத்தட்ட அச்சத்தால் நடுங்கியபடி உட்கார்ந்திருந்த சோனியா அந்த இரண்டு பெண்களையும் அப்பாவித்தனமாகப் பார்த்துக்கொண்டிருந்தாள். அவர்களுக்கு முன்னால் தான் எப்படி உட்கார வேண்டும் என்பதுகூட அவளுக்குத் தெரிந்திருக்கவில்லை என்பது வெளிப்படையாகப் புலப்பட்டது. இந்த எண்ணத்தால் கலவரமடைந்த அவள், தான் உட்கார்ந்திருந்த இடத்திலிருந்து

தள்ளி எழுந்து, நின்றுகொண்டு மிகுந்த சங்கடத்துடன் ரஸ்கோல்னிகோவிடம் பேசத் தொடங்கினாள்.

"ஒரே ஒரு நிமிடத்தில் நான் போய்விடுவேன்... உங்களைத் தொந்தரவு செய்வதற்கு என்னை மன்னித்துக்கொள்ளுங்கள்!" என்று திக்கித் திணறியபடி அவள் பேசத் தொடங்கினாள். "காதரீனா இவானோவ்னாதான் என்னை இங்கே அனுப்பி வைத்தாள். இங்கே அனுப்புவதற்கு அவளுக்கு வேறு யாருமில்லை. நாளைக்காலையில் 'பிட்ரோபாஃனியேவ்ஸ்கி' கல்லறையில் இறுதிச் சடங்கு வைத்திருக்கிறோம். கோயிலில் வழிபாட்டைத் தொடர்ந்து நடக்கும் இறுதிச் சடங்குகளுக்கும், அதன் பிறகு எங்கள் வீட்டில் ஏற்பாடு செய்திருக்கும் சிறிய விருந்துக்கும் நீங்கள் கட்டாயம் வர வேண்டும் என்றும் தனக்கு அந்தக் கௌரவத்தைக் கொடுக்க வேண்டும் என்றும் காதரீனா இவானோவ்னா விரும்பு கிறாள். அதற்கு அவளது சார்பில் உங்களை வேண்டிக்கேட்பதற் காக... என்னை" என்று சொல்லிக்கொண்டே வந்த சோனியா சற்று தடுமாறியபடி பேச்சை நிறுத்தினாள்.

"நான் கட்டாயம் வருவதற்கு முயற்சி செய்கிறேன்... கட்டாயம்..." என்று பதிலளித்தான் ரஸ்கோல்னிகோவ். அவனும் நின்றுகொண்டேதான் பேசிக்கொண்டிருந்தான். அவனது பேச்சிலும்கூடத் தடுமாற்றம் இருந்ததால் அவனால் முழுமையாகப் பேசி முடிக்கமுடியவில்லை.

"தயவுசெய்து கொஞ்சம் உட்கார்ந்துகொள்" என்று திடீ ரென்று அவளைப் பார்த்துச் சொன்னான். "உன்னிடம் கொஞ்சம் பேச விரும்புகிறேன். உடனே போயாக வேண்டிய அவசரமான வேலைகூட உனக்கு இருக்கலாம். இருந்தாலும்கூடத் தயவுசெய்து எனக்காக நீ இரண்டு நிமிடங்களை ஒதுக்க வேண்டும் என்று உன்னைக் கேட்டுக்கொள்கிறேன்" என்று சொல்லிவிட்டு நாற்காலியை இழுத்துத் தனக்குப் பக்கத்தில் போட்டுக்கொண் டான்.

சோனியா மீண்டும் நாற்காலியில் உட்கார்ந்துகொண்டாள். பயந்தபடியே மிக அவசரமாக அந்த இரண்டு பெண்களையும் பார்த்தாள். பின்பு உடனே தன்னுடைய கண்களைத் தாழ்த்திக் கொண்டாள். ரஸ்கோல்னிகோவின் வெளிறிப்போன முகம் இப்போது சிவந்து போய் காணப்பட்டது. பயங்கரமான நடுக்கம் அவனது உடலெங்கும் ஊடுருவிப் பரவியது. அவனது கண்கள் நெருப்பைப் போல ஜொலித்தன.

"அம்மா!" என்று அழைத்தபடி, உறுதியான, அழுத்தமான தொனியில் அவன் பேச்சைத் தொடங்கினான்: "இது சோஃபியா

செமினோவ்னா மர்மெலாதோவ்! நேற்று நடுவீதியில் வண்டியில் அடிபட்டு இறந்து போனாரே, அந்த துரதிருஷ்டசாலியின் மகள் தான் இவள். அந்தக் காட்சியை நான் பார்க்க நேர்ந்தது பற்றியும், இவர்களைப் பற்றியும் ஏற்கனவே உங்களிடம் சொன்னே னல்லவா?"

தன் கண்களைச் சுருக்கிக்கொண்டு சோனியா மீது தன் பார்வையை ஓடவிட்டாள் பல்கேரியா அலெக்ஸாண்ட்ரோவ்னா. ரோட்யாவின் பார்வை ஏதோ சவால் விடுவது போலவும், வற் புறுத்தும் பாவனையிலும் இருந்ததில் அவள் சிறிது அமைதியிழந் திருந்தாள். ஆனாலும் சோனியாவை அப்படி உறுத்துப் பார்க்க வேண்டுமென்று தனக்குத் தோன்றியதை அவளால் தவிர்த்துக் கொள்ள முடியவில்லை. துனியா மிகவும் ஆர்வத்தோடும், அவளைப் பரிசோதிப்பது போன்றும், அந்தப் பாவப்பட்ட பெண் ணைக் கூர்ந்தும் உற்றும் நோக்கினாள். தன்னை அவர்களுக்கு அறிமுகப்படுத்தியபோது, தன் கண்களை உயர்த்திப் பார்த்த சோனியா, முன்பை விடவும் இப்போது கூச்சப்பட்டாள். உடனேயே தனது கண்களைத் தாழ்த்திக்கொண்டாள்.

"நேற்று எல்லாம் எப்படி நடந்து முடிந்தன என்பதை உன்னிடமிருந்து கேட்டுத் தெரிந்துகொள்ளவே நான் விரும்பி னேன். அவ்வளவுதான். உங்களுக்குத் தொந்தரவு எதுவும் ஏற்பட வில்லையே, குறிப்பாக போலீஸ் மூலம்..."

"இல்லை... எல்லாம் சரியாகத்தான் நடந்தது. மரணத்திற் கான காரணம் மிகத் தெளிவாக இருந்ததே... ஆனால் அங்கே குடியிருப்பவர்கள்தான் கோபப்படுகிறார்கள்."

"ஏன் அப்படி?"

"செத்துப்போன உடம்பு அங்கேயே நீண்ட நேரமாகக் கிடக் கிறதல்லவா, அதனால்தான். இப்போது வெயில் ரொம்பக் கடுமை யாக இருக்கிறது. உடலிலிருந்து நாற்றம் அடிக்கத் துவங்கிவிட்டது. எனவே இன்று சாயங்காலம் தேவாலயத்தினுள் இருக்கும் இடு காட்டிற்கு எடுத்துச் சென்று, நாளை வரை அங்கு வைத்திருக்க எண்ணியிருக்கிறோம். காதரீனா இவானோவ்னாவிற்கு அதில் விருப்பமில்லை. ஆனால் இப்போது அது அவசியம் என்று அவளுக்கே தோன்றிவிட்டது."

"அப்படியானால் இன்றைக்கே எடுத்துச் செல்லப் போகி றீர்களா...?"

"ஆமாம், நாளை தேவாலயத்தில் நடக்கும் வழிபாட்டிற்கும், இறுதிச் சடங்கிற்கும் அதன்பின் வீட்டில் நடக்கும் இறுதி விருந் துக்கும் நீங்கள் அவசியம் வரவேண்டும் என்று உங்களிடம்

பணிந்து கேட்டுக்கொள்ளும்படி அவள் என்னிடம் சொல்லி அனுப்பினாள்."

"இறுதி விருந்து கொடுக்கப் போகிறாளா?"

"ஆமாம், சிறியதாக, எளிமையாக நடத்த ஏற்பாடு செய்திருக் கிறாள். குறிப்பாக நேற்று நீங்கள் செய்த உதவிக்கு உங்களுக்குத் தனது நன்றியைத் தெரிவிக்கும்படி சொன்னாள். நீங்கள் மட்டும் இல்லையென்றால் இந்த இறுதிக் காரியங்களைச் செய்வதற்கு எங்களிடம் எதுவுமே இருந்திருக்காது."

அவளுடைய உதடுகளும் முகவாயும் நடுங்கிக்கொண்டி ருந்தன. அவள் மிகவும் முயற்சி எடுத்துத் தன்னைக் கட்டுப்படுத்திக் கொண்டாள்.

அவள் பேசிக்கொண்டிருந்தபோது, ரஸ்கோல்னிகோவ் அவளையே கவனித்துப் பார்த்துக்கொண்டிருந்தான். மெலிவான, மிகமிக மெலிந்த, வெளுத்துப் போன சிறிய முகம் அவளுடையது. ஒழுங்கற்ற அழகில்லாத அம்சங்களே அவளது முகத்தில் மிகுதி யாகக் காணப்பட்டன. அவளுடைய கூர்மையான மூக்கும், முகவா யும் மிகச்சிறியதாக இருந்தன. அவளை மிகவும் அழகானவள் என்று சொல்லிவிட முடியாது. அவளது நீல நிறமான கண்கள் மிகத் தெளிவாகவும், ஒளி மிகுந்தும் மின்னிக்கொண்டிருந்தன. அன்பும் கருணையும்கொண்ட பெண் அவள் என்பதை அவளது ஒவ்வொரு முகபாவனையும், அவளது செயல்பாடுகளும் வெளிப்படுத்திக்கொண்டிருந்தன. அவளது முகமும், அவளுடைய முழு உருவமும் அவளை முற்றிலும் வித்தியாசமான ஒரு பெண் ணாக, ஒருவிதமான ஈர்ப்பை ஏற்படுத்துபவளாகக் காட்டிக்கொண் டிருந்தன. அவளுக்குப் பதினெட்டு வயது நிரம்பியிருந்தாலும், ஒரு சின்னப் பெண்ணாக கிட்டத்தட்ட ஒரு சிறிய குழந்தை போலவே தோற்றமளித்தாள். சிலசமயம் பார்க்கும்போது அவளு டைய பாவனைகள் எல்லாமுமேகூட வேடிக்கையாகவும், குழந் தைத்தனத்தோடும்தான் அமைந்திருந்தன.

"ஆனால் இவ்வளவு சிறிய தொகையை வைத்துக்கொண்டு எல்லாவற்றையும் சமாளிக்க காதரீனா இவானோவ்னாவால் எப்படி முடிந்தது? அதோடு இறுதி விருந்துக்கும்கூட எப்படி அவளால் ஏற்பாடு செய்ய முடிந்தது?" என்று உரையாடலை நீட்டிக்கும் நோக்கத்தோடு வேண்டுமென்றே கேட்டான் ரஸ்கோல் னிகோவ்.

"சவப்பெட்டி மற்றும் எல்லாமே மிகவும் சாதாரணமாக, எளிமையானதாகவே அவள் ஏற்பாடு செய்திருக்கிறாள். அதனால் அதிகமான பணம் செலவழிந்திருக்காது. நானும், காதரீனா

இவானோவ்னாவும் எல்லாவற்றையும் கணக்குப் போட்டுப் பார்த்துவிட்டோம். அவரது நினைவைக் கௌரவிக்கும் விதத்தில் ஒரு சிறிய விருந்துக்கு ஏற்பாடு செய்யும் அளவுக்குப் பணம் இருக்கிறது. காதரீனா இவானோவ்னா இறுதி விருந்து கட்டாயம் வேண்டும் என்று நினைக்கிறாள்... அதற்கு நாம் மறுப்புச் சொல்ல முடியாது. ஒரு வகையில் அது அவளுக்கு ஆறுதலாக இருக்கும்... அவள் அப்படிப்பட்டவள் என்று நீங்கள் புரிந்துகொண்டிருப்பீர்கள் என்றுதான் நினைக்கிறேன்."

"எனக்குப் புரிகிறது, நன்றாகவே புரிகிறது. ஆமாம், நீ ஏன் எனது அறையை இப்படிச் சுற்றுமுற்றும் பார்த்துக்கொண்டே இருக்கிறாய்? இது ஒரு சவப் பெட்டியைப் போல இருக்கிறது என்று என் அம்மா வேறு சொல்கிறாள்."

"நேற்று உங்களிடமிருந்த எல்லாப் பணத்தையும் எங்களிடம் கொடுத்துவிட்டீர்களே" என்று கிசுகிசுப்பான குரலில் மிக வேகமாகப் பதிலளித்த சோனியா. மனக் குழப்பத்தோடு மீண்டும் தன் பார்வையைத் தாழ்த்திக்கொண்டாள். அவளுடைய உதடுகளும் முகவாயும் மீண்டும் நடுங்கிக்கொண்டிருந்தன.

அவள் இந்த அறைக்குள் நுழைந்தது முதலாகவே, ரஸ்கோல்னிகோவ் வாழ்ந்துகொண்டிருக்கும் வறுமையான சூழ்நிலையைப் பார்த்து மிகவும் திகைப்படைந்து போயிருந்தாள். அதனால் ஏற்பட்ட ஆழமான வருத்தத்தினால்தான் இந்த வார்த்தைகள் இப்போது அவளது ஆழ்மனத்திலிருந்து தன்னிச்சையாக வெளிப்பட்டுவிட்டன. சிறிது நேரம் அங்கே அமைதி நிலவியது. துனியாவின் கண்கள் பிரகாசமடைந்தன. பல்கேரியா அலெக்ஸாண்ட்ரோவ்னாவும்கூட கருணை வழிய சோனியாவை அன்புடன் பார்த்தாள்.

"ரோட்யா" என்று அழைத்தபடி எழுந்தாள் அம்மா. "இன்று ராத்திரிக்கு நாமெல்லோரும் சேர்ந்து சாப்பிடலாம். துனியா... வா... நாம் போகலாம். ரோட்யா, நீ கொஞ்ச தூரம் வெளியே காலாற நடந்து போய்விட்டுவா. பிறகு நன்றாகத் தூங்கி ஓய்வு எடு! அதன்பிறகு எத்தனை சீக்கிரம் முடியுமோ, அத்தனை சீக்கிரமாக நாங்கள் இருக்கும் இடத்திற்கு வந்துவிடு. உன்னை நாங்கள் மிகவும் சோர்வடையச் செய்து விட்டோமோ என்று எனக்குச் சற்று பயமாக இருக்கிறது..."

"சரி, சரி, நான் வந்து விடுகிறேன்" என்று பதிலளித்தபடி வேகமாக எழுந்த ரஸ்கோல்னிகோவ், "எனக்குக் கொஞ்சம் வேலையும் இருக்கிறது..." என்று பரபரப்புடன் அம்மாவைப் பார்த்துச் சொன்னான்.

“ஆனால் ராத்திரியும் இங்கேயே இருந்துகொண்டு தனியாகச் சாப்பிட வேண்டும் என்று நீ ஒன்றும் நினைக்கவில்லையே....? வேகமாகக் கத்தினான் ரஸுமிகின். அவன் ரஸ்கோல்னிகோவை ஆச்சரியமாகப் பார்த்தபடி, “நீ என்னதான் சொல்கிறாய்...?” என்று கேட்டான்.

“சரி, சரி, நான் உறுதியாக வந்துவிடுகிறேன். ஆனால்... அதேசமயம்... நீ என்னோடு ஒரு நிமிடம் இரேன்... அம்மா, இப்போது இவனுடைய உதவி உங்களுக்குத் தேவையில்லை தானே...? நான் ஒன்றும் இவனை உங்களிடமிருந்து பறித்துக் கொள்ளவில்லையல்லவா?”

“சே, சே... அதெல்லாம் இல்லை. ஆனால் திமீத்ரி புரோ கோஃபிச்! நீயும் கட்டாயம் இரவு உணவுக்கு வந்துவிட வேண்டும்!”

“தயவுசெய்து வாருங்கள்” என்று துனியாவும் ரஸுமிகினை வேண்டிக்கொண்டாள்.

மகிழ்ச்சியில் பூரித்துப் போன ரஸுமிகின் அவர்களுக்கு வணங்கி விடை கொடுத்தான். விடைபெற்றுக்கொள்ளும் அந்த நேரம், அந்த நொடியில் அங்கிருந்த அனைவரது மனங்களிலும் ஏதோ ஒரு சங்கடமான, வருத்தமான உணர்வு தோன்றியது. “போய்வருகிறோம் ரோட்யா! மறுபடியும் நாம் சந்திக்கும் வரை குட்பை! எனக்கென்னவோ இப்படிச் சொல்லவே பிடிப்ப தில்லை...! போய் வருகிறோம், நஸ்டாஸியா! சே, திரும்ப அதையே சொல்லித் தொலைத்து விட்டேன்!”

சோனியாவுக்கும் வணக்கம் செலுத்திவிட்டு விடைபெற்றுக் கொள்ள வேண்டுமென்றுதான் எண்ணிக்கொண்டிருந்தாள் பல்கேரியா அலெக்ஸாண்ட்ரோவ்னா. ஆனாலும் ஏதோ ஒரு காரணத்தால் அதை அவளால் செய்ய முடியவில்லை. வேகமாக அவள் அறையைவிட்டு வெளியேறினாள். ஆனால் தன் தாயைப் பின் தொடர்ந்துகொண்டிருந்த அவ்தோத்யா ரொமனோவ்னா சோனியாவிடம் சென்று மிகவும் பணிவாக, ஆத்மார்த்தமான முறையில் வணக்கம் செலுத்தினாள். குழப்பமடைந்தவளாக இருந்த சோனியாவும் சற்றுக் கலவரத்துடன் பதில் வணக்கம் செலுத்தி னாள். அவ்தோத்யா ரொமனோவ்னா தன்னிடம் தனிப்பட்ட கவனம் செலுத்தி, மிகுந்த மரியாதை அளித்தது அவளை இன்னும்கூடத் துன்பப்படச் செய்தது. சித்திரவதைப்பட வைத்தது. அந்த வலியின் வேதனை அவளது முகத்திலும் பிரதிபலித்தது.

“போய் வா, துனியா” என்று வாசலில் நின்றபடி கத்தினான் ரஸ்கோல்னிகோவ். “எங்கே உன் கையைக் கொடு!”

"நான்தான் ஏற்கெனவே உனக்குக் கை கொடுத்து விட்டேனே? ஞாபகமில்லையா?" என்று அவன் பக்கமாகத் திரும்பிக் கொண்டு பதிலளித்தாள் அவள்.

"அதனால் பரவாயில்லை! இப்போது மீண்டும் ஒருமுறை கை கொடு!"

அவனது கைவிரல்களை இதமாகப் பற்றி அழுத்தினாள் துனியா, அவனைப் பார்த்துப் புன்னகைத்தபடி சிறிது ஆச்சரியத்தோடு கையைப் பின்னுக்கு இழுத்துக்கொண்டாள். பிறகு மிகுந்த மகிழ்ச்சியோடு தன் தாயைப் பின் தொடர்ந்து வெளியேறிச் சென்றாள்.

"ஒரு வகையில் அப்படி நீங்கள் செய்வது மிகவும் பாராட்டக்கூடியதுதான்" என்று மிகவும் சாந்தமான முகத்தோடு சோனியாவைப் பார்த்தபடி குறிப்பிட்டான் ரஸ்கோல்னிகோவ். தன் தாயையும், தங்கைகளையும் வழியனுப்பி வைத்துவிட்டு, மீண்டும் அறைக்குள் திரும்பி வந்திருந்தான் அவன்.

"இறந்தவர்கள் சொர்க்கத்தில் இளைப்பாறட்டும்! ஆனால் இங்கே வாழ்பவர்கள் தொடர்ந்து வாழ்ந்தாக வேண்டுமே? என்ன வாழ வேண்டுமா, வேண்டாமா? நான் சொல்வது சரிதானே!"

திடீரென்று அவனது முகத்தில் தெரிந்த அந்தப் பிரகாசத்தை, உற்சாகத்தைக் கண்டு சோனியா மிகவும் ஆச்சரியத்தோடு அவனைப் பார்த்தாள். அவன் அவளை சில நொடிகள் அமைதியாக உற்றுப்பார்த்தபடி இருந்தான். அந்தச் சில நொடிகளுக்குள் அவளது தந்தை அவளைப்பற்றிக் கூறியது அனைத்தும் அவனது நினைவுக்கும் வந்தது.

வீதியை, அவர்கள் அடைந்த மாத்திரத்தில், "கடவுளே உனக்கு நன்றி..." என்ற பல்கேரியா அலெக்ஸாண்ட்ரோவ்னா, "துனியா..." என்று மகளை அழைத்தாள்: "நாம் அங்கேயிருந்து வெளியே வந்துவிட்டதில் உண்மையிலேயே எனக்குச் சந்தோஷம் தான். சொல்லப் போனால் கொஞ்சம் நிம்மதியாக இருக்கிறது என்றுகூடச் சொல்லலாம்! நேற்று இரயிலில் வரும் பொழுது, இப்படி ஒரு காரணத்திற்காக நான் சந்தோஷப்படுவேனென்று கொஞ்சமாவது நினைத்துப் பார்த்திருப்பேனா...?"

"அம்மா, மறுபடியும் சொல்கிறேன், கேட்டுக்கொள்! அவன் இன்னும்கூட உடம்பு முடியாமல்தான் இருக்கிறான். அவனைப் பார்த்தால் தெரியவில்லையா உனக்கு? நமக்காக அவன் வருத்தப்படுவதுகூட, இந்த அளவுக்கு அவன் நிலைகுலைந்து போவதற்குக்

காரணமாக இருக்கலாம். நாம் இதையெல்லாம் பெரிதுபடுத்தாமல் இருந்தால் நிறைய விஷயங்களை மன்னித்துவிட முடியும் அம்மா!"

"ஆனால் முதலில் நீயே அப்படி நடந்துகொள்ள வில்லையே..." என்று மிகவும் கோபத்துடன் மகளின் மேல் பாய்ந் தாள் பல்கேரியா அலெக்ஸாண்ட்ரோவ்னா. "இதோபார், துனியா, நான் உங்கள் இரண்டு பேரையுமே பார்த்துக்கொண்டுதானிருந் தேன். நீ அப்படியே அவனுடைய அப்பட்டமான வார்ப்புதான். முகத் தோற்றத்தில் மட்டுமல்ல. மனதளவிலும்கூடத்தான். இரண்டு பேருக்குமே ஒரே மாதிரியான, விசனமான மனநிலை! எப்போதும் எதையாவது பற்றிய யோசனை! ஓர் அவசரம்! இரண்டு பேருக்குமே கர்வமும் இருக்கிறது! தாராள மனதும் இருக்கிறது! ஆனால் அகங்காரம்கொண்டவனாக அவனால் இருக்க முடியாதென்றுதான் நான் நினைக்கிறேன். என்ன? அப்படித் தானே, துனியா? ஆனால் இன்று மாலை என்ன நடக்கப் போகிறதோ... அதை நினைத்தாலே என் இதயம் நின்று போய் விடும் போல இருக்கிறது!"

"கவலைப்படாதே, அம்மா. எது நடக்க வேண்டுமென்றிருக் கிறதோ, அது நடக்கும்!"

ஆனால், துனியா, இப்பொழுது நம்முடைய நிலைமையைக் கொஞ்சம் நினைத்துப் பார்!... ஒரு வேளை பீட்டர் பெத்ரோவிச் இந்தப் பந்தத்திலிருந்து விலகிக்கொண்டு விட்டால்..." முன் யோசனையும் கவனமும் இல்லாமல், மன வேதனையோடு பேசிக்கொண்டிருந்தாள் அம்மா.

"அவர் அப்படிச் செய்தால், அப்புறம் அவருடைய மதிப்பும் மரியாதையும்தான் என்ன ஆகும்?" என்று வெறுப்பாகவும், வெடுக்கென்றும் பதிலளித்தாள் துனியா.

"நல்லவேளையாக நாம் இப்போது அங்கிருந்து கிளம்பி விட்டோம்" என்று வேகமாகச் சொன்னாள் பல்கேரியா அலெக் ஸாண்ட்ரோவ்னா. "அவனுக்கும்கூட வெளியில், ஏதோ அவசர மான வேலை இருக்கிறதென்று தெரிகிறது. அவன் கொஞ்சம் வெளியே போய் வெளிக் காற்றைச் சுவாசிப்பது – அவனுக்கு நல்லது. அவனுடைய அறை ஏதோ அடைத்துவைத்த மாதிரி யல்லவா இருக்கிறது? ஆனால் இந்த ஊரில் நல்ல காற்று எங்கே தான் கிடைக்கிறது? தெருவெல்லாம்கூடக் காற்றோட்டமில்லாத மூடப்பட்ட அறைகளைப்போலப் புழுக்கமாகத்தான் இருக்கின்றன. கொஞ்சம் நில்... இந்தப் பக்கம் நகர்ந்துகொள்...! இல்லையென் றால் நீ நசுங்கிப் போய் விடுவாய்... அவர்கள் எதையோ தூக்கிக் கொண்டு போகிறார்கள், பார்... அட, அது பியானோ அல்லவா?

சே, அதை எப்படித் தள்ளிக்கொண்டு போகிறார்கள் பார்... அதிருக்கட்டும், எனக்கென்னவோ அந்த இளம் பெண்ணை நினைத்தால்கூட ரொம்பப் பயமாக இருக்கிறது."

"எந்தப் பெண்ணை அம்மா?"

"அவள்தான்... அங்கேயிருந்தாளே அந்த சோஃபியா செமினோவ்னாதான்!"

"அவளை நினைத்து நீங்கள் ஏன் பயப்படுகிறீர்கள், அம்மா?"

"எனக்குள் ஏதோ ஓர் உள்ளுணர்வு துனியா. நீ நம்பினால் நம்பு, நம்பாவிட்டால் போ. அவள் உள்ளே நுழைந்த அந்தக் கணத்திலேயே எனக்கு அது தோன்றிவிட்டது. அவனது துன்பங் களுக்கெல்லாம் அவள்தான் முக்கியக் காரணமாக இருப்பாளோ என்ற உணர்வு எனக்கு ஏற்பட்டது..."

"அப்படியெல்லாம் ஒன்றுமில்லை, அம்மா!" என்று எரிச் சலோடு சொன்னாள் துனியா. "நீங்களும், உங்களது உள்ளுணர் வும்! அவனுக்கே அவளை நேற்றிலிருந்துதான் தெரியும்... அதோடுகூட, அவள் அறைக்குள் நுழைந்தபோது அவனால் அவளை அடையாளம் கண்டுபிடிக்கக்கூட முடியவில்லை."

"சரி... நீ வேண்டுமானால் பாரேன்! அவளை நினைத்தால் எனக்குக் கொஞ்சம் கவலையாகத்தான் இருக்கிறது. நீயும் பார்க்கத்தானே போகிறாய், பார்த்துக்கொள்! நான் ரொம்பவும் பயந்து போயிருக்கிறேன். அவன் அவளை அறிமுகம் செய்து வைத்தானே, ஞாபகமிருக்கிறதா, அப்போது அவள் என்னைப் பார்த்தாளே... அவளது அந்தக் கண்களை என்னால் நேருக்கு நேராகச் சந்திக்கக்கூட முடியவில்லை. அமைதியாக உட்கார்ந் திருக்கக்கூட முடியாமல் தவித்துப் போனேன். எனக்கென்னவோ எல்லாமே மிகவும் வினோதமாகவே தோன்றுகின்றன. பீட்டர் பெத்ரோவிச் அவளைப் பற்றி எப்படியெல்லாம் எழுதியிருந்தார்... அதன்பின்னும்கூட அவன் அவளை நம்மிடத்தில் – அதுவும் குறிப்பாக உன்னிடத்தில் இவ்வளவு துணிச்சலாக அறிமுகம் செய்து வைக்கிறானென்றால்... அவளிடத்தில் அவனுக்கு ஏதாவது நாட்டம் இருக்க வேண்டும்!"

"அவர் என்னவெல்லாமோ எழுதியிருந்தார். அதைப் பற்றி யெல்லாம் என்ன இப்போது...? இந்த மனிதர்களே இப்படித்தான்... கண்டதையும் பேசுவார்கள். கண்டதையும் எழுதுவார்கள். நம்மைப் பற்றியும்கூடத்தான் எழுதினார்கள். பேசினார்கள். உங்களுக்கென்ன அதெல்லாம் மறந்துவிட்டதா? எனக்கென்னவோ அவளைப் பார்த்தால் நல்லவளாகத்தான் தோன்றுகிறது! இந்தப் பேச்சுகள் எல்லாமே அபத்தம்... வெறும் அபத்தம்! குப்பை!"

“கடவுளின் கருணையால் அவை அப்படியே இருந்துவிட்டுப் போகட்டும்!”

“ஆனால் இந்த பீட்டர் பெத்ரோவிச்சும்கூட ஒரு மோசமான வம்புப் பிரியராகத்தான் இருப்பார் போலிருக்கிறது...” என்று திடீரென்று கோபப்பட்டாள் துனியா.

அவள் சொல்லியதைக் கேட்டு அதிர்ச்சியுற்றுக் கலங்கிப் போனாள் பல்கேரியா அலெக்ஸாண்ட்ரோவ்னா. மீண்டும் அவர்களிடத்தில் எந்தப் பேச்சும் எழவில்லை. அவர்கள் தங்களின் கவலைகளுக்குள் மூழ்கிப் போனார்கள்.

“நான் உன்னிடம் என்ன சொல்ல நினைத்தேன் தெரியுமா?” என்று ரஸுமிகினை ஜன்னலருகே அழைத்துச் சென்றபடி பேசினான் ரஸ்கோல்னிகோவ்.

“அப்படியானால் நீங்கள் கட்டாயம் வருவீர்கள் என்று காதரீனா இவானோவ்னாவிடம் நான் சொல்லிவிடுகிறேன்” என்று வேகமாகச் சொல்லி முடித்துவிட்டு கிளம்புவதற்குத் தயாரானாள் சோனியா.

“ஒருநிமிடம் நில், சோஃபியா செமினோவ்னா. நாங்கள் இப்போது எந்த இரகசியமான விஷயத்தையும் பேசவில்லை. நீ அதற்குத் தடையாகவும் இல்லை. உன்னிடம் நான் இன்னொரு விஷயம் பேசவேண்டும். சரி, இப்பொழுது...” வாக்கியத்தை முழுவதுமாக முடிக்காமல் விட்டுவிட்டு ரஸுமிகினின் பக்கம் திரும்பிய அவன், “உனக்குத் தெரிந்திருக்குமென்று நினைக்கிறேன்... அவர் பெயரென்ன...? ம்... போர்ஃபிரி பெத்ரோவிச்...”

“நன்றாகவே தெரியும்... அவர் எனது உறவுக்காரர்தான். ஆனால் இப்போது அவரைப் பற்றி எதற்குக் கேட்கிறாய்...” என்று ஆர்வத்தோடு கேட்டான் ரஸுமிகின்.

“அவர்தானே அந்தக் கொலை வழக்கை விசாரித்துக் கொண்டிருப்பவர்? நேற்று நீ அப்படித்தானே சொன்னாய்... இல்லையா?”

“ஆமாம்... அதற்கென்ன?” விழிகளை அகல விரித்துக் கொண்டு மேலும் அதிகமான ஆர்வத்துடன் கேட்டான் ரஸுமிகின்.

“அந்தப் பெண்ணிடம் தங்கள் பொருள்களை அடகு வைத்தவர்களை அவர் விசாரித்துக்கொண்டிருக்கிறார் அல்லவா? என்னுடைய இரண்டு பொருள்கள்கூட அங்கே அடகு வைக்கப்

பட்டிருந்தன. ரொம்பவும் விலை மதிப்புள்ளவை அவை என்று சொல்ல முடியாது. ஆனாலும் அவற்றில் ஒன்று, நான் இங்கே முதன்முதலாக வந்தபோது என் தங்கை தன் நினைவாக இருக் கட்டுமே என்று எனக்குப் பரிசளித்த மோதிரம். மற்றொன்று, எனது தந்தையின் வெள்ளிக் கைக்கடிகாரம். இரண்டுமே சேர்த்து மொத்தமாக ஐந்து அல்லது ஆறு ரூபிள்கள் பெறக்கூடியவைதான். ஆனால் அந்தப் பொருள்களோடு உணர்வுபூர்வமாகக்கொண்டி ருக்கும் தொடர்பால் நான் அவற்றை உயர்வாக மதிக்கிறேன். சரி, இப்போது நான் என்ன செய்ய வேண்டும்? அவற்றை இழந்து விடுவதில் எனக்குத் துளியும் இஷ்டமில்லை. அதிலும் குறிப்பாக அந்த வாட்ச்!... கொஞ்ச நேரத்திற்கு முன்பு துனியாவின் கடிகாரத்தைப் பற்றி நான் பேசிக்கொண்டிருந்தபோது அம்மா அந்த வாட்சைக் கேட்டுவிடுவாளோ என்று நான் நடுங்கிக் கொண்டிருந்தேன். தெரியுமா? என்னுடைய தந்தையினுடைய பொருள்களில் எங்களுக்கு மிஞ்சியிருப்பது அதுமட்டும்தான். அது தொலைந்து போய் விட்டதென்றால் அது நிச்சயம் அவளைப் பாதித்துவிடும். பெண்களல்லவா...? அதனால் நான் என்ன செய்யலாமென்பதைச் சொல்! போலீசிடம்தான் புகார் செய்ய வேண்டுமென்று எனக்குத் தெரியும். ஆனால் போர்ஃபிரி பெத் ரோவிச்சிடமே சென்றால் அது இன்னும்கூட நல்லதாக இருக்கு மல்லவா? நீ என்ன நினைக்கிறாய், சொல், எத்தனை சீக்கிரம் முடியுமோ, அத்தனை விரைவாக ஏதாவது செய்தே ஆக வேண்டும். இன்று ராத்திரி நாம் சாப்பிடுவதற்கு முன்பு நிச்சயம் அம்மா அதைப் பற்றிக் கேட்கிறாளா – இல்லையா என்று பார்!"

"நிச்சயமாகப் போலீசிடம் போக வேண்டாம். ஆனால் போர்ஃபிரியிடம் உறுதியாகச் செல்லலாம்!" என்று பரபரப் புடனும் ஆச்சரியத்துடனும் உரக்கச் சொன்னான் ரஸுமிகின். அவன் அதிகமாகக் கிளர்ச்சியுற்றிருந்தான். "அப்பாடி... இப் பொழுது எவ்வளவு திருப்தியாக இருக்கிறது தெரியுமா? சரி, இங்கே ஏன் காத்துக்கொண்டிருக்க வேண்டும். வா, உடனே அவரைப் பார்க்கப் போகலாம். இங்கிருந்து ஓரடி தூரம்தான்! அவர் கட்டாயமாக வீட்டில்தான் இருப்பார்!"

"சரி, ரொம்ப நல்லது! போகலாமா?"

"உன்னைப் பார்ப்பதில் அவர் ரொம்ப, ரொம்பவும் மகிழ்ச்சியடைவார். பல்வேறு சந்தர்ப்பங்களில் உன்னைப்பற்றி அவரிடம் நான் நிறையச் சொல்லியிருக்கின்றேன். நேற்றுத்தான் அவரிடம் உன்னைப் பற்றி மீண்டும் நான் பேசிக்கொண்டிருந்தேன். வா, போவோம்! அப்படியென்றால் கொலை செய்யப்பட்ட அந்த

முதியவளை உனக்குத் தெரியும் அப்படித்தானே! சே... என்ன அற்புதமான திருப்பம் நேர்ந்திருக்கிறது... ஓ, இன்னும் சோஃபியா இவானோவ்னா இங்கே இருக்கிறாளே..."

"இல்லை... சோஃபியா செமினோவ்னா" என்று திருத்தினான் ரஸ்கோல்னிகோவ். "சோஃபியா, இவன்தான் ரஸுமிகின். எனது நண்பன். ரொம்பவும் நல்லவன்!"

"இப்பொழுது நீங்கள் போக வேண்டி இருந்தால்..." என்று துவங்கிய சோனியா ரஸுமிகினை நிமிர்ந்துகூடப் பார்க்கவில்லை. இன்னும் அதிகமாகக் கூச்சப்பட்டாள்.

"ஆமாம், நாங்கள் இப்பொழுது போக வேண்டும்" என்று உறுதியாகச் சொன்னான் ரஸ்கோல்னிகோவ். "இன்று உன்னை நிச்சயமாக உன் வீட்டில் வந்து பார்க்கின்றேன், சோஃபியா செமினோவ்னா. நீ எங்கே குடியிருக்கிறாய்? உன்னுடைய முகவரியை மட்டும் கொடுத்துவிட்டுச் செல்!"

அவன் உண்மையிலேயே அவ்வளவு குழப்பத்தில் இல்லை. ஆனாலும்கூட ஏதோ அவசரத்தில் இருப்பவனைப் போல, அவளது கண்களைச் சந்திப்பதைத் தவிர்த்தபடி பேசினான். சோனியா கூச்சத்தோடு தனது முகவரியைக் கொடுத்தாள். அதன்பின் எல்லோருமே ஒன்றாக வெளியே புறப்பட்டனர்.

"கதவைப் பூட்டவில்லையா?" என்று படிகளில் ரஸ்கோல்னிகோவைப் பின்தொடர்ந்தபடி கேட்டான் ரஸுமிகின்.

"நான் கதவைப் பூட்டுவதே இல்லை" என்றான் ரஸ்கோல்னிகோவ். "நானும் ஒரு பூட்டு வாங்க வேண்டுமென்று இரண்டு வருஷங்களாக நினைத்துக்கொண்டிருக்கிறேன்" என்று மிக அலட்சியமாகச் சொன்னான். "பூட்டிவைப்பதற்கு எந்தப் பொருளும் இல்லாதவர்கள் பாக்கியசாலிகள்! என்ன, அப்படித்தானே?" என்று சிரித்துக்கொண்டே சோனியாவைப் பார்த்துக் கேட்டான் ரஸ்கோல்னிகோவ்.

"நீ வலதுபுறமாகப் போக வேண்டுமல்லவா, சோஃபியா செமினோவ்னா? அது சரி, நான் இங்கே இருப்பதை எப்படிக் கண்டுபிடித்தாய்? வேறு எதையோ வித்தியாசமாக அவளிடம் பேச வேண்டும் என்று மனதினுள் நினைத்துக்கொண்டிருந்து விட்டு, அதைப் பேசாமல் இப்படிக் கேட்டான் அவன். அவளது அமைதியான, தெளிவான கண்களை நேருக்கு நேராகப் பார்க்க வேண்டுமென்று அவன் விரும்பிய போதிலும் அவனால் எந்தக் காரணத்தினாலோ அப்படிச் செய்ய முடியவில்லை.

“ஏன் நீங்கள்தான் போலென்காவிடம் நேற்று உங்கள் விலாசத்தைக் கொடுத்தீர்களே?”

“போல்யா... ஓ, ஆமாம், ஆமாம்! போலென்கா, அந்தச் சின்னப் பெண்தானே.. அதாவது உன்னுடைய தங்கை... ஆமாம், அவளிடம் என்னுடைய முகவரியைக் கொடுத்தேனா?”

“ஏன் நீங்கள் மறந்துவிட்டீர்களா?”

“இல்லை, எனக்கு ஞாபகமிருக்கிறது!”

“முன்னால் ஒருமுறை எனது பாவப்பட்ட தந்தையிடமிருந்து உங்களைப் பற்றி நான் கேள்விப்பட்டிருக்கிறேன். ஆனால் அப்போதும்கூட உங்கள் பின்னாலுள்ள உங்களது குடும்பப் பெயரென்னவென்பது எனக்குத் தெரியாது... அவருக்கும் தெரியாது! நேற்று அதைத் தெரிந்துகொண்டதால் இன்று இங்கே வந்து ரஸ்கோல்னிகோவ் என்பவர் இங்கே குடியிருக்கிறாரா என்று விசாரிக்க முடிந்தது. என்னைப் போலவே நீங்களும்கூட ஒண்டுக் குடித்தனமாக ஒரு சின்ன அறைக்குள்தான் தங்கியிருக்கிறீர்கள் என்பது எனக்குத் தெரியாது! சரி, சென்று வருகிறேன். காதரீனா இவானோவ்னாவிடம் விஷயத்தைச் சொல்கிறேன்.”

ஒரு வழியாக அங்கிருந்து கிளம்பிவிட முடிந்ததில் அவள் மகிழ்ச்சியடைந்தாள். கண்களைக் கீழே தாழ்த்திக்கொண்டு, அவர்களது பார்வையிலிருந்து விரைவாக மறைந்துவிடும் நோக்கத்தோடு தன்னால் எத்தனை வேகமாக நடக்க முடியுமோ அத்தனை வேகமாக அவள் நடக்கத் தொடங்கினாள். இன்னும் ஓர் இருபது அடிகள் தள்ளி வீதியின் மூலைக்குச் சென்று அந்தத் திருப்பத்தில் திரும்பிவிட்டால், பிறகு தன்னை யாராலும் பார்க்க முடியாது என்று நினைத்தபடி வேகமாக நடந்தாள். முடிவாகத் தனித்து விடப்பட்ட பிறகும்கூட எதையும், யாரையும் கவனிக்காமல் அவள் வேகமாகவே நடந்துகொண்டிருந்தாள். ஆனாலும் சற்று முன்பு அவள் அந்த வீட்டுக்குச் சென்றிருந்தபோது நடந்த ஒவ்வொரு சம்பவமும் சூழ்நிலையும், அங்கு பேசப்பட்ட ஒவ்வொரு வார்த்தையும் அவளது மனதுக்குள்ளே ஓடிக்கொண்டேதான் இருந்தன. இப்படிப்பட்ட ஓர் உணர்வு என்றுமே அவளுக்கு ஏற்பட்டதில்லை. இதுநாள் வரைக்கும் அவளுக்கு அறிமுகமாகியிராத, முற்றிலும் புதியதான உலகம் ஒன்று இன்று அவளது கண்களுக்குள் மங்கலாக விரிந்துகொண்டிருந்தது. இன்று தன்னைப் பார்க்கத் தனது வீட்டிற்கு வருவதாக ரஸ்கோல்னிகோவ் சொன்னது திடீரென்று அவளுக்கு நினைவுக்கு வந்தது. “ஒருவேளை இன்று காலைகூட அவர் வந்துவிடலாம்... ஒருவேளை இப்போதுகூட... உடனேயேகூட...! ஐயோ... இன்று மட்டும்

வேண்டாம்... தயவுசெய்து இன்று வேண்டாம்!" என்று மனச் சோர்வோடு தனக்குத்தானே அவள் முணுமுணுத்துக்கொண்டாள். மிரண்டுபோயிருந்த குழந்தை ஒன்று எவரிடமோ கெஞ்சி மன்றாடுவதைப் போல அவள் அப்போது தோற்றமளித்தாள். "கடவுளே...! அவர் என்னைப் பார்ப்பதற்காக நான் தங்கியுள்ள அறைக்கா வரப்போகிறார்...? கடவுளே..."

அதேநேரத்தில் அவளுக்கு அறிமுகமே இல்லாத மனிதன் ஒருவன் அவளை விடாமல் பின் தொடர்ந்து வந்துகொண்டிருப்பதை அவள் அறியவில்லை. அதைக் கவனிக்கும் மனநிலையிலும் அவள் இல்லை. அவள் வெளிவாசலைக் கடந்து வந்தது முதலாகவே அவன் அவளுக்குப் பின்னாலேயே வந்துகொண்டிருந்தான். தெருவில் அவர்கள் மூவரும் நின்று பேசிக்கொண்டிருந்த போது, அந்த வழிப்போக்கன் அவர்களைச் சுற்றியே நடந்து கொண்டிருந்தான். 'ரஸ்கோல்னிகோவ் என்ற பெயருடையவர் எங்கே குடியிருக்கிறார்?' என்று தான் விசாரித்ததாக ரஸ்கோல்னிகோவ் மற்றும் ரஸுமிகினிடம் – அவள் சொல்லிக்கொண்டிருந்த வார்த்தைகள் எதிர்பாராமல் அவனது காதில் விழுந்துவிட்டன. உடனேயே மூவரிடத்திலும் எதையோ தேடுவதைப் போலப் பார்வையை ஓடவிட்டான் அவன். குறிப்பாக சோனியாவுடன் பேசிக்கொண்டிருந்த ரஸ்கோல்னிகோவின் மீதே அவன் பார்வை நிலைத்திருந்தது. அந்த வீட்டையும் திரும்பிப் பார்த்துக்கொண்டான். இவை அனைத்தும் ஒரு நொடி நேரத்தில் நடந்து முடிந்து விட்டன. ஏதோ இயல்பாக அந்த வழியில் செல்பவனைப் போலவே இத்தனையையும் கவனித்தபடி அந்த மனிதன் நடந்து சென்றுகொண்டிருந்தான். அவன் காத்திருந்தது சோனியாவை எதிர்பார்த்துத்தான். அவர்கள் இறுதியாக சோனியாவிடம் விடை பெற்றுக்கொண்டதையும், அதன்பின் சோனியா – தனது வீட்டை நோக்கித் தனியே நடக்கத் துவங்கியதையும் அவன் பார்த்தான்.

'இந்த முகத்தை எங்கோ பார்த்திருக்கிறேன்... எங்கே...?' அவன் யோசித்துப் பார்த்தான். 'சரி, நான் அதைக் கட்டாயம் கண்டுபிடித்தாக வேண்டும்' என்று தனக்குள் முடிவு செய்து கொண்டான்.

தெருவின் மூலையை அடைந்ததும், அடுத்த தெருவில் திரும்பி நடந்தான். சோனியாவும் அதே வழியில், எதையும் கவனிக்காமல் வந்துகொண்டிருப்பதைக் கவனித்தான். அவளும் மூலையில் திரும்பி அதேதெருவில் முன்னேறிச் சென்றுகொண்டிருந்தாள். அவனோ, அவள் நடந்து செல்லும் நடைபாதைக்கு எதிர்ப்புறமிருந்த நடைபாதையில் நின்றபடி அவளைக் கவனித்துக் கொண்டிருந்தான். அவள் ஐம்பது தப்படிகள் முன்னேறிச்

சென்றபிறகு – இவன் சாலையின் குறுக்கே நடந்து அவள் நடந்துகொண்டிருந்த அதே நடைபாதைக்கு வந்து, ஐம்பது அடிகள் இடைவெளியில் அவளைப் பின் தொடர்ந்து செல்லத் தொடங்கினான்.

அவனுக்கு ஐம்பது வயதிருக்கலாம். உயரமும், பருமனுமான அந்த மனிதனின் தோள்கள் சற்றுத் தொய்வாக இருந்ததால் வட்டமான தோள்களைக்கொண்டவன் போலத் தோற்ற மளித்தான். மிகவும் நாகரிகமாகவும், பொருத்தமாகவும் உடை யணிந்து ஒரு கனவானைப் போல அவன் இருந்தான். மிக நேர்த்தி யான கைத்தடி ஒன்றை வைத்துக்கொண்டிருந்த அவன், தான் நடக்கும் ஒவ்வொரு அடிக்கும், நடைபாதை மீது அந்தத் தடியால் தட்டியபடி நடந்துகொண்டிருந்தான். அவன் அணிந்திருந்த கையுறைகள் புதிதாக சலவை செய்யப்பட்டிருந்தன. அவனது பரந்த முகமும், கன்னத்து எலும்புகளும் எடுப்பான தோற்றத்தையே அவனுக்கு அளித்துக்கொண்டிருந்தன. அவனது உடலின் நிறம் மட்டும் செம்மையாக இருந்தது. இந்த நிறம்கொண்ட மனிதர்களை பீட்டர்ஸ்பர்க்கில் எப்போதாவதுதான் பார்க்க முடியும். எனவே இந்த மனிதன் பீட்டர்ஸ்பர்க்கைச் சேர்ந்தவனாக இருக்க முடியாது என்பது மட்டும் நிச்சயம். அடர்ந்திருந்த அவனது தலைமுடியில் ஆங்காங்கே நரையோடியிருந்தது. அகலமும், கனமுமாக இருந்த அவனது கொடுவாள் மீசையின் நிறம் மட்டும் அவனது தலை முடியின் நிறத்தைக் காட்டிலும் வெளிறிப் போயிருந்தது. அவனது நீல நிறக் கண்கள் மிகத் தீவிரத்தோடு எல்லாவற்றையும் அளவெடுக்கும் பாவனையில் கவனித்துக்கொண்டிருந்தன. அவனது உதடுகள் மிகவும் சிவப்பாக இருந்தன.

மொத்தத்தில் நல்ல வசதியான இடத்தைச் சேர்ந்தவனைப் போலத் தோன்றிய அவன், தன் வயதைவிடவும் இளமையாகவே காட்சி தந்தான்.

நீரோடையின் அருகே அவள் சென்றுகொண்டிருந்தாள். அவளுக்குப் பின்னே அவன் நடந்துகொண்டிருந்தான். அந்த நடை பாதையில் அவர்கள் இருவரைத் தவிர வேறு எவருமே தென்பட வில்லை. அவள் ஏதோ சிந்தனைவயப்பட்டிருப்பதையும், தனக்குள் சுருங்கிப் போயிருப்பதையும் அவளைக் கூர்ந்து நோக்கியபோது அவனால் கவனிக்க முடிந்தது. தான் குடியிருக்கும் வீட்டை அடைந்த சோனியா முகப்பிலிருந்த கதவைத் திறந்துகொண்டு உள்ளே நுழைந்தாள். சற்று வியப்புற்றவனைப் போல அவனும் பின் தொடர்ந்தான். முன் வாசலில் வலதுபுறமாகச் சென்று, தான் செல்ல வேண்டிய படிக்கட்டு அமைந்திருந்த மூலையை நோக்கி

அவள் சென்றாள். "ஓ..." என்று முணுமுணுத்துக்கொண்ட அந்த நபர் படிக்கட்டுகளிலும் அவள் பின்னாலேயே ஏறத் தொடங்கி னான். சோனியா அப்போதுதான் திரும்பி அவனைக் கவனித் தாள். மூன்றாம் தளத்தை அடைந்து அதன் வராந்தாவில் திரும்பிய அவள், ஒன்பதாம் எண் இடப்பட்டிருந்த கதவின் அழைப்பு மணியை அடித்தாள். கதவின் மீது 'காபர் நவுமோவ் தையற்காரர்' என்று சாக்கட்டியால் எழுதப்பட்டிருந்தது. "ஓ" என்று மீண்டும் முணுமுணுத்துக்கொண்ட அந்த ஆள், அதிசயமான அந்த ஒற்றுமையைக் கண்டு வியந்தவனாக எட்டாம் எண்ணுள்ள குடி யிருப்பின் அழைப்பு மணியை அடித்தான். அந்த இரண்டு கதவு களுக்கும் இடையே கிட்டத்தட்ட ஐந்து அடிதூரம்தான் இருந்தது. "நீங்கள் காபர் நவுமாவின் வீட்டில்தான் குடியிருக்கிறீர்களா?" என்று சோனியாவைப் பார்த்துச் சிரித்தபடியே கேட்டான். "அவர் நேற்றுத்தான் எனக்கு ஒரு மேல் கோட்டை சரியாக்கிக் கொடுத் தார். நான் இங்கே உங்களுக்கு அடுத்தாற்போல உள்ள மேடம் ரெஸ்லிச் வீட்டில்தான் குடியிருக்கிறேன். விஷயங்கள்தான் எவ்வளவு ஆச்சரியமான திருப்பங்களோடு நடக்கின்றன."

சோனியா ஒன்றுமே பேசவில்லை. கதவு திறக்கப்பட்டது. அவள் உள்ளே நுழைந்துகொண்டாள். ஏதோ ஒரு காரணத்தால் அவள் அவமானமாகவும், சங்கடமாகவும் உணர்ந்தாள்.

போர்ஃபிரியின் வீட்டிற்குச் சென்றுகொண்டிருந்தபோது, ரஸுமிகின் வினோதமான கிளர்ச்சியுடன் காணப்பட்டான்.

"இது அற்புதம் நண்பா" என்று பலமுறை திரும்பத் திரும்பச் சொல்லிக்கொண்டிருந்த அவன், "எனக்கு ரொம்பவும் சந்தோஷ மாக இருக்கிறது; ரொம்பவும் சந்தோஷமாக இருக்கிறது" என்றான்.

"எதற்காக நீ இவ்வளவு சந்தோஷப்படுகிறாய்?" என்று ரஸ்கோல்னிகோவ் தனக்குள் ஆச்சரியப்பட்டுக்கொண்டான்.

"நீ அந்தக் கிழவியிடம் சில பொருள்களை அடகு வைத் திருப்பது எனக்குத் தெரியாது! அது ரொம்ப நாளைக்கு முன்பு நடந்ததா...? நான் என்ன கேட்கிறேன் என்றால் நீ அங்கே போய் வெகுநாளாகிவிட்டதா?"

"எவ்வளவு அப்பாவியாகவும், எளிமையானவனாகவும் இவன் இருக்கிறான்!" என்று நினைத்துக்கொண்ட ரஸ்கோல்னி கோவ் பேசத் தொடங்கினான். "எப்பொழுது போனேன்..." என்று கொஞ்சம் யோசித்துப் பார்த்தான். அவள் இறப்பதற்கு இரண்டு மூன்று நாட்களுக்கு முன்பு நான் அங்கே போயிருந்ததாக நினைக் கிறேன். எப்படியும் அந்தப் பொருள்களை இப்போது மீட்டுக்

கொள்ள என்னால் முடியாது" அந்தப் பொருள்களின் மீது அவன் கொண்டிருந்த உள்ளார்ந்த அக்கறையுடன் இதை வேகமாகச் சொன்னான் அவன். "ஏனென்றால் என்னிடம் இப்போது ஒரே ஒரு வெள்ளி ரூபிள்தான் உள்ளது.. நேற்றைக்கு எனக்கு ஏற் பட்டிருந்த சனியன் பிடித்த ஜன்னிதான் அதற்குக் காரணம்!"

அந்தக் கடைசி வார்த்தைகளைத் தனிப்பட்ட முறையில் அழுத்திச் சொன்னான்.

"ஓ... சரி, சரி" என்றான் ரஸுமிகின். ஏதோ ஒரு காரணத் தால் அவன் சொல்லும் எதையும் – அது தெளிவாக இல்லை யென்றாலும்கூட ஒப்புக் கொண்டுவிடும் வேகத்தோடு ரஸுமிகின் காணப்பட்டான். "அப்படியானால், அன்றைக்கு நீ இடிவிழுந்த வனைப் போல இருந்ததற்கு அதுவும் ஒரு காரணமா? உனக்கு ஜன்னி கண்டிருந்தபோது நீ ஏதோ மோதிரங்களைப் பற்றியும், சங்கிலிகளைப் பற்றியும் பிதற்றிக்கொண்டே இருந்தாய்! சரி, சரி, இப்பொழுது தெளிவாக இருக்கிறது. எல்லாமே இப்போது தெளிவாக இருக்கிறது!"

இதைக் கேட்டதும் ரஸ்கோல்னிகோவ் இவ்வாறு தனது மனதினுள் நினைத்துக்கொண்டான்: 'இவன் சொல்வதைப் பார்த்தால், இவர்களிடம் என்னைப் பற்றிய சந்தேகமான எண்ணம் வேர்விட்டு வளர்ந்திருப்பதாகத்தான் தோன்றுகிறது. இல்லை யென்றால் இவன் பாவம் எனக்காக வரிந்து கட்டிக்கொண்டு வருவானேன்! நான் ஜன்னியில் பிதற்றிக்கொண்டிருந்தபோது மோதிரங்களைப் பற்றிப் பிதற்றியதற்குக் காரணத்தை இப்போது கண்டுபிடித்துவிட்டதால் எல்லாம் தெளிவாகிவிட்டது என்று அவன் சந்தோஷப்பட்டுக்கொண்டிருக்கிறான். ஆனால் இது அவர்களுக்கு ஏற்கெனவே ஏற்பட்டுப் போயிருக்கும் அபிப்பிராயங் களை மேலும் உறுதிப்படுத்தவே செய்யும்' என்று தனக்குள் நினைத்துக்கொண்டான் ரஸ்கோல்னிகோவ்.

"அவரை உள்ளே போய்ப் பார்ப்போமா?" என்று ரஸுமி கினைப் பார்த்துச் சப்தமாகக் கேட்டான் ரஸ்கோல்னிகோவ்.

"ஓ, போய்ப் பார்க்கலாமே!" என்றான் ரஸுமிகின். "அவர் அற்புதமான மனிதர், தம்பி, நீ வேண்டுமானால் பாரேன். ஆனால் கொஞ்சம் ஏறுக்குமாறான இயல்பைக்கொண்டவர். அவரிடம் நல்ல பழக்க வழக்கங்களும் பண்புகளும் இல்லையென்றும் நான் சொல்லவில்லை. "ஏறுக்குமாறு" என்று நான் குறிப்பிட்டது வேறொரு வகையில்தான். அவர் கெட்டிக்காரர். மிகவும் கெட்டிக்ககாரர். யாரும் அவரை ஏமாற்ற முடியாது. ஆனால் கொஞ்சம் வினோதமான மனப்போக்கு உடையவர். கொஞ்சம் சந்தேகப் பேர்வழி! எதிலும் நம்பிக்கை இல்லாமல் குற்றம்

கண்டுபிடித்துக்கொண்டே இருப்பவர். மனிதர்களைத் திசை திருப்பிக் குழப்பிவிடுவதில் விருப்பமுடையவர்! அது வெகு காலமாகவே இத்துறையில் பின்பற்றப்பட்டு வருகின்ற பழைய முறைதானே...? அவருடைய தொழிலில் அவர் கெட்டிக்காரர். அதில் மிக நன்றாகத் தேர்ந்தவர்? சென்ற வருஷம் இன்னொரு கொலை வழக்கை விசாரித்து அதனை வெற்றிகரமாக முடித்தும்விட்டார். இத்தனைக்கும் அந்த வழக்கில் அதிகமான துப்புகூடக் கிடைக்கவில்லை. உன்னை அறிமுகம் செய்துகொள் வதில் அவர் மிகமிக ஆர்வமாக இருக்கிறார்!"

"எந்தவிதத்தில் அவர் என்னைச் சந்திப்பதில் ஆர்வமாக இருக்கிறார்?"

"அவருடைய தொழில் நோக்கத்திற்காக அப்படி நினைக் கிறார் என்று நான் சொல்லவில்லை. இதோபார், நீ முடியாமல் போனதிலிருந்து நான் உன்னைப் பற்றி அவரிடம் நிறைய நிறையப் பேசிக்கொண்டிருக்கிறேன். அவரும் அதையெல்லாம் கேட்பார். சட்டம் படித்துக்கொண்டிருந்த நீ உன் சூழ்நிலையின் காரணமாக அதைத் தொடர முடியாமல் போனதைப்பற்றி கேட்டபோது அதற் காக மிகவும் வருத்தப்பட்டார்.. இந்த மாதிரிப் பல விஷயங்களும் சேர்ந்துதான் அவருக்கு ஆர்வத்தைத் தூண்டியிருக்க வேண்டுமே தவிர, ஏதோ ஒரு குறிப்பிட்ட விஷயத்தை வைத்து மட்டுமல்ல –அதுதான் நீ சமெடோவுடன் பேசியது– இதோ பார், ரோட்யா, நேற்று நாம் வீட்டுக்குத் திரும்பிச் செல்லும் வழியில், நான் ரொம்பவும் குடித்திருந்ததால் ஏதோ அபத்தமாக உளறிக் கொண்டே வந்தேன். அதைப் போய் நீ பெரிதுபடுத்திக்கொண் டாயோ என்று நான் பயப்படுகிறேன்!"

"நீ எதைப் பற்றிச் சொல்லுகிறாய்? நான் பைத்தியமாக இருக்கலாமோ என்று எழுப்பப்பட்ட சந்தேகத்தையா? ஏன்? ஒருவேளை அது உண்மையாகக்கூட இருக்கலாம்!" என்று வலிந்து புன்னகை செய்தபடி கூறினான் ரஸ்கோல்னிகோவ்.

"சரி, சரி! எதையோ சொல்லித் தொலைத்து விட்டேன். விட்டுத்தள்ளு.. இனி அதைப்பற்றி பேச வேண்டாம்! இதோ பார், நான் சொன்ன எல்லாமே பிற விஷயங்களையும் சேர்த்துதான் சொல்கிறேன் – வெறும் குப்பை! ஏனென்றால் நான் குடி மயக்கத்தில் சொன்னவை அவையெல்லாம்!"

"ஏன் மன்னிப்புக் கேட்கிறாய்? இந்த விஷயம் முழுவதுமே எனக்குச் சலித்துப் போய்விட்டது" என்று மிகுந்த எரிச்சலோடு உரக்கச் சொன்னான் ரஸ்கோல்னிகோவ்.

“சரி, சரி எனக்குப் புரிகிறது. நான் புரிந்துகொண்டேனென்று நீ உறுதியாக நம்பலாம்! அதைப் பற்றிப் பேசக்கூட எனக்கு அவமானமாக இருக்கிறது.”

“அப்படியென்றால் பேசாதே!”

அவர்கள் சற்றுநேரம் அமைதியாக இருந்தனர். ரஸுமிகின் மிக அதிகமாகக் கிளர்ச்சியுற்றும், உணர்ச்சிவசப்பட்டும் இருந்ததை ரஸ்கோல்னிகோவ் அருவருப்போடு கவனித்துக்கொண்டிருந்தான். மேலும் போர்ஃபிரியைப் பற்றிச் சற்றுமுன் ரஸுமிகின் கூறியிருந்த விஷயங்கள் வேறு அவனை அமைதியிழக்கச் செய்துகொண்டிருந்தன.

என் மோசமான உடல்நிலையைத்தான் இப்போது நான் பயன்படுத்திக்கொள்ள வேண்டும் என்று வெளிறிப் போன முகமும், படபடக்கும் இதயத்துடனுமிருந்த அவன் தனக்குள் நினைத்துக்கொண்டான். “எவ்வளவு இயல்பாக இருக்க முடியுமோ, அவ்வளவு இயல்பாக இருக்க வேண்டும். எதைப் பற்றியும் மிகுந்த அக்கறை எடுத்துக்கொண்டது போலவும், மிகுந்த கவனம் செலுத்துவதாகவும் காட்டிக்கொள்ளாமல் இருப்பதுதான் மிக இயல்பானதாகத் தோன்றும். வலுக்கட்டாயமாக முயற்சி செய்து அந்தமாதிரிப் பேச்சிலிருந்து என்னை விலக்கிக்கொள்ள வேண்டும். இல்லை... இல்லை... அப்படிச் செயற்கையாக முயற்சி செய்வது இயல்பாக இருக்காதே? சரி, பார்ப்போம். விஷயம் எப்படித்தான் போகப்போகிறதென்று பார்க்கலாமே...! இப்பொழுது இப்படி நான் இங்கே வந்திருப்பது நல்லதா அல்லது கெட்டதா? விட்டில் பூச்சி தானாகவே சென்று விளக்குக்குள் விழப்போகிறது!... எனது நெஞ்சு படபடக்கிறதே... இது.. அவ்வளவு நல்லதாகத் தெரியவில்லையே?”

“இதோ, இந்தச் சாம்பல் நிற வீடுதான்!” என்றான் ரஸுமிகின்.

“இப்போதுள்ள முக்கியமான விஷயம் எது என்றால் – நேற்று நான் அந்த சூனியக்காரக் கிழவியின் வீட்டுக்குப் போனதைப் பற்றியும், அங்கே சிதறிக் கிடந்த இரத்தத்தைப் பற்றி விசாரித்ததும் போர்ஃபிரிக்குத் தெரியுமா, தெரியாதா என்பது எனக்குத் தெரிந்தாக வேண்டும். எடுத்த எடுப்பிலேயே அதை நான் தெரிந்துகொண்டாக வேண்டும். இதில் முக்கியமான விஷயம் இதுதான். உள்ளே நுழைந்து அவர் முகத்தைப் பார்த்தவுடனேயே அதை நான் கண்டுபிடித்துவிட வேண்டும்! இல்லையென்றால்... சரி, அதுதான் எனக்கு அழிவாக, ஒரு முடிவாக

இருக்கப் போகிறதா என்பதை முயன்று, மோதிப் பார்த்துவிட வேண்டியதுதான்!' என்று தன் மனதினுள் நினைத்துக்கொண்ட ரஸ்கோல்னிகோவ், "இங்கே என்னைப் பார், நண்பனே!" என்று சற்றுக் குறும்புச் சிரிப்புடன் ரஸுமிகினை அழைத்தான். "இன்று காலை முதலாக நானும் உன்னைப் பார்த்துக்கொண்டுதான் இருக்கிறேன். நீ ஏதோ அளவு கடந்த கிளர்ச்சியோடு இருக்கிறாயே? என்ன, நான் சொல்வது உண்மைதானே?"

"கிளர்ச்சியா... சே... சே... அப்படியெல்லாம் துளிக்கூட இல்லை!" என்று புளுகினான் ரஸுமிகின்.

"இல்லை, நண்பா! நான் சரியாகத்தான் சொல்கிறேன். அதுதான் வெளிப்படையாகத் தெரிகிறதே? இதற்கு முன்னால் எப்போதுமே நான் உன்னைப் பார்த்திராத விதத்தில் நீ என்னவோ நாற்காலி நுனியில் உட்கார்ந்து ஏதோ இழுப்பு வந்தவனைப் போல நெளிந்துகொண்டிருந்தாய்! காரணமே இல்லாமல் எடுத்ததற்கெல்லாம் குதித்துக்கொண்டிருந்தாய்! ஒரு நிமிஷம் கோபமாக இருப்பாய்! அடுத்த நிமிஷமே உனது அவலட்சணமான முகம் சர்க்கரைக் கட்டியாகிவிடும். நீ கூச்சப்படவும், வெட்கப்படவும் கூடச் செய்தாயே? உன்னை இரவு விருந்துக்கு அழைத்தபோது உன்முகம்தான் வெட்கத்தினால் எப்படிச் சிவந்து போயிற்று தெரியுமா?"

அப்படியெல்லாம் ஒன்றுமே இல்லை...! சும்மா பொய் சொல்லாதே! எதை வைத்து இப்படியெல்லாம் பேசிக்கொண்டிருக்கிறாய் நீ?"

"ஆமாம், நீ என்ன இப்போது பள்ளிக்கூடப் பையனைப் போல நெளிந்துகொண்டிருக்கிறாய்? என்னடா ஆயிற்று உனக்கு? மறுபடியும் ஏன் இப்படி வெட்கப்படுகிறாய்?"

"சரியான பன்றிப்பயல் நீ!"

"ஏன் இப்படி வெட்கப்படுகிறாய்? ரோமியோ, கொஞ்சம் பொறுத்துக்கொள்! இதே விஷயத்தை இன்றைக்கு வேறொரு இடத்திலேயும் திரும்பச் சொல்லப் போகிறேன்! ஹா... ஹா... ஹா! அதைக்கேட்டு அம்மா ரொம்பவும் ஆச்சரியப்படுவாள். இன்னொரு ஆளும்கூடத்தான்!"

"இதைக்கேளு... கொஞ்சம்... நான் சொல்வதைக் கேளேன்! இது ரொம்ப முக்கியம்! ஏய்... பிசாசே... இது என்ன... அடுத்தது என்ன... நிஜமாக... இது நடக்குமா? அவர்களிடம் எப்படிச் சொல்வாய்...?" ரஸுமிகின் மிகுந்த குழப்பமடைந்தவனாகவும் அச்சத்தில் உறைந்தவனைப் போலவும் தெரிந்தான்.

"கோடைக்காலத்து ரோஜாவைப் போல நீ இருக்கிறாய். உனக்கு மட்டும் அது தெரிந்திருந்தால் அது உன்னைப் போல எவ்வளவு அழகானது என்பதை நீயே புரிந்துகொள்வாய்! ஆறடி உயரத்தில் ஒரு ரோமியோ! எவ்வளவு கவனமாக நீ அழகுபடுத்திக் கொண்டிருக்கிறாய்.. நகங்களையெல்லாம் வெட்டியிருக்கிறாய்... நிஜமா...

இல்லையா சொல். இதற்கு முன்னால் எப்பொழுதாவது இப்படி நடந்திருக்கிறதா என்ன? நான் உயிரோடு இருப்பது எவ்வளவு நிஜமோ அவ்வளவு நிஜம் நீ உன் தலைக்குக் கிரீம் தடவிக்கொண்டிருப்பதுவும். எங்கே, தலையைக் குனி, பார்ப்போம்."

"பன்றிப்பயலே!"

ரஸ்கோல்னிகோவ் தன்னைக் கொஞ்சம்கூடக் கட்டுப் படுத்திக்கொள்ள இயலாதவனாக மனம்விட்டுச் சிரித்தான். இப்படிப்பட்ட சிரிப்புகளுக்கு இடையே அவர்கள் இருவருமே போர்ஃபிரி பெத்ரோவிச்சின் வீட்டுக்குள் நுழைந்தனர். ரஸ் கோல்னிகோவும்கூட இப்படி இயல்பான மனோபாவத்துடன்தான் அங்கே செல்ல வேண்டும் என்று விரும்பியிருந்தான். அவர்கள் இருவருமே பெருங்குரலெடுத்துச் சிரித்துக்கொண்டே உள்ளே நுழைந்தனர். வீட்டின் ஹாலுக்குள் நுழைந்த பின்னும் சிரிப்பு தொடர்ந்தது.

"இங்கே ஏதாவது ஒரு வார்த்தை இப்படிப் பேசினா யென்றால்கூட அப்புறம் தொலைத்துவிடுவேன் உன்னை..." என்று ரஸ்கோல்னிகோவின் தோள்களைப் பற்றியபடி கோபத்தோடு முணுமுணுத்தான் ரஸுமிகின்.

அத்தியாயம் – 5

ரஸ்கோல்னிகோவ் முதலில் உள்ளே நுழைந்துவிட்டான். தன்னிடத்தில் அந்தச் சிரிப்பு மீண்டும் பீறிட்டுக்கொண்டு வந்து விடாமல் இருக்கவேண்டுமென்று, பெரும்முயற்சியோடு அதைக் கட்டுப்படுத்திக்கொண்டிருப்பவனைப் போல அவன் தோன்றி னான். ரஸுமிகினோ மிகுந்த குழப்பத்துடன் காணப்பட்டான். மேலும் நாணிக்கோணிக்கொண்டு, முகமெல்லாம் சிவந்து போனவ னாய்த் தள்ளாடி நடந்தபடி, பார்க்கச் சகிக்காதவண்ணம் அவனுக்குப் பின்னால் வந்துகொண்டிருந்தான். அப்பொழுது அவனது முகம் போன போக்கும், அவனது தோற்றத்தில் காணப் பட்ட பலவிதமான சேஷ்டைகளும் அவனைப் பார்த்து ரஸ்கோல்னிகோவ் சிரித்துக்கொண்டிருப்பது நியாயம்தான் என்பதைப் புலப்படுத்திக்கொண்டிருந்தன.

அறிமுகம் செய்து வைக்கும்வரைகூடக் காத்துக்கொண்டி ருக்காத ரஸ்கோல்னிகோவ், தானாகவே வீட்டுக்குள் சென்று, வீட்டின் நடுவில் நின்றுகொண்டு 'உள்ளே வருவது யார்' என்று பார்த்துக்கொண்டிருந்த போர்ஃபிரி பெத்ரோவிச்சின் முன்னால் போய்ப் பணிந்து வணங்கிவிட்டுத் தனது கரத்தை நீட்டி, அவருடன் கைகுலுக்கினான். அப்பொழுதும்கூடத் தான் யாரென் பதை அவரிடம் அறிமுகம் செய்துகொள்ள முடியாதபடி அவனிட மிருந்து சிரிப்பு வெடித்துக்கொண்டிருந்தது. பொங்கி வந்து கொண்டிருந்த சிரிப்பை, மிகவும் சிரமத்தோடு கட்டுப்படுத்தியபடி, அவரிடம் ஓரிரு வார்த்தைகளாவது பேசிவிட வேண்டும் என்று அவன் பெரிதும் முயன்றுகொண்டிருந்தான். ஒருவழியாக அவன் தன்னைக் கட்டுக்குள் கொண்டுவந்துவிட்ட நேரத்தில் தற்செயலாக அவனது பார்வை ரஸுமிகினின் மீது படியவே, மீண்டும் வெடிச் சிரிப்பு ஒன்று அவனுள்ளிருந்து பொங்கிப் பீறிட்டுச் சிதறியது. முன் போலவே, எத்தனை முயற்சி செய்து பார்த்தபோதும் பொங்கி வந்துகொண்டிருந்த சிரிப்பை அவனால் கட்டுப்படுத்திக்கொள்ள முடியவில்லை. சிரிப்பு மேலும், மேலும் வெடித்து அவனைத் திக்குமுக்காடச் செய்துகொண்டிருந்தது. இப்படி அவன் மனம் விட்டுச் சிரித்துக்கொண்டிருப்பதைப் பார்த்து, ரஸுமிகின்

காட்டிய மிகையான கோபமும், ஆவேசமும்கூட அவனுக்கு மேலும் சிரிப்பை உண்டாக்கியது. இந்தச் சிரிப்பும் கும்மாளமும் அங்கே உல்லாசமான, இயற்கையான, இயல்பானதொரு சூழ் நிலையை தோற்றுவித்திருந்தது. இதுபோன்ற இயற்கையான, இயல் பானதொரு சூழ்நிலையை அங்கே அப்போது உருவாக்குவதற்காக, வேண்டுமென்றே இவ்வாறு நடந்துகொண்டான் ரஸுமிகின். அடுத்து அவன் நடந்துகொண்ட விதமும்கூட இந்த இயல்பான சூழ்நிலைக்குக் கூடுதல் வலு சேரட்டும் என்பதற்காகத்தான்!

"ஏய்... இப்ப... அதை நிறுத்தப் போகிறாயா, இல்லையா..." என்று உறுமிக்கொண்டே தன் கைகளை ஆட்டிய அவன் தேநீர் வைக்கப்பட்டிருந்த சிறிய வட்ட மேசை மீது கையால் ஓங்கிக் குத்திச் சத்தம் எழுப்பினான்.

"தம்பிகளா! ஏன் இப்படிப் பொருள்களை நாசப்படுத்து கிறீர்கள்? இப்போது நீங்கள் அரசாங்கச் சொத்துக்குச் சேதம் விளைவித்துக்கொண்டிருக்கிறீர்கள் என்று உங்களுக்குத் தெரியுமா?" என்று போர்ஃபிரி பெத்ரோவிச், தானும் சிரித்த படியே அவர்களைப் பார்த்துக் கேட்டார்.

அதன்பிறகு நடந்தது இதுதான்! ரஸ்கோல்னிகோவ் அவரது கைகளைப் பற்றிக்கொண்டு இன்னும் சிரித்துக்கொண்டு தானிருந்தான். ஆனாலும், தான் சற்று எல்லை மீறி நடந்து கொண்டுவிட்டதை உணர்ந்தவனாக, மிக இயல்பான முறையில் அதனை அடக்கிக்கொள்ளும் முயற்சியில் அவன் முனைந்திருந் தான். மேசையிலிருந்து கீழே விழுந்த அந்தக் கண்ணாடி டம்ளர் உடைந்து நொறுங்கியதுமே, தன் குழப்பம் தீர்ந்து சமநிலைக்கு வந்திருந்த ரஸுமிகின், உடைந்த துண்டுகளை வெறித்துப் பார்த்துக் காறி உமிழ்ந்துவிட்டு ஜன்னல் பக்கமாகத் திரும்பி நின்றுகொண் டான். எதையோ பார்ப்பவனைப் போல அவன் நின்றுகொண்டி ருந்தாலும், குறிப்பாக எதையுமே அவன் பார்க்கவில்லை. சுவரைப் பார்த்தபடி, அறைக்கு முதுகு காட்டிக்கொண்டு நின்றிருந்த அவனது முகத்தில் பயங்கரமான கோபம் கொப்பளித்துக்கொண்டி ருந்தது. போர்ஃபிரி பெத்ரோவிச்சும்கூட சிரித்துக்கொண்டுதான் நின்றிருந்தார். அந்தச் சூழ்நிலை, அவரையும்கூட – ரஸ்கோல்னி கோவைப் போலத்– தொடர்ந்து சிரிக்க வேண்டும் என்று தூண்டி யிருந்தாலும், சிரிப்பதற்கான காரணம் என்னவென்று தெரிந்து கொள்ள வேண்டும் என்று அவர் விரும்பியதும் வெளிப்படை யாகத் தெரிந்தது. அங்கே ஒரு மூலையிலிருந்த ஒரு நாற்காலியில் சமெடோவும்கூட உட்கார்ந்திருந்தான். அவர்கள் உள்ளே நுழைந் ததுமே அவன் எழுந்துகொண்டான். அங்கே நடப்பதைப் பார்த்து

அவனது உதடுகளிலும்கூடச் சற்றுப் புன்னகை விரிந்த போதும், கண்களில் ஆச்சரியமும், ஒருவிதமான சந்தேகத்தின் அறிகுறிகளும் கூடத் தென்பட்டன. குறிப்பாக ரஸ்கோல்னிகோவை மிகுந்த திகைப்போடு அவன் பார்த்துக்கொண்டிருந்தான். சற்றும் எதிர் பாராமல் சமெடோவும் அங்கிருந்ததைக் கண்ட ரஸ்கோல்னிகோவ் அதிருப்தியடைந்தான்.

'இதைக் (சமெடோவ் இருப்பதை) கட்டாயம் மனதில் வைத்துக்கொள்ள வேண்டும்' என்று தனக்குள் நினைத்துக் கொண்ட அவன் "தயவுசெய்து மன்னித்துக்கொள்ளுங்கள்" என்று மிகுந்த கூச்சத்தோடும், சங்கடத்தோடும் தன்னை அறிமுகப்படுத்திக் கொண்டான் "நான்தான் ரஸ்கோல்னிகோவ்."

"சே... சே... அதெல்லாம் ஒன்றுமில்லை. உன்னைப் பார்த்த தில் எனக்கு மிக்க மகிழ்ச்சி... நீ, உள்ளே வந்தவிதமே ரொம்ப சந்தோஷமாக இருந்தது... அது சரி...! அவன் என்ன... எனக்கு வணக்கம் சொல்லப் போகிறானா. இல்லையா...?" என்று ரஸுமி கினைத் தன் கைகளால் சுட்டிக்காட்டியபடி கேட்டார் போர்ஃபிரி பெத்ரோவிச்.

"நிஜமாகவே அவன் என்னிடம் ஏன் இத்தனை கோபமாக இருக்கிறான் என்பது எனக்கே புரியவில்லை. நாங்கள் வந்து கொண்டிருக்கும்போது அவன் ஒரு ரோமியோவைப் போல இருப்பதாகச் சொன்னேன்... அதை நிரூபிக்கவும் செய்தேன். அவ்வளவுதான் நடந்ததாக எனக்கு ஞாபகம்!"

"ஒரு வார்த்தைக்குப் போய் அவன் இவ்வளவு கோபப்பட வேண்டுமென்றால், அதற்கு நிச்சயம் ஒரு வலுவான காரணம் இருந்தாக வேண்டும்" என்றபடி போர்ஃபிரி சிரித்தார்.

"இதோ பாரப்பா...! இந்தத் துப்பறியும் நிபுணர் அவர் பாணி யிலே ஆரம்பித்துவிட்டார்!" என்று சொல்லியபடி சடாரென்று திரும்பிய ரஸுமிகின், படாரென்று தனக்குத்தானே ஒரு வெடிச் சிரிப்பு சிரித்துக்கொண்டு, தனக்கு ஒன்றும் நேர்ந்துவிடவில்லை என்பதைக் காட்டும்வண்ணம் களிப்பு மிகுந்த பிரகாசமான முகத்தோடு போர்ஃபிரியை நெருங்கிச் சென்று அவரிடம் பேசத் தொடங்கினான். "சரி, அதையெல்லாம் விட்டுத் தள்ளுங்கள்! சும்மா நாங்கள் கொஞ்சம் விளையாட்டுத்தனமாக நடந்து கொண்டு விட்டோம். ஒரு வேலையாக உங்களைச் சந்திக்கத்தான் வந்தோம். இதோ இவன் எனது நண்பன், ரோடியன் ரொம னோவிச் ரஸ்கோல்னிகோவ். இவனைப் பற்றி ஏற்கெனவே உங்களிடம் நிறையச் சொல்லி இருக்கிறேன். இவன் உங்களை

அறிமுகப்படுத்திக்கொள்ள விரும்பினான். எனவேதான் உங்க ளிடம் அழைத்து வந்தேன். அத்துடன் அவனுக்கு உங்களிடம் ஒரு சிறு காரியமும் ஆக வேண்டியது இருக்கிறது. ஹலோ... சமெடோவ்! நீ எப்படியிருக்கிறாய்? நீ எப்படி இங்கே வந்திருக் கிறாய்? அப்படியானால் உங்கள் இருவருக்கும் ஏற்கெனவே அறிமுகம் இருக்கிறதா? ஒருவரை ஒருவர் வெகுநாட்களாகவே அறிந்திருக்கிறீர்களா?"

"இந்த விஷயம் கொஞ்சம் புதிதாகத்தான் இருக்கிறது!" என்று கவலையோடு தன் மனதினுள் சொல்லிக்கொண்டான் ரஸ்கோல்னிகோவ்.

சமெடோவும் இலேசாகக் குழப்பமடைந்திருந்தபோதும், அதைப் பற்றி அவன் அதிகமாக அலட்டிக்கொள்ளவில்லை.

"நேற்று உன் வீட்டில் நடந்த விருந்தில் வைத்துத்தான் நாங்கள் சந்தித்துக்கொண்டோம்!" என்று மிக இயல்பாகச் சொன்னான் சமெடோவ்.

"அப்படியென்றால் கடவுளாகவே பார்த்து என் சிக்கலைத் தீர்த்துவிட்டார் என்று சொல்! போனவாரம் முழுவதுமே இவன், தன்னை உங்களிடம் அறிமுகம் செய்து வைக்கும்படியாக நச்சரித்துக்கொண்டேயிருந்தான். இப்போது நீங்கள் இருவருமே மோப்பம் பிடித்துக்கொண்டு அறிமுகமாகிவிட்டது குறித்து எனக்குச் சந்தோஷம்தான். எப்படித்தான் சொக்குப்பொடி போட்டு விடுகிறீர்களோ?"

போர்ஃபிரி பெத்ரோவிச், அன்று வீட்டில் ஓய்வாக இருந்த தால் படாடோபமான உடை எதுவும் அணிந்துகொள்ளாமல், மேலங்கி ஒன்றை மட்டும் போட்டுக்கொண்டிருந்தார். காலில் சாதாரணமான செருப்புகளையே அணிந்திருந்தார். அவர் அணிந்துகொண்டிருந்த லினன் உள்சட்டை பளீரென்றிருந்தது. அவருக்கு முப்பத்தைந்து வயதிருக்கலாம். சிறிய தொந்தியுடன் கட்டை குட்டையாகக் காணப்பட்டார். சுத்தமாக சவரம் செய்து கொண்டிருந்த அவர், வட்டமாக இருந்த தனது பெரிய தலையின் முடிகளையெல்லாம் ஒட்ட வெட்டியிருந்தார். அவரது தலையின் பின்புறம் புடைத்துக்கொண்டிருப்பதைப் போல ஏதோ பெரிதாகத் தெரிந்தது. அவரது முகம் பருமனாகவும், கருப்பாகவும், வட்ட மாகவும் இருந்தது. மூக்கு சப்பையாக இருந்தது. மஞ்சள் நிறத்தில் சோகைபடர்ந்திருந்த ஆரோக்கியமற்ற அந்த முகம், உற்சாக மாகவும், இலேசான கேலி தவழும் பார்வைகொண்டதாகவும் காணப்பட்டது. ஒரு குறிப்பிட்ட முகபாவனை மட்டும் அவரிடம்

இல்லாமல் இருந்திருந்தால், நல்ல இயல்புகளைக்கொண்ட மிக நல்ல மனிதரைப் போல அவர் தோற்றமளித்திருப்பார். அவரது அந்தப் பாவனையும் அப்படித்தான் இருந்தது. அவரது இரப்பை களுக்கடியில் கண்ணீர் தளும்பிக்கொண்டிருந்த அவரது கண்கள், பளிங்கு போலக் காட்சியளித்ததோடு, அடிக்கடி சிமிட்டிக் கொண்டே இருந்தன. அதனால் அவர் அடிக்கடி கண்ணடித்துக் கொண்டே இருப்பதைப் போலத் தோன்றியது. அது அவரது தோற்றத்திலிருந்த கம்பீரத்தோடு கொஞ்சமும் பொருந்தாததாக– படிக்காத பாமரப் பெண்மணியுடையதைப் போல இருந்தது. அத்தகைய அவரது கண்பார்வையை வைத்து, அவரைப் பற்றி எடுத்த எடுப்பில் எதையும் அளவிட்டு விட முடியாது என்றும் மிக நிதானமாகக் கவனித்துத்தான் எதையும் முடிவு செய்ய முடியும் என்றும் புரிந்துகொண்டான் ரஸ்கோல்னிகோவ்.

ரஸ்கோல்னிகோவுக்கு அவரிடம் ஒரு காரியம் ஆக வேண்டி இருக்கிறது என்று கேள்விப்பட்டவுடனேயே அவனை ஒரு சோஃபாவில் உட்காரச் சொல்லிவிட்டு, தானும் அவனுக்கு எதிரே சோஃபாவில் உட்கார்ந்துகொண்டார் போர்ஃபிரி பெத் ரோவிச். அவன் சொல்ல வந்த விஷயத்தைச் சீக்கிரமாகத் தெரிந்து கொள்ள ஆசைப்படுபவரைப் போல மிகுந்த கவனத்துடனும், தீவிரமான அக்கறையுடனும் அவர் தயாரானதைக் கண்டதும்– புதிதாக, அதுவும் அப்போதுதான் அறிமுகமான அவனுக்கு அவரது இந்த ஆர்வம் சற்றுக் குழப்பமளிப்பதாகவும், மிகை யானதாகவும்கூடத் தெரிந்தது. அதிலும் அவர் இந்த அளவுக்குக் கூடுதல் முக்கியத்துவம் தரும்படியாக அவன் கூற வந்த விஷயம் முக்கியமான விஷயம் இல்லை என்பதையும் அது மிகவும் அற்ப மான விஷயம்தான் என்பதையும் உணர்ந்திருந்த ரஸ்கோல்னி கோவ் ஒரு கணம் திகைத்துப் போனான். இருப்பினும் அடுத்த நொடியிலேயே தன்னை முழுவதுமாக நிதானப்படுத்திக்கொண்டு, தன்னுடைய பிரச்சினையைச் சுருக்கமாகவும் தெளிவாகவும் அவரிடத்தில் சொல்லி முடித்தான் ரஸ்கோல்னிகோவ். போர் ஃபிரியின் கண்களை நேருக்கு நேராகப் பார்த்தபடி, அவரோடு பேசுவதில் தான் வெற்றியடைந்து விட்டது அவனுக்கு மன நிறைவை அளித்தது.

தன் கண்களை அவன் மேலிருந்து கொஞ்சமும் அகற்றாமல் அவனையே சில நிமிடங்கள் உற்றுப்பார்த்துக்கொண்டிருந்தார் போர்ஃபிரி. மேசையின் மறுபுறத்தில் உட்கார்ந்திருந்த ரஸுமிகின் சற்றுப் பதற்றமாகவும், பொறுமையில்லாதவனாகவும் இருவரை யும் மாறி மாறித் தொடர்ச்சியாகப் பார்த்துக்கொண்டிருந்தான்.

அவனது இந்தச் செய்கை கொஞ்சம் முட்டாள்தனமாகத் தோன்றியது.

ரஸுமிகினின் இந்த மடத்தனமான செய்கையைக் குறித்து தனது மனதினுள் நொந்துகொண்டான் ரஸ்கோல்னிகோவ்.

"நீ போலீசுக்கு ஒரு மனு எழுதித்தர வேண்டியிருக்கும்" என்று அதிகாரபூர்வமான தோரணையுடன் பேசத் தொடங்கினார் போர்ஃபிரி. "இந்த மாதிரி – இப்படி ஒரு கொலை நடந்திருக்கிறது என்பதை நீ அறிந்ததால், அதைப் பற்றிப் புலன்விசாரணை செய்து சாட்சிகளை விசாரித்து வரும் மாஜிஸ்டிரேட்டிடம், இந்தப் பொருள்கள் உன்னுடையது என்பதைத் தெரிவித்து, அவற்றை மீட்டுக்கொள்ள விரும்புவதாக – அல்லது அதுபோன்றொரு பொருள் தொனிக்கும்படியாக நீ ஒரு கடிதம் எழுதித்தர வேண்டும். நீ விஷயத்தைச் சொல்லிவிட்டால் அவர்களேகூட உனக்கு எழுதிக் கொடுத்துவிடுவார்கள்."

"இதில் விஷயம் என்னவென்றால், தற்சமயம்..." என்று மிகவும் சங்கடமான ஒரு சூழ்நிலையில் தான் இருப்பதைப் போலத் தோற்றமளிக்க முயற்சித்தபடி ரஸ்கோல்னிகோவ் பேசத் தொடங்கினான்: "என்னிடம் இப்போது அதை மீட்டுக்கொள்வதற்கு ஏற்ற நிதி நிலைமை இல்லை. அவ்வளவு சிறிய, அற்பமான தொகையைக்கூடக் கொடுக்க முடியாத சூழ்நிலை...! நான் விரும்புவதெல்லாம் அந்தப் பொருள்கள் என்னுடையவை என்பதை முதலிலேயே தெரிவித்துவிட வேண்டும் என்பது மட்டும்தான். பிற்பாடு பணம் கிடைக்கும்போது அவற்றை மீட்டுக்கொள்ள வசதியாக இருக்குமல்லவா?"

"அதைப் பற்றி ஒன்றுமில்லை..." என்று விளக்கிக்கொண்டு போன அவர், அவனது பொருளாதாரச் சூழ்நிலையைப் பற்றிக் கொஞ்சமும் பொருட்படுத்தாதவராக இறுக்கமான தொனியுடன் தொடர்ந்து பேசினார். "உனக்கு அந்தப் பொருள்கள் வேண்டுமென்றால் இந்த வழக்கைப் புலன்விசாரணை செய்யும் அதிகாரி என்ற முறையில் நீ நேரடியாக எனக்கே எழுதியாக வேண்டும். விஷயங்கள் இப்படி... இப்படியெல்லாம் நடந்திருப்பதை அறிந்ததால், அதோடு தொடர்புடையதாக உன்னுடைய சில பொருள்கள் அங்கே இருக்கின்றன என்பதை எனக்குத் தெரிவிக்கும் முறையில் நீ விண்ணப்பம் எழுதவேண்டும்."

"அதை ஸ்டாம்ப் ஒட்டாத தாளில் எழுதலாமா?" என்று அவரை இடைமறித்துக் கேட்டான் ரஸ்கோல்னிகோவ். திரும்பத்

திரும்ப அந்தப் பிரச்சினையில் பண விஷயம் தொடர்பாகக் கவனம் செலுத்தும் முறையிலேயே அவனது கேள்வி இருந்தது.

"ஓ... தாராளமாக! இதற்கெல்லாம் ஸ்டாம்ப் பேப்பர் அவசியமே இல்லை!" – உடனடியாக வெளிப்படையான ஒரு கேலிப் பார்வையுடன் தனது கண்களை அவர் சுருக்கிக்கொண்டார். அது அவர் அவனைப் பார்த்துக் கண்ணடிப்பதைப் போலிருந்தது. ஒருவேளை அது ரஸ்கோல்னிகோவின் கற்பனையாகக்கூட இருக்கலாம். ஆனால் இந்தப் பார்வை, ஒரு நொடி நேரம் மட்டும்தான் நீடித்தது. (அது அவருடைய கண்களில் உள்ள பலவீனம் தானே தவிர வேறு ஒன்றுமில்லை). ஆனாலும் வேறு ஏதோ உள்நோக்கம் ஒளிந்திருப்பதாகவும் அதனாலேயே அவர் தன்னைப் பார்த்துக் கண்ணடிப்பதாகவும் சத்தியம் செய்யக்கூடத் தயாராக இருந்தான் ரஸ்கோல்னிகோவ். அவனுக்கு அவ்வாறு தோன்றியதற்கான காரணம், கடவுளுக்கு மட்டும்தான் தெரியும்!

"அவருக்கு விஷயம் தெரிந்துவிட்டதோ...?" என்று மின்னலடித்தாற்போல ஓர் எண்ணம் அவனது மூளையில் தோன்றியது. திடீரென்று தோன்றிய இந்த அதிர்ச்சியான எண்ணத்தால் அவனது மனம் சற்று அமைதியிழந்து போனது. அதனை மறைக்கும் எண்ணத்தோடு அவன் பேசத் தொடங்கினான் "இப்படிப்பட்ட அற்பமான விஷயங்களுக்காக உங்களைத் தொந்தரவு செய்ய நேர்ந்துவிட்டது. தயவுசெய்து மன்னியுங்கள்! நான் அடகு வைத்திருக்கும் பொருள்களின் மதிப்பு என்னவோ மிகவும் குறைவுதான். எல்லாமாகச் சேர்ந்து ஐந்து ரூபிள்கூடப் பெறாதுதான்! ஆனாலும் அந்தப் பொருள்கள் எனக்கு முக்கியமானவை; காரணம், அவற்றை எனக்குக் கொடுத்திருக்கும் மனிதர்கள் எனக்குப் பிரியமானவர்கள்... முக்கியமானவர்கள்! அதனால்தான் இப்படி ஒரு விஷயத்தைக் கேள்விப்பட்டவுடன் நான் மிகவும் பயந்து போய்விட்டேன்."

"ஆமாம், ஆமாம்! பொருள்களை அடகு வைத்திருப்பவர்களிடம் போர்ஃபிரி விசாரணை செய்துகொண்டிருக்கிறார் என்று நேற்று நான் ஜோஸிமோவிடம் சொல்லிக்கொண்டிருந்தபோது நீ அப்படியே காற்றில் பறந்து போய்விடமாட்டோமா என்பதைப் போல அல்லவா துடித்துப் போய்விட்டாய்...?" என்று ரஸுமிகினும் அவனுக்கு ஆதரவாகப் பேசுவது போல அதை வழிமொழிந்தான்.

ரஸுமிகின் இவ்வாறு பேசியதை, ரஸ்கோல்னிகோவினால் சகித்துக்கொள்ள முடியவில்லை. அவன் தனது கருவிழிகளில்

கோபம் பொங்கி வழிய ரஸுமிகினை நோக்கித் திரும்பினான். ஆனாலும் உடனடியாகத் தன்னைக் கட்டுப்படுத்திக்கொண்டு விட்ட அவன் தொடர்ந்து பேசினான்: "என்னைப் பார்த்தால் உனக்குக்கூடக் கேலியாக இருக்கிறதா, நண்பா?" என்று தந்திர மாகத் தனது உணர்வைக் கேலியாக மாற்றிக்கொண்டான். "ஒரு வேளை உபயோகமே இல்லாத குப்பையைப் போன்ற பொருள் களின் மீது நான் அதிகமாகக் கவனம் செலுத்துவதாகக்கூட உங்களுக்குத் தோன்றலாம். அதை நானேகூட வெளிப்படையாக ஒத்துக்கொள்ளத் தயாராக இருக்கிறேன்! அதற்காக என்னைச் சுயநலவாதி என்றோ, பேராசை பிடித்தவன் என்றோ மட்டும் நினைத்துவிடாதீர்கள். நான் அடகு வைத்திருந்த அந்த இரண்டு பொருள்களும் அற்பமானவைகளாக இருக்கலாம்... மதிப்புக் குறைந்தவைகளாகக்கூட இருக்கலாம். ஆனாலும் என்னுடைய பார்வையில் அவற்றைக் குப்பை என்று என்னால் தள்ளிவிட முடியாது. கொஞ்சம்கூடப் பயனே இல்லாவிட்டாலும்கூட எனது தந்தையின் நினைவாக எங்களிடம் மிஞ்சியிருப்பது அந்த வெள்ளிக் கடிகாரம் மட்டும்தான் என்று இப்போதுதானே நான் உன்னிடம் சொன்னேன். நீ என்னைப் பார்த்துச் சிரிக்கலாம். ஆனால் அம்மா வேறு என்னைப் பார்க்க வந்திருக்கும் இந்த நேரத்தில்..." என்று சொல்லியபடி போர்ஃபிரியை நோக்கித் திரும்பியபடி தொடர்ந்து சொன்னான். "அவளுக்கு மட்டும் இது தெரியவந்துவிட்டால்..." மீண்டும் வேகமாக ரஸுமிகினை நோக்கித் திரும்பியபடி, மிகவும் கவனமாகத் தன் குரலில் ஒரு விதமான நடுக்கத்தை வரவழைத்துக்கொண்டு தொடர்ந்து பேசினான்: "அந்த வாட்ச் தொலைந்து விட்டதென்று மட்டும் அவளுக்குத் தெரியவந்தால் மிக மிக வேதனைப்படுவாள். பெண் களல்லவா...!"

"இதோ பார், நிஜமாக நான் அப்படி நினைக்கவேயில்லை. அப்படி நினைத்து அதை நான் சொல்லவே இல்லை! அதற்கு நேர்மாறாக உன் நல்லதுக்குத்தான் அப்படிச் சொன்னேன்" என்று சற்று வெறுப்போடு கத்தினான் ரஸுமிகின்.

'நான் சரியாக நடித்தேனா? அது உண்மையிலேயே இயல் பாக இருந்ததா? இல்லையென்றால் கொஞ்சம் மிகையாகச் செய்துவிட்டேனா?' என்று தனக்குள்ளேயே, மிகக் கவலையோடு கேட்டுக்கொண்டான் ரஸ்கோல்னிகோவ். 'பெண்களல்லவா? என்று ஏன்தான் சொன்னேனோ, தெரியவில்லை.'

"அப்படியென்றால் உன்னுடைய அம்மா இப்போது உன்னைப் பார்க்க வந்திருக்கிறாரோ?" என்று ஏதோ ஒரு

காரணத்தை மனதில் வைத்துக்கொண்டவராக அவனிடம் விசாரித்தார் போர்ஃபிரி.

"ஆமாம்!"

"அவர் எப்போது வந்தார்?"

"நேற்று மாலை."

எதையோ யோசிப்பவரைப் போலச் சற்று அமைதியாக இருந்தார் போர்ஃபிரி.

"எந்தக் காரணத்தாலும் உன்னுடைய பொருள்கள் தொலைந்து போக வாய்ப்பே இல்லை!" – அமைதியாகவும், உணர்ச்சியற்ற தொனியிலும் பேச்சைத் தொடர்ந்தார் போர்ஃபிரி. "சொல்லப்போனால் கொஞ்ச நாட்களாகவே நீ இங்கே வரக்கூடும் என்று நான் எதிர்பார்த்துக் காத்துக்கொண்டிருக்கிறேன்."

ஏதோ அசாதாரணமான– முக்கியமில்லாத விஷயத்தைச் சொல்லிக்கொண்டிருப்பவரைப் போல, எந்தவித உணர்ச்சியுமின்றி மிகச் சாதாரணமாக, ரஸுமிகினுக்காக 'ஆஷ்ட்ரே' ஒன்றைத் தேடி எடுத்துக்கொண்டு வந்து வைப்பதில் மும்முரமாக இருப்பது போல அவர் காட்டிக்கொண்டார். ரஸுமிகின் எதையோ பேசத் தொடங்கிய பிறகும்கூட அதில் கருத்தைச் செலுத்தாமல் தரையிலுள்ள கம்பளத்தின் மீது சிகரெட் சாம்பலைத் தட்டிக்கொண்டிருந்த ரஸுமிகினின் மீதே அவரது கவனம் இருந்தது. ரஸ்கோல்னிகோவ் பேச முற்பட்டதை அவர் கண்டுகொண்டதாகவே தெரியவில்லை.

"எ...ன்...ன...? அவனை நீங்கள் எதிர்பார்த்துக்கொண்டா இருந்தீர்கள்? அப்படியானால் அவன் அங்கே பொருள்களை அடகு வைத்திருந்தது உங்களுக்குத் தெரியுமென்றா சொல்கிறீர்கள்?" என்று கேட்டான் ரஸுமிகின்.

போர்ஃபிரி பெத்ரோவிச், ரஸ்கோல்னிகோவின் பக்கம் திரும்பினார்.

"உன்னுடைய அந்த இரண்டு பொருள்களும் – கைக் கடிகாரம், மோதிரம், அந்த இரண்டுமே ஒரு காகிதத்தில் சுற்றப் பட்டு, அதன் மீது பென்சிலால் உன்பெயரும், நீ அவற்றை அடகு வைத்த தேதிகளும் தெளிவாகக் குறிப்பிடப்பட்டு – அவளுடைய அறையிலேதான் இருந்தன."

"உங்களால் அதை எப்படி இவ்வளவு தெளிவாகக் கவனிக்க முடிந்தது?" என்று இக்கட்டான ஒரு சிரிப்போடு அவரைக்

கேட்டான் ரஸ்கோல்னிகோவ். எவ்வளவு முயற்சி செய்தபோதும் அவனால் அவரது கண்களை நேருக்கு நேராகப் பார்க்க இயல வில்லை. தொடர்ந்து அவரிடத்தில் தான் சொல்ல நினைத்ததைச் சொல்லாமல் விடுவதற்கும் அவனால் முடியவில்லை.

"நான் ஏன் அப்படிக் கேட்டேனென்றால், நிறைய பேர் அவளிடம் தங்கள் பொருள்களை அடகு வைத்திருப்பார்களல் லவா? அவர்களையெல்லாம் நினைவு வைத்திருப்பது கஷ்ட மல்லவா? ஆனால் நீங்களோ அதற்கு நேர்மாறாக இருக்கிறீர்களே! இவ்வளவு தெளிவாக எல்லாமே உங்களுக்கு ஞாபகம் இருக்கிறதே! அப்புறம்... அப்புறம்..."

'சே... முட்டாள்தனமாக, ஏதோ பலவீனத்தில் நான்தான் உளறிவிட்டேன். ஏன் இப்படிச் சொன்னேன்?' என்று தனக் குள்ளேயே கேட்டுக்கொண்டான் ரஸ்கோல்னிகோவ்.

"கிட்டத்தட்ட அவளிடம் அடகு வைத்தவர்கள் எல் லோரையுமே எனக்குத் தெரியும். சரியாகச் சொன்னால் நீ ஒருவன் மட்டும்தான் இதுவரை எங்களிடம் வரவில்லை!" என்று அப் பட்டமாக அவனுக்கு உறைக்கும்படியாகச் சற்றுக் கிண்டல் தொனிக்கச் சொன்னார் போர்ஃபிரி.

"நான் உடல் நலமில்லாமல் இருந்தேன்!"

"நானும்கூடக் கேள்விப்பட்டேன். ஏதோ ஒன்று உன்னை அதிகமாகப் பாதிக்கிறது என்பதையும்கூட நான் கேள்விப்பட் டேன். இப்பொழுதுகூட நீ வெளிறிப் போய்த்தான் இருக்கிறாய்!"

"சே...சே... அதெல்லாம் இல்லவே இல்லை. நான் ரொம்ப நன்றாக இருக்கிறேன்" என்று கோபமாகவும், முரட்டுத்தனமாகவும் சட்டென்று சொன்னான் ரஸ்கோல்னிகோவ். அவனுடைய குரல் முற்றிலும் மாறிப்போய்விட்டது. கோபம் உச்சத்தில் ஏறிவிட்டதை அவனால் கட்டுப்படுத்த முடியவில்லை. 'இப்படிக் கோபப் பட்டால் நான் என்னையே முழுமையாக வெளிப்படுத்திவிட நேர்ந்தாலும் நேர்ந்துவிடும்' என்ற எண்ணம் ஒன்று அவனது மூளையிலே பளீரிட்டது. அவன் தன்னைக் கட்டுப்படுத்திக் கொள்ள முயன்றான். "ஆனாலும், இவர்கள் ஏன் என்னை இப்படிச் சித்திரவதை செய்கிறார்கள்?"

"இவன் இன்னும் முழுமையாகக் குணமடைந்துவிட வில்லை!" என்று இடையில் குறுக்கிட்டான் ரஸுமிகின். அப்படிச் சொல்வதும்கூடச் சரியில்லைதான். நேற்று வரையிலும்கூட ஜன்னி கண்டு, சுய நினைவற்ற நிலையில் பிதற்றிக்கொண்டுதான்

இருந்தான். உங்களால் இதை நம்ப முடிகிறதா, பாருங்கள், போர்ஃபிரி! கிட்டத்தட்ட நிற்கக்கூட முடியாத நிலையில் இருந்த இவன், நானும் ஜோஸிமோவும் சிறிது வெளியே போய்விட்டு வருவதற்குள் உடையணிந்துகொண்டு, யாருக்கும் தெரியாமல் வீட்டை விட்டு நழுவிப் போய்விட்டான். நடு ராத்திரி வரைக்கும் வீதியில் சுற்றியலைந்தபடி இருந்திருக்கிறான். இதெல்லாம் முழுக்க, முழுக்க நினைவிழந்த நிலையில் நடந்தவைதான் என்று என்னால் உறுதியாகச் சொல்ல முடியும்... கொஞ்சம் யோசித்துப் பாருங்கள், இது உங்களுக்கு வினோதமாகத் தெரியவில்லையா?"

"நிஜமாகவா? முழுமையான சித்தப் பிரமைகொண்ட நிலையிலா? எங்கே? எனக்குக் கொஞ்சம் அதைப் பற்றிச் சொல் லுங்களேன்!" என்று படிக்காத பாமரப் பெண்ணைப் போலத் தலையை ஆட்டியபடி கேட்டார் போர்ஃபிரி பெத்ரோவிச்.

"சே... அதெல்லாம் அபத்தம்! அவன் சொல்வதையெல்லாம் நம்பாதீர்கள். நம்பவே நம்பாதீர்கள்" என்று மிகுந்த ஆவேசத் துடன் சொன்னான் ரஸ்கோல்னிகோவ். ஆனால் போர்ஃபிரியின் காதில் அவனது வினோதமான வார்த்தைகள் விழுந்ததாகத் தெரியவில்லை.

"சித்தப் பிரமையில்லாத நிலையில் நீ எப்படி வெளியே போயிருக்க முடியும்?" என்று திடீரென்று உஷ்ணமாகிப் போனவ னாகக் கேட்டான் ரஸுமிகின். "நீ ஏன் வெளியே சென்றாய்? எதற்காக அப்படிப் போனாய்? அதுவும் இரகசியமாக! அப்படிப் போவதற்கு என்ன காரணம்? இந்தக் கேள்விகளுக்கெல்லாம் சரியான பதில் சொல்ல உன் மூளையால் முடிகிறதா... கேட்டுப் பார்! நீ இப்போது ஆபத்தான நிலையைக் கடந்துவிட்டதால் நான் இதை வெளிப்படையாக இப்போது பேசுகிறேன்!"

"நேற்று இப்படி எழுந்து ஓடுகிற அளவுக்கு என்னை எல்லோரும் பிடுங்கி எடுத்துவிட்டார்கள்." என்று போர்ஃபிரியின் பக்கம் திரும்பி எரிச்சலைத் தூண்டும் துடுக்கான புன்னகையோடு சொன்னான் ரஸ்கோல்னிகோவ். "அதனாலேதான் அவர்கள் கண்டுபிடிக்க முடியாத இடம் அல்லது வீடு வாடகைக்கு ஏதாவது இருக்கிறதா என்று தேடியபடி நான் தலைதெறிக்க அவர்களிட மிருந்து ஓடிப் போனேன். இதோ, இங்கே இருக்கிற சமெடோவ் கூடப் பார்த்தாரே? என்ன சமெடோவ்? நீங்கள் என்ன சொல் கிறீர்கள்? நான் நேற்று சுயநினைவோடு நல்ல நிலையில் இருந் தேனா, இல்லையா? சொல்லுங்கள்! உங்கள் தீர்ப்பைச் சொல்லிக் கொஞ்சம் இந்த விவாதத்தை எங்களுக்காக முடித்து வையுங்கள்!"

அந்தக் கணத்தில் அவனுக்கு சமெடோவின் கழுத்தை முறிக்க வேண்டும் போலிருந்தது. நடப்பதையெல்லாம் பார்த்துக் கொண்டு சமெடோவ் அங்கே உட்கார்ந்திருப்பதை அவனால் சகித்துக்கொள்ள முடியவில்லை.

"என்னுடைய அபிப்பிராயத்தைச் சொல்ல வேண்டு மென்றால் நீ சுய அறிவோடும், மிகவும் கெட்டிக்காரத்தனத் தோடும்தான் பேசிக்கொண்டிருந்தாய். ஆனால் ரொம்பவும் எரிச்சலான மன நிலையோடு இருந்தாய்! அவ்வளவுதான்!" என்று வறட்சியான குரலில் கூறினான் சமெடோவ்.

"இன்றைக்கு நிகோடிம் போமீச் என்னிடம் சொல்லிக் கொண்டிருந்தார்" என்று தொடங்கினார் போர்ஃபிரி பெத் ரோவிச். "நேற்று பின்னிரவு நேரத்தில் சாலை விபத்தில் அடிபட்ட ஒரு குமாஸ்தாவின் வீட்டில் அவர் உன்னைப் பார்த்தாராம்!"

"சரி, இப்பொழுது உதாரணத்திற்கு அந்தக் குமாஸ்தாவின் வீட்டில் நடந்த சம்பவத்தையே எடுத்துக்கொள்வோமே" என்று ரஸுமிகின் அதையே பிடித்துக்கொண்டான். "அங்கே நீ மனநிலை சரியில்லாதவனைப் போலத்தானே நடந்துகொண்டிருக்கிறாய்? உன்னிடமிருந்த பணம் எல்லாவற்றையும் இறுதிச் சடங்கு நடத்து வதற்காக அந்த விதவைப் பெண்ணிடம் கொடுத்திருக்கிறாய். உண்மையில் நீ அவர்களுக்கு உதவி செய்ய வேண்டும் என்று நினைத்திருந்தால் பதினைந்து அல்லது இருபது ரூபிள்களை மட்டும் கொடுத்திருக்கலாம். மீதமுள்ள மூன்று, நான்கு காசு களாவது உனக்கென்று எஞ்சி இருந்திருக்கும். ஆனால் நீ என்னடாவென்றால் சர்வசாதாரணமாக இருபத்தைந்து ரூபிள்களை அங்கே தூக்கியெறிந்துவிட்டு வந்திருக்கிறாய்..."

"ஒருவேளை எங்கிருந்தாவது எனக்கு ஒரு புதையல் கிடைத்திருக்கலாம். அதைப்பற்றி உனக்குத் தெரியாமல் இருக்க லாம். நேற்று நான் சற்று தாராள மனப்பான்மையோடு, தயாள குணத்தோடு நடந்துகொள்ள நினைத்தேன். நான் ஒரு புதையலைக் கண்டுபிடித்து எடுத்திருக்கிறேன் என்பது சமெடோவுக்குத் தெரியும். தயவுசெய்து எங்களை மன்னித்து விடுங்கள், கிட்டத் தட்ட அரை மணி நேரமாக நாங்கள் இப்படி வீணான வாக்கு வாதங்களால் தொல்லை கொடுத்துவிட்டோம். தயவுசெய்து மன்னித்துவிடுங்கள்." என்று போர்ஃபிரியை நோக்கிச் சொன் னான் ரஸ்கோல்னிகோவ். "உங்களுக்கு மிகவும் சலிப்பு தட்டி யிக்கும் இல்லையா?"

"இல்லவே இல்லை! உண்மையில் இதையெல்லாம் நான் ரசித்துக்கொண்டுதான் இருந்தேன். உங்கள் பேச்சு எனக்கு எந்த அளவுக்கு சுவாரசியமாக இருந்தது தெரியுமா? உங்களைப் பார்ப்பது, உங்கள் பேச்சைக் கேட்பது இரண்டுமே சுவாரசிய மானதுதான். ஏதோ ஒரு வழியாக இப்போதாவது இங்கே வந்து என்னைப் பார்க்க நினைத்தீர்களே, அதுவே எனக்கு மிகுந்த மகிழ்ச்சியைத் தருகிறது."

"கொஞ்சம் தேநீர் கொடுத்தீர்கள் என்றால் நன்றாக இருக்கும். எனது தொண்டை வறண்டு போய்விட்டது" என்று உரக்கக் கத்தினான் ரஸுமிகின்.

"நல்ல யோசனைதான்! எல்லோரும் தேநீர் குடிப்பீர்கள் அல்லவா? முதலில் சற்று ஸ்ட்ராங்காகக் குடிக்கலாமா?"

"முதலில் இங்கிருந்து போய்த் தேநீருக்கு ஏற்பாடு செய் யுங்கள்!" என்று உரக்கக் கத்தினான் ரஸுமிகின். போர்ஃபிரி பெத்ரோவிச் தேநீர் வரவழைப்பதற்காக வெளியே சென்றார்.

ரஸ்கோல்னிகோவின் எண்ணங்கள் சூறாவளியைப் போலச் சுழன்றுகொண்டிருந்தன. மிகுந்த எரிச்சலும், கோபமும் முழுமை யாக அவனை ஆட்கொண்டிருந்தன.

இதில் மிக முக்கியமான விஷயம் என்னவென்றால் அவர்கள் தங்களுக்கு (எல்லாம்) தெரியுமென்பதை மறைத்துக்கொள்ளக்கூட முயற்சிக்கவில்லை. அதைக் கொஞ்சம் ஒத்திப்போடவும்கூட அவர்களுக்கு விருப்பம் இல்லை. 'மிஸ்டர் போர்ஃபிரி பெத்ரோவிச், சொல்லுங்கள், என்னைப் பற்றி எதுவுமே தெரியாது என்றால் நிகோடிம் போமீச்சிடம் என்னைக் குறித்து எப்படி உங்களால் பேச முடிந்திருக்கும்?' அப்படியென்றால் அவர்கள் எல்லோருமே வேட்டைநாய்க் கூட்டத்தைப் போல என்னைப் பின் தொடர்ந்து வருவதை மறைத்துக்கொள்ளக்கூட விரும்பவில்லை என்றுதான் தெரிகிறது. என் முகத்தில் மிகவும் வெளிப்படையாகவே அவர்கள் காறி உமிழ்ந்துகொண்டிருக் கிறார்கள்' என்று மனதுக்குள் எண்ணியபடி அவன் ஆவேசத் துடன் நடுங்கிக்கொண்டிருந்தான்.

'சரி, அப்படியானால் நேரடியாகவே விஷயத்துக்கு வந்துவிட வேண்டியதுதானே? எதற்காக என்னோடு இப்படிப் பூனையும் எலியும் விளையாட்டு விளையாட வேண்டும்? இது உண்மை யாகவே அநாகரிகமானது மிஸ்டர் போர்ஃபிரி பெத்ரோவிச்! இதை என்னால் அனுமதிக்க முடியாது. நான் எழுந்து நின்று

எல்லா உண்மைகளையும் உங்கள் அசிங்கம் பிடித்த முகங்களுக்கு மேலே தூக்கி எறிந்துவிடுவேன். அப்போது உங்களுக்குத் தெரிந்து விடும், நான் உங்களை எவ்வளவு வெறுக்கிறேனென்று...?' இவ்வா றெல்லாம் தனது மனதினுள் பொருமிக்கொண்டிருந்தான் ரஸ்கோல்னிகோவ். அவனுக்கு மூச்சு வாங்கியது. அவன் மிகவும் சிரமத்தோடு சுவாசித்துக்கொண்டிருந்தான்.

"ஒருவேளை இதெல்லாம் என்னுடைய கற்பனைகள்தானா? ஒரு வேளை இவையெல்லாம் மாயைகளாக, நான் தவறாகப் புரிந்துகொண்டுவிட்டவையாகக்கூட இருக்கலாம் அல்லவா? ஒரு வேளை என்னுடைய அனுபவக் குறைவின் காரணமாக உணர்ச்சி வசப்பட்டு நான் இப்போது ஏற்றிருக்கும் மோசமான பாத் திரத்தைச் சரிவரச் செய்யாமல்கூட இருந்திருக்கலாம். ஒருவேளை இவையெல்லாமே உள்நோக்கமில்லாதவையாகக்கூட இருக்க லாமே? அவர்கள் பேசும் வார்த்தைகள் எல்லாமே மிகச் சாதாரண மானவைதான்... ஆனால் அதில் என்னவோ மறைந்திருக்கிறது! அந்தச் சொற்கள் எல்லாமே எப்போதுமே எல்லோரும் சொல்லக் கூடியவைதான்...! ஆனாலும் அதற்குள் ஏதோ ஒளிந்துதானிருக் கிறது. அவர் ஏன் அவ்வளவு நேரடியாக 'அவளுடைய அறையில்' என்று குறிப்பிட வேண்டும்...? நான் கெட்டிக்காரத்தனமாகப் பேசுவதாக சமெடோவ் ஏன் சொல்ல வேண்டும்? அப்படி ஒரு தொனியில் அவர்கள் பேசுவதற்கு என்ன காரணம்....? அந்தத் தொனிதான் என்னை வேறு மாதிரி நினைக்க வைக்கிறது! ரஸுமிகின் அங்கேதானே உட்கார்ந்திருந்தான்...? அவன் ஏன் எதையும் கவனிக்கவில்லை? ஒன்றும் தெரியாத அப்பாவியான அந்த மடையன் எப்பொழுதுமே எதையுமே கவனிக்க மாட்டான்! எனக்கு மறுபடியும் ஜுரம் வந்துவிட்டதைப் போலத் தோன்று கிறது. போர்ஃபிரி என்னைப் பார்த்துக் கண்ணடித்தது உண்மையா? இல்லையா? சே.. என்ன இது அபத்தம்...? அவர் ஏன் என்னைப் பார்த்துக் கண்ணடிக்க வேண்டும்? அவர்கள் என்னை ஏன்தான் இப்படிப் பதற்றப்படுத்தி நரம்புத் தளர்ச்சியை ஏற்படுத்திக்கொண்டிருக்கிறார்களோ? அல்லது, என்னைச் சும்மா சீண்டிப் பார்த்துச் ரசித்துக்கொண்டிருக்கிறார்களோ? ஒன்று, இவையெல்லாம் வெறும் பிரமையாக இருக்க வேண்டும்... இல்லை யென்றால் அவர்களுக்கு விஷயம் தெரிந்திருக்க வேண்டும்!... சமெடோவ்கூடச் சிறிது கர்வமாகத்தான் தெரிகிறான்... அல்லது அவன் சாதாரணமாகத்தான் இருக்கிறானா....? (என்னை அங்கு பார்த்தபின்பு) நேற்று ராத்திரியிலிருந்து அவன் எல்லா விஷயங் களையும் கணக்குப் போட்டு எண்ணிப் பார்த்துக்கொண்டிருக்க வேண்டும்! ஆமாம், அப்படித்தான் இருக்க வேண்டும் என்று எனக்குத் தோன்றுகிறது. போர்ஃபிரியின் வீட்டிற்கு இப்போதுதான்

வந்திருப்பதாகச் சொல்லும் அவன், ஏதோ அவனது சொந்த வீட்டில் இருப்பது போல மிக இயல்பாகக் காணப்படுகிறான். போர்ஃபிரியும்கூட அவனை ஒரு விருந்தாளியைப் போல நடத்துவதாகத் தெரியவில்லை. இரண்டு பேருமே கூட்டுக் களவாணிகளைப் போலத்தான் தெரிகிறார்கள்! சந்தேகமே இல்லாமல் 'என் விஷயத்தில்' அவர்கள் அப்படி நடந்துகொள்வதாகத்தான் தெரிகிறது. நாங்கள் இங்கே வருவதற்கு முன்பு அவர்கள் நிச்சயமாக என்னைப் பற்றித்தான் பேசிக்கொண்டிருந்திருக்க வேண்டும்! வீடு பார்ப்பதற்கு என்று நான் அந்தக் குடியிருப்புக்குப் போன சமாச்சாரம் அவர்களுக்குத் தெரிந்திருக்குமா? எல்லாமே அவர்களுக்குத் தெரிந்திருப்பது ஒருவகையில் நல்லதென்றுதான் நான் நினைக்கிறேன். ஒரு குடியிருப்பை வாடகைக்கு எடுப்பதற்காக நான் ஓடியதைச் சொன்னபோது, அவர் (ஜாடையாக அதைக் கேட்டுக் கொண்டிருந்துவிட்டு,) அதைக் கேட்காதது போல விட்டுவிட்டார். ஆனால் அதைப் பற்றி நான் சொன்னது புத்திசாலித்தனமானதுதான். பிற்பாடு ஏதாவது ஒருவகையில் அது உதவியாகத்தான் இருக்கும். 'சித்தப் பிரமையில்' என்று சொல்கிறார் அவர்...! ஹா! ஹா! ஹா! நேற்று மாலை நடந்த எல்லாமே அவருக்குத் தெரிந்திருக்கிறது. ஆனால் என் அம்மா வந்தது மட்டும் தெரியாதாம்!... சே... அந்தக் கிழட்டு சூனியக்காரி நான் அடகு வைத்த தேதியைக்கூடப் பென்சிலால் குறித்து வைத்திருக்கிறாள்! மாட்டேன்! ஒருபோதும் நான் என்னைக் காட்டிக்கொண்டு விடவே மாட்டேன்! அந்த அளவுக்கு நான் நிச்சயமாக விட்டுவிடப் போவதில்லை. உண்மையில் உங்களிடம் இன்னும் சரியான ஆதாரங்களே இன்னும் கிடைக்கவில்லையே...? எல்லாம் வெறும் ஊகங்கள்தானே? ஆதாரங்களைக் கொண்டு வாருங்கள் பார்க்கலாம்! வீடுதேடி (அந்தக் குடியிருப்புக்குப்) போனதற்குக்கூடச் சரியான ஆதாரமில்லையே...? அதுவும்கூட ஜன்னியால் ஏற்பட்டதுதானே! அவர்களிடம் (இதற்கு) என்ன சொல்வது என்று எனக்குத் தெரியும். அவர்களுக்கு அந்த வீட்டுக்கு நான் போன சமாச்சாரம் தெரியுமா, இல்லையா என்று எனக்குத் தெரியவில்லை. அதைக் கண்டுபிடிக்காமல் இங்கிருந்து நான் போக மாட்டேன். நான் ஏன் இங்கே வந்தேன்? இப்போது நான் இப்படிக் கோபப்படுவதும், பதற்றப்பவதுமே ஒரு சாட்சியாக ஆகிவிட்டால்...? இவையே என்னைக் காட்டிக் கொடுத்து விடுவதாக ஆகிவிடுமே? சே... எவ்வளவு சுலபமாக நான் மனம் தடுமாறிப் போய் விடுகிறேன்? ஆனால் ஒருவேளை இதுவும்கூட நல்லதாக இருக்கலாம்... காரணம், இப்படி இருந்தால் நான் ஒரு நோயாளியைப் போன்றே தோன்றுவேனல்லவா? அவர் என்னை எப்படியாவது பேச வைத்துவிடுவார்... என்னைக் குழப்பிவிட்டு விடுவார் என்றே தோன்றுகிறது. சே, ஏன்தான் இங்கே வந்தேனோ?"

அவனது தலைக்குள் பலவகையான எண்ணங்கள் பாய்ச்சல் காட்டியபடி, இடியைப் போல, மின்னலைப் போல அவனைத் தூக்கிப் போட்டுத் திக்குமுக்காடச் செய்துகொண்டிருந்தன.

தேநீருக்கு ஏற்பாடு செய்யப் போயிருந்த போர்ஃபிரி சீக்கிரமாகவே திரும்பிவிட்டார். அவர் திடீரென்று உற்சாக மாகவும், மகிழ்ச்சியாகவும் மாறிவிட்டிருந்ததைப் போலத் தோன்றியது!

“தம்பி! நேற்று உன் வீட்டில் நடந்த விருந்துக்கு போய் விட்டு வந்ததிலிருந்து என் தலை கிறுகிறுத்துப் போய் உள்ளது...! சரியாகச் சொன்னால் நான் ஒழுங்காக நின்றுகொண்டிருக் கிறேனா என்றுகூட எனக்குச் சந்தேகமாகத்தான் இருக்கிறது!” என்று ரஸுமிகினைப் பார்த்துப் புன்னகை செய்தவண்ணம் மிக வித்தியாசமான தொனியில் அவர் பேசத் தொடங்கினார்.

“அப்படியா...? அது சரி! அங்கே நடந்த உரையாடல் உங்களுக்குச் சுவாரசியமாக இருந்ததா? ரொம்பச் சுவையான கட்டத்தில் அந்த விவாதம் இருக்கும்போது, நான் அங்கிருந்து கிளம்ப வேண்டியதாகிவிட்டது! ஆமாம், யார் ஜெயித்தார்கள்?”

“உண்மையாகச் சொல்லப் போனால் யாருமே ஜெயித்த தாகச் சொல்ல முடியாது. என்றைக்கும் நிலையாகக் காணக்கூடிய உலக உண்மைகளில் பலவற்றை விவாதித்தபடி நாங்கள் சும்மா மேகங்களில் மிதந்து சஞ்சரித்துக்கொண்டிருந்தோம்?

“இதைக் கேள், ரோட்யா! நீயும் கொஞ்சம் யோசித்துப் பார்! நேற்று நாங்கள் எதைப் பற்றி விவாதித்துக்கொண்டிருந்தோம் தெரியுமா? இந்த உலகத்தில் ‘குற்றம்’ என்ற ஒரு விஷயம் இருக்கிறதா, இல்லையா என்பதைப் பற்றித்தான்! நான் நேற்றே உன்னிடம் சொன்னேனில்லையா நாங்கள் அபத்தமாக ஏதேதோ பேசிக்கொண்டிருந்தோமென்று...?”

“இதில் ஆச்சரியப்படும் அளவுக்கு என்ன இருக்கிறது? இது ஒரு சாதாரணமான சமூக விசாரணைதானே...” என்று ஏதோ நினைவாகப் பதிலளித்தான் ரஸ்கோல்னிகோவ்.

“அந்தக் கேள்வி, அந்த மாதிரி கேட்கப்படவில்லை” என்றார் போர்ஃபிரி.

“அந்த மாதிரிக் கேட்கப்படவில்லை.. அது உண்மைதான்” என்று உடனடியாக ஒப்புக்கொண்ட ரஸுமிகின், வழக்கம் போலவே மிகவும் கிளர்ச்சியுற்றவனாகவும், வேகமாகவும் பேசத்

தொடங்கினான். "இதோ பார் ரோட்யா! நீயும் அதைப் பற்றிக் கேட்டு உனது அபிப்பிராயத்தையும் சொல்ல வேண்டுமென்று நான் விரும்புகிறேன். நேற்று வந்திருந்த விருந்தாளிகளோடு என்னால் முடிந்த வரையில் நன்றாகத்தான் நான் விவாதித்தேன். நீயும் அங்கு வந்துவிடக்கூடுமென்று உனக்காகக் காத்துக் கொண்டிருந்தேன். அவர்களிடமும் நீ வருவதாகச் சொல்லியிருந் தேன். சோஷலிசப் பார்வையோடு அந்த விவாதம் தொடங்கியது! அது என்னவென்பதை நீயே அறிந்திருப்பாய்! இயற்கைக்கு மாறாகச் சமூகக் கட்டமைப்பு இருக்குமானால், அதற்கு எதிர்ப்புக் காட்டும் வகையில் இழைக்கப்படும் குற்றத்தை மட்டும் ஏற்றுக் கொள்ளலாம். குற்றத்தை நியாயப்படுத்த வேறு எந்தக் காரணங் களையும் கணக்கிலெடுத்துக்கொள்ளக்கூடாது! அவ்வளவுதான்!"

"அது சரியில்லை" என்று குரல் கொடுத்தார் போர்ஃபிரி பெத்ரோவிச். அவரது உற்சாகம் சற்று அதிகரித்திருந்ததை வெளிப் படையாகக் காணமுடிந்தது! ரஸுமிகினைப் பார்த்துச் சிரித்துக் கொண்டிருந்த அவர், அவனை இன்னும் கொஞ்சம் சூடேற்றிப் பார்க்க ஆசைப்பட்டார்.

"இல்லை! வேறு எந்தக் காரணத்தையுமே ஏற்றுக்கொள்ள முடியாதுதான்!" என்று ரஸுமிகின் ஆக்ரோஷமாக இடை மறித்தான். "அதுதான் நிஜம். நான் தவறாக எதுவும் சொல்ல வில்லை. வேண்டுமானால் உங்களுக்கு அது குறித்து வெளி வந்திருக்கும் சின்னச் சின்னப் புத்தகங்களைக் காட்டுகிறேன். சூழ்நிலைகளின் காரணமாக ஏற்படும் நாசகரமான பாதிப்பையே எல்லாவற்றுக்கும் அவர்கள் காரணமாகக் காட்டுகிறார்கள். அவ்வளவுதான்! அதுதான் எல்லோராலும் சொல்லப்படும் பரவலான காரணம். சமூகக் கட்டமைப்பு ஒழுங்கான முறையில் உருவாக்கப்பட்டால் எல்லாக் குற்றங்களுமே உடனடியாக மறைந்து விடும். ஏனென்றால் அப்போது எதிர்ப்புக் காட்டுவதற்கு எதுவுமே இருக்காது. எல்லோருமே சட்டம் – ஒழுங்கை மதிப்பவர்களாகவும் மாறிவிடுவார்கள். இதுதான் புத்தகங்களில் அவர்கள் முன் வைக்கிற கருத்து!... இதில் இயற்கையான விஷயங்களே கணக்கி லெடுத்துக்கொள்ளப்படாமல் புறக்கணிக்கப்பட்டு விடுகின்றன. இயற்கை என்ற ஒன்று இருப்பதே அங்கே அலட்சியப்படுத்தப்பட்டு விடுகிறது. அவர்களுடைய தத்துவம் மனித குலத்தின் வரலாற்று ரீதியிலான படிநிலை வளர்ச்சியையும், அதன் வழியாக இயல் பாகவே முழுமை பெற்ற நல்லதொரு சமூகம் உருவாகக்கூடுமென்ற சாத்தியத்தையும் நிராகரித்து விடுகிறது. மாறாக, யாரோ ஒரு கணித மேதாவியின் மூளையில் உதித்த ஒரு சமூக அமைப்பு,

மனித வாழ்க்கையையே முற்றாக மாற்றியமைத்து, ஒரு நொடியில் அதை மிகச் சரியான பாதையில் களங்கமில்லாமல் நடைபோடச் செய்துவிடுமாம். நடைமுறையிலுள்ள வரலாற்று ரீதியிலான வளர்ச்சியின் துணைகூட அதற்குத் தேவையில்லையாம்!... அதனால் அவர்கள் இயற்கையாகவே வரலாற்றை விரோத மனப்பான்மையோடு பார்க்கிறார்கள். 'புகழ்ச்சியாகச் சொல்வதற்கு அதில் எதுவுமில்லை, வெறும் முட்டாள்தனம்தான் அது!' என்றுகூட வரலாற்றைப் பற்றி அவர்கள் சொல்கிறார்கள். எல்லாவற்றைப் பற்றியும் அவர்கள் தருகிற விளக்கம்தான் முட்டாள்தனமாக இருக்கிறது. அதனாலேதான் உயிரோட்டமுள்ள வாழ்க்கை முறையை அவர்கள் விரும்புவதே இல்லை. உயிரோட்டமான ஜீவன் அவர்களுக்குத் தேவையும் இல்லை. காரணம் அப்படிப்பட்ட ஜீவனாக இருந்தால் அது வாழவேண்டும் என்று நினைக்கும். இயந்திரப் போக்குக்கெல்லாம் அது அடிபணியாது. அப்படிப்பட்ட ஓர் ஆத்மாவை எப்போதும் சந்தேகக் கண்ணோடுதான் பார்க்க வேண்டியிருக்கும். மேலும் அதுவும்கூட எல்லாவற்றுக்கும் எதிர்வினையாற்றிக்கொண்டே இருக்கும். ஆனால் அவர்கள் சொல்கிற சமூக அமைப்பு அழுகிப் போன மாமிசம் போல நாற்றமடிப்பது! இந்திய ரப்பராலும்கூட அதைச் செயற்கையாக உருவாக்க முடியும்! தனிப்பட்ட விருப்பு வெறுப்புகள் இல்லாத, மிக நேர்த்தியான அடிமைச் சமூகமாகத் தான் அது இருக்கும்! அது இயங்கிக்கொண்டிருந்தாலும்கூட அதற்கென்று தனிப்பட்ட விருப்பங்கள் இருக்காது. அதற்கு ஓர் உயிரோட்டமும் இருக்காது. அதுவும் எதையும் எதிர்த்துப் புரட்சி செய்யாது. அவர்களுடைய முயற்சிகளெல்லாம் எதில் போய் முடிந்திருக்கிறதென்றால், ஒரு சோஷலிச அமைப்புக்கேற்ற கட்டடங்களை உருவாக்கி, அதில் ஒரே மாதிரியான அறைகளை யும் தாழ்வாரங்களையும் அமைப்பதிலேதான் அவர்களது கவனம் முழுவதும் இப்போது போய்க் குவிந்திருக்கிறது. 'பாஃலென்ஸ்டெரி* (Phalanstery) என்னவோ தயாராகத்தான் இருக்கிறது. ஆனால் மனித இயல்புகள்தான் அப்படிப்பட்ட சமூக நிறுவனத்தை ஏற்றுக் கொள்ள ஆயத்தமாகவில்லை! அதற்கு உயிரோட்டம் வேண்டியதாக இருக்கிறது. வாழும் முறை இன்னும்கூட முழுமை பெற வேண்டியதாக இருக்கிறது. எனவே இது அதற்கேற்ற சரியான சமயமல்ல! மனித இயல்புகளின் போக்கைத் தர்க்கத்தினால்

* பாஃலென்ஸ்டெரி: பிரெஞ்சு நாட்டைச் சேர்ந்த சார்லஸ் ஃபூரியர் (1772–1837) என்பவர் முன்மொழிந்த இலட்சியப்பூர்வமான சமூக அமைப்பை – கம்யூன்களை இது குறிப்பிடுகிறது.

மட்டுமே உங்களால் திருப்பிவிட முடியாது. தர்க்கம் மூன்று வகையான சாத்தியங்களை எதிர்பார்க்கும். ஆனால் கோடிக்கணக்கான சாத்தியங்கள் ஏற்படுவதற்கு வாய்ப்புண்டு. அப்படிப்பட்ட கோடிக்கணக்கான சாத்தியங்களைப் புறக்கணித்து விட்டு, உங்கள் வசதிக்கேற்ற கேள்வியை மட்டும் நீங்கள் முதன் மைப்படுத்தி விடுகிறீர்கள்... அவ்வளவுதான்! பிரச்சினைக்கு ரொம்ப சுலபமாகத் தீர்வு தேடிக்கொண்டு விடுகிறீர்கள்! தனிப் பட்ட யோசனைக்கே இடம் இல்லாதபடி, எல்லாமே தெள்ளத் தெளிவாக வைக்கப்பட்டுவிடுகிறது! அதுதான் முக்கியமான விஷயம்...! நீங்கள் எதையுமே சிந்திக்க வேண்டியதில்லை! வாழ்க் கையில் பொதிந்துள்ள எல்லா மர்மங்களையும் அச்சடித்த இரண்டு தாள்களில் அடக்கிவிட முடியும்!”

“ஒரு வழியாக உன் மனதில் இருப்பதையெல்லாம் வழக்கப் படி ஒரு டமாரத்தை போலக் கொட்டி முழக்கிவிட்டாய்” என்று சிரித்த போர்ஃபிரி, “அவனைக் கொஞ்சம் அடக்கி வைக்க வேண்டும்!” என்றார். பிறகு ரஸ்கோல்னிகோவின் பக்கமாகத் திரும்பிப் பேசத் தொடங்கினார்: “கொஞ்சம் நீயாகவே கற்பனை செய்து பார்! இவனது அறையில் நேற்று மாலையில் நடந்த விருந் தின்போதுகூட இதேமாதிரிதான் இருந்தது. ஆனால் ஒரு வித்தியாசம் என்னவென்றால் ஆறுகுரல்கள் ஒரே அறைக்குள் ஒன்றாகக் கத்திக்கொண்டிருந்தன. எல்லோரும் குடிபோதையுடன் ஒருவர் மீது ஒருவர் பாய்ந்து வாக்குவாதம் செய்துகொண்டிருந் தார்கள்! உன்னால் அதை மனக்கண்ணில் கொண்டு வர முடி கிறதா பார்!... இதோ பார், தம்பி! நீ சொல்வது சரியில்லை! நீ சரியாகப் புரிந்துகொள்ளவில்லை. ‘சூழ்நிலை’ என்பது குற்றம் செய்வதில் முக்கியப் பங்கு வகிக்கிறது என்று என்னால் உறுதி யாகச் சொல்ல முடியும்!” என்று தன் பேச்சின் இறுதிப் பகுதியை ரஸுமிகினைப் பார்த்துப் பேசி முடித்தார் போர்ஃபிரி பெத் ரோவிச்.

“எனக்கும் அது தெரியும்! ஆனால் இதைச் சொல்லுங்கள் பார்ப்போம். ஒரு நாற்பது வயதுள்ள மனிதன், பத்து வயதுள்ள ஒரு சிறுமியிடம் தவறாக நடந்துகொள்கிறான். அப்படிச் செய்யும் படியாக சந்தர்ப்ப சூழ்நிலையா அவனைத் தூண்டிவிடுகிறது?”

“ஏன்...? யோசித்துப் பார்த்தால், ஒருவேளை அப்படியும்கூட நடப்பதற்கு வாய்ப்பிருக்கிறதே. சுற்றுச்சூழலைக் காரணம் காட்டி இந்தக் குற்றத்தை விளக்க முடியும்” என்று அசைக்க முடியாத உறுதியுடன் சொன்னார் போர்ஃபிரி.

ரஸுமிகின் ஆக்ரோஷத்தோடு உறுமிக்கொண்டு பேசத் தொடங்கினான்: "இதைக் கேளுங்கள், இந்த நிமிடத்தில் நான் உங்களைப் பற்றி ஓர் ஊகம் செய்கிறேன், பாருங்கள்!" என்று அவன் உரக்கக் கத்தினான். "உங்கள் கண் இமைகளிலுள்ள முடிகள் வெள்ளையாக இருப்பதற்குக் காரணம், 'இவான் தி கிரேட்' சதுக்கத்தில் உள்ள மணிக்கூண்டின் பெரிய கோபுரம் இருநூற்றைம்பது அடி உயரமாக இருப்பதுதான்! இந்த ஊகத்தை என்னால் தெளிவாக, துல்லியமாக, முற்போக்காக, சற்றே தாராளத் தன்மையோடு நிரூபிக்க முடியும்! என்னால் கட்டாயம் அதைச் செய்ய முடியும். என்னால் அது முடியாதென்று பந்தயம் கட்டுகிறீர்களா?"

"இல்லையில்லை... உன் விருப்பம் போலச் செய்து காட்டு! தன் ஊகத்தை இவன் எப்படித்தான் நிரூபித்துக் காட்டு கிறானென்று நாமும்தான் பார்ப்போமே!"

"சே...! எல்லாவற்றையும் விட்டுத் தள்ளுங்கள்! இவர் சரியான இரட்டை வேடம் போடுபவர்!" என்று தன் கைகளை ஆட்டிக்கொண்டு குதித்தபடி கத்தினான் ரஸுமிகின். "உங்களிடம் பேசுவதில் எந்தப் பயனுமே இல்லை! ரோட்யா, உனக்கு இவரைப் பற்றிச் சரியாகத் தெரியாது. ஏதோ ஒரு நோக்கத்தோடுதான் இவர் இப்படியெல்லாம் பேசுகிறார். நேற்று எல்லோரையும் முட்டா ளாக்கிக்கொண்டு, அவர்கள் பக்கம்தான் இவர் பேசினார். கடவுளே! நேற்று இவர் எப்படியெல்லாம் பேசினார் தெரியுமா? அவர்களுக்கெல்லாம் இவர் மீது ரொம்பத் திருப்தி! இதேபோக்கில் இரண்டு வாரங்களுக்குத் தொடர்ந்து நடிப்பதில்கூட இவர் வல்லவர்தான்! போன வருஷம் ஏதோ காரணத்தால், தான் ஒரு துறவியர் மடத்திற்குச் செல்லப் போவதாக எங்களிடம் இவர் உறுதியாகக் கூறிவிட்டார். அங்கே போய் இரண்டு மாத காலம் தங்கவும் செய்தார். பிறகு வெகு சீக்கிரத்திலேயே தான் திருமணம் செய்துகொள்ளப் போவதாகவும், அதற்கு எல்லாம் தயாராக இருப்பதாகவும் அறிவித்தார். புதுத் துணிகளெல்லாம்கூட வாங்கிவிட்டார். நாங்களெல்லோரும் அவரை வாழ்த்திக்கொண்டி ருந்தோம். கடைசியில் பார்த்தால் மணப்பெண்ணுமில்லை, கல்யாணமும் இல்லை. ஒரு மண்ணுமில்லை! எல்லாம் வெறும் பித்தலாட்டம்!"

"பார்த்தாயா...? மறுபடியும் தப்பு செய்கிறாயே? நான் புதுத் துணிகளை முன்னாலேயே வாங்கி வைத்திருந்தேன். அவை இருந்ததனால்தான் அவற்றை வைத்து உங்களையெல்லாம் கொஞ்சம் முட்டாளாக்க நினைத்தேன்."

"மனிதர்களை இப்படித் திசை திருப்பிவிட்டுத் திகைப் படையச் செய்வதில் உங்களுக்கு உண்மையிலேயே மிகுந்த ஆர்வம் உண்டா, என்ன?" என்று சற்று அலட்சியமான பாவனையுடன் கேட்டான் ரஸ்கோல்னிகோவ்.

"ஏன் என்னால் அது முடியாதென்று நினைக்கிறாயா? கொஞ்சம் நீ பொறுத்திருந்தால் உன்னையும்கூட... ஹா... ஹா... ஹா! வேண்டாம், வேண்டாம். இதோபார், உன்னிடம் முழு உண்மையையும் சொல்கிறேன் கேள்! குற்றங்கள், சூழ்நிலைகள், சிறு பெண்கள் பற்றி இப்போது எழுந்த கேள்விகளோடு சம்பந்தப் பட்டதாக நீ எழுதிய கட்டுரை ஒன்று இப்போது எனக்கு ஞாபகத் திற்கு வந்தது. சுவாரசியமான கட்டுரை அது! எப்போதுமே அது எனக்குச் சுவாரசியம் தரக்கூடிய கட்டுரைதான்! 'குற்றங்கள் குறித்து' என்பதோ அல்லது அதுமாதிரி வேறு ஏதோ ஒன்றோ தான் அந்தக் கட்டுரையின் தலைப்பு. அது எனக்குச் சரியாக நினைவில்லை, மறந்துவிட்டது. இரண்டு மாதங்களுக்கு முன்பு 'பீரியாடிக்கல் டிஸ்கோர்சஸ்' என்ற பத்திரிகையில் அந்தக் கட்டுரையைப் படிக்கும் வாய்ப்பு எனக்குக் கிடைத்தது."

"என் கட்டுரையா...? 'பீரியாடிக்கல் டிஸ்கோர்சஸ்' இதழிலா?" என்று ஒன்றும் புரியாதவனைப் போலக் கேட்டான் ரஸ்கோல்னிகோவ். "ஆறு மாதங்களுக்கு முன்பு நான் ஒரு கட்டுரை எழுதியது உண்மைதான். பல்கலைக்கழகத்தைவிட்டு வெளியேறியதும், ஒரு புத்தகத்தோடு சம்பந்தப்படுத்தி அதை எழுதினேன். ஆனால் அதை 'வீக்லி டிஸ்கோர்சஸ்' என்ற பத்திரி கைக்கு அல்லவா அனுப்பினேன். 'பீரியாடிக்கல் டிஸ்கோர்சஸ்' பத்திரிகைக்கு நான் அனுப்பவில்லையே?"

"அது 'பீரியாடிக்கல் டிஸ்கோர்சஸ்' பத்திரிகையில்தான் வெளிவந்திருக்கிறது!"

"அப்போது உண்மையில் 'வீக்லி டிஸ்கோர்சஸ்' பத்திரிக்கை வெளிவர முடியாமல் கொஞ்சம் கஷ்டப்பட்டுக்கொண்டிருந்தது. அதனால்தான் அவர்கள் அப்போது அதை வெளியிடவில்லை!"

"அது உண்மைதான்! பிரசுரிப்பது நின்று போன பிறகு 'வீக்லி டிஸ்கோர்சஸ்' பத்திரிக்கை, 'பீரியாடிக்கல் டிஸ்கோர்சஸ்' இதழுடன் இணைந்துவிட்டது. அதனால் உன் கட்டுரையும் இரண்டு மாதங்களுக்கு முன்பு அதில் பிரசுரமாகிவிட்டது! உனக்கு அதைப் பற்றித் தெரியாதா?"

ரஸ்கோல்னிகோவுக்கு உண்மையாகவே அதைப் பற்றித் தெரிந்திருக்கவில்லை.

“அடக்கடவுளே, ஆனால் உன் கட்டுரைக்குச் சன்மானம் அளிக்க வேண்டுமென்று நீ கட்டாயம் அவர்களைக் கேட்டாக வேண்டும்! எப்படிப்பட்ட வினோதமான ஆளப்பா நீ? உன்னோடு நேரடியாகச் சம்பந்தப்பட்ட விஷயங்களைப் பற்றிக்கூடத் தெரிந்து கொள்ளாமல் நீ உன்னைத் துண்டித்துக்கொண்டு வாழ்ந்து வருகிறாய்... அதுதான் விஷயம்!”

“சபாஷ் ரோட்யா! எனக்குக்கூட அதைப் பற்றித் தெரியாமல் போய்விட்டதே?” என்று ஆச்சரியத்துடன் உரக்கக் கத்தினான் ரஸூமிகின். “சரி, நான் இன்றைக்கே பொது நூலகத்திற்குப் போய் அந்த இதழைத் தேடிப் பார்க்கிறேன். இரண்டு மாதங்களுக்கு முந்தியதா...? தேதி என்ன ? சரி, பரவாயில்லை, நானே கண்டு பிடித்து விடுவேன். ரொம்ப வியப்பாக இருக்கிறது. நீ இதைப் பற்றி ஒரு வார்த்தைக்கூட என்னிடம் சொல்லவில்லையே, ரோட்யா?”

“ஆனால் அந்தக் கட்டுரையை எழுதியது நான்தான் என்று உங்களுக்கு எப்படித் தெரிந்தது? நான் வெறும் இனிஷியலை மட்டும்தானே கையெழுத்தாகப் போட்டிருந்தேன்?”

“மிகவும் தற்செயலாகச் சில நாட்களுக்கு முன்புதான் அது எனக்குத் தெரிந்தது. அந்தப் பத்திரிகை ஆசிரியர் எனக்கு அறிமுக மானவர். அவர் மூலமாகத்தான் அதை நான் தெரிந்து கொண்டேன். அந்தக் கட்டுரை மிகவும் சுவாரசியமாக இருந்ததால் அதை எழுதியது யார் என்று அவரிடம் கேட்டுத் தெரிந்துகொண் டேன்”

“ஒரு குற்றத்தைச் செய்யத் துணிந்து, அதை நிறைவேற்றி முடிக்கும் வரை அந்தக் குற்றவாளியின் மனநிலை எப்படியெல் லாம் இருக்குமென்பதை அதில் நான் விரிவாக அலசியிருந்தேன் என்பது எனக்கு நினைவிருக்கிறது!”

“ஆமாம்! ஒரு குற்றச் செயலைச் செய்வதென்பது ஏதோ ஒரு நோய் பிடித்த மனநிலையோடு எப்போதுமே சம்பந்தப் பட்டிருக்குமென்பதை நீ அதில் வலியுறுத்திச் சொல்லியிருக்கிறாய். முழுக்க, முழுக்க நீயாகவே கண்டுபிடித்துச் சொன்ன உன் சொந்தக் கருத்து அது! ஆனால் அதைவிடவும் கட்டுரையின் இறுதிப் பகுதியில் நீ எழுதியுள்ள ஒரு கருத்து எனக்கு மிகவும் சுவாரசியமாக இருந்தது. ஆனால் துரதிர்ஷ்டவசமாக நீ ஏனோ அதை விரிவாக விளக்கவில்லை! போகிறபோக்கில் அதை சொல்லிவிட்டுப் போய்விட்டாய்! சுருக்கமாகச் சொன்னால், நீ அந்தப் பகுதியில் குறிப்பாக ஒரு விஷயத்தைச் சுட்டிக் காட்டியிருக்

கிறாய்! உனக்கு அது நினைவிருக்கிறதா என்பது தெரியவில்லை. 'ஏதேனும் ஒரு தவறையோ, குற்றத்தையோ செய்ய வேண்டுமானால் சிலரால் மட்டுமே அது முடியும்...' இல்லை... இல்லை... நீ அப்படி எழுதவில்லை... ம். இப்படித்தான் எழுதியிருந்தாய், அதாவது, 'தவறுகளையும் குற்றங்களையும் செய்வதற்கு உரிமை படைத்தவர்கள் சிலர் மட்டுமே! சட்டங்கள் அவர்களுக்காக இயற்றப்படவில்லை. எனவே அவற்றாலும்கூட அவர்களைக் கட்டுப்படுத்த முடியாது!' என்ன...? நான் சொல்வது சரிதானே? நீ அப்படித்தானே எழுதியிருக்கிறாய்?"

அவர் வேண்டுமென்றே அவனுடைய கருத்தை வலிந்து கொச்சைப்படுத்தித் திரித்துச் சொன்னதைக் கேட்டு ரஸ்கோல்னி கோவ் புன்னகைத்தான்.

"என்னது உரிமையா...? குற்றம் செய்வதற்கா...? சூழ்நிலை சரியில்லாதபோதா...? அல்லது சரியாக இருக்கும் நிலையிலும் கூடவா? எனக்கு எதுவுமே விளங்கவில்லையே?" என்று சற்றே கலவரத்துடன் கேட்டான் ரஸுமிகின்.

"இல்லை... இல்லை... அது இங்கே ஒரு காரணம் இல்லை." என்று அவனுக்குப் பதில் தந்தார் போர்ஃபிரி. "இவன் தன்னுடைய கட்டுரையில் மனிதர்களை இரண்டு விதமாகப் பிரித்துக் காட்டியிருக்கிறான். அவர்களில் ஒரு சாரார் சாதாரணமானவர்கள், மற்றொரு சாரார் அசாதாரணமானவர்கள். சாதாரணமானவர்கள் என்பவர்கள் எல்லாவற்றையும் பொறுத்துக் கொண்டும், ஏற்றுக்கொண்டும், சகித்துக்கொண்டும் வாழ வேண்டியவர்கள். சட்டங்களை மீறிப் போவதற்கு அவர்களுக்கு உரிமை யில்லை. காரணம் அவர்கள் சாதாரணமானவர்கள். மற்றொரு சாரார் எந்தக் குற்றத்தைச் செய்வதற்கும், எந்தச் சட்டத்தை உடைப்பதற்கும் உரிமை படைத்தவர்கள்... ஏனென்றால் அவர்கள் அசாதாரணமானவர்கள்! நீ கட்டுரையில் அப்படித்தான் சொல்லி யிருக்கிறாய் என்று நினைக்கிறேன். நான் அதைத் தவறாகப் புரிந்து கொள்ளவில்லையென்றால் நீ எழுதியிருப்பது அந்த அர்த்தத்தில் தான்!"

"அது எப்படிச் சரியாகும்...? அவன் அப்படிச் சொல்லி யிருக்கவே மாட்டான்" என்று குழப்பத்தோடு முணுமுணுத்தான் ரஸுமிகின்.

ரஸ்கோல்னிகோவ் மீண்டும் புன்னகை செய்துகொண்டான். அவர் எதை நோக்கி அவனை இழுத்துச் செல்கிறார் என்பதையும்

அவன் உடனடியாக உள்வாங்கிக்கொண்டான். தன் கட்டுரை அவனுக்கு நன்றாக நினைவிருந்தது. தனக்கு முன்னால் இருந்த சவாலை எதிர்கொள்வதென்று அவன் தீர்மானித்தான்.

"நான் ஒரேடியாக, தீர்மானமாக அப்படிச் சொல்லியிருக்க வில்லை" என்று மிக எளிமையாகவும், அடக்கமான தொனியுடனும் பேச்சைத் தொடங்கினான் ரஸ்கோல்னிகோவ்: "ஆனாலும் நான் எழுதியிருப்பதைக் கிட்டத்தட்ட நீங்கள் சரியாகப் புரிந்து கொண்டு விளக்கியிருக்கிறீர்கள் என்பதை நான் ஏற்றுக்கொள் கிறேன். இன்னும்கூடச் சொல்ல வேண்டுமென்றால் அதிலுள்ள விஷயங்களை மாற்றாமல் அப்படியே உண்மையைச் சொல்லியிருக் கிறீர்கள்! (முழுக்க, முழுக்க உண்மை என்று, தான் ஒத்துக் கொண்டது அவனுக்கு மகிழ்ச்சியளிப்பதாகவே இருந்தது) ஆனால் நீங்கள் சொன்னதில் ஒரே ஒரு வித்தியாசம் மட்டும் இருக்கிறது! 'அசாதாரணமான மனிதர்கள் எங்கே வேண்டுமானாலும், எப் போது வேண்டுமானாலும் குற்றங்களைப் புரிய உரிமை படைத்தவர்கள்' என்று என் கட்டுரையில் எந்த இடத்திலும் – நீங்கள் சொன்னதைப் போல நான் வற்புறுத்திக் கூறவே இல்லை. அப்படி எழுதியிருந்தால், அந்தக் கட்டுரை பிரசுரத்திற்கு ஏற்கப் பட்டிருக்குமா என்பதுகூடச் சந்தேகம்தான்! அசாதாரணமான மனிதனுக்கு ஒரு வகையான உரிமை இருக்கிறது என்பதை நான் சும்மா குறிப்பிட்டிருந்தேன்; அவ்வளவுதான்! அதுவும்கூடச் சட்ட பூர்வமாக அங்கீகரிக்கப்படக்கூடிய உரிமை என்ற அர்த்தத்தில் நான் எழுதவில்லை. அந்த உரிமை, அவனாகவே – அவனுக் குள்ளிருந்தே – எடுத்துக்கொள்ள வேண்டிய ஒன்று என்பதுதான் என் கருத்து. தன்னுடைய மனச்சாட்சியையும், வேறு சில தடை களையும் ஒதுக்கித் தள்ளிவிட்டு அப்படிச் செய்யும் உரிமை அவனுக்கு இருக்கிறது! ஆனால் அவனது உள்ளத்தில் அவன் கொண்டிருக்கும் தெளிவான சில கோட்பாடுகளை நிறைவேற்று வதற்காக மட்டுமே (சில வேளைகளில் மொத்த மனிதகுலத்துக்கே அதனால் நன்மை விளையும் என்கிறபோது) – அப்படிப்பட்ட சூழலில் மட்டுமே – அவன் அந்த உரிமையைப் பயன்படுத்த வேண்டும் என்பதே நான் சொல்ல நினைத்தவிஷயம்! என் கட்டுரையில் அது தெளிவாக இல்லை என்று நீங்கள் இப்போது சொன்னதால் முடிந்தவரை அதைப் பற்றி விரிவாகக்கூற நான் தயாராக இருக்கிறேன்...! நீங்கள் விரும்பியதும் அதுதான் என்றே நான் நினைக்கிறேன். அப்படியானால் சரி, கேளுங்கள்! கெப்ளர், நியூட்டன் போன்றவர்களெல்லாம் இந்த உலகத்துக்கு அருமை யான கண்டுபிடிப்புகளைத் தந்திருப்பவர்கள்! ஏதோ சூழ்நிலைக்

கோளாறுகளால் சில மனிதர்கள் – ஒருவரோ, பத்துப் பேரோ, நூறு பேரோ அல்லது இன்னும் அதிகமானவர்களோ – அவர்களின் கண்டுபிடிப்புகளுக்குத் தடங்கல் உண்டாக்கி இடைஞ்சல் பண்ணுகிறார்கள் என்று ஒரு பேச்சுக்கு வைத்துக்கொள்வோம். அப்போது அப்படி இடைஞ்சல் படுத்துகிற அந்த மனிதர்களைப் பலி கொடுக்காமல், அவர்களது கண்டுபிடிப்புகள் உலகத்துக்குத் தெரிய வராது என்பது போன்ற ஒரு சூழ்நிலை ஏற்படுமானால், அப்போது அந்தப் பத்துப் பேரையோ, நூறு பேரையோ தன் பாதையிலிருந்து 'அகற்றி ஒழிப்பதற்கு' நியூட்டனுக்கு எல்லாவகையிலும் உரிமை இருக்கிறது. ஒரு கோணத்தில் பார்த்தால் அது அவரது தார்மீகக் கடமையாகக்கூட ஆகிவிடுகிறது. காரணம் அப்போதுதான் அவருடைய கண்டுபிடிப்புகள் மனித இனத்துக்குப் பயன்பட முடியும்! அதற்காக நியூட்டன் விரும்புகிற எந்த ஆளையும்– எந்த 'டாம்', 'டிக்' அல்லது 'ஹாரி'யையும் கொன்றுவிடும் உரிமை அவருக்கு இருக்கிறது என்றோ, தினம் தினம் எந்தக் கடைக்குள் வேண்டுமானாலும் போய்க் கொள்ளையடிக்க அவருக்கு உரிமை இருக்கிறது என்றோ அர்த்தமில்லை. எனக்கு நன்றாக நினைவிருக்கிறது, என் கட்டுரையில் அதை இன்னொரு வகையிலும்கூட விளக்கமாகச் சொல்லியிருந்தேன்! உதாரணத்துக்கு எடுத்துக்கொண்டால், பண்டைக் காலத்திலிருந்து தொடங்கி லிகர்ஸ், ஸோலான், முகம்மது, நெப்போலியன் என்று ஒருவர் பாக்கியில்லாமல் இவர்கள் எல்லோருமே விதிகளை மீறியவர்கள்தான்! இந்தச் சமுதாயத்திற்கான சட்டங்களையும், நெறிமுறைகளையும் வகுத்தவர்கள் அனைவருமே முன்பு எழுதப்பட்டிருந்த விதிகளை மீறியவர்கள்தான்! ஏன் தெரியுமா? இவர்கள் ஒரு விதியையோ அல்லது ஒரு நெறிமுறையையோ புதிதாக உருவாக்கும்போது – அதன் வழியாகத் தங்களையும் அறியாமல் காலங்காலமாகத் தங்கள் முன்னோரிடமிருந்து தாங்கள் பெற்றுக்கொண்டவைகளை – இது வரையில் சமூகத்தில் புனிதமாகப் போற்றப்பட்டு வந்தவைகளை உடைத்து நொறுக்கி விடுகிறார்கள்! அப்படிச் செய்யும் பொழுது இரத்தக் களரி உண்டாக்குவதற்கும் – இரத்தம் சொரிவதற்கும்கூட அவர்கள் தயங்குவதில்லை என்பது உண்மைதான்! (அவர்களை எதிர்ப்பவர்கள் பழைய விதிமுறைகளைக் காப்பாற்றுவதற்காக அப்பாவித்தனமாகவும், வீராதி, வீரர்களைப் போலவும் இரத்தம் சிந்துகிறார்கள்.) ஆனால் அப்படிப்பட்ட இரத்தக்களரிகள்தான் நன்மை தருபவை என்று அவர்கள் நினைக்கிறார்கள்! அவ்வளவுதான்! மனித இனத்தின் நலம் நாடுபவர்களாகவும், அதற்குரிய சட்டங்களை வகுப்பவர்களாகவும் இருந்தவர்களில் நிறைய பேர்கள், இரத்த தாகம்கொண்ட

வர்களாகவும் இருந்திருக்கிறார்கள் என்பது குறிப்பாகக் கருத்தில் கொள்ள வேண்டிய ஒரு விஷயம். சுருக்கமாகச் சொன்னால், அதிலிருந்து நான் கண்டறிந்த உண்மை இதுதான்: பிரபல மானவர்கள் என்று மட்டுமில்லை, சமூகத்தின் வழக்கமான பாதை யிலிருந்து யாரெல்லாம் விலகிப் போகிறார்களோ, சமுதாயத் திற்காக சமூகநலன்களுக்காக ஏதேனும் ஒரு சிறிய விஷயத்தை யாவது புதிதாகச் சொல்ல வேண்டுமென்று யாரெல்லாம் இயல் பாகவே முற்படுகிறார்களோ அவர்கள் எல்லோருமே நிச்சயமாகச் சிறிய அளவிலோ, பெரிய அளவிலோ இயற்கையாகவே குற்ற வாளிகளாகத்தான் இருப்பார்கள். அப்படி இல்லாவிட்டால் குட்டையில் ஊறிய மட்டைகளைப் போல வழக்கமான சுவட்டி லிருந்து விலகிப் போக முடியாமல், அதை ஏற்றுக்கொண்டிருப் பார்கள்! இதற்கும் அவர்களுடைய தனிப்பட்ட மனப் போக்கும், இயல்பும்தான் காரணம்! என் கருத்தைக் கேட்டால் அப்படி ஒத்துப் போவதற்கு அவர்கள் சம்மதிக்கக்கூடாது என்றுதான் சொல்லுவேன். கட்டுரையில் இந்த இடம் வரையில் நீங்கள் யோசித்துப் பார்த்தால், இதில் புதிதாக எதுவுமில்லை என்று எளிதாகச் சொல்லிவிடலாம்! இந்த விஷயங்கள் எல்லாம் ஏற்கெனவே ஆயிரம்முறை அச்சிடப்பட்டும், படிக்கப்பட்டும் அறிந்த விஷயங்கள்தான்! மனிதர்களைச் 'சாதாரணமானவர்கள்', 'அசாதாரணமானவர்கள்' என்று பகுத்து எழுதியபோது பெரிய கணக்குப் போட்டெல்லாம் நான் அப்படிப் பிரிக்கவில்லை. ஏதோ, தன்னிச்சையான முறையிலேதான் அப்படி எழுதினேன். என் கருத்தில் பொதிந்திருக்கும் அடிப்படையான கொள்கையை மட்டுமே நான் நம்புகிறேன்! அது என்னவென்றால், பொதுவாக இயற்கை விதிப்படியே பார்த்தாலும்கூட மனிதர்களில் இரண்டு வகையானவர்களைப் பார்க்க முடியும். ஒரு சாரார் சற்றுக் கீழ்ப் பட்டவர்கள் (அல்லது சராசரியானவர்கள்). இவர்கள் அன்றாடம் உள்ள தங்களது கடமைகளை மட்டும் செய்துகொண்டு, வாழ்க் கையை நடத்திவிட்டு, இனவிருத்தி செய்துவிட்டுப் போகிறார்கள். அடுத்த பிரிவினரைத்தான் 'மனிதர்கள்' என்றே கூற முடியும்! அவர்களுக்குத் தாங்கள் சார்ந்திருக்கிற துறையைப் பற்றிப் புதிதாக ஏதோ ஒன்றைச் சொல்லக்கூடிய திறன் இருக்கிறது. அப்படிப்பட்ட ஆற்றல் அவர்களுக்கு இயல்பாகவே உண்டு! இன்னும் சொல்லப் போனால், மனிதர்களில் இன்னும்கூட எத்தனையோ கணக்கற்ற உட்பிரிவுகள் இருக்கலாம்! ஆனால் நான் சொன்ன இரண்டு வகையினருக்கும் – குறிப்பிடத்தக்க குணாதிசயங்கள் வெவ்வேறு வகைகளில் அமைந்திருப்பதை மிக நன்றாகவே பார்க்க முடியும்! பொதுவாகச் சொல்லப்போனால் லோகாயத வாழ்க்கையை

மட்டுமே நடத்துகிற முதல் பிரிவினர், இயற்கையாகவே அமைதி யும், நிதானமும் கொண்டவர்கள், மரபு வழிகளில் ஊறிப் போன வர்கள்; எதற்கும் பணிந்து போகிறவர்கள். சொல்லப் போனால், இப்படிப்பட்ட குணங்களைக்கொண்டவர்கள் பணிந்து போய்த் தானாக வேண்டும்! வேறு வழியில்லை. அதுதான் அவர்களது விதி. அப்படிச் செய்வதை அவர்கள் கேவலமாக நினைப்பது மில்லை! இரண்டாவது பிரிவினர், சட்டங்களை உடைப்பவர்கள், மீறுபவர்கள்! இல்லையென்றால் அவரவர் இயல்புக்கேற்றபடி அப்படிப்பட்ட தூண்டுதல்களையாவது பெற்றிருப்பவர்கள். இப்படிப்பட்ட மனிதர்களின் நோக்கங்கள் காலத்துக்கும் இடத் துக்கும் தக்கபடி மாறக்கூடியவை, பலதரப்பட்டவை. பரந்துபட்ட வெவ்வேறான சூழல்களில் இதுவரை நடந்துவருவதை வைத்துப் பார்க்கும்போது, காலங்காலமாக எவையெல்லாம் புனிதமானவை, உயர்ந்தவை, சிறந்தவை என்று சொல்லப்பட்டு வருகின்றனவோ அவற்றைத் தகர்ப்பதுதான் அவர்களின் நோக்கம் என்று படுகிறது. அப்படிப்பட்டவர்களில் ஒருவன், தன்னுடைய இலட்சியங்களை நிறைவேற்றுவதற்காகப் பிணங்களின் மீதும் இரத்தத்தின் மேலும் நடக்க வேண்டிவந்தாலும்கூட, தன் மனச்சாட்சியை அந்தச் செயலுக்காக ஆயத்தப்படுத்தி விடுவான் என்பதும் இரத்தத்தி னூடே ஊர்ந்து செல்லத் தயங்க மாட்டான் என்பதுமே என் கருத்து! ஆனால் அவன் தான் கொண்டுள்ள இலட்சியத்திற்கு எந்த அளவுக்கு முக்கியத்துவம் தருகிறான் என்பதைப் பொறுத்த தாகவே அவனது நடத்தை அமையும்! அதையும் மனதில் வைத்துக் கொள்ளுங்கள்! இந்த அர்த்தத்திலேதான் குற்றம் செய்வதற்கு அவர்களுக்குள்ள உரிமை பற்றி என்னுடைய கட்டுரையில் நான் குறிப்பிட்டிருந்தேன். (சட்டபூர்வமாக இதை எப்படி ஏற்றுக் கொள்வது என்ற கேள்வியோடுதான் நாம் இந்தப் பேச்சைத் தொடங்கியதாக உங்களுக்கு நினைவிருக்கும்) ஆனாலும் இதைப் பற்றி அதிகமாகக் கலவரம்கொள்ள வேண்டுமென்ற அவசியம் இல்லை. நம்முடைய மந்தை ஜனங்கள், தங்களுக்கு ‘உரிமை’ என்ற ஒன்று இருப்பதையே புரிந்துகொள்ளாதவர்கள்! அதனாலேயே சிரச் சேதத்துக்கும், தூக்குத் தண்டனைக்கும்கூட ஆட்பட்டுப் போகிறவர்கள்! (கிட்டத்தட்ட அதைப் போலத்தான்) தங்களுக்கு விதிக்கப்பட்ட வழியில் முறைப்படி நடந்துகொண்டு, தங்களது மரபு வழிப்பட்ட கடமைகளை நிறைவு செய்பவர்கள்! தொடர்ந்து வரும் தலைமுறைகளில் இதேமாதிரியான மந்தை ஜனங்கள் என்ன செய்வார்கள் தெரியுமா? சென்ற தலைமுறையில் பாதிக்கப் பட்டவர்களைப் பீடங்களில் தூக்கி வைத்து வழிபடத் தொடங்கு வார்கள்! (அல்லது கிட்டத்தட்ட அதைப் போலப் போற்றி

வணங்குவார்கள்!) அவ்வளவுதான்! இப்படிப்பட்ட முதல் பிரிவினர் எப்போதுமே நிகழ்காலத்தின் மனிதர்கள்! ஆனால் இரண்டாம் பிரிவினரோ, எதிர்காலத்தின் மனிதர்களாக இருப்பார்கள்! முதல்வகையைச் சேர்ந்தவர்கள் இந்த உலகத்தை மாறாமல் பாதுகாத்துக்கொண்டிருப்பவர்களாக இருப்பார்கள். ஆனால் இரண்டாம் பிரிவினரோ இந்த உலகத்தை இயக்கு பவர்களாக இருப்பார்கள். தெளிவான ஓர் இலக்கை நோக்கி அதை வழிநடத்திச் செல்பவர்களாக இருப்பார்கள்! இரு சாராருக் குமே 'வாழ்வதற்கான உரிமை' சம அளவில் நிச்சயமாக இருக் கிறது! சுருக்கமாகச் சொன்னால் – என்னைப் பொறுத்தவரையில் நான் சொல்கிற கருத்து இதுதான். எல்லா மனிதர்களுமே முழுமையான, சம உரிமை உள்ளவர்கள்தான்! 'புதிய ஜெருசலம்*' ஒன்றை உருவாக்கும் நாள் வரைக்கும் முடிவில்லாத இந்த யுத்தம் தொடரத்தான் போகிறது!"

"அப்படியானால் 'புதிய ஜெருசலத்தில்' உனக்கு நம்பிக்கை இருக்கிறதா?"

"ஆமாம், நான் அதை நம்புகிறேன்" என்று உறுதியாகக் கூறினான் ரஸ்கோல்னிகோவ். அப்போது அவனது கண்கள் தரைவிரிப்பிலிருந்த ஒரு புள்ளியின் மீது பதிந்திருந்தன. நீண்ட வசைமாரி பொழிந்துகொண்டிருந்தபோதும்கூட அவனது பார்வை இந்தப் புள்ளியின் மீதுதான் பதிந்திருந்தது.

"அப்படியானால் உனக்குக் கடவுள் மீது நம்பிக்கை இருக் கிறதா? உன்னைப் பற்றித் தெரிந்துகொள்ளும் ஆர்வத்தில் நான் இப்படிக் கேட்பதற்காக என்னை மன்னித்துவிடு."

"ஆமாம்... நான் கடவுளை நம்புகிறேன்!" என்று தனது தலையை நிமிர்த்திக் கண்களை உயர்த்தி போர்ஃபிரியை நேருக்கு நேராகப் பார்த்தபடி சொன்னான் ரஸ்கோல்னிகோவ்.

"அப்படியானால் 'லாசரஸ் உயிர்த்தெழுந்ததை' நீ நம்பு கிறாயா?"

"ஆமாம்! இதையெல்லாம் ஏன் கேட்டுக்கொண்டிருக் கிறீர்கள்?"

---

* புதிய ஜெருசலம் – இலட்சிய உலகத்தைப் பற்றிய கருத்தாக்கத்தைப் பிரெஞ்சு நாட்டின் சோஷலிசவாதியான செயிண்ட் சைமன் (1760-1825) இவ்வாறு குறிப்பிட்டார். கிறிஸ்துவ மதத்தில், ஏசுவால் கடைத்தேற்றப்பட்ட ஆன்மாக்கள் இளைப்பாறும் இடமாகக் குறிப்பிடப்படும் 'புதிய ஜெருசலம்' என்ற சொல் இங்கு பூரணத்துவம் பெற்ற நல்ல சமுதாயத்தைக் குறிக்கிறது.

“அதை நீ அப்பபடியே வார்த்தைக்கு வார்த்தை நம்பு கிறாயா?”

“ஆமாம்!”

“நீ தப்பாக நினைக்க வேண்டாம். சும்மா ஓர் ஆர்வத்திலே தான் இதைக் கேட்டேன். என்னை மன்னித்துக்கொள். சரி, இப்போது விஷயத்திற்கு வருவோம். அப்படிச் செய்பவர்கள் எப்போதுமே மரணதண்டனைக்குத்தான் உட்படுத்தப்படுகிறார்கள் என்பதில்லை! அதற்கு மாறாக... சிலர்...”

“தங்கள் வாழ்நாளிலேயே வெற்றி பெற்று விடுகிறார்கள்! அப்படித்தானே? அது சரிதான். தாங்கள் வாழ்ந்துகொண்டிருக்கும் போதே தாங்கள் அடைய விரும்பிய இலக்குகளைச் சிலர் அடைந்துவிடுகிறார்கள். அதன் பிறகு...”

“தங்களுக்குரிய மரண தண்டனையையும் தங்களுக்குத் தாங்களாகவே அவர்கள் வழங்கிக்கொண்டு விடுகிறார்கள்.”

“தேவைப்பட்டால்...! ஆனால், வழக்கமாக அப்படித்தான் நடந்துவிடுகிறது. நீங்கள் ரொம்பவும் புத்திசாலித்தனமாகக் கவனித்திருக்கிறீர்களென்று தெரிகிறது!”

“நன்றி! ஆனால் இதை முதலில் சொல்! சராசரியான மனிதர்களிடமிருந்து அசாதாரணமானவர்களை நீ எப்படிப் பிரிக்கிறாய்? அவர்கள் பிறக்கும்போதே முன்னெச்சரிக்கைகளும் அடையாளக் குறிகளும் தென்பட்டுவிடுமா என்ன? நான் என்ன சொல்ல வருகிறேனென்றால்... நாம் வெளிப்படையான தோற் றத்தை வைத்து அதில் புலப்படும் அடையாளங்களை வைத்து இனம் பிரிக்கிறோம் என்று வைத்துக்கொள்! வாழ்க்கையில் சராசரி நடைமுறைகளை ஒட்டி வாழும் இயல்பான ஒரு மனி தனிடமிருந்து, இவர்களது தோற்றம் வேறுபட்டதாக இருக்கிறது என்றே வைத்துக்கொள்வோம்! அவர்கள் அணிகிற உடைகளிலும் அவற்றை அணியும் பாணியிலும் அவர்களிடம் ஒரு தனித்தன்மை தெரிவதாகவே வைத்துக்கொள்வோம். அப்போதும்கூட அதை வைத்துக்கொண்டு கண்டுபிடிக்க முடியாமல் போலிகள் கலந்து விடவும் வாய்ப்பிருக்கிறது என்பதை நீயும்கூட நிச்சயம் ஒத்துக் கொள்வாய். இதனால் குழப்பங்கள் மிகுந்துவிடும். அதன் விளை வாக ஒரு தரப்பைச் சேர்ந்த மனிதன், தான் இன்னொரு தரப்பைச் சேர்ந்தவன் என்று கற்பனை செய்துகொண்டு நீ இப்போது மிக எழுச்சியோடும் மகிழ்ச்சியோடும் குறிப்பிட்டதைப் போல ‘எல்லாத் தடைகளையும் தகர்க்கத் தொடங்கி விட்டால்...’ பிறகு உண்மை யாகவே என்ன நடக்கும்?”

"ஓ...! அது அடிக்கடி நடப்பதுதான்! உங்களின் இந்தக் கணிப்பு உங்கள் முந்தைய கணிப்பைவிடவும்கூட மிகத் துல்லியமானதாக, துருவிப் பார்ப்பதாக இருக்கிறது!"

"நன்றி"

"அதற்கு அவசியமில்லை... ஆனால் ஒரு விஷயத்தை நீங்கள் தயவுசெய்து உணர்ந்தாக வேண்டும்! அப்படிப்பட்ட தவறும்கூட – முதல் பிரிவைச் சேர்ந்த 'சாதாரண மக்கள்' (இப்படி அவர்களைக் குறிப்பிடுவதுகூட எனக்கு உவப்பாக இல்லை) செய்வது தான்! பிறவியிலேயே பணிந்தும் அடங்கியும் போகக்கூடிய இயல்பு இவர்களுக்கு வாய்த்திருந்தாலும் ஏதோ சில பேர், சில வேளைகளில் சற்று வினோதமாக நடந்துகொள்ள ஆசைப்பட்டு விடுகிறார்கள். பசுக்கள்கூட சில சமயம் முரண்டு செய்வதைப் பார்க்க முடிகிறதல்லவா... அதுபோன்றதுதான் இதுவும்! தங்களை முற்போக்கானவர்கள் போலவும், பழைய கட்டமைப்பைச் சிதைத்துப் 'புதிய உலகத்தைப்' பிரசாரம் செய்பவர்கள் போலவும் காட்டிக்கொள்ள அவர்களுக்கு ஆசை ஏற்பட்டுவிடுகிறது! இப்படி யெல்லாம் அவர்கள் ஆத்மார்த்தமாகவே நினைக்கவும் செய்கிறார்கள்தான். ஆனால் அதேவேளையில், உண்மையாகவே எழுச்சியுற்றிருக்கும் புதிய தலைமுறை மனிதர்களை அவர்கள் பொருட்படுத்துவதே இல்லை. சொல்லப் போனால் அவர்களைப் புரட்சிக்காரர்கள் என்றும், உயர்வான தளத்தில் சிந்திக்கத் தெரியாதவர்கள் என்றும் நினைத்து வெறுக்கக்கூடச் செய்கிறார்கள். அவர்களால் உண்மையில் எந்த ஆபத்தும் ஏற்படாது என்பது நிச்சயம்! அதுதான் என்னுடைய அபிப்பிராயம். அவர்களால் குறிப்பிட்ட ஓர் எல்லைக்குமேல் போக முடியாதென்பதால் நீங்கள் அவர்களைப் பற்றிக் கவலைப்படவே தேவையில்லை. சில சமயங்களில் அவர்கள் எந்த நிலையில், எந்த ஸ்தானத்தில் இருந்துகொண்டிருக்கிறார்கள் என்பதை அவர்களுக்கு நினைவு படுத்தும் வகையில்... வினோதமான அவர்களது நடத்தைக்காக அவர்கள் தண்டிக்கப்படுவதும் உண்டுதான்! ஆனால் அவர்களைத் தண்டனைக்கு உட்படுத்த வேண்டிய தேவையே இல்லை. அவர்கள் தாங்களாகவே அப்படி நடந்துகொண்டு, தங்கள் தலையில் தாங்களே மண்ணை வாரிப் போட்டுக்கொண்டு விடுவார்கள். அவர்களில் சிலர், அடுத்தவர்களை அழித்து விடுவார்கள். வேறுசிலரோ தங்கள் கைகளாலேயே தங்களை அழித்துக் கொண்டு விடுவார்கள். அதைத் தவிர வெளிப்படையாகவே தங்கள் செயல்களுக்குப் பிராயச்சித்தம் தேடும் முயற்சியிலும் ஈடுபட்டுவிடுவார்கள். அவற்றின் விளைவு, மிக அழகான உபதேசம்! அதனால் நீங்கள் கவலைப்பட எதுவுமில்லை! இதுதான் இயற்கையின் இயல்பான நியதி!"

"நல்லது. அந்த விஷயத்தைப் பற்றிய என் கவலைகளையும் அதனால் நான்கொண்டிருந்த பதற்றத்தையும் ஓரளவுக்கு நீ சமாதானப்படுத்திவிட்டாய். ஆனாலும் நான் கவலைப்பட இன்னும் ஒரு விஷயம் பாக்கி இருக்கிறது. தயவுசெய்து இதை மட்டும் எனக்குச் சொல். பிறரை அழிப்பதற்கு உரிமை படைத்தவர்களாகவே இருக்கும் அசாதாரண மனிதர்களில் உண்மையாகவே அப்படிச் செய்பவர்கள் அநேகம் பேர் இருக்கிறார்களா? அவர்களுக்கு முன்னால் மண்டியிட்டு வணங்கக்கூட நான் தயாராக இருக்கிறேன் என்பது நிஜம்தான்! ஆனால் அப்படிப்பட்டவர்கள் அதிகமான எண்ணிக்கையில் இருப்பது ஒரு வகையில் பயங்கரமானது என்பதை நீயும் ஒத்துக்கொள்வாயென்று நான் நினைக்கிறேன், என்ன சரிதானே?"

"அந்த மாதிரிக் கவலையே உங்களுக்கு வேண்டியதில்லை" என்று சொல்லியபடி, அந்தத் தொனியிலேயே பேச்சைத் தொடர்ந்தான் ரஸ்கோல்னிகோவ். பொதுவாகச் சொல்லப் போனால், மிக, மிகக் கொஞ்சம் பேர்தான்– அதாவது அதிசயிக்கக்கூடிய அளவுக்கு வெகு சில மனிதர்கள்தான், புதிய சிந்தனை*களோடு பிறக்கிறார்கள். ஏதாவது ஒன்றைப் புதியதாகச் சொல்லும் ஆற்றலும்கூட அப்படிச் சில பேரிடம்தான் இருக்கிறது. ஒரே ஒரு விஷயம் மட்டும்தான் ரொம்பத் தெளிவாக இருக்கிறது! மனிதப் பிறப்புகளிலுள்ள ஒழுங்குமுறை, அவர்களுக்கிடையே நிலவும் பலவகையான பிரிவுகள், உட்பிரிவுகள் என்று எல்லாமே இயற்கை விதியின் கட்டுப்பாட்டால், மிகக் கவனமாகவும், மிகச் சரியாகவும் ஒழுங்குபடுத்தப்பட்டு வருகிறது என்பதுதான் அது! இப்போதைக்கு அந்த விதி என்ன என்பது தெரியாவிட்டாலும், அப்படி ஒன்று இருப்பதாகவும், காலப்போக்கில் அது தெரியவரும் என்றும் நான் நம்புகிறேன்! மனித இனத்தில் பெரும்பான்மையான ஒரு பகுதி, ஒரு பெரிய கூட்டம், அந்த நியதிப்படிதான் இருந்து கொண்டிருக்கிறது. கடைசியில், ஏதோ ஒரு முயற்சியால், எப்படியோ ஒரு செய்கையால் (அது எப்படி நடக்கிறது என்பது மர்மம்தான்) மனித இனக் கலப்புகளின் மகிழ்ச்சியான விளைவால், போராடிப் போராடி வளர்ச்சி பெற்றுக்கொண்டிருக்கிற மனித குலத்திலிருந்து – ஆயிரத்தில் ஒரு மனிதன்– ஓரளவுக்கு சுயமாக, தன் காலால், தானே நிற்கக்கூடிய சக்தியைப் பெறுவான். ஒரு வேளை பத்தாயிரம் பேரில் ஒருவனாகக்கூட இருக்கலாம்! (நான் சும்மா ஓர் உதாரணத்துக்காக, தோராயமாகத்தான் இந்தக் கணக்கைச் சொல்கிறேன்) அவன் கொஞ்சம் கூடுதலான சுதந்திர மனப் போக்குடையவனாக இருக்கலாம். லட்சம் பேரில் ஒருவன்

---

* புதிய சிந்தனை: 1860ஆம் ஆண்டில் வாழ்ந்த பகுத்தறிவுச் சிந்தனைகொண்ட புதிய இளைஞர் கூட்டத்தைச் சுட்டுகிறது.

இன்னும் அதிகப்படியாக அப்படிப்பட்ட மனப் போக்கோடு இருக்கலாம்! கோடிக்கணக்கான மனிதர்களிலிருந்துதான் மேதை யாக ஒருவன் வெளிப்படுகிறான்! ஆயிரம் கோடிப் பேர்களிலிருந்து உண்மையாகவே மிகச் சிறந்த, அற்புதமான மேதை ஒருவன் உதயமாவான்! இதெல்லாம் எங்கிருந்து, எப்படி நடக்கிறது என்பதற்கெல்லாம் 'சட்'டென்று தெளிவான ஒரு பதிலை என்னால் இப்போது சொல்ல முடியாது! ஆனால் தெளிவான இயற்கை விதி என்று ஒன்று இருந்துதானாக வேண்டும்! வெறும் தற்செயல் நிகழ்வாக இவையெல்லாம் இருக்க முடியாது!"

"இதெல்லாம் என்ன? நீங்கள் இரண்டுபேரும் ஏதாவது 'ஜோக்' அடித்துக்கொண்டிருக்கிறீர்களா? என்ன?" என்று இறுதி யாகக் குரல் கொடுத்தான் ரஸுமிகின். "உங்களைப் பார்த்தால், ஒருவரை ஒருவர் கேலி செய்துகொண்டு, பொழுது போக்கிக் கொண்டிருப்பதைப் போலத்தான் இருக்கிறது! சும்மா உட்கார்ந்து கொண்டு அடுத்தவர்களைச் சீண்டிவிட்டு விளையாடிக்கொண்டி ருக்கிறீர்கள். அப்படித்தானே? ஏன் ரோட்யா, நீ என்ன நிஜ மாகவே ரொம்பவும் ஆழ்ந்துதான் பேசிக்கொண்டிருக்கிறாயா?"

ரஸ்கோல்னிகோவ் தனது வெளிறிப் போய் வருத்தம் தோய்ந் திருந்த முகத்தை உயர்த்தி ரஸுமிகினைப் பார்த்தான். ஆனால் பதில் ஒன்றும் சொல்லவில்லை. பிடிவாதமாக, நாகரிகமற்ற முறையில் வெளிப்படையாகத் துருவித் துருவிப் பார்த்து, மிகவும் கிண்டலாக, ஆனால் பழிசுமத்தும்வண்ணம் தந்திரமாகப் பேசும் போர்ஃபிரியின் பார்வைக்கும், அமைதியான, துன்பம் நிறைந்த இவனது பார்வைக்கும் உள்ள வினோதமான வேறுபாட்டினை அமைதியாகக் கவனித்தான் ரஸுமிகின்.

"சரி, நண்பா! நீ இதைப் பற்றித் தீவிரமாகப் பேசிக்கொண்டி ருக்கிறாய் என்றால், நானும் ஒன்று சொல்கிறேன். கேட்டுக்கொள்! நீ சொன்ன கருத்துகளில் நிறைய செய்திகள் ஏற்கெனவே, பலமுறை கேட்டிருப்பவை, படித்திருப்பவை என்றும், அவை ஒன்றும் புதிதானவையல்ல என்றும் நீ சொன்னது ஒரு வகையில் உண்மைதான்! ஆனால் அதில் சொந்தமாகச் சொல்லப்பட்டிருக் கிற ஒரு கருத்து – உன் மனதிற்கு மட்டுமே ஏற்கக்கூடிய கருத்தாக இருக்குமென்பதை நான் வருத்தத்தோடு சொல்லிக்கொள்ள விரும்புகிறேன். 'இரத்தம் சிந்த வைக்குமளவுக்குத் துணிவது' மனச்சாட்சியைப் பொறுத்த விஷயம் மட்டுமே என்று கொஞ்சம் மூர்க்கமான, வெறித்தனத்தோடுதான் நீ சொல்லியிருக்கிறாய்! இப்படி நான் சொல்வதற்காக என்னை மன்னித்துவிடு! ஆனால் உன் கட்டுரையில் மையச் செய்தியாக அதுதான் இருக்கிறது. இரத்தம் சிந்த வைப்பதற்கு மனச்சாட்சியின் அடிப்படையில் தார்மீக அனுமதி தருவதென்பது மிகக் கொடூரமானது. சட்ட

பூர்வமாகவும், அதிகாரபூர்வமாகவும், அதற்கு அனுமதி தருவதைவிடவும்கூட இது மிகவும் பயங்கரமானது, குரூரமானது."

"சரியாகச் சொன்னாய்! அது ரொம்பவுமே பயங்கர மானதுதான்" என்று போர்ஃபிரியும் அதை ஆமோதித்தார்.

"இல்லை... நீ எப்படியோ திசைமாறிப்போய்விட்டாய்! அதனால்தான் அப்படிப்பட்ட தவறு கட்டுரையில் இடம் பெற்று விட்டது. நான் அதைப் படித்துப் பார்க்கிறேன்! நீ ஏதோ வேறு சிந்தனைகளால் தடம் மாறி எழுதிவிட்டாய்! நீ அப்படி நினைக்கவே வாய்ப்பில்லை. நான் படித்துப் பார்த்துவிட்டுச் சொல்கிறேன்" என்றான் ரஸுமிகின்.

"அதைக் கட்டுரையில் நீ வெளிப்படையாக கண்டுபிடிக்கவே முடியாது! அது மிகவும் குறிப்பாகத்தான் எழுதப்பட்டிருக்கிறது" என்றான் ரஸ்கோல்னிகோவ்.

"ஆமாம், ஆமாம்! என்றார் போர்ஃபிரி. அவர் இன்னும் உட்கார்ந்துகொள்ளவில்லை. நின்றபடியே பேசிக்கொண்டிருந்தார். "குற்றத்தைப் பற்றிய உனது கண்ணோட்டம் என்ன என்பது, இப்போது கிட்டத்தட்டத் தெளிவாகிவிட்டது!... இந்த அளவுக்கு உன்னை நச்சரிப்பதற்காக என்னைத் தயவுசெய்து மன்னித்துவிடு. (இப்படி உன்னைத் தொந்தரவு செய்வதற்காக நான் வெட்கப் படுகிறேன்) ஆனாலும்கூட நீ சொன்ன இரண்டு சாராரையும் பற்றிச் சரிவரப் புரிந்துகொள்ளத் தவறுவதால் குழப்பம் வருகிறது. நீ திரும்பத் திரும்ப அழுத்தமாகச் சொன்னாலும்கூட அதிலுள்ள நடைமுறைச் சிக்கல்களை நினைத்து நான் இன்னும்கூடக் கவலைப்பட்டுக்கொண்டுதான் இருக்கிறேன். இப்படி நினைத்துப் பார்..! எவனாவது இளைஞன் ஒருவன் தன்னை லிகர்கஸ்* (Lycurgus) என்றோ முகமது என்றோ அல்லது எதிர்காலத்தில் தான் அப்படி ஆகக்கூடுமென்றோ கற்பனை செய்துகொள்கிறான் என்று வைத்துக்கொள்வோம்! தான் அடைய விரும்புகிற இலக்குக்கு இடையூறாக உள்ள தடைகளையெல்லாம் உடைத்து நொறுக்க அவன் தனக்குத்தானே உரிமை வழங்கிக்கொள்வான். 'எனக்கு முன்னால் நான் செய்து முடிக்க வேண்டிய நீண்ட போராட்டம் ஒன்று இருக்கிறது. அதற்கு எனக்குப் பணம் நிறையத் தேவையாக இருக்கிறது' என்று கூறியபடி, அந்தப் போராட்டத் திற்கான பணத்தைப் பலவழிகளிலும் அவன் அபகரிக்கத் தொடங்கிவிடுவான்... நான் என்ன நினைக்கிறேன் என்பது உனக்குப் புரிகிறதென்றே எண்ணுகிறேன்!"

* லிகர்கஸ், ஸ்பார்த்தாவைச் சேர்ந்தவர்; வரலாற்றுப் புகழ்மிக்க சட்டங்களை இயற்றியவர். கி.மு. 7–ஆம் நூற்றாண்டில் ஸ்பார்த்தாவில் இராணுவ ஆட்சி ஏற்படக் காரணமாயிருந்தவர்.

மூலையில் அமர்ந்திருந்த சமெடோவ், திடீரென்று பெரு மூச்சு விட்டான். ரஸ்கோல்னிகோவ் தன் கண்களைக்கூட அவன் பக்கம் திருப்பாமல் பேசினான். "அப்படியும் சில பேர் இருக் கிறார்கள் என்பதை நான் ஒத்துக்கொள்ளத்தான் வேண்டும்" என்று அவன் அமைதியாகப் பதிலளித்தான். "முக்கியமாகச் சில இளைஞர்கள் முட்டாள்தனமாகவும், வீண்பெருமைக்காகவும் அப்படிப்பட்ட தூண்டிலில் போய்ச் சிக்கிக்கொண்டு விடு கிறார்கள்."

"நீயே அதைக் கவனித்திருக்கிறாய்! ஆனால் அதற்கப் புறம்கூட..."

ரஸ்கோல்னிகோவ் புன்னகை செய்தான். "இதற்குப் போய் என்னைக் குற்றம் சொல்ல முடியாது. இது நடந்துகொண்டுதான் இருக்கிறது. எப்போதுமே நடக்கவும் செய்யும். (ரஸுமிகினைச் சுட்டிக்காட்டி) இரத்தம் சிந்துவதைப் போய் நான் உயர்த்திப் பிடித்துப் புகழ்ந்து பேசுவதாக இப்போது இவன் சொன்னான். அதனால் என்ன? சமூகத்திடம்தான் குற்றவாளிகளைப் பிடிக்கவும், தண்டிக்கவும் வழிமுறைகள் ஏராளமாக இருக்கிறதே...? நாடு கடத்தலாம்! சிறையில் போடலாம்! விசாரணை செய்கிற மாஜிஸ் டிரேட்டுகள் இருக்கிறார்கள். கடுமையான தண்டனைகள் இருக் கின்றன. திருடனை வேட்டையாடிவிட வேண்டியதுதானே...?"

"சரி, கண்டுபிடித்தும் ஆகிவிட்டது. அதற்கப்புறம்...?"

"அவனுக்கு ஏற்றது எதுவோ, அது அவனுக்குக் கிடைக்கும்!"

"தர்க்கபூர்வமாகப் பார்த்தால் சரியாகத்தான் இருக்கிறது. ஆனால்... அவனுடைய மனச்சாட்சி என்ன சொல்லும்...?"

"அதைப்பற்றி உங்களுக்கென்ன கவலை...?"

"மனிதாபிமான அடிப்படையிலேதான் கேட்டேன்."

"தன்னுடைய மனச்சாட்சியின்படி மனதாரக் குற்றம் செய் திருப்பதாக ஒருவன் உண்மையாகவே நினைத்தால் அதற்குரிய தண்டனையை அவன் ஏற்றுக்கொண்டு துன்பப்பட வேண்டியது தான் சரியானது! கடுமையான சிறைத் தண்டனையைப் போலவே மனச்சாட்சியின்படி அவன் ஏற்றுக்கொள்ளும் தண்டனையும் கடுமையானதாகத்தான் இருக்கும்."

"அதுசரி, அந்த நிஜமான 'மேதாவிகளை'ப்பற்றி என்ன சொல்கிறாய்?" என்று முகச்சுளிப்போடு கேட்டான் ரஸுமிகின். "அவர்களுக்குத்தான் கொலை செய்யும் உரிமையை நீ வழங்கி

யிருக்கிறாயே...? இரத்தக் களரியாக ஆக்கிவிட்டாலும்கூட அவர்கள் வருத்தப்பட வேண்டியதே இல்லை... அப்படித்தானே?"

"அப்படியெல்லாம் ஏன் பேசுகிறாய்? அவர்களுக்கு அனுமதி அளிப்பதோ, அளிக்காமலிருப்பதோ இங்கே பிரச்சினையே இல்லை. தங்கள் செயலால் பாதிக்கப்பட்டவர்கள் மீது அவர் களுக்கும் இரக்கம் ஏற்பட்டால் அவர்களும் வருத்தப்பட்டு விட்டுப்போகட்டுமே! விசாலமான அறிவும், மிகுதியாக உணர்ச்சி வசப்படும் நிலையும் உடையவர்களுக்குத் துன்பம், வலி ஆகியவை களெல்லாம் கட்டாயமாகச் சுமக்க வேண்டியவைகளாகி விடுகின்றன! இந்த உலகத்தில் மிக அதிகமான துன்பத்தை அனுப விப்பவர்கள் உண்மையிலேயே மிகப்பெரிய மனிதர்கள்தான்!" என்று திடீரென்று தனக்குத்தானே யோசனையில் ஆழ்ந்தபடி இதைச் சொல்லி முடித்தான் ரஸ்கோல்னிகோவ்.

தன் கண்களை உயர்த்தி அங்கிருந்த அனைவரையும் ஏதோ சிந்தனையோடு பார்த்தபடி புன்னகைத்த அவன், தன் தொப்பியை எடுத்துக்கொண்டான். அங்கே நுழைந்தபோது இருந்த நிலையோடு ஒப்பிடுகையில் இப்போது துளிக்கூட சலனமே இல்லாமல், தான் அமைதியுடன் இருப்பது அவனுக்கே தெளிவாகப் புரிந்தது. எல்லோருமே எழுந்து நின்றார்கள்.

"நீ எரிச்சலோடு முணுமுணுத்தாலும் சரி. என் மீது கோபப் பட்டாலும் சரி. என்னால் பேசாமலிருக்க முடியவில்லை" என்று மறுபடியும் தொடங்கினார் போர்ஃபிரி பெத்ரோவிச். "இன்னும் ஒரு சின்னக் கேள்வியை மட்டும் கேட்டுவிடுகிறேன். (உன்னை ரொம்பத்தான் தொந்தரவு செய்கிறேன் என்று நினைக்கிறேன்). பிறகு மறந்து போய்விடக்கூடாதே என்பதற்காக... இந்த இடத்தில், ஒரு சிறிய கருத்தைச் சொல்ல விரும்புகிறேன்."

"சரி நல்லது. உங்களுடைய சின்னக் கருத்து என்னவென் பதைச் சொல்லுங்கள்" தனது வெளிறிப் போன முகத்தோடும் தீவிரமான சிந்தனையோடும் அவர் சொல்லப்போவதைக் கேட்பதற்காகக் காத்துக்கொண்டு நின்றான் ரஸ்கோல்னிகோவ்.

"வேறொன்றுமில்லை... இவ்வளவுதான்... ஆனாலும் அதை எப்படித் தெளிவாகச் சொல்வது என்று எனக்குப் புரியவில்லை. அது ரொம்ப அற்பமான, சின்ன விஷயம்தான். கொஞ்சம் 'உளவியல்' சம்பந்தப்பட்டது. சரி, இதுதான் அந்தக் கேள்வி, நிச்சயமாக அப்படி இருக்க முடியாதுதான்... ஆனாலும் ஹி... ஹி...ஹி.. சும்மா கேட்கிறேன்! உன் கட்டுரை எழுதிக்கொண்டி ருக்கும் வேளையில் உன்னையும் ஓர் 'அசாதாரண மனிதனாகவும்',

புதிய வேதத்தைச் சொல்லப் புறப்பட்டு வந்திருப்பவனாகவும் கொஞ்சமாவது கற்பனை செய்துகொள்ளாமல் நீ இருந்திருக்க முடியாதல்லவா? அப்படித்தானே?”

“ஆமாம்! அதுசரிதான்!” என்று வெறுப்போடு பதிலளித்தான் ரஸ்கோல்னிகோவ்.

அதைக்கேட்ட ரஸூமிகின் சற்றே அதிர்ந்தான்.

“அப்படியானால் அதை ஒட்டி நீயேகூட ஏதாவது ஒரு முடிவு செய்தும் இருக்கலாமல்லவா? வாழ்க்கையில் வெற்றியடைய முடியாமல் போனதற்காகவோ, சங்கடமான சந்தர்ப்ப சூழ்நிலைகள் காரணமாகவோ அல்லது ஏதாவது ஒரு வகையில் மனித குலத்துக்கு நன்மை செய்வதற்காகவோ, தடைகளை மீற வேண்டுமென்று நீயும்கூடத் தீர்மானித்திருக்கலாமல்லவா...? உதாரணத்துக்குச் சொல்ல வேண்டும் என்றால் கொலை செய்வதற்கு, திருடுவதற்கு...”

திரும்பவும் முன்பு செய்த மாதிரியே அவர், தனது இடது கண்ணால் அவனைப் பார்த்துத் திடீரென்று கண்ணடிப்பது போலவும், சத்தமின்றிச் சிரித்துக்கொண்டிருந்ததைப் போலவும் அவனுக்குத் தோன்றியது.

“ஒருவேளை நிஜத்தில் அப்படியே செய்திருந்தாலும்கூட அதை நிச்சயமாக நான் உங்களிடம் சொல்லிக்கொண்டிருக்க மாட்டேன்” என்று சற்றுச் சூடாகவும், சவால் விடுவது போன்ற தொனியிலும் பதிலளித்தான் ரஸ்கோல்னிகோவ்.

“இல்லை... இல்லை...! அந்த அர்த்தத்தில் நான் கேட்கவில்லை. உன்னுடைய கட்டுரையை நன்றாகப் புரிந்துகொள்ளும் ஆர்வத்தோடுதான் கேட்டேன். அதுவும் முழுக்க, முழுக்க எழுத்தோடு சம்பந்தப்படுத்தித்தான்...”

‘சே... இவரது ஆணவம்தான் எந்த அளவுக்கு வெளிப்படையாகத் தெரிகிறது!’ என்று தன் மனதினுள் வெறுப்போடு நினைத்துக்கொண்டான் ரஸ்கோல்னிகோவ்.

“ஒரு விஷயத்தைச் சொல்வதற்கு மட்டும் என்னை அனுமதியுங்கள்” என்று வறண்ட தொனியில் கேட்டான் ரஸ்கோல்னிகோவ், “நான் என்னை முகமது என்றோ, நெப்போலியன் என்றோ நினைத்துகொள்ளவே இல்லை. ஆனால் ஒருவேளை நான் அப்படி இருந்தால் எப்படி நடந்துகொள்வேன் என்பதைப் பற்றிய திருப்திகரமான விளக்கத்தை உங்களுக்கு என்னால் தர முடியாது!”

“அப்படிச் சொல்லாதே! ரஷ்யாவில் வாழ்கிற நம்மைப் போன்ற மனிதர்களில் தன்னை நெப்போலியனாக நினைத்துக் கொள்ளாதவர்கள், இப்போது யார்தான் இருக்கிறார்கள்?” என்று திடீரென்று வெகுநாள் பழகியவர் போன்ற நெருக்கத்தோடு சொன்னார் போர்ஃபிரி. இம்முறை அவரது குரலின் தொனியில் விசேஷமாக ஏதோ ஒன்று இருந்ததை உறுதியாகக் காண முடிந்தது.

“அப்படியென்றால் போனவாரம், நம் அல்யோனா இவானோவ்னாவைக் கோடாரியால் வெட்டி வீழ்த்தியவனும்கூட நிச்சயம் எதிர்கால நெப்போலியன்களில் ஒருவனாக இருக்கக்கூடு மல்லவா?” மூலையில் உட்கார்ந்திருந்த சமெடோவ் திடீரென்று உளறினான்.

ரஸ்கோல்னிகோவ் அமைதியாக, நிதானமாக, தீர்மானமான பார்வையுடன் போர்ஃபிரியையே உற்றுக் கவனித்துக்கொண்டி ருந்தான். ரஸுமிகினும் முகத்தைச் சுளித்துக்கொண்டு, இருண்ட பார்வையோடுதான் காணப்பட்டான். இதற்கெல்லாம் சற்று முன்பாகவே அவன் வேறு எதையோ கவனிக்கத் தொடங்கியிருந் தான். அவன் நிலைகொள்ளாமல் சுற்றுமுற்றும் பார்த்துக்கொண்டி ருந்தான். நொடி நேரம் அங்கே அமைதி நிலவியது. ரஸ்கோல்னி கோவ் கிளம்புவதற்கு ஆயத்தமானான்.

“என்ன... அதற்குள் புறப்பட்டுவிட்டாயா?” என்று பெரிதும் உணர்ச்சிவசப்பட்டவராக அவனது கைகளை மிகுந்த பிரியத் தோடு பற்றிக்கொண்டார் போர்ஃபிரி. “உன் அறிமுகம் கிடைத்த தில் நான் மிகவும் சந்தோஷப்படுகிறேன். உன் மனுவைப் பொறுத்த வரையில், அதில் எந்த சந்தேகமும் தேவையில்லை. நான் என்ன சொன்னேனோ அதை அப்படியே எழுதினால் போதும். அல்லது இன்னும்கூடத் தெளிவாக இருக்க வேண்டுமென்று நினைத்தால், நாளைக்கேகூட நீ வரலாம். பதினோரு மணியளவில் நான் நிச்சய மாக அங்கே இருப்பேன். எல்லாக் காரியங்களையும் அங்கேயே முடித்துக்கொண்டுவிடலாம். கொஞ்சம் பேசவும் செய்யலாம்! ‘அந்த இடத்திற்குக்’ கடைசியாகப் போயிருப்பவர்களில் நீயும் ஒருவன் என்பதால், ஒருவேளை உன்னிடமிருந்துகூட எங்களுக்கு ஏதாவது விஷயம் கிடைக்கலாம்.” மிகுந்த பரிவு கலந்த தோரணை யுடன் பேசி வந்த அவர் இதையும் அத்துடன்கூடவே சேர்த்துக் கொண்டு மிகச் சாதாரணமாகச் சொன்னார்.

“அதாவது அதிகாரபூர்வமாக, வழக்கமான முறைகளின்படி, என்னைக் குறுக்கு விசாரணை செய்ய வேண்டுமென்று நீங்கள்

விரும்புகிறீர்கள். அப்படித்தானே?" என்று அவரது எண்ணத்தை நுட்பமாகப் புரிந்துகொண்டவனாய்க் கேட்டான் ரஸ்கோல்னிகோவ்.

"இல்லை! ஏன் அப்படிச் செய்ய வேண்டும்? இப்போதைக்கு அதற்குத் தேவையே இல்லை! நீ என்னைத் தவறாகப் புரிந்து கொண்டிருக்கிறாய்! இதோ பார்! பொதுவாக நான் எந்தச் சந்தர்ப்பத்தையும் நழுவவிட விரும்புவதில்லை. அடகு வைத்த மற்ற எல்லா நபர்களிடமும் நான் ஏற்கெனவே பேசிவிட்டேன். அவர்களில் சிலரிடம் நான் வாக்குமூலம்கூட வாங்கியிருக்கிறேன். நீ அந்தக் கூட்டத்தில் கடைசியாக இருப்பதால் அப்படியே உன்னிடமும்..." என்று பேசிக்கொண்டே வந்த அவர், திடீரென்று ஏதோ ஒன்றை நினைவுபடுத்திக்கொண்ட மகிழ்ச்சியில் உரக்கக் கூவினார். "சரியாக நான் சொல்ல நினைத்தது என்னவென்று இப்போது எனக்கு ஞாபகம் வந்துவிட்டது!" என்று ரஸுமிகினை நோக்கித் திரும்பினார். "அந்த மிகோலாயைப் பற்றி நீ என்னிடம் எப்படி யெல்லாம் பேசிக்கொண்டிருந்தாய்...? ஆமாம்... அது எனக்கும் தெரியும்தான்! ஆனாலும் என்ன செய்வது? மிகோலாயையும் தொந்தரவு செய்யத்தான் வேண்டியிருக்கிறது! சரி, இதுதான் விஷயம்! நீ மாடிக்குச் சென்றபோது ஏழு மணியிலிருந்து எட்டு மணிக்குள் நீ அங்கே இருந்திருக்கிறாய்! அப்படி நீ சொன்னதாக எனக்கு ஞாபகம்! என்ன சரிதானே..?"

"ஆமாம்" என்று சற்று வெறுப்புணர்ச்சியோடு பதிலளித் தான் ரஸ்கோல்னிகோவ். தான் அதைச் சொல்லியிருக்க வேண்டாமென்று உடனேயே அவனுக்குத் தோன்றிவிட்டது.

"சரி, ஏழுமணிக்குப் படிகளில் போகும்போது இரண்டாவது தளத்தில் இருந்த காலியான குடியிருப்பைத் தற்செயலாகப் பார்த்ததாக உனக்கு நினைவிருக்கிறதா? இரண்டு தொழிலாளி களை அல்லது அவர்களில் ஒருவரையாவது அங்கே நீ பார்த் தாயா? அவர்கள் அங்கே பெயிண்ட் அடித்துக்கொண்டிருந் தார்கள். அதை நீ கவனித்தாயா? அவர்களைப் பொறுத்தவரை இது மிக, மிக முக்கியமான விஷயம்..."

"பெயிண்டர்களையா? இல்லையே? அவர்களை நான் பார்க்கவில்லையே..." என்று ஏதோ தீவிரமாக ஆலோசனை செய்து, யோசிப்பதைப் போன்ற பார்வையுடன் மெதுவாக விடையளித்தான் ரஸ்கோல்னிகோவ்.

அவன் மிகுந்த பதற்றத்தோடு – தன் அறிவையெல்லாம் பயன்படுத்தியபடி – தன்னைப் பிடிப்பதற்கான பள்ளம் எப்போது

எப்படித் தோண்டப்படப் போகிறதோ என்று மிகக் கவனமாக அனுமானித்தபடி, அதில் சிக்கிவிடாதபடி தானும் தவறுதலாக எதையும் சொல்லிவிடாதபடி– இருக்கக் கடுமையான முயற்சி செய்துகொண்டிருந்தான்.

"இல்லை, அவர்களை நான் பார்க்கவில்லை. அங்கே எந்தக் குடியிருப்பு திறந்திருந்தது என்பதையும் நான் கவனிக்கவில்லை. ஆனால் அங்கே நாலாவது மாடியில் (இதற்குள் வெற்றிகரமாகத் தனக்காக விரிக்கப்பட்ட வலை இன்னதென்பதை அவன் கண்டு பிடித்திருந்தான்)... யாரோ ஒரு குமாஸ்தா தன் வீட்டைக் காலி செய்துகொண்டிருந்ததைப் பார்த்தது எனக்கு நினைவிருக்கிறது! அந்த வீடு அல்யோனா இவானோவ்னாவின் வீட்டுக்கு நேர் எதிராக உள்ள வீடு! எனக்கு ஞாபகமிருக்கிறது... தெளிவாக ஞாபக மிருக்கிறது. சோஃபா முதலிய பொருள்களையெல்லாம் கூலி யாட்கள் தூக்கிக்கொண்டு போனபோது, நான் சுவரோடு சுவராக நசுக்கப்பட்டேன். ஆனால் அங்கே பெயிண்டர்கள் யாரும் இல்லை. அங்கே பெயிண்டர்கள் இருந்ததாக எனக்குச் சற்றும் நினைவில்லை. அதேபோல அங்கே ஒரு குடியிருப்பு திறந்திருந் ததைப் பார்த்ததாகவும் எனக்கு ஞாபகமில்லை... இல்லை... அப்படி எதுவும் இல்லை..."

"ஆனால்... நீங்கள் இப்போது எதைப் பற்றிப் பேசிக் கொண்டிருக்கிறீர்கள்?" என்று உரக்கக் கத்தினான் ரஸுமிகின்.

திடீரென்று ஏதோ ஒன்று நினைவு வரப் பெற்றவனாகத் தானாகவே வலுக்கட்டாயமாக முன்வந்து பேசினான் ரஸுமிகின். "உண்மையில் அந்தப் பெயிண்டர்கள் வேலை செய்துகொண்டி ருந்தது, கொலை நடந்த அதேநாளில்தான்! ஆனால் இவன் அங்கே போனதோ அதற்கு மூன்று நாட்களுக்கு முன்பு! என்ன நினைப்போடு அவனிடம் நீங்கள் இப்படியெல்லாம் கேட்டுக் கொண்டிருக்கிறீர்கள்...?"

"ஓ... நான்தான் போட்டுக் கொஞ்சம் குழப்பி விட்டேன்" என்று தன் நெற்றியில் இலேசாகத் தட்டிக்கொண்டார் போர்ஃபிரி. "சே... இந்த விஷயம் என்ன...? என்னை இப்படி முட்டாளாக்கிக் கொண்டிருக்கிறதே?" என்று சொன்ன அவர், ரஸ்கோல்னி கோவின் பக்கம் திரும்பிப் பேசினார் "அந்த வீட்டில் ஏழு மணிக்குப் பிறகு அவர்கள் வேலை செய்துகொண்டிருந்ததை யாரா வது பார்த்தார்களா என்பதைத் தெரிந்துகொள்வது எங்களுக்கு ரொம்ப முக்கியம். அதனால்தான் நீ அதைப் பற்றிச் சொல்ல முடியுமோ என்று நான் நினைத்துக்கொண்டுவிட்டேன். எனக்குச் சிறிது குழப்பம் ஏற்பட்டுவிட்டது!"

"அப்படியென்றால் நீங்கள் ரொம்பவும் கவனமாக இருக்க வேண்டும் என்று அர்த்தம்" என்று கடுகடுப்பான தொனியில் குறிப்பிட்டான் ரஸுமிகின்.

முன் அறையில் நிகழ்ந்த இந்தக் கடைசிப் பேச்சுவார்த்தை களுக்குப் பிறகு, போர்ஃபிரி அவர்களுக்கு மிகுந்த மரியாதை செலுத்தும் முறையில் அவர்களுடன் வாசல் வரை கூடவந்தார். அவர்கள் இருவருமே வீதியை அடைந்த பிறகும்கூடக் கொஞ்ச தூரம்வரை ஒரு வார்த்தையும் பேசிக்கொள்ளாமலேயே நடந்து கொண்டிருந்தார்கள். ரஸ்கோல்னிகோவிடமிருந்து நீண்ட பெருமூச்சொன்று வெளிப்பட்டது.

அத்தியாயம் – 6

"நான் இதை நம்ப மாட்டேன்! என்னால் இதை நம்பவே முடியாது!" என்று ரஸ்கோல்னிகோவின் கருத்துகளை ஆவேசத்துடன் மறுக்க முயற்சித்தபடி, திகைப்பில் ஆழ்ந்தவனாகத் திரும்பத் திரும்பக் கூறினான் ரஸுமிகின். அவர்கள் அப்போது 'பகலீயெவ்' விடுதியை நெருங்கிக்கொண்டிருந்தார்கள்.

அங்கே பல்கேரியா அலெக்ஸாண்ட்ரோவ்னாவும், துனியாவும் இவர்கள் இருவரையும் எதிர்பார்த்து வெகு நேரமாகக் காத்துக் கொண்டிருந்தனர். விவாதம் மிகவும் சூடேறிப் போனதும் தொடர்ந்து நடக்காமல் சாலையில் அப்படியே கோபத்தோடு நின்றுகொண்டு, ரஸ்கோல்னிகோவை முறைத்துப் பார்த்தான் ரஸுமிகின். முதன்முறையாக 'அதைப் பற்றி' இத்தனை வெளிப்படையாக அவர்கள் பேசிக்கொள்ள நேர்ந்ததில் அவன் சற்று மனச்சங்கடத்தில் இருந்தான். உணர்ச்சிவசப்பட்டு இருந்தான்.

"அப்படியானால் நம்பாதே...!" என்று சற்றே இறுக்கமாகவும் அலட்சியமான புன்னகையுடனும் பதிலளித்தான் ரஸ்கோல்னிகோவ். "எப்பொழுதும் போலவே, நீ எதையுமே கவனிக்கவில்லை! ஆனால் அவர்கள் சொன்ன ஒவ்வொரு வார்த்தையும் நான் அளந்து பார்த்துக்கொண்டிருந்தேன். தெரியுமா?"

"நீ ரொம்ப அதிகமாகக் கவலைப்பட்டுக்கொண்டிருந்தாய். அதனால்தான் உனக்கு அப்படித் தோன்றியிருக்கிறது. ஹ்ம்... ஆனாலும் போர்ஃபிரியின் தொனியில் ஏதோ ஒரு வித்தியாசம் இருந்ததென்பதை நான் ஒத்துக்கொண்டுதானாக வேண்டும்!"

"ஆமாம்! கொஞ்சம் விசித்திரமாகத்தான் இருந்தது. நீ சரியாகத்தான் கணித்திருக்கிறாய்! அவரிடம் ஏதோ ஒரு விஷயம் மறைந்திருப்பதைப் போலத்தான் இருந்தது. ஆனால்... ஏன்... ஏன்... அப்படி?"

"நேற்றிரவிலிருந்து அவர் அதையே நினைத்துக்கொண்டிருப்பாராய் இருக்கும்!"

“இல்லை... இல்லை... அப்படி இருக்காது. நிச்சயம் அதற்கு நேர்மாறாகத்தான் இருக்கும்! அப்படி ஒரு முட்டாள்தனமான எண்ணம் அவர்களுக்குத் தோன்றியிருக்குமானால் அவர்கள் அதை எப்படியாவது மறைக்க வேண்டும் என்றுதான் முயற்சி செய்திருப்பார்கள்! விஷயங்களை ஒளிவு மறைவாக வைத்துக் கொண்டிருந்துவிட்டுப் பிற்பாடு உன்னைப் பிடிக்க வேண்டும் என்று நினைத்திருப்பார்கள். ஆனால் இப்போதோ கொஞ்சம் கூடக் கவனமில்லாமலும், வெளிப்படையாகவும் அல்லவா அவர்கள் நடந்துகொண்டிருக்கிறார்கள்!”

“அவர்களிடம் உண்மையாகவே சரியான தகவல்கள் இருக்கு மானால், என்னைச் சந்தேகப்படுவதற்குரிய உண்மையான தடயங் களும் ஆதாரங்களும் அவர்களிடம் இருக்குமானால், அதனை சட்டென்று வெளிப்படுத்தாமல் மறைத்து வைத்துக்கொண்டு, என்னிடம் மேலும் ஆதாரங்களைத் திரட்டுவதற்கு முயன்றபடி– இந்த விஷயத்தில் குற்றவாளியைப் பிடிப்பதில் மிகப் பெரிய வெற்றி யடைய முடியும் என்ற நம்பிக்கையில்– இந்த விளையாட்டைத் தொடர்ந்து விளையாட அவர்கள் நிச்சயம் முயன்றிருப்பார்கள். (வெகுநாட்களுக்கு முன்பே என் அறையைக்கூடச் சோதனை போட்டிருப்பார்கள்!) ஆனால் அவர்களிடம் அதற்கான ஆதாரம் ஒன்றுகூட இல்லை. எல்லாமே தெளிவற்றதாகவும், வெறும் பிரமை யாகவும், கொள்ளிவாய்ப் பிசாசைப் போல ஒரு மாயக் காட்சி யாகவும்தான் அவர்களுக்குத் தோற்றமளித்துக்கொண்டிருக்கிறது. அதனாலேதான் அவர்கள் கொஞ்சம்கூட வெட்கமில்லாமல் என்னைத் தொந்தரவு செய்வதற்குத் துடுக்குத்தனமாக முயற்சி செய்துகொண்டிருக்கிறார்கள்! ஒருவேளை, எந்த உண்மையும் சிக்கவில்லையே என்ற கோபத்தில்கூட போர்ஃபிரி இருக்கலாம்; அந்தக் கவலையில் அவர் இந்த அளவுக்கு வெளிப்படையாக உடைந்து போயிருக்கலாம். அல்லது ஒருவேளை, அவரிடத்தில் வேறு ஏதாவது ஒரு திட்டம்கூட இருக்கலாம்! அவரைப் பார்த் தால் கெட்டிக்காரராகத்தான் தோன்றுகிறது! ஒருவேளை, விஷயம் அவருக்குத் தெரிந்திருப்பதைப் போல நடித்துக்கொண்டு, அதன்மூலமாக எனக்குப் பயத்தை ஏற்படுத்தி உண்மையை அறிந்துகொள்வது அவரது நோக்கமாக இருக்கலாம்...! அதுதான் நண்பா அவர்களது மனோதத்துவம்! எப்படியிருந்தாலும் இப்படிப் பட்ட விளக்கங்களைப் பற்றி யோசித்துக்கொண்டிருப்பதும், அவற்றைப் பற்றி இவ்வளவு விரிவாகப் பேசிக்கொண்டிருப்பதுவும் எனக்கு மிகவும் அருவருப்பைத் தருகிறது. விட்டுத்தள்ளு அதை!”

“ஆனாலும் அது உன்னை அவமானப்படுத்துவதைப் போலத்தானே இருக்கிறது? நீ அதனால் எவ்வளவு பாதிக்கப் பட்டிருக்கிறாய்; கோபம்கொண்டிருக்கிறாய், என்பது எனக்கு

நன்றாகவே புரிகிறது. சரி, இப்போது இதைப்பற்றி நாம் வெளிப் படையாகப் பேச ஆரம்பித்துவிட்டதால் இதைச் சொல்கிறேன்! (ரொம்ப நல்லது... கடைசி, கடைசியாக இப்பொழுதாவது இப்படிப் பேச ஆரம்பித்துவிட்டோமே என்று எனக்குச் சந்தோஷம்தான்!) கொஞ்சநாட்களாகவே அவர்களிடம் (போலீஸ் துறையினரிடம்) இதை நான் கவனித்துக்கொண்டுதான் வருகிறேன். அதை நானும்கூட உன்னிடம் இப்போது மூடி மறைக்காமல் சொல்கிறேன். இது சும்மா... தெளிவில்லாத ஒரு சந்தேகம்தான். அவ்வப்போது தோன்றி மறைகிற சந்தேகம்தான். ஆனாலும் இந்த அளவுக்கு, உன்னை மட்டும் அவர்கள் ஏன் இப்படிச் சந்தேகப்பட வேண்டும்? அவர்களுக்கு இந்தத் துணிச்சல் எப்படித்தான் வந்தது? அதற்கான ஆதாரங்கள் என்ன? உனக்குத் தெரியுமா... இந்த விஷயத்தில் அவர்கள் மீது நான் எவ்வளவு ஆத்திரப்படுகிறே னென்பது உனக்குத் தெரியுமா? இதற்கெல்லாம் காரணம் நீ ஓர் ஏழை மாணவன்! வறுமையாலும், மனநிலைப் பாதிப்பினாலும் ஜன்னி மற்றும் கொடுமையான காய்ச்சலினாலும் தாக்கப்பட்டு (இதை முக்கியமாக மனதில் குறித்துக்கொள்) தன்னைப் பற்றிய கவலையோடும் சிந்தனையோடும் பதற்றத்தோடும் மட்டுமே கிட்டத்தட்ட ஆறுமாத காலத்திற்கும் மேலாக, ஒரு மூலையில் தனிமையில் முடங்கிக் கிடந்திருப்பவன். கிழிந்த உடைகளோடும், அடிப்பகுதி தேய்ந்து போன பூட்சுகளோடும், பஞ்சப்பராரியான தோற்றத்துடனும் இருப்பதால், எந்தப் போலீஸ்காரனுக்கு முன்னா லும் நின்றுகொண்டு, அவன் சொல்லும் வசைச் சொற்களைக் கேட்கவேண்டிய நிலையிலிருப்பவன்! அப்படித்தானா? எதிர்பாராத ஒரு கடனுக்காக, நீ கொடுத்த கடன் உறுதி மொழிப் பத்திரத்திற்கு எதிராக ஷெபரோவ் அளித்த புகாருக்காக விளக்கம் சொல்ல நீ போலீஸ் நிலையத்திற்கு செல்லப் போக, புழுக்கமும் புதிதாக அடிக்கப்பட்டிருந்த பெயிண்டின் நெடியும், முப்பது டிகிரி உஷ்ணமும், அதோடு ஏற்கெனவே இருந்த அளவு கடந்த குளிர் காய்ச்சலுடன் ஜன்னியும் சேர்ந்துகொண்டு விட்டது. ஒன்றும் சாப்பிடாமல் காலியாக வெறும் வயிற்றுடன் இருந்த நிலையில், சற்று முன்புதான் பார்த்துவிட்டு வந்த ஒரு பெண்மணியின் கொலையைப் பற்றிக் கூட்டமாகப் பேசிக்கொண்டிருக்கும் மனிதர்கள்...! இது போன்ற சூழ்நிலையில் மயக்கம் போட்டு விழாமல் இருப்பது ஒரு மனிதனுக்கு எப்படிச் சாத்தியமாகும்? அது, அதுமட்டும்தான் இதற்கெல்லாம் அவர்கள் கண்டுபிடித்த ஒரே ஆதாரமாக இருக்க வேண்டும்! எவ்வளவு இழிவான பிறவிகள் இவர்களெல்லாம்! உனக்கு இதை எதிர்கொள்வது கஷ்டமாகத்தான் இருக்குமென்று எனக்குத் தெரியும். ஆனாலும்

ரோட்யா! உன்னுடைய இடத்தில் நான் இருந்திருந்தால் அவர்களது முகத்துக்கு நேராகப் பயங்கரமாகச் சிரித்திருப்பேன். அதைவிடவும்கூட என்ன செய்திருப்பேன் தெரியுமா? அவர்கள் ஒவ்வொருவரின் அவலட்சணமான முகங்களிலும் பலதடவை காறித் துப்பிவிட்டு வந்திருப்பேன்! வேண்டுமென்றே துணிச்சலாக அப்படிச் செய்துவிட்டு வந்திருப்பேன். நீ மனம் தளர்ந்து விடாதே! நான் எல்லாவற்றுக்கும் ஒரு முடிவு கட்டுகிறேன். அவர்கள் எக்கேடு கெட்டும் போகட்டும். ஆனாலும் இது அவமானம் தரும் விஷயம்தான். வெட்கப்பட வேண்டிய விஷயம்தான்!"

'இவன் எவ்வளவு நன்றாக எல்லாவற்றையும் இணைத்துப் பார்த்துத் தொகுத்துச் சொல்லிவிட்டான்' என்று தனக்குள் நினைத்துக்கொண்டான் ரஸ்கோல்னிகோவ். "அவர்கள் எக்கேடு கெட்டும் போகட்டும் என்று எப்படி விட்டுவிடுவது? நாளைக்கு மறுபடியும் ஒரு விசாரணை இருக்கிறதே...?" என்று வெறுப்போடு கூறினான் அவன். "திரும்பவும் அவர்களுக்கு விளக்கம் கொடுத்துத் தான் ஆக வேண்டுமா? நேற்று அந்த உணவு விடுதியில் வைத்து சமெடோவிடம் நான் நடந்துகொண்ட விதத்தை நினைத்து, எனக்கும்கூடக் கொஞ்சம் கவலையாகத்தான் இருக்கிறது."

"அந்த மாதிரிக் கவலையை எல்லாம் துடைத்துப் போடு. நானே இப்போது போர்ஃபிரியிடம் போகிறேன். அவர் எனக்குச் சொந்தக்காரர்தானே? அவரிடமிருந்து விஷயத்தைக் கொஞ்சம் கறக்க முடியுமா என்று பார்க்கிறேன். ஆரம்பத்திலிருந்து தொடங்கி எல்லாவற்றையும் அவர் வெட்ட வெளிச்சமாக்கிவிடுவார். ஆனால் சமெடோவை மட்டும் நான்..."

'கடைசியில் இவன் சரியாக ஊகித்துவிட்டான்' என்று மன தினுள் நினைத்துக்கொண்டான் ரஸ்கோல்னிகோவ்.

"கொஞ்சம் பொறு!" என்று திடீரென்று கத்தினான் ரஸூமிகின். தனது நண்பனைப் பிடித்து இழுத்து நிறுத்தியபடி சொன்னான்: "கொஞ்சம் பொறு! நீ நினைப்பது சரியில்லை. நீ தவறாகப் புரிந்துகொண்டு கவலைப்படுகிறாய். இப்போதுதான் அது எனக்குத் தோன்றியது. அப்படி உன்னைப் பிடிப்பதற்கான பொறி அதில் என்ன இருக்கிறது? அந்தத் தொழிலாளிகளைப் பற்றி உன்னிடம் கேட்ட கேள்வியை உனக்காக விரிக்கப்பட்ட வலை என்று நீ நினைக்கிறாய். ஆனால் அதை வேறு மாதிரி யோசித்துப் பார். ஒருவேளை நீ அந்தக் காரியத்தைச் செய்திருந்தால் அங்கே ஒரு வீடு பெயிண்ட் அடிக்கப்பட்டுக்கொண்டிருந்தது என்பதையும், அங்கே தொழிலாளிகள் வேலை செய்துகொண்டிருந்தார்கள் என்பதையும் நீ சொல்லியிருப்பாயா? மாறாக அவர்களையே நீ

பார்த்திருந்தாலும்கூட இல்லையென்றுதான் சொல்லியிருப்பாய். தனக்கு எதிராகத் திரும்பக் கூடிய ஒரு விஷயத்தை யார்தான் ஒத்துக்கொள்வார்கள்?"

"ஒருவேளை அந்தச் செயலை நான் செய்திருந்தால் அந்த வீட்டையும் அங்கே வேலை செய்து கெண்டிருந்த ஆட்களையும் பார்த்ததாக உறுதியாகச் சொல்லியிருப்பேன்" என்று ரஸ்கோல்னிகோவ் வேண்டாவெறுப்பாகவும், வெளிப்படையான அசுவாரசியத்துடனும் பதிலளித்தான்.

"ஆனால்... தனக்கெதிராகவே திரும்பக் கூடிய ஒன்றை அப்படி ஒத்துக்கொள்ள வேண்டிய அவசியம் என்ன?"

"ஏனென்றால் முட்டாள்களும், கொஞ்சம்கூட அனுபவமே இல்லாத மடையர்களும்தான் அப்படித் தங்களை யாராவது கேள்வி கேட்கும் பொழுது உடனடியாகவும் உறுதியாகவும் தங்கள் மீதான குற்றச்சாட்டுகளை மறுப்பார்கள். ஆனால் மிக இலேசான புத்திசாலித்தனமும் அனுபவமும் இருப்பவர்கள், தவிர்க்கவே முடியாதபடி வெளிப்பட்டுவிடக்கூடிய விஷயங்களை முடிந்த வரையில் ஒத்துக்கொள்ளத்தான் முயற்சி செய்வார்கள். வேறு ஏதாவது காரணங்களைக் கண்டுபிடித்துக் கேள்வி கேட்பவர்களை எதிர்பாராமல் திசை திருப்பி வேறு அர்த்தம் தருமாறு செய்து, புதிய வெளிச்சத்தில் தங்களைக் காட்டிக்கொண்டு தப்பிப்பதுதான் அவர்களது வழியாக இருக்கும்! நான் அப்படி ஏதாவது ஒரு பதிலைச் சொல்வேன் என்றுதான் போர்ஃபிரியும் எதிர்பார்த்திருக்க வேண்டும்! உண்மையைப் போலத் தோற்றமளிக்க வேண்டும் என்பதற்காகவே அவர்களை நான் பார்த்ததாகத்தான் பதில் சொல்வேன் என்று அவர் எதிர்பார்த்திருப்பார். அப்புறம் அதையே வேறுவிதமாகத் திருப்பிக்கொண்டு விளக்கம் சொல்ல வசதியாக இருக்குமல்லவா?"

"அப்படி நீ சொல்லியிருந்தால் இரண்டு நாட்களுக்கு முன்னால் அந்தத் தொழிலாளிகள் அங்கே வேலையே பார்க்கவில்லையென்றும், அதனாலேயே கொலை நடந்த அதேநாளில் ஏழு மணியிலிருந்து எட்டு மணிக்குள் நீ கட்டாயம் அங்கேதான் இருந்திருக்க வேண்டும் என்றும் அதைவைத்து முடிவுகட்டிச் சொல்லியிருப்பார் அவர்! நீயும் அந்த அற்ப விஷயத்தால் இடறி விழுந்திருப்பாய்."

"அவர் அப்படி ஒரு கணக்கைப் போட்டிருக்கவும் சாத்தியமிருக்கிறது. யோசிப்பதற்கு நேரமே எடுத்துக்கொள்ளாமல்,

உண்மையைப் போலத் தோன்றக்கூடிய ஒரு பதிலை வேகமாகத் தர வேண்டும் என்பதிலேதான் என் கவனம் இருக்குமென்று அவர் நினைத்திருக்கலாம்.... அந்தத் தடுமாற்றத்தில் இரண்டு நாட்களுக்கு முன்பு அந்தத் தொழிலாளிகள் அங்கே இருந்திருக்க மாட்டார்கள் என்பதைக்கூட நான் மறந்திருப்பேன் என்றும் அவர் எண்ணி இருக்கலாம்!"

"ஆனால் அதைப் போய் உன்னால் எப்படி மறக்க முடியும்?"

"அது ரொம்ப சுலபம்! மிகப் புத்திசாலிகளாக இருப்பவர் களும்கூட இப்படிப்பட்ட அற்ப விஷயங்களில் மிக எளிதாக இடறி விழுந்துவிடுகிறார்கள். ஒரு மனிதன் மிகவும் கெட்டிக்காரனாக இருக்கத் தொடங்கும் பொழுதுதான், சின்ன சின்ன விஷயங்களில் மாட்டிக்கொண்டுவிட மாட்டோமென்று நினைக்க ஆரம்பித்து விடுகிறான். சரியாகச் சொன்னால் ரொம்ப புத்திசாலியான மனிதனை நிலை தடுமாறச் செய்ய வேண்டும் என்றால் அதற்கு மிகவும் அற்பமான எளிமையான வழிமுறைகளே போதும்!... நீ நினைத்துக்கொண்டிருப்பதைப் போல போர்ஃபிரி ஒன்றும் அப்படி ஒரு முட்டாளில்லை."

"ஆனாலும் இதையெல்லாம் வைத்துப் பார்க்கும்பொழுது அவர் மிகவும் மோசமானவர் என்றுதான் தோன்றுகிறது!"

ரஸ்கோல்னிகோவால் சிரிப்பை அடக்கிக்கொள்ள முடிய வில்லை. ஆனாலும் இதுவரைக்கும் நடந்த உரையாடல் முழு வதிலும் கடுகடுப்பாகவும், அசுவாரசியமாகவும், தேவைக்கு மேல் எதையும் பேசாமல், சொல்லவந்த விஷயத்தை மட்டும் சுருக்க மாகவும் சொல்லிவந்த தன்னால், இந்தக் கடைசிப் பகுதியை மட்டும் எப்படி இவ்வளவு உற்சாகத்தோடும், தன்னிச்சையாகவும் கூற முடிந்தது என்பது அவனுக்கே சற்று ஆச்சரியமாகத்தான் இருந்தது.

'இப்படியே போனால் என்னையே நான் வெளிக்காட்டி விடக்கூடும்' என்று அவனுக்குத் தோன்றியது. அதேகணத்தில் ஏதோ ஓர் எதிர்பாராத கவலை ஒன்றால் திடீரென்று தாக்கப் பட்டவனைப் போல அவன் அமைதியிழந்துகொண்டே வந்தான். அவனது பதற்றம் அதிகரித்துக்கொண்டே வந்தபோது அவர்கள் இருவரும் பகலீயெவ் விடுதியின் வாயிலை அடைந்திருந்தனர்.

"நீ மட்டும் இப்போது போ!" என்று திடீரென்று ரஸுமிகி னிடம் சொன்னான் ரஸ்கோல்னிகோவ். "நான் சீக்கிரமாக வந்து விடுகிறேன்!"

“இப்போது எங்கே போகிறாய் நீ? நாம் இங்கேயே வந்து விட்டோம். பிறகு நீ எங்கே திரும்பிப் போகிறாய்?”

“இல்லை... நான் கட்டாயம்... கட்டாயம் போயாக வேண்டும்! எனக்கு அவசியமான வேலை ஒன்று இருக்கிறது. அரைமணி நேரத்திற்குள் வந்துவிடுவேன். அவர்களிடம் சொல்.”

“சரி, உன் விருப்பம் போலச் செய்துகொள். ஆனால் நானும் உன்கூட வருகிறேன்.”

“எதற்காக? நீயும் என்னைச் சித்திரவதை செய்ய ஆசைப் படுகிறாயா?” என்று உரக்கக் கத்தினான் ரஸ்கோல்னிகோவ். அப் போது அவனிடம் காணப்பட்ட எரிச்சலும் கோபமும், நம்பிக்கை யிழந்த தொனியும் ரஸுமிகினிடமும்கூடக் கொஞ்சம் அவ நம்பிக்கையை ஏற்படுத்தியது. கொஞ்ச நேரம் படிகளில் நின்று கொண்டு தனது அறைக்குத் திரும்ப விரைவாகச் சென்றுகொண்டி ருந்த தனது நண்பன் ரஸ்கோல்னிகோவையே வெறித்துப் பார்த்துக் கொண்டிருந்தான் ரஸுமிகின். இறுதியாகத் தன் பற்களைக் கடித்துக்கொண்டு, கைகளை நெரித்துக்கொண்ட அவன், அன் றைக்கே போர்ஃபிரியைச் சக்கையாகப் பிழிந்தெடுத்து விடவேண்டு மென்று சபதம் எடுத்துக்கொண்டான். பிறகு அவர்கள் வரு வதற்குத் தாமதமானதால் கலவரமடைந்திருந்த பல்கேரியா அலெக் ஸாண்ட்ரோவ்னாவைச் சமாதானப்படுத்தும் நோக்கத்துடன் மாடிக்குச் சென்றான்.

ரஸ்கோல்னிகோவ் தனது அறைக்கு வந்து சேர்ந்தபோது, அவனது நெற்றி வியர்வையினால் முழுவதுமாக நனைந்து போயி ருந்தது. மூச்சுவிடுவதற்கு அவன் திணறிக்கொண்டிருந்தான். விரைவாக மாடிப்படிகளில் ஏறி அறைக் கதவைத் திறந்து உள்ளே சென்றவுடன் கதவைத் தாளிட்டுக்கொண்டான். அச்சத்தின் மூர்க்கமான ஆக்கிரமிப்புக்கு ஆட்பட்டவனாக, சுவரின் மூலை யருகே சென்று, அங்கே ஒட்டியிருந்த தாளுக்கு இடையில் கள வாடப்பட்ட பொருள்களைப் பதுக்கி வைத்திருந்த இடத்தில் கையை விட்டுத் துழாவினான். தாளின் ஒவ்வொரு மடிப்பையும், சுவருக்கும் தாளுக்கும் இடையிலிருந்த சிறு சிறு பிளவுகளையும் மிக நுணுக்கமாகப் பல நிமிட நேரங்கள் துழாவிக்கொண் டிருந்தான். அதில் எதுவுமே இல்லை என்று கண்டுகொண்ட பிறகு எழுந்து நிம்மதிப் பெருமூச்சு விட்டான். ரஸுமிகினுடன் பகலீயெவ் விடுதிக்குச் செல்லும்போது, கிட்டத்தட்ட அந்த விடுதி யின் முகப்புக் கதவை நெருங்கும்போது திடீரென்று அவனுக்கு

ஒரு பயங்கரமான கற்பனை தோன்றிவிட்டிருந்தது. ஒருவேளை, ஒன்றிரண்டு பொருள்கள் – ஏதாவது ஒரு சங்கிலியோ, ஒரு சின்னக் கண்ணியோ அல்லது அந்தக் கிழவியின் கையால் குறிப்பெழுதப்பட்டு அடகுப் பொருள்களின் மீது சுற்றப்பட்டிருந்த ஏதாவது ஒரு தாளோ, தவறுதலாகச் சுவரின் சின்னப் பிளவில் சிக்கி, மாட்டிக்கொண்டிருக்குமேயானால், பிற்பாடு, எதிர்பாராத வகையில் மாற்றவே முடியாதபடி அது அவனுக்கு எதிரான ஆதாரமாக ஆகிவிடுமே? அந்த பயம்தான் அவனை மீண்டும் இங்கே கொண்டுவந்திருந்தது.

இவ்வாறு பல்வேறு சிந்தனைகளில் ஆழ்ந்தபடி நின்று கொண்டிருந்த அவன், தனது சிந்தனைகளிலிருந்து விடுபட்டான். விசித்திரமான, அரைகுறையான, வெறுமையான புன்னகை ஒன்று அப்போது அவனது இதழ்களில் தவழ்ந்துகொண்டிருந்தது. இறுதியாகத் தனது தொப்பியை எடுத்துக்கொண்டபடி, அமைதியாகத் தனது அறையைவிட்டு வெளியேறினான். பல்வேறு விதமான சிந்தனைகளினால் அவனது மூளை குழம்பிப் போய்ச் சூடாகிக் கிடந்தது. வாயிலை நெருங்கிய பிறகும்கூடத் தெளிவற்ற நிலையிலேயேதான் அவன் இருந்தான்.

"அதோ அங்கேயிருக்கிறானே... அவன்தான்" என்ற உரத்த குரல் ஒலி கேட்டு நிமிர்ந்தான் ரஸ்கோல்னிகோவ். அவன் தங்கியிருந்த வீட்டின் வாயிற்காவலாளி, தன்னுடைய சிறிய இருப்பிடத்திற்கு வெளியே நின்றபடி அருகே நின்றுகொண்டிருந்த குட்டையான தோற்றம்கொண்ட ஒரு மனிதனிடம் தன்னைச் சுட்டிக் காட்டிக்கொண்டிருப்பதைக் கவனித்தான் ரஸ்கோல்னிகோவ். அந்த மனிதன், பார்ப்பதற்கு ஒரு நல்ல வேலையிலிருப்பவனைப் போலவும், ஒரு வியாபாரியைப் போலவும் தோற்றமளித்தான். நீண்ட அங்கியையும், கையில்லாத மேல் கோட்டு ஒன்றையும் அணிந்திருந்த அவன், தூரத்திலிருந்து பார்க்கும் பொழுது கிராமத்துப் பெண்ணைப் போலத் தோற்றமளித்தான். எண்ணெய்ப் பிசுக்கேறிய தொப்பியை அணிந்திருந்த அவனது தலை சற்றுக் கீழ்நோக்கிச் சரிந்துகொண்டிருந்தது. அவனது உடல், கூன் விழுந்தது போலச் சற்று வளைந்திருந்தது. அசிங்கமான சுருக்கம் விழுந்திருந்த அவனது முகம், அவனுக்கு வயது ஐம்பதைத் தாண்டியிருக்கும் என்று எடுத்துக் காட்டிக்கொண்டிருந்தது. குழி விழுந்த அவனது கண்கள் கடுமையாகவும் கோபத்துடனும் அதிருப்தியுடனும் இவனைப் பார்த்துக்கொண்டிருந்தன.

"என்ன விஷயம்?" என்று காவலாளியிடம் சென்று கேட்டான் ரஸ்கோல்னிகோவ்.

அந்த ஆள் அவனை வெறுப்போடு பக்கவாட்டிலிருந்து நோக்கினான். மிகக் கவனத்தோடும், தயங்கித் தயங்கியும் ரஸ்கோல்னிகோவைத் தலை முதல் கால் வரை பரிசீலனை செய்து முடித்த அவன், ஒரு வார்த்தைகூடப் பேசாமல் திரும்பி நடந்து வாயிற் கதவைக் கடந்து வீதியை நோக்கிச் செல்லத் தொடங்கி னான்.

"என்ன இதெல்லாம்" என்று காவலாளியிடம் போய் சப்தம் போட்டான் ரஸ்கோல்னிகோவ்.

"அந்த ஆள் இங்கு வந்து உன் பெயரைச் சொல்லி, இந்தப் பெயருள்ள ஒரு மாணவன் இங்கே வசிக்கிறானா என்று கேட் டான். அந்தச் சமயம் நீ அறையிலிருந்து வெளியே வந்ததால் நீ தேடி வந்த ஆள் இவர்தான் என்று அவனிடம் சுட்டிக் காட்டி னேன். நடந்த விஷயம் இவ்வளவுதான்!" என்றான் காவலாளி.

காவலாளி சற்றே குழப்பமடைந்திருந்தபோதும் அவன் அதனைப் பெரிதாகப் பொருட்படுத்தவில்லை. அந்த இடத்தில் தான் சற்று அதிகமான நேரம் நின்று விட்டோமோ என்று எண்ணியவனாகத் தன் இருப்பிடத்திற்குத் திரும்பிச் சென்றான் காவலாளி.

ரஸ்கோல்னிகோவ், தனக்கு முன்பின் தெரியாத அந்த ஆளைப் பின் தொடர முற்பட்டான். சாலையில், தான் நின்று கொண்டிருந்த நடைபாதைக்கு எதிர்ப்புறமிருந்த நடைபாதையில் அவன் முன்னோக்கிச் சென்றுகொண்டிருந்ததைப் பார்த்தான். தரையில் தன் கண்களைப் பதித்தபடி, எதையோ அசை போட்டுக் கொண்டு மிக மெதுவாக அவன் நடந்துகொண்டிருந்தான். விரை வாக அவனை நெருங்கிவிட்ட ரஸ்கோல்னிகோவ், சிறிது நேரம் அவனுக்குப் பின்னாலேயே நடந்துகொண்டிருந்தான். பிறகு அவனோடு ஒட்டியபடி, பக்கவாட்டில் அவனது முகத்தைப் பார்த்தபடியே நடக்கத் தொடங்கினான். உடனடியாக இதைக் கவனித்துவிட்ட அந்த மனிதன், விரைவாக ஒரு முறை இவனை நிமிர்ந்து பார்த்துவிட்டு, மீண்டும் கண்களைத் தாழ்த்திக்கொண் டான். இவ்வாறு இருவரும், அருகருகே, எதுவும் பேசிக்கொள் ளாமலேயே, ஓரிரு நிமிடங்கள் நடந்து போய்க்கொண்டிருந்தனர்.

"அந்தக் காவலாளியிடம் என்னைப் பற்றி ஏன் விசாரித் தீர்கள்?" என்று இறுதியாக, மிகவும் தாழ்ந்த குரலில் அவனைக் கேட்டான் ரஸ்கோல்னிகோவ்.

அந்த மனிதன் இதற்குப் பதிலளிக்கவில்லை. அவனை நிமிர்ந்துகூடப் பார்க்கவில்லை. மீண்டும் அவர்களிடையே சற்று நேரம் அமைதி நிலவியது.

"நீங்கள் எதற்காக என்னைப் பற்றி விசாரிக்க வேண்டும்? பிறகு ஏன் எதையும் சொல்லாமல் இருக்க வேண்டும்? இதெல்லாம் என்ன...? இதற்கெல்லாம் என்ன அர்த்தம்?" - ரஸ்கோல்னி கோவின் குரல் சற்று உடைந்து போனதால் வார்த்தைகள் தெளிவாக வெளிப்படாததைப் போலத் தோன்றியது.

இம்முறை, அந்த மனிதன் தன் தலையை நிமிர்த்தி வருத்தம் தோய்ந்த தன் கண்களால், கபடம் நிறைந்த ஒரு வஞ்சகப் பார்வை பார்த்தான்.

"கொலைகாரா!" இந்தச் சொல்லை அவன் விரைவாகவும், சத்தமின்றி மிக மெதுவாகவும்தான் சொன்னான். ஆனாலும் அவன் குரல் மிகத் தெளிவாகவும் தீர்க்கமாகவும் இருந்தது.

ரஸ்கோல்னிகோவ் அவனுக்கு அருகிலேதான் நடந்து கொண்டிருந்தான். இந்த வார்த்தைகளைக் கேட்டவுடன் நடக்கவே முடியாதபடி அவனது கால்கள் திடீரென்று பலவீனமடைந்து விட்டது போலவும், தனது முதுகுத் தண்டு சில்லிட்டுப் போனதைப் போலவும் அவன் உணர்ந்தான். அவனது இதயம் ஒரு நொடி நேரம் நின்றுவிட்டு, மீண்டும் மிகுந்த வேகத்தோடு படபடவென்று அடித்துக்கொள்ளத் துவங்கியது. தான் இருந்த இடத்திலிருந்து கழன்று போய்விடப் போவதைப் போல அது படபடத்துக்கொண்டிருந்தது. இதேபோல இன்னும் நூறு காலடி தூரம் வரையில் அவர்கள் இருவரும், அருகருகே சேர்ந்து நடந்துகொண்டிருந்தனர்.

அந்த மனிதன் இவன் பக்கமாகத் தன் பார்வையைத் திருப்பவே இல்லை.

"நீங்கள் ஏன் இப்படியெல்லாம் பேசுகிறீர்கள்? என்ன இதெல்லாம்...? யார் கொலைகாரன்?" என்று சத்தமே வெளியே வராமல் முணுமுணுத்தான் ரஸ்கோல்னிகோவ்.

"நீதான் அந்தக் கொலைகாரன்!" என்று இன்னும் கூடுதலான அழுத்தத்துடனும், தெளிவாகவும் கூறிய அந்த மனிதன், மிதமிஞ்சிய வெறுப்பும், வெற்றிக் களிப்பும் வஞ்சகமும் வெளிப்பட முன் போலவே ஒரு வறட்டுப் புன்னகை செய்தபடி ரஸ்கோல்னிகோவின் வெளிறிப்போன முகத்தையும், வெறித்துக் கொண்டிருந்த கண்களையும் நேருக்கு நேராகப் பார்த்தான்.

அவர்கள் இப்போது சாலைகள் சந்திக்கும் ஒரு திருப்பத் திற்கு வந்து சேர்ந்திருந்தனர். அந்த மனிதன் இடதுபுறம் திரும்பி நடக்கத் தொடங்கினான். ரஸ்கோல்னிகோவை அவன் திரும்பிக்

கூடப் பார்க்கவில்லை. ரஸ்கோல்னிகோவ் அங்கேயே நின்று கொண்டு அந்த மனிதனையே வைத்த கண் மாறாமல் பார்த்துக் கொண்டிருந்தான்.

ரஸ்கோல்னிகோவின் பார்வையில் தனக்கு முன்னால் சென்றுகொண்டிருக்கும் அந்த மனிதனின் தெளிவற்ற உருவம் மட்டுமே தெரிந்தது. அந்த உருவம் தொடர்ந்து ஐம்பது தப்படிகள் தூரம் சென்றவுடன் நின்று திரும்பிப் பார்ப்பதும், அப்படியே அசையாமல் நின்றபடி அவனைக் கவனிப்பதுமாக இருந்தது. அவனால் உறுதியாகச் சொல்ல முடியாவிட்டாலும்கூட அந்த மனிதன் முன்போலவே வெற்றிக் களிப்போடும், குரோதமாகவும் தன்னை வஞ்சகமாகப் பார்ப்பது போல ரஸ்கோல்னிகோவ் உணர்ந்தான்.

முழங்கால்கள் நடுநடுங்கத் தள்ளாடியபடி தன் காலடிகளை மெல்ல வைத்துத் திரும்பி, உடல் முழுவதும் சில்லிட்டுப் போன நிலையில் தனது அறையை வந்தடைந்தான் ரஸ்கோல்னிகோவ். தனது தொப்பியை எடுத்து மேசையில் வைத்துவிட்டுப் பத்து நிமிடங்களுக்கும் மேலாக எந்தவிதமான அசைவும் இன்றி அப்படியே அசையாமல் உறைந்து போய் நின்றிருந்தான் ரஸ் கோல்னிகோவ். பிறகு தனது சக்தியெல்லாம் வடிந்து போனவனாக, சோஃபாவின் மீது படுத்துக் கால்களை நீட்டிக்கொண்டான். உடலெல்லாம் வலியெடுக்க, மெல்லிய முனகலுடன் கண்களை மூடிக்கொண்டான். கிட்டத்தட்ட அரை மணிநேரம் வரையில் அவன் அவ்வாறு படுத்துக்கிடந்தான்.

அவனால் எதையுமே சிந்திக்க முடியவில்லை. அவனது உள்ளத்தில் பலவிதமான எண்ணங்கள் அல்லது துண்டு துண்டான தொடர்பற்ற பல சிந்தனைகள், ஒழுங்கற்ற பல்வேறான கனவுகள், காட்சிகள், ஒன்றுக்கொன்று தொடர்புடைய பல நினைவலைகள் என்று பலவும் பொங்கி எழுந்து, அலைமோதிக்கொண்டிருந்தன. சம்பந்தமே இல்லாத பல மனக்காட்சிகள் தோன்றி மறைந்துகொண்டிருந்தன. குழந்தைப் பருவம் முதல் அவன் பார்த்துப் பழகிய முகங்கள், மாதாக் கோவிலின் வளைவான முகப்புக்கு மேலே உயர்ந்திருக்கும் மணிக்கூண்டு, ஏதோ ஒரு மதுக் கடையில் உள்ள பில்லியர்ட்ஸ் விளையாடும் மேசை, அதில் விளையாடிக்கொண்டிருக்கும் யாரோ ஓர் அதிகாரி, கீழ்த் தளத்திலிருந்த பெட்டிக் கடையிலிருந்து வரும் சிகரெட் புகையின் நாற்றம், ஒரு சத்திரம், அதன் பின்புறம் உள்ள படிக்கட்டுகள். அதனருகே கிடக்கும் முட்டை ஓடுகள், சாக்கடைக் கழிவு நீர் தேங்கியிருக்கும் குட்டை, எங்கிருந்தோ கேட்கும் ஞாயிற்றுக் கிழமைக்கே உரித்தான

மாதாக் கோயிலின் மணியோசை... ஆகிய பல காட்சிகள் ஒன்றன் பின் ஒன்றாகச் சூறாவளி போலச் சுற்றிச் சுழன்று அவனுள் தோன்றிக்கொண்டிருந்தன. அவற்றில் சில அவனுக்குப் பிடித்த மானவைகளாகத் தோன்றின. அவற்றை ஆவலுடன் பற்றிப் பிடிக்க நினைத்துக் கைகளை நீட்டியபோது அவை காற்றிலே கரைந்து மறைந்து போய்க்கொண்டிருந்தன.

கடுமையான மன அழுத்தமும் மனச் சிதைவும் உள்ளூர அவனை வதைத்துக்கொண்டிருந்தபோதும், வெளிப்படையாகச் சொல்லும் அளவுக்கு அது இல்லை. சில சமயம் எல்லாமே நன்றாக இருப்பது போலவும், சரியாக இருப்பது போலவும் அவனுக்குத் தோன்றும்! தொடர்ச்சியாக, லேசான ஒரு நடுக்கம் அவனுக்குள் இருந்தபோதும் அதையும்கூட இன்பம் தரக்கூடிய ஓர் உணர்ச்சியாகவே அவன் கருதிக்கொண்டான்.

மிக வேகமாக மாடிப்படிகளில் ஏறிவரும் ரஸுமிகினின் காலடி ஓசைகளைக் கேட்டவுடன் தூங்குவது போலக் கண்களை இறுக மூடிக்கொண்டான் ரஸ்கோல்னிகோவ். ரஸுமிகின் யோசித்துப் பார்ப்பதைப் போலச் சற்று நேரம் வாசலிலேயே நின்றுகொண்டிருந்தான். பிறகு ஓசையின்றி, மெல்லக் காலடி எடுத்துவைத்து அறைக்குள் வந்தான். மிகவும் கவனமாக சோஃபாவை நெருங்கி வந்தான். ரஸுமிகினுடைய காலடியோசை களைத் தொடர்ந்து வந்த மற்றொரு ஆளின் காலடி ஓசையும், தொடர்ந்து ரஸுமிகினிடம், நஸ்டாஸியா முணுமுணுப்பாகச் சொன்னதும் ரஸ்கோல்னிகோவுக்குத் தெளிவாகக் கேட்டன. "அவனைத் தொந்தரவு செய்ய வேண்டாம்! நன்றாகத் தூங்கட்டும்! பிறகு ஏதாவது சாப்பிடத் தரலாம்!" என்றாள் நஸ்டாஸியா.

"அதுவும் சரிதான்" என்று பதிலளித்தான் ரஸுமிகின். அவர்கள் மீண்டும் மிகவும் கவனமாக ஓசையின்றி வெளியே சென்று அறையின் கதவையும் மூடி விட்டனர். அடுத்த அரை மணி நேரம் மிக நன்றாகத் தூங்கினான் ரஸ்கோல்னிகோவ். அரை மணிநேரம் கழித்துக் கண்களை விழித்துப் பார்த்த அவன், தன் கைகளைத் தலைக்குப் பின்புறமாய்க் கோத்துக்கொண்டபடி, சற்று நிமிர்ந்து முதுகுப் புறமாகச் சாய்ந்து உட்கார்ந்துகொண்டான்.

'யார் அந்த மனிதன்? பூமியிலிருந்து புதிதாக முளைத்து வந்தவன் போல வந்திருக்கும் அவன் யார்? அவன் எங்கே இருந் தான்? அவன் எதைப் பார்த்தான்? அவன் எல்லாவற்றையும் பார்த்துவிட்டான் என்றே தெரிகிறது. மிகவும் தெளிவாகத் தெரி கிறது. ஆனால் இதுவரைக்கும் எல்லாமே எந்தச் சந்தேகமும்

இன்றித் தெளிவாகத்தானே இருந்தது...? அவன் எங்கே நின்று கொண்டு 'அதைப்' பார்த்திருக்க முடியும்? திடீரென்று பூமியிலிருந்து முளைத்தவன் மாதிரி இப்போது அவன் வந்ததற்கு என்ன காரணம்? அவன் எப்படி 'அதைப்' பார்த்தான்? உண்மையாகவே அப்படிப் பார்க்க முடியுமா? அது சாத்தியம்தானா...? ஹ்ம்...?' என்று பலவிதமான குழப்பங்களுடன் மனம் படபடக்க அவன் தவித்துக்கொண்டிருந்தான். குளிர் காய்ச்சல் அதிகமாக இருந்ததால் அவனது உடல் பயங்கரமாக நடுங்கிக்கொண்டிருந்தது.

'மிகோலாய்... அந்தக் கதவுக்குப் பின்னாலிருந்து ஒரு நகைப் பெட்டியைக் கண்டெடுத்தானாமே...? அதுவும் சாத்தியம்தானா...? நிச்சயமாக அது ஓர் ஆதாரம்தான்! மிகச்சிறிய ஒரு விஷயத்தைக் கவனிக்காமல் விட்டுவிட்டால்கூட அது பிரமிடு அளவுக்குப் பெரியதொரு ஆதாரமாக வளர்ந்துவிடுகிறது!... சுற்றிப் பறந்து கொண்டிருந்த பூச்சி அதைப் பார்த்துவிட்டதாம்!... சே... இதெல்லாம் உண்மையில் நடக்கக்கூடியதுதானா?'

திடீரென்று தன்னுடைய உடல்நிலை பற்றி அவன் மிகவும் கவலைப்படத் தொடங்கினான். 'நான் எவ்வளவு பலவீனமாகப் போய்விட்டேன்...? உடல் அளவில் நான் மிகவும் பலவீனமாகத்தான் போய்விட்டேன்... இதைப் பற்றி முன்பே அல்லவா நான் யோசித்திருக்க வேணடும்...?' என்று கசப்பான புன்னகையோடு அவன் தனக்குள் நினைத்துக்கொண்டான். 'என்னைப் பற்றித் தெரிந்திருந்தும், முன்பே நன்றாகத் தெரிந்திருந்தும், எத்தனை துணிச்சலோடு அந்தக் கோடாரியை எடுத்து இரத்தத்தால் என் கைகளைக் கறைப்படுத்திக்கொண்டுவிட்டேன் நான்! முன்பே இதைப் பற்றி நான் யோசித்திருக்க வேண்டும் அல்லவா...? ஆமாம், நான் யோசித்துத்தான் வைத்திருந்தேன்' என்று மிகவும் வெறுப்புடன் முணுமுணுத்துக்கொண்டான் ரஸ்கோல்னிகோவ். அவ்வப்பொழுது ஏதேனும் ஓர் ஆழ்ந்த சிந்தனையில் முழுவதுமாக மூழ்கிப்போய் அப்படியே அசையாமல் ஸ்தம்பித்துப் போய் உட்கார்ந்திருக்கவும் செய்தான்.

"இல்லை! அப்படிப்பட்ட மனிதர்களெல்லாம், இதுபோல உருவாகவில்லை. எல்லாச் செயல்களையும் செய்வதற்கு அனுமதி பெற்றுள்ள உண்மையான ஓர் ஆட்சியாளன் 'டூலனை'* அழிப்பான். பாரீசிலுள்ள கசாப்புக் கடைக்காரர்களைக் கொல்லுவான். ஆனால் எகிப்திலுள்ள படையை மறந்து போவான். அரைக்கோடி மனிதர்களை மாஸ்கோ போராட்டத்தில் ஈடுபடுத்துவான். ஆனால் வில்னோவில் ஒரு புதிருக்கு விடை தெரியாமல் ஆடிப்

* டூலன், எகிப்து முதலியவை முதலாம் நெப்போலியன் வாழ்க்கைப் பயணத்தில் குறிப்பிடத்தக்க திருப்பு முனைகள்.

போவான். அவன் இறந்ததும் மனிதர்கள் அவனுக்குச் சிலை வைப்பார்கள். எதைச் செய்வதற்கும் அவனுக்கு அனுமதி உண்டு. இல்லை... இல்லை! அப்படிப்பட்ட மனிதர்கள் வெறும் சதையால் உருவாக்கப்படுவதில்லை! அவர்கள் உருக்கைப் போல உறுதியாக உருவாகிறார்கள்!'

திடீரென்று சம்பந்தமே இல்லாத எண்ணம் ஒன்று அவனுள் தோன்றி, அவனைச் சிரிக்கச் செய்தது.

'நெப்போலியன்... பிரமிடுகள்... வாட்டர்லூ இவையெல்லாம் ஒருபுறம்! ஓர் இழிவான... வற்றிப்போன அடகுக்கடைக்காரக் கிழவியும், அவளது படுக்கைக்கு அடியில் இருக்கும் சிவப்புப் பெட்டியும் இன்னொரு பக்கம்! போர்ஃபிரி பெத்ரோவிச் போன்ற ஒருவரால்கூட இவற்றை எப்படிச் சம்பந்தப்படுத்திப் பார்க்க முடியும்? உண்மையிலேயே அவரால் அந்த மாதிரி எப்படி யோசிக்க முடியும்? இரசனை நுட்பத்துடன் கூடிய சிந்தனை இதனைத் தடுத்துவிடுமே? போயும் போயும் ஒரு கிழவியின் படுக்கைக்கு அடியில் ஒரு நெப்போலியன் ஊர்ந்து செல்வதாவது...' என்றுதான் போர்ஃபிரியும்கூட இதைச் சொல்வார்... 'சே... என்ன அபத்தம்!'

தன் சிந்தனைகள் எப்படி எப்படியோ சஞ்சரித்துகொண்டிருப்பதைச் சில வேளைகளில் அவன் உணர்ந்தான். ஜுர வேகத்தில் இருப்பதைப் போல, மிக அதிகமாக உணர்ச்சிவசப்பட்ட நிலையில், மிகவும் கிளர்ச்சியடைந்த நிலையில் அவன் அப்போது இருந்தான்.

'அந்த சூனியக்காரக் கிழவி செத்துப் போனது ஒரு விஷயமே இல்லை!' – மனக் கிளர்ச்சியின் உச்சத்தில் அவன் சம்பந்தமில்லாமல் துண்டு துண்டாகச் சிந்தித்துக்கொண்டிருந்தான். 'ஒரு வேளை அந்தக் கிழவி தவறானவளாகவேகூட இருக்கலாம்... ஆனால் என் உண்மையான இலக்கு அவளல்ல! அவள் இங்கே ஒரு பொருட்டே இல்லை! அவள் ஒரு நோய்! நோயும் நோய்க் கிருமிகளும் அழிக்கப்பட வேண்டும்! எல்லாத் தடைகளையும் எவ்வளவு விரைவாகத் தாண்டிவிட முடியுமோ, அவ்வளவு விரைவாகத் தாண்டிவிட வேண்டும் என்பதுதான் எனது நோக்கமாக இருந்தது! நான் ஒரு மனித உயிரைக் கொலை செய்தேன் என்பதைவிட, அதோடு சம்பந்தப்பட்டிருந்த அடிப்படையான ஒரு கொள்கையைக் கொலை செய்தேன் என்பதுதான் உண்மை! ஆம், நான் கொலை செய்தது ஒரு கொள்கையைத்தான்!... ஆனால் அப்படிச் செய்வதிலுள்ள தடைகளைச் சரியாகத் தாண்டுவது பற்றித்தான் எனக்குத் தெரியாமல் போய்விட்டது! ஒரு பக்கத்தை மட்டுமே நான் பார்த்துக்கொண்டிருந்துவிட்டேன்! எப்படிக் கொல்லுவது என்பதை மட்டுமே நான் அறிந்து வைத்திருந்தேன். அதைக்கூட

என்னால் சரியாகச் செய்ய முடியாமல் போய்விட்டதோ என்று இப்போது தோன்றுகிறது!'

"கொள்கை! கொள்கை என்றவுடன் நினைவுக்கு வருகிறது... அந்த முட்டாள் ரஸூமிகின் கொஞ்ச நேரத்துக்கு முன்னால் சோஷலிஸ்டுகளைப் பற்றி ஏன் அப்படி வசைபாடிக்கொண்டிருந்தான்? அவர்கள் உழைப்பாளிகள்; ஊக்கமுடையவர்கள். காரியத்தில் கவனமாக இருப்பவர்கள்; பொது நன்மைக்காக –எல்லோருடைய சந்தோஷமான வாழ்க்கைக்காவும் போராடிக்கொண்டிருப்பவர்கள் அவர்கள்! இல்லை...! முடியாது...! என்னால் காத்திருக்க முடியாது! சோஷலிஸ்டுகளின் கனவு நனவாகும் வரை – அந்த சோஷலிச பூமி மலரும் வரையில் காத்திருக்க என்னால் முடியாது...! எனக்குக் கொடுக்கப்பட்டிருப்பது ஒரே ஒரு வாழ்க்கை தான்! அது எனக்குத் திரும்பக் கிடைக்கப் போவதில்லை. அதனால் சோஷலிஸ்டுகளின் அந்தக் கனவு நனவாகும் வரையில் காத்திருக்க எனக்கு விருப்பமில்லை. நான் என் வாழ்க்கையைச் சொந்தமாக வாழ ஆசைப்படுகிறேன். அது மிகவும் முக்கியம்! இல்லையென்றால் வாழாமலேயேகூட இருந்துவிடுவதுதான் உத்தமம்! பிறகென்ன...? என் தாய்க்குச் செய்ய வேண்டியதை ஒழுங்காகச் செய்யாமல், அவளைப் பட்டினியாகத் தவிக்க விட்டு, எப்போதோ வரப்போகிற சோஷலிஸ்டுகளின் கொள்கை நிறைவேற்றத்துக்காக என்னால் காத்திருக்க முடியாது. சோஷலிஸ்டுகளின் கொள்கை நிறைவேற்றத்துக்கான போராட்டத்தில் – பொது நன்மைக்காக எல்லோருக்கும் சந்தோஷமான வாழ்க்கையைக் கொடுக்க அவர்கள் நடத்தும் போராட்டத்தில் 'சோஷலிசக் கட்டுமானத்திற்காக ஒரு செங்கல்லை வைப்பதில் என் பங்கு இருந்தால் கூட அது எனக்கு முழுமையான மன அமைதியை, திருப்தியை அளித்துவிடும்' என்று சிலர் சொல்கிறார்கள். ஹா... ஹா... ஹா...! என்னை விட்டுவிடுங்கள்! நான் ஒரே ஒரு தடவைதான் வாழப் போகிறேன். நானும் வாழ வேண்டும் என்ற எண்ணம் எனக்கு இருக்காதா? ஓ, கவித்துவமாக, கலை நோக்கத்தோடு இதைச் சொன்னால் – நானும் ஒரு பேனைப் போன்றவன், பூச்சியைப் போன்றவன். அவ்வளவுதான்! அதற்கு மேல் இதில் எதுவுமில்லை!" – இப்படிச் சொல்லிவிட்டு, அவன் திடீரென்று ஒரு பைத்தியக்காரனைப் போலச் சிரிக்கத் தொடங்கினான். "ஆமாம், உண்மையிலேயே நான் ஒரு பேனைப் போன்றவன்தான்!"

–குரோதமான ஒரு சந்தோஷத்தோடு, அந்த எண்ணத்தையே தொடர்ந்து பற்றிக்கொண்டு, அப்படி நினைப்பதிலேயே ஒரு சந்தோஷத்தை, ஒரு களிப்பை அடைந்தவனாக அந்த இன்பத்திலேயே அவன் மிதந்துகொண்டிருந்தான்.

“அப்படிச் சொல்வதற்குப் பல காரணங்கள் இருக்கின்றன. முதலாவதாக, நான் அப்படி இருக்கிறேன் என்பதை உணர்ந்து, எனக்குள் நானே அதைப் பற்றி விவாதித்துக்கொண்டிருக்கிறேன். இரண்டாவதாக, கிட்டத்தட்ட ஒரு மாத காலத்திற்கும் மேலாகச் சர்வ வல்லமை பெற்ற கடவுளிடத்தில் நான் பேசிப் பேசி மன்றாடி அவரைத் தொந்தரவு செய்துகொண்டிருக்கிறேன்! என் சொந்த விருப்பங்களுக்காகவோ, தேவைகளுக்காகவோ இப்படி நான் செய்யவில்லை. (அப்படித்தான் நான் அவரிடம் சொன்னேன்) மிக உயர்ந்ததும், மதிப்புமிக்கதுமான ஒரு நோக்கத்திற்காகவே இதை நான் செய்வதால் அவர் எனக்கு சாட்சிக்கு வர வேண்டும் என்றும் நான் கடவுளிடத்தில் இறைஞ்சிக்கொண்டிருந்தேன்! ஹா... ஹா... ஹா! மூன்றாவதாக, இப்படி ஒரு திட்டத்தை வகுக்கும் பொழுது, மிக மிகத் துல்லியமாக எடை போட்டு, நிறுத்துப் பார்த்து, மிகச் சரியான முறையில், மிக மிக நியாயமான வகையில் அது இருக்க வேண்டும் என்பதில் மிகுந்த கவனம் செலுத்தினேன். அதனால்தான் இந்த மண்ணில் உள்ள பேன் களில், கொஞ்சம்கூடப் பயனே இல்லாதது எதுவோ, அதைப் பார்த்துப் பார்த்துப் பொறுக்கி எடுத்தேன். நான் தேடிப் பார்த்துத் தேர்ந்தெடுத்த அந்தப் பேன்தான் இந்த அடகுக்கடைக்காரி. அவளைக் கொன்றபோதும் என்னுடைய முதல்கட்ட நடவடிக் கைக்கு எவ்வளவு தேவையோ அதற்கு மேல் அவளிடமிருந்து அதிகமாக எதையுமே கூடுதலாகவோ குறைவாகவோ அபகரித்துக் கொள்ள நான் முயற்சிக்கவில்லை. (நான் எடுத்துக்கொள்ளாத அவளுடைய பிற பொருள்களெல்லாம் அவளுடைய ஆத்மசாந்திக் காக, அவளுடைய விருப்பப்படியே ஆசிரமத்துக்குப் போயிருக்கும். ஹா... ஹா!) கடைசியாக நான் ஒரு ‘பேன்’ என்பதற்கு இன்னும் ஒரு காரணத்தைச் சொல்கிறேன். (முன் பற்களை ‘நறநற’வென்று கடித்தபடி அவன் தொடர்ந்தான்) ஒரு வகையில் நான் இப்போது சாகடித்திருக்கிற பேனை விடவும் நான் மோசமானவன்... தீயவன்! அது எனக்கு முன்பே தெரியும். அவளைக் கொன்ற பிறகு என்னை நானே அப்படித்தான் சொல்லிக்கொள்ள வேண்டுமென்பதும் எனக்குத் தெரியும்! அந்தப் பாதகமான செயலோடு வேறு எதைத் தான் ஒப்பிட முடியும்? சே... எத்தனை மட்டமான, கீழ்த்தரமான விஷயம்!... ‘ஒரு குதிரை மீது பட்டாக் கத்தியோடு வருவானே அந்தத் தீர்க்கதரிசி – அவன் சொல்லுவானே... இது அல்லாவின் விருப்பம்! அதனால், ஏய், நடுங்கிக்கொண்டிருக்கும் ஜீவனே, இதற்குப் பணிய வேண்டியது உன் கடமை என்று!’ அதனை நான்தான் எவ்வளவு நன்றாக உள்வாங்கிக்கொண்டிருக்கிறேன்? அந்தத் தீர்க்கதரிசி செய்தது சரிதான்! மிகச் சரியானதுதான்!

ஒரு வீதிக்குக் குறுக்காகத் தனது பிரமாண்டமான பீரங்கிப் படைகளை நிறுத்திக்கொண்டு, அப்பாவிகள், குற்றவாளிகள் என்று எல்லோரையுமே அவன் நசுக்கிப் போடுவானே, அப்போது தன் செயலுக்கு அவன் நியாயம் கற்பிக்க வேண்டும் என்று நினைத் தானா, என்ன? 'நடுங்கும் ஜீவனே, கட்டளைக்குப் பணிவது மட்டும்தான் உன் வேலை! அது உன் விருப்பமல்ல... அப்படி நீ விரும்புவதை மட்டுமே செய்வது உன் வேலையல்ல. கட்டளையை ஏற்பதே உன் வேலை!' என்றுதானே கர்ஜித்தான். ஓ... எதற் காகவும், எந்தக் காரணத்திற்காகவும் அந்த சூனியக்காரக் கிழவியை மட்டும் என்னால் மன்னிக்க முடியாது!"

அவனது தலை முழுவதும் வியர்வையால் நனைந்து போயிருந்தது. துடித்துக்கொண்டிருந்த அவனது உதடுகள் வறண்டு உலர்ந்து போயிருந்தன. அசைவே இல்லாத பார்வையோடு மேற் கூரையை வெறித்துக்கொண்டிருந்தான் அவன்.

'என் அம்மாவின் மீதும், என் தங்கையிடத்திலும் நான் எவ்வளவு அன்புகொண்டிருந்தேன்? பாசம் வைத்திருந்தேன்? இப்போது அவர்களை வெறுத்து ஒதுக்குமாறு என்னைத் தூண்டு வது எது? ஆமாம், நான் அவர்களை வெறுக்கிறேன்... அவர் களைப் பார்ப்பதையே அடியோடு வெறுக்கிறேன்! என் அருகில் அவர்கள் இருப்பதைக்கூட என்னால் சகித்துக்கொள்ள முடிய வில்லை. சற்று முன்புதான் நான் அம்மாவிடம் போய் அவளை முத்தமிட்டேன். 'அவளைத் தழுவும் நேரத்தில் அவளுக்கு மட்டும் நான் இப்படி நினைப்பது தெரிந்திருந்தால்...' என்று நான் நினைத்துப் பார்த்த பொழுது எனக்கு எத்தனை வேதனையாக இருந்தது தெரியுமா...? அப்படியானால் இதை நான் அவளிடம் சொல்லிவிட வேண்டுமா? ஆனால் அப்படிச் செய்வது... நான் அவளை வேறு ஏதோ செய்யத் துணிவதற்குச் சமமாக அல்லவா ஆகிவிடும்...? ஹ்ம்... அவளும் என்னைப் போலத்தானே இருப்பாள்.' அவன் பல்வேறு சிந்தனைகளுடன் போராடியபடி தன்னைத்தானே மேலும் வருத்திக்கொண்டிருந்தான். ஜன்னி யினால் பிதற்றுபவனைப் போலப் பிதற்றிக்கொண்டிருந்தான்.

'அந்தக் கிழவியை இப்போது நான் எவ்வளவு வெறுக்கிறேன் தெரியுமா? அவள் மட்டும் இப்போது மீண்டும் உயிரோடு எனக்கு முன்னால் வந்தால் மறுபடியும்கூட அவளை நான் கொன்று விடுவேன்! பாவம் அந்த லிஸாவெதா! அவள் ஏன் அந்தச் சமயத்தில் உள்ளே வந்தாள்...? அவளை நான் கொல்லாததைப் போல அவளைப் பற்றியே நான் நினைத்துப் பார்க்காமலிருப்பது

விசித்திரம்தான்! லிஸாவெதா! சோனியா! இருவருமே பாவப் பட்ட, மிகவும் சாதுவான, மென்மையான ஜீவன்கள்; அமைதி யான, சாந்தம் தவழும் கண்கள் அவர்களுடையவை! நேசத்திற் குரிய பெண்கள் அவர்கள்! ஏன் அவர்கள் அழுவதில்லை? அவர்கள் முனகுவதுகூட இல்லை...! ஏன்? தங்களிடம் இருக்கும் எல்லாவற்றையுமே, அவர்கள் எல்லோருக்கும் கொடுத்து விடுகிறார்கள்! தங்களுக்கென அவர்கள் எதையுமே வைத்துக் கொள்வதில்லை. அவர்களுடைய அந்தக் கண்கள் எவ்வளவு மென்மையானவை? எவ்வளவு சாந்தமானவை? சோனியா! சோனியா! மென்மையான, அன்பான சோனியா! சோனியா!'

அவன் உணர்விழந்து போனான். தான் எவ்வாறு வீதிக்கு வந்து சேர்ந்தோம் என்பது அவனுக்கு நினைவில்லை. அது அவனுக்கே சற்று விசித்திரமாகத்தான் இருந்தது. அப்போது மிகவும் நேரமாகிவிட்டிருந்தது. இருள் அடர்த்தியாகப் பரவிக் கொண்டிருந்தது. வானத்தில் முழு நிலவு மிகுந்த ஒளியோடு பிரகாசித்துக்கொண்டிருந்தது. சூழ்நிலை மட்டும் புழுக்கம் மிகுந்த தாக மூச்சுத் திணறச் செய்வதாகத்தான் இருந்தது. வீதிகள் முழு வதும் மக்கள் கூட்டம் நிறைந்து வழிந்தது. வேலையிலிருந்து வீடு திரும்பிக்கொண்டிருப்பவர்களும், சும்மா காலாற நடந்துகொண்டி ருப்பவர்களுமாகத் தெருவில் நிறைய பேர் சஞ்சரித்துக்கொண்டி ருந்தனர். எலுமிச்சம் பழத்தின் மணமும், புழுதி வாசனையும், தேங்கிக் கிடந்த சாக்கடை நீரின் துர்நாற்றமும் அங்கே கலவையாக வீசிக்கொண்டிருந்தது. நெஞ்சில் படிந்திருக்கும் துயரத்தோடும், கவலையோடும் மௌனமாக நடந்துகொண்டிருந்தான் ரஸ் கோல்னிகோவ். ஏதோ ஒன்றை அவசரமாகச் செய்து முடிக்க வேண்டும் என்ற நோக்கத்தோடும், ஒரு தெளிவான காரணத் தோடும்தான் இப்போது, தான் வெளியே வந்திருக்கிறோம் என்பது மட்டும் அவனுக்கு ஞாபகமிருந்தது. ஆனால் அந்தக் காரியம் என்னவென்பதைத்தான் அவனால் நினைவு படுத்திக்கொள்ள முடியவில்லை. எதிர்ப் பக்கத்திலிருந்த நடைபாதையிலிருந்து ஒரு மனிதன் தன்னைப் பார்த்துக் கைகளை ஆட்டிக்கொண்டு நின்று கொண்டிருப்பதைக் கண்டவுடன் ரஸ்கோல்னிகோவ் தானும் நின்று விட்டான். வீதியைக் கடந்து அந்த மனிதனை நெருங்கிச் செல்வதற்குள் இவனைக் கவனிக்காதவனாக அந்த மனிதன் முன்னோக்கி மறுபடியும் நடக்கத் தொடங்கியிருந்தான். தான் ரஸ்கோல்னிகோவைச் சைகை செய்து அழைத்ததைப் போல எதையுமே காட்டிக்கொள்ளாதவனாகத் தன் போக்கில் தலையைத்

தொங்கப் போட்டபடி, திரும்பிப் பார்க்காமல் நடந்துகொண்டி ருந்தான் அந்த மனிதன். 'உண்மையிலேயே இவன் என்னைக் கூப்பிட்டானா? இல்லையா?' என்று வியந்தபடி, ரஸ்கோல்னி கோவ் அவனைப் பின் தொடர்ந்து நடக்கத் தொடங்கினான்.

பத்து அடி தாண்டிச் சென்ற பிறகுதான், நீண்ட அங்கியை அணிந்துகொண்டு கூனலோடு இருந்த அந்த நபர்தான் (கொஞ்சம் முன்பு காவலாளியிடம் வந்து தன்னை விசாரித்த அதே நபர்தான்) இவன் என்பதை ரஸ்கோல்னிகோவினால் இனங்கண்டுகொள்ள முடிந்தது. உடனே அவன் அச்சத்தால் நடுங்கிப் போனான். சற்று இடைவெளிவிட்டபடியே ரஸ்கோல்னிகோவ் அவனைப் பின் தொடர்ந்துகொண்டிருந்தான். அவனது இதயம் படபடத்துக் கொண்டிருந்தது. அவர்கள் ஒரு சந்துக்குள் திரும்பி நடந்து கொண்டிருந்தார்கள். அப்போதும்கூட அந்த மனிதன் திரும்பி ரஸ்கோல்னிகோவைப் பார்க்கவே இல்லை.

'நான் இவனைப் பின் தொடர்ந்துகொண்டிருப்பதை இவன் அறிந்திருக்கிறானா... இல்லையா...' என்று தனக்குத்தானே கேட்டுக்கொண்டான் ரஸ்கோல்னிகோவ். பெரிய வீடு ஒன்றின் வாயிலுக்குள் நுழைந்தான் அந்த மனிதன். ரஸ்கோல்னிகோவும் அந்த வாயிலருகே விரைந்தபடி அந்த மனிதன் மீண்டும் தன் பக்கமாகத் திரும்பித் தன்னை அழைக்க மாட்டானா என்ற எண்ணத்தோடு அவனையே பார்த்துக்கொண்டிருந்தான். வளை வாக இருந்த அந்த முகப்பு வாயிலைத் தாண்டி, உள்ளே இருந்த முற்றத்திற்குள் பிரவேசித்துக்கொண்டிருந்தபோது, அந்த மனிதன் திரும்பிப் பார்த்துத் தன்னிடம் வருமாறு மீண்டும் அவனை அழைத்தான். ரஸ்கோல்னிகோவ் உடனடியாக உள்ளே நுழைந் தான். ஆனால் அவன் அந்தப் பரந்த முற்றத்தை அடைவதற்குள், அந்த நபர் அங்கிருந்து காணாமல் போயிருந்தான். முதலாவது படிக்கட்டு வழியாகத்தான் அவன் சென்றிருக்க வேண்டுமென்று ஊகம் செய்தபடி, ரஸ்கோல்னிகோவ் அந்த வழியாக விரைந்தான். இரண்டு தளங்களுக்கு மேலே மூன்றாவது தளத்திற்குச் செல்லும் படிகளில் அவன் அவசரமே படாமல் மிக மெதுவாக, அளந்து வைக்கிற காலடி ஓசைகளை உண்மையாகவே அவனால் கேட்க முடிந்தது. இவனும் படிகளில் ஏறத் தொடங்கினான். அந்தப் படிக்கட்டுப் பாதை அவனுக்குப் பழக்கமானதைப் போலத் தென் பட்டது...! விசித்திரமாக இருக்கிறதே... என்று அவன் மனம் வியந்துகொண்டிருக்க, இவன் படிகளில் ஏறிக்கொண்டிருந்தான். முதல் தளத்தில் இருந்த கம்பிகளின் ஊடாகத் துயரம் கப்பிய, மர்மம் பொதிந்த நிலவொளி கசிந்துகொண்டிருந்தது.

இதோ, இரண்டாவது தளமும் வந்தாகிவிட்டது. ஓ... இது அந்தப் பெயிண்டர்கள் வேலை பார்த்துக்கொண்டிருந்த அதே தளம்தான்! எடுத்த எடுப்பிலேயே அது தனக்கு அடையாளம் தெரியாமல் போனது எப்படி? முன்னால் சென்றுகொண்டிருந்த மனிதனின் காலடி ஓசைகள் அடங்கிப் போய்விட்டிருந்தன. அப்படியென்றால் இவன் இங்கேதான் எங்கேயாவது இன்னும் நின்றுகொண்டிருக்க வேண்டும்... அதாவது ஒளிந்துகொண்டிருக்க வேண்டும். இதோ, மூன்றாவது தளம்! 'இன்னும்கூடத் தொடர்ந்து செல்ல வேண்டுமா?' என்று யோசித்தான் ரஸ்கோல்னிகோவ். அங்கே – மேலேதான் – எவ்வளவு அமைதியாக இருக்கிறது...? அந்த அமைதியும்கூடப் பயமுறுத்தும் அமைதியாக இருக்கிறதே? ஆனாலும் அவன் தொடர்ந்து படிகளில் ஏறிக்கொண்டிருந்தான். அவனது காலடி ஓசைகளேகூட அவனுக்கு அச்சமூட்டுவதாகவும் கலவரத்தை ஏற்படுத்துவதாகவும் இருந்தன. 'கடவுளே... எவ்வளவு இருட்டாக இருக்கிறது...? அந்த ஆள், ஒருவேளை இங்கே ஏதாவது ஒரு மூலையில் ஒளிந்துகொண்டிருப்பானோ? ஆ... இதோ, நடைபாதை! நடைபாதை முழுமையாக இருளில் மூழ்கிக் கிடந்தது. இதோ, அறை திறந்து கிடக்கிறதே...!' சற்றுத் தயங்கி நின்றான் பிறகு மிக மெதுவாக, நுனிக்கால்களால் நடந்தபடி அவன் வரவேற்பறைக்குள் நுழைந்தான். அறை முழுவதும், நில வொளியில் குளித்துக்கொண்டிருந்ததைப் போல ஒளி வெள்ளமாக அங்கே பரவியிருந்தது.

அங்கிருந்த அனைத்துமே முன்னைப் போலவேதான் இருந்தன. நாற்காலிகள், கண்ணாடி, மஞ்சள் நிற சோஃபா, சட்டமிடப்பட்ட படங்கள் என்று எதுவுமே மாறாமல், எதிலுமே மாற்றமில்லாமல் அப்படியேதான் இருந்தன. தாமிரச் சிவப்பு நிறத்திலிருந்த பெரிய வட்ட நிலா, ஜன்னலின் வழியாக அறையை நேருக்கு நேராகப் பார்த்துக்கொண்டிருந்தது. அத்தனை அமைதி யும் இந்த நிலவொளியிலிருந்துதான் வந்துகொண்டிருக்கிறது என்று நினைத்துக்கொண்டான் ரஸ்கோல்னிகோவ்.

'அது இப்போது ஏதோ புதிர் போட்டுக்கொண்டிருக்கிறது!' என்று நிலவொளியின் வீச்சு சற்று அடங்கட்டும் என்று எண்ணியவனாக அவன் வெகுநேரம் காத்துக்கொண்டு அங்கு நின்றிருந்தான். அவனது இதயம் வலியெடுக்கும் அளவுக்குக் கடுமையாகப் படபடத்துக்கொண்டிருந்தது. அங்கு தொடர்ந்து அமைதியே ஆட்சி செய்துகொண்டிருந்தது. திடீரென்று ஏதோ குச்சியை ஒடிப்பது போன்ற சப்தம் கேட்டது. பிறகு மீண்டும் அதே அமைதி, நிசப்தம்! எங்கிருந்தோ பறந்து வந்த ஈ ஒன்று, ஜன்னல் கம்பியில் ஒருமுறை மோதிவிட்டு அறைக்குள் சுற்றிச்சுற்றி

வரத் தொடங்கியது. அந்த வேளையில் சிறிய அலமாரிக்கும், ஜன்னலுக்கும் இடையே இருந்த ஒரு மூலையில், பெண்கள் அணியும் ஆடையைப் போலத் தோற்றமளித்துக்கொண்டிருந்த ஆடை ஒன்று தொங்கிக்கொண்டிருப்பதை அவன் கண்டான். அங்கே அந்த மேலங்கி ஏன் தொங்கிக்கொண்டிருக்கிறது? முன்னால் அது அந்த இடத்தில் இல்லையே...? என்று அவன் தனக்குள் கேட்டுக்கொண்டான். அவன் மிகவும் மெதுவாக அருகே சென்று பார்த்தபோது அதன் பின்புறத்தில் எவரோ மறைந்திருப்பது போல உணர்ந்தான். தன் கைகளால் அந்த அங்கியை மிகக் கவனமாக அவன் அகற்றியபோது, அதன் பின்னே ஒரு நாற்காலி இருப்பதையும், அந்தக் கிழவி அதற்குள் தன்னைத் திணித்துக்கொண்டு உட்கார்ந்திருப்பதையும் கண்டான். அவளது தலை தொங்கிக்கொண்டிருந்ததால் அவளுடைய முகத்தை அவனால் பார்க்கமுடியாவிட்டாலும்கூட அது அவள்தான் என்பதைக் கண்டுகொள்ள முடிந்தது. அவளருகே சென்று நின்றான் அவன். 'அவள் பயப்படுகிறாள்' என்று நினைத்தபடி, மிக இரகசியமாக, ஓசையின்றி அந்தக் கோடாரியைத் தனது மேல் கோட்டுக்கு உள்ளேயிருந்த வளையத்திலிருந்து வெளியே எடுத்து அவளது தலையின் உச்சியில் ஓங்கி ஓர் அடி அடித்தான். பின்பு மறுபடியும் ஓர் அடி அடித்தான். ஆனால் என்ன இது வினோதம்? அடி விழுந்தபோது அவள் அசையக்கூட இல்லை. ஏதோ மரத்தால் செய்யப்பட்டவள் போலச் சற்றும் அசையாமல் அப்படியே இருந்தாள். அவன் மிகவும் பயந்து போனான். அவன் அவளருகே நெருங்கிக் குனிந்து அவளைப் பார்க்க முயன்றான். ஆனால் அவளோ, தனது தலையை இன்னும் சற்றுத் தாழ்த்திக் கொண்டாள். அவன் தரைமட்டம் வரை குனிந்து, அடியிலிருந்து அவளது முகத்தைப் பார்த்தான். ஒரே ஒரு தடவை அவளது முகத்தைப் பார்த்தவுடனேயே, தான் இருந்த இடத்திலேயே அப்படியே உறைந்து போனான். அந்தக் கிழவி சிரித்துக்கொண்டிருந்தாள்! அடக்கமுடியாதபடி ஓசையில்லாமல் அவள் சிரித்துக் கொண்டிருந்தாள்!

திடீரென்று படுக்கை அறைக்கதவு இலேசாகத் திறந்து கொள்ள, அதன் உள்ளே இருந்தும் சிரிப்புச் சத்தமும், கிசுகிசுப்பாகப் பேசும் குரல்களும் கேட்பது போல அவனுக்குத் தோன்றியது. திடீரென்று ஆவேசமுற்ற அவன் பைத்தியக்காரனைப் போல அந்தக் கிழவியின் தலையில் கோடாரியால் மேலும் மேலும் ஓங்கி ஓங்கி அடிக்கத் தொடங்கினான். ஒவ்வொரு அடி விழும்போதும் படுக்கை அறையிலிருந்து வெளிவந்து

கொண்டிருந்த சிரிப்பொலியும், பேச்சுக் குரல்களும் மேலும் மேலும் உரக்க ஒலிக்கத் தொடங்கின. அந்தக் கிழவி மகிழ்ச்சியினால் ஓசையின்றிக் குலுங்கிக் குலுங்கிச் சிரித்துக்கொண்டிருந்தாள். உடனே அங்கிருந்து ஓடிப்போய்விட வேண்டும் என்று நினைத்து வாயிலை நோக்கித் திரும்பிப் பார்த்தபோது, அவனை அப்படிச் செய்யவிடாதபடி, வாயிலை அடைத்துக்கொண்டு நிறைய மனிதர்கள் நின்றுகொண்டிருந்தார்கள். எல்லாக் கதவுகளும் திறந் திருந்தன. படிக்கட்டு நடைபாதைகளிலும், படிகளிலும், எங்கு பார்த்தாலும் மக்கள் கூட்டம் கூட்டமாக நின்றிருந்தனர். அலை கடல் போல எங்கும் மனிதத் தலைகள்! எல்லோரும் அவனையே அமைதியாகப் பார்த்துக்கொண்டு நின்றிருந்தார்கள். அவனது இதயம் திடீரென்று நின்று போனது போலவும், கால்கள் மரத்துப் போய் அசைக்க முடியாமல் போனதைப் போலவும் தோன்றியது. கூச்சல் போட வேண்டும் என்று முயற்சித்த வேளையில் அவன் தூக்கத்திலிருந்து விழித்துக்கொண்டான்.

விழித்துக்கொண்ட அவன் சுற்றுமுற்றும் பார்த்துவிட்டு, நிம்மதியாகப் பெருமூச்சுவிட்டான். வினோதமான வகையில் அந்தக்கனவு இன்னும்கூட அவனைத் துரத்துவது போலத் தோன்றியது. அப்போது அவனது அறைக்கதவு திறந்துகொள்ள, வாயிலருகே முன்பின் தெரியாத யாரோ ஒரு மனிதன் வந்து நின்றான். உள்ளே திரும்பி இவனைப் பார்த்த அந்த மனிதன், ஒன்றுமே பேசாமல் இவனையே உற்றுப் பார்க்கத் தொடங் கினான்.

கண்களைத் திறந்து பார்க்கத் தொடங்கிய ரஸ்கோல்னி கோவ் மீண்டும் கண்களை மூடிக்கொண்டான். கொஞ்சம்கூட அசையாமல் மல்லாந்து படுத்திருந்தான் அவன். 'இதுவும்கூடக் கனவுதானா...? இல்லையா?' என்று மனதினுள் நினைத்தபடி, எதிரிலிருப்பவனுக்குப் புலப்படாதபடி, மிக இலேசாகக் கண்களை உயர்த்திப் பார்த்தான் ரஸ்கோல்னிகோவ். அந்த ஆள், இன்னும் கூட அதே இடத்தில் நின்றுகொண்டு இவனையே வெறித்துப் பார்த்துக்கொண்டிருந்தான். திடீரென்று வாயிலைத்தாண்டி உள்ளே வந்த அந்த மனிதன், கதவை மூடிவிட்டு, உள்ளே வந்து, மேஜையருகே நின்றுகொண்டு, சிறிது நேரம் காத்திருந்தான். அவனது பார்வை முழுவதும் ரஸ்கோல்னிகோவின் மீதே பதிந் திருந்தது. பிறகு மென்மையாக, ஓசையெழுப்பாமல் நடந்து வந்து சோஃபாவின் அருகிலிருந்த நாற்காலியில் உட்கார்ந்துகொண்டான். தரை மீது தொப்பியைப் போட்டுவிட்டு, கையிலுள்ள தடியின்

மீது கைகளை முட்டுக் கொடுத்தபடி, தனது தாடையை அதன் மீது ஊன்றிக்கொண்டான். அவனைப் பார்த்தால் நெடுநேரம்கூடக் காத்திருக்கத் தயாராக வந்திருப்பவனைப் போலவே தோன்றியது. ரஸ்கோல்னிகோவ் மிக வேகமாக, அவனைப் பார்த்த அந்த அரைப் பார்வையில், வந்திருந்த மனிதன் ஓர் இளைஞனில்லை என்பதைத் தெரிந்துகொண்டான். வெளுத்துப் போன தாடியுடன், பருமனான மனிதனாக அவன் இருந்தான்.

பத்து நிமிடங்கள் அமைதியாகக் கழிந்தன. வெளிச்சம் சற்று இருந்தபோதும், இருட்டும் பரவ ஆரம்பித்திருந்தது. எந்த ஒரு சலனமும் இன்றி, அறை முழுவதும் நிச்சலனமாகக் காணப் பட்டது. படிக்கட்டுகளிலிருந்தும் எந்தவிதமான ஓசையும் கேட்க வில்லை. பெரிய ஈ ஒன்று மட்டும் ரீங்காரம் செய்தபடி ஜன்னல் கம்பியில் மோதிக்கொண்டது. கடைசியாக, இதற்கு மேலும் பொறுமை இல்லாதவனாகத் திடீரென்று படுக்கையிலிருந்து எழுந்து உட்கார்ந்துகொண்டான் ரஸ்கோல்னிகோவ்.

"உண்மையைச் சொல்லப் போனால், நீ தூங்கவே இல்லை என்பதும், தூங்குவதைப் போலப் பாவனைதான் செய்துகொண்டி ருந்தாய் என்பதும் எனக்கு நன்றாகவே தெரியும்!" என்று அமைதி யான புன்னகையுடன் வினோதமாகப் பதிலளித்த அந்த மனிதன், தன்னை இவ்வாறு அறிமுகப்படுத்திக்கொண்டான்: "நான்தான் அர்க்காதி இவானோவிச் ஸ்விட்ரிகைலோவ்."

பாகம் – 4

அத்தியாயம் – 1

'தான் கண்டுகொண்டிருந்த கனவின் தொடர்ச்சியாகத்தான் இதுவும் இருக்குமோ?' என்று மீண்டும் நினைத்துக்கொண்டான் ரஸ்கோல்னிகோவ். எதிர்பாராமல் வருகை தந்திருக்கும் அந்த மனிதனைச் சந்தேகத்தோடும், எச்சரிக்கை உணர்வுகளோடும் மிகவும் கவனமாகப் பார்த்தான் அவன்.

"ஸ்விட்ரிகைலோவா...? சே... என்ன ஓர் அபத்தம்! அது நிச்சயம் நடக்கவே முடியாது!" இறுதியாகக் குழப்பத்துடன் வாய் விட்டுச் சொன்னான் ரஸ்கோல்னிகோவ்.

ரஸ்கோல்னிகோவின் இந்த வார்த்தைகள், வந்திருந்த மனிதனிடத்தில் எந்தவிதமான ஆச்சரியத்தையும் ஏற்படுத்த வில்லை.

"இரண்டு காரணங்களை முன்வைத்து உன்னைப் பார்ப்பதற் காகவே நான் வந்திருக்கிறேன். உன்னைப் பற்றி மிகவும் ஆர்வ மூட்டும் வகையிலும், சாதகமான முறையிலும் நிறைய விஷயங் களை நான் கேள்விப்பட்டு வருவதால் தனிப்பட்ட முறையில் உன்னை அறிமுகம் செய்துகொள்ள ஆசைப்பட்டேன்! இரண்டா வதாக, உன் தங்கை அவ்தோத்யா ரொமனோவ்னா சம்பந்தப்பட்ட ஒரு காரியத்தில் எனக்கு உதவி செய்ய நீ மறுக்கமாட்டாயென்று நான் நம்பிக்கொண்டிருப்பதால் அதற்காகவும் நான் வந்திருக் கிறேன். என்மீது அவள் மிக அதிகமாக வெறுப்புகொண்டிருப்ப தால், யாராவது சிபாரிசு செய்தாலன்றி என்னை அவள் பக்கத்திலேயே வரவிடமாட்டாளென்பது எனக்குத் தெரியும். ஆனால், எப்படி இருந்தாலும் உன்னுடைய உதவி கிடைத்தால் அவளைச் சந்திக்க முடியுமென்ற நம்பிக்கை எனக்கு இருக்கிறது!"

"உங்கள் நம்பிக்கை மிகத் தவறானது!" என்று இடைமறித் தான் ரஸ்கோல்னிகோவ்.

"நேற்றுதான் அவர்கள் இங்கே வந்து சேர்ந்திருக்கிறார்கள் என்பது உண்மைதானா?"

ரஸ்கோல்னிகோவ் பதிலொன்றும் சொல்லவில்லை.

“நேற்றுதான் அவர்கள் இங்கே வந்தார்கள் என்பது எனக்குத் தெரியும்! நானும்கூட நேற்று முன்தினம்தான் இங்கே வந்தேன்! சரி, அது போகட்டும்! ரோடியன் ரொமனோவிச், நான் உன்னிடம் சொல்ல விரும்புவது இதுதான்! என்னை நியாயப்படுத்திக்கொள்ள வேண்டிய தேவை எதுவும் இருப்பதாக எனக்குத் தோன்றவில்லை. ஆனாலும் கொஞ்சம் நல்ல மனதோடு, வெறுப்பில்லாமல் நடு நிலையோடு யோசித்துப் பார்த்து நீதான் கொஞ்சம் நியாயம் சொல்ல வேண்டும். நடந்த காரியங்கள் எல்லாவற்றையும் ஒட்டு மொத்தமாக வைத்துப் பார்க்கும் பொழுது என் நடத்தை அவ்வளவு மோசமாக, ஒரு ‘கிரிமினல்’ என்று சொல்லும்படி யாகவா இருக்கிறது?”

ஒன்றுமே பேசாமல், மிகவும் அமைதியாக அவனையே பார்த்துக்கொண்டிருந்தான் ரஸ்கோல்னிகோவ்.

“நடந்த விஷயம்தான் என்ன...? என்னுடைய வீட்டில் வைத்து எந்தக் குற்றமுமே செய்யாத ஒரு நல்ல பெண்ணை, நான் என்னுடைய அற்பமான, இழிவான நோக்கங்களுக்காக அடிக்கடி, ஓயாமல் துன்புறுத்திக்கொண்டிருந்தேன். அதுதானே? (பார்த் தாயா, நீ மனதில் என்ன நினைக்கிறாயென்பதை நான் சொல்லி விட்டேன்.) ஆனால் நீ ஒன்றை யோசித்துப் பார்த்தாக வேண்டும்! ‘ஒரே வார்த்தையில் சொல்லப் போனால் இனக் கவர்ச்சிக்கு ஆளாவதற்கும், காதல் வயப்படுவதற்கும் நான் ஒன்றும் விலக்கான வனில்லை. (அதெல்லாம் நம்முடைய விருப்பப்படி, நம்முடைய கட்டுப்பாட்டின்படி நடக்கக்கூடியவை இல்லையே?) மேலும் எல்லாக் காரியங்களையும் மிகவும் இயல்பான முறையிலேயே, இயற்கையான முறையிலேயேதான் விளக்கியாக வேண்டும். ஒரே ஒரு கேள்வி கேட்கிறேன்... நான் ஒரு மிருகமா? அல்லது இந்த விஷயங்களால் பாதிக்கப்பட்டுப் பலிவாங்கப்பட்டவன் நான் என்றுதான் நினைக்கிறேன். ஏன் தெரியுமா? அவளிடம் நான் வைத்திருக்கும் ஆசையை வெளிப்படுத்தி, என்னோடு புறப்பட்டு வந்துவிட வேண்டும் என்று அவளை வேண்டினேன். இருவரும் அமெரிக்காவுக்கோ, ஆஸ்திரேலியாவுக்கோ பறந்து போய்விடலாம் என்று அவளிடம் நான் சொன்னபோது, நிஜமாகவே உணர்ச்சி பூர்வமாக எங்கள் இருவரின் பரஸ்பர மகிழ்ச்சியும் சந்தோஷமும் அதிகரித்து இருந்ததாக எண்ணியே அவளிடம் அவ்வாறு நான் வேண்டினேன். காரணம் அவளிடத்தில் நான் தணியாத மோகம் கொண்டிருந்ததுதான் என்று உனக்கே தெரியும். சொல்லப் போனால், இதனால் எனக்கு நானே தேடிக்கொண்ட தீமைகள் தான் அதிகம் என்றுகூடச் சொல்லலாம்!”

"நீங்கள் சொல்வது அனைத்துமே, முழுக்க, முழுக்க இந்த விஷயத்தோடு சம்பந்தமில்லாததாக இருக்கிறது" என்று மிகவும் வெறுப்போடு குறுக்கிட்டுச் சொன்னான் ரஸ்கோல்னிகோவ். "இதோ பாருங்கள், இன்னும்கூட எளிமையாகச் சொல்ல வேண்டு மென்றால், உங்கள் செயல் சரியோ, தவறோ அதைப் பற்றிக் கவலையில்லை! உங்கள் மீது ஏதோ ஒருவகையில் அவர்கள் அரு வருப்பும் வெறுப்பும் கொண்டிருப்பதால் உங்களைப் பற்றித் தெரிந்துகொள்ளவும் அவர்கள் விரும்பவில்லை. உங்களோடு எந்தத் தொடர்பு வைத்துக்கொள்ளவும் அவர்கள் விரும்பவில்லை. உங்களுக்கும் அவர்களுக்கும் இனி எந்த சம்பந்தமும் இல்லை. நீங்கள் கிளம்பலாம்!"

ஸ்விட்ரிகைலோவ் வாய்விட்டுச் சிரித்தான்.

"ஆனாலும் நீ... சாமர்த்தியசாலிதான்! சுற்றிவளைத்துக் கொண்டுதான் உன்னிடம் பேச வேண்டுமோ என்று நினைத்தேன். ஆனால் நீ விஷயத்தைத் தெளிவாகப் புரிந்துகொண்டுவிட்டாய்..." என்று மிகவும் பழக்கப்பட்டவனைப் போல மிகவும் எதார்த்த மாகச் சிரித்துக்கொண்டு பேசினான் ஸ்விட்ரிகைலோவ். "நான் சூட்சுமத்தோடு உன்னிடம் நடந்துகொள்ள வேண்டுமோ என்று நினைத்துக்கொண்டிருந்தேன். ஆனால் நீ சரியான விஷயத்தை உடனடியாகத் தொட்டுவிட்டாய்!"

"இந்த நேரத்திலும்கூடவா சூட்சுமமாகவும் தந்திரமாகவும் நடந்துகொள்ள வேண்டும் என்று நீங்கள் முயற்சிக்கிறீர்கள்?"

"பின்னே, பின்னே...! வேறெப்படி இருக்க முடியும் என்கி றாய்?" என்று மனம் விட்டுச் சிரித்தபடி திரும்பத் திரும்பக் கூறி னான் ஸ்விட்ரிகைலோவ். "அதற்குப் பெயர்தான் போராட்டம். இறுதிவரை, முடிந்தவரை, கடைசி விளிம்பு வரை போராடிப் பார்த்துவிடுவதென்பது அதுதான்! மோசடிகளில், ஏமாற்றுகளில், அந்தமாதிரியான வழிகளில் மிகச் சாதாரணமானது இதுதான்! அது போகட்டும்! நீ குறுக்கே புகுந்து பேசிவிட்டாய். எப்படியோ நான் திரும்பச் சொல்கிறேன். அந்தத் தோட்டத்தில் வைத்து நடந்த சம்பவத்தைத் தவிர மனதுக்குப் பிடிக்காத வேறு எதுவுமே இல்லை! மார்ஃபா பெத்ரோவ்னா..."

"மார்ஃபா பெத்ரோவ்னா இறந்து போனதற்கு நீங்கள்தான் காரணம் என்று சொல்கிறார்களே அப்படித்தானா?" என்று நடுவில் குறுக்கிட்டுக் கடுமையுடன் கேட்டான் ரஸ்கோல்னிகோவ்.

"ஓ, நீ அதையும்கூடக் கேள்விப்பட்டுவிட்டாயா? ஆமாம், நீ நிச்சயம் கேள்விப்பட்டிருப்பாய். சரி... கேட்டுக்கொள்! உன் கேள்விக்கு மிகச் சரியாக எப்படிப் பதிலளிப்பது என்பது எனக்குத்

தெரியவில்லை. ஆனால் அதைப் பொறுத்தவரை என் மனச் சாட்சி என்னவோ மிகவும் தெளிவாகத்தான் இருக்கிறது. அவ நம்பிக்கை கொள்ளக்கூடிய எதையும் நான் சொல்வதாக நீ நினைக்கவேகூடாது. ஒவ்வொன்றும் மிகச் சரியாகவும் ஒழுங் காகவும்தான் இருக்கிறது! மருத்துவப் பரிசோதனை அறிக்கை ‘திடீரென்று ஏற்பட்ட வலிப்பு’ என்று அதைக் குறிப்பிட்டிருக் கிறது. மிகவும் அதிகமாக உணவு சாப்பிட்டுவிட்டு, ஒரு பாட்டில் ஒயினும் அருந்திவிட்டு உடனடியாகக் குளித்ததனாலேயே அப்படி ஒரு மரணம் ஏற்பட்டிருக்கிறது என்றும் அதில் சொல்லப்பட்டிருக் கிறது. நிஜமாகவே வேறு எதையும் அதில் குறிப்பிடவில்லை. வேறெதுவும் நிரூபிக்கப்படவும் இல்லை. ஆனால் ஒன்று, கொஞ்ச காலமாகவே எனக்குள் ஓர் எண்ணம் தோன்றிக்கொண்டே இருக்கிறது... இங்கே புறப்பட்டு இரயிலில் வந்துகொண்டிருக்கும் போதுகூட அதைப் பற்றியேதான் யோசித்துகொண்டு வந்தேன். நடந்த சம்பவத்துக்கு ஏதாவது ஒருவகையில் நானும் காரணமாக இருக்கலாமோ? நானும் ஒரு தூண்டுதலாக இருந்திருக்கக்கூடுமோ? அவளுக்கு மனரீதியிலான உளைச்சலையோ, அது போன்ற வேறு ஏதேனும் ஒன்றையோ நான் உண்டாக்கிவிட்டிருப்பேனோ? என்று பலவாறெல்லாம் யோசித்துப் பார்த்ததில் அப்படியெல்லாம் இருக்க முடியாது என்ற முடிவுக்குத்தான் நான் வந்திருக்கிறேன்.”

ரஸ்கோல்னிகோவ் சிரித்தான்.

“உண்மையிலேயே அதைப் பற்றியெல்லாமா நீங்கள் கவலைப்படுகிறீர்கள்...? எனக்கு ஆச்சரியமாகத்தான் இருக்கிறது!” என்றான் ரஸ்கோல்னிகோவ்.

“நீ எதைக் குறித்துச் சிரிக்கிறாய்? கொஞ்சம் நான் சொல் வதைக் கவனமாகக் கேட்டுக்கொள். வண்டி ஓட்டும் சாட்டையை வைத்து அவளை நான் இரண்டே அடிதான் அடித்தேன். அதன் தடம்கூட அவள் மேல் இல்லை. தயவுசெய்து எடுத்ததற்கெல்லாம் குற்றம் கண்டுபிடிப்பவன் என்றும், எதன்மீதும் நம்பிக்கை இல்லாத வன் என்றும் என்னைப்பற்றி நினைத்துவிடாதே. மூர்க்கத்தன மாகவும் அதற்கு மேலேயும்கூட நான் நடந்துகொண்டுவிட்டேன் என்பதை நான் நன்றாகவே அறிந்துதான் இருக்கிறேன். ஆனால் இப்படிப்பட்ட விஷயங்களெல்லாம் அவளிடத்தில் அளவு கடந்த ஆசை வைத்திருப்பதன் வெளிப்பாடுதான் என்பதால் மார்ஃபா பெத்ரோவ்னா ஒருவகையில் மகிழ்ச்சிதான் அடைந்திருப்பாள் என்பதும் எனக்குத் தெரியும். உன் சகோதரியோடு சம்பந்தப்பட்ட அத்தனை விஷயங்களைப் பற்றியும் எல்லோருமே பேசி, அடித்துப் பிழிந்து, துவைத்து உலர்த்திப் போட்டாகிவிட்டது. மார்ஃபா பெத் ரோவ்னா இரண்டு அல்லது மூன்று நாட்களாவது வீட்டில்

இருந்து கட்டாயமாக ஓய்வெடுக்க வேண்டியவள்தான். நகரத் துக்குப் போகவேண்டிய அவசியமோ, புதிய காரணமோ எதுவுமே அவளுக்கு இல்லை. ஏற்கெனவே, அந்தக் கடிதத்தை வைத்துக் கொண்டு அவள் அடித்த கூத்துகளினால் நகரத்தில் உள்ளவர் களெல்லாம் இவளிடத்தில் மிகவும் சலித்துப் போயிருந்தனர். (அந்தக் கடிதத்தை அவள் படித்ததைப் பற்றித்தான் நீ கேள்விப் பட்டிருப்பாயே...) அப்புறம்தான் திடீரென்று அந்த இரண்டு அடிகளும் அவள் மேல் விழுந்தன. அந்த இரண்டு அடிகளும் நேரடியாக சொர்க்கத்திலிருந்துதான் அவளுக்காக விழுந்திருப்பது போலத் தோன்றுகிறது. அதன்பிறகு, முதல்காரியமாக அவள் நகரத் திற்குப் போவதற்கு வண்டிகொண்டுவரச் சொன்னாள். ஆழமான வெறுப்பை வெளிப்படையாகக் காட்டிக்கொள்வதை விடத் தாங்கள் கொடுமைப்படுத்தப்பட்டதைப் பகிரங்கமாக வெளிப் படுத்திக்கொள்வதிலேதான் இந்தப் பெண்கள் திருப்தியடைகிறார் கள் என்பதைச் சொல்லவே வேண்டியதில்லை. எல்லோருமே ஒருவகையில் அந்த மாதிரிதான்! நீ கவனித்திருக்கிறாயா...? பொது வாக இந்த மனித குலத்திற்கே பலர் முன்னிலையில் அவமானப் படுவதில் ஒரு விருப்பம் இருக்கத்தான் செய்கிறது! அதிலும் குறிப்பாகப் பெண்களுக்கு அந்தக் குணம் கொஞ்சம் அதிகம்தான்! அதுதான் அவர்களுடைய ஒரே ஒரு பொழுதுபோக்கு என்றுகூட நீ சொல்லிவிட முடியும்!"

அவனது பேச்சைக் கேட்டுக்கொண்டிருந்த ரஸ்கோல்னி கோவுக்கு ஒரு கட்டத்தில் அதனை வலுவில் முடித்துக்கொண்டு எழுந்து போய்விடலாமா என்று தோன்றத் தொடங்கியது. ஆனால் ஏதோ ஓர் ஆர்வத்தினாலும், வேறு ஏதோ ஒன்றை மன தினுள் கணக்கிட்டுக்கொண்டும் அந்த நேரத்தில் அவ்வாறு செய்வதை அவன் தவிர்த்துக்கொண்டிருந்தான்.

"உனக்குச் சண்டையிடுவதில் விருப்பமுண்டா?" என்று வேறு ஏதோ ஒரு யோசனையுடன் அவனைக் கேட்டான் ரஸ் கோல்னிகோவ்.

"இல்லை...! குறிப்பாக அப்படி ஒன்றுமில்லை" என்று அமைதியாகவே பதிலளித்தான் ஸ்விட்ரிகைலோவ். "மார்ஃபா பெத்ரோவ்னாவோடுகூட அப்படியெல்லாம் ஓயாமல் அடிதடி சண்டையிலெல்லாம் நான் இறங்கியதில்லை. நாங்கள் ஒன்றாய் வாழ்ந்த காலம் முழுவதுமே இணக்கத்தோடுதான் வாழ்க்கை நடத்திவந்தோம். அவளும் என்னிடத்தில் மிகவும் திருப்தியுற்ற வளாகத்தான் இருந்தாள். எங்களுடைய ஏழாண்டுக் கால மண வாழ்க்கையில் இதுவரையில் மொத்தம் இரண்டே இரண்டு தடவைகள்தான் சாட்டையைப் பயன்படுத்தியிருக்கிறேன். (மூன்றா

வது தடவையென்பது கிடையவே கிடையாது என்பது சந்தேகத்திற்கே இடமில்லாத உண்மை!) முதலாவது... எங்களது திருமணம் முடிந்த இரண்டு மாதங்களுக்குப் பிறகு, அதாவது இந்த நாட்டிற்கு வந்தவுடன்...! அடுத்தது, இந்தக் கடைசித் தடவை... அவ்வளவு தான்! என்னை ஒரு ராட்சசன் என்றோ, மூர்க்கத்தனமாகச் செயல்படுபவன் என்றோ, அடிமைகளை விரட்டும் கொடுமைக்காரனைப் போன்றவன் என்றோ நீ நினைத்துக்கொண்டிருக்கிறாயா என்ன? ஹா... ஹா! அது போகட்டும், உனக்கு இந்த விஷயம் ஞாபகம் இருக்கிறதா, ரோடியன் ரொமனோவிச்? சில வருஷங்களுக்கு முன்னால் எல்லா விஷயங்களையுமே மிகையாகப் பகிரங்கப்படுத்துவது என்பது அதிகமாக இருந்த அந்த நாட்களில், உயர்ந்த மனிதரென்று பெயரெடுத்த ஒருவர், இரயில் பெட்டியில் ஒரு ஜெர்மானியப் பெண்ணைத் துன்புறுத்தியதற்காகப் பத்திரிகைகள் வழியாக எந்த அளவுக்கு கேவலப்படுத்தப்பட்டார்* என்பது உனக்கு நினைவிருக்கிறதா? கிட்டத்தட்ட அதே நேரத்தில், அதே ஆண்டில் என்றுதான் நினைக்கிறேன், இந்த நூற்றாண்டுக்கே அவமானம் தரும் சம்பவமும் நடந்தது! 'எகிப்திய இரவு*'களைப் பற்றி உனக்கு நினைவிருக்குமென்று நினைக்கிறேன்! பொதுமக்கள் எல்லோரும் படிக்கும்படியாக அது வெளியானது...! (ஓ... எங்கள் இளமையின் பொற்காலமெல்லாம் எங்கே போனதோ?) இப்படியெல்லாம் பெண்களைக் கொடுமைப்படுத்திய மனிதர்கள் மீது எனக்கொன்றும் ஆழமான அனுதாபமெல்லாம் ஒன்றுமில்லை! சொல்லப்போனால், அதில் அனுதாபப்படும்படியாக என்ன இருக்கிறது? ஆனால் அதே நேரத்தில், எப்பொழுதாவது சில சமயங்களிலாவது நம்மைத் தூண்டிவிடக்கூடிய ஜெர்மானியர்களை நாம் எதிர்ப்படத்தான் செய்கிறோம் என்பதையும் என்னால் சொல்லாமல் இருக்க முடியவில்லை. இந்தக் கேள்விக்கு எந்த முற்போக்குவாதியாலும்கூடத் தனக்குத் தானே பதில் சொல்ல முடியாது என்றுதான் நான் நினைக்கிறேன். இந்த விஷயத்தை இப்படி ஒரு கண்ணோட்டத்திலிருந்து எவரும் பார்த்ததில்லை. ஆனால், சொல்லப் போனால் இதுதான் உண்மையிலேயே மனிதாபிமானப் பார்வை. ஆமாம், உண்மையாகவே இதுதான் அப்படிப்பட்ட பார்வை!"

---

* கோஸ்ஸியானோவ் என்பவர், சகபயணியாக இருந்த பெண்ணை அவமானப்படுத்திய நிகழ்வு பற்றிய குறிப்பு. 1860–ஆம் ஆண்டில் பத்திரிகைகளில் அதிகமாக இடம் பெற்று வந்த 'வசை எழுத்து'க்கு இது உதாரணம்.

* எகிப்திய இரவுகள்: புஷ்கின் எழுதிய எகிப்திய இரவுகளைப் பாவனைகளுடன் வாய்விட்டுப் படித்ததற்காக திருமதி டால்மகோவா என்ற பெண், பத்திரிகைகளில் கண்டனம் செய்யப்பட்டார்.

இப்படிச் சொல்லிவிட்டுத் திடீரென்று, முன் போலவே ஒரு வஞ்சகச் சிரிப்பு சிரித்தான் ஸ்விட்ரிகைலோவ்.

இந்த மனிதன், தன் மனதில் எதையோ ஒன்றை உறுதியாக முடிவு செய்துகொண்டுதான் இங்கு வந்திருக்கிறான் என்பதையும், அதை அவ்வளவு சுலபத்தில் அவன் வெளியே விட்டுவிடப் போவதில்லை என்பதுவும் ரஸ்கோல்னிகோவுக்கு மிகத் தெளிவாக விளங்கியது.

"ரொம்ப நாட்களாக, பேச்சுத் துணைக்குக்கூட ஆளில்லாமல் நீங்கள் இருந்திருக்க வேண்டும் என்று நான் நினைக்கிறேன். அப்படித்தானே?"

"மிகச் சரியாகச் சொன்னாய். சுத்தமாக எவருமே இல்லை! ஏன்... பழகுவதற்கு நான் மிகவும் சுலபமானவனாக இருப்பது உனக்கு ரொம்பவும் ஆச்சரியமாக இருக்கிறதா?"

"இல்லை. அளவுக்கு மீறிய உங்களது அமைதியான இயல்புதான் எனக்கு வியப்பைக் கொடுக்கிறது!"

"காரணம் உன்னுடைய முரட்டுத்தனமான கேள்விகளை நான் தவறாகவே எடுத்துக்கொள்ளவில்லை... அதுதானே? ஆனால் நான் ஏன் தவறாக எடுத்துக்கொள்ள வேண்டும், மன வருத்தப்பட வேண்டும்? ஏதோ நீ கேட்டாய்... அதற்கு நான் பதில் சொன்னேன். அவ்வளவுதான்!" வியப்பூட்டும் விதத்தில், கொஞ்சம்கூட விகல்பமில்லாத பாவனையில் அவன் சொன்னான். "இதோபார், எதன் மீதும் எனக்கு விசேஷமான விருப்பம் என்று எதுவுமே கிடையாது!" என்றபடி தொடர்ந்து இயந்திரத் தனமாகப் பேசிக்கொண்டு போனான் அவன்: "குறிப்பாகச் சொன்னால் இப்போது எனக்கு எந்த ஆர்வமுமே இல்லை. எந்த வேலையும் இல்லை! நீ எந்த அளவுக்கு அதை நம்புகிறாயோ, அதைப் பற்றி எனக்குக் கவலையில்லை. உன் சகோதரியை ஒரு விஷய மாகப் பார்க்கவேண்டுமென்று நான் சொன்னதால் எனக்கு ஏதாவது உள்நோக்கம் இருக்கக்கூடுமென்றுகூட நீ நினைக்கலாம்! ஆனால், நான் வெளிப்படையாக ஒத்துக்கொள்கிறேன். கடந்த மூன்று நாட்களாகச் செத்துப் போகலாமா என்று எண்ணக்கூடிய அளவுக்கு நான் சலிப்படைந்துவிட்டேன்! அதனால்தான் உன் னோடு பேசிக்கொண்டிருப்பது எனக்கு மகிழ்ச்சியைத் தருகிறது! இதைக் கேட்டுக் கோபப்படாதே, ரோடியன் ரொமனோவிச்! நீயேகூட ஏதோ ஒருவகையில் வினோதமாகத்தான் தென்படுகிறாய். உனக்கு என்ன இஷ்டமோ, சொல்லிக்கொள்!

ஆனால் எனக்கென்னவோ இதோ இந்த நேரத்தில் உன்னிடம் ஏதோ 'வித்தியாசமாகப்படுவது' போலத்தான் தெரிகிறது...! 'இந்த நிமிஷத்தில்' என்று சொல்ல முடியாது... பொதுவாகச் சொல்லப் போனால் 'இப்போது' அப்படித் தோன்றுகிறது என்று சொல்ல லாம்! சரி... சரி... நான் அந்தப் பேச்சைத் தொடரப் போவ தில்லை! நீ அப்படி முறைக்காதே! உண்மையில் நீ நினைத்துக் கொண்டிருக்கிற மாதிரி நான் ஒன்றும் கரடி மனுஷனில்லை!"

ரஸ்கோல்னிகோவ் அவனை மிகுந்த மனச் சோர்வுடன் உற்றுப் பார்த்தான்.

"நீங்கள் கரடியாக இல்லாமல் இருக்கலாம். ஆனால்..." என்று சொன்ன ரஸ்கோல்னிகோவ் மேலும் தொடர்ந்தான். "நான் இப்படி நினைக்கிறேன்! அதாவது, நீங்கள் நல்ல நடத்தையுள்ள மனிதனைப் போலத்தான் தெரிகிறீர்கள்! இல்லையென்றால்– ஒருவேளை சந்தர்ப்பத்திற்கு ஏற்றபடி அப்படி உங்களைக் காட்டிக் கொள்ளத் தெரிந்து வைத்திருக்கிறீர்கள் என்று நினைக்கிறேன்!"

"யாருடைய அபிப்பிராயத்தைப் பற்றியும் எனக்கு விசேஷ அக்கறை எதுவுமில்லை!" என்று கோபத்தோடு வறண்ட குரலில் பதிலளித்தான் ஸ்விட்ரிகைலோவ். "அப்படியிருக்கும்போது கொஞ்சம் கொச்சையான நடத்தையுடனேயே இருந்தாலும்தான் என்ன தவறு? அப்படிப்பட்ட 'பாவனை'தான் நமக்குள்ளே நிலவும் சூழ்நிலைக்கும் ஏற்றதாக இருக்கிறது. அதுவும் குறிப்பாக, இயல்பிலேயே நான் அப்படிப்பட்ட தன்மையுடையவனாக இருக்கும் நிலையில்..." என்று மற்றுமொரு சிரிப்புடன் சொன் னான் ஸ்விட்ரிகைலோவ்.

"நான் கேள்விப்பட்ட அளவில், உங்களுக்கு இங்கே நிறையப் பேரைத் தெரியுமென்று அறிந்து வைத்திருக்கிறேன். நிச்சயமாக உங்களுக்குத் 'தொடர்புகள்' இல்லாமல் இருக்கவே முடியாது என்பதும் எனக்குத் தெரியும்! அப்படியிருக்கும் போது, ஏதாவது ஒரு குறிப்பிட்ட நோக்கமில்லாமல் நீங்கள் என்னைத் தேடி ஏன் வரவேண்டும்?"

"எனக்கு இங்கே நண்பர்கள் இருக்கிறார்களென்பது உண்மை தான்" – என்றபடி முக்கியமான விஷயத்தைவிட்டு விட்டுப் பேசிக் கொண்டு போனான் ஸ்விட்ரிகைலோவ். "அவர்களில் சிலபேரை நான் சந்திக்கவும் செய்தேன். இந்த மூன்று நாட்களாக நான் இங்கேதான் சுற்றிக்கொண்டிருந்தேன். அவர்களை இதற்கு முன்னால் அறிந்து வைத்திருந்தபோது எப்படி இனங்கண்டுகொண் டேனோ அப்படியே இப்போதும் நான் கண்டேன். அவர்களும் அதேபோலத்தான் என்னையும் அடையாளம் கண்டுகொண்டி

ருப்பார்களென்று நினைக்கிறேன். அது முக்கியமான விஷயம்தான். காரணம், தோற்றத்தில் ஓர் ஏழையைப் போல எண்ண இடமில் லாதபடி நான் நாகரிகமான முறையில் உடை அணிந்திருக்கிறேன். அடிமை முறை ஒழிக்கப்பட்டதால்* எனக்கு எந்த வித்தியாசமும் ஏற்பட்டுவிடவில்லை. காடுகளிலிருந்தும், கழனிகளிலிருந்தும் வர வேண்டிய வருவாய் அதனால் சற்றும் குறைந்துவிடவில்லை. ஆனால், நான் என் நண்பர்களைப் போய்ப் பார்க்கப் போவ தில்லை! முன்பு அவர்களால் சலிப்புற்றுவிட்டிருக்கிறேன். இன்று, இங்கே நான் தங்கும் மூன்றாவது நாள். ஆனாலும் நான் எவரைப் பார்ப்பதற்காகவும் செல்லவில்லை! சே... இதுதான் எப்படிப்பட்ட நகரமாக இருக்கிறது? இந்த நகரம் எப்படி இந்த மாதிரி ஆகிப் போயிற்று என்று நீ எனக்குச் சொல்ல வேண்டும் என்று நான் ஆசைப்படுகிறேன். குமாஸ்தாக்களும், எல்லாவகையான புரட்சிக் காரர்களும் நிறைந்த நகரமாக இது ஆகிவிட்டது. எட்டு வருடங் களுக்கு முன்பு, என் இனிமையான நாட்கள் இங்கே கழிந்தபோது இதைப்பற்றியெல்லாம் நான் கவனிக்காமல் இருந்துவிட்டேன் என்பது நிஜம்தான்! இப்பொழுது சத்தியமாகச் சொல்கிறேன் 'உடற்கூற்றியல்' ஒன்றைத் தவிர வேறு எதன்மீதும் எனக்குச் சுத்தமாக நம்பிக்கை இல்லை!"

"என்னது? உடற்கூற்றியலா?"

"அரசியல் குழுக்கள், உணவுவிடுதிக் கூட்டங்கள், தலை முடியைப் பிய்த்துக்கொள்ள வைக்கிற விதத்தில் நீங்களெல்லாம் நடத்துகின்ற விவாதங்கள் என்று உங்கள் முற்போக்கான அணுகு முறைக்கு எந்த வகையில் சாட்சிகள் இருந்தாலும், அவை எல் லாமே நான் இல்லாமல் நடந்துவிட்டுப் போகட்டும்..." என்றான் ஸ்விட்ரிகைலோவ். ரஸ்கோல்னிகோவின் கேள்வியைப் புறந்தள்ளி விட்டு இவ்வாறு கூறிய அவன், மேலும் தொடர்ந்தான். "சீட்டு விளையாட்டில் தந்திரம் செய்து ஏமாற்றக்கூட இப்போது எனக்கு விருப்பமில்லை!"

"அப்படியென்றால் இதற்கு முன்னால் நீங்கள் அப்படி இருந்திருக்கிறீர்களா?"

"அப்படிச் செய்யாமலிருக்க எப்படி முடியும்? எட்டு வருஷத் திற்கு முன்னால், ஒரு பெருங்கூட்டமே அப்படி இருந்தோம்! எல் லோரும் உயர்வானவர்கள்தான். மதிக்கக்கூடிய அளவு கண்ணிய மானவர்கள்தான். எங்கள் பொழுதுகள் அப்போது மிக நன்றாகக்

---

* அடிமை முறை ஒழிப்பு: 1861ஆம் ஆண்டு இயற்றப்பட்ட சட்டத்தின் படி அடிமைமுறை ஒழிக்கப்பட்டது. அடிமைகளின் உழைப்பைச் சார்ந்து வாழ்ந்து வந்த பல நிலக்கிழார்கள் அனைவரும் கடும் பாதிப்புக்குள்ளாயினர்.

கழிந்தன. எங்களில் பணக்காரப் பேர்வழிகள் உண்டு. கவிஞர்கள் உண்டு. உனக்குத் தெரியுமா? நாங்கள் எல்லோருமே மிக, மிக நாகரிகமான நடத்தைகளோடு இருந்தோம்! பொதுவாகச் சொல்லப் போனால் நம்முடைய ரஷ்ய சமூகத்தில் மிகச் சிறந்த நடத்தைகள் யாரிடம் இருக்கின்றன தெரியுமா? யார் அதிகமாக அடி வாங்கிப் பழக்கப்பட்டிருக்கிறார்களோ அவர்களிடம்தான்! நீ அதைக் கவனித்திருக்கிறாயா? இப்போது நான் நாட்டுப் புறத்தில் வந்து விழுந்துவிட்டது உண்மைதான்! ஆனால் அந்த நாட்களில் 'நெஷின்' என்ற இடத்தைச் சேர்ந்த கிரேக்கன் ஒருவனிடம் கடனுக் காக அடிமைப்பட்டுக் கிட்டத்தட்ட சிறையில் இருப்பதைப் போலத்தான் இருந்தேன். பிறகு மார்ஃபா பெத்ரோவ்னாதான் அவனுடன் பேரம் பேசி முப்பதினாயிரம் வெள்ளி ரூபிள்களைத் தந்து என்னை அவனிடமிருந்து விலைக்கு வாங்கினாள். (நான் கொடுக்க வேண்டியிருந்த மொத்தத் தொகை எழுபதினாயிரம் ரூபிள்கள்) பிறகு நாங்கள் சட்டபூர்வமாக மணமுடித்துக்கொண் டோம். அவளும் என்னை ஒரு புதையலைப் போலத் தன்னுடைய கிராமத்துக்குக் கூட்டிக்கொண்டு போனாள். உனக்குத் தெரியுமா, அவள் என்னை விட ஐந்து வயது மூத்தவள்! என்னை அவள் மிகவும் நேசித்தாள். ஏழு வருடங்கள் அந்தக் கிராமத்தைவிட்டு நான் வேறு எங்குமே போகவில்லை. இதையும் கொஞ்சம் கவனித்துக்கொள்! அவளுடைய வாழ்நாள் முழுவதும் அவள் அந்தக் கடன் பத்திரத்தை – நான் அந்தக் கிரேக்கனுக்கு எழுதிக் கொடுத்திருந்த அந்தக் கடன் பத்திரத்தை – அவனிடமிருந்து என்னை மீட்டபோதுதான் வாங்கிப் பத்திரப்படுத்தியிருந்தாள். அதை எப்போதும் என் தலைக்கு மேல் தொங்கும் கத்தியாகவே வைத்துக்கொண்டிருந்தாள்! நான் ஏதாவது அவளை எதிர்த்து முரண்டு பிடிக்க எண்ணி முயற்சி செய்தால் அதை எனக்கு எதிரான பொறியாக வைத்து வளைத்துப் பிடிப்பதற்காகவே அப்படிச் செய்தாள்! நான் ஏதும் முரண்டு பிடித்திருந்தால் அப்படிச் செய்தும் இருப்பாள்! இந்தப் பெண்களைப் பார்த்தாயா? அவர்கள் நடந்துகொள்கிற விதம்தான் எப்படி ஒன்றுக்கொன்று பொருத்தமில்லாமல் இருக்கிறது?"

"அப்படி அந்தப் பத்திரம் மட்டும் அங்கே இல்லாமல் போயி ருந்தால் நீங்கள் அங்கிருந்து துண்டித்துக்கொண்டு ஓடியிருப் பீர்களா?"

"எனக்கு எப்படிச் சொல்வதென்று தெரியவில்லை. அந்தப் பத்திரம் எனக்கு உளைச்சலைத் தந்ததாகவே நான் நினைக்க வில்லை. வேறெங்கு செல்லவும் நான் விரும்பவில்லை. சிலவேளை களில் நான் சலிப்புற்றிருப்பதைப் பார்த்துவிட்டு, நான் எங்காவது

அயல்நாடுகளுக்குச் சென்றுவர வேண்டுமென்று ஒன்றிரண்டு தடவைகள் மார்ஃபா பெத்ரோவ்னாகூட எனக்கு ஆலோசனை சொன்னதுண்டு. ஆனால் அப்படிச் செய்வதால் என்ன பயன் கிடைக்கப் போகிறது? நான் முன்பும்கூட வெளிநாடுகளுக்குப் போனதுண்டு. ஆனால் எப்போதும் நான் அதை வெறுத்தேதான் வந்திருக்கிறேன். ஏனென்று சொல்ல எனக்குத் தெரியவில்லை!"

"நேபிள்ஸின் கடற்கரையில் நின்றுகொண்டு, பொழுது புலரும் காட்சியை நீ பார்த்தாயென்றால், ஏனோ உனக்கு ஒரு வருத்தம் ஏற்பட்டுவிடும். அதிலும்கூட மிக மோசமானது என்ன தெரியுமா...? நிஜமாகவே ஏதோ ஒன்றை இழந்துவிட்டு, அதற் காக வருந்துகிற சோகத்துக்கு நீ ஆட்பட்டு விடுவாய்...! அதற்குப் பேசாமல் நீ உன் சொந்த நாட்டிலேயே இருந்துவிடலாம்! இங்கேயாவது ஒவ்வொன்றுக்கும் ஒருவர் மற்றவரைக் குற்றம் சொல்லிக்கொண்டும், தனக்குத்தானே அதற்குச் சமாதானம் சொல்லிக்கொண்டும் இருக்க முடியும்! ஒருவேளை வட துருவத் திற்குச் செல்லும் சவாலான சோதனைப் பயணத்தில் நானும்கூடச் சேர்ந்துகொள்ளலாம். காரணம் குடிப்பதிலும் எனக்கு விருப்ப மில்லை! ஆனால் நான் குடிக்காமல் விட்டுவிட்டது என்று எதுவு மில்லை. எல்லாவற்றையுமே நான் முயற்சித்துப் பார்த்திருக்கிறேன். அவற்றைப் பற்றி அறிந்தும் இருக்கிறேன். அதுசரி! உன்னிடம் ஒன்றைப் பற்றி நான் விசாரிக்க வேண்டும். 'யூசுபோவ்' தோட்டத்தில், வரும் ஞாயிறன்று 'பெர்க்*' என்பவர் மிகப் பெரிய பலூனில் விண்வெளிப் பயணம் கிளம்பப் போவதாகவும், சில பிரயாணிகளையும்கூட ஒரு சோதனை முயற்சியாக அழைத்துச் செல்லப் போவதாகவும் சொல்லிக்கொள்கிறார்களே... நிஜம் தானா?"

"ஏன் நீங்களும் மேலே செல்லப் போகிறீர்களா?"

"நானா...? இல்லை... இல்லை... நான் சும்மா கேட்டேன் அவ்வளவுதான்!" – வேறு எதையோ யோசித்துக்கொண்டிருப்ப வனைப் போலக் காணப்பட்ட ஸ்விட்ரிகைலோவ் முணுமுணுத் தான்.

"இவன் உண்மையிலேயே இதில் ஆர்வம் உள்ளவனாக இருப்பானோ...? இவனுக்கு என்ன வேண்டும் என்று புரியவே இல்லை. இவன் பேசுவது எல்லாமே ஆச்சரியம் தரும் விஷயங் களாகவே இருக்கிறதே?" என்று தனக்குள் வியந்துகொண்டான் ரஸ்கோல்னிகோவ்.

---

* பெர்க்: பலூன் பயணங்களை செயிண்ட் பீட்டர்ஸ்பர்க் நகரில் ஏற்பாடு செய்து நடத்திக்கொண்டு வந்த மனிதர்.

"இல்லை! அந்தக் கடன் பத்திரம் ஒன்றும் எனக்குச் சங்கடத்தைத் தரவில்லை" என்று யோசித்தபடியே, முன்பு விட்ட இடத்திலிருந்து பேச்சைத் தொடர்ந்தான் ஸ்விட்ரிகைலோவ். "என் மனப்பூர்வமான விருப்பத்தோடுதான் நான் கிராமத்தில் தங்கியிருந்தேன். கிட்டத்தட்ட ஒரு வருஷத்திற்கு முன்பு என் பிறந்தநாளன்று மார்ஃபா பெத்ரோவ்னா அந்தக் கடன் பத்திரத்தை என்னிடம் திரும்பத் தந்துவிட்டதோடு, குறிப்பிடத்தக்க அளவு பணத்தையும் அதோடு கொடுத்தாள். 'உங்களை எந்த அளவுக்கு நான் நம்புகிறேன் தெரியுமா, அர்க்காதி இவானோவிச்?' இவைதான் அவள் சொன்ன அதே வார்த்தைகள்! இதே வார்த்தைகளைத்தான் அவள் பயன்படுத்தினாள் என்பதை நீ நம்பவில்லைதானே... ஆனால் உனக்குத் தெரியுமா...? அந்தக் கிராமப்புறப் பகுதியில் நான் உண்மையில் ஒரு கனவானாகவே மாறிப்போய்விட்டேன்! அந்தப் பகுதிகளில் வாழும் எல்லோருக்குமே என்னைத் தெரியும்! படிப்பதற்குச் சில புத்தகங்களையும்கூட நான் வரவழைத்தேன். முதலில் மார்ஃபா பெத்ரோவ்னா அந்த விஷயத்திற்குச் சம்மதித்துவிட்டாலும்கூட, நான் அளவுக்கு அதிகமாகப் படிக்கிறேனோ என்று எப்போதுமே பயந்துகொண்டிருந்தாள்!"

"மார்ஃபா பெத்ரோவ்னாவின் பிரிவினால் நீங்கள் மிக அதிகமாகப் பாதிக்கப்பட்டிருக்கிறீர்கள் என்று தோன்றுகிறது!"

"நான் அப்படியா தெரிகிறேன்...? இருக்கலாம்...! ஆமாம்... அப்படித்தானே இருக்க வேண்டும்? அது சரி... உனக்கு ஆவிகளின் மீது நம்பிக்கை உண்டா?"

"எந்த வகையான ஆவிகள்...?"

"வழக்கமாக நம்பப்பட்டுவரும் ஆவிகளைத்தான் நான் சொல்கிறேன்."

"உங்களுக்கு அதில் நம்பிக்கை இருக்கிறதா?"

"அது... அப்படிச் சொல்ல முடியாது...! ஆனால் ஒரேயடியாக இல்லையென்றும் அவற்றை நம்பவே இல்லையென்றும் சொல்லவும் முடியாது!"

"அவற்றில் ஒன்றையாவது நீங்கள் பார்த்திருக்கிறீர்களா?"

"சில வேளைகளில் மார்ஃபா பெத்ரோவ்னா கருணைகூர்ந்து என்னிடம் வருகை புரிவதுண்டு!" என்று சொல்லிவிட்டு உதட்டைச் சுழித்துக்கொண்டு வினோதமாகப் புன்னகை செய்தான் ஸ்விட்ரிகைலோவ்.

ஃபியோதர் தஸ்தயெவ்ஸ்கி

"நீங்கள் என்ன சொல்ல வருகிறீர்கள்? மார்ஃபா பெத்ரோவ்னா உங்களைப் பார்க்க வருகிறார்களா? நீங்கள் எதனால் இப்படிச் சொல்லுகிறீர்கள்?"

"அவள் இதுவரை மூன்று முறை என்னிடம் வந்து போயிருக்கிறாள். முதல்முறையாக, அவளுடைய இறுதிச்சடங்கு நடந்த அன்று, கல்லறையிலிருந்து நாங்கள் திரும்பி வந்த ஒரு மணி நேரத்திற்குப் பிறகு நான், அவளைப் பார்த்தேன். இங்கே நான் கிளம்புவதற்கு முதல் நாள் அது நிகழ்ந்தது! இரண்டாவது முறையாக, இங்கே வரும் வழியில், 'மலாயா விஷேரா' இரயில் நிலையத்தில் வைத்து நேற்று முன்தினம் அவளைப் பார்த்தேன். மூன்றாவதாக இரண்டு மணி நேரத்திற்கு முன்பு நான் தங்கியுள்ள அறையில் வைத்து...! நான் அப்போது தனியாகத்தான் இருந்தேன்!"

"அப்போது நீங்கள் விழித்திருந்தீர்களா?"

"நன்றாக விழித்திருந்தேன்! அந்த மூன்று முறையுமே நான் நல்ல விழிப்போடுதான் இருந்தேன்! அவள் வருகிறாள்... சில வார்த்தைகள் பேசுகிறாள்... வாசல் கதவு வழியே சென்று விடுகிறாள்...! எப்போதுமே கதவு வழியாகத்தான்...! அவள் வருவதையும், போவதையும் உன்னால் கேட்கக்கூட முடியும்!"

"அந்த மாதிரி ஏதோ ஓர் உணர்ச்சிதான் உங்களை ஆட்டிப் படைத்துக்கொண்டிருக்கிறது என்று நான் முதலிலேயே நினைத்தேன். எப்படி அவ்வாறு நான் நினைத்தேன் என்பது எனக்கே ஆச்சரியமாக இருக்கிறது."

திடீரென்று இவ்வாறு கூறிய ரஸ்கோல்னிகோவ், உடனடியாகத் தான் கூறிய அந்தச் சொற்களைக் கேட்டே ஆச்சரியமடைந்தான். அவன் மிகவும் உணர்ச்சிவசப்பட்ட மனநிலையில் இருந்தான். "நிஜமாகவா...? நீ அப்படி நினைத்தாயா....?" வியப்புற்றவனாக வினவினான் ஸ்விட்ரிகைலோவ். "சரி... சரி, அப்பொழுதே நான் சொல்லவில்லையா, நமக்குள் ஏதோ ஒற்றுமை இருக்கிறதென்று...?"

"நீங்கள் அப்படி ஒருபோதும் சொல்லவில்லை" - சற்றுச் சூடாகவும் சுருக்கென்றும் பதிலளித்தான் ரஸ்கோல்னிகோவ்.

"அப்படியா...? நான் சொல்லவில்லையா?"

"இல்லை."

"நான் அப்படிச் சொன்னதாக நினைத்துக்கொண்டு விட்டேன். சற்றுமுன் நான் உள்ளே வந்து, உன்னைப் பார்த்தபொழுது,

நீ படுத்துக் கண்களை மூடியபடி உறங்குவது போல நடித்தா யல்லவா... அப்போது உடனே எனக்குள்ளாகவே நான் சொல்லிக் கொண்டேன்... 'இவன்தான் அந்த மனிதன்' என்று."

'அந்த மனிதன்' என்று நீங்கள் எதைக் குறிப்பிடுகிறீர்கள்? நீங்கள் எதைப் பற்றித்தான் பேசிக்கொண்டிருக்கிறீர்கள்?" என்று கத்தினான் ரஸ்கோல்னிகோவ்.

"எதைப் பற்றி பேசுகிறேனா...? எனக்கே உண்மையில் அது தெரியவில்லையே!" என்று தனக்குத்தானே குழம்பிப் போனவ னாக முணுமுணுத்தான் ஸ்விட்ரிகைலோவ்.

அவர்கள் ஒருவரை, மற்றவர் உற்று நோக்கிக்கொண்டிருந்த அந்த வினாடி அமைதியாகக் கழிந்தது.

"என்ன அபத்தம் இது....?" என்று எரிச்சலான தொனியில் பேசத் தொடங்கிய ரஸ்கோல்னிகோவ், "அவள் உனக்கு முன்னால் தோன்றிய பொழுது எதைப் பற்றித்தான் பேசினாள்?" என்று எரிச்சலுடன் கேட்டான்.

"அவளா...? ஓ... அது வெறும் அபத்தமான குப்பை என்று நீ நினைக்கக்கூடிய ஒன்றுதான்! (மனிதர்கள் ரொம்பவும் வித்தி யாசமானவர்கள்தான்!) அதுதான் உண்மையாகவே என்னைக் கோபம்கொள்ளச் செய்கிறது! முதல்தடவை அவள் வந்தபோது நான் மிகவும் சோர்வாக இருந்தேன்! அவளுடைய இறுதிச் சடங்கு, இறந்த அவளது ஆத்ம சாந்திக்காகச் செய்யப்படும் திருப் பலி, பிரார்த்தனை, அதன்பிறகு சாப்பாடு எல்லாம் முடிந்து, படிக்கிற அறையில் நான் மட்டும் தனியாக இருந்தேன். ஒரு சிக ரெட்டைப் பற்றவைத்துக்கொண்டு, எதையோ யோசித்துக் கொண்டு உட்கார்ந்திருந்தேன். அப்போது கதவருகே வந்து, அவள் பேசினாள். 'அர்க்காதி இவானோவிச்! இன்றைக்கு இருந்த மனத் தடுமாற்றங்களினாலும், குழப்பங்களினாலும் நீங்கள் சாப்பாட்டு அறையிலுள்ள கடிகாரத்திற்குச் சாவி கொடுக்க மறந்துவிட்டீர்கள்' என்று சொன்னாள்! ஆமாம், இந்த ஏழாண்டுக் காலமும் நான் தான் அந்தக் கடிகாரத்திற்கு வாரம்தோறும் வழக்கமாகச் சாவி கொடுத்து வந்திருக்கிறேன். நான் மறந்து போனால் அப்போதெல் லாம் அவள்தான் எனக்கு அதனை நினைவூட்டுவாள். மறுநாள் நான் இங்கே புறப்பட்டு வந்துகொண்டிருந்தேன். காலையில், பொழுது நன்றாக விடிந்த பிறகு, ஓர் இரயில் நிலையத்தில் இறங்கி காப்பி அருந்தினேன். இரவு முழுவதும் தூக்கக் கலக்கத்துடன் – தூங்காமலேயே இருந்ததனால் அப்போது கண்களில் எரிச்சலும், தூக்கமுமாக இருந்தது. மிகவும் களைப்போடு இருந்ததால் என்னால் கண்களைச் சரியாகக்கூடத் திறக்க முடியவில்லை.

நிமிர்ந்து பார்த்தால், திடீரென்று கையில் சீட்டுக் கட்டோடு மார்ஃபா பெத்ரோவ்னா என் அருகே அமர்ந்திருந்தாள். 'நீங்கள் மேற்கொண்டிருக்கும் பிரயாணத்தின் எதிர்காலப் பலனை நான் சொல்ல வேண்டுமென்று ஆசைப்படுகிறீர்களா அர்க்காதி இவானோவிச்?' என்று அவள் என்னைக் கேட்டாள். வருங்காலத்தைக் கணித்துச் சொல்வதில் அவள் ரொம்பவும் கெட்டிக்காரி! ஆனாலும் அப்போது அதைப்பற்றி அவளைச் சொல்ல நான் அனுமதிக்கவில்லை. அதற்காக ஒருபோதும் என்னை நான் மன்னிக்கவே முடியாது. நான் பயத்தோடு அங்கிருந்து விரைந்து வந்து விட்டேன். புகைவண்டி கிளம்புவதற்கான மணி அப்போது அடித்துவிட்டதென்பதும் உண்மைதான்! இன்றைக்கு, ஓர் உணவு விடுதியிலிருந்து வரவழைத்திருந்த மிக மோசமான சாப்பாட்டை வயிறுமுட்டச் சாப்பிட்டுவிட்டு, நான் புகைபிடித்துக்கொண்டு உட்கார்ந்திருந்தபோது, மார்ஃபா பெத்ரோவ்னா திடீரென்று வந்தாள். மிகப் புதிய பட்டாடை ஒன்றை அவள் அணிந்திருந் தாள். 'மதிய வணக்கம் அர்க்காதி இவானோவிச்! எப்படி இருக் கிறது என் உடை? உங்களுக்குப் பிடித்திருக்கிறதா? அனீஸ்காவுக்கு இந்த மாதிரியெல்லாம் தைக்கத் தெரியாது!' என்று சொன்னாள். (எங்கள் கிராமத்தில், எங்களுக்கு ஆடைகளைத் தைத்துத் தருபவள் தான் அனீஸ்கா. அவள் முதலில் சமையல் வேலைகள்தான் பார்த்துக்கொண்டிருந்தாள். பிறகு இந்தத் தொழிலை மாஸ்கோவில் பழகிக்கொண்டாள்... ஓர் அழகான பெண்தான் அவள்!) மார்ஃபா பெத்ரோவ்னா எனக்கு முன்னால் நின்றுகொண்டு, வட்டமாக திரும்பித் திரும்பித் தன் உடைகளைக் காட்டினாள். நான் அவளது உடைகளை மிகவும் கவனமாகப் பார்த்தபடி 'இப்படிப்பட்ட அற்பமான விஷயங்களுக்காக என்னைத் தேடி வருவதற்கு நீ ஏன் உன்னைச் சிரமப்படுத்திக்கொள்ள வேண்டும், மார்ஃபா பெத் ரோவ்னா!' என்று அவளைக் கேட்டேன். பிறகு வேண்டுமென்றே அவளைச் சீண்டுவதற்காக நான் இப்படிக் கூறினேன்: 'மார்ஃபா பெத்ரோவ்னா, நான் திருமணம் செய்துகொள்ள வேண்டுமென்று ஆசைப்படுகிறேன்!' அவள் அதற்கு பதிலும் சொன்னாள்: "அது உங்களைப் பொறுத்தது அர்க்காதி இவானோவிச்! ஆனால், மனைவியின் சடலம் சரியாகக்கூடப் புதை குழிக்குள் செல்வதற்கு முன்னால் இப்படி விரைந்து மறுமணம் செய்துகொள்வதை மதிப் பிற்குரிய செயலாக ஏற்றுக்கொள்ள முடியாது! சரியான ஒரு துணையைத் தேடிக்கொள்ள முடியும் என்று நீங்கள்கூட ஒரு வேளை நம்பிக்கொண்டிருக்கலாம்... ஆனால் அது நடக்காது! அது சரியில்லை. அவளுக்கோ அல்லது உங்களுக்கோ அதனால் எந்த நன்மையும் கிடைக்காதென்று நான் அறிந்து வைத் திருக்கிறேன். அப்படி நீங்கள் செய்தால், நல்ல மனிதர்களெல்லாம் உங்களைப் பார்த்து நகைக்கவே செய்வார்கள்!" – அதன்பிறகு

அவள் கிளம்பிச் சென்றுவிட்டாள். அவளது அங்கியின் சலசலப்பை நான் கேட்டதாகக்கூட எனக்குத் தோன்றியது. இது உனக்கு வெறும் அபத்தமாகத் தோன்றவில்லையா?"

"ஒருவேளை இவையெல்லாம் நீங்கள் சொல்லும் பொய் களாகக்கூட இருக்கலாமல்லவா?" என்று பதில் சொன்னான் ரஸ்கோல்னிகோவ்.

"பொதுவாக நான் இப்படியெல்லாம் பொய் சொல்லுவ தில்லை" என்று எங்கோ பார்த்து யோசனை செய்தபடியே மிகச் சாதாரணமாகச் சொன்னான் ஸ்விட்ரிகைலோவ். ரஸ்கோல்னி கோவின் கேள்வியிலிருந்த முரட்டுத்தனத்தை அவன் கவனிக்கவே இல்லை. "இதற்கு முன்னால் இப்படிப்பட்ட அருவமான தோற்றங் களை நீங்கள் கண்டதில்லையா?"

"ஆறுவருடங்களுக்கு முன்பு, என் வாழ்நாளில் ஒரே ஒரு தடவை நான் பார்த்திருக்கிறேன்! எனக்கு ஃபில்கா என ஒரு வேலைக்காரன் இருந்தான். அப்போதுதான் அவனைப் புதைத்து விட்டு வந்திருந்தோம். நான் மறதியாக அவன் இருப்பதாக நினைத்து அவன் பெயரைச் சொல்லி அழைத்தேன். 'ஃபில்கா, எனது புகைபிடிக்கும் பைப் எங்கே' என்று நான் கத்தினேன். அவன் உள்ளே வந்து, வழக்கமாக நான் பைப்புகளை வைக்கும் அலமாரிக்கு அருகிலே சென்றான். நான், என் மீது அவன் பழி தீர்த்துக்கொள்வதாக நினைத்துக்கொண்டேன். காரணம், அவன் இறந்து போவதற்குக் கொஞ்சம் முன்புதான் எங்களுக்குள் பயங்கரச் சண்டை நடந்திருந்தது. 'எவ்வளவு தைரியம் இருந்தால் முழங்கையில் இவ்வளவு பெரிய ஓட்டையோடு எனக்கு முன்னால் வருவாய்...? இங்கிருந்து தொலைந்து போ, ராஸ்கல்!' என்று சத்தம் போட்டேன். திரும்பச் சென்ற அவன் மறுபடியும் வரவே இல்லை. மார்ஃபா பெத்ரோவ்னாவிடம் அப்போது அதைப் பற்றி நான் சொல்லவில்லை. அவனுடைய ஆத்மசாந்திக்காகப் பிரார்த்தனை செய்ய வேண்டுமென்று நான் விரும்பினேன். ஆனாலும் எனக்குச் சற்று அவமானமாகத்தான் இருந்தது!"

"நீங்கள் கட்டாயம் ஒரு டாக்டரைப் பார்க்க வேண்டும்!" என்றான் ரஸ்கோல்னிகோவ்.

"என்னிடத்தில் ஏதோ கோளாறு இருக்கிறது என்று எனக்கே தெரியும். நீ சொல்லித்தான் அது எனக்குத் தெரியவேண்டும் என்பதில்லை. உன்னை விடவும்கூட ஐந்து மடங்கு மிக நல்ல உடல்நலத் தோடுதான் நான் இருக்கிறேன் என்பது எனக்கே நன்றாகத் தெரியும். பொதுவாக, மனிதர்கள் ஆவிகளைப் பார்ப்பதுண்டு

என்பதை நீ நம்புகிறாயா என்று நான் கேட்கவில்லை. ஆவிகள் இருக்கின்றன என்பதை நீ நம்புவதுண்டா என்பதுதான் எனது கேள்வி!"

"இல்லை! நான் எதைக்கொண்டும் அதை நம்பமாட்டேன்!" என்று சற்றுச் சூடாகவே கத்தினான் ரஸ்கோல்னிகோவ்.

"மக்கள் வழக்கமாக என்ன சொல்கிறார்கள், தெரியுமா?" என்று தனக்குத்தானே பேசிக்கொள்வதைப் போலத் தலையைத் தொங்கப் போட்டுக்கொண்டு, கண்களைச் சாய்த்துக்கொண்டு ஓரப்பார்வை பார்த்தபடி முணுமுணுத்தான் ஸ்விட்ரிகைலோவ்: "நீ மிகவும் உடல்நலமின்றி முடியாமல் கிடக்கிறாய்..., அப்போது நீ உன் மனதில் என்ன நினைக்கிறாயோ, அதைப் பார்ப்பதைப் போல உனக்குத் தோன்றுகிறது..., அதாவது ஜுர வேகத்தில் மனம் செயல்படும்போது தோன்றக்கூடிய பிரமையான கனவுதான் அதுவே தவிர வேறொன்றுமில்லை என்றுதான் மக்கள் சொல்கிறார்கள்! ஆனால் அவர்கள் சொல்லுவது போல இல்லை யென்று உறுதியாக நான் மறுக்கிறேன். உனக்கு ஒன்று தெரியுமா...? நோயுற்றவர்களிடம்தான் ஆவிகள் தங்களை வெளிக் காட்டிக்கொள்கின்றன என்பதை நான் ஒத்துக்கொள்கிறேன். ஆனால்... அது எதை நிரூபிக்கிறது தெரியுமா? அவற்றால் ஆரோக்கியமானவர்களிடம் தம்மை வெளிப்படுத்திக்கொள்ள முடியவில்லை என்பதை மட்டும்தான்! அதைவைத்து ஆவிகள் என்ற ஒன்றே இல்லை என்று சொல்லிவிட முடியாது!"

"நிச்சயமாக ஆவிகள் இல்லை!" என்று எரிச்சலுற்றவனாக அழுத்தம் திருத்தமாகச் சொன்னான் ரஸ்கோல்னிகோவ்.

"இல்லையென்றா நினைக்கிறாய்...?" என்று சொன்ன ஸ்விட்ரிகைலோவ், ஆழ்ந்த யோசனையுடன், இவனைப் பார்த்துக் கொண்டிருந்தான். பிறகு தொடர்ந்து பேசத் தொடங்கினான்: "சரி, இப்படிக் கொஞ்சம் யோசித்துப் பார்ப்போம். (நீ இந்த இடத்தில் எனக்கு உதவ வேண்டும் என்று நான் விரும்புகிறேன்.) சொல்லப் போனால், மாய உருவெளித் தோற்றங்கள் என்பவை, வேறு உலகங்களின் கிழிசல் துண்டுகள்; சுக்கல் சுக்கலான கந்தல் துண்டுகள்; சிதறல்கள்; வேறு உலகங்களின் முதல் தொடக்கங்கள் அவை! இந்த மண்ணுலகைச் சேர்ந்த ஆரோக்கியமான ஒரு மனிதன், அவற்றை எதிர்ப்படுவதற்கு எந்தக் காரணமும் இல்லை! நல்ல உடல் நலமுள்ள அந்த மனிதன் இந்த மண்ணுலகின் ஓர் அங்கமாக இருக்கிறான். தனது வாழ்க்கையை முழுமையாக வாழ்ந்து முடிப்பதற்காகவும், ஓர் ஒழுங்கான வாழ்க்கையாகத் தனது வாழ்க்கை அமைவதற்காகவும் அவன் தன் கவனம் முழு வதையும் தனது மண்ணுலக வாழ்க்கையின் மீதுதான் செலுத்து

வான். வேறுவிதங்களில் அவனது கவனத்தைத் திருப்பமாட்டான். எனவே ஆவிகளைப் பற்றி அவன் அக்கறைகொள்ள மாட்டான். ஆனால், அவன் எப்போது உடல் நலம் குன்றிப் போகிறானோ, சராசரியான, பூவுலகத்திற்குப் பொருத்தமான அவனது உடல் எப்பொழுது பாதிப்பிற்கு ஆளாகிறதோ, அப்போதே அவனுக்கு மறு உலகத்திற்கான சாத்தியக்கூறுகள் தென்பட ஆரம்பித்துவிடு கின்றன. அவனது உடல்நிலை மேலும் மேலும் மோசமடையும் போது, அந்த மறு உலகத் தொடர்புகள் இன்னும் அதிகரித்துக் கொண்டே போகின்றன! ஒரு மனிதன் இறக்கும் நிலையில் அவன் முழுமையாக, அந்த மறு உலகத்திற்குள் பிரவேசித்தே விடுகிறான். இப்படி ஒரு வாதத்தை நான் நெடுநாட்களுக்கு முன்பே என் மனதினுள் உண்டாக்கி வைத்துவிட்டேன். எனக்குள் நானே விவாதித்தும் பார்த்துவிட்டேன். மரணத்திற்குப் பின்னாலுள்ள வாழ்வின் மீது உனக்கு நம்பிக்கை இருந்தால் நான் சொன்ன வாதங்களை நீ ஏற்றுக்கொள்ளக்கூடும்!"

"மரணத்தின் பின் உள்ள வாழ்க்கையை நான் நம்பவில்லை" என்றான் ரஸ்கோல்னிகோவ். ஸ்விட்ரிகைலோவ் சிந்தனையில் ஆழ்ந்தான்.

"மரணத்திற்குப் பிறகு மரணமுற்றவர்களின் ஆவிகள் போகும் இடத்தில் ஒன்றுமே இல்லையென்றால் அங்கே வேறென்ன இருக்கும்? சிலந்திப் பூச்சிகளோ அல்லது அது மாதிரி யான ஏதாவதோதான் அங்கே இருக்குமோ...?" என்று திடீரென்று ரஸ்கோல்னிகோவைப் பார்த்துக் கேட்டான் ஸ்விட்ரிகைலோவ்.

'இவன் உண்மையிலேயே ஒரு கிறுக்கன்தான்' என்று நினைத்துக்கொண்டான் ரஸ்கோல்னிகோவ்.

"அழிவற்ற தன்மை என்பதை அல்லது அழிவில்லாத உலகம் என்பதை எப்போதும், நமது எண்ணங்களுக்கு அப்பாற்பட்ட விரிந்து பரந்த ஓர் உலகமாகவே நாம் கற்பனை செய்து வந்திருக் கிறோம். அது ஏன் அப்படி விரிந்து பரந்த ஒன்றாக இருக்க வேண்டும்? அதற்குப் பதிலாகச் சிறிய அறையாக அது இருக்கக் கூடாதா, என்ன...? கிராமத்திலிருக்கும் ஒரு குளியலறையைப் போலக் கரிப்புகை படிந்து, புழுதி படர்ந்து ஒவ்வொரு மூலை யிலும் சிலந்திகளும் சிலந்தி வலைகளுமாக...! அழிவற்ற தன்மை யின் முழுமையாகக்கூட அது இருக்கலாம் அல்லவா? உனக்குத் தெரியுமா? சில வேளைகளில் நான் இப்படியும்கூட வேடிக்கையாக கற்பனை செய்து பார்த்திருக்கிறேன்!"

"ஆனால் நீங்கள் இன்னும் கொஞ்சம் பொருத்தமான தாகவும், ஏற்றுக்கொள்ளக்கூடியதாகவும், அதைவிட வசதியான தாகவும் ஓர் இடத்தைக் கற்பனை செய்தால் நன்றாக இருக்கும்!"

ஃபியோதர் தஸ்தயெவ்ஸ்கி • 575

என்று அவனுடைய பேச்சினால் மிகவும் சலிப்புற்றுப் போன ரஸ்கோல்னிகோவ் சொன்னான்.

"இன்னும் பொருத்தமானதாகவா...? இல்லை! இல்லை! நமக்குத் தெரிந்த வரையில் அதுதான் சரியானதாக இருக்கும்! ஒரு விஷயத்தை நீ தெரிந்துகொள், நான் நினைத்தால், அந்த இடத்தை வேண்டுமென்றேகூட, அப்படியே ஆக்கிவிடுவேன்!" என்று மர்மமாக ஒரு புன்னகை செய்தான் ஸ்விட்ரிகைலோவ்.

அவனுடைய அரக்கத்தனமான இந்தப் பதிலைக் கேட்டதும் ரஸ்கோல்னிகோவின் முதுகுத் தண்டு சில்லிட்டுப் போயிற்று. அவன் சற்று அச்சமாக உணர்ந்தான். தலையை உயர்த்தி, இவனையே முறைத்துப் பார்த்துக்கொண்டிருந்த ஸ்விட்ரிகைலோவ் திடீரென்று வாய்விட்டு உரக்கச் சிரித்தான்.

"சரி... அதை விடு! இப்போது இதைக் கொஞ்சம் யோசித்துப் பார்!" என்று திடீரென்று உரக்கக் கத்தினான் ஸ்விட்ரிகைலோவ். "அரை மணி நேரத்திற்கு முன்புவரை, நாம் ஒருவரை ஒருவர் பார்த்ததுகூட இல்லை. பிறகு ஒருவரை மற்றவர் ஒரு விரோதியைப் போலத்தான் பார்த்தோம்! நம்மிடையே இன்னமும்கூட முடிவுக்கு வராத கேள்வி ஒன்று அப்படியே அந்தரத்தில் ஊசலாடிக் கொண்டிருக்கிறது! அந்தக் கேள்வியை அப்படியே விட்டுவிட்டு எப்படிப்பட்ட அபத்தத்தையெல்லாம் நாம் பேசிக்கொண்டிருக் கிறோம் என்று கொஞ்சம் யோசித்துப் பார்! நமக்கிடையே ஏதோ ஓர் ஒற்றுமை, ஏதோ ஒரு சம்பந்தம் இருப்பதாக நான் முன்பு சொன்னது சரிதானே?"

ரஸ்கோல்னிகோவ் எரிச்சலோடு பேசத் தொடங்கினான்: "தயவுசெய்து நீங்கள் என்னைப் பார்க்க வந்தது எந்த நோக்கத் திற்காக என்பதை உடனடியாகச் சொல்கிறீர்களா? மேலும், நான் அவசரமாக வெளியே கிளம்பிக்கொண்டிருக்கிறேன்! உங்களுடன் இதற்கு மேலும் என்னால் நேரம் செலவழிக்க முடியாது! நான் வெளியே சென்றாக வேண்டும்."

"கட்டாயம் நீ புறப்பட்டுவிடலாம்! கட்டாயம், நீ புறப்பட்டு விடலாம்! சரி...! உன் சகோதரி அவ்தோத்யா ரொமனோவ்னா, பீட்டர் பெத்ரோவிச் லூசின் என்பவரை மணந்துகொள்ள விருக்கிறாள்... அப்படித்தானே?"

"தயவுசெய்து என் சகோதரியைப் பற்றியோ அல்லது அவளது பெயரைக் குறிப்பிட்டோ கேள்வி கேட்பதைக் கொஞ்சம் நிறுத்திக்கொள்கிறீர்களா? உண்மையிலேயே நீங்கள் ஸ்விட்ரி

கைலோவாக இருக்கும் பட்சத்தில், என் முன்னிலையில் அவள் பெயரை உச்சரிக்கும் துணிச்சல் உங்களுக்கு எப்படி வந்தது என்பதை என்னால் புரிந்துகொள்ள முடியவில்லை!"

"ஆமாம்...! அவளைப் பற்றிப் பேசுவதற்காகத்தானே நானே இங்கே வந்திருக்கிறேன்? அப்படியிருக்கும்போது அவள் பெயரைக் குறிப்பிடாமல் எப்படி இருக்க முடியும்?"

"அப்படியா...? ரொம்ப நல்லது! சொல்ல வந்த விஷயத்தை எவ்வளவு வேகமாகச் சொல்ல முடியுமோ அப்படியே சொல்லி முடியுங்கள்!"

"லூசினோடு அரைமணி நேரம் நீ கூட இருந்திருந்தாலோ, அல்லது அவனைப் பற்றிய உண்மையான தகவல்களைக் கேள்விப் பட்டிருந்தாலோ இதற்குள் அவனைப் பற்றி உன் மனதினுள் ஏதாவது ஒரு முடிவெடுத்து வைத்திருப்பாய் என்று நான் நம்பு கிறேன். என்னுடைய மனைவியின் வழியில் லூசின் எனக்கு ஒரு சொந்தக்காரனும்கூட என்பதை உனக்குத் தெரியப்படுத்திக்கொள் கிறேன். அவ்தோத்யா ரொமனோவ்னாவுக்கு அவன் பொருத்த மான ஜோடியில்லை. அவ்தோத்யா ரொமனோவ்னா மிகவும் பெருந்தன்மையோடும், தான் கொடுக்கப் போகிற விலை என்ன என்பதைப் பற்றி அறியாமலும், தன் குடும்பத்திற்காகத் தன்னையே தியாகம் செய்யத் துணிந்திருக்கிறாள் என்பதுதான் எனது அபிப்பிராயம். உன்னைப் பற்றி நான் கேள்விப்பட்ட வரையில் இந்தத் திருமண ஏற்பாடு அவளை அதிகம் பாதிக்காமல் இடை யிலேயே முறிந்து போனால் உனக்குச் சந்தோஷம்தான் என்று எனக்குத் தோன்றியது. இப்பொழுது உன்னை நேரடியாக அறிந்த பிறகு எனக்கு அது உறுதிப்பட்டு விட்டது!"

"இதெல்லாம் நீங்கள் அறியாமல் பேசுவது...! மன்னியுங்கள்! அறியாமல் என்பதுகூடத் தவறு! துடுக்குத்தனமாக நீங்கள் பேசிக் கொண்டிருப்பதாகத்தான் நான் நினைக்கிறேன்!" என்றான் ரஸ்கோல்னிகோவ்.

"நீ சொல்ல வந்தது என்னவென்றால், என்னுடைய நோக் கங்கள் சுயநலமானவை என்பதைத்தானே? கவலைப்படாதே, ரோடியன் ரொமனோவிச்! என்னுடைய ஆசைகள்தான் முக்கியமென்று நினைத்திருந்தால், இப்படி அப்பட்டமான முறை யில் என்னை நான் வெளிப்படுத்திக்கொண்டிருக்க மாட்டேன். நான் ஒன்றும் முழு மூடனில்லை! இந்தச் சந்தர்ப்பத்தில், வினோத மான மனோதத்துவ விஷயம் ஒன்றை உனக்குச் சொல்லுகிறேன், கேட்டுக்கொள்! சற்று நேரத்திற்கு முன்பு அவ்தோத்யா ரொம னோவ்னாவின் மீது நான் கொண்டிருந்த காதலை நியாயப்

படுத்திக்கொண்டிருக்கும்போது, அந்த விஷயத்தில் நான்தான் வஞ்சிக்கப்பட்டவன், பலியானவன் என்று என்னைப் பற்றியே நான் குறிப்பிட்டேன்... சரி... சரி... இப்போதாவது நீ அதைப்பற்றித் தெரிந்துகொள்ள வேண்டும்...! எனக்கு இப்பொழுது அவள் மீது காதல் என்ற உணர்வு துளிக்கூட இல்லை. எனக்கே அது சற்று வினோதமாகத்தான் இருக்கிறது. காரணம், முன்பு அவள் மீது எனக்கு வேறு வகையான உணர்வு இருந்தது..."

"அது எல்லாமே சோம்பேறித்தனம், கொழுப்பு மற்றும் மோசமான, கேவலமான புத்தியின் விளைவுகள்தான்!" என்று குறுக்கிட்டுச் சொன்னான் ரஸ்கோல்னிகோவ்.

"நல்லது... நான் கொழுப்பு அதிகமுள்ளவன்தான்! ஆனால் உன் சகோதரி மிகச் சிறப்பான இயல்புகளைக் கொண்டிருப்ப வளல்லவா...? அவற்றின் தாக்கம் என்னையும்கூடச் சிறிதள வேனும் பாதிக்காமல் இல்லை! ஆனால் இப்பொழுது நினைத்துப் பார்த்தால் அதெல்லாம் ஒன்றுமே இல்லையென்று தோன்று கிறது!"

"ரொம்ப நாட்களுக்கு முன்னாலேயே உங்களுக்கு அப்படித் தோன்றிவிட்டதா?"

"ஆமாம், ரொம்ப நாட்களுக்கு முன்பே அப்படித் தோன்றி விட்டது. ஆனாலும் செயிண்ட் பீட்டர்ஸ்பர்க்கிற்கு வந்து இறங் கியதும் அதாவது நேற்று முன்தினம்தான் எனக்கு அது உறுதி யாயிற்று! மாஸ்கோவிலிருந்தபோதுகூடப் பீட்டர்ஸ்பர்க்குக்கு வந்து அவ்தோத்யா ரொமனோவ்னாவைக் கைப்பிடிப்பதற்கு முழு முயற்சி செய்வது என்றும் லூசினை அவளுடைய பாதையிலிருந்து எப்படியும் விலக்கிவிடுவது என்றும்தான் நான் முடிவு செய்திருந் தேன். அந்த எண்ணத்துடனேயேதான் நான் புறப்பட்டும் வந்தேன்" என்றான் ஸ்விட்ரிகைலோவ்.

"இடையில் குறுக்கிடுவதற்குக் கொஞ்சம் மன்னித்துக்கொள் ளுங்கள்! தயவுசெய்து உங்கள் கதையைக் கொஞ்சம் சுருக்கமாகச் சொல்லிவிட்டு, இங்கே நீங்கள் வந்திருக்கும் நோக்கத்தைச் சொல்ல முடிந்தால் நல்லது. எனக்கு அவசர வேலையிருக்கிறது. நான் கொஞ்சம் வெளியே போக வேண்டும்." என்றான் ரஸ்கோல்னி கோவ்.

"அப்படியே சொல்கிறேன். உனக்கு அதைச் சொல்வதில் எனக்கு ரொம்ப மகிழ்ச்சிதான்! நான் இங்கு வந்தபிறகு, ஓர் உறுதி யான முடிவோடு... ஒரு பயணத்தை மேற்கொள்வது என்று தீர்மானித்தேன். அதற்கு முன்பாக, மிக அவசியமான, அடிப்படை யான சில ஏற்பாடுகளைச் செய்ய வேண்டி இருக்கிறது. என்

குழந்தைகள், தங்களது அத்தையுடன் தங்கிக்கொண்டுவிட்டார்கள். அவர்களுக்கு அங்கு வசதி வாய்ப்புகள் இருப்பதால் இனிமேல் நான் அவர்களுக்குத் தேவையில்லை. உண்மையிலேயே நான் அவ்வளவு நல்ல தகப்பனுமில்லை! ஒரு வருடத்திற்கு முன்பு, மார்ஃபா பெத்ரோவ்னா எனக்கென்று என்ன கொடுத்தாளோ அதைத்தான் எனக்காக நான் எடுத்துக்கொண்டிருக்கிறேன். அதுவே எனக்குப் போதுமானது! மன்னித்துக்கொள், இதோ விஷயத்துக்கு வந்துவிடுகிறேன். ஒருவேளை, நான் நினைத்திருக்கும் பயணத்தை நான் மேற்கொள்வதானால், அதற்கு முன்னால் லூசினோடு என் கணக்கைத் தீர்த்துக்கொள்ள வேண்டுமென்று நான் விரும்புகிறேன். அதற்கு அர்த்தம், அவனை நான் தீவிரமாக வெறுக்கிறேன் என்பதல்ல! ஆனால்... மார்ஃபா பெத்ரோவ்னா இப்படி ஒரு திருமண ஏற்பாட்டைத் திட்டமிட்டதால்தான் எங்களுக்குள் சண்டை ஏற்பட்டது. எனவே ஒரு வகையில் அதற்கு அவள்தான் காரணமாகிவிட்டாள். இப்பொழுது உன்னுடைய உதவியுடனும், ஒருவேளை உன்னுடைய முன்னிலையிலும்கூட அவ்தோத்யா ரொமனோவ்னாவைச் சந்தித்து உரையாட நான் விரும்புகிறேன்! லூசினோடு அவள் இணைவதால் அவளுக்கு எந்த நன்மையும் ஏற்படப் போவதில்லை என்பதையும், அதனால் அவளுக்குக் கேடுதான் விளையப் போகிறது என்பதையும் அவளி டம் முதலில் நான் சொல்லியாக வேண்டும். பிறகு, அண்மையில் நடந்த சில ரசாபாசமான விஷயங்களுக்காக அவளிடம் மன்னிப் பும் கேட்டுக்கொள்ள வேண்டும்! அப்புறம் அவளுக்கு நான் தரப்போகும் பத்தாயிரம் ரூபிள்களை என்னிடமிருந்து வாங்கிக் கொள்ளுமாறு அவளிடம் நான் மன்றாடிக் கேட்க வேண்டும். லூசினிடமிருந்து விடுபடும் காரியத்தை அந்தத் தொகை எளிமை யாக்கி விடும். அப்படி விடுபடுவதற்கான சாத்தியக்கூறு இருக்கு மானால் அவளுமே அதை வெறுக்கமாட்டாள் என்ற உறுதி எனக்கு இருக்கிறது!"

"உண்மையிலேயே நீங்கள் ஒரு பைத்தியம்தான்" என்று கூவினான் ரஸ்கோல்னிகோவ். கோபத்தைவிட வியப்பே அவனை மிகுதியாக ஆட்கொண்டிருந்தது. "என்ன துணிச்சல் இருந்தால் இப்படிப்பட்ட விஷயங்களையெல்லாம் உங்களால் பேச முடி கிறது?"

"இப்படி நீ அலட்டிக்கொள்வாயென்பது எனக்குத் தெரியும்! ஆனால், உள்ளபடி சொல்லப் போனால், நான் ஒரு பணக்கார னில்லை! ஆனாலும்கூட மிக எளிதாகப் பத்தாயிரம் ரூபிள்களை என்னால் தரமுடியும்! காரணம், நிச்சயமாக அந்தப் பணம் எனக்கு அவசியமில்லை. ஆமாம், நிச்சயமாக அது எனக்குத் தேவை யில்லை...! அவ்தோத்யா ரொமனோவ்னா அதை ஏற்றுக்கொள்ள

வில்லையென்றால்... அப்போது, முட்டாள்தனமான வேறுவழி களில் அதனை நான் செலவழிக்கக்கூடும்! நான் சொல்ல வந்த முதல் விஷயம் இதுதான்! இரண்டாவதாக நான் என்ன சொல் கிறேன் என்றால், என் மனசாட்சி மிகத் தெளிவாக இருக்கிறது. நான் இந்தப் பணத்தைக் கொடுக்க முன் வந்திருப்பதற்கு உண்மை யிலேயே எந்த ஒளிவுமறைவான உள்நோக்கமும் இல்லை. இதை நம்புவதும், நம்பாமல் இருப்பதும் உன் விருப்பத்தைப் பொறுத்தது! ஆனால் பின்னால் எப்போதாவது நீயும் அவ்தோத்யா ரொம னோவ்னாவும் இதிலுள்ள உண்மையைப் புரிந்துகொள்வீர்கள்! இதில் முக்கியமானது என்னவென்றால், நான் உன் சகோதரிக்கு விரும்பத்தகாத முறையில் சில தொந்தரவுகளைத் தந்திருப்பது உண்மைதான். ஆனாலும் அவள் மீது எனக்கு மிகவும் மரியாதை இருக்கிறது. அதனால் அவளுக்கு நான் செய்துவிட்ட தொந்தரவு களுக்காக வருத்தப்படுகிறேன். உண்மையாகவே அவளுக்கு ஏதாவது ஒரு நல்ல காரியம் செய்ய வேண்டும் என்றும் நான் ஆசைப்படுகிறேன். அதற்காக, நடந்து போன அசம்பாவிதமான அந்தச் செயலுக்காக என்னையே நான் விலை பேச வந்திருக் கிறேன் என்றோ, அதற்கு ஈடுகட்டும் முறையில் ஏதாவது விலை கொடுக்க வந்திருக்கிறேன் என்றோ அர்த்தமில்லை! இதை வைத்து அப்படி எண்ணிவிடக்கூடாது! என்னால் அவளுக்குத் தொல் லைகள் மட்டுமே ஏற்படும் என்ற அபிப்பிராயத்தை மாற்றி, என்னாலும் அவளுக்கு நன்மை செய்ய முடியும் என்பதை உணர வைப்பதுதான் என் நோக்கம்! உண்மையில் கோடியில் ஒரு துளியாவது கணக்குப் போட்டு இதை நான் செய்திருந்தாலும்கூட இப்படி வெளிப்படையாகச் செய்திருக்க மாட்டேன்! மேலும் ஐந்து வாரங்களுக்கு முன்னால்கூட அவளுக்கு இன்னும் அதிகமான பணத்தைக் கொடுக்க ஆயத்தமாக இருந்த நான், இப்போது வெறும் பத்தாயிரம் ரூபிள்களை மட்டும் அளிக்கவும் முன் வந்திருக்க மாட்டேன். அதுமட்டுமல்ல, சீக்கிரத்திலேயே நான் வேறொரு பெண்ணைத் திருமணம் செய்துகொள்ளவும் எண்ணி யிருக்கிறேன்! அவ்தோத்யா ரொமனோவ்னாவின் மீது எனக்கு ஒரு கண் இருக்கக்கூடும் என்ற சந்தேகம் உனக்கு இருக்குமானால் அதைப் போக்குவதற்கு இந்தத் தகவலே போதுமானதாக இருக்கும். முடிவாக நான் சொல்ல விரும்புவது இதுதான்! ஒருவேளை, அவள் லூசினை மணந்துகொண்டாலும் இதே பணத்தைத்தான் வேறொரு வகையில் பெற்றுக்கொள்ளப் போகிறாள்! கோபப் படாதே, ரோடியன் ரொமனோவிச்! தயவுசெய்து சிறிது நிதான மாகவும், அமைதியாகவும் யோசித்துப்பார்!” இதைச் சொல்லும் போது ஸ்விட்ரிகைலோவ் அளவு கடந்த நிதானத்துடனும் பொறுமையுடனும் காணப்பட்டான்.

"தயவுசெய்து கொஞ்சம் நிறுத்திக்கொள்கிறீர்களா? நீங்கள் இதற்கு எப்படி விளக்கம் தந்தாலும், இதை எப்படிப் பார்த்தாலும் – மன்னிக்கவே முடியாத உங்கள் அகம்பாவத்தைத்தான் இது காட்டுகிறது."

"கிடையவே கிடையாது! அப்படி இருக்குமானால், (இப்படிப்பட்ட) ஒரு மனிதன் (உலகில் தன்னோடு வாழும்) சக மனிதர்களுக்குத் தீமையைத் தவிர வேறெதுவுமே செய்ய முடியாது என்றல்லவா ஆகிவிடும்? அவனைப் பற்றிய மூடத்தனமான நம்பிக்கைகளால், மிகச் சிறியதொரு நல்ல காரியத்தைச் செய்யும் உரிமை கூட அவனுக்கு இல்லாமல் போய்விடுமே? ஓர் உதாரணத்திற்குச் சொல்லப் போனால், நான் இறந்து போனபிறகு, ஒருவேளை நான் எழுதி வைத்த உயில் வழியாக இந்தப் பணம் உன் தங்கைக்குக் கிடைப்பதாக இருந்தால், நிச்சயமாக அப்போது அவள் அதை மறுக்காமல் பெற்றுக்கொண்டுவிடுவாள் அல்லவா?"

"இல்லை, நிச்சயமாக அவள் அதை மறுத்துவிடுவாள்."

"இல்லை... அதை நான் நம்பத்தயாராக இல்லை! "வேண்டாம்" என்பதே பதிலாக இருந்தால், அதற்கு மேல் பேசுவதற்கு எதுவுமே இல்லை! ஆனால் பத்தாயிரம் ரூபிள்கள் என்பது, சமய, சந்தர்ப்பத்திற்கு மிகவும் நல்லது! எப்படியிருந்தாலும் தயவுசெய்து அவ்தோத்யா ரொமனோவ்னாவிடம் நான் சொன்னதை நீ தெரிவிக்க வேண்டுமென்று உன்னை மன்றாடிக் கேட்டுக்கொள்கிறேன்!"

"மாட்டேன்! நான் அதை அவளிடம் சொல்லப் போவதில்லை!"

"அப்படியானால், ரோடியன் ரொமனோவிச், இதைக் கேட்டுக்கொள்! அவளை நான் தனிப்பட்ட முறையில் சந்திக்க வேண்டியிருக்கும்! அது அவளுக்கு இன்னும் கூடுதலாகத் தொந்தரவு தருவதாகத்தான் இருக்கும்!"

"நான் அந்த விஷயத்தை அவளிடம் சொல்லிவிட்டால் அதன்பிறகு அவளைப் பார்க்க எந்த முயற்சியும் செய்ய மாட்டீர்கள் என்று எடுத்துக்கொள்ளலாமா?"

"எனக்கு என்ன சொல்வதென்றே தெரியவில்லை! ஒரே ஒரு தடவை அவளைப் பார்த்தே ஆக வேண்டுமென்று நான் மிக, மிக ஆசைப்படுகிறேன்!"

"அதற்கு வாய்ப்பே இல்லை!"

“மன்னித்துக்கொள்! உனக்கு நான் எப்படிப்பட்டவன் என்பது இன்னும் தெரியாதல்லவா? ஒருவேளை இப்பொழுது நாம் மிக நெருக்கமான நண்பர்களாகக்கூட ஆகிவிடலாம்!”

“நாம் இருவரும் நண்பர்களாக இருக்க முடியுமா? அப்படியா நீங்கள் நினைக்கிறீர்கள்?”

“ஏன் முடியாது?” என்று ஒரு புன்னகையுடன் கூறினான் ஸ்விட்ரிகைலோவ். புறப்பட ஆயத்தமாக எழுந்துகொண்டு, தன் தொப்பியைக் கையில் எடுத்துக்கொண்டான் அவன். “உண்மையாகவே அதிக நேரம் உன்னைத் தொந்தரவு செய்யும் எண்ணத்தோடு நான் இங்கே நிச்சயம் வரவில்லை. வேறெந்த உள் நோக்கத்தையும் மனதில் வைத்துக்கொண்டும் உள்ளே வரவில்லை. ஆனாலும் இன்று காலை உன் முகத்தைப் பார்த்து நான் அதிர்ந்து போய்விட்டதென்னவோ உண்மைதான்?”

“இன்று காலையில் என்னை நீங்கள் எங்கே பார்த்தீர்கள்?” – என்று சந்தேகத்துடன் நெளிந்தபடி அவனைக் கேட்டான் ரஸ்கோல்னிகோவ்.

“ஓ... தற்செயலாகத்தான் நான் உன்னைப் பார்த்தேன். என்னிடத்தில் உள்ள ஏதோ ஒரு குணம் உன்னிடத்திலும் காணப்படுவதாக நான் அப்போது முதல் ஆச்சரியப்பட்டுக்கொண்டிருக்கிறேன். கவலைப்படாதே, நான் ஒன்றும் அப்படிச் சலிப்பூட்டுகிற ஆள் கிடையாது. என்னோடு சீட்டு விளையாட்டில் கள்ளத்தனம் செய்யும் கூட்டாளிகளாக இருந்தவர்களோடுகூட நான் நன்றாகத்தான் பழகிவந்திருக்கிறேன்! என்னுடைய தூரத்து உறவினரான இளவரசர் ‘ஸ்வி பெய்’யை நான் எப்போதுமே அலுப்பூட்டியதில்லை. மேடம் ‘ப்ரிலுகோவ்’ தயாரித்த ஆல்பத்தில், ரபேஃலின் மடோனாக்களைப்பற்றி என்னால் எழுத முடிந்திருக்கிறது! ஒரு சின்ன இடைவெளிகூட இல்லாமல் மார்ஃபா பெத்ரோவ்னாவுடன் ஏழாண்டு காலம் நான் வாழ்க்கை நடத்தியிருக்கிறேன்! பழைய நாட்களில், வைக்கோல் சந்தையிலிருந்த ‘வியாஸெம்ஸ்கி’யுடைய வீட்டில் இரவுகளைக் கழிப்பது எனது வழக்கமாக இருந்தது... ஒருவேளை இப்போதும்கூட ‘பெர்க்’குடன் சேர்ந்து அவரது பலூனில் நான் பயணம் செல்லக்கூடும்!”

“நல்லது! மிகச் சரி! அப்படியென்றால், நீங்கள் சீக்கிரமே அதற்குக் கிளம்பிச் சென்றுவிடப் போகிறீர்களா?”

“என்னது... கிளம்பிச் செல்வதா?”

"ஆமாம்! அந்தப் பிரயாணத்திற்குத்தான்! நீங்கள்தானே இப்போது அதுபற்றிச் சொல்லிக்கொண்டிருந்தீர்கள்?"

"அந்தப் பிரயாணம்...? ஓ, ஆமாம், உன்னிடம் அதுபற்றிப் பேசினேன் அல்லவா? ஆனால், அது இன்னும் முடிவு செய்யப் படாத விஷயமாகத்தான் இருக்கிறது. ஆனால் நீ எதைப் பற்றிக் கேட்டுக்கொண்டிருந்தாய் என்பது மட்டும் உனக்குத் தெரிந்தால்..." என்று திடீரென்று உரத்த குரலில் கூறிவிட்டு ஒரு சிறிய சிரிப்புச் சிரித்தான் அவன்.

"ஒருவேளை அந்தப் பயணத்தை மேற்கொள்ளுவதற்குப் பதிலாக, நான் திருமணம்கூடச் செய்துகொள்வேனாக இருக்கும். அவர்களெல்லாம் எனக்குப் பொருத்தமான துணைக்காக முயற்சி செய்துகொண்டிருக்கிறார்கள்!"

"இங்கேயா...?"

"ஆமாம்!"

"அதற்கு உங்களுக்கு எப்படி நேரம் கிடைத்தது?"

"ஆனாலும் ஒருமுறை நான் அவ்தோத்யா ரொமனோவ் னாவைப் பார்க்க விரும்புகிறேன்! சரி, சென்று வரவா? ஓ, ஆமாம், நான் ஒன்றைச் சொல்ல மறந்துவிட்டேன்! மார்ஃபா பெத் ரோவ்னா எழுதிவைத்துவிட்டுப் போயிருக்கிற உயிலில் மூவாயிரம் ரூபிள்களை உன் சகோதரியின் பெயரில் எழுதி வைத்திருக்கிறாள் என்பதைத் தயவுசெய்து அவளிடம் சொல், ரோடியன் ரொம னோவிச்! இது, முழுக்கமுழுக்க உறுதியான உண்மையான விஷயம்! இறப்பதற்கு ஒரு வாரத்திற்கு முன்பு, என் முன்னிலையில் தான் மார்ஃபா பெத்ரோவ்னா இதற்கான ஏற்பாடுகளைச் செய்தாள்! இரண்டு, மூன்று வாரங்களுக்குள் அவ்தோத்யா ரொம னோவ்னா அந்தப் பணத்தைப் பெற்றுக்கொண்டுவிடமுடியும்!"

"நீங்கள் சொல்வது உண்மைதானா?"

"ஆமாம்! அவளிடம் அதுபற்றிச் சொல்! நல்லது, ரோடியன் ரொமனோவிச், நான் உனக்கு பணிவிடை செய்யும் ஓர் ஊழியன்! உனக்கு மிக அருகிலேயேதான் நான் தங்கியிருக்கிறேன், அதையும் தெரிந்துகொள்!"

விடைபெற்றுக்கொண்டு, அறைக்கு வெளியில் செல்லும் போது, கதவருகே வந்துகொண்டிருந்த ரஸுமிகின் மீது இடித்துக் கொண்டான் ஸ்விட்ரிகைலோவ்.

அத்தியாயம் – 2

நேரம் கிட்டத்தட்ட இரவு எட்டுமணியை நெருங்கிக் கொண்டிருந்தது. லூசின் வருவதற்குள் போய்ச் சேர்ந்தாக வேண்டு மென்று அவர்கள் பகலீயேவின் விடுதியை நோக்கி விரைந்து கொண்டிருந்தனர்.

அவர்கள் வீதியை அடைந்ததும், "யார் அவன்? ஏன் இங்கே வந்துவிட்டுப் போகிறான்?" என்று கேட்டான் ரஸுமிகின்.

"அவன்தான் ஸ்விட்ரிகைலோவ்! அவன் ஒரு பண்ணையார். அவன் வீட்டில் பணிமேற்பார்வை செய்பவளாக என் சகோதரி வேலை பார்த்துக்கொண்டிருக்கும் போதுதான், அவனால் அவமானப்படுத்தப்பட்டாள். அதனால்தான் அவள் அங்கிருந்து வெளியேறுமாறு நேர்ந்தது. உள்ளபடி சொன்னால், துனியா விடத்தில் தனது கணவன் கொண்டிருக்கும் காமவேட்கையையும், அது சார்ந்த அவனது நடவடிக்கைகளையும் பார்த்துவிட்டு, அவ னுடைய மனைவியான மார்ஃபா பெத்ரோவ்னாதான் என் சகோ தரியை வேலையிலிருந்து நிறுத்தித் திருப்பி அனுப்பிவிட்டாள். அதன்பிறகு அதே மார்ஃபா பெத்ரோவ்னா, துனியாவிடம் மன்னிப்பும் கோரினாள். இப்பொழுது அவள் திடீரென்று இறந்து விட்டாள். நாம் சற்று முன்புதானே அவளைப் பற்றிப் பேசிக் கொண்டிருந்தோம்? எனக்கென்னவோ அந்த மனிதனைப் பார்த் தால் பயமாக இருக்கிறது! அது ஏனென்று எனக்கே புரியவில்லை! மனைவியின் ஈமச்சடங்குகள் முடிந்தவுடனேயே அவன் செயிண்ட் பீட்டர்ஸ்பர்க் நகரத்திற்கு வந்துவிட்டான். அவனைப் பார்த்தால் மிகவும் விநோதமாகத்தான் தெரிகிறான். அவன் மனதுக்குள் ஏதோ ஒரு திட்டத்தை வைத்துக்கொண்டிருக்கிறான் என்றே தெரி கிறது. 'ஏதோ' ஒன்று தனக்குத் தெரிந்ததைப் போலக் காட்டிக் கொள்கிறான்! துனியாவை அவனிடமிருந்து பாதுகாத்தாக வேண்டும்! நான் அதைத்தான் உன்னிடம் சொல்ல வேண்டு மென்று நினைத்தேன். என்ன? நான் சொல்வதைக் கேட்டுக் கொண்டிருக்கிறாயல்லவா?"

"பாதுகாப்பதா? அவனால் அவ்தோத்யா ரொமனோவ்னாவை என்ன செய்துவிட முடியும்? நல்லது! இதை எனக்குச் சொன்னதற்கு நன்றி, ரோட்யா! நாம் அவளுக்குப் பாதுகாப்புத் தருவோம்! அது சரி! அவன் எங்கே தங்கியிருக்கிறான்?"

"அது எனக்குத் தெரியாது."

"அதைப் பற்றி அவனை ஏன் நீ கேட்கவில்லை? சே... சே! இப்படி ஆகிவிட்டதே? சரி, எப்படியும் நான் அவனைக் கண்டு பிடித்துவிடுவேன்!"

"நீ அவனைப் பார்த்தாயா?" என்று சிறிது நேர இடைவெளிக்குப் பின் கேட்டான் ரஸ்கோல்னிகோவ்.

"ஆமாம்! அவனை மிக நன்றாகவே பார்த்தேன். அவனது முகத்தை மிகத் தெளிவாக எனது மனதில் பதித்திருக்கிறேன். அவன் முகம், எனக்கு மிக நன்றாக நினைவிருக்கிறது. ஆயிரம் பேர் உள்ள கூட்டத்தில் அவன் இருந்தாலும்கூட அவனை என்னால் அடையாளம் கண்டுகொள்ள முடியும். முகங்களை நினைவு வைத்துக்கொள்ளும் நினைவுத்திறன் எனக்கு நிறையவே உள்ளது!"

மீண்டும் அவர்கள் அமைதியாகவே நடந்துகொண்டிருந்தனர். "ஹ்ம்... சரி" என்று முணுமுணுத்த ரஸ்கோல்னிகோவ் எங்கோ பார்த்துச் சிரித்தபடி சொன்னான்: "நான் என்ன நினைத்தேன், தெரியுமா? இன்னும்கூட அப்படித்தான் நினைக்கிறேன். ஒருவேளை... நான் அவனைப் பார்த்ததேகூடப் பிரமையோ என்றுதான் நினைத்துக்கொண்டிருக்கிறேன்."

"நீ என்ன சொல்கிறாய்? எனக்கு ஒன்றுமே விளங்கவில்லை.." என்றான் ரஸுமிகின்.

"அது சரி" என்று சொன்ன ரஸ்கோல்னிகோவ் உதட்டைச் சுழித்துக்கொண்டு, ஒரு வறண்ட புன்னகை செய்தான். "நீங்கள் எல்லோருமே எனக்குப் பைத்தியம் பிடித்துவிட்டது என்று நினைக்கிறீர்கள், அப்படித்தானே? ஒருவேளை அப்படித்தான் இருக்குமோ வென்று நானும்கூட இப்போது... நினைத்தேன். சற்றுமுன் நான் கண்ட அந்த மனிதன், நிஜமான மனிதன்தானா அல்லது ஓர் உருவெளித் தோற்றத்தைத்தான் நான் பார்த்தேனா என்றெல்லாம் என் மனதில் தோன்றிக்கொண்டிருக்கிறது."

"ஏன் அப்படிச் சொல்கிறாய்?"

"ஏன்...? யாருக்குத் தெரியும்...? ஒருவேளை எனக்கு நிஜமாகவே பைத்தியம்தான் பிடித்துவிட்டதோ என்னவோ? ஒரு

ஃபியோதர் தஸ்தயெவஸ்கி ● 585

வேளை, கடந்த சில நாட்களாக நடப்பதெல்லாமே என்னுடைய கற்பனைதானோவென்று தோன்றுகிறது...”

“ஐயோ, ரோட்யா! என்ன நீ மறுபடியும் இப்படிப் பேசத் தொடங்கிவிட்டாய்...? சரி, அவன் என்னதான் சொன்னான்? அவன் வந்த நோக்கம்தான் என்ன?”

ரஸ்கோல்னிகோவ் அதற்குப் பதிலொன்றும் சொல்லவில்லை. ரஸூமிகினும் சிந்தனையில் மூழ்கிப் போனவனாகக் காணப்பட்டான்.

“சரி, இப்போது எனது கதையை நீ கேள்” என்றபடி ரஸூமிகின் சொல்லத் தொடங்கினான்: “நான் வந்து உன்னைப் பார்த்தபொழுது நீ நல்ல தூக்கத்திலிருந்தாய். பிறகு நாங்கள் இரவுச் சாப்பாட்டை முடித்தோம். அப்புறம் நான் போர்ஃபிரியைப் பார்க்கச் சென்றேன். சமெடோவும்கூட அங்கே இன்னும் இருந்தான். நான் விஷயத்தைத் தொடங்க முயற்சி செய்தேன். ஆனால் அதனால் ஏதும் பயனிருப்பதாக எனக்குத் தோன்றவில்லை. விஷயத்தை எப்படிச் சொல்வது என்று எனக்குத் தெரியவில்லை. சொல்வதற்குச் சரியான வார்த்தைகள் எனக்குக் கிடைக்கவில்லை. அவர்கள் நான் சொல்வதைப் புரிந்துகொள்ளாதவர்களைப் போலவோ, புரிந்துகொள்ள முடியாதவர்களைப் போலவோ காணப்பட்டார்கள். அதைப் பற்றி அவர்கள் கவலைப்படவும் இல்லை. நான் போர்ஃபிரியை ஜன்னலருகே அழைத்துக் கொண்டுபோய், அவரிடம் தனியே பேச ஆரம்பித்தேன். ஆனால், மறுபடியும், அதுவும் எப்படியோ தவறாய்ப் போய்விட்டது. அவர் என்னைப் பார்க்கவில்லை; நானும் அவரைப் பார்க்கவில்லை! கடைசியாக அவரது முகத்துக்கு நேரே எனது முஷ்டியை உயர்த்தி, உறவுக்காரன் என்ற முறையில் உரிமையெடுத்துக்கொண்டு, அவரது மூளை வெளியே வரும் அளவுக்குக் குத்திவிடப் போவதாக மிரட்டினேன். அவர் எந்தவித உணர்ச்சியுமின்றி என்னைப் பார்த்தார். அவ்வளவுதான்...! இது எல்லாமே ரொம்ப முட்டாள்தனமாகத்தான் எனக்குத் தோன்றுகிறது! சமெடோவிடம் நான் ஒரு வார்த்தைகூடப் பேசவில்லை. ஆனால்... இதைக் கேள்...! உன் சம்பந்தமான விஷயங்களை இப்படிப்பட்ட செயல்களால் நான் கெடுத்துவிட்டேனோ என்று கொஞ்சம் பயந்தேன். ஆனால் கீழே இறங்கி வரும்போது மின்வெட்டைப் போல எனக்கு ஓர் எண்ணம் தோன்றியது. நாம் ஏன் இதைப் பற்றி இவ்வளவு கவலைப்பட்டுக்கொண்டிருக்கிறோம்? இதனால் உனக்கு ஏதேனும் ஆபத்து ஏற்படப் போகிறது என்றால் சரிதான். ஆனால், உண்மையில் பார்த்தால் இதற்கும், உனக்கும் என்ன வந்தது? உனக்கு அந்த விஷயத்தில் எந்த சம்பந்தமுமே இல்லாதபோது நாம் ஏன் வீணாகக் கவலைப்பட வேண்டும்? சரி... அவர்கள் எதையாவது

பிடித்துக்கொண்டு தொங்கட்டுமே, தலையைப் பிய்த்துக்கொள் ளட்டுமே! பிற்பாடு, நாம் அவர்களைப் பார்த்து நன்றாகச் சிரிப் போம்! நீ இருந்த இடத்தில் நான் இருந்திருந்தால் இன்னும்கூடக் கொஞ்சம் மர்மமான முறையில் அவர்களைக் குழப்பிவிட்டிருப் பேன்! பின்னால் அவர்களுக்கு எவ்வளவு அவமானமாகப் போகும்? சரி! எக்கேடு கெட்டும் தொலையட்டும்! பின்னால் ஒன்றுமே இல்லை என்று தெரிய வரும்போது, அவர்களை விட்டு விளாசிவிடுவோம்! ஆனால் இப்போது சும்மா அவர்களைப் பார்த்துச் சிரித்துக்கொண்டு மட்டும் இருப்போம்."

"சரி, அப்படியே செய்வோம்" என்று வெளியே பதிலளித்த ரஸ்கோல்னிகோவ். 'ஆனால் நாளைக்கு உண்மை தெரியவரும் போது நீ என்ன சொல்வாய்?' என்று தனது மனதிற்குள் நினைத்துக்கொண்டான். இந்த வினாடி வரைக்கும் இந்த எண்ணம் தன்னிடத்தில் தோன்றாமல் போனது அவனுக்கேகூட வினோதமாகத்தான் தோன்றியது. 'ஆமாம்! ரஸுமிகினுக்கு இந்த விஷயம் தெரிய வரும்போது அவன் என்ன நினைப்பான்?' என்று எண்ணியபடி அவன் முகத்தை உற்றுப் பார்த்தான் ரஸ்கோல்னி கோவ். ரஸுமிகின் போர்ஃபிரியைக் காணச் சென்ற விஷயத்தைப் பற்றி அறிந்துகொள்வதில் அவனுக்கு இப்போது ஆர்வம் குறைந்து போயிருந்தது. அதற்குள்ளாக வேறு எத்தனையோ விஷயங்கள் நடந்து முடிந்து விட்டதே...?

நடைபாதையில் லூசினைப் பார்த்துவிட்டு ஓட்டமும் நடையுமாக அவர்கள் அவனை நோக்கி வந்தனர். மிகச்சரியாக எட்டு மணிக்கு, அங்கு வந்து சேர்ந்திருந்த லூசின், அறையைத் தேடிக்கொண்டிருந்தான். மூவரும் ஒன்றாகவே அறை வாயிலை அடைந்தனர். மூவருமே ஒருவரை ஒருவர் நிமிர்ந்து பார்த்துக் கொள்ளவுமில்லை. முகமன் கூறிக்கொள்ளவுமில்லை. இளைஞர் களுக்கு முதலில் வழி கொடுக்கும் பண்பாட்டின்படி அவர்களுக்கு வழிவிட்டுச் சிலநொடிகள் வெளியே நின்றபடி தனது மேல் கோட்டைக் கழற்றிக்கொண்டிருந்தான் பீட்டர் பெத்ரோவிச். பல்கேரியா அலெக்ஸாண்ட்ரோவ்னா அறைக்கு வெளியே முகப் புக்கு வந்து லூசினை வரவேற்றாள். துனியா தன் சகோதரனை வரவேற்றுக்கொண்டிருந்தாள்.

பீட்டர் பெத்ரோவிச் உள்ளே நுழைந்து, நாகரிகமான முறை யில் இரு பெண்களுக்கும் தலைகுனிந்து வணக்கம் செலுத்தினான். ஆனாலும்கூட அவனது செயல்பாடுகள், இருமடங்கு இறுக்க மானதாகவும், வெறும் சம்பிரதாயத்துக்காகச் செய்வதுமாகத்தான் இருந்தன. திடீரென்று ஒரு பெரும் அதிர்ச்சிக்கு ஆளாகிப் போன வன் போலவும், அதிலிருந்து மீளமுடியாதவன் போலவும் அவன் தோன்றினான். பல்கேரியா அலெக்ஸாண்ட்ரோவ்னாவும்கூடச்

சற்று நிதானமில்லாமல், அமைதியிழந்தவளைப் போலவே காணப் பட்டாள். தேநீர் கொதித்துக்கொண்டிருந்த (சமோவார்) ஜாடி இருந்த மேசையைச் சுற்றிலும் இருந்த இருக்கைகளில் அவர்களை உட்காரச் செய்தாள். துனியாவும் லூசினும் மேசையின் எதி ரெதிர்ப் பக்கங்களில் ஒருவரை ஒருவர் பார்க்கும்படியாக அமர்ந்திருந்தனர். ரஸுமிகினும் ரஸ்கோல்னிகோவும், பல்கேரியா அலெக்ஸாண்ட்ரோவ்னாவுக்கு எதிரிலும், ரஸுமிகின் லூசினுக்கு அருகிலும் உட்கார்ந்திருந்தனர்.

நொடி நேரம் அங்கே அமைதி நிலவியது. பீட்டர் பெத் ரோவிச், தனது மேல் கோட்டிலிருந்து, 'கேம்பிரிக்' துணியிலான, வாசனைத் திரவியங்களின் மணம் பரப்பிக்கொண்டிருந்த கைக்குட்டையை எடுத்து அதில் தனது மூக்கை உறிஞ்சினான். தான் மிக நேர்மையான மனிதன் என்பதைப் போலவும், தனது கௌரவத்திற்குப் பங்கம் ஏற்பட்டுவிட்டதால் அதற்கான விளக் கத்தை நிர்ப்பந்தமாகப் பெற உறுதிகொண்டவனைப் போலவும் அவனது தோரணை காணப்பட்டது. அந்தக் கூடத்தில் உட்கார்ந் திருக்கும்போது, தன் தொப்பியைக்கூட எடுத்துக்கொள்ளாமல் இப்படியே எழுந்து போய்விடலாமா என்ற எண்ணம்கூட அவனுக் குள் தோன்றியது. அந்த இரண்டு பெண்களுக்கும் சற்றுக் கூர்மையாகவும், சற்று அழுத்தமாகவும் ஒரு பாடத்தைக் கற்றுக் கொடுக்க வேண்டும் என்றும், தனது கௌரவத்திற்குப் பங்கம் ஏற்படும்படியாக நடக்கத் துணிந்துவிட்ட அவர்களைத் தண்டிக்க வேண்டும் என்றும் ஓர் எண்ணம் நடைபாதையில் தன்னுடைய மேல்கோட்டைக் கழற்றிக்கொண்டிருந்தபோதே அவனது மனதில் உதித்துவிட்டது. ஆனால் அதை உடனடியாகச் செய்வதற்கு அவனால் முடியவில்லை. 'நிச்சயமற்ற நிலையை' அவன் எப் போதுமே விரும்புவதில்லை. அவன் நிச்சயப்படுத்திக்கொள்ள வேண்டிய – இன்னும்கூடத் தெளிவுபடுத்திக்கொள்ள வேண்டிய விஷயங்கள் அங்கே இருந்தன. அதற்கான விளக்கங்களை அவர்களிடமிருந்து அவன் பெற்றாக வேண்டும். அவன் இட்டி ருந்த கட்டளைகள் அப்பட்டமாக மீறப்பட்டிருக்கிறதென்றால் அதற்கு ஏதோ ஒரு காரணம் இருந்தாக வேண்டும். அது என்ன வென்பதை முதலில் அறிந்துகொள்வது நல்லது. அவர்களுக்குத் தண்டனை வழங்க இன்னும்கூட அவனுக்கு நேரம் இருக்கிறது. அது அவனது அதிகாரத்திற்கு உட்பட்டதுதான்.

"உங்கள் பயணம் இனிமையான முறையில் இருந்திருக்கும் என்று எண்ணுகிறேன்" என்று பல்கேரியா அலெக்ஸாண்ட்ரோவ் னாவைப் பார்த்தபடி சம்பிரதாயமாகப் பேச்சைத் தொடங்கினான் பீட்டர் பெத்ரோவிச்.

"ஆமாம், பீட்டர் பெத்ரோவிச்! கடவுளுக்கு நன்றி!"

"இதைக் கேட்க எனக்கு மகிழ்ச்சியாக இருக்கிறது. அவ்தோத்யா ரொமனோவ்னாவும் அதிகமாகக் களைப்படைந்து விடவில்லையல்லவா?"

"நான் இளம்பெண்! நல்ல சக்தியும் வலுவும் இருப்பதால் எனக்கொன்றும் களைப்பு ஏற்படவில்லை. அம்மாவுக்குத்தான் அதிகக் கஷ்டமாக இருக்கிறது!" என்று துனியா பதிலளித்தாள்.

"அதற்கு என்ன செய்ய முடியும்? நமது நாட்டின் இரயில் பாதைகள் மிகவும் நீளமானவை. நம்முடைய அன்னை பூமியான ரஷ்யா மிகப் பெரியது, மிகப் பரந்தது அல்லவா...? நேற்றே உங்களைப் பார்க்க வேண்டுமென்று நான் ஆசைப்பட்டேன். ஆனால் அது என்னால் முடியாமல் போய்விட்டது! குறிப்பிட்டுச் சொல்லும்படியாக எந்தச் சிரமமும் இல்லையல்லவா? எல்லாம் சரியாகத்தான் இருந்திருக்குமென்று நான் நினைக்கிறேன்."

"ஐயோ, அப்படியெல்லாம் ஒன்றும் சிரமம் இல்லை, பீட்டர் பெத்ரோவிச்! நாங்கள்தான் சற்று சோர்ந்து போனோம்" என்று சொன்னாள் பல்கேரியா அலெக்ஸாண்ட்ரோவ்னா. "ஆனால் கடவுள் மட்டும் நேற்று திமீத்ரி புரோகோஃபிச்சை எங்களுக்கு உதவியாக அனுப்பி வைத்திருக்காவிட்டால் எங்களுக்கு என்ன ஆகியிருக்குமென்றே தெரியாது. இதோ... இங்கிருக்கிறானே, இவன்தான் திமீத்ரி புரோகோஃபிச் ரஸுமிகின்," என்று லூசினிடம் அவனை அறிமுகம் செய்து வைத்தாள்.

"அந்த இனிமையான அறிமுகம் எனக்கு நேற்றே கிடைத்துவிட்டது!" என்று கொஞ்சம்கூட சினேகபாவம் இல்லாமல், ரஸுமிகினை ஓரப்பார்வை பார்த்தபடி முணுமுணுத்தான் லூசின். ரஸுமிகினும் அவனை வெறுப்போடு ஏறெடுத்துப் பார்த்துவிட்டு அமைதியானான். மனிதர்களோடு சேர்ந்திருக்கும் வேளைகளில் மிகவும் நாகரிகமாகவும், நளினமாகவும், சம்பிரதாயங்களை மிகவும் கண்டிப்பாகவும் கடைப்பிடிப்பவன்தான் பீட்டர் பெத்ரோவிச். ஆனால் அவனது விருப்பத்திற்கு எதிராக ஏதாவது நடந்துவிட்டால் அப்போது அவன் உற்சாகத்தை முற்றிலுமாக இழந்து ஒரு மண்ணைப் போலத் தோற்றமளிப்பான். அந்த வேளைகளில் அவன் ஊக்கமாகவே இருக்க மாட்டான்.

மீண்டும் அங்கே மௌனம் கவ்விக்கொண்டது. வேண்டுமென்றே பிடிவாதத்துடன் பேசாமலிருந்தான் ரஸ்கோல்னிகோவ். அந்த நேரத்தில் அவ்தோத்யா ரொமனோவ்னாவுக்கும் அவ்வளவாகப் பேச விருப்பமில்லை. அவர்களிடம் பேசுவதற்கு ரஸுமிகினுக்கும் விஷயம் எதுவுமில்லை. பல்கேரியா அலெக்ஸாண்ட்

ரோவ்னா அந்தச் சூழ்நிலையைப் பார்த்துச் சற்றுப் பதற்றப்படத் தொடங்கியிருந்தாள்.

"மார்ஃபா பெத்ரோவ்னா இறந்துவிட்டாள் என்ற செய்தி உங்களுக்குத் தெரியுமல்லவா?" என்று, அந்த விஷயத்தை வைத்துப் பேச்சைத் துவக்கினாள் பல்கேரியா அலெக்ஸாண்ட்ரோவ்னா.

"அதைப்பற்றி எனக்குத் தெரியாமல் போய்விடுமா என்ன? முதன் முதலாக அந்த விஷயத்தைக் கேள்விப்பட்ட மிகச் சிலரில் நானும் ஒருவன். நான் இப்பொழுது உங்களுக்கு இன்னொரு செய்தியையும் கொண்டு வந்திருக்கிறேன். மனைவியின் இறுதிச் சடங்கு முடிந்த கையோடு அர்க்காதி இவானோவிச் ஸ்விட்ரி கைலோவ் மிக அவசரமாக செயிண்ட் பீட்டர்ஸ்பர்க் நகரத்திற்கு வந்துவிட்டார்! மிகவும் நம்பத்தகுந்த வட்டாரங்களிலிருந்து எனக்குக் கிடைத்த தகவல் இது!"

"பீட்டர்ஸ்பர்க்குக்கா? இங்கேயா...?" அதிர்ச்சியான பார் வையைத் தாயோடு பரிமாறிக்கொண்டபடி கேட்டாள் துனியா.

"ஆமாம், உண்மையாகத்தான் சொல்கிறேன்! நிச்சயமாக ஒரு குறிப்பிட்ட நோக்கத்தோடுதான் அவர் இங்கே வந்திருக்க வேண்டுமென்பது, வெளிப்படையாகத் தெரிகிறது. அவருடைய பழைய நடவடிக்கைகளையும் சூழ்நிலையையும், இப்பொழுது அவசர அவசரமாக அவர் மேற்கொண்டிருக்கும் இந்தப் பயணத் தையும் பொதுவாக வைத்துப் பார்க்கும்போது அப்படித்தான் தோன்றுகிறது!"

"ஐயோ, கடவுளே! இங்கேயும்கூட அவர் துனியாவை நிம்மதியாக இருக்கவிடமாட்டார் போலிருக்கிறதே!" என்று அச்சத்துடன் சொன்னாள் பல்கேரியா அலெக்ஸாண்ட்ரோவ்னா.

"நீங்களோ, அவ்தோத்யா ரொமனோவ்னாவோ கலவரம் கொள்ள எந்தத் தேவையும் இருக்காது என்றே நினைக்கிறேன். இனி, அவரோடு எந்தவகையான தொடர்பும் வைத்துக்கொள்ளப் போவதில்லையென்றால் அவரைப் பற்றி நீங்கள் கவலைப்பட வேண்டியதில்லை. என்னைப் பொறுத்தவரையில் நான் எச்சரிக் கையாகத்தானிருக்கிறேன். இப்போது அவர் எங்கே தங்கியிருக் கிறார் என்பதை விசாரித்துக்கொண்டிருக்கிறேன்!"

"ஓ, பீட்டர் பெத்ரோவிச்! நீங்கள் எந்த அளவுக்கு இப்போது என்னைப் பயங்காட்டி விட்டிருக்கிறீர்கள் தெரியுமா? உங்களா லேயே அதை நம்ப முடியாது!" என்றபடி பல்கேரியா அலெக் ஸாண்ட்ரோவ்னா பேச்சைத் தொடர்ந்தாள். "இரண்டே தடவை தான் நான் அவரைப் பார்த்திருக்கிறேன். அவரை நினைத்தாலே

எனக்கு நடுக்கமாக இருக்கிறது. மார்ஃபா பெத்ரோவ்னா இறந்து போவதற்கு அவர்தான் காரணமாக இருந்திருப்பார் என்பதில் எனக்குச் சந்தேகமில்லை."

"அதைப் பற்றி உறுதியான ஒரு முடிவுக்குத் தற்போது வந்து விட இயலாது. எனக்குக் கிடைத்திருக்கிற விஷயங்கள் சரி யானவை. ஒருவேளை அவளுடைய மரணத்தை விரைவுபடுத்த அவர் ஒரு கருவியாக இருந்திருக்கக்கூடும் என்பதை நான் மறுக்க வில்லை. மனதால் அவளுக்குப் பலவகையான தொந்தரவுகளை அவர் கொடுத்து வந்ததால்கூட இப்படி நேர்ந்திருக்கலாம். அவரு டைய மோசமான நடத்தை, தீய ஒழுக்கம் ஆகியவற்றைப் பற்றிப் பொதுவாக யோசித்துப் பார்க்கும்போது, உங்கள் கருத்து சரிதான் என்று நானும் உடன்படுகிறேன். இப்பொழுதும் அவர் பணக் காரராகத்தான் இருக்கிறாரா என்பதும், மார்ஃபா பெத்ரோவ்னா அவருக்கென்று சரியாக எவ்வளவு பணம் விட்டுச் சென்றிருக் கிறாள் என்பதும் எனக்குத் தெரியாது. இன்னும் கொஞ்ச நாட் களில் எனக்கு அதைப் பற்றிச் சரியான தகவல் கிடைத்துவிடும். ஆனால், இந்த செயிண்ட் பீட்டர்ஸ்பர்க்கில் அவருக்குப் பணம் வரக்கூடிய வழிகள் ஏதாவது இருக்கக்கூடுமானால், நிச்சயமாகப் பழைய நடவடிக்கைகளை அவர் தொடங்கிவிடுவார். அவரைப் போல இருக்கும் மற்ற மனிதர்களைவிடவும்கூட அவர் மிகவும் சீரழிந்த நடத்தை உள்ளவராகவும், தீய பழக்கங்களுக்கு ஆட்பட்டுப் போனவராகவும்தான் இருக்கிறார். எனக்கென்னவோ மார்ஃபா பெத்ரோவ்னா நிறையப் பணத்தை அவருக்காக விட்டுச் சென்றி ருக்கிறாள் என்ற சந்தேகம் ஒன்று இருக்கிறது. துரதிர்ஷ்டவசமாக, அவர் மீது காதல்கொண்டு, எட்டு வருடங்களுக்கு முன்பாக அவரைக் கடனிலிருந்து மீட்டெடுத்த மார்ஃபா பெத்ரோவ்னாவின் பணம்தான் இப்போதும் வேறு ஏதோ ஒரு வகையில் அவருக்கு உதவி வருகிறது என்றே நான் நினைக்கிறேன். ஒரு கொடூரமான, ஆச்சரியமான கொலை வழக்கில் சம்பந்தப்பட்டிருப்பதாகக் குற்றம் சாட்டப்பட்டு அவர் மீது நடந்த கிரிமினல் விசாரணைகளை வெற்றிகரமாக மூடி மறைப்பதற்கு அவளுடைய முயற்சிகளும் தியாகமும்தான் பெரிதும் உதவின. அவள் இல்லையென்றால் அவர் எப்போதோ சைபீரியாவை நோக்கி நாடு கடத்தப்பட்டி ருப்பார்! அவர் எப்படிப்பட்ட மனிதரென்று நீங்கள் தெரிந்து கொள்வதற்காக இதைச் சொல்கிறேன்!"

"ஐயோ... கடவுளே!" என்று கூச்சலிட்டாள் பல்கேரியா அலெக்ஸாண்ட்ரோவ்னா. ரஸ்கோல்னிகோவ் மிகுந்த கவனத் தோடு அந்தப் பேச்சைக் கேட்டுக்கொண்டிருந்தான்.

"நீங்கள் சொல்லும் இந்த விஷயங்களுக்கு உங்களிடம் சரியான ஆதாரங்கள் இருக்கின்றன என்று சொல்கிறீர்கள்,

அப்படித்தானே?" என்று அழுத்தமாகவும் திடமாகவும் கேட்டாள் துனியா.

"பாவப்பட்ட மார்ஃபா பெத்ரோவ்னா, என்னிடம் ஆத்மார்த்தமான நம்பிக்கையுடன், அந்தரங்கமாகப் பகிர்ந்துகொண்ட விஷயங்களை அவளிடமிருந்து கேட்டவற்றைத்தான் நான் இப்போது உங்களிடம் சொல்லிக்கொண்டிருக்கிறேன். ஆனால் சட்டத்தின் கண்ணோட்டத்தில் பார்க்கும்போது அந்த விஷயங்கள் முழுக்க முழுக்கத் தெளிவில்லாமல் இருக்கின்றன என்பதையும் இங்கே குறிப்பிட்டாக வேண்டும். அங்கே ரெஸ்லிச் என்ற பெண் ஒருத்தி இருந்தாள். இப்போதும் அவள் இங்கே வசித்துக்கொண்டிருக்கிறாள் என்று நான் நம்புகிறேன். அவள் அயல்நாட்டுக்காரி. அவள் சிறிய அளவில் வட்டிக்குப் பணம் கொடுக்கும் தொழிலையும், வேறு சில வியாபாரங்களையும் செய்துகொண்டிருந்தாள். ரொம்ப நாட்களாகவே இந்தப் பெண்ணுக்கும், ஸ்விட்ரிகைலோவுக்கும் இடையே மிகவும் நெருக்கமான, மர்மமான தொடர்புகள் இருந்து வந்தன. ரெஸ்லிச்சின் தூரத்து உறவினளான ஒருத்தி – அவளது மருமகளாக இருக்கலாம் – அவளுடன்கூட வசித்து வந்தாள். பதினான்கு அல்லது பதினைந்து வயதாக இருந்த அந்தப் பெண், வாய் பேச முடியாத, காது கேட்க இயலாத பெண்ணாக இருந்தாள். ரெஸ்லிச் அந்தப் பெண்ணை மிகவும் வெறுத்தாள். சாப்பிடும் ஒவ்வொரு கவளத்திற்கும் ரெஸ்லிச்சிடம் அவள் பயங்கரமாகத் திட்டு வாங்க வேண்டியிருந்தது. கொஞ்சம்கூட இரக்கமில்லாமல் ரெஸ்லிச் அந்தப் பெண்ணை அடிக்கவும் செய்தாள். ஒருநாள் அந்தப் பெண் உத்தரத்தில் தூக்கு மாட்டிக் கொண்டுவிட்டாள். தீர்ப்பு என்னவோ தற்கொலை என்றுதான் வந்தது. வழக்கமான சட்டபூர்வ நடவடிக்கைகளுக்குப் பிறகு அந்த விஷயம் முடிந்து போன ஒன்றாகிவிட்டது. ஆனால்... பிற்பாடுதான், ஸ்விட்ரிகைலோவ் அந்தப் பச்சிளம் பெண்ணை மிக மோசமாகப் பயன்படுத்தியிருக்கிறானென்ற தகவல் தெரிந்தது. இந்த விஷயம் உண்மைதான் என்றாலும் தெளிவாக நிரூபிக்கப்படவில்லை.

"ஸ்விட்ரிகைலோவை இந்த மாதிரி குற்றம் சாட்டியது, சற்று மோசமான நடத்தையுடையவள் என்று அறியப்பட்ட ஒரு ஜெர்மானியப் பெண். அவளுடைய வார்த்தையை நம்பிக்கைக்கு உரியதாக ஏற்க முடியாது. மேலும் எழுத்துபூர்வமாக எந்த விதமான வாக்குமூலமும் இல்லை. அப்படியெல்லாம் அந்த விஷயத்தில் எதுவும் நேர்ந்துவிடாதபடி, மார்ஃபா பெத்ரோவ்னா பல முயற்சிகளையும் செய்தாள். அதற்கு அவளது பணமும் பயன்பட்டது. இறுதியில் எல்லாம் வெறும் வதந்திகளாக்கப்பட்டு விட்டன. இப்படி எத்தனையோ உண்மையான விஷயங்கள்

வெறும் வதந்திகளாக்கப்பட்டு மறைக்கப்பட்டிருக்கின்றன. இதில் முக்கியமாகக் குறிப்பிட வேண்டுமென்றால், ஆறு வருடங்களுக்கு முன்பு, பிலிப் என்ற மனிதன் மிகக் கொடூரமாக நடத்தப்பட்டு அதனால் இறந்து போன விஷயத்தைச் சொல்லலாம். அப்போது அடிமை முறை ஒழிக்கப்படவில்லை. இந்தப் பிலிப்பின் மரணம் பற்றிய கதையை நீ அவர்களிடத்தில் வேலை செய்துகொண்டிருந்த போது நிச்சயமாகக் கேள்விப்பட்டிருப்பாய், இல்லையா அவ்தோத்யா ரொமனோவ்னா?"

"அப்படி ஒன்றுமில்லை. அந்தப் பிலிப் தூக்கு மாட்டிக் கொண்டதாகத்தான் நான் கேள்விப்பட்டிருக்கிறேன்!"

"அது அப்படித்தான் நடந்தது. ஆனாலும் அந்த நிலைக்கு அவன் தள்ளப்பட்டான். தூண்டப்பட்டான்! ஸ்விட்ரிகைலோவின் இடையறாத துன்புறுத்தல்களும், தண்டனைகளும்தான் அவனை அப்படி ஒரு பயங்கரமான முடிவுக்குக் கொண்டு போய்ச் சேர்த்துவிட்டன!"

"அது எனக்குத் தெரியாது?" என்று வறண்ட குரலில் பதிலளித்த துனியா, "பிலிப்பைப் பற்றி நான் கேள்விப்பட்ட கதை கொஞ்சம் வினோதமானது! சற்று மனநோய்கொண்டவனாக, தனக்குத்தானே தத்துவப் பிதற்றல் செய்பவனாக, முட்டாள் தனமாக நடந்துகொள்பவனாக அவன் இருந்தான் என்றுதான் நான் கேள்விப்பட்டிருக்கிறேன். இப்படித்தான் அவனைப்பற்றிப் பிற வேலைக்காரர்கள் சொன்னார்கள்! ஸ்விட்ரிகைலோவிடமிருந்து வாங்கிய அடிகளை விட, அவனை எல்லோரும் ஒரு கேலிப் பொருளாக்கிச் சிரித்ததுதான் அவன் தூக்கில் தொங்கக் காரணம் என்றுதான் நான் அறிந்திருக்கிறேன். நான் அங்கே வசித்த நாட்களில் எல்லா வேலைக்காரர்களையும் அவர் நன்றாகத்தான் நடத்தியிருக்கிறார். பிலிப்பின் மரணத்தைப் பற்றி அவரைக் குற்றம் சொன்ன வேலைக்காரர்களும்கூட அவரிடம் அன்பாகத்தான் இருந்தார்கள்."

"என்ன, அவ்தோத்யா ரொமனோவ்னா...? திடீரென்று அவருடைய செயல்களுக்கெல்லாம் சமாதானம் கற்பிக்கத் தொடங்கிவிட்டாய் போலிருக்கிறதே!" என்று தனது இதழ்களில் புன்னகையை நெளிய விட்டபடி கேட்டான் லூசின். "பெண்களிடம் சாமர்த்தியமாகவும், தந்திரமாகவும் அவர்களைக் கவரும் வகையிலும் நடந்துகொள்வதில் அவர் கெட்டிக்காரர்தான். வினோதமான முறையில் இறந்துபோன, பாவப்பட்ட மார்ஃபா பெத்ரோவ்னாதான் அதற்குச் சரியான உதாரணம்! தன்னுடைய தரப்பில் அவர் உடனடியாக மேற்கொள்ளப் போகும் சில முயற்சிகளைச் சந்தேகமே இல்லாமல் நாம் விரைவில் எதிர்கொள்ள வேண்டி

யிருக்கும். அதுபற்றிச் சில ஆலோசனைகளைத் தந்து உனக்கும், அம்மாவுக்கும் உதவ வேண்டுமென்றுதான் நான் விரும்பினேன். என்னைப் பொறுத்தவரையில், அவர் மீண்டும் ஒருமுறை பெரும் கடன்காரராகிச் சிறைக்குப் போகப் போகிறார் என்றுதான் எனக்குத் தீர்மானமாகத் தெரிகிறது. மார்ஃபா பெத்ரோவ்னா தன் குழந்தைகளைப் பற்றித் தனது மனதில் கொண்டிருந்த எண்ணங்களினால் இவரது பெயரில் எந்தவகையான நிலத்தையும் பதிவு செய்திருக்க மாட்டாளென்று நினைக்கிறேன். ஒருவேளை அவருக்கென்று ஏதேனும் சில பொருள்களை ஒதுக்கியிருந்தாலும், அது தவிர்க்கவே முடியாதபடி கொடுக்கப்பட்ட மிகக் குறைவான, சொற்பத் தொகையாகத்தான் இருக்கும். அவரைப் போன்ற நடத்தைகளைக் கொண்ட ஒரு மனிதனால் ஒரு வருடம்கூட அதை வைத்துத் தாக்குப்பிடிக்க முடியாது!"

"பீட்டர் பெத்ரோவிச்!" என்று அழைத்த துனியா, "தயவுசெய்து ஸ்விட்ரிகைலோவைப் பற்றிப் பேசுவதை நாம் இத்துடன் நிறுத்திக்கொள்ளலாமா? எனக்கு அது மிகவும் அவமானமாக இருக்கிறது!"

"அவர் சற்று முன்புதான் என்னைப் பார்க்க வந்திருந்தார்" என்று தனது நீண்ட மௌனத்தை உடைத்துவிட்டு முதல்முறையாகப் பேசினான் ரஸ்கோல்னிகோவ்.

அங்கிருந்த எல்லோருமே வியப்படைந்தவர்களாக அவன் பக்கம் திரும்பினர். பீட்டர் பெத்ரோவிச்சும்கூடச் சற்றே அதிர்ச்சியடைந்தான்.

"ஒன்றரை மணி நேரத்திற்கு முன்பு, நான் அறையில் தூங்கிக் கொண்டிருந்தபோது அவர் உள்ளே வந்து, என்னை எழுப்பி அறிமுகம் செய்துகொண்டார்" என்று பேச்சைத் தொடர்ந்தான் ரஸ்கோல்னிகோவ். "அவர் வெகுநாட்கள் பழகியவரைப் போலவும், உற்சாகமாகவும் காணப்பட்டார். நான் அவருடைய நண்பனாகிவிடுவேன் என்று அவ்வளவு நம்பிக்கை அவருக்கு! பிற விஷயங்களை விடவும்கூட, அவர் உன்னை நேருக்கு நேராகப் பார்த்தாக வேண்டுமென்பதிலேதான் மிகவும் குறியாக இருந்தார், துனியா! அந்தச் சந்திப்பின்போது நானும் அவருடன்கூட இருந்து உதவ வேண்டும் என்றும் கேட்டுக்கொண்டிருக்கிறார். அவருக்கு உன்னிடத்தில் தெரிவிக்க வேண்டிய ஏதோ ஒன்று இருக்கிறது. அது என்னவென்பதையும் என்னிடம் சொல்லிவிட்டார். அதைத் தவிர அவர் உறுதியான நம்பகமாகச் சொன்ன தகவல் இன்னொன்றும் இருக்கிறது. மார்ஃபா பெத்ரோவ்னா இறந்து போவதற்கு ஒருவாரம் முன்பு, உனக்கு மூவாயிரம் ரூபிள்கள் தரப்பட

வேண்டுமென்று தன் உயிலில் எழுதி வைத்திருக்கிறாளாம்! வெகு சீக்கிரத்திலேயே உனக்கு அந்தப் பணம் கிடைத்துவிடுமாம்!"

"கடவுளுக்கு நன்றி!" என்று உணர்ச்சிவசப்பட்டுக் கத்தி னாள் பல்கேரியா அலெக்ஸாண்ட்ரோவ்னா. "அவளுடைய ஆன்மா சாந்தியடைவதற்காக நீ வேண்டிக்கொள்ள வேண்டும், துனியா!"

"அது உண்மைதான்!"

"சரி... வேறென்ன விஷயம்?" என்று அவசரமாகக் கேட்டாள் துனியா.

"தான் இப்போது ஒரு பணக்காரனில்லை என்றும், எஸ்டேட்டின் உரிமை முழுவதும் தற்போது தங்களது அத்தை யுடன் வசித்துக்கொண்டிருக்கும் குழந்தைகளுக்கே போகப் போவ தாகவும் அவர் சொன்னார். அப்புறம், நான் குடியிருக்கும் இடத் திற்குச் சற்று அருகாமையில்தான் தானும் குடியிருப்பதாகச் சொன்னார். ஆனால் அது எங்கே என்பது எனக்குத் தெரியாது... அதை நான் கேட்கவுமில்லை!"

"ஆனால் துனியாவிடம் அவர் சொல்ல விரும்பியது என்ன?" என்று அச்சத்துடன் கேட்டாள் பல்கேரியா அலெக் ஸாண்ட்ரோவ்னா. "உன்னிடம் அதுபற்றிச் சொன்னாரா?"

"ஆமாம், என்னிடம் சொன்னார்!"

"அது என்ன?"

"பிறகு உங்களிடம் சொல்கிறேன்" என்று கூறிவிட்டுத் தேநீர் குடிப்பதற்காகத் திரும்பிக்கொண்ட ரஸ்கோல்னிகோவ் வேறு எதுவும் பேசவில்லை.

பீட்டர் பெத்ரோவிச் தன் கடிகாரத்தை எடுத்துப் பார்த் தான்.

"நான் கிளம்ப வேண்டும்! எனக்கு வேறொரு வேலை இருக் கிறது! மேலும் உங்களுக்கிடையில் ஒரு குறுக்கீடாக இருக்க நான் விரும்பவில்லை" என்று சிறிது பிகு செய்துகொள்பவனைப் போன்ற தோரணையுடன் கூறிவிட்டு நாற்காலியிலிருந்து எழுந்து கொண்டான் பீட்டர்பெத்ரோவிச்.

"நீங்கள் போக வேண்டாம், பீட்டர் பெத்ரோவிச்!" என்றாள் துனியா. "இன்றைய மாலைப் பொழுதை எங்களோடு கழிக்க வேண்டும் என்றுதானே நீங்கள் எண்ணியிருந்தீர்கள். மேலும் அம்மாவுடன் எதையோ விவாதிக்க வேண்டும் என்றும் நீங்கள் தான் எழுதியிருந்தீர்கள்."

"நீ கூறியது ரொம்பச் சரிதான், அவ்தோத்யா ரொமனோவ்னா!" என்று அழுத்தமாகக் கூறியபடி மீண்டும் அமர்ந்து கொண்டான் பீட்டர் பெத்ரோவிச். ஆனாலும் தொப்பி மட்டும் அவனது கைகளிலேயே இருந்தது. "உன்னிடமிருந்தும், மரியாதைக் குரிய உன்னுடைய அன்னையிடமிருந்தும் சில முக்கியமான விஷயங்களுக்கான விளக்கத்தைப் பெறுவதற்கு நான் விரும்பு கிறேன். ஆனால், ஸ்விட்ரிகைலோவ் முன் வைத்த யோசனை என்னவென்பதை என் முன்னிலையில் பேச உன் சகோதரன் விரும்பாததால் நானும் மிக மிக முக்கியமான சில விஷயங்களைப் பற்றி அந்நியர்களின் முன்னிலையில் பேச முடியாமலும், பேச விரும்பாமலும் இருக்கிறேன். அதோடுகூட, நான் உங்களிடம் வைத்திருந்த முக்கியமான பணிவான ஒரு வேண்டுகோளையும் நீங்கள் நிறைவேற்றவில்லை."

வெறுப்புற்றவனைப் போலக் காட்சியளித்த லூசின், மீண்டும் மிகக் கௌரவமான முறையில் அமைதி காத்தான்.

"நம்முடைய சந்திப்பின்போது என் சகோதரன் உடனிருக்கக் கூடாது என்று நீங்கள் முன் வைத்த கோரிக்கையை நிராகரித் ததற்கு முழுக் காரணமும் நான்தான்!" என்றாள் துனியா. "என் சகோதரன் உங்களை அவமானப்படுத்திவிட்டதாக எழுதியிருந் தீர்கள். அந்தப் பிரச்சினையை இன்னும் நீட்டிக்கொண்டு போகாமல் தெளிவுபடுத்திக்கொண்டுவிட வேண்டும் என்றும், நீங்கள் சமாதானமடைய வேண்டும் என்றும் நான் விரும்பினேன். ரோட்யா உண்மையிலேயே உங்களை அவமானப்படுத்தியிருந்தால் அவன் உங்களிடம் மன்னிப்புக் கேட்டுத்தானாக வேண்டும். அப்படி இருந்தால் அவனும் மன்னிப்புக் கேட்பான்."

உடனடியாகத் தன்னுடைய அகம்பாவப் பேச்சைத் தொடங்கினான் பீட்டர் பெத்ரோவிச்.

"உண்மையாகவே அவை மிக மோசமான அவமானங் கள்தான் அவ்தோத்யா ரொமனோவ்னா! இந்த உலகத்திலேயே மிகச் சிறந்த மன உறுதி படைத்தவர்களாலும்கூட அவற்றை மறக்கவோ, மன்னிக்கவோ முடியாது! எல்லா விஷயங்களுக்குமே குறிப்பிட்ட ஓர் எல்லை இருக்கிறது. அதற்கு மேல் போவதென்பது ஆபத்தானது! காரணம், ஒரு முறை அந்த மாதிரி எல்லை மீறிச் சென்றுவிட்டால் அப்புறம் திரும்பிவரவே வழியிருக்காது!"

"உள்ளபடி சொல்லப் போனால், நான் பேசிக்கொண்டி ருந்தது அதைப் பற்றி அல்ல, பீட்டர் பெத்ரோவிச்" என்று இலே சாகப் பொறுமையிழந்தவளாக இடைமறித்துப் பேசினாள்

துனியா. “இந்தப் பிரச்சினைகளைத் தெளிவுபடுத்திக்கொண்டு, எத்தனை சீக்கிரம் நீங்கள் நண்பர்களாக முடியும் என்பதைப் பொறுத்துத்தான் நம்முடைய ஒட்டுமொத்த எதிர்காலமும் இருக்கிறது என்பதை முதலில் நீங்கள் தெளிவாகப் புரிந்துகொண்டாக வேண்டும்! இந்த விஷயங்களை வேறுவகையாக என்னால் பார்க்க முடியாது என்று தொடக்கத்திலேயே நான் எதார்த்தமாக, சூது வாது இல்லாமல் சொல்லிவிடுகிறேன். நீங்கள் இதை வேறுமாதிரிதான் மதிப்பிட வேண்டுமென்று வற்புறுத்தினால் இன்றைக்கே நமக்கு ஏற்பட்ட ஒப்பந்தத்தை – அது சற்றுக் கஷ்டமானதாக இருந்தாலும்கூட ஒரு முடிவுக்குக் கொண்டுவந்துவிடலாம்! ஆனால் நான் திரும்பவும் சொல்கிறேன்! என் சகோதரன் மீது தவறு இருக்குமானால் அவன் கட்டாயம் உங்களிடம் மன்னிப்புக் கேட்டுக்கொள்வான்!”

“நீ இந்த மாதிரிக் கேட்பது எனக்கு ஆச்சரியமாக இருக்கிறது, அவ்தோத்யா ரொமனோவ்னா” என்றான் லூசின். அவன் மேலும் மேலும் எரிச்சலடைந்துகொண்டே வந்தான். “என்னவோ மதிப்பிடுவது, அப்படி, இப்படி என்றெல்லாம் பேசுகிறாயே…! நான் உன்னை அதிகம் விரும்புவது உண்மைதான்! அதேநேரத்தில் உனது குடும்ப உறுப்பினர்களில் எவரையேனும் எனக்குச் சுத்தமாக மனதுக்குப் பிடிக்காமலும் இருக்கலாமல்லவா…? உன் கரம் பிடிக்க மகிழ்ச்சியோடு நான் முன் வரும் அதே நேரத்தில் எனக்கு மனம் ஒப்பாத சுமைகளை, பந்தங்களை நான் ஏன் ஏற்றுக் கொள்ள வேண்டும்? அதற்கு என்ன தேவை இருக்கிறது?”

“ஐயோ, இவ்வளவு சீக்கிரம் அதை ஒரு குற்றமாக எடுத்துக் கொண்டுவிடாதீர்கள், பீட்டர் பெத்ரோவிச்” என்று உணர்ச்சி கரமாக இடைமறித்தாள் துனியா. “உங்களைப் பற்றி ஓர் அறிவாளி என்றும் பெருந்தன்மையான மனிதர் என்றும்தான் நான் நினைத்து வந்திருக்கிறேன். இதுவரையிலும்கூட அப்படித்தான் நினைக்கிறேன். நீங்களும் அப்படியே இருங்கள். உங்களை மணந்து கொள்ளப் போவதாக நான் மனதார உறுதி தந்திருக்கிறேன். எந்த விதச் சார்பும் இல்லாமல் நான் நடுநிலையோடுதான் இதைக் கையாளுகிறேன் என்பதை முதலில் நம்புங்கள்! தீர்ப்பளிக்கும் பொறுப்பை நான் ஏற்றிருப்பது, உங்களைப் போலவே என் சகோதரனுக்கும்கூட ஆச்சரியமாகத்தான் இருக்கும்! இன்று உங்கள் கடிதம் கிடைத்த பிறகு, நம் சந்திப்பின்போது அவன் தவறாமல் எங்களோடு இருக்க வேண்டுமென்று நான் அவனிடம் கூறியபோதுகூட, என் நோக்கங்களைப் பற்றி அவனிடம் நான் எதுவும் கூறவில்லை. இப்படிப்பட்ட சமரசமான உடன்பாட்டுக்கு

நீங்கள் முன்வரவில்லையென்றால் உங்கள் இருவரில் எனக்கு யார் வேண்டும் – நீங்களா அல்லது எனது சகோதரனா – என்று நான் தீர்மானிக்க வேண்டியதாக இருக்கும்! உங்கள் தரப்பிலும் அவன் தரப்பிலும் தொக்கி நிற்கும் கேள்வி அதுதான்! அவ்வாறு தேர்ந்தெடுப்பதில் நான் எந்தத் தவறும் செய்ய விரும்பவில்லை. அவ்வாறு நான் தவறு செய்துவிடவும்கூடாது! உங்கள் நலத்தை நான் விரும்பினால், நான் என் சகோதரனை இழக்க வேண்டும். என் சகோதரன் வேண்டுமென்று நினைத்தால், உங்களை நான் பிரிந்தாக வேண்டும். இப்பொழுது அவன் எனக்கு உண்மையான ஒரு சகோதரன்தானா என்பதை உறுதியாகக் கண்டுபிடித்துவிட நான் விரும்புகிறேன்! அதைப் போலவே நீங்கள் என்னை எந்த அளவுக்கு விரும்புகிறீர்கள், மதிக்கிறீர்கள் என்பதையும், நீங்கள் தான் எனக்குக் கணவராக இருக்க ஏற்றவரா என்று உங்களைப் பற்றியும் நான் அறிந்துகொள்ளப் போகிறேன்!"

"அவ்தோத்யா ரொமனோவ்னா" என்று கோபத்துடன் அழைத்தபடி பேசத் தொடங்கினான் லூசின். "உன் வார்த்தைகள், அவ்வளவு சரியாக எனக்குப்படவில்லை. பின்னால் வரப்போகும் தீமைக்கு ஓர் அறிகுறி போலத்தான் அவை எனக்குப்படுகின்றன. இன்னும் சொல்லப் போனால் உன்னுடன் மிக விரைவில் முக்கிய மான உறவை, பிணைப்பை நான் ஏற்படுத்திக்கொள்ளவிருக்கும் இந்தத் தருணத்தில் என்னைப் புண்படுத்தும் வகையிலும் இவை இருக்கின்றன. என்னையும் ஒரு துடுக்குத்தனமான இளைஞனை யும் சமநிலையில் வைத்து, என்னைக் கேவலப்படுத்தும்வண்ணம் நீ வினோதமாக ஒப்பிட்டாயே... அதைப் பற்றிக்கூட நான் ஒன்றும் சொல்லவில்லை. ஆனால் நீ எனக்குத் தந்த வாக்குறுதியை முறித்துக்கொண்டுவிடுவாயோ என்ற எண்ணத்தை, அதற்கான சாத்தியத்தை, உன் வார்த்தைகள் ஏற்படுத்துகின்றன. "நானா அல்லது அவனா" என்று தேர்ந்தெடுக்கப் போவதாக நீ சொல்வது ஒன்றே போதும், என்னை நீ எந்த அளவுக்கு மிகக் குறைவாக மதிப்பீடு செய்திருக்கிறாய் என்பதை அதுவே தெளிவுபடுத்தி விடு கிறதே! நமக்கிடையே ஏற்படப் போகும் உறவு – அதற்கான ஒப்பந்தங்கள் இவற்றையெல்லாம் வைத்துப் பார்க்கும் பொழுது என்னால் நீ அப்படிப் பேசுவதைச் சகித்துக்கொள்ள முடியாது!"

"என்ன...?" என்று உரக்கக்கத்தினாள் துனியா. "உங்கள் விருப்பங்களை ஒரு பக்கத்திலும், இத்தனை காலமாக என் வாழ்க்கையில் எல்லாவற்றையும் விட மிக உயர்ந்ததாகவும், விலை மதிப்பீடு செய்ய முடியாததாகவும் உள்ள – என் வாழ்வின் பொக் கிஷமான ஒன்றை, என்னுடைய வாழ்க்கையையே உருவாக்கிய

ஒன்றை மறுபக்கத்திலும் வைத்துத்தான் நான் நடுநிலையோடு மதிப்பிட்டுப் பார்த்துக்கொண்டிருக்கிறேன். ஆனால் நீங்களோ... உங்களைக் குறைத்து மதிப்பிடுவதாக என்னைக் குற்றம் சொல்லு கிறீர்கள்."

ரஸ்கோல்னிகோவ் எதுவும் பேசாவிட்டாலும் ஏளனமாகப் புன்னகை செய்துகொண்டாள். ரஸுமிகின் மிகவும் கிளர்ச்சியுற்ற வனாக நடுங்கிக்கொண்டிருந்தான். ஆனால் லூசினால் இப்படிப் பட்ட கண்டனத்தோடு கூடிய எதிர்த்தாக்குதலை அங்கீகரிக்க முடியவில்லை. மாறாக, அவள் பேசிய ஒவ்வொரு வார்த்தையை வைத்தும் அவளை மடக்க வேண்டும் என்று எண்ணியவனாய்த் தொட்டாற் சுருங்கியாய் எடுத்ததற்கெல்லாம் குற்றம் கண்டு பிடிக்கும் மன நிலையில் அவன் இருந்தான். அவர்களுக்கிடையே தொடங்கியிருந்த வாக்குவாதத்தை ரசித்து அனுபவிப்பதைப் போலவே அவனது போக்கு இருந்தது.

"உன் வருங்காலத் துணைவன் மீது, அதாவது உன் கணவன் மீது நீ கொள்ளும் அன்பு, உன் சகோதரன் பால் நீ வைத்திருக்கும் பிரியத்தைவிடக் கூடுதலாக, அதை விஞ்சுவதாக இருக்க வேண்டும்!" என்று கட்டளையிடுபவனைப் போலக்கூறினான் லூசின். "எப்படியிருந்தாலும் இந்தப் பின்னணியில் ஒருவனாக இணைந்துகொள்வது என்னால் முடியாத காரியம். நான் இங்கே உங்களோடு பேசவேண்டும் என்று நினைத்துக்கொண்டு வந்த எல்லா விஷயங்களையும் உன் சகோதரனின் முன்னிலையில் என்னால் பேச முடியாது என்றும், அப்படிப் பேச விருப்பமில்லை என்றும் நான் சற்று முன்பாகக்கூட உன்னிடம் வற்புறுத்தத்தான் செய்தேன். அது நடக்கவில்லை! ஆனாலும் பரவாயில்லை! இப் போது உன் மதிப்பிற்குரிய தாயிடமிருந்து ஒரு முக்கியமான விஷயத்தைப் பற்றிய விளக்கத்தை மட்டும் கேட்டுக்கொண்டு விடு கிறேன். அது என்னை மிகவும் காயப்படுத்திவிட்ட விஷயம்" என்று சொல்லிவிட்டு பல்கேரியா அலெக்ஸாண்ட்ரோவ்னாவைப் பார்த்துப் பேசத் தொடங்கினான்: "உங்கள் மகன் நேற்று என்ன செய்தான் தெரியுமா? இதோ இந்த ரஸுட்கினுடைய (இந்தப் பெயர்தானே...) நான் சொல்வது சரிதானா...? மன்னித்துக்கொள். உன்னுடைய முதல் பெயரை நான் மறந்துவிட்டேன்" என்று கூறியபடி நளினமாக ரஸுமிகினை நோக்கித் தலையை தாழ்த்திக் கொண்டு வணக்கம் செலுத்தினான். "இவனது முன்னிலையில் வைத்து, நான் சொன்ன ஒரு விஷயத்தை உங்கள் மகன் மிகவும் கேவலப்படுத்தி விட்டான்! அந்த விஷயம் காபி குடித்துக் கொண்டே நான் உங்களிடம் தனிப்பட்ட முறையில் வெளியிட்ட என் சொந்தக் கருத்தைப் பற்றியது! செல்வத்தில் மிதந்து வளர்ந்து, அதன் சுவையை அறிந்திருக்கும் பெண்ணை மணப்பதைவிட,

வாழ்க்கையின் துன்பங்களை அனுபவித்து அறிந்து வைத்திருக்கும் ஓர் ஏழைப்பெண்ணை மணந்துகொள்வது, கணவன், மனைவி உறவுக்கு மிக நல்லதாக இருக்கும் என்றும், ஒழுக்க நியதிகளைப் காக்க அதுவே ஏற்றது என்றும் நான் கருத்துச் சொல்லியிருந்தேன். உங்கள் மகன் வேண்டுமென்றே என் வார்த்தைகளை மிகைப்படுத்திவிட்டான். என் எண்ணங்கள் மிகவும் தீயவை என்பது போல மிகக் கேவலமான எல்லைவரை சென்று அபத்த மாக்கிக் கொச்சைப்படுத்தியும் விட்டான்! நீங்கள் அவனுக்கு எழுதியுள்ள கடிதத்தின் அடிப்படையில்தான் அவன் அப்படிப் பேசியிருக்கிறான். நான் அந்த மாதிரிப் பேசவில்லை என்று நீங்கள் மறுத்துச் சொன்னால்தான் என் மனம் கொஞ்சமாவது ஆறுதல் அடையும், பல்கேரியா அலெக்ஸாண்ட்ரோவ்னா! ரோடியன் ரொமனோவிச்சுக்கு நீங்கள் எழுதியிருந்த கடிதத்தில் நான் சொன்ன விஷயத்தை எந்த மாதிரியாகக் குறிப்பிட்டிருந்தீர்கள் என்று மிகச் சரியாக அதே வார்த்தைகளில் தயவுசெய்து எனக்குத் திருப்பிச் சொல்லுங்களேன்!”

“எனக்கு நினைவில்லையே” என்று கொஞ்சம் குழப்பத் துடன் கூறினாள் பல்கேரியா அலெக்ஸாண்ட்ரோவ்னா. “எனக்குப் புரிந்த வகையில் அதை நான் எழுதியிருந்தேன் அவ் வளவுதான்! ரோட்யா அதை மீண்டும் திருப்பிச் சொன்ன போது எப்படிக் கூறினானென்று எனக்குத் தெரியாது! ஒருவேளை அவன் அதைக் கொஞ்சம் மிகைப்படுத்திச் சொல்லியிருக்கலாம்.”

“நீங்கள் பின்னாலிருந்து தூண்டிவிடாமல், அவனாக அந்தக் கருத்தை எப்படி மிகைப்படுத்திக்கொண்டிருக்க முடியும்!”

“பீட்டர் பெத்ரோவிச்!” என்று மிகவும் கௌரவமான தோரணையுடன் அவனை அழைத்தபடி பேசினாள் பல்கேரியா அலெக்ஸாண்ட்ரோவ்னா.

“உங்கள் வார்த்தைகளை நாங்கள் மோசமாக அர்த்தப் படுத்திக்கொள்ளவில்லை என்பது, நானும் துனியாவும் இங்கே வந்து தங்கியிருப்பதிலிருந்தே தெரியவில்லையா? அதற்கு இதுவே ஒரு சரியான சாட்சியில்லையா?”

“மிகச் சரியாகச் சொன்னாய் அம்மா!” என்று அதை ஆமோதித்தாள் துனியா.

“இங்கேயும்கூட நான்தான் தவறு செய்ததைப் போல நினைக்கிறீர்கள்!” என்று ஆத்திரத்துடன் கத்தினான் லூசின்.

“அப்படித்தான் பீட்டர் பெத்ரோவிச்! அது சரிதான்! நீங்கள் எப்பொழுது பார்த்தாலும் ரோட்யாவைக் குற்றம் சொல்லிப் பழித்துக்கொண்டே இருக்கிறீர்கள்! உங்கள் கடிதத்திலும் மிகவும்

கோபமாக அவனைப் பற்றி உண்மையில்லாத ஒரு விஷயத்தை நீங்கள் சொல்லியிருந்தீர்கள்" என்று சற்றுத் தைரியம் பெற்ற வளாகச் சொன்னாள் பல்கேரியா அலெக்ஸாண்ட்ரோவ்னா.

"உண்மையில்லாத எந்த விஷயத்தையும் நான் எழுதியதாக எனக்கு நினைவில்லை!" என்றான் பீட்டர் பெத்ரோவிச்.

"நீங்கள் எழுதியிருக்கிறீர்கள்!" என்று லூசினின் பக்கம் திரும்பாமலேயே வெடுக்கென்று சொன்னான் ரஸ்கோல்னிகோவ். "நேற்று விபத்தில் அடிபட்டு இறந்து போனவரின் மனைவிக்கு நான் பணம் கொடுத்தது உண்மைதான்! நடந்த விஷயம் அதுதான். ஆனால் அவருடைய மகளுக்கு (நேற்று வரையிலும் நான் கண்ணால்கூடப் பார்த்திராத அந்த பெண்ணிடத்தில்) அந்தப் பணத்தை நான் கொடுத்ததாக நீங்கள் எழுதியிருந்தீர்கள்! எனக்கும் என் குடும்பத்தாருக்கும் இடையே கலகத்தை ஏற்படுத்துவதற் காகவே அப்படி நீங்கள் எழுதியிருக்கிறீர்கள். உங்களின் அந்த நோக்கத்திற்காக, உங்களுக்குக் கொஞ்சம்கூட அறிமுகமில்லாத ஒரு பெண்ணின் நடத்தை மீது அபாண்டமாகப் பழி தூற்றியும் இருக்கிறீர்கள். இதெல்லாம் மிகவும் கீழ்த்தரமான வம்புப் பேச்சு இல்லையா?"

கோபத்தால் உடல் நடுங்கிக்கொண்டிருந்த லூசின், "சற்று மன்னித்துக்கொள்" என்று ரஸ்கோல்னிகோவிடம் கூறியபடி, தொடர்ந்து பேசத் தொடங்கினான்: "உன்னை நான் எப்படிப்பட்ட நிலையில் சந்தித்தேன் என்பதைப் பற்றியும், உன்னைப் பற்றி என் மனதில் ஏற்பட்ட அபிப்பிராயம் என்ன என்பது குறித்தும் தங்களிடம் தெரிவிக்குமாறு உன் தாயும் சகோதரியும் என்னைக் கேட்டுக்கொண்டிருந்தார்கள். அதற்காகத்தான் நான் உன்னை எந்த நிலையில் பார்த்தேன் என்பது பற்றியும், உன்னுடைய செயல் களைப் பற்றியும், நீ எந்தவிதமான தாக்கத்தை என்னிடத்தில் ஏற் படுத்தினாய் என்பது குறித்தும், அந்தக் கடிதத்தில் விளக்கமாக நான் எழுத வேண்டி இருந்தது. நீ இப்போது குறிப்பிட்டுச் சொன்ன ஒரே ஒரு விஷயத்தைத் தவிர அதில் வேறு ஏதாவது ஒரு வரியாவது நியாயமில்லாமல் எழுதப்பட்டிருக்கிறதா, சொல்லி விடு பார்ப்போம்! உன்னிடமிருந்த பணத்தை அந்தக் குடும்பத் திற்குக் கொடுத்து வீணடிக்கவில்லை என்பதை நிரூபிக்க முடியுமா உன்னால்? அவர்களுக்கு ஏற்பட்ட துன்பம் துரதிர்ஷ்டவசமானது தான்! ஆனால் அவர்களில் தகுதியே இல்லாதவர்களும்கூட இருக் கிறார்கள்!"

"உங்களைப் பற்றிய என்னுடைய அபிப்பிராயம் என்ன தெரியுமா? நீங்கள் பார்வைக்கு மரியாதைக்குரியவரைப் போலத் தோன்றலாம். ஆனால் எந்தப் பாவப்பட்ட பெண்ணின் மீது

நீங்கள் கல்லெறிந்துகொண்டிருக்கிறீர்களோ, அவளுடைய சுண்டு விரல் அளவுக்குக்கூட உங்களுக்குத் தகுதியில்லை! அப்படித்தான் நான் நினைக்கிறேன்!"

"அப்படியென்றால் உன் அம்மாவும் சகோதரியும் உன்னோடு கூட இருக்கும் பொழுது அவளை அவர்களுக்கு அறிமுகம் செய்து வைப்பது உனக்கு சாத்தியம் என்றா சொல்கிறாய்?"

"நீங்கள் உண்மையாகவே அதைத் தெரிந்துகொள்ள விரும்பினால் நான் அதைச் சொல்கிறேன். நான் அவளை ஏற் கெனவே அவர்களுக்கு அறிமுகம் செய்தாயிற்று. அம்மாவோடும், துனியாவோடும் இன்று அவளை நான் ஒன்றாக உட்கார வைத்திருந்தேன்!"

"ரோட்யா!" என்று சத்தம் போட்டாள் பல்கேரியா அலெக் ஸாண்ட்ரோவ்னா. துனியா முகம் சிவந்தாள். ரஸுமிகின் வெறுப் போடு முறைத்துப் பார்த்தான். கோபம் கலந்த கிண்டலோடு லூசின் புன்னகைத்தான்.

"இப்பொழுது நீங்களே பார்த்துக்கொண்டீர்கள் அல்லவா, என்ன, அவ்தோத்யா ரொமனோவ்னா" "எங்களுக்குள் சமரசமாகப் போவதென்பது சாத்தியம்தானா என்ன? என்றான் லூசின். இப்பொழுது இந்த விஷயம் தெளிவுபடுத்தப் பட்டுவிட்டதாகவும், ஒரு முடிவுக்கு வந்துவிட்டதாகவும் நான் நம்புகிறேன்! நீங்கள் குடும்பத்தினராகக் கூடியிருந்து பேசுவதற்கும், இரகசியங்களைப் பரிமாறிக்கொள்வதற்கும் நான் இடைஞ்சலாக இருக்க விரும்பவில்லை. கிளம்புகிறேன்!" லூசின் எழுந்துகொண்டு தொப்பியையும் கையில் எடுத்துக்கொண்டான். "ஆனால் போவதற்கு முன்பு உரிமை எடுத்துக்கொண்டு ஒரு விஷயத்தைச் சொல்கிறேன். இனிமேலாவது இப்படிப்பட்ட சந்திப்புகள், சமரசப் பேச்சு வார்த்தைகள் ஆகியவற்றில் என்னை இழுக்காமல் விட்டு விடுவீர்களென்று நம்புகிறேன். மதிப்பிற்குரிய பல்கேரியா அலெக் ஸாண்ட்ரோவ்னா அவர்களிடம்தான் முக்கியமாக நான் இந்த வேண்டுகோளை வைக்கிறேன். காரணம் அந்தக் கடிதம் உங்களுக்குத்தான் எழுதப்பட்டிருந்ததே தவிர, வேறு யாருக்கு மில்லை."

பல்கேரியா அலெக்ஸாண்ட்ரோவ்னா, பலர் முன்பாகவும் தான் அவமானப்படுத்தப்பட்டதைப் போல உணர்ந்தாள்.

"எங்களை முழுமையாகக் கட்டுப்படுத்தி, உங்கள் பிடிக்குள் வைத்திருக்க வேண்டும் என்று நீங்கள் நினைப்பதாகத் தோன்று கிறது, பீட்டர் பெத்ரோவிச்! உங்கள் வேண்டுகோளை ஏற்க முடியாததற்கான காரணத்தைத் துனியா உங்களுக்குச் சொல்லி

விட்டாள். அவள் சொன்னது சரிதான்! எனக்கு ஏதோ ஆணை யிடுவது போலத்தான் நீங்கள் கடிதம் எழுதியிருந்தீர்கள். உங்களு டைய ஒவ்வொரு விருப்பத்தையும் நாங்கள் கட்டளையைப் போலக் கருத வேண்டுமா என்ன? ஆனால் இப்போது நீங்கள் தான் எங்களிடத்தில் அன்போடும், கருணையோடும், ஆதர வோடும் நடந்துகொள்ள வேண்டும் என்று நான் உங்களைக் கேட்டுக்கொள்கிறேன். ஏனென்றால், ஊரில் எல்லாவற்றையும் தூக்கி எறிந்துவிட்டு இங்கே வந்து, தொடர்ந்து உங்கள் தயவில் இருக்க வேண்டிய நிலைக்கு ஆளாகிப் போனவர்கள் நாங்கள்!"

"அதெல்லாம் உண்மையில்லை, பல்கேரியா அலெக்ஸாண்ட் ரோவ்னா! அதுவும் குறிப்பாக இந்த நொடியில் மார்ஃபா பெத் ரோவ்னா, சட்டபூர்வமாக மூவாயிரம் ரூபிள்களை உங்களுக்கு ஒதுக்கியிருக்கிறாள் என்று அறிவிக்கப்பட்டிருக்கும் இந்த நொடி யில்! மிகச்சரியாக நேரம் பார்த்துக் கணக்கு போட்டுத்தான் எல்லாமே நடப்பதாகத் தோன்றுகிறது. அதுவும் நீங்கள் என்னிடத் தில் பேசுகின்ற இந்தப் புதிய தொனியை வைத்தே என்னால் அதைக் கண்டுபிடித்துவிட முடிகிறது!"

"அதேபோல நீங்கள் பேசுவதை வைத்து ஒரு முடிவுக்கு வருவதானால் நாங்கள் ஆதரவற்றவர்களாகவே இருந்தாக வேண்டும் என்று நீங்கள் கணக்குப் போட்டு வைத்திருந்ததைப் போல அல்லவா தோன்றுகிறது?" என்று துனியா எரிச்சலோடு சொன்னாள்.

"ஆனால் இதற்கு மேலும் என்னால் கணக்குப் போட முடியுமா என்ன? மேலும் அர்க்காதி இவானோவிச் ஸ்விட்ரிகை லோவ் உன்னுடைய சகோதரனைத் தனது பிரதிநிதியாக்கி, அவன் வழியாக அனுப்பி வைத்திருக்கும் இரகசியமான கோரிக்கைகளை நீங்கள் கேட்பதற்குக் குறுக்கீடாக இருக்க நான் விரும்பவில்லை. அந்தத் தகவல்கள் மிக முக்கியமான தகவல்களாகவும், நீ ஏற்றுக் கொள்ளக்கூடிய தகவல்களாகவும், நீ விரும்புகிற தகவல்களாகவும் இருக்கும் என்றுதான் எனக்குத் தோன்றுகிறது!"

"அடக்கடவுளே!" என்று ஓலமிட்டாள் பல்கேரியா அலெக்ஸாண்ட்ரோவ்னா.

ரஸுமிகினால் அதற்குமேல் பொறுத்துக்கொண்டு உட்கார்ந் திருக்க முடியவில்லை.

"உனக்கு இப்போது கொஞ்சம்கூட அவமானமாக இல்லையா, சகோதரி?" என்று வினவினான் ரஸ்கோல்னிகோவ்.

"ஆமாம் ரோட்யா! எனக்கு மிகவும் அவமானமாகத்தான் இருக்கிறது" என்ற துனியாவின் முகம் கோபத்தினால் வெளுத்துப்

போயிற்று. "பீட்டர் பெத்ரோவிச், நீங்கள் கிளம்பலாம்!" என்றாள் துனியா.

இப்படி ஒரு முடிவை லூசின் சற்றும் எதிர்பார்த்திருக்க வில்லை! தன் மீதும், தனது அதிகாரத்தின் மீதும் அவன் அளவு கடந்த நம்பிக்கை வைத்திருந்தான். மேலும் அந்தப் பாவப்பட்ட ஜென்மங்களின் அநாதரவான நிலைமை, தனக்கு அவர்கள் அடி பணிந்து போய்விடுவார்கள் என்ற அசைக்க முடியாத நம்பிக் கையை அவனுக்குத் தந்திருந்தது. அவன், மனம் குழம்பிப் போனான். இப்போதும்கூட அவனால் இதை நம்ப முடியவில்லை.

வெளிறிப் போன அவனது உதடுகள் உணர்ச்சி மிகுதியால் துடித்தன.

"அவ்தோத்யா ரொமனோவ்னா, இப்படி மோசமாக நீ என்னை வழியனுப்பி வைத்து, நானும் வெளியே சென்றுவிட்டால், பிறகு நான் ஒருபோதுமே திரும்பி வரமாட்டேன் என்பதை நினை வில் வைத்துக்கொள். நீ என்ன செய்துகொண்டிருக்கிறாய் என்பதை மீண்டும் ஒருமுறை சிந்தித்துப் பார்த்துக்கொள். என் னுடைய இந்த வார்த்தைகள் கொஞ்சமும் அசைக்க முடியாதவை! தெரிந்துகொள்!"

"என்ன ஓர் அகம்பாவம்...?" என்று தன் இடத்திலிருந்து துள்ளி எழுந்து கத்தினாள் துனியா. "நீங்கள் திரும்பி வரவேண்டு மென்று நான் விரும்பவில்லை!"

"என்ன...? அந்த அளவுக்குத் துணிந்துவிட்டீர்களா?" என்று உரக்கக் கத்திய லூசினால் இன்னமும்கூட அவர்களுக்கு இடை யில் நேரிட்டுவிட்ட உரசலை நம்ப முடியவில்லை. ஏற்றுக்கொள்ள வும் முடியவில்லை. எதையோ பறி கொடுத்து விட்டவனைப் போன்ற தவிப்பில், பேசக்கூட இயலாமல் தவித்தான் அவன். "நிஜமாகவேதான் அப்படிச் சொல்கிறாயா? அவ்வளவு துணிச்சல் வந்துவிட்டதா உனக்கு? அவ்தோத்யா ரொமனோவ்னா! இதற்கு உன்மீது புகார் கொடுத்தால்தான் என் மனம் நிம்மதியடையும். ஒருவேளை நான் அப்படிக்கூடச் செய்யவேண்டிவரலாம்."

"இப்படிப் பேசுவதற்கு உங்களுக்கு என்ன உரிமை இருக் கிறது?" என்று சூடாகக் கேட்டபடி நடுவில் குறுக்கிட்டுப் பேசினாள் பல்கேரியா அலெக்ஸாண்ட்ரோவ்னா.

"எதைப்பற்றி நீங்கள் புகார் தர முடியும்? அதற்கு உங்களுக்கு என்ன உரிமை இருக்கிறது? என்னுடைய மகள் துனியாவைப் போயும் போயும் உங்களைப் போன்ற ஓர் ஆளுக்கா நான் தருவேன்? இப்படிப்பட்ட தவறான பாதையில் பிரவேசித்தது

எங்கள் தப்புத்தான்... அதிலும் முக்கியமாக என்னுடைய தவறு தான்...”

“பல்கேரியா அலெக்ஸாண்ட்ரோவ்னா! நீங்கள் என்னுடன் ஒரு பந்தத்தை ஏற்படுத்தும்வண்ணம் ஒரு வாக்குறுதியைத் தந்து விட்டீர்கள். இப்போது அந்த வாக்குறுதியிலிருந்து பின் வாங்கு கிறீர்கள். அதுமட்டுமல்ல... மேலும் கடைசியாக, முடிவாகச் சொல்லப் போனால் இதிலெல்லாம் நான் சம்பந்தப்பட்டு விட்ட தால் எனக்கு ஏற்பட்டுவிட்ட செலவுகள் வேறு...”

இந்தக் கடைசிக் குற்றச்சாட்டு, பீட்டர்பெத்ரோவிச் எப்படிப் பட்டவன் என்பதை மிகத் தெளிவாக எடுத்துக் காட்டியதைக் கண்ட ரஸ்கோல்னிகோவ், மிகுந்த சினத்தால் வெளிறிப் போனான். தன் கோபத்தைக் கட்டுப்படுத்திக்கொள்ள முயற்சி செய்தவன், திடீரென்று தனது சுயக்கட்டுப்பாடுகளை இழந்த வனாக, உரத்த குரலில் ஒரு வறண்ட சிரிப்பு சிரித்தான்.

ஆனால் அவனுடைய இந்த வார்த்தைகளைக் கேட்ட பல்கேரியா அலெக்ஸாண்ட்ரோவ்னா, கோபத்தின் உச்சியை அடைந்தாள். ஆத்திரம் பொங்க வெகுண்டெழுந்தாள். “செலவா...? என்ன செலவு? எங்களுடைய டிரங்குப் பெட்டியை இங்கே கொண்டுவந்து சேர்த்ததைப் பற்றி நீங்கள் சொல்லுகிறீர்கள் என்று நினைக்கிறேன். ஆனால் நிச்சயமாக உங்களுக்கு எந்தச் செலவுமே ஆகியிருக்காது என்று நான் நினைக்கிறேன். ஒரு நடத்துநர் – பார்சல் வண்டிகளை ஓட்டுபவர் – உங்களுக்கு இலவச மாகவே அதை இங்கே கொண்டுவந்து சேர்த்திருப்பார் என்று எனக்கு நன்றாகவே தெரியும். அப்புறம்... அப்புறம் என்ன சொன் னீர்கள்? அடக்கடவுளே... உங்களை நாங்கள் கட்டிப்போட்டு விட்டதாகச் சொல்கிறீர்கள்... நீங்கள் அதைப் பற்றித் திரும்ப எண்ணிப் பார்க்க வேண்டும், பீட்டர் பெத்ரோவிச்! உண்மையில் அதற்கு நேர்மாறாகத்தான் நீங்கள் சொல்லியிருக்கிறீர்கள். எங்கள் கை, கால்களைக் கட்டிப் போட்டு வைத்தது நீங்கள்தான்.”

“அம்மா... போதும்! தயவுசெய்து இதற்கு மேல் எதுவும் பேச வேண்டாம்.” என்று அம்மாவைக் கெஞ்சிக் கேட்டுக்கொண் டாள் அவ்தோத்யா ரொமனோவ்னா. “பீட்டர் பெத்ரோவிச், தயவுசெய்து வெளியே போய் விடுங்கள்!”

“நான் போகிறேன்... ஆனால் அதற்கு முன்னால் கடைசி யாக ஒரே ஒரு வார்த்தை!” என்று தொடங்கிய அவன், இப் பொழுது தன் சுயகட்டுப்பாட்டை முற்றிலும் இழந்த நிலையில் இருந்தான். “உன்னுடைய நற்பெயர் சீர்குலைந்திருந்த அந்த நேரத்தில் – உன்னைப் பற்றி நகரம் முழுவதும் தாறுமாறான வம்புப் பேச்சுகள் மாவட்டம் முழுவதுமே பரவி வந்த ஒரு தருணத்

தில் நான் உன்னை மணந்துகொள்ள முடிவெடுத்தேன் என்பதை உன் தாய் மறந்துவிட்டதாகத் தோன்றுகிறது! உன்னுடைய பெயரையும் புகழையும் பழி தூற்றிப் பேசிய பொதுமக்களின் அபிப்பிராயங்களையெல்லாம், உன் பொருட்டு ஒதுக்கித் தள்ளி விட்டு வந்த நான், அதற்குப் பதிலாக உன்னிடம் நன்றியுணர்வை யும் கைமாறையும் எதிர்பார்ப்பதற்கு எல்லாவகையிலும் உரிமை யுடையவன்...! ஆனால் இப்பொழுதுதான் என் கண் திறந்தது! பொதுவான அந்த அபிப்பிராயத்தையெல்லாம் வெறுத்து ஒதுக்கி விட்டு உன்னை மணக்க முன் வந்த என் செயல், முழுக்க முழுக்க அவசரக் கோலத்தில் எடுக்கப்பட்ட முடிவாகத்தான் நிச்சயம் இருந்தாக வேண்டும்!

"அவனது மண்டையை நான் உடைக்க வேண்டுமென்பது தான் அவனது விருப்பம் போலத் தெரிகிறது" என்று கத்தியபடி லூசின் மீது ஆவேசமாகப் பாய்வதற்கு ஆயத்தமானான் ரஸுமிகின்.

"நீங்கள் மிகவும் கீழ்த்தரமான, மிகவும் மோசமான ஒரு மனிதர்!" என்றாள் துனியா.

"யாரும் ஒரு வார்த்தைகூடப் பேச வேண்டாம். எவரும் அசைய வேண்டாம்" என்று அறிவித்தபடி கொதித்துக்கொண்டி ருந்த ரஸுமிகினைப் பின்னாலிருந்து தோளைப் பற்றி அமைதிப் படுத்த முயன்றான் ரஸ்கோல்னிகோவ். பிறகு, லூசினைத் தொடும் அளவுக்கு மிக நெருக்கமாக அவனுக்கு அருகில் சென்று, அமைதி யாகவும் அழுத்தமாகவும் இவ்வாறு சொன்னான்: "நீங்கள் இப் பொழுது நல்லபடியாக வெளியேறிவிட்டால் சரி... இதற்குமேல் ஒரு வார்த்தை பேசினால்கூட..."

வெளிறிப் போன முகத்தில், வெறுப்பும் கோபமும் நிறைந்த வனாகக் காணப்பட்ட லூசின், சில நொடிகள் அவனை ஏறிட்டுப் பார்த்துவிட்டு வெளியே சென்றான். அப்பொழுது அவனிடத்தில் ரஸ்கோல்னிகோவ் மீது கனன்றுகொண்டிருந்த கடூரமான வெறுப்பைப்போல வேறெந்த மனிதனின் உள்ளத்திலும் இவ்வளவு வெறுப்பையும் கோபத்தையும் பார்த்திருக்கவே முடியாது. நடந்த எல்லாவற்றுக்கும் ரஸ்கோல்னிகோவை மட்டுமே காரணமாக்கி அவன் தனக்குள் பழித்துக்கொண்டிருந்தான். படிகளில் கீழே இறங்கிச் செல்லும் வேளையிலும்கூட, இந்த விளையாட்டில், தான் இன்னமும்கூட முழுக்க முழுக்கத் தோற்றுவிடவில்லையென்றும், அந்தப் பெண்களை எப்படியாவது சரிக்கட்டி விஷயத்தை முழுமையாகவும், துல்லியமாகவும் சரி செய்துவிட முடியுமென்றும் அவன் கற்பனை செய்துகொண்டிருந்தான் என்பதை இங்கே குறிப் பிடாமலிருக்க முடியவில்லை.

அத்தியாயம் – 3

அந்தக் கடைசி நிமிடம் வரையிலும்கூட இது போன்ற ஒரு முடிவு ஏற்படும் என்று அவன் கொஞ்சமும் எதிர்பார்க்கவில்லை என்பதுதான் உண்மை. அவன் மிகுந்த அகம்பாவத்தோடு தான் தனது கோபத்தையும் அகங்காரத்தையும் வெளிப்படுத்தியிருந்தான். ஆனாலும்கூடத் தன் ஆதிக்கப் பிடியிலிருந்து இந்தப் பாவப்பட்ட, பாதுகாப்பற்ற இரண்டு பெண்களும் இவ்வாறு தப்பித்துக்கொண்டுவிட முடியும் என்று அவன் கொஞ்சம்கூடக் கற்பனை செய்து பார்க்கவில்லை. அப்படிப்பட்ட அவனது நம்பிக்கை, படாடோபம் நிறைந்த அவனது கர்வத்தாலும், தன்னைப் பற்றிய அளவு கடந்த தற்பெருமையாலும் அவனிடத்தில் மேலும் மேலும் வளர்ந்து வலுப் பெற்றிருந்தது. எதுவுமே இல்லாத ஏழ்மை நிலையிலிருந்து, தானாகவே போராடிப் படிப்படியாக வளர்ச்சி பெற்றவன் பீட்டர் பெத்ரோவிச். தன்னைத்தானே உயர்த்திப் பாராட்டிக்கொள்வதும், தன்னுடைய அறிவைப் பற்றித் தானே மிக உயர்வாக மதிப்பிட்டுக்கொள்வதும் ஒரு நோய் பிடித்ததுபோல இயல்பாகவே அவனுக்கு ஆகிவிட்டிருந்தது. தனிமையில் இருக்கும்போது, சில வேளைகளில் கண்ணாடியில் அவன் தன் முகத்தைத் தானே பார்த்து ரசிப்பதும் உண்டு. உலகில் உள்ள எல்லாவற்றைவிடவும், தான் சேர்த்திருக்கும் பணத்தை மட்டுமே அவன் மிகுதியாக நேசித்தான். அதையே உயர்வாக நினைத்தான். கடின உழைப்பினால் அவன் சம்பாதித்த அந்தப் பணம், எப்பொழுதும் அவனது ஆதிக்கத்திற்குள் அடங்கிக் கிடக்கும்; அவனை விட உயர்வானதாக உள்ள எல்லாவற்றோடும் அந்தப் பணம்தான் அவனைச் சமதளத்தில் ஒன்றாக நிறுத்தி வைத்திருந்தது.

சற்றுமுன் துனியாவிடம் அவளைப்பற்றிய மோசமான வதந்திகளைக்கூடப் பொருட்படுத்தாமல், தான் அவளை மணக்க முன்வந்ததாக அவன் எரிச்சலோடு, நிஜமாகவே தனது மனதின் ஆழத்திலிருந்து உண்மையாகவேதான் பேசியிருந்தான். இந்த விஷயத்தைப் பொறுத்தவரையில் தான் மிகவும் மோசமாகவும்,

நன்றிகெட்டதனத்துடனும் அப்படிச் சொல்லிவிட்டதாக தனக்குள் நிஜமாகவே இப்போது வருத்தப்பட்டுக்கொண்டிருந்தான் பீட்டர் பெத்ரோவிச். ஆனால், துனியாவை அவன் மணக்க முன்வந்த போது அவளைப்பற்றி உலவிக்கொண்டிருந்த கதைகள் முற்றிலும் ஆதாரமில்லாதவை என்பதில் அவனுக்கு முழுமையான நம்பிக்கை இருந்தது என்பதுதான் உண்மை. ஏனென்றால் மார்ஃபா பெத்ரோவ்னா மிகவும் வெளிப்படையாகவே எல்லோரும் அறியும்வண்ணம் அக்கதைகளின் பொய்மையை நிரூபித்திருந்தாள். ஆனால், வெகுநாட்களுக்கு முன்பே அப்படிப்பட்ட வம்புப் பேச்சுகளை ஊர்க்காரர்கள் கைவிட்டிருந்ததோடு துனியாவின் மீது தவறேதும் இல்லை என்பதை உணர்ந்து அவளிடம் அன்பு பாராட்டி, அரவணைத்தும் வந்தனர். துனியாவைத் தன்னளவு உயர்நிலைக்குக் கொண்டுவர வேண்டுமென்று தான் எடுத்திருந்த முடிவு மிகவும் உன்னதமானது என்ற எண்ணம், அவனுடைய தற்பெருமையை மேலும் அதிகரித்ததோடு, தன்னை ஒரு காவிய நாயகனாகவே அவனை எண்ணிக்கொள்ளும் படியாகச் செய்திருந்தது. இப்போது துனியாவிடம் அந்த விஷயத்தை வெளிப்படுத்தியபோது அவனது அந்தத் தற்பெருமையான எண்ணங்கள், வழக்கம் போல – ஆனால் இப்போது சற்றே அதிகமாகவே – வெளிப்பட்டுவிட்டன என்றுதான் சொல்ல வேண்டும். அவனுடைய பெருந்தன்மையான இந்தச் செயல் பாட்டை எப்படி அவர்கள் வியந்து பாராட்டத் தவறிவிட்டனர் என்பதை அவனால் சற்றும் விளங்கிக்கொள்ள முடியவில்லை. ரஸ்கோல்னிகோவைப் பார்க்கச் சென்றபோதுகூட, இனிமேல் தான் மட்டும் அவர்களின் 'பாதுகாவலன்' அல்லது 'புரவலன்' என்ற கர்வத்துடனும், அளவுகடந்த தற்பெருமை எண்ணங்களுடன் தான் அவன் சென்றான். தன்னுடைய தாராள குணத்திற்கு வெகு மதியாக அவர்களிடமிருந்து பாராட்டு மொழிகளும் பணிதல் களும் வணக்கங்களும் கிடைக்கும் என்ற எதிர்பார்ப்புடனும் அவற்றையெல்லாம் கேட்டு மகிழப் போகிறோம் என்ற எண்ணத் துடனும்தான் அவன் அங்கு சென்றான். இப்போது படிகளில் கீழிறங்கிச் செல்லும்போது தான் மிகவும் அவமானப்படுத்தப்பட்டு விட்டதாகவும், தனது நல்ல குணங்கள் அங்கீகரிக்கப்படாமல் போய்விட்டதாகவும் அவன் எண்ணிக்கொண்டான்.

அவனுடைய வாழ்க்கைக்கு துனியா இப்போது மிகவும் அவசியமானவளாகப் போய்விட்டாள். அவளில்லாமல் தன்னால் எதுவுமே செய்ய இயலாது என்று எண்ணிய அவனால் அவளில் லாத தன்னுடைய வாழ்க்கையைப் பற்றிச் சிந்தித்துப் பார்க்கவும்

முடியவில்லை. பல ஆண்டுக்காலமாக, உள்ளத்தில் தணியாத சிற்றின்ப வேட்கையுடன், பொங்கித் ததும்பும் காம தாகத்துடன் தன்னுடைய திருமணத்தைப் பற்றி அவன் கனவுகள் கண்டு வந்திருக்கிறான். ஆனால் வாழ்க்கையை அனுபவிப்பதற்கு ஏற்றபடி போதிய பணத்தையும், வசதிகளையும் தேடிக்கொள்ள வேண்டும் என்ற தீர்மானமான முடிவோடு, சிறிது சிறிதாகப் பணத்தைச் சேர்த்துக்கொண்டு திருமண நாளுக்காக அவன் காத்துக்கொண்டிருந்தான். கற்பொழுக்கம் நிறைந்த ஒரு கன்னிப் பெண்ணாக, ஏழையாக (அவள் கட்டாயம் ஏழையாக இருந்தாக வேண்டும்) மிக இளமையான, மிக அழகான, நல்ல குடும்பத்தைச் சேர்ந்தவளாக, நன்கு படித்தவளாக, சற்று பயந்த சுபாவம் உள்ளவளாக இருக்கும் ஒரு பெண்ணை மணக்க வேண்டுமென்று அவன் தன் மனதினுள் திட்டமிட்டிருந்தான். அந்தப் பெண், தனது வாழ்க்கையில் மிகவும் துன்பப்பட்டவளாக, பல துன்பங்களைச் சந்தித்தவளாக இருக்க வேண்டும், அப்படியிருந்தால்தான் தனக்குப் பணிந்து, பயபக்தியுடன் நடந்துகொள்வாள், கணவன்தான் தன் வாழ்நாள் முழுவதுமே தன்னைப் பாதுகாத்துக் காப்பாற்ற வந்த கடவுள் என்று எண்ணி அவள் அவனைக் கொண்டாடுவாள்; அவனிடம் முழு மரியாதை செலுத்தி அவனது ஆணைகளுக்குக் கீழ்ப்படிந்து நடப்பாள்; அவனை மட்டுமே வியந்து போற்றுவாள்; அவனை மட்டுமே நேசிப்பாள். தன்னுடைய எல்லாவற்றையுமே அவனிடத்தில் சமர்ப்பிப்பாள். அவனை மட்டுமே தனது வாழ்நாள் முழுவதும் வணங்கி வழிபடுவாள். இந்த வசீகரமான விஷயத்தை மையப் பொருளாக்கி அவன் தன் மனதினுள் மிகவும் உணர்ச்சிகரமான எத்தனையோ காட்சிகளைக் கற்பனை செய்துகொண்டிருந்தான். அவனது வேலைகளுக்கு இடையே, ஓய்வு கிடைக்கும் போதெல்லாம் இதுபோன்ற காதல் மிகுந்த, காமம் ததும்பும் கற்பனைகளில்தான் அவன் ஈடுபட்டிருப்பான்... இப்பொழுது, பல்லாண்டுக்காலமாக அவன் கண்டு வந்த கனவுகளும், கற்பனைகளும் கிட்டத்தட்ட நனவாகப் போகும் தருணத்தில்... அவனுடைய மொத்தக் கற்பனைகளும் முடிந்து போய்விட்டதா என்ன? அவ்தோத்யா ரொமனோவ்னா அவனை முழுவதுமாக வசீகரித்துவிட்டாள். அவளின் அனாதரவான நிலை அவனை மிகவும் கவர்ந்துவிட்டது.

அவன் கனவு கண்டதற்கும் மேலாகவே அவனது கற்பனைகளுக்கும் மேலாகவே–அவன் எதிர்பார்த்த குணங்களும் அழகும் துனியாவிடம் பொதிந்து கிடப்பதை அவன் கண்டான். இதோ, சுயகௌரவமும், மன உறுதியும்கொண்ட, ஒழுக்கமான, நல்ல

முறையில் வளர்க்கப்பட்ட–அவனைவிட அதிகமாகப் படித்த – அவனையும் விட மேம்பட்ட ஒரு பெண்ணை அவன் கண்டு பிடித்துவிட்டான். அவனுடைய பெருந்தன்மையான குணங் களுக்கு நன்றி கூறிக்கொண்டு, பயபக்தியுடன் அவனுடைய ஏவல் களுக்கு அடிபணிந்து சேவை செய்துகொண்டு, ஓர் அடிமையைப் போல அவள் தன்னுடைய காலடியிலேயே வீழ்ந்து கிடப்பாள் என்றும், அதேசமயத்தில் அவனாலும் அவள் மீது முழுமையான, எல்லையற்ற ஆதிக்கத்தைச் செலுத்த முடியுமென்றும் அவன் கற்பனைகள் செய்துகொண்டிருந்தான். கொஞ்சகாலமாகவே தன்னுடைய எதிர்காலத்தைப் பற்றி அவன் சிந்தித்து வந்தான். ஆழ்ந்த யோசனைக்குப்பின் தன்னுடைய தொழிலில் சிறிது மாற்றம் செய்து, இன்னும் விரிவான தளத்தில் தனது தொழிலைச் செய்ய வேண்டும் என்று அவன் விரும்பினான். இதன்மூலமாகச் சமூகத்தின் மிக உயர்ந்த பிரிவினரோடு தானும் ஒருவனாக இணைந்துகொள்ள முடியும் என்றும் அவன் கற்பனை செய்து வைத்திருந்தான். எனவே, பீட்டர்ஸ்பர்க் நகரத்துக்கு வந்து விட்டால் தனது இந்தக் கனவுகள் நனவாக முடியும் என்ற எண்ணத்தோடுதான் அவன் பீட்டர்ஸ்பர்க்குக்கு வர முடிவு செய்தான். ஒரு பெண்ணின் துணை மட்டும் இருக்குமானால் தன்னால் எந்த எல்லைவரை வேண்டுமானாலும் செல்ல முடியும், எத்தகைய செயலையும் மிக வெற்றிகரமாகச் செய்துவிட முடியும் என்று அவன் நினைத்திருந்தான். அழகான, ஒழுக்கமுடைய, நன்கு கல்வி கற்ற பெண் ஒருத்தி மட்டும் தன்னுடன் இருந்தால் தன் னுடைய வாழ்க்கைப் பயணம் வியக்கத்தக்க வகையில் இனிமை யாக இருக்கும் என்றும், அதுவே பல நண்பர்களைத் தன்பால் கவர்ந்திழுக்கும் என்றும், அதன்பின் தன் வாழ்வு, வானவில் போல வண்ணமயமாகப் பிரகாசிக்கும் என்றும் பலவிதமாக அவன் போட்டு வைத்திருந்த திட்டங்கள், கற்பனைகள் எல்லாம் இப் போது அழிந்து போய்விட்டன. திடீரென்று ஏற்பட்டுவிட்ட இந்த மிகப் பயங்கரமான பிரச்சினை, இந்தச் சண்டை, இந்த முறிவு அவனை இடிபோலத் தாக்கி வீழ்த்திவிட்டது. நடந்ததெல்லாம் ஒரு குரூரமான நகைச்சுவையாகவும், அபத்தமாகவுமே அவனுக்குத் தோன்றியது. அவன், கொஞ்சம் மிகையான அதிகார தோரணை யுடன் நடந்துகொண்டுவிட்டான். அவ்வளவுதான்! அதைக்கூட அத்தனை வெளிப்படையாக, முழுமையாக அவன் வெளிக் காட்டிக்கொள்ளவில்லை. உண்மையில் அப்படி நடந்துகொள்ள வேண்டுமென்று திட்டமிட்டும் அவன் எதையும் செய்யவில்லை. ஆனாலும் உணர்ச்சிவசப்பட்டு, சற்று அவசரப்பட்டுவிட்டான். பிறகு எல்லாமே இவ்வளவு தீவிரமாக முடிவுக்கு வந்துவிட்டன.

அவனுக்கே உரித்தான பாணியில் அவன் உண்மையாக துனி யாவை நேசிக்கவே செய்தான். அவனது கனவுகளில் அவன்தான் அவளது எஜமானனாக இருந்தான். அவளுக்குக் கணவன் என்ற ஸ்தானத்தை அவன் ஏற்கெனவே எடுக்கத் தொடங்கிவிட்டான். இப்படிப்பட்ட நிலையில் திடீரென்று ஏற்பட்டிருக்கும் இந்த முறிவு...! இல்லை... இல்லை! நாளைக்குள்ளாக... ஆமாம், குறைந்த பட்சம் நாளைக்குள்ளாகவாவது எல்லாவற்றையும் சரி செய்தாக வேண்டும். திடீரென்று ஏற்பட்டுவிட்ட இந்தக் காயத்தைக் குணப் படுத்தியாக வேண்டும்; பிளவைச் சரி செய்துவிட வேண்டும். எல்லாவற்றையும்விட முக்கியமாக அந்தத் துடுக்குத்தனமான சின்ன நாய்க்குட்டி – அந்த அற்பனை முதலில் ஒழித்துக் கட்டியாக வேண்டும். எல்லாக் குழப்பங்களுக்கும் அந்த மேதாவிதான் காரணம் என்று மனதில் வேதனைதரும் உணர்வுகளுடன் ரஸுமி கினைப் பற்றி நினைத்துப் பார்த்தான் பீட்டர் பெத்ரோவிச். உடனேயே தனக்குத்தானே அதற்குச் சமாதானமும் கூறிக் கொண்டான்: 'இந்த மாதிரி ஆளையெல்லாம் போய் எனக்குச் சமமாக வைத்து யோசிப்பதா?' ஆனால் அவன் உண்மையாகவே பயந்தது ஸ்விட்ரிகைலோவைக் குறித்துத்தான்! சுருக்கமாகச் சொன்னால், அவரால் ஏதோ மிகப் பெரிய ஆபத்து நேரப் போகிறது என்பதை அவனது உணர்வுகள் அவனுக்கு அறிவித்துக் கொண்டேயிருந்தன.

"இல்லை அம்மா! இவை எல்லாவற்றுக்கும் நான்தான் காரணம்! மற்றவர்களைக் காட்டிலும் அதிகமான குற்றம் என் மேல்தான் சுமத்தப்பட வேண்டும்!" என்று கண்களில் நீர் மல்கத் தன் தாயை இறுகத் தழுவியபடி சொன்னாள் துனியா. "அவரது பணம் என்னைக் குருடாக்கிவிட்டது. ஆனால் அண்ணா! அவர் இவ்வளவு மோசமானவராக, அயோக்கியராக இருப்பாரென்று நான் கொஞ்சம்கூட நினைக்கவில்லை. முன்பே முழுமையாக அவரைப் பற்றி நான் அறிந்துகொண்டிருந்தால் அவரது வார்த்தை ஜாலம் எதுவுமே என்னைச் சலனப்படுத்தியிருக்க முடியாது. என்னைப் பற்றி அப்படி மோசமாக முடிவு செய்துவிடாதே அண்ணா!"

"கடவுள்தான் நம்மைக் காப்பாற்றினார்! ஆமாம், கடவுள் தான் நம்மைக் காப்பாற்றியிருக்கிறார்!" என்று பாதி உணர்வு நிலையிலும், பாதி உணர்வற்ற நிலையிலுமாக, மிகுந்த மன வேதனையுடன் புலம்பிக்கொண்டிருந்தாள் பல்கேரியா அலெக் ஸாண்ட்ரோவ்னா. அதிர்ச்சியிலிருந்து மீளாதவளாக, நடந்தது

இன்னதென்று முழுமையாக விளங்கிக்கொள்ளாதவளாக உறைந்து போயிருந்தாள் அவள்.

அவர்கள் எல்லோருமே ஒரு பெரிய துயரத்திலிருந்து விடு பட்டவர்களாகக் காணப்பட்டார்கள். ஐந்து நிமிடங்களில் அவர்கள் வாய்விட்டுச் சிரிக்கவும் தொடங்கியிருந்தார்கள். அதன் பிறகு கலகலப்பாக அவர்கள் பேசிக்கொண்டிருந்தனர். அவ்வப் பொழுது சில நொடி நேரங்கள் – நடந்து போன பழைய சம்பவங் களின் நினைவின் தாக்குதல்களினால் துனியா மட்டும் சற்று முகம் வெளிறிப்போவாள். ஆனால் சில நொடிகளிலேயே தன்னைச் சமாளித்துக்கொள்வாள். தன்னாலும்கூட இந்த நிலை யில் எப்படி இவ்வளவு சந்தோஷமாக இருக்க முடிகிறது என்று தனக்குத்தானே ஆச்சரியப்பட்டுக்கொண்டாள் பல்கேரியா அலெக் ஸாண்ட்ரோவ்னா. அவள் இன்று காலையில்கூட லூசினுடன் ஏற்பட்டிருக்கும் மனக் கசப்புகளுக்காக வருந்திக்கொண்டிருந்தாள். தங்களது துரதிர்ஷ்டத்தை நினைத்து வேதனைப்பட்டுக்கொண்டி ருந்தாள்.

ரஸுமிகின் இப்போது மிகுந்த சந்தோஷத்திலும் பரவசத் திலும் மிதந்துகொண்டிருந்தான். தன்னுடைய மகிழ்ச்சியை வெளிப்படையாகக் காட்டிக்கொள்ளும் அளவுக்கு அவன் துணிய வில்லை என்றபோதும், தன் நெஞ்சிலிருந்து மிகப் பெரிய பாரம் ஒன்று இறங்கிவிட்டது போன்ற உணர்வுடனும், மிகுந்த மனக் கிளர்ச்சியோடும், உணர்ச்சிவசப்பட்ட நிலையிலும் இருந்தான் அவன். தன்னுடைய வாழ்வை அவர்களுக்காக அர்ப்பணிக்கவும், அவர்களுக்கு வேண்டிய உதவிகளைச் செய்யவும் இப்போது அவனுக்கு உரிமை கிடைத்துவிட்டதாகவும் தனக்குள் நினைத்துக் கொண்டான். அப்புறம் வருங்காலத்தில் என்ன நடக்குமென்று யாரால் சொல்ல முடியும்? ஆனால் அதற்கு மேலும் தன்னுடைய எண்ணங்களை ஓடவிடுவதற்கு அவன் பயந்தான். தன்னுடைய சொந்தக் கற்பனைகள் அவனுக்கேகூட அச்சம் தருவதாக இருந்தன.

ரஸ்கோல்னிகோவ் தான் முன்பு உட்கார்ந்திருந்த அதே இடத்தில்தான் அமர்ந்திருந்தான். வேறு ஏதோ நினைவுகளால் ஆக்கிரமிக்கப்பட்டிருந்த அவன், சற்றுக் கடுகடுப்போடு காணப் பட்டான். லூசின் இவ்வாறு வெளியேறிச் செல்வதற்கும், அந்த விஷயம் ஒரு முடிவுக்கு வருவதற்கும் அவனே பெரிதும் தூண்டு தலாக இருந்தபோதும், நடந்து முடிந்த அந்த விஷயத்தின் மீது மற்றவர்களைப் போல அவன் அதிகமாக ஆர்வம் காட்டவில்லை. அவனுக்கு இன்னும்கூடத் தன் மீது கோபம் இருப்பதாகவே துனியாவுக்குத் தோன்றியது. பல்கேரியா அலெக்ஸாண்ட்

ரோவ்னாவும்கூட அவனைச் சற்றுக் குழப்பத்தோடும் கவலை யோடும்தான் பார்த்துக்கொண்டிருந்தாள்.

"அதிருக்கட்டும்... ஸ்விட்ரிகைலோவ் உன்னிடம் என்னதான் சொன்னார்? அதைச் சொல் முதலில்" என்று அவனை நெருங்கிக் கேட்டாள் துனியா.

"ஓ, ஆமாம், ஆமாம். அதைச் சொல்" என்று பல்கேரியா அலெக்ஸாண்ட்ரோவ்னாவும்கூட ஆர்வத்துடன் உரக்கக் கத்தினாள்.

"அவர் உனக்குப் பத்தாயிரம் ரூபிள்களைப் பரிசாகத் தருவதற்கு முன் வந்திருப்பதாகவும், என்னுடைய முன்னிலையில் உன்னைச் சந்தித்துப்பேச அவர் ஆசைப்படுவதாகவும் உன்னிடம் தெரிவிக்கும்படி என்னிடம் சொன்னார்."

"இவளைப் பார்ப்பதா? ஒருக்காலும் நடக்காது!" என்று ஆவேசத்துடன் கத்தினாள் பல்கேரியா அலெக்ஸாண்ட்ரோவ்னா. "இந்த உலகத்திலுள்ள எதைத் தருவதாக இருந்தாலும்கூட அது மட்டும் ஒருபோதும் நடக்காது!" என்று கூச்சலிட்ட அவள், மேலும் தொடர்ந்தாள்: "எவ்வளவு தைரியமிருந்தால் இப்படிப் பணம் தருவதாக அவர் சொல்வார்?"

ஸ்விட்ரிகைலோவுடன் நடந்த உரையாடலை (கொஞ்சம் வறட்டுத்தனமான தொனியுடன்) அவர்களிடம் கூறத் தொடங்கி னான் ரஸ்கோல்னிகோவ். தேவையில்லாத விஷயங்களை அவர்களிடம் சொல்ல வேண்டியதில்லை என்று கருதியதாலும், அதிகம் பேசுவதில் அவனுக்கே நாட்டம் இல்லாததாலும் மார்ஃபா பெத்ரோவ்னாவின் 'ஆவி' தொடர்பான விஷயங்களைச் சொல் வதை அவன் தவிர்த்துவிட்டான்.

"நீ அவருக்கு என்ன பதில் சொன்னாய்?" என்று கேட்டாள் துனியா.

"உனக்கு எந்தவிதமான செய்தியையும் எடுத்துக்கொண்டு செல்ல நான் விரும்பவில்லை என்றுதான் முதலில் அவரிடம் சொன்னேன். அதற்கு அவர் என்னுடைய உதவிகள் ஏதும் இல்லாமலேயே, தன்னால் முடிந்த அத்தனை முயற்சிகளையும் செய்து உன்னைச் சந்தித்தே தீருவேன் என்று சொன்னார். உன்மீது அவர் கொண்டிருந்த மோகம் அந்த நேரத்துச் சபலம்தான் என்றும், இப்போது உன்மீது அவருடைய மனதில் எந்தவிதமான ஆசையும் இல்லை என்றும் சத்தியம் செய்தார். லூசினை நீ மணந்துகொள்வதில் அவருக்கு விருப்பமில்லை. மொத்தத்தில்

அவருடைய பேச்சு முழுவதுமே ஒரே குழப்பமாகத்தான் இருந்தது."

"அவரது போக்கைப் பற்றி நீ என்ன நினைக்கிறாய், ரோட்யா? அவரைப் பற்றி உன் மனதில் என்ன தோன்றுகிறது?"

"என்னால் அவரைக் கொஞ்சம்கூடப் புரிந்துகொள்ள முடியவில்லை என்பதை நான் ஒப்புக்கொள்ளத்தான் வேண்டும். உனக்குப் பத்தாயிரம் ரூபிள்களைத் தர முன்வந்திருப்பதாகக் கூறுகிறார். ஆனால் அதே சமயத்தில், நான் இப்போது பணக்காரனில்லை என்றும் கூறுகிறார். தான் எங்கோ ஒரு நீண்ட பயணத்திற்குப் புறப்பட்டுச் செல்லப் போவதாகக் கூறுகிறார். ஆனால் அடுத்த பத்து நிமிடங்களில் அப்படி ஒன்றைத் தான் சொன்னதையே மறந்து போகிறார். இன்னொரு விஷயத்தையும் அவர் வெளிப்படையாகச் சொன்னார். தான் திருமணம் செய்துகொள்ள விரும்புவதாகவும், தனக்குப் பொருத்தமான பெண்ணைப் பார்த்து ஏற்கனவே முடிவு செய்துவிட்டதாகவும் அவர் தெரிவித்தார். ஆனால் அவரது மனதிலே ஏதோ சில திட்டங்களைப் போட்டு வைத்துக்கொண்டுதான் இங்கு வந்திருக்கிறார். நிச்சயமாக அவை கொடிய, தீங்கு தரக்கூடிய திட்டங்களாகத்தான் இருக்கும் என்று எனக்குத் தோன்றுகிறது. ஆனால் வேறொரு விதத்தில் யோசித்துப் பார்த்தால்... அவருடைய நோக்கங்கள் கெட்டவைகளாக இருந்தால் இந்த விஷயத்தை இவ்வளவு முட்டாள்தனமாகவா கையாளுவார் என்று ஒரு பக்கம் ஆச்சரியமாகவும் இருக்கிறது. எனவே அவர் உனக்குக் கொடுப்பதாகச் சொன்ன பணத்தை உன் சார்பில் நானே வேண்டாம் என்று உறுதியாக மறுத்துச் சொல்லிவிட்டேன். என்றைக்குமே, எப்போதுமே அது வேண்டாம் என்று உறுதிபடக் கூறிவிட்டேன். பொதுவாகச் சொல்லப்போனால், எனக்கு அவர் மிகவும் வினோதமான மனிதராகத்தான் தோன்றுகிறார்...! ஒரு வேளை நான் அவரைத் தவறாகப் புரிந்துகொண்டும் இருக்கலாம். ஒருவேளை என்னிடம் தன்னைப் பற்றி மோசமான அபிப்பிராயத்தை ஏற்படுத்துவதற்காக, வேண்டுமென்றேகூட அவர் இவ்வாறெல்லாம் நடந்துகொண்டிருக்கலாம். மார்ஃபா பெத்ரோவ்னாவின் மரணம் அவரை மிகவும் பாதித்திருக்கிறது."

"அவளுடைய ஆத்மா சாந்தியடைவதற்குக் கடவுள் அருள் செய்யட்டும்!" என்று உணர்ச்சிவசப்பட்டுச் சொன்னாள் பல்கேரியா அலெக்ஸாண்ட்ரோவ்னா. "அவளுக்காக நான் எப்பொழுதும், என்றைக்கும், பிரார்த்தனை செய்துகொண்டே இருப்பேன்! இந்த மூவாயிரம் ரூபிள்களும் இல்லையென்றால் இப்போது நம் நிலைமை என்னவாகியிருக்கும், யோசித்துப் பார் துனியா! வானுலகத்திலிருந்து நேரடியாக வந்து விழுந்ததைப் போல

அல்லவா அது நமக்குக் கிடைத்திருக்கிறது? ரோட்யா, இதைக் கேள்! இன்று காலையில் எங்களிடம் மூன்றே மூன்று ரூபிள்கள்தான் இருந்தன. அந்த மனிதராக அதைப்பற்றி யோசித்துப் பார்த்து எதுவும் கொடுக்க வேண்டுமென்று எண்ணும் வரை, நாமாகப் போய்க் கேட்கக்கூடாது என்று நானும் துனியாவும் நினைத்துக்கொண்டிருந்தோம். அவளுடைய கடிகாரத்தை எங்காவது அடகு வைத்துவிடலாமா என்றுகூட யோசித்தோம்!"

ஸ்விட்ரிகைலோவ் தனக்குத் தர முன்வந்திருக்கும் தொகையைக் கேட்டவுடன் திடுக்கிட்டுப் போனவளாகத் தோன்றிய துனியா, ஆழ்ந்த சிந்தனையில் மூழ்கிவிட்டாள்.

"அவருக்கு மிக மோசமான நோக்கம் ஏதாவது நிச்சயமாக இருக்கத்தான் வேண்டும்" என்று கிட்டத்தட்ட நடுங்கிக்கொண்டே தனக்குத்தானே சொல்லிக்கொண்டாள் துனியா. அளவுக்கு அதிகமான அவளது மனக்கலவரத்தைக் கவனித்தான் ரஸ்கோல்னிகோவ்.

"அவரை நான் இன்னும் பல தடவைகள் சந்திக்க நேரும் என்றே நினைக்கிறேன்" என்றான் ரஸ்கோல்னிகோவ்.

"நாம் அவரது நடவடிக்கைகளைக் கவனித்துக்கொண்டே வருவோம். நான் அவரை விடாமல் பின் தொடர்ந்துகொண்டே வருகிறேன்!" என்று மிக உற்சாகமாகச் சொன்னான் ரஸுமிகின். "என் பார்வையிலிருந்து அவரைத் தப்ப விடமாட்டேன். ரோட்யா, ஏற்கெனவே எனக்கு அனுமதி கொடுத்திருக்கிறான். 'எனது சகோதரியைக் கவனித்துக்கொள்' என்று, சற்று முன்புதான் என்னிடம் கூறினான். நீயும் அதற்குச் சம்மதிப்பாயா, அவ்தோத்யா ரொமனோவ்னா?"

துனியா புன்னகை செய்தபடி அவனை நோக்கித் தன் கையை நீட்டினாள். ஆனாலும் அவளது முகத்திலிருந்த அந்த மிரட்சி இன்னும் நீங்கவில்லை. பல்கேரியா அலெக்ஸாண்ட்ரோவ்னாவும்கூட அச்சத்துடன்தான் காணப்பட்டாள். அந்த அச்சம் மாறாமலேயே, அவள் அவ்தோத்யா ரொமனோவ்னாவை உற்றுப் பார்த்தாள். ஆனாலும்கூடத் தங்களுக்கு மூவாயிரம் ரூபிள்கள் கிடைக்கப் போகிறது என்ற எண்ணம் அவளைச் சற்று சமாதான மடையச் செய்திருந்தது.

கால் மணி நேரத்திற்குப் பிறகு அவர்கள் அனைவருமே விறுவிறுப்பான உரையாடலில் முழுமையாக மூழ்கிப் போயினர். எதுவுமே பேசவில்லையென்றாலும்கூட –ரஸ்கோல்னிகோவும்கூட–

அதைச் சிறிது நேரம் கவனமாகக் கேட்டுக்கொண்டிருந்தான். ரஸூமிகின்தான் அங்கே முக்கியமான பேச்சாளனாக இருந்தான்.

"ஆனால், நீங்கள் எதற்காக ஊருக்குத் திரும்பப் போக வேண்டும்?" என்று பரவசம் பொங்க, தங்கு தடையில்லாமல் செல்லும் நதியைப் போலத் தன் பேச்சைத் தொடர்ந்தான் ரஸூமிகின். "அந்தச் சின்ன ஊரில் இருந்துகொண்டு நீங்கள் என்ன செய்யப் போகிறீர்கள்? இன்னும் ஒரு முக்கியமான விஷயம் என்னவென்றால் –இங்கே நீங்கள் எல்லோருமே – துனியா, அம்மா, ரஸ்கோல்னிகோவ் என்று குடும்பத்தினர் எல்லோருமே– ஒன்றாக இருக்கலாம். இந்த நேரத்தில் நீங்கள் ஒவ்வொருவருமே அடுத்தவருக்கு மிக அவசியமாகத் தேவைப்படும் நிலையிலிருக் கிறீர்கள்! நீங்கள் நான் சொல்வதைச் சரியாகப் புரிந்துகொள் வீர்கள் என்று நினைக்கிறேன். கொஞ்ச நாட்களுக்காவது என்னை உங்கள் நண்பனாகவும், கூட்டாளியாகவும் ஏற்றுக்கொள்ளுங்கள். நாம் எல்லோருமாகச் சேர்ந்து (பணம் சம்பாதிப்பதற்கு) ஓர் அற்புத மாக ஒரு திட்டத்தை உருவாக்க முடியுமென்று நான் உங்களுக்கு உறுதியளிக்கிறேன். நான் மனதில் வைத்திருக்கும் திட்டம் முழுவதையும் இப்போது விளக்கமாகச் சொல்கிறேன், கேளுங்கள்! இதுபோன்று எதுவும் நடப்பதற்கு முன்னாலேயே – பீட்டர் பெத் ரோவிச்சோடு முறிவு ஏற்படுவதற்கு முன்னாலேயே– அதாவது இன்று காலையிலேயே இந்த எண்ணம் எனக்குத் தோன்றிவிட்டது. விஷயம் இதுதான்...! எனக்கு ஒரு மாமா இருக்கிறார். (அவரை உங்களுக்குப் பிறகு அறிமுகம் செய்து வைக்கிறேன்) மிகவும் இனிமையானவர். மிகவும் மதிப்பிற்குரிய முதியவர் அவர். மூலதன மாகப் போட அவரிடம் ஆயிரம் ரூபிள்கள் பணம் இருக்கின்றன. அதேசமயம், அவர் தனக்குக் கிடைக்கும் ஓய்வூதியத்திலேயே தனது காலத்தைக் கழித்துவிடுவதால் அவருக்கு அந்தப் பணம் தேவையு மில்லை. இரண்டு வருடங்களாக, ஆறு சதவிகித வட்டிக்கு அந்தப் பணத்தை தன்னிடமிருந்து வாங்கிக்கொள்ளும்படி என்னிடம் வற்புறுத்திச் சொல்லிக்கொண்டே இருக்கிறார். அவரது எண்ணம் என்னவென்று எனக்குத் தெரியும். எந்தவித எதிர்பார்ப்பும் இன்றி 'சும்மா' எனக்கு உதவ வேண்டும் என்ற எண்ணத்துடன்தான் அவர் இருந்து வருகிறார் என்று எனக்கு நன்றாகவே தெரியும். ஆனால் போன வருஷம் முழுவதும் எனக்கு அந்தப் பணம் தேவைப்படவில்லை. இந்த வருஷம் அவர் இங்கே வரட்டுமே என்பதற்காக நான் காத்திருந்தேன். அவர் இங்கே வந்தவுடன் அவரிடம் அந்தப் பணத்தைக் கடனாக வாங்குவது என்றும் முடிவு செய்திருந்தேன். உங்களுக்கு வரப் போகும் மூவாயிரம் ரூபிள்கள் பணத்திலிருந்து, ஆயிரம் ரூபிள்களை உங்கள் பங்காகக் கொடுத் தால் நாம் தொடங்கவிருக்கும் தொழிலுக்கு அது போதுமானதாக

இருக்கும்! நாம் அனைவருமே அதில் பங்காளிகளாக இருக்கலாம். சரி... என்ன வேலை செய்யப் போகிறோம் தெரியுமா?"

அதன்பிறகு ரஸுமிகின் தன் மனதினுள் தீட்டி வைத்திருந்த திட்டம் என்னவென்பதை விவரிக்கத் தொடங்கினான். கிட்டத்தட்ட எல்லாப் புத்தக விற்பனையாளர்களும், பதிப்பாளர்களுமே மிகவும் மோசமாகத்தான் தொழில் செய்துகொண்டிருக்கிறார்கள். காரணம் தாங்கள் விற்பனை செய்யும் பொருள்களைப் பற்றிய போதிய அறிவு அவர்களுக்கு இல்லாமல் இருப்பதுதான். ஆனால் பொதுவாகப் பார்க்கும்பொழுது ஓரளவு நல்ல புத்தகங்கள் லாபத்தைக் கொடுப்பது உண்மைதான் என்பதைத் தெரிந்து கொள்ளலாம். சில சமயங்களில் மிக அதிகஅளவு லாபத்தைக்கூட அவை அள்ளிக் கொடுக்கின்றன என்பதும் உண்மைதான். புத்தகப் பதிப்புத் தொழில் செய்ய வேண்டுமென்று ரஸுமிகின் பல நாட்களாகவே கனவு கண்டுகொண்டிருந்தான். பிற பதிப்பாளர்களோடு இரண்டு ஆண்டுக்காலம் வேலை செய்த அனுபவமும் அவனுக்கு உண்டு. ஒரு வாரத்திற்கு முன்பு, ரஸ்கோல்னிகோவிடம், தனக்கு ஜெர்மன் மொழி சுமாராகத்தான் தெரியுமென்று அவன் கூறியிருந்தாலும், உண்மையில் மூன்று ஐரோப்பிய மொழிகள் அவனுக்கு மிக நன்றாகவே தெரியும். நண்பனிடம் அவன் அப்படிச் சொன்ன தற்குக் காரணம், அப்படியாவது அந்த மொழிபெயர்ப்புப் பணியில் பாதியை அவன் எடுத்துக்கொண்டு, அதற்கான முன்பணமான மூன்று ரூபிள்களை வாங்கிக்கொள்ள மாட்டானா என்று ஆசைப்பட்டதினாலேதான்! அவன் உண்மையில் நண்பனிடம் பொய் சொல்லியிருந்தான். அவன் சொல்வது பொய்தானென்பதை ரஸ்கோல்னிகோவும் அறிந்திருந்தான்.

"சரி, இப்பொழுது நான் உங்களிடம் கேட்கிறேன், சொல்லுங்கள்! இந்தத் தொழிலுக்கு மிக முக்கியமான அடிப்படைத் தேவையாகிய பணம், அதிலும் குறிப்பாக நம்முடைய சொந்தப் பணம் இருக்கும் பொழுது சந்தர்ப்பத்தைச் சரிவரப் பயன்படுத்திக் கொள்ளாமல் நழுவவிட்டுவிடலாமா? சொல்லுங்கள்!" என்று உற்சாகத்துடன் கத்தினான் ரஸுமிகின். ஆனால் உண்மையில் இந்தக் காரியத்தில் ஈடுபட, மிக அதிகமாக, மிகக் கடுமையாக உழைக்க வேண்டியிருக்கும் என்பது உண்மைதான்! நாம் எல்லோருமே கடுமையாக உழைப்போம்! அவ்தோத்யா ரொமனோவ்னா, ரோட்யா, நான், நீங்கள் எல்லோருமே கடுமையாக உழைப்போம். இப்போதெல்லாம் சில புத்தகங்கள் மிக நல்ல லாபத்தை ஈட்டிக் கொடுத்துக்கொண்டிருக்கின்றன. இந்தத் திட்டத்தில் நாம் மிக முக்கியமாகத் தெரிந்துகொள்ள வேண்டியது என்னவென்றால் எந்தப் புத்தகங்களை மொழிபெயர்ப்பு செய்ய வேண்டும் என்பதைத்தான். அவ்வளவுதான். நாம் ஒரே சமயத்தில் மொழி

பெயர்க்கலாம், பதிப்பிக்கலாம், பல புத்தகங்களைப் படிக்கலாம். எல்லாம் ஒரே சமயத்தில்! எனக்கு ஓரளவுக்கு அனுபவமும் இருப் பதால் இதில் நான் மிகவும் உதவியாக இருக்க முடியும். கடந்த இரண்டு வருடங்களாக நான் பதிப்புத்துறையில் உள்ளவர்களோடு பழகிவருவதால் அதிலுள்ள சகல விஷயங்களும் எனக்கு அத்துப் படியாக இருக்கின்றன. ‘தூபக்கால் செய்வதற்குத் துறவுபூண்டவ ராகத்தான் இருக்க வேண்டும்’ என்று ஒன்றும் அவசியமில்லை. என்னை நம்புங்கள். இப்படி ஒரு வாய்ப்பை ஏன் நாம் நழுவ விட வேண்டும்? எனக்கு இந்தத் தொழிலைப்பற்றிய இரகசியங்கள் அனைத்தும் மிக நன்றாகத் தெரியும். இரண்டு அல்லது மூன்று புத்தகங்களை முதலில் நாம் பதிப்பு செய்யலாம். ஒவ்வொரு புத்தகத்தையும் மொழிபெயர்ப்பு செய்து பதிப்பு செய்வதற்கு நூறு ரூபிள்களுக்கு மேல் செலவு ஏற்படாது. நிச்சயமாக எந்தப் புத்தகத் திற்குமே ஐநூறு ரூபிள்கள் செலவு ஏற்படாது. ஆனால் உங்களுக்கு இது தெரியுமா? யாராவது ஒரு பதிப்பாளரிடம் போய் இதை யெல்லாம் சொன்னால், அவர் இதையெல்லாம் ஏற்றுக்கொள் ளவே மாட்டார். ரொம்பத்தான் அலட்டிக்கொள்வார்! அவர்க ளெல்லாம் முழு மடையர்கள் தெரியுமா உனக்கு! அச்சடிப்பது, தாள் வாங்குவது, விற்பனை செய்வது என்ற எல்லாக் காரியங் களையும் என்னிடம் விட்டு விடுங்கள். அந்த வியாபார சூட்சு மங்கள் எல்லாமே எனக்குத் தெரியும்! முதலில் சிறிய அளவில் தொடங்கி, பிறகு விரிவுபடுத்திக்கொண்டு போவோம். அதிலிருந்தே குறைந்தபட்சம் நாம் வாழ்க்கை நடத்துவதற்கான பொருள் நமக்குக் கிடைத்துவிடும். எப்படியும் நாம் போட்ட மூலதனத்தை நிச்சய மாகத் திரும்ப எடுத்துவிடலாம்.”

துனியாவின் கண்கள் ஒளிர்ந்தன. “நீங்கள் சொல்வது அனைத்துமே எனக்கு நல்லதாகத்தான் தோன்றுகிறது திமீத்ரி புரோகோஃபிச்!” என்றாள் துனியா.

“நிஜமாகவே எனக்கு இதைப்பற்றி ஒன்றும் தெரியாது” என்று தொடங்கினாள் பல்கேரியா அலெக்ஸாண்ட்ரோவ்னா. “ஒருவேளை இது ஒரு நல்ல யோசனையாகக்கூட இருக்கலாம். ஆனால் எது எப்படியென்று கடவுளுக்குத்தான் தெரியும்! இது கொஞ்சம் புதிய தொழிலாகவும், இதுவரையில் அறிந்திராததாகவும் இருக்கிறது. இன்னும் கொஞ்சநாட்களாவது நாங்கள் எப்படியும் நிச்சயமாக இங்கேதான் இருக்க வேண்டியிருக்கும்.” என்று சொன்ன அவள் ரோட்யாவைப் பார்த்தாள்.

“நீ என்ன நினைக்கிறாய், ரோட்யா?” என்று கேட்டாள் துனியா.

"ரஸுமிகின் சொன்ன யோசனை மிக நல்லதென்றே நான் நினைக்கிறேன்" என்று பதிலளித்தான் ரோட்யா. "ஒரு பதிப்பகத் தையே தொடங்கிவிடலாம் என்று கனவு காண்பது, இப் போதைக்கு முடியாத காரியம்தான். ஆனாலும் வெற்றிபெற முடியு மென்ற உறுதியான நம்பிக்கையுடன் ஐந்தாறு புத்தகங்களை நம்மால் வெளியிட முடியும்! அப்படி நன்றாக விற்பனையாகக் கூடிய புத்தகத்தைப் பற்றி எனக்குத் தெரியும்! வியாபாரத்தை எப்படி நடத்துவது என்பதைப்பற்றி ரஸுமிகினுக்கு அனுபவம் இருக்கிறது. அதில் சந்தேகமே இல்லை! அவன் அதை நன்றாகப் புரிந்து வைத்திருக்கிறான். எப்படியோ ஏற்பாடுகளைச் சரிவரச் செய்வதற்கு உங்களுக்கும் நிறைய நேரம் இருக்கிறது!"

"சபாஷ்!" என்று ஆனந்தக் கூச்சலிட்டான் ரஸுமிகின். "ஒரே ஒரு நிமிடம் பொறுத்துக்கொண்டு நான் சொல்வதைச் சற்றுக் கேளுங்கள்! இதேவீட்டில், இந்த வீட்டுச் சொந்தக்கார னுடைய இன்னுமொரு குடியிருப்பு இருக்கிறது. இந்த ஹோட்டலி லிருந்து சற்றே விலகித் தனியாக அமைந்திருக்கும் அந்த வீட்டுக் கும், இந்த இடத்திற்கும் எந்தச் சம்பந்தமும் இல்லை. எல்லா வசதிகளும் அமைந்திருக்கும் வீடு அது. அதன் வாடகையும்கூட நியாயமான, குறைந்த வாடகைதான். மூன்று அறைகளைக் கொண்ட வீடு அது. இப்போதைக்கு அந்த வீட்டை வாடகைக்கு எடுத்துக்கொண்டு நாம் நமது வேலைகளைத் தொடங்குவோம். நான் நாளைக்குக் கடிகாரத்தை அடகுவைத்து உங்களுக்குப் பணத்தைக்கொண்டு வந்து தருகிறேன். அதன்பிறகு எல்லாவற் றையும் முடிவு செய்துகொள்ளலாம். இதில் முக்கியமான விஷயம், நீங்கள் மூன்று பேரும் ஒன்றாக இருக்க முடியும் என்பதுதான். ரோட்யாவும் உங்களோடு சேர்ந்தே இருக்க முடியும்! சரிதானா...? ரோட்யா, நீ எங்கே புறப்பட்டுக்கொண்டிருக்கிறாய்?"

"என்ன ரோட்யா? நீ எங்கே கிளம்பிக்கொண்டிருக்கிறாய்?" என்று பல்கேரியா அலெக்ஸாண்ட்ரோவ்னாவும்கூடப் பதற்றத் துடன் தனது மகனைப் பார்த்துக் கேட்டாள்.

"அதுவும் இந்த நேரத்தில்..." என்று உரக்கக் கத்தினான் ரஸுமிகின்.

துனியாவும்கூட மிகுந்த வியப்புடன் தனது சகோதரனைப் பார்த்தாள். அவன் தொப்பியைக் கையில் எடுத்துக்கொண்டு கிளம்புவதற்கு ஆயத்தமாக இருந்தான்.

"நீங்கள் எல்லோருமே இப்படிப் பதற்றத்துடன் என்னைக் கேட்பதைப் பார்த்தால், நான் இப்போது மீள முடியாத புதை குழியை நோக்கிப் போய்க்கொண்டிருப்பது போலவும், திரும்பியே

வர முடியாத இடத்திற்குச் செல்லும் எனக்கு மொத்தமாக இறுதி விடை கொடுப்பதைப் போலவும் அல்லவா இருக்கிறது?" என்று சற்று வினோதமாக அவர்களைப் பார்த்துக் கேட்டான். கொஞ்சம் புன்னகை செய்ய வேண்டும் என்று அவன் முயற்சி செய்தாலும் கூட அதில் அவனால் வெற்றி பெற முடியவில்லை. "ஆனால் உண்மையில் என்ன நடக்கப் போகிறதோ, யாருக்குத் தெரியும். ஒருவேளை இதுவேகூட நாம் ஒருவரை ஒருவர் நன்றாகப் பார்த்துக் கொள்ளும் கடைசி சந்திப்பாகக்கூட ஆகிவிடலாம்" என்று எதிர்பாராத வார்த்தைகளையெல்லாம் அவன் சொல்லிக்கொண்டிருந்தான்.

அப்படிப்பட்ட ஓர் எண்ணம், அவனது மனதிற்குள் இருக்கத்தான் செய்தது. அவனையும் அறியாமல் இப்போது அதனை வாய்விட்டு வெளியில் சொல்லிவிட்டான்.

"ரோட்யா, உனக்கு என்ன ஆயிற்று?" என்று பதறிப் போன வளாக உரக்கக் கேட்டாள் பல்கேரியா அலெக்ஸாண்ட்ரோவ்னா.

"நீ எங்கே போய்க்கொண்டிருக்கிறாய், ரோட்யா?" என்று வித்தியாசமான தொனியில் கேட்டாள் துனியா.

"நான் கட்டாயம் போய்த்தானாக வேண்டும்" என்று சற்று மனக்குழப்பத்துடன் பதிலளித்தான் ரஸ்கோல்னிகோவ். எதையோ சொல்வதற்குத் தயங்கிக்கொண்டிருப்பவனைப் போல் அவனது தோற்றம் இருந்தது. ஆனாலும் ஓர் உறுதியான, தீர்மானமான முடிவுடன் அவன் இருப்பதை, வெளிறிப் போயிருந்த அவனது முகமும்கூட மிகத் தெளிவாக வெளிப்படுத்திக்கொண்டேதான் இருந்தது. "நான் இங்கே புறப்பட்டு வந்துகொண்டிருக்கும்போதே உங்களிடம் இதைச் சொல்ல வேண்டும் என்று நினைத்துக் கொண்டுதான் வந்தேன். ஆமாம், அம்மா, உங்களிடமும், துனியாவிடமும் நான் சொல்ல நினைத்தது என்னவென்றால்... இன்னும் சிறிது காலத்திற்கு நாம் பிரிந்து இருப்பது நல்லது. நான் மன அமைதி இல்லாமல் மிகவும் மனம் பேதலித்துப் போய் இருப்பது போல உணர்கிறேன். எப்போது என்னால் முடிகிறதோ, அப்போது நானாகவே உங்களைத் தேடி வருகிறேன். நான் எப்பொழுதும் உங்களையே நினைத்துக்கொண்டிருப்பேன். எப்போதும் உங்களையே நேசித்துக்கொண்டிருப்பேன். இப்போது என்னை விட்டு விடுங்கள். என்னைத் தனியே விட்டுவிடுங்கள். இந்தச் சந்திப்புக்கு முன்னாலேயே இதைப் பற்றி நான் முடிவெடுத்து விட்டேன். உறுதியாக முடிவு செய்து வைத்து விட்டேன். எனக்கு எது நடந்தாலும்... நான் அழிந்து நாசமாய்ப் போனாலும் சரி... நான் தனியாக இருக்கவே விரும்புகிறேன். என்னை முழுவதுமாக மறந்து விடுங்கள். அதுதான்... அப்படி இருப்பதுதான் நல்லது. என்னைப்

பற்றி எதுவும் விசாரிக்கவே வேண்டாம். என்னால் எப்பொழுது முடியுமோ, அப்போது நானாக வருகிறேன். அல்லது, உங்களுக்குச் சொல்லி அனுப்புகிறேன்! ஒருவேளை, அப்போது எல்லாமேகூட சரியாய்ப் போய்விடலாம். நீங்கள் என்னை நேசிப்பது உண்மை யென்றால், தயவுசெய்து இப்போது என்னை என் போக்கில் செல்ல அனுமதியுங்கள்...! என்னை விட்டுவிடுங்கள்...! இல்லை யென்றால் நான் உங்களை என் மனதினுள் வெறுக்கத் தொடங்கி விடுவேனோ என்றுகூட எனக்குத் தோன்றுகிறது... நான் வருகிறேன்...!"

"கடவுளே...! என்று கத்தினாள் பல்கேரியா அலெக்ஸாண்ட் ரோவ்னா. அவனது சகோதரியும் தாயும் பயங்கரமான அச்சத்தின் பிடிக்குள் ஆட்பட்டுக் கிடந்தனர். ரஸுமிகினும்கூட அதேபோன்ற மனநிலையில்தான் இருந்தான்.

"ரோட்யா, ரோட்யா! மன அமைதியுடன், எங்களோடு கூடவே சமாதானமாக இரு, ரோட்யா! நாமெல்லோரும் முன்பு இருந்ததைப் போலவே ஒன்றாக இருப்போம்" என்று உணர்ச்சி வசப்பட்டு அவனிடம் சொன்னாள் பாவப்பட்ட அவனது தாய்.

அவன் மெதுவாகத் திரும்பிக் கதவை நோக்கி நடந்தான். துனியா அவனைப் பின் தொடர்ந்தாள்.

"அம்மாவை ஏன் இப்படிப் பாடாய்ப்படுத்துகிறாய் அண்ணா?" என்று கிசுகிசுப்பான குரலில் அவனைப் பார்த்து துனியா கேட்டபோது அவளது கண்கள் கோபத்தில் கனன்று கொண்டிருந்தன.

அவன் வருத்தத்தோடு அவளை ஏறிட்டுப் பார்த்தான். "அதெல்லாம் ஒன்றுமில்லை, நான் வருவேன்! வந்துகொண்டுதான் இருப்பேன்!" என்று குரலை உயர்த்தாமல் முணுமுணுப்பாகச் சொன்னான் ரஸ்கோல்னிகோவ். தான் என்ன செய்கிறோம் என்பதே அவனது உணர்வுக்குத் தென்படவில்லை. ஏதோ தன்னிச் சையாக அவன் பேசியதைப் போலவே தோன்றியது. இதைச் சொல்லிவிட்டு அவன் அறையைவிட்டு வெளியேறிப் போய் விட்டான்.

"மிகவும் மோசமானவன்; இதயமே இல்லாதவன்; தன்னைப் பற்றி மட்டுமே எப்போதும் நினைத்துக்கொண்டிருப்பவன்!" என்று உரக்கக் கத்தினாள் துனியா.

"அவன் ஒரு பைத்தியக்காரனே தவிர, இதயமில்லாதவன் அல்ல. அவனது மனம் அவனது கட்டுப்பாட்டில் இல்லை. அவனைப் பார்த்தால் உனக்கே அது தெரியவில்லையா? அவனை

ஃபியோதர் தஸ்தயெவ்ஸ்கி ● 621

அப்படிச் சொல்லத் துணிந்த நீதான் இப்போது இதயமற்றவளாக இருக்கிறாய்!" என்று அவளது காதருகே வந்து கோபமாகக் கிசுகிசுத்த ரஸுமிகின், அவளது கரத்தை இப்போது உறுதியாகப் பற்றிக்கொண்டிருந்தான்.

"நான் இதோ வந்துவிடுகிறேன்" என்று பல்கேரியா அலெக்ஸாண்ட்ரோவ்னாவைப் பார்த்து உரக்கச் சொல்லிவிட்டு வேகமாக, அறையைவிட்டு வெளியேறினான் ரஸுமிகின்.

நடைபாதையின் முடிவில் அவனுக்காகக் காத்திருந்தான் ரஸ்கோல்னிகோவ்.

"நீ என் பின்னாலேயே இப்படி ஓடி வருவாய் என்று எனக்குத் தெரியும்" என்றான் அவன். "போ... அவர்களிடம் திரும்பிப் போ. அவர்களுடனேயே இரு. நாளைக்கும்... அதன்பிறகு எப்பொழுதும் அவர்களுடனேயே இருந்துகொள். ஒருவேளை... முடிந்தால் நான் வருவேன். இப்போது நான் புறப்படுகிறேன் குட்பை!"

ரஸுமிகினிடம் கை கொடுக்க வேண்டும் என்ற எண்ணம் சிறிதும் தோன்றாமல் அவன் வேகமாக அங்கிருந்து வெளியே நடக்கத் தொடங்கினான்.

"ஆனால்... நீ எங்கே போய்க்கொண்டிருக்கிறாய்? நீ என்ன செய்துகொண்டிருக்கிறாய் என்று உனக்குப் புரிகிறதா, இல்லையா? உனக்கு என்ன ஆயிற்று? உன்னால் எப்படி இப்படிப் போக முடிகிறது?" என்று ஒன்றும் செய்ய இயலாதவனாக முணுமுணுத்தான் ரஸுமிகின்.

ரஸ்கோல்னிகோவ் ஒரு நிமிடம் நின்றான். பிறகு ரஸுமிகினைப் பார்த்துச் சொன்னான்: "இப்போது மட்டுமல்ல, எப்போதுமே, எதைப் பற்றியுமே என்னிடம் கேட்காதே! என்னால் உனக்குப் பதில் சொல்ல முடியாது. என்னைப் பார்ப்பதற்கும் நீ வராதே. ஒருவேளை நான் மீண்டும் இங்கே வரக்கூடும்! தயவுசெய்து என்னைவிட்டுவிடு. ஆனால் அவர்களைவிட்டு விலகி விடாதே! என்ன...? நான் சொல்வது உனக்குப் புரிகிறதா?"

நடைபாதை மிகவும் இருட்டாக இருந்தது. அவர்கள் இருவரும் ஒரு விளக்குக்கு அருகில் நின்றுகொண்டிருந்தனர். ஒரு நிமிடம் இருவருமே ஒன்றுமே பேசாமல் ஒருவரை மற்றவர் உற்றுப் பார்த்தபடி இருந்தனர். அந்த ஒரு நிமிட நேரம் ரஸுமிகினுக்குத் தன் வாழ்நாள் முழுவதுமே என்றைக்கும் மறக்க முடியாத நேரமாக அமைந்துவிட்டது. ஒவ்வொரு நொடியாக அவனது கண்களுக்குள் நுழைந்த ரஸ்கோல்னிகோவின் அழுத்தமான அந்தப் பார்வை –

உக்கிரமான அந்தப் பார்வை, மிகுந்த சக்தியோடு அவனது சித்தத்தையும், ஆன்மாவையும் துளைத்துக்கொண்டு அவனுள் ஊடுருவிப் பாய்ந்தபடி இருந்தது! திடீரென்று ரஸுமிகின் பயத்தால் நடுநடுங்கி வெடவெடத்தான். ஏதோ வினோதமான ஒன்று– ஒரு செய்தியோ அல்லது ஓர் ஊகமோ அவர்களுக்கிடையே பரிமாறிக் கொள்ளப்பட்டு விட்டதைப் போலத் தோன்றியது. மிகக் கொடுமையான, மிகவும் பயங்கரமான ஏதோ ஒரு விஷயம், அவர்கள் இருவரது தரப்பிலும் திடீரென்று புரிந்துகொள்ளப்பட்டு விட்டதைப் போல அதன் அர்த்தம் விளங்கிவிட்டதைப் போலத் தெரிந்தது. ரஸுமிகின் ஒரு சவத்தைப் போல வெளிறிப் போனான்.

"இப்போது உனக்குப் புரிந்துவிட்டதல்லவா?" என்று ரஸுமிகினைக் கேட்டான் ரஸ்கோல்னிகோவ். அவனுடைய முகம் முழுவதும் வேதனையும் வலியும் பரவியிருப்பதை நன்றாகக் காண முடிந்தது. மிகவும் வேதனையான குரலில் அவன் ரஸுமிகினைப் பார்த்துச் சொன்னான்: "போ, அவர்களிடம் திரும்பிப்போ!" என்று சொல்லிவிட்டுத் தனது முகத்தைத் திருப்பிக்கொண்டு மிக வேகமாக அந்த விடுதியைவிட்டு வெளியேறிச் சாலையில் இறங்கி நடக்கத் தொடங்கினான்.

அதன்பிறகு ரஸுமிகின் எப்படி அந்தப் பெண்களிடம் திரும்பிப் போனான், என்னவெல்லாம் சொல்லி அவர்களை ஆறுதல்படுத்தினான் என்பதை விளக்க வார்த்தைகள் இல்லை. நோயாளியாக இருக்கும் ஒரு மனிதனுக்கு ஓய்வு என்பது மிக அவசியம் என்றும், அவன் தனிமையில் ஓய்வெடுக்க விரும்புகிறான் என்றும், அவன் மீண்டும் அவர்களைப் பார்க்க வருவான் என்றும், நிச்சயம் திரும்பிவந்துவிடுவான் என்றும் சத்தியம் செய்தான் ரஸுமிகின். தற்போது ரஸ்கோல்னிகோவ் சற்றுத் தடுமாற்றத்துடன் இருப்பதால், அவனை மேலும் எரிச்சலூட்டிவிடக்கூடாது என்றும் அவன் சொன்னான். மற்றபடி அவன் தினமும் இவர்களைப் பார்க்க வருவான் என்றும் கூறினான். இதையெல்லாம் இங்கே முழுமையாக விவரிக்கப் போவதில்லை. ரஸ்கோல்னிகோவைத் தானே நன்கு கவனித்துக்கொள்வதாகவும், மிகச் சிறந்த ஒரு டாக்டரிடம் அவனை அழைத்துச் சென்று ஆலோசனை கேட்பதாகவும் ரஸுமிகின் அவர்களிடம் சொன்னான். இப்படிப் பலவகைகளிலும் அவன் அவர்களுக்கு ஆறுதலும் தேறுதலும் சொல்லி அவர்களுக்குத் துணையிருந்தான். அன்று மாலையிலிருந்தே ரஸுமிகின் அவர்களுக்கு மகனாகவும், சகோதரனாகவும் ஆகிவிட்டான் என்றுதான் கூறவேண்டும்.

அத்தியாயம் – 4

ரஸ்கோல்னிகோவ் அங்கிருந்து கிளம்பி, நேரே வாய்க்கால் கரை ஓரமாக சோனியா வசித்து வந்த வீட்டை நோக்கிச் சென்றான். பச்சைப் பெயிண்ட் அடிக்கப்பட்டிருந்த அந்த வீடு மூன்று மாடிகளைக்கொண்டதாக இருந்தது. காபெர்நவுமோவ் என்ற தையற்காரனின் குடியிருப்பு எங்கே இருக்கிறது என்பதை அவன் வாயிற்காவலாளியிடம் அரைகுறையாக விசாரித்துத் தெரிந்து கொண்டான். வாயிலில் இருந்த திறந்த வெளியின் ஒரு மூலையில் மாடிக்குச் செல்லும் படிகள் இருந்தது தெரிந்தது. மிகவும் இருண்டு கிடந்த அந்தப் படிகளின் வழியே மேலேறி இரண்டாவது மாடியை அடைந்தான். வாயில்புறத்தில் இருந்த திறந்த வெளியை நோக்கிய படி மாடியைச் சுற்றி வளைத்துக்கொண்டு நடைபாதை அமைந்திருந்தது. அந்த நடைபாதைக்கு வந்து சேர்ந்த அவன், இருட்டாக இருந்த இடைகழியில், காபெர்நவுமோவின் வீட்டு நுழைவாயில் எது என்று தேடித் துழாவிக்கொண்டிருந்தான். அதேவேளையில், திடீரென்று அவனுக்கு மூன்றடி தூரத்தில் ஒரு கதவு தெரிந்தது. அதைத் தன்னிச்சையாக அவன் பிடித்து இழுத்தான்.

"யாரது?" என்று உள்ளிருந்து கலவரத்தோடு வினவியது ஒரு பெண்ணின் குரல்.

"நான்தான்! உன்னைப் பார்ப்பதற்காக வந்திருக்கிறேன்" என்று சொன்னபடி, அந்தச் சிறிய நுழைவாயிலுக்குள் பிரவேசித்தான் ரஸ்கோல்னிகோவ். அந்தக் கூடத்தில் உடைந்து போன நாற்காலி ஒன்றின் மீது, தாமிரத்தால் செய்யப்பட்ட மெழுகுவர்த்தி ஸ்டாண்டில், ஒரு மெழுகுவர்த்தி எரிந்துகொண்டிருந்தது.

"நீங்களா...? ஐயோ, கடவுளே!" என்று பலவீனமான குரலில் கத்தினாள் சோனியா. திடீரென்று அவனைச் சந்திக்க நேர்ந்ததில் ஏற்பட்ட பிரமிப்பினால் திகைத்துப் போய் நின்றிருந்தாள் அவள்.

"உன் அறைக்குச் செல்லும் வழி எது? இதுவா?" என்று கேட்டபடி, அவளை நிமிர்ந்து பார்க்காமலிருக்க முயற்சித்தபடி வேகமாக அறைக்குள் நுழைந்தான் ரஸ்கோல்னிகோவ்.

நொடி நேர இடைவெளிக்குப்பிறகு, கையில் மெழுகுவர்த்தி யுடன் உள்ளே வந்தாள் சோனியா. மெழுகுவர்த்தியைக் கீழே வைத்துவிட்டு, அவனுக்கு எதிரே வந்து நின்றாள். என்ன செய்வ தென்று தோன்றாதவளாக, விவரிக்க இயலாத பதற்றத்துடன் அவள் காணப்பட்டாள். அவனது எதிர்பாராத வருகை, அவளை அச்சமடையச் செய்திருப்பது வெளிப்படையாகத் தெரிந்தது. அவளது வெளிறிய முகம் திடீரென்று சிவந்து போனதோடு, கண் களிலும் கண்ணீர் அரும்பியது. ஒரே சமயத்தில் அதிர்ச்சியையும், மகிழ்ச்சியையும் உணர்ந்த அவள், வெட்கம் கொண்டவளாகக் கூச்சத்துடன் நெளிந்துகொண்டிருந்தாள். ரஸ்கோல்னிகோவ் திரும்பிக்கொண்டு மேசைக்கு முன்பாக இருந்த நாற்காலியில் உட்கார்ந்துகொண்டான். அறை முழுவதையும் வேகமாக ஒரு பார்வை பார்த்தான்.

அது சற்றுப் பெரிய அறைதான் என்றாலும், மிகவும் தாழ் வான மேற்கூரையைக் கொண்டிருந்தது. காபெர்நவுமோவ் குடும் பத்தினர், அந்த அறையை மட்டுமே அவளுக்கு வாடகைக்கு விட்டி ருந்தனர். இடது புறம் பூட்டப்பட்டிருந்த கதவு, அவர்களது மற்றொரு அறைக்குச் செல்லும் வழி. அதற்கு நேர் எதிர்ப்பக்கமாக வலதுபுறம் இருந்த சுவர்ப்பகுதியில் இன்னுமொரு கதவு இருந்தது. எப்போதுமே பூட்டப்பட்டிருந்த அந்தக் கதவு, அடுத்த குடி யிருப்புக்குச் செல்லும் வழியாக இருந்தது. சோனியாவின் அறை, கிட்டத்தட்ட ஒரு நெற்குதிர் போல இருந்தது. கோணல்மாணலாக இருந்த அதன் சுவர்கள் அந்த இடத்திற்கு அவலட்சணமான தோற்றத்தை அளித்துக்கொண்டிருந்தன.

வாய்க்கால் பக்கம் பார்த்தபடி மூன்று ஜன்னல்களைக் கொண்டிருந்த ஒரு சுவர், சாய்வான கோணத்தில் இருந்தது. அதன் ஒரு மூலை செங்குத்தான கோணத்தில் கீழிறங்கிச் செம்மையில் லாத வகையில் முடிந்திருந்தது. அதனால் வெளிச்சம் சற்றுக் குறை வாக இருக்கும் பொழுது, எதையுமே சரியாகப் பார்க்க முடியாத படி அந்த அறையின் அமைப்பு இருந்தது. சுவரின் மற்றொரு மூலை, சற்று விரிந்து, பரந்திருந்தது. அத்தனை பெரிய அறையில் பொருள்களென்று குறிப்பிட அதிகமாக எதுவுமில்லை. வலது பக்க மூலையில் ஒரு படுக்கையும், அதனருகே, வாயிற்கதவை ஒட்டி ஒரு நாற்காலியும் இருந்தன. அந்தச் சுவரை ஒட்டினாற் போல, அடுத்த குடியிருப்புக்குச் செல்லும் கதவுக்கு மிக நெருக்க மாக, நீல நிற விரிப்புடன் கூடிய மட்டமான, சாதாரணமான ஒரு மேசையும், அதனருகே இரண்டு பிரம்பு நாற்காலிகளும் இருந்தன. எதிர்ப்பக்கச் சுவரில், குறுகலாக இருந்த மூலைக்கு

மிக அருகே, சிறிய இழுப்பறைகளுடன் கூடிய, மிகப் பழைய மரப் பெட்டகம் ஒன்று இருந்தது. வேலைப்பாடுகள் எதுவுமின்றி மிகச் சாதாரணமானதாகத்தான் அது இருந்தது. உள்ளே எந்த விதமான பொருள்களும் இன்றிக் காலியான பெட்டகமாகத்தான் அது இருப்பது போலத் தெரிந்தது. மஞ்சள் நிறத்தில், பழுப்பேறிப் போய், அழுக்காகவும், கிழிசல்களாகவும் இருந்த சுவர்த்தாள், மூலைகளில் கறுப்படித்துக் காணப்பட்டது. குளிர் காலத்தில் அந்த அறை ஈரப்பதமாகவும், கரிப்புகை நிரம்பியதாகவும் இருந்திருக்க வேண்டும். அந்த அறையின் ஏழ்மைக் கோலம் மிகவும் அப்பட்ட மாகத் தென்பட்டது. படுக்கையைச் சுற்றித் திரைச் சீலைகள்கூடக் காணப்படவில்லை.

சோனியா விருந்தாளியைக் கவனித்தாள். அவனோ மிகவும் நுட்பமாகவும், நாகரிகமற்ற முறையிலும் அந்த அறையைப் பரி சீலிப்பவனைப் போல நோட்டமிட்டுக்கொண்டிருந்தான். அவள் தனது தலைவிதியையே நிர்ணயிக்கவிருக்கும் ஒரு நீதிபதியின் முன் நிற்பவளைப்போல மிகவும் பயத்துடனும் நடுக்கத்துடனும் அவன் முன்னால் நின்றுகொண்டிருந்தாள்.

"நான் வருவதற்குச் சற்றுத் தாமதமாகிவிட்டது. இப்போது பதினோரு மணி ஆகிவிட்டது. இல்லையா?" என்று அவளைப் பார்க்காமலேயே வினவினான் ரஸ்கோல்னிகோவ்.

"ஆமாம்!" என்று முணுமுணுத்தாள் சோனியா. "ஆமாம், பதினோரு மணிதான்" என்று விரைவாகத் திருப்பிச் சொன்னாள் சோனியா. இந்தப் பேச்சினால் தன்னை மிரட்டிக்கொண்டிருந்த அமைதியிலிருந்து தப்பித்துக்கொள்ள ஒரு வழி கிடைத்தவளாக அவள் பேசினாள்: "வீட்டுச் சொந்தக்காரியின் வீட்டுக் கடிகாரம் இப்போதுதான் பதினோரு முறை அடித்து ஓய்ந்தது. நான் அதனைக் கேட்டேன்!"

"நான் இங்கே வருவது, இதுதான் கடைசி முறையாக இருக் கும்" என்று வருத்தமாகப் பேச்சைத் தொடர்ந்தான் ரஸ்கோல்னி கோவ். உண்மையில் அவன் இங்குவருவது இதுதான் முதல்முறை என்றாலும்கூட அவன் சொன்னது என்னவோ இப்படித்தான் இருந்தது. "ஒருவேளை மீண்டும் உன்னைப் பார்க்க முடியாம லேயே போய்விடலாம்?"

"ஏன் நீங்கள் வேறு எங்கேயாவது போய்விடப் போகிறீர் களா?"

"எனக்கே தெரியாது! நாளைக்கு..."

"அப்படியானால் நாளை, காதரீனா இவானோவ்னாவின் வீட்டுக்கு நீங்கள் வரப்போவதில்லையா?" என்று நடுங்கும் குரலில் கேட்டாள் சோனியா.

"எனக்குத் தெரியாது! நாளைக்குக் காலையில்தான் எல்லாமே தெரியும்! அதைப் பற்றிக் கவலைப்பட வேண்டாம். முக்கியமாக உன்னிடம் ஒரு வார்த்தை சொல்வதற்காகத்தான் நான் வந்தேன்."

ஆழ்ந்த யோசனைகளில் அலைபாய்ந்துகொண்டிருந்த தனது கண்களை அவள் பக்கமாகத் திருப்பினான் ரஸ்கோல்னிகோவ். அப்போதுதான், அவன் உட்கார்ந்திருப்பதும், தனக்கு எதிராக அவள் நின்றுகொண்டே பேசிக்கொண்டிருப்பதும் அவனது உணர்வில் உறைத்தது.

"ஏன் நின்றுகொண்டிருக்கிறாய்...? இப்படி உட்கார்!" என்று வித்தியாசமான தொனியில், அமைதியோடும் அன்போடும் சொன்னான் ரஸ்கோல்னிகோவ்.

அவள் உட்கார்ந்த பிறகு, மிகவும் அன்போடும் கருணை யோடும் பரிவோடும் அவளைச் சில நொடிகள் அவன் உற்று நோக்கிக்கொண்டேயிருந்தான்.

"நீதான் எவ்வளவு மெலிந்து போயிருக்கிறாய்? உன் கைகளைப் பார்... எப்படி எலும்பெல்லாம் தெரிகிறது பார்... உன் விரல்களெல்லாம் ஏதோ இறந்து போன பெண்ணின் விரல் களைப் போல அல்லவா இருக்கிறது?"

அவன் அவளது கரத்தைப் பற்றித் தன் கைகளில் ஏந்திக் கொண்டான். அவள் இலேசாகப் புன்னகை செய்தாள்.

"நான் எப்பொழுதுமே இப்படித்தான் இருப்பேன்" என்றாள் சோனியா.

"உன் வீட்டில் இருக்கும்போதுகூடவா?"

"ஆமாம்!"

"ஆமாம்! நிச்சயம் நீ அப்படித்தான் இருந்திருப்பாய்!" என்று எதையோ புரிந்துகொண்டவனைப் போல அவன் பதி லளித்தான். அவனது பாவனையும், குரலின் தொனியும்கூட மறுபடியும் மாறிப் போய்விட்டிருந்தது. அவன் மீண்டும் சுற்றிலும் தனது பார்வையை ஓடவிட்டான்.

"காபெர்நவுமோவிடமிருந்து நீ வாடகைக்கு எடுத்துள்ள இடம் இதுதானா?"

"ஆமாம்!"

"அவர்கள் கதவின் மறுபக்கத்தில் வசிக்கிறார்களா?"

"ஆமாம்... அவர்களுக்கும் இதைப் போல ஓர் அறை இருக்கிறது."

"ஒன்றே ஒன்றுதானா?"

"ஆமாம்!"

"உன் அறையில் வசிக்க நேர்ந்திருந்தால் இரவு நேரங்களில் நிச்சயமாக நான் பயந்துதான் போயிருப்பேன்" என்று சற்று விசனத்துடன் சொன்னான் ரஸ்கோல்னிகோவ்.

"என் வீட்டுச் சொந்தக்காரர்கள் மிகவும் அன்பானவர்கள்! நல்லவர்கள்!" என்று பதிலளித்தாள் சோனியா.

தொடக்கத்தில் அவளிடமிருந்த அந்தத் திகைப்பும் பிரமிப்பும் தடுமாற்றமும் இன்னமும் அவளிடத்திலிருந்து அகலாமல்தான் இருந்தன. "இங்கிருக்கும் மரச்சாமான்கள், மற்றுமுள்ள எல்லாமே அவர்களுக்குச் சொந்தமானவைதான். அவர்கள் ரொம்ப நல்லவர்கள். அந்தக் குழந்தைகளும் இங்கே அடிக்கடி வந்துவிடுவார்கள்!"

"அவர்கள் எல்லோருக்குமே திக்குவாய் என்று கேள்விப்பட்டேனே... அப்படித்தானா?"

"அவருக்குத் திக்குவாயோடு, காலில் ஊனமும் உண்டு! அவரது மனைவியும் அதுபோலத்தான். அவளுக்கு முழுசாகத் திக்குவாய் என்று சொல்ல முடியாவிட்டாலும் எல்லா வார்த்தைகளையும் அவளால் ஒழுங்காக உச்சரிக்க முடியாது. அவள் அன்பானவள். மிக, மிக அன்பானவள். அவர் ஆரம்ப காலத்தில் ஒரு வீட்டில் சமையல்காரராக இருந்தவர்தான். அவர்களுக்கு ஏழு குழந்தைகள்! எல்லாம் எப்போதும் கொஞ்சம் நோயாளிகளாக இருக்குமே தவிர அவர்களுக்கெல்லாம் திக்குவாய் கிடையாது! ஆமாம்! உங்களுக்கு அவர்களைப் பற்றி எப்படித் தெரியும்?" என்று வியப்போடு இந்தக் கேள்வியையும் சேர்த்துக் கொண்டு கேட்டாள் சோனியா.

"உன் அப்பாதான், முன்பு ஒருமுறை நாங்கள் சந்தித்துக் கொண்டபோது அதைப் பற்றியெல்லாம் சொன்னார். உன்னைப் பற்றிய எல்லாவற்றையும் அவர் சொன்னார். நீ ஆறுமணிக்குப் போவதையும் எட்டு மணிக்குத் திரும்புவதையும்... காதரீனா இவானோவ்னா உன் படுக்கையருகே எப்படி மண்டியிட்டாளென்பதையும்... எல்லாவற்றையுமே அவர் என்னிடம் சொன்னார்."

சோனியா மனம் குழம்பிப் போனாள். கூச்சமாக உணர்ந்தாள்.

"நான் இன்று அவரைப் பார்த்தது போல ஓர் உருவெளித் தோற்றம், வினோதமான ஓர் எண்ணம் எனக்கு ஏற்பட்டது!"

"யாரை?"

"என் தந்தையை...! நான் அப்போது வீதியில்தான் இருந்தேன். இந்த இடத்துக்குப் பக்கத்திலே, ஒரு மூலையில்... ஒன்பது மணியிலிருந்து பத்து மணிக்குள்...! எனக்கு முன்னால் அவர் நடந்து செல்வதைப் போல நான் பார்த்தேன். பார்ப்பதற்கு அப்படியே, அவரைப் போலவேதான் எனக்குத் தோன்றியது. ஆமாம்... அது அவராகத்தான் இருக்கவேண்டும். உடனே காதரீனா இவானோவ்னாவிடம் சொல்லவேண்டுமென்று நான் நினைத்தேன்."

"நீ வீதிகளில் நடந்துகொண்டிருந்தாயா?"

"ஆமாம்" என்று கிசுகிசுப்பான குரலில் சட்டென்று கூறிய சோனியா, மீண்டும் குழப்பத்துடன் தலையைக் குனிந்து கொண்டாள்.

"உன்னுடைய அப்பாவின் வீட்டில் நீ வசித்த நாட்களில், காதரீனா இவானோவ்னா உன்னை அடிப்பதுண்டு என்று நினைக்கிறேன். அப்படித்தானே."

"சே... இல்லவே இல்லை!" என்று கூறிய அவள் சற்றுப் பயத்தோடு அவனை ஏறிட்டுப் பார்த்தாள்.

"அப்படியென்றால் உனக்கு அவள் மீது நேசம் உண்டா?"

"அவளை நான் நேசிக்கிறேனா என்றா கேட்கிறீர்கள்? நிச்சயமாக, உறுதியாக நான் அவளை நேசிக்கிறேன். மிகவும் நேசிக்கிறேன்" என்று மிகவும் உணர்ச்சிவசப்பட்டு, அழுதுவிடும் தொனியில் சொன்னாள் சோனியா. இவ்வாறு சொல்லிவிட்டு வேதனையுடன் தன் கைகளைப் பிசைந்துகொண்டாள் சோனியா. "நீங்கள் அவளைப் பற்றிப் பேசுவதால் இதைச் சொல்கிறேன். உங்களுக்கு மட்டும் அவளைப் பற்றித் தெரிந்திருந்தால்...! உண்மையாகவே அவள் ஒரு சிறு குழந்தையைப் போன்றவள்...! துன்பத்தின் மிகுதியில் தன் சிந்திக்கும் திறனை நிஜமாகவே அவள் இப்போது இழந்து விட்டாள் என்றுதான் நான் நினைக்கிறேன். ஆனால் அவள் எவ்வளவு கெட்டிக்காரி தெரியுமா? அவள்தான் எத்தனை பெருந்தன்மையானவள்...? எத்தனை நல்லவள்? உங்களுக்கு அவளைப் பற்றி ஒன்றும் தெரியாது! ஆமாம்... உங்களுக்கு அவளைப் பற்றி ஒன்றுமே தெரியாது!"

தனது கரங்களைப் பிசைந்தபடி, மிகவும் உணர்ச்சிவசப் பட்டவளாகவும், துன்பம்கொண்டவளாகவும், தான் சொல்வதை அவன் நம்புவானோ, மாட்டானோ என்ற அவநம்பிக்கையோடும் பேசிக்கொண்டிருந்தாள் சோனியா. வெளிறிப் போயிருந்த அவளது கன்னங்கள் மீண்டும் சிவந்திருந்தன. அவளது கண்கள், அவள் கொண்டிருந்த ஆழ்ந்த துயரத்தை வெளிப்படுத்திக் கொண்டிருந்தன. அவள் மிகவும் ஆழமாகப் பாதிக்கப்பட்டிருந் தாள் என்பதும், எதையோ மனம்விட்டுப் பேசுவதற்கும், எதற் காகவோ மன்றாடுவதற்கும், எதையோ வெளிப்படுத்துவதற்கும் அவள் அரும்பாடுபட்டுத் தவித்துக்கொண்டிருக்கிறாள் என்பதும் வெளிப்படையாகப் புலப்பட்டன. எவ்வளவு கொட்டித் தீர்த் தாலும் தீர்த்துவிட முடியாத பெரிய துயரம் ஒன்று அவளது முகத்தின் ஒவ்வொரு அசைவிலும் தளும்பி வழிந்துகொண்டி ருந்தது.

"அவள்... அவள் என்னை அடித்தாள் என்று என்னிடம் கேட்கும்படியாக உங்களைத் தூண்டியது எது...? கடவுளே...! அவள் போய் என்னை அடிப்பதாவது...? சரி, அப்படியே அவள் அடித்திருந்தாலும்கூட அதிலென்ன இருக்கிறது? உங்களுக்கு எதுவுமே தெரியாது. ஆமாம், எதுவுமே தெரியாது! வாழ்க்கையில் கொஞ்சம்கூட மகிழ்ச்சியையே அனுபவிக்காதவள் அவள்! மகிழ்ச்சி என்பது அவளுக்குச் சிறிதுகூடக் கிடைக்கவில்லை. அவளுடைய உடல் நலமும் சரியில்லை. ஆனால்... அவள் கேட் பது நியாயத்தை மட்டும்தான். அவள் தூய்மையானவள். செய்கிற ஒவ்வொரு காரியத்தையும் உண்மையோடும், நம்பிக்கையோடும் செய்பவள் அவள். அதையே தனக்கும் எதிர்பார்ப்பவள் அவள். நீங்கள் அவளைத் துன்புறுத்தினாலும்கூட நியாயத்திற்குப் புறம் பாக அவள் நடக்கவே மாட்டாள்! உண்மைகளையும் நியாயத் தையும் எதிர்பார்க்க முடியாதென்பது அவளுக்குத் தெரியவில்லை. அதனால் அவள் எரிச்சலடைந்து விடுகிறாள். அவள் ஒரு குழந்தை மாதிரிதான். அவள் ஒரு குழந்தை மாதிரி அவள் நல்லவள்தான்! ஆனால் நியாயத்தை நேசிப்பவள் அவள்! நீதியை விரும்புகிறவள் அவள்!"

"அதுசரி! இனிமேல் உன் கதி என்ன?"

சோனியா கேள்விக்குறியோடு அவனை ஏறிட்டுப் பார்த் தாள்.

"அவர்கள் எல்லோருமே இப்போது உன்னுடைய பொறுப் பில் விடப்பட்டுவிட்டார்கள் அல்லவா? அப்படித்தானே? சரி

யாகச் சொன்னால், முன்னாலும்கூட நீதானே முழுப்பாரத்தையும் சுமந்துகொண்டிருந்தாய்! தவிர, குடிப்பதற்குக் காசு கேட்டுக் கொண்டு உன்னுடைய அப்பாவும்கூட உன்னிடம் வந்துவிடுவார். சரி, இனிமேல் என்ன நடக்கும்?"

"எனக்குத் தெரியவில்லை" என்று மிகவும் சோகமாகப் பதிலளித்தாள் சோனியா.

"அவர்கள் இப்போது குடியிருக்கும் இடத்திலேயே தொடர்ந்து வசிக்கப் போகிறார்களா?"

"அதுபற்றி எனக்குத் தெரியாது. அவர்களுக்கு வாடகை பாக்கி இருக்கிறது. அதற்காக, அவர்களுக்கு நோட்டீஸ் தரப்போவ தாக வீட்டுக்காரி இன்று சொன்னாளென்று நான் கேள்விப்பட் டேன். அவள் மட்டும் அப்படிச் செய்துவிட்டால் - அதற்கு மேல் - அடுத்து ஒரு நிமிடம்கூட அங்கே தங்கப் போவதில்லை என்று காதரீனா இவானோவ்னா சொல்கிறாள்!"

"அவள் அவ்வளவு உறுதியாகச் சொல்வதற்கு என்ன அடிப்படை இருக்கிறது? ஒருவேளை அவள் உன்னை நம்பிக் கொண்டிருக்கிறாளோ?"

"இல்லை... இல்லை. அப்படியெல்லாம் பேசாதீர்கள் - நாங்கள் எல்லோருமே ஒன்றுதான். ஒரே குடும்பம்தான். ஒன்றாகச் சேர்ந்து வாழ்பவர்கள்தான்!" என்றபடி மீண்டும் ஒருமுறை உணர்ச்சிவசப்பட்டாள் சோனியா. சற்றுக் கோபமாக இருப்பது போலவும் அவள் காணப்பட்டாள். படபடக்கும் கேனரிப்* பறவை யைப் போலவே அப்போது அவள் காட்சியளித்தாள். "மேலும் அவள்தான் என்ன செய்வாள்? அதைத் தவிர அவளால் வேறென்னதான் செய்ய முடியும்?" என்று மிகுந்த ஆக்ரோஷத் தோடு கேட்டாள்... "இன்றைக்கு அவள் எப்படி அழுதாள் தெரி யுமா? அவளது மனம் எப்படியெல்லாம் அலைபாய்கிறது என்பதைக் கவனித்தீர்களா? அவள் மிகவும் குழம்பிப் போயிருக் கிறாள்! முதலில் அவள் கொஞ்சம் குழந்தைத்தனமான எதிர்பார்ப் போடு இருந்தாள். நாளைக்கு எல்லாம் நன்றாக நடக்கப் போகிறது என்றும் அங்கே எல்லோருக்கும் விருந்து கொடுக்கப் போகிறோம் என்றும் சற்றுக் கிளர்ச்சியான எண்ணங்களோடு இருந்தாள்! பிறகு பார்த்தால் கைகளைப் பிசைந்துகொண்டு, இரத்தம் கக்கும் அளவுக்கு இருமிக்கொண்டு, அழுது புலம்பியபடி தவித்தாள்.

---

* கேனரி பறவை: நல்ல மஞ்சள் நிறமுள்ள பாடும் பறவை.

திடீரென்று தன் தலையைச் சுவரில் மோதிக்கொண்டு, தான் அநாதரவாக இருப்பதாக எண்ணிக் கதறினாள். பிறகு சற்று நேரம் கடந்த பின்னே மீண்டும் அமைதியடைந்தாள். அவள் உங்கள் மீது நம்பிக்கை வைத்திருக்கிறாள். நீங்கள் அவளுக்கு உதவுவீர்கள் என்றும் சொல்கிறாள். அதோடு, வேறு யாரிடமிருந்தாவது கொஞ்சம் பணத்தைக் கடனாக வாங்கிக்கொண்டு, அவளுடைய பழைய வீட்டிற்கே போய்விட வேண்டுமென்று அவள் நினைக்கிறாள். என்னையும் அவளோடு அழைத்துச் செல்ல வேண்டும் என்றும் அங்கே இளம்பெண்களுக்காக விடுதியோடு கூடிய ஒரு பள்ளியைத் தொடங்கி, என்னை அதற்குக் கண்காணிப்பாளராக ஆக்க வேண்டும் என்றும் அவள் திட்டமிட்டிருந்தாள்! அங்கே, அற்புதமான ஒரு புதிய வாழ்க்கை ஒன்று எங்களுக்கு மலரப் போகிறது என்று அவள் எண்ணிக்கொண்டிருக்கிறாள். என்னைக் கொஞ்சி, முத்தமிட்டு, ஆறுதல் வார்த்தைகள் சொல்லி அந்தக் கற்பனைக் கனவுகளெல்லாம் பலிக்குமென்று அவள் உண்மை யாகவே நம்புகிறாள்! அவளை எப்படி மறுத்துப் பேச முடியும்? பொதுவாக நாள் முழுக்கத் துணிகளைத் துவைப்பதும், வீட்டைச் சுத்தம் செய்வதும், கிழிசல் துணிகளைத் தைப்பதுமாகவே அவள் இருப்பாள். மெலிந்து கிடக்கும் பலவீனமான உடம்போடு துவைக்கும் வாளியை அறைக்குள் இழுத்துக்கொண்டு போவாள். அதன்பிறகு மூச்சுக்கூட விடமுடியாதபடி அவளுக்கு இருமல் வந்துவிடும். மூச்சுத்திணறல் வந்துவிடும். பிறகு படுக்கையில் படுத்துக்கொள்வதைத் தவிர வேறு வழியில்லை. இன்று காலையில் போலென்காவுக்கும், லிடாவுக்கும், பூட்ஸுகள் வாங்குவதற்காக நாங்கள் கடைக்குப் போனோம். காரணம் பழையவை எல்லாம் துண்டு, துண்டாகக் கிழிந்து போய்விட்டன. மிக அழகான, சிறிய பூட்ஸுகளை அவள் பார்த்துப் பார்த்துத் தேர்ந்தெடுத்தாள். மிகவும் நல்ல ரசனை உள்ளம் படைத்தவள் அவள். ஆனால் அவற்றை வாங்க நாங்கள் கொண்டுசென்ற பணம் போதுமானதாக இல்லை. மிகக் குறைவாகவே இருந்தது. உடனேயே, அங்கேயே, அந்தக் கடைக்காரனுக்கு முன்னாலேயே, போதுமான பண மில்லையே என்று அவள் அழத் தொடங்கிவிட்டாள். அவளை இந்த நிலையில் பார்ப்பதற்கு எவ்வளவு வருத்தமாக இருந்தது தெரியுமா?

"சரிதான், நீ சொன்னதிலிருந்து உங்கள் வாழ்க்கை எப்படி இருக்கிறதென்று எளிதாகப் புரிந்துகொள்ள முடிகிறது!" என்று கசப்பான ஒரு புன்னகையோடு சொன்னான் ரஸ்கோல்னிகோவ்.

"உங்களுக்கு வருத்தமாக இல்லையா...? சொல்லுங்கள். அவளைப் பற்றி நினைக்கும் பொழுது உங்களுக்கு வருத்தம் ஏற்படவில்லையா? சொல்லுங்கள்" என்று திரும்பவும் சத்தமாக அவனைக்கேட்டாள் சோனியா. "ஆனால், எனக்குத் தெரியும். இந்த மாதிரியெல்லாம் துன்பங்களையும் துயரங்களையும் பார்த்திராதபோதேகூட நீங்கள் உங்கள் கையிலிருந்த கடைசிக் காசையும்கூட எங்களுக்குக் கொடுத்தீர்கள். நீங்கள் இவை எல்லாவற்றையும் பார்த்திருந்தால் என்ன ஆகியிருக்கும்? கடவுளே... அவளை நான் அடிக்கடி எப்படியெல்லாம் அழவைத்திருக்கிறேன் தெரியுமா? அடிக்கடி!! போனவாரம்கூட... நான் அவளை அழவைத்தேன்! அப்பா இறந்து போவதற்கு ஒரு வாரத்திற்கு முன்னால் கூட அவளை நான் அழவைத்தேன். நான் மிகவும் கொடுமைக்காரி! எத்தனை முறை நான் அப்படி நடந்துகொண்டிருக்கிறேன் தெரியுமா? எத்தனை முறை...? ஓ... அதையெல்லாம் இப்பொழுது நினைத்துப் பார்த்தால் எவ்வளவு கஷ்டமாக இருக்கிறது...?" – பேசிக்கொண்டிருக்கும்போதே அந்த நினைவுகள் தந்த வலியினால் தன் கைகளை முறுக்கிக்கொண்டு அவற்றைப் பிசைந்துகொண்டாள் சோனியா.

"நீ கொடுமையாக நடந்துகொண்டாயா...?"

"ஆமாம், நான்தான்...! நானேதான்! நான் அங்கே, அந்த வீட்டுக்குப் போயிருந்தேன்" என்று அழுதுகொண்டே அவள் தொடர்ந்தாள். "பாவப்பட்ட என் தந்தை, கொஞ்சம் படித்துக் காட்டு சோனியா" என்றார். 'எனக்குக் கொஞ்சம் தலைவலியாக இருக்கிறது. எனக்காகக் கொஞ்சம் நீ படித்துக் காட்டு... இதோ, இந்தப் புத்தகம்தான்' என்று சொன்னார் அப்பா. அது 'ஆண்ட்ரீ செமினோவிச் லெபஸியாட்னிகோவிடமிருந்து அவர் வாங்கி வைத்திருந்த புத்தகம். அவரும் அங்கே வசித்து வருபவர்தான். கொஞ்சம் புதுமையான, வித்தியாசமான புத்தகங்களை எப்போதும் அவர் வாங்கி விடுவார்! எனக்கு அப்போது அதைப் படிக்க விருப்பமில்லாமல் இருந்ததால் 'நான் போயாக வேண்டும்' என்று சொல்லிவிட்டேன். காதரீனா இவானோவ்னாவிடம் சில கழுத்துப் பட்டிகளையும், கைப்பட்டிகளையும் காட்டுவதற்காகத்தான் நான் முக்கியமாக அங்கே போயிருந்தேன். அவற்றை விற்பனை செய்யும் லிஸாவெதா அவற்றை எனக்கு மலிவு விலைக்குக் கொடுத்திருந்தாள். அவை மிகப் புதியதாகவும், அழகாகவும், மிகவும் கச்சிதமாகவும் இருந்தன. காதரீனா இவானோவ்னாவுக்கு அவை ரொம்பவும் பிடித்திருந்தன. அவள் அவற்றை அணிந்துகொண்டு, தன்னைக் கண்ணாடியில் பார்த்துக்கொண்டாள். அவளுக்கு

ஃபியோதர் தஸ்தயெவ்ஸ்கி ● 633

அவற்றின் மீது மிகவும் விருப்பம் ஏற்பட்டுவிட்டது. 'தயவுசெய்து இவற்றை எனக்குக் கொடுத்துவிடு சோனியா' என்றாள் அவள். 'தயவுசெய்து' என்று என்னிடம் வேண்டிக் கேட்கிற அளவுக்கு அவற்றை அவள் விரும்பினாள். ஆனால், அவள் அவற்றை எப்போது அணிந்துகொள்ள முடியும்? அதற்கான சந்தர்ப்பமே இல்லையே? அவை, அவளுக்குப் பழைய மகிழ்ச்சியான நாட்களை நினைவுபடுத்தியிருக்கும், அவ்வளவுதான்! தன்னைத்தானே கண்ணாடியில் பார்த்து ரசித்துக்கொண்டாள் அவள். பல ஆண்டுகளாக அவளுக்கென்று நல்ல உடைகள், அழகான உடைகளென்று எதுவுமே இல்லை. அவளும் எவரிடமும் எதுவும் வேண்டுமென்று கேட்கவும் மாட்டாள். அவளுக்குச் சுய கௌரவம் அதிகம்! தன்னிடத்தில் கடைசியாக இருப்பதைக்கூட பிறருக்குக் கொடுப்பதற்குத்தான் அவள் பிரியப்படுவாள். ஆனால் இப்பொழுதோ என்னிடம் அவற்றை அவள் கேட்டுக்கொண்டிருந்தாள். காரணம், அவளுக்கு அவை ரொம்பவும் பிடித்திருந்தன. ஆனால் எனக்கோ அவற்றை அவளிடம் தருவதற்கு விருப்பமில்லை. 'உங்களுக்கு அவற்றால் என்ன பயன் காதரீனா இவானோவ்னா?' என்று நான் அவளிடம் கேட்டுவிட்டேன். ஆமாம், அப்படித்தான் அவளிடம் பேசினேன் நான். ஆனால் அந்த மாதிரி அவளிடம் நான் சொல்லியிருக்கக்கூடாது. அவள் என்னை ஏறிட்டுப் பார்த்தாள். அவள் கேட்டதை நான் மறுத்துவிட்டதில் அவளுக்குப் பயங்கரமான வருத்தம் என்பது புரிந்தது. எனக்கும் அவளை அப்படிப் பார்ப்பது துன்பமாகத்தான் இருந்தது. அவள் வருத்தமாக இருந்தது, அந்தக் கழுத்துப்பட்டிகளுக்காகக்கூட இல்லை. நான் அவற்றைத் தர மறுத்துவிட்டதனாலேதான் என்பதை என்னால் கண்டுகொள்ள முடிந்தது. இப்பொழுது அதையெல்லாம் திருத்திக்கொண்டு விட வேண்டும் என்றும், திரும்ப எல்லாவற்றையும் சரிசெய்துவிடவேண்டும் என்றும், நான் சொன்ன வார்த்தைகளைத் திரும்பப் பெற்றுக்கொள்ள வேண்டும் என்றும் தவிக்கிறேன். என்னால் மட்டும் அப்படிச் செய்ய முடிந்தால்...! ஓ...? எனக்கு என்ன ஆகிவிட்டது. இதையெல்லாம் ஏன் நான் உங்களிடம் சொல்லிக்கொண்டிருக்கிறேன்? உங்களுக்கு இதைப்பற்றியெல்லாம் தெரிந்துகொண்டு என்ன ஆகப் போகிறது?"

"உனக்கு அந்தச் சிறு வியாபாரி லிஸாவெதாவைத் தெரியுமா?"

"ஆமாம்...! ஏன்...? உங்களுக்கு அவளைத் தெரியுமா?" என்று சிறிது ஆச்சரியத்துடன் கேட்டாள் சோனியா.

“காதரீனா இவானோவ்னாவுக்குக் காசநோய் மிகவும் முற்றிப் போன நிலையில் இருக்கிறது. சீக்கிரமே அவள் இறந்து போய்விடுவாள்...” அவள் கேட்ட கேள்விக்குப் பதில் சொல்லாமல் புறக்கணித்துவிட்டுச் சிறிது நேர இடைவெளிக்குப் பிறகு இவ்வாறு சொன்னான் ரஸ்கோல்னிகோவ்.

“ஐயோ, வேண்டாம், வேண்டாம்” என்று பதறியபடியே, தன்னிச்சையாக அவனது இரு கரங்களையும் பற்றிக்கொண்டு அவள் பதறிய அந்தக் காட்சி, அவ்வாறு சொல்ல வேண்டாம் என்றும், காதரீனா இவானோவ்னாவுக்கு ஒன்றுமே ஆகக்கூடாது என்றும் அவனிடம் அவள் கெஞ்சி மன்றாடுவது போல இருந்தது.

“ஆனால் நிஜத்தில் யோசித்துப் பார்த்தால், அவள் இறந்து போவதுதான் அவளுக்கு நல்லது என்று தோன்றுகிறது.”

“இல்லை... இல்லை... அது நல்லதில்லை” – என்று அச்சத்துடனும் திகைப்புடனும், அவன் சொன்னதைச் சிறிதும் ஏற்றுக்கொள்ள முடியாதவளாகத் திரும்பத் திரும்ப அதனை மறுத்தவாறு கதறினாள் சோனியா.

“ஒருவேளை அப்படி ஏதும் நேர்ந்துவிட்டால், அப்புறம் அந்தக் குழந்தைகளின் கதி என்ன? இங்கே வருவதைத் தவிர அவர்களால் வேறு எங்கே போக முடியும்?”

“ஐயோ... அது எனக்குத் தெரியவில்லையே...” என்று ஆதர வற்ற தொனியில், இரு கரங்களாலும் தனது தலையைப் பற்றிக் கொண்டு கதறி அழுதாள் சோனியா. இதே போன்ற ஓர் எண்ணம், முன்பு பல தடவைகள் அவளது மனதிலும்கூடத் தோன்றியிருக் கிறது என்பது உண்மைதான். அவளது உள்ளத்தின் அடித்தளத்தில் உறைந்து கிடந்த அந்த உண்மையை இப்போது அவன் மீண்டும் கிளறிவிட்டுவிட்டான் என்பது அவளது முகத்திலும் பதற்றத்திலும் வெளிப்படையாகத் தெரிந்தது.

“காதரீனா இவானோவ்னா உயிரோடிருக்கும்போது, உனக்கு உடம்புக்கு முடியாமல் போய் உன்னை ஆஸ்பத்திரிக்குக்கொண்டு செல்லும் நிலை ஏற்பட்டால் அப்போது என்ன நடக்குமென்று நினைக்கிறாய்?” – அவன் சிறிதுகூட இரக்கமே இல்லாதவனாக, அந்த விஷயத்திற்கு வேறு மாதிரியாக அழுத்தம் தந்து அவளைக் கேட்டான்.

“ஐயோ... ஏன் இப்படியெல்லாம் சொல்கிறீர்கள்? எதற்காக இதைச் சொன்னீர்கள்...? இந்தமாதிரியெல்லாம் நடக்கவே

நடக்காது…" என்று மிகவும் கவலையுடன் சொன்ன சோனியா வின் முகம் முழுவதிலும் அச்சம் திடீரென்று வேகமாகப் படர்ந்து பரவியது.

"நடக்கவே நடக்காதா…?" கொடூரமான புன்னகையுடன் தொடர்ந்தான் ரஸ்கோல்னிகோவ். "அப்படி எதுவும் நடக்காது என்று உனக்கு உறுதியாகத் தெரியுமா என்ன? ஒருவேளை அப்படி எதுவும் நடந்துவிட்டால் அவர்களுக்கு என்ன ஆகும்? அவர்கள் எல்லோருமே தெருவுக்கு வந்துவிடுவார்கள். அவள் இருமிக் கொண்டே பிச்சையெடுப்பாள். இன்று செய்தது போலத் தனது தலையைச் சுவரில் மோதிக்கொள்வாள். குழந்தைகள் அழு வார்கள்… அவள் மயங்கித் தரையிலே விழுவாள்… போலீஸ்காரர் களால் அவள் மருத்துவமனைக்கு எடுத்துச் செல்லப்படுவாள்… பிறகு அவள் அங்கேயே – மருத்துவமனையிலேயே இறந்தும் போவாள் – அப்புறம் இந்தக் குழந்தைகளின் கதி…?"

"ஐயோ… வேண்டாம்… வேண்டாம்…! அப்படியெல்லாம் நடக்காது. கடவுள் அதற்கு அனுமதிக்க மாட்டார்" என்று துக்கத் தினால் சுமை கூடிப் போன இதயம் வெடிக்கக் கதறி அழுதபடி, அவனுக்கு முன்னால் தன் இரு கரங்களையும் குவித்து வணங்கிய படி, யாசிக்கும் பாவனையில் அவனை அவள் கெஞ்சி மன்றாடிய அந்தக் காட்சி, ஏதோ அவன்தான் எல்லாவற்றையும் முடிவு செய் பவன் என்று அவள் எண்ணிக்கொண்டு இதையெல்லாம் உடனே நிறுத்தும்படியாகக் கெஞ்சிக் கதறுவது போலிருந்தது.

ரஸ்கோல்னிகோவ் மெல்ல எழுந்து அறைக்குள் நடக்கத் தொடங்கினான். ஒரு நிமிடம் கழிந்தது. சோனியா தன் கைகளை அதேபோன்று குவித்து, தலையைத் தொங்கவிட்டபடி மிகுந்த துயரத்துடன் நின்றுகொண்டிருந்தாள்.

"நீ எதுவுமே சேமித்து வைக்கவில்லையா? மழைக் காலத்திற் கென்று ஒதுக்கி வைப்பதைப் போல, எதிர்காலத்திற்கென்று நீ எதுவுமே சேமித்து வைக்கவில்லையா?" நடந்துகொண்டிருந்தவன் திடீரென்று அவளுக்கு எதிரே நின்றுகொண்டு இவ்வாறு கேட்டான்.

"இல்லை" என்று முணுமுணுத்தாள் சோனியா.

"நிச்சயமாக அது உன்னால் முடியாதுதான். ஆனாலும் நீ அதனை முயற்சி செய்தாவது பார்த்ததுண்டா?"

"ஆமாம்!"

"ஆனால், கடைசியில் எதுவும் மிஞ்சவில்லை, அப்படித் தானே? நிச்சயமாக அப்படித்தான் ஆகியிருக்கும். அதைக் கேட்க வேண்டிய அவசியமே இல்லை."

அறையைத் தன் கால்களால் அளப்பதைப் போல அவன் மீண்டும் நடக்கத் தொடங்கினான். இன்னும் ஒரு நிமிடம் கழிந்தது.

"தினமும் உனக்குப் பணம் கிடைப்பதில்லையா?"

சோனியா எப்போதையும்விட அதிகமாக இப்போது குழப்ப மடைந்தாள். அவள் முகம் முழுவதும் மீண்டும் சிவந்து போயிற்று.

"இல்லை" என்று, இதயம் வலிக்க, மிகுந்த வேதனையுடன் பதில் சொன்னாள் சோனியா.

"போலென்காவும்கூட உன்னைப் போலவே இதே வழியில் தான் போகப் போகிறாள். இதில் சந்தேகமே இல்லை" என்று திடீரென்று சொன்னான் ரஸ்கோல்னிகோவ்.

"இல்லை, இல்லை...! அப்படி நடக்காது. இல்லை... இல்லை..." என்று மிகவும் பரிதாபமாகக் கூச்சலிட்டுக் கதறினாள் சோனியா. ஆதரவற்றவளாக, திடீரென்று யாரோ தனது மார்பிலே கத்தியைப் பாய்ச்சி விட்டது போலத் துடித்தவளாகக் கதறினாள் சோனியா. "கடவுள் நிச்சயமாக இதனை அனுமதிக்கவே மாட் டார். ஆமாம்... இப்படி ஒரு பயங்கரம் நிகழக் கடவுள் நிச்சயமாக அனுமதிக்கவே மாட்டார்..."

"ஒருவேளை கடவுளே இல்லையோ என்னவோ..." என்று வெறுப்புடன் சொன்ன ரஸ்கோல்னிகோவ், அவளைப் பார்த்து ஒரு வறண்ட சிரிப்பு சிரித்தான்.

சோனியாவின் முகம் அப்போது மிகவும் விகாரமாகிப் போயிற்று. அதில் ஒருவித நடுக்கமும் காணப்பட்டது. விவரிக்க முடியாத வெறுப்புணர்ச்சியோடு அவள் அவனைப் பார்த்தாள். எதையோ அவனிடம் கூற வேண்டும் என்று அவள் முயற்சித் தாலும் அவளால் எதுவுமே – ஒரு வார்த்தைகூடப் பேச முடிய வில்லை. தன் கரங்களால் முகத்தை மூடிக்கொண்டு அவள் விம்மி அழுதாள்.

"காதரீனா இவானோவ்னாவின் மனம் பாதிக்கப்பட்டி ருப்பதாக நீ சொல்கிறாய்... அதேபோல உன்னுடைய மனமும் கூடத்தான் பாதிக்கப்பட்டிருக்கிறது..." என்று ஒரு சிறிய மௌனத் திற்குப் பிறகு சொன்னான் ரஸ்கோல்னிகோவ்.

ஐந்து நிமிடங்கள் கழிந்தன. அவளைச் சற்றும் ஏறெடுத்துப் பார்க்காமல் அறைக்குள் மேலும் கீழுமாக நடக்கத் தொடங்கினான் அவன். இறுதியாக அவளை மிக நெருங்கிச் சென்றான். அவனது கண்கள் ஜொலித்துக்கொண்டிருந்தன. அவளது தோள்களைத் தனது இரு கரங்களினாலும் பற்றிக்கொண்ட அவன், அழுதுகொண்டிருந்த அவளது முகத்தைச் சில நிமிடங்கள் கவனமாக உற்றுப் பார்த்தான். அவளது கண்களுக்குள் ஊடுருவிக்கொண்டு, துளைத்தெடுப்பதைப் போல அவளை அவன் பார்த்தான். அவனது உலர்ந்து போன உதடுகள் துடித்துக்கொண்டிருந்தன. சடாரென்று கீழே குனிந்த அவன், தரையில் முற்றிலுமாக நெடுஞ்சாண்கிடையாக விழுந்து, அவளது பாதங்களை முத்தமிட்டான். அவனுக்குப் பைத்தியம் பிடித்து விட்டதோ என்று பயந்து போன சோனியா, சற்றுப் பின்வாங்கி நின்றுகொண்டாள். உண்மையாகவே அவன் ஒரு பைத்தியத்தைப் போலத்தான் காணப்பட்டான்.

"ஏன்... ஏன் இப்படிச் செய்தீர்கள்? அதுவும் என்னிடத்தில்..." முகமெல்லாம் வெளிறிப் போனவளாக அவள் முணுமுணுத்தாள். திடீரென்று நிகழ்ந்துவிட்ட இந்த நிகழ்ச்சியால் அவளது இதயம் மிகவும் வேதனையடைந்து கடுமையான வலியுடன் துடிப்பதை அவள் உணர்ந்துகொண்டாள்.

அவன் உடனடியாக எழுந்துகொண்டான். "உலகில் உள்ள மனிதர்கள் படும் எல்லாத் துயரங்களுக்கும் முன்னால்தான் நான் மண்டியிட்டேன்!" என்று வெறியோடு சொல்லிவிட்டு ஜன்னல் பக்கமாக அவன் சென்றான். "இதைக் கொஞ்சம் கேள்" என்று ஒரு நிமிடம் கழித்து அவளை நோக்கித் திரும்பிய அவன் சொன்னான்: "சிறிது நேரத்திற்கு முன்புதான், ஒரு மோசமான மனிதனிடம், உன் சுண்டு விரல் அளவுக்குக்கூட தகுதியில்லாதவன் அவன் என்றும், உன்னை என் சகோதரியின் அருகில் உட்கார வைத்ததன் மூலமாக என் சகோதரியை நான் பெருமைப்படுத்தினேன் என்றும் சொல்லிவிட்டு வந்தேன்."

"ஐயோ, எதற்காக அப்படிச் சொன்னீர்கள்? நீங்கள் அதைச் சொன்னபோது அவளும் இருந்தாளா?" என்று பயந்து போய்க் கத்தினாள் சோனியா. "என்னுடன் சேர்ந்து உட்காருவது ஒரு கௌரவமா...? நான் ஒரு தாழ்ந்த பிறவியில்லையா...? ஐயோ, நீங்கள் ஏன் அப்படிச் சொன்னீர்கள்?"

"நீ அகௌரவமானவள், பாவம் செய்பவள் என்ற விஷயங்களையெல்லாம் மனதில் வைத்துக்கொண்டு அதற்காக நான்

அதைச் சொல்லவில்லை. நீ படும் பெருந் துயரங்களை மனதில் எண்ணியே அவ்வாறு சொன்னேன். ஆனால் நீ ஒரு பெரிய பாவி என்பது ஒரு வகையில் உண்மைதான்" என்று மிகவும் பவித்திரமான உணர்வுகள் வெளிப்பட அவளைக் கனிவுடன் பார்த்தபடி பேசினான் அவன். நீ செய்த பாவம் என்ன தெரியுமா? வீணாக உன் வாழ்க்கையைச் சிதைத்துக்கொண்டும், சீரழித்துக் கொண்டும் இருப்பதுதான். அது ஒரு கொடுமையில்லையா? இவ்வளவு அருவருப்பூட்டும் ஓர் ஆபாசமான வாழ்க்கையில் – உனக்கே வெறுப்பூட்டுகிற ஒரு காரியத்தில் ஈடுபட்டிருக்கும் நீ, இவ்வாறு உன்னை நீயே தாழ்த்திக்கொண்டு செய்யும் இந்தக் காரியங்களினால் எவருக்கும் உதவ முடியவில்லை, எவரையும் எதிலிருந்தும் காப்பாற்றவும் முடியவில்லை, இதெல்லாம் உனக்கே நன்றாகத் தெரிந்திருக்கும்போது உன்னை நீ சீர்குலைத்துக் கொள்வது கொடுமையல்லவா? (நீ உன் கண்களை மட்டும் திறந்து பார், உனக்கே உண்மைகள் விளங்கும்) சொல் பார்ப்போம்!" வெறிபிடித்தவனைப் போல, மிகவும் ஆவேசமாகப் பேசிக் கொண்டிருந்தான் ரஸ்கோல்னிகோவ். "ஒரு பக்கம் பார்த்தால் இப்படிப்பட்ட அவமானத்தையும், இழிவையும் தாங்கிக்கொண்டி ருக்கும் உன்னிடம் – உன்னில் மறுபகுதியில், அதிலிருந்து முற்றி லும் வேறான புனிதங்களும், புனிதமான உணர்வுகளும் எப்படித் தான் குடிகொண்டிருக்க முடிகிறதோ? இப்படி வாழ்வதை விடத் தண்ணீரில் குதித்து எல்லாவற்றையும் மூழ்கடித்துக்கொள்வது மிகுந்த புத்திசாலித்தனமானதாக இருக்கும். இதைவிட ஆயிரம் மடங்கு சிறந்ததாக அது இருக்கும்."

"ஆனால் நான் அப்படிச் செய்தால், பிறகு அவர்களது நிலை என்ன ஆகும்?" அவன் கூறிய அந்தக் கருத்தைக் கேட்டுக் கொஞ்சம்கூட அதிர்ச்சியடையாமலும், ஆச்சரியம் கொள் ளாமலும் அப்பாவித்தனமாகக் கேட்டாள் சோனியா.

ரஸ்கோல்னிகோவ் அவளை வினோதமாகப் பார்த்தான். அவளுடைய முகத்திலிருந்தே அவளுடைய மனதை அவனால் முழுமையாகப் படிக்க முடிந்தது. அவளுக்குள்ளும்கூட இந்த எண்ணம் நிச்சயமாக இருந்திருக்கத்தான் வேண்டும் என்று இப்போது அவனுக்குத் தோன்றியது. எல்லைமீறிய துன்பங்கள் சூழ்ந்திருக்கும் வேளைகளில் மனம் வெறுத்துப் போய், இந்தத் துன்பங்களுக்கெல்லாம் ஒரு முடிவு கட்டும்வண்ணம் அவளும்கூட இதுபோன்ற முடிவுகளைப் பற்றிப் பல தடவைகள் தீவிரமாகச் சிந்தித்திருக்க வேண்டும் என்றே அவனுக்குப்பட்டது. அதனால் தான் அவன் அதை ஒரு யோசனையாகச் சொன்ன பொழுது

அவளுக்கு வியப்போ, அதிர்ச்சியோ ஏற்படாமல் இருந்திருக்க வேண்டும். அவனுடைய சொற்களில் பொதிந்திருந்த முரட்டுத்தனத்தைக்கூட அவள் கவனித்ததாகத் தெரியவில்லை. (அவன் முன்வைத்த கண்டனங்களின் உட்பொருளும், அவளுக்கு நேர்ந்துள்ள அவமானம் குறித்த அவனது வினோதமான கண்ணோட்டமும்கூட அவளது கவனத்தில் படிந்திருக்கவில்லை என்பதை அவனால் காண முடிந்தது.) ஆனால் அவளது இந்த அவமானகரமான நிலை அவளை எப்படியெல்லாம் அரக்கத்தனமாக அலைக்கழித்திருக்கும் என்பதையும், எவ்வளவு காலங்களாக அது அவளைத் துன்புறுத்தியிருக்கும் என்பதையும், அவன் முழுமையாக உணர்ந்துகொண்டான். ஆனால் இவை எல்லாவற்றையும் ஒரு முடிவுக்குக் கொண்டு வந்துவிடலாம் என்ற தீர்மானத்தை எடுக்கவிடாமல் இதுவரையில் அவளைத் தடுத்தது எது என்பதைப் பற்றியும் அவன் சிந்தித்துப் பார்த்தான். அதனை அவன் அறிந்தும்கொண்டான். ஆமாம்! பாவப்பட்ட அந்த அநாதைக் குழந்தைகள் மீதும், காசநோயாளியாகவும், அரைப் பைத்தியமாகவும் தன் தலையைச் சுவரில் மோதிக்கொள்ளும் அந்தக் காதரீனா இவானோவ்னாவின் மீதும் அவள் வைத்திருந்த பாசமும் அக்கறையும்தான் சோனியாவை அந்த முடிவினை எடுக்கவிடாமல் தடுத்துக்கொண்டிருக்கின்றன என்பதையும் அவன் புரிந்துகொண்டான்.

சோனியாவின் குணநலன்களையும், மிக மோசமான வீட்டுச் சூழ்நிலையிலும்கூட அவள் பண்பு மாறாமல் வளர்க்கப்பட்ட விதத்தையும் வைத்துப் பார்க்கும்போது, இப்போது உள்ள இந்த நிலையை இனி எந்தக் காரணத்துக்காகவும் அவள் தொடர மாட்டாள் என்பதும் அவனுக்குத் தெளிவாகப் புரிந்தது. ஒரே ஒரு கேள்வி மட்டும் அவனுள் இப்போது எஞ்சி நின்றது. அது, இப்படிப்பட்ட சூழ்நிலையிலும்கூட இத்தனை நாட்களாகப் பைத் தியம் பிடிக்காமல் அவளால் எப்படித் தாக்குப் பிடிக்க முடிந்தது என்பதுதான். தண்ணீருக்குள் மூழ்கித் தன்னை முடித்துக்கொள்வ தென்பது அவளுடைய சக்திக்கு அப்பாற்பட்டதாக இருந்தாலும், இவ்வளவு நாட்களாக அவளுக்கு எப்படிப் பைத்தியம் பிடிக்காமல் இருந்தது? இந்தச் சமூகத்தில் சோனியாவுக்கு ஏற்பட்ட நிலை தற்செயலாக ஒரு விபத்தைப் போலச் சம்பவித்ததுதான் என்பதை அவன் புரிந்துகொண்டிருந்தான். ஆனால் துரதிர்ஷ்டவசமாக அவளுக்கு மட்டும் தனிப்பட்ட வகையில் அப்படி ஒரு கதி நேர்ந் திருக்கவில்லை. சமூகத்தில் அவளைப் போன்ற வேறு பலருக்கும் நேரிட்டிருப்பதுதான் அது. ஆனால் இப்படிப்பட்ட ஒரு நிலை,

அவளுக்கு ஒரு விபத்தாகச் சம்பவித்திருந்தாலும்கூட, அவள் பெற்றிருந்த ஓரளவு கல்வியறிவும், நல்ல பின்னணிகொண்ட அவளது இளமைக்கால வாழ்க்கையும் அந்தக் கேவலமான பாதையில் முதன்முதலாக அவள் அடியெடுத்து வைக்கும்போதே அவளைக் கொன்று போட்டிருக்க வேண்டுமே? இந்தப் பாதையில் தொடர்ந்து செல்ல அவளுக்குத் துணையாக இருந்ததுதான் எது? நிச்சயமாக சீரழிந்த நடத்தை அதற்குக் காரணமாக இருக்க முடியாது. அவளுக்கு நேரிட்ட, நேரிடுகின்ற அவமானங்களையெல்லாம் இயந்திரத்தனமாகத்தான் அவள் உள்வாங்கிக்கொள்கிறாளே தவிர, எதுவும் இதயம் வரை சென்று அவளைத் தாக்கியதாகத் தெரியவில்லை. அதை அவனால் நன்றாகப் பார்க்க முடிந்தது. அவளது உண்மையான (சுயத்தைத்தான்) உருவத்தைத்தான் தன் முன்னால் இப்போது அவன் பார்த்துக்கொண்டிருந்தான்.

“அவளுக்கு முன்னால் இருந்தது மூன்றே வழிகள்தான்” என்று அவன் தனது சிந்தனையை ஓடவிட்டான். “வாய்க்காலில் குதித்து தன்னை மாய்த்துக்கொள்வது ஒன்று! பைத்தியக்கார விடுதியில் போய்ச் சேர்ந்துவிடுவது மற்றொன்று! கடைசியாகத் தன்னைத் தானே விபச்சாரத்தில் மூழ்கடித்துக்கொண்டு, மனதையும், உணர்ச்சிகளையும் கல்லாக்கிக்கொண்டுவிடுவது!” கடைசி யோசனைக்கு அவன் எதிர்ப்பாக இருந்தாலும்கூடத் தொன்று தொட்டு வருகின்ற பழைய எண்ணங்களில் நம்பிக்கையில்லாத அவனுக்குத் தெளிவில்லாத, குரூரமான மனமே வாய்த்திருந்ததால், கடைசியாக உள்ள அந்தத் தவறான வழியைத்தான் பெரும்பாலும் அவள் தேர்ந்தெடுக்க முடியுமென்றே அவன் நம்பினான்.

“ஆனால், அப்படி நடப்பது உண்மையில் சாத்தியம்தானா?” என்று தனது மனதிற்குள் ஓலமிட்டான் அவன். “இந்தப் பாவப்பட்ட ஜீவன் அப்படிச் செய்யுமென்பது நடக்கக்கூடியதுதானா? தனது ஆத்மாவின் தூய்மையை இன்னும்கூடப் புனிதமாகப் பாவக் கறை படியாமல் பாதுகாத்து வரும் இவள், இறுதியாகத் தன் சுயப் பிரக்ஞையோடு அந்த நாற்றமடிக்கும் பாவக் குழிக்குள் விழுந்துவிடுவாள் என்பது சாத்தியம்தானா? அந்தத் தீய செயல் இவளுக்கு அத்தனை வெறுப்பானதாக இல்லை என்பதனால்தான் இத்தனை நாட்களும் அவள் அதைப் பொறுத்துக்கொண்டிருந்தாள் என்றும், அவளுக்கே அந்தச் செயல்பாட்டின் மீது ஒரு கவர்ச்சி இருக்கிறதென்றும் வைத்துக்கொள்ளலாமா? அது பொருந்துமா? இல்லை... இல்லை, அப்படி இருக்கவே முடியாது” என்று முன்பு சோனியா கூக்குரலிட்டதைப் போலவே அவனும் கத்தினான்.

‘இல்லை! வாய்க்காலில் விழுந்து உயிரை மாய்த்துக்கொள்வதிலிருந்து அவளை இதுவரை தடுத்துக்கொண்டு வந்தது, ‘அது ஒரு பாவம்’ என்ற சிந்தனையும், அவர்களைப் பற்றிய – அந்தக் குழந்தைகளைப் பற்றிய சிந்தனையும்தான்! இதுவரை அவளுக்குப் பைத்தியம் பிடிக்காமலிருந்தது எப்படி என்றால்... இல்லை, இல்லை... அவளுக்கு இப்போது பைத்தியம் இல்லை என்று எவரால் சொல்ல முடியும்? அவளுடைய சிந்திக்கும் சக்தி உண்மையிலேயே நன்றாகவா இருக்கிறது? புத்தியுள்ள மனிதர்கள், அவள் பேசுவது போலவா பேசிக்கொண்டிருக்கிறார்கள்? கோளாறுகள் இல்லாத, ஆரோக்கியமான மனமுடையவர்கள், அவளைப் போன்ற முடிவுகளை எடுக்கத்தான் முடியுமா? தன்னுடைய அழிவை நோக்கித் தானே நகர்ந்து செல்லும் அவள், என்றும் மீளாதபடி, தன்னைத் தனக்குள்ளாக இழுத்து மூடிக்கொள்ளப் போகும் புதை சேற்றுக் குழிக்கு மேலே நின்றுகொண்டிருக்கிறாள். அவளுக்கு எத்தகைய ஆபத்து காத்திருக்கிறது என்று எடுத்துச் சொன்னாலும், கைகளை ஆட்டி மறுத்தபடி, அதைக் கேட்க விரும்பாமல் காதுகளையும் பொத்திக்கொண்டு விடுகிறாள்! அவள் ஏன் இப்படி இருக்கிறாள்? ஏதேனும் ஓர் அற்புதம் நிகழப் போகிறதென்று காத்துக்கொண்டிருக்கிறாளோ...? அப்படித்தான் இருக்க வேண்டும்! இவையெல்லாம் கிறுக்குத்தனத்தின் அடையாளங்களே தவிர வேறென்ன?’

அவன் தன் மனதில் கடைசியாகத் தோன்றிய எண்ணத்தை மட்டுமே விடாப்பிடியாகப் பற்றிக்கொண்டான். மற்ற முடிவுகளை விடவும் இது சற்றுப் பொருத்தமானதாக அவனுக்குத் தோன்றியது. தன் கண்களை அவள் மீது அழுத்தமாகப் பதித்தபடி அவன் கேட்டான்.

“அப்படியானால், நீ கடவுளை நினைத்து அதிகமாகப் பிரார்த்தனை செய்வதுண்டு...! அப்படித்தானே, சோனியா?”

அவள் பதிலேதும் கூறவில்லை. அவன் எழுந்து நின்றபடி அவளது பதிலுக்காகக் காத்திருந்தான்.

“கடவுளின் துணையில்லாமல் நான் என்ன செய்ய முடியும்?” மிக வேகமாகவும் அழுத்தமாகவும் முணுமுணுத்தபடி அவனை நிமிர்ந்து பார்த்த அவள், திடீரென்று கண்கள் மின்ன அவனது கரத்தைப் பற்றி இலேசாக அழுத்தினாள்.

‘சரிதான்... அப்போது, நான் நினைத்தது சரிதான்’ என்று தனக்குள் நினைத்துக்கொண்டான் அவன்.

“சரி, அது இருக்கட்டும்! பதிலுக்குக் கடவுள் உனக்கு என்ன செய்கிறார்?” என்று இன்னும் அவளை ஆழமாகத் துருவுவதைப் போலக் கேட்டான் அவன்.

அந்தக் கேள்விக்குப் பதிலளிக்க முடியாதவளைப் போல நெடுநேரம் அமைதியாக இருந்தாள் சோனியா. அவளது பலவீனமான, சிறிய மனதில் பதற்றம் கூடிப் போயிருந்தது.

"பேசாமலிருங்கள்! எதுவும் கேட்காதீர்கள்! அதைக் கேட்க உங்களுக்குத் தகுதியில்லை!" என்று திடீரென்று கடுமையாகவும் வெறுப்பாகவும் அவனைப் பார்த்துக் கத்தினாள் சோனியா.

'அதுதான்... அதேதான்...' என்று தனக்குள்ளாகவே அழுத்தமாகத் திரும்பத் திரும்பச் சொல்லிக்கொண்டான் அவன்.

"எல்லாவற்றையும் செய்பவர் அவர் ஒருவர்தான்!" என்று முணுமுணுத்தபடி, தன் கண்களை மீண்டும் தரையை நோக்கித் தாழ்த்திக்கொண்டாள்.

"அதுதான் தீர்வு...! அதுதான் இந்தச் செயலுக்குத் தர முடிகிற விளக்கம்!" என்று முடிவுகட்டிக்கொண்ட அவன், மிகவும் ஆர்வத்தோடு அவளைக் கவனித்தான். மிகப் புதியதாகவும், வினோதமானதாகவும் தன்னுள் ஏற்பட்டுப் போன வலிமிகுந்த உணர்வுகளோடு, மெலிந்து போய், வெளிறிப் போயிருந்த, வளைவான அந்தச் சிறிய முகத்தையும், மிரட்சியுடன் கூடிய அவளது நீல விழிகளையும் அவன் பார்த்துக்கொண்டிருந்தான். இன்னமும் கூட அவளது உடல் கோபத்தினாலும், வெறுப்பினாலும் நடுங்கிக் கொண்டிருந்தது! அந்தச் சிறிய தேகத்திலிருந்து இப்படிப்பட்ட உணர்ச்சிகள் வெளிப்படுவதும், மிரண்டு கிடக்கும் அவளது கண்கள் கோப நெருப்பை உமிழ முடிவதும்... இவை எல்லாமே அவனால் நம்ப முடியாததாகவும், நடக்க முடியாததாகவும் தோன்றின. இவள் ஒரு 'பக்திப் பைத்தியம் போலிருக்கிறது' என்று மீண்டும் தனக்குள் உறுதிப்படுத்திக்கொண்டான் அவன்.

அந்த அறையில் இருந்த இழுப்பறைகளைக் கொண்ட மரப் பெட்டகத்தின் மீது ஒரு புத்தகம் இருந்தது. அறைக்குள் குறுக்கும் நெடுக்குமாக நடந்துகொண்டிருந்த ஒவ்வொரு தடவையும் அதை அவன் கவனித்திருந்தான். இப்பொழுது அதை எடுத்து அவன் புரட்டிப் பார்த்தான். 'புதிய ஏற்பாட்டின்' ரஷ்ய மொழியாக்கம் அது! தோலால் செய்யப்பட்டிருந்த அதன் அட்டை மிகப் பழைய தாகிக் கிழிந்து போயிருந்தது.

"இது உனக்கு எங்கிருந்து கிடைத்தது?" – அறையின் நடுவில் நின்றுகொண்டிருந்த அவன், அவளைப் பார்த்துக் கேட்டான். அவள் இன்னும் அதே இடத்தில் – மேசைக்குச் சில அடிகள் தள்ளி – நின்றுகொண்டிருந்தாள்.

"அது எனக்காக வாங்கி வரப்பட்ட புத்தகம்!" என்று அவனைப் பார்க்காமலேயே – கொஞ்சமும் விருப்பமின்றி இந்தக் கேள்விக்குப் பதிலளித்தாள் அவள்.

"உனக்கு இதை வாங்கி வந்தது யார்?"

"லிஸாவெதா! நான்தான் அவளிடம் இதைக் கேட்டிருந்தேன்!"

'லிஸாவெதா...! என்ன வினோதம்...' என்று அவன் தனக்குள் நினைத்துக்கொண்டான்.

சோனியா சம்பந்தப்பட்ட ஒவ்வொன்றும் அவனுக்கு மிகவும் வினோதமாகவும், மிகவும் அற்புதமானதாகவுமே தென்பட்டது. அவளோடு இருக்கும் நொடிகள் அனைத்துமே அது போல வினோதமான, அதிசயிக்கத்தக்க, அற்புதமான, மணித்துளிகளாகவே அவனுக்குத் தோன்றின. அவன் அந்தப் புத்தகத்தை மெழுகுவர்த்திக்கு அருகில் கொண்டு வந்து, அந்த வெளிச்சத்தில் அதன் பக்கங்களைப் புரட்டத் தொடங்கினான்.

"லாசரஸின் வாழ்க்கைக் கதை இந்தப் புத்தகத்தில் எங்கே இருக்கிறது?" என்று திடீரென்று அவளைப் பார்த்துக் கேட்டான் அவன்.

சோனியா பதிலேதும் சொல்லாமல் தரையையே பார்த்தபடி நின்றுகொண்டிருந்தாள். இப்பொழுது மேசைக்கு அருகிலிருந்து சற்று நகர்ந்து, திரும்பி நின்றுகொண்டிருந்தாள் அவள்.

'லாசரஸ் உயிர்த்தெழுதல்' பற்றி இந்தப் புத்தகத்தில் எங்கே இருக்கிறது என்று எனக்காகக் கொஞ்சம் கண்டுபிடித்துக் கொடு, சோனியா!"

அவள், அவனை ஓரப் பார்வை பார்த்தாள்.

"நீங்கள் தவறான இடத்தில் பார்த்துக்கொண்டிருக்கிறீர்கள். நான்காவது நற்செய்தியில் பார்க்க வேண்டும்" என்று இறுக்கமான குரலில், மிகவும் மெதுவாகச் சொன்ன அவள், அவன் பக்கம் கொஞ்சம்கூட திரும்பவில்லை.

"அந்த இடத்தைக் கண்டுபிடித்து, எனக்குப் படித்துக் காட்டு!" என்று சொல்லிவிட்டு நாற்காலியில் உட்கார்ந்து கொண்ட அவன், தன் முழங்கைகளை மேசையில் ஊன்றிக் கொண்டு, கைகளுக்குள் தனது தலையைப் பதித்துக்கொண்டு, கைகளால் நன்கு தாங்கிப் பிடித்துக்கொண்டான். துயரமான மனநிலையோடு, கண்களை வேறுபக்கம் திருப்பிக்கொண்டு, அவள் படிப்பதைக் கேட்கத் தயாரானான்.

'இன்னும் இரண்டு அல்லது மூன்று வாரங்களுக்குள் நிச்சயமாக இவள் பைத்தியக்கார விடுதியில் சேர்ந்துவிடுவாள். ஒருவேளை அதைவிட மோசமான இடத்திற்கு நான் போகவில்லை என்றால், நானும்கூட அங்கிருப்பேன் என்றே நினைக்கிறேன்' என்று தனக்குள் முணுமுணுத்துக்கொண்டான் அவன்.

சோனியா தயக்கத்தோடு மேசையை நோக்கிச் சென்றாள். அவனது இந்தக் கோரிக்கை அவளுக்குக் கொஞ்சமும் நம்ப முடி யாததாகத் தோன்றியது. இருந்தபோதும்கூட அவள் மேசையில் இருந்த புத்தகத்தைக் கையிலெடுத்துக்கொண்டாள்.

"நீங்கள் அதைப் படித்ததில்லையா?" மேசையின் மறு புறத்தில் நின்றபடியே அவனைப் பார்த்துக் கேட்டாள் சோனியா. அவளது குரலில் கடுமை கூடிக்கொண்டே இருந்தது.

"ரொம்ப நாட்களுக்கு முன்பு... பள்ளிக்கூடத்தில் படித்துக் கொண்டிருந்தபோது படித்திருக்கிறேன். சரி, நீ படித்துக் காட்டு!"

"தேவாலயத்தில் வாசிக்கும் பொழுது நீங்கள் அதைக் கேட்டதில்லையா?"

"இல்லை... நான் அங்கே போவதில்லை! நீ அடிக்கடி போவதுண்டா?"

"இ...ல்...லை!" என்று சோனியா மெல்லிய குரலில் சொன்னாள்.

ரஸ்கோல்னிகோவ் சிரித்தான்.

"எனக்குப் புரிகிறது...! அப்படியானால் நாளை உன் தந்தையின் இறுதிச் சடங்கிற்கு நீ போக மாட்டாயா?"

"கட்டாயம் போவேன்! போன வாரம்கூட நான் அங்கே போயிருந்தேன். இறந்தவர்களின் ஆத்மசாந்திக்காக நடத்தப்பட்ட வழிபாட்டுக்காக நான் அங்கே போனேன்!"

"யார் இறந்ததற்காக...?"

"லிஸாவெதாவுக்காக! அவள் ஒரு கோடாரியால் கொலை செய்யப்பட்டு விட்டாள்!"

அவனது நரம்புகள் முறுக்கேறிக்கொண்டிருந்தன. அவன் தலை சுற்றத் தொடங்கியதைப் போலிருந்தது.

"நீயும் லிஸாவெதாவும் நட்போடு பழகி வந்திருக்கிறீர்கள். அப்படித்தானே?"

"ஆமாம்... அவள் நல்லவள். இங்கேயும்கூட அவள் வருவாள். ஆனால் அடிக்கடி வரமாட்டாள். அப்படி அவளால் வர முடியாது. நாங்கள் சேர்ந்து படிப்பதும் பேசுவதும் உண்டு. அவள் கடவுளையே தரிசிப்பவள்..."

இப்படிப்பட்ட வார்த்தைகள் அவனது காதுகளில் வினோதமாக ஒலித்தன. 'இதோ, மீண்டும் மற்றொரு புதிய செய்தி கிடைத்திருக்கிறது. லிஸாவெதாவுடன் இவளுக்கு ஏதோ ஒரு வகையான இரகசியச் சந்திப்புகள் இருந்திருக்கின்றன. இரண்டு பேருமே பக்திக் கிறுக்குகள்தான்!'

'இப்படியே போனால் சீக்கிரத்திலேயே நானும்கூட ஒரு பக்திக் கிறுக்கனாக மாறிவிடக்கூடும் போலிருக்கிறதே... இது ஒரு தொற்று வியாதியைப் போலத்தான் இருக்கிறது!' என்று தனக்குள் நினைத்துக்கொண்ட அவன், "சரி, படி!" என்று எரிச்சலுடனும், வற்புறுத்தும் தொனியிலும் சொன்னான்.

சோனியாவுக்கு இன்னும்கூடச் சிறிது தயக்கமாகவே இருந்தது. அவளது இதயம் படபடத்துக்கொண்டிருந்தது. எதனாலோ அதை அவனுக்குப் படித்துக் காட்ட அவளுக்குப் பயமாக இருந்தது. அதிர்ஷ்டமில்லாத அந்தப் பைத்தியக்காரப் பெண்ணை மன உளைச்சல்களோடு பார்த்துக்கொண்டிருந்தான் ரஸ்கோல்னிகோவ்.

"உங்களுக்கு இப்போது ஏன் தேவைப்படுகிறது? நீங்கள் கடவுள் மீது நம்பிக்கை இல்லாதவர்தானே? நீங்கள் ஒரு விசுவாசி இல்லைதானே?" என்று உடைந்த குரலில் முணுமுணுத்தாள் சோனியா.

"முதலில் அதைப் படித்துக்காட்டு! நீ அதைப் படித்துக் காட்ட வேண்டும் என்பதுதான் என் விருப்பம்!" என்று அவளை வற்புறுத்தினான் அவன். "லிஸாவெதாவுக்கெல்லாம் நீ படித்துக் காட்டிப் பழக்கம் இருக்கிறதல்லவா?"

சோனியா புத்தகத்தைத் திறந்து, அந்தப் பக்கத்தைத் தேடிக் கண்டுபிடித்தாள். அவளது கைகள் நடுங்கின. குரல் வெளியே வராமல் தோற்றுப் போயிற்று! இரண்டு முறை முயற்சி செய்தும் முதல் வார்த்தையைக்கூட அவளால் உச்சரிக்க முடியவில்லை.

"பெத்தனி என்ற ஊரைச் சேர்ந்த லாசரஸ் என்ற மனிதன் நோய்வாய்ப்பட்டிருந்தான்" – கடைசியில், பெரும் முயற்சி செய்து அந்த வார்த்தைகளை அவள் வாசிக்கத் தொடங்கினாள். ஆனால் இரண்டு, மூன்று வார்த்தைகளை வாசிப்பதற்குள் அவளது குரல், மிகக் கடுமையாக முடுக்கப்பட்டுவிட்ட வயலின் தந்தியைப் போல

உடைந்து போயிற்று! மூச்சுவிடவும்கூட அவளது இதயம் சிரமப் பட்டுக்கொண்டிருந்தது.

சோனியாவால் அதை அவனுக்கு வாசித்துக் காட்ட முடியாமலிருப்பது ஏன் என்று ரஸ்கோல்னிகோவுக்கு அரை குறையாகப் புரிந்தது. அந்த விஷயம் மேலும் மேலும் அவனுக்குப் புரியப் புரிய, மிகவும் முரட்டுத்தனமாகவும், எரிச்சலோடும் அவளை அதற்காக அவன் வற்புறுத்திக்கொண்டிருந்தான். அவளுக்கே சொந்தமான, அந்தரங்கமான ஒரு விஷயத்தைப் பகிரங்கப்படுத்தி வெளிக்காட்டிக்கொள்வதென்பது அவளுக்கு எத்தனை கடினமான ஒன்றாக இருக்கும் என்பதை அவன் நன்றாக அறிந்திருந்தான். வெகுநாட்களாகவே தனது நெஞ்சுக்குள் எவரு மறியாமல் அவள் பாதுகாத்து வந்த இரகசியத்தோடு சம்பந்தப் பட்டதாகத்தான் அவளுடைய அந்த உணர்வுகளும் இருந்தாக வேண்டும் என்பதும் அவனுக்குப் புரிந்தே இருந்தது. ஒருவேளை குழந்தைப் பருவத்திலிருந்தே அவளது உள்ளத்தில் பாதுகாத்துப் போற்றி வந்த ஒன்றாகக்கூட அது இருக்கக்கூடும்! மகிழ்ச்சியில்லாத தகப்பன், துன்பமிகுதியினால் பைத்தியமான சிற்றன்னை, பசி யோடு இருக்கும் குழந்தைகள் என்று அமைந்திருந்த குடும்பச் சூழலில், கொடூரமான கூச்சல்களும் நிந்தனைகளும் நிறைந்திருந்த ஒரு பின்னணியில் தன் நெஞ்சுக்குள் அவள் அதைப் பேணி வளர்த்திருக்கக்கூடும். இப்பொழுது அதைப் படித்தால் தான் பயங் கரமாக உடைந்து போய்விடக்கூடும் என்ற பயம் அவளுக்கு இருந் திருக்கலாம். ஆனால் அதேவேளையில் அவன் கேட்கும்படியாக அதனை வாசித்துக் காட்ட வேண்டும் என்ற ஆசையும் அவளை அலைக்கழித்துக்கொண்டிருந்தது! இதையும் அவன் அறிந்துதானி ருந்தான். “அப்புறம் நடப்பது என்னவாக வேண்டுமானாலும் இருக்கட்டும். இப்போது படித்து விடலாம்!” என்ற எண்ணமும் கூட அவளுக்குள் ஊடாடிக்கொண்டிருந்ததை அவன் புரிந்துதான் வைத்திருந்தான். அவளது கண்கள் மூலமாகவும், உணர்ச்சிவசப் பட்டிருந்த அவளது பதற்றத்தைக்கொண்டும் இவை எல்லாவற்றை யும் அவனால் பார்க்கவும் உணர்ந்துகொள்ளவும் முடிந்தது.

ஒருவாறு தன்னைக் கட்டுக்குள் கொணர்ந்துவிட்ட அவள், முதலாவது வாசகத்தைப் படிக்கத் தொடங்கினாள். உடனே அவளது தொண்டை அடைத்துக்கொண்டது. குரல் கம்மிப் போயிற்று. ஒரு வழியாக அதைச் சமாளித்துக்கொண்டுவிட்ட அவள், புனித யோவானின் பதினொன்றாவது அத்தியாயத்தைத் தொடர்ந்து படிக்கத் தொடங்கினாள். பத்தொன்பதாவது வாசகத் திற்கு வந்து சேர்ந்திருந்தாள் அவள்.

"மார்த்தாளையும் மரியாளையும் பார்த்து அவளது சகோதர னின் மரணத்திற்காக ஆறுதல் சொல்லிவிட்டுப் போவதற்கு நிறைய யூதர்கள் வந்திருந்தனர். பிறகு இயேசுவும் அதற்காக வந்து கொண்டிருக்கிறார் என்பதைக் கேள்விப்பட்டதும் மார்த்தாள் வெளியே சென்று அவரை எதிர்கொண்டாள். ஆனால் மரி யாளோ வீட்டிலேயே அமர்ந்திருந்தாள். பிறகு மார்த்தாள் இயேசு விடம் சொன்னாள்: "பிரபுவே, நீங்கள் மட்டும் இங்கே இருந்திருந் தால் என் சகோதரன் மரித்திருக்க மாட்டான்."

"இப்பொழுதும் நீங்கள் தேவனிடத்தில் (கர்த்தரிடத்தில்) கேட்டுக்கொள்ளுகிறதெதுவோ அதைத் தேவன் (கர்த்தர்) உமக்குத் தந்தருளுவாரென்று அறிந்திருக்கிறேன்" என்றாள்."

இந்த இடத்தில் சோனியா வாசிப்பதை நிறுத்தினாள். தன் குரல் கம்மிப் போய் உடைந்து விடுமோ என்ற அச்சத்துடன் இருப்பவளைப் போல அவள் காணப்பட்டாள். பிறகு மீண்டும் வாசிக்கத் தொடங்கினாள்.

இயேசு அவளை நோக்கி: "உன் சகோதரன் உயிர்த்தெழுந் திருப்பான்" என்றார்.

அதற்கு மார்த்தாள்: "உயிர்த்தெழுதல் நடக்கும் கடைசி நாளிலே அவனும் உயிர்த்தெழுந்திருப்பான் என்று அறிந்திருக் கிறேன்" என்றாள்.

இயேசு அவளை நோக்கி, "நானே உயிர்த்தெழுதலும் ஜீவனுமாயிருக்கிறேன். என்னை விசுவாசிக்கிறவன் மரித்தாலும் பிழைப்பான். உயிர் வாழ்ந்துகொண்டிருப்பவர்களில் எவரெல் லாம் என் மீது நம்பிக்கையோடிருக்கிறார்களோ அவர்கள் ஒரு போதும் மரிப்பதில்லை. இதை நீ நம்புகிறாயா?"

அவள் அவரிடம் சொன்னாள்... (துன்பப் பெருமூச்சு விட்டபடி சோனியா இந்த இடத்தைத் தெளிவாகவும் உறுதியாக வும் படித்த விதம், அவளது நம்பிக்கையின் உறுதிப்பாட்டையே எல்லோரும் கேட்குமாறு அறிவிப்பதைப் போலிருந்தது) சோனியா தொடர்ந்து வாசித்துக்கொண்டிருந்தாள்:

"ஆமாம், ஆண்டவரே! நீங்கள் தேவனின் (கர்த்தரின்) மைந்தராக இந்தப் பூமிக்கு வந்திருக்கும் கிறிஸ்து என்பதை நான் நம்புகிறேன்!"

அவள் படிப்பதை நிறுத்திவிடப் போவதைப் போல வேகமாக நிமிர்ந்து அவனைப் பார்த்தாள். பிறகு தன்னைக் கட்டுப் படுத்திக்கொண்டு, வாசிப்பதைத் தொடர்ந்தாள். ரஸ்கோல்னி கோவ் முழங்கைகளை மேசை மீது வைத்தபடி, பார்வையை

எங்கோ திருப்பிக்கொண்டு அவள் வாசிப்பதையே கவனித்துக் கொண்டிருந்தான்.

முப்பத்திரண்டாவது வாசகத்தை அவள் படித்துக்கொண்டி ருந்தாள்:

"இயேசு இருந்த இடத்திற்கு மரியாள் வந்து, அவரைக் கண்ட வுடனேயே அவரது பாதத்தில் விழுந்து: "ஆண்டவரே, நீர் இங்கே இருந்திருந்தீரேயானால் என் சகோதரன் மரித்திருக்க மாட்டான்" என்றாள்.

அவள் அழுவதையும் அவளோடுகூட வந்த யூதர்கள் அழுவதையும் கண்டபோது, இயேசு தானும் ஆவி பதைபதைத்து துயரமடைந்தார்.

"அவனை எங்கே வைத்திருக்கிறீர்கள்" என்று கேட்டார். அவர்கள் அவரிடம், "ஆண்டவரே, வந்து பாருங்கள்" என்றார்கள்.

இயேசு கண்ணீர்விட்டார்.

அதனைக் கண்ணுற்ற யூதர்கள் அப்பொழுது சொன் னார்கள்: "அவர், அவனை எப்படி நேசிக்கிறார் பாருங்கள்!"

அவர்களில் சிலர்: "குருடர்களின் கண்களைத் திறந்த இவர், இவனையும் சாகாமல் இருக்குமாறு செய்ய முடியாதா?" என்றார்கள்.

ரஸ்கோல்னிகோவ் உணர்ச்சிவசப்பட்டவனாக அவளைத் திரும்பிப் பார்த்தான். ஆமாம்! அவன் நினைத்தது சரிதான். அந்த வாசகங்களை உண்மையாகவே ஆழ்ந்த ஈடுபாட்டுடன் வாசித்துக் கொண்டிருந்த அவள், காய்ச்சல் வந்தவளைப் போல நடுங்கிக் கொண்டிருந்தாள். அவன் இதை எதிர்பார்த்துக்கொண்டுதான் இருந்தான். அவள் இப்போது மிகவும் மகத்தான ஒரு தருணத்தை இதுவரை கேள்விப்பட்டிராத அற்புதத்தை விவரிக்கும் ஒரு கட்டத்தை வாசித்துக்கொண்டிருந்தாள். கட்டுக்கடங்காத வெற்றிக் களிப்பு அவளிடத்தில் இப்போது காணப்பட்டது. அவளது குரல் வெற்றியும் மகிழ்ச்சியும் ஒருங்கிணைந்த மணியின் நாதத்தைப் போல ஒலித்தது. அவளது கண்கள் கண்ணீரால் குளமாகிவிட்ட தால் புத்தகத்திலிருந்த எழுத்துகள் சரியாகத் தெரியாமல் கண் களுக்கு முன்னால் எழுத்துகள் நடனமாடிக்கொண்டிருந்தன.

ஆனாலும் அந்தப் பகுதியை அவள் மனப்பாடமாக அறிந் திருந்தாள். "குருடர்களின் கண்களைத் திறந்த இவர்" என்ற வாசகத் தைப் படிக்கும்போது, குரலைத் தாழ்த்திக்கொண்டாள் அவள். அதிலிருந்த உருக்கமும் தாகமும் இயேசுவின் மீது நம்பிக்கை

யில்லாமல் குருடர்களாயிருந்த அந்த யூதர்களைப் பழிக்கும் நிந்திக்கும் சந்தேகிக்கும் தொனியை வெளிப்படுத்திக்கொண்டிருந்தன. இதோ, அவர்களும்கூட இன்னும் ஒரு நொடியில், மின்னலால் தாக்கப்பட்டவர்களைப் போல, இயேசுவின் காலடியில் விழுந்து புலம்பி, நம்பிக்கையுள்ளவர்களாக மாறப் போகிறார்கள். 'இதோ இவரும்கூட – இப்படிக் கடவுள் நம்பிக்கையற்ற குருடராக இருக்கும் இவரும்கூட இன்னும் ஒரு நொடியில் அதைக் கேட்கப் போகிறார். அதன்பிறகு இவரும்கூட நம்பிக்கை உள்ளவராக மாறி விடுவார். ஆமாம்... இங்கேயே... இப்பொழுதே!' இவ்வாறு அவளும் கனவுகள் கண்டபடி, மகிழ்ச்சியான எதிர்பார்ப்புடன் நடுங்கிக்கொண்டிருந்தாள்.

"இயேசு மறுபடியும் தனக்குள் வருத்தப்பட்டுக் கலங்கிய படியே கல்லறை இருந்த இடத்திற்கு வந்தார். அது ஒரு குகையாக இருந்தது. அதன் முகப்பு ஒரு பாறாங்கல்லை வைத்து மூடப் பட்டிருந்தது.

இயேசு "கல்லை எடுத்துப் போடுங்கள்" என்றார். மரித்தவ னுடைய சகோதரியாகிய மார்த்தாள் ஓடிவந்து அவரை நோக்கி: "ஆண்டவரே, அவன் இறந்து நான்கு நாட்களாகிவிட்டதே. இப் போது நாற்றமெடுக்குமே" என்றாள்.

சோனியா 'நான்கு' என்ற அந்த வார்த்தைக்கு வேண்டு மென்றே சற்று அழுத்தம் கொடுத்து வாசித்தாள்.

இயேசு அவளை நோக்கி: "நீ விசுவாசித்தால் தேவனுடைய மகிமையைக் காண்பாய் என்று நான் உனக்குச் சொல்ல வில்லையா?" என்றார்.

பிறகு மரித்தவன் வைக்கப்பட்ட இடத்திலிருந்து கல்லை எடுத்துப் போட்டார்கள். இயேசு தன் கண்களை (மேல் நோக்கி) ஏறெடுத்துப் "பிதாவே, நீர் எனக்குச் செவி கொடுத்ததினால் உம்மை ஸ்தோத்தரிக்கிறேன். நீர் எப்பொழுதுமே என்னுடைய வார்த்தைகளுக்குச் செவி கொடுப்பீர் என்று நான் அறிந்திருக் கிறேன். ஆனாலும் என்னைச் சூழ்ந்துகொண்டு என்னருகே நின்று கொண்டிருக்கிற மனிதர்களுக்காகவே இதை நான் சொன்னேன். நான் உம்மால் அனுப்பப்பட்டவன் என்பதை அப்போது இவர்கள் நம்புவார்கள் அல்லவா?"

இவ்வாறு சொன்னபிறகு: "லாசரஸ்... வெளியே எழுந்து வா" என்று உரக்கக் கூப்பிட்டார்.

அப்பொழுது, மரித்தவன் எழுந்து வெளியே வந்தான்.

(இதைப் படிக்கும்போது, மிகவும் உணர்ச்சிவசப்பட்டு, ஆனந்தப் பரவசத்தோடு, சிலிர்த்துப் போய் நடுங்கியபடி, அந்த நிகழ்ச்சியைத் தனது கண்களுக்கு முன்னால் நேரில் பார்த்தது போல, வாசித்தாள் சோனியா)

"அவனது கால்களும் கைகளும் சவத்துணியால் கட்டப் பட்டிருந்தன. அவனது முகமும்கூடச் சிறியதொரு துணியினால் கட்டப்பட்டிருந்தது. இயேசு அவர்களை நோக்கி: "இவனைக் கட்டவிழ்த்து விடுங்கள்" என்றார்.

"அப்போது மரியாளைப் பார்க்க வந்திருந்த யூதர்களில் அநேகர், இயேசு செய்தவைகளை நேரில் பார்த்தவுடன் அவரிடத் தில் நம்பிக்கைகொண்டு, அவரிடத்தில் விசுவாசமுள்ளவர்களா னார்கள்."

இதை வாசித்துக்கொண்டே வந்த அவள், அதற்கு மேலும் தொடர்ந்து படிக்க இயலாதவளாகப் புத்தகத்தை மூடி வைத்து விட்டு விரைவாக எழுந்துகொண்டாள்.

"லாசரஸ் உயிரோடு எழுப்பப்பட்டதைப் பற்றிச் சொல்லப் பட்டிருப்பது அவ்வளவுதான்!" என்று அழுத்தமாக முணுமுணுத்த படி சொல்லிவிட்டுச் சற்றுத் தள்ளிப்போய் அவனைப் பார்க்க முடியாதபடி மறுபுறம் திரும்பி நின்றுகொண்டாள். அவன் பக்கம் அவள் திரும்பிக்கூடப் பார்க்கவில்லை. ஏதோ கூச்சத்தோடு இருப்பவளைப் போல அவனது கண்களைச் சந்திக்கவும் அவள் பயந்தாள். கடுமையான காய்ச்சல் கண்டவளைப் போல அவளது உடல் நடுங்கிக்கொண்டிருந்தது. நெடுநேரம் எரிந்துகொண்டிருந்த மெழுகுவர்த்தி வளைந்தும் நெளிந்தும் போனதால், அதன் முனை குறைந்த அளவு வெளிச்சத்தைத்தான் தந்துகொண்டிருந்தது. மங்கலான அந்த ஒளி, வறுமையின் சித்திரம் போல விளங்கிய அந்த அறையின் அவலத்தைப் புலப்படுத்தியதோடு, ஒரு கொலை காரனும், ஒரு விலைமகளுமாகச் சேர்ந்து ஒரு புனித நூலைப் படிப்பதில் இணைந்திருந்த வினோதமான காட்சியையும் எடுத்துக் காட்டிக்கொண்டிருந்தது. ஐந்து நிமிடங்களோ அல்லது அதற்கு மேல் சில நிமிடங்களோ கடந்து சென்றன.

"நான் உன்னிடம் ஒரு விஷயத்தைப் பற்றிப் பேசுவதற்குத் தான் வந்தேன்" என்று உரத்த குரலில் சற்றுக் கோபம் தொனிக்கச் சொன்னான் ரஸ்கோல்னிகோவ். அவன் தன் இடத்திலிருந்து எழுந்து சோனியாவை நோக்கிச் சென்றான். அவளும் தனது கண்களை உயர்த்தி அவனை அமைதியாக ஏறிட்டுப் பார்த்தாள். அவனது பார்வை, இறுக்கமானதாகவும், கடுமையான– உறுதி யான – மறுக்க முடியாத, மறுக்கக்கூடாத ஒன்றை வலுக்

ஃபியோதர் தஸ்தயெவ்ஸ்கி ● 651

கட்டாயமாகச் சொல்லப் போவது போன்ற ஒரு தோரணை யுடனும் காணப்பட்டது.

"இன்றைக்கு நான் என் குடும்பத்தினரை விட்டுவிட்டு வந்து விட்டேன்" என்றான் ரஸ்கோல்னிகோவ். "என்னுடைய அம்மா வையும் சகோதரியையும் நான் துறந்துவிட்டேன்! இப்போதைக்கு நான் அவர்களிடம் திரும்பிச் செல்ல மாட்டேன். முழுமையாக அவர்களிடமிருந்து என்னைத் துண்டித்துக்கொண்டுவிட்டேன்."

"ஏன்? எதற்காக இப்படிச் செய்தீர்கள்?" என்று மிகுந்த வியப்போடும், சங்கடத்தோடும் கேட்டாள் சோனியா. சமீபத்தில் அவர்களுடன் நிகழ்ந்த சந்திப்பு, அவளிடத்தில் அவர்களைப் பற்றி ஓர் உயர்ந்த மதிப்பை ஏற்படுத்தியிருந்தது. அந்தச் சந்திப்பைப் பற்றி அவள் மறுபடியும் தெளிவோடு சிந்தித்துக்கூடப் பார்க்காத நிலையில் இந்தச் செய்தி, அவளுக்கு அதிர்ச்சியையே கொடுத்தது. அவள் அச்சத்துடன் அவனை நிமிர்ந்து பார்த்தாள்.

"இப்போது எனக்கென்று நீ..., நீ மட்டும்தான் இருக்கிறாய்" என்று அவளிடம் அவன் சொன்னான். "இனி நாம் சேர்ந்து செல்வோம். நான் உன்னைத் தேடி வந்திருக்கிறேன். நாம் இரு வருமே ஒரே மாதிரி சபிக்கப்பட்டவர்கள். நாம் இருவரும் இணைந்து நமது வழியில் சேர்ந்தே செல்வோம்!" அவனது கண்கள் ஜொலித்துக்கொண்டிருந்தன. 'இவர் ஓர் அரைப் பைத்தியம் போல் அல்லவா இருக்கிறார்?' என்று தன் பங்குக்குத் தானும் அவனைப் பற்றி நினைத்துக்கொண்டாள் சோனியா.

"எங்கே செல்வது?" என்று திகிலுடன் கேட்ட அவள் அச்சத்துடன் அனிச்சையாக அவனிடமிருந்து சற்றுப் பின்வாங்கி நின்றுகொண்டாள்.

"எனக்கெப்படித் தெரியும்? நாம் இருவருமே ஒரே பாதையில் பயணித்துக்கொண்டிருக்கிறோம் என்பதை மட்டுமே நான் அறிவேன். அது ஒன்றுதான் எனக்குத் தெரியும். அதற்குமேல் எனக்கு எதுவுமே தெரியாது அவ்வளவுதான். நம் இருவருக்குமே ஒரே குறிக்கோள்தான் இருக்கிறது. எனவேதான் சொல்கிறேன். நாம் இருவரும் சேர்ந்தே பயணத்தைத் தொடருவோம்!"

அவள் அவனை நிமிர்ந்து பார்த்தாள். ஆனால் எதையுமே அவளால் புரிந்துகொள்ள முடியவில்லை. ஆனால் ஒன்றை மட்டும் அவள் புரிந்துகொண்டாள். அவன் எல்லையற்ற துன்பங் களால் சூழப்பட்டிருக்கிறான். சந்தோஷம் என்பதை முற்றிலுமே இழந்து போயிருந்தான். முடிவற்ற துன்பங்களாலும், கவலை களாலும் சூழப்பட்ட, சபிக்கப்பட்ட மனிதனாகவே அவளது கண்களில் அவன் தென்பட்டான்.

"நீ என்னுடைய துன்பங்களையும் துயரங்களையும் பற்றி எவரிடம் சொன்னாலும் சரி. ஒருவராலும் அவற்றைப் புரிந்து கொள்ள முடியாது. ஆனால் நான் உன்னைப் புரிந்துகொண்டு விட்டேன். எனக்கு நீ தேவை. அதனால்தான் உன்னைத்தேடி நான் வந்திருக்கிறேன்."

"எனக்கு ஒன்றும் புரியவில்லை" என்று முணுமுணுத்தாள் சோனியா.

"பின்னால் எல்லாவற்றையும் நீ புரிந்துகொள்வாய். நீயும் அதையேதானே செய்திருக்கிறாய்? நீயும்கூட ஒரு தடையைத் தாண்டிப் போயிருக்கிறாய்...! உன்னால் அதைச் செய்ய முடிந்திருக் கிறது! உன் கைகளை உன் மீதே வைத்து, ஒரு வாழ்க்கையை – உன் சொந்த வாழ்க்கையை நீயே சிதைத்துப் போட்டிருக்கிறாய் (எல்லாம் ஒரே மாதிரியாகத்தான் இருக்கிறது. என்னுடைய வாழ்க்கையை நானே சிதைத்துக்கொண்டதைப் போலத்தான்) உன் அறிவும் ஆன்மாவும் காட்டிய வழிப்படி நீ நடந்திருக்கலாம்... ஆனால் அப்படிச் செய்திருந்தால் நீ வைக்கோல் சந்தையிலேயே முடிந்து போய் விடுவாய்... ஆனால் உன்னால் இனிமேலும் இதைப் பொறுத்துக்கொள்ள முடியாது! மேலும் நீ தனியாகவே இருந்தால் என்னைப் போல நீயும் புத்தி பிசகிப் போய்விடுவாய். நீ இப்பொழுதும்கூட ஒரு பைத்தியக்காரியைப் போலத்தான் இருக்கிறாய்! அதனால் நாம் இருவரும் ஒரே பாதையில் ஒன்றாகச் சேர்ந்துதான் சென்றாக வேண்டும். அப்படியே போவோம்!"

"ஏன்? எதனால் இப்படிச் சொல்கிறீர்கள்?" – அவனது வார்த்தைகளால் மிகவும் வினோதமாகவும் ஆக்ரோஷமாகவும் கிளர்ச்சியடைந்து போன சோனியா அவனிடம் கேட்டாள்...

"ஏனா? நீ இனிமேலும் தொடர்ந்து இந்தமாதிரியே இருந்து விட முடியாது. அதுதான் காரணம்! கடைசி நேரத்திலாவது விஷயங்களை நேரடியாக எதிர்கொண்டு தீவிரமாகப் பார்க்க வேண்டுமே தவிர, இப்படி ஒரு குழந்தையைப் போல அழுது கொண்டும், கடவுள் அதனை அனுமதிக்க மாட்டார் என்று புலம்பிக்கொண்டும் நீ இருப்பது சரியில்லை. நாளைக்கு உன்னை மருத்துவமனைக்குக் கொண்டு செல்ல வேண்டிய நிலை உண்மையிலேயே ஏற்பட்டால் நிலைமை என்ன ஆகும்? அவளோ சித்தம் தடுமாறிப் போயிருப்பவள் – காச நோயால் துன்பப் படுபவள் – அவள் சீக்கிரமே இறந்து போய்விடுவாள். ஆனால் குழந்தைகள்...? போலென்காவையும் அப்போது இழக்க வேண்டி வருமல்லவா? தங்கள் சொந்தத் தாயாலேயே பிச்சை எடுக்குமாறு அனுப்பப்பட்டுத் தெரு மூலையில் குடி இருக்கும் குழந்தைகளை நீ பார்த்ததே இல்லையா? அத்தகைய தாய்மார்கள், எங்கே எப்படி

வாழ்கிறார்கள் என்பதை நான் அறிவேன். குழந்தைகள் அங்கே குழந்தைகளாக இருக்க முடியாது. ஏழு வயதுக் குழந்தைகூடச் சீரழிந்து போய்த் திருடனாக இருக்கிறது. ஆனாலும் குழந்தைகள் எல்லாமே இயேசுவின் வார்ப்புகள்தான்! 'கடவுளின் சாம்ராஜ்யம் குழந்தைகளுடையது' என்கிறார் இயேசுகிறிஸ்து. மனித குலத்தின் எதிர்காலமே குழந்தைகள்தான் என்பதால், அவர் அவர்களை நேசிக்குமாறும் நன்கு போஷிக்குமாறும் நமக்கு ஆணையிட்டிருக் கிறார்."

"ஆனால் நாம் என்ன செய்வது? நாம் செய்யக்கூடியது, செய்தாக வேண்டியதுதான் என்ன?" என்று பைத்தியம் பிடித்த வளைப் போல அழுது புலம்பிக்கொண்டு, கைகளைப் பிசைந்தபடி திரும்பத் திரும்பக் கேட்டாள் சோனியா.

"நாம் என்ன செய்ய வேண்டும்? எதை அழித்து ஒழிக்க வேண்டுமோ, அதை ஒரேயடியாக அழித்துவிட்டுத் துன்பச் சுமையை நம்மீது ஏற்றிக்கொண்டுவிட வேண்டியதுதான். என்ன? உனக்குப் புரியவில்லையா? பின்னால் புரிந்துகொள்வாய்...! முதலில் சுதந்திரமும் அதிகாரமும் வேண்டும். எல்லாவற்றுக்கும் மேலானது அதிகாரம்தான்! எறும்புக்கூட்டம் போல மொய்த்துக் கிடக்கிற எல்லோரையும் – கோழைகளாக நடுங்கிக்கொண்டு கிடக்கிற எல்லா ஜீவன்களையும் அடக்கி ஆதிக்கம் செலுத்த வேண்டும். அதுதான் குறிக்கோள்! இதை மட்டும் நினைவில் வைத்துக்கொள். பிரிந்து செல்லும் வேளையில் உனக்கு நான் சொல்லும் கடைசி வார்த்தை இதுதான்! ஒருவேளை உன்னோடு நான் பேசுவது இதுவே கடைசி முறையாகக்கூட இருக்கலாம். ஒருவேளை நாளைக்கு நான் வராமல் போய்விட்டால், எல்லா வற்றைப் பற்றியும் நீ கேள்விப்படுவாய். இப்பொழுது சொன்ன தெல்லாம் அப்போது உனக்கு நினைவுக்கு வரும். பிற்காலத்தில், நிறைய வருஷங்கள் கழிந்த பிறகு அதற்கெல்லாம் என்ன அர்த்தம் என்பதை நீ புரிந்துகொள்வாய்! ஒருவேளை நாளைக்கு நான் வந்தால், லிஸாவெதாவைக் கொன்றது யார் என்பதை உன்னிடம் சொல்வேன்! போய் வருகிறேன்!"

சோனியா பயத்தில் நடுங்கினாள்.

"அவளைக் கொன்றது யார் என்று நிஜமாகவே உங்களுக்குத் தெரியுமா?" – பீதியில் உறைந்து போயிருந்த அவள், அவன் பக்கம் திரும்பி பயத்தோடு அவனைப் பார்த்தபடி கேட்டாள்.

"எனக்குத் தெரியும். அதை நான்... உனக்கும் சொல்வேன். உனக்கு மட்டும், உனக்கு மட்டுமே சொல்லுவேன். உன்னைத்தான் அதற்காக நான் தேர்ந்தெடுத்திருக்கிறேன். உன்னிடம் மன்னிப்புக் கேட்பதற்காக நான் வரமாட்டேன். வெறுமனே அந்தச் செய்தியை

உன்னிடம் நான் சொல்லுவேன். அதற்காக வருவேன். அவ்வளவு தான். உன் தந்தை உன்னைப் பற்றி என்னிடம் பேசியபோதே, வெகுநாட்களுக்கு முன்பே இதைப் பற்றி உன்னிடம்தான் சொல்ல வேண்டும் என்று உன்னை நான் தேர்ந்தெடுத்துவிட்டேன். லிஸாவெதா உயிருடன் இருந்தபோதே நான் அதைப் பற்றி நினைத்துவைத்துவிட்டேன். சென்று வருகிறேன். நீ இப்பொழுது எனக்குக் கை கொடுக்க வேண்டாம். நாளைக்குப் பார்ப்போம்!"

அவன் வெளியே சென்றான். அவனுக்குப் பைத்தியம் பிடித்துவிட்டதோ என்ற எண்ணத்துடன் அவனையே பார்த்துக் கொண்டிருந்த சோனியா, தனக்கும் புத்தி தடுமாறிக்கொண்டி ருப்பதாக உணர்ந்தாள். அவளுக்கு அப்போது அப்படித்தான் தோன்றியது. அவளது தலை சுழன்றுகொண்டிருந்தது.

'கடவுளே, லிஸாவெதாவைக் கொன்றது யாரென்பதை அவர் எவ்வாறு அறிந்திருக்க முடியும்? அந்த வார்த்தைகளுக்கு என்ன அர்த்தம்? ரொம்ப பயங்கரமாக இருக்கிறதே' என்று தனக்குத்தானே கேட்டுக்கொண்ட அவளுக்கு – அந்த நேரத்தில் அவன் சொன்னதில் பொதிந்திருந்த அந்த 'உள்ளார்ந்த விஷயம்' மட்டும் மூளைக்கு எட்டவே இல்லை. அப்போது மட்டுமல்ல, அடுத்து வந்த நொடிகளிலும்கூட அந்த விஷயம் அவளுக்கு எட்டவே இல்லை. 'பாவம்... இவர் ரொம்பவும் கடுமையான துயரத்தில் இருக்கிறார் என்று நினைக்கிறேன். அம்மாவையும் சகோதரியையும் விட்டுவிட்டு வந்து விட்டதாகச் சொன்னாரே...? ஏன்? அப்படி என்னதான் நடந்தது? அவருடைய மனதில் இருப்பதுதான் என்ன? என்னிடம் அவர் சொன்னதுதான் என்ன? என்னுடைய பாதங்களை முத்தமிட்டபடி சொன்னாரே...? ஆமாம், அதை அவர் மிகத் தெளிவாகத்தான் சொன்னார். நான் இல்லாமல் இனிமேல் தன்னால் வாழ முடியாது என்றல்லவா சொன்னார். ஐயோ... 'கடவுளே!'

சோனியா அன்றைய இரவுப் பொழுது முழுவதையுமே ஜன்னி கண்டவளைப் போலக் கழித்தாள். சில சமயம் அவள் எழுந்து உட்கார்ந்துகொண்டு அழுவாள். தன் கைகளைப் பிசைந்து கொள்வாள். பிறகு மீண்டும் படுக்கையில் புதைந்து அரைத் தூக்கத்தில் ஆழ்ந்து போவாள். போலென்கா, காதரீனா இவானோவ்னா, புனித வாசகங்களைப் படித்தது, அவன், அவனுடைய வெளிறிப் போன முகம், தீப்பொறி பறக்கும் கண்கள் என்று எல்லாமே அவளுடைய கனவுக்குள் ஊடாடியபடி இருந்தன... அவன் அவளது கால்களை முத்தமிட்டபடி அழுதான்... "கடவுளே...!"

ஃபியோதர் தஸ்தயெவ்ஸ்கி ● 655

அவளது அறையின் வலதுபுறமிருந்த கதவு, அவளது அறையை மேடம் ரெஸ்லிச்சின் குடியிருப்பிலிருந்து பிரிக்கும் வகையில் அமைந்திருந்தது. அந்தக் கதவுக்கு மறுபுறமிருந்த ஓர் அறை, மேடம் ரெஸ்லிச்சின் குடியிருப்பைச் சேர்ந்ததாக இருந்த போதும், வெகுநாட்களாகக் காலியாகவே இருந்துகொண்டிருந்தது. அந்த அறை, வாடகைக்கு விடப்படுவதாக அட்டைகளும் அறிவிப்புகளும் வாயிலில் தொங்கவிடப்பட்டும், ஜன்னல்களில் ஒட்டப்பட்டும் இருந்தபோதும், முன்பக்கமிருந்த கால்வாய் காரணமாக அந்த விளம்பரம் அவ்வளவாகக் கண்டுகொள்ளப் படாமலேயேதான் இருந்தது. பல நாட்களாக அந்த அறை காலியாகவேதான் கிடந்தது. சோனியாவும்கூட அந்த அறை காலியாக இருப்பதாகத்தான் நினைத்துக்கொண்டிருந்தாள். ஆனால், கதவுக்குப் பின்னாலிருந்த அந்த அறைக்குள் மறைந்து நின்றுகொண்டு, சற்று முன் நடந்த சோனியா – ரஸ்கோல்னிகோவ் சந்திப்பு முழுவதையும் கவனித்துக்கொண்டு, அவர்களது உரை யாடல், முழுவதையுமே ஒட்டுக் கேட்டுக்கொண்டிருந்தான் ஸ்விட்ரிகைலோவ். ரஸ்கோல்னிகோவ் வெளியேறிய பிறகும், மேலும் ஒரு கணம் எதையோ யோசித்துக்கொண்டு அங்கேயே நின்றுகொண்டிருந்த அவன், பூனை போல நடந்து, அடுத்த கதவின் வழியாகத் தனது அறைக்குள் சென்று, அங்கிருந்து ஒரு நாற் காலியைக்கொண்டு வந்து சோனியாவின் அறைக்குச் செல்லும் கதவருகே போட்டு வைத்தான். அவர்களுக்கு இடையே நடந்த உரையாடல் மிகவும் சுவாரசியமானதாகவும், முக்கியமானதாகவும் அவனது மனதுக்குப்பட்டது. அவன் அதை வெகுவாக அனுப வித்து ரசித்துக்கொண்டிருந்தான். அதை அந்த அளவுக்கு அவன் ரசித்திருந்த காரணத்தினாலேயே –அடுத்து வரும் நாட்களில், ஒருவேளை மறுநாளேகூடத் தனக்கு மீண்டும் அப்படி ஒரு வாய்ப்பு நேரும் பொழுது, முழு நேரமும் நின்றுகொண்டே கஷ்டப் பட வேண்டாமென்று எண்ணிய அவன், வசதியாக உட்கார்ந்து கொண்டு முழுத்திருப்தியுடன் அந்த உரையாடல்களைக் கேட்டு அனுபவிக்க வேண்டுமென்பதற்காகவே நாற்காலியை அங்கே கொண்டுவந்து போட்டு வைத்தான்.

அத்தியாயம் – 5

மறுநாள் காலை, சரியாகப் பதினோரு மணிக்கு, ஸ்பாஸ்கயா மாவட்டத்தைச் சேர்ந்த, காவல்துறை அலுவலகத்தில் அமைந் திருக்கும் குற்றப்புலனாய்வுப் பிரிவுத் துறைக் கட்டடத்திற்குச் சென்ற ரஸ்கோல்னிகோவ், தான் வந்திருப்பதைப் போர்ஃபிரி பெத் ரோவிச்சுக்குத் தெரிவிக்கும்படி கேட்டுக்கொண்டான். தன்னை வெகுநேரம் அவர்கள் காத்திருக்க வைத்தது, அவனுக்கு ஆச்சரிய மாக இருந்தது. அவர்கள் அவனை அழைப்பதற்குக் குறைந்தது பத்து நிமிடங்களாவது ஆயிற்று. அவன் போட்டு வைத்திருந்த கணக்கின்படி, அவர்கள் உடனடியாகத் தன்மீது பாய்ந்து, தன்னைக் கவ்விக்கொண்டு விடுவார்களென்று அவன் நினைத் திருந்தான். வரவேற்பறையில் அவன் நின்றிருந்தபோது அவனைக் கொஞ்சம்கூட இலட்சியம் செய்யாமல் அவனைத் தாண்டிக் கொண்டு போவதும் வருவதுமாக மனிதர்கள் நடமாடிக்கொண்டு தான் இருந்தார்கள். அடுத்த அறை, ஓர் அலுவலகத்தைப் போல இருந்தது. அங்கே நிறையக் குமாஸ்தாக்கள் உட்கார்ந்து எழுதிக் கொண்டிருந்தனர். அவர்களில் ஒருவருக்குக்கூட ரஸ்கோல்னி கோவ் யார் என்பதோ, அவன் எப்படிப்பட்டவன் என்பதோ, வேறு எதுவுமோ தெரிந்திருக்கவில்லை என்பது வெளிப்படை யாகத் தெரிந்தது. தான் அங்கிருந்து தப்பித்து ஓடிவிடாமல் இருப் பதற்காக யாரேனும் ஒரு காவலன் தன் அருகில் நிற்கிறானா என்றும், இரகசியமாக வேறு ஏதேனும் ஓர் இடத்திலிருந்து யாரா வது தன்னைக் கண்காணித்துக்கொண்டிருக்கிறார்களா என்றும் அவன் சந்தேகத்துடனும் பதற்றத்துடனும் சுற்றுமுற்றும் பார்த் தான். ஆனால் அந்த மாதிரி எதுவுமே இல்லை. குமாஸ்தாக் களும், வேறு சிறு சிறு வேலைகளில் ஈடுபட்டிருந்த ஆட்களும் இன்னும் சில பேரும் அங்கே இருந்தபோதும் அவன் மீது எவருமே கவனம் செலுத்தவில்லை. அவர்களைப் பொறுத்தவரையில் அவன் இந்தப் பூமியின் கடைக்கோடிக்குப் போய்விட்டாலும்கூட அதைப் பற்றிக் கவலை இல்லை என்பதைப் போலத்தான் அவர்களது தோற்றம் இருந்தது.

நேற்று, திடீரென்று மண்ணிலிருந்து முளைத்துவந்த, மாயத் தோற்றம் போல எதிர்ப்பட்டுத் தன்னைக் குழப்பிவிட்டுப் போன

அந்த முகம் தெரியாத மனிதன் மட்டும் உண்மையில் எல்லாவற்றையும் பார்த்திருந்தால் – அனைத்தையும் தெரிந்து வைத்திருந்தால் – தான் இங்கே இப்படி அமைதியாக நின்று காத்துக் கொண்டிருக்க முடியாது என்பது ரஸ்கோல்னிகோவுக்கு மிகத் தெளிவாகப் புரியத் தொடங்கியது. ஒருவேளை அவர்களுக்கு எல்லாம் தெரிந்திருந்தால், அவர்களிடம் வந்துவிட வேண்டும் என்று அவனாகவே மனம் வைத்த பிறகும்கூடப் பதினோரு மணி வரையில் அவர்கள் அவனுக்காகக் காத்துக்கொண்டிருப்பார்களா என்ன...? இதிலிருந்து தெரிவது, இதுதான்! ஒருவேளை, அந்த மனிதன் அவனுக்குத் தெரிந்ததை இன்னும் அவர்களிடம் தெரிவிக்காமல் இருக்க வேண்டும், இல்லாவிட்டால் அவனுக்கு எதுவுமே தெரியாமலும் இருக்கலாம். (நிஜமாகவே அதை அவன் எப்படிப் பார்த்திருக்க முடியும்?) நேற்று நடந்த எல்லாமே அவனது நோயினாலும் அளவுக்கு அதிகமான மன அழுத்தங்களினாலும், மன மயக்கங்களின் விளைவாகவும் அவன் உள்ளம் தானாகவே கற்பித்துக்கொண்ட அதீதமான கற்பனையாகக்கூட இருக்கலாம்.

நேற்றுக்கூட அவன் மிகுந்த கலவரத்தோடும், செய்வதறியாத தவிப்போடும் இருந்த நேரத்தில், இவ்வாறான ஆழமான ஓர் அனுமானம் அவனுக்குள் ஏற்பட்டுத்தான் இருந்தது. இப்பொழுது, அந்த எண்ணங்களையெல்லாம் தனது மூளைக்குள் போட்டுப் புரட்டியெடுத்து, அந்தச் சிக்கலைச் சீர்செய்யத் தயாராகும் வேளையில், தான் நடுங்கிக்கொண்டிருப்பதைத் திடீரென்று உணர்ந்து கொண்டான் அவன். அதிலும் தான் மிகவும் வெறுக்கும் நபரான போர்ஃபிரி பெத்ரோவிச்சின் முன்னிலையில், தான் பயத்தினால் நடுங்கிப் போய்விடுவோமோ என்று எண்ணியபோது அவன் நெஞ்சில் கோபம் பொங்கி எழுந்தது. வேறு எதைவிடவும் அந்த மனிதரை – போர்ஃபிரி பெத்ரோவிச்சை – மீண்டும் பார்ப்பதென்பதை, அவன் நினைத்தபோதே நடுக்கம் தருவதாக இருந்தது. அவர் மீது கட்டுக்கடங்காத, எல்லையற்ற வெறுப்புணர்ச்சியை அவன் கொண்டிருந்ததால், அதுவே அவர் முன்பு தன்னைக் காட்டிக் கொடுத்துவிடுமோ என்றுகூட அவன் பயந்தான். அவனிடம் மிக அதிகமாக மேலோங்கியிருந்த கசப்புணர்ச்சியால், அவனிடமிருந்த நடுக்கம்கூட இப்போது சட்டென்று குறைந்து விட்டது. சிறிதும் அலட்டிக்கொள்ளாமல் – திமிரான பாவனை யோடு உள்ளே செல்ல அவன் ஆயத்தமானான். எவ்வளவுக்கு முடியுமோ அவ்வளவுக்குக் குறைவாகவே பேச வேண்டும் என்றும் – மாறாக, அங்கே நடப்பதையெல்லாம் நன்றாகக் கவனிக்கவும், அங்கே பேசப்படுகின்ற விஷயங்களைக் கூர்மையாகக் கேட்கவும் வேண்டும் என்றும் தனக்குள் உறுதி செய்துகொண்டான். நோயின் பிடியில் அகப்பட்டதோடு, மனச் சுமையின் அழுத்தமும்

தாளாமல் தளர்ந்து கிடக்கும் தனது நரம்புகளுக்குப் பாதிப்பு ஏற்படாத வண்ணம் எது நடந்தாலும் தன்னைக் கட்டுப்படுத்திக் கொள்வதில் வெற்றிபெற்றாக வேண்டும் என்றும் அவன் தனக்குள் முடிவு செய்துகொண்டான். சரியாக இந்தத் தருணத்தில் அவனை உள்ளே வரச் சொல்லி போர்ஃபிரி பெத்ரோவிச்சிடமிருந்து அழைப்பு வந்தது.

போர்ஃபிரி பெத்ரோவிச் தான் சொல்லியிருந்தபடியே அலுவலகத்தில் தனியாகத்தான் இருந்தார். அந்த அறை மிகப் பெரியதாகவும் இல்லை. மிகச் சிறியதாகவும் இல்லை; ஓரளவு நடுத்தரமாக இருந்தது. சோஃபாவுக்கு முன்னால் பெரிய எழுதும் மேசை இருந்தது. அந்த சோஃபா மட்டரகமான தோல் உறையைக் கொண்டதாக இருந்தது. மேலும் அங்கே ஒரு பீரோ, மூலையில் ஒரு புத்தக அலமாரி, மற்றும் பல நாற்காலிகள் ஆகியவை இருந்தன. எல்லாமே மஞ்சள் நிறத்தில், மரப்பாலிஷ் செய்யப்பட்ட அரசாங்கத்தின் பொருள்கள். அந்த அறையின் பின் பகுதியில் இருந்த தடுப்புச் சுவரில், ஒரு கதவு மூடப்பட்டிருந்தது. அந்தக் கதவுக்குப் பின்னால் இன்னும் பல அறைகள் இருக்கக் கூடும். ரஸ்கோல்னிகோவ் உள்ளே நுழைந்த அந்த நொடியில்தான் பின்னாலிருந்த அந்தக் கதவை அடைத்துவிட்டுத் திரும்பினார் போர்ஃபிரி பெத்ரோவிச்.

அவர்கள் இருவர் மட்டுமே அங்கே தனியாக இருந்தனர். அவர் மிகுந்த கலகலப்போடும், சுமுகமான மன நிலையோடும் அவனை எதிர்கொண்டு வரவேற்றார். சில நிமிடங்கள் கழிந்த பிறகே, தன்னைக் குழப்பி விடுவதைப் போன்ற சில அறிகுறிகள் அவரிடம் தென்படுவதை அவன் கவனித்தான்.

"அட... என் செல்லத்தம்பி! வா, வா! நீ இப்பொழுது எங்களது 'சாம்ராஜ்யத்தில்' இருக்கிறாய் தெரியுமா?" என்று இரு கைகளையும் அவனை நோக்கி நீட்டியவண்ணம் பேச்சைத் தொடங்கினார் போர்ஃபிரி. "சரி, உட்கார்ந்துகொள், கிழவா...! உன்னை 'என் செல்லத்தம்பி' என்றும், 'கிழவன்' என்றும் இப்படி யெல்லாம் பெயரைச் சுருக்கி – (Tout Court) (டூட் கோர்ட்) – அழைப்பது, ஒருவேளை உனக்குப் பிடிக்கவில்லையோ? நான் ரொம்பவும் உரிமை பாராட்டுவதாக மட்டும் தயவுசெய்து நினைத்துக்கொள்ளாதே! சரி, வா! இப்படி சோஃபாவில் உட்கார்!"

அவரிடமிருந்து கண்களைச் சிறிதும் அகற்றாமல், அவரைப் பார்த்தபடியே உட்கார்ந்துகொண்டான் ரஸ்கோல்னிகோவ்.

அவர் 'எங்கள் சாம்ராஜ்யம்' என்று குறிப்பிட்டது, அதிக அளவு உரிமை எடுத்துக்கொண்டதற்காக மன்னிப்புக் கேட்டது, 'டூட் கோர்ட்' என்ற பிரெஞ்சு வார்த்தையைப் பயன்படுத்தியது– ஆகிய இவை எல்லாவற்றுக்கும் உள்ளே ஏதோ ஒரு மறைவான உட்பொருள் பொதிந்து கிடப்பதைப் போல அவனுக்குத் தோன்றியது. 'அவர் என்னை நோக்கி இரண்டு கரங்களையும் நீட்டினார். ஆனாலும் எனக்குக் கை கொடுக்க அவற்றை அவர் பயன்படுத்தவே இல்லை – கை கொடுக்கவில்லை – சரியான நேரத்தில் கைகளைப் பின்னுக்கு இழுத்துக்கொண்டுவிட்டார்' என்று அவன் மனதில் ஒரு சந்தேகம் மின்னலாய் உதித்தது. அவர்கள் இருவரும் ஒருவரை, மற்றவர் விடாது கவனித்தபடியே இருந்தனர். ஆனாலும் இருவரின் பார்வைகளும் சந்திக்கும் சரியான தருணத்தில், மின்வெட்டைப் போல இருவருமே தங்கள் கண்களை விரைவாகத் திருப்பிக்கொண்டுவிடுவார்கள்.

"கடிகாரத்தை அடகு வைத்ததைப் பற்றி எழுதிய மனுவைக் கொண்டு வந்திருக்கிறேன். சரியாக இருக்கிறதா அல்லது நான் திரும்பவும் எழுத வேண்டுமா.. பாருங்கள்!"

"என்னது...? மனுவா? சரி...சரி... ஒன்றும் கவலைப்படாதே, எல்லாம் சரியாகத்தான் இருக்கிறது!" என்று ஏதோ அவசரத்தில் இருப்பவரைப் போலக் காணப்பட்ட போர்ஃபிரி பெத்ரோவிச், அப்படிச் சொன்ன பிறகுதான் அந்தத் தாளையே கையிலெடுத்துப் பார்த்தார். "ஆமாம், ரொம்பச் சரியாக இருக்கிறது! வேறெதுவும் தேவையில்லை!" என்று அதே அவசரத்தோடு திரும்பக்கூறிவிட்டு அந்தத் தாளை மேசை மீது வைத்தார். ஒரு நிமிடத்திற்குப் பிறகு வேறெதையோ பேசிக்கொண்டிருக்கையில் அதை எடுத்துத் தன் பீரோவுக்குள் வைத்துக்கொண்டார்.

"கொலை செய்யப்பட்டுள்ள அந்தப் பெண்மணியோடு எனக்கு இருந்த தொடர்பைப் பற்றி என்னிடம் அதிகாரபூர்வமாகக் கேள்வி கேட்க விரும்புவதாக நேற்று நீங்கள் கூறியிருந்தீர்கள் என்று நான் எண்ணுகிறேன். அப்படித்தானே?" என்று மீண்டும் தொடங்கினான் ரஸ்கோல்னிகோவ்.

'நான் எண்ணுகிறேன்' என்ற ஒரு வார்த்தையை நான் ஏன்தான் போட்டேனோ என்ற எண்ணம் அவன் மனதில் ஒரு கணம் மின்னலாய் மின்னி மறைந்தது. 'சரி, அப்படி ஒரு வார்த்தையைப் போட்டதற்காக நான் இப்பொழுது கவலைப் படுவானேன்' என்று உடனே மற்றொரு எண்ணமும் மின்னலாய் எழுந்து அவன் மனதில் ஓடி மறைந்தது.

போர்ஃபிரியின் முன்னால் இருப்பதாலும், சற்று முன் அவருடன் பரிமாறிக்கொண்ட பார்வைகளினாலும், வார்த்தை களினாலும் தன்னுள் ஏற்பட்டுப் போன அசௌகரியமான உணர்வுகள் திடீரென்று பூதாகரமாகப் பல்கிப் பெருகிக்கொண்டி ருப்பதாக அவன் உணர்ந்தான். அது மிகவும் ஆபத்தை ஏற்படுத்தக் கூடியதாக அவனுக்குத் தோன்றியது. அவனது நரம்புகள் இறுக்க மடைந்திருந்தன. அவனது உணர்ச்சிக் கொந்தளிப்பு அதிகரித்துக் கொண்டிருந்தது. 'இது நிச்சயமாக என்னை அழிவுக்கு இட்டுச் சென்றுவிடும். மறுபடியும் தேவைக்கு அதிகமாக எதையாவது உளறிவிடப் போகிறேன்' என்று தனக்குத்தானே எச்சரிக்கை செய்துகொண்டான் ரஸ்கோல்னிகோவ்.

"சரி, சரி... ஒன்றும் அவசரமில்லை! நமக்கு நிறைய நேர மிருக்கிறது" என்று முணுமுணுத்தார் போர்ஃபிரி பெத்ரோவிச். எந்தவித நோக்கமும் இன்றித் தனது மேசைக்கு அருகிலேயே இங்கும் அங்குமாக நடந்துகொண்டிருந்தார் போர்ஃபிரி பெத் ரோவிச். அவ்வப்போது ஜன்னலின் பக்கமாகவும், பீரோவின் பக்க மாகவும், பிறகு மேசைக்குப் பக்கமாகவும் அடுத்து, அடுத்துத் திரும்பி நடந்துகொண்டிருந்தார். ரஸ்கோல்னிகோவின் சந்தேகம் தோய்ந்த பார்வையைச் சந்திப்பதை இவ்வளவு நேரமும் தவிர்த்துக்கொண்டிருந்த அவர், இப்போது திடீரென்று அசை யாமல் நின்றபடி அவனையே நேருக்கு நேர் பார்த்துக்கொண்டி ருந்தார். அவரது அந்தச் சிறிய, பருமனான, வட்டவடிவமான உருவம், அறைக்குள் ஒரு பந்தைப் போலச் சுற்றிக்கொண்டிருப்பது வும், சுவர் மீதும், சுவர் மூலைகள் மீதும் மோதி, மோதி மீள்வதும் அவனிடத்தில் மிக வினோதமான ஒரு தாக்கத்தை ஏற்படுத்தி விட்டிருந்தது.

"நமக்கு நிறையவே நேரம் இருக்கிறது... ஆமாம், நிறையவே நேரம் இருக்கிறது! சரி, நீ புகைபிடிப்பதுண்டா? நீ வைத்திருக் கிறாயா...? இந்தா சிகரெட்!" என்று அவனிடம் ஒன்றைக் கொடுத்தபடி பேச்சைத் தொடர்ந்தார் அவர். "நான் இப்போது உன்னை இங்கே வைத்துச் சந்தித்துக் கொண்டிருக்கிறேன். ஆனால் எனக்கென்று அரசாங்கத்தால் ஒதுக்கப்பட்டிருக்கும் குடியிருப்பு, இந்தத் தடுப்புக்குப் பின்னால்தான் இருக்கிறது. அந்தக் குடியிருப் பில் கொஞ்சம் பழுது பார்க்கும் வேலைகள் நடந்துகொண்டி ருந்தன. நான் சற்று முன்னால் அங்கேயிருந்துதான் வந்தேன். இதற்குள் அந்தப் பழுது பார்க்கும் வேலைகள் முடிந்து, குடியிருப்பு தயாராகியிருக்கும் என்றுதான் நினைக்கிறேன். நான் வெளியில் குடியிருப்பதெல்லாம் கொஞ்ச காலத்திற்கு மட்டும்தான்! இந்தப் பழுது பார்க்கும் வேலைகள் முடிவதற்காகவே தற்காலிகமாக நான்

வெளியில் குடியிருந்து வருகிறேன். இனிமேல் அரசாங்கத்தினால் எனக்காகக் கொடுக்கப்பட்டிருக்கும் இந்தக் குடியிருப்புக்கு மாறி விடுவேன். நமக்கான அரசாங்கக் குடியிருப்பில் வசிப்பது பெருமையில்லையா...? என்ன... அது பெருமைக்குரிய விஷயம்தானே? அதைப் பற்றி நீ என்ன சொல்கிறாய்?"

"ஆமாம், அப்படித்தான்!" என்று அவரைக் கிண்டலாகப் பார்த்தபடி பதிலளித்தான் ரஸ்கோல்னிகோவ்.

"ஆமாம், அது பெருமைக்குரிய விஷயம்தான்" என்று பதிலளித்த போர்ஃபிரி பெத்ரோவிச், வேறு ஏதோ ஓர் ஆழ்ந்த யோசனையில் மூழ்கியபடி அலைபாய்ந்துகொண்டிருந்தார்.

"ஆமாம், பெருமையானதுதான்" என்று அவர் மீண்டும் ஒருமுறை உரக்கச் சொன்னார். கிட்டத்தட்ட உரக்கக் கத்தினார் என்றுதான் சொல்ல வேண்டும். திடீரென்று ரஸ்கோல்னிகோவின் மேல் கண்களைப் பதித்த அவர், நடந்து வந்து அவனுக்கு நேராக இரண்டு அடி தூரத்தில் அப்படியே அசையாமல் நின்றுகொண்டார். அவர் இப்படித் திரும்பத் திரும்பச் சொல்லிக்கொண்டிருப்பது, முட்டாள்தனமாகவும், அற்பத்தனமாகவும் தோன்றியது. அதிலும் மிகத் தீவிரமாக, ஆழ்ந்த யோசனையோடு, அங்கே வந்திருப்பவன்மீது தன்னுடைய ஊடுருவும் கண்களைப் பதித்திருக்கும் நிலையில் அவரின் இந்தச் செயல்பாடுகள், அந்தச் சூழலுக்குச் சற்றும் பொருந்தாமல் இருப்பதாகவே ரஸ்கோல்னிகோவ் உணர்ந்தான்.

ஏற்கெனவே எரிச்சலோடும், வெறுப்போடும் இருந்த ரஸ்கோல்னிகோவின் மனதில் அவர் மீது எழுந்திருந்த குரோத உணர்ச்சிகளை அவரது இந்தச் செய்கைகள் மேலும் கூடுதலாக்கின. அவரிடம் குறிப்பாக ஏதாவது ஒரு சவாலை விடுத்தே ஆக வேண்டுமென்று, சற்றும் முன் யோசனை இல்லாமல் அவனுள்ளே தோன்றிய ஓர் எண்ணத்தை அவனால் கட்டுப்படுத்திக்கொள்ள முடியவில்லை.

"உங்களுக்கு ஒன்று தெரியுமா?" என்று திடீரென்று போர்ஃபிரி பெத்ரோவிச்சைத் துடுக்குத்தனமாகப் பார்த்தபடி – தனது துடுக்குத்தனத்தைப் பற்றித் தனக்குள் தானே மகிழ்ந்தவனாகப் பேச்சைத் தொடங்கினான் ரஸ்கோல்னிகோவ்: "எந்த ஒரு நீதிபதியின் விசாரணையிலும், அதுசார்ந்த சட்டபூர்வமான நடவடிக்கைகளிலும் குறிப்பிட்ட ஒருவகையான வழிமுறை கையாளப்பட்டு வருவதாக நான் நம்புகிறேன். நிஜமான விஷயத்துக்குச் சம்பந்தமேயில்லாத அற்ப விஷயங்களைத்தான் அவர்கள் முதலில் பேசத் தொடங்குவார்கள். அது, தீவிரமான ஒரு

விஷயத்தைப் பற்றியதாக இருந்தாலும்கூட, முற்றிலுமாக, முழுக்க, முழுக்க அந்த வழக்குக்குத் தொடர்பில்லாததாகத்தான் இருக்கும்! விசாரணைக்கு உட்படுத்தப்படும் நபரைக் கொஞ்சம் உற்சாகப் படுத்துவதற்காகவும், அவனது கவனத்தைத் திசை திருப்புவதற் காகவும், அவனுடைய உள்ளத்தில் இருக்கும் அவநம்பிக்கையைப் போக்குவதைப் போலப் போக்குக்காட்டியபடி இப்படியெல்லாம் பேசி, திடீரென்று எதிர்பாராத நேரத்தில், எதிர்பாராதவிதத்தில் அவனது தலையில் ஓங்கி ஒரு போடு போட்டுவிட்டு –அவன் உறைந்து போவதைப் போல மிகவும் ஆபத்தான, மிகவும் பயங்கர மான அந்தக் கேள்வியை அவனிடம் கேட்டு விடுவார்கள்! என்ன...? நான் சொல்வது சரிதானே? இன்றைக்கு வரையிலும் கூடச் சட்ட நெறிகளிலும்; நடைமுறைகளிலும் இப்படி ஒரு கொள்கை – இப்படி ஓர் உபாயம்– இப்படி ஒரு தந்திரம்தானே அனுசரிக்கப்பட்டு வருகிறது?"

"ஆமாம், ஆமாம்! அப்படியென்றால் என்னுடைய அர சாங்கக் குடியிருப்புப் பற்றியும் நான் பேசியதைப் பற்றியும் நீ அப்படித்தான் நினைக்கிறாய்... இல்லையா? ம்...ம்..." என்று போர்ஃபிரி பெத்ரோவிச் தன் கண்களைச் சுருக்கிக்கொண்டு அவனைப் பார்த்துக் கண் சிமிட்டினார். ஒரு கபடமான சந் தோஷத்துடன் கூடிய விஷமத்தனமான பார்வை ஒன்று, அவர் முகத்தில் அப்போது வெளிப்பட்டதை நொடியில் அவன் கவனித்துவிட்டான். சுருங்கிப் போயிருந்த அவரது நெற்றி, சமநிலைக்கு வந்திருந்தது. கண்களைச் சுருக்கிக்கொண்டும் தன் உடலைத் தளர்த்திக்கொண்டும் அதிக நேரம் அவர் சிரித்த பொழுது அவரது முழு உடம்பும் நடுங்கிக் குலுங்கியது. அவர் நேருக்கு நேராக ரஸ்கோல்னிகோவின் கண்களைப் பார்த்துக் கொண்டிருந்தார். அவனும் சிறிது சிரிக்க முயற்சித்தான். ஆனால் அவனும் சிரிப்பதைப் பார்த்த போர்ஃபிரி, மிகவும் சத்தமாக, உரத்த குரலில் சிரிக்கத் தொடங்கினார். அது அவனது முகத்தைச் சிவப்பாக்கியது. ரஸ்கோல்னிகோவின் மனதில் இருந்த எச்சரிக்கை உணர்வை, அவனிடம் தோன்றிவிட்ட எதிர்ப்பு உணர்வு வெற்றிகொண்டுவிட்டது. அவன் சிரிப்பதை நிறுத்திக்கொண்டு முகம் சுளித்தான். வேண்டுமென்றே தனது சிரிப்பை நீடித்துக்கொண்டு, மிக அதிக நேரம் சிரித்துக்கொண்டிருந்த அவரை வெறுப்புடன் நிலைத்த பார்வை பார்த்தான் அவன்.

அவர் சிரித்து முடிக்கும் வரையில் முழு நேரமும் அவரது முகத்தையே அவன் வெறித்துப் பார்த்துக்கொண்டிருந்தான். எச்சரிக்கை உணர்வைத் தவறவிட்டுவிட்ட நிலை, எதிர்த்தரப்பிலும் கூட இருந்தது. வந்திருந்தவனின் முகத்துக்கு நேராக மிகவும்

வெளிப்படையாகச் சிரித்துக்கொண்டிருந்த போர்ஃபிரி, அதைப் பார்த்து அவன் கொண்ட வெறுப்பை, முகச் சுளிப்பைக் கண்டு கொஞ்சம்கூட சங்கடப்பட்டதாகத் தெரியவில்லை. ரஸ்கோல்னிகோவுக்கு இது முக்கியமான ஒன்றாகத் தோன்றியது. இதற்கு முன்பும்கூட அவர் இது போன்றே எதற்கும் சங்கடப்பட்டதாகத் தெரியவில்லை என்பதை உணர்ந்தபோது, ஒருவேளை தான் ஒரு பொறிக்குள் சிக்கிக்கொண்டுவிட்டோமோ என்றும்கூட அவன் நினைத்தான். அவனுக்கு ஒரு கணம் பகீரென்று ஒருவித பயம், மின்னலாய்த் தோன்றி மறைந்தது.

ஏதோ ஒரு விஷயம், ஏதோ ஒரு நோக்கம் இங்கே மிகத் தெளிவாக (மறைந்து) இருக்கிறது. அவனுக்குத்தான் அதைப் பற்றித் தெரியவில்லை. ஒருவேளை போர்ஃபிரி எல்லா முன்னேற்பாடு களையும்கூடச் செய்து வைத்திருக்கலாம். இதோ, இந்த நிமிடமே கூட, அவை எல்லாம் வெட்ட வெளிச்சமாக்கப்பட்டு, அவனை மூழ்கடித்தும் விடலாம்.

அவன் உடனடியாக விஷயத்துக்கு வந்தவனாக, எழுந்து கொண்டு, தனது தொப்பியையும் கையில் எடுத்துக்கொண்டான்.

"போர்ஃபிரி பெத்ரோவிச்!" என்று உறுதியான தீர்மான மான குரலில் அவன் தொடங்கியபோது கடுமையான பதற்றமும் அதனுள்ளே காணப்பட்டது.

"நான் இங்கே ஏதோ ஒரு குறுக்கு விசாரணைக்காக வந்தாக வேண்டுமென்ற விருப்பத்தை நேற்று நீங்கள் வெளியிட்டிருந் தீர்கள்! ('குறுக்கு விசாரணை' என்ற வார்த்தைக்கு அவன் சற்று அழுத்தம் கொடுத்தே சொன்னான்) உங்களுக்குக் கேள்வி கேட்க வேண்டியது இருந்தால் கேளுங்கள். இல்லையென்றால் என்னைப் போக விடுங்கள்! எனக்கு வேறு சில வேலைகள் இருக்கின்றன. நேற்று இறந்து போன அந்தக் குமாஸ்தாவின் சவ அடக்கத்திற்கு நான் சென்றாக வேண்டும். அதைப் பற்றித்தான் உங்களுக்குத் தெரியுமே..." கடைசியில் இப்படி ஒரு வரியைச் சேர்த்துச் சொல்லி விட்டதற்காகத் தன் மீதே அவனுக்குக் கோபம் வந்தது. உடனடி யாக, முன்னைவிடவும் பதற்றத்துடன் அவன் பேசத் தொடங்கி னான்: "எனக்கு இதிலெல்லாம் மிகவும் சலிப்புத்தட்டிப் போய் விட்டது. மிகவும் களைப்பாகவும் இருக்கிறது. நான் இங்கே வந்து வெகுநேரமாகிவிட்டது. நான் உடம்புக்கு முடியாமல் போவதற்குப் பாதிக் காரணம் இதுதான்! சரி... ஒரே வார்த்தையில் சொல்வ தானால்..." – இப்போதும்கூடத் தனக்கு உடம்புக்கு முடியாமலிருப் பதைப் பற்றி இங்கே குறிப்பிட்டிருக்க வேண்டிய அவசியமே இல்லை என்பதை உணர்ந்தவனாகத் தானே தேவையற்ற

வார்த்தைகளைக் கூடுதலாகப் பேசி விஷயத்தைச் சிக்கலாக்குவதை எண்ணித் தன் மீது கோபவெறி கொண்டவனாக, நிதானத்தை இழந்தவனாக கிட்டத்தட்டக் கூச்சலிடும் குரலில் அவன் கத்தினான்: "ஒரே ஒரு வார்த்தைதான்...! ஒன்று, என்னிடம் நல்ல விதமாகக் கேள்வி கேளுங்கள்... இல்லாவிட்டால் என்னைப் போகவிடுங்கள்! கேள்வி கேட்பதாக இருந்தால் அதை முறையாகச் செய்யுங்கள். இல்லையென்றால் அதற்கு நான் அனுமதிக்க மாட்டேன். சரி! இப்போதைக்கு நமக்கிடையே அந்த மாதிரி எதுவுமில்லை என்பதால் இப்பொழுது நான் உங்களிடமிருந்து விடைபெற்றுக்கொள்கிறேன். குட்பை!"

"அடக்கடவுளே, நீ எதைப் பற்றிப் பேசிக்கொண்டிருக் கிறாய்? உன்னிடம் நான் ஏன் கேள்வி கேட்க வேண்டும்?" என்று அவர் சட்டென்று தனது குரலை மிகச் சாந்தமாகவும் சாதாரண மாகவும் உடனே மாற்றிக்கொண்டார். "இதோ பார்! தயவுசெய்து இப்படி உன்னை நீயே சிரமப்படுத்திக்கொண்டு தடுமாறாதே" என்று போலியாக அலட்டிக்கொண்ட அவர், மீண்டும் அறைக் குள் உலவத் தொடங்கினார். ரஸ்கோல்னிகோவை மீண்டும் உட்கார வைப்பதே இப்பொழுது அவரது நோக்கமாக இருந்தது. "ஒன்றும் அவசரமில்லை... ஒன்றுமே அவசரமில்லை. இதெல்லாம் வெறும் குப்பை! அபத்தம்! நான் உன்னை என் விருந்தாளியாகத் தான் பாவிக்கிறேன் தெரியுமா? நீ நினைப்பதைப் போல எல்லாம் இல்லை! கடைசி, கடைசியாக நீ என்னைப் பார்க்க வந்திருப்பதில் எனக்கு எத்தனை சந்தோஷம் தெரியுமா? நீ என்னை மன்னித்துவிடவேண்டும்! ரோடியன் ரொமனோவிச்! ஏ கிழவா! அப்படி உன்னைக் குழப்புகிற மாதிரி பெரிதாகச் சிரித்ததற்காக என்னை நீ தயவுசெய்து மன்னித்துவிடு. அப்படிப்பட்ட தயாள குணம் உன்னிடத்தில் இருப்பதாகத்தான் நான் நினைக்கிறேன். நான் இறுக்கமாக இருந்த பொழுது நீ குறும்புத்தனமாகப் பேசியது எனக்கு பயங்கரமான சிரிப்பை வரவழைத்து விட்டது. அவ்வளவு தான்! சில வேளைகளில் நான் ஒரு ஜெல்லியைப் போலக் குலுங்கியபடி சிரித்துக்கொண்டே இருப்பேன். நீ இதை நிச்சயம் நம்பித்தான் ஆக வேண்டும். அரைமணி நேரம்கூடத் தொடர்ச்சி யாகச் சிரிப்பேன். எந்த விஷயத்திற்கும்கூட மிக எளிதாகச் சிரித்து விடுவேன். என் உடல் நிலையை மனதில் வைத்துப் பார்க்கும் பொழுது எனக்கு 'இழுப்பு' வந்துவிடுமோ என்றுகூடச் சில சமயம் எனக்கு பயமாக இருக்கும். சரி, அதைவிடு! இப்படி உட்கார்! என்ன விஷயம் சொல்! ஏய், கிழவா! தயவுசெய்து சொல்லப்பா! இல்லாவிட்டால் நீ கோபமாக இருப்பதாகத்தான் எனக்குத் தோன்றும்!"

ரஸ்கோல்னிகோவ் எதுவும் சொல்லாமல் அவர் பேசுவதைக் கேட்டுக்கொண்டிருந்தாலும் இன்னமும்கூடக் கோபத்தோடு முறைத்துக்கொண்டுதான் இருந்தான். தொப்பியைத் தனது கைகளிலிருந்து அகற்றாமல் அவன் உட்கார்ந்துகொண்டான்.

"ரோடியன் ரொமனோவிச்! ஏய் கிழட்டுத்தம்பி! உனக்கு என்னைப்பற்றி, என் குணத்தைப் பற்றி விளங்கக்கூடிய வகையில் ஒன்றே ஒன்று சொல்கிறேன். கேட்டுக்கொள்" என்று பேச்சைத் தொடர்ந்தார் போர்ஃபிரி பெத்ரோவிச். ஆனாலும் அறைக்குள் முன்பு போலவே அவர் சுற்றி வந்துகொண்டுதானிருந்தார். அவ்வாறு செய்வதன் மூலம் வந்திருக்கும் விருந்தாளியின் கண்களை நேருக்கு நேராகச் சந்திப்பதை அவர் வெளிப்படையாகத் தவிர்த்துக்கொண்டிருந்தார்.

"உனக்குத் தெரியுமல்லவா? நான் ஒரு பிரம்மச்சாரியாகவே காலம் தள்ளிவிட்டவன். ரொம்ப நாகரிகமானவனும் இல்லை. பிரபலமானவனும் இல்லை. ஏதோ என்னால் முடிந்தவரை ஒப்பேற்றிக்கொண்டு வந்திருக்கிறேன். இப்போது வயதும் கூடிப் போய் வாழ்க்கையில் ஓரளவு நிலைப்பட்டும் விட்டேன். அப்புறம், நீ இந்த விஷயத்தைக் கவனித்திருக்கிறாயா, ரோடியன் ரொமனோவிச்! இங்கே, ரஷ்யாவில் நம்மிடையே ஒரு குணம் இருக்கிறது...! அதுவும் குறிப்பாக செயிண்ட் பீட்டர்ஸ்பர்க் வட்டாரங்களில் அப்படி ரொம்பவே இருக்கிறது. உன்னையும் என்னையும் போல இரண்டு அறிவாளிகள் – அவர்கள் ஒருவரை ஒருவர் அறிந்திருக்காவிட்டாலும்கூடப் பரஸ்பரம் மதிப்பவர்கள்– அப்படிப்பட்ட இரண்டு பேர் சந்தித்துக்கொண்டு, அரைமணி நேரம் பேசிக் கழித்தார்களென்று வைத்துக்கொள்! அதற்குமேல் பேசுவதற்கு அவர்களுக்கு விஷயமே இருக்காது. அதற்குமேல் அவர்கள் இறுக்கமாக உட்கார்ந்துகொண்டு சங்கடமாக நெளிந்து கொண்டிருப்பார்கள். ஆனால் மற்ற எல்லோருக்குமே பேசுவதற்கு வேறு ஏதாவது ஒரு விஷயம் மிக எளிதாகக் கிடைத்துவிடுகிறது. பெண்களுக்கு, நாகரிகமான மனிதர்களுக்கு, மேல் மட்டத்தைச் சேர்ந்தவர்களுக்கு ஆகிய எல்லோருக்குமே! ஆனால் நம்மைப் போன்ற நடுமட்டத்திலுள்ள சிந்தனையாளர்கள்தான் பேசமுடியாமல் கட்டிப் போடப்பட்டதைப் போல இக்கட்டில் தவிக்கிறோம். நீ என்ன நினைக்கிறாய்..? ம்...? உன் தொப்பியை முதலில் கீழே வை. இல்லாவிட்டால், ஏதோ உடனடியாகக் கிளம்பிப் போகப் போகிறவனைப் போல இருக்கிறது! உன்னை அப்படிப் பார்ப்பது எனக்குச் சங்கடமாக இருக்கிறது... ம், இதுசரி, இப் பொழுதுதான் எனக்குச் சந்தோஷம்!"

ரஸ்கோல்னிகோவ் தன் தொப்பியைக் கீழே வைத்துவிட்டுச் சற்று வெறுப்பு கலந்த முகபாவத்துடன் போர்ஃபிரியின் ஒன்றும் புரியாத குழப்பமான வளவளப்புப் பேச்சை அமைதியாகவும், மிகவும் தீவிரமாகவும் கேட்டுக்கொண்டிருந்தான். 'இவர் ஏன் இப்படியெல்லாம் பேசுகிறார்! ஒருவேளை இப்படிப்பட்ட முட்டாள்தனமான பேச்சின் வழியாக என் கவனத்தைத் திசை திருப்ப முயற்சிக்கிறாரோ?' என்று தனக்குள் சிந்தித்துக்கொண்டிருந்தான் ரஸ்கோல்னிகோவ்.

"என்னால் உனக்கு இங்கே காபி எல்லாம் வரவழைத்துக் கொடுக்க முடியவில்லை! ஆனால் ஒரு ஐந்து நிமிட நேரம் இந்த நண்பனோடு கொஞ்சம் உட்கார்ந்து, சந்தோஷமாக இருந்துவிட்டுப் போகக்கூடாதா?" போர்ஃபிரி கொஞ்சமும் நிறுத்தாமல் வளவளத்துக்கொண்டே போனார்.

"இதோ பார், இப்படி நான் அறைக்குள் குறுக்கும், நெடுக்குமாக நடந்துகொண்டிருப்பதையெல்லாம் நீ பொருட்படுத்தாதே, கிழட்டுப் பையா! அதற்காக என்னை நீ மன்னித்துவிடு! இப்படி நடந்துகொண்டிருப்பதன் மூலம் நான் உன்னைப் புண்படுத்துகிறேனோ என்று பயப்படுகிறேன்... ஆனால் என்ன செய்வது? எனக்குக் கொஞ்சம் தேகப் பயிற்சி அவசியம் தேவைப்படுகிறது. இந்த அலுவலக வேலைகளைப் பற்றி உனக்குத்தான் தெரியுமே...? உடல் உழைப்பில்லாத வேலை! எப்போதும் உட்கார்ந்துகொண்டே இருக்கிறேன்... ஒரு ஐந்து நிமிடங்கள் இப்படி நடந்தால் எனக்குக் கொஞ்சம் சந்தோஷமாக இருக்கிறது...! தேகப்பயிற்சி செய்தது போலவும் இருக்கிறது.. உனக்குத் தெரியுமா...? எனக்கு மூல நோய் இருக்கிறது. அதற்காக உடற்பயிற்சி செய்ய வேண்டுமென்று நானே வலிந்து இப்படிச் செய்துகொண்டிருக்கிறேன்! எல்லோரும் சொல்கிறார்கள்.. மிகப் பெரிய உயர்பதவி வகிக்கும் அரசாங்க அதிகாரிகளும், பிரிவு கவுன்சிலர்களாக இருப்பவர்களும்கூடக் கயிறு வைத்துக்கொண்டு ஸ்கிப்பிங் செய்துகொண்டிருக்கிறார்களாம்! நாம் வாழும் இந்த யுகத்தில், இந்தக் காலத்தில் அறிவியல் வளர்ச்சி எப்படி இருக்கிறது பார்! சரி... அது போகட்டும்! அப்புறம் எனக்கு இங்கு உள்ள வேலைகளைப் பற்றிச் சொல்ல வேண்டும் என்றால் குறுக்கு விசாரணைகளும், அது தொடர்பான நடைமுறைகளும்தான்! குறுக்குக் கேள்விகள் கேட்பதைப் பற்றித்தான் நீயே கேட்டாயே, கிழவா? ம்... சரி, உனக்கே அது தெரிந்ததுதானே, ரோடியன் ரொமனோவிச், கிழவா! சில வேளைகளில் விசாரணைக்கு உட்படுத்தப்படும் நபரை விடவும், கேள்வி கேட்டுக் கொண்டிருப்பவர் மிகவும் தடுமாறிப் போய்விடுவதுண்டு! நீ அந்த விஷயத்தைப் பற்றி மிகவும் துல்லியமாக ஊடுருவிப் பார்ப்பதைப் போன்ற ஒரு கருத்தை இப்போதுதான் சொன்னாய் கிழவா!

(அப்படி எந்த ஒரு கருத்தையும் ரஸ்கோல்னிகோவ் கூறியிருக்க வில்லை) எல்லாமே சில சமயங்களில் சிண்டும், சிடுக்குமாய்ப் போய்விடுகிறது! ஆமாம், உண்மையிலேயே சிக்கலாகத்தான் போய்விடுகிறது. பிறகு திரும்பத்திரும்ப 'டிரம்' அடிப்பதைப் போல அதையே மறுபடியும் மறுபடியும் செய்து தீர வேண்டியிருக்கிறது. ஏதோ ஒரு சிறிய மாற்றம் வருவதற்கான அறிகுறி தெரிகிறது! அப்பொழுது நாங்களெல்லாம் கொஞ்சம் வேறு மாதிரி ஆகி விடுவோம். ஹி...ஹி...ஹி... வழக்கறிஞர்கள் மேற்கொள்ளும் சட்ட பூர்வமான சம்பிரதாயங்களைப் பற்றி நீ குறும்பாகச் சொன்னதை நான் முழுமையாக ஏற்றுக்கொள்கிறேன். நாங்கள் இப்பொழுது கையாளும் வழிமுறைகள் – குற்றவாளி என்று பழிசுமத்தப்பட்டு, இங்கே கொண்டுவரப்படும் எல்லோருக்குமே – அவர்கள் முழுக்க முழுக்கப் படிப்பறிவில்லாத பாமரர்களாக இருந்தாலும் – நன்றாகத் தெரியும்! இதெல்லாம் யாருக்குத்தான் தெரியாது, சொல், பார்ப்போம்! (நீ இப்பொழுது மிக மிக மகிழ்ச்சியாக வெளிப் படுத்தியது போலத்தான்!) நாங்கள் அவர்களது அவ நம்பிக் கையைக் குறைப்பதற்காகச் சம்பந்தமே இல்லாத கேள்விகளைக் கேட்டுக்கொண்டிருந்துவிட்டுச் சற்றும் எதிர்பாராத நேரத்தில் அவர்களை அதிர வைத்துவிடுவோம் என்பது அவர்கள் எல் லோருக்குமே நன்றாகத் தெரிந்ததுதான்! ஹி... ஹி...! நீ சொன்ன அழகான உருவகத்தைப் போல, திடீரென்று மண்டையில் ஒரு போடு போட்டுவிடுவோம். ஏதோ ஒரு கோடாரியால் போடு வதைப் போல! ஹி... ஹி... ஹி...! என் குடியிருப்பைப் பற்றி நான் பேசிக்கொண்டிருக்கும்போது நீ அப்படித்தானே நினைத் தாய்? ஆனாலும் நீ ரொம்பச் சூட்சுமக்காரன்தான்! நல்லது. நான் இதற்குமேல் எதுவும் பேசப் போவதில்லை! இப்படித்தான் ஒரு பேச்சிலிருந்து இன்னொரு பேச்சு என்று போய்க்கொண்டே இருக்கும். கேள்வி கேட்பதிலுள்ள விதிமுறைகளைப் பற்றி இப்போது நீ குறிப்பிட்டாயல்லவா? ஆனால் அதைப் பற்றியெல் லாம் ஏன் கவலைப்பட வேண்டும்? நிறைய வேளைகளில் அவற்றுக்கெல்லாம் அர்த்தமே இல்லை என்பது உனக்குத் தெரியுமா? சில சமயங்களில் நட்போடு பேசுவது மிகவும் உதவி யாக இருக்கும்! தேவை ஏற்படும்போது வழக்கமான வழிமுறை களும் கட்டாயம் இருக்கத்தான் செய்யும்! அதையும் உன்னிடம் உறுதியாகவே சொல்கிறேன். ஆனால் நான் உன்னைக் கேட் கிறேன். அதிலெல்லாம் என்ன இருக்கிறது? விசாரணை செய்கிற மாஜிஸ்டிரேட் ஒவ்வொரு நிலையிலும், அவற்றால் தடுமாறிப் போய்விடக்கூடாது. அவ்வளவுதான்! அவருடைய வேலை, தனக் கென்று ஒரு சொந்தமான ஒரு பாணியை வகுத்துக்கொண்டு, அதையே ஒரு கலைக்கோட்பாட்டைப் போல ஆக்கிக்கொண்டு அதன் வழியே செயல்படுவது மட்டும்தான்! ஹி... ஹி... ஹி!"

நொடிநேரம் மூச்சு வாங்குவதற்காகப் பேச்சை நிறுத்தினார் போர்ஃபிரி பெத்ரோவிச். கொஞ்சம்கூட இடைவெளியே இல்லாமல், பொருளற்ற வெற்றுச் சொற்களையும், ஆளைக் குழப்பு வது போன்ற வார்த்தைகளையும் இடையிடையே செருகிவிட்டு, அவர் பாட்டுக்கு அபத்தமாக அறைக்குள் சுற்றிவந்துகொண்டி ருந்தார். பருத்திருந்த தன் சிறிய கால்களை வேகவேகமாக எடுத்து வைத்தபடி, கிட்டத்தட்ட அறைக்குள் அவர் ஓடிக்கொண்டி ருந்தார். அப்போது அவரது கண்கள் தரையில் பதிந்திருந்தன அவரது வலது கை, முதுகுக்குப் பின்னால் இருந்தது. இடது கையால் ஏதோ சைகைகளையும் பாவனைகளையும் தொடர்ந்து அவர் செய்துகொண்டிருந்தார். ஆனாலும் அவரது சைகைகள், அவரது பேச்சோடு பொருந்துவதாக இல்லை. ஓரிரு முறை அந்த அறைக்குள் ஓட்டமும் நடையுமாக அவர் உலவிக்கொண்டிருந்த தருணங்களில் கதவருகே கணநேரம் நின்று எதையோ செவி கொடுத்துக் கேட்பதைப் போல ரஸ்கோல்னிகோவுக்குத் தோன்றி யது. எதையேனும் அவர் எதிர்பார்த்துக்கொண்டிருக்கிறாரோ?

"ஆனால் நீ உண்மையிலேயே மிகச் சரியாகச் சொல்லி விட்டாய்" என்று மீண்டும் ரஸ்கோல்னிகோவைப் பார்த்தபடி உற்சாகமாகப் பேசத் தொடங்கினார் போர்ஃபிரி. தனது பேச்சி லிருந்த மிகையான தன்மையைத் தந்திரமாக மறைத்துக்கொள்ளக் கூட அவர் முயலவில்லை. (உடனடியாக ஏதோ நடக்கப் போகிற தென்பதை எதிர்பார்த்து அதற்கு ஆயத்தமாகுமாறு அவரது செய் கைகள் அவனது உணர்வுகளை எச்சரிக்கை செய்தன.) "எங்களது சட்ட வழிமுறைகளைப் பற்றி நீ குறும்பாகச் சொல்லிச் சிரித்தது மிகவும் சரியானதுதான்! ஹி... ஹி.. ஹி...! உண்மையில் சொல்லப் போனால் உளவியல் ரீதியாகத் தொடர்ந்து நாங்கள் கையாளும் வழிமுறைகள்கூட (அவற்றுள் சிலவேனும்) கேலிக்குரியவை களாகத்தான் ஆக்கப்பட்டு விட்டன... ஆமாம்... மறுபடியும் வழக்கமான அமைப்பு ரீதியிலான விஷயங்கள் பற்றித்தான் நான் பேசுகிறேன். சரி, இதைப் பற்றிச் சொல் பார்ப்போம்! நான் விசாரித்து வரும் ஒரு வழக்கில் குற்றவாளி என்று நான் கண்டு பிடித்த அல்லது சந்தேகப்படுகிற ஒரு மனிதன், என் பிடிக்குள் இருக்கிறான் என்று வைத்துக்கொள்! நீ சட்டம் பயில்கிற மாணவன். அப்படித்தானே, ரோடியன் ரொமனோவிச்!"

"முன்பு படித்துக்கொண்டிருந்தேன்."

"அப்படியானால் வருங்காலத்தில் உனக்கு உதவியாக இருக் கும் வகையில் இதோ ஓர் உதாரணம் சொல்கிறேன் கேள். நான் ஏதோ உனக்குப் போதனை செய்வதில் இறங்கிவிட்டேன் என்று நினைத்துக்கொண்டுவிடாதே! குற்றம் என்ற பொருளைப் பற்றி நீ எழுதி வெளியிட்டுள்ள விஷயங்களைப் பார்! இல்லை, நான்

சும்மா ஒரு பேச்சுக்காக அதை ஓர் உதாரணமாக எடுத்துக்கொள் கிறேன். அவ்வளவுதான்! சரி, எவனோ ஒருவனை நான் குற்ற வாளியென்று கருதுகிறேனென்று வைத்துக்கொள். அவனுக்கு எதிரான சாட்சியங்களும் என்னிடம் இருக்கின்றன. ஆனாலும்கூட உரிய நேரம் வருவதற்கு முன்பாக அவனை எதற்காக நான் கேள்வி கேட்க வேண்டும், அநாவசியமாகத் துன்பப்படுத்த வேண்டும்? ஒரு குற்றவாளியை நான் உடனடியாகக் கைது செய்ய வேண்டி யிருக்கலாம். ஆனால் இன்னொருவனுடைய விஷயம் முழுவதும் வேறானதாக இருக்கலாமே! அப்போது, கொஞ்ச நாள் சுதந்திர மாக இருக்குமாறு அவனை விட்டுவைப்பதில் என்ன வந்துவிடும்? ஹி... ஹி... ஹி...! இல்லை! நீ இன்னும் சரியாகப் புரிந்துகொள்ள வில்லையென்று தோன்றுகிறது. இன்னும் தெளிவாகச் சொல் கிறேன், கேட்டுக்கொள். அப்படிப்பட்டவனை நான் விரைவில் சிறைபிடித்து விட்டேனென்றால் அதன் வழியாக அவனுக்கு ஏதோ ஒரு வகையில் மறைமுகமாக தார்மீக ஆதரவை நான் தருவதாக அல்லவா ஆகிவிடும். ஹி... ஹி.. இதைக்கேட்டு உனக்கு சிரிப்பாக இருக்கிறதல்லவா?" (ரஸ்கோல்னிகோவுக்குச் சிரிக்கும் எண்ணம் சிறிதுமில்லை. உதடுகளை அழுத்தி மூடிக்கொண்டு, கடுமையான காய்ச்சல் கண்டவனைப் போன்ற பார்வையை போர் ஃபிரியின் கண்களின் மீது பதித்துக்கொண்டு உட்கார்ந்திருந்தான்.)

"ஆமாம், சில வகையான மனிதர்கள் விஷயத்தில் அதுதான் உண்மை! காரணம், மனிதருக்கு மனிதர் நிறைய வித்தியாசங்கள் இருக்கின்றன. ஆனால் நிஜத்தில் அனுபவம் ஒன்றுதான் நமக்குச் சரியாக வழிகாட்டும். சாட்சியமும் முக்கியம்தானே என்று நீ சொல்லாம். சரி, ஒருவேளை சாட்சியமே இருக்கிறது என்றுகூட வைத்துக்கொள். ஆனால் உனக்குத் தெரியுமா, கிழவா? நிறைய சமயங்களில், சாட்சிகள் இரு வழிகளையும் துண்டித்துவிடுவது உண்டு. நான், விசாரணை செய்பவன் மட்டும்தான்! மற்ற மனிதர் களைப் போல நானும் தவறுகள் செய்யக்கூடியவன்தான்! அதை நான் வெளிப்படையாகவே ஏற்றுக்கொள்கிறேன். கணக்குப் போட்டது போல மிகத் துல்லியமான முடிவுகளைத் தர வேண்டுமென்பதுதான் என்னுடைய விருப்பம். இரண்டும், இரண்டும் நாலு என்பதைப் போலச் சரியாக இருக்கும் சாட்சி களே எனக்கு வேண்டியவை! மறுக்கவே முடியாத, மாற்றவே முடியாத நேரடியான ஆதாரங்களையே நான் விரும்புகிறேன். ஒரு மனிதன் குற்றவாளிதான் என்பதில் நான் மிகத் தெளிவாக இருந்தாலும்கூடத் தவறான வேளையில் அவனைக் கைது செய்து விட்டால், தொடர்ந்து அவன் மீது குற்றம் சாட்டுவதற்கான வழியை நானே சிதைத்துவிடுகிறேன் என்பதுதான் அர்த்தம். ஏன் தெரியுமா? இப்பொழுது அவனுக்குத் தெளிவான ஒரு நிலைப்

பாட்டை நான் தந்துவிடுகிறேன். இன்னும் சொல்லப்போனால் அவனுக்கு அதன் வழியாக மனரீதியான ஒரு தெளிவும், அமைதியும் கிடைத்துவிடுகிறது. மேலும் தான் உறுதியாகக் குற்றம் சாட்டப் பட்டுவிட்டோம் என்பதை அவன் புரிந்துகொண்ட மறுகணம், என்னிடமிருந்து ஒதுங்கிப் பின்வாங்கி ஓட்டுக்குள் நத்தையைப் போல பதுங்கிக்கொண்டுவிடுகிறான். செவஸ்தபோலில் (sevastopol) 'ஆல்மா யுத்தம்'* நடந்து முடிந்தவுடன் அங்கிருந்த அறிவாளி களெல்லாம், அந்த எதிரி, உடனடியாக மிகுந்த சக்தியுடன் தாக்கு தல் நடத்துவானென்றும், அந்த நகரத்தைக் கவர்ந்துகொள் வானென்றும் மிகவும் பயந்தார்கள். ஆனால், வழக்கமான முறை யில் முற்றுகையிடுவதையே அந்தப் பகைவன் விரும்புகிறா னென்பதைக் கண்டபோது, அந்த அறிவாளிகள் நிம்மதியுற்றவர் களாய் மகிழ்ந்தார்கள். ஏனென்றால் வழக்கமான முற்றுகையே நோக்கமாக இருக்குமென்றால் குறைந்தபட்சம் இரண்டு மாதங் களுக்காவது எல்லாம் இழுத்துக்கொண்டு போகுமல்லவா? பார்த் தாயா? நீ மறுபடியும் சிரித்துக்கொண்டிருக்கிறாய்? நீ இன்னும் என்னை நம்பவில்லைதானே? சரி, நீயும் ஒருவகையில் சரியாகத் தான் நினைக்கிறாய்! நீ நினைப்பது சரிதான்! சரிதான்! இவை யெல்லாம் கொஞ்சம் வித்தியாசமான விஷயங்கள்தான்... நான் அதை ஒத்துக்கொள்கிறேன். அதிலும் இப்பொழுது என் முன்னால் உள்ள வழக்கு உண்மையாகவே ரொம்பவும் வித்தியாசமானது! ஆனால் ஒன்றை மட்டும் நீ மனதில் எப்போதும் வைத்துக்கொள்ள வேண்டும் ரோடியன் ரொமனோவிச்! பொதுவாக வழக்கத்தில் பார்க்கக்கூடிய, உலக நடைமுறையில் அதிகமாகத் தென்படக்கூடிய சராசரியான வழக்கு என்ற ஒன்றை மனதில் வைத்துக்கொண்டு தான்—அதை மட்டும் கணக்கில் கொண்டுதான் சட்ட நடைமுறை களும் விதிகளும் வகுக்கப்படுகின்றன. அவைதான் பாடப்புத்தகங் களிலும் இடம் பெறுகின்றன. ஆனால் அப்படிச் சாதாரணமான என்ற ஒன்று, எதுவுமே இருக்க இயலாது. காரணம் என்ன வென்றால் ஒவ்வொரு வழக்கும், ஒவ்வொரு குற்றமும், எப்போது அது நடந்து முடிகிறதோ, அப்பொழுதே அது ஒரு தனிப்பட்ட வித்தியாசமான வழக்காக ஆகிவிடுகிறது. சில சமயங்களில் அதற்கு முன்னால் எப்பொழுதுமே நடந்திருக்காத ஒன்றைப் போலக்கூட அது அமைந்துபோய் விடுகிறது. சில வேளைகளில் அது போல வேடிக்கையான விஷயங்களும் நடப்பதுண்டு! எவனாவது ஒரு

---

* ஆல்மா யுத்தம்: 1853 முதல் 1856 வரை கிரீமியன் யுத்தம் நடந்த போது செப்டம்பர் 8 ஆம் தேதியன்று 1854இல் ஆல்மா யுத்தம் நடந்தது. அதைத் தொடர்ந்து, பிரிட்டன், பிரெஞ்சுப் படைகள் செவஸ் தபோலை 11 மாதங்கள் முற்றுகையிட்டன.

மனிதனை நான் கைது செய்யாமலோ, எந்த விதத்திலும் தொந் தரவு செய்யாமலோ விட்டுவிடுகிறேன் என்று வைத்துக்கொள்! அதற்குப்பிறகு தொடருகின்ற ஒவ்வொரு மணி நேரத்திலும், ஒவ் வொரு நிமிடத்திலும், இந்தக் கடைசி நிமிடம் வரையிலும் நிகழ்கின்ற கடைசித் தகவல் வரை – அவனைப் பற்றிய எல்லாமும் எனக்குத் தெரிந்திருக்குமானால்– அல்லது அப்படிப்பட்ட சந்தேகம் அவனுக்கு இருந்தால்கூட, இரவும், பகலுமாக இடை விடாமல் அவனை நான் தொடர்ந்து கண்காணித்துக்கொண்டே இருக்கிறேன் என்று அவனுக்குத் தெரிந்திருந்தால்கூட– அல்லது அப்படி நான், அவனைக் கண்காணித்துக்கொண்டே இருக்கிறேன் என்ற சந்தேகத்தையும், அதனால் ஏற்பட்ட பயத்தையும் அவன் சுமந்துகொண்டே இருப்பானேயானால், நிச்சயம் ஏதாவது ஒரு கணத்தில் அவனுக்குத் தலை சுற்றல் ஏற்பட்டுப் பைத்தியம் பிடித் தாற்போல ஆகிவிடுவான். அப்பொழுது அவன், தானாகவே என்னைத் தேடி வருவான். ஒருவேளை அதனாலேயே அபத்தமாக ஏதாவது தவறையும்கூட அப்போது அவன் செய்து வைப்பான். அப்போது இரண்டும், இரண்டும் நாலு என்ற கணிதக் கோட்பாடு நிரூபிக்கப்பட்டுவிடும். அப்போது எனக்கும் மிகவும் மகிழ்ச்சியாக இருக்கும். இப்படி ஒரு நிலை படிப்பறிவில்லாத நாட்டுப்புற விவ சாயிக்கும் ஏற்படலாம்! காரணம், நாம் கண்டுள்ள முன்னேற்றம் எல்லாமே ஒரு சார்பானதாகத்தான் இருக்கிறது. ஆகையால் அன்பானவனே! மனிதனின் எந்த வகையான இயல்பு வளர்ச்சி யுற்றிருக்கிறது என்பதைப் புரிந்துகொள்வதுதான் முக்கியமானது. நரம்புக் கோளாறுதான் மனிதர்களிடத்தில் இப்போதெல்லாம் அதிகமாகக் காணப்படுகிறது. அதைக் கவனிக்க மறந்தவர் களாகத்தான் எல்லோரும் காணப்படுகிறார்கள். இந்தக் காலத்தில் எல்லோருமே நோயாளிகளாகவும் எளிதில் கோபப்படக்கூடியவர் களாகவும், எரிச்சலடையக் கூடியவர்களாகவும் இருக்கிறார்கள்! ஒவ்வொருவருமே ஏதோ ஒரு துவேஷத்தோடும், வயிற்றெரிச்ச லோடும்தான் இருக்கிறார்கள். நான் உனக்குச் சொல்கிறேன்! மனிதர்களின் இந்தக் கோளாறுகளே அவர்களிடமிருந்து நிறையத் தகவல்களைப் பெறக்கூடிய சுரங்கங்களாக அமைந்துவிடுகின்றன. குற்றவாளியான அந்த மனிதன் நகருக்குள் சுதந்திரமாகச் சுற்றித் திரிந்தால் அதுபற்றி நான் ஏன் கவலைப்பட வேண்டும்? சுற்றித் திரியட்டுமே! குறிப்பிட்ட நேரம் வரைக்கும் அவன் தன் மனம் போல அலையட்டுமே! அவன்தான் எனக்கு 'இரை' என்பதும், என்னிடமிருந்து அவன் தப்ப முடியாதென்பதும் எனக்கு நன்றாகத் தெரியும்! அப்படி அவன் எங்கே தப்பித்து ஓடிவிடுவான்? வெளி நாட்டுக்கா? ஒரு போலந்துக்காரன் வேண்டுமானால் வெளி நாட்டுக்குத் தப்பிப் போக முடியும். ஆனால் தகுந்த முன்னெச்சரிக்

கையோடு இடைவிடாமல் அவனை நான் கண்காணித்துக் கொண்டிருக்கும்போது அவனால் நிச்சயம் என்னிடமிருந்து தப்ப முடியாது என்பது எனக்குத் தெரியும். தேசத்தின் ஏதாவது ஒரு மூலையில் அவன் போய் ஒளிந்துகொண்டுவிடுவானா என்ன? அங்கே நாட்டுப் புறங்களில் விவசாயிகள் தான் வாழ்ந்துகொண்டிருக்கிறார்கள். மூர்க்கத்தனமான, நாகரிகமற்ற உண்மையான ரஷ்ய விவசாயிகளுடன், இன்றைக்கு உள்ள படித்த மனிதன் ஒருநாளும் சேர்ந்து வசிக்கத் துணிய மாட்டான். சிறைக்குள் போகக்கூட அவன் தயாராக இருப்பானே தவிர, இதுபோன்ற விவசாயிகளிடம் தன்னை அந்நியமாகவே உணர்வான். எனவே அங்கே அவன் போகமாட்டான். ஹி... ஹி.. இதெல்லாம் உண்மையில் முக்கியமில்லாத, மேலோட்டமான விஷயங்கள்தான். உண்மையாகச் சொல்லப் போனால், ஓடிப்போவது என்பதுதான் என்ன? அது, வழக்கமாகக் காணக்கூடிய ஒரு செயல்பாடுதான்! அதில் மறைந்திருக்கும் இன்றியமையாத ஒரு விஷயம் என்னவென்றால், அவன் ஓடுவதற்கும், ஒளிந்துகொள்வதற்கும் இடம் என்ற ஒன்றே இருக்காதென்பதுதான்! ‘மனதின் பிடியிலிருந்து’ அவனால் தப்பிக்கவே முடியாது. ஹி... ஹி...! எப்படிப்பட்ட வார்த்தை அது? யோசித்துப் பார்! தப்பித்துப் போக இடமே இருந்தாலும்கூட, இயற்கையின் விதிப்படி அவன் தப்பிக்க மாட்டான்! மெழுகுவர்த்தியின் ஒளியில் சுற்றும் விட்டில் பூச்சியை நீ பார்த்திருக்கிறாயல்லவா? இந்தக் குற்றவாளியும்கூட அந்த விட்டில் பூச்சியைப் போலத்தானிருப்பான். என்னை ஒரு மெழுகுவர்த்தியைப் போல வைத்துக்கொண்டு என்னையே சுற்றிச் சுற்றி வந்துகொண்டிருப்பான்! சுதந்திரமாக விடப்பட்டிருப்பது, இப்போது அவனுக்குச் சாதகமானதாகவே இருக்காது. அவனுடைய மன அமைதியை அது கெடுத்துவிடும். அதிகமான மன உளைச்சலை அவனுக்குக் கொடுத்துவிடும். அதையே திரும்பத் திரும்ப நினைத்துக்கொண்டு மனதைப் போட்டுக் குழப்பிக்கொண்டிருப்பான். நிச்சயமாக ஏதாவது ஒரு சிக்கலான வலையில் அவன் மாட்டிக்கொள்வான். சாகிற அளவுக்குக் கடுமையாக மனதைப் போட்டு வருத்திக்கொள்வான். அவன் போடும் நாடகங்களுக்கு நான் மட்டும் போதுமான – மிக நீண்ட இடைவெளி கொடுத்தால் போதும்! அவனைக் கண்டு கொள்ளாமல் இருந்தால் போதும், இரண்டும் இரண்டும் நாலு என்று நான் போட்டு வைத்திருக்கும் கணக்கை அவனே நிரூபித்தும் விடுவான். என்னைச் சுற்றிச் சுற்றியே நெருக்கமாக, மிக நெருக்கமாக அவன் வட்டமிட்டுக்கொண்டும் இருப்பான். பிறகு எதையாவது உளறிவைப்பான். பூச்சி, நேரடியாகப் பறந்துவந்து, எனது வாய்க்குள்ளேயே விழுந்துவிடும். நானும் அவனை விழுங்கிவிடுவேன். என்ன மிகவும் ஆச்சரியமாக இருக்கிறதா? ஹி... ஹி... ஹி! நீ என்னை நம்பவில்லையா என்ன?”

ரஸ்கோல்னிகோவ் எதுவும் சொல்லாமல் முகம் வெளுத்துப் போய் அசையாமல் உட்கார்ந்திருந்தான். போர்ஃபிரியின் முக பாவங்களையே மிகவும் தீவிரமாகக் கவனித்துக்கொண்டிருந்தான்.

'இது ஒரு சரியான பாடம்தான்!" என்று தனக்குள் அவன் நினைத்துக்கொண்டான். உற்சாகத்தையும் தைரியத்தையும் இழந்த வனாக அவன் உணர்ச்சியற்றுப்போயிருந்தான். "நேற்று இருந் ததைப் போலப் பூனை – எலி விளையாட்டாக இப்போது நிலைமை இல்லை. அதையும் தாண்டிப் போயாகிவிட்டது. இவர் தன்னுடைய பலத்தை என்னிடம் காட்டாமல், தேவையே இல்லாத வேறு ஏதோ ஒன்றை மறைமுகமாகச் சுட்டிக் காட்டிக் கொண்டிருக்கிறார். அந்த வகையில் இவர் ரொம்பவும் கெட்டிக் காரராகத்தான் இருக்கிறார். இவருக்கு வேறு ஏதோ ஒரு நோக்கம் இருக்கிறது. அது என்ன? நீங்கள் இப்படிச் சாமர்த்தியமாக நடந்து கொண்டு என்னைப் பயமுறுத்த முயற்சி செய்வதெல்லாம் அபத்தம், நண்பரே! உங்களிடம் இந்தக் குற்றத்தை நிரூபிக்க எந்த விதமான ஆதாரமும் இல்லை! நேற்று நான் பார்த்ததாக நினைத்துக்கொண்டிருக்கிற மனிதன் என்று ஓர் ஆள் உண்மையில் இல்லவே இல்லை. என்னை ஒரு வழியாகப் பயங்கரமாக குழப்பிப் போட்டு விட்டு, உங்களுக்கு ஏற்ற மாதிரியான ஒரு மன நிலையில் நான் இருக்கும்போது என்னைத் தாக்க வேண்டும் என்று நீங்கள் திட்டம் போட்டு வைத்திருக்கிறீர்கள். ஆனால் நீங்கள் உண்மை யில் தவறுதான் செய்துகொண்டிருக்கிறீர்கள். நிச்சயமாக நீங்கள் தோல்வியைத்தான் தழுவப் போகிறீர்கள்! ஆனால் எப்படியிருந் தாலும் இவர் ஏன் இப்படி (தன்னுடைய திட்டங்களையெல்லாம் குறித்த) பூடகமான குறிப்புகளைத் தர வேண்டும்? ஒருவேளை நான் உணர்ச்சிவசப்படும் வேளைக்காக இவர் காத்துக்கொண்டி ருக்கிறாரோ? இல்லை, நண்பரே! நீங்கள் ஏதோ தவறாகப் புரிந்து கொண்டிருக்கிறீர்கள்! உங்கள் சட்டைப் பையிலேயே ஏதாவது ஓர் ஆதாரத்தை நீங்கள் வைத்திருந்தாலும்கூட, நீங்கள் தவறாகத்தான் முடிவு செய்து வைத்திருக்கிறீர்கள், அதை நினைத்து வருத்தப்படவும் போகிறீர்கள்! சரி, இப்போது அது என்னவென்று தான் பார்த்துவிடுவோமே!"

என்னவென்றே தெரியாத நிலையில், தான் எதிர்நோக்க விருக்கும் பயங்கரமான ஆபத்தைச் சந்திக்கும்வண்ணம் தன்னைக் கட்டுப்படுத்திக்கொண்டு, அதற்காகத் தன்னை ஆயத்தம் செய்துகொண்டான் அவன். சில நேரங்களில் போர்ஃபிரியின் மீது தாவிப் பாய்ந்து அவரது கழுத்தை நெரித்து விடலாமா என்றுகூட அவனுக்குத் தோன்றியது. ஆரம்பத்திலிருந்தே–இங்கு வந்து சேர்ந்த நொடியிலிருந்தே –அவனிடத்தில் பொங்கி எழுந்து

கொண்டிருந்த இந்தக் கோபத்தை நினைத்து அவன் பயந்து கொண்டிருந்தான். அவனுடைய வறண்ட உதடுகளில் இப்போது சினத்தினால் நுரை தள்ளிக்கொண்டிருப்பதையும், இதயம் படபடத்துக்கொண்டிருப்பதையும் அவன் நன்றாகவே உணர்ந்து கொண்டான். ஆனாலும் சரியான தருணம் வரும் வரையில் தான் எதுவுமே பேசக்கூடாது என்று தீர்மானம் செய்து கொண்டான். அவனுடைய தற்போதைய நிலையில் இந்த முடிவுதான் சரியானது என்று அவன் உறுதியாக நம்பினான். அதிகமாகப் பேசுவதைவிட, எதுவுமே பேசாமல் இருப்பது எதிரிக்குக் கோபத்தையும் எரிச்சலையும் கொடுக்கும். எதிரி கோபத்துடன் அதிகமாகப் பேசுவான், தங்கு தடையின்றித் தன்னை வெளிப்படுத்திக்கொள்வான் என்று ரஸ்கோல்னிகோவ் நினைத்தான். தன்னிடமிருந்து எந்த ஒரு வார்த்தையும் நழுவிப் போய்விடாமல் பார்த்துக்கொண்டு, தனது மௌனத்தால் எதிரியை அதிகம் பேசுமாறு தூண்டுவதுதான் இப்போது கையாள வேண்டிய தந்திரம் என்பதை அவன் அறிந்திருந்தான். குறைந்தபட்சம் அப்படித்தான் நம்பினான். அப்படியே செய்தான்.

"இல்லை. நீ நம்பவில்லை என்பது எனக்கு நன்றாகவே தெரிகிறது! (யாருக்குமே எந்தத் தீங்கும் நினைக்காத, செய்யாத) ஒரு கோமாளியைப் போல நீ என்னை நினைத்துக்கொண்டிருக்கிறாய்..." என்று பெருகிக்கொண்டே போன உற்சாகக் களிப்புடன், சிரித்துக் குலுங்கியபடி மீண்டும் பேசத் தொடங்கினார் போர்ஃபிரி. அவர் அந்த அறைக்குள் மறுபடியும் சுற்றிவரத் தொடங்கியிருந்தார். "சரி, ஒருவிதத்தில் நீ நினைப்பது சரிதான். பிற மனிதர்களிடத்தில் மிகவும் தமாஷான மிகவும் வேடிக்கையான எண்ணங்களை மட்டுமே ஏற்படுத்தும்படியான ஓர் உருவ அமைப்போடு கடவுள் என்னைப் படைத்து விட்டார்! ஆமாம், நான் ஒரு கோமாளிதான்! ஆனால் ஒரு விஷயத்தை மட்டும் நான் திரும்பத் திரும்பச் சொல்கிறேன். என் அன்புக்குரிய ரோடியன் ரொமனோவிச், (மன்னித்துக்கொள், கிழவா!) இதைக் கேள்! நீ இன்னும்கூட ஓர் இளைஞனாகத்தான் இருக்கிறாய்! அதனாலேயே எல்லா இளைஞர்களையும் போலவே நீயும் மனிதனின் புத்திக்கூர்மையை – பிற எல்லாவற்றையும் விட மேலானதாக – மதிக்கிறாய்! வெறுமையான யோசனைகளும், சாமர்த்தியமான விளையாட்டுகளும் உன்னைத் திசை திருப்பிக் கொண்டிருக்கின்றன. முன்னாள் ஆஸ்திரிய 'ஹோஃப்கிரீக்ஸ்ராத்'* போல இதுவும் இருக்கிறது! (இராணுவ விஷயங்கள் பற்றி நான்கொண்டிருக்கிற முடிவுகள் சரியானவையாக இருக்குமென்றால்

* ஹோஃப்கிரீக்ஸ்ராத் ஆஸ்திரியாவின் இராணுவ உயர்மட்டக் குழு.

இதுவும் சரிதான்) அறிவை வைத்து அலசி ஆராய்ந்து, எல்லாக் கணக்குகளையும் போட்டு நெப்போலியனைத் தோற்கடித்துச் சிறைபிடிக்கப் போவதாக அவர்கள் கொள்கையளவில் மிகவும் புத்திசாலித்தனமாக, விரிவான திட்டம் வகுத்து வைத்திருந்தார்கள். ஆனால் பிறகு என்ன ஆயிற்று தெரியுமா? ஆஸ்திரியப் படையின் ஜெனரல் 'மேக்' என்பவர்தான் தன் படைகள் எல்லாவற்றோடும் சரணடைய வேண்டியதாகிவிட்டது! ஹி... ஹி... ஹி! நீ ஏன் சிரிக்கிறாய் என்பது எனக்குத் தெரிந்துவிட்டது. ரோடியன் ரொமனோவிச்! ஏ, கிழவா! நான் ஒரு சாதாரணப் பிரஜையாக இருந்துகொண்டு இராணுவ வரலாற்றிலிருந்து உதாரணம் காட்டுவதைப் பார்த்து நீ சிரிப்பது எனக்கு நன்றாகவே தெரிகிறது! ஆனால் என்னதான் செய்வது? அது என்னுடைய ஒரு பலவீன மாகவே ஆகிவிட்டது. போர் செய்யும் கலையை நேசிப்பவன் நான்! இராணுவம் தொடர்பான வரலாறுகளை வாசிப்பதிலும் எனக்கு விருப்பமுண்டு. உண்மையைச் சொல்லப்போனால் நான் அந்த வேலையைத் தவறவிட்டுவிட்டேன் என்று எனக்குக் கொஞ்சம் வருத்தம்கூட உண்டு. நிஜத்தில் நான் இராணுவத்தில் வேலைக்குப் போயிருக்க வேண்டும். அப்பொழுது நான் ஒரு நெப்போலியனாக ஆகாவிட்டாலும்கூட ஒரு தளபதியாகவாவது ஆகியிருப்பேன். ஹி... ஹி... ஹி... என்னருமை நண்பா, அது கிடக்கட்டும், இப்போது இந்த வித்தியாசமான வழக்கைப் பற்றி முழு உண்மைகளையும் உனக்கு நான் சொல்லப் போகிறேன் கேள்! எதார்த்தமும், மனித இயல்புகளும் மிகவும் முக்கியமானவை என் அன்பு நண்பனே! சில சமயங்களில் மிகத் துல்லியமாகப் போட்டு வைத்திருக்கும் கணக்குகளைக்கூட அவை தடுமாற வைத்துவிடும்...! அட, நான் கொஞ்சம் தீவிரமாகப் பேசிக் கொண்டிருக்கிறேன்! கொஞ்சம் கவனி, ரோடியன் ரொமனோவிச்! ஒரு வயதானவன் பேசும்பொழுது அந்தப் பேச்சைக் கொஞ்சம் கேட்க மாட்டாயா?"

(இதைப் பேசும் பொழுது முப்பத்தைந்து வயதே நிரம்பி யிருக்கக்கூடிய போர்ஃபிரி பெத்ரோவிச் திடீரென்று வயது கூடிப் போனவரைப் போலத் தோன்றினார். அவரது குரலும்கூட மாறிப் போயிருந்தது. அவரும்கூட உலர்ந்து சுருங்கிப் போனவரைப் போலக் காட்சியளித்தார்). "அதுமட்டுமில்லை நண்பனே, நான் ஒரு வெளிப்படையான மனிதன். சொல். நீயே சொல். நான் வெளிப்படையானவனா? இல்லையா? உன்னுடைய அபிப் பிராயம் என்ன? நான் முழுக்க முழுக்க ஒளிவுமறைவு இல்லாத வன் என்றுதான் என்னை நினைத்துக்கொண்டிருக்கிறேன். இங்கே பார், இந்த விஷயங்கள் எல்லாவற்றையும் உன்னிடம் எதற்காக

நான் சும்மா சொல்லிக்கொண்டிருக்கிறேன்? அதனால் எந்தப் பயனும் இல்லையென்று தெரிந்த பின்னும் ஏன் அப்படிச் செய்கிறேன்...? ஹி... ஹி... ஹி... சரி, நான் சொல்கிறேன் கேள்! என் அபிப்பிராயத்தில் புத்திக்கூர்மை என்பது அற்புதமான ஒரு விஷயம்தான். சொல்லப்போனால் இயற்கை அளித்திருக்கிற அருமையான அணிகலன் அது! வாழ்க்கைக்கு ஆதரவாக, ஆறுதலாக இருக்கக்கூடியது! அதன் துணையுடன் புதிரான எத்தனையோ விளையாட்டுகள் நடத்தப்படுகின்றன! எத்தனையோ புதிர்கள் அவிழ்க்கப்படுகின்றன. அதனால் விசாரணை செய்யும் பாவப்பட்ட மனிதன், சில சமயம் பயங்கரமாகக் குழம்பிப் போய்விடுகிறான். குறிப்பாக, அவன் செய்து வைத்த ஊகங்களும் கற்பனைகளும்கூட அப்போது தவறாகி விடுகின்றன! அவனும் மனிதப் பிறவிதானே? ஆனால், அந்த வேளைகளில் குற்றவாளிக்கே உரித்தான இயற்கையான ஒரு குணம், பாவப்பட்ட அந்த விசாரணை அதிகாரிக்குத் துணையாக வந்துவிடுகிறது! அதுதான் விஷயம்! தன் புத்திசாதுரியத்தால் மட்டுமே செலுத்தப்படும் அந்த இளைஞன் – 'தடைகளையெல்லாம் கடந்துவிடக்கூடிய ஆற்றல் பெற்ற அந்த இளைஞன்' (நேற்று நீ புத்திசாலித்தனமாக, மிகவும் சூட்சுமத்தோடு அதுபற்றிக் குறிப்பிட்டாய்) இதைப்பற்றி மட்டும் நினைப்பதேயில்லை! இப்படி வைத்துக்கொள்வோம்! இந்த வித்தியாசமான வழக்கில் சிக்கிக்கொண்டிருக்கிற அவன், அதுதான் நம்ம ஆள், அவனை 'எக்ஸ்' என்று வைத்துக்கொள்ளலாம்! அவன் மிகுந்த கெட்டிக்காரத்தனத்தோடும், புத்திக்கூர்மையோடும், மிக நன்றாகப் புளுகுபவனாகவும்கூட இருக்கலாம். அப்போதைக்கு அவன் வெற்றியடைந்து விட்டதாகக்கூட நினைத்துக்கொண்டிருக்கலாம். தான் சாதுரியமாக நடந்துகொண்டதன் பலன்களைத்தான் அனுபவிக்கப் போவதாகக்கூட எண்ணியிருக்கலாம். ஆனால் சடாரென்று மிகவும் சுவாரசியமான, அதிர்ச்சியான ஒரு கட்டத்தில் அவன் மயக்கம் போட்டு விழுந்து விடுவான். அதை ஒரு வியாதி என்றும், அறைகளிலுள்ள புழுக்கம் தாங்காமல் தான் அவன் அப்படி விழுந்துவிட்டானென்றும் நாம் நினைத்துக் கொள்வோம்! அதெல்லாம் நிஜம்தான். ஆனால் அதோடுகூடவே நமக்கு வேறொன்றையும் அவன் உணர்த்தியிருக்கிறானென்பதுதான் உண்மை! மிகத் திறமையாகத்தான் அவன் பொய் சொல்லியிருக்கிறான். ஆனாலும் அவன் மீது அவனுக்கே நம்பிக்கையில்லை! அங்கேதான், அந்தக் கட்டத்திலேதான் நம்முடைய திறமைகளைப் பயன்படுத்தியாக வேண்டும்! இன்னொரு முறையும் அவன் தனது புத்திசாதுரியத்தால் விளையாடுவான். அப்படி விளையாடித் தன்னைச் சந்தேகப்படும் மனிதனை முட்டாளாக்கிப்

பார்ப்பான். ஏதோ மிகவும் இயல்பாகத் தன் முகம் வெளிறிப் போயிருப்பது போலவும், அது நிஜம் போலவுமே அவன் நடந்து கொள்வான். மறுபடியும் அதன் வழியாக அவன் நமக்கு ஒன்றை உணர்த்துவதாகத்தான் அர்த்தம்! தொடக்கத்தில் அவனுடைய தந்திரங்கள் வெற்றி பெறுவதைப் போலத் தோன்றலாம். ஆனால் அந்த இன்னொருவன் மடையனாக இல்லாமலிருந்தால் கிடைத்த நேரத்துக்குள் தன் எண்ணங்களை மறுபரிசீலனை செய்துகொண்டு விடுவான்! ஒவ்வொரு படிநிலையிலும் ஒவ்வொரு முயற்சியிலும் இதைப் போலவே நடக்கும். எப்படி? அவனாகவே முண்டி யடித்துக்கொண்டு பேச முயற்சிப்பான். தேவையில்லாத இடங் களில்கூடத் தன்னைத் திணித்துக்கொண்டு விடுவான். அவன் பேசத் தேவையே இல்லாத விஷயங்களைப் பற்றியெல்லாம்கூடத் தொடர்ச்சியாகப் பேசிக்கொண்டிருப்பான். உருவகக் கதைகளாகப் பேசுவான்... ஹி... ஹி... ஹி! அவனாகவே வந்து இத்தனை நாட் களாகத் தான் ஏன் கைது செய்யப்படவில்லை என்றுகூடக் கேட்பான்! ஹி... ஹி... ஹி...! உளவியலிலும் இலக்கியத்திலும், மிகவும் தேர்ந்தவனாக இருக்கும் புத்திக்கூர்மையுள்ள மனித னுக்கும்கூட இது நடக்கிறது! மனித இயற்கை என்பது ஒரு கண்ணாடி...! பிற கண்ணாடிகளையெல்லாம் விடத் தெளிவான ஒரு கண்ணாடி! அதைப் பார்த்து ஆச்சரியப்படத்தான் வேண்டும்...! ஆனால் நீ ஏன் இப்படி வெளிறிப் போயிருக்கிறாய் ரோடியன் ரொமனோவிச்? உனக்கு என்ன மிகவும் புழுக்கமாக இருக்கிறதா? ஜன்னலை வேண்டுமானால் கொஞ்சம் திறந்து விடவா?"

"வேண்டாம், வேண்டாம்! தயவுசெய்து அப்படியெல்லாம் ஒன்றும் சிரமப்பட வேண்டாம்" என்று உரக்கக் கத்திய ரஸ்கோல்னிகோவ், திடீரென்று சிரிக்கத் தொடங்கினான். "தயவுசெய்து சிரமப்படாதீர்கள்."

போர்ஃபிரி அவனுக்கு எதிரே வந்து நின்றார். ஒரு சிறிய இடைவெளிக்குப் பிறகு அவரும் சிரிக்கத் தொடங்கினார். சோஃபாவை விட்டு எழுந்துகொண்ட ரஸ்கோல்னிகோவ் தன் சிரிப்பைப் பாதியிலேயே நிறுத்திக்கொண்டான்.

"போர்ஃபிரி பெத்ரோவிச்!" என்று உரக்க, மிகத் தெளிவான குரலில் பேசத் தொடங்கினான் ரஸ்கோல்னிகோவ். நடுங்கிக் கொண்டிருந்த அவனது கால்கள், அவனது உடலைத் தாங்க முடியாமல் தத்தளித்துக்கொண்டிருந்ததைப் போல் தோன்றியது. "கடைசியாய் மிகத் தெளிவாக எனக்கு விளங்கிவிட்டது. அந்தக் கொலை வழக்கில், அந்தக் கிழவியும் அவளது சகோதரி லிஸாவெ

தாவும் கொல்லப்பட்ட அந்த வழக்கில் என் மீதுதான் நீங்கள் உறுதியாகச் சந்தேகப்படுகிறீர்களென்பது எனக்குப் புரிந்துவிட்டது. ரொம்ப நாட்களாகவே இந்த வேதனையை நான் அனுபவித்துக் கொண்டிருக்கிறேன். போதும்! எனக்குச் சலித்துப் போய்விட்டது! உங்களுக்கு என்னைத் தண்டிப்பதற்கோ, கைது செய்வதற்கோ சட்டபூர்வமான உரிமை இருக்குமானால் தாராளமாக அதைச் செய்யுங்கள்! ஆனால் என் முகத்திற்கு நேராகச் சிரிக்கவும், என்னை அலைக்கழிக்கவும் எவரையும் நான் அனுமதிக்க முடியாது!"

அவனது உதடுகள் துடிதுடிக்க, கண்கள் கோபத்தில் பள பளப்பாக மின்னின. கட்டுப்படுத்த முடியாத ஆவேசத்தில் அவனது குரல் ஓங்கி ஒலித்தது: "ஆமாம்! நான் யாரையுமே அதற்கு அனுமதிக்க மாட்டேன்" என்று கத்தியபடி, மேசையின் மீது தனது முஷ்டியால் ஓங்கிக் குத்தினான். "என்ன, கேட்டுக் கொண்டீர்களா போர்ஃபிரி பெத்ரோவிச்? நான் அதை அனு மதிக்கவே மாட்டேன்."

"என் அன்பானவனே, உனக்கு என்ன ஆயிற்று?"

"நான் அதை அனுமதிக்கவே மாட்டேன்" என்று மீண்டும் கத்தினான் ரஸ்கோல்னிகோவ்.

"என் அருமைப் பையா! கொஞ்சம் மெதுவாகப் பேசு! நீ பேசுவதைக் கேட்டு யாராவது வந்துவிடப் போகிறார்கள். அப்புறம் அவர்களிடம் நான் என்ன சொல்ல முடியும்? கொஞ்சம் சிந்தித்துப் பார்" என்று பயங்கர அச்சத்துடன் கூடிய கிசுகிசுப் பான தொனியில் ரஸ்கோல்னிகோவின் முகத்துக்கு நேராக– அருகில் வந்து மிக நெருங்கிச் சொன்னார் போர்ஃபிரி பெத் ரோவிச்.

"நான் அதை அனுமதிக்க முடியாது... நான் அதை அனுமதிக்க முடியாது" என்று இயந்திர கதியில் திரும்பத் திரும்பச் சொல்லிக்கொண்டிருந்தாலும் அவனது குரலின் தொனியும்கூடச் சட்டென்று கீழிறிங்கிப் போயிற்று.

போர்ஃபிரி விரைவாகத் திரும்பி ஜன்னலைத் திறக்க ஓடினார்.

"கொஞ்சம் நல்ல காற்று உள்ளே வரட்டும்! நீ கொஞ்சம் தண்ணீர் குடித்தாக வேண்டும், என் அன்பான நண்பனே! உனக்கு ஏதோ பாதிப்பு ஏற்பட்டிருக்கிறது" என்று சொல்லிவிட்டு அவனுக் குத் தண்ணீர் கொண்டு வரச் சொல்லுவதற்காகக் கதவருகே விரைந்தார் அவர். ஆனால் மூலையில் அதிர்ஷ்டவசமாக மூடி யுடன் தண்ணீர் ஜாடி ஒன்று இருந்தது. "இங்கே வா, கொஞ்சம்

தண்ணீர் குடி" என்று சொல்லியபடி அந்தச் சிறிய தண்ணீர் ஜாடியை எடுத்துக்கொண்டு அவனிடம் வந்தார்.

திடீரென்று பதற்றமடைந்த ரஸ்கோல்னிகோவின் உடல் நிலையைக் கண்டு போர்ஃபிரி பெத்ரோவிச்சுக்கு ஏற்பட்ட கலவரமும், அவனிடத்தில் அவருக்கு எழுந்த இரக்கமும் இயல்பானதாகவே ரஸ்கோல்னிகோவுக்குத் தோன்றியதால் அவன் அமைதியடைந்தவனாய் அவரை மிகுந்த ஆர்வத்துடன் பார்க்கத் தொடங்கினான். இருந்தாலும் அவன் தண்ணீரை எடுத்துக் குடிக்கவே இல்லை.

"ரோடியன் ரொமனோவிச், என் அன்புப் பையா! உன்னை இப்படியே போகவிட்டால் நீ ஒரு கிறுக்காகவே ஆகிவிடுவாய் என்று நிச்சயமாக நான் சொல்வேன். ஆங்... கொஞ்சம் தண்ணீர் குடித்துக்கொள்! ஒருவாய் தண்ணீராவது குடித்துக்கொள்!" என்று சொல்லியபடி அவனது கைகளுக்குள் ஒரு டம்ளர் தண்ணீரை வற்புறுத்தித் திணித்தார் போர்ஃபிரி பெத்ரோவிச். இயந்திரம் போல அந்த டம்ளரை வாங்கி உயர்த்தித் தனது உதடுகளில் பதித்த ரஸ்கோல்னிகோவ், வெறுப்புடன் தண்ணீரைக் குடிக்காமலேயே டம்ளரைத் திரும்பவும் மேசையில் வைத்துவிட்டான்.

"ஆமாம்! சற்று முன்பு உனக்கு ஒரு சிறிய பாதிப்பு ஏற்பட்டது உண்மைதான்! இப்படியே போனால், வியாதியை நீ மறுபடியும் வரவழைத்துக்கொண்டுவிடுவாய் தம்பி!" என்று நட்புடன் கூடிய இரக்கத்தோடு உரக்கச் சொன்னார் போர்ஃபிரி பெத்ரோவிச். அவன் இன்னமும்கூடச் சற்று குழப்பமுற்றவன் போல இருந்ததைக்கூட அவர் பொருட்படுத்தவில்லை. "கடவுளே, எப்படித்தான் உன்னைப் பற்றிக் கொஞ்சம்கூடக் கவலைப்படாமல் உன்னால் இருக்க முடிகிறதோ எனக்குப் புரியவில்லை. நேற்று திமீத்ரி புரோகோஃபிச் இங்கே என்னைப் பார்ப்பதற்காக வந்தான். குத்தலாக கிண்டலும் கேலியுமாகப் பேசக்கூடிய மோசமான குணம் என்னிடம் இருக்கிறது என்பதை நான் ஒப்புக்கொள்கிறேன். ஆனால் அப்படியும்கூட மனிதர்கள் இருப்பார்கள் என்பதை நீயும் கொஞ்சம் எண்ணிப் பார்க்க வேண்டும்! கடவுளே! நேற்று நீ கிளம்பிப் போன பிறகு அவன் வந்தான். நாங்கள், இரவு உணவைச் சாப்பிட்டுவிட்டுப் பேசினோம்; பேசினோம்! நிறையப் பேசினோம்! நான் அப்படியே திக்பிரமை பிடித்தவன் போல ஆகிவிட்டேன்! நான் என்ன நினைத்தேன் என்றால்... அடக்கடவுளே! அவனை அனுப்பி வைத்தது நீதானா? சரி, நீ உட்கார்ந்துகொள்... உட்கார்ந்துகொள், கிழவா! கடவுளின் பெயரால் சொல்கிறேன், தயவுசெய்து உட்கார்ந்துகொள்!"

"இல்லை, அவனை நான் அனுப்பவில்லை. ஆனால் அவன் இங்கே வந்தானென்பதும், வந்த காரணம் என்னவென்பதும்

எனக்குத் தெரியும்” என்று சட்டென்று பதிலளித்தான் ரஸ்கோல்னிகோவ்.

“உனக்குத் தெரியுமா?”

“ஆமாம், அதனாலென்ன?”

“இதுமட்டும்தான் எனக்குத் தெரியாது, ரோடியன் ரொமனோவிச்! என் அன்பு நண்பனே! உன்னைப் பற்றிய மற்ற எல்லா விஷயங்களுமே எனக்குத் தெரியும்! நீ அந்த வீட்டை வாடகைக்கு எடுப்பதற்காக இருள்படர்ந்து வரும் நேரத்தில், இரவுப் பொழுது வருவதற்குச் சற்று முன்பு அங்கே சென்றதும், எப்படி அழைப்பு மணியை அடித்தாய் என்பதும், இரத்தத்தைப் பற்றி விசாரித்து, வேலையாட்களையும், காவலாளிகளையும், ஒரேயடியாகக் குழப்பி விட்டு வந்ததும்... எல்லாமே எனக்குத் தெரியும்! அப்போது உன் மனநிலை எப்படி இருந்திருக்கும் என்பதையும் என்னால் புரிந்து கொள்ள முடிகிறது! ஆனால் இப்படிப்பட்ட செயல்களால் நீ உன்னையே பைத்தியமாக்கிக்கொண்டு விடுகிறாய் என்பது மட்டும் மறுக்க முடியாத உண்மை. உன் புத்தி சாதுர்யம், விவேகம் எல்லா வற்றையுமே இதனால் நீ இழந்து விடப்போகிறாய்! உனக்குள் மிகக் கடுமையான கோபமும் வெறுப்பும் மிக அதிகமாகவே குமுறிக்கொண்டிருக்கின்றன. நீ வாழ்க்கையில் பட்ட காயங்கள் அதற்குக் காரணமாக இருக்கலாம். முதலில் விதி உன்னைத் துயரத் திற்கு ஆளாக்கியது. பிறகு, காவல்துறை உன்னைக் கஷ்டப்படுத் தியது. இந்த மாதிரி முட்டாள்தனங்களையும், சந்தேகங்களையும் இதற்கு மேலும் பொறுத்துக்கொள்ள முடியாத அளவுக்கு நீ நொந்து போய்விட்டாய்! அதனாலேயே நீ ஒவ்வொரு இடமாக மாறி, மாறி அலைந்துகொண்டிருகிறாய்! மற்றவர்களை வற் புறுத்திப் பேசவைப்பதன் மூலமாக, உடனடியாக இதற்கு ஒரு முடிவு கட்டிவிட வேண்டுமென்று முயற்சித்துக்கொண்டிருக் கிறாய்! அப்படித்தானே? இல்லையா? நான் உன்னுடைய மன நிலையைச் சரியாக அனுமானம் செய்து விட்டேனல்லவா? ஆனால் இப்படிச் செய்வதன் மூலம் நீ உனது புத்தியைப் பாழடித்துக்கொள்வதோடு, என் பிரியத்திற்குரிய ரஸுமிகினையும் உன்னோடு சேர்ந்து தடுமாற வைத்துக்கொண்டிருக்கிறாய்! உனக்கே தெரியும் அவன் எவ்வளவு நல்லவன் என்பது! அவனுக்கு இது தேவைதானா? உனக்கு உடம்புக்கு முடியவில்லை. அதனால் அவன் உன்னிடம் அன்பாக, நல்ல முறையில் நடந்துகொள்கிறான். ஆனால் உன் வியாதி அவனுக்கும் தொற்றிக்கொண்டுவிடக்கூடும். ஏ, கிழட்டுப் பையா! எப்பொழுது நீ கொஞ்சம் அமைதி அடை கிறாயோ, அப்பொழுது நான் அதைப் பற்றிச் சொல்கிறேன். சரி, நீ உட்கார்ந்துகொள்! இயேசுவின் பெயரால் சொல்கிறேன்,

தயவுசெய்து உட்கார்ந்துகொள்! ஏ, கிழவா, தயவுசெய்து உட்கார்ந்துகொள்!"

ரஸ்கோல்னிகோவ் உட்கார்ந்தான். அவனது நடுக்கம் குறைந்திருந்தது. ஆனால் தன் உடம்பு முழுவதும் ஏதோ ஓர் உஷ்ணம் பரவியதைப் போல உணர்ந்தான். வியப்பால் அதிர்ந்து போன வனாகப் போர்ஃபிரி பெத்ரோவிச் கூறுவதையெல்லாம் சிரமத்தோடு கவனித்துக்கொண்டிருந்தான் அவன்.

அவரும் சிநேக பாவத்தோடுதான் அவனைக் கவனித்துக் கொண்டிருந்தார். அவர் கூறியதையெல்லாம் நம்ப வேண்டும் என்பது போன்ற ஒரு வினோதமான உணர்வு அவனுள் எழுந்த போதும், நிஜத்தில் அதில் ஒரு வார்த்தையைக்கூட அவனால் நம்ப முடியவில்லை. 'அந்த வீட்டைப் பற்றி' போர்ஃபிரி கூறிய எதிர்பாராத வார்த்தைகள் அவனைப் பயத்தால் அதிரச் செய்திருந்தன. 'அப்படியானால் அந்த வீட்டைப் பற்றியும் இவருக்குத் தெரிந்திருக்கிறது. அவரே என்னிடம் அதைச் சொல்கிறாரே!'

"ஆமாம், எங்கள் அலுவலகத்தில் கிட்டத்தட்ட இதே மாதிரி ஒரு வழக்கை நாங்கள் சந்தித்திருக்கிறோம்." "ஒருவன், தான் செய்யாத ஒரு கொலையைத் தான் செய்ததாக எங்களிடம் வந்து வாக்குமூலம் கொடுத்தான். அதை எவ்வளவு துல்லியமாகவும், எவ்வளவு சரியாகவும் செய்தான் தெரியுமா? கொலைகாரன் அவன்தான் என்பதைப் போன்ற முழுமையான கற்பனைக்காட்சி ஒன்றைச் சித்தரித்து, எல்லா தகவல்களையும், அதற்கு உரிய சூழல் பின்னணியையும் பல விஷயங்களையும் துண்டு துண்டாகவும், குழப்பமாகவும் அவன் கொடுத்தான். இப்படியெல்லாம் அவன் ஏன் செய்தான் தெரியுமா? ஏதோ ஒரு வகையில் அவனுக்குச் சம்மதம் இல்லாமலே அந்தக் கொலைக்கு அவனும் ஒரு காரணமாகிவிட்டான். அந்தக் கொலைகாரனுக்கு– கொலை செய்யக் கூடிய அந்த வாய்ப்பை, அப்படி ஒரு தூண்டுதலை அவனே ஏற்படுத்திக் கொடுத்துவிட்டதாக அவன் அறிய நேர்ந்தபோது, மனச்சோர்வுக்கு ஆட்பட்டுப் போய்த் திக்பிரமை பிடித்தவனைப் போல ஆகிவிட்டான். பிறகு விஷயங்களைத் தானாகவே கற்பனை செய்துகொண்டு, மனப் பிறழ்ச்சிக்கு ஆளாகித் தானே கொலை காரன் என்று மற்றவர்களிடம் வலியுறுத்தி – வற்புறுத்திப் பேசவும் தொடங்கிவிட்டான். இறுதியாக செனட் உயர்நீதிமன்றத்திற்கு அந்த வழக்கு, விசாரணைக்கு வந்தது. பாவப்பட்ட அந்த மனிதன் வழக்கிலிருந்து விடுவிக்கப்பட்டதோடு சரியான கவனிப்புக்கும் ஆட்படுத்தப்பட்டான். அதற்காக செனட் நீதிமன்றத்திற்குத்தான் உண்மையிலேயே நன்றி சொல்ல வேண்டும். டட்! டட்! டட்! அதிருக்கட்டும் என் அன்பு நண்பனே, இதோ பார், நீ

இப்படியெல்லாம் நடந்துகொண்டால் மிக எளிதாக ஜன்னி வரும்படியான ஒரு நிலைக்குத் தள்ளப்பட்டு விடுவாய்... அந்த அளவுக்கு உணர்ச்சிவசப்பட்டு, உன் நரம்புகளை முறுக் கேற்றிக்கொண்டு இரவுநேரத்தில் போய் அழைப்பு மணியை அடித்துக்கொண்டும், இரத்தத்தைப் பற்றி விசாரித்துக்கொண்டும் இருந்தால் உன் நிலைமை என்ன ஆகும்? என் அனுபவத்தில் இப்படிப்பட்ட உளவியலைப் பற்றி நான் நிறைய ஆராய்ந்து பார்த் திருக்கிறேன். இதேபோலத்தான் ஒரு மனிதனுக்கு, ஓர் சன்னலி லிருந்து வெளியே குதித்துவிட வேண்டுமென்றும், மாதா கோவிலின் மணிக் கூண்டின் உச்சியிலிருந்து கீழே குதித்துவிட வேண்டும் என்றும் மனதில் ஓர் உந்துதல் ஏற்பட்டு அந்த நிலைக்குப் போகும் படியான எண்ணங்கள் தோன்றிக்கொண்டே இருக்கும். இப்படியெல்லாம் சில மனிதர்களுக்கு நிகழ்ந்திருப்பதை நான் என்னுடைய பயிற்சிக் காலத்தில் படித்திருக்கிறேன். இப்படியெல்லாம் சில மனிதர்களுக்கு, எண்ணங்கள் தோன்றும். அப்போது அது தொடர்பாக அவர்களுக்கு ஏற்படும் மன எழுச்சியும், தூண்டுதல்களும் மிகவும் சக்தி வாய்ந்தவைகளாக இருக்கும்! கதவிலுள்ள அழைப்பு மணியை அடிப்பதும் அதே மாதிரிதான்! அது ஒரு வகை வியாதி, ரோடியன் ரொமனோவிச், அது ஒருவகை வியாதி! நீ உன் வியாதியைச் சற்றும் பொருட் படுத்தாமல் அலட்சியப்படுத்திக்கொண்டிருக்கிறாய். அனுபவசாலி யான ஒரு மருத்துவரை நீ உடனே சந்தித்து ஆலோசனை பெற்றாக வேண்டும். உனக்கு இப்போது வைத்தியம் பார்த்துக்கொண்டி ருக்கும் அந்தக் குண்டான வைத்தியனால் ஒன்றும் பிரயோசன மில்லை. ஜன்னி கண்டுவிடக்கூடிய நிலையில் இப்போது நீ இருக் கிறாய். இப்படிப்பட்ட காரியங்களையெல்லாம் செய்யவைப்பதும் கூடச் சித்தப்பிரமை பிடித்த மனநிலைதான்!"

கணநேரம் தன் முன்னாலிருந்த அனைத்துமே சுழல்வதைப் போல ரஸ்கோல்னிகோவுக்குத் தோன்றியது.

'இதெல்லாம் நடக்கக்கூடியதுதானா? ஒருவேளை இப் போதும்கூட இவர் பொய்தான் பேசிக்கொண்டிருக்கிறாரா?' என்ற எண்ணம் மின்னலைப் போல அவனது மனதினுள் ஓடி மறைந்தது. 'இல்லை, எனக்கு அப்படியெல்லாம் ஒன்றும் நேராது. எனக்கு அப்படியெல்லாம் ஒன்றும் நேராது' என்று அவன் அந்த எண்ணத்தைத் தன்னுடைய சிந்தனைகளிலிருந்து புறந்தள்ள முயற்சி செய்தான். அவ்வாறு நினைப்பதுதான் தன்னைக் கடுமை யான கோபத்திற்கும், வெறிக்கும் தூண்டிவிடும் என்றும் அளவு கடந்த கோபமும் வெறியும்தான் தன்னைப் பைத்தியமாக மாற்றும் ஒரு மனநிலைக்குத் தள்ளிவிடும் என்பதையும் அவன் புரிந்து

கொண்டான். எனவே கோபத்தையும், வெறியையும் ஆக்ரோஷத் தையும் தவிர்ப்பது என்ற முடிவுக்கு வந்தான்.

“நான் ஒன்றும் சித்த பிரமை பிடித்த நிலையில் இல்லை. நான் என்ன செய்துகொண்டிருக்கிறேன் என்பதை நான் அறிந்து தான் இருக்கிறேன்” போர்ஃபிரியின் தந்திரமான விளையாட்டு களையெல்லாம் தனது முழுத் திறமைகளையும் பயன்படுத்தி எதிர்ப்பது என்று தீர்மானித்துக்கொண்டு உரக்கக் கத்தினான் ரஸ்கோல்னிகோவ். “நான் முழுப் பிரக்ஞையோடுதான் இருக் கிறேன். ஆமாம்! முழுமையான சுய உணர்வோடுதான் இருக் கிறேன்! என்ன, நான் சொல்வதைக் கேட்கிறீர்களா?”

“ஆமாம், நான் நன்றாகத்தான் கேட்டுக்கொண்டிருக்கிறேன். புரிந்துகொண்டும் இருக்கிறேன். நீ நேற்றுக்கூட நான் சுய நினை வோடு இருக்கிறேன் என்றுதான் சொன்னாய். குறிப்பாக அதற்கு ரொம்பவும் அழுத்தம் கொடுத்துக்கூடச் சொன்னாய். நீ சொன்ன எல்லாவற்றையுமே நான் புரிந்துகொண்டுதான் இருக்கிறேன். ஆங்...! ரோடியன் ரொமனோவிச், என் அன்பான நண்பனே, இதை மட்டும் கொஞ்சம் கேட்டுக்கொள். குறைந்தபட்சம் இப்படி ஒரு சூழ்நிலை ஏற்பட்டுவிட்ட பிறகாவது நான் சொல்வதைக் கேள்! நீ குற்றம் செய்திருந்தாலோ அல்லது மோசமான இந்தச் செயல்பாட்டில் ஏதேனும் ஒரு வகையில் நீ சம்பந்தப்பட்டிருந் தாலோ அந்தக் குறிப்பிட்ட நேரத்தில், அதாவது அந்தச் செயலைச் செய்த பொழுது, கொஞ்சம்கூட மனக்கலக்கம் இல்லாதவனாக, உன் முழுப் பிரக்ஞையுடன், சுய உணர்வுடன் நீ செயல்பட்டாய் என்பதைக் கடவுளின் பெயரால், சத்தியமாக, உறுதியாகச் சொல்ல உன்னால் முடியுமா? அதை மிக அழுத்தமாக மிகவும் துணிச்ச லாக, உறுதிபடச் சொல்ல உன்னால் முடியுமா? அது சாத்தியம் தானா? முடியவே முடியாது. நிச்சயம் அப்படி இருக்க முடியாது. அதற்கு நேர்மாறாகத்தான் இருக்க முடியும் என்று நான் சொல் வேன். நீ உண்மையாகவே ஏதோ ஒரு குற்றத்தைச் செய்துவிட்ட தாக நினைத்தால், அப்போது – அந்த நேரத்தில் சுயப்பிரக்ஞை யுடன், சுய நினைவுடன் இல்லையென்றுதானே நீ வலியுறுத்திச் சொல்லி இருப்பாய்? அப்படித்தானே...? என்ன நான் சொல்வது சரிதானே?” அந்தக் கேள்வியில் ஏதோ ஒரு கபடம் பொதிந் திருந்தது.

ரஸ்கோல்னிகோவ் சோஃபாவில் பின்னுக்கு நகர்ந்து உட்கார்ந்துகொண்டான். போர்ஃபிரி அவனருகே வந்து குனிந்து, சப்தமின்றி அமைதியாக அவன் முகத்தையே குழப்பத்தோடு உற்றுப்பார்த்தார். “அப்புறம், ரஸுமிகினைப் பற்றிய அந்த விஷயம்!

நேற்று அவன் உன்னிடமிருந்து நேரே என்னிடம் இங்கே வந்திருந் தாலும், அவன் தானாகவே வந்தானென்றும், அதற்கும் உனக்கும் சம்பந்தமில்லையென்றும் மறைத்துத்தான் நீ சொல்லியிருக்க வேண்டும்! ஆனால் நீ அப்படி மறைக்கவில்லை! அவனை என்னிடம் வரத்தூண்டியதே நீதான் என்றல்லவா அழுத்தமாகச் சொல்லிக்கொண்டிருக்கிறாய்?"

ரஸ்கோல்னிகோவ் அப்படிச் சொல்லவே இல்லை!

அவனது முதுகுத்தண்டிற்குள் ஒரு சிலிர்ப்பு ஓடியது. "நீங்கள் தொடர்ந்து பொய் சொல்லிக்கொண்டே இருக்கிறீர்கள்" என்று மிகவும் மெதுவாகவும், பலவீனமான குரலிலும் உதட்டைச் சுழித்துக்கொண்டு ஒரு வெறுப்பான புன்னகை செய்தபடி சொன்னான் ரஸ்கோல்னிகோவ். "ஏதோ என் விளையாட்டு முழுவதையும் தெரிந்து வைத்திருப்பது போலவும், நான் சொல்லப் போகும் பதில்களை முன்கூட்டியே அறிந்திருப்பதைப் போலவும் நீங்கள் பேசிக்கொண்டிருக்கிறீர்கள்! அதை என்னிடம் நிரூபிக்க வேண்டும் என்றும் ஆசைப்படுகிறீர்கள்" – அந்த நேரத்தில் தான் வார்த்தைகளை அளந்து பேசவில்லை என்பதும், எல்லை மீறுகிறோம் என்பதும் அவனுக்குத் தெரிந்துதான் இருந்தது. இருந்தாலும் – அதைத் தெரிந்துகொண்டே – அந்தப் போக்கிலேயே அவன் தொடர்ந்து பேசிக்கொண்டு போனான். "நீங்கள் எனக்கு பயம் காட்ட ஆசைப்படுகிறீர்கள்! இல்லையென்றால் சும்மா என்னைப் பார்த்துக் கேலி செய்து சிரிக்கிறீர்கள்!"

இதைச் சொல்லும் பொழுது தன் முகத்திற்கு வெகு நெருக்கமாக இருந்த அவரது முகத்தைக் கண்ணை எடுக்காமல் பார்த்துக்கொண்டிருந்தான் அவன். அப்பொழுது கடிவாளம் போட முடியாத அளவுக்குக் கடுமையான கோபம் அவனது கண்களில் கொப்பளித்துக்கொண்டிருந்தது.

"முழு நேரமும் நீங்கள் பொய்தான் சொல்லிக்கொண்டிருக்கிறீர்கள்" என்று கத்தினான் அவன். "ஒரு குற்றவாளியின் கெட்டிக்காரத்தனமான திட்டம், மனோபாவம் எல்லாம் உங்களுக்கு நன்றாகத் தெரியும்... முடிந்த அளவுக்கு உண்மையே பேசுவது... எந்த அளவுக்கு மறைக்க முடியுமோ அந்த அளவு மட்டுமே மறைப்பது... இது நீங்கள் அறிந்ததுதான்! அவனால் நீங்கள் சொல்வது போல அப்படி எதையும் வெளிப்படுத்திவிட முடியாது. நான் உங்களை நம்ப மாட்டேன்!"

"மிகவும் தந்திரமான பேர்வழி நீ!" என்றார் போர்ஃபிரி பெத்ரோவிச். "ஏய், கிழட்டுப் பையா! உன்னோடு ஒத்துப் போகவே

முடியாது! ஏதோ உறுதியான, மாற்ற முடியாத ஒரு யோசனையை உன் மூளையில் நீ பதித்துக்கொண்டிருக்கிறாய்! அதுதான் காரணம்! சரி, அப்படியென்றால் நீ என்னை நம்பவில்லை, அப்படித்தானே? ஆனால் எனக்கென்ன படுகிறது தெரியுமா? என்னை நீ ஏற்கெனவே பாதிக்கு மேல் நம்பி விட்டாய் என்று தான் எனக்குத் தோன்றுகிறது! உன்னை முழுமையாக நம்பவைக்க நான் நிச்சயம் முயற்சி செய்வேன்! ஏன் தெரியுமா? உன்னை எனக்கு நிஜமாகவே பிடித்திருக்கிறது! மனதாரப் பிடித்திருக்கிறது! உனக்கு உண்மையிலேயே நல்லது செய்ய வேண்டுமென்று நான் விரும்புகிறேன்!"

ரஸ்கோல்னிகோவின் உதடுகள் நடுங்கின.

"ஆமாம், நான் கட்டாயம் அதைத்தான் செய்வேன். அதோடு கடைசியாக ஒரு விஷயத்தை உன்னிடம் சொல்கிறேன்" என்று தோழமையோடு ரஸ்கோல்னிகோவின் கையை மெதுவாகத் தொட்டபடி பேச்சைத் தொடர்ந்தார் போர்ஃபிரி. "கடைசியாக ஒரு விஷயம். உன் உடல் நிலையை நீ நன்றாகக் கவனித்துக் கொள்ள வேண்டும். மேலும் உன் குடும்பத்தார் வேறு இப்போது இங்கே இருக்கிறார்கள். நீ அவர்களைப் பற்றியும் நினைத்துப் பார்க்க வேண்டும். இப்பொழுது நீ அவர்களை உன் பொறுப்பில் எடுத்துக்கொள்ள வேண்டும். அவர்களை நன்றாகப் பார்த்துக் கொள்ள வேண்டும். இவையெல்லாம் நீ செய்திருக்க வேண்டிய கடமைகள்; ஆனால் நீ என்னடாவென்றால் அவர்களைப் பயங்காட்டிக்கொண்டு இருக்கிறாய்!"

"அதைப் பற்றி உங்களுக்கென்ன வந்தது? அவர்களைப் பற்றி உங்களுக்கு எப்படித் தெரியும்? நீங்கள் இதில் இவ்வளவு ஆர்வம் காட்டுவது எதற்காக? அப்படியென்றால் நீங்கள் என்னையே கவனித்துக்கொண்டிருக்க வேண்டும்! அப்படி நீங்கள் கவனிப்பது எனக்கும் தெரியவேண்டும் என்று உறுதிப்படுத்திக் கொள்வதற் காகத்தான் இப்படியெல்லாம் சொல்கிறீர்கள், இல்லையா?"

"கடவுளே... என்ன இது? இந்த விஷயத்தை என்னிடம் சொன்னதே நீதானே! நீ பதற்றமாக இருக்கும் வேளைகளில் எனக்குச் சொன்னதைப் போல எல்லோரிடமும், எல்லாவற்றையும் சொல்லிவிடுகிறாயென்பதை நீயே உணர்வதில்லை! நேற்று ரஸுமிகின் திமீத்ரி புரோகோஃவிச்சிடமிருந்து சுவாரசியமான பல தகவல்களை நான் தெரிந்துகொண்டேன். சரி, இப்போது நீ ஏதோ இடையில் குறுக்கிட்டுப் பேசிவிட்டாய்... விஷயத்துக்கு வருவோம். இத்தனை பெரிய அறிவாளியாக நீ இருந்தபோதும் உன்னிடம் உள்ள அவநம்பிக்கை, அறிவுப்பூர்வமாக விஷயங்களை அணுக

உன்னைத் தடுக்கிறது. உதாரணத்துக்கு அந்தப் பழைய விஷயத்தை – கதவின் அழைப்பு மணியை நீ அடித்த அந்த விஷயத்தையே எடுத்துக்கொள்வோம். அவ்வளவு முக்கியமான ஒரு விஷயத்தை – குறிப்பிட்டுச் சொல்ல வேண்டிய ஒரு தகவலை உன்னிடம் நான் தந்திருக்கிறேன்! (உனக்கே தெரியும், அது எவ்வளவு முக்கியமான தகவல் என்பது...) வழக்கை விசாரணை செய்யும் பொறுப்பில், மாஜிஸ்டிரேட் ஸ்தானத்தில் இருக்கும் நான், அந்தத் தகவலை என் இரண்டு கைகளாலும் கொடுத்திருக்கிறேன். அதில் ஏதோ ஒரு விஷயம் இருக்கிறது என்றுகூடவா உன்னால் பார்க்க முடியவில்லை? உன் மீது எனக்குச் சந்தேகம் இருந்திருந்தால் நான் அப்படிச் செய்திருக்க முடியுமா...? அதற்கு மாறாக உனக்கு என்மீது இருந்த சந்தேகத்தைப் போக்கும் வகையிலும், குறைக்கும் வகையிலும் எனக்கு அந்தத் தகவலைப் பற்றித் தெரியாததைப் போல அல்லவா நான் பாசாங்கு செய்திருப்பேன்? உன் கவனத்தை எதிர்த்திசையில் திருப்பிவிட்டுத் திடீரென்று கோடாரியால் மண்டையில் ஒரு போடு போடுவதைப் போல (உன்னுடைய பாஷையில் சொல்வதானால்) உன்னை அதிர்ச்சிக்குள்ளாக்கியிருப் பேன்! மேலும் உன்னிடம் நான் எப்படிச் சொல்லியிருப்பேன் தெரியுமா? ‘கொலை செய்யப்பட்ட அந்தப் பெண்மணியின் வீட்டில் இரவு பத்து அல்லது பதினொரு மணியை நெருங்கிக் கொண்டிருந்த அந்த நேரத்தில் நீ என்ன செய்துகொண்டிருந்தாய்? நீ ஏன் அந்த அழைப்பு மணியை அடித்துக்கொண்டிருந்தாய்? அங்கிருந்த இரத்தத்தைப் பற்றி நீ ஏன் விசாரித்தாய்? ஏன் அந்த வாயிற்காவலாளியைப் போலீஸ் ஸ்டேஷனில் உள்ள லெப்டி னெண்டிடம் செல்லுமாறு விரட்டினாய்?’ – உன் மீது லேசான சந்தேகம் எனக்கு இருந்திருந்தாலும்கூட இப்படியெல்லாம்தானே உன்னை நான் கேட்டிருக்க வேண்டும்? உன்னிடமிருந்து முறைப்படி எழுதப்பட்ட ஒரு வாக்குமூலத்தை வாங்கிக்கொண்டு, உன்னைச் சோதனை போட்டுக் கைதுகூடச் செய்திருப் பேனல்லவா? அப்படி நான் நடந்துகொள்ளவில்லையென்றால் எனக்கு உன்மீது எந்தச் சந்தேகமும் இல்லை என்றுதானே அர்த்தம்? ஆனால் இப்படி அறிவுப்பூர்வமாகப் பார்க்கும் இயல்பையும் சக்தியையும் நீ தொலைத்துவிட்டாய்! மீண்டும் சொல்கிறேன், எதையுமே உன்னால் சரியாகப் பார்க்க முடிய வில்லை.”

ரஸ்கோல்னிகோவின் உடம்பு முழுவதும் வெடவெடத்துப் போய் நடுங்கிக்கொண்டிருந்தது. போர்ஃபிரி பெத்ரோவிச்சால் அதை மிகவும் வெளிப்படையாகப் பார்க்க முடிந்தது.

"இவ்வளவு நேரமும் நீங்கள் பேசியதெல்லாம் பொய்தான்!" என்றான் அவன். "உங்கள் நோக்கம் என்ன என்பது எனக்கு இன்னும் பிடிபடவில்லை. ஆனால் பொய் சொல்வதைத் தவிர நீங்கள் வேறு எதுவுமே செய்யவில்லை. சில நிமிடங்களுக்கு முன்பு நீங்கள் குறிப்பிட்ட அந்த நல்லுணர்வோடுகூட நீங்கள் பேசவில்லை. அதை நான் தவறாகப் புரிந்துகொள்ளவே வழி இல்லை. சொல்லுங்கள், நீங்கள் பொய்தானே சொல்லிக்கொண்டிருக்கிறீர்கள்?"

"நான் பொய் சொல்கிறேனா?" என்று திரும்பச் சொன்ன போர்ஃபிரி சற்றே சூடானவரைப் போலக் காணப்பட்டார். ஆனாலும் முன்பு பேசிக்கொண்டிருந்த அதே உற்சாகமான, கிண்டலான தொனியையே தன்னிடம் தக்கவைத்துக்கொண்டவராய், ரஸ்கோல்னிகோவ் தன்னைப் பற்றி என்ன நினைப்பான் என்பதைப் பற்றிக் கவலைப்படாதவராகத் தொடர்ந்து பேசத் தொடங்கினார்.

"நான் பொய் சொல்கிறேனா? கொஞ்சம் யோசித்துப்பார். இதோ, இப்போதுகூட உன்னிடம் நான் எப்படி நடந்துகொண்டேன்? (அதிலும் நான் இந்த வழக்கின் விசாரணை நீதிபதியாக இருந்தும்) எப்படியெல்லாம் உன் போக்கிலேயே தொடர்ந்து பேசிக்கொண்டிருந்தேன்? உன்னை நீ காப்பாற்றிக்கொள்வதற்குரிய வழிகளை – மனோதத்துவம், உடல்நிலை, சித்தபிரமை பிடித்த நிலை, அவமானப்படுத்தப்பட்ட நிலை, துயரத்தின் பாதிப்பு, காவல்துறை அதிகாரிகளால் விரட்டப்பட்ட நிலை – என்று இப்படியெல்லாம் உன்னை நீ தற்காத்துக்கொள்வதற்குரிய வழிகளைத்தானே நான் எடுத்துக் கொடுத்துக்கொண்டிருந்தேன்? ம்... ஹி... ஹி... ஹி...! ஆனால் எப்படியிருந்தாலும் ஒன்றை மட்டும் நான் சொல்லித்தான் தீர வேண்டும்! தற்காத்துக்கொள்வதற்கு இப்படிப்பட்ட மனோதத்துவ வழிமுறைகள், இப்படிப்பட்ட சாக்குப்போக்குகள், தப்பித்தல்கள் எல்லாமே போதுமானவையாக இருப்பதில்லை! இரண்டு பக்கங்களையும் துண்டிப்பதற்கே அவை துணைபுரிகின்றன. 'உடல் நலமில்லாமலிருப்பது, சித்த பிரமை பிடித்திருப்பது, ஏதோ மனபிரமை, மன மயக்கம், ஞாபக மறதி' என்று இப்படியெல்லாம் சொல்லிக்கொண்டே போகலாம்! ஒரு வகையில் அதெல்லாம் சரிதான்! ஆனால் இதை மட்டும் சொல், கிழட்டுப் பையா! உடம்பு முடியாமல், சித்த பிரமை பிடித்திருக்கும் நிலையில் இப்படிப்பட்ட மனக்காட்சிகள் மட்டுமே ஏன் உனக்கு ஏற்பட வேண்டும்? அவ்வாறான சூழ்நிலையில் இருக்கும் போது, வேறுவகையான மனக்காட்சிகளும் ஏற்படலாம் அல்லவா? நீயே சொல்! அப்படி வேறு மாதிரிக் காட்சிகள் தோன்றக்கூடாதா, என்ன? ஹி...ஹி...ஹி!"

ரஸ்கோல்னிகோவ் கர்வத்தோடும், வெறுப்போடும் அவரைப் பார்த்தான்.

"சுருக்கமாக ஒரே ஒரு வார்த்தை..." என்று அழுத்தமான தொனியில் உரத்த குரலில் சொல்லியபடி சோஃபாவிலிருந்து எழுந்த அவன் சோஃபாவிற்கு நெருக்கமாக நின்றுகொண்டிருந்த போர்ஃபிரி பெத்ரோவிச்சை இலேசாகத் தள்ளிவிட்டு அந்த இடத்தில் நின்றுகொண்டான். "ஆமாம்! சுருக்கமாக ஒரே ஒரு வார்த்தைதான்... நான் தெரிந்துகொள்ள விரும்புவது இதை மட்டும்தான்! என் மீது சந்தேகப்படுவதற்கு இடமே இல்லை என்பதை நீங்கள் ஒத்துக்கொள்கிறீர்களா என்பதுதான் அது! அதைமட்டும் எனக்குச் சொல்லிவிடுங்கள், போர்ஃபிரி பெத்ரோவிச்! அதை மட்டும் எனக்கு உடனடியாகச் சொல்லிவிடுங்கள், அது போதும்!"

"அம்மாடி... எப்படி அலட்டிக்கொள்கிறாய் நீ! ஆனாலும் ரொம்ப அலட்டல்தான்!" என்று கபடமான பார்வையுடன், மிகவும் கலகலப்பான தொனியில், சலனமே இல்லாமல் கூறினார் போர்ஃபிரி. "ஆமாம், நீ எதற்காக அதைத் தெரிந்துகொள்ள இத்தனை ஆசைப்படுகிறாய்? அதோடு சம்பந்தப்படுத்தி உன்னை யாருமே இன்னும் தொந்தரவுகூடச் செய்யவில்லையே...? அப்படி இருக்கும்போது, எல்லாம் உனக்குத் தெரிந்தாக வேண்டும் என்று ஏன் இப்படிக் குதிக்கிறாய்? உன்னைப் பார்த்தால் உண்மையில் நெருப்போடு விளையாட வேண்டுமென்று அழுகிற குழந்தையைப் போலத்தான் இருக்கிறது! அதுசரி, நீ ஏன் இவ்வளவு கவலைப்படு கிறாய்? எதற்காக இப்படி நீயாகவே உன்னை எங்கள் கைகளில் வலுக்கட்டாயமாகத் திணித்துக்கொள்ளத் துடிக்கிறாய்? அதற்கு என்ன காரணம்? ஹி... ஹி... ஹி...!"

"உங்களிடம் மறுபடியும் சொல்கிறேன்" என்று ஆங்கார மாய்க் கத்தினான் ரஸ்கோல்னிகோவ். "இதற்கு மேலும் என்னால் பொறுத்துக்கொள்ள முடியாது!"

"எதைப் பொறுத்துக்கொள்ள முடியாது...? இப்படி நிச்சயம் இல்லாத ஒரு நிலையில் இருப்பதையா?" என்று இடைமறித்தார் போர்ஃபிரி.

"என்னை இப்படிச் சித்திரவதை செய்யாதீர்கள்! நான் அதைப் பொறுத்துக்கொள்ள மாட்டேன்... திரும்பச் சொல்லு கிறேன், என்னால் அதைப் பொறுத்துக்கொள்ள முடியாது. நான் பொறுக்கவும் மாட்டேன்... நான் சொல்வதைக் கேளுங்கள். நான் சொல்வது கேட்கிறதா உங்களுக்கு?" என்று உரக்கக் கத்தியபடி மேசையைத் தனது முஷ்டியால் மீண்டும் ஓங்கிக் குத்தினான் அவன்.

"உஷ்ஷ்... மெதுவாக! கொஞ்சம் மெதுவாகப் பேசு! நீ பேசுவது கேட்டுவிடப் போகிறது! நீ உன்னைக் கொஞ்சம் கவனித்துக்கொள்ள வேண்டுமென்று நிஜமாகவே இப்போது நான் எச்சரிக்கிறேன்! நான் ஒன்றும் 'ஜோக்' அடித்துக்கொண்டிருக்க வில்லை" என்று கிசுகிசுப்பான குரலில் கூறினார் போர்ஃபிரி. ஆனால் இதற்கு முன்பு காணப்பட்ட பெண்மைக்குரிய நல்லியல்பான இரக்கமும் கலவரமும் இப்பொழுது அவரிடம் தென்பட வில்லை. மாறாக அவர் இப்போது அவனை மிகவும் கடுமையாக உற்று நோக்கிக்கொண்டிருந்தார். ஒரே அடியில் அவனை வீழ்த்தி விட்டு, எல்லா மர்மங்களையும் புதிர்களையும் விடுவித்து விடுவதற்கான உத்தரவு பிறப்பிப்பதைப் போன்ற தோரணையில் அவர் இப்போது பேசியது போலத் தோன்றியது. அந்தச் சினமும் கடுமையும் ஒரே ஒரு கணம்தான் நீடித்தது. குழம்பிப் போன ரஸ்கோல்னி கோவுக்கு உடனடியாகக் கோபமும் ஆவேசமுமே மேலோங்கின. ஆனாலும், கோபத்தின் உச்சத்தில் வலிப்பு வந்தவனைப் போல அவன் துடித்துக்கொண்டிருந்தாலும்கூட என்ன வினோதம் நிகழ்ந்ததோ... அவன் சட்டென்று அமைதியாகிப் போனான். அமைதியாகப் பேச வேண்டும் என்ற கட்டுப்பாட்டுக்கு உட்பட்டவனைப் போல, மெதுவாகப் பேசத் தொடங்கினான்.

"இப்படி என்னைச் சித்திரவதைப்படுத்துவதை நான் கொஞ்சமும் அனுமதிக்க மாட்டேன்!" என்று அவன் கூறியபோது, சற்று முன்பு பேசியதைப் போலவே அவனது குரலின் தொனி மெல்லிய குரலில் கிசுகிசுப்பாய்த் தாழ்ந்து போயிருந்தது. அவரது கட்டளைக்கு இப்படிக் கீழ்ப்படிய வேண்டியதாகிவிட்டதே என்று வெறுப்போடும், கோபத்தோடும் உணர்ந்தபோது இன்னும்கூட அதிகமான ஆக்ரோஷம் அவனுள் பொங்கியது.

"என்னைக் கைது செய்யுங்கள்! சோதனை போடுங்கள்! எல்லாமே செய்துகொள்ளுங்கள்! ஆனால் எல்லாவற்றையும் முறைப்படி செய்யுங்கள்! இப்படி என்னுடன் விளையாடாதீர்கள்! அப்படிச் செய்வதற்கு மட்டும் துணியாதீர்கள்."

"முறைப்படி செய்யவேண்டியதைப் பற்றியெல்லாம் நீ கவலைப்படாதே" என்று குறுக்கிட்டுச் சொன்னார் போர்ஃபிரி. முன்பு அவர் தன் முகத்திலிருந்த அதே கபடமான புன்னகை யோடு, விஷமத்தனமான பெருமிதத்தோடு ரஸ்கோல்னிகோவைப் பார்த்துக்கொண்டிருந்தார். "இப்படிப் பார்த்தால் நான் இங்கே உன்னை அழைத்திருப்பதே முறையான அழைப்பு இல்லையே, கிழவா! மிகுந்த சிநேக பாவத்தோடு, நட்பு ரீதியில்தானே உன்னை அழைத்தேன்!"

"எனக்கு உங்கள் நட்பு தேவையில்லை! அதன்மீது நான் காறி உமிழ்கிறேன். என்ன...? நான் சொல்வது கேட்கிறதா? இதோ, பாருங்கள்... நான் என் தொப்பியை எடுத்துக்கொண்டு போய்க் கொண்டிருக்கிறேன்! சரி, உண்மையிலேயே உங்களுக்கு என்னைக் கைது செய்யவேண்டுமென்ற நோக்கம் இருந்தால், இப்போது என்ன செய்வீர்கள்?"

அவன் தனது தொப்பியை எடுத்துக்கொண்டு கதவை நோக்கி நடந்தான்.

"ஆனால் உனக்கு நான் கொடுக்க எண்ணியிருக்கும் ஒரு சிறிய ஆச்சரியத்தை பார்க்க உனக்கு விருப்பமில்லையா?" என்று கேட்டுக்கொண்டே உள்ளூரச் சிரித்தபடி அவனது கையைப் பற்றி யிழுத்துப் பின்கதவருகே அவனை நிறுத்தினார் போர்ஃபிரி. அவரது உற்சாகமும் விளையாட்டுத்தனமும் நேரத்துக்கு நேரம் அதிகரித்துக்கொண்டே போயிற்று, பைத்தியம் பிடிக்கச் செய்வது போன்ற ஓர் உணர்வை அவனிடத்தில் அது ஏற்படுத்தியது.

"அது என்ன சிறிய ஆச்சரியம்...? என்ன அது?" – என்று திகிலடைந்தவனாக அசையாமல் நின்றபடி கேட்டான் ரஸ்கோல்னிகோவ்.

"என்னுடைய அந்தச் சின்ன ஆச்சரியம், அதோ... கதவுக்குப் பின்னால்... ஹி... ஹி... ஹி!" என்று சொல்லியபடி – பின்புறம் தடுப்பில் அமைந்திருந்த – அந்த மூடிய கதவைச் சுட்டிக்காட்டி னார் போர்ஃபிரி. "அது ஓடிப்போய் விடாமல் இருப்பதற்காக நான் அதை உள்ளே பூட்டி வைத்திருக்கிறேன்."

"என்ன அது...? அது எங்கே...? அது என்ன?" என்று கேட்டபடி கதவைத் திறக்க முயற்சித்தான் ரஸ்கோல்னிகோவ்.

"அது பூட்டப்பட்டிருக்கிறது! இதோ அதன் சாவி!" என்று தன்னுடைய சட்டைப் பையிலிருந்து ஒரு சாவியை எடுத்து அவனிடம் காட்டினார் போர்ஃபிரி.

"நீங்கள் இன்னும்கூட பொய்தான் சொல்லிக்கொண்டி ருக்கிறீர்கள்" – என்றபடி பயங்கரக் கூச்சலிட்ட ரஸ்கோல்னிகோவ் தன்னைக் கட்டுப்படுத்திக்கொள்ள இயலாதவனாக, போர் ஃபிரியை நோக்கிப் பாய்ந்தான். அவர் சற்றும் பயப்படாமல் கதவுப் பக்கமாகப் பின் வாங்கினார்.

"எனக்கு எல்லாமே புரிந்துவிட்டது! எல்லாமே புரிந்து விட்டது! நீங்கள் பொய் சொல்கிறீர்கள்! என்னைச் சீண்டிவிடு வதன் மூலம் என்னை நானே காட்டிக் கொடுக்குமாறு என்னைத் தூண்டுகிறீர்கள்!"

ஃபியோதர் தஸ்தயெவ்ஸ்கி

“ஆனால் இனிமேல் உன்னைக் காட்டிக் கொடுத்துக் கொள்ள வேண்டிய அவசியமே உனக்கு இல்லை, ரோடியன் ரொமனோவிச்! கிழட்டுப் பையா! உன்னை நீ விட்டுக் கொடுக்கவே வேண்டாம். நீ இப்பொழுது கத்தாமல் இரு! நான் ஓர் ஆளைக் கூப்பிடப் போகிறேன்!”

“நீங்கள் பொய் சொல்கிறீர்கள். எதுவுமே நடக்கப் போவ தில்லை. உங்கள் ஆட்களை வேண்டுமானால் கூப்பிடுங்கள். எனக்கு உடம்பு சரியில்லை என்பது உங்களுக்குத் தெரியும். ஆனாலும் பைத்தியம் பிடிக்கிற அளவுக்கு எனக்கு எரிச்சலூட்டி அதன் வழியாக என்னை நானே காட்டிக் கொடுக்க வேண்டு மென்று முயன்றீர்கள்! அதுதானே உங்கள் நோக்கம்? வேண்டாம்! அது சரியில்லை. முதலில் ஆதாரங்களைக் கொண்டு வாருங்கள்! எனக்கு எல்லாம் தெரியும்! உங்களிடம் எந்த உண்மைகளும் இல்லை. ஆதாரங்களும் இல்லை... உங்களிடம் இருப்பதெல்லாம் வெறும் அனுமானங்கள் மட்டும்தான்! மிகவும் அற்பமான, புறந்தள்ளக்கூடிய, அபத்தமான, குப்பையான அனுமானங்கள் மட்டும்தான். எல்லாமே சமெடோவ் செய்து வைத்திருக்கும் வெற்று ஊகங்கள்! என்னுடைய இயல்பை நன்றாக அறிந்து கொண்டு, என்னைப் பைத்தியம் பிடிக்கிற நிலைக்கு விரட்டித் தள்ளி என்னைத் தரையில் வீழ்த்தி, உங்களுடைய சாட்சிகளையும், பாதிரியார்களையும், வைத்து எனக்கு அதிர்ச்சியூட்டப் பார்க் கிறீர்கள்! அவர்களுக்காகத்தானே நீங்கள் காத்துக்கொண்டிருக் கிறீர்கள்? ம்...! நீங்கள் காத்திருப்பது எதற்காக? அவர்களெல்லாம் எங்கே? வெளியேகொண்டு வாருங்கள் அவர்களை...!”

“என்ன சாட்சிகள்...? நீ என்ன சொல்கிறாய்? அன்பு நண்பனே, நீ சொல்கிறபடியெல்லாம் நடப்பதென்பது விதிமுறை களுக்கு எதிராக நடப்பதாகும். நீ விதிமுறைகளைப் பற்றிச் சரி யாகப் புரிந்துகொள்ளவில்லை. எல்லாவற்றிற்கும் நடைமுறைகள், விதிகள் எல்லாம் இருக்கின்றன. இப்போது நீயே அதைப் பார்க்கப் போகிறாய்!” என்று முணுமுணுப்பாகச் சொன்ன போர்ஃபிரி, கதவுப்பக்கம் கவனித்தார். உண்மையிலேயே கதவுக்குப் பின்னா லிருந்த அந்த அறையிலிருந்து சில சப்தங்கள் கேட்பது போலத் தோன்றியது.

“ம்... அவர்களெல்லாம் வருகிறார்கள்” என்று கத்தினான் ரஸ்கோல்னிகோவ், “நீங்கள்தான் அவர்களை வரச் சொல்லி அனுப்பிவிட்டு, இங்கே அவர்களை எதிர்பார்த்து, அவர்களுக்காகக் காத்துக்கொண்டிருக்கிறீர்கள்! சரி, எல்லோரையும் இங்கே கூப்பிடுங்கள்... உங்களுக்குத் துணையாக உள்ள அந்த அதிகாரிகள்,

சாட்சிகள், இன்னும் உங்கள் விருப்பப்படி யாரை வேண்டு மானாலும் அழைத்து வாருங்கள்! நான் தயாராக இருக்கிறேன்! ஆமாம், நான் தயாராக இருக்கிறேன்!"

ஆனால் அப்போது வினோதமான விஷயம் ஒன்று நடந்தது. பொதுவாகச் சற்றும் எதிர்பார்த்திருக்கவே முடியாத ஓர் அதிசய நிகழ்வாக அது அமைந்துவிட்டது. ரஸ்கோல்னிகோவோ, போர்ஃபிரி பெத்ரோவிச்சோகூட அப்படி ஒரு திருப்பத்தை நிச்சயம் எதிர்பார்த்திருக்க முடியாது!

அத்தியாயம் – 6

பின்னால், வெகுநாட்களுக்குப் பிறகு, இந்த நிகழ்ச்சியைப் பின்வருமாறு நினைவு கூர்ந்தான் ரஸ்கோல்னிகோவ்:

கதவுக்குப் பின்னால் கேட்டுக்கொண்டிருந்த சப்தம் மேலும் மேலும் அதிகரித்துக்கொண்டே வந்தது. திடீரென்று கதவு இலேசாகத் திறந்தது.

"என்ன இது?" என்று உரக்கக் கத்தினார் போர்ஃபிரி.

"ஏன் இப்படிச் செய்கிறீர்கள்? இப்படிச் செய்யக்கூடா தென்று நான் கட்டளை இட்டிருந்தேன் அல்லவா?"

கணநேரம் அந்தப் பக்கத்திலிருந்து எந்தப் பதிலும் வர வில்லை. ஆயினும், கதவுக்குப் பின்னால் நிறைய ஆட்கள் இருப் பதும், அவர்கள் யாரோ ஒருவனைத் தள்ளிக்கொண்டிருப்பதும் புரிந்தது.

"என்ன விஷயம்" என்று மீண்டும் கவலையோடு கேட்டார் போர்ஃபிரி.

"கைது செய்யப்பட்டிருந்த மிகோலாய் இங்கே கொண்டு வரப்பட்டிருக்கிறான்" என்று யாரோ பதில் சொன்னார்கள்.

"எனக்கு இப்போது அவனைப் பார்க்கத் தேவையில்லை. இங்கிருந்து வெளியே அழைத்துச் செல்லுங்கள். நான் கூப்பிடும் வரையில் அவனை வெளியே காத்திருக்கச் செய்யுங்கள். அவன் எதற்காக இங்கே வந்திருக்கிறான்? என்ன இது ஒழுங்கீனம்?" என்று கத்திக்கொண்டே கதவை நோக்கி விரைந்தார் போர்ஃபிரி.

"ஆனால் அவன்..." என்று அதேகுரல் மீண்டும் கேட்டது. ஆனால் ஏனோ பாதியில் நின்று போனது.

இரண்டு வினாடிகளுக்கு மேல் இருக்காது...! பின்புறம் ஏதோ தள்ளுமுள்ளு நடப்பது போல் ஓசை கேட்டது. யாரோ, யாரையோ மிகவும் பலமாகப் பிடித்துத் தள்ளுகிற ஓசை கேட்டது. அடுத்தகணமே, முகமெல்லாம் வெளிறிப் போயிருந்த ஒரு மனிதன், கதவைத் தாண்டிப் போர்ஃபிரியின் அலுவலக அறைக்குள்ளே வந்தான்.

முதல் பார்வையில் அந்த மனிதனின் தோற்றம் மிகவும் விநோதமாகத் தோன்றியது. அவன் தனக்கு நேராக எதையோ வெறித்துப் பார்ப்பதைப் போலத் தோன்றினாலும் எவன் எதையும் குறிப்பாகப் பார்ப்பது போலத் தெரியவில்லை. அவனது பார்வை மட்டும் அசையாத நிலைத்த பார்வையாக இருந்தது. அவனுடைய கண்களில் ஒருவிதமான உறுதியான தன்மை தென்பட்டாலும், மரண தண்டனைக்காக இழுத்துச் செல்லப்படுபவனைப் போல அவனது முகம் பயங்கரமாக வெளுத்துப் போயிருந்தது. அவனுடைய வெளுத்துப் போன உதடுகள் துடித்துக்கொண்டிருந்தன.

அவன், நடுத்தரமான உயரமும் மெலிவான தேகமும் கொண்ட இளைஞனாக இருந்தான். அவனது முடி தலையைச் சுற்றி வட்டமாக வெட்டப்பட்டிருந்தது. அவனது பார்வையில் ஒளி இல்லை. மிகவும் சாதாரணமான உடலுழைப்பு செய்யும் தொழிலாளியைப் போல அவன் உடையணிந்திருந்தான். எதிர் பாராதவிதத்தில் அவன் பிடித்துத் தள்ளிவிட்ட அந்த மனிதனும் அவனுக்குப் பின்னாலேயே அறைக்குள் நுழைந்தான். ஜெயில் வார்டனாகிய அந்த மனிதன், முதலில் நுழைந்த இளைஞனின் தோளில் அழுத்தமாகத் தனது கைகளைப் பதித்தான். வெறுப்புடன், பலமாக அவனது கைகளைத் தனது தோள்களிலிருந்து தள்ளிவிட்டான் அந்த இளைஞன். இன்னும் சிலர், கதவின் அருகே நின்றுகொண்டு இந்தக் காட்சியை ஆர்வத்தோடு வேடிக்கை பார்த்துக்கொண்டிருந்தனர். அவர்களில் சிலர் அறைக்குள் நுழையவும் முற்பட்டனர். இவையெல்லாமே கண்ணிமைக்கும் நேரத்திற்குள் அந்த இடத்தில் நடந்து முடிந்துவிட்டன.

"முதலில் இங்கிருந்து வெளியேறுங்கள்! கெட்அவுட்! இவ்வளவு அவசரமாக நீங்கள் இங்கே வரவேண்டிய தேவையே இல்லை. நான் கூப்பிடும் வரையில் காத்திருங்கள்! இவனை எதற்காக இத்தனை சீக்கிரம் அழைத்து வந்தீர்கள்?" என்று கடுகடுத்தார் போர்ஃபிரி பெத்ரோவிச். மிகுந்த குழப்பத்தோடு காணப்பட்ட அவர், இப்போது வெகுவாக எரிச்சலடைந்திருந்தார். திடீரென்று அவரது பாதங்களில் விழுந்த நிலையில், அவர் முன் முழந்தாளிட்டு இரு கரங்களையும் குவித்தபடி மண்டியிட்டான் மிகோலாய்.

"உனக்கு என்ன வேண்டும்?" என்று வியப்புற்றவராகக் கூவினார் போர்ஃபிரி.

"குற்றம் செய்தவன் நான்தான்! அந்தப் பாவச் செயல் என்னுடையதுதான்! நான்தான் கொலைகாரன்" என்று மூச்சு

வாங்கியபடி உரத்த குரலில் 'சட்டென்று' பதிலளித்தான் மிகோலாய்.

பத்து வினாடிகள் அங்கே திகைப்பூட்டும் அமைதி நிலவியது. அனைவரும் பேச்சிழந்து போயிருந்தனர். மீண்டும் பின்புறம் மெல்லத் திரும்பிய வார்டனும்கூடக் கதவருகில் அதிர்ச்சியுடன் நின்றுவிட்டான். கொஞ்சம்கூட அசையாமல் அங்கே நின்றான் அவன்.

"இதெல்லாம் என்ன?" திகைப்பில் ஒரு நொடி பிரமித்துப் போயிருந்த போர்ஃபிரி, அதிலிருந்து விடுபட்டவராக உரக்கக் கத்தினார்.

"நான்தான்... கொலைகாரன்" என்று சிறிது நேர இடை வெளிக்குப் பின்பு மீண்டும் சொன்னான் மிகோலாய்.

"என்ன இது நீ என்ன சொல்கிறாய்? நீ யாரைக் கொன் றாய்?" போர்ஃபிரி பெத்ரோவிச் திகைப்பில், மிகவும் தடுமாறிப் போயிருந்தார்.

கண நேரம் ஒன்றுமே பேசாமல் அமைதியாக இருந்த மிகோலாய், திடீரென்று மீண்டும் பேசத் தொடங்கினான்:

"அல்யோனா இவானோவ்னாவையும் அவளது சகோதரி லிஸாவெதா இவானோவ்னாவையும் நான்தான்... ஒரு கோடாரி யால் அடித்துக் கொன்றேன்... எனக்கு எல்லாமே இருட்டாகத் தெரிகிறது..." என்று சொன்ன அவன் மீண்டும் சட்டென்று அமைதியாகிப் போனான். இன்னும்கூட அவன் முழந்தாளிட்டு மண்டியிட்டபடியே இருந்தான்.

ஏதோ நினைவில் ஆழ்ந்துபோனவராகச் சிறிது நேரம் கண்களை மூடிக்கொண்டு தியானத்தில் ஆழ்ந்திருந்தார் போர் ஃபிரி பெத்ரோவிச். உடனடியாகச் சிந்தனையிலிருந்து தன்னை மீட்டுக்கொண்ட அவர், அழையாத விருந்தாளிகளாய் அங்கே வேடிக்கை பார்த்துக்கொண்டிருந்தவர்களை நகர்ந்து செல்லுமாறு கையசைத்தார். அவர்கள் உடனே விலகிச் சென்றனர். கதவும் மூடப்பட்டது. பிறகு வெறித்த பார்வையுடன் மிகோலாயைப் பார்த்தபடி மூலையில் நின்றுகொண்டிருந்த ரஸ்கோல்னிகோவைப் பார்த்தார். அவனை நெருங்கிச் சென்ற அவர், சில அடிகளை எடுத்து வைத்தபிறகு மேலும் நகராமல் அப்படியே நின்றபடி மிகோ லாயைத் திரும்பிப் பார்த்தார். பிறகு மீண்டும் ரஸ்கோல்னி கோவைப் பார்த்தார்; அடுத்து, மீண்டும் மிகோலாயைப் பார்த்தார். அவ்வாறு மாறி மாறிப் பார்ப்பதை அவரால் தவிர்க்க முடிய வில்லை என்பது போலத் தோன்றியது.

கடைசியில் மிகோலாயின் பக்கம் தனது பார்வையை முழுமையாகத் திருப்பிக்கொண்டு அவனை நெருங்கிச் சென்றார்.

"ஏன் இப்படி அவசரமாக ஓடி வந்திருக்கிறாய்? என் மனதிற்கு எல்லாமே இருட்டாகத் தெரிகிறது என்று ஏன் என்னிடம் சொல்கிறாய்? உன் மனம் சரியாக இருக்கிறதா, இல்லையா என்று நான் உன்னிடம் எதுவும் கேட்கவில்லையே...? சரி, சொல்... நீதான் அவர்களைக் கொன்றாயா?"

"நான்தான் கொலைகாரன்! அதற்கான வாக்குமூலம் தர விரும்புகிறேன்!"

"ஓ அப்படியா? எதை வைத்து அவர்களை நீ கொன்றாய்?"

"கோடாரியை வைத்து! அதற்காகவே அதை வாங்கினேன்."

"வாக்குமூலம் கொடுக்க நீ ரொம்பவும்தான் அவசரப்படு கிறாய், அப்படித்தானே...? சரி, நீ மட்டும் தனியாகவா?"

மிகோலாய் அந்தக் கேள்வியைப் புரிந்துகொள்ளவில்லை.

"நீ மட்டும் தனியாகவா அந்தக் கொலைகளைச் செய்தாய்?"

"ஆமாம்! மிட்காவுக்கு எதுவும் தெரியாது... அவனுக்கும் இதற்கும் எந்தச் சம்பந்தமும் இல்லை."

"மிட்காவைப் பற்றிச் சொல்வதற்கு இவ்வளவு அவசரப் படாதே...! ஓ... அப்படியென்றால் சரியாக அதே நேரத்தில் கீழ்ப் பகுதிக்கு நீ எப்படி ஓடி வந்தாய்? வாசலிலிருந்த காவலாளிகள் உங்கள் இரண்டு பேரையுமே பார்த்திருக்கிறார்களே...? என்ன... பார்த்தார்களா... இல்லையா?"

"ஏதோ குருட்டுத்தனமாக நான் அதைச் செய்துவிட்டேன். அதனால்தான் மிட்காவோடு நான் ஓடிவந்தேன்" என்று வேக மாகப் பதில் சொன்னான் மிகோலாய். அவன் பதில் சொன்ன தோரணை – முன்கூட்டியே இப்படித்தான் சொல்ல வேண்டு மென்று முடிவு செய்துகொண்டு சொன்னதைப் போல இருந்தது.

"ஆங்... அப்படியானால் விஷயம் இதுதான்" என்று கோப மாகக் கத்தினார் போர்ஃபிரி. "இதை இவன் சொந்தமாகப் பேச வில்லை... எங்கிருந்தோ யாரோ சொல்லிக் கொடுத்த மாதிரிதான் பேசுகிறான்!" என்று தனக்குத்தானே அவர் முணுமுணுத்துக் கொண்டார். பிறகு மீண்டும் அவரது பார்வை, ரஸ்கோல்னி கோவின் மீது பதிந்தது.

இவ்வளவு நேரமும் மிகோலாய் விஷயத்தில் அவர் மும்முரமாக ஈடுபட்டிருந்ததால் ரஸ்கோல்னிகோவையே சிறிது

ஃபியோதர் தஸ்தயெவஸ்கி ● 697

நேரம் மறந்து போயிருந்தார். ரஸ்கோல்னிகோவைத் திரும்பிப் பார்த்ததும் துணுக்குற்றுப் போன அவர் உடனே தன்னைச் சுதாரித்துக்கொண்டார். இருப்பினும் கொஞ்சம் மனக்கலவரத் துடன், சங்கடப்பட்டவராகத்தான் தென்பட்டார்.

"ரோடியன் ரொமனோவிச், என் அன்புப் பையா! தயவுசெய்து மன்னித்துக்கொள்!" என்றபடி அவர் அவனை நெருங்கிச் சென்றார். "எனக்கு வேறுவழியில்லை... நீ தவறாக நினைக்காதே! நீ இங்கே இருப்பது முறையில்லை. பார்த்தாயா... எப்படி ஓர் ஆச்சரியம் என்று? நீ ஒன்றும் தவறாக நினைக்க மாட்டாயல்லவா?" என்று கூறியபடி அவனது கையைப் பிடித்துக் கொண்டு கதவுப் பக்கமாக அவனை நகர்த்திச் சென்றார் போர்ஃபிரி.

"நீங்களுமே இதை எதிர்பார்க்கவில்லையென்று தோன்று கிறதே!" என்றான் ரஸ்கோல்னிகோவ். நடந்துகொண்டிருப்பது என்னவென்று தெளிவாகப் புலப்படவில்லையென்றாலும் இழந் திருந்த தைரியத்தை அதற்குள் பெரும்பாலும் அவன் மீட்டுக் கொண்டிருந்தான்.

"நீயும்தான் எதிர்பார்க்கவில்லை, கிழட்டுப் பையா... பார்! உன் கைகளெல்லாம் எப்படி நடுங்குகிறது... ஹி... ஹி... ஹி!"

"நீங்களுமே நடுங்கிக்கொண்டிருக்கிறீர்கள், போர்ஃபிரி பெத்ரோவிச்!"

"ஆமாம்... அது சரிதான்! நான் இதை எதிர்பார்க்க வில்லை!"

அவர்கள் கதவருகே நின்றுகொண்டிருந்தார்கள்.

ரஸ்கோல்னிகோவ் விடைபெறும் தருணத்தை எதிர் பார்த்துப் பொறுமையிழந்தவராகக் காத்திருந்தார் போர்ஃபிரி.

"நீங்கள் காட்டுவதாகச் சொன்ன அந்தச் சிறிய ஆச்சரி யத்தை என்னிடம் காட்டப் போவதில்லையா?" என்று திடீ ரென்று கேட்டான் ரஸ்கோல்னிகோவ்.

"பல்லெல்லாம் பறை கொட்டிக்கொண்டிருக்கும் இந்த நேரத்தில்கூட இவனால்தான் இப்படிப் பேச முடியும்! ஹி... ஹி... ஹி...! என்ன ஒரு முரண்பாடான மனிதனப்பா நீ! சரி, சரி! இப் போதைக்குச் சென்றுவா... குட்பை!"

""இப்போதைக்கு" என்று சொல்ல வேண்டாம். சும்மா "போய்வா" என்று சொல்வதுதான் சரியாக இருக்குமென்று நான் நினைக்கிறேன்!"

“அது, கடவுளின் விருப்பத்தைப் பொறுத்தது! கடவுள் என்ன விரும்புகிறாரோ அப்படி நடக்கும்” என்று முகத்தைச் சுளித்துக்கொண்டு புன்னகை செய்தபடி முணுமுணுத்தார் போர்ஃபிரி.

அறைக்கு வெளியிலிருந்த அலுவலகத்தினூடே நடந்து சென்றபோது, பல கண்கள் தன்மீது பதிந்திருப்பதைக் கவனித் தான் ரஸ்கோல்னிகோவ். முன்னறையிலிருந்த கூட்டத்தில் ‘அந்த’ வீட்டைச் சேர்ந்த காவலாளிகள் இருவர் இருப்பதை அவனால் இனங்கண்டுகொள்ள முடிந்தது. அன்றொரு நாள் இரவுப் பொழுதில் ‘அந்த வீட்டுக்குள்’ சென்றபோது, போலீசுக்குப் போகு மாறு அவர்களிடம்தான் அவன் சொன்னான். அவர்கள் எதையோ எதிர்பார்த்தபடி நின்றுகொண்டிருந்தார்கள். படிகளை அவன் நெருங்கியபோது போர்ஃபிரி பெத்ரோவிச்சின் குரல் மீண்டும் அவனுக்குப் பின்னாலிருந்து கேட்டது. அவன் திரும்பிப் பார்த்தபொழுது, மூச்சு இரைக்க இரைக்க அவனுக்குப் பின்னால் அவர் வந்துகொண்டிருந்தார்.

“ரோடியன் ரொமனோவிச்! ஒரே ஒரு வார்த்தையை மட்டும் கேட்டுவிட்டுப் போ! மற்றதெல்லாம் கடவுளின் விருப்பப்படி நடக்கட்டும். ஆனால் அதே நேரத்தில் நான் உன்னிடத்தில் கேட் டாக வேண்டிய சில கேள்விகளும் இருக்கின்றன. சும்மா வழக்க மான நடைமுறைகளைப் பூர்த்தி செய்வதற்காகத்தான்! அதனால் நாம் மீண்டும் ஒருமுறை சந்திப்போம்!”

போர்ஃபிரி அவனுக்கு எதிரே ஒரு புன்னகையுடன் நின்றிருந்தார்.

“இதோ பார்...” என்று மறுபடியும் பேசத் தொடங்கினார் அவர். இன்னும் எதையோ சொல்ல நினைத்து, வார்த்தை வராமல் திணறுபவரைப் போல இருந்தது அவரது நிலை.

“தயவுசெய்து சற்று முன்பு நான் பேசியவைகளுக்காக என்னை நீங்கள் மன்னிக்க வேண்டும் போர்ஃபிரி பெத்ரோவிச்! நான் கொஞ்சம் கோபமாக இருந்தேன்!” என்று தொடங்கினான் ரஸ்கோல்னிகோவ். இப்பொழுது புதிதாக அவனுக்கு ஒரு தைரியம் ஏற்பட்டிருந்தது! அதை அவரிடம் வெளிக்காட்டிக்கொள்ள வேண்டும் என்ற விருப்பத்தை அவனால் கட்டுப்படுத்திக்கொள்ள இயலவில்லை.

“அதனால் ஒன்றுமில்லை! ஒன்றுமில்லை!” என்று சற்று மகிழ்ச்சியாகவே அவனுடன் ஒத்துப் பேசினார் அவர். “நானும் கூடக் கொஞ்சம் விஷமக்காரன்தான்! இதை ஒத்துக்கொள்ளக்

கொஞ்சம் வருத்தமாகத்தான் இருக்கிறது. ஆனால் என்ன செய்ய...? சரி, போகட்டும்! ஆனால் நாம் இருவரும் மறுபடியும் சந்திப்போம்!"

"அப்புறம் கடைசியாக, ஒருவரை ஒருவர் புரிந்துகொள்ளக் கற்றுக்கொள்வோம்" என்று அவருடன் கூடவே இணைந்து சொன்னான் ரஸ்கோல்னிகோவ்.

"ஆமாம்! இறுதியில் ஒருவரை ஒருவர் புரிந்துகொள்வோம்!" என்று அவன் சொன்னதை ஆமோதித்த போர்ஃபிரி, கண்களைச் சுருக்கிக்கொண்டு அவனை ஆழமாக உற்று நோக்கினார்.

"இப்பொழுது பிறந்தநாள் விருந்துக்குச் சென்றுகொண்டிருக் கிறாயா?"

"இல்லை, ஓர் இறுதிச் சடங்குக்கு..."

"ஓ... ஆமாம், ஆமாம்... இறுதிச் சடங்குக்குத்தானே...? சரி, உன்னுடைய உடம்பை நன்றாகப் பார்த்துக்கொள். அதில் நிறையக் கவனம் எடுத்துக்கொள். நன்றாக இரு!"

"பதிலுக்கு நான் உங்களுக்கு எந்த வகையில் வாழ்த்துச் சொல்வதென்று எனக்குத் தெரியவில்லை!" படிகளில் இறங்கத் தொடங்கியிருந்த ரஸ்கோல்னிகோவ் மீண்டும் போர்ஃபிரியைப் பார்த்துத் திரும்பியவண்ணம் இவ்வாறு கூறினான். "உங்களுக்கு வெற்றி உண்டாகட்டும் என்று வாழ்த்தலாம்! ஆனால் என்ன செய்வது? உங்கள் வேலை, வேடிக்கையான ஒன்றாக அல்லவா இருக்கிறது?"

"வேடிக்கையானதென்று ஏன் சொல்லுகிறாய்?" – உள்ளே செல்வதற்காகத் திரும்பிவிட்டிருந்த போர்ஃபிரி பெத்ரோவிச், அவன் சொல்வதைக் கேட்கத் தனது காதுகளை நீட்டிக் கொண்டார்.

"நீங்களே பாருங்களேன் அந்தப் பாவப்பட்ட மிகோலாயை! உங்கள் வழக்கமான பாணியில், மனோதத்துவ முறைப்படி நீங்கள் எப்படியெல்லாம் சீண்டியிருப்பீர்கள்...? அவன், அதை ஒத்துக் கொள்கிற வரையில் அவனை எப்படியெல்லாம் சித்திரவதை செய் திருப்பீர்கள்...? "நீதான் கொலைகாரன், நீதான் கொலைகாரன்!" என்று திரும்பத் திரும்ப இரவும் பகலும் அதையே சொல்லி, 'நான்தான் கொலைகாரன்' என்று அவன், தன் வாயினாலேயே ஒப்புக்கொள்ளும்படியாகச் செய்ய நீங்கள் எப்படியெல்லாம் முயற்சி செய்திருப்பீர்கள்? இப்போது அதை அவனாகவே ஒப்புக் கொள்ளும் நேரத்தில் மறுபடியும் அவனைப் புறந்தள்ளி ஒதுக்கி

விடுகிறீர்கள்! 'நீ பொய் சொல்கிறாய்' என்றும், 'நீ கொலைகாரன் இல்லை... நீ அப்படி இருக்க முடியாது' என்றும், 'யாரோ சொல்லிக் கொடுத்ததைச் சொல்கிறாய்' என்றும் அவனிடம் பேசு கிறீர்கள்... இதையெல்லாம் பார்த்தபிறகு உங்கள் தொழிலை வேடிக் கையானது என்று நான் சொன்னதில் என்ன தவறு இருக்கிறது?"

"ஹி... ஹி... ஹி...! அப்படியானால் மிகோலாய் இப்போது பேசியது எதுவுமே அவன் சொந்தமாகப் பேசியது இல்லை என்று அவனிடம் நான் கூறியதை நீ கவனித்துக்கொண்டிருந்தாயா?"

"அதை எப்படிக் கவனிக்காமல் இருக்க முடியும்?"

"ஹி... ஹி... ஹி...! நீ புத்திசாலிதான்! உண்மையிலேயே நீ மிகவும் கூர்மையான புத்திசாலிதான்! எல்லாவற்றையுமே நீ கவனிக்கிறாய். அதிலும் ரொம்பக் கோமாளித்தனமான செய்தி களை சீக்கிரமே பிடித்துக்கொண்டுவிடுகிறாய்! ஹி... ஹி... ஹி...! நம்முடைய எழுத்தாளர்களில் கோகோலுக்குத்தான் அப்படிப் பட்ட அறிவு மிகுதியாக உண்டு! என்ன சரிதானே!"

"ஆமாம்... கோகலுக்குத்தான்!"

"ஆமாம், கோகலுக்குத்தான்...! சரி, நம்முடைய அடுத்த சந்திப்பு, மிக இனிமையான சந்திப்பாக இருக்கட்டும். போய்வா! குட்பை!"

"பிறகு பார்ப்போம், சென்று வருகிறேன்!"

ரஸ்கோல்னிகோவ் நேரே தன்னுடைய அறைக்குச் சென் றான். மிகுந்த குழப்பத்திலும், பிரமை பிடித்த நிலையிலும் இருந்த அவன், அறைக்குள் நுழைந்ததும் சோஃபாவில் தன்னைச் சாய்த்துக்கொண்டான். கிட்டத்தட்டக் கால் மணிநேரம் போலத் தன் எண்ணங்களை ஒழுங்குபடுத்திக்கொள்ளவும், தனக்கு நேர்ந்த அதிர்ச்சியிலிருந்து தன்னை மீட்டுக்கொள்ளவும் அவன் முயன்று கொண்டிருந்தான். மிகோலாயைப் பற்றி அவன் எதுவும் ஆராயத் தொடங்கவில்லை. ஊமையாகிவிட்டது போல உறைந்து போயிருந் தான் அவன். இந்தக் குறிப்பிட்ட தருணத்தில் தன்னால் புரிந்து கொள்ள முடியாத, ஆச்சரியகரமான, மர்மம் ஒன்று மிகோலாயின் ஒப்புதல் வாக்குமூலத்தில் பொதிந்திருப்பதாக அவன் உணர்ந்தான். ஆனால் மிகோலாயின் வாக்குமூலம் என்னவோ, ஓர் உண்மை யான நிகழ்வுதான்! அதன் தொடர்ச்சியான விளைவுகள் என்ன வாக இருக்குமென்பது உடனடியாக, மிகத் தெளிவாக அவனுக்குப் புரிந்திருந்தது. அதிலுள்ள பொய் அம்பலமானதும் மீண்டும் அவனைப் பிடிக்கும் வேட்டை துவங்கிவிடும். ஆனால் குறைந்த

பட்சம் அதுவரையிலுமாவது அவன் சற்றுச் சுதந்திரமாக இருக்க லாம் என்றாலும் அந்த ஆபத்து தவிர்க்கவே முடியாமல் அவனை நோக்கி வரப்போகிறதென்பதால் அவன் தன்னைப் பாதுகாத்துக் கொள்ள உடனடியாக ஏதாவது செய்தே ஆகவேண்டும்!

ஆனால் அந்த ஆபத்து எத்தனை பெரியது? இப்பொழுது அதன் சூழ்நிலை கொஞ்சம் தெளிவாகப் புரியத் தொடங்கியிருந் தது. இப்போது போர்ஃபிரியுடன் நிகழ்ந்த சந்திப்பை ஒட்டுமொத்த மாக நினைத்துப் பார்க்கும் பொழுது, மீண்டும் அவனால் பயத் தால் நடுங்காமல் இருக்க முடியவில்லை. போர்ஃபிரியின் நோக்கம் என்னவாக இருக்குமென்பது உண்மையில் அவனுக்கு முழுமை யாகத் தெரியாததால், அவர் எப்படிக் காய் நகர்த்திக்கொண்டிருக் கிறாரென்பதும் அவனுக்குப் புரியவில்லை. ஆனாலும் அதன் ஒரு பகுதி இன்று புலப்பட்டுவிட்டது. போர்ஃபிரியின் இந்தத் தொடக்க ஆட்டம் அவனுடைய கண்ணோட்டத்திலிருந்து பார்க் கும் பொழுது எத்தனை பயங்கரமானது என்பதை அவன் ஒரு வனே அறிவான்! இன்னும் கொஞ்சம் வேறுமாதிரி, ஆகியிருந் தாலும்கூட அவன் இந்த விளையாட்டில் முழுமையாகத் தோற்றி ருப்பான். அதற்குச் சாட்சியாக இருக்கக்கூடிய ஆதாரங்களையும் தந்திருப்பான். அவனுடைய பலவீனத்தை அறிந்துகொண்டு, முதற் பார்வையிலேயே அவனைச் சரியாக எடை போட்டுப் புரிந்து கொண்டுவிட்ட காரணத்தினாலேயே, அவர் கூடியவரை அவன் வழியிலேயே செல்ல முயற்சித்திருக்கிறார். ஆனால் அதைக் கொஞ் சம் கூடுதல் அழுத்தத்துடன் சற்று வலுவாகச் செய்துவிட்டார். அவ்வளவுதான்! எப்படியோ ஒரு வகையில் ரஸ்கோல்னிகோவ் தன்னைத் தீவிரமாகவே சமரசம் செய்துகொண்டுவிட்டான் என்பதில் சந்தேகமில்லை. ஆனாலும் அதேசமயத்தில் கொஞ்சம் யோசித்துப் பார்க்கும் பொழுது, அவருக்குப் பெரிதாக ஒன்றும் ஆதாரங்கள் சிக்கிவிடவில்லை என்று பட்டது. எல்லாமே வெறும் ஊகங்களாகத்தான் இன்னும் இருக்கின்றன! ஆனால் அவன் இன்று நடந்ததை உண்மையில் சரியாக உள்வாங்கிக்கொண்டி ருக்கிறானா? எல்லாவற்றையும் அவன் சரியாகத்தான் புரிந்து கொண்டிருக்கிறானா? இன்றைக்கு போர்ஃபிரி அவனை இட்டுச் சென்றது எதை நோக்கி? உண்மையிலேயே அவனுக்கு ஏதேனும் ஓர் ஆச்சரியத்தை அவர் ஆயத்தம் செய்து வைத்திருந்தாரா... இல்லையா? அப்படியானால் அது என்னவாக இருக்கும்? அவர் எதற்காகவாவது காத்துக்கொண்டிருந்தாரா... இல்லையா? மிகோ லாயின் வருகையால் ஏற்பட்ட எதிர்பாராத உச்சகட்ட திருப்பம் மட்டும் இல்லாமல் போயிருந்தால்? அவர்கள் இருவரும் எந்த மாதிரி விடைபெற்றுக்கொண்டிருப்பார்கள்?

போர்ஃபிரி, கிட்டத்தட்டத் தன் கையிலிருந்த சீட்டுகள் எல்லாவற்றையும் காட்டிவிட்டார். தன் வசமிருந்த தகவல்களை யெல்லாம் வெளிப்படுத்திவிட்டார்! அப்படிச் செய்வது ஆபத்து என்றபோதும்கூட அவர், அவற்றை வெளிக்காட்டிவிட்டார். (ரஸ்கோல்னிகோவுக்கு அப்படித்தான் தோன்றியது) இதற்கு மேலும் இருந்திருந்தாலும்கூட அதையும்கூட அவர் வெளிக் காட்டித்தான் இருப்பார். அவர் வைத்திருந்த அந்த இரகசிய ஆச்சரியம்தான் என்ன? ஏதாவது 'ஜோக்'காக இருக்குமோ? அதற்கு ஏதாவது அர்த்தம் இருக்குமா... இருக்காதா? அதில் உண்மையாகவே ஏதாவது ஆதாரம் மறைந்திருக்கக் கூடுமா? அல்லது அவனை நேரடியாகவே குற்றம் சாட்டும் முறையில் அது இருக்குமா?

ஒருவேளை நேற்று நான் எதிர்கொண்ட அந்த முகம் தெரி யாத மனிதனாக அது இருக்குமோ? எங்கே போனான் அவன்? இன்று அவன் எங்கே இருந்திருப்பான்? போர்ஃபிரிக்கு ஏதாவது உறுதியான பிடிமானம் கிடைத்திருக்குமானால், அது, அந்த மனிதனுடன் தொடர்புடையதாகத்தான் இருந்தாகவேண்டும்!

தலையைத் தொங்கவிட்டபடி, முகத்தைத் தனது கைகளுக் குள் புதைத்துக்கொண்டு, முழங்கைகளைப் பாதங்களில் ஊன்றிய வனாய், சோஃபாவில் உட்கார்ந்திருந்தான் ரஸ்கோல்னிகோவ். அவனது நாடி நரம்புகளுக்குள் ஒரு நடுக்கம் புகுந்து அவன் உடம்பை உலுக்கிப் போட்டது. இறுதியாக எழுந்துகொண்ட அவன், தனது தொப்பியை எடுத்துக்கொண்டு ஒரு கணம் எதையோ யோசித்தபடி நின்றான், பிறகு கதவை நோக்கிச் சென்றான்.

ஏதோ இன்றுமட்டுமாவது தனக்கு எந்த ஆபத்தும் ஏற் படாது என்பதைப் போன்ற உள்ளுணர்வு அவனுக்கு எப்படியோ ஏற்பட்டிருந்தது. அவனது மனம் திடீரென்று லேசாகிப் போயிற்று, காதரீனா இவானோவ்னாவின் வீட்டுக்குச் செல்ல அவன் ஆர்வம் கொண்டான். இறுதிச் சடங்குக்குச் செல்ல சற்றுத் தாமதமாகி விட்டது என்பது உண்மைதான்! ஆனாலும் அதை ஒட்டிய இரவு விருந்துக்கு அவனால் உரிய நேரத்திற்குப் போக முடியும்! அங்கே போனால் சோனியாவையும் பார்க்கலாம். இதழ்களில் மிக இலேசான புன்னகையைத் தவழவிட்டபடி, அதை நினைத்துக் கொண்டு நின்றான் அவன்.

"இன்றைக்கு... இன்றைக்கு" என்று தனக்குத்தானே திரும்பத் திரும்பச் சொல்லிக்கொண்டான். "ஆமாம், இன்றைக்கே... கட்டாயம் நான்..."

அவன் கதவைத் திறக்க முற்பட்ட அதே நேரத்தில் கதவு தானாகவே திறந்துகொண்டது. வெளியே செல்வதற்காகக் கிளம்பிய அவன் சட்டென்று பின் வாங்கினான். வெளியே நின்ற அந்த உருவத்தைப் பார்த்தான். "மண்ணிலிருந்து முளைத்து வந்த" வனைப் போல நேற்று வந்த அந்நியனின் உருவம்தான் அது!

வாசலிலேயே சற்று தாமதித்து நின்ற அந்த மனிதன், ரஸ்கோல்னிகோவைச் சற்று அமைதியாகப் பார்த்துக்கொண்டிருந்து விட்டு, அறைக்குள் அடியெடுத்து வைத்தான்! அவனது, தோற்றம் நேற்று பார்த்தது போலவே இருந்தது! அதே உருவம்! உடை உடுத்தியிருந்ததும் அதே முறையில்! ஆனால் அவனது முகமும், அவன் பார்த்த பார்வையும் குறிப்பிடத்தக்க வகையில் மாறிப் போயிருந்தன. இப்போது அவன் துயரத்தில் தோய்ந்திருந்தவனைப் போலத் தெரிந்தான். சிறியதோர் இடைவெளிக்குப் பிறகு ஆழமாக நெடுமூச்செறிந்தான் அவன். அவன் தனது உள்ளங்கையைக் கன்னத்தில் வைத்துக்கொண்டு இருந்திருந்தால் அசல் கிராமத்துப் பெண்ணைப் போலவே காட்சியளித்திருப்பான்.

பயத்தால் தாக்கப்பட்ட ரஸ்கோல்னிகோவ், "உங்களுக்கு என்ன வேண்டும்?" என்று கேட்டான். அந்த மனிதன் எதையும் பேசாமல் திடீரென்று கீழே குனிந்து, கைவிரல்கள் பூமியில் படு மளவுக்குப் பணிந்து மண்டியிட்டு இவனை வணங்கினான்.

"யார் நீங்கள்?" என்று கத்தினான் ரஸ்கோல்னிகோவ். "நான் தவறு செய்துவிட்டேன்" என்று அந்த மனிதன் அமைதி யாகக் கூறினான்.

"என்ன தவறு?"

"தவறான எண்ணங்களால் குற்றம் செய்துவிட்டேன்."

அவர்கள் இருவரும் ஒருவரை ஒருவர் சில நொடிகள் உற்றுப் பார்த்துக்கொண்டனர்.

"நான் கொஞ்சம் எரிச்சலடைந்துவிட்டேன்! அன்று நீ அங்கே வந்து (ஒருவேளை நீ நிறையக் குடித்துவிட்டு வந்திருக்க லாம்) அங்கிருந்த காவலாளிகளிடம், 'போலீசிடம் சென்று இரத்தத் தைப் பற்றி விசாரித்துக்கொள்ளுங்கள்' என்று சொன்னாயல்லவா? அப்போது நீ குடித்துவிட்டுப் பேசுகிறாய் என்று நினைத்துக் கொண்டு அவர்கள் உன்னைச் சும்மா விட்டு விட்டார்கள் என்று எனக்குக் கோபம் வந்தது! என்னால் இரவெல்லாம் தூங்க முடி யாத அளவுக்கு, அதைப் பற்றி நினைத்து என்னை நானே தொந் தரவு செய்துகொண்டேன். ஆனால் உன் முகவரி எனக்கு ஞாபகமிருந்ததால் நேற்று உன்னைத் தேடி வந்து கேள்வி கேட்டேன்."

"யார் வந்தது?" என்று இடைமறித்தான் ரஸ்கோல்னிகோவ், உடனடியாக அவன் அதை நினைவுபடுத்திக்கொள்ளத் துவங்கி யிருந்தான்.

"நான்தான் வந்தேன். உண்மையைச் சொல்ல வேண்டும் என்றால், உன்னை நான் புண்படுத்திவிட்டேன் என்றுதான் சொல்ல வேண்டும்."

"அப்படியானால் நீங்கள் 'அந்த வீட்டிலிருந்துதான்' வருகிறீர் களா?"

"உனக்கு மறந்து போய்விட்டதா? நானும் அன்றைக்கு வாசலருகே அவர்களோடுதானே நின்றுகொண்டிருந்தேன்? பல வருடங்களாக நான் கம்பளி ஆடைகளைச் செய்யும் தொழிலை வீட்டிலேயே வைத்துச் செய்து வருபவன்... ஏதோ அன்றைக்கு நான் கொஞ்சம் கோபப்பட்டு விட்டேன்!"

திடீரென்று இரண்டு நாட்களுக்கு முன்பு நடந்த அந்தச் சம்பவம், ரஸ்கோல்னிகோவுக்குத் தெளிவாக நினைவுக்கு வந்தது. அந்த இடத்தில், காவலாளிகளோடு வேறு சில மனிதர்களும் சில பெண்களும் நின்றுகொண்டிருந்தது, அவனது நினைவில் எழுந்தது. அந்த வேளையில், அவனை நேரே போலீசிடம் கூட்டிச் சென்று ஒப்படைக்க வேண்டும் என்று ஒரு குரல் ஆலோசனை வழங்கியதையும் இப்போது அவன் நினைவு கூர்ந்தான். அப்படிப் பேசிய மனிதனின் முகம் அவனுக்கு நினைவில்லை. இப்பொழுது பார்த்தாலும்கூட அந்த மனிதனை அவனால் அடையாளம் கண்டு கொள்ள முடியாது. அவன் அப்படிச் சொன்னபோது, தான் அவன் பக்கம் திரும்பி ஏதோ கூறியது மட்டும் அவனுக்குத் தெளி வாக நினைவிருந்தது.

முந்தைய நாள் முழுக்க அவன் அனுபவித்த நடுக்கம், அந்தப் புரியாத புதிர் எல்லாம் ஒருவழியாக இப்போது முடிவுக்கு வந்து விட்டது. கொஞ்சம்கூடப் பொருட்படுத்தவே வேண்டாத ஒன்றை நினைத்து அவன் துயரப்பட்டதும் தன்னைத்தானே அலைக் கழித்துக்கொண்டதும்தான் மிச்சம்! அந்த வீட்டை வாடகைக்கு எடுக்க அவன் வந்ததைப் பற்றியும், இரத்தத்தைப் பற்றி விசாரித்தது குறித்தும்தான் அந்த மனிதனுக்குத் தெரிந்திருந்ததே தவிர வேறு எதையும் அவனால் சொல்ல முடியாது என்பது இப்போது அவனுக்கு நன்றாகப் புரிந்து விட்டது! போர்ஃபிரியிடம் தெளி வான ஆதாரம் எதுவுமில்லை என்பதும் நன்றாக விளங்கிவிட்டது! 'இரு வழிகளையும் துண்டித்துவிடும்' அவரது மனோதத்துவ முறை, அவனுடைய சித்த பிரமை பிடித்த நிலை இவற்றைத் தவிர உறுதியான தகவல் எதுவுமே அவரிடம் இல்லை! வேறு தகவல்கள்

ஃபியோதர் தஸ்தயெவ்ஸ்கி ● 705

மட்டும் தெரியவராமல் இருந்தால் – (ஆமாம், அவை அவருக்குத் தெரியக்கூடாது. நிச்சயம் தெரிந்து விடக்கூடாது!) இவற்றை மட்டும் வைத்துக்கொண்டு அவரால் என்ன செய்துவிட முடியும்? அவனை அவர்கள் கைது செய்தாலும்கூட அவனுக்கு எதிராக அவர்களால் எதைத்தான் நிரூபித்துவிட முடியும்? அந்த வீட்டை அவன் வாடகைக்கு எடுக்க வந்ததைப் பற்றியும்கூடச் சற்று முன்புதான் போர்ஃபிரிக்குத் தெரிய வந்திருக்கும். முன்பே அதுபற்றி அவர் அறிந்திருக்க வாய்ப்பில்லை.

"நான் அங்கு சென்றதைப் பற்றிப் போர்ஃபிரியிடம் இன்று சொன்னீர்களா?" திடீரென்று தோன்றிய ஓர் எண்ணத்தால் அதிர்ந்தவனாக வேகமாகக் கேட்டான் ரஸ்கோல்னிகோவ்.

"எந்தப் போர்ஃபிரி...?"

"அவர்தான்...! அந்தப் புலன்விசாரணை செய்யும் மாஜிஸ்டிரேட்."

"ஆமாம்! நான்தான் அவரிடம் சொன்னேன். அந்தக் காவலாளிகள் அவரிடம் சொல்லவே இல்லை. அதனால் நான் போய்ச் சொன்னேன்!"

"இன்றைக்கா?"

"நீ வருவதற்கு ஒரு நிமிடம் முன்புதான் நான் அங்கே சென்றேன்! அவர் உன்னை எப்படியெல்லாம் சித்திரவதை செய்தார் என்பதை நான் கேட்டுக்கொண்டுதானிருந்தேன்."

"எங்கிருந்து... எதைக் கேட்டீர்கள்? எப்போது?"

"ஏன்... அங்கேதான்! அந்தத் தடுப்புக்குப் பின்னால் இருந்து கொண்டுதான்! முழுநேரமும் நான் அங்கேயேதான் உட்கார்ந்து கொண்டிருந்தேன்!"

"என்ன...? அப்படியானால் நீங்கள்தான் அவர் வைத்திருந்த ஆச்சரியமா? ஆனால் இதெல்லாம் எப்படி நடந்ததென்று தயவுசெய்து கொஞ்சம் சொல்லுங்களேன்!"

"சரி... கேள்" என்று தொடங்கினான் அந்த மனிதன். "அந்த காவலாளிகள், நான் சொன்னபோது போலீசுக்குப் போகவில்லை! காலம் கடந்துவிட்டது என்று காரணம்காட்டி அவர்கள் அங்கு செல்ல மறுத்துவிட்டார்கள். ஒருவேளை அவர்கள் போயிருந்தால் கூட அவர்கள்தான் ஆபத்தில் மாட்டிக்கொண்டிருப்பார்கள். ஏன் முதலிலேயே வந்து சொல்லவில்லை என்று இவர்களைக் கேட் பார்களே என்று என் மனம் சங்கடப்பட்டுக்கொண்டே இருந்தது.

என்னால் தூங்கவே முடியவில்லை. பிறகு என்ன செய்யலாம் என்று நான் யோசிக்க ஆரம்பித்தேன். என்னால் செய்யக்கூடியது என்னவென்பது நேற்றுதான் எனக்குத் தோன்றியது. அதனால் இன்று நான் அங்கே சென்றேன். முதல்முறை நான் போனபோது அவர் அங்கே இல்லை. ஒரு மணி நேரம் கழித்துச் சென்றபோதும் அவரை என்னால் சந்திக்க முடியவில்லை. பிறகு மூன்றாவது முறைதான் என்னை உள்ளே செல்லவிட்டார்கள். பிறகு, இங்கே என்ன நடந்ததோ அதை அப்படியே அவரிடம் நான் சொல்லத் தொடங்கினேன். அவர் பெரிதாக அலட்டிக்கொண்டு, அறையைச் சுற்றி நடக்கத் தொடங்கினார். தன் முஷ்டியால் மார்பில் குத்திக் கொண்டு, 'ஏண்டா இப்படி என்னைப் பாடாய்ப்படுத்துகிறீர்கள், போக்கிரிப் பயல்களே? இதுமட்டும் எனக்கு முன்னாலேயே தெரிந் திருந்தால் அவனைப் பிடித்துக்கொண்டு வருவதற்குக் காவலர் களை அனுப்பியிருப்பேனே' என்று சத்தம் போட்டார். பிறகு வெளியே சென்று, யாரையோ உள்ளே அழைத்துக்கொண்டு வந்து மூலையில் நின்றபடி அவனிடம் ஏதோ பேசினார். பிறகு என்னிடம் வந்து பல கேள்விகளைக் கேட்டுவிட்டு, என்னைக் கண்டபடி திட்டினார். சவால் விடுவது போலப் பேசினார். முன் கூட்டியே நான் அவரிடம் வராததற்காக என்னைக் குறை கூறினார். நான் எல்லாவற்றையும் அவரிடம் மறைக்காமல் சொன் னேன். நேற்று நான் உன்னிடம் பேசியபோது நீ பதில் சொல்லத் துணியாததைப் பற்றியும், நான் யாரென்பதை நீ இனங்கண்டு கொள்ளாமலிருந்தது பற்றியும் – அதை எல்லாமே அவரிடம் சொல்லிவிட்டேன். மீண்டும் அவர் அறையைச் சுற்றி வட்ட மடித்துக்கொண்டு முழுநேரமும் தன் நெஞ்சில் அடித்துக் கொண்டே இருந்தார். கோபத்தால் அவர் பெரிதும் கனன்று கொண்டிருந்தார். அந்த நேரத்தில்தான் நீ வந்திருக்கும் செய்தி அவருக்குத் தெரிவிக்கப்பட்டது. உடனே அவர் என்னிடம் அடுத் துள்ள அறைக்குச் சென்று அங்கே சிறிது உட்கார்ந்திருக்கும்படியும், என் காதில் என்ன விழுந்தாலும் நான் அசையக்கூடாதென்றும் சொல்லிவிட்டுத் தானே ஒரு நாற்காலியைக் கொண்டு வந்து போட்டார். என்னை அந்த அறைக்குள் வைத்துப் பூட்டும்போது ஒருவேளை அவர் கூப்பிட்டால் அப்போது நான் வரவேண்டிய திருக்கலாமென்றும் தெரிவித்தார். பிறகு அவர்கள் மிகோலாயைக் கூட்டிக்கொண்டு வந்தபிறகு, நீயும் போனபின், என்னை அவர் அனுப்பிவிட்டார். 'இன்னும் சில கேள்விகள் கேட்பதற்கு மீண்டும் உன்னைக் கூப்பிடுவேன்' என்று சொல்லியிருக்கிறார்!"

"நீங்கள் அங்கே இருந்தபோது அவர் மிகோலாயைக் கேள்வி கேட்டாரா?"

"அவர் உன்னை அனுப்பியதும் உடனே, பின்னாலேயே என்னையும் அனுப்பிவிட்டார். பிறகுதான் அவர் மிகோலாயைக் கேள்வி கேட்க ஆரம்பித்தார்."

இவ்வாறு சொல்லிவிட்டு அவன் மீண்டும் தரையை நோக்கிக் குனிந்து, விரல்களால் தரையைத் தொடுமளவுக்கு மண்டியிட்டு இவனை வணங்கினான்.

"உன் மீது வீணாகப் பழி சொன்னதற்காகவும், என்னுடைய வன்மத்திற்காகவும் என்னை மன்னித்துவிடு."

"கடவுள் உங்களை மன்னிப்பார்!" என்று பதிலளித்தான் ரஸ்கோல்னிகோவ்.

இந்த வார்த்தைகளை அவன் கூறியதும், அந்த மனிதன் மீண்டும் அவனுக்கு மண்டியிட்டான். இம்முறை மிகவும் குனிந்து மண்டியிடாமல், நெஞ்சை மட்டும் சற்றே தாழ்த்திக்கொண்டு, வணக்கம் கூறிவிட்டு அறையைவிட்டு வெளியேறிச் சென்றான்.

'எல்லாமே இரண்டு வழிகளையும் துண்டிக்கிறது! இப்போது எல்லாமே இரண்டு வழிகளையும் துண்டிக்கிறது!' மீண்டும் தனக்குத்தானே திரும்பத் திரும்பச் சொல்லிக்கொண்டான் ரஸ்கோல்னிகோவ். பிறகு, முன் எப்போதையும்விட உற்சாகம் கொண்ட மனநிலையோடு அவனும் வெளியே சென்றான்.

"இப்போது மீண்டும் போராடிப் பார்த்துவிட வேண்டியது தான்" என்று படிகளில் இறங்கும்போது கசப்பான புன்னகை யுடன் சொல்லிக்கொண்டான் அவன். ஆனால் அந்தக் கசப் புணர்ச்சி அவனுக்கு அவன் மீதேதான் இருந்தது. தனது கோழைத் தனத்தை வெறுப்புடனும் வெட்கத்துடனும் நினைத்துப் பார்த்துக் கொண்டான் அவன்.

பாகம் – 5

அத்தியாயம் – 1

முதல்நாள் துனியாவுடனும், பல்கேரியா அலெக்ஸாண்ட்ரோவ்னாவுடனும் நிகழ்ந்துவிட்ட அந்தத் துர்பாக்கியமான சந்திப்பின் தாக்கமும், அதனால் விளைந்த துயரமும் மறுநாள் காலையிலும்கூடத் தொடர்ந்து பீட்டர் பெத்ரோவிச்சிடம் பாதிப்பை ஏற்படுத்திக்கொண்டிருந்தன. அவனுக்குப் பெருத்த ஏமாற்றத்தையும், மன வருத்தத்தையும், மிகுந்த எரிச்சலையும் கொடுத்து விட்ட இந்தச் சம்பவம் நடந்தது உண்மைதான் என்ற போதும், இப்படி ஒரு சம்பவம் நடக்கவே முடியாது என்றும், இது மிகவும் வினோதமான, மிகவும் ஆச்சரியமான ஒரு நிகழ்வு என்றும் அவனது மனம் புலம்பியது. இருப்பினும் நடந்த சம்பவம் உண்மை தானென்றும், அதனை மாற்றவே முடியாதென்றும், அதனை ஏற்றுக்கொண்டுதான் ஆகவேண்டும் என்றும் தனக்குத்தானே சமாதானம் செய்துகொண்டு அதனைச் சிறிது சிறிதாக ஏற்றுக் கொள்ளவும் தொடங்கியிருந்தான் பீட்டர் பெத்ரோவிச். காயப் பட்டுப்போன தற்பெருமை என்னும் அந்தக் கரும் பாம்பு, இரவு முழுவதும் அவனது இதயத்தைக் கடித்துக் குதறிக்கொண்டிருந்தது. காலையில், படுக்கையிலிருந்து எழுந்ததும், வேகமாக ஓடிப்போய் முகம் பார்க்கும் கண்ணாடியில் தன்னுடைய முகத்தைப் பரி சீலித்துக்கொண்டான் பீட்டர் பெத்ரோவிச். அந்த இரவுக்குப் பிறகு, தான் சற்று கடுப்பான தோற்றத்துடன் காட்சியளிக்கக்கூடும் என்று அவன் பயந்துகொண்டிருந்தான். ஆனால் நல்லவேளையாக இப்போதைக்கு அப்படி ஒன்றும் தெரியவில்லை. வெளிறிப் போயிருந்த அவனது கம்பீரமான முகத்தை மிகவும் கவனமாக உற்றுப் பார்த்தான். சதைப் பற்றுடன் கொழுகொழுவென்று மிகவும் கவர்ச்சியாகத்தான் காணப்பட்டது அவனது முகம். அதைக்கண்டு மிகுந்த சந்தோஷமும் மனத்திருப்தியும் அடைந்துகொண்ட அவன், இந்த மணப்பெண் போனாலென்ன, இவளைவிட இன்னும் அழகாக வேறு ஒரு மணப்பெண்ணைத் தேடிக்கொள்ளலாம் என்று எண்ணியபடி தனக்குள் மிக மகிழ்ந்துகொண்டான். இந்தக் கற்பனை உலகைவிட்டு உடனே மீண்டும் தன்னுணர்வு பெற்ற அவன், தன்னுடைய தற்போதைய நிலையை நினைத்தபோது தன்மீதே வெறுப்புற்று, மிகவும் அருவருப்புற்று, ஒரு பக்கமாகத்

திரும்பிக் காறி உமிழ்ந்தான். அவனது இந்த நடவடிக்கைகளையெல் லாம் கவனித்துக்கொண்டிருந்த அவனது இளைய நண்பனும், அந்தக் குடியிருப்பில் அவனோடு தங்கியிருப்பவனுமாகிய ஆண்ட்ரீ செமினோவிச் லெபஸியாட்னிகோவின் முகத்தில் அமைதியான கேலிப் புன்னகை படர்ந்தது. அவனது கேலிப் புன்னகையைக் கண்டுவிட்ட பீட்டர் பெத்ரோவிச், அதனை அந்த நண்பனுக்கு எதிராகத் தனது மனப் புத்தகத்தில் வரவு வைத்துக் கொண்டான். சமீபகாலமாகப் பல விஷயங்களை அவன் அவ் வாறுதான் தனது மனக்கிடங்கில் போட்டுப் பத்திரப்படுத்திக் கொண்டு வந்திருக்கிறான். இப்போது தனிமையில் உட்கார்ந்து தனக்கு எதிராக உள்ள விஷயங்களைப் பற்றியெல்லாம் ஒவ் வொன்றாக நினைத்துப் பார்க்கவும் தொடங்கினான். நேற்றைய சம்பவங்களைப் பற்றி, ஆண்ட்ரீ செமினோவிச்சிடம் தான் சொல்லியிருக்கக்கூடாது என்ற எண்ணம் அவனது உணர்வில் உறைத்தபோது அவனது கோபம் இருமடங்காகப் பெருகியது. நேற்று அவன் செய்த பல தவறுகளில் அதுவும் ஒன்று! ஏதோ அந்த நேரத்தில் ஏற்பட்ட எரிச்சலில் மனம் பொறுக்காமல் ஆண்ட்ரீ செமினோவிச்சிடம் முதல்நாள் நடந்த துனியா மற்றும் பல்கேரியா அலெக்ஸாண்ட்ரோவ்னாவுடனான சந்திப்பின் முடிவு களைப் பற்றி அவன் கூறிவிட்டான். இந்தச் சந்திப்பு ஏற்படுத்திய பாதிப்புகளின் காரணத்தினால் அவன் செய்த இரண்டாவது தவறு இது. அன்று காலை முழுவதுமே மாறி மாறி, ஒன்றன்பின் ஒன்றாக அவனது எரிச்சலை அதிகரிக்கும் வகையில் தொடர்ந்து, விரும்பத்தகாத விஷயங்களே அவனுக்கு நடந்துகொண்டிருந்தன. செனட் கூட்டத்திலும்கூட – ஒரு வழக்கில் ஏதோ ஒன்று தவறாகப் போய் அவனுக்குக் கஷ்டத்தைக் கொடுத்திருந்தது. அண்மையில் தனக்கு நடக்கப் போகும் திருமணத்தை மனதில்கொண்டு அவன் ஒரு பெரிய வீட்டை முன் கூட்டியே வாடகைக்கு எடுத்துத் தன் னுடைய சொந்தச் செலவிலேயே அலங்காரங்கள் செய்து வைத் திருந்தான். அந்த வீட்டின் சொந்தக்காரனும் அன்று அவனை மிகவும் எரிச்சலூட்டியிருந்தான். பணக்கார விவசாயியான அந்த ஜெர்மானியன் வீட்டு வாடகைக்காக ஒப்பந்தத்தை ரத்து செய்ய மறுத்ததோடு, அவ்வாறு ரத்து செய்ய வேண்டுமானால் அபராதத் தொகையை அவன் கட்டியே ஆகவேண்டும் என்று உறுதியாகக் கூறிவிட்டான். பீட்டர்பெத்ரோவிச் அந்த வீட்டைச் செம்மைப் படுத்தி, அலங்கரித்ததைப் பற்றியும், அந்த நிலையிலேயே அந்த வீட்டைத் திரும்ப ஒப்படைப்பதைப் பற்றியும் அவன் ஒரு பொருட் டாகவே கருதவில்லை. அதேபோல 'வீட்டு உபயோகப் பொருள் களுக்காக அவன் முன் பணம் கொடுத்திருந்த அந்தக் கடைக் காரனும், அந்த முன் பணத்திலிருந்து ஒரு ரூபிளைக்கூடத் திருப்பித்

தருவதற்கு மறுத்துவிட்டான். இத்தனைக்கும் அந்தப் பொருள்கள் இன்னமும்கூட வீட்டிற்கு அனுப்பப்பட்டிருக்கவில்லை. "வீட்டு உபயோகப் பொருள்களை வாங்கிவிட்டேன் என்பதற்காக நான் திருமணம் செய்துகொள்ள முடியுமா என்ன?" என்று பற்களைக் கடித்துக்கொண்டு அவன் தனக்குள்ளாகவே சொல்லிக்கொண் டான். ஆனாலும் ஏதோ ஒரு கடைசி நம்பிக்கை மீண்டும் ஒரு முறை அவனது உள்ளத்தில் மின்னலடித்தது. 'மாற்றவே முடியாத தாக உண்மையில் எதுவும் இப்போது நடந்துவிடவில்லையே? எதற்கும் இன்னும் ஒருமுறை நிச்சயம் முயற்சி செய்து பார்க்கலாம்' என்று தன் மனதிற்குள் அவன் எண்ணிக்கொண்டான். துனி யாவைப் பற்றி நினைக்கும் போதே அவனுடைய மனதில் எல்லை மீறிய காமம் பொங்கியெழுந்து நரம்புகள் முறுக்கேறிக்கொண்டன. அத்துடன் முதல்நாள் நடந்த சம்பவங்களை நினைத்தபோது அவனுள் பொங்கி வந்த ஆங்காரத்தை அவன் முயற்சியுடன் கட்டுப்படுத்திக்கொண்டான். ரஸ்கோல்னிகோவை அந்த நிமிடமே கொன்றுவிட வேண்டும் என்ற ஆவேசமான விருப்பம் அவனுள் சிலிர்த்து எழுந்தது. அப்படிப்பட்ட விருப்பத்தை வெளியிடு வதனாலேயே அந்தச் செயல் சாத்தியமாக முடியும் என்றால், அவன் உடனேயே அதை வெளிப்படுத்திக்கூட இருப்பான்.

'நான் செய்த மற்றொரு தவறு, அவர்களுக்கு நான் பணம் எதுவும் கொடுக்காமல் விட்டது!' என்று லெபஸியாட்னிகோவ் வசித்துவந்த சிறிய அறைக்குத் திரும்பிச் செல்லும்போது இலேசாக ஓர் எண்ணம் அவனது மனதில் எழுந்தது. 'சே, நான் ஏன் அப்படி மோசமான ஒரு யூதனைப் போல் நடந்துகொண்டேன்? பணத்தைப் பொறுத்தவரையில் நான் மிகவும் கவனமாக இருப் பவன்தான்! ஆனால் இந்த விஷயத்தில் என் கணக்கு தவறாகி விட்டது என்றுதான் நான் நினைக்கிறேன். அவர்கள் கையில் சல்லிக்காசுகூட இல்லாமல் மோசமான நிலைக்கு வந்தவுடன் – வேறு வழியே இல்லாமல் எல்லாத் தேவைகளுக்குமே அவர்கள் என்னை எதிர்பார்த்திருக்கும் சூழலில் – ஒரு கடவுளைப் போல அவர்களுக்கு எப்படியெல்லாம் உதவுகிறேன் என்பதைக் காட்டிக் கொள்ள நான் விரும்பினேன்... அவ்வளவுதான்! மணப் பெண் ணுக்குரிய உடைகள், அணிகலன்கள், பரிசுப் பொருள்கள், நாகரிக மான பைகள், நகைப் பெட்டி மற்றும் இதைப் போன்ற குப்பை களை 'நாப்ஸ்' கடையிலிருந்தோ அல்லது இங்கிலீஷ் ஸ்டோர்ஸி லிருந்தோ அவர்கள் வாங்க உதவியாக நான் மட்டும் ஆயிரத்து ஐநூறு ரூபிள்களை அவர்களிடம் அப்போதே கொடுத்திருந்தால் என் நிலைமை இன்னும் கொஞ்சம் நன்றாக வலுவாக இருந் திருக்குமே? இப்பொழுது செய்ததைப் போல அவர்களும் என்னை

இத்தனை எளிதாகப் புறந்தள்ளியிருக்க முடியாதல்லவா? என்னை மறுதலிப்பதாக இருந்தால், அப்போது, நான் கொடுத்த பணத்தையும் பரிசுகளையும்கூடத் திரும்பக் கொடுத்துவிட வேண்டும் என்று சிந்திக்கக்கூடிய மனிதர்கள்தான் அவர்கள். அப்படிச் செய்யக் கொஞ்சம் யோசித்துத் தயங்கி வருத்தப்பட்டிருப்பார்கள். மேலும் அப்போது அவர்களுடைய மனசாட்சியும்கூட அவர்களைக் கொஞ்சம் கஷ்டப்படுத்தும்! 'நம்மிடத்தில் இவ்வளவு தாராளமாகவும், நாகரிகமாகவும் நடந்துகொண்ட ஒரு மனிதனை எப்படிச் சடாரென்று விலக்குவது' என்று அவர்கள் கொஞ்சம் தயங்கியிருப்பார்கள்... ஹூம்... நான் தவறு செய்துவிட்டேன்' என்று மீண்டும் தன் பற்களைக் கடித்தபடி, 'நான் ஒரு முட்டாள்' என்று தனக்குத்தானே கூறிக்கொண்டான் பீட்டர் பெத்ரோவிச்.

மனதுக்குள் இப்படிப்பட்ட சிந்தனைகளோடு உழன்றுகொண்டிருந்தான் அவன். துனியாவையும், பல்கேரியா அலெக்ஸாண்ட்ரோவ்னாவையும் சந்திப்பதற்குப் புறப்பட்டபோது இருந்ததைவிட, அவர்களைச் சந்தித்துவிட்டுத் திரும்பும்போது இருமடங்கு தீய எண்ணங்களும் எரிச்சலும்கொண்டவனாக அவன் வீடு திரும்பினான். காதரீனா இவானோவ்னாவின் வீட்டில், இறுதிச் சடங்கு முடிந்த பின்னர் நடக்கும் விருந்துக்கான ஆயத்தங்கள், இவனது மனதில் ஏதோ ஒருவிதமான கிளர்ச்சியை ஏற்படுத்தின. முதல்நாளே அதைப் பற்றி அவன் கேள்விப்பட்டிருந்தான். அவனையும்கூட அவர்கள் விருந்துக்கு அழைத்திருந்ததாக அவனுக்கு நினைவிருந்தது. ஆனால் தனது சொந்தக் கவலைகளின் காரணத்தினால் அவன் வேறெதிலுமே கவனம் செலுத்தியிருக்கவில்லை. காதரீனா இவானோவ்னா, இறுதிச் சடங்குகளை நிறைவேற்றக் கல்லறைக்குச் சென்றிருந்ததால் மேடம் லிப்பேவெசெல்ஸ் அமாலியாஇவானோவ்னா உணவு மேசையை மும்முரமாக தயார் செய்துகொண்டிருந்தாள். அந்த விருந்து மிக நன்றாக நடைபெறப் போகிறதென்பதையும், இறந்தவனுக்கு அறிமுகமில்லாதவர்களாக இருந்தாலும் அந்த வீட்டில் குடியிருக்கும் எல்லோருமே அதற்கு அழைக்கப்பட்டிருக்கிறார்கள் என்பதையும், காதரீனா இவானோவ்னாவிடம் முன்பு சண்டை போட்டிருந்தாலும்கூட –ஆண்ட்ரீ செமினோவிச் லெபஸியாட்னிகோவுக்கும்கூட விருந்துக்கான அழைப்பு விடுக்கப்பட்டிருக்கிறது என்பதையும் அவன் விசாரித்து அறிந்துகொண்டிருந்தான். விருந்தில் அவசியம் கலந்துகொள்ள வேண்டும் என்று அவனுக்குச் சிறப்பான அழைப்பு விடுக்கப்பட்டிருந்ததோடு, அங்கு குடியிருக்கும் அனைவரிலும், இவனுடைய வருகையையே மிகவும் பிரதான கௌரவமாக அவர்கள் கருதுகின்றனர் என்பதையும் இவன் கேள்விப்பட்டிருந்தான். தங்களுக்குள் முன்பு நடந்திருந்த கசப்பான

விஷயங்களையெல்லாம் ஒதுக்கித் தள்ளிவிட்டு, அமாலியா இவானோவ்னாவைகூட மிகுந்த மரியாதையோடு விருந்துக்கு அழைத்திருந்தாள் காதரீனா இவானோவ்னா. அதனாலேயே அவள் பெரிதும் மகிழ்ச்சியடைந்தவளாகச் சுறுசுறுப்போடு வீட்டுக் காரியங்களைச் செய்வதில் முனைந்திருந்தாள். மேலும் அவள் தன்னிடத்தில் உள்ளவற்றிலேயே உயர்ந்ததான–மடிப்புகள் நிறைந்த, சரசரக்கும் கறுப்புப் பட்டாடையை உடுத்தியிருந்தாள். தன்னைப் பற்றிய அளவுக்கதிகமான கர்வமும் அவளிடத்தில் இருந்தது. விருந்து பற்றிய விஷயங்களையெல்லாம் தெரிந்துகொண்ட பீட்டர் பெத்ரோவிச்சுக்குத் திடீரென்று ஏதோ ஒரு யோசனை உதித்தது. சிந்தனை வயப்பட்டவனாக ஆண்ட்ரீ செமினோவிச் லெபஸி யாட்னிகோவும் தானும் தங்கி இருக்கும் அறையை நோக்கி இன்னும் குறிப்பாகச் சொன்னால், தான் தங்கியிருக்கும் லெபஸி யாட்னிகோவின் அறையை நோக்கிச் சென்றான். அந்த விருந்துக்கு ரஸ்கோல்னிகோவ் அழைக்கப்பட்டிருந்ததையும் அவன் தெரிந்து கொண்டிருந்தான். அதில்தான் விஷயமே இருந்தது.

ஆண்ட்ரீ செமினோவிச், காலையிலிருந்தே வெளியில் எங்கும் செல்லாமல் வீட்டிலேயேதான் இருந்தான். பீட்டர் பெத் ரோவிச், ஆண்ட்ரீ செமினோவிச்சிடம் நடந்துகொண்ட முறை சிறிது இயல்புக்கு மாறானதாக, சற்று வினோதமாகவே இருந்தது. அவனுடன் தங்குவதற்காக வந்தநாள் முதலாகவே செமினோவிச் சின் மீது அவன் வெறுப்பும் கோபமும் கொண்டிருந்தான். அதே சமயம், அவனிடம் சற்று பயமும் இவனுக்கு இருந்ததாகவே தோன்றியது. செயிண்ட் பீட்டர்ஸ்பர்க் நகரத்துக்கு வந்து சேர்ந்த பிறகு, இங்கே தங்க வேண்டும் என்று அவன் முடிவெடுத்ததற்குப் பணத்தை மிச்சப்படுத்த நினைக்கும் அவனது கருமித்தனமான போக்கு மட்டும் காரணமில்லை. அதுவும்கூட ஒரு முக்கியமான காரணம்தான் என்றாலும் அதோடுகூடவே வேறொரு நோக்கமும் அவனுக்கு இருந்தது. ஒரு காலத்தில், தான் ஆதரவளித்து வளர்ந்த வனாகிய ஆண்ட்ரீ செமினோவிச் மிகவும் முன்னேற்றம்கொண்ட இளைஞனாக வளர்ச்சியுற்று வருவதையும், புதுமையை விரும்பும் வட்டாரத்தினரிடையே முக்கியமான பாத்திரம் வகிப்பவனாக அவன் இருந்து வருவதையும் இந்தப் புதுமை விரும்பிகளுடன் சேர்ந்து, தாங்கள் வசிக்கின்ற மாகாணப் பகுதிகளில் ஒரு வரலாறு படைக்கின்ற சில செயல்களில் ஈடுபட்டிருப்பதையும் தன்னுடைய மாகாணப் பகுதியைவிட்டுக் கிளம்புவதற்கு முன்னாலேயே அறிந்துகொண்டிருந்தான் பீட்டர் பெத்ரோவிச். கடவுளைப் போல எல்லா விஷயங்களைப் பற்றியும் அறிந்தவர்களாக இருக்கும் வல்லமை படைத்த இந்தப் புதுமை விரும்பிகள், பிற எல்லோரை யும் வெறுப்பவர்களாகவும் பகிரங்கமாகக் குற்றம் சாட்டுபவர்

களாகவுமே இருந்தபோதும், பீட்டர் பெத்ரோவிச்சுக்கு அவர்கள் மீது வெகுகாலமாக இனம்புரியாத ஈர்ப்பும் இன்னதென்று வரையறுக்க முடியாத பயமும்கூட இருந்துவந்தது. தன்னுடைய மாகாணத்தில் வசித்து வந்தபோது, இப்படிப்பட்ட மனிதர்களைப் பற்றித் தோராயமாகக்கூட தெரிந்துகொள்ள அவனுக்கு வாய்ப்புக் கிடைத்ததில்லை. மற்றவர்களைப் போலவே அவனும் பீட்டர்ஸ்பர்க் நகரத்தில் சில முற்போக்குவாதிகள் இருப்பதைப் பற்றிக் கேள்விப்பட்டிருந்தான். ஆனால் இந்தப் புதுமைவிரும்பிகள் 'எதிலும் நம்பிக்கையற்றவர்களாக – பிரபஞ்சத்தில் எதுவுமே உண்மையான இருப்புடையன அல்ல என்றும், எல்லாமே நம்பிக்கைகொள்ளத்தகாத மாயைகள்' என்றும் சிலகொள்கைகளைக் கொண்டு 'நிகிலிஸ்டு*'களைப் போன்ற வகையினராக இருந்தனர். இந்தப் புதுமை விரும்பிகள், எதிலுமே நம்பிக்கையற்றவர்கள் என்றும் எல்லாவற்றையுமே கண்டனம் செய்பவர்கள் என்றும் கேள்விப்பட்டிருந்த அவன், இவர்களைப் பற்றி மிகைப்படுத்தி அபத்தமாகவே அர்த்தப்படுத்திக்கொண்டிருந்தான். பல ஆண்டுகளாகவே இப்படிப்பட்ட பகிரங்கமான கண்டனத்துக்கும், குற்றச்சாட்டுகளுக்கும் பயந்துகொண்டேதான் தன் செயல்பாடுகளைச் செயிண்ட் பீட்டர்ஸ்பர்க் நகரத்துக்கு மாற்றிக்கொள்வதில் தொடர்ச்சியான, மிகையான தயக்கத்தை அவன் காட்டி வந்தான். இந்த வகையில் ஏதோ, சின்னக் குழந்தைகள் பயப்படுவதைப் போல அவன் மிரண்டு போயிருந்தான். சில ஆண்டுகளுக்கு முன்பு அவன் இருந்த மாகாணத்தில், பீட்டர் பெத்ரோவிச் தன்னுடைய தொழிலைத் துவக்கி இருந்த ஆரம்பகாலத்தில், ஊரில் மிகவும் பிரபலமாக இருந்த இருவர் குரூரமாகக் காட்டிக் கொடுக்கப்பட்ட சம்பவத்தைப் பற்றி அவன் அறிந்திருக்கிறான். அவர்கள், அவனை ஆதரிப்பவர்களாக இருந்ததால் அவனுக்கு அவர்களோடு தொடர்பு இருந்தது. அவ்வாறு காட்டிக் கொடுக்கப்பட்டவர்களில் ஒருவரைப் பற்றிய செய்தி வெறும் வதந்தி என்ற அளவில் முடிந்துவிட்டது. ஆனால் அடுத்தவருக்கோ அந்த நிகழ்ச்சி கிட்டத்தட்ட அவரது வாழ்வையே குலைக்கும் அளவுக்குப் போய்விட்டது. இதனாலேதான் பீட்டர்ஸ்பர்க் நகரத்துக்கு வந்த உடனேயே இந்த இடங்களைப் பற்றிக் கொஞ்சம் ஆராய்ந்து பார்க்க வேண்டுமென்றும், அதன் எதிர்காலப் போக்குகளைப் பற்றித் தெரிந்துகொள்ள வேண்டுமென்றும் பீட்டர் பெத்ரோவிச் விரும்பினான். நாட்டின் இளையதலைமுறையினரோடு கொஞ்சம் ஒட்டி உறவாடியபடி அவர்களது தயவைப்பெற அவன் திட்டமிட்டான். இந்த நோக்கத்திற்காக அவன் ஆண்ட்ரீ செமினோவிச்சையே பெரிதும் நம்பியிருந்தான். இந்தக் காலத்து

---

* நிகிலிஸ்டு – 1860ஆம் ஆண்டில் நிலவிய சமுதாயப் போக்கு.

இளைஞர்களைப் பற்றியும், அவர்கள் பேசும் விஷயங்களையும், பயன்படுத்தும் வார்த்தைகளையும், வாக்கியங்களையும் ஆண்ட்ரீ செமினோவிச்சிடமிருந்து கற்றுக்கொண்டால் நல்லது என்றும், இன்றைய நாகரிகத்தோடு ஒத்துப் போவதற்கு அதுவே சிறந்த வழி என்றும் ரஸ்கோல்னிகோவ் போன்ற இளைஞர்களை அணுக இது உதவியாக இருக்கும் என்றும், பீட்டர் பெத்ரோவிச் நினைத்தான். அவ்வாறே பல விஷயங்களைப் பற்றித் தெரிந்துகொண்ட பிறகுதான் அவன் முதன்முதலாக ரஸ்கோல்னிகோவை, அவனுடைய அறைக்குச் சென்று சந்திக்கப் போனான்.

ஆண்ட்ரீ செமினோவிச் மிகவும் சாதாரணமான ஒரு மனிதன் என்றும் விவேகமற்றவன் என்றும், அவன் ஒரு முட்டாள், அறிவீனன், சாமர்த்தியமில்லாதவன் என்றும் மிக விரைவிலேயே தெரிந்துகொண்டான் பீட்டர் பெத்ரோவிச். ஆனால் அது அவனுக்கு ஏமாற்றம் தருவதாகவும் இல்லை; அவனை ஊக்கப் படுத்துவதாகவும் இல்லை. எல்லா முற்போக்குவாதிகளும் புதுமை விரும்பிகளுமே இவனைப் போலவே முட்டாள்களாகத்தான் இருப்பார்களோ என்று நினைத்துக்கொண்டான். ஆனால் இது போன்ற எண்ணங்களால் அவன் தன்னைத்தானே சமாதானப் படுத்திக்கொள்ள, தன் மனதை அமைதிப்படுத்திக்கொள்ள எண்ணியபோதும் அவனால் மன நிம்மதியோடு இருக்க முடிய வில்லை. தன்மீது ஆண்ட்ரீ செமினோவிச் திணிக்க முற்பட்ட அவர்களது கொள்கைகள், கோட்பாடுகள், வழிமுறைகள் ஆகிய வற்றைப் பற்றிப் பீட்டர் பெத்ரோவிச்சுக்கு அக்கறை எதுவும் இல்லை. அதில் அவனுக்கு ஆர்வமும் இல்லை. அவனுக்கு என்று சொந்தமாக வேறு சில நோக்கங்கள் இருந்தன. அவன் இங்கே பீட்டர்ஸ்பர்க்கில் நடக்கிற விஷயங்களை உடனடியாகத் தெரிந்து கொள்ள விரும்பினான். இந்த முற்போக்காளர்கள் – இந்தப் புதுமை விரும்பிகள் – உண்மையிலேயே சக்தி படைத்தவர்கள் தானா, இல்லையா? ஏதேனும் ஒரு தொழிலில் அவன் ஈடுபட்டி ருக்கும் நிலையில் – அதில் நடக்கும் தகிடுதத்தங்களை இவர்கள் பகிரங்கப்படுத்தித் தன்னையும்கூட மக்கள் மத்தியில் முகத்திரை யைக் கிழித்து விடுவார்களோ, தன்னை அவமானப்படுத்திவிடுவார் களோ என்று அவன் பயந்தான். ஒருவேளை அவனுக்கு அப்படி ஒரு நிலை ஏற்படுமானால் அதன் காரணம் என்னவாக இருக்கும்? மனிதர்கள் இவ்வாறு பகிரங்கமாக அவமானப்படுத்தப்படுவதற் கான காரணம்தான் என்ன? அதற்குப் பதிலாக – ஒருவேளை அவர்கள் உண்மையிலேயே சக்தியுள்ளவர்களாக இருந்தால் அவர் களுடனேயே ஒட்டி உறவாடி அவர்கள் கண்களில் மண்ணைத் தூவிவிட்டால்தான் என்ன? இவ்வாறு செய்ய அவன் முயற்சிக்க

லாமா, வேண்டாமா? உதாரணத்துக்குச் சொல்ல வேண்டு மானால், அவனது தொழில் முன்னேற்றத்துக்கு அவன் அவர் களைப் பயன்படுத்திக்கொள்ளலாமா, வேண்டாமா என்பது போன்ற கேள்விகள் – உண்மையாகச் சொன்னால் அவர்களைப் பற்றித் தெரிந்துகொண்டாக வேண்டிய நூற்றுக்கணக்கான கேள்விகள் இப்போது அவன் முன்னால் இருந்தன. ஆண்ட்ரீ செமினோவிச் குள்ளமான உருவத்தோடு இரத்தசோகை பிடித்த, நோயுற்ற ஜீவனைப் போன்ற தோற்றத்துடன் இருந்தான். வெளிர் மஞ்சள் நிறமான இறைச்சித் துண்டுகளைக் கன்னங்களின் இரு பக்கமும் ஒட்டிவைத்தாற்போன்ற கன்ன மீசைகளையும் (கிருதா), கூடவே சேர்ந்திருந்த ஆட்டுக்கிடாய் மீசையையும் அவன் மிகவும் பிரியப்பட்டு வளர்த்துக்கொண்டிருந்தான். அதையே அவன் மிகவும் பெருமையாக நினைத்து, மிகவும் கர்வப்பட்டுக்கொண்டும் இருந்தான். ஏதோ அமைச்சரகம் ஒன்றில் குமாஸ்தாவாகப் பணி புரிந்துகொண்டிருந்த அவனது கண்கள் மட்டும் எப்போதும் ஏதோ கோளாறு உள்ளதைப் போன்றே தென்பட்டுக்கொண்டிருந்தன. அவன் மிகவும் மென்மையான இதயம் படைத்தவன். தன்னம் பிக்கை மிகுந்தவன். ஆனால் சில சமயங்களில் மிகுந்த கர்வத் துடனும், வீண் ஜம்பத்துடனும் பேசுவான். ரொம்பவும் அலட்டிக் கொள்வான். தன்னுடைய குள்ளமான உருவத்திற்குக் கொஞ்சமும் ஒட்டாத வகையில் அவனுடைய அந்த ஜம்பப் பேச்சுகள் அமைந் திருக்கும். அந்தக் குள்ளமான உருவத்துடன் எம்பி எம்பி அவன் பேசுவதைப் பார்க்க மிகவும் வேடிக்கையாக இருக்கும். அந்தக் குடியிருப்பில் இவன் ஒருவனிடத்தில்தான் அமாலியா இவா னோவ்னா அதிகம் மதிப்பும் மரியாதையும் கொண்டிருந்தாள். காரணம் என்னவென்றால் இவன் மொடாக் குடியன் இல்லை என்பது ஒன்று! மாதந்தோறும் வாடகையை மிகச் சரியான தேதியில் ஒழுங்காகக் கொடுத்துவிடுவான் என்பது மற்றொன்று! இதேபோன்று நல்ல குணங்களெல்லாம் இருந்தாலும் ஆண்ட்ரீ செமினோவிச் கொஞ்சம் முட்டாள்தனம் கொண்டவனாகத்தான் இருந்தான். முற்போக்கு அணியிலும், 'நம்நாட்டு இளைய தலை முறை' என்ற குழுவிலும் தனக்கு இருந்த ஆர்வத்தின் காரண மாகவே அவனும் சேர்ந்திருந்தான். எண்ணிக்கையில் அடங்காத பெருங்கூட்டம் ஒன்று அப்போது அங்கே இருந்தது. சீருடை அணி யாத முட்டாள்களே அதில் மிகுதியாக இருந்தார்கள். என்ன வென்றே விளங்காத, சகிக்க முடியாத காரியங்களைச் செய்து கொண்டிருந்த அவர்கள், அன்றைய நவீன யுகத்தின் போக்குக்கு இப்படி இருப்பதுதான் நாகரிகமானது என்று கருதி, அதுபோன்ற குழுக்களுடன் பிடிவாதமாகவும், உறுதியாகவும் ஒட்டிக்கொண்டி ருந்தார்கள். ஆனால் எவ்வளவு மனப்பூர்வமாகவும், உண்மை

யாகவும் அவர்கள் செயல்பட்ட போதிலும்கூட, அவர்களது செயல்பாடுகள், அந்த இயக்கங்களைக் கொச்சைப்படுத்துபவை களாகவும், அவற்றைப் பற்றிய தவறான சித்திரத்தை ஏற்படுத்துவன வாகவுமே அமைந்திருந்தன.

லெபஸியாட்னிகோவ் மிக நல்ல குணங்கள் நிரம்பியவன். அவனாலும்கூடத் தனது முன்னாள் பாதுகாவலனும், இப்போது தன்னுடன் அறையில் தங்கியிருப்பவனுமாகிய பீட்டர் பெத்ரோவிச்சின் நடவடிக்கைகளைக் கொஞ்சமும் சகித்துக்கொள்ள முடியவில்லை. அவனும்கூட இப்போது பீட்டர் பெத்ரோவிச்சை வெறுக்கத் தொடங்கியிருந்தான். பீட்டர் பெத்ரோவிச்சும்கூட லெபஸியாட்னிகோவை மனதார வெறுக்கத் தொடங்கியிருந்தான். இவ்வாறான மனநிலை, இருதரப்பிலுமே எதிர்பாராத வகையில் நேரிட்டுவிட்டதென்றே சொல்ல வேண்டும். ஆண்ட்ரீ செமினோவிச் ஓர் எளிமையான மனிதன்தான் என்றாலும்கூடப் பீட்டர் பெத்ரோவிச் தன்னை முட்டாளாக்குவது போலவும், தன்னை வெறுப்பது போலவும், ஓர் ஒழுங்கான நல்ல மனிதனாக இப்போது அவன் இல்லை என்பது போலவும், தீய செயல்களில் ஈடுபட்டிருக்கும் ஒரு முரட்டுத்தனமான கெட்ட மனிதனைப் போல அவன் இப்போது இருக்கிறான் என்றும் அவனது உள்மனது அவனுக்கு எச்சரிக்கை செய்வது போன்ற, ஓர் எண்ணம் அவனுக்குள்ளே இப்போது தோன்றியிருந்தது. '

'ஃபௌரியரின் (Fourier) அமைப்பு*' பற்றியும், 'டார்வின் கோட்பாடு' பற்றியும் அவன் தீவிரமாக விளக்கிக்கொண்டிருக்கும் வேளைகளில் பீட்டர் பெத்ரோவிச் அதனைக் கேலி செய்யும் பாவனையில் கேட்டுக்கொண்டிருப்பான். சமீபகாலமாகத்தான் இவ்வாறான மாற்றங்கள் அவனிடத்தில் ஏற்பட்டிருப்பதாகவும் இப்போதெல்லாம் பீட்டர் பெத்ரோவிச் தன்னை மிகவும் அவமானப்படுத்தியும், வஞ்சனையாகவும், வஞ்சகமாகவும் பேசத் துவங்கியிருந்தான் என்பதை ஆண்ட்ரீ செமினோவிச் புரிந்து கொண்டான். அதிலும் கடந்த சில நாட்களாகத்தான் அப்படி அவன் நேரடியாகவே பரிகாசம் செய்யத் தொடங்கியிருந்தான். லெபஸியாட்னிகோவ் மிகவும் அற்பமான முட்டாள் என்றும், அதோடுகூட, அவன் ஓர் ஏமாற்றுக்காரன் என்றும் தானாகவே இவ்வாறு ஊகித்துக்கொண்டு பேசத் தொடங்கியிருந்தான் பீட்டர் பெத்ரோவிச்.

---

* பௌரியர் அமைப்பு: இளைய தலைமுறையைச் சார்ந்தவர்கள் – குறிப்பாக 'நிகிலிஸ்டுகள்' இத்தகைய அறிவுசார் கோட்பாடுகளில் கவரப்பட்டிருந்தார்கள்.

அவன் அங்கம் வகிப்பதாகச் சொல்லும் குழுவினரோடு இவனுக்கு தொடர்புகள் ஏதுமில்லை; அவனுக்கு அங்கே முக்கியத்துவமும் இல்லை; அவனுக்கு அந்த அமைப்போடு நேரடித் தொடர்புகள் இல்லையென்றும் மூன்றாவது மனிதனின் மூலமாகத்தான் சில செய்திகளை அவன் தெரிந்துகொள்ளுகிறான் என்றும் பீட்டர் பெத்ரோவிச் புரிந்துகொண்டிருந்தான். அவனே தேர்ந்தெடுத்து மேற்கொண்டிருக்கும் பிரச்சாரப் பணிகளில்கூட, அவனே பெரும் சிந்தனை குழப்பத்தில் இருக்கும்போது இதற்கான தெளிவு அவனுக்கு எப்படி இருக்கும்? இப்படிப்பட்ட குழப்பமான ஒரு மனிதனால் மற்றவர்களை எப்படிப் பகிரங்கமாகத் தோலுரித்து வெளிக்காட்ட முடியும்?

கடந்த பத்து நாட்களாக (குறிப்பாக அந்த நாட்களின் முற் பகுதியில்) அவன் தன்னை மிக வினோதமாக வெகுவாகப் புகழ்ந்த வற்றையெல்லாம் பீட்டர் பெத்ரோவிச் அமைதியாக ஏற்றுக் கொண்டான்; எதையும் மறுக்கவில்லை.

'மெஷ்சஸ்கயா' தெருவை ஒட்டியுள்ள 'புதிய கம்யூனை*'ச் சீரமைத்து விரிவுபடுத்த அடுத்துவரும் நாட்களில் பீட்டர் பெத் ரோவிச் தானே முன்வரப் போகிறானென்றும், அவனுக்கும் துனி யாவுக்கும் திருமணமான ஒரு மாத காலத்திற்குள் அவள் வேறொரு காதலனைத் தேடிக்கொண்டுவிட்டாலும்கூட அதற்கு அவன் – பீட்டர் பெத்ரோவிச் – இடைஞ்சலாக இருக்க மாட்டானென்றும், வருங்காலத்தில் தனக்குப் பிறக்கும் குழந்தைகளைக் கிறிஸ்தவர் களாக அவன் ஆக்க மாட்டானென்றும் இப்படியெல்லாம் சிரமப்பட்டு ஆண்ட்ரீ செமினோவிச் அவனை மேலும் மேலும் பாராட்டப் பாராட்டக் கொஞ்சம்கூட எதிர்ப்பே காட்டாமல் அனைத்தையும் கேட்டுக்கொண்டு பீட்டர் பெத்ரோவிச் மிகவும் அமைதியாகத்தான் உட்கார்ந்திருந்தான்.

இப்படித் தன்னிடம் இல்லவே இல்லாத குணங்களை யெல்லாம் தன்மீது ஏற்றி வைத்துப் புகழ்வதைத் தன்னுடைய வழக்கமான பாணியில் எதிர்ப்பே காட்டாமல் மகிழ்ச்சியோடு ஏற்றுக்கொண்டிருந்தான் பீட்டர் பெத்ரோவிச். எந்தக் காரணத்துக் காகத் தான் புகழப்பட்டாலும், அது அவனுக்குச் சந்தோஷமளிப்ப தாகவே இருந்தது.

---

* புதிய கம்யூன்: செர்னிஷெவ்ஸியின் 'செய்ய வேண்டியவை என்ன? என்ற நூலில் இவ்வாறான கம்யூன்களை நிறுவுவதற்கான கருத்தாக்கம் இடம் பெற்றுள்ளது. திருமணமான பெண்களும்கூடக் காதலர்களைத் தேடிக்கொள்ளலாம் என்ற கருத்தும் அந்த நூலில் இடம் பெற்றுள்ளது.

இன்று காலையில் ஐந்து சதவிகித அரசுப் பத்திரங்கள் சிலவற்றைப் பணமாக மாற்றிக்கொண்டு வந்து கத்தை கத்தையான பணக்கட்டுகளை மேசையில் வைத்துக்கொண்டு, அந்த வங்கி நோட்டுகளை எண்ணிப் பார்த்துக்கொண்டிருந்தான் பீட்டர் பெத்ரோவிச். பணப் புழக்கம் அதிகம் இல்லாத ஆண்ட்ரீ செமினோவிச், அதைக் கண்டுகொள்ளாதவனைப் போல அறைக்குள் சுற்றிச்சுற்றி வந்துகொண்டிருந்தான். தன் மனதில் ஆசையைத் தூண்டுவதற்காக, வேண்டுமென்றே பணத்தை இப்படிக் கத்தை கத்தையாகப் பரப்பி வைத்துக்கொண்டு எண்ணிக்கொண்டிருக்கிறான் பீட்டர் பெத்ரோவிச் என்றும், எவ்வளவு மோசமாக, ஒரு பேராசைக்காரனாகத் தன்னை இவன் நினைத்துக்கொண்டிருக்கிறான் என்றும் மனதினுள் நினைத்தபடி, மிகவும் வெறுப்புடன் முகத்தைத் திருப்பிக்கொண்டு, எண்ணங்களில் தங்கள் இருவருக்கும் இடையில் உள்ள வித்தியாசங்களை நினைத்தபடி அந்தப் பண நோட்டுகளைப் பொருட்படுத்தாதவனைப் போலவும் அவற்றை அலட்சியம் செய்பவனைப் போலவும் வெறுப்பவனைப் போலவும் நடித்துக்கொண்டு பீட்டர் பெத்ரோவிச்சின் மீது மிகுந்த வெறுப்பும் மனக்கசப்பும்கொண்டவனாக அறைக்குள் தொடர்ந்து நடந்துகொண்டிருந்தான் ஆண்ட்ரீ செமினோவிச்.

'இவ்வளவு பணத்தைப் பார்த்த பிறகும்கூட, கொஞ்சம்கூட வியப்பும், ஆசையும், மனக்கிலேசமும் இல்லாமல் ஒரு மனிதனால் எப்படி இருக்க முடியும்? இவன் பணத்தைப் பற்றி எந்தவிதமான ஆசையும் இல்லாதவனைப் போலவும், பணத்தை வெறுப்பவனைப் போலவும், அலட்சியம் செய்பவனைப் போலவும், பாசாங்கு செய்து நடித்துக்கொண்டிருக்கிறான்' என்று ஆண்ட்ரீ செமினோவிச்சின் இந்த வெறுப்பையும் அலட்சியத்தையும் கொஞ்சமும் நம்பாதவனாக, தனக்குள் வஞ்சனையாக நினைத்தபடி மிகவும் பரிகாசத்துடன் ஆண்ட்ரீ செமினோவிச்சைப் பார்த்தான் பீட்டர் பெத்ரோவிச்.

'பணத்தை இப்படிக் கொட்டிப் பரப்பி எண்ணிக்கொண்டிருப்பதன் மூலம் தான் எவ்வளவு உயர்ந்தவன் அசாதாரணமானவன் என்பதைக் காட்டுவதற்கும், நான் எவ்வளவு சாதாரணமானவன் என்பதைச் சுட்டிக்காட்டுவதற்கும்தான் அவன் முயற்சிக்கிறான்' என்றும் தங்கள் இருவருக்கும் இருக்கும் வித்தியாசத்தை எடுத்துக்காட்டத்தான் பீட்டர் பெத்ரோவிச் முயற்சிக்கிறான் என்றும் ஆண்ட்ரீ செமினோவிச் நினைத்தான்.

லெபஸியாட்னிகோவ் மேலும் தொடர்ந்து, தனக்கு மிகவும் பிடித்த விஷயமான கம்யூன்கள் பற்றியும் புதிய கம்யூன் அமைப்பது குறித்தும் மிகவும் விரிவாகப் பேசத் துவங்கினான். இப்போது,

முன்பைவிட இன்னும் அதிகமான எரிச்சலையும், கோபத்தையும் ஏற்படுத்தும்வண்ணம் படுமோசமாக நடந்துகொண்டான் பீட்டர் பெத்ரோவிச். இவன் சொல்லும் விஷயத்தையே காது கொடுத்துக் கேட்காமல், வேறு எங்கோ கவனமாக இருப்பது போல இருந் தான். கணக்குப் போடுவதற்கு உதவும் 'அபாகஸ்' சட்டத்தைக் கையில் பிடித்துக்கொண்டு, அதில் இருக்கும் மணிகளை உருட்டிக் கொண்டிருந்தான். சிறுசிறு இடைவெளிகளில் ஏதேதோ கேள்வி களையும் கேட்டுக்கொண்டிருந்தான். பதில்களையும் சொல்லிக் கொண்டிருந்தான். அதுவும்கூட எதிராளியை வேண்டுமென்றே சீண்டும் குத்தல் பேச்சுகளாகவே இருந்தன. ஆனாலும்கூட ஆண்ட்ரீ செமினோவிச், அவனது மனநிலையை, மிகுந்த மனிதத் தன்மையோடு புரிந்துகொண்டான். துனியாவுடன் ஏற்பட்டுப் போன பிளவின் காரணத்தால் மனம் மிகவும் பாதிக்கப் பட்டுத்தான் அவன் இப்படி விரக்தியாக, எரிச்சலுடன் நடந்து கொள்கிறான் என்று ஆண்ட்ரீ செமினோவிச் நினைத்தான். அதே சமயம், தான் சொல்ல வந்த விஷயத்தை முழுவதுமாகச் சொல்லி விட வேண்டும் என்ற தவிப்பும் அவனிடத்தில் காணப்பட்டது. முற்போக்கான கருத்துகளைக் கூறுவதன் மூலமாகத் தனது நண்பனை எப்படியாவது தன்னுடைய வழிக்குத் திருப்பி விட வேண்டும் என்ற தாகம் அவனுள் ததும்பிக்கொண்டிருந்தது. தனது மதிப்பிற்குரிய நண்பனுக்கு ஒருவகையில் அது ஆறுதலாக இருக்கு மென்றும், சந்தேகமேயில்லாதபடி அவனது எதிர்கால வளர்ச்சிக்கு அது உதவும் என்றும் ஆண்ட்ரீ செமினோவிச் நினைத்தான்.

"ஆமாம், என்ன அந்த விதவைப் பெண்ணின் வீட்டில் இறுதிச் சடங்கு விருந்துக்கான ஏற்பாடுகள் ரொம்பவும் தடபுட லாக நடப்பது போலத் தெரிகிறது. அப்படித்தானா?"

ஆண்ட்ரீ செமினோவிச் 'கம்யூன்' பற்றிய தன்னுடைய கருத்துகளை மிகவும் சுவாரசியமாக விவரித்துக்கொண்டிருந்த ஒரு கட்டத்தில், திடீரென்று அவனை இடைமறித்து இப்படி ஒரு கேள்வியைக் கேட்டான் பீட்டர் பெத்ரோவிச்.

"அந்த விஷயம் எதுவுமே உங்களுக்குத் தெரியாததைப் போல கேட்கிறீர்களே? நேற்றே அதுபற்றி நான் உங்களிடம் பேசி னேனே...? மேலும் இந்தச் சடங்குகள் பற்றிய என்னுடைய அபிப் ராயங்களைப் பற்றியும்கூட உங்களிடம் சொன்னேனே...? நேற்று அவளே நேரில் வந்து உங்களை அழைத்ததையும், நீங்கள் அவளிடம் பேசியதையும்கூட நான் கேட்டேனே...?"

"இவ்வளவு அனாதரவான நிலையில் இருக்கும் அந்த முட்டாள் பெண், இன்னொரு முட்டாளான ரஸ்கோல்னிகோவிட

மிருந்து பெற்றுக்கொண்ட பணத்தை எல்லாம் இப்படி இறுதிக் காரியங்களை நடத்துவதற்காக வாரி இறைப்பாள் என்பதை நான் கொஞ்சமும் எதிர்பார்க்கவில்லை. இப்போது அந்த இடத்தைக் கடந்து வந்தபோது நான் மிகவும் அசந்துதான் போனேன். எவ்வளவு ஆடம்பரமான ஏற்பாடுகள்? ஒயின் எல்லாம்கூடத் தயாராக இருக்கிறது. விருந்துக்கு நிறைய பேர் அழைக்கப்பட்டிருக்கிறார்கள்! என்னால் இவற்றையெல்லாம் கொஞ்சமும் நினைத்துப் பார்க்கவே முடியவில்லை!" என்று ஏதோ ஒரு நோக்கத்தை மனதில் வைத்துக் கொண்டிருப்பவனைப் போல, அந்த விஷயத்தைப் பற்றியே விரிவாகப் பேசிக்கொண்டு போனான் பீட்டர் பெத்ரோவிச். "என்ன... என்ன...? நீ என்ன சொன்னாய்?" அவள் என்னையும்கூட விருந்துக்கு அழைத்திருக்கிறாள் என்றா சொன்னாய்? திடீரென்று தலையை உயர்த்திக்கொண்டு கேட்டான் அவன். "எப்போது அழைத்தார்கள்? எனக்கு ஞாபகமில்லையே? ஆனால் எப்படியிருந்தாலும் சரி! நான் அங்கே போகப் போவதில்லை. நான் எதற்காக அங்கே போக வேண்டும்? அரசாங்க ஊழியனுடைய விதவை மனைவியாக அவள் இருப்பதால், அவனுடைய ஒருவருஷ சம்பளம் அவளுக்குக் கருணைத் தொகையாகக் கிடைப்பதற்கு ஒருவேளை வாய்ப்பு இருக்கலாம் என்று சும்மா தற்செயலாக அவளோடு நான் பேசிக்கொண்டிருந்தேன். அவ்வளவுதான்! அந்தக் காரணத்திற்காகத்தான் அவள் என்னை கூப்பிட்டிருக்க வேண்டும் என்று நினைக்கிறேன். ஹி... ஹி!"

"நானும் போவதாக இல்லை" என்றான் லெபஸியாட்னிகோவ்.

"நீ போகக்கூடாதென்றுதான் நானும் நினைக்கிறேன்! உன் கைகளால் அவளை அவ்வளவு மோசமாக நீ அடித்திருக்கிறாய்! அப்படியிருக்கும்போது, இப்போது அங்கே போக உனக்கு வெட்கமாகத்தானே இருக்கும்...? எனக்குப் புரிகிறது! ஹி...! ஹி... ஹி...!"

"யார்... யாரை அடித்தார்கள்?" என்று கலவரமும் கூச்சமும் அடைந்தவனாகக் கத்தினான் லெபஸியாட்னிகோவ்.

"நீதான் அடித்தாய்! காதரீனா இவானோவ்னாவை ஒரு மாதத்திற்கு முன்பு நீ அடிக்கவில்லையா? சொல்...! நேற்று அதைப் பற்றி நான் கேள்விப்பட்டேன் தெரியுமா? இத்தனைக் கொள்கைகளையும் உனக்குள் வைத்துக்கொண்டு இப்படி மோசமாக நடந்து கொள்கிறாயே...? பெண்களுக்காக நீங்கள் எழுப்புகிற குரலைக்கூட நடைமுறையில் உங்களால் வெற்றிகரமாகச் செயல்படுத்த முடியவில்லை போலிருக்கிறதே? ஹி...! ஹி... ஹி...!" மிகுந்த சந்தோஷத்தில் மிதப்பவனைப் போலப் பேசிக்கொண்டே 'அபாகஸ்'

சட்டத்தை வேகமாகத் தட்டிக்கொண்டிருந்தான் பீட்டர் பெத்ரோவிச்.

"அதெல்லாம் பொய், அபத்தம்... வீண் பழிச்சொல்!" என்று குமுறிவெடித்தான் லெபஸியாட்னிகோவ். அந்தச் சம்பவத்தைப் பற்றிப் பேசும் போதெல்லாம், மிகவும் கூச்சத்துடனும், அச்சத் துடனும் அவன் குன்றிப் போய்விடுவது வழக்கம்.

"அந்த மாதிரி நடக்கவே இல்லை. உண்மையில் நடந்ததே வேறு. நீங்கள் தவறாகக் கேள்விப்பட்டிருக்கிறீர்கள். எல்லாமே பொய்கள்... அவதூறுகள்தான்! உண்மையில், அந்தச் சந்தர்ப் பத்தில் என்னை நான் தற்காத்துக்கொண்டேன் அவ்வளவுதான்! முதலில் அவள், தனது விரல் நகங்களினால் என்னைத் தாக்கி னாள். என் மீசை முழுவதையும் பிடுங்கி எடுத்தாள்! அப்படிப் பட்ட நிலையில் எவருமே தன்னைத் தற்காத்துக்கொள்ளத்தானே நினைப்பார்கள்? அதில் என்ன தவறு இருக்கிறது? அது இயல்பு தானே! மேலும் எனக்கெதிராக எவரும் வன்முறையைப் பிர யோகிப்பதை எப்போதும் நான் அனுமதிப்பதில்லை, அது என் கொள்கை. காரணம், அது ஒரு கொடுங்கோன்மையான எதேச் சதிகாரம் போன்றது. அப்படி நான் என்ன செய்துவிட்டேன்? சும்மா, மெதுவாக அவளை அப்பால் தள்ளிவிட மட்டுமே செய்தேன்!"

"ஹி... ஹி... ஹி...!" பீட்டர் பெத்ரோவிச் லூசின் தொடர்ந்து விஷமத்தனமாகச் சிரித்துக்கொண்டே இருந்தான்.

"நீங்கள் இப்போது மோசமான ஒரு மனநிலையில் இருப்ப தால் என்னைச் சீண்டிவிட்டுப் பார்க்கிறீர்கள் அவ்வளவுதான். அதெல்லாம் அபத்தம். வெறும் குப்பை! அதற்கும் பெண்களுக் காகக் குரல் கொடுப்பதற்கும் எந்தச் சம்பந்தமும் இல்லை. நீங்கள் அதையும் தவறாகத்தான் புரிந்துகொண்டிருக்கிறீர்கள்! ஆணும் பெண்ணும் எல்லாவகையிலும் சமமானவர்கள் என்பது ஏற்றுக் கொள்ளப்பட்டால், உடல் பலத்திலும்கூட அவர்களை நிகரான வர்களாகத்தானே (சில பேர் அந்த மாதிரியே இருக்கவும் செய் கிறார்கள்) கருத வேண்டும்! அப்படியென்றால் இப்படிப்பட்ட விஷயங்களிலும்கூடச் சமத்துவம் தேவைதான் என்று நான் முதலில் நினைத்துக்கொண்டிருந்ததுண்டு. ஆனால் அதன் பின்னர் அப்படி ஒரு கேள்வியே எழக்கூடாது என்று நான் உறுதியாக முடிவு செய்து விட்டேன்! காரணம் சண்டை என்ற ஒன்றே இருக்கக்கூடாது என்பதுதான் என் விருப்பம். ஆனால் நிகழ் காலத்தில் அது இருந்துகொண்டுதான் இருக்கிறது! சே... என்ன ஒரு மோசமான ஆள் நீங்கள்! மனிதர்களைப் போட்டுக்

குழப்பியடித்துவிடுகிறீர்கள். நான் அந்த இறுதிச் சடங்குக்குப் போகாததற்கு அந்தச் சண்டை ஒன்றும் காரணமில்லை. மூட நம்பிக்கை கொண்ட சடங்குகளில் பங்கெடுக்க எனக்கு விருப்பமில்லை. அது என் கொள்கை! அவ்வளவுதான்! ஒருவேளை, சும்மா அதைப் பார்த்துச் சிரித்துவிட்டு வரலாம் என்று தோன்றினால் அங்கே செல்வேன். அங்கே பாதிரிமார்களெல்லாம் வரமாட்டார்களென்பதில் எனக்குச் சற்று வருத்தம்தான். அவர்கள் மட்டும் வருவதாக இருந்தால் நானும்கூடப் போவேன்!"

"அப்படியென்றால் அவர்கள் செய்யும் விருந்து உபசாரங்களை மட்டும் ஏற்றுக்கொள்வாய். அதன்பிறகு அவர்களது முகத்திலேயே காறி உமிழ்வாய்! உன்னை மதித்து அழைத்தவர்களை அவர்களின் இல்லத்திலேயே நீ அவமானப்படுத்துகிறாய் அப்படித்தானே?"

"நிச்சயமாக அந்த மாதிரி இல்லை. என்னுடைய எதிர்ப் புணர்ச்சியின் ஒரு சிறிய வெளிப்பாடு அது! அவ்வளவுதான். அவர்களுக்கு உதவியாக இருக்க வேண்டும் என்ற எண்ணத்தோடு தான் நான் அங்கு செல்வேன். ஒருவேளை, மறைமுகமான விதத்தில் அவர்களுடைய முன்னேற்றத்துக்கும்–அதேசமயம் நல்ல கருத்துகளைப் பிரச்சாரம் செய்வதற்கும் இதன்மூலமாக நான் உதவக்கூடும். அடுத்தவர்களின் வளர்ச்சிக்கு உதவுவதும், நல்ல கருத்துகளைப் பலரும் அறியுமாறு பரவச் செய்வதும் ஒவ்வொரு மனிதனின் கடமைதானே? ஒருவரது வழிமுறைகள் அடுத்தவர்களுக்குக் கொஞ்சம் கரடுமுரடாகத் தோன்றினாலும், அவை நல்ல வைகளாகவும் இருக்கலாம் அல்லவா? நான் நல்ல செயலுக்கான ஒரு விதையைத் தூவுகிறேன். அந்த விதையிலிருந்து ஏதேனும் ஒன்று உண்மையாகவே வளரக்கூடுமல்லவா? அதில் அவர்கள் காயப்பட என்ன இருக்கிறது? முதலில் அவர்கள் கொஞ்சம் வருத்தப்பட்டாலும், நான் அவர்களுக்கு உதவியாகத்தான் இருக்கிறேன் என்பதைப் பிறகு உணர்ந்துகொள்வார்கள்! 'டெரிபியோவா'வை (இப்போது கம்யூனில் இருக்கிறாள் அவள்) இந்த ஜனங்களெல்லாம் முதலில் எவ்வளவு பழித்தார்கள்? அவள் தன் குடும்பத்தை விட்டுவிட்டுத் தன் காதலனைத் தானே தேடிக்கொண் டாள். அப்போது – பொறாமையும் வஞ்சகங்களும் நிறைந்த ஓர் உலகத்தில் தான் வாழ விரும்பாத காரணத்தினால் சிவில் சட்ட முறைகளின்படி உருவாக்கப்பட்டுள்ள திருமண ஒப்பந்தம் செய்து கொள்ளப் போவதாக அவள் தனது தந்தைக்கும், தாய்க்கும் கடிதம் எழுதிப் போட்டாள். அந்த நேரத்தில் அவளை எல்லோரும் எப்படித் தூற்றினார்கள் தெரியுமா? தன்னுடைய பெற்றோரிடம் அவள் இத்தனை கடுமையாக நடந்துகொண்டிருக்க வேண்டா

மென்றும், அதை இன்னும்கூட மென்மையாகவும் நாகரிகமாகவும் அவள் எழுதியிருக்கலாம் என்றும் எல்லோரும் நினைத்தார்கள். அதெல்லாம் வெறும் அபத்தமென்றே நான் நினைக்கிறேன். நமக்குத் தேவையாக இருப்பது மென்மையான குணம் இல்லை. மாறாக, நமக்கு வேண்டியது எதிர்ப்புக்குணம் மட்டுமே என்று நான் நினைக்கிறேன். 'வாரெண்ட்ஸின்' கதையை எடுத்துக் கொள்ளுங்கள்! திருமணமாகி ஏழு வருடங்களுக்குப் பிறகு, தன் இரண்டு குழந்தைகளையும் விட்டுவிட்டுத் தன் கணவனுடனான திருமண பந்தத்தை ஒரு கடிதத்தின் மூலமாக முறித்துக்கொண்டு விட்டாள். 'உங்களுடன் மகிழ்ச்சியாக இருக்க முடியாதென்பதை நான் உணர்ந்துகொண்டேன். கம்யூன்களில் வேறொருவிதமான சமூக அமைப்பு செயல்பட்டுக்கொண்டிருப்பதை என்னிடமிருந்து நீங்கள் மறைத்துவிட்டீர்கள். அதற்காக நான் உங்களை மன்னிக் கவே மாட்டேன். நல்ல மனம்கொண்ட ஒரு மனிதரின் மூலமாக அதுபற்றி அறிந்துகொண்ட நான், என்னையே அவருக்கு அர்ப் பணித்துவிட்டேன். நாங்கள் இருவருமே இணைந்து இப்போது ஒரு 'கம்யூனை' நிறுவிக்கொண்டிருக்கிறோம். பாசாங்கு செய்து நடிப்பதில் எனக்கு விருப்பமில்லை என்பதனாலேயே இதை நான் வெளிப்படையாக எழுதுகிறேன். உங்கள் வசதி எப்படியோ அப்படி நீங்கள் செய்துகொள்ளலாம். நான் உங்களிடம் திரும்ப வருவேன் என்றுமட்டும் நம்ப வேண்டாம். அதுபோன்ற காலங்கள் எல்லாம் கடந்து போய் விட்டன. நீங்கள் மகிழ்ச்சியோடு இருக்க வாழ்த்துகிறேன்' என்று இப்படி ஒரு கடிதத்தை அவள் எழுதி யிருந்தாள்."

"நீ இப்போது குறிப்பிட்டாயே அந்த 'டெரிபியோவா' தானே மூன்றாம் முறையாக இந்தப் பொதுவான சட்டமுறைப்படி அவளது திருமண ஒப்பந்தத்தைச் செய்துகொண்டவள்...?"

"இல்லை. நீங்கள் அதைச் சரியான கண்ணோட்டத்தில் பார்த்தால், அது இரண்டாம் தடவைதான் என்று புரிந்துகொள்ள முடியும். ஆனால், அது நான்கு அல்லது ஐந்தாம் தடவையாகக் கூட இருந்துவிட்டுப் போகட்டுமே! அதிலெல்லாம் என்ன இருக் கிறது? ஒன்றுமே இல்லை! என்னுடைய தாயும் தந்தையும் இறந்து போனதற்கு அப்போது வருத்தப்பட்டேனோ இல்லையோ, ஆனால் இப்போது அதற்காக நான் அதிகமாக வருத்தப்படுகிறேன். ஒருவேளை அவர்கள் இப்பொழுது வாழ்ந்துகொண்டிருந்தார் களேயானால், என் எதிர்ப்புகளை எப்படியெல்லாம் அவர்களிடம் கொட்டித் தீர்த்திருக்கலாம் என்று நான் கனவுகூடக் கண்டி ருக்கிறேன். எதிர்ப்பான சூழ்நிலை ஒன்றை வேண்டுமென்றே நான் உருவாக்கி இருப்பேன். அவர்களிடமிருந்து என்னை

முழுமையாகத் துண்டித்துக்கொள்வது பற்றியும் பேசி இருப்பேன்! அப்படிப்பட்ட எதிர்ப்புணர்ச்சியை நிச்சயம் அவர்களிடம் காட்டி, அவர்களை ஆச்சரியப்பட வைத்திருப்பேன்! ஆனால் அப்படி யெல்லாம் செய்வதற்கு எனக்கு யாருமே இல்லை என்பது உண்மை யாகவே ஒரு சோகம்தான்!"

"எதற்கு? இப்படி ஆச்சரியப்படுத்த யாருமில்லையே என்றா? ஹி... ஹி...! சரி போகட்டும்! நீ விரும்புகிறபடியே இருந்துவிட்டுப் போகட்டும்! அதை விட்டுத்தள்ளு!" என்று இடைமறித்தான் பீட்டர் பெத்ரோவிச். "எனக்கு இதை மட்டும் இப்பொழுது கொஞ்சம் சொல்! இறந்து போன அந்த மனிதனின் மகளை, மிகவும் பலவீனமான ஆனால் மிகவும் அழகான அந்தப் பெண்ணை உனக்குத் தெரிந்திருக்கும் என்று நினைக்கிறேன். அந்தப் பெண்ணைப் பற்றி எல்லோரும் சொல்வதெல்லாம் உண்மைதானா? சொல்! அது உண்மைதானா?"

"அதில் என்ன இருக்கிறது? என்னுடைய அபிப்பிராயத்தைச் சொல்ல வேண்டுமானால்– அதாவது எனது தனிப்பட்ட கருத்துப் படி–அதுதான் ஒரு பெண்ணின் மிகச் சாதாரணமான, இயல்பான நிலையாக இருக்கிறது என்றுகூடச் சொல்லலாம். ஏன் இப்படி இருக்கக்கூடாது? அப்படி ஒரு வித்தியாசத்தோடும், தனித்துவத் தோடும் இருப்பதில் என்ன தவறு? இன்றைய சமூகத்தில் பெண்ணின் இந்த நிலையை யாரும் சாதாரணமானதாக ஏற்றுக் கொள்வதில்லை. ஆனால் இப்போது அவள் மேல் வலுக்கட்டாய மாகத் திணிக்கப்பட்டிருக்கிறது. ஆனால் எதிர்காலத்தில் இதெல்லாம் மிகச் சாதாரணமானதாகிவிடும். பெண்களும் இதை விரும்பித் தேர்ந்தெடுத்து ஈடுபடும் ஒன்றாகவும் ஆகிவிடும். ஆனால் இப்பொழுதுமேகூட அவள் நினைப்பது போலச் செயல் பட அவளுக்கு உரிமையிருக்கிறது. வறுமையில் துன்பப்படும் அவளிடம் உள்ள மூலதனம் – சொத்து அது, ஒன்றுதான்! அதை அவளது விருப்பப்படி பயன்படுத்திக்கொள்ள அவளுக்கு முழு உரிமை இருக்கிறது. உண்மையிலேயே எதிர்காலத்தில் 'மூல தனங்களுக்கான' தேவை அவசியம் இருக்கப் போவதில்லை என்பதும் ஒரு விஷயம்தான். ஆனால் பகுத்தறிவோடு கூடிய ஒத்திசைவான ஓர் அமைப்பில், அவள் இப்போது வகிக்கும் பங்கு, வித்தியாசமான ஓர் அர்த்தத்தைப் பெற்றுவிடுமென்றே நான் எண்ணுகிறேன்! சோஃபியா செமினோவ்னாவின் தற்போதைய சூழலைப் பொறுத்தவரையில் அவளது செயல்பாட்டை இன்றைய சமூகக் கட்டமைப்புக்கு எதிரான பிரக்ஞை பூர்வமான, ஒரு வலுவான எதிர்ப்பாகவே நான் கொள்கிறேன். அதற்காகவே நான்

அவளுக்கு மிகவும் மரியாதை செலுத்துகிறேன். அவளைப் பார்த்தாலே எனக்கு மிகவும் மகிழ்ச்சியாக இருக்கிறது!"

"ஆனால் நான் கேள்விபட்டது வேறுமாதிரி அல்லவா இருக்கிறது? அவள் இந்த இடத்திலிருந்து விரட்டப்பட்டதற்கும் வெளியேற்றப்பட்டதற்கும் நீதான் காரணமாமே."

இதைக் கேட்டவுடன் லெபஸியாட்னிகோவ் கோபத்தின் உச்சியை அடைந்தான்.

"அது மற்றொரு வதந்தி" என்று சத்தம் போட்டான் அவன். "அது அப்படி இல்லை. இல்லவே இல்லை. அதெல்லாம் வெறும் பொய். காதரீனா இவானோவ்னாவின் கண்டுபிடிப்பு அது. எதையுமே சரியாகப் புரிந்துகொள்ள முடியாததால் வந்த விளைவு அது. எல்லாவற்றையுமே தவறாகப் பார்த்துக்கொண்டிருந்து விட்டாள் அவள். நான் சோஃபியா இவானோவ்னாவின் மீது என் கருத்துகள் எதையுமே வலிந்து திணிக்கவில்லை. சும்மா அவளைக் கொஞ்சம் படிக்க வைக்க மட்டுமே நான் முயற்சித்தேன். அதிலும்கூட முழு முனைப்போடு நான் ஈடுபடவில்லை. அவளுடைய எதிர்ப்புணர்ச்சியைத் தூண்டுவதற்கு மட்டும் நான் முயன்றேன். எனக்குத் தேவைப்பட்டதெல்லாம் அவளது எதிர்ப்புணர்ச்சி மட்டுமே! மேலும் இந்த இடத்தில் இதற்கு மேலும் தங்கியிருப்பது சோஃபியா செமினோவ்னாவால் உண்மையாகவே முடியாமல் போய்விட்டது."

"கம்யூனுக்கு வருமாறும், அதில் சேருமாறும் நீ அவளுக்கு அழைப்பு விடுத்தாயா?"

"நீங்கள், இன்னமும்கூட என்னைக் கேலி செய்து சிரிக்க வேண்டுமென்றுதான் ஆசைப்படுகிறீர்கள்! ஆனால் அதனால் எனக்கு எந்த பாதிப்பும் ஏற்பட்டுவிடாது என்பதைப் புரிந்து கொள்ளுங்கள். நீங்கள் எதையுமே சரியாகவே விளங்கிக்கொள்ள வில்லை. அந்த மாதிரி ஒரு பாத்திரம் கம்யூனில் கிடையாது. அப்படிப்பட்ட பாத்திரங்கள் சமூகத்திலிருந்து அகற்றப்பட வேண்டும் என்பதற்காகவே கம்யூன்கள் நிறுவப்பட்டிருக்கின்றன. கம்யூன்களில் இப்போது அவள் வகிக்கும் பாத்திரத்தின் இயல்புகள் அடியோடு மாறிப் போய்விடும். இங்கே முட்டாள் தனமாக இருப்பது, அங்கே புத்திசாலித்தனமாகக் கருதப்படும். இங்கே தற்போதைய சூழ்நிலையில் இயற்கைக்கு மாறாகக் கருதப் படுவது அங்கே முழுக்க முழுக்க இயல்பான ஒன்றாக ஏற்கப்படும். எல்லாமே சந்தர்ப்ப சூழ்நிலைகளைப் பொறுத்ததுதான். இதில் மனிதனால் செய்யக்கூடியது எதுவுமே இல்லை. சூழ்நிலைதான்

மனிதனைக் கட்டமைக்கிறது. இதோ, இப்போதும்கூட சோஃபியா செமினோவ்னாவுடன் நான் நட்போடுதான் பழகி வருகிறேன். அவள், ஒருபோதும் என்னை அவளது விரோதியாகவோ, அவளைத் துன்புறுத்துபவனாகவோ நினைத்ததே இல்லை என்பதே அதற்கு ஆதாரம்! ஆமாம், அவளையும்கூடக் கம்யூனின் பால் ஈர்த்துச் செல்ல இப்போதும் நான் முயற்சித்துக்கொண்டு தான் இருக்கிறேன். ஆனால் அதன் அடிப்படையே வேறானது. அதில் நீங்கள் இவ்வளவு கேலி செய்ய என்ன இருக்கிறது? முன்பு நிலவிய கம்யூன்களை விடவும், மிகவும் பரவலான ஓர் அடிப்படை யோடு நாங்கள் அமைக்கப் போகும் குறிப்பிட்ட கம்யூனை நிறுவ விரும்புகிறோம். எங்கள் கோட்பாடுகள் மிக மிக முன்னேற்றமடைந் திருக்கின்றன. நிறைய விஷயங்களை நாங்கள் ஒதுக்கித் தள்ளு கிறோம். ஒருவேளை 'டோப்ரோலியூபோவ்*' இப்பொழுது கல்லறையிலிருந்து எழுந்து வர நேர்ந்தால் நான் அவரோடு விவாதம் செய்வேன். ஒருவேளை 'பெலின்ஸ்கி*' வருவாரென்றால் அவரை நான் அடியோடு நிர்மூலமாக்கிவிடுவேன்! சரி, அது ஒரு பக்கம் இருக்கட்டும். அதேவேளையில் சோஃபியா செமி னோவ்னாவுக்குக் கல்வி கற்பிப்பதையும் நான் தொடர்ந்து கொண்டுதான் இருக்கிறேன். ஓ... அவள்தான் எத்தனை அழகான வள்? எத்தனை இதமான, இனிய இயல்புகளைக்கொண்டவள்!"

"அப்படியென்றால் அவளது இனிய இயல்புகளை நீ உனக்குச் சாதகமாக்கிக்கொண்டிருக்கிறாய்... அப்படித்தானே? ஹி... ஹி... ஹி...!"

"இல்லை... இல்லவே இல்லை! அதற்கு எதிர்மாறாகத்தான் நான் செயல்பட்டுக்கொண்டிருக்கிறேன்..."

"என்னது... உண்மையிலேயே எதிர்மாறாகவா செயல்படு கிறாய்...? என்ன பேசுகிறாய் நீ...? இதைப் போய் நான் நம்ப முடியுமா என்ன? ஹி... ஹி... ஹி!"

"நீங்கள் கட்டாயம் என்னை நம்பித்தானாக வேண்டும்! உங்களை நான் ஏன் ஏமாற்றப் போகிறேன்? அதற்கு எனக்கு என்ன நோக்கம் இருக்கிறது? என்னிடம் அவள் வித்தியாசமாகத் தான் பழகுகிறாள். எனக்கே ஆச்சரியமாகத் தோன்றும் அளவுக்கு என்னிடம் மிக மிக ஒழுக்கமாகவும், அடக்க ஒடுக்கமாகவும், அப்பாவியாகவும்தான் அவள் நடந்துகொள்கிறாள்!"

---

* டோப்ரோலியூபோவ்: பெலின்ஸ்கி, 1860ஆம் ஆண்டின் நடுப் பகுதியில் முற்போக்கான பகுத்தறிவுக் கொள்கைகளைப் பிரச்சாரம் செய்தவர்கள்.

“அப்படி அடக்கமாக இருப்பதெல்லாம் தவறு, அதெல்லாம் வெறும் அபத்தம் என்று நீ அவளுக்குக் கற்றுக் கொடுத்துக் கொண்டிருப்பாய்... அப்படித்தானே? ஹி... ஹி... ஹி!”

“கிடையவே கிடையாது. அப்படியெல்லாம் இல்லவே இல்லை! இப்படிப் பேசுவதற்காக என்னை மன்னியுங்கள். ஆனால், கற்பிப்பது என்ற வார்த்தையை நீங்கள்தான் எத்தனை குரூரமாகவும், முட்டாள்தனமாகவும் உள்வாங்கிக்கொண்டிருக் கிறீர்கள்? நீங்கள் எதையுமே புரிந்துகொள்ளவில்லை. அடக் கடவுளே? நீங்கள் இன்னும்கூட எதையுமே புரிந்துகொள்ளும் பக்குவத்தைப் பெறவில்லை. அதற்கு இன்னும் நீங்கள் ஆயத்த மாகவில்லை. நாங்கள் பெண்களின் முன்னேற்றத்தை இலக்காகக் கொண்டு செயல்படுகிறோம். ஆனால் உங்கள் மூளையிலோ ஒரே ஒரு விஷயம்தான் இருக்கிறது! பெண்களுக்கே உரியதாகச் சொல்லப்படும் கற்பொழுக்கம், அடக்கம் ஆகியவற்றை வெற்று வார்த்தைகளாக, நான் வெறுத்து ஒதுக்கத்தான் செய்கிறேன். ஆனால் அதேவேளையில் அவள் என்னிடம் பழகும்போது ஒழுக் கத்தைக் கடைப்பிடித்தால் அதையும் நான் எதிர்ப்பின்றி ஏற்றுக் கொள்கிறேன். காரணம், அது அவளது உரிமையையும், அவளது தனிப்பட்ட விருப்பத்தையும் சார்ந்தது. ஒருவேளை அவள் என்னைப் பார்த்து, என்னை விரும்புவதாகக் கூறினால் உண்மை யிலேயே என்னை மிகுந்த அதிர்ஷ்டசாலியாகத்தான் கருதுவேன். ஏனென்றால் அந்தப் பெண்ணை எனக்கு மிகவும் பிடிக்கும். ஆனால், இப்போது இங்குள்ள நிலைமைகளை வைத்துப் பார்க்கும் போது, என்னளவுக்கு – என்னைத்தவிர வேறு யாருமே அவளை இந்த அளவு கண்ணியத்தோடும், கௌரவத்தோடும், அவளது தன்மானத்திற்கு இழுக்கு ஏற்படாதவகையிலும் நடத்தியதில்லை என்றே கருதுகிறேன். நான் நம்பிக்கையோடு காத்திருக்கிறேன். அவ்வளவுதான்”

“அவளுக்கு நீ ஏதாவது பரிசுப் பொருள்கள் வாங்கித் தந்திருந்தால் நன்றாக இருந்திருக்கும்! அப்படியெல்லாம் நீ நினைத்துக்கூடப் பார்த்திருக்க மாட்டாய் என்று நான் பந்தயம் வேண்டுமானாலும் கட்டுகிறேன்!”

“நான் உங்களிடம் முன்பே சொன்னதைப் போல நீங்கள் எதையுமே புரிந்துகொள்ளவில்லை. ஆனால் பாவம், அவளும் உண்மையிலேயே அப்படி ஒரு நிலையில்தான் இருக்கிறாள். ஆனால் அந்தக் கேள்வி இங்கே தேவையில்லாதது; ஆமாம், அந்தக் கேள்வி இங்கே தேவையில்லாதது. அது முற்றிலும் வேறான பிரச்சினை. உங்களுக்கு ஏனோ அவளைப் பிடிக்கவில்லை. ஒரு

விஷயத்தைத் தவறாகப் புரிந்துகொண்டு, அதனை வெறுப்பாகவே அணுகும்போது, மனித உயிர் என்ற வெளிச்சத்தில் மனிதர்களை மதிப்பிட நீங்கள் மறுத்துவிடுகிறீர்கள். அவள் எப்படிப்பட்டவள் என்பதை இன்னமும் நீங்கள் தெரிந்துகொள்ளவில்லை. அவ்வளவு தான்! அவளைப் பொறுத்தவரையில் ஒரே ஒரு விஷயம்தான் எனக்கு ஏமாற்றமளிப்பதாக இருக்கிறது. இப்போதெல்லாம் முன் போல அவள் என்னிடம் புத்தகங்களைக் கடன் வாங்குவதில்லை. சமீபகாலமாக அவள் படிப்பதையே நிறுத்திவிட்டாளோ என்பதை நினைக்கும்போதுதான் எனக்கு வருத்தமாக இருக்கிறது. முன் பெல்லாம் என்னிடம் அவள் படிப்பதற்காக நிறையப் புத்தகங் களை வாங்குவது வழக்கம். தன் எதிர்ப்பைக் காட்டுவதற்காக அவள் ஆற்றலுடனும், உறுதியுடனும் செயல்பட்டிருந்தாலும்கூடத் தன்னம்பிக்கை என்பது அவளிடம் இன்னும்கூடச் சற்றுக் குறைவாகத்தான் இருக்கிறது. சிலவற்றை ஒதுக்கிப் புறந்தள்ளி விட்டுச் சுயசார்புடன் இருக்கும் பண்பு, அவளுக்கு இன்னும் ஏற்படவில்லை. சில தவறான எண்ணங்களிலிருந்தும், முட்டாள் தனங்களிலிருந்தும் அவள் தன்னை இன்னும்கூட முழுமையாக விடுவித்துக்கொள்ளவில்லை. அதையெல்லாம் ஒதுக்கிவிட்டுப் பார்த்தால், சில பிரச்சினைகளை, சில கேள்விகளை மிகவும் அபார மாக அவளால் புரிந்துகொள்ள முடிகிறது! உதாரணமாகக் கைகளை முத்தமிடும் பிரச்சினையை அவள் மிக நன்றாக விளங்கிக் கொண்டிருக்கிறாள். ஒரு பெண்ணின் கையை ஓர் ஆடவன் முத்தமிடுவதென்பது, அவளுக்குச் சமத்துவம் அளிக்காமல், அவளை இழிவுபடுத்துவதன் குறியீடுதான் என்பதை அவள் சரிவரப் புரிந்துகொண்டிருக்கிறாள். நாங்கள் இதைப் பற்றி வாசித்துக்கொண்டிருந்தபோது, அவளிடம் இதைப் பற்றி நான் சற்று விரிவாக விளக்கிச் சொன்னேன். பிரான்சில் உள்ள தொழி லாளர்கள் சங்கத்தைப் பற்றி நான் விவரித்தபோது, அவள் அதை மிகவும் கவனமாகக் கேட்டாள். வருங்கால சமூகத்தில் 'அறை களுக்குள் நுழைவது' குறித்த கேள்வியை எப்படி எதிர்கொள்வது என்று இப்பொழுது அவளுக்கு நான் விளக்கிக்கொண்டிருக் கிறேன்!"

"அப்படியா? அது என்ன?"

"சமீபகாலமாகத்தான் அது குறித்து நாங்கள் விவாதித்து வருகிறோம்! அது என்னவென்றால், ஒரு கம்யூனில் உறுப்பினராக இருக்கும் ஒருவருக்கு, மற்றொரு உறுப்பினரின் – (அது ஆணோ, பெண்ணோ) – அறைக்குள் நுழையும் உரிமை எல்லா நேரங் களிலும் உண்டா என்பதுதான் அது! கடைசியில் அப்படி ஓர் உரிமை அவருக்கு இருக்கிறது என்றே முடிவு செய்யப்பட்டது!"

“ஒருவேளை சரியாக அந்த நேரத்தில், அவனோ அல்லது அவளோ தவிர்க்க முடியாத இயற்கையின் அழைப்பில் ஈடுபட்டி ருந்தால்... அப்போது என்ன ஆகும்? ஹி... ஹி... ஹி...!”

ஆண்ட்ரீ செமினோவிச் இப்போது உண்மையிலேயே மிகுந்த சினம்கொண்டவனாக ஆகியிருந்தான்.

“எப்பொழுது பார்த்தாலும் நீங்கள் ஒரே பாட்டைத்தான் திரும்பத் திரும்பப் பாடிக்கொண்டிருக்கிறீர்கள்! எப்பொழுது பார்த்தாலும் சாபக்கேடான அந்த இயற்கைத் தேவைகளைப் பற்றியே பேசிக்கொண்டிருக்கிறீர்கள்” என்று சகித்துக்கொள்ள முடியாமல் உரக்கக் கத்தினான் ஆண்ட்ரீ செமினோவிச். “சே... எனக்கு என் மீதே வெறுப்பாக இருக்கிறது. இந்த மாதிரி அமைப்பு முறை பற்றி உங்களிடம் நான் விளக்கியபோது, இன்னும் சரிவர உருப்பெறாத குழப்பமான திட்டங்களையும் குறிப்பிட்டதுதான் தவறாய்ப் போய்விட்டது! சரி, போய்த்தொலையட்டும்! உங்களை மாதிரி ஆட்களுக்கு எப்போதுமே இந்த மாதிரி விஷயங்கள் தடைக் கற்களாகத்தான் இருக்கும். அதைவிட மோசமானது என்ன வென்றால், சில பேர் கிளிப்பிள்ளைகளைப் போல, சில வரிகளை மட்டும் மனப்பாடமாகப் படித்து வைத்துக்கொண்டு அவற்றையே திரும்பத் திரும்பச் சொல்லியபடி சுற்றிக்கொண்டிருக்கிறார்கள்! தாங்கள் சொல்லும் வார்த்தைகளின் பொருள் இன்னதென்று தெரிவதற்கு முன்பே இவ்வாறான செயல்களில் அவர்கள் ஈடுபட்டு விடுகிறார்கள். ஏதோ, தாங்கள்தான் சரியான பாதையில் செல் வதைப் போலப் பெருமையாக வேறு எண்ணிக்கொள்கிறார்கள் அவர்கள்! சே... ஆரம்ப நிலையிலுள்ளவர்கள் இந்த மாதிரி அமைப்புகளைப் பற்றி புரிந்துகொள்ளும் வரை – அவர்களுடைய எண்ணங்களெல்லாம் அதை ஒட்டித் தானாக வளர்ச்சி பெறும் வரையில் – இதற்கெல்லாம் ஒரு முடிவு ஏற்படும் வரையில் – இப்படிப்பட்ட பிரச்சினைகளையெல்லாம், அவர்கள் முன்பு வைக்கக்கூடாது என்று நான் எத்தனை முறை வலியுறுத்தியிருக் கிறேன் தெரியுமா? சரி, அதிருக்கட்டும்... சாக்கடைக் குழிகளையும் கூடக் கேவலமாகப் பேசுவதற்கும், வெறுப்பதற்கும் அப்படி என்ன இருக்கிறது என்று உங்களைக் கேட்கிறேன். நீங்கள் எந்தச் சாக்கடைக் குழியை அள்ளச் சொன்னாலும் அதற்கு முன் வருகிற முதல் ஆளாக நான் இருப்பேன். தன்னையே தியாகம் செய்ய முன்வரும் பண்பு என்று அதைச் சொல்வதுகூடப் பொருத்த மில்லை. அது சும்மா, ஒருவேலை! கௌரவமான வேலை! சமூகத் திற்குப் பயன்படக்கூடிய ஒரு செயல். அவ்வளவுதான்! மற்ற வேலைகளுக்கு எத்தனை மதிப்பு உண்டோ அவ்வளவு மதிப்பு இதற்கும் உண்டு! ஒருவகையில், ரஃபேல், புஷ்கின் ஆகியோரின்

செயல்பாடுகளை விடவும்கூட இதை மதிப்பு வாய்ந்ததென்று சொல்லிவிடலாம். காரணம் இது மிகவும் பயன்படக்கூடியது."

"அப்புறம் ரொம்ப கௌரவமானது! ரொம்ப ரொம்ப கௌரவமானது. ஹி... ஹி... ஹி...!"

"கௌரவமானது என்ற வார்த்தைக்கு அர்த்தம்தான் என்ன? மனிதர்களின் செயல்பாடுகளை இப்படிப்பட்ட சொற்களால் வரை யறுப்பதை என்னால் விளங்கிக்கொள்ளவே முடியவில்லை. 'மிகவும் கௌரவமான' 'சிறப்பான' – என்று இப்படியெல்லாம் சொல்லுவது எல்லாமே அபத்தமானவைதான். அவை எல்லாமே அபத்தமானவைதான். எல்லாமே வழக்கொழிந்து போய்விட்ட தவறான எண்ணங்கள்! இவற்றை நான் நிராகரிக்கவே விரும்பு கிறேன். எதுவெல்லாம் மனித குலத்துக்குப் பயன்படுகிறதோ அது எல்லாமே கௌரவமானதுதான்! எனக்குத் தெரிந்திருக்கிற ஒரே வார்த்தை 'பயன்பாடு' என்பது மட்டும்தான்! நீங்கள் வேண்டு மானால் பரிகாசம் செய்துகொள்ளுங்கள். ஆனால் அதுதான் உண்மை!

பீட்டர் பெத்ரோவிச் மனம்விட்டுச் சிரித்துக்கொண்டி ருந்தான். பணம் எல்லாவற்றையும் எண்ணி முடித்துவிட்ட அவன், பெரும்பாலான பணக் கத்தைகளை எடுத்து உள்ளே வைத்து விட்டான். கொஞ்சம் பணத்தை மட்டும் ஏதோ ஒரு காரணத்திற் காக மேசையின் மேலேயே விட்டு வைத்திருந்தான். சாக்கடைக் குழி பற்றிய அந்த விவாதம் மிகவும் அற்பமானதுதான் என்றாலும் முன்பே பலமுறை பீட்டர் பெத்ரோவிச்சுக்கும், அவனது இந்த இளைய நண்பனுக்கும் இடையே வாக்குவாதங்களும் சண்டை களும் நடக்கக் காரணமாய் இருந்திருக்கிறது. ஆனாலும் அதற் காகப் போய் ஆண்ட்ரீ செமினோவிச் இப்போது பீட்டர் பெத் ரோவிச்சிடம் உண்மையாகவே கோபப்பட்டது மிகவும் முட்டாள் தனமானதாகத்தான் தெரிந்தது. பீட்டர் பெத்ரோவிச் லூசின் அவனது கோபத்தைத் தனக்குள்ளேயே ரசித்துக் களித்துக் கொண்டிருந்தான். திடீரென்று லெபஸியாட்னிகோவை மேலும் கொஞ்சம் சீண்ட வேண்டும் என்ற விருப்பம் அவனுள் மிகுதி யாகக் கிளர்ந்தெழுந்தது.

"துரதிர்ஷ்டவசமாக நேற்று உங்களுக்கு நேர்ந்த சம்பவத்தி னால் மனம் வெறுத்துப் போய்தான் அந்த ஆத்திரத்தோடுதான் இப்போது எதையெடுத்தாலும் கிண்டலும் கேலியும் வக்கிரமும் தொனிக்கப் பேசிக்கொண்டிருக்கிறீர்கள்" என்று மனம் பொறுக் காமல் குமுறி வெடித்தான் லெபஸியாட்னிகோவ். என்னதான் 'சுதந்திரம்' பற்றியும் 'எதிர்ப்பு உணர்ச்சி' பற்றியும் அப்படி மாய்ந்து மாய்ந்து பேசியிருந்தாலும் பொதுவாக அவனுக்குப் பீட்டர்

பெத்ரோவிச்சை எதிர்த்துப் பேச தைரியம் இருந்ததில்லை. பழைய பழக்கங்களினால் பீட்டர் பெத்ரோவிச் மீது இன்னும்கூட, இப்போதும்கூட அவன் அதிகமான மரியாதையுடன்தான் இருந்தான்.

"இதை மட்டும் நீ எனக்குச் சொன்னால் நன்றாக இருக்கும்" என்று அகந்தையும் அதிருப்தியும் கலந்த தொனியில் இடை மறித்துச் சொன்னான் பீட்டர் பெத்ரோவிச். "இப்போது நாம் பேசிக்கொண்டிருந்தோமே அந்தப் பெண் சோஃபியாவை இங்கே ஒரு நிமிடம் வந்து போகும்படி உன்னால் வரவழைக்க முடியுமா? இங்கே அவளை வரச் சொல்கிற அளவுக்கு உனக்கு நிஜமாகவே அவளிடம் சிநேகபூர்வமான நட்பு இருக்கிறதா? அவர்களெல்லாம் கல்லறையிலிருந்து திரும்பிவிட்டார்கள் என்று நினைக்கிறேன்! ஆட்கள் அங்கும் இங்குமாக நடக்கிற சப்தம் கேட்கிறது. நான் அவளை... அந்த இளம்பெண்ணைப் பார்க்க விரும்புகிறேன்."

"எதற்காக...?" என்று ஆச்சரியமடைந்தவனாக வியப்புடன் வினா எழுப்பினான் லெபஸியாட்னிகோவ்.

"சும்மா... பார்க்க வேண்டும், அவ்வளவுதான்! இன்றோ, நாளையோ நான் கிளம்பிப் போய் விடுவேன்... அதனால் அதற்குள் அவளிடம் ஒன்றைச் சொல்ல வேண்டும்! ஆனால் அவளிடம் நான் அதை விளக்கும்போது தயவுசெய்து நீயும்கூடவே இருக்க வேண்டும். அதுதான் நல்லது! இல்லாவிட்டால் நீ எப்படியெல்லாம் கற்பனை செய்துகொள்வாய் என்று கடவுளுக்குத்தான் தெரியும்!"

"நான் ஒன்றும் அப்படியெல்லாம் கற்பனை செய்துகொள்ள மாட்டேன். சும்மா கேட்டேன், அவ்வளவுதான்! உங்களுக்கு அவளிடம் ஏதாவது சொல்ல வேண்டும் என்றால் அவளை இங்கே வெகுசுலபமாக அழைத்துக்கொண்டு வந்துவிடலாம். நான் இதோ உடனே போகிறேன்! உங்களை எந்த வகையிலும் நான் தொந்தரவு செய்யமாட்டேனென்று நீங்கள் உறுதியாக நம்பலாம்!"

ஐந்து நிமிடங்கள் கழிந்த பிறகு லெபஸியாட்னிகோவ், சோஃபியாவை அழைத்துக்கொண்டு உள்ளே வந்தான். அவள் மிகுந்த ஆச்சரியத்தோடும், வழக்கமான கூச்சத்தோடும் அங்கே வந்தாள். இவ்வாறான சூழல்களில், பொதுவாக எப்போதுமே அவள் கூச்சத்தோடுதான் இருப்பாள். குழந்தைப் பருவம் முதற் கொண்டே, புதிய முகங்களைப் பார்ப்பதற்கும், பழக்கமில்லாத வர்களுடன் அறிமுகம் செய்துகொள்வதற்கும் அவள் பயப்படுவது உண்டு. அந்த பயம் முன்பைவிடக் கூடுதலாகவே அவளிடம் இப்போது இருந்தது.

பீட்டர் பெத்ரோவிச் மிகவும் பவ்யமாகவும், மிகவும் அமைதி யாகவும் அவளை வரவேற்றாலும், ஒருவிதமான போலியான வினயமும் பரிகாசமும் அவனது பார்வையில் தென்பட்டது. தன்னைப் போலச் சமுதாயத்தில் மதிக்கத்தக்க ஒரு பிரமுகராக இருக்கும் ஒரு மனிதன், இப்படிப்பட்ட ஓர் இளம்பெண்ணை– அதிலும் குறிப்பாக, சோனியாவைப் போன்ற சுவாரசியமான ஒரு ஜீவனை எதிர்ப்படும்போது இப்படி நடந்துகொள்வதுதான் சரியானது என்று அவன் எண்ணிக்கொண்டிருந்தான். அவளுக்கு நம்பிக்கை ஊட்டுவதற்காக விரைந்து செயல்பட்ட அவன், தனக்கு நேர் எதிராக, மேசையின் மறுபுறம் அவளை அமரச் செய்தான். அங்கே உட்கார்ந்த சோனியா, சுற்றிலும் தனது பார்வையை ஓடவிட்டாள். லெபஸியாட்னிகோவையும், மேசை மீது கிடந்த பணத்தையும், பீட்டர் பெத்ரோவிச்சையும், மாறி மாறிப் பார்த்துக் கொண்டிருந்த சோனியாவின் பார்வை, கடைசியாக பீட்டர் பெத் ரோவிச்சின் முகத்தில் நிலைத்தது. லெபஸியாட்னிகோவ் கதவை நோக்கி நடக்கத் தொடங்கினான். சோனியாவை அவள் உட்கார் ந்திருந்த இடத்திலேயே உட்கார்ந்திருக்கும்படி ஜாடை காட்டிவிட்டு, வேகமாகச் சென்று, லெபஸியாட்னிகோவை நிறுத்தினான் பீட்டர் பெத்ரோவிச்.

"ரஸ்கோல்னிகோவ் அங்கே இருக்கிறானா? அவன் வந்து விட்டானா?" என்று கிசுகிசுப்பான குரலில் லெபஸியாட்னிக்கோ விடம் கேட்டான் பீட்டர் பெத்ரோவிச்.

"ரஸ்கோல்னிகோவா...? ஆமாம்! ஏன் கேட்கிறீர்கள்? அவன் அங்கேதான் இருக்கிறான்! இப்போதுதான் அவன் உள்ளே வருவதைப் பார்த்தேன். ஏன்? எதற்காக அவனைக் கேட்கிறீர்கள்?"

"அப்படியென்றால், என்னைத் தனியாக, இந்தப் பெண் ணுடன் விட்டுவிட்டுப் போய்விடாமல் நீயும் எங்களோடு கூடவே இருக்க வேண்டும் என்று நான் உன்னைக் கேட்டுக்கொள்கிறேன். என் காரியம் மிகவும் அற்பமானதுதான். அவளிடம் ஒரு சில வார்த்தைகள் மட்டுமே பேச விரும்புகிறேன். ஆனால் அதை வைத்து இந்த மனிதர்கள் எப்படிப்பட்ட முடிவுகளுக்கெல்லாம் வரக்கூடுமென்பது கடவுளுக்குத்தான் தெரியும்! அந்த மாதிரி யெல்லாம் ரஸ்கோல்னிகோவ் பேசுவதை நான் விரும்பவில்லை... நான் எதைப் பற்றிப் பேசிக்கொண்டிருக்கிறேன் என்பதை உன்னால் புரிந்துகொள்ள முடிகிறதா?"

"ஆமாம்... புரிந்துகொண்டுவிட்டேன்" பீட்டர் பெத்ரோவிச் கூறியதன் உட்பொருளைத் திடீரென்று உணர்ந்துகொண்டவனாக லெபஸியாட்னிக்கோவ் பதிலளித்தான். "ஆமாம், நீங்கள்

சொல்வது சரிதான். ஆனால் நீங்கள் இந்த அளவுக்குப் பதற்றப் பட வேண்டியதில்லை என்றே நான் நினைக்கிறேன். ஆனாலும் ஒருவிதத்தில் நீங்கள் சொல்வது சரிதான் என்று நானும் நினைப்ப தால், நான் கட்டாயம் இங்கேயே இருக்கிறேன்! இதோ இந்த ஜன்னல் பக்கமாக இருந்துகொள்கிறேன்! உங்கள் பேச்சில் நான் குறுக்கிடமாட்டேன். ஆமாம்! நீங்கள் சொல்வது சரி என்றுதான் நானும் நினைக்கிறேன்."

பீட்டர் பெத்ரோவிச் உள்ளே, சோஃபாவுக்குத் திரும்பிச் சென்று சோனியாவுக்கு எதிர்ப்பக்கமாக அமர்ந்துகொண்டான். கண்ணியமான முறையிலும், அதேசமயத்தில் சற்றுக் கடுமையாக வும் அவன் அவளைப் பார்த்துக்கொண்டிருந்த தோரணை, 'வேறு மாதிரி ஏதாவது கற்பனை செய்துகொண்டு மூளையைக் கசக்கிக் கொள்ளாதே பெண்ணே' என்று சொல்வதைப் போலிருந்தது. அது சோனியாவுக்கு ஏற்கனவே இருந்த குழப்பத்தை முழுமை யாக்கிவிட்டது.

"சோஃபியா செமினோவ்னா, முதலில் மரியாதைக்குரிய உன் தாயிடம் நான் மன்னிப்புக் கேட்டேன் என்பதை நீ தயவுசெய்து தெரிவிக்க வேண்டும்... என்ன? நான் சொன்னது சரிதானென்று நினைக்கிறேன், காதரீனா இவானோவ்னா இப்பொழுது உன் தாய் ஸ்தானத்தில்தானே இருக்கிறாள்?" இப்பொழுதும்கூட அவன் இறுக்கமான தோரணையிலேயே பேசிக்கொண்டிருந்தாலும் அதில் பரிவும் கலந்துதான் இருந்தது. மிகுந்த நட்புணர்வோடு அவளை அணுகுவதே அவனது நோக்கமாக இருந்தது.

"ஆமாம், நீங்கள் சொன்னது சரிதான்! என் தாய் ஸ்தானத் திலேதான் அவள் இருக்கிறாள்!" என்று பயந்தபடியே வேகமாகப் பதிலளித்தாள் சோனியா.

"நல்லது... நான் மன்னிப்புக் கேட்டதை அவளிடம் சொல்லி விடு. என்னுடைய சந்தர்ப்ப சூழ்நிலை காரணமாக, உன் தாயார் அன்போடு அழைப்பு விடுத்திருந்தபோதும், அந்த விருந்தில் கலந்து கொள்ள என்னால் இயலவில்லை."

"சரி, இதோ, உடனே அவளிடம் சொல்லிவிடுகிறேன்" என்ற படி தான் அமர்ந்திருந்த நாற்காலியிலிருந்து துள்ளிக் குதித்தபடி எழுந்தாள் சோனியா.

"நான் சொல்ல வந்ததைச் சொல்லி முடிக்கவே இல்லையே..." என்று அவளை நிறுத்தினான் பீட்டர் பெத்ரோவிச். அவளுடைய அப்பாவித்தனத்தைக் கண்டு புன்னகை செய்து கொண்டான் அவன்.

"உனக்கு என்னைப் பற்றி அதிகமாகத் தெரியாது, சோஃபியா இவானேவ்னா! நான் மட்டும் சம்பந்தப்பட்ட ஓர் அற்ப விஷயத் திற்காக உன்னைப் போன்ற ஒரு பெண்ணை இங்கே வரச் சொல்லி, நான் தொந்தரவுபடுத்திவிட்டதாகக்கூட நீ நினைக்க லாம். ஆனால் உன்னை நான் இங்கே கூப்பிட்டதற்கு வேறொரு நோக்கமும் இருக்கிறது."

சோனியா மீண்டும் வேகமாக இருக்கையில் அமர்ந்து கொண்டாள். சாம்பல் நிறமும், வானவில் வண்ணமும் இணைந்த வையாக, வங்கியிலிருந்து புதிதாக வாங்கிவந்த பண நோட்டுகள் இன்னமும் மேசையின் மேல் கிடந்தன. அவளது கவனத்தை மறு படியும் அவை ஈர்த்தன. ஆனாலும் அவள் வேகமாகத் தன் முகத்தைத் திருப்பிக்கொண்டு, பீட்டர் பெத்ரோவிச்சை நிமிர்ந்து நோக்கினாள். அப்படி இன்னொருவருடைய பணத்தை உற்றுப் பார்ப்பதென்பது – அதிலும் தன்னைப் போன்ற ஒருத்தி அவ்வாறு பார்ப்பது, நாகரிகமில்லாத செயல் என்பது அவளுக்குத் திடீ ரென்று உறைத்தது. பீட்டர் பெத்ரோவிச்சின் இடது கையில் இருந்த தங்க பிரேம் போட்ட மூக்குக் கண்ணாடியின் மீதும், அதே கையின் நடுவிரலில் அவன் அணிந்திருந்த மஞ்சள் கல் பதிக்கப்பட்டிருந்த மிக அழகான மோதிரத்தின் மீதும் அவளது பார்வை சற்றே பதிந்தது. பிறகு அவற்றிலிருந்தும் தனது பார் வையைத் திருப்பிக்கொண்ட அவள், அடுத்து என்ன செய்வ தென்று அறியாதவளாகப் பீட்டர் பெத்ரோவிச்சின் கண்களை நேரடியாகப் பார்க்கத் தொடங்கினாள். இன்னும் சற்றுக் கண்ணிய மான இடைவெளியைக் கொடுத்து, மௌனம் காத்தபிறகு அவன் பேச்சைத் தொடர்ந்தான்.

"நேற்று, போகிறபோக்கில் பாவப்பட்ட காதரீனா இவா னோவ்னாவுடன் சில வார்த்தைகளைப் பேசக்கூடிய வாய்ப்பு எனக்குக் கிடைத்தது. அவள் கொஞ்சம் இயல்பான நிலையில் இல்லை என்பதை அந்த நேரத்திற்குள்ளாகவே என்னால் அறிந்து கொள்ள முடிந்தது. அப்படித்தானே...?"

"ஆமாம்... அவள் கொஞ்சம் தடுமாற்றத்தோடுதான் இருக்கிறாள்."

"நிச்சயமாக அப்படித்தான்! அதனால்தான் மனிதாபிமான உணர்வுகளின் அடிப்படையிலும், அப்புறம் கொஞ்சம் இரக்கத் தாலும் அவளுக்குச் சிறிது உதவி செய்ய வேண்டுமென்று நான் ஆசைப்படுகிறேன்! தவிர்க்க முடியாத விதியின் கொடூரம் அவளுக்கு இனிமேல் எப்படியெல்லாம் துன்பத்தை ஏற்படுத்தும் என்பதை என்னால் இப்பொழுதே யோசித்துப் பார்க்க முடிகிறது.

அநாதரவான அந்தக் குடும்பம், இனிமேல் முழுக்க, முழுக்க உன்னைத்தான் சார்ந்திருக்கப் போகிறதென்று நம்புகிறேன்."

திடீரென்று தன் இடத்திலிருந்து எழுந்துகொண்ட சோனியா, "நேற்று நீங்கள் அவளிடம் பென்ஷன் கிடைக்க வாய்ப்பிருப்பதாகக் கூறினீர்களா? அவளுக்குப் பென்ஷனை வாங்கித் தருகிற பொறுப்பை நீங்கள் ஏற்றுக்கொண்டிருப்பதாக அவள் சொன்னாளே...? அது உண்மைதானா?" என்று கேட்டாள்.

"அப்படியெல்லாம் இல்லவே இல்லையே? அப்படிச் சொல்வது வெறும் கேலிக்கூத்தாகத்தான் இருக்கும். பொதுவாக அரசாங்கப் பணியிலிருக்கும் ஒரு குமாஸ்தா தனது பணிக்காலம் முழுவதும் – தொடர்ந்து பணி செய்துகொண்டிருக்கும்போதே இறந்துவிட்டால், அவனது விதவை மனைவிக்குத் தற்காலிகமாக ஏதேனும் உதவி கிடைக்க வாய்ப்பிருக்கிறது என்றுதான் நான் குறிப்பிட்டேன். அதுவும் அவளுக்கு ஏதாவது செல்வாக்கு இருந்தால்தான் அது நடக்கும்! மேலும் இறந்து போன உன் தந்தை தனது பணிக்காலம் முழுவதும் வேலை பார்த்திருப்பதாகவும் தெரியவில்லையே? சமீபகாலமாக அவர் அரசாங்க வேலையில் இருந்திருப்பதாகவும் தெரியவில்லை. சுருக்கமாகச் சொன்னால் அந்த மாதிரி நம்பிக்கைகொள்ள மிக மிக இலேசான வாய்ப்புதான் இருக்கிறது. உண்மையில் பார்த்தால், உதவி பெறுவதற்கான உரிமையே இல்லை என்றுதான் சொல்ல வேண்டும். நிஜத்தில் நிலைமை வேறு மாதிரியாகத்தான் இருக்கிறது. அவள் என்னடாவென்றால் பென்ஷன் பெறுவதைப் பற்றியெல்லாம் நினைக்க ஆரம்பித்துவிட்டாள்... ஹி... ஹி... ஹி! கற்பனையிலேயே காலத்தை ஓட்டிவிடுவாள் போலிருக்கிறதே அந்தப் பெண்மணி!"

"ஆமாம், அவள் பென்ஷன் கிடைக்கப் போகிறதென்றுதான் நினைத்துக்கொண்டிருக்கிறாள்! அவள் எப்போதுமே எல்லாவற்றையுமே மிக எளிதாக நம்பிவிடுபவள். மிகவும் நல்லவள்! நல்லவளாக இருப்பதனாலேயே எல்லாவற்றையும் அவள் எளிதாக நம்பிவிடுகிறாள். மேலும் அவளுடைய சித்தமும்கூட இப்போதெல்லாம் அப்படித்தான் வேலை செய்துகொண்டிருக்கிறது. ஆமாம்! அவளை மன்னித்து விடுங்கள்" என்று கூறிவிட்டுக் கிளம்புவதற்குத் தயாரானாள் சோனியா.

"மன்னித்துக்கொள்! இன்னும்கூட நான் சொல்ல வந்ததை நீ முழுவதுமாகக் கேட்கவில்லை."

"இல்லை... முழுதாகக் கேட்கத்தான் இல்லை" என்று சோனியாவும் முணுமுணுத்தாள்.

“அப்படியானால் உட்கார்ந்துகொள்.”

பயங்கரமாகக் குழம்பிப் போயிருந்த சோனியா, மூன்றாவது முறையாக உட்கார்ந்துகொண்டாள்.

“அவளுடைய நிலைமையைக் கருதியும், துரதிர்ஷ்டசாலி களான அந்தக் குழந்தைகளை உத்தேசித்தும் முன்பே நான் சொன்னதைப் போல என் சக்திக்கு உட்பட்ட வகையில்–ஏதாவது உதவி செய்ய வேண்டுமென்று நான் நினைக்கிறேன். என் சக்திக்கு உட்பட்ட அளவிலேதான்...! அதற்கு மேல் என்னால் எதுவும் செய்ய முடியாது. உதாரணத்துக்குச் சொல்லப் போனால், அவளுக்கு உதவி செய்வதற்காக ஏதாவது நிதி திரட்டலாம்! பொது வாக நண்பர்கள் விஷயத்திலும், முன்பின் தெரியாதவர்கள் விஷயத்திலும்கூட இப்படிச் செய்வது வழக்கம்தான். ஆனால் உதவி செய்வதற்கு முன்வரக்கூடிய மனிதர்களிடமிருந்து அதைப் பெற வேண்டும். அதைப் பற்றி உன்னிடம் பேச வேண்டும் என்று தான் நான் நினைத்தேன். அது எளிதாகச் செய்யக்கூடியதுதான்! பார்ப்போம்!”

“நல்லது... உங்கள் அன்பான உள்ளத்திற்குக் கடவுள் நிச்சய மாக வெகுமதி அளிப்பார்” என்று திக்கித்திணறியபடி அவனையே வெறித்துப் பார்த்தபடி சொன்னாள் சோனியா.

“அதைச் செய்துவிட முடியும்! ஆனால் அதைப் பற்றிப் பிறகு பேசலாம்! இன்றேகூட அதைத் தொடங்கிவிடலாம். இன்று மாலையேகூட அதைப் பற்றிப் பேசி முடித்து அதற்கான அஸ்தி வாரத்தையும் போட்டு விடலாம். மாலை ஏழு மணிக்கு இங்கே வா. நம்மோடு ஆண்ட்ரீ செமினோவிச்சும் கலந்துகொள்வான். ஆனால் அதற்கு முன்னால் மிகுந்த கவனத்தோடு ஒரு விஷ யத்தைச் சொல்லியாக வேண்டியிருக்கிறது. உன்னை நான் இங்கே வரச் சொன்னதற்கான காரணமே அதுதான் சோஃபியா செமி னோவ்னா! காதரீனா இவானோவ்னாவின் கையில் பணத்தைக் கொடுப்பதென்பது முடியாத காரியம். அது மிகவும் ஆபத்தானது. அப்படித்தான் நான் நினைக்கிறேன். இன்று நடக்கிற அந்த இறுதிச் சடங்கு விருந்தே அதற்குச் சாட்சியாக இருக்கிறது. நாளைக்குச் சாப்பிட ஒரு துண்டு ரொட்டிகூட இல்லை. காலில் போட்டுக் கொள்ள ஷூக்கள் இல்லை. வேறு எதுவுமே இல்லை... இப்படிப் பட்ட நிலையில், இன்றைய விருந்துக்கு ‘ஜமைக்கா’ ரம், மடீரா, காபி என்று இப்படியெல்லாம் வாங்கிக் குவித்திருக்கிறாள். நான் வரும்போது இவற்றையெல்லாம் பார்த்தேன். நாளைக்கு எல்லாப் பொறுப்புகளும் சுமைகளும் உன்மேல்தான் விழப்போகிறது. நாளைக்கு அவர்களிடம் ஒரு துண்டு ரொட்டிகூட இருக்காது,

தெரிந்துகொள். இந்த நிலையில் இது அபத்தமாக இல்லையா? அதனால் அவளுக்குத் தரப்படும் உதவித் தொகையைப் பற்றி அவளுக்கே தெரியாமல் திட்டமிட வேண்டும் என்பது என்னுடைய தனிப்பட்ட அபிப்பிராயம். உனக்கு மட்டும்தான் அதைப் பற்றித் தெரிந்திருக்க வேண்டும்! என்ன சரிதானே?"

"எனக்கு அதைப் பற்றிச் சொல்லத் தெரியவில்லை! ஆனால் அவள் இன்றுதான் இப்படியெல்லாம் செய்கிறாள்! அவளது ஆயுளிலேயே இப்படி இந்த ஒரே ஒரு தடவைதான் அவள் இப்படிச் செய்கிறாள்! இறந்து போனவரைப் பெருமைப்படுத்து வதற்காக, அவருடைய நினைவைப் போற்றுவதற்காகத்தான் அவள் இப்படியெல்லாம் செய்கிறாளே தவிர, உண்மையில் அவள் மிகவும் புத்திசாலியான பெண்தான். ஆனாலும்கூட நீங்கள், உங்கள் விருப்பப்படியே செய்யுங்கள். அப்படிச் செய்தால் நான் மிக மிக நன்றியுடையவளாக இருப்பேன். அவர்களும்கூட... அந்த பாவப்பட்ட அனாதைகளும்கூட உங்களிடம் நன்றியோடிருப் பார்கள்! கடவுளின் ஆசீர்வாதம் உங்களுக்குக் கிடைக்கும்!" என்று சொல்லி முடிப்பதற்கு முன்பாகவே சோனியாவுக்கு அழுகை குமுறிக்கொண்டு வந்தது.

"சரி, அப்படியே செய்வோம்! இதை மட்டும் ஞாபகத்தில் வைத்துக்கொள். சரி, இப்பொழுது உன் உறவுக்காரர்களின் உடனடித் தேவைகளுக்காக என்னால் முடிந்த கொஞ்சம் பணத்தைத் தருகிறேன். அதைப் பெற்றுக்கொள். ஆனால் எந்தக் காரணத்திற்காகவும் என்பெயர் அதோடு சம்பந்தப்படக்கூடாது என்று நான் உறுதியாக விரும்புகிறேன். நீ இப்படி ஒரு நிலையில் இருக்கும்போது... என் தனிப்பட்ட கௌரவத்தையும் நான் காப் பாற்றிக்கொள்ள வேண்டுமல்லவா...? அதை வெளிப்படையாகச் சொல்லிக்கொள்ளும் நிலையில் நான் இல்லை."

பிறகு பீட்டர் பெத்ரோவிச் பத்து ரூபிள் மதிப்புள்ள பண நோட்டு ஒன்றை மேசையில் கிடந்த கட்டிலிருந்து கவனமாகப் பிரித்து எடுத்து சோனியாவிடம் கொடுத்தான். அதிகமாக முகம் சிவந்து கூச்சப்பட்டுப் போயிருந்த சோனியா, பணத்தைப் பெற்றுக் கொண்டு, எதையோ முணுமுணுத்தபடி விடைபெற்றுக்கொண்டு குதித்தோடி வெளியே சென்றாள். பீட்டர்பெத்ரோவிச், சம்பிரதாய முறைப்படி கதவுவரை அவளுடன் கூடவே சென்றான். கடைசி யில் அறையிலிருந்து ஒருவிதமாக நழுவிச் சென்ற சோனியா, மிகுந்த பதற்றத்துடனும் மிகுந்த வருத்தத்துடனும் எல்லையற்ற மனக்குழப்பங்களுடனும் காதரீனா இவானோவ்னாவிடம் திரும்பிச் சென்றாள்.

இந்த நேரம் முழுவதுமே ஜன்னலருகில் நின்றுகொண்டும், அறைக்குள் இங்கும் அங்குமாக உலவிக்கொண்டுமிருந்தான் ஆண்ட்ரீ செமினோவிச். அவர்களது உரையாடலில் அவன் எங்குமே குறுக்கிடவில்லை. சோனியா அறையைவிட்டுப் போன பிறகு பீட்டர் பெத்ரோவிச்சை நெருங்கி வந்து, மிகுந்த மரியாதை யோடு கைகொடுத்தான் அவன்.

"நான் எல்லாவற்றையும் கேட்டேன்! எல்லாவற்றையும் 'பார்க்கவும்' செய்தேன்!" என்றான். "பார்க்கவும் செய்தேன் என்ற வார்த்தைக்கு மட்டும் தனிப்பட்ட முறையில் அழுத்தம் கொடுத்து அவன் கூறினான். "இதுதான் மகத்தான செயல்! அதாவது மனிதாபிமானமுள்ள செயல்! அவள் நன்றி சொல்ல முற்பட்ட போது நீங்கள் அதைத் தவிர்க்க விரும்பியதையும் என்னால் பார்க்க முடிந்தது! தனிப்பட்ட முறையில் தான, தருமங்கள் செய்வதைப் பொதுவாகக் கொள்கையளவில் நான் ஏற்பதில்லை. காரணம், அது பிரச்சினையின் ஆணிவேரைக் களைந்தெடுக்க உதவாது, அதை மேலும் மேலும் வளர்ப்பதற்கே துணை புரியும்! அதனாலேயே அப்படிப்பட்ட செயல்களை நான் ஆதரிப்ப தில்லை. ஆனாலும்கூட, இப்போது நீங்கள் செய்த காரியத்தைப் பார்த்து நான் சந்தோஷப்பட்டுக் கொண்டிருந்தேன் என்பதை ஒத்துக்கொண்டுதானாக வேண்டும். ஆமாம், நிஜமாகவே அது எனக்குப் பிடித்திருந்தது!"

'விட்டுத் தள்ளு குப்பையை' என்று முணுமுணுத்தான் பீட்டர் பெத்ரோவிச். லெபஸியாட்னிக்கோவை மிகவும் நெருக்க மாகப் பார்த்துக்கொண்டிருந்த அவன் சற்றுப் பதற்றமாக இருப்பது போலக் காணப்பட்டான்.

"இல்லை... இல்லை...! அதை அப்படி ஒன்றும் அற்பமாக ஒதுக்கிவிட முடியாது. நேற்று நடந்த நிகழ்ச்சிகளால் அவமானமும் துன்பமும் அடைந்திருக்கும் உங்களைப் போன்ற ஒரு நபர், அதே நேரத்தில், இப்படிக் கஷ்டத்திலுள்ள பாவப்பட்ட ஜென்மங்களைப் பற்றியும் யோசிக்க முடிவதே பெரிய காரியமில்லையா? இந்த மாதிரி செய்வது, சமூக ரீதியாகப் பார்க்கும்போது தவறானது தான் என்றாலும், அதே சமயத்தில் மரியாதைக்கும் உரியதுதான்! விஷயங்களை வேறு மாதிரிப் புரிந்துகொள்கிற உங்கள் மனப் போக்கை வைத்துப் பார்க்கும்போது, இப்படி ஒரு காரியத்தை உங்களிடமிருந்து நான் கொஞ்சமும் எதிர்பார்க்கவில்லை, பீட்டர் பெத்ரோவிச்! சே, அந்த விஷயம்தான் எப்படி உங்களைப் பாதித்து விட்டது? இன்னும்கூட உங்களைப் பாதித்துக்கொண்டிருக்கிறது! நேற்று நடந்த அந்தச் சம்பவங்கள்தான் எப்படி மோசமாக உங்களைக் குலைத்துப் போட்டுவிட்டன?" என்று பீட்டர் பெத்

ரோவிச் மீது தான் கொண்டிருந்த அன்பைப் புதுப்பித்துக் கொண்டவனாகப் பேசினான் நல்ல மனம்கொண்ட இளைஞ னான ஆண்ட்ரீ செமினோவிச். "ஆனால் உங்கள் திருமணம், சட்டபூர்வமானதாகத்தான் இருக்க வேண்டுமென்று ஏன் நினைக் கிறீர்கள், என் பிரியத்திற்குரிய, தயாள குணம் படைத்த பீட்டர் பெத்ரோவிச் அவர்களே! திருமணத்தில் சட்டத்துக்கு ஏன் அவ் வளவு முக்கியத்துவம் தர வேண்டும்? சரி... ஒருவேளை இப்படிச் சொல்வதற்காக நீங்கள் என்னை அடித்தாலும் பரவாயில்லை. நான் அதைச் சொல்லாமல் விடப் போவதில்லை! அந்தத் திருமண முயற்சி தோற்றுப்போய்விட்டதில் நான் இப்போது உண்மையி லேயே சந்தோஷப்படுகிறேன். நல்ல வேளையாக நீங்கள் இப்போது சுதந்திரமாக இருக்கிறீர்கள்! மனித குலத்திற்குச் சேவை செய்ய நீங்கள் இப்போது எஞ்சியிருக்கிறீர்கள்! ஓரேயடியாக உங்களை நீங்கள் இழந்துவிடவில்லை என்பதில் நான் சந்தோஷப்படுகிறேன்! பார்த்தீர்களா...? என் மனதில் உள்ளதை உள்ளபடி சொல்லி விட்டேன்!"

"ஏதோ பேரை மட்டும் வைத்துக்கொண்டு, இன்னொரு வருடைய குழந்தைகளை வளர்க்க எனக்கு விருப்பமில்லாததால் தான் சிவில் திருமணத்தை நான் ஏற்றுக்கொள்ளவில்லை. அதனால்தான் சட்டபூர்வமான திருமணத்தை நான் விரும்பு கிறேன்" என்று எதையாவது சொல்லியாக வேண்டுமே என்பதைப் போன்ற தொனியில் பதிலளித்தான் லூசின். அவன் வேறு ஏதோ யோசனையில் ஆழ்ந்திருப்பவனைப் போலக் காணப்பட்டான்.

"குழந்தைகள்....! நீங்கள் குழந்தைகளைப் பற்றியா இப் பொழுது குறிப்பிட்டீர்கள்?" என்று சங்கநாதத்தைக் கேட்டுச் சிலிர்த்தெழும் போர்க் குதிரை போல ஆவேசத்துடன் சிலிர்த் தெழுந்தான் ஆண்ட்ரீ செமினோவிச். "குழந்தைகள் விஷயம் ஒரு முக்கியமான சமூகப் பிரச்சினைதான் என்பதை நான் ஒத்துக் கொள்கிறேன்! ஆனாலும் அந்தப் பிரச்சினையை வேறு வழியாகத் தீர்த்துவிட முடியும். சில பேர் ஒட்டுமொத்தமாகக் குழந்தைகளே வேண்டாமென்று நிராகரித்து விடுவதும் உண்டு. சராசரியான குடும்ப வாழ்க்கையிலும்கூட அப்படிப்பட்டவர்களைப் பார்க்க முடியும்! சரி, குழந்தைகளைப்பற்றி பின்னால் பேசிக்கொள்ளலாம். இப்போது குடும்ப கௌரவத்தைப்பற்றிப் பார்ப்போம். அந்த விஷயத்தைப்பற்றிப் பேசுவது எனக்கொரு பலவீனம்! ஆபாசமான, முரட்டுத்தனமான அந்த சொற்பிரயோகத்தை – புஷ்கினால் உருவாக்கப்பட்டு, உலாவவிடப்பட்ட அந்தச் சொல்லை, வருங் காலத்தில் உள்ள அகராதிகளில் நினைத்துக்கூடப் பார்க்கவே முடியாது! ஆமாம்! உண்மையாகவே அதற்கு என்ன அர்த்தம்

இருக்கிறது? வீணான பயம்தான் அது! என்ன ஓர் அபத்தம்! மாறாகச் சுதந்திரமான திருமண உறவில் அதையெல்லாம் பார்க்கவே முடியாது. நடத்தைப் பிறழ்ச்சிகள் என்பவை, சட்ட பூர்வமான திருமணத்தின் விளைவுகள்தான். ஒருவகையில் அந்த மாதிரித் திருமணங்களில் உள்ள குறைபாடுகளைச் சரி செய்பவை என்று கூட அவற்றைச் சொல்லலாம். அதுவும் ஒரு வகையான எதிர்ப்பு தான் என்றுகூடக் கூறலாம்! அப்படி எடுத்துக்கொண்டால் அவை நம்மைக் கேவலப்படுத்துவதாக நினைக்க முடியாமல் போய்விடும்! ஒருவேளை நானும்கூட அப்படி ஓர் அபத்தத்தை – ஒரு சட்ட பூர்வமான திருமணத்தைச் செய்துகொண்டால், நீங்களெல்லாம் பேசுகிற பந்தங்களைக்கூட சந்தோஷமாக ஏற்றுக்கொள்வேன். பிறகு என் மனைவியிடம் சொல்வேன்: 'அன்பே, இந்த நிமிடம் வரையில் நான் உன்னைக் காதலிக்க மட்டும்தான் செய்தேன். ஆனால் இப்போதோ நான் உன் மீது மரியாதைகொண்டிருக்கிறேன். காரணம், உன்னாலும் எதிர்ப்புக் காட்ட முடியும் என்று நீ காட்டிவிட்டாயல்லவா?' என்ன? இதைக் கேட்டதும் உங்களுக்குச் சிரிப்பு வருகிறதா? இதற்கெல்லாம் காரணம், சில தவறான எண்ணங்களிலிருந்து விடுபடுவதற்கு உங்களுக்குப் போதிய சக்தி இல்லை என்பதுதான்! அதையெல்லாம் உதறித் தள்ளுங்கள்! சட்ட பூர்வமான திருமணங்களில் ஏமாற்று, வஞ்சகம் ஆகியவை குறுக்கிடும்போதுதான் கசப்புகள் உருவாகி விடுகின்றன! ஆனால் அதெல்லாம் அகௌரவமாக நடந்துகொள்வதால் நேரும் இழிவான விளைவுகள்தான். அப்படி நடந்து கொள்ளும்போது இருதரப்பினருமே கேவலப்பட்டுப் போய் விடுகிறார்கள். ஆனால் சுதந்திரமான சிவில் திருமணங்களில் இருப்பது போல நடத்தைப் பிறழ்ச்சி என்பது வெளிப்படையாகவே இருக்குமானால், அப்போது 'குடும்ப கௌரவம்' போன்ற கருத்துகளெல்லாம் இருக்கவே இருக்காது! தானாகவே அவை அடிபட்டுப் போய்விடும்! மாறாக அவ்வாறான திருமணத்தில், உங்கள் மனைவி, உங்கள் மீது, தான் வைத்திருக்கும் மரியாதையை மட்டுமே வெளிப்படுத்துவாள். காரணம், அவள் வேறொரு தலைவனைத் தேடிக்கொண்டதற்காக அவளைப் பழிவாங்க வேண்டுமென்று நினைக்காத அளவுக்கு நீங்கள் முற்போக்காக இருப்பீர்கள்! அவளது மகிழ்ச்சியைக் கெடுக்க வேண்டுமென்று நீங்கள் நினைக்காமலிருப்பதுதான் அவள் உங்கள் மீது மரியாதை கொள்ளக் காரணம்! எல்லாவற்றையுமே போட்டு உடைத்து நொறுக்குங்கள்! சில சமயங்களில் இப்படி நான் கற்பனை செய்வதுண்டு. ஒருவேளை எனக்குத் திருமணமாகியிருந்தால் (ஒழுங்கற்ற முறையிலோ–அல்லது சட்ட பூர்வமாகவோ–எல்லாம் ஒன்றுதான்) தானாகவே இன்னொரு காதலனைத் தேடிக்கொள்ள என்

மனைவி ரொம்பவும் தாமதித்திருந்தால், நானே அவளுக்கு ஒரு காதலனைத் தேடிக் கொடுத்திருப்பேன். அவளிடம் நான் சொல்வேன்; 'என் அன்பே, நான் உன்னைக் காதலிக்கிறேன். ஆனால் அதைவிட நீ என்னை மதிக்க வேண்டுமென்பதையே பெரிதும் விரும்புகிறேன்!' என்பேன். என்ன? நான் சொல்வது சரிதானே?"

அவனது பேச்சைப் பீட்டர் பெத்ரோவிச் பரிகாசத்துடன் கேட்டுக்கொண்டிருந்தபோதும், அதைக் கேட்டு பெரிதாக வியப்படையவில்லை. அந்தப் பேச்சின் பெரும் பகுதியை அவன் சரியாகக் கேட்கக்கூட இல்லை. அவன் உண்மையில் வேறு எதையோதான் நினைத்துக்கொண்டிருந்தான். லெபஸியாட்னிக் கோவுமேகூட இறுதியில்தான் அதை உணர முடிந்தது. உணர்ச்சி வசப்பட்டவனைப் போலத் தன் கைகளைத் தேய்த்துக்கொண்டு எதையோ யோசித்துக்கொண்டிருந்தான் பீட்டர் பெத்ரோவிச். பிற்பாடு இந்த விஷயத்தை நினைத்துப் பார்த்தபோதுதான், அவன் அப்படி இருந்ததற்கான காரணத்தைப் புரிந்துகொண்டான் ஆண்ட்ரீ செமினோவிச்.

அத்தியாயம் – 2

காதரீனா இவானோவ்னாவின் சிதறுண்ட மனதில், அந்த இறுதிச் சடங்குக்கான விருந்தை நடத்தும் 'முட்டாள்தனமான' எண்ணம் எவ்வாறு தோன்றியது என்பதற்கான காரணத்தை வரையறுத்துச் சொல்வது மிகவும் கடினம். ரஸ்கோல்னிகோவ் கொடுத்திருந்த இருபது ரூபிள்களில், கிட்டத்தட்ட பத்து ரூபிள்கள் பணத்தை, அவள் இந்த விருந்துக்காக விரயமாக்கியிருந்தாள். ஒருவேளை, இறந்து போன மனிதனை உரிய வகையில் கௌரவமான முறையில் நினைவு கூரச் செய்ய வேண்டும் என்பது அவளது எண்ணமாக இருந்திருக்கலாம். அதேசமயத்தில் அங்கே குடியிருப்பவர்களும்கூட – குறிப்பாக அமாலியா இவானோவ்னா போன்றவர்கள் – அவள் ஒன்றும் தங்களைவிட மோசமானவள் இல்லையென்றும், தங்களையெல்லாம் விட உயர்ந்தவள் என்றும் அப்போதுதான் தெரிந்துகொள்வார்கள் என்றும் அவள் நினைத்திருக்கலாம். அவளை மிகவும் மட்டமாக நினைத்துத் தாழ்த்திப் பேசும் உரிமை எவருக்குமே இல்லையென்று காதரீனா இவானோவ்னா நினைத்தாள். ஏழைகளுக்கே உரித்தான தன்மான உணர்ச்சியும்கூட இந்த இறுதிச் சடங்கு விருந்தை இவ்வளவு சிறப்பாகச் செய்யும்படி அவளைத் தூண்டியிருக்கலாம். பாரம் பரியமாகச் செய்யப்பட்டு வரும் சமூகச் சடங்குகளை, மற்றவர் களைப் போலத் தாங்களும் கட்டாயமாகச் செய்ய வேண்டும் என்ற ஏழைகளுக்கே உரித்தான தன்மான உணர்ச்சிகளின் தூண்டுதல்களினால், தாங்கள் சேமித்து வைத்திருக்கும் கடைசிக் காசு வரையிலும் அனைத்தையும் செலவழிப்பது ஏழை மக்களின் வழக்கம்தான். தங்களைச் சுற்றியுள்ளவர்கள் தங்களைக் குறை கூற இடமளிக்காதவண்ணம், தங்களது பெருமையைக் காட்டிக் கொள்ளும் சந்தர்ப்பமாக அவர்கள் இதைப் பயன்படுத்திக்கொள் வார்கள். இப்படி ஒரு நிகழ்ச்சியை ஏற்பாடு செய்ததன் மூலம் காதரீனா இவானோவ்னா மற்றொரு விஷயத்தையும் உணர்த்த எண்ணியிருக்கலாம். இந்த உலகில் வேறு எவருமே அவளுக்கு ஆதரவாக இல்லாத நிலையிலும்கூடத் தான் எவ்வளவு திறமைசாலி என்பதையும், காரியங்களை மிகவும் நேர்த்தியாகச்

செய்வதிலும், விருந்தினர்களை உபசரிப்பதிலும் தான் எவ்வளவு தேர்ந்தவள் என்பதையும், அங்கே குடியிருக்கும் மிக அற்பமான, அருவறுத்து வெறுத்து ஒதுக்க வேண்டிய பிற வீட்டுக்காரர்கள் அறியுமாறு வெளிப்படுத்த வேண்டும் என்றும் அவள் நினைத் திருக்கலாம். தற்பொழுது அவள் வாழ்ந்துகொண்டிருக்கும் வாழ்க்கை மோசமானதாக அமைந்திருந்தாலும்கூட, இளமையில் அவள் அப்படி வளர்க்கப்படவில்லை என்பதையும் கண்ணிய மான ஓர் அதிகாரியின் வீட்டில், ஆடம்பரமான சூழ்நிலைகளில் வளர்ந்தவள் என்பதையும் வெளிக்காட்டிக்கொள்ள வேண்டு மென்றும் அவள் நினைத்தாள். தரையைத் துடைப்பதும் குழந்தை களின் கிழிசல் துணிகளை இரவு நேரத்தில் துவைப்பதும் மட்டுமே எப்போதும் அவளது வாழ்க்கையாக இருந்ததில்லை என்பதை இந்த நிகழ்ச்சியின் மூலமாகப் பறைசாற்றிக்கொள்ள அவள் பெரிதும் ஆசைப்பட்டிருக்க வேண்டும்! இப்படிப்பட்ட பெரு மிதமும் பகட்டும் ஏழ்மை நிலையிலுள்ள அடிமட்ட ஜனங்களைச் சில வேளைகளில் பயங்கரமாக அலைக்கழித்து விடுகின்றன. ஆனாலும் காதரீனா இவானோவ்னாவை அப்படியொன்றும் அடிமட்டத்தைச் சேர்ந்த நசுக்கப்பட்ட கூட்டத்தில் சேர்த்துவிட முடியாது. சந்தர்ப்ப சூழ்நிலைகள் அவளுக்குப் பாதகமாக இருந்தாலும்கூட அவற்றால் அவளது ஆத்மாவை நசுக்கிவிட முடியாது. அவளது விருப்பத்தைத் தணித்து விடவோ, அவளை அச்சுறுத்திப் பணிய வைத்துவிடவோ முடியாது. மேலும் அவளது மனநிலை பாதிக்கப்பட்டிருந்தது என்பதற்கான ஆதாரங்களும் சோனியாவிடம் சற்று வலுவாக இருந்தன. அவளை ஒரேயடியாக – ஒட்டுமொத்தமாகப் பைத்தியக்காரி என்று கூறிவிட முடியாது. ஆனாலும் அண்மைக்காலமாக – கடந்த ஒரு வருட காலமாகவே – பாவப்பட்ட அவளது மூளை, பல வகையான அலைக்கழிப்பு களுக்கு ஆளாகிக்கொண்டு வந்திருந்ததால், அதற்கு பாதிப்பு ஏற்பட்டாலும் அதில் ஆச்சரியப்பட எதுவுமில்லை. காசநோய் முற்றிப் போய்விட்ட நிலையில், அதனாலும் மூளை பாதிப்பு ஏற்படலாம் என்று மருத்துவர்கள் கூறுவதும் அவள் விஷயத்தில் பொருந்துவதாகவே இருந்தது.

அந்த விருந்தில் ஒயின் வகைகள் அதிகமாக இடம் பெற் றிருக்கவில்லை. 'மெடீரா'வும் அங்கே இல்லை. அவையெல்லாம் மிகையாகச் சொல்லப்பட்டவைதான். ஆனால் அங்கே ஒயின் இருந்ததென்பது உண்மைதான். 'வோட்கா,' 'ரம்,' 'போர்ட்' என மலிவான மதுவகைகள் அதிகமான அளவில் அங்கிருந்தன. உலர்ந்த திராட்சைப் பழங்களையும், புழுங்கலரிசியையும் சேர்த்துச்

சம்பிரதாயமாகத் தயார் செய்யப்படும் 'குட்யா*'வோடு சேர்த்து இன்னும் இரண்டு, மூன்று உணவு வகைகள் மட்டுமே அங்கு பரிமாறப்பட்டன. மேலும் அப்பம், பணியாரம் ஆகியவைகளும் விருந்தில் இடம் பெற்றிருந்தன. எல்லாமே அமாலியா இவானோவ்னாவின் சமையலறையில்தான் தயாரிக்கப்பட்டிருந்தன. இரண்டு தேநீர் சமோவர்கள், உணவுப் பாத்திரங்களுடன் கூடவே எடுத்துச் செல்லப்பட்டன. விருந்து முடிந்ததும் தேநீர், மது ஆகிய இரண்டையும் உடனடியாக வழங்க உதவியாக இருக்கும் வகையிலேயே அவை அவ்வாறு கொண்டு செல்லப்பட்டன. விருந்துக்கான மளிகைச் சாமான்கள் அனைத்தையும் காதரீனா இவானோவ்னாவே வாங்கியிருந்தாள். அந்தக் கட்டடத்தில் குடியிருக்கும் பாவப்பட்ட, சிறிய, போலந்து நாட்டுக்காரன் ஒருவன் (அவன் அங்கே குடியிருக்கும் காரணம் கடவுளுக்குத்தான் தெரியும்) காதரீனா இவானோவ்னாவின் குற்றேவல்களுக்கு உதவி செய்வதற்காகத் தானே முன் வந்து அவளுக்குத் துணையாக நின்று காரியங்களைச் செய்துகொண்டிருந்தான். அன்று காலையிலும், முதல் நாள் முழுவதிலும், தன்னுடைய நாக்கு தொங்கிப் போகும் அளவுக்கு இங்கும் அங்கும் ஓடியபடி விரைந்து செயலாற்றிக் கொண்டிருந்த அவன், தான் அப்படிச் செய்வது எல்லோருக்கும் தெரிய வேண்டுமென்பதற்காகவே வலிந்து முயற்சி மேற்கொண்டிருந்தான். மிகவும் அற்பமான விஷயங்களுக்கெல்லாம் கூடக் காதரீனா இவானோவ்னாவை ஓயாமல் கூப்பிட்டு நச்சரித்துக்கொண்டிருந்தான் அவன். கடையில் சாமான்கள் வாங்கச் செல்லும்போதுகூட அவளைத் தேடி அவன் சென்று கொண்டிருந்தான். எப்பொழுது பார்த்தாலும் மிகவும் மரியாதையுடன் 'பானி! பானி!' என்று அவன் அவளை விடாமல் கூப்பிட்டுக்கொண்டிருந்ததைக் கேட்க முடிந்தது. இந்த அளவுக்கு தாராள மனமுடைய ஒரு நபரின் உதவி மட்டும் கிடைக்காமல் போயிருந்தால் தன்னால் நிச்சயமாக எதுவுமே செய்திருக்க முடியாது என்று தொடக்கத்தில் சொல்லிக்கொண்டிருந்த அவளும் கூட அவனிடம் சலிப்படையத் தொடங்கிவிட்டிருந்தாள். தனக்குப் பழக்கமாகும் மனிதர்களை முதலில் வண்ண வண்ண நிறங்கள் பூசி வானளாவ புகழ்வதென்பது காதரீனா இவானோவ்னாவுக்கே உரிய தனிப்பட்ட இயல்பு! சில வேளைகளில், அது அவர்களைத் தர்மசங்கடப்படுத்தும் அளவுக்குக்கூடப் போய்விடும். அவர்களை உயர்த்திப் பேசிப் பெருமைப்படுத்துவதற்காக, உண்மையில் நடந்தே இருக்காத சம்பவங்களைக்கூட அவள் கற்பனையாகப் புனைந்து விவரிப்பாள்; பிறகு அவளே அவற்றை முழு மனதோடு உண்மை

---

* குட்யா – ரஷ்யாவில் இறுதிச் சடங்குக்கான விருந்தில் பரிமாறப்படும் சம்பிரதாயமான உணவு.

என்று நம்பவும் தொடங்கிவிடுவாள். பிறகு திடீரென்று ஒரே நொடியில் அந்தப் பிரமைகளையெல்லாம் உடைத்துப் போட்டுவிட்டுச் சில மணி நேரங்களுக்கு முன்னால் யாரையெல்லாம் கிட்டத்தட்ட தெய்வமாகவே வழிபட்டாளோ, அவர்களை அப்போது வெறுப்போடும், கடுமையோடும் பேசி எதிர்க்கத் தொடங்கிவிடுவாள். அவர்களைப் புறந்தள்ளி ஒதுக்கிவிடுவாள். நகைச்சுவை உணர்வு, உற்சாகம், அமைதியான பண்பு ஆகிய இயல்புகளைக்கொண்ட ஒரு பெண்மணிதான் அவள். ஆனாலும், வாழ்வில் தொடர்ச்சியாக நேர்ந்த தோல்விகளும் துன்பங்களும் அவளை வேறுவிதமாக ஆக்கிவிட்டிருந்தன. 'எல்லோரும் மகிழ்ச்சியாகவும் ஒற்றுமையாகவும் ஒருங்கிணைந்து மட்டுமே வாழ வேண்டும்' என்ற மூர்க்கத்தனமான ஆசைகொண்டவளாகவும், அதில் ஒரு சின்னக் கோணல் இருப்பதைக்கூடப் பொறுக்க முடியாதவளாகவும் – அவள் ஆகிப் போயிருந்தாள். அவளுடைய விருப்பத்திற்கு மாறாக ஒரு சிறிய விஷயம் நடந்தாலும்கூட, அதைப் பொறுத்துக்கொள்ள முடியாதவளாக மனம் கொதித்துக் கிட்டத்தட்ட ஒரு பைத்தியக்காரியைப் போலவே அவள் நடந்து கொள்வாள். அதுவரை தான்கொண்டிருந்த ஒளிமயமான நம்பிக்கைகளையும், புனைவுகளையும், ஒரே விநாடியில் தூக்கிப் போட்டு விட்டு விதியின் மேல் பழி சொல்லித் தூற்றத் தொடங்கிவிடுவாள். அப்பொழுது கையில் கிடைப்பதையெல்லாம் உடைத்து நொறுக்குவதோடு, சுவரில் தன் தலையைப் பலமாக மோதிக்கொள்ளவும் ஆரம்பித்துவிடுவாள்.

இப்பொழுது திடீரென்று காதரீனா இவானோவ்னாவின் கண்களில் மிகவும் உயர்ந்தவளாகவும் சிறப்பான முக்கியத்துவம் உடையவளாகவும் அமாலியா இவானோவ்னா காட்சியளித்துக் கொண்டிருந்தாள். அவளை இப்போது வானளாவப் புகழ்ந்து கொண்டிருந்தாள் காதரீனா இவானோவ்னா. ஒருவேளை, விருந்துக்கான ஏற்பாடுகளில் அமாலியா இவானோவ்னா முழு மனதோடு உதவிக்கொண்டிருப்பதுகூட அதற்கு ஒரு காரணமாக இருக்கலாம். உணவு மேசையை தயார் செய்யும் பொறுப்பையும், அதற்கான விரிப்புகள், கரண்டிகள், கோப்பைகள் மற்றுமுள்ள பொருள்களைச் சேகரிக்கும் பொறுப்பையும் அமாலியா ஏற்றிருந் தாள். உணவும்கூட அவளது வீட்டுச் சமையலறையிலேதான் தயாரிக்கப்பட்டுக் கொண்டுவரப்பட்டிருந்தது. எல்லாமே மிக நன்றாகத் தயார் செய்யப்பட்டிருந்தன. உணவு மேசை மிகவும் சுத்தமாகக் காட்சியளித்தது. தட்டுகள், முள் கரண்டிகள், கோப்பைகள் முதலியவை மட்டும் வெவ்வேறு வீட்டுக்காரர்களிட மிருந்து கடன் வாங்கப்பட்டிருந்ததால் அவற்றின் வடிவமும்

அமைப்பும் சற்றுப் பொருந்தாமல் இருந்தன. ஆனாலும் குறித்த நேரத்தில் எல்லாமே உரிய இடத்தில் வைக்கப்பட்டுத் தயாராக இருந்தன. கறுப்பு நிறத்தில் உடையணிந்துகொண்டு, துக்கத்தின் அடையாளமாகப் புதிய கறுப்பு ரிப்பன்களைத் தனது தொப்பியில் குத்திக்கொண்டிருந்த அமாலியா இவானோவ்னா, தான் எடுத்துக் கொண்ட வேலையை மிகவும் செம்மையாக முடித்துவிட்டோ மென்ற பெருமிதத்தோடு கல்லறையில் இறுதிச் சடங்கினை முடித்துவிட்டு வருபவர்களை எதிர்கொண்டாள். அந்தப் பெருமிதம் நியாயமானதுதானென்ற போதிலும் காதரீனா இவானோவ்னாவுக்கு அது வெறுப்பையே ஊட்டியது. 'இவளுடைய உதவி இல்லாவிட்டால் இந்த மேசையை இப்படித் தயார் செய்ய முடியாதாக்கும்' என்று தனக்குள் நினைத்துக் கொண்டாள். அமாலியாவின் தொப்பியிலிருந்த புதிய ரிப்பன் களையும் அவள் விரும்பவில்லை. 'என்ன... இந்த ஜெர்மன் பெண்மணி இப்படிப் பெருமையடித்துக்கொள்கிறாள்? தான் இந்த வீட்டுக்குச் சொந்தக்காரியாக இருப்பதால் அதில் குடியிருக்கும் பாவப்பட்ட குடித்தனக்காரர்களிடம் இரக்கம் காட்டுவது போல அல்லவா இவள் வேடம் போடுகிறாள்! இவளைப் பார்த்தால் அப்படித்தான் தெரிகிறது! இது வெறும் இரக்கம்தான்! ம்... இந்தக் காதரீனா இவானோவ்னா எப்படிப்பட்டவள் தெரியுமா? அவளுடைய அப்பா கர்னலாக இருந்தவர்! கிட்டத்தட்ட ஒரு கவர்னரைப் போன்ற தகுதி படைத்தவர். அவருடைய வீட்டில் சில சமயங்களில் ஒரே நேரத்தில் நாற்பது விருந்தாளிகள்கூட மேசையில் அமர்வதுண்டு. இந்த அமாலியா இவானோவ்னா இல்லை... இல்லை...! லூட்விகோவ்னா! இவளைப் போன்ற நபர்களுக்கெல்லாம் அங்கே அடுப்படியில் நுழையக்கூட இடம் கிடைக்காது' என்று இப்படியெல்லாம் தனது மனதினுள் நினைத்துக்கொண்டாலும், அந்த வேளையில் தன் உணர்வுகளைக் கட்டுப்படுத்திக்கொள்ள வேண்டுமென்று உறுதியுடன் இருந்தாள் காதரீனா இவானோவ்னா. ஆனாலும்கூட அன்றைக்கே அவளை ஓர் உலுக்கு உலுக்கி அவளது இடம் எது என்பதை அவளுக்கு உணர்த்திவிட வேண்டும் என்று அவள் முடிவு செய்துகொண் டாள். அப்படிச் செய்யாவிட்டால் அவள் தன்னைப் பற்றி எப்படியெல்லாம் அலட்டிக்கொள்வாளென்பது கடவுளுக்குத்தான் தெரியுமென்று காதரீனா இவானோவ்னா நினைத்தாள். ஆனால் தனது இந்த உணர்வுகளையெல்லாம் வெளிப்படுத்திவிடாமல் –அதேவேளையில், அமாலியாவிடம் சற்று இரக்கத்தோடும் நடந்துகொண்டாள் காதரீனா இவானோவ்னா.

காதரீனா இவானோவ்னாவுக்கு எரிச்சலூட்டும் வகையில் வேறொரு விரும்பத்தகாத சம்பவமும் அப்போது நடந்திருந்தது. சவ அடக்கம் நடைபெற்ற கல்லறைக்கு அந்தக் குள்ளமான போலந்துக்காரன் மட்டும் எப்படியோ வந்து சேர்ந்து விட்டானே தவிர, பிற குடித்தனக்காரர்கள் எவருமே அங்கே எட்டிக்கூடப் பார்க்கவில்லை. ஆனால் இப்பொழுது இந்த விருந்துக்கோ அங்கே குடியிருக்கும் ஏழை ஜனங்கள், முக்கியமே இல்லாதவர்கள் என்று, பலரும் வந்து கூடியிருந்தார்கள். அவர்களில் பெரும்பாலான வர்கள் வெறுமனே கஷ்டப்படுபவர்கள் மட்டுமில்லை, மிகவும் வெறுக்கத்தக்க அளவுக்கு இழிவானவர்கள். அங்கே குடியிருப்ப வர்களில் வயதானவர்களும், கொஞ்சம் பணம் படைத்தவர்கள் ஏதோ தங்களுக்குள் பேசி வைத்துக்கொண்டு விட்டதைப் போல விருந்துக்கு வரவில்லை. அங்கே குடியிருப்பவர்களிலேயே மிகவும் மதிக்கத்தக்கவராக அவள் கருதிக்கொண்டிருந்த பீட்டர் பெத்ரோவிச் லூசின் அங்கே காணப்படவில்லை. அதற்கு முந்தின நாள் மாலையில்தான் அவள் லூசினைப் பற்றிய பெருமைகளை உலகம் முழுவதற்குமே தம்பட்டம் அடிப்பது போல – அமாலியா இவானோவ்னா, போலென்கா, சோனியா, குள்ளமான அந்த போலந்துக்காரன் ஆகியோரிடத்தில் – புகழ்ந்து தள்ளிக்கொண்டி ருந்தாள். லூசின் மிக உயர்ந்த மனிதன் என்றும், தாராளமான குணமுடையவன் என்றும், மிகுந்த செல்வாக்கு உடையவன் என்றும், தன்னுடைய முதல் கணவனுடைய நண்பன் என்றும், தன்னுடைய தந்தையின் வீட்டிற்கு ஒருமுறை விருந்தினராக வருகை புரிந்திருப்பவன் என்றும், அவன் தன்னால் முடிந்த வரையில் முயற்சி செய்து அவளுக்குப் பென்ஷன் வாங்கித் தருவ தாகக் கூறியிருக்கிறான் என்றும் – இவர்கள் எல்லோரிடத்திலும் இவள் மிகவும் பெருமையாகக் கூறிக்கொண்டிருந்தாள். மற்றவர் களுடைய செல்வச் செழிப்பைப் பற்றியோ, அவர்களோடு உள்ள தொடர்புகளைப் பற்றியோ, காதரீனா இவானோவ்னா பெருமை யாகப் பறைசாற்றினாளென்றால், அது எப்பொழுதுமே அவ ளுடைய தனிப்பட்ட நலனைக் கணக்குப் போட்டு உள்நோக்கத் துடன் செய்யப்பட்டதாக இருக்காது. அவள் புகழ்ந்து பேசும் நபருக்கு இயல்பாக இருக்கும் தகுதியைவிட அவரைப் பன்மடங்கு உயர்த்தி முழு மனதோடு அவரைப் பாராட்டுவதில், அவளுக்கு ஏதோ ஒரு சிறிய மகிழ்ச்சி கிடைத்தது. அதனாலேதான் அவள் அப்படிச் செய்து வந்தாள். அந்த லூசினைப் போலவே – அவனையே முன்னுதாரணமாகக்கொண்டு, அந்தப் பாவிப்பயல் லெபஸியாட்னிக்கோவும்கூட விருந்துக்கு வரவில்லை. "அவன் மனதில் என்னதான் நினைத்துக்கொண்டிருக்கிறான்...? ஏதோ, பாவம் போனால் போகிறது என்றுதான் அவனை அழைத்தோம்!

மேலும் அவன் லூசினுக்கு நண்பனாக வேறு போய்விட்டான். தன்னுடைய அறையையும் அவனோடு பகிர்ந்துகொண்டிருக்கிறான். அப்படியிருக்கும்போது அவனைக் கூப்பிடாமல் விட்டால் அசிங்கமாக இருக்குமென்றுதானே அவனை அழைத்தோம்?" என்று தனக்குள் பேசிக்கொண்டிருந்தாள் காதரீனா. அங்கே குடியிருக்கும் நவநாகரிகமான ஒரு பெண்மணியும், வற்றிப் போய் வயதான ஆயா போன்ற தோற்றத்துடனிருக்கும் அவளுடைய மகளும்கூட அங்கே வரவில்லை. ஓரிரு வாரங்களுக்கு முன்னால் தான் அமாலியா இவானோவ்னாவின் வீட்டிலுள்ள ஓர் அறைக்கு அவர்கள் குடிவந்திருந்தார்கள். ஆனாலும்கூட அவர்கள் இங்கு வந்து சேர்ந்த கொஞ்ச நாட்களிலேயே மர்மெலாதோவின் அறையிலிருந்து அவன் குடிவெறியில் போடும் கூச்சல்களையும், இதர சத்தங்களையும் பற்றிப் பலமுறை புகார் செய்திருக்கிறார்கள். அமாலியா இவானோவ்னாவின் மூலமாகத்தான் இந்த விஷயங்களைக் காதரீனா தெரிந்துகொண்டிருந்தாள். காதரீனாவோடு, அமாலியா சண்டை போடும் சமயங்களிளெல்லாம் அவளது குடும்பம் முழுவதையும் அங்கிருந்து விரட்டி விடப் போவதாக உச்சபட்சத் தொனியில் கத்துவாள். அப்போது, அங்கே குடியிருக்கும் 'மதிப்பிற்குரிய பிற வீட்டுக்காரர்களுக்குக்' காதரீனாவின் குடும்பம் ஒரு தொந்தரவாக இருப்பதாகவும், அவர்களது பூட்ஸுகளின் கயிற்று முடிச்சுகளை அவிழ்க்கும் தகுதிகூடக் காதரீனாவுக்கு இல்லையென்றும் அமாலியா சத்தம் போடுவதுண்டு. இப்பொழுது அதற்காகவே அந்தப் பெண்மணியையும் அவளது மகளையும், வேண்டுமென்றே விருந்துக்கு அழைத்திருந்தாள் காதரீனா. எந்த நபரின் பூட்ஸுகளின் கயிற்று முடிச்சுகளை அவிழ்க்கும் தகுதிகூடத் தனக்கு இல்லை என்று அவள் பழிக்கப்பட்டிருந்தாளோ, அவளை இந்த விருந்துக்குக் கட்டாயம் கூப்பிட்டாக வேண்டும் என்பதில் காதரீனா உறுதியாக இருந்தாள். ஏனென்றால் தற்செயலாக எதிர்ப்பட நேர்ந்தால்கூட முகத்தைத் திருப்பிக்கொண்டு செல்பவள் அவள். ஆனாலும்கூட அவளையும் அவளது பெண்ணையும் அழைப்பதன் மூலமாக, 'இங்கே குடியிருக்கும் மனிதர்களுக்குக்கூட கௌரவமான சிந்தனைகளும் உணர்ச்சிகளும் இருக்கும்' என்பதை அவள் தெரிவிக்க விரும்பினாள். 'தங்களை இழிவுபடுத்துபவர்களுக்கும்கூடத் தங்களால் அழைப்புவிடுக்க முடியும்' என்று உணர்த்துவதே அவளது நோக்கமாக இருந்தது. மேலும் தானும்கூட, இதுபோன்ற ஒரு சூழலில் வளர்க்கப்பட்டவள் இல்லை என்பதை அவர்களுக்கு உணர்த்த வேண்டும் என்றும் காதரீனா விரும்பினாள். உணவு மேசையில் உட்கார்ந்து எல்லோரும் உரையாடிக்கொண்டிருக்கும் தருணத்தில் இந்த விஷயத்தைக் கட்டாயம் தெளிவுபடுத்திவிட வேண்டும்

என்றும், இறந்து போன தனது தந்தை ஒரு கவர்னரைப் போல இருந்தவர், வாழ்ந்தவர் என்பதை அவர்களுக்குச் சொல்லியாக வேண்டும் என்றும் காதரீனா திட்டமிட்டிருந்தாள். இப்படிப்பட்ட பின்னணி கொண்டவளாக அவள் இருக்கும் பொழுது, அவளைக் கண்டு, அவர்கள் முகத்தைத் திருப்பிக்கொண்டு போவதென்பது எத்தனை முட்டாள்தனமானது என்பதை அவர்களுக்குக் கோடிட்டுக் காட்ட வேண்டுமென்று அவள் ஆசைப்பட்டாள். பருமனாக இருக்கும் லெஃப்டினென்ட் கர்னலும் (உண்மையில் அவன் ஓய்வுபெற்ற ஒரு தலைமைத் தளபதி மட்டுமே) அங்கே வரவில்லை. முதல்நாள் காலையிலிருந்தே, அவன் தன் வசத்தில் இல்லாதவனைப் போல்தான் காணப்பட்டான். சுருக்கமாகச் சொன்னால், அங்கே வந்திருந்தவர்கள் குள்ளமான போலந்துக் காரன், அம்மைத் தழும்புடன் கூடிய அவலட்சணமான முகத் தோற்றத்துடன், எண்ணெய்ப் பிசுக்கேறிய நாற்றமடிக்கும் மேல் கோட்டை அணிந்திருந்த ஆனால் மிக அமைதியான சுபாவம் படைத்த ஓர் அலுவலக குமாஸ்தா, ஒரு காலத்தில் போஸ்ட் ஆபீசில் வேலை பார்த்த, காது கேட்காத கண்பார்வை மங்கிப் போன கிழவன் ஆகியவர்கள் மட்டும்தான்! கடைசியாகச் சொன்ன ஆளைக் காலங்காலமாக அமாலியா இவானோவ் னாவின் வீட்டில் குடிவைத்து, யாரோ பராமரித்துக் கொண்டிருந் தார்கள். அந்தக் கூட்டத்தில், ஓய்வு பெற்ற குடிகார லெப்டி னென்ட் ஒருவனும் (உண்மையில் இராணுவ இலாகாவில் வேலை பார்த்த ஒரு குமாஸ்தாதான் அவன்) இருந்தான். முரட்டுத் தனமான சிரிப்போடு, மேல் கோட்டைக்கூட அணிந்துகொள் ளாமல் அவன் வந்திருப்பதைக் கண்டு அருவறுப்புடன் முகம் சுளித்துக்கொண்டாள் காதரீனா. அவளுக்கு ‘வணக்கம்’கூடச் சொல்லாமல் நேரடியாக மேசைக்குச் சென்று மேசைக்கு அருகில் போடப்பட்டிருந்த நாற்காலியில் உட்கார்ந்துகொண்டான் ஒரு விருந்தாளி! ‘சூட்’கூட இல்லாத மற்றொரு விருந்தாளி, தான் அணிந்திருந்த இரவு நேர உடையுடனேயே விருந்து மேசைக்கு வர முயன்றான். ஆனால் பலரும் கூடியிருக்கும் ஓரிடத்தில் இப்படி ஓர் உடையில் வருவதென்பது மரியாதையற்ற செயல் என்பதால் அமாலியா இவானோவ்னாவும், அந்தக் குள்ளப் போலந்துக்காரனும் கூட்டாக முயற்சி செய்து அவனை அங்கிருந்து பிடித்துத் தள்ளிவிட்டார்கள். அந்தப் போலந்துக்கார னோடு, வேறு இரண்டு போலந்துக்காரர்களும் வந்திருந்தார்கள். அவர்கள் அங்கே குடியிருப்பவர்கள் இல்லை. அவர்களை அங்குள்ள யாருமே முன்பின் பார்த்ததுகூட இல்லை. இதெல்லாம் சேர்ந்துகொண்டு, காதரீனா இவானோவ்னாவை இன்னும் அதிகமாகவே எரிச்சலூட்டிவிட்டிருந்தன. கடைசியில், யாருக்காக

இந்த விருந்தை ஏற்பாடு செய்தோம் என்றே விளங்காமல் மிகவும் மனம் நொந்து போனாள் காதரீனா இவானோவ்னா.

அறை முழுவதையும் ஆக்கிரமித்துக்கொண்டிருந்த மேசையில், விருந்தாளிகளுக்கு இடம் வேண்டுமென்பதற்காகவே, குழந்தைகள்கூட அங்கே உட்கார வைக்கப்படவில்லை. மூலையிலுள்ள டிரங்குப் பெட்டியின் மேல் அவர்களுக்கு இடம் ஒதுக்கப்பட்டிருந்தது. சிறிய குழந்தைகள் இரண்டு பேரும் ஒரு பெஞ்சின் மீது அமர்ந்திருக்க, போலென்கா, சற்றுப் பெரியவள் என்ற முறையில் அவர்களைக் கவனித்து உணவை ஊட்டிக்கொண்டிருந்தாள். 'மிக ஒழுங்கான முறையில் வளர்க்கப்படும் குழந்தைகளுக்குச் செய்வது போல, அவ்வப்போது அவர்களின் சின்னஞ்சிறு நாசிகளை அவள் துடைத்துவிட்டுக்கொண்டு இருந்தாள். சுருக்கமாகச் சொன்னால் அங்கே கூடியிருந்த விருந்தாளிகளைச் சற்று மிகையான கண்ணியத்தோடும், கொஞ்சம் கோபத்தோடும் வரவேற்றுத் தீர வேண்டிய நிர்ப்பந்தம் காதரீனா இவானோவ்னாவுக்கு இருந்தது. சில பேரை உறுத்து நோக்கிய அவள், அவர்களை உட்காரும்படி தாழ்மையுடன் வேண்டிக் கேட்டுக்கொண்டாள். சில பேர் அங்கு வராமல் போனதற்கு அமாலியா இவானோவ்னாதான் காரணமாக இருக்கலாம் என்று எந்தக் காரணத்தாலோ அவளுக்குத் தோன்றிவிட்டது. அதனாலேயே, உடனடியாக அவளிடம் மிகவும் விட்டேற்றியாக, எந்த உணர்வையும் வெளிப்படுத்தாதவளாக நடந்துகொண்டாள் காதரீனா. இப்படிப்பட்ட ஒரு தொடக்கம், அந்த விருந்து நல்லபடியாக முடியும் என்பதற்கான அறிகுறியாகத் தென்படவில்லை. இப்போது எல்லோரும் இருக்கைகளில் உட்கார்ந்துவிட்டனர்.

அவர்கள், கல்லறையிலிருந்து திரும்பி வந்திருந்த அந்த நேரத்தை ஒட்டியே ரஸ்கோல்னிகோவும் அங்கே வந்து சேர்ந்தான். அங்கிருந்த விருந்தாளிகளிலேயே கொஞ்சம் படித்தவன் என்ற முறையிலும், இன்னும் இரண்டு வருடங்களில், பல்கலைக்கழகத்தில் பேராசிரியராகப் பணியாற்றுவதற்குத் தயாராகிக்கொண்டு வருபவன் அவன் என்று எல்லோருமே அறிந்திருந்ததாலும், அவனுடைய வருகையினால் மட்டற்ற மகிழ்ச்சி அடைந்தாள் காதரீனா. மேலும் 'கல்லறைக்கே வரவேண்டுமென்று, தான் விரும்பியதாகவும், அது முடியாமற்போனதற்காகத் தன்னை மன்னிக்க வேண்டும்' என்றும் மிகுந்த பணிவோடு அவன் கூறிய முறை, அவளைப் பெரிதும் கவர்ந்துவிட்டது. அவனிடம் ஓட்டமும் நடையுமாக விரைந்து சென்ற அவள், தனது இடதுபுறமாக அவனை அமரச் செய்தாள். வலதுபுறத்தில் அமாலியா இவானோவ்னா உட்கார்ந்திருந்தாள். விருந்தில் உணவு எல்லோருக்கும்

போதுமானதாக இருக்க வேண்டுமே, அது சரிவர பரிமாறப்பட வேண்டுமே என்ற கவலையும் பதற்றமும் ஒருபுறம், கடந்த இரண்டு நாட்களாக மிகவும் கூடுதலாகிப் போய் அவளைத் துன்பப்படுத்தி மூச்சுவிடக்கூடத் திணறச் செய்துகொண்டிருந்த தொடர்ச்சியான இருமல் மறுபுறம், இத்தனைக்கும் நடுவில் ரஸ்கோல்னிகோவிடம் மெல்லிய குரலில் தொடர்ச்சியாகப் பேசியபடி, அடக்கிவைத்திருந்த தன் உணர்ச்சிகளையெல்லாம் கொட்டித் தீர்த்துக்கொண்டிருந்தாள் அவள். இந்த விருந்து இப்படி ஒரு தோல்வியாக முடிந்துவிட்டதே என்ற நியாயமான வெறுப்பையும், கோபத்தையும் அவனிடம் வெளிப்படுத்திப் பேசிக்கொண்டிருந் தாள் காதரீனா இவானோவ்னா. அவளுடைய வெறுப் புணர்ச்சிக்கு நேர்மாறாக, அங்கே வந்திருந்த விருந்தாளிகளிட மிருந்து களிப்பு மிகுந்த அடக்க முடியாத சிரிப்பொலிகள் எழுந்து கொண்டிருந்தன. குறிப்பாக அந்த வீட்டுச் சொந்தக்காரியின் சிரிப்பொலி அவளுக்கு மிகவும் வெறுப்பூட்டுவதாக இருந்தது.

"அந்தக் 'குக்கூ' பறவை இருக்கிறாளே, எல்லாவற்றுக்கும் காரணம் அவள்தான்! நான் யாரைச் சொல்கிறேனென்று தெரி கிறதா? அதோ, அவள்தான்" என்று வீட்டுக்காரியின் பக்கம் தலையை அசைத்துக் காட்டிக் குறிப்பிட்டாள் காதரீனா இவா னோவ்னா. "அவளைக் கொஞ்சம் பாருங்கள்! விழியே பிதுங்கி வெளியே வந்து விடுவது போல நம்மையே அவள் பார்த்துக் கொண்டிருக்கிறாள். அவளைப் பற்றி நாம் ஏதோ பேசிக்கொண்டி ருப்பதாக நினைக்கிறாளே தவிர, நாம் பேசுவதில் ஒரு வார்த்தை கூட உண்மையில் அவளுக்குப் புரிந்திருக்காது! எப்படி ஆந்தை விழி... விழிக்கிறாள் பாருங்கள்... ஹா... ஹா... ஹா!" என்று சொல்லி முடிப்பதற்குள் இருமல் குறுக்கிட்டுவிட்டது. இருமி னாள்...! இருமல்... இருமல்... தொடர்ச்சியான இருமல்...! (மீண்டும் பேசத் தொடங்கினாள்) "இப்படி ஒரு தொப்பியை வைத்துக்கொண்டிருப்பதன் மூலம் எதை நிரூபித்துக்கொண்டிருக் கிறாள் அவள்...? (மறுபடியும் இருமல் – இருமல் – இருமல்–) அவள் இங்கே வந்திருப்பதன் மூலம் அவள் என்னைக் கௌரவப் படுத்திக்கொண்டிருப்பதாகவும், என்னை ஆதரிப்பதாகவும் மற்றவர்களெல்லாம் நினைக்கும்படியாக அவள் நடந்துகொள் கிறாள்! நீங்கள் அதைக் கவனித்தீர்களா? அவளைக் கண்ணிய மான, மரியாதையான ஒரு பெண்மணியாக நினைத்துக்கொண்டு, கொஞ்சம் நல்ல மனிதர்களை எனது பாவப்பட்ட கணவரை அறிந்திருக்கும் மனிதர்களை விருந்துக்கு அழைத்து வரும்படி வேண்டிக்கொண்டால், எப்படிப்பட்ட கோமாளிகளையும், நடத்தை கெட்டவர்களையும் அழைத்து வந்திருக்கிறாள்,

பாருங்கள்! அதோ, அவனைப் பாருங்கள்! அவனது முகம்கூடச் சுத்தமாக இல்லை. இரண்டு கால்களுக்கும் மேலே மண்ணாங் கட்டியைத் தவிர அவனுக்கு வேறெதுவும் இல்லை. அப்புறம் அந்த வினோதமான போலந்துக்காரர்களைத்தான் பாருங்களேன்! ஹா– ஹா– ஹா!" மீண்டும் இருமல் – இருமல் – இருமல்! "இங்குள்ள எவருமே இதற்கு முன்பு அவர்களை இங்கே பார்த்ததே இல்லை! நானும்கூடப் பார்த்தது இல்லை...! அவர்களெல்லாம் இங்கே ஏன் வரவேண்டும்? எல்லோரும் ஒரே வரிசையில் அமைதி யாக உட்கார்ந்திருப்பதைத்தான் பாருங்களேன்! ஹேய்... அப்பம் எதுவும் வேண்டுமா?" அவர்களில் ஒருவனை நோக்கிக் குரல் கொடுத்தாள் காதரீனா இவானோவ்னா. "நீங்களெல்லாம் அப்பம் சாப்பிட்டீர்களா இல்லையா...? இன்னும் கொஞ்சம் சாப்பிடுங்கள்! கொஞ்சம் பீர் எடுத்துக்கொள்ளுங்கள்! உங்களுக்கு வோட்கா வேண்டுமா...? பாருங்கள் அவன் குதிப்பதை...! பாருங்கள், அவன் மண்டியிடுவதை....! பாருங்கள்! பாருங்கள்! பாவம்... அவர்கள் பயங்கர பசியில் இருக்க வேண்டும்! பரவா யில்லை... சாப்பிட்டுவிட்டுப் போகட்டும்! எப்படியோ அவர்கள் சத்தம் போடாமல் அமைதியாகத்தான் இருக்கிறார்கள்! ஆனால் இந்த வீட்டுக்காரியின் வெள்ளி ஸ்பூன்களை நினைத்தால்தான் எனக்குக் கவலையாக இருக்கிறது. அதுதான்... அந்த அமாலியா இவானோவ்னாவுடையதுதான்!" இதைக் கொஞ்சம் சப்தமாகவே கூறியவள், இப்போது அவளை நோக்கியே பேச ஆரம்பித்தாள். "இதோ பார், உன் ஸ்பூன்களெல்லாம் தொலைந்து போனால், அதற்கு நான் பொறுப்பாளியாக முடியாது... ஹா – ஹா – ஹா!" என்று சொல்லிவிட்டு சத்தமாகச் சிரித்தபடி, ரஸ்கோல்னிகோவின் பக்கம் திரும்பி, அந்த வீட்டுக்காரியை ஜாடை காட்டியவண்ணம், தனது சாதுரியத்தை எண்ணித் தானே மகிழ்ந்துகொண்டாள் அவள். "அவளுக்குப் புரியவே இல்லை...! மறுபடியும் அவளுக்கு எதுவுமே புரியவே இல்லை... பாருங்கள், வாயைப் பிளந்து கொண்டு எப்படி முழிக்கிறாள் என்று பாருங்கள்! ஆந்தை! ஆந்தை! உண்மையிலேயே அவள் ஓர் ஆந்தைதான். கிரீச்சிடும் ஆந்தை ஒன்று ரிப்பன் அணிந்த தொப்பியோடு காட்சியளித்துக் கொண்டிருக்கிறது! ஹா – ஹா – ஹா!"

மீண்டும் அவளது சிரிப்பு, பொறுக்கவே முடியாத இருமலில் போய் முடிந்தது. அந்த இருமல் கிட்டத்தட்ட ஐந்து நிமிட நேரம் தொடர்ந்துகொண்டிருந்தது. அவளது நெற்றியில் வியர்வைத் துளிகள் ஏராளமாக அரும்பியிருக்க, அவளது கைக்குட்டையில் இரத்தம் படிந்திருந்தது. அமைதியாக அதை ரஸ்கோல்னிகோவிடம் காட்டிவிட்டு, ஒரு சிறிய இடைவெளிக்குப் பிறகு மிகக்கூடுதலான

உடல் அசைவுகளோடு, அவனிடம் மீண்டும் மெல்லிய குரலில் பேசத் தொடங்கினாள். அவளது கன்னங்கள் அப்போது சிவப்பேறிப் போயிருந்தன. "இதைக் கொஞ்சம் கேளுங்கள்! அவளிடம் மிகவும் முக்கியமான, நுட்பமான, ஒரு பொறுப்பை நான் ஒப்படைத்திருந்தேன்! அந்தப் பெண்மணியையும், அவளது மகளையும் விருந்துக்குக் கூட்டிக்கொண்டு வரச் சொல்லியிருந்தேன்! நான் யாரைப் பற்றிச் சொல்கிறேனென்று உங்களுக்குப் புரிகிறதா? மிகவும் நாசூக்கான விதத்தில், விஷயங்களை மிகவும் திறமையாகக் கையாள வேண்டியிருக்கும்போது இந்த வீட்டுக்காரி எல்லாவற்றையும் போட்டுக் குழப்பிவிட்டுவிட்டாள்! அதனாலேதான் இங்கே புதிதாகக் குடிவந்திருக்கும் அந்தத் துடுக்குக்காரி – விருந்துக்கு வரவில்லை. அவள் யாரோ ஒரு மேஜரின் மனைவியாம்! பென்ஷன் வாங்குவதற்கு மனு கொடுப்பதற்காக இங்கே வந்திருப்பவள் அவள். அதற்காக நடந்து, நடந்து அரசாங்க அலுவலகத்தின் தரையையெல்லாம் தான் உடுத்தியுள்ள ஆடைகளினால் தேய்த்துக்கொண்டிருப்பவள் அவள். ஐம்பத்தைந்து வயதில் அவள் ரூஜ் போடுவதும்... பவுடர் போடுவதும்! (எல்லோருக்கும் தெரிந்த விஷயம்தான் இது!) அப்படிப்பட்ட ஒரு பெண்மணி, சும்மா ஓர் ஒப்புக்காகவாவது வந்து தலையைக் காட்டிவிட்டுப் போயிருக்கலாம். இல்லாவிட்டால், ஒரு நாகரிகம் கருதி யாவது தான் வரமுடியாததற்கு ஒரு காரணத்தைச் சொல்லி அனுப்பியிருக்க வேண்டுமல்லவா? பீட்டர் பெத்ரோவிச் ஏன்தான் வரவில்லையோ... அதுவும் எனக்குப் புரியவில்லை! சரி, இந்தச் சோனியா எங்கே...? எங்கேதான் போனாள் அவள்? அப்பாடி... ஒரு வழியாக இதோ வந்து சேர்ந்துவிட்டாள். என்ன சோனியா..? எங்கே போய்விட்டாய் நீ? உன் தந்தையின் ஈமச்சடங்கிற்குக்கூடச் சரியான நேரத்திற்கு உன்னால் வரமுடியாமல் இருப்பது வினோதம்தான்! ரோடியன் ரொமனோவிச், உங்களுக்கு அடுத்தாற்போல அவளுக்கு இடம் கொடுங்கள்! ம்.. உன்னுடைய இடம் அங்கேதான் சோனியா...! என்ன வேண்டுமோ சாப்பிடு! 'கேலண்டைன்' எடுத்துக்கொள்... மிக நன்றாக இருக்கிறது! இதோ ஒரு நிமிடத்தில் அப்பங்கள் பரிமாறப்பட்டுவிடும்! குழந்தைகளெல்லாம் ஏதாவது சாப்பிட்டார்களா? போலென்கா, அங்கே உங்களுக்கு எல்லாம் இருக்கிறதா?" மீண்டும் – இருமல்... இருமல்... இருமல்! "நல்லது, லிடா, சமர்த்துப் பெண்ணாக இருக்க வேண்டும் நீ! கோல்யா, கால்களை அப்படிப் போட்டு உதைக்காதே. ஒழுக்க முள்ள பையனாக அமைதியாக உட்கார்ந்திரு! ஆமாம்! நீ என்ன சொன்னாய் சோனியா?"

பீட்டர் பெத்ரோவிச் மன்னிப்புக் கேட்டுக்கொண்டதைப் பற்றி உரத்த குரலில், அனைவரும் கேட்கும்வண்ணம், விரைவாகச் சொல்லத் தொடங்கினாள் சோனியா. மிகக் கவனமாகத் தேர்ந் தெடுத்த மரியாதையான சொற்களைப் பயன்படுத்திய அவள், கூடியவரையில் பீட்டர் பெத்ரோவிச் பேசிய அதே பாணியில் – தானும் அதைச் சற்று மெருகூட்டிச் சொன்னாள். அவனே கூடிய விரைவில் காதரீனா இவானோவ்னாவைச் சந்தித்து, அவளுக்கும் அவளது குடும்பத்தின் எதிர்கால நன்மைக்கும் அவன் செய்ய உத்தேசித்திருப்பதைப் பற்றிக் கூறுவான் என்றும், அவன் அவ்வாறே தன்னிடம் சொல்லி அனுப்பி இருப்பதாகவும் கூறினாள்.

இவ்வாறெல்லாம் சொல்வதால் காதரீனா இவானோவ்னா சற்று அமைதியும் ஆறுதலும் அடைவாள் என்பதையும், தன்னைப் பற்றிய தற்பெருமையினால் திருப்தி அடைந்தவளாகச் சற்று மகிழ்ச்சி அடைவாள் என்பதையும் அறிந்தவளாகவே சோனியா இவ்வாறு சொன்னாள். மிக வேகமாக ரஸ்கோல்னிகோவைப் பணிவுடன் வணங்கியவளாக அவனது பக்கத்தில் சென்று அமர்ந்துகொண்டாள் சோனியா. குறுகுறுப்புடன் மிகுந்த ஆர்வத் தோடு அவனை ஒரு வேகப் பார்வை பார்த்த அவள், அதன்பிறகு அவனைப் பார்ப்பதையும் பேசுவதையும் தவிர்த்துவிட்டாள். காதரீனா இவானோவ்னா என்ன விரும்புகிறாள் என்பதையே கவனித்தபடி, அவளைச் சற்று ஆறுதல்படுத்தவும், மகிழ்ச்சியுறச் செய்யவும் எண்ணியவளாக, அவளையே உற்றுப் பார்த்துக் கொண்டிருந்தாள் சோனியா. எந்தச் சிந்தனையும் இல்லாதவளைப் போலத் தன்னையே மறந்தவளாக உட்கார்ந்திருந்தாள் சோனியா. பொருத்தமான உடைகள் அதிகம் இல்லாததால் அவளும், காதரீனா இவானோவ்னாவும் துக்கத்தை வெளிப்படுத்தும் கறுப்பு உடைகளை அணிந்திருக்கவில்லை. சோனியா கரும்பழுப்பு நிற உடையை அணிந்திருந்தாள்; காதரீனா, அவளிடமிருந்த ஒரே ஓர் ஆடையை – மங்கலான நிறத்தில் கோடுகள் போட்டிருந்த பருத்தி ஆடையை உடுத்திக்கொண்டிருந்தாள்.

பீட்டர் பெத்ரோவிச் சொன்னதாக, சோனியா தெரிவித்த அந்தச் செய்தி, சோனியா எதிர்பார்த்ததைப் போலவே காதரீனா இவானோவ்னாவிடம் ஒரு நல்ல மாற்றத்தை ஏற்படுத்தியது.

காதரீனா, தனக்குத்தானே மிகவும் திருப்தி அடைந்து கொண்டாள். தன்னைப்பற்றி மேலும் பெருமிதமும் கர்வமும் அடைந்துகொண்டாள். அதே கர்வத்துடன் சோனியாவை நிமிர்ந்து பார்த்தாள். பீட்டர் பெத்ரோவிச்சுக்கு நன்றி பாராட்டும் தொனியில் அவனுடைய உடல் நலத்தைப் பற்றி சோனியாவிடமே

விசாரித்துக்கொண்டாள். பிறகு குரலைச் சற்று உயர்த்திப் பீட்டர் பெத்ரோவிச் பற்றிப் பெருமையாக ரஸ்கோல்னிகோவிடம் பேசத் தொடங்கினாள். முன்பொரு காலத்தில் தன் குடும்பத்தின் மீது கரிசனம்கொண்டவனாகவும், தன் தந்தையிடம் நட்புகொண்ட வனாகவும் பீட்டர் பெத்ரோவிச் இருந்தான் என்று விவரித்த அவள், ஆனாலும்கூட அவனைப் போன்ற செல்வந்தனான ஒருவன், இப்படிப்பட்ட 'வினோதமான ஜனக்கூட்டத்தோடு' சேர்ந்து விருந்துண்ண வருவதென்பது இயலாத காரியம்தான் என்றும் குறிப்பிட்டுத் தனக்குத்தானே சமாதானம் சொல்லிக் கொண்டாள்.

"அதனாலேதான் உங்களுக்கு நான் மிகவும் சிறப்பாக நன்றி செலுத்த வேண்டிய நிலையில் இருக்கிறேன் ரோடியன் ரொமனோவிச்! இப்படிப்பட்ட மோசமான சூழ்நிலையிலும் எங்கள் விருந்தோம்பலைத் தட்டாமல் ஏற்றுக்கொண்டிருக்கிறீர்களே" என்று உரத்த குரலில் கூறினாள் அவள். "ஆனால்... பாவப்பட்ட எனது அன்புக் கணவரோடு மிகவும் நட்புகொண்டு இருந்தத னாலேதான் உங்களுடைய வாக்கை நீங்கள் காப்பாற்றியிருக் கிறீர்கள் என்பது எனக்கு நன்றாகவே புரிகிறது!"

பிறகு மீண்டும் ஒருமுறை, தனது விருந்தாளிகள் அனை வரையும் பெருமையோடும், கர்வத்தோடும் அவள் நோட்ட மிட்டாள். அந்தக் காது கேட்காத கிழவன் உணவருந்திக்கொண் டிருந்த மேசைப் பக்கமாகத் திரும்பிய அவள், திடீரென்று மிகுந்த அக்கறையோடு, உரத்த குரலில் – அவனுக்கு இன்னும் கொஞ்சம் வறுத்த ஆட்டுக்கறி வேண்டுமா என்று கேட்டாள். 'போர்ட்' ஒயின் அவனுக்குப் பரிமாறப்பட்டுவிட்டதா என்று விசாரித்தாள். ஆனால் அந்தக் கிழவன் அதற்குப் பதிலளிக்கவே இல்லை. ரொம்ப நேரமாக, அவள் என்ன கேட்கிறாள் என்பது விளங்காமல் அவன் அவளையே பார்த்துக்கொண்டிருந்தான். அவனுக்குப் பக்கத்தில் உட்கார்ந்திருந்தவர்கள் அவனை உலுக்கியபடி, தங்களுக் குள் வேடிக்கையாகப் பேசிக்கொண்டிருந்தாலும்கூட அவனுக்கு எதுவும் புரியவில்லை. சும்மா வாயைப் பிளந்தபடி அவன் எல் லோரையும் பார்த்துக்கொண்டிருந்தான். அவனுடைய அப்பாவித் தனமான அந்தப் பார்வை, அங்கே கூடியிருந்தவர்களின் உற்சாகக் களிப்பை மேலும் அதிகரிக்கவே உதவியது.

"சே, எப்படி ஒரு முட்டாளாக இருக்கிறான், பாருங்கள்! யார் அவனை இங்கே கூட்டிக்கொண்டு வந்தார்களோ...? பீட்டர் பெத்ரோவிச் இங்கே வந்திருக்கலாம். எனக்கு எப்போதுமே அவர் மீது நம்பிக்கை உண்டு" என்று ரஸ்கோல்னிகோவிடம் தொடர்ந்து சொல்லிக்கொண்டு போனாள் காதரீனா இவானோவ்னா. "நிச்சயம் அவர் இப்படிப்பட்டவர் இல்லை..." என்று சொல்லிக்

கொண்டிருந்த அவள், அமாலியா இவானோவ்னாவைப் பார்த்ததும் உணர்ச்சிகளை அடக்கிக்கொள்ளாமல் மிகச் சத்தமாகவும், கடுமை கலந்த கண்டிப்போடும் அவளைப் பார்த்துப் பேசத் தொடங்கினாள். "நீ குடி வைத்திருக்கிறாயே தளுக்கி மினுக்கி உடையணிந்து பகட்டுக் காட்டிக்கொண்டிருக்கும் அந்தப் பெண்கள்! அவர்களைப் போல அவர் நிச்சயம் இருக்கமாட்டார். அவர்களெல்லாம் என்னுடைய அப்பாவின் சமையலறைக்குள் சமையல்காரிகளாக நுழையக்கூட அனுமதி கிடைத்திருக்காது. ஆனால் என்னுடைய கணவர் மட்டும் உயிரோடு இருந்திருந்தால் அவர்களை வரவேற்று, அவர்களின் தகுதிக்கு மேலாகவே அவர்களைப் பெருமைப்படுத்தியிருப்பார். அதுவும்கூட, அவரிடம் உள்ள அளவு கடந்த இரக்க உணர்ச்சிகளால்தான் அப்படிச் செய்திருப்பார்..."

"... அவனுக்குக் குடிப்பது ரொம்பப் பிடிக்கும்! ரொம்ப, ரொம்பப் பிடிக்கும்! அவன் நிச்சயமாக ஒரு குடிகாரன்தான்..." என்று ஓய்வு பெற்ற அந்த இராணுவ குமாஸ்தா திடீரென்று கத்தினான். அவன் பன்னிரண்டாவது கோப்பை வோட்காவைக் காலி செய்துகொண்டிருந்தான்.

"இறந்து போன என் கணவருக்கு அந்தப் பலவீனம் உண்டு என்பது எல்லோருக்கும் தெரிந்த விஷயம்தானே?" என்று கோபத்துடன் மின்னலாக அவனை நோக்கித் திரும்பிய காதரீனா இவானோவ்னா தொடர்ந்தாள் "ஆனால் தாராளமான மனம் கொண்ட ஒரு நல்ல மனிதர் அவர். தன் குடும்பத்தை நேசித்தவர்; மதித்தவர். அவர் செய்த ஒரே ஒரு தவறு என்னவென்றால் தன்னுடைய காலில் அணிந்திருக்கும் செருப்புக்குத் தகுதியில்லாத கேவலமான மனிதர்களையெல்லாம் நம்பியதும் (அவர்கள் யாரென்று கடவுளுக்குத்தான் தெரியும்) அவர்களோடு சரிசமமாக உட்கார்ந்து குடித்ததும்தான்! அவர் இறந்து போன பிறகு அவருடைய பாக்கெட்டிலிருந்து இஞ்சி ரொட்டிப் பாக்கெட் ஒன்றைக் கண்டுபிடித்து எடுத்தோம் தெரியுமா, ரோடியன் ரொமனோவிச்? அவர் பயங்கரமாகக் குடித்திருந்த நிலையிலும்கூடக் குழந்தைகளை மட்டும் கொஞ்சம்கூட மறந்திருக்கவில்லை!"

"இஞ்சி ரொட்டிப் பாக்கெட்டா...? அப்படியா!" என்று கத்தினான் இராணுவ குமாஸ்தா.

காதரீனா இவானோவ்னா அவனுக்குப் பதிலளிப்பதைப் பற்றிச் சிறிதும் கவலைப்படவில்லை. ஏதோ சிந்தனை வயப்பட்டவளாகப் பெருமூச்செறிந்தாள் அவள். "நான் அவரிடத்தில் மிகவும் கடுமையாக நடந்துகொண்டதாகத்தான் எல்லோரையும்

போல் நீங்களும் நினைத்துக்கொண்டிருப்பீர்கள்... அப்படித் தானே...?" என்று மீண்டும் ரஸ்கோல்னிகோவிடம் அவள் பேச்சைத் தொடர்ந்தாள், "ஆனால் நான் அப்படி இருந்ததில்லை. அவர் என்னை மிக மிக மதித்தார்! அவர் நல்ல இதயம் கொண்டவர்! சில நேரங்களில் அவருக்காக நான் பரிதாபப்படு வதுண்டு. ஏதாவது ஒரு மூலையில் உட்கார்ந்துகொண்டு என்னையே அவர் கவனித்துக்கொண்டிருக்கும்போது, எனக்கும் கூட அவரைப் பார்க்கப் பாவமாகத்தான் இருக்கும். அவரிடம் அன்புடன் நடந்துகொள்ள நானும் விரும்பியதுண்டு! ஆனால் 'நாம் ரொம்பவும் பிரியமாக நடந்துகொண்டுவிட்டால், அவர் திரும்பவும் குடிக்க ஆரம்பித்துவிடுவார்' என்று எனக்கு நானே நினைத்துக்கொண்டுவிடுவேன். நான் கொஞ்சம் கடுமையாக இருந்ததனாலேதான் அவரை ஓரளவுக்காவது கட்டுப்படுத்த முடிந்தது!"

"ஆமாம், ஆமாம்... பல தடவைகள் அவனுடைய தலை முடியைப் பிடித்து இழுத்திருக்கிறாள் இவள்!" என்று இன்னொரு கோப்பை வோட்காவைத் தொண்டையில் ஊற்றியபடி மீண்டும் கத்தினான் அந்த இராணுவ குமாஸ்தா.

"சில முட்டாள்களுக்கு முடியைப் பிடித்து இழுத்தால் மட்டும் போதாது. நன்றாக அடித்து விளாச வேண்டும். அப்போது தான் வழிக்கு வருவார்கள்! இப்பொழுது நான் சொன்னது, பாவப்பட்ட என் கணவரைப் பற்றி அல்ல! உன்னைப் போன்ற தறுதலைகளைப் பற்றித்தான்!" என்று அதற்குப் பதிலடி கொடுத் தாள் காதரீனா இவானோவ்னா.

அவளுடைய கன்னங்களிலிருந்த சிவப்புத் திட்டுகள் மேலும் மேலும் சிவப்பாகிக்கொண்டே வந்தன. மூச்சிரைப்பு அதிகமாகி நெஞ்சு அடைத்தது. இன்னும் ஒரு நிமிடம் அது நீடித்திருந்தால் அங்கேயே அவளுக்கு ஏதேனும் ஆகிவிட்டிருக்கும். அங்கிருந்த மனிதர்கள், இதையெல்லாம் பரிகாசமாகப் பார்த்தபடி தங்களுக் குள் கிசுகிசுப்பான குரலில் ஏதோ சொல்லி அவனைத் தூண்டி விட்டார்கள்! அப்படிச் செய்வதன் மூலம் இவர்கள் இருவரது சண்டையையும் மேலும் பெரிதாக்கி இன்னும் கொஞ்சம் வேடிக்கை பார்க்கலாமே என்ற ஆசைதான் அவர்களுக்கு!

"நீ இப்பொழுது யாரைப் பற்றிப் பேசிக்கொண்டிருக்கிறாய் என்று நான் தெரிந்துகொள்ளலாமா...?" என்று தொடங்கினான் அந்தக் குமாஸ்தா. "அதுதான் இப்பொழுது யாரையோ பற்றிச் சொன்னாயே? யார் அது...? சொல்! சொல்லாவிட்டால் போ! அதைப் பற்றி எனக்கொன்றும் கவலை இல்லை! எக்கேடும்

கெட்டுப் போ! விதவைப் பெண்ணே! நான் உன்னை மன்னித்து விடுகிறேன்! போ இத்துடன் விட்டு விடுகிறேன்!" என்று சொல்லிவிட்டு அவன் மீண்டும் வோட்காவின் பக்கமாகத் தன் கவனத்தைத் திருப்பிக்கொண்டான்.

அங்கே நடந்துகொண்டிருந்த எல்லாவற்றையும் வெறுப்புடன் பார்த்துக்கொண்டிருந்தான் ரஸ்கோல்னிகோவ். அவளைப் புண்படுத்தக்கூடாதென்ற நோக்கத்தில், தனது தட்டில் காதரீனா இவானோவ்னா மேலும் மேலும் கொட்டிக் குவித்திருந்த உணவை இலேசாகத் தொட்டபடி, அதில் மிகக் கொஞ்சத்தை மட்டுமே சாப்பிட்டான் அவன். அவனது கண்கள் சோனியாவின் மீது பதிந்திருந்தன. சோனியா கணத்துக்கு கணம் பதற்றமாகிக் கொண்டே வந்தாள்; இங்கு நடப்பதையெல்லாம் பார்த்துச் சற்று நிம்மதியிழந்தவளாகவும் அவள் காணப்பட்டாள். இந்த விருந்து, அமைதியான முறையில் முடிவடையப் போவதில்லை என்பதை முன்கூட்டியே அவளால் உணர்ந்துகொள்ள முடிந்தது. அதனால் நிமிடத்துக்கு நிமிடம், மேலும் மேலும் அதிகரித்துக்கொண்டே செல்லும் காதரீனா இவானோவ்னாவின் எரிச்சலை மிகுந்த பயத்தோடு அவள் கவனித்துக்கொண்டிருந்தாள். அந்த இரண்டு பெண்களும் காதரீனா இவானோவ்னாவின் அழைப்பை வெறுப்போடு புறக்கணித்துவிட்டதற்கு முதன்மையான காரணம் 'தான் மட்டுமே' என்பது அவளுக்குத் தெரிந்திருந்தது. 'அப்படிப்பட்ட' ஒரு பெண்ணோடு சேர்ந்து என் மகளையும் நான் உட்கார வைக்க வேண்டும் என்று அவள் எப்படி எதிர்பார்க்கலாம்? என்று அந்தத் தாய், காதரீனா இவானோவ்னாவின் அழைப்பை மறுத்து, அவளை அவமதிக்கும்படியாக இப்படி ஒரு கேள்வியும் கேட்டாள் என்று அமாலியா இவானோவ்னாவின் மூலமாக ஏற்கனவே தெரிந்துகொண்டிருந்தாள் சோனியா. ஒருவேளை காதரீனா இவானோவ்னாவுக்கு இதைப் பற்றித் தெரிந்திருக்குமோ என்று அவளுக்குச் சற்றுப் பயமாக இருந்தது. தன்னையோ, தன் கண வரையோ குழந்தைகளையோ அவமானப்படுத்தினால்கூடக் காதரீனா பொறுத்துக்கொள்வாள். ஆனால் சோனியாவை அப்படி யாராவது அவமரியாதையாகப் பேசினால் மட்டும் அவளால் தாங்கிக்கொள்ளவே முடியாது! அதை மிகப் பெரிய கொலைக் குற்றமாவே அவள் எடுத்துக்கொள்வாள். பிறகு இந்த மாதிரி அவமானப்படுத்திய அந்தக் கேவலமான பெண்களைக் கிழிகிழியென்று கிழித்துப் போடும் வரை அவள் ஓயவே மாட்டாள் என்பது சோனியாவுக்குத் தெரியும்! அங்கே நடந்து கொண்டிருந்த விஷயங்களை வேண்டுமென்றே மோசமாக்கும் வகையில் மேசையின் மறுகோடியிலிருந்து சோனியாவை நோக்கி

ஃபியோதர் தஸ்தயெவ்ஸ்கி

யாரோ ஒருவர் ஒரு தட்டை நகர்த்தி விட்டார். அந்தத் தட்டில் இரண்டு இதயங்களுக்கு இடையே ஓர் அம்பு துளைத்துக்கொண்டு போவதைப் போல வடிவமைக்கப்பட்டிருந்த கறுப்பு நிற ரொட்டி வைக்கப்பட்டிருந்தது. உடனடியாகச் சீறி எழுந்த காதரீனா இவானோவ்னா, அதை அனுப்பி வைத்தவன் ஒரு குடிகாரக் கழுதையாகத்தான் இருக்க வேண்டும் என்று மேசைக்கு அப்பா லிருந்து உரக்கக் கத்தினாள். விரும்பத்தகாத ஏதோ ஒன்று நடக்கப் போகிறதென்ற கவலை அமாலியா இவானோவ்னாவுக்கும் ஏற்பட்டுவிட்டது. காதரீனா இவானோவ்னா, தன்னிடத்தில் அகம் பாவமாக நடந்துகொண்டது பற்றி அவளுமே புண்பட்டுப் போயிருந்தாள். அந்த விருந்துக் கூட்டத்தில் ஏற்பட்டுவிட்ட மோச மான சூழ்நிலையை வேறுவகையில் திசை திருப்புவதற்காகவும், அதே நேரத்தில் தன்னுடைய முக்கியத்துவத்தை அதிகரித்துக் கொள்வதற்காகவும், அந்தச் சந்தர்ப்பத்திற்குக் கொஞ்சமும் பொருந் தாத வகையில் தனக்குத் தெரிந்த ஒருவரைப் பற்றித் திடீரென்று கதைவிட ஆரம்பித்தாள் அமாலியா இவானோவ்னா. மருந்துக் கடையிலிருக்கும் 'கார்ல்' என்பவன், இரவு நேரத்தில் ஒரு வண்டியை வாடகைக்குப் பிடித்ததாகவும், அந்த வண்டிக்காரன் அவனைக் கொல்லப் போவதாகச் சொன்னதாகவும், கார்ல் அவனிடம் கெஞ்சிக்கூத்தாடித் தன்னைக் கொல்ல வேண்டா மென்று இறைஞ்சியதாகவும், கொலை பற்றிய பயத்தில், அவனுடைய இதயமே ஸ்தம்பித்துப் போய்விட்டதாகவும், இப்படி யெல்லாம் தப்புத்தப்பான நடையில் கதையளந்துகொண்டிருந்தாள் அவள். காதரீனா இவானோவ்னாவும் அதைக்கேட்டுப் புன்ன கைத்தபோதும், 'ரஷ்ய மொழியில் கதை சொல்வதற்கெல்லாம் அமாலியா முயற்சிக்கக்கூடாது' என்று சட்டென்று கூறிவிட்டாள். அதைக் கேட்டு முன்பை விடவும் மிகுதியாகப் புண்பட்டுப் போனாள் அமாலியா இவானோவ்னா. பெர்லின் நகரத்தைச் சேர்ந்த தனது தந்தை மிக முக்கியமான மனிதரென்றும், எப் பொழுதுமே தனது கைகளைச் சட்டைப் பைகளுக்குள் விட்ட படியேதான் அவர் இருப்பார் என்றும் அவள் கூறியபோது, அந்தத் தமாஷைக் கேட்டு, அதற்கு மேலும் தன்னைக் கட்டுப்படுத்திக் கொள்ள முடியாமல் குலுங்கி குலுங்கிச் சிரித்தாள் காதரீனா இவானோவ்னா. அந்த நேரம் வரைக்கும் பொறுமையுடனும் சுயக் கட்டுப்பாட்டுடனும் இருந்து வந்த அமாலியா இவானோவ்னாவின் சகிப்புத்தன்மை, காதரீனாவின் இந்தச் செயலால் அவளிடமிருந்து காணாமல் போயிற்று.

"கிறீச்சிட்டுக்கொண்டிருக்கும் அந்த ஆந்தையைப் பார்த் தீர்களா?" என்று மீண்டும் ரஸ்கோல்னிகோவிடம் மெல்லிய

குரலில் கிசுகிசுத்தாள் காதரீனா. 'அவர் தன்னுடைய சட்டைப் பைக்குள் கைகளை வைத்துக்கொண்டிருந்தார் என்று சொல்லத் தான் அவள் நினைத்தாள். ஆனால் அவர் மற்றவர்களின் சட்டைப் பைகளுக்குள் கைகளை விடுபவர் என்பதைப் போல அவளது பேச்சின் தொனி அமைந்துவிட்டது.' மீண்டும் அவளது இருமல் – இருமல் – இருமல் தொடர்ந்தது. "இதைக் கவனித் தீர்களா ரோடியன் ரொமனோவிச், செயிண்ட் பீட்டர்ஸ்பர்க்கில் இருக்கும் வெளிநாட்டுக்காரர்கள் எல்லோரும் ஒருவர்கூடப் பாக்கியில்லாமல் – அதுவும் குறிப்பாகப் பல இடங்களிலிருந்து இங்கே வந்து சேரும் ஜெர்மானியர்கள் எல்லாம் நம்மை விட முட்டாள்களாகவே இருக்கிறார்களே... அது எப்படி? நிச்சயம் நான் சொல்வதை நீங்கள் ஒத்துக்கொள்வீர்கள்! – 'மருந்துக் கடையிலிருந்து வந்த அந்தக் கார்ல் என்பவனின் இதயம் பயத்தால் ஸ்தம்பித்தது' என்பதையும், 'அவன் கெஞ்சி அழுது மன்றாடி னான்' என்பதையும் அந்த வண்டிக்காரனை இணைத்துச் சொல் லாமல் அவள் சொன்ன விதம் எத்தனை மோசமாக இருந்தது தெரியுமா உங்களுக்கு? ரஷ்ய மொழியில் அப்படிச் சொல்வது பிழை என்பது உங்களுக்குத் தெரியும்தானே? முட்டாள் பெண் மணி! தான் சொல்வது எல்லோருக்கும் இரக்கத்தை உண்டாக்கும் என்று நினைத்துக்கொண்டிருக்கிறாள் அவள்! தான் எத்தனை முட்டாள்தனமாகப் பேசிக்கொண்டிருக்கிறோம் என்பது கொஞ்சம்கூட அவளுக்குப் புரியவில்லை! அந்தக் குடிகார குமாஸ்தா அவளைவிட மிகவும் கெட்டிக்காரனென்றுதான் நான் நினைக்கிறேன்! குடித்திருக்கும் நேரத்தில் மட்டும்தான் அறிவு மழுங்கிப் போகிறான் அவன். ஆனால் இவர்களெல்லாம் இவ்வளவு பகட்டாகவும் நாகரிகமாகவும் இருந்துகொண்டு, இப்படிப் பேசுகிறார்கள்...! அவள் எப்படி உட்கார்ந்திருக்கிறாள், பாருங்கள்! கண் விழியே பிதுங்கி வெளியே வந்துவிடும் போல இருக்கிறது! அவள் கோபமாக இருக்கிறாள், ஆமாம், கோப மாகத்தான் இருக்கிறாள்... ஹா... ஹா... ஹா!" ... மீண்டும் இருமல் – இருமல் – இருமல்.

தன்னுடைய பழைய உற்சாகத்தை மீட்டுக்கொண்டிருந்த காதரீனா இவானோவ்னா, சின்னச் சின்ன விஷயங்களிலெல் லாம்கூடத் தன் கவனத்தைத் தாறுமாறாக அலையவிட்டபடி இருந்தாள். பிறகு தனக்குக் கிடைக்கப் போகும் பென்ஷன் தொகையின் உதவியோடு இளம்பெண்களுக்கான விடுதியோடு கூடிய ஒரு பள்ளியைத் தனது சொந்த ஊரில் தொடங்க எண்ணி யிருப்பதைப் பற்றி அவனிடம் விவரிக்கத் தொடங்கினாள். இத்திட்டத்தைப் பற்றி அவள் இதுவரை ரஸ்கோல்னிகோவிடம்

கூறியிருக்கவில்லை என்பதால் இப்போது மிக விரிவாக அதைச் சார்ந்த எல்லாத் தகவல்களையும் சுவாரசியமாக விளக்கத் தொடங்கிவிட்டாள்.

முன்பு அவள் பெற்றிருந்த 'தகுதிச் சான்றிதழ்' ஒன்று, இப்பொழுது திடீரென்று அவள் கைகளில் முளைத்திருந்தது. அந்த இடத்தில் அது எப்படித்தான் வந்து சேர்ந்ததோ தெரியவில்லை. முதன்முதலாக மர்மெலாதோவ், ரஸ்கோல்னிகோவை அந்த மதுக்கடையில் சந்தித்தபோது குறிப்பிட்டிருந்த அதே சான்றிதழ் தான் அது! பள்ளிப் படிப்பை முடிக்கும் முன்பு கவர்னர் மற்றும் சில முக்கியப் பிரமுகர்கள் முன்னிலையில் சால்வை நடனம் ஆடியதற்காக அவளுக்குக் கிடைத்திருந்த தகுதிப் பத்திரம் அது! காதரீனா இவானோவ்னாவுக்கு ஒரு பள்ளியை நிர்வகிக்கக்கூடிய தகுதி இருக்கிறது என்பதற்குரிய ஒரு சான்றாக அதை அவள் வைத்துக்கொண்டிருந்தாள்! மேலும் அந்தச் சான்றிதழை அவள் அங்கே வைத்திருந்ததற்கு வேறொரு முக்கியமான காரணமும் இருந்தது. ஒருவேளை அந்த 'நவநாகரிகமான பெண்கள்' விருந்துக்கு வந்துவிட்டால், அந்தச் சான்றிதழைக் காட்டி அவர்களை மடக்கிவிட வேண்டும் என்பதற்காகவே அவள் அதைக் கொண்டு வந்திருந்தாள். தான், ஒரு கௌரவமான, நாகரிகமான குடும்பத்திலிருந்து வந்திருப்பவள் என்றும், ஒரு கர்னலின் மகள் என்றும் பெருமையடித்துக்கொள்ள நினைத்திருந்தாள் காதரீனா இவானோவ்னா. சமீபகாலமாக அதிக அளவில் பெருகிக்கொண்டு வரும் 'நடத்தை கெட்ட நாடோடி'களைவிடத் தான் எவ்வளவு உயர்வானவள் என்பதைக் காட்டிக்கொள்வதே அவளது நோக்கமாக இருந்தது. உடனடியாக அங்கே வந்திருந்த குடிகார விருந்தாளிகளெல்லாம் அந்தச் சான்றிதழை ஆவலோடு வாங்கிப் பார்க்க ஆரம்பித்தார்கள். காதரீனா இவானோவ்னாவும் அதைத் தடுக்க முயற்சிக்கவில்லை! சிவில் தகுதி பெற்றவரும், அதற்குரிய அடையாளச் சின்னங்களைக்கொண்டவருமான ஒரு மனிதரின் மகள் அவள் என்பது, அதில் மிகத் தெளிவாக சொல்லப்பட்டிருந்ததே அதற்குக் காரணம்! 'சிவில்' அந்தஸ்து உடையவரான அவளது தந்தை, நிச்சயமாக ஒரு கர்னலைப் போலவே அனைவராலும் மதிக்கப்பட்டிருப்பதற்கும் வாய்ப்பு உண்டு! அந்த விஷயத்தில் சற்று ஆறுதலடைந்த காதரீனா இவானோவ்னா, தான் மனத்திற்குள் வகுத்து வைத்திருக்கும் அற்புதமான, அமைதியான வருங்காலத் திட்டத்தைப் பற்றி மீண்டும் பேசத் தொடங்கினாள். அவளது சொந்த ஊரில் அவள் தொடங்கப் போகும் பள்ளியில் அந்த ஊரில் இருக்கும் உயர்நிலைப் பள்ளி ஆசிரியர்களையெல்லாம் அழைத்து வகுப்பெடுக்கும்படியாக அவள் கூறுவாள். அந்த ஊரில் தனது இறுதிக் காலத்தைக் கழித்துக்கொண்டி

ருக்கும் பிரெஞ்சு நாட்டைச் சேர்ந்த வயதான ஆசிரியர் நியாய மான ஊதியத்தைத் தந்தால் நிச்சயம் அவளுக்காக அவர் வருவார் என்றாள். இறுதியாக சோனியாவைப் பற்றிப் பேச்சு எழுந்தது. அவளும் தன்னுடன் தனது ஊருக்கு வந்து, எல்லாவற்றிலும் தனக்கு உதவியாக இருப்பாளென்று குறிப்பிட்டாள் காதரீனா இவானோவ்னா. அப்படி அவள் சொல்லிக்கொண்டிருக்கும்போது, மேசையின் மறுமுனையிலிருந்து யாரோ பெருங்குரலெடுத்துப் பரிகாசம் செய்வதும், சிரிப்பதும் கேட்டது! அப்படிப்பட்ட பரிகாசத்தைத் தான் லட்சியம் செய்யாதது போன்ற பாவனையைக் காதரீனா மேற்கொண்டாலும் தன் குரலை உயர்த்தியபடி, தனக்கு உதவியாளராகப் பணியாற்றும் தகுதிகள் அனைத்தும் சோஃபியா செமினோவ்னாவிடம், மிகச் சிறப்பாக அமைந்திருப்பதை உற்சாக மாக எடுத்துக் காட்டினாள். அவளுடைய நேர்மை, கண்ணியம், அன்பு, கருணை, பொறுமை, ஈடுபாடு, தன்னலமற்ற தன்மை, நல்ல படிப்பு ஆகிய தகுதிகளைப் பட்டியலிட்டுச் சொன்ன காதரீனா, அருகில் உட்கார்ந்திருந்த சோனியாவைச் செல்லமாகக் கன்னத்தில் தட்டிக் கொடுத்தாள். பிறகு எழுந்து அவளருகில் வந்து இருமுறை அன்போடு அவளை முத்தமிட்டாள். அதற்காக சோனியா கூச்சப்பட்டு வெட்கப்பட்டுக்கொண்டிருந்தபோது, காதரீனா இவானோவ்னாவோ சோனியாவைப்பற்றி, அவளது எதிர்காலத்தை நினைத்து உணர்ச்சிவசப்பட்டுக் கண்ணீர் வடித்துக்கொண்டிருந்தாள். 'பாவம்! இந்தப் பெண் இப்படி ஒரு முட்டாளாக, பயந்த சுபாவமுடையவளாக இருக்கிறாளே... இவளைத் தேற்றியாக வேண்டுமே' என்று மனத்திற்குள் நினைத்துக் கொண்டாள் காதரீனா இவானோவ்னா. விருந்து முடியும் நேரம் வந்துவிட்டதால், தன்னுடைய பேச்சை முடித்துக்கொண்டு எல்லோருக்கும் தேநீர் வழங்க ஏற்பாடு செய்ய வேண்டும் என்று எண்ணினாள் காதரீனா.

இந்தச் சமயத்தில் – இதுவரையில் இங்கு நடந்த உரை யாடல்கள் எதிலுமே தான் பங்கேற்கவில்லை என்பது போன்ற ஓர் அதிருப்தியும், எவருமே தன்னுடைய பேச்சைக் கேட்காதது போன்ற ஓர் உணர்வும் அமாலியா இவானோவ்னாவிடத்தில் தோன்றிவிட்டிருந்தது. அவளது மனதுக்குள் சற்றே அவநம்பிக்கை இருந்தபோதும், நடைமுறைக்குப் பொருத்தமான ஆலோசனை களாகத் தான் நினைத்திருந்த இரு விஷயங்களைக் கடைசி முயற்சியாகக் காதரீனா இவானோவ்னாவிடம் அவள் சொல்லத் துணிந்தாள். காதரீனா இவானோவ்னா, தனது சொந்த ஊரில் துவக்க இருந்த விடுதியோடு இணைந்த அந்தப் பள்ளியில், இளம் பெண்களின் துணிகளைப் பராமரிக்க உரிய கவனம் அளிக்கப்பட வேண்டுமென்பதும், அதற்காகவே நல்லதொரு பெண்ணைத் தலைவியாக நியமித்து, அவளைக்கொண்டு அவற்றைப் பராமரித்து

வர வேண்டுமென்பதும் அவள் கூறிய முதல் யோசனை. விடுதியிலுள்ள பெண்கள், இரவுப் பொழுதுகளில் இரகசியமாக நாவல்களைப் படிப்பதை அனுமதிக்கக்கூடாதென்பது அவள் கூறிய அடுத்த யோசனை.

ஏற்கனவே அந்த விருந்து, ஏறுக்கு மாறாகப் போயிருந்ததால், சோர்வாகவும், வருத்தத்தோடும் இருந்த காதரீனா இவானோவ்னா, அமாலியாவின் இந்தக் கருத்துகளைக் கேட்டவுடன் கோபம்கொண்டவளாக, அவளுக்கு உடனே பதிலடி கொடுத்தாள். அவள் எதையுமே புரிந்துகொள்ளாமல் அபத்தமாக உளறிக் கொட்டிக்கொண்டு இருப்பதாகவும், துணிகளைத் துவைப்பதெல்லாம் சலவைத் தொழிலாளியின் வேலை என்றும், உயர்தரமான பள்ளியின் தலைமைப் பொறுப்பிலுள்ளவர்களின் வேலை அது இல்லை என்றும் வெடித்தாள். நாவல் படிப்பதைத் தடுக்க வேண்டும் என்று அவள் குறிப்பிட்டது கண்ணியமே இல்லாத ஒரு யோசனை என்றும், தயவுசெய்து இனிமேலாவது அவள் இப்படியெல்லாம் பேசாமலிருக்க வேண்டும் என்றும் அமாலியாவை அவள் கேட்டுக்கொண்டாள். அதைக் கேட்டு மிகவும் முகம் சிவந்து போன அமாலியா, உண்மையில் தான் நல்லதை – மிக நல்லதை நினைத்தே அவ்வாறு சொன்னதாகக் குறிப்பிட்டாள். அத்துடன்கூடவே, காதரீனா இன்னும் தங்களது குடியிருப்புக்கான வாடகைப் பணத்தைக் கொடுக்காமல் இருப்பதையும் சேர்த்துச் சொல்லிவிட்டாள். தனக்கு நல்லது நினைப்பதாக அவள் சொல்லுவதெல்லாம் எப்படி ஒரு பொய்மை என்று தோலுரித்துக் காட்ட நினைத்த காதரீனா, இறந்தவனின் உடல் வீட்டில் கிடந்த நேரத்தில்கூட, வாடகைக்காக அவள் தன்னைத் தொந்தரவு செய்ததைச் சுட்டிக்காட்டினாள்.

இதற்கு அமாலியா இவானோவ்னா மிகவும் தர்க்கபூர்வமான விதத்தில் பதில் சொன்னாள். காதரீனா விருந்துக்கு அழைத்த பெண்கள் எல்லாம், சமுதாயத்தில் ஒழுங்குமுறைகளைக் கடைப்பிடித்து மிகவும் 'மரியாதைக்குரிய பெண்களாக' வாழ்ந்து கொண்டிருப்பவர்கள் என்றும் அந்த மரியாதைக்குரிய பெண்கள், இப்படிப்பட்ட ஒழுங்கீனமான, கேவலமான, மதிப்பிழந்த பெண்களின் அழைப்பையெல்லாம் ஏற்றுக்கொண்டு வர மாட்டார்கள் என்றும் தப்புத்தப்பாக ரஷ்யமொழியில் அவள் உளறிக் கொட்டினாள். அதற்கும் உடனே பதிலடி தந்தாள் காதரீனா: அவளே (அமாலியாவே) ஒரு சீர் கெட்ட பெண்ணாக இருப்பதால் உண்மையான மதிப்பு என்னவென்று அவளுக்குப் புரியவில்லை என்று அவளை விளாசித்தள்ளினாள் காதரீனா. அமாலியா இவானோவ்னாவும் அதை அவ்வளவு சுலபத்தில் விடுவதாக இல்லை. 'பெர்லினிலிருந்து வந்த தனது தந்தை' மிகவும் முக்கியமான ஒரு

மனிதரென்றும், எப்பொழுதும் மேல் கோட்டுப் பைக்குள் கைகளை நுழைத்துக்கொண்டு, புகை பிடித்துக்கொண்டே மிகவும் கம்பீரமாக அவர் நடந்து செல்வார் என்றும், அவள் விவரிக்கத் தொடங்கினாள். அந்தக் காட்சியை அப்படியே அனைவருக்கும் செய்து காட்ட வேண்டுமென்று ஆசைப்பட்ட அவள், நாற்காலியிலிருந்து குதித்தெழுந்து தன் தந்தையைப் போலவே தன் கைகளைக் கோட்டுப் பையில் வைத்தபடி, புகை பிடிப்பது போன்ற வெற்றுச் சத்தங்களையும் எழுப்பினாள். விருந்துக்கு வந்திருந்த குடித்தனக்காரர்கள் பலமாகச் சிரித்து அந்தக் காட்சியை ரசித்தபடி, அவளை வேண்டுமென்றே மேலும் மேலும் தூண்டிவிட்டனர். ஒரு நல்ல சண்டையைப் பார்க்கப் போகிறோம் என்ற ஆர்வம் கலந்த எதிர்பார்ப்பு அவர்களிடம் தென்பட்டது.

இதைச் சகித்துக்கொள்ள முடியாத காதரீனா இவானோவ்னா அனைவருக்கும் கேட்கும் விதத்தில், அமாலியா இவானோவ்னாவுக்குத் தந்தை என்ற ஸ்தானத்தில் எவருமே இருந்ததில்லை என்றும், அவள் குறிப்பிடுவது, செயிண்ட் பீட்டர்ஸ்பர்க் நகரத்தில் வசித்துவந்த 'பின்லாந்து' குடிகாரனைப் பற்றித்தான் என்றும், எங்கேயாவது சமையற்காரனாகவோ அல்லது அதைவிட மோசமான வேலையிலோ அவன் இருந்திருக்கக்கூடுமென்றும் உரத்த குரலில் பொரிந்து தள்ளினாள்.

கடலிலுள்ள நண்டைப் போலச் சிவந்து போயிருந்த அமாலியா இவானோவ்னா உடனே அதற்குப் பதிலடி கொடுத்தாள். காதரீனாவுக்குத்தான் தந்தை ஸ்தானத்தில் எவருமே இல்லை யென்றும், தனக்கு பெர்லினைச் சேர்ந்த தந்தை இருந்ததாகவும், அவர் நீண்ட மேல் கோட்டை அணிந்துகொண்டு புகை பிடித்துக் கொண்டே செல்வாரென்றும் அவள் கிறீச்சிட்டாள்.

அதை அலட்சியமாக ஒதுக்கித் தள்ளிய காதரீனா, தான் எங்கிருந்து வந்திருப்பவள் என்பது எல்லோருக்குமே தெரியுமென்றும், இப்போது தன்னிடமுள்ள சான்றிதழிலேயே அவளுடைய தந்தை ஒரு கர்னல் என்பது அச்சாகியிருப்பதாகவும் கூறினாள். அமாலியாவின் தந்தை (உண்மையில் அவளுக்கு அப்படி ஒரு தந்தை இருந்திருந்தால் அவர்) பெரும்பாலும் செயிண்ட் பீட்டர்ஸ்பர்க்கில் வசிக்கும் அந்தப் பின்லாந்துக்கார ராகத்தான் இருக்கக்கூடுமென்று சொன்ன அவள், பின்பு அதுவும் கூடச் சந்தேகம்தான் என்றும் கூறத் தொடங்கினாள். இன்றுவரை அவள் தந்தையின் பெயரிலேயே சந்தேகம் இருப்பதால் (அவள் இவானோவ்னாவா…? அல்லது லூட்விகோவ்னாவா…? என்ற சந்தேகம் இருப்பதால்) உண்மையிலேயே அவளுக்குத் தந்தை யென்று யாராவது இருப்பார்களா என்பதே சந்தேகம்தான் என்றாள்.

இந்த இடத்தில் மிகவும் கடுமையான கோபமும் எரிச்சலும் அடைந்த அமாலியா, ஆக்ரோஷத்துடன் தனது முஷ்டியினால் மேசையில் ஓங்கிக் குத்தினாள். தன்னுடைய தந்தை எல்லோ ராலும் 'ஜோஹான்' என்று அழைக்கப்பட்டார் என்றும் அவர் 'பர்கோ மெயிஸ்டராக' (நகர மேயர் போன்ற) பதவி வகித்தவர் என்றும், காதரீனாவின் தந்தை ஒருபோதும் பர்கோ மெயிஸ்ட ராகவோ, வேறு எந்தப் பதவியையோ வகித்தவர் இல்லை என்றும் குத்திக்காட்டினாள் அமாலியா.

காதரீனா இவானோவ்னா, தனது நாற்காலியிலிருந்து எழுந்துகொண்டாள். மிகவும் வெளுத்துப் போயிருந்த அவள், தன்னுடைய நோயின் கடுமை தாளாமல் சிரமப்பட்டாள். அவளுக்கு மூச்சுவிடுவது மிகவும் கஷ்டமாக இருந்தது. இன்னும் ஒருமுறை தன் தந்தையை அமாலியாவின் தந்தையோடு அவள் ஒப்பிட்டுப் பேசினால்கூட, அமாலியாவின் தொப்பியைக் கிழித்துத் தன் காலடியில் போட்டு நசுக்கிவிடப் போவதாகக் கடுமையாகவும், அமைதியான குரலிலும் அமாலியாவை நோக்கிக் கூச்சலிட்டாள் காதரீனா.

இதைக் கேட்டதும் உரத்த குரலில் கத்தியபடி (காதரீனாவின் குடியிருப்புக்குள்) அங்குமிங்குமாக ஓடத் தொடங்கினாள் அமாலியா. தானே அந்த வீட்டின் சொந்தக்காரி என்றும் அந்தக் கணமே காதரீனா இவானோவ்னா வீட்டைக் காலி செய்தாக வேண்டும் என்றும் கத்தினாள். பிறகு எதையோ நினைத்துக் கொண்டவளாக மேசை மீதிருந்த வெள்ளி ஸ்பூன்களை வெகு விரைவாக அப்புறப்படுத்த ஆரம்பித்தாள். அங்கே ஒரே கூச்ச லாகிப் போயிற்று. குழந்தைகள் பயத்தினால் அழத் தொடங்கி னார்கள். சோனியா வைத்திருக்கும் மஞ்சள் அட்டையைப் பற்றிக் குறிப்பிட்டு, அமாலியா இவானோவ்னா ஏதோ சத்தம் போடுவது கேட்டது. உடனே ஆவேசம்கொண்ட காதரீனா இவானோவ்னா, தன்னைத் தடுக்க வந்த சோனியாவைப் பிடித்துத் தள்ளிவிட்டு அமாலியாவை ஆக்ரோஷத்துடன் நெருங்கினாள். ஏற்கனவே தான் எச்சரிக்கை செய்திருந்தபடி, அமாலியாவின் தொப்பியைப் பிடித்து இழுத்துவிட வேண்டுமென்று எண்ணியவளாக வேகத் துடன் அவள் மீது பாய்ந்தாள். சரியாக அதேநேரத்தில் முன் வாயிற்கதவு திறந்துகொண்டது. பீட்டர் பெத்ரோவிச் லூசின் அங்கே வாசலில் நின்றுகொண்டிருந்தான். அங்கேயே நின்றபடி, அறைக்குள் இருந்த எல்லோரையும் உற்றுப் பார்த்துக்கொண்டி ருந்தான் அவன். காதரீனா இவானோவ்னா மிகுந்த ஆர்வத்தோடு அவனை நோக்கி விரைந்து சென்றாள்.

அத்தியாயம் – 3

"பீட்டர் பெத்ரோவிச்" என்று உரக்க அழைத்தபடி அவனிடம் பேசத் தொடங்கினாள் காதரீனா. "நீங்களாவது என்னைக் கொஞ்சம் காப்பாற்றுங்களேன். மோசமான விதியின் பிடியில் அகப்பட்டுத் துன்பப்பட்டுக்கொண்டிருக்கும் கௌரவ மான ஒரு பெண்மணியை இப்படியெல்லாம் இழிவாக நடத்தக் கூடாதென்று அந்த முட்டாள் ஐந்துவிடம் நீங்களாவது சொல் லுங்கள்! சட்டத்துக்குக் கட்டுப்பட்டு, நியாயங்களை வழங்கும் நீதிமன்றங்கள் இருப்பதை அவளிடம் கூறுங்கள்! கவர்னர் ஜெனரலிடம் நானே போகப் போகிறேன். அங்கே அவள் இதற்குப் பதில் சொல்லித்தான் தீர வேண்டும். என் தந்தை உங்களுக்குச் செய்திருக்கும் உதவிகளையும் விருந்தோம்பல்களையும் மனதில் வைத்துக்கொண்டாவது என் அனாதைக் குழந்தைகளுக்கு ஆதரவு கொடுங்கள்."

"என்னை மன்னித்துக்கொள்ளுங்கள் அம்மா! தயவுசெய்து மன்னித்துக்கொள்ளுங்கள்" என்று அவளைத் தன்னிடமிருந்து ஒதுக்கி நகர்த்தினான் பீட்டர் பெத்ரோவிச். "உங்கள் தந்தைக்கும் எனக்கும் அறிமுகமில்லை. அவரை நான் சந்தித்ததும் கிடையாது. அவரோடு பழக எனக்கு வாய்ப்புக் கிடைத்ததுமில்லை. அந்தக் கௌரவம் எனக்குக் கிடைத்ததில்லை என்பது உங்களுக்கே நன்றாகத் தெரியும்! கொஞ்சம் என்னைப் பேசவிடுங்கள்! அம்மா!" (அங்கிருந்து யாரோ உரக்கச் சிரிப்பது கேட்டது) "அமாலியா இவானோவ்னாவுக்கும், உங்களுக்கும் நடுவில் நடக்கும் ஓயாத சண்டையில் என்னை இழுக்காதீர்கள்! அதில் பங்கு பெற வேண்டிய தேவை எனக்கில்லை! வேறொரு காரணத்துக்காகத் தான் நான் இங்கு வர நேர்ந்தது. உங்கள் ஒன்றுவிட்ட மகள் சோஃபியா... இவானோவ்னாவுடன்... அதுதானே அவள் பெயர், அதுதான் என்று நான் நினைக்கிறேன். சரிதானே? அவளுடன் நான் உடனடியாகப் பேசியாக வேண்டும், தயவுசெய்து நான் தாண்டிப் போக வழிவிடுங்கள்!"

பீட்டர் பெத்ரோவிச், காதரீனா இவானோவ்னாவிடமிருந்து விலகிக்கொண்டு, அறையின் மூலையில் சோஃபியா அமர்ந்திருந்த இடத்தை நோக்கி நடந்தான்.

காதரீனா இவானோவ்னா, இடியால் தாக்கப்பட்டதைப் போலத் தான் நின்றுகொண்டிருந்த இடத்திலேயே அசையாமல் நின்றிருந்தாள். தன்னுடைய தந்தையின் தயாள குணத்தைப் பீட்டர் பெத்ரோவிச்சினால் எப்படி மறுத்துப் பேச முடிந்தது என்பதை அவளால் புரிந்துகொள்ளவே முடியவில்லை. ஒருமுறை தன் தந்தையின் அத்தகைய பண்புகளை அவளே நேரடியாகக் கண்டிருக்கிறாள். புனிதமான வேதத்தைப் போலத் தன் மனத்திற்குள் அதைப் போற்றியும் வந்திருக்கிறாள். பீட்டர் பெத்ரோவிச்சின் பேச்சில் இருந்த உணர்ச்சியில்லாத வறட்டுத் தொனியும், ஏதோ ஒரு காரணத்திற்காக மட்டுமே வந்திருப்பது போன்ற தோரணையும் அவளைக் கலவரப்படுத்தின. பயங்கரமான ஏதோ ஓர் ஆபத்து தங்களை நோக்கி வந்துகொண்டிருப்பதைப் போல அவளுக்குத் தோன்றியது.

அவன் அங்கே வந்தபிறகு, அங்கே இருந்த எல்லோருமே அமைதியாகிவிட்டிருந்தனர். அந்தப் பணக்கார மனிதன் அந்தக் கும்பலிலிருந்த பிற விருந்தாளிகளிடமிருந்து மாறுபட்டவனாகவும், இந்தச் சூழ்நிலைக்குப் பொருந்தாதவனாகவும் இருந்தான் என்பது, அதற்கு ஒரு காரணம்! மேலும் முக்கியமான ஏதாவது ஒரு நோக்கம் இல்லாமல் இப்படி ஒரு கூட்டத்திற்கு நடுவே அவன் வர மாட்டான் என்பதையும் அவர்கள் உணர்ந்துகொண்டிருந்தனர். அதனாலேயே அங்கே ஏதோ ஒன்று நடக்கப் போகிறது என்ற எதிர்பார்ப்பு, அவர்களிடம் இருந்தது.

சோனியாவின் அருகில் நின்றுகொண்டிருந்த ரஸ்கோல்னிகோவ், சற்றே விலகிப் பீட்டர் பெத்ரோவிச் தன்னைத் தாண்டிக் கொண்டு செல்ல இடம் கொடுத்தான். பீட்டர் பெத்ரோவிச், அவனைக் கவனித்ததாகவே காட்டிக்கொள்ளவில்லை. ஒருநிமிடம் கழிந்த பிறகு லெபஸியாட்னிக்கோவும் அந்த அறை வாசலில் வந்து நின்றான். ஆனாலும் அவன் அறைக்குள் வரவில்லை. ஏதோ ஒரு வினோதமான ஆர்வத்துடனும், சிறிது அதிர்ச்சியுடனும் அறை வாசலிலேயே அவன் நின்றுகொண்டிருந்தான். அவன் இங்கே நடப்பது எல்லாவற்றையும் கவனித்துக் கேட்டுக்கொண்டிருந்தான். ஆனால் வெகுநேரமாக முயன்றும் அங்கே நடந்துகொண்டிருப்பது என்னவென்றே அவனுக்கு விளங்கவில்லை.

"உங்கள் விருந்துக்குக் குறுக்கே வந்து நான் இடையூறு செய்வதற்காக என்னை மன்னியுங்கள். ஆனால் நான் வந்த விஷயம் கொஞ்சம் முக்கியமானது" என்று குறிப்பாக எவரை நோக்கியும் பேசாமல் அங்கிருந்த கூட்டத்தைப் பொதுவாகப் பார்த்தபடி குறிப்பிட்டான் பீட்டர் பெத்ரோவிச். "இங்கே

இத்தனை பேர் இருப்பது குறித்து ஒரு விதத்தில் எனக்கு மகிழ்ச்சி தான்! அமாலியா இவானோவ்னா! நீங்கள் இந்த வீட்டுச் சொந்தக் காரார் என்ற முறையில் சோஃபியா இவானோவ்னாவுடன் நான் என்ன பேசப் போகிறேன் என்பதைக் கவனமாகக் கேட்க வேண்டும் என்று உங்களைத் தாழ்மையுடன் கேட்டுக்கொள் கிறேன்" என்று அமாலியாவிடம் சொல்லிவிட்டுப் பக்கத்திலேயே மிகுந்த வியப்போடும், சற்று திகிலோடும் நின்றுகொண்டிருந்த சோனியாவை நேரடியாகப் பார்த்தபடி பேசத் தொடங்கினான். "சோஃபியா இவானோவ்னா! நீ வந்துவிட்டுப் போன பிறகு, என் நண்பன் லெபஸியாட்னிக்கோவின் அறையிலுள்ள எனது மேசை மேலிருந்த பணத்திலிருந்து, நூறு ரூபிள் மதிப்புள்ள நோட்டு ஒன்று காணாமல் போய்விட்டது. அது இப்பொழுது எங்கே இருக்கிறது என்று மட்டும் நீ சொல்லிவிட்டால் போதும், அத்துடன் விஷயம் முடிந்துவிடும் என்று இங்கு இருக்கும் அனை வரின் சாட்சியாகவும் உனக்கு உறுதியளிக்கிறேன். அப்படி நீ சொல்லாவிட்டால் தீவிரமான நடவடிக்கை எடுப்பதைத் தவிர எனக்கு வேறு வழியில்லை. பிறகு உன் தலைமீதுதான் பழி விழ நேரிடும்!"

அறை முழுவதும் முழு அமைதி நிலவிக்கொண்டிருந்தது. அழுதுகொண்டிருந்த குழந்தைகள்கூட அமைதியாகி விட்டி ருந்தார்கள். சோனியா ஒரு சவத்தைப் போல வெளிறிப் போன வளாக எதுவுமே பேசாமல் லூசினையே பார்த்துக்கொண்டிருந் தாள். அவளுக்கு எதுவுமே புரியவில்லை. சில விநாடிகள் அவ்வாறே கழிந்தன.

"சரி... இப்பொழுது சொல்..!. அந்தப் பணம் எங்கே போயிற்று?" என்று அவளையே அழுத்தமாகப் பாாத்தபடி கேட்டான் லூசின்.

"எனக்குத் தெரியாது...! அதைப் பற்றி எதுவுமே எனக்குத் தெரியாது" என்று மெல்லிய குரலில் சொன்னாள் சோனியா.

"தெரியாதா...? உனக்கு அதைப் பற்றித் தெரியாதா?" என்று திரும்பத்திரும்பக் கேட்ட லூசின், சில வினாடிகள் எதுவுமே பேசாமல் அமைதியுடனிருந்தான். பின் சொன்னான்: "கொஞ்சம் யோசித்துப் பாருங்கள், மேடம்!" என்று மீண்டும் சற்றுக் கடுமை யாகப் பேசத் தொடங்கினான். அது, மிரட்டும் தொனியில் இருந்தது: "நன்றாக யோசித்துப் பார்! அதைப் பற்றி முடிவு செய்ய உனக்கு இன்னும்கூட நான் நேரம் தரத் தயாராக இருக்கிறேன்! என்னுடைய இத்தனை கால அனுபவத்தின் அடிப்படையில், நான் இப்படி ஓர் உறுதியான முடிவுக்கு வந்த காரணத்தினால்தான்–

இத்தனை பேர் நிறைந்த சபை நடுவில், நேரடியாக உன்னைப் பார்த்துக் கேட்கக்கூடிய துணிச்சல் எனக்கு ஏற்பட்டிருக்கிறது. எனது அனுமானத்தில் எனக்கே உறுதியில்லை, தெளிவு இல்லை யென்றால் இப்படி நேரடியாகவும், இத்தனை பேர் நிறைந்திருக்கும் சபை நடுவிலும் இதைக் கேட்கக்கூடிய துணிவு எனக்கு வந் திருக்குமா என்று நினைத்துப்பார்! ஒருவேளை இப்படி ஒரு குற்றச்சாட்டைத் தவறுதலாகவோ அல்லது பொய்யாகவோ பலரறிய நேரடியாகச் சொன்னால் அதற்கு நான்தான் பொறுப் பாக வேண்டிவரும். அதுவும் எனக்குத் தெரியும். இன்று காலை யில் என்னுடைய சொந்தத் தேவைகளுக்காகக் கிட்டத்தட்ட மூவாயிரம் ரூபிள்கள் மதிப்புள்ள ஐந்து சதவிகிதப் பத்திரங்களை, வங்கிக்குச் சென்று நான் பணமாக மாற்றிக்கொண்டு வந்தேன். அதைப் பற்றி என்னுடைய குறிப்பேட்டிலும்கூடக் குறித்து வைத் திருக்கிறேன். வீட்டுக்கு வந்த பிறகு நான் பணத்தை எண்ணத் தொடங்கினேன். அதற்கு ஆண்ட்ரீ செமினோவிச்சே சாட்சி! இரண்டாயிரத்து முன்னூறு ரூபிள்களை எண்ணி முடித்ததும் அதை எடுத்து எனது கைப்பையில் வைத்துக்கொண்டேன். குறிப் பேட்டையும்கூட அதோடு சேர்த்து வைத்தேன். ஐநூறு ரூபிள்கள் மதிப்புள்ள நோட்டுகள் மேசையிலேயே கிடந்தன. அவற்றில் நூறு ரூபிள் நோட்டுகள் மூன்று இருந்தன. சரியாக அதே நேரத்தில்தான் நீ அங்கே வந்தாய் (என் அழைப்பின் பேரில்!) என்னோடு அங்கு இருந்த நேரம் முழுவதுமே நீ குழப்பத்தோடுதான் காணப்பட்டாய். நம்முடைய உரையாடலுக்கு நடுவே– அது முடிவு பெறாத நிலை யிலேகூட – நீ மூன்று முறை வெளியேறிச் செல்ல வேண்டுமென்று விரைவாக எழுந்து செல்ல முயன்றாய்! இதெல்லாமே ஆண்ட்ரீ செமினோவிச்சுக்குத் தெரியும்! அவன் மூலமாகத்தான் உன்னை நான் அழைத்து வரச் செய்திருந்தேன். உன்னால் அதை நிச்சயம் மறுக்க முடியாதென்றே நினைக்கிறேன். அவ்வாறு உன்னை நான் அழைத்துவரச் சொன்னதற்கு முக்கியமான நோக்கம், உன் உறவுக் காரியான காதரீனா இவானோவ்னாவின் (அவள் அழைத்திருந்த விருந்துக்கு என்னால் வர இயலவில்லை) பரிதாபமான, அநாதர வான நிலையைப் பற்றி விவாதிக்கவும், அவளுக்கு நிதி திரட்டுவதன் மூலமாகவோ, லாட்டரி அல்லது வேறு ஏதேனும் வழிகளின் மூலமாகவோ பணம் திரட்டி உதவி செய்வதற்கான வழிமுறைகளைப் பற்றிப் பேசுவதற்காகவும் மட்டுமே! (என்னுடைய திட்டங்களைக் கேட்டு) நீ அதற்காக உன் நன்றியைத் தெரிவித்துக்கொண்டு கண்ணீர்கூட வடித்தாய்! நடந்ததை நடந்தபடியே நான் சொல்லிக்கொண்டு வருவதற்குக் காரணம், அதையெல்லாம் உனக்கு நினைவுபடுத்துவதற்கும், எனது ஞாபக சக்தி எவ்வளவு துல்லியமாக, மிக நுட்பமான விஷயங்களையெல்

லாம்கூட மனதில் இருத்திக்கொள்கிறது என்பதை உனக்குக் காட்டுவதற்கும்தான்! பிறகு, மேசை மீதிருந்து என் பங்காக ஒரு பத்து ரூபிள் நோட்டை எடுத்து உன் உறவினர்களுக்கு உதவுவதற்காக அதை உன்னிடம் கொடுத்தேன். இவை எல்லாவற்றையுமே ஆண்ட்ரீ செமினோவிச்சும் பார்த்துக்கொண்டிருந்தான். பிறகு கதவு வரை உன்னுடன் நானும் கூடவேவந்தேன். அப்போதும் உன்னிடம், அதேபோன்ற குழப்பம் நிலவியதை என்னால் பார்க்க முடிந்தது. அதன்பிறகு ஆண்ட்ரீ செமினோவிச்சிடம் நின்றுகொண்டு, நான் அங்கே பத்து நிமிடங்கள் பேசிக்கொண்டிருந்தேன். அவனும் வெளியே சென்ற பிறகு, முன்பே நான் நினைத்திருந்ததைப் போல மீதியுள்ள பணத்தை எண்ணித் தனியாக எடுத்து வைப்பதற்காக அந்த மேசைக்கு வந்தால் நூறு ரூபிள் நோட்டுகளில் ஒன்று காணாமல் போயிருந்தது. அது எனக்கு ஆச்சரியமாக இருந்தது. நீயே தயவுசெய்து கொஞ்சம் யோசித்துப் பார்! ஆண்ட்ரீ செமினோவிச் மீது நான் சந்தேகப்பட வழியே இல்லை. அப்படி நினைப்பதுகூடக் கேவலம்! நீ வருவதற்கு ஒரு நிமிடம் முன்புதான் கணக்கையெல்லாம் சரிபார்த்து, மொத்தத் தொகையும் சரியாக இருக்கிறதா என்பதையும் நான் நேர் செய்து வைத்திருந்தேன். அதனால் நான் கணக்கில் தவறு செய்துவிட்டதாகவும் கூற முடியாது. நீ இருந்த குழப்பமான நிலை, அந்த இடத்தைவிட்டு உடனடியாகப் போய்விட வேண்டுமென்பதில் நீ காட்டிய அவசரம், சிறிது நேரம் அந்த மேசையின் மீது நீ கைவைத்துக்கொண்டிருந்தது, இவற்றோடு உன்னுடைய சமூக அந்தஸ்து, அதோடு விடாப்பிடியாக உன்னிடம் ஒட்டிக்கொண்டிருக்கும் சில பழக்கங்கள்... ஆகியவற்றையெல்லாம் வைத்துப் பார்க்கும்போது, நான் அப்படிச் சொல்ல விரும்பவில்லை என்றாலும்கூட நடுக்கத்தோடு நான் வேறொரு சந்தேகத்திற்கே வந்தாக வேண்டிய நிர்ப்பந்தத்தில் இருக்கிறேன் என்பதை நீ ஒத்துக் கொள்வாய்! அந்தச் சந்தேகம் கடுமையானதாகவே இருந்தாலும், அதுதான் நியாயமானதாக இருக்கிறது. இப்படி ஒரு முடிவுக்கு நான் வந்துவிட்டாலும் இந்தக் குற்றச்சாட்டை இவ்வாறு பகிரங்கப்படுத்துவதில் எனக்கும்கூட ஆபத்து இருக்கிறது என்பதை மீண்டும் ஒருமுறை சொல்லிக்கொள்கிறேன்! ஆனாலும்கூட இந்த விஷயத்தை ஆறப் போட்டுவிடாமல் உடனடியாக நான் விசாரணையில் இறங்கிவிட்டது ஏன் தெரியுமா? பொறுத்துக் கொள்ளவே முடியாத உன்னுடைய நன்றி கெட்டதனம்தான் அப்படிச் செய்யுமாறு என்னைத் தூண்டிவிட்டது! பெண்ணே! என்ன அக்கிரமம் இது? நானே உன்னைத் தேடிக்கூப்பிட்டு, உன் சொந்தக்காரர்களுக்கு உதவி செய்வதற்காகப் பத்து ரூபிள்

ஃபியோதர் தஸ்தயெவ்ஸ்கி ● 771

நோட்டை உன் கையில் தந்து, என்னால் செய்ய முடிந்தது அவ் வளவுதான் என்றும் சொல்லியிருந்தேன்! நீ என்னடாவென்றால், உடனடியாக, அந்த இடத்தில் வைத்தே இப்படி ஒரு தகாத செயலைச் செய்து உன் நன்றிகெட்ட பண்பைக் காட்டிவிட்டாய்! இல்லை... இது கொஞ்சமும் சரியில்லை! நீ கட்டாயமாக ஒரு பாடம் கற்றுக்கொண்டே ஆக வேண்டும்! அப்படி இல்லை யென்றால்... நீ நன்றாக யோசித்துப்பார்! இதை ஓர் உண்மையான நண்பனைப் போல உன்னிடம் நான் கேட்டுக்கொள்கிறேன். இந்தக் குறிப்பிட்ட கணத்தில் என்னைவிடச் சிறந்த நண்பன் உனக்கு யாருமே இருக்க முடியாது. உண்மையைச் சொல்லிப் பணத்தைக் கொடுத்துவிடு! இல்லையென்றால் நான் கொஞ்சம்கூட இரக்கமே இல்லாமல் நடந்துகொள்ள வேண்டியிருக்கும்... நீயே முடிவு செய்துகொள்!"

"உங்கள் பணம் எதையுமே நான் எடுக்கவில்லை" – பயந்து நடுங்கிக்கொண்டிருந்த சோனியா முணுமுணுத்தாள். "நீங்கள் எனக்குக் கொடுத்த பத்து ரூபிள்தான் என்னிடம் இருக்கிறது! இந்தாருங்கள்... நீங்களே எடுத்துக்கொள்ளுங்கள்" என்றபடி தன் பையிலிருந்த கைக்குட்டையை உருவி எடுத்த அவள், அதன் முடிச்சைப் பிரித்து அந்தப் பத்து ரூபிள் நோட்டை எடுத்து லூசி னிடம் கொடுக்க முன்வந்தாள்.

"அப்படியென்றால் அந்த நூறு ரூபிள் நோட்டைப் பற்றி உனக்கு எதுவும் தெரியாதென்று சொல்கிறாய்? அப்படித்தானே?" அவள் திருப்பிக் கொடுக்க முனைந்த அந்தப் பணத்தைப் பெற்றுக் கொள்ளாத லூசின், அவளை வற்புறுத்தி மிரட்டும் வகையிலும், அவளை எதிர்க்கும் விதத்திலும் இவ்வாறு கேட்டான்.

சோனியா சுற்றும் முற்றும் பார்த்தாள். அங்கு கூடியிருந்த அனைவரும் வெறுப்போடும், பரிகாசத்தோடும், கோபத்தோடும் அவளையே உற்றுப் பார்த்துக்கொண்டிருந்தனர். அவள் ரஸ்கோல்னிகோவின் பக்கம் தன் பார்வையை ஓடவிட்டாள். தன் கைகளை மடக்கி வைத்துக்கொண்டு சுவர்ப் பக்கமாக நின்று கொண்டிருந்த அவன், நெருப்பை உமிழும் கண்களோடு லூசினைப் பார்த்துக்கொண்டிருந்தான்.

"கடவுளே...!" என்று உடைந்து போனவளாக ஓலமிட்டாள் சோனியா.

"அமாலியா இவானோவ்னா! போலீசுக்கு இதுபற்றித் தெரிவித்தே ஆகவேண்டும். தயவுசெய்து வாயிற்காவலனை உடனே வரவழையுங்கள்!" என்று அமைதியாகவும், மிக நாகரிக மாகவும் இப்படிக் கூறினான் லூசின்.

“அடக்கடவுளே! ஆனாலும் இவள் ஒரு திருடி என்று எனக்கு முன்னாலேயே தெரியும்!” என்று தன் கைகளை வீசியபடி கத்தினாள் அமாலியா இவானோவ்னா.

“உங்களுக்குத் தெரியுமா...?” என்று அவள் சொன்னதைப் பிடித்துக்கொண்டான் லூசின். அப்படி ஒரு முடிவுக்கு நீங்கள் வர வேண்டும் என்றால் இதற்கு முன்னாலேயே இந்த மாதிரி ஏதோ நடந்ததற்கான ஆதாரம் உங்களிடம் இருந்தாக வேண்டும்! இத்தனை சாட்சிகளுக்கும் முன்னால் அந்த வார்த்தைகளை நீங்கள் பேசியிருக்கிறீர்கள் என்பதை நீங்கள் மறந்துவிடக்கூடாது, அமாலியா இவானோவ்னா!”

கூட்டத்தில் ஒரு சலசலப்பு எழுந்தது. எல்லாப் பக்கங்களிலிருந்தும் உரத்த குரலில் மனிதர்கள் உரையாடிக்கொள்வதும் கேட்டது.

“என்ன இது...?” என்று கூச்சலிட்டாள் காதரீனா இவனோவ்னா. அதுவரை அதிர்ச்சியின் தாக்கத்திலிருந்த அவளுக்கு அப்போதுதான் நினைவு மீண்டிருந்தது. அழுத்தி வைக்கப்பட்டிருந்த ‘ஸ்பிரிங்’ சுருள் ஒன்று, அந்த அழுத்தத்திலிருந்து விடுபட்டதைப் போல லூசின் மீது பாய்ந்தாள் அவள்.

“என்னது...? சோனியா மீது திருட்டுக்குற்றம் சுமத்துகிறீர்களா...? சே... பாதகர்களே... பாதகர்களே...” என்று நெஞ்சம் பதறிய காதரீனா, சோனியாவிடம் விரைந்து சென்று தன் பலவீனமான கரங்களால் அவளைத் தழுவி அரவணைத்துக்கொண்டாள்.

“சோனியா... அவனிடமிருந்து அந்தப் பத்து ரூபிள் நோட்டை ஏன் வாங்கினாய் நீ...? அதற்கு எப்படித் துணிந்தாய்? சே...! எப்படி முட்டாள்தனமாக நடந்துகொண்டுவிட்டாய்? அதை என்னிடம் கொடு... உடனே அந்தப் பத்து ரூபிள் நோட்டை என்னிடம் கொடு...”

சோனியாவிடமிருந்து அந்த நோட்டைப் பிடுங்கிய காதரீனா இவானோவ்னா, அதைக் கசக்கிச் சுருட்டி லூசினின் முகத்துக்கு நேரே வீசியெறிந்தாள். அந்தக் காகித உருண்டை, அவனது கண்ணைத் தாக்கிவிட்டுக் கீழே தரையில் விழுந்தது. அமாலியா இவானோவ்னா அதைப் பொறுக்கி எடுக்க விரைந்தாள்.

“அந்தப் பைத்தியக்காரியைக் கட்டுப்படுத்துங்கள்” என்று கத்தினான் லூசின்.

அப்பொழுது வாசலில் நின்றுகொண்டிருந்த லெபஸியாட்னிக்கோவின் பக்கத்தில் இன்னும் பல மனிதர்களும்கூடப் புதிதாக

முளைத்திருந்தனர். சமீபத்தில் குடிவந்திருந்த அந்த இரண்டு பெண்களும்கூட அந்தக் கூட்டத்தில் காணப்பட்டனர்.

"என்னது... பைத்தியக்காரியா?.. நானா பைத்தியம்? நானா... பைத்தியம்...? முட்டாள்பயலே..." என்று கூச்சலிட்டாள் காதரீனா இவானோவ்னா. "நீ தான் முட்டாள்! போக்கிரி வக்கீல்! விஷ ஐந்துவைப் போன்றவன் நீ! சோனியா... சோனியாவைப் போய்க் குற்றம் சொல்கிறாயே...? சோனியா அவனுடைய பணத்தை எடுத் தாளாம்...! சோனியா திருடியாம்...! முட்டாளே! அவள் உனக்குப் பணம் தருவாளடா... முட்டாளே..." என்று மனநிலை பாதிக்கப் பட்டவளைப் போலச் சிரித்தாள் காதரீனா. "நீங்களெல்லாம் இப்படி ஒரு முட்டாளை எப்போதாவது பார்த்திருக்கிறீர்களா?" என்று அங்கிருந்த ஒவ்வொருவரையும் வேகமாகப் பார்த்தபடி லூசினை அவர்களுக்குச் சுட்டிக்காட்டிக்கொண்டிருந்தாள் அவள். வீட்டுக்காரியின் மீது அவளது பார்வை படிந்தபோது, "நீயும்கூடச் சேர்ந்துகொண்டாயாக்கும்..." என்று அவளைச் சாடத் தொடங்கி னாள். "நீயும் அவள் திருடி என்று உறுதிப்படுத்துகிறாயாக்கும்...? ஏ... தின்பண்டம் விற்கின்ற ஜெர்மானியப் பெண்ணே...! நாற்றமடிக்கிற 'பிரஸ்யக் கோழிக்கு' உடையணிவித்ததுபோல அரை குறையாய் அலையும் பித்தலாட்டக்காரியே...! நீயும் புகார் செய்ய வந்துவிட்டாயோ... உன்னை... உன்னை...! ஏய்... வில்லனே, இதைக் கேட்டுக்கொள்! அவள் உன்னைப் பார்த்துவிட்டு, உன் அறையிலிருந்து வெளியே வந்த உடனேயே, நேரே இங்கே வந்து என் பக்கத்தில் உட்கார்ந்து விட்டாள். இங்குள்ள எல்லோருமே அவளைப் பார்த்தார்கள். அவள் ரோடியன் ரொமனோவிச்சுக்குப் பக்கத்திலேயேதான் உட்கார்ந்திருந்தாள்! வேண்டுமென்றால் அவளைச் சோதனை போட்டுக்கொள்ளுங்கள்! அவள் எங்கேயுமே வெளியில் போகவில்லை! பணத்தை எடுத்திருந்தால் அவளிடம் தான் அது இருந்தாக வேண்டும்! சோதனை போடுங்கள்...! நன்றாகச் சோதித்துப் பாருங்கள்! ஆனால் ஒன்று மட்டும் தெரிந்து கொள்...! அந்தப் பணம் மட்டும் அவளிடம் இல்லையென்றால்... அப்புறம் நீ அதற்குப் பதில் சொல்ல வேண்டியிருக்கும், தெரிந்து கொள்! நான் நமது அரசரிடமே ஓடிவிடுவேன். கருணைகொண்ட ஜார் மன்னரிடம் இன்றே ஓடிப் போய் அவரது பாதத்தில் விழுந்து முறையிடுவேன். இந்த உலகத்தில் எனக்கு யாருமே இல்லையென்று சொன்னால் காவலர்களும்கூடக் கருணைகொண்டு என்னை உள்ளே அனுமதித்துவிடுவார்கள்... அவர்கள் என்னை அனுமதிக்க மாட்டார்கள் என்றா நினைக்கிறாய்? இல்லை, நீ நினைப்பது தவறு! நான் உள்ளே நுழைந்துவிடுவேன்! கட்டாயம் உள்ளே நுழைந்துவிடுவேன்! அவள் சாதுவாகவும், பயந்தவளாகவும் இருப்பதால் என்ன வேண்டுமானாலும் செய்துவிடலாமென்று

நீ கணக்குப் போட்டுக்கொண்டிருக்கிறாய்... அப்படித்தானே? அதைத்தானே நீ பிடித்துக்கொண்டிருக்கிறாய்? ஆனால், தம்பி... இதைக் கேட்டுக்கொள்... நான் அப்படி அவளைப் போல ஒரு கோழையில்லை! உன் நிலைமைதான் ரொம்ப மோசமாகப் போகிறது! சோதனை போடு, நன்றாகச் சோதனை போடு... ம்... சோதித்துப் பார்!"

ஆக்ரோஷமாக லூசினின் அருகில் வந்த காதரீனா இவா னோவ்னா, மூர்க்கமாகச் சோனியாவைப் பற்றிப் பிடித்து அவனை நோக்கித் தள்ள முயன்றாள்.

"நான் தயார்! நான் அந்தப் பொறுப்பை ஏற்றுக்கொள் கிறேன்! ஆனால் கொஞ்சம் அமைதியாக இருங்கள், மேடம்! கொஞ்சம் பொறுமை காட்டுங்கள். நீங்கள் சாது இல்லை என்பது எனக்கு நன்றாகவே புரிகிறது! ம்... இதை... இதை எப்படி செய்வது?" என்று முணுமுணுத்தான் லூசின்.

"ஆனாலும் இங்கே போதுமான அளவுக்குச் சாட்சிகள் நிறைய பேர் இருக்கிறார்கள்! நான் தயார்தான்! ஆனாலும் நான் ஓர் ஆணாக இருப்பதுதான் கொஞ்சம் சிக்கலாக இருக்கிறது. அமாலியா இவானோவ்னா! நீங்கள் கொஞ்சம் உதவ முடிந்தால் நன்றாக இருக்கும்! சொல்லப் போனால் விஷயங்களை இப்படிக் கையாளுவது முறையில்லைதான்! ஆனால் வேறு வழி என்ன...?"

"யார் வேண்டுமானாலும் முன் வரட்டும்! அவளைச் சோதனை போட யாருக்கு விருப்பமோ முன் வரலாம்!" என்று கத்தினாள் காதரீனா இவானோவ்னா. "சோனியா, உன் சட்டைப் பைகளைப் புரட்டிப் போடு! பாருங்கள், நன்றாகப் பார்த்துக் கொள்ளுங்கள்...! ஏய், ராட்சசப் பயலே... பார்த்துக்கொள்! இதோ, இது காலியாக இருப்பதைப் பார்! கைக்குட்டை இங்கே இருக் கிறது! சட்டைப் பை காலியாக இருக்கிறது, பார், நீயே பார்த்துக் கொள்! இதோ இன்னொரு சட்டைப் பையையும் பார்த்துக் கொள்!"

சோனியாவின் சட்டைப்பைகளை ஒன்று மாற்றி ஒன்றாகப் புரட்டிப் போட்டு இழுத்துக்கொண்டிருந்தாள் காதரீனா இவா னோவ்னா. ஆனால் வலது புறமாக இருந்த இரண்டாவது சட்டைப் பையைப் புரட்டி உதறியபோது, சட்டைப் பையிலிருந்து வெளிப்பட்ட காகிதத் துண்டு ஒன்று காற்றில் பறந்து செல்லும் அம்பைப் போலப் பறந்து சென்று சரியாக லூசினின் காலடியில் விழுந்தது. அங்கிருந்த அனைவருமே அந்தக் காகிதத் துண்டைப் பார்த்துப் பரபரப்பாகக் குரல் கொடுத்தனர். பீட்டர் பெத்ரோவிச், குனிந்து தரையிலிருந்து இரண்டு விரல்களால் அதைப்பற்றி

யெடுத்து, எல்லோரும் பார்க்கும்வண்ணம் அதை உயர்த்திக் காட்டியபடி, எட்டாக மடிக்கப்பட்டு, மடங்கியிருந்த அந்த நூறு ரூபிள் நோட்டைப் பிரித்து, நன்றாக வட்டமிட்டுத் திரும்பி எல்லோருக்கும் காட்டினான்.

“திருட்டு! திருடர்கள்...! என்னுடைய குடியிருப்பில்...! போலீஸ்! போலீஸ்!” என்று உரக்கக் கத்தினாள் அமாலியா. இவர்களையெல்லாம் சைபீரியாவுக்குத்தான் அனுப்ப வேண்டும்! வெளியேறுங்கள் இங்கிருந்து...!”

அங்கு ஒரே கூச்சலும் இரைச்சலுமாகிப் போய்விட்டது. ரஸ்கோல்னிகோவ் எதுவுமே பேசவில்லை. அவ்வப்போது ஒரு பார்வையை மட்டும் லூசின் மீது வேகமாக ஓடவிட்டுக்கொண்டி ருந்தான் அவன். மற்ற நேரம் முழுவதும் சோனியாவின் மீதே அவனது கண்கள் நிலைத்திருந்தன. சோனியா தன்னுடைய சுய உணர்வுகள் அனைத்தையும் இழந்தவளாகச் சிலை போல அசை யாமல் நின்றுகொண்டிருந்தாள். அங்கு நடப்பது எதுவுமே புரியாத வளாகத் திக்பிரமை பிடித்துப் போயிருந்தாள் அவள். திடீரென்று அவளது முகத்தில் செம்மை படர்ந்தது. தன் கைகளால் முகத்தை மூடிக்கொண்டு கதறி அழத் தொடங்கினாள் சோனியா.

“இல்லை... இல்லை... நான் அதை எடுக்கவே இல்லை! எனக்கு அதைப் பற்றி எதுவுமே தெரியாது” என்று இதயத்தைப் பிளக்கும்படி ஓலமிட்டு அழுத அவள், காதரீனா இவானோவ் னாவின் கரங்களுக்குள் தன்னைப் புதைத்துக்கொண்டாள். காதரீ னாவும் இந்த ஒட்டு மொத்த உலகத்தின் பிடியிலிருந்தும் அவளைப் பாதுகாப்பதைப் போன்ற பாவனையில் தன்னோடு இறுகச் சேர்த்து அணைத்துக்கொண்டாள்.

“சோனியா... சோனியா...! நான் அதை நம்பவில்லை சோனியா! இதோபார்... நான் அதை நம்பவே இல்லை!” கண் கூடான அந்தக் காட்சியைப் பார்த்த பிறகும் காதரீனா இவா னோவ்னா மிகவும் அழுத்தம் திருத்தமாக, உறுதியுடன் கூறியபடி தானும் அழுதாள். தன் கரங்களால் அவளைத் தன்னோடு சேர்த்துக்கொண்டு, ஒரு குழந்தையைத் தாலாட்டுவது போல அவளது முதுகில் ஆறுதலாகத் தட்டியபடி இருந்தாள். தன்னிட மிருந்து அவளை விலக்கிக்கொண்டு அவளது நெற்றியிலும் கன்னத்திலும் திரும்பத் திரும்ப முத்தமிட்டாள். சோனியாவின் கரங்களைப் பற்றி அவற்றிலும் மாறி மாறி முத்தமிட்டாள்.

“நீயா அதைச் செய்திருப்பாய்? இல்லை... இல்லை...! இல்லவே இல்லை! அப்படி இருக்கவே முடியாது. இந்த ஜனங்கள் தான் எத்தனை முட்டாள்களாக இருக்கிறார்கள்? ஓ... கடவுளே!

நீங்கள் எல்லோருமே முட்டாள்கள்... முட்டாள்கள்!" என்று அங்கு கூடியிருந்த அனைவரையும் பார்த்துக் கத்தினாள் காதரீனா. "உங்களுக்கெல்லாம் இன்னும்கூட அவளைப் பற்றித் தெரிய வில்லை! அவளது இதயத்தைப் பற்றித் தெரியவில்லை. அவள் எதையும் தாங்கிக்கொள்ளக்கூடியவள். உங்களுக்கு ஒரு தேவை என்றால் தன்னிடமிருக்கும் கடைசி ஆடையைக்கூட அவிழ்த்து விற்று, உங்களுக்கு எல்லாவற்றையுமே தந்து விட்டு, வெறுங் காலோடுகூடச் செல்லத் தயங்காதவள் அவள். அப்படிப்பட்ட அற்புதமான பெண் அவள். என் குழந்தைகள் பட்டினி கிடப் பதைப் பொறுக்க முடியாமல்தான் அவள் 'தெருவுக்குப்' போனாள்! அவள் எங்களுக்காகத்தான் தன்னையே விற்றுக் கொண்டாள். ஐயோ... என்னுடைய பாவப்பட்ட அன்புக் கணவரே...! இறந்து போன பிரியமான என் கணவரே...! இதை யெல்லாம் நீங்கள் பார்க்கிறீர்களா...? இந்தக் கொடுமையை நீங்கள் பார்க்கிறீர்களா? உங்கள் இறுதிச் சடங்குக்காகவே ஏற்பாடான விருந்தில் இப்படியெல்லாம் நடக்கிறதே? கடவுளே...! ஏன் நீங்களெல்லோரும் இப்படி அசையாமல் நின்றுகொண்டிருக் கிறீர்கள்? இவளைக் காப்பாற்றுங்கள்! ரோடியன் ரொமனோவிச்! நீங்களாவது அவளுக்கு ஏதாவது உதவி செய்யக்கூடாதா? நீங்களுமா அதை நம்புகிறீர்கள்? உங்களில் ஒருவருக்குக்கூட அவ ளுடைய சுண்டுவிரல் அளவுகூடத் தகுதி இல்லை. ஒருவருக்குக் கூட இல்லை! கடவுளே! நீங்கள்தான் இப்போது அவளைக் காப்பாற்ற வேண்டும்!"

காசநோயாளியும், கணவனை இழந்த துயரத்தில் இருப்ப வளுமான காதரீனா இவானோவ்னாவின் முறையீடுகள், அவற்றைக் கேட்டுக்கொண்டிருந்தவர்களிடம் ஓரளவுக்குத் தாக்கத்தை ஏற்படுத்தியது போல் தோன்றியது. நோயினால் விளைந்த பலவீனத்தாலும், வலியும் துன்பமும் கவலைகளும் ஒன்றாகச் சேர்ந்த உணர்வுகளாலும் அவளது முகம் முழுவதும் கோரமாகிக் கிடந்தது. வறண்டு போயிருந்த அவளது உதடுகளில் இரத்தப் பொட்டுகள் அரும்பியிருந்தன. அடித்தொண்டையில் ஒரு குழந்தையைப் போல அழுதுகொண்டு, யாராவது தனக்கு உதவிக்கு வருவார்கள் என்று குழந்தைத்தனமாக நம்பிக்கொண்டு, அதற்காக இறைஞ்சியபடி அவள் நின்றிருந்த நிலை, அனைவரை யுமே உருக்கியது. எல்லோருமே பாவப்பட்ட அந்தப் பெண்ணின் மீது அனுதாபம்கொள்ளத் தொடங்கியிருந்தனர்.

பீட்டர் பெத்ரோவிச்சும் அவள் மேல் இரக்கம்கொண்டான். "மேடம்... மேடம்" என்று அவளை அழுத்தமாகப் பலமுறை அழைத்தபடி அவன் பேசத் தொடங்கினான் "இந்த விஷயத்தில்

நீங்கள் சம்பந்தப்படவே இல்லை! இப்படி ஒரு திருட்டை நீங்கள் தூண்டி விட்டதாகவோ, அதில் உங்கள் பங்கு இருப்பதாகவோ உங்களை யாரும் குற்றம் சாட்டவில்லை! உண்மையில் அவளது சட்டைப் பைகளைப் புரட்டிப் போட்டு, அதைக் கண்டுபிடிக்க உதவியதே நீங்கள்தான்! அப்படியென்றால் உங்களுக்கு அதைப் பற்றித் தெரியாதென்றுதானே அர்த்தம்? உங்களது வறுமைதான் சோனியா இவ்வாறு செய்வதற்குக் காரணமாக இருந்தது என்றால் அதை நான் ஆத்மார்த்தமாக, முழுமனதோடு, இரக்கத்தோடு புரிந்துகொள்ளத் தயாராக இருக்கிறேன். ஆனால், நீங்கள் ஏன் அதை ஒத்துக்கொள்ள மறுக்கிறீர்கள்? அவமானம் ஏற்பட்டு விடுமோ என்று அஞ்சுகிறீர்களா? இதுதான் முதல் அவமானமா என்ன...? ஒருவேளை உங்களுக்குப் புத்தி பிசகிவிட்டதோ...? அப்படியென்றால் அது புரிந்துகொள்ளக்கூடியதுதான்...! அதைப் புரிந்துகொள்ள முடியும்தான்! ஆனாலும் இப்படிப்பட்ட காரியங் களையெல்லாம் எப்படித்தான் செய்ய ஆரம்பிக்கிறீர்களோ...?" என்று காதரீனாவிடம் கூறிய அவன், இப்போது கூட்டத்தினரை நோக்கித் திரும்பினான்: "கௌரவம் மிக்க நண்பர்களே! எல்லோரும் கேட்டுக்கொள்ளுங்கள்" என்றபடி அங்கிருந்தவர் களை நோக்கிப் பேசினான். "எனக்குத் தனிப்பட்ட முறையில் நேர்ந்திருக்கும் அவமானங்களையும் மீறி, இப்பொழுதும்கூட நான் அவர்கள் மீது இரக்கப்படுகிறேன். அவர்களை மன்னிக்கக்கூடத் தயாராக இருக்கிறேன்" என்று மிகவும் பணிவுடன் சொல்லிவிட்டு அவன் சோனியாவை நோக்கித் திரும்பினான். "மேடம், இப் பொழுது நேர்ந்த அவமானம் எதிர்காலத்தில் உனக்கொரு பாடமாக இருக்கட்டும்" என்று சோனியாவைப் பார்த்துக் கூடுதலாக ஒரு வரியைச் சேர்த்துக்கொண்டான் அவன். "நான் இதற்கு மேல் எந்த நடவடிக்கையும் எடுக்கப் போவதில்லை. போனால் போகிறது! நடந்ததைச் சொல்லிவிட்டேன்! அதுவே போதும்!"

பீட்டர் பெத்ரோவிச் ஓரக் கண்ணால் ரஸ்கோல்னி கோவைப் பார்த்தான். இருவரது பார்வைகளும் சந்தித்துக் கொண்டன. ரஸ்கோல்னிகோவின் சினம் மிக்க கண்கள், பீட்டர் பெத்ரோவிச்சைச் சாம்பலாக்கிவிடுவதுபோல அனல் கக்கிக் கொண்டிருந்தன. காதரீனா இவானோவ்னாவுக்கு அதற்கு மேல் அங்கே நடந்துகொண்டிருப்பதைக் கேட்கும் சக்திகூட இல்லாமல் போய்விட்டது. அவள் ஒரு பைத்தியக்காரியைப் போல சோனி யாவைத் தழுவி முத்தமிட்டபடியே இருந்தாள். குழந்தைகளும் கூடத் தங்கள் சின்னக் கரங்களால் சோனியாவைச் சுற்றி வளைத்துக்கொண்டிருந்தார்கள். போலென்காவுக்கு இங்கே

நடந்துகொண்டிருப்பது என்னவென்று புரியாவிட்டாலும்கூட அவளும் கண்ணீர் வடித்துக்கொண்டுதான் இருந்தாள். அழுகை யினால் அவளது உடல் குலுங்கிக்கொண்டிருந்தது. அழுது, அழுது வீங்கிப் போய்விட்ட தனது அழகான சிறிய முகத்தை சோனியா வின் தோள்களில் புதைத்துக்கொண்டிருந்தாள் அவள்.

"எவ்வளவு வெட்கக்கேடான, இழிவான, அற்பமான, தீய தந்திரம் இது?" என்று ஓர் உரத்த குரல் அப்போது வாசல் புறமிருந்து கேட்டது.

பீட்டர் பெத்ரோவிச் வேகமாகத் திரும்பிப் பார்த்தான்.

"சே... எத்தனை கேவலம்...?" என்று பீட்டர் பெத்ரோ விச்சையே உறுத்துப் பார்த்தபடி மீண்டும் சொன்னான் லெபஸி யாட்னிக்கோவ்.

பீட்டர் பெத்ரோவிச் பெரிதும் அதிர்ச்சியடைந்து போனான். பெருந்திகில் ஒன்று அவனைப் பற்றிக்கொண்டது போலிருந்தது. அவ்வாறு அவன் திகிலடைந்து போனதை அங் கிருந்தவர்கள் சற்றுத் தாமதமாகத்தான் உணர்ந்துகொண்டனர்.

லெபஸியாட்னிக்கோவ் வாசலைக் கடந்து அறைக்குள் வந்தான்.

"என்ன துணிச்சல் இருந்தால், என்னையும் ஒரு சாட்சியாக உங்களால் சொல்ல முடிந்திருக்கும்?" என்று பீட்டர் பெத்ரோ விச்சை நெருங்கியபடி அவன் கேட்டான்.

"இதற்கெல்லாம் என்ன அர்த்தம் ஆண்ட்ரீ செமினோவிச்? நீ இப்பொழுது எதைப் பற்றிப் பேசிக்கொண்டிருக்கிறாய்?" என்று முணுமுணுத்தான் லூசின்.

"இதற்கு என்ன அர்த்தம் என்றால் நீங்கள் விஷயத்தைத் திரித்துக் கூறிப் பிறரை இழிவுபடுத்துபவர் என்று அர்த்தம்! நான் சொன்னது அதைத்தான்!" கிட்டப் பார்வையுள்ள தனது சிறிய கண்களால் பீட்டர் பெத்ரோவிச்சை உறுத்துப் பார்த்தபடி, சூடான குரலில் பேசினான் லெபஸியாட்னிக்கோவ். அவன் பயங்கர கோபத்துடன் இருந்தான். அவன் சொல்லும் ஒவ்வொரு வார்த்தையையும் மதிப்பிட்டபடி அவனையே உற்றுப் பார்த்துக் கொண்டிருந்தான் ரஸ்கோல்னிகோவ்.

மீண்டும் சற்று நேரம், அந்த அறையில் அமைதி நிலவியது. என்ன பேசுவது என்று புரியாமல் சில விநாடிகள் திகைத்து நின்றிருந்தான் பீட்டர் பெத்ரோவிச். பிறகு லெபஸியாட்னிக் கோவைப் பார்த்து மெல்லக் கேட்டான்: "என்னைப் பற்றியா

இப்படிச் சொல்லுகிறாய்?" என்று திக்கித் திணறியபடி கேட்டான் பீட்டர் பெத்ரோவிச். "உனக்கு என்ன ஆயிற்று? நீ புத்தி சுவாதீனத் தோடுதானே இருக்கிறாய்?"

"நான் சுய புத்தியோடுதான் இருக்கிறேன். ஆனால் நீங்கள் தான் மோசடிப் பேர்வழியாக இருக்கிறீர்கள்? ஐயோ... இந்தக் காரியம் முழுவதுமே எவ்வளவு வஞ்சகத்துடன் திட்டமிட்டு நடத்தப்பட்டிருக்கிறது? நான் எல்லாவற்றையும் கேட்டுக்கொண்டு தான் இருந்தேன்! ஆனாலும் எல்லாவற்றையும் முழுமையாகப் புரிந்துகொள்வதற்காக 'முடிவு'வரை காத்திருந்தேன். காரணம், இப்படி ஒரு காரியத்தைச் செய்வதற்கு உங்களுக்கு என்ன நோக்கம் இருந்திருக்குமென்று எனக்கு விளங்கவில்லை. இன்னமும்கூட இதற்குப் பின்னால் ஒளிந்திருக்கும் காரணம் எனக்குப் புரிபட வில்லை என்பதை நான் ஒத்துக்கொண்டுதான் ஆகவேண்டும்!"

"ஆனால் அப்படி நான் என்ன செய்து விட்டேன்? முதலில் முட்டாள்தனமாகப் புதிர் போடுவதைக் கொஞ்சம் நிறுத்திக்கொள் கிறாயா? அல்லது... ஒருவேளை நீ குடித்திருக்கிறாயா...?"

"உங்களைப் போன்ற இழிவான பிறவிகள் வேண்டுமானால் குடிக்கலாம்! ஆனால் நான் அப்படிச் செய்ய மாட்டேன்! அது என் கொள்கைகளுக்கு மாறானது என்பதால் வோட்காவை நான் விரலால்கூடத் தொடுவதில்லை. எல்லோரும் இதைக் கொஞ்சம் கேளுங்கள்! சோஃபியா செமினோவ்னாவுக்கு அந்த நூறு ரூபிள் நோட்டைத் தன் கையால் அவரேதான் கொடுத்தார்! நான் அதைப் பார்த்தேன்! அதற்குச் சாட்சியாகவும் நான் இருக்கிறேன். என்னால் அதைச் சத்தியமாகச் சொல்ல முடியும். அவர்தான், அவரேதான் அதைச் செய்தார்!" என்று அங்கே கூடியிருந்த ஒவ்வொருவரையும் திரும்பிப் பார்த்தபடி மீண்டும், மீண்டும் கூறினான் லெபஸியாட்னிக்கோவ்.

"ஏய், நாயே! உனக்குப் பைத்தியம், கியித்தியம் பிடித்து விட்டதா, என்ன...?" என்று கிறீச்சிட்டான் லூசின். "இப்போது ஒரு நிமிடத்திற்கு முன்புதான், பத்து ரூபிள்களைத் தவிர வேறு எதையுமே என்னிடமிருந்து பெற்றுக்கொள்ளவில்லையென்று அவள் சொல்லியிருக்கிறாள். அதுவும் உங்கள் எல்லோருக்கும் முன்பாகத்தான் அப்படி உறுதியாகச் சொன்னாள்! அப்படி யிருக்கும்போது, அதை நான் அவளுக்கு எப்படிக் கொடுத்திருக்க முடியும்?"

"இல்லை... இல்லை...! அதை நான் பார்த்தேன்! நீங்கள் அப்படிச் செய்வதை நான் பார்த்தேன்" என்று உறுதியான தொனி யில் கத்தினான் லெபஸியாட்னிக்கோவ். "என் கொள்கைக்கு

மாறாகப் போனாலும்கூடக் கவலையில்லை. நீங்கள் சொல்லும் எந்த நீதிமன்றத்துக்கு முன்னால் வந்தும் இதை உறுதியிட்டுச் சொல்ல நான் தயாராக இருக்கிறேன்! நீங்கள் அந்தப் பணத்தை, அவளது பையில் எப்படிக் கள்ளத்தனமாகப் போட்டீர்கள் என்பதை நான் பார்த்தேன். ஆனால் ஏதோ இரக்கப்பட்டுத்தான் நீங்கள் அப்படிச் செய்கிறீர்கள் போலிருக்கிறது என்று நான் நினைத்துக்கொண்டேன்! நான் செய்த முட்டாள்தனம் அதுதான்! அவளை அனுப்பி வைக்க வாசல்வரை நீங்கள் வந்த போது, ஒரு கையால் அவளது கையைக் குலுக்கிக்கொண்டே மற்றொரு கையால், அதாவது உங்களது இடது கையால், கபடமான முறையில் அந்தப் பணத்தை அவளது சட்டைப் பைக்குள் நழுவவிட்டீர்கள்! அப்படி நீங்கள் செய்வதை நான் பார்த்தேன்! அதைத் தெளிவாகப் பார்த்தேன்!"

அதைக் கேட்டவுடன் வெளிறிப் போனான் லூசின்.

"என்ன இது...? இப்படி அபத்தமாக எதையோ உளறிக் கொண்டிருக்கிறாய்?" என்று சற்றுக் கோபமாகவே வெடித்தான் லூசின். "நீயோ ஜன்னல் பக்கமாக நின்றுகொண்டிருந்தாய்! அது ஒரு பண நோட்டு என்பதை உன்னால் எப்படிக் கண்டுபிடிக்க முடிந்தது? உனக்குக் கிட்டப்பார்வை வேறு இருக்கிறது! சும்மா நீயாக எதையோ கற்பனை செய்துகொண்டு... இப்படிப் பிதற்றிக் கொண்டிருக்கிறாய்...! அவ்வளவுதான்!"

"இல்லை... அது என் கற்பனையே இல்லை! நான் கொஞ்சம் தள்ளி ஜன்னல் பக்கம்தான் நின்றுகொண்டிருந்தேன். அவ்வளவு தூரத்திலிருந்து, ஒரு பண நோட்டை அடையாளம் கண்டுகொள் வது என்பது கடினம்தான்! அந்த விஷயத்தில் நீங்கள் சொன்னது சரிதான்! ஆனால் அது நூறு ரூபிள் நோட்டுத்தான் என்பதை வேறொரு காரணத்தால் நான் உறுதிப்படுத்திக்கொண்டேன்! சோஃபியா செமினோவ்னாவுக்கு நீங்கள் பத்து ரூபிள் நோட்டைக் கொடுத்தீர்கள் அல்லவா? அதேநேரத்தில் மேசையிலிருந்து நூறு ரூபிள் நோட்டு ஒன்றை நீங்கள் எடுத்ததையும் நான் பார்த்தேன்! அதை என்னால் பார்க்க முடிந்ததற்குக் காரணம், அந்த நேரத்தில் நான் உங்கள் அருகே சற்று நெருக்கமாக நின்றுகொண்டிருந்தேன். ஏதோ ஒரு யோசனை என் மனதில் அப்போது வித்தியாசமாக உதித்ததால் நீங்கள் கையில் அந்த நோட்டை வைத்துக்கொண்டி ருக்கிறீர்கள் என்பதை நான் மறக்கவில்லை. அந்த நோட்டை நன்றாக மடித்தபடி உங்கள் கையிலேயே வைத்திருந்தீர்கள்! பிறகும் அந்த விஷயத்தை நான் மறந்து போயிருப்பேன். ஆனால் நாற்காலியிலிருந்து எழுந்திருந்தபோது அதைத் திரும்பவும் வலது

கையிலிருந்து இடது கைக்கு மாற்றிக்கொண்டீர்கள். அப்பொழுது கிட்டத்தட்ட அது கீழே விழுந்துவிடுவதைப் போல இருந்தது. அப்போது எனக்கு மறுபடியும் அந்தப் பணத்தைப் பற்றிய ஞாபகம் வந்தது. முன்பு எனக்குத் தோன்றிய சிந்தனை மீண்டும் என்னுள் எழுந்தது. எனக்குத் தெரியாதபடி, அவளுக்கு இன்னும்கூட உதவி செய்ய வேண்டுமென்று நீங்கள் நினைப்பதாக நான் அதைப் புரிந்துகொண்டேன். அதன்பிறகு நான் உங்களை விடாமல் கவனிக்கத் தொடங்கியிருப்பேன் என்பதையும், எவரும் அறியாமல் அவளது சட்டைப் பையில் அதை நீங்கள் திணித்ததை நான் பார்த்திருப்பேன் என்பதையும், நீங்கள் எளிதாகப் புரிந்து கொள்ள முடியும்! நீங்கள் அப்படிச் செய்வதை நான் பார்த்தேன்! நான் பார்த்தேன். அதைச் சத்தியம் செய்து கூறவும் நான் தயார்!"

லெபஸியாட்னிக்கோவ் கிட்டத்தட்ட மூச்சுவிடக்கூட மறந்த வனைப் போலப் பேசிக்கொண்டிருந்தான். எல்லாப் பக்கங்களி லிருந்தும், பிற பேச்சுக்குரல்களைவிட ஆச்சரியக் குரல்களே அதிக மாக ஒலிக்கத் தொடங்கின. ஒருசிலர் பயமுறுத்தும் தோரணை யில் உறுமத் தொடங்கினர். பீட்டர் பெத்ரோவிச்சை எல்லோரும் சூழ்ந்துகொண்டனர். லெபஸியாட்னிக்கோவை நோக்கி விரைந்து சென்றாள் காதரீனா இவானோவ்னா.

"ஆண்ட்ரீ செமினோவிச்! உன்னை நான் தவறாக எடை போட்டு வைத்திருந்தேன்! ஆனால் நீதான் அவளுக்காகக் குரல் கொடுக்க வந்திருக்கிறாய்! அவளுக்கு ஆதரவாகப் பேசுவதற்காக வந்த ஒரே ஆள் நீ ஒருவன்தான். அவள் ஓர் அனாதை! கடவுள் தான் அவளுக்காக உன்னை அனுப்பி வைத்திருக்கிறார்! ஆண்ட்ரீ செமினோவிச், எங்கள் மரியாதைக்குரிய, இரக்கமுள்ள நண்பனே...!" என்று கதறியபடி, தான் செய்துகொண்டிருப்பது என்னவென்றே உணராதவளாய் அவனுக்கு முன்னால் சென்று கால்களில் விழுந்தாள் காதரீனா இவானோவ்னா.

"சே...! எல்லாமே வெறும் முட்டாள்தனம்! சுத்த அபத்தக் களஞ்சியமாக இருக்கிறது!" என்று ஆவேசத்துடன் கத்தினான் லூசின். "நீ இப்படிப் பேசுவதில் கொஞ்சமும் உண்மை இல்லை! "எனக்குச் சரியாக ஞாபகமில்லை, ஞாபகம் வந்துவிட்டது, நினைவு இருந்தது, மறந்துவிட்டேன்" இப்படியெல்லாம் நீ உளறிக்கொண்டி ருப்பதில் ஏதாவது அர்த்தம் இருக்கிறதா...? அப்படியென்றால் நான் அந்த நோட்டை வேண்டுமென்றே அவளது பைக்குள் நழுவ விட்டிருக்கிறேன்... அப்படித்தானே? ஆனால்... எதற்காக? அப்படிச் செய்வதற்கு எனக்கு என்ன நோக்கம்? நான் அவ்வாறு

செய்ய என்ன காரணம் இருக்க முடியும்? அதுவும்... இப்படிப் பட்ட ஒரு பெண்ணிடத்தில்...?"

"அதுதான் கொஞ்சம் புரியவில்லை! ஆனால் நான் சொல்வ தென்னவோ வேதசத்தியம் போல உண்மையான ஒரு விஷயம் தான்! அருவறுப்பான போக்கிரி நீங்கள்! உங்களுக்கு நான் நன்றி தெரிவித்துக் கை குலுக்கியபோதே – அப்போதே –அந்தக் கேள்வி எனக்குள் எழுந்தது. ஆமாம்...! திருட்டுத்தனமாக ஏன் அதைப் போட வேண்டும்? தனிப்பட்ட முறையில் தான, தருமம் செய்வது பிரச்சினைக்கு நிரந்தரத் தீர்வாகாது என்ற மாறுபட்டகொள் கையைக்கொண்டிருப்பவன் நான். அதனால்தான் அதை நீங்கள் என்னிடம் வெளிக்காட்டாமல் மறைக்க விரும்புகிறீர்களோ என்று கூட நான் நினைத்தேன். ஆமாம்! என் முன்னிலையில் வைத்து அவ்வளவு பெரிய தொகையைத் தருவதற்கு நீங்கள் கூச்சப்பட்ட தாக எனக்குத் தோன்றியது. மேலும், அதை நான் வேறு மாதிரி யாகவும்கூட நினைத்துப் பார்த்தேன். 'ஒருவேளை அவர் அவளுக்கு ஆச்சரியத்தையும், அதிர்ச்சியையும் தர ஆசைப்படு கிறாரோ...?' என்றுகூட நான் எண்ணினேன். தன் சட்டைப் பையில் திடீரென்று ஒரு முழு நூறு ரூபிள் நோட்டைப் பார்க்கும் போது அவளுக்கு எவ்வளவு மகிழ்ச்சியாக இருக்கும்? அதற் காகத்தான் நீங்கள் அப்படிச் செய்கிறீர்கள் போலிருக்கிறது என்று தான் நினைத்துக்கொண்டேன்! (கருணை மனம்கொண்டு மற்றவர் களுக்கு உதவக்கூடிய குணமுடைய சில மனிதர்கள், தாங்கள் தொடர்ந்து செய்யும் பல நல்ல காரியங்களைப் பற்றித் தம்பட்டம் அடித்துக்கொள்வதில்லை என்பதை நான் நன்றாக அறிந்திருக் கிறேன்). பிறகு எனக்கு இப்படியும் ஓர் எண்ணம் தோன்றியது...! ஒருவேளை நீங்கள் அவளைச் சோதிக்க எண்ணுகிறீர்களோ...? அதைப் பார்த்ததும் அவள் உங்களிடம் வந்து நன்றிகூற வேண்டு மென்று எதிர்பார்க்கிறீர்களோ என்றும் நினைத்தேன். ஆனால், முதலில் அவள் நன்றி சொன்னபோதே நீங்கள் அதைத் தவிர்க்க எண்ணினீர்கள்! அதனால் இது சரியானதாக இருக்க முடியாது என்று முடிவு செய்துவிட்டேன். வலது கை கொடுப்பது, இடது கைக்குத் தெரியக்கூடாது என்று அதைப் போல ஒரு வாசகம்கூட இருக்கிறதல்லவா? (அப்படித்தானே?) இப்படியெல்லாம் ஏராள மான, விதவிதமான எண்ணங்கள் என் மூளையைக் குழப்பி யடித்துக்கொண்டிருந்தன. அவற்றைப் பற்றிப் பிறகு யோசித்துக் கொள்ளலாம் என்று விட்டுவிட்டாலும்கூட, நீங்கள் இரகசிய மாகச் செய்த காரியம் எனக்குத் தெரியுமென்பதை மிகத் தந்திர மாக உங்களிடம் வெளிப்படுத்த வேண்டுமென்று நான் நினைத்துக் கொண்டிருந்தேன்! ஆனால், கூடவே இன்னொரு விஷயமும் எனக்குத் தோன்றியது. ஒருவேளை, தன்னிடம் அந்த மாதிரிப்

பணம் இருப்பதை சோஃபியா செமினோவ்னா கவனிக்காமலேயே கூட விட்டுவிடலாம். அதனாலேயே நான் இங்கே வர முடிவு செய்தேன்! அவளை வெளியே கூப்பிட்டு, அவளது சட்டைப் பையில் அவளுக்கே தெரியாதபடி நூறு ரூபிள் நோட்டு ஒன்று வைக்கப்பட்டிருக்கிறது என்று அவளிடம் தெரிவிக்க நினைத்தேன். இங்கே வரும் வழியில் கோபிலாட்னிக்கோவ் குடும்பம் தங்கியிருக்கும் குடியிருப்புக்குச் சென்று ஒரு புத்தகத்தைக் கொடுத்துவிட்டு (A general deduction from the positive mind) அதில் டீடெரிட்* எழுதிய கட்டுரையைப் படிக்கும்படியும் (அதேபோன்று 'வாக்னருடைய' கட்டுரையையும் படிக்கும்படியும்) பரிந்துரைத்துவிட்டுப் பிறகு இங்கே வந்தேன்! ஆனால் இங்கேதான் எப்படிப்பட்ட மோசமான சூழ்நிலையை நான் பார்க்கும்படி ஆகிவிட்டது? உண்மையாகவே நீங்கள் அவளது பையில் நூறு ரூபிள் நோட்டைப் போடுவதை நான் பார்க்காமல் இருந்திருந்தால் இத்தனை விஷயங்களையும் வேண்டுமென்றே என்னால் கற்பனை செய்து பேச முடியுமா? சொல்லுங்கள்!"

தர்க்கபூர்வமான முடிவுடன் கூடிய தன்னுடைய நீண்ட விவாத உரையைப் பேசி முடித்தபோது ஆண்ட்ரீ செமினோவிச் மிகவும் களைத்துப் போயிருந்தான். அவன் முகத்தில் வியர்வை வழிந்துகொண்டிருந்தது. தான் நினைப்பதையெல்லாம் ரஷ்ய மொழியில் மிகத் திறமையோடு வெளிப்படுத்திப் பேசக்கூடிய ஆற்றல் அவனிடம் இல்லை. அதேசமயம் வேறு மொழிகள் எதுவுமே அவனுக்குத் தெரியாது என்பதால் ரஷ்ய மொழியிலேயே இந்த நீண்ட உரையை அவன் ஆற்றி முடித்தான். இவ்வளவு நீண்ட விவாதம் செய்தது அவனை மிகுந்த சோர்வுக்கும் பலவீனத்திற்கும் ஆளாக்கியது. ஆனாலும் அவனது பேச்சு, அங்கே மிகுந்த பாதிப்பை ஏற்படுத்தியிருந்தது. அவனுடைய பேச்சில் உறுதியும் உண்மையும் இருந்ததால் அங்குள்ள அனைவருமே அவனை நம்பத் தொடங்கியிருந்தனர். விஷயம் தனக்குப் பாதகமாகப் போய்க்கொண்டிருப்பதை உணர்ந்துகொண்டான் பீட்டர் பெத்ரோவிச்.

"அப்படி முட்டாள்தனமான கேள்விகளெல்லாம் உன் மூளையில் தோன்றினால் அதைப் பற்றி நான் ஏன் கவலைப்பட வேண்டும்?" என்று கத்தினான் லூசின். "அது சரியான சாட்சியே இல்லை. நீ ஏதோ கனவு கண்டவனைப் போலப் பேத்திக்கொண்டிருக்கிறாய். அவ்வளவுதான்! நீ பொய் சொல்லிக்கொண்டிருக்கிறாய், ஐயா! பொய்! கடவுளை மறுப்பவனும், சுதந்திரச் சிந்தனை

---
* 1896இல் வெளிவந்த மொழிபெயர்ப்புக் கட்டுரை நூல்.

கொண்டவனுமான உன் சமூகக் கோட்பாடுகளை நான் ஏற்றுக் கொள்ள மறுத்து, அவற்றிலிருந்து விலகியிருப்பதால் என்மீது கொண்ட காழ்ப்புணர்ச்சியில் நீ இப்படியெல்லாம் பொய் பேசு கிறாய்! பழிதூற்றுகிறாய்! அதுதான் இதற்கெல்லாம் காரணம்!"

ஆனாலும் அந்த விஷயத்தைத் தனக்குச் சாதகமாக வளைப் பதில் பீட்டர்பெத்ரோவிச்சால் வெற்றியடைய முடியவில்லை; மாறாக எல்லாப் பக்கங்களிலிருந்தும் சலசலப்புகள் எழுந்தன.

"ஓ, அப்படியானால் அதுதான் உங்கள் எண்ணமா?" என்று கத்திய லெபஸியாட்னிக்கோவ் மேலும் தொடர்ந்தான்: "பொய்க் காரர் இவர்! போலீசைக் கூப்பிடுங்கள். நான் அதற்குச் சாட்சியாக இருந்து நடந்தவை அனைத்தையும் சொல்லிவிடுகிறேன். என் னுடைய வாக்குமூலத்தை நான் அவர்களிடம் கொடுத்துவிடு கிறேன். ஆனாலும்கூட இப்படி ஒரு கீழ்த்தரமான தந்திரத்தைச் செய்வதற்கு அவர் ஏன் துணிந்தார் என்பது ஒன்றுதான் இன்னும் கூட எனக்குப் புரியாமலிருக்கிறது! சே? எவ்வளவு கேவலமான, பிறவி இந்த மனிதர்...?"

"இவ்வாறு செய்வதற்கு இவன் ஏன் துணிந்தான் என்பதற் கான காரணத்தை என்னால் விளக்க முடியும். தேவைப்பட்டால், நானும்கூட என்னுடைய சத்தியப்பிரமாண வாக்குமூலத்தைக் கொடுக்கத் தயாராக இருக்கிறேன்!" என்று அழுத்தம் திருத்தமாக, உறுதியான குரலில் சொல்லியபடி எழுந்துகொண்ட ரஸ்கோல்னி கோவ், சற்று முன்னோக்கி வந்தான். உறுதியும் துணிச்சலும் மிக்க அவனது தோற்றமே கூட்டத்தினருக்கு ஒரு நம்பிக்கையைக் கொடுத்தது. இவனுக்கு நிச்சயமாக உண்மைகள் தெரிந்திருக்கும் என்றும் இதோ இப்போது இந்த விஷயத்தினுள் மறைந்துகிடக்கும் மர்மங்கள் எல்லாம் தெளிவாக்கப்பட்டுவிடும் என்றும் கூட்டத் தினர் நம்பிக்கையோடு எதிர்பார்த்துக் காத்திருந்தனர்.

"இப்பொழுதுதான் இந்த விஷயத்தை என்னால் முழுமை யாக விளங்கிக்கொள்ள முடிகிறது" என்று லெபஸியாட்னி கோவைப் பார்த்தபடி பேச்சைத் தொடர்ந்தான் ரஸ்கோல்னிகோவ், "தொடக்கத்திலிருந்தே கேவலமான தந்திரம் ஒன்று இங்கே அரங்கேறப் போகிறதென்ற சந்தேகம் மட்டும் எனக்கு இருந்தது. எனக்கு மட்டுமே தெரிந்துள்ள சில குறிப்பிட்ட சம்பவங்கள்தான் அவ்வாறான சந்தேகம் எனக்குள் தோன்றக் காரணமாயிருந்தன. அவற்றை இங்கே இப்போதே நான் சொல்லப் போகிறேன். ஏனென்றால் இன்று நடந்த எல்லாவற்றுக்கும் அந்தச் சம்பவங்கள் தான் காரணம்! சற்று முன் தாங்கள் வழங்கிய மிக உயர்ந்த

மதிப்புகொண்ட விளக்கமான பேச்சுகள், எனக்கு எல்லாவற்றையும் தெளிவாக்கிவிட்டன. நீங்கள் எல்லோருமே இதைக் கேட்க வேண்டுமென்று நான் உங்களை வேண்டிக்கொள்கிறேன். கண்ணியமான இந்த மனிதன் (லூசினைச் சுட்டிக்காட்டியபடி தொடர்ந்தான் ரஸ்கோல்னிகோவ்) சமீபத்தில் என் சகோதரி அவ் தோத்யா ரொமனோவ்னாவைத் திருமணம் செய்துகொள்ள நிச்சயித்திருந்தான்; நிச்சயதார்த்தமும் முடிந்துவிட்டது. ஆனால் செயிண்ட் பீட்டர்ஸ்பர்க்குக்கு வந்த பிறகு, நேற்று முன்தினம் நடந்த எங்கள் முதல் சந்திப்பிலேயே அவன் என்னோடு சண்டை போட்டுவிட்டான். நானும் அவனைப் பிடித்துத் தள்ளி வெளியேற்றிவிட்டேன். அதை நிரூபிக்க எனக்கு இரண்டு சாட்சிகள் இருக்கின்றன! இயல்பிலேயே ரொம்பவும் வன்மம் கொண்டவன் இவன். இவன் இங்கே உங்களோடு தங்கியிருக் கிறான் என்று எனக்குத் தெரியாது, ஆண்ட்ரீ செமினோவிச்! இங்கே அவன் இருப்பதனாலேதான் நேற்று முன்தினம் அதாவது எங்களது சண்டை நடந்த அதே நாளன்று – மர்மெலாதோவ் இறந்து போன சமயத்தில் அவரது வீட்டிற்கு வந்த நான், அவரது நண்பன் என்ற முறையில் ஈமச்சடங்குக்காக அவருடைய மனைவி காதரீனா இவானோவ்னாவிடம் கொஞ்சம் பணம் கொடுத்ததை, அவனால் பார்க்க முடிந்திருக்கிறது! உடனடியாக அவன் என் தாயிடமும், என் சகோதரியிடமும் சென்று நான் என்னிடமிருந்த பணத்தையெல்லாம் சோஃபியா செமினோவ்னாவிடம் கொடுத்த தைப் போலச் சொல்லிவிட்டான். அத்துடன்கூடவே அவளது நடத்தையைப் பற்றியும் தகாத வார்த்தைகளால் பேசியிருக்கிறான். எனக்கும் அவளுக்கும் ஏதோ தொடர்பு இருப்பதைப் போலவும் கொச்சைப்படுத்திச் சொல்லியிருக்கிறான். என் தாயும், சகோதரியும் கஷ்டப்பட்டு எனக்கு அனுப்பி வைத்த பணத்தைத் தகுதியில்லாத நபர்களிடம் நான் வாரி இறைப்பதாகச் சுட்டிக்காட்டி அவர் களுக்கும் எனக்கும் கருத்து வேறுபாட்டை உண்டாக்குவதுதான் அவனது நோக்கம்! நேற்று அவன் முன்னிலையிலேயே என் தாயிடமும், சகோதரியிடமும் உண்மையாக நடந்த விஷயங்களை நான் விளக்கிவிட்டேன். உண்மையில் அந்தப் பணத்தை ஈமச் சடங்குகளைச் செய்வதற்காக நான் காதரீனா இவானோவ்னா விடம்தான் கொடுத்தேன் என்பதையும், அந்தச் சம்பவம் நடந்த நாளுக்கு முன்பு வரை, சோஃபியா செமினோவ்னாவை நான் பார்த்ததுகூட இல்லையென்பதையும் அவர்களிடம் நிரூபித்து விட்டேன். பீட்டர் பெத்ரோவிச் எவ்வளவுதான் மேன்மையுடைய வனாக இருந்தாலும், அவன் யாரைப் பற்றிக் கேவலமாகப் பேசினானோ அந்த சோஃபியா செமினோவ்னாவின் சுண்டு விரலுக்குக்கூட அவன் பெற மாட்டானென்றும் அதோடு

சேர்த்துக்கூறினேன். என் சகோதரியின் அருகில் சோஃபியா செமினோவ்னா உட்காருவதற்கு நான் அனுமதிப்பேனா என்று அவன் கேட்டபொழுது, ஏற்கனவே – அன்று பகலிலேயே அதைச் செய்துவிட்டேன் என்றும் நான் தெரிவித்தேன். என் மீது குற்றம் சாட்ட அவனுடைய பழிச் சொற்களைத் தவிர அவனுடைய பிரித்தாளும் தந்திரத்தைத் தவிர – வேறு தகுந்த காரணம் இல்லாத தால் என் தாயும் சகோதரியும் என்னோடு சண்டை போடாம லிருந்தது, அவனது கோபத்தை மேலும் தூண்டிவிட்டது. அதனால் மன்னிக்கவே முடியாத பண்பில்லாத வார்த்தைகளை அவன் அவர்கள் மீது பிரயோகிக்கத் தொடங்கிவிட்டான். கடைசியாக ஏற்பட்ட ஒரு பெரிய உரசலுக்குப் பிறகு அவனை வீட்டை விட்டே வெளியேற்றி விட்டோம். இதெல்லாம் நேற்று மாலை நடந்தவை...! சரி... இப்பொழுது நான் சொல்லப் போவதைக் கொஞ்சம் கவனமாகக் கேளுங்கள்... சோஃபியா செமினோவ்னாவுக்குத் திருட்டுப் பட்டம் கட்ட அவன் திட்டமிட்டதற்கான காரணம் இதுவாகத்தான் இருக்க வேண்டும்! அவளைப் பற்றித் தான் சந்தேகப்பட்டது சரிதான் என்பதை என் தாய்க்கும், சகோதரிக்கும் நிரூபித்து அதன் மூலமாக என் சகோதரியுடன் சமமாக அவளை நான் உட்கார வைத்தது எத்தனை தவறு என்பதையும், அதற்காகத் தான்கொண்ட கோபம் எவ்வளவு நியாயமானது என்பதையும் காட்டிக்கொள்ள வேண்டுமென்று அவன் நினைத்திருக்கலாம். என்னை அவ்வாறு சாடுவதன் மூலம் தன் வருங்கால மனைவி யாகிய என் சகோதரியின் கௌரவத்தைப் பாதுகாப்பதில் தனக்கு எத்தனை ஆர்வம் இருக்கிறது என்பதை வெளிப்படுத்திக்கொள்ள வேண்டுமென்றும் அவன் திட்டமிட்டிருக்கலாம். சுருக்கமாகச் சொன்னால், இப்படியெல்லாம் சொல்வதன் மூலம், எனக்கும், என் குடும்பத்தாருக்கும் இடையே மனத்தாங்கலை உண்டாக்கி, எங்களைப் பிளவுபடுத்திவிட்டு, அவர்களோடு கொண்டிருந்த பழைய உறவை மீண்டும் புதுப்பித்துக்கொள்ளலாம் என்று அவன் நம்பியிருக்கலாம். சோஃபியா செமினோவ்னாவின் கௌரவத்தைக் காப்பாற்றுவதிலும், அவள் மகிழ்ச்சியாக இருக்க வேண்டுமென் பதிலும் நான் ஆர்வம் காட்டுவதாக அவனுக்கு ஒரு சந்தேகம் இருப்பதால் என்னை அவன் பழி வாங்குகிறான். அதைப் பற்றி நான் சொல்ல வேண்டிய அவசியமே இல்லை! இந்தக் காரி யத்தைச் செய்தபோது இப்படியெல்லாம் கணக்குப் போட்டுத் தான் அவன் செய்திருக்கிறான்! இங்கே நடந்ததை இப்படித்தான் என்னால் புரிந்துகொள்ள முடிகிறது...! அவனுடைய உள்நோக்கம் அது மட்டும்தான்! அது, வேறு எப்படி இருக்கவும் வழி இல்லை!"
– இந்த விதத்திலோ – அல்லது இதைப் போன்று இன்னும் சில வார்த்தைகளுடனோ ரஸ்கோல்னிகோவ் தன் பேச்சை முடித்துக்

கொண்டான். கூடியிருந்தவர்கள் அடிக்கடி ஏதோ சத்தம் போட்டுக்கொண்டிருந்ததால் அவன் பேச்சு இடையிடையே தடைபட்டுக்கொண்டிருந்தது. ஆனாலும் அங்கிருந்த அனை வருமே அவனுடைய பேச்சை மிகுந்த கவனத்தோடுதான் கேட்டுக் கொண்டிருந்தார்கள். பல குறுக்கீடுகளுக்கு நடுவிலும்கூட அவன் அமைதியாகவும், நறுக்குத் தெறித்தாற்போலச் சுருக்கமாகவும், தெளிவாகவும், உறுதியாகவும் பேசியிருந்தான். அவன் குரலிலிருந்த அழுத்தமும், நம்பிக்கையான தோரணையும், உறுதியான முகமும், அங்கே கூடியிருந்தவர்களிடம் எல்லையற்ற தாக்கத்தை ஏற்படுத்தியிருந்தன.

"அதேதான்...! மிகவும் சரி! நீ சொன்னது ரொம்பச் சரி!" என்று மிகுந்த மகிழ்ச்சியோடு அதை ஆமோதித்தான் லெபஸி யாட்னிக்கோவ். "நீ சொன்னது போலத்தான் இருக்க வேண்டும்! ஏனென்றால், சோஃபியா செமினோவ்னா, அவனைப் பார்க்க, அறைக்குள் வந்தவுடனேயே, "நீ அங்கே இருக்கிறாயா?" என்று என்னை அவன் கேட்டான். காதரீனா இவானோவ்னாவின் விருந் தாளிகளில் ஒருவனாக உன்னையும் அங்கே நான் பார்த்திருக்கக் கூடுமல்லவா? அதனாலேயே ஜன்னலருகே என்னைத் தனியாக அழைத்து, அதை அவன் இரகசியமாகக் கேட்டான். அப்படி யென்றால், இந்த மாதிரி ஒரு விஷயம் நடக்கும் போது நீயும் இங்கே இருந்தாக வேண்டுமென்று அவன் நினைத்திருக்கிறான் என்பதுதானே அர்த்தம்? நீ சொல்வது ரொம்பச் சரி! அது எல்லாமே உண்மைதான்!"

வெறுப்பான புன்னகையோடு காட்சியளித்த லூசின், எதுவுமே பேசவில்லை. ஆனாலும் அவன் மிகவும் வெளிறிப் போயிருந்தான். இந்த நெருக்கடியிலிருந்து எப்படி மீண்டு வருவது என்று அவன் சிந்தித்துக்கொண்டிருந்ததைப் போலத் தோன்றியது. இந்த விஷயத்தையே கைவிட்டாலும்கூட நல்லதுதான்! ஒரு வகையில் அதைக்கூட அவன் மகிழ்ச்சியோடு செய்திருப்பான். ஆனால் இனிமேல், இந்த நேரத்தில் அப்படிச் செய்யவும் முடி யாது! அப்படிச் செய்தால், அவன் மீது வைக்கப்பட்ட குற்றச் சாட்டுகளிலுள்ள நியாயத்தை அவனும் ஏற்றுக்கொண்டதைப் போல ஆகிவிடும்! அவன் வேண்டுமென்றே சோஃபியா செமி னோவ்னாவின் மீது அபாண்டமாகப் பழி சுமத்தியிருக்கிறான் என்பது, அப்போது உறுதிப்பட்டுவிடும்! மேலும் அங்கே கூடி யிருந்த மொடாக் குடியர்களான விருந்தாளிகள் மிகவும் உணர்ச்சி வசப்பட்ட மனநிலையில் இருந்ததால், அவர்கள், அதை அப்படி இலேசில் விட்டுவிட மாட்டார்கள். இராணுவ இலாக்காவைச் சேர்ந்த குமாஸ்தாவுக்கு, அங்கே நடந்த எல்லாம் புரியவில்லை

என்றாலும்கூட உரத்த குரலில் அவன்தான் கத்திக்கொண்டி ருந்தான். லூசினுக்கு எதிராக எடுத்தாக வேண்டிய பல நடவடிக் கைகளைப் பற்றி அவன் சொல்லிக்கொண்டே போனது, லூசி னுக்குத் தாங்க முடியாத வெறுப்பை அளித்தது. குடிக்காத சிலரும் கூட அந்தக் கூட்டத்தில் இருந்தனர். அவர்கள் தங்களது குடி யிருப்புகளிலிருந்து வெளியே வந்து இங்கே கூடியிருந்தனர். அந்த மூன்று போலந்துக்காரர்களும் மிகவும் ஆவேசத்தோடு, 'இந்த மனிதன் ஒரு போக்கிரி' என்று போலிஷ் மொழியில் கத்திக் கொண்டிருந்தனர். சோனியா அங்கே நடந்ததையெல்லாம் மிகவும் சிரமத்தோடு கவனித்துக்கொண்டிருந்தாள். மூர்ச்சை தெளிந்து அப்போதுதான் எழுந்தவளைப் போல அவள் காணப்பட்டாள். ரஸ்கோல்னிகோவ் ஒருவன்தான் தனது ஒரே பாதுகாவலன் என்று எண்ணியது போல, வைத்த விழியை எடுக்காமல் அவனையே பார்த்துக்கொண்டிருந்தாள்.

காதரீனா இவானோவ்னாவுக்கு மூச்சுத் திணறல் மிகவும் கடுமையாக இருந்தது. அவள் மிகவும் களைத்துப் போனவளாகக் காணப்பட்டாள். அங்கிருந்த எல்லோரையும்விட மிக அதிகமான ஆச்சரியத்துடன் காணப்பட்ட அமாலியா இவானோவ்னா, ஒரு முட்டாளைப் போல வாயைப் பிளந்துகொண்டு, எல்லோருடைய பேச்சுகளையும் கேட்டுக்கொண்டிருந்தாள். ஆனால் அவளுடைய மூளையில் இந்தப் பேச்சுகள் எதுவுமே பதிவாகியிருக்கவில்லை. பீட்டர்பெத்ரோவிச், ஏதோ ஒருவிதத்தில் துயரம் அடைந்திருக் கிறான் என்பதை மட்டுமே அவளால் உணரமுடிந்தது. ரஸ் கோல்னிகோவ் இன்னும்கூட எதையோ சொல்ல முயற்சித்தான். ஆனால் அவன் பேச்சை முடிக்க எவரும் அனுமதிக்கவில்லை. அதுவரை எவரும் பொறுத்திருக்கவில்லை. எல்லோரும் லூசினைச் சுற்றிலும் கூட்டமாக நின்றுகொண்டு அவனைப் பார்த்துச் சத்தம் போட்டுக்கொண்டும், அவனைப் பயமுறுத்திக்கொண்டும் இருந்தனர். ஆனால் அதையெல்லாம் பார்த்துப் பீட்டர் பெத் ரோவிச் கூச்சமடையவோ, பயந்து போய்விடவோ இல்லை. சோனியா மீது பழி சுமத்த அவன் மேற்கொண்ட முயற்சி முழுமை யாகத் தோற்றுப்போனதை அறிந்ததும், இப்பொழுது அகம்பாவத்தையும், திமிரையும் துணை சேர்த்துக்கொண்டான் அவன்.

"கொஞ்சம் வழிவிடுங்கள் அம்மா...! ஐயா கொஞ்சம் வழிவிடுங்கள்! இப்படி என்னைச் சுற்றிக் கூட்டம் போடாதீர்கள்! நான் தாண்டிச் செல்வதற்கு இடம் கொடுங்கள்" என்றபடி கூட்டத் தினரைத் தள்ளிக்கொண்டு வெளியேற முயற்சித்தவண்ணம், அவன் மேலும் தொடர்ந்து பேசிக்கொண்டிருந்தான். "இதோ பாருங்கள்! இப்படியெல்லாம் என்னைப் போட்டு மிரட்டாதீர்கள்!

இதனால் எல்லாம் எந்தப் பயனும் விளையப் போவதில்லை. இப்படி செய்வதால் ஓர் இம்மியைக்கூட உங்களால் அசைக்க முடியாது. மாறாக இங்கே இருக்கும் நீங்களெல்லாம் சேர்ந்து கொண்டு ஒரு கிரிமினல் குற்றத்தை மறைக்க என்னைக் கட்டாயப் படுத்தினீர்கள் என்ற குற்றச்சாட்டுக்கு, நீங்கள்தான் பதில் சொல்ல வேண்டியிருக்கும்! திருடியது யாரென்று தோலுரித்தாயிற்று. இனிமேல் தண்டனை வாங்கித்தருவதை நான் பார்த்துக்கொள் கிறேன். சட்டம் ஒன்றும் உங்களைப் போலக் குருடாகிவிட வில்லை. அது உங்களைப் போலக் குடிபோதையிலும் இல்லை! ஊரறிந்த இரண்டு நாத்திகக்காரர்களை, புரட்சிக்காரர்களை, கலகம் செய்பவர்களை அது நம்பப் போவதும் இல்லை. அதுவும் இவர்கள் தனிப்பட்ட முறையில் என்னைப் பழிதீர்க்க வேண்டு மென்பதற்காகவே இப்படிச் செய்துகொண்டிருக்கிறார்கள்...! அந்த முட்டாள்கள் அதையும்கூடத் தாங்களே ஒத்துக்கொண்டு விட்டார்கள். இப்போது நான் செல்வதற்கு வழிவிடுங்கள்... வழிவிடுங்கள்!"

"நீங்கள் என்னுடன் அறையில் இருந்ததற்கான ஒரு சிறிய அடையாளம்கூட என்னுடைய அறையில் இருக்கக்கூடாது! உடனடியாக அதை நீங்கள் காலி செய்தாக வேண்டும். நமக்குள் எல்லாம் முடிந்துவிட்டது. அவ்வளவுதான்! சே... கடந்த இரண்டு வாரங்களாக இவரோடு எப்படிப் பாடுபட்டு எப்படியெல்லாம் என்னுடைய கருத்துகளை விளக்கிக்கொண்டிருந்தேன் நான்?" என்று புலம்பினான் ஆண்ட்ரீ செமினோவிச்.

"அறையைக் காலி செய்வதாக நானே சொன்னேனென்பது உனக்குத் தெரியும் ஆண்ட்ரீ செமினோவிச்! நான் உன்னுடன் இருக்க வேண்டுமென்று நீதான் விரும்பினாய்! இப்பொழுது நீ ஒரு முட்டாளென்று நான் உறுதியாக முடிவு செய்துவிட்டேன். ஐயா! உன் பலவீனமான மனமும், உனது கிட்டப்பார்வையும் விரைவில் குணமாகட்டும்! சரி, நான் செல்வதற்கு வழிவிடுங் களேன்...!" அவன் கூட்டத்திற்குள் தன்னைத் திணித்துக்கொண்ட வனாகக் கூட்டத்தினரிடையே புகுந்து வழியை உண்டாக்கியபடி வெளியே செல்லத் தொடங்கினான். ஆனால் அந்த இராணுவ குமாஸ்தா அத்தனை எளிதில் அவனைத் தப்பிப் போக விடுவதாக இல்லை. மேசை மீதிருந்து ஒரு டம்ளரை எடுத்துச் சுழற்றிப் பீட்டர் பெத்ரோவிச்சைக் குறிவைத்து வீசியெறிந்தான் அவன். ஆனால் அந்த டம்ளர் நேரே பறந்து போய் அமாலியா இவானோவ் னாவைத் தாக்கிக் கீழே விழுந்தது. அந்தத் திடீர்த் தாக்குதலினால் தடுமாறிப் போய்விட்ட அவள், கூச்சலிட்டபடி மேசைக்கடியில்

உருண்டாள். அறைக்குச் சென்ற பீட்டர் பெத்ரோவிச், அரைமணி நேரத்திற்குள் அந்த வீட்டை விட்டு வெளியேறினான்.

சோனியா இயல்பிலேயே பயந்த சுபாவம் உடையவள். மேலும் அங்கே எது நடந்தாலும் மற்றவர்களைவிட அதிமாகப் பாதிக்கப்படப் போவதும் கேவலமாகத் தண்டிக்கப்படப் போவதும், தான் மட்டுமே என்பதையும் அவள் தெளிவாக உணர்ந்திருந்தாள். அப்படி ஏதாவது ஒரு சிக்கல் நேரிட்டால், மிகவும் எச்சரிக்கையோடும், சாத்வீகமாகவும், பணிவோடும் அதைக் கையாள வேண்டும் என்றுதான் இந்த நிமிடம் வரை அவள் நினைத்திருந்தாள். எவர் முன்பாக வேண்டுமானாலும் பணிந்து போக அவள் தயாராகவே இருந்தாள். ஆனால் அவளது அந்த எண்ணங்கள் எல்லாம் இப்போது மிகவும் குரூரமாகக் குலைந்து போயிருந்தன. அவள், பொதுவாக எதையும் தாங்கிக்கொள்ளக் கூடியவள்தான். இதையும்கூட முணுமுணுப்பின்றி ஏற்றுக் கொள்ளக்கூடியவள்தான்! ஆனாலும், முதன்முதலாக அவள் மீது ஏற்றப்பட்ட பழிச்சுமை அவளால் பொறுத்துக்கொள்ளவே முடியாததாக இருந்தது! தன்மீது சுமத்தப்பட்ட பழியிலிருந்து அவள் வெற்றிகரமாக விடுபட்டபோதும், அந்தச் சம்பவத்தினால் ஏற்பட்ட பயங்கரமான நடுக்கமும், அதன்பிறகு செயலற்றுப் போனவளாகத் திகைத்துத் தடுமாறி நின்ற அவலமும் அவளது அநாதரவான நிலையை அவளுக்கே தெளிவாக உணர்த்துவனவாக அமைந்துவிட்டன. இவ்வளவு கேவலமாகத் தான் அவமானப் படுத்தப்பட்டதும், காயப்படுத்தப்பட்டதும் அவளது இதயத்தை முறுக்கிப் பிழிந்தன. அதற்கு மேலும் தன்னைக் கட்டுப்படுத்திக் கொள்ள இயலாமல் போன அவள், பொங்கிவரும் கண்ணீருடன் அறையைவிட்டு வெளியேறினாள். லூசின் அங்கிருந்து வெளியேறிய உடனேயே அவளும் அங்கிருந்து கிளம்பித் தன் வீட்டை நோக்கி விரைந்து சென்றுவிட்டாள்.

அமாலியா இவானோவ்னாவின் மீது கண்ணாடித் தம்ளர் பட்டதும் அவளைக் கேலி செய்யும்வண்ணம் கூக்குரல்களும், சிரிப்பொலிகளும் பரவலாக எழுந்தன. தான் தவறு செய்யாதபோது தானும்கூட இப்படிக் கஷ்டப்பட நேர்ந்துவிட்டதை எண்ணி மனம் வெடித்துப் போனாள் அமாலியா. அதற்கு மேலும் அவளால் பொறுத்துக்கொள்ள இயலவில்லை. ஒரு பைத்தியக் காரியைப் போலக் கூச்சலிட்டுக்கொண்டு காதரீனா இவானோவ்னாவை நோக்கி அவள் விரைந்தாள். எல்லாவற்றுக்குமே அடிப்படைக் காரணம் காதரீனா இவானோவ்னாதான் என்று எண்ணியவளாக அவள்மீது ஆவேசம்கொண்டாள்.

"உடனே, இந்த நிமிடத்திலேயே என் வீட்டை விட்டு நீ வெளியேறியாக வேண்டும்! உம்... புறப்படு, உடனே! வேகமாக வெளியேறு!" என்று உரக்கக் கூச்சலிட்டபடி, தன்னால் முடிந்த வரையில் காதரீனாவின் வீட்டில் இருந்த பொருள்களை – கையில் கிடைத்தவற்றையெல்லாம் இழுத்துத் தரையில் வீசியெறியத் தொடங்கினாள்.

ஏற்கெனவே சோர்ந்து போனவளாய்க் கிட்டத்தட்ட மயங்கிய நிலையில், முகமெல்லாம் வெளிறிப்போய், மூச்சுவிடத் திணறிக் கொண்டிருந்த காதரீனா இவானோவ்னா, படுக்கையில் சுருண்டு விழுந்து கிடந்தாள். அமாலியாவின் வெறிபிடித்த இந்தச் செயலைக் கண்டு கோபத்துடன் படுக்கையிலிருந்து எழுந்து அவள் மீது பாய்ந்தாள் காதரீனா. சரிசமமான பலமில்லாத அந்த இரு வரும் மோதிக்கொண்ட யுத்தத்தில், மிகுந்த பலவீனமாயிருந்த காதரீனாவை ஓர் இறகைப் போல எளிதாக ஊதித்தள்ளிவிட்டாள் அமாலியா.

"ஐயோ... என்ன இது...? கடவுளுக்கே அடுக்காத அந்தப் பழிச்சொல் போதாதென்று இந்த நடத்தையில்லாதவள் கையால் வேறு இப்போது நான் அடிவாங்க வேண்டியிருக்கிறதே? பாவப் பட்ட என் கணவரது ஈமச்சடங்கு நாளில் நான் போட்ட விருந்தைச் சாப்பிட்டுவிட்டு, என் அனாதைக் குழந்தைகளோடு என்னை இப்படி வீதிக்கு விரட்டுகிறாளே? நான் எங்கே போவேன்...?" – அழுது புலம்பிக்கொண்டும், மூச்சு வாங்கிக் கொண்டும் அந்தப் பாவப்பட்ட பெண்மணி கதறினாள். "கடவுளே..., இங்கே நீதி, நியாயம் எதுவுமே இல்லையா? விதவை யாகவும், தந்தையை இழந்தவர்களாகவும் இருக்கும் எங்களை நீ காப்பாற்ற மாட்டாயா? ஆனாலும் பார்த்துவிடலாம்! இந்த உலகத்தில் நீதியும் உண்மையும் எங்கோ இருக்கத்தான் செய் கின்றன. அவற்றை நான் கண்டுபிடிப்பேன்! அற்பப்பிறவியே... கொஞ்சம் பொறுத்துக்கொள்! போலென்கா! நான் திரும்பி வருகிறவரை குழந்தைகளோடு கூடவே இரு! தெருவிலேயே காத்திருக்க நேர்ந்தாலும்கூட எனக்காகக் காத்திரு! இந்த உலகத்தில் நியாயம் இருக்கிறதா என்பதை ஒரு கை பார்த்துவிடுவோம்!"

மர்மெலாதோவ் முன்பு குறிப்பிட்டிருந்த அந்தப் பச்சை வண்ணச் சால்வையைத் தன் தலைக்கு மேல் சுற்றிக்கொண்டு, இன்னும்கூட அறையை அடைத்தபடி கூட்டமாக நின்றுகொண்டி ருந்த அந்தக் குடிகாரக் குடித்தனக்காரர்களுக்கிடையே தனக்கு வழி செய்துகொண்டு வீதிக்கு வந்தாள் அவள். கொஞ்சம்கூடத் தாமதம் செய்யாமல் எங்கேயாவது ஓடிப்போய், எதையாவது

செய்து, எப்படியாவது நியாயத்தை நிலைநாட்டிவிடவேண்டு மென்ற தெளிவில்லாத நோக்கத்துடன் அழுது புலம்பிக்கொண்டு அவள் தெருவில் ஓடினாள். இவற்றையெல்லாம் கண்டு பயந்து போன சின்னஞ்சிறு சிறுமி போலென்கா மூலையிலிருந்த டிரங்குப் பெட்டியின் மீது மற்ற குழந்தைகளோடு ஒண்டிக்கொண்டு உட்கார்ந்திருந்தாள். சின்னஞ்சிறுவர்களான அந்த இரண்டு குழந்தைகளையும் தன் கரங்களால் வளைத்தபடி, உடலெல்லாம் நடுங்கியவண்ணம், அம்மாவின் வருகைக்காக அவள் காத்துக் கொண்டிருந்தாள்.

அமாலியா இவானோவ்னா, வெறிபிடித்தவளைப் போலக் கூச்சலிட்டுக்கொண்டும், புலம்பிக்கொண்டும், அந்த அறையிலிருந்த பொருள்களைத் தன் கையால் எடுத்துத் தரையில் வீசிக்கொண்டி ருந்தாள். அங்கே கூடியிருந்த குடித்தனக்காரர்கள் அங்கு நடந்து கொண்டிருந்த சம்பவங்களைப் பார்த்துத் தங்களுக்குத் தோன்றிய வற்றை ஆளுக்கு ஆள் பேசிக்கொண்டும் விவாதித்துக்கொண்டும் இருந்தனர். ஒரு சிலர், சண்டையிட்டுக்கொண்டும், ஒருவரை ஒருவர் வசைபாடிக்கொண்டும் இருந்தனர். ஒரு சிலர் மீண்டும் மீண்டும் பழைய பல்லவியைப் பாடியபடியே கூச்சலிட்டுக் கொண்டிருந்தனர்.

'எனக்கும் புறப்பட வேண்டிய நேரமாகிவிட்டது' என்று தனக்குள் நினைத்தபடி எழுந்துகொண்டான் ரஸ்கோல்னிகோவ். 'நல்லது, சோஃபியா செமினோவ்னா, இப்போது நீ என்ன சொல்லப் போகிறாய் என்பதையும் பார்த்துவிடுவோம்!' என்று மனதில் எண்ணிக்கொண்டவனாக வீட்டைவிட்டு வெளியேறி னான். வீதியை வந்தடைந்த அவன் சோனியாவின் குடியிருப்பை நோக்கி நடக்கத் தொடங்கினான்.

ஃபியோதர் தஸ்தயெவ்ஸ்கி ● 793

அத்தியாயம் – 4

தன்னுடைய ஆத்மாவிலேயே பயமும் துயரமும் அவற்றின் சுமைகளால் ஏற்பட்ட அழுத்தமும் மண்டிக்கிடந்தபோதும், அவற்றையெல்லாம் மீறிக்கொண்டு, சோனியாவுக்காக லூசினிடம் வாதாடியிருந்தான் ரஸ்கோல்னிகோவ். அந்தக் காரியத்தை மிகுந்த ஊக்கத்துடனும், தைரியத்துடனும் அவன் செய்திருந்தான். அன்று காலை அவனுக்கு ஏற்பட்டிருந்த மன உளைச்சல்களிலிருந்து விடு படுவதற்கு இந்த நிகழ்ச்சி ஒருவகையில் உதவியாக இருந்தது. அதில் அவன் மகிழ்ச்சியடைந்திருந்தான் என்றுகூடச் சொல்லலாம். மேலும் சோனியாவைக் காப்பாற்றுவதற்காக அப்படி முயற்சி செய்ததில் அவனது அந்தரங்கமான உணர்வுகள் சற்று ஆறுதல் அடைந்திருந்தன. தொடர்ந்து, சோனியாவுடன் நிகழப் போகும் தனது அடுத்த சந்திப்பைப் பற்றி அவன் ஆழ்ந்து சிந்தித்துக் கொண்டிருந்தான். அந்தச் சிந்தனையின்போது, சில நொடிகள், அவனை மிகவும் கலவரப்படுத்துவதாகவும், நடுக்கமூட்டுவ தாகவும்கூட இருந்தன. லிஸாவெதாவைக் கொலை செய்தது யார் என்பதை அப்போது அவளிடம் கட்டாயம் சொல்லிவிட வேண்டு மென்று அவன் முடிவு செய்திருந்தான். ஆனாலும் அதைச் சொல் வது தனக்கு எப்படிப்பட்ட ஒரு துன்பத்தைத் தரப் போகிறது என்பதையும் முன்கூட்டியே அவனால் உணர முடிந்தது. அதனால் அந்த எண்ணத்தைத் தன்னிடமிருந்து விரட்டிடவே அவன் முயன்றுகொண்டிருந்தான்.

காதரீனா இவானோவ்னாவின் வீட்டிலிருந்து அவன் வெளியேறியபோது, 'இப்போது நீ என்ன சொல்லப் போகிறாய் சோஃபியா செமினோவ்னா?' என்று மானசீகமாக அவன் தனக் குள்ளேயே பேசிக்கொண்டதற்கு, 'லூசினை ஜெயித்து விட்டதால் ஏற்பட்ட தற்காலிகமான பெருமித உணர்ச்சி'கூட ஒருவேளை, காரணமாக இருக்கலாம். ஆனால் சோனியா குடியிருக்கும் காபர் நவுமோவின் குடியிருப்பை நெருங்கியபோது, அவனது இந்த மனோநிலையிலிருந்து முற்றிலும் மாறுபட்டதாக வினோதமான ஓர் உணர்வு – ஒருவிதமான அச்சம் அவனது இதயத்தைக் கவ்விப் பிடிப்பது போலத் தோன்றியது. திடீரென்று ஏற்பட்டுவிட்ட இந்த

அச்சத்தினால் கோழையாகிப் போன அவன் மனது கொஞ்சம் யோசித்தது... தயங்கியது... 'லிஸாவெதாவைக் கொன்றது யார் என்ற விஷயத்தை நான் அவசியம் சொல்லித்தானாக வேண்டுமா' என்று தனக்குத்தானே கேட்டுக்கொண்டபடி சோனியாவின் குடி யிருப்பின் வாயிற்கதவுக்கு முன்னால் தயங்கியபடி நின்றிருந்தான் அவன். அவனது அந்தக் கேள்வி, அப்போது அவன் இருந்த மனோநிலைக்குச் சற்று வினோதமானதாகவே தோன்றியது. காரணம் அப்படி ஒரு கேள்வி அவனிடம் பிறந்த அந்தக் கணத் திலேயே, அதை அவளிடம் அப்போதே சொல்லித்தானாக வேண்டும் என்ற உணர்ச்சியும், அதை இன்னும் சற்று நேரம்கூடத் தள்ளிப் போடக்கூடாது என்ற உந்துதலும் அவனிடத்தில் ஒரே சமயத்தில் எழுந்தன. இத்தகைய எண்ணங்களை அவனால் உணர முடிந்ததே தவிர, அந்த எண்ணங்கள் தன்னிடத்தில் திடீரென்று ஏற்பட்டது ஏன் என்பதை அவனால் விளங்கிக்கொள்ள முடிய வில்லை. தவிர்க்க முடியாமல் சம்பவிக்கப் போகும் விளைவுக்கு முன்னால் ஆதரவற்று, அலைக்கழிந்துகொண்டிருந்த மன சாட்சியின் துன்பம் அவனை மேலும் வதைத்துக்கொண்டிருந்தது. கவலைதரக்கூடிய அந்த எண்ணங்களிலிருந்து தப்பித்துக்கொள்ள நினைத்த அவன், மேலே சிந்திப்பதைத் தவிர்க்க வேண்டி, வேக மாக வாசல் கதவைத் திறந்துகொண்டு வீட்டிற்குள் நுழைந்தான். அறையின் உள்ளே கதவருகே நின்றபடியே, சோனியாவைக் கவனித்தான். தனது சிறிய மேசையின் மேல் முழங்கைகளை ஊன்றிக்கொண்டு, அந்தக் கைகளுக்குள் தனது தலையைப் பதித்து உட்கார்ந்தபடியே சிந்தனையில் மூழ்கியிருந்தாள் சோனியா. உள்ளே நுழைந்து கதவருகில் நின்றபடி அவளையே கவனித்துக் கொண்டிருந்த ரஸ்கோல்னிகோவை நிமிர்ந்து பார்த்த சோனியா, எழுந்து அவனருகில் வந்தாள். அவள் அவனை எதிர்பார்த்துக் கொண்டுதான் இருந்திருக்க வேண்டும்.

"அந்த நேரத்தில் நீங்கள் மட்டும் இல்லாமல் போயிருந்தால் என்ன ஆகியிருக்கும்?" என்று சொல்லியபடி அறைக்கு நடுவில் வந்துவிட்ட அவனை நெருங்கிவந்து கேட்டாள் சோனியா. இதை அவனிடம் சொல்ல வேண்டும் என்று அவள் அவனுக்காகக் காத்திருந்தது, வெளிப்படையாகப் புலப்பட்டது; பிறகு அவள் அமைதியாக அவன் பேசுவதற்காகக் காத்துக்கொண்டிருந்தாள்.

ரஸ்கோல்னிகோவ் மேசைக்கு அருகே நடந்து சென்று, சற்று முன்பு அவள் அமர்ந்திருந்த நாற்காலியில் உட்கார்ந்துகொண் டான். அவள், அவனுக்கு இரண்டு அடி தொலைவில் முதல் நாளைப் போலவே நின்றுகொண்டிருந்தாள்.

"சோனியா...!" என்று அவளை அழைத்தபோது தன்னுடைய குரல் நடுங்கிக்கொண்டிருந்ததை அவனால் உணர முடிந்தது. "இப்பொழுது நடந்து முடிந்த விஷயத்திற்கு உன்னுடைய சமூக அந்தஸ்தும், அதைச் சார்ந்த பழக்கவழக்கங்களும்தான் காரணம் என்று குத்திக்காட்டுவதுதான் அவனுடைய நோக்கம் என்பது உனக்கு இப்பொழுது விளங்கியிருக்குமென்று நினைக்கிறேன்!"

சோனியா அவனை வேதனையோடு பார்த்தாள்.

"தயவுசெய்து நேற்று மாதிரியே இப்பொழுதும் பேசாதீர்கள்" என்று இடைமறித்தாள் அவள். "தயவுசெய்து அதேமாதிரி இப்போதும் தொடங்கிவிட வேண்டாம். பட்ட துன்பங்கள் போதும்" – இவ்வாறு சொன்னபிறகு, தான் இப்படிச் சொன்னதை அவன் விரும்பமாட்டானோ என்று எண்ணியவளாக, உடனே வேகமாக ஒரு வறட்டுப் புன்னகை செய்தாள். "நான் முட்டாள்தனமாக அங்கிருந்து வெளியேறிவந்துவிட்டேன்! இப்பொழுது அங்கே என்ன நடக்கிறதோ? உடனே திரும்பிப் போய்விடலாமென்றுதான் நினைத்தேன்! ஆனாலும் ஒருவேளை, நீங்கள் இங்கே வரக்கூடுமென்று தோன்றியது, அதனாலேதான் இங்கே வந்தேன்!"

அமாலியா இவானோவ்னா இவர்களைத் தன் வீட்டிலிருந்து விரட்டி விட்டதையும், தற்பொழுது காதரீனா இவானோவ்னா 'நியாயத்தைத்' தேடிச் சென்றிருப்பதையும் அவன் அவளிடம் சொன்னான்.

"கடவுளே...!" என்று கத்தினாள் சோனியா. "வாருங்கள், உடனே அங்கே போகலாம்!" என்றபடி தொப்பியை எடுத்துக் கொண்டாள் அவள்.

"எப்பொழுது பார்த்தாலும் அதேதானா?" என்று கோபத்தோடும், எரிச்சலோடும் கத்தினான் ரஸ்கோல்னிகோவ். "உனக்கு அவர்களைத் தவிர வேறு சிந்தனையே இல்லையா என்ன? கொஞ்ச நேரம் என்னோடு இரு!"

"ஆனால்... காதரீனா இவானோவ்னா...?"

"காதரீனா இவானோவ்னாவைப் பற்றிக் கவலைப்படாதே! அந்த வீட்டைவிட்டு அவள் வெளியேறி விட்டதால், நிச்சயமாக நேரே இங்கேதான் வருவாள். நீ இங்கே இல்லையென்றால் பிறகு தவறாக நினைப்பாள்" என்று சிடுசிடுத்தான் ரஸ்கோல்னிகோவ்.

சோனியா எந்த முடிவுக்கும் வர முடியாதவளாக உட்கார்ந்து கொண்டாள். ரஸ்கோல்னிகோவ் எதையோ யோசித்தபடி

தரையைப் பார்த்துக்கொண்டே சற்று நேரம் அமைதியாக இருந்தான்.

பிறகு சோனியாவைப் பார்க்காமலேயே பேச்சைத் தொடங் கினான்: "கொஞ்சம் யோசித்துப் பார்! இந்தத் தடவை லூசின் உன்னை (சட்ட நடவடிக்கைகள் எதுவும் எடுக்காமல்) விட்டு விட்டான். ஆனால் அப்படி ஏதாவது செய்ய வேண்டும் என்று அவன் விரும்பியிருந்தால் – அப்படி ஏதாவது அவன் திட்டம் போட்டு வைத்திருந்தால், உன்னைச் சிறையில்கூட அடைக்க முற்பட்டிருப்பான். நானும் லெபஸியாட்னிக்கோவும் இருந்ததால் அவனால் அப்படிச் செய்ய முடியவில்லை!"

"ஆமாம்" என்று அமைதியாகச் சொன்ன அவள், மீண்டும் ஒருமுறை அதையே திரும்பச் சொன்னாள். கவனம் சிதறிப் போனவளாகவும், மிகுந்த கலவரமடைந்தவளாகவும் அவள் தென்பட்டாள்.

"ஆனால், ஒருவேளை நான் அங்கே வராமலே போயிருக்கக் கூட வாய்ப்பு இருந்தது! லெபஸியாட்னிக்கோவும்கூடத் தற் செயலாகத்தான் அங்கே வந்தான்!"

சோனியா அமைதியாக இருந்தாள்.

"சரி... ஒருவேளை நீ சிறைக்குப் போவதாகவே வைத்துக் கொள்வோம்... பிறகு என்ன ஆகும்? நேற்று நான் உன்னிடம் சொன்னது நினைவிருக்கிறதல்லவா?"

மீண்டும் அவள் எந்தப் பதிலுமே சொல்லாமல் மிக அமைதி யாகவே உட்கார்ந்திருந்தாள். அவளது பதிலை எதிர்பார்த்து அவன் காத்திருந்தான். பதிலில்லாமல் போகவே மீண்டும் அவனே தொடர்ந்தான்.

"நான் இப்போது நீ என்ன சொல்வாய் என்று எதிர் பார்த்தேன் தெரியுமா? "ஐயோ... அப்படியெல்லாம் பேசாதீர்கள், நிறுத்துங்கள்" என்று கூறி நீ அழுவாயென்றுதான் நான் நினைத் தேன்" என்று அவளைப் போலவே செயற்கையாகப் பேசிக் காட்டிக் கேலி செய்து சிரித்தான். "என்ன... இன்னும்கூட அமைதி யாகவே இருக்கிறாய்?" என்று சற்று இடைவெளிக்குப் பிறகு அவன் அவளிடம் கேட்டான். ஆனால் நிச்சயமாக ஒரு விஷயத்தைப் பற்றி நாம் பேசியே ஆக வேண்டும். லெபஸியாட்னிக் கோவின் பாணியில் சொல்வதென்றால், உன் முன்னால் இருக்கும் குறிப்பிட்ட ஒரு சிக்கலை இப்பொழுது நீ எப்படித் தீர்க்கப் போகிறாயென்று என்னிடம் சொல்! (அவனது பேச்சில் சற்றுத் தயக்கமும் தடுமாற்றமும் இருப்பது புலப்பட்டது) நிஜமாகவே

இப்போது நான் மிகவும் தீவிரமான, மிக மிக முக்கியமான விஷயத்தைப் பற்றித்தான் பேசிக்கொண்டிருக்கிறேன். நான் சொல்வதைக் கொஞ்சம் கவனமாகக் கேள்! ஒருவேளை லூசினுடைய எண்ணங்கள் உனக்கு முன்கூட்டியே தெரிய வருகிறது என்று வைத்துக்கொள். அதாவது அந்த விஷயம் உனக்குத் தெரிந்து விடுகிறது என்று வைத்துக்கொள்!"

"என்ன அந்த விஷயம்...?"

"சொல்கிறேன் கேள்! உன்னையும் (நீதான் உன்னைப் பற்றிய எதையும் ஒரு பொருட்டாகவே நினைப்பது இல்லையே) போலென் காவையும் (அவளுக்கும் உன்னைப் போல இதே வழியில் தொடர்வதைத் தவிர வேறு வழி என்ன இருக்கிறது?) பணயமாக வைத்துக் காதரீனா இவானோவ்னாவையும் குழந்தைகளையும் அழிப்பதற்கு அவன் முயற்சி செய்கிறான் என்பது உனக்கு உறுதியாகத் தெரிய வருகிறது என்று வைத்துக்கொள். அப்படிப்பட்ட ஒரு நிலையில், யாராவது ஒருவர்தான் வாழ முடியும் என்ற தீர்மானத்திற்கு நீ வர வேண்டியிருக்கிறது என்று ஒரு வாதத்துக் காக வைத்துக்கொள்வோம்! ஒன்று – அந்த லூசின் வாழ்வது... தொடர்ந்து இப்படித் தீய செயல்களாகச் செய்துகொண்டு போவது! இல்லையென்றால் காதரீனா இவானோவ்னா மடிந்து போவது! இந்த நிலையில் நீ என்ன முடிவு செய்வாய்? அவர்களில் இறக்க வேண்டியது யார்? என் கேள்வி அதுதான்!"

சோனியா அவனைச் சிறிது கவலையோடு நோக்கினாள். தெளிவில்லாத அவனுடைய பேச்சில் வேறொரு அர்த்தம் மறைந்து இருப்பதைப் போல அவளுக்குத் தோன்றியது. சுற்றி வளைத்து அதைத் தொடுவதற்கு அவன் முயற்சிப்பதைப் போலவும் அவளுக்குத் தோன்றியது.

"இப்படி எதையாவது என்னைக் கேட்பீர்கள் என்று எனக்குள் ஓர் உள்ளுணர்வு இருந்தது!" என்று அவனைப் பரி சோதிப்பவளைப் போலப் பார்த்தபடி சொன்னாள் சோனியா.

"உண்மைதான். உனக்கு அப்படித் தோன்றியிருக்கக்கூடும். ஆனால் அப்படி ஒரு நிலை ஏற்பட்டால் நீ என்ன முடிவு செய்வாய் என்றுதான் நான் கேட்கிறேன்."

நடக்க முடியாத ஒன்றைப் பற்றி நீங்கள் ஏன் கேட்கிறீர்கள்?" என்று அதை விரும்பாதவளாகப் பதிலளித்தாள் சோனியா.

"அப்படியென்றால் லூசின் தொடர்ந்து இப்படியே வாழட்டும், விஷமத்தனங்களைத் தொடர்ந்து செய்துகொண்டே

இருக்கட்டும் பரவாயில்லை என்கிறாயா? வேறு மாதிரி முடிவு செய்ய உனக்கு துணிச்சல் இல்லை... அப்படித்தானே?"

"ஆனால் கடவுளுடைய சித்தம், நோக்கம் என்னவென்று எனக்கெப்படித் தெரியும்...? விடை சொல்ல முடியாத கேள்வி களையெல்லாம் நீங்கள் ஏன் கேட்கிறீர்கள்? அப்படிப்பட்ட கேள்விகளால் என்ன பயன் இருக்கிறது? அது என் முடிவைப் பொறுத்ததாக எப்படி இருக்க முடியும்? யார் வாழ வேண்டும், யார் வாழக்கூடாது என்று முடிவு செய்ய என்னை நீதிபதி யாக்கியது யார்?"

"ஓ... இப்பொழுது நீ கடவுளையும் இந்த விஷயத்தில் இழுக்கத் தொடங்கிவிட்டாயா...? அப்படியென்றால் பிறகு நம்மால் எந்த முடிவுக்குமே வர முடியாது" என்று கடுகடுப்போடு முணுமுணுத்தான் ரஸ்கோல்னிகோவ்.

"நீங்கள் என்ன சொல்ல வேண்டும் என்று நினைக் கிறீர்களோ அதை நேரடியாகவே சொல்லிவிடுங்களேன்" என்று மிகவும் துன்பப்பட்டவளாகக் கதறினாள் அவள். "எனக் கென்னவோ நீங்கள் வேறு எதையோ சொல்லவந்து இப்படிச் சுற்றிவளைத்துக்கொண்டிருக்கிறீர்கள் என்றுதான் தோன்றுகிறது. இப்படி அலைக்கழிக்கவா என்னைத் தேடி வந்தீர்கள்?"

தன்னைக் கட்டுப்படுத்திக்கொள்ள முடியாதவளாக மனம் வெடிக்கக் குமுறி அழுதாள் அவள். முற்றிலும் நம்பிக்கையிழந்த வனாக அவளையே பார்த்துக்கொண்டிருந்தான் ரஸ்கோல்னி கோவ். ஐந்து நிமிடங்கள் அவ்வாறே கழிந்தன.

"நீ சொன்னது சரிதான் சோனியா!" என்று கடைசியில் மிக அமைதியாகச் சொன்னான் ரஸ்கோல்னிகோவ். திடீரென்று அவன் மாறிப் போயிருந்தான். அவனாகவே வரவழைத்துக்கொண் டிருந்த செயற்கையான தைரியமும், உறுதியில்லாத, மிகவும் பலவீனமாகச் சவால் விடுகின்ற அந்தச் செயற்கையான தோரணையும் கூட இப்போது அவனைவிட்டு அகன்று போயிருந்தன. அவனுடைய குரலும்கூட இப்போது மென்மையாகித் தாழ்ந்து விட்டிருந்தது. "மன்னிப்புக்கேட்டு மன்றாடுவதற்காக நான் உன்னிடம் வரமாட்டேன் என்று நேற்றே நான் உன்னிடம் சொல்லியிருந்தேன். ஆனால் இப்போது அதைத்தான் நான் செய்யத் தொடங்கியிருக்கிறேனென்று தோன்றுகிறது. லூசினைப் பற்றியும் கடவுளைப் பற்றியும் நான் இப்பொழுது பேசியதெல்லாம் என்னை முன்னிட்டுத்தான். நான் உன்னுடைய மன்னிப்பைத்தான் வேண்டிக்கொண்டிருந்தேன் சோனியா...!"

ஃபியோதர் தஸ்தயெவ்ஸ்கி ● 799

அவன் புன்னகை செய்ய முயற்சித்தான். ஆனாலும் வெளிறிப் போன, சோகம் கப்பிய முகத்தில், அந்த சோகத்தின் அழுத்தமான சுவடுகளையும் மீறிக்கொண்டு வெளிப்பட்ட புன்ன கையில் மலர்ச்சியில்லை... சோகமே கப்பியிருந்தது. தன் தலையைக் கவிழ்த்துகொண்டு தன் கைகளால் முகத்தை மறைத்துக் கொண்டான் அவன்.

சோனியாவின் மீது எரிச்சலும் வெறுப்பும்கொள்ளத் தூண்டும் ஒரு வினோதமான உணர்வு, தனது இதயத்திலிருந்து வெளிப்படுவதைப் போல அவன் உணர்ந்தான். இந்த உணர்வால் ஆச்சரியமும் கலவரமும்கொண்ட அவன், தலையை உயர்த்தி அவளை உற்று நோக்கினான். அப்போது அவனையே உற்று நோக்கிக்கொண்டிருந்த அவளது கண்களை அவன் கண்கள் நேருக்கு நேராகச் சந்தித்தன. அவளது கண்களில் கவலையும் துன்பமும் மண்டிக்கிடந்தன. அந்தப் பார்வையில் அவன் மீதான அன்பும் கரிசனமும் புலப்பட்டது. அதைக் கண்டதும் அவனிட மிருந்த வெறுப்புணர்வு நிழலைப்போல மறைந்தது. முதலில் அவன் உணர்ந்த – அந்த வெறுப்புணர்வு – உண்மையானதில்லை. அவன் தான் அந்தக் குறிப்பிட்ட உணர்வை, வேறொன்றாகப் புரிந்து கொண்டிருக்கிறான்! அதற்கான சரியான தருணம் வந்துவிட்ட தென்பதை இவை எல்லாமே அவனுக்கு உணர்த்தின.

அவன் மீண்டும் தன் கைகளுக்குள் முகத்தைப் பதித்துக் கொண்டு தலையைக் கவிழ்த்துக்கொண்டான். சடாரென்று அவனது முகம் மேலும் அதிகமாக வெளுத்துப் போக, வேகமாக நாற்காலியைவிட்டு எழுந்துகொண்ட அவன், சோனியாவை ஒரு கணம் வெறித்துப் பார்த்துவிட்டு ஒரு வார்த்தைகூட அவளிடம் பேசாமல் இயந்திரத்தனமாக நடந்து வந்து அவளது படுக்கையில் உட்கார்ந்துகொண்டான்.

இந்தத் தருணம் – இதேபோன்ற வேறொரு கணத்தை அவனுக்கு நடுக்கத்தோடு நினைவூட்டியது. கோடாரியை வளையத்திலிருந்து விடுவித்தபடி, 'இனிமேல் ஒரு நிமிடம்கூடத் தாமதிக்கக்கூடாது!' என்று எண்ணியவனாய், அந்தக் கிழவிக்குப் பின்னால், தான் நின்றுகொண்டிருந்த அந்தத் தருணத்திற்கும், இப்போது உள்ள இந்தக் கணத்திற்கும் ஏதோ ஓர் ஒற்றுமை இருப்பதாக அவன் உணர்ந்தான்.

"என்ன விஷயம்?" என்று கேட்டாள் சோனியா. அவள் கடுமையான அச்சத்துடனிருந்தாள்.

அவனால் ஒரு வார்த்தைகூடப் பேச முடியவில்லை. "இல்லை! ஆமாம்..., நான் சொல்ல நினைத்ததைச் சொல்வதற் கான வழிமுறை இல்லை. ஆமாம் நிச்சயமாக இல்லை!" அவன்

மனம் குழம்பிப் போயிருந்தது. தனக்குள் என்ன நடந்து கொண்டிருக்கிறது என்பதை அவனால் கொஞ்சம்கூடப் புரிந்து கொள்ள முடியவில்லை. சோனியா மெதுவாகச் சென்று, படுக்கையில் அவனருகில் அமர்ந்தாள். தன் கண்களை அவன் மீதிருந்து அகற்றாமல் அவன் சொல்லப் போவதைக் கேட்பதற்காக அவள் காத்திருந்தாள். அவளது இதயம் படபடவென்று துடித்துக்கொண்டிருந்தது. அங்கே நிலவிய அமைதி, சகித்துக்கொள்ள முடியாததாக இருந்தது. சவம் போல வெளுத்துப் போயிருந்த தனது முகத்தை அவன் அவளது பக்கமாகத் திருப்பினான். அவனது உதடுகள் அவளிடம் எதையோ சொல்வதற்குத் துடித்துக்கொண்டிருந்தன. ஆனால் அவனால் ஒரு வார்த்தை கூடப் பேச முடியவில்லை. அவனுடைய முயற்சிகளெல்லாம் விரயமாகிக்கொண்டிருந்தன. பயங்கரமான வலி தரும் ஏதோ ஓர் உணர்வு சட்டென்று அவளது இதயத்தை ஊடுருவிக்கொண்டு போயிற்று.

"என்ன விஷயம்?" என்று மீண்டும் கேட்ட சோனியா, அவனிடமிருந்து சற்றுத் தள்ளி உட்கார்ந்துகொண்டாள்.

"ஒன்றுமில்லை சோனியா! உண்மையிலேயே நீ பயப்பட வேண்டாம், எல்லாம் வெறும் அபத்தம்தான், உண்மையிலேயே நீ அதைப் பற்றி யோசித்துப் பார்த்தால் அது முட்டாள்தனமாகத் தான் இருக்கும்!" ஜன்னி கண்டு உளறுபவனைப் போல அவன் முணுமுணுத்துக்கொண்டிருந்தான். "இப்படி உன்னைச் சித்திர வதை செய்வதற்கு ஏன் நான் வந்தேன் என்று என்னை நானே கேட்டுக்கொண்டிருக்கிறேன்! சோனியா... உண்மையாகவே இந்தக் கேள்வியை எனக்கு நானே கேட்டுக்கொண்டிருக்கிறேன், சோனியா..." கால் மணி நேரத்துக்கு முன்புகூட இதே கேள்வியை அவன் தனக்குள் கேட்டுக்கொண்டதும்கூட உண்மைதான்! ஆனால் இப்பொழுது... தான் என்ன பேசுகிறோம், என்ன செய் கிறோம் என்று தானே உணர்ந்துகொள்ள முடியாத ஒரு நிலைக்கு அவன் ஆளாகிப் போயிருந்தான். அவனது மனம் முழுவதும், அவனது சிந்தனைகள் அனைத்திலும் பயங்கரமான குழப்பமும் வேதனையும் நிறைந்து கிடந்தன. அவனால் எதையும் சிந்திக்க முடியவில்லை. ஆனால் எதையும் நிதானமாக ஏற்றுக்கொள்ளவும் முடியவில்லை.

"ஐயோ... ஏன் நீங்கள் இப்படி உங்களையே வதைத்துக் கொள்கிறீர்கள்?" என்று அவனை உற்று நோக்கியபடி, துயரம் தோய்ந்த குரலில் கேட்டாள் சோனியா.

“எல்லாம் வெறும் முட்டாள்தனம் சோனியா! முட்டாள் தனம்! நான் சொல்வதைக் கொஞ்சம் கவனி சோனியா” என்று சொன்ன அவன், விரக்தியாக ஒரு வறட்டுச் சிரிப்பு சிரித்தான். இரண்டு விநாடிகள் நீடித்தது அந்தச் சிரிப்பு. “நேற்று நான் உன்னிடம் என்ன சொல்ல வேண்டும் என்று விரும்பினேன் என்பது உனக்கு நினைவிருக்கிறதா?” சோனியா அமைதியிழந்த வளாக மேலும் அவன் என்ன சொல்லப் போகிறான் என்பதை எதிர்பார்த்துக் காத்திருந்தாள்.

“உன்னிடம் விடைபெற்றுக்கொண்டு போகும்போது நான் சொன்னேன்! இனிமேல் நான் திரும்பியே வரமாட்டேனென் பதற்காக – மொத்தமாக விடைபெற்றுக்கொள்கிறேன் என்று இதற்கு அர்த்தமல்ல. ஒருவேளை நான் நாளை (இன்று) திரும்பி வர நேர்ந்தால் அப்போது லிஸாவெதாவைக் கொன்றது யாரென் பதை உனக்கு நான் கூறுவதாகக் கூறியிருந்தேன். நினைவிருக் கிறதா?”

இதைக்கேட்டதும், உச்சந்தலை முதல் உள்ளங்கால் வரை யிலும் அவள் உடல் முழுவதுமே திடீரென்று நடுங்கத் தொடங் கியது.

“இதோ! இப்பொழுது அதைச் சொல்வதற்காகவே நான் இங்கே வந்திருக்கிறேன்!”

“அப்படியானால் நேற்று நீங்கள் சொன்னதெல்லாம் உண்மையா?” என்று அவள் மனச் சங்கடத்தோடு முணுமுணுத் தாள். “ஆனால்... அது உங்களுக்கு எப்படித் தெரியும்?” என்று மிக வேகமாகக் கேட்டாள் அவள். சட்டென்று அவளது எண்ணத் தில் பொறி பறந்தாற் போல ஏற்பட்ட அந்தச் சிந்தனையில் மனம் கலங்கிப் போன அவளது முகம், மேலும் மேலும் வெளுக்கத் தொடங்கியது. அவளது சுவாசம் அடைப்பதைப் போலிருந்தது. மிகவும் சிரமப்பட்டு மூச்சுவிட்டுக்கொண்டிருந்தாள் அவள்.

“எனக்குத் தெரியும்!” என்று அழுத்தமாகச் சொன்னான் ரஸ்கோல்னிகோவ்.

ஒரு நிமிடம் அவள் எதுவுமே பேசவில்லை. மிகவும் அமைதியாக இருந்தாள்.

“அவர்கள் அவனைக் கண்டுபிடித்துவிட்டார்களா?”

“இல்லை, அவனை இன்னும் கண்டுபிடிக்கவில்லை.”

ஒரு நிமிட அமைதிக்குப் பிறகு மீண்டும் கேட்டாள் சோனியா: “அப்புறம் அது உங்களுக்கு எப்படித் தெரியும்?”

அவன், அவளது பக்கம் திரும்பி, வைத்த கண்ணை எடுக்காமல் அவளையே வெறித்துப் பார்த்துக்கொண்டிருந்தான்.

"நீயே ஊகிக்க முடிகிறதா என்று பார்!" என்று முன் போலவே மெலிதான, சிதைந்த புன்னகையோடு சொன்னான் அவன்.

திடீரென்று இடி விழுந்தாற் போன்ற ஒரு நடுக்கம், அவளது உடம்பு முழுவதும் பாய்ந்து பரவிச்சென்றது. ஒரு கணம் அவள் அதிர்ந்து போனாள்.

"ஆனால் நீங்கள்... என்னை ஏன் இப்படிப் பயமுறுத்து கிறீர்கள்?" என்று ஒரு குழந்தையைப் போலப் புன்னகை செய்த படியே கேட்டாள் சோனியா.

"எனக்கு அந்த விஷயத்தைப் பற்றித் தெரிந்திருக்கிறதென்றால் 'அவன்' எனக்கு மிக நெருக்கமான நபராக இருக்க வேண்டும், இல்லையா?" அவளிடமிருந்து பார்வையை மீட்டுக்கொள்ளும் சக்தி தன்னிடம் இல்லாதவனைப் போல அவளது முகத்தின் மீது இன்னும் அழுத்தமாகத் தன் பார்வையைப் பதித்தபடி மேலும் தொடர்ந்தான் ரஸ்கோல்னிகோவ். "அவன் லிஸாவெதாவைக் கொல்ல வேண்டுமென்று நினைக்கவில்லை. ஆனால்... அவன்... அவளைத் தற்செயலாகக் கொல்லும்படி நேர்ந்துவிட்டது. அவன், அந்த வயதான பெண்மணியை மட்டுமே கொல்லும் நோக்கத் தோடு – அவள் தனியாக இருக்கும் நேரம் பார்த்து அங்கே போனான். ஆனால் லிஸாவெதா எதிர்பாராமல் உள்ளே வந்து விட்டாள்... எனவே அவளையும் அவன் கொல்லும்படியாக நேர்ந்துவிட்டது."

மற்றொரு பயங்கரமான நொடியும் கடந்தது. அவர்கள் இருவரும் ஒருவரை ஒருவர் வெறித்துப் பார்த்தபடி இருந்தனர்.

"இதன்பிறகும் உன்னால் ஊகிக்க முடியவில்லையா?" என்று திடீரென அவளைக் கேட்டான் அவன். கோபுரத்தின் உச்சியி லிருந்து கீழே விழுவதற்குத் துணிந்து, அவ்வாறே செய்ய முற் பட்டவனைப் போன்ற பரபரப்பு அப்போது அவனிடத்தில் காணப்பட்டது.

"இ...ல்...லை..." என்று சத்தமே எழும்பாத தொனியில் கிசுகிசுப்பாகச் சொன்னாள் சோனியா.

"ஒருமுறை நன்றாக என்னைப் பார்!"

இதைச் சொல்லி முடித்ததும், ஏற்கெனவே அவனுக்குப் பழக்கமாயிருந்த அந்தச் சிலீரென்ற, பரபரப்பான உணர்வு

அவனுக்குள் கிளர்ந்தெழுந்து அவனது இதயத்தைப் பனிப்பாறை யாக உறைய வைத்தது. அவளைப் பார்த்த அந்தக் கணத்தில், அவளது முகத்துக்குள்ளே அவன் லிஸாவெதாவினுடைய முகத்தைப் பார்த்தான். கோடாரியைக் கையில் ஏந்தியபடி லிஸா வெதாவை நோக்கி அவன் நெருங்கிச் சென்றபோது, அச்சத்தி னால் அலறியபடி அவள் காட்டிய அந்த மிரட்சியான முக பாவமும், வேகமாகப் பின்னுக்கு நகர்ந்து, சுவரில் தன் முதுகைச் சாய்த்துக்கொண்டதும் அவனது நினைவில் தெளிவாக நிழலாடிக் கொண்டிருந்தன. அவளது கைகளை விரித்துப் பயத்தினால் அவள் தன் முகத்தை மூடிக்கொண்ட காட்சியும், எதையோ பார்த்து மிரண்டு போன குழந்தைகள் அதையே பயத்தோடு பார்த்தபடி ஒடுங்கிப் பின்வாங்கித் தனது சின்னஞ்சிறு கைகளை அசைத்தபடி அழத் தொடங்குவதைப் போல மிரட்சியுடன் கைகளை அசைத்த அந்தக் காட்சியும் அவனது மனக்கண்ணின் முன்னால் படமாக விரிந்தன. இந்தக் கணத்தில் சோனியா நின்றிருந்த நிலையும்கூடக் கிட்டத்தட்ட அந்த மாதிரியே தோன்றியது. அதே போன்ற நிராதரவான தோற்றத்துடன், இனம்புரியாத பயத்தோடு அவள் அவனை வெறித்துப் பார்த்துக்கொண்டிருந்தாள். கொஞ்சநேரம் இவ்வாறு அவனை வெறித்துப் பார்த்துக்கொண்டிருந்தவள், சடாரென்று தனது இடது கரத்தை உயர்த்தி, விரல்களை ரஸ்கோல்னிகோவின் நெஞ்சில் பதித்து அவனைச் சற்று அப்பால் தள்ள முயன்றாள். பிறகு சடக்கென்று படுக்கையிலிருந்து எழுந்து கொண்டாள். அவனிடமிருந்து சற்றுத் தள்ளிப் போன அவளது கண்கள், அப்போதும்கூட அவனையே விடாமல் வெறித்துப் பார்த்துக்கொண்டிருந்தன. அவனைவிட்டுச் சற்று அகன்ற போதும்கூட அவனிடத்திலிருந்த தன் பார்வையை அவள் மாற்றிக் கொள்ளவே இல்லை. அவளுடைய பயமும் பதற்றமும் அப்படியே அவனையும் தொற்றிக்கொண்டன. அதேபயம்... அதே குழந்தைத் தனமான பார்வை... எல்லாமே அப்படியே ஒட்டிக்கொண்டது போல, அவனிடமும் தென்பட்டன. அதே நிலைகுத்திய, அச்சத்துடன் கூடிய கண்களோடு அவள் காட்சியளித்தாள்.

"என்ன...? அது யார் என்று ஊகித்துவிட்டாயல்லவா? – என்று மிக மெல்லிய, கிசுகிசுப்பான குரலில் இறுதியாக அவளைக் கேட்டான் அவன்.

"கடவுளே!" தன் இதயம் வெடித்துச் சிதறியதைப் போலக் குமுறி அழுதாள் அவள். துக்கம் தாளமுடியாமல் பாய்ந்து படுக் கையில் வீழ்ந்த அவள், தலையணைக்குள் தன் முகத்தை அழுத்திக் கொண்டு கதறி அழுதாள். ஆனால் நிமிடத்தில் தன்னைச்

சமாளித்துக்கொண்டு எழுந்த அவள், வேகமாக அவனை நெருங்கிச் சென்றாள். அவனது இரண்டு கரங்களையும் அழுத்த மாகப் பற்றிப் பிடித்த அவள், அவற்றை மேலும் இறுக்கி அழுத்திக் கொண்டே அவனது கண்களை நேருக்கு நேராகக் கொஞ்சம்கூட இமைக்காமல் ஆழமாகப் பார்க்கத் தொடங்கினாள். அந்தக் கடைசிப் பார்வை மூலம், அவனது கண்களுக்குள்ளே தனக்கு நம்பிக்கை தரக்கூடியதாக ஏதேனும் ஒன்று கிடைத்துவிடாதா என்பதைப் போல ஆவலாய் மனம் அலைபாய, அவனது கண் களைத் தனது கூரிய பார்வையினால் துழாவிக்கொண்டிருந்தாள். ஆனால் அவ்வளவு நம்பிக்கையோடு தேடுவதற்கு அங்கே ஒன்றுமே இல்லை. இனிமேல் எந்தச் சந்தேகமும் இல்லை. 'அது உண்மைதான்' என்ற முடிவுக்கு அவள் வந்தாள்.

இந்தத் தருணத்தைப் பின்னாளில் நினைத்துப் பார்க்கும் போது, சந்தேகப்படுவதற்கு இடமே இல்லாமல் உடனேயே அந்த உண்மை அவளுக்குத் தெளிவாகத் தோன்றியிருக்க வேண்டும். அவ்வாறு தோன்றாது, தெளிவற்றுப் போனது ஏனென்று தனக்கு இன்னமும்கூட விளங்கவில்லையே என்று அவள் எண்ணிக் கொள்வதுண்டு.

"போதும் சோனியா...! போதும் நிறுத்து! என்னைச் சித்திர வதை செய்யாதே..." என்று மிகவும் பரிதாபமாக அவளை வேண்டிக்கொண்டான் அவன்.

இந்த விஷயத்தை எவ்வாறு வெளிப்படுத்த வேண்டும் என்று அவன் யோசித்து வைத்திருந்ததற்கும், இப்போது நடந்ததற்கும் சம்பந்தமே இல்லாமல் இருந்தது. ஆனால் எல்லாமே அவன் நினைத்ததுக்கு மாறாக எப்படியோ நடந்து முடிந்துவிட்டன. தான் என்ன செய்துகொண்டிருக்கிறோம் என்பதை உணராதவளாக வேகமாகக் குதித்து எழுந்த அவள், விரைவாக நடந்து போய் அறையின் நடுவில் நின்றுகொண்டு தனது கைகளை நெரித்துக் கொண்டாள். பிறகு உடனடியாக வேகமாக அவனை நெருங்கிச் சென்று படுக்கையில் இருவரது தோள்களும் உரசிக்கொள்ளும் படியாக அவனருகே மிக நெருக்கமாக உட்கார்ந்துகொண்டாள். பிறகு திடீரென்று யாரோ தன்னைப் பலமாகத் தாக்கிவிட்டதைப் போன்ற உணர்வுடன், ஓலமிட்டு அழுதபடி, ஏனென்று புரியாம லேயே அவன் முன்பு முழந்தாள்களால் மண்டியிட்டு அவனை ஏதோ வேண்டுவது போலப் பரிதாபமாக ஏறிட்டு நோக்கினாள்.

"என்ன காரியம் செய்துவிட்டீர்கள்? உங்களுக்கு நீங்களே இப்படி ஒரு துன்பத்தைத் தேடிக்கொண்டீர்களே..?" என்று துயரத்தோடு கேட்டபடி அவனை மிக நெருங்கிச் சென்று

அவனது கழுத்துக்குப் பின்னால் தனது இரு கரங்களையும் சேர்த்துப் பின்னிக்கொண்டு, அவனது இரு தோள்களையும் பற்றி அழுத்தமாகத் தன்னோடு சேர்த்து அணைத்து, இறுகத் தழுவிக் கொண்டாள்.

ரஸ்கோல்னிகோவ் அவளது அந்தப் பிடியிலிருந்து தன்னை விலக்கிக்கொண்டு சோகப் புன்னகையோடு அவளை உற்று நோக்கினான்.

"சோனியா! நீ ஒரு வினோதமான பெண்ணாக இருக் கிறாய்...! நான் எப்படிப்பட்ட ஒரு விஷயத்தைச் சொல்லியிருக் கிறேன்? அதைப்பற்றிப் புரிந்துகொண்டாயா இல்லையா? நீ என்னை... வெறுப்பதற்குப் பதிலாக – என்னை விட்டுத் தூர விலகுவதற்குப் பதிலாக நீ என்னை அணைத்துக்கொள்கிறாய்...! முத்தமிடுகிறாய்...! உண்மையில் நீ ஒரு வினோதமான பெண்தான்... நீ என்ன செய்துகொண்டிருக்கிறாய் என்பதை உணர்ந்துதான் செய்கிறாயா?"

"இல்லை... யாருமே இல்லை...! உங்களைப் போன்ற துன்பங் களையும், சோகங்களையும் தாங்கிக்கொண்டிருக்கின்ற மனிதர் இந்த உலகத்தில் வேறு யாருமே இல்லை. இந்த உலகம் முழுக்கத் தேடினாலும் யாருமே இருக்க மாட்டார்கள்! இருக்க முடியாது" என்று ஆவேசமாகக் கூச்சலிட்டாள் அவள். அவள் சொன்ன வார்த்தைகள் அவளுக்கே கேட்கவில்லை. திடீரென்று மனம் உடைந்து வெடித்துச் சிதறி, கதறிக் கதறி அழத் தொடங்கினாள் அவள்.

இதுவரையில் பரிச்சயமே இல்லாத, மகத்தான உணர்வுகள் அவனுடைய இதயம் முழுவதும் பேரலைகளாக ஆர்ப்பரித்து எழுந்து, நொடியில் சட்டென்று அடங்கியும் போயின. அவற்றை எதிர்த்து அவனால் போராட முடியவில்லை. இரண்டு கண்ணீர்த் துளிகள் அவனது கண்களிலிருந்து வெளிப்பட்டுக் கீழே சிதறாமல் இமைகளின் ஓரத்திலேயே தொற்றிக்கொண்டு நின்றிருந்தன.

"அப்படியானால் நீ என்னைப் புறக்கணித்துவிடமாட்டாய்... அப்படித்தானே சோனியா..." என்று அவளை மிகுந்த நம்பிக்கை யோடும் ஏக்கத்தோடும் பார்த்தபடி கேட்டான் ரஸ்கோல்னிகோவ்.

"மாட்டேன்...! மாட்டேன்...! எப்போதும்... எந்தச் சூழ்நிலை யிலும் அப்படிச் செய்யவே மாட்டேன்..." என்று கதறினாள் சோனியா. "நீங்கள் எங்கு சென்றாலும் அங்கே உங்களைத் தொடர்ந்து நானும் வருவேன். கடவுளே... நான் ஒரு பாவி... மிகவும் மோசமானவள்...! உங்களை முன்பே எனக்குத் தெரியாமல் போனது ஏன்...? ஏன் அப்படி...? நீங்கள் முன்னாலேயே

என்னிடம் வந்திருக்கக்கூடாதா...? கடவுளே..."

"இப்பொழுதுதான் நான் வந்துவிட்டேனே...?"

"ஆமாம்... இப்பொழுது வந்து என்ன செய்வது...? உங்களை இனிமேல் நான் பிரியமாட்டேன்! எப்போதும் உங்களோடு சேர்ந்தே இருப்பேன்! ஆமாம்...! உங்களோடு எப்போதும் சேர்ந்தே இருப்பேன்...!" என்று திரும்பத் திரும்ப அவள் அதையே சொல்லிக்கொண்டிருந்தாள். அவளருகில் இருந்த அவனை மீண்டும் இறுகத் தழுவிக்கொண்டு மீண்டும் மீண்டும் அதையே சொல்லிக்கொண்டிருந்தாள். "நான் உங்களைப் பிரியமாட்டேன். எப்போதும் உங்களோடு சேர்ந்தே இருப்பேன். சிறையிலும்கூட! ஆமாம்... சிறையிலும்கூட...! உங்களைப் பின் தொடர்ந்தே நான் வருவேன். சைபீரியாவுக்கும்கூட நான் வருவேன்..."

அவன் அதிர்ந்து போனான். முன் போலவே, அதே விரோத மான, ஏளனமான புன்னகை அவனது இதழ்களில் மீண்டும் அரும்பியது.

"சோனியா...! ஒருவேளை... சைபீரியச் சிறைக்குச் செல் வதற்கு நான் விரும்பாமலும்கூட இருக்கலாம்!"

சோனியா சட்டென்று அவனை நிமிர்ந்து பார்த்தாள்.

துயரத்தில் ஆழ்ந்து துன்பப்படுகிற ஒரு ஜீவனுக்காக இரக்கப்படும் உணர்ச்சியால் உந்தப்பட்டு அவள் முதலில் தன் வருத்தத்தையும், பரிதாபத்தையும் தெரிவித்திருந்தாலும் அவன் ஒரு கொலைகாரன் என்ற எண்ணம் மீண்டும் அவளைப் பற்றிக் கொண்டது. இப்பொழுது மாறியிருந்த அவனுடைய குரலின் தொனி, ஒரு கொலைகாரனுடையதைப் போலவே அவளுக்குக் கேட்டது. பயம் கலந்த திகைப்போடு அவள் அவனைப் பார்த் தாள். இதுவரையில் அந்தக் கொலையை அவன் ஏன், எதற்காகச் செய்தான் என்பது போன்ற விவரங்கள் அவளுக்குத் தெரிந்திருக்க வில்லை. இப்போது அத்தனை கேள்விகளும் அவளது உள்ளத்தில் ஒட்டுமொத்தமாக எழுந்தன. மறுபடியும் அவளால் அதை யெல்லாம் நம்ப முடியாதது போலவே இருந்தது. அவன் ஒரு கொலைகாரனாக இருக்க முடியுமா? அது சாத்தியம்தானா? அது உண்மைதானா?

"இதெல்லாம் என்ன? எனக்கு ஒன்றுமே விளங்கவில்லை. நான் எங்கே இருக்கிறேன்?" என்று திகைப்போடும், பயங்கரமான மனக்குழப்பங்களோடும் அவள் தவித்துக்கொண்டிருந்தாள். தன்னை இந்தக் குழப்பங்களிலிருந்து அவளால் மீட்டுக்கொள்ள முடியவில்லை. "ஆனால்... நீங்கள்...! உங்களைப் போன்ற ஒரு

மனிதரால் இதை எப்படிச் செய்திருக்க முடியும்? இந்த அளவுக்கு உங்களைத் தூண்டியது எது...? இல்லை... இல்லை... இது உண்மையாக இருக்க முடியாது..."

"ஆனால் உண்மை அதுதான்! அவளிடமிருந்து திருட வேண்டுமென்பதற்காகத்தான் அதைச் செய்தேன்...! போதும், சோனியா! போதும் நிறுத்து!" என்று மிகுந்த களைப்போடும், எரிச்சலோடும் சொன்னான் ரஸ்கோல்னிகோவ்.

வேகமாக எழுந்த அவள், அதிர்ச்சியில் அப்படியே திகைத்து நின்றுவிட்டாள். பிறகு கதறி அழத் தொடங்கினாள். "அப்படி யானால்... நீங்கள் சாப்பிடக்கூட ஒன்றுமில்லாதவராக இருந் திருக்க வேண்டும்...! இல்லையென்றால்... உங்கள் தாய்க்கு உதவி செய்வதற்காக இப்படிச் செய்திருக்க வேண்டும்? அதுதானே காாணம்? சொல்லுங்கள்!"

"இல்லை சோனியா... இல்லை", அவன் அவளிடமிருந்து சற்று விலகிச் சென்று, திரும்பி நின்றுகொண்டான். தலையைத் தொங்கவிட்டபடி மெல்ல முணுமுணுத்தான். "நான் அப்படி ஒன்றும் சாப்பிட எதுவுமில்லாமல் பட்டினியாக இல்லை. என் தாய்க்கு உதவி செய்யவேண்டும் என்றும் நான் நினைக்கவில்லை. ஆனால்... அது அப்படிப்பட்ட காரணங்களுக்காக நடக்க வில்லை...! என்னைச் சித்திரவதை செய்யாதே சோனியா...!"

சோனியா தனது கைகளைப் பிசைந்துகொண்டு நின்றாள்.

"அப்படியானால்... அது நிஜம்தானா? உண்மையிலேயே அப்படித்தான் நடந்ததா? கடவுளே... இதுவா நிஜம்...? இதை யாரால் நம்ப முடியும்? உங்களிடம் உள்ள கடைசிக் காசையும்கூட அப்படியே தூக்கி மற்றவர்களுக்குக் கொடுத்துவிடக்கூடியவர் நீங்கள்! அப்படிப்பட்ட நீங்கள் பொருளாதார லாபத்துக்காக... பணத்துக்காகக் கொலை செய்வது எப்படிச் சாத்தியம்...?" என்று ஓலமிட்ட அவள், சற்றுப் பொறுத்து, ஏதோ நினைவு வந்தவளாகக் கேட்டாள்: "அப்படியானால் காதரீனா இவானோவ்னாவிடம் நீங்கள் கொடுத்த பணம்... அந்தப் பணம்... கடவுளே... ஒருவேளை அதுவும் அந்தக் காரியத்தில் கிடைத்ததுதானா?"

"இல்லை சோனியா!" என்று அவசரமாக இடைமறித்தான் அவன். "அது அந்தப் பணமில்லை! கொஞ்சம் உன்னைச் சாந்தப் படுத்திக்கொள்! நான் உடல் நலமில்லாமல் இருந்தபொழுது ஒரு வியாபாரியின் மூலம் என் அம்மா எனக்கு அனுப்பி வைத்த பணம் அது! அந்தப் பணம் எனக்குக் கிடைத்த அதே நாளிலேயே நான் உங்களுக்கு அதைக் கொடுத்துவிட்டேன். ரஸுமிகினுக்குத் தெரியும். உண்மையில் என் சார்பில் அந்தப் பணத்தைப் பெற்றுக்

கொண்டவனே அவன்தான்! அது என் பணம்! என் சொந்தப் பணம்! உண்மையிலேயே அது என்னுடையதுதான்!"

சோனியா பிரமிப்போடு அவன் கூறுவதைப் புரிந்துகொள்ள முயற்சி செய்துகொண்டிருந்தாள்.

"ஆனால்... அந்தப் பணம்! உண்மையாகவே நான் எடுத்த தில் ஏதாவது பணம் இருந்ததா என்றுகூட எனக்குத் தெரியாது!" என்று அவன் ஏதோ சிந்தித்தபடி கூறினான். "ஆட்டுத் தோலால் செய்யப்பட்ட பர்ஸ் ஒன்றை அவளது கழுத்துப் பகுதியிலிருந்து நான் எடுத்தேன். அது நிரம்பிப் போய் உப்பிக் காணப்பட்டது! அதற்குள் ஏதோ நிறைய அடைக்கப்பட்டிருந்தது! ஆனால், அதெல்லாம் என்ன என்பதை நான் பார்க்கவே இல்லை. எனக்கு அதற்கு நேரமே இல்லை. அப்புறம் அதில் சில பொருள்கள் – தோடு, சங்கிலி ஆகியவைகளும் இருந்தன. அவை எல்லாவற்றை யும் 'வாஸ்னெஸென்ஸ்கி ப்ராஸ்பெக்டில்' உள்ள திறந்தவெளி ஒன்றில், ஒரு கல்லுக்கு அடியில் மறுநாளே நான் புதைத்து விட்டேன். இன்னும்கூட அதெல்லாம் அங்குதான் இருக்க வேண்டும்!"

அவன் பேசிய அனைத்தையும் மிகவும் கவனமாகக் கேட்டுக்கொண்டிருந்தாள் சோனியா.

"அதிலிருந்து நீங்கள் எதையுமே எடுக்கவில்லையென்றால் பணத்திற்காகத்தான் அப்படிச் செய்தேன் என்று ஏன் சொன் னீர்கள்?" என்று ஏதோ ஒரு பிடிமானம் கிடைத்துவிட்டதைப் போலச் சடாரென்று கேட்டாள் அவள்.

"எனக்குத் தெரியவில்லை..! அந்தப் பணத்தை எடுத்துக் கொள்வதா, வேண்டாமா என்று நான் அப்போது தீர்மானித் திருக்கவில்லை!" என்று பேசிக்கொண்டே வந்தவன், திடீரென்று ஏதோ சிந்தனையில் மூழ்கிப் போனான். ஆனால் சில நொடி களிலேயே தனது சிந்தனைகளிலிருந்து விடுபட்ட அவன், புன்னகை செய்தபடி இயல்புநிலைக்கு மீண்டான். "சே... நான்தான் எவ்வளவு முட்டாள்தனமாகப் பேசிக்கொண்டிருக்கிறேன்... என்ன, அப்படித்தானே?"

திடீரென்று சோனியாவின் மனதில் "ஒருவேளை இவர் பைத்தியமாக இருப்பாரோ" என்று மின்னலாக ஓர் எண்ணம் தோன்றி மறைந்தது. ஆனால் உடனடியாக அந்த எண்ணத்தைத் தனது மனதிலிருந்து அவள் அகற்றிவிட்டாள். இல்லை! நிச்சய மாக அப்படி இருக்காது என்றே அவளுக்குத் தோன்றியது. இது வேறு ஏதோ ஒரு விஷயம்தான்...! ஆனாலும் அவளால் எதையுமே... எதையுமே புரிந்துகொள்ள முடியவில்லை.

"இதோபார், சோனியா" என்று அழைத்தபடி திடீரென்று உற்சாகத்தோடும், எழுச்சியோடும் பேசத் தொடங்கினான் அவன். "இதெல்லாம் என்னவென்று நானே உன்னிடம் சொல்கிறேன். சாப்பாட்டுக்கு வழியில்லாமல், பசியோடு இருந்ததற்காக மட்டுமே அவளை நான் கொன்றிருந்தேன் என்றால்..." – தான் உச்சரிக்கும் ஒவ்வொரு வார்த்தைக்கும் அழுத்தம் கொடுத்தபடி, ஏதோ புதிர் போடுவதைப் போல அவன் பேசினாலும், எந்தவிதமான ஒளிவு மறைவுமின்றி வெளிப்படையாக அவன் அவளிடம் பேசிக் கொண்டிருந்தான். "அப்படி நான் பணத்திற்காக அவளைக் கொன்றிருந்தேன் என்றால் இப்போது நான் மகிழ்ச்சியாக அல்லவா இருந்திருக்க வேண்டும்? இதை நீ புரிந்துகொள்ள வேண்டும் என்பதுதான் எனது விருப்பம்!"

"இதனால் உனக்கென்ன வந்தது, சொல்?" ஒரு நொடி கடந்த பிறகு இவ்வாறு அவளிடம் மிகுந்த ஆவேசத்துடன் கத்தினான் ரஸ்கோல்னிகோவ். "நான் தவறு செய்துவிட்டேன் என்று இப்போது உன்னிடம் ஒப்புக்கொள்வதால் உனக்கென்ன வந்து விடப் போகிறது? இப்படி முட்டாள்தனமாக என்னை வெற்றி கொள்வதால் உனக்கென்ன பயன் கிடைக்கப்போகிறது? ஓ... சோனியா! இதற்காகவா நான் உன்னைத் தேடி வந்தேன்?"

மறுபடியும் எதையோ சொல்வதற்கு முயற்சித்தாள் சோனியா. ஆனால் எதையுமே பேசாமல் சும்மா இருந்துவிட்டாள். மீண்டும் அவனே தொடர்ந்தான்.

"எனக்கு எஞ்சியிருப்பவள் நீ மட்டும்தான் என்பதனாலேயே என்னோடு வருமாறு நேற்று நான் உன்னை அழைத்தேன்!"

"நான் எங்கே வரவேண்டுமென்று நீங்கள் விரும்புகிறீர்கள்?" என்று அப்பாவித்தனமாக அவனைக் கேட்டாள் சோனியா.

"திருடவோ, கொலை செய்யவோ உன்னை நான் கூப்பிட வில்லை! உடனே திகிலடைந்துவிடாதே" என்று பரிகாசப் புன்னகை செய்தபடி அவன் தொடர்ந்தான். சோனியா, நாம் இருவரும் ஒரே மாதிரியானவர்கள் இல்லை! இப்போதுதான்– இதோ இந்த நொடியில்தான், நேற்று உன்னை என்னோடு வருமாறு அழைத்தேனே, அந்த இடம் எதுவென்று நானே புரிந்து கொண்டேன். நேற்று உன்னை அப்படிக் கேட்ட போதுகூட 'எங்கே செல்வது' என்பதைப் பற்றி எனக்குத் தெரிந்திருக்கவில்லை. ஒரே ஒரு விஷயத்திற்காக... ஒரே ஒரு நோக்கத்திற்காக மட்டுமே உன்னை நான் தேடி வந்திருக்கிறேன். நான் உன்னைக் கேட்டுக்கொள்வ தெல்லாம் நீ ஒருநாளும் என்னைத் தனியே விட்டுப் போய்விடக்

கூடாதென்பது மட்டும்தான்! சொல், சோனியா! நீ என்னைத் தனியே விட்டுப் போய்விட மாட்டாயே?"

அவள் அவனது கரத்தைப் பற்றி ஆறுதலாக அழுத்தினாள்.

'ஆனால் அந்த விஷயத்தை அவளிடம் ஏன் சொன்னேன்? அதை எதற்காக அவளிடம் நான் வெளிப்படுத்த வேண்டும்?' என்று மிகவும் துயரத்துடன் ஒருநிமிடம் நினைத்துக்கொண்ட அவன், எல்லையற்ற வேதனையுடன், மன சஞ்சலத்துடன் அவளையே பார்த்துக்கொண்டிருந்தான். "இப்பொழுது அந்த விஷயத்தைப் பற்றி உன்னிடம் விரிவாக விளக்கப் போகிறே னென்று நீ எதிர்பார்த்துக் காத்துக்கொண்டிருக்கிறாய்... அப்படித் தானே சோனியா? ஆனால் அதைப் பற்றி உன்னிடம் நான் என்ன வென்று சொல்ல முடியும்? அதில் ஒரு வார்த்தைகூட உனக்குப் புரியப் போவதில்லை. தேவையில்லாமல் என் விஷயத்தைச் சொல்லி உன்னை நோகடிக்கவும் துன்பப்படுத்தவும் எனக்குக் கஷ்டமாக இருக்கிறது. இதோ பார்... நீ மறுபடியும் அழுது கொண்டும் என்னைத் தழுவிக்கொண்டும் இருக்கிறாய். நீ ஏன் என்னை இப்படி அணைத்துக்கொண்டிருக்கிறாய்? என் சுமையை என்னால் மட்டுமே சுமக்க முடியாமல் போனதால், நான் இங்கே வந்து உன் தோளுக்கு அதை மாற்றியிருக்கிறேன். இப்போது நீயும் துன்பப்பட்டுக்கொண்டிருக்கிறாய். ஆனால் நானோ சுமை குறைந்து நன்றாக இருப்பது போல உணர்கிறேன். இப்படிப்பட்ட கேவலமான ஒரு மனிதனை உன்னால் நேசிக்க முடியுமா?"

"ஆனால், நீங்களும்கூடத் துன்பப்பட்டுக்கொண்டுதானே இருக்கிறீர்கள்?" என்று சொல்லிவிட்டு அழுதாள் சோனியா.

முன்பு தோன்றிய அதே உணர்வுகள், அவனது உள்ளத்தில் ஓங்கி உயர்ந்து எழுந்தது. மீண்டும் அவனது உள்ளம் முழுவதும் பாய்ந்து பரவி கணநேரத்துக்கு அவனுடைய இதயத்தை மென்மையாக்கின.

"சோனியா! என் நெஞ்சம் மிகவும் கொடியது! நன்றாகக் கவனித்துக்கொள்! அதுவே நிறைய விஷயங்களை உனக்கு விளக்கி விடும்! நான் தீயவன் என்பதனாலேதான் இங்கே வந்திருக்கிறேன்! இப்படி வரத் துணியாத மனிதர்களும் உண்டு. ஆனால் நான் ஒரு கோழை... கேவலமான, அற்ப குணம் படைத்தவன். ஆனால்... அதுபோகட்டும், விடு. அது இந்த விஷயத்திற்குச் சம்பந்த மில்லாதது. நான் இப்போது சில விஷயங்களை அவசியம் பேசி யாக வேண்டிய நிலையில் இருக்கிறேன். ஆனால் அதை எப்படித் துவங்குவது என்றுதான் எனக்குத் தெரியவில்லை."

ஃபியோதர் தஸ்தயெவ்ஸ்கி ● 811

அவன் பேச்சை நிறுத்திவிட்டுக் கொஞ்சம் யோசித்தான்.

"ஓ! நாம் இருவரும் முற்றிலும் வேறுபட்டவர்கள்" என்று மீண்டும் அவன் உரக்கக் கத்தினான். "நமக்குள் எந்தப் பொருத்தமும் இல்லை. பிறகு ஏன்... ஏன் நான் இங்கே வர வேண்டும்? அதற்காக என்னை நானே மன்னித்துக்கொள்ளப் போவதில்லை!"

"இல்லை... இல்லை. நீங்கள் இங்கே வந்தது சரியானது தான்" என்று வேகமாக, உரக்கச் சொன்னாள் சோனியா. "எனக்கு இன்னும் கொஞ்சம் அதிகமாக விஷயங்கள் தெரியவந்தால் நன்றாக இருக்கும்!"

அவளை அவன் சற்று மனவேதனையோடு உற்று நோக்கினான்.

"அது உண்மையில் எதற்காக நடந்தது என்பதை நீ தெரிந்து கொள்ள விரும்புகிறாய்! அப்படித்தானே?" என்று இறுதியாக ஒரு முடிவுக்கு வந்தவனாக அதைச் சொல்வதற்குத் தன்னை ஆயத்தப்படுத்திக்கொண்டு அவன் சொன்னான்: "கேட்டுக்கொள்! இப்பொழுது சொல்வது போலத்தான் அது நடந்தது! அதற்கான காரணம் இதுதான்! நான் நெப்போலியனைப் போல என்னை உருவாக்கிக்கொள்ள விரும்பினேன். அதனாலேயே அவளைக் கொன்றேன்! இப்பொழுது உனக்குப் புரிகிறதா?"

"இ...ல்...லை...!" ஏதும் விளங்காதவளாகக் கள்ளம் கபடமின்றி, மனதில் பட்டதைச் சொன்னாள் சோனியா. "நீங்கள் பேசுங்கள்... பேசுங்கள்... பேசிக்கொண்டே இருங்கள்...! நான் எல்லாவற்றையும் புரிந்துகொள்வேன்...! எப்படியாவது புரிந்து கொள்வேன்...! பேசுங்கள்... பேசுங்கள்!" என்று அவனிடம் மன்றாடிக் கேட்டுக்கொண்டாள் சோனியா.

"நீ புரிந்துகொள்வாயா...? நல்லது... அதையும் பார்த்து விடலாம்!"

சிறிது நேரம் அவன் எதுவுமே பேசவில்லை. தன்னை ஒருநிலைப்படுத்தும் முயற்சியில் – ஆழ்ந்த சிந்தனையில் அவன் ஈடுபட்டிருந்தான்.

"விஷயம் இதுதான்! ஒரு நாள் என்னிடத்தில் நானே இந்தக் கேள்வியைக் கேட்டுக்கொண்டேன் – தன்னுடைய சாதனைகளை– அதற்கான பணிகளைத் தொடங்கும் நிலையில் – அப்படித் தொடங்குவதற்காகவே இப்படி ஒரு காரியத்தைச் செய்ய வேண்டிய கட்டாயத்தில் – என்னைப் போன்ற ஒரு நிலையில் – என் இடத்தில் நெப்போலியன் இருப்பதாக வைத்துக்கொள்வோம்!

இப்போது அவனுக்கு முன்னால் இருப்பது டூலானோ, எகிப்தோ அல்ல. அவன் கடக்க வேண்டியது 'மாண்ட் பிளாங்கையும்' அல்ல. அப்படிப்பட்ட நிரந்தரமான புகழை அளிக்கக்கூடிய செயல்களுக்கு மாறாகப் பரிகாசத்துக்குரிய ஒரு கிழவியை அவன் கொல்ல வேண்டியதாக இருக்கிறது! அவளுடைய பெட்டியி லிருந்து பணத்தை எடுப்பதற்காக அவளைக் கொல்ல வேண்டி யிருக்கிறது! (அவனுடைய வருங்கால வளர்ச்சியை உத்தேசித்துத் தான் இதை அவன் செய்ய வேண்டியதிருக்கிறது! உனக்குப் புரிகிற தல்லவா?) அதைத்தவிர அவனுக்கு வேறு வழியே இல்லை என்றால் அப்பொழுது அவன் அதற்கு உடன்பட்டிருப்பானா? அல்லது அது, புகழ் தராத – முக்கியமில்லாத செயல் என்பத னாலும், அது ஒரு பாவச் செயல் என்பதாலும் அதைச் செய் யாமல் கூசிப் போய்த் தன்னைச் சுருக்கிக்கொண்டிருப்பானா? இப்படி ஒரு 'பிரச்சினை'யை வெகுகாலமாகச் சிந்தித்துச் சிந்தித்து, என்னையே நான் சித்திரவதை செய்துகொண்டிருந்தேன். இறுதியில் திடீரென்று உண்மையைப் புரிந்துகொண்டபோது மிகவும் அவமானமடைந்தேன். அப்படி ஒரு காரியத்தைச் செய்ய நேர்ந்தால் – அதற்காக அவன் நிச்சயம் கூசிக்குறுகிப் போயிருக்க மாட்டான். மேலும் அந்தக் காரியம் முக்கியமற்றது என்ற எண்ணமும்கூட அவனுக்கு நிச்சயம் தோன்றியிருக்காது. கூசி ஒதுங்கும் அளவுக்கு அப்படி அதில் என்ன இருக்கிறது என்றுதான் அவன் எண்ணியிருப்பான். அதைத் தவிர அவனுக்கு வேறெந்த வழியும் இல்லாமல் போயிருந்தால் – அவள் கூச்சலிடுவதற்குக்கூட வாய்ப்புத் தராதபடி, கண நேரத் தயக்கம்கூட இல்லாமல் அவளை நிச்சயம் அவன் கொன்றிருப்பான். அவனைப்பற்றிய அப்படிப் பட்ட சிந்தனையே எனக்குள் இறுதியாக எழுந்தது. உடனே நானும் தயங்குவதை நிறுத்திவிட்டு, என் தலைவனான அவனை முன்னுதாரணமாகக் கொண்டபடி அவளைக் கொன்றேன்...! மிகச் சரியாகச் சொல்ல வேண்டுமானால் அது நடந்தது இப்படித் தான்...! உனக்கு இது வேடிக்கையாக இருக்கிறதல்லவா? ஆமாம், சோனியா! வேடிக்கையான விஷயம்தான் அது. இப்படித்தான் அது நடந்தது சோனியா!"

சோனியாவுக்கு அது கொஞ்சம்கூட வேடிக்கையாகவே தோன்றவில்லை.

"நீங்கள் இப்படி உதாரணங்களையெல்லாம் அடுக்கிக் கொண்டிருக்காமல் நேரடியாகவே விஷயத்தைச் சொல்லிவிட்டால் நன்றாக இருக்கும்!" என்று முன்பு பேசியதைவிட இன்னும் கூடுதலான அச்சத்துடனும், கொஞ்சம்கூடச் சத்தமே இல்லாமல் மிகத்தாழ்வான குரலிலும் சொன்னாள் சோனியா.

அவன், அவள் பக்கமாகத் திரும்பி, வருத்தம் ததும்ப அவளைப் பார்த்தான். மெல்ல அவளது கைகளைப் பற்றிக் கொண்டான்.

“மீண்டும் சரியாகச் சொல்லிவிட்டாய் சோனியா! நிஜ மாகவே இதெல்லாம் முட்டாள்தனமானதுதான். எல்லாமே வெற்றுப் பேச்சுகள்தான்! இதோ பார்! உனக்குத் தெரியுமென்று நினைக்கிறேன். என் அம்மாவிடம் எதுவுமே இல்லை. பணி மேற் பார்வையாளராக வேலை பார்த்துத்தான் வாழ்க்கையை நடத்தி யாக வேண்டிய விதிக்கு என் சகோதரி தள்ளப்பட்டிருந்தாள். அவர்களது ஒரே நம்பிக்கை, நான்தான்! நான் படித்துக்கொண்டி ருந்தேன். ஆனால் பல்கலைக்கழகத்தில் என் படிப்பைத் தொடர முடியாதபடி, சில காலம் அங்கேயிருந்து விலக வேண்டிய சூழல் எனக்கு ஏற்பட்டது. இப்படியே, இந்தக் கதியில் இழுத்துப் பிடித்துக் கொண்டே ஓடியிருந்தால், பத்து அல்லது பன்னிரண்டு வருடங் களில் நான் (எனக்கு அதிர்ஷ்டமிருந்தால்) ஓர் ஆசிரியராகவோ, குமாஸ்தாவாகவோ ஆகியிருப்பேன்! மாதம் ஆயிரம் ரூபிள்களைச் சம்பளமாகப் பெற்றுக்கொண்டிருப்பேன். (ஏதோ ஒரு பாடத்தைத் திரும்பத் திரும்பச் சொல்லிக்கொண்டிப்பதைப் போல அவன் குரலின் தொனி இருந்தது) ஆனால், அதற்குள் என்னுடைய அம்மா கவலையாலும், துன்பத்தாலுமே உதிர்ந்து போய்விடுவாள். அவளைச் சௌகரியமாக வைத்துக்கொள்வது என்பது, என்னால் நிச்சயமாக முடிந்திருக்காது. என் சகோதரியைப் பற்றிச் சொல் லவே வேண்டாம். மிக மிக மோசமான விளைவுகள் எல்லாம் அவளுக்கு ஏற்பட்டிருக்கும்... வாழ்க்கை முழுவதையும் இப்படியே நகர்த்திக்கொண்டு போவதற்கும், எது நடந்தாலும் பரவாயில்லை என்று இப்படியே கழிப்பதற்கும் யாருக்குத்தான் விருப்பம் இருக்கும்? ஒரு கோழையைப் போல இவையெல்லாவற்றிற்கும் முதுகுகாட்டி நின்றுகொண்டிருப்பது எவ்வாறு சாத்தியம்? அம்மாவையும் மறந்துவிட்டு, சகோதரிக்கு இழைக்கப்படும் அக்கிரமங்களையும் அமைதியாகப் பொறுத்துக்கொண்டிருப்ப தென்பது முடியக்கூடிய காரியமா? அதுவும் எதற்காக? அவர்களை– (தனது ஒரே சொந்தங்களான – அம்மாவையும், சகோதரியையும்) – புதைத்து மண்ணோடு மண்ணாக்கிவிட்டு, அதன்பிறகு சம்பாதிக்கத் தொடங்கி மனைவி, குழந்தை என்று புதிய உறவுகளை ஏற்படுத்திக்கொண்டு, அவர்களையும்கூடப் பணம், காசு இல்லாமல்... ஒரு துண்டு ரொட்டிகூட இல்லாமல் அலைய விடுவதுதான் ஒருவனின் வாழ்க்கையா...? அதனால்தான் அந்தக் கிழவியிடமிருந்து பணத்தை எடுத்துக்கொள்ள நான் முடிவு செய்தேன். முதலில் சில ஆண்டுகளுக்கு அந்தப் பணத்தை நான் பயன்படுத்திக்கொண்டால், பல்கலைக்கழகப் படிப்புக்காக, என்

தாயை நான் தொந்தரவு செய்ய வேண்டியிருக்காது. பல்கலைக் கழகப் படிப்பு முடிந்த பிறகு என்னை நிலைநிறுத்திக்கொள்வதும், முற்றிலும் புதிதான பாதையில் என் திட்டங்களைப் பெரிய அளவில் விரிவாகத் தொடங்கவும், சுதந்திரமாகச் செயல்படக் கூடிய விதத்தில் புதிய பாதை ஒன்றை வகுக்கவும்... இப்படியெல்லாம் நான் எண்ணியிருந்தேன்! கனவு கண்டேன்! நல்ல வாழ்க்கை... எனக்கு மட்டும் அல்ல, எல்லோருக்கும்! அதுதான் என் விருப்பம்! ஆனாலும் அந்தக் கிழவியைக் கொலை செய்தது உண்மையிலேயே தவறான செயல்தான்! சரி... இந்த அளவுக்குப் போதும்!"

கடுமையான போராட்டத்துடன் தனது நீண்ட பேச்சை அவன் பேசி முடித்தான். அதற்குள் அவன் தனது சக்தியை எல்லாம் முழுமையாக இழந்துவிட்டிருந்தான். பேசி முடித்து விட்டுக் களைப்புடன் தனது தலையைக் கவிழ்த்துக்கொண்டான்.

"இல்லை... நீங்கள் சொல்வதெல்லாம் உண்மை இல்லை" என்று மிகுந்த வேதனையோடு கூச்சலிட்டாள் சோனியா. "நீங்கள் இப்படியெல்லாம் செய்ய முடியுமா? இல்லை... முடியவே முடியாது... இப்படி இருக்கவே முடியாது... இது உண்மை யில்லை!"

"இவ்வாறெல்லாம் நடக்க முடியாது என்றும், நான் சொல்வதெல்லாம் தவறானது என்றும் நீ சொல்கிறாய்... அப்படித் தானே! ஆனால் நான் உன்னிடம் நிஜமாகவே உண்மையைத்தான் கூறி இருக்கிறேன்!"

"அந்த உண்மைதான் எப்படிப்பட்டதாக இருக்கிறது...? கடவுளே!"

"நான் கொன்றது ஒரு பேனை... ஒரு பூச்சியை சோனியா! எவருக்கும் உதவாத, தீமையையும், நாசத்தையும் மட்டுமே உண்டாக்குகிற ஒரு பேனைத்தான் நான் நசுக்கிப் போட்டிருக் கிறேன்."

"ஒரு மனித உயிரைப்போய் 'பேன்' என்றும் 'பூச்சி' என்றும் சொல்லலாமா?"

"எனக்குத் தெரியும். அவள் ஒரு 'பேன்' இல்லையென்று நிச்சயமாக எனக்குத் தெரியும்!" என்று ஒரு வினோதமான பார்வையுடன் அவன் பதிலளித்தான். "ஆனால் நான் உண்மையை இன்னும் உனக்குச் சொல்லவே இல்லை, சோனியா!" என்றபடி அவன் மேலும் தொடர்ந்தான்: "நான் பேசியவை எல்லாமே அபத் தங்கள்தான் சோனியா! நீண்ட நாட்களாக நான் அபத்தங்களைத்

தான் பேசி வருகிறேன். அவற்றில் எதுவும் உண்மையில்லை. நீ சரியாகச் சொன்னாய், சோனியா! அதற்கு, முற்றிலும் வேறு காரணங்கள் இருக்கின்றன. ரொம்ப நாட்களாக நான் யாருடனும் பேசவில்லை சோனியா! இப்பொழுது எனக்குப் பயங்கரமாகத் தலை வலிக்கிறது, சோனியா!"

அவனது கண்கள் ஜுரவேகத்துடன் பளபளத்துக்கொண்டிருந்தன. அறைக்குள் அங்கும் இங்குமாக அவன் நடக்கத் தொடங்கினான். சித்தம் கலங்கிப் போயிருந்தான் அவன். மிகுந்த சிரமப் பட்டு ஒரு புன்னகையை வெளிப்படுத்தினான். அவனுடைய களைப்பையும், துயரங்களையும் சோனியாவினால் புரிந்துகொள்ள முடிந்தது. அவளுக்கும்கூடத் தலைசுற்றுவதைப் போலிருந்தது. அவன் பேச்சு மிக வினோதமாக இருந்தது. அவற்றில் சில விஷயங்கள் மட்டுமே தெளிவாகியிருப்பது போல அவளுக்குத் தோன்றியது. "ஆனாலும்கூட... இது எப்படி... எப்படி நடந்தது... கடவுளே?" என்று துயரத்தோடு தனது கைகளைப் பிசைந்து கொண்டாள் சோனியா.

"இல்லை சோனியா... அப்போது நான் சொன்னதெல்லாம் சரியில்லை.. அதெல்லாமே தவறுதான்" என்று மறுபடியும் அவன் பேச்சைத் தொடங்கினான். அவனது மூளையில் வேறு வகையில் புதியதொரு சிந்தனைத் திருப்பம் ஏற்பட்டிருப்பது போலவும், அது அவனை எழுச்சியுறச் செய்திருப்பதைப் போலவும் தோன்றியது. திடீரென்று தலையை நிமிர்த்திக்கொண்டு பேசத் தொடங்கினான்: "இல்லை, அது காரணமில்லை. ஒருவேளை இப்படி இருக்கலாம்... (ஆமாம், இதுதான் கொஞ்சம் சரியானதாகத் தோன்றுகிறது) ஒரு வேளை நான் ஒரு பேராசைக்காரனாக – பொறாமை பிடித்தவனாக – வஞ்சக உள்ளம்கொண்ட தீயவனாக – பழிவாங்கும் மனப்பான்மைகொண்டவனாக இருக்கலாம். ஒருவேளை கிறுக்குத் தனத்தின் சாயலும்கூட என்னிடம் இருக்கலாம். (இந்த எல்லா குணங்களையும் ஒன்றாகக்கூட வைத்துக்கொள்ளலாம்! ஏற்கனவே என்னிடத்திலுள்ள பைத்தியக்காரத்தனத்தைப்பற்றி எல்லோரும் பேசியிருப்பது எனக்குத் தெரியும்) பல்கலைக்கழகத்தில் எனது படிப்பைத் தொடர முடியாமல் போனதைப் பற்றி இப்பொழுது உன்னிடம் சொல்லிக்கொண்டிருந்தேனல்லவா...? ஆனால் உனக்கு ஒன்று தெரியுமா...? நான் நினைத்திருந்தால், ஒருவேளை என்னால் அந்தப் படிப்பைக்கூட முடித்திருக்க முடியும்! பல்கலைக்கழகக் கட்டணத்திற்குரிய தொகையை என் அம்மா எனக்கு அனுப்பி வைத்திருப்பாள். என்னுடைய உடைகள், சாப்பாடு, பூட்ஸ் போன்ற செலவுகளுக்கான பணத்தை நானே சம்பாதித்துக்கொண்டிருக்க முடியும்! பிள்ளைகளுக்கு டியூஷன் எடுக்கிற வேலை எனக்கு

எளிதாகக் கிடைத்துக்கொண்டுதான் இருந்தது. ஒரு பாடத்திற்கு அரை ரூபிள் என்று எனக்குச் சம்பளம் கிடைக்கும் வாய்ப்பும் இருந்தது. ரஸுமிகின் அப்படித்தானே வேலை செய்கிறான்? ஆனால் நான்தான் ஒழுங்கீனமாக இருந்து அதைச் செய்ய விருப்பமில்லாதவனாகப் போய்விட்டேன்! ஆமாம், நான்தான் ஒழுங்கீனம்கொண்டவனாக மாறிவிட்டேன். அதுதான் சரியான வார்த்தை! பிறகு ஒரு மூலையில் போய் சிலந்திப் பூச்சியைப் போல ஒண்டிக்கொண்டேன். என்னுடைய கேவலமான, சின்னப் பொந்து போன்ற அறைக்கு நீ வந்திருக்கிறாயல்லவா? ஆமாம், அதைத்தான் நீ பார்த்திருக்கிறாயே? தாழ்வான மேற்கூரையைக் கொண்டுள்ள மூச்சுத் திணறவைக்கும் அறைகள், மனித மனதையும், ஆத்மாவையும்கூட நசுக்கிவிடக்கூடிய சக்தி படைத்தவை என்பதை நீ அறிந்திருக்கிறாயா, சோனியா? ஓ... நான் அந்த எலிப்பொந்து போன்ற அறையை எப்படி வெறுத்தேன் தெரியுமா? ஆனால் அதேநேரத்தில் நான் அதைவிட்டுப் போகவும் மாட்டேன்! சாப்பிடவும் மாட்டேன்! சும்மா அங்கேயே வெறுமனே படுத்துக் கிடப்பேன்! நஸ்டாஸியா ஏதாவது சாப்பாடு கொண்டு வந்தால் சாப்பிடுவேன். இல்லாவிட்டால் அப்படியே சாப்பிடாமல் இருந்துவிடுவேன். நானாகப் போய்க் கேட்பதற்கு எனக்கு வெறுப்பாக இருக்கும். இரவு நேரங்களில் வெளிச்சத்திற்கு மெழுகுவர்த்தி இல்லையென்றாலும்கூட இருட்டிலேயே அறைக்குள் விழுந்து கிடப்பேனே தவிர மெழுகுவர்த்தி வாங்குவதற்காகவாவது சம்பாதிக்க வேண்டுமென்று நினைக்க மாட்டேன். அதற்காக முயற்சிக்கவும் மாட்டேன். நான் படித்துக்கொண்டாவது இருந்திருக்கலாம். ஆனால் புத்தகங்களைக்கூட நான் விற்றுவிட்டேன்... எனது மேசையின் மேலுள்ள தாள்களிலும், நோட்டுப் புத்தகங்களிலும் அடர்த்தியாகத் தூசு படர்ந்திருப்பதை இப்போதும்கூடப் பார்க்கலாம். படுத்துக்கொண்டே, எதையாவது சிந்தித்துக்கொண்டிருப்பது மட்டுமே எனக்கு விருப்பமான செயலாக இருந்தது. முழுநேரமும் எதையாவது யோசித்தபடியே நான் பொழுதுகளை வீணாகக் கழித்துக்கொண்டிருந்தேன். அந்தச் சமயங்களிலெல்லாம் எனக்குச் சில கனவுகள், வினோதமான கனவுகள் வருவதுண்டு! அவற்றைப் பற்றியெல்லாம் இங்கே சொல்ல வேண்டிய அவசியம் இல்லை, ஆனால் அப்போது – அந்த நாட்களில்தான் – நான், 'அவ்வாறு' கற்பனை செய்துகொள்ளத் தொடங்கினேன்... இல்லை... இல்லை... அது அப்படியில்லை! நான் மறுபடியும் தவறாகவே சொல்கிறேன்...! நான் எனக்குள்ளாகவே இப்படிக் கேட்டுக்கொள்ளத் தொடங்கினேன்: 'பிற மனிதர்கள்தான் முட்டாள்களாக இருக்கிறார்கள் என்றால் நானும் ஏன் அப்படி இருக்க வேண்டும்? அவர்கள் முட்டாள்களாகத்தான் இருக்கிறார்

கள் என்பது எனக்கு உறுதியாகத் தெரிந்தும், அவர்களைவிடப் புத்திசாலியாக இருக்க வேண்டுமென்று நான் விரும்பாமல் இருப்பது ஏன்?' – எல்லோரும் புத்திசாலிகளாக ஆக வேண்டு மென்று அதற்காகக் காத்துக்கொண்டிருந்தால் வெகுகாலம் அப்படிக் காத்திருக்க வேண்டியதாகிவிடும் என்பதைப் பிறகு நான் உணர்ந்துகொண்டேன்! பிறகு எனக்கு இன்னொன்றும் புரிந்தது. இந்த மனிதர்கள் மாறவே போவதில்லை! எவராலும் அவர்களை மாற்றவும் முடியாது. அதற்காக முயற்சிப்பதுகூட வீண்தானோ என்று எனக்குப்பட்டது. ஆமாம்... அது அப்படித்தான்! இயற்கை யின் விதி அதுதான்! இயல்பாகவே அவர்களின் குணங்கள் அப்படித்தான்! அதுதான் உண்மை சோனியா! இப்பொழுது எனக்கு என்ன புரிந்திருக்கிறது தெரியுமா, சோனியா? எந்த ஒரு மனிதன் மிகுந்த பலசாலியாகவும், துணிச்சல் உள்ளவனாகவும் அடக்கியாளும் வல்லமை படைத்தவனாகவும் இருக்கிறானோ, அவன்தான் இவர்களுக்குத் தலைவனாக இருப்பான். எவன் ஒருவன் நிறைய விஷயங்களை நசுக்கி மிதித்துப் போடுகிறானோ, தான் சொல்லுவதுதான் சரியானது என்று மற்றவர்களை, மற்ற விஷயங்களைத் துவம்சம் செய்து தனது கருத்துகளை நிலை நாட்டுகிறானோ அவனே இவர்களுக்கான சட்டங்களை வகுப்ப வனாக இருப்பான். எவன் ஒருவன் அடாவடித்தனமாக அக்கிரமக் காரனாக செயல்படுகிறானோ அவனே இவர்களை வழி நடத்திச் செல்பவனாக இருப்பான். அவனே இவர்களுக்குச் சரியானவன். அவனைத்தான் இவர்கள் தலைவனாக, வழிகாட்டியாக ஏற்றுக் கொள்ளுவார்கள். இதுவரையில், இந்த உலகத்தில் எல்லாச் செயல் பாடுகளும் அப்படித்தான் நடந்து வருகின்றன. இனிமேலும் அப்படித்தான் இருக்கப் போகின்றன. பார்வைக் கோளாறில்லாத எவனுமே இவற்றையெல்லாம் எளிதாகக் காண முடியும்!"

இதையெல்லாம் சோனியாவிடம் அவன் சொல்லிக்கொண் டிருந்தபோது சோனியாவையே உற்றுப் பார்த்துக்கொண்டிருந் தாலும்கூட, அவள், தான் கூறுவதைப் புரிந்துகொள்கிறாளா என்பதைப் பற்றிச் சிறிதும் கவலைப்படாமல் பேசிக்கொண்டே போனான். காய்ச்சலின் பிடியில் முழுமையாகச் சிக்குண்டவனைப் போல இருந்தான் அவன். ஏதோ ஒரு வகையான வருத்தம் தோய்ந்த கிளர்ச்சியின் பிடியில் அவன் ஆட்பட்டிருந்தான். அவன் இந்த அளவுக்குப் பிறரோடு பேசி வெகுகாலமாகிவிட்டிருந்தது. இப்படிப்பட்ட அவநம்பிக்கையான, இருண்ட கோட்பாடுகளே அவனது நம்பிக்கைகளாகவும் சட்டங்களாகவும் மாறிப் போயிருக்க வேண்டுமென்பதை சோனியா புரிந்துகொண்டாள்.

"பிறகு நான் என்ன உணர்ந்துகொண்டேன் தெரியுமா" என்று உற்சாகத்தோடு தொடர்ந்து பேசிக்கொண்டே போனான்

அவன். "எந்த மனிதன் துணிச்சலோடு செயலில் இறங்குகிறானோ அவன்தான் அதிகாரத்தையும் எடுத்துக்கொள்கிறான் என்பதை நான் புரிந்துகொண்டேன்! மனிதனுக்கு ஒரே ஒரு விஷயம் மிகவும் அவசியமாக வேண்டும்... அதுதான் துணிச்சல்! எனக்கு முன்பு யாருக்குமே தோன்றியிராத இந்த எண்ணம் வாழ்க்கையில் முதல்முறையாக அப்போது தோன்றியது. பகல் வெளிச்சம் போல அது எனக்குத் தெளிவாகப் புலப்பட்டது. இந்த முட்டாள் தனமான உலகத்தில் ஒருத்தருக்குக்கூட இப்படி வாலைப் பிடித்துச் சுழற்றி வீசி அடிக்கிற துணிச்சல் ஏன் இல்லாமல் போய்விட்டது? அதனாலேயே இந்தக் கொலையை நான் செய்தேன்! உண்மையில் என் துணிச்சலை வெளிக்காட்டிக்கொள்ள நான் விரும்பினேன், சோனியா! அதுதான் இந்தக் கொலைக்கான ஒரே காரணம்!"

"ஐயோ, போதும் நிறுத்துங்கள்!" என்று தன் கைகளை ஆட்டியபடி உரக்கக் கத்தினாள் சோனியா. "நீங்கள் கடவுளின் பாதையிலிருந்து விலகிப் போய்விட்டதால், கடவுள் உங்களைத் தண்டிக்கும்வண்ணம் உங்களைச் சாத்தானிடத்தில் ஒப்படைத் திருக்க வேண்டும் என்று நான் நினைக்கிறேன்!"

"ஒருவேளை நான் என் அறையில் படுத்துக்கொண்டு இப்படிப்பட்ட குருட்டு எண்ணங்களில் மூழ்கிக்கிடந்தபோதுதான் அந்தச் சாத்தான் என்னைப் பிடித்துக்கொண்டதோ, சோனியா? என்ன அப்படித்தானா?"

"கொஞ்சம் பேசாமல் அமைதியாக இருங்கள்! தயவுசெய்து சிரிக்காதீர்கள். அது தெய்வக்குற்றம்! நீங்கள் எதையுமே புரிந்து கொண்டிருக்கவில்லை! கடவுளே... இவர் எப்போதுமே புரிந்துகொள்ளப் போவதில்லை!"

"ஸ்... சோனியா...! நான் சிரிக்கவில்லை! என்னை எங்கோ இழுத்துக்கொண்டு போவது சாத்தான்தான் என்பது எனக்கே தெரிந்துதான் இருந்தது. ஸ்...! சோனியா, ஸ்..." அவன் மிகுந்த துயரத்தோடு இதையே மீண்டும் மீண்டும் வலியுறுத்திக்கொண்டி ருந்தான். "எனக்கு எல்லாமே தெரியும்... எல்லாமே தெரியும்! அங்கே இருட்டுக்குள் படுத்துக் கிடந்தபோது இதையெல்லாம் மறுபடியும் மறுபடியும் யோசித்து யோசித்து, எனக்குள் நானே விவாதித்துக்கொண்டும் இருந்திருக்கிறேன்! அதனால்தான் சொல்லுகிறேன், எல்லாமே எனக்குத் தெரியும் என்று உண்மை யாகவே சொல்லுகிறேன். எல்லாமே எனக்குத் தெரியும்! அர்த்த மில்லாத அந்தப் பிதற்றல்கள் என்னைக் களைப்படையச் செய்து விட்டன. அப்படிப்பட்ட பேச்சுக்களையெல்லாம் மறந்துவிட்டு, அதைப் பற்றி மீண்டும் சிந்திப்பதையெல்லாம் விட்டுவிட்டு,

புதிதாக ஒன்றைத் துவங்க வேண்டும் என்று நான் விரும்புகிறேன் சோனியா! ஏதோ முட்டாள்தனமாக, எதையுமே ஆலோசித்துப் பார்க்காமல் நான் இப்படிச் செய்துவிட்டதாக நீ நினைக்காதே! இல்லை... அப்படி இல்லை! ஓர் அறிவாளியைப் போல நான் அதிகமாகத்தான் சிந்தித்தேன். அதுதான் என்னை இப்படி அழிவில் கொண்டுபோய்விட்டிருக்கிறது! உன்னால் அப்படிச் சிந்திக்கவே முடியாது. எனக்கும் அதுபற்றி முதலில் தெரியாது. உதாரணத்துக்கு இப்படி நினைத்துக்கொள்! அதிகாரத்தை நானாகவே எடுத்துக்கொள்ளக்கூடிய உரிமை எனக்கு இருக்கிறதா என்று எனக்குள் நானே கேள்வி கேட்டுக்கொண்டும், குறுக்கு விசாரணை செய்துகொண்டும் இருந்தால், அப்படிப்பட்ட உரிமை எனக்கு இல்லை என்பதாக அல்லவா ஆகிவிடும்? இல்லா விட்டால், மனித உயிர் என்பது ஒரு 'பேனை'ப் போன்றதா என்று எனக்கு நானே கேள்வி எழுப்பிக்கொள்கிறேனென்று வைத்துக் கொள்! அதற்கான பதில்கள் எப்படிக் கிடைத்திருக்கும் தெரியுமா? உன்னைப் பொறுத்தவரை அது ஒரு மனித உயிராகத் தோன்றாமல் இருந்திருக்கலாம். ஆனால் அப்படிப்பட்ட கேள்வியே தோன்றாமல் போய்விட்ட ஒரு மனிதனுக்கும், எந்தக் கேள்விகளுமே கேட்காமல் சும்மா கடந்து போகும் மனிதனுக்கும் அது ஒரு மனித உயிராகத்தானே இருக்க முடியும்? நெப்போலி யனாக இருந்திருந்தால் இப்படிச் செய்திருப்பானா? மாட்டானா? என்றெல்லாம் நான் என்னையே தொல்லைப்படுத்திக்கொண்ட பிறகு – நான் நெப்போலியன் இல்லை என்று நானே உணர்ந்தத னால் ஏற்பட்ட விளைவுதான் அது! இப்படி முடிவற்றதாக என்னுள் எழுந்த விவாதங்கள் ஏற்படுத்திய சித்திரவதைகளை யெல்லாம் சகித்துக்கொண்டிருந்த நான், அவற்றிலிருந்து விடுபட விரும்பினேன்!

ஏதோ ஒரு வகையான விவாதங்களையும், கோட்பாடுகளை யும் முன் வைத்து, அவற்றுக்காகவே நான் கொலை செய்தேன் என்று சொல்வதில் எனக்கு உடன்பாடு இல்லை. நான், எனக்காக, எனக்காக மட்டுமே கொலை செய்தேன்! எனக்காகக்கூட – என் மனச்சாட்சிக்காகக்கூட நான் பொய் சொல்ல விரும்பவில்லை...! நான், என் தாய்க்கு உதவுவதற்காகக் கொலை செய்யவில்லை. அப்படிச் சொன்னால் அது வெறும் அபத்தம்தான்...! மனித குலத்திற்கு நன்மை செய்பவனாக என்னை உருவாக்கிக்கொள்வதற் காகவும், எனக்குக் கிடைக்கும் லாபத்தையும், அதிகாரத்தையும், அதற்காகப் பயன்படுத்திக்கொள்ள வேண்டும் என்று எண்ணியும் நான் கொலை செய்யவில்லை. அப்படிச் சொல்வதும் தவறுதான்!... நான் அந்தக் கொலையை சாதாரணமாகத்தான் செய்தேன்! நான் எனக்காக எனக்காக மட்டுமே கொலை

செய்தேன்! மற்றவர்களுக்கு உதவி செய்பவனாக நான் ஆகப் போகிறேனா... அல்லது ஒரு சிலந்தியைப் போல மற்றவர்களை யெல்லாம் என் வலைக்குள் இழுத்துக்கொண்டு அவர்களுடைய இரத்தத்தை உறிஞ்சுபவனாக மாறப் போகிறேனா என்பதை யெல்லாம் நான் கொலை செய்த அந்த வேளையில் கவனத்தில் கொள்ளவில்லை. இன்னும் ஒரு முக்கியமான விஷயம் என்ன வென்றால், நான் கொலை செய்தபோது, பணத்தைப் பற்றியெல் லாம் கொஞ்சமும் கவலைப்படவில்லை. அந்தக் கொலையை நான் பணத்திற்காகச் செய்யவில்லை. வேறு எதற்காகவோதான் நான் அதைச் செய்தேன்! இப்போதுதான் அது எல்லாமே எனக்குப் புலப்படுகிறது. தயவுசெய்து என்னைப் புரிந்துகொள்! ஒருவேளை, இதே பாதையில் நான் தொடர்வதாக இருந்தாலும், நான் மீண்டும் இப்படி ஒரு கொலையைச் செய்துவிடக்கூடாது. ஏதோ ஒன்றைக் கண்டறிவதற்காக நான் முயன்றுகொண்டி ருந்தேன். அந்த ஏதோ ஒன்றுதான் என்னை அப்போது செலுத்திக் கொண்டிருந்திருக்க வேண்டும்! நான் அப்பொழுது வெகுவேக மாகக் கண்டுபிடிக்க முயற்சித்ததெல்லாம் ஒரே ஒரு விஷயத்தை மட்டும்தான்! பிறரைப் போல நானும் ஓர் அற்பப் 'பேன்' தானா...? அல்லது நான் உண்மையான ஒரு மனிதனா? தடைகளைத் தாண்டுவது என்பது என்னால் இயலக்கூடியதுதானா? கீழிறங்கிப் போய்த் தயவுசெய்து அதிகாரத்தைக் கையிலெடுத்துக்கொள்ளும் துணிச்சல் என்னிடம் இருக்கிறதா, இல்லையா? நான் கோழைத்தனமாக நடுங்கிக்கொண்டிருக்கும் ஓர் ஜந்துவா? அல்லது உரிமை படைத்த ஒரு மனிதனா?"

"உரிமை எதற்கு? கொல்வதற்கா? நிஜமாகவே ஓர் உயிரைக் கொல்வதற்கு உரிமை படைத்தவரா நீங்கள்?" கைகளை ஆக் ரோஷத்துடன் ஆட்டியபடி அவனைக் கேட்டாள் சோனியா.

"ஓ... சோனியா" என்று எரிச்சலுடன் கத்திய அவன், உடனே அவளுக்கு பதிலடி கொடுக்க வேண்டுமென்று நினைத் தான். பிறகு அப்படிச் செய்யாமல் சற்று வெறுப்போடு அமைதி யாக இருந்தான். "என்னை இடைமறித்துப் பேசாதே, சோனியா! ஒரே ஒரு விஷயத்தைத்தான் உன்னிடம் நிரூபிக்க வேண்டுமென்று நான் விரும்புகிறேன். ஏதோ ஒரு சாத்தான்தான் என்னை அப்படிப் பிடித்துத் தள்ளிக்கொண்டிருந்தது என்பதுதான் அது! பிறகு அந்தப்பாதையில் பயணம் செய்யும் உரிமை எனக்கு இல்லை என்பதையும், அதற்குக் காரணம் மற்றவர்களைப் போல நானும் ஓர் அற்பப் பேன்தான் என்பதையும் அந்தச் சாத்தானே எனக்குத் தெளிவாக உணர்த்திவிட்டது! அது என்னைப் பரிகாசம் செய்து விட்டுப் போய்விட்டது! அதனாலேதான் இப்பொழுது நான்

உன்னிடம் வந்திருக்கிறேன்! என்னை ஏற்றுக்கொள்! நான் ஓர் அற்பப் பேனாக இல்லாமலிருந்தால் உன்னிடம் வந்திருப்பேனா? இதை மட்டும் கேள்! அந்தக் கணத்தில் அந்தக் கிழவியை நாடி நான் போனதற்குக் காரணம், என்னை நானே பரிசோதித்துக் கொள்வதற்கு மட்டும்தான்! அதைப் புரிந்துகொள்!"

"ஆனால் நீங்கள் ஒரு கொலையை அல்லவா செய்திருக் கிறீர்கள்... கொலையல்லவா அது...?"

"ஆனால் உண்மையாகவே அது எப்படிப்பட்ட கொலை? ஒரு கொலை என்பது அப்படியா நடக்கும்? கொலை செய்வதற் காகச் செல்பவர்கள், அப்போது நான் போனதைப் போலவா போவார்கள்? நான் அங்கே எப்படிப் போனேன் என்பதை வேறொரு சந்தர்ப்பத்தில் நான் உனக்குச் சொல்கிறேன். அந்தக் கிழவியை நானா கொலை செய்தேன்? அந்த வயதான ஐந்துவை நான் கொல்லவில்லை... என்னை நானே கொன்றுகொண்டேன். ஆமாம், என்னை நானே கொன்றுகொண்டேன்! ஆனால் அந்தக் கிழத்தைக் கொன்றது நானில்லை. அந்தச் சாத்தான் தான்...! போதும், சோனியா... போதும்! என்னைக் கொஞ்சம் அமைதியாக இருக்கவிடு!" என்று மிகவும் துயருற்றவனாக உரக்கக் கத்தினான் ரஸ்கோல்னிகோவ்.

தனது முழங்கைகளை, முழங்கால்களில் ஊன்றிக்கொண்டு, கைகளால் தனது தலையை இறுகப் பற்றிக்கொண்டான் அவன்.

"உங்களுக்குத்தான் எவ்வளவு துன்பங்கள்?" என்று புலம்பியபடி அழுதாள் சோனியா.

"நான் என்ன செய்யவேண்டுமென்று நீதான் இப்பொழுது சொல்ல வேண்டும்!" என்று சோகம் ததும்ப அவளை உற்று நோக்கியபடி மிகவும் பரிதாபமாகக் கேட்டான் ரஸ்கோல்னிகோவ்.

"என்ன செய்யலாம்?" என்று உரக்கக் கேட்டபடி குதித் தெழுந்து நின்றுகொண்ட அவளது கண்கள் முழுவதும் கண்ணீ ரால் நிரம்பியிருந்தன. விளக்கொளியில் அவளது கண்களில் தேங்கி யிருந்த கண்ணீர், பளபளவென்று மின்னியது. "எழுந்திருங்கள்!" என்று ஆவேசமாகச் சொன்னபடி அவனது தோளைப் பற்றி இழுத்தாள் சோனியா. எழுந்து நின்ற அவன், அவளைத் திகைப் போடு பார்த்தான். "உடனே... இந்தக் கணமே செல்லுங்கள்! முச்சந்தியில் போய் மண்டியிட்டு, நீங்கள் மாசுபடுத்திவிட்ட இந்த மண்ணை முத்தமிடுங்கள்! பிறகு இந்த உலகம் முழுவதையும் – பூமியின் நான்கு திசைகளையும் பார்த்துப் பணிந்து மண்டியிட்டு வணக்கம் செலுத்துங்கள்! பிறகு இந்த உலகிலுள்ள எல்லோரும்

கேட்கும்படியாக "நான் ஒரு கொலைகாரன்" என்று உரக்கச் சொல்லுங்கள்! அதன்பிறகு கடவுள் உங்களுக்கு மறுவாழ்வு தருவார்! நீங்கள் அவ்வாறு செய்வீர்களா? செய்வீர்களா? சொல்லுங்கள்!" அவள் அவனைக் கெஞ்சியபடி, மீண்டும் ஆவேசம் வந்தவளாக அவனைப் பிடித்து உலுக்கிக்கொண்டிருந்தாள். அவனது இரு கரங்களையும் பற்றிப் பிடித்துத் தன் கரங்களுக்குள் வைத்து அழுத்தியபடி, அவனையே அழுத்தமாகப் பார்த்துக் கொண்டிருந்தாள் சோனியா.

அவளது உணர்ச்சிவயப்பட்ட நிலையைக் கண்டு அவன் ஆச்சரியமும் அதிர்ச்சியும் அடைந்தான்.

"அப்படியானால், என்னைச் சிறைக்குப் போகச் சொல்கிறாய், அப்படித்தானே சோனியா? என் குற்றத்தை நானே பகிரங்கப்படுத்தவேண்டும் என்பதுதான் உன் எண்ணமா?"

"குற்றத்தை ஒப்புக்கொண்டு அதற்குரிய தண்டனையை ஏற்றுக்கொண்டு, துன்பத்தை அனுபவிப்பதன் வழியாகச் செய்த பாவத்திற்குப் பிராயச்சித்தம் தேடிக்கொள்வது மட்டும்தான் இப்போது நீங்கள் செய்தாக வேண்டியது."

"இல்லை... முடியாது! நான் அப்படி அவர்களிடம் (போலீசிடம்) போக மாட்டேன் சோனியா!"

"ஆனால் அதன்பிறகு எப்படி உங்களால் வாழ முடியும்? எதை வைத்து வாழ முடியும்? நிம்மதியாக, அமைதியாக வாழ உங்களால் முடியுமா? உங்கள் தாயிடம் உங்களால் எப்படிப் பேச முடியும்? (ஐயோ, அவர்களின் நிலை இப்போது என்ன ஆகுமோ...?) நான் என்ன சொல்ல வருகிறேனென்றால்– எப்படியோ உங்கள் தாயையும், சகோதரியையும் ஏற்கனவே நீங்கள் துறந்துவிட்டீர்கள்...! சரிதான்... முன்கூட்டியே நீங்கள் அவர்களை விட்டு வந்தது ஏனென்று இப்போதுதான் விளங்குகிறது...! ஐயோ... கடவுளே..." என்று ஓலமிட்டு அழுதாள் சோனியா. "இதைப் பற்றி எல்லாமே இவருக்குத் தெரிந்துதானே இருக்கிறது...? இனி எப்படி... எப்படி உங்களால் தனியாக... வாழ முடியும்...? உங்களுக்கு... உங்களுடைய வாழ்க்கை... இனிமேல் என்ன ஆகும்...?"

"இப்படிக் குழந்தைத்தனமாகப் பேசாதே, சோனியா" என்று அமைதியாகக் கூறினான் அவன். "நான் செய்தது எந்தவிதத்தில் தவறு? நான் ஏன் போக வேண்டும்? அப்படியே போனாலும், மேலிடத்தில் இருப்பவர்களிடம் – காவல் துறையினரிடம் – நான் என்னவென்று சொல்ல முடியும்? நீ சொல்வதெல்லாம் எதார்த்தத்திற்குக் கொஞ்சமும் பொருந்தாதவை. அந்த அதிகாரிகளெல்

லாம் கோடிக்கணக்கான மக்களைத் தாங்களே அழிப்பவர்கள்! அதுதான் மேன்மையானது என்று பெருமை பேசிக்கொண்டிருப்பவர்கள்! அவர்கள் எல்லோருமே போக்கிரிகள்! பொறுக்கிகள்! சோனியா! அவர்களிடம் நான் போக மாட்டேன். அங்கே போய் நான் என்னவென்று சொல்வது? இப்படி ஒரு கொலை செய்தேன். ஆனால் பணத்தை எடுக்கத் துணியாமல் ஒரு கல்லுக்குக் கீழே அதை மறைத்து வைத்திருக்கிறேன் என்றா என்னைச் சொல்லச் சொல்கிறாய்?" என்று அவளைக் கேட்டபடி கசப்பான புன்னகை ஒன்றை உதிர்த்தான் அவன். "உனக்குத் தெரியுமா? இதைக் கேட்டதும் அவர்கள், என்னைப் பார்த்துத் தான் சிரிப்பார்கள்! பணத்தைக்கூட எடுத்துக்கொள்ளாத முட்டாளாக இருக்கிறானே என்று என்னைத்தான் பரிகசிப்பார்கள்! முட்டாள், கோழை என்ற இரண்டு பட்டங்களும் எனக்குக் கிடைக்கும். அவர்கள் எதையும் புரிந்துகொள்ள மாட்டார்கள் சோனியா! அப்படிப் புரிந்துகொள்ளும் தன்மையோ தகுதியோ அவர்களிடத்தில் இல்லை சோனியா! நான் ஏன் போக வேண்டும்? நான் போகப் போவதில்லை! குழந்தையைப் போலப் பேசாதே, சோனியா..."

"அப்படிச் செய்யாவிட்டால் நீங்கள் உங்களையே நாசமாக்கிக்கொள்வீர்கள்! சீரழித்துக்கொள்வீர்கள்!" என்று அவனிடம் தன் வேண்டுகோளை நிறைவேற்றும்படி மனம் உருகி மன்றாடிக்கொண்டிருந்தாள் சோனியா.

"ஒருவேளை நான் இன்னும்கூட என்னைப் பற்றித் தவறாகத் தான் எடை போட்டுக்கொண்டிருக்கிறேனோ?" என்று விசனத்தோடு சொன்னான் அவன்.

இன்னும்கூட மனதுக்குள் எதையோ போட்டுத் துழாவிக் கொண்டிருப்பவனைப் போலத்தான் அவன் காணப்பட்டான். "ஒருவேளை நான் ஓர் அற்பப் பேனாக இல்லாமல் இன்னமும்கூட மனிதனாகத்தான் இருக்கிறேனோ? என்னை நானே குற்றம் சாட்டிக்கொள்வதில் நான் சற்று அவசரப்பட்டுவிட்டேனோ? ஒருவேளை இவர்களை எதிர்த்து, மறுபடியும்கூட நான் ஒரு போராட்டத்தை நடத்தி விடலாமோ?"

அவனுடைய இதழ்களில் அகம்பாவத்தோடு கூடிய ஒரு புன்னகை அரும்பியது.

"ஆனால் இப்படி ஒரு சித்திரவதையை உங்கள் வாழ்நாள் முழுவதுமே நீங்கள் அனுபவிக்க வேண்டியதாகிவிடுமே!"

"அது எனக்குப் பழகிப்போய்விடும்..." என்று கூறத் தொடங் கிய அவன், ஒரு நிமிட நேரச் சிந்தனைக்குப் பிறகு மீண்டும் தொடர்ந்தான்: "இங்கே பார், சோனியா! இதைக் கேட்டுக்கொள்! முதலில் அழுவதை நிறுத்து! விஷயத்திற்கு நேரடியாக வந்தாக வேண்டிய தருணம் இது! போலீஸ் என்னைத் துரத்திக்கொண்டி ருக்கிறது. இதைச் சொல்லத்தான் நான் இங்கே வந்தேன்."

"ஐயோ..." என்று நடுங்கியபடி கூச்சலிட்டாள் சோனியா.

"இப்போது எதற்காக இப்படி அலறுகிறாய்? நான் சிறைக்குப் போயாக வேண்டும் என்பதுதானே உனது விருப்பம்? அப்படி யிருக்கும்போது, இப்போது அதைப்பற்றி நினைத்துப் பயப்படு வானேன்...? ஆனால் என்முடிவு இதுதான்! நான் என்னை விட்டுக் கொடுக்கப் போவதில்லை! மீண்டும் அவர்களோடு நான் போராடப் போகிறேன்! என்னை அவர்களால் எதுவுமே செய்ய முடியாது. உண்மையான சாட்சியம் எதுவும் அவர்களிடம் இல்லை. நேற்று நான் மிகப்பெரிய ஆபத்திலிருந்தேன்... அவ்வளவுதான், இதோடு தொலைந்தேன் என்றுகூட அப்போது நான் நினைத்தேன். ஆனால் இன்றைக்குப் பார்க்கும்போது என் நிலைமை அவ்வளவு மோசமில்லை என்று தோன்றுகிறது! அவர் களுடைய சாட்சியங்களெல்லாம் இருதரப்பையும் துண்டிப்பன வாகவே இருக்கின்றன. அதாவது அவர்கள் முன் வைக்கும் குற்றச் சாட்டுகளை எனக்குச் சாதகமாகத் திருப்பிக்கொள்ளக்கூடிய வகையிலேயே அவை அமைந்திருக்கின்றன. நான் சொல்வது உனக்குப் புரிகிறதா? இப்பொழுது நான் அதைப் பற்றி நன்றாகப் பாடம் கற்றுக்கொண்டுவிட்டதால் என்னால் அதைச் செய்ய முடியும்! ஆனால் அவர்கள் என்னைச் சிறைக்கு அனுப்புவதில் உறுதியாக இருக்கிறார்கள். தற்செயலாக நடந்த சம்பவம் ஒன்று மட்டும் குறுக்கிட்டிருக்காவிட்டால், என்னை இன்றேகூட அவர்கள் சிறையில் போட்டிருப்பார்கள்! ஒருவேளை... - இன்று முடிவதற்குள்ளாகவே - இன்றே, இப்பொழுதேகூட அவர்கள் அதைச் செய்வதற்கும் வாய்ப்பிருக்கிறது. ஆனால் அதைப் பற்றிக் கவலைப்படாதே, சோனியா! அவர்களிடம் உண்மையான ஆதாரம் ஒன்றுகூட இல்லாததால், அவர்கள் அப்படிச் செய் தாலும், நான் சிறிது நேரத்தில் அங்கே இருந்து வந்துவிடுவேன். அவர்களுக்கு எந்த ஆதாரமும் கிடைக்கப் போவதில்லை என்று சத்தியமாக என்னால் சொல்ல முடியும்! அவர்கள் வைத்துக் கொண்டிருக்கிற கற்பனை ஆதாரங்களை வைத்துக்கொண்டு எவரையுமே அவர்களால் தண்டிக்க முடியாது. அது சாத்தியமே இல்லை! சரி! இந்த அளவு போதும் சோனியா! என் அம்மாவுக்

கும், சகோதரிக்கும் தேவையான எதிர்கால ஏற்பாடுகளை நான் எப்படியாவது முயற்சி செய்து செம்மையாக்கி வைத்துவிடுவேன். அவர்கள் அதைப்பற்றிப் பயப்படத் தேவையில்லாதபடி நான் பார்த்துக்கொள்வேன். அதைப்பற்றி நீயும் தெரிந்துகொள்ள வேண்டும் என்பதே என் விருப்பம்! ஏற்கனவே என் சகோதரிக்கு– அவளது வருங்காலத்திற்கான உதவி ஒன்று கிடைத்திருப்பதைப் போலத்தான் தோன்றுகிறது. அதுவே என் தாய்க்கும் பயன் பட்டுவிடும்! அவ்வளவுதான் நான் சொல்ல வந்தது. ஆனால், நீயும் சிறிது கவனமாகவே இரு. சரி, ஒருவேளை அவர்கள் என்னைக் கைது செய்தால் நீ என்னைச் சிறைக்கு வந்து பார்ப்பா யல்லவா?"

"கட்டாயமாக வருவேன்! நிச்சயம் வருவேன்!" அவர்கள் இருவரும் துயரத்தோடும், களைப்போடும் அருகருகே அமர்ந்திருந் தனர். விபத்துக்குள்ளான கப்பலின் மாலுமிகள், வெறுமையான கடற்கரையில் செய்வதறியாமல் உட்கார்ந்திருப்பதைப் போல அவர்கள் அமர்ந்திருந்தனர். அவன் சோனியாவைப் பார்த்தபடி, தன் மீது அவள் எந்த அளவுக்கு நேசம் வைத்திருக்கிறாள் என்பதை நினைத்து வியந்துகொண்டிருந்தான். ஆனால் இவ்வாறு நேசிக்கப் படுவதும்கூடச் சுமையானதாகவும் வினோதமான வலி மிகுந்த தாகவும் திடீரென்று அவனுக்குத் தோன்றியது! ஆமாம், உண்மை யிலேயே அது வினோதமாகவும், வேதனைதரும் உணர்வாகவும் தான் இருந்தது. சோனியாவைத் தேடி அவன் வந்துகொண்டிருந்த போது – இனிமேல் – அவள்தான் தனது ஒரே நம்பிக்கையென்றும், வடிகால் என்றும் அவன் நினைத்திருந்தான். தனது துன்பத்தில் ஒரு பகுதியையாவது அவளுடன் பகிர்ந்துகொள்ள வேண்டும் என்பது மட்டுமே அவனது எண்ணமாக இருந்தது. ஆனால், இப்பொழுது, அவளது இதயம் முழுவதுமே அவனை நோக்கித் திரும்பிவிட்டிருந்த இந்தக் கணத்திலோ அவனது துன்பம், முன்பைவிடவும் அதிகமாகப் பெருகிப் போயிருந்தது.

"சோனியா, நான் சிறையில் இருக்கும்போது நீ என்னை வந்து பார்க்காமலிருப்பதுதான் நல்லது!" சோனியா அதற்குப் பதிலளிக்கவில்லை. அவள் கண்ணீர் விட்டபடி இருந்தாள். அமைதியாகப் பல நிமிடங்கள் கடந்துகொண்டிருந்தன.

"நீங்கள் சிலுவை அணிந்துகொண்டிருக்கிறீர்களா?" என்று திடீரென்று நினைத்துக்கொண்டவளாக, அவனைப் பார்த்துக் கேட்டாள் சோனியா.

அந்தக் கேள்வி அவனுக்குச் சரியாக விளங்கவில்லை.

“இல்லை! நீங்கள் சிலுவை அணிந்துகொண்டிருக்கவில்லை என்றே நினைக்கிறேன்! இதோ, சைப்ரஸ் மரத்துண்டினால் செய்த இந்தச் சிலுவையை எடுத்துக்கொள்ளுங்கள்! பித்தளையால் செய்த இன்னொன்று என்னிடம் இருக்கிறது! அது லிஸாவெதாவுடையது! லிஸாவெதாவும் நானும் எங்களிடமிருந்தவற்றை மாற்றிக் கொண்டோம். அவள், தன்னிடமிருந்த சிலுவையை எனக்குக் கொடுத்தாள். நான் என்னிடமிருந்த வழிபாட்டு உருவத்தை அவளிடம் கொடுத்தேன். இனிமேல் லிஸாவெதாவுடையதை நான் அணிந்துகொள்கிறேன். என்னுடையதை உங்களுக்குக் கொடுக்கிறேன். இதோ, எடுத்துக்கொள்ளுங்கள்! இது என்னுடையது. எனக்கு மட்டுமே சொந்தமானது.” அவள் தன்னிடமிருந்து அதனைப் பெற்றுக்கொள்ளுமாறு அவனை வற்புறுத்தினாள். “நாம் இருவரும் ஒன்றாகச் சேர்ந்து துன்பப்படப் போகிறோம். அதனால் நாம் இருவரும் இணைந்தபடியே இந்தச் சிலுவையைச் சுமப்போம்!”

“அதை என்னிடம் கொடு” என்றான் ரஸ்கோல்னிகோவ். அவளை வருத்தப்படவைக்க அவன் விரும்பவில்லை. ஆனால் அந்தச் சிலுவையைப் பெறுவதற்காக நீட்டிய கையை உடனேயே பின்னுக்கு இழுத்துக்கொண்டான் அவன்.

“இப்பொழுது வேண்டாம், சோனியா! பின்னால் வேறு சந்தர்ப்பத்தில் எப்போதாவது கொடு! அதுதான் நல்லது!” என்று அவளை ஆறுதல்படுத்தும் விதத்தில் அவன் சொன்னான்.

“ஆமாம்... ஆமாம், அதுதான் ஏற்றது! அதுதான் மிகவும் பொருத்தமானது” என்று அவன் கூறியதை அவளும் ஏற்றுக் கொண்டாள். “உங்கள் துன்பத்தை ஏற்றுக்கொள்ள எப்போது நீங்கள் முன் வருகிறீர்களோ, அப்போது இந்தச் சிலுவையையும் போட்டுக்கொள்ளுங்கள்! நானே இதை உங்களுக்கு அணிவிக் கிறேன்! பிறகு நாம் இருவரும் சேர்ந்து பிரார்த்தனை செய்து விட்டுப் பிறகு எங்கே போக வேண்டுமோ அங்கே போகலாம்!”

– இந்த நேரத்தில் யாரோ கதவை மூன்று முறை தட்டுவது கேட்டது.

“சோஃபியா செமினோவ்னா... நான் உள்ளே வரலாமா?” என்று பழக்கமான குரல் ஒன்று, மிகவும் பவ்யமாகக் கேட்டது.

சோஃபியா நடுக்கத்தோடு கதவருகே விரைந்தாள். லெபஸியாட்னிக்கோவின் செம்பட்டைத் தலை, அறைக்குள் எட்டிப் பார்த்துக்கொண்டிருந்தது.

அத்தியாயம் – 5

லெபஸியாட்னிக்கோவ் மிகவும் குழப்பத்தோடு காணப்
பட்டான்.

"நான் உன்னைத் தேடித்தான் இங்கே வந்தேன், சோஃபியா செமினோவ்னா...!" என்ற லெபஸியாட்னிக்கோவ் சட்டென்று ரஸ்கோல்னிகோவின் பக்கம் திரும்பி, "எனக்கென்னவோ உங்களை இங்கே பார்க்கக்கூடும் என்றுதான் தோன்றியது. அதாவது, நான் வேறு எந்த மாதிரியும் நினைக்கவில்லை. சும்மா... நீங்கள் இங்கே இருக்கக்கூடுமோ என்றோர் எண்ணம் எனக்குத் தோன்றியது... அவ்வளவுதான்!" என்றான். பிறகு தன் பார்வையை ரஸ்கோல்னி கோவிடமிருந்து மீட்டுக்கொண்டான். "காதரீனா இவா னோவ்னாவுக்குப் புத்தி பேதலித்துப் போய்விட்டது!" என்று கொஞ்சமும் யோசிக்காமல் திடீரென்று சோனியாவிடம் சொன் னான் லெபஸியாட்னிக்கோவ். அதைக் கேட்ட சோனியா பெருங் கூச்சலிட்டுக் கத்தினாள்.

"நான் சொல்ல வந்தது என்னவென்றால்... அந்த மாதிரி தோன்றுகிறது... அவ்வளவுதான்! எனக்கு என்ன செய்வதென்றே தெரியவில்லை... அதனால்தான் இங்கே ஓடிவந்தேன்...! அவள் வெளியிலிருந்து சற்று முன்புதான் திரும்பினாள்...! வெளியில் எங்கேயோ போயிருந்த அவளை... அங்கே யாரோ நன்றாக அடித்து உதைத்திருக்கிறார்கள் என்று நினைக்கிறேன்... திரும்பி வந்த அவளைப் பார்க்கும்போது அப்படித்தான் எனக்குத் தோன்றுகிறது. உன் தந்தை செமியோன் ஸகாரோவிச் யாரிடம் வேலை பார்த்தாரோ... அந்தத் தலைமை அதிகாரியிடம் அவள் ஓடியிருக்கிறாள். ஆனால் அப்போது அவர் வீட்டில் இல்லை. வேறொரு தளபதியின் வீட்டில் விருந்து சாப்பிட்டுக்கொண்டி ருப்பதாக அறிந்துகொண்ட அவள், உடனே அந்த விருந்து நடந்த இடத்திற்கு அதாவது அந்தத் தளபதியின் வீட்டிற்குப் புறப்பட்டு ஓடிப் போயிருக்கிறாள். செமியோன் ஸகோரோவிச்சின் தலைமை அதிகாரியை உடனே பார்த்தாக வேண்டுமென்றும், அவரை வெளியே அழைக்கும்படியும் அங்கிருந்தவர்களை அவள் நச்சரித் திருக்கிறாள். அவர் அப்பொழுது உண்மையாகவே சாப்பிட்டுக் கொண்டுதான் இருந்திருக்கிறார். பிறகு என்ன நடந்திருக்கும்

என்பதை நீயே கற்பனை செய்துகொண்டு விடலாம்! அவள் அங்கிருந்து விரட்டியடிக்கப்பட்டிருக்கிறாள். தன்னை விரட்டியடித்தவனைத் தகாத முறையில் பேசியதையும், அவன் மீது எதையோ வீசி எறிந்ததையும் அவளே ஒத்துக்கொள்கிறாள். நீயே நினைத்துப் பார்! அவளை அவர்கள் எப்படிக் கைது செய்யாமல் விட்டார்களென்பது நிஜமாகவே எனக்குப்புரியவில்லை. இப்போது அமாலியா இவானோவ்னா உட்பட எல்லோருக்கும் அங்கே நடந்ததையெல்லாம் அவள் சொல்லிக்கொண்டிருந்தாலும் அவளைப் புரிந்துகொள்வது, மிகவும் கஷ்டமாகத்தான் இருக்கிறது. காரணம், அவள் மிகுந்த ஆவேசத்துடன் இருக்கிறாள்... கடுமையாகக் கூச்சல் போட்டுக்கொண்டு அங்கும், இங்குமாக ஆக்ரோஷமாக அலைபாய்ந்துகொண்டிருக்கிறாள்! எல்லோரும் தன்னை நிர்க்கதியாக்கிவிட்டதால், தன் குழந்தைகளை அழைத்துக் கொண்டு, கையில் 'பேரல் ஆர்கன் இசைக்கருவியோடு' தெருவுக்குப் போய்விடப் போவதாகவும், தெருவோரம் நின்றபடி, அந்த இசைக்கருவியை இசைத்தபடி, குழந்தைகளைப் பாடவும், ஆடவும் வைத்து, அதில் கிடைக்கும் பணத்தை எடுத்துக்கொள்ளப் போவதாகவும் கூச்சல் போட்டுச் சொல்லிக்கொண்டிருக்கிறாள். ஒவ்வொரு நாளும் அந்தத் தளபதி குடியிருக்கும் வீட்டின் ஜன்னலருகே அவர்கள் செல்லப் போகிறார்களென்றும், நன்றாக வளர்க்கப்பட்ட ஓர் அரசு ஊழியரின் குழந்தைகள் பிச்சைக்காரர்களாகத் திரியும் அவலத்தை அவர்களெல்லாம் பார்க்க வேண்டும் என்றும் அவள் கூறுகிறாள். மேலும் அவள் தன் குழந்தைகளை அடித்து நொறுக்கி அழ வைத்துக் கொண்டிருக்கிறாள். குழந்தை லிடாவுக்கு 'சின்னக்குடிசை' பாடலைக் கற்றுக் கொடுத்தபடி, அந்தச் சிறுவனையும், சிறுமி போலென்காவையும் ஆட வைக்கிறாள். அவர்களது துணிகளையெல்லாம் கிழித்து, அவற்றால் சிறிய தொப்பிகளைச் செய்து, அவர்களது தலையில் மாட்டிவிட்டு, கோமாளி வேஷத்தோடு அவர்களைக் காட்சியளிக்க வைக்கிறாள். அவளுமே ஒரு பாத்திரத்தை எடுத்துக்கொண்டு போய், அதை இசைக்கருவியைப் போலத் தட்டப் போகிறாளாம்! யாருடைய பேச்சையுமே அவள் கேட்பதாக இல்லை. நிலைமை எப்படி இருக்குமென்று கொஞ்சம் யோசித்துப்பார்...! அவளைக் கட்டுப் படுத்த எவராலுமே முடியவில்லை!"

லெபஸியாட்னிக்கோவ் இன்னும்கூடச் சற்று நீளமாகப் பேசியிருப்பான். ஆனால், அவன் பேசியதை மூச்சுவிடக்கூட மறந்தவளாகக் கேட்டுக்கொண்டிருந்த சோனியா, தனது மேலங்கியையும், தொப்பியையும் எடுத்துக்கொண்டு அறையைவிட்டு விரைவாக வெளியேறிக்கொண்டிருந்தாள். ஓடுகிற ஓட்டத்திலேயே அவற்றையெல்லாம் அவள் அணிந்துகொண்டாள். ரஸ்கோல்னிகோவ் அவளுக்குப் பின்னாலேயே நடந்தான். லெபஸியாட்னிக் கோவும் அவளைத் தொடர்ந்தான்.

ஃபியோதர் தஸ்தயெவ்ஸ்கி ● 829

“அவள் உண்மையிலேயே பைத்தியமாகத்தான் ஆகிவிட்டிருக்கிறாள்” என்று அவர்கள் வீதிக்கு வந்து சேர்ந்ததும் ரஸ்கோல்னிகோவிடம் கூறினான் லெபஸியாட்னிக்கோவ். “சோஃபியா செமியோவ்னாவைப் பயமுறுத்தக்கூடாதென்றுதான் அவள் பைத்தியத்தைப் போல இருப்பதாகச் சொன்னேன். ஆனால் அந்த விஷயத்தில் எனக்குச் சற்றும் சந்தேகம் இல்லை. இந்த வகையான காசநோயாளிகளுக்கு நுரையீரலில் ஏற்படும் வீக்கம், அவர்களது மூளையையே பாதித்து விடுமென்றுகூடச் சிலர் சொல்லுகிறார்கள். துரதிர்ஷ்டவசமாக எனக்கு மருத்துவத்துறையைப் பற்றி எதுவுமே தெரியாது! ஆனாலும் அவளைக் கொஞ்சம் சமாதானப்படுத்தி விடலாமென்று எவ்வளவோ முயற்சித்தேன். ஆனால் அவள் எதையுமே கேட்டுக்கொள்வதாக இல்லை!”

“நீங்கள் அந்த வீக்கத்தைப் பற்றி அவளிடம் பேசினீர்களா?”

“நேரடியாக அதைப்பற்றி அவளிடம் சொல்லவில்லை. மேலும் அவளுக்கு அதைப் புரிந்துகொள்ளும் சக்தியும் இல்லை. ஆனால் நான் நினைத்தது இதுதான். ஒரு மனிதன் அழும்போது, அவனிடம் போய் அப்படியெல்லாம் அழுவதற்கு எதுவுமே இல்லை என்பதைத் தர்க்கபூர்வமாக விளக்கி அவனை ஒத்துக் கொள்ளச் செய்துவிட்டால் அவன் அழுவதை நிறுத்திவிடுவான் என்பது உறுதி! இதில் எனக்கெதுவும் சந்தேகமில்லை. நீங்கள் என்ன நினைக்கிறீர்கள்...? அப்படி நிறுத்திவிடுவானென்று நீங்கள் நினைக்கவில்லையா?”

“அப்படியெல்லாம் இருந்தால்தான் இந்த வாழ்க்கை சுலபமாகிவிடுமே” என்று பதிலளித்தான் ரஸ்கோல்னிகோவ்.

“இல்லை...! இல்லை...! அப்படி இல்லை! நான் குறுக்கிடுவதற்கு மன்னித்துக்கொள்ளுங்கள்! காதரீனா இவானோவ்னாவைப் பொறுத்தவரையில், அவளுக்கு இதைப் புரிந்து கொள்வது கடினமாக இருப்பது உண்மைதான்! ஆனால் பாரீசில் இப்படிப்பட்ட தர்க்கபூர்வமான பேச்சுவார்த்தைகள் மூலம் பைத்தியங்களைக் குணமாக்குவது பற்றித் தீவிரப் பரிசோதனைகள் நடந்து வருவது உங்களுக்குத் தெரியுமா? அங்குள்ள ஒரு பேராசிரியர்* அவர் ஒரு விஞ்ஞானியும்கூட – சமீபத்தில்தான் அவர் இறந்து போனார். இந்த முறைப்படி பைத்தியங்களைக்

* பல்வேறு பரிசோதனைகளைச் செய்து பார்த்த பிரெஞ்சு மருத்துவர் கிளாட் பெர்னாட் (1813–78) பற்றிய குறிப்பாக இது இருக்கக்கூடும். ‘கரமசோவ் சகோதரர்கள்’ நாவலிலும் இம்மருத்துவரைப் பற்றிய குறிப்பு இடம் பெறுகிறது.

குணப்படுத்துவதைப் பற்றி ஆராய்ச்சி செய்திருக்கிறார். மனநிலை பிறழ்ந்தவர்களிடம் குறிப்பிடத்தக்க உடல்நிலைக் கோளாறு எதுவு மில்லை என்பதும், அவர்களுக்கு ஏற்பட்டுள்ள மனப் பிறழ்ச்சிக்குக் காரணம், தர்க்கத்தில் ஏற்பட்டுவிட்ட ஒரு பிழைதான் என்பதும் தான் அவரது அடிப்படைக்கொள்கைகள். தீர்மானங்கள் செய் வதில் தடம் புரள்வதும், விஷயங்களைச் சரியான கோணத்தில் பார்க்கத் தவறுவதும், அநியாயத் தீர்ப்புகளும்கூட மனப்பிறழ்வு ஏற்படக் காரணங்களாக அமைந்துவிடுகின்றன என்பது அவரது கருத்து, அவ்வாறான நோயாளிகள் எங்கெல்லாம் தவறு செய் கிறார்கள் என்பதைப் படிப்படியாக அவர் நிரூபித்துக்கொண்டி ருந்தார். பரிசோதனை முடிவுகளையும்கூட அவர் எட்டியிருந்தார் என்றுதான் சொல்கிறார்கள்! ஆனால் அதே நேரத்தில் அப்படிப் பட்டவர்களின் உடல் மீது நீரைப் பீச்சியடிக்கும் சாதனங்களையும் (டௌச்சஸ்) (douches) அவர் பயன்படுத்திக்கொண்டிருந்ததால், முன் சொன்ன வைத்தியத்தின் விளைவுகளைப் பற்றி முழுமையாக நம்ப முடியாமல் கொஞ்சம் சந்தேகம் இருப்பதும் உண்மைதான்... அல்லது அப்படித் தோன்றுகிறதோ என்னவோ...?”

லெபஸியாட்னிக்கோவ் பேசிக்கொண்டு வந்ததைக் கொஞ்ச நேரமாக ரஸ்கோல்னிகோவ் கவனிக்கவே இல்லை! ரஸ்கோல்னி கோவ் தங்கியிருந்த வீட்டிற்கு அருகில் வந்தவுடன், லெபஸியாட் னிக்கோவிடம் விடைபெற்றுக்கொண்டான் ரஸ்கோல்னிகோவ். சுற்றும் முற்றும் பார்த்தபடி லெபஸியாட்னிக்கோவும் விரைந்து சென்றுவிட்டான்.

ரஸ்கோல்னிகோவ், தனது சிறிய அறையின் நடுவில் வந்து நின்றுகொண்டான். எதற்காக அங்கே அவன் திரும்பி வந்திருக் கிறான்? நிறம் மங்கிப் போயிருந்த சுவர்த்தாள், அங்கே மண்டிப் போயிருந்த தூசி, தனது சிறிய படுக்கை என்று அங்கிருந்த எல்லாவற்றையும் அவன் பார்வையிட்டான். வீட்டின் முன்புற மிருந்த திறந்தவெளியிலிருந்து தொடர்ச்சியாக எதையோ தட்டிக் கொண்டிருக்கும் ஓசை தெளிவாகக் கேட்டுக்கொண்டிருந்தது. அந்தப் பகுதியில் இருக்கும் யாரோ, சுத்தியலால் ஆணி அடித்துக் கொண்டிருக்க வேண்டும்... அவன் ஜன்னலருகே நுனிக்காலால் நின்றபடி, வெகுநேரம் கவனமாகப் பார்த்தான். அந்தத் திறந்தவெளி, காலியாகத்தான் கிடந்தது. யார் தட்டுகிறார்க ளென்பது புலப்படவில்லை. குடியிருப்பின் இடது புறமிருந்த வீடுகளில் இங்கும் அங்குமாக சில ஜன்னல்கள் திறந்துகிடந்தன. ஜன்னல் திட்டுகளில் வைக்கப்பட்டிருந்த பூந்தொட்டிகளில், சோகை பிடித்த ‘ஜெரோனியம்’ செடிகள் வைக்கப்பட்டிருந்தன. ஜன்னல்களின் வெளிப்புறங்களில் சட்டைத் துணிகள்

தொங்கிக்கொண்டிருந்தன. இவை எல்லாமே அவன் ஏற்கனவே அறிந்ததுதான். அவன் மனத்திரையில் அவை எல்லாமே அப்படியே பதிவாகியிருந்தவைதான்... அவன் திரும்பவும் அறைக்குள்ளே வந்து சோஃபாவில் உட்கார்ந்தான்.

இதற்கு முன்பு ஒரு போதும் இப்படிப்பட்ட ஒரு தனிமையை அவன் உணர்ந்ததில்லை.

சோனியாவின் மீது உண்மையில் தனக்கு வெறுப்பே மேலோங்குவதாக மீண்டும் ஒருமுறை அவனுக்குத் தோன்றியது. அவளை மிகுந்த துயரத்திற்கு அவன் ஆட்படுத்திவிட்டு வந்திருக்கும் இந்த வேளையில் அவனுக்கு அப்படி ஓர் உணர்வு தோன்றியது.

'அவன் ஏன் அவளைத் தேடிச் சென்றான்? அவளுடைய கண்ணீரைக் கெஞ்சிப் பெறுவதற்காகத்தான் போனானா? அவளது வாழ்க்கையை விஷமாக்க அவன் ஏன் நினைத்தான்? சே... எவ்வளவு பொல்லாத்தனம்... அற்பத்தனம்...'

'என்னால் தனிமையிலேயே இருந்துவிட முடியும். நான் தனியாகவே இருப்பேன்...!' என்று உறுதியான தீர்மானத்திற்கு வந்தவனாகத் தனக்குத் தானே கூறிக்கொண்டான் அவன். 'அவள் ஒன்றும் சிறைக்கு வர வேண்டியதில்லை!'

ஐந்து நிமிடங்கள் கழிந்த பிறகு வித்தியாசமான புன்னகை ஒன்று உதட்டில் நெளிய, தலையை உயர்த்திப் பார்த்த அவனது இதயத்திலும்கூட அதற்கு இணையாக ஒரு வினோதமான எண்ணம் தோன்றியிருந்தது: 'ஒருவேளை சைபீரியாவுக்குப் போக நேர்ந்தால்... அதுகூட ரொம்ப நல்லதுதான்!'

தன் மூளைக்குள் சுற்றிச் சுழன்றுகொண்டிருந்த வெறுமையான சிந்தனைகளுடன் எவ்வளவு நேரம் அறைக்குள்ளேயே உட்கார்ந்துகொண்டிருந்தான் என்பது அவனுக்கே தெரியாது. திடீரென்று கதவு திறந்துகொள்ள, அவளது சகோதரி துனியா, அறைக்குள் வந்தாள். வாசலில் கதவோரமாக நின்றபடி, உள்ளே உட்கார்ந்திருந்த ரஸ்கோல்னிகோவை – அவன் சோனியாவின் அறைக்குள் நுழைந்தவுடன் பார்த்தது போலவே – அமைதியாகப் பார்த்தாள் துனியா. பிறகு உள்ளே வந்து, அவனுக்கு நேர் எதிராக இருந்த நாற்காலியில் – நேற்று முன் தினம் உட்கார்ந்திருந்த அதே இடத்தில் – உட்கார்ந்துகொண்டாள். அவன் அவளை அமைதியாக, வெறுமையாக, வெறித்துப் பார்த்தான்.

"கோபப்படாதே அண்ணா...! சும்மா ஒரு நிமிடம் உன்னைப் பார்த்துவிட்டுப் போய்விடுவேன்" என்றாள் துனியா. அவள்

ஏதோ சிந்தனை வயப்பட்டிருந்தாளே தவிர, கடுமையாகத் தோன்றவில்லை. அவளது கண்களில் தெளிவும் சாந்தமும் அமைதியும் குடிகொண்டிருந்தன. தன் மீதிருந்த அன்பின் காரணமாகவே அவள் தன்னைத் தேடி வந்திருக்கிறாள் என்பதை அவனால் புரிந்துகொள்ள முடிந்தது.

"எனக்கு எல்லாமே... எல்லாமே தெரியும் அண்ணா! இப்போதுதான், திமீத்ரி புரோகோஃபிச், எல்லா விஷயங்களையும் எனக்கு விவரமாகச் சொன்னார்! முட்டாள்தனமான சந்தேகத் தினால், உன்னைக் கஷ்டப்படுத்தி வதைத்துக்கொண்டிருக் கிறார்கள் என்பதை நான் அறிந்துகொண்டேன். உனக்கு எந்த ஆபத்தும் இல்லையென்றும், நீதான் ஏதோ தவறாக நினைத்துக் கொண்டு துன்பப்படுவதாகவும் திமீத்ரி புரோகோஃபிச் சொல் கிறார். ஆனால் நான் அப்படி நினைக்கவில்லை. ஏதோ ஒரு வெறுப்பும் கோபமும் உன்னிடம் நிரம்பி வழிகிறதென்பதை என் னால் முழுமையாக உணர்ந்துகொள்ள முடிகிறது. உன் வாழ்க்கை முழுவதுமே அதன் தாக்கம் இருந்துகொண்டே இருக்கும் என்பதை யும் என்னால் புரிந்துகொள்ள முடிகிறது. அதை நினைத்துத்தான் எனக்கு பயமாக இருக்கிறது. நீ எங்கள் இருவரையும் கை விட்டதைப்பற்றிக் குறைகூற நான் வரவில்லை. அதைப் பற்றி நியாயம் கேட்கவும் நான் வரவில்லை. இதே விஷயத்திற்காக உன்னை நான் எதிர்த்துக்கூடப் பேசியிருக்கிறேன். அதை நினைத்து இப்போது நான் மிகவும் வருந்துகிறேன். அதற்காக என்னை நீ மன்னித்துவிடு. எனக்கும்கூட உனக்கு நேர்ந்ததைப் போல மிகப் பெரிய துன்பங்கள் நேர்ந்திருந்தால், எல்லோரையும்விட்டு விலகிவிட வேண்டும் என்றுதான் நானும் விரும்பியிருப்பேன். அதை என்னால் நன்றாகவே உணர முடிகிறது. நம்முடைய அம்மா விடம் இதைப்பற்றி நான் எதுவுமே சொல்லப் போவதில்லை. ஆனால் உன்னைப்பற்றி நான் அவளிடம் தொடர்ச்சியாகப் பேசிக் கொண்டே இருப்பேன். வெகுவிரைவிலேயே நீ எங்களிடம் வந்து சேர்ந்துவிடுவாய் என்று நான் அவளிடம் சொல்லிக்கொண்டே இருப்பேன். அவளைப்பற்றிக் கவலைப்பட வேண்டாம். அவள் மனதை நான் கலங்கவிடாமல், அமைதியாக இருக்கும்படி பார்த்துக்கொள்வேன். ஆனால் மீண்டும் ஒருமுறை நீ அவளைக் கலங்கடித்துவிடக்கூடாது! ஒரே ஒரு தடவையாவது நீ அவளைப் பார்க்க வந்தே ஆக வேண்டும். அவள் உன் தாய் என்பதை நினைவில் வைத்துக்கொள்! அதை மட்டும் சொல்லிவிட்டுப் போக வேண்டும் என்றுதான் நான் இங்கே வந்தேன். (துனியா எழுந்துகொள்ள முற்பட்டாள்) உனக்கு எப்போது நான் தேவைப்பட்டாலும்... வாழ்க்கை முழுவதும் வேண்டுமென்றாலும் அல்லது உனக்கு எப்போது எது வேண்டுமென்றாலும்... என்னை

நீ அழைக்கலாம்; அப்போது நானே கட்டாயம் வருவேன்! சென்று வருகிறேன்!" சட்டென்று பேச்சை முடித்துக்கொண்டு கதவுப் பக்கமாகத் திரும்பி நடந்தாள் அவள்.

"துனியா" என்று அழைத்தபடி அவளருகே சென்றான் ரஸ் கோல்னிகோவ்.

"திமீத்ரி புரோகோஃபிச் மிக மிக நல்லவன்!"

துனியா அதைக்கேட்டதும் இலேசாக நாணம் அடைந்தாள். "அதற்கென்ன இப்போது?" என்று கண நேர இடைவெளிக்குப் பிறகு அவனை வினவினாள் அவள்.

"அவன் மிகவும் எதார்த்தமானவன். கடுமையான உழைப் பாளி. நேர்மையானவன். எவரையும் உண்மையாக நேசிக்கக் கூடியவன்...! சரி, போய்வா, துனியா!"

துனியாவின் முகம் முதலில் வெட்கத்தால் சிவந்தபொழுதும், பிறகு அவன் சொன்னதை எண்ணிக் கவலைப்படவும் தொடங்கி னாள் அவள்.

"இதெல்லாம் என்ன அண்ணா? நாமென்ன என்றென் றைக்குமாகவா பிரியப் போகிறோம்? ஏன் இப்படி உயில் எழுதி வைப்பதைப் போல உன் கடைசி விருப்பங்களைச் சொல்லிக் கொண்டிருக்கிறாய்?"

"அதெல்லாம் ஒன்றுமில்லை... நீ கிளம்பு" அவன் அவளிட மிருந்து திரும்பி ஜன்னல் பக்கமாக நடந்து சென்றான். அவள் சற்றுக் கூடுதலான நேரம், அவனையே கவலையோடு பார்த்துக் கொண்டிருந்துவிட்டுக் கலவரத்தோடு வெளியே சென்றாள்.

அவன் மனதில் அவள் மீது வெறுப்புணர்ச்சியோ, அலட் சியமோ, இருந்ததாகக் கூறிவிட முடியாது. கடைசியாக ஒரே ஒரு நிமிடம் அவளைத் தன் கரங்களுக்குள் இறுகப் பற்றியபடி, அவளை அணைத்துக்கொண்டு விடைகொடுக்க வேண்டுமென்ற விருப்ப மும், 'அந்த' விஷயத்தைக்கூட அவளிடம் சொல்லிவிடலாமா என்ற எண்ணமும் அவனுள் அப்போது தோன்றியதென்னவோ உண்மைதான்! ஆனால் அவளது கையைத் தொடக்கூட அவனது மனம் துணியவில்லை. 'இப்பொழுது நான் அவளைத் தழுவிக் கொண்டு விடை தந்துவிட்டால், பின்னாளில் அதை நடுக்கத் தோடு நினைத்துப் பார்க்கும்போது... நான் அவளது முத்தத்தைத் திருடிக்கொண்டுவிட்டதாகக்கூட அவள் சொல்லக்கூடும்!'

'இவளால் அதைத் தாங்கிக்கொள்ள முடியுமா....? முடியாதா?' என்று சில நிமிட சிந்தனைகளுக்குப் பிறகு தனக்குத் தானே கேட்டுக்கொண்டான் ரஸ்கோல்னிகோவ். 'இல்லை...! இது

இவளால் முடியாது. கடுமையான துன்பங்களைத் தாங்கிக்கொள்ள முடியாத மற்ற பெண்களைப் போன்றவள்தான் இவளும். இவளால் இதைத்தாங்கிக்கொள்ள முடியாது!'

அதன்பிறகு அவன் சோனியாவைப்பற்றிய சிந்தனைகளில் மூழ்கினான்.

ஜன்னல் வழியாக அறைக்குள் வந்த பரிசுத்தமான காற்றைச் சுவாசித்தான். பகல் வெளிச்சம் குறைந்து போயிருந்தது. அவன் தொப்பியை எடுத்துக்கொண்டு வெளியேறினான்.

தன்னுடைய உடல் நலத்தில் அவனால் கவனம் செலுத்த முடியவில்லை. தான் இப்போது கடுமையான ஜுரத்துடன் நடமாடிக்கொண்டிருப்பதைப்பற்றி அவன் கொஞ்சமும் கவலைப் பட்டதாகத் தெரியவில்லை. தனது உடல்நலத்தைப் பற்றிய எண்ணமே அவனிடத்தில் இல்லை. ஆனால் அவன் அனுபவித் திருந்த எல்லையற்ற துன்பங்களும் மன உளைச்சல்களும் அவனைக் கணிசமாகவே பாதித்திருந்தன. ஜுர வேகத்தில் இருந்த போதும், அதன் கடுமையால் அவன் படுத்துக்கொள்ளாமல் இருந்ததற்குக் காரணம், அவன் செயற்கையாக வரவழைத்துக் கொண்ட அவனது மன உத்வேகம் மட்டுமே! அதுவே அவனைப் படுக்கவிடாதபடி நடமாட வைத்துக்கொண்டிருந்தது.

அவன், எந்த நோக்கமுமின்றி, ஓர் இலக்கும் இல்லாமல் நடந்துகொண்டே இருந்தான். ஏதோ ஒரு வகையான மனச்சோர்வு, அண்மைக்காலமாக அவனுள் குடிகொள்ளத் தொடங்கியிருந்தது. அது மிகக் கடுமையானதாக இல்லாதபோதும், கைக்கு எட்டும் தூரத்தில் அவனுக்காகக் காத்திருக்கும், முடிவற்ற, சலிப்பூட்டும் காலகட்டம் அவனை நெருங்கிக்கொண்டிருப்பதன் முன்னெச்சரிக் கையாகவே இருந்தது. குறிப்பாக மாலை வேளைகளில் அந்த உணர்வு, அவனை மிகவும் துன்புறுத்திக்கொண்டிருந்தது.

சூரிய அஸ்தமனத்தையோ, அல்லது வேறு ஏதாவது ஒன்றையோ பார்க்கும்போது, இப்படிப்பட்ட, முட்டாள்தனமான, பலவீனமான எண்ணங்கள் தோன்றினால், ஒருவரால் எப்படி முட்டாள்தனமான காரியங்களைச் செய்யாமல் இருக்க முடியும்! சோனியாவையோ... துனியாவையோ தேடிக்கொண்டு போவது கூட, அப்படிப்பட்ட முட்டாள்தனத்தின் விளைவுகள்தான் என்று அவன் வெறுப்போடு முணுமுணுத்துக்கொண்டான்.

யாரோ அவனை அழைப்பது கேட்டது. அவன் சுற்று முற்றும் கவனித்துப் பார்த்தபோது, லெபஸியாட்னிக்கோவ் அவனை நோக்கி வேகமாக வந்துகொண்டிருப்பது புலப்பட்டது.

“அட, இப்போதுதான் உன்னைத்தேடி உன்னுடைய அறைக்குச் சென்றுவிட்டு வருகிறேன். உனக்கு விஷயம் தெரியாதல்லவா...? காதரீனா தன் விருப்பப்படியே குழந்தைகளை அழைத்துக் கொண்டு போய்விட்டாள். சோஃபியா செமினோவ்னாவும் நானும் கடுமையாக முயற்சி செய்து, அவர்களைத் தேடிக்கொண்டு போனோம்! இரும்புச்சட்டி ஒன்றைத் தட்டித் தாளம் போட்டபடி குழந்தைகளை மிரட்டி அடித்துப் பாடவும் ஆடவும் வைத்துக் கொண்டிருக்கிறாள் அவள்! அந்தக் குழந்தைகள் கதறிக்கொண்டி ருக்கின்றன. தெரு முனைகளிலும், கடைகளுக்கு முன்னாலும் இப்படி அவர்கள் ஆடிக்கொண்டும், பாடிக்கொண்டும் இருக் கிறார்கள். முட்டாள்தனமான ஜனக்கூட்டம் ஒன்று, அவர்களை வேடிக்கை பார்த்தபடி அவர்களுக்குப் பின்னாலேயே போய்க் கொண்டிருக்கிறது. நீயே வந்து பார்!”

“சோனியா என்ன ஆனாள்?” என்று கேட்டபடியே லெபஸி யாட்னிக்கோவைப் பின் தொடர்ந்தான் ரஸ்கோல்னிகோவ்.

“அவள் கிறுக்குத்தனமாகப் பிதற்றிக்கொண்டிருக்கிறாள். நான் சோஃபியா செமினோவ்னாவைப் பற்றிச் சொல்லவில்லை... காதரீனா இவானோவ்னாவைப் பற்றித்தான் சொல்கிறேன். சோஃபியா செமினோவ்னாவும்கூட உணர்ச்சிவசப்பட்ட நிலையில் ஆவேசமாகத்தான் இருக்கிறாள். ஆனால் காதரீனா இவானோவ் னாவின் கிறுக்குத்தனம் இப்போது ரொம்பவும்தான் முற்றிப் போயிருக்கிறது! நான் உன்னிடம் சொன்னபடி அவள் பைத்திய மாகவே ஆகிவிட்டாள். அவர்களை இப்போது போலீஸ் பிடித்துக் கொண்டு போகப் போகிறது.... அப்புறம் என்ன நடக்கும் என்பதை நீயே ஊகித்துக்கொள்ளலாம்... அவள் இப்போது வாஸ்னெ ஸென்ஸ்கி பாலத்துக்கு அருகே வாய்க்காலின் பக்கத்தில் இருக் கிறாள். அது சோஃபியா செமினோவ்னாவின் வீட்டுக்குப் பக்கத்திலேதான் இருக்கிறது... அங்கிருந்து அதிக தூரமில்லை!”

பாலத்திற்குப் பக்கத்தில், வாய்க்கால்கரை ஓரமாய், சோனியா குடியிருந்த வீட்டுக்கு, இரண்டு வீடுகள் தள்ளி ஒரு கும்பல் கூடியிருந்தது. அந்தக் கும்பலில் பெரும்பாலும் தெரு வோரத்தில் திரியும் விஷமக்காரச் சிறுவர்களே மிகுதியாகத் தென் பட்டனர். காதரீனா இவானோவ்னாவின் கரகரப்பான உடைந்து போன குரலின் சத்தத்தைப் பாலத்திலிருந்தே கேட்க முடிந்தது. தெருவிலுள்ளவர்கள் கூட்டமாகக் கூடி நின்று ஆர்வத்தோடு ரசிக்கக்கூடிய வினோதமான காட்சி ஒன்று, அங்கே அப்போது அரங்கேறிக்கொண்டிருந்தது. பழசாகிவிட்ட உடையையும், பச்சை நிறச் சால்வையையும் அணிந்துகொண்டிருந்த காதரீனா, சிதில மாகிவிட்ட வைக்கோல் தொப்பி ஒன்றைத் தலையில் வைத்துக்

கொண்டிருந்தாள். அதன் விளிம்புப்பகுதி ஒரு பக்கம் பிய்ந்து தொங்கிக்கொண்டிருந்தது. முழுக்க முழுக்க வெறிபிடித்தவளைப் போல அவள் காணப்பட்டாள். மிகவும் களைப்பாக இருந்த அவள் மூச்சுவிடவே திணறிக்கொண்டிருந்தாள். முற்றிப் போன காச நோயினால், தனது சக்தி முழுவதையும் இழந்து பலவீனமாக இருந்த அவளது முகம்–இதுவரை வீட்டில் இருந்தபோது இருந்ததைவிட – நோயின் கடுமை மேலும் அதிகமாக அவளை வாட்டிக்கொண்டிருப்பதை மிகவும் தெளிவாக வெளிக்காட்டிக் கொண்டிருந்தது. உண்மையில் சூரிய வெளிச்சத்திலும், வெளி யிடங்களிலும் பார்க்கும்போது வீட்டில் இருப்பதைவிட மோச மாகவும், அசிங்கமாகவுமே காச நோயாளிகள் தோற்றமளிப் பார்கள். ஆனால் அவள் இன்னும்கூட உணர்ச்சிவசப்பட்ட நிலையிலேயே இருந்ததோடு, நிமிடத்திற்கு நிமிடம், மேலும் மேலும் எரிச்சலும் கோபமும் அடைந்துகொண்டிருந்தாள். எல்லோரது முன்னிலையிலும் குழந்தைகளை அடித்து உதைத்து, அவர்களிடம் சத்தம் போட்டுக்கொண்டிருந்த அவள், எப்படிப் பாட வேண்டு மென்றும் ஆட வேண்டுமென்றும் அவர்களுக்குச் சொல்லிக் கொடுத்துக்கொண்டிருந்தாள். அப்படிப் பாடியும் ஆடியும் பிழைத்தாக வேண்டிய தேவை அவர்களுக்கு ஏற்பட்டுப் போயிருப் பதை விளக்கமாக அவர்களிடம் அவள் விவரித்துக்கொண்டிருந் தாள். அவர்களால் அதைப் புரிந்துகொள்ள முடியாதபோது கோபத்தோடு அவர்களை அடித்து நொறுக்கினாள். இவ்வாறு கிறுக்குத்தனமாக, மனம் போன போக்கில் நடந்துகொண்டிருந்த அவள். திடீரென்று கூட்டத்தினரை நோக்கி ஓடுவாள். கூட்டத்தில் ஓரளவு நல்ல உடைகளை அணிந்திருக்கும் எவரையேனும் பார்த்து விட்டால் அவர்களிடம் – அது ஆணோ அல்லது பெண்ணோ – நெருங்கிச் சென்று பேசுவாள். மிகவும் கௌரவமான, செல்வாக் கான குடும்பத்தைச் சேர்ந்த தன் குழந்தைகளுக்கு இப்படி ஒரு நிலை ஏற்பட்டுவிட்டதே என்று அவர்களிடம் சொல்லிப் புலம்பு வாள். அவள் சொல்வதைக் கேட்டுக் கூட்டத்திலிருந்து எவராவது சிரித்தாலோ, அவளைத் தூண்டிவிடுவது போலப் பரிகாசம் செய்தாலோ அவ்வாறு செய்தவர்களோடு உடனே சண்டைக்குப் போய் அவர்களை அடிக்கத் தொடங்கிவிடுவாள். கூட்டத்தில் சிலர் சிரித்துக்கொண்டும், வேறு சிலர் அனுதாபத்தோடு தலையை அசைத்துக்கொண்டும் இருந்தனர். ஆனால் அவர்களெல்லோருமே இந்தப் பைத்தியக்காரப் பெண்மணியையும், பயந்து நடுங்கிக் கொண்டிருந்த அவளது குழந்தைகளையும் கவலையோடுதான் கவனித்துக்கொண்டிருந்தனர். லெபஸியாட்னிக்கோவ் குறிப்பிட்ட இரும்புச் சட்டி அங்கே காணப்படவில்லை; அல்லது ஒரு வேளை ரஸ்கோல்னிகோவின் கண்களில் அது படாமல்கூடப்

போயிருக்கலாம். இரும்புச் சட்டியில் தட்டுவதற்குப் பதிலாகப் பலவீனமான தன் கைகளைக்கொண்டு தாளம் போட்டுப் போலென்காவைப் பாடவைத்துக்கொண்டும், லிடா, கோல்யா ஆகியோரை ஆட வைத்துக்கொண்டும் இருந்தாள் காதரீனா. தானும் அவர்களோடு சேர்ந்து பாட வேண்டுமென்று அவள் ஆசைப்பட்டாலும், ஒவ்வொரு முறையும், இரண்டாவது அடியை எட்டும்போது, தாங்க முடியாத இருமல் குறுக்கிட்டு அப்படிச் செய்ய முடியாதபடி அவளைத் தடுத்துவிடும். உடனே வெறுப்பும் கோபமும் அவளைச்சூழ்ந்துகொள்ளத் தன் இருமலைச் சபித்தபடி அவள் அழத் தொடங்கிவிடுவாள். லிடாவும் கோல்யாவும் பயந்து அழுதுகொண்டிருந்தது அவளை மிகவும் கோபப்படுத்திக்கொண்டிருந்தது. அந்தக் குழந்தைகளுக்குத் தெருப்பாடகர்களைப் போல உடையணிவித்து விடுவதற்கு உண்மையாகவே அவள் சிறிது முயற்சி எடுத்திருந்தாள். அந்தச் சிறுவனுக்குச் சிவப்பும் வெள்ளையும் கலந்த துணியில் தலைப்பாகை அணிவித்து அவனை ஒரு துருக்கியனைப் போலக் காட்சியளிக்கச் செய்திருந்தாள். லிடாவுக்குத் தனிப்பட்ட ஒப்பனை என்று எதுவுமில்லை. சிவப்புக் கம்பளி நூலால் செய்த தொப்பி ஒன்றை மட்டுமே அவள் அணிந்துகொண்டிருந்தாள். பெரும்பாலும் இரவு நேரத்தில் அணியும் தொப்பி அது. அந்தத் தொப்பி, இறந்து போன செமியோன் ஸகோரோவிச்சுடையது. அதில் 'ஆஸ்ட்ரிச்' (தீக்கோழி) பறவையின் முறிந்து போன இறகு, செருகி வைக்கப்பட்டிருந்தது. அந்த இறகு, காதரீனா இவானோவ்னாவின் பாட்டியுடையது. இதுவரையிலும் அது குடும்பச் சொத்தாகக் கருதப்பட்டு, டிரங்குப் பெட்டியில் பாதுகாக்கப்பட்டு வந்தது. போலென்கா, தனது வழக்கமான உடையை அணிந்திருந்தாள். அவள், தன் தாயைப் பயத்தோடும், மிகுந்த சங்கடத்தோடும் கவனித்துக்கொண்டிருந்தாள். தன் கண்ணீரைக்கூடக் கட்டுப்படுத்திக்கொண்டு, தன் அம்மாவை விட்டு அகலாமல் அவளருகிலேயே இருந்தாள். அம்மாவுக்குப் பைத்தியம் பிடித்துவிட்டிருப்பதை அவளால் ஊகிக்க முடிந்தது. அதுகுறித்த தவிப்பும் அவளிடம் வெளிப்பட்டுக்கொண்டிருந்தது. தாங்கள் தெருவில் நின்றுகொண்டிருப்பதும், தங்களைச் சுற்றிக் கூட்டமாக மக்கள் நின்றுகொண்டிருப்பதும் போலென்காவுக்கு மிகவும் பயமாக இருந்தது. சோனியா, காதரீனாவைப் பார்த்துக் கதறிக்கொண்டிருந்தாள். தன்னுடன் வீட்டுக்கு வந்துவிடும்படி காதரீனாவிடம் அழுதுகொண்டே கெஞ்சி, மன்றாடிக்கொண்டிருந்தாள் சோனியா. ஆனால் காதரீனா அதற்கு ஒத்துக்கொள்ள மறுத்துவிட்டாள்.

'நிறுத்து சோனியா! அப்படிப் பேசுவதை நிறுத்து!' என்று மூச்சுவாங்கியபடி இருமலோடு வேகமாகக் கத்தினாள் அவள்.

"நீ என்ன சொல்லிக்கொண்டிருக்கிறாய் என்பது உனக்கே தெரிய வில்லை. இன்னும் ஒரு குழந்தையைப் போலவே இருக்கிறாய். நான் அந்தக் குடிகார ஜெர்மானியப் பெண்ணின் வீட்டுக்குத் திரும்பிச் செல்லப் போவதில்லை என்று உன்னிடம் முன்பே சொல்லிவிட்டேன். எல்லோரும் எங்களை நன்றாக வேடிக்கை பார்க்கட்டும். செயிண்ட் பீட்டர்ஸ்பர்க் நகரம் முழுவதுமே நன்றாக வேடிக்கை பார்க்கட்டும். கௌரவமான ஒரு மனிதனின் குழந்தைகள் இப்படிப் பிச்சையெடுக்க வேண்டிய அவலமான நிலையில் இருப்பதை எல்லோரும் பார்க்கட்டும்... இத்தனைக்கும் இவர்களது தந்தை, தன் வாழ்நாள் முழுவதும் விசுவாசமாகவும், உண்மையாகவும் உழைத்திருப்பவர்; சொல்லப் போனால் பணியி லிருக்கும் போதே இறந்து போனவர் (இப்படி ஒரு கதையைக் காதரீனா தானாகவே, கற்பனையாகப் புனைந்து விட்டிருந்தாள். மேலும் அதையே அவள் குருட்டுத்தனமாக நம்பிக்கொண்டும் இருந்தாள்) அந்தப் பாழாய்ப் போன மோசக்கார தளபதியும்கூட இதைப் பார்க்கட்டும்! உனக்கென்ன மூளையே இல்லையா, சோனியா...? நாங்கள் இனிமேல் எதைவைத்துச் சாப்பிட முடியும்? சொல்... பார்ப்போம்! ரொம்ப காலமாக நாங்கள் உனக்குக் கஷ்டத்தையே கொடுத்து வந்திருக்கிறோம். இனிமேலும் அப்படிச் செய்ய எனக்கு இஷ்டமில்லை! அட, ரோடியன் ரொமனோவிச்! நீங்களும் இங்கிருக்கிறீர்களா?" ரஸ்கோல்னிகோவைப் பார்த்து விட்ட அவள் – உரக்கக் கத்தி அவனை அழைத்தபடி அவன் அருகில் சென்றாள்.

"தயவுசெய்து, இந்த முட்டாள் பெண்ணிடம் எங்களால் செய்ய முடிந்தது இதுதானென்பதைக் கொஞ்சம் எடுத்துச் சொல் லுங்கள்! பொதுவாக வாத்தியத்தை வாசித்துக்கொண்டு தெருவில் போகிறவர்களுக்குக்கூட ஏதாவது பிச்சை கிடைத்துவிடுமல்லவா? ஆனால் அப்படிப்பட்ட தெருப் பிச்சைக்காரர்களிலிருந்து நாங்கள் கொஞ்சம் வித்தியாசமாக இருப்பதை எடுத்த எடுப்பிலேயே எவரும் சொல்லிவிடுவார்கள்! ஒரு நல்ல குடும்பத்தைச் சேர்ந்த பாவப்பட்ட அனாதைகள் நாங்கள் என்பதையும், பிச்சையெடுக் கும் நிலைக்குத் தள்ளப்பட்டு விட்டோம் என்பதையும் எல் லோருமே புரிந்துகொள்வார்கள்! அந்தச் சின்னத்தனம்கொண்ட தளபதி, நிச்சயம் ஒரு நாள் தன் வேலையை இழக்கத்தான் போகி றான், பாருங்கள்! அவனது வீட்டின் ஜன்னலுக்குக் கீழே தினமும் நாங்கள் போய் நிற்கப் போகிறோம்! அரசர் வெளியேறிச் செல்லும் தருணத்தில், அவருக்கு முன்பு சென்று நான் முழங்காலிடுவேன்! இந்தக் குழந்தைகளையெல்லாம் என் முன் கிடத்தியபடி, அரச ரிடம் அவர்களைச் சுட்டிக்காட்டிச் சொல்வேன்: 'தந்தையே, நீங்கள்தான் இவர்களைக் காப்பாற்ற வேண்டும்' என்று சொல்லு

வேன். அனாதைகளின் தந்தையான அவர் – கருணையின் வடி வான அவர் – நிச்சயம் இவர்களைப் பாதுகாப்பார். அப்புறம் அந்தக் கொடுமைக்காரத் தளபதி...! லிடா, சற்று நேராக நில்... கோல்யா நீ மறுபடியும்... உடனே நடனமாட வேண்டும்... எதற்காக இப்படி மூக்கைச் சிந்திக்கொண்டு அழுகிறாய்? பாரு... மறுபடியும் மூக்கைச் சிந்துவதை! இந்த உலகத்தில் எதைப் பார்த்து இப்படி பயந்து சாகிறாய்... முட்டாள்பயலே! கடவுளே! இவர்களையெல்லாம் வைத்துக்கொண்டு நான் என்ன செய்வேன், ரோடியன் ரொமனோவிச்! இவர்கள் எவ்வளவு முட்டாள்கள் என்று உங்களுக்குத் தெரியுமா? இப்படிப்பட்ட பிள்ளைகளை வைத்துக்கொண்டு என்னதான் செய்வது...?"

தனக்குத்தானே புலம்பியபடி (ஆனால் அந்தப் புலம்பல், அவளிடமிருந்து வெள்ளமாய்ப் பெருகிக்கொண்டிருந்த சொற் களுக்கு எந்த வகையிலும் இடைஞ்சலாக இல்லை) முனகிக் கொண்டிருந்த குழந்தைகளை அவள் அவனுக்குச் சுட்டிக்காட்டி னாள். அவளை அங்கிருந்து – தெருவிலிருந்து – வீட்டிற்குத் திரும்பிச் செல்ல வைப்பதற்கு ரஸ்கோல்னிகோவ் தன்னாலான எல்லா முயற்சிகளையும் செய்து பார்த்தான். அதற்காக அவளது தற்பெருமையைத் தூண்டிவிடக்கூட அவன் தவறவில்லை. இளம் பெண்களுக்காக அவள் நடத்த உத்தேசித்துள்ள விடுதியோடு கூடிய பள்ளியின் முதல்வர் நிலையிலிருக்கும் அவள், இப்படித் தெருப்பாடகர்களைப் போல வீதிகளில் அலைவது அவளது பெருமைக்கு ஏற்றதாக இருக்க முடியாது என்றுகூட அவன் சொல்லிப் பார்த்தான்...

"பள்ளிக்கூடமா...? ஹா... ஹா... ஹா....! காற்றிலே கட்டிய கோட்டை! ஹா... ஹா... ஹா...! தூரத்துப் பச்சை கண்ணுக்குக் குளிர்ச்சியாகத்தான் இருக்கும்!" என்று உரக்கக் கத்தினாள் காதரீனா இவானோவ்னா. அவளது சிரிப்பு... தொடர்ச்சியான இருமலில் போய் முடிந்தது. "இல்லை, ரோடியன் ரொமனோவிச்! பகற்கனவு கண்ட அந்தக் காலமெல்லாம் முடிந்து போய்விட்டது! எல்லோருமே எங்களைக் கைவிட்டு விட்டார்கள்...! அப்புறம், அந்தச் சின்னத்தனமான, அந்த மோசக்கார தளபதி! உங்களுக்குத் தெரியுமா, ரோடியன் ரொமனோவிச்? அவன் மீது நான் ஓர் இங்க் புட்டியைத் தூக்கி எறிந்து விட்டேன்! அவன் வீட்டு முன்னறையிலிருந்த மேசை மீது அங்கே வருகை தருபவர்களைப் பதிவு செய்யும் நோட்டுப் புத்தகத்திற்குப் பக்கத்தில் அந்த இங்க் புட்டி இருந்தது. என்பெயரை அதில் எழுதிவிட்டு பாட்டிலை அவன் மீது வீசி எறிந்துவிட்டு நான் ஓடிவந்து விட்டேன்! ஐயோ... இவர்களெல்லாம் எப்படிப்பட்ட மோசமான போக்கிரிகள்!

ஆனால் இனிமேல் நான் அதைக் கொஞ்சமும் சட்டை செய்யப் போவதில்லை. இனிமேல் என் குழந்தைகளின் சாப்பாட்டுப் பொறுப்பை நானே பார்த்துக்கொள்வேன்! எவருக்கும் கடமைப் பட்டவளாக இருப்பதில் எனக்கு விருப்பமில்லை! நாங்கள் வெகு நாட்களாக அவளுக்குச் சுமையாகவே இருந்துகொண்டிருக் கிறோம்... அதெல்லாம் போதும்! (சோனியாவைச் சுட்டிக்காட்டிய படி சொன்னாள் காதரீனா) போலென்கா, உனக்கு எவ்வளவு கிடைத்திருக்கிறது? என்னிடம் காட்டு...! என்ன இரண்டு கோபெக்குகள்தானா? அற்பமான பிறவிகள்! எங்களுக்கு எதையும் கொடுக்க மாட்டார்கள். ஆனால் நாக்கைத் தொங்கப் போட்டுக் கொண்டு எங்கள் பின்னாலேயே ஓடிவர மட்டும் செய்வார்கள்! ஆமாம்... ஏன் அந்த முட்டாள்பயல் அப்படிச் சிரிக்கிறான்? (கூட்டத்தில் ஒருவனை அவள் சுட்டிக்காட்டினாள்) இதற்கெல் லாம் காரணம் கோல்யா இத்தனை முட்டாளாக இருப்பதுதான்! அவனோடு பெரிய தொல்லையாய்ப் போய்விட்டது! என்ன விஷயம் போலென்கா? பிரெஞ்சில் பேசு! பார்லேஸ்மாய் – பீராங் கெய்ஸ் – நான்தான் உனக்குச் சொல்லிக் கொடுத்திருக்கிறேனே? உனக்கும் சில வாக்கியங்கள் தெரியுமல்லவா? அப்படியெல்லாம் நடந்துகொள்ளாவிட்டால் – நீங்கள் மற்ற தெருப்பாடகர்களைப் போன்றவர்கள் இல்லை என்றும், நல்ல குடும்பத்தைச் சேர்ந்த படிப்பறிவுள்ள பிள்ளைகள் என்றும் உங்களை மற்றவர்கள் எப்படிச் சொல்லுவார்கள்? நாங்கள் ஒன்றும் கூத்தடிப்பது போன்ற கொச்சையான பாடல்களைப் பாடவில்லையே? வரவேற் பறையில் பாடக்கூடிய, மிக இனிமையான, கண்ணியமான பாடல் களைத்தானே நாங்கள் பாடிக்கொண்டிருக்கிறோம்...? சரி... வாருங் கள்... இப்போது எந்தப் பாடலைப் பாடலாம்...? நீங்கள் ஏன் இப்படி எங்களை இடைமறித்துத் தொந்தரவு செய்கிறீர்கள்? இதோ பாருங்கள், ரோடியன் ரொமனோவிச்! நாங்கள் சற்றுநேரம் இங்கே நின்றதற்குக் காரணம், எந்தப் பாடலைப் பாடுவது என்று முடிவு செய்வதற்காகத்தான். எந்தப் பாடலுக்குக் கோல்யாவினால் நன்றாக நடனம் ஆட முடியுமோ அந்தப் பாடலைத் தேர்ந்தெடுப் பதற்காகத்தான் நாங்கள் இங்கே சற்று நின்றுகொண்டிருக்கிறோம். இதையெல்லாம் நாங்கள் முன்கூட்டியே தயாரித்துக்கொள்ள வில்லை என்பது உங்களுக்கே தெரியும்! இப்போது நாங்களெல் லாம் சேர்ந்து என்ன பாடுவது என்று முடிவு செய்துகொண்டு, அதை முழுமையாக ஒத்திகை பார்க்கப் போகிறோம்! பிறகு நெவ்ஸ்கி ப்ராஸ்பெக்குக்குப் போவோம். அங்கே மிகவும் தரமான மனிதர்கள், அதிகம் பேர் இருக்கிறார்கள்! அவர்கள் எங்களை உடனே கவனித்து விடுவார்கள். லிடாவுக்குச் ‘சின்ன குடிசை’ என்ற பாட்டுத் தெரியும்! ஆனால் எப்போது பார்த்தாலும் அந்தச்

'சின்னக்குடிசை' என்ற பாட்டுத்தானா? எல்லோரும்தான் அதைப் பாடுகிறார்கள். நாங்கள் இன்னும்கூட மிக நல்லதாக மென் மையான ஒரு பாடலைத்தான் பாட வேண்டும்...! சரி... நீ எந்தப் பாட்டை நினைத்து வைத்திருக்கிறாய், போலென்கா? நீதான் உன் அம்மாவுக்கு உதவி செய்ய வேண்டும்! என் ஞாபகசக்தி... போயே போய்விட்டது! இல்லையென்றால் ஒன்றாவது – கொஞ்சமாவது என் நினைவில் இருந்திருக்கும்! 'வாளில் சாய்ந்துகொள்ளும் ஹஸ்ஸார்' என்ற பாட்டை மட்டும் எந்தக் காரணத்திற்காகவும் நாம் பாட வேண்டாம்...! ம் 'சின்க்ஸோஸ்' (5 பென்னி) பாடலைப் பாடலாம், வாருங்கள்! பிரெஞ்சு மொழியிலுள்ள அந்தப் பாட்டை உங்களுக்கு நான் சொல்லிக் கொடுக்கிறேன். அந்தப் பாடலைப் பாடுங்கள்! அதைக் கேட்டவுடனேயே மக்கள் தெரிந்துகொள் வார்கள்...! நீங்கள் நல்ல குடும்பத்திலிருந்த குழந்தைகள்... கௌரவ மான மனிதரின் பிள்ளைகள் என்பதை உடனே கண்டுபிடித்து விடுவார்கள். உங்களிடம் இரக்கம் காட்டுவார்கள்! நாம் 'போருக்குப் போகிறான் மால்போரா' என்ற பாடலைக்கூடப் பாடலாம். அது, உண்மையிலேயே குழந்தைகளுக்கான பாடல்! பணக்கார வீடுகளில் வழக்கமாகப் பாடும் தாலாட்டுப் பாட்டு அது!

"போருக்குப் போகிறான் மால்போரா!
அவன் திரும்புவதெப்போ... அவனே அறியான்!"

என்று அவள் பாடத் தொடங்கினாள். "இல்லை... இல்லை... இந்தப் பாடல் வேண்டாம்... சின்க்ஸோஸ் (5 பென்னி) பாடல் இதைவிட நன்றாக இருக்கும். கோல்யா! இடுப்பின் மீது கைவை! லிடா, நீ இப்போது எதிர்ப்பக்கமாகச் சுற்றிவர வேண்டும்! போலென்காவும், நானும் கைகளைத் தட்டிக்கொண்டு பாடப் போகிறோம்."

(சின்க்ஸோஸ்) "ஐந்து பென்னி...
ஐந்து பென்னி
வீட்டைத் தொடங்கு
அதை வைத்து..."

(தொடர்ச்சியான இருமல் அவளைத் தாக்கியது) "உடையை நேராக்கிக்கொள் போலென்கா... பார்... உன் தோளிலிருந்து சரிந்து தொங்கிக்கொண்டிருக்கிறது."

இருமலுக்கு இடையே சற்று மூச்சு வாங்கியபடி அவள் தொடர்ந்து பேசினாள்:

"நீங்கள் அழகாகவும் சுத்தமாகவும் காட்சியளிக்க வேண்டுமென்பது மிக முக்கியம்! அப்போதுதான் உங்களைப்

பார்ப்பவர்கள், நீங்கள் கௌரவமான மனிதரின் குழந்தைகள் என்பதை உணர்ந்துகொள்ள முடியும். நான் அப்போதே சொன்னேனல்லவா சோனியா? அவளது உள்ளாடையைக் கொஞ்சம் நீளமாக வெட்டி, இரண்டு துண்டுகள் வைத்துச் சரி செய்யுமாறு உன்னிடம் சொன்னேனல்லவா? அப்படிச் செய் யாமல் விட்டது உன் குற்றம் சோனியா...! உன் பேச்சைக் கேட்டு அதைச் சின்னதாக்கியாயிற்று பார்! இப்போது அந்தக் குழந்தை யின் உடுப்பு சரியாக இல்லாமல் எப்படி மோசமாக வழிந்து தொங்குகிறதென்று பார்...! இப்போது மறுபடியும் ஏன் இப்படி அழுதுகொண்டிருக்கிறீர்கள்? உங்களுக்கு என்ன கேடு வந்தது, சின்னப் பிசாசுகளா? சரி... கோல்யா... வேகமாக ஆரம்பி, பார்ப் போம்...ம்.. சீக்கிரம்... சீக்கிரம்... சே... என்ன இந்தக் குழந்தையை இப்படிச் சமாளிக்கவே முடியாமலிருக்கிறது."

"சின்க் ஸோஸ், சின்க் ஸோஸ்..."

"மறுபடியும் இதோ ஒரு போலீஸ்காரன் வந்துவிட்டான்! உனக்கு என்னதான் வேண்டும்?"

கூட்டத்தைத் தள்ளிக்கொண்டு ஒரு போலீஸ்காரன் அவர் களை நோக்கி வந்துகொண்டிருந்தான். அதேவேளையில் சீருடை அணியாமல், நீண்ட அங்கி ஒன்றை மட்டுமே அணிந்துகொண்டி ருந்த கௌரவமான மனிதர் ஒருவரும் அங்கே வந்தார். அவர் மதிப்பிற்குரிய ஓர் உயர் அதிகாரி என்பதைக் கழுத்தைச் சுற்றி அவர் அணிந்துகொண்டிருந்த அடையாளச் சின்னங்கள் அறிவித்துக்கொண்டிருந்தன. காதரீனா இவானோவ்னாவுக்கு அது சிறிது திருப்தியளிப்பதாக இருந்தது. போலீஸ்காரனைச் சமாளித்து விடுவதற்கு இந்தக் கௌரவமான மனிதர் உதவக்கூடுமென்ற எண்ணம் அவளுக்குள் எழுந்ததால் இந்தத் திருப்தி ஏற்பட்டது. அவர் அவளிடம் நெருங்கி, அமைதியாகச் சென்று பச்சை நிறமான ஒரு மூன்று ரூபிள் நோட்டைக் கொடுத்தார். அவரது முகம் அவர்களிடம், அவர் கொண்டிருந்த ஆழ்ந்த, அனுதாபத்தைப் புலப்படுத்திக்கொண்டிருந்தது. காதரீனா இவானோவ்னா பணத்தைப் பெற்றுக்கொண்டு மிகவும் பணிந்து - சம்பிரதாய முறைப்படி, அவருக்கு வணக்கம் செலுத்தினாள்.

"உங்களுக்கு ரொம்ப நன்றி, ஐயா!" என்று மிக நாகரிகமான பாணியில் அவருடன் பேசத் தொடங்கினாள் அவள். "ஏதோ விதிவசத்தால் எங்கள் நிலைமை இப்படிக் கேவலமாகிப் போய் விட்டது... பணத்தை எடுத்து வைத்துக்கொள் போலென்கா! உங்களைப் போன்ற தாராள மனம்கொண்ட சிறந்த மனிதர்களும் உலகில் இருக்கத்தான் செய்கிறார்கள். ஏதோ கெட்ட காலத்தால்

ஃபியோதர் தஸ்தயெவ்ஸ்கி ● 843

நிலை தாழ்ந்து போய்விட்ட என்னைப் போன்ற கௌரவமான பெண்மணிக்கு உங்களைப் போன்ற இரக்க சுபாவம் படைத்த வர்கள்தான் உடனடியாக உதவி செய்ய முன் வருகிறார்கள். ஒரு நல்ல, கண்ணியமான, செல்வாக்கான, குடும்பப் பின்னணி கொண்ட குழந்தைகள் உங்களுக்கு முன்னால் அனாதைகளைப் போல நிற்பதைப் பாருங்கள், ஐயா...! அந்தப் படுபாவி தளபதி என்னவென்றால் உட்கார்ந்து கோழிக்கறி சாப்பிட்டுக்கொண்டி ருக்கிறான். நாங்கள் அவனைத் தொந்தரவு செய்வதாகக் கூறிப் பொறுமை இல்லாமல் எங்களை உதைத்து வெளியேற்றுகிறான். நான் அவனிடம் சென்று முறையிட்டேன். 'பெருமைக்குரியவரே! இந்த ஏழைகளை, இந்த அனாதைகளை நீங்கள்தான் காப்பாற்ற வேண்டும். இறந்து போன என் கணவர் செமியோன் ஸகோரோ விச்சை உங்களுக்கு நன்றாகத் தெரிந்திருப்பதால் நீங்கள்தான் உதவ வேண்டும்! மிகக் கீழ்த்தரமான போக்கிரிகளால், அவர் இறந்த நாளிலேயே அவரது மகள் ஆதாரமில்லாத அபவாதத்துக்கு ஆட் பட்டுவிட்டாள் என்றெல்லாம் அந்தத் தளபதியிடம் நான் மன்றாடி னேன்...' என்று சொல்லிக்கொண்டு வந்த அவள், "ஐயையோ... மீண்டும் அந்தப் போலீஸ்காரன் வந்துவிட்டான்! நீங்கள்தான் காப்பாற்ற வேண்டும்!" என்று அந்த அதிகாரியிடம் முறையிட் டாள். "ஏன் இந்தப் போலீஸ்காரன் விடாமல் இப்படி என்னை தொந்தரவு செய்துகொண்டு... தொடர்ந்து என் பின்னாலேயே வருகிறான்? இப்படி ஓர் ஆளிடமிருந்து தப்பிக்கத்தான் மெஷ் சன்ஸ்கயா தெருவிலிருந்து இங்கே வந்தோம் நாங்கள்! உனக்கு என்னதான் வேண்டும், முட்டாள்பயலே!"

"இந்த மாதிரியெல்லாம் தெருவில் கூட்டத்தைக் கூட்டக் கூடாது. தயவுசெய்து பொதுமக்களுக்குத் தொந்தரவு தராதீர்கள்!"

"நீதான் எங்களைத் தொந்தரவு செய்கிறாய்! இசைக் கருவியை வாசித்துக்கொண்டு தெருவில் அலைகிறார்களே...? அவர்களைப் போலத்தானே நாங்களும் ஏதோ செய்துகொண்டிருக் கிறோம். இதில் நீ தலையிடும்படி என்ன இருக்கிறது?"

"அப்படித் தெருவில் இசைக்கருவிகளை வாசிக்க வேண்டு மென்றால் அதற்குரிய உரிமம் பெற்றிருக்க வேண்டும்! நீங்கள் உங்கள் மனம் போல என்னவெல்லாமோ செய்துகொண்டு, சும்மா கூட்டத்தைச் சேர்த்துக்கொண்டிருக்கிறீர்கள். உங்கள் முகவரியைச் சொல்லுங்கள்..."

"என்ன, உரிமம் வேண்டுமா?" என்று ஓலமிட்டாள் காதரீனா. "என் கணவரை இப்போதுதான் நான் அடக்கம் செய்து

விட்டு வந்திருக்கிறேன். எனக்கு எதற்காக உரிமம் வேண்டும்..? என்ன தேவை அதற்கு?"

"கொஞ்சம் அமைதியாயிருங்கள், அம்மா! உங்களைக் கொஞ்சம் கட்டுப்படுத்திக்கொள்ளுங்கள்" என்று அவளிடம் பேசத் தொடங்கினார் அதிகாரி. "வாருங்கள்... நானும் உங்களோடு வருகிறேன்... இந்தக் கூட்டத்திற்கு நடுவில் நீங்கள் நிற்பது சரியில்லை. உங்களுக்கு உடம்பு வேறு சரியில்லாமல் இருக்கிறது."

"ஐயா... கனவானே! எங்கள் நிலைமை உங்களுக்குத் தெரியாது. எதுவும் தெரியாமல் பேசுகிறீர்கள் நீங்கள்!" என்று கத்தினாள் காதரீனா. "நாங்கள் நெவ்ஸ்கிபிராஸ்பெக்ட்டுக்குப் போய் விடுகிறோம்... சோனியா... சோனியா... எங்கே போய் விட்டாள் இவள்? இதோ இவளும் அழுதுகொண்டிருக்கிறாளே? உங்களுக்கெல்லாம் என்ன ஆகிவிட்டது? ஏய்... கோல்யா...! லிடா...! எங்கே போகிறீர்கள் எல்லோரும் ? என்று திடீரென்று பயத்தோடு கத்தினாள் அவள். "முட்டாள் குழந்தைகள்! கோல்யா... லிடா... எங்கே தான் போகிறார்கள் இவர்கள்?"

கோல்யாவும், லிடாவும் ஏற்கெனவே இந்தக் கூட்டத்தைப் பார்த்தும், தங்களது தாயின் வெறி பிடித்த நடவடிக்கைகளைக் கண்டும் மிரண்டு போன நிலையில் இருந்தார்கள். இப்போது இந்தப் போலீஸ்காரன் தங்களை எங்கேயோ பிடித்துக்கொண்டு போகப் போகிறானென்று தெரிந்ததும் திடீரென்று பயந்து போய்த் தங்களது பிஞ்சுக் கரங்களைச் சேர்த்துக்கொண்டு, பேசி வைத்துக் கொண்டதைப் போல ஓடத் தொடங்கினர். காதரீனா இவானோவ்னா அழுதுகொண்டும், சத்தமாக அவர்களைக் கூப்பிட்ட படியும் தானும் அவர்களை நோக்கி ஓடினாள். மூச்சு வாங்கிய படியே அழுதுகொண்டே அவள் ஓடிய காட்சி, சகித்துக்கொள்ள முடியாததாகவும் இரக்கத்தைத் தூண்டுவதாகவும் இருந்தது. சோனியாவும் போலென்காவும் அவளுக்குப் பின்னால் விரைந் தார்கள்.

"சோனியா...! அவர்களை எப்படியாவது கூட்டிக்கொண்டு வா...! போய்த் திரும்பவும் அவர்களை அழைத்துக்கொண்டு வந்துவிடு! சே...! நன்றியில்லாத துஷ்டக் குழந்தைகள்! கோல்யா... ஓடிப்போய்ப் பிடி அவர்களை...! உங்களுக்காகத்தான் நான் இப்படி..." – ஓடிக்கொண்டிருக்கும்போதே அவள் தள்ளாடிக் கீழே விழுந்தாள்.

அவளருகே சென்று குனிந்து பார்த்த சோனியா, "இவளுக்கு அடிபட்டு இரத்தம் கொட்டுகிறது, கடவுளே!" என்று கத்தினாள்.

எல்லோருமே அவளிடம் ஓடிப் போய்க் கூட்டமாக நின்று கொண்டனர். ரஸ்கோல்னிகோவும் லெபஸியாட்னிக்கோவும் மிக விரைவாக அவளை நெருங்கிச் சென்றனர். அந்த உயர் அதிகாரி யும்கூட அவளருகே விரைந்தார். அந்தப் போலீஸ்காரனும் "அடப் பாவமே!" என்று முணுமுணுத்தபடி, அங்கே அவளருகே நின்று கொண்டிருந்தான். இந்த மாதிரி ஏதோ ஒரு சிக்கல் ஏற்படப் போகிறதென்று ஏற்கனவே அனுமானித்திருந்த அவன் "சே..." என்றபடி வெறுப்போடு கையை ஆட்டிக்கொண்டிருந்தான். "ம்..." என்று அங்கே கூடியிருந்த கூட்டத்தைப் பார்த்துக் குரல் கொடுத் தான் அந்தப் போலீஸ்காரன்.

"அவள் செத்துக்கொண்டிருக்கிறாள்!" என்றொரு உரத்த குரல்.

" அவள் பைத்தியமாகி விட்டாள்" என்று மற்றொரு குரல்.

"கடவுள்தான் காப்பாற்ற வேண்டும்!" என்றபடி அங்கிருந்த பெண்மணி ஒருத்தி சிலுவைக்குறியிட்டுக் கொண்டாள். அந்தச் சிறுவனையும், சிறுமியையும் கண்டுபிடித்து விட்டார்களா... இல்லையா...? நல்லவேளை... அதோ இருக்கிறார்கள் அவர்கள். அதோ கூட்டிக்கொண்டு வருகிறார்களே...? நல்லவேளை, இந்தப் பெரிய பெண் அவர்களைக் கண்டுபிடித்து விட்டாள்... சே... முட்டாள் பிள்ளைகள்!"

காதரீனா இவானோவ்னாவை அவர்கள் இன்னும் கவனமாக ஆராய்ந்து பார்த்தபொழுது, சோனியா நினைத்தபடி அவள் காலில் அடிபட்டுக்கொள்ளவில்லை என்பதும், அவளது தொண்டையிலிருந்து வெளிப்பட்டுக்கொண்டிருந்த இரத்தம்தான் தெருவைச் சிவப்பாக்கி விட்டிருக்கிறதென்பதும் அவர்களுக்குப் புரிந்தது.

"இந்த மாதிரி விஷயங்களைப் பற்றி எனக்குக் கொஞ்சம் தெரியும்! முன்பு ஒரு முறை இதே போல ஒன்றை நான் பார்த் திருக்கிறேன்" என்று ரஸ்கோல்னிகோவிடமும், லெபஸியாட்னிக் கோவிடமும் அந்த அதிகாரி முணுமுணுத்தார். "காச நோய்தான் இதற்கெல்லாம் காரணம்! இப்படி இரத்தம் வெளியேறிவிடுவதால் இந்தக் காச நோயாளிகளுக்கு மூச்சுத்திணறல் ஏற்பட்டுவிடும். ரொம்பநாளைக்கு முன்பு என்னுடைய சொந்தக்காரர் ஒருவருக்கு இதேமாதிரி நிலைதான் ஏற்பட்டது! கிட்டத்தட்ட ஒரு 'பைண்ட்*' இரத்தம் திடீரென்று வெளியே இருமலில் வெளிப்பட்டுவிடும்...

---

* பைண்ட்: ஒருவகை அளவு – 1/8 காலன் திரவ அளவு

ஆனால் இனிமேல் நம்மால் என்ன செய்ய முடியும்? அவள் இறந்து போய்க்கொண்டிருக்கிறாள்!"

"இதோ வழியில்... இந்த வழியில்தான் என் அறைக்குச் செல்ல வேண்டும்... நான்! இங்கே பக்கத்தில்தான் வசிக்கிறேன்." என்று கெஞ்சிக்கொண்டிருந்தாள் சோனியா. "இங்கேதான் நான் குடியிருக்கிறேன். அதோ அந்த வீடுதான்...! இங்கிருந்து இரண்டாவது வீடு...! தயவுசெய்து அவளை அங்கே கொண்டுசெல்ல உதவி செய்யுங்கள்" என்று கூட்டத்தில் இருந்த ஒவ்வொருவரிடமும் சென்று கெஞ்சிக் கேட்டுக்கொண்டிருந்தாள் சோனியா. "டாக்டருக்குச் சொல்லி அனுப்புங்கள்... கடவுளே!"

அந்த அதிகாரியின் முயற்சியாலும், ஆலோசனையினாலும் அடுத்துச் செய்ய வேண்டியது என்னவென்பது தீர்மானிக்கப் பட்டது. காதரீனா இவானோவ்னாவைத் தூக்கிக்கொண்டு போவதற்கு அந்தப் போலீஸ்காரனும்கூட உதவி செய்தான். கிட்டத்தட்ட உணர்வற்ற நிலையில்தான் அவளை சோனியாவின் அறைக்குக் கொண்டுவந்து சேர்த்தனர். அங்குள்ள படுக்கையில் கிடத்தப்பட்டாள் அவள். இரத்தப் போக்கு நின்றுவிடவில்லை என்ற போதிலும், அவளது சுய உணர்வு சற்றுத் திரும்பத் தொடங்கியிருந்தது. சோனியாவுடன், ரஸ்கோல்னிகோவ், லெபஸியாட்னிக்கோவ், அந்த அதிகாரி ஆகியோரும் அறைக்குள் வந்திருந்தனர். கூட்டத்தில் எஞ்சியிருந்த சிலரும்கூட வாயிற்கதவு வரை வந்திருந்தனர். அவர்களை விரட்டி அனுப்பிவிட்டு அந்தப் போலீஸ்காரனும் அறைக்குள் வந்தான். நடுக்கத்தோடு அழுது கொண்டிருந்த கோல்யாவையும், லிடாவையும் அழைத்துக் கொண்டு போலென்கா உள்ளே வந்தாள். காபர் நவுமோவின் குடும்ப உறுப்பினர்கள் சிலரும் அங்கே வந்திருந்தனர். அவர்களில் கண் பார்வை மங்கிப் போன, முடமான அந்தத் தையற்காரன் காபர்நவுமோவும் இருந்தான். அவனுடைய தலைமுடியும் தாடியும் சிலுப்பிக்கொண்டிருந்தன. எப்பொழுதுமே மிரண்டு போன பார்வையுடனிருக்கும் அவனது மனைவியும், வியப்பைத் தவிர வேறெந்த உணர்ச்சியையும் வெளிப்படுத்தாமல் எப்பொழுதுமே வாயைப் பிளந்துகொண்டிருக்கும் அவனது குழந்தைகள் பலரும் அறைக்குள் வந்திருந்தார்கள். அவர்களுக்கு நடுவே திடீரென்று ஸ்விட்ரிகைலோவும் எப்படியோ முளைத்திருந்தான். அவன் எங்கிருந்து அங்கே வந்து சேர்ந்திருந்தான் என்று புரியாமல் ரஸ் கோல்னிகோவ் அவனை ஆச்சரியத்தோடு வெறித்துப் பார்த்துக் கொண்டிருந்தான். வெளியில் கூட்டத்திற்கு நடுவே ஸ்விட்ரி கைலோவ் தென்பட்டதாக அவனுக்கு ஞாபகமில்லை.

மருத்துவரையும், பாதிரியாரையும் உடனடியாக அழைத்து வர வேண்டுமென்று அங்கே பேச்சு நடந்தது. இந்த நிலையில்

மருத்துவர் வந்தாலும் அவரால் எதுவும் செய்ய முடியாதென்று அந்த அதிகாரி ரஸ்கோல்னிகோவிடம் ரகசியமாகக் கூறியபோதும் அவன் மருத்துவரை அழைத்து வர ஆளை அனுப்ப வேண்டும் என்று வேண்டிக்கொண்டான். அந்தப் பொறுப்பைக் காபர் நவு மோவ் ஏற்றுக்கொண்டு மருத்துவரை அழைத்துவரச்சென்றான்.

அதற்குள் காதரீனா இவானோவ்னாவுக்குச் சிறிது நினைவு திரும்பியிருந்தது. இரத்தப் போக்கும் கொஞ்சம் நின்று போயிருந்தது. நோயின் கடுமையிலும் அவளது கண்கள், சோனியாவையே ஆர்வத்தோடும், துளைப்பது போன்றும் பார்த்துக்கொண்டிருந்தன. வெளிறிப் போய் நடுங்கிக்கொண்டிருந்த சோனியா, தன் நெற்றியில் அரும்பியிருந்த வியர்வைத் துளிகளைக் கைக்குட்டை யினால் அழுத்தித் துடைத்துக்கொண்டிருந்தாள். தன்னை உட்கார வைக்கும்படி காதரீனா கேட்டுக்கொண்டாள். அவர்களும் அவளை உட்கார வைத்து, இருபுறமும் தூக்கிப் பிடித்துக் கொண்டனர்.

"குழந்தைகளெல்லாம் எங்கே?" என்று மெலிந்த குரலில் வினவினாள் காதரீனா. "போலென்கா, நீ அவர்களை அழைத்து வந்துவிட்டாயா? ஐயோ... முட்டாள் குழந்தைகளே! நீங்கள் ஏன் அப்படி ஓடினீர்கள்?" அவளது வறண்ட உதடுகளில் இரத்தப் பொட்டுகள் அதிகமாகத் தோன்றியிருந்தன. அவளது கண்கள் அறை முழுவதையும் சுற்றிச்சுற்றி வந்தன. இறுதியாக சோனியா வின் மேல் நிலைத்தன. "இதுதான் நீ வசிக்கும் வீடா, சோனியா? நான் ஒருதடவைகூட இங்கே வந்ததில்லை. இப்பொழுது விதி என்னை இங்கே கூட்டிக்கொண்டு வந்துவிட்டது!" என்று சொன்ன காதரீனா, மிகுந்த துயரத்தோடு சோனியாவைப் பார்த்தாள்.

"நாங்கள் உன்னுடைய வாழ்க்கையையே கெடுத்துக் குட்டிச் சுவராக்கிவிட்டோம், சோனியா! போலென்கா, லிடா, கோல்யா! இங்கே என்னருகில் வாருங்கள்! நல்லது, சோனியா, இதோபார்... இவர்களையெல்லாம் இப்போது உன்னிடம் ஒப்படைக்கிறேன்! என்னால் முடிந்த வரையில் பாடுபட்டுவிட்டேன். அவ்வளவு தான்! ஆட்டம் முடிந்துவிட்டது." இருமல்... இருமல்... "என்னைப் படுக்க வையுங்கள்; இறக்கும் போதாவது அமைதியாகக் கண்ணை மூடுகிறேன்."

அவர்கள் தலையணை மீது அவளைப் படுக்க வைத்தனர்.

"என்னது? பாதிரியாரெல்லாம் எதற்கு... எனக்கு அவர் தேவையில்லை! அவருக்குக் கொடுப்பதற்கு உன்னிடம் ஒரு

ரூபிள்கூட இல்லையே சோனியா! மேலும் நான் எந்தப் பாவமும் செய்யவில்லை... அப்படியே இருந்தாலும் பாதிரியாரின் துணை இல்லாமலேயே கடவுள் என்னை மன்னித்தாக வேண்டும்...! நான் எவ்வளவு துன்பத்தை அனுபவித்திருக்கிறேனென்பதை அவர் நன்றாக அறிந்திருக்கிறார்...! ஒருவேளை அவரும் என்னை மன்னிக்காவிட்டால் போகட்டும்! எக்கேடோ கெட்டுப் போகிறேன்!"

நொடிக்கு நொடி அவளது பிதற்றல்கள் அதிகரித்துக் கொண்டே சென்றன. சில சமயங்களில் அவள் நடுங்கியபடியே விழிகளை அசைத்து அங்குள்ளவர்களை ஒரு கணம் உற்று நோக்கு வாள்; அவர்களை அடையாளம் கண்டுகொள்வாள். அடுத்த நொடியிலேயே மீண்டும் நினைவிழந்த நிலைக்குத் தள்ளப்பட்டு விடுவாள். மூச்சுவிடுவதற்குத் திணறிக்கொண்டிருந்த அவளது தொண்டையிலிருந்து கரகரப்பான இரைச்சல் வெளிப்பட்டுக் கொண்டிருந்தது.

"நான் அவரிடம் சென்று, 'மேன்மை தங்கிய பிரபுவே' என்று அழைத்தேன்" என்று ஒவ்வொரு வார்த்தையைச் சொல்லும் போதும் தாங்கித் தாங்கி மூச்சுவிட்டபடி அவள் சொன்னாள்: "அந்த அமாலியா லுட்விகோவ்னா இருக்கிறாளே? ஓ... லிடா... கோல்யா... கைகளை வேகமாக இடுப்பில் வையுங்கள்.. ம்.. இன்னும் கொஞ்சம் அழகாக... சுறுசுறுப்பாக... கொஞ்சம் அசைந்து ஆடுங்கள்... சரிந்து ஆடுங்கள்... பார்ப்போம்! காலைத் தட்டுங்கள்! கொஞ்சம் நளினமாகச் செய்யுங்கள்! பாடுங்கள்.."

"வைரமும் முத்தும் உனக்கானவை... ம்... அடுத்தது என்ன...! ம்... இப்படித்தான் அதைப் பாட வேண்டும்!"

"கண்ணொளி பொங்கும் பெண்மணியே...
இன்னும் என்னதான் உண்டு உன்னிடம்?"

சரி... பிறகென்ன வரும்...? அந்த முட்டாள் இன்னும் எதைத்தான் அவளிடம் கேட்கிறான்? இதோ இன்னும் கொஞ்சம் பாக்கி இருக்கிறது!

"தாகெஸ்த்தானியப் பள்ளத்தாக்கில்...
உச்சிவேளைப் பொழுதினிலே..."

"சே... இந்தப் பாட்டுத்தான் எனக்கு எவ்வளவு பிடிக்கும்? நான் அந்தப் பாடலின் மீது எவ்வளவு ஆசை வைத்திருந்தேன் தெரியுமா, போலென்கா? நாங்கள் திருமணம் செய்துகொள்வதற்கு முன்பு உன் தந்தை அந்தப் பாடலைப் பாடுவது உண்டு. அவை தான் எத்தனை சந்தோஷமான நாட்கள்!"

"ம்... அப்படித்தான் அதைப் பாட வேண்டும்...! இப்போது... எங்கே விட்டோம் அதை...? எனக்கு மறந்துவிட்டது... கொஞ்சம் ஞாபகப்படுத்துங்கள்... அப்புறம் அது எப்படிப் போகும் சொல்லுங்கள்."

அவள் மிகவும் உணர்ச்சிவயப்பட்ட நிலையிலிருந்ததோடு, தான் இருந்த இடத்திலிருந்து எழுந்திருக்கவும் போராடிக்கொண்டிருந்தாள். இறுதியாக மிகவும் பயங்கரமான, கரகரப்பான, உடைந்து போன குரலில் அவள் பாடத் தொடங்கினாள். ஒவ்வொரு வார்த்தையைப் பாடும்போதும் அழுதுகொண்டும், மூச்சுத் திணறிக்கொண்டும் இருந்த அவள் முகத்தில் கணத்துக்குக் கணம் பீதி அதிகரித்துக்கொண்டிருந்தது.

"உச்சிப் பொழுதினிலே,
தாகெஸ்தானியப் பள்ளத்தாக்கில்
குண்டு பாய்ந்ததென் உள்ளத்தில்!"

நெஞ்சைப் பிளக்கிற சப்தத்துடன், "மேன்மை தங்கிய பிரபுவே" என்று திடீரென்று ஓலமிட்டபடி அவள் அழுதாள்.

"இந்த அனாதைகளைக் காப்பாற்றுங்கள்! இறந்து போன செமியோன் ஸகோரோவிச், எப்படிப்பட்ட பண்புகொண்டவர் என்பது நீங்கள் அறிந்ததுதானே...? மிக மிக நாகரிகமும் செல்வாக்கும் உடையவர் அவர் என்றுகூடச் சொல்லலாம்!"

பேச முடியாமல் இருமல் அவளை வருத்தியது. திடீரென்று உலுக்கிப் போட்டதைப் போலச் சுய நினைவுக்கு வந்த அவள், தன்னைச் சுற்றியுள்ளவர்களைப் பயத்தோடு பார்த்தாள். சோனியாவை மட்டும் உடனடியாக இனங்கண்டுகொண்டவளாக, அவளை மென்மையாகவும், பாசத்துடனும் அருகில் அழைத்தாள். திடீரென்று – அப்போதுதான் சோனியாவைப் பார்த்தது போல – ஆச்சரியம் அடைந்தவளைப் போலப் பிதற்றினாள்.

"சோனியா, என் கண்ணே... நீயும்கூட இங்கேதான் இருக்கிறாயா?"

அவர்கள் அவளை மீண்டும் நிமிர்த்தி வைக்க முயன்றனர்.

"போதுமய்யா... போதும்! வேளை வந்துவிட்டது... பாவப்பட்ட பிரகிருதிகளே.. விடை பெறுகிறேன்! இந்தப் பாவப் பட்ட மிருகம், மரணத் தருவாயை நெருங்கிவிட்டது! அவ்வளவு தான்! எல்லாம் முடிந்தது!" மிகுந்த துன்பத்தோடும், வெறுப் போடும் கத்தியபடி படுக்கையில் விழுந்தாள் அவள். அவளது தலை, தலையணை மீது அழுத்தமாகச் சரிந்து விழுந்தது. மீண்டும் அவள் தன் நினைவை இழந்திருந்தாள். ஆனால் இந்தக் கடைசிக்

கட்டம் வெகுநேரம் நீடிக்கவில்லை. இரத்த சோகை பிடித்துப் பழுப்பேறிப் போயிருந்த பலவீனமான அவளது முகம், பின்னால் சாய்ந்து, அவளது வாய் பிளந்துகொண்டது. அவளது கால்கள் வலிப்பு வருவதைப் போல இழுத்து இழுத்துப் பின்பு அசைவற்றுப் போயின. கனமாக, மிக நீண்டதாக ஒரு சுவாசத்தைத் தனது கடைசி மூச்சுக் காற்றிலே விட்டுவிட்டு, மூச்சடங்கிப் போய் அவள் இறந்து போனாள்.

சோனியா அவளது உடல் மீது விழுந்து தன் கைகளால் அவளது உடலை அணைத்துக்கொண்டாள். வற்றிப்போயிருந்த அவளது நெஞ்சுப் பகுதியில் தலையை வைத்துக்கொண்டு அசையாமல் அப்படியே கிடந்தாள். போலென்கா, தனது தாயின் காலடியில் விழுந்து அதை முத்தமிட்டபடி விசும்பினாள். கோல்யாவுக்கும், லிடாவுக்கும் விஷயம் என்னவென்று சரிவர விளங்காதபோதும், ஏதோ பயங்கரமான ஒன்று நடந்திருப்பதை அவர்களால் உணர முடிந்தது. அவர்கள் இருவரும் ஒருவர் மற்றவரின் தோளின் மீது கையை வைத்து ஆதரவாகப் பற்றியபடி ஒருவரை ஒருவர் பார்த்துக்கொண்டனர். எல்லோரும் அழுவதைப் பார்த்த அவர்களும் திடீரென்று வாய்விட்டுக் கதறி அழத் தொடங்கினர்.

டர்பனோடு ஒரு குழந்தையும், ‘ஆஸ்ட்ரிச்’ இறகு செருகப் பட்ட தொப்பியோடு மற்றொரு குழந்தையுமாகக் காதரீனா தங்க ளுக்குப் போட்டுவிட்டிருந்த ஒப்பனைகளோடுதான் அவர்கள் இன்னமும் காட்சியளித்துக்கொண்டிருந்தனர்.

காதரீனா இவானோவ்னா முன்பு வாங்கியிருந்த ‘தகுதிச் சான்றிதழ்’ இப்போது அவள் படுத்திருந்த இடத்திற்கு அருகாமை யில் எப்படி வந்தது? அது, அந்தத் தலையணையில் கிடந்ததை ரஸ்கோல்னிகோவ் பார்த்தான்.

அவன் ஜன்னலருகே சென்றபோது, லெபஸியாட்னிக்கோவ் வேகமாக அவனருகே சென்று ‘அவள் இறந்துவிட்டாள்’ என்று முணுமுணுத்தான்.

“ரோடியன் ரொமனோவிச்! உன்னிடம் நான் இரண்டு விஷயங்களைத் தெரிவிக்க வேண்டும்” என்று கூறியபடி ஸ்விட்ரி கைலோவ் அவனை நெருங்கினான். லெபஸியாட்னிக்கோவ் அவனுக்கு இடமளித்துவிட்டு நாகரிகமாக நகர்ந்து சென்றான். வியப்படைந்தவனாகத் தென்பட்ட ரஸ்கோல்னிகோவை அறையின் மூலைக்கு அழைத்துச் சென்று பேசத் தொடங்கினான் ஸ்விட்ரிகைலோவ்.

“இறுதிச் சடங்குக்கும், பிறவற்றுக்கும் வேண்டிய ஏற்பாடு களை நானே செய்துவிடுகிறேன்! அதற்கெல்லாம் பணம் வேண் டும் என்பதும், என்னிடம் தேவைக்கு மேலாகவே இருக்கிறது என்பதும் உனக்குத் தெரிந்ததுதான்...! அந்த இரண்டு பச்சைக் குழந்தைகளையும், போலென்காவையும் அனாதைகளுக்காக நடத்தப்படும் நல்ல நிறுவனத்தில் நான் சேர்த்து விடுகிறேன். அவர்கள் ஒவ்வொருவர் பெயரிலும் ஆயிரத்து ஐநூறு ரூபிள் பணம் போட்டு வைக்கிறேன்! அவர்களுக்கு உரிய வயது வந்ததும், அவர்களுக்குத் தேவையானதைச் செய்வதற்கு சோஃபியா செமினோவ்னாவுக்கு உதவியாக இருக்கும். இப்போது சோஃபியா செமினோவ்னா வீழ்ந்து கிடக்கும் சாக்கடை வாழ்க்கையிலிருந்து அவளை வெளியே கொண்டு வந்துவிடுகிறேன். காரணம் அவள் ஒரு நல்ல பெண்ணல்லவா...? அவ்தோத்யா ரொமனோவ்னாவுக்கு நான் தர உத்தேசித்திருந்த பத்தாயிரம் ரூபிள்களை இப்படித்தான் பயன்படுத்தப் போகிறேன் என்று நீ அவளிடம் சொல்வாயா?”

“நீங்கள் இவ்வளவு தாராளமாக நடந்துகொள்வதற்குக் காரணம் என்ன?” என்று கேட்டான் ரஸ்கோல்னிகோவ்.

“ஐயோ...! எப்போதுமே அவநம்பிக்கையான ஓர் ஆள்தான் நீ” என்றபடி சிரித்தான் ஸ்விட்ரிகைலோவ். எனக்கு அந்தப் பணத் திற்கு எந்தச் செலவும் இல்லை என்று முன்பே உன்னிடம் கூறி யிருக்கிறேனல்லவா...? மனிதத்தன்மை காரணமாகத்தான் நான் இப்படி நடந்துகொள்கிறேன் என்பதை உன்னால் ஒத்துக்கொள்ள முடியாதா? அடகு பிடிக்கும் வயதான பெண்மணியைப் போன்ற ‘அற்பப் பேன்’ இல்லையே இவள்?” என்று இறந்துகிடந்த காதரீ னாவைத் தன் விரல்களால் சுட்டிக் காட்டியபடி கூறினான் அவன். “நீயும் இதை ஒத்துக்கொள்வாய். லூசின் இப்படித் தொடர்ந்து தீய செயல்களைச் செய்வதா? அல்லது இவள் சாவதா? என்று நீயுமே நினைத்துப் பார்ப்பாய்! நான் உதவாமல் போனால் போலென்காவும்கூட அந்த வழியில் தொடர வேண்டிய தாகிவிடும்? அதே முடிவுக்கு அவளும் போக வேண்டிய அவசியம் வந்துவிடும்!”

கலகலப்பான தொனியுடன், மறைமுகமாக எதையோ சுட்டிக்காட்டியபடி, கபடமாகச் சொல்லிக்கொண்டிருந்த ஸ்விட்ரி கைலோவ், ரஸ்கோல்னிகோவையே கண் கொட்டாமல் பார்த்துக்கொண்டிருந்தான். தான், சோனியாவிடம் கூறிய அதே வார்த்தைகளை, ஸ்விட்ரிகைலோவ் கையாண்டதை உணர்ந்து கொண்ட ரஸ்கோல்னிகோவ் வெளிறிப்போய் உறைந்திருந்தான். ஒரு வழியாக அதிலிருந்து தன்னை மீட்டுக்கொண்டு ஸ்விட்ரிகை லோவை வெறியோடு நோக்கினான் அவன்.

"உங்களுக்கு எப்படித் தெரிந்தது அது...?" என்று மூச்சு விடவும் துணிவற்றவனாகக் கிசுகிசுப்பான குரலில் ஸ்விட்ரி கைலோவைப் பார்த்துக் கேட்டான் ரஸ்கோல்னிகோவ்.

"ஏன்...? நான் மேடம் ரெஸ்லிச்சின் வீட்டில்தான் குடியிருக்கிறேன்! இதோ இங்குள்ள சுவருக்கு மறுபுறத்திலேதான்! காபர்நவுமோவ் குடும்பத்தினர் இருக்கிறார்கள். வெகுகாலமாக என்னோடு நெருங்கிய நட்புகொண்டிருக்கும் மேடம் ரெஸ்லிச் அங்கே இருக்கிறாள்! நாங்கள் அண்டைவீட்டுக்காரர்கள்!"

"நீங்களா?"

"ஆமாம், நான்தான்!" என்றபடி சிரிப்பால் குலுங்கிய வனாகப் பேச்சைத் தொடர்ந்தான் ஸ்விட்ரிகைலோவ். "என்னவோ தெரியவில்லை, ரோடியன் ரொமனோவிச், உன்மீது எனக்கு எப்படியோ ஓர் ஆர்வம் ஏற்பட்டு விட்டிருக்கிறது என்பதை உண்மையாகவே ஒத்துக்கொள்கிறேன்! நாமிருவரும் ஒத்துப் போக வேண்டும் என்றும் நாமிருவரும் நண்பர்களாக இருப்போம் என்றும் உன்னிடம் முன்கூட்டியே நான் சொன்னேன் அல்லவா? இப்போது அப்படித்தான் நடந்திருக்கிறது! விஷயங்களை நான் எப்படி மிகச் சாதாரணமாக, இலகுவாகக் கையாளுகிறேன் என்பதை இப்பொழுது நீயே பார்! என்னோடு ஒத்துப் போவதில் எவருக்கும் எந்தக் கஷ்டமும் இருக்காது என்பதை நீயே பார்த்துத் தெரிந்துகொள்ளப் போகிறாய்!"

பாகம் – 6

அத்தியாயம் – 1

ரஸ்கோல்னிகோவின் வாழ்க்கையில் வினோதமான காலகட்டம் ஒன்று தொடங்கியிருந்தது. ஏதோ ஒரு பனிமூட்டம் ஒன்று அவனைச் சூழ்ந்து மூடிக்கொண்டிருப்பது போலவும், விடுபடவே முடியாத பயங்கரமான தனிமைக்குள் அது அவனை மூழ்கடித்து விட்டதைப் போலவும் இருந்தது.

வெகுநாள் கழிந்த பிறகு இதை நினைத்துப் பார்த்தபொழுது இந்தப் பனிமூட்டம் சூழ்ந்த, புத்தி மழுங்கிப்போன மனநிலை, தனது இறுதி முடிவு வரையிலும் – சிறு சிறு இடைவெளிகள் விட்டு, தன்னை எப்போதும் தொடர்ந்துதான் வந்திருக்கிறது என்பதை அவன் ஊகித்து அறிந்துகொண்டான்.

அந்தக் குறிப்பிட்ட காலகட்டத்தில், தான் பல விஷயங் களைத் தவறாகப் புரிந்துகொண்டிருந்ததை அவன் பிறகுதான் புரிந்துகொண்டான்; அப்போது நிகழ்ந்த சம்பவக் கோர்வைகளும், அவை நடந்த காலமும் அவனுக்குக் குழப்பமாகவே இருந்தன.

பின்னாளில், நடந்ததையெல்லாம் தனக்குள்ளே அசை போட்டு ஞாபகப்படுத்திக்கொண்டபோது, தன்னைப் பற்றிய செய்திகளையெல்லாம், பிறர் வாயிலாகத்தான் அவனால் சரியாகப் புரிந்துகொள்ள முடிந்தது.

எடுத்துக்காட்டாக, ஒரு சம்பவத்தை, இன்னொன்றோடு சம்பந்தப்படுத்தி, அவன் குழப்பிக்கொள்வான். நடந்த விஷயங் களில், – ஒன்றின் விளைவாகத்தான், மற்றொன்று நேர்ந்திருக்கு மென்று அவனாகவே நினைத்துக்கொள்வான். ஆனால் அந்த மற்றொன்று, உண்மையில் அவனுடைய கற்பனையாகத்தான் இருக்கும்!

சிலவேளைகளில் கவலைக்கும், துன்பத்துக்கும் இரையாகிப் போய்விடும் அவன், அதீத பயத்துக்கும் ஆளாகிவிடுவதுண்டு!

அந்த பயத்துக்கு நேர்மாறாக, நிமிடக்கணக்கில், மணிக் கணக்கில், நாள் கணக்கிலும்கூட உணர்ச்சியே இல்லாதவனாக – இறந்து போகும் நிலையில் இருக்கும் நோயாளியைப் போல –

எல்லாமே மரத்துப் போனவனாகத் தான் இருந்ததையும் அவன் எண்ணிப் பார்ப்பதுண்டு! பொதுவாகச் சொல்லப் போனால் – இந்தக் கடைசி நாட்களில், தான் எப்படிப்பட்ட நிலையில் இருக்கிறோம் என்பதை யோசித்துப் பார்ப்பதை அவன் தவிர்த்துக் கொண்டிருந்தான்.

உடனடியாகக் கவனித்தாக வேண்டிய சில அவசரமான காரியங்களையும்கூடச் சுமையாக எண்ணியபடி, அவற்றையும் அவன் தவிர்த்துக்கொண்டிருந்தான்.

தன்னை வருத்திக்கொண்டிருந்த சில கவலைகளை அப்போதைக்கு வெற்றிகரமாகப் புறக்கணிப்பதன்மூலம் அவன் சற்றுச் சுதந்திரமாக உணர்ந்தான்.

மாற்ற முடியாத, ஒரு பூரணமான அழிவு, தனக்கு ஏற்பட்டுத் தான் ஆகப் போகிறது என்ற சிந்தனையை அப்போதைக்குப் புறக்கணித்தாலும், அந்தமாதிரிக் கவலைகளே இல்லாமல் இருந்தால் எத்தனை சுதந்திரமாக இருக்க முடியும் என்றும்கூட அவன் எண்ணிக்கொண்டிருந்தான்.

குறிப்பாக, ஸ்விட்ரிகைலோவின் நினைவு அவனைக் கலவரப்படுத்திக்கொண்டிருந்தது. அதிலிருந்து அவனால் விடுபடவே முடியவில்லை என்றுகூடச் சொல்லலாம். அன்று, காதரீனா மரணமடைந்த நாளில், சோனியாவின் அறையில் வைத்து ஸ்விட்ரிகைலோவ் பேசியிருந்த 'தீய நிமித்தம்' போன்ற சில வெளிப்படையான சொற்களைக் கேட்டது முதல் – அவனது எண்ணங்கள் முழுவதும் ஸ்தம்பித்துப் போனதைப் போலிருந்தது. இந்தப் புதிய சிக்கல் அவனைச் சிறிது கஷ்டப்படுத்தியபோதும் அவன் அதை அலசி ஆராய அவ்வளவாக அவசரப்படவில்லை. சில வேளைகளில், நகரத்தின் எங்கோ ஒரு மூலையில், தொலை தூரத்தில் உள்ள தனிமையான பகுதியொன்றில், ஏதாவது ஒரு மதுக்கடையில் தன்னந்தனியாக உட்கார்ந்தபடி, அவன் எதையாவது ஆழ்ந்து யோசித்துக்கொண்டிருப்பான். தான் அங்கு வந்தது எப்படி என்றுகூடத் தெரியாமல் இருக்கும் அவ்வாறான தருணங்களில், திடீரென்று ஸ்விட்ரிகைலோவின் நினைவு அவனுக்கு வந்துவிடும். தன்னால் எவ்வளவு சீக்கிரம் முடியுமோ, அவ்வளவு சீக்கிரத்தில் அந்த மனிதனோடு ஒரு சமரசத்திற்கு வந்துவிட வேண்டும் என்பது மட்டும் அவனுக்குத் தெளிவாக விளங்கிப் போயிருந்தது. ஒருமுறை நகரத்திற்கு வெளியே நடந்து கொண்டிருந்தபோது, தான் ஸ்விட்ரிகைலோவுக்காகக் காத்துக் கொண்டிருப்பதைப் போலவும், அவனோடான சந்திப்புக்கு நேரம்

குறித்துக்கொண்டு, அவனுக்காகக் காத்திருப்பது போலவும் ரஸ்கோல்னிகோவுக்குத் தோன்றியிருக்கிறது.

ஒருமுறை, விடிவதற்கு முன்பு தூக்கம் கலைந்து எழுந்த போது, காட்டுப் புதர்களுக்கு இடையே, தரையில் தான் படுத் திருந்ததை அவன் கண்டான். தான் அந்த இடத்திற்கு வந்து சேர்ந்தது எவ்வாறு என்று தெரியாமல் விழித்தான்.

காதரீனா இவானோவ்னாவின் மரணத்திற்குப் பிறகு, குறிப் பிட்ட எந்த நோக்கமும் இல்லாமல் சோனியாவின் அறைக்கு அவன் போயிருந்த இரண்டு, மூன்று தடவைகளுமே ஸ்விட்ரி கைலோவை அங்கே அவன் பார்க்க நேர்ந்தது. மிகக்குறுகிய நேரமே நீடித்த அந்தச் சந்திப்பின்போது, முக்கியமான விஷயத் தையே தொடாமல், வேறு சில வார்த்தைகளையே அவர்கள் பேசிக்கொண்டிருந்தார்கள். 'அதைப் பற்றி' இப்போது பேச வேண்டாமென்று அவர்கள் இருவருமே மனம் ஒன்றி உடன் பட்டிருப்பதைப் போலத்தான் அவர்களது நடவடிக்கை இருந்தது.

காதரீனா இவானோவ்னாவின் உடல், இன்னும்கூடச் சவப் பெட்டியில்தான் இருந்தது. இறுதிச் சடங்குக்கான ஏற்பாடுகளைச் செய்வதில் ஸ்விட்ரிகைலோவ் மும்முரமாக முனைந்திருந்தான். சோனியாவுக்கு வேலை சரியாக இருந்தது. அவர்களது கடைசிச் சந்திப்பின்போது காதரீனா இவானோவ்னாவின் குழந்தைகளுக்குத் தேவைப்படும் எதிர்கால ஏற்பாடுகளைத் தான் வெற்றிகரமாகச் செய்து முடித்துவிட்டதைப் பற்றிக் குறிப்பிட்டான் ஸவிட்ரிகை லோவ். தன்னுடைய செல்வாக்கையும், தொடர்புகளையும் வைத்து, அதன்மூலம் தகுந்தவர்களிடமிருந்து உதவிபெற்று, அந்த மூன்று குழந்தைகளையும் அவர்களுக்கு ஏற்ற இடங்களில் உடனடியாகச் சேர்க்க முடிந்திருப்பதைப் பற்றி அவன் கூறிக்கொண்டிருந்தான். அவர்கள் ஒவ்வொருவருடைய பெயரிலும் அவன் ஒதுக்கி வைக்க முன் வந்த பணம், அதற்குப் பெரிதும் உதவியதாக விவரித்தான். எதுவுமே இல்லாத பராரிகளை விடவும், சற்றே மூலதனமுடைய அனாதைகளுக்கு, அனாதை இல்லங்களில் இடம் கிடைப்பது சற்று எளிமையாக இருக்கிறதென்றும் அவன் விளக்கினான். சோனியாவைப் பற்றிக்கூட அவன் எதையோ பேசினான். அந்த விஷயத்தைப் பொறுத்தவரையில் ரஸ்கோல்னிகோவிடம் வந்து ஆலோசனை கேட்கப் போவதாகவும், அவனிடம் பேச விரும்பும் விஷயங்கள் தன்னிடம் நிறைய இருப்பதாகவும் ஸ்விட்ரிகைலோவ் தொடர்ந்து கூறினான்.

தாழ்வாரத்தில், படிக்கட்டுகளின் அருகே, அவர்களது இந்த உரையாடல் நிகழ்ந்தது. ரஸ்கோல்னிகோவின் கண்களுக்குள் சற்று

நேரம் ஊடுருவிப் பார்த்த பிறகு, சிறிது இடைவெளிவிட்டுத் தன் குரலைச் சற்றே தாழ்த்திக்கொண்டு அவன் கேட்டான்: "உனக்கு என்னதான் ஆகிவிட்டது, ரோடியன் ரொமனோவிச்? உண்மை யிலேயே நீ சரியாக இல்லை! நீ எல்லாவற்றையும் பார்க்கிறாய்... கேட்கிறாய்... ஆனால் நீ எதையுமே புரிந்துகொண்டதைப் போலத் தோன்றவில்லையே? கொஞ்சம் உன்னைச் சரி செய்துகொள்! இதோ பார், நாம் கொஞ்சம் மனம்விட்டு, விரிவாகப் பேச வேண் டும். ஆனால் துரதிர்ஷ்டவசமாக எனக்கு நிறைய வேலை இருக் கிறது! என்னுடைய சொந்த வேலைகள், மற்றும் மற்றவர்களுக் காகச் செய்ய வேண்டிய வேலைகள் என்று எனக்கு நிறைய வேலைகள் இருக்கின்றன" என்று சொல்லிக்கொண்டே வந்தவன் சடாரென்று இப்படிச் சொன்னான்: ரோடியன் ரொமனோவிச், ஒவ்வொரு மனிதனுக்கும் காற்று, வெளிக்காற்று... சுதந்திரமான காற்று வேண்டும், வேறு எதைக்காட்டிலும் இது மிக மிக அவசியம், மிக அவசியம்!"

அப்பொழுது ஒரு பாதிரியாரும், அவருக்குத் துணையாகத் தேவாலயப் பணியாள் ஒருவரும் படிகளில் ஏறிவர, அவர்களுக்கு வழிவிட்டு விலகி நின்றான் ரஸ்கோல்னிகோவ். ஸ்விட்ரி கைலோவின் ஏற்பாட்டின்படி இறந்தவளுக்காகப் பிரார்த்தனை செய்வதற்கு அவர்கள் ஒவ்வொரு நாளும் இரண்டு முறை அங்கே வந்துகொண்டிருந்தார்கள். ஸ்விட்ரிகைலோவ் அங்கிருந்து விலகிச் சென்றபிறகு, ரஸ்கோல்னிகோவ் கண நேரம் எதையோ யோசித்தபடி நின்றுகொண்டிருந்தான். பிறகு அந்தப் பாதிரி யாரைத் தொடர்ந்தபடி சோனியாவின் அறைக்கு சென்றான்.

அறையின் வாசலிலேயே அவன் நின்றுகொண்டான். அந்த வழிபாடு அமைதியாகவும், கண்ணியமாகவும், துயரம் தோய்ந்த தாகவும் இருந்தது. குழந்தைப் பருவம் முதலாகவே மரணம் குறித்த சிந்தனையும், மரணத்தை நேருக்கு நேராக எதிர்ப்படும் தருணங் களும் அவனைச் சோர்வடையச் செய்வதாகவும், இனம்புரியாத பீதியை அவனுக்குள் உண்டாக்குவதாகவுமே இருந்திருக்கின்றன. மேலும் இறந்தவர்களுக்காக நடத்தப்படும் பிரார்த்தனையில் அவன் கலந்துகொண்டு வெகு காலமாகியிருந்தது. அத்துடன் இங்கே அவன் காண நேர்ந்த காட்சியும்கூடப் பயங்கரமான தாகவும், அவனை அமைதியிழக்கச் செய்வதாகவுமே இருந்தது.

குழந்தைகளெல்லாம் அந்தச் சவப்பெட்டி அருகே, மண்டி யிட்டு இருந்ததையும், போலென்கா, விடாமல் அழுதுகொண்டிருந் ததையும் அவன் பார்த்தான். அவர்களின் பின்புறத்தில் நின்றிருந்த சோனியா, சத்தம் போடாமல் அழுதபடி பிரார்த்தித்துக்கொண்டி ருந்தாள். 'கடந்த சில நாட்களாகவே அவள் என்னை ஏறெடுத்துப்

பார்க்கவில்லை; என்னோடு ஒரு வார்த்தைகூடப் பேசவுமில்லை' என்று திடீரென்று நினைத்துக்கொண்டான் ரஸ்கோல்னிகோவ்.

சூரிய ஒளி, அறையைப் பிரகாசமாக்கிக்கொண்டிருந்தது. அங்கே கொளுத்தி வைக்கப்பட்டிருந்த வாசனைப் பொருள்களி லிருந்து புகை மூட்டம் காற்றிலே பரவிக்கொண்டிருந்தது. இறந்த ஆன்மா அமைதி பெறுவதற்கான வாசகங்களைப் பாதிரியார் படித்துக்கொண்டிருந்தார். பிரார்த்தனை முடியும் வரையில் ரஸ்கோல்னிகோவ் அங்கேயே நின்றுகொண்டிருந்தான். பாதிரியார் அவர்களை ஆசீர்வதித்துவிட்டுப் போகும்போது, சுற்றுமுற்றும் வினோதமாகப் பார்த்தபடி விடைபெற்றுக்கொண்டு சென்றார். பிறகு அவன் சோனியாவின் அருகே சென்றான். அவள், அவனது கைகள் இரண்டையும் இறுகப் பற்றிக்கொண்டு, கணநேரம் தனது தலையை அவனது தோள்மீது சாய்த்துக்கொண்டாள். இந்த வகையிலான அவளது உணர்வு வெளிப்பாடு குறுகிய நேரமே இருந்தபோதும் ரஸ்கோல்னிகோவைப் பிரமிக்க வைத்துவிட்டது. அந்த நொடிநேரம் அவனை மிகுந்த ஆச்சரியத்திலும் மூழ்க வைத்துவிட்டது...! அப்படியானால், அவன் மீது அவளுக்குத் துளிகூட வெறுப்போ, அருவருப்போ, கோபமோ இல்லையா? அவளது கைகளில்கூட நடுக்கம் இல்லையே...? தன்னைத் தானே தாழ்த்திக்கொள்ளும் எல்லையற்ற எளிமையின் வெளிப்பாடாகவே அதை அவன் உள்வாங்கிக்கொண்டான். சோனியா எதுவுமே பேசவில்லை. அவள் கரத்தை அன்புடன் அழுத்திவிட்டு வெளி யேறினான் ரஸ்கோல்னிகோவ். அவனது இதயம் கனத்துக்கொண் டிருந்தது. இந்தத் தருணத்தில் எல்லாவற்றையும் உதறிப் போட்டு விட்டு, வாழ்நாள் முழுவதும் தனியாகவே இருக்க வேண்டுமென்று தனக்கு விதிக்கப்பட்டால் –அது மட்டும் சாத்தியமாகும் என்றால் எவ்வளவு நன்றாக இருக்கும் என்று எண்ணினான் ரஸ்கோல்னி கோவ்.

அண்மைக்காலமாக, அவன் தனியாளாகத் தனிமையிலேயே இருந்து வந்த போதிலும், தான் தனியாக இருப்பதாக எப்போதுமே அவன் உணர்ந்ததில்லை. சில சமயங்களில் நகரத்துக்கு வெளியே, நீண்டு செல்லும் நெடுஞ்சாலைகளில் அவன் நெடுந்தூரம் நடந்து செல்வதுண்டு. ஒருமுறை இப்படியே நடந்து ஒரு சிறிய காட்டைக் கூட அவன் அடைந்துவிட்டான். ஆள் நடமாட்டமற்ற இது போன்ற தனிமையான இடத்தில்கூட யாரோ தன்னைப் பின் தொடர்ந்து வருவது போலவும் தனக்கு அருகிலேயே இருப்பது போலவும் ஒரு வினோதமான உணர்வு அவனுக்கு ஏற்படுவதுண்டு. அது அவனுக்கு அச்சத்தைத் தராவிட்டாலும்கூட மிகுந்த எரிச்சலைக் கொடுக்கும். அது போன்ற சமயங்களில் அதனைத்

தவிர்ப்பதற்காக இவன் வேகமாக நகரத்துக்கு வந்து, ஜனக்கூட்டத்தில் கலந்து விடுவான். வைக்கோல் சந்தையிலோ அல்லது பழந்துணிகள் விற்கும் கடைவீதியிலோ ஜனக்கூட்டத்தின் ஊடாக நடந்துகொண்டிருப்பான். இவ்வாறு மக்கள் கூட்டத்தின் நடுவில் இருக்கும்போது தனக்கு மிகவும் சௌகரியமாக இருப்பதாகவும், அப்போது தான் தனிமையில் இருப்பது போலவும் அந்தத் தனிமையை ரசித்துக்கொண்டிருப்பது போலவும் அவன் உணர்வான்.

ஒருநாள் மதுபான விடுதி ஒன்றில் உட்கார்ந்தபடி அங்கே பாடிக்கொண்டிருந்த பாடல்களைக் கிட்டத்தட்ட ஒரு மணி நேரமாக மகிழ்ச்சியுடன் கேட்டு ரசித்தபடி, தன்னை மறந்து அவன் உட்கார்ந்திருந்தான். (பின்னாளில் நினைத்துப் பார்க்கும்போது, இந்தப் பொழுதை மிகவும் ஆனந்தமாக ரசித்துக் களித்தது அவனது நினைவுக்கு வந்தது) கடைசியில் திடீரென்று, முன் போலவே அசௌகரியமான, சங்கடமான உணர்வுகள் தோன்ற– அவனது மனசாட்சியின் குரல் இடித்துரைப்பதைக் கேட்டான்: 'இப்படி எந்தவிதமான கவலையுமின்றி உட்கார்ந்துகொண்டு இந்தப் பாடல்களைக் கேட்டு ரசித்துக்கொண்டிருக்கிறாயே...? உண்மையில் நீ செய்ய வேண்டியது இதுதானா...?" என்று அவனது மனசாட்சியின் குரல் அவனை உலுக்கியது. ஆனாலும் உண்மையில் தன்னைத் தொந்தரவு செய்துகொண்டிருந்தது அது மட்டுமில்லை என்பது அவனுக்கு உடனடியாக விளங்கிவிட்டது. அவன் உடனடியாக முடிவெடுத்தாக வேண்டிய வேறொரு விஷயமும் இருக்கிறது! ஆனால் அது என்ன என்பதைத்தான் எண்ணங்களில் கொண்டுவருவதற்கோ, சொற்களில் வடிப்பதற்கோ அவனால் இயலவில்லை. எல்லாம் சிண்டும் சிடுக்குமாய்ப் போய் விட்டிருந்தன. "இல்லை... இப்படி மனதைப் போட்டு அலட்டிக் கொள்வதைவிட, போர்ஃபிரியுடனோ, ஸ்விட்ரிகைலோவுடனோ நேருக்கு நேராகப் போராடுவது நன்றாக இருக்கும்... ஒருவேளை வேறு ஏதாவது ஒரு சவாலையோ... தாக்குதலையோ சந்திக்க வேண்டியிருந்தால் அதுகூடப் பரவாயில்லைதான்! ஆமாம், அதுதான் சரியானது" என்று எண்ணிக்கொண்டான் அவன்.

மதுக்கடையிலிருந்து வெளிப்பட்ட அவன், கிட்டத்தட்ட ஓட்டமும் நடையுமாகச் சென்றுகொண்டிருந்தான். துனியாவைப் பற்றியும் தனது தாயைப் பற்றியும் திடீரென்று அவன் மனதிற்குள் எழுந்த நினைவுகள் அவனுள் பெருத்த கலவரத்தை ஏற்படுத்தி விட்டிருந்தன...! அன்றைய இரவுப் பொழுதிலேதான் விடிவதற்கு முன்பு, கிரஸ்டோவ்ஸ்கி தீவிலிருந்த புதர்களுக்கு இடையிலிருந்து ஜுர வேகத்துடன் கண் விழித்தான் அவன். புலர் காலைப்

பொழுதில் வீட்டிற்குப் போய்ச் சேர்ந்திருந்தான். சில மணி நேரம் உறங்கிய பிறகு அவனுக்குக் காய்ச்சல் விட்டிருந்தது. ஆனாலும் மிகவும் தாமதமாகப் பிற்பகல் இரண்டு மணியளவில்தான் அவன் கண் விழித்தான்.

காதரீனா இவானோவ்னாவின் இறுதிச்சடங்கு நடைபெறும் நாள் அது என்பது அவனுக்கு ஞாபகம் வந்தது. நல்லவேளையாகத் தான் அங்கே போகவில்லை என்று அவன் மகிழ்ச்சியடைந்தான். நஸ்டாஸியா அவனுக்கு எதையோ சாப்பிடக் கொண்டுவந்து தந்தாள். அவனும் நல்ல மகிழ்ச்சியோடும், பேராவலோடும் அவள் கொண்டு வந்த எல்லாவற்றையும் சாப்பிட்டும், குடித்தும் முடித் தான். கடந்த மூன்று நாட்களைப் போல இல்லாமல், இன்று தன்னுடைய பதற்றம் குறைந்திருப்பதையும், மூளை சற்றுத் தெளிவாக இருப்பதையும் அவனால் உணர முடிந்தது. தான் இத்தனை கலவரப்பட்டது எதற்காக என்ற வியப்புக்கூட ஒரு கணம் அவனிடம் எழுந்தது. அப்போது வாயிற்கதவைத் திறந்து கொண்டு உள்ளே வந்தான் ரஸுமிகின்.

“பரவாயில்லையே... உன்னால் சாப்பிட முடிகிறதே! அப்படி யானால் உனக்கு உடம்பு மோசமாக இல்லை என்றுதான் அர்த்தம்!” என்று கூறிய ரஸுமிகின் ஒரு நாற்காலியை எடுத்துப் போட்டு ரஸ்கோல்னிகோவுக்கு எதிரில் உட்கார்ந்தான். அவன் சற்று நிலைகுலைந்துதான் போயிருந்தான். அதை மறைத்துக் கொள்ள அவன் எந்த முயற்சியும் செய்யவில்லை. அவன் எரிச்சலோடும், அலுப்போடும் இருக்கிறான் என்பது வெளிப்படை யாகத் தெரிந்தாலும், அவன் தன்னை ஒரு கட்டுப்பாட்டுக்குள் வைத்திருக்கிறான் என்பதும் விளங்கியது. சற்றும் அவசரப் படாமல், வெகு நிதானமாகக் குரலையும் அதிகம் உயர்த்தாமல் ஆணித்தரமாக அவன் தொடங்கினான்:

“இதோ பார்! என்னைப் பொறுத்தவரையில் உன்னை எந்தக் கேள்வியும் கேட்கப் போவதில்லை. நீ எக்கேடும் கெட்டுப் போ! ஆனால் உன்னைப் பற்றி எனக்குத் தெரிந்ததை மட்டும் வைத்துப் பார்க்கும்போது, தலையும் புரியவில்லை, வாலும் புரியவில்லை என்பது மட்டும் தெளிவு. எனக்கு எதுவுமே புரியவில்லை. உன்னைக் கேள்விகள் கேட்பதற்காகவோ, குறுக்கு விசாரணை செய்வதற்காகவோ நான் இங்கே வந்திருப்பதாக நினைத்துக்கொள் ளாதே! அப்படி ஓர் எண்ணம் இருந்தால் அதைத் தூக்கித் தூரப் போடு! நான் எதையும் தெரிந்துகொள்ள விரும்பவில்லை. ஒரு வேளை நீயே உன் சொந்த விருப்பங்களினால் தூண்டப்பட்டு, உன் இரகசியங்களையெல்லாம் சொல்ல முன்வந்தாலும்கூட, நான் அவற்றைக் கேட்க மாட்டேன்! சும்மா காறி உமிழ்ந்துவிட்டுப்

போய்விடுவேன்! உனக்குப் பைத்தியம் பிடித்திருப்பது உண்மை தானா என்பதைக் கடைசிக் கடைசியாக நானே ஒரு தடவை பார்த்து, அறிந்துகொள்வதற்காகத்தான் இங்கே வந்தேன்! நீ கிறுக் காக ஆகிவிட்டாய் என்றும் அல்லது அந்த நிலையை நெருங்கி விட்டாய் என்றும் பொதுவாக உன்னைப் பற்றி ஓர் அபிப்பிராயம் – இங்கும் அங்குமாக இருக்கிறது. நானும்கூட அதை ஒப்புக் கொண்டாக வேண்டிய நிலையில்தான் இருக்கிறேன். உன்னுடைய முட்டாள்தனமான, வெறுப்பூட்டும் செயல்களைக்கொண்டும், சமீபத்தில் நீ உன் தாயிடமும், சகோதரியிடமும் நடந்துகொண்ட முறையைக்கொண்டும் உன்னைப் பற்றி மதிப்பிடும் போது நான் அப்படி ஒரு முடிவுக்குத்தான் வந்தாக வேண்டியிருக்கிறது! மூளைக் கோளாறில்லாத ஒரு ராட்சசனோ, போக்கிரியோதான் அவர்களிடம் உன்னைப் போல மோசமாக நடந்துகொள்ள முடியும்! நீ கிறுக்காகி விட்டாய் என்பதற்கு இதைவிட வேறென்ன சாட்சி வேண்டும்?"

"நீ அவர்களைச் சந்தித்துப் பல நாட்களாகி விட்டதா?"

"இல்லை... இல்லை...! இப்பொழுதுதான் அவர்களைப் பார்த்துவிட்டு வருகிறேன்! அன்று நடந்த அந்தச் சம்பவத்திற்குப் பிறகு நீ அவர்களை இன்னும் பார்க்கவே இல்லையல்லவா? எங்கேதான் போய்த் தொலைந்துவிட்டாய் நீ? மூன்று தடவை உன்னைத் தேடிக்கொண்டு நான் இங்கே வந்துவிட்டேன்! நேற்றிலிருந்து உன் அம்மாவுக்கு மிகவும் முடியவில்லை. அவளும் இங்கே வர வேண்டுமென்றுதான் விரும்பினாள். அவ்தோத்யா ரொமனோவ்னா அவளைத் தடுக்க எவ்வளவோ முயற்சி செய்தும், அந்தப் பேச்சையெல்லாம் அவள் காதிலேயே போட்டுக்கொள்ள வில்லை. ஒருவேளை அவனுக்கு உண்மையிலேயே உடல் நலமில் லாமல் இருந்து, மூளையும் பிறழ்ந்து போயிருந்தால், அவனுடைய அம்மாவைத் தவிர வேறு யாரால் அவனுக்கு உதவி செய்ய முடியும்? என்று சொல்லிவிட்டு, இங்கே வர வேண்டுமென்று கிளம்பிவிட்டாள். தனியாக வருவதற்கு அவளை அனுமதிக்க முடியாததால் நாங்கள் மூவருமே இங்கே வந்தோம். உன் அறை வாசலுக்கு வந்துசேரும்வரை தன்னைக் கொஞ்சம் கட்டுப்படுத்திக் கொள்ளுமாறு அவளைக் கெஞ்சியபடியேதான் நாங்கள் வந்தோம்! நாங்கள் வந்தபோது நீ இங்கே இல்லை. அவளோ இங்கேயே உட்கார்ந்துவிட்டாள். கிட்டத்தட்ட பத்து நிமிடம் போல அவள் இங்கே உட்கார்ந்திருந்தாள். நாங்களும் எதுவும் பேசாமல் அவளருகிலேயே நின்றுகொண்டிருந்தோம். பிறகு எழுந்துகொண்ட அவள், இவ்வாறு கசப்போடு கூறினாள்: 'வெளியே போகுமளவுக்கு அவனது உடல்நிலை நன்றாக இருக்கிறதென்றால், அவன் தன்

தாயை மறந்துவிட்டானென்றுதான் அர்த்தம்! அப்படிப்பட்டவனின் வீட்டு வாசலில் ஏதோ பிச்சை கேட்பதைப் போல அவனது அன்பை யாசித்துக்கொண்டு நிற்பது எனக்கு மிகவும் கேவலமாகத்தான் இருக்கிறது' இவ்வாறு சொல்லிவிட்டு வீட்டுக்குப் போய் படுக்கையில் விழுந்தவள்தான்! இப்போது காய்ச்சலுடன் இருக்கிறாள். 'தான் தேடிக்கொண்ட பெண்ணுடன் செலவிடத்தான் அவனுக்கு நேரம் இருக்கும் போலிருக்கிறது' என்று சொல்கிறாள் அவள். சோஃபியா செமினோவ்னாவைத் தான் நீ தேர்ந்தெடுத்த பெண்ணாக – உன் வருங்கால மனைவியாக – காதலியாக அவள் நினைத்திருக்க வேண்டும்! நான் சோஃபியாவின் வீட்டுக்கும் உடனே சென்றேன்! ஏனென்றால் எனக்கு எல்லாவற்றையும் உடனுக்குடன் தெளிவுபடுத்திக்கொண்டுவிட வேண்டும்! அங்கே போய்ப்பார்த்தால் அவளது அறையில் ஒரு சவப்பெட்டி இருந்தது. குழந்தைகள் அழுதுகொண்டிருந்தார்கள். சோஃபியா செமினோவ்னா அவர்களுக்கு துக்க உடையை அணிவித்துக்கொண்டிருந்தாள். நீ அங்கே இல்லை. இதையெல்லாம் பார்த்த நான், அவளிடம் வருத்தம் தெரிவித்துவிட்டுப் புறப்பட்டுவிட்டேன். அவ்தோத்யா ரொமனோவ்னாவிடம் நடந்ததையெல்லாம் சொன்னேன். எனவே எல்லாமே முட்டாள்தனம்தான்! நீ உன் துணையைத் தேடிக்கொண்டுவிட்டாய் என்பது உண்மை இல்லை. உனக்குப் பைத்தியம் பிடித்துவிட்டதென்பதுதான் நிஜம் என்று நான் நினைத்தேன். ஆனால் இப்போது பார்த்தால் நீ இங்கே உட்கார்ந்துகொண்டு மூன்று நாட்களாக எதுவுமே சாப்பிடாதவனைப் போல வறுத்த இறைச்சியை ஒரு பிடி பிடித்துக்கொண்டிருக்கிறாய்! பைத்தியக்காரர்களும்கூடச் சாப்பிட்டுத்தான் ஆக வேண்டும் என்பது நிஜம்தான்! ஆனாலும், நீ என்னிடம் ஒரு வார்த்தைகூடப் பேசாவிட்டாலும் நீ பைத்தியமில்லை என்று என்னால் சத்தியம் செய்ய முடியும்! உன்னைப்பற்றி வேறு என்ன விஷயங்கள் தெளிவாக்கப்படாமல் இருந்தாலும், இது ஒன்று மட்டும் – அதாவது உனக்குப் பைத்தியம் இல்லை என்பது மட்டும் – தெளிவாகத் தெரிகிறது. நீ எப்படியோ தொலைந்து போ! எனக்குத் தெரியாமல், உன் மண்டைக்குள் மட்டும் பொதிந்து கிடக்கும் மர்மங்களையும் இரகசியங்களையும் தேடித் துருவிப் பார்த்து என் மண்டையை உடைத்துக்கொள்ள எனக்கு இஷ்டமில்லை! நான் சும்மா உன்னைக் கொஞ்சம் திட்டிவிட்டு என் உணர்ச்சிகளைக் கொட்டி விட்டுப் போகலாமென்றுதான் இங்கே வந்தேன்" என்று கூறியபடி எழுந்துகொண்ட அவன் "இனிமேல் என்ன செய்ய வேண்டும் என்று எனக்குத் தெரியும்" என்று கூறி முடித்தான்.

"அப்படியென்றால் நீ என்ன செய்ய விரும்புகிறாய்?"

"நான் என்ன செய்தால் என்ன? அதைப் பற்றி உனக்கென்ன கவலை?" என்றான் ரஸுமிகின்.

"எனக்குத் தெரியும்... இப்போது நீ குடிக்க வேண்டும் என்று நினைக்கிறாய்!"

"எப்படி...? அது எப்படி உனக்குத் தெரியும்?"

"அதுதான் வெட்ட வெளிச்சமாகத் தெரிகிறதே!" என்றான் ரஸ்கோல்னிகோவ்.

ரஸுமிகின் ஒரு நிமிடம் எதுவுமே பேசவில்லை.

"நீ எப்போதுமே கூர்மையான புத்தியோடுதான் இருக்கிறாய்! நிச்சயமாக நீ பைத்தியமில்லை" என்று சற்றுச்சூடாகவே பொரிந்து தள்ளினான் ரஸுமிகின். "நான் இப்போது குடிக்கப் போவது உண்மைதான்! போய்வருகிறேன்" என்று நகர முற்பட்டான் ரஸுமிகின்.

"நேற்று முன்தினம் உன்னைப் பற்றி என் தங்கையிடம் பேசிக்கொண்டிருந்தேன், ரஸுமிகின்!"

"என்னைப் பற்றியா...? ஆனால் நேற்று முன்தினம் நீ எப்படி அவளைப் பார்த்திருக்க முடியும்?" பேசிக்கொண்டிருந்ததைத் திடீரென்று நிறுத்தினான் ரஸுமிகின். அவன் இலேசாக வெளிறிப் போயிருந்தான். அவனது இதயம் மிக மிக மெதுவாகவும், பாரம் தாங்க முடியாமலும் துடித்துக்கொண்டிருந்ததை எளிதாக ஊகிக்க முடிந்தது.

"அவள் இங்கே தனியாக வந்து, என்னோடு உட்கார்ந்து பேசிவிட்டுப் போனாள்!"

"அப்படியா...? அவள் வந்திருந்தாளா?"

"ஆமாம்!"

"என்னைப்பற்றி அவளிடம் நீ என்ன சொன்னாய்?"

"நீ மிகவும் நல்லவன். நேர்மையானவன். கடுமையாக உழைப்பவன் என்பதையெல்லாம் அவளிடம் நான் சொன்னேன். நீ அவளைக் காதலிப்பதை நான் அவளுக்குச் சொல்லவில்லை. அதை அவளே அறிந்திருந்தாள்!"

"அவளுக்கு அது தெரியுமா?"

"உறுதியாகத் தெரியும்! எனக்கு என்ன நடந்தாலும், நான் எங்கே செல்லுமாறு நேர்ந்தாலும், நீ மட்டும் இங்கேயே இருந்து அவளைக் கவனித்துக்கொள்ளவேண்டும், ரஸுமிகின். நான் இந்தப்

ஃபியோதர் தஸ்தயெவ்ஸ்கி ● 863

பொறுப்பை உன்னிடம் ஒப்படைக்கிறேன். நீ அவளை எந்த அளவு நேசிக்கிறாய் என்பதும், உன் இதயம் எவ்வளவு பரிசுத்தமானது என்பதும் எனக்கு உறுதியாகத் தெரிந்திருப்பதனாலேயே இப்படிச் சொல்கிறேன். அவளாலும் உன்னை நேசிக்க முடியும் என்பதையும் நான் அறிவேன்! ஒருவேளை இதற்குள் அவளேகூட உன்னை விரும்பத் தொடங்கியிருக்கலாம்! இப்படிப்பட்ட ஒரு நிலையில் நீ குடிக்கத் தொடங்குவது நல்லதா என்பதை நீயே முடிவு செய்துகொள்!”

“ரோட்யா! இதோபார், ஐயோ...! நீ எங்கே போகப் போவதாக நினைத்துக்கொண்டு இப்படியெல்லாம் பேசுகிறாய்? அந்த விஷயத்தை இரகசியமாக வைத்துக்கொள்ள வேண்டுமென்று நீ நினைத்தால் அப்படியே இருந்துவிட்டுப் போகட்டும்! ஆனால் அந்த இரகசியத்தை என்னால் கண்டுபிடித்துவிட முடியும்! ஆனால் எனக்குத் தெரியும்... இதெல்லாம் சும்மா நீயே உருவாக்கிக்கொண்டிருக்கிற குப்பையென்பது எனக்கு நன்றாகத் தெரியும்! உண்மையில் சரியாகச் சொல்வதனால் நீ ஓர் அற்புதமான மனிதன்!”

“நீ என்னை இடைமறித்துப் பேசுவதற்கு முன்னால் நான் என்ன நினைத்தேன் தெரியுமா? இந்த இரகசியங்களையும், மர்மங்களையும் வெளிப்படுத்த நீ முயற்சிக்கப் போவதில்லை என்று தீர்மானித்திருப்பது மிகச் சரியான முடிவு என்பதைத்தான் உன்னிடம் சொல்ல வேண்டுமென்று நான் நினைத்தேன்! கொஞ்ச காலத்திற்கு எல்லாவற்றையும் தூக்கிப் போட்டுவிட்டுக் கவலைப் படாமல் இரு! எப்பொழுது தேவையோ – அப்பொழுது – அதாவது உரிய நேரம் வரும்போது நீயே அதைத் தெரிந்து கொண்டு விடுவாய்! அதுவரை பொறுத்துக்கொண்டிரு! நேற்று எவனோ என்னிடம் வந்து, ஒரு மனிதனுக்குத் தேவையானது, காற்று... சுதந்திரமான வெளிக்காற்று என்று திரும்பத் திரும்பச் சொன்னான். உடனடியாக அவனிடம் நான் போயாக வேண்டும்! அவன் அதன்வழியாக எதை உணர்த்த நினைக்கிறான் என்பதைக் கண்டுபிடித்தாக வேண்டும்.”

ரஸுமிகின் உணர்ச்சிவசப்பட்டவனாக ஏதோ ஒரு யோசனையில் ஆழ்ந்தான்.

“அவன் ஒரு சூழ்ச்சிக்காரன்! அதனால்தான் அப்படிப் பேசியிருக்கிறான். ஏதோ ஒரு தீர்மானமான முடிவுக்கு வரும் நிலையில் அவன் இருக்கிறான் என்பதைத்தான் அது காட்டுகிறது! அதைத் தவிர வேறொன்றுமில்லை. மேலும்... இது துனியாவுக்கும் தெரியும்” – என்று தனக்குள்ளேயே சிரித்துக்கொண்டிருந்தான் ரஸுமிகின்.

"அப்படியென்றால் அவ்தோத்யா ரொமனோவ்னா உன்னைப் பார்க்க இங்கே வந்திருக்கிறாள், அப்படித்தானே?" – தான் பேசும் ஒவ்வொரு வார்த்தையையும், மிகவும் துல்லியமாக யோசித்துச் சரியாகப் பேசிக்கொண்டிருந்தான் ரஸுமிகின். "இப்போது நீ, இன்னும் அதிகமான சுதந்திரக் காற்று வேண்டும் என்று சொன்ன அந்த மனிதனைப் பார்க்க எண்ணியிருக்கிறாய்... அப்படித்தானே? அப்படியானால் அந்தக் கடிதமும்கூட... இதே விஷயத்தின் ஒரு பகுதிதான்" என்று தனக்குத்தானே பேசிக் கொள்வதைப் போலச் சொன்னபடி தன் பேச்சை முடித்தான் ரஸுமிகின்.

"எந்தக் கடிதம்?"

"அவளுக்கு இன்று கிடைத்த ஒரு கடிதம் அவளை மிகவும் தடுமாற வைத்திருக்கிறது! மிக மிகப் பாதித்திருக்கிறது என்றுகூடச் சொல்லலாம். நான் உன்னைப்பற்றிப் பேசத் தொடங்கியபோது என்னை அமைதியாக இருக்குமாறு அவள் கூறிவிட்டாள்... பிறகு... வெகுசீக்கிரத்திலேயே நாம் பிரிய வேண்டியதாக இருக்குமென்று கூறிவிட்டு, மிகுந்த பிரியத்தோடு எனக்கு நன்றி தெரிவித்தாள். அப்புறம் தன் அறைக்குள் சென்று கதவைத் தாளிட்டுக்கொண்டு விட்டாள்."

"அவளுக்குக் கடிதம் வந்ததா?" என்று எதையோ யோசித்த படி கேட்டான் ரஸ்கோல்னிகோவ்.

"ஆமாம்! உனக்கு அந்த விஷயம் தெரியாதா?"

இருவரும் சற்று நேரம் அமைதியாக இருந்தார்கள்.

"சரி... நான் கிளம்புகிறேன், ரோடியன்! மீண்டும் நாம் சந்திப் போம்...! எதற்கும்... ஒரு நேரம் இருக்கிறது...! ஆமாம்... எதற்கும் ஒரு நேரம் இருக்கிறது...! எப்படியிருந்தாலும் சரி... நான் போக வேண்டும்...! நான் இப்போது உன்னிடம் விடைபெற்றுக் கொள்கிறேன். நான் குடிக்கப் போகவில்லை. .. அது இப்போது எனக்குத் தேவையில்லை... ஆமாம்... இப்போது எனக்கு அந்தக் குப்பை தேவையில்லை!"

வேகமாக வெளியே சென்றவன், மறுபடியும் கதவைத் திறந்துகொண்டு உள்ளே வந்து பேசத் தொடங்கினான்:

"இதைச் சொல்ல மறந்துவிட்டேனே...? அந்தக் கிழவி கொலை செய்யப்பட்ட வழக்கைப் பற்றிப் போர்ஃபிரி விசாரித்துக் கொண்டிருப்பது உனக்கு ஞாபகமிருக்கிறதல்லவா...? அந்தக் கொலைகாரன் யாரென்று கண்டுபிடித்துவிட்டார்கள்! அவ னாகவே வந்து குற்றத்தை ஒப்புக்கொண்டதோடு, அதை நிரூபிப்

பதற்கான எல்லா ஆதாரங்களையும் கொடுத்துவிட்டான். அவன் ஒரு தொழிலாளி. அன்று அங்கே வேலை செய்துகொண்டிருந்த பெயிண்டர்களில் அவனும் ஒருவன்! முன்பு யாருக்கு ஆதரவாக நான் பேசிக்கொண்டிருந்தேனோ, அந்த ஆள்தான் அவன்! சம்பவம் நடந்த அன்றைக்கு... அந்தக் காவல்காரனும், சாட்சி சொன்ன இரண்டு பேரும் மாடிப்படிகளில் ஏறிக்கொண்டிருக்கும் போது – வேண்டுமென்றே தனது கூட்டாளியோடு சேர்ந்து கொண்டு சிரிப்பும் இரைச்சலுமாய் அவன் கலாட்டா பண்ணி யிருக்கிறான்! மற்றவர்களுடைய கண்களைக் கட்டுவதற்காகத் தந்திரமாக முன் யோசனையுடன் அந்த நாய்ப்பயல் அப்படிச் செய்திருக்கிறான். இதை நம்புவது ரொம்பக் கஷ்டம்தான்! ஆனால் அவனே அதைத் தெளிவாக விளக்கிச் சொல்லிவிட்டு எல்லாவற்றையும் ஒத்துக்கொண்டும் விட்டான். சே... நான்தான் எப்படி ஒரு முட்டாளாக இருந்திருக்கிறேன்? என் அபிப்பிராயப் படி, வஞ்சகமும் பாசாங்கும் செய்யும் கலையில் அவன் மிகவும் தேர்ந்தவனாக இருக்க வேண்டும்! சட்டத்தின் ஓட்டைகளில் புகுந்து புறப்படுவதிலும் கெட்டிக்காரனாக அவன் இருக்க வேண்டும்... அப்படியென்றால் இதில் விசேஷமாக ஆச்சரியப்பட எதுவுமில்லை! அப்பபடிப்பட்ட மனிதர்களும் இருக்கக்கூடுமென் பதில் எனக்குச் சந்தேகமே இல்லை! அதை வெளிப்படையாக அவன் ஒத்துக்கொண்ட பிறகுதான், அவன் சொன்னதை என்னால் நம்ப முடிகிறது! ஆனாலும் நான்தான் எப்படிப்பட்ட ஒரு முட்டாளாக இருந்திருக்கிறேன்! அந்தப் பெயிண்டர்கள் மீது தவறில்லை என்று வாதாடுவதில் நான்தான் எத்தனை ஆவேசம் காட்டினேன்... சே!"

"இவை எல்லாவற்றையும் நீ எங்கிருந்து தெரிந்துகொண் டாய்? நீ இதில் இவ்வளவு ஆர்வம் காட்ட என்ன காரணம்?" என்று தன் பதற்றத்தை வெளிப்படையாகக் காட்டிக்கொண்டபடி அவனிடம் கேட்டான் ரஸ்கோல்னிகோவ்.

"ம்... இன்னும் எத்தனை கேள்வி பாக்கி இருக்கிறது? எனக்கு ஏன் இதில் இத்தனை ஆர்வம் என்று நீ கேட்கிறாய்! எனக்கு இதில் ஒன்றும் ஆர்வமில்லை. போர்ஃபிரியிடமிருந்தும் மற்ற பிற நண்பர்கள் மூலமாகவும் இவற்றை நான் தெரிந்துகொண்டேன். ஆனால் அதிகமான விஷயங்களை எனக்குப் போர்ஃபிரிதான் சொன்னார்."

"போர்ஃபிரியா...?"

"ஆமாம்! போர்ஃபிரியேதான்!"

“அவர் என்னதான் சொன்னார்?” என்று அச்சத்தோடு கேட்டான் ரஸ்கோல்னிகோவ்.

“அவர் அதை விளக்கிய முறை, மிக நன்றாக இருந்தது! அவருடைய வழக்கமான பாணியில் மனோதத்துவ ரீதியாக அவர் அதை விவரித்தார்!”

“உண்மையாகவா...? அவராகவே இதையெல்லாம் உன்னிடம் விவரித்தாரா?”

“ஆமாம்... ஆமாம்! போய்வருகிறேன்! பிற்பாடு இதைப் பற்றி உனக்கு நிறையச் சொல்கிறேன். இப்போது எனக்கு வேறு வேலை இருக்கிறது... போயே ஆக வேண்டும்...! ஏதோ ஒரு நேரத்தில்... நான்கூட வேறு மாதிரி நினைத்துவிட்டேன்... சரி, விட்டுத் தள்ளு... பின்னால் சொல்கிறேன்...! இப்பொழுது நான் ஏன் குடிக்கவேண்டும்? நீதான் குடிக்காமலேயே போதைகொண்ட வனாக என்னை ஆக்கி விட்டாயே? நான் இப்போது போதையில் தான் இருக்கிறேன், ரோட்யா! ஒயினால் ஏற்படாத போதை அது! நல்லது, நான் போய் வருகிறேன்! வெகு சீக்கிரத்திலேயே திரும்பி விடுவேன்” என்றபடி வெளியே சென்றான் அவன்.

‘அந்த ஆள் நிச்சயமாக ஒரு சூழ்ச்சிக்காரனாகத்தான் இருக்க வேண்டும். ஆமாம், அது உறுதியாகத்தான் தெரிகிறது’ என்று படிகளில் இறங்கிச் செல்லும்போது தனக்குள் உறுதியாக முடிவு செய்துகொண்டான் ரஸுமிகின். ‘அந்தச் சூழ்ச்சிக்குள் இவனு டைய தங்கையையும் அவன் சிக்க வைத்திருக்க வேண்டும். அவ் தோத்யா ரொமனோவ்னாவின் குணத்தோடு அது ஒத்துப் போகக் கூடியதாகத்தான் இருக்கிறது! அவர்கள் ஒருவரை ஒருவர் சந்தித்துக்கொண்டும் இருந்திருக்கிறார்கள். கொஞ்சம் யோசித்துப் பார்த்தால், அவள் எனக்கு எதையோ சுட்டிக்காட்டியிருக்கிறா ளென்றுகூடத் தெரிகிறது! அவளுடைய சில வார்த்தைகள், சந் தேகங்கள், ஜாடைமாடையான பேச்சுகள் ஆகியவற்றை வைத்துப் பார்க்கும் போது, அது மிக, மிகத் தெளிவாகவே தெரிகிறது. இந்தப் புதிரை வேறு எப்படித்தான் விடுவிக்க முடியும்? ஹ்ம்...! சே, நான்கூடக் கிட்டத்தட்ட அந்த மாதிரி நினைத்துவிட்டேனே? கடவுளே! எப்படித்தான் என் மூளைக்குள் அவ்வாறான எண்ணம் தோன்றியது? அப்போது என்னுடைய அறிவு கொஞ்சம் மழுங்கிப் போயிருக்க வேண்டும். அதனால்தான் அப்படி நினைத்துவிட் டேன். அதற்காக அவனிடம் – ரஸ்கோல்னிகோவிடம் – நான் மன்னிப்புக் கேட்டாக வேண்டும்! தாழ்வாரத்தில், அந்த விளக்குக்குப் பக்கத்தில் நாங்கள் இருவரும் நின்றுகொண்டிருக்கும் போதுதான் அவன் என்னைக் கொஞ்சம் குழப்பிவிட்டு, அவனை

நான் தவறாக நினைக்கும்படி செய்துவிட்டான். சே...! நான்தான் எவ்வளவு கேவலமாகவும் கொச்சையாகவும் மோசமாகவும் அப் போது எண்ணிவிட்டேன்? நல்லவேளையாக மிகோலாய் வந்து குற்றத்தை ஒப்புக்கொண்டான்! அவன்தான் எவ்வளவு அற்புத மானவன்! இப்பொழுது, முன்னால் நடந்ததையும் சேர்த்து எல்லாமே கொஞ்சம் கொஞ்சமாகத் தெளிவாகிக்கொண்டு வருகிறது! இவனிடமிருந்த உடல் நிலைக்கோளாறு, வினோதமான செயல்பாடுகள், இதற்கு முன்னால் பல்கலைக்கழகத்தில் படித்துக் கொண்டிருந்தபோதுகூட வருத்தமாகவும், எப்போதும் சிந்தனை யில் ஆழ்ந்திருப்பவனாகவும் இருக்கும் குணம்... இவை எல்லா வற்றையும் இப்போது பொருத்திப் பார்க்க முடிகிறது! ஆனால் அந்தக் கடிதத்திற்கு என்ன அர்த்தம்? ஒருவேளை அதிலும்கூட ஏதாவது விஷயம் இருக்கலாம்! அந்தக் கடிதம் யாரிடமிருந்து வந்தது? எனக்கு யார் மீது சந்தேகமாக இருக்கிறதென்றால் ஹ்ம்...! இல்லை... நான் எப்படியாவது வேட்டையாடி எல்லாவற்றையும் வெளியே கொண்டுவந்து விடுவேன்!'

ரஸுமிகின் வெளியே சென்றபிறகு, தன்னுடைய அறை எத்தனை அடைசலாக இருக்கிறது என்பதைப் பற்றிக்கூட யோசிக் காதவனாய், அங்கிருந்த எல்லாவற்றின் மீதும் மோதிக்கொண்டபடி சுற்றிச்சுற்றி நடந்துகொண்டிருந்த ரஸ்கோல்னிகோவ், இறுதியாக சோஃபாவின் மீது அமர்ந்தான். அவனுக்குச் சிறிதளவு ஆசுவாசம் ஏற்பட்டிருந்தது. மீண்டும் ஒரு போராட்டம் இருக்கிறது. ஆனால் அதிலிருந்து வெளியேறும் வழியும் அவனுக்கு அதனாலேயே தெளிவாகி இருக்கிறது.

'ஆமாம்... வெளியேறுவதற்கு ஒரு வழி கிடைத்துவிட்டது! இதுவரையிலும்கூட, ஏதோ பொறுத்துக்கொள்ள முடியாத பாரம் ஒன்று தன்னை அழுத்தி நசுக்கிக்கொண்டிருப்பது போன்ற திகைப்பு அவனை ஆட்கொண்டிருந்தது. போர்ஃபிரியின் அலுவலகத்தில் வைத்து மிகோலாயைப் பார்த்த பிறகு – அவன் பேசியதைக் கேட்ட பிறகு – அவனுக்கு மூச்சடைப்பதைப் போலத் தான் இருந்தது. அந்த உணர்விலிருந்து அவனால் விடுபடவே முடியவில்லை. அதேநாளில் சோனியாவையும் அவன் சந்தித்திருந் தான்! அவன் கற்பனை செய்து வைத்திருந்த விதத்தில் விஷயங் களை அப்போது அவனால் சொல்ல முடியாமல் போய் விட்ட தால், மிக வித்தியாசமான ஒரு முடிவை எடுத்தாக வேண்டிய நிலைக்கு அவன் தள்ளப்பட்டிருந்தான்.

அந்தச் சந்திப்பின் மூலமாக அவனிடமிருந்த சக்தி முழு வதுமே எதிர்பாராத வகையில், ஒரே அடியில், வேரோடு ஆட்டங் கண்டுவிட்டது என்பதுதான் உண்மை! இப்படிப்பட்ட ஒரு குற்ற

உணர்ச்சியை மனதிற்குள் வைத்துக்கொண்டு, அதைத் தனியாகத் தாங்கியபடி தன்னால் இருக்க முடியாதென்பதை அவன் சோனியாவிடமும், தன்னிடத்திலேயுமேகூட ஒத்துக்கொண்ட தென்னவோ உண்மைதான்! ஆனால் அந்த ஸ்விட்ரிகைலோவ்...?

ஸ்விட்ரிகைலோவ் மட்டுமே ஒரு புதிராக இருந்துகொண்டு, அவனைத் தொந்தரவு செய்துகொண்டிருந்தான். ஆனால் அது, அந்தச் சம்பவம் தொடர்பானதாக அவனுக்குத் தோன்றவில்லை. ஸ்விட்ரிகைலோவுடனும் அவன் ஒரு போராட்டத்தை நடத்த வேண்டியிருக்கலாம். ஆனாலும் அவனைக்கூடக் கொஞ்சம், எப்படியாவது சமாளித்துவிடலாம்! போர்ஃபிரியின் போக்குதான் சற்று வித்தியாசமாக தோன்றியது.

அப்படியென்றால், போர்ஃபிரி எல்லா விஷயங்களையும் ரஸுமிகினிடம் விரிவாகச் சொல்லி இருக்கிறார். அதுவும் மனோ தத்துவ ரீதியாக...! மறுபடியும் தனது மனோதத்துவக் குப்பைகளை அவர் இழுக்க ஆரம்பித்துவிட்டார்! ஆனால் மிகோலாய் குற்ற வாளி என்பதைப் போர்ஃபிரியால் எப்படி நம்ப முடியும்? அப்படி ஒரு நிமிடம் நம்புவதுகூட அவருக்குச் சாத்தியமில்லையே...? அதுவும் மிகோலாய் வருவதற்கு முன்பு, தனக்கும், போர்ஃபிரிக்கும் நிகழ்ந்த சந்திப்பையும், அப்போது தாங்கள் இருவரும் பரிமாறிக் கொண்ட சந்தேகங்களையும் வைத்துப் பார்க்கும்போது, ஒரே ஒரு முடிவுக்குத்தானே வர முடியும்? (கடந்த சில நாட்களாகத் தனக்கும், போர்ஃபிரிக்கும் இடையே நிகழ்ந்த சந்திப்பு பற்றிய காட்சிகள், சிறு சிறு துண்டுகளாக அவனது மனதிற்குள் ஓடிக் கொண்டிருந்தன) அந்தச் சந்திப்பின்போது பேசப்பட்ட வார்த் தைகள், பரிமாறிக்கொள்ளப்பட்ட பாவனைகள், பார்வைகள், விஷயங்களைப் பேசும்போது வெளிப்பட்ட குரலின் தொனி என்று எல்லாமே, குறிப்பிட்ட ஓர் இலக்கைத்தானே அப்போது மையம்கொண்டிருந்தன? போர்ஃபிரி அப்போதுகொண்டிருந்த அபிப்பிராயங்களையெல்லாம் ஆட்டம் காணச் செய்யக் கூடியதாகவா மிகோலாயின் வாக்குமூலம் இருந்திருக்கும்? அது உறுதியாகச் சாத்தியமே இல்லையே? (மிகோலாயிடம் பேசிய முதல் வார்த்தையிலிருந்தும், அவனிடம் கேட்ட முதல் கேள்வி யிலிருந்துமே போர்ஃபிரியால் அதைக் கண்டுபிடித்திருக்க முடியுமே!)

'என்ன இது, அதிசயமாக இருக்கிறது?' ரஸுமிகின்கூடக் கிட்டத்தட்ட என்னைச் சந்தேகப்பட ஆரம்பித்துவிட்டானே? அன்று அந்தத் தாழ்வாரத்தில், விளக்கின் அருகே நின்றிருந்தபோது நடந்த சம்பவத்தின் விளைவாகத்தான் அது இருக்க வேண்டும்! உடனே அவன் போர்ஃபிரியிடம் ஓடியிருக்கிறான் போலிருக்கிறது! ஆனால் போர்ஃபிரி ஏன் இப்படி ஓர் அப்பட்டமான பொய்யைச்

சொல்ல வேண்டும்? ரஸுமிகினின் கவனத்தை மிகோலாயின் பக்கம் திருப்புவதில் அவருக்கு என்ன நோக்கம் இருக்க முடியும்? இல்லை... நிச்சயமாக அவர் ஏதோ ஒரு திட்டத்துடன்தான் இருக்கிறார்! ஏதோ ஓர் உள்நோக்கம் அதில் இருக்கத்தான் செய்கிறது! அது என்னவாக இருக்கும்? அன்று காலை போர்ஃபிரியை நான் சந்தித்துவிட்டு வந்த பிறகு – இப்பொழுது வரை நெடுநேரமாக அவரிடமிருந்து எனக்கு எந்த சமிக்ஞையும் கிடைக்கவில்லை...! விஷயம் மோசமாகிக்கொண்டு வருவதற்கு அதுவே ஓர் அடையாளம்தான்!"

ரஸ்கோல்னிகோவ் தொப்பியை அணிந்துகொண்டு, சிந்தனையில் மூழ்கியவனாக வெளியே வந்தான். இத்தனை நாட்களில் இன்றுதான் தனது புத்தி தெளிவாக இருப்பதாக அவன் உணர்ந்தான். 'என்ன நடந்தாலும் பரவாயில்லை. இந்த ஸ்விட்ரிகைலோவ் விஷயத்தைச் சீக்கிரமாக, இன்று ஒரு முடிவுக்குக் கொண்டுவந்தே ஆகவேண்டும்! ஒருவேளை, நானாகவே அவனைத் தேடிவரக்கூடுமென்று அவனும் எண்ணிக்கொண்டிருக்கலாம்!' என்று நினைத்துக்கொண்டான் அவன். அந்தக் கணத்தில், அவன் உள்ளத்தில் பொங்கியெழுந்த வெறுப்புணர்வில் ஸ்விட்ரிகைலோவையோ, போர்ஃபிரியையோ கொலை செய்யக்கூட அவன் துணிந்திருப்பான். இப்பொழுது அப்படிச் செய்யாவிட்டாலும், பிற்பாடு அந்தக் காரியத்தைச் செய்வதென்பது தனக்கு ஒன்றும் அசாத்தியமானதல்ல என்பதையும் அவன் உணர்ந்திருந்தான். என்னதான் நடக்கப் போகிறதென்பதைப் பார்த்துவிடலாமென்று தனக்குள் திரும்பத் திரும்பச் சொல்லிக்கொண்டான் அவன்.

தன் வீட்டின் உள்புறக் கதவைத் திறந்துகொண்டு வெளியே வந்த அவன், தன்னைக் காண்பதற்காக வந்துகொண்டிருந்த போர்ஃபிரியின் மீது மோதிக்கொண்டான். ஒரு கணம் – ஒரே ஒரு கணம் மட்டும் அவன் உறைந்து போனான். போர்ஃபிரி அங்கே எதிர்ப்பட நேர்ந்ததில் அவனுக்கு பயமோ, ஆச்சரியமோ ஏற்படாதது வியப்புத்தான்! அவனுக்குச் சற்றுத் திகைப்பு ஏற்பட்டாலும்கூட, உடனே மின் வெட்டும் நேரத்தில் போர்ஃபிரியை எதிர்கொள்ள அவன் தயாராகியிருந்தான்.

"ஒருவேளை இதுதான் இறுதிக்கட்டம் போலிருக்கிறது! ஆனால் இவர் இப்படிச் சத்தமே போடாமல் ஒரு பூனையைப் போல எப்படி வந்தார்? இவர் வந்த சத்தமே கேட்கவில்லையே? ஒருவேளை கதவுப் பக்கத்தில் இருந்து கேட்டுக்கொண்டிருந்திருப்பாரோ?"

"நீ இப்பொழுது ஒரு விருந்தாளியை எதிர்பார்க்கவில்லை... அப்படித்தானே, ரோடியன் ரொமனோவிச்?" என்று போர்ஃபிரி பெத்ரோவிச் சிரித்துக்கொண்டே கேட்டார். "இங்கே வர வேண்டு மென்று வெகு நாட்களாகவே நினைத்துக்கொண்டிருந்தேன்... இப்பொழுது இந்த வழியாக வரும்போது, ஐந்து நிமிடம் உள்ளே வந்துவிட்டுப் போகலாம் என்று தோன்றியது... வந்து விட்டேன்! எங்கேயாவது கிளம்பிக்கொண்டிருக்கிறாயா? ரொம்ப நேரம் உன்னைக் காக்க வைக்கமாட்டேன்...! நீ அனுமதித்தால்... ஒரு சிகரெட் மட்டும்..."

"உட்காருங்கள், போர்ஃபிரி பெத்ரோவிச், உட்காருங்கள்!" – மிகுந்த மகிழ்ச்சியோடும், சினேக பாவத்தோடும் வந்த விருந் தாளிக்கு நாற்காலி தந்து உபசரித்தான் அவன். ஒருவேளை தன்னைத்தானே பார்க்க முடிந்திருந்தால் – தானா இப்படியெல் லாம் நடந்துகொள்கிறோம் என்று அவனுக்கே ஆச்சரியம் ஏற்பட்டிருக்கும்! இதுதான் இறுதிக்கட்ட சந்திப்பு! எவர் பலசாலி என்று தீர்மானிக்கப் போகிற கடைசிப் பரீட்சை இதுதான்! வழிப் பறிக்கொள்ளைக்காரன் ஒருவனிடம் மாட்டிக்கொண்ட ஒரு மனிதன், முதல் அரை மணிநேரத்திற்கு மரண பயத்தினால் தவிப் பான். ஆனால் கடைசியாக ஒரு கட்டத்தில், அவன் கழுத்துக்குக் கத்திதான் என்பது உறுதிப்பட்ட பிறகு, அவனது பயமெல்லாம் மறைந்து போய்விடும்! ரஸ்கோல்னிகோவ் இருந்த நிலையும் அப்படித்தான் இருந்தது. போர்ஃபிரிக்கு எதிரில் சலனமில்லாத உறுதியோடு அவன் உட்கார்ந்திருந்தான். போர்ஃபிரி, தன் கண்களைச் சுருக்கிக்கொண்டபடி சிகரெட்டைப் பற்றவைத்தார்.

'ம்... பேசுங்கள், பேசுங்கள்' என்று ரஸ்கோல்னிகோவின் உள்ளம் பதறிக்கொண்டிருந்ததைப் போலத் தோன்றியது. 'ஏன் இன்னும் எதையுமே பேசாமலிருக்கிறீர்கள்?' என்று அவனது மனம் தவித்துக்கொண்டிருந்தது.

அத்தியாயம் – 2

'சே...! என்ன இந்த சிகரெட்டுகள்!' என்று அலுத்துக் கொண்டார் போர்ஃபிரி பெத்ரோவிச். ஒரு சிகரெட்டைப் பற்றவைத்துச் சிலமுறை வேகமாக இழுத்துப் புகையைவிட்டபடி இவ்வாறு சொன்னார் அவர். "புகை பிடிப்பது–தீமை தருவது, விஷத்தைப் போலக் கேடானது என்பது தெரிந்திருந்தும் என்னால் அதை விட்டுவிட முடியவில்லையே... என்ன செய்ய? எனக்கு இருமல் இருக்கிறது, தொண்டையும் கரகரப்பாகிவிட்டது. ஆஸ்துமாவால் வேறு அவதிப்படுகிறேன். நான் கொஞ்சம் கோழைதான்! அதனால் உடனேயே டாக்டர் 'பிஃன்'னிடம் சென்றுவிட்டேன். அவர் ஒவ்வொரு நோயாளியைப் பார்க்கவும் அரை மணிநேரம் செலவிடுவார். என்னைப் பார்த்ததுமே அவர் முதலில் சிரித்துவிட்டார். என் நோயைப் பற்றியெல்லாம் அவர் கவனமாகக் கேட்டுக்கொண்டார். இறுதியாகப் புகையிலை எனக்கு ஒத்துக்கொள்ளவில்லை என்றும், என் நுரையீரல்களில் வீக்கம் ஏற்பட்டிருக்கிறது என்றும் சொன்னார். ஆனால் இந்தப் பழக்கத்தை என்னால் எப்படி விட்டுவிட முடியும்? அதற்குப் பதிலாக அந்த இடத்தில் வேறு எதை இட்டு நிரப்புவது? நான் குடிப்பதில்லை... சிக்கல் அதுதான்! ஹி... ஹி... ஹி! குடிக்காம விருப்பதை ஒரு சிக்கல் என்கிறேன் பார்! எல்லாமே அதை நாம் எப்படி எடுத்துக்கொள்கிறோம் என்பதைப் பொறுத்ததுதான், புரிகிறதா ரோடியன் ரொமனோவிச்?"

'என்ன இது...? மறுபடியும் அதே பழைய விளையாட்டை இவர் விளையாடப் போகிறாரோ...' என்று வெறுப்புடன் நினைத்துக்கொண்டான் ரஸ்கோல்னிகோவ். அவர்களுக்கிடையே கடைசியாக நிகழ்ந்திருந்த சந்திப்பு முழுவதும் அவனது மனக் கண்ணில் விரிந்தது. முன்பு அவனுக்குள் ஏற்பட்டிருந்த அந்த உணர்வு, இப்போதும் அவனுள் வெள்ளமாய்ப் பெருக்கெடுத்தது.

"நான் முந்தாநாள் சாயங்காலம் இங்கே வந்திருந்தேன் தெரியுமா?" என்று அந்த அறையைச் சுற்றுமுற்றும் பார்த்தபடி பேச்சைத் தொடர்ந்தார் போர்ஃபிரி பெத்ரோவிச்.

"நான் அறைக்குள்ளேயே வந்துவிட்டேன். சும்மா, இன்று போலத்தான்! இந்த இடத்தைக் கடந்து போகும்போது, இங்கு வரவேண்டும் என்று தோன்றியது. நீ என்னைத் தேடி வந்ததற்கு நானும் பதில் மரியாதை செலுத்த வேண்டுமென்று நினைத்தேன். இங்கே வந்து பார்த்தால் உன் அறை திறந்தே கிடந்தது. சுற்றிலும் பார்த்தபடி சற்று நேரம் காத்திருந்தேன். இங்கிருந்த பணியாளிடம் கூட நான் வந்ததைச் சொல்லாமல் கிளம்பிவிட்டேன்! நீ என்ன, உன் அறையைப் பூட்டுவதில்லையா?"

ரஸ்கோல்னிகோவின் முகம் கணத்துக்குக் கணம் இருண்டு கொண்டே வந்தது. போர்ஃபிரியால் அவன் மனதில் ஓடும் எண்ணங்களைப் படிக்க முடிந்ததைப் போலத் தோன்றியது.

"என் பிரியத்திற்குரிய ரோடியன், இதைக் கொஞ்சம் கேள்! சில விஷயங்களை ஒளிவு மறைவில்லாமல் பேசுவதற்கும், தெளிவு படுத்துவதற்கும்தான் நான் இங்கே வந்திருக்கிறேன்! உன்னிடத்தில் ஒரு விளக்கம் தர நான் கடமைப்பட்டிருக்கிறேன்! ஆமாம், அந்த விளக்கத்தை நான் தந்தே ஆக வேண்டும்" என்று கூறிவிட்டு ஒரு புன்னகையோடு பேச்சைத் தொடர்ந்த போர்ஃபிரி, ரஸ்கோல்னி கோவின் முழங்காலில்கூட இலேசாகத் தட்டிக் கொடுத்தார். ஆனால் அதே நேரத்தில் அவருடைய முகம், தீவிரமான, கவலை தரக்கூடிய ஒரு சிக்கலில் இருப்பது போன்று தோற்றம் காட்டிக் கொண்டிருந்தது. அதில் ஒரு சோகமும் படிந்திருப்பதைக் கண்டு ரஸ்கோல்னிகோவ் வியப்படைந்தான். இதற்கு முன்பு இதுபோன்ற ஒரு நிலையில் அவரை அவன் பார்த்ததே இல்லை. அவருக்கும் கூட சோகங்கள் இருக்குமென்று அவன் நினைத்துப் பார்த்த தில்லை.

"கடைசியாக நாம் சந்தித்துக்கொண்ட அன்று, ஒரு வினோத மான சம்பவம் நடந்து விட்டது. சொல்லப் போனால் நமது முதல் சந்திப்பும்கூட அப்படித்தான் இருந்தது! ஆனாலும் இப்படி அடுத்தடுத்து நடப்பது எனக்கும் கஷ்டமாகத்தான் இருக்கிறது! என்ன செய்வது? என்னுடைய வாழ்க்கை முறை அப்படி! சரி, இதுதான் விஷயம்! நான் உன்னிடம் மன்னிப்புக் கேட்டுக்கொள்ள வேண்டுமென்று நினைக்கிறேன்! நமது (கடந்த) சந்திப்பு முடிந்த போது நாம் எப்படி விடைபெற்றுக்கொண்டோம் என்பது உனக்கு நினைவிருக்கிறதா? நரம்பு புடைக்க, கால்கள் தள்ளாடிக்கொண்டி ருக்கும் நிலையில் நீ இருந்தாய்! நானும்கூட அந்தமாதிரி உணர்ச்சி வசப்பட்டுத்தான் அப்போது இருந்தேன்! நாம் இருவருமே அப்போது கண்ணியமான நல்ல மனிதர்களைப் போல நடந்து கொள்ளத் தவறிவிட்டோம்! ஆனால், உண்மையில் நாம் இருவரும் கௌரவமான மனிதர்கள்தான்! ஆமாம்! இதை எந்த நிலையிலும்,

எப்போதும் நாம் கட்டாயம் நினைவில் வைத்துக்கொள்ள வேண்டும்! சே... சே... அன்றைக்கு நடந்த விஷயங்கள்... மிகவும் மோசமான நிலையை தோற்றுவித்துவிட்டன. அநாகரிகத்தின் எல்லையைத் தொட்டவைகளாக அவை இருந்தன என்றுதான் சொல்ல வந்தேன்."

'இவர் நிஜமாகவே என்னதான் சொல்லிக்கொண்டிருக் கிறார்? என்னைப் பற்றித் தன் மனதில் என்னதான் நினைத்துக் கொண்டிருக்கிறார்?' என்று தனக்குள்ளேயே திகைப்புடன் கேட்டுக்கொண்ட ரஸ்கோல்னிகோவ், தன் தலையை நிமிர்த்தி, போர்ஃபிரியை உற்று நோக்கினான்.

"நாம் இருவருமே ஒருவரோடு ஒருவர் கொஞ்சம் மனம் விட்டு வெளிப்படையாகப் பேசிக்கொள்வது நல்லது என்ற முடிவுக்கு நான் வந்திருக்கிறேன்!" என்று தன் பேச்சைத் தொடர்ந்த போர்ஃபிரி பெத்ரோவிச், தலையை இலேசாகத் திருப்பிக்கொண்டு, கண்களையும் சற்றுத் தாழ்த்திக்கொண்டார். முன்பு தனது அச்சுறுத்தலுக்கு ஆளாகியிருந்த ரஸ்கோல்னி கோவை இப்பொழுதும் தனது பார்வையால் சங்கடத்திற்கு ஆளாக்க அவர் விரும்பவில்லை என்பது வெளிப்படையாகத் தெரிந்தது. அவர் முன்பு கையாண்ட தந்திரங்களும் உபாயங்களும் இப்போது அவருக்கே வெறுப்பை அளித்திருக்க வேண்டும்.

"ஆமாம்! இப்படிப்பட்ட சந்தேகங்களையும், சம்பவங் களையும் பற்றிய குழப்பங்களை இப்படியே நீடித்துக்கொண்டே போகவிடுவது சரியானதில்லை. இப்போது நமக்கு ஏற்பட்டிருந்த பிரச்சினையை மிகோலாய் ஒரு வழியாகத் தீர்த்து வைத்து விட்டான்... இல்லாவிட்டால் நாம் எந்த எல்லைக்குப் போக நேர்ந்திருக்குமோ தெரியவில்லை. அந்த மோசக்கார சில்லறை வியாபாரி, அந்த நேரத்தில், என் அறையிலிருந்த தடுப்புக்குப் பின்னால்தான் உட்கார்ந்திருந்தான். அது தெரியுமா உனக்கு? பிற்பாடு அவன் உன்னைத் தேடி வந்துவிட்டதையும், அதைப்பற்றி நீ தெரிந்துகொண்டதையும் நான் அறிவேன்! ஆனால் அப்படிப்பட்ட ஓர் ஏற்பாட்டை நான் வேண்டுமென்றே செய்த தாக நீ நினைத்தால் அது சரியில்லை. நான் எவரையும் கூப்பிட்டு விடவுமில்லை, அதற்கான ஆயத்தம் எதையும் செய்யவுமில்லை. அப்படி ஏன் இருக்கக்கூடாது என்று நீ நினைக்கலாம். ஆனால் நான் முழுக்க முழுக்க அதிர்ச்சியில் உறைந்து போயிருந்தேன் என்பதுதான் நிஜம்! காவலாளிகளைக் கூப்பிடக்கூட நான் முயல வில்லையே? (நீ தாண்டிப் போகும்போது நீயே அவர்களைப் பார்த்திருப்பாயே...) அப்படி அவனை அங்கே உட்கார வைக்க வேண்டும் என்ற எண்ணம் எனக்கு ஒரு மின்னலைப் போலத்

திடீரென்றுதான் தோன்றியது! அந்த நேரத்தில் அவன் சொன்னதில் எனக்கு உறுதியான நம்பிக்கை ஏற்பட்டுப் போய்விட்டது ரோடியன் ரொமனோவிச்! கொஞ்ச நேரத்துக்கு ஒன்றை நழுவவிட்டு, மற்றொன்றின் வாலை உறுதியாகப் பிடித்துக்கொள்ள வேண்டுமென்று நான் நினைத்தேன். கையில் சிக்கிவிட்ட மனிதன், என் பிடியை விட்டுப் போய்விடக்கூடாதென்றுதான் நான் அப்படிச் செய்தேன்! இயல்பாகவே நீ கொஞ்சம் சிடுமூஞ்சியாகவும், தொட்டாச் சுருங்கியாகவும்தான் இருக்கிறாய், ரோடியன்! உன்னுடைய அடிப்படையான பிற நல்ல குணங்களுக்கும், அன்பான இதயத்திற்கும் அது கொஞ்சம்கூடப் பொருத்தமாக இல்லை! உன்னை நான் ஓரளவுக்காவது புரிந்துகொண்டிருப்பதனால்தான் எனக்கு அப்படித் தோன்றுகிறது. தன்னைப் பற்றிய எல்லா தகவல்களையும் எந்த மனிதனும் தானாகவே முன்வந்து கொட்டிவிட மாட்டானென்றும், பொறுமையிழந்து போகிற அளவுக்கு நச்சரித்துத் துண்டு துண்டாக நசுக்கிப் போட்டால்தான் ஓரளவாவது அவனிடமிருந்து விஷயத்தை வாங்க முடியுமென்றும் நான் நம்பினேன். அப்படி நடப்பதும்கூடக் கொஞ்சம் கஷ்டம்தான்! அதுவுமே அபூர்வமான ஒன்றுதான்! அதனால் சின்ன ஆதாரம் எதையாவது வைத்துக்கொண்டுதானாக வேண்டும் என்று நான் முடிவு செய்தேன். அது மிகச் சிறிய தகவலாகக்கூட இருக்கலாம்! ஆனால் வெளிப்படையாகத் தெரியக்கூடிய ஒன்றாக அது இருக்க வேண்டும்! வெறும் மனோதத்துவ விசாரணை மட்டுமே இங்கே சரிப்படாது என்று நான் எண்ணினேன். ஒரு மனிதன் குற்றம் செய்தவனாக இருந்தால், நிச்சயமாக இப்படிப்பட்ட வழிமுறைகளால் அவனிடமிருந்து உண்மையான, சரியான தகவல்களைப் பெற்றுவிட முடியுமென்பது என் நம்பிக்கை. இப்படிச் செய்யும்போது, சில சமயங்களில் எதிர்பாராத, அற்புதமான முடிவுகள்கூடக் கிடைக்கக்கூடும்! அன்று நான் அப்படிச் செய்தபோது, உன் குணாதிசயத்தின் மேல்தான் நான் நம்பிக்கை வைத்திருந்தேன் ரோடியன் ரொமனோவிச்! எல்லாவற்றையும்விட அதைத்தான் நான் அதிகமாக நம்பிக்கொண்டிருந்தேன்!"

"ஆனால் இப்போது நீங்கள் இதையெல்லாம் ஏன் சொல்லிக்கொண்டிருக்கிறீர்கள்?" என்று கடைசியாக முணுமுணுத்தான் ரஸ்கோல்னிகோவ். இதெல்லாம் எதற்காக என்பது உண்மையிலேயே அவனுக்கு விளங்கவில்லை. 'இவர் என்னதான் பேசிக்கொண்டிருக்கிறார்' என்று ஆச்சரியமடைந்தான் அவன். அவனால் அதில் சரியாகக் கவனம் செலுத்தக்கூட முடியவில்லை. 'ஒருவேளை, இவர் நான் குற்றமற்றவன் என்று நிஜமாகவே நினைக்கத் தொடங்கிவிட்டாரோ?'

"நான் ஏன் இப்படியெல்லாம் பேசுகிறேன் தெரியுமா? விஷயங்களை உனக்குத் தெளிவுபடுத்துவதற்காகத்தான்! அதை என்னுடைய முக்கியமான கடமையாகவே நான் கருதுகிறேன். நடந்த முழுக்கதையையும் அதன் பின்னணியோடு வெட்ட வெளிச்சமாக்குவதும், எனக்குத் தவறான அபிப்பிராயம் ஏற்பட்டுப் போனதற்கான காரணத்தை உன்னிடம் விளக்குவதுமே என் நோக்கம்! ரோடியன் ரொமனோவிச்! உன்னை நான் ரொம்பவே பாடுபடுத்திவிட்டேன்! அலைக்கழித்துவிட்டேன்! ஆனாலும் என்னை ஓர் அரக்கனென்று மட்டும் நினைத்துவிடாதே! உரிய கவனிப்பின்றி நசுக்கப்பட்டிருக்கும் உன்னைப் போன்ற தன்னம்பிக்கையுள்ள, தன்மானமுள்ள ஓர் இளைஞனுக்கு - சிறுமையைக் கண்டு பொங்கும் உன்னைப் போன்ற உள்ளம் படைத்த ஒருவனுக்கு, இதெல்லாம் எவ்வளவு கஷ்டத்தைக் கொடுத்திருக்கும் என்பது எனக்கு நன்றாகவே புரிகிறது! உன்னுடைய அபிப்பிராயங்களோடு நான் முரண்பட நேர்ந்தாலும்கூட உன்னை ஒரு கௌரவமான மனிதனாகவும் மேன்மையான சில பண்புகளை உடையவனாகவுமே நான் கருதி வந்திருக்கிறேன். இந்த விஷயத்தை ஒளிவுமறைவில்லாமல் உன்னிடம் சொல்வதும் எச்சரிப்பதும் என்னுடைய கடமை என்று நான் நினைத்தேன். அதற்கு முழுமையான காரணம், உன்னை நான் ஏமாற்ற விரும்பவில்லை என்பதுதான்! உன்னைத் தெரிந்துகொண்டது முதலாகவே உன்மீது எனக்குள் ஏதோ ஒரு பிடிப்பு ஏற்பட்டுவிட்டது! இப்படிப்பட்ட வார்த்தைகளை நான் பேசுவது உனக்குச் சிரிப்பாகக்கூட இருக்கலாம்! அது உன் இஷ்டம்! என்னைப் பார்க்கக்கூட உனக்கு விருப்பமில்லை என்பது எனக்கு நன்றாகத் தெரியும். அப்படி விரும்பத் தகுந்த வகையில் என்னிடம் எதுவும் இல்லை! நீ எப்படி வேண்டுமானாலும் நினைத்துக்கொள். அதைப்பற்றி ஒன்றுமில்லை. ஆனால் எடுத்த எடுப்பில், உன் மனதில் என்னைப் பற்றி ஏற்பட்ட அபிப்பிராயத்தை மட்டும் தயவுசெய்து துடைத்துப் போட்டுவிடு! அதற்காகத்தான் என்னால் முடிந்த வரையில் நான் பாடுபட்டுக் கொண்டிருக்கிறேன்! எனக்கும் இதயமும் மனசாட்சியும் இருக்கிறதென்பதைப் புரிந்துகொள்! உள்ளத்தின் ஆழத்திலிருந்து இதைச் சொல்கிறேன்!"

இவ்வாறு பேசி முடித்துவிட்டுப் போர்ஃபிரி பெத்ரோவிச் சற்று நேரம் கண்ணியமான முறையில் அமைதியாக இருந்தார். ஆனால் தன் உடலில் முற்றிலும் புதிதாக வேறொரு வகையான நடுக்கம் பரவுவதை உணர்ந்தான் ரஸ்கோல்னிகோவ். தான் குற்றம் செய்யாதவன் என்று ஒருவேளை போர்ஃபிரி நினைத்துக்கொண்டிருக்கலாமென்ற எண்ணம் திடீரென்று அவனை அச்சுறுத்தத் தொடங்கியது.

“இவையெல்லாம் எப்படி நடந்தது என்று உன்னிடம் நான் முழுமையாக விவரிக்க வேண்டிய தேவையே இல்லை!” என்றபடி மீண்டும் பேச்சைத் தொடர்ந்தார் அவர். “அதெல்லாம் இப்போது தேவையே இல்லாத விஷயங்கள். என்னால் அவ்வாறு எப்படி நினைக்க முடிந்தது என்று உண்மையில் எனக்கேகூடச் சந்தேக மாகத்தான் இருக்கிறது! முதலில் ஏதோ அந்த மாதிரி கொஞ்சம் வதந்திகள் இருந்தன. அவை எந்தவிதமான வதந்திகள், எவரிட மிருந்து, எப்போது வந்த வதந்திகள், அவற்றோடு உன் பெயரும் எப்படிச் சம்பந்தப்படுத்தப்பட்டது என்பதைப் பற்றியெல்லாம் இப் போது யோசித்துப் பார்த்துக்கொண்டிருக்க வேண்டிய அவசியமே இல்லை! என்னைப் பொறுத்தவரையில், மிக மிகத் தற்செயலாக நடந்த சம்பவம்தான் எனக்குள் சந்தேகத்தை ஏற்படுத்தியது. அப்படிப்பட்ட சம்பவம், பொதுவாக எளிதாக நடக்கக்கூடிய தில்லை! கொஞ்சம் அபூர்வமானது! அது என்ன என்பதைப் பற்றியும் இங்கே நான் சொல்லத் தேவையில்லை என்றே நினைக் கிறேன்! அதெல்லாமாகச் சேர்ந்து – அதாவது அந்தச் சம்பவமும் சேர்ந்துகொண்டு எனது உள்ளத்தில் குறிப்பிட்ட ஓர் எண்ணத்தை உருவாக்கின. நான் இதையெல்லாம் வெளிப்படையாக ஒத்துக் கொள்ளக் காரணம், ஒருவேளை நீ எல்லாவற்றையும் ஒப்புக் கொள்ள முன்வந்தால் உன்மீது முதன் முதலாகச் சந்தேகம் கொண்டவன் நான்தான் என்பதைத் தெளிவுபடுத்துவதற்குத்தான். அடகுபிடித்த சாமான்களின் மீது அந்தக் கிழவி குறித்து வைத்திருந்த விஷயங்கள், இன்னும் அதைப் போன்ற பிறவற்றைப் பற்றியெல்லாம் நான் அதிகம் பொருட்படுத்தவில்லை. அந்த மாதிரியான நூறு சாட்சியங்கள்கூட மிக எளிதாகக் கிடைத்தது விடும்! காவல்துறை அலுவலகத்தில் வைத்து நடந்த சம்பவத்தைப் பற்றி அறிந்துகொள்வதற்கான வாய்ப்பும் எனக்குக் கிடைத்தது. அது ஏதோ போகிற போக்கில், சாதாரணமான ஒரு தகவலைப் போலச் சொல்லப்படாமல், துல்லியமான முழு விவரங்களோடு, பிரமாதமான ஒரு சாட்சியால் எனக்கு விரிவான முறையில் எடுத் துரைக்கப்பட்டது. ஆனால், தான் சொல்லியது எத்தனை முக்கியமானது என்பதை அந்தச் சாட்சியே உணர்ந்திருக்கவில்லை! ஏதோ அந்தச் சம்பவத்தில் லயித்துப் போனவனாக, அதில் ஒரு துளியைக்கூட விட்டுவிடாமல் எனக்கு அவன் சொல்லிவிட்டான். இப்படி ஒவ்வொன்றாகச் சேர்ந்துகொண்டே வந்ததில் என் சந்தேகமும் வலுவடைந்துகொண்டே வந்தது, ரோடியன் ரொம னோவிச்! இவ்வாறான ஒரு நிலையில் நான் வேறுவிதமாக எப்படி யோசிக்க முடியும்? ‘நூறு முயல்களை வைத்துக்கொண்டு உன்னால் ஒரு குதிரை செய்துவிட முடியாது...! நூறு சந்தேகங்கள் இருந்தாலும், அது ஒரு சின்ன ஆதாரமாகி விட முடியாது!’

என்று ஆங்கிலத்தில் ஒரு பழமொழி இருக்கிறது. அது பகுத் தறிவைச் சார்ந்தது! ஆனால் அறிவோடுகூடவே, உணர்ச்சி என்ற ஒன்று இருக்கிறதே! விசாரணை செய்கிற மாஜிஸ்டிரேட் என்றால் அவனுக்கு உணர்ச்சிகள் இருக்கக்கூடாதா என்ன? அவனும் ஒரு மனிதன்தானே? பிறகு, நீ பத்திரிகையில் எழுதிய கட்டுரையும் எனக்கு ஞாபகம் வந்தது! நீ முதன்முதலாக என்னைப் பார்க்க வந்தபோது, நாம் அதைப்பற்றி நீண்ட நேரம் பேசிக்கொண்டி ருந்தது உனக்கு நினைவிருக்கும்! அப்போது நான் அதை வேண்டு மென்றே ஏளனமாகப் பேசினேன். உன்னைத் தூண்டிவிட வேண்டும் என்ற நோக்கம் மட்டும்தான் அதற்குக் காரணம்! நீ சற்று அவசரக்காரன் என்பதையும், உடல் நலமின்றி இருக்கிறாய் என்பதையும் நான் திரும்பவும் சொல்கிறேன், ரோடியன் ரொம னோவிச்! ஆனாலும் துணிச்சலோடும், செருக்கோடும், உண்மை யாகவும் சிந்திக்கிறவன் நீ என்பதையும் வெகு காலத்திற்கு முன்பே நான் நன்றாக அறிந்துகொண்டேன். நீ கட்டுரையில் வெளிப் படுத்தியிருந்த உணர்வுகளெல்லாம் எனக்குப் பரிச்சயமானவை தான் என்பதால் உன் கட்டுரையோடு என்னால் நெருக்கமாக உணர முடிந்தது. உறக்கமில்லாத இரவுகளில், ஒரு வகையான பரவச நிலையோடு, இதயம் படபடக்க, ஆனால் உற்சாகத்தைக் கொஞ்சம் கட்டுப்படுத்திக்கொண்டு அந்தக் கட்டுரை எழுதப் பட்டிருக்கிறது என்பது எனக்குப் புரிந்தது. ஆனால் தன்னம்பிக் கையும், ஊக்கத்தைக் கட்டுப்படுத்திக்கொள்ளும் தன்மையும் கொண்ட இளமை, கொஞ்சம் ஆபத்தானது என்று அப்பொழுது நான், உன்னைக் கேலி செய்தது உண்மைதான். ஆனால் இலக்கிய உலகில் புதிதாக நுழையும் (கற்றுக்குட்டியான) உனது இலக்கிய முயற்சிகளைப் படிப்பதில் உண்மையிலேயே எனக்கொரு தாகம் இருக்கிறது. அது என் தொழிலுக்கு மாறான ஒரு தாகம்தான்! ஏதோ ஒரு பனிமூட்டத்துக்குள், மங்கிய ஒளியில், ஒரு கயிறு ஊசலாடுவது கண்ணுக்குத்தெரிவது போல நான் உணர்ந்தேன். உன் கட்டுரையை அபத்தம் என்றும் சொல்லலாம்! அற்புதம் என்றும் சொல்லலாம். அது ஆத்மார்த்தமாக, உண்மையாக எழுதப்பட்டிருந்தது. சூதுவாதுகளில் அகப்பட்டுக்கொள்ளாத – இளமையான, பெருமிதமுள்ள நெஞ்சத்தின் நேர்மையான வெளிப் பாடாக அது இருந்தது. துயரப்படுபவர்களுக்காக ஒலிக்கும் கண்டனக் குரலாக, அவர்களுக்கான ஆதரவுக்குரலாக அது ஒலித்தது. அந்தக் கட்டுரை கொஞ்சம் வருத்தமான தொனியிலும் கூட இருந்தது. ஆனாலும் அதில் எனக்கு ஒரு விஷயம் கிடைத்தது. படித்து முடித்துவிட்டுக் கட்டுரையைக் கீழே வைத்த போது 'இதை எழுதிய மனிதனின் வாழ்க்கை அத்தனை சுலபமாகக் கழிந்துவிடப் போவதில்லை' என்றுதான் நான் நினைத்துக்கொண்டேன்.

இப்படியெல்லாம் நான் யோசிக்கத் தொடங்கிவிட்ட பிறகு, அடுத்தடுத்து நடந்தவை வேறு எந்த முடிவுக்குத்தான் என்னை இட்டுச் செல்ல முடியும் என்று நீயே சொல்! ஐயோ... கடவுளே! இப்போது நான் சொன்னதெல்லாம் உன்னைக் குற்றம் சாட்டு வதற்காக இல்லை! அப்போது அது என்னைக் கொஞ்சம் பாதித்திருந்தது. அதிலிருந்து ஏதாவது விஷயம் கிடைக்குமா என்று நான் யோசித்தேன். ஆனால் அதில் எதுவுமே இல்லை. முழுக்க முழுக்க எதுவுமே இல்லை. வழக்கை விசாரணை செய்துவரும் மாஜிஸ்டிரேட் என்ற முறையில், நான் அந்தக் கோணத்தில் யோசித்துப் பார்க்க வேண்டியதும் சரியானதுதானே! அதற்குள் மிகோலாய் வேறு எங்கள் கைகளில் கிடைத்துவிட்டான். விஷயங் களெல்லாம் அவனுக்கு எதிராக இருந்தன. நாம் அவற்றை விரும்பு கிறோமா இல்லையா என்பது முக்கியமில்லை. அவை தெளிவான வெளிப்படையான தகவல்களாக இருப்பதுதான் முக்கியம். பிறகு அவனுடைய மனநிலையையும் ஆராய்ந்து பார்த்து முடிவு செய்ய வேண்டும். அதற்காகவும் நேரம் ஒதுக்கியாக வேண்டும்! அவனைப் பொறுத்த வரையில் இது வாழ்வா சாவா என்ற பிரச்சினை அல்லவா? அந்தச் சமயம் நான் உன்னிடம் வஞ்சகமாக நடந்து கொண்டதாக நீ நினைக்கிறாயல்லவா? அது உண்மையில் அப்படி யில்லை என்று தெளிவுபடுத்துவதற்காகத்தான் இதையெல்லாம் இப்பொழுது உன்னிடம் சொல்லிக்கொண்டிருக்கிறேன்! அது வஞ்சகமான நடத்தையில்லை. நேர்மையான, உண்மையான செயல்பாடுதான்! ஹி... ஹி... ஹி! அந்த வேளையில் நான் இங்கே உன் அறையைச் சோதனை போடுவதற்கு வரவில்லையென்று நீ எண்ணிக்கொண்டிருக்கிறாய்! இல்லை... நீ நினைப்பது போல் இல்லை... நான் சோதனை போடத்தான் செய்தேன். ஹி... ஹி... நீ உடல் நலம் குன்றிப் போய்ப் படுக்கையில் கிடந்தபோது இங்கே நான் வந்திருந்தேன்! அதிகாரபூர்வமாக வரவில்லையென்றாலும் அப்பொழுது நான் இங்கே வந்தேன்! உன் மீது சந்தேகம் தோன்றிவிட்ட அந்த முதல் கணத்திலேயே உன் அறை துருவித் துருவிச் சோதனை போடப்பட்டுவிட்டது! ஆனால் அந்த முயற்சி யில் எந்தப் பலனுமில்லை! எங்களுக்கு எதுவும் சிக்கவில்லை! 'இந்த ஆள் என்னிடம் வருவான், நிச்சயம் தானாகவே வருவான். அவன் குற்றவாளியாக இருக்கும்பட்சத்தில் உறுதியாக வருவான். இதேநிலையில் வேறு யாராவது ஒருவன் இருந்தால் அவன் வேண்டுமானால் வராமல் இருக்கலாம். ஆனால் இவன் கட்டாயம் வருவான்' என்று நான் மனதில் நினைத்துக்கொண் டேன். இந்த வழக்கு தொடர்பான விஷயங்களையெல்லாம் ரஸுமிகின் உன்னிடம் எப்படிக் கொட்டினான் என்பது நினைவிருக்கிறதா? அதற்கெல்லாம் மூலகாரணம் நாங்கள்தான்!

நாங்கள் வேண்டுமென்றே திட்டமிட்டு சில வதந்திகளைப் பரப்பினோம்! அவற்றை நிச்சயமாக ரஸுமிகின் உன்னிடம் உளறி விடுவானென்று எங்களுக்குத் தெரியும்! ரஸுமிகின் தனது கோபத்தையும் வெறுப்பையும் அடக்கிக்கொள்ள முடியாத ஒரு மனிதனல்லவா? அவன் மூலம் இதையெல்லாம் கேள்விப்பட்டு நீ பதற்றப்பட வேண்டும்! அதற்கு உன்னைத் தூண்டிவிட வேண்டுமென்பதே எங்கள் நோக்கமாக இருந்தது. அடுத்தாற்போல உன் கோபத்தையும் வெளிப்படையான, துணிச்சலான உன்னுடைய பேச்சையும் கேட்பதற்கு சமெடோவுக்கு வாய்ப்புக் கிடைத்தது. அதுவும் முக்கியமானதாகவே இருந்தது! ஓர் உணவு விடுதியில், பொதுவான அந்த இடத்தில் உட்கார்ந்துகொண்டு 'நான்தான் அவளைக் கொன்றேன்" என்று யாராவது உளற முடியுமா? அது எனக்கு மிகுந்த துணிகரமானதாகவும், இறுமாப்புள்ள ஒரு செயலாகவும் பட்டது. 'அவன் உண்மையிலேயே ஒரு குற்றம் செய்திருப்பானென்றால் கொஞ்சம் கடினமான போராளியாகத் தான் இருப்பான்' என்று நான் அப்போது நினைத்துக்கொண்டேன். நீ வருவதற்காக நான் காத்திருந்தேன். மிகவும் பொறுமையிழந்தவனாக நான் காத்துக்கொண்டிருந்தேன்! ஆனால் நீயோ சமெடோவை வெறுமனே உன் வாதங்களால் மடக்கிப் போட்டு விட்டாய்... மனோதத்துவ விஷயங்களைத்தான் எப்படி வேண்டுமானாலும் வளைத்து விடலாமே, அது இரண்டு பக்கத்தையுமே துண்டிக்கக்கூடியதல்லவா? உன்னை எதிர்நோக்கியபடி நான் காத்துக்கொண்டிருந்தபோது, என் விருப்பம் நிறைவேறும் வகையில் நீயே என்னிடம் வந்து சேர்ந்தாய்! என் நெஞ்சம் முழுவதும் படபடத்தது! உன்னை அப்பொழுது என்னிடம் வருமாறு தூண்டியது எது? உள்ளே நுழையும் வேளையில் நீ சிரித்தாய்...! அது எப்படிப்பட்ட சிரிப்பென்று உனக்கு நினைவிருக்கிறதா? நான் அப்பொழுதே எல்லாவற்றையும் ஊகித்துக்கொண்டு விட்டேன். எல்லாவற்றையும் தெளிவாகப் புரிந்துகொள்ளவும் செய்தேன். ஆனால் நான் அப்படி உனக்காகக் காத்திருக்கவில்லை யென்றால் உன் சிரிப்பில் வித்தியாசமாக எதையும் என்னால் கண்டுபிடித்திருக்க முடியாது. சரியான மன நிலையில் இருக்கும் போதுதான் விஷயங்களைச் சரிவர உள்வாங்கிக்கொள்ள முடியும் என்பதுதான் எவ்வளவு உண்மை! அப்புறம் அந்த ரஸுமிகின் எப்படி நடந்துகொண்டான்...? ம்... பிறகு அந்தக் கல்? உனக்கு நினைவிருக்கிறதா... கல்லுக்குக் கீழே புதைத்து வைத்த பொருள் களைப் பற்றி நீ சொன்னது நினைவிருக்கிறதா? ஒரு வீட்டுத் தோட்டத்தில் கல்லுக்குக் கீழே புதைத்து வைத்த பொருள்களைப் பற்றி சமெடோவிடம் ஒரு தடவையும் என் அறையில் மறுபடி ஒரு தடவையும் நீ சொன்னாய்... என் மனக்கண்ணில் அந்த

வீட்டுத்தோட்டத்தை அப்படியே பார்க்க முடிந்தது. பிறகு உன் கட்டுரையை நாங்கள் ஆராயத் தொடங்கினோம். நீ அதை அர்த்தப்படுத்தியிருந்த பாணி, ஒவ்வொரு வார்த்தையையும் இரண்டு பொருள்கொள்ள இடமளிக்குமாறு எழுதப்பட்டிருந்தது. ஒவ்வொரு வார்த்தைக்குள்ளேயும் மற்றொரு பொருள் மறைந் திருப்பதாகத் தோன்றியது. ஒரு வெற்றுச் சுவரை நோக்கி நான் ஓடிய கதை இதுதான், ரோடியன் ரொமனோவிச்! என் தலையை அதில் மோதிக்கொண்ட பிறகுதான் அந்த உண்மையே எனக்கு விளங்கியது. பிறகு நான் ஏன் இப்படியெல்லாம் செய்துகொண்டி ருக்கிறேன் என்று எனக்குள்ளேயே கேட்டுக்கொண்டேன். அதுவரை நான் யோசித்து வைத்திருந்த எல்லா விஷயங்களுமே – அதிலிருந்த நுணுக்கமான சிறிய தகவல் வரை – கொஞ்சம் யோசித்துப் பார்த்தால், வேறுவிதமாக விளங்கிக்கொள்வதற்கு இடமளிக்கக்கூடியவை என்பதும், அப்படி அவற்றை எடுத்துக் கொள்வதுதான் உண்மையிலேயே சரியானதாக இருக்க முடியும் என்றும் எனக்குத் தோன்றிவிட்டது. அதுதான் சரி என்று நானே ஒத்துக்கொள்ள வேண்டியதாகிவிட்டது! பிறகு நான் என்ன முடிவு செய்தேன் தெரியுமா? வெளிப்படையான ஒரு சிறிய தகவல் அல்லது துப்பு கிடைத்தால்தான் என் எண்ணத்தை உறுதிப் படுத்திக்கொள்ள முடியுமென்று தீர்மானம் செய்துவிட்டேன்! அப்புறம் அந்த வீட்டிற்கு ஒருநாள் சென்று அங்கிருந்த அழைப்பு மணியை அடித்துக்கொண்டே இருந்தாயல்லவா? அதைக் கேட்டதும் ஒரு கணம் என் இதயமே நின்று போய்விட்டதைப் போல இருந்தது. என் எண்ணம் சரியானதுதான் என்பதைப் போன்ற ஒரு சிலிர்ப்பு என்னுள் ஓடியது! நல்ல வேளையாக ஒரு சிறிய தகவலாவது சரியாகக் கிடைத்துவிட்டதே என்று நான் எண்ணிக்கொண்டேன். அதைப் பற்றி நின்று நிதானிக்கக்கூட நான் முயலவில்லை!"

"உன்னைக் 'கொலைகாரன்' என்று கூப்பிட்ட அந்த ஆளோடு, கிட்டத்தட்ட நூறடி தூரம் அருகருகே நடந்து போன போதும், அவனை ஒரு சிறிய கேள்விகூடக் கேட்கத் துணியாமல்– நீ அமைதியாக நடந்து சென்றாயாமே? அதை 'என் கண்களால்' பார்ப்பதற்காக, என் கையைவிட்டு – என் பணத்திலிருந்து ஆயிரம் ரூபிள் தர வேண்டும் என்றாலும்கூட, அதை அப்போது நான் ஒத்துக்கொண்டிருப்பேன். அப்புறம்! உடம்பு சரியில்லாத அரை மயக்க நிலையில், அந்த வீட்டின் அழைப்பு மணியை நீ அடித்துக் கொண்டிருந்தபோது, உன் முதுகுத் தண்டுக்குள் ஓடிக்கொண்டி ருந்த நடுக்கம்! உன் கைகள் நடுங்கிக்கொண்டிருந்த அந்த நிலை...! இதெல்லாம் தெரிந்துவிட்டபிறகும் நான் ஏதோ உன்னிடம்

தந்திரமாக விளையாடிக்கொண்டிருப்பதாக நீ எப்படி நினைக்க லாம்? மிகச் சரியாக அந்த நேரத்தில் உன்னை வருமாறு தூண்டி யது எது...? ஏதோ ஒன்றுதான் உன்னை அப்படித் தூண்டி விட்டிருக்க வேண்டும் என்று சத்தியமாக என்னால் சொல்ல முடியும்! அந்த நேரத்தில் மிகோலாய் வந்து நம்மை வேறு பாதை யில் திசை திருப்பாமல் போயிருந்தால் என்ன ஆகியிருக்கும்? உனக்கு அப்போது மிகோலாய் வந்தது நினைவிருக்கிறதா? அவனது வருகை அப்போது ஓர் இடியைப் போலத்தான் இறங்கியது! மிகப் பலத்த இடியாக அது அமைந்துவிட்டது! ஆனாலும் நான் அதை எப்படி எதிர்கொண்டேன் தெரியுமா? நான் அந்த இடி முழக்கத்தைக் கொஞ்சம்கூடச் சட்டை செய்ய வில்லை என்பதை நீயே பார்த்திருப்பாய்! நான் ஏன் அதை லட்சியம் செய்ய வேண்டும்? நீ கிளம்பிப் போன பிறகு, நான் கேட்ட கேள்விகளுக்கு அவன் தந்த பதில்கள், நடந்த சம்பவங் களோடு ஒத்துப் போவதாகத்தான் இருந்தன. அதைக் கண்டு நான் ஆச்சரியப்பட்டது உண்மைதான்! ஆனால் அப்போதும்கூட அவன் சொன்ன ஒரு வார்த்தையைக்கூட நான் நம்பவில்லை என்பதுதான் நிஜம்! நான் கொண்டிருந்த முடிவில் நான் பாறையைப் போல உறுதியாக இருந்தேன்! வேறு சிந்தனைக்கே என் மனதில் இடமில்லாதபோது மிகோலாயினால் அதை எப்படி மாற்றிவிட முடியும் என்று நான் எண்ணிக்கொண்டேன்."

"மிகோலாய்தான் குற்றவாளி என்று நீங்கள் நம்புவதாகவும், நீங்களே அப்படித் தன்னிடம் கூறியதாகவும் சற்று முன்பு ரஸு மிகின் என்னிடம் சொன்னானே...?" என்றான் ரஸ்கோல்னிகோவ்.

அவனுக்கு மூச்சடைப்பதைப் போல இருந்தது. பேச்சைக் கூட அவனால் முடிக்க முடியவில்லை. வார்த்தைகளால் விவரிக்க இயலாத பதற்றத்தோடு போர்ஃபிரி சொன்னதையெல்லாம் கேட்டுக்கொண்டிருந்தான் அவன். தன்னை மிகவும் நன்றாக அறிந்திருப்பது போலப் பேசிக்கொண்டிருந்த போர்ஃபிரி, முன்பு தான் செய்து வைத்திருந்த முடிவிலிருந்து விலகிப் போவது அவனால் நம்பவே முடியாததாக இருந்தது. அப்படி நம்புவதற்கும் அவன் துணியவில்லை. இருந்தாலும் இன்னும்கூட அவரது சொற்கள் சற்று மயக்கம் தருவதாகவே இருந்ததால், அவரிடமிருந்து தெளிவானதும், முடிவானதுமான தீர்ப்பு எப்பொழுது வெளிவரப் போகிறதென்பதை எதிர்பார்த்துக்கொண்டிருந்தான் அவன்.

"ஓ, ரஸுமிகினைப் பற்றிக் கேட்கிறாயா?" என்று உரக்கக் கேட்டார் போர்ஃபிரி பெத்ரோவிச். இவ்வளவு நேரமும் ஒரு வார்த்தைகூடப் பேசாமல் பிடிவாதமாயிருந்த ரஸ்கோல்னி

கோவிடமிருந்து இப்படி ஒரு கேள்வியாவது பிறந்ததில் அவர் சற்று மகிழ்ச்சியடைந்திருந்தார். "ஹி... ஹி... ஹி! ரஸுமிகினை யெல்லாம் தூக்கித் தூரப் போடு! இந்த விஷயத்தைப் பொறுத்த மட்டில் அவன் மூன்றாவது மனிதன். அவன் எதற்காக அப்படி வெளிறிப் போன முகத்தோடு என்னிடம் ஓடி வரவேண்டும்? சரி, அவனைப் பற்றி இங்கே பேச்சே இல்லை. அவனை இங்கே இழுக்க வேண்டிய அவசியமும் இல்லை."

இப்போது அவர் திரும்பவும் மிகோலாயைப் பற்றிப் பேசத் தொடங்கினார்: "மிகோலாயைப் பொறுத்தவரையில் அவனுடைய குணாதிசயத்தை நான் எப்படிப் புரிந்து வைத்திருக்கிறேன், தெரியுமா? முதலாவதாக, அவன் இன்னும்கூட ஒரு சின்னப் பையன்தான்! கொஞ்சம்கூட முதிர்ச்சியில்லாதவன். அவன்! குற்றத்தை இப்போது ஒப்புக்கொண்டிருப்பதற்குக் காரணம் பயத்தினால் இல்லை! அவனுடைய சொந்தக் கற்பனைகளை அவன் நம்புவதுதான் அதற்குக் காரணம்! ஏனென்றால் அவனுடைய வழியில் அவன் ஒரு கலைஞன். இப்படி அவனைப்பற்றி நான் விவரித்துக்கொண்டு போவதைப் பார்த்துச் சிரிக்காதே! அவன் ஓர் அப்பாவி. எதனாலும் சுலபமாகப் பாதிக்கப்பட்டுவிடக் கூடியவன். எளிதில் உணர்ச்சிவசப்படக்கூடியவன். எப்பொழுதும் கற்பனைகளிலேயே சஞ்சரிப்பவன்! பாடவும் ஆடவும் தெரிந்தவன்! மிக நன்றாகக் கதைகளைப் புனைந்து சொல்லக்கூடியவன். அவனிடம் கதை கேட்பதற்காகப் பல மைல்கள் தூரத்திலிருந்து மனிதர்கள் வருவதுண்டு! கதைகள் சொல்லவே பள்ளிக்குக் கூடத்திற்கு அவன் போய்க்கொண்டிருக்கிறான். காரணமே இல்லாததற்குக்கூடக் கண்ணீர் வரும்படியாகப் பயங்கரமாகச் சிரிப்பது அவன் வழக்கம், அவ்வப்போது அவன் குடிப்பான். மிகக் குறைவாகக் குடிப்பான். அவன் குடிப்பது அது தரும் போதைக்காக அல்ல! தன் தோழர்களின் வற்புறுத்தலுக்காகத்தான் – அவன் குடிப்பான். அதிலும்கூட அவன் குழந்தை மாதிரிதான். அன்றைக்கு அந்த நகைப் பெட்டியைத் திருடியபோதுகூட அதைத் திருடிய உணர்வே அவனுக்கு ஏற்படவில்லை. 'கீழே தானாக கிடந்ததை நான் எடுத்துக்கொண்டால் அது எப்படித் திருட்டென்று ஆகும்?' என்றுதான் அவன் நினைத்துக் கொண்டான். அவன் ஒரு 'ஷீஸ்மாடிக்*' என்பது உனக்குத் தெரியுமா?

---

* ஷீஸ்மாடிக் – 17ஆம் நூற்றாண்டில் ரஷ்ய சர்ச்சுகளில் பல பிரிவுகள் இருந்தன. 'ஷீஸ்மாடிக்' என்ற இந்தக் குறிப்பிட்ட பிரிவைச் சேர்ந்தவர்கள் துன்பத்தை வலிந்து ஏற்பவர்கள். தாங்கள் செய்யாத தவறுக்காகக்கூடத் துன்பம் அனுபவிக்கத் தயங்காதவர்கள் இவர்கள்.

அதுமட்டுமல்ல, மதப்பித்து பிடித்து அலையும் குறிப்பிட்ட ஒரு பிரிவைச் சேர்ந்த சாதாரணமானவர்களில் அவனும் ஒருவன்: மேலிருந்து அதிகாரம் செலுத்துவோரின் பிடிகளில் அகப்படாமல் ஓடிப்போய், எங்கெங்கோ தங்கிவிடும் குறிப்பிட்ட மதப்பிரிவைச் சேர்ந்தவர்கள் அவனுடைய குடும்ப நபர்களில் சிலர். அவனுமே கடந்த இரண்டு ஆண்டுகளாகக் கிராமத்தில் இருக்கும் வயதான மனிதர் ஒருவரின் ஆன்மிக வழிகாட்டுதலில்தான் வாழ்ந்து வந்திருக்கிறான். இந்த விஷயங்கள் அனைத்தையுமே நான் மிகோலாயிடமிருந்தும் ஸாரிஸ்கைச் சேர்ந்த அவனுடைய நண்பர்கள் மூலமாகவும் தெரிந்துகொண்டேன். ஒருகாலத்தில் துறவியாகவே ஆகிவிட வேண்டுமென்றுகூட அவன் நினைத்திருக்கிறான். ஆன்மிகப் பித்துப்பிடித்த அவன், இரவு நேரங்களில்கூட எழுந்துகொண்டு பிரார்த்தனை செய்வான். அவன் சார்ந்திருக்கும் பிரிவினர் 'உண்மை'யானவை என்று நினைக்கும் மிகப் பழைய மதப் புத்தகங்களை அவன் வாசிப்பான். ஆனால் செயிண்ட் பீட்டர்ஸ்பர்க் நகரம் அவனிடம் வேறு வகையான பலத்த தாக்கத்தை ஏற்படுத்திவிட்டது! வோட்கா, பெண் சகவாசம் என்று இங்கே வேறு வகையான வாழ்க்கை! பொதுவாகவே எதனாலும் இலகுவாகப் பாதிக்கப்படக்கூடிய அவன், தன் கிராமத்து முதியவரையும், பிற எல்லாவற்றையும்கூட இங்கே இந்த வாழ்க்கையில் ஈடுபட்ட பிறகு மறந்தே போனான். பிறகு இங்கே இருந்த பெயிண்டர் ஒருவனோடு அவனுக்கு நெருக்கமான நட்பு ஏற்பட்டது. சில வேளைகளில் மிகோலாய் அவனைப் பார்ப்பதற்குச் செல்வதும் உண்டு. பிறகுதான் இப்படி ஒரு விஷயம் நடந்துவிட்டது! மிகோலாய் மிகவும் பயந்து போய்த் தூக்குப் போட்டுக்கொள்ளக்கூட முயற்சித்துவிட்டான்! எங்கேயாவது ஓடிப்போய் விடலாமென்றுகூட முயற்சி செய்தான்! நம்முடைய சட்ட நடவடிக்கைகளைக் கண்டு பொதுவாகச் சாதாரண மனிதர்கள் பயந்து போவது இயல்புதானே? அதிலும் 'விசாரணை' என்ற வார்த்தை அவர்களை மிகவும் நடுங்கச்செய்து விடுகிறதே! இதெல்லாம் யாருடைய தவறு? ஆனால் கடவுள் கருணை வைத்தால் இனிமேல் வரப் போகும் புதிய நீதிமன்றங்கள் கொஞ்சம் வித்தியாசமாக இருக்கலாம்! இப்போது சிறைக்கு வந்த பிறகு, கிராமத்தில் தனக்கு ஆன்மிக வழிகாட்டியாக இருந்த அந்தப் பெரியவரை அவன் அடிக்கடி நினைத்துக்கொள்கிறான்; மீண்டும் அவன் கையில் பைபிள் குடியேறத் தொடங்கிவிட்டது! 'துன்பம் அனுபவித்தல்' என்ற விஷயத்தை இவனைப் போன்ற சில மனிதர்கள் எவ்வாறு அர்த்தப்படுத்திக்கொள்கிறார்கள் என்பது உனக்குத் தெரியுமா, ரோடியன் ரொமனோவிச்? 'மற்றவர்களுக் காகத் துன்பத்தைச் சுமத்தல்' என்பது அதற்குப் பொருளில்லை!

'எதற்காகவாவது துன்பப்படுவது' என்பது அவர்களுக்கு அவசிய மான ஒன்றாகவே ஆகிவிட்டிருக்கிறது. அதாவது 'துன்பத்தை வலிந்து ஏற்பது' என்பது அவர்களுடைய இயல்பு. அதுவும் தங்களுக்கு மேலே இருப்பவர்களால் ஏற்படும் துன்பமாக இருந்தால் ரொம்பவே நல்லதென்று நினைப்பவர்கள் அவர்கள்! இப்படித்தான் ஒரு தடவை, மிக மிகப் பணிவான சிறைக்கைதி ஒருவன் இருந்தான். வருடம் முழுவதும் இரவு நேரங்களில், கணப்பு வெளிச்சத்தில் உட்கார்ந்தபடி அவன் பைபிளைப் படித்துக்கொண்டே இருப்பான். ஒரு நாள், திடீரென்று எந்தக் காரணமும் இல்லாமல், எந்த வகையான தூண்டுதலும் இல்லாமல் ஒரு செங்கல்லை எடுத்துச் சிறை அதிகாரியின் மீது வீசியெறிந்து விட்டான்! ஆனால் அவருக்குக் காயமே ஏற்படாதபடி சற்றுத் தொலைவிலிருந்துதான் அதை அவன் வீசினான். ஒரு சிறை அதிகாரியைச் சிறையிலிருக்கும் கைதி ஒருவன் ஆயுதத்தால் தாக்க முனைந்தால் என்ன விளைவு ஏற்படுமென்று எல்லோருக்கும் தெரிந்ததுதானே? இவ்வாறாக - வலிந்து தனக்குத் துன்பத்தை ஏற்படுத்திக்கொண்டு, அதை ஏற்றுக்கொள்ளவும் செய்தான் அவன்! சரி, அதைவிடு. விஷயம் இதுதான்: நான் சொன்ன மனிதனைப் போலவே மிகோலாயும் 'துன்பத்தை ஏற்றுக்கொள்ள வேண்டும்'... 'துன்பப்பட வேண்டும்' என்றெல்லாம் நினைக்கிறான் போலிருக்கிறது! எனக்கு அவ்வாறு நம்புவதற்கான தகவல்களும், பின்புலமான ஆதாரங்களும் நிறையவே இருக்கின்றன. ஆனால் எனக்கு அதைப்பற்றித் தெரியுமென்பது, அவனுக்குத் தெரியாது. அப்படிப்பட்ட மனப்போக்குள்ள மனிதர்களிடையே இவனைப் போன்ற சில வேடிக்கையான ஜீவன்களும் இருக்கக்கூடும் என்பதை நீயும்கூட ஏற்றுக்கொள்வாய்! அடிக்கடி அப்படிப்பட்ட வர்கள் முளைத்து வரத்தான் செய்கிறார்கள். மிகோலாய் தூக்குப் போட்டுக்கொள்ள முயற்சித்த வேளையில், முன்பு அவனுக்குப் போதனை செய்த முதியவரின் பாதிப்பு மீண்டும் அவனுக்குள் ஏற்பட்டிருக்க வேண்டும்! எப்படியோ, நீ வேண்டுமானால் பாரேன்! அவனாகவே முன் வந்து என்னிடம் எல்லா விஷயங் களையும் சொல்லிவிடத்தான் போகிறான். அப்படிச் செய்யாம லிருப்பானென்று நினைக்கிறாயா என்ன? கொஞ்சம் பொறுத்துப் பார்! தான் முன்பு சொன்னதிலிருந்து அவனே பின்வாங்கி விடுவான் பார்! தான் கூறிய வாக்குமூலத்தை வாபஸ் வாங்கிக் கொள்வதற்காக எப்போது வேண்டுமானாலும் அவன் வரக்கூடு மென்று நான் எதிர்பார்த்துக்கொண்டிருக்கிறேன்! எனக் கென்னவோ மிகோலாயின் நடவடிக்கை மீது ஓர் ஈர்ப்பு ஏற்பட்டுப் போய்விட்டது! அதனாலேயே அவனைப் பற்றி இப்படியெல்லாம் முழுமையாக ஆராய்ந்துகொண்டிருக்கிறேன். இதைப் பற்றி நீ

ஃபியோதர் தஸ்தயெவ்ஸ்கி ● 885

என்ன நினைக்கிறாய்? ஹி... ஹி... ஹி! சில விஷயங்களைப் பற்றிக் கேட்டபோது மிகப் பொருத்தமான பதில்களைச் சொன்னான் அவன். எது தேவை என்பதைத் தெளிவாகப் புரிந்து வைத்துக் கொண்டு அதற்குத் தகுந்தபடி அவன் தன் பதில்களைத் தந்திரமாகத் தயார் செய்துகொண்டு வந்திருக்கிறான். ஆனால் வேறு சில விஷயங்களைக் குறித்துக் கேட்டபோது அவனுக்கு அதைப் பற்றியெல்லாம் எதுவுமே தெரிந்திருக்கவில்லை! தனக்கு அதெல்லாம் தெரியவில்லையே என்ற உணர்வுகூட அவனுக்கு இல்லை! இதோபார், ரோடியன் ரொமனோவிச்! நிச்சயமாக மிகோலாய் இதில் சம்பந்தப்பட்டிருக்க முடியாது! இது கொஞ்சம் தெளிவில்லாத வினோதமான வழக்கு! இது, நாம் வாழ்ந்து கொண்டிருக்கும் இந்தச் சமகாலத்தைச் சேர்ந்தது! இந்த நவீன காலகட்டத்தைச் சேர்ந்தது! தொந்தரவு செய்துகொண்டிருந்த தனது இதயத்தின் குடைச்சல் தாங்க முடியாமல் அதைச் சமனப் படுத்துவதற்காக யாரோ ஒரு மனிதன் இப்படி 'இரத்த பலி*' வாங்கியிருக்க வேண்டும்! இந்த வழக்கைப் பொறுத்தவரை இதன் பின்னால் இருப்பது, புத்தகங்களில் படித்து உள்வாங்கிக்கொண்ட கோட்பாடுகளால் அலைக்கழிப்புக்கு உட்படும் ஒரு நெஞ்சம்தான்! அந்த நெஞ்சத்துக்குச் சொந்தக்காரனான மனிதன், தன் செயல் பாட்டின் முதல் கட்டத்தில் உறுதியாக இருந்திருப்பது வெளிப் படையாகப் புலப்படுகிறது. ஆனால் அந்த உறுதி, கொஞ்சம் வேறு வகையைச் சேர்ந்தது! செங்குத்தான ஒரு மலையின் உச்சியி லிருந்தோ, கோபுரத்தின் மேலிருந்தோ விழுவதற்குத் துணிந்துவிடும், உறுதியைப் போன்றது அது! இந்தக் குற்றத்தைச் செய்ய முற் பட்டவன் ஏதோ புறச் சக்திகளின் தூண்டுதலால் செலுத்தப்பட்ட வனாகத்தான் இருக்க வேண்டும்! கொலைசெய்ய உள்ளே சென்ற போது கதவை அடைத்துக்கொள்ள வேண்டுமென்பதைக்கூட மறந்துவிட்ட அந்த மனிதன், ஏதோ ஒரு கொள்கைக்காக இரண்டு கொலைகளைச் செய்திருக்கிறான். கொலையைச் செய்து விட்டானே தவிர, அங்கிருந்த பணத்தையெல்லாம் எடுத்துக்கொள் வதில் அவன் முனைப்புக் காட்டவில்லை. அங்கிருந்து கவர்ந்துகொண்டு போன சில பொருள்களையும்கூட ஏதோ ஒரு கல்லுக்குக் கீழே மறைத்து வைத்துவிட்டான். சாட்சியம் சொன்ன, அந்த இருவரும் கதவை இடி இடியென்று இடித்துக்கொண்டிருந்த போது பின்னால், நின்றிருந்த அந்தக் கொலைகாரன் நிச்சயம்

* முதலாம் நெப்போலியன், விரோதமான முறையில், குறைவான இரத்த அழுத்தத்திற்கு ஆட்பட்டான். அவனை இயல்பு நிலைக்குக்கொண்டு வருவதற்குப் போர் செய்வதும் – அதனால் ஏற்படும் கிளர்ச்சியும் தேவைப்பட்டதாகச் சொல்லப்படுகிறது.

பாதி ஜன்னி கண்ட நிலையில்தான் நின்றுகொண்டிருந்திருப்பான். கதவு மேலும் மேலும் பலமாகத் தட்டப்பட, பலமுறை அழைப்பு மணியும் அடிக்கப்பட்டிருக்கிறது! அப்பொழுது அவன் அனுபவிக்க நேர்ந்த சித்திரவதைகளும் துன்பங்களும் அவனுக்குப் போதுமானவைகளாக இல்லை! ஆமாம், நிச்சயம் அவை அவனுக்குப் போதுமானவையாக இல்லை! அதற்காக மீண்டும் யாருமில்லாமல் காலியாகக்கிடந்த அந்த வீட்டை நோக்கிப் பாதி சித்தப் பிரமை பிடித்த நிலையில் அவன் போயாக வேண்டியிருக்கிறது. மீண்டும் அந்த அழைப்பு மணியின் ஒலியைக் கேட்பதற்கும், 'அப்போது' தன் முதுகுத் தண்டிற்குள் ஓடிய சிலிர்ப்பை மறுபடியும் அனுபவிப்பதற்கும் அவனுக்குள் ஓர் உந்துதல் ஏற்பட்டிருக்கிறது! அந்தச் சமயத்தில் அவன் உடல் நலமில்லாமல்கூட இருந்திருக்கலாம். ஆனால் அங்கே நடந்த சம்பவங்கள், இப்படித்தான் நிகழ்ந்திருக்கின்றன. இதில் வேறு எந்த மாற்றுக்கருத்துக்கும் இடமில்லை! பயங்கரமான இந்தக் கொலைகாரன், தான் ஒரு கண்ணியமான மனிதன் என்றே இப்போதும் தன்னைப்பற்றி நினைத்துக்கொண்டிருக்கிறான். மற்றவர்களைப் பழிதூற்றுகிறான், வெறுக்கிறான். மற்றவர்களுக்காகத் தியாகம் செய்ய அவதாரம் எடுத்து வந்த தேவதூதனைப் போலத் தன்னை அவன் நினைத்துக்கொண்டு திரிந்துகொண்டிருக்கிறான். நிச்சயமாக மிகோலாய்க்கும் இந்தக் கொலைகளுக்கும் எந்தவித சம்பந்தமும் இல்லை, ரோடியன் ரொமனோவிச்!"

இதற்கு முன்பு தான் பேசிய அதே வார்த்தைகளை அப்படியே திருப்பிப் போடுவதைப் போலப் போர்ஃபிரியிடமிருந்து வெளிப்பட்ட அந்தக் கடைசிச் சொற்கள், எதிர்பாராத திடீர் தாக்குதலைப் போல இருந்தன. தன்னை யாரோ சரேலெனத் தாக்கிவிட்டதைப் போல நடுநடுங்கிப் போனான் ரஸ்கோல்னிகோவ்.

"அப்படியானால் அந்தக் கொலைகாரன் யாராக இருக்க முடியும்?" என்று சற்று விறைப்பான தொனியுடன் கேட்டான் ரஸ்கோல்னிகோவ். அவனிடமிருந்து இப்படி ஒரு கேள்வியைச் சற்றும் எதிர்பாராத போர்ஃபிரி, திகைப்பின் உச்சத்திற்கே சென்றார்.

"யார் அந்தக் கொலைகாரன் என்றா கேட்கிறாய்?" என்று தன் காதுகளைத் தானே நம்பாதவராக – இப்படி ஒரு கேள்வியையா அவன் கேட்டான் என்பதை உறுதிப்படுத்திக்கொள்வதைப் போல – அவனை வினவிய போர்ஃபிரி, தொடர்ந்து அவனை

அதிர வைத்தார்: "அந்தக் கொலைகாரன் நீதான் ரோடியன் ரொம னோவிச்! உன்னைத்தவிர வேறு யாருமே அதைச் செய்யவில்லை! அந்தக் கொலைகளைச் செய்தவன் நீதான்!" அவர், கிசுகிசுப்பான குரலில் இதனைச் சொன்னபோதும் அவரது குரலின் தொனியில் உறுதியும் தெளிவும் நிரம்பியிருந்தது.

சோஃபாவிலிருந்து துள்ளி எழுந்து நின்ற ரஸ்கோல்னிகோவ் சில நொடிகள் எதுவுமே பேச இயலாதவனாக அதிர்ச்சியில் உறைந்து போய் மிக அமைதியாக நின்றுகொண்டிருந்தான். பிறகு ஒன்றுமே பேசாமல் மீண்டும் உட்கார்ந்துகொண்டான். அவனது முகம் முழுவதும் வலிப்பு வந்ததைப் போல முறுக்கிக்கொண்டி ருந்தது.

"முன்போலவே உன் உதடு படபடவென்று துடிக்க ஆரம் பித்துவிட்டது பார்த்தாயா?" என்று அனுதாபத்துடன் முணு முணுத்தார் போர்ஃபிரி. "என்னை நீ இன்னும் முழுமையாகப் புரிந்துகொள்ளவில்லை என்று நினைக்கிறேன் ரோடியன் ரொம னோவிச்!" என்று சிறிது நேர இடைவெளிக்குப் பிறகு சொன்னார் போர்ஃபிரி. "அதனால்தான் இப்படி இடி விழுந்தவனைப் போல இருக்கிறாய். உன்னிடம் எல்லாவற்றையும் சொல்லிவிட வேண்டும் என்பதற்காகவும், எல்லாவற்றையும், எல்லா விஷயங்களையும் வெளிப்படுத்திவிட வேண்டும் என்பதற்காகவும் அப்படிப்பட்ட ஒரு நோக்கத்துடன்தான் நான் இப்போது இங்கே வந்திருக்கிறேன்."

"நான் ஒன்றும் அவளைக் கொலை செய்யவில்லை" என்று முணுமுணுத்தான் ரஸ்கோல்னிகோவ். குறும்பு செய்யும் நேரத்தில் கையும் களவுமாய்ப் பிடிபட்டுப்போன ஒரு சின்னக் குழந்தையைப் போல அவனது பாவனைகள் அப்போது இருந்தன.

"ஆமாம், அது நீதான் ரோடியன் ரொமனோவிச்! உறுதி யாக நீதான்! வேறு யாருமில்லை!" என்று தெளிவும் திடமுமாக மீண்டும் சொன்னார் போர்ஃபிரி.

அவர்கள் இருவருமே சற்று நேரம் அமைதியாக இருந்தனர். அவர்களுடைய அந்த அமைதி, நம்பவே முடியாத அளவுக்குக் கிட்டத்தட்ட பத்து நிமிடங்களுக்கு மேல் நீடித்துக்கொண்டிருந்தது. மேசையின் மேல் முழங்கைகளை ஊன்றி விரிந்த கரங்களுக்குள் தலையை வைத்துக்கொண்டு, கைவிரல்களால் தன் தலைமுடியை அளைந்துகொண்டிருந்தான் ரஸ்கோல்னிகோவ். போர்ஃபிரி பெத்ரோவிச் மிகுந்த அமைதியுடன் காத்துக்கொண்டிருந்தார். திடீரென்று கடுமையான வெறுப்புடன் எரித்துவிடுவது போல போர்ஃபிரி பெத்ரோவிச்சை வெறித்துப் பார்த்தான் ரஸ்கோல்னி கோவ்.

“மீண்டும் உங்களது பழைய தந்திரங்களை ஆரம்பித்து விட்டீர்களென்று தோன்றுகிறது போர்ஃபிரி பெத்ரோவிச்! அதே பழைய தந்திரங்கள்...! நிஜமாகவே உங்களுக்கு அதெல்லாம் அலுத்துப் போகவில்லையா?”

“இப்படிப் பேசுவதை முதலில் நிறுத்திக்கொள்! இப்போது என் வழிமுறைகளைப் பற்றி உனக்கு என்ன கவலை? இங்கே வேறு சாட்சிகள் மட்டும் இருந்திருந்தால் அப்போது முழுக்க முழுக்க நிலைமை வேறுமாதிரித்தான் இருந்திருக்கும். சரி, இப்போது இங்கே நாம் இருவர் மட்டும்தான் இருக்கிறோம். உன்னை விரட்டிப் பிடிப்பதற்காகவோ, முயல் வேட்டையாடுவது போல உன்னை வேட்டையாடுவதற்காகவோ நான் இங்கே வரவில்லை என்பதை நீயே நன்றாகப் புரிந்துகொள்ள முடியும். நீ குற்றத்தை ஒப்புக்கொள்வதோ, அல்லது ஒப்புக்கொள்ளாமல் இருப்பதோ எல்லாமே எனக்கு ஒன்றுதான்! அதெல்லாம் இல்லாமலேயே ‘உண்மை’ என்னவென்பது எனக்குத் தெளிவாகப் புரிந்துவிட்டது.”

“பிறகு நீங்கள் ஏன் இங்கே வரவேண்டும்...?” என்று எரிச்சலோடு கேட்டான் ரஸ்கோல்னிகோவ். “முன்பு நான் கேட்ட கேள்வியையே இப்பொழுது மறுபடியும் உங்களிடம் கேட்கிறேன்... பதில் சொல்லுங்கள்! நான் குற்றம் செய்தவன் என்று உறுதியாக நினைத்தால் என்னை இன்னும் நீங்கள் சிறைக்குக்கொண்டு போகாமல் இருப்பது ஏன்?”

“ஓஹோ... அதுதான் உன்னுடைய கேள்வியா? சரி, உன்னுடைய கேள்விகளைக் கேள். நானும் உரிய முறையில் அதற்குப் பதில் சொல்லுகிறேன். உள்ளபடி சொல்லப் போனால் உன்னை நேரடியாக உடனே கைது செய்வதில் எனக்கு ஆர்வம் இல்லை.”

“ஏன் இல்லை? உங்களது முடிவில் நீங்கள் உறுதியாகத் தெளிவாக இருந்தால் அப்படிச் செய்ய வேண்டியதுதானே?”

“என் முடிவில் நான் தெளிவாக இருக்கிறேன் என்று யார் சொன்னது? அதெல்லாம் என்னுடைய கற்பனைதான். ஒரு தெளிவில்லாத எண்ணம்தான்! நானே இப்படிக் குழப்பங்களுடன் தெளிவில்லாமல் இருக்கும்போது உன்னை மட்டும் ஏன் நான் நிம்மதியாக விட்டுவைக்க வேண்டும்? நிலைமை இதுதான் என்பது உனக்கும் தெரிந்துதான் இருக்கிறது. அதனால்தான் என்னை இப்படிச் செய்யும்படி துணிச்சலாக நீ சொல்கிறாய்! இப்போது நான் அந்த வியாபாரியை உனக்கு எதிரானச் சாட்சியாகக்

கூட்டிக்கொண்டு வருகிறேன் என்று வைத்துக்கொள். அப்போது நீ அவனிடம் என்ன சொல்வாய் தெரியுமா? 'அந்த நேரத்தில் நீ நன்றாகக் குடித்திருந்தாய். அதிகமான போதையில் இருந்தாய்! உன்னோடு நானும் அங்கே இருந்ததைப் பார்த்த சாட்சிகள் யாராவது இருக்கிறார்களா?' என்று நீ கேட்பாய். 'நீ எப்பொழுதும் போலக் குடித்துவிட்டு உளறுவதாக நினைத்துக்கொண்டதால்தான் நான் அப்படி நடந்துகொண்டேன்' என்று நீ சொல்லிவிடுவாய்! அப்போது நான் உன்னிடம் என்ன சொல்ல முடியும்? அவன் கூறுவதைவிட நீ சொல்லும் விளக்கம்தான் பொருத்தமாக இருக்கும்! இதுவுமே மனோதத்துவம் சார்ந்த விஷயம்தான்! நீ சொல்வது அவனுடைய குணத்தோடு ஒத்துப் போவதாகத்தான் இருக்கும். சரியான இடத்தில் நீ அடித்துவிடுவாய். அந்தப் போக்கிரி ஒரு பெரிய குடிகாரன் என்பது ஊருக்கே தெரிந்த விஷயம்! முன்பே பலமுறை நான் உன்னிடம் கூறியிருக்கிறேன்! இந்த மனோதத்துவம் என்பதே இருபக்கமும் கூர்மையாக உள்ள ஓர் ஆயுதம்தான்! அதன் மற்றொரு விளிம்பு, கனமானது, மிக மிகக் கூர்மையானது! சரி... அவ்வளவுதான்! இதைத் தவிர உனக்கு எதிரான எதுவுமே இதுவரை என்னிடம் இல்லை... இதை யெல்லாம் மீறிக்கொண்டு உன்னைக் கைது செய்ய வேண்டும் என்ற நோக்கத்தோடு இங்கே வந்தேன் என்று வைத்துக்கொண் டாலும் (வழக்கமான நடைமுறைக்கு மாறாக) அல்லது முன் கூட்டியே எல்லாவற்றைப் பற்றியும் உனக்கு விளக்கம் தரும் நோக்கத்துடன் நான் வந்ததாக வைத்துக்கொண்டாலும் (அதுவும் மரபுக்கு மாறான ஒரு விஷயம்தான்) அவற்றால் எனக்கு எந்தப் பயனும் இல்லை. இதை நேருக்கு நேராகவே நான் இப்போது உன்னிடம் சொல்கிறேன். சரி... இதையும் கேட்டுக்கொள்! நான் இங்கு வந்ததற்கான மற்றொரு நோக்கம் என்னவென்றால்..."

"ம்... சொல்லுங்கள்... என்ன? அந்த மற்றொரு நோக்கம் என்ன?"

"சற்று முன்பு நான் உன்னிடம் குறிப்பிட்டதைப் போல உனக்கு 'அந்த விஷயத்தைப்' பற்றிய விளக்கத்தைத் தர வேண்டி யது என் கடமை என்று நான் நினைத்தேன்! அதனாலும்கூட நான் இங்கே வந்தேன். இதோபார், என்னை ஒரு ராட்சசனைப் போல நீ நினைத்துக்கொள்ளாதே! நீ நம்புகிறாயோ இல்லையோ, எனக்கு உன் மீது உண்மையான ஒரு பிரியம் இருக்கத்தான் செய்கிறது! நான் இங்கே வந்ததற்கான மூன்றாவது காரணம், நீயாகவே முன் வந்து குற்றத்தை ஒப்புக்கொண்டு சரணடைந்து விடவேண்டும் என்று வெளிப்படையாகவும் நேரடியாகவும் உனக்கு அழைப்பு விடுக்கத்தான்! அதை என் ஆலோசனையாக

அறிவுரையாக உனக்குச் சொல்வதற்குத்தான் நான் இப்போது வந்தேன். அதுதான் உனக்கு நல்லதாக இருக்கும்! எனக்கும்கூட அதுதான் நல்லதாக இருக்கும். ஆமாம், அப்படி நீ செய்து விட்டால் என் மனதின் பாரம் கொஞ்சம் குறையும்! சரி, இப்போது சொல்...! நான் உன்னிடம் வெளிப்படையாக இருக்கிறேனா... இல்லையா?"

ரஸ்கோல்னிகோவ் ஒரு நிமிடம் யோசித்தான். "இதோ பாருங்கள், போர்ஃபிரி பெத்ரோவிச்! சற்று முன்புகூட நீங்கள் சொன்னீர்கள். நீங்கள் பேசுவது எல்லாமே மனோதத்துவம்தான், மனோதத்துவம் மட்டும்தான் என்று சொன்னீர்கள். ஆனால் இப்போது கணிதத்திற்குப் போய்விட்டீர்கள். உங்களைப் பற்றியே நீங்கள் தவறாக மதிப்பீடு செய்துகொண்டிருக்கிறீர்கள்... தப்பும் தவறுமாகப் பேசிக்கொண்டிருக்கிறீர்கள்?"

"இல்லை, ரோடியன் ரொமனோவிச்! நான் எதுவும் தவறாகப் பேசவில்லை. எனக்கு ஒரு சின்ன ஆதாரம் கிடைத்து விட்டது! கடவுள்தான் அதை எனக்கு அனுப்பி வைத்திருக்கிறார்!

"அது என்ன ஆதாரம்?"

"அதை நான் உனக்குச் சொல்லப் போவதில்லை. ஆனால் அந்த வகையில் பார்த்தாலும் இதை இதற்கு மேலும் நீட்டித்துக் கொண்டு போக எனக்கு உரிமை இல்லை. நிச்சயம் நான் உன்னைக் கைது செய்துதான் ஆக வேண்டும். எனவே நீ நன்றாகச் சிந்தித்துப் பார். எந்த முடிவை எடுப்பது என்று நீதான் தீர்மானித்துக்கொள்ள வேண்டும். இப்போது எனக்கு எல்லாமே ஒன்றுதான். நான் உன்னுடைய நலனுக்காகத்தான் பேசிக்கொண்டி ருக்கிறேன். என்னை நம்பு. உனக்கு அதுதான் நல்லது, ரோடியன் ரொமனோவிச்!"

ரஸ்கோல்னிகோவ் கசப்பான புன்னகை ஒன்றை உதிர்த் தான். "நீங்கள் சொல்வது வேடிக்கையாக மட்டுமில்லை. ரொம்ப வும் துடுக்குத்தனமாகவும் இருக்கிறது. ஒருவேளை நான் குற்றவாளி யாகவே இருந்தால்கூட (இதை நான் நிச்சயமாக ஒப்புக்கொள்ள மாட்டேன்) நானாகவே ஏன் வலுவில் வந்து உங்களிடம் வாக்குமூலம் கொடுக்க வேண்டும்? அதுவும் சிறைக்குள் இருந் தால்தான் நான் 'பத்திரமாக' இருப்பேன் என்று நீங்கள் சொல்லிக் கொண்டிருக்கும் நிலையில், நான் ஏன் அப்படிச் செய்ய வேண்டும்."

"ரோடியன் ரொமனோவிச்! நான் சொன்னதையெல்லாம் அப்படியே நம்பிவிடாதே! ஒருவேளை நீ சிறையில் பத்திரமாக

இல்லாமலும்கூட இருக்கலாம். நான் சொன்னதெல்லாம் வெறுமனே எனக்குள் தோன்றிய எண்ணங்கள்தான். எனக்குத் தோன்றிய யோசனைகளைத்தான் உன்னிடம் சொன்னேன். உன்னை அதிகாரம் செய்வதற்கு நான் யார்? ஒருவேளை, இப் போதும்கூட உன்னிடமிருந்து எதையாவது நான் மறைத்துப் பேசவும் வாய்ப்பிருக்கிறது. நான் சும்மா இப்படி வந்து எல்லா வற்றையும் உன்னிடம் அப்பட்டமாக வெளிப்படுத்திக்கொண்டி ருக்க முடியுமா? ஹி... ஹி... இன்னொரு விஷயம்! நீயாகவே முன் வந்து வாக்குமூலம் தருவதில் உனக்கு என்ன நன்மை என்று கேட்கிறாயா? அப்படிச் செய்தால் தண்டனைக் காலம் குறைய வாய்ப்பிருக்கிறது என்பது உனக்குத் தெரியாதா என்ன? எப்போது எந்தத் தருணத்தில் அப்படிச் செய்வதற்கு நீ முன் வரப் போகிறாய் என்று சொல்? கொஞ்சம் நினைத்துப் பார்! வேறு எவனோ ஒருவன், குற்றத்தைத் தன்மீது போட்டுக்கொண்டு எல்லாவற்றையும் குழப்பிக்கொண்டிருக்கிறான். இதோபார், நான் உன்னிடம் வாக்களிக்கிறேன் ரோடியன்! நீ வாக்குமூலம் தரும் சம்பவம், சற்றும் எதிர்பாராத திடீர் நிகழ்வைப் போல அமைவதற்குப் பொருத்தமாக – எல்லா ஏற்பாடுகளையும் 'அங்கே' நான் செய்து வைத்து விடுகிறேன் என்று உனக்கு நான் உறுதியளிக்கிறேன். இதோ பார், இந்த மனோதத்துவம், உன் மீது எனக்கிருந்த சந்தேகம் என்று எல்லாவற்றையும் ஒதுக்கித் தள்ளி விடுவோம்! ஏதோ உன்னுடைய புத்தியில் சிறிது தடுமாற்றம் இருந்ததால்தான் அந்தக் குற்றம் நடந்தது என்று தோன்றும்படியாகச் செய்துவிடலாம். நான் கௌரவமான மனிதன் ரோடியன் ரொமனோவிச்! என்னை நம்பு! கொடுத்த வாக்கை நான் கட்டாயம் காப்பாற்றுவேன்!"

ரஸ்கோல்னிகோவ் சோகமாகப் புன்னகை செய்தபடி தலையைத் தொங்கப்போட்டுக்கொண்டு நெடுநேரம் ஏதோ சிந்தனையில் ஆழ்ந்திருந்தான். இறுதியாக மீண்டும் சிரிக்க முயற்சித்தபோது, அவனுடைய சிரிப்பு பலவீனமாகவும் வருத்தம் தோய்ந்ததாகவும் இருந்தது.

"வேண்டாம், அப்படிச் சொல்லாதீர்கள்" என்று அவன் இறுதியாகச் சொன்னபொழுது, அதற்கு மேலும் அவனால் போர் ஃபிரியிடமிருந்து எதையும் மறைக்க முடியவில்லை.

"வேண்டாம்! அது தேவையில்லை! உங்கள் தண்டனைக் குறைப்பு எனக்கொன்றும் வேண்டியதில்லை!"

"இதை நினைத்துத்தான் நான் பயந்துகொண்டிருந்தேன்" என்று அனிச்சையாகவும், ஆதுரத்துடனும் குரல் கொடுத்தார் போர்ஃபிரி. "அதை நீ பயன்படுத்திக்கொள்ள முன்வர மாட்டாய்

என்று இதோ இப்போதுதான் நான் பயப்பட்டுக்கொண்டிருந்தேன்!"

ரஸ்கோல்னிகோவின் கண்கள் சோகம் கப்பிப் போனவையாக, அவனது உள்ளத்தை அப்பட்டமாக அப்படியே வெளிப்படுத்திக்கொண்டிருந்தன.

"வேண்டாம்! இப்படி வாழ்க்கையையே வெறுத்துவிடத் துணியாதே!" என்றபடி பேச்சைத் தொடர்ந்தார் போர்ஃபிரி. "உன் எதிர்காலம், உன் முன்னால் இன்னும் நீண்டு கிடக்கிறது. இன்னும் நிறைய பாக்கி இருக்கிறது உனக்கு! நீ எப்படித் தண்டனைக் குறைப்பு வேண்டாம் என்று சொல்லலாம்? நீ மிகவும் அவசரக்காரனாகவும், பொறுமையில்லாதவனாகவும் இருக்கிறாய்!"

"எனக்கு இன்னும் பாக்கியிருப்பதாக எதைச் சொல்கிறீர்கள் நீங்கள்?"

"வாழ்க்கை, தம்பி வாழ்க்கை! உன் எதிர்காலத்தை நீ எப்படிக் கணிக்க முடியும்? உனக்கு அதைப்பற்றி என்ன தெரியும்? 'தேடுங்கள், கண்டடைவீர்கள்!' ஒருவேளை இதன்மூலமாகத்தான் உன்னைத் தன்னிடம் கொண்டுவர வேண்டுமென்று கடவுள் நினைத்திருக்கிறாரோ என்னவோ? மேலும் இப்படிப்பட்ட தடைகளெல்லாம் எப்போதுமே நிரந்தரமாக இருக்கப் போகிறதா என்ன?"

"தண்டனை குறைக்கப்படும், ம்!" என்று கூறியபடி சிரித்தான் ரஸ்கோல்னிகோவ்.

"பூர்ஷுவாக்களெல்லாம் வம்பு பேசுவார்களே என்பதற்காக நீ கவலைப்படவில்லையென்றே நான் நினைக்கிறேன். என்ன? அப்படி இல்லையல்லவா? ஒருவேளை அதற்காக நீ பயப்படுவது உனக்கேகூடத் தெரியாமலும் இருக்கலாம்! ஆனால் அப்படிப்பட்ட விஷயங்களுக்கெல்லாம் போய்ப் பயப்படுகிற ஆள் நீ இல்லை. தானாக முன் வந்து ஒப்புதல் வாக்குமூலம் தருவதற்கு நீ அவமானப்படுவதைப் போலவும் எனக்குத் தெரியவில்லை!"

"சே, விட்டுத் தள்ளுங்கள் எல்லாவற்றையும்..." என்று வெறுப்போடும், விலக்கித் தள்ளும் பாவனையோடும் முணுமுணுத்தான் ரஸ்கோல்னிகோவ். எதையுமே பேசுவதற்கு விருப்பமில்லாதவனைப் போல அவன் தோன்றினான். திடீரென்று எங்கோ கிளம்புகிறவனைப் போலச் சடாரென்று எழுந்துகொண்ட அவன் மீண்டும் தான் அமர்ந்துகொண்டிருந்த இடத்திலேயே பீதியோடு சுருண்டுகொண்டான்.

“நிச்சயமாக எல்லாவற்றையும் விட்டுத் தள்ளிவிடலாம்! ஆனால் ஒன்று மட்டும் சொல்கிறேன், கேட்டுக்கொள்! நீ எல்லா வற்றின் மீதும் நம்பிக்கையிழந்த நிலையில் இருக்கிறாய், அதனால் தான் நான் உன்னை வேண்டுமென்றே உயர்த்திப் பேசுவதாக, புகழ்வதாக, நீ நினைத்துக்கொண்டிருக்கிறாய்! நீ என்ன இதற் குள்ளேயே வாழ்ந்து முடித்துவிட்டாயா என்ன? இதுவரை எத்தனை காலம் வாழ்ந்திருப்பாய் நீ?

வாழ்க்கையைப் பற்றியும், மனித இருப்பைப் பற்றியும் எல்லாமே உனக்குத் தெரிந்துவிட்டதா என்ன? நீயாக ஒரு கோட் பாட்டை உருவாக்கிக்கொண்டாய். அது வெற்றிகரமாக முடிய வில்லை. அதற்குக் காரணம், அது தனித்தன்மையோடு அமை யாமல் போனதுதான்! அதனால்தான் நீ வெட்கப்பட்டு அவமான உணர்வுடன் இருக்கிறாய். நீ செய்த விஷயம் கேவலமானதுதான்! கீழ்த்தரமானதுதான். ஆனால், அது உன்னை அடியோடு கேவல மானவனாகவும் கீழ்த்தரமானவனாகவும் இன்னும் ஆக்கிவிட வில்லை. ஒரே ஒரு தாவலில் வேறொரு எல்லைக்கு நீ தாண்டிக் குதித்துப் போய்விட்டாலும் ரொம்ப காலத்திற்கு உன்னால் தாக்குப் பிடிக்க முடியவில்லை... உன்னை நீயே ஏமாற்றிக்கொள்ள முடியவில்லை. உன்னைப் பற்றி நான் என்ன நினைக்கிறேனென்று தெரியுமா? ‘ஏதோ ஒரு நம்பிக்கையை விடாமல் பிடித்துக்கொண்டி ருப்பதனாலோ அல்லது கடவுள் நம்பிக்கை காரணமாகவோ – தங்களுக்கு மற்றவர்கள் இழைக்கும் சித்திரவதைகளை – அவை வயிற்றைக் கிழித்துக் குடலைப் பிடுங்கிப் போடுவதாக இருந் தாலும்கூட அவற்றைப் புன்னகையோடு எதிர்கொள்பவர்களில் ஒருவனாகத்தான் உன்னைப் பற்றி நான் நினைத்துக்கொண்டி ருக்கிறேன். இப்பொழுதாவது நீ எதில் உண்மையான நம்பிக்கை வைத்திருக்கிறாயென்பதைக் கண்டுபிடி! அப்போதுதான் உன்னால் உண்மையாக வாழ முடியும். ஆரம்பத்திலிருந்தே உன் நிலையை நான் எடை போட்டுக்கொண்டுதான் வருகிறேன். அதன்படி சொல்ல வேண்டும் என்றால், வெகு காலமாக எந்த மாற்றமுமே இல்லாமல் வெளிக்காற்றையே சுவாசிக்காதபடி நீ உனக்குள் அடைபட்டுக் கிடந்திருக்கிறாய். அந்த மாற்றம், வெளிக்காற்று உனக்கு அவசியம் தேவைப்பட்டிருக்கிறது! ஒருவேளை, துன்பப் படுவது, துன்பத்தை ஏற்றுக்கொள்வது என்பதுகூட நல்லதுதான்! உனக்கு நல்லதென்று பட்டால் துன்பப்படு! அதுகூடப் பரவாயில்லைதான்! துன்பப்பட வேண்டுமென்று வலிந்து ஆசைப் படுகிற மிகோலாயின் விருப்பம்கூட ஒருவேளை சரியானதாக இருக்கலாம். ஆனால் நீ அதையெல்லாம் நம்பமாட்டாய் என்று எனக்குத் தெரியும். மிக நுணுக்கமான தத்துவ ஆராய்ச்சிகளி

லெல்லாம் நீ இறங்கிவிடாதே! எதையும் வலிந்து செய்ய வேண்டு மென்று நினைக்காமல், வாழ்க்கைச் சுழலுக்குள் குதித்து இறங்கி விடு! எதைப் பற்றியும் அலட்டிக்கொள்ளாதே! வாழ்க்கை உன்னைத் தானாகவே கரை சேர்க்கும். உரிய இடத்தில் உன் பாதங்கள் அங்கே வேர்கொள்ளும். கரை எது என்பதை நான் எவ்வாறு அறிந்துகொண்டிருக்க முடியும்? உனக்கு முன்னால் ஏதோ ஒரு வாழ்க்கை இன்னமும் காத்துக்கொண்டிருக்கிறது என்பதை மட்டுமே நான் நம்புகிறேன். ஏதோ மனப்பாடம் செய்து ஒப்பிக்கும் உபதேச மொழிகளைப் போல என் வார்த்தைகள் இருப்பதாக நீ இப்போது நினைத்துக்கொண்டிருக்கிறாய் என்பதும் எனக்குத் தெரியும்! ஆனால் பிற்காலத்தில் ஏதாவது ஒரு நேரத்தில் இவற்றையெல்லாம் நல்ல அர்த்தத்தில் நீ புரிந்துகொள்ளுவாய் என்று நம்புகிறேன். அந்த எண்ணத்தோடுதான் நான் இப்போது பேசிக்கொண்டிருக்கிறேன். உன் நல்ல நேரம், நீ அந்த வயதான பெண்மணியைக் கொன்றதோடு நிறுத்திக்கொண்டாய்! ஒரு வேளை உன் உள்ளத்தில் வேறு வகையான கோட்பாடுகள் வந் திருக்குமானால், இதைவிட நூறு கோடி மடங்கு ராட்சசத்தன மான ஒரு காரியத்தை, மிக மோசமான ஒரு செயலை நீ செய் திருக்கக்கூடும். அப்படி உனக்குத் தோன்றாமல் போனதற்காக நீ கடவுளுக்கு நன்றி செலுத்தியாக வேண்டும்! அவருடைய திட்டங்கள் என்ன என்று உனக்கு எப்படித் தெரியும்? உன்னை வேறெதற்காகவாவதுகூட அவர் விட்டு வைத்திருக்கலாம்! உன் மனதை நன்றாக, உயர்வாக வைத்துக்கொள்! இந்த அளவுக்குப் பயந்து நடுங்காதே! எது உனக்கு மிகுந்த மன நிம்மதியை ஏற்படுத்தித் தரப் போகிறதோ, அதை ஏற்றுக்கொள்ளாமல் கூசி நடுங்கியபடி நீ பின் வாங்கப்போகிறாயா? வேண்டாம்! அது உனக்கு அவமானத்தைத்தான் ஏற்படுத்தும்! எப்பொழுது இப்படிப் பட்ட பயங்கரமான ஒரு கொலைச் செயலைச் செய்யத் துணிந்து விட்டாயோ, அதற்கு ஏற்றபடி அதன் விளைவை எதிர்கொள் வதற்கும் உனக்குத் துணிச்சல் இருந்தாக வேண்டும்! அதுதான் நியாயம்! சட்டம் உன்னிடம் எதை எதிர்பார்க்கிறதோ அதன்படி நடந்துகொண்டுவிடு! நீ இதை நம்பமாட்டாயென்பது எனக்குத் தெரியும். ஆனால் வாழ்க்கை உன்னையும் முன்னெடுத்துச் செல்லும் என்பதுதான் புனிதமான உண்மை! நாளாக நாளாக நீயும் கொஞ்சம் கொஞ்சமாக உன் சுய கௌரவத்தை மீட்டுக் கொள்வாய். இப்போது உனக்கு வேண்டியதெல்லாம் காற்றுத் தான்! வெளிக்காற்றுத்தான்! அதுமட்டும்தான்!”

ரஸ்கோல்னிகோவ் பேசத் தொடங்கினான்: “இப்படியெல் லாம் சொல்வதற்கு நீங்கள் யார்? நீங்கள் என்ன பெரிய தீர்க்க

தரிசியா? ஏதோ உயர்ந்த ஒரு கோபுரத்தின் உச்சியில் இருந்து கொண்டு எனக்குப் புத்திமதி சொல்வதாக நீங்கள் நினைத்துக் கொண்டிருக்கிறீர்களா?"

"நான் யாரென்றா கேட்கிறாய்? நான் ஒரு மனிதன்! என்னால் முடிந்த வரை என்னை வளர்த்துக்கொண்டிருக்கும் தன்னம்பிக்கையுள்ள ஒரு மனிதன். அவ்வளவுதான்! ஒருவேளை சிறிது உணர்ச்சியும் இரக்கமும், கொஞ்சம் அறிவும்கொண்ட மனிதனாக நான் இருக்கலாம். ஒருவேளை, இதற்குமேல் வளர்ச்சி பெறச் சாத்தியமற்ற மனிதனாகக்கூட நான் இருக்கலாம். ஆனால் உன்னைப் பொறுத்தவரையில் விஷயமே வேறு. கடவுள் உனக்காக விதித்திருக்கிற வாழ்க்கை உன் முன்னால் விரிந்து கிடக்கிறது. (ஆனால், உண்மை நிலையை யார் கண்டது? ஒருவேளை, நாம் ஊதித்தள்ளுகிற புகையைப் போலக் கரைந்து போகும் ஒன்றாகக் கூட அது இருக்கலாம். எந்தப் பயனுமில்லாத வாழ்க்கையாகக்கூட அது இருந்து விடலாம்) வேறு வகையான ஒரு மனிதக்கூட்டத் திற்குள் வாழ நேரிடுவதால் உனக்கு என்ன ஆகிவிடப்போகிறது? மனம் விரும்புகிற வசதி வாய்ப்புகளையெல்லாம் தேடி ஓடும் ரகத்தைச் சேர்ந்த ஆளில்லை நீ! ஒருவேளை, வெகுநாட்களுக்கு எவருமே உன்னைப் பார்க்காமலிருக்கக்கூடிய நிலை ஏற்படலாம்! அதைப் பற்றியும்கூட நீ பொருட்படுத்தமாட்டாய்! பிறகென்ன? எத்தனை காலம் நீ அப்படி ஓர் இருட்டில் இருக்கப் போகிறாய் என்பது உன்னைப் பொறுத்த விஷயம்தான்! எல்லோரும் பார்க்கும்படியாக ஒரு சூரியனைப் போல மாறி விடுவதும் உன் கையில்தான் இருக்கிறது! அப்படி ஒரு சூரியனாக மாறு! சூரியனின் முதல் கடமை சூரியனாக இருப்பதுதான்! எதைப் பார்த்து மறுபடியும் இப்படிச் சிரிக்கிறாய்? நான் 'ஷில்லரைப்' போலப் பேசிக்கொண்டிருக்கிறேன் என்பதற்குத்தானே? நான் உன்னைப் புகழ்ந்து பேசி தாஜா பண்ணுவதற்கு முயற்சித்துக் கொண்டிருப்பதாகத்தான் நீ இப்போது நினைத்துக்கொண்டி ருப்பாய்! உன் மனதில் அப்படி ஓர் எண்ணம்தான் ஓடிக்கொண்டி ருக்குமென்று பந்தயம் கட்டவும் நான் தயாராக இருக்கிறேன். ஒருவேளை... நான் அப்படித்தான் செய்துகொண்டிருக்கிறேனோ என்னவோ ஹி... ஹி... சரி, ரோடியன், ஒருவேளை உனக்கு விருப்பமில்லை என்றால், நான் சொன்னதில் ஒரு வார்த்தையைக் கூட நீ நம்ப வேண்டாம்! விட்டுவிடு! நான் கையாளும் வழி களெல்லாம் கொஞ்சம் மனதுக்குக் கசப்பாகத்தான் இருக்கு மென்பதை நானே ஒத்துக்கொள்கிறேன்! ஆனால் இதை மட்டும் உன்னிடம் கேட்கிறேன்! நான் நேர்மையானவனா அல்லது

வெறும் தந்திரக்காரனா என்பதை நீ கட்டாயம் மனதளவிலாவது – முடிவு செய்திருப்பாய் என்றுதான் நினைக்கிறேன்!”

“என்னை எப்போது கைது செய்யலாம் என்று நினைத்துக் கொண்டிருக்கிறீர்கள்?”

“ஓரிரு நாட்கள் உன்னைச் சுதந்திரமாக விடப் போகிறேன்! தம்பி, நீயே உன் மனதிற்குள்ளாகவே நன்றாக யோசித்துப் பார்! நன்றாகப் பிரார்த்தனை செய்! அதெல்லாம் உனக்கு நிச்சயம் நன்மை பயக்கும்!”

“நான் ஒரு வேளை ஓடிப் போய்விட்டால்...” என்று வினோதமாகப் புன்னகை புரிந்தபடி கேட்டான் ரஸ்கோல்னி கோவ்.

“நீ நிச்சயமாக அப்படியெல்லாம் ஓடிப் போய்விட மாட்டாய், தம்பி! ஒரு சாதாரணமானவன் அப்படிச் செய்வான், அல்லது மற்றவர்களின் கருத்துகளுக்கு வக்காலத்து வாங்கி ஜால்ரா அடிப்பதையே வழக்கமாகக்கொண்டிருக்கும் – முரண் பாடுகள்கொண்ட நவீன காலத்து இளைஞன் வேண்டுமானால் அப்படிச் செய்யக்கூடும்! (‘மிட்ஷிட் மேன்* ஈ.சி’யில் வருவதைப் போல) அவனுக்கு விரல் நுனியால் கோடிகாட்டி விட்டால் போதும், அதுவே வேதம் என்று எண்ணிக்கொண்டு வாழ்நாள் முழுவதும் குருட்டுத்தனமாக அதையே நம்பத் தொடங்கிவிடுவான் அவன்! ஆனால், உன்னுடைய சொந்தக் கோட்பாட்டின் மீதே உனக்கு நம்பிக்கை குறைந்து வரும் இந்த நிலையில் நீ நிச்சயம் அப்படிச் செய்ய மாட்டாய்! நீ எதற்காக அப்படி ஓடி ஒளிய வேண்டும்? அப்படியெல்லாம் பதுங்கி மறைந்து எதைச் சாதித்துவிட முடியும்? மேலும் மறைந்து திரியும் வாழ்க்கை என்பது மிகவும் கடுமையானது, கடினமானது, வெறுக்கத்தக்கது! இப்பொழுது உனக்கு முக்கியமான தேவை என்ன தெரியுமா? ‘இருப்பதற்கு நிலையான ஓர் இடம், பொருத்தமான சூழ்நிலை’ அவ்வளவுதான்! தப்பி ஓடிவிட்டால் உனக்கு எந்த மாதிரி சூழ்நிலை கிடைக்க முடியும்? ஒருவேளை அப்படி ஓடிப்போனாலும்கூட நீயாகவே திரும்பி வந்துவிடுவாய்! எங்களிடமிருந்து நீ விடுபடவே முடியாது! ஆனால், அதற்கு மாறாக உன்னை இப்பொழுது நான் வலுக்கட்டாயமாகச் சிறையில் போட்டுப் பூட்டி விடுகிறேன் என்று வைத்துக்கொள்! நீ ஒரு மாதம் அல்லது இரண்டு, மூன்று மாதங்கள் வரை

---

* மிட்ஷிட் மேன் – கோகல் எழுதிய நாடகத்தில் வரும் பாத்திரம்.

கொஞ்சம் பேசாமல் சும்மா இருப்பாய். பிறகு, திடீரென்று நான் சொன்னதை நினைவுபடுத்திக்கொண்டு நீயாகவே முன்வந்து ஒப்புதல் வாக்குமூலம் கொடுத்துவிடுவாய்! அது, நீயே எதிர் பார்க்காத ஒன்றாகத்தான் இருக்கும்! ஒரு மணி நேரம் முன்னால் கூட அதை இப்படி ஒத்துக்கொள்ளப் போகிறோம் என்பது உனக்கே தெரிந்திருக்காது! இதோ பார், செய்த குற்றத்துக்கான தண்டனையை ஏற்றுக்கொண்டு துன்பத்தை அனுபவிக்க நீ முடிவு செய்வாய் என்பது எனக்கு உறுதியாகத் தெரிகிறது! இப்போது நீ என் வார்த்தையை நம்பாமல் இருக்கலாம். ஆனால் அப்படி ஒரு முடிவுக்கு நீ வந்துவிடுவாய்! ரோடியன் ரொமனோவிச், 'துன்பத்தை ஏற்றுக்கொண்டு அதை அனுபவிப்பது' என்பது ஒரு மிகப் பெரிய விஷயம்! என்னடா இந்த மனிதன் இத்தனை குண்டாக இருந்துகொண்டு அதற்குப் பொருத்தமில்லாத எதையோ சொல்லிக்கொண்டிருக்கிறானே என்று நினைக்காதே! துன்பப்படு வதில் ஓர் அர்த்தம் இருக்கத்தான் செய்கிறது! அந்த விதத்தில் மிகோலாய் சரியாகத்தான் யோசித்திருக்கிறான். நீ நிச்சயம் ஓடிப் போய்விட மாட்டாய், ரோடியன் ரொமனோவிச்! நீ அப்படிச் செய்யவே மாட்டாய்!"

ரஸ்கோல்னிகோவ் எழுந்து நின்றபடி தன் தொப்பியை எடுத்துக்கொண்டான். கூடவே போர்ஃபிரி பெத்ரோவிச்சும் கிளம்புவதற்கு ஆயத்தமானார்.

"சும்மா காலாற எங்கேயாவது போய்வர வேண்டுமென்று நினைத்துக்கொண்டிருக்கிறாயா...? புயல் மட்டும் வராமலிருந்தால் இந்த மாலைப் பொழுது நன்றாகத்தான் இருக்கும்! ஆனால் இப்படிப் புயல் வருவதால் கொஞ்சம் குளுமை கிடைக்குமானால் அதுவும்கூட நல்லதுதான்!"

அவரும் தன் தொப்பியைக் கையிலெடுத்துக்கொண்டார்.

"போர்ஃபிரி பெத்ரோவிச், இன்று, ஏதோ, நான் ஒப்புதல் வாக்குமூலம் கொடுத்ததைப் போல உங்கள் மூளையில் போட்டுக் கொண்டுவிடாதீர்கள்!" என்று இறுக்கத்தோடு பேசினான் ரஸ்கோல்னிகோவ். "ஏதோ ஒரு வினோதமான, வித்தியாசமான மனிதராக இருக்கிறீர்களே என்று, நீங்கள் பேசுவதையெல்லாம் நான் கொஞ்சம் ஆர்வத்தோடு கேட்டுக்கொண்டிருந்தேன், அவ்வளவுதான்! ஆனால் நான் எதையுமே இன்னும் ஒப்புக் கொள்ளவில்லை என்பதை நீங்கள் நினைவில் வைத்துக் கொள்ளுங்கள்!"

"ஓ, அது எனக்கு நன்றாகவே தெரியும்! அதை நான் கட்டாயம் நினைவில் வைத்துக்கொள்வேன்...! சே, இவன் எப்படி

நடுங்குகிறானென்று பார்! வருத்தப்படாதே என் அன்பு நண்பா! உன் மனம் போல நடந்துகொள்! கொஞ்ச தூரம் எங்கேயாவது நடந்து போய்விட்டு வா! ஆனால் ஒன்று! நீ ரொம்பதூரம் போய் விடக்கூடாது. ஒருவேளை தேவைப்படலாம் என்பதற்காக உன்னிடம் ஒரு சிறிய வேண்டுகோளை மட்டும் வைக்கிறேன்!" – என்று அதைச் சொல்லத் தொடங்கும்போது, போர்ஃபிரி தன் குரலைக் கொஞ்சம் தாழ்த்திக்கொண்டார். "இது கொஞ்சம் நாசூக்கான விஷயம்தான். ஆனால் முக்கியமானது! ஒருவேளை, வேறு ஏதாவது நடந்து விட்டால் (அப்படி நடக்குமென்று நான் சொல்ல வில்லை. உன்னால் அப்படிச் செய்ய முடியாது என்றுதான் நான் நினைக்கிறேன்) ஒருவேளை அடுத்த நாற்பது அல்லது ஐம்பது மணி நேரத்திற்குள் இந்த விஷயத்தை வேறுவிதத்தில், வித்தியாசமாக, முடித்துக்கொள்ள வேண்டுமென்ற விருப்பம் எப்படியோ உனக்குத் தோன்றிவிட்டதென்று வைத்துக்கொள்; இன்னும் நம்பவேமுடியாத விதத்தில் – உன் கையாலேயே உன் முடிவைத் தேடிக்கொள்ள நீ துணிந்து விட்டாயென்று வைத்துக்கொள் (இது வெறும் அபத்தமான அனுமானம்தான்! இதற்காக நீ என்னை மன்னித்துவிடு) அப்படி ஒரு நிலை ஏற்பட்டால், நீ எந்தச் சூழ் நிலையில் அப்படி ஒரு முடிவெடுத்தாய் என்பதற்கு ஒரு குறிப் பெழுதி வைத்துவிடு! சும்மா இரண்டு வரிகள் சின்னதாய்ப் போதும்! அப்படிச் செய்தால், கொஞ்சம் உதவியாக இருக்கும். சரி! சென்று வருகிறேன்! இனிமையான எண்ணங்களும், சந்தோஷமான புதிய தொடக்கங்களும் வாய்க்கட்டும்!"

வாயிற்படியில் சற்றுக் குனிந்தபடி போர்ஃபிரி வெளியேறிச் சென்றார். அப்போது போர்ஃபிரி, ரஸ்கோல்னிகோவைத் திரும்பிப் பார்ப்பதைத் தவிர்ப்பதைப் போலிருந்தது. ரஸ்கோல்னிகோவ் ஜன்னலருகே நின்றபடி, போர்ஃபிரி வீட்டைவிட்டு வெளியேறிச் சிறிது தூரம் செல்லும் வரையில் நேரத்தைக் கடத்தியபடி பொறுமையின்றிக் காத்திருந்தான். பிறகு அவனும் அறையைவிட்டு விரைவாக வெளியேறிச் சென்றான்.

அத்தியாயம் – 3

ஸ்விட்ரிகைலோவைப் பார்ப்பதற்காக அவன் விரைந்து கொண்டிருந்தான். எந்த நம்பிக்கையுடன் அவன் அவ்வாறு செய்கிறானென்று அவனுக்கே விளங்கவில்லை. ஆனால் கண்ணுக்குப் புலப்படாத ஏதோ ஒரு விதத்தில் அந்த மனிதன், தன் மீது ஆதிக்கம் செலுத்திக்கொண்டிருந்ததை உள் மனதில் உணர முடிந்த பிறகும் அமைதியோடிருக்க அவனால் முடியவில்லை. அவனைச் சந்தித்தாக வேண்டிய வேளை வந்துவிட்டதாகவே ரஸ்கோல்னிகோவ் எண்ணினான்.

சென்றுகொண்டிருக்கும் வழியில், ஒரே ஒரு கேள்வி மட்டும் அவனைக் குடைந்தெடுத்துக்கொண்டிருந்தது. ஸ்விட்ரிகைலோவ், போர்ஃபிரியைச் சந்திக்கச் சென்றிருந்தானா என்பதுதான் அது. அவனுடைய அறிவுக்கு எட்டிய வரையில் அப்படி ஒரு சந்திப்பு நடக்கவில்லையென்றே தோன்றியது! போர்ஃபிரி தன்னுடைய அறைக்கு வந்த போது பேசிக்கொண்டிருந்த எல்லா விஷயங்களையும் மீண்டும் மீண்டும் மனதுக்குள் அசை போட்டுப் பார்த்த பொழுது ஸ்விட்ரிகைலோவ் அவரைச் சந்தித்திருக்க முடியாது என்ற தீர்மானத்திற்கே அவன் வந்திருந்தான்.

போர்ஃபிரியிடம் இதுவரை அவன் அவ்வாறு போகவில்லை யென்றால் இனிமேலும் செல்வதற்கு வாய்ப்பிருக்கிறதா...? ஏதோ ஒரு காரணத்தினால் அவன் அப்படிச் செல்ல மாட்டானென்றே அப்போது ரஸ்கோல்னிகோவுக்குத் தோன்றியது! தனக்கு அப்படி ஏன் தோன்றியதென்பதை அவனால் விளக்க முடியவில்லை. அப்படியே விளக்க வேண்டுமென்று நினைத்தாலும் இந்த நேரத் தில் அந்த விஷயத்தை வைத்துத் தலையைப் பிய்த்துக்கொள்ள அவனுக்கு விருப்பமும் இல்லை! இவை எல்லாமே அவனைக் கவலைக்குள்ளாக்கிய போதும்... அதே நேரத்தில் - எதைப் பற்றியுமே அதிகம் லட்சியம் செய்யாத மனோபாவமும் அவனுள் தோன்றிவிட்டிருந்தது! அது எவராலுமே எளிதில் நம்ப முடியாத வினோதமான ஒரு விஷயம்தான்! ஆனால் அவன் அப்படித்தான் இருந்தான். உடனடியாகத் தனக்கு நிகழக் காத்திருக்கும் மாற்றவே

முடியாத அந்த முடிவைப் பற்றிய சிந்தனை, அவனது உள்ளத்தில் நிழல் போல மிக மெல்லிதாக ஓடிக்கொண்டிருந்தது. கிட்டத்தட்ட அப்படி ஒன்று நடக்கப் போகிறது என்பதையே மறந்த நிலையிலும்கூட அவன் சில சமயம் இருந்தான். வேறு எவரைப் பற்றியும் அல்லாத – தன்னை மட்டுமே குறித்த வேறொரு முக்கியமான மிக, மிக வித்தியாசமான பிரச்சினை ஒன்றுதான் அவனை இப்போது வதைத்துக்கொண்டிருந்தது. முடிவேயில்லாத மன உளைச்சல்களால் அவன் களைத்துப் போயிருந்தபோதும், கடந்த பல நாட்களோடு ஒப்பிட்டுப் பார்க்கும்போது இன்று காலையில் அவனுடைய மூளை நன்றாகத்தான் இயங்கிக்கொண்டிருந்தது.

இத்தனையும் நடந்து முடிந்துவிட்ட பிறகு, இப்படிப்பட்ட அற்பமான பிரச்சினைகளோடு போராடி வெல்ல நினைப்பது உண்மையிலேயே ஏதாவது பயனளிக்கப் போகிறதா என்ன? ஸ்விட்ரிகைலோவ் போன்ற ஒரு மனிதனை அலசி ஆராய்வதிலும், அவன் போர்ஃபிரியைப் பார்க்காமல் தடுக்க ஏதாவது வழியிருக்கிறதா என்று முயல்வதிலும் ஏதாவது அர்த்தமிருக்கிறதா என்ன? அவனுக்கு இதெல்லாமே அசிங்கமாக இருந்தது. ஆனாலும் அவன் ஸ்விட்ரிகைலோவைச் சந்திக்க விரைந்துகொண்டுதானிருந்தான். ஒருவேளை தனக்கு இதுவரை தெரிந்திராத புதிய தகவலையோ, செய்தியையோ அல்லது தப்பித்துக்கொள்வதற்கான வழியையோ ஸ்விட்ரிகைலோவிடமிருந்து தெரிந்துகொள்ளலாம் என்று அவன் நினைத்திருந்தானோ என்னவோ...? நீரில் மூழ்கிக்கொண்டிருப்பவன், தான் பற்றிக்கொள்வதற்குச் சிறியதொரு துரும்பாவது கிடைக்காதா என்று நினைப்பதைப் போல அவனது எண்ணமும் இருந்திருக்குமோ? விதியோ அல்லது ஏதாவது உள்ளுணர்வின் உந்துதலோதான் அவர்களை இப்போது ஒன்றாகக் கொண்டுவந்து சேர்த்துக்கொண்டிருக்கிறதோ? ஒருவேளை களைப்பும் அசதியும் துன்பமும்கூட அவனை அப்படிச் செலுத்திக்கொண்டிருக்கலாம். ஒருவேளை அவன் நாடிச் செல்ல நினைப்பது வேறு நபராகக்கூட இருந்திருக்கலாம். ஸ்விட்ரிகைலோவின் நினைவு தோன்றிவிட்டதால் அவனிடம் செல்கிறான்... அவ்வளவுதான்! ஒருவேளை அவன் செல்ல விரும்பியது சோனியாவிடமா? ஆனால் இப்போது சோனியாவிடம் அவன் ஏன் போக வேண்டும்? அவளது கண்ணீரை மறுபடியும் யாசிப்பதற்கா? சோனியாவைப் பற்றிய நினைவு இப்பொழுது அவனால் தாங்க முடியாததாக இருந்தது. பயங்கரமானதாகவும் இருந்தது. அவள் தான் மாற்றவே முடியாத ஓர் உறுதியான தீர்ப்பை அவனுக்கு முன்மொழிந்திருக்கிறாளே? அவன் தனது சொந்த வழியில் செல்வதா அல்லது அவளது பாதையில் செல்ல வேண்டுமா என்பது பற்றி அவன்

கட்டாயமாகத் தேர்ந்தெடுத்தாக வேண்டும்! குறிப்பாக இந்தக் கணத்தில் அவளைச் சந்திக்கக்கூடிய மனநிலை அவனிடம் இல்லை! அவளை இப்போது பார்க்க வேண்டாம். ஸ்விட்ரிகை லோவிடம் கொஞ்சம் முயற்சி செய்து பார்த்து அவன் என்ன நினைக்கிறானென்பதைத் தெரிந்துகொள்வது நன்றாக இருக்கு மல்லவா? ஸ்விட்ரிகைலோவை ஏதோ ஒரு காரணத்துக்காகத் தான் அவசியம் பார்த்தே ஆகவேண்டும் என்று அவனுக்கு வெகு நேரமாகவே தோன்றிக்கொண்டிருந்தது.

அவர்களுக்குள் பொதுவான விஷயம் என்று என்ன இருக் கிறது? இருவருமே ஏதேனும் தவறுகள் செய்திருந்தாலும்கூட அவை ஒரே ரகத்தைச் சேர்ந்தவையாக இருக்க முடியாது. மேலும் அந்த மனிதன் மிகவும் மோசமானவன். இழிந்த நடத்தைகொண்ட வன். சுரண்டல் பேர்வழி. பிறரை ஏமாற்றும் தந்திரமும் வஞ்சக மும் கொண்டவன். அவனைப்பற்றிச் சமீபத்தில்கூட அநேகக் கதைகள் உலவிக்கொண்டிருப்பது உண்மைதான்! காதரீனா இவானோவ்னாவின் குழந்தைகள் விஷயத்தில் அவன் அதிக ஊக்கத்தோடு சிரத்தை எடுத்துக்கொண்டு செயல்பட்டானென்பது உண்மைதான்! ஆனாலும் உண்மையிலேயே தன் மனதில் எந்த நினைப்போடு அவன் அப்படிச் செய்தானென்றும், அவனுடைய உள் நோக்கங்கள் எவை என்றும் யாருக்குத்தான் தெரியும்? முடிவே இல்லாதபடி சூழ்ச்சிகரமான திட்டங்களை வகுப்பதில் அவன் ஒரு கில்லாடி!"

ரஸ்கோல்னிகோவின் மூளையில் இப்போது புதிதாகத் தோன்றியிருந்த வேறொரு சிந்தனையும் அவனைக் கடுமையாகத் தொந்தரவு செய்துகொண்டிருந்தது. மிகுந்த வலியோடு கூடிய அந்த எண்ணத்தைத் தன்னிடமிருந்து விரட்டியடிக்க அவன் முயற் சித்துக்கொண்டிருந்தான். அவனது மனதுக்குள் ஓடிய எண்ணச் சங்கிலி இப்படித்தான் இருந்தது: 'அவனது வழியில் ஸ்விட்ரி கைலோவ் தொடர்ந்து குறுக்கிட்டுக்கொண்டே இருக்கிறான். எப்படியோ தன்னைப்பற்றிய 'இரகசியம்' அவனுக்குத் தெரிந்து போயிருக்கிறது. துனியாவைப் பற்றித் தன் மனதிற்குள் அவன் ஏதோ ஓர் இரகசியத் திட்டத்தை வைத்துக்கொண்டிருக்கிறான். இன்னும்கூட அவனிடம் அவளைப் பற்றிய நினைவு இருக்கிறது! அதை உறுதியாக எவருமே சொல்லிவிட முடியும்! ஒருவேளை ரஸ்கோல்னிகோவின் இரகசியத்தைத் தெரிந்துகொண்டிருப்பதன் மூலம் அவனைத் தனது கட்டுக்குள் கொண்டுவந்து, துனியாவுக்கு எதிரான ஆயுதமாக அதைப் பயன்படுத்த அவன் திட்டமிட்டிருக் கிறானோ?'

மேற்குறித்த எண்ணம் சில வேளைகளில் – கனவுகளிலும் கூட – அவனை அலைக்கழித்துக்கொண்டுதான் இருந்தது. ஆனால் இப்போது ஸ்விட்ரிகைலோவின் வீட்டை நோக்கி அவன் நடந்துகொண்டிருந்த இந்தத் தருணத்தில், முதல் முறையாக, மிகத் தெளிவான பிரக்ஞையுடன் அந்த எண்ணம் அவனது சிந்தையில் புலப்பட்டுக்கொண்டிருந்தது. அந்தச் சிந்தனைகள் அவனிடத்தில் கடுங்கோபத்தைக்கூட எழுப்பிக்கொண்டிருந்தன. முதலாவதாக, அதுமட்டும் உண்மையாக இருந்தால்... எல்லாவற்றையுமே அது மாற்றிவிடக்கூடும். அவன் இப்போது இருக்கும் சூழ்நிலைகூட அதனால் மாறிவிடலாம். அப்படி ஒன்று நேர்ந்தால் துனியாவிடம் தன் இரகசியம் பற்றி அவன் வெளிப்படுத்த வேண்டியதாகிவிடும்! அவள் அவசரப்பட்டு ஏதாவது ஒரு முடிவெடுப்பதைத் தடுப் பதற்காகத் தன்னையே அவன் காட்டிக் கொடுத்துக்கொள்ள வேண்டிய கட்டாயமான சூழலும்கூட ஏற்பட வாய்ப்பிருக்கிறது.

அந்தக் கடிதம் என்னவாக இருக்கும்? இன்று காலையில் துனியாவுக்கு ஒரு கடிதம் வந்திருக்கிறது! செயிண்ட் பீட்டர்ஸ் பர்க்கில் அவளுக்குக் கடிதம் எழுத யார் இருக்கிறார்கள்? ஒரு வேளை அது லூசினாக இருக்குமோ? நல்லவேளையாக ரஸுமிகின் அவளுக்குப் பாதுகாப்பாக இருந்துகொண்டுதான் இருக் கிறான். ஆனால் ரஸுமிகினுக்கு இந்த விஷயங்கள் எதுவுமே தெரி யாது. இப்படிப்பட்ட சூழலில், ஒருவேளை ரஸுமிகினிடம்கூட அவன் எல்லாவற்றையும் வெளிப்படுத்த வேண்டிய சூழ்நிலை வருமோ? அந்த எண்ணமே ரஸ்கோல்னிகோவுக்குக் கசப்பானதாக இருந்தது.

ஆனால்... என்ன ஆனாலும் சரி, கூடிய சீக்கிரம் தான் ஸ்விட்ரிகைலோவைப் பார்த்தேயாக வேண்டுமென்று இறுதியாக அவன் முடிவு செய்துகொண்டான். நல்லவேளையாக அவனுக்கு அதிகமான தகவல்கள் தேவையாக இல்லை. பிரச்சினையின் ஆணிவேரை மட்டும் தெரிந்துகொண்டால் அதுவே அவனுக்குப் போதுமானது. ஆனால் துனியாவுக்கு எதிராக ஸ்விட்ரிகைலோவ் ஏதாவது திட்டம் போட்டுக்கொண்டிருக்கிறான் என்பது மட்டும் அவனுக்குத் தெரியவந்தால் பிறகு...

கிட்டத்தட்ட ஒரு மாத காலத்திற்கும் மேலாக நீடித்திருக்கும் மன உளைச்சல்களினால் மிகவும் களைப்புற்றுப் போயிருந்தான் ரஸ்கோல்னிகோவ். இந்த நிலையில், இப்போது புதிதாக எழுந் திருந்த இந்தச் சிக்கலைத் தீர்ப்பதற்கு அவனுக்கு ஒரே ஒரு வழிதான் புலப்பட்டது. 'அப்படி ஒரு நிலை ஏற்படுமானால் நான் அவனைக் கொன்று தீர்த்துவிடுவேன்' என்று குரோதத்தோடு தன் மனதில் நினைத்துக்கொண்டான் ரஸ்கோல்னிகோவ். மனதி

லுள்ள பாரத்தைத் தாங்க முடியாதவனாக, வீதிக்கு நடுவே நின்றபடி சுற்றும் முற்றும் பார்த்தான் ரஸ்கோல்னிகோவ். தான் இப்போது நின்றுகொண்டிருப்பது எந்த இடத்தில் என்பதையும், எந்த வழியாகத் தான் அங்கே வந்து சேர்ந்தோம் என்பதையும் அவன் பார்த்துக்கொண்டிருந்தான். வைக்கோல் சந்தைப் பகுதியைக் கடந்து முப்பது நாற்பது அடிதூரத்தில் 'ஓபுகோவ்ஸ்கி ப்ராஸ்பெக்ட்' பகுதியில் இப்போது அவன் நின்றுகொண்டிருந் தான். அவனுக்கு இடப்புறம் இருந்த கட்டடத்தின் முதல்தளம் முழுவதையும் ஓர் உணவு விடுதி ஆக்கிரமித்துக்கொண்டிருந்தது. அதன் எல்லா ஜன்னல்களும் விரியத் திறந்து கிடந்தன. ஜன்னல் வழியாகப் புலப்பட்ட உருவங்களின் அசைவுகளை வைத்துப் பார்க்கும்போது அந்தத் தளம் முழுவதுமே ஆட்களால் நிரம்பி வழிந்துகொண்டிருப்பதைத் தெரிந்துகொள்ள முடிந்தது. உள்ளே யிருந்து பாட்டுச் சத்தமும், வயலின், கிளாரினெட், துருக்கிய டிரம் ஆகிய இசைக்கருவிகளிலிருந்து கலவையாக வந்துகொண்டிருந்த முழக்கங்களும் கேட்டுக்கொண்டிருந்தன. அவற்றில் சில பெண் களின் குரல்களும்கூடக் கிறீச்சிட்டுக்கொண்டிருப்பதை அவனால் கேட்க முடிந்தது. தான் ஓபுகோவ்ஸ்கி ப்ராஸ்பெக்ட் பகுதிக்கு ஏன் வந்து சேர்ந்தோம் என்று விளங்காதவனாக, அங்கிருந்து பின்வாங்கிச் செல்ல அவன் எத்தனித்தபோது அங்குள்ள ஓர் ஜன்னலருகே ஸ்விட்ரிகைலோவ் உட்கார்ந்திருப்பது அவனது கண்களில்பட்டது. ஜன்னலோரத்தில் ஒரு மேசைக்கு முன்பாக உட்கார்ந்துகொண்டு பைப்பைப் புகைத்துக்கொண்டிருந்தான் அவன். வினோதமாக, தற்செயலாக நேரிட்டுவிட்ட இந்தச் சந்திப்பு அவனை அதிர்ச்சிக்குள்ளாக்கியது. இவன் கீழே நின்றுகொண்டி ருப்பதை ஸ்விட்ரிகைலோவும் பார்த்துவிட்டான். ரஸ்கோல்னி கோவைப் பார்த்துவிட்ட அவன் – ரஸ்கோல்னிகோவ் தன்னைப் பார்க்கவில்லை என்று நினைத்துக்கொண்டு, அவனது பார்வை யில் பட்டுவிடாமல் மறைந்துகொள்ள முயல்வதையும் ரஸ்கோல்னி கோவ் கவனித்துவிட்டான். அவன் தன்னைப் பார்த்தவுடன் மறைந்துகொள்ளத்தான் முயன்றான் என்று ரஸ்கோல்னிகோவ் உறுதியாகவே நினைத்தான். ரஸ்கோல்னிகோவும் அவனைப் பார்க்காதது போலவும், எதையோ யோசித்துக்கொண்டிருப்பது போலவும் நடித்துக்கொண்டு, தொடர்ந்து ஓரக்கண்ணால் அவனைக் கவனித்துக்கொண்டிருந்தான். அவனது இதயம் படபடத்தது. அவன் நினைத்தது சரிதான்! தன்னைப் பார்த்து விடக்கூடாதே என்று ஸ்விட்ரிகைலோவ் பதற்றப்பட்டுக் கொண்டிருப்பது இவனுக்குத் தெளிவாகப் புலப்பட்டது. அவன் தன்னுடைய பைப்பை வாயிலிருந்து எடுத்தபடி வேகமாக எழுந்துகொண்டு, நாற்காலியை நகர்த்திக்கொண்டிருந்ததை

ரஸ்கோல்னிகோவ் கவனித்துவிட்டான் என்பதையும் ஸ்விட்ரி கைலோவ் புரிந்துகொண்டான். அன்று ரஸ்கோல்னிகோவ் தனது அறையில் படுத்துக்கொண்டு கனவு கண்டுகொண்டிருந்தபோது ஸ்விட்ரிகைலோவ் அறைக்குள் வந்து அவனைக் கவனித்துக் கொண்டிருந்த அந்தத் திடீர் சந்திப்பைப் போலவே இப்போதும் கூட அவர்கள் இருவருக்கும் இடையே, இனம்புரியாத இரகசியப் பார்வைகளின் பரிமாற்றம் அப்போது நிகழ்ந்தது. ஸ்விட்ரிகை லோவின் முகத்தில் அரும்பிய குறும்புப் புன்னகை கொஞ்சம் கொஞ்சமாகப் பெரிதாகிக்கொண்டே வந்தது! ஒருவரை மற்றவர் கவனித்துவிட்டதை இருவருமே உணர்ந்துகொண்டனர். புரிந்து கொண்டனர். இறுதியாக அந்த மௌனத்தைக் கலைத்துவிட்டு, ஒரு வெடிச்சிரிப்பு சிரித்தான் ஸ்விட்ரிகைலோவ்.

"சரி, சரி, நீ விரும்பினால் தாராளமாக உள்ளே வரலாம்! நான் இங்கேயே காத்துக்கொண்டிருக்கிறேன்" என்று ஜன்னல் வழியாக ரஸ்கோல்னிகோவைப் பார்த்துச் சப்தமாகக் குரல் கொடுத்தான் ஸ்விட்ரிகைலோவ்.

ரஸ்கோல்னிகோவ் மேலேறி அந்த உணவு விடுதிக்குச் சென்றான். அங்கே ஒரே ஒரு ஜன்னல் மட்டுமே இருந்த மிகச்சிறிய அறை ஒன்றில் உட்கார்ந்திருந்தான் ஸ்விட்ரிகைலோவ். அதை ஒட்டியிருந்த மிகப் பெரிய அறை ஒன்றில் வியாபாரிகள், குமாஸ் தாக்கள் என்று அவர்களைப் போன்ற பலதரப்பட்ட மக்களும் சின்னச் சின்ன மேசைகளுக்கு முன்னால் உட்கார்ந்தபடி தேநீர் பருகிக்கொண்டிருந்தனர். மிக மோசமான பாடகர்கள் சிலர் பாடிக்கொண்டிருந்த கோரஸின் இரைச்சல் அங்கே கேட்டுக் கொண்டிருந்தது. ஸ்விட்ரிகைலோவுக்கு முன்பாக இருந்த மேசை மீது ஷாம்பெய்ன் பாட்டில் ஒன்று திறந்து வைக்கப்பட்டிருந்தது. பாதியளவு மது நிறைந்த கோப்பை ஒன்றும் அங்கே இருந்தது. அந்த அறையிலும்கூடச் சிறிய இசைக்கருவி ஒன்றைத் தன் கைகளில் ஏந்தியபடி அதை வாசித்துக்கொண்டிருந்தான் ஒரு சிறுவன். அவனோடு பதினெட்டு வயது நிரம்பிய பெண் ஒருத்தி யும் அங்கே இருந்தாள். அவளது கன்னங்கள் ஆரோக்கியமான சிவப்பு நிறத்தில் இருந்தன. கோடுகள் போடப்பட்ட கவுன் ஒன்றை இடுப்பில் இறுக உடுத்திக்கொண்டிருந்த அவள் 'டைரோலியன்' தொப்பியையும் அதன்கூடவே சில ரிப்பன்களையும் தலையில் அணிந்துகொண்டிருந்தாள். பக்கத்து அறையிலிருந்து எழுந்த 'கோரஸின்' இரைச்சலைக் கொஞ்சமும் பொருட்படுத்தாமல் அந்தப் பையனின் வாத்திய இசைக்கேற்றபடி பிரபலமான ஒரு பாடலைக் கரகரப்பான குரலில் பாடிக்கொண்டிருந்தாள் அவள்...!

“சரி, போதும் நிறுத்திக்கொள்ளுங்கள்!” என்று ரஸ்கோல்னி கோவ் உள்ளே நுழைந்ததும் அவர்களைத் தடுத்து நிறுத்தினான் ஸ்விட்ரிகைலோவ்.

அந்தப் பெண் உடனே பாடுவதை நிறுத்திக்கொண்டாலும் உடனே வெளியே சென்றுவிடாமல் மிகவும் பணிவோடு ஒரு ஓரமாக ஸ்விட்ரிகைலோவின் கவனம் தன் பக்கம் திரும்புவதற்காகக் காத்துக்கொண்டிருந்தாள். மிக மோசமான, மட்டரகமான பாடல்களைப் பாடிக்கொண்டிருந்த நேரத்தில் அவளது முகத்தில் தென்பட்ட அதே வகையான தீவிரமான பாவனைகளே இப்போதும்கூட அவளிடத்தில் தென்பட்டன.

“பிலிப், இன்னொரு கோப்பை வேண்டும்” என்று சத்தமாகக் குரல் கொடுத்தான் ஸ்விட்ரிகைலோவ்.

“எனக்கு ஒயின் வேண்டியதில்லை” என்றான் ரஸ்கோல்னி கோவ்.

“உன் விருப்பம் எப்படியோ, அப்படியே ஆகட்டும்1 இது உனக்காக இல்லை! காத்யா! வா, இதைக் குடி! இன்றைக்கு இவ்வளவு போதும்! இதற்கு மேல் நீ தேவைப்படமாட்டாய் என்றே நினைக்கிறேன்...! போய் வா!” என்றபடி ஒரு கோப்பை நிறைய மதுவை அவளுக்கு ஊற்றினான். அதன் கீழே மஞ்சள் நிற கரன்சி நோட்டு ஒன்றையும் வைத்தான் ஸ்விட்ரிகைலோவ்.

பொதுவாக எல்லா பெண்களும் செய்வதைப் போல ஒரு சுழற்சியுடன் வந்து மதுக்கோப்பையைக் கையிலெடுத்துக்கொண்ட காத்யா, மூச்சுவிடாமல் இருபது மடக்குகளில் அந்தக் கோப்பையி லிருந்த மது முழுவதையும் குடித்து முடித்தாள். கோப்பையைக் கீழே வைக்காமல் அந்தக் கரன்சி நோட்டை லாவகமாகக் கையில் எடுத்துக்கொண்டு, ஸ்விட்ரிகைலோவ் சம்பிரதாயத்திற்காக நீட்டிய கைகளில் முத்தமிட்டுவிட்டு, இசைக்கருவியை வைத்திருந்த பையன் தன்னைப் பின்தொடர, அந்த அறையைவிட்டு வெளியேறிச் சென்றாள். அவர்கள் இருவருமே தெருவிலிருந்து அழைத்துவரப் பட்ட தெருப்பாடகர்களாகத்தான் இருக்க வேண்டும்.

கடந்த ஒரு வார காலமாகத்தான் செயிண்ட் பீட்டர்ஸ்பர்க் நகரத்தில் தங்கியிருந்தான் ஸ்விட்ரிகைலோவ். ஆனாலும்கூட அவனைச் சுற்றிலும் ஒரு பிரபுத்துவ சமூக அமைப்பு மிகச் சீராக அமைந்து போயிருந்தது. அங்கிருந்த பிலிப் என்ற பணியாளும்கூட அவனுடைய பழைய நண்பன்தான் என்பதால், இடைவிடாமல் அவனுடைய தேவைகளை நன்கு கவனித்துக்கொண்டிருந்தான்.

அந்த அறையிலிருந்து விடுதியின் நீண்ட ஹாலுக்குச் செல்லக் கூடிய பாதையைப் பூட்டிக்கொள்ளவும், இந்தச் சிறிய அறையில் வசதியாகத் தனிமையாக இருந்துகொள்ளவும் முடியும். சொந்த வீட்டிலிருப்பவனைப் போல அந்தச் சிறிய அறைக்குள் மிகச் சௌகரியமாக இருந்தான் ஸ்விட்ரிகைலோவ். இன்று, இந்த நாள் முழுவதையுமேகூட இவன் இங்கேதான் கழித்துக்கொண்டிருந் திருக்க வேண்டும் என்று தனக்குள் நினைத்துக்கொண்டான் ரஸ்கோல்னிகோவ். அந்த அறை, அழுக்கும் பிசுக்கும் படிந்ததாக வும், பொதுவாக அவ்வாறான இடங்களில் நிலவும் மோசமான தரத்தை விடவும், மகா மட்டமான ரகத்தைச் சேர்ந்ததாகவும் இருந்தது.

"நான் உங்களைப் பார்ப்பதற்காக நீங்கள் தங்கியிருக்கும் இடத்தைத் தேடித்தான் போய்க்கொண்டிருந்தேன்!" என்று தொடங்கினான் ரஸ்கோல்னிகோவ். "ஆனால் வைக்கோல் சந்தைக்குப் பக்கத்திலிருந்து திடீரென்று ஏனோ 'ஓபுகோவ்ஸ்கி ப்ராஸ்பெக்ட்' பக்கமாகத் திரும்பிவிட்டேன்! ஏன் அப்படிச் செய்தேனென்று எனக்கே தெரியவில்லை! பொதுவாக இந்த வழியாக நான் வருவதே இல்லை! வழக்கமாக வைக்கோல் சந்தையிலிருந்து வலதுபக்கம் திரும்பிப் போய்விடுவேன்! மேலும் இது, நீங்கள் தங்கியுள்ள இடத்திற்குப் போகும் வழியும் இல்லை. ஆனாலும் ஏனென்று தெரியவில்லை. இந்தப் பக்கமாக வந்துவிட்டேன். தற்செயலாக மேலே பார்த்தால் நீங்கள் இருக்கிறீர்கள்! அதிசயம்தான்."

"அதை நேரடியாகவே ஓர் அற்புதம் என்று நீ ஏன் சொல்லக் கூடாது?"

"அப்படி ஏன் எடுத்துக்கொள்ள வேண்டும்? வெறும் தற்செயல் நிகழ்வாகக்கூட இது இருக்கலாமே!"

"ஓ, உங்களைப் போன்ற மனிதர்களெல்லாம் ஒரே மாதிரி யாகத்தான் இருக்கிறீர்கள்!" என்று சொல்லிவிட்டுச் சிரித்தான் ஸ்விட்ரிகைலோவ். "அற்புதமான ஒன்று நடந்திருக்கிறது என்பதை மனதளவில் நம்பினாலும் அதனை வெளிப்படையாக ஒத்துக்கொள்ளாமல் அது ஒரு தற்செயலான நிகழ்வுதான் என்று உங்களைப் போன்ற எல்லோருமே சொல்லிக்கொள்கிறீர்கள்! இங்கே உள்ள ஒவ்வொருவருமே தங்களுக்கென்று சொந்த அபிப் பிராயம் ஒன்று இருப்பதைக் காட்டிக்கொள்ள எந்த அளவுக்குப் பயப்படுகிறார்களென்று உனக்குத் தெரியுமா, ரோடியன் ரொமனோவிச்! நான் உன்னைப் பற்றிச் சொல்லவில்லை. உனக்கென்று சொந்தக்கருத்து இருக்கிறது. அதைச் சொல்வதற்கு

ஃபியோதர் தஸ்தயெவ்ஸ்கி ● 907

நீ பயப்படுவதும் இல்லை. அதனாலேதான் உன்மீது எனக்குச் சுவாரசியம் ஏற்பட்டிருக்கிறது!"

"அதுமட்டும்தான் காரணமா? வேறெதுவும் இல்லையா?"

"நிச்சயமாக! அது ஒன்று மட்டும் போதுமே?"

ஸ்விட்ரிகைலோவ் மிக இலேசாகக் கிளர்ச்சியுற்ற நிலையில் இருந்தானென்பது வெளிப்படையாகத் தெரிந்தது. இத்தனைக்கும் அவன் அரைக் கோப்பை மதுவிற்கு மேல் அருந்தியிருக்கவில்லை.

"எனக்கென்று சில தனிப்பட்ட கருத்துகள் இருக்கின்றன என்பதை அறிந்துகொள்வதற்கு முன்பாகவே நீங்கள் என்னைத் தேடி வந்ததாகத்தான் எனக்குத் தோன்றுகிறது" என்றான் ரஸ்கோல்னிகோவ்.

"ஓ, அது வேறு விஷயம்! ஒவ்வொருவருக்கும் சில சொந்தக் காரியங்களும் இருக்குமல்லவா...? சரி, சரி, இப்போது அற்புதங் களைப் பற்றிப் பேசுவோம். கடந்த இரண்டு மூன்று நாட்களாக நீ நல்ல தூக்க மயக்கத்தில் இருந்திருக்க வேண்டும் என்று நான் நினைக்கிறேன். இந்த உணவு விடுதியின் பெயரை உன்னிடம் குறிப்பிட்டுச் சொல்லி, இங்கே எப்படி வருவதென்ற வழியையும், உனக்குச் சொன்னவன் நான்தான்! நான் இங்கே எந்தெந்த நேரங் களில் இங்கிருப்பேன் என்பதையும் உன்னிடம் நான் கூறியிருக் கிறேன். அதனால்தான் நீ நேரடியாக இங்கே வந்து சேர்ந்திருக் கிறாய்! இதில் அற்புதம் என்று நினைப்பதற்கு எதுவுமே இல்லை! உனக்கு இதெல்லாம் கொஞ்சம்கூட ஞாபகமில்லையா?"

"நான் மறந்துவிட்டேன்..." என்று சற்றே திகைப்புற்றவனாகச் சொன்னான் ரஸ்கோல்னிகோவ்.

"என்னால் நீ சொல்வதை நம்ப முடிகிறது! காரணம், இரண்டு முறை இதைப் பற்றி உன்னிடம் நான் சொன்னேன். அதனால் இந்த முகவரி உன் மனதில் தானாகவே பதிந்து போயிருக்கிறது! அதனாலேயேதான் சுயப்பிரக்ஞை இல்லாத நிலையில், நீயாகவே, தன்னிச்சையாக – நேரே இந்த இடத்திற்கு சரியாக வந்து சேர்ந்திருக்கிறாய்! அப்போது, உன்னிடம் நான் சொல்லிக்கொண்டிருந்தபோதே – இதை எந்த அளவுக்கு நீ மனதில் உள் வாங்கிக்கொள்கிறாய் என்பது எனக்குச் சந்தேக மாகத்தான் இருந்தது! ஆனாலும் நீ, உன் உணர்வுகளை அதிக மாகவே வெளிக்காட்டிக்கொண்டு விடுகிறாய் ரோடியன் ரொம னோவிச்! இங்கே இன்னொரு விஷயத்தையும் நான் பார்த்தேன். இந்த செயிண்ட் பீட்டர்ஸ்பர்க் நகரத்தில் வாழும் பெரும்பாலான மனிதர்கள், நடந்து போகும்போதே தங்களுக்குத் தாங்களாகவே

ஏதோ பேசிக்கொண்டு போகிறார்கள். நிறைய அரைப் பைத் தியங்கள் நடமாடும் ஊர் போலிருக்கிறது இது! நம் நாட்டில் விஞ்ஞான வளர்ச்சி மட்டும் இருந்தால் மருத்துவர்கள், வழக்கறி ஞர்கள், தத்துவ அறிஞர்கள் ஆகிய எல்லோருக்குமே அவரவர் சார்ந்திருக்கும் தனிப்பட்ட துறைகளில் பயனுள்ள பல ஆராய்ச்சி களைச் செய்வதற்கு செயிண்ட் பீட்டர்ஸ்பர்க்கில் நிறைய வாய்ப் பிருக்கிறது. இங்கே உள்ள சில இடங்கள், மனிதனின் ஆத்மாவின் மீது வினோதமான, துயரம் மிகுந்த, வலுவான தாக்குதலை ஏற்படுத்தக்கூடியனவாகவும் இருக்கின்றன. அதற்கு முதன்மையான காரணம், இங்கே நிலவும் பருவநிலைதான்! ரஷ்ய நாட்டிற்கே நிர்வாக மையமாக விளங்கும் நகரமல்லவா இது! நகரத்திலுள்ள எல்லா விஷயங்களிலுமே அந்தப் பெருமை பிரதிபலிக்க வேண்டாமா? சரி, அது கிடக்கட்டும்! இப்போது விஷயத்திற்கு வருவோம். நான் உன்னைப் பல தடவை, சற்று தூரத்திலிருந்த படியே கவனித்துக்கொண்டுதான் வந்திருக்கிறேன். நீ வீட்டை விட்டு வெளியே வரும்போது தலையை நிமிர்த்திக்கொண்டு வருகிறாய்! இருபது தப்படிகள் தாண்டிவிட்டதும் உன் தலை தொங்கிப் போய்விடுகிறது! உன் கைகளையும் முதுகுக்குப் பின்னால் மடக்கி வைத்துக்கொண்டு விடுகிறாய்! உன் கண்கள் திறந்துதான் இருக்கின்றன. ஆனாலும் உன் எதிரில் இருப்பவை களையோ, உன்னைச் சுற்றி இருப்பவைகளையோ நீ பார்ப்பதைப் போலவே இல்லை. இறுதியாக உன் உதடுகள் அசையத் தொடங்கும்! உனக்குள் நீயாகவே பேசிக்கொள்ள ஆரம்பித்து விடுகிறாய்! சில வேளைகளில் கைகளை முதுகுப் புறத்திலிருந்து விடுவித்துக் காற்றில் ஆட்டிக்கொண்டே போகிறாய்! கடைசியாக, வீதியின் நடுவே போய் சற்று நேரம் அசையாமல் அப்படியே நின்று விடுகிறாய்? இது அவ்வளவு நன்றாகப் படவில்லை. ஒரு வேளை என்னைத் தவிர வேறுயாரேனும்கூட, நீ இப்படி இருப்பதைக் கவனித்திருக்கக்கூடுமல்லவா? அது உனக்கு நிச்சய மாகக் கெடுதலைத்தான் ஏற்படுத்தும்! என்னைப் பொறுத்த வரையில் எல்லாமே ஒன்றுதான்! உன்னைச் சரிப்படுத்த வேண்டும் என்ற விருப்பமும் என்னிடம் கிடையாது. ஆனால் நான் என்ன சொல்ல வருகிறேனென்பதை நிச்சயம் நீ புரிந்து கொள்வாயென்று நான் நினைக்கிறேன்!"

"என்னை எவரோ பின் தொடர்ந்து வருவதைப் பற்றி உங்களுக்குத் தெரியுமா?" என்று அவனைப் பரிசோதிப்பவனைப் போலப் பார்த்தபடி கேட்டான் ரஸ்கோல்னிகோவ்.

"இல்லையே, அப்படியெல்லாம் எதுவுமே எனக்குத் தெரியாதே?" என்று, தன் ஆச்சரியத்தை வெளிப்படையாகக் காட்டியபடி ஸ்விட்ரிகைலோவ் பதிலளித்தான்.

“அப்படியானால்... என்னைக் கொஞ்சம் தனியே இருக்க விடுங்கள்” என்று கோபத்தோடு முணுமுணுத்தான் ரஸ்கோல்னிகோவ்.

“அதற்கென்ன...? தனியே இருக்கவிட்டால் போகிறது...”

“சரி, இதைமட்டும் எனக்குச் சொல்லுங்கள்! நீங்கள் குடிப்பதற்காக இந்த இடத்திற்கு வருவதாகவும், இங்கே வந்து உங்களைச் சந்திக்கலாமென்றும் இரண்டு தடவை என்னிடம் கூறியதாகச் சொன்னீர்கள். அது உண்மையென்றால், இதோ சற்று முன்பு நீங்கள் ஜன்னலருகே உட்கார்ந்திருப்பதை நான் தொலைவிலிருந்து பார்த்த போது உங்களை மறைத்துக்கொள்ளவும், இங்கிருந்து எழுந்து செல்லவும் நீங்கள் ஏன் முயன்றீர்கள்? நீங்கள் அப்படிச் செய்ததை நான் பார்த்துவிட்டேன்!”

“ஹி! ஹி! ஹி! அன்று உன் வீட்டு வாசலில் நான் நின்று கொண்டிருந்தபோது, நீ சோஃபாவில் படுத்துக்கொண்டு கண்களை மூடித் தூங்குபவனைப் போல ஏன் பாவனை செய்து கொண்டிருந்தாய்? நீ தூங்கவே இல்லை என்பதை நானும் அப்போது தெளிவாகப் பார்த்தேனே?”

“அப்படிச் செய்வதற்கு எனக்கென்று தனிப்பட்ட காரணங்கள் இருக்கலாம்! அது உங்களுக்குத் தெரிந்திருக்கும்!”

“எனக்கும் அந்த மாதிரியே ஏதாவது காரணம் இருக்கலாம் அல்லவா? ஆனால் அதைப் பற்றி உனக்குத் தெரியாது!”

ரஸ்கோல்னிகோவ் தனது வலது முழங்கையை மேசை மீது ஊன்றிக்கொண்டு, அந்தக் கைகளில் தனது தாடையைத் தாங்கிப் பிடித்தபடி, ஸ்விட்ரிகைலோவ் மீது தன் பார்வையைச் சற்றும் அசைக்காமல் பதித்திருந்தான். எப்பொழுதுமே அவனை ஆச்சரியத்துக்கு ஆளாக்கும் ஸ்விட்ரிகைலோவின் முகத்தைக் கிட்டத்தட்ட ஒரு நிமிட நேரம் ஆராய்ந்துகொண்டிருந்தான். அவனுடைய அந்த முகம், ஏதோ ஒரு வினோதமான முகமூடி அணிந்திருப்பதைப் போல மிகவும் வித்தியாசமாக அவனுக்குக் காட்சி அளித்துக்கொண்டிருந்தது. சிவப்பும் வெண்மையும் கலந்திருந்த அவனது முகத்திலிருந்த தாடி இலேசாக வெளுக்கத் தொடங்கியிருந்தது. அவனது அடர்ந்த தலைமுடியும்கூடப் பெருமளவில் நரையோடிப் போயிருந்தது. மிகவும் நீளமாக இருந்த அவனது கண்களின் தீட்சண்யம் மிகக்கூர்மையானதாக இருந்ததோடு, ரஸ்கோல்னிகோவின் மீதே அசையாமல் நிலைத்திருந்தது. தன் வயதுக்கு ஏற்றாற் போலன்றி மிகவும் இளமையாகத் தோற்றமளித்த அவனது முகத்தில் விரும்பத்தகாத ஏதோ ஒன்று படிந்திருப்பதாக ரஸ்கோல்னிகோவுக்குத் தோன்றியது. வேனிற் காலத்திற்குரிய

மிகவும் இலேசான – ஆனால் விலை உயர்ந்த நாகரிகமான உடைகளை அவன் அணிந்துகொண்டிருந்தான். குறிப்பாக அவன் அணிந்திருந்த சட்டையின் தரம் மிகவும் நேர்த்தியானதாக இருந்தது. மிகவும் விலை மதிப்புடைய கல் பதிக்கப்பட்ட பெரிய மோதிரம் ஒன்றையும் அவன் அணிந்திருந்தான்.

"நான் உங்களைப்பற்றி வேறு கவலைப்பட்டுத் தொலைய வேண்டுமா?" என்று பொறுமையிழந்தவனாக நேரடியாக விஷயத் துக்கு வந்தான் ரஸ்கோல்னிகோவ். "ஒருவேளை எனக்குத் தீமை செய்ய வேண்டுமென்று நீங்கள் முடிவு செய்து விட்டீர்களென் றால், அப்போது உங்களைவிட ஆபத்தான நபர் வேறு யாருமே இருக்க முடியாது என்பதை நான் அறிவேன்! ஆனால் அப்படி யெல்லாம் அலைக்கழிக்கப்படுகிற ஆளாக இனிமேலும் நான் இருக்கமாட்டேன். நீங்கள் நினைத்துக்கொண்டிருக்கிற அளவுக்குக் கூட என்னைப் பற்றி நான் ஒன்றும் பெரிதாக எண்ணிக்கொண்டி ருக்கவில்லை என்பதை நானே உங்களுக்குக் காட்டப் போகிறேன். உங்களிடம் நான் நேரடியாகச் சொல்ல விரும்புவது இதுதான்! என் தங்கையைப் பொறுத்தவரையில், முன்பு நீங்கள் வைத்துக் கொண்டிருந்த 'அதே நோக்கங்கள்' இப்போதும் உங்களிடத்தில் இருக்குமானால் – ஒருவேளை சமீபத்தில் நீங்கள் கண்டுபிடித்த ஒரு விஷயத்தைப் பகடைக் காயாகப் பயன்படுத்தி அந்த நோக் கங்களை நிறைவேற்றிக்கொள்ளலாமென்று நீங்கள் நினைத்தால், நீங்கள் என்னைச் சிறையில் போடுவதற்கு முன்பு நான் உங்களைக் கொன்றுவிடுவேன்! இது நிச்சயம்! என்னுடைய வார்த்தைகளை நீங்கள் குறித்து வைத்துக்கொள்ளுங்கள்! அப்படிப்பட்ட ஒரு செயலை செய்யக்கூடியவன் நான் என்பதை நீங்களே அறிவீர்கள்! அடுத்ததாக என்னிடம் எதையாவது சொல்ல வேண்டும் என்று உங்களுக்குத் தோன்றினால் விரைவாக அதைச் சொல்லுங்கள்! இவ்வளவு நேரமும் நீங்கள் என்னிடம் எதையோ சொல்ல விரும்பு வதைப் போலத்தான் தோற்றமளித்துக்கொண்டிருந்தீர்கள்...! நீங்கள் சொல்ல நினைப்பதைச் சீக்கிரம் சொல்லுங்கள்! ஏனென்றால் 'நேரம்' என்பது மிகவும் அருமையானது! அப்புறம் ரொம்பத் தாமதமாகிவிடும்!"

"இவ்வளவு வேகமாக நீ எங்கே போய்க்கொண்டிருக்கிறாய்?" என்று கேட்டான் ஸ்விட்ரிகைலோவ்.

"ஒவ்வொருவருக்கும் எத்தனையோ சொந்தக் காரியங்கள் இருக்கும்" என்று இறுக்கத்துடனும் பொறுமையின்றியும் பதிலளித்தான் ரஸ்கோல்னிகோவ்.

"நாம் இருவரும் கொஞ்சம் வெளிப்படையாகப் பேசிக் கொண்டாக வேண்டுமென்று நீ சற்று முன்புதானே சொல்லிக்

கொண்டிருந்தாய்!" என்று புன்னகையோடு குறிப்பிட்டபடி பேச்சைத் தொடர்ந்தான் ஸ்விட்ரிகைலோவ். "ஆனால் என்னுடைய முதல் கேள்விக்கே நீ பதில் தர மறுக்கிறாய்! என்னிடம் ஏதோ இரகசியமான திட்டம் இருப்பதாகவே நீ நினைத்துக் கொண்டிருக்கிறாய். அதனால் என்னைச் சந்தேகக் கண்ணுடனேயே எப்போதும் நீ பார்க்கிறாய்! ஆனால் நான் உன்னுடன் நட்பு ரீதியில் பழக வேண்டுமென்று எந்த அளவுக்கு விரும்புகிறேன் என்று உனக்குத் தெரியுமா? இதையெல்லாம் இப்போது உன்னிடம் விளக்கிச் சொல்லி உன்னைச் சமாதானப்படுத்திக்கொண்டிருக்க என்னால் முடியாது. அதனால் எந்தப் பயனும் விளையவும் போவதில்லை. அப்புறம், உன்னிடம் குறிப்பாக எதையேனும் சொல்லியே ஆக வேண்டும் என்று நான் எதையும் நினைத்துக்கொண்டிருக்கவும் இல்லை!"

"பிறகு என்னிடம் உங்களுக்கு என்னதான் வேண்டும்? ஏன் இப்படி என்னை விடாமல் பின் தொடர்ந்துகொண்டே இருக்கிறீர்கள்?"

"சும்மா சுவாரசியம் தருகின்ற உனது காரியங்களைப் பார்த்துக் கொஞ்சம் வேடிக்கையாகப் பொழுதைப் போக்கலாம் என்றுதான்! உன்னுடைய தற்போதைய நிலைமை எனக்கு மிகவும் வினோதமாகத் தென்படுகிறது. வேடிக்கையாகவும் படுகிறது. அதுதான் காரணம்! மேலும் நான் மிகவும் ஈடுபாடுகொண்டிருந்த ஒரு நபரின் சகோதரனாகவும் இருக்கிறாய். அந்த நபரிடமிருந்து உன்னைப் பற்றி நிறைய விஷயங்களைக் கேள்விப்பட்டிருக்கிறேன். அவற்றைக்கொண்டே அவளிடம் உனக்கு எந்த அளவுக்கு செல்வாக்கு இருக்கிறது என்பதையும் என்னால் முடிவு செய்து கொள்ள முடிந்தது! இது போதும்தானே... ஹி... ஹி... ஹி! ஆனாலும் உன் கேள்வி மிகவும் குழப்பமாக இருக்கிறது. அதற்கு பதிலளிப்பது எனக்கு மிகவும் கடினம்தான்! உதாரணத்துக்குச் சொல்ல வேண்டுமானால் நீ இப்போது என்னிடம் வந்திருப்பது ஒரு தெளிவான நோக்கத்தோடு மட்டுமல்ல, வேறொரு புதிய விஷயத்திற்காகவும்தான்! என்ன? அதுதானே உண்மை?" என்று குறும்புச் சிரிப்புடன் அழுத்தமாகக் கேட்டான் ஸ்விட்ரிகைலோவ். "சரி, இப்போது இதைக் கேட்டுக்கொள்! நானும்கூட, இங்கே நீ வந்துகொண்டிருப்பதைப் பார்த்தவுடன், நீ என்னிடம் எதையோ புதிதாகச் சொல்ல வருகிறாயென்றும், அதை வைத்து நானும் உன்னிடம் ஏதாவது ஓர் ஆதாயம் தேடிக்கொள்ளலாம் என்றும் தான் நினைத்துக்கொண்டிருந்தேன். பார்த்தாயா? நாம் இருவருமே எவ்வளவு தாராளமான மனம் படைத்தவர்களாக இருக்கிறோம் என்பதைப் புரிந்துகொண்டாயா?"

"என்னிடம் உங்களுக்கு என்ன ஆதாயம் கிடைக்கப் போகிறது?"

"அதை நான் எப்படி உன்னிடம் சொல்ல முடியும்? எனக்கே அது என்னவென்று தெரியவில்லையே? முழுநேரமும் நான் என்னுடைய பொழுதைக் கழித்துக்கொண்டிருக்கும் இந்த உணவு விடுதி எப்படி இருக்கிறது – எந்த அளவுக்கு மோசமாக இருக்கிறது என்று பார்த்துக்கொண்டாயல்லவா? இதிலிருந்தே சந்தோஷமாக இருக்கிறேனா, இல்லையா என்று நீ தெரிந்துகொள்ளலாமே! இவ்வளவு மோசமான ஓர் இடத்தில் தங்கியிருக்கும் ஒருவன் எப்படிச் சந்தோஷமாக இருக்க முடியும்? இருந்தாலும் ஒரு மனிதன் உட்காருவதற்கு ஓர் இடம் வேண்டுமல்லவா? அந்தப் பாவப்பட்ட பெண் காத்யாவைத் தான் எடுத்துக்கொள்ளேன்... நீ அவளைப் பார்த்தாய் அல்லவா? சாப்பாட்டின் மேல் பெரும் விருப்பம்கொண்டவனாகக்கூட நான் இருக்கலாம். ஆனால் உண்மையில், இப்போது என்னால் சாப்பிட முடியாது! அதோ இருக்கிறது பார்த்தாயா? (அவன் அறையின் மூலையைச் சுட்டிக்காட்டினான். அங்கே சிறிய மேசையின் மேலே ஒரு தட்டில் சில மாட்டிறைச்சித் துண்டுகளும், சில உருளைக்கிழங்குகளும் வைக்கப்பட்டிருந்தன). இதுதான் எனது சாப்பாடு... சரி, நீ சாப்பிட்டுவிட்டாயா என்ன? நான் சும்மா ஒருவாய்தான் சாப் பிட்டேன்! அவ்வளவுதான். அதற்கு மேல் எனக்கு வேண்டியிருக்க வில்லை. பொதுவாக நான் ஒயின் குடிப்பதில்லை. ஷாம்பெயின் மட்டுமே! அதுவும் ஒரு கோப்பைதான் குடிப்பேன். அதுவே சாயங்காலம் முழுவதற்கும் எனக்குத் தாக்குப் பிடிக்கும். அவ்வளவு கொஞ்சமாகச் சாப்பிட்டும்கூட எனக்குத் தலைவலி வந்து விடுகிறது! என்னைக் கொஞ்சம் தைரியப்படுத்திக்கொள்வதற் காகத்தான் இப்பொழுது இதை வாங்கி நான் குடித்துக்கொண்டி ருந்தேன். வேறொரு இடத்திற்குச் செல்வதற்கும் என்னை நான் ஆயத்தப்படுத்திக்கொள்ள வேண்டியிருக்கிறது! அதற்காகத்தான் இப்படி...! நான் ஒரு வினோதமான மனநிலையில் இருப்பதை நீயே பார்க்கிறாயல்லவா? அதற்கு உன் வருகை இடைஞ்சலாக இருக்குமென்று எண்ணியதால்தான் உன் கண்களில் பட்டு விடாமல் இருப்பதற்காகப் பள்ளிக்கூடப் பையனைப் போல ஒளிந்துகொள்ள நான் முயற்சி செய்தேன். ஆனால்... இப்போது... (தனது கைக்கடிகாரத்தை எடுத்துப் பார்த்துக்கொண்டான்) உன்னோடு ஒரு மணிநேரம் செலவிட முடியுமென்று நினைக் கிறேன். இப்போது நாலரை மணி ஆகிறது. நான் இப்போது ஒரு வெற்று ஆளாகத்தான் இருக்கிறேன். நான் ஒரு நிலச்சுவான் தாருமில்லை. ஒரு தந்தையுமில்லை! இராணுவ அதிகாரியுமில்லை! புகைப்படக்காரனுமில்லை! பத்திரிகைக்காரனுமில்லை! நான் ஒரு

சாதாரணமான மனிதன்... வெற்று மனிதன்...! என்னிடம் எந்த விதமான தனிப்பட்ட சிறப்புமில்லை! சில வேளைகளில் இது எனக்கு மிக மிக அலுப்பூட்டுவதாகத்தான் இருக்கிறது! உண்மையில் நீ என்னிடம் புதிதாக ஏதாவது சொல்லக்கூடுமென்று நினைத்துக்கொண்டிருக்கிறேன்!"

"இப்படியெல்லாம் சொல்கிறீர்களே... அப்படியென்றால் நீங்கள் உண்மையிலேயே யார்? இங்கே எதற்காக வந்திருக்கிறீர்கள்?"

"நான் யார்? குதிரைப்படையில் இரண்டு வருடம் வேலை பார்த்த ஒரு கௌரவமான மனிதன்! பிறகு செயிண்ட் பீட்டர்ஸ்பர்க் நகரத்திற்குள் தள்ளிவிடப்பட்டவன். பிறகு மார்ஃபா பெத்ரோவ்னாவை மணந்து நாட்டுப்புறக் கிராமப்பகுதியொன்றில் வாழ்க்கை நடத்தினேன்! என் சுயசரிதம் அவ்வளவுதானென்பது உனக்கே தெரியும்!"

"நீங்கள் ஒரு சூதாடி என்று நினைக்கிறேன்!"

"சூதாடியா? இல்லை... இல்லை... சீட்டாட்டத்தில் தில்லு முல்லு செய்பவனைப் போய் ஒரு சூதாடி என்று எப்படிச் சொல்ல முடியும்?"

"அப்படியானால் நீங்கள் சீட்டு விளையாட்டில் விஷமம் செய்பவரென்று சொல்லுங்கள்... அப்படித்தானே?"

"அப்படியும் இருந்திருக்கிறேன்!"

"அந்த மாதிரி வேலைகளில் நீங்கள் பிடிபட்டு அதற்காக அடிபட்டதுண்டா?"

"அப்படியும் நடந்திருக்கிறது. அதைப் பற்றி இப்போதென்ன...?"

"அப்படியானால்... அந்தக் காரணத்தினாலேயே நீங்கள் இப்போது யாருடனோ சண்டை போட வேண்டியது இன்னும் பாக்கியிருக்கிறது! அது உண்மைதானே!"

"இதோ பார், அதைப் பற்றியெல்லாம் உன்னோடு இப்போது நான் விவாதிக்கப் போவதில்லை. நான் ஒன்றும் பெரிய தத்துவ ஆசானில்லை! நான் இங்கே இத்தனை சீக்கிரமாக வந்து சேர்ந்ததற்குப் 'பெண் விவகாரம்'தான் காரணம் என்பதை மட்டும் வெளிப்படையாக ஒத்துக்கொள்கிறேன்!"

"அதாவது மார்ஃபா பெத்ரோவ்னா கல்லறைக்குப் போனவுடனேயே...? அப்படித்தானே?"

“ஆமாம்” என்றபடி வெற்றிப் பெருமிதத்தோடு புன்னகைத் தான் ஸ்விட்ரிகைலோவ். “அதில் என்ன இருக்கிறது? பெண்களைப்பற்றி இப்படியெல்லாம் நான் பேசுவது தவறானது என்று நீ நினைக்கிறாய் போலிருக்கிறது?”

“கெட்ட நடத்தைக்கு நான் ஆதரவாக இருக்க வேண்டும் என்று நீங்கள் நினைக்கிறீர்களா? அல்லது எதிராக இருக்க வேண்டுமென்று விரும்புகிறீர்களா?”

“கெட்ட நடத்தையா...? ஓ, நீ அதை அப்படித்தான் நினைத்துக்கொண்டிருக்கிறாயா? இப்பொழுது நான் விஷயங்களை வரிசைப்படுத்திச் சொல்கிறேன். கேள்! முதலில், பொதுவாகப் பெண்களைப் பற்றி நான் நினைப்பதையெல்லாம் சொல்கிறேன். நான் எப்போதுமே கொஞ்சம் வாயாடுவதில் விருப்பமுள்ளவன் என்பது உனக்குத் தெரிந்ததுதானே? நான் எதற்காக என்னையே கட்டுப்படுத்திக்கொள்ள வேண்டும்? அதற்கு என்ன தேவை? பெண்கள் மீது எனக்கு இயல்பாகவே ஒரு நாட்டம் இருக்கு மானால் அதை ஏன் கைவிட வேண்டும்? அதுவும் ஒரு வகையான பொழுதுபோக்குத்தானே...?”

“அப்படியானால் உங்கள் இழிவான விருப்பங்களை யெல்லாம் நிறைவேற்றிக்கொள்ள இங்கே நிறைய வாய்ப்புக் கிடைக்குமென்றுதான் வந்திருக்கிறீர்கள்! அப்படித்தானே?”

“அப்படியே இருந்துவிட்டுப் போகட்டுமே? அதிலென்ன இருக்கிறது? நீ வேண்டுமானால் அதைக் கெட்ட நடத்தை என்று சொல்லிக்கொள்! அந்த வார்த்தை உனக்கு ரொம்பவும் பிடித்திருக் கிறது போலிருக்கிறது! ஆனால் உன்னை நேரடியாகவே நான் ஒரு கேள்வி கேட்கிறேன்! இப்படிப்பட்ட கெட்ட நடத்தைக்கான தூண்டுதல்களை, என்றும் நிலையாக இருப்பவை என்றும், இயற் கையான உந்துதல்கள் என்றும், ஒரு சில மனிதர்களிடம் அதிக மாகக் காணப்படுபவை என்றும் சொல்ல முடியும். ஆனால் அவை எந்தக் கற்பிதங்களினாலும் உண்டானவை அல்ல. இரத்தத் தில் எப்பொழுதுமே சாஸ்வதமாக எரிந்துகொண்டிருக்கும் நெருப்பு அது! பற்றிக்கொள்ளத் தயார் நிலையில் இருப்பது! எளிதாகவும் உடனடியாகவும் அணைக்க முடியாதபடி பலப்பல ஆண்டுகள் தொடர்ந்து வருவது! ஒருவகையில் அதுவும் ஒரு பொழுதுபோக்குத்தான் என்பதை நீயே ஒத்துக்கொள்வாய்!”

“அதில் சந்தோஷப்படும்படியாக என்ன இருக்கிறது? உண்மையில் அது ஒரு நோய்! மிக மிக ஆபத்தான நோய்!”

“ஓ, நீ அப்படி நினைத்துக்கொண்டிருக்கிறாயா? சரி, அது நோய்தானென்பதை நானும்கூட ஒத்துக்கொள்கிறேன்! மற்ற

எல்லாவற்றையும் போல அதுவும்கூடச் சில எல்லைகளைத் தாண்டிப் போகக்கூடியதுதான்! ஆனால் இந்த விஷயத்தைப் பொறுத்தவரையில், அப்படி எல்லைகளைத் தாண்ட வேண்டியது ஒருவகையில் அவசியமாகவும்கூட இருக்கிறது! ஒவ்வொரு மனிதரிடமும் இது ஒவ்வொரு வகையாக இருக்கலாம்! ஆனாலும் ஒரு கட்டத்தை அடைந்த பிறகு, எவ்வளவு கேவலமான நடத்தை களையும்கூடச் சிறிது யோசித்துப் பார்த்துக் கணக்குப் பண்ணி செய்ய வேண்டுமென்பதும் முக்கியம்தான்! ஆனால் ஒரு மனிதனால் என்னதான் செய்ய முடியும்? இந்த மாதிரி வடிகாலும் இல்லாமல் போய்விட்டால் இந்தக் கஷ்டங்களைச் சத்தமில்லாமல் முடித்துக்கொள்வதற்கு ஒரே வழி, பேசாமல் சுட்டுக்கொண்டு சாவதுதான்! கௌரவமான ஒரு மனிதனாக இருந்தால், வாழ்க்கை தரும் சலிப்பை எப்படியாவது பொறுத்துக்கொண்டு, சகித்துக்கொண்டு வாழும் கடமை அவனுக்கு இருக்கிறது என்பது உண்மைதான்! ஆனாலும் அதே நேரத்தில்..."

"உங்களால் அப்படி உங்களைச் சுட்டுக்கொள்ள முடியுமா?"

"இந்தப் பேச்சை விட்டுத்தள்ளு..." என்று வெறுப்போடு அவனைத் தடுத்த ஸ்விட்ரிகைலோவ், "தயவுசெய்து எனக்கு ஓர் உதவி செய்யேன்! அந்தப் பேச்சை மட்டும் கொஞ்சம் பேசாம லிருக்கிறாயா?" என்று வேகமாகக் கூறினான். முன்பு பேசியபோது அவனது குரலில் காணப்பட்ட அந்தத் தற்பெருமையும் ஜம்பமும் அகம்பாவமும்கொண்ட தொனி இப்போது அவனது குரலில் கொஞ்சம்கூடக் காணப்படவில்லை. அவனுடைய முகபாவமும் கூட மாறிப் போயிருந்தது.

"மன்னிக்கவே முடியாத ஒரு பலவீனத்தை ஒப்புக்கொள் வதைத்தவிர இப்போது எனக்கு வேறுவழியில்லை. எனக்கு இப்போது மரணத்தைப் பற்றி நினைக்கவே பயமாக இருக்கிறது. அதைப் பற்றிப் பேசுவதைக்கூட என்னால் கேட்க முடியவில்லை. ஏதோ கண்ணுக்குத் தெரியாத, மாயமான ஏதோ ஒன்று என்னைச் சூழ்ந்துகொண்டிருப்பதைப் போலிருக்கிறது. அதைப் பற்றி உனக்குத் தெரியுமா?

"ஓ, மார்ஃபா பெத்ரோவ்னாவின் ஆவியைப் பற்றிச் சொல் கிறீர்களா? ஏன்? அது இன்னும் வந்துகொண்டிருக்கிறதா?"

"அதைப்பற்றிப் பேசிவிடாதே! செயிண்ட் பீட்டர்ஸ்பர்க் நகரத்திற்கு வந்த பிறகு இன்னும் நான் அதைப் பார்க்கவில்லை. அது எக்கேடு கெட்டும் போய்த் தொலையட்டும்!" என்று அவனை எரிச்சலுடன் பார்த்தபடி கத்தினான் ஸ்விட்ரிகைலோவ். "இல்லை.. நாம் இன்னும் நல்ல விஷயங்களைப் பேசியிருக்கலாம். ஆனால் துரதிருஷ்டவசமாக நேரம் குறைந்துகொண்டே வருகிறது.

நானும் உன்னோடு அதிக நேரம் பேசிக்கொண்டு இருக்க முடியாது! மன்னித்துக்கொள்! நேரம் மட்டும் இருந்தால் உனக்கு வேறொரு விஷயத்தைப்பற்றி நான் சொல்லியிருப்பேன்!"

"உங்களை இப்போது உடனடியாகப் போகத்தூண்டுவது எது? யாராவது ஒரு பெண்ணா?"

"ஆமாம்... பெண்தான்! அது கொஞ்சம்கூட எதிர்பாராமல் தற்செயலாகக் கிட்டியிருக்கும் ஒரு வாய்ப்பு! ஆனால் நான் உன்னிடம் பேச விரும்பியது அதைப்பற்றி இல்லை!"

"சே... இப்படிப்பட்ட ஒளிவு மறைவான அசிங்கமான செயல்களெல்லாம் உங்களைக் கொஞ்சம்கூடவா பாதிக்கவில்லை! அவற்றையெல்லாம் தடுத்து நிறுத்திக்கொள்ளக்கூடிய சக்தியை நீங்கள் அடியோடு இழந்துவிட்டீர்களா என்ன?"

"உனக்கு மட்டும் அப்படிப்பட்ட சக்தி இருக்கிறதா என்ன? ஹி... ஹி...! ஹி! நீ இப்படித்தான் இருப்பாய் என்பதை நான் முன்கூட்டியே அறிந்திருந்தாலும்கூட உன்னைப் பார்க்க பார்க்க எனக்கு ஆச்சரியமாகத்தான் இருக்கிறது ரோடியன் ரொமனோவிச்! இழிவான நடத்தையின் தீமையைப் பற்றியும், நல்ல ரசனைகளைப் பற்றியும், அழகியல் உணர்வுகளைப் பற்றியும் நீ பேசுகிறாய்! நீ ஓர் இலட்சியவாதி! போதனை செய்பவன்! நீ ஒரு 'ஷில்லர்'! நீ இப்படி இல்லாமல் வேறுவிதமாக இருந்தால் தான் ஆச்சரியமாக இருக்கும்! ஆனாலும், அதேநேரத்தில், அதை நிஜமாகவே பார்க்கும்போது, கொஞ்சம் வினோதமாகத்தான் இருக்கிறது! ஐயோ, தம்பி, நேரம் குறைவாக இருப்பதற்காக நான் மிகவும் வருத்தப்படுகிறேன். உனது செயல்கள், உனது போக்குகள் எல்லாமே மேலும் மேலும் சுவாரசியத்தைத் தூண்டுவதால் உன்னை முழுவதுமாக அலசிப்பார்க்க ஆசைப்படுகிறேன்! ஆனால் நேரமில்லையே... என்ன செய்வது? அதிருக்கட்டும்! உனக்கு 'ஷில்ல'ரைப் பிடிக்குமா? எனக்கு அவரை மிக மிகப் பிடிக்கும்!"

"ஆனாலும் அளவுக்கு மீறிய தற்பெருமைகொண்ட மனிதராகவல்லவா நீங்கள் இருக்கிறீர்கள்?"

"இல்லை... உண்மையில் அப்படி இல்லை" என்று பதிலளித்தான் ஸ்விட்ரிகைலோவ். "ஆனால், அதைப்பற்றி நான் எதையும் விவாதிக்க மாட்டேன்! ஒருவேளை என்னிடம் சற்று அகம்பாவம் இருக்கலாம்! ஆனால் அது தீமை தராமலிருக்கும் பட்சத்தில் அப்படி இருப்பதில் என்ன தவறு இருக்கிறது? ஏதோ ஒரு நாட்டுப்புறப் பகுதியில் மார்ஃபா பெத்ரோவ்னாவுடன் ஏழாண்டுக் காலம் வாழ்ந்து வந்த நான், இப்போது உன்னைப்

போன்ற அறிவாளியான ஒரு மனிதனைக் கொஞ்சம் பிடித்து வைத்துக்கொண்டு பேசிக்கொண்டிருக்கிறேன். நீ புத்திசாலி என்பதோடு, மிகவும் சுவாரசியமானவனாகவும் இருப்பதால் உன்னுடன் பேசுவது எனக்கு மகிழ்ச்சியாக இருக்கிறது. போதாக்குறைக்கு நான் குடித்திருக்கிற அரைக் கோப்பை ஒயின் வேறு என் மண்டைக்குள் கொஞ்சம் போயிருக்கிறது! அதையெல்லாம்விட வேறொரு முக்கியமான விஷயத்திலும் நான் மிகவும் கவலையாக இருக்கிறேன். ஆனால் அதைப்பற்றி நான் பேசப் போவதில்லை. ஆமாம், எங்கே கிளம்பிவிட்டாய்?" என்று கலவரமடைந்தவனாகத் திடீரென்று கேட்டான் அவன்.

ரஸ்கோல்னிகோவ் கிளம்புவதற்கு தயாராக நின்றுகொண்டிருந்தான். அவன், சற்று இறுக்கமாகவும், மனச்சஞ்சலத்துடனும் காணப்பட்டான். தான் இங்கே வந்தது தவறோ என்ற எண்ணம் அவனிடத்தில் தோன்றத் தொடங்கிவிட்டாற் போலிருந்தது. இந்த உலகத்திலேயே மிகக் குறுகிய மனம்கொண்டவனாகவும், மிகவும் மோசமான போக்கிரியாகவும் ஒருவன் இருந்தால் அவன் இந்த ஸ்விட்ரிகைலோவாகத்தான் இருக்க முடியும் என்று உறுதியான அபிப்பிராயம், ரஸ்கோல்னிகோவின் மனதில் தோன்றியிருந்தது.

"அட....! இன்னும் கொஞ்ச நேரம் உட்கார், தம்பி!" என்று ரஸ்கோல்னிகோவிடம் கெஞ்சினான் ஸ்விட்ரிகைலோவ். "கொஞ்சம் தேநீர் குடி. இன்னும் கொஞ்ச நேரம் என்னோடு இருந்துவிட்டுப் போ! என்னைப்பற்றி அபத்தமாக உளறிக் கொண்டிருப்பதை வேண்டுமானால் நிறுத்திவிட்டு, உனக்கொரு கதை சொல்கிறேன் கேள். முன்பு நீ குறிப்பிட்ட சீரழிவுகளிலிருந்து என்னைக் காப்பாற்ற, ஒரு பெண் எந்த அளவுக்கு முயற்சி செய்தாளென்பதைத் தெரிந்துகொள்கிறாயா? அதைத் தெரிந்து கொள்கிறாயா? அதைத் தெரிந்துகொள்ள விருப்பமிருக்கிறதா உன்னிடம்? அது உன்னுடைய முதல் கேள்விக்குப் பதிலாக அமைந்துவிடும். காரணம், அந்தப் பெண் வேறு யாருமில்லை... உன் சகோதரிதான்! என்ன சொல்லிவிடவா? ஏதோ அப்படிப் பேசிக்கொண்டிருப்பது நேரத்தைப் போக்கவாவது உதவும்."

"ரொம்ப நல்லது! சொல்லுங்கள்! ஆனால் நான் என்ன நினைக்கிறேன் என்றால்..."

"சே... சே! அப்படியெல்லாம் கவலைப்படாதே! மேலும் அவ்தோத்யா ரொமனோவ்னாவைப் போன்ற ஒரு பெண்ணால் – மிக மிக மோசமான குணங்களைக்கொண்டிருக்கும் – என்னைப் போன்ற ஒரு மனிதனிடத்திலிருந்தும்கூட அவள்மீது ஆழ்ந்த மரியாதையை மட்டுமே ஏற்படுத்த முடியும்!"

அத்தியாயம் – 4

"ஒருவேளை உனக்கேகூட இது தெரிந்திருக்கலாம்!" (நிச்சயமாக, நானே இதைப்பற்றி உன்னிடம் சொல்லியிருக்கிறேன்) என்றபடி பேச்சைத் தொடங்கினான் ஸ்விட்ரிகைலோவ்:

"முன்பு ஒருமுறை எனக்கு மிக அதிகமான கடன் சுமை ஏற்பட்டுப் போய்விட்டதால் (கடன் கொடுத்தவர்களின் புகாரின் பேரில் கைது செய்யப்பட்டுக் கடனாளிகளுக்கான) சிறையில் நான் இருந்தேன். பணத்தைத் திருப்பிச் செலுத்துவதற்குக் கொஞ்சம்கூட வாய்ப்பில்லாத ஒரு சூழ்நிலை! அதிலிருந்து மார்ஃபா பெத்ரோவ்னா என்னை வெளியே கொண்டுவந்தது எப்படி என்பது போன்ற தகவல்களையெல்லாம் இங்கே நான் விளக்கிச் சொல்ல வேண்டிய அவசியமில்லை! காதல் உணர்வு என்பது, ஒரு பெண்ணை எந்த அளவுக்கு முட்டாள்தனமாக இழுத்துக்கொண்டு போய்விடுமென்று உனக்குத் தெரியுமா? அவள் நேர்மையானவள். படிப்பறிவில்லாதவளாக இருந்தும்கூட புத்திசாலியாக அவள் இருந்தாள். ஆனால் கொஞ்சம் பொறாமை குணம்கொண்ட அந்தப் பெண், என்னுடைய நடத்தைகளுக்காகப் பல தடவைகள் என்னைக் கடிந்துகொண்ட பிறகு, இறுதியாகக் கொஞ்சம் கீழே இறங்கிவந்தாள். என்னோடு ஒரு ஒப்பந்தம் செய்துகொண்டாள். நாங்கள் இல்வாழ்க்கை நடத்திய காலம் முழுவதும், கொஞ்சம்கூட மாற்றமில்லாமல் அந்த ஒப்பந்தத்தை அவள் கடைப்பிடித்துக் கொண்டும் வந்தாள். அந்த ஒப்பந்தத்தைப் பற்றிச் சொல்கிறேன், கேட்டுக்கொள்! அவள் என்னைவிட வயதில் மூத்தவள். எப்பொழுது பார்த்தாலும் வாயில் கிராம்பையோ அல்லது வேறு எதையாவது ஒன்றையோ போட்டு மென்றுகொண்டேயிருப்பாள். அவளிடம் முழுக்கமுழுக்க உண்மையாக இருப்பது எனக்குச் சாத்தியமில்லாதது என்பதை நான் கொஞ்சம் முரட்டுத் தனமாகவே சொன்னபோதும் என் வழியில் நேர்மையாகவும், நேரடியாகவும் அவளிடம் சொல்லிவிட்டேன். அப்படி நான் ஒப்புக்கொண்டது, அவளை ஆவேசப்படச் செய்தது. ஆனாலும் ஏதோ ஒரு வகையில், என்னுடைய முரட்டுத்தனமான, வெளிப் படையான பேச்சு, அவளுக்குத் திருப்தியளிப்பதாகவும் இருந்தது.

"இந்த விஷயத்தை இப்படி ஒளிவு மறைவில்லாமல், முன்கூட்டியே இவர் தெரிவிக்கிறாரென்றால், இவர் என்னை ஏமாற்ற விரும்ப வில்லை என்றுதான் அர்த்தம்!' என்று அவளாகவே தனக்குள் தீர்மானித்துக்கொண்டாள். பொறாமைக் குணம்கொண்ட அவளுக்கு அதுதான் முக்கியமானதாக இருந்தது. அவள் நிறையக் கண்ணீர் வடித்து முடித்த பிறகு, நாங்கள் இரண்டு பேரும் சேர்ந்து, வாய்மொழியாக மற்றொரு ஒப்பந்தத்தை முடிவு செய்து கொண்டோம். முதலாவது: நான் எந்த நிலையிலும் மார்ஃபா பெத்ரோவ்னாவைவிட்டுச் சென்றுவிடக்கூடாது, எப்பொழுதும் அவளது கணவனாகவே நீடித்திருக்க வேண்டும். இரண்டாவது: அவளது அனுமதியின்றி அவளை விட்டு எங்கும் போகக்கூடாது. மூன்றாவது: இன்னொரு பெண்ணை நான் நிரந்தரமான வைப்பாட்டியாக ஆக்கிக்கொள்ளக்கூடாது. நான்காவது: முன்பு சொன்னபடி நான் நடந்துகொள்வதற்காக எனக்குச் சலுகை காட்டும்வண்ணம், வீட்டு வேலை பார்க்கும் பெண்கள் மீது அவ்வப்போது என் கண்களைப் பதித்துக்கொள்ளலாம் என்று மார்ஃபா பெத்ரோவ்னா எனக்கு அனுமதி அளித்திருந்தாள். ஆனால் அதுவும்கூட இரகசியமாக அவளுக்குத் தெரிவிக்க வேண்டும். ஐந்தாவது: நம்முடைய வர்க்கத்தைச் சேர்ந்த பெண் மீது காதல் வயப்படுவதிலிருந்து கடவுள் என்னைப் பாதுகாக்க வேண்டும். ஆறாவது: ஒருவேளை, தப்பித்தவறி அவ்வாறு ஒரு தீவிரமான அதீதக் காதல் எனக்கு ஏற்படுமானால் உடனே அதை நான் மார்ஃபா பெத்ரோவ்னாவிடம் தெரிவித்துவிட வேண்டும்! ஆனால் என்னவோ தெரியவில்லை. இந்தக் கடைசி விஷயத்தைப் பற்றி அவள் அவ்வளவாக அலட்டிக்கொள்ளவில்லை! காரணம், அவள் மிகவும் புத்திசாலி! என்னால் அப்படியெல்லாம் தீவிர மாகக் காதல் வயப்பட முடியாதென்பதையும், நான் ஒழுக்கங் கெட்ட ஒரு கயவன் என்பதையும் அவள் சரியாகவே கணித்து வைத்திருந்தாள். ஆனாலும் புத்திசாலியாக இருப்பதும், பொறாமை யோடு இருப்பதும், இரண்டும் வேறுவேறான விஷயங்கள் என்பதால் அதிலிருந்துதான் துன்பமே தொடங்கியது. சில மனிதர் களைப் பற்றி எந்த விருப்பு வெறுப்புமில்லாமல் ஒரு முடிவுக்கு வர வேண்டுமானால் அவர்களைப் பற்றி நமக்குள் முன்பே ஏற்பட்டுப் போயிருக்கும் சில அபிப்பிராயங்களை முதலில் நாம் கட்டாயமாக உதறிவிட வேண்டும். நம்மைச் சுற்றியுள்ள சாதாரண மான மனிதர்கள் மீது வழக்கமாக நாம் கொண்டிருக்கும் கண் ணோட்டங்களையும் விட்டுவிட வேண்டும். இந்த விஷயத்தைப் பொறுத்தவரையில் வேறு எவரையும்விட நீ சரியாக முடி வெடுப்பாய் என்ற நம்பிக்கை எனக்கிருக்கிறது. மார்ஃபா பெத்

ரோவ்னாவைப் பற்றிய வேடிக்கையான, பரிகசித்துச் சிரிக்கக்கூடிய பல விஷயங்களை நீயும்கூடக் கேள்விப்பட்டிருப்பாய்! அவள் மேற்கொள்ளும் சில நடவடிக்கைகளும், கையாளும் விதிமுறைகளும் சில சமயம் வேடிக்கையாகவும், அபத்தமாகவும்தான் இருக்கும். ஆனாலும் அவளை நான் அளவுக்கு அதிகமாகவே வேதனைப்படுத்தியிருக்கிறேன் என்பதை உன்னிடம் நேரடியாகவே ஒப்புக்கொள்கிறேன்! அதற்காக நான் வருத்தப்படவும் செய்கிறேன். மிக மென்மையான ஒரு மனைவியின் மீது, மிக அதிகமான பிரியம் வைத்திருந்த ஒரு கணவன் நான் என்று காட்டிக்கொள்ள இது போதுமென்றே நினைக்கிறேன்! பொதுவாக எங்களுக்குள் சண்டை வரும் சமயங்களிலெல்லாம் நான் கொஞ்சமும் பொறுமையிழக்காமல் அமைதியாகவே இருந்துவிடுவது வழக்கம்! ஒரு கண்ணியவானைப் போல நான் அப்படி நடந்துகொண்டதற்குப் பலனில்லாமல் இல்லை. என்னுடைய அந்தப் பெருந்தன்மை அவளுக்கு மிகவும் பிடித்திருந்தது. என்னைப் பற்றி அவள் பெருமைப்பட்ட தருணங்களும் உண்டு. ஆனாலும் உன் தங்கையை மட்டும் அவளால் பொறுத்துக்கொள்ளவே முடியவில்லை! அப்படிப்பட்ட ஓர் அழகான பெண்ணை வீட்டு வேலைகளைக் கண்காணிக்கும் பொறுப்பில் நியமிக்க அவள் எப்படித் துணிந்தாள்? அது எப்படி நிகழ்ந்தது? அதற்குக் காரணமாக இருந்தது, மிக எளிதாகவும், மிகத் தீவிரமாகவும் உணர்ச்சிவசப்பட்டுவிடக்கூடிய மார்ஃபா பெத்ரோவ்னாவின் இயல்புதான்! அவள், எடுத்த எடுப்பிலேயே உன் தங்கை மீது மிகுந்த பிரியம் வைத்துவிட்டாள். நிஜமாகவே உன் தங்கையை அவளுக்கு மிகவும் பிடித்துப் போய்விட்டது. ஆனால் உன் தங்கை அவ்தோத்யா ரொமனோவ்னாவைப் பார்த்தவுடனேயே ஏதோ ஒரு தவறு நடக்கப் போகிறது என்ற எண்ணம் என் மனதிற்குள் ஏற்பட்டுவிட்டது. அதனாலேயே, அவள் இருக்கிற பக்கம்கூடப் பார்க்கக்கூடாது என்று நான் நினைத்துக்கொண்டிருந்தேன். ஆனால் என்னுடைய இந்தப் போக்கினை மாற்றிக்கொள்ள முதலில் வழி அமைத்துக் கொடுத்தவளே உன் தங்கைதான் என்பதை உன்னால் நம்ப முடிகிறதா? ஆமாம், முதலடியை எடுத்து வைத்தவள் அவள்தான்! உன்னால் நம்பவே முடியாத இன்னொரு அதிசயம் என்னவென்றால் உன் தங்கையைப் பற்றி நான் எதுவுமே பேசாமலிருப்பது பற்றி மார்ஃபா பெத்ரோவ்னாவுமே என்னிடம் மிகுந்த கோபம்கொண்டிருந்தாள். அவ்தோத்யா ரொமனோவ்னாவின் குணநலன்களைப் பற்றிப் பரவசத்தோடு அவள் பொழிந்து தள்ளிக்கொண்டிருக்கும்போது, நான் அவற்றைக் கவனித்துக் கேட்காமல் அலட்சியம் செய்துவிட்டதாக மார்ஃபா பெத்ரோவ்னா என்னைக் குற்றம் சாட்டுவதுண்டு. உண்மையில்,

அவள் விரும்பியது என்னவென்று எனக்குப் புரியவில்லை, இதற்கிடையே, மார்ஃபா பெத்ரோவ்னா, உன் தங்கையிடம், என்னைப் பற்றிய எல்லா விஷயங்களையும் மிக விரிவாகச் சொல்லிவிட்டாள். குடும்ப இரகசியங்களை எல்லோரிடம் பகிர்ந்துகொள்வதும், என்னைப் பற்றிப் பிறரிடம் ஓயாமல் குற்றம் கூறிக் கொண்டிருப்பதும் அவளுடைய இயல்புகள்! துரதிருஷ்டவசமாக அது அவளுடைய (தந்திரமான) குணமாகவே, மாறிப் போயிருந்தது. தற்போது தனக்குக் கிடைத்திருக்கும் அற்புதமான தோழியை – அதுதான் உன் தங்கையை மட்டும் அவள் விட்டு வைப்பாளா என்ன? என்னைப் பற்றிய விஷயங்களைத் தவிர வேறெந்த விஷயத்தையுமே அவர்கள் பேசிக்கொண்டிருந்திருக்க மாட்டார்களென்றே நான் நினைக்கிறேன்! என்னைப் பற்றி உலாவிக்கொண்டிருந்த மர்மங்கள் நிறைந்த, வினோதமான, மறைக்கப்பட்டிருந்த, சுவாரசியமான கதைகளையெல்லாம் திரும்பத் திரும்ப உன் தங்கையிடம் மார்ஃபா பெத்ரோவ்னா சொல்லிக்கொண்டே இருந்திருப்பாள் என்றுதான் நான் நினைக்கிறேன். என்னைப் பற்றிய எல்லா விஷயங்களுமே உன்னுடைய தங்கைக்குத் தெரிந்து போயிருக்கும் என்பதில் எனக்குச் சந்தேகமே இல்லை. அவற்றில் சிலவற்றையாவது நீயும் நிச்சயம் கேள்விப்பட்டிருப்பாய் என்றுதான் நான் நினைக்கிறேன்."

"ஆமாம்! நான்கூட அவற்றைக் கேள்விப்பட்டிருக்கிறேன். ஒரு குழந்தையின் மரணத்திற்கு நீங்கள் காரணமாக இருந்தீர்கள் என்று லூசின்கூட உங்கள் மீது குற்றம்சாட்டினானே...? அது உண்மையா?"

"தயவுசெய்து அந்த ஆபாசமான வதந்திகளையெல்லாம் இப்போது கொஞ்சம் அப்பால் தூக்கிப் போடுகிறாயா?" பொறுமை இழந்தவனாகவும், அந்த விஷயங்களைப் பற்றிப் பேசுவதில் அருவருப்புக்கொண்டவனாகவும் பதிலளித்தான் ஸ்விட்ரிகைலோவ். "உனக்கு அந்தக் குப்பைகளைப் பற்றி அவசியம் தெரிந்துதானாக வேண்டுமென்றால், உன்னிடம் நானே ஒருநாள் அதையெல்லாம் சொல்கிறேன். ஆனால் இப்போது வேண்டாம்..."

"கிராமத்தில் உங்களிடம் பணியாளாக இருந்தவனைப் பற்றிக்கூட ஏதோ ஒரு பேச்சு இருந்ததே...? அவனுக்கு நேர்ந்த முடிவுக்கு நீங்கள்தான் காரணம் என்பது போல..."

"போதும்! தயவுசெய்து இதோடு நிறுத்திக்கொள்" என்று மீண்டும் இடைமறித்தான் ஸ்விட்ரிகைலோவ். இந்தப் பேச்சினால் அவன் மிகவும் பதற்றமடைந்து போயிருப்பது தெளிவாகத் தெரிந்தது.

“நீங்கள்கூட என்னிடம் சொன்னீர்களே...? இறந்துவிட்ட பணியாள் ஒருவன், இறந்த பிறகு வந்து உங்களது புகைக்குழலை நிரப்பியது போல உங்களுக்கு ஓர் உருவெளித் தோற்றம் ஏற்பட்ட தாகச் சொன்னீர்களே! அவன்தானா அது...?” என்று தொடர்ந்து கேட்டு அவனது எரிச்சலை மேலும் தூண்டிக்கொண்டிருந்தான் ரஸ்கோல்னிகோவ்.

அவனை மிகுந்த கோபத்தோடு, கடுமையாக உற்றுப்பார்த் தான் ஸ்விட்ரிகைலோவ். ஆனால், ஒரு நொடிக்குள் தன்னைச் சமாளித்துக்கொண்டு சகஜமாக முகபாவத்தை மாற்றிக்கொண் டான் ஸ்விட்ரிகைலோவ். பிறகு, மிகவும் நாகரிகமான முறையில் பதிலளிக்கத் தொடங்கினான். “ஆமாம்! அவனேதான்! நீ என்னவோ, இந்த விஷயத்தில் அளவுக்கதிகமான ஆர்வம் காட்டுவ தாக எனக்குத் தோன்றுகிறது. சரி! அதற்கான சந்தர்ப்பம் வரும் போது உன் சந்தேகங்கள் எல்லாவற்றையுமே நான் தீர்த்து வைக் கிறேன். விட்டுத்தள்ளு இப்போது! ஒரு சிலரின் பார்வையில் நான் காமவெறிபிடித்தவனைப் போலத்தான் தென்படுகிறேன். என்ன செய்வது? என்னைப் பற்றிய சுவாரசியமான மர்மக்கதை களையெல்லாம் உன் தங்கையிடம் சொன்னதற்காக மார்ஃபா பெத்ரோவ்னாவுக்கு ஒருவகையில் நான் நன்றிக்கடன் பட்டுப் போனதாகவே உணர்ந்தேன். அந்தக் கதைகளெல்லாம் அவ் தோத்யா ரொமனோவ்னாவிடத்தில் என்னைப்பற்றி எந்தவிதமான அபிப்பிராயத்தை ஏற்படுத்தியதோ... அதுபற்றி எனக்குத் தெரிய வில்லை. ஆனாலும் அது எனக்கு சாதகமாகத்தான் இருந்தது. உண்மையிலேயே அவ்தோத்யா ரொமனோவ்னாவுக்கு என்மீது அதிகமான வெறுப்புத்தான் இருந்தது! நானும் அவளிடம் நெருக்க மாகப் பழகாமல் விலகித்தான் இருந்தேன். கொஞ்சம் வருத்தமாக இருப்பது போலவும் வேண்டுமென்றே வெளிக்காட்டிக்கொண் டேன். ஆனாலும் கடைசி கடைசியாக அவள் எனக்காக வருத்தப் பட ஆரம்பித்தாள். தொலைந்து போன எனது ‘ஆத்மா’வைக் குறித்து அவள் கவலைகொள்ளத் தொடங்கிவிட்டாள். ஒரு பெண்ணின் இதயம், ஓர் ஆணுக்காக இரக்கப்பட ஆரம்பித்து விட்டால், அவள் பெரிய ஆபத்தில் மாட்டிக்கொள்ளப் போகிறா ளென்றுதான் அர்த்தம். அவள் ‘அவனைக்’ காப்பாற்ற விரும்புவ தாகத் தனக்குள் நினைத்துக்கொண்டு அவனுக்குப் புத்திமதி சொல்லவும், புதுவழி காட்டவும் தொடங்கிவிடுவாள். உயர்ந்த இலட்சியங்களையும், நல்ல செயல்பாடுகளையும் அவனுக்குப் புகட்ட முற்படுவாள்! அப்படிப்பட்ட சூழ்நிலையில் தொடர்ந்து என்ன நடக்கும் என்பதை எவருமே எளிதாக அனுமானித்துவிட முடியும்! அந்தப் பறவை, தானாகவே பறந்துவந்து எனது வலையில்

விழுந்துவிட்டதென்பதைப் புரிந்துகொண்ட நான், என் பங்குக்கு எதைச் செய்ய வேண்டுமோ அதைச் செய்ய ஆரம்பித்தேன்! நீ முறைப்பதைப் போலத் தோன்றுகிறதே, ரோடியன் ரொமனோவிச்! அதற்கெல்லாம் தேவையே இல்லை! 'அந்தக் காரியம்' கடைசி வரையிலும் கைகூடவே இல்லை! ("சே, என்ன அநியாயம், நான் ஏன் இவ்வளவு அதிகமாகக் குடித்துக்கொண்டிருக்கிறேன்!") தொடக்கத்திலிருந்தே நான் என்ன நினைத்துக்கொண்டிருந்தேன் தெரியுமா? அவள், இரண்டாவது, மூன்றாவது நூற்றாண்டுகளில் வாழ்ந்த ஏதாவது ஓர் அரச குடும்பத்தைச் சேர்ந்தவளாகவோ, அல்லது 'ஆசியா மைனரி'லுள்ள ஏதேனும் ஒரு கவர்னர் அல்லது 'புரோகன்சலுக்கு' மகளாகவோதான் இருக்க வேண்டும் என்று தான் நினைத்துக்கொண்டிருந்தேன். அப்படி ஒருவேளை, அவள் பிறந்திருந்தால், நிச்சயம் நாட்டுக்காக உயிர்த்தியாகம் செய்ய முன் வருபவர்களில் ஒருத்தியாகத்தான் அவள் இருந்திருப்பாள். தன்னுடைய நெஞ்சின்மீது பழுக்கக் காய்ச்சிய ஈட்டிகளைச் செருகும்போதுகூடப் புன்னகை மாறாதவளாகத்தான் அவள் இருந்திருப்பாள்! தானே வலிந்து எதிரில் போய் நின்று, அவற்றைத் தன் மார்பில் அவள் ஏற்றுக்கொண்டிருப்பாள். நான்காவது அல்லது ஐந்தாவது நூற்றாண்டுகளில் அவள் பிறந்திருந்தால், எகிப்தியப் பாலைவனங்களுக்குச் சென்று, கிட்டத்தட்ட முப்ப தாண்டுக் காலம் அங்கே கிடைக்கும் வேர்களை மட்டும் சாப் பிட்டபடி, பரவசமான தியானங்களிலும், கனவுகளிலும் மிதந்தபடி வாழ்ந்திருப்பாள்! தன் தியாகத்திற்குப் பலன் இல்லாவிட்டால் – தான் எண்ணியிருந்த இலட்சியத்தின் இலக்கை எட்ட முடியா விட்டால் – உயரத்திலிருக்கும் ஜன்னல்களிலிருந்து கீழே குதித்து தன் உயிரை மாய்த்துக்கொள்ளவும் அவள் அஞ்ச மாட்டாள். யாரோ, ரஸுமிகின் என்று ஒருவன் இருக்கிறானாமே... அவனைப் பற்றி நான் கேள்விப்பட்டேன்! அவன் புத்திசாலியான இளைஞன் என்றே எல்லோரும் சொல்கிறார்கள். பல்கலைக்கழகத்தில் படிக்கும் மாணவனாக அவன் இருப்பானென்று நான் நினைக் கிறேன்...! நல்லது, அவன் உன் தங்கையை நன்றாகப் பார்த்துக் கொள்ளட்டும்! சுருக்கமாகச் சொல்லப் போனால், உன் தங்கையை நான் இப்போது நன்றாகப் புரிந்துகொண்டேன்! அதில் எனக்குப் பெருமைதான்! ஆனால், அந்தக் காலத்தில் – எங்களுக்குள் அப்போதுதான் அறிமுகமாயிருந்த அந்தத் தொடக்க நாட்களில் – வழக்கத்தைவிட அற்பத்தனமாகவும், முட்டாள்தனமாகவும் ஒருவர் நடந்துகொள்வதென்பது இயல்பாக நடக்கக்கூடியது தானே? தவறுகளைச் செய்வதும், விஷயங்களைத் தவறான கோணத்திலேயே பார்த்துக்கொண்டிருப்பதும்தான் அப்போது நடந்தது. விட்டுத் தள்ளு! அவள் ஏன் அப்படி ஓர் அற்புதமான

அழகியாக இருக்க வேண்டும்...? அதில் என் தவறு என்ன இருக் கிறது? ஒரே வார்த்தையில் சொல்வதானால் அவள்மீது கட்டுப் படுத்திக்கொள்ள முடியாத அளவுக்கு ஒரு மோகம், என் உள்ளத் தில் கிளர்ந்தெழுந்தது. அவ்தோத்யா ரொமனோவ்னா, இதுவரை யில் எவருமே கேள்விப்பட்டிருக்காத அளவுக்கு மிக மிக ஒழுக்க மான நடத்தைகொண்டவளாக இருந்தாள். (இதைக் கொஞ்சம் கவனித்துக்கொள்! உன் தங்கையைப் பற்றிய இந்த விஷயங்களை வெறும் தகவலாகத்தான் நான் இப்போது சொல்லிக்கொண்டிருக் கிறேன். ஆழமான அறிவுகொண்டவளாக இருந்தபோதும் இன்னும்கூட ஒழுக்கநெறி பிடித்தவளாகவே உன் தங்கை இருக்கக் கூடும்! அது அவளுக்கு ஆபத்தைத்தான் ஏற்படுத்தப் போகிறது). எங்கள் வீட்டில் பராஷா என்ற பெயரில் ஒரு பெண் வேலை பார்த்துவந்தாள். கறுப்புக் கண்களைக் கொண்டிருந்த அந்தப் பெண், வேறு ஓர் எஸ்டேட்டிலிருந்து, எங்களுடைய எஸ்டேட் டிற்கு அழைத்துவரப்பட்டவள். இதற்கு முன்பு அவளை நான் பார்த்ததில்லை. அவள் மிக மிக அழகாக இருந்தாள். ஆனால் நம்பவே முடியாதபடி படுமோசமான முட்டாளாகவும் அவள் இருந்தாள்! அவள் என்னுடைய நடவடிக்கைகளைக் கண்டு பயந்து போய்க் கண்ணீர்விட்டுக் கதறி, பெரிதாகக் கூச்சலிட்டு ஊரையே கூட்டி, எல்லோருக்கும் தெரியக்கூடிய மிகப் பெரிய 'வம்பாக' அதை மாற்றி விட்டாள். ஒரு நாள் இரவுச் சாப்பாடு முடிந்து, தோட்டத்தில் நான் தனியாக இருந்தபொழுது, அந்த விஷயத்தைப் பற்றி என்னிடம் பேசுவதற்காக, அவ்தோத்யா ரொமனோவ்னா அவளாகவே என்னைத் தேடிக்கொண்டு வந்தாள். அனல் தெறிக்கும் கண்களோடு, மிகுந்த கோபத்தோடு என்னிடம் அவள் பேசினாள். அந்தப் பாவப்பட்ட பெண்ணான பராஷாவை நான் விட்டுவிட வேண்டும் என்று என்னை அவள் வற்புறுத்தினாள். அதுதான் எங்களுக்குள் தனிப்பட்ட முறையில் நடந்த முதல் சந்திப்பு! அவளது விருப்பத்தை நிறைவேற்றுவதை எனக்களிக்கப் பட்ட ஒரு கௌரவமாக நானும் கருதினேன். ஏதோ, அந்த விஷயத்தில் எனக்கு மிகுந்த சங்கடம் ஏற்பட்டுவிட்டது போலவும், அதனாலேயே நான் மிகுந்த மனஉளைச்சலுடன் இருப்பது போல வும் அவளுக்கு முன்பாக மிக நன்றாகவே நடித்தேன்! அதற்குப் பிறகு, அது தொடர்பாகவே எங்களுக்குள் இரகசியச் சந்திப்புகளும் பேச்சுவார்த்தைகளும் அதிகமாகத் தொடர்ந்தன! உன்னால் நம்ப முடிகிறதா? என்னுடைய கேவலமான போக்கைப் பார்த்து அவள் கண்ணீர்கூட வடித்தாள்! உரையாடலில் ஏற்பட்டுவிடும் சுவார சியம், சில பெண்களை எந்த எல்லைக்கெல்லாம் இட்டுச் சென்று விடுகிறது பார்! நடந்த எல்லாவற்றுக்கும் விதியின் மீதே பழியைப் போட்ட நான், 'என் வாழ்க்கையில் வெளிச்சம் வராதா என்று

ஃபியோதர் தஸ்தயெவ்ஸ்கி ● 925

ஏங்கிக்கொண்டிருப்பவனைப் போல நடித்தேன். இறுதியாக வேறொரு தந்திரத்தை நான் கையாளத் தொடங்கினேன். எந்தப் பெண்ணின் உள்ளத்தைக் கவர வேண்டுமென்றாலும் எளிதில் வளைத்துப் போடுவதற்கேற்ற நம்பகமான தந்திரம் அது! அதைக் கையாளும் எவருக்குமே ஏமாற்றம் ஏற்படுவதில்லை. அந்தத் தந்திரத்திற்குப் படியாத பெண்கள் இல்லையென்று சொல்லலாம். அவர்களை வானளாவப் புகழ்ந்து முகஸ்துதி செய்வதுதான் அது! இந்த உலகத்தில் நேர்மையாக இருப்பதைவிடக் கடினமானது வேறு எதுவுமே இல்லை. அதுபோலவே முகஸ்துதி செய்வதைவிட எளிமையானதும் எதுவுமில்லை. விஷயங்களை நேர்மையாகக் கையாளும்போது நூறில் ஒரு பங்கு தவறாகப் போய்விட்டாலும் கூட, முடிவு உடனே குழப்பமாகி அதனால் சிக்கல் ஏற்பட்டு விடுகிறது. ஆனால் முகஸ்துதி செய்யும் பொழுது, நாம் சொல்வது அனைத்துமே தவறானதாகவும், பொய்யானதாகவும் இருந்தால்கூட அதனால் ஏற்படும் விளைவு மிகவும் அபாரமானதாக இருக்கும்! கேட்பவர்களும்கூட ஒருவகையான மகிழ்ச்சியுடனேயே அதனைச் செவி மடுப்பார்கள்! அது கொஞ்சம் கொச்சையானதுதான் என்றாலும் அதனால் அவர்கள் மகிழ்ச்சியடைகிறார்கள் என்பது உண்மைதானே? நிறையப் பொய்யான விஷயங்களைச் சேர்த்துக் கொண்டு முகஸ்துதி செய்தாலும்கூட அதில் பாதியளவு உண்மை யாகத்தான் இருக்குமென்பது நிச்சயம்! இது ஒவ்வொரு படி நிலைக்கும், எல்லா மட்டங்களுக்குமே பொருந்தக்கூடியதுதான்! பரிசுத்தமான, கன்னித்தன்மை மாறாத, மிகவும் கட்டுப்பாடான பெண்களைக்கூட முகஸ்துதியில் வீழ்த்திவிட முடியும் என்றால் சாதாரணமானவர்களைப் பற்றிச் சொல்லவே வேண்டியதில்லை. தன் கணவரின் மீதும், குழந்தைகளின்மீதும், தனது கற்பொழுக் கத்தின் மீதும் மிகவும் பிடிப்புக்கொண்டிருந்த ஒரு பெண்ணை நான் எப்படித் தந்திரமாக ஏமாற்றினேன் என்பதை நினைத்துப் பார்க்கும் பொழுது, இப்பொழுதும்கூட என்னால் சிரிப்பை அடக்க முடியவில்லை! அது ரொம்பக் கஷ்டமும்படாமல் எதுவுமே இல்லாமல், சுலபமாக முடிந்துவிட்ட மிகவும் வேடிக்கை யான ஒரு விஷயம். தன் ஒழுக்கத்தைக் காப்பாற்ற வேண்டுமென் பதில், தன்னளவில் அந்தப் பெண் உறுதியாகத்தான் இருந்தாள். அவளுடைய அந்தப் பண்பை மட்டுமே எப்போதும் போற்றித் துதிபாடிக்கொண்டு, அவளை முகஸ்துதி செய்துகொண்டிருந்தேன் நான். அப்படி ஒரு தந்திரத்தை அவளிடம் கையாண்டேன்! மறை முகமாக அவளைப் புகழ்கிற வேலையையும் நான் செய்தேன். அவளுடைய பார்வையோ, அவளுடைய கையோ என் மீது தவறிப்போய்ப் பட்டுவிட்டால்கூட அதற்கு நான்தான் காரணம் என்பதைப் போல என்னையே நான் திட்டிக்கொள்வேன்.

அவளது கைகளை நான்தான் பலவந்தமாகப் பிடித்துவிட்டதைப் போலவும், அவள் அதற்கு ஒத்துக்கொள்ளாமல் முரண்டு செய்ததைப் போலவும் வேறுமாதிரி மாற்றிச் சொல்லி நடிப்பேன்! நான் இவ்வளவு மோசமானவனாக இருந்தும்கூட அவளது எதிர்ப்பு வலுவாக இருந்த காரணத்தினாலேயே என்னால் அவளை நெருங்க முடியவில்லை என்று அவளிடம் மனதாரப் பொய் சொன்னேன். என்னுடைய சொற்களின் அர்த்தத்தைப் புரிந்துகொள்ள முடியாத அப்பாவிப் பெண்ணான அவள், தான் என்ன செய்கிறோம் என்பதையே அறியாதவளாக, என்னிடம் தன்னை இழந்துவிட்டாள். எப்படியோ நான் நினைத்ததைச் சாதித்துவிட்டேன். அந்தப் பெண் என்ன எண்ணிக்கொண்டிருந்தாள் தெரியுமா? தான் ஏதுமறியாத அப்பாவியாகவும், கற்பொழுக்கம் கொண்டவளாகவும், தனக்குரிய கடமைகள் எல்லாவற்றையும் புறக்கணிக்காதவளாகவும் – என்னிடம் தனது கற்பை இழந்த பிறகும்கூட – இன்னும்கூடக் கற்பொழுக்கம் மாறாதவளாகவும் இருக்கிறோம் என்றும் – என்னிடம் கற்பிழந்துபோன அந்த உறவு, ஏதோ ஒரு விபத்தைப் போல நேர்ந்துவிட்டது என்றும் தான் அவள் கருதிக்கொண்டிருந்தாள். அந்த உறவில் என்னைப் போலவே அவளுக்கும் முழுத்திருப்தி இருந்தது என்பதே என் உண்மையான அபிப்பிராயம் என்று அவளிடமே நான் நேரில் கூறியபோது அவள் எப்படிக் கோபப்பட்டாள் தெரியுமா? சரி, அதைவிடு! பரிதாபத்திற்குரிய என் மனைவி மார்ஃபா பெத்ரோவ்னா இருக்கிறாளே, அவளும்கூட முகஸ்துதிக்கு எளிதாக மயங்கிவிடக்கூடியவள்தான்! நான் மட்டும் ஆசைப்பட்டிருந்தால் அவள் உயிரோடு இருந்தபொழுதே அப்படிச் செய்து, அவளுடைய சொத்து முழுவதையுமே என்னுடையதாக ஆக்கிக்கொண்டிருக்க முடியும்! (சே, நான் எக்கச்சக்கமாக ஒயினைக் குடித்துவிட்டுத் தேவையில்லாமல் நிறையப் பேசுகிறேன்) உன் தங்கை அவ்தோத்யா ரொமனோவ்னா விஷயத்திலும்கூட என் வழக்கமான தந்திரத்திற்குச் சற்றுப் பலன் கிடைப்பது போலத் தோன்ற ஆரம்பித்ததென்று நான் சொன்னால் நீ அதற்காகக் கோபப்படமாட்டாய் என்றே நம்புகிறேன். ஆனால் நான்தான் கொஞ்சம் முட்டாள்தனமாகவும், பொறுமையில்லாமலும் நடந்துகொண்டு எல்லாவற்றையும் கெடுத்துக்கொண்டேன். இதற்கெல்லாம் முன்னாலேயே பலமுறை (குறிப்பாக ஒரு சந்தர்ப்பத்தில்) என் கண்கள் வெளிப்படுத்தும் பாவனைகளிலிருந்து ஏதோ விரும்பத்தகாத ஒரு நோக்கம் ஒளிந்திருந்ததை அவள் இனம் கண்டுகொண்டாள் என்பதை உன்னால் நம்ப முடிகிறதா?

சுருக்கமாகச் சொன்னால், கொஞ்சம்கூட முன்னெச்சரிக்கையில்லாமல், என் கண்களில் நான் படரவிட்டிருந்த காம நெருப்பின்

ஜுவாலையைக் கண்டு அவள் பயந்து போய் என்னை வெறுக்கவும் தொடங்கியிருக்க வேண்டும். இதற்கு மேலும் விரிவாக விஷயங்களை விளக்கிச் சொல்ல வேண்டிய தேவையில்லை. நாங்கள் பிரியும்படி நேர்ந்துவிட்டது. பிறகு மீண்டும் நான் முட்டாள்தனமாக நடந்துகொண்டேன்! அவள் எனக்குக் கூறியிருந்த ஒழுக்க போதனைகளையெல்லாம் மிகக் கொச்சையான கேலிப் பொருளாக நான் மாற்றிவிட்டேன். பராஷாவோடு கொண்ட உறவை நான் மறுபடியும் புதுப்பித்துக்கொண்டேன். பராஷாவுடன் மட்டுமே நிறுத்திக்கொள்ளாமல் இன்னும் பலரோடும்...! இவ்வாறு எங்களிடையே ஏற்பட்டிருந்த மனஸ்தாபம் வலுத்துக்கொண்டே போய் உச்சத்தை எட்டிவிட்டது! ரோடியன் ரொமனோவிச், உன்னுடைய தங்கையின் கண்கள் எப்படி நெருப்பைக் கக்கக்கூடியவை தெரியுமா? அதை ஒரே ஒருமுறை மட்டும் உன்னால் பார்க்க முடிந்தால்...! சரி, மதுக்கோப்பை முழுவதுமே காலியாகிவிட்டது! நான் இப்போது போதையிலேதான் இருக்கிறேன்! ஆனாலும் நான் உண்மையைத்தான் சொல்லிக்கொண்டிருக்கிறேன். அவளது பார்வையிலிருந்த அனல், என் கனவுகளிலெல்லாம்கூட என்னைத் தொடர்ந்து வந்தது. கடைசியாக, ஒரு கட்டத்தில், அவளுடைய உடை சரசரக்கும் ஓசையைக்கூட என்னால் பொறுத்துக்கொள்ள முடியாமல் போய்விட்டது! எனக்கு வலிப்பு நோய் வந்துவிடுமோ என்றுகூட நான் நினைத்தேன். இப்படி ஓர் ஆவேசம், ஒரு வெறி, எனக்கு ஏற்படக்கூடுமென்று நான் கற்பனைகூடச் செய்ததில்லை. அவளோடு எப்படியாவது சமரசம் செய்துகொள்ள வேண்டுமென்று நான் விரும்பினாலும் அது எனக்குச் சாத்தியமாகவில்லை. அதன்பிறகு நான் என்ன செய்தேன் என்பதை உன்னால் கற்பனைகூடச் செய்து பார்க்க முடியாது. வெறி பிடித்த மனிதன் எப்படி முட்டாள்தனமாக நடந்துகொண்டு தன்னைத்தானே இழிவுபடுத்திக் கொள்கிறான்? நீ அப்படியெல்லாம் எந்த வெறியையும் வைத்துக் கொள்ளாதே, ரோடியன் ரொமனோவிச்! அவ்தோத்யா ரொமனோவ்னா ஒரு பிச்சைக்காரியைப் போன்ற நிலையில் இருக்கிறாள் என்றுதான் நான் அவளைப் பற்றிக் கணக்குப் போட்டு வைத்திருந்தேன். (நான் இப்படிச் சொல்லிவிட்டதற்காக என்னை மன்னித்துக்கொள். ஆனால் வார்த்தைகளை வேறு மாதிரியாக மாற்றிப் போடுவதில் என்ன இருக்கிறது? எப்படிப் பார்த்தாலும் அர்த்தம் அதுவாகத்தானே இருக்கும்?) அதாவது அவள் தனக்காகவும் சம்பாதிக்க வேண்டும், உன் அம்மாவையும், உன்னையும் பராமரிப்பதற்கும் அவள்தான் உதவி செய்தாக வேண்டும் என்பதை நான் புரிந்துகொண்டேன்! (பார்! மறுபடியும் என்னைப் பார்த்து இப்படி முறைக்கிறாயே?) அவள் மட்டும் என்னோடு பீட்டர்ஸ்பர்க் நகரத்துக்கு ஓடிவரச் சம்மதித்தால் என்னிடமுள்ள

பணம் முழுவதையுமே அவளுக்குத் தந்துவிடலாமென்று நான் முடிவு செய்து வைத்திருந்தேன். (அந்த நேரத்தில் என்னால் முப்பதாயிரம் ரூபிள்கள் திரட்ட முடிந்திருந்தது) என்றென்றைக்கும் அழியாத நிரந்தரமான காதலையும், பேரின்பத்தையும் அவளுக்குத் தருவதற்குத் தயாரென்று சத்தியம் செய்யக்கூட நான் தயாராக இருந்தேன்! ஒருவேளை, 'மார்ஃபா பெத்ரோவ்னாவின் கழுத்தை அறுத்துவிட்டு வா' என்றோ, அல்லது 'அவளுக்கு விஷம் கொடுத்துக் கொன்றுவிட்டு வந்து, என்னை மணந்துகொள்!' என்றோ அவள் – உன் தங்கை – சொல்லியிருந்தாலும்கூட, அடுத்த நிமிடம், அந்த இடத்திலேயே அதைச் செய்துமுடிக்க நான் தயாராக இருந்தேன்! காமவெறி அந்த அளவுக்கு என்னைப் பிடித்து ஆட்டி வைத்துக்கொண்டிருந்தது. ஆனால் நீ ஏற்கனவே அறிந்திருப்பதுபோல எல்லாக் காரியமும் எப்படியோ குழப்படி யாகப் போய் வேறுமாதிரி முடிந்துவிட்டது. ஆனாலும் நீயே கொஞ்சம் யோசித்துப் பார்த்து முடிவு சொல்! அந்தப் போக்கிரி குமாஸ்தா லூசினை வரவழைத்து அவனுக்கும் உன் தங்கைக்கும் திருமணத்தை நடத்த மார்ஃபா பெத்ரோவ்னா திட்டமிடுகிறா ளென்பதைக் கேள்விப்பட்டபோது எனக்கு எவ்வளவு ஆவேசம் ஏற்பட்டிருக்கும்? நீயே சொல்! நிஜத்தில் நான் செய்ய எண்ணி யிருந்த காரியத்திற்கும் இதற்கும் அதிக வேறுபாடு எதுவுமில்லை. ஏதாவது வித்தியாசம் இருக்கிறதா? நீயே சொல்! ஒரு வித்தி யாசமும் இல்லை! நிச்சயம் இல்லை! இப்பொழுது நீ மிகவும் கவனமாகக் கேட்கத் தொடங்கிவிட்டதைப் போலத் தோன்றுகிறது. சுவாரசியமான இளைஞன்தான் நீ!"

ஸ்விட்ரிகைலோவ் பொறுமையிழந்தவனாக மேசை மீது தன் முஷ்டியால் ஓங்கிக் குத்தினான். அவன் முகம் இரத்தச் சிவப்பாய் மாறிப் போயிருந்தது. குடிப்பதைப் பற்றிய சிந்தனையே இல்லாமல் மிடறு மிடறாகக் குடித்தபடி அவன் காலி செய்திருந்த மதுக் கோப்பைகளைக் கவனித்தான் ரஸ்கோல்னிகோவ். போதை மிகுதி யால் அவனது நிலைமை மோசமாகத்தான் இருக்கிறது என்பதைப் புரிந்துகொண்டான் ரஸ்கோல்னிகோவ். அந்தச் சந்தர்ப்பத்தைத் தனக்குச் சாதகமாக்கிக்கொள்ள அவன் உறுதிபூண்டான். அவனுக் கென்னவோ ஸ்விட்ரிகைலோவின் மீது சந்தேகமாகவே இருந்தது.

"அதிருக்கட்டும்... இப்படியெல்லாம் நடந்த பிறகும்கூட, நீங்கள் இப்போது இங்கே வந்திருப்பது எனது சகோதரியை மனதில் வைத்துக்கொண்டுதான் என்று எனக்கு உறுதியாகத்தான் தெரிகிறது" என்று ஸ்விட்ரிகைலோவுக்கு மேலும் எரிச்சலூட்டும் வண்ணம், திடீரென்று வெளிப்படையாகச் சொன்னான் ரஸ்கோல்னிகோவ்.

"போதும் நிறுத்து! இனிமேல் இந்தப் பேச்சைப் பேச வேண்டாம்!" என்று சட்டென்று சொன்ன ஸ்விட்ரிகைலோவ் தன்னைச் சரிசெய்துகொள்ள முயன்றவனாக மேலும் தொடர்ந் தான்: "ஏன் அப்படி நினைக்கிறாய்? நான் அப்படியெல்லாம் நினைக்கவில்லை என்றுதான் உன்னிடம் முன்பே சொல்லி விட்டேனே! அது மட்டுமில்லை, உன் தங்கை என்னை நிச்சயம் ஏற்றுக்கொள்ளவே மாட்டாள்!"

"அது எனக்கு உறுதியாகத் தெரியும். ஆனால் இப்போது அந்த விஷயத்தைப் பற்றி நான் பேசவில்லை."

"உனக்கு உறுதியாகத் தெரியுமா?" என்று கேட்ட ஸ்விட்ரி கைலோவ் கண்களைச் சுருக்கிக்கொண்டு ஏளனமாகப் புன்னகை செய்தான். "ஆமாம்! நீ சொல்வது சரிதான். அவளுக்கு என்னைப் பிடிக்கவில்லைதான்! ஆனால் ஒரு கணவன் மனைவிக்கு இடை யில் உள்ளதைப் பற்றியும், ஒரு காதலனுக்கும் அவனது ஆசை நாயகிக்கும் இடையிலுள்ள விஷயங்களைப் பற்றியும் நீ ஆராய்ச்சி செய்ய வேண்டும் என்று மட்டும் நினைக்காதே! வெளி உலகத் திற்குத் தெரியாமல், அவர்கள் இருவருக்கும் மட்டுமே தெரிந் திருக்கக்கூடிய சிறிய பகுதி ஒன்று, எப்போதுமே அவர்களிடத்தில் இருந்துகொண்டேதான் இருக்கும்! அவ்தோத்யா ரொமனோவ்னா என்னை எப்போதுமே வெறுப்போடுதான் பார்ப்பாள் என்றும், எப்போதுமே என்னிடம் வெறுப்போடுதான் இருப்பாள் என்றும் உன்னால் எப்படி உறுதியாகச் சொல்ல முடியும்? நீ எப்படி அதற்கு உத்தரவாதம் தர முடியும்?"

"நீங்கள் உங்களுடைய பழைய கதையை முழுவதுமாகச் சொல்லிக்கொண்டிருந்தபோது பேசிய சில வார்த்தைகளும், ஜாடை மாடையாகக் குறிப்பிட்ட சில விஷயங்களும் துனியாவின் மீது இன்னும்கூட நீங்கள் மோகம்கொண்டு இருப்பதையும், அவளை அடைவதற்காக நீங்கள் அவசர அவசரமாக ஏதோ திட்டம் தீட்டிக்கொண்டிருப்பதையும் எனக்கு உணர்த்தி விட்டன. உங்கள் திட்டம், நிச்சயமாக மிக மோசமான ஒன்றாகத்தான் இருக்கும்!"

"என்ன? அப்படிப்பட்ட வார்த்தைகளையா நான் சொன் னேன்?" ஸ்விட்ரிகைலோவ் தன் திகைப்பை வெளிப்படையாகக் காட்டிக்கொண்டாலும், தான் ஏதோ திட்டம் போடுவதாக அவன் குறிப்பிட்டதைக் கண்டுகொள்ளவில்லை.

"நீங்கள் அப்படித்தான் ஏதோ செய்துகொண்டிருக்கிறீர்கள்! அதையேதான் வெளிப்படுத்திக்கொண்டிருக்கிறீர்கள்... உதாரணத்

திற்கு எடுத்துக்கொண்டால்... சரி, இப்போது ஏன்... எதற்காக இப்படிப் பயப்படுகிறீர்கள்? ஏன் இந்த அளவுக்குக் கலவரப் படுகிறீர்கள்?"

"நானா பயப்படுகிறேன்...? நானா? அதுவும் உன்னைக் கண்டா? நான் ஏன் உன்னைக் கண்டு பயப்பட வேண்டும்? நீதான் என்னைப் பார்த்துப் பயப்பட வேண்டும், தம்பி! சே, என்ன முட்டாள்தனம்! நான் கொஞ்சம் அதிகமாகக் குடித்திருக்கிறேன் என்று எனக்கு நன்றாகத் தெரிகிறது! அதனால்தான் அளவுக்கு அதிகமாகவே விஷயங்களை உளறிவிட்டேன் போலிருக்கிறது! சே, இந்த ஒயினைக் குடித்துத் தொலைந்தாலே இப்படித்தான்! ஏய், யாரங்கே? கொஞ்சம் தண்ணீர் கொண்டுவா!"

மதுப்புட்டியை எடுத்து ஆரவாரமே இல்லாமல் ஜன்னல் வழியாக வீசி எறிந்தான் ஸ்விட்ரிகைலோவ்.

"சே, வெறும் முட்டாள்தனம்!" என்றபடி ஓர் ஈரத்துண்டி னால் தன் முகத்தையும், தலையையும் துடைத்துக்கொண்டபடி பேசத் தொடங்கினான். "இதோ, இப்பொழுது ஒரே ஒரு வார்த்தை மூலம் உன்னைத் திகைக்க வைக்கவும் உன் சந்தேகங்களையெல் லாம் நிர்மூலமாக்கிவிடவும் என்னால் முடியும்! நான் திருமணம் செய்துகொள்ளப் போகிறேன் என்பது உனக்குத் தெரியுமா?"

"அதைத்தான் நீங்கள் என்னிடம் அப்பொழுதே சொல்லி விட்டீர்களே?"

"அப்படியா...? அது எனக்கு மறந்துவிட்டது. ஆனால் அப்படிச் சொல்லியிருந்தாலும், அதை உறுதிப்படுத்திக்கூறியிருக்க மாட்டேன். காரணம் என் வருங்கால மனைவியை நான் அப் பொழுது பார்க்கக்கூட இல்லை! நான் திருமணம் செய்துகொண் டால்தான் என்ன என்றுதான் நினைத்துக்கொண்டிருந்தேன் அவ்வளவுதான்! ஆனால் இப்பொழுது எனது திருமண நிச்சய தார்த்தம் முடிந்துவிட்டது. எனக்கு மட்டும் உடனடியாகப் போய் முடிக்க வேண்டிய வேலை இப்பொழுது இல்லாமலிருந்தால், கட்டாயமாக நானே இப்பொழுது உன்னை அந்த மணப் பெண் ணின் வீட்டிற்கு அழைத்துப் போய் அவளை உனக்கு அறிமுகம் செய்து வைத்திருப்பேன். காரணம், அது பற்றிய உன் ஆலோசனை எனக்கு வேண்டும்! சரி, போகட்டும், விட்டுத்தள்ளு, இன்னும் பத்து நிமிடங்கள்தான் பாக்கி இருக்கிறது! என் கடிகாரத்தைப் பார்! ஆனால் நான் என் திருமணத்தைப் பற்றிக் கட்டாயம் உன்னிடம் சொல்வேன். ஏனென்றால்... ஒருவகையில் பார்த்தால் அது மிகவும் சுவாரசியமான விஷயம்தான்! சரி, இப்பொழுது நீ

எங்கே செல்ல உத்தேசித்திருக்கிறாய்? வீட்டுக்குத் திரும்பிச் செல்லப் போவதில்லையா?

"இல்லை, இப்போது நான் போகப் போவதில்லை."

"என்ன, போகப் போவதில்லையா? இதோ பார்! நேரம் கிடைக்கிறதா என்று பார்ப்போம். நானே உன்னை அங்கே அழைத்துச் செல்கிறேன். ஆனால் இப்போது வேண்டாம்! நான் கிளம்புவதற்கு நேரமாகிக்கொண்டே போகிறது! நீ வலதுபுறமாகப் போக வேண்டும், நான் இடது புறம் செல்ல வேண்டும். உனக்குத் திருமதி ரெஸ்லிச்சைத் தெரியுமல்லவா? அவளுடைய வீட்டில் தான் இப்பொழுது நான் வசிக்கிறேன். என்ன? நான் சொல்வதைக் கேட்டுக்கொண்டிருக்கிறாயல்லவா...? அல்லது வேறு ஏதேனும் சிந்தனையில் இருக்கிறாயா? அவளுடைய ஒரு பெண்கூட ஒரு குளிர்காலத்தின் போது தண்ணீரில் மூழ்கி இறந்து போய்விட்டா ளென்று சொல்கிறார்களே... அந்தப் பெண்மணிதான் ரெஸ்லிச்! என்ன கேட்டுக்கொண்டிருக்கிறாயா, இல்லையா? நான் சொல்வது உனக்குக் கேட்கிறதா இல்லையா? சரி, இப்போது கேள்! அவள் தான் என்னுடைய திருமண ஏற்பாடுகளைச் செய்து கொடுத் திருக்கிறாள். நான் மிகவும் சலிப்படைந்து காணப்படுவதாகவும், என்னை உற்சாகப்படுத்திக் களிப்பூட்டுவதற்குக் கட்டாயம் ஏதாவது ஒன்று அவசியம் இருக்க வேண்டும் என்றும் கூறி அவள் தான் என்னை இந்தத் திருமணத்திற்கு வற்புறுத்தினாள். எந்தக் கவலையுமே இல்லாதவனாக, உற்சாகமான மனிதனாகவா நான் உனக்குத் தெரிகிறேன்? இல்லை... எப்போதுமே நான் கொஞ்சம் உம்மணாமூஞ்சியாக இருப்பதுதான் வழக்கம். நான் எப்போதுமே யாருக்கும் எந்தக் கெடுதியும் செய்ய மாட்டேன். ஆனால் ஏதாவது ஒரு மூலையில் போய் உட்கார்ந்துகொண்டு, மூன்று நாட்களுக்குக் கூட யாரோடும் பேசாமல் – பேச வேண்டுமென்றுகூடத் தோன் றாமல் அப்படியே இருப்பேன்! இந்த ரெஸ்லிச் இருக்கிறாளே, அவள் வேறொரு தந்திரத்தையும் தன் மனதிற்குள் வைத்திருக் கிறாள். எப்படியும் ஒருநாள், இப்பொழுது நான் மணந்துகொள்ளப் போகும் இந்தப் பெண்ணும்கூட எனக்கு அலுத்துப் போய் விடுவாள். நானும் அவளைக் கைவிட்டுவிடுவேன். அப்போது அந்தப் பெண்ணைப் பிடித்து வைத்துக்கொண்டு, நம்மைப் போன்ற நடுத்தர வர்க்கத்தினரிடமோ அல்லது இன்னும் சற்று உயர்வகுப்பினரிடமோ அவளை அனுப்பி வைத்து, அதன் வழியாகத் தான் லாபம் பெற வேண்டும் என்பதுதான் அவளது திட்டம். அந்தப் பெண்ணின் தந்தை, ஓய்வு பெற்ற அதிகாரியாம்; கால்கள் செயலிழந்த நிலையில் கடந்த மூன்று ஆண்டுகளாகச் சக்கர நாற்காலியிலேயே முடங்கிக் கிடப்பவராம் அவர்! பெண்

ணின் தாய், கொஞ்சம் புத்திசாலியாக இருப்பாள் போலிருக்கிறது. அவர்களுடைய மகன், வேறு ஏதோ ஒரு மாகாணத்தில் பணி யாற்றுகிறானாம்! அவன் அவர்களுக்கு எந்த உதவியும் செய் வதில்லை. திருமணமான இவர்களது இன்னொரு மகள் இவர் களைப் பார்க்க வருவதே இல்லை. தங்களுடைய சொந்தக் குழந்தைகள் போதாதென்று தங்களது உறவுக்காரக் குழந்தைகள் இரண்டுபேரையும் தங்களோடு வைத்துக்கொண்டு இந்தப் பெற்றோர் பராமரித்து வருகின்றனர். இப்போது திருமணம் செய்து கொடுக்க நினைத்திருக்கும் அவர்களது கடைசிப் பெண்ணான இந்த இளம் பெண்ணின் பள்ளிப் படிப்பை முடிப்பதற்குள்ளாகவே நிறுத்திவிட்டனர். இன்னும் ஒரு மாதத்தில் அவளுக்குத் திருமண வயது வந்துவிடும்! அதாவது பதினாறு வயதாகிவிடும். எனக்கு ஏற்றவளாக இருக்கக்கூடியவள் இவள்தான்! நாங்கள் அவளுடைய வீட்டிற்குப் போயிருந்தோம். அப்போது அங்கு நடந்த விஷயங்கள் மிகவும் வேடிக்கையாக இருந்தன. நான் ஒரு நிலச்சுவான்தார் என்றும், மனைவியை இழந்தவன் என்றும் என்னை அறிமுகம் செய்துகொண்டேன். என்னுடைய செல்வாக்கு, பணம், புகழ், பலரோடு உள்ள தொடர்பு ஆகியவற்றைப் பற்றி அவர்களுக்கு விரிவாகச் சொன்னேன். நான் ஐம்பது வயதுக்காரனாகவும், அவள் பதினாறு வயதைக்கூட எட்டாதவளாகவும் இருப்பதால் என்னவாகிவிடப் போகிறது? அதைப் பற்றியெல்லாம் யாருக்கு என்ன கவலை? சே, ஆனாலும் அந்தக் காட்சிதான் எப்படி ஆசையைத் தூண்டுவதாக இருந்தது தெரியுமா? ஆமாம் உண்மை யாகவே சபலத்தைத் தூண்டுவதாகத்தான் அது இருந்தது! ஹா! ஹா! ஹா...! அவளுடைய அம்மா, அப்பாவிடம் நான் எப்படிப் பேசினேன் தெரியுமா? நான் அவர்களிடம் பேசிய தோரணையை நீ பார்த்திருக்க வேண்டுமே...? அந்தக் காட்சியைக் காசு கொடுத்துப் பார்க்க வேண்டும் என்றாலும்கூட தகும் என்றுதான் நான் சொல்லுவேன்...! அவள் நாங்கள் இருந்த அறைக்குள் வந்து, எல்லோரையும் வணங்கினாள். இன்னும்கூடக் குட்டையான கவுன் அணிவதை அவள் மாற்றிக்கொள்ளவில்லை. இன்னும் மலராத இளம் மொட்டுப் போல அவள் இருந்தாள். நாணம் சூழ்ந்திருந்த அவளது முகம், புலர்காலை விடியலைப் போன்ற இளஞ்சிவப்பு நிறத்தில் இருந்தது. திருமணத்தைப் பற்றி அவர்கள் அவளிடம் முன்பே சொல்லியிருக்க வேண்டும். பெண்களின் முகங ்களைப் பற்றிப் பொதுவாக நீ என்ன நினைக்கிறாயோ, எனக்குத் தெரியாது. ஆனால் பதினாறு வயதை எட்டிக்கொண்டிருந்த இந்தச் சிறு பெண்ணின் குழந்தைத்தனமான கண்களும், அடக்க ஒடுக்கமான பண்பும், அழுகையை அடக்கிக்கொண்டிருப்பது போன்ற கூச்சமும் இவையெல்லாமே எனக்கு அழகாகத்

தோன்றின. பொதுவாக 'அழகு' என்ற பெயரில் நாம் எவற்றை யெல்லாம் எடைபோடுகிறோமோ அதையெல்லாம்விட – இவளது அழகு – எனக்குச் சிறப்பாகப் பட்டது. ஒரு சிறிய அழகிய ஓவியம் போல அவள் இருந்தாள். ஆட்டுக்குட்டியின் ரோமத்தைப் போலச் சுருண்ட கேசம்! ரோஜா நிற உதடுகள்! குட்டிக் குட்டிப் பாதங் கள்! மிகவும் மயக்குகிற அழகுடையவள்தான் அவள்! நாங்கள் வெகு சீக்கிரமாகவே ஒருவரையொருவர் அறிமுகம் செய்து கொண்டு பேசிப் பழகத் தொடங்கிவிட்டோம்! இந்தத் திரு மணத்தை என்னுடைய சூழ்நிலைகள் காரணமாக வெகுசீக்கிர மாகவே நடத்திவிட வேண்டும் என்று நான் அவர்களிடம் சொன் னேன். எனவே முந்தாநாள், எங்களுடைய திருமண நிச்சயதார்த்தம் நடந்து முடிந்துவிட்டது. அப்பொழுதுமுதல், நான் அங்கே போகும் பொழுதெல்லாம் அவளை உடனே தூக்கி என் மடியில் உட்கார வைத்துக்கொள்வேன். அவளை எங்கேயும் போக விடமாட்டேன். அவள் நாணத்தால் முகம் சிவப்பாள்! நான் ஒவ்வொரு நிமிடமும் அவளை முத்தமிட்டுக்கொண்டே இருப்பேன். 'இவர் உனது கணவர் என்பதால் இப்படித்தான் நடந்துகொள்வார்' என்று அவளது தாயும்கூட அவளிடத்தில் சொல்லி வைத்திருக்கிறாள். சுருக்கமாகச் சொன்னால், இது எனக்கு ரொம்பவும் பொருத்த மானதாக – ஏற்றதாகத் தோன்றியது. திருமணத்திற்குப் பின்பு கிடைக்கும் சந்தோஷத்தைக் காட்டிலும் இந்தச் சூழ்நிலை எனக்கு மிகுந்த சந்தோஷமாகபட்டது. "இயற்கையையும், உண்மையையும்*' இப்போது நன்றாகவே பார்க்க முடிகிறது. ஹா!ஹா!ஹா! ஓரிருமுறை அவளிடம் நான் பேசியும் பார்த்துவிட்டேன். அவள் ஒன்றும் முட்டாள் பெண்ணாகத் தெரியவில்லை. சில சமயங் களில் அவள் திருட்டுத்தனமாக என்னைப் பார்க்கும் பார்வை, எனக்குள் நெருப்பைப் போல ஊடுருவிக்கொண்டு போகிறது. 'ரபேலின் (Raphael - Madonna) மதோனா'வைப் போன்ற சிறிய முகம் அவளுடையது. 'சிஸ்டின் மதோனாவைப்' போன்ற அதிசயத்தக்க முகத்தோற்றத்தைக் கொண்டவள் அவள். எளிமையும் அழகும் பரிசுத்தமும் அதோடுகூடவே – எப்போதும் முகத்தில் இழையோடிக்கொண்டிருக்கும் 'இயற்கையும் உண்மையும்' என்ற ஜீன்ஜேகஸ் ரூஸியோவின் தத்துவத்தை இவ்வாறு அவன் ஏளனமாகக் குறிப்பிடுகிறான். சோகமும் துயரமும் அமைதியும்...! இதுபோன்ற ஓர் அழகை நீ கற்பனை செய்து பார்த்ததுண்டா? இந்தப் பெண்ணின் முகம் இப்படித்தான் இருக்கிறது. அவளுடைய பெற்றோரிடம் நான் ஆசீர்வாதம் பெற்றுக்கொண்ட மறுநாள், ஆயிரத்து ஐநூறு ரூபிள் மதிப்புள்ள பொருள்களை அவளுக்காக எடுத்துக்கொண்டு நான் அங்கு போனேன். ஒரு ஜோடி வைர நகைகளையும், ஒரு ஜோடி முத்து

நகைகளையும்கூடவே வெள்ளியால் செய்யப்பட்ட சிறிய ஒப்பனைப் பெட்டி ஒன்றையும் கொண்டு போனேன். அந்தச் 'சின்ன மதோனா'வின் முகம் இதையெல்லாம் பார்த்துவிட்டு இன்னும் அதிகமாகச் சிவந்து போயிற்று. நேற்று அவளை, இயல்பாக, இழுத்துத் தூக்கி என் மடியில் வைத்துக்கொண்டபோது முகம் முழுவதும் சிவந்து போய் அவள் அழத் தொடங்கிவிட்டாள். என் செயல்களால் அவள் எத்தனை உணர்ச்சிவசப்பட்டிருக்கிறாள் என்பதை அவள் மறைத்துக்கொள்ள முயலவே இல்லை. ஒரு நொடி நேரம் அந்த அறைக்குள் யாரும் இல்லாத அந்தக் கணத்தில், திடீரென்று என் கழுத்தைக் கட்டிக்கொண்டு, என் மார்பில் அழுத்தமாகச் சாய்ந்துகொண்டாள். அவளாகவே இப்படிச் செய்வது இதுவே முதல் தடவை! தன்னுடைய சிறிய கரங்களால் என்னை வளைத்துப் பிடித்து முத்தமிட்டாள். என்றென்றைக்கும் எனக்கு உண்மையான, நல்ல மனைவியாகவும், எனக்குப் பணிந்து நடப்பவளாகவும், என்னை மகிழ்வூட்டுபவளாகவும் மட்டுமே தான் இருக்கப் போவதாக எனக்கு அவள் வாக்களித்தாள். தன் வாழ்க்கையில், இனி வரும் ஒவ்வொரு நிமிடத்தையும் எனக்காவே செலவிடுவதற்கும், பிற எல்லாவற்றையும் அதற்காகவே தியாகம் செய்வதற்கும் தான் தயாராக இருப்பதாக அவள் என்னிடம் சொன்னாள். அதற்குப் பதிலாக அவளை நான் மரியாதையாக நடத்த வேண்டும் என்பது மட்டுமே தனது விருப்பம் என்றும் அவள் என்னிடம் சொன்னாள். 'எனக்கு எதுவுமே வேண்டாம், எதுவுமே தேவையில்லை! இனிமேல் இப்படிப்பட்ட பரிசுப் பொருள்களையெல்லாம்கூடக் கொண்டு வர வேண்டாம்' என்று அவள் சொல்லிவிட்டாள். சின்னச் சின்னச் சுருள் முடிகளைக்கொண்ட மஸ்லின் உடை அணிந்த, பதினாறு வயதேயான ஒரு தேவதை போன்ற அந்தப் பெண்ணிடமிருந்து இப்படி ஒரு வெளிப்படையான உறுதிமொழி! கன்னிப் பெண்களுக்கே உரிய நாணத் தோடும், கண்களில் மிதக்கும் ஆனந்தக் கண்ணீரோடும், உற்சாகத் தோடும் வெளிப்பட்ட இந்தச் சொற்கள் எனக்குச் சந்தோஷத்தையும் மேலும் சபலத்தையும் கொடுத்தன. நீயும்கூட இது சரிதானென்று ஒப்புக்கொள்வாய். இது எத்தனை சிலிர்ப்பூட்டும் அனுபவம் தெரியுமா? என்ன...? சொல்லேன்! அது அப்படித் தானே இருக்கும்! இந்த இன்பத்தைப் பெறுவதற்கு உண்மையிலேயே எவ்வளவு கொடுத்தாலும் தகும்தானே...? சரி, இப்பொழுது கவனி! வா! நாம் இருவரும் உடனே போய் எனது வருங்கால மனைவியைப் பார்க்கப் போகலாம், வா!"

"நீங்கள் சொன்ன விஷயங்களிலிருந்து ஒன்று மட்டும் தெளிவாகப் புரிகிறது! வயதும் அறிவும் மேலும் கூடக்கூட

இப்படிப்பட்ட சிற்றின்ப இச்சையும் காமப்பசியும் உங்களிடத்தில் ராட்சசத்தனமான வேகத்தில் அதிகரித்துக்கொண்டே வந்திருக் கிறது என்பதுதான் அது! ஆனால், இப்படிப்பட்ட திருமணத்தை நீங்கள் செய்துகொள்ள மாட்டீர்கள் என்றுதான் எனக்குத் தோன்றுகிறது."

"ஏன் முடியாது? நான் நிச்சயமாக இந்தத் திருமணத்தைச் செய்துகொள்ளத்தான் போகிறேன்! ஒவ்வொரு மனிதனும் தன்னைப்பற்றி நினைத்துப் பார்க்காமல் இருக்க முடியாது! எவன் ஒருவன், தன்னைத்தானே ஏமாற்றிக்கொள்வதில் வெற்றி அடை கிறானோ அவனுக்குத்தான் குதூகலமான வாழ்க்கை சாத்தியம் ஆகிறது! ஹா!ஹா!ஹா! ஆனால் நீ ஏன் இப்படியெல்லாம் ஒழுக்க போதனைகளைச் செய்துகொண்டு, என் வழியை மறித்துக் கொண்டிருக்கிறாய்? என்னைக் கொஞ்சம் விட்டு வை, தம்பி! நான் ஒரு பாவிதான்! நான் ஒப்புக்கொள்கிறேன். ஹி... ஹி... ஹி...!"

"ஆனால் காதரீனா இவானோவ்னாவின் குழந்தைகளுக்கு ஏற்ற முறையில், அவர்களுடைய எதிர்கால வாழ்க்கைக்கு உதவும் படியாக நல்ல ஏற்பாடுகளை நீங்கள் செய்து கொடுத்திருக்கிறீர்கள்! ஆனால் அதற்கும்கூட உங்களிடம் தனிப்பட்ட வேறு காரணங் கள், நோக்கங்கள் இருக்கலாம்... எல்லாமே இப்போதுதான் எனக்குப் புரிகிறது!"

"பொதுவாக எனக்கு எல்லாக் குழந்தைகளையுமே பிடிக்கும். அவர்களையும்கூட எனக்குப் பிடிக்கும்! என்று சொல்லிவிட்டுச் சிரித்தான் ஸ்விட்ரிகைலோவ். அது சம்பந்தமாக இப்போது உனக் கொரு கதை சொல்லப் போகிறேன். இன்னும் முடிவுக்கு வந்து விடாத, சற்று அபூர்வமான கதை இது! இங்கே நான் வந்து சேர்ந்த முதல் நாளன்று பலதரப்பட்ட விடுதிகளுக்கும் போனேன். ஏழுவருட இடைவெளிக்குப் பிறகு, மீண்டும் மிக மிகக் கீழ்த் தரமான நடவடிக்கைகளில் என்னை நான் முழுக்க, முழுக்க ஈடுபடுத்திக்கொண்டேன். இங்கே வந்தபிறகு என்னுடைய பழைய நண்பர்களையும், அதன்பிறகு புதிதாகப் பழகியவர்களையும் சந்திக்க நான் அவ்வளவாக ஆர்வம் காட்டவில்லை என்பது உனக்கே தெரியும்! அதை நீயே கவனித்திருப்பாய்! எவ்வளவு முடியுமோ... அவ்வளவுக்கு அவர்களைத் தவிர்த்துவிட வேண்டு மென்றே நான் விரும்பினேன்! மார்ஃபா பெத்ரோவ்னாவுடன் கிராமத்தில் வசித்த காலகட்டத்தில் 'இப்படிப்பட்ட இடங்களைப்' பற்றிய நினைவுகள் என்னை மிகவும் அலைக்கழித்ததுண்டு. என் உணர்வுகளுக்கு எப்படிப்பட்ட வடிகால்கள் எல்லாம் கிடைக்கும்

என்பதை நான் அனுபவத்தில் முழுமையாக உணர்ந்துகொண்ட அந்த மர்மமான இடங்கள், என் நினைவில் எப்போதும் இருந்து வந்தன. அதிலென்ன தவறு இருக்கிறது? சாதாரணமான மனிதர்கள் குடிக்கப் போகிறார்கள். படித்துவிட்டு மேலே செய்ய எதுவுமில்லாமல் இருக்கும் இளைஞர்கள், வாழ்வில் நடக்க முடியாத கற்பனைக் கனவுகளில் சஞ்சரிக்கிறார்கள். கோட்பாடு களை மட்டும் மூளையில் திணித்துக்கொண்டு முட்டாளா கிறார்கள். யூதர்கள் இங்கே கூட்டம் கூட்டமாய்ச் சேர்ந்துகொண்டு பணத்தை அரித்துக் கொட்டுகிறார்கள். மற்றவர்கள் எல்லோருமே ஏதோ ஒருவகையில் தீய நடத்தைகளில்தான் ஈடுபட்டுக் கொண்டிருக்கிறார்கள்! நான் இங்கு வந்து நுழைந்த முதல் கணத் திலேயே இந்த நகரம் எனக்குப் பரிச்சயமான இந்தத் துர்நாற்றங் களைப் பரப்பிக்கொண்டிருப்பதைக் கண்டுபிடித்துவிட்டேன்! ஒரு நாள் மாலை வேளையில், மிக மோசமான விடுதி ஒன்றில் (அப்படிப்பட்ட விடுதிகள்தான் எனக்குப் பிடிக்கும் என்று வைத்துக்கொள்!) ஒரு பயங்கரமான நடனத்தை நான் பார்த்தேன்! அப்படிப்பட்ட (கேன்கேன் நடனம்) ஒரு நடனத்தைப் பற்றி நான் அதுவரையில் கேள்விப்பட்டதும் கிடையாது! என் வாழ்க்கையில் அந்த மாதிரி நடனத்தை இதற்கு முன்பாக நான் பார்த்ததும் இல்லை. ஆமாம், ஐயா! நிச்சயமாக இங்கே உள்ளவர்கள் மிகவும் முன்னேறித்தான் இருக்கிறார்கள்! திடீரென்று பார்த்தால், நடன மாடிக்கொண்டிருந்தவர்களுக்கிடையில், மிக அழகாக உடை யணிந்துகொண்டிருந்த பதின்மூன்று வயதுப் பெண்ணொருத்தி, நடனத்தில் மிகவும் தேர்ந்த ஒருவனோடு சேர்ந்து நடனமாடிக் கொண்டிருந்தாள். அவளுடன்கூடவே மற்றொருவனும் அவளது முகத்துக்கு நேரே முகத்தை வைத்தபடி நடனமாடிக்கொண்டி ருந்தான். அந்தப் பெண்ணின் தாய் சுவரருகில் நாற்காலி ஒன்றில் உட்கார்ந்திருந்தாள். அப்படிப்பட்ட அந்த ‘கேன்கேன்’ நடனம் எவ்வளவு மோசமானதாக இருந்திருக்கும் என்பதை நீயே ஊகித்துக்கொள்ளலாம்! உடன் ஆடுபவர்களின் தொல்லைகள் தாளாமல் பாவம், அந்தச் சின்னப்பெண், குழம்பிப் போய் வெட்கப்பட்டபடி, அவமானம் தாங்காமல் அழத் தொடங்கிவிட் டாள். அவளோடு ஆடிக்கொண்டிருந்த ஆள், அவளை இழுத்துப் பிடித்து, வட்டமாகச் சுழற்றியபடி, எப்படி ஆடுவது என்பதை அவளுக்கு அபிநயித்துக் காட்டத் தொடங்கியிருந்தான். அதைப் பார்த்து எல்லோரும் சிரிக்கத் தொடங்கிவிட்டார்கள்! இப்படிப் பட்ட சமயங்களில் எனக்கு இந்தப் பொதுமக்களைக் கண்டால் மிகவும் பிடிக்கும். குறிப்பாக இந்தக் ‘கேன்கேன்’ நடனத்தைப் பார்த்து ரசிக்கும் ‘இந்தப் பொதுமக்களை’ எனக்கு மிகவும் பிடிக்கும்! எல்லோரும் சத்தம் போட்டுச் சிரித்தபடி, ‘அதுதான் சரி, நீங்கள் சரியாகத்தான் செய்தீர்கள்! இதுமாதிரிக் குழந்தை

களையெல்லாம் இங்கே கூட்டிக்கொண்டு வரக்கூடாது!' என்று குரல் கொடுத்தனர். ஆனால் நான் எதையும் பொருட்படுத்த வில்லை! இலட்சியம் செய்யவில்லை! அது என் வேலையும் இல்லை! அப்படியெல்லாம் குரல் கொடுத்தவர்கள் தர்க்கபூர்வ மாகத்தான் பேசுகிறார்களா, இல்லையா என்றும், தங்களது மனசாட்சியைக் கொஞ்சம் தடவிக் கொடுத்துக்கொண்டி ருக்கிறார்களா என்ற ஆராய்ச்சிகளிலெல்லாம் நான் இறங்க வில்லை! என்னுடைய தகுதிக்கு ஏற்றபடி நான் ஒரு முடிவைச் செய்துகொண்டேன். பிறகு அந்தப் பெண்ணின் தாயருகே சென்று அமர்ந்துகொண்டு அவளிடம் பேச்சுக் கொடுத்தேன். இந்த நகரத்திற்கு இப்போதுதான் நான் வந்து சேர்ந்திருப்பதைச் சொல்லி விட்டு, இங்கே உள்ளவர்கள் எல்லோரும் எப்படிப்பட்ட காட்டு மிராண்டிகளாக இருக்கின்றனர் என்றும், உண்மையிலேயே நாகரிக மானவர்களுக்கு இவர்கள் மதிப்புக் கொடுக்கத் தெரியாம லிருக்கிறார்கள் என்றும் அவளிடம் நான் வருத்தப்பட்டுக்கொண் டேன். நான் பெரிய பணக்காரன் என்பதை அவளுக்கு உணர்த்திய தோடு, அவளையும், அவளது பெண்ணையும் என்னுடைய வண்டி யிலேயே வீட்டுக்கு அழைத்துச் செல்வதாகவும் கூறினேன். அவ்வாறே அவர்களை வீட்டுக்கு அழைத்துச் சென்றுவிட்டு விட்டுத் தொடர்ந்து அவர்களோடு பழக்கத்தை ஏற்படுத்திக்கொண் டேன். அவர்கள் எலிப் பொந்து போன்ற சிறிய ஓர் இடத்திலே தான் தங்கியிருக்கிறார்கள். செயிண்ட் பீட்டர்ஸ்பர்க் நகரத்திற்குச் சமீபத்தில்தான் அவர்கள் வந்து சேர்ந்திருக்கிறார்கள். தானும், தன் மகளும் என்னுடைய அறிமுகம் கிடைத்ததற்காகப் பெருமை கொள்வதாக அந்தத் தாய் என்னிடம் கூறினாள். அவர்களிடம் சல்லிக்காசுகூட இல்லையென்பதையும், ஏதோ ஒரு மந்திரியிடம் மனு கொடுப்பதற்காகவே அவர்கள் இங்கே வந்திருக்கிறார்களென் பதையும் நான் அறிந்துகொண்டேன். அவர்களுக்குத் தேவையான பணத்தைத் தரவும், வேண்டிய உதவிகளைச் செய்யவும் நானாகவே வலுவில் முன் வந்தேன்! அப்படிப்பட்ட மட்டரகமான நடனத் திற்கு தவறுதலாக வந்து சேர்ந்துவிட்டதாக அவர்கள் சொன் னார்கள். அங்கே நடன வகுப்பு நடக்கிறது என்று நினைத்துத் தாங்கள் வந்துவிட்டதாக அவர்கள் தெரிவித்தார்கள். அந்தச் சின்னப்பெண் பிரெஞ்சு மொழி கற்பதற்கும், நடனம் கற்பதற்கும் நான் உதவி செய்வதாக அவர்களிடம் கூறினேன். அவர்கள் அதனை மிகவும் பெருமையாக நினைத்து மகிழ்வோடு ஏற்றுக் கொண்டார்கள். எங்களுடைய இந்தப் பழக்கம், இன்றுவரை தொடர்ந்துகொண்டுதான் இருக்கிறது! நீ விரும்பினால் நாம் இருவரும் சென்று அவர்களைப் பார்ப்போம். ஆனால் இப்போது மட்டும் வேண்டாம்!"

"தயவுசெய்து இத்தோடு நிறுத்திக்கொள்கிறீர்களா? உங்கள் போக்கிரித்தனமான நடவடிக்கைகளையும், மட்டரகமான கதைகளையும் இதற்கு மேலும் கேட்பதற்கு நான் விரும்பவில்லை. மிகவும் மோசமான, காமவெறி பிடித்து அலைகிற ஜென்மம் நீங்கள்!"

"நீ நிஜமாகவே ஒரு போதகர்தான்! ரஷ்ய போதகர்! நீ போதிக்கும் ஒழுக்கங்களெல்லாம் எங்கே கூடு கட்டிக்கொண்டு குடியிருக்கின்றன? நீ இப்படிக் கூச்சலிடுவதைக் கேட்க வேண்டுமென்பதற்காகவே நான் தொடர்ந்து இதைப் போலவே பேசிக் கொண்டிருக்கப் போகிறேன்! அதைப்பார்க்க, கேட்க மிகவும் வேடிக்கையாக இருக்கிறது"

"ஏன் இருக்காது...? அப்படித்தான் இருக்கும். இப்போது என்னைப் பார்த்தால் எனக்கேகூட பரிகாசமாகத்தான் தோன்று கிறது!" என்று கசப்போடு தனக்குத்தானே முணுமுணுத்துக்கொண் டான் ரஸ்கோல்னிகோவ்.

ஸ்விட்ரிகைலோவ் அதைக் கேட்டு உரக்கச் சிரித்தான். இறுதியாக பிலிப்பை அழைத்து 'பில்'லுக்குரிய பணத்தைக் கொடுத்துவிட்டுப் புறப்பட ஆயத்தமாகி, எழுந்து நின்றான்.

"நன்றாகக் குடித்துவிட்டேன் இன்றைக்கு, நிறையவும் பேசி விட்டேன். போதும் இவ்வளவு பேசியது போதும்!" என்று சொன்ன ஸ்விட்ரிகைலோவ், "ஆனால் எனக்கு மிகவும் சந்தோஷ மாகத்தான் இருக்கிறது இப்போது!" என்று மேலும் சொன்னான்.

"சரிதான், இதுபோன்ற செயல்கள்தானே உங்களைப் போன்றவர்களுக்குச் சந்தோஷத்தைக் கொடுக்கும். எனவே நிச்சய மாக இப்போது உங்களுக்குச் சந்தோஷமாகத்தானிருக்கும்!" என்று சொல்லியபடி ரஸ்கோல்னிகோவ் தானும் எழுந்துகொண்டான். "ஏதோ ஒரு பயங்கரமான திட்டத்தை மனதில் வைத்துக்கொண்டி ருக்கும் கைதேர்ந்த கயவரான உங்களால்தான், இப்படிப்பட்ட ஒரு சூழலில் அதுவும் என்னைப் போன்ற ஒரு மனிதனிடம் மிகவும் துணிச்சலாக இப்படிப்பட்ட சாகசங்களையெல்லாம் ரசித்துப் பேசிக் களிக்க முடியும்! இதிலும்கூட உங்களுக்கு ஒரு கிளர்ச்சி இருக்கும்!"

"நீ இப்படிப் பேசுவதிலிருந்து நீ எப்படிப்பட்டவன் என்பதைப் புரிந்துகொள்ள முடிகிறது..." என்று கொஞ்சம் வியப் போடு ரஸ்கோல்னிகோவைப் பார்த்துச் சொன்னான் ஸ்விட்ரி கைலோவ். "ஆமாம், நீ இப்படிப் பேசுவதிலிருந்து உன்னைப் பற்றியேகூட எல்லாவற்றிலும் எப்போது குற்றம், குறை கண்டு

பிடிப்பதுதான் உன்வேலை என்றுதான் எனக்கு நினைக்கத் தோன்றுகிறது. நீ அப்படி நினைப்பதற்குக் காரணங்கள் இல்லாமல் இல்லை. ஆனாலும் நிறைய விஷயங்களை நீ நன்றாகத்தான் புரிந்துகொள்கிறாய்! பல காரியங்களைச் செய்து முடிக்கிற திறமையும் உன்னிடம் இல்லாமலில்லை! சரி இப்போதைக்கு இது போதும்! என்னால் உன்னோடு மிகக் குறைவாகத்தான் பேச முடிந்தது என்பது குறித்து எனக்கு உண்மையிலேயே வருத்தமாகத்தான் இருக்கிறது! ஆனாலும் நான் உன்னோடு தொடர்பு வைத்துக்கொள்ளாமல் இருந்துவிட மாட்டேன்! நீ கொஞ்சம் பொறுத்திருக்க வேண்டும், அவ்வளவுதான்!"

ஸ்விட்ரிகைலோவ் விடுதியைவிட்டு வெளியேறினான். ரஸ்கோல்னிகோவும் அவனைத் தொடர்ந்தான். ஸ்விட்ரிகைலோவ் ஒன்றும் அதிகமான போதையில் இல்லை. அவன் குடித்திருந்த மது, அவனது தலைக்குள் ஏறிவிட்டிருந்தபோதும், அதன் தாக்கம் நிமிடத்திற்கு நிமிடம் குறைந்துகொண்டேதான் வந்தது. அவன், வேறு ஏதோ ஒரு முக்கியமான விஷயத்தைப் பற்றி யோசித்துக் கொண்டிருந்தான். அவனது புருவம் முடிச்சிட்டிருந்தது. ஏதோ ஒன்றைப் பற்றிய எதிர்பார்ப்பில் அவன் சற்றுப் பதற்றமாகவும், உணர்ச்சிவசப்பட்டும் இருந்ததைப் போலத் தோன்றியது. ரஸ் கோல்னிகோவிடம் அவன் கடைசியாகப் பேசிக்கொண்டிருந்த போது அந்தச் சில நிமிடங்களுக்கு அவனது குரலின் தொனி மாறிவிட்டிருந்ததைப் போலத் தோன்றியது. சற்று முரட்டுத் தனமாகவும், ஏளனம் செய்வதைப் போலவும் அப்போது அவனது தோரணை இருந்தது. அதைக் கண்டுகொண்டுவிட்டதால் ரஸ் கோல்னிகோவும்கூடச் சற்றுப் பதற்றத்துடன் இருந்தான். ஸ்விட்ரிகைலோவின் மீது அவனுக்கு ஏற்பட்டிருந்த சந்தேகம் இப்போது மேலும் வலுவடைந்திருந்ததால் அவனைத் தான் பின் தொடர்ந்து செல்ல வேண்டுமென்று தனக்குள் தீர்மானம் செய்துகொண்டான்.

அவர்கள் இருவரும் வீதிக்கு வந்து சேர்ந்தனர்.

"நீ போக வேண்டிய வழி வலதுபுறம் இருக்கிறது! நான் இடதுபுறமாக அல்லது வேறுவழியில் சுற்றிக்கொண்டுகூடப் போக வேண்டியதிருக்கலாம். சரி, இப்போதைக்கு உன்னிடம் விடைபெற்றுக்கொள்கிறேன். நாம் மீண்டும் சந்திப்போம்!"

அவன் வலது புறமாகத் திரும்பி, வைக்கோல் சந்தை இருந்த பக்கம் நடந்து சென்றான்.

அத்தியாயம் – 5

ரஸ்கோல்னிகோவ் அவனைப் பின் தொடர்ந்து சென்றான்.

"இதற்கு என்ன அர்த்தம்?" என்று திரும்பிப் பார்த்த ஸ்விட்ரிகைலோவ் அவனை நோக்கிக் கத்தினான். "நான்தான் உன்னிடம் முடிவாக, உறுதியாகச் சொல்லிவிட்டேனே...! பிறகு ஏன்...?"

"இதற்கு அர்த்தம் என்னவென்றால் இப்பொழுது உங்களை விட்டுவிட்டு நான் போகமாட்டேன் என்றுதான் அர்த்தம்!"

"நீ என்ன சொல்கிறாய்?"

ஒருநிமிடம் பேசாமல் நின்ற அவர்கள் இருவருமே ஒருவரை ஒருவர் தங்கள் பார்வையினால் அளந்துகொண்டனர்.

"பாதி போதையில் நீங்கள் பேசிய பேச்சுகளிலிருந்து நான் தீர்மானமான ஒரு முடிவுக்கு வந்திருக்கிறேன்" என்று திடீரென்று மிகவும் கடுமையாக அவனைப் பார்த்துச் சொன்னான் ரஸ் கோல்னிகோவ். "என் தங்கையைக் குறிவைத்து நீங்கள் போட்டு வைத்திருக்கும் திட்டத்தை இன்னமும் கைவிட்டுவிடவில்லை என்பதோடு, முன்னைவிட மேலும் தீவிரமாக, மேலும் மேலும் ஊக்கத்தோடு அவளை நெருங்க நீங்கள் முயற்சித்துக்கொண்டிருக் கிறீர்கள் என்றுதான் நான் ஊகிக்கிறேன். இன்றுகாலையில் எனது தங்கைக்கு ஒரு கடிதம் வந்தது என்பது எனக்குத் தெரியும்! என் னோடு பேசிக்கொண்டிருந்த நேரம் முழுவதுமே நீங்கள் ஜுர வேகத்தோடு, பொறுமையில்லாமல் தவித்துக்கொண்டிருந்தீர்கள். ஒருவேளை, போகிறபோக்கில் வேறொரு பெண்டாட்டியை ஏற்பாடு செய்துகொள்ளலாம் என்றுகூட உங்களுக்குள் நீங்கள் திட்டமிட்டுக்கொண்டிருந்திருக்கலாம்... அதைப் பற்றியெல்லாம் எனக்குக் கவலையில்லை. நான் என்னுடைய மனதிருப்திக்காக எனக்குத் தோன்றியபடி நடந்துகொள்கிறேன்... அவ்வளவுதான்!"

அந்தக் கணத்தில், அவனிடத்தில் என்ன சொல்ல வேண்டும் என்று நினைத்தானோ அதனைச் சரியாகச் சொல்ல ரஸ்கோல்னி கோவினால் முடியவில்லை. எதையெல்லாம் அவனிடம் கேட்டுத் தெரிந்துகொண்டு தனக்குத்தானே ஒரு தெளிவைப் பெற்றுக்

கொள்ளவும், தவிக்கின்ற தன் மனதிற்கு ஓர் ஆறுதல் தேடிக் கொள்ளவும் அவன் நினைத்தானோ, அதற்கு உதவும் வார்த்தை களை அவன் இப்போது ஸ்விட்ரிகைலோவிடத்தில் பேசவில்லை.

பெண் பித்தனான இந்த ஸ்விட்ரிகைலோவின் வெறிபிடித்த செயல்பாடுகள், ரஸ்கோல்னிகோவின் ஆத்திரத்தை மேலும் தூண்டிவிட்டிருந்தன. தன்னைப்பற்றிய ஏதோ ஒரு 'பிடி' அவனிடத்தில் இருப்பதால்தான் இவ்வளவு துணிச்சலாக – இவ்வளவு ஏளனமாக அவனால் பேச முடிகிறது என்ற எண்ணம், ரஸ்கோல்னிகோவைக் குத்திக் காட்ட, அளவு கடந்த கோபத் துடன் நிதானமிழந்தவனாகப் பேசிக்கொண்டிருந்தான் அவன்.

"அப்படியா? சொல்...! இதற்கெல்லாம் என்ன அர்த்தம்...? ஒருவேளை நான் இப்போது போலீசைக் கூப்பிடவேண்டும் என்பதுதான் உன் விருப்பமா?"

"கூப்பிடுங்களேன்."

மீண்டும் ஒரு நிமிட நேரம் அவர்கள் இருவருமே ஒருவரை ஒருவர் மிகவும் அழுத்தமாகப் பார்த்துக்கொண்டனர். இறுதியாக, ஸ்விட்ரிகைலோவின் முகபாவத்தில் திடீரென்று ஒரு மாற்றம் தோன்றியது. இப்படிப்பட்ட அச்சுறுத்தல்களால் ரஸ்கோல்னி கோவைத் தன் வழிக்குக் கொண்டுவர முடியாது என்பதைப் புரிந்துகொண்ட அவன், இப்போது தனது போக்கைச் சற்று மாற்றிக்கொண்டவனாக மிகவும் நிதானத்துடன், ஒரு நண்பனைப் போன்ற பாவனையுடன், கலகலப்பாக – இதமாகப் பேசத் தொடங்கினான்:

"என்ன மனிதனப்பா நீ? உன் சம்பந்தப்பட்ட விஷயத்தை நான் பேசாமலிருந்ததற்கு வேறொரு நோக்கம் இருக்கிறது. ஆனால் அதைப் பேச வேண்டும் என்ற ஆர்வம் எனக்குள் எப்படி அரித்துக் கொண்டிருந்தது தெரியுமா? அது ரொம்ப வேடிக்கையான விவகாரம்! எனவே அடுத்த தடவை பார்த்துக்கொள்ளலாமென்று நான்தான் அதைத் தள்ளிப் போட்டுவிட்டேன். ஆனால் நீ என்னடாவென்றால் செத்துப்போன மனிதனைக்கூடத் தூண்டி விடுவது போலப் பேசிக்கொண்டிருக்கிறாய்! சரி, வா போகலாம்! நான் இப்போது முதலில் என் வீட்டுக்குப் போய் கொஞ்சம் பணத்தை எடுத்துக்கொண்டு வரவேண்டும். பிறகு ஒரு வண்டி யைப் பிடித்துக்கொண்டு, மாலை நேரத்தைக் கழிப்பதற்காகத் தீவுப் பக்கமாகப் போகப் போகிறேன்! இப்போது சொல், என்னைப் பின்தொடர்வது உனக்கு எந்த விதத்தில் பயனளிக்கப் போகிறது?"

“நான் உங்கள் குடியிருப்புக்குத்தான் போகிறேன். ஆனால் சோஃபியா செமினோவ்னாவைப் பார்ப்பதற்காகப் போகிறேன். உங்களைப் பார்ப்பதற்காக அல்ல... சோபியோ செமினோவ் னாவைப் பார்த்து அவளது தாயின் இறுதிச் சடங்குகளில் கலந்து கொள்ள முடியாமல் போனதற்காக வருத்தம் தெரிவிக்க வேண்டும்.”

“உன் விருப்பப்படி செய்துகொள்! ஆனால் ஒரு விஷயம்! சோஃபியா செமினோவ்னா இப்பொழுது வீட்டில் இல்லை. உயர்பதவி வகிக்கும் வயதான பெண்மணி ஒருத்தியைச் சந்திப்பதற் காகக் குழந்தைகளையும் கூட்டிக்கொண்டு போயிருக்கிறாள். அந்தப் பெண்மணி ஒரு சில அனாதை இல்லங்களைப் பராமரித்து வருபவள். எனக்கு மிகவும் அறிமுகமானவள்! பல காலமாகவே அவளை எனக்குத் தெரியும்! காதரீனா இவானோவ்னாவின் மூன்று குழந்தைகளையும் அங்கே சேர்ப்பதற்காக அவளிடம் நான் பணம் கொடுத்திருக்கிறேன்! அதோடுகூடவே அந்த அனாதை இல்லங்களுக்காகவும் நான் கொஞ்சம் பணம் கொடுத்திருக்கிறேன். அதில் அவளுக்கு மிகவும் சந்தோஷம். பிறகு சோஃபியா செமினோவ்னாவின் கதை முழுவதையும் – எதையும் மறைக்காமல் அவளிடம் நான் சொல்லிவிட்டேன்! அதற்கு நல்ல பலன் ஏற்பட்டிருக்கிறது. ஹோட்டல் ஒன்றில் தங்கியிருக்கும் அந்தப் பெண்மணி, தன்னை இன்றே வந்து பார்க்கும்படி சோஃபியா வுக்குச் சொல்லி அனுப்பியிருக்கிறாள். தான் வசிக்கும் கிராமப் புறத்திலிருந்து இப்பொழுது தற்காலிகமாக அவள் இங்கே வந்து தங்கியிருக்கிறாள். சோஃபியா இப்போது சென்றிருப்பது அவளைப் பார்ப்பதற்குத்தான்!”

“அதைப்பற்றிப் பரவாயில்லை! நான் அவளைப் பார்த்து விட்டே போகிறேன்!”

“நீ உன் விருப்பம் போலச் செய்துகொள்! ஆனால், எப்படி யும் நான் உன்னோடு வரப் போவதில்லை. பிறகு எனக்கென்ன வந்தது? இதோ பார், வீட்டுக்கு வந்துவிட்டோம். இங்கே நாம் மனம்விட்டுப் பேசிக்கொள்ளும் சூழ்நிலையில்தான் இருக்கிறோம். இப்போது சொல்! நான் மிகவும் நாகரிகமாகவும், இதுவரையில் எந்தக் கேள்வியையும் கேட்டு உன்னைத் தொந்தரவு செய்யாமலும் இருந்ததனாலேயே உனக்கு என்மீது சந்தேகமாக இருக்கிறது. அப்படித்தானே? வேண்டுமானால் சவால் விடுகிறேன். நீ அப்படித்தானே நினைத்தாய்? ம்... கொஞ்சம் நாகரிகமாக நடந்து கொள்பவர்களுக்குக் கிடைக்கும் பலன் இதுதான் போலிருக் கிறது!”

"எது நாகரிகம்? கதவருகே காதை வைத்து ஒட்டுக் கேட்பதா?"

"ஓ, நீ அதைப் பற்றித்தான் பேசிக்கொண்டிருக்கிறாயா?" என்று சிரித்தான் ஸ்விட்ரிகைலோவ். "நீ அதைப்பற்றிக் கேட்காமல் விட்டிருந்தால்தான் எனக்கு ஆச்சரியமாக இருந்திருக்கும்! ஹா!ஹா!ஹா! சோஃபியா செமினோவ்னாவுடன் நீ பேசிக் கொண்டிருந்ததெல்லாம் எனக்கு அரைகுறையாகத்தான் புரிந்ததே தவிர உண்மையிலேயே அது எதைப் பற்றியது என்பதும், நீ என்ன சொல்ல வருகிறாயென்பதும் அப்போது உண்மையில் எனக்குச் சரியாக விளங்கவில்லை! ஒருவேளை இங்கேயுள்ள நடப்புகள் எனக்குத் தெரியாததால் எதையும் சரியாகப் புரிந்துகொள்ள முடியவில்லையோ என்னவோ? எங்கே, இப்போது எனக்கு அதையெல்லாம் கொஞ்சம் விவரமாகச் சொல் பார்க்கலாம்! கடைசித் தகவல் வரை எனக்கு எல்லாமே மிக விவரமாக வேண்டும்!"

"உங்களால் எதையும் கேட்டிருக்க முடியாது! எல்லாமே வெறும் பொய்!"

"நான் அதைப் பற்றி இப்போது பேசவே இல்லையே...! ஆமாம், கொஞ்சம்கூட அதைப்பற்றி நான் இப்போது பேசவில்லை. (ஆனாலும், ஏதோ கொஞ்சம் என் காதில் விழுந்தது உண்மைதான்!) முழுநேரமும் நீ இப்படி பெருமூச்சு விட்டுப் புலம்பிக்கொண்டிருப்பதைப் பற்றித்தான் நான் பேசிக்கொண்டிருக்கிறேன். உன்னிடம் மறைந்திருக்கிற 'ஒழுக்க போதனை செய்யும் பண்பு' எப்போதுமே உன்னைக் குழப்பத்தில் தள்ளிக்கொண்டே இருக்கிறது! கதவருகே காது வைத்து ஒட்டுக்கேட்பது தவறு என்று இப்போது அது உபதேசிக்கிறது! அப்படியெல்லாம் நீதி நெறிக்குக் கட்டுப்பட்டவனாக நீ இருந்தால், போலீசிடம் போ! இப்படி ஒரு விபரீதமான விஷயம் எவ்வாறு சம்பவித்ததென்று அவர்களிடம் விளக்கமாகச் சொல்! உன்னுடைய கோட்பாட்டில் ஏற்பட்ட சிறிய தவறு காரணமாக இப்படி ஒரு குளறுபடி நடந்துவிட்டதென்று ஒத்துக்கொள்! கதவருகே நின்று ஒட்டுக் கேட்பது தவறென்பதில் நீ உறுதியாக இருக்கிறாய். ஆனால் உன்னுடைய விருப்பத்தின்படி, ஒரு கிழவியை மண்டையிலடித்துக் கொலை செய்தது உனக்குத் தவறாகப் படவில்லை! அதை ஒரு குற்றமாக நீ நினைக்காவிட்டால், அமெரிக்காவுக்கோ வேறு ஏதாவது ஓரிடத்திற்கோ உடனடியாக ஓடிப்போ! எங்காவது தப்பித்து ஓடிவிடு, தம்பி! இதோ பார்! உனக்கு இன்னும்கூட நேரமிருக்கிறது! இதை நான் ஆத்மார்த்தமாகத்தான் சொல்லிக்கொண்டிருக்கிறேன். உன்னிடம் அப்படிப் போவதற்குப் பணம் இல்லையென்றால்,

பயணச் செலவுகளுக்கு ஆகும் தொகையைத் தருவதற்கு நான் தயாராக இருக்கிறேன்!"

"நான் இப்போது அதைப்பற்றி ஒன்றும் நினைத்துக் கொண்டிருக்கவில்லை" என்று இடைமறித்துப் பேசினான் ரஸ்கோல்னிகோவ்.

"எனக்குப் புரிகிறது! (நீ தொந்தரவு செய்துகொள்ளாதே! நீயாக விரும்பினால் தவிர மற்றபடி எதையும் நீ சொல்ல வேண் டாம்!) இப்போது உன் உள்ளத்தில் முட்டி மோதிக்கொண்டி ருக்கும் கேள்விகள் எப்படிப்பட்டவையாக இருக்கும் என்பதை என்னால் நன்றாகப் புரிந்துகொள்ள முடிகிறது! ஒழுக்க நெறிகளை அடிப்படையாகக்கொண்ட கேள்விகள் அவை! அப்படித்தானே? ஒரு மனிதனாகவும், ஒரு குடிமகனாகவும் நீயே உன்னைக் கருதிக் கொண்டு எழுப்பிய கேள்விகள் அவை! அந்தக் கேள்விகளை யெல்லாம் தூக்கிப் போடு! அவற்றைப் பற்றியெல்லாம் இப்போது உனக்கென்ன கவலை? ஹி!ஹி!ஹி! நீ இன்னும்கூட உன்னைப் பொறுப்பான ஒரு மனிதனென்றும், குடிமகனென்றும் நினைத்துக் கொண்டிருப்பதனால்தான் இப்படியெல்லாம் உன்னைப் போட்டு வதைத்துக்கொள்கிறாய்! நீ உண்மையாகவே அப்படி - ஒரு சிறந்த குடிமகனாக - இருந்திருந்தால் இப்படி ஒரு காரியத்தைச் செய் திருக்க மாட்டாய். இதோபார், உனக்குச் சம்பந்தமில்லாத விவ காரங்களில் தலையிடாதே! சரி! பேசாமல் உன்னை நீயே சுட்டுக் கொண்டுவிடலாமே? அப்படிச் செய்வதற்கு நீ விரும்ப வில்லையா?"

"நான் உங்களை விட்டுப் போய்விட வேண்டுமென்பதற்காக, வேண்டுமென்றே நீங்கள் என்னை எரிச்சலூட்டிக்கொண்டி ருப்பதாகவே எனக்குத் தோன்றுகிறது."

"சே, மிகவும் வினோதமான ஆள்தான் நீ! சரி, வீட்டிற்கு வந்து சேர்ந்துவிட்டோம்! உள்ளே வா! இதோ பார், அதுதான் சோஃபியா செமினோவ்னாவின் அறைக்குச் செல்லும் கதவு! பார், அங்கே யாரும் இல்லை! என்மீது நம்பிக்கை இல்லையா உனக்கு? காபர் நவுமோவ் குடும்பத்தினரிடம் வேண்டுமானால் கேட்டுப் பார்! இதோ, காபர் நவுமோவின் மனைவியே இருக்கிறாள், பார்! (அவளுக்குச் சுத்தமாகக் காது கேட்காது)... என்ன... அவள் வெளியே போய் இருக்கிறாளா? எங்கே போயிருக்கிறாள்? என்ன? இப்போது கேட்டுக்கொண்டாயா? அவள் இங்கே இல்லை. ஒரு வேளை இரவில் - மிகத் தாமதமாகத்தான் அவள் திரும்பிவரக் கூடும்! சரி, வா! இப்போது என்னுடைய அறைக்குப் போவோம்! இங்கே வர வேண்டுமென்று நினைத்துக்கொண்டிருந்ததாக நீயே

சொன்னாயல்லவா? இப்போது நாம் இருவரும் வந்து சேர்ந்து விட்டோம். மேடம் ரெஸ்லிச் இப்போது வீட்டில் இல்லை. எப் பொழுதும் எங்கேயாவது சுற்றிக்கொண்டிருப்பதுதானே அவளுக்கு வேலை? ஆனால் அவள் மிகவும் நல்லவள். நீ மட்டும் கொஞ்சம் புத்திசாலித்தனத்தோடு நடந்துகொண்டால் உனக்குக்கூட அவள் உதவியாக இருப்பாள் என்பது நிச்சயம்! நல்லது. இப்போது தயவுசெய்து இங்கே கொஞ்சம் கவனி! பீரோவிலிருந்து ஐந்து சதவிகிதம் மதிப்புள்ள ஒரு பத்திரத்தை நான் எடுக்கிறேன். (இன்னும் என்னிடத்தில் எவ்வளவு அதிகமாக இருக்கின்றதென்று பார்த்தாயா?) இதை இப்பொழுது நான் பணமாக மாற்றியாக வேண்டும்! என்ன பார்த்துவிட்டாயா? இனிமேல் எனக்கு அதிக நேரமில்லை. ம்... பீரோவைப் பூட்டியாகிவிட்டது. கதவையும் பூட்டியாகிவிட்டது! மறுபடியும் மாடிப்படிக்கு வந்துவிட்டோம்! என்ன? இருவரும் ஒரு வண்டியை வாடகைக்குப் பிடித்துக் கொள்ளலாமா? நிஜமாகவே நான் தீவுப்பகுதிக்குத்தான் போய்க் கொண்டிருக்கிறேன், நீயும் காற்றாட வரவேண்டுமென்றாலும்கூட வா! இதோபார்! 'இலாஜின்' தீவுக்குப் போவதற்காக இந்த வண்டியை நான் அமர்த்திக்கொள்ளப் போகிறேன்! நீயும் வருகிறாயா? என்ன வேண்டாமா? வேண்டாமென்றா சொல் கிறாய்? இதற்கு மேலும் உன்னால் என்னைப் பொறுத்துக்கொள்ள முடியவில்லை... அப்படித்தானே! சரி, விடு! சும்மா இப்படிக் காற்றாட வாயேன்! மழை பெய்யப் போகிறதென்று தோன்றுகிறது! ஆனால் அதைப்பற்றிக் கவலைப்பட வேண்டியதில்லை. வண்டியின் மேற்கூரையைச் சற்றுக் கீழே இறக்கிக்கொள்ளலாம்..."

ஸ்விட்ரிகைலோவ் வண்டிக்குள் ஏறி உட்கார்ந்திருந்தான். தன்னுடைய சந்தேகங்களை அப்போதைக்குத் தீர்த்துக்கொள்ள முடியவில்லை என்பதை உணர்ந்துகொண்டான் ரஸ்கோல்னி கோவ். எந்தப் பதிலும் கூறாமல் வைக்கோல் சந்தையின் பக்கமாகத் திரும்பி நடக்கத் தொடங்கினான். அப்படி நடந்துகொண்டிருந்த போது, அவன் ஒரே ஒருதடவை சற்றுத் திரும்பிப் பார்த்திருந்தால் கூட நூறடி தூரம் போவதற்குள்ளாகவே ஸ்விட்ரிகைலோவ் வண்டியைவிட்டு இறங்கிவிட்டதையும், வண்டிக்குப் பணத்தைக் கொடுத்து அனுப்பிவிட்டு, நடைபாதையில் நடக்கத் தொடங்கி விட்டதையும் பார்த்திருக்க முடியும்! ஆனால் அந்தக் காட்சியைக் காணும் வாய்ப்புக்கான நேரம் இப்போது கடந்து விட்டிருந்தது. அவன் தெருமூலையில் திரும்பி வேறு பக்கமாகச் செல்லும் சாலையில் சென்று மறைந்துவிட்டான்.

ஸ்விட்ரிகைலோவின் அருகிலிருந்து விலகி ஓடிவிட வேண்டுமென்ற ஆழ்ந்த, கடுமையான வெறுப்புணர்வு

ரஸ்கோல்னிகோவை அப்போது ஆட்கொண்டிருந்தது. கை தேர்ந்த அந்தப் போக்கிரியிடமிருந்து எப்படியாவது விஷயத்தைத் தெரிந்து கொள்ளலாம் என்ற நம்பிக்கை – அது ஒரு நொடி நேரமானாலும் கூட – அந்த நொடி நேரத்திற்குக்கூட – எப்படி என்னிடத்தில் தோன்ற முடிந்தது? என்று தனக்குள்ளாகத் தன்னைப் பற்றியே நொந்துகொண்டான் ரஸ்கோல்னிகோவ்.

"காமவெறி பிடித்தலையும் கெட்ட நடத்தைக்காரன்!" என்று ஸ்விட்ரிகைலோவை நினைத்துத் தனக்குள்ளாகவே வாய்விட்டுச் சொல்லிக்கொள்ளாமலிருக்க அவனால் முடியவில்லை. ஸ்விட்ரி கைலோவைப் பற்றிய அவனது கணிப்பு, சரிவர யோசிக்காமல் அவசரத்தில் நேர்ந்துவிட்ட ஒன்று என்றுதான் கூற வேண்டும். ஸ்விட்ரிகைலோவிடம் ஏதோ ஒரு மர்மமோ அல்லது வழக்கத் திற்கு மாறான ஏதோ ஒன்றோ பொதிந்திருப்பதைப் போலத்தான் இருந்தது. தன் தங்கையைப் பொறுத்தவரையில் ஸ்விட்ரிகைலோவ் அவளை அமைதியாக விட்டுவைக்கப் போவதில்லை என்பது மட்டும் ரஸ்கோல்னிகோவுக்கு உறுதியாகத் தெரிந்தது. ஆனாலும் இப்படி ஒன்று மாற்றி ஒன்றாக விஷயங்களை மனதில் போட்டுக் குடைந்துகொண்டே இருப்பதும்கூட அவனுக்குச் சுமையாகவே இருந்தது.

தனிமையில் விடப்பட்ட அவன், இருபது அடி தூரம் நடந்து செல்வதற்குள்ளாகவே வழக்கம் போலவே தனது ஆழ்ந்த சிந்தனைக்குள் மூழ்கிப் போனான். பாலத்தின் மீது நடந்து சென்று கொண்டிருந்த அவன், பாலத்தின் கைப்பிடிச்சுவரின் அருகே சற்று நின்றபடி கீழே ஓடும் நீரோட்டத்தையே கொஞ்ச நேரம் வெறித்துப் பார்த்துக்கொண்டிருந்தான். அவன் நின்றுகொண்டிருந்த இடத் திற்கு அருகிலேயே அவ்தோத்யா ரொமனோவ்னாவும் நின்றிருந் தாள்.

பாலத்திற்குள் நுழையும்போதே அவளைப் பார்த்துவிட்ட போதும், அவளைப் பார்க்காதது போலவே அவளை அவன் கடந்து சென்றான். இப்படிப்பட்ட ஒரு நிலையில், வீதியில் அவன் நடந்து செல்லும் கோலத்தை இதுவரை துனியா பார்த்ததில்லை. இப்போது கண்ட அந்தக் காட்சி அவளை அதிரவைத்துவிட்டது. அவள் திகைப்புடன் நின்றுகொண்டிருந்தாள். அவனை அழைப்பதா, வேண்டாமா என்று ஒன்றுமே புரியாமல் அவள் நின்றுகொண்டிருந்தாள். அதற்குள் வைக்கோல் சந்தைப் பகுதியி லிருந்து ஸ்விட்ரிகைலோவ் தன்னை நோக்கி வேகமாக வந்து கொண்டிருப்பதைத் திடீரென்று அவள் பார்த்துவிட்டாள்.

ஸ்விட்ரிகைலோவ் மிகுந்த எச்சரிக்கை உணர்வோடு, ஒளிந்து மறைந்தபடி வந்துகொண்டிருந்தான். பாலத்தின் மீது உடனடியாக ஏறிவிடாமல் ரஸ்கோல்னிகோவ் தன்னைப் பார்த்துவிட முடியாத படி, நடைபாதையின் ஒருபக்கமாக, ஒரு ஓரமாக அவன் நின்று கொண்டான். சற்று நேரத்திற்கு முன்பே அவன் துனியாவைப் பார்த்து விட்டான். இப்போது அவன், சைகை மூலமாக அவளுக்கு எதையோ உணர்த்திக்கொண்டிருந்தான். அவள் தன் சகோதரனைக் கூப்பிட்டு விடாமல், அவன் போக்கில் அவனைச் செல்லவிட வேண்டுமென்றும், உடனே அவள் தன்னிடம் வந்துவிட வேண்டுமென்றும் அவளுக்கு உணர்த்துவதாக அவன் செய்த சைகைகள் அமைந்திருந்தன.

துனியாவும் அதுபோலவே செய்தாள். அவள் அமைதியாகத் தன் சகோதரனைக் கடந்து சென்று, ஸ்விட்ரிகைலோவை நெருங்கினாள்.

"கொஞ்சம் வேகமாகப் போய்விடலாம், வா!" என்று கிசுகிசுத்தான் ஸ்விட்ரிகைலோவ். "நம் சந்திப்பைப் பற்றி ரோடியன் ரொமனோவிச் அறிந்துகொள்ளக்கூடாது என்று நான் விரும்புகிறேன்! இவ்வளவு நேரமும் இங்கே பக்கத்தில் உள்ள ஓர் உணவு விடுதியில் அவனோடுதான் நான் உட்கார்ந்துகொண்டி ருந்தேன். நான் என்ன செய்யப் போகிறேன் என்பதை அவன் எப்படியோ கண்டுபிடித்துவிட்டான். அவனிடமிருந்து தப்பித்து வருவதே பெரிய காரியமாய்ப் போய்விட்டது. நான் உனக்கு எழுதிய கடிதத்தைப் பற்றி எப்படியோ தெரிந்து வைத்துக்கொண்டு ஏதோ ஒரு சந்தேகத்தில் அவன் இருக்கிறான். நிச்சயம் நீ அதைச் சொல்லியிருக்கமாட்டாய்... பிறகு வேறு யார் அவனுக்குச் சொல்லியிருப்பார்கள்?"

"இப்போது நாம் தெரு மூலையில் திரும்பிவிட்டோம்" என்று அவனது பேச்சுக்கிடையே குறுக்கிட்டுச் சொன்னாள் துனியா. "இனிமேல் என் சகோதரனால் என்னைப் பார்க்க முடியாது. இதோ பாருங்கள்! இதற்கு மேலும் வெகுதூரம் வரை என்னால் உங்களோடு வரமுடியாது! என்ன சொல்ல நினைக் கிறீர்களோ அதை இங்கேயே சொல்லுங்கள். எல்லாவற்றையும் வீதியில் வைத்தே சொல்லிவிடலாம்!"

"முதலாவதாக, இந்த விஷயத்தை அவ்வளவு சுலபமாகத் தெருவில் வைத்தெல்லாம் சொல்லிவிட முடியாது! இரண்டாவ தாக நீ, சோஃபியா செமினோவ்னா சொல்வதையும் கேட்டாக வேண்டும்! மூன்றாவதாக நான் உன்னிடம் ஒரு சில தாள்களையும் காட்ட வேண்டியிருக்கிறது. கடைசியாக நான் சொல்ல

நினைப்பது இதுதான். நீ என் அறைக்கு வர மறுத்தால் நானும் உனக்கு எதைப்பற்றியும் சொல்ல மாட்டேன்! உடனடியாக உன்னைவிட்டுப் போய் விடுவேன்! ஆனால் ஒரு விஷயத்தை மட்டும் தயவுசெய்து நினைவில் வைத்துக்கொள். உன் பாசத் திற்குரிய சகோதரனின் விபரீதமான இரகசியம் ஒன்று, இப்போது முழுமையாக என்னிடம் சிக்கியிருக்கிறது!"

இதைக் கேட்டதும் துனியா சற்றுத் தயங்கியபடி, ஸ்விட்ரி கைலோவை ஆராய்வது போலத் தன் பார்வையை முழுமையாக அவன் முகத்தில் பதித்தாள்.

"நீ எதற்காகப் பயப்படுகிறாய்?" என்று மிக அமைதியாகக் கேட்டான் அவன். "இது நகரம்! நாம் இருந்ததைப் போல நாட்டுப் புறமில்லை! நாட்டுப் புறத்திலும்கூட நான் உனக்குச் செய்த தீமை களைவிட நீ எனக்குச் செய்த தீமைகள்தான் அதிகம்! இங்கே மட்டும் என்ன நடந்துவிடப் போகிறது?"

"சோஃபியா செமினோவ்னாவுக்கு இதைப் பற்றித் தெரியுமா?"

"இல்லை! நான் இன்னும் அவளிடம் ஒரு வார்த்தைகூடச் சொல்லவில்லை. அவள் இப்போது வீட்டில்தான் இருக்கிறாளா என்பதைக்கூட என்னால் உறுதியாகச் சொல்ல முடியாது! பெரும் பாலும் அவள் வீட்டில்தான் இருப்பாள்! அவளுடைய மாற்றாந் தாய்க்கு இன்றுதான் ஈமச்சடங்கு முடிந்திருக்கிறது! இப்படி ஒரு நாளில் அவள் வெளியே போக நிச்சயம் விரும்பமாட்டாள்! சரியான நேரம் வரும் வரையில், இந்த விஷயத்தை எவரிடமும் சொல்வதற்கு எனக்கு விருப்பமில்லை! உன்னிடம் அதைப் பற்றிச் சொல்ல நேர்ந்தது பற்றிக்கூட எனக்குக் கொஞ்சம் வினோதமாகத் தான் இருக்கிறது! இதைப் பொறுத்தவரையில், கொஞ்சம் முன் யோசனையில்லாமல் நடந்துகொண்டாலும்கூட நம்பிக்கைத் துரோகம் போல ஆகிவிடும். இதோ இந்த வீட்டில்தான் நான் தங்கியிருக்கிறேன்! பார்த்தாயா, இவன்தான் இங்கே காவற்காரன்! என்னை இவனுக்கு நன்றாகத் தெரியும். நமக்கு அவன் வணக்கம் செலுத்துகிறான் பார்! என்னோடு ஒரு பெண்ணும்கூடவே இருப்பதை இப்போது அவன் பார்த்துவிட்டானல்லவா? நிச்சயம் உன் முகத்தை அவன் ஞாபகம் வைத்திருப்பான்! உனக்கு என் மீது பயமோ, சந்தேகமோ இருக்குமானால் இந்த விஷயம் உனக்குச் சற்று ஆறுதலாக இருக்குமே என்றுதான் இதைச் சொல்கிறேன். நான் சொல்வது கொஞ்சம் கொச்சையாகத் தெரிந்தால் அதற்காக என்னை மன்னித்துக்கொள். இதோ இந்த இடத்தில்தான் நான் குடியிருக்கிறேன். இதை ஒட்டியிருக்கும் அடுத்த அறை, சோஃபியா

செமினோவ்னாவுடையது. இந்தத் தளம் முழுவதையுமே அறை களாகப் பிரித்து வாடகைக்கு விட்டிருக்கிறார்கள். அது சரி, நீ ஏன் சின்னக்குழந்தையைப் போல இப்படிப் பயந்து நடுங்கிக் கொண்டிருக்கிறாய்? நான் பார்ப்பதற்கு அப்படியென்ன பயங்கர மாகவா இருக்கிறேன்?"

ஸ்விட்ரிகைலோவ் மிகுந்த பரிவோடு புன்னகை செய்வது போலப் பாவனை செய்தான்! ஆனாலும் அப்படிப் புன்னகை செய்யக்கூடிய ஒரு மனநிலையில் அவன் இப்போது இல்லை. அவனது இதயம் படபடத்துக்கொண்டிருந்தது. மூச்சுவிடக்கூட மறந்த நிலையில் அவன் இருந்தான். தன்னுள் விளைந்திருந்த உச்சபட்சக் கிளர்ச்சியை மறைத்துக்கொள்வதற்காக, வேண்டு மென்றே தனது குரலைச் சற்று உயர்த்திக்கொண்டான் அவன்.

அவனைப் பற்றிப் பயங்கரமாக எதையோ எண்ணிக் கொண்டு, குழந்தைத்தனமாகத் தான் பயப்படுவதாக ஸ்விட்ரி கைலோவ் குறிப்பிட்டது, துனியாவிற்கு எரிச்சலை மூட்டிவிட்டி ருந்தது. அந்த எரிச்சலினாலேயே, அவனுக்கு ஏற்பட்டிருந்த வினோதமான கிளர்ச்சியை அவள் இனம் கண்டுகொள்ளத் தவறியிருந்தாள்.

"நீங்கள் மற்றவர்களின் உணர்வுகளை மதிக்கத் தெரியாத கௌரவமற்ற மனிதர் என்பது எனக்கு நன்றாகவே தெரியும். ஆனாலும் எனக்கொன்றும் உங்களிடத்தில் பயம் எதுவும் இல்லை. சரி, எனக்கு வழியைக் காட்டியபடி முன்னால் செல்லுங்கள்!" என்று அமைதியான பாவனையுடன் சொன்னாள் துனியா. ஆனாலும் அவளது முகம் சற்று வெளிறித்தான் போயிருந்தது.

ஸ்விட்ரிகைலோவ் சோனியாவின் அறைக்கதவருகே சற்று நின்றான்.

"முதலில், உன் அனுமதியோடு அவள் வீட்டில்தான் இருக் கிறாளா என்பதை விசாரித்துக்கொள்கிறேன்! இல்லை! துரதிர்ஷ்ட வசமாக இப்போது அவள் வீட்டில் இல்லை. ஆனால் சீக்கிரமே அவள் திரும்பிவந்து விடுவாளென்று எனக்குத் தெரியும்! அந்த அனாதைக் குழந்தைகள் விஷயமாக ஒரு பெண்மணியைச் சந்திக்கத்தான் அவள் போயிருக்க வேண்டும்! அந்தக் குழந்தை களின் தாய் இறந்து போய்விட்டாள். அநாதரவாய் விடப்பட்ட அவர்கள் விஷயத்தில், நான்தான் கொஞ்சம் அக்கறை எடுத்துக் கொண்டு, அவர்களுக்காகச் சில ஏற்பாடுகளைச் செய்தேன். இன்னும் பத்து நிமிடத்திற்குள் சோஃபியா செமினோவ்னா திரும்பி வரவில்லையென்று வைத்துக்கொள்! அப்போது நீ விருப்பப் பட்டபடி – இன்றே உன்னைக் காண்பதற்காக அவளை நான்

உன்னிடம் அனுப்பி வைக்கிறேன். இவை இரண்டுமே என்னுடைய அறைகள்! இந்தக் கதவுக்கு மறுபக்கத்தில்தான் இந்த வீட்டுச் சொந்தக்காரி திருமதி ரெஸ்லிச் குடியிருக்கிறாள். இப்போது தயவுசெய்து இங்கே பார்! நான் வைத்திருக்கும் மிக முக்கியமான ஆதாரங்களை நான் காட்டப் போகிறேன்! என்னுடைய படுக்கை அறையிலிருந்து செல்லும் இந்தக் கதவுக்கு மறுபக்கத்தில் இரண்டு காலி அறைகள் இருக்கின்றன. இதோபார்! இந்த அறைகள்தான்! தயவுசெய்து நீ இவற்றைக் கொஞ்சம் கவனமாகப் பார்த்துக் கொள்!"

மேசை, நாற்காலி முதலிய பொருள்களோடு கூடிய இரண்டு மிகப் பெரிய அறைகளை வாடகைக்கு எடுத்திருந்தான் ஸ்விட்ரி கைலோவ். துனியா, அவன் மீது சிறிதும் நம்பிக்கை இல்லாத வளாகச் சுற்றுமுற்றும் பார்த்துக்கொண்டிருந்தாள். அறைகள் அமைந்திருந்த விதத்திலோ அல்லது அங்கிருந்த பொருள்களிலோ வித்தியாசமாக இருப்பது போல எதுவும் அவளுக்குப் புலப்பட வில்லை. ஆனால் அவனுடைய அறையின் அமைப்பில் குறிப்பிடத் தக்க ஓர் அம்சம் இருக்கத்தான் செய்தது.

ஸ்விட்ரிகைலோவின் குடியிருப்பு, இதுவரையில் எவருமே குடிவராத – காலியாக இருந்த – இரண்டு குடியிருப்புகளுக் கிடையே அமைந்திருந்தது. அவனுடைய வீட்டுக் கதவு, நேரடி யாகத் தாழ்வாரத்தை நோக்கியதாக இல்லை. தாழ்வாரத்திற்குச் செல்ல வேண்டும் என்றால் வீட்டுக்காரி ரெஸ்லிச்சுக்குச் சொந்த மான காலி அறைகள் இரண்டையும் தாண்டிக்கொண்டுதான் சென்றாக வேண்டும். தனது படுக்கை அறைப் பகுதியில் பூட்டி யிருந்த ஒரு கதவைத் திறந்து துனியாவிற்கு அங்கிருந்த மற்றொரு குடியிருப்பைக் காட்டினான் ஸ்விட்ரிகைலோவ். அதுவும்கூடக் காலியாகத்தான் கிடந்தது. வாடகைக்கு விடுவதற்காகவே அதனை வைத்திருந்தாள் வீட்டுக்காரி. அதைப் பார்க்கும்படியாக ஸ்விட்ரி கைலோவ் தன்னிடம் கூறியது எதற்காக என்பது துனியாவிற்கு விளங்காததால் அவள் வாசலிலேயே நின்றுகொண்டிருந்தாள். அவன் அவளுக்கு அதுபற்றி வேகமாக விளக்கம் தர முற்பட்டான்.

"பெரியதாக இருக்கும் இந்த இரண்டாவது அறையைப் பார்த்துக்கொள்! அதன் கதவு பூட்டியிருக்கிறது. அதையும் பார்! கதவுக்குப் பக்கத்தில் ஒரு நாற்காலி இருக்கிறதல்லவா? அந்த இரண்டு அறைகளுக்குமாய்ச் சேர்த்து நாற்காலி ஒன்றுதான் இருக் கிறது! அதை நான்தான் என்னுடைய அறையிலிருந்து கொண்டு வந்து இங்கே போட்டு வைத்திருக்கிறேன்! எதற்குத் தெரியுமா? கொஞ்சம் சௌகரியமாக உட்கார்ந்துகொண்டு 'வம்பு கேட்க' வேண்டுமென்பதற்காகத்தான்! இங்கே, இந்தக் கதவுக்கு நேராகப்

பின்னால்தான் சோஃபியா செமினோவ்னாவின் மேசை இருக்கிறது. அவள் அங்கே உட்கார்ந்துகொண்டுதான் ரோடியன் ரொமனோவிச்சுடன் பேசிக்கொண்டிருந்தாள். நான், இங்கே, இந்த நாற்காலியில் உட்கார்ந்தபடி தொடர்ச்சியாக இரண்டு நாட்கள்– மாலை வேளைகளில் – அவர்கள் இருவரும் பேசிக்கொண்டிருந்ததை முழுவதும் கேட்டுக்கொண்டிருந்தேன். ஒவ்வொரு தடவையும் கிட்டத்தட்ட இரண்டு மணி நேரம் அவர்கள் பேசிக்கொண்டிருந்தார்கள். அப்படியென்றால் நிச்சயமாக அதிலிருந்து எதையாவது தெரிந்துகொள்ள எனக்கு வாய்ப்பிருக்கிறதல்லவா? நீயே சொல்!”

“நீங்கள் அதையெல்லாம் கேட்டுக்கொண்டிருந்தீர்களா”

“ஆமாம், கேட்டேன்! வா, இப்பொழுது என்னுடைய அறைகளுக்குப் போவோம்! இங்கே உட்கார்ந்து பேச இடமில்லை!”

அவன் அவ்தோத்யா ரொமனோவ்னாவைத் தன்னுடைய முதல் இரண்டு அறைகளுக்கு அழைத்துச் சென்றான். வரவேற்பறையாக அவன் பயன்படுத்தி வந்த அந்தப் பகுதியில் அவளை அமரச் செய்தான். மேசையின் மற்றொரு மூலையில் அவனும் உட்கார்ந்துகொண்டான். அவளிடமிருந்து இரண்டு அடி விலகித்தான் அவன் உட்கார்ந்திருந்தான்; முன்பு துனியாவைப் பயமுறுத்திய அந்தக் ‘காம தாக நெருப்பு’ இப்போதும்கூட அவனது கண்களில் கனன்றுகொண்டிருந்தது. அதைக் கண்டு நடுநடுங்கிப் போனாள் அவள்; மீண்டும் நம்பிக்கையில்லாதவளாகச் சுற்றுமுற்றும் பார்த்தாள். தன்னுடைய பயத்தையும், அவ நம்பிக்கையையும் வெளிப்படையாகக் காட்டிக்கொள்ள அவள் விரும்பவில்லை. ஆனாலும் தன்னிச்சையாகவே அவை அவளிடமிருந்து வெளிப்பட்டுக்கொண்டிருந்தன. காரணம், ஸ்விட்ரிகைலோவின் அறைகளின் அமைப்புதான்! அவை அப்படித் துண்டுபட்டுத் தன்னந்தனியாகக் கிடப்பது அவளுக்குக் கலவரமூட்டுவதாக இருந்தது. அவனுடைய வீட்டுச் சொந்தக்காரியாவது, அங்கே தனது குடியிருப்பில் இருக்கவேண்டும் என்று அவள் நினைத்த போதும், அப்படிக் கேட்கவிடாதபடி அவளது சுயகௌரவம் அவளைத் தடுத்துவிட்டது. மேலும் அந்த வேளையில் பயத்தை விடக் கவலையே அவளை அதிகமாக ஆட்கொண்டிருந்தது. அப்போது அவள் கொண்டிருந்த துயரம் பொறுத்துக்கொள்ள முடியாததாக இருந்தது.

“நீங்கள் எழுதிய கடிதம் இதோ இருக்கிறது!” என்று சொல்லியபடி கடிதத்தை எடுத்து மேசையில் போட்டுவிட்டுப் பேசத் தொடங்கினாள் அவள். “நீங்கள் எழுதியிருப்பது எப்படி

உண்மையாக இருக்க முடியும்? என் சகோதரன் ஒரு குற்றத்தைச் செய்திருப்பதாகப் பூடகமாகக் குறிப்பிட்டிருக்கிறீர்கள்! அது இலைமறைகாயாக இருந்தாலும்கூட நீங்கள் என்ன சொல்ல வருகிறீர்கள் என்பது, எனக்கு அப்பட்டமாகப் புலப்படுகிறது! அப்படி ஒரு குற்றச்சாட்டை நீங்கள் வைக்கவில்லை என்று இனி மேலும் பின் வாங்க முடியாது. முட்டாள்தனமான இந்தக் கதையைப் பற்றி உங்கள் கடிதம் வருவதற்கு முன்பாகவே எனக்குத் தெரியும். அதில் ஒரு வார்த்தையை நம்புவதற்குக்கூட நான் தயாராக இல்லை! அவன் மீதான சந்தேகம், பைத்தியக்காரத் தனமானது! தீய நோக்கம்கொண்டது! அந்தக் கதை எப்படி, ஏன் உருவாக்கப்பட்டது என்பதைப் பற்றியும் எனக்குத் தெரியும்! உங்களிடம் அது குறித்து எந்த வகையான ஆதாரம் இருப்பதற்கும் வழியே இல்லை. நீங்கள் அதை நிரூபிப்பதாக வாக்களித்திருக் கிறீர்கள்! அப்படியானால் அது என்னவென்று சொல்லுங்கள்! ஆனால் நான் உங்களை நம்பப் போவதில்லை! நிச்சயம் நம்பப் போவதில்லை!"

கோபம் கொப்பளிக்க, வேகமாக இப்படிச் சொல்லி முடித்த போது துனியாவின் முகம் சிவந்து போயிருந்தது.

"நீ நம்பவில்லையென்றால் என்னைத் தனியாக வந்து சந்திக்கும் அளவுக்கு எப்படித் துணிந்தாய்? நீ இங்கே வந்ததுதான் ஏன்? சும்மா, ஏதோ ஓர் ஆர்வத்தால் வந்தாயா?"

"என்னைச் சித்திரவதைக்கு ஆளாக்காமல் என்ன விஷயம் என்பதை மட்டும் சொல்லுங்கள்!"

"ஒன்று மட்டும் உறுதியாகத் தெரிகிறது. உண்மையிலேயே நீ ஒரு துணிச்சல்காரிதான்! ரஸூமிகினை உனக்குத் துணையாக அழைத்துக்கொண்டு வருவாய் என்று நான் எதிர்பார்த்துக் கொண்டிருந்தேன்! ஆனால் அவன் உன்னோடு வரவில்லை. இங்கே பக்கத்திலும்கூட எங்குமே அவன் இல்லை. இப்படித் தனியாக நீ வந்திருப்பது உன்னுடைய துணிச்சலைத்தான் காட்டு கிறது! ரோடியன் ரொமனோவிச்சை எப்படியாவது காப்பாற்றி விட வேண்டுமென்று நீ துடிப்பதைத்தான் அது காட்டுகிறது! உன்னிடம் உள்ள எல்லாவற்றிலுமே தெய்வீகத்தன்மையைக் காண முடிகிறது! ஆனால் உன் சகோதரன்...? அவனைப் பற்றிச் சொல் வதற்கு என்ன இருக்கிறது? சற்று முன்பு நீயே பார்த்தாயல்லவா? எப்படி இருந்தான் பார்த்தாயா?"

"நீங்கள் என்ன தொடர்ந்து இதே மாதிரிதான் பேசிக் கொண்டிருக்கப் போகிறீர்களா?"

"இல்லை...! அவன் இப்போது இருக்கும் நிலையை வைத்து மட்டும் நான் அப்படிச் சொல்லவில்லை. அவன் பேசிய வார்த்தை கள்கூட எனக்குத் தெரியும்! சோஃபியா செமினோவ்னாவைப் பார்ப்பதற்காகத் தொடர்ந்து இரண்டு நாட்கள் – மாலை வேளை களில் அவன் இங்கே வந்தான். அவர்கள் எங்கே உட்கார்ந்திருந் தார்கள் என்பதைக்கூட உன்னிடம் நான் காட்டினேன். தன் குற்றத்தை அவளிடம் அவன் முழுமையாக ஒத்துக்கொண்டான்! அவன் ஒரு கொலைகாரன்! தன் பொருள்களை யாரிடம் அடகு வைத்திருந்தானோ அதே கிழவியைக் கொலை செய்திருப்பவன் அவன்! கொலை நடந்த வேளையில் தற்செயலாக அங்கே வந்து விட்டதால், அவளது சகோதரி லிஸாவெதாவையும்கூட அவன் கொன்றுவிட்டான். அவள் ஒரு சிறு வியாபாரி. தன்னோடு எடுத்துச் சென்றிருந்த கோடாரி ஒன்றை வைத்து அவர்களை அவன் கொன்றிருக்கிறான். அங்கிருந்த பொருள்களைத் திருடுவதற் காகத்தான் அவன் அந்தக் கொலைகளைச் செய்தான்! அந்தப் பொருள்களை அவ்வாறே திருடவும் செய்தான்! பணத்தையும் வேறு சில பொருள்களையும் அங்கிருந்து எடுத்துச் சென்றிருக் கிறான் அவன்! இந்த எல்லா விஷயங்களையுமே ஒன்றுவிடாமல் சோஃபியா செமினோவ்னாவிடம் அவன் அன்று விவரித்துச் சொன்னான். அவனிடம் பொதிந்துள்ள அத்தனை இரகசியங் களையும் அறிந்திருப்பவள் அவள் மட்டும்தான்! மற்றபடி இந்தக் கொலை விஷயங்களில் சொல்லாலோ, செயலாலோ அவளுக்கு எந்தத் தொடர்பும் இல்லை. மாறாக நீ இப்பொழுது பயந்து போயிருப்பது போலவே அவளும் மிரண்டு போயிருக்கிறாள். அவ்வளவுதான்! அது குறித்து நீ பதற்றப்பட வேண்டியதில்லை! அவள் அவனைக் காட்டிக் கொடுக்கத் துணிய மாட்டாள்!"

"இது உண்மையாக இருக்க முடியாது!" வெளிறிப் போய், இறுகிப் போய்விட்ட தனது உதடுகளுக்குள் முணுமுணுத்தாள் துனியா. அவளுக்கு மூச்சுத் திணறுவதைப் போலிருந்தது. "இப்படி ஒன்று நடப்பதற்கு வழியே இல்லை! மிகச் சிறிய ஒரு காரணத் தையோ, நோக்கத்தையோகூட இதற்குக் கற்பிக்க முடியாது! இது பொய்தான்! ஆமாம்... அப்பட்டமான பொய் இது!"

"அவன் அவளிடம் திருட எண்ணியிருக்கிறான். திருடியிருக் கிறான். அதுதான் காரணம்! ஆனால் பணத்தையும் பொருள் களையும் அவளிடமிருந்து எடுத்துக்கொண்டு சென்றானே தவிர அவற்றை அவன் இதுவரை பயன்படுத்திக்கொள்ளவில்லை என்பது உண்மைதான்! அதைத் தன் வாய் மொழியாக அவனே குறிப்பிட்டான். எங்கேயோ ஒரு கல்லுக்குக் கீழே அவற்றையெல் லாம் மறைத்து வைத்திருக்கிறான் அவன். இன்னும்கூட அவையெல்லாம் அங்கேதான் இருக்கின்றன. அதற்குக் காரணம்,

அதையெல்லாம் எடுத்துப் பயன்படுத்தக்கூடிய துணிச்சல் அவனிடம் இல்லாமல் போனதுதான்!"

"இப்படிப்பட்ட கேவலமான திருட்டுத்தனங்களிலும் கொள்ளையடிக்கும் செயல்களிலும் ஈடுபடக்கூடியவனா அவன்? கனவில்கூட அவன் இதையெல்லாம் நினைத்துப் பார்க்க மாட்டானே?" என்று நாற்காலியிலிருந்து எழுந்தபடி கத்தினாள் துனியா. "உங்களுக்கு அவனைத் தெரியும். நீங்களே அவனைப் பார்த்திருக்கிறீர்கள்! உண்மையைச் சொல்லுங்கள்! அவன் ஒரு திருடனாக இருக்க முடியுமா?"

கிட்டத்தட்ட மன்றாடும் தொனியில், ஸ்விட்ரிகைலோவிடம் பேசிக்கொண்டிருந்தாள் துனியா. தனக்கு முதலில் ஏற்பட்டிருந்த பயத்தைக்கூட அவள் இப்போது மறந்துவிட்டிருந்தாள்.

"மனிதர்களின் உள்ளங்கள் பலதரப்பட்டவை அவ்தோத்யா ரொமனோவ்னா! ஆயிரக்கணக்கான, கோடிக்கணக்கான வகைகளில் இதயங்களும் அவற்றின் எண்ணங்களும் இருக்கின்றன. ஒரு திருடன் திருடுகிறான். அதேசமயம், தான் ஒரு போக்கிரி என்பதையும் அவன் அறிந்தேதான் இருக்கிறான். ஆனால்... நான் கேள்விப்பட்டிருக்கும் ஒரு கதையைச் சொல்கிறேன், கேள்! நல்ல கௌரவமான குடும்பத்தைச் சேர்ந்த ஒரு மனிதன், பிறருக்கு வரும் கடிதங்களைத் திருடுவான். ஒருவேளை தனது கௌரவத்திற்கு ஏற்ற, மதிப்பிற்குரிய ஒரு காரியத்தைத்தான், தான் செய்வதாகக்கூட அவன் தனக்குள் நினைத்துக்கொண்டிருக்கலாம். இதோ பார்! உன்னுடைய சகோதரனைப் பற்றிய இந்த விஷயத்தை இன்னொருவர் மூலமாகக் கேள்விப்பட்டிருந்தால், அப்போது, நானும்கூட, உன்னைவிட அதிகமாக அவற்றைப் புறக்கணித்திருப்பேன். அலட்சியப்படுத்தியிருப்பேன். நம்பியிருக்க மாட்டேன்! ஆனால் என் காதுகளை நான் நம்பித்தானே ஆக வேண்டும்? அவன் இதற்கான காரணங்களைக்கூட சோஃபியா செமினோவ்னாவிடம் சொல்லிவிட்டான். முதலில் அவளாலும்கூடத் தான் கேட்டதையெல்லாம் நம்ப முடியவில்லை... கடைசியாக அவள் தனது கண்களை நம்பித்தானாக வேண்டியிருந்தது.. ஏனென்றால் அதை அவனே அவளிடம் நேரில் சொல்லிக்கொண்டிருந்தானே!"

"ஆனால்... அந்தக் காரணங்கள்தான் என்ன?"

"அது ஒரு பெரிய கதை, அவ்தோத்யா ரொமனோவ்னா! இதோ, சொல்கிறேன், கேட்டுக்கொள்! அதை நான் எப்படிச் சொல்வது...? அது ஒரு வகையான கொள்கை அல்லது கோட்பாடு என்று வேண்டுமானால் வைத்துக்கொள்ளலாம். உதாரணத்துக்கு எடுத்துக்கொண்டால் அடிப்படையான நோக்கம்

நல்லதாகவும், மேன்மையானதாகவும் இருந்ததென்றால், அதனை நிறைவேற்றுவதற்கு – அடைவதற்கு சிறியதாக ஒரு தீய செயலைக் கூடச் செய்யலாம்...! அதற்கு நம்மை நாமே அனுமதித்துக்கொள்ள லாம். ஒரே ஒரு கெட்ட காரியம்! ஆனால் அதன் விளைவு, நூற்றுக்கணக்கில் நல்ல செயல்பாடுகள்! அது மட்டுமில்லை... மூவாயிரம் ரூபிள்கள் மட்டும் தன்னிடம் இருக்குமானால், தன் னுடைய எதிர்காலத்தின் போக்கே வேறுவகையாக மாறிவிடுமே, அது தன்னிடம் இல்லையே என்று வருத்தப்படும் உண்மையான திறமையும், அளவற்ற ஆசைகளும் கொண்டிருக்கும் ஒரு வாலி பனின் ஆவேசமும் கோபமும்கூட அதற்கு ஒரு காரணம்தான்! அதற்கு இன்னும் தூபம் போடுவதைப் போலப் பசி, எரிச்சல், எலிப் பொந்து போன்ற அறை, கிழிசல் துணிகள், தான், தனது தாய், சகோதரி ஆகியோர் வாழ்ந்துவரும் மோசமான வாழ்க்கை நிலை குறித்த பிரக்ஞை ஆகியவைகளெல்லாம் வேறு சேர்ந்து கொண்டிருக்கின்றன! எல்லாவற்றுக்கும் மேலாக அகம்பாவம், திமிர், செருக்கு! இன்னும் வேறு ஏதாவது நல்ல குணங்களும் இருந்ததோ என்னவோ... அது கடவுளுக்குத்தான் தெரியும்! நான் இப்போது அவனைக் குறை சொல்லிப் பழித்துக்கொண்டிருக்க வில்லை. அப்படி நான் செய்வதாக நினைத்துவிடாதே! அது என் வேலை இல்லை! அப்புறம், சொல்லுவதென்றால், அவன் தனக்கென்று ஒரு கோட்பாட்டை வகுத்து வைத்திருக்கிறான். அதன்படி, மனிதர்களைச் சாமானியர்கள் என்றும், சற்று வேறு பாடாக இருப்பவர்கள் என்றும் பிரித்துக்கொண்டிருக்கிறான். அப்படி வேறுபாடாக – வித்தியாசமானவர்களாக – இருப்பவர் களைச் சற்றுச் சிறப்பானவர்களாக அவன் எண்ணுகிறான். அந்த மனிதர்கள், மற்றவர்களைவிடவும் சிறிது உயர்ந்த தளத்தில் இருப்ப தால், சட்டங்கள் அவர்களுக்காக எழுதப்படவில்லை என்பதும், மாறாக அவர்கள்தான் சாமானியர்களுக்கான சட்டங்களை வகுக்கக்கூடியவர்கள் என்பதும் அவனது எண்ணம்! முடிவு! கொள்கையளவில் அது எப்படி வேண்டுமானாலும் இருந்து விட்டுப் போகட்டும்! நெப்போலியன் மீது அவனுக்குப் பயங்கர மான ஈடுபாடு இருக்கிறது! அவனை அதிகமாகக் கவர்ந்திருக்கும் விஷயம் என்ன தெரியுமா? ஒரு தவறான செயலைச் செய்ய வேண்டிய சூழ்நிலை ஏற்படும்போது, மேதைகளாக இருக்கும் நிறைய பேர், சற்றும் தயங்காமல் அதைச் செய்து முடித்துவிட்டுப் பிறகு அதைப்பற்றிக் கொஞ்சமும் யோசிக்காமல் எப்படி இலகு வாக அதனைக் கடந்து போய் விடுகிறார்களென்பதுதான்! தானும் அப்படிப்பட்ட மேதைகளில் ஒருவன் என்ற சிந்தனைதான் சிறிது காலமாக அவனுள் குடியிருந்துகொண்டு அவனுக்கு உளைச்சல் தந்துகொண்டிருந்திருக்க வேண்டும். தானும் அப்படிப்பட்டவன்

தான் என்று அவன் முடிவு செய்துகொண்டிருக்கிறான்! இன்னும் கூட அப்படிப்பட்ட ஓர் எண்ணம்தான் அவனைத் துன்புறுத்திக் கொண்டிருக்கிறது; வதைத்துக்கொண்டிருக்கிறது! சிந்தனையளவில் அவன் ஒரு கோட்பாட்டை உருவாக்கியிருந்தாலும்கூடச் சட்ட விதிமுறைகளை மீறுவதென்பது அவனது இயல்புக்கு மாறு பட்டதாக இருப்பதால் – அதன் பிறகு அதைப் பற்றி அவனால் யோசித்துப் பார்க்காமல் இருக்க முடியவில்லை. இதிலிருந்தே முன்பு குறிப்பிட்டவர்களைப் போல இவன் ஒரு மேதையில்லை என்பதைப் புரிந்துகொள்ள முடியும். இந்தக் காலத்தைச் சேர்ந்த சுயகௌரவம்கொண்ட இளைஞனல்லவா அவன்? தன்னுடைய தன் முனைப்புக்குப் பங்கம் ஏற்பட்டுவிட்டதை அவனால் தாங்கிக்கொள்ள முடியவில்லை!”

“அப்படியென்றால், மனசாட்சியின் உறுத்தல் எதுவுமே அவனுக்கு இல்லையென்றா சொல்கிறீர்கள்? ஒழுக்க நெறிமுறை என்று அவனிடம் எதுவுமே இல்லையென்பதுதான் உங்கள் முடிவா? அவன் உண்மையிலேயே அப்படிப்பட்டவனாகவா இருக் கிறான்?”

“எல்லாமே இப்போது குழம்பிப் போய்க் கிடப்பதால், இது தான் காரணம் என்பதை உறுதியாகப் புள்ளி போட்டுச் சொல்வது கடினம், அவ்தோத்யா ரொமனோவ்னா! பொதுவாக ரஷ்ய நாட்டைப் போலவே, அதில் வாழும் மக்களின் மனங்களும்கூட விசாலமானவைதான்! வினோதமான காரியங்களையும், குழப்ப மான செயல்பாடுகளையும் மேற்கொள்ள வேண்டுமென்று விபரீத மாக ஆசைப்படுபவை அந்த உள்ளங்கள்! ஆனால் தனிச் சிறப்பு கொண்ட மேதையாக இல்லாமல் திடமான மனமில்லாமல் பரந்த மனம் மட்டுமே இருந்தால் அது ஆபத்தில்தான் கொண்டு போய் விடும்! உனக்கு நினைவிருக்கிறதா? இதே விஷயத்தைப் பற்றி மொட்டை மாடியிலுள்ள தோட்டத்தில், மதிய உணவுக்குப் பிறகு நாம் இரண்டு பேரும் முன்பெல்லாம் பேசிக்கொண்டிருப் போமே...? அந்த விவாதத்தில் அப்படிப்பட்ட விசாலமான மன துக்கு ஆதரவாக இருந்துகொண்டு நீ என்னைக் கண்டித்துக் கொண்டிருப்பாய்! யாருக்குத் தெரியும்? ஒருவேளை நாம் அப்படிப் பேசிக்கொண்டிருந்த அதே நேரத்தில், இவன் இங்கே படுத்துக் கொண்டு தனது திட்டத்தை வகுத்துக்கொண்டிருந்திருப்பான் போலிருக்கிறது! நம்முடைய ரஷ்ய சமூகத்தைப் பொறுத்த வரையில், கொஞ்சம் பகுத்தறிவுள்ள மனிதர்களிடம் புனிதமான மரபுகள் என்று எதுவும் இருப்பதில்லை. புத்தகங்களிலிருந்தோ, பழைய சரித்திரத்திலிருந்தோ யாராவது எதையாவது துருவி எடுத்தால்தான் உண்டு! அப்படிச் செய்பவர்கள் நிச்சயம் நன்கு

படித்தவர்களாகத்தான் இருப்பார்கள். அதேசமயம் கொஞ்சம் எளிமையாகவும் இருப்பார்கள்! அதனால், சராசரி மனிதன், அவர்கள் சொல்லும் மரபுகளைத் தன்னால் பின்பற்ற முடியாதென்று முடிவு கட்டிவிடுவான். உனக்குத்தான் நான் கொண்டுள்ள இப்படிப்பட்ட கருத்துகளைப் பற்றியெல்லாம் தெரியுமே? நான் எவரையும் எதற்காகவும் பழிக்கக்கூடாதென்பதை ஒரு விதியாகவே கடைப்பிடித்து வருகிறேன். காரணம் நான் செய்யும் காரியங்களையும் நான் பழிப்பதில்லை. இனிமேலும் பழிப்பதாக இல்லை! ஆனால் இதைப் பற்றி முன்புகூட ஒரு தடவை நாம் பேசியிருக்கிறோம். என் கருத்துகளைக் கேட்க நீ ஆர்வம் காட்டியது எனக்கு மகிழ்ச்சியாகக்கூட இருந்தது... இப்போது நீ மிகவும் வெளிறிப் போய் இருக்கிறாய் அவ்தோத்யா!"

"அவனுடைய அந்தக் கோட்பாட்டைப் பற்றி எனக்குத் தெரியும்! ஒரு பத்திரிகையில் வந்த அவனுடைய கட்டுரையை நான் படித்திருக்கிறேன். எதைச் செய்வதற்கும் உரிமை படைத்த மனிதர்களைப் பற்றியது அது. ரஸுமிகின்தான் அதை எனக்குக் கொண்டு வந்து தந்தார்!"

"ரஸுமிகின் கொண்டு வந்து கொடுத்தானா? உன் சகோதரன் பத்திரிகையில் கட்டுரை எழுதியிருக்கிறானா? அது, எனக்குத் தெரியாதே? அது நிச்சயம் சுவாரசியமாகத்தான் இருக்க வேண்டும்! அது சரி, இப்போது நீ எங்கே போய்க்கொண்டிருக்கிறாய், அவ்தோத்யா ரொமனோவ்னா!"

"நான் இப்போது சோஃபியா செமினோவ்னாவைப் பார்த்தாக வேண்டும்!" என்று மெல்லிய குரலில் சொன்னாள் துனியா. "அவளது அறைக்கு எந்த வழியாகச் செல்ல வேண்டும்? ஒரு வேளை அவள் இப்போது திரும்பி வந்திருக்கலாம். நான் உடனே அவளைப் பார்த்தாக வேண்டும்! அவள் என்ன சொல்கிறாளென்று பார்க்கலாம்!" பேசிக்கொண்டிருந்த வார்த்தைகளை முடிப்பதற்குக்கூட அவளால் முடியவில்லை. மூச்சுவிடுவதைக்கூட மறந்த நிலையில் மிகவும் படபடப்பான இதயத்துடன் அவள் இருந்தாள்.

"சோஃபியா செமினோவ்னா பெரும்பாலும் இருட்டிய பிறகுதான் வருவாள் என்று நினைக்கிறேன்! ஆனால் இன்று இங்கே அவள் கொஞ்சம் சீக்கிரமாகவே வந்திருக்க வேண்டும். அவள் இதுவரை வராமல் இருப்பதிலிருந்தே அவள் இன்று சீக்கிரமாகத் திரும்ப மாட்டாள் என்பதைப் புரிந்துகொள்ளலாம். அவள் வரத் தாமதமாகும் என்பதுதான் இதற்கு அர்த்தம்!"

“அப்படியானால் நீங்கள் என்னிடம் பொய் சொல்லியிருக்கிறீர்கள்.. இப்பொழுதுதான் எனக்குப் புரிகிறது! முழுநேரமும் நீங்கள் சொன்னதெல்லாமுமே பொய்தான்! நான் உங்களை நம்ப மாட்டேன்! நிச்சயமாக நம்ப மாட்டேன்” என்று தனது சுயக் கட்டுப்பாட்டை இழந்தவளாக ஆவேசமாகக் கூச்சலிட்டாள் துனியா.

கிட்டத்தட்ட மயங்கிவிழும் நிலைக்குச் சென்றுவிட்ட அவள், ஸ்விட்ரிகைலோவ் அவசரமாய்க் கொண்டுவந்து போட்ட ஒரு நாற்காலியில் சரிந்து விழுந்தாள்.

“அவ்தோத்யா ரொமனோவ்னா, உனக்கு என்ன ஆயிற்று? இதோ பார்! மயங்கிப் போய்விடாதே! இதோ தண்ணீர் இருக்கிறது! ஒருவாய் குடித்துக்கொள்!”

அவன் அவளது முகத்தின் மீது சிறிது தண்ணீரைத் தெளித்தான். சற்று நடுங்கியபடி மீண்டும் சுய நினைவுக்கு மீண்டாள் துனியா.

“இந்த விஷயம் இவளை இந்த அளவுக்குப் பாதித்து விட்டதே?” என்று முகத்தைச் சுளித்தபடி தனக்குள் முணு முணுத்துக்கொண்டான் ஸ்விட்ரிகைலோவ். “கொஞ்சம் ஆசுவாசப் படுத்திக்கொள் துனியா! நான் சொல்வதைக் கொஞ்சம் கேள்! அவனுக்கு நண்பர்கள் இருக்கிறார்கள்! நாமெல்லோரும் சேர்ந்து நிச்சயமாக அவனைக் காப்பாற்றிவிடலாம்! இந்த ஆபத்திலிருந்து அவனை மீட்டு விடலாம்! ஏதாவது வேறொரு நாட்டுக்கு அவனை நான் அழைத்துக்கொண்டு போய்விடவா? விரும்பினால் என்னால் அப்படிக்கூடச் செய்துவிட முடியும்! அதற்குத் தேவையான பணம் என்னிடம் இருக்கிறது. மூன்றே நாட்களில் டிக்கெட்கூட வாங்கி விடலாம்!

கொலைகளைச் செய்ததற்குப் பிராயச்சித்தமாக நிறைய நல்ல காரியங்களை அவன் செய்துவிடலாம். கொஞ்சம் அமைதியாக இரு. இன்னும் சிறந்த மனிதனாகக்கூட அவன் உருவாகலாம் யார் கண்டது? சரி... இப்போது நீ எப்படி இருக்கிறாய்? கொஞ்சம் பரவாயில்லையா?”

“சே... எத்தனை மோசமான மனிதர் நீங்கள்? இன்னமும்கூட இப்படி ஏளனத்துடனேயே பேசிக்கொண்டிருக்கிறீர்களே... சரி, நான் போயாக வேண்டும்...!”

“எங்கே போகப் போகிறாய்? இப்போது நீ எங்கே போக விரும்புகிறாய்?”

“அவனிடம்தான் போகப்போகிறேன். அவன் இப்போது எங்கே இருப்பானென்பது உங்களுக்குத் தெரியுமா? அது சரி... இந்தக் கதவு ஏன் பூட்டப்பட்டிருக்கிறது? இதன் வழியாகத்தானே நாம் இரண்டு பேரும் உள்ளே வந்தோம்? இப்போது இந்தக் கதவு பூட்டப்பட்டிருக்கிறதே...? எப்போது வந்து இந்தக் கதவை நீங்கள் பூட்டினீர்கள்? இப்போது, என்ன திட்டத்தை நீங்கள் போடு கிறீர்கள்?”

“நாம் பேசிக்கொண்டிருக்கிற விஷயம், இங்கே இருக்கிற மற்றவர்களுக்குக் கேட்கக்கூடாதல்லவா? சில சமயங்களில் மிகவும் உரக்கச் சத்தம் போட்டுப் பேச நேர்ந்து விடுகிறதல்லவா? அதனால் தான். மேலும் நீ சொன்னது போல ஏளனமாக, பரிகாசமாக நான் பேசவில்லை. ஆனால் விஷயங்களை ரொம்பவும் தீவிரமான தொனியில் பேசுவதில் எனக்கு மிகவும் சலிப்பு ஏற்பட்டுவிட்டது. அது சரி...! இப்படி ஒரு நிலையில் நீ எங்கே போய்க்கொண்டிருக் கிறாய்? அவனைக் காட்டிக் கொடுத்துவிட வேண்டும் என்பது தான் உன் விருப்பமா? இப்போது நீ போய்ப் பேசினால் அவனைப் பைத்தியம் பிடிக்கும் நிலைக்குத்தான் ஆளாக்கிவிடு வாய்... நீ அப்படிச் செய்யும் நிலையில் அவன் தன்னைத்தானே வெளிப்படுத்திக்கொண்டு விடுவான். ஏற்கனவே போலீஸ்காரர்கள் மோப்பம் பிடித்தபடி அவனைத் தொடர்ந்துகொண்டுதான் இருக்கிறார்கள். இந்த நிலையில் அவனைச் சந்திப்பதற்காக நீ செய்யும் முயற்சிகள் அவனைக் காட்டிக் கொடுப்பதாகவே அமைந்துவிடும். கொஞ்சம் பொறு. நான் சற்று முன்புதான் அவனைப் பார்த்துப் பேசிக்கொண்டிருந்தேன். அவனைக் காப் பாற்ற இன்னும்கூட வழியிருக்கிறது! கொஞ்சம் பொறு! நான் இங்கே உன்னை வரச் சொன்னதே அதற்காகத்தான்! நாம் இருவரும் தனியாகப் பேசி ஆலோசித்துப் புத்திசாலித்தனமான ஒரு முடிவை எடுக்க வேண்டுமென்பதற்குத்தான்! தயவுசெய்து உட்கார்!”

“நீங்கள் எப்படி அவனைக் காப்பாற்ற முடியும்? அவனைக் காப்பாற்ற வழியிருக்கிறதா என்ன?”

துனியா உட்கார்ந்துகொண்டாள். ஸ்விட்ரிகைலோவும் அவளருகே அமர்ந்தான்.

“அதெல்லாமே உன்னைப் பொறுத்ததுதான் துனியா. ஆமாம், முற்றிலும் அது உன் ஒருத்தியை மட்டுமே பொறுத்த விஷயம்” என்று தொடங்கினான் அவன். கண்கள் மின்ன, கிட்டத் தட்ட கிசுகிசுப்பான குரலில் அவன் பேசியபோது, உணர்ச்சி மிகுதியில் சில வார்த்தைகளை உச்சரிக்கக்கூட முடியாமல் அவன் திணறினான்.

துனியா அச்சத்துடன் அவனைவிட்டுச் சற்றுத் தள்ளி உட்கார்ந்துகொண்டாள். அவனும்கூட உணர்ச்சி மேலீட்டால் பயங்கரமாக நடுங்கிக்கொண்டிருந்தான்.

"இதோபார்! நீ ஒரு வார்த்தை சொன்னால் போதும், அவன் காப்பாற்றப்பட்டு விடுவான்! நான் அவனைக் காப்பாற்றி விடுவேன். என்னிடம் பணமும் இருக்கிறது. நண்பர்களும் இருக்கிறார்கள்! உடனடியாக இதிலிருந்து அவனை வெளியில்கொண்டு வந்துவிட என்னால் முடியும். அவனுக்கு ஒரு பாஸ்போர்ட் எடுத்துவிடுகிறேன். எனக்கும் அவனுக்குமாக இரண்டு பாஸ் போர்ட்டுகள் எடுத்துவிடுகிறேன். இப்படிப்பட்ட நடைமுறைகளெல்லாம் நன்றாகத் தெரிந்த நண்பர்கள் எனக்கு இருக்கிறார்கள்! உனக்கும் உன் அம்மாவுக்கும்கூடப் பாஸ்போர்ட் வேண்டுமா சொல்! உனக்கு ரஸுமிகினின் துணை எதற்காக? நான் உன்னைக் காதலிக்கிறேன்... எல்லைகள் ஏதுமில்லாத அளவுக்கு உன்மீது அளவற்ற காதல்கொண்டிருக்கிறேன். நீ அணிந்துகொண்டிருக்கும் உடையின் தையலை முத்தமிட என்னை நீ கொஞ்சம் அனுமதியேன்! நான் அதை முத்தமிடப் போகிறேன். இனிமேலும் உன் ஆடைகள் எழுப்பும் சரசரப்புச் சத்தத்தை என்னால் பொறுத்துக் கொள்ள முடியாது! இதைச் செய்துவிடு என்று நீ சொன்னால் போதும், அதனை நான் உடனே செய்துவிடுவேன்! உனக்காக நான் எதையும் செய்வேன்! எவராலும் செய்ய முடியாத, மிகக் கடினமான காரியம் என்றாலும்கூட–உனக்காக அதை நான் நிச்சயம் செய்து முடிப்பேன்! நீ எதை நம்புகிறாயோ, அதை நானும் நம்புவேன்! நான் உனக்காக எதையும் செய்வேன். ஆமாம், எதையும் செய்வேன்! தயவுசெய்து என்னை அப்படிப் பார்க்காதே, ஆமாம்... அப்படிப் பார்க்காதே! நான் என் வசமிழந்து போகிறேன்! ஆமாம், தயவுசெய்து என்னை அப்படிப் பார்க்காதே!"

தாபம் மிகுந்தவனாக, உணர்ச்சி வசப்பட்ட நிலையில் இருந்த அவன், கிட்டத்தட்டப் பிதற்றிக்கொண்டிருந்தான் என்றுதான் சொல்ல வேண்டும். அதுவரையில் அவன் தனது மனதிற்குள் அடக்கி வைத்திருந்த ஏதோ ஒன்று, திடீரென்று கட்டுகளை உடைத்துக்கொண்டு வெளியேறத் தொடங்கியிருந்தது. துனியா துள்ளி எழுந்து கதவை நோக்கி ஓடினாள்.

"கதவைத் திறங்கள்! உம், உடனே கதவைத் திறங்கள்!" என்று உரக்கக் கத்தினாள். வெளியில் இருக்கும் யாராவது வந்து கதவைத் திறக்கக்கூடுமென்ற நம்பிக்கையில், கதவைப் பலமாகப் பிடித்து உலுக்கியபடி, கதவைத் திறக்கச் சொல்லிக் கூச்சலிட்டாள்.

"தயவுசெய்து கதவைத் திறந்துவிடுங்கள்! வெளியில் யாருமே இல்லையா?"

இதற்குள் தன்னைக் கொஞ்சம் நிதானப்படுத்திக் கொண்ட ஸ்விட்ரிகைலோவ் மெல்ல எழுந்து வந்தான். இன்னமும்கூட நடுங்கிக்கொண்டிருந்த அவனுடைய உதடுகளில் வஞ்சம் கலந்த ஏளனப் புன்னகை ஒன்று வேகமாக வெளிப்பட்டது.

"இப்பொழுது இந்த வீட்டின் எந்தப் பகுதியிலும் யாருமே இல்லை" என்று மெதுவாகவும் அழுத்தமாகவும் அவன் கூறினான். "இந்த வீட்டுச் சொந்தக்காரி வெளியே போயிருக்கிறாள்! நீ தேவையில்லாமல் இப்படிக் கூச்சல் போட்டு உன் சக்தியை வீணடித்துக்கொள்கிறாய்! அதனால் உனக்குத்தான் களைப்பு ஏற்படுமே தவிர வேறு எந்தப் பயனும் விளையப் போவதில்லை!"

"சாவி எங்கே? உடனே கதவைத் திறக்கப் போகிறீர்களா, இல்லையா? உடனே கதவைத் திறங்கள். மிகவும் இழிவான பிறவி நீங்கள்!"

"சாவியை நான் தொலைத்துவிட்டேன்! அதை இப்போது என்னால் கண்டுபிடிக்க முடியாது!"

"ஓ! அப்படியானால், என்னை நீங்கள் பலவந்தப்படுத்தப் பார்க்கிறீர்களா..." என்று கத்திய துனியா, சவத்தைப் போல முகம் வெளிறிப் போனவளாக அறையின் மூலையை நோக்கி விரைந்தோடினாள். அங்கிருந்த சிறிய மேசையொன்றைத் தனக்குத் தடுப்பாக்கிக்கொண்டாள். அவள் அதற்கு மேலும் கூச்சலிடவில்லை என்றாலும், அவளது கண்கள், அவளை வதைத்துக்கொண்டிருந்த அவன் மீதே அழுத்தமாகப் பதிந்தபடி, அவனது ஒவ்வொரு இயக்கத்தையும் பின்தொடர்ந்தபடி இருந்தன.

அறையின் எதிர்ப்பக்கத்தில் நின்றபடி, அவளையே பார்த்துக்கொண்டிருந்தான் ஸ்விட்ரிகைலோவ். தான் நின்றுகொண்டிருந்த அதே இடத்திலேயே கொஞ்சமும் அசையாமல் அவன் நின்றுகொண்டிருந்தான். வெளித் தோற்றத்திற்குத் தன்னைக் கட்டுப்படுத்திக்கொண்டவனைப் போலக் காட்டிக்கொள்வதில் அவன் வெற்றியடைந்திருந்தான். ஆனால் அவனது முகம் இன்னமும்கூட வெளிறித்தான் போயிருந்தது. அதிலிருந்த பரிகாசப் புன்னகையும் கூட கொஞ்சமும் மாறாமல் அப்படியேதானிருந்தது.

"நான் உன்னைப் பலவந்தப்படுத்த எண்ணியிருப்பதாகச் சற்று முன்னால் நீ குறிப்பிட்டாய், அவ்தோத்யா ரொமனோவ்னா! அப்படி ஒரு நோக்கம் என்னிடம் இருப்பதாக வைத்துக்கொண்டால், அதற்குத் தகுந்தபடி எல்லா முன்னேற்பாடுகளையும் நான்

செய்து வைத்திருப்பதாக நீ நினைத்துக்கொள்ளவும் இடமிருக் கிறது! சோஃபியா செமினோவ்னா இப்போது வீட்டில் இல்லை. பூட்டியிருக்கும் ஐந்து அறைகளைத் தாண்டிய பிறகுதான் காபர் நவுமோவின் குடியிருப்புக்குப் போய்ச் சேர முடியும்! அதுவும் இப்போது கஷ்டம்தான்! நான் இறுதியாகச் சொல்வது என்ன என்றால் நான் உன்னைவிடவும் இரண்டு மடங்கு பலசாலியாக வேறு இருக்கிறேன். ஒருவேளை அப்படி ஒரு செயல் நடந்து விட்டாலும்கூட அதன்பிறகு, நீ அதைப் பற்றி புகார் செய்ய முடியாதென்பதால் எனக்கு அது குறித்தும் பயமில்லை. உன் சகோதரனைக் காட்டிக் கொடுக்க நீ அப்படித் துணிந்து விடு வாயா என்ன? வேறு யாருமே நீ சொல்வதை நம்ப மாட்டார் கள்...! தனியாக வசிக்கும் ஒரு மனிதனின் அறைக்கு உன்னைப் போன்ற இளம்பெண் ஒருத்தி, துணையில்லாமல் வருவதற்கு என்ன காரணம் என்ற கேள்வி எழும். இதையெல்லாம் வைத்துப் பார்க்கும்பொழுது, நீ உன் சகோதரனையே பலிகொடுக்க முன் வந்தாலும்கூட உன்னால் எதையுமே நிரூபிக்க முடியாது என்பது நிச்சயம்! பலவந்தப்படுத்துவதை நிரூபிப்பது என்பது பொது வாகவே மிகவும் கடினம், அவ்தோத்யா ரொமனோவ்னா!”

“கடைந்தெடுத்த அயோக்கியன் நீ!” என்று வெறுப்போடு முணுமுணுத்தாள் துனியா.

“நீ எப்படி வேண்டுமானாலும் வைத்துக்கொள், அதுபற்றி எனக்குக் கவலையில்லை! பொதுவான அனுமானங்களைப் பற்றித்தான் இப்போது நான் பேசிக்கொண்டிருந்தேன். ஆனால் ஒருவகையில் நீ சொன்னது ரொம்பச் சரியானதுதான்! ஆமாம்! பலவந்தப்படுத்துவதென்பது கொஞ்சம் வெறுப்புக்குரியதுதான். உன் சகோதரனைக் காப்பாற்ற வேண்டுமென்ற விருப்பம் உனக்கு உண்மையாகவே இருக்குமானால் நீயாகவே முன் வந்து நான் சொன்ன வழியை ஏற்றுக்கொண்டுவிடலாம்! அப்படி நீயாகவே அதற்கு முன் வந்துவிட்டால் மனசாட்சியின் உறுத்தல்கூட உன்னைத் துன்புறுத்தாது என்பதைத்தான் இப்போது நான் உனக்குச் சொல்லிக்கொண்டிருக்கிறேன். சூழ்நிலை காரண மாகவோ, பலவந்தப்படுத்தப்பட்டதாலோ (அந்த வார்த்தை இல்லாமல் நாம் எதையும் பேச முடியாது போலத் தெரிகிறது) நீ உன்னை விட்டுக் கொடுக்க வேண்டியதாயிற்று என்றும், உன்னை இழக்க வேண்டியதாயிற்று என்றும் அப்போது உனக்கு நீயே சமாதானம் செய்துகொள்ளலாம். இந்த ஒரு விஷயத்தை மட்டும் நீ கொஞ்சம் நினைத்துப்பார்! உன் சகோதரன் மற்றும் உன் அம்மா ஆகிய இரண்டு பேரின் விதியும் இப்போது உன் கைகளில்தான் இருக்கிறது. நீ சம்மதித்தால் உன் வாழ்நாள்

முழுவதும் நான் உனக்கு அடிமையாக இருப்பேன்! சரி, யோசித்துச் சொல்! நான் காத்திருக்கிறேன்”

துனியாவிடமிருந்து சில அடிகள் தள்ளி, ஒரு சோஃபாவில் உட்கார்ந்திருந்தான் ஸ்விட்ரிகைலோவ். அவன் இப்போது இறுதி யாக, ஆனால் உறுதியாகச் சொன்ன அசைக்க முடியாத அவனது தீர்மானங்களைப் பற்றி இனிமேல் அவளுக்கு எந்தவிதமான சந்தேகமும் தோன்றுவதற்கு வழியில்லை! மேலும் அவனைப் பற்றி அவளுக்கு நன்றாகவே தெரியும்! இவ்வாறான எண்ணங்களுக்குள் மிதந்தபடி அவளையே உற்றுப் பார்த்துக்கொண்டிருந்தான் ஸ்விட்ரிகைலோவ்.

திடீரென்று, தனது கோட்டுப் பையிலிருந்து கைத்துப்பாக்கி ஒன்றை உருவி எடுத்த அவள், சுடுவதற்காக அதைத் தயார் செய்தபடி, அதைப் பிடித்திருந்த தனது கையை அங்கிருந்த சிறிய மேசை மீது அழுத்தமாக, மிக உறுதியாக ஊன்றிக்கொண்டாள். இதைக் கண்ட ஸ்விட்ரிகைலோவ் மிக வேகமாகத் துள்ளி எழுந்தான்.

“ஓஹோ... அப்படியா விஷயம்?” என்று சற்று வியப்போடு கூச்சலிட்டான் அவன். இன்னும் அவனது முகத்தில் அந்த விஷமத் தனமான புன்னகை தவழ்ந்துகொண்டுதான் இருந்தது. “நீ இப்படிச் செய்ய முற்படுவது, எல்லா விஷயங்களையுமே தலைகீழாகப் புரட்டிப் போட்டுவிடப் போகிறது. அவ்வளவுதான்! என் வேலையை இப்போது நீயே மிகவும் சுலபமாக்கித் தந்துகொண்டி ருக்கிறாய் அவ்தோத்யா ரொமனோவ்னா! அந்தக் கைத்துப்பாக்கி உனக்கு எங்கிருந்து கிடைத்தது? ரஸுமிகினிடமிருந்தா...? அப்படி இருக்க முடியாதே...? அது என்னுடையதல்லவா? அது என் னுடைய பழைய நண்பன். அதைக் காணோமே என்று நான் எங்கெல்லாமோ தேடிப் பார்த்துக்கொண்டிருந்தேன்...! ஊரில் இருந்தபோது துப்பாக்கியால் சுடுவது எப்படி என்று உனக்குக் கற்றுக் கொடுத்தவனே நான்தான் என்று நினைக்கும்போது எனக்கு இப்போது ரொம்பவும் பெருமையாக இருக்கிறது தெரியுமா? அப்படியென்றால் நான் கற்றுக் கொடுத்த பாடம் ஒன்றும் வீணாகிவிடவில்லை... அப்படித்தானே?”

“இது ஒன்றும் உங்களுடைய துப்பாக்கியில்லை! அயோக்கிய ரான உங்களால் கொலை செய்யப்பட்ட மார்ஃபா பெத்ரோவ்னா வுடையது இது! அவளுடைய வீட்டில், உங்களுடைய பொருள் என்று தனிப்பட்ட எதுவுமே இல்லை. நீங்கள் இப்படியெல்லாம் செய்யக்கூடியவர் என்பது புரிந்திருந்ததனாலேயே – அப்படி ஒரு சந்தேகம் எனக்கு ஏற்பட்டதனாலேயே நான் இந்தத் துப்பாக்கியை

என்னோடு எடுத்துக்கொண்டு வந்தேன்! இன்னும் ஓரடி முன்னால் எடுத்து வைத்தாலும்கூடச் சத்தியமாக நான் உங்களைக் கொன்றுவிடுவேன்!”

துனியா வெறிபிடித்தவளைப் போலச் சுடுவதற்குத் தயாராகத் துப்பாக்கியை வைத்துக்கொண்டிருந்தாள்.

“நல்லது! அப்படியானால் உன் சகோதரனின் கதி என்ன ஆகும்? சும்மா ஓர் ஆர்வத்தினால்தான் கேட்கிறேன்...!”

இன்னும் அதே இடத்தில் நின்றுகொண்டிருந்த ஸ்விட்ரிகைலோவ், இவ்வாறு மிக நிதானமாக அவளைப் பார்த்துக் கேட்டான்.

“உங்களால் முடிந்தால் அவனைப் பற்றிய குற்றச்சாட்டைப் பகிரங்கப்படுத்திக்கொள்ளுங்கள்! இதற்கு மேல் ஓர் அடி அசைந்தால்கூட உடனே நான் சுட்டுவிடுவேன். உங்கள் மனைவிக்கு விஷம் வைத்துக் கொன்றது நீங்கள்தானென்பது எனக்குத் தெரியும்! நீங்களே ஒரு கொலைகாரர்தான்!”

“நான்தான் மார்ஃபா பெத்ரோவ்னாவுக்கு விஷம் வைத்துக் கொன்றேனென்று எப்படி இவ்வளவு உறுதியாகச் சொல்கிறாய்?”

“ஆமாம், எனக்கு அது உறுதியாகத் தெரியும்! நீங்களே அதைப் பற்றிப் பூடகமாக என்னிடம் சொன்னதுண்டு! விஷத்தைப் பற்றிக்கூட என்னிடம் நீங்கள் பேசியிருக்கிறீர்கள். அதை வாங்குவதற்காக நீங்கள் போயிருந்ததுகூட எனக்குத் தெரியும்! அதை நீங்கள் தயாராக வைத்திருந்திருக்க வேண்டும்! அந்தக் கொலையைச் செய்தது நீங்கள்தான்! நிச்சயமாக நீங்கள்தான்! கடைந்தெடுத்த அயோக்கியர் நீங்கள்!”

“ஒருவேளை அது உண்மையாகவே இருந்தாலும்கூட அது உனக்காகத்தான் இருக்கும்! நீதான் அதற்குக் காரணமாக இருப்பாய்!”

“நீங்கள் பொய் சொல்லிக்கொண்டிருக்கிறீர்கள்! நான் எப்போதுமே உங்களை வெறுத்துக்கொண்டுதான் இருந்தேன்!”

“ஆ.. அப்படி ஒன்றும் சொல்லாதே, அவ்தோத்யா ரொமனோவ்னா! எனக்கு அறிவுரை கூறி நல்வழிப்படுத்துவதற்காக நீ முயன்றுகொண்டிருந்தபோது நீ என்னிடத்தில் எவ்வளவு மென்மையாக நடந்துகொண்டாய் தெரியுமா? அதெல்லாம் உனக்கு இப்போது மறந்துவிட்டதா என்ன? உன் கண்களை வைத்தே நீ என்னிடம் அன்பு காட்டுவதை நான் அப்போது கண்டுபிடித்துவிட்டேன் தெரியுமா? அந்த நாளின் இனிய மாலைப்

பொழுதும் நிலவொளியும்... அப்போது நைட்டிங்கேல் பறவை பாடிக்கொண்டிருந்த பாடலும்...! அதெல்லாம் உனக்கு நினை விருக்கிறதா?"

"எல்லாம் பொய்" என்று சொன்ன துனியாவின் கண்கள் ஆவேச நெருப்பைக் கக்கிக்கொண்டிருந்தன. "வெறும் பொய்! வேண்டுமென்றே தீய நோக்கத்தோடு என்மீது சொல்லப்படும் அவதூறு!"

"பொய்யா..! சரி, ஒருவேளை அப்படியும் இருக்கலாம்! இந்த மாதிரி விஷயங்களையெல்லாம் பெண்களுக்கு ஞாபகப்படுத்தவே கூடாது" என்று சொல்லிவிட்டு அவன் மெலிதாகப் புன்னகைத் தான். "ஆவேசமாக இருக்கும் அழகான சின்னப்பெண்ணே! நீ என்னைச் சுடத் தயாராக இருப்பது எனக்கு நன்றாகவே புரிகிறது. நீ சுடுவது என்று முடிவு செய்துவிட்டால் சுட்டுவிடு! தயங்காமல் தைரியமாகச் சுடு!"

துனியா, தன் கைத்துப்பாக்கியை உயர்த்திப்பிடித்தபடி, அவனை உற்றுப் பார்த்தாள். அவளுடைய கீழுதடு வெளுத்துப் போய்த் துடி, துடித்துக்கொண்டிருந்தது. அவளது வெண்மையான முகத்திலிருந்து கருவிழிகள் இரண்டும் அவன் மீது நெருப்பை உமிழ்ந்துகொண்டிருந்தன. அவள், தனது முடிவில் உறுதியாகத் தான் இருந்தாள். தனக்கும் அவனுக்கும் இடையிலுள்ள தூரத்தை மதிப்பிட்டபடி, அவன் நகரப் போகும் முதல் தருணத்தை எதிர் நோக்கி அவள் காத்திருந்தாள். இதுவரையில் இத்தனை அழகாக அவள் அவனது கண்களுக்குத் தோன்றியதே இல்லை! கைத் துப்பாக்கியை உயர்த்திப் பிடித்திருந்தபோது, அவள் கண்களில் தெரிந்த அந்த ஜொலிப்பு, அவனுக்குள்ளும் ஒரு நெருப்பைக் கிளறிவிட்டது போலிருந்தது. அவனது இதயம் வலியால் துடித்தது. அவன் ஓரடி முன்னால் எடுத்து வைத்தான். உடனே துப்பாக்கி வெடித்தது... ஒரு தோட்டா அவனை நோக்கிப் பாய்ந்து வந்து, அவனது மண்டையை உரசியபடி, அவனுக்குப் பின்னாலிருந்த சுவரின் மேல் பாய்ந்தது! அவன் அசையாமல் நின்றபடி மிகவும் மென்மையாக அவளைப் பார்த்துச் சிரித்தான்.

"கடைசியாக இந்தக் குளவி என்னைக் கொட்டிவிட்டது! சரியாக என் தலையைப் குறிபார்த்திருக்கிறாளே இவள்! அட ரத்தம்கூட வருகிறதே!" என்று முணுமுணுத்தபடி கைக் குட்டையை எடுத்துத் தனது வலதுபுற நெற்றிப் பொட்டின் அருகே மெல்லிய கோடாக வழிந்துகொண்டிருந்த இரத்தத்தைத் துடைத்தான் ஸ்விட்ரிகைலோவ். அந்தத் தோட்டா மிக இலே சாகச் சதையைக் கீறி இருந்தது. துப்பாக்கியைத் தாழ்த்திக்கொண்ட

துனியா, ஸ்விட்ரிகைலோவையே வெறித்துப் பார்த்துக்கொண்டிருந் தாள். பயத்தைவிடவும், பயங்கரமான மனக் குழப்பமே அப்போது அவளை ஆட்கொண்டிருந்தது. அங்கே என்ன நடந்துகொண்டி ருக்கிறதென்பதையும், தான் செய்த காரியம் என்னவென்பதையும் கூடப் புரிந்துகொள்ளாமலிருப்பவளைப் போல அவள் காணப்பட்டாள்.

"ஐயையோ... இப்படிக் குறியைத் தவற விட்டுவிட்டாயே? சரி...! இப்போது மீண்டும் சுடு! நான் காத்திருக்கிறேன்" என்றான் ஸ்விட்ரிகைலோவ். அவன் சிரித்துக்கொண்டே இதைச் சொன்ன போதும், அதில் சிறிது விரக்தியும் கலந்துதான் இருந்தது. "நீ இவ்வளவு மெதுவாக இதைச் செய்துகொண்டிருந்தால், துப் பாக்கியை நீ தயார் செய்வதற்கு முன்பே உன்னை என் பக்கமாக இழுத்துவிட எனக்கு நேரம் கிடைத்துவிடுமே?"

துனியா மிகவும் வெடவெடத்து நடுங்கினாள். வேகமாகத் துப்பாக்கியைச் சரி செய்தபடி, மீண்டும் அவனைக் குறிபார்க்கத் தொடங்கினாள்.

"தயவுசெய்து என்னை விட்டுவிடுங்கள்" என்று பொறுக்க முடியாத துயரத்துடன் திடீரென்று ஓலமிட்டாள் அவள். "இல்லா விட்டால்... நான் மறுபடியும் சுடுவேன். நான்... நிச்சயமாக உங்களைக் கொன்று விடுவேன்!"

"இதோ பார்! உனக்கு மூன்று அடி தூரத்தில்தான் நான் இருக்கிறேன்! என்னைக் கொல்வது ஒன்றும் கஷ்டமான விஷய மில்லை! ஆனாலும் நீ என்னைக் கொல்லத் தயங்குகிறாய் என்றால் அதற்கு என்ன அர்த்தம் தெரியுமா?" என்று சொன்ன படி இரண்டடி முன்னால் நகர்ந்தான் அவன். அவனுடைய கண்கள் மின்னிக்கொண்டிருந்தன.

மீண்டும் துனியா துப்பாக்கியின் விசையை அழுத்தினாள். மீண்டும் குறிதவறிப் போயிற்று.

"தோட்டாவை நீ ஒழுங்காகப் போடவில்லை என்று நினைக் கிறேன்! அதனால் பரவாயில்லை. அதோ இன்னொரு தோட்டா இருக்கிறது பார்! அதை ஒழுங்காகப் போடு! அதுவரையில் நான் காத்துக்கொண்டிருக்கிறேன்!"

அவன் அவளுக்கு நேர் எதிரே, இரண்டடி தூரத்தில் காத்துக்கொண்டு நின்றிருந்தான். அவள் மீது அவன் கொண்டி ருந்த மோகத் தீ, அவனது பார்வையில் அனலாக வெளிப்பட்டுக் கொண்டிருந்தது. அவளை எப்படியாவது அடைந்துவிட வேண்டு மென்ற வெறித்தனமான உறுதியும் அதிலிருந்தது. அவளைத்

தப்பித்துப் போக விட அவன் விரும்பவில்லை என்பதையும், அதற்காக அவன் சாகக்கூடத் துணிந்துவிட்டான் என்பதையும் துனியா விளங்கிக்கொண்டாள். இப்பொழுது இரண்டடி தூரத்தில் அவன் இருக்கும் இந்த நிலையில், அவளால் உறுதியாக அவனைக் கொன்றுவிட முடியும்.

திடீரென்று துப்பாக்கியை வீசி எறிந்தாள் அவள்.

'இந்த எண்ணத்தை அவள் கைவிட்டுவிட்டாள் போலிருக்கிறது!' என்று ஆச்சரியத்தோடு எண்ணிய ஸ்விட்ரிகைலோவ் அமைதியாக ஒரு பெருமூச்சுவிட்டான். அவனது இதயத்தை அழுத்திக்கொண்டிருந்த பெரும் பாரம் ஒன்று நீங்கியதைப் போல அவன் உணர்ந்தான். அவனை இலேசாக்கியது, மரண பயம் மட்டும்தான் என்று கூறிவிட முடியாது. அந்த நேரத்தில், அப்படி ஒரு மரண பயத்தை அவன் உணர்ந்திருந்தானா என்பதே சந்தேகத்திற்குரியதுதான். அவன் அப்படித் தன்னை இலேசாக உணர்ந்ததற்குக் காரணம் வேறொரு உணர்வின் பிடியிலிருந்து அவன் விடுதலை பெற்று விட்டதுதான். அந்த உணர்வு, உற்சாகமற்ற, ஏக்கம் பிடித்த சந்தோஷமற்ற உணர்வா அல்லது மிகவும் சந்தோஷமான உணர்வா என்பதைச் சரியாக வரையறுத்துச் சொல்ல அவனால் முடியவில்லை. அவன் வேகமாக துனியாவை நெருங்கி, மிக மென்மையாக அவளது இடையைத் தனது கரத்தினால் சுற்றி வளைத்தான். அவள் அதற்கு எதிர்ப்புக் காட்டவில்லை என்ற போதும், அவளது உடல் முழுவதும் இளந்தளிரைப் போலத் துடித்துக்கொண்டிருந்தது. 'என்னை விட்டுவிடு' என்று கெஞ்சி யாசிப்பதைப் போல மிகவும் பரிதாபமாக அவனை அவள் பார்த்துக்கொண்டிருந்தாள். அவனும்கூட அவளிடம் எதையோ சொல்ல முயற்சித்தான். அவனுடைய உதடுகள் அசைந்தபோதும் அவனால் பேச முடியவில்லை.

"தயவுசெய்து என்னைப் போக விடுங்கள்!" என்று மிகவும் பரிதாபமாகக் கெஞ்சினாள் துனியா.

அவளது குரலின் தொனியில் இருந்த திடீர் மாற்றம் அவனைத் தாக்கி அதிர வைத்தது. "அப்படியானால் நீ என்னைக் காதலிக்கவில்லையா?" என்று மிகவும் மென்மையாகவும், மிகவும் கெஞ்சலாகவும் அவளைக் கேட்டான் ஸ்விட்ரிகைலோவ்.

"இல்லை" என்று அழுத்தமாகச் சொல்வது போலத் தலையை அசைத்துத் தன் மறுப்பைத் தெரிவித்தாள் துனியா.

"உன்னால் என்னைக் காதலிக்கவே முடியாதா சொல்...! இனிமேலும் எப்போதுமே உன்னால் என்னைக் காதலிக்கவே

முடியாதா?" என்று முணுமுணுப்பாகக் கேட்டான் ஸ்விட்ரி கைலோவ்.

"ஒருபோதும் அது முடியாது!" என்று முணுமுணுத்தாள் துனியா.

அந்த ஒரு கணத்தில் ஸ்விட்ரிகைலோவின் ஆன்மாவிற்குள் ஒரு கடுமையான போராட்டம் நடந்து முடிந்தது. அவன் விவரிக்க முடியாத மிகவும் சோகமான, மிகவும் பரிதாபமான உணர்வு களுடன் அவளை உற்றுப் பார்த்தான். திடீரென்று அவளது இடையில் பதித்திருந்த கரத்தை விலக்கிக்கொண்ட அவன், சடாரென்று திரும்பி ஜன்னலை நோக்கி நடந்து சென்றான்.

மிக அமைதியாக, மிக மிக அமைதியாக அடுத்த நொடிப் பொழுது கடந்து சென்றது.

"இதோ இருக்கிறது சாவி!" என்று சொல்லியபடி, திரும்பிக் கூடப் பார்க்காமல் தனது மேல் கோட்டின் இடதுபுறப் பாக் கெட்டிலிருந்த சாவியை எடுத்துத் தனக்குப் பின்புறம் இருந்த மேசையின் மீது அவன் போட்டான். "சாவியை எடுத்துக்கொள்! உடனே இந்த இடத்தைவிட்டுப் போய்விடு!"

அவன் ஜன்னலுக்கு வெளியே தனது பார்வையைப் பதித்தபடி அசையாமல் நின்றுகொண்டான். "சீக்கிரம்! சீக்கிரம்!" என்று திரும்பத் திரும்பக் கொஞ்சமும் அசையாமல், கொஞ்சமும் திரும்பாமல் உரக்கக் கத்தினான் ஸ்விட்ரிகைலோவ். அவனது அந்தக் குரலில் – அந்தத் தொனியில் – 'சீக்கிரம்' என்ற அந்த வார்த்தையில், ஏதோ ஒரு பயங்கரம் தொனிப்பதைக் காண முடிந்தது. துனியாவும் அதைப் புரிந்துகொண்டவளாக வேகமாகச் சாவியை எடுத்துக்கொண்டு கதவை நோக்கிப் பாய்ந்து சென்று, விரைவாகத் தாழ்ப்பாளைத் திறந்து அறையைவிட்டு வெளி யேறினாள். ஒரு நிமிடத்திற்குப் பிறகு அவள் ஒரு பைத்தியக் காரியைப் போல வாய்க்கால் கரை ஓரமாக, வாஸ்னெஸென்ஸ்கி பாலத்தை நோக்கி மிக வேகமாக ஓடினாள்.

ஸ்விட்ரிகைலோவ், கிட்டத்தட்ட மூன்று நிமிடங்களுக்கு மேலாக ஜன்னலருகிலேயே நின்றுகொண்டிருந்தான். கடைசியாக மெல்லத் திரும்பித் தன்னைத்தானே ஒருமுறை பார்த்துக்கொண்ட அவன், மெள்ளத் தன் நெற்றியைத் தடவிக் கொடுத்தான். அவனது முகத்தில் வினோதமான புன்னகை ஒன்று இழையோடியது. துயரம் தோய்ந்த, மிகவும் பலவீனமான புன்னகை அது! தன் துன்பத்தைக் கண்டு, தானே இரக்கம்கொள்கிற புன்னகை அது! அவனது உள்ளங்கையில் படிந்திருந்த இரத்தம் நன்றாகக் காய்ந்து

போயிருந்தது. அதைக் கசப்போடு பார்த்தபடி ஈரத்துண்டு ஒன்றால் தனது நெற்றியை அழுத்தித் துடைத்துக்கொண்டான். துனியா வீசியெறிந்துவிட்டுப் போன கைத்துப்பாக்கி, கதவருகில் கிடப்பது அவனது கண்களில்பட்டது. அவன் அதை எடுத்துப் பார்த்தான். அது, பழைய காலத்துப் பாணியில் அமைந்திருந்த ஒரு துப்பாக்கி. அந்தத் துப்பாக்கியிலிருந்து இதுவரை மூன்று தோட்டாக்கள் வெளியேறி இருந்தன. இன்னும் இரண்டு தோட்டாக்களும் ஓர் அடைப்பானும் அதில் எஞ்சியிருந்தன. சுடுவதற்கு இன்னும்கூட அதனைப் பயன்படுத்த முடியும்! கணநேரம் நின்றபடி, எதையோ யோசித்துக்கொண்டிருந்த அவன், அதனைத் தனது கோட்டுப் பையில் திணித்துக்கொண்டான். பிறகு தொப்பியை எடுத்துக்கொண்டு அங்கிருந்து வெளியேறிச் சென்றான்.

அத்தியாயம் – 6

அன்று இரவு பத்து மணியை எட்டும் வரையிலும் வெவ்வேறு உணவு விடுதிகளிலும், விபச்சார விடுதிகளிலும் சுற்றித்திரிந்துகொண்டிருந்தான் ஸ்விட்ரிகைலோவ். காத்யாவை எங்கிருந்தோ கண்டுபிடித்துக் கூட்டிக்கொண்டு வந்து, தன்னுடன் கூடவே வைத்திருந்தான். அவள், மற்றொரு மட்டரகமான பாடலை அவனுக்காகப் பாடிக் காட்டினாள். 'வில்லனும், ராட்சசனுமான ஒரு மனிதன் காத்யாவுக்கு முத்தம் கொடுத்தது எப்படி?' என்று அந்தப் பாடல், விரசமான வரிகளில் விளக்குவதாக அமைந்திருந்தது.

காத்யாவுக்கும், அவளுடன் இசைக் கருவிகளை மீட்டிக் கொண்டிருந்த ஆளுக்கும், அங்கிருந்த சில பாடகர்கள், பணி யாட்கள் மற்றும் இரண்டு சாதாரண குமாஸ்தாக்கள் என்று அங்கிருந்த பலருக்கும் மதுபானங்களைத் தன் செலவிலேயே வாங்கிக் கொடுத்துக்கொண்டிருந்தான் ஸ்விட்ரிகைலோவ். அந்தக் குமாஸ்தாக்களின் தோற்றம் அவனுக்கு மிக வினோதமாகத் தென்பட்ட காரணத்தினாலேயே அவன் அவர்களின்பால் ஈர்க்கப் பட்டிருந்தான். அவர்கள் இருவருடைய மூக்கும் வளைவாகவும், ஏதோ நசுக்கப்பட்டிருப்பது போலவும் தோற்றமளித்தது. ஒருவ னுடைய மூக்கு வலதுபுறமாகவும், இன்னொருவருடைய மூக்கு இடது புறமும் வளைந்து நெளிந்திருந்தது. அந்த அதிசயத்தைப் பார்த்து ஆச்சரியப்பட்டான் ஸ்விட்ரிகைலோவ். அந்தச் சில மணி நேரங்களில் அவனோடு நன்றாகப் பழகிவிட்ட அவர்கள், பொழுதை மகிழ்ச்சியாகக் கழிக்க 'உல்லாசத் தோட்டத்திற்குப்' போகலாம் என்று அவனுக்கு ஆவலைத் தூண்டி விட்டனர். அங்கே செல்வதற்குரிய நுழைவுக் கட்டணத்தை அனைவரது சார்பிலும் அவனே செலுத்தினான். அந்தத் தோட்டத்தில், மிக மென் மையான, மூன்றே ஆண்டுகள் (வயது) நிரம்பிய ஒரு 'பைன்' மரமும், மூன்று புதர்களும் இருந்தன. அவற்றுடன் மது அருந்து வதற்காக 'வாக்ஸ் ஹால்*' என்ற ஒரு தோட்டமும் இருந்தது.

---

* வாக்ஸ் ஹால்: 17ஆம் நூற்றாண்டில் 'வாக்ஸ் ஹால்' என்ற பெயரைக்கொண்ட உல்லாசத் தோட்டம் ஒன்று லண்டனில் இருந்தது. அதன் பிறகு ஐரோப்பா முழுவதும் உள்ள திறந்தவெளிப் பகுதிகளில் அமைக்கப்பட்ட எல்லாத் தோட்டங்களுக்கும், உணவு விடுதிகளுக்கும் – அதை ஒட்டியே, 'வாக்ஸ் ஹால்' என்ற பெயர் அமைந்துவிட்டது.

பச்சை வண்ணத்தில் சில மேசைகள், சில நாற்காலிகள் அங்கே போடப்பட்டிருந்தன. அங்கே கூடியிருந்தவர்கள் மகிழ்ச்சியுடன் குடித்துக் கும்மாளமிடுவதற்கு ஏற்ற வகையில் மிக மோசமான பாடகர்கள் சிலர் கூட்டமாகக் கூடி நின்று பாடிக்கொண்டிருந் தனர். சிவந்த மூக்குகொண்ட குடிகாரக் கோமாளி ஒருவனும்கூடக் குரங்குச் சேட்டைகள் செய்து 'தமாஷ்' செய்துகொண்டிருந்தான். மூனிச்சிலிருந்து வந்திருந்த ஜெர்மானியனான அவன் வேடிக்கை வினோதங்களைச் செய்துகொண்டிருந்தாலும்கூட அவன், மிகவும் துயரமாக இருக்கிறானென்பது வெளிப்படையாகத் தெரிந்தது. ஸ்விட்ரிகைலோவுடன் வந்திருந்த குமாஸ்தாக்கள், அங்கிருந்த தங்களைப் போன்ற, வேறு சில குமாஸ்தாக்களுடன் விவாதம் செய்தபடி, சண்டையிட்டுக்கொண்டிருந்தனர். தங்கள் வழக்கைத் தீர்த்து வைக்கும்படியாக அவர்கள் அவனிடம் முறையிட்டனர். அவனும் அவர்கள் பேசுவதையெல்லாம் பொறுமையாகக் கேட்டுக்கொண்டிருந்தான். கால் மணி நேரம் மிகவும் பொறுமை யாக அவர்கள் சொல்வதையெல்லாம் அவன் கேட்க முயன்றான். ஆனால் அவர்கள் போட்ட காட்டுக்கூச்சலில் அவர்கள் எதைப் பற்றிப் பேசுகிறார்கள் என்பதைக்கூட அவனால் கண்டுபிடிக்க முடியவில்லை. கடைசியில் ஒரே ஒரு விஷயத்தை மட்டும் அவனால் உறுதியாகத் தெரிந்துகொள்ள முடிந்தது. சண்டை போட்டுக்கொண்டிருந்தவர்களில் ஒருவன், ஏதோ ஒன்றைத் திருடி அங்கே இருந்த யூதன் ஒருவனிடம் உடனேயே அதை விற்றுக் காசாக்கிவிட்டான் என்பதுதான் அந்தப் பிரச்சினை. தன்னுடன் வந்தவனிடம்கூட அதுபற்றி ஒத்துக்கொள்ள அவன் மறுத்து விட்டான். அவன் திருடிய பொருள் 'வாக்ஸ் ஹாலில்' இருந்த டீ ஸ்பூன்தான் என்பது ஒருவழியாகக் கண்டுபிடிக்கப்பட்ட பிறகு, சிக்கல் மேலும்கூட வலுக்கத் தொடங்கியது. ஸ்விட்ரிகைலோவ், ஸ்பூனுக்குரிய அபராதத் தொகையைக் கட்டிவிட்டு அங்கேயிருந்து வெளியேறினான்.

இரவு பத்து மணியாகியிருந்தது. இவ்வளவு நேரமும் அவன் எந்த வகையான மதுவையும் குடித்திருக்கவில்லை. 'வாக்ஸ் ஹாலி*'ல் இருந்த போதும்கூடத் தன்னோடு உடனிருந்தவர்கள் தவறாக எண்ணிவிடக்கூடாது என்பதற்காக அவன் தேநீர் மட்டுமே வரவழைத்துக் குடித்திருந்தான். அன்றைய மாலைப் பொழுது புழுக்கமாகவும், கசகசப்பாகவும் இருந்தது. இரவு பத்து மணியை எட்டும்போது கனத்த மேகங்கள் வானில் கவியத் தொடங்கின. இடியோசையுடன் மழை பொழியத் தொடங்கியது. பெரும் மழை வெள்ளம் அருவியைப் போலத் தரையில் பெருகிப் பாய்ந்து ஓடிக்கொண்டிருந்தது. அவ்வப்போது மின்னலும், மிரள

வைக்கும் இடியோசையும் தோன்றிக் கலவரப்படுத்திக்கொண்டி ருந்தன. ஒன்று முதல் ஐந்து வரை எண்ணி முடிப்பதற்கு எவ்வளவு நேரம் பிடிக்குமோ அவ்வளவு நேரத்திற்கு மின்னல் வெளிச்சம் நீடித்தது. முழுவதும் நனைந்து போன நிலையில் வீட்டுக்குச் சென்று கதவை அடைத்துக்கொண்ட ஸ்விட்ரிகைலோவ், பீரோ வைத் திறந்து, அதிலிருந்த பணம் முழுவதையும் எடுத்துக்கொண்டு, சில தாள்களைக் கிழித்துப் போட்டான். பணத்தைத் தனது கோட்டுப் பையில் திணித்துக்கொண்டபோது ஒரு கணம் உடையை மாற்றிக்கொள்ளலாமா என்று நினைத்தான். ஜன்னல் வழியாக வெளியே பார்த்தபோது இடிச் சத்தமும், மழையோசை யும் இன்னும் தொடர்ந்து கொண்டிருப்பது தெரிந்தது. தோள் களைக் குலுக்கியபடி அந்த எண்ணத்தைக் கைவிட்டுவிட்டுத் தொப்பியை அணிந்துகொண்டு வெளியேறினான். அப்போது வாயிற்கதவைப் பூட்ட வேண்டுமென்ற எண்ணம்கூட அவனுக்குத் தோன்றவில்லை. நேரே சோனியாவைச் சந்திப்பதற்காகச் சென் றான். அவள் அப்போது வீட்டில்தான் இருந்தாள். அங்கே அவள் மட்டுமே தனியாக இல்லை. காபர் நவுமோவின் நான்கு சிறிய குழந்தைகளும் அவளோடுதான் இருந்தன. குழந்தைகளுக்குத் தேநீர் தயாரித்துக் கொடுத்துக்கொண்டிருந்தாள் சோஃபியா செமி னோவ்னா. ஸ்விட்ரிகைலோவை அமைதியாகவும், பணிவாகவும் வரவேற்ற அவள், நனைந்து போயிருந்த அவனது உடைகளைக் கண்டு வியப்படைந்த போதிலும் எதுவுமே பேசவில்லை. அவனை அப்படி ஒரு நிலையில் கண்ட அந்தக் குழந்தைகள் மிகவும் மிரண்டு போயின.

ஸ்விட்ரிகைலோவ் மேஜையருகே அமர்ந்துகொண்டு சோனி யாவையும் தன்னருகே உட்காரும்படி சொன்னான். அவனருகே உட்கார்ந்துகொண்ட அவள், கொஞ்சம் அச்சத்துடனேயே அவன் சொல்வதைக் கவனிக்கத் தொடங்கினாள்.

“சோஃபியா செமினோவ்னா!” என்று அழைத்தபடி அவன் சொல்லத் தொடங்கினான்: “ஒருவேளை நான் அமெரிக்காவுக்குச் செல்ல வேண்டியிருக்கலாம். அதனால் இதுதான் நமது கடைசிச் சந்திப்பாகக்கூட இருக்கும். இறுதியாகச் சில ஏற்பாடுகளைச் செய்துவிடலாம் என்றுதான் நான் இப்போது வந்திருக்கிறேன். நான் சொன்ன பெண்மணியை நீ இன்று போய்ப் பார்த்தாயா? அவள் உன்னிடம் என்ன சொன்னாளென்பது எனக்குத் தெரியும். நீ அதைத் திருப்பிச் சொல்ல வேண்டியதில்லை. (சோனியா முகம் சிவந்தபடி இலேசாக நெளிந்தாள்) அவளைப் போன்ற மனிதர்கள், கொஞ்சம் பழமையான கண்ணோட்டத்தோடுதான் இருப்பார்கள். என்ன செய்வது? உன் தம்பி, தங்கைகளைப் பொறுத்தவரையில்

நீ கவலையே பட வேண்டாம். அவர்களை அங்கு நன்றாகக் கவனித்துக்கொள்வார்கள். அவர்களை நல்ல முறையில் பராமரிப்பதற்காகவே, அவர்கள் ஒவ்வொருவருக்கும் உரிய தொகையை நம்பிக்கையானவர்களிடம் செலுத்திவிட்டு, அவற்றிற்கான ரசீதுகளையும் நான் பெற்றுக்கொண்டுவிட்டேன். ஒருவேளை தேவைப்பட்டால், அந்த ரசீதுகளை நீயே வைத்துக்கொள்வது நல்லது! இதோ, எடுத்துக்கொள்! அந்தக் காரியம் ஒருவழியாக முடிந்தது. ஐந்து சதவிகிதப் பத்திரங்கள் மூன்று – அதாவது மூவாயிரம் ரூபிள் மதிப்புள்ளவை – இதோ இருக்கின்றன. இவற்றை உன் சொந்தச் செலவுக்குப் பயன்படுத்திக் கொள். இது நமக்கு மட்டுமே தெரிந்த விஷயமாக இருக்கட்டும். நீ எந்த விஷயத்தைப் பற்றிக் கேட்க நேர்ந்தாலும் சரி... யாருக்குமே இதுமட்டும் தெரியக்கூடாது! நீ வாழ்க்கை நடத்துவதற்கு இந்தப் பணம் கட்டாயமாக வேண்டும், சோஃபியா செமினோவ்னா...! இத்தனை காலமாக நீ தவறான வழியில் போய்க்கொண்டிருந்தாய். இனிமேல் அப்படிப்பட்ட வாழ்க்கையைத் தொடர்வதற்கான தேவை உனக்கு இல்லை."

"நீங்கள் என்னிடமும், அந்த அனாதைக் குழந்தைகளிடமும், அவர்களது தாயின் மீதும் மிகமிகப் பரிவுடனும், இரக்கத்துடனும் நடந்துகொண்டிருக்கிறீர்கள்" என்று கொஞ்சம் வேகமாகவே பேசினாள் சோனியா. "ஆனால் அதற்கெல்லாம் உரிய வகையில் நான் நன்றி செலுத்தியிருக்கிறேனா என்றுதான் தெரியவில்லை. தயவுசெய்து தவறாக எடுத்துக்கொண்டுவிடாதீர்கள்!"

"போதும், போதும்! அந்தப் பேச்சை முதலில் நிறுத்து..."

"ஆனாலும் இந்தப் பணம் வேண்டாம் அர்க்காதி இவானோவிச்! நான் உங்களுக்கு மிகவும் நன்றிக்கடன் பட்டிருக்கிறேன் என்பது உண்மைதான். ஆனால் இனிமேல் நான் என்னை மட்டும் தானே கவனித்துக்கொள்ள வேண்டும்? எனக்கு வேறு பொறுப்பு இல்லையல்லவா? தயவுசெய்து என்னை நன்றியில்லாதவள் என்றுமட்டும் நினைத்துவிட வேண்டாம்! இந்தப் பணத்தை வைத்து வேறு ஏதாவது நல்லது செய்ய வேண்டுமென்று நீங்கள் நினைத்தால் செய்துகொள்ளுங்கள்!"

"இது உனக்காகத்தான் சோஃபியா செமினோவ்னா! தயவுசெய்து எதையும் விவாதித்துக்கொண்டிருக்காமல் இதைப் பெற்றுக்கொள்! உண்மையாகவே எனக்கு நேரமில்லை! மேலும், அது உனக்கு நிச்சயம் தேவைப்படும். ரோடியன் ரொமனோவிச்சுக்கு முன்னால் இப்போது இருக்கும் வழிகள் இரண்டுதான். ஒன்று, தன் தலையில் சுட்டுக்கொள்வது. அல்லது,

சைபீரியாவுக்குச் செல்வது (சோனியா அவனை மிரட்சியுடன் பார்த்தாள். அவளது உடல் நடுங்கிக்கொண்டிருந்தது) நான் சொன்னதைக் கேட்டுப் பதற்றப்படாதே! அவன் சொன்ன எல்லாவற்றையும் – அவனது வாய்மொழியாகவே – நான் அறிந்திருக்கிறேன். ஆனால் நான் அப்படியெல்லாம் புறம் பேசுபவனல்ல. நான் அதை யாரிடமும் சொல்ல மாட்டேன். அவன், தானாகவே சென்று, அவன் செய்த குற்றத்தை ஒப்புக்கொள்வதுதான் நல்லது என்று நீ மிகச் சரியாகச் சொல்லி இருக்கிறாய். நிஜமாகவே அதுதான் அவனுக்கு நல்லதாக இருக்கும்! சரி, ஒருவேளை அவன் சைபீரியாவுக்குப் போக வேண்டி இருக்குமானால் நீயும் அவனைத் தொடர்ந்து செல்லப் போகிறாய் என்றுதான் நான் நினைக்கிறேன்! என்ன... அப்படித் தானே? நான் சொல்வது சரிதானே? அப்படியென்றால் உனக்குக் கட்டாயம் பணம் தேவையாக இருக்கும்! அவனுக்குச் செலவழிப் பதற்குக்கூட உனக்குப் பணம் தேவைப்படலாம்! நான் சொல்வது புரிகிறதா? உன்னிடம் இந்தப் பணத்தைத் தருவது, ஒரு வகையில் அவனிடமே தருவதைப் போன்றதுதான்! மேலும் நீ அமாலியா இவானோவ்னாவிடம் அவளுக்குச் சேர வேண்டிய பணத்தைத் தருவதாக வேறு சொல்லியிருக்கிறாய்! அதையும் நான் கேட்டேன்! ஏன் இப்படி இந்த மாதிரிக் கடன்களையும், பொறுப்புகளையும் கணக்குவழக்கில்லாமல் தூக்கி உன் தலையில் போட்டுக்கொள் கிறாய், சோஃபியா? அந்த ஜெர்மானியப் பெண்ணிடம் கடன் பட்டிருந்தவள் காதரீனா இவானோவ்னாதான்! நீ இல்லை! அப்படியிருக்கும்போது அந்த ஜெர்மன்காரி எக்கேடு கெட்டும் போய்த் தொலையட்டுமே? இந்த உலகத்தில் நீ நினைக்கிற வழியின்படி நடந்தால் பிழைக்க முடியாது, சோஃபியா! சரி, யாரா வது நாளையோ அல்லது அதற்குப் பிறகோ – என்னைப் பற்றி, அல்லது நான் சம்பந்தப்பட்ட ஏதாவது ஒரு விஷயத்தைப் பற்றி ஏதாவது உன்னிடம் கேட்டால் (நிச்சயமாக உன்னைக் கேட்பார் களென்பது எனக்குத் தெரியும்) தயவுசெய்து, இன்று வந்து நான் உன்னைப் பார்த்ததைச் சொல்ல வேண்டாம். எவரிடமும் நான் கொடுத்த பணத்தைக் காட்டவும் வேண்டாம். அதை நான் தந்த தாகச் சொல்லவும் வேண்டாம். நல்லது, போய் வருகிறேன்!" என்றபடி எழுந்துகொண்டான் ஸ்விட்ரிகைலோவ். "ரோடியன் ரொமனோவிச்சுக்கு என் மனப்பூர்வமான வாழ்த்துகள்! சரியான நேரம் வரும் வரையில் இந்தப் பணத்தை ரஸுமிகினிடம் கொடுத்து வை! அவனை உனக்குத் தெரியுமல்லவா? நிச்சயமாகத் தெரிந்திருக்கும். அவன்தான் இதற்குத் தகுதியான நல்ல மனிதன்! நாளைக்கோ அல்லது உரிய நேரம் வரும்போதோ இதை அவனிடம் எடுத்துக்கொண்டு போய்க் கொடு! அதுவரை இதைக்

கவனமாகப் பத்திரப்படுத்தி மறைத்து வைத்துக்கொள்!”

சோனியா, தான் உட்கார்ந்திருந்த இடத்திலிருந்து எழுந்து நின்றுகொண்டு அவனையே பயத்தோடு பார்த்துக்கொண்டிருந்தாள். அவனிடம் எதையோ சொல்ல வேண்டும் என்றும், ஏதோ சில கேள்விகளை அவனிடம் கேட்க வேண்டுமென்றும் அவளுக்குத் தவிப்பாக இருந்தபோதும் அவ்வாறு செய்ய அவளுக்குத் துணிச்சலில்லை; மேலும் சொல்ல நினைப்பதை எப்படித் தொடங்குவது என்பதும் அவளுக்குப் புரியவில்லை.

“இவ்வளவு கடுமையாக மழை பெய்துகொண்டிருக்கும் போது நீங்கள் எப்படிச் செல்வீர்கள்?”

“அமெரிக்காவுக்கே போக முடிவு செய்திருக்கும் நான், கேவலம் இந்த அற்பமான மழையைக் கண்டா பயந்து விடுவேன்? ஹி! ஹி! ஹி! போய் வருகிறேன், சோஃபியா செமினோவ்னா! என் அன்புப் பெண்ணே! நீ நெடுங்காலம் வாழ்ந்து உன்னோடு இருப்பவர்களுக்கு ஒரு வரமாக, உதவும் கரமாக இருக்க வேண்டும்! அப்படியே ரஸுமிகினிடமும் என் வாழ்த்துகளைச் சொல்! ம்... நீ எப்படிச் சொல்ல வேண்டும் தெரியுமா? ‘அர்க்காதி இவானோவிச் ஸ்விட்ரிகைலோவ் தன்னுடைய வாழ்த்துகளை உங்களுக்குத் தெரிவித்தார்!’ என்று சொல்ல வேண்டும். மறந்து விடாதே!”

சோனியாவைத் திகைப்பிலும், பயத்திலும் ஆழ்த்திவிட்டு அவன் அங்கிருந்து வெளியேறினான். ஏதோ ஒரு தீமை நிகழப் போவதற்கான முன்னறிவிப்பைப் போல, வெறுமையான, துயர உணர்வு ஒன்று அவள் மீது கவிந்துகொண்டது.

அதேநாள் இரவு பதினோரு மணிக்கு மேல் யாருமே எதிர் பார்த்திருக்கவே முடியாத ஒரு வினோதமான இடத்திற்கும் ஸ்விட்ரிகைலோவ் சென்றிருந்தானென்பதைப் பிறகுதான் தெரிந்துகொள்ள முடிந்தது. அது...?

இன்னும் மழை பெய்துகொண்டிருந்தது. முழுக்க முழுக்க நனைந்து போய்விட்ட அவன், பன்னிரண்டு மணி அடிப்பதற்கு இருபது நிமிடங்கள் இருந்தபோது, தான் திருமணம் செய்து கொள்ளப் போகிற பெண்ணின் பெற்றோர் குடியிருந்த நெரிசலான சிறிய வீட்டிற்குள் நுழைந்தான். அது, மாலி ப்ராஸ்பெக்டின் மூலையிலும், வாஸிலியேவ்ஸ்கி தீவின் மூன்றாவது தெருவிலும் இருந்தது. முற்றிலும் நனைந்து போன நிலையில் அவன் திடீரென்று அங்கு வந்தது, புத்திசாலித்தனமும், முன்னெச்சரிக்கை உணர்வும்கொண்ட அந்தப் பெண்ணின் பெற்றோர்களுக்குச் சந்தேகத்தையும், மனக்

குழப்பத்தையும், திகைப்பையும் ஏற்படுத்தியது. ஆனால், தேவைப் படும் நேரங்களில் நளினமாக நடந்துகொள்ளும் கலையில் மிகவும் தேர்ந்தவனாகிய அர்க்காதி இவானேவிச் ஸ்விட்ரிகைலோவுக்கு அங்கிருந்த நிலைமையைப் புத்திசாலித்தனமாகச் சமாளிப்பது பெரிய காரியமாக இல்லை! கொஞ்சம் முன்யோசனையோடும், புத்திசாலித்தனத்தோடும் இருக்கும் எந்தப் பெற்றோரும் – அப்படிப் பட்ட ஒரு கோலத்தில் அவனைப் பார்க்கும்போது, அவன் குடித்துவிட்டுப் போதையில் இருப்பதாகவோ அல்லது, தான் செய்துகொண்டிருப்பது என்னவென்பதையே அறியாத நிலையில் அவன் இருப்பதாகவோதான் நினைத்துக்கொள்ள முடியும்! அதைப் புரிந்துகொண்ட அவன், அதை நீக்குவதில் உடனடியாக வெற்றி கண்டான். மணப் பெண்ணின் தாய் கொஞ்சம் சுய அறிவுகொண்டவள். மென்மையான இதயம்கொண்டவள். தனது கணவரைச் சக்கர நாற்காலியில் வைத்து அவனருகே அழைத்து வந்த அவள், தனது வழக்கமான பாணியில் சம்பந்தமில்லாத ஏதேதோ விஷயங்களைப் பற்றி விவாதிக்கத் தொடங்கிவிட்டாள். பொதுவாக, எந்த ஒரு விஷயத்தையுமே நேரடியாகக் கேட்பது அவளது வழக்கமில்லை! ஆனால் சில வேளைகளில், ஏதாவது ஒரு விஷயத்தைப் பற்றி மிகத் துல்லியமாகத் தெரிந்துகொள்ள வேண்டுமானால் அவள் சில உத்திகளைக் கையாள்வது வழக்கம். உதாரணத்துக்குச் சொன்னால், அந்தத் திருமணத்திற்காக எந்த நாளை அர்க்காதி இவானோவிச் குறித்திருக்கிறான் என்பதைத் தெரிந்துகொள்ள வேண்டுமென்று அவள் நினைத்தால், முதலில் வெவ்வேறு வகையான சில புன்னகைகளை அவள் உதிர்ப்பாள்; தன் கைகளைச் சற்றுப் பிசைந்துகொள்வாள். பிறகு ஆவலோடு பாரீஸ் நகரத்தைப் பற்றியும், அங்குள்ள காதல் வாழ்க்கையைப் பற்றியும் விசாரிப்பது போலச் சுற்றி வளைத்துக்கொண்டு அவள் குடியிருக்கும் வாஸிலியேவ்ஸ்கி தீவின் மூன்றாவது தெருவுக்கு ஒரு வழியாக வந்து சேர்ந்துவிடுவாள். வேறொரு சமயமாக இருந்தால் இவனும்கூட அவளது இதுபோன்ற வளவளப்புகளை மிகவும் மரியாதையோடு எதிர்கொண்டிருந்திருக்கக்கூடும். ஆனால் இன்று அவன் சற்றுப் பொறுமையிழந்தவனாகக் காணப்பட்டான். அவன் மணம் செய்துகொள்ளப் போகும் பெண் உறங்கச் சென்று விட்டாளென்பதை ஏற்கனவே அவர்கள் வழியாக அறிந்து கொண்ட பிறகும் அவளைப் பார்க்க வேண்டுமென்ற தன்னுடைய விருப்பத்தை அவன் வெளிப்படையாக தெரிவித்தான். அவளும் அங்கே வந்து சேர்ந்தாள். தான், முக்கியமான வேலைநிமித்தமாகச் சிறிது காலம் செயிண்ட் பீட்டர்ஸ்பர்க்கைவிட்டுக் கட்டாயமாகப் போக வேண்டி இருப்பதால், பதினைந்தாயிரம் வெள்ளி ரூபிள்

மதிப்புள்ள நோட்டுகளை அவளுக்காகவே கொண்டு வந்திருப்ப தாகவும், அவர்களது திருமணத்திற்கு முன்பே அந்த 'அற்பமான பரிசை' அவளுக்கு அளித்துவிட வேண்டுமென்று, பல நாட்களுக்கு முன்னதாகவே திட்டமிட்டுவிட்டதாகவும், இப்போது அந்த அன் பளிப்பைத் தந்துவிட்டுச் செல்வதற்காகவே தான் வந்திருப்ப தாகவும் அதனைப் பெற்றுக்கொள்ளும்படியும் அவளிடம் வேண்டிக் கேட்டுக்கொண்டான் ஸ்விட்ரிகைலோவ். அவனது உடனடிப் பயணத்திற்கும், இந்த அன்பளிப்புக்கும் என்ன தொடர்பு என்பதோ, கடுமையாக மழை கொட்டிக்கொண்டி ருக்கும் இந்த நள்ளிரவு வேளையில் அவன் வருகை புரிவதற்கு என்ன அவசியம் நேர்ந்தது என்பதோ, அவனது இந்த விளக்கத் தால் அங்கிருந்த எவருக்குமே தெளிவாகவில்லை என்பது உண்மை தான்! ஆனாலும் அவன் திட்டமிட்டப்படி எல்லாம் ஒழுங் காகவே நடந்து முடிந்தன. அவர்கள் மனதில் தவிர்க்க முடியாமல் எழுந்த கேள்விகளும், வியப்பூட்டும் சந்தேகங்களும்கூட வலுக் கட்டாயமாகக் கட்டுப்படுத்தப்பட்டுத் தவிர்க்கப்பட்டு விட்டன. அவற்றுக்கெல்லாம் மாறாக அவனது இந்தச் செய்கைக்கு மிகுந்த நன்றி பாராட்டும்வண்ணம் புத்திசாலித்தனம்கொண்ட அந்தத் தாயின் கண்களிலிருந்து கண்ணீர் வெள்ளம் பெருக்கெடுத்து ஓடிக்கொண்டிருந்தது. அர்க்காதி இவானோவிச் சிரித்துக் கொண்டே எழுந்தபடி தனது வருங்கால மணப்பெண்ணின் கன்னத்தைத் தட்டிக் கொடுத்தபடி, அவளுக்கு முத்தமிட்டான். விரைவில் திரும்பிவந்துவிடுவதாக அவளுக்கு உறுதியளித்தான். குழந்தைத்தனமான ஆர்வத்தைப் புலப்படுத்திய அவளது கண்களில், அமைதியும் ஆழமும் நிறைந்த கேள்வி ஒன்றும் குடியிருந்ததைக் கண்டுகொண்ட அவன், கணநேரம் எதையோ சிந்தித்தவனாய் மீண்டும் அவளுக்கு முத்தமிட்டான். இந்த நேரத் திற்குள், தான் தந்த அந்தப் பரிசுப்பணம் 'மிகவும் புத்திசாலித்தனம் கொண்ட அந்தப் பெற்றோர்'களால் பூட்டி வைக்கப்பட்டிருக்கும் என்று நினைத்தபோது அவனுக்குச் சற்று வெறுப்புணர்வும் தோன்றியது. அவர்கள் அனைவரையும் அதீதமான உணர்ச்சிப் பரவசத்திற்கு ஆளாக்கிவிட்டு அங்கிருந்து கிளம்பிச் சென்றான். உடனேயே அந்த 'மெல்லிதயம்' படைத்த அன்னை, மிகவும் மிருது வான குரலில், அவர்களை அழுத்திக்கொண்டிருந்த ஐயங்களுக் கெல்லாம் விடை சொல்லத் தொடங்கியிருந்தாள்; "அர்க்காதி இவானோவிச் ஒரு பெரிய மனிதர்; பல விவகாரங்களில் ஈடு படுகிற, பலரோடு தொடர்புடைய ஒரு பணக்காரர். அவர் மனதில் என்ன நினைத்திருக்கிறாரென்பது கடவுளுக்கு மட்டுமே தெரிந்த விஷயம்! எங்கேயாவது போக வேண்டுமென்றோ, இப்படி வினோதமான முறையில் பணத்தைத் தர வேண்டுமென்றோ அவர்

நினைப்பதில் ஆச்சரியப்படுவதற்கு எதுவுமே இல்லை!" இப்படி யெல்லாம் அவனுடைய பெருமைகளை அவள் பறைசாற்றிக் கொண்டிருந்தாள்.

"முழுக்க முழுக்க நனைந்திருந்த கோலத்தில் அவர் இங்கே வந்தது கொஞ்சம் வித்தியாசமாகத் தோன்றினாலும்கூட – ஆங்கி லேயர்களை எடுத்துக்கொண்டால், அவர்கள் இன்னும்கூட வினோதமாக நடந்துகொள்வார்கள்... மேலும் காரியத்தில் கண்ணாக இருக்கும் நாகரிகமான உயர்மட்டத்தைச் சேர்ந்த மனிதர்களெல்லாம் தங்களைப் பற்றிப் பிறர் என்ன பேசுகிறார்கள் என்பதைப் பற்றியோ, சம்பிரதாயங்களைப் பற்றியோ கவலைப் படுவதில்லை. ஒருவேளை, எவருக்கும் எதற்கும் பயப்படாத போக்கு தன்னிடம் இருக்கிறது என்பதைக் காட்டிக்கொள்வதற் காகக்கூட அவர் அப்படி வந்திருக்கக் கூடும்! ஆனால் மிகவும் முக்கியமாகச் செய்ய வேண்டியது என்னவென்றால், அவர் இவ்வாறு வந்து போன விஷயம் மட்டும் யாருக்குமே தெரிந்து விடக்கூடாது; அப்படித் தெரியவந்தால் என்ன விளைவுகள் வேண்டுமானாலும் ஏற்படலாம்... அந்தப் பணத்தை உடனடியாகப் பூட்டி வைத்துப் பத்திரப்படுத்திவிட வேண்டும்; நல்ல வேளையாக ஃபெடோஸ்யா, இன்னும்கூடச் சமையலறையில்தான் இருக்கிறாள்; அவளுக்கு எதுவும் தெரியாது; எல்லாவற்றையும்விட மிக மிக முக்கியமானது என்னவென்றால், கபட உள்ளம் படைத்த அகங் காரியான அந்த ரெஸ்லிச்சிடம் மட்டும் எதையுமே சொல்லி விடக்கூடாது!" – அங்கே உட்கார்ந்தபடி, இப்படி இன்னும்கூடப் பல விஷயங்களை – இரவு இரண்டு மணியான பிறகும் அந்தக் குடும்பத்தினர் மெல்லிய குரலில் பேசிக்கொண்டிருந்தனர். ஆனால் அதற்கு வெகுநேரம் முன்பாகவே, அந்த இளம்பெண் மட்டும் உறங்கச் சென்றுவிட்டாள். அவளது மனம் முழுவதும் வியப்பால் நிறைந்திருந்தது; அதேவேளையில் இலேசான துயரமும் அதில் இழையோடிக்கொண்டிருந்தது.

அதேநேரத்தில் – அந்த நள்ளிருட்டு வேளையில், ஸ்விட்ரி கைலோவ், டச்காவ் பாலத்தைத் தாண்டிப் பீட்டர்ஸ்பர்க்ஸ்கி தீவை நோக்கிப் போய்க்கொண்டிருந்தான். மழை சற்றுக் குறைந் திருந்தபோதும் காற்று, பலமாக வீசிக்கொண்டிருந்தது. அவன் சற்று நடுங்கத் தொடங்கியிருந்தான். ஏதோ ஒரு வினோதமான சுவாரசியத்தோடும், முகத்தில் ஒரு கேள்விக் குறியோடும் 'லிட்டில் நேவர்'வின் கறுப்பான நீரோட்டத்தை ஒரு நிமிட நேரம் வெறித்துப் பார்த்துக்கொண்டிருந்தான் அவன்; ஆனால் அப்படித் தண்ணீருக்கு அருகே நின்றுகொண்டிருந்தது, குளிரை மேலும்

அதிகப்படுத்திவிட்டதால், அவன் அங்கிருந்து திரும்பிப் 'பால்ஷாய் ப்ராஸ்பெக்'டை நோக்கிச் செல்லத் தொடங்கினான்.

முடிவற்று நீண்டுகொண்டே சென்ற அந்தத் தெருவில் கிட்டத்தட்ட அரை மணிநேரம் வரையில் அவன் – ஸ்விட்ரி கைலோவ் – நடந்துகொண்டே இருந்தான். மிகவும் இருட்டாக இருந்ததால் மரத்தினால் அமைக்கப்பட்டிருந்த அந்த நடைபாதையில் நடக்கும்போது அவன் தடுமாறும்படி நேர்ந்தது. ஆனால் முழு நேரமும் எதையோ தேடுபவனைப் போல, தெருவின் வலது புறத்தை மட்டும் நன்றாகக் கவனித்துப் பார்த்துக்கொண்டே நடந்து கொண்டிருந்தான் அவன். கிட்டத்தட்ட அந்த ப்ராஸ்பெக்ட் முடிகிற இடத்தில் ஏதோ ஒரு ஹோட்டல் இருப்பதை, முன்பு அந்தப் பக்கம் வந்தபோது – மிகவும் சமீபத்தில்தான் – அவன் பார்த்து வைத்திருந்தான். சற்றுப் பெரியதாக இருந்த அந்த ஹோட்டல், மரத்தால் கட்டப்பட்டிருந்தது. அதன் பெயர்கூட 'அட்ரீயனோபோல்' என்பது போல அவனுக்கு நினைவிருக்கிறது. அவன் நினைவில் எதுவும் தவறில்லை. தனிமையான இடத்தில் அமைந்திருந்த அந்த ஹோட்டல், பார்ப்பதற்குப் 'பளிச்'சென்று தனித்துத் தெரிந்தது. இருட்டிலும்கூட அந்த ஹோட்டலை மிக எளிதாகக் கண்டுபிடித்துவிட முடிந்தது. நடுநிசி நேரமாகியிருந்த போதிலும்கூட, அங்கே இன்னும் விளக்குகள் எரிந்துகொண்டிருந்தன. மனிதர்களின் நடமாட்டமும் தெரிந்தது. அவன் உள்ளே சென்று தாழ்வாரத்தில் கந்தலுடையோடு தன்னை எதிர்ப்பட்ட ஒரு பணியாளிடம் தனக்கு ஓர் அறை வேண்டுமென்று கேட்டான். ஸ்விட்ரிகைலோவை மேலும் கீழுமாக உற்றுப் பார்த்த அந்தப் பணியாள், தன்னோடு அவனை அழைத்துச் சென்று நெரிசலும், புழுக்கமுமாக இருந்த அறை ஒன்றை அவனுக்குக் காட்டினான். மாடிப்படிகளுக்குக் கீழே, தாழ்வாரத்தின் கோடியில் அது அமைந்திருந்தது. ஆனால், அங்கு தங்குவதைத் தவிர அவனுக்கு வேறு வழியில்லை. பிற அறைகள் எதுவுமே அங்கே காலியாக இல்லை. ஸ்விட்ரிகைலோவுக்கு வேறு எதுவும் தேவைப்படுமா என்று விசாரிப்பதைப் போல அந்தக் கந்தலுடை அணிந்த பணியாள் அவனைப் பார்த்தான்.

"தேநீர் இருக்கிறதா?" என்று கேட்டான் ஸ்விட்ரிகைலோவ்.

"இருக்கலாம் ஐயா!"

"அதைத்தவிர வேறு என்ன இருக்கிறது?"

'வீல்' (கன்றுக்குட்டி இறைச்சி), வோட்கா, மற்றும் காரமான தின்பண்டங்கள்!"

“தேநீரும், ‘வீலும்’ மட்டும் கொண்டுவா!”

“வேறெதுவும் வேண்டாமா உங்களுக்கு?” என்று சற்றுக் குழப்பமடைந்தவனைப் போல அந்தப் பணியாள் மறுபடியும் கேட்டான்.

“வேண்டாம்! வேறு எதுவும் தேவையில்லை!”

அதைக் கேட்டு ஏமாற்றமடைந்தவனாக அந்தப் பணியாள் பின்வாங்கிச் சென்றான்.

“சே... எப்படி ஓர் அற்புதமான இடம்...!” என்று கேலியாக வாய்விட்டுத் தனக்குத்தானே சொல்லிக்கொண்டான் ஸ்விட்ரி கைலோவ். “எனக்கு எப்படி இதுவரையில் இந்த இடம் தெரியாமல் போயிற்று...? ரொம்ப மோசம்... இதையெல்லாம் தெரிந்து கொள்ளாமல் இருக்கலாமா? நானும்கூடத் தேநீர் ரெஸ்டாரெண் டில் வேலைசெய்துவிட்டு வருபவனைப் போலவும் – அப்படி வருகிற வழியில் என்னென்னவோ சாகசங்களைச் செய்துவிட்டு வருபவனைப் போலவும்தான் காணப்படுகிறேனென்று நினைக் கிறேன். இங்கே யாரால்தான் தங்கியிருக்க முடியும்? இந்த இடத்தைப் பார்த்தால் எனக்கு ஆச்சரியமாகத்தான் இருக்கிறது!”

அவன் மெழுகுவர்த்தியை ஏற்றி வைத்துக்கொண்டு அறையை கூர்ந்து கவனித்தான். அது, முயல் வளையைப் போலச் சிறியதொரு பொந்தாக அமைந்திருந்தது. தங்குவதற்கு வசதிகுறை வான இடமாக அது இருந்தது. மிகவும் தாழ்வான மேற்கூரையைக் கொண்டிருந்த அந்த அறை முழுவதற்குமாக ஒரே ஒரு ஜன்னல்தான் இருந்தது. நாற்றம்பிடித்த ஒரு படுக்கை, கறை படிந்த மட்டரகமான ஒரு மேசை, நாற்காலி ஆகியவை அந்த அறையின் பெருமளவிலான பகுதியை ஆக்கிரமித்துக்கொண்டிருந்தன. மரப் பலகைகளைச் சரிவர இழைக்காமல் கரடுமுரடாக ஒட்டவைத் திருந்ததைப் போல அந்த அறையின் சுவர்கள் இருந்தன. சுவர்த் தாள், நிறம் மங்கிப் போய்த் தூசு படிந்திருந்தது! அழுக்கேறிக் கிழிந்து கிடந்த அந்தத்தாள் மஞ்சள் நிறமாக இருந்திருக்க வேண்டும் என்பதை ஊகித்து விட முடிந்தது. ஆனால் அதில் செய்யப்பட்டிருந்த வேலைப்பாடு என்னவாக இருக்கக்கூடுமென் பதைக் கண்டுபிடிப்பது மிகவும் கடினம்தான்! படிகள் மேலேறிச் செல்லும் ஓரிடத்தில் சுவரும், மேற்கூரையும் சற்றுக் குட்டையாக இருந்ததால் அறையின் ஒரு சுவர் மட்டும் சற்றுக் குட்டையாக இருந்தது. ஸவிட்ரிகைலோவ் மெழுகுவர்த்தியைக் கீழே வைத்து விட்டுப் படுக்கையில் அமர்ந்தபடி ஏதோ எண்ணங்களில் மூழ்கிப் போனான். சிறிது நேரம் சென்றபிறகு, பக்கத்து அறையை

இணைக்கும் சுவரின் பொந்திலிருந்து முணுமுணுப்பான பேச்சுக் குரல்களும், திடீர் திடீரென்று வினோதமான கிரீச்சிடல்களும் தொடர்ந்து கேட்டுக்கொண்டிருந்தன. சில சமயங்களில் அவை பயங்கரமான கூச்சல்களைப் போலவும், ஓங்கி ஒலித்துக் கொண்டிருந்தன. அந்த அறைக்குள் அவன் நுழைந்தது முத லாகவே கேட்டுக்கொண்டிருந்த அந்த ஓசை, கணநேரம்கூட அடங்கவே இல்லை. இப்போது அதை அவன் ஆழ்ந்து கவனிக்கத் தொடங்கினான். யாரோ ஒருவன், வேறு ஒருவனைக் கதறி அழுத படி திட்டி வசைபாடிக்கொண்டிருந்தான். ஆனால் ஒரே ஒரு குரல் மட்டும்தான் ஸ்விட்ரிகைலோவுக்குக் கேட்டது. அவன் எழுந்து நின்றுகொண்டு, கையை அணையாக்கி, ஆடும் மெழுகு வர்த்தி வெளிச்சத்தை ஒழுங்குபடுத்தி, அதன் ஒளியை அறை முழுவதும் பரவச் செய்தான். அந்த வெளிச்சத்தில், அறையின் இணைப்புச் சுவரில் பெரிதாக ஒரு பொந்து இருப்பதை அவனால் காண முடிந்தது அதனருகே சென்று, அந்தப் பொந்து வழியாகப் பார்த்தான். அடுத்த அறை முழுவதையுமே அவனால் நன்றாகப் பார்க்க முடிந்தது., அவன் இப்போது தங்கியிருந்த அறையைவிடச் சற்றுப் பெரிதாக இருந்த அந்த அறையில், இரண்டு பேர் தங்கி யிருந்தனர். அவர்களில் ஒருவனுக்கு மிக அடர்த்தியான சுருள்முடி இருந்தது. முழுக்கைச் சட்டை அணிந்திருந்த அவனது முகம் சிவந்து உப்பிப் போயிருந்தது. மேடைப் பேச்சாளியைப் போன்ற பாவனையில் கால்களை அகட்டி வைத்துக்கொண்டு நின்றிருந்த அவன், இரக்கத்தைத் தூண்டும்வண்ணம் புலம்பியபடி தன் நெஞ்சில் அடித்துக்கொண்டிருந்தான். அங்கிருந்த மற்றொரு வனைப் பார்த்து, சமூக அந்தஸ்தை இழந்து பிச்சைக்காரனைப் போல இருந்த அவனை, அந்தச் சாக்கடையிலிருந்து தூக்கி விட்டவன் தான்தானென்று மிகவும் உரக்க அறிவித்துக்கொண்டி ருந்தான்.

    தான் மட்டும் விரும்பினால் மீண்டும் அவனை அந்தச் சாக்கடைக்கே அனுப்பி வைக்க முடியுமென்றும், கடவுள் எல்லா வற்றையும் பார்த்துக்கொண்டிருக்கிறார் என்றும் அவன் கத்திக் கொண்டிருந்தான். அவனது தாக்குதல்களுக்கெல்லாம் இலக்காக இருந்த அந்த மற்றொரு மனிதனோ நன்றாகத் தூங்கவேண்டு மென்ற தன் விருப்பத்தைக் கட்டுப்படுத்திக்கொண்டு அசையாமல் உட்கார்ந்திருந்தான். அங்கே தொடர்ந்து இப்படிச் சொற்பொழி வாற்றிக்கொண்டிருந்த மனிதனின் மீது, எப்போதாவது ஒருமுறை, தூக்கக் கலக்கத்துடனிருந்த கண்களைச் செலுத்துவதும், மீண்டும் தலையைக் குனிந்தபடி அசையாமல் இருப்பதுமாக அந்த மற்றொருவன் இருந்தான். அங்கே பேசிக்கொண்டிருந்த பிரச்சினை என்னவென்பதைப் பற்றி எதுவும் புரியாத நிலையில்தான் அவன்

உட்கார்ந்திருந்தான். அங்கே முதலாமவன் முழங்கிக்கொண்டிருந்த வார்த்தைகளில் ஏதாவது கொஞ்சமாவது அவனது காதில் விழுந் திருக்குமா என்பதுகூடச் சந்தேகம்தான்! அந்த அறையின் மேசை மீதிருந்த மெழுகுவர்த்தி கிட்டத்தட்ட எரிந்து முடிந்திருந்தது. காலி யான வோட்கா, மதுபாட்டில், கண்ணாடி டம்ளர்கள், ரொட்டித் துண்டுகள், வெள்ளரித் துண்டுகள், காய்ந்து போன தேநீர்க் கோப்பைகள், ஜாடிகள் ஆகியவை அங்கே நிறைந்திருந்தன. அந்த அறைக்குள் தென்பட்ட இந்தக் காட்சியைக் கவனமாகப் பார்த்த ஸ்விட்ரிகைலோவ், மிக அலட்சிய பாவனையுடன் அந்தப் பொந்தின் அருகிலிருந்து நகர்ந்து சென்று தனது படுக்கையில் அமர்ந்துகொண்டான்.

தேநீரையும், இறைச்சியையும் எடுத்துக்கொண்டு வந்த அந்த அருவருப்பான தோற்றம்கொண்ட பணியாள் “வேறு ஏதாவது வேண்டுமா?” என்று மீண்டும் ஒருமுறை அவனைக் கேட்டான். மறுபடியும் அதற்கு எதிர்மறையான பதில் கிடைத்தவுடன் ஒரு வழியாக அவன் கிளம்பிச் சென்றான். தன்னைச் சற்றுச் சூடு படுத்திக்கொள்வதற்காகத் தேநீர்க் கோப்பையை வேகமாக எடுத்து அருந்தத் தொடங்கினான் ஸ்விட்ரிகைலோவ். ஒரு கோப்பை தேநீர் முழுவதையும் குடித்தவுடன் அவனது பசி அடங்கிப் போய் விட்டது. அவனால் வேறெதையும் சாப்பிட முடியவில்லை. தனக்குக் கொஞ்சம் காய்ச்சல் வரத் தொடங்கியிருப்பதைப் போல அவனுக்குத் தோன்றியது. தன்னுடைய மேல்கோட்டு, சட்டை ஆகியவற்றையெல்லாம் கழற்றிப் போட்டுவிட்டு ஒரு போர் வையைச் சுற்றிக்கொண்டு படுக்கையில் படுத்தான் அவன். “சே, இப்படிப்பட்ட ஒரு சந்தர்ப்பத்தில் நான் இன்னும்கூடக் கொஞ்சம் நன்றாக இருந்திருக்கலாம்” என்று எரிச்சலோடு தனக்குள் சொல்லிக்கொண்ட அவன், சிறிது நேரத்திற்குப் பிறகு தானாகவே வாய்விட்டுச் சிரித்தான்.

அந்த அறை, மிகவும் புழுக்கமாக இருந்தது. அங்கிருந்த மெழுகுவர்த்தி மங்கலாக எரிந்துகொண்டிருந்தது. வெளியே காற்று சுழன்று அடிக்கும் ஓசையும், எங்கோ ஒரு மூலையிலிருந்து சுண்டெலி கிறீச்சிடும் சப்தமும் கேட்டன. அந்த அறை முழுவதும் எலி நாற்றமும், ஏதோ ஒரு வகையான தோல் நாற்றமும் அடித்துக் கொண்டிருந்தது. அரை மயக்க நிலையில் படுத்திருந்த அவனது மனதினுள் பலவகையான சிந்தனைகள் ஒன்றையொன்று துரத்திய படி ஓடிக்கொண்டிருந்தன. அவனுடைய எண்ணங்களையெல் லாம் ஒருமுகப்படுத்தி நிலைப்படுத்த ஏதுவாக – வேறு ஏதாவது ஒரு விஷயம் அல்லது பொருள் கிடைத்தால் நன்றாக இருக்கக் கூடுமென்று அவன் ஆசைப்பட்டான். ‘ஜன்னலுக்கு வெளியே

நிச்சயம் ஏதாவது தோட்டம் இருந்தாக வேண்டும்' என்று அவன் உறுதியாக நினைத்துக்கொண்டான்.

'மரங்கள் அசைகிற சப்தத்தை என்னால் கேட்க முடிகிறது. சே... கடுமையான புயல் வீசிக்கொண்டிருக்கும் இந்த இரவு நேரத்தில், மரங்கள் எழுப்புகிற இந்த இரைச்சல் எனக்குள் மிகவும் வெறுப்பைத் தூண்டுகிறது. அருவருப்பான ஏதோ ஓர் உணர்வை இது என்னுள் ஏற்படுத்துகிறது' என்று தனக்குள் எண்ணிக் கொண்ட அவன், சற்று முன்பு பெத்ரோவ்ஸ்கி பூங்கா வழியாக வரும்போதும்கூட இதே உணர்வு தனக்குள் ஏற்பட்டதையும் நினைவுபடுத்திக்கொண்டான். தொடர்ந்து அவன் கடந்து வந்த 'டச்காவ்' பாலமும் லிட்டில் நோவாவும் அவனது மனதில் எழுந்தன. அங்கே நீர்ப்பரப்புக்கு மேலாகப் பாலத்தில் நின்று கொண்டிருந்தபோது, தனக்குக் குளிரத் தொடங்கியதை அவன் நினைவு கூர்ந்தான்; மீண்டும் அந்த மாதிரியே அவனுக்குக் குளிர ஆரம்பித்தது. 'நீர் நிலைகள் எப்போதுமே எனக்குப் பிடித்த மானவையாக இருந்ததில்லை. ஓர் இயற்கைக் காட்சியாகக்கூட என்னால் அவற்றைச் சகிக்க முடியாது' என்று மறுபடியும் அதை நினைத்துப் பார்த்தவன், உடனே தனக்குள் ஏற்பட்ட வினோத மான சிந்தனையால் மீண்டும் ஒருமுறை சிரித்துக்கொண்டான். 'என்னுடைய வசதி, சௌகரியம், ரசனை இவற்றைப் பற்றிய கேள்விகளெல்லாம் எனக்கு ஒரு பொருட்டாகவே தோன்றக் கூடாத ஒரு தருணமல்லவா இது? ஆனால் நான் என்னடா வென்றால் தனக்குரிய இடத்தைக் குறிப்பாகத் தேடிக்கொண்டு அதில் பதுங்கிக்கொள்கிற மிருகத்தைப் போல அல்லவா இப்போது நடந்துகொண்டிருக்கிறேன்...? நான் பேசாமல் பெட்ரோவ்ஸ்கி பூங்காவிற்கே போயிருக்கலாம். ஒருவேளை அங்கே மிகவும் இருட் டாகவும், குளிராகவும் இருக்குமென்று நினைத்துக்கொண்டு விட்டேனோ? ஹி! ஹி! ஹி! சௌகரியமான சூழ்நிலைகளும், இதமான சுகமான உணர்வுகளும் இப்போது எனக்குத் தேவையா என்ன...? அதிருக்கட்டும், இந்த மெழுகுவர்த்தியை இப்போது அணைத்துவிட்டால் என்ன? (அவன் அதை ஊதி அணைத்தான்) சுவரிலிருந்த ஓட்டையில் வெளிச்சம் தென்படாததைக் கண்ட அவன், பக்கத்து அறையிலிருந்தவர்கள் படுக்கச் சென்றிருப்பார் களென்பதை உணர்ந்துகொண்டான். "மார்ஃபா பெத்ரோவ்னா, இப்போது நீ தாராளமாக என்னைப் பார்க்க வரலாம்! சுற்றிலும் வலுவான இருட்டு! மிகவும் பொருத்தமான சூழல்! நேரமும்கூட நீ வருவதற்கு ஏற்றபடி வாய்ப்பாகவே அமைந்திருக்கிறது! ஆனால் ஏனோ இப்போது நீ வரமாட்டேனென்கிறாய்...?"

துனியாவுக்கு எதிராகத் தான் போட்டு வைத்திருந்த திட்டத்தை நிறைவேற்றுவதற்கு ஒரு மணி நேரத்திற்கு முன்னால்,

அவளை ரஸுமிகினின் பொறுப்பில் விடுமாறு ரஸ்கோல்னி கோவிடம் தான் கூறியது, ஏதோ ஒரு காரணத்தால் இப்போது திடீரென்று அவனுக்கு நினைவுக்கு வந்தது. "அப்படி நான் சொன்னதற்கு முக்கியமான காரணம், என்னை நானே வதைத்துக் கொள்வதற்குத்தான்! அதற்குத்தான் நான் அப்படிச் சொன்னேன். அதை ரஸ்கோல்னிகோவும்கூட மிகச் சரியாகவே ஊகித்து விட்டான்! ஆனாலும் அவன் ஒரு சரியான போக்கிரிதான்! தனக்குத்தானே எதையோ தலையில் போட்டுக்கொண்டு திண்டாடுகிறான் அவன். அவனிடமுள்ள அபத்தமான சிந்தனை களை மட்டும் விட்டொழித்தால் ஒரு 'கெட்டிக்கார அயோக்கிய னாக' அவன் உருவாவதற்குக்கூட வாய்ப்பு இருக்கிறது! இப்போது அவன் வாழ வேண்டுமென்று மிகவும் துடிக்கிறான். அந்த விஷயத்தில் பார்த்தால் அவனைப் போன்ற ஒரு சிலர் கொஞ்சம் மோசமாகத்தான் இருக்கிறார்கள். சரி, அவன் எக்கேடு கெட்டும் போகட்டும். தன் விருப்பம் போல எதைவேண்டுமானாலும் செய்துகொள்ளட்டும்! எனக்கு அதைப்பற்றிக் கவலையில்லை!"

பல்வேறு சிந்தனைகளினால் அவனால் உறங்கவே முடிய வில்லை. கடைசியாக அவன் பார்த்த துனியாவின் பிம்பம் சிறிது சிறிதாக அவனது மனதிற்குள் மின்னலடித்தபடி, பிரகாசமாகிக் கொண்டே வந்தது. திடீரென்று ஒரு நடுக்கம் அவனுள் பரவி அவனை உலுக்கிப் போட்டது. 'இல்லை... வேண்டாம்... இப்போது இந்த எண்ணத்தை நான் உறுதியாக உதறியாக வேண்டும்!" என்று எண்ணியபடி, தனது எண்ணங்களைத் தட்டிக் கழிக்க முயன்றான் அவன். "நான் வேறு எதையாவது பற்றி யோசிப்பதுதான் நல்லது. ம்... நினைத்துப்பார்த்தால் எல்லாமே வினோதமாகவும் வேடிக்கையாகவும்தான் இருக்கிறது! நான் எவரையுமே மிகுதியாக வெறுத்ததில்லை. யாரையும் குறிப்பாகப் பழிவாங்க வேண்டு மென்றும் நினைத்ததில்லை... அது மோசமான மனிதனுக்குரிய அடையாளமா என்ன? நான் எவரோடும் சண்டை போட விரும்பியதில்லை, அதிக கோபத்தையும் எவரிடத்திலும் காட்டிய தில்லை... இதுவும்கூடக் கெட்டவனாக ஒருவனின் மோசமான அடையாளம் போலிருக்கிறது...! நான் எப்படியெல்லாம் அவளுக்கு வாக்குறுதிகள் கொடுத்தேன்! பாவி... ஆனாலும் அவள் ஏதோ ஒரு விதத்தில் என்னைக்கூட மாற்றித்தான் இருக்கிறாள்! என்னை ஒரு புதுமனிதனாக அவள் ஆக்கித்தான் இருக்கிறாள்.'

அவன் மீண்டும் அமைதியில் ஆழ்ந்து போனான். பற்களைக் கடித்துக்கொண்டான். துனியாவின் பிம்பம் மறுபடியும் அவனது மனதில் எழுந்தது. முதல் முறையாக அவனைச் சுட்டுவிட்டுக் குறிதவறிப் போனதால், திகைத்தபடி, துப்பாக்கியைக் கீழே தாழ்த்திக்கொண்டு அச்சத்துடன் அவனைப் பார்த்த அந்தத்

தருணத்தில் தென்பட்ட அந்த மிரட்சியான துனியாவின் உருவம் இப்போது அவனது கண்களில் ஓவியமாகத் தெரிந்தது. அவள் மிகவும் திகைத்துப் போயிருந்த அந்த நொடியில், அவன் அவளை இரண்டு, மூன்று தடவைகள்கூடப் பிடித்து இழுத்திருக்க முடியும். அப்படி இழுத்திருந்தால்கூட, அவளால் தன்னைக் காப்பாற்றிக் கொள்ள எதுவும் செய்திருக்க முடியாதே? அதைக்கூட அவனல்லவா அவளுக்கு ஞாபகப்படுத்த வேண்டியிருந்தது? அந்தக் கணத்தில் தனது இதயம் அவள் மீதான பரிவின் காரண மாக எந்த அளவுக்குத் துடித்தது என்பதை நினைவுபடுத்திக் கொண்டான் அவன். சே... மறுபடியும் அதே நினைவுகள்! 'அவை எல்லாவற்றையும் நான் உதறிவிட வேண்டும், தூக்கி எறிந்துவிட வேண்டும்!'

மிகவும் களைப்புற்ற அவன், தன் வசமிழந்து தூக்கத்தின் பிடியில் கொஞ்சம் கொஞ்சமாக மூழ்கிப் போனான். அவனைத் தகித்துக்கொண்டிருந்த ஜுர வேகமும் காய்ச்சலும்கூடக் காணாமல் போயிருந்தது. அவன் சற்று ஆழ்ந்த உறக்கத்தில் அமிழ்ந்து போனான். திடீரென்று, தான் போர்த்திக்கொண்டிருந்த போர்வைக்குள் தனது கைகளின் மீதும், கால்களின் மீதும் ஏதோ ஓடுவதைப் போல உணர்ந்த அவன், திடுக்கிட்டுப் படுக்கையி லிருந்து குதித்தெழுந்து நின்றான். 'சே... நாசமாய்ப் போக...! எலி தான் மேலே விழுந்து ஓடியிருக்கிறது...! நான் சாப்பிடாமல் மேசையிலேயே விட்டு வைத்திருந்த இறைச்சிக்காக வந்திருக்கிறது' என்று தனக்குள் சொல்லிக்கொண்டான். போர்வை முழுவதையும் விலக்கிக்கொண்டு அந்த நடுங்கும் குளிரில் எழுந்துகொள்வது அவனுக்குக் கஷ்டமாக இருந்ததால் அப்படியே கட்டிலில் படுத்து மீண்டும் போர்வைக்குள் சுருண்டுகொண்டான். சிறிது நேரத் திலேயே, அருவருப்பான ஏதோ ஒன்று, அவன் கால்களைச் சுரண்டுவது போலிருந்தது! போர்வையைக் களைந்து எறிந்துவிட்டு மெழுகுவர்த்தியைப் பற்ற வைத்து மேசையின் மேல் வைத்தான். காய்ச்சல் வந்தது போலத் தாக்கும் குளிரின் கடுமை தாளாமல் நடுங்கிக்கொண்டிருந்தான் அவன். படுக்கைக்குக் கீழே குனிந்து பார்த்தான். அங்கே எதுவும் இல்லை. வீசியெறிந்திருந்த போர் வையை எடுத்து உதறினான். போர்வையிலிருந்து ஒரு சுண்டெலி படுக்கையின் மேலே குதித்தது. அவன் அதைப் பிடிக்க முயற்சி செய்தான். ஆனால் அந்தச் சுண்டெலியோ படுக்கையிலிருந்து குதித்துவிடாமல் படுக்கை விரிப்புக்குள்ளேயே இங்கும் அங்குமாக ஓடியது. பற்றிப் பிடித்த அவனது கைகளிலிருந்து வழுக்கிக் கொண்டு, அவனது தலையின் மேல் பாய்ந்து ஓடியது. பிறகு மீண்டும் படுக்கையில் குதித்துத் தலையணைக்குள் ஒளிந்து கொண்டது. அவன் தலையணையைத் தூக்கி வீசியெறிந்தான்.

திடீரென்று ஏதோ ஒன்று தனது சட்டைக்குள்ளே புகுந்துகொண்டு உடலின் மீது ஓடுவது போலவும், முதுகுப்பக்கமாக ஊர்வது போலவும் அவன் உணர்ந்தான்.

நாடி நரம்புகளெல்லாம் உலுக்கிப்போடத் திடுக்கிட்டு அவன் விழித்துக்கொண்டான். அறை இருட்டாக இருந்தது. அவன் போர்வைக்குள் சுருண்டபடி இன்னமும் படுக்கையில்தான் படுத்திருந்தான். ஜன்னலுக்கு வெளியே காற்று சுழன்று வீசிக்கொண்டிருந்தது. 'சே... எவ்வளவு மோசமான கனவு...!' என்று வெறுப்போடு நினைத்துக்கொண்டான்.

அவன் படுக்கையிலிருந்து எழுந்து, படுக்கையின் நுனியில், ஜன்னல் பக்கமாக முகத்தைக் காட்டியபடி உட்கார்ந்துகொண்டான். 'இனிமேல் விடியும் வரையில் தூங்காமல் இருப்பதுதான் நல்லது' என்று தனக்குள் முடிவு செய்துகொண்டான். ஜன்னல் வழியாகக் குளிர்ந்த ஈரக்காற்று உள்ளே ஊடுருவி அறை முழுவதும் வியாபித்துக்கொண்டிருந்தது. எழுந்துகொள்ளாமலேயே போர்வையை இழுத்துத் தனக்கு மேல் நன்றாகப் போர்த்திக் கொண்டான். மெழுகுவர்த்தியைப் பொருத்தி வைக்கவில்லை. வேறு எதைப் பற்றியும் அவன் சிந்திக்கவும் இல்லை. வேறு எதைப் பற்றிச் சிந்திக்கவும் அவனுக்கு விருப்பமுமில்லை. ஆனாலும் ஏதேதோ கனவுகளும், துண்டுதுண்டான ஏதோ எண்ணங்களும் அவனுடைய மனதில் தொடக்கமும் முடிவும் இல்லாத நிலையில் ஒன்றன் பின் ஒன்றாகத் தொடர்ச்சியாகத் தோன்றிக்கொண்டிருந்தன. இறுதியாக, அரைமயக்க நிலையில், தன்னை மறந்தவனாக அவன் அப்படியே அசையாமல் உட்கார்ந்திருந்தான்.

அங்கே நிலவிய குளிர், அவனைச் சூடேற்ற, அங்கிருந்த இருட்டு, ஈரப்பதம், ஜன்னலுக்கு வெளியே குமுறும் காற்றின் ஓசை, மற்றும் மரங்களின் அசைவு ஆகிய இவற்றில் ஏதோ ஒன்று அவனுள் இனம் புரியாத ஓர் ஏக்கத்தையும், கற்பனை செய்யும் மனோ நிலையையும் தூண்டியிருக்க வேண்டும். அவனது மனம், குறிப்பாக – மலர்களைப் பற்றிய கற்பனையில் சஞ்சரிக்கத் தொடங்கியது. மிக அழகான இயற்கைக் காட்சி ஒன்றை அவன் கற்பனை செய்துகொண்டான். இதமான வெம்மையும் வெளிச்சமும் கொண்ட ஓய்வு நாள் அது! ஞாயிற்றுக் கிழமையாகக்கூட அது இருக்கலாம். ஆங்கிலேய பாணியில் அமைந்த ஆடம்பரமான பண்ணை வீடு அது! எங்கு பார்த்தாலும் இனிய மணம் பரப்பும் பூச்செடிகள்! வீட்டைச் சுற்றிலும் விளிம்பு கட்டியிருப்பதைப் போலப் பூத்திருக்கும் மலர்கள்! வீட்டின் முகப்பில் உள்ள வளைவில் செடி கொடிகள் சுற்றிப் படர்ந்திருந்தன. அந்த இடத்தைச் சுற்றி வளைத்திருக்கும் ரோஜாச் செடிகள்! நுட்பமாகவும்,

குளுமையாகவும் காணப்பட்ட படிக்கட்டுகளில் விலை உயர்ந்த விரிப்புகள் விரிக்கப்பட்டிருந்தன. படிகளின் இருபுறங்களிலும், ஒவ்வொரு படியிலும் வைக்கப்பட்டிருந்த சீனப் பூந்தொட்டிகள், தொட்டிகளில் பூத்திருக்கும் அருமையான, அபூர்வமான மலர்ச் செடிகள்! ஜன்னல்களில் வைக்கப்பட்டிருந்த தொட்டிகளில், நீண்ட பச்சை நிறத் தண்டுகளோடு, பெரிய பெரிய கொத்துகளாய்ப் பூத்திருந்த வெண்மையும் அழகும்கொண்ட 'நார்சிஸ்' பூக்கள், தங்களுக்கே உரிய அழுத்தமான நறுமணத்தைப் பரப்பிக்கொண்டிருந்ததை அவன் குறிப்பாகக் கவனித்தான். அந்த இடத்தைவிட்டு அகன்று செல்லவே மனம் இல்லாத நிலையில் அவன் படிகளின் மேலேறி மிகப் பெரியதாகவும், உயர்ந்த மேற் கூரையுள்ளதாகவும் அமைந்திருந்த வரவேற்பறைக்குள் பிரவேசித் தான். அங்கேயும் எங்கு பார்த்தாலும் பூக்கள்தான் தென்பட்டன. ஜன்னல்களிலும், பால்கனியிலும், பால்கனியைச் சுற்றிலும், விரியத் திறந்து கிடந்த கதவுகளைச் சுற்றியும்... எல்லா இடங்களிலும் மலர்கள்! மலர்கள்! மலர்கள்! அறையின் தரையில் அப்போது தான் அறுத்தெடுத்து வரப்பட்டிருந்த புல் பரப்பப்பட்டிருந்தது. ஜன்னல்கள் திறந்து கிடந்ததால் மென்மையும் குளிர்ச்சியும் இதமும்கொண்ட இனிய காற்று அறைக்குள்ளே தவழ்ந்து வந்துகொண்டிருந்தது. ஜன்னலருகே பறவைகளின் 'கீச்'சொலி கேட்டுக்கொண்டே இருந்தது. அந்த அறையின் நடுவே வெள்ளை நிற சாட்டின் துணியால் போர்த்தப்பட்ட மேசையின் மேல் ஒரு சவப் பெட்டி வைக்கப்பட்டிருந்தது. அதன் விளிம்பு, வெள்ளை நிறப்பட்டுத் துணியால் சுற்றப்பட்டு அதன் ஓரங்களில் நேர்த்தியான பின்னல் வேலை செய்யப்பட்டிருந்தது; சுற்றிலும் அழகுபடுத்தப்பட்டிருந்தது. அதன் எல்லாப் பக்கங்களிலும் மலர் வளையங்கள் சூழ்ந்திருந்தன. பூக்களின் நடுவே இருந்த அந்தச் சவப் பெட்டிக்குள் வெண்மையான சல்லாத் துணியினால் செய்யப்பட்ட உடையணிந்திருந்த இளம்பெண் ஒருத்தி கிடத்தப்பட்டிருந்தாள். அவளது நெஞ்சுப் பகுதியில் மடக்கி வைக்கப்பட்டிருந்த அவளது கரங்கள், சலவைக் கற்களால் செய்யப்பட்டிருப்பவை போலக் காட்சியளித்தன. ஆனால் தளர்வாக விடப்பட்டிருந்த அவளது அடர்த்தியான கூந்தல் மட்டும் நனைந்திருந்தது. அவளது தலையின் உச்சியும்கூட ரோஜா மலர்களினால் ஆன மாலைசூட்டி அழகுபடுத்தப்பட்டிருந்தது. பக்கவாட்டுப் பார்வையில் பார்க்கும் போது அவளது உடல் முழுவதுமே பளிங்கினால் செய்யப்பட்டிருப்பது போலத் தோன்றியது. வெளிறிப் போயிருந்த அந்தப் புன்னகை, சிறு பிள்ளைத்தனமானதாக இல்லாமல், முடிவற்ற துன்பத்தையும் அளவு கடந்த கசப்புணர்ச்சியையும் வெளிப்படுத்திக்கொண்டி ருந்தது.

ஸ்விட்ரிகைலோவுக்கு அவளை நன்றாகவே அடையாளம் கண்டுகொள்ள முடிந்தது. சவப் பெட்டிக்குப் பக்கத்தில் எரிந்து கொண்டிருந்த மெழுகுவர்த்திகளோ, புனிதமான தெய்வ உருவங் களோ இல்லை. பிரார்த்தனை எதுவும்கூட அங்கு நடைபெற வில்லை. அவள் தற்கொலை செய்துகொண்டாள். தண்ணீருக்குள் மூழ்கித் தன்னைத்தானே மாய்த்துக்கொண்டாள். அவளுக்குப் பதினான்கு வயதுகூட ஆகியிருக்காது. ஆனாலும் அவளுக்கு இழைக்கப்பட்ட மிருகத்தனமான ஒரு கொடூரம், அவளது இதயத் தைச் சுக்குநூறாக உடைத்துப் போட்டிருந்தது. ஒரு தேவதையைப் போன்ற புனிதத்தோடு இருந்த அவள், அப்படிப்பட்ட பயங்கரத் துக்கு ஆட்பட்டபோது குழந்தைத்தனமான வியப்புக்கும், திகிலுக் கும் ஆளாகித் தனக்கு நிகழ்ந்துகொண்டிருக்கும் அவமானகரமான கொடுமையைத் தாங்க முடியாமல் கடைசியாக ஒருமுறை தீனமாகக் கதறினாள். அந்தக் கதறலும் பயனற்றுப் போய் அலட்சியப்படுத்தப்பட்டபோது வன்முறையின் பிடிக்கு ஆளான அவளது கூக்குரல் மட்டுமே அந்தக் குளிர்ச்சியான இரவு நேரத் தின் அடர்த்தியான இருட்டைப் பிளந்தபடி கேட்டுக்கொண்டி ருந்தது. இப்போது போலவே அப்போதும் மரங்கள் ஓசை யெழுப்பிக்கொண்டிருக்க, குளிர்ச்சியான காற்று, சுற்றிச்சுழன்று வீசிக்கொண்டிருந்தது.

ஸ்விட்ரிகைலோவ் அந்த நினைவிலிருந்து தன்னை உலுக்கி, உதறிக்கொண்டு படுக்கையைவிட்டு எழுந்து வேகமாக ஜன்னலை நெருங்கிச் சென்றான். நெரிசலான அந்தச் சின்ன அறைக்குள், குளிர்காற்று சாட்டையைப் போலச் சுழன்றடித்துக்கொண்டி ருந்தது. வெறும் சட்டையை மட்டுமே அணிந்துகொண்டிருந்த அவனது உடலிலும் முகத்திலும் உறைபனியைப் போன்ற குளிர் பரவியது. ஜன்னலுக்கு நேர் கீழாகப் பலவகையான செடிகளோடு கூடிய, பொழுது போக்குவதற்கான ஒரு தோட்டம் ஒன்று இருக்கக் கூடுமென்று அவன் நினைத்தான்! பகல் பொழுதுகளில் அங்கே பாட்டும், நடனமும்கூட நடைபெறக்கூடும். அங்கே போடப் பட்டிருந்த சிறு, சிறு மேசைகளில் தேநீரும்கூடப் பரிமாறப் படலாம்.

மரங்களின் மீதும், செடி, கொடிகளின் மீதும் படிந்திருந்த மழைத்துளிகள், ஜன்னலில் தெறித்துக்கொண்டிருந்தன. பூமிக்கு அடியிலுள்ள நிலவறையைப் போல எல்லாமே இருட்டாக இருந்தன. அந்த இருட்டுக்குள் எல்லாமே கருந்திட்டுகளாகத்தான் தென்பட்டுக்கொண்டிருந்தன. அவை இன்னதென்று எளிதாக இனம் பிரித்து அறிய முடியவில்லை. ஸ்விட்ரிகைலோவ் சற்றுக் குனிந்தபடி ஜன்னல் திட்டில் தன் முழங்காலைச் சாய்த்துக் கொண்டு அந்த இருட்டையே ஐந்து நிமிட நேரம் ஊடுருவிப்

பார்த்துக்கொண்டிருந்தான். இரவின் நிசப்தத்தைப் பிளந்தபடி முதலில் ஒரு வேட்டுச் சத்தமும், பிறகு மற்றொன்றும் கேட்டன.

'ஓ...! தண்ணீர் மட்டம் உயர்கிறது என்பதை அறிவிக்கும் சமிக்ஞை போலிருக்கிறது!" என்று நினைத்துக்கொண்டான் ஸ்விட்ரிகைலோவ். "நாளைக் காலை விடிவதற்குள் நகரத்தின் தாழ்வான பகுதிகளெல்லாம் தண்ணீரில் மிதக்கத் தொடங்கி விடும்! தெருக்கள், தரை மட்டத்துக்குக் கீழே உள்ள பகுதிகள், நிலவறைகள் எல்லாமே வெள்ளக்காடாகிவிடும்! சாக்கடையி லுள்ள எலிகளெல்லாம் மேல்மட்டத்துக்கு ஓடிவந்துவிடும். காற்றிலும், மழையிலும் அலைக்கழிவுக்கு உட்பட்டபடி ஜனங் களெல்லாம் நனைந்துகொண்டு மழையைச் சபித்துக்கொண்டும், தங்களிடமுள்ள குப்பைகளை எடுத்துக்கொண்டும் மேல் தளங்களுக்கு ஓடுவார்கள். ஆமாம்... இப்போது மணி என்ன இருக்கும்?' – இப்படி அவன் நினைத்த மாத்திரத்தில் சொல்லி வைத்தாற் போல எங்கிருந்தோ ஒரு கடிகாரம் மிக அவசரமாக மூன்று தடவை அடித்து ஓய்ந்தது. 'ஐயையோ, இன்னும் ஒரு மணி நேரத்திற்குள் வெளிச்சம் வந்துவிடுமே! ஆனால் அதற்காக நான் ஏன் காத்திருக்க வேண்டும்? நான் நேராகப் பெட்ரோவ்ஸ்கி தீவுக்குப் போய், அங்கே இருப்பதிலேயே மிகவும் உயரமான ஒரு புதரைத் தேடிக்கொள்ள வேண்டியதுதான்! மழையில் நனைந்து கிடக்கும் அதை இலேசாகத் தொட்டாலே போதும், லட்சக் கணக்கான நீர்த்துளிகள் என் தலையில் அருவியாகக் கொட்டி விடும்!'

அவன் ஜன்னலை அடைத்துவிட்டு மெழுகுவர்த்தியைப் பொருத்தி வைத்தான். சட்டை, மேல் கோட்டு ஆகியவற்றை எடுத்து அணிந்துகொண்டான். தொப்பியைத் தலையில் வைத்துக் கொண்டே வெளியில் வந்தான். கையில் மெழுகுவர்த்தியைப் பிடித்தபடி, தாழ்வாரத்தில் நின்றுகொண்டு, பஞ்சைத் தோற்றத் துடனிருந்த அந்தப் பணியாளைத் தேடிப் பார்த்தான். அவன் ஏதாவது ஒரு மூலையில் மெழுகுவர்த்தித் துண்டுகளுக்கும், பிற வகைக் குப்பைகளுக்கும் நடுவே தூங்கிக்கொண்டிருக்க வேண்டும். அறைவாடகையைக் கொடுத்துவிட்டு அங்கேயிருந்து வெளியேற எண்ணிய அவன், 'இதுதான் மிகச் சரியான தருணம்! இதைவிட மிகச் சரியான நேரத்தை என்னால் தேர்ந்தெடுக்கவே முடியாது!' என்று மனதில் எண்ணிக்கொண்டான்.

குறுகலான அந்தத் தாழ்வாரம் மிக நீளமாக இருந்தது. அதில் நீண்ட நேரம் நடக்க வேண்டியிருந்தது. வழியில் அவனது கண்ணில் எவருமே படவில்லை. யாரையாவது அழைக்கலாம் என்று எண்ணிக் குரல் கொடுப்பதற்காக வாயெடுத்தபோதுதான்,

அது அவனது கண்ணில்பட்டது! மிகப் பழையதாகிப் போயிருந்த ஓர் அலமாரிக்கும், கதவுக்கும் இடையே உயிருள்ள ஏதோ ஒன்று அசைந்துகொண்டிருப்பதை அவனால் காண முடிந்தது. மெழுகு வர்த்தியோடு குனிந்து பார்த்தபோது அங்கே ஒரு சிறிய பெண் குழந்தை இருப்பதை அவன் கண்டான். ஐந்து வயதுகூட நிரம்பி யிராத அந்தச் சிறுமி, குளிரில் நடுங்கியபடி அழுதுகொண்டிருந் தாள். வீடு துடைக்கிற பழந்துணியைப் போல அவளுடைய உடையெல்லாம் அழுக்காகச் சுருண்டு, நனைந்து போயிருந்தன. ஸ்விட்ரிகைலோவைப் பார்த்துப் பயந்து போனதைப் போல அவள் தோன்றவில்லை. அவளுடைய கருமையான, பெரிய விழிகள், சிறிது வியப்பை மட்டுமே வெளிக்காட்டின. வெகு நேரம் அழுதுகொண்டிருந்த குழந்தைகள் அழுகையை நிறுத்திவிட்டுச் சமாதானமான பின்பும்கூட, விட்டு விட்டுத் தேம்பிக்கொண்டி ருப்பதைப் போல இந்தச் சின்னப் பெண்ணும் அவ்வப்பொழுது தேம்பிக்கொண்டிருந்தாள். குழந்தை மிகவும் வெளுத்துப் போய்க் களைத்துப் போயிருந்தாள். குளிரினால் அவள் உறைந்து போயிருந்தாள்.

'இங்கே இவள் எப்படி வந்தாள்?' இரவு முழுவதும் அவள் இங்கேதான் ஒளிந்துகொண்டிருந்திருக்க வேண்டும்' என்று எண்ணியபடி, அவன் அவளிடம் கேள்விகேட்கத் தொடங்கினான். அவளும் உற்சாகமாகக் குழந்தைகளுக்கே உரிய பாணியில் அவனிடம் ஏதேதோ உளற ஆரம்பித்தாள்.

"அம்மா அடிப்பாள்!" என்றும் "கப் உடைந்துவிட்டது" என்றும் அவள் சொன்னவற்றிலிருந்து சில வார்த்தைகளைப் புரிந்துகொள்ள முடிந்தது. மொத்தமாக அவள் சொன்னவற்றி லிருந்து ஸவிட்ரிகைலோவ் புரிந்துகொண்டது இதுதான். 'அவள், அந்த ஹோட்டலில் பணி செய்யும் குடிகாரச் சமையல்காரன் ஒருவனது புறக்கணிக்கப்பட்ட குழந்தை. அவள், தன் அம்மா வைத்திருந்த கோப்பை ஒன்றை முதல் நாள் உடைத்துவிட்டதற்காக அம்மாவிடம் நன்றாக அடியும் உதையும் வாங்கியிருக்க வேண்டும். அதில் மிரண்டு போன குழந்தை, வீட்டிற்கு வெளியே ஓடி வந்திருக்க வேண்டும். வெளியே கொட்டுகிற மழையில் வெகுநேரம் சுற்றித் திரிந்துவிட்டு ஒடுங்கிக்கொள்ள இடம் தேடி இங்கே வந்து இந்த அலமாரிக்குப் பின்னால் ஒளிந்துகொண்டிருக்க வேண்டும்! இரவு முழுவதும் அந்த மூலையில் முடங்கிக் கிடந்தபடி, குளிர் தாங்க முடியாமல் அழுதுகொண்டும், நடுங்கிக்கொண்டும் மறுநாளும் தான் அடிவாங்கக்கூடுமென்று பயந்துகொண்டும் அந்தக் குழந்தை இருந்திருக்க வேண்டும்!'

அவன் அந்தச் சிறுமியைத் தன்னுடைய அறைக்குத் தூக்கிச் சென்று, தன் படுக்கையில் கிடத்தி, அவளது உடைகளைக் கழற்ற

ஆரம்பித்தான். அவளது காலிலிருந்த கிழிசலான பூட்சுகள் இரவு முழுவதும் சகதியில் அமிழ்ந்து கிடந்ததைப் போல மிகவும் ஈரமாக இருந்தன. அவளது நனைந்த உடைகளைக் களைந்த பிறகு, அங்கிருந்த கம்பளிப் போர்வையில் அவளைத் தலை முதல் கால் வரை சுற்றிப் படுக்க வைத்தான். அவளும் உடனே தூங்கத் தொடங்கிவிட்டாள். அந்த வேலை முடிந்ததும் மீண்டும் ஏதேதோ எண்ணங்கள் அவனைச் சூழ்ந்துகொள்ளத் தொடங்கின.

'ஏன் இப்படி தேவையில்லாத விஷயங்களிலெல்லாம் நான் ஈடுபட்டுக்கொண்டிருக்கிறேன்' என்று தன்மீது தானே கோபம் கொண்டவனாகத் தன்னைத்தானே கேட்டுக்கொண்டான் ஸ்விட்ரிகைலோவ். 'சே, என்ன அபத்தம் இது?' என்று மிகுந்த எரிச்சலோடு அவன் மெழுகுவர்த்தியை எடுத்துக்கொண்டு கிளம்பி னான். எப்படியாவது அந்தப் பணியாளைத் தேடிக் கண்டுபிடித்து, இங்கே தங்கியதற்கான கட்டணங்களைக் கொடுத்துவிட்டு, எவ்வளவு விரைவாக இங்கிருந்து போக முடியுமோ அவ்வளவு விரைவாக இங்கிருந்து போய்விட வேண்டுமென்று தனக்குள் சொல்லிக்கொண்டான். கதவைத் திறப்பதற்காகச் சென்றபோது அந்தச் சின்னப் பெண் எக்கேடு கெட்டும் போகட்டும் என்ற எண்ணம்தான் முதலில் அவனிடத்தில் இருந்தது. திடீரென்று, அவள் தூங்கிவிட்டாளா, எப்படித் தூங்குகிறாள் பார்க்கலாமே என்ற மற்றொரு எண்ணம் தோன்ற, திரும்பவும் படுக்கையை நெருங்கிச் சென்றான் ஸ்விட்ரிகைலோவ். மிகுந்த கவனத்தோடு அவன் போர்வையை விலக்கிப் பார்த்த பொழுது, அந்தச் சிறுமி, அமைதியான உறக்கத்தில் ஆழ்ந்திருப்பது தெரிந்தது. போர்வைக்கு அடியில் அவள் கதகதப்பாக இதமாக உணர்ந்திருக்க வேண்டும். வெளுத்துப் போயிருந்த அவளது கன்னங்கள் இப்போது சற்று சிவந்திருந்தன. ஆனால் அந்த நிறம், குழந்தைப் பருவத்திற்குரிய ரோஜாவண்ணமாக இல்லாமல் அடர்த்தியாகவும், அழுத்தமான சிவப்பாகவும் இருந்தது, சற்று வினோதமாகத்தான் தென்பட்டது. 'ஒருவேளை காய்ச்சலால் ஏற்பட்ட சிவப்புநிறமாக அது இருக்கலாம்' என்றுதான் முதலில் ஸ்விட்ரிகைலோவ் நினைத்தான். ஆனால், யாரோ அவளை ஒரு கோப்பை நிறைய மது அருந்த வைத்ததைப் போல, மதுவினால் ஏற்பட்ட சிவப்பு நிறம் போலவே அவனுக்கு இப்போது அது தோன்றியது. அவளது சிவந்த உதடுகள் கனன்று ஜொலிப்பதைப் போல அவனுக்குத் தோன்றியது. ஆனால் இதென்ன...? திடீரென்று, கறுப்பான அவளது கண்ணிமை முடிகள் அசைவதைப் போலத் தெரிந்தது. குழந்தை, கண்களைத் திறக்க முயல்வது போலத் தெரிந்தது. இமைகளுக்கு அடியில் இலேசாகத் தென்பட்ட அந்தப் பார்வை, ஒரு குழந்தையின் பார்வையைப் போல இல்லாமல், கபடமும்,

கூர்மையும்கொண்டதாகத் தன்னைப் பார்த்துக் கண்ணடித்துக்கொண்டிருந்ததைப் போல அவன் உணர்ந்தான். அந்தச் சிறுமி உண்மையிலேயே தூங்கவில்லை என்றும், அப்படி நடிக்கத்தான் செய்கிறாளென்றும் அவனுக்குப்பட்டது. ம்! அவன் நினைத்தது உண்மைதான்! அவளது இதழ்களில் ஒரு புன்னகை இலேசாக அரும்பியது; உதட்டோரம் மெதுவாகத் துடித்தது. அவள் இன்னும்கூடத் தன்னைக் கட்டுப்படுத்திக்கொள்ள முயற்சித்தபடிதான் இருந்தாள். இறுதியாகத் தன் கட்டுப்பாட்டை மீறிக்கொண்டு நேரடியாக வெளிப்படையாகவே அவள் சிரித்தாள். குழந்தைத்தனம் என்பது இப்போது அவளது முகத்தில் அறவே இல்லை. அவளுடைய பார்வையில் தென்பட்ட துடுக்குத்தனமான அழைப்பு, ஒரு விலை மகளுடையதைப் போல இருந்தது! சிறிதும் நாணமே இல்லாத பிரெஞ்சு நாட்டு வேசியின் முகம் அது! இப்பொழுது எந்த ஒளிவும் மறைவும் இல்லாமலே அவளது கண்கள் இரண்டும் முழுமையாகத் திறந்துகொண்டன. சற்றும் கூச்சமில்லாமல் அவனை அரவணைத்துக்கொள்கிற – அவனுக்கு அழைப்பு விடுக்கிற எரிக்கும் பார்வை இது! அந்தப் பார்வையுடன் அவனைப் பார்த்து சாகசமாகச் சிரித்துக்கொண்டிருந்தாள் அவள். அவளுடைய அந்தச் சிரிப்பில் இருந்த மிருகத்தனமான, ஏதோ ஓர் அம்சம், அவள் தவறாக நடந்துகொள்கிறாள் என்பதைச் சுட்டிக்காட்டிக்கொண்டிருந்தது. சின்னஞ்சிறிய ஒரு குழந்தையின் முகத்திலிருந்து அத்தகைய ஆபாசச் சைகைகள் வெளிப்பட்டுக் கொண்டிருந்தன.

“சே... என்ன இது? ஒரு ஐந்து வயதுக் குழந்தையிடமா இப்படி...?” என்று உண்மையான நடுக்கத்தோடு முணுமுணுத்தான் ஸ்விட்ரிகைலோவ். அவள் இப்போது அவன் பக்கமாகத் திரும்பிக் கொண்டிருந்தாள். அவளது சிறிய முகத்தில் மேலும் பிரகாசம் கூடியிருந்தது. அவள் அவனை நோக்கித் தன் கைகளை விரித்துக் கொண்டிருந்தாள்.

“நாசகாரப் பிறவியே!” என்று மிகுந்த அச்சத்துடன் உரக்கக் கத்தியபடி அவளை அடிப்பதற்காகத் தன் கைகளை ஓங்கினான் ஸ்விட்ரிகைலோவ்.

சரியாக இந்த நேரத்தில் விழித்துக்கொண்டான் ஸ்விட்ரி கைலோவ். இப்போதும் அவன் படுக்கையில்தான் படுத்துக் கொண்டிருந்தான். மெழுகுவர்த்தி ஏற்றப்பட்டிருக்கவில்லை. பொழுது விடியத் துவங்கியிருந்தது.

‘இரவு முழுவதும் எத்தனை பயங்கரமான கனவுகள்...?’ அவன் மிகுந்த களைப்புடனும் கோபத்துடனும் எழுந்தான். அவனது எலும்புகளெல்லாம்கூட வலித்துக்கொண்டிருந்தன.

வெளியே அடர்ந்த பனி மூட்டம் இருந்ததால் அதன் வழியாக எதையும் அவனால் சரியாகப் பார்க்க முடியவில்லை. 'காலை ஐந்து மணியாகி இருக்க வேண்டும்...' என்று தனக்குள் நினைத்துக் கொண்டான். அவன் கொஞ்சம் அதிகமாகவேதான் தூங்கிப் போய்விட்டான்! எழுந்து, இன்னும்கூட ஈரமாகவே இருந்த சட்டையையும், மேல் கோட்டையும் அணிந்துகொண்டான். 'கோட்டுப் பையில் கைத் துப்பாக்கி இருக்கிறதா' என்று தொட்டுப் பார்த்துக்கொண்டவன், அதை வெளியே எடுத்து அடைப்பானைச் சரிவரப் பொருத்திக்கொண்டான். பிறகு கோட்டுப் பையிலிருந்து ஒரு சிறிய நோட்டுப் புத்தகத்தை வெளியிலெடுத்து அதன் மேல் பக்கத்தில் எவருக்கும் எளிதாகத் தென்படக்கூடிய விதத்தில் பெரிய எழுத்துகளில் எதையோ எழுதிவிட்டு அதனை ஒருதரம் படித்துப் பார்த்தான். பிறகு முழங்கையை மேசையில் ஊன்றியபடி எதையோ யோசித்துக்கொண்டிருந்தான். கைத்துப்பாக்கியும் நோட்டுப் புத்தகமும் மேசையின் மேல் அவனது முழங்கைக்கு அருகிலேயே இருந்தன. தொடப்படாத இறைச்சியைச் சுற்றிலும் இப்போது ஈக்கள் காணப்பட்டன. சிறிது நேரம் அந்த ஈக்களையே உற்றுப் பார்த்துக்கொண்டிருந்த அவன், தனது வலதுகையை நீட்டி அவற்றில் ஒன்றைப் பிடிக்க முயன்றான். அந்த முயற்சியில் களைப்பு ஏற்படும் வரையில் வெகுநேரம் ஈடுபட்டிருந்தாலும் அதில் கடைசி வரையில் அவனுக்கு அதில் வெற்றி கிடைக்க வில்லை. அப்படி ஒரு வேடிக்கையான, சுவாரசியமான பொழுது போக்கில் தான் ஈடுபட்டிருப்பதை உணர்ந்துகொண்ட அவன், சற்றுக் கூச்சப்பட்டு, தன்னை அதிலிருந்து வலுக்கட்டாயமாக விடுவித்துக்கொண்டு, ஏதோ ஓர் உறுதியான முடிவுடன் அறையை விட்டு வெளியேறினான். ஒரு நிமிடத்திற்குப் பிறகு அவன் வீதியில் நடந்துகொண்டிருந்தான்.

பாலின் வெண்மை போன்ற அடர்த்தியான பனி அந்த நகரத்தைப் போர்த்தியிருந்தது. வழுக்கலும் பிசுக்கும் நிறைந்திருந்த மர நடைபாதைகளின் வழியாக 'லிட்டில் நேவா'வை நோக்கி அவன் நடந்துகொண்டிருந்தான். அந்த நீரோட்டம் எப்படி வெள்ளமாகப் பெருகி ஓடி, 'பெட்ரோவ்ஸ்கி' தீவை மூழ்கடித் திருக்கும் என்று இரவில் அவன் கற்பனை செய்துகொண்டிருந்தது இப்போது அவனுக்கு நினைவு வந்தது. ஈரமான பாதைகள், தண்ணீருக்குள் மூழ்கியிருக்கும் புற்கள்! தன் மேலே படர்ந்திருக்கும் நீர்த்துளிகளை உதறிக்கொண்டிருக்கும் மரங்கள்...! புதர்கள்! குறிப்பாக அந்த ஒரு புதர்! தன் கவனத்தைத் திருப்பிக்கொள் வதற்காக, வழியிலிருந்த வீடுகளை எந்தவிதமான நோக்கமும் இல்லாமல் பார்த்தான் ஸ்விட்ரிகைலோவ். இப்படியே பார்த்தபடி மனம் போனபடி நடந்துகொண்டிருந்தான் ஸ்விட்ரிகைலோவ்.

வாகனங்கள், பாதசாரிகள் என்று எந்த நடமாட்டமுமின்றி வெறிச்சோடிக் கிடந்தது அந்தத் தெரு. வீதியின் இருமருங்கிலும் மிக உயரமாக எழுப்பப்பட்டிருந்த மரத்தாலான மாளிகை போன்ற வீடுகளின் ஜன்னல்களெல்லாம் சாத்தப்பட்டிருந்தன. எரிக்கின்ற மஞ்சள் நிறம்கொண்டிருந்த அந்த வீடுகள், மிக அசுத்தமாகவும், புறக்கணிக்கப்பட்டிருப்பவற்றைப் போலப் பொலிவிழந்தும் காணப்பட்டன. உடை முழுவதும் ஈரமாக இருந்ததால் ஏற்பட்ட குளிர், அவனது உடலைத் துளைத்தபடி அவனுக்கு நடுக்கத்தை ஏற்படுத்திக்கொண்டிருந்தது. வழியில் ஆங்காங்கே காணப்பட்ட கடைகளும் மார்க்கெட்டுகளும்கூட இன்னும் மூடித்தான் கிடந்தன. கடைகளின் பெயர்ப்பலகைகளைப் படித்தபடியே அவன் நடந்துகொண்டிருந்தான். மர நடைபாதையைத் தாண்டிய பிறகு, மிகப் பெரிய கற்கட்டிடம் ஒன்றையும் அவன் கடந்து சென்றான். குளிரில் நடுங்கிக்கொண்டு, தனது வாலைக் கால்களுக்கிடையே வைத்துக்கொண்டிருந்த அழுக்குப் பிடித்த நாய் ஒன்று, அவனது பாதையில் குறுக்கிட்டது. மிகப் பெரிய மேல்கோட்டு ஒன்றை அணிந்துகொண்டிருந்த மனிதன் ஒருவன், கடுமையான போதையுடன் நடைபாதையில் தலைகுப்புறப் படுத்துக் கிடந்தான். அவனையும் தாண்டிக்கொண்டு மேலே நடந்து சென்றான் ஸ்விட்ரிகைலோவ். இடது புறம் மிக உயரமாக இருந்த கண்காணிப்புக் கோபுரம் ஒன்று, அவனது கண்ணில்பட்டது.

'ஆஹா...! இந்த இடமே போதுமே! இதற்காக பெட்ரோவ்ஸ்கி தீவுவரை ஏன் போக வேண்டும்? இங்கே குறைந்தபட்சம் அதிகாரப்பூர்வமான ஒரு சாட்சியாவது இருக்கக்கூடும்' என்று தனக்குள் தோன்றிய புதிய யோசனையை எண்ணிப் புன்னகைத்துக்கொண்ட அவன் 'ஸ்பெஸ்ஹின்ஸ்கயா' தெருவின் பக்கமாகத் திரும்பினான். அங்கேதான் கண்காணிப்புக் கோபுரத்தோடு கூடிய பெரிய கட்டடம் இருந்தது. மூடப்பட்டிருந்த அதன் பெரிய வாயிற்கதவுகளுக்கு அருகே ராணுவ வீரனைப் போன்ற சீருடையில், சாம்பல்நிறம் கொண்ட மேல்கோட்டு ஒன்றை அணிந்துகொண்டு, சுவர்மீது சாய்ந்தபடி நின்றிருந்தான் அவன். அந்தக் கட்டடத்தின் வாயிற்காவலனாக அவன் இருக்க வேண்டும். அந்த உடையில் அவனைப் பார்ப்பதற்கு, ஹோமரின் இலியட் காவியத்தின் நாயகனாகிய 'அக்கிலீஸ்' போன்று தோற்றமளித்தான். ஸ்விட்ரிகைலோவ் தன்னருகே நெருங்கியதும் ஸ்விட்ரிகைலோவை மிகவும் அலட்சியமாக நிமிர்ந்து பார்த்தான் அந்தக் காவலன். பொதுவாக, எந்த விதி விலக்குமே இல்லாமல், எல்லா யூதர்களின் முகங்களிலும் நிரந்தரமாகக் காணப்படும், மனக் கசப்புடன் கூடிய, சோகம் தோய்ந்த பார்வை அவனது முகத்திலும் காணப்பட்டது. சிறிது நேரம் ஸ்விட்ரிகைலோவும் அந்த 'அக்கிலி'ஸும் அமைதியாக ஒருவரை ஒருவர் எடை போட்டுக்கொண்டனர்.

குடிபோதையில்கூட இல்லாத ஒரு மனிதன் இப்படி இரண்டு மூன்று அடி இடைவெளிக்குள் நின்றுகொண்டு ஒரு வார்த்தைகூடப் பேசாமல் தன்னையே உற்றுப் பார்த்துக்கொண்டிருந்தது, அந்தக் காவலனுக்கு மிக விநோதமானதாகவும், வழக்கத்துக்கு விரோதமாகவும் தென்பட்டது. "யார் நீங்கள்? இங்கே என்ன வேலை உங்களுக்கு?" என்று, தான் இருந்த இடத்திலிருந்து கொஞ்சமும் நகராமல், அங்கிருந்தே ஸ்விட்ரிகைலோவைப் பார்த்துக் குரல் கொடுத்தான் அந்தக் காவலன். "ஒன்றுமில்லை தம்பி, சும்மாதான்! காலை வணக்கம்" என்று பதில் சொன்னான் ஸ்விட்ரிகைலோவ்.

"சரி, இங்கிருந்து போய்விடுங்கள்!"

"நான் வெளிநாட்டுக்குப் போகிறேன், தம்பி!"

"வெளிநாட்டுக்கா?"

"ஆமாம், அமெரிக்காவுக்கு!"

"அமெரிக்காவுக்கா?"

ஸ்விட்ரிகைலோவ் துப்பாக்கியை வெளியில் எடுத்து அடைப்பானைச் செருகியதும், 'அக்கிலிஸின்' புருவம் வியப்பால் உயர்ந்தது.

"என்ன செய்கிறீர்கள் இப்போது? இது ஒன்றும் இப்படியெல்லாம் விளையாடுகிற இடமில்லை!"

"ஏன்? அப்படி விளையாடுகிற இடமாக இருக்கக்கூடாதா என்ன?"

"இல்லை. இங்கே இப்படியெல்லாம் நடந்துகொள்ளக் கூடாது!"

"இருக்கட்டும் தம்பி! அதைப்பற்றிப் ஒன்றுமில்லை! இது எவ்வளவு நல்ல இடம் தெரியுமா? உன்னை யாராவது கேட்டால் நான் அமெரிக்காவுக்குப் போவதாகக் கூறினேன் என்று சொல்லி விடு!" என்றபடி, தனது வலது நெற்றிப் பொட்டை நோக்கித் துப்பாக்கியை உயர்த்தினான் ஸ்விட்ரிகைலோவ்.

"ஐயோ... இங்கே இப்படியெல்லாம் செய்யக்கூடாது! அதற்குரிய இடம் இது இல்லை" என்று பதறியபடி கூறிக்கொண்டு விழிகளை உருட்டியபடியே அவனை நெருங்கினான் காவலன் 'அக்கிலீஸ்.'

அவன் தன்னை நெருங்குவதற்குள்ளாகவே துப்பாக்கியைத் தன் நெற்றிக்கு நேராக வைத்து, விசையை அழுத்தி முடித்திருந்தான் ஸ்விட்ரிகைலோவ்.

அத்தியாயம் – 7

அதேநாள் இரவு ஏழு மணியை நெருங்கிக்கொண்டிருந்த நேரம்... 'பக்கலீவ்' விடுதிக்குச் சொந்தமான ஒரு சிறிய குடியிருப் பில் தங்கியிருந்த தனது தாயையும் சகோதரியையும் பார்ப் பதற்காகச் சென்றுகொண்டிருந்தான் ரஸ்கோல்னிகோவ். முதலில் விடுதியில் தங்கியிருந்த அவர்களை, இப்போது விடுதிக்குச் சொந்த மான குடியிருப்பின் மாடியில் ஒரு வீட்டை வாடகைக்கு ஏற்பாடு செய்து அங்கே குடியமர்த்தியிருந்தான் ரஸுமிகின். மாடிப்படியின் நுழைவாயில், தெருவைப் பார்த்தபடி இருந்தது. மாடிப்படிகளை நெருங்கிய அவன், படிகளில் ஏறாமல் சற்றுத்தயங்கி நின்றான். மேலே போகலாமா, வேண்டாமா? என்ற இருவேறு எண்ணங்கள் மனதில் ஊசலாட அவன் சட்டென்று முடிவு செய்ய முடியாமல் தயக்கத்துடன் நின்றான். ஆனால் ஒரு நொடிக்குள்ளேயே அவன் அதற்கான முடிவும் செய்துவிட்டான். 'எப்படியானாலும் சரி, அம்மாவையும் சகோதரியையும் பார்க்காமல் திரும்பிப் போக வேண்டாம்' என்று தனக்குத்தானே முடிவு செய்துகொண்டான். 'தவிரவும் அவர்களுக்கு இதுவரை எதுவுமே தெரிந்திருக்கப் போவ தில்லை. என்னை ஒரு பைத்தியக்காரன் என்றுதான் அவர்கள் நினைத்துக்கொண்டிருப்பார்கள். என்னைப் பற்றி எதையுமே உறுதியாகக் கணித்துச் சொல்லிவிட முடியாதென்றும் அவர் களுக்குத் தெரியும். பிறகென்ன...?' என்று தனக்குத்தானே சமாதானம் செய்துகொண்டான். அவனுடைய உடைகளெல்லாம் அழுக்குப்படிந்து, கிழிந்து தொங்கியபடி பயங்கரமாகக் காட்சியளித்தன. இரவு முழுவதையும் அவன் மழையில் கழித்த தால் அவை நனைந்து சுருண்டு போயிருந்தன. ஏற்கனவே உடல் நலமில்லாமல் இருந்ததோடு, மிக மோசமான பருவ நிலையும் சேர்ந்துகொண்டதால் மிகவும் களைத்துப் போயிருந்தான் ரஸ்கோல்னிகோவ். மேலும் கடந்த இருபத்து நான்கு மணி நேர மாகக் கடுமையான மனப் போராட்டத்துக்கும் அவன் ஆளாகிப் போயிருந்தான். முதல்நாள் இரவு முழுவதையுமே அவன் தனி யாகவே கழித்திருந்தான். எங்கே? எப்படி என்பது கடவுளுக்கு மட்டும்தான் தெரியும்! ஆனால் எது எப்படியிருந்த போதும், அவன் இப்போது ஓர் உறுதியான, தீர்மானமான முடிவுக்கு வந்திருந்தான்.

அவன் கதவைத் தட்டியதும், அவனது தாய் வந்து கதவைத் திறந்தாள். துனியா அங்கே காணப்படவில்லை. வேலைக்காரப் பெண்ணும்கூட அங்கே இல்லை. எங்காவது வெளியில் சென் றிருக்க வேண்டும். கதவைத் திறந்த பல்கேரியா அலெக்ஸாண்ட் ரோவ்னா ஒரு கணம் வியப்பினாலும் ஆச்சரியத்தாலும் திகைத்துப் போய் வாயடைத்துப் போனாள். அவளால் எதுவுமே பேச முடிய வில்லை. பிறகு தன்னைச் சமாளித்துக்கொண்ட அவள், அவனது கரத்தை அன்புடன் பற்றி அறைக்குள்ளே அழைத்துச் சென்றாள்.

"அப்பாடி! ஒரு வழியாக எங்களைப் பார்க்க வேண்டும் என்ற எண்ணம்கூட உனக்குத் தோன்றிவிட்டதே...?" என்று தொடங்கிய பல்கேரியா அலெக்ஸாண்ட்ரோவ்னா, மிகுந்த மகிழ்ச் சியுடன் காணப்பட்டாள். "இப்படி முட்டாள்தனமாகக் கண்ணீ ரோடு உன்னை வரவேற்றதற்காகக் கோபப்படாதே, ரோட்யா! உண்மையில் நான் சிரித்துக்கொண்டுதான் இருக்கிறேன்... நான் அழவில்லை, ரோட்யா! நான் அழுதுகொண்டிருக்கிறேன் என்று நினைத்துவிட்டாயா? இல்லை, ரொம்பவும் சந்தோஷமாக இருக்கிறேன் ரோட்யா! ரொம்பவும் சந்தோஷமாக இருக்கிறேன்! ஆனால் கண்ணீர் விட்டபடி அதை முட்டாள்தனமாக வெளிப் படுத்திக்கொண்டிருக்கிறேன்... அவ்வளவுதான்! உன் அப்பா இறந்து போனதிலிருந்தே நான் என்னவோ இப்படித்தான் இருக் கிறேன்..! எதற்கெடுத்தாலும் அழுதுவிடுகிறேன்! உட்கார்ந்துகொள் கண்ணே! உனக்கு ரொம்பவும் களைப்பாக இருக்கிறது என்று நினைக்கிறேன்... உன்னைப் பார்த்தாலே தெரிகிறதே... உன் மேல் எவ்வளவு சேறும், சகதியும் படிந்திருக்கிறது பார்த்தாயா...? பார்..."

"நேற்று மழை பெய்தபோது நான் வெளியில் இருந்தேன் அம்மா..." என்று பேசத் தொடங்கினான் ரஸ்கோல்னிகோவ்.

"ஐயோ...! இப்படியெல்லாம் நீ என்னிடம் வருத்தப்பட்டுச் சொல்லத் தேவையே இல்லை, ரோட்யா!" என்று இடைமறித்தாள் பல்கேரியா அலெக்ஸாண்ட்ரோவ்னா. "முன்பெல்லாம் செய்து கொண்டிருந்ததைப் போல இப்போதும் ஒரு முட்டாள் பெண் மணியைப் போல உன்னை நேருக்கு நேராக நிறுத்திக்கொண்டு கேள்விகள் கேட்கத் தொடங்கிவிட்டேன் என்று நினைத்துக் கொண்டிருக்கிறாயா? பயப்படாதே! உண்மையாகவே எல்லாமே எனக்குப்புரிகிறது, ரோட்யா! நான் உன்னை இப்போது நன்றாகவே புரிந்துகொண்டிருக்கிறேன்! இங்கேயுள்ள விஷயங்களையெல்லாம் இப்போதுதான் நான் கற்றுக்கொள்ளத் தொடங்கியிருக்கிறேன்! நிஜமாகவே இவற்றிலெல்லாம் ஏதோ ஓர் அர்த்தம் இருப்பதையும் என்னால் பார்க்க முடிகிறது! அதனால் நான் இறுதியாக ஒரு முடிவெடுத்திருக்கிறேன். உன்னுடைய செயல்களுக்கான

காரணங்கள், உன் மனதில் நீ வைத்திருக்கும் திட்டங்கள் ஆகியவற்றைப் புரிந்துகொள்ளவோ அவற்றைப் பற்றி நீ விளக்கம் தர வேண்டுமென்று எதிர்பார்க்கவோ நான் ஒருபோதும் முயலக் கூடாதென்பதுதான் நான் எடுத்திருக்கும் முடிவு! நீ செய்யப் போகிற காரியங்களும், வகுத்திருக்கும் திட்டங்களும் கடவுளுக்குத் தான் தெரியும். உன் மனதில் எப்படிப்பட்ட எண்ணங்கள் உதிக் கின்றன என்பதையும் அவர் அறிவார்! அப்படியிருக்கும்போது, 'நீ எதைப் பற்றி நினைத்துக்கொண்டிருக்கிறாய்?' என்று நான் ஏன் அநாவசியமாக உன்னைத் தோண்டித் துருவிக் கேள்வி கேட்க வேண்டும்? கடவுளே... நான் ஏன் அப்படிச் சுடு தண்ணீருக்குள் விழுந்த பூனையைப் போல அலை மோத வேண்டும்...? இதோ பார், ரோட்யா! அந்தப் பத்திரிகையில் நீ எழுதியிருந்த கட்டு ரையை இன்று நான் மூன்றாவது முறையாகப் படித்துக்கொண்டி ருக்கிறேன். திமீத்ரி புரோகோஃபிச்தான் அதை என்னிடம் கொண்டு வந்து கொடுத்தான். அதைப் படித்துப் பார்த்ததும் எனக்குப் பெருமூச்சுதான் வந்தது. 'சே... நான் எவ்வளவு முட்டாள் தனமாக இருந்திருக்கிறேன்' என்று என்னைப் பற்றி நானே நினைத்துக்கொண்டேன். இந்த மாதிரி காரியங்களிலேதான் அவன் மும்முரமாக முனைந்து ஈடுபட்டுக்கொண்டிருக்க வேண்டும். இந்தப் புதிருக்கான விடை அதுதான்! அதிபுத்திசாலியான மனிதர்கள், எப்போதும் இந்த மாதிரிதான் இருப்பார்கள். இப் பொழுதுகூட ஏதாவது புதிய யோசனைகள் அவனுக்குத் தோன்றி யிருக்கலாம். அவனும்கூட அதைப்பற்றிச் சிந்தித்துக்கொண்டிருக்க லாம்! நான்தான் அவனைக் கஷ்டப்படுத்தி தொந்தரவு செய்து கொண்டிருக்கிறேன்..." என்று இப்படியெல்லாம் உன்னைப் பற்றி என் மனதிற்குள் நான் நினைத்துக்கொண்டேன்! இன்னும் அந்தக் கட்டுரையை நான் படித்துக்கொண்டுதான் இருக்கிறேன், கண்ணே, ரோட்யா! உண்மையைச் சொன்னால் அதில் நிறைய விஷயங்கள் எனக்குப் புரியவே இல்லை. ஆனால் அது அப்படித்தானே இருக்க முடியும்? என்னால் அதையெல்லாம் எப்படிப் புரிந்துகொள்ள முடியும்?"

"அதைக் கொஞ்சம் காட்டுங்கள், அம்மா!"

ரஸ்கோல்னிகோவ் அந்தப் பத்திரிகையை வாங்கித் தன்னு டைய கட்டுரை இருந்த பகுதியில் பார்வையைப் பதித்தான். அவன் அப்போது இருந்த சூழ்நிலைக்கும், மன நிலைக்கும் சற்றுப் பொருத்தமற்றதாக இருந்தாலும்கூட முதன்முதலாகத் தன் எழுத்துகளை அச்சில் பார்க்கும்பொழுது ஏற்படக்கூடிய வினோத மான, இனிய வலியுடன்கூடிய இன்பத்தை அப்போது அவன் அனுபவித்துக்கொண்டிருந்தான். அவனும் இருபத்துமூன்று வயதே

நிரம்பிய ஓர் இளைஞன்தானே? ஆனாலும் அவனது மகிழ்ச்சி, கணநேரம் மட்டுமே நீடித்தது. சில வரிகளைப் படித்த உடனேயே அவன் வெறுப்புகொள்ளத் தொடங்கினான். மிகக்கடுமையான துயரம் அவனது இதயத்தைக் கசக்கிப் பிழிந்துகொண்டிருந்தது. கடந்த சில மாதங்களாக அவன் அனுபவித்துக்கொண்டிருந்த மனப் போராட்டம் முழுவதும் இப்போது இந்தக் கணத்தில் அவனிடம் மீண்டும் வந்து தோன்றிவிட்டது. எரிச்சலோடும் வெறுப்போடும் அந்தக் கட்டுரையை மேசையின் மீது வீசியெறிந் தான் ரஸ்கோல்னிகோவ்.

“ஆனால், ரோட்யா! நான் ஒரு முட்டாளாகவே இருந் தாலும்கூட ஒன்றை மட்டும் மிகச் சரியாக என்னால் சொல்ல முடியும்! வெகுசீக்கிரத்திலேயே இங்குள்ள அறிவாளிகளில் தலை சிறந்தவனாக ஆகாவிட்டாலும்கூட – அவர்களில் ஒருவனாக நிச்சயம் நீ உருவாகத்தான் போகிறாய். என்ன துணிச்சல் இருந் தால் இந்த ஜனங்கள் உன்னைப் போய்ப் பைத்தியம் என்று பழிப்பார்கள்? ஹா !ஹா !ஹா ! உண்மையில் அப்படியெல்லாம்கூட உன்னைப் பற்றிச் சிலபேர் நினைத்துக்கொண்டிருக்கிறார்கள் என்று உனக்கே தெரியாதப்பா! புழு, பூச்சிகளைவிடக் கேவலமான அவர்களுக்கு உண்மையான அறிவுத் திறமையைப் பற்றி எப்படித் தெரியும்? உனக்கு ஒன்று தெரியுமா? துனியா... துனியாகூட அவர்கள் சொல்வது சரியாக இருக்குமோ என்று ஒரு கட்டத்தில் நம்பத் தொடங்கிவிட்டாள். பாவம், உன் அப்பா! முன்பு அவரும் கூடப் பத்திரிகைகளுக்கு எதையெல்லாமோ எழுதி அனுப்பிக் கொண்டுதான் இருந்தார்! இரண்டு தடவை அப்படி அனுப்பி இருக்கிறார்! முதல் தடவை, ஒரு கவிதை. (என்னிடம் இன்றைக்கும் கூட அந்தக் கையெழுத்துப் பிரதி இருக்கிறது. வேறு எப்போ தாவது ஒரு சமயம் உனக்கு அதைக் காட்டுகிறேன்) இரண்டா வது முறையாக ஒரு முழு நாவல் (நானே அவரிடம் வேண்டிக் கேட்டுக்கொண்டு அது முழுவதையும் பிரதி எடுத்துக் கொடுத் திருக்கிறேன்) அந்த இரண்டு படைப்புகளையுமே பிரசுரத்திற்கு எடுத்துக்கொள்ள வேண்டுமென்று நாங்கள் எப்படிப் பிரார்த் தனை செய்துகொண்டிருந்தோம் தெரியுமா? ஆனால் அவை பிரசுரமாகவில்லை. ரோட்யா, கொஞ்ச நாட்களுக்கு முன்பு உன் சாப்பாடு, உன் உடை, நீ வாழ்ந்துகொண்டிருக்கும் அவலமான சூழ்நிலை ஆகியவற்றைப் பற்றியெல்லாம் நினைத்து நான் கவலைப் பட்டுக்கொண்டிருந்தது நிஜம்தான்! ஆனால் நான் அப்படி நினைத்ததெல்லாம் வெறும் முட்டாள்தனம் என்பது இப்போது தான் எனக்குப் புரிகிறது. உன் அறிவையும் திறமைகளையும் துணையாகக்கொண்டு எதிர்காலத்தில் நீ விரும்புவதையெல்லாம்

கட்டாயமாக அடைந்துவிடுவாய் என்பதில் எனக்குச் சந்தேக மில்லை. இப்போதைக்கு வேறு ஏதோ முக்கியமான விஷயத்தில் நீ ஈடுபட்டிருப்பதால் அதையெல்லாம் பொருட்படுத்தாமல் இருக்கிறாய்... அவ்வளவுதான்!”

“துனியா வீட்டில் இல்லையா, அம்மா?”

“இல்லை, ரோட்யா! பெரும்பாலும் அவளை நான் பார்க்க முடிவதே இல்லை. அடிக்கடி அவள் எங்கேயாவது போய்விடு கிறாள்.”

“திமீத்ரீ புரோகோஃபிச்சுக்குத்தான் நான் நன்றி சொல்ல வேண்டும். அவன்தான் என்னோடு வந்து உட்கார்ந்து பேசிக் கொண்டிருப்பான். எப்போதும் உன்னைப் பற்றியேதான் அவன் பேசிக்கொண்டிருப்பான். அவன் உன்மீது ரொம்பவும் அதிகமாக மதிப்பு வைத்திருக்கிறான். அன்பும் வைத்திருக்கிறான்! உன் தங்கை என்னைப் பற்றிக் கவலைப்படவில்லை என்று நான் ஒன்றும் உன்னிடம் புகார் சொல்லவில்லை. அவளது இயல்புப்படி, அவ ளுடைய போக்கில் அவள் போய்க்கொண்டிருக்கிறாள்... என் போக்கில் நான் இருக்கிறேன்... அவ்வளவுதான்! அவள் ஏதோ இரகசியமாகச் செய்வதைப் போலக்கூட எனக்குப்படுகிறது! ஆனால் உங்கள் இரண்டு பேருக்கும் தெரியாத எந்த இரகசியமுமே என்னிடம் இல்லை. ஆனால் துனியா மிகவும் கெட்டிக்காரி என்பதும், நம் இரண்டு பேர் மீதும் எவ்வளவு அன்பு வைத்திருக் கிறாள் என்பதும் எனக்கு நன்றாகத் தெரியும். ஆனாலும் இதெல் லாம் எதில் போய் முடியப் போகிறது என்பதுதான் உண்மையில் எனக்குத் தெரியவில்லை. நீ வந்ததில் எனக்கு இப்பொழுது ரொம்பவும் சந்தோஷம் ரோட்யா! அவள்தான் எங்கேயோ வெளியே போய்விட்டாள். அவள் வந்த பிறகு நான் கேட்பேன். ‘நீ இல்லாத நேரத்தில் இங்கே உன் சகோதரன் வந்திருந்தான். நீ இவ்வளவு நேரமும் எங்கேதான் போயிருந்தாய்?’ என்று. இதோ பார், ரோட்யா, நீ எனக்காக இவ்வளவு கஷ்டப்பட வேண்டிய அவசியமே இல்லை. உன்னால் எப்போது வர முடியுமோ, அப்போது வா! வர முடியாவிட்டாலும் பரவாயில்லை! நான் காத்துக்கொண்டிருக்கிறேன். என்ன நடந்தாலும் சரி! நீ என் மீது பாசம் வைத்திருப்பது எனக்குத் தெரியும்! அதிலேயே நான் திருப்தி யடைந்துவிடுவேன். நீ எழுதியதையெல்லாம் நான் படிப்பேன். உன்னைப் பற்றி மற்றவர்கள் வழியாகக் கேட்டுக்கொள்வேன்! அவ்வப்போது நீயும் என்னைப் பார்க்க வருவாய்! போதும்! இதைவிட வேறு என்ன வேண்டும்? தாயைச் சமாதானப்படுத்து வதற்காகத்தான் நீ இங்கே வந்திருக்கிறாய் என்பது எனக்குப் புரிகிறது!”

இப்படிச் சொல்லிக்கொண்டே வந்த பல்கேரியா அலெக் ஸாண்ட்ரோவ்னா திடீரென்று மடை உடைத்தாற்போலக் கண்ணீர் வெள்ளமாகப் பெருக, மனம் வெடித்துக் கதறி அழத் தொடங்கினாள்.

"பார்த்தாயா... மறுபடியும் அழ ஆரம்பித்துவிட்டேன். உன் முட்டாள் தாயைப் பார்க்காதேயப்பா! கடவுளே, நான் ஏன் இப்படிச் சும்மா உட்கார்ந்துகொண்டிருக்கிறேன்?" என்று அழுது கொண்டே துள்ளி எழுந்தாள் அவள். "கொஞ்சம் காபி சாப் பிடப்பா! அதைச் சொல்லக்கூட எனக்குத் தோன்றவில்லை, பார்! வயதாகிவிட்டாலே சுயநலவாதிகளாகிப் போய்விடுவோம் போலிருக்கிறது! கொஞ்சம் பொறு, உடனே எடுத்துக்கொண்டு வருகிறேன்!"

"அம்மா, அதற்கெல்லாம் இப்போது நீங்கள் சிரமப்பட வேண்டாம். நான் இப்போது உடனே போயாக வேண்டும்! நான் இங்கே வந்தது அதற்காக இல்லை! நான் என்ன சொல்லப் போகிறேனென்று இப்போது நீங்கள் கொஞ்சம் கவனமாகக் கேட்டுக்கொள்ளுங்கள். அது போதும்!"

பல்கேரியா அலெக்ஸாண்ட்ரோவ்னா, அப்பாவியாக அவன ருகில் நெருங்கி வந்தாள்.

"அம்மா! எது நடந்தாலும், என்னைப்பற்றி நீங்கள் என்ன கேள்விப்பட நேர்ந்தாலும், என்னைக் குறித்து யார் என்ன சொன் னாலும், எந்த நிலையிலும் – இப்போது என்னை நேசிப்பதைப் போலவே நீங்கள் என்னை நேசிப்பீர்கள் அல்லவா?" தான் என்ன பேசிக்கொண்டிருக்கிறோம் என்பதைப்பற்றிச் சிறிதும் சிந்தித்துப் பார்க்காமல் மனம் முழுவதும் உணர்ச்சியால் தளும்பி வழிந்தபடி அவன் திடீரென்று இவ்வாறு தன் தாயிடம் கேட்டான்.

"ரோட்யா, ரோட்யா! என்ன இது? இப்படி ஒரு கேள்வியை உன்னால் எப்படிக் கேட்க முடிந்தது? உன்னைப் பற்றி என்னிடம் யார் வந்து என்ன சொல்லிவிடப் போகிறார்கள்? அப்படிச் சொல்வது யாராக இருந்தாலும் நான் எதையுமே நம்பமாட்டேன்! யாரையுமே நம்ப மாட்டேன்! அப்படிப் பேசுபவர்களை உடனே மூட்டை கட்டி அனுப்பிவிட்டுத்தான் மறுவேலை பார்ப்பேன்!"

"எப்பொழுதுமே உங்கள் மீது எனக்குப் பாசம் உண்டு, அம்மா! அதை மீண்டும் ஒருமுறை உங்களிடம் உறுதிப்படுத்து வதற்காகத்தான் இப்போது நான் இங்கே வந்திருக்கிறேன். நல்ல வேளையாக நாம் இரண்டு பேர் மட்டுமே இங்கு தனிமையில் இருக்கிறோம். அதில் எனக்கு ரொம்ப மகிழ்ச்சி. துனியா வெளியே போயிருப்பதுகூட நல்லதுதான்!" என்று தொடர்ந்து அவன்

உணர்ச்சிவசப்பட்டவனாகவே பேசிக்கொண்டிருந்தான். "உங்களுக்கு என்மீது ஏதாவது மன வருத்தம் இருந்தாலும்கூட, உங்கள் மகன், தன்னைவிட அதிகமாக உங்களை நேசிப்பவன் என்பதை மட்டும் நீங்கள் கட்டாயம் நம்பியே ஆக வேண்டும். நான் கொஞ்சம் முரட்டுத்தனமாகவும், அலட்சியமாக நடந்துகொள்வதாகவும் உங்களிடம், பாசமில்லாமல் இருப்பதாககவும் நீங்கள் நினைத்துக் கொண்டிருந்தால் அது தவறு! உங்களிடம் அதை வெளிப்படையாகச் சொல்வதற்காகத்தான் நான் இப்போது இங்கே வந்திருக்கிறேன். உங்களை நேசிக்காமல் ஒரு பொழுதும்கூட நான் இருந்ததில்லை. இனிமேலும் அப்படி நான் இருக்கமாட்டேன். இந்த விஷயத்தை உங்களிடம் கட்டாயம் தெளிவுபடுத்திவிட வேண்டுமென்று நான் நினைத்துக்கொண்டிருந்தேன். இதை முடித்த பிறகுதான் பிற எல்லாவற்றையும் தொடங்க வேண்டுமென்று நான் எண்ணியிருக்கிறேன்..."

பல்கேரியா அலெக்ஸாண்ட்ரோவ்னா அமைதியாக வந்து அவனை ஆரத்தழுவிக்கொண்டாள். அவனைத் தன்னோடு சேர்த்து நெருக்கமாக அணைத்தபடி மௌனமாக அழுதாள்.

"உனக்கு என்ன ஆகிவிட்டதென்று எனக்குத் தெரியவில்லை, ரோட்யா..." என்று கடைசியில் மிகுந்த மனவேதனையோடு சொன்னாள் பல்கேரியா அலெக்ஸாண்ட்ரோவ்னா. "எங்களிடம் உனக்கு ஏதோ சலிப்பு வந்துவிட்டது போலிருக்கிறது என்றுதான் இத்தனை நாளும் நான் நினைத்துக்கொண்டிருந்தேன். ஆனால் இப்போது நடப்பதையெல்லாம் வைத்துப் பார்க்கும்போது ஏதோ ஒரு மிகப் பெரிய துயரம் உனக்கு நேரப் போவதைப் போல எனக்குத் தோன்றுகிறது. அதனால்தான் நீ இவ்வளவு வருத்தமாகக் காணப்படுகிறாய்! வெகுநாட்களுக்கு முன்பே இப்படி ஒன்று நடக்கப் போகிறதென்று நான் எதிர்பார்க்கத் தொடங்கிவிட்டேன் என்றுதான். இப்போது எனக்குத் தோன்றுகிறது ரோட்யா! இதைப் பற்றிப் பேசுவதற்காக என்னை மன்னித்துவிடு! ஆனால் நாள் முழுவதும் நான் இதைப் பற்றியேதான் யோசித்துக்கொண்டிருக்கிறேன். இரவில் தூங்குவதுகூட இல்லை. நேற்றிரவு முழுவதும் உன் தங்கை, தூக்கத்தில் உன்னைப் பற்றியேதான் ஏதேதோ பேசிக்கொண்டிருந்தாள். அதிலிருந்து ஏதோ கொஞ்சம் விஷயங்கள் கிடைத்தபோதும் என்னால் அதை முழுமையாகப் புரிந்துகொள்ள முடியவில்லை. மரணதண்டனை விதிக்கப்பட்ட ஒரு கைதியைப் போல, வரப் போகிற ஏதோ ஒரு தீமையை எதிர்பார்த்து இன்று முழுவதும் நான் காத்துக்கொண்டிருந்தேன். இதோ இப்போது அந்த நேரம் வந்துவிட்டது... ரோட்யா, ரோட்யா... நீ எங்கே போகப் போகிறாய்? வெகுதூரத்திற்குப் போகப் போகிறாயா?"

“ஆமாம்!”

“நானும்கூட அப்படித்தான் நினைத்தேன்! தேவைப்பட்டால் நானும்கூட உன்னோடு வரத் தயாராக இருக்கிறேன்! துனியாவும் வருவாள்! அவள் உன்மீது அளவு கடந்த அன்புகொண்டிருக் கிறாள். நீ விரும்பினால் சோஃபியா செமினோவ்னாவும்கூட நம் மோடு வரட்டும். அவளை என் மகளைப் போல ஏற்றுக்கொள்ள ஆசையோடு நான் காத்திருக்கிறேன். திமீத்ரி புரோகோஃபிச் நாம் எல்லோரும் சேர்ந்து போவதற்கான திட்டங்களை வகுத்துத் தருவான்! சரிதானே! அது சரி... இப்போது நீ எங்கே கிளம்பி விட்டாய்?”

“போய் வருகிறேன், அம்மா!”

“என்ன சொல்கிறாய்? இன்றே போய்விடப் போகிறாயா... என்ன?” என்று கேட்டபடி என்றென்றைக்குமாக அவனை இழந்து விடப் போகிறவளைப் போல அவள் கதறினாள்.

“இனிமேலும் நான் இங்கே இருக்க முடியாது, அம்மா. நேரமாகிவிட்டது. நான் கட்டாயம் போயாக வேண்டும்!”

“அப்படியானால் நான் உன்னுடன் வர முடியாதா?”

“அது முடியாது அம்மா! வேண்டுமானால் கடவுளிடம் மண்டியிட்டு எனக்காகப் பிரார்த்தனை செய்யுங்கள்! ஒருவேளை உங்களது பிரார்த்தனை அவரை எட்டக்கூடும்!”

“சரி, என்னிடம் வா, உனக்குச் சிலுவைக் குறி போட்டு ஆசீர்வதிக்கவாவது செய்கிறேன்! ஆமாம், அதுதான் சரி...! கடவுளே... நாங்கள் என்ன செய்வதென்றே புரியவில்லையே?”

அங்கே வேறு யாருமே இல்லாமல் தானும், தன் தாயும் மட்டுமே தனியாக இருந்ததில் அவன் உண்மையிலேயே மிகுந்த மகிழ்ச்சியும் மன ஆறுதலும் அடைந்தான். கடந்து வந்த பல மாதங்களோடு ஒப்பிட்டுப் பார்த்த பொழுது, இன்று, இப்பொழுது அவனது உள்ளம் மிகவும் மென்மையாகிவிட்டதைப் போலிருந்தது. அவன் அவளுக்கு முன்பு நெடுஞ்சாண்கிடையாக விழுந்து, அவளது கால்களை முத்தமிட்டான். அவர்கள் இருவரும் தங்கள் கரங்களால் ஒருவரை ஒருவர் அணைத்துக்கொண்டபடி அழுது கொண்டிருந்தனர். நடப்பது எதுவும் அவளுக்கு எந்தவிதமான ஆச்சரியத்தையும் ஏற்படுத்தவில்லை. அவனை அவள் எந்தக் கேள்வியையும் கேட்கவுமில்லை. தன் மகனுக்குப் பயங்கரமாக ஏதோ ஒன்று நேரப் போகிறதென்பதைப் பல நாட்களுக்கு முன்பே அவள் புரிந்துகொண்டிருந்தாள். அந்தப் பயங்கரமான தருணம்

இன்று, இதோ இப்போது வந்துவிட்டதென்பதையும் அவள் உணர்ந்துகொண்டாள்.

"ரோட்யா... என் கண்ணே, என் தலைப்பிள்ளையே!" என்று இதயம் கலங்கியபடி மிகவும் வாஞ்சையாக, மிகவும் கவலையாக, மிகுந்த வேதனையுடன் தன் மகனை அழைத்தாள்; "நீ சின்னப் பையனாக இருந்தபோது எப்படி இருந்தாயோ அப்படித்தான் இப்போதும் இருப்பதாக எனக்குத் தோன்றுகிறது. அப்போதெல் லாம் இதேமாதிரிதான் நீ என்னிடம் வந்து உன் கையால் என்னை வளைத்துக்கொண்டு என்னை முத்தமிடுவாய்! உன் அப்பா உயிரோடு இருந்த காலத்தில் நாம் ஏழைகளாக இருந்தாலும்கூட நீ எங்களோடு இருந்ததுதான் எங்களுக்கு ஆறுதலாக இருந்தது. உன் அப்பாவை அடக்கம் செய்தபிறகு, அவரது கல்லறைக்கு அடிக்கடி சென்று ஒருவரை ஒருவர் கட்டிப்பிடித்தபடி இதே போலத்தான் நாம் அழுதுகொண்டிருப்போம். இப்பொழுது இவ் வளவு நேரம் நான் அழுததற்குக் காரணம் உனக்கு ஏதோ ஒரு விபரீதம் நடக்கப் போகிறது என்று என் உள்ளுணர்வுக்குத் தோன்றியதனால்தான்! ஒரு தாய் உள்ளத்தின் தவிப்புதான் அது! இங்கே நாங்கள் வந்து சேர்ந்த அன்று மாலை, முதன்முதலாக உன்னைப் பார்க்க வந்தோமே, உனக்கு நினைவிருக்கிறதா...? அப் போது நீ என்னைப் பார்த்த பார்வையிலிருந்தே எல்லாவற்றையும் நான் ஊகித்து விட்டேன். அப்பொழுதே என் இதயம் உறைந்து போய் நின்றுவிட்டது. இன்று நீ வந்தபோது கதவைத் திறந்தேனல் லவா அப்போதே அந்தக் கொடுமையான தருணம் வந்துவிட்டது என்பதை நான் விளங்கிக்கொண்டேன். ரோட்யா, ரோட்யா! இதை மட்டும் சொல்! நிச்சயமாக நீ உடனே போகப் போவதில் லையல்லவா?"

"இல்லை!"

"மீண்டும் ஒருமுறை இங்கே வருவாயல்லவா?"

"ம்... வருவேன்!"

"ரோட்யா! கோபப்படாதே! உன்னை எந்தக் கேள்வியும் கேட்க இயலாத நிலையில்தான் நான் இருக்கிறேன். அந்தத் துணிச்சல் என்னிடம் இல்லை. அப்படிச் செய்யக்கூடாதென்பது எனக்குத் தெரியும். ஆனாலும் அதே நேரத்தில் இரண்டே இரண்டு வார்த்தைகளில் இதை மட்டும் கொஞ்சம் சொல்லிவிடேன்! நீ எங்காவது வெகுதூரத்திற்குச் செல்ல வேண்டுமென்று நினைத் திருக்கிறாயா?"

"ஆமாம். நீண்ட தூரம் போகப் போகிறேன்!"

"அங்கே அப்படி என்ன இருக்கிறது? அங்கே ஏதாவது வேலை பார்க்கப் போகிறாயா?"

"கடவுள் எதைத் தருகிறாரோ அதைச் செய்வேன்! எனக்காக வேண்டிக்கொள்ளுங்கள்!"

ரஸ்கோல்னிகோவ் கதவை நோக்கிச் சென்றான். வேகமாகச் சென்று அவனைப் பிடித்து நிறுத்திய அவள், அவனது கண்களையே சில நொடிகள் ஊடுருவிப் பார்த்துக்கொண்டிருந்தாள். அவளது முகத்தில் அச்சமும் கலவரமும் மண்டிக்கிடந்தன.

"போதும், அம்மா, போதும்" என்று விரக்தியோடும் சற்று எரிச்சலோடும் கூறினான் ரஸ்கோல்னிகோவ். மீண்டும் அங்கே வரவேண்டுமென்ற எண்ணம் தன்னுள் தோன்றியதை எண்ணிக் கொஞ்சம் சலிப்புக்கூட அடைந்தான் அவன்.

"இனிமேல் நீ வரவே போவதில்லையா...? என்றென்றைக்கு மாகவா விடைபெற்றுக்கொண்டு போய்க்கொண்டிருக்கிறாய்? நாளைக்கு நீ கட்டாயம் வருவாயல்லவா? அவசியம் நீ வர வேண்டும்!"

"சரி, சரி! வருகிறேன்! இப்போது சென்று வருகிறேன்!"

கடைசியாகத் தன்னை அங்கிருந்து பிய்த்து எடுத்துக் கொண்டதைப் போல அவளிடமிருந்து வலுக்கட்டாயமாகத் தன்னை விடுவித்துக்கொண்டு கிளம்பிச் சென்றான் அவன்.

அன்று மாலை நேரம், வெளிச்சமாகவும், கதகதப்பாகவும், புத்துணர்ச்சியளிப்பதாகவும் இருந்தது. அன்று விடிகாலையிலேயே பருவநிலை சீராகத் தொடங்கியிருந்தது. ரஸ்கோல்னிகோவ் தனது அறைக்குச் சென்றுகொண்டிருந்தான். அவன் இப்போது மிக அவசரகதியில் இயங்கிக்கொண்டிருந்தான். இன்று மாலை சூரியன் மறைவதற்குள் தான் செய்ய நினைத்திருப்பதையெல்லாம் செய்து விட வேண்டுமென்று அவன் விரும்பினான். அந்த நேரத்தில் வேறு எவரையும் சந்திப்பதையோ, விவாதம் செய்வதையோ அவன் விரும்பவில்லை. தன்னுடைய குடியிருப்பை நெருங்கிய போது, நஸ்டாஸியா அங்கே ஒரு சமோவரை வைத்துவிட்டுப் போவதை அவன் பார்த்தான். அவனது உடல் நிலையில் ஏற்பட்டிருந்த முன்னேற்றத்தைக் கவனமாகப் பரிசீலித்தபடி அவனைக் கடந்து சென்றாள் அவள். 'என்னுடைய அறையில் ஒருவேளை வேறுயாராவது இருக்கிறார்களோ?' என்ற எண்ணம் திடீரென்று அவனுக்குத் தோன்றியது. 'ஒருவேளை அது போர்ஃபிரியாக இருக்குமோ?' என்ற எண்ணம் தோன்ற, அது அவனை மேலும் வெறுப்படையச் செய்தது. ஆனால் அவன் தன் அறையை

அடைந்து கதவைத் திறந்தபோது அங்கே துனியா இருப்பதைக் கண்டான். அவள் தனிமையில் அமர்ந்தபடி, ஆழ்ந்த சிந்தனையில் மூழ்கியிருந்தாள். அவள் அங்கே வெகுநேரமாக அவனுக்காகக் காத்துக்கொண்டிருந்திருக்க வேண்டும் என்று தோன்றியது. அவன் வாசலில் போய் நின்றதும், காலடியோசை கேட்டுத் தனது சிந்தனையிலிருந்து விடுபட்ட அவள், திடுக்கிட்டவளாகத் தான் அமர்ந்திருந்த சோஃபாவிலிருந்து எழுந்து நின்றாள். அவனைக் கண்டதும் வேகமாக ஓடிவந்து அவன் எதிரே நின்றாள். அவளது பார்வை முழுவதுமே அவனது முகத்தில் பதிந்திருந்தது. அவளது கண்களில் பீதியும் தவிப்பும் தென்பட்டன. ஆறுதல்கூற முடியாத அளவு துக்கமும் வேதனையும் அவளது நெஞ்சில் குமுறிக் கொண்டிருந்தன. அவளுடைய அந்தப் பார்வையிலிருந்தே – தன்னைப் பற்றிய எல்லா விவரங்களும் அவளுக்குத் தெரிந்து விட்டது என்பதை ரஸ்கோல்னிகோவால் புரிந்துகொள்ள முடிந்தது.

"நான் இப்போது உள்ளே வரலாமா? அல்லது இப்படியே மறுபடியும் திரும்பிச் சென்று விடவா?" என்று அவநம்பிக்கை யுடன் கேட்டான் ரஸ்கோல்னிகோவ்.

"நான் நாள்முழுவதும் சோஃபியா செமினோவ்னாவோடு தான் இருந்தேன். நாங்கள் இரண்டுபேரும் சேர்ந்து உனக்காகக் காத்துக்கொண்டிருந்தோம். நீ கட்டாயம் அங்கே வரக்கூடுமென்றே எதிர்பார்த்துக்கொண்டிருந்தோம்."

ரஸ்கோல்னிகோவ் உள்ளே சென்று, களைப்புடன் அமர்ந்து கொண்டான்.

"துனியா! நான் மிகவும் களைப்பாகவும், பலவீனமாகவும் இருக்கிறேன். ஆனாலும்கூட, இப்போது என் உணர்வுகளை ஒரு கட்டுப்பாட்டுக்குள் வைத்துக்கொள்ள வேண்டும் என்றுதான் நான் விரும்புகிறேன்!"

எச்சரிக்கை உணர்வோடு அவளை நோக்கிக் கண்களை உயர்த்தினான் ரஸ்கோல்னிகோவ்.

"இரவு முழுவதும் எங்கே போயிருந்தாய்?" என்று கேட்டாள் துனியா.

"அது எனக்கு அத்தனை சரியாக ஞாபகமில்லை, சகோதரி! உறுதியான முடிவொன்றை எடுத்தேயாக வேண்டுமென்று விரும்பிய நான், நேவாவின் பக்கமாகப் பல முறை நடந்துகொண்டி ருந்தேன். அதுமட்டும் எனக்கு நினைவிருக்கிறது. அங்கேயே எல்லா வற்றையும் முடித்துவிடலாமா என்றுகூட எனக்குத் தோன்றி

விட்டது. பிறகு அப்படிச் செய்ய வேண்டாமென்று நான் தீர் மானித்துக்கொண்டேன்!"

"அப்பாடி... கடவுளுக்கு நன்றி! சோனியா செமினோவ் னாவும் நானும்கூட அந்த மாதிரி எதுவும் நடந்துவிடக்கூடாதே என்றுதான் பயந்துகொண்டிருந்தோம். நல்லவேளையாக உனக்கு இன்னும் வாழ்க்கை மீது கொஞ்சம் நம்பிக்கை இருக்கிறது... கடவுளுக்கு நன்றி! கடவுளுக்கு நன்றி!"

ரஸ்கோல்னிகோவ் கசப்போடு புன்னகை செய்தான்.

"நான் அதை நம்பவில்லை. ஆனால் சற்று முன்பு அம்மா வின் கரங்களில், அவரின் அன்பு அணைப்பில் நான் கட்டுண்டி ருந்தேன். அப்போது நாங்கள் இருவரும் அழுதோம். நான் இதை யெல்லாம் நம்பவில்லையென்றாலும்கூட எனக்காகப் பிரார்த் தனை செய்யும்படி அம்மாவிடம் கேட்டுக்கொண்டேன். அது எப்படி என்று கடவுளுக்குத்தான் தெரியும் துனியா! எனக்கு அதைப் பற்றி எதுவுமே புரியவில்லை!"

"நீ அம்மாவைப் பார்க்கவா போயிருந்தாய்? அவளிடம் விஷயத்தைச் சொல்லிவிட்டாயா?" என்று அதிர்ச்சியடைந்த வளாகக் கேட்டாள் துனியா.

"இல்லை, நான் அவளிடம் சொல்லவில்லை. என் வாயால் அவளிடம் நான் எதுவுமே சொல்லவில்லை. ஆனால் அவள் தானாகவே நிறைய விஷயங்களைப் புரிந்து வைத்திருக்கிறாள். நீ தூக்கத்தில் பேசிக்கொண்டிருந்ததையும்கூட அவள் கேட்டிருக் கிறாள். அவளுக்கு ஏதோ அரைகுறையாகத் தெரிந்திருக்கிறது என்றே நான் நினைக்கிறேன். ஒருவேளை, நான் அவளைப் பார்க்கச் சென்றதே தவறுதானோ? நான் ஏன் அப்படிப் போனேன் என்பது எனக்கேகூடப் புரியவில்லை... நான் மிகவும் கேவலமான பிறவி, துனியா!"

"நீதான் இப்போது அதற்கான துன்பத்தை ஏற்றுக்கொள்ளத் தயாராகிவிட்டாயே? பிறகு இழிந்த பிறவி என்று ஏன் உன்னைச் சொல்லிக்கொள்கிறாய்? நீ அதை நேருக்கு நேராக எதிர்கொள்ளப் போகிறாய், அப்படித்தானே?"

"ஆமாம், நான் இப்போதே அதைச் செய்யத் தயாராகத்தான் இருக்கிறேன். இப்போதே நான் அதை எதிர்கொள்ளப் போகிறேன். அவமானம், கேவலம் இவற்றிலிருந்தெல்லாம் தப்பித்துக்கொள்வதற் காகத்தான் என்னை நானே (ஆற்றில்) மூழ்கடித்துக்கொண்டு, என் வாழ்க்கையை முடித்துக்கொள்ள நான் முயன்றேன். ஆனால் கரையோரமாக நின்றுகொண்டிருந்தபோது எனக்கு வேறொரு

எண்ணம் தோன்றிவிட்டது! நான் உண்மையிலேயே உறுதி படைத்தவனாக இருந்தால் இப்படிப்பட்ட அவமானங்களைக் கண்டு பயந்துவிடக்கூடாது என்பதுதான் அது!" என்று உணர்ச்சி வசப்பட்டவனாக மிக வேகமாகச் சொன்ன அவன் துனியாவைப் பார்த்துக் கேட்டான்: "அது பெருமைப்படக்கூடிய விஷயம்தானே, துனியா!"

"ஆமாம், ரோட்யா! நிச்சயமாக அது பெருமைக்குரியது தான்!" ஒளியிழந்து போயிருந்த அவனது கண்களில் திடீரென்று ஒரு சுவாலையாக நெருப்புப் பற்றிக்கொண்டு ஒளி எழுந்து பரவியது. இப்போதும்கூடத் தன்னால் பெருமைப்பட்டுக்கொள்ள முடிகிறது, கர்வம்கொள்ள முடிகிறது என்று நினைத்து மகிழ்ச்சி யடைந்தான் ரஸ்கோல்னிகோவ்.

"தண்ணீரைப் பார்த்து நான் பயந்து போய்விட்டதாக நீ ஒன்றும் நினைக்கவில்லையே?" என்று அவளுடைய முகத்தைப் பார்த்து, அசிங்கமாகப் புன்னகைத்தபடி கேட்டான் ரஸ்கோல்னி கோவ்.

"சே! போதும் நிறுத்து ரோட்யா" என்று எரிச்சலோடு வெடித்தாள் துனியா.

கிட்டத்தட்ட இரண்டு நிமிட நேரம் அங்கே அமைதி நிலவியது. தரையைப் பார்த்தபடி அவன் அமர்ந்திருக்க, அவனை மிகுந்த கவலையோடு கவனித்தபடி மேசையின் மறுபுறம் அவள் நின்றுகொண்டிருந்தாள். திடீரென்று அவன் எழுந்துகொண்டான்.

"நேரமாகிவிட்டது! நான் கட்டாயமாக இப்போது போயாக வேண்டும். ஆமாம், நான் உடனே, இப்போதே போய் சரண டைந்துவிடப் போகிறேன்!"

மிகப் பெரிதான கண்ணீர்த்துளிகள் அவளது கண்களில் இருந்து வெளிப்பட்டுக் கன்னங்களில் விழுந்து உருண்டோடின.

"அழுகிறாயா, சகோதரி? நீ எனக்குக் கை கொடுக்க மாட்டாயா?"

"அதைப்பற்றி உனக்கு இன்னும்கூடச் சந்தேகமா, என்ன?" என்ற அவள், அவனை நெருக்கமாக அணைத்துக்கொண்டாள். "உன் குற்றத்தை ஒப்புக்கொண்டு, உனக்குரிய தண்டனையை ஏற்றுக்கொள்வதற்கு நீயே முன் வந்திருப்பதால் நீ செய்த குற்றத் தில் பாதியளவுக்கு நீயே பிராயச்சித்தம் தேடிவிட்டாய்" என்று அவனைத் தன்னோடு இறுக அணைத்தபடி முத்தமிட்டுக் கொண்டே உரக்கச் சொன்னாள் துனியா.

"குற்றமா...? எது குற்றம்?" என்று திடீரென்று தோன்றிய கோபத்துடன் உரக்கக் கத்தினான் ரஸ்கோல்னிகோவ். "வெறுப்பையும் அருவருப்பையும் உண்டாக்கும் பேனைப் போன்றவள் அந்த அடகுபிடிக்கும் கிழவி. அவளால் ஒருவருக்குக்கூட எந்த விதமான பயனும் கிடையாது. அவளால் எல்லோருக்கும் தீமை தான் ஏற்பட்டதே தவிர நன்மை எதுவும் ஏற்படவில்லை. அவள் எவருக்குமே எந்தவிதமான நல்ல காரியத்தையும் செய்ததே இல்லை. அவளைக் கொன்றது, நாற்பது பாவங்களுக்கு மன்னிப்பைத் தேடிக்கொண்டதற்கு நிகரானது. ஏழைகளின் இரத்தத்தை உறிஞ்சிக் குடித்தவள் அவள். மிகவும் கேவலமான பிறவி அவள். இப்படிப்பட்ட மோசமான, தீய ஜந்துவைக் கொன்றது குற்றமா? நான் அப்படி நினைக்கவில்லை. அதற்குப் பிராயச்சித்தம் தேடிக் கொள்ள வேண்டும் என்று எண்ணவும் இல்லை. ஏன் இப்படி எல்லாத் திசைகளிலும் இருந்து 'குற்றம் குற்றம்' என்று கூச்சல் போட்டு என்னை நசுக்கிக்கொண்டிருக்கிறீர்கள்...? தேவையே இல்லாத இப்படி ஓர் அவமானத்தைச் சந்திக்க வேண்டும் என்று முடிவு செய்த பிறகுதான், என் மனம் எப்படி அபத்தமானதாக, கோழைத்தனமாக இருந்திருக்கிறது என்பது எனக்குப் புரிகிறது! நான் இப்படி ஒரு முடிவுக்கு வரக்காரணமாக இருந்தது, எனது கீழ்த்தரமான புத்தியும் எனது திறமைக்குறைவும்தான்! ஒருவேளை போர்ஃபிரி சொன்னதைப் போல என் சொந்த நன்மைக்காகக்கூட நான் இப்படிச் செய்திருக்கலாம்!"

"அண்ணா, என்ன சொல்லிக்கொண்டிருக்கிறாய் நீ? எப்படியானாலும் நீ இரத்தம் சிந்த வைத்திருக்கிறாயென்பது உண்மைதானே?"

"எல்லோரும்தான் இரத்தம் சிந்திக்கொண்டிருக்கிறார்கள்..." என்று வெறிபிடித்தவனைப் போல பேசத் தொடங்கினான் ரஸ் கோல்னிகோவ். "இந்தப் பூமியில், எப்போதுமே மனித குல வரலாற்றில் நாம் கடந்து வந்திருக்கிற எல்லாக் காலங்களிலுமே – இரத்தம் பிரவாகமாக ஓடிக்கொண்டுதான் இருந்திருக்கிறது. முன்பும் ஓடியது, இப்போதும் ஓடிக்கொண்டிருக்கிறது. 'ஷாம் பெயினை' உடைத்து ஊற்றியது போல இரத்தம், இங்கே பெருக் கெடுத்து ஓடியிருக்கிறது! அப்படி ஓட வைத்த மனிதர்கள்தான் தலைநகரங்களில் மன்னர்களாக முடிசூட்டிக்கொள்கிறார்கள்! பிற்பாடு அவர்களைத்தான் மனித குலத்தின் காவலர்கள் என்று இந்த உலகம் அழைக்கிறது! கொஞ்சம் ஆழ்ந்துயோசித்து, கவன மாகச் சிந்தித்துப் பார்! உண்மை உனக்கே விளங்கும். நானும் மனிதர்களுக்கு நன்மை செய்ய வேண்டுமென்றுதான் யோசித்து வைத்திருந்தேன்! நான் செய்த ஒரு முட்டாள்தனத்தை (அடகுக்

கடைக்காரியைக் கொலை செய்த செயலை) ஈடுகட்டும் வண்ணம் நூற்றுக்கணக்கில், ஆயிரக்கணக்கில் பல நல்ல காரியங்களை நான் செய்திருக்கக்கூடும்! அதை, அந்தக் கொலையை முட்டாள்தன மென்று கூறுவதுகூடச் சரியில்லை. அது ஒரு, சிறிய, அசிங்கமான, அருவருப்பான காரியம், அவ்வளவுதான்! இப்பொழுது தோன்று வதைப் போல அந்த யோசனையை – அந்தச் செயலை – அந்தத் திட்டத்தை – ஒரேயடியாக முட்டாள்தனமானது என்று கூறிவிட முடியாது. ஏதோ, அது – அந்தத் திட்டம் – தோற்றுப் போய் விட்டது. (தோல்வி என்று வரும்போது எதைப் பார்த்தாலும் முட்டாள்தனமானதாகத்தான் தோன்றும்) அப்படிப்பட்ட முட்டாள்தனத்தைச் செய்வதன் மூலமாக என் நிலைமையைச் சுயசார்புள்ளதாக ஆக்கிக்கொள்ள நான் முயன்றேன். (அதற்கான திட்டத்தில்) முதல் அடி ஒன்றை எடுத்து வைத்து – அதாவது, அந்த முட்டாள்தனமான செயலைத் திட்டமிட்டு அதாவது, அந்த அடகுக்கடைக்காரியைக் கொலை செய்வதன் மூலமாக – வேண்டிய செல்வத்தைச் சேர்த்துவிட்டால், பிறகு கொள்ளை யடித்த அந்தப் பணத்தை வைத்து அளவிட முடியாத, எண்ணற்ற சிறந்த செயல்களை – நல்ல காரியங்களைச் செய்வதன் மூலமாகவும் மக்களுக்கு உதவிகள் செய்வதன் மூலமாகவும், அந்த முட்டாள்தனமான செயலை (அவளைக் கொலை செய்த பாவச் செயலை) ஈடுகட்டி விடலாம், அதற்குப் பிராயச்சித்தம் தேடி விடலாம் என்று நான் நினைத்தேன். ஆனால் முதல் கட்டத்தைக் கூட என்னால் சரிவர நிறைவேற்ற முடியவில்லை. அப்படி ஒரு மோசமான துரதிருஷ்டசாலி நான்! அதுதான் இவ்வளவுக்கும் காரணம்! அதேநேரத்தில் ஒன்றை மட்டும் நான் சொல்கிறேன். இந்த விஷயத்தை உனது கண்ணோட்டத்தில் நான் அணுக வில்லை. நான் மட்டும் எனது முயற்சியில் வெற்றி பெற்றிருந்தால் நான் முடிசூட்டிக்கொண்டிருப்பேன். ஆனால் இப்போது வலையில் வீழ்ந்துவிட்டேன்!"

"இல்லை, அண்ணா! அதெல்லாம் சரியில்லை. நீ செய்த தெல்லாம் குற்றம்தான்! அப்படியிருக்கும்போது ஏன் இப்படி யெல்லாம் சொல்லிக்கொண்டிருக்கிறாய்?"

"இந்த வழிமுறை வேண்டுமானால் தவறாகத் தோன்றலாம். வெளிப்பார்வைக்கு இது சரியில்லாதது போலவும், ரசக்குறைவான தாகவும் தோன்றலாம். ஆனால் எனக்கென்னவோ உண்மை யாகவே இது புரியத்தான் இல்லை. வழக்கமான முறையில், முற்றுகை நடத்தி, குண்டுகளை வீசி மக்களைச் சிதைப்பதெல்லாம் இந்த உலகில் கௌரவத்திற்குரியதாகக் கொள்ளப்படுகிறது. இந்தக் காரியம் மட்டும் அகௌரவமானதாகப் போய்விட்டதா என்ன?

வெளித் தோற்றத்திற்கு மதிப்புக் கொடுப்பது என்பது, செயல்பட முடியாமல் இருப்பதன் அடையாளம். இதை இதுவரையில் இந்த அளவு தெளிவாக நான் புரிந்துகொண்டதே இல்லை. அது போலவே நான் செய்திருப்பது ஒரு பெரிய குற்றமே இல்லை என்பதையும் இப்போது நான் நன்றாக விளங்கிக்கொண்டிருக் கிறேன். இப்போது இருப்பதைவிட வேறெந்தத் தருணத்திலுமே நான் இவ்வளவு உறுதியாகவும் இத்தனை கொள்கைப்பிடிப் போடும் இருந்ததே இல்லை!"

சோர்ந்து வெளுத்துப் போயிருந்த அவனது முகத்தில் சினத்தின் செம்மை படர்ந்திருந்தது. ஆனால் அந்தக் கடைசி வார்த்தையைச் சொல்லும்போது எதிர்பாராதவிதமாக அவனது கண்கள், துனியாவின் கண்களைச் சந்தித்துவிட்டன. தனக்காக அவள் படும் துயரம், அவளது கண்களில் தேங்கி நிற்பதைக் கண்ட தும் அவன் தனது பேச்சைத் தன்னையறியாமலேயே சுருக்கமாக முடித்துக்கொண்டான். எது எப்படியிருந்தபோதும், பாவப்பட்ட இரண்டு பெண்களைத் துயரத்தில் ஆழ்த்திவிட்டதற்குத் தானே முழுமையான காரணம் என்பதை அப்போது அவன் தெளிவாக உணர்ந்தான்.

"துனியா, என் அன்புச் சகோதரியே! ஒருவேளை நான் ஏதாவது தவறு செய்திருந்தால் என்னை மன்னித்துவிடு! (ஒரு வேளை நான் ஒரு குற்றவாளியாகவே இருந்து என்னை மன்னிக்கவே முடியாது என்ற நிலை இருந்தாலும்கூட, நீ என்னை மன்னித்துவிடு!) போய் வருகிறேன்... இனிமேல் இதைப்பற்றிச் சண்டையிட வேண்டாம். நான் போக வேண்டிய நேரம் வந்து விட்டது. உன்னைக் கெஞ்சிக் கேட்டுக்கொள்கிறேன். என்னைப் பின் தொடர்ந்து வராதே! நான் வேறொரு இடத்திற்குப் போயாக வேண்டும். உடனே போ! அம்மாவின் பக்கத்திலேயே இரு. உன்னை மன்றாடிக் கேட்டுக்கொள்கிறேன். இதுதான் நான் உன்னிடம் வைக்கும் அவசரமான, கடைசி வேண்டுகோள்! சிறிது நேரம்கூட அம்மாவைவிட்டுப் பிரியாதே! முழுநேரமும் அவளு டன் கூடவே இரு! அவளைக் கொஞ்சம் பதற்றமான நிலையில் விட்டுவிட்டு வந்திருக்கிறேன். அதை அவளால் தாங்கிக்கொள்ள முடியாதோ என்று நான் பயப்படுகிறேன். ஒருவேளை அவள் இறந்துகூடப் போகலாம். இல்லாவிட்டால் மனநிலை திரிந்த வளாகக்கூட ஆகிவிடலாம். அவளுடனேயே இரு! ரஸுமிகின் உங்களுக்குத் துணையாக இருப்பான். நான் அவனிடமும் சொல்லியிருக்கிறேன். எனக்காக நீ அழாதே! நான் ஒரு கொலை காரனாக இருந்தாலும்கூட எல்லோராலும் மதிக்கத்தக்கவனாகவும், ஆண்மையுள்ளவனாகவுமே என் வாழ்நாளைக் கழிப்பேன்!

ஒருவேளை, என்றாவது ஒருநாள் என்னைப்பற்றி எல்லோரும் பெருமையாகப் பேசிக்கொள்வதைக்கூட நீ கேட்கலாம். நான் உங்களுக்கு நிச்சயமாக அவமதிப்பைத் தேடி தந்துவிட மாட்டேன். அதை நீங்களே காண்பீர்கள். நான் யாரென்பதை இனியும்கூட நிரூபிப்பேன்! ஆனால், இப்பொழுது, இந்தக் கணத்தில் நாம் பிரிந்துதானாக வேண்டும். சென்று வருகிறேன்!"

அவன் கடைசியாக அளித்த வாக்குறுதியைக் கேட்ட அளவில், துனியாவின் கண்களில் தெரிந்த வினோதமான பாவனையைக் கண்டு, விரைவாகப் பேச்சை முடித்துக் கொண்டான் அவன்.

"ஏன் இப்படி அழுகிறாய் துனியா? அழாதே, தயவுசெய்து அழாதே! நாம் என்ன ஒரேயடியாகவா பிரிந்துவிடப் போகிறோம்? ஓ... பார்த்தாயா? ஒருநிமிடம் இரு! நான் ஒரு விஷயத்தை மறந்துவிட்டேன்..."

அவன் மேசையருகே சென்று, தூசு படிந்து கிடந்த கனத்த புத்தகம் ஒன்றைப் பிரித்தான். அதில் இரண்டு தாள்களுக்கு இடையே வைக்கப்பட்டிருந்த வண்ண ஓவியம் ஒன்றை எடுத்தான். தந்தத்தின் மீது தீட்டப்பட்டிருந்த அந்த ஓவியம், அவன் தங்கி யிருந்த வீட்டுச் சொந்தக்காரியின் மகளும், ரஸ்கோல்னிகோவை மணக்கவிருந்த அந்தத் துரதிர்ஷ்டசாலியின் ஓவியம். காய்ச்சல் கண்டு இறந்து போன அந்தப் பெண்ணுக்குக் கன்னித் துறவி யாகிவிட வேண்டும், அதற்கான மடத்தில் சேர்ந்துவிட வேண்டும் என்ற வினோதமான ஆசைகூட இருந்தது. உணர்ச்சி ததும்பும் மென்மையான அந்தச் சிறிய முகத்தைக் கணநேரம் உற்றுப் பார்த்துக்கொண்டிருந்த அவன், அந்தப் படத்தை முத்த மிட்டுவிட்டுத் துனியாவிடம் கொடுத்தான்.

"நான் அவளிடம் 'அதைப்பற்றி' நிறையப் பேசி இருக்கிறேன்.. அவளிடம் மட்டுமே" என்று அதை யோசித்துப் பார்த்தபடியே சொன்னான் ரஸ்கோல்னிகோவ். "பின்னாளில் எதெல்லாம் என்னிடம் மிருகத்தனமாக மாறிப் போனதோ அதைப் பற்றியெல் லாம்கூட நான் அவளிடம் மனம்விட்டு நிறையப் பேசி இருக் கிறேன். சரி, இப்போது நீ அதைப்பற்றி வருத்தப்படாதே!" என்று துனியாவின் பக்கம் திரும்பியபடி அவன் பேச்சைத் தொடர்ந்தான். "அவள் என்னுடைய பேச்சை ஒருநாளும் ஒப்புக்கொண்டதே இல்லை. உங்களையெல்லாம்விட அதிகமாகவே அவள் இதை யெல்லாம் எதிர்த்துத்தான் வந்தாள். ஒருவிதத்தில், அவள் இப் போது இல்லாமல் போனதுகூட எனக்குச் சந்தோஷம்தான்! சரி, முக்கியமான விஷயம் என்னவென்றால், இப்போது என் வாழ்க்

கையே வித்தியாசமாக மாறிவிடப் போகிறது! என் வாழ்க்கை இரண்டு துண்டுகளாக உடைந்துவிடப் போகிறது" என்று மீண்டும் தனக்கே உரிய மன உளைச்சல்களுக்கு ஆட்பட்டுப் போனவனாக அவன் உரக்கக் கத்தினான். "ஆமாம்... எல்லாமே... எல்லாமே... நான் அதற்குத் தயாராக இருக்கிறேனா...? நான் அதை விரும்பு கிறேனா...? இதை நான் ஏற்றுக்கொண்டாக வேண்டும் என்று அவர்கள் சொல்கிறார்கள். ஆனால் இப்படிப்பட்ட உதவாக்கரை யான விசாரணைகளை எதிர்கொள்வதால் எந்த நோக்கம் நிறை வேறக்கூடும்? இருபது ஆண்டுக்காலம் என்னைச் சிறையில் வைத்து நசுக்கித் துன்பங்களாலும், முட்டாள்தனங்களாலும் என் சிந்திக்கும் திறனை மழுங்கடித்து, மலடாக்கி, வலுவே இல்லாத வயோதிகனாக என்னை மாற்றி விடுவதைத் தவிர இதற்கு வேறு என்ன நோக்கம் இருக்க முடியும்? அதற்குப் பிறகு வாழ்வதற்கு எனக்கு என்னதான் மிச்சமிருக்கும்? அப்படி ஒரு வாழ்க்கைக்கு நான் ஏன் இப்போது மனப்பூர்வமாகத் துணிய வேண்டும்? இன்று பொழுது விடியும் நேரத்தில் நேவாவின் கரையில் நின்றுகொண்டி ருந்தபோதுதான் நான் எப்படி ஒரு மோசமான துர்பாக்கியசாலி என்பதைப் புரிந்துகொண்டேன்"

இறுதியாக அவர்கள் இருவரும் அங்கிருந்து ஒன்றாகவே வெளியேறிச் சென்றனர். அவன் சொல்வதையெல்லாம் ஏற்றுக் கொள்வது அவளுக்குக் கடினமாகத்தான் இருந்தது. ஆனாலும் அவள், அவன் மீது மிகுந்த பாசம்கொண்டிருந்தாள். அவள் அவனிடமிருந்து சில அடி தூரம் விலகிச்சென்ற பிறகு, மீண்டும் திரும்பி அவனை ஒருமுறை பார்த்தாள். அவன் இன்னும்கூட அவள் பார்வைக்குப் புலப்படும் தூரத்தில்தான் இருந்தான். தெரு மூலையை அடைந்தபோது அவனும் அவளைத் திரும்பிப் பார்த் தான். அவர்களின் கண்கள், கடைசி முறையாகச் சந்தித்துக் கொண்டன. அவள் தன்னையே கவனித்துக்கொண்டிருப்பதைப் பார்த்ததும், அவன் சற்றுப் பொறுமையிழந்தவனாக எரிச்சலோடு அவளைப் போகுமாறு கையசைத்துச் சைகை செய்துவிட்டுச் சட்டென்று தெருமுனையின், ஒரு திருப்பத்தில் திரும்பி மறைந் தான்.

'தான் ஒரு கொடுமைக்காரன் என்பது எனக்கே தெரிந்தது தானே?' என்று எரிச்சலோடு நினைத்தபடி, தான் அவளைச் சைகை காட்டிப் போகச் சொன்னதை நினைத்து வெட்கப்பட் டான் அவன். 'அவர்கள் காட்டும் அன்புக்குக் கொஞ்சமும் தகுதியே இல்லாத என்னிடத்தில் ஏன் இவர்கள் இத்தனை அன்பு செலுத்துகிறார்கள்? ஒருவேளை நான் தனியாகவே இருந்து, எவரும் என்னை நேசிக்காமல், நானும் எவரையுமே நேசிக்காமல் இருந்

திருந்தால்... இப்போது நடந்த எதுவுமே சம்பவித்திருக்காது! அதிருக்கட்டும், அடுத்த பதினைந்து ஆண்டுகளுக்குள் நான் பலவீனமாக மாறிப் போய்விட முடியுமா? அது சாத்தியம்தானா? நான் எந்த வார்த்தை பேசினாலும் என்னை ஒரு கொலைகார னென்றே முத்திரை குத்தும் மனிதர்கள் முன்பு, பயத்தோடு மண்டி யிட்டு, என்னை நானே தாழ்த்திக்கொள்வது எனக்குச் சாத்திய மாகக்கூடியதுதானா? ஆமாம், அதேதான்! அதேதான்! அவர்கள் என்னை நாடு கடத்துவதற்கான நோக்கமே அதுதான்! அவர்கள் விரும்புவதெல்லாம் அது ஒன்றுதான்! இதோ, இந்தத் தெருக்களில் வேகமாக ஓடிக்கொண்டிருக்கிறார்களே, அவர்கள் ஒவ்வொரு வருமே இயல்பில் அயோக்கியர்கள்தான்... குற்றவாளிகள்தான்... இன்னும் மோசமான முட்டாள்களும்கூடத்தான்! ஆனால் எனக் குரிய தண்டனையிலிருந்து நான் தப்பித்துக்கொள்வதை மட்டும் அவர்கள் பொறுத்துக்கொள்ளவே மாட்டார்கள். தாங்களென் னவோ நியாயவாதிகளைப் போல வெறுப்போடு கூச்சல் போடு வார்கள்! இவர்களையெல்லாம் நினைத்தால் எனக்குத்தான் எவ்வளவு வெறுப்பாக இருக்கிறது! ஆமாம், நான் இவர்களை வெறுக்கிறேன்!'

அவன் தனக்குள் தீவிரமாக யோசிக்கத் தொடங்கினான்: "கடைசி கடைசியாக மற்றவர்களைவிடத் தான் தாழ்ந்தவன் என்ற எண்ணம் படிப்படியாக அவனுக்குள்ளேயே ஏற்பட்டுப் போய் விடலாமல்லவா? அது நேராது என்று எப்படிச் சொல்ல முடியும்? உறுதியாக அப்படித்தான் நடக்கும்! இருபது ஆண்டுக்காலம் விடுபடவே முடியாதபடி ஒருவன் ஒடுக்கப்படுவது என்பது, இறுதியில் அவனை முற்றிலுமாக நசுக்கிப் போடாமல் வேறு என்ன செய்யும்? தண்ணீர்கூடக் காலப் போக்கில் கல்லை இளக்கிவிடுகிறது! அதன்பிறகு ஏன், உயிர் வாழ வேண்டும்? எல்லாமே புத்தகத்தில் எழுதியுள்ள சட்டங்களின்படிதான் நடக் கும் என்பதையும், வேறு வகையாக நடப்பதற்கு வாய்ப்பே இல்லை யென்பதையும் நன்றாகத் தெரிந்துகொண்டிருந்தும் நான் ஏன் இப்போது அங்கே போய்க்கொண்டிருக்கிறேன்...?"

முதல்நாள் மாலையிலிருந்து நூறு தடவைகள் இந்தக் கேள்வியைத் தனக்குத்தானே அவன் கேட்டுக்கொண்டிருந்தாலும் கூட இப்போது அவன் அங்கேதான் போய்க்கொண்டிருந்தான்.

அத்தியாயம் – 8

சோனியாவின் அறைக்குள் அவன் நுழைந்தபோது இருட்டிப் போயிருந்தது. அன்று முழுவதுமே, அவள் அவனுக்காக மிகுந்த தவிப்போடு காத்துக்கொண்டிருந்தாள். முதலில் அவளும் துனியா வுமாகச் சேர்ந்து வெகுநேரம் காத்திருந்தனர். 'சோனியாவுக்கு அந்த விஷயத்தைப் பற்றித் தெரியும்' என்று ஸ்விட்ரிகைலோவ் கூறியிருந்ததால் அவளைச் சந்திப்பதற்காகக் காலையிலேயே சென்றுவிட்டாள் துனியா. அந்தப் பெண்கள் என்னவெல்லாம் பேசிக்கொண்டார்கள், எப்படியெல்லாம் கண்ணீர்விட்டார்கள் என்பதையெல்லாம் இங்கே மீண்டும் நாங்கள் விவரித்துக்கொண்டி ருப்பது தேவையில்லாதது. ஆனால் முடிவில், அவர்கள் இரு வருமே மிக நெருக்கமான சிநேகிதிகளாக மாறிப் போனார்கள்...! சோனியாவைச் சந்தித்துவிட்டுத் திரும்பிச் சென்றபோது, 'இனி மேல் தன் சகோதரன் தனிமையில் விடப்பட மாட்டான்' என்ற ஆறுதல், துனியாவின் உள்ளத்தில் நிறைந்திருந்தது. முதன் முதலாகத் தன் குற்றத்தை ஒப்புக்கொள்ள அவன் தேடிச் சென்றது சோனியாவைத்தான்! அவனுக்கு இன்னொரு மனித உயிரின் துணை தேவைப்பட்டபோது, அவன், அவளிடம்தான் சென்றிருக் கிறான். அதுபோலவே விதிவசத்தால் அவன் எங்கே செல்ல நேர்ந் தாலும் அவளும் கட்டாயம் அவளைப் பின்தொடர்ந்து செல் வாள்! சோனியாவிடம் அதைப்பற்றி ஏதாவது கேள்வி கேட்க வேண்டுமென்றோ, விசாரிக்க வேண்டுமென்றோகூட துனியா வுக்குத் தோன்றவில்லை. அது அப்படித்தான் நடக்கப் போகிறது என்பது அவளுக்குத் தெரிந்திருந்தது. சோனியாவைப் பணிவு கலந்த வியப்போடு பார்த்துக்கொண்டிருந்தாள் துனியா. தன்னிடம் துனியா இத்தனை பயபக்தியைக் காட்டியது, முதலில் சோனியாவைச் சற்று சங்கடத்திற்குள் ஆழ்த்தியது. கிட்டத்தட்டக் கண்ணீர்விட்டுக் கதறிவிடும் நிலையில் அவள் இருந்தாள். துனியாவை ஏறெடுத்துப் பார்க்கக்கூடத் தனக்குத் தகுதி இல்லை என்று தன்னைப் பற்றி முற்றிலும் வேறுமாதிரியாக நினைத்து கொண்டிருந்தவள் அவள். ரஸ்கோல்னிகோவின் அறையில் நிகழ்ந்த முதல் சந்திப்பில், மிகுந்த மரியாதையோடும், பணிவோடும் துனியா தன்னை மண்டியிட்டு வணங்கிய காட்சி, கிடைப்பதற்கு

அரிய, அழகான, அபூர்வமான ஒரு காட்சியாக அவளது மனதில் பதிந்து போயிருந்தது.

காத்திருந்து காத்திருந்து பொறுமையிழந்து போன துனியா, சோனியாவின் வீட்டிலிருந்து கிளம்பிச் சென்று, தனது அண்ணனின் அறையிலேயே அவனுக்காகக் காத்திருக்கத் தொடங்கினாள். ஒருவேளை முதலில் அவன் சோனியாவைப் பார்ப்பதற்கு வரக்கூடும் என்று அவள் எண்ணியிருந்தாள். அதனால்தான் சோனியாவின் வீட்டில் போய் இவ்வளவு நேரமும் காத்திருந்தாள்.

ரஸ்கோல்னிகோவ் தற்கொலை செய்துகொள்வானோ என்ற பயம் உடனடியாக சோனியாவை வதைக்கத் தொடங்கியது. துனியாவும் அதேமாதிரியான உணர்வின் பிடியில்தான் சிக்கியிருந்தாள். ஆனால் அவர்கள் இருவரும் சேர்ந்திருந்தபோது, அப்படியெல்லாம் நடந்துவிடாது என்று இடைவிடாமல் ஒருவருக்கொருவர் ஆறுதல் கூறித் தேற்றிக்கொண்டிருந்தனர். அதனால் இருவரும் ஒன்றாக இருந்த நேரத்தில் அந்தக் கவலை அவர்களை அதிகமாகப் பாதிக்கவில்லை. இப்போது இருவரும் தனித்தனியே பிரிந்துவிட்ட நிலையில், அவர்களால் அதைத் தவிர வேறு எதைப் பற்றியுமே நினைக்க முடியவில்லை.

'ரஸ்கோல்னிகோவுக்கு எதிரே இருப்பவை இரண்டு வழிகள் மட்டும்தான் – ஒன்று, சைபீரியாவுக்குச் செல்வது, மற்றொன்று, தற்கொலை செய்துகொள்வது' என்று முதல்நாள் ஸ்விட்ரி கைலோவ் கூறிய வார்த்தைகள் சோனியாவின் உள்ளத்தில் ஒலித்துக்கொண்டே இருந்தன. மேலும் அவனுடைய முரட்டுத்தனம், பிடிவாதம், தன் முனைப்பு, கடவுள் நம்பிக்கை இல்லாத அவனது மனப்போக்கு ஆகிய அனைத்தையுமே அவள் நன்றாக அறிந்து வைத்திருந்தாள். கேவலம் மரண பயத்திற்காக அஞ்சியபடி எப்படியாவது உயிரோடு இருந்தால் போதும் என்று கோழைத்தனமாக அவன் நினைக்க மாட்டான் என்பதை யோசித்துப் பார்த்தபோது வியப்பும் திகைப்பும் அவளை ஒருசேரத் தாக்கின.

சூரியன் மறைந்துகொண்டிருந்தது. அவள் ஜன்னலருகே நிலைமரமாக நின்றபடி, வருத்தத்தோடு வெளியிலேயே விழி பதித்திருந்தாள். ஆனால் அடுத்தாற்போல இருந்த ஒருவீட்டின் வெறுமையான, வெள்ளையடிக்காத சுவரைத் தவிர கண்ணுக்கு வேறு எதுவும் புலனாகவில்லை. துயரத்தின் விளிம்புக்கே சென்றுவிட்ட ரஸ்கோல்னிகோவ் இறந்துதான் போயிருப்பான் என்று முழுமையாக அவள் முடிவுகட்டிய இறுதியான ஒரு தருணத்தில், அவன் அறைக்குள் நுழைந்தான்.

ஒரு கணம் ஆனந்தத்தின் மிகுதியில் உற்சாகமாகக் கூச்ச லிட்ட அவள், அவனது முகத்தைக் கவனமாக நோக்கிய பிறகு வெளிறிப்போனாள்.

"ஆமாம், நான்தான்!" என்று சொன்ன அவன் மெலிதாகப் புன்னகை செய்தான். "உன்னுடைய சிலுவைகளுக்காக நான் இங்கே வந்திருக்கிறேன், சோனியா! என்னை முச்சந்திக்குச் செல்லு மாறு தூண்டியவளே நீதான். இப்போது, அது ஒரு முடிவுக்கு வரும் இந்த நிலையில், நீ ஏன் சுருங்கிப் போய்ப் பின் வாங்குகிறாய்?"

சோனியா அவனை வியப்புடன் பார்த்தாள். அவனது குரல் திடீரென்று வித்தியாசமாக ஒலிப்பதைப் போலிருந்தது. அதைக் கேட்டதும் அவளுக்குள் ஒரு சிலிர்ப்பும் நடுக்கமும் பரவியது. ஆனால் ஒரு நிமிடம் கழிந்த பிறகு, அவனது குரலின் தொனி, அவன் பேசிய சொற்கள் ஆகிய இரண்டுமே செயற்கையாக இருந்ததை அவள் கண்டுகொண்டாள். அவளிடம் பேசும்போது, அவளை நேரடியாகப் பார்ப்பதைத் தவிர்க்க விரும்புவதைப் போல அவனது கண்கள் வேறுபக்கம் திரும்பியிருந்தன.

"இதோ போர் சோனியா! இதை இப்படிச் செய்வதுதான் சரியானதாக இருக்குமென்று நான் முடிவு செய்து வைத்திருக் கிறேன். இப்போது நிகழ வேண்டியது ஒரே ஒரு சம்பவம்தான்! அதைச் சொல்ல ஆரம்பித்தால் நீண்டுகொண்டே போகும்! அதற்குத் தேவையும் இல்லை! ஆனாலும்கூட இப்போது என்னைப் போட்டுத் தொந்தரவு செய்து, கோபப்படுத்தும் ஒரு விஷயம் என்னவென்று உனக்குத் தெரியுமா? சீக்கிரத்திலேயே, சில முட்டாள்தனமான, மிருகத்தனமான முகங்கள் என்னைச் சுற்றி வளைத்துச் சூழ்ந்து கூட்டம் போடப் போகின்றன. வாயைப் பிளந்தபடி, கண்களை உருட்டி விழித்துக்கொண்டு அபத்தமான கேள்விகளையெல்லாம் என்னிடம் கேட்கப் போகின்றன. அந்த அபத்தமான கேள்விகளுக்கெல்லாம் பதில் சொல்லும்படி அவை என்னைப் பலவந்தப்படுத்தி வற்புறுத்தப் போகின்றன. நீதான் குற்றவாளி என்று என்னை நோக்கித் தங்கள் விரல்களை நீட்டிச் சுட்டிக்காட்டப் போகின்றன. அதை நினைத்துத்தான் எனக்குக் கோபம் குமுறிக்கொண்டு வருகிறது! ஐயோ... சே... உனக்கு ஒன்று தெரியுமா? நான் இப்போது போர்ஃபிரியிடம் போகப் போவ தில்லை. அவரைக் கண்டாலே எனக்கு எரிச்சலாக இருக்கிறது. அவரிடம் போவதற்குப் பதிலாக ஊசிப்பட்டாசாக வெடிக்கும், அந்த லெப்டினன்ட் நண்பரிடம்தான் நான் போகப் போகிறேன்! 'அதை' அவரிடம் நான் சொல்லும் அந்த நேரத்தில் அவரிடம் எத்தனை ஆச்சரியம் ஏற்படப் போகிறது தெரியுமா? எப்படிப்பட்ட

ஒரு பரபரப்பை அவரிடம் நான் உண்டாக்கப் போகிறேன் தெரியுமா? ஆனால், அப்போது, நான் என் உணர்ச்சிகளைச் சிறிதும் வெளிக்காட்டிவிடாமல் அமைதியாகத்தான் இருந்தாக வேண்டும். சமீபகாலமாக எதற்கெடுத்தாலும் கோபமும் எரிச்சலு முமாகவே இருக்கிறேன் நான்! கொஞ்சநேரத்திற்கு முன்னால் – என்னைக் கடைசித் தடவையாகத் திரும்பிப் பார்க்க முற்பட்ட என் சகோதரியை நோக்கி, முஷ்டியால் குத்துவதைப் போல நான் சைகை செய்தேனென்றால் உன்னால் அதை நம்ப முடியுமா? எவ்வளவு மோசமான மனம் எனக்கு வாய்த்திருக்கிறது பார்த் தாயா? அத்தனை கேவலமான, இழிந்த நிலைக்கு இறங்கிப் போய் விட்டேன் நான்! சரி, அந்தச் சிலுவைகள் எங்கே?"

அவன், இப்போது அவனாக இல்லை. ஒரு நொடிக்கு மேல் ஓர் இடத்தில் அவனால் நிலையாக நிற்க முடியவில்லை, அல்லது ஒரு பொருளின் மேல் தன்னுடைய கவனத்தை அவனால் ஒரு நொடிக்கு மேல் நிலைப்படுத்த முடியவில்லை. அவனுடைய எண்ணங்களும், அவனுடைய சிந்தனைகளும் ஒன்றைவிட்டு ஒன்று தாவிக்கொண்டிருந்தன. அவனுடைய பேச்சு, ஒன்றுக்கொன்று தொடர்பில்லாமல் இருந்தது. அவனுடைய கைகள் இலேசாக நடுங்கிக்கொண்டிருந்தன.

சோனியா அமைதியாகச் சென்று, மேஜை இழுப்பறையி லிருந்து சைப்ரஸ் மரத்துண்டினால் செய்யப்பட்ட சிலுவையையும், தாமிரத்தால் செய்யப்பட்ட சிலுவையையும் எடுத்துக்கொண்டு வந்தாள். தன்மீதும் அவன்மீதும் சிலுவைக் குறியிட்ட பிறகு, சிறிய சைப்ரஸ் மரச் சிலுவையை அவனது மார்பில் அணிவித்தாள்.

"இப்பொழுது நான் என் சிலுவையைச் சுமக்கப் போகிறேன் என்பதற்கு இது ஓர் அடையாளம். அப்படித்தானே...? ஹி... ஹி!" என்று சற்று ஏளனமாக நகைத்தான் அவன். அப்படியென்றால் இதற்கு முன்பு நான் அனுபவித்த துன்பங்களெல்லாம் மிகச் சாதாரணமானவை என்று அர்த்தமா? மரத்தால் செய்த சிலுவை, சாமானியமான நாட்டுப்புற மக்களுடையது. அதை நான் எடுத்துக் கொள்கிறேன். தாமிரத்தால் செய்யப்பட்ட, லிஸாவெதாவுடைய சிலுவையை நீ அணிந்துகொள். எங்கே? அதைக் கொஞ்சம் காட்டு! அப்படியென்றால் இதுதான் அவள் போட்டுக்கொண்டி ருந்த சிலுவையா? இதேமாதிரி இரண்டு பொருள்களை 'அப்போது' நான் பார்த்ததாக நினைவிருக்கிறது. ஒன்று வெள்ளி யிலான சிலுவை, மற்றொன்று கடவுளின் உருவம் பொறிக்கப்பட்ட பதக்கம்! அந்த இரண்டையும் அந்தக் கிழவியின் நெஞ்சின் மீது தூக்கிப் போட்டுவிட்டு வந்துவிட்டேன். ஒருவகையில் சொல்லப்

போனால், அதுதான் இப்போது எனக்குப் பொருத்தமானதாக இருக்கும். அதை நான் அணிந்துகொள்வதுதான் சரியானது! சே... நான் முட்டாள்தனமாக எதை எதையோ பேசிக்கொண்டு, முக்கிய மான, உண்மையான விஷயத்தைச் சொல்லாமல் மறந்து போய்க் கொண்டிருக்கிறேனே! வரவர எனக்கு ஞாபகமறதி அதிகமாகி விட்டது! இதோபார் சோனியா, உனக்கு இது தெரிந்திருக்க வேண் டும் என்பதால் உன்னிடம் முன்கூட்டியே சொல்லி எச்சரித்துவிட வேண்டும் என்பதற்காகத்தான் நான் இப்போது இங்கே வந்தேன். ஆமாம்! அவ்வளவுதான் விஷயம்! உண்மையிலேயே நான் வந்தது அதற்காகத்தான்! (ம்...ம்... இன்னும் ஏதேதோ நிறையச் சொல்ல வேண்டுமென்று நினைத்துக்கொண்டிருந்தேனே?) சரி... விடு! நானே வலியப் போய்க் குற்றத்தை ஒப்புக்கொள்ள வேண்டும் என்று சொன்னவளே நீதான்! இதோ நானும் இப்போது சிறையை நோக்கித்தான் போய்க்கொண்டிருக்கிறேன். உன் விருப்பம் நிறை வேறும் நேரத்தில் ஏன் இப்படி அழுதுகொண்டிருக்கிறாய்? நீ கூடவா அழவேண்டும்? போதும், எல்லாமே போதும்! நீ அழுவது எனக்கு எவ்வளவு கஷ்டத்தைத்தரும் என்று உனக்குத் தெரியுமா?"

உணர்ச்சிவசப்பட்டு அவள் அழுதுகொண்டிருந்தாள். அவளுடைய வேதனையைக் கண்டு அவனும் துன்புற்று உணர்ச்சி வசப்பட்டான். அவளைப் பார்க்கப் பார்க்க அவனது இதயத்தின் வேதனை பெருகியது. 'என்மீது இவள் ஏன் இத்தனை அக்கறை காட்ட வேண்டும்?' என்று தனக்குள்ளாகவே கேட்டுக்கொண் டான் அவன். "அவளுக்கு நான் யார்? என் அம்மாவைப் போல வும், துனியாவைப் போலவும் இவள் ஏன் அழவேண்டும்? என்னைக் கவனித்துக்கொள்ள வேண்டும் என்று இவள் ஏன் துடிக்க வேண்டும்? அதற்காக அவள் ஏன் முயல வேண்டும்? எனக்கு ஒரு பணிப்பெண்ணாக இருக்க வேண்டுமென்று உறுதி யாக முடிவு செய்துகொண்டிருப்பவளைப் போலல்லவா அவள் இருக்கிறாள்?

"சிலுவைக் குறியிட்டு ஒரே ஒரு முறையாவது, எனக்காகப் பிரார்த்தனை செய்யுங்கள்!" என்று நடுங்கும் குரலில், பயத்தோடு அவனிடம் கெஞ்சிக் கேட்டுக்கொண்டாள் சோனியா.

"கட்டாயம்! உன் விருப்பப்படி – நீ எப்படி ஆசைப்படு கிறாயோ அப்படியே செய்கிறேன், சோனியா! அதுவும் என் முழு மனதோடு அப்படிச் செய்கிறேன்..."

ஆனால் உண்மையில் அவன் அவளிடம் சொல்ல நினைத் தது அதுவல்ல. வேறு ஏதோ ஒன்றைத்தான் அவளிடம் சொல்ல எண்ணியிருந்தான் அவன். பலமுறை தன் நெஞ்சில் சிலுவைக் குறியிட்டுக்கொண்டான் அவன். சோனியா ஒரு சால்வையை

எடுத்துத் தன் தலை மீது முக்காடிட்டுக்கொண்டாள். 'அந்த முழுக்குடும்பத்திற்கும் சொந்தமான சால்வை' என்று முன்பு மர்மெலாதோவ் குறிப்பிட்டிருந்த அந்தப் பச்சை நிறச் சால்வை இதுவாகத்தானிருக்க வேண்டும் என்று அதைப்பற்றி ரஸ்கோல்னி கோவ் கண நேரம் சிந்தித்தாலும் அது குறித்து அவளிடம் எதுவும் கேட்கவில்லை. தன் மனம் பயங்கரமாக அலை பாய்ந்துகொண்டி ருப்பதையும், வேதனை கலந்த பதற்றம், தன்னை ஆட்டிப் படைத்துக்கொண்டிருப்பதையும் அவன் முழுமையாக உணர்ந் தான். அது அவனைக் கலவரப்படுத்தியது. சோனியாவும் தன் னோடு (சைபீரியாவுக்குக்) கிளம்புவதற்கு ஆயத்தம் செய்து கொண்டிருப்பது, திடீரென்று அவனுக்குள் உறைத்தது.

"நீ என்ன செய்துகொண்டிருக்கிறாய், இப்போது? எங்கே போவதற்காக நீ தயாராகிக்கொண்டிருக்கிறாய்…? நீ இங்கேயே இரு. நான் மட்டும் தனியாகப் போய்க்கொள்வேன்!" என்று எரிச்ச லோடு கத்திவிட்டுக் கதவருகே சென்றான் அவன். வன்ம உணர்ச்சி யில் பொங்கி வெடித்துக்கொண்டிருந்த அவன் "ஊர்வலம் போவது போலச் சேர்ந்து போவதற்கு இப்போது என்ன தேவை இருக்கிறது?" என்று முணுமுணுத்தபடி வெளியே சென்றான். சோனியா அறையின் நடுவில் நின்றுகொண்டிருந்தாள். அவன் அவளிடம் 'போய்வருவதாகச்' சொல்லிக்கொள்ளக்கூட இல்லை. அவன், அவளையே இப்போது மறந்து விட்டிருந்தான். ஒப்புக் கொள்ள மறுத்து, முரண்டுபிடிப்பதைப் போன்ற கடுமையான சந்தேகம் ஒன்று திடீரென்று எழுந்து இப்போது அவனது உள்ளத்தை நிறைத்திருந்தது.

'ஆனால்… இப்போது நான் செய்வதெல்லாம் சரியானது தானா? அல்லது இப்படிச் செய்வதுதான் சரியா?' என்று படிகளில் இறங்கிக்கொண்டிருக்கும்போது மீண்டும் வியப்போடு யோசித்துக்கொண்டிருந்தான் அவன். 'நான் எடுத்த முடிவுகள் எல்லாவற்றையும் மாற்றிவிட்டு இப்போது அங்கே போகாமலிருந்து விட்டால் என்ன? அது ஒன்றும் சாத்தியமில்லாத விஷயமில் லையே…? இப்போது நினைத்தாலும்கூட அப்படிச் செய்து விட முடியுமே…? அங்கே போய்ச் சரணடையாமல் இருந்துவிட லாமே…?'

ஆனாலும், அவன் அங்கே சென்றுகொண்டுதானிருந்தான். இனிமேலும் அதிகமான கேள்விகளைத் தனக்குள் கேட்டுக் கொண்டிருக்கக்கூடாது என்ற உணர்வு, திடீரென்று அவனுக்குள் அழுத்தமாக உதித்தது. தெருவில் இறங்கிச் சென்றுகொண்டிருக்கும் போது, சோனியாவிடம் உரிய முறையில் தான் விடை பெற்றுக்கொள்ளவில்லை என்பதும், பச்சை சால்வை தரித்திருந்த

ஃபியோதர் தஸ்தயெவ்ஸ்கி ● 1021

கோலத்தில் அறையின் நடுவில் அவள் நின்றுகொண்டிருந்தபோதே அவளைவிட்டு விலகி வந்துவிட்டோமென்பதும் அவனுக்கு நினைவு வந்தது. அவன் ஏதேனும் சத்தம் போடுவானென்று பயந்து போய் அவளும் அதற்கு மேலும் எதுவும் பேசத் துணியாமல் இருந்துவிட்டாள். கணநேரம் சற்றுத் தயங்கியபடி நின்றான் அவன். அந்தக் கணத்தில் மிகத் தெளிவான ஓர் எண்ணம், ஒரு சிந்தனை அவனுள்ளே மின்னலடித்தது. அதுவரையில் அவனுக்குள்ளேயே பதுங்கிக்கொண்டிருந்த அது, இறுதியாக அவனைத் தாக்க வேண்டுமென்று காத்துக்கொண்டிருந்ததைப் போலிருந்தது.

'இப்போது நான் அவளை நாடி வந்தது எந்த நோக்கத்திற்காக?' 'எனக்கு உன்னிடம் சில விஷயங்களைப் பற்றி பேச வேண்டியது இருக்கிறது" என்று அவளிடம் நான் சொன்னேனே...?'

'என்ன விஷயம் அது? அதற்கு இப்போது என்ன தேவை வந்தது? நான் அவளைக் காதலிக்கிறேனா?'

இல்லை... நிச்சயமாக இல்லை...! சற்று முன்பு அவளை ஒரு நாயை விரட்டுவதுபோல விரட்டினேனே...? உண்மையாகவே, அந்தச் சிலுவைகளை அவளிடமிருந்து பெற்றுக்கொள்வதற்காகத்தான் நான் வந்தேனா? அதற்கு என்ன தேவை வந்தது இப்போது...? இல்லை... அவளது கண்ணீரையும், நடுக்கத்தையும் பார்ப்பதற்குத்தான் நான் விரும்பியிருக்கிறேன். அவளது இதயம் அலைக்கழிக்கப்பட்டுச் சுக்கு நூறாகச் சிதைந்து போவதைப் பார்க்கத்தான் நான் ஆசைப்பட்டிருக்கிறேன். இறுகிப் பிடித்துக் கொள்வதற்கு ஏதோ ஒரு பிடிமானம் – அது எதுவாக இருந்தாலும் சரி – எனக்குத் தேவைப்பட்டிருக்கிறது. யாராவது ஒரு மனித ஜீவனைப் பார்த்துக்கொண்டு, நேரத்தை ஓட்டியபடி நான் அங்கே போவதைத் தாமதப்படுத்திக்கொண்டிருக்கிறேன்! அவ்வளவுதான்! எப்படிப்பட்ட சாதனைகளையெல்லாம் செய்ய வேண்டுமென்று கனவு கண்டுகொண்டிருந்தவன் நான்! எவ்வளவு தன்னம்பிக்கையோடு இருந்தவன் நான்! கொஞ்சம்கூடத் தகுதியே இல்லாத ஒரு பிச்சைக்காரனைப் போல, ஒரு பொறுக்கியைப் போல, மிக மோசமான ஓர் அயோக்கியனைப் போல அல்லவா இப்போது ஆகிவிட்டேன்."

ஓடைக்கரை ஓரமாக அவன் நடந்துகொண்டிருந்தான். அவன் செல்ல வேண்டிய இடம் அதிகத் தொலைவில் இல்லை. ஆனால் பாலத்தின் அருகே வந்ததும் அவன் சற்று நின்றான். பிறகு வைக்கோல் சந்தையின் பக்கமாகத் திரும்பி நடந்தான். தான் செல்லும் வழியில், சாலையின் இருபுறங்களிலும் உள்ள ஒவ்வொன்றையும் ஆர்வத்தோடு உற்றுப்பார்த்தபடி அவன் நடந்து

கொண்டிருந்தான். ஆனாலும் அவனது கவனம் எதிலும் பதியாமல் நழுவிப் போய்க்கொண்டிருந்தது.

'இன்னும் ஒருவாரத்திற்குள்ளாகவோ, ஒரு மாதத்திற்குள்ளாகவோ என்னைக் காவல்துறை வாகனத்தில் ஏற்றிக் கொண்டு இந்தப் பாலத்தின் வழியாகத்தான் ஏதாவது ஒரு சிறைக்குக் கொண்டு போவார்கள். அப்பொழுது இந்த ஓடையைப் பார்க்கும்போது இதெல்லாம் எனக்கு நினைவிருக்குமா?' என்ற சிந்தனை அவனது மனதில் எழுந்தது. 'இதோ, இங்கே இருக்கிற அறிவிப்புப் பலகையில் எழுதியிருக்கும் இந்த எழுத்துகளை அப்போது என்னால் படிக்க முடியுமா? இங்கே ஏதோ 'அசோஸியேஷன்' என்று எழுதியிருக்கிறது. அந்த 'அ' என்ற எழுத்தை நான் நினைவில் வைத்துக்கொண்டு, ஒரு மாதம் கழித்து, அதையே குறிப்பாகப் பார்க்க வேண்டும்! அப்படி அதைப் பார்க்கும்போது என் மனநிலை எப்படி இருக்கும்? என் உணர்ச்சிகளும், சிந்தனைகளும் எவ்வாறு ஓடிக்கொண்டிருக்கும்? கடவுளே, இப்போதுள்ள இந்த மாதிரி நினைப்புகளெல்லாம் அந்த நேரத்தில் மிக மிக அற்பமாகத் தோன்றிவிடுமே...? ஆனாலும், அது வேறு மாதிரி வினோதமானதாக வித்தியாசமாகத்தான் இருக்கும். ஹா! ஹா! ஹா! நான்தான் எப்படியெல்லாம் வித்தியாசமாகச் சிந்திக்கிறேன்? ஹா! ஹா! ஹா! வர வர நான் மிகவும் சிறுபிள்ளைத்தனம் கொண்டவனாக மாறிக்கொண்டிருக்கிறேனா... இல்லை அப்படி என்னை நானே காட்டிக்கொள்கிறேனா? சே... ஏன் இப்படி என்னை நானே அவமானப்படுத்திக்கொண்டு தாழ்த்திக்கொள் கிறேன்? சே, இந்த மனிதர்கள்தான் எப்படி முட்டித் தள்ளிக் கொண்டு ஓடுகிறார்கள்? அந்தக் குண்டு மனிதனைப் பார்த்தால் ஒரு ஜெர்மானியனைப் போல இருக்கிறது! முழங்கையால் என்னை இடித்துத் தள்ளிக்கொண்டே போகிறான் அவன். தான் இப்படி நெருக்கித் தள்ளிக்கொண்டு போவது யாரை என்று அவனுக்குத் தெரிந்திருக்குமா? அதோ, அங்கே ஒரு கிராமத்துப் பெண், தன் குழந்தையோடு நின்று பிச்சையெடுத்துக்கொண்டிருக்கிறாள். அவளைவிட நான் ரொம்பவும் அதிர்ஷ்டசாலி என்று அவள் நினைத்துக்கொண்டிருக்கக்கூடும்! அது மிகவும் வினோதமானதுதான்! இப்படி ஓர் அருமையான நகைச்சுவைக்காகவே நான் கட்டாயம் அவளுக்கு ஏதாவது கொடுக்க வேண்டும்! ம்... என் பையில் இன்னும் ஒரு ஐந்து கோபெக் காசு பாக்கி இருக்கிறது! இது எங்கிருந்து வந்திருக்கும்?' "இந்தாம்மா... இதை எடுத்துக்கொள்!"

"கடவுள் உங்களை ஆசீர்வதிக்கட்டும்" என்று முனகினாள் அந்தப் பிச்சைக்காரி.

அவன் வைக்கோல் சந்தைக்குள் நுழைந்தான். கூட்டத் திற்குள் இடித்துத் தள்ளிக்கொண்டு, முழங்கைகளால் பிற மனிதர் களை இடித்துத் தள்ளிக்கொண்டு போவது, அவனுக்கு மிக மிக அருவருப்பாகத்தான் இருந்தது. ஆனாலும், மிகுதியான கூட்ட நெரிசல் உள்ள இடங்களாக மட்டும் பார்த்துத்தான் அவன் சஞ்சரித்துக்கொண்டிருந்தான். தனக்குச் சற்றுத் தனிமை கிடைக்கு மானால் அதற்கு விலையாக இந்த உலகத்தையே கேட்டாலும் கூடத் தருவதற்கு அவன் தயாராக இருந்தான். ஆனாலும் தன்னால் ஒரு நிமிடம்கூட அப்படித் தனியாக இருக்கவே முடியா தென்பதையும் அவன் நன்றாகவே உணர்ந்திருந்தான். அங்கே குடிகார மனிதன் ஒருவன், தன்னை எல்லோருக்கும் ஒரு காட்சிப் பொருளாக்கியபடி இருந்தான். அவன் நடனமாடுவதற்கு முயற்சித்துக்கொண்டிருந்தான். ஆனால் அவனால் நிலையாகக் கூட நிற்க முடியாமல் அவனது கால்கள் ஒத்துழைக்க மறுத்துத் தள்ளாடின. மக்கள் அவனைச் சூழ்ந்து நின்றுகொண்டு அவனது செய்கையை வேடிக்கை பார்த்துச் சிரித்துக்கொண்டிருந்தனர். ரஸ்கோல்னிகோவும்கூட அந்தக் கூட்டத்தை விலக்கிக்கொண்டு முன்னால் சென்று அந்தக் குடிகாரனையே கொஞ்ச நேரம் கவனித்துக்கொண்டிருந்தான். திடீரென்று ஒரு சின்னச்சிரிப்பு அவனிடம் வெடித்தது. ஒரு நிமிடத்திற்குப் பிறகு அந்த மனிதனைப் பற்றியே அவன் மறந்துவிட்டிருந்தான்! அந்தக் குடி காரனைத்தான் அவன் பார்த்துக்கொண்டிருந்தான். தான் பார்ப்பது என்னவென்பதுகூட அவனுக்குள் பதிவாகவில்லை. இறுதியாகத் தான் இருப்பது எங்கே என்ற பிரக்ஞையைக்கூட இழந்தவனாக அவன் நடந்து சென்றுகொண்டிருந்தான். ஆனால், சதுக்கத்தின் நடுப்பகுதிக்கு வந்து சேர்ந்தவுடன் ஒரு திடீர் பர பரப்பு அவனைத் தொற்றிக்கொண்டது. ஓர் இனம் புரியாத உணர்வு அவனைப் பற்றிக்கொண்டு, அவனைத் தனது முழு ஆளுமைக்குள் – கட்டுப்பாட்டுக்குள் கொண்டுவந்தது. அவனது உடலையும் மனதையும் சிந்தனைகளையும் அது முழுமையாக ஆளுமை செய்தது.

சோனியாவின் வார்த்தைகள் சட்டென்று அவனது நினை வுக்கு வந்தன. ‘நான்கு வீதிகளும் சந்திக்கும் அந்தச் சதுக்கத்திற்கு உடனே செல்லுங்கள்! நாற்சந்தியிலே, சதுக்கத்தின் நடுவிலே போய் நில்லுங்கள்! மனிதர்களுக்கு முன்னால் மண்டியிடுங்கள்! மண்ணைக் களங்கப்படுத்திவிட்ட நீங்கள், அதனை முத்தமிடுங்கள். இந்த உலகம் முழுவதும் கேட்கும் வண்ணம் ‘நான் ஒரு கொலை காரன்! நான் ஒரு கொலைகாரன்!’ என்று உரக்கச் சொல்லுங்கள்.’ திடீரென்று அவனுக்கு நினைவுக்கு வந்த அந்த வார்த்தைகள், அவனை உலுக்கிப் போட்டன. அவனது உடல் முழுவதும்

மின்னலால் தாக்குண்டது போல நடுநடுங்கியது. தப்பிக்கவே முடியாத துன்பமும் கவலையும் அவனைப் பாரமாக அழுத்திக் கொண்டிருந்ததால் இத்தனை நேரமும் நசுக்குண்டு போயிருந்தான் அவன். குறிப்பாக இந்தக் கடைசி சில மணி நேரங்கள் அவனால் சகித்துக்கொள்ள முடியாதவையாக இருந்தன! அப்படி ஒரு நிலையில் இருந்தபொழுது ஏற்பட்ட இந்த வித்தியாசமான உணர்வு, அவனுள் புதுமையான ஓர் அனுபவத்தையும், கிளர்ச்சி யையும், பரபரப்பையும் உண்டாக்கியது. பேரிடி ஒன்று அவன் மீது இறங்கியது போன்ற உணர்வு அவனைத் தாக்கியது. அவனது ஆத்மாவுக்குள் சிறு பொறி ஒன்றை அது பற்றவைத்தது. அந்த அக்கினிக் குஞ்சு, திடீரென்று தீப்பிழம்பாக வியாபித்து அவனைச் சூழ்ந்துகொண்டது. அந்தக் கணத்தில், ஏதோ ஒரு ரசவாதம் நிகழ்ந் ததைப் போல அவன் மிகவும் மென்மையாக மாறிப் போனான். அவன் கண்களில் கண்ணீர் வெள்ளமாகப் பெருகி, மடை யுடைத்துக்கொண்டு வெளியேறியது. எங்கே நின்றுகொண்டிருந் தானோ அங்கேயே – அந்த இடத்திலேயே – தரை மீது நெடுஞ் சாண்கிடையாக அவன் வீழ்ந்தான்.

சதுக்கத்தின் நடுவில் மண்டியிட்டபடி, தரையை நோக்கிக் குனிந்த அவன், அதன் கசடுகளை ஆனந்தத்தோடும், மகிழ்ச்சி யோடும் முத்தமிடத் தொடங்கினான். பிறகு எழுந்து நின்ற அவன், இரண்டாம் தடவையாக – மீண்டும் அதே போல மண்டி யிட்டான்; அந்த மண்ணை முத்தமிட்டான்.

"இந்த ஆளைப்பார்! கொஞ்சம் கூடுதலாகக் குடித்து விட்டான் போலிருக்கிறது!" என்று அவனருகே நின்றுகொண்டி ருந்த இளைஞன் ஒருவன் கிண்டல் செய்தான். அதன் எதி ரொலியாகச் சில சிரிப்பொலிகளும் எழுந்தன.

"அது ஒன்றுமில்லை பசங்களா! அவன் இப்போது ஜெருச லேமுக்குப் போய்க்கொண்டிருக்கிறான். அதனால்தான் தன்னு டைய தேசத்திடமும், தனது குடும்பத்தினரிடமும் அவன் விடை பெற்றுக்கொண்டிருக்கிறான். இந்த உலகம் முழுவதற்கும் அவன் மண்டியிட்டு வணக்கம் செலுத்துகிறான்! புகழ்பெற்ற நகரமான செயிண்ட் பீட்டர்ஸ்பர்க் அமைந்திருக்கும் இந்த மண்ணை முத்த மிட்டு அதற்கு அஞ்சலி செலுத்துகிறான்! அவ்வளவுதான்!" என்று இலேசாகக் குடித்திருந்த தொழிலாளி ஒருவன் தன் பங்குக்கு ஒரு கருத்தைச் சொன்னான்.

"அவனுக்கு வயது குறைவாகத்தான் இருக்கும் போலிருக் கிறதே...? மிகவும் இளைஞனாகத் தெரிகிறானே" என்றான் மூன்றாவதாக ஒருவன்.

"பாவம், பார்த்தால் கௌரவமானவனாகக்கூடத் தெரி கிறான்" என்று யாரோ சற்று வருத்தத்துடன் குறிப்பிட்டார்கள்.

"இந்தக் காலத்திலெல்லாம் யார் கௌரவமானவன், யார் அகௌரவமானவன் என்பதை அவ்வளவு சுலபமாக நீங்கள் சொல்லிவிட முடியாது!"

ரஸ்கோல்னிகோவைச் சுற்றிலும் எழுந்த இப்படிப்பட்ட பல வகையான கருத்து வெளிப்பாடுகளும் அனுமானங்களும் அவனது இயக்கத்தை, ஓரளவு கட்டுக்குக் கொண்டுவந்து சேர்த்தன. 'நான் ஒரு கொலைகாரன்' என்று நாக்கின் நுனிவரை வந்துவிட்ட வார்த்தைகளைச் சொல்லிவிடாமல் அப்படியே நிறுத்திக்கொண் டான் அவன். தன்னைப் பற்றி வெளிப்படுத்தப்பட்ட கருத்து களுக்கு எந்த வகையான எதிர்வினையும் ஆற்றாமல் அவற்றை அமைதியாகச் சகித்துக்கொண்ட அவன், தன்னைச் சுற்றியிருந்த எதையுமே பார்க்காமல், காவல்துறை அலுவலகம் அமைந்திருந்த இடத்தை நோக்கிச் செல்லும் தெருவழியே நேரே நடக்கத் தொடங்கினான்.

இதெல்லாம் நடந்துகொண்டிருக்கும் வேளையில், அவன் பார்வையில் வேறு ஒன்றும் தென்பட்டிருந்தது. அதைக் கண்டு அவன் பெரிதாக வியப்படைந்துவிடவில்லை. இப்படித்தான் நடக்கப் போகிறது என்பதை அவனுடைய உள்ளுணர்வு ஏற்கனவே அவனுக்கு உணர்த்திவிட்டிருந்தது. வைக்கோல் சந்தை யின் சதுக்கத்தில் அவன் இரண்டாவது முறையாக மண்டியிட்டுத் தரையை நோக்கிக் குனிந்துகொண்டிருந்தபோது, அவன் இருந்த இடத்திற்கு இடதுபுறம், ஐம்பதடி தூரத்தில் சோனியா நின்று கொண்டிருந்ததை அவனால் பார்க்க முடிந்தது. சதுக்கத்திலிருந்த ஒரு மரத் தடுப்புக்குப் பின்னால் ஒளிந்து நின்றபடி, தன்னை அவனது பார்வையிலிருந்து மறைத்துக்கொள்ள அவள் முயற் சித்துக்கொண்டிருந்தாள். துன்பம் நிறைந்த அவனது பாதையில், அவளும் அவனோடு கூடவே தொடர்ந்து வந்திருக்கிறாள் என்பது தெளிவாகப் புலப்பட்டது. என்றென்றும் எப்போதும் சோனியா தன்னுடனேயேதான் இருக்கப் போகிறாளென்பதும், உலகின் எந்த மூலைக்கு விதி அவனை இட்டுச் சென்றாலும் அவளும் தன்னோடு கூடவே வருவாள் என்பதும், தன்னுடன் கூடவே துணையாக இருப்பாளென்பதும் அந்தக் கணத்தில் ரஸ்கோல்னி கோவின் உணர்வுக்குப் புலனாகியது. இந்த எண்ணங்களால் அவனது இதயம் படபடத்துக்கொண்டிருந்தது. இறுதியாகத் தனது விதியை நிர்ணயிக்கப் போகும் இடத்திற்கு அவன் வந்து சேர்ந்திருந்தான்.

அந்தக் கட்டடத்தின் முகப்பு வாயிலுக்குள் சுறுசுறுப்பாக நுழைந்தான் அவன். மூன்றாவது தளத்திற்கு அவன் சென்றாக வேண்டியிருந்தது. 'எனக்கு இன்னும்கூட நேரம் இருக்கிறது – மேலே போய்ச் சேரும் வரைக்கும் – எனக்கு நேரம் இருக்கிறது!' என்று தனக்குள் நினைத்துக்கொண்டான் அவன். இறுதிக் கட்டத்தை நெருங்குவதற்கு இன்னும் வெகுதூரம் சென்றாக வேண்டுமென்பதைப் போன்ற ஓர் உணர்வு அவனுள் இருந்து கொண்டிருந்தது. அதற்கு இன்னும் நிறைய நேரம் எஞ்சியிருப்பதைப் போலவும், அதற்குள் பல விஷயங்களை அவனால் இன்ன மும்கூட மறுபரிசீலனை செய்துவிட முடியும் என்பதைப் போல வும் நினைத்துக்கொண்டிருந்தான் அவன்.

வளைவுகள் நிறைந்த அந்த மாடிப்படி, எப்போதும் போலவே அழுக்கும் குப்பையும் மண்டிக் காணப்பட்டது. அங்கி ருந்த குடியிருப்புகளின் கதவுகளும்கூட எப்போதும் போலத் திறந்தே கிடந்தன. அவற்றின் சமையலறைகளும்கூட வழக்கப் படியே, அதே துர்நாற்றம் கலந்த புகையை வெளிப்படுத்திக் கொண்டிருந்தன. முதல்தடவை வந்து போன பிறகு ரஸ்கோல்னி கோவ் அங்கே வந்திருக்கவில்லை. அவன் கால்கள் மரத்துப் போய்த் தொய்ந்துவிடுவதைப்போலத் தோன்றியபோதும்கூட அவை அவனைச் சுமந்தபடி நகர்ந்துகொண்டுதானிருந்தன. அவனுக்கு மூச்சு வாங்கிக்கொண்டிருந்ததால், தன்னைச் சற்று அமைதிப்படுத்திக்கொண்டு, பிறகு செல்லலாம் என்று நினைத்த வனாகக் கண நேரம் அங்கே நின்றான். தன்னைக் கொஞ்சம் ஆசுவாசப்படுத்திக்கொண்டு சரி செய்துகொண்டால்தான் ஆண் மையின் கம்பீரத்தோடு உள்ளே நுழைய முடியுமென்று அவன் எண்ணினான். 'ஆனால், ஏன் அப்படிச் செய்ய வேண்டும்? அதெல்லாம் எதற்காக' என்று உடனே மற்றொரு எண்ணமும் அவனுக்குள் உதித்தது. தான் செய்யவிருக்கும் செயலைப்பற்றிக் கொஞ்சம் சுய நினைவோடு யோசித்துப் பார்த்தபோது, அவனுக்கு அப்படித் தோன்றியது. அந்த விஷயத்தை எப்படியும் நான் சந்தித்துத்தானாக வேண்டும், நிச்சயம் அதனை நான் எதிர் கொண்டுதான் தீர வேண்டும் என்று ஆகிவிட்ட பிறகு, இழிவான மனிதனைப் போலக் காட்சி தருவதுகூட ஒரு வகையில் நல்லது தான் என்று கடைசியாக முடிவெடுத்துக்கொண்டான் அவன். ஊசிப்பட்டாசு போல வெடிக்கும் இலியா பெத்ரோவிச்சின் உருவம் அவனது அகக்கண்களில் மின்னலடித்தது! அவரிடம் அவன் போய்த்தானாக வேண்டுமா? வேறு யாரிடமாவது போனால் என்ன? நிகோடிம் போமீச்சிடம் போய்விடலாமா? உடனடியாக இங்கிருந்து திரும்பிப் போய்க் காவல் துறைக் கண்காணிப்பாளரின் வீட்டுக்கே போய்விடலாமா? அப்படிச்

செய்தால், விஷயங்கள் அதிகாரப்பூர்வமான தோரணையில் நடப்பது கொஞ்சம் குறைவாக இருக்கும். இல்லை... இல்லை... அந்த ஊசிப்பட்டாசிடமே போய்விடுகிறேன்... எது எனக்கு நேரவிருக்கிறதோ அது உடனடியாக நேர்ந்து விடட்டுமே!'

மரத்துப் போனவனாக, அரைகுறையான பிரக்ஞையுடன் இருந்த அவன், காவல்துறை அலுவலகத்தின் கதவைத் திறந்தான். இம்முறை அங்கே மிகச் சிலர் மட்டுமே இருந்தனர். காவலாளி ஒருவனும், பணியாள் ஒருவனுமே அங்கிருந்தவர்கள். அந்த அலுவலகத்தின் வாயிற்காவலன், தான் அமர்ந்திருந்த தடுப்புப் பகுதியிலிருந்து அவனை எட்டிக்கூடப் பார்க்கவில்லை. ரஸ்கோல்னிகோவ் அடுத்த அறைக்குச் சென்றான். 'ஒருவேளை இப்போதுகூட நான் எதையுமே சொல்லாமல் இருந்துவிடலாமா?' என்ற சிந்தனையே அவனது மனதில் மின்னலாகப் பளிச்சிட்டுக்கொண்டிருந்தது. அந்த அறையில் சீருடை அணியாமல், நீண்ட அங்கி ஒன்றை மட்டுமே அணிந்துகொண்டிருந்த ஒரு குமாஸ்தா, ஒரு மூலையில் அமர்வதற்கு ஆயத்தங்கள் செய்துகொண்டிருந்தான். சமெடோவ் அங்கே காணப்படவில்லை. நிகோடிம் போமீச்சும்கூட அங்கே இல்லை.

"உள்ளே யாருமில்லையா?" என்று வினவியபடி மேசையருகில் அமர்ந்திருந்தவனை நெருங்கினான் ரஸ்கோல்னிகோவ்.

"நீ யாரைப் பார்க்க வேண்டும்?"

"ஆஹா... எந்த ஒரு சப்தத்தையும் கேட்காமல், எந்த ஒரு காட்சியையும் பார்க்காமல் ஒரு ரஷ்யன் உள்ளே வருவதை – தேவதைக் கதைகளில் வருவதைப் போல அது எந்தக் கதையில் என்பதை நான் மறந்துவிட்டேன்? நான் மோப்பம் பிடித்துவிட்டேனே...! சரி, வாருங்கள், உங்களுடைய எளிமையான ஊழியனாகிய நான் உங்களுக்குச் சேவை செய்வதற்காகக் காத்துக்கொண்டிருக்கிறேன்" என்று, பழக்கப்பட்ட குரல் ஒன்று அவனைக் கலகலப்பாக வரவேற்றது.

ரஸ்கோல்னிகோவை அந்தக் குரல் உலுக்கிப் போட, அவன் திடுக்கிட்டுத் திரும்பினான். அந்த ஊசிப்பட்டாசு இலியா பெத்ரோவிச் அவன் எதிரே நின்றுகொண்டிருந்தார். மூன்றாவதாக இருந்த அறையிலிருந்து வெளிப்பட்டிருந்தார் அவர்.

'இவர் ஏன் இங்கே வரவேண்டும்...? இதுதான்விதி!' என்று நினைத்துக்கொண்டான் ரஸகோல்னிகோவ்.

"எங்களைப் பார்ப்பதற்காக வந்திருக்கிறாய் என்று நினைக்கிறேன்! என்ன விஷயமாக வந்தாய்?" என்று உரக்கக் கேட்டார்

இலியா பெத்ரோவிச் (மிகவும் உற்சாகமான மன நிலையில் அவர் காணப்பட்டார். இலேசான குடிபோதையில் கிளர்ச்சியுற்றிருந்தது போலவும் தோன்றியது) "நீ ஏதாவது முக்கியமான வேலையாக வந்திருந்தால் அது கொஞ்சம் தாமதமாகலாம். காரணம் நீ ரொம்பச் சீக்கிரம் வந்துவிட்டாய்! நான் ஏதோ தற்செயலாக இங்கே இருக்கிறேன்! ஆனாலும் உனக்கு ஏதாவது தேவைப் பட்டால் செய்வதற்கு நான் தயாராக இருக்கிறேன், மிஸ்டர்... மிஸ்டர்...! மன்னித்துக்கொள், உன் பெயர்...?"

"ரஸ்கோல்னிகோவ்"

"ஆமாம், ஆமாம்...! ரஸ்கோல்னிகோவ்! நான் மறந்து விட்டேனென்று தவறாக நினைக்காதே! நான் அப்படிப் பட்டவனில்லை... ரோட்யான்... ரோ... ரோட்யானோவிச்... அதுதானே...?"

"ஆமாம்... ஆமாம்... ரோடியன் ரொமனோவிச்! ரோடியன் ரொமனோவிச்! நாக்கு நுனிவரை அந்தப் பெயர் வந்தது! உன்னைப் பற்றிப் பலமுறை விசாரித்துக்கொண்டுதான் இருந்தேன்! சென்றமுறை நீ இங்கே வந்தபோது நமக்குள் எப்படியோ ஏற்பட்டுப் போய்விட்ட உரசலுக்காக உண்மையிலேயே நான் வருத்தப்படுகிறேன். நீ தொடக்க நிலையிலிருக்கும் ஓர் இளம் படைப்பாளி, நல்ல அறிவாளி என்பதையெல்லாம், பிறகுதான் நான் அறிந்துகொண்டேன். கடவுளே! ஆரம்ப நிலையிலிருக்கும் இளம் அறிவாளிகள், இலக்கியவாதிகள் – இவர்களில் எவர்தான் மரபுகளுக்கும், வரையறைகளுக்கும் கட்டுப்பட்டவர்களாக இருந் திருக்கிறார்கள்? என்னுடைய மனைவியும் நானும் இலக்கியத்தின் மீது பெருமதிப்புகொண்டிருக்கிறோம். என் மனைவி, இலக்கியத் தின் பால் தீராத தாகம்கொண்டவளாக இருக்கிறாள். இலக்கியம், கலைகள் இரண்டிலுமே அவளுக்கு மிகுந்த விருப்பம் உண்டு. ஒரு மனிதன் முதலில் கௌரவமானவனாக மட்டும் இருந்து விட்டால் போதும். திறமை, அறிவு, ஆற்றல், மேதைமை ஆகிய வற்றின் துணையால் பிற எல்லாவற்றையுமே அவனால் அடைந்து விட முடியும்! தலையில் போடுகிறோமே இந்தத் தொப்பி, இதற்குத் தனியாக என்ன சிறப்பு இருக்கிறது? 'பிளாக் பெர்ரி' பழங்களைப் போலத் தொப்பிகளும் தான் மலிந்து கிடக்கின்றன. என்னால் 'ஸிம்மர் மேன்' கடைக்குப் போய் மிக எளிதாக ஒரு தொப்பியை வாங்கி வந்துவிட முடியும்! ஆனால் அந்தத் தொப்பிக்குக் கீழே இருப்பதை, அந்தத் தொப்பி மறைத்துக்கொண்டிருக்கும் மூளையை என்னால் விலை கொடுத்து வாங்கிவிட முடியுமா? உன்னைக் கொஞ்சம் சமாதானப்படுத்தி, நம் உறவைச் சரி செய்துகொள்ள வேண்டுமென்பதற்காக நானே உன்னைத்தேடி வரவேண்டுமென்று

நினைத்தேன். ஆனால் ஒருவேளை நீ அதை வேறுமாதிரி எடுத்துக்கொண்டால்...? பார்த்தாயா...? உனக்கு என்ன வேண்டும் என்று கேட்பதைவிட்டுவிட்டு நான் வேறு எதையெதையோ பேசிக் கொண்டிருக்கிறேன்! உண்மையிலேயே உனக்கு இங்கே ஏதாவது காரியம் ஆக வேண்டியிருக்கிறதா சொல். உன் குடும்பம் இங்கே வந்துவிட்டதாகக் கேள்விப்பட்டேனே?"

"ஆமாம், என் தாயும் தங்கையும் வந்திருக்கிறார்கள்."

"ஏற்கனவே உன் தங்கையை நான் சந்தித்துவிட்டேன். அப்படி ஒரு வாய்ப்பு கிடைத்ததில் உண்மையாகவே நான் பெருமையும் மகிழ்ச்சியும் அடைந்தேன். அவள்தான் எவ்வளவு நாகரிகத்தோடும், பண்பாட்டோடும் இருக்கிறாள்? அந்தச் சந்தர்ப்பத்தில் நாம் இருவரும் ஒருவரோடு ஒருவர் அவ்வளவு கடுமையாக மோதிக்கொண்டதற்காக உண்மையாகவே நான் வருத்தப்பட்டேன் தெரியுமா? நீ வலிப்பு வந்தவனைப் போல மயக்கம் போட்டு விழுந்தது, எனக்குக் கொஞ்சம் வினோதமாகத் தோன்றியதால் நான் உன்னைச் சந்தேகக் கண்ணுடனேயே எடை போட்டுவிட்டேன். அதுதான் காரணம்! நீ அப்படி விழுந்ததற்கான காரணத்தையெல்லாம் விரிவான முறையில் பிறகு அறிந்து கொண்டேன். ஏதோ ஒரு விஷயத்தின் மீது நீ கொண்டிருந்த வெறித்தனமான பிடிப்புத்தான் உன்னை அப்படி ஒரு நிலைக்கு இட்டுச் சென்றிருக்க வேண்டும். உன் வெறுப்பையும், கோபத்தையும் என்னால் விளங்கிக்கொள்ள முடிகிறது. இப்போது உனது குடும்பத்தினரும் இங்கே வந்து சேர்ந்துவிட்டதால் நீ ஒருவேளை வேறு எங்காவது குடிபோகிறாயா? அதற்காக உன் முகவரியை மாற்றிக் கொடுப்பதற்காக வந்திருக்கிறாயா?"

"இ...ல்...லை... நான் சும்மாதான் வந்தேன். சமெடோவ் இங்கிருந்தால் அவரைப் பார்த்துவிட்டுப் போகலாமென்றுதான் வந்தேன்!"

"ஓ, அது சரி! நீங்கள் இருவரும் நண்பர்களாகிவிட்டீர்கள் போலிருக்கிறதே! அதைப் பற்றியும் நான் கேள்விப்பட்டேன். ஆனால் சமெடோவ் என்கிற அலெக்ஸாண்டர் கிரிகோரிவிச்சை இந்த அலுவலகமும் நாங்களும் இழந்துவிட்டோம். நேற்று முதல் அவர் இங்கே இல்லை. அவருக்கு வேறு இடத்திற்கு மாற்றலாகி விட்டது. ஆனால் அவர் இங்கேயிருந்து கிளம்பிப் போவதற்கு முன்னால் எல்லோரோடும் மிகவும் நாகரிகமற்ற முறையில் சண்டை போட்டுவிட்டார். அவர் கொஞ்சம் ஏறுக்குமாறாக நடந்துகொள்ளும் குணமுடையவர். தான் மிகவும் கெட்டிக்காரர் என்ற நினைப்புகொண்டவர். இந்தக் காலத்தில் சிறிது புத்திசாலியான எல்லா இளைஞர்களுமே அப்படி நினைத்துக்

கொள்வது வழக்கம்தானே? ஏதோ ஒரு பரீட்சை எழுதுவதற்காக அவர் தயார் செய்துகொண்டிருந்தார். ஆனால் அதை எழுதி முடிப்பதைவிடத் தான் அதை எழுதுகிறேனென்று பெருமை யடித்துக்கொள்வதுதான் அவருக்கு வேலையாக இருந்தது! என்னவோ அப்படிப் பரீட்சை எழுதுபவர்கள்தான் திறமை சாலிகள் என்பதைப் போலவும், தனக்குப் பல விஷயங்களும் தெரியுமென்று காட்டிக்கொள்ள வேண்டுமென்றும் அவர் ஆசைப் பட்டுக்கொண்டிருந்தார். ஆனால் அதற்காக எல்லா இளைஞர் களுமே அப்படித்தானென்று ஒட்டுமொத்தமாகச் சொல்லிவிட முடியாது. உதாரணத்துக்குச் சொல்ல வேண்டுமென்றால் இப் போது நீ இல்லையா? உன் நண்பர் ரஸுமிகின் இல்லையா? நீங்களெல்லாம் அறிவுபூர்வமான வேலைகளில் முனைந்திருப்ப வர்கள். தோல்விகளைக் கண்டு துவண்டு போய்விடாதவர்கள்! உங்களைப் பொறுத்தவரையில் இந்தப் புற உலகின் அழகுகள், கவர்ச்சிகள் இவையெல்லாமே வெறும் மாயைகள்தான்! 'ஒன்றுமே இல்லாதவை' (நிகிலிஸ்ட்) தான். நீங்கள் துறவிகளையும் சந் யாசிகளையும் போலத் 'தவ வாழ்க்கை' வாழ்பவர்கள். ஒரு புத்தகம், காதுக்குப் பின்னால் ஒரு பேனா, இவை மட்டும் இருந்தாலே உங்களுக்குப் போதும். அவற்றைக்கொண்டு அறிவுபூர்வமான ஆராய்ச்சிகளைச் செய்வதிலேயே வாழ்க்கையின் சுவையை உங்களால் கண்டுவிட முடியும். நானும் கொஞ்சம் அந்த மாதிரி இயல்புள்ளவன்தான்! நீ லிவிங்ஸ்டன் வெளியிடும் பத்திரிகை களையெல்லாம் படித்திருக்கிறாயா?"

"இல்லை!"

"நான் படித்திருக்கிறேன். இப்போதெல்லாம் எல்லா இடங் களிலுமே நிறைய 'நிகிலிஸ்டுகளைப்' பார்க்க முடிகிறது. அதற்கான காரணத்தையும்கூடப் புரிந்துகொள்ள முடிகிறது! ஏனென்றால் நாம் வாழ்ந்துகொண்டிருக்கும் காலம் அப்படிப்பட்டது. சரி தானே! ஆனால் நானும் நீயும்... நீ...நீ... ஒரு நிகிலிஸ்ட் இல்லையே? சும்மா வெளிப்படையாகச் சொல்... அப்படித்தானா?

"இ...ல்...லை."

"இதோ பார்! கொஞ்சம்கூடத் தயங்காமல் என்னிடம் தைரியமாக மனம் திறந்து பேசலாம். நீ உன் மனதுக்குள் எப்படிப் பேசுவாயோ அதைவிட அதிகமாகக்கூடப் பேசலாம். கடமை என்பது வேறு! இது வேறு. 'இதுவேறு' என்று சொல்லும்போது நான் 'நட்பு வேறு' என்று பொருள் வைத்துச் சொன்னதாக நினைத்துக்கொள்ளாதே! இது நட்பு இல்லை. பொறுப்பான ஒரு குடிமகனாகவும், மனிதனாகவும் இருக்கும் ஒருவனின் உணர்வு இது! அவ்வளவுதான்! நான் பொறுப்பான ஓர் அதிகாரியாக

இருக்கலாம்... என்னுடைய கடமையை ஆற்றியே தீரவேண்டிய கட்டாயத்திற்கும் நான் ஆட்பட்டிருக்கலாம். ஆனாலும் எனக்குள் குடியிருக்கும் மனிதப் பிரஜையின் குரலுக்கு எப்போதும் நான் செவிசாய்த்துத்தான் ஆக வேண்டும்! அந்தப் பிரக்ஞை எனக்கு எப்போதுமே இருந்தாக வேண்டும். நீ சமெடோவைப் பற்றிப் பேசிக்கொண்டிருந்தாய் அல்லவா? அவர் எப்படிப்பட்டவர் தெரியுமா? ஏதாவது ஒரு மட்டமான விடுதியில் உட்கார்ந்து கொண்டு ஷாம்பெயினை அருந்தியபடியோ, ரஷ்ய நாட்டு ஒயினைக் குடித்துக்கொண்டோ பிரெஞ்சுக்காரர்களின் பாணியில் வம்பளந்துகொண்டிருப்பவர்! உன்னுடைய சமெடோவின் குணம் அதுதான்! நான் அப்படிப்பட்டவனில்லை. செய்யும் தொழிலின் மீது பக்திகொண்டவன். உயர்ந்த எண்ணங்களைக்கொண்டி ருப்பவன். மேலும் எனக்கென்று ஒரு தனிப்பட்ட அந்தஸ்து, பதவி முக்கியத்துவம் ஆகிய எல்லாமே இருக்கின்றன! நான் திருமண மானவன். எனக்கென்று ஒரு குடும்பம் இருக்கிறது! ஒரு மனித னாகவும், ஒரு பிரஜையாகவும் எனக்குரிய கடமைகளை நான் பொறுப்பாக நிறைவேற்றிக்கொண்டிருக்கிறேன். நீ நன்றாகப் படித் திருப்பவன்தானே... நீயே சொல்! அவரிடம் அப்படி என்னதான் இருக்கிறது? அது இருக்கட்டும், இன்னொன்றும்கூட இப்போது அதிகமாகத்தான் இருக்கிறது. மருத்துவம் பார்க்கும் பெண்களின் எண்ணிக்கை இப்போது எல்லா இடங்களிலுமே கூடுதலாகிக் கொண்டுதான் வருகிறது!”

ரஸ்கோல்னிகோவ் எதுவுமே விளங்காதவனாகப் புருவங் களை உயர்த்தினான். இலியா பெத்ரோவிச் வேண்டுமென்றே பாதி வார்த்தைகளை மென்று விழுங்கிக்கொண்டிருந்ததால் சரியாகக் கேட்க முடியாதபடி, பெரும்பாலான சொற்கள், வெற்றுச் சொற் களாகத்தான் அவரிடமிருந்து வெளிப்பட்டுக்கொண்டிருந்தன. ஆனாலும் அவற்றில் ஒரு பகுதியை அவனால் புரிந்துகொள்ள முடிந்தது; தன் பேச்சின் போக்கை இலியா பெத்ரோவிச் எங்கே கொண்டு போய்க்கொண்டிருக்கிறார் என்பது புரியாததால், ரஸ் கோல்னிகோவ் சற்றுக் குழம்பியவனாக அவரையே பார்த்துக் கொண்டிருந்தான்.

“நான் குட்டையாக முடியை வெட்டிக்கொண்டிருக்கும் (பாப் கிராப்) அந்தப் பெண்களைப்* பற்றித்தான் இப்போது பேசிக் கொண்டிருக்கிறேன்” என்று உற்சாகமான, கலகலப்பான மனநிலை யுடன் தொடர்ந்து பேசினார் இலியா பெத்ரோவிச். “நானாகத்

* இளம் தலைமுறையைச் சேர்ந்த பெண் நிகிலிஸ்டுகள், பெண் எழுச்சியின் ஒருபடியாக, மருத்துவத்துறையைத் தேர்ந்தெடுத்துக் கொண்டனர். அவர்கள் முடியைக் குட்டையாக வெட்டிக்கொண்டு, கறுப்புக் கண்ணாடி அணிந்திருந்தனர்.

தான் அப்படி ஒரு பெயரை வைத்து அவர்களை மருத்துவச்சி களென்று அழைக்கிறேன். அதுதான் அவர்களுக்குப் பொருத்த மான பெயரென்று எனக்குத் தோன்றுகிறது. ஹி... ஹி... ஹி! இப்போது அவர்கள் முட்டி மோதிக்கொண்டு கல்வி நிலையங் களுக்கெல்லாம் போகிறார்கள்.

"உடற்கூற்றியலைப் பற்றிப் படிக்கவும் தொடங்கி விட்டார்கள். சரி, இப்பொழுது சொல்! ஒருவேளை எனக்கு உடம்பு சரியில்லாமல் போய்விட்டால், போயும் போயும் ஒரு பெண்ணிடம் சென்றா நான் வைத்தியம் பார்த்துக்கொள்வேன்? ஹி... ஹி... ஹி!"

இலியா பெத்ரோவிச் தனது நகைச்சுவையைத் தானே ரசித்துக்கொள்வது போலச் சிரித்தார்.

"ஒருவேளை ஒருவனுக்குப் படிப்பின் மீது இருக்கிற தாகம் அளவு கடந்ததாக இருக்கிறதென்றேகூட வைத்துக்கொள்வோம்! படிக்கட்டும்! நன்றாகப் படித்து அறிவு பெறட்டும். அது போதுமே! அதை ஏன் தவறாகப் பயன்படுத்த வேண்டும்? அந்தப் போக்கிரி சமெடோவ் செய்ததைப் போல நாகரிகமான மனிதர்களை ஏன் அவமானப்படுத்த வேண்டும்? அவர் ஏன் என்னைக் கேவலப் படுத்த வேண்டும், புண்படுத்த வேண்டும் என்றுதான் நான் உன்னைக் கேட்கிறேன். அப்புறம் பார். இப்பொழுதெல்லாம் எவ்வளவு அதிகமான அளவில் தற்கொலைகள் நடக்கின்றன தெரியுமா? உன்னால் அதைக் கற்பனை செய்து பார்க்கக்கூட முடியாது! தன்னிடமுள்ள கடைசி ஷில்லிங் காசுகளைக்கூடச் செலவழித்துவிட வேண்டியது. பிறகு தங்களைத் தாங்களே மாய்த்துக்கொள்ள வேண்டியது. நிறைய பேர் இப்பொழுதெல்லாம் இப்படித்தான் செய்து கொண்டிருக்கிறார்கள். இதோ பார்! எங்களுக்கு இன்று காலையில்கூட ஒரு தற்கொலைச் செய்தி வந்தது. தற்கொலை செய்துகொண்ட ஒரு மனிதன், மிகச் சமீபத்தில்தான் செயிண்ட் பீட்டர்ஸ்பர்க்குக்கு வந்திருக்கிறான். பார்த்தால் கௌரவமான பின்னணி உள்ளவனாகத்தான் தெரிகிறான்.

நீல் பாவ்லோவிச்! நீல் பாவ்லோவிச்! செத்துப் போன அந்த மனிதன் யார்? அந்த ஆளின் பெயரைக் கொஞ்சம் சொல்லுங்களேன். அதுதான் – அந்தப் பீட்டர்ஸ்பர்க்கி தீவில் ஒருவன் தன்னைத்தானே சுட்டுக்கொண்டானென்று செய்தி வந்ததே... அவன் பெயர் என்ன?"

"ஸ்விட்ரிகைலோவ்" – என்று கரகரத்த முரட்டுக் குர லொன்று அடுத்த அறையிலிருந்து அசிரத்தையாய்ப் பதிலளித்தது.

ரஸ்கோல்னிகோவ் அதிர்ந்து போனான். "ஸ்விட்ரி கைலோவா? ஸ்விட்ரிகைலோவ் தன்னைத்தானே சுட்டுக்கொண்டு விட்டாரா?" என்று அதிர்ச்சியுடன் உரக்கக் கத்தினான் ரஸ் கோல்னிகோவ்.

"என்ன..? உனக்கு ஸ்விட்ரிகைலோவைத் தெரியுமா?"

"ஆமாம்... எனக்கு அவரைத் தெரியும்... அவர் இங்கே வசிப்பவரில்லை!"

"ஆமாம்! கொஞ்ச நாட்களுக்கு முன்னால்தான் அவன் இங்கே வந்திருக்கிறான். அவன் மனைவி இறந்துவிட்டாள். மிக மோசமான நடத்தையுள்ள ஆள் அவன். கொஞ்சம்கூட எதிர் பார்க்க முடியாத சூழலில் திடீரென்று அவன் தன்னைத்தானே சுட்டுக்கொண்டான். தான் சரியான மனநிலையுடன்தான் தற்கொலை செய்துகொண்டதாகவும், தன் சாவுக்கு வேறு எவருமே பொறுப்பு இல்லையென்றும் ஒரு நோட்டுப் புத்தகத்தில் சில வரிகளைவேறு எழுதி வைத்திருக்கிறான். அவன் பெரும் பணக்காரனென்று சொல்லிக்கொள்கிறார்கள். உனக்கு அவனை எந்த அளவுக்குப் பழக்கம்?"

"நான் அவரைச் சந்தித்திருக்கிறேன். என் தங்கை, அவர் வீட்டிலேதான் பணி மேற்பார்வை செய்பவளாக இருந்தாள்..."

"ஆ... அப்படியானால் நீ எங்களுக்கு அவனைப்பற்றி ஏதாவது தகவல் தர முடியுமென்று சொல்! உனக்கு வேறு ஏதாவது சந்தேகம் இருக்கிறதா?"

"நேற்று அவரைப் பார்த்தேன்! அப்போது அவர் குடித்துக் கொண்டிருந்தார். எனக்கு வேறெதுவும் தெரியாது!"

மிகப்பெரிய பாரம் ஒன்று தன்மீது விழுந்து, தன்னை நசுக்கி மூச்சுத்திணற வைத்துக்கொண்டிருப்பதைப் போல உணர்ந்தான் ரஸ்கோல்னிகோவ்.

"மீண்டும் இப்படி வெளிறிப் போய்விட்டாயே...! ஆனால் இங்கே உள்ள சூழ்நிலையும் கொஞ்சம் நெருக்கடியாகவும், புழுக்க மாகவும்தான் இருக்கிறது!"

"ஆமாம்! நேரமாகிறது! நான் போகவேண்டும்" என்று முணுமுணுத்தான் ரஸ்கோல்னிகோவ். "உங்களைத் தொந்தரவு படுத்தியதற்காக மன்னித்துக்கொள்ளுங்கள்!"

"சே... சே... அப்படியெல்லாம் எதுவுமே இல்லை. நீ விரும்பும்போதெல்லாம் இங்கு வரலாம். உன்னைப் பார்த்தது ஓர் இனிமையான அனுபவம்தான். உண்மையிலேயே எனக்கு மகிழ்ச்சியாக இருக்கிறது!"

"இலியா பெத்ரோவிச் அவனுக்கு விடை கொடுப்பதற்காக அவனோடு கைகுலுக்கக்கூட எண்ணி முன்வந்தார்.

"நான் இங்கே வந்தது சும்மா சமெடோவைப் பார்த்துவிட்டுப் போகத்தான்."

"எனக்குப் புரிகிறது. நன்றாகப் புரிகிறது! சரி, உன்னைப் பார்த்ததில் மிகவும் மகிழ்ச்சி!"

"எனக்கும் அப்படித்தான்! உங்களைச் சந்தித்ததில் மிக்க மகிழ்ச்சி! சென்று வருகிறேன்!" என்று புன்னகைத்தான் ரஸ்கோல்னிகோவ்.

அங்கிருந்து வெளியே செல்லும்போது அவனது உடல் தள்ளாடத் தொடங்கியது. அவனது தலை சுழல்வதைப் போலிருந்தது. கால்களெல்லாம் மரத்துப் போயிருந்தன. தனது வலது கையைச் சுவரின் மீது பதித்தபடியே கீழே செல்லும் படிகளின் வழியாக அவன் இறங்கத் தொடங்கினான். கையில் ஒரு புத்தகத்தை வைத்துக்கொண்டு மேலே போய்க்கொண்டிருந்த ஒரு சிப்பந்தி, அவனைத் தள்ளிக்கொண்டு சென்றதைப் போல அவனுக்குத் தோன்றியது. கீழே, எங்கேயோ ஒரு நாய் குரைக்கும் சத்தம் கேட்டது. ஒரு பெண்மணி அதை அதட்டியபடி, அதன்மீது ஓர் உருட்டுக் கம்பியை வீசி எறிந்துகொண்டிருந்தாள். மாடிப் படியின் கீழே வந்து சேர்ந்த அவன், அந்தக் கட்டடத்தின் முகப்பை நோக்கிச் சென்றான். அங்கே, வாயிலை ஒட்டிச் சிறிது தூரத்தில் சோனியா நின்றுகொண்டிருந்தாள். அவளது முகம் பயங்கரமாக வெளுத்துப் போயிருந்தது. அவள் அவனைக் கடுமையாகவும் அவ நம்பிக்கையோடும் பார்த்துக்கொண்டிருந்தாள். அவளருகே சென்று நின்றான் அவன். அவளது முகம் வலியையும், வேதனையையும், களைப்பையும் வெளிப்படுத்திக்கொண்டிருந்தது. தன் கைகளை அவனுக்கு முன்னால் ஏந்திக்கொண்டு நின்று, கெஞ்சி மன்றாடுவது போல அமைதியாக அவனிடம் வேண்டிக் கொண்டிருந்தாள். அவன் தன்னுடைய முகத்தில் வலுக்கட்டாயமாக ஒரு புன்னகையை வரவழைத்துக்கொண்டான். அது பொருளற்றதாக, வெறுமையானதாக, விகாரமானதாக இருந்தது. கண நேரம் அங்கே சற்றுத் தாமதித்து நின்றிருந்த அவன், மீண்டும் ஒரு புன்னகை செய்துவிட்டுக் காவல்துறை அலுவலகத்திற்கே திரும்பிச் சென்றான்.

இலியா பெத்ரோவிச் மேசையருகே அமர்ந்தபடி, ஏதோ தாள்களைக் குடைந்துகொண்டிருந்தார். சற்று முன்பு ரஸ்கோல்னி கோவை இடித்துத் தள்ளிக்கொண்டு மேலே சென்ற சிப்பந்தி அவர் முன்பு நின்றிருந்தான்.

"அட... நீ என்ன மறுபடியும் வந்திருக்கிறாய்? எதையாவது விட்டுப் போய்விட்டாயா...? என்ன... என்ன விஷயம்?"

ரஸ்கோல்னிகோவின் உதடுகள் வெளிறிப் போய் வறண்டிருந்தன. நிலைகுத்திய பார்வையுடன் மெதுவாக நடந்து சென்று மேசையை நெருங்கிய அவன், தன் ஒரு கையை அதன்மீது ஊன்றிக்கொண்டபடி எதையோ பேச முயற்சித்தான். ஆனால் அவனுடைய உதட்டிலிருந்து வார்த்தைகள் வெளிவரவில்லை. சம்பந்தமில்லாத ஏதோ சத்தங்கள்தான் வெளிப்பட்டன.

"உனக்கு உடம்பு சரியில்லை! அதனால்தான் இப்படி இருக்கிறாய்! யாரங்கே...? ஒரு நாற்காலி கொண்டு வாருங்கள்...! இதோ, இந்த நாற்காலியில் உட்கார்ந்துகொள்! தண்ணீர் வேண்டுமா? உடனே யாராவது தண்ணீர் கொண்டு வாருங்கள்!"

இலியா பெத்ரோவிச்சின் முகத்திலிருந்து தன் கண்களைச் சிறிதும் அகற்றாமல் நாற்காலியில் சரிந்தான் ரஸ்கோல்னிகோவ். சற்றும் விரும்பத்தகாத ஆச்சரியம் ஒன்று அங்கே நிகழப் போகிறது என்பதை ஊகித்துவிட்ட பாவனை, அவரது முகத்தில் காணப்பட்டது. அவர்கள் இருவரும் ஒருவரை ஒருவர் நேருக்கு நேராகப் பார்த்தபடி காத்துக்கொண்டிருந்தனர். யாரோ ஒருவர் தண்ணீர் கொண்டு வந்து கொடுத்தார்.

"அது... நான்தான்!" என்று பேசத் தொடங்கினான் ரஸ்கோல்னிகோவ்.

"முதலில் கொஞ்சம் தண்ணீர் குடி!"

தண்ணீர் வேண்டாமென்று மறுத்துவிட்ட ரஸ்கோல்னிகோவ், அமைதியாகவும், உடைந்து போனவனாகவும் பேசினாலும் மிகத் தெளிவாகப் பேசினான்.

"அது, நான்தான்! அந்த வயதான பெண்மணியையும் அவளது தங்கை லிஸாவெதாவையும் கோடாரியால் தாக்கிக் கொலை செய்துவிட்டு, அவர்களிடமிருந்த பொருள்களைக் கொள்ளையடித்த அந்த ஆள், நான்தான்! நானேதான்!"

இலியா பெத்ரோவிச், திறந்த வாயை மூட முடியாதவராக வியப்பில் ஆழ்ந்தார். எல்லாப் பக்கங்களிலிருந்தும் பல மனிதர்கள் அங்கே விரைவாக ஓடிவந்தனர்.

ரஸ்கோல்னிகோவ் தனது ஒப்புதல் வாக்குமூலத்தை மீண்டும் ஒருமுறை கூறத் தொடங்கினான்.

★

பின்கதை...

அத்தியாயம் – 1

சைபீரியாவில் எங்கோ ஒரு தொலைதூரத்தில் நதிக்கரை ஓரமாக அமைந்திருந்த ஒரு சிறிய நகரம் அது. ரஷ்யாவின் நிர்வாக மையங்களில் ஒன்றாக விளங்கிய அந்த நகரத்தில் ஒரு கோட்டையும், அதற்குள்ளே ஒரு சிறைச்சாலையும் இருந்தன. அங்கிருந்த சிறை ஒன்றில் இரண்டாம் வகுப்புக் கைதியாக ஒன்பது மாத காலமாக அடைக்கப்பட்டிருந்தான் ரஸ்கோல்னிகோவ். அந்தக் கொலை நடந்து, கிட்டத்தட்டப் பதினெட்டு மாதங்களாகி யிருந்தன.

சட்ட நடவடிக்கைகள் எல்லாமே அதிகச் சிக்கலின்றி மிக எளிதாக நடந்து முடிந்திருந்தன. குற்றவாளி மிக உறுதியாகவும், தெளிவாகவும், துல்லியமான முறையிலும் தான் கொடுத்த வாக்குமூலத்தை மீண்டும் உறுதிப்படுத்தியிருந்தான். நடந்த சம்பவங்களை எந்த வகையிலும் குழப்புவதற்கோ, தன் மீதான குற்றத்தைக் குறைப்பதற்காகத் திசைதிருப்பவோ அவன் சற்றும் முயலவில்லை. நடந்த விஷயங்களைக் கூட்டிக் குறைத்துத் தவறாக மாற்றிக்கொண்டிருக்காமல், சிறு சிறு தகவல்களைக்கூட மறந்து விடாமல், எதையும் விட்டுவிடாமல், முழுமையாக – நடந்ததை நடந்தபடியே கூறியிருந்தான் அவன். நடந்த கொலை பற்றிய மிக நுணுக்கமான தகவல்களைக்கூட அவன் வெளிப்படுத்தத் தவற வில்லை. இறந்து போன அந்த முதியவளின் கையில் கண் டெடுக்கப்பட்ட 'அடகுப் பொருள்' பற்றிய மர்மத்தையும் (மரத் துண்டையும், உலோகத் துண்டையும் ஒன்றாகப் பொருத்தி அவன் தயார் செய்து வைத்திருந்த அடகுப் பொருள் பற்றிய விளக்கங் களையும்) அவளது உடலிலிருந்து சாவிகளை அவன் எப்படி எடுத்தான் என்பதைப் பற்றியும், அந்தச் சாவிகளின் அமைப்பைப் பற்றியும், அந்த டிரங்குப் பெட்டியின் உள்ளிருந்த பொருள்களில் அவன் கண்டவைகளைப் பற்றியும் அவன் மிகவும் விளக்கமாக வாக்குமூலம் கொடுத்திருந்தான். பெட்டிக்குள் கிடந்த சில பொருள்களைப் பற்றிய குறிப்பான சில விவரங்களையும்கூட அவன் விளக்கியிருந்தான்.

லிஸாவெதாவின் கொலை குறித்த மர்மம், கோச் வந்து முதலில் கதவைத் தட்டியது, தொடர்ந்து அந்த மாணவனும் வந்து

சேர்ந்துகொண்டது, பிறகு இருவருக்கும் நடந்த உரையாடல் என அனைத்தையுமே அவன் தெளிவுபடக் கூறினான். அதன்பிறகு, படிகளில் தான் ஓடும் பொழுது மிகோல்காவும் மீத்காவும் (மித்ரேய்) போட்ட சத்தங்களைக் கேட்டவுடன், காலியாக இருந்த குடியிருப்பில் சற்று ஒளிந்துகொண்டிருந்துவிட்டுப் பிறகு வீடு சென்றது ஆகிய எல்லா சம்பவங்களையும் மறைக்காமல் அவன் தெரிவித்தான்.

'வாஸ்னெஸென்ஸ்கி ப்ராஸ்பெக்ட்' அருகிலுள்ள ஒரு திறந்த வெளியின் கதவருகே, ஒரு பாறாங்கல்லுக்கு அடியில் 'அந்தப்' பொருள்களைத் தான் மறைத்து வைத்திருப்பது பற்றியும் கூறிய அவன், அந்த இடத்திற்கு அவர்களை அழைத்துக்கொண்டு போய் அவற்றைக் காட்டினான். கல்லுக்கு அடியில் அவன் வைத்த பர்ஸும் பொருள்களும் அப்படியே இருந்தன. ஒரே வார்த்தையில் சொல்லப் போனால் எல்லாமே மிகத் தெளிவாகத் துலங்கி விட்டன.

பர்ஸையும் வேறு சில பொருள்களையும் பாறாங்கல்லுக்கு அடியில் புதைத்து வைத்த அவன், அவற்றைப் பயன்படுத்தவே இல்லையென்பதும், தான் திருடிய பொருள்களைப் பற்றிய எந்த விவரமோ, அவற்றின் எண்ணிக்கையோகூட அவனுக்குத் தெரிய வில்லை என்பதும் அந்த விசாரணையை மேற்கொண்ட மாஜிஸ் டிரேட்டுகளுக்கும், நீதிபதிகளுக்கும் – மற்ற பிற விஷயங்களை விட – மிகுந்த வியப்பை அளிப்பதாக இருந்தது. குறிப்பாக, அவன் அந்தப் பர்ஸை ஒரு முறைகூடத் திறக்கவில்லை என்பதும், அதில் சரியாக எவ்வளவு பணம் இருந்தது என்பதைக்கூட அவன் பார்க்க வில்லை என்பதும் அவர்களால் நம்பவே முடியாததாக இருந்தது. (அந்தப் பர்ஸில் முன்னூற்று எழுபது ரூபிள்களும் அறுபது கோபெக்குகளும் இருந்தன. கல்லுக்குக் கீழேயே வெகுநாட்கள் இருந்த காரணத்தினால், மேலாக இருந்த சில ரூபிள் நோட்டுகள் சிதிலமடைந்திருந்தன).

குற்றம் சாட்டப்பட்டிருந்தவன், தான் செய்த குற்றத்தை ஒளிவுமறைவின்றி அப்பட்டமாக ஒப்புக்கொண்டிருக்கும் நிலை யில், இந்த ஒரு விஷயத்தில் மட்டும் அவன் ஏன் பொய் பேச வேண்டும் என்ற சிந்தனை எழுந்த போதிலும் உறுதியான முடிவுக்கு வரமுடியாமல் அதுபற்றிப் புரியாமல், விசாரணை செய்யும் நடுவர்கள் அதிக நேரம் விவாதித்தனர். முடிவாக அவர் களில் சிலர் – குறிப்பாக அவர்களிடையே இருந்த சில உளவியல் நிபுணர்கள் – பர்ஸில் இருந்தது என்னவென்பதையே பார்க்காமல் அவன் அதைப் புதைத்திருக்கக்கூடும் என்பதால், உண்மையிலே அது குறித்து அவனுக்குத் தெரியாமல் இருக்கலாம் என்பதை

ஒப்புக்கொண்டனர். இதை அடிப்படையாகக்கொண்டே தற்காலிக மான மனநோய் ஒன்றின் விளைவால் ஏற்பட்ட கொலை வெறி யினால்தான் அந்தக் குற்றம் நிகழ்ந்திருக்க வேண்டும் என்று அவர்கள் முடிவுக்கு வந்தனர். கொலையும் கொள்ளையும் செய்ய வேண்டுமென்ற ஓர் உந்துதல் அவனை இயக்கி இருக்கிறதே தவிர உண்மையில் இந்தச் செயல்களுக்குப் பின்னால் எந்த உள்நோக்கமும் திட்டமிடுதலும் இல்லை என்பதையும் அவர்கள் தெளிவுபடுத்திக்கொண்டனர். நவீன கால கட்டத்தில் வழக்கமாகப் பெரும்பாலான குற்றவாளிகளிடம் பொருத்திப் பார்க்கும் 'தற்காலிக மனநோய்' பற்றிய புதிய கோட்பாடு, இந்த வழக்கிலும் பொருத்தமானதாக அமைந்துவிட்டது. மேலும் ரஸ்கோல்னிகோவ் நீண்ட நாட்களாகவே நோய்வாய்ப்பட்டிருந்தவனைப் போன்ற கலக்கமான ஒரு மனநிலையில்தான் இருந்துவந்தானென்பது டாக்டர் ஜோஸிமோவ், ரஸ்கோல்னிகோவின் முன்னாள் மாணவ நண்பர்கள், அவன் குடியிருக்கும் வீட்டின் சொந்தக்காரி, அங்குள்ள வேலையாள் எனப் பலரும் தந்த சாட்சியங்களால் உறுதிப்படுத்தப்பட்டது. ரஸ்கோல்னிகோவ் ஒரு சராசரியான திருடனோ கொலைகாரனோ அல்ல என்ற முடிவுக்கு வருவதற் கும், அவன் அவ்வாறு நடந்துகொள்வதற்கு வேறு காரணமிருக் கிறது என்று நினைப்பதற்கும் இவை உதவின. விசாரணை செய் பவர்களில் சிலர் இப்படி ஓர் அபிப்பிராயத்தை வைத்துக் கொண்டிருந்தபோதும், ரஸ்கோல்னிகோவ் அப்படி எந்தக் காரணத்தைச் சொல்லியும் தன்னை நியாயப்படுத்திக்கொள்ளவே முயலாதது, அவர்களுக்கு எரிச்சலூட்டுவதாகவே இருந்தது.

அந்தக் கொலையைச் செய்யுமாறும், கொள்ளையடிக்கும் படியும் அவனைத் தூண்டியது எது என்பதைப் போன்ற கடின மான கேள்விகளுக்குத் தனது மோசமான வாழ்க்கைச் சூழலும், வறுமையும், நிராதரவான நிலையுமே காரணம் என்பதை மட்டுமே தெளிவான, வெளிப்படையான விடைகளாகக் கூறினான் அவன். தன்னால் பாதிக்கப்பட்டவர்களிடமிருந்து (அதாவது, தன்னால் கொலை செய்யப்பட்டவர்களிடமிருந்து) குறைந்தபட்சம் மூவாயிரம் ரூபிள்களாவது கிடைக்குமென்றும், அதைக்கொண்டு தனது வருங்கால வாழ்வின் ஆரம்பகட்டத்தைச் சீரமைத்துக் கொள்ள வேண்டுமென்று மட்டுமே தான் நினைத்திருந்ததாக அவன் திரும்பத் திரும்ப உறுதிப்படுத்திக் கூறினான்.

கொலை செய்ய வேண்டுமென்று அவன் உறுதிபூண்டதற்குக் காரணம், நிலையில்லாத, கோழைத்தனமான அவனது இயல்புதா னென்றும், தனிமையிலும், தோல்வியிலும் துவண்டு கிடந்ததில் அவன் எரிச்சலும் கோபமும் அடைந்திருக்க வேண்டுமென்றும்

அவர்கள் உணர்ந்துகொண்டனர். இப்படி ஒரு வாக்குமூலத்தை அவன் வலுவில் தருவதற்கு முன்வந்த காரணம் பற்றிக் கேட்கப் பட்டபோது, உண்மையாகவே தான் செய்த குற்றத்தை உணர்ந்து விட்டதால் நேர்ந்துவிட்ட வருத்தம்தான் அதற்கு அடிப்படை என்று பதிலளித்தான். அவன் கூறிய அனைத்து விஷயங்களுமே உணர்ச்சியற்ற தொனியில் கூறப்பட்டிருந்தன.

குற்றத்திற்கான தண்டனை, எல்லோரும் எதிர்பார்த்தை விடவும்கூடக் கருணையுள்ளதாகவே அமைந்திருந்தது. குற்றம் நடந்திருந்த முறை கருத்தில்கொள்ளப்பட்டதுதான் அதற்குக் காரணமாக இருக்க வேண்டும். மேலும் குற்றவாளி தன் மீதான குற்றச்சாட்டிலிருந்து தப்பித்துக்கொள்ள முயலாததோடு, தான் செய்த குற்றத்தை மேலும் பெரிதாக்கிக் காட்டுவதிலேயே ஆர்வம் கொண்டிருந்தான். இப்படிப்பட்ட வினோதமான, அபூர்வமான விஷயங்கள், தீர்ப்பளிப்பவர்களின் கவனத்தை ஈர்த்திருக்க வேண்டும். கொலை நடந்த வேளையில் குற்றவாளி, மனநிலை பாதிக்கப்பட்டவனாக உடல் நலமில்லாமல் இருந்தான் என்பதும், வறுமையின் சூழலில் இருந்தான் என்பதும் எல்லோராலும் சந்தேகத்திற்கு இடமில்லாதபடி ஏற்றுக்கொள்ளப்பட்டன. தான் திருடிய பொருள்களை அவன் பயன்படுத்தாததற்குக் காரணம் செய்த குற்றத்தை உணர்ந்துவிட்டதால் ஏற்பட்ட விழிப்புணர்வும், அந்த நேரத்தில் அவனது மனநிலை பாதிக்கப்பட்டிருந்ததுமே என்று வழக்கை விசாரிப்பவர்கள் கருதினார்கள். சற்றும் திட்ட மிடாமல், எதிர்பாராமல் நிகழ்ந்துவிட்ட லிஸாவெதாவின் கொலை, அவர்கள்கொண்டிருந்த இந்த ஊகத்திற்கு வலுச் சேர்ப்ப தாக இருந்தது. மன நிலை சரியாக உள்ள எந்த ஒரு மனிதனாவது இரட்டைக் கொலைகளைச் செய்துவிட்டுக் கதவை மூடுவதற்கு மறந்துவிட முடியுமா? மேலும் இந்தக் கொலைக்குற்றம் முழு வதையுமே தன்மீது போட்டுக்கொண்டு, தன்னைத்தானே குற்ற வாளியாக முன்னிறுத்திக்கொண்ட, 'துன்பவெறி' பிடித்த மிகோலா யுடன் இந்த வழக்கு முடிச்சுப் போடப்பட்டு, மிகோலாயே குற்றவாளி என்று முடிவு செய்யப்பட்ட நிலையில், ரஸ்கோல்னி கோவ் தானாகவே முன்வந்து ஒப்புதல் வாக்குமூலம் அளிக்க முன்வந்ததும், குற்றத்தை ஒப்புக்கொண்டதும் வியப்பிற்குரிய தாகவே இருந்தன. இத்தனைக்கும் அவன்தான் உண்மையான குற்றவாளி என்பதை எடுத்துக்காட்டும் தெளிவான சாட்சியம் எதுவுமில்லை. குறிப்பாக அவன் மீது எந்தவிதமான சந்தேகமும் இல்லை. (போர்ஃபிரி பெத்ரோவிச் தான் கொடுத்த வாக்கை முழுமையாகக் காப்பாற்றி இருந்தார்) இந்தக் காரணங்கள் எல்லாம் ஒன்றாய்ச் சேர்ந்து அவனது தண்டனைக் குறைப்புக்குத் துணைபுரிந்தன.

குற்றவாளிக்குச் சாதகமாக இருந்த வேறு சில பழைய சம்பவங்களும்கூட வழக்கு நடந்தபோது எதிர்பாராதவிதமாக வெளிச்சத்துக்கு வந்தன. ரஸ்கோல்னிகோவ், பல்கலைக்கழகத்தில் படித்துக்கொண்டிருந்த காலகட்டத்தில், காசநோயாளியாக இருந்த ஏழை மாணவன் ஒருவனுக்காகத் தன்னிடம் எஞ்சியிருந்த மிகக் குறைவான, கடைசிக் கையிருப்பான பணத்தைக்கூடச் செலவழித் தான் என்பதையும், கிட்டத்தட்ட ஆறு மாத காலம் அவனைப் பராமரித்து வந்தான் என்ற விவரத்தையும் ரஸுமிகின் எங்கிருந்தோ தேடிக் கண்டுபிடித்துக் கொண்டுவந்து ஆதாரத்துடன் காட்டி யிருந்தான். அந்த மாணவனின் மரணத்திற்குப் பிறகு, நோய்வாய்ப் பட்டிருந்த வயதான – அந்த மாணவனின் தந்தையை ரஸ்கோல்னி கோவ் கவனித்துக்கொண்டதோடு, அவரை மருத்துவமனையில் சேர்த்தும் உதவியிருக்கிறான் (இறந்து போன அவரது மகன் தனது பதினான்கு வயதிலிருந்து தன் சொந்த முயற்சியால் அவரைப் பராமரித்து வந்திருந்தான்). அவர் இறந்த பிறகு அவரை அடக்கம் செய்ததும் ரஸ்கோல்னிகோவ்தான். இந்தத் தகவல்களெல்லாம் – அவனது மனிதாபிமானத்தைக் கோடிட்டுக் காட்டி – அவனது விதியைச் சற்று நல்லவிதமாக முடிவு செய்வதற்குக் கணிசமான பங்காற்றின. அவன் குடியிருந்த வீட்டின் சொந்தக்காரியும், அவன் திருமணம் செய்துகொள்ள எண்ணியிருந்த பெண்ணின் விதவைத் தாயுமான 'ஸர்நிட்சியானாவும்'கூட அவனுக்குச் சாதகமான ஒரு சாட்சியத்தை அளித்திருந்தாள். முன்பு 'ஐந்து மூலை' என்ற இடத்துக்குப் பக்கத்தில் அவர்கள் வேறொரு வீட்டில் வசித்து வந்தபோது, ஒரு தீ விபத்து ஏற்பட்ட சூழலில், தீப்பற்றி எரிந்து கொண்டிருந்த ஓர் அறையிலிருந்து அவன் இரண்டு குழந்தைகளை மீட்டானென்றும், அந்தச் சமயத்தில் அவனுக்கும் சில தீக் காயங்கள் ஏற்பட்டன என்றும் அவள் வாக்குமூலம் தந்திருந்தாள். அவளது சாட்சியம் மிகவும் கவனமாகப் பரிசீலிக்கப்பட்டு வேறு பல சாட்சியங்களைக்கொண்டு உறுதிபடுத்தப்பட்டு ஏற்றுக் கொள்ளப்பட்டது.

இந்த விசாரணைகளெல்லாம் முடிந்த பிறகு, இறுதியாகத் தீர்ப்பு வழங்கப்பட்டது. அவன் எட்டாண்டுக் காலம், இரண்டாம் வகுப்புக் கைதியாக அடிமைச் சேவகம் புரிய வேண்டுமென்று தீர்ப்பு வழங்கப்பட்டது. அவனாக வலுவில் வந்து ஒப்புதல் வாக்கு மூலம் அளித்ததும், மேலே குறிப்பிட்ட பலவகையான காரணங் களும், சந்தர்ப்ப சூழ்நிலைகளும் அவன் செய்த குற்றத்திற்கான தண்டனையை ஓரளவு குறைப்பதற்கு உதவியிருந்தன என்றே கூற வேண்டும்.

சட்டபூர்வமான நடவடிக்கைகள், முறைப்படி நடைபெற ஆரம்பித்த தொடக்கநிலையிலேயே ரஸ்கோல்னிகோவின் தாய்

நோயுற்று விட்டாள். விசாரணைக் காலம் முடியும் வரை அவள் செயிண்ட் பீட்டர்ஸ்பர்க்கில் இருப்பது நல்லதல்ல என்று கருதி, அதற்கான முயற்சிகளை துனியாவும் ரஸூமிகினும் மேற் கொண்டிருந்தனர். செயிண்ட் பீட்டர்ஸ்பர்க்குக்கு அருகில், புகை வண்டித்தடத்தில் அமைந்திருந்த ஒரு நகரத்தை அவர்கள் வசிப்பதற்காகத் தேர்வு செய்திருந்தான் ரஸூமிகின். விசாரணை யின் போக்கை முழுமையாக அறிந்துகொள்வதற்கும், அவ்தோத்யா ரொமனோவ்னாவை அடிக்கடி பார்ப்பதற்கும் அதுதான் வசதியாக இருக்குமென்று அவன் கணக்கிட்டிருந்தான்.

பல்கேரியா அலெக்ஸாண்ட்ரோவ்னாவுக்கு ஏற்பட்டிருந்த நோய், வினோதமான ஒரு நரம்புக் கோளாறாக இருந்தது. அத்துடன் ஓரளவு மனநிலைப்பிறழ்வும்கூட அவளுக்கு ஏற்பட்டி ருந்தது. தன் சகோதரனைக் கடைசியாகச் சந்தித்துவிட்டு, வீடு திரும்பியபோதே தன் தாய் உடல்நலமின்றிக் காய்ச்சலுடன் இருப் பதையும், ஜன்னி கண்டது போலக் காணப்படுவதையும் துனியா உடனடியாகத் தெரிந்துகொண்டாள். அன்று மாலையே ரஸூமிகி னும், அவளுமாக இதுபற்றிப் பேசி, அவனது சகோதரனைப்பற்றி அம்மா கேட்கும் கேள்விகளுக்கு எவ்வாறெல்லாம் ஒருவருக் கொருவர் முரணில்லாமல் பதிலளிப்பது என்பதை முடிவு செய்து கொண்டனர். ரஷ்ய நாட்டின் எல்லைப்புறத்திற்கு ஒரு முக்கிய மான வேலையாக ரஸ்கோல்னிகோவ் சென்றிருப்பதாகவும், அந்தப் பணி முடிவடையும்போது அவனுக்குப் பணமும் புகழும் கிடைக்கும் என்றும் தாயிடம் சொல்வதற்காக ஒரு கதையைக்கூட அவர்கள் உருவாக்கி வைத்திருந்தனர். ஆனால் அந்த நேரத்திலோ, அதன் பிறகோகூட பல்கேரியா அலெக்ஸாண்ட்ரோவ்னா அவனைப் பற்றி எதுவுமே கேட்காதது அவர்களை வியப்பில் ஆழ்த்தியது. அவர்கள் நினைத்ததற்கு மாறாகத் தன் மகனின் திடீர்ப் பயணத்தைப் பற்றிய விவரத்தை, அவள் போக்கில் அவளே விவரிக்க ஆரம்பித்திருந்தாள். போவதற்கு முன்பாகத் தன் மகன் தன்னிடம் விடைபெற்றுக்கொள்ள வந்ததையும், அப்போது அவன் கோடிட்டுக் காட்டிய விவரங்களிலிருந்து அவளுக்கு மட்டுமே அவனைப் பற்றிய சில முக்கியமான மர்மமான விஷயங்களை அறிந்துகொள்ள முடிந்தது என்பதையும் அவர்களிடம் அவள் கண்ணீர் மல்கக் கூறினாள். அதிகார பலம் படைத்த பலர், ரோட் யாவுக்கு எதிராக இருப்பதால், அவன் மறைந்துவாழ வேண்டிய நிலை ஏற்பட்டிருப்பதாக அவள் புலம்புவாள். அவனுக்கு எதிராக உள்ள சில சூழ்நிலைகளை மட்டும் அவன் கடந்துவிட்டால் பிறகு அவனது எதிர்காலம் மிகவும் பிரகாசமாக இருக்கும் என்பாள். தன் மகன் எழுதிய கட்டுரை அவனுடைய இலக்கியப் புலமையை வெளிக்காட்டுவதோடு மட்டுமின்றி, வருங்காலத்தில் அவன் மிகச்சிறந்த அரசியல் தலைவனாக உருவாகப் போகிறானென்

பதையும் நிரூபிப்பதாக ரஸூமிகினிடம் அடித்துச் சொல்வாள். சற்றும் இடைவிடாமல், சில வேளைகளில் உரத்த குரலிலும்கூட அந்தக் கட்டுரையை அவள் படித்துக்கொண்டே இருப்பாள். அதைப் பக்கத்தில் வைத்துக்கொண்டுதான் அவள் தூங்குவாள். 'ரோட்யா இப்பொழுது எங்கே இருக்கிறான்' என்ற கேள்வியை மட்டும் அவள் அவர்களிடம் கேட்டதே இல்லை. இதைப் பற்றிய பேச்சை அவர்கள் தவிர்த்துக்கொண்டிருந்ததே அவளிடம் அவ நம்பிக்கையைத் தூண்டுவதற்குப் போதுமானதாக இருந்தபோதும் அதை மட்டும் அவள் கேட்கவே இல்லை. சில விஷயங்களைப் பொறுத்தவரையில் பல்கேரியா அலெக்ஸாண்ட்ரோவ்னா கடைப் பிடித்துவந்த வினோதமான அமைதி, சில வேளைகளில் அவர் களைப் பயமுறுத்தக்கூடச் செய்தது. முன்பெல்லாம் (மாகாணத் தில் இருந்த சிறிய நகரத்தில் வசித்த போது) தன் அன்புக்குரிய மகன் ரோட்யாவிடமிருந்து வரும் கடிதத்திற்காகவே கண்களில் உயிரைத் தேக்கி வைத்துக்கொண்டு உயிர் வாழ்ந்து வந்த அவள், இப்போது அவனிடமிருந்து கடிதம் வராததைப் பற்றி எதுவுமே புகார் சொல்வதில்லை. இந்த விஷயம் துனியாவிற்கு முள்ளாக உறுத்தியது; அவளைப் பெரிதும் துன்பத்தில் ஆழ்த்தியது. ஒரு வேளை தனது மகனுக்கு நேர்ந்த விதியைப் பற்றி அவளது உள்ளுணர்வு மிகக் கொடூரமாக எதையேனும் கற்பனை செய்து வைத்திருக்கலாம். இதை வெளிப்படையாக அவளிடம் கேட்டால், தான் நினைத்திருப்பதை விடவும் கொடுமையான, கொடூரமான விஷயம் தனது மகனுக்கு நேர்ந்திருப்பதாக அவர்களின் மூலமாகக் கேள்விப்பட நேரிட்டு விடுமோ என்று அந்தத் தாயுள்ளம் அஞ்சி யிருக்கக்கூடும் என்று துனியா நினைத்துக்கொண்டாள். தனது தாயின் புத்தி பேதலித்துக்கொண்டு வருகிறதென்பதைப் பல சந்தர்ப்பங்களில் அவளால் அறிந்துகொள்ள முடியாது.

ஓரிருமுறை அந்தத் தாய், பேச்சின் போக்கைக் கொண்டு செல்லும் விதத்தைப் பார்க்கும்பொழுது, ரோட்யா இப்போது 'உண்மையாக' எங்கிருக்கிறான் என்பதைச் சரியாகக் குறிப்பிடாமல் பதிலளிக்க முடியாது என்பது போலத் தோன்றும். அவ்வாறான வேளைகளில், அந்தப் பதில்கள் அவளுக்கு முழுத் திருப்தியளிக் காததாகவும், சந்தேகத்தைத் தருவதாகவும் தோன்றும். அந்தத் தருணங்களில் அவள் உடனே மிகவும் வருத்தமாகவும், இருட்ட டித்தது போலவும் மாறிப் போய் அமைதியாகிவிடுவாள். அப்படிப் பட்ட அவளது நிலை, மிக அதிக நேரம்கூட நீடிப்பதுண்டு. புதிது புதிதாக எதையோ கற்பனை செய்து, பொய் சொல்வதை விடச் சில விஷயங்களைப் பொறுத்தவரையில் முழுக்க முழுக்க அமைதி யாக இருந்துவிடுவதே மேல் என்று இறுதியாக உணர்ந்து கொண்டாள் துனியா. ஆனாலும் அந்தப் பாவப்பட்ட தாயுள்ளம்

ஏதோ ஒரு சந்தேகத்தின் பிடியிலிருப்பது, தெளிவாகவே புலப் பட்டது.

ஸ்விட்ரிகைலோவைத் துனியா சந்தித்துவிட்டு வந்த அன்று இரவு, அதாவது ரஸ்கோல்னிகோவ் காவல்துறை அலுவலகத்தில் வாக்குமூலம் தந்த அந்த நாசகார நாளுக்கு முந்தைய இரவில், தான் தூக்கத்தில் ஏதோ பிதற்றியதை அம்மா கேட்க நேர்ந்ததாகத் தன் சகோதரன் தன்னிடம் கூறியதை துனியா சில சமயங்களில் நினைத்துப் பார்ப்பாள். அப்படியென்றால் (தான் இரவில் பிதற்றி யதைக் கேட்டதால்) அம்மாவுக்கு உண்மையிலேயே ஏதாவது தெரிந்திருக்குமோ என்று துனியா கவலைப்பட்டாள்.

நாள் கணக்கில், வாரக்கணக்கில் மகனைப் பற்றியே நினைத்துக்கொண்டு, மௌனத்திலும், பேச்சற்ற கண்ணீர்ப் பிரவாகத்திலும் மட்டுமே மூழ்கிக்கிடக்கும் அந்த நோயாளித் தாய், சில சமயங்களில் ஆவேசம் வந்தது போல, மூச்சு வாங்கியபடி தன் மகனைப்பற்றிப் பேச ஆரம்பிப்பதும் உண்டு. தன் மகன் மீதும், அவனது எதிர்காலத்தின் மீதும் அவள் வைத்திருக்கும் நம்பிக்கையைப் பற்றி அப்போது அவள் ஓயாமல் பேசித் தீர்ப்பாள். அவ்வாறு அவள் செய்துகொண்டிருந்த கற்பனைகள் சில சமயம் மிகவும் வினோதமானதாகவும் இருந்தன. ஆனாலும், அவள் பேசிய எல்லாவற்றையும் மறுக்காமல் ஒப்புக்கொள்வதன் மூலமாக அவர்கள் அவளைச் சந்தோஷப்படுத்தி வந்தனர். (ஒருவேளை தன்னைச் சந்தோஷப்படுத்துவதற்காகத்தான் இப்படி அவர்கள் நடந்துகொள்கிறார்கள் என்பதை அவளும்கூடத் தெளிவாக உணர்ந்திருக்கலாம்). ஆனாலும் அவள் அந்த மாதிரியேதான் பேசிக்கொண்டிருந்தாள்.

குற்றவாளியின் ஒப்புதல் வாக்குமூலம் பெறப்பட்ட ஐந்து மாதங்களுக்குப் பிறகு, அவனது தண்டனைக்காலம் தொடங்கியது. தன்னால் முடியும் பொழுதெல்லாம் சிறைக்குச் சென்று அவனைப் பார்த்துவிட்டு வந்தான் ரஸூமிகின். சோனியாவும் அவ்வாறே செய்தாள். இறுதியில், அவர்கள் நெடுந்தூரம் பிரிந்தாக வேண்டிய தருணமும் வந்தது. தங்களுக்கு நடுவில் ஏற்படப் போகும் பிரிவு, தற்காலிகமான ஒன்றுதான் என்று துனியாவும் ரஸூமிகினும் திரும்பத் திரும்ப ரஸ்கோல்னிகோவிடம் அழுத்தமாகக் கூறி னார்கள்.

இளமைத் துடிப்பும், துறுதுறுப்பும்கொண்ட ரஸூமிகினின் மூளையில் உறுதியான திட்டம் ஒன்று உருவாகியிருந்தது. அடுத்த இரண்டு, மூன்று வருடங்களுக்குள் தன் எதிர்கால வாழ்க்கைக்கு நல்ல முறையில் அடித்தளம் அமைக்கும்வண்ணம் கொஞ்சம் பணம் சேர்த்துக்கொண்டு, சைபீரியாவுக்கே குடிபெயர்ந்துவிட

வேண்டும் என்பதுதான் அந்தத் திட்டம். அந்தப் பகுதியில் இயற்கை வளங்கள் மிகுதி! அங்கே குடியிருப்பவர்களின் எண்ணிக் கையும் மிகக் குறைவு. உழைப்பு குறைவாக இருப்பதால் பணப்புழக்கமும் (மூலதனமும்) அங்கே மிகக்குறைவுதான்! அங்கே சென்று ரோட்யா சிறையிருக்கும் நகரத்திலேயே தங்கிவிட்டால் பிறகு எல்லோருமாகச் சேர்ந்து ஒரு புதுவாழ்வைத் தொடங்கி விடலாம்!

ரஸ்கோல்னிகோவை சைபீரியாவுக்குக் கொண்டுசெல்லும் நாள் வந்தது. விடைபெறும் வேளையில் அவர்கள் அனைவருமே அழுதுபுலம்பினர். கிளம்பிச் செல்வதற்கான இறுதிநாட்களில் ரஸ்கோல்னிகோவ், நாள் முழுவதுமே சிந்தனை வயப்பட்ட வனாகவே இருந்தான். தன் தாயைப் பற்றியே அவன் அதிகம் விசாரித்துக்கொண்டிருந்தான். அவளைப் பற்றிய நினைவே அவனைப் பதற்றப்படுத்திக்கொண்டிருந்தது. இந்த அளவுக்கு மிக அதிகமாக அவன் தாயைக் குறித்து வேதனைப்படுவதைக் கண்டு துனியாவும் மிகுந்த கவலைகொண்டாள்.

தன் தாயின் உடல்நிலை பற்றிய தகவல்களை விரிவாக அறிந்துகொண்ட பிறகு மிகவும் விரக்தியடைந்தான் ரஸ்கோல்னி கோவ். எந்தக் காரணத்தாலோ, இந்தக் காலகட்டத்தில், அவன் சோனியாவிடம் எதுவுமே பேசாமல் அமைதியாக இருந்தான்.

ஸ்விட்ரிகைலோவ் தன்னிடம் இறுதியாகக் கொடுத்திருந்த பணத்தின் உதவியால், தானும் அவனோடு சைபீரியாவுக்குக் கிளம்புவதற்கான ஆயத்தங்களை வெகுநாட்களுக்கு முன்பே செய்யத் தொடங்கியிருந்தாள் சோனியா. சைபீரியாவுக்குச் செல்லும் கைதிகள் கூட்டத்தில் ஒருவனாக அவன் கொண்டு செல்லப்படுகையில், தானும் அவர்களைப் பின்தொடர வேண்டு மென்று அவள் முடிவு செய்திருந்தாள். அவளும் ரஸ்கோல்னி கோவும் ஒருவருக்கொருவர் ஜாடைமாடையாகக்கூட இதைப் பற்றிப் பேசிக்கொள்ளவில்லை என்றாலும்கூட, இது இப்படித்தான் நடக்கப் போகிறதென்பதை இருவருமே அறிந்திருந்தார்கள். இறுதியாக விடைபெறும் கட்டத்தில் – அவன் சிறையிலிருந்து வெளியே வந்த பிறகு, தங்களுக்கு ஒளிமயமான எதிர்காலம் ஒன்று காத்திருப்பதாக ரஸூமிகினும், அவனது தங்கையும் உணர்ச்சிவசப் பட்டு வற்புறுத்திப் பேசியதைக் கேட்டு, வினோதமாகப் புன்னகை புரிந்தான் ரஸ்கோல்னிகோவ். தன் தாயின் உடல்நலக்குறைவு விரைவிலேயே இன்னும் மோசமான ஒரு நிலையை எட்டப் போகிறது என்ற தனது உள்ளுணர்வை, தனது அனுமானத்தை அவர்களிடம் எடுத்துரைத்த ரஸ்கோல்னிகோவ், அம்மாவைக் கவனமாகப் பார்த்துக்கொள்ளும்படி அவர்களிடம் வேண்டிக்

கொண்டான். இறுதியாக ரஸ்கோல்னிகோவின் சைபீரியப் பயணம் தொடங்கியது. சோனியாவும் அவனைப் பின் தொடர்ந்து தனது பயணத்தைத் தொடங்கினாள்.

இரண்டு மாதங்களுக்குப்பிறகு, துனியாவும் ரஸுமிகினும் திருமணம் புரிந்துகொண்டனர். அது, அமைதியான முறையில் நடந்தேறிய – ஆனால் துயரம் தோய்ந்த திருமணமாக இருந்தது. அதில் கலந்துகொண்ட ஒரு சிலரில் போர்ஃபிரி பெத்ரோவிச்சும், ஜோஸிமோவும் இருந்தனர். ரஸுமிகின் மிக உறுதியாக எதையோ தீர்மானம் செய்துகொண்டவனைப் போலவே எப்போதும் காணப் பட்டான். அவன் மனதிலிருந்த திட்டங்களை அவன் நிச்சயமாக நிறைவேற்றுவான் என்பதில் குருட்டுத்தனமான நம்பிக்கை கொண்டிருந்தாள் துனியா. இரும்புக்கு இணையான உறுதியை அவன் வெளிப்படுத்திக்கொண்டிருந்ததால் அவளால் அவனைப் பற்றி வேறுவிதமாக நினைக்க முடியவில்லை. வேறு வேலைகளோடுகூடவே பல்கலைக்கழக வகுப்புகளுக்குச் சென்று படிப்பை முடிக்கவும் அவன் முயற்சித்துக்கொண்டிருந்தான். எதிர்காலத் தைக் குறித்துத் திட்டமிடுவதிலேயே அவர்கள் இருவரின் கவனமும் இருந்தது.

ஐந்தாண்டுகளுக்குப் பிறகு... சைபீரியாவுக்குக் குடிபெயர்ந்து சென்றுவிட வேண்டுமென்பதில் அவர்கள் உறுதியாக இருந்தனர். அதுவரை அவனுக்குத் துணையாக சோனியா இருப்பாள் என்ற நம்பிக்கையுடன் அவர்கள் இருந்தனர்.

தன் மகளுக்கும், ரஸுமிகினுக்கும் நடந்த திருமணத்தை மகிழ்ச்சியோடு அங்கீகரித்து ஆசீர்வதித்தாள் பல்கேரியா அலெக் ஸாண்ட்ரோவ்னா. ஆனால், அதன்பிறகு அவள் இன்னும்கூட அதிக துயரம்கொண்டவளாகவும், தன்னை வருத்திக்கொள்ப வளாகவும் ஆகிப்போனாள். அவளுக்குக் கணநேரமாவது மகிழ்ச்சி யளிக்க வேண்டும் என்பதற்காக, முன்பு பல்கலைக்கழக மாணவ னிடத்திலும், அவனது வயதான தந்தையிடத்திலும் ரஸ்கோல்னி கோவ் காட்டிய பரிவு குறித்து அவளிடம் சொல்லிக்கொண்டி ருப்பான் ரஸுமிகின். அதோடு ஓராண்டுக்கு முன்பு தீ விபத்தி லிருந்து அவன் காப்பாற்றிய இரண்டு சிறிய குழந்தைகளைப் பற்றி யும் அவளிடம் அவன் சொல்லிக்கொண்டிருப்பான். ஏற்கனவே சற்றுத் தடம் புரளத் தொடங்கியிருந்த பல்கேரியாவின் மனம், இந்தக் கதைகளைக் கேட்டதும், காய்ச்சல் கண்டது போல உச்சபட்சக் கிளர்ச்சிக்கு ஆட்பட்டுவிட்டது. அதன்பிறகு அவள் எப்போதும் இந்தச் சம்பவங்களைப் பற்றியே பேசிக்கொண்டிருக்கத் தொடங்கினாள். துனியா எப்பொழுதும் அவள்கூடத்தான் போய்க்கொண்டிருப்பாளென்றாலும், வீதிகளில் சென்றுகொண்டி

ருக்கும்போதும், பொதுப் போக்குவரத்து வாகனங்களில் செல்லும் போதும், பேசுவதற்கு ஆள் கிடைத்துவிட்ட சூழ்நிலையிலும் அவள் உடனே தன் மகனைப் பற்றியும், அவனது கட்டுரையைப் பற்றியும், அந்த மாணவனுக்கு உதவியது பற்றியும், தீ விபத்தில் குழந்தை களைக் காப்பாற்றுவதற்குப் போய்த் தான் காயப்பட்டுக்கொண்ட தைப் பற்றியும் அவர்களோடு உரையாடத் தொடங்கிவிடுவாள். துனியாவுக்கு அவளுடைய பேச்சை எப்படி நிறுத்துவதென்றே புரியவில்லை. நோய் காரணமாக அவளுக்கு நேர்ந்திருக்கும் அதீத உணர்ச்சிவசப்பட்ட நிலை ஏற்படுத்தும் தீமை ஒரு புறமிருக்க, விசாரணையில் ரஸ்கோல்னிகோவின் பெயர் அப்போது அடிபட்டுக்கொண்டிருந்ததால், அதை நினைவுபடுத்திக்கொண்டு யாராவது அவளிடம் அதைப் பற்றிப் பேசிவிட்டால் என்னவாகும் என்பதுகூடத் துனியாவைக் கடுமையாகப் பயமுறுத்திக்கொண்டி ருந்தது.

தீ விபத்திலிருந்து ரஸ்கோல்னிகோவினால் காப்பாற்றப்பட்ட இரண்டு குழந்தைகளின் முகவரியை எப்படியோ அறிந்துகொண்ட பல்கேரியா, அந்தக் குழந்தைகளின் தாயைப் பார்த்தே தீர வேண்டுமென்று உறுதியாக இருந்தாள். அவளது துன்பமும் பதற்றமும் நாளுக்கு நாள் எல்லை கடந்து பெருகிக்கொண்டே சென்றன. சில நேரங்களில் அவள் திடீரென்று அழத் தொடங்கி விடுவாள்; அடிக்கடி நோயுற்றுப் படுக்கையில் விழுவாள்; ஜன்னி கண்டவளைப் போல அவளது மனம் எங்கெங்கோ அலைபாய்ந்து கொண்டிருந்தது. அவளுடைய கணக்குப்படி ரோட்யா மிகச் சீக்கிரமாகவே அவர்களிடம் வந்து சேர்ந்துவிடுவானென்று தனக்குத் தோன்றுவதாகத் திடீரென்று ஒரு நாள் காலையில் அறிவித்தாள் அவள். அவளிடம் விடைபெற்றுக்கொண்டபோது ஒன்பது மாதங்களில் தான் திரும்பி வந்துவிடப் போவதாக அவன் கூறியது தனக்கு நன்றாக நினைவிருக்கிறது என்றும் அதனால் அவனை எதிர்பார்க்கத் தொடங்கிவிட்டதாகவும் அவள் கூறினாள். அவர்கள் எல்லோரும் ஒருங்கிணைந்து வாழ்வதற்கான ஆயத்தங்களைச் செய்யத் தொடங்கிய அவள், அதற்கேற்றபடி அந்த வீட்டைச் சரிப்படுத்த ஆரம்பித்தாள். அவனுக்காக அவள் தேர்வு செய்து வைத்திருந்த அறையை – அது அவளுடைய சொந்த அறை – செம்மையாக்கி, அதிலிருந்த மேஜை, நாற்காலிகளைச் சுத்தப்படுத்தித் திரைச்சீலைகளைச் சலவை செய்து, புதியவை களைத் தொங்கவிட்டு இவ்வாறு பல வேலைகளில் அவள் மும்முர மாக ஈடுபட்டுக்கொண்டிருந்தாள். தாயின் போக்கு, துனியாவுக்குச் சற்றுக் கவலையளித்தாலும் அவள் எதுவுமே பேசாமல் தன் சகோதரனின் வருகையை எதிர்பார்த்துக்கொண்டிருந்த தாய்க்கு– அவளது பணிகளில் உதவிக்கொண்டிருந்தாள். ஒரு நாள், காலையி

லிருந்தே தன் மகனைப் பற்றிய மிக உற்சாகமான பேச்சுகளும் கற்பனைகளும் மகனைக் காண முடியாத ஏக்கங்களும் கண்ணீரு மாக மாறி மாறி உணர்ச்சிவசப்பட்டுத் தவித்த அவள், அன்று இரவு கடுமையான காய்ச்சலில் விழுந்தாள். மறுநாள் காலை விடிவதற்குள் ஜன்னி கண்ட நிலைக்கு ஆளான அவள், இரண்டு வாரங்கள் கடுமையான காய்ச்சலினால் அலைக்கழிக்கப்பட்டு இறந்து போனாள். அப்போது அவள் பிதற்றிய வார்த்தைகள், தன் மகனுக்கு நேர்ந்துள்ள கதியைப் பற்றி – அவர்கள் நினைத் ததை விடவும் பயங்கரமாக அவள் சந்தேகப்பட்டுத் தவித்துக் கொண்டிருந்தாள் என்பதையே எடுத்துக்காட்டுவதாக இருந்தன.

தன் தாய் இறந்த செய்தியை வெகுநாட்கள் கழிந்த பிறகே ரஸ்கோல்னிகோவ் அறிந்துகொண்டான். இத்தனைக்கும் அவன் சைபீரியாவுக்கு நாடு கடத்தப்படுவதற்கு முன்பே, செயிண்ட் பீட்டர்ஸ்பர்க்கில் இருப்பவர்களுடன் அவன் கடிதத் தொடர்பு கொள்வதற்கான வழி, செம்மையாக ஏற்பாடு செய்யப்பட்டது. அந்தத் தொடர்புக்கான பாலமாக அமைந்தவள் சோனியா. ஒவ்வொரு மாதமும் ரஸுமிகினுக்குத் தவறாமல் கடிதம் எழுதி அதற்கான பதிலையும் பெற்றுவிடுவாள் அவள். தொடக்கத்தில் அவளது கடிதங்கள், துனியாவுக்கும் ரஸுமிகினுக்கும் சற்றே வறட்சியாகவும் திருப்தியளிக்காத வகையிலும் இருந்தது உண்மை தான். ஆனால் துயரம் நிரம்பிய ஒரு வாழ்வைக் கழித்துக்கொண்டி ருந்த சகோதரனைப் பற்றிய முழுமையான, மிகச் சரியான சித்தரிப்பாக அமைந்திருந்த அந்தக் கடிதங்கள் வேறுவகையில் இருக்க முடியாதென்பதைப் பிறகு அவர்களே உணர்ந்து கொண்டார்கள். ஒரு கைதியாக ரஸ்கோல்னிகோவ் நடத்தி வந்த வாழ்வின் ஒவ்வொரு சம்பவத்தையும் எளிமையாகவும், தெளி வாகவும் விவரிப்பது மட்டுமே சோனியாவின் நோக்கமாக இருந்த தால் அந்தத் தினசரி நடப்பை மட்டுமே அவளது கடிதங்கள் அப்பட்டமாக வெளிக்காட்டிக்கொண்டிருந்தன. அதனால் வேறு நகாசு வேலை எதுவும் அவற்றில் இல்லை. அவளுடைய சொந்த நம்பிக்கைகளைப் பற்றியோ, எதிர்காலத் திட்டங்கள் குறித்தோ அவற்றில் எதுவுமே குறிப்பிடப்படவில்லை. சொல்லப்போனால் தன்னுடைய சொந்த உணர்வுகளைக்கூட அவள் அவற்றில் வெளிக்காட்டிக்கொள்ளவில்லை.

அவனுடைய அகமனப் போராட்டம் பற்றியோ அவனது பொதுவான மனநிலையைக் குறித்தோ அக்கடிதங்களில் எந்தக் குறிப்பும் இல்லை. அவனைப் பற்றிய தகவல்களும், அவன் கூறிய சில வார்த்தைகளும், அவனது உடல் நிலை பற்றிய விரிவான விளக்கமும், அவர்களது சந்திப்பின்போது அவன் அவளிடம் வெளியிட்ட சில விருப்பங்கள், கேட்டிருந்த சில கேள்விகள்,

அவளிடம் அவன் ஒப்புவித்திருந்த சில கடமைகள் முதலிய விஷயங்கள் மட்டுமே அவளது கடிதங்களில் நிறைந்திருந்தன. மேற்குறித்த எல்லாவற்றையும் அவள் மிகுந்த அக்கறை எடுத்துக் கொண்டு நுணுக்கமாகப் பதிவு செய்திருந்தாள். தான் வாழ்ந்து கொண்டிருக்கும் தன்னுடைய துர்பாக்கியமான வாழ்க்கையைத் தன்னுடைய சொந்தக் குரலில் துனியாவின் சகோதரனே சொல்லு வது போல, அத்தனை முழுமையான தகவல்களோடு அந்தக் கடிதங்களை எழுதி அனுப்பியிருந்தாள் சோனியா. திசைதிருப்பும் படியான வேறு எந்த விஷயமும் அவற்றில் இல்லை.

தொடக்கத்தில் வேறுமாதிரி நினைத்திருந்தபோதும், நாள் செல்லச் செல்ல துனியாவும் அவளது கணவன் ரஸுமிகினும் அந்தக் கடித அறிக்கைகள் வழியே சிறிதளவு ஆறுதல்கொள்ளத் தொடங்கியிருந்தார்கள். ரஸ்கோல்னிகோவ் சற்றுக் கடுகடுப் பாகவும், அதிகம் பேசுவதில் நாட்டமற்றவனாகவும் இருக்கிறா னென்றும், அவர்கள் எழுதும் கடிதங்களிலுள்ள செய்திகளை அவள் கூறும்போதுகூட, அவன், அதில் கொஞ்சம்கூட ஆர்வமே காட்டவில்லை என்றும் சோனியா அவர்களுக்கு இடையிடையே தெரிவித்துக்கொண்டுதானிருந்தாள்.

எப்போதாவது சில வேளைகளில் தன் தாயைப் பற்றி அவன் விசாரிப்பதுண்டு. கடைசியாக அவனே உண்மையை ஊகித்துக் கொண்டானென்பதை அறிந்த பிறகு, பல்கேரியா அலெக் ஸாண்ட்ரோவ்னாவின் இறப்புச் செய்தியை அவள் அவனிடம் தெரிவித்தாள். ஆனால் அந்தச் செய்திகூட அவனை ஆழமாகப் பாதிக்காதது போலவே அவளுக்குத் தோன்றியது. வெளிப் பார்வைக்குக்கூடத் தான் பாதிப்படைந்ததாக அவன் காட்டிக் கொள்ளவில்லை. அது அவளுக்கு மிகுந்த வியப்பை அளித்த தென்றும் தன் கடிதத்தில் அவள் குறிப்பிட்டிருந்தாள். தனக்குள் மட்டுமே மூழ்கிப் போனவனாகவும், பிற எல்லாவற்றிலிருந்துமே தன்னை விலக்கிக்கொண்டிருப்பவனாகவும் அவன் தோன்றிய போதும்கூடத் தனக்கு விதிக்கப்பட்டிருந்த இந்தப் புதிய வாழ்க்கையை அவன் நேரடியாகவும் மிகவும் எளிமையாகவும் எதிர்கொண்டு வருகிறானென்றும் அவள் குறிப்பிட்டிருந்தாள். தான் இப்போது எந்த நிலைக்கு ஆட்படுத்தப்பட்டிருக்கிறோம் என்பதைப் பற்றிய தெளிவான புரிதல் அவனுக்கு இருக்கிறது; இந்த நிலையிலிருந்து உடனடியான மாற்றமோ, முன்னேற்றமோ தனக்கு ஏற்பட்டுவிடாது என்பதையும் அவன் நன்றாகவே புரிந்து வைத்திருக்கிறான். தன்னுடைய நிலை பற்றிய முழுமையான பிரக்ஞை அவனுக்கு இருப்பதால் பொய்யான நம்பிக்கைகளை அவன் வளர்த்துக்கொள்ளவும் இல்லை. முந்தைய வாழ்க்கையில் – அவனுக்குப் பழக்கமாகியிருந்த சூழ்நிலையிலிருந்து இப்போதுள்ள

சூழல் முழுக்க முழுக்க வேறுபட்டதாக இருந்தாலும்கூட அதைப் பற்றிய ஆச்சரியம், அவனிடம் கொஞ்சம்கூட இல்லை. இவ்வாறெல்லாம் ரஸ்கோல்னிகோவைப் பற்றி விவரித்திருந்த துனியா, அவனது உடல் நலம் திருப்தியாக இருக்கிறதென்றும் எழுதியிருந்தாள்.

அவனுக்கு விதிக்கப்பட்டிருந்த வேலையை அவன் வெறுத்து ஒதுக்கவுமில்லை. அதில் அதிகமாக ஆர்வம் காட்டவும் இல்லை. தான் என்ன சாப்பிடுகிறோம் என்பதிலும் அவனுக்குக் கவனமில்லை. ஆனால் ஞாயிற்றுக் கிழமைகளையும் சில விடுமுறை நாட்களையும் தவிரப் பிற நாட்களில் அந்த உணவு மிக மோசமாகத்தான் இருந்தது. சோனியாவிடமிருந்து தனது தினசரி தேநீர் செலவுக்காகச் சிறிது பணம் வாங்கிக்கொள்ளக் கடைசியில் ஒரு வழியாக அவன் உடன்பட்டான். பிற விஷயங்களைப் பொறுத்தமட்டில் அவள் தன்னைச் சிரமப்படுத்திக்கொள்ளக்கூடாதென்றும், இப்படியெல்லாம் அவள் தன்மீது காட்டும் கரிசனம் தன்னை எரிச்சல்படுத்துகிறதென்றும் அவன் உறுதியாகச் சொல்லிவிட்டான்.

சிறையில் ஒதுக்கப்பட்டிருந்த தங்குமிடங்கள், தனித்தனியாக இல்லாமல், பொதுவானவையாக இருந்தன என்றும் அதில் நிறையக் கைதிகளை மொத்தமாகப் போட்டு ஆட்டு மந்தையைப் போல அடைத்து வைத்திருந்தனர் என்பதையும் அவள் அவர்களுக்கு எழுதியிருந்தாள். அவளால் உள்ளே சென்று பார்க்க முடியாவிட்டாலும்கூட அந்தச் சிறைக்கூடங்களெல்லாம் மிக நெரிசலாகவும், கொடூரமாகவும், சுகாதாரமின்றியுமே அமைந்திருந்தன என்பது அவளுக்குத் தெரிந்தது. மரப்பலகைகளின் மீது ஒரு சிறிய மெத்தையைப் போட்டுத்தான் அவன் உறங்க வேண்டியிருந்தது. தனக்கு வேறுவகையான வசதிகளெல்லாம் வேண்டுமென்று அவன் எண்ணவுமில்லை, அதை விரும்பவும் இல்லை. தான் இப்படி ஒரு கரடுமுரடான ஏழ்மையான வாழ்க்கையை வாழ்ந்தாக வேண்டுமென்று அவன் திட்டமிட்டு இங்கு வரவில்லை; தனக்கு விதிக்கப்பட்ட வாழ்க்கையை அசிரத்தையாக விருப்பு வெறுப்பின்றி ஏற்றுக்கொண்டு தன் வாழ்நாட்களை அங்கே கழித்துக்கொண்டிருந்தான் அவன்.

ஆரம்பநாட்களில், தான் அவனைப் பார்க்கச் செல்வதைக் கூட அவன் விரும்பவில்லை என்பதையும் சோனியா தனது கடிதங்களில் மறைக்காமல் குறிப்பிட்டிருந்தாள். ஆரம்ப காலங்களில், அவள் தன்னைப் பார்க்க வருவதில் அவன் ஆர்வம் காட்டாததோடு அவளைக் கண்டாலே எரிச்சலடைபவனாகவே இருந்தான். சில சமயங்களில் அவளிடம் ஓரிரு வார்த்தைகள் மட்டுமே பேசுவான் அல்லது அவளிடம் மிக மிக முரட்டுத்தன

மாகக்கூட நடந்துகொண்டான். ஆனால் காலப்போக்கில் அந்தச் சந்திப்புகளுக்கு அவன் பழகிப் போனதோடு, அந்தச் சந்திப்பு தனக்குத் தேவை என்பதை உணரவும் தொடங்கினான். அவள் தனது உடல்நலக் குறைவின் காரணத்தால் சில நாட்கள் அவனைப் பார்க்க வர முடியாத நாட்களில், அவளை நினைத்து, அவளைப் பார்க்க வேண்டுமென்ற ஆவலுடன் அவன் ஏங்கிப் போயிருந்ததும்கூட உண்டு.

விடுமுறை நாட்களில் சிறைச்சாலையின் வாயில் அருகிலும், சிறைச்சாலைக் காவலர்களின் அறையிலும் அவள் அவனைக் காண்பதுண்டு. அப்போது சில நிமிடங்கள் அவளைக் காண்பதற் காகவே அவன் அங்கே அழைத்துவரப்படுவான். பிற வேலை நாட்களில் – அவன் தனது வேலை நேரங்களில் – பணிகளில் ஈடுபட்டிருக்கும்போது, அவள் அங்கே சென்று அவனைப் பார்ப் பாள். அவன் பட்டறைகளிலோ, செங்கல் சூளைகளிலோ 'இர்டிஷ்' நதிக்கரையில் அமைந்துள்ள இடங்களிலோ வேலை பார்த்துக் கொண்டிருப்பான்.

"அந்த நகரத்தில் தனக்கும் சிலரோடு பழக்கம் ஏற்பட்டிருப் பதையும், அவர்கள் தனக்கு ஆதரவாக, உதவியாக இருப்பதையும் சோனியா தனது கடிதத்தில் எழுதியிருந்தாள். அவள் தையல் வேலை செய்து வருவதாகவும், அந்த நகரத்தில் தையற்காரர்கள் எவரும் இல்லாததால், பல வீடுகளில் அவள் முக்கியமான நப ராகவே மாறிவிட்டிருப்பதாகவும் அவள் அவர்களுக்குத் தெரிவித் திருந்தாள். அவள் மேற்கொண்ட சில முயற்சிகளின் காரணமாக, மேலதிகாரிகளின் ஆதரவு ரஸ்கோல்னிகோவுக்குக் கிடைத்திருப் பதையும் அவனது வேலைப் பளுவும் சிறிது குறைக்கப்பட்டிருப் பதையும் அவள் தன் கடிதத்தில் எங்குமே குறிப்பிடவில்லை.

இறுதியாக ஒருநாள், அந்த மோசமான செய்தியும்கூடக் கிடைத்தது. சோனியாவின் சமீபத்திய கடிதங்களில் ஒருவகையான கலவரமும் கவலையும் இருந்ததென்பதை துனியாவும் கவனித் திருந்தாள். அவன் அங்கிருந்த எல்லோரிடமுமே சரியாகப் பழக வில்லை. எல்லோரையுமே அவன் புறக்கணித்துக்கொண்டிருந்த தால் பிற கைதிகளும் அவனை வெறுக்கத் தொடங்கியிருந்தனர். நாள் கணக்கில் அவன் யாரோடும், எதுவுமே பேசாமல் இருப்பதும் கூட உண்டு. சமீபத்தில் இப்படி யாரோடும் பேசாமலிருந்தவன், மேலும் மேலும் வெளிறிக்கொண்டே போனான். சோனியா எழுதிய கடைசிக் கடிதத்தில் திடீரென்று அவனுக்கு உடல்நலம் மிக மோசமாகப் போய்விட்டதாகவும், இராணுவ மருத்துவமனை யிலுள்ள கைதிகளுக்கான வார்டில் அவன் அனுமதிக்கப்பட்டி ருப்பதாகவும் அவள் எழுதியிருந்தாள்.

அத்தியாயம் – 2

அவன் நீண்டகாலம் நோய்வாய்ப்பட்டிருந்தான். அவன் மனம் உடைந்து போயிருந்ததே அதற்குக் காரணம். ஒரு கைதியாக வாழும்படி நேர்ந்துவிட்ட வாழ்வின் பயங்கரங்களோ, சிறையில் அவனுக்குக் கொடுக்கப்பட்ட வேலையின் கடுமையோ, சிறையில் அவனுக்குத் தரப்பட்ட உணவோ, மழுங்க மொட்டையடிக்கப் பட்ட அவனது தலையோ, கந்தலும் கிழிசலுமாக அவன் அணிய நேர்ந்த உடைகளோ–இவை எதுவுமே அவ்வாறு அவன் மனம் உடைந்து போகக் காரணமில்லை. ஒருவிதத்தில் கடுமையான உடல் உழைப்புச் செய்யுமாறு நிர்ப்பந்திக்கப்பட்டதில் அவன் மகிழ்ச்சி அடைந்திருந்தான் என்றுதான் சொல்ல வேண்டும். உடலை வருத்திக் களைத்த பிறகு சில மணி நேரங்களாவது அவனால் அமைதியாக உறங்க முடிந்தது. கரப்பான்பூச்சிகள் மிதக்கிற, நீர்த்துப் போன முட்டைக்கோஸ் சூப் மாதிரியான உணவு வகைகள்தான் சிறையில் அவனுக்குத் தரப்பட்டன. ஆனால் அதைப் பற்றியும்கூட அவன் கவலைப்படவில்லை. அவனுடைய முந்தைய வாழ்க்கையில் – அதாவது, அவன் மாணவ னாக இருந்தபோது இதுகூட அவனுக்குக் கிடைத்ததில்லையே? இந்தச் சூழ்நிலைக்கேற்றதாகவும், அவனது அப்போதைய வாழ்க்கை நிலைக்குப் பொருத்தமானதாகவும் அங்குள்ள குளிரைத் தாங்கக்கூடிய வகையிலும்தான் அவன் உடுத்தியிருந்த ஆடைகள் இருந்தன என்பதால், அவற்றையும்கூட அவன் பொருட்படுத்த வில்லை. தன்னைப் பிணைத்திருந்த கைவிலங்குகளைப் பற்றியும், நீண்ட சங்கிலியைப் பற்றியும் சங்கடமான உணர்வும்கூட அவனிடத்தில் இல்லை. தன் மொட்டைத் தலைக்காகவும் நிறம் மங்கிப் போன அங்கிக்காகவும் அவன் ஏன் அவமானப்பட வேண்டும்? அதுவும் யாருக்கு முன்னால்…? சோனியாவுக்கு முன்னால் அப்படித் தோற்றமளிப்பதற்காக அவன் ஏன் கூச்சப்பட வேண்டும்? அவளே அவனைக் கண்டு பயந்துகொண்டிருக்கும் போது அவன் ஏன் அவளுக்கு முன்னால் வெட்கப்படப் போகி றான்? பிறகு வேறு என்னதான் காரணம்? உண்மையாகச் சொன் னால் சோனியாவைப் பார்க்கக்கூட அவனுக்கு அவமானமாகத் தான் இருந்தது. அதைத்தான் – அவன் அவளை வெறுப்பதைப்

போல வேறு வழியில் வெளிப்படுத்திக்கொண்டிருந்தான். ஆனால் முழுக்க முழுக்க சிரைக்கப்பட்ட தலையும், அவனைப் பிணைத் திருந்த அடிமைச் சங்கிலியும் அவன்கொண்டிருந்த கூச்சத்திற்கும், மனவேதனைகளுக்கும் காரணம் இல்லை. அவனது தன் மதிப்பு – தற்பெருமை – கர்வம் – சுயகௌரவம் காயப்படுத்தப்பட்டு விட்டது; அதுதான் அதற்கான காரணம். அவனை நோய்ப் படுக்கையில் வீழ்த்தியதும் அதுதான். தான் செய்தது குற்றம்தான் என்பதை உண்மையிலேயே அவன் உணர்ந்துகொண்டிருந்தால்– உண்மையிலே அந்தச் செயலுக்காக அவன் மனம் வருந்தியிருந் தால் தனக்குத்தானே இவ்வாறு தவறு செய்துவிட்டோமே என்று வருந்திப் பழித்துக்கொண்டிருந்தால் இந்த நேரம் எல்லாமே சரியாகப் போயிருக்கும். அவன் தொடர்ந்து மன வருத்தங்களின்றி எவ்வளவோ சந்தோஷமாக இருந்திருக்க முடியும். அப்போது இப்படிப்பட்ட அவமானங்கள், இகழ்ச்சிகள் ஆகியவற்றை அவனால் பொறுமையாகச் சகித்துக்கொண்டிருக்க முடியும். ஆனால் உண்மையில் இப்போது, வெளித் தோற்றத்திற்கு அவன் தன்னைத்தானே கடுமையாகத் தண்டித்துக்கொண்டிருப்பதைப் போலத் தோன்றினாலும்கூட, அவனது அந்தராத்மாவின் குரல்– அவனது மனசாட்சியின் குரல் வேறாகத்தான் இருந்தது. ஆமாம்...! உண்மையில் இப்போதும்கூட அவன் தனது செயலைக் குற்றம் என்றே ஒப்புக்கொள்ளவில்லை. அதற்காக வருந்தவுமில்லை. சின்னதாக ஒரு குளறுபடியை, அதுவும் பொதுவாக எவருமே செய்யக்கூடிய ஒன்றை மட்டுமே தான் செய்திருப்பதாகவும், அது ஒன்றும் அவ்வளவு பயங்கரமான குற்றமில்லை என்றும் ஓர் எண்ணம் இன்னமும்கூட அவனது ஆழ்மனதில் ஊறிப் போயி ருந்தது. குருட்டுத்தனமான விதியின் கட்டளையால் செலுத்தப் பட்டு, முட்டாள்தனமாக வாயடைத்துப் போய்க் கண்மூடித் தனமாகவும், நம்பிக்கையிழந்த நிலையிலும் ரஸ்கோல்னிகோவ் என்ற மனிதன் தன்னைத்தானே அழித்துக்கொண்டதாகவே அவன் நினைத்துக்கொண்டிருந்தான்.

ஏதோ ஒருவகையில், மன அமைதியைத் தேடிக்கொள்ள வேண்டுமென்பதற்காக – அபத்தமான அந்த விதியின் கட்டளை யால் – இந்தச் செயலைக் குற்றம் என்று ஏற்றுக்கொண்டு – அதற்கு முன்னால் தன்னைத் தாழ்த்திக்கொண்டதைப் போலவே அவனுக்குத் தோன்றியது.

இலக்கில்லாத வெறுமையான நிகழ்காலம், அதில் சுமக்க நேரிடும் கவலைகள், முடிவற்ற தியாகங்கள் ஆகியவற்றால் அவனது வருங்காலத்திற்கு எந்தப் பயனும் ஏற்பட்டுவிடப் போவ தில்லை என்பது அவனுக்குப் புரிந்துதான் இருந்தது. அப்படிப்

பட்ட வாழ்வில் அவனுக்கு என்னதான் எஞ்சியிருக்கும்? இன்னும் எட்டு ஆண்டுகளுக்குப் பிறகு அவனுக்கு முப்பத்திரண்டு வயது தான் ஆகியிருக்கும் என்றும், அப்போதுகூட அவன் நினைத்தால் அவனால் ஒரு புது வாழ்வைத் தொடங்க முடியும் என்றும் சொல்வதிலெல்லாம் ஏதாவது அர்த்தம் இருக்கிறதா என்ன? அப்போது வாழ்வதற்கு அவனுக்கு என்னதான் மிச்சமிருக்கும்? என்ன நோக்கமிருக்கும்? அவனது வாழ்க்கைக்கும் உழைப்புக்கும் என்ன பொருளிருக்கும்? சும்மா ஏதோ பெயருக்கு வாழ்ந்துவிட்டுப் போவதுதானா வாழ்க்கை? தான்கொண்ட ஒருகொள்கைக் காகவோ, நம்பிக்கைக்காகவோ அல்லது தனக்குத்தானே கற்பித்துக் கொண்ட ஒரு விஷயத்துக்காகவோ ஆயிரம் முறை தன்னை இழக்கவும்கூட அவன் தயாராகத்தான் இருந்தான். ஆனால் வெறுமனே உயிர்வாழ்வதற்காக மட்டுமே வாழ்வதென்பது அவனுக்கு அற்பத்தனமாகவே பட்டது. அவன் எப்போதுமே "பெரிதினும் பெரி"தின் மீதுதான் ஆசைப்பட்டுக்கொண்டி ருந்தான். தான்கொண்டிருந்த ஆசைகளும் விருப்பங்களும் மிக மிக வலுவானவையாக இருந்த காரணத்தினாலேயே, பிற மனிதர்களுக்கு அனுமதியில்லாத சில காரியங்களைச் செய்ய உரிமை படைத்த அசாதாரணமான மனிதனாகத் தன்னைப்பற்றி அவன் நினைத்து வந்தான்.

விதி மட்டும் அவனிடம் சிறிது பரிவு காட்டியிருந்தால் குற்ற உணர்வு உள்ளத்தைக் குடைந்தெடுக்க, தூக்கமின்றித் தவித்தபடி – இப்படிப்பட்ட அலைக்கழிப்புகளுக்கு ஆளாகும் எத்தனையோ மனிதர்கள் செய்வதைப் போலத் தூக்கில் தொங்கியோ, தண்ணீரில் மூழ்கியோ வாழ்க்கையை முடித்துக் கொண்டிருக்கலாம். அப்படி நேர்ந்திருந்தால்கூட அவன் அதை எவ்வளவு மகிழ்ச்சியாக வரவேற்றிருப்பான்? கண்ணீர் துன்பம், இவையெல்லாம்கூட வாழ்வின் ஓர் அங்கம்தான்! ஆனாலும்கூட அவன், தான் செய்த குற்றத்தைத் தவறு என்று உணரவும் இல்லை. அதற்காக மன்னிப்புக் கேட்கவும் இல்லை. அந்த எண்ணம் அவனிடம் ஏற்படவே இல்லை.

தான் சிறைக்கு வருவதற்குக் காரணமாக அமைந்த, தனது அரக்கத்தனமான, முட்டாள்தனமான செயல்களை எண்ணி, முன்பு அவனுக்குக் கோபம் ஏற்பட்டதுண்டு. இப்போது அந்தக் கோபம்கூட அவனிடம் இல்லை. சிறையில் தனியாகச் சுதந்திரமாக இருக்கும் நிலையில் தனது முந்தைய நடவடிக்கைகள் எல்லா வற்றையும் மறுபரிசீலனை செய்து மதிப்பிட்டுப் பார்த்துக் கொண்டிருந்த அவன், இப்போது வேறுவிதமான முடிவுக்கு வந்திருந்தான். வாக்குமூலம் கொடுப்பதற்காக, அவன் முன்வந்த

அந்த இறுதிக்கட்டத்தில் தோன்றியதைப் போல இப்போது அந்தச் செயல்கள் முட்டாள்தனமானவையாகவோ அரக்கத்தனமானவை யாகவோ சிறிதும் தோன்றவில்லை.

‘அது எப்படி?’ என்று சிந்தித்தான் அவன். ‘இந்த உலகம் தோன்றிய நாள்தொட்டுப் பலவகையான கொள்கைகளும், கோட் பாடுகளும் செடி கொடிகளைப் போலப் பல்கிப் பெருகிக்கொண்டு தான் வந்திருக்கின்றன. அப்படியிருக்கையில் என்னுடைய சிந்தனையை மட்டும் அவற்றையெல்லாம்விட முட்டாள் தனமானது என்று எப்படிச் சொல்லிவிட முடியும்? என்னுடைய எண்ணங்கள் மற்றவர்களின் பார்வையில் வினோதமாக, வித்தியாச மாகத் தோன்றக்கூடாதென்றால் அவற்றைத் திறந்த மனதோடு அணுகும் தன்மை அவர்களுக்கு வேண்டும். பொதுப் புத்தியால் பாதிக்கப்படாத, சுதந்திரமான, பரந்த மனதோடு அவற்றை அவர்கள் மதிப்பிட வேண்டும். ஆனால் அதற்கு நேர்மாறாகக் குறுகிய புத்தியும் மனமும்கொண்டவர்களாக உள்ள தீர்க்கதரிசி களே, அறிஞர்களே, ஞானிகளே! ஏன் உங்கள் சிந்தனைகளைப் பாதியிலேயே நிறுத்திவிடுகிறீர்கள்? அதனால்தான் இதனை உங்களால் முழுமையாகப் பார்க்க முடியவில்லை’ என்று தனக்குத் தானே நினைத்துக்கொண்டான் ரஸ்கோல்னிகோவ்.

‘அத்தனை அரக்கத்தனமாகத் தோன்றும் அளவுக்கு நான் அப்படியென்ன காரியத்தைச் செய்துவிட்டேன்?’ என்று அவன் தன்னைத்தானே கேட்டுக்கொள்ளவும் செய்வான். “அது சட்டத்தின் பார்வையில் ஒரு குற்றம் என்பதாலா? சரி, குற்றம் என்ற அந்த வார்த்தைக்குத்தான் என்ன பொருள் இருக்கிறது? என் மனசாட்சியென்னவோ நிச்சலனமாகத்தான் இருக்கிறது. சட்டத்துக்குப் புறம்பான ஒன்று நடந்துவிட்டதென்னவோ உண்மைதான்! சட்டத்தின் வரையறைகள் உடைக்கப்பட்டு, இரத்தம் சிந்தப்பட்டதென்பதும் நிஜம்தான்.’

‘அப்படிச் சட்ட விதிகளைத் திருப்திப்படுத்த வேண்டு மென்று நினைத்தால், என் தலையைச் சீவிவிட வேண்டியது தானே? அது போதுமே! அப்போது எல்லாம் முடிந்துவிடு மல்லவா? இதுதான் சரியான நெறி என்றால் மனித குலத்தின் நன்மைக்காகப் பாடுபட்ட பல மனிதர்கள், அவர்களது தொடக்க அடிகளை, முதல் முயற்சிகளை எடுத்து வைத்தவுடனேயே தண்டிக்கப்பட்டிருக்க வேண்டும்! அதிகாரத்தை வழிவழியாகப் பெற்றுக்கொண்டிருந்த அமைப்பை மாற்றி – இடையில் பிறரிட மிருந்து தட்டிப் பறித்துக்கொள்ளும் வேலையை அல்லவா அவர்கள் செய்தார்கள்? ஆனால் அவர்களின் தொடக்க முயற்சிகள் சரிவர அமைந்துவிட்டதால், அவர்கள் செய்தது

யாருக்கும் தவறாகப்படவில்லை. ஆனால் என்னுடைய முதல் முயற்சி தோற்றுப் போய்விட்டது. அவ்வளவுதான்! அதுதான் காரணம்! சரியான முறையில் திட்டமிட எனக்குத் திறமையில்லை. எனவே அப்படிப்பட்ட செயல்களில் ஈடுபட எனக்குத் தகுதியில்லை என்பதைத்தான் இது காட்டுகிறது!"

தான் செய்த குற்றத்தைப் பற்றி அவனுக்குள் எழுந்த சிந்தனைகள் முழுவதும் இந்த விதத்தில்தான் இருந்தன. தன் முயற்சி தோற்றுப்போய்விட்ட காரணத்தினாலேயே, குற்றத்தை ஒப்புக்கொள்வதற்குத் தான் முன் வந்ததாக மட்டுமே அவனது சிந்தனைகள் இருந்தன.

அவனுக்குள் தோன்றிய பிறிதொரு எண்ணமும், அவனது துன்பத்தை மேலும் அதிகப்படுத்தியது. 'தான் ஏன் தற்கொலை செய்துகொள்ளும் முயற்சியில் ஈடுபடவில்லை' என்ற சிந்தனை தான் அது. அன்று, நதியின் கரையில் நின்றுகொண்டிருந்தபோது அவன் அப்படிச் செய்யாமல் விட்டது ஏன்? அதைச் செய்யாமல், குற்றத்தை ஒப்புக்கொள்ள வேண்டுமென்று அவன் ஏன் முடி வெடுத்தான்? ஒருவேளை, வாழ வேண்டுமென்ற விருப்பம் அவனுக்குள் மிகுதியாக இருந்ததோ? அந்த விருப்பத்தைப் புறந்தள்ளிவிட்டுச் சாகத் துணிவது அவனால் முடியாமல் போய் விட்டதோ...? மரணத்தைக் கண்டு பயந்துகொண்டிருந்த ஸ்விட்ரி கைலோவ்கூட அந்த உணர்வை எப்படியோ வெற்றிகொண்டு தன் வாழ்வை முடித்துக்கொண்டானே?'

இப்படிப்பட்ட பலவகையான கேள்விகளின் பிடியில் அலைக்கழிந்துகொண்டிருந்தான் அவன். ஆனால் அந்த நதியின் கரையருகே அவன் நின்றிருந்தபோது, அடிப்படையாகவே தன் மீதும், தான்கொண்டுள்ள நம்பிக்கைகளின் மீதும் ஏதோ ஒரு தவறு இருக்கிறது என்பதை அவனது மனசாட்சி உணர்ந்துதான் இருந்தது. அதுபற்றிய விழிப்புணர்வு இல்லாமல்தான் இப்படிப் பட்ட கேள்விகளில் அவனது உள்ளம் அலைமோதியபடி இருந் தது. அன்று அவனது அந்தராத்மாவில் ஏற்பட்ட உணர்வுதான் வருங்காலத்தில் தான் படப்போகும் துன்பங்களுக்கு அருமருந்தாக உதவப் போகிறது என்பதையும், தனது மீட்சிக்கும், வாழ்க்கையைப் பற்றித் தான் புதிய கண்ணோட்டத்தைப் பெறுவதற்கும் அதுதான் துணைபுரியப் போகிறது என்பதையும் குறித்த புரிதல் அப்போது அவனிடம் இல்லை. நொடி நேர உணர்ச்சிக்கு அடிமையாகி ஒப்புதல் வாக்குமூலம் அளிக்க நேர்ந்ததனாலேயே தனக்கு இந்த நிலை ஏற்பட்டு விட்டதாகவே அவன் எண்ணிக்கொண்டிருந்தான். அப்படிப்பட்ட உணர்வை உதறித்தள்ளுமளவுக்கும், அதை உடைத்து நொறுக்கும் வகையிலும் தான் வலுவாக இல்லை

என்பதே தன்னைப்பற்றிய அவனது கணிப்பாக இருந்தது. (தனது பலவீனமும், கையாலாகாத்தனமுமே அதற்குக் காரணம் என்று அவன் நினைத்துக்கொண்டிருந்தான்)

தன்னோடு உடனிருந்த கைதிகள், வாழ்க்கையை எப்படி நேசிக்கிறார்கள் என்பதைக் கண்டபோது அவனுக்கு மிகுந்த வியப்பு ஏற்பட்டது. சுதந்திரமாக இருக்கும் தருணங்களை விடவும், சிறையில் அடைக்கப்பட்டிருக்கும்போதுதான் வாழ்க்கை என்பது, பெரிதும் நேசத்திற்கும், மதிப்பிற்கும், போற்றுதலுக்கும் உள்ளாகிறது என்பது அந்தச் சக கைதிகளைப் பார்க்கும்போது அவனுக்கு உறுதியாகப் புலப்பட்டது. அவர்கள்தான் எத்தனை கடுமையான துன்பங்களுக்கும், ஒடுக்குதல்களுக்கும், நசுக்குதல்களுக்கும் ஆளாகியிருக்கிறார்கள்? சூரிய ஒளியின் சிறிய கதிர்கூட ஒரு சிறிய ஒளிச்சிதறல்கூட அவர்களுக்கு எவ்வளவு விலைமதிப்பற்றதாகத் தோன்றும்? பரந்துகிடக்கும் பச்சைப் புல்வெளிக்கு நடுவே ஆங் காங்கே உள்ள புதர்களில் பறவைகள் சங்கீதம் பாடிக்கொண்டி ருக்க, தன் காதலியின் வருகைக்காக மாளாத தாகத்தோடு காத் திருக்கும் காதலனைப் போல அல்லவா, என்றோ தாங்கள் பார்த் திருந்த குளிர்ச்சியான வசந்தத்தையும், தனிமையான தொலைதூரக் காடுகளையும் மீண்டும் பார்க்க வேண்டுமென்று கனவு கண்டபடி அதற்காக அவர்கள் ஏங்கிக்கொண்டிருப்பார்கள்? தன்னைச் சுற்றிலும் கவனத்தோடு பார்த்தபோது இன்னும்கூடச் சற்று வித்தி யாசமான விஷயங்கள் அவனுக்குப் புலப்படத் துவங்கியிருந்தன.

தான் சிறை வைக்கப்பட்டிருந்த இடத்தின் சுற்றுச்சூழல் களையும், அங்கிருந்த மனிதர்களையும் தொடக்கத்தில் அவன் ஏறெடுத்துக்கூடப் பார்க்கவில்லை. அப்படிப் பார்ப்பதை அவன் விரும்பவும் இல்லை. வெறுப்பான அந்தக் காட்சிகளைத் தன்னால் பொறுத்துக்கொள்ள முடியாதென்றே அவன் நினைத்துக்கொண்டி ருந்தான். ஆனால் காலப் போக்கில் அங்கிருந்த பலவும் அவனை வியப்பிற்குள்ளாக்கத் தொடங்கியிருந்தன. இதற்கு முன்னால் அவன் யோசித்துக்கூடப் பார்க்காத பல விஷயங்கள் அவனது விருப்பத்திற்கு மாறாகத் தன்னிச்சையாகவே அவனுக்குப் புலப் படத் தொடங்கியிருந்தன. அங்கிருந்த பிற கைதிகளுக்கும் தனக்கு மிடையே பயங்கரமான, ஒருங்கிணைக்க முடியாத ஆழமான இடைவெளி ஒன்று இருப்பதைப் புரிந்துகொண்டதுதான் அவனை மிக அதிகமான வியப்பில் ஆழ்த்தியது. அவனும் அவர்களும் வேறு வேறு இனங்களைச் சேர்ந்தவர்களைப் போல, அவர் களுக்கிடையிலான வேறுபாடுகள் மிக அதிகமாக இருந்தன. அவர்கள் பரஸ்பரம் ஒருவரையொருவர் அவநம்பிக்கையோடும், குரோதத்தோடும்தான் பார்த்துக்கொண்டிருந்தனர். தன்னை

அவர்கள் தனிமைப்படுத்தி வைத்திருந்ததற்கான காரணம், அவனுக்கு ஓரளவு புரிந்திருந்தாலும்கூட, அது இந்த அளவுக்கு வலுவுள்ளதாகவும் ஆழமாக வேரோடிப் போனதாகவும் இருக்கக் கூடுமென்று இதுவரை அவனுக்குத் தோன்றியதில்லை.

அரசியல் கைதிகளாக நாடு கடத்தப்பட்டிருந்த போலந்து நாட்டைச் சேர்ந்த சிலரும் அங்கிருந்தனர். அவர்கள் பிற கைதி களை மூடத்தனமான அடிமைகளாக மட்டுமே கருதியபடி வெறுத்து ஒதுக்கி வந்தனர். ஆனால் ரஸ்கோல்னிகோவால் அவர் களது கருத்தை ஏற்றுக்கொள்ள முடியவில்லை! பிற கைதிகள், அறியாமை உள்ளவர்களாக, முட்டாள்களாகவே இருந்தாலும் கூடப் பல விதங்களில் அந்தப் போலந்துக்காரர்களை விடவும் புத்திசாலிகளாக இருப்பதாகவே அவனுக்குத் தோன்றியது. அங்கே இருந்த ரஷ்யக் கைதிகளில் முன்னாள் அதிகாரி ஒருவரும், பல்கலைக்கழக மாணவர்கள் இருவரும்கூடப் பிற கைதிகள் மீது அப்படிப்பட்ட கண்ணோட்டத்தையேகொண்டிருந்தனர். அவர் களது பார்வையிலுள்ள தவறை ரஸ்கோல்னிகோவால் உணர முடிந்தது.

ரஸ்கோல்னிகோவிடமும்கூட எல்லோருமே வெறுப்பையும் விலகலையும் மட்டுமே காட்டிக்கொண்டிருந்தனர். நாளாக, நாளாக அவர்கள் அவன் மீது துவேஷம்கொள்ளவே தொடங்கி விட்டிருந்தனர். அதற்கான காரணம் அவனுக்குப் புரியவே இல்லை. அவனைக் காட்டிலும் மோசமான குற்றவாளிகள்கூட அவனை வெறுத்தபடி, அவன் செய்த குற்றத்தைச் சுட்டிக்காட்டிப் பரிகசித்துக்கொண்டிருந்தனர்.

"உன்னைப் பார்த்தால் கண்ணியமானவனாகத் தெரிகிறது" என்று பேசத் தொடங்கும் அவர்கள், இப்படிக் கோடாரியை எடுத்துக்கொண்டுபோய்க் கொலை செய்வதுதான் கௌரவ மானவர்கள் செய்யும் வேலையா...?" என்று அவனை ஏளனம் செய்தார்கள்.

ஈஸ்டருக்கான நோன்பு நாட்களின் இரண்டாவது வாரத்தில் ஒருநாள், அன்றைய வழிபாட்டுக்கான ஏற்பாடுகளை, அவனும் அவனுடன் ஒரே சிறைக்கூடத்தில் இருக்கும் கைதிகளும் சேர்ந்து செய்ய வேண்டிய முறைநாளாக இருந்தது. அன்று பிற கைதி களோடு இணைந்து அவனும் அந்த வேலைகளை முடித்துவிட்டு, அதன்பின் அவனும்கூட அந்த தேவாலயத்தில் அன்று நடந்த பிரார்த்தனையில் கலந்துகொண்டான். இந்த விஷயத்தில் திடீ ரென்று ஒரு நாள் மோதல் ஏற்பட்டது. அது ஏனென்று அவனுக்கே புரியவில்லை. அவர்கள் எல்லோரும் அவனைப் பார்த்து ஆவேசமும் கோபமும் கொண்டனர்.

“நீ ஒரு நாத்திகன், கடவுள் நம்பிக்கை இல்லாதவன்” என்று அவர்கள் அவனைப் பார்த்து உரக்கக் கூச்சலிட்டனர். “நீ கொல்லப்பட வேண்டியவன்.”

கடவுளைப் பற்றியோ, மத நம்பிக்கைகள் குறித்தோ அவன் அவர்களிடம் எதையுமே பகிர்ந்துகொண்டதில்லை. ஆனாலும் அவனை ஒரு நாத்திகன் என்று எண்ணியவர்களாக, அவனை, அவர்கள் கொல்ல முற்பட்டனர். அவன் அவர்களுக்கு எந்தப் பதிலுமே சொல்லவில்லை; ஒன்றுமே பேசாமல் அமைதியுடனிருந் தான். அவர்களில் ஒருவன் இவனைத் தாக்குவதற்காக இவனை நோக்கி மூர்க்கத்தனமாக ஓடிவந்தபோதுகூட இவன், சிறிதும் பதற்றமே இல்லாமல் அமைதியான முறையில் அவனை எதிர் கொண்டான். சிறியதொரு முகச்சுளிப்புக்கூட ரஸ்கோல்னி கோவிடம் அப்போது ஏற்படவில்லை. நல்லவேளை சிறைக் காவலன் ஒருவன் அவர்களிடையே ஓடிவந்து இவனைத் தாக்கிய வனை அப்புறப்படுத்திவிட்டான். இல்லாவிட்டால் அன்று இரத்தம் பெருக்கெடுத்திருக்கும்.

ரஸ்கோல்னிகோவின் உள்ளத்தில் எழுந்த மற்றொரு கேள்விக்கு, அவனுக்குப் பதில் எதுவும் கிடைக்கவில்லை. ‘சோனியாவை மட்டுமே அங்கே உள்ள எல்லோருமே விரும்பு வதற்கு என்ன காரணம்? அப்படி அங்குள்ள எல்லோருடனும் பழகுவதற்கு அவள் தனிப்பட்ட முறையில் எந்த முயற்சியும் எடுக்க வில்லை. அவனைச் சந்திப்பதற்காக ஒரே ஒரு நிமிடம் மட்டுமே அங்கே அவள் வந்து செல்லுவாள். அந்தத் தருணத்தில் மிக அபூர்வமாகத்தான் மற்றவர்கள் அவளைக் காண நேர்ந்திருந்திருக் கிறது. ஆனாலும்கூட அவர்கள் எல்லோருமே அவளை மிக நன்றாக அறிந்து வைத்திருந்தார்கள். அவள் ‘அவனைப் பின் தொடர்ந்து’ சைபீரியாவுக்கு வந்திருப்பதையும், அவள் எங்கே, எவ்வாறு வசிக்கிறாளென்பதையும் அவர்கள் தெரிந்து வைத் திருந்தார்கள். அவள் அவர்களுக்குப் பணம் எதுவும் தரவில்லை. எந்த உதவியும் செய்யவில்லை. கிருஸ்துமஸ் சமயத்தில் ஒரே ஒரு தடவை மட்டும் சிறையிலிருந்த அனைவருக்கும் கேக்குகளையும் ரொட்டித் துண்டுகளையும் அவள் தன்னுடைய அன்பளிப்பாகக் கொண்டுவந்து கொடுத்தாள். பிறகு சோனியாவுக்கும், அங்கிருந்த பிற கைதிகளுக்கும் இடையே மெல்ல மெல்ல நெருக்கமான நட்புறவுகள் மலரத் தொடங்கின. அங்கிருந்த கைதிகளின் குடும்பத் தாருக்குக் கடிதம் எழுதவும், அவற்றை அஞ்சலில் சேர்க்கவும் அவள் உதவி செய்தாள். அவர்களுடைய உறவினர்கள், அவர் களைக் காண்பதற்காக அந்த நகரத்திற்கு வரும் போது, தங்களுக் கான பொருள்களையும், பணத்தையும்கூடச் சோனியாவின் பொறுப்பில் ஒப்படைத்துவிடுமாறு அந்தக் கைதிகள் கூறத் தொடங்கியிருந்தனர். அவர்களின் மனைவிகளும் காதலிகளும் அவளை நன்கறிந்துகொண்டனர். அவளையும் பார்த்துவிட்டே

அவர்கள் சென்றனர். அவர்களெல்லாம் வேலை செய்துகொண்டிருக்கும்போது அவள் ரஸ்கோல்னிகோவைப் பார்க்க வந்தாலோ, அல்லது அவர்கள் கூட்டமாக வேலைக்குச் செல்லும் தருணங்களில் அவளைப் பார்க்க நேர்ந்தாலோ உடனே தங்கள் தொப்பிகளைக் கழற்றிவிட்டு, அவளுக்கு அவர்கள் வணக்கம் செலுத்துவார்கள். "சோஃபியா செமினோவ்னா நீங்கள் தான் எங்களிடம் எவ்வளவு அன்பாகவும், பாசமாகவும், தாயைப் போல இருக்கிறீர்கள்...?" என்று அவளிடம் மிகவும் அன்போடு சொல்வார்கள். கடைந்தெடுத்த குற்றவாளிகளான, முரட்டுத்தனம் மிகுந்த அந்த மனிதர்கள், அந்த எளிமையான சிறிய ஜீவனான சோனியாவிடம் அப்படிப்பட்ட வார்த்தைகளை மிக மென்மை யாகக் கூறுவது, வியப்பை ஏற்படுத்துவதாக இருக்கும். அவளும் புன்னகை செய்தபடி அவர்களுக்கு வணக்கம் செலுத்துவாள்.

தங்களைப் பார்த்து அவள் புன்னகை செய்வதிலேயே அவர்கள் மகிழ்ந்து போய்விடுவார்கள். அவள் நடந்து செல்கிற பாணிகூட அவர்களுக்கு மிகவும் விருப்பமானதாக இருந்தது. அவள் நடந்து செல்வதையே திரும்பிப்பார்த்தபடி, அவர்கள் அவளைத் தங்கள் மனம் நெகிழ்ந்து பாராட்டுவார்கள்; அவளை இன்னும்கூட அதிகமாகப் புகழ வேண்டும் என்று அவர்களுக்கு ஆசையிருந்தாலும் அதை எப்படி, எந்த வகையில் வெளிப் படுத்துவது என்பது அவர்களுக்குத் தெரியவில்லை. தங்கள் உடல் நலம் குன்றியிருக்கும் வேளைகளிலும்கூட அவளை அவர்கள் நாடிச் செல்வார்கள்.

நோன்பின் இறுதி நாட்களிலும், ஈஸ்டர் சமயத்திலும் முழுக்க முழுக்க மருத்துவமனையிலேயே இருந்தான் ரஸ்கோல்னி கோவ். சற்று குணமடையத் தொடங்கிய பிறகு, தான் காய்ச்ச லுடனும், ஜன்னியுடனும் படுத்திருந்தபோது கண்ட கனவுக ளெல்லாம் அவனுக்கு ஞாபகம் வரத் தொடங்கின. பெயர் தெரியாத கொள்ளைநோய் ஒன்று, ஆசியாவிலிருந்து தொடங்கி, ஐரோப்பா முழுவதிலும் பரவியதைப் போலவும், இந்த உலகம் முழுவதுமே அந்தப் பயங்கரமான நோயின்பிடியில் தாக்குண்ட தைப் போலவும் காய்ச்சலின்போது அவன் கனவுகள் கண்டிருந் தான். ஏறக்குறைய மிகச் சிலரைத் தவிர மற்ற அனைவருமே இந்த நோயின் தாக்குதலுக்கு இரையாகிப் போயிருந்தனர். மனித உடல்களில் ஒட்டுண்ணிகளாகத் தொற்றிக்கொள்ளும் டிரைகினை* என்ற புதுவகையான நுண்ணுயிரிகள் தோன்ற ஆரம்பித்திருந்தது

---

* டிரைகினை: 1865-1866ஆம் ஆண்டுகளில் 'டிரைகினை' என்ற நுண்ணுயிர்களால் பரப்பப்படும் கொள்ளைநோய் பற்றிய செய்தி, ரஷ்யப் பத்திரிகைகளில் பெரிதும் அடிபட்டது. பன்றிகள் வழியாகப் பரவிய இக்கொள்ளை நோயை தஸ்தயேவ்ஸ்கி இங்கே ஒரு குறிப்பீடாகப் பயன்படுத்தியுள்ளார்.

தான் அந்த நோய்க்கான அடிப்படை. ஆனால் அந்தக் கிருமிகள் அறிவுடையவையாகவும், உறுதிவாய்ந்தவையாகவும் இருந்தன. அவற்றால் தாக்கப்பட்ட மனிதர்கள் உடனடியாக மனநிலைப் பிறழ்வுக்கு ஆளாகிப் பைத்தியம் பிடித்தவர்களைப் போலானார்கள். ஆனால் அவ்வாறு பாதிக்கப்பட்டவர்கள், தங்களை மேதைகளாகவும், கொள்கையில் குலையாதவர்களாகவும் எண்ணிக்கொண்டிருந்தார்கள். உண்மையாகச் சொல்லப் போனால், இதுவரை, தங்களை அந்த அளவுக்கு உயர்வாக எந்த மனிதருமே நினைத்துக்கொண்டதில்லை. மேலும் இவ்வாறு நோய்த்தாக்குதலுக்கு ஆளான நபர்கள் தாங்கள் எடுக்கும் முடிவுகள், தாங்கள் விஞ்ஞானபூர்வமாகக் கண்டறிந்த உண்மைகள், மற்றும் தங்களின் ஆன்மிக ரீதியிலான கோட்பாடுகள் ஆகியவை அசைக்க முடியாதவை, மாற்ற முடியாதவை என்று மிக ஆழமாக, உறுதியுடன் நம்பினார்கள். எல்லா நகரங்களும் நாடுகளும் இனங்களும் இந்த நோயால் தாக்கப்பட்டுப் பைத்தியங்களாகிப் போயிருந்தன. மனிதர்கள் எல்லோருமே, எப்போதும் பதற்றமும் கவலையுமாக இருந்ததால் – ஒருவர் கூறுவதை மற்றவர் புரிந்துகொள்ள முடியாமல் போயிற்று. உண்மையின் பாதுகாவலனாக அவர்கள் ஒவ்வொருவரும் தன்னை மட்டுமே நினைத்துக்கொண்டிருந்ததால் மற்றவர்களைப் பார்க்கும்போது, அவர்களது அறியாமையை எண்ணியபடி, நெஞ்சில் அடித்துக் கொண்டு, கையைப் பிசைந்துகொண்டு அழுதனர். யாரை எப்படிக் கணிப்பது என்று அவர்களுக்குத் தெரியவில்லை! தீயது எது, நல்லது எது என்று முடிவெடுப்பதிலும் அவர்களால் ஓர் உடன்பாட்டுக்கு வரமுடியவில்லை. யாரைக் குற்றம் சாட்டலாம் என்பதோ, யாரை விடுவிக்கலாம் என்பதோ அவர்களுக்குத் தெரியவில்லை. அறிவிழந்த நிலையில் அந்த மனிதர்கள், ஒருவரை யொருவர் மூர்க்கத்தனமாகக் கொலைசெய்ய முற்பட்டனர். சில வேளைகளில், பெரிய படையைத் திரட்டிச் சென்று, பிறரைத் தாக்குவதற்குக்கூட அவர்கள் முனைந்தார்கள். ஆனால் அப்படிப் படையெடுத்துச் செல்லும் வேளைகளில், திடீரென்று அவர்கள் தங்களுக்குள்ளேயே அடித்துக்கொள்ள ஆரம்பித்தார்கள்.

தளபதி, போர் வீரர் என்ற தகுதி வித்தியாசங்களெல்லாம்கூட அப்போது மறைந்து போய்விடும். போர் வீரர்கள் தங்களது சகாக்களுடனேயே சண்டையிட்டுக்கொண்டு, ஒருவரையொருவர் கொன்றுதின்னத் தொடங்கினார்கள். நகரங்களில் அபாய அறிவிப்புகள் ஒலித்தபடி மக்களை அழைத்தபடியே இருக்கும். ஆனால் அவ்வாறு தங்களை அழைப்பது யாரென்பதும், ஏன் என்பதும் எவருக்குமே தெரியாது. எல்லா மனிதர்களுமே பீதிக்கும் கலவரத்துக்கும் ஆட்பட்டுக் கிடந்தனர். அன்றாட வாழ்க்கைக்குத் தேவையான விஷயங்கள்கூட எல்லோராலும் புறக்கணிக்கப்பட்டுக்

கொண்டிருந்தன. ஒவ்வொரு மனிதனும் தனது சொந்தக் கருத்து களையும், தனது முன்னேற்றத்தையும் மட்டுமே முன்னிறுத்திக் கொண்டிருந்ததால் ஒருங்கிணைந்து செல்லும் ஓர் உடன்பாட்டை எவராலும் எட்ட இயலவில்லை. உழைப்பாளிகள் நிலங்களில் வேலை செய்யாமல் அதைத் தரிசாக்கினார்கள். சில இடங்களில், மனிதர்கள் சிலர் ஒரு குழுவாகக்கூடி ஏதோ ஒரு செயலைச் செய்ய வேண்டுமென்று முடிவெடுத்தார்கள். இனிமேல் தாங்கள் பிரியவே கூடாதென்று சத்தியம்கூடச் செய்தார்கள். ஆனால் உடனடி யாகவே சற்றுமுன் அவர்கள் செய்துகொண்டிருந்த உடன்பாட் டுக்கு நேர்மாறான விதத்தில் ஒருவர் மீது ஒருவர் குற்றம் சாட்டிய படி, சண்டை போடவும், ஒருவரையொருவர் கொலை செய்ய வும் முயன்றனர். எங்கு பார்த்தாலும் கலகங்களும், கிளர்ச்சிகளு மாகவே இருந்தன. எங்கும் பஞ்சம் தலைவிரித்தாடியது. உலகி லுள்ள எல்லாப் பொருள்களும் அழிந்துகொண்டுவந்தன. எல்லா மனிதர்களும் மடிந்துகொண்டிருந்தனர். அந்தக் கொள்ளை நோய், விசுவரூபமெடுத்துப் பூதாகரமாகப் பெருகிக்கொண்டிருந்தது. உலகம் முழுவதற்குமாகச் சேர்த்து மிகச் சில மனிதர்கள் மட்டுமே பிழைத்திருந்தனர். விரல்விட்டு எண்ணிவிடக்கூடிய அளவிலேயே இருந்த அந்த நபர்கள், தூய்மையானவர்களாக இருந்தனர். முற்றி லும் புதியதான ஒரு மனித இனத்தையும் புதுமையான வாழ்க்கை முறையையும் உருவாக்க அவர்கள் உறுதிபூண்டனர். இந்த மண்ணின் மாசு நீக்கிப் புதியதோர் உலகம் அமைக்க ஆர்வம் கொண்டவர்கள் அவர்கள். ஆனால் அதன்பிறகு அவர்களை எங்குமே, யாருமே பார்க்கவும் முடியவில்லை. அவர்களது குரலைக் கேட்கவும் முடியவில்லை.

ஜுர வேகத்தில் அவன் மனதில் எழுந்துகொண்டிருந்த இந்த வேடிக்கையான, பரிகசிக்கத்தக்க கற்பனை – வலியோடும், துயரத்தோடும் தனது நினைவில் மிதந்தபடி, தன்னைக் கஷ்டப் படுத்திக்கொண்டிருந்ததை ரஸ்கோல்னிகோவினால் பொறுத்துக் கொள்ள முடியவில்லை. ஜன்னி கண்ட நிலையில் தோன்றிய அந்தக் கனவின் தாக்கத்திலிருந்து விடுபட முடியாமல், அவன் பல நாட்கள் தொடர்ந்து அவதிப்பட்டு வந்தான்.

ஈஸ்டர் முடிந்த இரண்டாவது வாரத்திற்குப் பிறகு, குளிர் காலம் முடிந்து, இதமான வசந்த காலத்தின் வருகை நிகழ்ந்தது. மருத்துவமனையிலிருந்த சிறை வார்டின் ஜன்னல்களும் திறக்கப் பட்டன. (கம்பிக் கதவு போட்டு மூடப்பட்டிருந்த அந்த வார்டைத் தனிக் காவலர்கள் கண்காணித்து வந்தனர்) அவன் உடல் நலம் குன்றியிருந்த நேரத்தில், சோனியாவால் இரண்டு தடவை மட்டுமே அந்த வார்டுக்கு வர முடிந்தது. ஒவ்வொரு முறையும் அனுமதி பெறுவதற்கு அவள் மன்றாட வேண்டி இருந்தது. அப்படியும்

அனுமதி கிடைப்பதென்பது அரிதாகவே இருந்தது. ஆனாலும் அவள் மாலை நேரங்களில் மருத்துவமனைகளின் ஜன்னல் களுக்குக் கீழுள்ள திறந்த வெளிகளில் போய் நிற்பதுண்டு. சில சமயங்களில் சற்றுத் தூரத்தில் நின்றபடி ரஸ்கோல்னிகோவ் அடைபட்டுக்கிடக்கும் மருத்துவமனையின் – அந்த ஜன்னல்களை மட்டுமே சிறிது நேரம் பார்த்துக்கொண்டிருந்துவிட்டுப் போய் விடுவாள் அவள். அந்த ஜன்னல்களின் வழியாக அவள் பார்க்கக் கூடிய விதத்தில் அவன் தென்படுவதென்பது, மிக அரிதாகத்தான் இருக்கும்.

அவன் கிட்டத்தட்ட முழுமையாகக் குணமடைந்துவிட்ட நிலையில், ஒருநாள் மாலை நேரம்...! ரஸ்கோல்னிகோவ், அப்போது தூங்கிக்கொண்டிருந்தான். விழிப்பு வந்தபோது, அவன் தற்செயலாக ஜன்னலருகே சென்று வெளியே பார்த்தான். சற்றுத்தூரத்தில் மருத்துவமனையின் வாயிற்கதவுகளுக்கு அருகே சோனியா நின்றுகொண்டிருப்பதை அவன் பார்க்க நேர்ந்தது. அவள் எதற்காகவோ காத்துக்கொண்டு நிற்பதைப் போலக் காணப் பட்டாள். அந்தக் கணத்தில் ஏதோ ஒன்று அவனது இதயத்தைத் துளைப்பது போலத் தோன்றியது. அவன் வெடவெடத்துப் போனவனாக, ஜன்னலின் அருகிலிருந்து விரைவாக நகர்ந்து சென்றான். மறுநாள் சோனியா அங்கு வரவில்லை. அதற்கு மறு நாளும் அவள் வரவில்லை. தான் அவளுக்காக ஆவலோடு காத் திருக்கிறோம் என்பதை அவனே உணர்ந்துகொண்டான். இறுதி யில் உடல் குணமடைந்து மருத்துவமனையிலிருந்து சிறைக்குப் போய்ச் சேர்ந்த பிறகு, சோஃபியா செமினோவ்னா நோய்வாய்ப் பட்டுப் படுக்கையிலிருப்பதால் வெளிவர முடியாத நிலையில் இருப்பதைப் பிற கைதிகளின் மூலமாக அவன் அறிந்துகொண் டான். அந்தச் செய்தியைக் கேட்டு மிகவும் கவலைகொண்ட அவன், அவளைப்பற்றி விசாரிக்க முயற்சி செய்தான். அவளுக்கு வந்திருக்கும் நோய் அப்படி ஒன்றும் ஆபத்தானது அல்ல என்ப தையும் விரைவிலேயே அவன் தெரிந்துகொண்டான். தன்னைப் பற்றி அவன் ஆவலுடனும் கவலையுடனும் இருப்பதை அறிந்து கொண்ட சோனியா, ஒரு துண்டுச் சீட்டில் பென்சிலால் தனது உடல்நிலை பற்றிய தகவலை எழுதி அனுப்பி வைத்தாள். ஜல தோஷத்தினால் மட்டுமே தான் அவதிப்பட்டு வந்ததாகவும், இப்போது நன்றாக இருப்பதாகவும் அதில் அவள் குறிப்பிட்டி ருந்தாள். மிகவும் சீக்கிரத்திலேயே வேலை செய்யும் இடத்தில் அவனைப் பார்க்க வருவதாக அதில் அவள் குறிப்பிட்டிருந்தாள். அந்தக் குறிப்பைப் படித்துப் பார்த்த அவனது இதயம், மிகுந்த வலியுடன் படபடவென்று மிக வேகமாகத் துடித்தது.

மீண்டும் ஒரு வெளிச்சமான, கதகதப்பான நாள்! அன்று விடிகாலையிலேயே, அதாவது காலை ஆறு மணிக்கே, நதிக்கரை அருகே வேலை பார்ப்பதற்காகச் சென்றான் அவன். அங்கே ஒரு கொட்டகையில் அமைக்கப்பட்டிருந்த சூளையில் 'ஜிப்சம்' கொட்டப்பட்டுச் சுண்ணாம்பாக்கப்பட்டுப் பிறகு பொடியாக்கப் படும் பணி நடந்துகொண்டிருந்தது. அந்த வேலையைப் பார்ப் பதற்காக மூன்று கைதிகள் அங்கே அனுப்பப்பட்டிருந்தனர். அவர்களில் ஒருவன் கோட்டையிலிருந்து ஒரு கருவியை எடுத்து வருவதற்காகக் காவலாளியின் துணையுடன் அங்கே சென்றி ருந்தான். மற்றொரு கைதி, விறகுகளை வெட்டித் துண்டாக்கி, எரிந்துகொண்டிருந்த சூளையில் போட்டுக்கொண்டிருந்தான். அந்தக் கொட்டகையைவிட்டு வெளியேறி நதிக்கரையோரமாகச் சென்ற ரஸ்கோல்னிகோவ், அங்கே குவியலாக அடுக்கப்பட்டிருந்த மரக்கட்டைகளின் மீது உட்கார்ந்து, அகன்று விரிந்த அந்த நதியின் நீரோட்டத்தையே பார்த்துக்கொண்டிருந்தான். உயரமான அந்த நதிக்கரையிலிருந்து, நதிக்கு எதிர்ப்புறம் உள்ள நிலப்பரப்பினைக் காணமுடிந்தது. எதிர்ப்புறம், தொலைதூரத்திலிருந்து யாரோ பாடும் குரலின் ஓசை மிக இலேசாகக் காற்றிலே தவழ்ந்து வந்து கொண்டிருந்தது. அங்கே மிகச் செறிவாகப் பரந்து விரிந்து கிடந்த புல்வெளி, கதிரவனின் ஒளியில் தகதகத்துக்கொண்டிருந்தது. ஆங்காங்கே நாடோடிகள் தங்கியிருந்த கறுப்புநிறக் கூடாரங்கள், சிறு சிறு புள்ளிகளாகத் தென்பட்டன. கரையின் இந்தப் பகுதியில் இருந்த கைதிகளைப் போலன்றி, அந்தப்பகுதி மக்கள் சுதந்திரமான வாழ்வு நடத்தி வந்தார்கள். ஆபிரகாமும், அவனது இனக்குழுவும் வாழ்ந்த அந்தத் தொன்மையான காலத்திலேயே இன்னமும் வாழ்ந்து வருபவர்களைப் போல அந்தப் பகுதியில் வசிக்கும் அந்த மக்கள் காணப்பட்டனர்.

ரஸ்கோல்னிகோவ் அங்கேயே உட்கார்ந்தபடி நதிக்கரையின் மறுபுறம் தனது பார்வையைப் பதித்திருந்தான். அவனது மனம், பகற்கனவுகளில் சஞ்சரித்தபடி இருந்தது. குறிப்பாக அவன் எதையும் நினைத்துக்கொண்டிருக்கவில்லை என்றபோதும், துன்பம் தோய்ந்து கிடந்த அவனது இதயத்தில் ஓர் ஏக்கம் அவனை வாட்டி வதைத்துக்கொண்டிருந்தது.

திடீரென்று சோனியா தன் அருகில் இருப்பதை அவன் கண்டான். ஓசையின்றி மிகவும் அமைதியாக வந்து அவனருகே அவள் உட்கார்ந்திருந்தாள். இளம் காலைப்பொழுதின் சில்லென்ற குளிர்ச்சி இன்னமும் அங்கே பரவிக்கிடந்தது. கசங்கியும் துவண்டும் போயிருந்த தனது பழைய உடையையும் அந்தப் பச்சை நிறச் சால்வையையுமே அவள் அப்போது அணிந்திருந்தாள். அவளது உடல்நலம் பாதிக்கப்பட்டிருந்ததற்கான அறிகுறிகள்

அவள் முகத்தில் இன்னும் சிறிது எஞ்சியிருந்தன. மெலிந்து, வெளிறிப் போயிருந்த முகத்தோடும், வற்றிப் போய் ஒடுக்கு விழுந்த கன்னங்களோடும் அவள் காணப்பட்டாள். அவனைப் பார்த்து மகிழ்ச்சியாகப் புன்னகை செய்த அவள், எப்பொழுதும் போல சற்றுப் பயந்தபடியே அவனை நோக்கித் தன்னுடைய மெல்லிய கரத்தை நீட்டினாள்.

எப்போது அவனிடத்தில் தன் கைகளைக் கொடுத்தாலும் கொஞ்சம் அச்சத்தோடுதான் தனது கரத்தை அவள் நீட்டுவாள். சிலவேளைகளில் அதனை அவன் ஏற்றுக்கொள்ள மறுத்து விடுவானோ என்று பயந்தபடி, பாதியிலேயே அவள் தன் கைகளை இழுத்துக்கொள்வதும் உண்டு. அவனும்கூட எப்போதுமே சற்று வேண்டாவெறுப்போடுதான் அவளுக்குக் கை கொடுப்பான். எல்லா நேரங்களிலுமே ஏதோ ஓர் எரிச்சலோடுதான் அவன் அவளை எதிர்கொள்வான். சில வேளைகளில் அவள் தன்னோடு இருக்கும் நேரம் முழுவதுமே எதுவும் பேசாமல், பிடிவாதமான மௌனத்தோடு அவன் இருந்துவிடுவதும் உண்டு. நிறையச் சந்தர்ப்பங்களில் அவள், அவனைக் கண்டு நடுங்கிப் போயிருக் கிறாள். அவனிடம் ஆழமாகக் காயப்பட்டுத் திரும்பியும் போயிருக் கிறாள். ஆனால் இந்தத் தடவை, அவர்கள் இருவரின் கரங்களும் இணைந்தபடி இருந்தன. எந்தவிதமான மறுப்புகளும் இன்றி, எந்தவிதமான தயக்கங்களும் இன்றிப் பிரிய மனம் இல்லாதவை களாக – ஒன்றுக்கொன்று ஆதரவாக, ஆறுதலாக அவை இணைந் திருந்தன. விரைவாக ஒருமுறை அவளை நிமிர்ந்து பார்த்த அவன், எதுவுமே பேசாமல் தரையை நோக்கிக் கண்களைத் தாழ்த்திக் கொண்டான். அவர்கள் இருவரும் மட்டுமே அங்கே தனித்திருந் தனர். அப்போது அவர்களின் அருகே எவருமே இல்லை. உடன் வந்திருந்த காவலனும்கூட, அந்த நேரத்தில் எங்கோ போயிருந் தான்.

அது எப்படி நடந்ததென்று அவனே அறிந்திராத ஒரு கணத்தில், யாரோ தன்னை இழுத்துப் போட்டது போல அவன் அவளது காலடியில் விழுந்து கிடந்தான். அவளது முழங்கால் களை இறுகப் பற்றிக்கொண்டு அவன் அழுது கதறினான். அதைக் கொஞ்சமும் எதிர்பார்த்திராத சோனியா, கணநேரம் மிகவும் பயந்து போனாள். அவளது முகம் வெளிறிப் போயிற்று. தான் அமர்ந்திருந்த இடத்திலிருந்து பதறிப் போய் எழுந்துகொண்ட அவள், குனிந்து அவனைப் பார்த்தபடி நடுங்கிக்கொண்டிருந்தாள். ஆனால் உடனடியாக – அந்த நொடியிலேயே – அதன் பொருள் என்னவென்பது அவளுக்கு விளங்கிவிட்டது! ஆம்! அவன் தன் காதலை வெளிப்படுத்தி விட்டான். அவன் அவளைக் காதலிக்

கிறான் என்பதையும், என்றென்றும் அவன் அவளைக் காதலிப்பான் என்பதையும் சந்தேகத்திற்கிடமின்றி அவள் உணர்ந்து கொண்ட தருணம் இது. இந்தத் தருணத்திற்காக அவள் வெகுநாட்களாகக் காத்துக்கொண்டிருந்தாள். இறுதியாக இதோ அந்தத் தருணம் வந்துவிட்டது என்பதை உணர்ந்துகொண்டபோது அவளது கண்கள் எல்லையற்ற மகிழ்ச்சியை வெளிப்படுத்திக் கொண்டிருந்தன.

அவர்கள் இருவரும் ஒருவரோடு ஒருவர் பேச முயன்று, அதில், தோற்றுப் போனார்கள். இருவரின் கண்களிலும் கண்ணீர் வெள்ளமாகப் பெருகி இமைகளின் விளிம்பில் நின்றுகொண்டிருந்தது. இருவருமே வெளுத்துப் போய்ப் பலவீனமாக இருந்த போதும் நோயுற்று வெளிறிப் போயிருந்த அவர்களின் முகங்கள், புதிதாக மலரப் போகும் தங்களது எதிர்காலத்தைப் பற்றிய நினைவில் ஒளிர்ந்துகொண்டிருந்தன. புதியதொரு உயிர்த் தெழுதலை நோக்கிய கனவுகளில் அவர்கள் மிதந்துகொண்டிருந்தனர். அவர்கள் இருவரும் கொண்டிருந்த காதல், சாவிலிருந்து வாழ்வை நோக்கி அவர்களை இட்டு வந்திருந்தது. அவர்கள் இருவரின் இதயங்களும் – அவனது இதயம் அவளுக்காகவும், அவளது இதயம் அவனுக்காகவும் துடித்துக்கொண்டிருந்தன. அவனது வாழ்வைத் தன்னோடு சேர்த்துக்கொண்டு வாழ்நாள் முழுவதும் அவனது வாழ்வை வசந்தமாக்க வேண்டுமென்று அவளது இதயமும், அதேபோல அவளது வாழ்வைத் தன்னோடு இணைத்துக்கொண்டு, வாழ்நாள் முழுவதும் அவளுடைய வாழ்வை வசந்தமாக்க வேண்டும் என்று அவனது இதயமும் உத்வேகத்துடன் துடித்துக்கொண்டிருந்தன.

தங்களுக்கு முன்னால் ஏழு நீண்ட நெடிய ஆண்டுகள் இருப்பதை நன்றாக உணர்ந்திருந்த காரணத்தால் தாங்கள் அதுவரையில் பொறுமையோடுதான் இருந்தாக வேண்டும் என்பதை அவர்கள் இருவருமே புரிந்து வைத்திருந்தார்கள். வரப்போகிற அந்த ஆண்டுகளில் தாங்க முடியாத துன்பங்களையும் அவர்கள் எதிர்ப்பட நேரலாம். எல்லையற்ற மகிழ்ச்சியையும் சந்தோஷத்தையும்கூட அந்த ஆண்டுகள் அவர்களுக்குக் கொண்டுவரலாம்! அவர்களுக்காகக் காத்துக்கொண்டிருப்பது எது என்பதை எப்படி அறிந்து கொள்ள முடியும்? ஆனால் அந்த நாளுக்காகப் பொறுமையுடனும், அமைதியாகவும் காத்திருப்பது என்று அவர்கள் தங்களுக்குள் தீர்மானித்துக்கொண்டனர். அவன் மீண்டும் ஒருமுறை வாழ்க்கையை எதிர்கொள்ள ஆயத்தமாகிவிட்டான் என்பதையும், அந்தக் கண்ணோட்டத்தில் தன்னைப் புதுப்பித்துக்கொள்ள முற்பட்டுவிட்டானென்பதையும் அவனாலேயே உணர முடிந்தது.

அவளைப் பொறுத்தவரையில், அவனுடைய நல்வாழ்க்கைக்காக அவள் எப்போதோ தன்னை முழுவதுமாக அர்ப்பணித்துவிட்டாள். அவள் இப்போது வாழ்ந்துகொண்டிருப்பது, அவனுடைய வாழ்க்கையைத்தான்!

அன்று மாலை, சிறைக்கூடத்தின் கதவு பூட்டப்பட்ட பிறகு, மரப்பலகையிலான படுக்கையில் படுத்தபடி எல்லாவற்றையும் நினைத்துப் பார்த்துக்கொண்டிருந்தான் ரஸ்கோல்னிகோவ். முன்பு அவனிடம் பகைமை பாராட்டிய சக கைதிகள்கூட, இன்று அவனை வேறுவிதமாகப் பார்ப்பது போல அவனுக்குத் தோன்றியது. அவனும்கூட அவர்களிடம் இயல்பாக பேசத் தொடங்கியிருந்தான். அவன் கேட்ட கேள்விகளுக்கு அவர்களும்கூட மிகுந்த மகிழ்ச்சியோடு, இனிமையாகப் பதிலளித்தனர். அதையெல்லாம் நினைத்துப்பார்த்தபடி மனதில் மகிழ்ச்சியோடு இருந்தான் ரஸ்கோல்னிகோவ். இப்படி இருப்பதுதான் உண்மையில் சரியானது என்றும், இனிமேல் எல்லாவகையிலும் தன் வாழ்க்கையை இவ்வாறு மாற்றிக்கொள்வதுதான் பொருத்தமாக இருக்கும் என்றும் அவனுக்குத் தோன்றியது.

அவன் சோனியாவைப்பற்றி நினைத்துப் பார்த்தான். தான் அவளைத் தொடர்ச்சியாக வேதனைப்படுத்தியும், அவளுடைய இதயத்தைக் காயப்படுத்தியும் வந்திருப்பது அவனது நினைவில் எழுந்தது. வெளிறிப் போன அவளது சிறிய அழகிய முகம் அவனது மனக்கண்ணில் தோன்றியது. ஆனால் இந்த நினைவுகளெல்லாம் இப்போது அவனைத் துன்பப்படுத்தவில்லை. அவளிடம் அளவற்ற அன்பு காட்டுவதன்மூலம் அவள் பட்ட துன்பங்களையெல்லாம் ஒரு நொடியில் தன்னால் களைந்துவிட முடியுமென்பதை அவன் அறிந்திருந்தான்.

முன்பு தான் பட்ட மன உளைச்சல்களெல்லாம்கூட இப்போது அவனுக்கு ஒரு பொருட்டாகத் தோன்றவில்லை. அவன் இழைத்திருந்த குற்றம், அதற்கான தண்டனை, இப்படி நாடு கடத்தப்பட்டிருக்கும் நிலை என்று இவை எல்லாமே இப்போது– இந்த உணர்ச்சிவயப்பட்டிருந்த தருணத்தில் – அந்நியமாகவும், வேறு யாருக்கோ நேர்ந்ததைப் போலவும்தான் அவனுக்குத் தோன்றின. ஆனால், அன்று மாலையில் அவனால் மிக அதிகமாகவும், தொடர்ச்சியாகவும், எதையும் சிந்திக்க முடியவில்லை. தன்னுடைய கவனத்தைக் குறிப்பாக எதன்மீதும் செலுத்தி அதைப்பற்றி அறிவுபூர்வமாக அலசும் நிலையில் அப்போது அவன் இல்லை. காரணம், அறிவைவிடவும், உணர்வே இப்போது அவனை அதிகமாக ஆட்கொண்டிருந்தது. தர்க்கபூர்வமான சிந்தனைகள் மட்டுமே நிறைந்திருந்த அவன் மனதில் – இப்போது

அதற்கு மாறாக, எதார்த்தமான வாழ்க்கை பற்றிய எண்ணங்களே நிரம்பியிருந்தன. இதுவரை எண்ணி வந்ததற்கு முற்றிலும் மாறான வகையில், வேறு எதையோ அவன் மனம் திட்டமிட்டுக்கொண்டிருந்தது.

அவனது தலையணைக்கடியில், பைபிளின் 'புதிய ஏற்பாடு' இருந்தது. இயந்திரகதியில் அதை வெளியே எடுத்தான் அவன். அந்தப் புத்தகம் சோனியாவுடையது. லாசரஸ் உயிர்த்தெழும் காட்சியை அவள் அந்தப் புத்தகத்திலிருந்துதான் அவனுக்குப் படித்துக் காட்டியிருந்தாள். அவனது சிறை வாழ்வு தொடங்கியிருந்த காலகட்டத்தில், தன்னிடம் மதத்தைப் பற்றியும், பரிசுத்த வேதாகமத்தின் உபதேசங்களைப் பற்றியும் பேசத் தொடங்கி விடுவாளோ என்றும், அவை சார்ந்த நூல்களைத் தன் மீது திணித்துவிடுவாளோ என்றும் அவன் பயந்துகொண்டிருந்தான். ஆனால் அவள் ஒருமுறைகூட அவனிடம் அதைப்பற்றியெல்லாம் பேசவில்லை. அவனிடம் 'புதிய ஏற்பாட்டைத்' தரவேண்டுமென்று, ஒருபோதும் அவள் முன்வரவில்லை. இதெல்லாம் அவனுக்கே வியப்பாக இருந்தன. சிறையில் உடல்நலம் குன்றிப் படுக்கையில் விழுவதற்கு முன்பு, அவனாகவே அந்தப் புத்தகத்தைக் கொண்டு வந்து தருமாறு அவளிடம் கேட்டுக்கொண்டான். அவளும் ஒருவார்த்தைகூடப் பேசாமல் புத்தகத்தை மட்டும் அவனிடம் கொண்டுவந்து கொடுத்தாள். ஆனால் அவன் இதுவரையில் அதைப் பிரித்துக்கூடப் பார்க்கவில்லை.

இப்போதும்கூட அவன் அதைப் பிரிக்கவில்லை என்ற போதும், சட்டென்று அவனது உள்ளத்தில் மின்னல் கீற்றுப்போல ஓர் எண்ணம் தோன்றியது. 'இனிமேல் அவளுடைய நம்பிக்கைகளெல்லாம் என்னுடையதும்தானே...? அவளுடைய உணர்வுகள், அவளுடைய விருப்பங்கள், இவற்றையெல்லாம் குறைந்தபட்சம் நான் மதிக்கவாவது வேண்டுமல்லவா?'

சோனியாவும் அன்று முழுவதும் பதற்றம் மிகுந்தவளாகவே இருந்தாள். இரவில் அவளுக்கு மீண்டும் காய்ச்சல்கூட வந்தது. ஆனாலும் அவள் மகிழ்ச்சியுடனிருந்தாள். சற்றும் எதிர்பாராத அந்த மகிழ்ச்சி அவளைக் கொஞ்சம் பயமுறுத்தக்கூடச் செய்தது. ஏழு வருஷங்கள் காத்திருக்க வேண்டும்! ஆமாம், ஏழு வருஷங்கள் மட்டும்தான்! தங்களைத் திக்குமுக்காட வைத்த அந்த மகிழ்ச்சியான கணங்களின் இனிமையான, சந்தோஷமான நினைவுகளிலேயே, அந்த ஏழு வருஷங்கள் என்பது, ஏழு நாட்களைப் போலக் கழிந்துவிடும் என்றுதான் அவளுக்குத் தோன்றியது. தாங்கள் தொடங்கவிருக்கும் புதிய வாழ்க்கை, அப்படியொன்றும் எளிதாகத் தனக்குக் கிட்டிவிடப் போவதில்லை என்பதும், கடுமை

யான துன்பங்களையும், உழைப்பையும், போராட்டங்களையும் விலையாகக் கொடுத்துத்தான் அதைப் பெற வேண்டியிருக்கும் என்பதும்கூட அப்போது அவளது உணர்வில் உறைக்கவில்லை.

ஆனால், இது ஒரு புதிய கதையின் தொடக்கம் மட்டும் தான்! – அந்த மனிதன், படிப்படியாகத் தன்னை எப்படிச் சீரமைத்துக்கொண்டான் என்பதும் எவ்வாறு தன்னுடைய புதிய வாழ்க்கையைத் தொடங்கினான் என்பதும், தான் சஞ்சரித்துக் கொண்டிருந்த கற்பனை உலகிலிருந்து, கனவில்கூடத் தான் கண்டறியாத எதார்த்த உலகத்திற்குள் அவன் எவ்வாறு அடி எடுத்து வைத்தான் என்பதும் ஒரு புதுக்கதைக்கான விஷயங்கள்! ஆனால் இதுவரை சொல்லிவந்த கதை, இந்த இடத்தோடு தன் முடிவை எட்டிவிட்டது!

◆